T0368400

ਗੁਰੂ ਗ੍ਰੰਥ

The Guru Granth Sahib

Volume – ਪੋਥੀ 3

Gurbani Pages : 347 -536

Steek – English and Punjabi

ਬਾਣੀ ਵਿੱਚ ਕੇਵਲ ਅਕਾਲ ਪੁਰਖ ਦੀ ਮਹਿਮਾਂ ਕੀਤੀ ਗਈ ਹੈ ।
ਜਿਸ ਨੇ ਜਨਮ ਲਿਆ ਹੈ ਅਤੇ ਮਰ ਗਿਆ ਹੈ, ਉਸ ਦੀ ਮਹਿਮਾਂ ਨਹੀਂ ਕੀਤੀ ਗਈ॥

"ਜੇਸੀ ਮੈ ਆਵੇ ਖਸਮ ਕੀ ਬਾਣੀ, ਤੇਸਾ ਕਰੀ ਗਿਆਨ ਵੇ ਲਾਲੋ ।"

- ਗੁਰੂ ਗ੍ਰੰਥ ਸਾਹਿਬ ਜੀ ਨੂੰ 11th ਅਟੱਲ ਗੁਰੂ ਥਾਪਿਆ ਗਿਆ ।
- ਪ੍ਰਭ ਨੇ ਜੀਵਾਂ ਨੂੰ ਸੇਧ ਦੇਣ ਵਾਸਤੇ ਭਗਤਾਂ ਦੀ ਜੀਭ ਤੇ ਸ਼ਬਦ ਬਖਸ਼ੇ ।
- ਜਿਸ ਭਗਤ ਦੀ ਬਾਣੀ ਦਰਜ਼ ਹੋ ਗਈ, ਸਭ ਇੱਕ ਬਰਾਬਰ ਹੀ ਹਨ ।
- ਮਿਲਾਪ ਕੇਵਲ ਪ੍ਰਭ ਦੀ ਰਹਿਮਤ ਨਾਲ ਹੀ ਹੁੰਦਾ ਹੈ।

ਦਾਸ: ਭਾਗ ਸਿੰਘ

bhagbhullar@gmail.com
909-636-1233

authorHOUSE®

AuthorHouse™
1663 Liberty Drive
Bloomington, IN 47403
www.authorhouse.com
Phone: 1 (800) 839-8640

Published by AuthorHouse 05/14/2020

ISBN: 978-1-7283-6132-1 (sc)
ISBN: 978-1-7283-6131-4 (e)

Library of Congress Control Number: 2020909064

About the book:

The author picked up some key dialogues from The Guru Granth sahib, The Sikh Holy Scripture. He then compared these teachings with the theme "Mool Mantar" of the Sikh Holy Scripture to convey spiritual meanings. This book rises above the traditional religious rituals. This book highlights the path adopted by saints to conquer three virtues of worldly wealth to become worthy of His consideration. No one can fully describe the true purpose and meanings of any word written in this Holy Scripture. Only, The Omniscient Creator fully knows His creation. All universes are expansion of His Holy Spirit and He remains embedded in each and every creature, nature and events.

Guru Aurjan Dev Ji, 5th guru had compiled the life experience of 25 Prophets from various religions and time periods. The book is the steek in Punjabi and English of Page (151 – 346) of Guru Granth Sahib out of total pages 1430 - Volume 2. The purpose of steek of Guru Granth Sahib in Punjabi and English combined in one book is to guide new generation who may not be able to read Punjabi; may be enlightened with path, blessed souls adopted to be sanctified and to be on the right path of salvation, acceptance in His Court.

Structure / Layout of the book:

Each dialogue is structured for easy understanding for non-Punjabi readers: as follow.

- Poetry dialogue written in Punjabi is a copy from The Guru Granth Sahib with ref. of page number and name of prophet.

- Then it is written in English for reader to recite the Punjabi poetry.

- Then the spiritual meanings based on the central theme of the Holy Scripture is written in Punjabi.

- Then the English translation of the spiritual meanings written in Punjabi for non-Punjabi readers.

Author's Name: Bhag Singh

Audience Level: Adult

Genre/ Category: Religious, Holy Spirit, His Throne

Keyword: The Word, Blessed Soul, Devotee, Ego

About the Author:

Bhag Singh is engineer who studied in India and in The Unites states of America. He has 40 years professional experience in field of Engineering. He belongs to a long list of Sikh devotees dating back to Lakhi Nakaya who honored 9th Sikh guru, Guru Tegh Bahadur ji by cremating his corpse by setting his own house on fire.

His journey started with his grandfather Tara Singh Bhullar who was very close to him. He was well known for his struggle for independence of India. He was the president of the congress party of district Lahore. He was a keen devotee of Sikh teachings. He was my guide to inspire me to accompany him in visit to Sikh shrines like Golden Temple and others.

However, he took a different route in 1994 after the death of his wife Rajwant Kaur. He was disappointed from religious practice in USA. He studied and analyzed various religious Holy Scriptures like The Torah, The New Bible, Buddha, and Hindu Holy Scripture for 3 years. All scriptures were pointing to similar thoughts his great grandfather Arjan Singh instilled in him.

In 1997, he started reading and analyzing The Guru Granth Sahib to create spiritual meanings in Punjabi and English translation to share with new generation. By His grace! The spiritual meanings of The Sikh Holy Scripture were completed in 2017. Reading these spiritual meanings, he compiled key dialogues that brought new light to him that may become a guide to overcome worldly rituals, suspicions created by worldly religions, religious greed. He had published following books:

- The Sikh Holy Scripture Teachings for Mankind.
- Guru Granth Sahib. Volume 1 (page 1-150).

Purpose of Human life – Mankind!

ਚਾਰਿ ਪਦਾਰਥ ਲੈ ਜਗਿ ਜਨਮਿਆ, ਸਿਵ ਸਕਤੀ ਘਰਿ ਵਾਸੁ ਧਰੇ॥
ਲਾਗੀ ਭੂਖ ਮਾਇਆ ਮਗੁ ਜੋਹੈ, ਮੁਕਤਿ ਪਦਾਰਥੁ ਮੋਹਿ ਖਰੇ॥੩॥– P 1014
ਸਤਿਗੁਰ ਕੈ ਵਸਿ ਚਾਰਿ ਪਦਾਰਥ॥ ਤੀਨਿ ਸਮਾਏ ਏਕ ਕ੍ਰਿਤਾਰਥ॥੫॥– P 1345
ਧਰਮ, ਅਰਥ, ਕਾਮ, ਮੋਖ!

ਜੀਵ ਚਾਰ ਪਦਾਰਥ ਪਾਉਣ ਲਈ ਸੰਸਾਰ ਵਿਚ ਆਉਂਦਾ ਹੈ ।
ਸਬਦ ਦੀ ਸੋਝੀ; ਸੁਰਿਤ -ਧਿਆਨ; ਸਬਦ ਦੀ ਪਾਲਨਾ; ਮੁਕਤੀ ।

ਸੰਸਾਰ ਵਿਚ ਆ ਕੇ ਮਇਆ ਦੇ ਜਾਲ ਵਿਚ ਫਸ ਜਾਂਦਾ ਹੈ । ਮਇਆ ਦੀ ਭੁੱਖ ਨਾਲ ਸੰਸਾਰਕ ਧਨ ਨਾਲ ਮੋਹ ਵਧ ਜਾਂਦਾ ਹੈ । ਸੰਸਾਰਕ ਮੋਹ, ਹੈਸੀਅਤ, ਮੁਕਤੀ ਦੀ ਥਾਂ ਲੈ ਲੈਂਦੀ ਹੈ । ਜਦੋਂ ਜੀਵ ਤਿੰਨਾਂ ਤੇ ਕਾਬੂ ਪੱਕਾ ਕਰ ਲੈਂਦਾ ਹੈ ਤਾਂ ਹੀ ਪ੍ਰਭ ਮੁਕਤੀ ਬਖਸ਼ਦਾ ਹੈ ।

ਕਵਣੁ ਸੁ ਅਖਰੁ ਕਵਣੁ ਗੁਣੁ ਕਵਣੁ ਸੁ ਮਣੀਆ ਮੰਤੁ॥
ਕਵਣੁ ਸੁ ਵੇਸੋ ਹਉ ਕਰੀ ਜਿਤੁ ਵਸਿ ਆਵੈ ਕੰਤੁ॥੧੨੬॥– P 1384
ਨਿਵਣੁ ਸੁ ਅਖਰੁ ਖਵਣੁ ਗੁਣੁ ਜਿਹਬਾ ਮਣੀਆ ਮੰਤੁ॥
ਏ ਤ੍ਰੈ ਭੈਣੇ ਵੇਸ ਕਰਿ ਤਾਂ ਵਸਿ ਆਵੀ ਕੰਤੁ॥੧੨੭॥ – P 1384

ਨਿਮਨ ਸੋ ਅੱਖਰ- ਕਿਸ ਨੂੰ ਕੋੜਾ ਨਹੀਂ ਬੋਲਨਾ, ਕਰੋਧ ਤਿਆਗੋ ।
ਖਵਨ ਗੁਣ- ਕੋਈ ਵਧ ਘੱਟ ਬੋਲੇ, ਨਿਮਰਤਾ ਨਾਲ ਸਹਿਣ ਕਰੋ ।
ਜੀਭਾ ਮੰਨੀਆ ਮੰਤ – ਮਿੱਠਾ ਬੋਲਕੇ, ਨਿਮਰਤਾ ਨਾਲ ਸਤਿਕਾਰ ਕਰੋ ।
ਅਗਰ ਕੋਈ ਇਹ ਤਿੰਨੇਂ ਗੁਣ ਹਾਸਿਲ ਕਰ ਲਵੇ ਤਾਂ ਪ੍ਰਭ ਚੌਥਾ ਪਦਾਰਥ ਬਖਸ਼ਦਾ ਹੈ ।

ਅਗਰ ਜੀਵ ਤਿੰਨ ਪਦਾਰਥ – ਸ਼ਬਦ ਦੀ ਸੋਝੀ, ਸ਼ਬਦ ਵਿੱਚ ਧਿਆਨ, ਸ਼ਬਦ ਦੀ ਪਾਲਣਾ!

Three Virtues:Understanding, Concentrate and adopt His Word,

ਉਹ ਸੰਸਾਰਕ ਮਾਇਆ ਦੇ ਤਿੰਨੇਂ ਰੂਪ (ਰਾਜਸ, ਤਾਪਸ, ਸਾਕਤ) ਤਿਆਗ ਦੇਂਦਾ ਹੈ।

Raajas – Taamas – Satvas ::Mind Concentration, Awareness, sanctification.

The Master Key to become worthy of His Consideration!
Salvation! 4th Virtue

Whosoever may adopts His Word with steady and stable belief that the universe is the expansion of The Holy Spirit, he may be enlightened from within and he may be blessed with salvation.

Guru Granth Sahib

Volume – ਪੋਥੀ 3

Gurbani Pages : 347 -536

Steek – English and Punjabi

Index

ਗੁਰੂ ਗ੍ਰੰਥ

The Guru Granth Sahib

Steek – English and Punjabi -Volume 3

ਪੋਥੀ –3

(Gurbani Page 347 – 536)

ਰਾਗੁ ਆਸਾ (347 – 488)

ਰਾਗੁ ਗੂਜਰੀ (489 – 526)

ਰਾਗੁ ਦੇਵਗੰਧਾਰੀ–Page 527 -536

ਬਾਣੀ ਵਿੱਚ ਕੇਵਲ ਅਕਾਲ ਪੁਰਖ ਦੀ ਮਹਿਮਾਂ ਕੀਤੀ ਗਈ ਹੈ ।
ਜਿਸ ਨੇ ਜਨਮ ਲਿਆ ਹੈ ਅਤੇ ਮਰ ਗਿਆ ਹੈ, ਉਸ ਦੀ ਮਹਿਮਾਂ ਨਹੀਂ ਕੀਤੀ ਗਈ॥

"ਜੇਸੀ ਮੈ ਆਵੇ ਖਸਮ ਕੀ ਬਾਣੀ, ਤੇਸਾ ਕਰੀ ਗਿਆਨ ਵੇ ਲਾਲੋ ।"

- ਗੁਰੂ ਗ੍ਰੰਥ ਸਾਹਿਬ ਜੀ ਨੂੰ 11th ਅਟੱਲ ਗੁਰੂ ਥਾਪਿਆ ਗਿਆ ।
- ਪ੍ਰਭ ਨੇ ਜੀਵਾਂ ਨੂੰ ਸੇਧ ਦੇਣ ਵਾਸਤੇ ਭਗਤਾਂ ਦੀ ਜੀਭ ਤੇ ਸ਼ਬਦ ਬਖਸ਼ੇ ।
- ਜਿਸ ਭਗਤ ਦੀ ਬਾਣੀ ਦਰਜ਼ ਹੋ ਗਈ, ਉਹ ਸਭ ਇੱਕ ਬਰਾਬਰ ਹੀ ਹਨ ।
- ਮਿਲਾਪ ਕੇਵਲ ਪ੍ਰਭ ਦੀ ਰਹਿਮਤ ਨਾਲ ਹੀ ਹੁੰਦਾ ਹੈ, ਵਿਚੋਲੇ ਦੀ ਲੋੜ ਨਹੀਂ ਹੁੰਦੀ ।

ਦਾਸ: ਭਾਗ ਸਿੰਘ
bhagbhullar@gmail.com
909-636-1233

ਗੁਰੂ ਗ੍ਰੰਥ– Guru Granth – ਭਾਵ ਅਰਥ॥

☬ ਗੁਰੂ ਗ੍ਰੰਥ ☬

☬ The Guru Granth Sahib ☬

☬ Steek – English and Punjabi -Volume 3 ☬

☬ ਪੋਥੀ –3 ☬

(Gurbani Page 347 – 536)

☬ ਰਾਗੁ ਆਸਾ (347 – 488) ☬

(Gurbani Page 347 – 488)

☬ ਰਾਗੁ ਆਸਾ (347 – 488) ☬

ਗੁਰੂ ਗ੍ਰੰਥ ਸਾਹਿਬ – ਮੂਲ ਮੰਤਰ ਵਿੱਚ ਪ੍ਰਭ ਦੀ ਅਵਸਥਾ ਦੀ ਸੋਝੀ ਜਾਣਕਰੀ ਦੱਸੀ ਗਈ ਹੈ!

ਮੂਲ ਮੰਤਰ ਦੇ ਪੰਜ ਭਾਗ ਹਨ! – Five unique enlightenments, Distinctions!

ਪ੍ਰਭ ਦਾ ਅਕਾਰ, ਸ਼੍ਰਿਸਟੀ ਦਾ ਪ੍ਰਬੰਧ, ਸ਼੍ਰਿਸਟੀ ਦੀ ਬਣਤਰ, ਮੁਕਤੀ, ਪ੍ਰਭ ਦੀ ਪਛਾਣ!

Five Distnctions of God:

Structure; Function; Creation; Acceptance; Recognition.

ੴ ਸਤਿ ਨਾਮੁ,	ik-oNkaar, sat naam ,
ਕਰਤਾ, ਪੁਰਖੁ, ਨਿਰਭਉ, ਨਿਰਵੈਰੁ,	kartaa, purakh, nirbha-o, nirvair
ਅਕਾਲ, ਮੂਰਤਿ, ਅਜੂਨੀ,	akaal, moorat, ajoonee,
ਸੈਭੰ, ਗੁਰ ਪ੍ਰਸਾਦਿ॥	saibhaN, gur parsaad.

1) **ਪ੍ਰਭ ਦਾ ਅਕਾਰ** – Structure

ੴ ik-oNkaar The One and Only One God, True Master. No form, shape, color, size, in Spirit only.

God may appear in anything, anyone, anytime at His free Will. He is only in Holy Spirit and no form, shape, size or color.

2) **ਸ਼੍ਰਿਸਟੀ ਦਾ ਪ੍ਰਬੰਧ:** Function and His Operation!

ਸਤਿ ਨਾਮੁ sat naam 'naam – His Word, His command, His existence, 'sat- Omnipresent, Omniscient, Omnipotent, Axiom Unchangeable, Uncompromised, forever.

The One and Only One, God remains embedded in His nature, in His Word and only His command pervades in the universe and nothing else exist without His mercy and grace.

3) **ਸ਼੍ਰਿਸਟੀ ਦੀ ਬਣਤਰ:** – Creation of The universe.

ਸੈਭੰ saibhaN Universe, creation, soul is an expansion of His Holy spirit. Comes out of His spirit to repent, sanctify and be absorbed in His Holy Spirit.

He is the creator and He is The Creation, nothing else exist.

4) **ਮੁਕਤੀ** Salvation – His acceptance.

ਗੁਰ ਪ੍ਰਸਾਦਿ gur parsaad With His own mercy and grace. No one may counsel or curse His blessing.

No one may comprehend how, why and when he may bestow His mercy and grace or the limits and duration of His blessiong.

੫) **ਪ੍ਰਭ ਦੀ ਪਛਾਣ** – Recognition

ਗੁਣ: – ਕਰਤਾ, ਪੁਰਖੁ, ਨਿਰਭਉ, ਨਿਰਵੈਰੁ, ਅਕਾਲ, ਮੂਰਤਿ, ਅਜੂਨੀ ! Virtues: - kartaa, purakh, nirbha-o nirvair, akaal, moorat, ajoonee

His virtues are unlimited and beyond the comprehend of His creation. However, no one ever born with above all unique virtues nor will ever be born with these unique virtues. Whosoever may have all the above virtues is The One and Only One, God True Master and only worthy of worship.

The Master Key to open the door of right path of mediation, salvation may be "saibhaN"! Whosoever may be drenched with the essence that all souls are an expansion of The His Holy Spirit", he may realize that mankind is brotherhood. No one may want to harm and deceive himself; he may be blessed to conquer his mind. His cycle of birth and death may be eliminated by His mercy and grace!

1. ਰਾਗੁ ਆਸਾ ਮਹਲਾ ੧ ਘਰੁ ੧॥ 347-1	**ਸੋ ਦਰੁ॥**
ਸੋ ਦਰੁ ਕੇਹਾ ਸੋ ਘਰੁ ਕੇਹਾ	so dar kayhaa so ghar kayhaa,
ਜਿਤੁ ਬਹਿ ਸਰਬ ਸਮਾਲੇ॥	jit bahi sarab samaalay.
ਵਾਜੇ ਨਾਦ ਅਨੇਕ ਅਸੰਖਾ	vaajay naad anayk asankhaa,
ਕੇਤੇ ਵਾਵਣਹਾਰੇ॥	kaytay vaavanhaaray.
ਕੇਤੇ ਰਾਗ ਪਰੀ ਸਿਉ ਕਹੀਅਨਿ	kaytay raag paree si-o kahee-an,
ਕੇਤੇ ਗਾਵਣਹਾਰੇ॥	kaytay gaavanhaaray.

ਪ੍ਰਭ ਤੇਰਾ ਘਰ, ਆਸਣ ਕਿਤਨੀ ਸ਼ਾਨ ਵਾਲਾ ਹੈ? ਜਿਸ ਵਿੱਚ ਬੈਠ ਕੇ ਸਾਰੀ ਸ੍ਰਿਸ਼ਟੀ ਨੂੰ ਸੰਭਾਲਦਾ, ਰੋਜ਼ੀ, ਕ੍ਰਿਪਾ ਦੀ ਨਜ਼ਰ ਬਖਸ਼ਦਾ ਹੈ । ਪ੍ਰਭ ਦੇ ਘਰ ਵਿੱਚ ਅਨੇਕਾਂ ਹੀ ਸੰਗੀਤ ਚਲਦੇ, ਅਨੇਕਾਂ ਹੀ ਸ਼ਬਦ ਦਾ ਵਿਚਾਰ, ਸਿਮਰਨ ਕਰਦੇ ਹਨ । ਅਨੇਕਾਂ ਹੀ ਰਾਗਾਂ ਦੀਆਂ ਪਰੀਆਂ ਹਮੇਸ਼ਾਂ ਰਾਗ ਗਾਉਂਦੀਆ ਹਨ, ਸ਼ਬਦ ਦੀ ਧੁਨ ਹਮੇਸ਼ਾਂ ਗੂੰਜ ਦੀ ਰਹਿੰਦੀ ਹੈ, ਸਿਮਰਨ ਕਰਨ ਵਾਲਿਆਂ ਦੀ ਗਿਣਤੀ ਨਹੀਂ ਕੀਤਾ ਜਾ ਸਕਦੀ ।

How elegant may be Your throne, palace? Where You reside and perform all functions of the universe. Countless music, musicians and Your true devotees explore, discuss and meditate on the teachings of Your Word. Countless gods, angles, devotees, holy shrines, holy priests in all ages sing Your glory and the everlasting echo of Your Word resonates nonstop. No one can imagine or counts of Your worshippers.

ਗਾਵਹਿ ਤੁਹਨੋ ਪਉਣੁ ਪਾਣੀ ਬੈਸੰਤਰੁ,	gaavahi tuhno pa-un paanee baisantar,
ਗਾਵੈ ਰਾਜਾ ਧਰਮੁ ਦੁਆਰੇ॥	gaavai raajaa Dharam du-aaray.
ਗਾਵਹਿ ਚਿਤੁ ਗੁਪਤੁ ਲਿਖਿ ਜਾਣਹਿ,	gaavahi chit gupat likh jaaneh
ਲਿਖਿ ਲਿਖਿ ਧਰਮੁ ਵੀਚਾਰੇ॥	likh likh Dharam veechaaray.
ਗਾਵਹਿ ਈਸਰੁ ਬਰਮਾ ਦੇਵੀ	gaavahi eesar barmaa dayvee
ਸੋਹਨਿ ਸਦਾ ਸਵਾਰੇ॥	sohan sadaa savaaray.
ਗਾਵਹਿ ਇੰਦ ਇਦਾਸਣਿ ਬੈਠੇ	gaavahi ind idaasan baithay
ਦੇਵਤਿਆ ਦਰਿ ਨਾਲੇ॥	dayviti-aa dar naalay.
ਗਾਵਹਿ ਸਿਧ ਸਮਾਧੀ ਅੰਦਰਿ	gaavahi siDh samaaDhee andar
ਗਾਵਨਿ ਸਾਧ ਵਿਚਾਰੇ॥	gaavan saaDh vichaaray.
ਗਾਵਨਿ ਜਤੀ ਸਤੀ ਸੰਤੋਖੀ	gaavan jatee satee santokhee
ਗਾਵਹਿ ਵੀਰ ਕਰਾਰੇ॥	gaavahi veer karaaray.
ਗਾਵਨਿ ਪੰਡਿਤ ਪੜਨਿ ਰਖੀਸਰ	gaavan pandit parhan rakheesar
ਜੁਗੁ ਜੁਗੁ ਵੇਦਾ ਨਾਲੇ॥	jug jug vaydaa naalay.
ਗਾਵਹਿ ਮੋਹਣੀਆ ਮਨੁ ਮੋਹਨਿ	gaavahi mohnee-aa man mohan
ਸੁਰਗਾ ਮਛ ਪਇਆਲੇ॥	surgaa machh pa-i-aalay.
ਗਾਵਨਿ ਰਤਨ ਉਪਾਏ ਤੇਰੇ	gaavan ratan upaa-ay tayray

ਅਠਸਠਿ ਤੀਰਥ ਨਾਲੇ॥	athsath tirath naalay.
ਗਾਵਹਿ ਜੋਧ ਮਹਾਬਲ ਸੂਰਾ	gaavahi joDh mahaabal sooraa
ਗਾਵਹਿ ਖਾਣੀ ਚਾਰੇ॥	gaavahi khaanee chaaray.
ਗਾਵਹਿ ਖੰਡ ਮੰਡਲ ਵਰਭੰਡਾ	gaavahi khand mandal varbhandaa
ਕਰਿ ਕਰਿ ਰਖੇ ਧਾਰੇ॥	kar kar rakhay Dhaaray.
ਸੇਈ ਤੁਧੁਨੋ ਗਾਵਹਿ	say-ee tuDhuno gaavahi
ਜੋ ਤੁਧੁ ਭਾਵਨਿ,	jo tuDh bhaavan,
ਰਤੇ ਤੇਰੇ ਭਗਤ ਰਸਾਲੇ॥	ratay tayray bhagat rasaalay.
ਹੋਰਿ ਕੇਤੇ ਗਾਵਨਿ	hor kaytay gaavan
ਸੇ ਮੈ ਚਿਤਿ ਨ ਆਵਨਿ	say mai chit na aavan
ਨਾਨਕੁ ਕਿਆ ਵੀਚਾਰੇ॥	naanak ki-aa veechaaray.

ਪ੍ਰਭ ਦਾ ਸਿਮਰਨ ਹਵਾ, ਪਾਣੀ, ਅੱਗਨੀ, ਧਰਮਰਾਜ, ਚਿਤ੍ਰ ਅਤੇ ਗੁਪਤ ਕਰਦੇ ਹਨ । ਈਸਰ, ਬ੍ਰਹਮਾ, ਹੋਰ ਸਾਰੇ ਦੇਵ ਅਤੇ ਦੇਵੀਆਂ, ਜਿਹੜੇ ਪ੍ਰਭ ਦੀ ਰਹਿਮਤ ਨਾਲ ਤੇਰੇ ਦਰਬਾਰ ਵਿੱਚ ਪ੍ਰਵਾਨ ਹਨ । ਇੰਦ੍ਰ, ਸਾਧੂ, ਵਿਦਵਾਨ ਵਿਚਾਰ ਕਰਨ ਵਾਲੇ, ਸਿਧ, ਜੋਗੀ, ਜਤੀ, ਸਤੀਆਂ ਅਤੇ ਹੋਰ ਸੂਰਮੇ, ਸਾਸਤ੍ਰ ਦੇ ਗਿਆਨ ਵਾਲੇ ਵਿਦਵਾਨ ਕਰਬਾਨੀ ਦੇ ਮੁਕਤੇ ਗਾਉਂਦੇ ਹਨ । ਪੰਡਿਤ, ਤੇਰੇ ਸ਼ਬਦ ਦੇ ਗਿਆਨ ਵਾਲੇ ਰਿਸ਼ੀ, ਜੁਗਾਂ, ਜੁਗਾਂ ਤੋ ਵੇਦਾਂ ਦੀ ਸਿਖਿਆ ਨਾਲ ਜੀਵਨ ਬਤੀਤ ਕਰਨ ਵਾਲੇ, ਸੰਤ ਮਹਾਤਮਾਂ, ਮਨ ਨੂੰ ਮੋਹਤ ਕਰਨ ਵਾਲੀਆਂ ਸੁਰਾਂ (ਰਾਗਾਂ) ਨਾਲ ਗੁਣ ਗਾਉਂਦੇ ਹਨ, ਸਵਰਗ ਅਤੇ ਪਤਾਲ ਵਿੱਚ ਰਹਿਣ ਵਾਲੀਆਂ ਸਾਰੀਆਂ ਸ੍ਰਿਸ਼ਟੀਆਂ ਹੀ ਸਿਮਰਨ ਕਰਦੀਆਂ, ਜਸ ਗਾਉਂਦੀਆਂ ਹਨ । ਪ੍ਰਭ ਦੇ ਪੈਦਾ ਕੀਤੇ ਰਤਨ, ਅਨਗਿਣਤ ਹੀ ਤੀਰਥ (ਅਠਾਹਠ-68), ਸਾਸਤ੍ਰ, ਵੇਦ ਹਨ, ਬਹੁਤ ਸੂਰਮੇ ਹਨ, ਜਿਹਨਾਂ ਨੇ ਆਪਣਾ ਆਪਾ ਉਸ ਤੇ ਅਰਪਣ ਕੀਤਾ ਹੈ । ਹੋਰ ਸਾਰੇ ਖੰਡ, ਮੰਡਲ ਵਿੱਚ ਰਹਿਣ ਵਾਲੇ ਜੀਵ ਉਸ ਦਾ ਜਸ ਗਾਉਂਦੇ ਹਨ, ਸ਼ਬਦ ਦੀ ਧੁਨ ਵਿੱਚ ਮਸਤ ਰਹਿੰਦੇ ਹਨ । ਜਿਹੜਾ ਪ੍ਰਭ ਨੂੰ ਭਾਉਂਦਾ ਹੈ ਕੇਵਲ ਉਹ ਹੀ ਸਿਮਰਨ ਕਰਦਾ, ਸ਼ਬਦ ਅਨੁਸਾਰ ਜੀਵਨ ਢਾਲਦਾ ਹੈ । ਜਿਹੜੇ ਦਾਸ ਸ਼ਬਦ ਵਿੱਚ ਰੰਗੇ, ਮਸਤ ਰਹਿੰਦੇ, ਤੇਰੀ ਮਰਜ਼ੀ ਨੂੰ ਕਬੂਲ ਕਰਕੇ, ਰਜ਼ਾ ਵਿੱਚ ਅਨੰਦ ਮਾਨਦੇ, ਤੇਰੇ ਹਰ ਕਰਤਬ ਦਾ ਧੰਨਵਾਦ ਕਰਦੇ ਹਨ, ਉਹ ਪੂਜਣ ਯੋਗ ਬਣ ਜਾਂਦੇ ਹਨ । ਹੋਰ ਅਨੇਕਾਂ ਹੀ ਬੰਦਗੀ ਕਰਦੇ ਹਨ, ਜਿਹਨਾਂ ਦੀ ਪੂਰਨ ਗਿਣਤੀ ਕੀਤੀ ਨਹੀਂ ਜਾ ਸਕਦੀ ।

My True Master everything the air, water, fire, the righteous judge, Citter-Gupt, who has been assigned to records the day to day deeds of Your creation, whose wirting, Righteous judge review. Christ, Brahma, many angels, prophets, who have been accepted in Your Court with Your mercy and grace; Inder, who is assigned as prophet of rain and other devotees; several, enlightened souls, who has surrendered their identies at Your feet and contented in Your void. Several other prophets and devotees are intoxicated in the void of Your Word. Several scholars preach the teachings of Your Word, enlightened souls, yogis, prophets wo have conquered their mind; brave warriors, virtues of the universe, Holy Shrines, all the bramunds, solar systems. Whosoever may be blessed with Your mercy and grace and acceptable to You, may only sing the glory of Your Word, Your nature. Countless others, I might have forgot or beyond my comprehensions.

ਸੋਈ ਸੋਈ ਸਦਾ ਸਚੁ ਸਾਹਿਬੁ	so-ee so-ee sadaa sach saahib
ਸਾਚਾ ਸਾਚੀ ਨਾਈ॥	saachaa saachee naa-ee.
ਹੈ ਭੀ ਹੋਸੀ ਜਾਇ ਨ ਜਾਸੀ	hai bhee hosee jaa-ay na jaasee
ਰਚਨਾ ਜਿਨਿ ਰਚਾਈ॥	rachnaa jin rachaa-ee.

ਰੰਗੀ ਰੰਗੀ ਭਾਤੀ ਕਰਿ ਕਰਿ,	rangee rangee bhaatee kar kar
ਜਿਨਸੀ ਮਾਇਆ ਜਿਨਿ ਉਪਾਈ॥	jinsee maa-i-aa jin upaa-ee.
ਕਰਿ ਕਰਿ ਵੇਖੈ ਕੀਤਾ ਆਪਣਾ,	kar kar vaykhai keetaa aapnaa
ਜਿਵ ਤਿਸ ਦੀ ਵਡਿਆਈ॥	jiv tis dee vadi-aa-ee.
ਜੋ ਤਿਸੁ ਭਾਵੈ ਸੋਈ ਕਰਸੀ,	jo tis bhaavai so-ee karsee
ਹੁਕਮੁ ਨ ਕਰਣਾ ਜਾਈ॥	hukam na karnaa jaa-ee.
ਸੋ ਪਾਤਿਸਾਹੁ ਸਾਹਾ ਪਾਤਿਸਾਹਿਬੁ,	so paatisaahu saahaa paatisaahib
ਨਾਨਕ ਰਹਣੁ ਰਜਾਈ॥੧॥	naanak rahan rajaa-ee. ||1||

ਅਟੱਲ ਪ੍ਰਭ, ਅਨੋਖੀ ਮਹਿਮਾਂ ਵਾਲਾ, ਪਹਿਲੇ ਵੀ ਸਪੂਰਨ ਸੀ, ਅੱਗੇ ਵੀ ਇਹੋ ਜਿਹਾ ਹੀ ਰਹਿਣ ਵਾਲਾ ਹੈ । ਉਸ ਦੇ ਸ਼ਬਦ ਦੀ ਅਵਾਜ ਹਮੇਸ਼ਾਂ ਹੀ ਗੂੰਜਦੀ ਰਹਿੰਦੀ ਹੈ, ਸਪੂਰਨ ਰੂਪ, ਅਟੱਲ, ਜਨਮ ਮਰਨ ਤੋ ਰਹਿਤ ਹੈ । ਪ੍ਰਭ ਦੀ ਪੈਦਾ ਕੀਤੀ ਸਾਰੀ ਸ੍ਰਿਸ਼ਟੀ, ਮਰਦੀ ਜੰਮਦੀ ਰਹਿੰਦੀ ਹੈ, ਸ੍ਰਿਸ਼ਟੀ ਦਾ ਸ੍ਰਿਜਨਹਾਰ ਅਟੱਲ, ਨਾ ਬਦਲਣਵਾਲਾ ਹੈ । ਪ੍ਰਭ ਦੇ ਕਰਤਬ ਵੀ ਅਣਗਿਣਤ, ਪੂਰਨ ਤਰ੍ਹਾਂ ਤੇ ਦੱਸੇ ਨਹੀਂ ਜਾ ਸਕਦੇ । ਅਨੇਕਾਂ ਹੀ ਕਿਸਮਾਂ ਦੇ ਜੀਵ ਬਣਾਏ ਹਨ ਅਤੇ ਇਹਨਾਂ ਦੇ ਅਨੇਕਾਂ ਹੀ ਰੰਗ ਰੂਪ, ਗੁਣ ਹਨ, ਹਰ ਵਿੱਚ ਵੱਖਰੇ, ਗੁਣਾਂ ਦਾ ਭੰਡਾਰ ਹੈ । ਮਰਜ਼ੀ ਦਾ ਮਾਲਕ, ਆਪ ਹੀ ਸ੍ਰਿਸ਼ਟੀ ਨੂੰ ਪੈਦਾ ਕਰਦਾ, ਵੇਖਦਾ ਅਨੰਦ ਮਾਨਦਾ ਹੈ, ਆਪਣੀ ਮੌਜ ਵਿੱਚ ਰਹਿੰਦਾ ਹੈ । ਸਾਰੀ ਸ੍ਰਿਸ਼ਟੀ ਦੇ ਕਰਤਬ ਉਸ ਦੇ ਹੁਕਮ ਅਨੁਸਾਰ ਹੀ ਚਲਦੇ ਹਨ, ਉਸ ਤੇ ਕਿਸੇ ਦਾ ਹੁਕਮ ਨਹੀਂ ਚਲਦਾ । ਉਹ ਪਹਿਲੇ ਵੀ ਅਟੱਲ, ਨਾ ਮਿਟਨਵਾਲਾ ਸੀ, ਹੁਣ ਵੀ, ਅੱਗੇ ਵੀ ਅਟੱਲ ਰਹਿਣ ਵਾਲਾ ਹੈ । ਸਾਰੇ ਸ੍ਰਿਸ਼ਟੀ ਦੇ ਦੇਵਤੇ, ਮਾਹਰਾਜੇ ਉਸ ਦੇ ਹੁਕਮ ਅੰਦਰ ਹੀ ਹਨ । ਸਦਾ ਹੀ ਉਸ ਦੀ ਮਰਜ਼ੀ ਨੂੰ ਕਬੂਲ ਕਰੋ! ਉਸ ਦੀ ਰਜ਼ਾ ਵਿੱਚ ਹੀ ਸਭ ਕੁਝ ਹੁੰਦਾ ਹੈ, ਉਸ ਵਿੱਚ ਹੀ ਮਨ ਦਾ ਸੰਤੋਖ ਬਖਸ਼ਿਸ਼ ਹੋ ਸਕਦਾ, ਅਹੰਕਾਰ ਦੀ ਜੜ੍ਹ ਨਾਸ਼ ਹੋ ਸਕਦੀ ਹੈ, ਮੁਕਤੀ ਬਖਸ਼ਿਸ਼ ਹੋ ਸਕਦੀ ਹੈ । ਤੇਰਾ ਕਲਿਆਨ- ਜਨਮ ਮਰਨ ਤੋ ਛੁਟਕਾਰਾ ਪੈ ਸਕਦਾ ਹੈ ।

The Omnipotent True Master is perfect in all respects. The everlasting echo of His Word resonates in the universe, non-stop forever. His creation remains in the cycle of birth and death; however, The One and Only One, Axiom Holy Spirit remains embedded in His Word and beyond the cycle of birth and death, beyond the influence of time. He has created countless creatures of various colors, forms, structure and size. All forms, structures, bodies are worthy of His throne and remain embedded within the soul and dwells within same body along with soul and never abandon the soul. The True Master remains in everlasting blossom forever. He was axiom before the creation of universe; in the present environments and will remain axiom, unchanged in future. He remains embedded in His Word, His nature. All the prophets, kings are His puppets and may only dance at His Word. We must surrender at His sanctuary, His Word. Everything happens under His command and always for welfare of His universe. Whosoever may surrender his mind, body and worldly status, identity; he may be blessed with contentment and conquer the ego of His mind. His cycle of birth and death may be eliminated forever.

2. ਆਸਾ ਮਹਲਾ ੪॥ 348-1

ਸੋ ਪੁਰਖੁ ਨਿਰੰਜਨੁ ਹਰਿ ਪੁਰਖੁ ਨਿਰੰਜਨੁ,	so purakh niranjan har purakh niranjan
ਹਰਿ ਅਗਮਾ ਅਗਮ ਅਪਾਰਾ॥	har agmaa agam apaaraa.
ਸਭਿ ਧਿਆਵਹਿ ਸਭਿ ਧਿਆਵਹਿ	sabh Dhi-aavahi sabh Dhi-aavahi
ਤੁਧੁ ਜੀ, ਹਰਿ ਸਚੇ ਸਿਰਜਣਹਾਰਾ॥	tuDh jee har sachay sirjanhaaraa.
ਸਭਿ ਜੀਅ ਤੁਮਾਰੇ ਜੀ,	sabh jee-a tumaaray jee

ਤੂੰ ਜੀਆ ਕਾ ਦਾਤਾਰਾ॥ toon jee-aa kaa daataaraa.
ਹਰਿ ਧਿਆਵਹੁ ਸੰਤਹੁ ਜੀ, har Dhi-aavahu santahu jee
ਸਭਿ ਦੂਖ ਵਿਸਾਰਣਹਾਰਾ॥ sabh dookh visaaranhaaraa.
ਹਰਿ ਆਪੇ ਠਾਕੁਰੁ ਹਰਿ ਆਪੇ ਸੇਵਕੁ ਜੀ, har aapay thaakur har aapay sayvak
ਕਿਆ ਨਾਨਕ ਜੰਤ ਵਿਚਾਰਾ॥ ੧॥ jee ki-aa naanak jant vichaaraa. ||1||

ਪ੍ਰਭ ਆਪਣੇ ਆਪ ਵਿੱਚ ਪੂਰਨ ਹੈ, ਜੀਵ ਦੀ ਜਾਣਕਾਰੀ, ਪਹੁੰਚ ਤੋ ਬਾਹਰ ਹੈ, ਉਸ ਦੀ ਕਿਸੇ ਨਾਲ ਤੁਲਨਾ ਨਹੀਂ ਕੀਤੀ ਜਾ ਸਕਦੀ । ਸਾਰੀ ਸ੍ਰਿਸ਼ਟੀ ਹੀ ਪ੍ਰਭ ਦੇ ਸ਼ਬਦ ਦਾ ਸਿਮਰਨ ਕਰਦੀ ਹੈ । ਪ੍ਰਭ ਹੀ ਸਾਰੀ ਸ੍ਰਿਸ਼ਟੀ ਨੂੰ ਪੈਦਾ ਕਰਨ ਵਾਲਾ ਅਸਲੀ ਮਾਲਕ ਹੈ । ਸਾਰੇ ਜੀਵ ਹੀ ਤੇਰੀ ਅਮਾਨਤ ਹਨ, ਤੂੰ ਹੀ ਦਾਤਾਂ ਦੇਣ ਵਾਲਾ ਅਸਲੀ ਮਾਲਕ ਹੈ । ਪ੍ਰਭ ਦੇ ਸ਼ਬਦ ਦਾ ਸਿਮਰਨ, ਸ਼ਬਦ ਦੀ ਪਾਲਣਾ ਕਰੋ! ਜਿਹੜਾ ਸਾਰੀਆਂ ਚਿੰਤਾਂ ਹੀ ਖਤਮ ਕਰ ਸਕਦਾ ਹੈ, ਕਰਦਾ ਹੈ । ਪ੍ਰਭ ਆਪ ਹੀ ਅਸਲੀ ਮਾਲਕ ਹੈ, ਆਪ ਹੀ ਉਸ ਬੰਦਗੀ ਕਰਨ ਵਾਲੇ ਜੀਵ ਵਿੱਚ ਵਸਦਾ ਹੈ । ਸੰਸਾਰਕ ਜੀਵ ਪ੍ਰਭ ਦੇ ਸਾਹਮਣੇ ਕਿਤਨੇ ਤੁੱਛ ਹੈਸੀਅਤ ਵਾਲੇ ਹੀ ਹਨ ।

The Omnipotent True Master, Creator of the universe is perfect in all respect, fully contained within and remains beyond the reach and the comprehension of His creation. No one may be comparable with His greatness and the whole universe; His creation meditates on the teachings of His Word. The One and One creator and True Master of the universe. All creatures are His trust only and He bestows virtues to everyone. You should meditate on the teachings of His Word in day to day life. With His mercy and grace all worldly worries may be eliminated. The True Master remains embedded within his soul and dwells in the heart and body of each and every creature. The greatness of humans is insignificant compared with the greatness of The True Master.

ਤੂੰ ਘਟ ਘਟ ਅੰਤਰਿ ਸਰਬ ਨਿਰੰਤਰਿ ਜੀ, toon ghat ghat antar sarab nirantar jee
ਹਰਿ ਏਕੋ ਪੁਰਖੁ ਸਮਾਣਾ॥ har ayko purakh samaanaa.
ਇਕਿ ਦਾਤੇ ਇਕਿ ਭੇਖਾਰੀ ਜੀ, ik daatay ik bhaykhaaree jee
ਸਭਿ ਤੇਰੇ ਚੋਜ ਵਿਡਾਣਾ॥ sabh tayray choj vidaanaa.
ਤੂੰ ਆਪੇ ਦਾਤਾ ਆਪੇ ਭੁਗਤਾ ਜੀ, toon aapay daataa aapay bhugtaa jee
ਹਉ ਤੁਧੁ ਬਿਨੁ ਅਵਰੁ ਨ ਜਾਣਾ॥ ha-o tuDh bin avar na jaanaa.
ਤੂੰ ਪਾਰਬ੍ਰਹਮੁ ਬੇਅੰਤੁ ਬੇਅੰਤੁ ਜੀ, toon paarbarahm bay-ant bay-ant jee
ਤੇਰੇ ਕਿਆ ਗੁਣ ਆਖਿ ਵਖਾਣਾ॥ tayray ki-aa gun aakh vakhaana.
ਜੋ ਸੇਵਹਿ ਜੋ ਸੇਵਹਿ ਤੁਧੁ ਜੀ, jo sayveh jo sayveh tuDh jee
ਜਨੁ ਨਾਨਕੁ ਤਿਨ੍ ਕੁਰਬਾਣਾ॥੨॥ jan naanak tinh kurbaanaa. ||2||

ਪ੍ਰਭ ਆਪ ਹੀ ਹਰਇੱਕ ਜੀਵ ਦੇ ਤਨ ਵਿੱਚ ਵਸਦਾ, ਦੇਖਦਾ, ਵਾਪਰਦਾ ਹੈ, ਇਹ ਤੇਰਾ ਅਨੋਖਾ ਹੀ ਖੇਲ ਹੈ । ਕਿਸੇ ਜੀਵ ਨੂੰ ਦਾਤਾਂ ਦੇਣ ਵਾਲਾ ਦਾਤਾਂ ਬਣਾਉਂਦਾ, ਕਿਸੇ ਨੂੰ ਭਿਖਿਆ ਮੰਗਣ ਤੇ ਮਜਬੂਰ ਕਰਦਾ ਹੈ । ਪ੍ਰਭ ਤੂੰ ਹੀ ਸ੍ਰਿਸ਼ਟੀ ਨੂੰ ਸਾਜਨ ਵਾਲਾ, ਦਾਤਾਂ ਬਖਸ਼ਣ ਵਾਲਾ ਰੂਹਾਨੀ ਮਾਲਕ ਹੈ । ਆਪ ਹੀ ਜੀਵ ਨੂੰ ਸ਼ਬਦ ਦੀ ਪਾਲਣਾ ਤੇ ਲਾਉਂਦਾ ਹੈ । ਆਪ ਹੀ ਬੰਦਗੀ ਪ੍ਰਵਾਨ ਕਰਨ ਵਾਲਾ ਹੈ । ਤੇਰੇ ਤੋ ਬਿਨਾਂ ਹੋਰ ਕੋਈ ਸੰਸਾਰ ਵਿੱਚ ਕੁਝ ਨਹੀਂ ਕਰ ਸਕਦਾ ਹੈ । ਤੇਰੇ ਕਿਹੜੇ ਕਿਹੜੇ ਗੁਣ ਦੀ ਜੀਵ ਵਿਆਖਿਆ ਕਰ ਸਕਦਾ ਹੈ? ਜਿਹੜੇ ਪ੍ਰਭ ਦੇ ਸ਼ਬਦ ਦੀ ਸੇਵਾ ਕਰਦੇ, ਪ੍ਰਭ ਦੇ ਦਾਸਾਂ ਦੀ ਸੇਵਾ ਕਰਦਾ ਹਨ । ਉਹਨਾਂ ਦੋਨਾਂ ਤੋ ਹੀ ਕਰਬਾਣ ਜਾਵਾ!

The Holy Spirit, True Master dwells within the body of each and every creature, monitors, witness and prevails in all his actions. This is a unique and astonishing play of Your Nature. You may bless someone with greatness to give charity to the helpless and renders others helpless to beg for day to day living. You are The One and Only One creator of universe and may bless eternal wisdom, spiritual glory to anyone. You may inspire Your true devotee to obey and adopt the teachings of Your Word. Whosoever may adopt Your teachings with steady and stable belief in his day to day life, his meditation may be accepted in Your court. No one can accomplish anything in the universe without Your mercy and grace. What virtue of Your nature can Your creation comprehend or explain? Whosoever may obey and adopt the teachings of Your Word or may serve Your true devotee, I remain fascinated from his state of mind.

ਹਰਿ ਧਿਆਵਹਿ ਹਰਿ ਧਿਆਵਹਿ ਤੁਧੁ ਜੀ,	har Dhi-aavahi har Dhi-aavahi tuDh jee
ਸੇ ਜਨ ਜੁਗ ਮਹਿ ਸੁਖ ਵਾਸੀ॥	say jan jug meh sukh vaasee.
ਸੇ ਮੁਕਤੁ ਸੇ ਮੁਕਤੁ ਭਏ ਜਿਨ੍ ਹਰਿ ਧਿਆਇਆ ਜੀਉ,	say mukat say mukat bha-ay Jinн har Dhi-aa-i-aa jee-o
ਤਿਨ ਟੂਟੀ ਜਮ ਕੀ ਫਾਸੀ॥	tin tootee jam kee faasee.
ਜਿਨ ਨਿਰਭਉ ਜਿਨ੍ ਹਰਿ ਨਿਰਭਉ ਧਿਆਇਆ ਜੀਉ,	Jin nirbha-o Jinн har nirbha-o Dhi-aa-i-aa jee-o
ਤਿਨ ਕਾ ਭਉ ਸਭੁ ਗਵਾਸੀ॥	tin kaa bha-o sabh gavaasee.
ਜਿਨ੍ ਸੇਵਿਆ ਜਿਨ੍ ਸੇਵਿਆ ਮੇਰਾ ਹਰਿ ਜੀਉ,	Jinн sayvi-aa Jinн sayvi-aa mayraa har jee-o
ਤੇ ਹਰਿ ਹਰਿ ਰੂਪਿ ਸਮਾਸੀ॥	tay har har roop samaasee.
ਸੇ ਧੰਨੁ ਸੇ ਧੰਨੁ ਜਿਨ ਹਰਿ ਧਿਆਇਆ ਜੀਉ,	say Dhan say Dhan Jin har Dhi-aa-i-aa jee-o jan
ਜਨੁ ਨਾਨਕੁ ਤਿਨ ਬਲਿ ਜਾਸੀ॥੩॥	naanak tin bal jaasee. ‖3‖

ਜਿਹੜੇ ਨਿਮਾਣੇ ਦਾਸ ਤੇਰੇ ਸ਼ਬਦ ਦੀ ਪਾਲਣਾ, ਸਿਮਰਨ ਕਰਦੇ ਹਨ । ਉਹ ਬੰਦਗੀ ਕਰਨ ਵਾਲੇ ਇਸ ਸੰਸਾਰ ਵਿੱਚ ਸੰਤੋਖ, ਸ਼ਾਂਤੀ ਨਾਲ ਵਸਦੇ ਹਨ । ਉਹ ਪ੍ਰਵਾਨਗੀ ਦੇ ਰਸਤੇ ਤੇ ਅਡੋਲ ਹੋ ਜਾਂਦੇ ਹਨ, ਮੌਤ ਦਾ ਡਰ ਖਤਮ ਹੋ ਜਾਂਦਾ ਹੈ । ਜਿਹੜੇ ਤੇਰੇ ਸ਼ਬਦ ਦੀ ਪਾਲਣਾ ਕਰਦੇ ਹਨ । ਉਹ ਤੇਰੇ ਸ਼ਬਦ ਦੀ ਸਮਾਧੀ ਵਿੱਚ ਹੀ ਲੀਨ ਹੋ ਜਾਂਦੇ ਹਨ, ਵਸਣ ਲੱਗ ਪੈਂਦੇ ਹਨ । ਜਿਹੜੇ ਤੇਰੇ ਸ਼ਬਦ ਦੀ ਪਾਲਣਾ ਤੇ ਅਡੋਲ ਹੋਏ ਰਹਿੰਦੇ ਹਨ, ਉਹ ਜੀਵ ਧੰਨ ਹਨ । ਉਹਨਾਂ ਤੋ ਤੇਰੇ ਦਾਸ ਕਰਬਾਣ ਜਾਂਦੇ ਹਨ !

Whosoever may humbly meditate and obey the teachings of Your Word, he may be blessed with peace and contentment in his day to day life, worldly environments. Whosoever may adopt the teachings of Your Word and meditate wholeheartedly, he may become steady and stable on the right path of Your acceptance and his fear of death may be eliminated from his mind. While obeying and adopting the teachings of Your Word, he may enter and dwell into the void of Your Word. Whosoever may remain steady and stable in obeying and adopting the teachings of Your Word, he may become very fortunate. Your true devotee remains fascinated and astonished from the way of life of those true devotees.

ਤੇਰੀ ਭਗਤਿ ਤੇਰੀ ਭਗਤਿ ਭੰਡਾਰ ਜੀ,	tayree bhagat tayree bhagat bhandaar
ਭਰੇ ਬੇਅੰਤ ਬੇਅੰਤਾ॥	jee bharay bay-ant bay-antaa.
ਤੇਰੇ ਭਗਤ ਤੇਰੇ ਭਗਤ ਸਲਾਹਨਿ	tayree bhagat tayree bhagat salaahan
ਤੁਧੁ ਜੀ, ਹਰਿ ਅਨਿਕ ਅਨੇਕ ਅਨੰਤਾ॥	tuDh jee har anik anayk anantaa.
ਤੇਰੀ ਅਨਿਕ ਤੇਰੀ ਅਨਿਕ ਕਰਹਿ,	tayree anik tayree anik karahi

ਹਰਿ ਪੂਜਾ ਜੀ,	har poojaa jee
ਤਪੁ ਤਾਪਹਿ ਜਪਹਿ ਬੇਅੰਤਾ॥	tap taapeh jaapeh bay-antaa.
ਤੇਰੇ ਅਨੇਕ ਤੇਰੇ ਅਨੇਕ ਪੜਹਿ	tayray anayk tayray anayk parheh
ਬਹੁ ਸਿੰਮ੍ਰਿਤਿ ਸਾਸਤ ਜੀ,	baho simrit saasat jee
ਕਰਿ ਕਿਰਿਆ ਖਟੁ ਕਰਮ ਕਰੰਤਾ॥	kar kiri-aa khat karam karantaa.
ਸੇ ਭਗਤ ਸੇ ਭਗਤ ਭਲੇ ਜਨ	say bhagat say bhagat bhalay
ਨਾਨਕ ਜੀ, ਜੋ	jan naanak jee jo
ਭਾਵਹਿ ਮੇਰੇ ਹਰਿ ਭਗਵੰਤਾ॥੪॥	bhaaveh mayray har bhagvantaa.||4||

ਪ੍ਰਭ ਤੇਰੀ ਬੰਦਗੀ ਦਾ, ਸ਼ਬਦ ਦੀ ਸੋਝੀ ਦਾ ਖਜ਼ਾਨਾ ਬੇਅੰਤ ਹੈ, ਇਸ ਦੀ ਕੋਈ ਹੱਦ ਨਹੀਂ ਹੈ । ਅਨੇਕਾਂ ਹੀ ਬੰਦਗੀ ਕਰਨ ਵਾਲੇ ਅਨੇਕਾਂ ਤਰੀਕੇ ਨਾਲ ਸ਼ਬਦ ਦੀ ਪਾਲਣਾ, ਬੰਦਗੀ ਕਰਦੇ, ਅਨੇਕਾਂ ਹੀ ਤੇਰੀ ਪੂਜਾ ਕਰਦੇ, ਅਨੇਕਾਂ ਹੀ ਤਪ ਕਰਦੇ ਹਨ । ਅਨੇਕਾਂ ਹੀ ਆਪਣੇ ਮਨ ਨੂੰ ਇੱਛਾਂ ਤੋ ਵਾਂਝੇ ਰਖਦੇ ਹਨ, ਅਨੇਕਾਂ ਹੀ ਤੇਰੇ ਸ਼ਬਦ ਦੇ ਗੁਣ ਗਾਉਂਦੇ ਹਨ । ਪ੍ਰਭ ਅਨੇਕਾਂ ਹੀ ਗਿਆਨਵਾਨ ਤੇਰੇ ਅਨੇਕਾਂ ਧਰਮ ਦੇ ਗ੍ਰੰਥ ਪੜ੍ਹਦੇ ਹਨ । ਅਨੇਕਾਂ ਹੀ ਧਰਮ ਦੇ ਰੀਤੋਂ ਰੀਵਾਜ ਕਰਦੇ ਹਨ । ਅਨੇਕਾਂ ਹੀ ਤਰੀਕੇ ਨਾਲ ਤੇਰੀ ਰਹਿਮਤ ਪਾਉਣ ਦੇ ਯਤਨ ਕਰਦੇ ਹਨ । ਜਿਸ ਦੀ ਬੰਦਗੀ ਤੇਰੇ ਦਰਬਾਰ ਵਿੱਚ ਪ੍ਰਵਾਨ ਹੋ ਜਾਂਦੀ ਹੈ, ਤੈਨੂੰ ਭਾਉਂਦੀ ਹੈ, ਕੇਵਲ ਉਹ ਹੀ ਤੇਰਾ ਅਸਲੀ ਸੇਵਕ ਹੁੰਦਾ ਹੈ ।

The treasure of enlightenment of the teachings of Your Word is unlimited and no one can comprehend the boundaries, limits of the treasure of Your virtues. In the universe, countless devotees meditate and obey the teachings of Your Word in many different ways and techniques. Countless worship and meditate with the deep devotion. These devotees keep their mind beyond the reach of worldly desires. Countless devotees sing the glory and recites Your Holy Scripture. Countless creatures wholeheartedly perform the religious rituals in his day to day life. Everyone meditates with different techniques with a hope to be blessed by Your mercy and grace. Whose meditation may be accepted in Your court only he may be blessed with state of mind as Your true devotee. He may become worthy of calling Your true devotee.

ਤੂੰ ਆਦਿ ਪੁਰਖੁ ਅਪਰੰਪਰੁ ਕਰਤਾ ਜੀ,	tooN aad purakh aprampar kartaa jee
ਤੁਧੁ ਜੇਵਡੁ ਅਵਰੁ ਨ ਕੋਈ॥	tuDh jayvad avar na ko-ee.
ਤੂੰ ਜੁਗੁ ਜੁਗੁ ਏਕੋ ਸਦਾ ਸਦਾ	tooN jug jug ayko sadaa sadaa
ਤੂੰ ਏਕੋ ਜੀ,	tooN ayko jee
ਤੂੰ ਨਿਹਚਲੁ ਕਰਤਾ ਸੋਈ॥	tooN nihchal kartaa so-ee.
ਤੁਧੁ ਆਪੇ ਭਾਵੈ ਸੋਈ ਵਰਤੈ ਜੀ,	tuDh aapay bhaavai so-ee vartai jee
ਤੂੰ ਆਪੇ ਕਰਹਿ ਸੁ ਹੋਈ॥	tooN aapay karahi so ho-ee.
ਤੁਧੁ ਆਪੇ ਸ੍ਰਿਸਟਿ ਸਭ ਉਪਾਈ ਜੀ,	tuDh aapay sarisat sabh upaa-ee jee
ਤੁਧੁ ਆਪੇ ਸਿਰਜਿ ਸਭ ਗੋਈ॥	tuDh aapay siraj sabh go-ee.
ਜਨੁ ਨਾਨਕੁ ਗੁਣ ਗਾਵੈ ਕਰਤੇ ਕੇ ਜੀ,	jan naanak gun gaavai kartay kay jee
ਜੋ ਸਭਸੈ ਕਾ ਜਾਣੋਈ॥੫॥੨॥	jo sabhsai kaa jaano-ee. ||5||2|

ਪ੍ਰਭ ਤੂੰ ਸ੍ਰਿਸ਼ਟੀ ਦੇ ਅਰੰਭ ਹੋਣ ਤੋ ਪਹਿਲੇ ਵੀ ਪੂਰਨ ਸੀ । ਤੇਰੇ ਬਰਾਬਰ ਦਾ ਹੋਰ ਕੋਈ ਨਹੀਂ ਹੈ, ਤੂੰ ਸਭ ਤੋ ਵੱਡਾ ਹੈ । ਤੂੰ ਜੁਗਾਂ ਜੁਗਾਂ ਤੋ ਅਟੱਲ, ਨਾ ਬਦਲਨ ਵਾਲਾ, ਸਦਾ ਇੱਕੋ ਅਜਿਹਾ ਹੀ ਰਹਿਣ ਵਾਲਾ ਹੈ, ਸ੍ਰਿਸ਼ਟੀ ਦੀ ਸਾਜਨਾ ਕਰਨ ਵਾਲਾ ਅਸਲੀ ਮਾਲਕ ਹੈ । ਪ੍ਰਭ ਜੋ ਤੈਨੂੰ ਭਾਉਂਦਾ ਹੈ ਉਹ ਕੁਝ ਹੀ ਕਰਦਾ ਹੈ, ਉਹ ਕੁਝ ਹੀ ਵਾਪਰਦਾ ਹੈ । ਤੇਰਾ ਕੀਤਾ ਹੀ ਸਭ ਕੁਝ ਹੁੰਦਾ ਹੈ । ਪ੍ਰਭ ਤੂੰ ਆਪ ਹੀ

ਸਾਰੀ ਸ੍ਰਿਸ਼ਟੀ ਸਾਜਦਾ ਹੈ, ਆਪ ਹੀ ਇਸ ਦਾ ਨਾਸ਼ ਕਰਦਾ ਹੈ । ਸੰਸਾਰਕ ਜੀਵ ਕੇਵਲ ਤੇਰੇ ਗੁਣ ਹੀ ਗਾਉਂਦੇ ਹਨ । ਤੇਰੀ ਕਿਸੇ ਕੁਦਰਤ ਦੇ ਕਾਰਨ ਦੀ ਕੋਈ ਸੋਝੀ ਨਹੀਂ ਹੁੰਦੀ ।

The Omnipotent True Master was perfect, complete in all respect before the creation of the universe and no one is equal or greater than Your greatness. From ancient Ages, you have been unchanged and in blossom forever. Only You may create or destroy the universe; birth and death only happen under Your command. No one may fully comprehend the true purpose of Your creation. Your true devotee only sings the glory of Your virtues.

3. ਰਾਗੁ ਆਸਾ ਮਹਲਾ ੧ ਚਉਪਦੇ ਘਰੁ ੨॥ 348-18

੧ੳ ਸਤਿਗੁਰ ਪ੍ਰਸਾਦਿ॥	ik-oNkaar satgur parsaad.
ਸੁਣਿ ਵਡਾ ਆਖੈ ਸਭ ਕੋਈ॥	sun vadaa aakhai sabh ko-ee.
ਕੇਵਡੁ ਵਡਾ ਡੀਠਾ ਹੋਈ॥	kayvad vadaa deethaa ho-ee.
ਕੀਮਤਿ ਪਾਇ ਨ ਕਹਿਆ ਜਾਇ॥	keemat paa-ay na kahi-aa jaa-ay.
ਕਹਣੈ ਵਾਲੇ ਤੇਰੇ ਰਹੇ ਸਮਾਇ॥੧॥	kahnai vaalay tayray rahay samaa-ay. ||1||

ਇੱਕ ਦੂਜੇ ਤੋ ਸੁਣਕੇ ਵੱਡਾ ਵੱਡਾ ਆਖਦੇ ਹਨ, ਕਿਸੇ ਨੇ ਵੀ ਤੇਰੇ ਦਰਸ਼ਨ ਨਹੀਂ ਕੀਤੇ ! ਕਿਸੇ ਨੂੰ ਵੀ ਜਾਣਕਾਰੀ ਨਹੀਂ ਤੂੰ ਕਿਤਨਾ ਵੱਡਾ ਹਨ । ਜਿਸ ਨੂੰ ਤੂੰ ਜਾਣਕਾਰੀ, ਸੋਝੀ ਬਖਸ਼ੀ ਹੈ, ਉਹ ਤੇਰੇ ਵਿੱਚ ਹੀ ਲੀਨ ਰਹਿੰਦਾ ਹੈ ।

Everyone in the universe by hearing from each other and reading the Holy Scripture may claims that The True Master is the greatest of All. However, no one may fully comprehend the greatness nor have seen The True Master. Whosoever may be inspired by Your mercy and grace, he may be enlightened with the teachings of Your Word. He may enter into deep meditation in the void of Your Word.

ਮੇਰੇ ਸਾਹਿਬਾ, ਗਹਿਰ ਗੰਭੀਰਾ ਗੁਣੀ ਗਹੀਰਾ॥	vaday mayray saahibaa gahir gambheeraa gunee gaheeraa.
ਕੋਈ ਨ ਜਾਣੈ ਤੇਰਾ, ਕੇਤਾ ਕੇਵਡੁ ਚੀਰਾ॥੧॥ ਰਹਾਉ॥	ko-ee na jaanai tayraa kaytaa kayvad cheeraa. ||1||rahaa-o.

ਤੇਰੀ ਇਹ ਅਵਸਥਾ ਬਹੁਤ ਗੰਬੀਰ, ਡੂੰਘੀ ਹੈ, ਇਸ ਦੀ ਪੂਰਨ ਵਿਆਖਿਆ ਨਹੀਂ ਹੋ ਸਕਦੀ । ਇਹ ਮਾਨਸ ਦੀ ਸਮਝ ਤੋ ਉਪਰ ਹੈ ।

Your nature is very deep and mysterious, no one can fully comprehend and explain the true purpose of Your creation. Your nature and Your greatness remain beyond the reach and comprehension of Your creation.

ਸਭਿ ਸੁਰਤੀ ਮਿਲਿ ਸੁਰਤਿ ਕਮਾਈ॥	sabh surtee mil surat kamaa-ee.
ਸਭ ਕੀਮਤਿ ਮਿਲਿ ਕੀਮਤਿ ਪਾਈ॥	sabh keemat mil keemat paa-ee.
ਗਿਆਨੀ ਧਿਆਨੀ ਗੁਰ ਗੁਰ ਹਾਈ॥	gi-aanee Dhi-aanee gur gur haa-ee.
ਕਹਣੁ ਨ ਜਾਈ ਤੇਰੀ ਤਿਲੁ ਵਡਿਆਈ॥੨॥	kahan na jaa-ee tayree til vadi-aaee.

ਅਗਰ ਸਾਰੀ ਸ੍ਰਿਸ਼ਟੀ ਹੀ ਆਪਣੀ ਸਿਆਣਪ ਨਾਲ ਸੋਚਕੇ ਇਸ ਦਾ ਅਦੰਜ਼ਾ ਲਾਉਣ, ਅਗਰ ਸ੍ਰਿਸ਼ਟੀ ਦੇ ਸਾਰੇ ਪੀਰ ਪੈਗੰਬਰ, ਸੂਝਵਾਨਾ ਦੀ ਵਿਆਖਿਆ ਨੂੰ ਇਕੱਠਾ ਕੀਤਾ ਜਾਵੇ, ਤਾਂ ਵੀ ਥੋੜ੍ਹੀ ਮਾਤਰਾ ਵਿੱਚ ਸੋਝੀ ਮਿਲਦੀ ਹੈ ।

Even if the whole universe, creation even all prophets, the enlightened souls of the universe may combine their wisdom together to explain Your nature; however, only very insignificant information may be comprehended about Your nature.

ਸਭਿ ਸਤ ਸਭਿ ਤਪ ਸਭਿ ਚੰਗਿਆਈਆ॥ sabh sat sabh tap sabh chang-aaee-aa.
ਸਿਧਾ ਪੁਰਖਾ ਕੀਆ ਵਡਿਆਈਆਂ॥ siDhaa purkhaa kee-aa vadi-aa-eeaaN.
ਤੁਧੁ ਵਿਣੁ ਸਿਧੀ ਕਿਨੈ ਨ ਪਾਈਆ॥ tuDh vin siDhee kinai na paa-ee-aa.
ਕਰਮਿ ਮਿਲੈ ਨਾਹੀ ਠਾਕਿ ਰਹਾਈਆ॥ ੩॥ karam milai naahee thaak rahaa-eeaa.

ਅਗਰ ਸਾਰੀ ਸ੍ਰਿਸ਼ਟੀ ਦੇ ਤਪ, ਬੰਦਗੀ ਕਰਨ ਵਾਲੇ ਵਿਰਾਗੀਆਂ ਦੀਆਂ ਸਾਰੀਆਂ ਚੰਗਿਆਈਆਂ ਨੂੰ ਇਕੱਠਾ ਕੀਤਾ ਜਾਵੇ । ਸਾਰਿਆਂ ਚੰਗੀਆਈਆਂ ਤੇਰੇ ਵਿਚੋਂ ਹੀ ਬਖਸ਼ਿਸ਼ ਹੋਈਆਂ ਹਨ । ਜਿਸ ਤੇ ਰਹਿਮਤ ਬਖਸ਼ਿਸ਼ ਹੋ ਜਾਂਦੀ ਹੈ, ਸ੍ਰਿਸ਼ਟੀ ਵਿੱਚ ਤੇਰੀ ਰਹਿਮਤ ਨੂੰ ਕੋਈ ਰੋਕ ਨਹੀਂ ਸਕਦਾ ।

Even if all virtues and the greatness of all worldly devotees, Saints may be combined together, all virtues and greatness are bestowed, blessed with Your mercy and grace. Whosoever may be blessed with Your mercy and grace, no worldly guru, prophet, saint can curse to remove Your blessings.

ਆਖਣ ਵਾਲਾ ਕਿਆ ਬੇਚਾਰਾ॥ aakhan vaalaa ki-aa baychaaraa.
ਸਿਫਤੀ ਭਰੇ ਤੇਰੇ ਭੰਡਾਰਾ॥ siftee bharay tayray bhandaaraa.
ਜਿਸੁ ਤੂੰ ਦੇਹਿ ਤਿਸੈ ਕਿਆ ਚਾਰਾ॥ Jis tooN deh tisai ki-aa chaaraa.
ਨਾਨਕ ਸਚੁ ਸਵਾਰਣਹਾਰਾ॥੪॥੧॥ naanak sach savaaranhaaraa. ||4||1||

ਮਾਨਸ ਤੇਰੇ ਬਾਬਤ ਕੀ ਦੱਸ ਸਕਦਾ ਹੈ? ਤੇਰੇ ਵਿੱਚ ਗੁਣਾਂ, ਸਿਫਤਾਂ ਦਾ ਬੇਅੰਤ ਭੰਡਾਰ ਹੈ । ਜਿਸ ਤੇ ਰਹਿਮਤ ਬਖਸ਼ਦਾ ਹੈ, ਉਸ ਦੀ ਕੋਈ ਹੋਰ ਇੱਛਾਂ ਨਹੀਂ ਰਹਿੰਦੀ । ਤੂੰ ਅਟੱਲ ਪ੍ਰਭ ਹੀ ਸਾਰੇ ਕਾਰਜ ਸਫਲ ਕਰਨ ਵਾਲਾ ਮਾਲਕ ਹੈ ।

What may any human explain about Your nature? You have an unlimited treasure of virtues and greatness. Whosoever may be blessed with Your mercy and grace, no other worldly desire can stay within his mind or control his state of mind. The Axiom, Omnipotent True Master with Your mercy and grace all worldly task of Your true devotee may be fully satisfied.

4. ਆਸਾ ਮਹਲਾ ੧॥ 349-6

ਆਖਾ ਜੀਵਾ ਵਿਸਰੈ ਮਰਿ ਜਾਉ॥ aakhaa jeevaa visrai mar jaa-o.
ਆਖਣਿ ਅਉਖਾ ਸਾਚਾ ਨਾਉ॥ aakhan a-ukhaa saachaa naa-o.
ਸਾਚੇ ਨਾਮ ਕੀ ਲਾਗੈ ਭੂਖ॥ saachay naam kee laagai bhookh.
ਤਿਤੁ ਭੂਖੈ ਖਾਇ ਚਲੀਅਹਿ ਦੂਖ॥੧॥ tit bhookhai khaa-ay chalee-ahi dookh.

ਪ੍ਰਭ ਦੇ ਸ਼ਬਦ ਦੀ ਪਾਲਣਾ ਕਰਨਾ, ਬਹੁਤ ਔਖਾ, ਕਠਨ ਧੰਦਾ ਹੈ । ਅਸਲੀ ਬੰਦਗੀ ਕਰਨ ਵਾਲੇ ਦੇ ਮਨ ਦੀ ਅਵਸਥਾ ਇਸ ਤਰ੍ਹਾਂ ਦੀ ਹੋ ਜਾਂਦੀ ਹੈ, ਮਨ ਵਿਚੋਂ ਸ਼ਬਦ ਵਿਸਰ ਜਾਣ ਨਾਲ ਆਪਣੇ ਆਪ ਨੂੰ ਮੁਰਦਾ ਹੀ ਸਮਝਦਾ ਹੈ । ਜਦੋਂ ਸ਼ਬਦ ਦੀ ਬੰਦਗੀ ਕਰਦਾ ਹੈ, ਖੇੜੇ ਵਿੱਚ ਆ ਜਾਂਦਾ ਹੈ ।

To fully obey and adopt the teachings of His Word is very tedious and difficult task. What may be the true state of mind of His true devotee? When the thoughts of His Word disappear from his mind, he may feel his human life is not worth living; he does not feel any true purpose of his human life. Whosoever may meditate and adopt the teachings of His Word in his day to day life; he may remain overwhelmed with contentment and blossom within his mind all time.

ਸੋ ਕਿਉ ਵਿਸਰੈ ਮੇਰੀ ਮਾਇ॥	so ki-o visrai mayree maa-ay.
ਸਾਚਾ ਸਾਹਿਬੁ ਸਾਚੈ ਨਾਇ॥੧॥ ਰਹਾਉ॥	saachaa saahib saachai naa-ay. ||1|| rahaa-o.

ਜਿਸ ਜੀਵ ਨੂੰ ਪ੍ਰਭ ਦੇ ਸਿਮਰਨ ਦੀ ਸ਼ਰਧਾ, ਭੁੱਖ ਰਹਿੰਦੀ ਹੈ । ਇਹ ਭੁੱਖ ਉਸ ਦੇ ਸੰਸਾਰਕ ਦੁਖਾਂ ਨੂੰ ਆਪਣੇ ਵਿਚੋਂ ਖਤਮ ਕਰ ਦੇਂਦੀ ਹੈ । ਜੀਵ ਸਦਾ ਰਹਿਣ ਵਾਲੇ ਮਾਲਕ ਨੂੰ ਤੂੰ ਕਿਵੇਂ ਮਨੋ ਵਿਸਾਰ ਦੇਂਦਾ ਹੈ?

Whosoever may always remain hungry, anxious to meditate on the teachings of His Word. His hunger to meditate on His Word may burn and eliminate all his worldly miseries and desires from his mind. How can anyone abandon the teachings of The True Master from his mind?

ਸਾਚੇ ਨਾਮ ਕੀ ਤਿਲੁ ਵਡਿਆਈ॥	saachay naam kee til vadi-aa-ee.
ਆਖਿ ਥਕੇ ਕੀਮਤਿ ਨਹੀ ਪਾਈ॥	aakh thakay keemat nahee paa-ee.
ਜੇ ਸਭਿ ਮਿਲਿ ਕੈ ਆਖਣ ਪਾਹਿ॥	jay sabh mil kai aakhan paahi.
ਵਡਾ ਨ ਹੋਵੈ ਘਾਟਿ ਨ ਜਾਇ॥੨॥	vadaa na hovai ghaat na jaa-ay. ||2||

ਜਿਹੜੇ ਸ਼ਬਦ ਦੀ ਵਿਆਖਿਆ ਕਰਨ ਤੇ ਹੀ ਲੱਗੇ ਰਹਿੰਦੇ ਹਨ, ਇਸ ਨੂੰ ਹੀ ਆਪਣੀ ਬੰਦਗੀ ਸਮਝਦੇ ਹਨ । ਉਹ ਕੇਵਲ ਇੱਕ ਮਾਤਰਾ ਹੀ ਵਿਸ਼ਾਲ ਪ੍ਰਭ ਦੇ ਸ਼ਬਦ ਦੀ ਜਾਣਕਾਰੀ ਕਰ ਸਕਦੇ ਹਨ । ਅਗਰ ਸਾਰੀ ਸ੍ਰਿਸ਼ਟੀ ਹੀ ਰਲਕੇ ਵੀ ਉਸ ਦੀਆਂ ਕਰਾਮਾਤਾਂ ਦੀ ਉਸਤਤ ਜਾ ਨਿੰਦਿਆਂ ਕਰਨ, ਇਸ ਨਾਲ ਨਾ ਤਾਂ ਉਹ ਵੱਡਾ ਹੁੰਦਾ, ਨਾ ਹੀ ਕੁਝ ਘੱਟਦਾ ਹੀ ਹੈ ।

Whosoever may concentrate only on explaining the spiritual meanings of the teachings of His Word and considers as his meditation. He may only comprehend a very insignificant understanding of His nature. His greatness and the treasure of His virtues are vast and mysterious. Even His all creations may sing the glory or criticize His Virtues that may not enhance or diminish His greatness or glory or nature.

ਨਾ ਓਹੁ ਮਰੈ ਨ ਹੋਵੈ ਸੋਗੁ॥	naa oh marai na hovai sog.
ਦੇਂਦਾ ਰਹੈ ਨ ਚੂਕੈ ਭੋਗੁ॥	dayNdaa rahai na chookai bhog.
ਗੁਣੁ ਏਹੋ ਹੋਰੁ ਨਾਹੀ ਕੋਇ॥	gun ayho hor naahee ko-ay.
ਨਾ ਕੋ ਹੋਆ ਨਾ ਕੋ ਹੋਇ॥੩॥	naa ko ho-aa naa ko ho-ay. ||3||

ਪ੍ਰਭ ਜਨਮ ਮਰਨ ਤੋ ਰਹਿਤ ਹੈ, ਉਸ ਦਾ ਕਿਸੇ ਨਾਲ ਮੋਹ ਨਹੀਂ, ਜਿਸ ਦਾ ਉਸ ਨੂੰ ਸੋਗ ਹੋਵੇ । ਜੀਵਾਂ ਨੂੰ ਦਾਤਾਂ ਬਖਸ਼ਦਾ ਰਹਿੰਦਾ ਹੈ, ਕਦੇ ਇਸ ਤੋ ਅੱਕਦਾ, ਥੱਕਦਾ ਨਹੀਂ ਹੈ । ਇਹ ਹੀ ਉਸ ਦਾ ਸਭ ਤੋ ਵੱਡਾ, ਵੱਖਰਾ ਗੁਣ ਹੈ । ਉਸ ਦੀ ਕੋਈ ਸੀਮਾ, ਹੱਦ ਨਹੀਂ, ਇਹ ਹੋਰ ਕਿਸੇ ਵਿੱਚ ਨਹੀਂ ਹੈ । ਨਾ ਹੀ ਕੋਈ ਉਸ ਦੇ ਬਰਾਬਰ ਦਾ ਦਾਨੀ ਹੋਇਆ ਹੈ ਨਾ ਹੀ ਅੱਗੇ ਹੋਣਾ ਹੈ ।

The True Master is beyond the cycle of birth and death, any emotional attachment to anyone nor any grieve for anything. The merciful remains very generous, forgiving to innocents and always bestowing His blessings to His creation. He may never be tired or frustrated from bestowing His blessings to His creation. He always rewards the earnest efforts and mediation of His creation, irrespective of his worldly status. This may be His greatest and unique virtue different from any other worldly prophets, guru, goddess etc. The Omnipotent True Master remains beyond and limitations, boundaries of any of His blessings and miracles. This uniqueness differentiation Him from any worldly prophet or donors. No one equal or greater than Him has ever born nor will be born in the universe.

ਜੇਵਡੁ ਆਪਿ ਤੇਵਡ ਤੇਰੀ ਦਾਤਿ॥	jayvad aap tayvad tayree daat.
ਜਿਨਿ ਦਿਨੁ ਕਰਿ ਕੈ ਕੀਤੀ ਰਾਤਿ॥	Jin din kar kai keetee raat.
ਖਸਮੁ ਵਿਸਾਰਹਿ ਤੇ ਕਮਜਾਤਿ॥	khasam visaareh tay kamjaat.
ਨਾਨਕ ਨਾਵੈ ਬਾਝੁ ਸਨਾਤਿ॥੪॥੨॥	naanak naavai baajh sanaat. ‖4‖2‖

ਪ੍ਰਭ ਜਿਤਨਾ ਵੱਡਾ ਤੂੰ ਆਪ ਹੈ, ਉਤਨੀਆਂ ਵੱਡੀਆਂ ਤੇਰੀਆਂ ਦਾਤਾਂ ਹਨ । ਤੂੰ ਹੀ ਜੀਵ ਵਾਸਤੇ ਧੰਦਾ ਕਰਨ ਲਈ ਦਿਨ ਅਤੇ ਅਰਾਮ ਕਰਨ ਲਈ ਰਾਤ ਬਣਾਈ ਹੈ । ਜਿਹੜੇ ਆਪਣੇ ਅਸਲੀ ਮਾਲਕ ਨੂੰ ਭੁਲ ਜਾਂਦੇ ਹਨ । ਉਹ ਨੀਚ ਜਾਤ, ਹੈਸੀਅਤ ਵਾਲੇ ਹੀ ਬਣ ਜਾਂਦੇ ਹਨ । ਤੇਰੇ ਸ਼ਬਦ ਦੀ ਪਾਲਣਾ ਤੋ ਬਿਨਾਂ ਚਲਣ ਵਾਲੇ ਸ਼ਮਸ਼ਾਨ ਵਿੱਚ ਹੀ ਵਸਦੇ ਹਨ ।

Your miracles power and blessings are as great as Yourselves and beyond the comprehension of Your creation. You have created the day for Your creature to work to nourish his body and night for rest and comforts. Whosoever may forget and abandon the teaching of His Word from his day to day life, he becomes a creature of mean state of mind. Whosoever may not adopt the teachings of Your Word, his worldly life remains miserable as dwelling in mortuary.

5. ਆਸਾ ਮਹਲਾ ੧॥ 349-12

ਜੇ ਦਰਿ ਮਾਂਗਤੁ ਕੂਕ ਕਰੇ,	jay dar maaNgat kook karay
ਮਹਲੀ ਖਸਮੁ ਸੁਣੇ॥	mahlee khasam sunay.
ਭਾਵੈ ਧੀਰਕ ਭਾਵੈ ਧਕੇ,	bhaavai Dheerak bhaavai Dhakay
ਏਕ ਵਡਾਈ ਦੇਇ॥੧॥	ayk vadaa-ee day-ay. ‖1‖

ਅਗਰ ਕੋਈ ਕਿਸੇ ਦੇ ਦਰ ਤੇ ਮੰਗਣ ਜਾਵੇ, ਘਰ ਦਾ ਮਾਲਕ ਉਸ ਦੀ ਪੁਕਾਰ ਸੁਣਦਾ ਹੈ । ਭਿਖਿਆ ਦੇਵੇ ਜਾ ਨਾ ਦੇਵੇ ਉਸ ਦੀ ਵਡਿਆਈ ਹੈ, ਇਸ ਤੇ ਕਿਸੇ ਦਾ ਕੋਈ ਜ਼ੋਰ ਨਹੀਂ ਹੁੰਦਾ ।

If someone goes to beg at some door, house; the owner of the house can hear his cry and his request. However, he may or may not give any alms, any charity, no one can force him.

ਜਾਣਹੁ ਜੋਤਿ ਨ ਪੂਛਹੁ ਜਾਤੀ,	jaanhu jot na poochhahu jaatee
ਆਗੈ ਜਾਤਿ ਨ ਹੇ॥੧॥ਰਹਾਉ॥	aagai jaat na hay. ‖1‖ rahaa-o.

ਜਿਸ ਜੀਵ ਦੇ ਅੰਦਰ ਪ੍ਰਭ ਦੀ ਜੋਤ ਜਾਗਰਤ ਹੋ ਜਾਂਦੀ ਹੈ, ਉਹ ਜੋਤ ਜੀਵ ਦੀ ਜਾਤ ਨਹੀਂ ਪੁੱਛਦੀ । ਆਤਮਾ ਦੀ ਕੋਈ ਜਾਤ ਨਹੀਂ ਹੁੰਦੀ । ਮਰਨ ਤੋ ਪਿਛੋਂ, ਪ੍ਰਭ ਦੇ ਦਰਬਾਰ ਵਿੱਚ ਜਾਤ, ਸੰਸਾਰਕ ਹੈਸੀਅਤ ਦਾ ਕੋਈ ਫਰਕ ਨਹੀਂ ਹੁੰਦਾ ।

Whosever may be enlightened within the teachings of His Word; the enlightenment of His Word does not discriminate, or distinguish his worldly caste or worldly status. Same way after death, worldly caste and worldly status have no significance in His court. The soul is an expansion of His Holy Spirit and has no worldly caste or status.

ਆਪਿ ਕਰਾਏ ਆਪਿ ਕਰੇਇ॥	aap karaa-ay aap karay-i.
ਆਪਿ ਉਲਾਮ੍ਹੇ ਚਿਤਿ ਧਰੇਇ॥	aap ulaamayH chit Dharay-ay.
ਜਾ ਤੂੰ ਕਰਣਹਾਰੁ ਕਰਤਾਰੁ॥	jaa tooN karanhaar kartaar.
ਕਿਆ ਮੁਹਤਾਜੀ ਕਿਆ ਸੰਸਾਰੁ॥੨॥	ki-aa muhtaajee ki-aa sansaar. ||2||

ਪ੍ਰਭ ਆਪ ਹੀ ਸਭ ਕੁਝ ਕਰਦਾ, ਕਰਨ ਦੀ ਪ੍ਰੇਰਨਾ ਕਰਦਾ ਹੈ, ਦਾਸ ਦੀ ਕਮਾਈ ਨੂੰ ਵਿਚਾਰਦਾ, ਪ੍ਰਵਾਨ ਕਰਦਾ ਹੈ । ਆਪ ਹੀ ਸ੍ਰਿਸ਼ਟੀ ਦਾ ਸ੍ਰਿਜਨਵਾਲਾ ਹੈ, ਆਪ ਹੀ ਪਾਲਣਾ, ਰੱਖਿਆ ਕਰਦਾ ਹੈ । ਫਿਰ ਮੈ ਕਿਉਂ ਹੋਰ ਕਿਸੇ ਦਾ ਦਾਸੀ, ਗੁਲਾਮ ਬਣਾ, ਪੂਜਾ ਕਰਾ?

The True Master, Creator prevails in each and every action and inspires His creature to perform any deed. Only with His mercy and grace, his meditation may be accepted in His court. The True Master nourishes and protects all His creatures. How may I even think to worship or become slave of anyone else?

ਆਪਿ ਉਪਾਏ ਆਪੇ ਦੇਇ॥	aap upaa-ay aapay day-ay.
ਆਪੇ ਦੁਰਮਤਿ ਮਨਹਿ ਕਰੇਇ॥	aapay durmat maneh karay-i.
ਗੁਰ ਪਰਸਾਦਿ ਵਸੈ ਮਨਿ ਆਇ॥	gur parsaad vasai man aa-ay.
ਦੁਖੁ ਅਨ੍ਹੇਰਾ ਵਿਚਹੁ ਜਾਇ॥੩॥	dukh anHayraa vichahu jaa-ay. ||3||

ਪ੍ਰਭ ਆਪ ਹੀ ਸਭ ਕੁਝ ਕਰਦਾ ਹੈ, ਦਾਤਾਂ ਬਖਸ਼ਣ ਵਾਲਾ ਮਾਲਕ ਹੈ, ਜੀਵ ਦੇ ਭਰਮ ਭੁਲੇਖੇ ਦੂਰ ਕਰਦਾ ਹੈ । ਪ੍ਰਭ ਤੇਰੀ ਰਹਿਮਤ ਨਾਲ ਹੀ ਮਨ ਤੇਰੇ ਸ਼ਬਦ ਦੀ ਬੰਦਗੀ ਤੇ ਲੱਗਦਾ ਹੈ । ਸ਼ਬਦ ਦੀ ਪਾਲਣਾ ਕਰਨ ਨਾਲ ਆਪਣੇ ਅੰਦਰੋਂ ਹੀ ਸੋਝੀ ਬਖਸ਼ਦਾ ਹੈ । ਸ਼ਬਦ ਦੀ ਸੋਝੀ ਨਾਲ ਹੀ ਸਾਰੇ ਸੰਸਾਰਕ ਇੱਛਾਂ ਦੇ ਦੁਖ ਦੂਰ ਹੋ ਜਾਂਦੇ ਹਨ ।

Only, The True Master prevails in each and every action in the universe. Only with Your mercy and grace, all worldly suspicions of His true devotee may be eliminated and may be attached to a devotional meditation on the teachings of Your Word. He may be blessed with enlightenment of His Word from within and may become awake and alert. With the enlightenment of His Word, he may conquer all his miseries of worldly desires.

ਸਾਚੁ ਪਿਆਰਾ ਆਪਿ ਕਰੇਇ॥	saach pi-aaraa aap karay-i.
ਅਵਰੀ ਕਉ ਸਾਚੁ ਨ ਦੇਇ॥	avree ka-o saach na day-ay.
ਜੇ ਕਿਸੈ ਦੇਇ ਵਖਾਣੈ,	jay kisai day-ay vakhaanai
ਨਾਨਕੁ ਆਗੈ ਪੂਛ ਨ ਲੇਇ॥੪॥੩॥	naanak aagai poochh na lay-ay. ||4||3||

ਜਿਸ ਤੇ ਪ੍ਰਭ ਰਹਿਮਤ ਬਖਸ਼ਦਾ ਹੈ! ਉਸ ਨੂੰ ਸ਼ਬਦ ਨਾਲ ਪਿਆਰ, ਬੰਦਗੀ ਵਿੱਚ ਮਨ ਲੱਗਦਾ ਹੈ । ਮਰਨ ਤੋ ਪਿਛੋਂ ਕੋਈ ਲੇਖਾ ਨਹੀਂ ਰਹਿੰਦਾ, ਜਨਮ ਮਰਨ ਦਾ ਚੱਕਰ ਖਤਮ ਹੋ ਜਾਂਦਾ ਹੈ ।

Whosoever may be blessed with the mercy and grace of The True Master, he may be attached to a devotional meditation and adopt the teachings of His Word. All his sins may be forgiven by The Merciful True Master. He may become beyond the account of his worldly deeds and his cycle of birth and death may be eliminated.

6. ਆਸਾ ਮਹਲਾ ੧॥ 349-17

ਤਾਲ ਮਦੀਰੇ ਘਟ ਕੇ ਘਾਟ॥	taal madeeray ghat kay ghaat.
ਦੋਲਕ ਦੁਨੀਆ ਵਾਜਹਿ ਵਾਜ॥	dolak dunee-aa vaajeh vaaj.
ਨਾਰਦੁ ਨਾਚੈ ਕਲਿ ਕਾ ਭਾਉ॥	naarad naachai kal kaa bhaa-o.
ਜਤੀ ਸਤੀ ਕਹ ਰਾਖਹਿ ਪਾਉ॥੧॥	jatee satee kah raakhahi paa-o. ||1||

ਜੀਵ ਦੇ ਮਨ ਦੀਆਂ ਇੱਛਾਂ ਦੀਆਂ ਭਟਕਣਾਂ, ਪੈਰਾਂ ਦੀਆਂ ਝਾਂਜਰਾਂ ਦੀ ਤਰ੍ਹਾਂ ਹਨ । ਮਨ ਇੱਛਾਂ ਦੇ ਇਸ਼ਾਰੇ ਤੇ ਨੱਚਦਾ ਹੈ, ਮਨ ਇੱਛਾਂ ਮਗਰ ਹੀ ਲੱਗਾ ਰਹਿੰਦਾ ਹੈ । ਕੱਲਯੁਗ ਵਿੱਚ ਸੰਸਾਰਕ ਗੁਰੂ ਵੀ ਇੱਛਾਂ ਦੇ ਮਗਰ ਹੀ ਭਟਕਦੇ ਰਹਿੰਦੇ ਹਨ । ਜਿਹੜਾ ਆਪਣੇ ਮਨ ਦਾ ਭਰੋਸਾ ਪ੍ਰਭ ਤੇ ਅਡੋਲ ਕਰ ਲੈਂਦਾ ਹੈ । ਉਹ ਆਪਣਾ ਕੋਈ ਕਰਤਬ ਸੰਸਾਰਕ ਇੱਛਾਂ ਦੇ ਮਗਰ ਲੱਗਕੇ ਨਹੀਂ ਕਰਦਾ ।

The frustrations of worldly desires are like anklets. He dances at the signal of the worldly desires. In the dark Age of Kuljug, even so-called worldly gurus, prophets may also become slave of worldly wealth and frustrations. Whosoever may remain steady and stable on His blessings; he may become beyond the reach of worldly desires.

ਨਾਨਕ ਨਾਮ ਵਿਟਹੁ ਕੁਰਬਾਣੁ॥	naanak naam vitahu kurbaan.
ਅੰਧੀ ਦੁਨੀਆ ਸਾਹਿਬੁ ਜਾਣੁ॥੧॥ ਰਹਾਉ॥	anDhee dunee-aa saahib jaan. ||1|| rahaa-o.

ਸੰਸਾਰਕ ਜੀਵ ਸ਼ਬਦ ਦੇ ਗਿਆਨ ਤੋਂ ਰਹਿਤ ਹਨ, ਪ੍ਰਭ ਸਭ ਕੁਝ ਦੇਖਦਾ ਹੈ । ਜਿਹੜੇ ਜੀਵ ਸ਼ਬਦ ਤੇ ਭਰੋਸਾ ਪੱਕਾ ਕਰਕੇ ਉਸ ਵਿੱਚ ਮਗਨ ਰਹਿੰਦੇ ਹਨ । ਉਹ ਪੂਜਣ ਯੋਗ ਹੋ ਜਾਂਦੇ ਹਨ ।

Human, worldly creatures are ignorant from the enlightenment of His Word. The Omniscient True Master always witness all deeds, actions. Whosoever may remain intoxicated with the teachings of His Word with steady and stable belief, he may enter into the void of His Word; he may become worthy of worship.

ਗੁਰੂ ਪਾਸਹੁ ਫਿਰਿ ਚੇਲਾ ਖਾਇ॥	guroo paashu fir chaylaa khaa-ay.
ਤਾਮਿ ਪਰੀਤਿ ਵਸੈ ਘਰਿ ਆਇ॥	taam pareet vasai ghar aa-ay.
ਜੇ ਸਉ ਵਰ੍ਹਿਆ ਜੀਵਣ ਖਾਣੁ॥	jay sa-o var-hi-aa jeevan khaan.
ਖਸਮ ਪਛਾਣੈ ਸੋ ਦਿਨੁ ਪਰਵਾਣੁ॥੨॥	khasam pachhaanai so din parvaan. ||2||

ਪ੍ਰਭ ਦਾ ਅਸਲੀ ਸੇਵਕ ਪ੍ਰਭ ਦੇ ਬਖਸ਼ੇ ਤੇ ਸੰਤੋਖ ਰਖਦਾ ਹੈ । ਇਸ ਧੀਰਜ ਨਾਲ ਹੀ ਉਸ ਦਾ ਸ਼ਬਦ ਨਾਲ ਪਿਆਰ ਵਧਦਾ ਜਾਂਦਾ ਹੈ । ਜੀਵ ਨੇ ਸਾਰੀ ਉਮਰ ਹੀ ਪ੍ਰਭ ਦਾ ਦਿੱਤਾ ਹੀ ਖਾਣਾ, ਪਹਿਨਣਾ ਹੈ । ਜਿਹੜਾ ਪ੍ਰਭ ਨੂੰ ਅਸਲੀ ਮਾਲਕ ਮੰਨਕੇ ਆਪਣੇ ਜੀਵਨ ਦੀ ਡੋਰੀ ਪ੍ਰਭ ਦੇ ਬਖਸ਼ੇ ਤੇ ਛੱਡ ਦੇਂਦਾ ਹੈ, ਉਹ ਘੜੀ ਹੀ ਭਾਗਾਂ ਵਾਲੀ ਹੋ ਜਾਂਦੀ ਹੈ ।

His true devotee always remains contented with His blessings, with his worldly environments and has a steady and stable patience on His blessings. With his patience, enhances his devotion to meditate on His Word. He realizes that in his whole life, he enjoys the food and cloths, blessed by The True Master. Whosoever may accept God as The True Master and His Word is an ultimate command and surrender to His Will that moment in his life, may become very fortunate.

ਦਰਸਨਿ ਦੇਖਿਐ ਦਇਆ ਨ ਹੋਇ॥	darsan daykhi-ai da-i-aa na ho-ay.
ਲਏ ਦਿਤੇ ਵਿਣੁ ਰਹੈ ਨ ਕੋਇ॥	la-ay ditay vin rahai na ko-ay.
ਰਾਜਾ ਨਿਆਉ ਕਰੇ ਹਥਿ ਹੋਇ॥	raajaa ni-aa-o karay hath ho-ay.
ਕਹੈ ਖੁਦਾਇ ਨ ਮਾਨੈ ਕੋਇ॥੩॥	kahai khudaa-ay na maanai ko-ay. ||3||

ਕੇਵਲ ਪ੍ਰਭ ਦੇ, ਸੰਤ ਸਰੂਪ ਦੇ ਦਰਸ਼ਨ ਕਰਨ, ਗੁਰੂ ਗ੍ਰੰਥ ਦਾ ਪ੍ਰਕਾਸ਼ ਕਰਨ ਨਾਲ ਮੁਕਤੀ ਦਾ ਰਸਤਾ ਬਖਸ਼ਿਸ਼ ਨਹੀਂ ਹੁੰਦਾ । ਪ੍ਰਭ ਦੇ ਸ਼ਬਦ ਦੀ ਸਿਖਿਆ ਨਾਲ ਜੀਵਨ ਢਾਲਣ, ਸ਼ਬਦ ਦੀ ਕਾਮਈ ਕਰਨ ਨਾਲ ਹੀ ਰਹਿਮਤ ਬਖਸ਼ਿਸ਼ ਹੋ ਸਕਦੀ ਹੈ । ਜਿਵੇਂ ਸੰਸਾਰਕ ਇਨਸਾਫ ਕਰਨ ਵਾਲਾ ਵੀ ਇਨਸਾਫ ਨਹੀਂ ਕਰਦਾ, ਜਿਤਨਾ ਚਿਰ ਉਸ ਨੂੰ ਇਸ ਵਿੱਚ ਕੋਈ ਲਾਭ ਨਾ ਹੁੰਦਾ ਹੋਵੇ । ਇਸ ਤਰ੍ਹਾਂ ਜਿਤਨਾ ਚਿਰ ਸ਼ਬਦ ਨੂੰ ਸੁਣਕੇ ਅਮਲ ਨਾ ਕੀਤਾ ਜਾਵੇ, ਕੇਵਲ ਸ਼ਬਦ ਦੇ ਸੁਣਨ ਨਾਲ ਉਸ ਦਾ ਜੀਵਨ ਵਿੱਚ ਕੋਈ ਅਸਰ ਨਹੀਂ ਹੁੰਦਾ ।

Only by seeing His Word, reading the Hukamnama and installing on platform to worship Guru Granth sahib, his soul may not be blessed with the right path of acceptance in His court. Only by adopting the teachings of His Word and earnings the wealth of His Word, the right path of acceptance may be blessed. In the world, even the judge may not perform unbiased justice, unless he may benefit from that justice. Same way as long as devotee may not adopt the teachings of His Word in his own day to day life, his meditation, reciting the Holy Scripture may not have any effect on his soul. His soul may not be blessed with the right path of salvation.

ਮਾਣਸ ਮੂਰਤਿ ਨਾਨਕੁ ਨਾਮੁ॥	maanas moorat naanak naam.
ਕਰਣੀ ਕੁਤਾ ਦਰਿ ਫੁਰਮਾਨੁ॥	karnee kutaa dar furmaan.
ਗੁਰ ਪਰਸਾਦਿ ਜਾਣੈ ਮਿਹਮਾਨੁ॥	gur parsaad jaanai mihmaan.
ਤਾ ਕਿਛੁ ਦਰਗਹ ਪਾਵੈ ਮਾਨੁ॥੪॥੪॥	taa kichh dargeh paavai maan. ||4||4||

ਸੰਸਾਰਕ ਜੀਵ ਕਹਿਣ ਲਈ ਹੀ ਮਾਨਸ ਹਨ । ਪ੍ਰਭ ਦੀ ਦਰਗਾਹ ਵਿੱਚ ਉਹ ਜਾਨਵਰ (ਕੁੱਤੇ) ਨੀਚ ਜਾਤ ਵਾਲੇ ਹੀ ਹਨ । ਅਗਰ ਪ੍ਰਭ ਦੀ ਰਹਿਮਤ ਨਾਲ ਜੀਵ ਨੂੰ ਇਹ ਸੋਝੀ ਬਖਸ਼ਿਸ਼ ਹੋ ਜਾਵੇ, ਉਹ ਸੰਸਾਰ ਵਿੱਚ ਥੋੜ੍ਹੇ ਸਮੇਂ ਲਈ ਹੀ ਅਇਆ ਹੈ । ਤਾਂ ਹੀ ਉਹ ਅਸਲੀ ਰਸਤੇ ਤੇ ਚਲਕੇ, ਦਰਬਾਰ ਵਿੱਚ ਪ੍ਰਵਾਨ ਹੋ ਸਕਦਾ ਹੈ ।

The worldly humans are only by the shape, form and structure of their body called human. However, he may be considered as mean beast, like a dog in His court. Whosoever may realize that his human life has been blessed for a limited, fixed period of time to repent and transform his state of mind. He may search within and may be blessed with the right path. With His mercy and grace, by adapting the teachings of His Word, he may be accepted in His court.

7. ਆਸਾ ਮਹਲਾ ੧॥ 350-4

ਜੇਤਾ ਸਬਦੁ ਸੁਰਤਿ ਧੁਨਿ ਤੇਤੀ,	jaytaa sabad surat Dhun taytee
ਜੇਤਾ ਰੂਪੁ ਕਾਇਆ ਤੇਰੀ॥	jaytaa roop kaa-i-aa tayree.
ਤੂੰ ਆਪੇ ਰਸਨਾ ਆਪੇ ਬਸਨਾ,	tooN aapay rasnaa aapay basnaa
ਅਵਰੁ ਨ ਦੂਜਾ ਕਹਉ ਮਾਈ॥੧॥	avar na doojaa kaha-o maa-ee. ||1||

ਜੀਵ ਜਿਤਨਾ ਸ਼ਬਦ ਨੂੰ ਆਪਣੇ ਜੀਵਨ ਵਿੱਚ ਢਾਲਦਾ ਹੈ! ਉਤਨਾ ਹੀ ਉਸ ਦੇ ਮਨ ਵਿੱਚ ਸੰਤੋਖ ਅਤੇ ਸੰਸਾਰਕ ਇੱਛਾਂ ਤੇ ਕਾਬੂ ਹੁੰਦਾ ਜਾਂਦਾ ਹੈ । ਪ੍ਰਭ ਤੂੰ ਹੀ ਜੀਵ ਤੋ ਕੀਰਤਨ, ਸਿਮਰਨ ਕਰਾਉਂਦਾ ਹੈ । ਤੂੰ ਹੀ ਜੀਵ ਦੇ ਤਨ ਅੰਦਰ ਹੀ ਵਸਦਾ, ਵਾਪਰਦਾ ਹੈ । ਹੋਰ ਕੋਈ ਇਸ ਤਨ ਦਾ ਅਸਲੀ ਮਾਲਕ ਨਹੀਂ ਹੈ ।

How much one may adopt the teachings of His Word in his day to day life that much patience and control on his worldly desires may be blessed to him. The True Master dwells within the body of the creature and inspires him to meditate and sing the glory of His virtues. Only, The Creator, True Master is owner of the body of a creature.

ਸਾਹਿਬੁ ਮੇਰਾ ਏਕੋ ਹੈ॥ saahib mayraa ayko hai.
ਏਕੋ ਹੈ ਭਾਈ ਏਕੋ ਹੈ॥੧॥ ਰਹਾਉ॥ ayko hai bhaa-ee ayko hai. ||1|| rahaa-o.

ਕੇਵਲ ਇੱਕੋ ਇੱਕ ਪ੍ਰਭ ਹੀ ਸਾਰੀ ਸ੍ਰਿਸ਼ਟੀ ਦੇ ਜੀਵਾਂ ਦਾ ਸ੍ਰਿਜਨਹਾਰਾ, ਮਾਲਕ ਹੈ ।

The One and Only one God is The True Creator, Master of the universe.

ਆਪੇ ਮਾਰੇ ਆਪੇ ਛੋਡੈ aapay maaray aapay chhodai
ਆਪੇ ਲੇਵੈ ਦੇਇ॥ aapay layvai day-ay.
ਆਪੇ ਵੇਖੈ ਆਪੇ ਵਿਗਸੈ aapay vaykhai aapay vigsai
ਆਪੇ ਨਦਰਿ ਕਰੇਇ॥੨॥ aapay nadar karay-i. ||2||

ਪ੍ਰਭ ਆਪ ਹੀ ਜੀਵ ਨੂੰ ਜਨਮ, ਮੌਤ, ਰਹਿਮਤਾਂ ਅਤੇ ਮੁਸੀਬਤਾਂ ਬਖਸ਼ਦਾ ਹੈ । ਆਪ ਹੀ ਜੀਵ ਦੀ ਪਾਲਣਾ, ਰੱਖਿਆ ਕਰਦਾ ਹੈ । ਆਪ ਹੀ ਰਹਿਮਤ ਬਖਸ਼ਕੇ ਬੰਦਗੀ ਤੇ ਲਾਉਂਦਾ ਹੈ, ਉਸ ਦੀ ਬੰਦਗੀ ਦਾ ਅਨੰਦ ਮਾਨਦਾ ਹੈ ।

The birth, death, all blessings and miseries in his life are under His command. The True Master nourishes and protects all His creatures. He inspires His true devotee to a devotional meditation on the teachings of His Word and He enjoys his meditation, singing of His glory.

ਜੋ ਕਿਛੁ ਕਰਣਾ ਸੋ ਕਰਿ ਰਹਿਆ, jo kichh karnaa so kar rahi-aa
ਅਵਰੁ ਨ ਕਰਣਾ ਜਾਈ॥ avar na karnaa jaa-ee.
ਜੈਸਾ ਵਰਤੈ ਤੈਸੋ ਕਹੀਐ, jaisaa vartai taiso kahee-ai
ਸਭ ਤੇਰੀ ਵਡਿਆਈ॥੩॥ sabh tayree vadi-aa-ee. ||3||

ਸਭ ਕੁਝ ਪ੍ਰਭ ਦਾ ਕੀਤਾ ਹੀ ਹੁੰਦਾ ਹੈ, ਇਸ ਤੇ ਹੋਰ ਕਿਸੇ ਦਾ ਜ਼ੋਰ ਨਹੀਂ ਹੈ । ਜਿਹੜਾ ਪ੍ਰਭ ਦਾ ਭਾਣਾ ਵਾਪਰਦਾ ਹੈ, ਜੀਵ ਉਸ ਹਾਲਤ ਵਿੱਚ ਹੀ ਜੀਵਨ ਬਤੀਤ ਕਰ ਸਕਦਾ ਹੈ । ਇਹ ਪ੍ਰਭ ਦੀ ਹੀ ਵਡਿਆਈ ਹੈ, ਕੋਈ ਜੀਵ ਉਸ ਦੇ ਕਾਰਨ ਦੀ ਵਿਆਖਿਆ ਨਹੀਂ ਕਰ ਸਕਦਾ ।

Only, The True Master prevails with His own mercy and grace in each and every task in the universe; no one can force Him to perform any event or action. His creation has to endure His command and spends life in that worldly environment. With His mercy and grace, He may enlighten His true devotee to comprehend and explains the true purpose of His nature.

ਕਲਿ ਕਲਵਾਲੀ ਮਾਇਆ ਮਦੁ ਮੀਠਾ, kal kalvaalee maa-i-aa mad meethaa
ਮਨੁ ਮਤਵਾਲਾ ਪੀਵਤੁ ਰਹੈ॥ man matvaalaa peevat rahai.
ਆਪੇ ਰੂਪ ਕਰੇ ਬਹੁ ਭਾਂਤੀਂ, aapay roop karay baho bhaaNteeN
ਨਾਨਕੁ ਬਪੁੜਾ ਏਵ ਕਹੈ॥੪॥੫॥ naanak bapurhaa ayv kahai. ||4||5||

ਕੱਲਯੁਗ ਵਿੱਚ ਸੰਸਾਰਕ ਮਾਇਆ ਇੱਕ ਨਸ਼ੇ ਦੀ ਤਰ੍ਹਾਂ ਮਿੱਠਾ ਜ਼ੀਹਰ ਹੀ ਹੈ । ਅਮਲੀ ਮਨ ਇਸ ਨਸ਼ੇ ਨੂੰ ਪੀਂਦਾ ਰਹਿੰਦਾ ਹੈ । ਪ੍ਰਭ ਆਪ ਹੀ ਸੰਸਾਰਕ ਮਾਇਆ ਦਾ ਰੂਪ ਧਾਰਦਾ ਰਹਿੰਦਾ ਹੈ । ਜੀਵ ਦੀ ਸੋਝੀ ਵਿੱਚ ਨਹੀਂ, ਪ੍ਰਭ ਇਹ ਕਿਉਂ ਕਰਦਾ ਹੈ?

In the dark Age of Kuljug, the worldly wealth is likely sweet poison. Whosoever may be addicted with worldly wealth, he drinks the sweet poison of worldly wealth. The True Master appears in various form to become the symbol of worldly wealth. The ignorant worldly creature may not comprehend; why may He inspire worldly creatures to indulge in these activities?

8. ਆਸਾ ਮਹਲਾ ੧॥ 350-9

ਵਾਜਾ ਮਤਿ ਪਖਾਵਜੁ ਭਾਉ॥	vaajaa mat pakhaavaj bhaa-o.
ਹੋਇ ਅਨੰਦੁ ਸਦਾ ਮਨਿ ਚਾਉ॥	ho-ay anand sadaa man chaa-o.
ਏਹਾ ਭਗਤਿ ਏਹੋ ਤਪ ਤਾਉ॥	ayhaa ayho tap taa-o.
ਇਤੁ ਰੰਗਿ ਨਾਚਹੁ ਰਖਿ ਰਖਿ ਪਾਉ॥੧॥	it rang naachahu rakh rakh paa-o. ||1|

ਜੀਵ ਆਪਣੀ ਸਿਆਣਪ, ਅਕਲ ਨੂੰ ਸੰਗੀਤ ਵਾਲਾ ਵਾਜਾ ਬਣਾਵੇ! ਪ੍ਰਭ ਦੇ ਵਿਛੋੜੇ ਦੇ ਵਿਰਾਗ ਨੂੰ ਇਸ ਦੀ ਸੰਗੀਤ ਵਿਚੋਂ ਨਿਕਲੀ ਵਾਲੀ ਧੁਨ ਬਣਾਵੋ । ਇਸ ਨਾਲ ਸਦਾ ਰਹਿਣ ਵਾਲਾ ਅਨੰਦ ਮਨ ਵਿੱਚ ਚਲ ਪੈਂਦਾ ਹੈ । ਇਹ ਹੀ ਬੰਦਗੀ ਕਰਨ ਦੀ ਵਿਧੀ ਹੈ । ਇਸ ਧੁਨ ਦੀ ਮਸਤੀ ਵਿੱਚ ਪ੍ਰਭ ਦੇ ਸ਼ਬਦ ਦਾ ਸਿਮਰਨ ਕਰੋ ।

You should make your wisdom as the music instrument to sing His glory. You should make the renunciation of the memory of your separation from The True Master as the music tone from that instrument. Your mind may be blessed with the everlasting satisfaction, patience and contentment within your mind. This is the One and Only One right technique to meditate on the teachings of His Word. With this intoxication of the everlasting echo of His Word, you should meditate and sing the glory of His virtues.

ਪੂਰੇ ਤਾਲ ਜਾਣੈ ਸਾਲਾਹ॥	pooray taal jaanai saalaah.
ਹੋਰੁ ਨਚਣਾ ਖੁਸੀਆ ਮਨ ਮਾਹ॥	hor nachnaa khusee-aa man maah.
੧॥ਰਹਾਉ॥	||1|| rahaa-o.

ਇਸ ਨਾਚ, ਸਿਮਰਨ ਨਾਲ ਹੀ ਮਨ ਵਿੱਚ ਸਦਾ ਰਹਿਣ ਵਾਲ ਅਨੰਦ ਬਖਸ਼ਿਸ਼ ਹੋ ਸਕਦਾ ਹੈ । ਬਾਕੀ ਸਾਰੇ ਨਾਚ ਥੋੜ੍ਹਾ ਚਿਰ ਮਨੋਰੰਜਨ ਕਰਨ ਵਾਲੇ ਹਨ ।

By dancing with the intoxication of the teachings of His Word and meditating; you may be blessed with the blossom forever. All other singing and dancing may only provide short term entertainment of mind and may enhance the greed of worldly desires.

ਸਤੁ ਸੰਤੋਖੁ ਵਜਹਿ ਦੁਇ ਤਾਲ॥	sat santokh vajeh du-ay taal.
ਪੈਰੀ ਵਾਜਾ ਸਦਾ ਨਿਹਾਲ॥	pairee vaajaa sadaa nihaal.
ਰਾਗੁ ਨਾਦੁ ਨਹੀ ਦੂਜਾ ਭਾਉ॥	raag naad nahee doojaa bhaa-o.
ਇਤੁ ਰੰਗਿ ਨਾਚਹੁ ਰਖਿ ਰਖਿ ਪਾਉ॥੨॥	it rang naachahu rakh rakh paa-o. ||2||

ਮਨ ਦਾ ਭਰੋਸਾ, ਦ੍ਰਿੜ੍ਹਤਾ, ਪ੍ਰਭ ਦੇ ਬਖਸ਼ੇ ਤੇ ਸੰਤੋਖ, ਖੁਸ਼ ਰਹਿਣਾ ਹੀ ਦੋਨੇਂ ਬੰਦਗੀ ਕਰਨ ਦੇ ਸੰਗੀਤ ਦੀਆਂ ਧੁਨਾਂ ਹਨ । ਇਸ ਨਾਲ ਪ੍ਰਭ ਦੀ ਰਹਿਮਤ ਨੂੰ ਮਹਿਸੂਸ ਕੀਤਾ ਜਾ ਸਕਦਾ ਹੈ । ਇਸ ਰਾਗ, ਨਾਦ ਨਾਲ ਮਨ ਦੇ ਭਰਮ ਭੁਲੇਖੇ ਖਤਮ ਹੋ ਜਾਂਦੇ ਹਨ । ਮਨ ਨੂੰ ਪ੍ਰਭ ਦੇ ਵਿਛੋੜੇ ਦੇ ਵਿਰਾਗ ਵਿੱਚ ਹੀ ਲੀਨ ਰਖੋ ।

The steady and stable belief, the determination of mind and patience, contentment with His blessings are the two true tones of the music of melodious singing of His Word. Only with this state of mind, His existence, blessings may be realized within; His Word may be enlightened from within. With everlasting echo of His Word, all suspicions of his mind may be eliminated forever. You should remain intoxicated in renunciation in the memory of your separation from The True Master.

ਭਉ ਫੇਰੀ ਹੋਵੈ ਮਨ ਚੀਤਿ॥	bha-o fayree hovai man cheet.
ਬਹਦਿਆ ਉਠਦਿਆ ਨੀਤਾ ਨੀਤਿ॥	bahdi-aa uth-di-aa neetaa neet.
ਲੇਟਣਿ ਲੇਟਿ ਜਾਣੈ ਤਨੁ ਸੁਆਹੁ॥	laytan layt jaanai tan su-aahu.
ਇਤੁ ਰੰਗਿ ਨਾਚਹੁ ਰਖਿ ਰਖਿ ਪਾਉ॥੩॥	it rang naachahu rakh rakh paa-o. ‖3‖

ਪ੍ਰਭ ਦੇ ਵਿਛੋਵੇ ਦੇ ਵਿਰਾਗ ਨੂੰ ਹੀ ਮਨ ਦੇ ਭਰੋਸੇ ਨੂੰ ਪੱਕਾ ਕਰਨ ਵਾਲੀ ਸ਼ਰਧਾ ਬਣਾਵੋ! ਸਵਾਸ ਗਰਾਸ, ਜਾਗਦੇ ਅਤੇ ਸੁੱਤੇ ਇਹ ਸਿਮਰਨ, ਨਾਚ ਕਰੋ । ਅਗਰ ਮਿੱਟੀ ਵਿੱਚ ਲੇਟੇਗਾ, ਤਾਂ ਇਹ ਹੀ ਜਾਣੇਗਾ ਕਿ ਤਨ ਮਿੱਟੀ ਦਾ ਹੀ ਬਣਿਆ ਹੈ । ਅਸਲੀ ਨਾਚ, ਵਿਛੋੜੇ ਦੇ ਵਿਰਾਗ ਵਿੱਚ ਸ਼ਬਦ ਵਿੱਚ ਲੀਨ ਹੋਣਾ ਹੀ ਹੈ ।

You should make the renunciation of memory of your separation from The True Master as your devotion to keep your belief steady and stable on His blessings. With each and every breath, each bite of food, while awake and sleeping you should meditate and dance on the music tone of His Word. If you roll in dirt or rub ashes on your body, you may only realize that your body is made of clay. The true dance of mind is to remain in renunciation in the memory of separation from The True Master.

ਸਿਖ ਸਭਾ ਦੀਖਿਆ ਕਾ ਭਾਉ॥	sikh sabhaa deekhi-aa kaa bhaa-o.
ਗੁਰਮੁਖਿ ਸੁਣਣਾ ਸਾਚਾ ਨਾਉ॥	gurmukh sun-naa saachaa naa-o.
ਨਾਨਕ ਆਖਣੁ ਵੇਰਾ ਵੇਰ॥	naanak aakhan vayraa vayr.
ਇਤੁ ਰੰਗਿ ਨਾਚਹੁ ਰਖਿ ਰਖਿ ਪੈਰ॥੪॥੬॥	it rang naachahu rakh rakh pair. ‖4‖6‖

ਸੰਤ ਸਰੂਪ ਦੀ ਸੰਗਤ ਵਿੱਚ ਰਹਿਣ ਨਾਲ, ਸ਼ਬਦ ਦਾ ਕੀਰਤਨ, ਰਸਨਾ ਕਰਨ ਨਾਲ ਗੁਰਮਖ ਨੂੰ ਪ੍ਰਭ ਦੇ ਸ਼ਬਦ ਦੀ ਸੋਝੀ ਬਖਸ਼ਿਸ਼ ਹੋ ਸਕਦੀ ਹੈ । ਇਹ ਸ਼ਬਦ ਬਾਰ ਬਾਰ ਰਸਨਾ ਕਰੋ! ਇਸ ਦੀ ਧੁਨ ਵਿੱਚ ਹੀ ਮਨ ਨੂੰ ਮਸਤ ਰਖੋ ।

By joining the congregation of His true devotee and singing, listening to the glory of His Word, your mind may be enlightened with the teachings of His Word. You should meditate and sing the glory of His Word over and over again. Keep your mind intoxicated in the everlasting echo of His Word.

9. ਆਸਾ ਮਹਲਾ ੧॥ 350-15

ਪਉਣੁ ਉਪਾਇ ਧਰੀ ਸਭ ਧਰਤੀ,	pa-un upaa-ay Dharee sabh Dhartee
ਜਲ ਅਗਨੀ ਕਾ ਬੰਧੁ ਕੀਆ॥	jal agnee kaa banDh kee-aa.
ਅੰਧੁਲੈ ਦਹਸਿਰਿ ਮੂੰਡੁ ਕਟਾਇਆ,	anDhulai dehsir moond kataa-i-aa
ਰਾਵਣੁ ਮਾਰਿ ਕਿਆ ਵਡਾ ਭਇਆ॥੧॥	raavan maar ki-aa vadaa bha-i-aa. ‖1‖

ਪ੍ਰਭ ਨੇ ਹਵਾ, ਧਰਤੀ ਅਤੇ ਸੰਸਾਰ ਨੂੰ ਪੈਦਾ ਕੀਤਾ । ਪਾਣੀ ਅਤੇ ਅੱਗ ਵਿੱਚ ਇਸ ਸ੍ਰਿਸ਼ਟੀ ਦੀ ਭਲਾਈ ਦੇ ਗੁਣ ਪੈਦਾ ਕੀਤੇ ਹਨ । ਮੂਰਖ ਰਾਵਨ ਨੇ ਆਪਣੀ ਮਨਮਰਜ਼ੀ ਕਰਕੇ ਆਪਣੀ ਜਾਨ ਗਵਾਈ, ਸਿਰ ਕੱਟਵਾਈਆ । ਪਰ ਉਹ ਨੂੰ ਮਾਰਨ ਵਾਲੇ ਨੇ ਵੀ ਕੀ ਮਹਾਨਤਾ ਹਾਸਿਲ ਕੀਤੀ?

20 ਗੁਰੂ ਗ੍ਰੰਥ– Guru Granth – ਭਾਵ ਅਰਥ॥

The True Master has created Air, Earth and the universe. He infused, bestowed good virtues in Air and Fire for the welfare of mankind, His creation. Think about mighty king Rawan, he has lost his human life and his head was removed from His body in the ego of his worldly power. However, the king Ram Chander, who murdered him, destroyed the creation of The True Master. What greatness may he claim? He might have lost his place in His court by not accepting His command.

ਕਿਆ ਉਪਮਾ ਤੇਰੀ ਆਖੀ ਜਾਇ॥	ki-aa upmaa tayree aakhee jaa-ay.
ਤੂੰ ਸਰਬੇ ਪੂਰਿ ਰਹਿਆ ਲਿਵ ਲਾਇ॥ ੧॥	tooN sarbay poor rahi-aa liv laa-ay.
ਰਹਾਉ॥	||1|| rahaa-o.

ਪ੍ਰਭ ਕਿਹੜੀ ਕਿਹੜੀ ਵਡਿਆਈ ਦਾ ਮੈ ਵਰਣਨ ਕਰਾ? ਤੂੰ ਹੀ ਹਰ ਥਾਂ, ਹਰ ਸਮੇਂ ਹੀ ਵਾਪਰਦਾ ਰਹਿੰਦਾ ਹੈ ।

What specific virtue of Your greatness may I explain, sing? You are Omnipotent, Omniscient and Omnipresent and prevail in each and every action in the universe.

ਜੀਅ ਉਪਾਇ ਜੁਗਤਿ ਹਥਿ ਕੀਨੀ,	jee-a upaa-ay jugat hath keenee
ਕਾਲੀ ਨਥਿ ਕਿਆ ਵਡਾ ਭਇਆ॥	kaalee nath ki-aa vadaa bha-i-aa.
ਕਿਸੁ ਤੂੰ ਪੁਰਖੁ ਜੋਰੂ ਕਉਣ ਕਹੀਐ	kis tooN purakh joroo ka-un kahee-ai
ਸਰਬ ਨਿਰੰਤਰਿ ਰਵਿ ਰਹਿਆ॥੨॥	sarab nirantar rav rahi-aa. ||2||

ਤੇਰੇ ਸ਼ਬਦ ਦੀ ਪਾਲਣ ਵਿੱਚ ਹੀ ਲੀਨ ਹੋਇਆ ਇਹ ਅੰਨਦ ਬਖਸ਼ਿਸ਼ ਹੁੰਦਾ ਹੈ । ਤੂੰ ਹੀ ਸ੍ਰਿਸ਼ਟੀ ਨੂੰ ਪੈਦਾ ਕਰਨ ਵਾਲਾ ਹੈ, ਸਾਰੇ ਜੀਵ ਹੀ ਤੇਰੇ ਵੱਸ ਵਿੱਚ ਹਨ । ਫਿਰ ਕਾਲੇ ਨਾਗ ਦੇ ਨੱਕ ਵਿੱਚ ਨੱਥ ਪਾ ਕੇ ਕ੍ਰਿਸ਼ਨ ਨੇ ਕੀ ਮਹਾਨ ਕੰਮ ਕੀਤਾ? ਉਸ ਦੀ ਕੀ ਵਡਿਆਈ ਕੀਤੀ ਜਾਵੇ?

I am intoxicated with the teachings of Your Word, dedicated to obey Your Word and enjoying Your bliss in my stay on the universe. You are The True Creator of the universe and You have blessed the human body to your blessed souls. Think about, by piercing the nose of the black snake putting nose ring; what greatness may Krishna claim? Why may mankind sing the greatness of Krishna? Everything happens under Your command.

ਨਾਲਿ ਕੁਟੰਬੁ ਸਾਥਿ ਵਰਦਾਤਾ,	naal kutamb saath vardaataa barahmaa
ਬ੍ਰਹਮਾ ਭਾਲਣ ਸ੍ਰਿਸਟਿ ਗਇਆ॥	bhaalan sarisat ga-i-aa.
ਆਗੈ ਅੰਤੁ ਨ ਪਾਇਓ ਤਾ ਕਾ,	aagai ant na paa-i-o taa kaa
ਕੰਸੁ ਛੇਦਿ ਕਿਆ ਵਡਾ ਭਇਆ॥੩॥	kans chhayd ki-aa vadaa bha-i-aa. ||3||

ਜਦੋਂ ਪ੍ਰਭ ਨੇ ਬ੍ਰਹਮਾ ਤੇ ਰਹਿਮਤ ਬਖਸ਼ੀ (ਵੇਦ ਉੱਚਰੇ) ! ਤਾਂ ਉਹ ਆਪਣੇ ਸਾਥੀ ਨਾਲ, ਤੇਰੇ ਦਰਬਾਰ ਦੇ ਸਮੁੰਦਰ ਵਿੱਚ ਕਮਲ ਫੁੱਲ ਦੀ ਤਰ੍ਹਾਂ ਤਰ ਗਿਆ । ਜਦੋਂ ਉਸ ਨੂੰ ਅਹੰਕਾਰ ਹੋ ਗਿਆ ਤੇਰੀ ਸ੍ਰਿਸ਼ਟੀ ਦੀ ਕੁਦਰਤ ਦੀ ਖੋਜ ਕਰਨ ਲੱਗਾ । ਉਸ ਨੂੰ ਪਛਤਾਵਾ ਹੀ ਹੋਇਆ, ਤੇਰੀ ਕੁਦਰਤ ਦਾ ਅੰਤ ਨਾ ਜਾਣ ਸਕਿਆ । ਕ੍ਰਿਸ਼ਨ ਨੇ ਕੰਸ ਰਾਜੇ ਨੂੰ ਮਾਰ ਕਿ ਕੀ ਮਹਾਨਤਾ ਹਾਸਿਲ ਕੀਤੀ?

When Brahma was blessed with the enlightenment of Your Word, he was sanctified as lotus flower along with his companions in the worldly ocean of desires. When he was intoxicated with the ego of his enlightenment, he started evaluating Your nature to find Your limits. He could not find any limits of limitless, The True Master. He has to repent for his foolishness. Think about, by murdering king Kansh and destroying His creation, what greatness might have been bestowed on Krishna?

ਰਤਨ ਉਪਾਇ ਧਰੇ ਖੀਰੁ ਮਥਿਆ, ratan upaa-ay Dharay kheer mathi-aa
ਹੋਰਿ ਭਖਲਾਏ ਜਿ ਅਸੀ ਕੀਆ॥ hor bhakhlaa-ay je asee kee-aa.
ਕਹੈ ਨਾਨਕੁ ਛਪੈ ਕਿਉ ਛਪਿਆ, kahai naanak chhapai ki-o chhapi-aa
ਏਕੀ ਏਕੀ ਵੰਡਿ ਦੀਆ॥੪॥੭॥ aykee aykee vand dee-aa. ||4||7||

ਜਿਵੇਂ ਦੁੱਧ ਦੇ ਸਮੁੰਦਰ ਨੂੰ ਰਿੜਕ ਕੇ ਬਹੁਤ ਜ਼ਿਆਦਾ ਮੱਖਣ ਕੱਢਿਆ ਜਾ ਸਕਦਾ ਹੈ । ਇਸ ਤਰ੍ਹਾਂ ਤੂੰ ਰਹਿਮਤ ਨਾਲ ਹੀ ਅਮੋਲਕ ਰਤਨ ਮਾਨਸ ਜੀਵ ਪੈਦਾ ਕੀਤਾ । ਸੰਸਾਰਕ ਗੁਰੂ ਪੀਰ ਕਹਿਦੇ ਹਨ! ਉਹਨਾਂ ਨੇ ਆਪਣੀਆਂ ਰਿਧੀਆਂ ਸਿਧੀਆਂ ਨਾਲ ਕੀਤਾ ਹੈ । ਪ੍ਰਭ ਤੇਰੇ ਕਰਤਬ ਛਿਪਾਏ ਨਹੀਂ ਜਾ ਸਕਦੇ । ਤੂੰ ਸਾਰੀਆਂ ਜੀਵਾਂ ਨੂੰ ਇੱਕ ਇੱਕ ਨੂੰ ਵੱਖਰੀਆਂ ਵੱਖਰੀਆਂ ਦਾਤਾਂ ਬਖਸ਼ਦਾ ਹੈ ।

As by churning the ocean of milk, can render huge amount of butter; the same way by the blessings of The True Master, the soul was blessed with priceless human body. The worldly gurus claim that they can create the enlightenment with devotional meditation. Your miracles cannot remain hidden from the universe. You bless each and every creature with unique virtues, blessings.

10. ਆਸਾ ਮਹਲਾ ੧॥ 351-2

ਕਰਮ ਕਰਤੂਤਿ ਬੇਲਿ ਬਿਸਥਾਰੀ, karam kartoot bayl bisthaaree
ਰਾਮ ਨਾਮੁ ਫਲੁ ਹੂਆ॥ raam naam fal hoo-aa.
ਤਿਸੁ ਰੂਪੁ ਨ ਰੇਖ ਅਨਾਹਦੁ ਵਾਜੈ, tis roop na raykh anaahad vaajai
ਸਬਦੁ ਨਿਰੰਜਨਿ ਕੀਆ॥੧॥ sabad niranjan kee-aa. ||1||

ਕਰਮਾਂ ਅਤੇ ਇਖਲਾਕ ਦੀ ਵੇਲ ਵਧਣ ਨਾਲ ਸ਼ਬਦ ਦਾ ਫਲ ਬਖਸ਼ਿਸ਼ ਹੁੰਦਾ ਹੈ । ਇਸ ਸ਼ਬਦ ਦਾ ਕੀ ਅਕਾਰ ਜਾ ਨਿਸ਼ਾਨੀ ਹੈ? ਮਨ ਵਿੱਚ ਪ੍ਰਭ ਦੇ ਵਿਛੋੜੇ ਦੇ ਵਿਰਾਗ ਦੀ ਧੁਨ ਨਾਲ ਹੀ ਸ਼ਬਦ ਬਖਸ਼ਿਸ਼ ਹੁੰਦਾ ਹੈ । ਇਸ ਦੀ ਸੋਝੀ ਨਾਲ ਹੀ ਪ੍ਰਭ ਦੀ ਰਹਿਮਤ ਮਹਿਸੂਸ ਹੋ ਸਕਦੀ ਹੈ ।

By good virtues of previous life and the goodness of character, the soul may be rewarded with the fruit of the teachings of His Word. What may be the shape, form, structure and identification of His Word? The enlightenment of His Word may only be blessed by entering into the renunciation in the memory of separation from The True Master. With this state of mind, he may realize His existence from within.

ਕਰੇ ਵਖਿਆਣੁ ਜਾਣੈ ਜੇ ਕੋਈ॥ karay vakhi-aan jaanai jay ko-ee.
ਅੰਮ੍ਰਿਤੁ ਪੀਵੈ ਸੋਈ॥੧॥ਰਹਾਉ॥ amrit peevai so-ee. ||1|| rahaa-o.

ਜਿਸ ਨੂੰ ਸ਼ਬਦ ਦੀ ਸੋਝੀ ਹੁੰਦੀ ਹੈ, ਉਹ ਹੀ ਵਿਆਖਿਆ ਕਰ ਸਕਦਾ ਹੈ । ਉਹ ਹੀ ਇਸ ਨੂੰ ਆਪਣੇ ਜੀਵਨ ਵਿੱਚ ਢਾਲ ਸਕਦਾ ਹੈ ।

Whosoever may be enlightened with the teachings of His Word, only he may be able to explain the true meaning, the purpose of His Word. Only he may adopt the teachings of His Word in day to day life.

ਜਿਨ੍ਹ ਪੀਆ ਸੇ ਮਸਤ ਭਏ ਹੈ, jinH pee-aa say masat bha-ay hai
ਤੂਟੇ ਬੰਧਨ ਫਾਹੇ॥ tootay banDhan faahay.
ਜੋਤੀ ਜੋਤਿ ਸਮਾਣੀ ਭੀਤਰਿ, jotee jot samaanee bheetar
ਤਾ ਛੋਡੇ ਮਾਇਆ ਕੇ ਲਾਹੇ॥੨॥ taa chhoday maa-i-aa kay laahay. ||2||

ਜਿਸ ਨੇ ਆਪਣੇ ਜੀਵਨ ਨੂੰ ਸ਼ਬਦ ਨਾਲ ਢਾਲ ਲਿਆ ਹੈ । ਉਸ ਦੇ ਸਾਰੇ ਬੰਧਨ, ਜਨਮ ਮਰਨ ਦਾ ਚੱਕਰ ਖਤਮ ਹੋ ਸਕਦਾ ਹੈ । ਉਹ ਪ੍ਰਭ ਦੀ ਜੋਤ ਵਿੱਚ ਅਲੋਪ ਹੋ ਸਕਦਾ, ਸੰਸਾਰਕ ਇੱਛਾਂ ਖਤਮ ਹੋ ਸਕਦੀਆਂ ਹਨ ।

Whosoever may have adopted the teachings of His Word in his day to day life, all his worldly bonds, attachment to worldly possessions and his cycle of birth and death may be eliminated forever. All his worldly desires may be subdued, eliminated from his mind. With His mercy and grace, he may immerse in the Holy Spirit.

ਸਰਬ ਜੋਤਿ ਰੂਪੁ ਤੇਰਾ ਦੇਖਿਆ,	sarab jot roop tayraa daykhi-aa
ਸਗਲ ਭਵਨ ਤੇਰੀ ਮਾਇਆ॥	sagal bhavan tayree maa-i-aa.
ਰਾਰੈ ਰੂਪਿ ਨਿਰਾਲਮੁ ਬੈਠਾ,	raarai roop niraalam baithaa
ਨਦਰਿ ਕਰੇ ਵਿਚਿ ਛਾਇਆ॥੩॥	nadar karay vich chhaa-i-aa. ‖3‖

ਹਰਇੱਕ ਦੇ ਅੰਦਰ ਤੇਰੀ ਜੋਤ ਚਲਦੀ ਹੈ, ਸਾਰੀਆਂ ਇੱਛਾਂ ਵੀ ਤੇਰੇ ਵੱਸ ਅੰਦਰ ਹੀ ਹਨ । ਤੂੰ ਬਹੁਤ ਸ਼ਾਤੀ ਨਾਲ ਹਰ ਆਤਮਾ ਦੇ ਅੰਦਰ ਹੀ ਅਸਾਣ ਲਾਈ ਬੈਠਾ ਹੈ, ਫਿਰ ਵੀ ਤੂੰ ਆਤਮਾ ਦੀ ਪਹੁੰਚ ਤੋ ਉਪਰ ਹੈ, ਕੋਈ ਮੋਹ, ਲਗਨ ਨਹੀਂ ਹੈ । ਜਿਹੜਾ ਅਡੋਲ ਭਰੋਸਾ ਨਾਲ ਬੰਦਗੀ ਕਰਦਾ ਹੈ, ਉਸ ਨੂੰ ਕ੍ਰਿਪਾ ਨਾਲ ਨਿਹਾਲ ਕਰਦਾ ਹੈ ।

The True Master, the ray of light of Your Holy Spirit is always bright within the body and heart of each creature. All his worldly desires are also controlled by Your command. You dwell with complete peace within his heart in the void of Your Word. However, always remain beyond the reach of Your creation and beyond any emotional attachment to the soul of any creature. Whosoever may meditate and adopt the teachings of Your Word with the steady and stable belief in day to day life, he may realize Your existence. He may be blessed with peace, contentment and blossom in his worldly life.

ਬੀਣਾ ਸਬਦੁ ਵਜਾਵੈ ਜੋਗੀ,	beenaa sabad vajaavai jogee
ਦਰਸਨਿ ਰੂਪਿ ਅਪਾਰਾ॥	darsan roop apaaraa.
ਸਬਦਿ ਅਨਾਹਦਿ ਸੋ ਸਹੁ ਰਾਤਾ,	sabad anaahad so saho raataa
ਨਾਨਕੁ ਕਹੈ ਵਿਚਾਰਾ॥੪॥੮॥	naanak kahai vichaaraa. ‖4‖8‖

ਜਿਹੜਾ ਬੰਦਗੀ ਕਰਨ ਵਾਲਾ ਸ਼ਬਦ ਅਨੁਸਾਰ ਜੀਵਨ ਢਾਲ ਲੈਂਦਾ ਹੈ । ਉਹ ਪ੍ਰਭ ਦੀ ਰਹਿਮਤ ਨਾਲ ਸ਼ਬਦ ਵਿੱਚ ਲੀਨ ਹੋ ਜਾਂਦੇ ਹਨ! ਉਸ ਨੂੰ ਪ੍ਰਭ ਦੀ ਹੋਂਦ ਮਹਿਸੂਸ ਹੋ ਜਾਂਦੀ ਹੈ, ਸ਼ਬਦ ਦੀ ਗੂੰਜ ਵਿੱਚ ਹੀ ਸਮਾ ਜਾਂਦਾ ਹੈ ।

Whosoever may adopt the teachings of Your Word wholeheartedly in his day to day life, he may be blessed with Your mercy and grace. Whosoever may remain in deep meditation in the void of Your Word, he may realize the existence of The Holy Spirit. The everlasting echo of Your Word resonates within his heart forever.

11. ਆਸਾ ਮਹਲਾ ੧॥ 351-7

ਮੈ ਗੁਣ ਗਲਾ ਕੇ ਸਿਰਿ ਭਾਰ॥	mai gun galaa kay sir bhaar.
ਗਲੀ ਗਲਾ ਸਿਰਜਣਹਾਰ॥	galee galaa sirjanhaar.
ਖਾਣਾ ਪੀਣਾ ਹਸਣਾ ਬਾਦਿ॥	khaanaa peenaa hasnaa baad.
ਜਬ ਲਗੁ ਰਿਦੈ ਨ ਆਵਹਿ ਯਾਦਿ॥੧॥	jab lag ridai na aavahi yaad. ‖1‖

ਜੀਵ ਆਪਣੇ ਕੀਤੇ ਦਾ, ਆਪਣੇ ਬੋਲੇ ਦਾ, ਭਾਰ ਹੀ ਲਈ ਫਿਰਦਾ ਹੈ, ਉਸ ਦੇ ਲੇਖੇ ਵਿੱਚ ਲਿਖਿਆ ਜਾਂਦਾ ਹੈ । ਅਸਲੀ ਬੋਲਣ ਵਾਲਾ ਸ਼ਬਦ ਤਾ ਪ੍ਰਭ ਦਾ ਭਾਣਾ ਹੀ ਹੈ । ਜਿਸ ਜੀਵ ਦੇ ਹਿਰਦੇ ਵਿੱਚ ਪ੍ਰਭ ਦੇ ਵਿਛੋੜੇ ਦੀ ਯਾਦ ਨਹੀਂ ਹੁੰਦੀ! ਉਸ ਦਾ ਖਾਣਾ ਪੀਣਾ, ਹੱਸਣਾ, ਅਨੰਦ ਮਾਨਣਾ ਸਭ ਬੇਕਾਰ ਹੀ ਹੁੰਦਾ ਹੈ ।

The worldly creature, human carries the burden of his deeds and his spoken words in the universe. All his deeds and actions are inscribed in the account of His soul. Only His Word is worthy of speaking and His virtues are worthy of singing. Whosoever may not have the renunciation of the memory of his separation from The True Master, all his actions, eating, drinking, laughing, entertainment and enjoyment in the world may be useless for the purpose of his human life blessings.

ਤੁਓਦ ਪਰਵਾਹ ਕੇਹੀ ਕਿਆ ਕੀਜੈ॥	ta-o parvaah kayhee ki-aa keejai.
ਜਨਮਿ ਜਨਮਿ ਕਿਛੁ ਲੀਜੀ ਲੀਜੈ॥੧॥ ਰਹਾਉ॥	janam janam kichh leejee leejai. ||1|| rahaa-o.

ਜਿਹੜੇ ਕੇਵਲ ਉਹ ਹੀ ਕਮਾਈ ਕਰਦੇ ਹਨ, ਜਿਹੜੀ ਮਰਨ ਤੋ ਪਿਛੋਂ ਸਾਥ ਜਾਣੀ ਹੈ । ਉਹਨਾਂ ਨੂੰ ਹੋਰ ਕਿਸੇ ਕਮਾਈ, ਇੱਛਾਂ ਦੀ ਕੋਈ ਪ੍ਰਵਾਹ ਨਹੀਂ ਹੁੰਦੀ ।

Whosoever may only earn the wealth of His Word; his wealth may go along with him after death in His court. He may not have any worldly desire to collect any other possessions. He may not pay any attention to any worldly possessions, desires.

ਮਨ ਕੀ ਮਤਿ ਮਤਾਗਲੁ ਮਤਾ॥	man kee mat mataagal mataa.
ਜੋ ਕਿਛੁ ਬੋਲੀਐ ਸਭੁ ਖਤੋ ਖਤਾ॥	jo kichh bolee-ai sabh khato khataa.
ਕਿਆ ਮੁਹੁ ਲੈ ਕੀਚੈ ਅਰਦਾਸਿ॥	ki-aa muhu lai keechai ardaas.
ਪਾਪੁ ਪੁੰਨੁ ਦੁਇ ਸਾਖੀ ਪਾਸਿ॥੨॥	paap punn du-ay saakhee paas. ||2||

ਜੀਵ ਦੇ ਮਨ ਦੀ ਮੱਤ, ਉਸ ਨਿਸ਼ਾਈ ਹਾਥੀ ਵਰਗੀ ਹੈ । ਜੋ ਕੁਝ ਵੀ ਉਹ ਬੋਲਦਾ ਹੈ, ਉਸ ਦੀ ਕੋਈ ਮੁਹਲਤ, ਸਾਥ ਜਾਣਵਾਲੀ ਕਮਾਈ ਨਹੀਂ ਹੁੰਦੀ । ਮਾਨਸ ਤੇਰੇ ਅੱਗੇ ਅਰਦਾਸ ਵੀ ਕਿਸ ਤਰ੍ਹਾਂ ਕਰ ਸਕਦਾ ਹੈ? ਸਾਡੇ ਪਾਪ ਪੁੰਨ ਤੇਰੇ ਤੋ ਛਿਪਾਏ ਨਹੀਂ, ਤੂੰ ਇਨਸਾਫ ਹੀ ਕਰਨਾ ਹੈ ।

The wisdom of a human mind is like that of an intoxicated elephant. Whatsoever he may speak or does, have no significance and His wealth cannot go along with him after his death. The True Master, how may anyone even beg for Your mercy and grace? The Omniscient True Master, all our good and evil deeds of are not hidden from You. Only justice may prevail as per the deeds of Your creation.

ਜੈਸਾ ਤੂੰ ਕਰਹਿ ਤੈਸਾ ਕੋ ਹੋਇ॥	jaisaa tooN karahi taisaa ko ho-ay.
ਤੁਝ ਬਿਨੁ ਦੂਜਾ ਨਾਹੀ ਕੋਇ॥	tujh bin doojaa naahee ko-ay.
ਜੇਹੀ ਤੂੰ ਮਤਿ ਦੇਹਿ ਤੇਹੀ ਕੋ ਪਾਵੈ॥	jayhee tooN mat deh tayhee ko paavai.
ਤੁਧੁ ਆਪੇ ਭਾਵੈ ਤਿਵੈ ਚਲਾਵੈ॥੩॥	tuDh aapay bhaavai tivai chalaavai. ||3||

ਜਿਸ ਤਰ੍ਹਾਂ ਦਾ ਤੂੰ ਜੀਵ ਤੋ ਕਰਾਉਂਦਾ ਹੈ ਉਸ ਤਰ੍ਹਾਂ ਹੀ ਉਹ ਕਰ ਸਕਦਾ ਹੈ । ਤੇਰੇ ਤੋ ਬਿਨਾਂ ਹੋਰ ਕੋਈ ਦੂਸਰਾ ਨਹੀਂ ਹੈ, ਜੋ ਇਹ ਕੁਝ ਕਰ ਸਕੇ । ਜਿਸ ਤਰ੍ਹਾਂ ਦੀ ਮੱਤ ਤੂੰ ਬਖਸ਼ਦਾ ਹੈ, ਉਸ ਨੂੰ ਉਸ ਤਰ੍ਹਾਂ ਦੀ ਹੀ ਸੋਝੀ ਹੁੰਦੀ ਹੈ । ਨਿਮਾਣੇ ਦਾਸ ਦੀ ਅਰਦਾਸ ਹੈ, ਜੋ ਤੈਨੂੰ ਭਾਉਂਦਾ, ਉਸ ਤਰ੍ਹਾਂ ਦੇ ਧੰਦੇ ਕਰਨ ਦੀ ਸਮਰਥਾ ਬਖਸ਼ੋ ।

Whatsoever the thoughts may be inspired by Your mercy and grace, he may perform that deed in his worldly life. Only Your command may prevail in the universe, no one else can do anything in the universe. Whatsoever wisdom may be blessed with Your mercy and grace, only that much, he may be enlightened with the teachings of Your Word. Your humble devotee always begs for Your forgiveness and only one desire, whatsoever may be acceptable in Your court, please blesses me the devotion and strength to perform that deed.

ਰਾਗ ਰਤਨ ਪਰੀਆ ਪਰਵਾਰ॥ raag ratan paree-aa parvaar.
ਤਿਸੁ ਵਿਚਿ ਉਪਜੈ ਅੰਮ੍ਰਿਤੁ ਸਾਰ॥ tis vich upjai amrit saar.
ਨਾਨਕ ਕਰਤੇ ਕਾ ਇਹੁ ਧਨੁ ਮਾਲੁ॥ naanak kartay kaa ih Dhan maal.
ਜੇ ਕੋ ਬੂਝੈ ਏਹੁ ਬੀਚਾਰੁ॥੪॥੯॥ jay ko boojhai ayhu beechaar. ||4||9||

ਸ਼ਬਦ ਅਤੇ ਉਸ ਦਾ ਰਾਗ ਹੀ ਤੇਰਾ ਰੂਪ, ਤੇਰਾ ਪਰਿਵਾਰ ਹੈ । ਉਸ ਵਿਚੋਂ ਹੀ ਸ਼ਬਦ ਦੀ ਸੋਝੀ, ਅੰਮ੍ਰਿਤ ਪੈਦਾ ਹੁੰਦਾ ਹੈ । ਪ੍ਰਭ ਇਹ ਹੀ ਤੇਰੀ ਵਡਿਆਈ ਹੈ, ਅਮੋਲਕ ਕੀਮਤ ਹੈ! ਜਿਹੜਾ ਇਹ ਤੱਤ ਸਮਝ ਜਾਂਦਾ ਹੈ, ਉਹ ਪ੍ਰਭ ਨੂੰ ਆਪਣੇ ਅੰਦਰੋਂ ਹੀ ਢੂੰਡ ਲੈਂਦਾ ਹੈ ।

Your Word, the everlasting echo of Your Word is Your existence, shape and Your family. From Your Word, the nectar and the enlightenment of Your Word may ooze. This is Your unique greatness and priceless wealth. Whosoever may believe and realize the essence of the teachings of Your Word; he may enter into deep meditation in the void of Your Word. He may search the enlightenment from within his own mind and body.

12. ਆਸਾ ਮਹਲਾ ੧॥ 351-13

ਕਰਿ ਕਿਰਪਾ ਅਪਨੈ ਘਰਿ ਆਇਆ, kar kirpaa apnai ghar aa-i-aa
ਤਾ ਮਿਲਿ ਸਖੀਆ ਕਾਜੁ ਰਚਾਇਆ॥ taa mil sakhee-aa kaaj rachaa-i-aa.
ਖੇਲੁ ਦੇਖਿ ਮਨਿ ਅਨਦੁ ਭਇਆ, khayl daykh man anad bha-i-aa
ਸਹੁ ਵੀਆਹਣ ਆਇਆ॥੧॥ saho vee-aahan aa-i-aa. ||1||

ਪ੍ਰਭ ਦੀ ਰਹਿਮਤ ਨਾਲ ਮੇਰੇ ਅੰਦਰ ਪ੍ਰਭ ਦੀ ਜੋਤ ਜਾਗਰਤ ਹੋ ਗਈ! ਸੰਤ ਸਰੂਪ ਦੀ ਸੰਗਤ ਵਿੱਚ ਉਸ ਦੇ ਸਿਮਰਨ ਵਿੱਚ ਮਸਤ, ਲੀਨ ਹੋ ਗਿਆ ਹਾ । ਉਸ ਦੀ ਜੋਤ, ਸ਼ਬਦ ਦੀ ਸੋਝੀ ਨਾਲ ਮੇਰਾ ਮਨ ਵਿੱਚ ਖੇੜਾ ਬਖਸ਼ਿਸ਼ ਹੋ ਗਿਆ ਹੈ! ਆਤਮਾ ਦਾ ਪ੍ਰਭ ਨਾਲ ਸੰਜੋਗ ਹੋ ਗਿਆ ਹੈ ।

With His mercy and grace, I am blessed with the enlightenment of the teachings of His Word within my heart. In the congregation of His true devotee, I am meditating in the void of His Word. I am intoxicated with the teachings of His Word. With the enlightenment of His Word, my mind has been blessed with blossom and contentment. My soul may be united with the Holy spirit.

ਗਾਵਹੁ ਗਾਵਹੁ ਕਾਮਣੀ gaavhu gaavhu kaamnee
ਬਿਬੇਕ ਬੀਚਾਰੁ॥ bibayk beechaar.
ਹਮਰੈ ਘਰਿ ਆਇਆ hamrai ghar aa-i-aa
ਜਗਜੀਵਨੁ ਭਤਾਰੁ॥੧॥ਰਹਾਉ॥ jagjeevan bhataar. ||1||rahaa-o.

ਸਾਧ ਸੰਗਤ, ਪ੍ਰਭ ਦੇ ਵਿਰਗ ਦੇ ਗੀਤ, ਸ਼ਬਦ ਦਾ ਸਿਮਰਨ ਕਰੋ! ਪ੍ਰਭ ਦਾ ਦਰਬਾਰ ਜੀਵ ਦੇ ਤਨ ਅੰਦਰ ਹੀ ਹੈ ।

You should meditate and sing the glory of His virtues in renunciation in your separation from The Holy Spirit. He has established His Holy throne within the body of each and every creature.

ਗੁਰੂ ਦੁਆਰੈ ਹਮਰਾ ਵੀਆਹੁ ਜਿ guroo du-aarai hamraa vee-aahu je
ਹੋਆ, ਜਾ ਸਹੁ ਮਿਲਿਆ ਤਾਂ ਜਾਨਿਆ॥ ho-aa jaaN saho mili-aa taaN jaani-aa.
ਤਿਹੁ ਲੋਕਾ ਮਹਿ ਸਬਦੁ ਰਵਿਆ ਹੈ, tihu lokaa meh sabad ravi-aa hai
ਆਪੁ ਗਇਆ ਮਨੁ ਮਾਨਿਆ॥੨॥ aap ga-i-aa man maani-aa. ||2||

ਜਦੋਂ ਮੇਰੀ ਆਤਮਾ ਪ੍ਰਭ ਦੇ ਦਰਬਾਰ ਵਿੱਚ ਪ੍ਰਵਾਨ ਹੋ ਗਈ ਤਾਂ ਮੈ ਪ੍ਰਭ ਦੀ ਜੋਤ ਨੂੰ ਜਾਣ ਲਿਆ । ਤਿੰਨਾਂ ਸ੍ਰਿਸ਼ਟੀਆਂ ਵਿੱਚ ਪ੍ਰਭ ਆਪ ਹੀ ਵਾਪਰਦਾ ਹੈ । ਉਸ ਦੇ ਸ਼ਬਦ ਤੇ ਭਰੋਸਾ ਅਡੋਲ ਕਰਨ ਨਾਲ ਮੇਰੇ ਮਨ ਦਾ ਅਹੰਕਾਰ ਨਾਸ਼ ਹੋ ਗਿਆ, ਮੇਰੇ ਮਨ ਵਿੱਚ ਖੇੜਾ ਬਖਸ਼ਿਸ਼ ਹੋ ਗਿਆ ਹੈ ।

When my soul was accepted in His sanctuary, my mind recognized and enlightened with the existence of the Holy spirit. I realized that only The True Master prevails in all three universes. With my belief steady and stable on the teachings of His Word, His blessings, the ego of my mind was eliminated. I conquered my own ego and my mind is blessed the contentment and blossom forever.

ਆਪਣਾ ਕਾਰਜੁ ਆਪਿ ਸਵਾਰੇ,	aapnaa kaaraj aap savaaray
ਹੋਰਨਿ ਕਾਰਜੁ ਨ ਹੋਈ॥	horan kaaraj na ho-ee.
ਜਿਤੁ ਕਾਰਜਿ ਸਤੁ ਸੰਤੋਖੁ ਦਇਆ	jit kaaraj sat santokh da-i-aa
ਧਰਮੁ ਹੈ,	Dharam hai
ਗੁਰਮੁਖਿ ਬੂਝੈ ਕੋਈ॥੩॥	gurmukh boojhai ko-ee. ||3||

ਸ੍ਰਿਸ਼ਟੀ ਵਿੱਚ ਸਾਰੇ ਧੰਦੇ, ਕਾਰਜ ਪ੍ਰਭ ਹੀ ਬਣਾਉਣ ਵਾਲਾ ਹੈ । ਉਹ ਆਪ ਹੀ ਸਭ ਕੁਝ ਕਰਦਾ ਹੈ, ਹੋਰ ਕਿਸੇ ਜੀਵ ਦੇ ਵੱਸ ਵਿੱਚ ਕੁਝ ਨਹੀਂ ਹੈ । ਜਿਹੜਾ ਕੰਮ ਧੀਰਜ, ਸੰਤੋਖ, ਕਿਸੇ ਤੇ ਤਰਸ, ਇਨਸਾਫ ਲਈ ਹੀ ਕੀਤਾ ਜਾਂਦਾ ਹੈ, ਉਹ ਕੰਮ ਹੀ ਪ੍ਰਭ ਦੇ ਭਾਣੇ ਅਨੁਸਾਰ ਹੋ ਜਾਂਦਾ ਹੈ । ਕੋਈ ਵਿਰਲਾ ਹੀ ਗੁਰਮਖ ਇਹ ਤੱਤ ਜਾਣਦਾ, ਇਸ ਤਰ੍ਹਾਂ ਕੰਮ ਕਰਦਾ ਹੈ ।

The Ture Master has created the purpose of all worldly chores and Himself prevails in all chores in the universe. He performs and prevails in each and every activity and His creation does not have anything under his control. Everything happens as part of His command, only His command prevails in each and every action. However, very rare true devotee may realize this essence of His nature, His command.

ਭਨਤਿ ਨਾਨਕੁ ਸਭਨਾ ਕਾ	bhanat naanak sabhnaa kaa
ਪਿਰੁ ਏਕੋ ਸੋਇ॥	pir ayko so-ay.
ਜਿਸ ਨੋ ਨਦਰਿ ਕਰੇ,	jis no nadar karay
ਸਾ ਸੋਹਾਗਣਿ ਹੋਇ॥ ੪॥੧੦॥	saa sohagan ho-ay. ||4||10||

ਪ੍ਰਭ ਹੀ ਇੱਕੋ ਇੱਕ ਸਭ ਜੀਵਾਂ ਦਾ ਅਸਲੀ ਮਾਲਕ ਹੈ! ਜਿਸ ਤੇ ਰਹਿਮਤ ਬਖਸ਼ਦਾ ਹੈ, ਉਸ ਦੇ ਮਨ ਵਿੱਚ ਖੇੜਾ ਬਖਸ਼ਿਸ਼ ਹੋ ਜਾਂਦਾ ਹੈ ।

The One and only one God is The True Master of all creatures of the universe. Whosoever may be blessed with His mercy and grace, he may remain contented and in blossom forever.

13. ਆਸਾ ਮਹਲਾ ੧॥ 351-18

ਗ੍ਰਿਹੁ ਬਨੁ ਸਮਸਰਿ ਸਹਜਿ ਸੁਭਾਇ॥	garihu ban samsar sahj subhaa-ay.
ਦੁਰਮਤਿ ਗਤੁ ਭਈ ਕੀਰਤਿ ਠਾਇ॥	durmat gat bha-ee keerat thaa-ay.
ਸਚ ਪਉੜੀ ਸਾਚਉ ਮੁਖਿ ਨਾਂਉ॥	sach pa-orhee saacha-o mukh naaN-o.
ਸਤਿਗੁਰੁ ਸੇਵਿ ਪਾਏ ਨਿਜ ਥਾਉ॥੧॥	satgur sayv paa-ay nij thaa-o. ||1||

ਜਿਹੜਾ ਜੀਵ ਪ੍ਰਭ ਦੇ ਸ਼ਬਦ ਨਾਲ ਜੀਵਨ ਢਾਲ ਲੈਂਦਾ ਹੈ, ਉਸ ਨੂੰ ਜੰਗਲਾਂ ਜਾ ਸੰਸਰ ਵਿੱਚ ਰਹਿਣ ਵਿੱਚ ਕੋਈ ਫਰਕ ਮਹਿਸੂਸ ਨਹੀਂ ਹੁੰਦਾ । ਜਿਵੇਂ ਜਿਵੇਂ ਸ਼ਬਦ ਮਨ ਵਿੱਚ ਘਰ ਜਾਂਦਾ ਹੈ, ਉਸ ਦੇ ਭਰਮ, ਭੁਲੇਖੇ ਦੂਰ ਹੋ ਜਾਂਦੇ ਹਨ । ਉਸ ਦੇ ਹਰ ਕੰਮ ਵਿੱਚ ਹੀ ਸ਼ਬਦ ਦੀ ਲਗਨ ਹੁੰਦੀ ਹੈ । ਇਹ

ਸ਼ਬਦ, ਉਹ ਪੌੜੀ ਹੈ ਜਿਹੜੀ ਪ੍ਰਭ ਦੇ ਦਰਬਾਰ ਵਿੱਚ ਲੈ ਜਾਂਦੀ ਹੈ । ਸ੍ਰਿਸ਼ਟੀ ਦੀ ਸੇਵਾ ਕਰਨ ਨਾਲ ਹੀ ਜੀਵ ਦੇ ਅੰਦਰੋਂ ਹੀ ਪ੍ਰਭ ਦਾ ਆਸਣ ਬਖਸ਼ਿਸ਼ ਹੋ ਜਾਂਦਾ ਹੈ ।

Whosoever may adopt the teachings of His Word in his day to day life. He may not experience any different comfort level, living in family life or in wild forest beyond the reach of worldly comforts. As his mind may be drenched with the teachings of His Word, all suspicions of religious rituals may be eliminated from his mind. In each and every worldly deed, he seeks and prays for His mercy and grace and adopts the teachings of His Word. He realizes that adopting the teachings of His Word in day to day life is the right path, the stair that may lead to the court of The True Master. By serving His creation, the throne of The True Master may be enlightened within his heart, body.

ਮਨ ਚੂਰੇ ਖਟੁ ਦਰਸਨ ਜਾਣੁ॥ man chooray khat darsan jaan.
ਸਰਬ ਜੋਤਿ ਪੂਰਨ ਭਗਵਾਨੁ॥੧॥ਰਹਾਉ॥ sarab jot pooran bhagvaan.||1||rahaa-o.

ਮਨ ਤੇ ਜਿੱਤ ਪਾਉਣਾ, ਇੱਛਾਂ ਤੇ ਕਾਬੂ ਪਾਉਣਾ ਹੀ ਛੇ ਸ਼ਾਸਤਰਾਂ ਦਾ ਗਿਆਨ ਪਾਉਣਾ ਹੈ । ਛੇ ਸ਼ਾਸਤਰਾਂ ਵਿੱਚ ਦੱਸਿਆ ਗਿਆ ਹੈ! ਪ੍ਰਭ ਪੂਰਨ ਜੋਤ ਹਰ ਥਾਂ ਹੀ ਵਾਪਰਦੀ ਹੈ ।

To conquer the worldly desire of own mind is the enlightenment of all religious scriptures. All religious scriptures enlighten the mankind that The Omnipotent Holy Spirit is perfect in all respects and prevails everywhere and in each and every activity of the universe.

ਅਧਿਕ ਤਿਆਸ ਭੇਖ ਬਹੁ ਕਰੈ॥ aDhik ti-aas bhaykh baho karai.
ਦੁਖੁ ਬਿਖਿਆ ਸੁਖੁ ਤਨਿ ਪਰਹਰੈ॥ dukh bikhi-aa sukh tan parharai.
ਕਾਮੁ ਕ੍ਰੋਧੁ ਅੰਤਰਿ ਧਨੁ ਹਿਰੈ॥ kaam kroDh antar Dhan hirai.
ਦੁਬਿਧਾ ਛੋਡਿ ਨਾਮਿ ਨਿਸਤਰੈ॥੨॥ dubiDhaa chhod naam nistarai. ||2||

ਮਾਇਆ ਨਾਲ ਲਗਨ, ਲਾਲਚ ਕਰਕੇ ਹੀ ਜੀਵ ਧਾਰਮਕ ਬਾਣਾ ਪਾਉਂਦਾ, ਧਰਮ ਧਾਰਦਾ ਹੈ । ਇਸ ਮੋਹ ਨਾਲ ਹੀ, ਮਾਇਆ ਦੇ ਲਾਲਚ ਕਾਰਨ ਹੀ ਤਨ ਨੂੰ ਦੁਖ ਮਿਲਦੇ, ਮਨ ਦੀ ਸ਼ਾਂਤੀ ਭੰਗ ਹੁੰਦੀ ਹੈ । ਕਾਮ ਅਤੇ ਕਰੋਧ ਮਨ ਦੀ ਅਮੋਲਕ ਅਵਸਥਾ ਲੁੱਟ ਲੈਂਦੇ, ਚੋਰੀ ਕਰ ਲੈਂਦੇ ਹਨ ।

Due to the greed of worldly wealth, devotee may adopt any religion, religious robe and baptized by the religious rituals. With his attachment to worldly possessions, his body endures miseries in his life and his peace of mind may be ruined. The sexual desire and the anger are robing, stealing his priceless contented state of mind from his day to day life.

ਸਿਫਤਿ ਸਲਾਹਣੁ ਸਹਜ ਅਨੰਦ॥ sifat salaahan sahj anand.
ਸਖਾ ਸੈਨੁ ਪ੍ਰੇਮੁ ਗੋਬਿੰਦ॥ sakhaa sain paraym gobind.
ਆਪੇ ਕਰੇ ਆਪੇ ਬਖਸਿੰਦੁ॥ aapay karay aapay bakhsind.
ਤਨੁ ਮਨੁ ਹਰਿ ਪਹਿ ਆਗੈ ਜਿੰਦੁ॥੩॥ tan man har peh aagai jind. ||3||

ਪ੍ਰਭ ਦੀ ਉਸਤਤ ਗਾਉਣ ਨਾਲ ਹੀ ਮਨ ਦੀ ਸ਼ਾਂਤੀ, ਸੰਤੋਖ, ਧੀਰਜ ਵਾਪਸ ਬਖਸ਼ਿਸ਼ ਹੋ ਸਕਦਾ ਹੈ । ਸ਼ਬਦ ਨਾਲ ਪਿਆਰ ਹੀ ਆਤਮਾ ਦਾ ਅਸਲੀ ਮਿੱਤਰ, ਸੰਬਧੀ ਹੈ । ਪ੍ਰਭ ਆਪ ਹੀ ਸਭ ਕੁਝ ਕਰਾਉਂਦਾ, ਆਪ ਹੀ ਗਲਤੀਆਂ ਮਾਫ ਕਰਦਾ ਹੈ । ਜੀਵ ਇਹ ਮਨ, ਤਨ ਪ੍ਰਭ ਦੀ ਅਮਾਨਤ ਹੈ, ਅਡੋਲ ਭਰੋਸੇ ਨਾਲ ਪ੍ਰਭ ਅੱਗੇ ਭੇਟਾ ਕਰ ਦੇਵੋ!

By singing the glory of The True Master, your mind may be blessed with a peace of mind, patients and contentment in life. The devotional attachment to the teachings of His Word may be the true companion of the soul to support in His court. The True Master inspires his greedy creature to do all worldly evil deeds and He may also forgive his mistakes, evil deeds. You must realize that your mind and body is only His trust. You should wholeheartedly surrender your mind and body at His sanctuary in service of mankind.

ਝੂਠ ਵਿਕਾਰ ਮਹਾ ਦੁਖੁ ਦੇਹ॥	jhooth vikaar mahaa dukh dayh.
ਭੇਖ ਵਰਨ ਦੀਸਹਿ ਸਭਿ ਖੇਹ॥	bhaykh varan deeseh sabh khayh.
ਜੋ ਉਪਜੈ ਸੋ ਆਵੈ ਜਾਇ॥	jo upjai so aavai jaa-ay.
ਨਾਨਕ ਅਸਥਿਰੁ ਨਾਮੁ ਰਜਾਇ॥੪॥੧੧॥	naanak asthir naam rajaa-ay. ||4||11||

ਝੂਠ, ਦਿਖਾਵਾ, ਲਾਲਚ ਹੀ ਸਭ ਦੁਖਾਂ ਦੀ ਜੜ੍ਹ ਹੈ । ਸਾਰੇ ਧਾਰਮਕ ਬਾਣੇ, ਧਰਮ ਜਾ ਸੰਸਾਰਕ ਹੈਸੀਅਤ ਸਭ ਮਿੱਟੀ ਦੇ ਬਰਾਬਰ ਹੀ ਹਨ, ਕੋਈ ਮਹੱਤਤਾ ਨਹੀਂ ਰਖਦੇ । ਜਿਹੜਾ ਇਸ ਸੰਸਾਰ ਵਿੱਚ ਜਨਮ ਲੈਂਦਾ ਹੈ, ਉਸ ਨੂੰ ਮੌਤ ਆਉਣੀ ਹੈ । ਕੇਵਲ ਇੱਕੋ ਇੱਕ ਪ੍ਰਭ ਹੀ ਸਦਾ ਅਟੱਲ ਰਹਿਣ ਵਾਲਾ ਮਾਲਕ ਹੈ ।

Deception, falsehood, lie and greed are the root cause of all miseries of life. All religions, religious robes, worldly status do not have any significance in His court for the purpose of human life journey. Whosoever is born in the universe, eventually dies at predetermined time. The One and only one True Master lives forever.

14. ਆਸਾ ਮਹਲਾ ੧॥ 352-5

ਏਕੋ ਸਰਵਰੁ ਕਮਲ ਅਨੂਪ॥	ayko sarvar kamal anoop.
ਸਦਾ ਬਿਗਾਸੈ ਪਰਮਲ ਰੂਪ॥	sadaa bigaasai parmal roop.
ਊਜਲ ਮੋਤੀ ਚੂਗਹਿ ਹੰਸ॥	oojal motee choogeh hans.
ਸਰਬ ਕਲਾ ਜਗਦੀਸੈ ਅੰਸ॥੧॥	sarab kalaa jagdeesai aNS. ||1||

ਸੰਸਾਰਕ ਸਾਗਰ ਵਿੱਚ ਇੱਕੋ ਇੱਕ ਪ੍ਰਭ ਹੀ ਅਨਮੋਲ, ਅਨੋਖਾ, ਕਮਲ ਦੇ ਫੁੱਲ ਵਰਗਾ ਹੈ । ਜਿਹੜਾ ਸਦਾ ਹੀ ਖੇੜੇ ਵਿੱਚ ਰਹਿੰਦਾ, ਕਦੇ ਨਿਰਾਸਤਾ, ਵਿਜੋਗ ਵਿੱਚ ਨਹੀਂ ਹੁੰਦਾ । ਭਗਤ ਜਨ ਕੇਵਲ ਪ੍ਰਭ ਦੀ ਭਾਲ ਵਿੱਚ ਹੀ ਰਹਿੰਦੇ ਹਨ । ਸ਼ਬਦ ਦੀ ਬੰਦਗੀ ਵਿੱਚ ਲੀਨ ਹੋਏ ਨੂੰ ਪ੍ਰਭ ਦੀ ਰਹਿਮਤ ਨਾਲ ਪ੍ਰਵਾਨਗੀ ਬਖਸ਼ਿਸ਼ ਹੋ ਸਕਦੀ ਹੈ ।

In the worldly ocean of desires, The One and Only One, True Master may be sanctified, pure, Holy like the lotus flower. He always remains in blossom, beyond any grievances, any grief of separation from the Holy Spirit. His true devotee always remains steady and stable on His Word and seek for His forgiveness. He remains intoxicated in meditating on the teachings of His Word and may enter into the void of His Word. He may be accepted in His sanctuary with His mercy and grace.

ਜੋ ਦੀਸੈ ਸੋ ਉਪਜੈ ਬਿਨਸੈ॥	jo deesai so upjai binsai.
ਬਿਨੁ ਜਲ ਸਰਵਰਿ ਕਮਲੁ ਨ ਦੀਸੈ॥੧॥	bin jal sarvar kamal na deesai.
ਰਹਾਉ॥	||1|| rahaa-o.

ਜਿਹੜਾ ਵੀ ਸੰਸਾਰ ਵਿੱਚ ਜਨਮ ਲੈਂਦਾ ਹੈ, ਉਸ ਨੂੰ ਮੌਤ ਆਉਣੀ ਹੈ । ਸੰਸਾਰ ਵਿੱਚ ਪ੍ਰਭ ਦੇ ਅੰਮ੍ਰਿਤ ਦੇ ਜਲ ਤੋ ਬਿਨਾਂ ਕੋਈ ਕਮਲ ਦਾ ਫੁੱਲ ਨਹੀਂ ਦਿੱਸਦਾ । ਸ਼ਬਦ ਦੇ ਸਿਮਰਨ ਤੋ ਬਿਨਾਂ ਕੋਈ ਕਮਲ ਵਰਗਾ ਅਣਮੋਲ ਨਹੀਂ ਬਣ ਸਕਦਾ ।

Whosoever is born in the universe, he is going to die at predetermined time. In the universe there is no other lotus flower than the nectar of His Word. Without adopting the teachings of His Word with steady and stable belief in day to day life, no one may be sanctified and become pure, Holy like the lotus flower.

ਬਿਰਲਾ ਬੂਝੈ ਪਾਵੈ ਭੇਦੁ॥ birlaa boojhai paavai bhayd.
ਸਾਖਾ ਤੀਨਿ ਕਹੈ ਨਿਤ ਬੇਦੁ॥ saakhaa teen kahai nit bayd.
ਨਾਦ ਬਿੰਦ ਕੀ ਸੁਰਤਿ ਸਮਾਇ॥ naad bind kee surat samaa-ay.
ਸਤਿਗੁਰੁ ਸੇਵਿ ਪਰਮ ਪਦੁ ਪਾਇ॥੨॥ satgur sayv param pad paa-ay. ||2||

ਧਾਰਮਕ ਗ੍ਰੰਥ (ਵੇਦ) ਬਹੁਤ ਚੰਗੇ ਢੰਗ ਨਾਲ ਹੀ ਬੰਦਗੀ ਦੀਆਂ ਤਿੰਨਾਂ ਅਵਸਥਾ ਦਾ ਵਖਿਆਣ ਕਰਦੇ ਹਨ । ਪਰ ਕੋਈ ਵਿਰਲਾ ਹੀ ਜੀਵ ਇਸ ਨੂੰ ਸਮਝਦਾ ਹੈ, ਇਹ ਨੂੰ ਹਾਸਿਲ ਕਰਨ ਦੀ ਵਿਧੀ ਧਾਰਨ ਕਰ ਸਕਦਾ ਹੈ । ਇਹ ਤਿੰਨੇ, ਨਾਦ, ਬਿੰਦ ਅਤੇ ਸੁਰਾ ਕੇਵਲ ਭਰੋਸਾ ਪੱਕਾ ਕਰਕੇ ਸ਼ਬਦ ਦੀ ਪਾਲਣਾ ਨਾਲ ਹੀ ਬਖਸ਼ਿਸ਼ ਹੁੰਦੇ ਹਨ । ਸ੍ਰਿਸ਼ਟੀ ਦੀ ਸੇਵਾ ਕਰਨ ਨਾਲ ਹੀ ਰਹਿਮਤ ਬਖਸ਼ਿਸ਼ ਹੋ ਸਕਦੀ ਹੈ ।

The religious Holy Scriptures clearly and descriptively defines three unique stages, state of mind of meditation. However, very rare devotee may comprehend and understands these three stages of meditation. However, very rare devotee may adopt these unique techniques of meditation in his day to day life. All three techniques, may only be blessed by adopting the teachings of His Word in day to day life. He may bestow His mercy and grace by serving His creation.

resonance of His Word within,
beyond the reach of sexual desire,
the concentration of mind

ਮੁਕਤੋ ਰਾਤਉ ਰੰਗਿ ਰਵਾਂਤਉ॥ mukto raata-o rang ravaaNta-o.
ਰਾਜਨ ਰਾਜਿ ਸਦਾ ਬਿਗਸਾਂਤਉ॥ raajan raaj sadaa bigsaaNta-o.
ਜਿਸੁ ਤੂੰ ਰਾਖਹਿ ਕਿਰਪਾ ਧਾਰਿ॥ jis tooN raakhahi kirpaa Dhaar.
ਬੂਡਤ ਪਾਹਨ ਤਾਰਹਿ ਤਾਰਿ॥੩॥ boodat paahan taareh taar. ||3||

ਜਿਹੜਾ ਪ੍ਰਭ ਦੇ ਭਾਣੇ ਵਿੱਚ ਲੀਨ ਰਹਿੰਦਾ ਹੈ, ਉਸ ਨੂੰ ਪ੍ਰਭ ਦੀ ਰਹਿਮਤ ਨਾਲ ਮੁਕਤੀ ਬਖਸ਼ਿਸ਼ ਹੋ ਸਕਦੀ ਹੈ । ਸ਼ੇਨਸਾਹ ਦਾ ਸ਼ੇਨਸਾਹ ਹਮੇਸ਼ਾਂ ਹੀ ਖੇੜੇ ਵਿੱਚ ਰਹਿੰਦਾ ਹੈ । ਜਿਸ ਤੇ ਉਹ ਰਹਿਮਤ ਬਖਸ਼ਦਾ ਹੈ, ਉਹ ਪ੍ਰਵਾਨ ਹੋ ਜਾਂਦੇ ਹਨ । ਅਗਰ ਉਸ ਦੀ ਰਹਿਮਤ ਪੱਥਰ ਤੇ ਵੀ ਆ ਜਾਵੇ, ਤਾਂ ਪੱਥਰ ਵੀ ਪਾਣੀ ਉਪਰ ਤਰ ਕੇ ਸਮੁੰਦਰ ਦੇ ਪਾਰ ਹੋ ਜਾਂਦਾ ਹੈ ।

Whosoever may remain intoxicated in devotional meditation in the void of His Word, he may be blessed with the right path of salvation. The True Master, the king of kings remains in blossom forever. With His mercy and grace, His true devotee may be accepted in His court. With His mercy and grace, even stone hearted mind, may adopt the teachings of His Word in day to day life. His sins may be forgiven and he may be accepted in His court.

ਤ੍ਰਿਭਵਣ ਮਹਿ ਜੋਤਿ taribhavan meh jot
ਤ੍ਰਿਭਵਣ ਮਹਿ ਜਾਣਿਆ॥ taribhavan meh jaani-aa.
ਉਲਟ ਭਈ ਘਰੁ ਘਰ ਮਹਿ ਆਣਿਆ॥ ulat bha-ee ghar ghar meh aani-aa.
ਅਹਿਨਿਸਿ ਭਗਤਿ ਕਰੇ ਲਿਵ ਲਾਇ॥ ahinis bhagat karay liv laa-ay.
ਨਾਨਕੁ ਤਿਨ ਕੈ ਲਾਗੈ ਪਾਇ॥੪॥੧੨॥ naanak tin kai laagai paa-ay. ||4||12||

ਪ੍ਰਭ ਤੇਰੇ ਗਿਆਨ ਦੀ ਜੋਤ ਤਿੰਨਾਂ ਸ੍ਰਿਸ਼ਟੀਆਂ ਵਿੱਚ ਹੀ ਜਾਗਰਤ ਰਹਿੰਦੀ ਹੈ । ਤਿੰਨਾਂ ਵਿੱਚ ਤੂੰ ਹੀ ਵਾਪਰਦਾ ਹੈ, ਤੇਰੇ ਭਾਣੇ ਅੰਦਰ ਹੀ ਹਨ । ਜਿਹੜੇ ਜੀਵ ਦਾ ਧਿਆਨ ਸੰਸਾਰਕ ਇੱਛਾਂ (ਮਾਇਆ) ਤੋ

ਹੱਟ ਜਾਂਦਾ ਹੈ, ਤਾਂ ਉਸ ਨੂੰ ਤੇਰੀ ਜੋਤ ਅਨੁਭਵ ਹੋ ਜਾਂਦੀ ਹੈ । ਜਿਹੜਾ ਅਡੋਲ ਭਰੋਸਾ ਨਾਲ ਬੰਦਗੀ ਕਰਦਾ ਹੈ, ਉਹ ਪੂਜਣ ਯੋਗ ਹੋ ਜਾਂਦਾ ਹੈ ।

The True Master, Your Holy spirit remains glowing, shining with enlightenments in all three universes. Your command prevails in three universes and all three universes are only under Your command. Whosoever may divert his concentration away from worldly desires, wealth and adopt Your Word, he may realize the existence of Your Holy spirit. Whosoever may meditate on the teachings of Your Word with steady and stable belief, he may become worthy of worship.

15. ਆਸਾ ਮਹਲਾ ੧॥ 352-11

ਗੁਰਮਤਿ ਸਾਚੀ ਹੁਜਤਿ ਦੂਰਿ॥	gurmat saachee hujat door.
ਬਹੁਤੁ ਸਿਆਣਪ ਲਾਗੈ ਧੂਰਿ॥	bahut si-aanap laagai Dhoor.
ਲਾਗੀ ਮੈਲੁ ਮਿਟੈ ਸਚ ਨਾਇ॥	laagee mail mitai sach naa-ay.
ਗੁਰ ਪਰਸਾਦਿ ਰਹੈ ਲਿਵ ਲਾਇ॥੧॥	gur parsaad rahai liv laa-ay. ||1||

ਪ੍ਰਭ ਦੀ ਰਹਿਮਤ ਨਾਲ, ਸ਼ਬਦ ਦੀ ਸੋਝੀ ਹੋਣ ਨਾਲ, ਭਰਮ ਭੁਲੇਖੇ ਦੂਰ ਹੋ ਜਾਂਦੇ ਹਨ । ਮਨ ਦੀ ਚਲਾਕੀ ਨਾਲ ਸੰਸਾਰਕ ਇੱਛਾਂ ਦੇ ਜਾਲ ਵਿੱਚ ਹੀ ਡੂੰਘਾਂ ਫਸ ਜਾਂਦਾ ਹੈ । ਇੱਛਾਂ ਦਾ ਮੋਹ ਕੇਵਲ ਸ਼ਬਦ ਵਿੱਚ ਧਿਆਨ ਲਾਉਣ ਨਾਲ ਹੀ ਦੂਰ ਹੁੰਦਾ ਹੈ । ਪ੍ਰਭ ਦੀ ਕ੍ਰਿਪਾ ਨਾਲ ਹੀ ਕਿਸੇ ਦਾ ਧਿਆਨ ਸ਼ਬਦ ਵਿੱਚ ਅਡੋਲ ਹੋ ਸਕਦਾ ਹੈ ।

With Your mercy and grace, with the enlightenment of Your Word within, all suspicions created by religious rituals may be eliminated. With the clever tricks of his mind, he may be trapped deep in worldly desires. The attachment of worldly possessions may only be eliminated by concentrating and adopting the teachings of His Word in his day to day life. Only with His mercy and grace, His true devotee may stay steady and stable on the teachings of His Word.

ਹੈ ਹਜੂਰਿ ਹਾਜ਼ਰੁ ਅਰਦਾਸਿ॥	hai hajoor haajar ardaas.
ਦੁਖੁ ਸੁਖੁ ਸਾਚੁ ਕਰਤੇ ਪ੍ਰਭ ਪਾਸਿ॥੧॥ ਰਹਾਉ॥	dukh sukh saach kartay parabh paas. ||1|| rahaa-o.

ਜੀਵ, ਸਦਾ ਅਟੱਲ ਰਹਿਣ ਵਾਲੇ ਪ੍ਰਭ ਅੱਗੇ ਹੀ ਅਰਦਾਸ ਕਰੋ! ਸੰਸਾਰਕ ਇੱਛਾਂ ਦੇ ਦੁਖ ਸੁਖ ਉਸ ਦੇ ਵੱਸ ਅੰਦਰ ਹੀ ਹਨ ।

You should wholeheartedly pray and beg for mercy and grace from The True Master. All worldly comforts and miseries are under His command.

ਕੂੜੁ ਕਮਾਵੈ ਆਵੈ ਜਾਵੈ॥	koorh kamaavai aavai jaavai.
ਕਹਣਿ ਕਥਨਿ ਵਾਰਾ ਨਹੀ ਆਵੈ॥	kahan kathan vaaraa nahee aavai.
ਕਿਆ ਦੇਖਾ ਸੂਝ ਬੂਝ ਨ ਪਾਵੈ॥	ki-aa daykhaa soojh boojh na paavai.
ਬਿਨੁ ਨਾਵੈ ਮਨਿ ਤ੍ਰਿਪਤਿ ਨ ਆਵੈ॥੨॥	bin naavai man taripat na aavai. ||2||

ਜਿਹੜੇ ਜੀਵ ਸੰਸਾਰਕ ਇੱਛਾਂ ਤੇ ਮਨਮਰਜ਼ੀ ਨਾਲ ਜੀਵਨ ਬਤੀਤ ਕਰਦੇ ਹਨ । ਉਹ ਜੂੰਨਾਂ ਦੇ ਚੱਕਰ ਵਿੱਚ ਹੀ ਰਹਿੰਦੇ ਹਨ । ਕੇਵਲ ਗੱਲਾਂ ਨਾਲ ਜਾ ਸ਼ਬਦ ਦੀ ਵਿਆਖਿਆ ਕਰਨ ਨਾਲ ਉਸ ਦੇ ਕਿਸੇ ਕਰਤਬ ਦੀ ਜਾਣਕਾਰੀ ਬਖਸ਼ਿਸ਼ ਨਹੀਂ ਹੋ ਸਕਦੀ, ਕਿਸੇ ਕਰਤਬ ਦੀ ਹੱਦ, ਸੀਮਾ ਜਾਣੀ ਨਹੀਂ ਜਾ ਸਕਦੀ ਹੈ । ਉਸ ਦੀ ਕੁਦਰਤ ਦੇ ਕਾਰਨ ਦੀ ਸੋਝੀ ਨਹੀਂ ਪਾਈ ਜਾ ਸਕਦੀ ਹੈ । ਸ਼ਬਦ ਤੇ ਭੋਰਸਾ ਅਡੋਲ ਰਖਕੇ ਚਲਣ ਤੋ ਬਿਨਾਂ ਮਨ ਨੂੰ ਸ਼ਾਂਤੀ ਬਖਸ਼ਿਸ਼ ਨਹੀਂ ਹੁੰਦੀ ।

Whosoever may follow the worldly desires of his mind in his life, he may remain in the cycle of birth and death. Only by preaching the teachings of His Word, the limits of His nature and the teachings of His Word may not be fully comprehended. Without adopting the teachings of His Word in day to day life wholeheartedly, he may not be blessed with contentment and peace in his life.

ਜੋ ਜਨਮੇ ਸੇ ਰੋਗਿ ਵਿਆਪੇ॥	jo janmay say rog vi-aapay.
ਹਉਮੈ ਮਾਇਆ ਦੂਖਿ ਸੰਤਾਪੇ॥	ha-umai maa-i-aa dookh santaapay.
ਸੇ ਜਨ ਬਾਚੇ ਜੋ ਪ੍ਰਭਿ ਰਾਖੇ॥੩॥	say jan baachay jo parabh raakhay.
ਸਤਿਗੁਰੁ ਸੇਵਿ ਅੰਮ੍ਰਿਤ ਰਸੁ ਚਾਖੇ॥੩॥	satgur sayv amrit ras chaakhay. ‖3‖

ਸਾਰੀ ਸ੍ਰਿਸ਼ਟੀ ਹੀ ਸੰਸਾਰਕ ਇੱਛਾਂ ਦੇ ਜਾਲ ਵਿੱਚ ਫਸੀ ਹੋਈ ਹੈ । ਅਹੰਕਾਰ ਅਤੇ ਮੋਹ ਦੀ ਭਟਕਣਾਂ ਮਨ ਵਿੱਚ ਰਹਿੰਦੀ ਹੈ । ਜਿਸ ਤੇ ਆਪ ਰਹਿਮਤ ਬਖਸ਼ਦਾ ਹੈ, ਕੇਵਲ ਉਹ ਹੀ ਇਸ ਤੋਂ ਬਚ ਸਕਦਾ ਹੈ । ਸ਼ਬਦ ਦੀ ਬੰਦਗੀ ਨਾਲ ਹੀ ਰਹਿਮਤ ਬਖਸ਼ਿਸ਼ ਹੋ ਸਕਦੀ ਹੈ ।

The whole universe remains trapped into the greed of worldly desires. The frustrations of ego and attachments to worldly possessions remains in his mind all time. Whosoever may be blessed with His mercy and grace, only he may be saved from the miseries of life. By meditating and adopting the teachings of His Word in day to day life, he may be blessed with His mercy and grace.

ਚਲਤਉ ਮਨੁ ਰਾਖੈ ਅੰਮ੍ਰਿਤੁ ਚਾਖੈ॥	chalta-o man raakhai amrit chaakhai.
ਸਤਿਗੁਰ ਸੇਵਿ ਅੰਮ੍ਰਿਤ ਸ਼ਬਦੁ ਭਾਖੈ॥	satgur sayv amrit sabad bhaakhai.
ਸਾਚੈ ਸਬਦਿ ਮੁਕਤਿ ਗਤਿ ਪਾਏ॥	saachai sabad mukat gat paa-ay.
ਨਾਨਕ ਵਿਚਹੁ ਆਪੁ ਗਵਾਏ॥੪॥੧੩॥	naanak vichahu aap gavaa-ay. ‖4‖13‖

ਜਿਸ ਦਾ ਮਨ ਚਾਰੇ ਪਾਸੇ ਘੁੰਮਦਾ ਹੋਵੇ, ਉਸ ਦਾ ਇੱਕੋ ਇੱਕ ਪ੍ਰਭ ਦੇ ਸ਼ਬਦ ਤੇ ਭਰੋਸਾ ਅਡੋਲ ਨਹੀ ਹੋ ਸਕਦਾ । ਉਹ ਬੰਦਗੀ ਵਾਲੇ ਪਾਸੇ ਧਿਆਨ ਨਹੀਂ ਲਾ ਸਕਦਾ । ਸ਼ਬਦ ਦੀ ਬੰਦਗੀ ਕਰਨ ਨਾਲ ਹੀ ਰਹਿਮਤ ਬਖਸ਼ਿਸ਼ ਹੋ ਸਕਦੀ ਹੈ । ਸ਼ਬਦ ਨਾਲ ਜੀਵਨ ਢਾਲਣ ਨਾਲ ਹੀ ਬੰਦਗੀ ਵਿੱਚ ਲੀਨ ਹੋਇਆ ਜਾ ਸਕਦਾ ਹੈ, ਆਪਾ ਖਤਮ ਹੋ ਸਕਦਾ ਹੈ ।

Whosoever may be wandering around in all directions and he may not have steady and stable belief on the teachings of His Word, blessings. He may not be able to concentrate and remains focused on meditating on the teachings of His Word. His mercy and grace may be blessed by meditating wholeheartedly with steady and stable belief on his teachings. Only by adopting the teachings of His Word in day to day life, His mind may concentrate and enter into the void of His Word. he may conquer his selfishness and his identity may be eliminated.

16. ਆਸਾ ਮਹਲਾ ੧॥ 352-18

ਜੋ ਤਿਨਿ ਕੀਆ ਸੋ ਸਚੁ ਥੀਆ॥	tin kee-aa so sach thee-aa.
ਅੰਮ੍ਰਿਤ ਨਾਮੁ ਸਤਿਗੁਰਿ ਦੀਆ॥	amrit naam satgur dee-aa.
ਹਿਰਦੈ ਨਾਮੁ ਨਾਹੀ ਮਨਿ ਭੰਗੁ॥	hirdai naam naahee man bhang.
ਅਨਦਿਨੁ ਨਾਲਿ ਪਿਆਰੇ ਸੰਗੁ॥੧॥	an-din naal pi-aaray sang. ‖1‖

ਪ੍ਰਭ ਦਾ ਕੀਤਾ, ਭਾਣਾ, ਸ਼ਬਦ ਅਟੱਲ ਵਾਪਰਦਾ ਹੈ, ਬਦਲਿਆ ਨਹੀਂ ਜਾ ਸਕਦਾ, ਨਾ ਮਿੱਟਨ ਵਾਲਾ ਹੈ । ਬੰਦਗੀ ਕਰਨ ਵਾਲਾ ਸ਼ਬਦ ਵੀ ਪ੍ਰਭ ਆਪ ਹੀ ਜੀਵ ਨੂੰ ਬਖਸ਼ਦਾ ਹੈ । ਜਿਸ ਦੇ ਮਨ ਵਿੱਚ ਪ੍ਰਭ

ਦਾ ਸ਼ਬਦ ਘਰ ਕਰ ਜਾਂਦਾ ਹੈ । ਉਸ ਦੀ ਲਗਨ ਪ੍ਰਭ ਨਾਲੋਂ, ਸ਼ਬਦ ਨਾਲੋਂ ਟੁੱਟਦੀ ਨਹੀਂ । ਉਹ ਰਾਤ ਦਿਨ, ਸਵਾਸ ਗਰਾਸ ਉਸ ਵਿੱਚ ਹੀ ਲੀਨ ਰਹਿੰਦਾ ਹੈ ।

The command of The True Master remains Axiom, unchanged and cannot be avoided. Only, The True Master may bestow His Word. Whosoever may remain drenched with the teachings of His Word, his devotion and dedication to obey His Word will never change and he may never abandon His Word from his day to day life. He remains intoxicated in the void of His Word with each and every breath.

ਹਰਿ ਜੀਉ ਰਾਖਹੁ ਅਪਨੀ ਸਰਣਾਈ॥	har jee-o raakho apnee sarnaa-ee.
ਗੁਰ ਪਰਸਾਦੀ ਹਰਿ ਰਸੁ ਪਾਇਆ,	gur parsaadee har ras paa-i-aa naam
ਨਾਮੁ ਪਦਾਰਥੁ ਨਉ ਨਿਧਿ ਪਾਈ॥੧॥	padaarath na-o niDh paa-ee. ‖1‖
ਰਹਾਉ॥	rahaa-o.

ਪ੍ਰਭ ਮੇਰੇ ਤੇ ਰਹਿਮਤ ਬਖਸ਼ਕੇ ਸਦਾ ਹੀ ਚਰਨਾਂ ਵਿੱਚ ਰਖੋ । ਤੇਰੀ ਰਹਿਮਤ ਨਾਲ ਹੀ ਮੇਰਾ ਸ਼ਬਦ ਵਿੱਚ ਧਿਆਨ ਲੱਗਾ ਹੈ । ਮੈ ਆਪਣੇ ਜੀਵਨ ਦਾ ਰਸਤਾ ਬਣਾਇਆ ਹੈ । ਇਸ ਨਾਲ ਸ਼ਬਦ ਦੀ ਸੋਝੀ ਦੇ ਨੌਂ ਖਜ਼ਾਨੇ ਬਖਸ਼ਿਸ਼ ਹੋ ਗਏ ਹਨ ।

My True Master blesses Your mercy and grace and always keeps me in Your sanctuary. Only with Your blessings, I am meditating and have adopted Your Word in my day to day life. I have been blessed with nine treasures of enlightenment of Your Word within my mind.

ਕਰਮ ਧਰਮ ਸਚੁ ਸਾਚਾ ਨਾਉ॥	karam Dharam sach saachaa naa-o.
ਤਾ ਕੈ ਸਦ ਬਲਿਹਾਰੈ ਜਾਉ॥	taa kai sad balihaarai jaa-o.
ਜੋ ਹਰਿ ਰਾਤੇ ਸੇ ਜਨ ਪਰਵਾਣੁ॥	jo har raatay say jan parvaan.
ਤਿਨ ਕੀ ਸੰਗਤਿ ਪਰਮ ਨਿਧਾਨੁ॥੨॥	tin kee sangat param niDhaan. ‖2‖

ਜਿਸ ਦੇ ਕੰਮ ਅਤੇ ਜੀਵਨ ਸ਼ਬਦ ਅਨੁਸਾਰ ਬਣ ਜਾਂਦਾ, ਉਹ ਪੂਜਣ ਯੋਗ ਹੋ ਜਾਂਦਾ ਹੈ । ਜਿਹੜਾ ਜੀਵ ਸ਼ਬਦ ਦੀ ਬੰਦਗੀ ਵਿੱਚ ਲੀਨ ਰਹਿੰਦਾ ਹੈ, ਪ੍ਰਵਾਨ ਹੋ ਜਾਂਦਾ ਹੈ । ਉਸ ਦੀ ਸੰਗਤ ਕਰਕੇ, ਆਪਣਾ ਜੀਵਨ ਉਸ ਦੀ ਸਿਖਿਆ ਨਾਲ ਢਾਲਣ ਨਾਲ ਪ੍ਰਵਾਨਗੀ ਦੇ ਰਸਤੇ ਦੀ ਸੋਝੀ ਬਖਸ਼ਿਸ਼ ਹੋ ਸਕਦੀ ਹੈ ।

Whosoever may adopt the teachings of His Word in his day to day life, all his deeds may become as per His Word. He may become worthy of worship in the universe. Whosoever may remain intoxicated with the teachings of His Word and meditates in the void of His Word, he may be accepted in His court. Whosoever may associate with His true devotee and adopts the teachings of his life in his own day to day life, he may be blessed with the right path of salvation.

ਹਰਿ ਵਰੁ ਜਿਨਿ ਪਾਇਆ ਧਨ ਨਾਰੀ॥	har var jin paa-i-aa Dhan naaree.
ਹਰਿ ਸਿਉ ਰਾਤੀ ਸਬਦੁ ਵੀਚਾਰੀ॥	har si-o raatee sabad veechaaree.
ਆਪਿ ਤਰੈ ਸੰਗਤਿ ਕੁਲ ਤਾਰੈ॥	aap tarai sangat kul taarai.
ਸਤਿਗੁਰੁ ਸੇਵਿ ਤਤੁ ਵੀਚਾਰੈ॥੩॥	satgur sayv tat veechaarai. ‖3‖

ਜਿਸ ਦਾ ਪ੍ਰਭ ਦੀ ਰਹਿਮਤ ਨਾਲ ਸ਼ਬਦ ਵਿੱਚ ਧਿਆਨ ਲੱਗ ਜਾਂਦਾ ਹੈ । ਉਸ ਨੂੰ ਸ਼ਬਦ ਦੀ ਪਾਲਣਾ ਕਰਨ ਨਾਲ ਸ਼ਬਦ ਦੀ ਸੋਝੀ ਬਖਸ਼ਿਸ਼ ਹੋ ਸਕਦੀ ਹੈ । ਉਹ ਆਪ ਵੀ ਪ੍ਰਵਾਨਗੀ ਦੇ ਰਸਤੇ ਤੇ ਚਲਦਾ ਹੈ, ਆਪਣੇ ਸਾਥੀਆਂ ਨੂੰ ਵੀ ਪ੍ਰੇਰਨਾ ਕਰਕੇ ਇਸ ਰਸਤੇ ਤੇ ਅਡੋਲ ਕਰ ਦੇਂਦੇ ਹਨ । ਉਹ ਸ਼ਬਦ ਦੀ ਪਾਲਣਾ ਕਰਦੇ ਹੋਏ ਪ੍ਰਭ ਨੂੰ ਆਪਣੇ ਅੰਦਰੋਂ ਹੀ ਜਾਗਰਤ ਕਰ ਲੈਂਦੇ ਹਨ ।

With His mercy and grace, whosoever may concentrate and focus on the teachings of His Word. By obeying the teachings of His Word, he may be blessed with the enlightenment of His Word. He may remain steady and stable on the right path of His acceptance and also inspires his followers and companions on the right path of meditation. By staying focus and obeying the teachings of His Word, he may be blessed with enlightenment of His Word from within and becomes awake and alert all time.

ਹਮਰੀ ਜਾਤਿ ਪਤਿ ਸਚੁ ਨਾਉ॥	hamree jaat pat sach naa-o.
ਕਰਮ ਧਰਮ ਸੰਜਮੁ ਸਤ ਭਾਉ॥	karam Dharam sanjam sat bhaa-o.
ਨਾਨਕ ਬਖਸੇ ਪੂਛ ਨ ਹੋਇ॥	naanak bakhsay poochh na ho-ay.
ਦੂਜਾ ਮੇਟੇ ਏਕੋ ਸੋਇ॥੪॥੧੪॥	doojaa maytay ayko so-ay. ||4||14||

ਪ੍ਰਭ ਮੇਰੀ ਹੈਸੀਅਤ ਅਤੇ ਮਾਣ ਤੇਰੇ ਸ਼ਬਦ ਦੀ ਪਾਲਣਾ ਹੀ ਹੈ । ਮੇਰੇ ਕੰਮ ਅਤੇ ਇਖਲਾਕ ਤੇਰੇ ਸ਼ਬਦ ਤੇ ਭਰੋਸਾ ਹੈ । ਇਸ ਨਾਲ ਹੀ ਮੈਨੂੰ ਧੀਰਜ, ਸੰਤੋਖ ਅਤੇ ਇੱਛਾਂ ਤੇ ਕਾਬੂ ਬਖਸ਼ਿਸ਼ ਹੋਇਆ ਹੈ । ਜਿਸ ਤੇ ਆਪ ਰਹਿਮਤ ਬਖਸ਼ਦਾ ਹੈ, ਉਸ ਦਾ ਜਨਮ ਮਰਨ ਦਾ ਲੇਖਾ ਖਤਮ ਹੋ ਜਾਂਦਾ ਹੈ । ਆਪ ਹੀ ਜੀਵ ਦੇ ਭਰਮ ਖਤਮ ਕਰ ਦੇਂਦਾ ਹੈ ।

My True Master, my honor and worldly status is meditation and obeying the teachings of Your Word. My worldly deeds and my character are my steady and stable belief on the teachings of Your Word and Your existence. By this way of life, my mind remains patience, contented and conquers my worldly desires. Whosoever may be blessed with His mercy and grace, his cycle of birth and death may be eliminated forever. With His mercy and grace, all his worldly suspicions may be eliminated.

17. ਆਸਾ ਮਹਲਾ ੧॥ 353-5

ਇਕਿ ਆਵਹਿ ਇਕਿ ਜਾਵਹਿ ਆਈ॥	ik aavahi ik jaaveh aa-ee.
ਇਕਿ ਹਰਿ ਰਾਤੇ ਰਹਹਿ ਸਮਾਈ॥	ik har raatay raheh samaa-ee.
ਇਕਿ ਧਰਨਿ ਗਗਨ ਮਹਿ	ik Dharan gagan meh
ਠਉਰ ਨ ਪਾਵਹਿ॥	tha-ur na paavahi.
ਸੇ ਕਰਮਹੀਣ	say karamheen
ਹਰਿ ਨਾਮੁ ਨ ਧਿਆਵਹਿ॥੧॥	har naam na Dhi-aavahi. ||1||

ਕਈ ਜੀਵ ਜੂੰਨਾਂ ਦੇ ਚੱਕਰ ਵਿੱਚ ਹੀ ਰਹਿੰਦੇ ਹਨ । ਕਈ ਜੀਵ ਰਾਤ ਦਿਨ, ਸਵਾਸ ਗਰਾਸ ਪ੍ਰਭ ਦੇ ਸ਼ਬਦ ਵਿੱਚ ਹੀ ਲੀਨ ਰਹਿੰਦੇ ਹਨ । ਜਿਹੜਾ ਸ਼ਬਦ ਦੀ ਬੰਦਗੀ ਨਹੀਂ ਕਰਦਾ ਉਸ ਦੇ ਮੰਦੇ ਭਾਗ ਹੀ ਹਨ । ਉਸ ਨੂੰ ਸੰਸਾਰਕ ਜੀਵਨ ਵਿੱਚ ਜਾ ਮੌਤ ਤੋਂ ਪਿਛੋਂ ਵੀ ਕੋਈ ਅਰਾਮ ਕਰਨ ਵਾਲਾ ਥਾਂ ਨਸੀਬ ਨਹੀਂ ਹੁੰਦਾ ਹੈ ।

So many may remain in the cycle of birth and death and so many may remain intoxicated with the teachings of His Word with each and every breath in the void of His Word. Whosoever may not meditate or obey His Word, he may be very unfortunate. He may not find any peace and comfort in his worldly life nor after death in His court.

ਗੁਰ ਪੂਰੇ ਤੇ ਗਤਿ ਮਿਤਿ ਪਾਈ॥	gur pooray tay gat mit paa-ee.
ਇਹੁ ਸੰਸਾਰੁ ਬਿਖੁ ਵਤ ਅਤਿ ਭਉਜਲੁ,	ih sansaar bikh vat at bha-ojal
ਗੁਰ ਸ਼ਬਦੀ ਹਰਿ ਪਾਰਿ ਲੰਘਾਈ॥੧॥	gur sabdee har paar langhaa-ee. ||1||
ਰਹਾਉ॥	rahaa-o.

ਸ਼ਬਦ ਦੀ ਪਾਲਣਾ ਨਾਲ ਹੀ ਸ਼ਬਦ ਦੀ ਸੋਝੀ, ਮੁਕਤੀ ਦੇ ਅਸਲੀ ਰਸਤੇ ਦੀ ਸੋਝੀ ਬਖਸ਼ਿਸ਼ ਹੋ ਸਕਦੀ ਹੈ । ਸੰਸਾਰ ਇੱਕ ਉਲਝਣਾਂ ਭਰਿਆਂ ਸਾਗਰ ਹੈ । ਇਸ ਵਿੱਚ ਸ਼ਬਦ ਨਾਲ ਜੀਵਨ ਢਾਲਣ ਨਾਲ ਹੀ ਦਰਬਾਰ ਵਿੱਚ ਪ੍ਰਵਾਨਗੀ ਬਖਸ਼ਿਸ਼ ਹੋ ਸਕਦੀ ਹੈ ।

By obeying and adopting His Word, he may be enlightened with the teachings of His Word and may be blessed with the right path of salvation. The world is a terrible ocean of worldly frustrations. Only by adopting the teachings of His Word in day to day life, his soul may be accepted in His court.

ਜਿਨ੍ ਕਉ ਆਪ ਲਏ ਪ੍ਰਭੁ ਮੇਲਿ॥	jinH ka-o aap la-ay parabh mayl.
ਤਿਨ ਕਉ ਕਾਲੁ ਨ ਸਾਕੈ ਪੇਲਿ॥	tin ka-o kaal na saakai payl.
ਗੁਰਮੁਖਿ ਨਿਰਮਲ ਰਹਹਿ ਪਿਆਰੇ॥	gurmukh nirmal raheh pi-aaray.
ਜਿਉ ਜਲ ਅੰਭ ਊਪਰਿ ਕਮਲ ਨਿਰਾਰੇ॥੨॥	ji-o jal ambh oopar kamal niraaray.||2

ਜਿਸ ਨੂੰ ਪ੍ਰਭ ਰਹਿਮਤ ਬਖਸ਼ਕੇ ਬੰਦਗੀ ਤੇ ਲਾਉਂਦਾ ਹੈ, ਉਸ ਨੂੰ ਜਮਦੂਤ ਛੋਹ ਨਹੀਂ ਸਕਦਾ । ਉਹ ਸੰਸਰਕ ਇੱਛਾਂ ਤੋ ਰਹਿਤ ਰਹਿੰਦਾ ਹੈ । ਜਿਵੇਂ ਕਮਲ ਦਾ ਫੁੱਲ ਗੰਦੇ ਪਾਣੀ ਵਿੱਚ ਰਹਿੰਦਾ ਹੋਏ ਵੀ, ਉਸ ਵਿਚੋਂ ਗੰਦਗੀ ਦੀ ਬਦਬੂ ਨਹੀਂ ਆਉਂਦੀ ।

Whosoever may be attached to a devotional meditation with His mercy and grace, he may become beyond the reach of devil of death. His mind may conquer his own ego and worldly desires. He may become as a Lotus flower, he may remain in the worldly ocean blemished with worldly desires, still remains beyond the reach of worldly desires.

ਬੁਰਾ ਭਲਾ ਕਹੁ ਕਿਸ ਨੋ ਕਹੀਐ॥	buraa bhalaa kaho kis no kahee-ai.
ਦੀਸੈ ਬ੍ਰਹਮੁ ਗੁਰਮੁਖਿ ਸਚੁ ਲਹੀਐ॥	deesai barahm gurmukh sach lahee-ai.
ਅਕਥੁ ਕਥਉ ਗੁਰਮਤਿ ਵੀਚਾਰੁ॥	akath katha-o gurmat veechaar.
ਮਿਲਿ ਗੁਰ ਸੰਗਤਿ ਪਾਵਉ ਪਾਰੁ॥੩॥	mil gur sangat paava-o paar. ||3||

ਸੰਸਾਰ ਵਿੱਚ ਕਿਵੇਂ ਕਿਸੇ ਜੀਵ ਨੂੰ ਬੁਰਾ ਜਾ ਭਲਾ ਕਹਿਆ ਜਾ ਸਕਦਾ ਹੈ? ਜਿਹੜਾ ਪ੍ਰਭ ਦੇ ਸ਼ਬਦ ਦੀ ਪਾਲਣਾ ਵਿੱਚ ਅਡੋਲ ਰਹਿੰਦਾ ਹੈ, ਉਸ ਨੂੰ ਸ਼ਬਦ ਦੀ ਸੋਝੀ ਬਖਸ਼ਿਸ਼ ਹੋ ਸਕਦੀ ਹੈ । ਉਹ ਨਾ ਕਥੀਆ ਜਾਣ ਵਾਲੀਆਂ ਕਰਮਾਤਾਂ ਦੀ ਵਿਆਖਿਆ ਕਰਦਾ ਹੈ । ਉਸ ਦੀ ਸੰਗਤ ਕਰਨ ਨਾਲ, ਜੀਵ ਬੰਦਗੀ ਦੇ ਰਸਤੇ ਤੇ ਚਲਕੇ ਪ੍ਰਵਾਨਗੀ ਪਾ ਸਕਦਾ ਹੈ ।

How may anyone be called as good or evil doer? Only whosoever may remain steady and stable on the teachings of His Word, he may be enlightened with the understanding of His nature. Only he may be able to explain the unexplainable events of His nature. By associating with him and adopting the teachings of His Word, he may be blessed with a right path of acceptance in His court.

ਸਾਸਤ ਬੇਦ ਸਿੰਮ੍ਰਿਤਿ ਬਹੁ ਭੇਦ॥	saasat bayd simrit baho bhayd.
ਅਠਸਠਿ ਮਜਨੁ ਹਰਿ ਰਸੁ ਰੇਦ॥	athsath majan har ras rayd.
ਗੁਰਮੁਖਿ ਨਿਰਮਲੁ ਮੈਲੁ ਨ ਲਾਗੈ॥	gurmukh nirmal mail na laagai.
ਨਾਨਕ ਹਿਰਦੈ ਨਾਮੁ ਵਡੇ ਧੁਰਿ ਭਾਗੈ॥ ੪॥੧੫॥	naanak hirdai naam vaday Dhur bhaagai. ||4||15||

ਧਾਰਮਕ ਗ੍ਰੰਥ ਵੇਦ, ਸ਼ਾਸਤ੍ਰ, ਸਿਮਤ੍ਰਿਆਂ ਵਿੱਚ ਮਨ ਨੂੰ ਪਵਿਤ੍ਰ ਕਰਨ ਦੀਆਂ ਕਈ ਵਿਧੀਆਂ ਦੱਸਦੀਆ ਹਨ, ਜਿਵੇਂ 68 ਪਵਿਤ੍ਰ ਤੀਰਥਾਂ ਤੇ ਇਸ਼ਨਾਨ ਕਰਨਾ । ਪਰ ਇਹ ਸਾਰੇ ਹੀ ਅਡੋਲ ਭਰੋਸੇ ਨਾਲ ਸ਼ਬਦ ਦੀ ਪਾਲਣਾ ਕਰਨ ਨਾਲ ਹੀ ਬਖਸ਼ਿਸ਼ ਹੋ ਸਕਦੇ ਹਨ । ਜਿਹੜਾ ਅਡੋਲ ਭਰੋਸੇ ਨਾਲ

ਸ਼ਬਦ ਦੀ ਬੰਦਗੀ ਕਰਦਾ ਹੈ, ਉਸ ਨੂੰ ਸੰਸਾਰਕ ਇੱਛਾਂ ਦੀ ਭਟਕਣ (ਮੈਲ) ਨਹੀਂ ਲਗਦੀ । ਜਿਸ ਦੇ ਪਿਛਲੇ ਜਨਮ ਦੇ ਵੱਡੇ ਭਾਗ ਹੁੰਦੇ ਹਨ, ਕੇਵਲ ਉਹ ਹੀ ਬੰਦਗੀ ਵਿੱਚ ਅਡੋਲ ਰਹਿੰਦਾ ਹੈ ।

The Holy Scriptures describes various unique techniques to sanctify soul, like taking a bath of purification at renowned 68 Holy shrines. However, by adopting the teachings of His Word with steady and stable; The merciful may bestow His mercy and grace. Whosoever may adopt the teachings of His Word with steady and stable belief, his mind may become beyond the reach of worldly blemish, frustrations. Only with great prewritten destiny, His true devotee may stay steady and stable on meditating on His Word.

18. ਆਸਾ ਮਹਲਾ ੧॥ 353-12

ਨਿਵਿ ਨਿਵਿ ਪਾਇ ਲਗਉ ਗੁਰ ਅਪੁਨੇ,	niv niv paa-ay laga-o gur apunay
ਆਤਮ ਰਾਮੁ ਨਿਹਾਰਿਆ॥	aatam raam nihaari-aa.
ਕਰਤ ਬੀਚਾਰੁ ਹਿਰਦੈ ਹਰਿ ਰਵਿਆ,	karat beechaar hirdai har ravi-aa
ਹਿਰਦੈ ਦੇਖਿ ਬੀਚਾਰਿਆ॥੧॥	hirdai daykh beechaari-aa. ‖1‖

ਅਟੱਲ ਪ੍ਰਭ ਦਾ ਧੰਨਵਾਦ, ਸਿਮਰਨ ਕਰੋ ! ਜਿਸ ਨੇ ਅਣਮੋਲ ਸ਼ਬਦ ਨਾਲ ਧਿਆਨ ਲਾਇਆ ਹੈ । ਉਸ ਦੇ ਸ਼ਬਦ ਦੀ ਬੰਦਗੀ ਨਾਲ ਸ਼ਬਦ ਦੀ ਸੋਝੀ ਬਖਸ਼ਿਸ਼ ਹੋਈ ਹੈ, ਸ਼ਬਦ ਮਨ ਵਿੱਚ ਘਰ ਕਰ ਗਿਆ ਹੈ, ਮਨ ਅੰਦਰ ਹੀ ਪ੍ਰਭ ਦੀ ਜੋਤ ਜਾਗਰਤ ਹੋ ਗਈ ਹੈ ।

You should meditate and sing the glory of the virtues of The True Master. With His mercy and grace, my mind is wholeheartedly meditating on the teachings of His Word. By adopting the teachings of His Word, I have been blessed with enlightenment of His Word and my mind is drenched with the teachings of His Word. My mind is enlightened from within and remains awake and alert all time.

ਬੋਲਹੁ ਰਾਮੁ ਕਰੇ ਨਿਸਤਾਰਾ॥	bolhu raam karay nistaaraa.
ਗੁਰ ਪਰਸਾਦਿ ਰਤਨੁ ਹਰਿ ਲਾਭੈ,	gur parsaad ratan har laabhai
ਮਿਟੈ ਅਗਿਆਨੁ ਹੋਇ ਉਜੀਆਰਾ॥੧॥	mitai agi-aan ho-ay ujee-aaraa. ‖1‖
ਰਹਾਉ॥	rahaa-o.

ਸ਼ਬਦ ਦਾ ਸਿਮਰਨ ਕਰਨ ਨਾਲ ਮਨ ਪ੍ਰਵਾਨਗੀ ਦੇ ਰਸਤੇ ਤੇ ਚਲ ਪੈਂਦਾ ਹੈ । ਪ੍ਰਭ ਦੀ ਰਹਿਮਤ ਨਾਲ ਇਸ ਅਣਮੋਲ ਸ਼ਬਦ (ਰਤਨ) ਦੀ ਸੋਝੀ ਹੋ ਗਈ ਹੈ । ਜਿਸ ਨਾਲ ਮੇਰਾ ਅਗਿਆਨਤਾ ਦਾ ਅੰਧੇਰਾ ਦੂਰ ਹੋ ਗਿਆ, ਭਰਮ ਦੂਰ ਹੋ ਗਏ ਹਨ ।

By meditating on the teachings of His Word, I have adopted the right path of His acceptance. With His mercy and grace, my mind has been enlightened from within and all my ignorance and suspicions of worldly rituals has been eliminated forever.

ਰਵਨੀ ਰਵੈ ਬੰਧਨ ਨਹੀ ਤੂਟਹਿ,	ravnee ravai banDhan nahee tooteh
ਵਿਚਿ ਹਉਮੈ ਭਰਮੁ ਨ ਜਾਈ॥	vich ha-umai bharam na jaa-ee.
ਸਤਿਗੁਰੁ ਮਿਲੈ ਤ ਹਉਮੈ ਤੂਟੈ,	satgur milai ta ha-umai tootai
ਤਾ ਕੋ ਲੇਖੈ ਪਾਈ॥੨॥	taa ko laykhai paa-ee. ‖2‖

ਕੇਵਲ ਕਹਿਣ ਨਾਲ ਜਾ ਮੰਨ ਲੈਣ ਨਾਲ ਸੰਸਾਰਕ ਇੱਛਾਂ ਤੇ ਜਿੱਤ ਬਖਸ਼ਿਸ਼ ਨਹੀਂ ਹੁੰਦੀ, ਮਨ ਵਿਚੋਂ ਲਾਲਚ, ਅਹੰਕਾਰ, ਦੁਬਿਦਾ, ਭਰਮ ਖਤਮ ਨਹੀਂ ਹੁੰਦੇ । ਕੇਵਲ ਪ੍ਰਭ ਦੀ ਰਹਿਮਤ ਨਾਲ ਹੀ ਮਨ ਵਿਚੋਂ ਭਰਮ ਦੂਰ ਹੁੰਦੇ ਹਨ, ਅਹੰਕਾਰ ਖਤਮ ਹੁੰਦਾ ਹੈ । ਜੀਵ ਆਪਣੇ ਪਿਛਲੇ ਜਨਮ ਦੇ ਕੀਤੇ ਕੰਮਾਂ ਦਾ ਫਲ ਪਾ ਸਕਦਾ ਹੈ ।

Only by admitting and saying, his mind may not be blessed to conquer his own worldly desires. His mind may not be able to eliminate greed, ego, suspicions and control the wandering mind. Only with His mercy and grace, as a reward of good deeds of previous life, his suspicions and his ego may be eliminated from his mind.

ਹਰਿ ਹਰਿ ਨਾਮੁ ਭਗਤਿ ਪ੍ਰਿਅ ਪ੍ਰੀਤਮੁ,	har har naam bhagat pari-a pareetam
ਸੁਖ ਸਾਗਰੁ ਉਰ ਧਾਰੇ॥	such saagar ur Dhaaray.
ਭਗਤਿ ਵਛਲੁ ਜਗਜੀਵਨੁ ਦਾਤਾ,	bhagat vachhal jagjeevan daataa
ਮਤਿ ਗੁਰਮਤਿ ਹਰਿ ਨਿਸਤਾਰੇ॥੩॥	mat gurmat har nistaaray. ||3||

ਪ੍ਰਭ ਦਾ ਸ਼ਬਦ ਭਗਤਾਂ ਨੂੰ ਬਹੁਤ ਪਿਆਰਾ ਲੱਗਦਾ ਹੈ । ਪ੍ਰਭ ਦਾ ਸ਼ਬਦ ਹੀ ਸੁਖ ਦਾ ਸਾਗਰ, ਭਗਤਾਂ ਦੇ ਮਨ ਵਿੱਚ ਵਗਦਾ ਹੈ ।

The teachings of His Word are very soothing to the mind of His true devotee. His Word is an ocean of comforts, overflows within the mind of His true devotees.

ਮਨ ਸਿਉ ਜੂਝਿ ਮਰੈ ਪ੍ਰਭੁ ਪਾਏ,	man si-o joojh marai parabh paa-ay
ਮਨਸਾ ਮਨਹਿ ਸਮਾਏ॥	mansaa maneh samaa-ay.
ਨਾਨਕ ਕ੍ਰਿਪਾ ਕਰੇ ਜਗਜੀਵਨੁ,	naanak kirpaa karay jagjeevan
ਸਹਜ ਭਾਇ ਲਿਵ ਲਾਏ॥੪॥੧੬॥	sahj bhaa-ay liv laa-ay. ||4||16||

ਜਿਹੜਾ ਆਪਣੇ ਮਨ ਦੀਆਂ ਇੱਛਾਂ ਤੇ ਜਿੱਤ ਪਾਉਂਦਾ, ਪਾਉਂਦਾ ਮਰ ਜਾਂਦਾ ਹੈ । ਉਹ ਆਪਣੇ ਮਨ ਵਿਚੋਂ ਹੀ ਪ੍ਰਭ ਦੇ ਸ਼ਬਦ ਦੀ ਖੋਜ ਕਰ ਲੈਂਦਾ ਹੈ, ਮਨ ਵਿਚੋਂ ਇੱਛਾਂ ਖਤਮ ਹੋ ਜਾਂਦੀਆਂ ਹਨ । ਪ੍ਰਭ ਦੀ ਰਹਿਮਤ ਨਾਲ ਹੀ ਇਹ ਅਵਸਥਾ ਬਖਸ਼ਿਸ਼ ਹੋ ਸਕਦੀ ਹੈ, ਮਨ ਸ਼ਬਦ ਦੀ ਪਾਲਣਾ ਤੇ ਅਡੋਲ ਹੋ ਸਕਦਾ ਹੈ ।

Whosoever may die while trying to control, conquers his worldly desires, he may be blessed with the enlightenment of His Word from within his mind. All his worldly desires may be eliminated from his mind. Only with His mercy and grace, he may be blessed with this state of mind and he may remain steady and stable on meditating in the void of His Word.

19. ਆਸਾ ਮਹਲਾ ੧॥ 353-18

ਕਿਸ ਕਉ ਕਹਹਿ ਸੁਣਾਵਹਿ ਕਿਸ ਕਉ,	kis ka-o kaheh sunaaveh kis ka-o
ਕਿਸੁ ਸਮਝਾਵਹਿ ਸਮਝਿ ਰਹੇ॥	kis samjhaavahi samajh rahay.
ਕਿਸੈ ਪੜਾਵਹਿ ਪੜਿ ਗੁਣਿ ਬੂਝੇ,	kisai parhaaveh parh gun boojhay
ਸਤਿਗੁਰ ਸਬਦਿ ਸੰਤੋਖਿ ਰਹੇ॥੧॥	satgur sabad santokh rahay. ||1||

ਪ੍ਰਚਾਰਕ ਕਿਸ ਨੂੰ ਸੁਣਾਉਂਦੇ, ਕਿਸ ਨੂੰ ਪ੍ਰੇਰਨਾ ਕਰਦੇ ਹਨ, ਕੌਣ ਉਹਨਾਂ ਦਾ ਪ੍ਰਚਾਰ ਸਮਝਦਾ ਹੈ, ਉਹਨਾਂ ਨੂੰ ਆਪ ਇਹ ਸਮਝਣਾ, ਜੀਵਨ ਵਿੱਚ ਢਾਲਣਾ ਚਾਹੀਦਾ ਹੈ । ਉਹ ਆਪ ਤਾ ਲਿਖਤਾਂ ਪੜ੍ਹਕੇ, ਪ੍ਰਭ ਦੀ ਮਹਾਨਤਾ ਬਾਬਤ ਜਾਣਕਾਰੀ ਕਰਦਾ ਹੈ । ਕੇਵਲ ਸ਼ਬਦ ਨੂੰ ਆਪਣੇ ਜੀਵਨ ਵਿੱਚ ਢਾਲਣ ਨਾਲ ਹੀ ਸ਼ਬਦ ਮਨ ਵਿੱਚ ਘਰ ਕਰਦਾ ਹੈ । ਪ੍ਰਭ ਦੀ ਜੋਤ ਮਨ ਅੰਦਰ ਜਾਗਰਤ ਹੋ ਸਕਦੀ ਹੈ ।

To whom the worldly preachers may inspire and teach the virtues of His Word? Who can comprehend his preaching? The preacher should adopt the teachings in his day to day life before preaching others. These preachers read the worldly Scriptures to understand the importance, significance of His Word. Only by adopting the teachings of His Word in day to day life, he may be drenched with the teachings of His Word within. He may be enlightened within and becomes awake and alert.

ਐਸਾ ਗੁਰਮਤਿ ਰਮਤੁ ਸਰੀਰਾ॥	aisaa gurmat ramat sareeraa.
ਹਰਿ ਭਜੁ ਮੇਰੇ ਮਨ ਗਹਿਰ ਗੰਭੀਰਾ॥੧॥ ਰਹਾਉ॥	har bhaj mayray man gahir gambheeraa. ||1|| rahaa-o.

ਸ਼ਬਦ ਦੀ ਪਾਲਣਾ ਨਾਲ ਹੀ ਸੋਝੀ ਬਖਸ਼ਿਸ਼ ਹੁੰਦੀ ਹੈ, ਪ੍ਰਭ ਹਰ ਤਨ ਵਿੱਚ ਹੀ ਵਸਦਾ ਹੈ । ਉਹ ਬਹੁਤ ਗੰਭੀਰ, ਜੀਵ ਦੀ ਜਾਣਕਾਰੀ ਤੋਂ ਉਪਰ ਹੈ । ਪ੍ਰਭ ਦਾ ਧੰਨਵਾਦ ਹੀ ਕਰਦੇ ਰਹੋ ।

By adopting the teachings of His Word in day to day life, one may be enlightened that The True Master dwells in each and every mind and body and He is very mysterious and beyond the comprehension of His creation. You should always meditate and sing the glory of His virtues.

ਅਨਤ ਤਰੰਗ ਭਗਤਿ ਹਰਿ ਰੰਗਾ॥	anat tarang bhagat har rangaa.
ਅਨਦਿਨੁ ਸੂਚੇ ਹਰਿ ਗੁਣ ਸੰਗਾ॥	an-din soochay har gun sangaa.
ਮਿਥਿਆ ਜਨਮੁ ਸਾਕਤ ਸੰਸਾਰਾ॥	mithi-aa janam saakat sansaaraa.
ਰਾਮ ਭਗਤਿ ਜਨੁ ਰਹੈ ਨਿਰਾਰਾ॥੨॥	raam bhagat jan rahai niraaraa. ||2||

ਪ੍ਰਭ ਦੇ ਸ਼ਬਦ ਦੀ ਬੰਦਗੀ ਕਰਨ ਵਾਲੇ ਨੂੰ ਬੰਦਗੀ ਵਿਚੋਂ ਅਨੇਕਾਂ ਹੀ ਰਹਿਮਤਾਂ ਬਖਸ਼ਿਸ਼ ਹੁੰਦੀਆ ਹਨ । ਜਿਹੜਾ ਰਾਤ ਦਿਨ, ਸਵਾਸ ਗਰਾਸ ਪ੍ਰਭ ਦਾ ਸਿਮਰਨ ਕਰਦਾ ਹੈ । ਉਹ ਪ੍ਰਭ ਦੀ ਸ਼ਰਣ ਵਿੱਚ ਪ੍ਰਵਾਨ ਹੋ ਜਾਂਦਾ ਹੈ, ਪ੍ਰਭ ਆਪ ਹੀ ਰਖਵਾਲਾ ਬਣ ਜਾਂਦਾ ਹੈ । ਜਿਸ ਦਾ ਭਰੋਸਾ ਅਡੋਲ ਨਹੀਂ ਹੁੰਦਾ, ਉਸ ਦਾ ਮਾਨਸ ਜੀਵਨ ਬਿਰਥਾ ਹੀ ਬੀਤ ਜਾਂਦਾ ਹੈ । ਜਿਹੜਾ ਨਿਮ੍ਰਤਾ ਨਾਲ ਸ਼ਬਦ ਦੀ ਬੰਦਗੀ ਕਰਦਾ ਹੈ । ਉਹ ਸੰਸਰਕ ਇੱਛਾਂ ਦੇ ਪ੍ਰਭਾਵ ਤੋ, ਮੋਹ ਤੋ ਰਹਿਤ ਰਹਿੰਦਾ ਹੈ ।

His true devotee may be blessed with unlimited blessings by meditating on the teachings of His Word. Whosoever may meditate day and night with each and every breath, he may be accepted in His sanctuary. The True Master may become his protector. Whosoever may not have steady and stable belief on the teachings of His Word, he wastes his human life blessings uselessly. Whosoever may humbly meditate on the teachings of His Word, he may become beyond the reach of worldly desires and attachments.

ਸੂਚੀ ਕਾਇਆ ਹਰਿ ਗੁਣ ਗਾਇਆ॥	soochee kaa-i-aa har gun gaa-i-aa.
ਆਤਮੁ ਚੀਨਿ ਰਹੈ ਲਿਵ ਲਾਇਆ॥	aatam cheen rahai liv laa-i-aa.
ਆਦਿ ਅਪਾਰੁ ਅਪਰੰਪਰੁ ਹੀਰਾ॥	aad apaar aprampar heeraa.
ਲਾਲਿ ਰਤਾ ਮੇਰਾ ਮਨੁ ਧੀਰਾ॥੩॥	laal rataa mayraa man Dheeraa. ||3||

ਬੰਦਗੀ ਕਰਨ ਵਾਲੇ ਦੀ ਆਤਮਾ ਪਵਿਤ੍ਰ, ਇੱਛਾਂ ਤੋ ਰਹਿਤ ਰਹਿੰਦੀ ਹੈ । ਆਤਮਾ ਹਮੇਸ਼ਾਂ ਹੀ ਪ੍ਰਭ ਨੂੰ, ਮੌਤ ਨੂੰ ਯਾਦ ਰਖਦੀ, ਬੰਦਗੀ ਵਿੱਚ ਲੀਨ ਰਹਿੰਦੀ ਹੈ । ਪ੍ਰਭ ਦੀ ਹੌਂਦ ਦੀ ਕੀਮਤ ਸਭ ਅਨਮੋਲ ਰਤਨਾਂ ਤੋ, ਅਣਗਿਣਤ ਗੁਣਾਂ ਜ਼ਿਆਦਾ ਹੈ । ਬੰਦਗੀ ਕਰਨ ਵਾਲਾ ਦੇ ਮਨ ਤੇ ਸ਼ਬਦ ਦਾ ਅਨੋਖਾ ਹੀ ਨੂਰ ਰਹਿੰਦਾ ਹੈ ।

Whosoever may wholeheartedly meditate on the teachings of His Word, his soul may be sanctified and becomes beyond the reach of worldly desires. His soul, mind always remember that his death is unpredictable and he adopts the teachings of His Word. The significance of His blessings is much more valuable than the precious jewels, worldly possessions. An eternal astonishing glow always shine on his forehead.

ਕਥਨੀ ਕਹਹਿ ਕਹਹਿ ਸੇ ਮੂਏ॥	kathnee kaheh kaheh say moo-ay.
ਸੋ ਪ੍ਰਭੁ ਦੂਰਿ ਨਾਹੀ ਪ੍ਰਭੁ ਤੂੰ ਹੈ॥	so parabh door naahee parabh tooN hai.

ਸਭੁ ਜਗੁ ਦੇਖਿਆ ਮਾਇਆ ਛਾਇਆ॥ sabh jag daykhi-aa maa-i-aa chhaa-i-aa.
ਨਾਨਕ ਗੁਰਮਤਿ ਨਾਮੁ ਧਿਆਇਆ॥ ੪॥੧੭॥ naanak gurmat naam Dhi-aa-i-aa. ||4||17||

ਜਿਹੜੇ ਪ੍ਰਭ ਦੇ ਸ਼ਬਦ ਦੀ ਵਿਅਖਿਆ ਕਰਦੇ । ਆਪਣਾ ਵਿਚਾਰ ਵੱਖਰੇ ਵੱਖਰੇ ਸ਼ਬਦਾ ਨਾਲ ਸਾਬਤ ਕਰਦੇ ਰਹਿੰਦੇ ਹਨ । ਉਹ ਪ੍ਰਭ ਨੂੰ ਬਹੁਤ ਦੂਰ ਸਮਝਦੇ ਹਨ, ਕਿ ਉਹੁ ਜਾਣਕਾਰੀ, ਪਹੁੰਚ ਤੋ ਉਪਰ ਹੈ । ਇਹ ਨਹੀਂ ਜਾਣਦੇ ਪ੍ਰਭ ਤਾਂ ਜੀਵ ਦੇ ਮਨ ਅੰਦਰ ਹੀ ਵਸਦਾ ਹੈ । ਸਾਰਾ ਸੰਸਾਰ ਤਾਂ ਮਾਇਆ ਦੇ ਜਾਲ ਵਿੱਚ ਹੀ ਫਸਿਆ ਹੈ । ਆਪਣਾ ਜੀਵਨ ਸ਼ਬਦ ਨਾਲ ਢਾਲੋ, ਸ਼ਬਦ ਦਾ ਸਿਮਰਨ ਕਰੋ ।

Whosoever may preach and explain the teachings of His Word, the true spiritual meanings of His Word. He may try various logics, techniques, methods to prove his point of view as true and correct. He believes, The True Master is far away and beyond the comprehension of His creature. Ignorant does not realize that The True Master resides within the mind and body of each and every creature. The whole universe remains salve of emotional attachments and worldly desires. You should wholeheartedly meditate and adopt the teachings of His Word in day to day life.

20. ਆਸਾ ਮਹਲਾ ੧ ਤਿਤੁਕਾ॥ 354-6

ਕੋਈ ਭੀਖਕੁ ਭੀਖਿਆ ਖਾਇ॥ ko-ee bheekhak bheekhi-aa khaa-ay.
ਕੋਈ ਰਾਜਾ ਰਹਿਆ ਸਮਾਇ॥ ko-ee raajaa rahi-aa samaa-ay.
ਕਿਸ ਹੀ ਮਾਨੁ ਕਿਸੈ ਅਪਮਾਨੁ॥ kis hee maan kisai apmaan.
ਢਾਹਿ ਉਸਾਰੇ ਧਰੇ ਧਿਆਨੁ॥ dhaahi usaaray Dharay Dhi-aan.
ਤੁਝ ਤੇ ਵਡਾ ਨਾਹੀ ਕੋਇ॥ tujh tay vadaa naahee ko-ay.
ਕਿਸੁ ਵੇਖਾਲੀ ਚੰਗਾ ਹੋਇ॥੧॥ kis vaykhaalee changa ho-ay. ||1||

ਕਈ ਜੀਵ ਭਿਖਾਰੀ ਜੰਮਦੇ ਹਨ, ਸਾਰੀ ਉਮਰ ਭਿੱਖਿਆ ਹੀ ਮੰਗਦੇ ਹਨ । ਕਈ ਰਾਜੇ ਜੰਮਦੇ ਹਨ, ਉਹ ਆਪਣੇ ਆਪ ਵਿੱਚ ਹੀ ਮਸਤ ਰਹਿੰਦੇ ਹਨ । ਕਿਸੇ ਨੂੰ ਜੀਵਨ ਵਿੱਚ ਮਾਣ ਅਤੇ ਕਿਸੇ ਨੂੰ ਅਪਮਾਨ ਬਖਸ਼ਿਸ਼ ਹੁੰਦਾ ਹੈ । ਇਹ ਤੇਰਾ ਹੀ ਖੇਲ ਹੈ ਜਿਸ ਤੇ ਤੇਰੀ ਰਹਿਮਤ ਹੋ ਜਾਂਦੀ ਹੈ, ਉਹ ਤਰ ਜਾਂਦਾ ਹੈ । ਜਿਸ ਤੋਂ ਰਹਿਮਤ ਦੀ ਨਜ਼ਰ ਦੂਰ ਹੋ ਜਾਂਦੀ, ਬਰਬਾਦ ਹੋ ਜਾਂਦਾ ਹੈ । ਕਿਹੜਾ ਪੀਰ ਇਸ ਅਵਸਥਾ ਵਾਲਾ ਹੈ, ਜਿਸ ਤੋ ਰਹਿਮਤ ਦੀ ਅਰਦਾਸ ਕਰਾਵਾ? ਤੇਰੇ ਤੋ ਕੋਈ ਹੋਰ ਵੱਡਾ ਨਹੀਂ ਹੈ ।

In the universe some are born as beggar and remain begging for his whole life and others may be blessed with comforts in life and remain intoxicated in the enjoyment of worldly attachments possessions. Some may be honored and others may be rebuked for whole of his life. The universe is Your unique play, whosoever may be blessed with Your mercy and grace, he may be accepted in Your court and others may waste their human life opportunity uselessly. Is there any worldly devotee with that state of mind, worthy of praying for forgiveness? No one may be equal or greater than The True Master.

ਮੈ ਤਾਂ ਨਾਮੁ ਤੇਰਾ ਆਧਾਰੁ॥ mai taaN naam tayraa aaDhaar.
ਤੂੰ ਦਾਤਾ ਕਰਣਹਾਰੁ ਕਰਤਾਰੁ॥੧॥ ਰਹਾਉ॥ tooN daataa karanhaar kartaar. ||1|| rahaa-o.

ਪ੍ਰਭ ਤੂੰ ਹੀ ਜੀਵਨ ਦਾ ਆਸਰਾ, ਅਧਾਰ ਹੈ । ਤੂੰ ਹੀ ਜੀਵ ਨੂੰ ਪੈਦਾ ਕਰਨ, ਪਾਲਣਾ ਕਰਨ, ਦਾਤਾਂ ਬਖਸ਼ਣ ਵਾਲਾ ਮਾਲਕ ਹੈ ।

You are the guiding principle and pillar of support my life. Only You may create, nourish, protect and bless Your virtues to Your creation.

ਵਾਟ ਨ ਪਾਵਉ ਵੀਗਾ ਜਾਉ॥	vaat na paava-o veegaa jaa-o.
ਦਰਗਹ ਬੈਸਣ ਨਾਹੀ ਥਾਉ॥	dargeh baisan naahee thaa-o.
ਮਨ ਕਾ ਅੰਧੁਲਾ ਮਾਇਆ ਕਾ ਬੰਧੁ॥	man kaa anDhulaa maa-i-aa kaa banDh.
ਖੀਨ ਖਰਾਬੁ ਹੋਵੈ ਨਿਤ ਕੰਧੁ॥	kheen kharaab hovai nit kanDh.
ਖਾਣ ਜੀਵਣ ਕੀ ਬਹੁਤੀ ਆਸ॥	khaan jeevan kee bahutee aas.
ਲੇਖੈ ਤੇਰੈ ਸਾਸ ਗਿਰਾਸ॥੨॥	laykhai tayrai saas giraas. ||2||

ਮਾਨਸ ਹੋਰ ਭਰਮਾਂ ਵਿੱਚ ਫਸਿਆ, ਸ਼ਬਦ ਅਨੁਸਾਰ ਜੀਵਨ ਨਹੀਂ ਬਤੀਤ ਕਰਦਾ ਹੈ । ਇਸ ਨਾਲ ਪ੍ਰਭ ਦੇ ਦਰਬਾਰ ਵਿੱਚ ਥਾਂ ਬਖਸ਼ਿਸ਼ ਨਹੀਂ ਹੋ ਸਕਦੀ । ਉਸ ਨੂੰ ਸ਼ਬਦ ਦੀ ਕੋਈ ਸੋਝੀ ਨਹੀਂ, ਮਾਇਆ ਦੇ ਜਾਲ ਵਿੱਚ ਹੀ ਫਸਿਆ ਹੈ । ਤੇਰਾ ਤਨ ਕਮਜ਼ੋਰ ਹੋ ਗਿਆ ਹੈ, ਮਨ ਦਾ ਧੀਰਜ ਟੁੱਟ ਗਿਆ ਹੈ । ਤੂੰ ਖਾਣ ਅਤੇ ਅਰਾਮ ਵਾਲਾ ਜੀਵਨ ਹੀ ਬਤੀਤ ਕਰਨਾ ਚਾਹੁੰਦਾ ਹੈ । ਤੇਰੇ ਦਿਨ ਅਤੇ ਗਰਾਸਾਂ ਦੀ ਗਿਣਤੀ ਮਿੱਥੀ ਹੈ ।

Humans does not adopt the teachings of His Word in day to day life and he always remains in the religious suspicions. With religious rituals, his soul may not be accepted in His court. He may not have any enlightenment of the teachings of His Word and he remains a slave of greed of worldly wealth. Your body has become weak and feeble and your patience has been exhausted. You always wish to enjoy delicacy of food and live comfortable life. You should realize that number of your breaths and food bites are predetermined before your birth by The True Master.

ਅਹਿਨਿਸਿ ਅੰਧੁਲੇ ਦੀਪਕੁ ਦੇਇ॥	ahinis anDhulay deepak day-ay.
ਭਉਜਲ ਡੂਬਤ ਚਿੰਤ ਕਰੇਇ॥	bha-ojal doobat chint karay-i.
ਕਹਹਿ ਸੁਣਹਿ ਜੋ ਮਾਨਹਿ ਨਾਉ॥	kaheh suneh jo maaneh naa-o.
ਹਉ ਬਲਿਹਾਰੈ ਤਾ ਕੈ ਜਾਉ॥	ha-o balihaarai taa kai jaa-o.
ਨਾਨਕੁ ਏਕ ਕਹੈ ਅਰਦਾਸਿ॥	naanak ayk kahai ardaas.
ਜੀਉ ਪਿੰਡੁ ਸਭ ਤੇਰੈ ਪਾਸਿ॥੩॥	jee-o pind sabh tayrai paas. ||3||

ਸੰਸਾਰ ਵਿੱਚ ਅਗਿਆਨਤਾ ਦਾ ਅੰਧੇਰਾ ਛਾਇਆ ਹੈ, ਪ੍ਰਭ ਰਹਿਮਤ ਬਖਸ਼ੋ, ਜੀਵਾਂ ਨੂੰ ਸੇਧ ਬਖਸ਼ੋ । ਜੀਵ ਖਤਰਨਾਕ (ਭਿਆਨਕ) ਸਾਗਰ ਵਿੱਚ ਡੁੱਬਦੇ ਜਾਂਦੇ ਹਨ । ਜਿਹੜੇ ਅਡੋਲ ਭਰੋਸੇ ਨਾਲ ਸਿਮਰਨ ਕਰਦੇ ਹਨ, ਪੂਜਣ ਯੋਗ ਹੋ ਜਾਂਦੇ ਹਨ । ਮਨ, ਤਨ, ਆਤਮਾ ਤੇਰੀ ਬਖਸ਼ੀ ਹੋਈ ਹੀ ਅਮਾਨਤ ਹੈ, ਇਸ ਦੀ ਰੱਖਿਆ ਕਰੋ, ਸੋਝੀ ਬਖਸ਼ੋ ।

The whole world is under the cloud of darkness of ignorance. The True Master Only You may bless and guide Your creation on the right path of salvation. Ignorant creatures are drowning in a terrible ocean of worldly desires. Whosoever may meditate and adopt the teachings of Your Word with steady and stable belief, he may become worthy of worship in the universe. My mind, body and soul are only Your trust. Have a mercy and grace to enlighten and protect Your humble slave.

ਜਾਂ ਤੂੰ ਦੇਹਿ ਜਪੀ ਤੇਰਾ ਨਾਉ॥	jaaN tooN deh japee tayraa naa-o.
ਦਰਗਹ ਬੈਸਣ ਹੋਵੈ ਥਾਉ॥	dargeh baisan hovai thaa-o.
ਜਾਂ ਤੁਧੁ ਭਾਵੈ ਤਾ ਦੁਰਮਤਿ ਜਾਇ॥	jaaN tuDh bhaavai taa durmat jaa-ay.
ਗਿਆਨ ਰਤਨੁ ਮਨਿ ਵਸੈ ਆਇ॥	gi-aan ratan man vasai aa-ay.
ਨਦਰਿ ਕਰੇ ਤਾ ਸਤਿਗੁਰੁ ਮਿਲੈ॥	nadar karay taa satgur milai.
ਪ੍ਰਣਵਤਿ ਨਾਨਕੁ ਭਵਜਲੁ ਤਰੈ॥੪॥੧੮॥	paranvat naanak bhavjal tarai. ||4||18||

ਤੇਰੀ ਰਹਿਮਤ ਨਾਲ ਹੀ ਜੀਵ ਤੇਰੇ ਸ਼ਬਦ ਦਾ ਸਿਮਰਨ ਕਰ ਸਕਦਾ ਹੈ । ਜਿਹੜਾ ਅਡੋਲ ਭਰੋਸੇ ਨਾਲ ਸਿਮਰਨ ਕਰਦਾ, ਉਸ ਨੂੰ ਤੇਰੇ ਦਰਬਾਰ ਵਿੱਚ ਪ੍ਰਵਾਨਗੀ ਬਖਸ਼ਿਸ਼ ਹੋ ਸਕਦੀ ਹੈ । ਆਪਣੀ ਰਹਿਮਤ ਨਾਲ ਹੀ ਮਨ ਦੇ ਭਰਮ ਦੂਰ ਕਰਕੇ, ਸ਼ਬਦ ਦੀ ਸੋਝੀ ਬਖਸ਼ਦਾ ਹੈ । ਉਸ ਦੇ ਮਨ ਵਿੱਚ ਸ਼ਬਦ ਘਰ ਕਰ ਜਾਂਦਾ, ਪ੍ਰਵਾਨਗੀ ਦੇ ਰਸਤੇ ਤੇ ਚਲਦਾ ਹੈ, ਪ੍ਰਭ ਦੀ ਜੋਤ ਦੀ ਸੋਝੀ ਹੋ ਜਾਂਦੀ ਹੈ । ਪ੍ਰਭ ਅੱਗੇ ਅਰਦਾਸ ਕਰੋ, ਸਮਰਥ ਬਖਸ਼ੇ, ਮਾਨਸ ਜਨਮ ਸਫਲ ਕਰੇ ।

Only with Your mercy and grace; Your true devotee may be able to meditates on the teachings of Your Word with steady and stable belief. Whosoever may meditate and adopt the teachings of Your Word with steady and stable belief, he may be blessed with the right path of acceptance in Your court. With Your mercy and grace, all his suspicions may be eliminated and he may be enlightened with the teachings of His Word. He may be drenched with enlightenment and he may be blessed with the right path of acceptance. You should always pray and beg from The True Master to make your human life journey a success.

21. ਆਸਾ ਮਹਲਾ ੧ ਪੰਚਪਦੇ॥ 354-14

ਦੁਧ ਬਿਨੁ ਧੇਨੁ ਪੰਖ ਬਿਨੁ ਪੰਖੀ,	duDh bin Dhayn pankh bin pankhee
ਜਲ ਬਿਨੁ ਉਤਭੁਜ ਕਾਮਿ ਨਾਹੀ॥	jal bin ut-bhuj kaam naahee.
ਕਿਆ ਸੁਲਤਾਨੁ ਸਲਾਮ ਵਿਹੂਣਾ,	ki-aa sultaan salaam vihoonaa
ਅੰਧੀ ਕੋਠੀ ਤੇਰਾ ਨਾਮੁ ਨਾਹੀ॥੧॥	anDhee kothee tayraa naam naahee. ||1||

ਜਿਵੇਂ ਨਾ ਦੁੱਧ ਦੇਣ ਵਾਲੀ ਗਾਂ, ਖੰਭਾਂ ਤੋ ਬਿਨਾਂ ਪੰਛੀ, ਪਾਣੀ ਤੋ ਬਿਨਾਂ ਬਾਗ, ਜਾ ਫੁੱਲਵਾਵੀ ਦੀ ਕੋਈ ਕੀਮਤ ਨਹੀਂ ਹੁੰਦੀ । ਇਸ ਤਰ੍ਹਾਂ ਉਸ ਰਾਜ ਦੀ ਕੋਈ ਮਹੱਤਤਾ ਨਹੀਂ ਜਿਥੇ ਰਾਜੇ ਦਾ ਆਦਰ ਨਾ ਹੋਵੇ । ਇਸ ਤਰ੍ਹਾਂ ਆਤਮਾ ਵੀ ਸ਼ਬਦ ਦੀ ਸੋਝੀ ਤੋ ਬਿਨਾਂ ਅੰਧੀ, ਮਾਨਸ ਜਨਮ ਬਿਰਥਾ ਹੀ ਹੁੰਦਾ ਹੈ ।

As the cow who does not produce milk, the bird who does not have feathers to fly, barn land, garden without water does not have any significant value. Same way the kingdom does not have any significance, where the king may not be honored and obeyed. Same may be the state of mind of human without the enlightenment of His Word. He remains ignorant, blind, in darkness from the true purpose of his human life blessings.

ਕੀ ਵਿਸਰਹਿ ਦੁਖੁ ਬਹੁਤਾ ਲਾਗੈ॥	kee visrahi dukh bahutaa laagai.
ਦੁਖੁ ਲਾਗੈ ਤੂੰ ਵਿਸਰੁ ਨਾਹੀ॥੧॥	dukh laagai tooN visar naahee. ||1||
ਰਹਾਉ॥	rahaa-o.

ਪ੍ਰਭ ਨੂੰ ਮਨ ਵਿਚੋਂ ਕਿਵੇਂ ਵਿਸਾਰੀਆ ਜਾ ਸਕਦਾ ਹੈ? ਜਿਸ ਦੇ ਵਿਸਰਨ ਨਾਲ ਬਹੁਤ ਮੁਸੀਬਤਾਂ ਆਉਂਦੀਆ ਹਨ? ਇਸ ਤਰ੍ਹਾਂ ਸ਼ਬਦ ਨੂੰ ਵਿਸਾਰਨ ਨਾਲ ਮਨ ਭਟਕਣਾਂ ਵਿੱਚ ਹੀ ਰਹਿੰਦਾ ਹੈ ।

How may I abandon the teachings of His Word, The True Master, the creator from my mind? By abandoning the teachings of His Word from day to day life, one may have to endure many miseries in life? Same way by abandoning His Word from day to day life, he remains overwhelmed with frustrations of worldly desires.

ਅਖੀ ਅੰਧੁ ਜੀਭ ਰਸੁ ਨਾਹੀ	akhee anDh jeebh ras naahee
ਕੰਨੀ ਪਵਣੁ ਨ ਵਾਜੈ॥	kannee pavan na vaajai.
ਚਰਣੀ ਚਲੈ ਪਜੂਤਾ ਆਗੈ,	charnee chalai pajootaa aagai
ਵਿਣੁ ਸੇਵਾ ਫਲ ਲਾਗੇ॥੨॥	vin sayvaa fal laagay. ||2||

ਜਿਹੜਾ ਸ਼ਬਦ ਦੀ ਪਾਲਣਾ ਨਹੀਂ ਕਰਦਾ, ਉਸ ਦੀ ਕੀ ਹਾਲਤ ਹੁੰਦੀ ਹੈ? ਕੀ ਜੀਵਨ ਵਿੱਚ ਫਲ ਬਖਸ਼ਿਸ਼ ਹੁੰਦਾ ਹੈ? ਜਿਵੇਂ ਕੋਈ ਅੱਖਾਂ ਤੋ ਅੰਧੇ, ਜੀਭ ਦੇ ਸਵਾਦ ਤੋ ਰਹਿਤ, ਕੰਨਾਂ ਤੋ ਬੋਲਾ, ਲੱਗੜਾ ਹੋਵੇ, ਇਸ ਤਰ੍ਹਾਂ ਦੀ ਹੀ ਹਾਲਤ ਹੁੰਦੀ ਹੈ ।

Whosoever may not obey the teachings of His Word in his day to day life, what may be his state of mind, his worldly conditions? What may he be blessed with his worldly deeds? His state of mind is miserable like a blind without eye sight, without the taste and sensation of his tongue, deaf, without hearing sensation, a leprous, impaired, Handicap.

ਅਖਰ ਬਿਰਖ ਬਾਗ ਭੁਇ ਚੋਖੀ,	akhar birakh baag bhu-ay chokhee
ਸਿੰਚਿਤ ਭਾਉ ਕਰੇਹੀ॥	sinchit bhaa-o karayhee.
ਸਭਨਾ ਫਲੁ ਲਾਗੈ ਨਾਮੁ ਏਕੋ,	sabhnaa fal laagai naam ayko
ਬਿਨੁ ਕਰਮਾ ਕੈਸੇ ਲੇਹੀ॥੩॥	bin karma kaisay layhee. ‖3‖

ਜੀਵ ਸ਼ਬਦ ਨੂੰ ਬ੍ਰਿਛ, ਆਪਣੇ ਹਿਰਦੇ ਨੂੰ ਖੇਤ, ਧਰਤੀ ਬਣਾਕੇ, ਪ੍ਰਭ ਦੇ ਵਿਰਾਗ ਵਾਲੇ ਪਾਣੀ ਦੇਣ ਨਾਲ ਸ਼ਬਦ ਦੇ ਬ੍ਰਿਛ ਨੂੰ ਫਲ ਲੱਗਦਾ ਹੈ । ਪਿਛਲੇ ਕੀਤੇ ਚੰਗੇ ਕਰਮਾਂ ਤੋ ਬਿਨਾਂ ਇਹ ਫਲ ਨਸੀਬ ਨਹੀਂ ਹੁੰਦਾ ।

You should consider His Word as a fruit tree, your mind as the field, fertile land and by irrigating with the water of your renunciation of memory of separation from the True Master. The fruit tree of His Word may be blessed with fruit of enlightenment of His Word. Without the prewritten destiny as a reward of good deeds of previous life, his soul may not be blessed with fruit.

ਜੇਤੇ ਜੀਅ ਤੇਤੇ ਸਭਿ ਤੇਰੇ,	jaytay jee-a taytay sabh tayray
ਵਿਣੁ ਸੇਵਾ ਫਲੁ ਕਿਸੈ ਨਾਹੀ॥	vin sayvaa fal kisai naahee.
ਦੁਖੁ ਸੁਖੁ ਭਾਣਾ ਤੇਰਾ ਹੋਵੈ,	dukh sukh bhaanaa tayraa hovai
ਵਿਣੁ ਨਾਵੈ ਜੀਉ ਰਹੈ ਨਾਹੀ॥੪॥	vin naavai jee-o rahai naahee. ‖4‖

ਜਿਤਨੇ ਜੀਵ ਸ੍ਰਿਸ਼ਟੀ ਵਿੱਚ ਪੈਦਾ ਹੋਏ ਹਨ, ਸਾਰੇ ਤੇਰੇ ਹੀ ਗੁਲਾਮ ਹਨ । ਪਰ ਜਿਤਨਾ ਚਿਰ ਮਨ ਲਾ ਕੇ ਸ਼ਬਦ ਦੀ ਬੰਦਗੀ, ਸੇਵਾ ਨਹੀਂ ਕਰਦੇ, ਕੋਈ ਫਲ, ਲਾਭ ਨਹੀਂ ਹੁੰਦਾ । ਸੰਸਾਰ ਵਿੱਚ ਦੁਖ ਸੁਖ ਸਾਰਾ ਤੇਰੇ ਭਾਣੇ ਨਾਲ ਹੀ ਬਖਸ਼ਿਸ਼ ਹੁੰਦਾ ਹੈ । ਤੇਰੇ ਸ਼ਬਦ ਦੀ ਪਾਲਣਾ ਤੋ ਬਿਨਾਂ ਮਾਨਸ ਜੀਵਨ ਬਿਰਥਾ ਹੀ ਹੈ ।

All the creatures born in this universe are Your salves. Without wholeheartedly obeying and adopting Your Word in day to day life, his good deeds may not be rewarded. All worldly pleasures and miseries are blessed with Your mercy and grace. Without obeying and adopting the teachings of Your Word, human life blessings may be useless, wasted.

ਮਤਿ ਵਿਚਿ ਮਰਣੁ ਜੀਵਣੁ ਹੋਰੁ ਕੈਸਾ,	mat vich maran jeevan hor kaisaa
ਜਾ ਜੀਵਾ ਤਾਂ ਜੁਗਤਿ ਨਾਹੀ॥	jaa jeevaa taaN jugat naahee.
ਕਹੈ ਨਾਨਕੁ ਜੀਵਾਲੇ ਜੀਆ,	kahai naanak jeevaalay jee-aa
ਜਹ ਭਾਵੈ ਤਹ ਰਾਖੁ ਤੁਹੀ॥੫॥੧੯॥	jah bhaavai tah raakh tuhee. ‖5‖19‖

ਪ੍ਰਭ ਤੇ ਸ਼ਬਦ ਦੀ ਪਾਲਣਾ ਕਰਨਾ ਹੀ ਜੀਵਨ ਦਾ ਹੀ ਅਸਲੀ ਧੰਦਾ ਹੁੰਦਾ ਹੈ । ਸਿਮਰਨ ਤੋ ਬਿਨਾਂ ਮਾਨਸ ਜੀਵਨ ਦਾ ਕੋਈ ਮੰਤਵ ਨਹੀਂ, ਕੋਈ ਜੀਵਨ ਦਾ ਤਰੀਕਾ ਨਹੀਂ ਹੈ । ਪ੍ਰਭ, ਸ੍ਰਿਸ਼ਟੀ ਵਿੱਚ ਜੀਵਾਂ ਨੂੰ ਮਿਥਿਆ ਸਮਾਂ ਮਾਨਸ ਜੀਵਨ ਬਖਸ਼ਦਾ ਹੈ । ਰਹਿਮਤ ਬਖਸ਼ੋ ! ਆਪਣੇ ਭਾਣੇ ਦੀ ਪਾਲਣਾ ਵਿੱਚ ਅਡੋਲ ਰਖੋ !

To adopt the teachings of Your Word in his day to day life may be true purpose of life, the only right path of life. Without meditating and adopting the teachings of Your Word, human life may be wasted uselessly and has no significance. The True Master blesses each and every creature with a limited predetermined time to sanctify his soul, in the universe. Have mercy and grace on Your meek and keep me steady and stable in obeying Your Word.

22. ਆਸਾ ਮਹਲਾ ੧॥ 355-2

ਕਾਇਆ ਬ੍ਰਹਮਾ ਮਨੁ ਹੈ ਧੋਤੀ॥	kaa-i-aa barahmaa man hai Dhotee.
ਗਿਆਨੁ ਜਨੇਊ ਧਿਆਨੁ ਕੁਸਪਾਤੀ॥	gi-aan janay-oo Dhi-aan kuspaatee.
ਹਰਿ ਨਾਮਾ ਜਸੁ ਜਾਚਉ ਨਾਉ॥	har naamaa jas jaacha-o naa-o.
ਗੁਰ ਪਰਸਾਦੀ ਬ੍ਰਹਮਿ ਸਮਾਉ॥੧॥	gur parsaadee barahm samaa-o. ||1||

ਜੀਵ ਆਪਣੇ ਮਨ ਨੂੰ ਗਿਆਨਵਾਨ ਗਿਆਨੀ ਸਮਝੋ, ਮਨ ਨੂੰ ਪਰਦਾ ਢੱਕਣ ਵਾਲੀ ਧੋਤੀ ਬਣਾਵੋ! ਸ਼ਬਦ ਦੀ ਸੋਝੀ ਨੂੰ ਪਵਿਤ੍ਰ ਧਾਗਾ, ਬੰਧਨ, ਜਨੇਊ ਬਣਾਵੋ! ਸਿਮਰਨ ਨੂੰ ਵਹਿਦਾ, ਪ੍ਰੀਤ ਦੀ ਨਿਸ਼ਾਨੀ ਨੂੰ ਛਾਪ ਸਮਝੋ । ਇਸ ਤਰ੍ਹਾਂ ਸਿਮਰਨ, ਸ਼ਬਦ ਦੀ ਪਾਲਣਾ ਕਰਕੇ ਆਪਣੀ ਆਤਮਾ ਦੀ ਪਵਿਤਤ੍ਰ ਵਾਲਾ ਇਸ਼ਨਾਨ ਕਰੋ! ਤਾਂ ਹੀ ਤੂੰ ਰਹਿਮਤ ਨਾਲ ਦਰਬਾਰ ਵਿੱਚ ਪ੍ਰਵਾਨ ਹੋ ਸਕਦਾ ਹੈ ।

You should consider your mind as an enlightened, very knowledgeable and make your mind as a robe, cloth to preserve privacy, your honor. You should consider the enlightenment of His Word as the Holy thread, a religious insignia, baptism. You should consider your dedication to meditate on the teachings of His Word as symbol of your love, steady and stable belief as promise ring. By meditating and adopting His Word in day to day life sanctify your soul, consider as a sanctifying bath in the Holy nectar, pond of Holy shrine. With His mercy and grace, you may be blessed with the right path of acceptance in His court.

ਪਾਂਡੇ ਐਸਾ ਬ੍ਰਹਮ ਬੀਚਾਰੁ॥	paaNday aisaa barahm beechaar.
ਨਾਮੇ ਸੁਚਿ ਨਾਮੋ ਪੜਉ,	naamay such naamo parha-o
ਨਾਮੇ ਚਜੁ ਆਚਾਰੁ॥ ੧॥ਰਹਾਉ॥	naamay chaj aachaar. ||1|| rahaa-o.

ਗੁਰਮਖ, ਗਿਆਨੀ ਪ੍ਰਭ ਦੇ ਸ਼ਬਦ ਨੂੰ ਅਟੱਲ ਮੰਨਕੇ, ਆਪਣੇ ਮਨ ਅੰਦਰ ਖੋਜ ਕਰਕੇ, ਸ਼ਬਦ ਦੀ ਸੋਝੀ ਨਾਲ ਆਪਣਾ ਜੀਵਨ ਢਾਲੋ! ਇਸ ਤਰ੍ਹਾਂ ਅਡੋਲ ਭਰੋਸੇ ਨਾਲ ਸ਼ਬਦ ਦਾ ਸਿਮਰਨ ਕਰੋ!

You should with a steady and stable belief on the teachings of His Word and search the enlightenment of His Word from within your mind. With the enlightenment of the teachings of His Word adopt, meditate and sing the glory of The True Master.

ਬਾਹਰਿ ਜਨੇਊ ਜਿਚਰੁ ਜੋਤਿ ਹੈ ਨਾਲਿ॥	baahar janay-oo jichar jot hai naal.
ਧੋਤੀ ਟਿਕਾ ਨਾਮੁ ਸਮਾਲਿ॥	Dhotee tikaa naam samaal.
ਐਥੈ ਓਥੈ ਨਿਬਹੀ ਨਾਲਿ॥	aithai othai nibhee naal.
ਵਿਣੁ ਨਾਵੈ ਹੋਰਿ ਕਰਮ ਨ ਭਾਲਿ॥੨॥	vin naavai hor karam na bhaal. ||2||

ਜਿਸ ਜੀਵ ਦੇ ਮਨ ਵਿੱਚ ਪ੍ਰਭ ਦਾ ਸ਼ਬਦ ਘਰ ਕਰ ਜਾਂਦਾ ਹੈ, ਧਾਰਮਕ ਬਾਣੇ ਦੀ ਉਸ ਦੇ ਜੀਵਨ ਵਿੱਚ ਕੋਈ ਮਹੱਤਤਾ ਨਹੀਂ ਰਹਿੰਦੀ । ਸ਼ਬਦ ਨੂੰ ਹੀ ਧੋਤੀ, ਟਿਕਾ ਨਿਸ਼ਾਨੀਆ ਹੀ ਉਸ ਦਾ ਧਾਰਮਕ ਬਾਣਾ ਬਣਾ ਜਾਂਦਾ ਹੈ । ਇਹ ਹੀ ਮੌਤ ਤੋ ਪਿਛੋਂ ਸਾਥ ਦੇਵੇਗਾ । ਸ਼ਬਦ ਨਾਲ ਜੀਵਨ ਢਾਲਣ ਤੋ ਬਿਨਾਂ ਹੋਰ ਕੰਮ ਕਰਨਾ ਬਿਰਥਾ ਹੀ ਹੈ ।

Whosoever may be drenched with the teachings of His Word, religious robe, baptism, rituals may not have any significance in his day to day life. Obeying the teachings of His Word becomes his religious robe and religious symbol. The earnings of His Word support him in His court, without adopting the teachings of His Word in day to day life, all other worldly chores are useless for the purpose of human life journey.

ਪੂਜਾ ਪ੍ਰੇਮ ਮਾਇਆ ਪਰਜਾਲਿ॥	poojaa paraym maa-i-aa parjaal.
ਏਕੋ ਵੇਖਹੁ ਅਵਰੁ ਨ ਭਾਲਿ॥	ayko vaykhhu avar na bhaal.
ਚੀਨ੍ਹੈ ਤਤੁ ਗਗਨ ਦਸ ਦੁਆਰ॥	cheenHai tat gagan das du-aar.
ਹਰਿ ਮੁਖਿ ਪਾਠ ਪੜੈ ਬੀਚਾਰ॥੩॥	har mukh paath parhai beechaar. ‖3‖

ਜੀਵ ਸੰਸਾਰਕ ਮਾਇਆ ਤਿਆਗ ਕੇ, ਭਰੋਸੇ ਨਾਲ ਸ਼ਬਦ ਦਾ ਸਿਮਰਨ ਕਰੋ । ਪ੍ਰਭ ਦੇ ਸ਼ਬਦ ਦੀ ਪਾਲਣਾ ਤੋਂ ਬਿਨਾਂ ਹੋਰ ਰੀਤ ਰੀਵਾਜ ਨਾਲ ਮੁਕਤੀ ਦਾ ਰਸਤਾ ਬਖਸ਼ਿਸ਼ ਨਹੀਂ ਹੋ ਸਕਦਾ । ਪ੍ਰਭ ਦਾ ਦਰਬਾਰ, ਮਨ ਦੇ ਅਕਾਸ਼ ਵਿੱਚ ਦਸਵੇਂ ਘਰ ਵਿੱਚ ਹੀ ਹੈ । ਸ਼ਬਦ ਨੂੰ ਪੜ੍ਹਕੇ, ਵਿਚਾਰਕੇ, ਸ਼ਬਦ ਦੀ ਸੋਝੀ ਨਾਲ ਜੀਵਨ ਬਤੀਤ ਕਰੋ ।

You should abandon the worldly desires, wealth and with steady and stable belief meditates on the teachings of His Word. Without meditating and adopting the teachings of His Word, all other religious rituals may not lead to the blessings of the right path of His acceptance. His throne, 10th gate of His castle is within your body. You should understand the teachings of His Word and adopt with steady and stable belief in day to day life

ਭੋਜਨੁ ਭਾਉ ਭਰਮੁ ਭਉ ਭਾਗੈ॥	bhojan bhaa-o bharam bha-o bhaagai.
ਪਾਹਰੂਅਰਾ ਛਬਿ ਚੋਰੁ ਨ ਲਾਗੈ॥	paahroo-araa chhab chor na laagai.
ਤਿਲਕੁ ਲਿਲਾਟਿ ਜਾਣੈ ਪ੍ਰਭੁ ਏਕੁ॥	tilak lilaat jaanai parabh ayk.
ਬੂਝੈ ਬ੍ਰਹਮੁ ਅੰਤਰਿ ਬਿਬੇਕੁ॥੪॥	boojhai barahm antar bibayk. ‖4‖

ਪ੍ਰਭ ਦੇ ਵਿਛੋੜੇ ਦੇ ਵਿਰਾਗ ਨੂੰ ਆਪਣੀ ਆਤਮਾ ਦਾ ਭੋਜਨ ਬਣਾਵੋ! ਇਸ ਨਾਲ ਭਰਮਾਂ, ਸੰਸਾਰਕ ਇੱਛਾਂ ਦਾ ਡਰ ਖਤਮ ਹੋ ਜਾਂਦਾ ਹੈ । ਜਿਸ ਦਾ ਪ੍ਰਭ ਆਪ ਰਖਵਾਲਾ ਬਣ ਜਾਂਦਾ ਹੈ, ਉਸ ਦੀ ਰਹਿਮਤ ਨੂੰ ਕੋਈ ਖੋਂਅ ਨਹੀਂ ਸਕਦਾ । ਇੱਕੋ ਇੱਕ ਪ੍ਰਭ ਹੀ ਸਾਰੀ ਸ੍ਰਿਸ਼ਟੀ ਦਾ ਅਸਲੀ ਮਾਲਕ ਹੈ, ਉਹ ਮੱਥੇ ਦਾ ਤਿਲਕ ਬਣ ਜਾਂਦਾ, ਮਨ ਜਾਗਰਤ ਹੋ ਜਾਂਦਾ ਹੈ! ਪ੍ਰਭ ਹਰਇੱਕ ਦੇ ਅੰਦਰ ਕਿਸੇ ਵਿਤਕਰੇ ਤੋ ਬਿਨਾਂ ਵਸਦਾ ਹੈ ।

You should make the renunciation of the memory of your separation from The True Master as the food for your soul. All your suspicions and fear of worldly desires may be eliminated from mind. Whosoever may be accepted in His sanctuary, protection, no one can rob His blessings from his soul. The One and Only One, True Master of universe becomes the insignia of sanctification on his forehead and His Word remains enlightened within. The True Master dwells in each and every heart without any discrimination.

ਆਚਾਰੀ ਨਹੀ ਜੀਤਿਆ ਜਾਇ॥	aachaaree nahee jeeti-aa jaa-ay.
ਪਾਠ ਪੜੈ ਨਹੀ ਕੀਮਤਿ ਪਾਇ॥	paath parhai nahee keemat paa-ay.
ਅਸਟ ਦਸੀ ਚਹੁ ਭੇਦੁ ਨ ਪਾਇਆ॥	asat dasee chahu bhayd na paa-i-aa.
ਨਾਨਕ ਸਤਿਗੁਰਿ ਬ੍ਰਹਮੁ ਦਿਖਾਇਆ॥	naanak satgur barahm dikhaa-i-aa.
੫॥੨੦॥	‖5‖20‖

ਸੰਸਾਰਕ ਰੀਤ ਰੀਵਾਜ, ਭਰਮਾਂ ਨਾਲ ਪ੍ਰਭ ਦੀ ਰਹਿਮਤ ਬਖਸ਼ਿਸ਼ ਨਹੀਂ ਹੁੰਦੀ । ਪਾਠ ਪੜ੍ਹਨਾ ਜਾ ਨਿੱਤਨੇਮ ਕਰਨ ਦੀ ਕੋਈ ਮਹੱਤਤਾ ਨਹੀਂ । ਧਾਰਮਕ ਗ੍ਰੰਥਾਂ, 18 ਪਰਾਨਾਂ, ਚਾਰ ਵੇਦਾਂ ਨੇ ਬਹੁਤ ਕੁਝ ਲਿਖਿਆ, ਕੁਦਰਤ ਦੀ ਪੂਰਨ ਵਿਆਖਿਆ ਲਿਖੀ ਨਹੀਂ ਜਾ ਸਕਦੀ । ਪ੍ਰਭ ਨੇ ਸ਼ਬਦ ਦੀ ਪਾਲਣਾ ਨਾਲ ਹੀ ਹੀ ਇਸ ਤੱਤ ਦੀ ਸੋਝੀ ਬਖਸ਼ਿਸ਼ ਹੁੰਦੀ ਹੈ ।

With worldly religious rituals, His mercy and grace may not be blessed. Reciting the Holy Scripture and daily prayers may not have any significance for the purpose of human life journey. In worldly religious Holy scriptures, various details of His nature have been described. However, His nature, His Word cannot be fully inscribed or written on any piece of paper or in any Holy Scripture. The enlightenment of this essence of His Word may only be blessed by adopting the teachings of His Word in day to day life.

23. ਆਸਾ ਮਹਲਾ ੧॥ 355-9

ਸੇਵਕੁ ਦਾਸੁ ਭਗਤੁ ਜਨੁ ਸੋਈ॥	sayvak daas bhagat jan so-ee.
ਠਾਕੁਰ ਕਾ ਦਾਸੁ ਗੁਰਮੁਖਿ ਹੋਈ॥	thaakur kaa daas gurmukh ho-ee.
ਜਿਨਿ ਸਿਰਿ ਸਾਜੀ ਤਿਨਿ ਫੁਨਿ ਗੋਈ॥	jin sir saajee tin fun go-ee.
ਤਿਸੁ ਬਿਨੁ ਦੂਜਾ ਅਵਰੁ ਨ ਕੋਈ॥੧॥	tis bin doojaa avar na ko-ee. ||1||

ਜਿਹੜਾ ਸੇਵਕ ਅਟੱਲ ਪ੍ਰਭ ਦੇ ਸ਼ਬਦ ਦਾ ਦਾਸ, ਗੁਲਾਮ ਬਣਕੇ ਸ਼ਬਦ ਨਾਲ ਜੀਵਨ ਢਾਲ ਲੈਂਦਾ ਹੈ । ਉਹ ਹੀ ਇੱਛਾਂ ਰਹਿਤ, ਨਿਮਾਣਾ ਬੰਦਗੀ ਕਰਨ ਵਾਲਾ ਦਾਸ ਹੁੰਦਾ ਹੈ । ਜੀਵ ਦਾ ਜਨਮ ਅਤੇ ਮੌਤ ਪ੍ਰਭ ਦੇ ਹੁਕਮ ਨਾਲ ਹੀ ਆਉਂਦੀ ਹੈ, ਹੋਰ ਕਿਸੇ ਦਾ ਕੋਈ ਜ਼ੋਰ ਨਹੀਂ ਹੁੰਦਾ।

Whosoever may adopt the teachings of His Word with steady and stable belief in his day to day life. He may become humble, beyond worldly desires, His true devotee, salve. Birth and death only blessed with His mercy and grace and beyond the comprehension. No one else have any control.

ਸਾਚ ਨਾਮੁ ਗੁਰ ਸਬਦਿ ਵੀਚਾਰਿ॥	saach naam gur sabad veechaar.
ਗੁਰਮੁਖਿ ਸਾਚੇ ਸਾਚੈ ਦਰਬਾਰਿ॥੧॥	gurmukh saachay saachai darbaar. ||1||
ਰਹਾਉ॥	rahaa-o.

ਪ੍ਰਭ ਦੇ ਸ਼ਬਦ ਦੀ ਬੰਦਗੀ ਕਰਨ ਨਾਲ ਹੀ ਸ਼ਬਦ ਦੀ ਸੋਝੀ ਬਖਸ਼ਿਸ਼ ਹੋ ਸਕਦੀ ਹੈ, ਸ਼ਬਦ ਮਨ ਵਿੱਚ ਜਾਗਰਤ ਹੋ ਜਾਂਦਾ ਹੈ । ਉਹ ਜੀਵ ਪ੍ਰਭ ਦੇ ਦਰਬਾਰ ਵਿੱਚ ਪ੍ਰਵਾਨ ਹੋ ਸਕਦਾ ਹੈ ।

By meditating and adopting the teachings of His Word in day to day life, the teachings of His Word may be enlightened within his mind. His Word may be enlightened and he may remain awake and alert all time. He may be blessed with the right path of His acceptance.

ਸਚਾ ਅਰਜੁ ਸਚੀ ਅਰਦਾਸਿ॥	sachaa araj sachee ardaas.
ਮਹਲੀ ਖਸਮੁ ਸੁਣੇ ਸਾਬਾਸਿ॥	mahlee khasam sunay saabaas.
ਸਚੈ ਤਖਤਿ ਬੁਲਾਵੈ ਸੋਇ॥	sachai takhat bulaavai so-ay.
ਦੇ ਵਡਿਆਈ ਕਰੇ ਸੁ ਹੋਇ॥੨॥	day vadi-aa-ee karay so ho-ay. ||2||

ਜਿਹੜਾ ਵੀ ਜੀਵ ਬਿਨਾਂ ਲਾਲਚ ਤੋਂ ਪ੍ਰਭ ਅੱਗੇ ਰਹਿਮਤ ਦੀ ਅਰਦਾਸ ਕਰਦਾ ਹੈ । ਅੰਤਰਜਾਮੀ ਅਟੱਲ ਪ੍ਰਭ ਉਸ ਦੀ ਪੁਕਾਰ, ਅਰਦਾਸ ਸੁਣਦਾ, ਰਹਿਮਤ ਬਖਸ਼ਦਾ ਹੈ । ਪ੍ਰਭ ਆਪ ਹੀ ਓਸ ਨੂੰ ਦਸਵੇਂ ਘਰ, ਦਰਬਾਰ ਵਿਚੋਂ, ਮਨ ਅੰਦਰੋਂ ਹੀ ਸੋਝੀ ਬਖਸ਼ਦਾ ਹੈ । ਉਸ ਦੀ ਰਹਿਮਤ ਨਾਲ ਜੀਵ ਮੁਸੀਬਤ ਵਿੱਚ ਡੋਲਦਾ ਨਹੀਂ, ਉਹ ਘੜੀ ਬੀਤ ਜਾਂਦੀ ਹੈ ।

Whosoever may pray and beg from The True Master, without any worldly greed. The Omniscient True Master may listen to his prayer and may bestow mercy and grace on his soul. The True Master may enlighten the teachings of His Word from within of his mind, 10th Castle. With His mercy and grace, he may endure the hardship and his belief remains stable. The True Master blesses him endurance the worldly miseries and time passes away.

ਤੇਰਾ ਤਾਣੁ ਤੂਹੈ ਦੀਬਾਣੁ॥ tayraa taan toohai deebaan.
ਗੁਰ ਕਾ ਸਬਦੁ ਸਚੁ ਨੀਸਾਣੁ॥ gur kaa sabad sach neesaan.
ਮੰਨੇ ਹੁਕਮੁ ਸੁ ਪਰਗਟੁ ਜਾਇ॥ mannay hukam so pargat jaa-ay.
ਸਚੁ ਨੀਸਾਣੈ ਠਾਕ ਨ ਪਾਇ॥੩॥ sach neesaanai thaak na paa-ay. ||3||

ਸ੍ਰਿਸ਼ਟੀ ਵਿੱਚ ਤੇਰਾ ਹੀ ਜ਼ੋਰ, ਭਾਣਾ ਚਲਦਾ, ਸਾਰੀ ਸ੍ਰਿਸ਼ਟੀ ਨੂੰ ਹੀ ਤੇਰਾ ਆਸਰਾ ਹੈ । ਮਾਨਸ ਜੀਵਨ ਦਾ ਅਸਲੀ ਮੰਤਵ ਹੀ ਅਡੋਲ ਭਰੋਸੇ ਨਾਲ ਸ਼ਬਦ ਦੀ ਪਾਲਣਾ ਕਰਨਾ ਹੈ । ਜਿਹੜਾ ਸ਼ਬਦ ਨਾਲ ਜੀਵਨ ਢਾਲ ਲੈਂਦਾ ਹੈ, ਉਸ ਨੂੰ ਪ੍ਰਵਾਨਗੀ ਦਾ ਰਸਤਾ ਬਖਸ਼ਿਸ਼ ਹੋ ਸਕਦਾ ਹੈ । ਸ਼ਬਦ ਦੀ ਪਾਲਣਾ ਕਰਨ ਨਾਲ ਉਸ ਨੂੰ ਕੋਈ ਰੁਕਾਵਟ ਨਹੀਂ ਆਉਂਦੀ ।

Only Your command prevails in the universe and the whole universe is begging for Your mercy and grace. To adopt the teachings of His Word is the true purpose of human life. Whosoever may adopt His Word wholeheartedly in day to day life, he may be blessed with the right path of salvation. He may not face any restriction in His court and remains focused in meditation in the void of His Word.

ਪੰਡਿਤ ਪੜਹਿ ਵਖਾਣਹਿ ਵੇਦੁ॥ pandit parheh vakaaneh vayd.
ਅੰਤਰਿ ਵਸਤੁ ਨ ਜਾਣਹਿ ਭੇਦੁ॥ antar vasat na jaaneh bhayd.
ਗੁਰ ਬਿਨੁ ਸੋਝੀ ਬੂਝ ਨ ਹੋਇ॥ gur bin sojhee boojh na ho-ay.
ਸਾਚਾ ਰਵਿ ਰਹਿਆ ਪ੍ਰਭੁ ਸੋਇ॥੪॥ saachaa rav rahi-aa parabh so-ay. ||4||

ਧਾਰਮਕ ਪ੍ਰਚਾਰਕ, ਧਾਰਮਕ ਗ੍ਰੰਥ ਪੜ੍ਹ ਕੇ ਵਿਆਖਿਆ ਕਰਦੇ ਹਨ । ਪਰ ਸ਼ਬਦ ਦਾ ਤੱਤ ਨੂੰ ਆਪਣੇ ਜੀਵਨ ਵਿੱਚ ਨਹੀਂ ਢਾਲਦੇ । ਪ੍ਰਭ ਦੀ ਰਹਿਮਤ ਤੋ ਬਿਨਾਂ, ਸ਼ਬਦ ਦੀ ਸੋਝੀ ਬਖਸ਼ਿਸ਼ ਨਹੀਂ ਹੁੰਦੀ । ਅਟੱਲ ਪ੍ਰਭ ਹਰ ਥਾਂ, ਹਰ ਜੀਵ ਦੇ ਤਨ ਵਿੱਚ ਵਸਦਾ ਰਹਿੰਦਾ ਹੈ ।

The religious preachers read and explain the teachings of the Holy Scripture. However, he does not adopt the teachings in his own day to day life. Without His mercy and grace, his mind may not be enlightened with the teachings of His Word. The Omnipresent True Master resides and prevails within the body of all creature, everywhere.

ਕਿਆ ਹਉ ਆਖਾ ਆਖਿ ਵਖਾਣੀ॥ ki-aa ha-o aakhaa aakh vakhaanee.
ਤੂੰ ਆਪੇ ਜਾਣਹਿ ਸਰਬ ਵਿਡਾਣੀ॥ tooN aapay jaaneh sarab vidaanee.
ਨਾਨਕ ਏਕੋ ਦਰੁ ਦੀਬਾਣੁ॥ naanak ayko dar deebaan.
ਗੁਰਮੁਖਿ ਸਾਚੁ ਤਹਾ ਗੁਦਰਾਣੁ॥੫॥੨੧॥ gurmukh saach tahaa gudraan. ||5||21||

ਮਾਨਸ ਜੀਵ, ਤੇਰੇ ਭਾਣੇ ਦੀ ਕਿਵੇਂ ਵਿਆਖਿਆ ਕਰ ਸਕਦਾ ਹੈ? ਕੇਵਲ ਤੂੰ ਹੀ ਆਪਣੀ ਕੁਦਰਤ ਨੂੰ ਜਾਣਦਾ ਹੈ । ਜੀਵ ਕੇਵਲ ਅਟੱਲ ਪ੍ਰਭ ਦਾ ਆਸਰਾ, ਮਨ ਵਿੱਚ ਰਖੋ । ਜਿਸ ਨੂੰ ਗੁਰਮਖ ਅਵਸਥਾ ਬਖਸ਼ਿਸ਼ ਹੋ ਜਾਂਦੀ ਹੈ । ਉਸ ਦਾ ਪ੍ਰਭ ਆਪ ਹੀ ਰਖਵਾਲਾ ਬਣ ਜਾਂਦਾ, ਆਪ ਹੀ ਸਹਾਈ ਹੁੰਦਾ ਹੈ ।

How may anyone explain, comprehend the teachings of Your Word? Only You are The Omniscient of Your own nature. You should only seek for His mercy and grace to be attached to a devotional meditation on the teachings of His Word. You should always keep your hope on His blessings, His ultimate command. Whosoever may be blessed with the state of mind as His true devotee, he may be accepted in His sanctuary. The True Master may become his protector, companion in each and every moment.

24. ਆਸਾ ਮਹਲਾ ੧॥ 355-16

ਕਾਚੀ ਗਾਗਰਿ ਦੇਹ ਦੁਹੇਲੀ,	kaachee gaagar dayh duhaylee upjai
ਉਪਜੈ ਬਿਨਸੈ ਦੁਖੁ ਪਾਈ॥	binsai dukh paa-ee.
ਇਹੁ ਜਗੁ ਸਾਗਰੁ ਦੁਤਰੁ ਕਿਉ ਤਰੀਐ,	ih jag saagar dutar ki-o taree-ai
ਬਿਨੁ ਹਰਿ ਗੁਰ ਪਾਰਿ ਨ ਪਾਈ॥੧॥	bin har gur paar na paa-ee. ||1||

ਜੀਵ ਦਾ ਤਨ ਇੱਕ ਕੱਚੇ ਭਾਂਡੇ ਦੀ ਤਰ੍ਹਾਂ ਹੀ ਹੈ । ਉਹ ਸਾਰਾ ਮਾਨਸ ਜੀਵਨ ਹੀ ਸੰਸਾਰਕ ਇੱਛਾਂ ਦੀ ਭਟਕਣ ਵਿੱਚ ਬਤੀਤ ਕਰਦਾ ਹੈ । ਸੰਸਾਰਕ ਸਾਗਰ ਨੂੰ ਪ੍ਰਭ ਦੀ ਰਹਿਮਤ ਤੋ ਬਿਨਾਂ ਪਾਰ ਨਹੀਂ ਕੀਤਾ ਜਾ ਸਕਦਾ ।

The body of a creature, human may be like an unbaked clay vessel. He spends his whole human life in frustrations of worldly desires. The ocean of worldly desire may not be conquered without His mercy and grace.

ਤੁਝ ਬਿਨੁ ਅਵਰੁ ਨ ਕੋਈ ਮੇਰੇ ਪਿਆਰੇ,	tujh bin avar na ko-ee mayray pi-aaray
ਤੁਝ ਬਿਨੁ ਅਵਰੁ ਨ ਕੋਇ ਹਰੇ॥	tujh bin avar na ko-ay haray.
ਸਰਬੀ ਰੰਗੀ ਰੂਪੀ ਤੂੰਹੈ,	sarbee rangee roopee tooNhai
ਤਿਸੁ ਬਖਸੇ ਜਿਸੁ ਨਦਰਿ ਕਰੇ॥੧॥	tis bakhsay jis nadar karay. ||1||
ਰਹਾਉ॥	rahaa-o.

ਤੇਰੇ ਤੋਂ ਬਿਨਾਂ ਮੇਰਾ ਸੰਸਾਰ ਵਿੱਚ ਹੋਰ ਕੋਈ ਮਿੱਤਰ, ਆਸਰਾ ਨਹੀਂ ਹੈ । ਹਰ ਜੀਵ ਅੰਦਰ ਤੇਰਾ ਹੀ ਭਾਣਾ ਵਾਪਰਦਾ ਹੈ । ਜਿਸ ਤੇ ਆਪ ਹੀ ਰਹਿਮਤ ਬਖਸ਼ਦਾ ਹੈ, ਕੇਵਲ ਉਸ ਦੇ ਹੀ ਪਾਪ ਬਖਸ਼ੇ ਜਾਂਦੇ ਹਨ ।

The One and Only One True Master, without You I do not have any other friend or support in the universe. Only You prevail in each and every creature and in his life. Whosoever may be blessed with Your mercy and grace, all his sins may be forgiven and he may be blessed with the right path of Your acceptance.

ਸਾਸੁ ਬੁਰੀ ਘਰਿ ਵਾਸੁ ਨ ਦੇਵੈ,	saas buree ghar vaas na dayvai
ਪਿਰ ਸਿਉ ਮਿਲਣ ਨ ਦੇਇ ਬੁਰੀ॥	pir si-o milan na day-ay buree.
ਸਖੀ ਸਾਜਨੀ ਕੇ ਹਉ ਚਰਨ ਸਰੇਵਉ,	sakhee saajnee kay ha-o charan sarayvao
ਹਰਿ ਗੁਰ ਕਿਰਪਾ ਤੇ ਨਦਰਿ ਧਰੀ॥੨॥	har gur kirpaa tay nadar Dharee. ||2||

ਮਨ ਦੀਆਂ ਇੱਛਾਂ ਰੂਪੀ ਸੱਪ, ਮੇਰੇ ਮਨ ਤੇ ਕਾਬੂ ਪਾਈ ਰਖਦਾ ਹੈ । ਇਹ ਮਨ ਨੂੰ ਸ਼ਬਦ ਦੀ ਬੰਦਗੀ ਦੇ ਰਸਤੇ ਤੇ ਚਲਣ ਨਹੀਂ ਦੇਂਦਾ । ਜਦੋਂ ਮੈ ਆਪਣੇ ਅਸਲੀ ਮਾਲਕ, ਮਿੱਤਰ ਦੇ ਸ਼ਬਦ ਦੀ ਬੰਦਗੀ ਕੀਤੀ, ਤਾਂ ਮੇਰੇ ਤੇ ਪ੍ਰਭ ਦੀ ਰਹਿਮਤ ਦੀ ਨਜ਼ਰ ਬਖਸ਼ਿਸ਼ ਹੋ ਗਈ ।

The snake of worldly desires always keeps a control on my mind all time. He may not let me adopt the teachings of Your Word in my day to day life. When I adopted the teachings of Your Word in my day to day life, Your Word has become my true companion and support. I have realized the existence and mercy and grace of The True Master.

ਆਪੁ ਬੀਚਾਰਿ ਮਾਰਿ ਮਨੁ ਦੇਖਿਆ,	aap beechaar maar man daykhi-aa
ਤੁਮ ਸਾ ਮੀਤੁ ਨ ਅਵਰੁ ਕੋਈ॥	tum saa meet na avar ko-ee.

ਜਿਉ ਤੂੰ ਰਾਖਹਿ ਤਿਵ ਹੀ ਰਹਣਾ, ji-o tooN raakhahi tiv hee rahnaa
ਦੁਖੁ ਸੁਖੁ ਦੇਵਹਿ ਕਰਹਿ ਸੋਈ॥੩॥ dukh sukh dayveh karahi so-ee. ||3||

ਜਿਹੜਾ ਆਪਣੇ ਆਪ ਨੂੰ ਪਛਾਣ ਲੈਂਦਾ, ਆਪਣੇ ਮਨ ਤੇ ਕਾਬੂ ਪਾ ਲੈਂਦਾ ਹੈ, ਉਸ ਨੂੰ ਸੋਝੀ ਬਖਸ਼ਿਸ਼ ਹੋ ਜਾਂਦੀ ਹੈ, ਕਿ ਪ੍ਰਭ ਤੋ ਬਿਨ ਹੋਰ ਕੋਈ ਜੀਵ ਦਾ ਰਖਵਾਲਾ ਨਹੀਂ ਹੈ । ਪ੍ਰਭ ਆਪਣੇ ਭਾਣੇ ਵਿੱਚ ਰਖੋਂ, ਦੁਖ ਅਤੇ ਸੁਖ ਤੇਰੇ ਵੱਸ ਵਿੱਚ ਹੀ ਹਨ! ਸੰਸਾਰਕ ਮੁਸ਼ਕਲਾਂ ਦਾ ਹੱਲ ਵੀ ਸ਼ਬਦ ਦੀ ਪਾਲਣਾ ਕਰਨ ਨਾਲ ਬਖਸ਼ਿਸ਼ ਹੋ ਜਾਂਦਾ ਹੈ, ਇਹ ਸਮਾਂ ਵੀ ਪ੍ਰਭ ਦੀ ਰਹਿਮਤ ਨਾਲ ਬੀਤ ਜਾਂਦਾ ਹੈ ।

Whosoever may recognize the true purpose of His human life journey; he may be enlightened from within that only The True Master is the protector of the universe. He always begs for His mercy and grace to keep him in His sanctuary. He believes that all pleasures and sorrows are only under His command. The solutions of all worldly miseries may be blessed by adopting His Word in day to day life. He may be blessed with endurance to tolerate worldly miseries and tough time may passed with His mercy and grace.

ਆਸਾ ਮਨਸਾ ਦੋਊ ਬਿਨਾਸਤ, aasaa mansaa do-oo binaasat
ਤ੍ਰਿਹੁ ਗੁਣ ਆਸ ਨਿਰਾਸ ਭਈ॥ tarihu gun aas niraas bha-ee.
ਤੁਰੀ ਆਵਸਥਾ ਗੁਰਮੁਖਿ ਪਾਈਐ, turee-aavasthaa gurmukh paa-ee-ai
ਸੰਤ ਸਭਾ ਕੀ ਓਟ ਲਹੀ॥੪॥ sant sabhaa kee ot lahee. ||4||

ਜਦੋਂ ਮੇਰੇ ਮਨ ਵਿੱਚ ਤੇਰੇ ਤਿੰਨਾਂ ਗੁਣ ਨੂੰ ਹਾਸਿਲ ਕਰਨ ਦੀ ਇੱਛਾਂ, ਸ਼ਰਧਾ ਆ ਗਈ । ਮਨ ਦੀਆਂ ਆਸਾਂ, ਨਿਰਾਸਾਂ ਦੋਨੋਂ ਖਤਮ ਹੀ ਗਈਆਂ । ਗੁਰਮਖ, ਸੰਤਾਂ ਦੀ ਸੰਗਤ ਕਰਕੇ, ਸਿਖਿਆ ਨਾਲ ਜੀਵਨ ਢਾਲਕੇ ਤੇਰੀ ਰਖਿਆ ਵਿੱਚ ਆ ਜਾਂਦਾ ਹੈ ।

When the mind becomes very anxious and devoted to conquer the three worldly wealth. Then both the hopes and disappointments from worldly desires may also be eliminated from mind. Your true devotee associates with blessed souls and may adopt the teachings of His Word. With His mercy and grace may be accepted in Your sanctuary.

ਗਿਆਨ ਧਿਆਨ ਸਗਲੇ ਸਭਿ ਜਪ ਤਪ, gi-aan Dhi-aan saglay sabh jap tap
ਜਿਸੁ ਹਰਿ ਹਿਰਦੈ ਅਲਖ ਅਭੇਵਾ॥ jis har hirdai alakh abhayvaa.
ਨਾਨਕ ਰਾਮ ਨਾਮਿ ਮਨੁ ਰਾਤਾ, naanak raam naam man raataa
ਗੁਰਮਤਿ ਪਾਏ ਸਹਜ ਸੇਵਾ॥੫॥੨੨॥ gurmat paa-ay sahj sayvaa. ||5||22||

ਜਿਸ ਦੇ ਮਨ ਵਿੱਚ ਸ਼ਬਦ ਦੀ ਸੋਝੀ ਹੋ ਜਾਂਦੀ ਹੈ, ਸ਼ਬਦ ਉਸ ਦੇ ਮਨ ਵਿੱਚ ਜਾਗਰਤ ਹੋ ਜਾਂਦਾ ਹੈ । ਸ਼ਬਦ ਦੀ ਪਾਲਣਾ ਹੀ ਸਾਰੀ ਬੰਦਗੀ, ਸਿਮਰਨ ਦੀ ਸਮਰਥਾ, ਵਿਧੀ ਹੈ ।

Whosoever may be enlightened with the teachings of His Word, he becomes awake and alert all time. To adopt the teachings of His Word may be the only unique technique to meditate on His Word.

25. ਆਸਾ ਮਹਲਾ ੧ ਪੰਚਪਦੇ॥ 356-5

ਮੋਹੁ ਕੁਟੰਬੁ ਮੋਹੁ ਸਭ ਕਾਰ॥ moh kutamb moh sabh kaar.
ਮੋਹੁ ਤੁਮ ਤਜਹੁ ਸਗਲ ਵੇਕਾਰ॥੧॥ moh tum tajahu sagal vaykaar. ||1||

ਜੀਵ ਆਪਣਾ ਮੋਹ ਸੰਸਾਰਕ ਪਰਿਵਾਰ ਅਤੇ ਸੰਸਾਰਕ ਮਾਲਕੀਅਤ ਨਾਲੋ ਤਿਆਗ ਦੇਵੋਂ! ਇਹ ਸਾਰੇ ਹੀ ਲਾਲਚ, ਮੈਲ ਨਾਲ ਭਰੇ ਹਨ ।

You should abandon your attachment to worldly family and worldly possessions. All attachments are embedded with greed and blemish of worldly desires.

ਮੋਹੁ ਅਰੁ ਭਰਮੁ ਤਜਹੁ ਤੁਮ੍ ਬੀਰ॥ moh ar bharam tajahu tumH beer.
ਸਾਚੁ ਨਾਮੁ ਰਿਦੇ ਰਵੈ ਸਰੀਰ॥੧॥ saach naam riday ravai sareer. ||1||
ਰਹਾਉ॥ rahaa-o.

ਜੀਵ ਸੰਸਾਰਕ ਮੋਹ ਅਤੇ ਭਰਮ ਭੁਲੇਖੇ ਤਿਆਗ ਦੇਵੋਂ! ਪ੍ਰਭ ਦੇ ਸ਼ਬਦ ਅਨੁਸਾਰ ਜੀਵਨ ਨੂੰ ਢਾਲਕੇ, ਸ਼ਬਦ ਨੂੰ ਘਰ ਵਸਾਵੋ ।

You should abandon all suspicions of worldly religious rituals and attachment to worldly possessions. You should adopt the teachings of His Word in your day to day life and drench your mind with His virtues.

ਸਚੁ ਨਾਮੁ ਜਾ ਨਵ ਨਿਧਿ ਪਾਈ॥ sach naam jaa nav niDh paa-ee.
ਰੋਵੈ ਪੂਤੁ ਨ ਕਲਪੈ ਮਾਈ॥੨॥ rovai poot na kalpai maa-ee. ||2||

ਜਦੋਂ ਮਨ ਨੂੰ ਸ਼ਬਦ ਦੇ ਨੌ ਖਾਜ਼ਨੇ ਦੀ ਸੋਝੀ ਹੋ ਜਾਂਦੀ ਹੈ । ਉਹ ਸੰਸਾਰਕ ਪਰਿਵਾਰ ਦੇ ਮੋਹ ਤੋਂ ਰਹਿਤ ਹੋ ਜਾਂਦਾ ਹੈ ।

Whosoever may be blessed with enlightenment of the nine treasures of His Word. His mind becomes beyond the reach of emotional attachments of worldly family and possessions.

ਏਤੁ ਮੋਹਿ ਡੂਬਾ ਸੰਸਾਰੁ॥ ayt mohi doobaa sansaar.
ਗੁਰਮੁਖਿ ਕੋਈ ਉਤਰੈ ਪਾਰ॥੩॥ gurmukh ko-ee utrai paar. ||3||

ਸੰਸਾਰਕ ਮੋਹ ਦੇ ਜਾਲ ਵਿੱਚ ਸਾਰਾ ਸੰਸਾਰ ਹੀ ਫਸਿਆ ਹੈ । ਕੋਈ ਵਿਰਲਾ ਹੀ ਗੁਰਮਖ ਇਸ ਤੇ ਜਿੱਤ ਪਾਉਂਦਾ, ਰਹਿਤ ਹੋ ਸਕਦਾ ਹੈ ।

The whole universe remains salve of worldly attachments of worldly desires. However very rare devotee may be able to conquer and may become beyond the reach of worldly attachments.

ਏਤੁ ਮੋਹਿ ਫਿਰਿ ਜੂਨੀ ਪਾਹਿ॥ ayt mohi fir joonee paahi.
ਮੋਹੇ ਲਾਗਾ ਜਮ ਪੁਰਿ ਜਾਹਿ॥੪॥ mohay laagaa jam pur jaahi. ||4||

ਜੀਵ, ਸੰਸਾਰਕ ਮੋਹ ਕਾਰਨ ਹੀ ਜੂੰਨਾਂ ਵਿੱਚ ਭਉਦਾ ਫਿਰਦਾ ਹੈ । ਮੋਹ ਨਾਲ ਹੀ ਮੰਦੇ ਕੰਮ ਕਰਦਾ ਹੈ, ਜਮਦੂਤ ਦੇ ਕਾਬੂ ਵਿੱਚ ਜਾਣਾ ਪੈਂਦਾ ਹੈ ।

The worldly attachments are the root cause of the cycle of birth and death. With worldly attachments, he may perform evil deeds and he may be captured by the devil of death.

ਗੁਰ ਦੀਖਿਆ ਲੇ ਜਪੁ ਤਪੁ ਕਮਾਹਿ॥ gur deekhi-aa lay jap tap kamaahi.
ਨਾ ਮੋਹੁ ਤੂਟੈ ਨਾ ਥਾਇ ਪਾਹਿ॥ ੫॥ naa moh tootai naa thaa-ay paahi. ||5||

ਪ੍ਰਭ ਦੀ ਰਹਿਮਤ ਨਾਲ ਜਿਹੜੀ ਸ਼ਬਦ ਵਿਚੋਂ ਸੋਝੀ ਬਖਸ਼ਿਸ਼ ਹੁੰਦੀ ਹੈ, ਉਸ ਨਾਲ ਸਿਮਰਨ ਕਰੋ । ਅਗਰ ਸੰਸਾਰਕ ਮੋਹ ਨਾ ਖਤਮ ਹੋਇਆ ਤਾਂ ਤੇਰੀ ਬੰਦਗੀ ਪ੍ਰਵਾਨ ਨਹੀਂ ਹੋਣੀ ।

With His mercy and grace, whatsoever the enlightenment of the teachings of His Word may be blessed, you should meditate with steady and stable belief on His blessings. Without conquering your worldly attachments, your meditation may not be accepted in His court.

ਨਦਰਿ ਕਰੇ ਤਾ ਏਹੁ ਮੋਹੁ ਜਾਇ॥ nadar karay taa ayhu moh jaa-ay.

ਨਾਨਕ ਹਰਿ ਸਿਉ ਰਹੈ ਸਮਾਇ॥੬॥੨੩॥ naanak har si-o rahai samaa-ay.|6|| 23

ਅਗਰ ਆਪ ਰਹਿਮਤ ਬਖਸ਼ੇ ਤਾਂ ਹੀ ਮੋਹ ਖਤਮ ਹੋ ਜਾਂਦਾ ਹੈ, ਜੀਵ ਮੋਹ ਰਹਿਤ ਹੋ ਜਾਂਦਾ ਹੈ । ਇਸ ਨਾਲ ਉਹ ਸ਼ਬਦ ਦੀ ਬੰਦਗੀ ਕਰਦਾ ਅਟੱਲ ਪ੍ਰਭ ਵਿੱਚ ਹੀ ਅਲੋਪ ਹੋ ਜਾਂਦਾ ਹੈ ।

Only with His mercy and grace, His true devotee may be able to eliminate worldly attachments and may become beyond the reach of worldly desires. With His mercy and grace, His true devotee may adopt the teachings of His Word with steady and stable belief and his soul may be absorbed in the Holy Spirit.

26. ਆਸਾ ਮਹਲਾ ੧॥ 356-10

ਆਪਿ ਕਰੇ ਸਚੁ ਅਲਖ ਅਪਾਰੁ॥ aap karay sach alakh apaar.

ਹਉ ਪਾਪੀ ਤੂੰ ਬਖਸਣਹਾਰੁ॥੧॥ ha-o paapee tooN bakhsanhaar. ||1||

ਪ੍ਰਭ ਤੂੰ ਆਪ ਹੀ ਸਭ ਕੁਝ ਕਰਨ ਵਾਲਾ ਹੈ, ਤੇਰੀ ਕੁਦਰਤ ਜੀਵ ਦੀ ਸਮਝ ਤੋ ਉਪਰ ਹੈ । ਜੀਵ ਦਾ ਜੀਵਨ ਪਾਪਾਂ ਨਾਲ ਭਰਿਆਂ ਹੈ, ਤੂੰ ਹੀ ਪਾਪ ਨੂੰ ਬਖਸ਼ਣਹਾਰਾ ਹੈ ।

The True Master, Only You can prevail in the universe. Your nature remains beyond the comprehension of Your creation. The life of a creature remains overwhelmed with the evil deeds of his present and past life deeds. Only You may forgive his mistakes and guide him on the right path.

ਤੇਰਾ ਭਾਣਾ ਸਭੁ ਕਿਛੁ ਹੋਵੈ॥ tayraa bhaanaa sabh kichh hovai.

ਮਨਹਠਿ ਕੀਚੈ ਅੰਤਿ ਵਿਗੋਵੈ॥੧॥ manhath keechai ant vigovai. ||1||

ਰਹਾਉ॥ rahaa-o.

ਸ੍ਰਿਸ਼ਟੀ ਵਿੱਚ ਸਭ ਕੁਝ ਤੇਰੇ ਭਾਣੇ ਅੰਦਰ ਹੀ ਹੁੰਦਾ ਹੈ । ਮਨਮਰਜ਼ੀ ਕਰਨ ਵਾਲੇ ਅੰਤ ਨੂੰ ਬਰਬਾਦ ਹੀ ਹੁੰਦੇ, ਪਛਤਾਵਾ ਹੀ ਕਰਦੇ ਹਨ ।

Everything happens in the universe under Your command. Self-minded may be ruined and wastes his priceless opportunity of human life. In the end, he may repent for his foolishness.

ਮਨਮੁਖ ਕੀ ਮਤਿ ਕੂੜਿ ਵਿਆਪੀ॥ manmukh kee mat koorh vi-aapee.

ਬਿਨੁ ਹਰਿ ਸਿਮਰਣ ਪਾਪਿ ਸੰਤਾਪੀ॥੨॥ bin har simran paap santaapee. ||2||

ਮਨਮੁਖ ਦੀ ਅਕਲ ਵਿੱਚ ਕੋਈ ਤੱਤ ਨਹੀਂ ਹੁੰਦਾ, ਝੂਠ, ਫਰੇਬ ਅਨੁਸਾਰ ਹੀ ਹੁੰਦੀ ਹੈ । ਸ਼ਬਦ ਦਾ ਸਿਮਰਨ, ਪਾਲਣਾ ਤੋ ਬਿਨਾਂ, ਜੀਵਨ ਪਾਪਾਂ ਦੇ ਦੁਖਾਂ ਵਿੱਚ ਹੀ ਬਤੀਤ ਜਾਂਦਾ ਹੈ ।

Self-minded may not have essence or truth in the wisdom, his way of human life may be based on shallow knowledge, understanding of the purpose of human life, on lies, falsehood and deception. Without meditating and adopting the teachings of His Word in day to day life, his life may be dominated by evil deeds and miseries.

ਦੁਰਮਤਿ ਤਿਆਗਿ ਲਾਹਾ ਕਿਛੁ ਲੇਵਹੁ॥ durmat ti-aag laahaa kichh layvhu.

ਜੋ ਉਪਜੈ ਸੋ ਅਲਖ ਅਭੇਵਹੁ॥੩॥ jo upjai so alakh abhayvhu. ||3||

ਜਿਹੜਾ ਮਨਮਰਜ਼ੀ ਤਿਆਗ ਕੇ ਸ਼ਬਦ ਨਾਲ ਜੀਵਨ ਬਤੀਤ ਕਰਦਾ ਹੈ । ਉਸ ਨੂੰ ਆਪਣੀ ਬੰਦਗੀ ਦਾ ਫਲ ਬਖਸ਼ਿਸ਼ ਹੋ ਸਕਦਾ ਹੈ । ਜਿਹੜਾ ਵੀ ਜੀਵ ਜਨਮ ਲੈਂਦਾ ਹੈ! ਉਸ ਨੂੰ ਪ੍ਰਭ ਦੀ ਨਾ ਸਮਝ ਆਉਣ ਵਾਲੀ ਕੁਦਰਤ ਵਿਚੋਂ ਹੀ ਨਿਕਲਨਾ ਪੈਂਦਾ ਹੈ ।

Whosoever may abandon the worldly desires of his mind and he may adopt the teachings in his of His Word in his day to day life, he may be blessed with the reward of his meditation. Everyone have to pass through the unexplainable nature of His Holy Spirit and that may be the reality of life.

ਐਸਾ ਹਮਰਾ ਸਖਾ ਸਹਾਈ॥ aisaa hamraa sakhaa sahaa-ee.
ਗੁਰ ਹਰਿ ਮਿਲਿਆ ਭਗਤਿ ਦ੍ਰਿੜਾਈ॥੪॥ gur har mili-aa bhagat darirhaa-ee. ||4||

ਅਸਲੀ ਮਿੱਤਰ, ਪ੍ਰਭ ਇਸ ਤਰ੍ਹਾਂ ਦੀ ਅਵਸਥਾ ਦਾ ਮਾਲਕ ਹੈ । ਆਪਾ ਉਸ ਦੀ ਭੇਟਾ ਕਰਨ ਨਾਲ ਆਪ ਹੀ ਮਨ ਵਿੱਚ ਸ਼ਬਦ ਦਾ ਬੀਜ ਬੋ ਦੇਂਦਾ ਹੈ, ਸ਼ਬਦ ਦੀ ਪਾਲਣਾ ਵਿੱਚ ਲਗਨ ਬਖਸ਼ਦਾ ਹੈ ।

The true friend, True Master of universe has such a unique nature, by surrendering your mind, body and worldly status at His disposal, mercy and grace. He bestows the devotion and attachment of His Word in Your mind. With His mercy and grace, He may infuse the teachings of His Word in your heart.

ਸਗਲੀਂ ਸਉਦੀਂ ਤੋਟਾ ਆਵੈ॥ sagleeN sa-odeeN totaa aavai.
ਨਾਨਕ ਰਾਮ ਨਾਮੁ ਮਨਿ ਭਾਵੈ॥੫॥੨੪॥ naanak raam naam man bhaavai. 5||24 ||

ਸਾਰੇ ਸੰਸਾਰਕ ਕੰਮ ਹੀ ਮਾਨਸ ਜਨਮ ਦੇ ਸਫਰ ਲਈ ਘਾਟੇ ਵਾਲੇ ਹੀ ਹਨ । ਕੇਵਲ ਬੰਦਗੀ ਦਾ ਕੰਮ ਹੀ ਪ੍ਰਵਾਨ ਹੁੰਦਾ ਹੈ ।

All worldly chores of human worldly life are the path of loss and destruction. Only the earnings of His Word may be accepted in His court.

27. ਆਸਾ ਮਹਲਾ ੧ ਚਉਪਦੇ॥ 356-14

ਵਿਦਿਆ ਵੀਚਾਰੀ ਤਾਂ ਪਰਉਪਕਾਰੀ॥ vidi-aa veechaaree taaN par-upkaaree.
ਜਾਂ ਪੰਚ ਰਾਸੀ ਤਾਂ ਤੀਰਥ ਵਾਸੀ॥੧॥ jaaN panch raasee taaN tirath vaasee. ||1||

ਸ਼ਬਦ ਦਾ ਗਿਆਨ ਹਾਸਿਲ ਕਰਨਾ ਹੀ ਬੰਦਗੀ ਦਾ ਧਨ, ਕਮਾਈ ਹੈ । ਸ਼ਬਦ ਦੀ ਸੋਝੀ ਨਾਲ ਬਾਕੀ ਜੀਵਾਂ ਨੂੰ ਸਿਧਾ ਰਸਤਾ ਬਖਸ਼ਿਸ਼ ਹੋ ਸਕਦਾ ਹੈ । ਪੰਜਾਂ ਸੰਸਾਰਕ ਇਛਾਂ ਤੇ ਕਾਬੂ ਪਾਉਣ ਨਾਲ ਮਨ ਵਿੱਚ ਸ਼ਬਦ ਜਾਗਰਤ ਹੋ ਸਕਦਾ ਹੈ, ਦਰਬਾਰ ਵਿੱਚ ਪ੍ਰਵਾਨ ਹੋ ਸਕਦਾ ਹੈ ।

To understand and comprehend the teachings of His Word may be the only wealth that may support him after death in His court. Whosoever may be enlightened with the teachings of His Word, he may be able to guide his followers on the right path of meditation. Whosoever may conquer demons of worldly desires; he may be blessed with enlightenment from within. His meditation may be acceptance in His court.

ਘੁੰਘਰੂ ਵਾਜੈ ਜੇ ਮਨੁ ਲਾਗੈ॥ ghunghroo vaajai jay man laagai.
ਤਉ ਜਮੁ ਕਹਾ ਕਰੇ ਮੋ ਸਿਉ ਆਗੈ॥ ta-o jam kahaa karay mo si-o aagai.
੧॥ਰਹਾਉ॥ ||1|| rahaa-o.

ਜਿਸ ਦਾ ਭਰੋਸਾ ਪ੍ਰਭ ਦੇ ਸ਼ਬਦ ਤੇ ਅਡੋਲ ਹੋ ਜਾਂਦਾ ਹੈ, ਉਸ ਦੇ ਮਨ ਵਿੱਚ ਸ਼ਬਦ ਦੀ ਗੂੰਜ ਚਲ ਪੈਂਦੀ ਹੈ । ਉਸ ਨੂੰ ਜਮਦੂਤ ਛੋਹ ਨਹੀਂ ਸਕਦਾ ।

Whosoever may become steady and stable on the teachings of His Word, the everlasting echo of His Word may resonant within his mind continuously. He may become beyond the reach of devil of death.

ਆਸ ਨਿਰਾਸੀ ਤਉ ਸੰਨਿਆਸੀ॥ aas niraasee ta-o sani-aasee.
ਜਾਂ ਜਤੁ ਜੋਗੀ ਤਾਂ ਕਾਇਆ ਭੋਗੀ॥੨॥ jaaN jat jogee taaN kaa-i-aa bhogee. ||2||

ਜਦੋਂ ਮਨ ਵਿਚੋਂ ਆਸਾਂ ਖਤਮ ਹੋ ਜਾਂਦੀਆਂ, ਇਸ ਨਾਲ ਨਿਰਾਸਾ ਵੀ ਖਤਮ ਹੋ ਜਾਂਦੀਆਂ ਹਨ । ਤਾਂ ਹੀ ਜੀਵ ਅਸਲੀ ਬੰਦਗੀ ਕਰਨ ਵਾਲਾ ਭਗਤ ਬਣ ਸਕਦਾ ਹੈ । ਜਿਹੜਾ ਇਹ ਵਿਧੀ ਅਪਣਾਉਂਦਾ ਹੈ, ਉਹ ਆਪਣੇ ਮਾਨਸ ਜੀਵਨ ਦਾ ਅਸਲੀ ਅਨੰਦ ਮਾਨਦਾ ਹੈ ।

Whosoever may be able to eliminate all hopes of worldly desires from within, all his disappointments may also disappear from his mind with His mercy and grace. He may be blessed with the state of mind of as His true devotee. Whosoever may adopt this essence of His Word, he may enjoy the true pleasures of his human life.

ਦਇਆ ਦਿਗੰਬਰੁ ਦੇਹ ਬੀਚਾਰੀ॥ da-i-aa digambar dayh beechaaree.
ਆਪਿ ਮਰੈ ਅਵਰਾ ਨਹ ਮਾਰੀ॥੩॥ aap marai avraa nah maaree. ||3||

ਜਿਸ ਦੇ ਮਨ ਤੇ ਦਇਆ ਆ ਜਾਂਦੀ ਹੈ, ਉਸ ਦੇ ਮਨ ਦਾ ਧਿਆਨ ਆਪਣੇ ਅੰਦਰ, ਆਪਣੇ ਕੰਮਾਂ ਨੂੰ ਪਰਖਦਾ ਹੈ । ਆਪਣੀ ਗਲਤੀ ਬਾਬਤ ਸੋਚਦਾ ਹੈ । ਜਦੋਂ ਜੀਵ ਦਾ ਆਪਾ ਖਤਮ ਹੋ ਜਾਂਦਾ ਹੈ, ਤਾਂ ਉਸ ਨੂੰ ਹੋਰ ਕਿਸੇ ਦੀ ਨਿੰਦਿਆਂ ਕਰਨ ਦੀ ਭਾਵਨਾ ਖਤਮ ਹੋ ਜਾਂਦੀ ਹੈ ।

Whosoever may be overwhelmed with mercy and forgiveness for the others, he may evaluate his own day to day deeds in the world. He may realize his own weakness, deficiencies and mistakes. He may be able to eliminate selfishness and ego of his own identity from his mind. His urge to criticize anyone else may be eliminated.

ਏਕੁ ਤੂ ਹੋਰਿ ਵੇਸ ਬਹੁਤੇਰੇ॥ ayk too hor vays bahutayray.
ਨਾਨਕੁ ਜਾਣੈ ਚੋਜ ਨ ਤੇਰੇ॥੪॥੨੫॥ naanak jaanai choj na tayray. ||4||25||

ਸੰਸਾਰ ਵਿੱਚ ਰਸਤਾ ਦੱਸਣ ਵਾਲੇ ਬਹੁਤ ਹਨ । ਪਰ ਅਸਲੀ ਰਸਤੇ ਦੀ ਕੇਵਲ ਪ੍ਰਭ ਨੂੰ ਹੀ ਜਾਣਕਾਰੀ ਹੈ । ਤੇਰੀ ਕੁਦਰਤ ਜੀਵ ਦੀ ਸੋਝੀ ਤੋਂ ਉਪਰ ਹੈ, ਪੂਰਨ ਜਾਣਕਾਰੀ ਨਹੀਂ ਪਾਈ ਜਾ ਸਕਦੀ ।

They are so many teachers, guides to inspire and teaches the right path of human life. However, only The True Master may guide the right path to His true devotee. Your nature remains beyond the comprehension of Your creation and may not be fully understood by Your creation.

28. ਆਸਾ ਮਹਲਾ ੧॥ 356-18

ਏਕ ਨ ਭਰੀਆ ਗੁਣ ਕਰਿ ਧੋਵਾ॥ ayk na bharee-aa gun kar Dhovaa.
ਮੇਰਾ ਸਹੁ ਜਾਗੈ mayraa saho jaagai
ਹਉ ਨਿਸਿ ਭਰਿ ਸੋਵਾ॥੧॥ ha-o nis bhar sovaa. ||1||

ਪ੍ਰਭ ਮੇਰੇ ਵਿੱਚ ਅਗਰ ਇੱਕ ਅਉਗੁਣ ਹੋਵੇ ਤਾਂ ਮੈ ਚੰਗੇ ਕੰਮ ਕਰਕੇ ਇਸ ਦੀ ਮੈਲ ਧੋਅ ਲਵਾਂ । ਪ੍ਰਭ ਦਾ ਸ਼ਬਦ ਤਾਂ ਮੇਰੇ ਅੰਦਰ ਜਾਗਰਤ ਹੈ । ਪਰ ਮੈਨੂੰ ਕੋਈ ਖਬਰ ਨਹੀਂ, ਪ੍ਰਭ ਦੀ ਹੋਂਦ ਮਹਿਸੂਸ ਨਹੀਂ ਹੁੰਦੀ ।

If I have only one deficiency and one evil deed, I may be able to perform good deeds to remove the blemish of my mind. My True Master remains awake and alert within my heart; however, I have no awareness and I cannot realize His existence, Holy Spirit, within my heart.

ਇਉ ਕਿਉ ਕੰਤ ਪਿਆਰੀ ਹੋਵਾ॥ i-o ki-o kant pi-aaree hovaa.
ਸਹੁ ਜਾਗੈ ਹਉ ਨਿਸ ਭਰਿ ਸੋਵਾ॥੧॥ saho jaagai ha-o nis bhar sovaa. ||1||
ਰਹਾਉ॥ rahaa-o.

ਮੇਰੇ ਜੀਵਨ ਦੇ ਢੰਗ ਨਾਲ ਮੈਨੂੰ ਸ਼ਬਦ ਦੀ ਸੋਝੀ ਕਿਸ ਤਰ੍ਹਾਂ ਮਿਲ ਸਕਦੀ ਹੈ? ਅਗਰ ਮੇਰੇ ਮਨ ਵਿੱਚ ਪ੍ਰਭ ਦੇ ਵਿਛੋੜੇ ਦਾ ਵਿਰਾਗ ਜਾਗਰਤ ਹੋ ਜਾਵੇ ਅਤੇ ਮੇਰੇ ਮਨ ਦੀਆਂ ਬਕੀ ਸਾਰੀਆਂ ਇੱਛਾਂ ਹੀ ਖਤਮ ਹੋ ਸਕਦੀਆਂ ਹਨ ।

How may I be enlightened with the teachings of His Word with my way of life and become awake and alert? Only by reviving the renunciation of my memory of separation from The True Master within. All other worldly desires and hopes may be eliminated from my mind.

ਆਸ ਪਿਆਸੀ ਸੇਜੈ ਆਵਾ॥ aas pi-aasee sayjai aavaa.
ਆਗੈ ਸਹ ਭਾਵਾ ਕਿ ਨ ਭਾਵਾ॥੨॥ aagai sah bhaavaa ke na bhaavaa. ||2||

ਮਨ ਦੀਆਂ ਆਸਾਂ ਲੈ ਕੇ ਉਸ ਦੇ ਸ਼ਬਦ ਦੀ ਬੰਦਗੀ ਕਰਦਾ ਹਾ । ਮੈਨੂੰ ਸੋਝੀ ਨਹੀਂ ਕਿ ਇਹ ਬੰਦਗੀ, ਪ੍ਰਭ ਨੂੰ ਪ੍ਰਵਾਨ ਵੀ ਹੈ ਜਾ ਨਹੀਂ?

With a deep desire, hopes and devotion, I meditate on the teachings of His Word. I do not have any understanding and knowledge, if my meditation may even be worthy of His consideration, acceptance.

ਕਿਆ ਜਾਨਾ ਕਿਆ ਹੋਇਗਾ ਰੀ ਮਾਈ॥ ki-aa jaanaa ki-aa ho-igaa ree maa-ee.
ਹਰਿ ਦਰਸਨ ਬਿਨੁ ਰਹਨੁ ਨ ਜਾਈ॥੧॥ ਰਹਾਉ॥ har darsan bin rahan na jaa-ee. ||1|| rahaa-o.

ਮੈਨੂੰ ਸੋਝੀ ਨਹੀਂ ਕਿ ਮੇਰਾ ਕੀ ਬਣਨਾ ਹੈ । ਤੇਰੀ ਰਹਿਮਤ ਤੋ ਬਿਨਾਂ ਜਿਉਂਦਾ ਨਹੀਂ ਰਹ ਸਕਦਾ, ਬੰਦਗੀ ਤੇ ਭਰੋਸਾ ਅਡੋਲ ਨਹੀਂ ਹੁੰਦਾ ।

My True Master, I do not know, realize what may happen to my soul after death. However, without Your mercy and grace, meditation on the teachings of Your Word, I may not be contented. My mind may not stay steady and stable on the right path of meditation.

ਪ੍ਰੇਮੁ ਨ ਚਾਖਿਆ ਮੇਰੀ ਤਿਸ ਨ ਬੁਝਾਨੀ॥ paraym na chaakhi-aa mayree tis na bujhaanee.
ਗਇਆ ਸੁ ਜੋਬਨੁ ਧਨ ਪਛੁਤਾਨੀ॥੩॥ ga-i-aa so joban Dhan pachhutaanee.3

ਮਨ ਦਾ ਪ੍ਰਭ ਦੇ ਸ਼ਬਦ ਤੇ ਭਰੋਸਾ ਪੱਕਾ ਨਹੀਂ ਹੋਇਆ । ਮਨ ਵਿਚੋਂ ਸੰਸਾਰਕ ਇੱਛਾਂ ਦੀ ਭਟਕਣ ਖਤਮ ਨਹੀਂ ਹੋਈ । ਮੇਰੀ ਜਵਾਨੀ ਖਤਮ ਹੋ ਗਈ ਹੈ, ਮੇਰਾ ਅਖੀਰਲਾ ਸਮਾਂ ਆ ਗਿਆ ਹੈ । ਹੁਣ ਮੈਨੂੰ ਪਛਤਾਵਾ ਹੀ ਸਤਾਉਂਦਾ ਹੈ ।

I have not able to established a steady and stable belief on the teachings of His Word. I cannot conquer and eliminate my own worldly desires and frustrations from within. My youth has already passed and my end-of-life is approaching near very fast. Now my mind remains frustrated with repentance of my worldly day to day life deeds.

ਅਜੈ ਸੁ ਜਾਗਉ ਆਸ ਪਿਆਸੀ॥ ajai so jaaga-o aas pi-aasee.
ਭਈਲੇ ਉਦਾਸੀ ਰਹਉ ਨਿਰਾਸੀ॥੧॥ ਰਹਾਉ॥ bha-eelay udaasee raha-o niraasee. ||1|| rahaa-o.

ਅਜੇ ਵੀ ਮੈ ਹਿੰਮਤ ਨਹੀਂ ਹਾਰੀ, ਅਜੇ ਵੀ ਆਸ ਰਖਦਾ ਹਾ । ਮੈ ਬਹੁਤ ਮਾਯੂਸ ਹਾ, ਕੋਈ ਆਸ ਪੂਰੀ ਹੋਣ ਦੀ ਕੋਈ ਉਮੀਦ ਨਹੀਂ ਹੈ ।

Still I have not given up my efforts and my hope on Your mercy and grace. I am very desperate and miserable, I do not have any hope to satisfy any of my desire, the purpose of life may be accomplished.

ਹਉਮੈ ਖੋਇ ਕਰੇ ਸੀਗਾਰੁ॥ ha-umai kho-ay karay seegaar.
ਤਉ ਕਾਮਣਿ ਸੇਜੈ ਰਵੈ ਭਤਾਰੁ॥੪॥ ta-o kaaman sayjai ravai bhataar. ||4||

ਅਗਰ ਅਜੇ ਵੀ ਤੂੰ ਆਪਣੀ ਅਹੰਕਾਰ ਨੂੰ ਖਤਮ ਕਰਕੇ ਮਨੋ ਸ਼ਬਦ ਦੀ ਪਾਲਣਾ ਕਰੇ । ਪ੍ਰਭ, ਤੇਰੇ ਤੇ ਰਹਿਮਤ ਬਖਸ਼ਕੇ ਤੇਰੀ ਬੰਦਗੀ ਪ੍ਰਵਾਨ ਕਰ ਸਕਦਾ ਹੈ ।

Only if you may abandon and conquer the ego of your mind and adopt the teachings of His Word in day to day life, The True Master may bless you with the right path of an acceptance In His court.

ਤਉ ਨਾਨਕ ਕੰਤੈ ਮਨਿ ਭਾਵੈ॥ ta-o naanak kantai man bhaavai.
ਛੋਡਿ ਵਡਾਈ ਅਪਣੇ ਖਸਮ ਸਮਾਵੈ॥ chhod vadaa-ee apnay khasam samaavai.
੧॥ ਰਹਾਉ॥ ੨੬॥ ||1|| rahaa-o. ||26||

ਆਪਣਾ ਆਪਾ ਤਿਆਗ ਕੇ ਬੰਦਗੀ ਕਰਨ ਨਾਲ ਪ੍ਰਭ ਦੀ ਰਹਿਮਤ ਬਖਸ਼ਿਸ਼ ਹੋ ਸਕਦੀ ਹੈ । ਸਿਮਰਨ ਵਿੱਚ ਲੀਨ ਹੋਇਆ ਜੀਵ ਪ੍ਰਭ ਨੂੰ ਪ੍ਰਵਾਨ ਹੋ ਸਕਦਾ ਹੈ ।

By eliminating selfishness and conquering the ego of your own mind, with His mercy and grace, the right path may be blessed. By meditating with steady and stable belief in the void of His Word, his meditation may be accepted in His court.

29. ਆਸਾ ਮਹਲਾ ੧॥ 357-5

ਪੇਵਕੜੈ ਧਨ ਖਰੀ ਇਆਣੀ॥ payvkarhai Dhan kharee i-aanee.
ਤਿਸੁ ਸਹ ਕੀ ਮੈ ਸਾਰ ਨ ਜਾਣੀ॥੧॥ tis sah kee mai saar na jaanee. ||1||

ਜੀਵ ਦੇ ਮਨ ਵਿੱਚ ਪ੍ਰਭ ਦਾ ਨਿਵਾਸਾ ਹੈ । ਫਿਰ ਵੀ ਅਣਜਾਣਤਾ ਵਾਲੇ ਕੰਮ ਕਰਦਾ ਹੈ ।

Even though The True Master dwells within the mind and body of a creature, still he performs all his deed in ignorance from the essence of His Word.

ਸਹੁ ਮੇਰਾ ਏਕੁ ਦੂਜਾ ਨਹੀ ਕੋਈ॥ saho mayraa ayk doojaa nahee ko-ee.
ਨਦਰਿ ਕਰੇ ਮੇਲਾਵਾ ਹੋਈ॥੧॥ nadar karay maylaavaa ho-ee. ||1||
ਰਹਾਉ॥ rahaa-o.

ਅਨੋਖੇ ਪ੍ਰਭ ਦੇ ਬਰਾਬਰ ਦਾ ਹੋਰ ਕੋਈ ਨਹੀਂ ਹੈ । ਅਗਰ ਉਸ ਦੀ ਰਹਿਮਤ ਆ ਜਾਵੇ ! ਤਾਂ ਮਨ ਦਾ ਭਰੋਸਾ ਪੱਕਾ ਹੋ ਜਾਂਦਾ ਹੈ ਅਤੇ ਮਨ ਬੰਦਗੀ ਵਿੱਚ ਲੱਗਦਾ ਹੈ ।

No one may be equal, greater or comparable with the marvelous and astonishing The True Master. Only with His mercy and grace, His true devotee may become steady and stable on the teachings His Word and he may meditate and enters into the void of His Word.

ਸਾਹੁਰੜੈ ਧਨ ਸਾਚੁ ਪਛਾਣਿਆ॥ saahurrhai Dhan saach pachhaani-aa.
ਸਹਜਿ ਸੁਭਾਇ ਅਪਣਾ ਪਿਰੁ ਜਾਣਿਆ॥੨॥ sahj subhaa-ay apnaa pir jaani-aa. ||2||

ਜਦੋਂ ਜੀਵ ਆਪਣੇ ਸਰੀਰ ਨੂੰ ਪ੍ਰਭ ਦਾ ਘਰ ਮੰਨ ਲੈਂਦਾ ਹੈ । ਤਾਂ ਉਸ ਨੂੰ ਸ਼ਬਦ ਦੀ ਅਸਲੀ ਕੀਮਤ ਦੀ ਸੋਝੀ ਬਖਸ਼ਿਸ਼ ਹੋ ਜਾਂਦੀ ਹੈ । ਉਸ ਨਾਲ ਮਨ ਨੂੰ ਸ਼ਾਂਤੀ ਬਖਸ਼ਿਸ਼ ਹੋ ਸਕਦੀ ਹੈ ।

Whosoever may believe that his body is the castle and the trust of The True Master, he may be enlightened with the realization of the true essence of the teachings of His Word. He may be blessed with peace, contentment and blossom.

ਗੁਰ ਪਰਸਾਦੀ ਐਸੀ ਮਤਿ ਆਵੈ॥ gur parsaadee aisee mat aavai.
ਤਾਂ ਕਾਮਣਿ ਕੰਤੈ ਮਨਿ ਭਾਵੈ॥੩॥ taan kaaman kantai man bhaavai. ||3||

ਪ੍ਰਭ ਦੀ ਰਹਿਮਤ ਨਾਲ ਹੀ ਜੀਵ ਨੂੰ ਸ਼ਬਦ ਦੀ ਸੋਝੀ ਹੁੰਦੀ ਹੈ । ਤਾਂ ਹੀ ਉਸ ਦਾ ਸ਼ਬਦ ਮਨ ਵਿੱਚ ਅਡੋਲ ਹੋ ਜਾਂਦਾ ਹੈ, ਉਸ ਦੀ ਬੰਦਗੀ ਪ੍ਰਭ ਨੂੰ ਪ੍ਰਵਾਨ ਹੋ ਜਾਂਦੀ ਹੈ ।

Only with His mercy and grace, one may be enlightened with the teachings of His Word within. His true devotee may adopt the teachings of His Word with steady and stable belief in his day to day life. His meditation may be accepted in His court.

ਕਹਤੁ ਨਾਨਕੁ ਭੈ ਭਾਵ ਕਾ ਕਰੇ ਸੀਗਾਰੁ॥ kahat naanak bhai bhaav kaa karay seegaar.
ਸਦ ਹੀ ਸੇਜੈ ਰਵੈ ਭਤਾਰੁ॥੪॥੨੭॥ sad hee sayjai ravai bhataar. ||4||27||

ਜਿਸ ਦੇ ਮਨ ਤੇ ਪ੍ਰਭ ਦੇ ਵਿਛੋੜੇ ਦੇ ਵਿਰਾਗ ਦਾ ਰੰਗ ਚੜ੍ਹ ਜਾਂਦਾ ਹੈ । ਉਸ ਦੇ ਮਨ ਦਾ ਭਰੋਸਾ ਅਡੋਲ ਹੋ ਜਾਂਦਾ ਹੈ, ਬੰਦਗੀ ਵਿਚੋਂ ਲਿਵ ਕਦੇ ਟੁੱਟਦੀ ਨਹੀਂ ।

Whosoever may be drenched with the renunciation of his separation from The True Master, his belief may become steady and stable on the teachings of His Word. He may never abandon the path of meditation on the teachings of His Word.

30. ਆਸਾ ਮਹਲਾ ੧॥ 357-9

ਨ ਕਿਸ ਕਾ ਪੂਤੁ ਨ ਕਿਸ ਕੀ ਮਾਈ॥ na kis kaa poot na kis kee maa-ee
ਝੂਠੈ ਮੋਹਿ ਭਰਮਿ ਭੁਲਾਈ॥੧॥ jhoothai mohi bharam bhulaa-ee. ||1||

ਸੰਸਾਰਕ ਰਿਸ਼ਤੇ, ਸੰਬਧ ਪਿਛਲੇ ਜੀਵਨ ਦਾ ਦੇਣ ਲੈਣ ਹੀ ਹੈ । ਸੰਸਾਰਕ ਮਾਂ, ਬਾਪ, ਬੱਚੇ, ਪਤੀ, ਪਤਨੀ ਦਾ ਰਿਸ਼ਤਾ, ਸੰਸਾਰਕ ਮੋਹ ਦਾ ਜਾਲ ਹੀ ਹੈ । ਇਸ ਭਰਮ ਵਿੱਚ ਹੀ ਸੰਸਾਰ ਘੁੰਮਦਾ ਫਿਰਦਾ ਹੈ, ਜੰਮਦਾ ਮਰਦਾ ਰਹਿੰਦਾ ਹੈ ।

All worldly relationships like brother, sister, son, mother and father are all established by The True Master as the reward for his past life deeds and are only traps of worldly attachment. The whole universe wanders in these suspicions and remains in the cycle of birth and death.

ਮੇਰੇ ਸਾਹਿਬ ਹਉ ਕੀਤਾ ਤੇਰਾ॥ mayray saahib ha-o keetaa tayraa.
ਜਾਂ ਤੂੰ ਦੇਹਿ ਜਪੀ ਨਾਉ ਤੇਰਾ॥੧॥ ਰਹਾਉ॥ jaan toon deh japee naa-o tayraa. ||1|| rahaa-o.

ਤੇਰਾ ਪੈਦਾ ਕੀਤਾ ਹੋਇਆ ਮਾਨਸ ਹਾ । ਅਗਰ ਤੂੰ ਰਹਿਮਤ ਬਖਸ਼ੇ ਤਾਂ ਹੀ ਤੇਰੇ ਸ਼ਬਦ ਦਾ ਸਿਮਰਨ ਕਰ ਸਕਦਾ ਹਾ।

My True Master, I am your created human, creature. Only with Your mercy and grace, I may be able to meditate on the teachings of Your Word in my day to day life.

ਬਹੁਤੇ ਅਉਗਣ ਕੂਕੈ ਕੋਈ॥ bahutay a-ugan kookai ko-ee.
ਜਾ ਤਿਸੁ ਭਾਵੈ ਬਖਸੇ ਸੋਈ॥੨॥ jaa tis bhaavai bakhsay so-ee. ||2||

ਜਿਹੜਾ ਅਉਗੁਣਾਂ ਨਾਲ ਭਰਿਆਂ ਹੁੰਦਾ ਹੈ, ਉਹ ਲੰਮੀਆਂ ਅਰਦਾਸਾਂ ਕਰਦਾ ਹੈ । ਜਿਹੜੀ ਅਰਦਾਸ ਪ੍ਰਭ ਦੇ ਭਾਣੇ ਅੰਦਰ ਹੁੰਦੀ ਹੈ, ਕੇਵਲ ਉਹ ਹੀ ਅਰਦਾਸ ਪੂਰੀ ਕਰਦਾ ਹੈ ।

Whosoever may be overwhelmed with evil thoughts, sinful deeds and deficiencies in his way of life; he may always humbly pray for long list of desires, blessings. The True Master only heeds to the prayers of His true devotee, whosoever may have his life as per the teachings of His Word.

ਗੁਰ ਪਰਸਾਦੀ ਦੁਰਮਤਿ ਖੋਈ॥ gur parsaadee durmat kho-ee.
ਜਹ ਦੇਖਾ ਤਹ ਏਕੋ ਸੋਈ॥੩॥ jah daykhaa tah ayko so-ee. ||3||

ਪ੍ਰਭ ਦੀ ਰਹਿਮਤ ਨਾਲ ਹੀ ਜੀਵ ਦੀ ਮਨਮਰਜ਼ੀ ਖਤਮ ਹੋ ਸਕਦੀ ਹੈ । ਜਿਸ ਜੀਵ ਦਾ ਆਪਾ ਖਤਮ ਹੋ ਜਾਵੇ, ਉਸ ਨੂੰ ਹਰ ਥਾਂ, ਪ੍ਰਭ ਦੀ ਮੌਜੂਦਗੀ ਨਜ਼ਰ ਆਉਂਦੀ ਹੈ ।

Only with His mercy and grace, the selfishness of mind of a creature may be subdued, eliminated from his mind. Whosoever may conquer his own ego and surrender his worldly status; he may realize the existence of The True Master everywhere and in each and every action.

ਕਹਤ ਨਾਨਕ ਐਸੀ ਮਤਿ ਆਵੈ॥ kahat naanak aisee mat aavai.
ਤਾਂ ਕੋ ਸਚੇ ਸਚਿ ਸਮਾਵੈ॥੪॥੨੮॥ taaN ko sachay sach samaavai. ||4||28||

ਜੀਵ ਪ੍ਰਭ ਅੱਗੇ ਇਸ ਤਰ੍ਹਾਂ ਰਹਿਮਤ ਦੀ ਅਰਦਾਸ ਕਰੋ, ਮੱਤ ਬਖਸ਼ੋ । ਜਿਸ ਨਾਲ ਮਨ ਦਾ ਭਰੋਸਾ ਸ਼ਬਦ ਤੇ ਅਡੋਲ ਹੋ ਜਾਵੇ । ਸਿਮਰਨ ਕਰਦਾ ਹੋਇਆ ਜੀਵ ਪ੍ਰਭ ਨੂੰ ਪ੍ਰਵਾਨ ਹੋ ਜਾਵੇ ।

You should always beg for His mercy and grace that He may attach to a devotional meditation on the teachings of His Word. With His blessings, his soul may enter into the void of His Word in meditation and he may be accepted in His court.

31. ਆਸਾ ਮਹਲਾ ੧ ਦੁਪਦੇ॥ 357-12

ਤਿਤੁ ਸਰਵਰੜੈ ਭਈਲੇ ਨਿਵਾਸਾ, tit saravrarhai bha-eelay nivaasaa
ਪਾਣੀ ਪਾਵਕੁ ਤਿਨਹਿ ਕੀਆ॥ paanee paavak tineh kee-aa.
ਪੰਕਜੁ ਮੋਹ ਪਗੁ ਨਹੀ ਚਾਲੈ, pankaj moh pag nahee chaalai
ਹਮ ਦੇਖਾ ਤਹ ਡੂਬੀਅਲੇ॥੧॥ ham daykhaa tah doobee-alay. ||1||

ਸੰਸਾਰ ਰੂਪੀ ਸਾਗਰ ਵਿੱਚ ਜੀਵ ਦਾ ਨਿਵਾਸ, ਘਰ ਹੈ । ਇਹ ਪਾਣੀ (ਮੋਹ) ਅਤੇ ਅੱਗ (ਤ੍ਰਿਸ਼ਨਾ) ਪ੍ਰਭ ਨੇ ਹੀ ਪੈਦਾ ਕੀਤੀ ਹੈ । ਜਿਹੜਾ ਮੋਹ ਅਤੇ ਇੱਛਾ ਦੇ ਜਾਲ, ਚਿੱਕੜ ਵਿੱਚ ਫਸ ਜਾਂਦਾ ਹੈ । ਉਹ ਜਨਮ ਮਰਨ ਦੇ ਚੱਕਰ ਵਿੱਚ ਹੀ ਰਹਿੰਦਾ ਹੈ ।

The worldly creature has a temporary dwelling in the ocean of worldly desires. His attachment (like water) and his frustration, desires (like fire) both are created by The True Master. Whosoever may become a salve of worldly attachments, he remains burning in the fire of frustration. He remains stuck and buried under the mud of worldly desires, he remains in the cycle of birth and death.

ਮਨ ਏਕੁ ਨ ਚੇਤਸਿ ਮੂੜ ਮਨਾ॥ man ayk na chaytas moorh manaa.
ਹਰਿ ਬਿਸਰਤ ਤੇਰੇ ਗੁਣ ਗਲਿਆ॥੧॥ਰਹਾਉ॥ har bisrat tayray gun gali-aa. ||1|| rahaa-o.

ਅਣਜਾਣ ਮਨ ਤੂੰ ਪ੍ਰਭ ਨੂੰ ਮਨੋ ਕਿਓ ਵਿਸਾਰ ਦਿੱਤਾ ਹੈ? ਉਸ ਦੇ ਵਿਸਰਨ ਨਾਲ ਤੈਨੂੰ ਆਪਣੇ ਭਾਗਾਂ ਦਾ ਫਲ ਬਖਸ਼ਿਸ਼ ਨਹੀਂ ਹੋ ਸਕਦਾ । ਤੇਰੇ ਮੰਦੇ ਭਾਗ ਬਣ ਜਾਣੇ ਹਨ ।

Ignorant, why have you abandoned The True Master, His Word from your day to day life? By abandoning the teachings of His Word from your mind; even your good deeds may not be rewarded. You may become unfortunate.

ਨਾ ਹਉ ਜਤੀ ਸਤੀ ਨਹੀ ਪੜਿਆ,	naa ha-o jatee satee nahee parhi-aa
ਮੂਰਖ ਮੁਗਧਾ ਜਨਮੁ ਭਇਆ॥	moorakh mugDhaa janam bha-i-aa.
ਪ੍ਰਣਵਤਿ ਨਾਨਕ ਤਿਨ੍ ਕੀ ਸਰਣਾ,	paranvat naanak tinH kee sarnaa
ਜਿਨ੍ ਤੂੰ ਨਾਹੀ ਵੀਸਰਿਆ॥੨॥੨੯॥	jinH tooN naahee veesri-aa. ||2||29||

ਪ੍ਰਭ ਮੇਰੇ ਵਿੱਚ ਕੋਈ ਧੀਰਜ, ਸੰਤੋਖ, ਸ਼ਬਦ ਦੀ ਸੋਝੀ ਨਹੀਂ । ਮੈ ਅਣਜਾਣ ਮੂਰਖਾਂ ਵਾਲੇ, ਅਣਜਾਣਾਂ ਵਾਲੇ ਕੰਮ ਕਰਦਾ ਹਾ । ਰਹਿਮਤ ਬਖਸ਼ਕੇ ਸੰਤ ਸਰੂਪ ਦੀ ਸੰਗਤ ਬਖਸ਼ੋ । ਜਿਹੜਾ ਤੇਰੇ ਸ਼ਬਦ ਦੀ ਅਡੋਲ ਭਰੋਸਾ ਨਾਲ ਪਾਲਣਾ ਕਰਦਾ ਹੈ ।

My True Master, I do not have any patience, contentment or the enlightenment of Your Word within my mind. In my ignorance, I am always doing foolish and unwise deeds. With Your mercy and grace to bless me with the association as Your true devotee, who obeys Your Word with steady and stable belief in his day to day life.

32. ਆਸਾ ਮਹਲਾ ੧॥ 357-16

ਛਿਅ ਘਰ ਛਿਅ ਗੁਰ ਛਿਅ ਉਪਦੇਸ॥	chhi-a ghar chhi-a gur chhi-a updays.
ਗੁਰ ਗੁਰੁ ਏਕੋ ਵੇਸ ਅਨੇਕ॥੧॥	gur gur ayko vays anayk. ||1||

ਸੰਸਾਰ ਵਿੱਚ ਅਨੇਕਾਂ ਧਾਰਮਕ ਸੰਸਥਾਂ, ਪ੍ਰਭ ਦਾ ਸੁਨੇਹਾ ਦੇਣ ਵਾਲੀਆਂ ਜਗ੍ਹਾਂ ਹਨ । ਅਨੇਕਾਂ ਹੀ ਸੰਤ ਸਰੂਪ ਉਪਦੇਸ਼ ਕਰਨ ਵਾਲੇ ਅਤੇ ਅਨੇਕਾਂ ਹੀ ਬਾਣੀਆਂ, ਕੁਰਾਨ, ਪਰਾਨ, ਗ੍ਰੰਥ, ਆਦਿ ਹਨ, ਸਾਰੀਆਂ ਹੀ ਪ੍ਰਭ ਦੇ ਅਨੇਕਾਂ ਰੂਪ ਹਨ, ਸਾਰੇ ਹੀ ਠੀਕ ਰਸਤੇ ਹਨ ।
(ਮੰਦਰ, ਮਸਜਦ, ਧਰਮਸਾਲਾ, ਗੁਰਦਾਵਾਰੇ; ਛਿਅ – ਛਿਅ ਨੰਬਰ ਤੋ ਨਹੀਂ, ਇੱਕ ਤੋ ਵਧ ਵਾਸਤੇ ਵਰਤਿਆ ਗਿਆ ਹੈ)

In the world, there are countless religions to spread the spiritual message of The Holy Spirit, His Word to His creation. Countless Holy prophets, gurus, saints to preach His Word, several Holy Scriptures to guide His creation to the right path. All Holy Scriptures, Holy shrines and Holy saints are the true symbol of The True Master and all teaches the right path of His acceptance.

ਜੈ ਘਰਿ ਕਰਤੇ ਕੀਰਤਿ ਹੋਇ॥	jai ghar kartay keerat ho-ay.
ਸੋ ਘਰੁ ਰਾਖੁ ਵਡਾਈ ਤੋਹਿ॥੧॥	so ghar raakh vadaa-ee tohi. ||1||
ਰਹਾਉ॥	rahaa-o.

ਜਿਸ ਅਸਥਾਨ ਤੇ ਜੀਵ ਪ੍ਰਭ ਦੇ ਸ਼ਬਦ ਦਾ ਕੀਰਤਨ, ਗੁਣ ਗਾਉਂਦਾ, ਸਿਮਰਨ ਕਰਦਾ ਹੈ, ਉਸ ਅਸਥਾਨ ਤੇ ਜੀਵ ਦੇ ਮਨ ਵਿੱਚ ਪ੍ਰਭ ਦਾ ਖੇੜਾ ਬਖਸ਼ਿਸ਼ ਹੋ ਜਾਂਦਾ ਹੈ । ਉਸ ਦੀ ਆਤਮਾ ਦੀ ਮਹਿਮਾਂ ਬੁਹਤ ਉੱਚੀ ਹੋ ਜਾਂਦੀ ਹੈ ।

Wherever His true devotee meditates and sings the glory of His Word; His true devotee may be blessed with contentment and blossom. His soul may be blessed with unique status and greatness.

ਵਿਸੁਏ ਚਸਿਆ ਘੜੀਆ ਪਹਰਾ	visu-ay chasi-aa gharhee-aa pahraa
ਥਿਤੀ ਵਾਰੀ ਮਾਹੁ ਭਇਆ॥	thitee vaaree maahu bha-i-aa.
ਸੂਰਜੁ ਏਕੋ ਰੁਤਿ ਅਨੇਕ॥	sooraj ayko rut anayk.
ਨਾਨਕ ਕਰਤੇ ਕੇ ਕੇਤੇ ਵੇਸ॥੨॥ ੩੦॥	naanak kartay kay kaytay vays. ||2||30||

ਗੁਰੂ ਗ੍ਰੰਥ– Guru Granth – ਭਾਵ ਅਰਥ॥

ਜਿਵੇਂ ਇੱਕ ਸੂਰਜ ਨਾਲ ਹੀ ਵੱਖਰੀਆਂ ਰੁੱਤਾਂ, ਮੌਸਮ ਆਉਂਦੇ ਹਨ, ਇਸ ਤਰ੍ਹਾਂ ਇੱਕੋ ਇੱਕ ਅਸਲੀ ਮਾਲਕ ਦੇ ਅਨੇਕਾਂ ਰੂਪ, ਰੰਗ ਹਨ । ਜਿਸ ਤਰ੍ਹਾਂ ਦੀ ਭਾਵਨਾ ਨਾਲ ਪ੍ਰਭ ਤੇ ਭਰੋਸਾ ਰਖਕੇ ਯਾਦ ਕਰੋ । ਉਸ ਹੀ ਰੂਪ ਵਿੱਚ ਆਪਣੀ ਇੱਛਾ ਨਾਲ ਪ੍ਰਗਟ ਹੋ ਸਕਦਾ, ਜਾਂਦਾ ਹੈ ।

As one Sun creates various weather patterns in the universe. Same way, The One and Only One God, True Master may appear in countless colors, forms, shapes and structures. With whatsoever desire, His true devotee may remember and pray, He may appear in the same form and shape within his mind to bestow His mercy and grace.

33. ਆਸਾ ਘਰੁ ੩ ਮਹਲਾ ੧॥ (358-1)

੧ੴ ਸਤਿਗੁਰ ਪ੍ਰਸਾਦਿ॥	ik-oNkaar satgur parsaad.
ਲਖ ਲਸਕਰ ਲਖ ਵਾਜੇ ਨੇਜੇ,	lakh laskar lakh vaajay nayjay
ਲਖ ਉਠਿ ਕਰਹਿ ਸਲਾਮੁ॥	lakh uth karahi salaam.
ਲਖਾ ਉਪਰਿ ਫੁਰਮਾਇਸਿ ਤੇਰੀ,	lakhaa upar furmaa-is tayree
ਲਖ ਉਠਿ ਰਾਖਹਿ ਮਾਨੁ॥	lakh uth raakhahi maan.
ਜਾਂ ਪਤਿ ਲੇਖੈ ਨਾ ਪਵੈ,	jaaN pat laykhai naa pavai
ਤਾਂ ਸਭਿ ਨਿਰਾਫਲ ਕਾਮ॥੧॥	taaN sabh niraafal kaam. ||1||

ਜੀਵ ਸੰਸਾਰ ਵਿੱਚ ਅਗਰ ਤੇਰੀ ਹੈਸੀਅਤ ਇੱਤਨੀ ਵੱਡੀ ਹੋਵੇ । ਕਿ ਤੈਨੂੰ ਲਖਾਂ ਹੀ ਸੇਵਾਦਾਰ, ਗੁਲਾਮ, ਰਖਿਆ ਕਰਨ ਵਾਲੇ ਬਹਾਦਰ ਵਫਾਦਾਰ, ਪ੍ਰਨਾਮ ਕਰਨ ਵਾਲੇ ਹੋਣ । ਲਖਾਂ ਉਪਰ ਹੀ ਤੇਰਾ ਹੁਕਮ ਚਲਦਾ ਹੋਵੇ, ਤੇਰਾ ਮਾਣ ਕਰਨ ਵਾਲੇ ਹੋਣ । ਅਗਰ ਤੇਰੀ ਸੰਸਾਰ ਵਿੱਚ ਕੀਤੀ ਕਮਾਈ ਪ੍ਰਭ ਦੇ ਸ਼ਬਦ ਅਨੁਸਾਰ ਨਾਲ ਨਾ ਹੋਵੇ, ਪ੍ਰਭ ਦੇ ਦਰਬਾਰ ਵਿੱਚ ਪ੍ਰਵਾਨਗੀ ਬਖਸ਼ਿਸ਼ ਨਹੀਂ ਹੋ ਸਕਦੀ । ਉਸ ਦਾ ਸ਼ਾਨ, ਹੈਸੀਅਤ ਵਾਲਾ ਮਾਨਸ ਜਨਮ ਬਿਰਥਾ ਹੀ ਹੁੰਦਾ ਹੈ । ਪਾਪਾਂ ਦਾ ਭਾਰ ਵਧਾਕੇ ਵਾਪਸ ਨੀਚ ਜੂੰਨਾਂ ਵਿੱਚ ਹੀ ਜਾਂਦਾ ਹੈ ।

Even if you have a great worldly status, you may have thousands of servants, your slave, very loyal and brave shoulders to protect and bow their head in front of you. Your command may prevail over thousands and all honor you with best regard. If your meditation and way of life is not as per the teachings of His Word, you may not be accepted and rewarded in His court. Your worldly status and glory are useless for the true purpose of human life. You go back with bigger burden of sins and punished with mean cycle of birth and death.

ਹਰਿ ਕੇ ਨਾਮ ਬਿਨਾ ਜਗੁ ਧੰਧਾ॥	har kay naam binaa jag DhanDhaa.
ਜੇ ਬਹੁਤਾ ਸਮਝਾਈਐ	jay bahutaa samjaa-ee-ai
ਭੋਲਾ ਭੀ ਸੋ ਅੰਧੋ ਅੰਧਾ॥੧॥	bholaa bhee so anDho anDhaa. ||1||
ਰਹਾਉ॥	rahaa-o.

ਪ੍ਰਭ ਦੇ ਸ਼ਬਦ ਦੀ ਪਾਲਣਾ ਤੋ ਬਿਨਾਂ ਸੰਸਾਰ ਵਿੱਚ ਮਾਨਸ ਜਨਮ ਵਿੱਚ ਦੁਖ ਹੀ ਦੁਖ ਹਨ । ਮੂਰਖ ਨੂੰ ਭਾਵੇਂ ਬਾਰ ਬਾਰ ਸਮਝਿਆ ਜਾਵੇ, ਫਿਰ ਵੀ ਉਹ ਅਗਿਆਨੀ ਹੀ ਰਹਿੰਦਾ ਹੈ, ਉਸ ਦੇ ਮਨ ਤੇ ਸ਼ਬਦ ਦਾ ਕੋਈ ਅਸਰ ਨਹੀਂ ਹੁੰਦਾ ।

Without obeying and adopting the teachings of His Word in day to day life, human life remains overwhelmed with miseries. The self-minded may be taught, guided over and over, he still remains ignorant from the right path of his human life. The teachings of His Word may not have any lasting effect in his own way of life.

ਲਖ ਖਟੀਅਹਿ ਲਖ ਸੰਜੀਅਹਿ, lakh khatee-ah lakh sanjee-ah
ਖਾਜਹਿ ਲਖ ਆਵਹਿ ਲਖ ਜਾਹਿ॥ khaajeh lakh aavahi lakh jaahi.
ਜਾਂ ਪਤਿ ਲੇਖੈ ਨਾ ਪਵੈ, jaaN pat laykhai naa pavai
ਤਾਂ ਜੀਅ ਕਿਥੈ ਫਿਰਿ ਪਾਹਿ॥੨॥ taaN jee-a kithai fir paahi. ||2||

ਮਾਨਸ ਜੀਵਨ ਵਿੱਚ ਭਾਵੇਂ ਬਹੁਤਾ ਧਨ ਇੱਕਠ ਕਰ ਲਵੇ, ਸ਼ਾਨ, ਹੈਸੀਅਤ, ਪੁੰਨ ਦਾਨ ਵਿੱਚ ਲਖਾਂ ਹੀ ਖਰਚ ਕਰ ਦੇਵੇ । ਅਗਰ ਤੇਰੀ ਕੀਤੀ ਕਮਾਈ ਪ੍ਰਭ ਦੇ ਦਰਬਾਰ ਵਿੱਚ ਪ੍ਰਵਾਨ ਨਾ ਹੋਵੇ, ਤਾਂ ਤੂੰ ਕਿਥੇ ਜਾਵੇਗਾ, ਕਿਹੜੀ ਅਰਾਮ ਕਰਨ ਵਾਲੀ ਥਾਂ ਹਾਸਿਲ ਕਰੇਗਾ?

You may collect a huge sum of worldly wealth, glory, honor, great worldly status and perform charity and donations. If your meditation is not accepted in His court; where may you go to find a resting place after death?

ਲਖ ਸਾਸਤ ਸਮਝਾਵਣੀ, lakh saasat samjhaavanee
ਲਖ ਪੰਡਿਤ ਪੜਹਿ ਪੁਰਾਣ॥ lakh pandit parheh puraan.
ਜਾਂ ਪਤਿ ਲੇਖੈ ਨਾ ਪਵੈ, jaaN pat laykhai naa pavai
ਤਾਂ ਸਭੇ ਕੁਪਰਵਾਣ॥੩॥ taaN sabhay kuparvaan. ||3||

ਮਾਨਸ ਨੂੰ ਭਾਵੇਂ ਹਜ਼ਾਰਾ ਹੀ ਧਾਰਮਕ ਗ੍ਰੰਥਾਂ ਦਾ ਗਿਆਨ, ਜਾਣਕਾਰੀ ਹੋ ਜਾਵੇ । ਅਨੇਕਾਂ ਹੀ ਵਿਦਵਾਨ ਸਿਖਿਆ ਦੇਣ ਵਾਲੇ ਉਸ ਨੂੰ ਸਿਖਿਆ ਦੇਣ । ਅਗਰ ਉਸ ਦੇ ਜੀਵਨ ਦੇ ਕੰਮ ਸ਼ਬਦ ਅਨੁਸਾਰ ਨਾ ਹੋਣ, ਪ੍ਰਭ ਨੂੰ ਪ੍ਰਵਾਨ ਨਾ ਹੋਣ । ਤਾਂ ਉਸ ਦਾ ਪੁੰਨ ਦਾਨ, ਪੂਜਾ ਬਿਰਥਾ ਹੀ ਜਾਂਦੀ ਹੈ, ਕੋਈ ਲਾਭ ਨਹੀਂ ਹੁੰਦਾ ।

Someone may become very knowledgeable with the teachings of thousands of Holy Scriptures and he may have many teachers to educate, enlighten him with spiritual wisdom. If his way of life, worldly deeds are not as per His Word, his meditation may not be rewarded, accepted in His court. All his meditation, good deeds for mankind, charities may not render him any profit for the purpose of his human life journey.

ਸਚ ਨਾਮਿ ਪਤਿ ਊਪਜੈ, sach naam pat oopjai
ਕਰਮਿ ਨਾਮੁ ਕਰਤਾਰੁ॥ karam naam kartaar.
ਅਹਿਨਿਸਿ ਹਿਰਦੈ ਜੇ ਵਸੈ, ahinis hirdai jay vasai
ਨਾਨਕ ਨਦਰੀ ਪਾਰੁ॥੪॥੧॥੩੧॥ naanak nadree paar. ||4||1||31||

ਪ੍ਰਭ ਦੇ ਦਰਬਾਰ ਵਿੱਚ ਮਾਣ ਪਾਉਣ ਵਾਲੀ ਮਾਨਸ ਦੀ ਕਮਾਈ, ਕੇਵਲ ਸ਼ਬਦ ਨਾਲ ਜੀਵਨ ਢਾਲਣ ਨਾਲ ਹੀ ਪ੍ਰਵਾਨ ਹੁੰਦੀ ਹੈ । ਅਗਰ ਇਹ ਸ਼ਬਦ ਦਾ ਤੱਤ ਮਨ ਵਿੱਚ ਵਸ ਜਾਵੇ, ਘਰ ਕਰ ਜਾਵੇ । ਤਾਂ ਉਹ ਪ੍ਰਭ ਦੇ ਦਰਬਾਰ ਵਿੱਚ ਪ੍ਰਵਾਨ ਹੋ ਸਕਦਾ ਹੈ ।

Only earnings of His Word by adopting His Word in day to day life; he may be accepted and awarded in His court. Whosoever may be drenched with the essence of the teachings of His Word within; his soul may be accepted and honored in the court of The True Master.

34. ਆਸਾ ਮਹਲਾ ੧॥ (358-7)

ਦੀਵਾ ਮੇਰਾ ਏਕੁ ਨਾਮੁ, deevaa mayraa ayk naam
ਦੁਖੁ ਵਿਚਿ ਪਾਇਆ ਤੇਲੁ॥ dukh vich paa-i-aa tayl.
ਉਨਿ ਚਾਨਣਿ ਓਹੁ ਸੋਖਿਆ, un chaanan oh sokhi-aa
ਚੂਕਾ ਜਮ ਸਿਉ ਮੇਲੁ॥੧॥ chookaa jam si-o mayl.||1||

ਪ੍ਰਭ ਦਾ ਸ਼ਬਦ ਹੀ ਮਨ ਨੂੰ ਚਾਨਣ ਦੇਣ ਵਾਲਾ ਦੀਵਾ ਹੈ । ਮੈ ਇਸ ਸੰਸਾਰਕ ਇੱਛਾਂ ਦੀਆਂ ਭਟਕਣਾਂ, ਦੁਖਾਂ ਦਾ ਤੇਲ ਇਸ ਵਿੱਚ ਪਇਆ ਹੈ । ਇਸ ਸ਼ਬਦ ਦੀ ਲਾਟ, ਅੱਗ ਨੇ ਇਸ ਇੱਛਾਂ ਦੇ ਤੇਲ ਨੂੰ ਜਲਾ ਦਿੱਤਾ ਹੈ, ਖਤਮ ਕਰ ਦਿੱਤਾ ਹੈ । ਇਸ ਨਾਲ ਹੀ ਮੌਤ ਦੇ ਜਮਦੂਤ ਨਾਲ ਮਿਲਾਪ ਹੋਣ ਤੋ ਬਚਾ ਹੋ ਗਿਆ ਹੈ ।

The teachings of His Word are the pillar, lamp of light within mind. I have added the oil of my worldly frustrations and miseries in this lamp. The flame of this lamp of His Word has burned the oil of my worldly miseries. All my worldly desires have been eliminated from my mind. With this state of mind, I may be saved from the devil of death.

ਲੋਕਾ ਮਤ ਕੋ ਫਕੜਿ ਪਾਇ॥	lokaa mat ko fakarh paa-ay.
ਲਖ ਮੜਿਆ ਕਰਿ ਏਕਠੇ,	lakh marhi-aa kar aykthay
ਏਕ ਰਤੀ ਲੇ ਭਾਹਿ॥੧॥ ਰਹਾਉ॥	ayk ratee lay bhaahi. ||1|| rahaa-o.

ਸੰਸਰਕ ਜੀਵ ਮੇਰਾ ਮਖੌਲ, ਮਜ਼ਾਕ ਨਾ ਉਡਾਵੋ! ਅਗਰ ਲੱਕੜਾਂ ਦਾ ਬਹੁਤ ਵੱਡਾ ਢੇਰ ਇਕੱਠਾ ਕੀਤਾ ਹੋਵੇ! ਇੱਕ ਅੱਗ ਦੀ ਚੰਗਿਆੜੀ ਨਾਲ ਸਾਰੀ ਲੱਕੜ ਹੀ ਭਸਮ ਹੋ ਜਾਂਦੀ ਹੈ ।

You should not make fun of my way of life. Imagine a small spark of fire may burn a big heap of wood into ashes.

ਪਿੰਡੁ ਪਤਲਿ ਮੇਰੀ ਕੇਸਉ ਕਿਰਿਆ	pind patal mayree kaysa-o kiri-aa
ਸਚੁ ਨਾਮੁ ਕਰਤਾਰੁ॥	sach naam kartaar.
ਐਥੈ ਓਥੈ ਆਗੈ ਪਾਛੈ	aithai othai aagai paachhai
ਏਹੁ ਮੇਰਾ ਆਧਾਰੁ॥੨॥	ayhu mayraa aaDhaar. ||2||

ਪ੍ਰਭ ਦਾ ਸ਼ਬਦ ਹੀ ਮੇਰੇ ਜੀਵਨ ਦਾ ਅਨੰਦ ਮਾਨਣ ਵਾਲਾ ਖੇਲ ਹੈ । ਪ੍ਰਭ ਦਾ ਸ਼ਬਦ ਹੀ ਮੇਰੇ ਮ੍ਰਿਤਕ ਤਨ ਦੀ ਕਿਰਿਆ, ਅੰਤਮ ਸੰਸਕਾਰ ਹੈ । ਸੰਸਾਰ ਵਿੱਚ ਅਤੇ ਮੌਤ ਪਿਛੋਂ, ਕੇਵਲ ਪ੍ਰਭ ਹੀ ਮੇਰਾ ਅਸਲੀ ਸਾਥੀ, ਰਖਵਾਲਾ ਹੈ ।

To adopt the teachings of His Word is the play of pleasure and contentment in worldly life. The teachings of His Word are the final cremation of my body. In this worldly life and after death, His Word always remain my companion and my protector.

ਗੰਗ ਬਨਾਰਸਿ ਸਿਫਤਿ ਤੁਮਾਰੀ	gang banaaras sifat tumaaree
ਨਾਵੈ ਆਤਮ ਰਾਉ॥	naavai aatam raa-o.
ਸਚਾ ਨਾਵਣੁ ਤਾਂ ਥੀਐ	sachaa naavan taaN thee-ai
ਜਾਂ ਅਹਿਨਿਸਿ ਲਾਗੈ ਭਾਉ॥੩॥	jaaN ahinis laagai bhaa-o. ||3||

ਪ੍ਰਭ ਦਾ ਸ਼ਬਦ ਹੀ ਮੇਰੇ ਲਈ ਪਵਿਤ੍ਰ ਗੰਗਾ, ਤੀਰਥ ਬਨਾਰਸ ਹੈ । ਮੇਰੀ ਆਤਮਾ ਇਸ ਪਵਿਤ੍ਰ ਸਰੋਵਰ ਵਿੱਚ ਇਸ਼ਨਾਨ ਕਰਦੀ ਹੈ । ਅਗਰ ਪ੍ਰਭ ਦਾ ਸ਼ਬਦ ਦਿਨ ਰਾਤ ਮਨ ਵਿੱਚ ਵਸ ਜਾਵੇ, ਸ਼ਬਦ ਦੀ ਧੁਨ ਮਨ ਵਿੱਚ ਚਲ ਜਾਵੇ । ਤਾਂ ਇਹ ਹੀ ਮੇਰੀ ਆਤਮਾ ਨੂੰ ਪਵਿਤ੍ਰ ਕਰਨ ਵਾਲਾ ਇਸ਼ਨਾਨ ਹੈ ।

The teachings of His Word are my Holy shrine like Ganga and Bananas. My soul takes a sanctifying bath in the Holy nectar of the teachings of His Word. By drenching my mind with the teachings of His Word, the everlasting echo of His Word may resonant within my mind forever; my soul may be sanctified with this Holy bath.

ਇਕ ਲੋਕੀ ਹੋਰੁ ਛਮਿਛਰੀ	ik lokee hor chhamichharee
ਬ੍ਰਾਹਮਣੁ ਵਟਿ ਪਿੰਡੁ ਖਾਇ॥	baraahman vat pind khaa-ay.
ਨਾਨਕ ਪਿੰਡੁ ਬਖਸੀਸ ਕਾ	naanak pind bakhsees kaa
ਕਬਹੂੰ ਨਿਖੂਟਸਿ ਨਾਹਿ॥੪॥੨॥੩੨॥	kabahooN nikhootas naahi. ‖4‖2‖32‖

ਸੰਸਾਰ ਜੀਵ, ਦੇਵਤਿਆਂ ਨੂੰ ਆਪਣੇ ਬਜ਼ੁਰਗਾ ਦੇ ਨਾਮ ਤੇ ਪੁੰਨ ਦਾਣ, ਖੀਰ ਭੇਟਾ ਕਰਦੇ ਹਨ । ਪਰ ਇਹ ਖੀਰ, ਪੁੰਨ ਦਾਨ, ਬ੍ਰਹਮਣ, ਗੁਰਦੁਵਾਰੇ ਦਾ ਮਹੰਤ ਹੀ ਖਾਂਦਾ ਹੈ । ਪ੍ਰਭ ਦੇ ਸ਼ਬਦ ਦੀ ਖੀਰ ਨਾ ਖਤਮ ਹੋਣ ਵਾਲੀ ਹੈ । ਪ੍ਰਭ ਦੇ ਸ਼ਬਦ ਦੀ ਪਾਲਣਾ ਨਾਲ ਜੀਵਨ ਢਾਲੋ!

Worldly creatures offer charity and delicacies of food to the worldly deceased prophets in the memory of their forefathers. However, these delicacies and the charity are enjoyed by the religious priest. You should realize this delicacy of food of His Word may never be exhausted. You should obey and adopt the teachings of His Word in your day to day life.

35. ਆਸਾ ਘਰੁ ੪ ਮਹਲਾ ੧ (358-12)

ੴ ਸਤਿਗੁਰ ਪ੍ਰਸਾਦਿ॥	ik-oNkaar satgur parsaad.
ਦੇਵਤਿਆ ਦਰਸਨ ਕੈ ਤਾਈ,	dayviti-aa darsan kai taa-ee
ਦੂਖ ਭੂਖ ਤੀਰਥ ਕੀਏ॥	dookh bhookh tirath kee-ay.
ਜੋਗੀ ਜਤੀ ਜੁਗਤਿ ਮਹਿ ਰਹਤੇ,	jogee jatee jugat meh rahtay
ਕਰਿ ਕਰਿ ਭਗਵੇ ਭੇਖ ਭਏ॥੧॥	kar kar bhagvay bhaykh bha-ay. ‖1‖

ਸੰਸਾਰਕ ਜੀਵ ਪ੍ਰਭ ਦੀ ਰਹਿਮਤ ਪਾਉਣ ਲਈ, ਪ੍ਰਭ ਦੇ ਦਰਸ਼ਨ ਕਰਨ ਲਈ, ਤੀਰਥ ਯਾਤਰਾ ਕਰਦੇ, ਮੁਸ਼ਕਲਾਂ ਸਹਿਦੇ, ਭੁੱਖੇ ਰਹਿੰਦੇ ਹਨ । ਜੋਗੀ, ਤਪ ਕਰਨ ਵਾਲੇ, ਬੰਦਗੀ ਕਰਨ ਵਾਲੇ ਆਪਣਾ ਜੀਵਨ, ਸਾਦਗੀ ਨਾਲ, ਮਨ ਦੀਆਂ ਇੱਛਾਂ ਨੂੰ ਕਾਬੂ ਵਿੱਚ ਰਖਕੇ ਜੀਵਨ ਬਤੀਤ ਕਰਦੇ ਹਨ । ਪਾਖੰਡੀ, ਵੱਖਰੇ ਵੱਖਰੇ ਬਾਣਾ ਪਾਉਂਦੇ, ਭੇਸ ਕਰਦੇ ਰਹਿੰਦੇ ਹਨ ।

Human performs Holy shrine journey, endure hardships and keeps the worldly food nourishment away from his stomach, remain hungry in order to become worthy of His consideration. With His mercy and grace, may realize the existence of The True Master. The devotee, Yogi does hard meditation and endures various hardship, keeps his way of life simple, modest and humble, keeps worldly comforts beyond the reach of his mind in his day to day life. However, false prophets adopt various religious robes to impress others.

ਤਉ ਕਾਰਣਿ ਸਾਹਿਬਾ ਰੰਗਿ ਰਤੇ॥	ta-o kaaran saahibaa rang ratay.
ਤੇਰੇ ਨਾਮ ਅਨੇਕਾ ਰੂਪ ਅਨਹਤਾ,	tayray naam anaykaa roop anantaa
ਕਹਣੁ ਨ ਜਾਹੀ ਤੇਰੇ ਗੁਣ ਕੇਤੇ॥੧॥ ਰਹਾਉ॥	kahan na jaahee tayray gun kaytay. ‖1‖ rahaa-o.

ਬੰਦਗੀ ਕਰਨ ਵਾਲੇ ਤੇਰੀ ਰਹਿਮਤ ਪਾਉਣ ਲਈ ਤੇਰੇ ਵਿਛੋੜੇ ਦੇ ਵਿਰਾਗ ਵਿੱਚ ਰਹਿੰਦੇ ਹਨ । ਪ੍ਰਭ ਤੂੰ ਅਨੇਕਾਂ ਹੀ ਨਾਮਾਂ ਨਾਲ, ਅਕਾਰਾਂ ਨਾਲ ਜਾਣਿਆ ਜਾਂਦਾ ਹੈ । ਕੋਈ ਤੇਰੇ ਗੁਣਾਂ ਦੀ ਪੂਰਨ ਤੋਰ ਤੇ ਵਿਆਖਿਆ ਨਹੀਂ ਕਰ ਸਕਦਾ ।

The true devotee remains in renunciation in the memory of his separation from The True Master to be blessed with His mercy and grace. My True Master is known with countless names, colors and shapes. No one can fully comprehend and explain the true limits of Your virtues and miracles.

ਦਰ ਘਰ ਮਹਲਾ ਹਸਤੀ ਘੋੜੇ	dar ghar mehlaa hastee ghorhay chhod
ਛੋਡਿ ਵਿਲਾਇਤਿ ਦੇਸ ਗਏ॥	vilaa-it days ga-ay.
ਪੀਰ ਪੇਕਾਂਬਰ ਸਾਲਿਕ ਸਾਦਿਕ	peer paykaaNbar saalik saadik
ਛੋਡੀ ਦੁਨੀਆ ਥਾਇ ਪਏ॥੨॥	chhodee dunee-aa thaa-ay pa-ay. ||2||

ਅਨੇਕਾਂ ਹੀ ਜੀਵ ਘਰ ਦੇ ਅਰਾਮ ਛੱਡਕੇ ਬਾਹਰਲੀ ਧਰਤੀ ਤੇ ਘੁੰਮਦੇ ਰਹਿੰਦੇ ਹਨ । ਜੰਗਲਾਂ ਵਿੱਚ ਬੰਦਗੀ ਕਰਦੇ, ਵਸਦੇ ਹਨ । ਬੰਦਗੀ ਕਰਨ ਵਾਲੇ ਸੰਸਾਰ ਵਿੱਚ ਰਹਿੰਦੇ ਹੋਏ ਹੀ ਸੰਸਾਰਕ ਇੱਛਾਂ ਤੋ ਰਹਿਤ ਰਹਿੰਦੇ ਹੋਏ! ਤੇਰੇ ਦਰਬਾਰ ਵਿੱਚ ਪ੍ਰਵਾਨ ਹੋ ਜਾਂਦੇ ਹਨ ।

There are several devotees may abandon the comfort of home, worldly life and wander around in in the void in the wild jungle. His true devotee may become beyond the reach of worldly desires in his family life. He remains on the right path and may be accepted in Your court.

ਸਾਦ ਸਹਜ ਸੁਖ ਰਸ ਕਸ ਤਜੀਅਲੇ,	saad sahj sukh ras kas tajee-alay
ਕਾਪੜ ਛੋਡੇ ਚਮੜ ਲੀਏ॥	kaaparh chhoday chamarh lee-ay.
ਦੁਖੀਏ ਦਰਦਵੰਦ ਦਰਿ ਤੇਰੈ,	dukhee-ay daradvand dar tayrai
ਨਾਮਿ ਰਤੇ ਦਰਵੇਸ ਭਏ॥੩॥	naam ratay darvays bha-ay. ||3||

ਸੰਸਾਰ ਦੇ ਅਰਾਮ ਤਿਆਗ ਕੇ , ਕਈ ਜੀਵ ਤਨ ਤੇ ਕਪੜਾ ਪਾਉਣਾ ਵੀ ਛੱਡ ਦੇਂਦੇ ਹਨ । ਉਹ ਜਾਨਵਰਾਂ ਦੀ ਚੱਮੜੀ ਨਾਲ ਤਨ ਢੱਕਦੇ ਹਨ । ਜਿਹੜੇ ਤੇਰੇ ਵਿਛੋੜੇ ਦੇ ਵਿਰਾਗ ਵਿੱਚ ਰਹਿੰਦੇ ਹਨ, ਉਹ ਤੇਰੇ ਦਰ ਦੇ ਮੰਗਤੇ ਬਣ ਜਾਂਦੇ ਹਨ, ਤੇਰੀ ਰਹਿਮਤ ਹੀ ਮੰਗਦੇ ਹਨ ।

Some of the devotees may abandon the worldly comforts, avoid even cloths to cover their body. They cover the body with the skin of animals. Whosoever may remain in the renunciation in the memory of his separation from The True Master, he may become a beggar at Your door. He always prays for Your mercy and grace.

ਖਲੜੀ ਖਪਰੀ ਲਕੜੀ ਚਮੜੀ	khalrhee khapree lakrhee chamrhee
ਸਿਖਾ ਸੂਤੁ ਧੋਤੀ ਕੀਨ੍ਹੀ॥	sikhaa soot Dhotee keenHee.
ਤੂੰ ਸਾਹਿਬੁ ਹਉ ਸਾਂਗੀ ਤੇਰਾ	tooN saahib ha-o saaNgee tayraa
ਪ੍ਰਣਵੈ ਨਾਨਕੁ ਜਾਤਿ ਕੈਸੀ॥੪॥੧॥੩੩॥	paranvai naanak jaat kaisee. ||4||1||33||

ਕਈ ਜਾਨਵਰ ਦੀ ਚੱਮੜੀ ਪਹਿਨਦੇ ਹਨ, ਹੱਥ ਵਿੱਚ ਮੰਗਣ ਵਾਲਾ ਬਾਟਾ, ਡਗੋਰੀ ਰਖਦੇ ਹਨ । ਕਈ ਹਰਨ ਦੀ ਚੱਮੜੀ ਤੇ ਬੈਠਦੇ ਹਨ, ਕਈ ਧੋਤੀ, ਲਗੋਟੀ ਹੀ ਪਹਿਨਦੇ ਹਨ । ਪ੍ਰਭ ਮੈ ਤਾਂ ਤੇਰਾ ਹੀ ਖਡਾਉਣਾ ਹਾ । ਮੇਰੀ ਕੋਈ ਸੰਸਾਰ ਵਿੱਚ ਹੈਸੀਅਤ, ਹੌਂਦ ਨਹੀਂ ਹੈ ।

Some may wear the skin of animals, keeps a begging bowl and a supporting stick in his hand all time. Some may sit on the skin of an animal, deer and some may wear a piece of cloth only to cover his private. I am only Your puppet and I do not have any worldly status or unique identity.

36. ਆਸਾ ਘਰੁ ੫ ਮਹਲਾ ੧॥ (359-1)

੧ਓ ਸਤਿਗੁਰ ਪ੍ਰਸਾਦਿ॥	ik-oNkaar satgur parsaad.
ਭੀਤਰਿ ਪੰਚ ਗੁਪਤ ਮਨਿ ਵਾਸੇ॥	bheetar panch gupat man vaasay.
ਥਿਰੁ ਨ ਰਹਹਿ ਜੈਸੇ ਭਵਹਿ ਉਦਾਸੈ॥੧॥	thir na raheh jaisay bhaveh udaasay. 1

ਜੀਵ ਦੇ ਮਨ ਵਿੱਚ ਇੱਛਾਂ ਰੂਪੀ ਪੰਜੇ ਜਮਦੂਤ ਗੁਪਤ ਵਸਦੇ ਹਨ । ਇਹ ਮਨ ਨੂੰ ਇੱਕ ਥਾਂ ਤੇ ਇੱਕ ਵਿਚਾਰ ਵਿੱਚ ਅਡੋਲ ਨਹੀਂ ਰਹਿਣ ਦੇਂਦੇ । ਮੰਗਤਿਆਂ ਦੀ ਤਰ੍ਹਾਂ ਚਾਰੇ ਪਾਸੇ ਘੁੰਮਾਉਂਦੇ ਰਹਿੰਦੇ ਹਨ ।

Five demons of worldly desires remain hidden within his mind and body. These demons control his mind and may not let him stick to one plan. These demons keep him wandering all around like beggar.

ਮਨੁ ਮੇਰਾ ਦਇਆਲ ਸੇਤੀ ਥਿਰੁ ਨ ਰਹੈ॥ ਲੋਭੀ ਕਪਟੀ ਪਾਪੀ ਪਾਖੰਡੀ ਮਾਇਆ ਅਧਿਕ ਲਗੈ॥੧॥ ਰਹਾਉ॥

man mayraa da-i-aal saytee thir na rahai. lobhee kaptee paapee paakhandee maa-i-aa aDhik lagai. ||1|| rahaa-o.

ਮੇਰੀ ਆਤਮਾ ਵੀ ਪ੍ਰਭ ਦੇ ਤਰਸ ਤੇ ਭਰੋਸਾ ਅਡੋਲ ਨਹੀਂ ਰਖਦੀ । ਮਨ ਲਾਲਚੀ, ਚਲਾਕੀਆਂ ਵਾਲਾ, ਦਿਖਾਵੇ ਦੇ ਕੰਮ ਕਰਦਾ ਹੈ । ਇਸ ਦਾ ਮੋਹ ਲਗਨ ਸੰਸਾਰਕ ਮਾਇਆ ਨਾਲ ਹੈ, ਮਾਇਆ ਦਾ ਮਨ ਤੇ ਕਾਬੂ ਹੈ ।

My soul does not remain steady and stable on His mercy and grace, on the teachings of His Word. My greedy mind plays very clever tricks and with falsehood, he always pretends to be nice and performs deeds to enhance his worldly status. He has a deep attachment to worldly wealth and remains slave of worldly wealth.

ਫੂਲ ਮਾਲਾ ਗਲਿ ਪਹਿਰਉਗੀ ਹਾਰੋ॥ ਮਿਲੈਗਾ ਪ੍ਰੀਤਮੁ ਤਬ ਕਰਉਗੀ ਸੀਗਾਰੋ॥੨॥

fool maalaa gal pahir-ugee haaro. milaigaa pareetam tab kar-ugee seegaaro. ||2||

ਜਦੋਂ ਪ੍ਰਭ ਦੀ ਰਹਿਮਤ ਨਾਲ ਪ੍ਰਵਾਨਗੀ ਬਖਸ਼ਿਸ਼ ਹੋ ਜਾਵੇਗੀ । ਮੈ ਸ਼ਬਦ ਰੂਪੀ ਫੁੱਲਾ ਦਾ ਹਾਰ ਪਾਵਾਗਾ, ਸ਼ਿੰਗਾਰ ਕਰਗਾ ।

When with His mercy and grace, my mind may be enlightened with the right path of salvation, acceptance in His court. I may be able to embellish myself with a garland of teachings of His Word, flowers.

ਪੰਚ ਸਖੀ ਹਮ ਏਕੁ ਭਤਾਰੋ॥ ਪੇਡਿ ਲਗੀ ਹੈ ਜੀਅੜਾ ਚਾਲਣਹਾਰੋ॥੩॥

panch sakhee ham ayk bhataaro. payd lagee hai jee-arhaa chaalanhaaro.

ਮੇਰੀ ਆਤਮਾ ਕੇਵਲ ਇੱਕ ਹੀ ਹੈ, ਇਸ ਦੇ ਮਾਲਕ, ਕਾਬੂ ਪਾਉਣ ਵਾਲੇ, ਪੰਜ ਇੱਛਾਂ ਦੇ ਜਮਦੂਤ ਹਨ, ਮਨ ਦੀਆਂ ਇੱਛਾਂ ਰੂਪੀ ਪੰਜ ਪਤੀ, ਮਾਲਕ ਹਨ । ਮੇਰੇ ਮਨ ਨੂੰ ਇਹ ਜਾਣਕਾਰੀ, ਸੋਝੀ ਹੈ! ਅੰਤ ਵਿੱਚ ਆਤਮਾ ਨੇ ਇਸ ਜੂੰਨ ਵਿਚੋਂ ਵਾਪਸਾ ਹੀ ਜਾਣਾ ਹੈ ।

My soul is only one and five demons of worldly desires are claiming to be the owner, commander of my mind. My mind acts like a woman who may have five lovers to control her body. Even though, I am aware that my soul has to return to The True Master after predetermined time from this current human life journey.

ਪੰਚ ਸਖੀ ਮਿਲਿ ਰੁਦਨੁ ਕਰੇਹਾ॥ ਸਾਹੁ ਪਜੂਤਾ ਪ੍ਰਣਵਤਿ ਨਾਨਕ ਲੇਖਾ ਦੇਹਾ॥ ੪॥੧॥੩੪॥

panch sakhee mil rudan karayhaa. saahu pajootaa paranvat naanak laykhaa dayhaa.||4||1||34||

ਇਹ ਪੰਜ ਮਨ ਦੀਆਂ ਇੱਛਾਂ ਰੂਪੀ ਪਤੀ, ਇਸ ਨੂੰ ਆਪਣੇ ਘੇਰੇ, ਕਾਬੂ ਵਿੱਚ ਰਖਦੇ ਹਨ । ਜਿਹੜਾ ਪ੍ਰਭ ਨੂੰ ਆਪਣੇ ਮਨ ਵਿੱਚ ਯਾਦ ਰਖਦਾ ਹੈ । ਉਸ ਦਾ ਲੇਖਾ ਪ੍ਰਭ ਆਪ ਹੀ ਸਾਫ, ਪੂਰਾ ਕਰਦਾ ਹੈ ।

These five demons of worldly desires keep my mind under their control. Whosoever may keep the memory of his separation from The True Master fresh in his mind; The Merciful True Master may satisfy all his accounts and may forgive his sins.

37. ਆਸਾ ਘਰੁ ੬ ਮਹਲਾ ੧॥ (359-8)

੧ੴ ਸਤਿਗੁਰ ਪ੍ਰਸਾਦਿ॥	ik-oNkaar satgur parsaad.
ਮਨੁ ਮੋਤੀ ਜੇ ਗਹਣਾ ਹੋਵੈ,	man motee jay gahnaa hovai
ਪਉਣੁ ਹੋਵੈ ਸੂਤ ਧਾਰੀ॥	pa-un hovai soot Dhaaree.
ਖਿਮਾ ਸੀਗਾਰੁ ਕਾਮਣਿ ਤਨਿ ਪਹਿਰੈ,	khimaa seegaar kaaman tan pahirai
ਰਾਵੈ ਲਾਲ ਪਿਆਰੀ॥੧॥	raavai laal pi-aaree. ||1||

ਅਗਰ ਮਨ ਦੇ ਚੰਗੇ ਵਿਚਾਰ ਅਣਮੋਲ ਮੋਤੀ ਬਣ ਜਾਣ । ਉਸ ਦੇ ਮੂੰਹ ਤੋ ਬੋਲ ਇਸ ਤਰ੍ਹਾਂ ਸਵਾਸ ਸਵਾਸ ਨਾਲ ਨਿਕਲਨ, ਜਿਵੇਂ ਬੰਦਗੀ ਕਰਨ ਵਾਲੀ ਮਾਲ਼ਾ ਹੋਵੇ । ਉਸ ਦਾ ਪਿਆਰ, ਤਰਸ, ਦੂਸਰੇ ਦੀਆਂ ਗਲਤੀਆਂ ਮਾਫ ਕਰਨ ਵਾਲਾ ਹੋਵੇ । ਤਾਂ ਹੀ ਉਸ ਦੀ ਬੰਦਗੀ ਪ੍ਰਭ ਨੂੰ ਪ੍ਰਵਾਨ ਹੁੰਦੀ ਹੈ ।

If the state of my mind may become such that all thoughts of mind becomes gracious, priceless pearls. From each and every breath, the praises of His Word sounds like a rosary of meditation. Only if I remain overwhelmed with mercy to forgives the weaknesses and mistakes of others; my meditation may become worthy of His consideration and may be accepted in His court.

ਲਾਲ ਬਹੁ ਗੁਣਿ ਕਾਮਣਿ ਮੋਹੀ॥	laal baho gun kaaman mohee.
ਤੇਰੇ ਗੁਣ ਹੋਹਿ ਨ ਅਵਰੀ॥੧॥ ਰਹਾਉ॥	tayray gun hohi na avree. ||1|| rahaa-o.

ਤੇਰੇ ਗੁਣਾਂ ਤੋ ਅਚੰਭਾ ਹੀ ਹੋਇਆ ਰਹਿੰਦਾ, ਇਸ ਨੂੰ ਧੰਨ ਹੀ ਕਹਿੰਦਾ ਹਾ । ਇਸ ਤਰ੍ਹਾਂ ਦੇ ਗੁਣ ਹੋਰ ਕਿਸ ਵਿੱਚ ਨਹੀਂ ਹਨ ।

I remain fascinated and astonished from Your virtues and always claims You are the greatest of All. No one has any virtue close to Your greatness.

ਹਰਿ ਹਰਿ ਹਾਰੁ ਕੰਠਿ ਲੇ ਪਹਿਰੈ	har har haar kanth lay pahirai
ਦਾਮੋਦਰੁ ਦੰਤੁ ਲੇਈ॥	daamodar dant lay-ee.
ਕਰ ਕਰਿ ਕਰਤਾ ਕੰਗਨ ਪਹਿਰੈ	kar kar kartaa kangan pahirai
ਇਨ ਬਿਧਿ ਚਿਤੁ ਧਰੇਈ॥੨॥	in biDh chit Dharay-ee. ||2||

ਜਿਹੜਾ ਪ੍ਰਭ ਦੇ ਸ਼ਬਦ ਦਾ ਹਾਰ ਗਲ ਵਿੱਚ ਸਜਾਉਂਦਾ ਹੈ । ਆਪਣੇ ਦੰਦਾਂ ਨਾਲ, ਪ੍ਰਭ ਦੇ ਸ਼ਬਦ ਦੇ ਸਿਮਰਨ ਨਾਲ ਸੰਸਾਰਕ ਇੱਛਾਂ ਦੀ ਗੰਦਗੀ ਦੂਰ ਕਰਦਾ ਹੈ । ਆਪਣੇ ਹੱਥਾਂ ਵਿੱਚ ਪ੍ਰਭ ਦੇ ਸ਼ਬਦ ਦੇ ਭਰੋਸਾ ਦਾ ਕੜਾ ਪਾਉਂਦਾ ਹੇ, ਉਸ ਦਾ ਭਰੋਸਾ ਪ੍ਰਭ ਦੇ ਸ਼ਬਦ ਵਿੱਚ ਅਡੋਲ ਹੋ ਸਕਦਾ ਹੈ ।

Whosoever may embellish his neck with the teachings of His Word as garland of flowers, with his teeth, with meditation on His Word eliminates the filth, blemish of his worldly desires; he may wear the bracelet of his steady and stable belief on the teachings of His Word. He may remain steady and stable on the teachings of His Word in his day to day life.

ਮਧੁਸੂਦਨੁ ਕਰ ਮੁੰਦਰੀ ਪਹਿਰੈ,	maDhusoodan kar mundree pahirai
ਪਰਮੇਸਰੁ ਪਟੁ ਲੇਈ॥	parmaysar pat lay-ee.
ਧੀਰਜੁ ਧੜੀ ਬੰਧਾਵੈ ਕਾਮਣਿ,	Dheeraj Dharhee banDhaavai kaaman
ਸ੍ਰੀਰੰਗੁ ਸੁਰਮਾ ਦੇਈ॥੩॥	sareerang surmaa day-ee. ||3||

ਅਗਰ ਸ਼ਬਦ ਨੂੰ ਸੰਸਾਰਕ ਇੱਛਾਂ ਤੋ ਰਖਿਆ ਕਰਨ ਵਾਲੀ, ਆਪਣੇ ਭਰੋਸੇ ਦੀ ਛਾਂ ਬਣਾਵੇ । ਮਨ ਦੀ ਪਵਿਤ੍ਰਤਾ ਨੂੰ ਰੇਸ਼ਮੀ ਕਪੜੇ ਦਾ ਰਮਾਲਾ ਬਣਾਵੇ, ਧੀਰਜ ਨੂੰ ਆਪਣੇ ਸਿਰ ਦਾ ਤਾਜ ਬਣਾਵੇ, ਪ੍ਰਭ ਦੇ ਵਿਛੋੜੇ ਦੇ ਵਿਰਾਗ ਦਾ ਅਤਰ ਲਾਵੇ, ਤਾਂ ਹੀ ਆਤਮਾ ਪ੍ਰਭ ਦੇ ਦਰਬਾਰ ਵਿੱਚ ਪ੍ਰਵਾਨ ਹੋ ਸਕਦੀ ਹੈ ।

Whosoever may make the teachings of His Word as a protector from worldly desires and makes his steady and stable belief as a comforting shadow of a tree, the purity of his mind as the silky shawl and his patience on His blessings as the crown of his head, his renunciation in memory of his separation as a scent, fragrance on his body. Only his soul may become worthy of His consideration and may be accepted in His court.

ਮਨ ਮੰਦਰਿ ਜੇ ਦੀਪਕੁ ਜਾਲੇ,	man mandar jay deepak jaalay
ਕਾਇਆ ਸੇਜ ਕਰੇਈ॥	kaa-i-aa sayj karay-ee.
ਗਿਆਨ ਰਾਉ ਜਬ ਸੇਜੈ ਆਵੈ,	gi-aan raa-o jab sayjai aavai
ਤ ਨਾਨਕ ਭੋਗੁ ਕਰੇਈ॥੪॥੧॥੩੫॥	ta naanak bhog karay-ee. ‖4‖1‖35‖

ਅਗਰ ਆਪਣੇ ਮਨ ਵਿੱਚ ਪ੍ਰਭ ਦੇ ਸ਼ਬਦ ਦੇ ਗਿਆਨ ਨਾਲ ਰੋਸ਼ਨੀ ਕਰੇ । ਮਨ ਨੂੰ ਪ੍ਰਭ ਦੇ ਵਸਣ ਵਾਲਾ ਮੰਦਰ ਬਣਾਵੇ । ਤਾਂ ਹੀ ਸੋਝੀ ਦੇ ਮਾਲਕ ਦੀ ਮਨ ਅੰਦਰ ਜੋਤ ਜਾਗਰਤ ਹੋ ਸਕਦੀ ਹੈ । ਸ਼ਬਦ ਤੇ ਭਰੋਸਾ ਅਡੋਲ ਹੋ ਸਕਦਾ ਹੈ ।

Whosoever may enlighten his mind with the teachings of His Word, sanctify his mind and body as a temple worthy for His residence. The Holy Spirit may be enlightened within and he may become awake and alert. His belief may become steady and stable on His blessings.

38. ਆਸਾ ਮਹਲਾ ੧॥ 359-13

ਕੀਤਾ ਹੋਵੈ ਕਰੇ ਕਰਾਇਆ,	keetaa hovai karay karaa-i-aa
ਤਿਸੁ ਕਿਆ ਕਹੀਐ ਭਾਈ॥	tis ki-aa kahee-ai bhaa-ee.
ਜੋ ਕਿਛੁ ਕਰਣਾ ਸੋ ਕਰਿ ਰਹਿਆ,	jo kichh karnaa so kar rahi-aa
ਕੀਤੇ ਕਿਆ ਚਤੁਰਾਈ॥੧॥	keetay ki-aa chaturaa-ee. ‖1‖

ਪ੍ਰਭ ਆਪ ਹੀ ਸਾਰੇ ਕੰਮਾਂ ਦੇ ਕਰਨ ਵਾਲਾ ਅਤੇ ਕਾਰਨ ਜਾਣਦਾ ਹੈ । ਉਸ ਬਾਬਤ ਹੋਰ ਕੁਝ ਕਹਿਣਾ ਜੀਵ ਦੀ ਸੋਝੀ ਵਿੱਚ ਨਹੀਂ । ਉਸ ਦੀ ਰਜ਼ਾ ਵਿੱਚ ਹੀ ਸਭ ਕੁਝ ਹੋ ਸਕਦਾ, ਹੁੰਦਾ ਹੈ, ਕੋਈ ਚਲਾਕੀ, ਸਿਆਣਪ ਨਹੀਂ ਚਲਦੀ ।

Only, The True Master prevails in each and every task and only He knows the true purpose of any chore, activities. Nothing more can be explained about His nature, He is beyond the comprehension of His creation. In the universe, only His command can prevail and always prevails, no other wisdom or clever tricks of anyone can make any difference in day to day life.

ਤੇਰਾ ਹੁਕਮੁ ਭਲਾ ਤੁਧੁ ਭਾਵੈ॥	tayraa hukam bhalaa tuDh bhaavai.
ਨਾਨਕ ਤਾ ਕਉ ਮਿਲੈ ਵਡਾਈ,	naanak taa ka-o milai vadaa-ee
ਸਾਚੇ ਨਾਮਿ ਸਮਾਵੈ॥੧॥ਰਹਾਉ॥	saachay naam samaavai. ‖1‖ rahaa-o.

ਤੇਰਾ ਭਾਣਾ, ਸ਼ਬਦ ਮੈਨੂੰ ਚੰਗਾ ਲੱਗਦਾ ਹੈ । ਜਿਹੜੇ ਸਤਿ ਕਰਕੇ ਮੰਨਦੇ, ਜੀਵਨ ਵਿੱਚ ਢਾਲਦੇ ਹਨ, ਉਹ ਪੂਜਣ ਯੋਗ ਹੋ ਜਾਂਦੇ ਹਨ ।

The teachings of Your Word are soothing to my mind. Whosoever may accept Your Word, command unconditionally as an ultimate command. He may adopt the teachings of Your Word in his day to day life and he may become worthy of worship.

ਕਿਰਤੁ ਪਇਆ ਪਰਵਾਣਾ ਲਿਖਿਆ, ਬਾਹੁੜਿ ਹੁਕਮੁ ਨ ਹੋਈ॥
ਜੈਸਾ ਲਿਖਿਆ ਤੈਸਾ ਪੜਿਆ, ਮੇਟਿ ਨ ਸਕੈ ਕੋਈ॥੨॥

kirat pa-i-aa parvaanaa likhi-aa baahurh hukam na ho-ee.
jaisaa likhi-aa taisaa parhi-aa mayt na sakai ko-ee. ||2||

ਜਿਹੜਾ ਕੰਮ ਜੀਵ ਦੇ ਪਿਛਲੇ ਜਨਮ ਦੇ ਭਾਗਾਂ ਨਾਲ ਲਿਖਿਆ ਹੁੰਦਾ ਹੈ, ਕੇਵਲ ਉਹ ਹੀ ਕੰਮ ਕਰ ਸਕਦਾ ਹੈ । ਉਹ ਕੁਝ ਹੀ ਵਾਪਰਦਾ ਹੈ, ਇਸ ਨੂੰ ਕੋਈ ਜੀਵ ਬਦਲ ਨਹੀਂ ਸਕਦਾ ।

Whatsoever has been written in his destiny as a reward of his previous life deeds, he may perform only those tasks. Only that may happen in this universe, no one has any power to avoid or change His command.

ਜੇ ਕੋ ਦਰਗਹ ਬਹੁਤਾ ਬੋਲੈ, ਨਾਉ ਪਵੈ ਬਾਜਾਰੀ॥
ਸਤਰੰਜ ਬਾਜੀ ਪਕੈ ਨਾਹੀ, ਕਚੀ ਆਵੈ ਸਾਰੀ॥੩॥

jay ko dargeh bahutaa bolai naa-o pavai baajaaree.
satranj baajee pakai naahee kachee aavai saaree. ||3||

ਜਿਹੜਾ ਪ੍ਰਭ ਦੇ ਦਰਬਾਰ ਵਿੱਚ, ਸੰਗਤ ਵਿੱਚ ਬਹੁਤਾ ਬੋਲਦਾ ਹੈ । ਉਸ ਨੂੰ ਤਮਾਸ਼ਾ ਕਰਨ ਵਾਲਾ ਹੀ ਜਾਣਿਆ ਜਾਂਦਾ ਹੈ । ਦਰਬਾਰ ਵਿੱਚ ਕੋਈ ਚਲਾਕੀ ਨਾਲ ਪ੍ਰਵਾਨ ਨਹੀਂ ਹੋ ਜਾ ਸਕਦਾ ।

Whosoever may consider himself wise, knowledgeable and talk too much about His nature, he may be considered as a joker or foolish. No one may be accepted in His court by any clever tricks or wisdom.

ਨਾ ਕੋ ਪੜਿਆ ਪੰਡਿਤੁ ਬੀਨਾ, ਨਾ ਕੋ ਮੂਰਖੁ ਮੰਦਾ॥
ਬੰਦੀ ਅੰਦਰਿ ਸਿਫਤਿ ਕਰਾਏ, ਤਾ ਕਉ ਕਹੀਐ ਬੰਦਾ॥੪॥੨॥੩੬॥

naa ko parhi-aa pandit beenaa naa ko moorakh mandaa.
bandee andar sifat karaa-ay taa ka-o kahee-ai bandaa. ||4||2||36||

ਕੋਈ ਵੀ ਆਪਣੇ ਆਪ ਸਿਆਣਾ, ਸੂਝਵਾਨ, ਮੂਰਖ ਜਾ ਜ਼ਾਲਮ ਨਹੀਂ ਬਣਦਾ । ਜਿਹੜਾ ਪ੍ਰਭ ਦਾ ਦਾਸ ਬਣਕੇ ਸੰਸਾਰ ਵਿੱਚ ਜੀਵਨ ਬਤੀਤ ਕਰਦਾ ਹੈ । ਉਸ ਹੀ ਅਸਲੀ ਮਾਨਸ ਬਣ ਸਕਦਾ ਹੈ ।

No one can become wise, enlightened, foolish, ignorant, talented, tyrant by his own deeds, efforts. Whosoever may adopt humility and the teachings of His Word in his day to day life, he may be accepted as His true devotee.

39. ਆਸਾ ਮਹਲਾ ੧॥ 359-18

ਗੁਰ ਕਾ ਸਬਦੁ ਮਨੈ ਮਹਿ ਮੁੰਦ੍ਰਾ, ਖਿੰਥਾ ਖਿਮਾ ਹਢਾਵਉ॥
ਜੋ ਕਿਛੁ ਕਰੈ ਭਲਾ ਕਰਿ ਮਾਨਉ, ਸਹਜ ਜੋਗ ਨਿਧਿ ਪਾਵਉ॥੧॥

gur kaa sabad manai meh mundraa khinthaa khimaa hadhaava-o.
jo kichh karai bhalaa kar maan-o sahj jog niDh paava-o. ||1||

ਪ੍ਰਭ ਦੇ ਸ਼ਬਦ ਨੂੰ ਆਪਣੇ ਮਨ ਦੀਆਂ ਧੀਰਜ ਵਾਲੀਆਂ ਮੁੰਦ੍ਰਾਂ ਬਣਾਵੋ! ਖਿਮਾ, ਦੂਸਰੇ ਦੀ ਗਲਤੀ ਨੂੰ ਮਾਫ ਕਰਨ ਨੂੰ ਆਪਣਾ ਧਾਰਮਕ ਬਾਣਾ ਬਣਾਵੋ । ਪ੍ਰਭ ਦੇ ਭਾਣਾ ਨੂੰ ਸਤਿ ਕਰਕੇ ਪਾਲਣਾ ਕਰੋ! ਤਾਂ ਹੀ ਤੂੰ ਪ੍ਰਭ ਦੇ ਦਰਬਾਰ ਵਿੱਚ ਪ੍ਰਵਾਨ ਹੋਣ ਵਾਲਾ ਜੋਗੀ ਬਣ ਸਕਦਾ ਹੈ ।

You should make the teachings of His Word as ear rings of **patience** of your mind. **Forgiveness**, forgiving the weakness, mistakes of others as your religious robe. You must unconditionally accept His Word as an ultimate command in day to day life; you may become a Yogi worthy of His consideration.

ਬਾਬਾ ਜੁਗਤਾ ਜੀਉ ਜੁਗਹ ਜੁਗ ਜੋਗੀ, baabaa jugtaa jee-o jugah jug jogee
ਪਰਮ ਤੰਤ ਮਹਿ ਜੋਗੰ॥ param tant meh jogaN.
ਅੰਮ੍ਰਿਤੁ ਨਾਮੁ ਨਿਰੰਜਨ ਪਾਇਆ, amrit naam niranjan paa-i-aa
ਗਿਆਨ ਕਾਇਆ ਰਸ ਭੋਗੰ॥੧॥ ਰਹਾਉ॥ gi-aan kaa-i-aa ras bhogaN. ||1|| rahaao.

ਤੇਰੀ ਰਹਿਮਤ ਨਾਲ ਮੇਰੀ ਆਤਮਾ ਤੇਰੇ ਸ਼ਬਦ ਦੀ ਪਾਲਣਾ, ਬੰਦਗੀ ਵਿੱਚ ਲੀਨ ਹੈ । ਇਸ ਅਵਸਥਾ ਨਾਲ ਹੀ ਪ੍ਰਭ ਦੇ ਅਨਮੋਲ ਸ਼ਬਦ ਦੀ ਸੋਝੀ ਬਖਸ਼ਿਸ਼ ਹੋ ਸਕਦੀ ਹੈ । ਮਨ ਵਿੱਚ ਪ੍ਰਭ ਦੀ ਜੋਤ ਜਾਗਰਤ ਹੋ ਜਾਂਦੀ ਹੈ, ਤਨ ਅਨੰਦ ਮਾਨਦਾ ਹੈ ।

With Your mercy and grace, I am in deep meditation in the void of Your Word. With this state of mind, way of life, my mind may be enlightened with the teachings of His Word. The ray of Holy Spirit may glow within my heart. My mind may become awake and alert and my body may enjoy playing and blossom of worldly life.

ਸਿਵ ਨਗਰੀ ਮਹਿ ਆਸਣਿ ਬੈਸਉ, siv nagree meh aasan baisa-o
ਕਲਪ ਤਿਆਗੀ ਬਾਦੰ॥ kalap ti-aagee baadaN.
ਸਿੰਙੀ ਸਬਦੁ ਸਦਾ ਧੁਨਿ ਸੋਹੈ, sinyee sabad sadaa Dhun sohai
ਅਹਿਨਿਸਿ ਪੂਰੈ ਨਾਦੰ॥੨॥ ahinis poorai naadaN. ||2||

ਪ੍ਰਭ ਦੀ ਬਖਸ਼ ਨਾਲ ਤਨ ਵਿੱਚ ਅਡੋਲ ਹੋ ਕੇ ਆਪਣੀਆ ਸੰਸਾਰਕ ਇੱਛਾਂ ਨੂੰ ਤਿਆਗੋ! ਸ਼ਬਦ ਦੀ ਪਾਲਣਾ ਵਿੱਚ ਮਸਤ ਹੋਣ ਨਾਲ ਹੀ ਮਨ ਵਿੱਚ ਸ਼ਬਦ ਦੀ ਗੂੰਜ ਚਲ ਪੈਂਦੀ ਹੈ । ਇਹ ਵਿਰਾਗ ਦਿਨ ਰਾਤ ਚਲਦਾ ਰਹਿੰਦਾ ਹੈ ।

You should remain within your blessed body and abandon all your worldly desires. By adopting the teachings of His Word wholeheartedly and remain intoxicated in meditation of His Word; the everlasting echo of His Word may resonant within forever. Your renunciation in the memory of your separation may remain fresh within your mind all time.

ਪਤੁ ਵੀਚਾਰੁ ਗਿਆਨ ਮਤਿ ਡੰਡਾ pat veechaar gi-aan mat dandaa
ਵਰਤਮਾਨ ਬਿਭੂਤੰ॥ varatmaan bibhootaN.
ਹਰਿ ਕੀਰਤਿ ਰਹਰਾਸਿ ਹਮਾਰੀ, har keerat rahraas hamaaree
ਗੁਰਮੁਖਿ ਪੰਥੁ ਅਤੀਤੰ॥੩॥ gurmukh panth ateetaN. ||3||

ਜੀਵ ਸ਼ਬਦ ਦੀ ਬੰਦਗੀ ਕਰੋ! ਸ਼ਬਦ ਦੀ ਸੋਝੀ ਨੂੰ ਆਸਰਾ ਦੇਣ ਵਾਲੀ ਸੋਟੀ ਬਣਾਵੋ! ਸ਼ਬਦ ਦੇ ਸਿਮਰਨ ਦੀ ਆਪਣੇ ਤਨ ਤੇ ਲਾਉਣ ਵਾਲੀ ਭਸਮ ਬਣਾਵੋ । ਪ੍ਰਭ ਦਾ ਧੰਨਵਾਦ ਕਰਨਾ ਆਪਣਾ ਧੰਦਾ ਬਣਾਵੋ! ਗੁਰਮਖ ਦੀ ਤਰ੍ਹਾਂ ਮਨ ਨੂੰ ਸੰਸਾਰਕ ਇੱਛਾਂ ਤੋ ਰਹਿਤ ਰਖੋ ।

You should meditate and makes the enlightenment of His Word as a guiding rod, to support you on the right path of His acceptance. You should make the meditation of His Word as the ashes to rub on your body as an insignia of His blessings. You should make singing the glory of His virtue as your day to day chore of your life. You should keep your mind blemish free like His true devotee.

ਸਗਲੀ ਜੋਤਿ ਹਮਾਰੀ ਸੰਮਿਆ saglee jot hamaaree sammi-aa
ਨਾਨਾ ਵਰਨ ਅਨੇਕੰ॥ naanaa varan anaykaN.
ਕਹੁ ਨਾਨਕ ਸੁਣਿ ਭਰਥਰਿ ਜੋਗੀ, kaho naanak sun bharthar jogee
ਪਾਰਬ੍ਰਹਮ ਲਿਵ ਏਕੰ॥੪॥੩॥੩੭॥ paarbarahm liv aykaN. ||4||3||37||

ਅਗਰ ਪ੍ਰਭ ਦੀ ਜੋਤ ਨਾਲ ਦੇਖੇ ਤਾਂ ਹਰ ਜੀਵ ਵਿੱਚ ਪ੍ਰਭ ਦੀ ਜੋਤ ਨਜ਼ਰ ਆਉਂਦੀ ਹੈ । ਭਾਵੇਂ ਇਹ ਜੀਵ ਵੱਖਰੇ, ਰੰਗਾਂ ਜਾ ਕਿਸਮਾਂ ਦੇ ਹਨ । ਸਭ ਤੋ ਸ਼੍ਰੋਮਣੀ ਅਟੱਲ ਪ੍ਰਭ ਦੇ ਸ਼ਬਦ ਦੀ ਬੰਦਗੀ ਕਰੋ ।

Whosoever may concentrate on His Word and witness with the eyes of his inner soul, he may realize that the Holy Spirit prevails in each and every creature. Even though all creatures are of different colors, forms and shapes. You should always meditate on the teachings of His Word, The True Master.

40. ਆਸਾ ਮਹਲਾ ੧॥ 360-5

ਗੁੜੁ ਕਰਿ ਗਿਆਨੁ ਧਿਆਨੁ ਕਰਿ ਧਾਵੈ,	gurh kar gi-aan Dhi-aan kar Dhaavai
ਕਰਿ ਕਰਣੀ ਕਸੁ ਪਾਈਐ॥	kar karnee kas paa-ee-ai.
ਭਾਠੀ ਭਵਨੁ ਪ੍ਰੇਮ ਕਾ ਪੋਚਾ,	bhaathee bhavan paraym kaa pochaa
ਇਤੁ ਰਸਿ ਅਮਿਉ ਚੁਆਈਐ॥੧॥	it ras ami-o chu-aa-ee-ai. ||1||

ਜੀਵ ਆਪਣੇ ਗਿਆਨ, ਸ਼ਬਦ ਦੀ ਸੋਝੀ ਨੂੰ ਬੰਦਗੀ ਦਾ ਮੂਲ ਬਣਾਵੋ! ਆਪਣੀ ਲਗਨ, ਧਿਆਨ ਨੂੰ ਭਰੋਸਾ ਅਡੋਲ ਕਰਨ ਵਾਲੀ ਗੂੰਦ ਬਣਾਵੋ । ਆਪਣੇ ਚੰਗੇ ਕੰਮਾਂ ਨੂੰ ਬਮਾਰੀ ਠੀਕ ਕਰਨ ਵਾਲੀ ਦਵਾਈ, ਬਾਮ, ਆਪਣੇ ਭਰੋਸੇ ਨੂੰ ਅਰਕ ਕੱਢਣਵਾਲੀ ਅੱਗ ਬਣਾਵੋ! ਆਪਣੇ ਪਿਆਰ, ਲਗਨ ਨੂੰ ਉਹ ਬਾਟਾ ਬਣਾਵੋ । ਇਸ ਤਰ੍ਹਾਂ ਜੀਵਨ ਬਤੀਤ ਢਾਲਣ ਨਾਲ ਪ੍ਰਭ ਦੀ ਰਹਿਮਤ ਬਖਸ਼ਿਸ਼ ਹੋ ਸਕਦੀ ਹੈ ।

You should make the enlightenment of His Word as the guiding principle of your life. You should make your devotion, concentration as a glue to keep your belief steady and stable on His blessings. You should make your good deeds as a medicine, bam to cure the disease and make your belief as a fire to extract the essence of the teachings of His Word. You should make your love and devotion as a bowl to collect alms. By adopting this way of life, The True Master may become merciful on the soul.

ਬਾਬਾ ਮਨੁ ਮਤਵਾਰੋ ਨਾਮ ਰਸੁ ਪੀਵੈ,	baabaa man matvaaro naam ras peevai
ਸਹਜ ਰੰਗ ਰਚਿ ਰਹਿਆ॥	sahj rang rach rahi-aa.
ਅਹਿਨਿਸਿ ਬਨੀ ਪ੍ਰੇਮ ਲਿਵ ਲਾਗੀ,	ahinis banee paraym liv laagee
ਸਬਦੁ ਅਨਾਹਦ ਗਹਿਆ॥੧॥ਰਹਾਉ॥	sabad anaahad gahi-aa. ||1|| rahaa-o.

ਪ੍ਰਭ ਮੇਰਾ ਮਨ ਸ਼ਬਦ ਦੇ ਨਸ਼ੇ ਨਾਲ ਮਸਤ, ਸ਼ਬਦ ਵਿੱਚ ਲੀਨ ਹੋਇਆ ਹੈ । ਇਸ ਤੇ ਸ਼ਬਦ ਦਾ ਰੰਗ ਚੜ੍ਹਿਆ ਹੈ । ਇਸ ਤਰ੍ਹਾਂ ਹੀ ਰਾਤ ਦਿਨ ਤੇਰੇ ਸ਼ਬਦ ਵਿੱਚ ਲਿਵ ਲੱਗੀ ਰਹਿੰਦੀ ਹੈ । ਮਨ ਵਿੱਚ ਸ਼ਬਦ ਦੀ ਗੂੰਜ ਚਲਦੀ ਰਹਿੰਦੀ ਹੈ ।

My mind remains intoxicated with the teachings of His Word and in deep meditation in the void of His Word. I am drenched with the teachings of His Word. I remain attached to meditate on the teachings of Your Word day and night. The everlasting echo of Your Word may resonant within my mind forever.

ਪੂਰਾ ਸਾਚੁ ਪਿਆਲਾ ਸਹਜੇ,	pooraa saach pi-aalaa sehjay
ਤਿਸਹਿ ਪੀਆਏ ਜਾ ਕਉ ਨਦਰਿ ਕਰੇ॥	tiseh pee-aa-ay jaa ka-o nadar karay.
ਅੰਮ੍ਰਿਤ ਕਾ ਵਾਪਾਰੀ ਹੋਵੈ,	amrit kaa vaapaaree hovai
ਕਿਆ ਮਦਿ ਛੂਛੈ ਭਾਉ ਧਰੇ॥੨॥	ki-aa mad chhoochhai bhaa-o Dharay.|2

ਜਿਸ ਤੇ ਆਪ ਹੀ ਰਹਿਮਤ ਬਖਸ਼ਦਾ ਹੈ, ਉਸ ਦੀ ਹੀ ਸ਼ਬਦ ਵਿੱਚ ਲਗਨ, ਸ਼ਬਦ ਦੀ ਸੋਝੀ ਬਖਸ਼ਿਸ਼ ਹੁੰਦੀ ਹੈ । ਜਿਹੜਾ ਸ਼ਬਦ ਦੀ ਪਾਲਣਾ ਨੂੰ ਆਪਣੇ ਜੀਵਨ ਦਾ ਮੰਤਵ ਬਣਾ ਲੈਂਦਾ ਹੈ । ਉਹ ਸੰਸਾਰਕ ਇੱਛਾਂ ਦੇ ਜਾਲ ਵਿੱਚ ਨਹੀਂ ਫਸਦਾ।

Whosoever may be blessed with His mercy and grace, he may be attached to devotional meditation and may be blessed with enlightenment of His Word from within. Whosoever makes the meditation on the teachings of His Word as the only purpose of his life, he does not become a salve of worldly desires.

ਗੁਰ ਕੀ ਸਾਖੀ ਅੰਮ੍ਰਿਤ ਬਾਣੀ,	gur kee saakhee amrit bane
ਪੀਵਤ ਹੀ ਪਰਵਾਣੁ ਭਇਆ॥	peevat hee parvaan bha-i-aa.
ਦਰ ਦਰਸਨ ਕਾ ਪ੍ਰੀਤਮੁ ਹੋਵੈ,	dar darsan kaa pareetam hovai
ਮੁਕਤਿ ਬੈਕੁੰਠੈ ਕਰੈ ਕਿਆ॥੩॥	mukat baikunthay karai ki-aa. ||3||

ਪ੍ਰਭ ਦੇ ਸ਼ਬਦ ਦੀ ਕਥਾ, ਕਹਾਣੀ, ਬਾਣੀ ਪਵਿਤ੍ਰ ਹੈ । ਜਿਹੜਾ ਸ਼ਬਦ ਨਾਲ ਜੀਵਨ ਢਾਲਦਾ ਹੈ, ਉਸ ਨੂੰ ਪ੍ਰਵਾਨਗੀ ਦਾ ਰਸਤਾ ਬਖਸ਼ਿਸ਼ ਹੋ ਸਕਦਾ ਹੈ । ਜਿਸ ਜੀਵ ਦੇ ਮਨ ਵਿੱਚ ਪ੍ਰਭ ਦੇ ਦਰਸ਼ਨ, ਸ਼ਬਦ ਦੀ ਸੋਝੀ ਦੀ ਪਿਆਸ ਹੋਵੇ । ਉਸ ਨੂੰ ਸੁਰਗ ਜਾ ਮੁਕਤੀ ਦੀ ਕੋਈ ਪ੍ਰਵਾਹ, ਫਿਕਰ ਨਹੀਂ ਹੁੰਦਾ ।

The sermons of the teachings of His Word, the life story of His true devotee and the Holy Scriptures all are pure and sanctified. Whosoever may adopt the teachings of His Word in his day to day life, he may be blessed with the right path of salvation. Whosoever may remain anxious for enlightenment of His Word, His blessed vision. The thoughts of heaven or salvation may not disturb his peace, state of mind.

ਸਿਫਤੀ ਰਤਾ ਸਦ ਬੈਰਾਗੀ,	siftee rataa sad bairaagee
ਜੂਐ ਜਨਮੁ ਨ ਹਾਰੇ॥	joo-ai janam na haarai.
ਕਹੁ ਨਾਨਕ ਸੁਣਿ ਭਰਥਰਿ ਜੋਗੀ,	kaho naanak sun bharthar jogee
ਖੀਵਾ ਅੰਮ੍ਰਿਤ ਧਾਰੇ॥੪॥੪॥੩੮॥	kheevaa amrit Dhaarai. ||4||4||38||

ਜਿਹੜਾ ਪ੍ਰਭ ਦੀ ਉਸਤਤ ਵਿੱਚ ਹੀ ਲੀਨ ਹੋਇਆ ਰਹਿੰਦਾ ਹੈ, ਉਸ ਦੇ ਮਨ ਵਿੱਚ ਨਰਾਜ਼ਗੀ ਨਹੀਂ ਹੁੰਦੀ, ਆਪਣਾ ਮਾਨਸ ਜਨਮ ਸਫਲ ਕਰ ਜਾਂਦਾ ਹੈ । ਭਗਤ ਜਨ! ਪ੍ਰਭ ਦੇ ਸ਼ਬਦ ਦੇ ਸਿਮਰਨ ਨੂੰ ਹੀ ਆਪਣੇ ਜੀਵਨ ਦਾ ਮੰਤਵ ਬਣਾਵੋ!

Whosoever may remain intoxicated in singing the glory of His Word, he may not feel any disappointed, he may make his human life journey a fruitful, successful. You should make meditation on the teachings of His Word as the sole purpose of human life blessings.

41. ਆਸਾ ਮਹਲਾ ੧॥ 360-12

ਖੁਰਾਸਾਨ ਖਸਮਾਨਾ ਕੀਆ,	khuraasaan khasmaanaa kee-aa
ਹਿੰਦੁਸਤਾਨੁ ਡਰਾਇਆ॥	hindusataan daraa-i-aa.
ਆਪੈ ਦੋਸੁ ਨ ਦੇਈ ਕਰਤਾ,	aapai dos na day-ee kartaa
ਜਮੁ ਕਰਿ ਮੁਗਲੁ ਚੜਾਇਆ॥	jam kar mugal charhaa-i-aa.
ਏਤੀ ਮਾਰ ਪਈ ਕਰਲਾਣੇ,	aytee maar pa-ee karlaanay
ਤੈਂ ਕੀ ਦਰਦੁ ਨ ਆਇਆ॥੧॥	taiN kee darad na aa-i-aa. ||1||

ਪ੍ਰਭ ਤੂੰ ਆਪ ਹੀ ਜ਼ਾਲਮ (ਬਾਬਰ) ਨੂੰ ਮੌਤ ਦਾ ਜਮਦੂਤ ਬਣਾਕੇ ਭੇਜਿਆ ਹੈ । ਉਸ ਨੇ ਹਿੰਦੁਸਤਾਨ ਦੀ ਧਰਤੀ ਤੇ ਅਤਿਆਚਾਰ ਫੈਲਾ ਦਿੱਤੀ ਹੈ । ਇਤਨੇ ਜੀਵ ਕਤਲ ਕੀਤੇ, ਚਾਰੇ ਪਾਸੇ ਜੀਵ ਬੇਵੱਸ ਹੋ ਕੇ ਕਰਲਾਉਂਦੇ ਹਨ । ਉਹਨਾਂ ਤੇ ਤਰਸ ਕਰਨ ਵਾਲਾ ਕੋਈ ਨਹੀਂ ਹੈ ।

The True Master You have created tyrant Babar, devil of death. He has created havoc in the universe, in Hindustan. He has murdered countless innocents; everyone is crying in misery. No one is the savior, protector, merciful of Your creation.

ਕਰਤਾ ਤੂੰ ਸਭਨਾ ਕਾ ਸੋਈ॥ kartaa tooN sabhnaa kaa so-ee.
ਜੇ ਸਕਤਾ ਸਕਤੇ ਕਉ ਮਾਰੇ, jay saktaa saktay ka-o maaray
ਤਾ ਮਨਿ ਰੋਸੁ ਨ ਹੋਈ॥੧॥ ਰਹਾਉ॥ taa man ros na ho-ee. ||1|| rahaa-o.

ਸੋਝੀ ਬਖਸ਼ੋ ! ਇਹ ਸਭ ਕੁਝ ਕਰਨ ਵਾਲਾ ਕੌਣ ਦੋਸ਼ੀ ਹੋ ਸਕਦਾ ਹੈ ? ਤੂੰ ਆਪ ਹੀ ਸਭ ਕੁਝ ਕਰਨ ਵਾਲਾ, ਸਭ ਕੁਝ ਕੇਵਲ ਤੇਰੀ ਰਜ਼ਾ ਨਾਲ ਹੀ ਹੋ ਸਕਦਾ ਹੈ । ਪ੍ਰਭ ਤੇਰੀ ਕੁਦਰਤ ਮਾਨਸ ਜੀਵ ਦੀ ਸਮਝ ਤੋ ਉਪਰ ਹੈ, ਤੂੰ ਹੀ ਸਾਰੇ ਜੀਵਾਂ ਦਾ ਮਾਲਕ ਹੈ । ਅਗਰ ਕੋਈ ਜ਼ੋਰਵਾਰ, ਦੂਸਰੇ ਜ਼ੋਰਵਾਰ ਨੂੰ ਮਾਰੇ ਤਾਂ ਅਸਲੀ ਉਹ ਜ਼ੁਲਮ ਨਹੀਂ ਹੁੰਦਾ ।

Who could be the culprit of tyranny, miseries in the universe? Everything can happen only under your command; only Your command prevails in each and every action. Your nature remains beyond the comprehension of Your creation; only You are The True Master, protector of Your creation. If two powerful fights with each other that may not be considered as tyrant.

ਸਕਤਾ ਸੀਹੁ ਮਾਰੇ ਪੈ ਵਗੈ, saktaa seehu maaray pai vagai
ਖਸਮੈ ਸਾ ਪੁਰਸਾਈ॥ khasmai saa pursaa-ee.
ਰਤਨ ਵਿਗਾੜਿ ਵਿਗੋਏ ਕੁਤੰੀ, ratan vigaarh vigo-ay kuteeN
ਮੁਇਆ ਸਾਰ ਨ ਕਾਈ॥ mu-i-aa saar na kaa-ee.
ਆਪੇ ਜੋੜਿ ਵਿਛੋੜੇ ਆਪੇ, aapay jorh vichhorhay aapay
ਵੇਖੁ ਤੇਰੀ ਵਡਿਆਈ॥੨॥ vaykh tayree vadi-aa-ee. ||2||

ਅਗਰ ਕੋਈ ਸ਼ੇਰ, ਭੇਡਾਂ ਦੇ ਸਾਰੇ ਵੱਗ, ਇੱਜੜ ਤੇ ਹਮਲਾ ਕਰਕੇ ਖਤਮ ਕੇਰ ਦੇਵੇ । ਤਾਂ ਉਸ ਦੇ ਰਖਵਾਲੇ, ਗਵਾਲੇ ਨੂੰ ਜਵਾਬ ਦੇਣਾ ਪੈਂਦਾ ਹੈ । ਧਰਤੀ ਤੇ ਤੇਰੇ ਅਣਮੋਲ ਜੀਵਾਂ ਦੀਆਂ ਲਾਛਾਂ ਨੂੰ ਥਾਂ ਥਾਂ ਕੁੱਤੇ ਖਾਂਦੇ ਹਨ । ਤੇਰੇ ਤੋ ਕੁਰਬਾਨ, ਤੇਰੀ ਕਰਮਾਤ ਤੋ ਅਚੰਭਾ ਹੈ! ਇਹ ਤੇਰੇ ਹੀ ਕੁਦਰਤ, ਵਡਿਆਈ ਹੈ । ਤੂੰ ਆਪੇ ਜੀਵ ਨੂੰ ਆਪਣੇ ਨਾਲੋ ਵਿਛੋੜਦਾ, ਆਪ ਹੀ ਨਾਲ ਜੋੜਦਾ ਹੈ ।

If a tiger slaughters all sheep of herd then the caretaker has to answer, for his negligence. On earth, many innocent souls are slaughtered and dogs are eating their corpses everywhere. I am fascinated and astonished from Your miracles, nature. You separate the soul from The Holy Spirit and by forgiving the sinful acts, he may be absorbed in The Holy spirit; this is Your unique greatness.

ਜੇ ਕੋ ਨਾਉ ਧਰਾਏ ਵਡਾ, jay ko naa-o Dharaa-ay vadaa
ਸਾਦ ਕਰੇ ਮਨਿ ਭਾਣੇ॥ saad karay man bhaanay.
ਖਸਮੈ ਨਦਰੀ ਕੀੜਾ ਆਵੈ, khasmai nadree keerhaa aavai
ਜੇਤੇ ਚੁਗੈ ਦਾਣੇ॥ jaytay chugai daanay.
ਮਰਿ ਮਰਿ ਜੀਵੈ ਤਾ ਕਿਛੁ ਪਾਏ, mar mar jeevai taa kichh paa-ay
ਨਾਨਕ ਨਾਮੁ ਵਖਾਣੇ॥੩॥੫॥੩੯॥ naanak naam vakhaanay. ||3||5||39||

ਜਿਹੜਾ ਆਪਣੇ ਆਪ ਨੂੰ ਵੱਡੇ ਨਾਮ ਨਾਲ ਜਾਣਿਆ ਜਾਵੇ, ਉਸ ਦੇ ਮਨ ਵਿੱਚ ਘਮੰਡ ਹੁੰਦਾ ਹੈ । ਪਰ ਤੇਰੀ ਨਜ਼ਰ ਵਿੱਚ ਉਹ ਕੀੜੀਆਂ ਦੀ ਤਰ੍ਹਾਂ ਹੀ ਹਨ, ਆਪਣਾ ਆਪਣਾ ਪੇਟ ਭਰਦੇ ਹਨ । ਜਿਹੜਾ ਮਾਨਸ ਆਪਣੀ ਹੈਸੀਅਤ ਮੋਇਆ ਵਰਗੀ, ਨਿਮਾਣਾ ਬਣਕੇ ਜੀਵਨ ਬਤੀਤ ਕਰਦਾ ਹੈ, ਕੇਵਲ ਉਸ ਨੂੰ ਹੀ ਰਹਿਮਤ ਬਖਸ਼ਿਸ਼ ਹੁੰਦੀ ਹੈ ।

Whosoever may be recognized with a great, distinguished name, he may feel pride of his worldly status and significance of his name. However, he is like a miserable worm in Your court, who may be trying to satisfy his hunger. Whosoever remains humble, helpless in day to day life, only he may be blessed with enlightenment of Your Word.

42. ਰਾਗੁ ਆਸਾ ਘਰੁ ੨ ਮਹਲਾ ੩॥ 360-18

੧ੴ ਸਤਿਗੁਰ ਪ੍ਰਸਾਦਿ॥	ik-oNkaar satgur parsaad.
ਹਰਿ ਦਰਸਨੁ ਪਾਵੈ ਵਡਭਾਗਿ॥	har darsan paavai vadbhaag.
ਗੁਰ ਕੈ ਸਬਦਿ ਸਚੈ ਬੈਰਾਗਿ॥	gur kai sabad sachai bairaag.
ਖਟੁ ਦਰਸਨੁ ਵਰਤੈ ਵਰਤਾਰਾ॥	khat darsan vartai vartaaraa.
ਗੁਰ ਕਾ ਦਰਸਨੁ ਅਗਮ ਅਪਾਰਾ॥੧॥	gur kaa darsan agam apaaraa. ||1||

ਵੱਡੇ ਭਾਗਾਂ ਵਾਲੇ ਨੂੰ ਹੀ ਪ੍ਰਭ ਦੇ ਸ਼ਬਦ ਦੀ ਸੋਝੀ ਬਖਸ਼ਿਸ਼ ਹੁੰਦੀ ਹੈ । ਪ੍ਰਭ ਦੇ ਸ਼ਬਦ ਦੀ ਪਾਲਣਾ ਕਰਨ ਨਾਲ ਮਨ ਸੰਸਾਰਕ ਇੱਛਾਂ ਤੋ ਰਹਿਤ ਹੋ ਜਾਂਦਾ ਹੈ । ਪ੍ਰਭ ਦੀ ਕੁਦਰਤ, ਅਟੱਲ ਭਾਣਾ ਹੀ ਸਦਾ ਵਾਪਰਦਾ ਰਹਿੰਦਾ ਹੈ, ਰੋਕਿਆ ਨਹੀਂ ਜਾ ਸਕਦਾ, ਬੀਤ ਜਾਂਦਾ ਹੈ । ਪ੍ਰਭ ਦੀ ਪੂਰਨ ਜਾਣਕਰੀ, ਜੀਵ ਦੀ ਪਹੁੰਚ ਵਿੱਚ ਨਹੀਂ, ਪੂਰਨ ਜਾਣਕਾਰੀ ਨਹੀਂ ਹੋ ਸਕਦੀ ।

Only with great prewritten destiny, the enlightenment of His Word may be blessed to His true devotee. By obeying and adopting the teachings of His Word in day to day life, he may be blessed to conquer his own worldly desires. His mind may become beyond the reach of worldly desires. His nature and His axiom command always prevail and cannot be avoided. The tough time, the miseries always pass away. His nature, His Word cannot be fully comprehended by His creation.

ਗੁਰ ਕੈ ਦਰਸਨਿ ਮੁਕਤਿ ਗਤਿ ਹੋਇ॥	gur kai darsan mukat gat ho-ay.
ਸਾਚਾ ਆਪਿ ਵਸੈ ਮਨਿ ਸੋਇ॥੧॥	saachaa aap vasai man so-ay. ||1||
ਰਹਾਉ॥	rahaa-o.

ਅਡੋਲ ਭਰੋਸੇ ਨਾਲ ਸ਼ਬਦ ਦੀ ਪਾਲਣਾ ਕਰਨ ਨਾਲ ਹੀ ਮੁਕਤੀ ਦਾ ਰਸਤਾ ਬਖਸ਼ਿਸ਼ ਹੋ ਸਕਦਾ ਹੈ । ਪ੍ਰਭ ਦੀ ਰਹਿਮਤ ਨਾਲ ਹੀ, ਪ੍ਰਭ ਦਾ ਸ਼ਬਦ ਮਨ ਵਿੱਚ ਘਰ ਕਰ ਜਾਂਦਾ ਹੈ ।

By obeying the teachings of His Word with steady and stable on His blessings, His true devotee may be enlightened with the right path of salvation. With His mercy and grace, he may be drenched with the teachings of His Word.

ਗੁਰ ਦਰਸਨਿ ਉਧਰੈ ਸੰਸਾਰਾ॥	gur darsan uDhrai sansaaraa.
ਜੇ ਕੋ ਲਾਏ ਭਾਉ ਪਿਆਰਾ॥	jay ko laa-ay bhaa-o pi-aaraa.
ਭਾਉ ਪਿਆਰਾ ਲਾਏ ਵਿਰਲਾ ਕੋਇ॥	bhaa-o pi-aaraa laa-ay virlaa ko-ay.
ਗੁਰ ਕੈ ਦਰਸਨਿ ਸਦਾ ਸੁਖੁ ਹੋਇ॥੨॥	gur kai darsan sadaa sukh ho-ay. ||2||

ਅਡੋਲ ਭਰੋਸੇ ਨਾਲ ਸ਼ਬਦ ਦੀ ਪਾਲਣਾ ਕਰਨਾ ਹੀ ਸੰਸਾਰ ਵਿੱਚ ਮੁਕਤੀ ਦਾ ਰਸਤਾ ਹੈ । ਕੋਈ ਵਿਰਲਾ ਹੀ ਜੀਵ, ਮਨ ਲਾ ਕੇ ਅਡੋਲ ਭਰੋਸੇ ਨਾਲ ਪ੍ਰਭ ਦੇ ਸ਼ਬਦ ਦੀ ਪਾਲਣਾ ਕਰਦਾ ਹੈ । ਪ੍ਰਭ ਦੇ ਸ਼ਬਦ ਨਾਲ ਜੀਵਨ ਢਾਲਣ ਨਾਲ ਮਨ ਵਿੱਚ ਸ਼ਾਂਤੀ, ਸੰਤੋਖ ਅਤੇ ਖੇੜਾ ਬਖਸ਼ਿਸ਼ ਹੋ ਸਕਦਾ ਹੈ ।

By Obeying and adopting the teachings of His Word with steady and stable belief is the right path of salvation, acceptance in His court. However, very rare devotee may adopt the teachings of His Word with steady and stable belief in his day to day life. By adopting the teachings of His Word, he may be blessed with peace, contentment and blossom all time.

ਗੁਰ ਕੈ ਦਰਸਨਿ ਮੋਖ ਦੁਆਰੁ॥	gur kai darsan mokh du-aar.
ਸਤਿਗੁਰੁ ਸੇਵੈ ਪਰਵਾਰ ਸਾਧਾਰੁ॥	satgur sayvai parvaar saaDhaar.
ਨਿਗੁਰੇ ਕਉ ਗਤਿ ਕਾਈ ਨਾਹੀ॥	niguray ka-o gat kaa-ee naahee.
ਅਵਗਣਿ ਮੁਠੇ ਚੋਟਾ ਖਾਹੀ॥੩॥	avgan muthay chotaa khaahee. ||3||

ਪ੍ਰਭ ਦੇ ਸ਼ਬਦ ਦੀ ਪਾਲਣਾ ਕਰਨ ਨਾਲ ਪ੍ਰਵਾਨਗੀ ਦਾ ਰਸਤਾ ਬਖਸ਼ਿਸ਼ ਹੋ ਸਕਦਾ ਹੈ । ਜਿਹੜਾ ਸ਼ਬਦ ਨਾਲ ਜੀਵਨ ਢਾਲ ਲੈਂਦਾ ਹੈ, ਉਸ ਦਾ ਪ੍ਰਵਾਰ ਵੀ ਸ਼ਬਦ ਦੇ ਲੱੜ ਲੱਗ ਜਾਂਦਾ ਹੈ । ਜਿਹੜਾ ਸ਼ਬਦ ਨੂੰ ਆਪਣੇ ਜੀਵਨ ਵਿੱਚ ਨਹੀ ਢਾਲਦਾ, ਉਸ ਨੂੰ ਪ੍ਰਵਾਨਗੀ ਦਾ ਰਸਤਾ ਬਖਸ਼ਿਸ਼ ਨਹੀਂ ਹੁੰਦਾ । ਸੰਸਾਰ ਵਿੱਚ ਬੁਰੇ ਕੰਮ ਕਰਦਾ, ਬਾਰ ਬਾਰ ਜੂੰਨਾਂ ਦੇ ਚੱਕਰ ਵਿੱਚ ਹੀ ਰਹਿੰਦਾ ਹੈ ।

By adopting the teachings of His Word in day to day life, he may be blessed with the right path of His acceptance. His family may also adopt the right path of salvation. Whosoever may not adopt the teachings of His Word, he may remain indulged in evil, sinful deeds. He may not find the right path in his life and he remains in the cycle of birth and death.

ਗੁਰ ਕੈ ਸਬਦਿ ਸੁਖੁ ਸਾਂਤਿ ਸਰੀਰ॥	gur kai sabad sukh saaNt sareer.
ਗੁਰਮੁਖਿ ਤਾ ਕਉ ਲਗੈ ਨ ਪੀਰ॥	gurmukh taa ka-o lagai na peer.
ਜਮਕਾਲੁ ਤਿਸੁ ਨੇੜਿ ਨ ਆਵੈ॥	jamkaal tis nayrh na aavai.
ਨਾਨਕ ਗੁਰਮੁਖਿ ਸਾਚਿ ਸਮਾਵੈ॥੪॥ ੧॥੪੦॥	naanak gurmukh saach samaavai. ||4||1||40||

ਪ੍ਰਭ ਦੇ ਸ਼ਬਦ ਵਿੱਚ ਲਗਨ ਲਾਉਣ ਨਾਲ, ਮਾਨਸ ਤਨ ਨੂੰ ਸੁਖ, ਸ਼ਾਂਤੀ ਬਖਸ਼ਿਸ਼ ਹੋ ਸਕਦੀ ਹੈ । ਗੁਰਮਖ ਜੀਵ ਨੂੰ ਸੰਸਾਰਕ ਇੱਛਾਂ ਦੀ ਭਟਕਣ ਨਹੀਂ ਲਗਦੀ । ਮੌਤ ਦਾ ਫਰਿਸ਼ਤਾ ਉਸ ਦੇ ਨੇੜੇ ਨਹੀਂ ਆ ਸਕਦਾ । ਉਹ ਪ੍ਰਭ ਦੇ ਸ਼ਬਦ ਦੀ ਸਮਾਧੀ ਵਿੱਚ ਹੀ ਲੀਨ ਰਹਿੰਦਾ ਹੈ ।

By concentrating, wholeheartedly, devotionally meditating on the teachings of His Word, he may be blessed with peace and contentment in his worldly life. His true devotee may become beyond the reach of worldly frustrations, worldly desires. He may become beyond the reach of the devil of death. He may remain intoxicated with the teachings of His Word, in the void of His Word.

43. ਆਸਾ ਮਹਲਾ ੩॥ 361-6

ਸਬਦਿ ਮੁਆ ਵਿਚਹੁ ਆਪੁ ਗਵਾਇ॥	sabad mu-aa vichahu aap gavaa-ay.
ਸਤਿਗੁਰੁ ਸੇਵੇ ਤਿਲੁ ਨ ਤਮਾਇ॥	satgur sayvay til na tamaa-ay.
ਨਿਰਭਉ ਦਾਤਾ ਸਦਾ ਮਨਿ ਹੋਇ॥	nirbha-o daataa sadaa man ho-ay.
ਸਚੀ ਬਾਣੀ ਪਾਏ ਭਾਗਿ ਕੋਇ॥੧॥	sachee banee paa-ay bhaag ko-ay. ||1||

ਪ੍ਰਭ ਦੇ ਸ਼ਬਦ ਨਾਲ ਜੀਵਨ ਢਾਲਣ ਨਾਲ ਮਨ ਵਿਚੋਂ ਖੁਦਗਰਜ਼ੀ ਨਾਸ਼ ਹੋ ਜਾਂਦੀ ਹੈ । ਜਿਹੜਾ ਪ੍ਰਭ ਦੇ ਸ਼ਬਦ ਨਾਲ ਜੀਵਨ ਬਤੀਤ ਕਰਦਾ ਹੈ, ਉਸ ਨੂੰ ਕਿਸੇ ਕੀਤੇ ਕੰਮ ਦਾ ਤਿਲ ਭਰ ਵੀ ਮਾਣ, ਅਹੰਕਾਰ ਨਹੀਂ ਹੁੰਦਾ । ਉਸ ਦੇ ਮਨ ਵਿੱਚ ਨਿਡਰ ਦਾਤਾ ਸਦਾ ਹੀ ਸੁਚੇਤ ਰਹਿੰਦਾ ਹੈ, ਮਨ ਜਾਗਰਤ ਹੋ ਜਾਂਦਾ ਹੈ । ਵੱਡੇ ਭਾਗਾਂ ਨਾਲ ਹੀ ਪ੍ਰਭ ਦੇ ਸ਼ਬਦ ਨਾਲ ਲਗਨ, ਸ਼ਬਦ ਦੀ ਸੋਝੀ ਬਖਸ਼ਿਸ਼ ਹੁੰਦੀ ਹੈ ।

By adopting the teachings of His Word wholeheartedly in day to day life, his mind may conquer his own selfishness and worldly desires. Whosoever may adopt His Word wholeheartedly, he may never boast about any of his day to day deeds for the welfare of mankind. He remains awake and alert with enlightenment. He may realize the existence of the fearless True Master within. A devotion to meditate and the enlightenment of His Word, may only be blessed with a great prewritten destiny.

ਗੁਣ ਸੰਗ੍ਰਹੁ ਵਿਚਹੁ ਅਉਗੁਣ ਜਾਹਿ॥	gun sangrahu vichahu a-ogun jaahi.
ਪੂਰੇ ਗੁਰ ਕੈ ਸਬਦਿ ਸਮਾਹਿ॥੧॥ ਰਹਾਉ॥	pooray gur kai sabad samaahi. ||1|| rahaa-o.

ਪ੍ਰਭ ਦੇ ਸ਼ਬਦ ਦੇ ਖਿਆਲ ਮਨ ਵਿੱਚ ਆਉਣ ਨਾਲ ਬੁਰੇ ਖਿਆਲ ਨਾਸ਼ ਹੋ ਜਾਂਦੇ ਹਨ । ਮਨ ਪ੍ਰਭ ਦੇ ਸ਼ਬਦ ਵਿੱਚ ਹੀ ਲੀਨ ਹੋ ਜਾਂਦਾ ਹੈ ।

By concentrating on the teachings of His Word, his mind may conquer all evil thoughts and desires. He may become intoxicated with meditation in the void of His Word.

ਗੁਣਾ ਕਾ ਗਾਹਕੁ ਹੋਵੈ ਸੋ ਗੁਣ ਜਾਣੈ॥ gunaa kaa gaahak hovai so gun jaanai.
ਅੰਮ੍ਰਿਤ ਸਬਦਿ ਨਾਮੁ ਵਖਾਣੈ॥ amrit sabad naam vakhaanai.
ਸਾਚੀ ਬਾਣੀ ਸੂਚਾ ਹੋਇ॥ saachee banee soochaa ho-ay.
ਗੁਣ ਤੇ ਨਾਮੁ ਪਰਾਪਤਿ ਹੋਇ॥੨॥ gun tay naam paraapat ho-ay. ||2||

ਜਿਸ ਦੇ ਮਨ ਵਿੱਚ ਸ਼ਬਦ ਦੀ ਲਗਨ ਹੋਵੇ । ਉਹ ਹੀ ਸ਼ਬਦ ਨਾਲ ਜੀਵਨ ਢਾਲਣ ਦੀ ਅਣਮੋਲ ਕੀਮਤ ਜਾਣਦਾ ਹੈ । ਉਹ ਪ੍ਰਭ ਦੇ ਅਣਮੋਲ ਸ਼ਬਦ ਦੇ ਗੁਣ ਗਾਉਂਦਾ ਹੈ । ਪ੍ਰਭ ਦੇ ਸ਼ਬਦ ਦੀ ਪਵਿਤ੍ਰ ਬਾਣੀ ਨਾਲ ਉਸ ਦਾ ਮਨ ਪਵਿਤ੍ਰ ਹੋ ਜਾਂਦਾ ਹੈ । ਪ੍ਰਭ ਦੇ ਸ਼ਬਦ ਦੇ ਗੁਣਾਂ ਨਾਲ, ਜੀਵਨ ਢਾਲਣ ਨਾਲ ਹੀ ਪ੍ਰਭ ਦੇ ਸ਼ਬਦ ਤੇ ਭਰੋਸਾ ਅਡੋਲ ਹੁੰਦਾ ਹੈ ।

Whosoever may be attached to a devotional meditation on the teachings of His Word, only he may be enlightened with the true worth of a priceless teachings of His Word. He sings the glory of His Word. By adopting the teachings of His Word, his soul may be sanctified. By adopting the teachings of His Word in day to day life, his belief becomes steady and stable on His Word, His blessings.

ਗੁਣ ਅਮੋਲਕ ਪਾਏ ਨ ਜਾਹਿ॥ gun amolak paa-ay na jaahi.
ਮਨਿ ਨਿਰਮਲ ਸਾਚੈ ਸਬਦਿ ਸਮਾਹਿ॥ man nirmal saachai sabad samaahi.
ਸੇ ਵਡਭਾਗੀ ਜਿਨ੍ ਨਾਮੁ ਧਿਆਇਆ॥ say vadbhaagee JinH naam Dhi-aa-i-aa.
ਸਦਾ ਗੁਣਦਾਤਾ ਮੰਨਿ ਵਸਾਇਆ॥੩॥ sadaa gundaataa man vasaa-i-aa. ||3||

ਜੀਵ ਦਾ ਮੈਲਾ ਮਨ, ਪ੍ਰਭ ਦੇ ਸ਼ਬਦ ਦੇ ਅਮੋਲਕ ਗੁਣਾਂ ਤੇ ਅਡੋਲ ਨਹੀਂ ਹੁੰਦਾ । ਕੇਵਲ ਪਵਿਤ੍ਰ ਮਨ ਹੀ ਪ੍ਰਭ ਦੇ ਸ਼ਬਦ ਵਿੱਚ ਅਡੋਲ ਰਹਿੰਦਾ ਹੈ । ਵੱਡੇ ਭਾਗਾਂ ਵਾਲੇ ਹੀ ਪ੍ਰਭ ਦੇ ਸ਼ਬਦ ਦਾ ਸਿਮਰਨ ਕਰਦੇ ਹਨ । ਸਦਾ ਦਾਤਾਂ ਬਖਸ਼ਣ ਵਾਲੇ ਨੂੰ ਮਨ ਵਿੱਚ ਵਸਉਂਦੇ ਹਨ ।

The blemished mind may not stay steady and stable on adopting the priceless virtues of His Word. Only the sanctified mind may remain steady and stable on the teachings of His Word. Whosoever may be blessed with great fortune, only he may be drenched with the teachings of His Word within.

ਜੋ ਗੁਣ ਸੰਗ੍ਰਹੈ ਤਿਨ੍ ਬਲਿਹਾਰੈ ਜਾਉ॥ jo gun sangrahai tinH balihaarai jaa-o.
ਦਰਿ ਸਾਚੈ ਸਾਚੇ ਗੁਣ ਗਾਉ॥ dar saachai saachay gun gaa-o.
ਆਪੇ ਦੇਵੈ ਸਹਜਿ ਸੁਭਾਇ॥ aapay dayvai sahj subhaa-ay.
ਨਾਨਕ ਕੀਮਤਿ ਕਹਣੁ ਨ ਜਾਇ॥੪॥੨॥੪੧॥ naanak keemat kahan na jaa-ay. ||4||2||41||

ਉਹਨਾਂ ਤੋਂ ਕੁਰਬਾਨ ਜਾਵੋ! ਜਿਹੜੇ ਪ੍ਰਭ ਦੇ ਸ਼ਬਦ ਦੇ ਗੁਣ ਆਪਣੇ ਮਨ ਵਿੱਚ ਵਸਾ ਲੈਂਦੇ ਹਨ । ਉਹ ਸਦਾ ਹੀ ਪ੍ਰਭ ਦੇ ਦਰ ਤੇ ਉਸ ਦੇ ਸ਼ਬਦ ਦੇ ਗੁਣ ਹੀ ਗਾਉਂਦੇ ਹਨ । ਪ੍ਰਭ ਆਪ ਹੀ ਰਹਿਮਤ ਬਖਸ਼ਕੇ ਸ਼ਬਦ ਵਿੱਚ ਭਰੋਸਾ ਅਡੋਲ ਰਖਦਾ ਹੈ । ਪ੍ਰਭ ਦੀ ਰਹਿਮਤ ਦੀ ਕੀਮਤ ਦੀ ਵਿਆਖਿਆ ਨਹੀਂ ਕੀਤੀ ਜਾ ਸਕਦੀ ।

I am fascinated from the way of life of His true devotee, who may drench the teachings of His Word within and lives his day to day life. He always keeps his mind focused on the teachings of His Word, no one may fully comprehend the true value of the blessings of The True Master.

44. ਆਸਾ ਮਹਲਾ ੩॥ 361-12

ਸਤਿਗੁਰ ਵਿਚਿ ਵਡੀ ਵਡਿਆਈ॥	satgur vich vadee vadi-aa-ee.
ਚਿਰੀ ਵਿਛੁੰਨੇ ਮੇਲਿ ਮਿਲਾਈ॥	chiree vichhunay mayl milaa-ee.
ਆਪੇ ਮੇਲੇ ਮੇਲਿ ਮਿਲਾਏ॥	aapay maylay mayl milaa-ay.
ਆਪਣੀ ਕੀਮਤਿ ਆਪੇ ਪਾਏ॥੧॥	aapnee keemat aapay paa-ay. ‖1‖

ਪ੍ਰਭ ਵਿੱਚ ਨਿਮਾਣੇ ਤੇ ਤਰਸ, ਬਖਸ਼ਣ ਦੀ ਵੱਡੀ ਵਡਿਆਈ ਹੈ । ਰਹਿਮਤ ਨਾਲ ਚਿਰਾ ਤੋ ਵਿਛੜੀਆਂ ਆਤਮਾਂ ਨੂੰ ਆਪਣੇ ਵਿੱਚ ਅਭੇਦ ਕਰ ਲੈਂਦਾ ਹੈ, ਕੇਵਲ ਆਪ ਹੀ ਕਿਸੇ ਨੂੰ ਆਪਣੇ ਵਿੱਚ ਅਲੋਪ ਕਰ ਸਕਦਾ ਹੈ । ਇਸ ਮਿਲਾਪ ਦੀ ਕੀਮਤ ਵੀ ਆਪ ਹੀ ਜਾਣਦਾ ਹੈ ।

The True Master has a unique and greatest virtue to mercy and grace on helpless and humble devotee, His creature. With His mercy and grace, He may keep him steady and stable on the right path of meditation, acceptance in His court. Only, The Omnipotent may immerse any soul and knows the true worth of union with Holy Spirit.

ਹਰਿ ਕੀ ਕੀਮਤਿ ਕਿਨ ਬਿਧਿ ਹੋਇ॥	har kee keemat kin biDh ho-ay.
ਹਰਿ ਅਪਰੰਪਰੁ ਅਗਮ ਅਗੋਚਰੁ,	har aprampar agam agochar
ਗੁਰ ਕੈ ਸਬਦਿ ਮਿਲੈ ਜਨੁ ਕੋਇ॥੧	gur kai sabad milai jan ko-ay. ‖1‖
ਰਹਾਉ॥	rahaa-o.

ਪ੍ਰਭ ਦੀ ਰਹਿਮਤ ਦੀ ਕੌਣ, ਕਿਵੇਂ ਕੀਮਤ ਜਾਣ ਸਕਦਾ, ਵਿਆਖਿਆ ਕਰ ਸਕਦਾ ਹੈ? ਸ਼ਬਦ ਨਾਲ ਜੀਵਨ ਢਾਲਣ ਨਾਲ ਹੀ, ਕੋਈ ਜੀਵ ਦਰਬਾਰ ਵਿੱਚ ਪ੍ਰਵਾਨ ਹੋ ਸਕਦਾ ਹੈ ।

Who and how may anyone realize and explain the true value of His blessings? By wholeheartedly adopting the teachings of His Word in his day to day life, his soul may be accepted in His court.

ਗੁਰਮੁਖਿ ਕੀਮਤਿ ਜਾਣੈ ਕੋਇ॥	gurmukh keemat jaanai ko-ay.
ਵਿਰਲੇ ਕਰਮਿ ਪਰਾਪਤਿ ਹੋਇ॥	virlay karam paraapat ho-ay.
ਊਚੀ ਬਾਣੀ ਊਚਾ ਹੋਇ॥	oochee banee oochaa ho-ay.
ਗੁਰਮੁਖਿ ਸਬਦਿ ਵਖਾਣੈ ਕੋਇ॥੨॥	gurmukh sabad vakhaanai ko-ay. ‖2‖

ਕੋਈ ਵਿਰਲਾ ਹੀ ਗੁਰਮਖ ਪ੍ਰਭ ਦੀ ਰਹਿਮਤ ਪਾਉਂਦਾ, ਕੀਮਤ ਜਾਣਦਾ ਹੈ । ਪ੍ਰਭ ਦੇ ਸ਼ਬਦ ਨਾਲ ਜੀਵਨ ਢਾਲਣ ਨਾਲ ਮਨ ਪਵਿਤ੍ਰ ਹੋ ਜਾਂਦਾ ਹੈ । ਕੋਈ ਵਿਰਲਾ ਹੀ ਗੁਰਮਖ ਸ਼ਬਦ ਦੇ ਗੁਣ ਗਾਉਂਦਾ ਹੈ, ਸ਼ਬਦ ਦੀ ਵਿਆਖਿਆ ਕਰ ਸਕਦਾ ਹੈ ।

Very rare devotee may be blessed with enlightenment of His Word and may realize the true worth of His blessings. By adopting the teachings of His Word wholeheartedly in day to day life, his soul may be sanctified. However, very rare devotee may wholeheartedly sing the glory of His virtues and may be able to explain the true meaning, purpose of His Word.

ਵਿਣੁ ਨਾਵੈ ਦੁਖੁ ਦਰਦੁ ਸਰੀਰਿ॥	vin naavai dukh darad sareer.
ਸਤਿਗੁਰੁ ਭੇਟੇ ਤਾ ਉਤਰੈ ਪੀਰ॥	satgur bhaytay taa utrai peer.
ਬਿਨੁ ਗੁਰ ਭੇਟੇ ਦੁਖੁ ਕਮਾਇ॥	bin gur bhaytay dukh kamaa-ay.
ਮਨਮੁਖਿ ਬਹੁਤੀ ਮਿਲੈ ਸਜਾਇ॥੩॥	manmukh bahutee milai sajaa-ay. ‖3‖

ਸ਼ਬਦ ਦੀ ਪਾਲਣਾ ਕਰਨ ਤੋ ਬਿਨਾਂ ਸੰਸਾਰਕ ਇੱਛਾਂ ਦੇ ਦੁਖ ਸਹਿਣ ਪੈਂਦੇ, ਭਟਕਣਾਂ ਹੀ ਰਹਿੰਦੀਆਂ ਹਨ । ਜਿਹੜਾ ਆਪਾ ਪ੍ਰਭ ਨੂੰ ਭੇਟਾ ਕਰ ਦੇਂਦਾ ਹੈ, ਉਸ ਦੀ ਖੁਦਗਰਜ਼ੀ ਨਾਸ਼ ਹੋ ਜਾਂਦੀ ਹੈ । ਸ਼ਬਦ ਨਾਲ ਜੀਵਨ ਢਾਲਣ ਤੋ ਬਿਨਾਂ ਸੰਸਾਰਕ ਇੱਛਾਂ ਦੀ ਪੀੜ ਖਤਮ ਨਹੀਂ ਹੋ ਸਕਦੀ, ਸੰਸਾਰਕ ਇੱਛਾਂ ਦੀ ਭਟਕਣ ਵਿੱਚ ਹੀ ਰਹਿੰਦਾ ਹੈ । ਇਸ ਤਰ੍ਹਾਂ ਹੀ ਮਨਮੁਖ ਜੂੰਨਾਂ ਦੇ ਚੱਕਰ ਵਿੱਚ ਹੀ ਦੁਖ ਭੋਗਦਾ ਹੈ ।

Without adopting the teachings of His Word in day to day life, His creature has to endure the miseries, sufferings of worldly frustrations. Whosoever may surrender his worldly status, identity at the service of His creation, he may be blessed to conquer his ego, his selfishness. Without adopting the teachings of His Word, his miseries of frustration of worldly desires may not be eliminated. Self-minded has to endure the misery of cycle of birth and death.

ਹਰਿ ਕਾ ਨਾਮੁ ਮੀਠਾ ਅਤਿ ਰਸੁ ਹੋਇ॥	har kaa naam meethaa at ras ho-ay.
ਪੀਵਤ ਰਹੈ ਪੀਆਏ ਸੋਇ॥	peevat rahai pee-aa-ay so-ay.
ਗੁਰ ਕਿਰਪਾ ਤੇ ਹਰਿ ਰਸੁ ਪਾਏ॥	gur kirpaa tay har ras paa-ay.
ਨਾਨਕ ਨਾਮਿ ਰਤੇ ਗਤਿ ਪਾਏ॥	naanak naam ratay gat paa-ay.
੪॥੩॥੪੨॥	||4||3||42||

ਪ੍ਰਭ ਦਾ ਸ਼ਬਦ ਮਨ ਨੂੰ ਸੰਤੋਖ ਦੇਣ ਵਾਲਾ ਹੈ । ਜਿਸ ਤੇ ਆਪ ਹੀ ਰਹਿਮਤ ਬਖਸ਼ਕੇ ਸ਼ਬਦ ਦੇ ਲੜ ਲਾਉਂਦਾ, ਕੇਵਲ ਉਹ ਹੀ ਸ਼ਬਦ ਮਨ ਵਿੱਚ ਵਸਉਂਦਾ ਹੈ । ਅਡੋਲ ਭਰੋਸੇ ਨਾਲ, ਸ਼ਬਦ ਨਾਲ ਜੀਵਨ ਢਾਲ ਨਾਲ ਹੀ ਪ੍ਰਵਨਾਗੀ ਦਾ ਰਸਤਾ ਬਖਸ਼ਿਸ਼ ਹੋ ਸਕਦਾ ਹੈ ।

The teachings of His Word are very soothing and comforting to the mind of His true devotee. Whosoever may be attached to a devotional meditation, only he may be drenched with the teachings of His Word within. With His mercy and grace, His true devotee may adopt the teachings of His Word with steady and stable belief in his day to day life. He may be blessed with the right path of acceptance in His court.

45. ਆਸਾ ਮਹਲਾ ੩॥ 361-18

ਮੇਰਾ ਪ੍ਰਭੁ ਸਾਚਾ ਗਹਿਰ ਗੰਭੀਰ॥	mayraa parabh saachaa gahir gambheer.
ਸੇਵਤ ਹੀ ਸੁਖੁ ਸਾਂਤਿ ਸਰੀਰ॥	sayvat hee sukh saaNt sareer.
ਸਬਦਿ ਤਰੇ ਜਨ ਸਹਜਿ ਸੁਭਾਇ॥	sabad taray jan sahj subhaa-ay.
ਤਿਨ ਕੈ ਹਮ ਸਦ ਲਾਗਹ ਪਾਇ॥੧॥	tin kai ham sad laagah paa-ay. ||1||

ਪ੍ਰਭ ਦੇ ਸ਼ਬਦ ਦਾ ਗਿਆਨ ਬਹੁਤ ਡੂੰਘਾਂ, ਗੰਭੀਰ ਹੈ । ਅਡੋਲ ਭਰੋਸੇ ਨਾਲ ਸ਼ਬਦ ਦੀ ਪਾਲਣਾ ਕਰਨ ਨਾਲ ਮਨ ਨੂੰ ਸੰਤੋਖ, ਸ਼ਾਂਤੀ ਬਖਸ਼ਿਸ਼ ਹੋ ਸਕਦੀ ਹੈ । ਸ਼ਬਦ ਨਾਲ ਜੀਵਨ ਢਾਲਣ ਨਾਲ ਨਿਮ੍ਰਤਾ ਵਾਲਾ ਨਿਮਾਣਾ ਸੇਵਕ ਪਾਰ ਹੋ ਜਾਂਦਾ ਹੈ । ਉਸ ਸੇਵਕ ਦੀ ਸਿੱਖਿਆ ਨੂੰ ਸਦਾ ਹੀ ਆਪਣੇ ਜੀਵਨ ਦਾ ਢੰਗ ਬਣਾਵੋ!

The enlightenment of His Word may be very deep and mysterious beyond the comprehension of His creation. By obeying the teachings of His Word wholeheartedly with steady and stable belief, his mind may be blessed with peace and contentment with his worldly environment. By adopting the teachings of His Word in day to day life, His humble salve may be accepted in His court. You should always make the life teachings of His true devotee as the basis of your day to day life.

ਜੋ ਮਨਿ ਰਾਤੇ ਹਰਿ ਰੰਗੁ ਲਾਇ॥	jo man raatay har rang laa-ay.
ਤਿਨ ਕਾ ਜਨਮ ਮਰਣ ਦੁਖੁ ਲਾਥਾ,	tin kaa janam maran dukh laathaa
ਤੇ ਹਰਿ ਦਰਗਹ ਮਿਲੇ ਸੁਭਾਇ॥੧॥	tay har dargeh milay subhaa-ay. ||1||
ਰਹਾਉ॥	rahaa-o.

ਜਿਸ ਦੇ ਮਨ ਵਿੱਚ ਪ੍ਰਭ ਦਾ ਸ਼ਬਦ ਘਰ ਕਰ ਜਾਂਦਾ ਹੈ । ਉਸ ਦੇ ਮਨ ਵਿੱਚ ਪ੍ਰਭ ਦੇ ਸ਼ਬਦ ਨਾਲ ਲਗਨ, ਸ਼ਰਧਾ ਬਹੁਤ ਡੂੰਘੀ ਹੁੰਦੀ ਹੈ । ਉਸ ਦਾ ਜਨਮ ਮਰਨ ਦਾ ਚੱਕਰ ਖਤਮ ਹੋ ਜਾਂਦਾ ਹੈ । ਉਹ ਪ੍ਰਭ ਦੇ ਦਰਬਾਰ ਵਿੱਚ ਸੋਭਾ ਪਾਉਂਦਾ ਹੈ ।

Whosoever may be drenched with the teachings of His Word, he may develop a deep and devotional attachment to meditate on the teachings of His Word. His cycle of birth and death may be eliminated and he may be honored in His court with salvation.

ਸਬਦੁ ਚਾਖੈ ਸਾਚਾ ਸਾਦੁ ਪਾਏ॥	sabad chaakhai saachaa saad paa-ay.
ਹਰਿ ਕਾ ਨਾਮੁ ਮੰਨਿ ਵਸਾਏ॥	har kaa naam man vasaa-ay.
ਹਰ ਪ੍ਰਭੁ ਸਦਾ ਰਹਿਆ ਭਰਪੂਰਿ॥	har parabh sadaa rahi-aa bharpoor.
ਆਪੇ ਨੇੜੈ ਆਪੇ ਦੂਰਿ॥੨॥	aapay nayrhai aapay door. ||2||

ਜਿਹੜਾ ਪ੍ਰਭ ਦੇ ਸ਼ਬਦ ਦੀ ਪਾਲਣਾ ਕਰਦਾ ਹੈ, ਉਸ ਨੂੰ ਹੀ ਸ਼ਬਦ ਦਾ ਰਸ ਮਹਿਸੂਸ ਹੁੰਦਾ ਹੈ, ਸ਼ਬਦ ਦੀ ਸੋਝੀ ਬਖਸ਼ਿਸ਼ ਹੁੰਦੀ ਹੈ । ਉਸ ਦੇ ਮਨ ਵਿੱਚ ਪ੍ਰਭ ਦਾ ਸ਼ਬਦ ਘਰ ਕਰ ਜਾਂਦਾ ਹੈ । ਉਹ ਪ੍ਰਭ ਨੂੰ ਹਰ ਥਾਂ ਤੇ ਹਾਜ਼ਰ ਹਜੂਰ, ਵੇਖਦਾ, ਵਾਪਰਦਾ ਮਹਿਸੂਸ ਕਰਦਾ ਹੈ । ਪ੍ਰਭ ਆਪ ਹੀ ਕਿਸੇ ਜੀਵ ਨੂੰ ਨੇੜੇ ਅਤੇ ਕਿਸੇ ਜੀਵ ਨੂੰ ਬਹੁਤ ਦੂਰ ਮਹਿਸੂਸ ਹੁੰਦਾ ਹੈ ।

Whosoever may wholeheartedly obey the teachings of His Word, only he may realize the essence of the nectar of His Word. He may be enlightened with the teachings of His Word and remains awake and alert. He may be drenched with the teachings of His Word; he may realize The Omnipresent True Master witness and prevails everywhere in all events in the universe. With His mercy and grace, someone may realize Him near within and others may feel far away from him.

ਆਖਣਿ ਆਖੈ ਬਕੈ ਸਭੁ ਕੋਇ॥	aakhan aakhai bakai sabh ko-ay.
ਆਪੇ ਬਖਸਿ ਮਿਲਾਏ ਸੋਇ॥	aapay bakhas milaa-ay so-ay.
ਕਹਣੈ ਕਥਨਿ ਨ ਪਾਇਆ ਜਾਇ॥	kahnai kathan na paa-i-aa jaa-ay.
ਗੁਰ ਪਰਸਾਦਿ ਵਸੈ ਮਨਿ ਆਇ॥੩॥	gur parsaad vasai man aa-ay. ||3||

ਹਰਇੱਕ ਜੀਵ ਆਪਣੀ ਸੋਝੀ ਨਾਲ ਪ੍ਰਭ ਦੀ ਰਹਿਮਤ ਦੀ ਵਿਧੀ ਦੀ ਵਿਆਖਿਆ ਕਰਦਾ ਹੈ । ਬਖਸ਼ਣਹਾਰਾ, ਆਪ ਹੀ ਜੀਵ ਨੂੰ ਦਰਬਾਰ ਵਿੱਚ ਪ੍ਰਵਾਨਗੀ ਬਖਸ਼ਦਾ ਹੈ । ਕੇਵਲ ਪਾਠ, ਕੀਰਤਨ, ਕਥਾ ਕਰਨ ਨਾਲ ਸ਼ਬਦ ਦੀ ਸੋਝੀ ਨਹੀਂ ਪਾ ਜਾ ਸਕਦੀ, ਆਪਣੇ ਜੀਵਨ ਨੂੰ ਸ਼ਬਦ ਨਾਲ ਢਾਲਣ ਨਾਲ ਹੀ ਬਖਸ਼ਿਸ਼ ਹੋ ਸਕਦੀ, ਹੁੰਦੀ ਹੈ ।

In world, everyone explains the technique to meditate on the teachings of His Word with his own comprehension and understanding. Only, The True Master may forgive the sins of His true devotee and may accept him in His court. Only by preaching, reciting and explaining the true meaning of the Holy Scripture, no one may be enlightened with the teachings of His Word. Only by adopting the teachings of His Word in day to day life; he may be blessed with the enlightenment of His Word.

ਗੁਰਮੁਖਿ ਵਿਚਹੁ ਆਪ ਗਵਾਇ॥	gurmukh vichahu aap gavaa-ay.
ਹਰਿ ਰੰਗਿ ਰਾਤੇ ਮੋਹੁ ਚੁਕਾਇ॥	har rang raatay moh chukaa-ay.
ਅਤਿ ਨਿਰਮਲੁ ਗੁਰ ਸਬਦ ਵੀਚਾਰ॥	at nirmal gur sabad veechaar.
ਨਾਨਕ ਨਾਮਿ ਸਵਾਰਣਹਾਰ॥੪॥ ੪॥੪੩॥	naanak naam savaaranhaar. ||4||4||43||

ਗੁਰਮਖ ਜੀਵ ਆਪਣੇ ਵਿਚੋਂ ਖੁਦਗਰਜ਼ੀ ਖਤਮ ਕਰ ਲੈਂਦਾ ਹੈ । ਸ਼ਬਦ ਦੀ ਲਗਨ ਨਾਲ, ਸ਼ਬਦ ਦੀ ਪਾਲਣਾ ਕਰਨ ਨਾਲ ਸੰਸਾਰਕ ਮੋਹ ਤੇ ਜਿੱਤ ਪਾ ਲੈਂਦਾ ਹੈ । ਉਹ ਜੀਵ ਪ੍ਰਭ ਦੇ ਪਵਿਤ੍ਰ ਸ਼ਬਦ ਦੀ ਵਿਆਖਿਆ ਕਰਦਾ, ਵਿਚਾਰ ਕਰਦਾ ਹੈ । ਪ੍ਰਭ ਦੇ ਸ਼ਬਦ ਦੀ ਪਾਲਣਾ ਕਰਨਾ ਹੀ ਪ੍ਰਵਾਨਗੀ ਦਾ ਰਸਤਾ ਹੈ !

His true Devotee by adopting the teachings of His Word in his day to day life may conquer his own ego and selfishness from his day to day life.

By wholeheartedly meditating and obeying His Word in day to day life, his mind may conquer his attachment with worldly possessions. By concentrating on the true purpose of his human life blessings, he may be enlightened to explain the true meanings of His Word. To obey and adopt the teachings of His Word in day to day life may be the only right path of meditation, salvation.

46. ਆਸਾ ਮਹਲਾ ੩॥ 362-6

ਦੂਜੈ ਭਾਇ ਲਗੇ ਦੁਖੁ ਪਾਇਆ॥	doojai bhaa-ay lagay dukh paa-i-aa.
ਬਿਨੁ ਸਬਦੈ ਬਿਰਥਾ ਜਨਮੁ ਗਵਾਇਆ॥	bin sabdai birthaa janam gavaa-i-aa.
ਸਤਿਗੁਰੁ ਸੇਵੈ ਸੋਝੀ ਹੋਇ॥	satgur sayvai sojhee ho-ay.
ਦੂਜੈ ਭਾਇ ਨ ਲਾਗੈ ਕੋਇ॥੧॥	doojai bhaa-ay na laagai ko-ay. ‖1‖

ਸੰਸਾਰਕ ਇੱਛਾਂ ਦੇ ਪਿਛੇ ਲਗਣ, ਧਰਮ ਦੇ ਰੀਤ ਰੀਵਾਜ ਕਰਨ ਨਾਲ ਮਨ ਵਿੱਚ ਸੰਸਾਰਕ ਇੱਛਾਂ ਦੀ ਭਟਕਣ ਵਧਦੀ ਹੈ । ਪ੍ਰਭ ਦੇ ਸ਼ਬਦ ਨਾਲ ਜੀਵਨ ਢਾਲਣ ਤੋ ਬਿਨਾਂ ਮਾਨਸ ਜਨਮ ਬਿਰਥਾ ਹੀ ਬਤੀਤ ਜਾਂਦਾ ਹੈ । ਪ੍ਰਭ ਦੇ ਸ਼ਬਦ ਨਾਲ ਜੀਵਨ ਢਾਲਣ ਨਾਲ ਪ੍ਰਭ ਦੇ ਸ਼ਬਦ ਦੀ ਸੋਝੀ ਹੋ ਜਾਂਦੀ ਹੈ । ਉਸ ਨਾਲ ਮਨ ਚਾਰੇ ਪਾਸੇ ਘੁੰਮਣ ਤੋ, ਰੀਤੀ ਰੀਵਾਜ ਪਿਛੇ ਲਗਣ ਤੋ ਰੁਕ ਜਾਂਦਾ ਹੈ ।

By following the worldly desires and performing religious rituals, the frustration of worldly desires may be enhanced within. Without adopting the teachings of His Word with steady and stable belief in day to day life, his human life may be wasted uselessly. By adopting the teachings of His Word, he may be enlightened with the teachings of His Word and his wandering mind may not pay any significance to worldly religious rituals.

ਮੂਲਿ ਲਾਗੇ ਸੇ ਜਨ ਪਰਵਾਣੁ॥	mool laagay say jan parvaan.
ਅਨਦਿਨੁ ਰਾਮ ਨਾਮੁ ਜਪਿ ਹਿਰਦੈ,	an-din raam naam jap hirdai
ਗੁਰ ਸਬਦੀ ਹਰਿ ਏਕੋ ਜਾਣੁ॥੧॥ ਰਹਾਉ॥	gur sabdee har ayko jaan. ‖1‖ rahaao.

ਜਿਹੜਾ ਆਪਣਾ ਮੁੰਢ, ਮਾਨਸ ਜਨਮ ਦਾ ਮੰਤਵ ਨਹੀਂ ਭੁਲਦਾ, ਵਿਸਾਰਦਾ, ਉਹ ਪ੍ਰਭ ਦੇ ਸ਼ਬਦ ਨੂੰ ਮਨ ਵਿੱਚ ਵਸਾ ਲੈਂਦਾ ਹੈ । ਉਹ ਦਿਨ ਰਾਤ ਸਿਮਰਨ ਕਰਦਾ, ਅਪਣੇ ਅੰਦਰੋਂ ਹੀ ਪ੍ਰਭ ਦੀ ਕੁਦਰਤ ਨੂੰ ਜਾਣ ਜਾਂਦੇ ਹਨ ।

Whosoever may not abandon the true purpose of his human life blessings, he may remain steady and stable on the teachings of His Word. His mind remains drenched with the teachings of His Word. By meditating on the teachings of His Word day and night, he may be enlightened from within, the mystery of His nature.

ਡਾਲੀ ਲਾਗੈ ਨਿਹਫਲੁ ਜਾਇ॥	daalee laagai nihfal jaa-ay.
ਅੰਧੀ ਕੰਮੀ ਅੰਧ ਸਜਾਇ॥	aNDheeN kammee anDh sajaa-ay.
ਮਨਮੁਖੁ ਅੰਧਾ ਠਉਰ ਨ ਪਾਇ॥	manmukh anDhaa tha-ur na paa-ay.
ਬਿਸਟਾ ਕਾ ਕੀੜਾ	bistaa kaa keerhaa
ਬਿਸਟਾ ਮਾਹਿ ਪਚਾਇ॥੨॥	bistaa maahi pachaa-ay.‖2‖

ਜਿਹੜਾ ਜੀਵ ਟਹਿਣੀਆਂ ਨੂੰ ਚੰਬੜਿਆ ਰਹਿੰਦਾ ਹੈ, ਉਹ ਫਲ ਨਹੀਂ ਪ੍ਰਾਪਤ ਕਰ ਸਕਦਾ । ਇਸ ਤਰ੍ਹਾਂ ਜਿਹੜਾ ਜੀਵ ਧਰਮ ਦੇ ਰੀਤੀ ਰੀਵਾਜਾਂ ਤੀਕ ਹੀ ਆਪਣੇ ਆਪ ਨੂੰ ਰਖਦਾ ਹੈ । ਉਹ ਪ੍ਰਭ ਦੇ ਸ਼ਬਦ ਦੀ ਸੋਝੀ ਨਹੀਂ ਪਾ ਸਕਦੇ । ਉਹ ਅਗਿਆਨਤਾ ਵਿੱਚ ਹੀ ਜੀਵਨ ਬਤੀਤ ਕਰਦਾ, ਜੂੰਨਾਂ ਦੇ ਚੱਕਰ ਵਿੱਚ ਹੀ ਰਹਿੰਦਾ ਹੈ । ਮਨਮੁਖ ਜੀਵ ਨੂੰ ਸੰਸਾਰਕ ਇੱਛਾਂ ਦੀ ਭਟਕਣ ਤੋ ਛੁਟਕਾਰਾ ਨਹੀਂ ਮਿਲਦਾ । ਉਸ ਦੀ ਅਵਸਥਾ, ਜਿਵੇਂ ਰੂੜੀ ਦਾ ਕੀੜਾ, ਰੂੜੀ ਵਿੱਚ ਹੀ ਮਸਤ ਰਹਿੰਦਾ ਹੈ, ਉਸ ਵਿੱਚ ਹੀ ਨਾਸ਼ ਹੋ ਜਾਂਦਾ ਹੈ ।

Whosoever may remain attached to the branches of a tree and abandons the roots of the tree, he may never be rewarded with the fruit of the tree. Same way whosoever considers the religious rituals is the right path of meditation, the purpose of his life, he may never be blessed with the enlightenment of His Word. He wastes his human life uselessly in his ignorance and may remain in the cycle of birth and death. Self-minded may not be able to eliminate the frustration of worldly desires from his day to day life. His state of mind remains like a worm of manure who remains intoxicated in manure and he may be ruined in the manure.

ਗੁਰ ਕੀ ਸੇਵਾ ਸਦਾ ਸੁਖੁ ਪਾਏ॥	gur kee sayvaa sadaa sukh paa-ay.
ਸੰਤਸੰਗਤਿ ਮਿਲਿ ਹਰਿ ਗੁਣ ਗਾਏ॥	santsangat mil har gun gaa-ay.
ਨਾਮੇ ਨਾਮਿ ਕਰੇ ਵੀਚਾਰੁ॥	naamay naam karay veechaar.
ਆਪਿ ਤਰੈ ਕੁਲ ਉਧਰਣਹਾਰੁ॥੩॥	aap tarai kul uDhranhaar. ‖3‖

ਪ੍ਰਭ ਦੇ ਸ਼ਬਦ ਦੀ ਪਾਲਣਾ ਕਰਨ ਨਾਲ ਸਦਾ ਰਹਿਣ ਵਾਲੀ ਸ਼ਾਂਤੀ, ਅਨੰਦ ਬਖਸ਼ਿਸ਼ ਹੁੰਦਾ ਹੈ । ਸੰਤ ਸਰੂਪ ਦੀ ਸੰਗਤ ਵਿੱਚ ਪ੍ਰਭ ਦੇ ਸ਼ਬਦ ਤੇ ਵਿਚਾਰ ਹੁੰਦਾ ਹੈ । ਉਸ ਦੀ ਰਹਿਮਤ ਪਾਉਣ ਦਾ ਰਸਤਾ ਬਖਸ਼ਿਸ਼ ਹੁੰਦਾ ਹੈ । ਜਿਹੜਾ ਆਪਣੇ ਹਰਇੱਕ ਕੰਮ ਨੂੰ ਪ੍ਰਭ ਦੇ ਸ਼ਬਦ ਨਾਲ ਪਰਖਦਾ ਹੈ । ਉਹ ਆਪ ਵੀ ਪ੍ਰਵਾਨਗੀ ਦੇ ਰਸਤੇ ਤੇ ਚਲਦਾ ਹੈ । ਆਪਣੇ ਸਾਥੀਆਂ ਨੂੰ ਵੀ ਇਸ ਰਸਤੇ ਤੇ ਪਾ ਕੇ ਪ੍ਰਵਾਨ ਕਰਾ ਜਾਂਦਾ ਹੈ ।

Whosoever may wholeheartedly obey the teachings of His Word, he may be blessed with peace and pleasure forever. The teachings of His Word may be practiced in the association of His true devotees, the right path of acceptance in His court may be blessed, learned. Whosoever may evaluate his each and every deed with His Word, he remains steady and stable on the right path of meditation. He may inspire his family and companions on the right path of acceptance in His court.

ਗੁਰ ਕੀ ਬਾਣੀ ਨਾਮਿ ਵਜਾਏ॥	gur kee banee naam vajaa-ay.
ਨਾਨਕ ਮਹਲੁ ਸਬਦਿ ਘਰੁ ਪਾਏ॥	naanak mahal sabad ghar paa-ay.
ਗੁਰਮਤਿ ਸਤ ਸਰਿ ਹਰਿ ਜਲਿ ਨਾਇਆ॥	gurmat sat sar har jal naa-i-aa.
ਦੁਰਮਤਿ ਮੈਲੁ ਸਭੁ ਦੁਰਤੁ ਗਵਾਇਆ॥	durmat mail sabh durat gavaa-i-aa.
੪॥੫॥੪੪॥	‖4‖5‖44‖

ਪ੍ਰਭ ਦੀ ਬਾਣੀ ਪੜ੍ਹਨ, ਗਾਉਣ ਨਾਲ ਹੀ ਸ਼ਬਦ ਦੀ ਧੁਨ ਮਨ ਵਿੱਚ ਚਲਦੀ ਪੈਂਦੀ ਹੈ । ਉਸ ਧੁਨ ਵਿੱਚ ਮਸਤ ਹੋਣ ਨਾਲ ਹੀ ਪ੍ਰਭ ਦਾ ਦਰਬਾਰ ਮਨ ਅੰਦਰ ਪ੍ਰਗਟ ਹੋ ਜਾਂਦਾ ਹੈ । ਜੀਵ ਪ੍ਰਭ ਦੇ ਸ਼ਬਦ ਦੀ ਸਿਖਿਆ ਨਾਲ ਜੀਵਨ ਢਾਲਕੇ, ਸ਼ਬਦ ਦੇ ਅੰਮ੍ਰਿਤ ਦੇ ਸਰੋਵਰ, ਤੀਰਥ ਵਿੱਚ ਇਸ਼ਨਾਨ ਕਰੋ । ਉਸ ਨਾਲ ਹੀ ਮਨੋ ਵਿਚੋਂ ਬੁਰੇ ਖਿਆਲ, ਪਾਪਾਂ ਵਾਲੇ ਕੰਮ ਨਾਸ਼ ਹੋ ਜਾਂਦੇ ਹਨ । ਪ੍ਰਭ ਦੀ ਰਹਿਮਤ ਨਾਲ ਪਾਪ ਧੋਤੇ ਜਾਂਦੇ, ਪ੍ਰਵਾਨਗੀ ਦਾ ਰਸਤਾ ਬਖਸ਼ਿਸ਼ ਹੋ ਜਾਂਦਾ ਹੈ ।

By reciting the Holy Scripture and singing the glory of His Word, the everlasting echo of His Word may resonant within his mind. By remaining intoxicated in the everlasting echo of His Word, he may be enlightened with His Holy throne within his own heart. You should understand and adopt the teachings of His Word wholeheartedly in day to day life and dip into the nectar of His Word to be sanctified. His urge to do sinful deeds may be eliminated from his mind forever. With His mercy and grace all his sins may be forgiven and he may be blessed with the right path of acceptance in His court.

47. ਆਸਾ ਮਹਲਾ ੩॥ 362-12

ਮਨਮੁਖ ਮਰਹਿ ਮਰਿ ਮਰਣੁ ਵਿਗਾੜਹਿ॥ manmukh mareh mar maran vigaarheh.
ਦੂਜੈ ਭਾਇ ਆਤਮ ਸੰਘਾਰਹਿ॥ doojai bhaa-ay aatam sanghaareh.
ਮੇਰਾ ਮੇਰਾ ਕਰਿ ਕਰਿ ਵਿਗੂਤਾ॥ mayraa mayraa kar kar vigootaa.
ਆਤਮੁ ਨ ਚੀਨ੍ਹੈ ਭਰਮੈ ਵਿਚਿ ਸੂਤਾ॥੧॥ aatam na cheenHai bharmai vich sootaa.

ਮਨਮੁਖ ਜੀਵ, ਧਰਮ ਦੇ ਰੀਤੀ ਰੀਵਾਜ ਮਗਰ ਲੱਗਕੇ, ਆਪਣੀ ਆਤਮਾ ਨੂੰ ਕਤਲ, ਬਰਬਾਦ ਕਰ ਜਾਂਦਾ, ਮਰ ਜਾਂਦਾ ਹੈ । ਉਹ ਆਪਣਾ ਮਾਨਸ ਜੀਵਨ ਬਿਰਥਾ ਹੀ ਗਵਾ ਜਾਂਦਾ ਹੈ, ਆਪਣੇ ਲਾਲਚ ਵਿੱਚ ਮੇਰਾ ਮੇਰਾ ਕਰਦਾ ਤਬਾਹ ਹੋ ਜਾਂਦਾ ਹੈ । ਉਹ ਆਪਣੀ ਆਤਮਾ ਨੂੰ ਯਾਦ ਨਹੀਂ ਰਖਦੇ! ਉਹ ਸੁਪਨੇ, ਭਰਮਾਂ ਵਿੱਚ ਹੀ ਬੰਧੇ ਰਹਿੰਦੇ ਹਨ ।

Self-minded follows the religious rituals and murders his own soul, subconscious. He wastes his priceless opportunity of human life blessings with his greed. He proclaims everything belongs to him and in his frustration may ruin his life opportunity. He does not remember the true purpose of human life and he remains in the worldly suspicions and dreams.

ਮਰੁ ਮੁਇਆ ਸਬਦੇ ਮਰਿ ਜਾਇ॥ mar mu-i-aa sabday mar jaa-ay.
ਉਸਤਤਿ ਨਿੰਦਾ ਗੁਰਿ ਸਮ ਜਾਣਾਈ, ustat nindaa gur sam jaanaa-ee
ਇਸੁ ਜੁਗ ਮਹਿ ਲਾਹਾ ਹਰਿ ਜਪਿ ਲੈ ਜਾਇ॥ is jug meh laahaa har jap lai jaaay.
੧॥ ਰਹਾਉ॥ ||1|| rahaa-o.

ਜਿਹੜਾ ਸ਼ਬਦ ਦੀ ਪਾਲਣਾ ਕਰਦੇ ਮਰ ਜਾਂਦਾ ਹੈ । ਉਸ ਜੀਵ ਨੂੰ ਇੱਕ ਵਾਰ ਹੀ ਮੌਤ ਆਉਂਦੀ ਹੈ, ਉਸ ਦੀ ਹੀ ਅਸਲੀ ਮਰਨਾ ਹੈ । ਸੰਸਾਰ ਵਿੱਚ ਪ੍ਰਭ ਦੇ ਸ਼ਬਦ ਦੀ ਪਾਲਣਾ ਕਰਨ ਦਾ ਲਾਹਾ ਖੱਟੋ । ਸੰਸਾਰਕ ਜੀਵਾਂ ਦੀ ਕੀਤੀ ਉਸਤਤ, ਨਿੰਦਿਆਂ ਦਾ ਆਪਣੇ ਮਨ ਤੇ ਕੋਈ ਪ੍ਰਭਾਵ ਨਾ ਪਾਵੋ । ਇਹ ਦੋਨੋਂ ਹੀ ਪ੍ਰਭ ਦੇ ਦਰਬਾਰ ਵਿੱਚ ਇੱਕ ਬਰਾਬਰ ਹੀ ਹਨ, ਕੇਵਲ ਸ਼ਬਦ ਦੀ ਕਮਾਈ ਦੀ ਹੀ ਕੀਮਤ ਪੈਂਦੀ ਹੈ ।

Whosoever may die obeying the teachings of His Word in his day to day life, he only dies once and his death is the right way of death. You should meditate and obey the teachings of His Word and earn the wealth of His Word. You should not be bothered or worried about any praise or criticism of worldly creatures and their comments should not make any difference in your state of mind. Both the worldly criticism and praises have no value, significance in His court. Only the earnings of His Word are worthy of His concentration and may be accepted in His court.

ਮਨੁ ਚੰਚਲੁ ਬਹੁ ਚੋਟਾ ਖਾਇ॥ naam vihoon garabh gal jaa-ay.
ਏਥਹੁ ਛੁੜਕਿਆ ਠਉਰ ਨ ਪਾਇ॥ birthaa janam doojai lobhaa-ay.
ਗਰਭ ਜੋਨਿ ਵਿਸਟਾ ਕਾ ਵਾਸੁ॥ naam bihoonee dukh jalai sabaa-ee.
ਤਿਤੁ ਘਰਿ ਮਨਮੁਖੁ ਕਰੇ ਨਿਵਾਸੁ॥੨॥ satgur poorai boojh bujhaa-ee. ||2||

ਜਿਹੜਾ ਸ਼ਬਦ ਨਾਲ ਜੀਵਨ ਬਤੀਤ ਨਹੀਂ ਕਰਦਾ, ਉਸ ਦਾ ਮਾਤਾ ਦੇ ਗਰਭ ਵਿੱਚ ਮਰ ਜਾਣਾ ਹੀ ਚੰਗਾ ਸੀ । ਉਸ ਦਾ ਸੰਸਾਰ ਵਿੱਚ ਜਨਮ ਲੈਣਾ ਬਿਰਥਾ ਹੀ ਹੈ । ਸ਼ਬਦ ਦੀ ਪਾਲਣਾ ਤੋ ਬਿਨਾਂ ਜਨਮ ਲੈਣਾ, ਕੇਵਲ ਜੰਮਣ ਦੀ ਪੀੜ, ਦੁਖ ਹੀ ਸਹਿਣਾ ਹੈ । ਪ੍ਰਭ ਦੇ ਸ਼ਬਦ ਦੀ ਪਾਲਣਾ ਕਰਨ ਤੋ ਹੀ ਇਹ ਸੋਝੀ ਬਖਸ਼ਿਸ਼ ਹੁੰਦੀ ਹੈ ।

Whosoever may not adopt the teachings of His Word, he would have been better of dying in the womb of his mother. His birth has no significant for the purpose of human life. Without adopting the teachings of His Word in day to day life, his soul may only endure the sufferings, misery in the womb of mother. Only by adopting the teachings of His Word, he may be blessed with the enlightenment by The True Master.

ਮਨੁ ਚੰਚਲੁ ਬਹੁ ਚੋਟਾ ਖਾਇ॥ man chanchal baho chotaa khaa-ay.
ਏਥਹੁ ਛੁੜਕਿਆ ਠਉਰ ਨ ਪਾਇ॥ aythahu chhurhki-aa tha-ur na paa-ay.
ਗਰਭ ਜੋਨਿ ਵਿਸਟਾ ਕਾ ਵਾਸੁ॥ garabh jon vistaa kaa vaas.
ਤਿਤੁ ਘਰਿ ਮਨਮੁਖੁ ਕਰੇ ਨਿਵਾਸੁ॥੩॥ tit ghar manmukh karay nivaas. ||3||

ਲਾਲਚੀ ਮਨ ਇਸ ਤਰ੍ਹਾਂ ਜੂੰਨਾਂ ਵਿੱਚ ਭਉਦਾ ਫਿਰਦਾ ਹੈ । ਇਹ ਮਾਨਸ ਜਨਮ ਦਾ ਮੌਕਾ ਬਾਰ ਬਾਰ ਬਖਸ਼ਿਸ਼ ਨਹੀਂ ਹੁੰਦਾ । ਸ਼ਾਂਤੀ, ਸੰਤੋਖ ਨਹੀਂ ਮਿਲਦਾ, ਜੂੰਨਾਂ ਦੇ ਚੱਕਰ ਵਿੱਚ ਪੈਣਾ, ਗੰਦਗੀ ਵਿੱਚ ਹੀ ਰਹਿਣਾ ਹੈ । ਮਨਮੁਖ ਜੀਵ ਦਾ ਜੀਵਨ ਇਸ ਤਰ੍ਹਾਂ ਦਾ ਹੀ ਹੁੰਦਾ ਹੈ ।

The greedy mind may not be able to focus on one path of meditation, he may wander in the cycle of birth and death. Once the opportunity of human life may be wasted or exhausted, human life may not be blessed over and over again. He may not be blessed with peace and contentment, he remains in his cycle of birth and death, in the blemish of greed. Self-minded remains in miseries in worldly life.

ਅਪੁਨੇ ਸਤਿਗੁਰ ਕਉ ਸਦਾ ਬਲਿ ਜਾਈ॥ apunay satgur ka-o sadaa bal jaa-ee.
ਗੁਰਮੁਖਿ ਜੋਤੀ ਜੋਤਿ ਮਿਲਾਈ॥ gurmukh jotee jot milaa-ee.
ਨਿਰਮਲ ਬਾਣੀ ਨਿਜ ਘਰਿ ਵਾਸਾ॥ nirmal banee nij ghar vaasaa.
ਨਾਨਕ ਹਉਮੈ ਮਾਰੇ ਸਦਾ ਉਦਾਸਾ॥ naanak ha-umai maaray sadaa udaasaa.
੪॥੬॥੪੫॥ ||4||6||45||

ਪ੍ਰਭ ਤੋ ਸਦਾ ਕੁਰਬਾਨ ਜਾਵੋ । ਜਿਹੜੇ ਗੁਰਮਖ ਜੀਵ ਦੀ ਆਤਮਾ ਨੂੰ ਆਪਣੀ ਜੋਤ ਵਿੱਚ ਅਲੋਪ ਕਰ ਲੈਂਦਾ ਹੈ । ਉਹ ਸ਼ਬਦ ਨਾਲ ਜੀਵਨ ਬਤੀਤ ਕਰਦਾ ਹੈ, ਪ੍ਰਭ ਦਾ ਦਰਬਾਰ ਆਪਣੇ ਅੰਦਰ ਹੀ ਜਾਗਰਤ ਕਰ ਲੈਂਦਾ ਹੈ । ਉਹ ਆਪਣੇ ਤਨ ਵਿੱਚ ਵਸਦਾ ਸਦਾ ਹੀ ਅਹੰਕਾਰ ਤੋ ਰਹਿਤ, ਸੰਸਾਰਕ ਇੱਛਾਂ ਤੋ ਰਹਿਤ ਰਹਿੰਦਾ ਹੈ ।

I am fascinated from the greatness and nature of The True Master! With His mercy and grace, whose soul may be immersed into the Holy Spirit, he may adopt the teachings of His Word in his day to day life. His throne may be enlightened within and he remains awake and alert all time. He may remain intoxicated with the teachings of His Word and may conquer his ego and subdues his worldly desires from within.

48. ਆਸਾ ਮਹਲਾ ੩॥ 362-19

ਲਾਲੈ ਆਪਣੀ ਜਾਤਿ ਗਵਾਈ॥ laalai aapnee jaat gavaa-ee.
ਤਨੁ ਮਨੁ ਅਰਪੇ ਸਤਿਗੁਰ ਸਰਣਾਈ॥ tan man arpay satgur sarnaa-ee.
ਹਿਰਦੈ ਨਾਮੁ ਵਡੀ ਵਡਿਆਈ॥ hirdai naam vadee vadi-aa-ee.
ਸਦਾ ਪ੍ਰੀਤਮੁ ਪ੍ਰਭੁ ਹੋਇ ਸਖਾਈ॥੧॥ sadaa pareetam parabh ho-ay sakhaa-ee. 1

ਜਿਹੜਾ ਆਪਣੇ ਮਨ ਵਿਚੋਂ ਹੈਸੀਅਤ ਦਾ ਅਹੰਕਾਰ ਖਤਮ ਕਰਦਾ ਹੈ । ਕੇਵਲ ਉਹ ਹੀ ਪ੍ਰਭ ਦਾ ਅਸਲੀ ਦਾਸ ਬਣਦਾ ਹੈ । ਉਹ ਆਪਣਾ ਮਨ ਤਨ ਪ੍ਰਭ ਦੇ ਸ਼ਬਦ ਦੀ ਪਾਲਣਾ ਵਿੱਚ ਹੀ ਲਾਉਂਦਾ ਹੈ । ਉਸ ਦੇ ਮਨ ਵਿੱਚ ਪ੍ਰਭ ਦੇ ਸ਼ਬਦ ਦੀ ਕਮਾਈ ਕਰਨਾ ਹੀ ਸਭ ਤੋ ਉਤਮ ਕੰਮ ਹੁੰਦਾ ਹੈ । ਪ੍ਰਭ ਦੀ ਰਹਿਮਤ ਸਦਾ ਹੀ ਉਸ ਦੇ ਨਾਲ ਰਹਿੰਦੀ ਹੈ ।

Whosoever may conquer his own mind and may surrender his ego and the pride of his worldly status; only he may become worthy of His consideration. He may be blessed with the state of mind as His true devotee. He may concentrate and remain intoxicated obeying the teachings of His Word with the steady and stable belief in his day to day life. Obeying and earning the wealth of His Word, he may become superb. Obeying His Word may become the only chore of his human life blessings. He may remain in His sanctuary forever.

ਸੋ ਲਾਲਾ ਜੀਵਤੁ ਮਰੈ॥	so laalaa jeevat marai.
ਸੋਗੁ ਹਰਖੁ ਦੁਇ ਸਮ ਕਰਿ ਜਾਣੈ,	sog harakh du-ay sam kar jaanai
ਗੁਰ ਪਰਸਾਦੀ ਸਬਦਿ ਉਧਰੈ॥੧॥ ਰਹਾਉ॥	gur parsaadee sabad uDhrai. ||1|| rahaa-o.

ਜੀਵ ਆਪਣੇ ਕਿਸੇ ਗੁਣ ਦਾ ਮਾਣ ਨਾ ਕਰੋ! ਜਿਹੜਾ ਨਿਮਾਣਾ ਬਣਕੇ ਜੀਵਨ ਬਤੀਤ ਕਰਦਾ ਹੈ, ਕੇਵਲ ਉਹ ਹੀ ਪ੍ਰਭ ਦਾ ਅਸਲੀ ਦਾਸ ਬਣ ਸਕਦਾ ਹੈ । ਉਹ ਸੰਸਾਰਕ ਦੁਖ ਸੁਖ ਨੂੰ ਇਕ ਸਮਾਨ ਹੀ ਪ੍ਰਭ ਦੀ ਬਖਸ਼ਿਸ਼ ਸਮਝਕੇ ਕਬੂਲ ਕਰੇ । ਉਸ ਤੇ ਸੋਗ ਨਾ ਕਰੇ, ਉਹ ਪ੍ਰਭ ਦੀ ਰਹਿਮਤ ਨਾਲ ਪ੍ਰਭ ਦੇ ਦਰਬਾਰ ਵਿੱਚ ਪ੍ਰਵਾਨ ਹੋ ਜਾਂਦਾ ਹੈ ।

You should not boast about any of your good virtue, deed for the mankind. Whosoever spends his day to day life humbly, modestly only he may become worthy of His consideration and may become His true devotee. You should accept the happiness and miseries of worldly life same be as His blessings. Whosoever may not grieve with any misery in human life, he may be blessed with the right path of acceptance in His court.

ਕਰਣੀ ਕਾਰ ਧੁਰਹੁ ਫੁਰਮਾਈ॥	karnee kaar Dharahu furmaa-ee.
ਬਿਨੁ ਸਬਦੈ ਕੋ ਥਾਇ ਨ ਪਾਈ॥	bin sabdai ko thaa-ay na paa-ee.
ਕਰਣੀ ਕੀਰਤਿ ਨਾਮੁ ਵਸਾਈ॥	karnee keerat naam vasaa-ee.
ਆਪੇ ਦੇਵੈ ਢਿਲ ਨ ਪਾਈ॥੨॥	aapay dayvai dhil na paa-ee. ||2||

ਉਹ ਜੀਵ ਪ੍ਰਭ ਦੇ ਸ਼ਬਦ ਨਾਲ ਹੀ ਧੰਦੇ ਕਰਦਾ ਹੈ । ਪ੍ਰਭ ਦੇ ਸ਼ਬਦ ਦੀ ਪਾਲਣਾ ਤੋਂ ਬਿਨਾਂ ਹੋਰ ਕੋਈ ਧੰਦਾ ਦਰਬਾਰ ਵਿੱਚ ਪ੍ਰਵਾਨ ਨਹੀਂ ਹੁੰਦਾ । ਪ੍ਰਭ ਦੇ ਸ਼ਬਦ ਦੀ ਕਮਾਈ ਕਰਨ ਨਾਲ ਪ੍ਰਭ ਦਾ ਸ਼ਬਦ ਮਨ ਵਿੱਚ ਘਰ ਕਰ ਜਾਂਦਾ ਹੈ । ਪ੍ਰਭ ਕਿਸੇ ਦੀ ਕਮਾਈ ਦਾ ਫਲ ਦੇਣ ਵਿੱਚ ਕਦੇ ਢਿੱਲ ਨਹੀਂ ਕਰਦਾ, ਦੇਰੀ ਨਹੀਂ ਕਰਦਾ ।

His true devotee performs all his worldly chores with the teachings of His Word. Without obeying His Word, no other meditation may be accepted in His court. By adopting His Word in day to day life, he may remain drenched with the teachings of His Word. The True Master never hesitates rewarding the earnings of His Word.

ਮਨਮੁਖਿ ਭਰਮਿ ਭੁਲੈ ਸੰਸਾਰੁ॥	manmukh bharam bhulai sansaar.
ਬਿਨੁ ਰਾਸੀ ਕੂੜਾ ਕਰੇ ਵਾਪਾਰੁ॥	bin raasee koorhaa karay vaapaar.
ਵਿਣੁ ਰਾਸੀ ਵਖਰੁ ਪਲੈ ਨ ਪਾਇ॥	vin raasee vakhar palai na paa-ay.
ਮਨਮੁਖਿ ਭੁਲਾ ਜਨਮੁ ਗਵਾਇ॥੩॥	manmukh bhulaa janam gavaa-ay. ||3||

ਮਨਮੁਖ ਜੀਵ ਭਰਮਾਂ ਵਿੱਚ ਸੰਸਾਰਕ ਧੰਦੇ ਕਰਦਾ ਰਹਿੰਦਾ ਹੈ । ਉਹ ਸ਼ਬਦ ਦੀ ਕਮਾਈ ਤੋਂ ਬਿਨਾਂ, ਬੁਰੇ ਖਿਆਲਾਂ ਵਾਲੇ ਕੰਮ ਹੀ ਕਰਦਾ ਰਹਿੰਦਾ ਹੈ । ਘਾਟੇ ਵਾਲਾ ਹੀ ਵਪਾਰ ਕਰਦਾ ਰਹਿੰਦਾ ਹੈ । ਸ਼ਬਦ ਦੀ ਪਾਲਣਾ ਤੋਂ ਬਿਨਾਂ ਉਸ ਕੋਲ ਮੌਤ ਤੋਂ ਪਿਛੋਂ ਸਾਥ ਲੈ ਜਾਣਵਾਲਾ ਕੋਈ ਧਨ ਨਹੀਂ ਹੁੰਦਾ । ਉਹ ਗਲਤ ਰਸਤੇ ਤੇ ਚਲਦਾ ਹੋਇਆ, ਮਾਨਸ ਜਨਮ ਬਿਰਥਾ ਹੀ ਗਵਾ ਜਾਂਦਾ ਹੈ ।

Self-minded performs all his worldly chores in the worldly suspicions. Without adopting and earnings the wealth of His Word, he remains intoxicated with evil thoughts and desire to do sinful deeds. All his chores in his worldly life may render him loss in his human life journey. Without the earnings of His Word, he may not have any true assets after his death to support him in His court. By adopting wrong and evil path in life, he may waste his human life journey uselessly.

ਸਤਿਗੁਰੁ ਸੇਵੇ ਸੁ ਲਾਲਾ ਹੋਇ॥	satgur sayvay so laalaa ho-ay.
ਊਤਮ ਜਾਤੀ ਊਤਮੁ ਸੋਇ॥	ootam jaatee ootam so-ay.
ਗੁਰ ਪਉੜੀ ਸਭ ਦੂ ਊਚਾ ਹੋਇ॥	gur pa-orhee sabh doo oochaa ho-ay.
ਨਾਨਕ ਨਾਮਿ ਵਡਾਈ ਹੋਇ॥੪॥੭॥੪੬॥	naanak naam vadaa-ee ho-ay. ‖4‖7‖46

ਜਿਹੜਾ ਸ਼ਬਦ ਨਾਲ ਜੀਵਨ ਬਤੀਤ ਕਰਦਾ ਹੈ, ਉਹ ਹੀ ਪ੍ਰਭ ਦਾ ਅਸਲੀ ਸੇਵਕ ਬਣ ਜਾਂਦਾ ਹੈ । ਉਸ ਦੀ ਹੈਸੀਅਤ ਵੀ ਉਤਮ ਹੋ ਜਾਂਦੀ ਹੈ । ਪ੍ਰਭ ਦੇ ਦਰਬਾਰ ਵਿੱਚ ਵਿਸ਼ੇਸ਼ ਥਾਂ ਬਖਸ਼ਿਸ਼ ਹੋ ਸਕਦੀ ਹੈ । ਪ੍ਰਭ ਆਪ ਰਹਿਮਤ ਬਖਸ਼ਕੇ ਸ਼ਬਦ ਦੀ ਪੌੜੀ ਤੇ ਅਡੋਲ ਰਖਦਾ ਹੈ । ਪ੍ਰਭ ਦੇ ਸ਼ਬਦ ਦੀ ਪਾਲਣਾ ਕਰੋ । ਸ਼ਬਦ ਦੀ ਪਾਲਣਾ ਕਰਨ ਨਾਲ ਹੀ ਵਡਿਆਈ, ਦਰਬਾਰ ਵਿੱਚ ਪ੍ਰਵਾਨਗੀ ਬਖਸ਼ਿਸ਼ ਹੁੰਦੀ ਹੈ ।

Whosoever may adopt the teachings of His Word wholeheartedly in his day to day life, he may become His true devotee. His state of mind and status becomes supreme. He may be blessed with unique honor and place in His castle. With His mercy and grace, he remains steady and stable on the right path of salvation. You should adopt the teachings of His Word in your day to day life. Only by adopting the teachings of His Word in day to day life, he may be blessed with greatness and acceptance in His court.

49. ਆਸਾ ਮਹਲਾ ੩॥ 363-6

ਮਨਮੁਖਿ ਝੂਠੋ ਝੂਠੁ ਕਮਾਵੈ॥	manmukh jhootho jhooth kamaavai.
ਖਸਮੈ ਕਾ ਮਹਲੁ ਕਦੇ ਨ ਪਾਵੈ॥	khasmai kaa mahal kaday na paavai.
ਦੂਜੈ ਲਗੀ ਭਰਮਿ ਭੁਲਾਵੈ॥	doojai lagee bharam bhulaavai.
ਮਮਤਾ ਬਾਧਾ ਆਵੈ ਜਾਵੈ॥੧॥	mamtaa baaDhaa aavai jaavai. ‖1‖

ਮਨਮੁਖ ਜੀਵ ਥੋੜ੍ਹਾ ਸਮਾਂ ਰਹਿਣ ਵਾਲੀ ਹੀ ਕਮਾਈ ਕਰਦਾ ਹੈ । ਉਸ ਨੂੰ ਪ੍ਰਭ ਦੇ ਦਰਬਾਰ ਵਿੱਚ ਕਦੇ ਸੱਦਾ ਨਹੀਂ ਮਿਲਦਾ । ਸੰਸਾਰਕ ਧਰਮਾਂ ਦੇ ਪਿਛੇ ਲੱਗਾ ਉਹ ਭਰਮਾਂ ਵਿੱਚ ਹੀ ਫਸਿਆ ਰਹਿੰਦਾ ਹੈ । ਉਹ ਸੰਸਾਰਕ ਮਾਇਆ ਦੇ ਪਿਛੇ ਹੀ ਭਟਕਦਾ ਰਹਿੰਦਾ ਹੈ । ਇਸ ਨਾਲ ਜੂੰਨਾਂ ਦੇ ਚੱਕਰ ਵਿੱਚ ਹੀ ਰਹਿੰਦਾ ਹੈ ।

Self-minded only performs the worldly deeds that may enable him with worldly comfort for a short period of time. He may never be invited in the court of The Holy Master for evaluation of his deeds. He remains in worldly suspicions and in worldly religious rituals. He remains in frustrations of worldly desires, wealth. He remains in the cycle of birth and death.

ਦੋਹਾਗਣੀ ਕਾ ਮਨ ਦੇਖੁ ਸੀਗਾਰੁ॥	duhaaganee kaa man daykh seegaar.
ਪੁਤ੍ਰ ਕਲਤਿ ਧਨਿ ਮਾਇਆ ਚਿਤੁ ਲਾਏ,	putar kalat Dhan maa-i-aa chit laa-ay
ਝੂਠੁ ਮੋਹੁ ਪਾਖੰਡ ਵਿਕਾਰੁ॥ ਰਹਾਉ॥	jhooth moh pakhand vikaar. rahaa-o. 1

ਪ੍ਰਭ ਦੇ ਦਰ ਤੋਂ ਨਿਕਾਲੇ ਹੋਏ ਦੀ ਹਾਲਤ ਦੇਖੋ, ਜੀਵਨ ਦਾ ਢੰਗ ਦੇਖ । ਉਸ ਦਾ ਜੀਵਨ ਸੰਸਾਰਕ ਪਰਿਵਾਰ, ਮਾਇਆ ਨਾਲ ਮੋਹ, ਲਾਲਚ ਫਰੇਬ ਵਾਲਾ ਹੀ ਹੁੰਦਾ ਹੈ ।

Whosoever may be banned from His court, his way of life may worthy of learning a unique lesson. He may remain attachment to worldly family, attachment to worldly wealth and life of greed and falsehood.

ਸਦਾ ਸੋਹਾਗਣਿ ਜੋ ਪ੍ਰਭ ਭਾਵੈ॥	sadaa sohagan jo parabh bhaavai.
ਗੁਰ ਸਬਦੀ ਸੀਗਾਰੁ ਬਣਾਵੈ॥	gur sabdee seegaar banaavai.
ਸੇਜ ਸੁਖਾਲੀ ਅਨਦਿਨੁ ਹਰਿ ਰਾਵੈ॥	sayj sukhaalee an-din har raavai.
ਮਿਲਿ ਪ੍ਰੀਤਮ ਸਦਾ ਸੁਖੁ ਪਾਵੈ॥੨॥	mil pareetam sadaa sukh paavai. ‖2‖

ਜਿਸ ਤੇ ਪ੍ਰਭ ਦੀ ਰਹਿਮਤ ਬਖਸ਼ਿਸ਼ ਹੋ ਜਾਂਦੀ ਹੈ, ਉਹ ਸਦਾ ਹੀ ਅਨੰਦ ਵਿੱਚ ਰਹਿੰਦਾ ਹੈ । ਉਹ ਆਪਣੇ ਤਨ ਮਨ ਨੂੰ ਪ੍ਰਭ ਦੇ ਸ਼ਬਦ ਨਾਲ ਹੀ ਸੰਵਾਰਦਾ, ਸ਼ਿੰਗਾਰਦਾ ਹੈ, ਸ਼ਬਦ ਨਾਲ ਜੀਵਨ ਢਾਲਦਾ, ਬਤੀਤ ਕਰਦਾ, ਅਨੰਦ ਮਾਨਦਾ, ਸਦਾ ਰਹਿਣ ਵਾਲੇ ਖੇੜਾ ਵਿੱਚ ਰਹਿੰਦਾ ਹੈ ।

Whosoever may be blessed with His mercy and grace, he may always remain in pleasure and blossom in his life. He may amend and enhances his body and mind with the teachings of His Word. He may adopt the teachings of His Word and the remains contented and in blossom forever.

ਸਾ ਸੋਹਾਗਣਿ ਸਾਚੀ ਜਿਸੁ ਸਾਚਿ ਪਿਆਰੁ॥ saa sohagan saachee Jis saach pi-aar.
ਆਪਣਾ ਪਿਰੁ ਰਾਖੈ ਸਦਾ ਉਰ ਧਾਰਿ॥ apnaa pir raakhai sadaa ur Dhaar.
ਨੇੜੈ ਵੇਖੈ ਸਦਾ ਹਦੂਰਿ॥ nayrhai vaykhai sadaa hadoor.
ਮੇਰਾ ਪ੍ਰਭੁ ਸਰਬ ਰਹਿਆ ਭਰਪੂਰਿ॥੩॥ mayraa parabh sarab rahi-a bharpoor.

ਜਿਹੜਾ ਸ਼ਬਦ ਨਾਲ ਜੀਵਨ ਢਾਲਦਾ ਹੈ । ਉਹ ਹੀ ਸਦਾ ਰਹਿਣ ਵਾਲਾ ਅਨੰਦ ਮਾਨਦਾ ਹੈ । ਉਹ ਪ੍ਰਭ ਦੇ ਸ਼ਬਦ ਨੂੰ ਆਪਣੇ ਮਨ ਵਿੱਚ ਵਸਾਉਂਦਾ ਹੈ । ਉਸ ਨੂੰ ਪ੍ਰਭ ਹਰ ਵੇਲੇ ਨੇੜੇ, ਆਪਣੇ ਸਾਹਮਣੇ, ਰਹਿਮਤਾਂ ਦੀ ਵਰਖਾ ਕਰਦਾ ਨਜ਼ਰ ਆਉਂਦਾ ਹੈ ।

Whosoever may adopt the teachings of His Word in his day to day life, he may be blessed with a pleasure and blossom forever. He may remain drenched with the teachings of His Word. He may realize The True Master prevails in front and always blessings His creation with virtues.

ਆਗੈ ਜਾਤਿ ਰੂਪੁ ਨ ਜਾਇ॥ aagai jaat roop na jaa-ay.
ਤੇਹਾ ਹੋਵੈ ਜੇਹੇ ਕਰਮ ਕਮਾਇ॥ tayhaa hovai jayhay karam kamaa-ay.
ਸਬਦੇ ਊਚੋ ਊਚਾ ਹੋਇ॥ sabday oocho oochaa ho-ay.
ਨਾਨਕ ਸਾਚਿ ਸਮਾਵੈ ਸੋਇ॥੪॥ naanak saach samaavai so-ay.
੮॥੪੭॥ ||4||8||47||

ਜੀਵ ਦੇ ਤਨ ਦੀ ਸੁੰਦਰਤਾ, ਸੰਸਾਰਕ ਹੈਸੀਅਤ ਮੌਤ ਪਿਛੋਂ ਸਾਥ ਨਹੀਂ ਜਾਂਦੀ । ਜੀਵ ਦੇ ਕੀਤੇ ਕੰਮ ਹੀ ਮੌਤ ਪਿਛੋਂ ਉਸ ਦੀ ਹੈਸੀਅਤ ਬਣ ਜਾਂਦੇ ਹਨ । ਪ੍ਰਭ ਦੇ ਸ਼ਬਦ ਦੀ ਕਮਾਈ ਕਰਨ ਨਾਲ ਕੋਈ ਵੀ ਜੀਵ ਉੱਚੇ ਤੋ ਉੱਚਾ ਹੋ ਜਾਂਦਾ ਹੈ । ਉਹ ਪ੍ਰਭ ਦੇ ਸ਼ਬਦ ਦਾ ਸਿਮਰਨ ਕਰਦਾ, ਪ੍ਰਭ ਦੀ ਜੋਤ ਵਿੱਚ ਹੀ ਲੀਨ ਰਹਿੰਦਾ ਹੈ ।

The beauty, grace of body and his worldly status, identity does not accompany him after his death. After death all his worldly deeds becomes the status of his soul. By earning the wealth of His Word, any human may become the greatest and with high status in His court. While wholeheartedly meditating on the teachings of His Word, he remains absorbed in the void of His Word, Holy Spirit.

50. ਆਸਾ ਮਹਲਾ ੩॥ 363-13

ਭਗਤਿ ਰਤਾ ਜਨੁ ਸਹਜਿ ਸੁਭਾਇ॥ bhagat rataa jan sahj subhaa-ay.
ਗੁਰ ਕੈ ਭੈ ਸਾਚੈ ਸਾਚਿ ਸਮਾਇ॥ gur kai bhai saachai saach samaa-ay.
ਬਿਨੁ ਗੁਰ ਪੂਰੇ ਭਗਤਿ ਨ ਹੋਇ॥ bin gur pooray bhagat na ho-ay.
ਮਨਮੁਖ ਰੁੰਨੇ ਅਪਨੀ ਪਤਿ ਖੋਇ॥੧॥ manmukh runnay apnee pat kho-ay. ||1||

ਪ੍ਰਭ ਦੇ ਸ਼ਬਦ ਦੀ ਬੰਦਗੀ ਕਰਨ ਵਾਲਾ, ਨਿਮ੍ਰਤਾ ਨਾਲ ਸ਼ਬਦ ਵਿੱਚ ਹੀ ਲੀਨ ਰਹਿੰਦਾ ਹੈ । ਉਹ ਪ੍ਰਭ ਦੇ ਵਿਛੋੜੇ ਦੇ ਵਿਰਾਗ ਵਿੱਚ ਹੀ ਸ਼ਬਦ ਦੀ ਸਮਾਧੀ ਵਿੱਚ ਮਸਤ ਹੋ ਜਾਂਦਾ ਹੈ । ਪ੍ਰਭ ਦੀ ਰਹਿਮਤ ਤੋਂ ਬਿਨਾਂ ਸ਼ਬਦ ਵਿੱਚ ਲਗਨ ਨਹੀਂ ਲਗਦੀ । ਮਨਮੁਖ ਜੀਵ ਆਪਣਾ ਇਤਬਾਰ ਗਵਾ ਲੈਂਦਾ ਹੈ । ਉਹ ਸੰਸਾਰਕ ਇੱਛਾਂ ਦੀਆਂ ਭਟਕਣਾਂ ਵਿੱਚ ਹੀ ਰਹਿੰਦਾ ਹੈ ।

Whosoever may meditate on the teachings of His Word, he remains humble and intoxicated with the teachings of His Word in the void of His

Word. With the renunciation in the memory of his separation from The True Master, he remains intoxicated in the void of His Word. Without His mercy and grace, no one may remain steady and stable in meditating on the teachings of His Word. Self-minded may lose his honor and trust, he remains in the frustration of worldly desires.

ਮੇਰੇ ਮਨ ਹਰਿ ਜਪਿ ਸਦਾ ਧਿਆਇ॥	mayray man har jap sadaa Dhi-aa-ay.
ਸਦਾ ਅਨੰਦੁ ਹੋਵੈ ਦਿਨੁ ਰਾਤੀ,	sadaa anand hovai din raatee
ਜੋ ਇਛੈ ਸੋਈ ਫਲੁ ਪਾਇ॥੧॥ ਰਹਾਉ॥	jo ichhai so-ee fal paa-ay.||1||rahaa-o.

ਜੀਵ ਸਦਾ ਹੀ ਪ੍ਰਭ ਦੇ ਸ਼ਬਦ ਤੇ ਭਰੋਸਾ ਅਡੋਲ ਰਖਕੇ ਸਿਮਰਨ ਕਰੋ । ਦਿਨ ਰਾਤ ਸ਼ਬਦ ਵਿੱਚ ਮਸਤ ਹੋਣ ਨਾਲ ਮਨ ਵਿੱਚ ਸਦਾ ਰਹਿਣ ਵਾਲਾ ਖੇੜਾ ਬਖਸ਼ਿਸ਼ ਹੋ ਜਾਂਦਾ ਹੈ । ਮਨ ਦੀਆਂ ਅੰਨਬੋਲੀਆਂ ਇੱਛਾਂ ਪੂਰੀਆਂ ਹੋ ਜਾਂਦੀਆਂ ਹਨ ।

You should always mediate with a steady and stable belief on the teachings of His Word. By remaining intoxicated day and night in the teachings of His Word, he may be blessed with a blossom forever. All his spoken and unspoken desires of mind may be satisfied by The Omniscient True Master.

ਗੁਰ ਪੂਰੇ ਤੇ ਪੂਰਾ ਪਾਏ॥	gur pooray tay pooraa paa-ay.
ਹਿਰਦੈ ਸਬਦੁ ਸਚੁ ਨਾਮੁ ਵਸਾਇ॥	hirdai sabad sach naam vasaa-ay.
ਅੰਤਰੁ ਨਿਰਮਲੁ ਅੰਮ੍ਰਿਤ ਸਰਿ ਨਾਏ॥	antar nirmal amrit sar naa-ay.
ਸਦਾ ਸੂਚੇ ਸਾਚਿ ਸਮਾਏ॥੨॥	sadaa soochay saach samaa-ay. ||2||

ਪ੍ਰਭ ਦੇ ਪੂਰਨ ਸ਼ਬਦ ਨਾਲ ਹੀ ਪ੍ਰਭ ਦੀ ਰਹਿਮਤ ਪਾਈ ਜਾ ਸਕਦੀ ਹੈ । ਉਸ ਦਾ ਸ਼ਬਦ ਮਨ ਵਿੱਚ ਘਰ ਕਰ ਜਾਂਦਾ ਹੈ । ਜਿਹੜਾ ਜੀਵ ਪ੍ਰਭ ਦੇ ਸ਼ਬਦ ਰੂਪੀ ਅੰਮ੍ਰਿਤ ਵਿੱਚ ਇਸ਼ਨਾਨ ਕਰਦਾ ਹੈ । ਉਸ ਦਾ ਮਨ ਅੰਦਰੋਂ ਨਿਰਮਲ ਹੋ ਜਾਂਦਾ ਹੈ । ਉਹ ਪ੍ਰਭ ਦੀ ਸ਼ਰਣ ਵਿੱਚ ਪ੍ਰਵਾਨ ਹੋ ਜਾਂਦਾ ਹੈ । ਉਹ ਸ਼ਬਦ ਦੇ ਸਿਮਰਨ ਵਿੱਚ ਹੀ ਲੀਨ ਰਹਿੰਦਾ ਹੈ ।

Only by adopting the teachings of His Holy Word, his soul may be blessed with His mercy and grace. He may remain drenched with the teachings of His Word. Whosoever may take a sanctifying bath in the Holy pond of nectar of His Word, his soul may become blemish free and sanctified from inside. He may remain on the right path of acceptance and intoxicated in the void of His Word.

ਹਰਿ ਪ੍ਰਭੁ ਵੇਖੈ ਸਦਾ ਹਜੂਰਿ॥	har parabh vaykhai sadaa hajoor.
ਗੁਰ ਪਰਸਾਦਿ ਰਹਿਆ ਭਰਪੂਰਿ॥	gur parsaad rahi-aa bharpoor.
ਜਹਾ ਜਾਉ ਤਹ ਵੇਖਾ ਸੋਇ॥	jahaa jaa-o tah vaykhaa so-ay.
ਗੁਰ ਬਿਨੁ ਦਾਤਾ ਅਵਰੁ ਨ ਕੋਇ॥੩॥	gur bin daataa avar na ko-ay. ||3||

ਉਹ ਜੀਵ ਪ੍ਰਭ ਨੂੰ ਸਦਾ ਹੀ ਹਾਜ਼ਰਾ ਹਜ਼ੂਰ ਮਹਿਸੂਸ ਕਰਦਾ ਹੈ । ਉਹ ਪ੍ਰਭ ਨੂੰ ਹਰਇੱਕ ਜੀਵ ਵਿੱਚ ਹਰਇੱਕ ਥਾਂ ਤੇ ਵਸਦਾ, ਵਾਪਰਦਾ ਮਹਿਸੂਸ ਕਰਦਾ ਹੈ । ਉਹ ਜਿਥੇ ਵੀ ਜਾਂਦਾ, ਪ੍ਰਭ ਨੂੰ ਮੌਜੂਦ ਦੇਖਦਾ ਹੈ, ਉਸ ਨੂੰ ਕਿਸੇ ਕੰਮ ਵਿੱਚ, ਕਿਸੇ ਥਾਂ ਤੇ ਪ੍ਰਭ ਤੋਂ ਬਿਨਾਂ ਹੋਰ ਕੁਝ ਨਜ਼ਰ ਨਹੀਂ ਆਉਂਦਾ ।

He always realizes the existence of The Omnipresent True Master, everywhere. He realizes the existence of Him in each and every soul. He may realize, experience The True Master prevailing in each and every heart of His creature and everywhere in the universe. Wherever he may go, he always visualizes The True Master present everywhere. He only witnesses The True Master prevailing in each and every action and nothing else exist.

ਗੁਰੁ ਸਾਗਰੁ ਪੂਰਾ ਭੰਡਾਰ॥	gur saagar pooraa bhandaar.
ਊਤਮ ਰਤਨ ਜਵਾਹਰ ਅਪਾਰ॥	ootam ratan javaahar apaar.
ਗੁਰ ਪਰਸਾਦੀ ਦੇਵਣਹਾਰੁ॥	gur parsaadee dayvanhaar.
ਨਾਨਕ ਬਖਸੇ ਬਖਸਣਹਾਰੁ॥੪॥੪੮॥	naanak bakhsay bakhsanhaar. ||4||9||48||

ਪ੍ਰਭ ਦਾ ਸ਼ਬਦ ਹੀ ਪੂਰਨ ਗਿਆਨ ਦਾ ਖਜ਼ਾਨਾ ਹੈ, ਅਮੋਲਕ ਰਤਨ, ਜਵਾਹਰ ਨਾਲ ਭਰਪੂਰ ਹੈ । ਪ੍ਰਭ ਆਪਣੀ ਰਹਿਮਤ ਨਾਲ ਆਪ ਹੀ ਦਾਤਾਂ ਬਖਸ਼ਦਾ ਹੈ । ਪ੍ਰਭ ਆਪ ਹੀ ਜੀਵਾਂ ਦੀਆਂ ਭੁਲਾਂ ਨੂੰ ਬਖਸ਼ਣਹਾਰਾ ਹੈ ਅਤੇ ਆਪ ਹੀ ਬਖਸ਼ਦਾ ਹੈ ।

Only the teachings of His Word are a treasure of unlimited precious jewels and overwhelmed with virtues. With His mercy and grace, The True Master may forgive the sins of His creation and guides His creature on the right path of salvation.

51. ਆਸਾ ਮਹਲਾ ੩॥ 363-19

ਗੁਰੁ ਸਾਇਰੁ ਸਤਿਗੁਰੁ ਸਚੁ ਸੋਇ॥	gur saa-ir satgur sach so-ay.
ਪੂਰੈ ਭਾਗਿ ਗੁਰ ਸੇਵਾ ਹੋਇ॥	poorai bhaag gur sayvaa ho-ay.
ਸੋ ਬੂਝੈ ਜਿਸੁ ਆਪਿ ਬੁਝਾਏ॥	so boojhai Jis aap bujhaa-ay.
ਗੁਰ ਪਰਸਾਦੀ ਸੇਵ ਕਰਾਏ॥੧॥	gur parsaadee sayv karaa-ay. ||1||

ਪ੍ਰਭ ਆਪ ਹੀ ਸ਼ਬਦ ਦਾ, ਸ਼ਬਦ ਦੀ ਸੋਝੀ ਦਾ ਸਾਗਰ, ਭੰਡਾਰੀ ਹੈ । ਵੱਡੇ ਭਾਗਾਂ ਵਾਲੇ ਦੀ ਹੀ ਲਗਨ ਪ੍ਰਭ ਦੇ ਸ਼ਬਦ ਵਿੱਚ ਲਗਦੀ ਹੈ । ਜਿਸ ਤੇ ਆਪ ਰਹਿਮਤ ਬਖਸ਼ਕੇ ਲਗਨ ਲਾਉਂਦਾ ਹੈ, ਕੇਵਲ ਉਹ ਹੀ ਸ਼ਬਦ ਦੀ ਸੋਝੀ ਪਾਉਂਦਾ ਹੈ । ਰਹਿਮਤ ਨਾਲ ਹੀ ਕੋਈ ਜੀਵ ਸ਼ਬਦ ਨਾਲ ਜੀਵਨ ਢਾਲਦਾ ਹੈ ।

The True Master is an ocean of the enlightenment of His Word and The True owner of all blessings. Only with great prewritten destiny, His true devotee may be attached to meditate wholeheartedly on the teachings of His Word. With His mercy and grace, he may be enlightened with the teachings of His Word from within and he may adopt the teachings of His Word in his day to day life.

ਗਿਆਨ ਰਤਨਿ ਸਭ ਸੋਝੀ ਹੋਇ॥	gi-aan ratan sabh sojhee ho-ay.
ਗੁਰ ਪਰਸਾਦਿ ਅਗਿਆਨੁ ਬਿਨਾਸੈ,	gur parsaad agi-aan binaasai
ਅਨਦਿਨੁ ਜਾਗੈ ਵੇਖੈ ਸਚੁ ਸੋਇ॥੧॥ ਰਹਾਉ॥	an-din jaagai vaykhai sach so-ay. ||1|| rahaa-o.

ਪ੍ਰਭ ਦੀ ਰਹਿਮਤ ਨਾਲ ਹੀ ਅਗਿਆਨਤਾ ਦੂਰ ਹੁੰਦੀ ਹੈ । ਉਸ ਦਾ ਮਨ ਜਾਗਰਤ ਅਤੇ ਸੁਚੇਤ ਰਹਿੰਦਾ ਹੈ । ਉਸ ਨੂੰ ਮਨ ਵਿਚੋਂ ਹੀ ਅਮੋਲਕ ਰਤਨ, ਸ਼ਬਦ ਦੀ ਸੋਝੀ ਬਖਸ਼ਿਸ਼ ਹੋ ਜਾਂਦੀ ਹੈ ।

With His mercy and grace, the ignorance of His true devotee from the teachings of His Word may be eliminated and blessed with the enlightenment of His Word from within his own mind.

ਮੋਹੁ ਗੁਮਾਨੁ ਗੁਰ ਸਬਦਿ ਜਲਾਏ॥	moh gumaan gur sabad jalaa-ay.
ਪੂਰੇ ਗੁਰ ਤੇ ਸੋਝੀ ਪਾਏ॥	pooray gur tay sojhee paa-ay.
ਅੰਤਰਿ ਮਹਲੁ ਗੁਰ ਸਬਦਿ ਪਛਾਣੈ॥	antar mahal gur sabad pachhaanai.
ਆਵਣ ਜਾਣੁ ਰਹੈ ਥਿਰੁ ਨਾਮਿ ਸਮਾਣੇ॥ ੨॥	aavan jaan rahai thir naam samaanay. ||2||

ਪ੍ਰਭ ਦੀ ਰਹਿਮਤ ਨਾਲ ਹੀ ਜੀਵ ਨੂੰ ਸ਼ਬਦ ਦੀ ਸੋਝੀ ਹੁੰਦੀ ਹੈ । ਸ਼ਬਦ ਦੀ ਪਾਲਣਾ ਕਰਨ ਨਾਲ ਹੀ ਮਨ ਵਿਚੋਂ ਮੋਹ ਅਤੇ ਅਹੰਕਾਰ ਦਾ ਨਾਸ਼ ਹੁੰਦਾ ਹੈ । ਜੀਵ ਨੂੰ ਆਪਣੇ ਅੰਦਰੋਂ ਹੀ ਸ਼ਬਦ ਦੀ ਸੋਝੀ ਹੋ ਜਾਂਦੀ ਹੈ, ਪ੍ਰਭ ਦੀ ਹੋਂਦ ਮਹਿਸੂਸ ਹੋ ਜਾਂਦੀ ਹੈ । ਜੀਵ ਦਾ ਜੂੰਨਾਂ ਦਾ ਚੱਕਰ ਖਤਮ ਹੋ ਜਾਂਦਾ ਹੈ । ਇਹ ਆਤਮਾ ਅਡੋਲ ਹੋ ਕੇ ਪ੍ਰਭ ਦੇ ਸ਼ਬਦ ਦੀ ਸਮਾਧੀ ਵਿੱਚ ਲੀਨ ਹੋ ਜਾਂਦੀ ਹੈ ।

With His mercy and grace, His true devotee may be enlightened from within the teachings of His Word. By obeying and adopting the teachings of His Word in his day to day life, he may conquer his ego and attachment to worldly possessions. He may be enlightened with the teachings of His Word from within. He may realize the existence of The True Master everywhere and his cycle of birth and death may be eliminated. He may become steady and stable in meditation and may enter into the void of His Word.

ਜੰਮਣੁ ਮਰਣਾ ਹੈ ਸੰਸਾਰੁ॥	jaman marnaa hai sansaar.
ਮਨਮੁਖੁ ਅਚੇਤੁ ਮਾਇਆ ਮੋਹੁ ਗੁਬਾਰੁ॥	manmukh achayt maa-i-aa moh gubaar.
ਪਰ ਨਿੰਦਾ ਬਹੁ ਕੂੜੁ ਕਮਾਵੈ॥	par nindaa baho koorh kamaavai.
ਵਿਸਟਾ ਕਾ ਕੀੜਾ ਵਿਸਟਾ ਮਾਹਿ ਸਮਾਵੈ॥੩॥	vistaa kaa keerhaa vistaa maahi samaavai. ॥3॥

ਜੰਮਣਾ ਮਰਨਾ ਇਹ ਸੰਸਾਰ ਦਾ ਖੇਲ ਹੈ । ਮਨਮੁਖ ਜੀਵ ਅਗਿਆਨਤਾ ਵਿੱਚ ਹੀ ਸੰਸਾਰਕ ਮਾਇਆ ਅਤੇ ਮੋਹ ਦੇ ਪਿਛੇ ਲੱਗਾ ਰਹਿੰਦਾ ਹੈ । ਉਹ ਦੂਸਰੇ ਦੀ ਨਿੰਦਿਆਂ, ਧੋਖੇ ਅਤੇ ਫਰੇਬ ਦੇ ਧੰਦੇ ਕਰਦਾ ਹੈ । ਉਹ ਰੂੜੀ ਦੇ ਕੀੜੇ ਦੀ ਤਰ੍ਹਾਂ ਰੂੜੀ ਵਿੱਚ ਹੀ ਮਰ ਜਾਂਦਾ ਹੈ ।

The birth and death of a creature is the play of the universe. Self-minded in his ignorance may remain salve of worldly wealth and the attachment to family and worldly possessions. He may criticize others; deception and falsehood dominate all his worldly deeds, his worldly life. He is like a worm of the manure, who is born in manure and destroyed and becomes part of manure.

ਗੁਰੁ ਸਾਗਰੁ ਪੂਰਾ ਭੰਡਾਰ॥	satsangat mil sabh sojhee paa-ay.
ਊਤਮ ਰਤਨ ਜਵਾਹਰ ਅਪਾਰ॥	gur kaa sabad har bhagat drirh-aa-ay.
ਗੁਰ ਪਰਸਾਦੀ ਦੇਵਣਹਾਰੁ॥	bhaanaa mannay sadaa sukh ho-ay.
ਨਾਨਕ ਬਖਸੇ ਬਖਸਣਹਾਰੁ॥੪॥੪੮॥	naanak sach samaavai so-ay. ॥4॥10॥49॥

ਸੰਤ ਸਰੂਪ ਦੇ ਜੀਵਨ ਤੋਂ ਸਿਖਿਆ ਲੈ ਕੇ ਜੀਵਨ ਢਾਲਣ ਨਾਲ ਪ੍ਰਭ ਦੇ ਸ਼ਬਦ ਦੀ ਸੋਝੀ ਪਾਉਂਦਾ ਹੈ । ਪ੍ਰਭ ਦੇ ਸ਼ਬਦ ਨਾਲ ਜੀਵਨ ਢਾਲਣ ਨਾਲ ਹੀ ਪ੍ਰਭ ਦੇ ਸ਼ਬਦ ਤੇ ਭਰੋਸਾ ਅਡੋਲ ਹੁੰਦਾ ਹੈ । ਜਿਹੜਾ ਜੀਵ ਪ੍ਰਭ ਦੇ ਭਾਣੇ ਅੰਦਰ ਰਹਿੰਦਾ ਹੈ, ਉਸ ਨੂੰ ਸ਼ਾਤੀ, ਸੰਤੋਖ ਬਖਸ਼ਿਸ਼ ਹੋ ਜਾਂਦਾ ਹੈ, ਉਹ ਪ੍ਰਭ ਦੇ ਸ਼ਬਦ ਵਿੱਚ ਹੀ ਲੀਨ ਰਹਿੰਦਾ ਹੈ ।

By understanding and adopting the teachings of the life of Holy saint, His true devotee may be enlightened with the teachings of His Word from within. By adopting the teachings of His Word in day to day life, his belief becomes steady and stable. He always remains within His blessings, the teachings of His Word. He may be blessed with peace, contentment and remains intoxicated in the void of His Word.

52. ਆਸਾ ਮਹਲਾ ੩ ਪੰਚਪਦੇ॥ 364-6

ਸਬਦਿ ਮਰੈ ਤਿਸੁ ਸਦਾ ਅਨੰਦ॥	sabad marai tis sadaa anand.
ਸਤਿਗੁਰ ਭੇਟੇ ਗੁਰ ਗੋਬਿੰਦ॥	satgur bhaytay gur gobind.
ਨਾ ਫਿਰਿ ਮਰੈ ਨ ਆਵੈ ਜਾਇ॥	naa fir marai na aavai jaa-ay.
ਪੂਰੇ ਗੁਰ ਤੇ ਸਾਚਿ ਸਮਾਇ॥੧॥	pooray gur tay saach samaa-ay. ॥1॥

ਜਿਹੜਾ ਸ਼ਬਦ ਨਾਲ ਜੀਵਨ ਢਾਲਦਾ ਹੈ, ਉਸ ਨੂੰ ਸਦਾ ਅਟੱਲ ਰਹਿਣ ਵਾਲਾ ਖੇੜਾ, ਪ੍ਰਭ ਦੀ ਪ੍ਰਵਾਨਗੀ ਬਖਸ਼ਿਸ਼ ਹੋ ਜਾਂਦੀ ਹੈ । ਉਸ ਨੂੰ ਦੂਸਰੀ ਬਾਰ ਮੌਤ ਨਹੀਂ ਆਉਂਦੀ, ਜੂੰਨਾਂ ਦਾ ਚੱਕਰ ਖਤਮ ਹੋ ਜਾਂਦਾ ਹੈ । ਉਹ ਪ੍ਰਭ ਦੇ ਸ਼ਬਦ ਦੀ ਸਮਾਧੀ ਵਿੱਚ ਹੀ ਅਭੇਦ ਹੋ ਜਾਂਦਾ ਹੈ ।

Whosoever may adopt the teachings of His Word, he may be blessed with blossom forever. He may be accepted in His court. He may not enter into the womb of a mother again; his cycle of birth and death may be eliminated forever. He may immerse into the void of His Word.

ਜਿਨ੍ ਕਉ ਨਾਮੁ ਲਿਖਿਆ ਧੁਰਿ ਲੇਖੁ॥	JinH ka-o naam likhi-aa Dhur laykh.
ਤੇ ਅਨਦਿਨੁ ਨਾਮੁ ਸਦਾ ਧਿਆਵਹਿ,	tay an-din naam sadaa Dhi-aavahi
ਗੁਰ ਪੂਰੇ ਤੇ ਭਗਤਿ ਵਿਸੇਖੁ॥੧॥	gur pooray tay bhagat visaykh. ||1||
ਰਹਾਉ॥	rahaa-o.

ਜਿਸ ਦੇ ਭਾਗਾਂ ਵਿੱਚ ਪਹਿਲੇ ਹੀ ਸ਼ਬਦ ਨਾਲ ਲਗਨ ਲਿਖੀ ਹੁੰਦੀ ਹੈ । ਕੇਵਲ ਉਹ ਹੀ ਦਿਨ ਰਾਤ ਸ਼ਬਦ ਦਾ ਸਦਾ ਸਿਮਰਨ ਕਰਦਾ ਹੈ । ਉਸ ਨੂੰ ਪ੍ਰਭ ਦੀ ਰਹਿਮਤ ਬਖਸ਼ਿਸ਼ ਹੋ ਸਕਦੀ ਹੈ ।

Whosoever may have great prewritten density, he may be attached to a devotional meditation on the teachings of His Word. Only he may meditate day and night and enter into the void of His Word. He may become worthy of His consideration and may be accepted in His court.

ਜਿਨ੍ ਕਉ ਹਰਿ ਪ੍ਰਭੁ ਲਏ ਮਿਲਾਇ॥	JinH ka-o har parabh la-ay milaa-ay.
ਤਿਨ੍ ਕੀ ਗਹਣ ਗਤਿ ਕਹੀ ਨ ਜਾਇ॥	tinH kee gahan gat kahee na jaa-ay.
ਪੂਰੇ ਸਤਿਗੁਰ ਦਿਤੀ ਵਡਿਆਈ॥	poorai satgur ditee vadi-aa-ee.
ਊਤਮ ਪਦਵੀ ਹਰਿ ਨਾਮਿ ਸਮਾਈ॥੨॥	ootam padvee har naam samaa-ee. ||2||

ਜਿਸ ਨੂੰ ਪ੍ਰਭ ਆਪਣੇ ਵਿੱਚ ਅਭੇਦ ਕਰ ਲੈਂਦਾ ਹੈ । ਉਸ ਦੀ ਅਵਸਥਾ ਦੀ ਵਿਆਖਿਆ ਨਹੀਂ ਕੀਤਾ ਜਾ ਸਕਦੀ । ਆਪ ਹੀ ਜੀਵ ਨੂੰ ਵਡਿਆਈ ਬਖਸ਼ਦਾ, ਜੀਵ ਸ਼ਬਦ ਦੀ ਸਮਾਧੀ ਵਿੱਚ ਲੀਨ ਹੋ ਜਾਂਦਾ ਹੈ । ਉਤਮ ਗੁਰਮਖ ਅਵਸਥਾ ਬਖਸ਼ਿਸ਼ ਹੋ ਜਾਂਦੀ ਹੈ ।

Whosoever may be absorbed in the Holy Spirit, his state of mind may not be comprehended by His creation. The True Master may bless him honor and greatness. He may remain intoxicated with the teachings of His Word and he may enter into the void of His Word. He may be blessed with state of mind as His true devotee.

ਜੋ ਕਿਛੁ ਕਰੇ ਸੁ ਆਪੇ ਆਪਿ॥	jo kichh karay so aapay aap.
ਏਕ ਘੜੀ ਮਹਿ ਥਾਪਿ ਉਥਾਪਿ॥	ayk gharhee meh thaap uthaap.
ਕਹਿ ਕਹਿ ਕਹਣਾ ਆਖਿ ਸੁਣਾਏ॥	kahi kahi kahnaa aakh sunaa-ay.
ਜੇ ਸਉ ਘਾਲੇ ਥਾਇ ਨ ਪਾਏ॥੩॥	jay sa-o ghaalay thaa-ay na paa-ay. ||3||

ਸ੍ਰਿਸ਼ਟੀ ਵਿੱਚ ਪ੍ਰਭ ਦੀ ਰਜ਼ਾ ਵਿੱਚ ਹੀ ਸਭ ਕੁਝ ਵਾਪਰਦਾ ਹੈ, ਆਪ ਹੀ ਕਰਦਾ ਹੈ । ਉਹ ਇੱਕ ਪਲ ਵਿੱਚ ਕਿਸੇ ਨੂੰ ਥਾਪਦਾ, ਪੈਦਾ ਕਰਦਾ, ਖਤਮ, ਨਾਸ਼ ਕਰ ਦੇਂਦਾ ਹੈ । ਕੇਵਕ ਸ਼ਬਦ ਦਾ ਹਜ਼ਾਰ ਬਾਰ ਪਾਠ, ਕਥਾ, ਕੀਰਤਨ ਕਰਨ ਦਾ ਕੋਈ ਲਾਭ ਨਹੀਂ ਹੁੰਦਾ । ਪ੍ਰਭ ਦੇ ਦਰਬਾਰ ਵਿੱਚ ਕੋਈ ਮਹੱਤਤਾ ਨਹੀਂ ਹੁੰਦੀ ।

Everything in the universe happens by His command, he may bless the soul to body of any creature and may destroy anything in a twinkle of eyes with His own mercy and grace. Only by reciting the Holy Scripture, preaching and singing the glory of His Word over and over, his soul may not benefit, this way of life, meditation may not have any significance for the purpose of his human life journey.

ਜਿਨ੍ ਕੈ ਪੋਤੈ ਪੁੰਨੁ,	JinH kai potai punn
ਤਿਨ੍ਾ ਗੁਰੂ ਮਿਲਾਏ॥	tinHaa guroo milaa-ay.
ਸਚੁ ਬਾਣੀ ਗੁਰੁ ਸਬਦੁ ਸੁਣਾਏ॥	sach banee gur sabad sunaa-ay.
ਜਹਾਂ ਸਬਦੁ ਵਸੈ ਤਹਾਂ ਦੁਖੁ ਜਾਏ॥	jahaaN sabad vasai tahaaN dukh jaa-ay.
ਗਿਆਨਿ ਰਤਨਿ ਸਾਚੈ ਸਹਜਿ ਸਮਾਏ॥੪	gi-aan ratan saachai sahj samaa-ay. ||4||

ਜਿਹੜਾ ਸ਼ਬਦ ਨਾਲ ਜੀਵਨ ਢਾਲਦਾ, ਸ਼ਬਦ ਦੇ ਗੁਣ ਆਪਣੇ ਵਿੱਚ ਵਸਉਂਦਾ ਹੈ । ਉਸ ਨੂੰ ਪ੍ਰਭ ਆਪਣੇ ਨਾਲ ਸੰਜੋਗ ਬਖਸ਼ਦਾ ਹੈ । ਉਹ ਪ੍ਰਭ ਦਾ ਸ਼ਬਦ ਪੜ੍ਹਦਾ, ਸੁਣਦਾ, ਸਮਝਕੇ ਜੀਵਨ ਢਾਲਦਾ ਹੈ । ਜਿਸ ਦੇ ਅੰਦਰ ਸ਼ਬਦ ਜਾਗਰਤ ਹੋ ਜਾਂਦਾ ਹੈ, ਉਸ ਦੇ ਦੁਖ ਨਾਸ਼ ਹੋ ਜਾਂਦੇ ਹਨ । ਉਸ ਦੇ ਮਨ ਵਿੱਚ ਅਮੋਲਕ ਸ਼ਬਦ ਘਰ ਕਰ ਜਾਂਦਾ ਹੈ, ਮਨ ਸ਼ਬਦ ਵਿੱਚ ਲੀਨ ਹੋ ਜਾਂਦਾ ਹੈ ।

Whosoever may adopt the teachings of His Word, he may be drenched with the teachings of His Word and he may be blessed a union with The True Master. He always recites and listens to the Holy Scripture, understand the true meaning of the Scripture to adopt the teachings of His Word in his day to day life. He may be enlightened with the teachings of His Word and he may become awake and alert, his miseries may be eliminated forever. The teachings of His Word remain drenched within and he may enter into the void of His Word in his meditation.

ਨਾਵੈ ਜੇਵਡੁ ਹੋਰੁ ਧਨੁ ਨਾਹੀ ਕੋਇ॥	naavai jayvad hor Dhan naahee ko-ay.
ਜਿਸ ਨੋ ਬਖਸੇ ਸਾਚਾ ਸੋਇ॥	Jis no bakhsay saachaa so-ay.
ਪੂਰੈ ਸਬਦਿ ਮੰਨਿ ਵਸਾਏ॥	poorai sabad man vasaa-ay.
ਨਾਨਕ ਨਾਮਿ ਰਤੇ ਸੁਖੁ ਪਾਏ॥੫॥ ੧੧॥੫੦॥	naanak naam ratay sukh paa-ay. ‖5‖11‖50‖

ਪ੍ਰਭ ਦੇ ਸ਼ਬਦ ਦੀ ਕਮਾਈ ਵਰਗੀ, ਤੁਲ ਹੋਰ ਕੋਈ ਕਮਾਈ ਨਹੀਂ ਹੈ । ਕੇਵਲ ਪ੍ਰਭ ਦੀ ਰਹਿਮਤ ਨਾਲ ਹੀ ਜੀਵ ਸ਼ਬਦ ਦੀ ਕਮਾਈ ਕਰ ਸਕਦਾ ਹੈ, ਸ਼ਬਦ ਜੀਵ ਦੇ ਮਨ ਵਿੱਚ ਘਰ ਕਰਦਾ ਹੈ । ਸ਼ਬਦ ਨਾਲ ਜੀਵਨ ਢਾਲਣ ਨਾਲ ਮਨ ਵਿੱਚ ਸਦਾ ਰਹਿਣ ਵਾਲਾ ਖੇੜਾ ਬਖਸ਼ਿਸ਼ ਹੋ ਸਕਦਾ ਹੈ ।

No other meditation may be equal or comparable with the meditation on the teachings of His Word. Only with His mercy and grace, His true devotee may earn the wealth of His Word and he may be drenched with the teachings of His Word within. By adopting the teachings of His with steady and stable belief in day to day life, he may be blessed with blossom forever.

53. ਆਸਾ ਮਹਲਾ ੩॥ 364-14

ਨਿਰਤਿ ਕਰੇ ਬਹੁ ਵਾਜੇ ਵਜਾਏ॥	nirat karay baho vaajay vajaa-ay.
ਇਹੁ ਮਨੁ ਅੰਧਾ ਬੋਲਾ ਹੈ,	ih man anDhaa bolaa hai
ਕਿਸੁ ਆਖਿ ਸੁਣਾਏ॥	kis aakh sunaa-ay.
ਅੰਤਰਿ ਲੋਭੁ ਭਰਮੁ ਅਨਲ ਵਾਉ॥	antar lobh bharam anal vaa-o.
ਦੀਵਾ ਬਲੈ ਨ ਸੋਝੀ ਪਾਇ॥੧॥	deevaa balai na sojhee paa-ay. ‖1‖

ਜੀਵ ਭਾਵੇਂ ਕਿਤਨੇ ਸੰਗੀਤ ਵਜਾਵੇ, ਅਗਰ ਉਸ ਦਾ ਮਨ ਅੰਧਾ, ਬੋਲਾ ਹੋਵੇ । ਉਸ ਦੇ ਪ੍ਰਚਾਰ ਕਰਨ, ਕਥਾ ਕੀਰਤਨ ਕਰਨ ਦਾ ਕੀ ਲਾਭ ਹੋ ਸਕਦਾ ਹੈ? ਕਿਸੇ ਤੇ ਕੋਈ ਪ੍ਰਭਾਵ ਨਹੀਂ ਹੁੰਦਾ । ਜੀਵ ਦੇ ਮਨ ਅੰਦਰ ਲਾਲਚ ਦੀ ਅੱਗ, ਭਰਮਾਂ ਦਾ ਤੁਫਾਨ ਰਹਿੰਦਾ ਹੈ । ਉਸ ਦੇ ਅੰਦਰ ਸ਼ਬਦ ਦੀ ਸੋਝੀ ਦੇ ਦੀਵਾ ਦੀ ਰੋਸ਼ਨੀ, ਸ਼ਬਦ ਦੀ ਸੋਝੀ ਨਹੀਂ ਹੁੰਦੀ ।

Even though someone may have so many music tones and instruments, if he remains ignorant, deaf and blind from the teachings of His Word; What profit, reward may his preaching and singing the glory of His Word render for the purpose of his human life. His preaching may have no effect on the mind of any of his listeners. The tornado of greed, suspicions and demons of worldly desires may remain overwhelmed within his mind. His mind may not have a light, lamp to provide him the light, the glory of the teachings of His Word.

ਗੁਰਮੁਖਿ ਭਗਤਿ ਘਟਿ ਚਾਨਣੁ ਹੋਇ॥ gurmukh bhagat ghat chaanan ho-ay.
ਆਪੁ ਪਛਾਣਿ ਮਿਲੈ ਪ੍ਰਭੁ ਸੋਇ॥੧॥ aap pachhaan milai parabh so-ay. ||1||
ਰਹਾਉ॥ rahaa-o.

ਜਿਸ ਜੀਵ ਦੇ ਮਨ ਅੰਦਰ ਪ੍ਰਭ ਦੇ ਸ਼ਬਦ ਦੀ ਲਗਨ, ਜਾਗਰਤੀ ਹੁੰਦੀ ਹੈ । ਉਸ ਨੂੰ ਆਪਣੇ ਅੰਦਰੋਂ ਹੀ ਸ਼ਬਦ ਦੀ ਸੋਝੀ, ਰੋਸ਼ਨੀ ਬਖਸ਼ਿਸ਼ ਹੋ ਜਾਂਦੀ ਹੈ ।

Whosoever may remain dedicated to a devotion meditation on the teachings of His Word, his mind remains enlightened with the teachings of His Word from within.

ਗੁਰਮੁਖਿ ਨਿਰਤਿ ਹਰਿ ਲਾਗੈ ਭਾਉ॥ gurmukh nirat har laagai bhaa-o.
ਪੂਰੇ ਤਾਲ ਵਿਚਹੁ ਆਪੁ ਗਵਾਇ॥ pooray taal vichahu aap gavaa-ay.
ਮੇਰਾ ਪ੍ਰਭੁ ਸਾਚਾ ਆਪੇ ਜਾਣੁ॥ mayraa parabh saachaa aapay jaan.
ਗੁਰ ਕੈ ਸਬਦਿ ਅੰਤਰਿ ਬ੍ਰਹਮੁ ਪਛਾਣੁ॥ gur kai sabad antar barahm pachhaan.
੨॥ ||2||

ਗੁਰਮਖ ਜੀਵ ਪ੍ਰਭ ਦੇ ਵਿਛੋੜੇ ਦੇ ਵਿਰਾਗ ਵਿੱਚ ਹੀ ਨਾਚ ਕਰਦਾ ਹੈ । ਪ੍ਰਭ ਦੇ ਸ਼ਬਦ ਦੀ ਧੁਨ ਨਾਲ ਹੀ ਅੰਦਰ ਦੀ ਅਹੰਕਾਰ ਦੀ ਜੜ੍ਹ ਖਤਮ ਕਰ ਲੈਂਦਾ ਹੈ । ਅੰਤਰਜਾਮੀ ਪ੍ਰਭ ਸਦਾ ਇਨਸਾਫ ਹੀ ਕਰਦਾ ਹੈ । ਸ਼ਬਦ ਦੀ ਪਾਲਣਾ ਕਰਨ ਨਾਲ ਪ੍ਰਭ ਦੀ ਹੋਂਦ ਮਹਿਸੂਸ ਕਰ ਲੈਂਦਾ, ਬਖਸ਼ਿਸ਼ ਹੋ ਜਾਂਦੀ ਹੈ ।

His true Devotee always remains in the renunciation in the memory of his separation from The True Master and he may dance and sing on the tone of His Word. With the everlasting echo of His Word, all roots of his ego may be eliminated from his mind. The justice always prevails in the court of The Omniscient True Master. Whosoever may adopt the teachings of His Word in his day to day life, he may be blessed with realization of the existence of The True Master.

ਗੁਰਮੁਖਿ ਭਗਤਿ ਅੰਤਰਿ ਪ੍ਰੀਤਿ ਪਿਆਰੁ॥ gurmukh bhagat antar pareet pi-aar.
ਗੁਰ ਕਾ ਸਬਦੁ ਸਹਜਿ ਵੀਚਾਰੁ॥ gur kaa sabad sahj veechaar.
ਗੁਰਮੁਖਿ ਭਗਤਿ ਜੁਗਤਿ ਸਚੁ ਸੋਇ॥ gurmukh bhagat jugat sach so-ay.
ਪਾਖੰਡਿ ਭਗਤਿ ਨਿਰਤਿ ਦੁਖੁ ਹੋਇ॥੩॥ pakhand bhagat nirat dukh ho-ay. 3

ਗੁਰਮਖ ਜੀਵ ਦਾ ਮਨ ਪ੍ਰਭ ਦੇ ਪਿਆਰ ਨਾਲ ਭਰਿਆਂ ਹੁੰਦਾ ਹੈ । ਉਸ ਦੇ ਅੰਦਰ, ਹਰਇੱਕ ਕੰਮ ਵਿੱਚ ਪ੍ਰਭ ਦੇ ਸ਼ਬਦ ਦਾ ਪ੍ਰਭਾਵ ਨਜ਼ਰ ਆਉਂਦਾ ਹੈ । ਗੁਰਮਖ ਦੇ ਜੀਵਨ ਦਾ ਮੰਤਵ ਪ੍ਰਭ ਦੇ ਸ਼ਬਦ ਦੀ ਪਾਲਣਾ ਕਰਨਾ ਹੀ ਹੁੰਦਾ ਹੈ । ਲੋਕ ਦਿਖਾਵੇ ਦੀ ਬੰਦਗੀ ਕਰਨ ਨਾਲ ਸੰਸਾਰਕ ਇੱਛਾਂ ਦੇ ਦੁਖ ਹੀ ਤੰਗ ਕਰਦੇ ਹਨ ।

The mind of His true devotee always remains overwhelmed with his devotion to the meditation on the teachings of His Word. The influence of the teachings of His Word remains visible in his day to day life chores. The purpose of the human life of His true devotee may always be to obey and adopt the teachings of His Word in his day to day life. By meditating just to impress the followers and the others, he may remain a salve of worldly desires and suffers the miseries of his frustrations.

ਏਹਾ ਭਗਤਿ ਜਨੁ ਜੀਵਤ ਮਰੈ॥ ayhaa bhagat jan jeevat marai.
ਗੁਰ ਪਰਸਾਦੀ ਭਵਜਲੁ ਤਰੈ॥ gur parsaadee bhavjal tarai.
ਗੁਰ ਕੈ ਬਚਨਿ ਭਗਤਿ ਥਾਇ ਪਾਇ॥ gur kai bachan bhagat thaa-ay paa-ay.
ਹਰਿ ਜੀਉ ਆਪਿ ਵਸੈ ਮਨਿ ਆਇ॥੪॥ har jee-o aap vasai man aa-ay. ||4||

ਸੰਸਾਰਕ ਜੀਵਨ ਵਿੱਚ ਸੰਸਾਰਕ ਇੱਛਾਂ ਤੋ ਰਹਿਤ ਰਹਿਣਾ ਹੀ ਅਸਲੀ ਬੰਦਗੀ ਹੈ । ਸ਼ਬਦ ਦੀ ਪਾਲਣਾ ਕਰਨ ਨਾਲ ਸ਼ਬਦ ਮਨ ਵਿੱਚ ਘਰ ਕਰ ਜਾਂਦਾ ਹੈ, ਬੰਦਗੀ ਪ੍ਰਭ ਦੇ ਦਰਬਾਰ ਵਿੱਚ ਪ੍ਰਵਾਨ ਹੋ ਸਕਦੀ ਹੈ ।

In worldly life, worldly environments keeping your mind beyond the reach of worldly desires may be the true meditation. With His mercy and grace, he may be accepted in His court. By adopting the teachings of His Word, he may remain drenched with the teachings of His Word. With His mercy and grace, his meditation may be accepted in His court.

ਹਰਿ ਕ੍ਰਿਪਾ ਕਰੇ ਸਤਿਗੁਰੂ ਮਿਲਾਏ॥	har kirpaa karay satguroo milaa-ay.
ਨਿਹਚਲ ਭਗਤਿ ਹਰਿ ਸਿਉ ਚਿਤੁ ਲਾਏ॥	nihchal bhagat har si-o chit laa-ay.
ਭਗਤਿ ਰਤੇ ਤਿਨ੍ ਸਚੀ ਸੋਇ॥	bhagat ratay tinH sachee so-ay.
ਨਾਨਕ ਨਾਮਿ ਰਤੇ ਸੁਖੁ ਹੋਇ॥੫॥ ੧੨॥੫੧॥	naanak naam ratay sukh ho-ay. ‖5‖ 12‖51‖

ਪ੍ਰਭ ਹੀ ਰਹਿਮਤ ਨਾਲ ਹੀ ਜੀਵ ਦੀ ਸ਼ਬਦ ਦੀ ਪਾਲਣਾ ਵਿੱਚ ਲਗਨ ਲਗਦੀ ਹੈ, ਸ਼ਬਦ ਤੇ ਭਰੋਸਾ ਅਡੋਲ ਰਖਣ ਨਾਲ ਹੀ ਜੀਵ ਦੀ ਲਗਨ ਸ਼ਬਦ ਵਿੱਚ ਅਡੋਲ ਹੁੰਦੀ ਹੈ । ਸ਼ਬਦ ਮਨ ਵਿੱਚ ਰਚ ਜਾਣ ਨਾਲ ਜੀਵ ਦੀ ਅਵਸਥਾ ਹੀ ਪ੍ਰਭ ਦੇ ਨੂਰ ਦੀ ਤਰ੍ਹਾਂ ਚਮਕਦੀ ਹੈ । ਉਹ ਪ੍ਰਭ ਦੇ ਸ਼ਬਦ ਵਿੱਚ ਲੀਨ ਹੋਏ, ਅਨੰਦ, ਖੇੜੇ ਵਿੱਚ ਰਹਿੰਦੇ ਹਨ ।

Only with His mercy and grace, His true devotee may remain dedicated to a devotional meditation, with steady and stable belief on the teachings of His Word, his dedication may become firm. Whosoever may remain drenched with the teachings of His Word, the spiritual glow of Holy Spirit may shine on his forehead. He always remains meditating in the void of His Word and always remains in blossom forever.

54. ਆਸਾ ਘਰੁ ੮ ਕਾਫੀ ਮਹਲਾ ੩॥ 365-4

੧ਓ ਸਤਿਗੁਰ ਪ੍ਰਸਾਦਿ॥	ik-ONkaar satgur parsaad.
ਹਰਿ ਕੈ ਭਾਣੈ ਸਤਿਗੁਰੁ ਮਿਲੈ,	har kai bhaanai satgur milai
ਸਚੁ ਸੋਝੀ ਹੋਈ॥	sach sojhee ho-ee.
ਗੁਰ ਪਰਸਾਦੀ ਮਨਿ ਵਸੈ,	gur parsaadee man vasai
ਹਰਿ ਬੂਝੈ ਸੋਈ॥੧॥	har boojhai so-ee. ‖1‖

ਪ੍ਰਭ ਦੀ ਰਹਿਮਤ ਨਾਲ ਹੀ ਜੀਵ ਦੀ ਲਗਨ ਸ਼ਬਦ ਵਿੱਚ ਲਗਦੀ ਹੈ, ਸ਼ਬਦ ਦੀ ਸੋਝੀ ਬਖਸ਼ਿਸ਼ ਹੁੰਦੀ ਹੈ । ਪ੍ਰਭ ਦੀ ਰਹਿਮਤ ਨਾਲ ਹੀ ਜੀਵ ਆਪਣਾ ਜੀਵਨ ਸ਼ਬਦ ਨਾਲ ਢਾਲਦਾ ਹੈ । ਪ੍ਰਭ ਦਾ ਸ਼ਬਦ ਮਨ ਵਿੱਚ ਘਰ ਕਰ ਜਾਂਦਾ ਹੈ ।

With His mercy and grace, His true devotee may remain attached to meditate on the teachings of His Word and he may be enlightened with essence of His Word. He may adopt the teachings of His Word in his day to day life; he may be drenched with the teachings of His Word.

ਮੈ ਸਹੁ ਦਾਤਾ ਏਕੁ ਹੈ,	mai saho daataa ayk hai
ਅਵਰੁ ਨਾਹੀ ਕੋਈ॥	avar naahee ko-ee.
ਗੁਰ ਕਿਰਪਾ ਤੇ ਮਨਿ ਵਸੈ,	gur kirpaa tay man vasai
ਤਾ ਸਦਾ ਸੁਖੁ ਹੋਈ॥੧॥ਰਹਾਉ॥	taa sadaa sukh ho-ee.‖1‖ rahaa-o.

ਕੇਵਲ ਇੱਕੋ ਇੱਕ ਪ੍ਰਭ ਹੀ ਦਾਤਾਂ ਦੇਣ ਵਾਲਾ ਮਾਲਕ ਹੈ, ਹੋਰ ਕੋਈ ਨਹੀਂ ਹੈ । ਪ੍ਰਭ ਦੀ ਰਹਿਮਤ ਨਾਲ ਹੀ ਮਨ ਵਿੱਚ ਸ਼ਬਦ ਵਸਦਾ ਹੈ । ਮਨ ਵਿੱਚ ਸਦਾ ਅਟੱਲ ਰਹਿਣ ਵਾਲਾ ਸੰਤੋਖ ਬਖਸ਼ਿਸ਼ ਹੋ ਸਕਦਾ ਹੈ ।

The One and Only One, True Master may bless all virtues and blessings, no one else is capable of any power. Only with His mercy and grace, he may remain drenched with the teachings of His Word and he may be blessed with peace and contentment forever.

ਇਸੁ ਜੁਗ ਮਹਿ ਨਿਰਭਉ ਹਰਿ ਨਾਮੁ ਹੈ,	is jug meh nirbha-o har naam hai
ਪਾਈਐ ਗੁਰ ਵੀਚਾਰਿ॥	paa-ee-ai gur veechaar.
ਬਿਨੁ ਨਾਵੈ ਜਮ ਕੈ ਵਸਿ ਹੈ,	bin naavai jam kai vas hai
ਮਨਮੁਖਿ ਅੰਧ ਗਵਾਰਿ॥੨॥	manmukh anDh gavaar. ||2||

ਜੁਗਾ, ਜੁਗਾ ਤੋ ਹੀ ਪ੍ਰਭ ਦੇ ਸ਼ਬਦ ਦੀ ਪਾਲਣਾ ਨਾਲ ਹੀ ਨਿਡਰ ਅਵਸਥਾ ਬਖਸ਼ਿਸ਼ ਹੁੰਦੀ ਆਈ ਹੈ । ਪ੍ਰਭ ਦੇ ਸ਼ਬਦ ਦੀ ਪਾਲਣਾ ਤੋਂ ਬਿਨਾਂ ਜੀਵ ਅਗਿਆਨਤਾ ਵਿੱਚ ਹੀ ਰਹਿੰਦਾ ਹੈ । ਮੌਤ ਦੇ ਜਮਦੂਤ ਦੇ ਵੱਸ ਵਿੱਚ ਜਾਂਦਾ ਹੈ ।

From ancient Ages, only by adopting the teachings of His Word, the human creatures have been blessed with fearless state of mind. Without adopting the teachings of His Word, he may remain in ignorance from the true purpose of his human life. He remains in the control of the devil of death.

ਹਰਿ ਕੈ ਭਾਣੈ ਜਨੁ ਸੇਵਾ ਕਰੈ,	har kai bhaanai jan sayvaa karai
ਬੂਝੈ ਸਚੁ ਸੋਈ॥	boojhai sach so-ee.
ਹਰਿ ਕੈ ਭਾਣੈ ਸਾਲਾਹੀਐ,	har kai bhaanai salaahee-ai
ਭਾਣੈ ਮੰਨਿਐ ਸੁਖੁ ਹੋਈ॥੩॥	bhaanai mani-ai sukh ho-ee. ||3||

ਪ੍ਰਭ ਦੀ ਰਹਿਮਤ ਨਾਲ ਹੀ ਕੋਈ ਸ਼ਬਦ ਦੀ ਪਾਲਣਾ ਕਰਦਾ ਹੈ, ਸੋਝੀ ਪਾਉਂਦਾ ਹੈ । ਪ੍ਰਭ ਦੀ ਰਹਿਮਤ ਨਾਲ ਹੀ ਜੀਵ ਉਸ ਦੇ ਗੁਣ ਗਾਉਂਦਾ ਹੈ । ਜਿਹੜਾ ਆਪਾ ਪ੍ਰਭ ਨੂੰ ਭੇਟਾ ਕਰ ਦੇਂਦਾ ਹੈ, ਉਸ ਨੂੰ ਸਦਾ ਰਹਿਣ ਵਾਲਾ ਅਨੰਦ, ਸੁਖ, ਖੇੜਾ ਬਖਸ਼ਿਸ਼ ਹੋ ਸਕਦਾ ਹੈ ।

Only with His mercy and grace, His true devotee may adopt and obey the teachings of His Word. He may be enlightened with the teachings of His Word and he may sing the glory of His Word. Whosoever may conquer his selfishness and surrender his own identity at the service of The True Master; he may be blessed with a peace, comfort, contentment and blossom forever.

ਹਰਿ ਕੈ ਭਾਣੈ ਜਨਮੁ ਪਦਾਰਥੁ ਪਾਇਆ,	har kai bhaanai janam padaarath
ਮਤਿ ਊਤਮ ਹੋਈ॥	paa-i-aa mat ootam ho-ee.
ਨਾਨਕ ਨਾਮੁ ਸਲਾਹਿ ਤੂੰ,	naanak naam salaahi tooN
ਗੁਰਮੁਖਿ ਗਤਿ ਹੋਈ॥੪॥੩੯॥੧੩॥੫੨॥	gurmukh gat ho-ee.||4||39||13||52||

ਪ੍ਰਭ ਦੀ ਰਹਿਮਤ ਨਾਲ ਹੀ ਜੀਵ ਨੂੰ ਮਾਨਸ ਜਨਮ ਦਾ ਲਾਹਾ, ਉਤਮ ਅਵਸਥਾ ਬਖਸ਼ਿਸ਼ ਹੁੰਦੀ ਹੈ । ਗੁਰਮਖ ਪ੍ਰਭ ਦੇ ਸ਼ਬਦ ਦੀ ਪਾਲਣਾ ਕਰਦਾ, ਪ੍ਰਭ ਦੇ ਸ਼ਬਦ ਵਿੱਚ ਭਰੋਸਾ ਅਡੋਲ ਕਰ ਲੈਂਦਾ ਹੈ ।

Only with His mercy and grace, the human may be rewarded the fruit of his human life blessings and may be blessed with supreme state of mind. His true devotee may adopt the teachings of His Word with steady and stable belief in his day to day life.

55. ਆਸਾ ਮਹਲਾ ੪ ਘਰੁ ੨॥ 365 -11]

੧ਓ ਸਤਿਗੁਰ ਪ੍ਰਸਾਦਿ॥	ik-ONkaar satgur parsaad.
ਤੂੰ ਕਰਤਾ ਸਚਿਆਰੁ ਮੈਡਾ ਸਾਂਈ॥	tooN kartaa sachiaar maidaa saaN-ee.
ਜੋ ਤਉ ਭਾਵੈ ਸੋਈ ਥੀਸੀ,	jo ta-o bhaavai so-ee theesee
ਜੋ ਤੂੰ ਦੇਹਿ ਸੋਈ ਹਉ ਪਾਈ॥੧॥	jo tooN deh so-ee ha-o paa-ee. ||1||
ਰਹਾਉ॥	rahaa-o.

ਪ੍ਰਭ ਤੂੰ ਹੀ ਸ੍ਰਿਸ਼ਟੀ ਦੇ ਜੀਵਾਂ ਦਾ ਸ੍ਰਿਜਨਹਾਰਾ ਹੈ । ਕੇਵਲ ਤੇਰਾ ਭਾਣਾ ਹੀ ਸ੍ਰਿਸ਼ਟੀ ਵਿੱਚ ਵਾਪਰਦਾ ਸਕਦਾ ਹੈ । ਆਪਣੀ ਰਹਿਮਤ ਨਾਲ ਹੀ ਜੀਵਾਂ ਨੂੰ ਸੰਸਾਰ ਵਿੱਚ ਰਹਿਮਤਾਂ ਬਖਸ਼ਦਾ ਹੈ ।

Only You are The True Creator of the universe and only Your command may prevail in the universe. Worldly creatures may only receive everything with Your mercy and grace and have no power of his own.

ਸਭ ਤੇਰੀ ਤੂੰ ਸਭਨੀ ਧਿਆਇਆ॥	sabh tayree tooN sabhnee Dhi-aa-i-aa.
ਜਿਸ ਨੋ ਕ੍ਰਿਪਾ ਕਰਹਿ,	Jis no kirpaa karahi
ਤਿਨਿ ਨਾਮ ਰਤਨੁ ਪਾਇਆ॥	tin naam ratan paa-i-aa.
ਗੁਰਮੁਖਿ ਲਾਧਾ ਮਨਮੁਖਿ ਗਵਾਇਆ॥	gurmukh laaDhaa manmukh gavaa-i-aa.
ਤੁਧੁ ਆਪਿ ਵਿਛੋੜਿਆ,	tuDh aap vichhorhi-aa
ਆਪਿ ਮਿਲਾਇਆ॥੧॥	aap milaa-i-aa. ||1||

ਸਾਰੀ ਸ੍ਰਿਸ਼ਟੀ ਦੇ ਜੀਵ ਹੀ ਤੇਰੀ ਅਮਾਨਤ ਹਨ । ਸਾਰੇ ਤੇਰੀ ਹੀ ਉਸਤਤ ਗਾਉਂਦੇ ਹਨ । ਜਿਸ ਤੇ ਰਹਿਮਤ ਬਖਸ਼ਦਾ ਹੈ, ਉਸ ਨੂੰ ਹੀ ਸ਼ਬਦ ਦੀ ਸੋਝੀ ਹੋ ਜਾਂਦੀ ਹੈ । ਗੁਰਮਖ ਤੇਰੀ ਰਹਿਮਤ ਨਾਲ ਸ਼ਬਦ ਦੀ ਪਾਲਣਾ ਵਿੱਚ ਅਡੋਲ ਰਹਿੰਦਾ ਹੈ । ਮਨਮੁਖ ਆਪਣਾ ਮਾਨਸ ਜਨਮ ਬਿਰਥਾ ਹੀ ਗਵਾ ਜਾਂਦਾ ਹੈ । ਤੂੰ ਆਪ ਹੀ ਜੀਵ ਦਾ ਆਪਣੇ ਨਾਲ ਸੰਜੋਗ ਬਣਾਉਂਦਾ ਹੈ, ਆਪ ਹੀ ਦੂਰ, ਰਖਦਾ ਹੈ ।

All creatures of the universe are only Your trust. The whole universe sings the glory of Your virtues. Only with Your mercy and grace, he may be enlightened with the teachings of Your Word. With Your mercy and grace Your true devotee may remain steady and stable in meditating and obeying Your Word in his day to day life. Self-minded always follow the lead of his own mind and wastes his human life opportunity uselessly. With Your mercy and grace; You may bring any soul close or far away from You.

ਤੂੰ ਦਰੀਆਉ ਸਭ ਤੁਝ ਹੀ ਮਾਹਿ॥	tooN daree-aa-o sabh tujh hee maahi
ਤੁਝ ਬਿਨੁ ਦੂਜਾ ਕੋਈ ਨਾਹਿ॥	tujh bin doojaa ko-ee naahi
ਜੀਅ ਜੰਤ ਸਭਿ ਤੇਰਾ ਖੇਲੁ॥	jee-a jant sabh tayraa khayl.
ਵਿਜੋਗਿ ਮਿਲਿ ਵਿਛੁੜਿਆ ਸੰਜੋਗੀ	vijog mil vichhurhi-aa sanjogee mayl.
ਮੇਲੁ॥੨॥	||2||

ਪ੍ਰਭ ਤੂੰ ਹੀ ਉਹ ਨਦੀ ਹੈ ਜਿਸ ਵਿੱਚ ਸਾਰੇ ਹੀ ਵਸਦੇ ਹਨ । ਤੇਰੇ ਤੋ ਬਿਨਾਂ ਹੋਰ ਕੋਈ ਇਹ ਸਭ ਕੁਝ ਨਹੀਂ ਕਰਦਾ, ਕਰ ਸਕਦਾ ਹੈ । ਸ੍ਰਿਸ਼ਟੀ ਦਾ ਸਾਰਾ ਖੇਲ, ਜੀਵ ਜੰਤ ਤੇਰੇ ਪੈਦਾ ਕੀਤੇ ਹੋਏ ਹਨ । ਤੂੰ ਆਪ ਹੀ ਜੀਵ ਨੂੰ ਆਪਣੇ ਨਾਲੋ ਵਿਛੋੜਦਾ ਹੈ । ਆਪ ਹੀ ਫਿਰ ਉਸ ਨੂੰ ਆਪਣੇ ਨਾਲ ਸੰਜੋਗ ਬਣਾਉਂਦਾ ਹੈ, ਤੇਰਾ ਕੀਤਾ ਹੀ ਸਭ ਕੁਝ ਹੁੰਦਾ ਹੈ ।

The True Master! You are an ocean and everyone is absorbed in Your ocean. No one else can do any activities and no one else can prevail in the universe. The whole play of the universe may only happen with Your mercy and grace. You may separate any soul from Your Holy spirit and may also bless on the right path to become worthy of Your consideration; only Your command prevails.

ਜਿਸ ਨੋ ਤੂ ਜਾਣਾਇਹਿ	Jis no too jaanaa-ihi
ਸੋਈ ਜਨੁ ਜਾਣੈ॥	so-ee jan jaanai.
ਹਰਿ ਗੁਣ ਸਦ ਹੀ ਆਖਿ ਵਖਾਣੈ॥	har gun sad hee aakh vakhaanai.
ਜਿਨਿ ਹਰਿ ਸੇਵਿਆ ਤਿਨਿ ਸੁਖੁ ਪਾਇਆ॥	Jin har sayvi-aa tin sukh paa-i-aa.
ਸਹਜੇ ਹੀ ਹਰਿ ਨਾਮਿ ਸਮਾਇਆ॥੩॥	sehjay hee har naam samaa-i-aa. ||3||

ਜਿਸ ਜੀਵ ਨੂੰ ਤੂੰ ਆਪ ਹੀ ਸੋਝੀ ਬਖਸ਼ਦਾ ਹੈ, ਕੇਵਲ ਉਹ ਹੀ ਸਭ ਕੁਝ ਜਾਣ ਸਕਦਾ ਹੈ । ਉਹ ਸਵਾਸ ਗਰਾਸ ਤੇਰੇ ਸ਼ਬਦ ਦੀ ਸੋਭਾ ਹੀ ਗਾਉਂਦਾ ਰਹਿੰਦਾ ਹੈ । ਜਿਹੜਾ ਸ਼ਬਦ ਦੀ ਪਾਲਣਾ ਕਰਦਾ ਹੈ, ਉਸ ਨੂੰ ਸੰਤੋਖ, ਅਨੰਦ, ਖੇੜੇ ਬਖਸ਼ਦਾ ਹੈ । ਉਹ ਅਸਾਨੀ ਨਾਲ ਹੀ ਤੇਰੇ ਸ਼ਬਦ ਦੀ ਸਮਾਧੀ ਵਿੱਚ ਲੀਨ ਰਹਿੰਦਾ ਹੈ ।

Whosoever may be blessed with the enlightenment of the teachings of Your Word, only he may become awake and alert. He may realize Your existence and may sing the glory of Your Word with each and every breath. Whosoever may adopt the teachings of Your Word with the steady and stable belief in his day to day life, he may be blessed with pleasures and blossom in his life. He may enter into the void of Your Word with ease and may stay focused on the teachings of Your Word.

ਤੂ ਆਪੇ ਕਰਤਾ	too aapay kartaa
ਤੇਰਾ ਕੀਆ ਸਭੁ ਹੋਇ॥	tayraa kee-aa sabh ho-ay.
ਤੁਧੁ ਬਿਨੁ ਦੂਜਾ ਅਵਰੁ ਨ ਕੋਇ॥	tuDh bin doojaa avar na ko-ay.
ਤੂ ਕਰਿ ਕਰਿ ਵੇਖਹਿ ਜਾਣਹਿ ਸੋਇ॥	too kar kar vaykheh jaaneh so-ay.
ਜਨ ਨਾਨਕ	jan naanak
ਗੁਰਮੁਖਿ ਪਰਗਟੁ ਹੋਇ॥ ੪॥੧॥੫੩॥	gurmukh pargat ho-ay. ‖4‖1‖53‖

ਪ੍ਰਭ ਤੂੰ ਆਪ ਹੀ ਸ੍ਰਿਸ਼ਟੀ ਨੂੰ ਸਾਜਨਵਾਲਾ ਹੈ, ਤੇਰਾ ਕੀਤਾ ਹੀ ਸਭ ਕੁਝ ਹੁੰਦਾ, ਹੋ ਸਕਦਾ ਹੈ । ਤੇਰੇ ਤੋ ਬਿਨਾਂ ਹੋਰ ਕੋਈ ਕੁਝ ਕਰਨ ਵਾਲਾ ਮਾਲਕ ਨਹੀਂ ਹੈ । ਤੂੰ ਸਾਰੀ ਸ੍ਰਿਸ਼ਟੀ ਨੂੰ ਦੇਖਦਾ, ਪਾਲਣਾ ਕਰਦਾ ਹੈ, ਇਸ ਦਾ ਕਾਰਨ ਜਾਣਦਾ ਹੈ । ਪ੍ਰਭ ਤੂੰ ਆਪ ਹੀ ਰਹਿਮਤ ਬਖਸ਼ਕੇ ਗਰਮੁਖ ਨੂੰ ਇਹ ਸੋਝੀ ਬਖਸ਼ਦਾ ਹੈ ।

You are The True Creator, Master of the universe, everything happens under Your command. You monitor, witness, nourish and know the true purpose of creation of the universe. Only with Your mercy and grace Your true devotee may be enlightened with the essence of Your nature.

56. ਰਾਗੁ ਆਸਾ ਘਰੁ ੨ ਮਹਲਾ ੪॥ 366-1

ੴ ਸਤਿਗੁਰ ਪ੍ਰਸਾਦਿ॥	ik-oNkaar satgur parsaad.
ਕਿਸ ਹੀ ਧੜਾ ਕੀਆ,	kis hee Dharhaa kee-aa
ਮਿਤ੍ਰ ਸੁਤ ਨਾਲਿ ਭਾਈ॥	mitar sut naal bhaa-ee.
ਕਿਸ ਹੀ ਧੜਾ ਕੀਆ,	kis hee Dharhaa kee-aa
ਕੁੜਮ ਸਕੇ ਨਾਲਿ ਜਵਾਈ॥	kurham sakay naal javaa-ee.
ਕਿਸ ਹੀ ਧੜਾ ਕੀਆ,	kis hee Dharhaa kee-aa
ਸਿਕਦਾਰ ਚਉਧਰੀ ਨਾਲਿ	sikdaar cha-uDhree naal
ਆਪਣੈ ਸੁਆਈ॥	aapnai su-aa-ee.
ਹਮਾਰਾ ਧੜਾ ਹਰਿ ਰਹਿਆ ਸਮਾਈ॥੧॥	hamaaraa Dharhaa har rahi-aa samaaee.

ਸੰਸਾਰ ਵਿੱਚ ਕਿਸੇ ਜੀਵ ਦਾ ਕੋਈ ਸਾਥੀ, ਆਸਰਾ, ਸੰਸਾਰਕ ਮਿੱਤਰ, ਜਾ ਸਕਾ ਭਾਈ ਹੁੰਦਾ ਹੈ । ਕਿਸੇ ਦਾ ਆਸਰਾ, ਸਾਥ ਦੇਣ ਵਾਲਾ, ਸਹੁਰਾ ਜਾ ਜਵਾਈ ਹੁੰਦਾ ਹੈ । ਕਿਸੇ ਦਾ ਸਾਥੀ ਜਾ ਆਸਰਾ ਉਸ ਸੰਸਾਰਕ ਮੁਖੀ ਤੇ ਹੁੰਦਾ ਹੈ । ਪ੍ਰਭ ਮੇਰਾ ਹੋਰ ਕੋਈ ਮਦਦ ਕਰਨ ਵਾਲਾ, ਸਾਥੀ, ਰਖਿਆ ਕਰਨ ਵਾਲਾ ਨਹੀਂ ਹੈ । ਮੇਰੀ ਤਾਂ ਆਸ, ਓਟ ਤੇਰੇ ਤੇ ਹੀ ਹੈ, ਤੇਰੇ ਸ਼ਬਦ ਵਿੱਚ ਹੀ ਲੀਨ ਹੋਇਆ ਹਾ।

In the universe someone may have some friends, associates, companion to help and support him. Someone may have his father-in-law or son-in-law to support him in his tough time and others may seek the help of the chief of the community. However, I do not have any worldly companion to help and protect me in my tough time. Only Your mercy and grace are my refuge and I remain intoxicated in the meditation on the teachings of Your Word.

ਹਮ ਹਰਿ ਸਿਉ ਧੜਾ ਕੀਆ,	ham har si-o Dharhaa kee-aa
ਮੇਰੀ ਹਰਿ ਟੇਕ॥	mayree har tayk.
ਮੈ ਹਰਿ ਬਿਨੁ ਪਖੁ ਧੜਾ,	mai har bin pakh Dharhaa
ਅਵਰੁ ਨ ਕੋਈ ਹਉ	avar na ko-ee ha-o
ਹਰਿ ਗੁਣ ਗਾਵਾ ਅਸੰਖ ਅਨੇਕ॥੧॥	har gun gaavaa asaNkh anayk. ||1||
ਰਹਾਉ॥	rahaa-o.

ਮੈ ਤੇਰੇ ਨਾਲ ਹੀ ਸੰਜੋਗ ਰਖਦਾ ਹੈ, ਤੂੰ ਹੀ ਮੇਰਾ ਆਸਰਾ, ਮੇਰੀ ਓਟ ਹੈ । ਪ੍ਰਭ ਤੋ ਬਿਨਾਂ ਮੇਰੀ ਹੋਰ ਕਿਸੇ ਤੇ ਆਸਾ ਨਹੀਂ, ਤੇਰੇ ਅਨੇਕਾਂ ਹੀ ਗੁਣ ਗਾਉਂਦਾ ਹਾ।

I am always attached to a devotional meditation on Your Word and seek Your protection. You are the One and Only One my pillar of hope. My True Master, I do not have any other support, I always sing the glory of Your unlimited virtues.

ਜਿਨ੍ਹ ਸਿਉ ਧੜੇ ਕਰਹਿ, ਸੇ ਜਾਹਿ॥	JinH si-o Dharhay karahi say jaahi.
ਝੂਠੁ ਧੜੇ ਕਰਿ ਪਛੋਤਾਹਿ॥	jhooth Dharhay kar pachhotaahi.
ਥਿਰੁ ਨ ਰਹਹਿ ਮਨਿ ਖੋਟੁ ਕਮਾਹਿ॥	thir na raheh man khot kamaahi.
ਹਮ ਹਰਿ ਸਿਉ ਧੜਾ ਕੀਆ,	ham har si-o Dharhaa kee-aa Jis
ਜਿਸ ਕਾ ਕੋਈ ਸਮਰਥੁ ਨਾਹਿ॥੨॥	kaa ko-ee samrath naahi. ||2||

ਜਿਸ ਨਾਲ ਜੀਵ ਸੰਜੋਗ, ਆਸਰਾ ਬਣਾਉਂਦਾ ਹੈ, ਉਹ ਆਪਣਾ ਸਮਾਂ ਬਤੀਤ ਕਰਕੇ ਮਰ ਜਾਂਦਾ ਹੈ । ਉਹ ਥੋੜ੍ਹਾ ਚਿਰ ਸਾਥ ਦੇਣ ਵਾਲੇ ਹਨ, ਅੰਤ ਵਿੱਚ ਪਛਤਾਵਾ ਹੀ ਕਰੇਗਾ । ਜਿਸ ਦਾ ਆਪਣੇ ਜੀਵਨ ਦਾ ਕੋਈ ਨਿਯਮ ਨਹੀਂ ਹੁੰਦਾ, ਉਹ ਅਸਲੀ ਸਾਥੀ ਨਹੀਂ ਹੁੰਦਾ, ਜ਼ਿਆਦਾ ਚਿਰ ਸਾਥ ਨਹੀਂ ਦੇਂਦਾ, ਲੋੜ ਪੈਣ ਤੇ ਕੰਮ ਨਹੀਂ ਆਉਂਦਾ । ਜੀਵ, ਪ੍ਰਭ ਨਾਲ ਸੰਜੋਗ ਬਣਾਵੋ! ਉਸ ਨਾਲੋ ਹੋਰ ਕੋਈ ਤਾਕਤਵਾਲ ਨਹੀਂ ਹੈ । ਕੇਵਲ ਉਹ ਹੀ ਸਦਾ ਸਾਥ ਦੇਣ ਵਾਲਾ ਅਸਲੀ ਮਾਲਕ, ਮਿੱਤਰ ਹੈ ।

Whosoever may establish a union and seek support in the world, all well-wishers die after short period of time in the universe. They can stay for a limited period of time to accompany and to help. In the end, he will be repenting. Whosoever may not have any principles in his own life, he may not become a true friend and companion. He may not stand to support you for long, he will abandon in the time of need, hardship. You should always seek a union only with The True Master, no one is equal or more powerful, merciful than Him. He is the One and Only One true friend and associate up to the end.

ਏਹ ਸਭਿ ਧੜੇ	ayh sabh Dharhay
ਮਾਇਆ ਮੋਹ ਪਸਾਰੀ॥	maa-i-aa moh pasaaree.
ਮਾਇਆ ਕਉ ਲੂਝਹਿ ਗਾਵਾਰੀ॥	maa-i-aa ka-o loojheh gaavaaree.
ਜਨਮਿ ਮਰਹਿ ਜੂਐ ਬਾਜੀ ਹਾਰੀ॥	janam mareh joo-ai baajee haaree.
ਹਮਰੈ ਹਰਿ ਧੜਾ,	hamrai har Dharhaa
ਜਿ ਹਲਤੁ ਪਲਤੁ ਸਭੁ ਸਵਾਰੀ॥੩॥	je halat palat sabh savaaree. ||3||

ਸੰਸਾਰਕ ਜੀਵਾਂ ਨਾਲ ਧੜੇ, ਸੰਜੋਗ ਸੰਸਾਰਕ ਮਾਇਆ ਦੇ ਅਧਾਰ, ਲਾਲਚ ਤੇ ਹੀ ਬਣਦੇ ਹਨ । ਉਹ ਮੂਰਖ ਸੰਸਾਰਕ ਮਾਇਆ ਕਾਰਨ ਹੀ ਸੰਜੋਗ ਤੋੜ ਦੇਂਦੇ ਹਨ । ਉਹ ਜੀਵ ਜਨਮ ਲੈਂਦੇ ਹਨ, ਸਮਾਂ ਪੂਰਾ ਕਰਕੇ ਮਰ ਜਾਂਦੇ ਹਨ, ਮਾਨਸ ਜਨਮ ਦੀ ਬਾਜੀ ਹਾਰ ਜਾਂਦੇ ਹਨ । ਉਸ ਪ੍ਰਭ ਨਾਲ ਸੰਜੋਗ ਬਣਾਵੋ! ਜਿਹੜਾ ਸਾਰੀ ਮਨ ਦੀ ਅਵਸਥਾ ਹੀ ਘੜਦਾ ਹੈ, ਸਵਾਰ ਦੇਂਦਾ ਹੈ । ਇਸ ਸੰਸਾਰ ਵਿੱਚ ਵੀ ਸਾਥ ਦੇਂਦਾ ਹੈ, ਮੌਤ ਪਿਛੋਂ ਦਰਬਾਰ ਵਿੱਚ ਵੀ ਸਹਾਈ ਹੁੰਦਾ ਹੈ ।

The association with worldly humans may be based on the greed of worldly wealth. Those foolish people will always break their association for worldly wealth and greed. He takes birth in the universe and after spending predetermined time passes away, he has lost the game of his human life journey. You should always seek the association of The True Master, who may transform your state of mind forever. He always accompanies the soul in the worldly life and also support after death in the court in His court.

ਕਲਿਜੁਗ ਮਹਿ ਧੜੇ,	kalijug meh Dharhay
ਪੰਚ ਚੋਰ ਝਗੜਾਏ॥	panch chor jhagrhaa-ay.
ਕਾਮੁ ਕ੍ਰੋਧੁ ਲੋਭੁ ਮੋਹੁ	kaam kroDh lobh moh
ਅਭਿਮਾਨੁ ਵਧਾਏ॥	abhimaan vaDhaa-ay.
ਜਿਸ ਨੋ ਕ੍ਰਿਪਾ ਕਰੇ,	Jis no kirpaa karay
ਤਿਸੁ ਸਤਸੰਗਿ ਮਿਲਾਏ॥	tis satsang milaa-ay.
ਹਮਰਾ ਹਰਿ ਧੜਾ,	hamraa har Dharhaa
ਜਿਨਿ ਏਹ ਧੜੇ ਸਭਿ ਗਵਾਏ॥ ੪॥	Jin ayh Dharhay sabh gavaa-ay. ||4||

ਕੱਲਯੁਗ ਵਿੱਚ ਮਨ ਦੀਆਂ ਇੱਛਾਂ ਦੇ ਪੰਜ ਚੋਰ ਹੀ ਇੱਕ ਦੂਸਰੇ ਨਾਲ ਜੋੜ ਕਰਵਾਉਂਦੇ ਹਨ । ਉਹ ਹੀ ਇੱਕ ਦੂਸਰੇ ਨਾਲ ਝਗੜਾ ਕਰਵਾਉਂਦੇ ਹਨ । ਜਿਸ ਤੇ ਪ੍ਰਭ ਰਹਿਮਤ ਬਖਸ਼ਦਾ ਹੈ, ਉਸ ਨੂੰ ਸੰਤ ਸਰੂਪ ਨਾਲ ਸੰਗਤ ਬਖਸ਼ਦਾ ਹੈ । ਪ੍ਰਭ ਦੇ ਸ਼ਬਦ ਨਾਲ ਸੰਜੋਗ ਬਣਾਉਣ ਨਾਲ ਸਾਰੇ ਸੰਸਾਰਕ ਝਗੜੇ, ਮੋਹ ਖਤਮ ਹੋ ਜਾਂਦੇ ਹਨ ।

In the Age of Kuljug, five demons of worldly desires may make the association of human with each other. These five demons may create disputes and quarrels with each other. With His mercy and grace, he may be blessed with the association of His true devotee. By adopting the teachings of His Word with steady and stable belief in day to day life all his worldly frustrations, miseries and attachment to worldly possessions may be eliminated from my mind.

ਮਿਥਿਆ ਦੂਜਾ ਭਾਉ	mithi-aa doojaa bhaa-o
ਧੜੇ ਬਹਿ ਪਾਵੈ॥	Dharhay bahi paavai.
ਪਰਾਇਆ ਛਿਦ੍ਰੁ ਅਟਕਲੈ,	paraa-i-aa chhidar atkalai
ਆਪਣਾ ਅਹੰਕਾਰੁ ਵਧਾਵੈ॥	aapnaa ahaNkaar vaDhaavai.
ਜੈਸਾ ਬੀਜੈ ਤੈਸਾ ਖਾਵੈ॥	jaisaa beejai taisaa khaavai.
ਜਨ ਨਾਨਕ ਕਾ ਹਰਿ ਧੜਾ,	jan naanak kaa har Dharhaa
ਧਰਮੁ ਸਭ ਸ੍ਰਿਸਟਿ ਜਿਣਿ ਆਵੈ॥	Dharam sabh sarisat Jin aavai.
੫॥੨॥੫੪॥	||5||2||54||

ਪ੍ਰਭ ਦੇ ਸ਼ਬਦ ਦੀ ਅਗਿਆਨਤਾ ਕਾਰਨ ਹੀ ਜੀਵ ਭਰਮਾਂ ਵਿੱਚ ਪੈਂਦਾ ਹੈ, ਸੰਸਾਰਕ ਜੀਵਾਂ ਦੇ ਮਗਰ ਲੱਗਦਾ ਹੈ । ਉਹ ਬਾਕੀ ਜੀਵਾਂ ਦੀ ਨਿੰਦਿਆਂ ਕਰਦਾ, ਆਪਣੇ ਮਨ ਦੀ ਮੈਲ, ਲਾਲਚ ਵਧਾਉਂਦਾ ਹੈ । ਉਸ ਨੂੰ ਸੰਸਾਰ ਵਿੱਚ ਆਪਣੇ ਬੀਜੇ ਦਾ ਹੀ ਮੌਤ ਪਿਛੋਂ ਫਲ ਬਖਸ਼ਿਸ਼ ਹੁੰਦਾ ਹੈ । ਬੰਦਗੀ ਕਰਨ ਵਾਲੇ ਜੀਵ ਦਾ ਜੋੜ, ਧੜਾ ਪ੍ਰਭ ਦੇ ਸ਼ਬਦ ਦੀ ਪਾਲਣਾ ਨਾਲ ਹੀ ਹੁੰਦਾ ਹੈ, ਸੰਸਾਰਕ ਧਰਮ ਦੇ ਰੀਤ ਰੀਵਾਜ ਨਾਲ ਨਹੀਂ ਹੁੰਦਾ ਹੈ । ਉਹ ਆਪਣੇ ਮਨ ਦੀਆਂ ਇੱਛਾਂ ਤੇ ਜਿੱਤ ਪਾ ਕੇ ਸਾਰੇ ਸੰਸਾਰ ਤੇ ਜਿੱਤ ਪਾ ਲੈਂਦਾ ਹੈ । ਮਾਨਸ ਜਨਮ ਸਫਲ ਕਰ ਜਾਂਦਾ ਹੈ ।

Due to his own ignorance from the teachings of His Word, the worldly creature may remain a salve of religious suspicions and he follows the leads of worldly teachers and gurus. He may criticize all other humans even their good deeds, he increases the filth and greed of his mind. He may be rewarded the fruit of his own worldly deeds after death in His court. His true devotee always keeps the association, his hope on the mercy and grace of The True Master and he obeys His Word wholeheartedly with steady and stable belief. All his association may be based on the fundamental principle of brotherhood of mankind, the teachings of His Word, he may not attach any significance to religious rituals. He conquers his worldly desires and makes his human life journey a fruitful, successful.

57. ਆਸਾ ਮਹਲਾ ੪॥ 366-11

ਹਿਰਦੈ ਸੁਣਿ ਸੁਣਿ ਮਨਿ ਅੰਮ੍ਰਿਤੁ ਭਾਇਆ॥ hirdai sun sun man amrit bhaa-i-aa.
ਗੁਰਬਾਣੀ ਹਰਿ ਅਲਖੁ ਲਖਾਇਆ॥੧॥ gurbaanee har alakh lakhaa-i-aa. ||1||

ਪ੍ਰਭ ਦੇ ਸ਼ਬਦ ਵਿੱਚ ਪ੍ਰਭ ਦੇ ਅਨੋਖੇ ਗੁਣਾਂ ਦੀ ਵਿਆਖਿਆ ਹੀ ਲਿਖੀ ਗਈ ਹੈ । ਬਾਰ ਬਾਰ ਅਮੋਲਕ ਸ਼ਬਦ ਸੁਣਨ ਨਾਲ, ਮਨ ਵਿੱਚ ਸ਼ਬਦ ਰੂਪੀ ਅੰਮ੍ਰਿਤ ਭਰ ਜਾਂਦਾ ਹੈ ।

In the Holy Scripture, the astonishing virtues of The True Master are written and explained. By singing and listening to the teachings of His Word, His true devotee may become overwhelmed with the essence, the nectar of the enlightenment of His Word.

ਗੁਰਮੁਖਿ ਨਾਮੁ ਸੁਨਹੁ ਮੇਰੀ ਭੈਨਾ॥ gurmukh naam sunhu mayree bhainaa.
ਏਕੋ ਰਵਿ ਰਹਿਆ ਘਟ ਅੰਤਰਿ, ayko rav rahi-aa ghat antar
ਮੁਖਿ ਬੋਲਹੁ ਗੁਰ ਅੰਮ੍ਰਿਤ ਬੈਨਾ॥੧॥ mukh bolhu gur amrit bainaa. ||1||
ਰਹਾਉ॥ rahaa-o.

ਗੁਰਮਖ ਜੀਵ ਕੇਵਲ ਪ੍ਰਭ ਦੇ ਸ਼ਬਦ ਨੂੰ ਹੀ ਸੁਣਦਾ ਹੈ । ਪ੍ਰਭ ਜੀਵ ਦੇ ਤਨ ਵਿੱਚ ਡੂੰਘੇ ਥਾਂ, ਦਸਵੇਂ ਘਰ ਵਸਦਾ ਹੈ, ਮਨ ਵਿੱਚ ਵਾਪਰਦਾ ਹੈ । ਉਹ ਜੀਵ ਆਪਣੀ ਜੀਭ ਤੋ ਉਸ ਦੇ ਸ਼ਬਦ ਦੇ ਅਮੋਲਕ ਗੁਣ ਗਾਉਂਦਾ ਹੈ ।

His true devotee only listens to the teachings of His Word. His Word may dwell in the deep center of the body, in the 10th Castle of his mind and prevails in each and every activity. His true devotee always sings the glory of The True Master with his tongue.

ਮੈ ਮਨਿ ਤਨਿ ਪ੍ਰੇਮੁ ਮਹਾ ਬੈਰਾਗੁ॥ mai man tan paraym mahaa bairaag.
ਸਤਿਗੁਰੁ ਪੁਰਖੁ ਪਾਇਆ ਵਡਭਾਗੁ॥੨॥ satgur purakh paa-i-aa vadbhaag. ||2||

ਜੀਵ ਦਾ ਮਨ, ਤਨ ਪ੍ਰਭ ਦੇ ਵਿਛੋੜੇ ਦੇ ਵਿਰਾਗ ਵਿੱਚ ਚਲੇ ਜਾਂਦਾ ਹੈ । ਉਸ ਨੂੰ ਪ੍ਰਭ ਦੀ ਯਾਦ ਬਹੁਤ ਸਤਾਉਂਦੀ ਹੈ, ਉਸ ਦੇ ਵਿਰਾਗ ਵਿੱਚ ਹੀ ਲੀਨ ਰਹਿੰਦਾ ਹੈ । ਸੰਸਾਰਕ ਕਿਸੇ ਅਨੰਦ ਵਿੱਚ ਮਨ ਨਹੀਂ ਲੱਗਦਾ । ਪ੍ਰਭ ਦੀ ਰਹਿਮਤ ਦੀ ਨਜ਼ਰ ਨਾਲ ਉਸ ਦੀ ਸਮਾਧੀ ਪ੍ਰਭ ਦੀ ਜੋਤ ਵਿੱਚ ਲੱਗ ਜਾਂਦੀ ਹੈ ।

His mind remains in the renunciation of the memory of his separation from The True Master. He remains frustrated with the memory of his separation; he remains desperate and intoxicated in meditating on the teachings of His Word. His mind may not enjoy any worldly pleasures. By His mercy and grace, he remains dedicated and he may enter into the void of His Word, the Holy Spirit

ਦੂਜੈ ਭਾਇ ਭਵਹਿ ਬਿਖੁ ਮਾਇਆ॥ doojai bhaa-ay bhaveh bikh maa-i-aa.
ਭਾਗਹੀਨ ਨਹੀ ਸਤਿਗੁਰੁ ਪਾਇਆ॥੩॥ bhaagheen nahee satgur paa-i-aa. ||3||

ਜਿਹੜਾ ਸੰਸਾਰਕ ਗੁਰੂਆਂ ਪੀਰਾਂ ਪਿਛੇ ਲੱਗਾ ਰਹਿੰਦਾ ਹੈ, ਜਿਹੜੇ ਆਪ ਹੀ ਮਾਇਆ ਦੇ ਜਾਲ ਵਿੱਚ ਫਸੇ ਹਨ । ਉਸ ਮੰਦੇ ਭਾਗਾਂ ਵਾਲੇ ਦੀ ਸ਼ਬਦ ਦੀ ਪਾਲਣਾ ਵਿੱਚ ਲਗਨ ਨਹੀਂ ਲਗਦੀ ।

Whosoever may follow the lead of a worldly gurus, who are themselves trapped into the greed of worldly wealth: he may become very unfortunate. He may never focus on obeying and adopting the teachings of His Word for a long time.

ਅੰਮ੍ਰਿਤੁ ਹਰਿ ਰਸੁ ਹਰਿ ਆਪ ਪੀਆਇਆ॥ amrit har ras har aap pee-aa-i-aa.
ਗੁਰਿ ਪੂਰੈ ਨਾਨਕ ਹਰਿ ਪਾਇਆ॥ gur poorai naanak har paa-i-aa.
੪॥੩॥੫੫॥ ||4||3||55||

ਪ੍ਰਭ ਆਪ ਹੀ ਰਹਿਮਤ ਬਖਸ਼ਕੇ ਜੀਵ ਨੂੰ ਸ਼ਬਦ ਦੇ ਲੜ ਲਾਉਂਦਾ ਹੈ, ਅਡੋਲ ਰਖਦਾ ਹੈ । ਪ੍ਰਭ ਦੇ ਸ਼ਬਦ ਦੀ ਭਰੋਸੇ ਨਾਲ ਪਾਲਣਾ ਕਰਦੇ ਰਹਿਣ ਨਾਲ ਹੀ ਸ਼ਬਦ ਦੀ ਸੋਝੀ ਹੁੰਦੀ ਹੈ ।

With His mercy and grace, His true devotee may remain meditating on the teachings of His Word and keeps him steady and stable on the right path. By obeying the teachings of His Word, he may be blessed with the enlightenment of His Word.

58. ਆਸਾ ਮਹਲਾ ੪॥ 367-15

ਮੇਰੈ ਮਨਿ ਤਨਿ ਪ੍ਰੇਮੁ ਨਾਮੁ ਆਧਾਰੁ॥ mayrai man tan paraym naam aaDhaar.
ਨਾਮੁ ਜਪੀ ਨਾਮੋ ਸੁਖ ਸਾਰੁ॥੧॥ naam japee naamo sukh saar. ||1||

ਮੇਰੇ ਮਨ ਤਨ ਵਿੱਚ ਪ੍ਰਭ ਦੇ ਸ਼ਬਦ ਦਾ ਹੀ ਅਧਾਰ, ਆਸਰਾ ਹੈ । ਸ਼ਬਦ ਦੀ ਪਾਲਣਾ ਨਾਲ ਹੀ ਪ੍ਰੀਤ ਹੈ । ਸ਼ਬਦ ਦੀ ਪਾਲਣਾ ਨਾਲ ਹੀ ਸ਼ਬਦ ਦੀ ਸੋਝੀ ਹੁੰਦੀ ਹੈ । ਮਨ ਵਿੱਚ ਸੰਤੋਖ ਬਖਸ਼ਿਸ਼ ਹੁੰਦਾ ਹੈ ।

My mind and body are having the only support of The True Master and I have adopted the teachings of His Word in my day to day life. I have a deep devotion to obey and adopt the teachings of His Word. By obeying the teachings of His Word in day to day life, my mind may be blessed with the enlightenment of His Word, contentment and peace in his worldly life.

ਨਾਮੁ ਜਪਹੁ ਮੇਰੇ ਸਾਜਨ ਸੈਨਾ॥ naam japahu mayray saajan sainaa.
ਨਾਮ ਬਿਨਾ ਮੈ ਅਵਰੁ ਨ ਕੋਈ, naam binaa mai avar na ko-ee
ਵਡੈ ਭਾਗਿ ਗੁਰਮੁਖਿ ਹਰਿ ਲੈਨਾ॥੧॥ ਰਹਾਉ॥ vadai bhaag gurmukh har lainaa. ||1|| rahaa-o.

ਪ੍ਰਭ ਦੇ ਸ਼ਬਦ ਦਾ ਸਿਮਰਨ ਕਰੋ! ਸ਼ਬਦ ਦੀ ਪਾਲਣਾ ਕਰਨ ਤੋ ਬਿਨਾਂ ਮਾਨਸ ਜੀਵਨ ਦਾ ਹੋਰ ਕੋਈ ਮੰਤਵ ਨਹੀਂ ਹੈ । ਵੱਡੇ ਭਾਗਾਂ ਨਾਲ ਹੀ ਜੀਵ ਨੂੰ ਪ੍ਰਭ ਦੇ ਸ਼ਬਦ ਨਾਲ ਲਗਨ ਲਗਦੀ ਹੈ । ਸ਼ਬਦ ਦੀ ਸੋਝੀ ਹੁੰਦੀ ਹੈ, ਮਨ ਵਿੱਚ ਗੁਰਮਖ ਅਵਸਥਾ ਬਖਸ਼ਿਸ਼ ਹੋ ਜਾਂਦੀ ਹੈ ।

You should meditate on the teachings of His Word, without meditating on the teachings of His Word, there is no other true purpose of human life blessings. Only with great prewritten destiny, his mind may stay focused in meditating on the teachings of His Word. He may be blessed with enlightened from within and becomes awake and alert. He may be blessed with state of mind of as His true devotee.

ਨਾਮ ਬਿਨਾ ਨਹੀ ਜੀਵਿਆ ਜਾਇ॥ naam binaa nahee jeevi-aa jaa-ay.
ਵਡੈ ਭਾਗਿ ਗੁਰਮੁਖਿ ਹਰਿ ਪਾਇ॥੨॥ vadai bhaag gurmukh har paa-ay. ||2||

ਜੀਵ ਦੇ ਵੱਡੇ ਭਾਗ ਹੋਣ ਤਾਂ ਹੀ ਗੁਰਮਖ ਅਵਸਥਾ ਬਖਸ਼ਿਸ਼ ਹੁੰਦੀ ਹੈ । ਪ੍ਰਭ ਦੇ ਸ਼ਬਦ ਦੀ ਪਾਲਣਾ ਕਰਨ ਤੋ ਬਿਨਾਂ ਗੁਰਮਖ ਸਵਾਸ ਨਹੀਂ ਲੈ ਸਕਦਾ । ਜੀਵਨ ਦਾ ਹੋਰ ਕੋਈ ਮੰਤਵ ਨਹੀਂ ਹੁੰਦਾ ।

Only with great prewritten destiny, his mind may be blessed with state of mind of a true devotee. Without meditating and obeying the teachings of His Word, he may consider his life is useless for the true purpose of human life.

ਨਾਮਹੀਨ ਕਾਲਖ ਮੁਖਿ ਮਾਇਆ॥ naamheen kaalakh mukh maa-i-aa.
ਨਾਮ ਬਿਨਾ ਧ੍ਰਿਗੁ ਧ੍ਰਿਗੁ ਜੀਵਾਇਆ॥੩॥ naam binaa Dharig Dharig jeevaa-i-aa.

ਜਿਹੜਾ ਜੀਵ ਪ੍ਰਭ ਦੇ ਸ਼ਬਦ ਦੀ ਪਾਲਣਾ ਨਹੀਂ ਕਰਦਾ, ਉਸ ਦੀ ਆਤਮਾ ਨੂੰ ਦਾਗ਼ ਲੱਗ ਜਾਂਦਾ ਹੈ, ਜਾਲ ਵਿੱਚ ਫਸਿਆ ਰਹਿੰਦਾ ਹੈ । ਸ਼ਬਦ ਦੀ ਪਾਲਣਾ ਤੋ ਬਿਨਾਂ ਉਸ ਦਾ ਮਾਨਸ ਜੀਵਨ ਬਿਰਥਾ ਹੀ ਬੀਤ ਜਾਂਦਾ ਹੈ ।

Whosoever may not obey the teachings of His Word, his mind and soul may remain blemished and he falls into the trap of worldly wealth. Without obeying the teachings of His Word wholeheartedly, the human life journey may be uselessly.

ਵਡਾ ਵਡਾ ਹਰਿ ਭਾਗ ਕਰਿ ਪਾਇਆ॥ vadaa vadaa har bhaag kar paa-i-aa.
ਨਾਨਕ ਗੁਰਮੁਖਿ ਨਾਮੁ ਦਿਵਾਇਆ॥ ੪॥ ੪॥੫੬॥ naanak gurmukh naam divaa-i-aa. ||4||4||56||

ਵੱਡੇ ਭਾਗ ਹੋਣ ਤਾਂ ਹੀ ਪ੍ਰਭ ਦੇ ਸ਼ਬਦ ਨਾਲ ਲਗਨ ਲਗਦੀ ਹੈ । ਗੁਰਮਖ ਜੀਵ ਤੇ ਪ੍ਰਭ ਦੇ ਸ਼ਬਦ ਦੀ ਪਾਲਣਾ ਦੀ ਬਖਸ਼ਿਸ਼ ਰਹਿੰਦੀ ਹੈ ।

Only with great prewritten destiny, His true devotee may stay focused on the teachings of His Word. His true devotee may remain overwhelmed with His mercy and grace to obey and adopt the teachings of His Word in his day to day life.

59. ਆਸਾ ਮਹਲਾ ੪॥ 367-2

ਗੁਣ ਗਾਵਾ ਗੁਣ ਬੋਲੀ ਬਾਣੀ॥ gun gaavaa gun bolee banee.
ਗੁਰਮੁਖਿ ਹਰਿ ਗੁਣ ਆਖਿ ਵਖਾਣੀ॥੧॥ gurmukh har gun aakh vakhaanee. ||1||

ਜੀਵ ਪ੍ਰਭ ਦੇ ਸ਼ਬਦ ਦੇ ਗੁਣ ਗਾਵੋ! ਗੁਰਮਖ ਜੀਵ ਹਰ ਵੇਲੇ ਹੀ ਪ੍ਰਭ ਦੇ ਸ਼ਬਦ ਦੀ ਪਾਲਣਾ ਕਰਦੇ ਹਨ । ਉਸ ਦੇ ਸ਼ਬਦ ਦੇ ਗੁਣ ਗਾਉਂਦੇ ਹਨ ।

You should sing the glory of virtues of His Word. His true devotee always sings and obeys the teachings of His Word.

ਜਪਿ ਜਪਿ ਨਾਮੁ ਮਨਿ ਭਇਆ ਅਨੰਦਾ॥ jap jap naam man bha-i-aa anandaa.
ਸਤਿ ਸਤਿ ਸਤਿਗੁਰਿ ਨਾਮੁ ਦਿੜਾਇਆ, sat sat satgur naam dirhaa-i-aa
ਰਸਿ ਗਾਏ ਗੁਣ ਪਰਮਾਨੰਦਾ॥੧॥ ਰਹਾਉ॥ ras gaa-ay gun parmaanandaa. ||1|| rahaa-o.

ਪ੍ਰਭ ਦੇ ਸ਼ਬਦ ਦਾ ਬਾਰ ਬਾਰ ਜਾਪ, ਸਿਮਰਨ ਕਰਨ ਨਾਲ ਮਨ ਵਿੱਚ ਅਨੰਦ, ਸੰਤੋਖ ਬਖਸ਼ਿਸ਼ ਹੁੰਦਾ ਹੈ । ਪ੍ਰਭ ਨੇ ਆਪ ਹੀ ਰਹਿਮਤ ਬਖਸ਼ੀ ਹੈ, ਸ਼ਬਦ ਮਨ ਵਿੱਚ ਜਾਗਰਤ ਹੋ ਗਿਆ ਹੈ । ਸ਼ਬਦ ਦੇ ਗੁਣ ਗਾਉਣ ਨਾਲ ਮਨ ਦੀ ਅਵਸਥਾ ਅਮਰ ਹੋ ਜਾਂਦੀ ਹੈ । ਸ਼ਬਦ ਦੇ ਤੱਤ ਦਾ ਪ੍ਰਭਾਵ ਮਨ ਵਿੱਚ ਵਸ ਜਾਂਦਾ ਹੈ ।

By meditating on the teachings of His Word over and over, his mind may be blessed with pleasures and contentment. With His mercy and grace His Word may be enlightened within his mind. By singing the glory of His Word, his soul may be blessed with immortal state of state of mind. The true essence of the teachings of His Word may be drenched within his heart.

ਹਰਿ ਗੁਣ ਗਾਵੈ ਹਰਿ ਜਨ ਲੋਗਾ॥ har gun gaavai har jan logaa.
ਵਡੈ ਭਾਗਿ ਪਾਏ ਹਰਿ ਨਿਰਜੋਗਾ॥ ੨॥ vadai bhaag paa-ay har nirjogaa. ||2||

ਪ੍ਰਭ ਦੇ ਨਿਮਾਣੇ ਸੇਵਕ, ਬਹੁਤ ਨਿਮ੍ਰਤਾ ਨਾਲ ਪ੍ਰਭ ਦੇ ਸ਼ਬਦ ਗਾਉਂਦੇ ਹਨ । ਵੱਡੇ ਭਾਗਾਂ ਨਾਲ, ਪ੍ਰਭ ਦੀ ਰਹਿਮਤ ਨਾਲ, ਮੋਹ ਰਹਿਤ ਪ੍ਰਭ ਨਾਲ ਸੰਜੋਗ ਬਣਦਾ ਹੈ, ਗੁਰਮਖ ਅਵਸਥਾ ਬਖਸ਼ਿਸ਼ ਹੁੰਦੀ ਹੈ ।

His true devotee with deep humility and modesty sings the glory of His Word. Only with great prewritten destiny, his mind may be blessed with the association of The True Master, who may be beyond the reach of emotions and attachments of His creature. He may be blessed with state of mind as His true devotee.

ਗੁਣ ਵਿਹੂਣ ਮਾਇਆ ਮਲੁ ਧਾਰੀ॥ gun vihoon maa-i-aa mal Dhaaree.
ਵਿਣੁ ਗੁਣ ਜਨਮਿ ਮੁਏ ਅਹੰਕਾਰੀ॥੩॥ vin gun janam mu-ay ahaNkaaree. ||3||

ਜਿਸ ਦੇ ਮਨ ਵਿੱਚ ਪ੍ਰਭ ਦੇ ਸ਼ਬਦ ਦੇ ਗੁਣ ਨਹੀਂ ਹੁੰਦੇ । ਉਸ ਤੇ ਸੰਸਾਰਕ ਮਾਇਆ ਦਾ ਜ਼ੋਰ ਰਹਿੰਦਾ ਹੈ । ਇਹਨਾਂ ਗੁਣਾਂ ਤੋਂ ਰਹਿਤ ਜੀਵ ਅਹੰਕਾਰ ਵਿੱਚ ਜਲਦਾ, ਜੂੰਨਾਂ ਵਿੱਚ ਭਉਦੇ ਰਹਿੰਦਾ ਹੈ ।

Whosoever may not be drenched with the good virtues, the teachings of His Word. His mind remains blemished with the filth of worldly wealth and worldly wealth controls his day to day activities. Without the virtues of His Word within, he remains frustrated, burning in his ego and remain in the cycle of birth and death.

ਸਰੀਰਿ ਸਰੋਵਰਿ ਗੁਣ ਪਰਗਟਿ ਕੀਏ॥ sareer sarovar gun pargat kee-ay.
ਨਾਨਕ ਗੁਰਮੁਖਿ ਮਤਿ ਤਤੁ ਕਢੀਏ॥੪॥ naanak gurmukh math tat kadhee-ay.
੫॥੫੭॥ ||4||5||57||

ਜੀਵ ਦੇ ਤਨ ਵਿੱਚ ਪ੍ਰਭ ਦੇ ਸ਼ਬਦ ਦੀ ਸੋਝੀ ਰੂਪੀ ਰਤਨਾਂ ਦਾ ਭੰਡਾਰ ਹੈ । ਗੁਰਮਖ ਇਸ ਨੂੰ ਰਿੜਕ ਕੇ ਸ਼ਬਦ ਦੀ ਸੋਝੀ ਰੂਪੀ ਤੱਤ ਕੱਢਦੇ ਹਨ, ਪ੍ਰਾਪਤ ਕਰ ਲੈਂਦੇ ਹਨ ।

The mind and body of a creature is overwhelmed with the treasure of priceless jewels, the virtues and the enlightenment of His Word. His true devotee churns the priceless nectar and he may be blessed with the essence of the teachings of His Word, the enlightenment of His Word.

60. ਆਸਾ ਮਹਲਾ ੪॥ 367-6

ਨਾਮੁ ਸੁਣੀ ਨਾਮੋ ਮਨਿ ਭਾਵੈ॥ naam sunee naamo man bhaavai.
ਵਡੈ ਭਾਗਿ ਗੁਰਮੁਖਿ ਹਰਿ ਪਾਵੈ॥੧॥ vadai bhaag gurmukh har paavai. ||1||

ਪ੍ਰਭ ਦੇ ਸ਼ਬਦ ਨੂੰ ਮਨ ਲਾ ਕੇ ਸੁਣਨ ਨਾਲ ਸ਼ਬਦ ਮਨ ਨੂੰ ਭਾਉਣ ਲੱਗ ਪੈਂਦਾ ਹੈ । ਜਿਸ ਨੂੰ ਪ੍ਰਭ ਸ਼ਬਦ ਦੀ ਪਾਲਣਾ ਦੀ ਬਖਸ਼ਿਸ਼ ਕਰਦਾ ਹੈ । ਉਸ ਵੱਡੇ ਭਾਗਾਂ ਵਾਲੇ ਜੀਵ ਨੂੰ ਗੁਰਮਖ ਅਵਸਥਾ ਬਖਸ਼ਿਸ਼ ਹੋ ਜਾਂਦੀ ਹੈ ।

By listening the sound, the teachings of His Word, His Word may become soothing to his mind. Whosoever may be blessed with devotion to obey the teachings of His Word. He becomes very fortunate and he may be blessed with state of mind of as His true devotee.

ਨਾਮ ਜਪਹੁ ਗੁਰਮੁਖਿ ਪਰਗਾਸਾ॥ naam japahu gurmukh pargaasaa.
ਨਾਮ ਬਿਨਾ ਮੈ ਧਰ ਨਹੀ ਕਾਈ, naam binaa mai Dhar nahee kaa-ee
ਨਾਮੁ ਰਵਿਆ ਸਭ ਸਾਸ ਗਿਰਾਸਾ॥੧॥ naam ravi-aa sabh saas giraasaa.
ਰਹਾਉ॥ ||1|| rahaa-o.

ਪ੍ਰਭ ਦੇ ਸ਼ਬਦ ਦੀ ਪਾਲਣਾ ਕਰਨ ਨਾਲ ਹੀ ਗੁਰਮਖ ਅਵਸਥਾ ਦੀ ਬਖਸ਼ਿਸ਼ ਹੁੰਦੀ ਹੈ । ਗੁਰਮਖ ਦੇ ਮਨ ਵਿੱਚ ਪ੍ਰਭ ਦੇ ਸ਼ਬਦ ਤੋ ਬਿਨਾਂ ਹੋਰ ਕੋਈ ਆਸਰਾ, ਖਿਆਲ ਨਹੀਂ ਆਉਂਦਾ । ਪ੍ਰਭ ਦਾ ਸ਼ਬਦ ਹੀ ਉਸ ਦੇ ਸਵਾਸ ਗਰਾਸ ਵਿੱਚ ਰਚਿਆ ਰਹਿੰਦਾ ਹੈ ।

Only by adopting the teachings of His Word with steady and stable belief in day to day life, his mind may be blessed with the state of mind as His true devotee. He may only seek the refuge of His Word; no other thought may wander in his mind. His mind remains drenched with teachings of His Word with each and every breath.

ਨਾਮੈ ਸੁਰਤਿ ਸੁਨੀ ਮਨਿ ਭਾਈ॥ naamai surat sunee man bhaa-ee.
ਜੋ ਨਾਮੁ ਸੁਨਾਵੈ jo naam sunaavai
ਸੋ ਮੇਰਾ ਮੀਤੁ ਸਖਾਈ॥੨॥ so mayraa meet sakhaa-ee. ||2||

ਪ੍ਰਭ ਦੇ ਸ਼ਬਦ ਨੂੰ ਸੁਣਨ ਨਾਲ ਮਨ ਵਿੱਚ ਜਾਗਰਤੀ ਆ ਜਾਂਦੀ ਹੈ । ਸ਼ਬਦ ਮਨ ਨੂੰ ਭਾਉਣ ਲੱਗ ਪੈਂਦਾ ਹੈ । ਜਿਹੜਾ ਜੀਵ ਪ੍ਰਭ ਦੇ ਸ਼ਬਦ ਦੀ ਪਾਲਣਾ ਕਰਦਾ ਹੈ । ਕੇਵਲ ਉਹ ਹੀ ਸੰਸਾਰ ਵਿੱਚ ਸੰਜੋਗ ਬਣਾਉਣ ਦੇ ਯੋਗ ਹੁੰਦਾ ਹੈ ।

By listening to the sermons of His Word, his mind may become awake and alert. The teachings of His Word may become soothing to the mind of His true devotee. Whosoever may obey and adopt the teachings of His Word in his day to day life, only he may become worthy of association.

ਨਾਮਹੀਣ ਗਏ ਮੂੜ ਨੰਗਾ॥ naamheen ga-ay moorh nangaa.
ਪਚਿ ਪਚਿ ਮੁਏ ਬਿਖੁ ਦੇਖਿ ਪਤੰਗਾ॥੩॥ pach pach mu-ay bikh daykh patangaa.

ਸ਼ਬਦ ਦੀ ਪਾਲਣਾ ਕਰਨ ਤੋਂ ਬਿਨਾਂ ਅਣਜਾਣ, ਅਗਿਆਨੀ ਬਿਨਾਂ ਕੁਝ ਪ੍ਰਾਪਤ ਕੀਤੇ ਹੀ ਮਰ ਜਾਂਦੇ ਹਨ । ਉਹ ਸੰਸਾਰ ਵਿੱਚ ਸੰਸਾਰਕ ਮਾਇਆ ਇਕੱਠੀ ਕਰਦੇ ਮਰ ਜਾਂਦੇ ਹਨ । ਜਿਵੇਂ ਪਤੰਗਾ ਅੱਗ ਨੂੰ ਦੇਖ ਦੇਖ ਉਸ ਵਿੱਚ ਜਲ ਜਾਂਦਾ ਹੈ ।

Without obeying and adopting the teachings of His Word in his day to day life, the ignorant may die without earning any wealth of His Word. He may dies collecting worldly wealth. As a firebug watches the fire and he may become so attached to the glow, he burns himself in the fire.

ਆਪੇ ਥਾਪੇ ਥਾਪਿ ਉਥਾਪੇ॥ aapay thaapay thaap uthaapay.
ਨਾਨਕ ਨਾਮੁ ਦੇਵੈ ਹਰਿ ਆਪੇ॥ naanak naam dayvai har aapay.
੪॥੬॥੫੮॥ ||4||6||58||

ਪ੍ਰਭ ਆਪ ਹੀ ਜੀਵ ਨੂੰ ਸੰਸਾਰ ਵਿੱਚ ਜਨਮ ਦੇਂਦਾ ਹੈ, ਪਾਲਣਾ ਪੋਸਨਾ ਕਰਦਾ ਹੈ । ਆਪ ਹੀ ਸਮਾਂ ਪੈਣ ਤੇ ਮੌਤ ਦੇਂਦਾ ਹੈ । ਆਪ ਹੀ ਰਹਿਮਤ ਬਖਸ਼ਦਾ, ਸ਼ਬਦ ਦੀ ਪਾਲਣਾ ਦੀ ਲਗਨ ਬਖਸ਼ਦਾ ਹੈ ।

The True Master creates the creature and nourishes and protect him in the universe. The True Master gives him death after his assigned time on the earth. With His own mercy and grace, He may bless devotion to meditate on the teachings of His Word.

61. ਆਸਾ ਮਹਲਾ ੪॥ 367-10

ਗੁਰਮੁਖਿ ਹਰਿ ਹਰਿ ਵੇਲਿ ਵਧਾਈ॥ gurmukh har har vayl vaDhaa-ee.
ਫਲ ਲਾਗੇ ਹਰਿ ਰਸਕ ਰਸਾਈ॥੧॥ fal laagay har rasak rasaa-ee. ||1||

ਪ੍ਰਭ ਦੇ ਸ਼ਬਦ ਦੀ ਵੇਲ ਦੀ ਜੜ੍ਹ ਗੁਰਮਖ ਦੇ ਮਨ ਵਿੱਚ ਹੀ ਵਧਦੀ ਹੈ । ਉਸ ਦੇ ਮਨ ਵਿੱਚ ਹੀ ਫਲ ਦੇਂਦੀ ਹੈ । ਉਸ ਫਲ ਦਾ ਰਸ ਬਹੁਤ ਅਮੋਲਕ ਹੁੰਦਾ ਹੈ ।

The root, vine of the teachings of His Word blossoms within mind and heart of His true devotee. His mind, heart remains overwhelmed with fruit of this vine. The essence, the nectar of the teachings of His Word is very gracious and astonishing.

ਹਰਿ ਹਰਿ ਨਾਮੁ ਜਪਿ ਅਨਤ ਤਰੰਗਾ॥ har har naam jap anat tarangaa.
ਜਪਿ ਜਪਿ ਨਾਮੁ ਗੁਰਮਤਿ ਸਾਲਾਹੀ, ਮਾਰਿਆ ਕਾਲੁ ਜਮਕੰਕਰ ਭੁਇਅੰਗਾ॥੧॥ ਰਹਾਉ॥ jap jap naam gurmat saalaahee maari-aa kaal jamkankar bhu-i- angaa. ||1|| rahaa-o.

ਸ਼ਬਦ ਦਾ ਸਿਮਰਨ ਕਰਨ, ਗੁਣ ਗਾਉਣ ਨਾਲ ਅਨੇਕਾਂ ਹੀ ਅਨੰਦ ਮਨ ਵਿੱਚ ਬਖਸ਼ਿਸ਼ ਹੁੰਦੇ ਹਨ । ਪ੍ਰਭ ਦੇ ਸ਼ਬਦ ਦੇ ਗੁਣ, ਜੀਵਨ ਵਿੱਚ ਢਾਲਣ ਨਾਲ ਮੌਤ ਦਾ ਡਰ ਦੂਰ ਹੋ ਜਾਂਦਾ ਹੈ । ਮੌਤ ਦੇ ਜਮਦੂਤ ਤੋਂ ਛੁਟਕਾਰਾ ਹੋ ਸਕਦਾ ਹੈ ।

By meditating and singing the glory of His virtues, he may be blessed, experienced with countless pleasures and blossoms in his day to day life. By singing and adopting the teachings of His Word, his fear of death may be eliminated from his mind. His soul may become beyond the reach of the devil of death.

ਹਰਿ ਹਰਿ ਗੁਰ ਮਹਿ ਭਗਤਿ ਰਖਾਈ॥ har har gur meh bhagat rakhaa-ee.
ਗੁਰੁ ਤੁਠਾ ਸਿਖ ਦੇਵੈ ਮੇਰੇ ਭਾਈ॥੨॥ gur tuthaa sikh dayvai mayray bhaa-ee.2

ਪ੍ਰਭ ਨੇ ਸ਼ਬਦ ਵਿੱਚ ਹੀ ਸ਼ਬਦ ਦੀ ਪਾਲਣਾ ਦੀ ਲਗਨ, ਬੀਜ ਬੀਜਿਆ ਹੈ । ਜਿਸ ਦਾ ਭਰੋਸਾ ਸ਼ਬਦ ਤੇ ਅਡੋਲ ਹੋ ਜਾਂਦਾ ਹੈ । ਪ੍ਰਭ ਦੀ ਰਹਿਮਤ ਨਾਲ ਉਸ ਨੂੰ ਪ੍ਰਵਾਨਗੀ ਦਾ ਰਸਤਾ ਬਖਸ਼ਦਾ ਹੈ ।

The True Master, with His mercy and grace has attached me to mediate and to obey the teachings of His Word. He has sowed the seed of devotion and keeps me steady and stable on the right path. Whosoever may remain steady and stable on the teachings of His Word, His blessings; he may be blessed with the right path of meditation of acceptance in His court.

ਹਉਮੈ ਕਰਮ ਕਿਛੁ ਬਿਧਿ ਨਹੀ ਜਾਣੈ॥ ha-umai karam kichh biDh nahee jaanai.
ਜਿਉ ਕੁੰਚਰੁ ਨਾਇ ਖਾਕੁ ਸਿਰਿ ਛਾਣੈ॥ ੩॥ Ji-o kunchar naa-ay khaak sir chhaanai. ||3||

ਜਿਹੜਾ ਮਨ ਦੇ ਅਹੰਕਾਰ ਵਿੱਚ ਕੋਈ ਕੰਮ ਕਰਦਾ ਰਹਿੰਦਾ ਹੈ, ਉਹ ਪ੍ਰਭ ਦੇ ਸ਼ਬਦ ਬਾਬਤ ਕੁਝ ਨਹੀਂ ਜਾਣਦਾ । ਉਸ ਦੇ ਮਨ ਦੀ ਅਵਸਥਾ ਉਸ ਹਾਥੀ ਦੀ ਤਰ੍ਹਾਂ ਹੀ ਹੁੰਦੀ ਹੈ, ਜਿਹੜਾ ਇਸ਼ਨਾਨ ਕਰਦਾ, ਪਰ ਫਿਰ ਮਿੱਟੀ ਵਿੱਚ ਲੈਟ ਕੇ ਮਿੱਟੀ ਨਾਲ ਭਰ ਜਾਂਦਾ ਹੈ ।

Whosoever may perform all his deeds in the ego of his mind, he may not realize, understand anything about the teachings of His Word. His state of mind may be like an elephant, who may bath in a pond to clean his body and then he role in a dirt to scratch the itches of his body.

ਜੇ ਵਡ ਭਾਗ ਹੋਵਹਿ ਵਡ ਊਚੇ॥ jay vad bhaag hoveh vad oochay.
ਨਾਨਕ ਨਾਮੁ ਜਪਹਿ ਸਚਿ ਸੂਚੇ॥ ੪॥੭॥੫੯॥ naanak naam jaapeh sach soochay. ||4||7||59||

ਵੱਡੇ ਭਾਗਾਂ ਵਾਲਾ ਹੀ ਪ੍ਰਭ ਦੇ ਸ਼ਬਦ ਦੀ ਪਾਲਣਾ ਕਰਦਾ, ਗੁਣ ਗਾਉਂਦਾ ਹੈ, ਉਸ ਨੂੰ ਪ੍ਰਭ ਦੀ ਰਹਿਮਤ ਬਖਸ਼ਿਸ਼ ਹੋ ਸਕਦੀ, ਪਾਉਂਦਾ ਹੈ ।

Only with a great prewritten destiny, His true devotee may sing and obey the teachings of His Word. He may remain steady and stable on the teachings of His Word. He may be blessed with the right path of acceptance in His sanctuary.

62. ਆਸਾ ਮਹਲਾ ੪॥ 367-15

ਹਰਿ ਹਰਿ ਨਾਮ ਕੀ ਮਨਿ ਭੂਖ ਲਗਾਈ॥ har har naam kee man bhookh lagaa-ee.
ਨਾਮਿ ਸੁਨਿਐ ਮਨੁ ਤ੍ਰਿਪਤੈ ਮੇਰੇ ਭਾਈ॥ ੧॥ naam suni-ai man tariptai mayray bhaa-ee. ||1||

ਮੇਰੇ ਮਨ ਵਿੱਚ ਪ੍ਰਭ ਦੇ ਵਿਛੋੜੇ ਦੀ ਬਹੁਤ ਭੁੱਖ, ਭਟਕਣ ਲੱਗੀ ਰਹਿੰਦੀ ਹੈ । ਉਸ ਦੇ ਸ਼ਬਦ ਸੁਣਨ, ਪਾਲਣਾ ਕਰਨ ਨਾਲ ਹੀ ਮਨ ਵਿੱਚ ਸੰਤੋਖ ਬਖਸ਼ਿਸ਼ ਹੋ ਸਕਦਾ, ਆਉਂਦਾ ਹੈ ।

My mind remains very anxious and in miserable state, in the memory of my separation from The True Master and remain very anxious for His mercy and grace. By listening and obeying the teachings of His Word, I may be blessed with contentment and peace of mind.

ਨਾਮੁ ਜਪਹੁ ਮੇਰੇ ਗੁਰਸਿਖ ਮੀਤਾ॥ naam japahu mayray gursikh meetaa.
ਨਾਮੁ ਜਪਹੁ ਨਾਮੇ ਸੁਖੁ ਪਾਵਹੁ, naam japahu naamay sukh paavhu
ਨਾਮੁ ਰਖਹੁ ਗੁਰਮਤਿ ਮਨਿ ਚੀਤਾ॥੧॥ ਰਹਾਉ॥ naam rakhahu gurmat man cheetaa. ||1|| rahaa-o.

ਪ੍ਰਭ ਦੇ ਸ਼ਬਦ ਦਾ ਸਿਮਰਨ ਕਰੋ! ਪ੍ਰਭ ਦੇ ਸ਼ਬਦ ਦੇ ਗੁਣ ਗਾਉਣ ਨਾਲ ਮਨ ਵਿੱਚ ਸੰਤੋਖ ਬਖਸ਼ਿਸ਼ ਹੋ ਸਕਦਾ ਹੈ । ਪ੍ਰਭ ਦੇ ਸ਼ਬਦ ਦੀ ਪਾਲਣਾ ਕਰਨ ਨਾਲ ਸ਼ਬਦ ਮਨ ਵਿੱਚ ਵਸ ਜਾਂਦਾ ਹੈ ।

Let us meditate on the teachings of His Word. By singing the glory of His Word; he may experience, realize peace and contentment. By adopting the teachings of His Word, he may be drenched with the essence of His Word.

ਨਾਮੋ ਨਾਮੁ ਸੁਣੀ ਮਨੁ ਸਰਸਾ॥	naamo naam sunee man sarsaa.
ਨਾਮੁ ਲਾਹਾ ਲੈ ਗੁਰਮਤਿ ਬਿਗਸਾ॥੨॥	naam laahaa lai gurmat bigsaa. ||2||

ਪ੍ਰਭ ਦੇ ਸ਼ਬਦ ਦੀ ਧੁਨ ਸੁਣ ਨਾਲ ਮਨ ਵਿੱਚ ਖੇੜਾ ਬਖਸ਼ਿਸ਼ ਹੋ ਸਕਦਾ, ਆਉਂਦਾ ਹੈ । ਪ੍ਰਭ ਦੇ ਸ਼ਬਦ ਦੀ ਪਾਲਣਾ ਕਰਨ ਨਾਲ ਮਨ ਵਿੱਚ ਸ਼ਬਦ ਜਾਗਰਤ ਹੋ ਜਾਂਦਾ ਹੈ । ਆਤਮਾ ਸ਼ਬਦ ਦਾ ਧਨ ਇਕੱਠਾ ਕਰਦੀ, ਖੇੜੇ ਵਿੱਚ ਵਸਦੀ ਹੈ ।

By listening to the sermons of the teachings of His Word, his mind may be blessed with peace and blossom forever. By adopting the teachings of His Word in day to day life, he may be enlightened within and his mind may become awake and alert. He earns the wealth of His Word and his soul remains in blossom forever.

ਨਾਮ ਬਿਨਾ ਕੁਸਟੀ ਮੋਹ ਅੰਧਾ॥	naam binaa kustee moh anDhaa.
ਸਭ ਨਿਹਫਲ ਕਰਮ	sabh nihfal karam
ਕੀਏ ਦੁਖੁ ਧੰਧਾ॥੩॥	kee-ay dukh DhanDhaa. ||3||

ਪ੍ਰਭ ਦੇ ਸ਼ਬਦ ਦੀ ਕਮਾਈ ਤੋ ਬਿਨਾਂ ਮਾਨਸ ਕੋੜ੍ਹੀ ਦੀ ਤਰ੍ਹਾਂ ਹੀ ਹੁੰਦਾ ਹੈ । ਸੰਸਾਰਕ ਮਾਇਆ ਮੋਹ ਦੇ ਕਾਬੂ ਵਿੱਚ ਹੀ ਰਹਿੰਦਾ ਹੈ । ਉਸ ਦੇ ਸੰਸਾਰ ਵਿੱਚ ਸਾਰੇ ਕੀਤੇ ਕੰਮ ਬਿਰਥੇ ਹੀ ਜਾਂਦੇ ਹਨ । ਉਸ ਨੂੰ ਮੋਹ ਦੇ ਦੁਖਾਂ ਵਿੱਚ ਹੀ ਲੈ ਜਾਂਦੇ ਹਨ ।

Without the earnings of His Word, his state of mind may be like a leprous. He may remain a salve of the worldly wealth, possession and attachment to worldly relationships. All his good deeds may not render any fruit, reward. All his deeds may push him into the miseries of attachments and worldly wealth.

ਹਰਿ ਹਰਿ ਹਰਿ ਜਸੁ ਜਪੈ ਵਡਭਾਗੀ॥	har har har jas japai vadbhaagee.
ਨਾਨਕ ਗੁਰਮਤਿ ਨਾਮਿ ਲਿਵ ਲਾਗੀ॥੪॥	naanak gurmat naam liv laagee.
੮॥੬੦॥	||4||8||60||

ਵੱਡੇ ਭਾਗਾਂ ਵਾਲੇ ਜੀਵ ਹੀ ਪ੍ਰਭ ਦੇ ਸ਼ਬਦ ਦਾ ਸਿਮਰਨ ਕਰਦੇ, ਗੁਣ ਗਾਉਂਦੇ ਹਨ । ਪ੍ਰਭ ਦੇ ਸ਼ਬਦ ਦੀ ਪਾਲਣਾ ਕਰਨ ਨਾਲ ਹੀ ਪ੍ਰਭ ਦੇ ਸ਼ਬਦ ਵਿੱਚ ਭਰੋਸਾ ਅਡੋਲ ਹੁੰਦਾ ਹੈ ।

Only with great prewritten destiny, His true devotee may meditate and sing the glory of His Word. By adopting the teachings of His Word wholeheartedly, his belief may become steady and stable on His blessings.

63. ਮਹਲਾ ੪ ਰਾਗੁ ਆਸਾ ਘਰੁ ੬ ਕੇ ੩॥ 368-1

੧ੴ ਸਤਿਗੁਰ ਪ੍ਰਸਾਦਿ॥	ik-onkaar satgur parsaad.
ਹਥਿ ਕਰਿ ਤੰਤੁ ਵਜਾਵੈ ਜੋਗੀ	hath kar tant vajaavai jogee
ਥੋਥਰ ਵਾਜੈ ਬੇਨ॥	thothar vaajai bayn.
ਗੁਰਮਤਿ ਹਰਿ ਗੁਣ ਬੋਲਹੁ ਜੋਗੀ,	gurmat har gun bolhu jogee
ਇਹੁ ਮਨੂਆ ਹਰਿ ਰੰਗਿ ਭੇਨ॥੧॥	ih manoo-aa har rang bhayn. ||1||

ਬੰਦਗੀ ਕਰਨ ਵਾਲਾ ਪ੍ਰਭ ਦੇ ਸ਼ਬਦ ਦੇ ਗੁਣ ਗਾਉਂਦਾ ਹੈ । ਉਸ ਦੇ ਮਨ ਵਿੱਚ ਪ੍ਰਭ ਦੇ ਸ਼ਬਦ ਨਾਲ ਲਗਨ, ਪਿਆਰ ਵਧਦਾ ਹੈ । ਅਗਰ ਸ਼ਬਦ ਦੇ ਗੁਣ ਗਾਉਣ ਨਾਲ ਮਨ ਵਿੱਚ ਇਹ ਅਵਸਥਾ ਨਹੀਂ ਆਉਂਦੀ, ਤਾਂ ਸੰਗੀਤ, ਕੀਰਤਨ ਕਰਨਾ ਬਿਰਥਾ ਹੀ ਹੈ ।

His true devotee always sings the glory of the virtues of His Word, his devotion to obey the teachings of His Word blossoms and his belief becomes steady and stable. Whosoever may not realize the state of harmony within his mind, there must be some deficiency in his devotion, the intention of the mind. All his singing and obeying the teachings of His Word may be useless for the purpose of his human life journey.

ਜੋਗੀ ਹਰਿ ਦੇਹੁ ਮਤੀ ਉਪਦੇਸੁ॥ jogee har dayh matee updays.
ਜੁਗੁ ਜੁਗੁ ਹਰਿ ਹਰਿ ਏਕੋ ਵਰਤੈ, jug jug har har ayko vartai
ਤਿਸੁ ਆਗੈ ਹਮ ਆਦੇਸੁ॥੧॥ ਰਹਾਉ॥ tis aagai ham aadays. ||1|| rahaa-o.

ਸੰਸਾਰਕ ਸੰਤ ਤੂੰ ਬਾਕੀ ਜੀਵਾਂ ਨੂੰ ਕੀ ਪ੍ਰਭ ਦੇ ਸ਼ਬਦ ਦੀ ਸਿਖਿਆ ਦੇਂਦਾ ਹੈ । ਪ੍ਰਭ ਤਾਂ ਜੁਗਾਂ ਜੁਗਾਂ ਤੇ ਸ੍ਰਿਸ਼ਟੀ ਵਿੱਚ ਵਸਦਾ, ਵਾਪਰਦਾ ਅਇਆ ਹੈ । ਮੈ ਤਾਂ ਨਿਮ੍ਰਤਾ ਨਾਲ ਉਸ ਪ੍ਰਭ ਅੱਗੇ ਹੀ ਸਿਰ ਝੁਕਾਉਦਾ ਹਾ।

The worldly priest, saint, guru and teacher preaches the teachings of His Word to the others. However, The True Master has been dwelling and prevailing in the universe from ancient Ages, from the beginning of His creation. I humbly obey and bow my head in gratitude to The True Master.

ਗਾਵਹਿ ਰਾਗ ਭਾਤਿ ਬਹੁ ਬੋਲਹਿ, gaavahi raag bhaat baho boleh
ਇਹੁ ਮਨੂਆ ਖੇਲੈ ਖੇਲ॥ ih manoo-aa khaylai khayl.
ਜੋਵਹਿ ਕੂਪ ਸਿੰਚਨ ਕਉ ਬਸੁਧਾ, joveh koop sinchan ka-o basuDhaa
ਉਠਿ ਬੈਲ ਗਏ ਚਰਿ ਬੇਲ॥੨॥ uth bail ga-ay char bayl. ||2

ਸੰਸਾਰਕ ਸੰਤ ਤੂੰ ਅਨੇਕਾਂ ਰਾਗਾਂ ਵਿੱਚ, ਅਨੇਕਾਂ ਬਾਣੀ ਦੇ ਸਲੋਕ ਬੋਲਦਾ, ਗਾਉਂਦਾ ਹੈ । ਬਹੁਤ ਬਾਣੀ ਦਾ ਵਿਸਤਾਰ ਕਰਦਾ ਹੈ, ਤੂੰ ਇਸ ਨੂੰ ਇੱਕ ਧੰਦਾ ਹੀ ਸਮਝਦਾ ਹੈ, ਸੰਸਾਰਕ ਖੇਲ ਹੀ ਕਰਦਾ ਹੈ । ਤੂੰ ਜੀਵਾਂ ਦੀ ਸੰਗਤ ਵਿੱਚ ਬੈਠਾ ਬਹੁਤ ਪ੍ਰਭਾਵਤ ਹੋਇਆ ਰਹਿੰਦਾ ਹੈ । ਮਨ ਦੇ ਲਾਲਚ ਵਿੱਚ, ਸੰਸਾਰਕ ਜੰਗਲ ਵਿੱਚ ਮਾਇਆ ਇਕੱਠੀ ਕਰਨ ਦਾ ਹੀ ਸੋਚਦਾ ਹੈ ।

Worldly preacher, you speak various words from the Holy Scripture and sings the glory with various different music tones. You explain the teachings of His Word in very detailed and simple way for the others to understand. You only consider the preaching as business to collect worldly wealth as a worldly play. In the association of others, you pretend to be deeply influenced by the teachings of His Word. However, your greedy mind remains wandering in worldly jungle to collect wealth.

ਕਾਇਆ ਨਗਰ ਮਹਿ ਕਰਮ ਹਰਿ ਬੋਵਹੁ, kaa-i-aa nagar meh karam har bovhu
ਹਰਿ ਜਾਮੈ ਹਰਿਆ ਖੇਤੁ॥ har jaamai hari-aa khayt.
ਮਨੂਆ ਅਸਥਿਰੁ ਬੈਲੁ ਮਨੁ ਜੋਵਹੁ, manoo-aa asthir bail man jovhu
ਹਰਿ ਸਿੰਚਹੁ ਗੁਰਮਤਿ ਜੇਤੁ॥੩॥ har sinchahu gurmat jayt. ||3||

ਜੀਵ ਆਪਣੇ ਮਨ ਦੇ ਖੇਤ ਵਿੱਚ ਪ੍ਰਭ ਦੇ ਸ਼ਬਦ ਦਾ ਬੀਜ ਲਾਵੋ! ਡੋਲਣ ਵਾਲੇ ਮਨ ਨੂੰ ਸ਼ਬਦ ਦੀ ਪਾਲਣਾ ਰੂਪੀ ਪਾਣੀ ਦੇਣ ਤੇ ਗੋਡੀ ਕਰਨ ਤੇ ਲਾਵੋ । ਪ੍ਰਭ ਦੇ ਸ਼ਬਦ ਨਾਲ, ਮਨ ਵਿੱਚ ਇੱਕ ਹਰਿਆਵਲੀ ਵਾਲ ਹੀ ਖੇਤ ਬਣ ਜਾਵੇਗਾ ।

You should sow the seed of the teachings of His Word in the field of your mind. You should irrigate the wandering mind with the nectar of His Word and mend the dirt of that plant. By adopting His Word, your mind may become an evergreen field of the teachings of His Word.

ਜੋਗੀ ਜੰਗਮ ਸ੍ਰਿਸਟਿ ਸਭ ਤੁਮਰੀ, ਜੋ ਦੇਹੁ ਮਤੀ ਤਿਤੁ ਚੇਲ॥	jogee jangam sarisat sabh tumree jo dayh matee tit chayl.
ਜਨ ਨਾਨਕ ਕੇ ਪ੍ਰਭ ਅੰਤਰਜਾਮੀ, ਹਰਿ ਲਾਵਹੁ ਮਨੂਆ ਪੇਲ॥੪॥੯॥੬੧॥	jan naanak kay parabh antarjaamee har laavhu manoo-aa payl. ‖4‖9‖61‖

ਅੰਤਰਜਾਮੀ ਪ੍ਰਭ ਨਾਲ ਆਪਣੇ ਮਨ ਨੂੰ ਜੋੜੋ! ਫਿਰ ਜੋਗੀ, ਇਹ ਸਾਰੀ ਸ੍ਰਿਸ਼ਟੀ ਹੀ ਤੇਰੀ ਬਣ ਜਾਵੇਗੀ। ਜਿਸ ਤਰ੍ਹਾਂ ਦੀ ਤੂੰ ਸਿਖਿਆਂ ਦੇਵੇਗਾ, ਉਸ ਤੇ ਹੀ ਚਲਣਗੇ।

Worldly Yogi, devotee attaches your devotion to the teachings of The Word of omniscient True Master. You may be blessed with enlightenment of the whole universe. The whole creation may become your trust and may adopt your teachings in day to day life.

64. ਆਸਾ ਮਹਲਾ ੪॥ 368-7

ਕਬ ਕੋ ਭਾਲੈ ਘੁੰਘਰੂ ਤਾਲਾ, ਕਬ ਕੋ ਬਜਾਵੈ ਰਬਾਬੁ॥	kab ko bhaalai ghunghroo taalaa kab ko bajaavai rabaab.
ਆਵਤ ਜਾਤ ਬਾਰ ਖਿਨੁ ਲਾਗੈ, ਹਉ ਤਬ ਲਗੁ ਸਮਾਰਉ ਨਾਮੁ॥੧॥	aavat jaat baar khin laagai ha-o tab lag samaara-o naam. ‖1‖

ਬੰਦਗੀ ਕਰਨ ਵਾਲੇ ਕਿਤਨਾ ਚਿਰ ਕੋਈ ਪਰਾਏ ਦੀ ਘੰਟੀ ਵਜਾਵੇਗਾ? ਕਿਤਨਾ ਚਿਰ ਗਟਾਰ ਨਾਲ ਧੁਨ ਕੱਢਕੇ ਪ੍ਰਭ ਦੇ ਸ਼ਬਦ ਦੇ ਬੋਲੇ ਜਾਣ, ਜਾਂ ਕੀਰਤਨ ਕੀਤਾ ਜਾਵੇ? ਜੀਵ ਸੰਸਾਰਕ ਕੰਮ ਧੰਦੇ ਕਰਦੇ ਹੋਏ, ਪ੍ਰਭ ਦੇ ਸ਼ਬਦ ਵਿੱਚ ਧਿਆਨ ਲਾਉਣ ਨਾਲ ਸ਼ਬਦ ਦੀ ਬੰਦਗੀ ਪੂਰਨ ਹੋ ਜਾਂਦੀ ਹੈ।

How long I have to ring the bell, serve others, worldly guru? How long the musical tone may resonant before singing the glory of His Word? While attending the responsibilities of worldly life, adopting the teachings of His Word, your meditation may be accepted in His court.

ਮੇਰੈ ਮਨਿ ਐਸੀ ਭਗਤਿ ਬਨਿ ਆਈ॥	mayrai man aisee bhagat ban aa-ee.
ਹਉ ਹਰਿ ਬਿਨੁ ਖਿਨੁ ਪਲੁ ਰਹਿ ਨ ਸਕਉ, ਜੈਸੇ ਜਲ ਬਿਨੁ ਮੀਨੁ ਮਰਿ ਜਾਈ॥੧॥ ਰਹਾਉ॥	ha-o har bin khin pal reh na saka-o jaisay jal bin meen mar jaa-ee. ‖1‖ rahaa-o.

ਇਸ ਤਰ੍ਹਾਂ ਦੀ ਪ੍ਰਭ ਦੇ ਸ਼ਬਦ ਨਾਲ ਲਗਨ ਲਾਵੋ। ਇੱਕ ਪਲ ਸ਼ਬਦ ਵਿਸਰ ਜਾਣ ਨਾਲ ਸਵਾਸ ਲੈਣਾ ਮੁਸ਼ਕਲ ਮਹਿਸੂਸ ਹੋਵੇ। ਜਿਵੇਂ ਮਛਲੀ ਪਾਣੀ ਤੋਂ ਬਿਨਾਂ ਪਲ ਵਿੱਚ ਸਵਾਸ ਛੱਡ ਜਾਂਦੀ ਹੈ।

Your devotion to the teachings of His Word should be such, even forgetting the teachings of His Word for a moment, your breathing feels like useless and feels life is very miserable. Your state of mind may become like a fish without water.

ਕਬ ਕੋਊ ਮੇਲੈ ਪੰਚ ਸਤ ਗਾਇਣ, ਕਬ ਕੋ ਰਾਗ ਧੁਨਿ ਉਠਾਵੈ॥	kab ko-oo maylai panch sat gaa-in kab ko raag Dhun uthaavai.
ਮੇਲਤ ਚੁਨਤ ਖਿਨੁ ਪਲੁ ਚਸਾ ਲਾਗੈ, ਤਬ ਲਗੁ ਮੇਰਾ ਮਨੁ ਰਾਮ ਗੁਨ ਗਾਵੈ॥੨॥	maylat chunat khin pal chasaa laagai tab lag mayraa man raam gun gaavai.2

ਜੋਗੀ ਕਿਤਨਾ ਚਿਰ ਕੋਈ ਸਤਾਰ ਦੀਆਂ ਪੰਜਾਂ ਤਾਰਾ ਦੀ ਧੁਨ ਕੱਢੇ, ਸਤੇ ਸੁਰਾ ਇਕੱਠੀਆਂ ਕਰੇ ਤਾਲ ਮੇਲ ਕਰੇ? ਕਿਤਨੀ ਉੱਚੀ ਅਵਾਜ ਨਾਲ ਸ਼ਬਦ ਦਾ ਕੀਰਤਨ ਗਇਆ ਜਾਵੇ? ਜਿਤਨਾ ਚਿਰ ਇਹ ਸਾਜ ਇਕੱਠੇ ਕਰਨ ਵਿੱਚ ਲੱਗਦਾ ਹੈ, ਮਨ ਦੀ ਲਿਵ ਟੁੱਟ ਜਾਂਦੀ, ਮੌਕਾ ਲੰਘ ਜਾਂਦਾ ਹੈ। ਮੇਰੇ ਮਨ ਸਦਾ ਹੀ ਪ੍ਰਭ ਦੇ ਸ਼ਬਦ ਦੇ ਗੁਣ ਗਾਵੋ, ਸਾਜ ਦੀ ਉਡੀਕ ਨਾ ਕਰੋ!

Yogi, how long should five tone of stings, and seven nodes of music may be synchronized? How loud should be the sound to sing the glory of His Word? You should realize that time takes to synchronize all music nodes, tones, the attention, concentration of mind may start wandering around and time to enter into in the void of His Word may pass away. You should sing the glory of His Word with each and every breath, forget about synchronization of these nodes of music.

ਕਬ ਕੋ ਨਾਚੈ ਪਾਵ ਪਸਾਰੈ, ਕਬ ਕੋ ਹਾਥ ਪਸਾਰੈ॥
ਹਾਥ ਪਾਵ ਪਸਾਰਤ ਬਿਲਮੁ ਤਿਲੁ ਲਾਗੈ, ਤਬ ਲਗੁ ਮੇਰਾ ਮਨੁ ਰਾਮ ਸਮ੍ਹਾਰੈ॥੩॥

kab ko naachai paav pasaarai kab ko haath pasaarai.
haath paav pasaarat bilam til laagai tab lag mayraa man raam samhaarai.3

ਜੋਗੀ ਕਿਤਨਾ ਚਿਰ ਕੋਈ ਨਾਚ ਕਰਨ ਲਈ ਕੋਈ ਆਪਣਾ ਪੈਰ ਫਸਾਰੇ । ਜਾ ਕਿਤਨਾ ਚਿਰ ਦੂਸਰੇ ਦੇ ਹੱਥ ਨੂੰ ਪਕੜੇ? ਜੀਵ ਦੇ ਹੱਥ ਵਧਾਉਨ ਲਈ ਪੈਰ ਪਸਾਰਨ ਲਈ ਇੱਕ ਪਲ ਲੱਗ ਜਾਂਦਾ ਹੈ । ਇਹ ਮੌਕਾ ਬਿਰਥਾ ਹੀ ਗਵਾਚ ਜਾਂਦਾ ਹੈ । ਮਨ ਹਰ ਪਲ ਪ੍ਰਭ ਦੇ ਸ਼ਬਦ ਦਾ ਸਿਮਰਨ ਕਰੋ, ਉਸਤਤ ਗਾਵੋ !

Worldly Yogi can you enlighten me how long someone may dance around and move his feet? How long may he hold the hand of his partner? To hold the hand and to move the feet it may take at least one moment, by that the real opportunity may be lost and the time to enter into the void of His Word may be wasted, lost. Each and every breath you should meditate on the teachings of His Word and sings the glory of His Word.

ਕਬ ਕੋਊ ਲੋਗਨ ਕਉ ਪਤੀਆਵੈ, ਲੋਕਿ ਪਤੀਣੈ ਨਾ ਪਤਿ ਹੋਇ॥
ਜਨ ਨਾਨਕ ਹਰਿ ਹਿਰਦੈ ਸਦ ਧਿਆਵਹੁ, ਤਾ ਜੈ ਜੈ ਕਰੇ ਸਭੁ ਕੋਇ॥੪॥ ੧੦॥੬੨

kab ko-oo logan ka-o patee-aavai lok pateenai naa pat ho-ay.
jan naanak har hirdai sad Dhi-aavahu taa jai jai karay sabh ko-ay. ||4||10||62||

ਕਿਤਨਾ ਚਿਰ ਕੋਈ ਲੋਕਾ ਨੂੰ ਖ਼ੁਸ਼ ਕਰਨ ਲਈ, ਮਾਣ ਪਾਉਣ ਲਈ ਲੋਕਾਂ ਦੀ ਖਿਆਮਤ, ਜੀ ਹਾਜ਼ੂਰੀ ਕਰੇ? ਜੀਵ ਹਰ ਪਲ ਪ੍ਰਭ ਦੇ ਸ਼ਬਦ ਦੀ ਪਾਲਣਾ ਕਰੋ, ਉਸਤਤ ਗਾਵੋ! ਤਾਂ ਹੀ ਸੰਸਾਰਕ ਜੀਵੇ ਤੇਰੀ ਸੋਭਾ ਕਰਨਗੇ ।

How long may someone serve the others to receive their favor, become their slave? You should obey, adopt and sing the glory of His Word with each and every breath. Everyone may sing your glory and may honor you.

65. ਆਸਾ ਮਹਲਾ ੪॥ 368-13

ਸਤਸੰਗਤਿ ਮਿਲੀਐ ਹਰਿ ਸਾਧੂ, ਮਿਲਿ ਸੰਗਤਿ ਹਰਿ ਗੁਣ ਗਾਇ॥
ਗਿਆਨ ਰਤਨੁ ਬਲਿਆ ਘਟਿ ਚਾਨਣੁ, ਅਗਿਆਨੁ ਅੰਧੇਰਾ ਜਾਇ॥੧॥

satsangat milee-ai har saaDhoo mil sangat har gun gaa-ay.
gi-aan ratan bali-aa ghat chaanan agi-aan anDhayraa jaa-ay. ||1||

ਬੰਦਗੀ ਕਰਨ ਵਾਲੇ ਜੀਵਾਂ ਦੀ ਸੰਗਤ ਵਿੱਚ ਰਲਕੇ ਪ੍ਰਭ ਦੇ ਸ਼ਬਦ ਦੇ ਗੁਣ ਗਾਵੋ! ਉਹਨਾਂ ਦੀ ਸੰਗਤ ਵਿੱਚ ਸ਼ਬਦ ਦੀ ਸੋਝੀ, ਜਾਗਰਤੀ ਬਖਸ਼ਿਸ਼ ਹੋ ਸਕਦੀ ਹੈ । ਅਗਿਆਨਤਾ ਦਾ ਅੰਧੇਰ ਦੂਰ ਹੋ ਜਾਂਦਾ, ਸਕਦਾ ਹੈ ।

You should associate with His true devotee and sings the glory of The True Master. In the association of His true devotees, he may become steady and stable on the teachings of His Word in your day to day life. He may be blessed with enlightenment of His Word and may become awake and alert. Your ignorance and suspicions may be eliminated with the enlightenment of the teachings of His Word.

ਹਰਿ ਜਨ ਨਾਚਹੁ ਹਰਿ ਹਰਿ ਧਿਆਇ॥	har jan naachahu har har Dhi-aa-ay.
ਐਸੇ ਸੰਤ ਮਿਲਹਿ ਮੇਰੇ ਭਾਈ,	aisay sant mileh mayray bhaa-ee
ਹਮ ਜਨ ਕੇ ਧੋਵਹ ਪਾਇ॥੧॥	ham jan kay Dhovah paa-ay. ||1||
ਰਹਾਉ॥	rahaa-o.

ਬੰਦਗੀ ਕਰਨ ਵਾਲੇ ਦਾ ਮਨ ਪ੍ਰਭ ਦੇ ਸ਼ਬਦ ਦੇ ਗੁਣ ਗਾਉਂਦਾ, ਅਨੰਦ ਮਾਨਦਾ ਹੈ । ਅਗਰ ਕੋਈ ਇਸ ਤਰ੍ਹਾਂ ਦਾ ਬੰਦਗੀ ਕਰਨ ਵਾਲਾ, ਕੀਰਤਨ ਕਰਨ ਵਾਲਾ ਸੰਤ ਮਿਲ ਜਾਵੇ, ਉਸ ਦਾ ਦਾਸ ਬਣ ਜਾਵਾ, ਉਸ ਦੇ ਚਰਨ ਧੋਵਾ!

The mind of His true devotee, sings the glory of His Word and enjoys the pleasure and blossom in his day to day life. If you meet devotee of that state of mind, you should become his slave and serve him wholeheartedly as the symbol of The True Master.

ਹਰਿ ਹਰਿ ਨਾਮੁ ਜਪਹੁ ਮਨ ਮੇਰੇ,	har har naam japahu man mayray
ਅਨਦਿਨੁ ਹਰਿ ਲਿਵ ਲਾਇ॥	an-din har liv laa-ay.
ਜੋ ਇਛਹੁ ਸੋਈ ਫਲੁ ਪਾਵਹੁ,	jo ichhahu so-ee fal paavhu
ਫਿਰਿ ਭੂਖ ਨ ਲਾਗੈ ਆਇ॥੨॥	fir bhookh na laagai aa-ay. ||2||

ਮਨ ਦਿਨ ਰਾਤ ਪ੍ਰਭ ਦੇ ਸ਼ਬਦ ਦਾ ਸਿਮਰਨ, ਪਾਲਣਾ ਕਰੋ! ਆਪਣਾ ਧਿਆਨ ਉਸ ਦੇ ਚਰਨਾਂ ਵਿੱਚ, ਯਾਦ ਵਿੱਚ ਰਖੋ! ਸ਼ਬਦ ਦਾ ਸਿਮਰਨ ਕਰਨ ਨਾਲ ਮਨ ਦੀਆਂ ਇੱਛਾਂ ਦੀ ਭਟਕਣ ਨਾਸ਼ ਹੋ ਜਾਂਦੀ ਹੈ, ਫਿਰ ਕੋਈ ਸੰਸਾਰਕ ਇੱਛਾਂ ਕਦੇ ਸਤਾਉਂਦੀ ਨਹੀਂ ।

You should meditate and obey the teachings of His Word in your day to day life. You should always keep your concentration on the teachings of His Word and your memory of separation from The True Master fresh in your mind. By wholeheartedly meditating on the teachings of His Word, you may conquer and eliminated your worldly desires forever. You may become beyond the reach of worldly desires, frustrations.

ਆਪੇ ਹਰਿ ਅਪਰੰਪਰੁ ਕਰਤਾ,	aapay har aprampar kartaa
ਹਰਿ ਆਪੇ ਬੋਲਿ ਬੁਲਾਇ॥	har aapay bol bulaa-ay.
ਸੇਈ ਸੰਤ ਭਲੇ ਤੁਧੁ ਭਾਵਹਿ,	say-ee sant bhalay tuDh bhaaveh
ਜਿਨ੍ ਕੀ ਪਤਿ ਪਾਵਹਿ ਥਾਇ॥੩॥	JinH kee pat paavahi thaa-ay. ||3||

ਪ੍ਰਭ ਆਪ ਹੀ ਜੀਵ ਨੂੰ ਪੈਦਾ ਕਰਦਾ, ਆਪ ਬੋਲ ਬਲਾਉਂਦਾ, ਕਿਸੇ ਕੰਮ ਦਾ ਕਾਰਨ ਬਣਾਉਂਦਾ ਹੈ । ਜਿਸ ਦਾ ਸਿਮਰਨ ਪ੍ਰਵਾਨ ਹੋ ਜਾਂਦਾ ਹੈ, ਉਹ ਹੀ ਬੰਦਗੀ ਕਰਨ ਵਾਲਾ ਅਸਲੀ ਦਾਸ ਬਣ ਜਾਂਦਾ ਹੈ, ਉਸ ਨੂੰ ਦਰਬਾਰ ਵਿੱਚ ਪ੍ਰਵਾਨਗੀ, ਸੋਭਾ ਬਖਸ਼ਿਸ਼ ਹੋ ਸਕਦੀ ਹੈ ।

The One and Only One, True Master, The Creator of all worldly creatures, Himself speaks through the creature, creates the reasons, causes to perform day to day deeds. Whose meditation may be accepted, he may be blessed with the state of mind as His true devotee. His soul may be accepted and honored in His court.

ਨਾਨਕੁ ਆਖਿ ਨ ਰਾਜੈ ਹਰਿ ਗੁਣ,	naanak aakh na raajai har gun
ਜਿਉ ਆਖੈ ਤਿਉ ਸੁਖੁ ਪਾਇ॥	Ji-o aakhai ti-o sukh paa-ay.
ਭਗਤਿ ਭੰਡਾਰ ਦੀਏ ਹਰਿ ਅਪੁਨੇ,	bhagat bhandaar dee-ay har apunay
ਗੁਣ ਗਾਹਕੁ ਵਣਜਿ ਲੈ ਜਾਇ॥੪॥੧੧॥੬੩॥	gun gaahak vanaj lai jaa-ay.14-11

ਬੰਦਗੀ ਕਰਨ ਵਾਲਾ ਪ੍ਰਭ ਦੇ ਸ਼ਬਦ ਦੇ ਗੁਣ ਗਾਉਂਦਾ ਥੱਕਦਾ ਨਹੀਂ । ਜਿਤਨੇ ਉਹ ਗੁਣ ਗਾਉਂਦਾ ਹੈ, ਉਤਨਾ ਹੀ ਅਨੰਦ, ਖੇੜਾ ਮਾਨਦਾ ਹੈ । ਪ੍ਰਭ ਆਪ ਹੀ ਸ਼ਬਦ ਦੀ ਲਗਨ ਦੇ ਭੰਡਾਰ ਬਖਸ਼ਦਾ ਹੈ । ਬੰਦਗੀ ਕਰਨ ਵਾਲੇ ਸਦਾ ਸਾਥ ਰਹਿਣ ਵਾਲਾ ਧਨ ਇਕੱਠਾ ਕਰ ਲੈਂਦੇ ਹਨ ।

His true devotee may not be tired by singing the glory of His Word. More he sings the glory of His Word; more he may realize the pleasures and blossom in his day to day life. The True Master may bless the treasure of devotion to meditate on the teachings of His Word. His true devotee always collects the everlasting wealth of His Word.

66. ਰਾਗੁ ਆਸਾ ਘਰੁ ੮ ਕੇ ਕਾਫੀ ਮਹਲਾ ੪॥ 369 -1

ੴ ਸਤਿਗੁਰ ਪ੍ਰਸਾਦਿ॥ — ik-oNkaar satgur parsaad.
ਆਇਆ ਮਰਣੁ ਧੁਰਾਹੁ — aa-i-aa maran Dhuraahu
ਹਉਮੈ ਰੋਈਐ॥ — ha-umai ro-ee-ai.
ਗੁਰਮੁਖਿ ਨਾਮੁ ਧਿਆਇ — gurmukh naam Dhi-aa-ay
ਅਸਥਿਰੁ ਹੋਈਐ॥ ੧॥ — asthir ho-ee-ai. ||1||

ਜੀਵ ਦਾ ਮੌਤ ਦਾ ਸਮਾਂ ਜਨਮ ਹੋਣ ਤੇ ਹੀ ਪੱਕਾ ਕੀਤਾ ਜਾਂਦਾ ਹੈ । ਫਿਰ ਵੀ ਸੰਸਾਰਕ ਜੀਵ ਮੌਤ ਤੇ ਹਿਰਖ ਕਰਦੇ ਹਨ । ਗੁਰਮਖ ਪ੍ਰਭ ਦੇ ਸ਼ਬਦ ਦਾ ਸਿਮਰਨ ਨਾਲ ਮਨ ਵਿੱਚ ਧੀਰਜ, ਸੰਤੋਖ ਰਖਦੇ ਹਨ । ਮਨ ਤੇ ਕਾਬੂ ਰਖਦੇ, ਜੀਵਨ ਵਿੱਚ ਅਡੋਲ ਰਹਿੰਦੇ ਹਨ ।

The time of death is predetermined before the birth, even then everyone grieves on the death of others. His true devotee meditates on His Word with patience and contentment on His command. He may remain steady and stable obeying the teachings of His Word.

ਗੁਰ ਪੂਰੇ ਸਾਬਾਸਿ ਚਲਣੁ ਜਾਣਿਆ॥ — gur pooray saabaas chalan jaani-aa.
ਲਾਹਾ ਨਾਮੁ ਸੁ ਸਾਰੁ ਸਬਦਿ ਸਮਾਣਿਆ॥ — laahaa naam so saar sabad samaani-aa.
੧॥ ਰਹਾਉ॥ — ||1|| rahaa-o.

ਉਸ ਪੂਰਨ ਗੁਰੂ (ਸ਼ਬਦ) ਤੋਂ ਕੁਰਬਾਨ ਜਾਵੋ ! ਜਿਸ ਵਿੱਚ ਮੌਤ ਦੀ ਪੂਰਨ ਜਾਣਕਾਰੀ ਹੈ । ਜਿਹੜਾ ਪ੍ਰਭ ਦੇ ਸ਼ਬਦ ਦੀ ਪਾਲਣਾ ਕਰਦਾ ਹੈ । ਉਹ ਸ਼ਬਦ ਦੀ ਸਮਾਧੀ ਵਿੱਚ ਹੀ ਵਸਣ ਲੱਗ ਪੈਂਦੇ ਹੈ ।

I am fascinated from the true guru, the teachings of His Word, the complete enlightenment of death may be embedded within His Word. Whosoever may meditate and adopt the teachings of His Word, he may enter into the void of His Word.

ਪੂਰਬਿ ਲਿਖੇ ਡੇਹ ਸਿ ਆਏ ਮਾਇਆ॥ — poorab likhay dayh se aa-ay maa-i-aa.
ਚਲਣੁ ਅਜੁ ਕਿ ਕਲ੍ਹਿ — chalan aj ke kaleh
ਧੁਰਹੁ ਫੁਰਮਾਇਆ॥੨॥ — Dharahu furmaa-i-aa. ||2||

ਜਨਮ ਤੇ ਹੀ ਜੀਵਨ ਦੇ ਦਿਨਾਂ ਦੀ ਗਿਣਤੀ ਹੁੰਦੀ ਹੈ, ਇਹ ਹਰ ਰੋਜ਼ ਘੱਟਦੇ ਹਨ, ਪੂਰੇ ਹੋਣ ਤੇ ਮੌਤ ਆ ਜਾਂਦੀ ਹੈ । ਹਰਇੱਕ ਜੀਵ ਅੰਤ ਵਿੱਚ ਵਾਪਸ ਜਾਵੇਗਾ, ਮਰ ਜਾਵੇਗਾ । ਇਹ ਹੀ ਪ੍ਰਭ ਦਾ ਭਾਣਾ, ਹੁਕਮ ਹੈ ।

At the time of his birth, the count of his days to stay on the universe starts and every day his time decreases. When the count is complete, the devil of death may capture his soul. Each and every creature is going back to clear the account of his worldly deeds. This is an ultimate command of The True Master.

ਬਿਰਥਾ ਜਨਮੁ ਤਿਨਾ, — birthaa janam tinaa JinHee naam
ਜਿਨ੍ਹੀ ਨਾਮੁ ਵਿਸਾਰਿਆ॥ — visaari-aa.
ਜੂਐ ਖੇਲਣੁ ਜਗਿ, — joo-ai khaylan
ਕਿ ਇਹੁ ਮਨੁ ਹਾਰਿਆ॥੩॥ — jag ke ih man haari-aa. ||3||

ਜਿਹੜਾ ਪ੍ਰਭ ਦੇ ਸ਼ਬਦ ਦੀ ਪਾਲਣਾ ਨਹੀਂ ਕਰਦਾ, ਨਾਮ ਵਿਸਾਰ ਲੈਂਦਾ ਹੈ । ਉਸ ਦਾ ਮਾਨਸ ਜਨਮ ਲੈਣਾ ਬਿਰਥਾ ਹੀ ਹੈ । ਉਹ ਮਾਨਸ ਜਨਮ ਜੂਏ ਦੀ ਬਾਜੀ ਤੇ ਲਾਈ ਰਖਦਾ ਹੈ । ਅੰਤ ਵਿੱਚ ਹਾਰ ਜਾਂਦਾ, ਖਾਲੀ ਹੀ ਵਾਪਸ ਚਲੇ ਜਾਂਦਾ ਹੈ ।

Whosoever may not obey and abandon the teachings of His Word from his day to day life, his human life blessings are useless; may not render him any benefit for the purpose of his life. He gambles with his human life journey and in the end, he may go back empty-handed.

ਜੀਵਣਿ ਮਰਣਿ ਸੁਖੁ ਹੋਇ,	jeevan maran sukh ho-ay
ਜਿਨ੍ਾ ਗੁਰੁ ਪਾਇਆ॥	Jinhaa gur paa-i-aa.
ਨਾਨਕ ਸਚੇ ਸਚਿ ਸਚਿ ਸਮਾਇਆ॥	naanak sachay sach sach samaa-i-aa.
੪॥੧੨॥੬੪॥	‖4‖12‖64‖

ਜਿਹੜੇ ਪ੍ਰਭ ਦੇ ਸ਼ਬਦ ਦੀ ਸਮਾਧੀ ਵਿੱਚ ਵਸਦੇ ਹਨ । ਉਹ ਸੰਸਾਰ ਵਿੱਚ ਵੀ ਅਤੇ ਮੌਤ ਤੇ ਵੀ ਸੰਤੋਖ ਵਿੱਚ ਹੀ ਰਹਿੰਦੇ ਹਨ । ਪਵਿਤ੍ਰ ਆਤਮਾ ਵਾਲੇ ਜੀਵ, ਪ੍ਰਭ ਦੀ ਪਵਿਤ੍ਰ ਜੋਤ ਵਿੱਚ ਹੀ ਅਭੇਦ ਹੋ ਜਾਂਦੇ ਹਨ ।

Whosoever may dwell in the void of His Word, he remains fully contented in his day to day life and also after death in His court. His sanctified soul may immerse in the Holy spirit of The True Master.

67. ਆਸਾ ਮਹਲਾ ੪॥ 369-6

ਜਨਮੁ ਪਦਾਰਥੁ ਪਾਇ	janam padaarath paa-ay
ਨਾਮੁ ਧਿਆਇਆ॥	naam Dhi-aa-i-aa.
ਗੁਰ ਪਰਸਾਦੀ ਬੁਝਿ ਸਚਿ ਸਮਾਇਆ॥੧॥	gur parsaadee bujh sach samaa-i-aa.1

ਮਾਨਸ ਜਨਮ ਵਿੱਚ ਪ੍ਰਭ ਦੇ ਸ਼ਬਦ ਦੀ ਪਾਲਣਾ, ਸਿਮਰਨ ਕਰੋ! ਪ੍ਰਭ ਦੀ ਰਹਿਮਤ ਨਾਲ ਪ੍ਰਭ ਦੇ ਸ਼ਬਦ ਦੀ ਸਮਾਧੀ ਵਿੱਚ ਵਸਣ ਲੱਗ ਪਵੋ!

With the blessings of human life, you should meditate and adopt the teachings of His Word in day to day life. With His mercy and grace, you may enter and dwell into the void of His Word.

ਜਿਨ੍ ਧੁਰਿ ਲਿਖਿਆ ਲੇਖੁ,	JinH Dhur likhi-aa laykh
ਤਿਨ੍ੀ ਨਾਮੁ ਕਮਾਇਆ॥	tinHee naam kamaa-i-aa.
ਦਰਿ ਸਚੈ ਸਚਿਆਰ,	dar sachai sachiaar
ਮਹਲਿ ਬੁਲਾਇਆ॥੧॥ ਰਹਾਉ॥	mahal bulaa-i-aa. ‖1‖ rahaa-o.

ਜਿਸ ਦੇ ਭਾਗਾਂ ਵਿੱਚ ਪਹਿਲੇ ਹੀ ਲਿਖਿਆ ਹੁੰਦਾ ਹੈ, ਕੇਵਲ ਉਹ ਹੀ ਪ੍ਰਭ ਦੇ ਸ਼ਬਦ ਦੀ ਪਾਲਣਾ, ਸਿਮਰਨ ਕਰ ਸਕਦਾ ਹੈ । ਪ੍ਰਭ ਆਪ ਹੀ ਉਸ ਦੀ ਬੰਦਗੀ ਪ੍ਰਵਾਨ ਕਰਕੇ, ਦਰਬਾਰ ਵਿੱਚ ਪ੍ਰਵਾਨਗੀ, ਸੋਭਾ ਬਖਸ਼ਦਾ ਹੈ ।

Whosoever may have a great pre-written destiny, only he may meditate and adopt the teachings of His Word in his day to day life. The Merciful True Master may accept his earnings of His Word in His court and his soul may be honored with salvation.

ਅੰਤਰਿ ਨਾਮੁ ਨਿਧਾਨੁ	antar naam niDhaan
ਗੁਰਮੁਖਿ ਪਾਈਐ॥	gurmukh paa-ee-ai.
ਅਨਦਿਨੁ ਨਾਮੁ ਧਿਆਇ,	an-din naam Dhi-aa-ay
ਹਰਿ ਗੁਣ ਗਾਈਐ॥ ੨॥	har gun gaa-ee-ai.‖2‖

ਗੁਰਮਖ ਦੇ ਮਨ, ਦਸਵੇਂ ਘਰ ਵਿਚੋਂ ਹੀ ਸ਼ਬਦ ਦੀ ਸੋਝੀ ਦਾ ਖਜ਼ਾਨਾ ਜਾਗਰਤ ਹੋ ਜਾਂਦਾ ਹੈ । ਉਹ ਦਿਨ ਰਾਤ ਪ੍ਰਭ ਦੇ ਸ਼ਬਦ ਦੀ ਉਸਤਤ ਗਾਉਂਦਾ ਹੈ ।

His true devotee may be blessed with the treasure of the teachings of His Word from 10th castle of his mind and becomes awake and alert; he sings the glory of His Word day and night.

ਅੰਤਰਿ ਵਸਤੁ ਅਨੇਕ,	antar vasat anayk
ਮਨਮੁਖਿ ਨਹੀ ਪਾਈਐ॥	manmukh nahee paa-ee-ai.
ਹਉਮੈ ਗਰਬੈ ਗਰਬੁ ਆਪਿ ਖੁਆਈਐ॥	ha-umai garbai garab aap khu-aa-ee-ai.
੩॥	||3||

ਮਨਮੁਖ ਜੀਵ ਦੇ ਮਨ ਅੰਦਰ ਵੀ ਪ੍ਰਭ ਦੇ ਸ਼ਬਦ ਦੀ ਸੋਝੀ ਦਾ ਖਜ਼ਾਨਾ ਹੁੰਦਾ ਹੈ । ਉਹ ਉਥੇ ਢੂੰਡਦਾ ਨਹੀਂ । ਉਹ ਆਪਣੇ ਮਨ ਦੇ ਅਹੰਕਾਰ, ਹੈਸੀਅਤ ਦੀ ਅੱਗ ਵਿੱਚ ਹੀ ਜਲ ਜਾਂਦਾ ਹੈ ।

Self-minded also has a deep treasure of enlightenment of the teachings of His Word. However, he may not search within to discover any of enlightenment of the teachings of His Word. He burns in the fire of ego and his worldly status.

ਨਾਨਕ ਆਪੇ ਆਪਿ ਆਪਿ ਖੁਆਈਐ॥	naanak aapay aap aap khu-aa-ee-ai.
ਗੁਰਮਤਿ ਮਨਿ ਪਰਗਾਸੁ ਸਚਾ ਪਾਈਐ॥	gurmat man pargaas sachaa paa-ee-ai.
੪॥੧੩॥੬੫॥	||4||13||65||

ਜਿਹੜੀ ਜੋਤ ਪ੍ਰਭ ਵਿਚੋਂ ਹੀ ਉਤਪੰਨ ਹੋਈ ਸੀ, ਉਸ ਜੋਤ ਨੂੰ ਪ੍ਰਭ ਆਪਣੇ ਵਿੱਚ ਅਲੋਪ ਕਰ ਲੈਂਦਾ ਹੈ । ਸ਼ਬਦ ਦੀ ਪਾਲਣਾ, ਜੀਵਨ ਢਾਲਣ ਨਾਲ, ਮਨ ਵਿੱਚ ਜਾਗਰਤੀ, ਰੋਸ਼ਨੀ ਬਖਸ਼ਿਸ਼ ਹੋ ਜਾਂਦੀ ਹੈ । ਪ੍ਰਭ ਦੇ ਦਰਬਾਰ ਵਿੱਚ ਪ੍ਰਵਾਨਗੀ ਬਖਸ਼ਿਸ਼ ਹੋ ਸਕਦੀ, ਜਾਂਦੀ ਹੈ ।

The separated soul of a creature may be immersed back into The Holy Spirit, into the source. By obeying and adopting the teachings of His Word in day to day life, he may be enlightened with His Word and may become awake and alert. His soul may be blessed with acceptance in His sanctuary.

68. ਰਾਗੁ ਆਸਾਵਰੀ ਮਹਲਾ ੪ ਸੁਧੰਗ ਘਰੁ ੧੬ ਕੇ ੨॥ 369-11

ੴ ਸਤਿਗੁਰ ਪ੍ਰਸਾਦਿ॥	ik-oNkaar satgur parsaad.
ਹਉ ਅਨਦਿਨੁ ਹਰਿ ਨਾਮੁ ਕੀਰਤਨੁ ਕਰਉ॥	ha-o an-din har naam keertan kara-o.
ਸਤਿਗੁਰਿ ਮੋ ਕਉ ਹਰਿ ਨਾਮੁ ਬਤਾਇਆ,	satgur mo ka-o har naam bataa-i-aa
ਹਉ ਹਰਿ ਬਿਨੁ ਖਿਨੁ ਪਲੁ ਰਹਿ ਨ ਸਕਉ॥	ha-o har bin khin pal reh na saka-o.
੧॥ਰਹਾਉ॥	||1|| rahaa-o.

ਦਿਨ ਰਾਤ ਪ੍ਰਭ ਦੇ ਸ਼ਬਦ ਦੀ ਪਾਲਣਾ, ਕੀਰਤਨ ਕਰੋ! ਪ੍ਰਭ ਨੇ ਆਪ ਹੀ ਰਹਿਮਤ ਬਖਸ਼ਕੇ ਸ਼ਬਦ ਦੀ ਪਾਲਣਾ ਦੇ ਲੜ ਲਾਇਆ ਹੈ । ਉਸ ਦੇ ਸਿਮਰਨ ਤੋ ਬਿਨਾਂ ਇੱਕ ਪਲ ਵੀ ਚੈਨ ਨਹੀਂ ਆਉਂਦਾ ।

You should obey and sing the glory of His Word in day to day life. He has blessed the mind with concentration to meditate on the teachings of His Word. Without meditating on the teachings of His Word, he may not enjoy peace and contentment in day to day life.

ਹਮਰੈ ਸ੍ਰਵਣੁ ਸਿਮਰਨੁ ਹਰਿ ਕੀਰਤਨੁ,	hamrai sarvan simran har keertan
ਹਉ ਹਰਿ ਬਿਨੁ ਰਹਿ ਨ ਸਕਉ	ha-o har bin reh na saka-o
ਹਉ ਇਕੁ ਖਿਨੁ॥	ha-o ik khin.
ਜੈਸੇ ਹੰਸੁ ਸਰਵਰ ਬਿਨੁ ਰਹਿ ਨ ਸਕੈ,	jaisay hans sarvar bin reh na sakai
ਤੈਸੇ ਹਰਿ ਜਨੁ ਕਿਉ ਰਹੈ	taisay har jan ki-o rahai
ਹਰਿ ਸੇਵਾ ਬਿਨੁ॥੧॥	har sayvaa bin. ||1||

ਮੇਰੇ ਕੰਨ ਸ਼ਬਦ, ਕੀਰਤਨ ਸੁਣਦੇ ਹਨ, ਮਨ ਉਸ ਸ਼ਬਦ ਦਾ ਵਿਚਾਰ ਕਰਦਾ ਹੈ । ਪ੍ਰਭ ਦੇ ਸ਼ਬਦ ਦੇ ਸਿਮਰਨ ਤੋਂ ਬਿਨਾਂ ਮਨ ਇੱਕ ਪਲ ਸੰਤੋਖ ਵਿੱਚ ਨਹੀਂ ਰਹਿੰਦਾ । ਜਿਵੇਂ ਹੰਸ ਪਾਣੀ ਦੇ ਤਲਾਬ ਤੋਂ ਬਿਨਾਂ ਰਹੇ ਨਹੀਂ ਸਕਦਾ । ਇਸ ਤਰ੍ਹਾਂ ਬੰਦਗੀ ਕਰਨ ਵਾਲੇ ਦਾ ਮਨ ਸ਼ਬਦ ਦੀ ਪਾਲਣਾ ਤੋਂ ਬਿਨਾਂ ਕਿਵੇਂ ਰਹੇ ਸਕਦਾ ਹੈ?

My ears listen to the sermons and singing the glory of His Word; my mind concentrates to comprehends the true meaning of the teachings of His Word. Without meditating on the teachings of His Word, my mind does not enjoy any satisfaction, contentment even for a moment. As the Swan cannot stay away from the pond of water, same way how may His true devotee stay away from meditating on the teachings of His Word?

ਕਿਨਹੂੰ ਪ੍ਰੀਤਿ ਲਾਈ ਦੂਜਾ ਭਾਉ, ਰਿਦ ਧਾਰਿ ਕਿਨਹੂੰ ਪ੍ਰੀਤਿ ਲਾਈ ਮੋਹ ਅਪਮਾਨ॥	kinhooN pareet laa-ee doojaa bhaa-o rid Dhaar kinhooN pareet laa-ee moh apmaan.
ਹਰਿ ਜਨ ਪ੍ਰੀਤਿ ਲਾਈ ਹਰਿ ਨਿਰਬਾਣ ਪਦ, ਨਾਨਕ ਸਿਮਰਤ ਹਰਿ ਹਰਿ ਭਗਵਾਨ॥ ੨॥੧੪॥੬੬॥	har jan pareet laa-ee har nirbaan pad naanak simrat har har bhagvaan. ||2||14||66||

ਕਈ ਜੀਵ ਸੰਸਾਰ ਵਿੱਚ ਸੰਤਾਂ ਮਗਰ ਲੱਗੇ ਰਹਿੰਦੇ ਹਨ, ਧਰਮਾਂ ਵਿੱਚ ਪਏ ਰਹਿੰਦੇ ਹਨ । ਕਈ ਸੰਸਾਰਕ ਮਾਇਆ ਅਤੇ ਹੈਸੀਅਤ ਦੇ ਪਿਛੇ ਲੱਗੇ ਰਹਿੰਦੇ ਹਨ । ਇਸ ਤਰ੍ਹਾਂ ਬੰਦਗੀ ਕਰਨ ਵਾਲਾ ਸ਼ਬਦ ਦੀ ਸਮਾਧੀ ਵਿੱਚ ਹੀ ਵਸਦਾ, ਸ਼ਬਦ ਦਾ ਹੀ ਵਿਚਾਰ ਕਰਦਾ ਹੈ ।

Several may follow the worldly gurus and follow the religious rituals, baptized by the principle of religion. Several remain a slave of worldly wealth and always remains in his worldly status. Same way His true devotee may remain meditating and adopting the teachings of His Word. He dwells in the void of His Word and meditates and comprehends the teachings of His Word with every breath.

69. ਆਸਾਵਰੀ ਮਹਲਾ ੪॥ 369-16

ਮਾਈ ਮੋਰੋ ਪ੍ਰੀਤਮੁ ਰਾਮੁ ਬਤਾਵਹੁ ਰੀ ਮਾਈ॥	maa-ee moro pareetam raam bataavhu ree maa-ee.
ਹਉ ਹਰਿ ਬਿਨੁ ਖਿਨੁ ਪਲੁ ਰਹਿ ਨ ਸਕਉ, ਜੈਸੇ ਕਰਹਲੁ ਬੇਲਿ ਰੀਝਾਈ॥੧॥ ਰਹਾਉ॥	ha-o har bin khin pal reh na saka-o jaisay karhal bayl reejhaa-ee. ||1|| rahaa-o.

ਬੰਦਗੀ ਕਰਨ ਵਾਲੇ ਸੰਤ, ਮੇਰੀ ਮਾਂ, ਮੈਨੂੰ ਪ੍ਰਭ ਦੀ ਕੋਈ ਕਥਾ ਸੁਣਾਵੋ! ਜਿਵੇਂ ਉਠ, ਹਰੀ ਵੇਲ ਤੋਂ ਬਿਨਾਂ ਬਚ ਨਹੀਂ ਸਕਦਾ, ਰਹੇ ਨਹੀਂ ਸਕਦਾ । ਪ੍ਰਭ ਦੇ ਸਿਮਰਨ ਤੋਂ ਬਿਨਾਂ ਮੇਰੇ ਮਨ ਵਿੱਚ ਇੱਕ ਪਲ ਵੀ ਮਨ ਨੂੰ ਸੰਤੋਖ ਨਹੀਂ ਆਉਂਦਾ ।

His true devotee, my mother tells me some sermons of the teachings of His Word. As the camel cannot survive without eating the green plant, same way His true devotee may not even survive one moment without meditating and singing the glory of His Word. his mind may not feel contented even for a moment.

ਹਮਰਾ ਮਨੁ ਬੈਰਾਗ ਬਿਰਕਤੁ ਭਇਓ, ਹਰਿ ਦਰਸਨ ਮੀਤ ਕੈ ਤਾਈ॥	hamraa man bairaag birkat bha-i-o har darsan meet kai taa-ee.
ਜੈਸੇ ਅਲਿ ਕਮਲਾ ਬਿਨੁ ਰਹਿ ਨ ਸਕੈ, ਤੈਸੇ ਮੋਹਿ ਹਰਿ ਬਿਨੁ ਰਹਨੁ ਨ ਜਾਈ॥੧॥	jaisay al kamlaa bin reh na sakai taisay mohi har bin rahan na jaa-ee.||1||

ਮਨ ਵਿੱਚ ਪ੍ਰਭ ਦੇ ਵਿਛੋੜੇ ਦਾ ਵਿਰਾਗ ਭਰਿਆਂ ਹੈ, ਮਨ ਵਿੱਚ ਬਹੁਤ ਉਦਾਸੀ, ਪ੍ਰਭ ਨੂੰ ਦੇਖਣ ਦੀ ਭਟਕਣ ਹੈ । ਜਿਵੇਂ (ਅਲਿ) ਬਬਲਬੀ, ਕਮਲ ਦੇ ਫੁੱਲ ਤੋ ਬਿਨਾਂ ਰਹੇ ਨਹੀਂ ਸਕਦੀ । ਮੈ ਪ੍ਰਭ ਦੇ ਸ਼ਬਦ ਦੀ ਪਾਲਣਾ ਤੋ ਬਿਨਾਂ ਰਹੇ ਨਹੀਂ ਸਕਦਾ ।

My mind remains overwhelmed with the renunciation of my separation from The True Master and remains very miserable. I am overwhelmed with the desire and devotion to have a glimpse on my True Master, to have His Word enlightened within my mind. As butterfly may not stay away from the lotus flower, same way my mind cannot stay away from obeying the teachings of His Word.

ਰਾਖੁ ਸਰਣਿ ਜਗਦੀਸੁਰ ਪਿਆਰੇ,	raakh saran jagdeesur pi-aaray
ਮੋਹਿ ਸਰਧਾ ਪੂਰਿ ਹਰਿ ਗੁਸਾਈ॥	mohi sarDhaa poor har gusaa-ee.
ਜਨ ਨਾਨਕ ਕੈ ਮਨਿ ਅਨਦੁ ਹੋਤ ਹੈ,	jan naanak kai man anad hot hai
ਹਰਿ ਦਰਸਨੁ ਨਿਮਖ ਦਿਖਾਈ॥੨॥	har darsan nimakh dikhaa-ee.
੩੯॥੧੩॥੧੫॥੬੭॥	||2||39||13||15||67||

ਪ੍ਰਭ ਤੂੰ ਹੀ ਸ੍ਰਿਸ਼ਟੀ ਦਾ ਅਸਲੀ ਮਾਲਕ ਹੈ । ਪ੍ਰਭ ਆਪਣੀ ਰਹਿਮਤ ਨਾਲ ਸ਼ਰਣ ਵਿੱਚ, ਪਨਾਹ ਵਿੱਚ ਰਖੋ! ਮਨ ਦਾ ਭਰੋਸਾ ਅਡੋਲ ਰਖੋ! ਅਗਰ ਪ੍ਰਭ ਦੀ ਰਹਿਮਤ ਇੱਕ ਪਲ ਵੀ ਬੰਦਗੀ ਕਰਨ ਵਾਲੇ ਨੂੰ ਬਖਸ਼ਿਸ਼ ਹੋ ਜਾਵੇ, ਉਸ ਦੇ ਮਨ ਵਿੱਚ ਖੇੜਾ ਆ ਜਾਂਦਾ ਹੈ ।

You are one and Only One True Master of the universe. With His mercy and grace, keeps my belief steady and stable on the teachings of Your Word and keeps me in the sanctuary of Your Word. If I may be blessed with the vision of The True Master even for a moment, my mind may blossom with peace and contentment.

70. ਰਾਗੁ ਆਸਾ ਘਰੁ ੨ ਮਹਲਾ ੫॥ 370-4

੧ਓ ਸਤਿਗੁਰ ਪ੍ਰਸਾਦਿ॥	ik-onkaar satgur parsaad.
ਜਿਨਿ ਲਾਈ ਪ੍ਰੀਤਿ ਸੋਈ ਫਿਰਿ ਖਾਇਆ॥	Jin laa-ee pareet so-ee fir khaa-i-aa.
ਜਿਨਿ ਸੁਖਿ ਬੈਠਾਲੀ	Jin sukh baithaalee
ਤਿਸੁ ਭਉ ਬਹੁਤੁ ਦਿਖਾਇਆ॥	tis bha-o bahut dikhaa-i-aa.
ਭਾਈ ਮੀਤ ਕੁਟੰਬ ਦੇਖਿ ਬਿਬਾਦੇ॥	bhaa-ee meet kutamb daykh bibaaday.
ਹਮ ਆਈ ਵਸਗਤਿ ਗੁਰ ਪਰਸਾਦੇ॥੧॥	ham aa-ee vasgat gur parsaaday. ||1||

ਜਿਹੜੇ ਬੰਦਗੀ ਕਰਨ ਵਾਲੇ ਸੰਸਾਰਕ ਮਾਇਆ ਨਾਲ ਪ੍ਰੀਤ ਲਾਉਂਦੇ ਹਨ । ਅੰਤ ਵਿੱਚ ਮਾਇਆ ਦਾ ਮੋਹ ਹੀ ਉਹਨਾਂ ਦਾ ਮਾਨਸ ਜਨਮ ਬਰਬਾਦ ਕਰਦਾ ਹੈ । ਜਿਹੜੇ ਮਾਇਆ ਨੂੰ ਸੰਭਾਲ ਕੇ ਰਖਦੇ ਹਨ, ਅੰਤ ਵਿੱਚ ਉਹ ਹੀ ਮਾਇਆ ਤੋ ਤੰਗ ਆ ਜਾਂਦੇ, ਉਹਨਾਂ ਨੂੰ ਬਹੁਤ ਪਰੇਸ਼ਾਨ ਕਰਦੀ ਹੈ । ਜੀਵ, ਸੰਸਾਰਕ ਮਾਇਆ ਦੀ ਜ਼ਿਆਦਾ ਚਰਚਾ ਨਾ ਕਰੋ! ਪ੍ਰਭ ਦੀ ਰਹਿਮਤ ਨਾਲ ਮਾਇਆ ਤੇ ਜਿੱਤ ਬਖਸ਼ਿਸ਼ ਹੋ ਸਕਦੀ ਹੈ ।

Whosoever may emotionally attach with the worldly wealth, even though he may meditate on the teachings of His Word, the worldly wealth may conquer his mind and he may become a slave of worldly wealth. Whosoever may keep a tight control on worldly wealth, in the end, he may become frustrated and miserable from the worldly wealth. You should not pay too much significance to worldly wealth. With His mercy and grace, you may conquer the desires of worldly wealth and may eliminate the frustration forever.

ਐਸਾ ਦੇਖਿ ਬਿਮੋਹਿਤ ਹੋਏ॥	aisaa daykh bimohit ho-ay.
ਸਾਧਿਕ ਸਿਧ ਸੁਰਦੇਵ ਮਨੁਖਾ,	saaDhik siDh surdayv manukhaa bin

ਬਿਨੁ ਸਾਧੂ ਸਭਿ ਧ੍ਰੋਹਨਿ ਧ੍ਰੋਹੇ॥੧॥ ਰਹਾਉ॥ saaDhoo sabh Dharohan Dharohay. ||1|| rahaa-o.

ਮਾਇਆ ਦਾ ਥੋੜ੍ਹਾ ਸਮਾਂ ਰਹਿਣ ਵਾਲਾ ਅਨੰਦ ਦੇਖਕੇ, ਸਾਰੇ ਹੀ ਉਸ ਪਿਛੇ ਲੱਗ ਪੈਂਦੇ ਹਨ । ਸੰਸਾਰਕ ਗੁਰੂ, ਦੇਵੀ ਦੇਵਤੇ, ਫਰਿਸ਼ਤੇ ਵੀ ਪ੍ਰਭਾਵ ਅੰਦਰ, ਧੋਖੇ ਵਿੱਚ ਆ ਜਾਂਦੇ ਹਨ । ਕੇਵਲ ਅਡੋਲ ਭਰੋਸੇ ਨਾਲ ਸ਼ਬਦ ਦੀ ਪਾਲਣਾ ਕਰਨ ਵਾਲਾ ਦਾਸ ਧੋਖੇ ਵਿੱਚ ਨਹੀਂ ਫਸਦਾ ।

By looking the short-term glamour of the worldly wealth, everyone may become interested to follow the lead of worldly wealth. Even the worldly saints, gurus also fall into the trap of worldly wealth. Whosoever may adopt the teachings of His Word with steady and stable belief, only he may be spared, saved from the deception of worldly wealth.

ਇਕਿ ਫਿਰਹਿ ਉਦਾਸੀ ਤਿਨ੍ ਕਾਮਿ ਵਿਆਪੈ॥ ik fireh udaasee tinH kaam vi-aapai.
ਇਕਿ ਸੰਚਹਿ ਗਿਰਹੀ ik saNcheh girhee
ਤਿਨ੍ ਹੋਇ ਨ ਆਪੈ॥ tinH ho-ay na aapai.
ਇਕਿ ਸਤੀ ਕਹਾਵਹਿ ik satee kahaaveh
ਤਿਨ੍ ਬਹੁਤੁ ਕਲਪਾਵੈ॥ tinH bahut kalpaapai.
ਹਮ ਹਰਿ ਰਾਖੇ ਲਗਿ ਸਤਿਗੁਰ ਪਾਵੈ॥੨॥ ham har raakhay lag satgur paavai.2

ਕਈ ਜੀਵ ਮਾਇਆ ਦੇ ਇੱਕ ਰੂਪ ਨੂੰ ਤਿਆਗ ਕੇ ਉਦਾਸੀ ਬਣ ਜਾਂਦੇ ਹਨ । ਪਰ ਉਹ ਕਾਮਵਾਸਨਾ ਵਿੱਚ ਫਸੇ ਰਹਿੰਦੇ ਹਨ । ਕਈ ਸੰਸਾਰਕ ਹੈਸੀਅਤ ਪਾ ਕੇ ਅਮੀਰ ਹੋ ਜਾਂਦੇ ਹਨ, ਫਿਰ ਵੀ ਮਾਇਆ ਉਹਨਾਂ ਦੇ ਗੁਲਾਮ ਨਹੀਂ ਹੁੰਦੀ, ਵੱਸ ਵਿੱਚ ਨਹੀਂ ਆਉਂਦੀ । ਕਈ ਆਪਣੇ ਆਪ ਨੂੰ ਸੰਸਾਰ ਵਿੱਚ ਦਾਨ ਪੁੰਨ ਕਰਨ ਵਾਲੇ ਬਣੇ ਰਹਿੰਦੇ, ਅਹੰਕਾਰੀ ਹੋ ਜਾਂਦੇ ਹਨ, ਇਹ ਉਹਨਾਂ ਨੂੰ ਬਹੁਤ ਦੁਖ ਦੇਂਦੀ ਹੈ । ਜਿਸ ਨੂੰ ਪ੍ਰਭ ਰਹਿਮਤ ਬਖਸ਼ਕੇ ਸ਼ਬਦ ਦੇ ਲੜ ਲਾਉਂਦਾ ਹੈ , ਉਸ ਨੂੰ ਜਿੱਤ ਬਖਸ਼ਿਸ਼ ਹੋ ਜਾਂਦੀ ਹੈ, ਬਚ ਜਾਂਦਾ ਹੈ ।

Some devotees may abandon one kind of worldly wealth; however, he may become a slave of other kind of wealth, become a slave of sexual desire. Some may become very wealthy with worldly wealth and worldly status. However, he may not make the worldly wealth as his salve. Some may perform worldly charities; however, he may become a salve of ego and becomes miserable in his life. Whosoever with His mercy and grace remains attached to the root, to the teachings of His Word, he may conquer the worldly wealth and may be saved by The True Master.

ਤਪੁ ਕਰਤੇ ਤਪਸੀ ਭੂਲਾਏ॥ tap kartay tapsee bhoolaa-ay.
ਪੰਡਿਤ ਮੋਹੇ ਲੋਭਿ ਸਬਾਏ॥ pandit mohay lobh sabaa-ay.
ਤ੍ਰੈ ਗੁਣ ਮੋਹੇ ਮੋਹਿਆ ਆਕਾਸੁ॥ tarai gun mohay mohi-aa aakaas.
ਹਮ ਸਤਿਗੁਰ ਰਾਖੇ ਦੇ ਕਰਿ ਹਾਥੁ॥੩॥ ham satgur raakhay day kar haath. ||3||

ਜਿਹੜਾ ਤਪ ਕਰਦਾ, ਆਪਣੇ ਆਪ ਨੂੰ ਇਸ ਤੋ ਵਾਂਝਾ ਰਖਦਾ ਹੈ, ਉਸ ਨੂੰ ਇਹ ਦਿਵਾਨਾ ਕਰੀ ਰਖਦੀ ਹੈ । ਜਿਹੜੇ ਵਿਦਵਾਨ (ਪੰਡਿਤ) ਬਣ ਜਾਂਦੇ, ਉਹਨਾਂ ਨੂੰ ਲਾਲਚ, ਸੰਸਾਰਕ ਮੋਹ ਵਿੱਚ ਲਾਈ ਰਖਦੀ ਹੈ । ਸਾਰੀ ਸ੍ਰਿਸ਼ਟੀ ਅਤੇ ਅਕਾਸ਼ ਹੀ ਮਾਇਆ ਦੇ ਤਿੰਨਾਂ ਗੁਣਾਂ, ਰੂਪਾਂ ਦੇ ਪ੍ਰਭਾਵ ਵਿੱਚ ਆ ਜਾਂਦਾ ਹੈ । ਜਿਸ ਤੇ ਪ੍ਰਭ ਆਪਣੀ ਰਹਿਮਤ ਨਾਲ ਆਪਣੀ ਸ਼ਰਣ ਵਿੱਚ ਪਨਾਹ ਬਖਸ਼ਦਾ ਹੈ । ਕੇਵਲ ਉਹ ਹੀ ਇਸ ਦੇ ਪ੍ਰਭਾਵ ਤੋ ਬਚਦਾ ਹੈ ।

Whosoever may meditate with his determination and keep his mind beyond the reach of worldly desires, this worldly wealth makes him crazy and frustrated in his day to day life, in his meditation. Whosoever becomes educated from the teachings of His Word, worldly wealth keeps him in the trap of greed and attachment to worldly possessions, emotions.

The whole universe and the sky remain under the control, influence of some of the three kind of worldly wealth. Whosoever may be attached to meditate and to obey His Word, he may be accepted in His sanctuary. Only he may be saved from the effect of the worldly wealth.

ਗਿਆਨੀ ਕੀ ਹੋਇ ਵਰਤੀ ਦਾਸਿ॥	gi-aanee kee ho-ay vartee daas.
ਕਰ ਜੋੜੇ ਸੇਵਾ ਕਰੇ ਅਰਦਾਸਿ॥	kar jorhay sayvaa karay ardaas.
ਜੋ ਤੂੰ ਕਹਹਿ ਸੁ ਕਾਰ ਕਮਾਵਾ॥	jo tooN kaheh so kaar kamaavaa.
ਜਨ ਨਾਨਕ ਗੁਰਮੁਖ ਨੇੜਿ ਨ ਆਵਾ॥	jan naanak gurmukh nayrh na aavaa.
੪॥ ੧॥	||4||1||

ਸੰਸਾਰਕ ਮਾਇਆ, ਪ੍ਰਭ ਦੇ ਸ਼ਬਦ ਦੀ ਸੋਝੀ ਵਾਲੇ ਦਾਸ ਦੀ ਦਾਸੀ, ਗੁਲਾਮ ਬਣ ਜਾਂਦੀ ਹੈ । ਇਹ ਗੁਰਮਖ ਜੀਵ ਦੇ ਨੇੜੇ ਨਹੀਂ ਆਉਂਦੀ, ਛੋਹ ਨਹੀਂ ਸਕਦੀ । ਉਸ ਅੱਗੇ ਗੋਡੇ ਟੇਕਦੀ, ਅਰਦਾਸ ਕਰਦੀ ਹੈ । ਜੋ ਤੇਰਾ ਹੁਕਮ, ਇੱਛਾਂ ਹੈ ਮੈ ਉਹ ਹੀ ਕਰਾਗੀ ।

This worldly wealth becomes a slave of His true devotee, who remains enlightened with the teachings of His Word in his day to day life. His true devotee remains beyond the reach of worldly wealth, and have no influence on the state of mind. This worldly wealth begs from His true devotee, she will obey his command forever.

71. ਆਸਾ ਮਹਲਾ ੫॥ 370-11

ਸਸੂ ਤੇ ਪਿਰਿ ਕੀਨੀ ਵਾਖਿ॥	sasoo tay pir keenee vaakh.
ਦੇਰ ਜਿਠਾਣੀ ਮੁਈ ਦੂਖਿ ਸੰਤਾਪਿ॥	dayr Jithaanee mu-ee dookh santaap.
ਘਰ ਕੇ ਜਿਠੇਰੇ ਕੀ ਚੂਕੀ ਕਾਣਿ॥	ghar kay Jithayray kee chookee kaan.
ਪਿਰਿ ਰਖਿਆ ਕੀਨੀ ਸੁਘੜ ਸੁਜਾਣਿ॥੧	pir rakhi-aa keenee sugharh sujaan. ||1||

ਮਾਨਸ ਦੀ ਆਤਮਾ ਸੰਸਾਰ ਵਿੱਚ ਆ ਕੇ ਅਸਲੀ ਮੰਤਵ (ਪ੍ਰਭ ਦੇ ਵਿਛੋੜੇ) ਨੂੰ ਭੁਲਾ ਲੈਂਦੀ ਹੈ । ਉਸ ਤੇ ਸੰਸਾਰਕ ਮਾਇਆ (ਸਸੂ) ਦਾ ਕਾਬੂ ਹੋ ਜਾਂਦਾ ਹੈ, ਜਾਲ ਵਿੱਚ ਫਸ ਜਾਂਦੀ ਹੈ । ਉਸ ਨੂੰ ਮਹਿਸੂਸ ਹੁੰਦਾ ਹੈ! ਉਸ ਦੀਆਂ ਆਸਾਂ ਅਤੇ ਇੱਛਾਂ (ਦੇਰ, ਜਿਠਾਣੀ) ਨਰਾਜ਼ਗੀ ਵਿੱਚ ਭਟਕਦੀਆਂ ਹਨ । ਅਗਰ ਆਤਮਾ ਆਪਣੇ ਅਸਲੀ ਮਾਲਕ ਦੀ ਯਾਦ ਵਿੱਚ ਧਿਆਨ ਰਖਦੀ ਹੋਵੇ! ਪ੍ਰਭ ਦੀ ਸ਼ਰਣ ਵਿੱਚ ਵਸਦੀ ਹੋਵੇ, ਸ਼ਬਦ ਨਾਲ ਜੀਵਨ ਬਤੀਤ ਕਰਦੀ ਹੋਵੇ । ਤਾਂ ਉਸ ਨੂੰ ਮੌਤ ਦਾ ਡਰ ਨਹੀਂ ਲੱਗਦਾ, ਸਤਾਉਂਦਾ ਨਹੀਂ ।

The soul after entering into the universe, she forgets the true purpose of her human life blessings. She falls into the trap of worldly wealth and she becomes slave of worldly wealth. However, he remains disappointed, frustrated with his hopes and desires. If the soul remembers the true purpose of her human life, she may adopt the teachings of His Word. She may enter into the void of His Word and her fear of death may not frustrate her and she may become beyond the reach of devil of death.

ਸੁਨਹੁ ਲੋਕਾ ਮੈ ਪ੍ਰੇਮ ਰਸੁ ਪਾਇਆ॥	sunhu lokaa mai paraym ras paa-i-aa.
ਦੁਰਜਨ ਮਾਰੇ ਵੈਰੀ ਸੰਘਾਰੇ,	durjan maaray vairee sanghaaray
ਸਤਿਗੁਰਿ ਮੋ ਕਉ ਹਰਿ ਨਾਮੁ ਦਿਵਾਇਆ॥	satgur mo ka-o har naam divaa-i-aa.
੧॥ਰਹਾਉ॥	||1|| rahaa-o.

ਮੈਨੂੰ ਪ੍ਰਭ ਦੇ ਸ਼ਬਦ ਨਾਲ ਲਗਨ ਲੱਗ ਗਈ ਹੈ, ਸ਼ਬਦ ਰੂਪੀ ਅੰਮ੍ਰਿਤ ਦਾ ਰਸ ਅਨੁਭਵ ਕੀਤਾ ਹੈ । ਪ੍ਰਭ ਨੇ ਰਹਿਮਤ ਬਖਸ਼ਕੇ ਸ਼ਬਦ ਦੀ ਸੋਝੀ ਬਖਸ਼ੀ ਹੈ । ਹੁਣ ਮੇਰੇ ਮਨ ਵਿਚੋਂ ਬੁਰੇ ਖਿਆਲਾਂ ਦਾ ਨਾਸ਼ ਹੋ ਗਿਆ ਹੈ, ਸ੍ਰਿਸ਼ਟੀ ਵਿੱਚ ਕੋਈ ਦੁਸ਼ਮਣ ਨਹੀਂ ਨਜ਼ਰ ਆਉਂਦਾ ।

My mind is attached to meditate and to adopt the teachings of His Word, I have realized the true essence of the nectar of the teachings of His

Word. The True Master has blessed my soul with the enlightenment of His Word. All evil, sinful thoughts have been eliminated from my mind, with His mercy and grace, I do not feel any other creature as my enemy.

ਪ੍ਰਥਮੇ ਤਿਆਗੀ ਹਉਮੈ ਪ੍ਰੀਤਿ॥	parathmay ti-aagee ha-umai pareet.
ਦੁਤੀਆ ਤਿਆਗੀ ਲੋਗਾ ਰੀਤਿ॥	dutee-aa ti-aagee logaa reet.
ਤ੍ਰੈ ਗੁਣ ਤਿਆਗਿ ਦੁਰਜਨ ਮੀਤ ਸਮਾਨੇ॥	tarai gun ti-aag durjan meet samaanay.
ਤੁਰੀਆ ਗੁਣੁ ਮਿਲਿ ਸਾਧ ਪਛਾਨੇ॥੨॥	turee-aa gun mil saaDh pachhaanay. 2

ਜਿਸ ਨੇ ਮਨ ਵਿਚੋਂ ਸਭ ਤੋ ਪਹਿਲੇ ਅਹੰਕਾਰ ਨੂੰ ਤਿਆਗ ਦਿੱਤਾ ਹੈ । ਇਸ ਤੋ ਪਿਛੋਂ ਸੰਸਾਰ ਭਰਮਾਂ ਦਾ ਨਾਸ਼ ਕੀਤਾ ਹੈ । ਮਨ ਉਹਨਾਂ ਪਿਛੇ ਲੱਗ ਕੇ ਸਗਨ ਅਪਸਗਨ ਨਹੀਂ ਵਿਚਾਰਦਾ । ਇਸ ਤੋ ਪਿਛੋਂ ਸੰਸਾਰਕ ਮਾਇਆ ਦੇ ਤਿੰਨਾਂ ਰੂਪਾਂ ਤੇ ਜਿੱਤ ਪਾਈ ਹੈ । ਉਸ ਨਾਲ ਸਾਰੇ ਵੈਰੀ, ਮਿੱਤਰ, ਦੁਖ, ਸੁਖ ਇੱਕ ਸਮਾਨ ਹੀ ਨਜ਼ਰ ਆਉਂਦੇ ਹਨ । ਪ੍ਰਭ ਦੀ ਰਹਿਮਤ ਨਾਲ ਚੌਥੀ ਅਵਸਥਾ ਦੀ ਸੋਝੀ ਬਖਸ਼ਿਸ਼ ਹੋ ਜਾਂਦੀ ਹੈ ।

You should first of all abandon and eliminates the ego of your worldly status. Then you should eliminate the suspicions of religious rituals. Your mind will eliminate all religious suspicions of good luck or curse of The True Master. With His blessings, you may conquer all three kinds of worldly wealth. You may realize worldly friends, foes, pleasure and sorrows same as His blessings. With the blessings of The True Master, the right path of salvation, the fourth virtues may be blessed.

ਸਹਜ ਗੁਫਾ ਮਹਿ ਆਸਣੁ ਬਾਧਿਆ॥	sahj gufaa meh aasan baaDhi-aa.
ਜੋਤਿ ਸਰੂਪ ਅਨਾਹਦੁ ਵਾਜਿਆ॥	jot saroop anaahad vaaJi-aa.
ਮਹਾ ਅਨੰਦੁ ਗੁਰ ਸਬਦੁ ਵੀਚਾਰਿ॥	mahaa anand gur sabad veechaar.
ਪ੍ਰਿਅ ਸਿਉ ਰਾਤੀ ਧਨ ਸੋਹਾਗਣਿ ਨਾਰਿ॥ ੩॥	pari-a si-o raatee Dhan sohagan naar. ||3||

ਪ੍ਰਭ ਦੇ ਰੂਹਾਨੀ ਸੰਤੋਖ ਵਾਲੇ ਘਰ ਵਿੱਚ ਆਪਣਾ ਧਿਆਨ ਲਾਇਆ ਹੈ । ਇਸ ਨਾਲ ਪ੍ਰਭ ਦੇ ਸ਼ਬਦ ਦੀ ਸਦਾ ਚਲਨ ਵਾਲੀ ਗੂੰਜ ਮਨ ਵਿੱਚ ਚਲਦੀ ਹੈ । ਮੇਰੇ ਮਨ ਵਿੱਚ ਪ੍ਰਭ ਦੇ ਸ਼ਬਦ ਦਾ ਹੀ ਵਿਚਾਰ ਚਲਦਾ ਹੈ । ਪ੍ਰਭ ਦੀ ਰਹਿਮਤ ਨਾਲ ਮਨ ਵਿੱਚ ਖੇੜਾ ਵਸਦਾ ਹੈ ।

You should keep your mind, concentration on the spiritual Castle of The True Master, 10th Castle of your mind. With His mercy and grace, the everlasting echo of His Word may resonant within mind forever. His mind may enter into the void of His Word, you may always think about the teachings of His Word and evaluate your own deeds each and every moment. With His grace, you may be blessed with contentment and blossom forever.

ਜਨ ਨਾਨਕੁ ਬੋਲੇ ਬ੍ਰਹਮ ਬੀਚਾਰੁ॥	jan naanak bolay barahm beechaar.
ਜੋ ਸੁਣੇ ਕਮਾਵੈ ਸੁ ਉਤਰੈ ਪਾਰਿ॥	jo sunay kamaavai so utrai paar.
ਜਨਮਿ ਨ ਮਰੈ ਨ ਆਵੈ ਨ ਜਾਇ॥	janam na marai na aavai na jaa-ay.
ਹਰਿ ਸੇਤੀ ਓਹੁ ਰਹੈ ਸਮਾਇ॥੪॥੨॥	har saytee oh rahai samaa-ay. ||4||2||

ਪ੍ਰਭ ਦੇ ਸ਼ਬਦ ਦੀ ਬੰਦਗੀ ਕਰਨ ਵਾਲਾ ਦਾਸ ਪ੍ਰਭ ਦੇ ਸ਼ਬਦ ਦੇ ਗੁਣ ਗਾਉਂਦਾ ਹੈ । ਜਿਹੜਾ ਵੀ ਸ਼ਬਦ ਨੂੰ ਸੁਣਕੇ ਆਪਣਾ ਜੀਵਨ ਢਾਲਦਾ ਹੈ, ਉਹ ਪ੍ਰਵਾਨਗੀ ਦੇ ਰਸਤੇ ਤੇ ਅਡੋਲ ਹੋ ਜਾਂਦੇ ਹਨ । ਉਹ ਫਿਰ ਮਾਤਾ ਦੇ ਗਰਭ ਵਿੱਚ ਨਹੀਂ ਜਾਂਦਾ, ਉਸ ਦਾ ਜੂੰਨਾਂ ਦਾ ਚੱਕਰ ਖਤਮ ਹੋ ਜਾਂਦਾ, ਲੇਖਾ ਪੂਰਾ ਹੋ ਜਾਂਦਾ ਹੈ ।

His true devotee meditates and sings the glory of the virtue of His Word. Whosoever may listen and adopt the teachings of His Word in his day to day life, he may become stable and stable on the right path of meditation. He may not enter into the womb of mother again. His account of all his previous sinful deeds may be satisfied and eliminated along with his cycle of birth and death.

72. ਆਸਾ ਮਹਲਾ ੫॥ 370-18

ਨਿਜ ਭਗਤੀ ਸੀਲਵੰਤੀ ਨਾਰਿ॥	nij bhagtee seelvantee naar.
ਰੂਪਿ ਅਨੂਪ ਪੂਰੀ ਆਚਾਰਿ॥	roop anoop pooree aachaar.
ਜਿਤੁ ਗ੍ਰਿਹਿ ਵਸੈ ਸੋ ਗ੍ਰਿਹੁ ਸੋਭਾਵੰਤਾ॥	jit garihi vasai so garihu sobhaavantaa.
ਗੁਰਮੁਖਿ ਪਾਈ ਕਿਨੈ ਵਿਰਲੈ ਜੰਤਾ॥੧॥	gurmukh paa-ee kinai virlai jantaa. ||1||

ਬੰਦਗੀ ਕਰਨ ਵਾਲੇ ਦੀ ਆਤਮਾ ਪ੍ਰਭ ਦੇ ਵਿਛੋੜੇ ਦੇ ਵਿਰਾਗ ਵਿੱਚ ਲੀਨ ਰਹਿੰਦੀ ਹੈ । ਉਹ ਆਪਣੇ ਮਨ ਨੂੰ ਪੂਰਨ ਤਰ੍ਹਾਂ ਪ੍ਰਭ ਦੇ ਭਾਣੇ ਦੇ ਲੜ ਲਾਉਂਦਾ ਹੈ । ਉਸ ਦੇ ਨੂਰ ਦੀ ਕਿਸੇ ਨਾਲ ਤੁਲਨਾ ਨਹੀਂ ਕੀਤੀ ਜਾ ਸਕਦੀ, ਮਨ ਪੂਰਨ ਪਵਿਤ੍ਰ ਹੋ ਜਾਂਦਾ ਹੈ । ਉਹ ਸ਼ਬਦ ਦੀ ਸਮਾਧੀ ਵਿੱਚ ਲੀਨ ਹੋ ਜਾਂਦਾ ਹੈ, ਉਹ ਘਰ ਸੋਭਾਵੰਤ, ਧੰਨ ਧੰਨ ਹੀ ਹੈ, ਵਿਰਲੀ ਹੀ ਆਤਮਾ ਨੂੰ ਗੁਰਮਖ ਅਵਸਥਾ ਬਖਸ਼ਿਸ਼ ਹੁੰਦੀ ਹੈ ।

The soul of His true devotee may always remain in renunciation in the memory of his separation from The True Master. She keeps her mind fully in-sync in meditation on the teachings of His Word, in the void of His Word. The glory of His Word may shine on his forehead and the sanctification of his mind cannot be compared with any other glow from worldly source. He remains dedicated in meditating on the teachings of His Word, his house becomes very fortunate and glamorous. However, very rare soul may be blessed with this state of mind.

ਸੁਕਰਣੀ ਕਾਮਣਿ ਗੁਰ ਮਿਲਿ ਹਮ ਪਾਈ॥	sukarnee kaaman gur mil ham paa-ee.
ਜਜਿ ਕਾਜਿ ਪਰਥਾਇ ਸੁਹਾਈ॥੧॥	jaj kaaj parthaa-ay suhaa-ee. ||1||
ਰਹਾਉ॥	rahaa-o.

ਇਸ ਤਰ੍ਹਾਂ ਪਵਿਤ੍ਰ ਹੋਈ ਆਤਮਾ ਦਾ ਪ੍ਰਭ ਦੇ ਨਾਲ ਸੰਜੋਗ ਹੋ ਜਾਂਦਾ ਹੈ, ਮਾਨਸ ਜਨਮ ਦੇ ਸਾਰੇ ਕਾਰਜ ਪੂਰੇ ਹੋ ਜਾਂਦੇ ਹਨ । ਉਹ ਆਤਮਾ ਖੇੜੇ ਵਿੱਚ ਵਸਦੀ, ਬਹੁਤ ਸੁੰਦਰ ਬਣ ਜਾਂਦੀ ਹੈ ।

His sanctified soul may remain steady and stable on the right path of His acceptance. All chores of his worldly life may be fully satisfied by The True Master. His soul remains very elegant, glamorous and in blossom.

ਜਿਚਰੁ ਵਸੀ ਪਿਤਾ ਕੈ ਸਾਥਿ॥	jichar vasee pitaa kai saath.
ਤਿਚਰੁ ਕੰਤੁ ਬਹੁ ਫਿਰੈ ਉਦਾਸਿ॥	tichar kant baho firai udaas.
ਕਰਿ ਸੇਵਾ ਸਤ ਪੁਰਖੁ ਮਨਾਇਆ॥	kar sayvaa sat purakh manaa-i-aa.
ਗੁਰਿ ਆਣੀ ਘਰ ਮਹਿ	gur aanee ghar meh
ਤਾ ਸਰਬ ਸੁਖ ਪਾਇਆ॥ ੨॥	taa sarab sukh paa-i-aa. ||2||

ਜਿਤਨਾ ਚਿਰ ਆਤਮਾ ਸੰਸਾਰਕ ਮਾਇਆ ਦੇ ਪਿਛੇ ਲੱਗੀ ਫਿਰਦੀ ਹੈ । ਇਸ ਦੇ ਮਨ ਵਿੱਚ ਇੱਛਾਂ ਦੀ ਭਟਕਣ, ਉਦਾਸੀ ਲੱਗੀ ਰਹਿੰਦੀ ਹੈ । ਅਗਰ ਪ੍ਰਭ ਦੀ ਰਹਿਮਤ ਬਖਸ਼ਿਸ਼ ਹੁੰਦੀ ਹੈ, ਤਾਂ ਹੀ ਸ਼ਬਦ ਦੀ ਪਾਲਣਾ ਵਿੱਚ ਲਗਨ ਲਾਉਂਦੀ ਹੈ । ਜਿਸ ਦੇ ਮਨ ਵਿੱਚ ਪ੍ਰਭ ਦਾ ਸ਼ਬਦ ਵਸ ਜਾਂਦਾ, ਜਾਗਰਤ ਹੋ ਜਾਂਦਾ ਹੈ । ਉਸ ਦੇ ਮਨ ਵਿੱਚ ਸੰਤੋਖ, ਧੀਰਜ, ਸੁਖ ਵਸ ਜਾਂਦਾ, ਖੇੜਾ ਬਖਸ਼ਿਸ਼ ਹੋ ਜਾਂਦਾ ਹੈ ।

As long as the soul remains a salve of greed of worldly desire, she remains very miserable in the frustration of worldly desires. Only with His mercy and grace, his soul may be attached to a devotional meditation and wholeheartedly adopts the teachings of His Word in her day to day life. She remains drenched with the teachings of His Word and becomes awake and alert all time. He may be blessed with patience, contentment and everlasting blossom.

ਬਤੀਹ ਸੁਲਖਣੀ ਸਚੁ ਸੰਤਤਿ ਪੂਤ॥	bateeh sulakh-nee sach santat poot.
ਆਗਿਆਕਾਰੀ ਸੁਘੜ ਸਰੂਪ॥	aagi-aakaaree sugharh saroop.
ਇਛ ਪੂਰੇ ਮਨ ਕੰਤ ਸੁਆਮੀ॥	ichh pooray man kant su-aamee.
ਸਗਲ ਸੰਤੋਖੀ ਦੇਰ ਜੇਠਾਨੀ॥੩॥	sagal santokhee dayr jaythaanee. ||3||

ਜਿਸ ਆਤਮਾ ਤੇ ਪ੍ਰਭ ਦੀ ਰਹਿਮਤ ਨਾਲ ਸ਼ਬਦ ਮਨ ਵਿੱਚ ਜਾਗਰਤ ਹੋ ਜਾਂਦਾ ਹੈ, ਸ਼ਬਦ ਦੀ ਲਗਨ ਨਾਲ ਉਸ ਦੀਆਂ ਕੁਲਾਂ ਦਾ ਉਧਾਰ ਹੋ ਜਾਂਦਾ, ਦਾਗ਼ ਧੋਤੇ ਜਾਂਦੇ ਹਨ । ਪ੍ਰਭ ਆਪ ਹੀ ਰਹਿਮਤ ਬਖਸ਼ਕੇ ਮਨ ਦੀਆਂ ਮੁਰਾਦਾਂ ਪੂਰੀਆਂ ਕਰਦਾ ਹੈ । ਉਸ ਦੀਆਂ ਆਸਾਂ ਮਨਸ਼ਾਂ ਪੂਰੀਆਂ ਹੋ ਜਾਂਦੀਆਂ ਹਨ । ਮਨ ਪੂਰਨ ਇੱਛਾਂ ਰਹਿਤ ਹੋ ਜਾਂਦਾ ਹੈ । ਮਨ ਵਿੱਚ ਸੰਤੋਖ ਧੀਰਜ ਵਸ ਜਾਂਦਾ ਹੈ ।

Whosoever may be enlightened with His mercy and grace, he remains awake and alert all time. With the devotion and meditation all his generations may be saved and blessed with the right path of salvation. All blemish of evil deeds may be eliminated from his soul. All his hopes and desires may be satisfied by His mercy and grace. He may become beyond the reach of worldly desires. He may be overwhelmed with patience and contentment in his mind all time.

ਸਭ ਪਰਵਾਰੈ ਮਾਹਿ ਸਰੇਸਟ॥	sabh parvaarai maahi saraysat.
ਮਤੀ ਦੇਵੀ ਦੇਵਰ ਜੇਸਟ॥	matee dayvee dayvar jaysat.
ਧੰਨੁ ਸੁ ਗ੍ਰਿਹੁ ਜਿਤੁ ਪ੍ਰਗਟੀ ਆਇ॥	Dhan so garihu jit pargatee aa-ay.
ਜਨ ਨਾਨਕ ਸੁਖੇ ਸੁਖਿ ਵਿਹਾਇ॥੪॥੩॥	jan naanak sukhay sukh vihaa-ay. ||4||3

ਉਸ ਦੀ ਆਤਮਾ ਸਾਰੀ ਸ੍ਰਿਸ਼ਟੀ ਵਿੱਚ ਹੀ ਬਹੁਤ ਵਿਸ਼ੇਸ਼, ਮਹਤੱਵ ਪੂਰਕ ਹੋ ਜਾਂਦੀ ਹੈ । ਆਪਣੇ ਮਨ ਦੀਆਂ ਇੱਛਾਂ ਨੂੰ ਸਲਾਹ ਦੇਂਦੀ ਹੈ, ਗਲਤ ਪਾਸੇ ਜਾਣ ਤੋ ਰੋਕਦੀ ਹੈ । ਜਿਸ ਘਰ ਵਿੱਚ ਉਹ ਆਤਮਾ ਜਨਮ ਲੈਂਦੀ ਹੈ, ਉਹ ਘਰ ਕਿਤਨਾ ਸੁਭਾਗਾ ਹੁੰਦਾ ਹੈ । ਉਹ ਸੰਸਾਰ ਵਿੱਚ ਆਪਣਾ ਮਿੱਥਿਆ ਸਮਾਂ ਸੰਤੋਖ ਵਿੱਚ ਬਤੀਤ ਕਰਦੀ ਹੈ ।

His soul may become very unique and significant in the universe. His soul may become a true counsellor to guide his mind to divert his attention from the wrong path in his human life. Wherever his soul may take birth that house becomes very fortunate. She remains in peace and fully contented is her life in the universe.

73. ਆਸਾ ਮਹਲਾ ੫॥ 371-5

ਮਤਾ ਕਰਉ ਸੋ ਪਕਨਿ ਨ ਦੇਈ॥	mataa kara-o so pakan na day-ee.
ਸੀਲ ਸੰਜਮ ਕੈ ਨਿਕਟਿ ਖਲੋਈ॥	seel sanjam kai nikat khalo-ee.
ਵੇਸ ਕਰੇ ਬਹੁ ਰੂਪ ਦਿਖਾਵੈ॥	vays karay baho roop dikhaavai.
ਗ੍ਰਿਹਿ ਬਸਨਿ ਨ ਦੇਈ	garihi basan na day-ee
ਵਖਿ ਵਖਿ ਭਰਮਾਵੈ॥੧॥	vakh vakh bharmaavai.|1||

ਮਨ ਆਤਮਾ ਦੇ ਯਤਨਾਂ, ਇਰਾਦੇ ਤੇ ਅਡੋਲ ਨਹੀਂ ਰਹਿਣ ਦੇਂਦਾ, ਭਲਾਈ ਦੇ ਕੰਮਾਂ ਦੀਆਂ ਸੋਚਾਂ ਨੂੰ ਰੋਕਦਾ ਹੈ । ਮਨ ਵੱਖਰੇ ਵੱਖਰੇ ਦਿਖਾਵੇ ਦੇ ਰੂਪ ਧਾਰਨ ਕਰਦਾ ਹੈ । ਮਨ, ਆਤਮਾ ਨੂੰ ਆਪਣੇ ਮਨ ਦੇ ਦਸਵੇਂ ਘਰ ਵਿੱਚ ਵਸਣ ਨਹੀਂ ਦੇਂਦਾ । ਇੱਕ ਤੇ ਭਰੋਸਾ ਅਡੋਲ ਨਹੀਂ ਹੋਣ ਦੇਂਦਾ, ਚਾਰੇ ਪਾਸੇ ਹੀ ਘੁੰਮਦਾ ਰਹਿੰਦਾ ਹੈ ।

Mind is so powerful and dominating, whatsoever the path soul may want to take in her worldly life, her mind always diverts her from that path.

His mind may not let her keep on the path of welfare of the soul, mankind. His mind does not let her enters and dwells in the 10th Castle of mind, His Holy throne. His mind does not let the soul stay steady and stable on One and Only One path and keeps her wandering in all directions.

ਘਰ ਕੀ ਨਾਇਕਿ ਘਰ ਵਾਸੁ ਨ ਦੇਵੈ॥	ghar kee naa-ik ghar vaas na dayvai.
ਜਤਨ ਕਰਉ ਉਰਝਾਇ ਪਰੇਵੈ॥੧॥ ਰਹਾਉ॥	jatan kara-o urjhaa-ay parayvai. ||1|| rahaa-o.

ਮੇਰਾ ਮਨ, ਆਤਮਾ ਨੂੰ ਆਪਣੇ ਘਰ ਵਿੱਚ ਵਸਣ ਨਹੀਂ ਦੇਂਦਾ । ਇਸ ਤੇ ਆਪਣਾ ਕਾਬੂ ਜਮਾਉਂਦਾ ਹੈ । ਅਗਰ ਆਤਮਾ ਸ਼ਬਦ ਦੀ ਪਾਲਣਾ ਕਰਨ ਲਗਦੀ ਹੈ ਤਾਂ ਇਸ ਨਾਲ ਝਗੜਾ ਕਰਦਾ ਹੈ ।

My mind does not let my soul stay within her own mind and to adopt the teachings of The True Master. My mind keeps a tight control over the actions of my soul. If my soul adopts the teachings of His Word, the mind become frustrated and quarrel with her.

ਧੁਰ ਕੀ ਭੇਜੀ ਆਈ ਆਮਰਿ॥	Dhur kee bhayjee aa-ee aamar.
ਨਉ ਖੰਡ ਜੀਤੇ ਸਭਿ ਥਾਨ ਥਨੰਤਰ॥	na-o khand jeetay sabh thaan thanantar.
ਤਟਿ ਤੀਰਥਿ ਨ ਛੋਡੈ ਜੋਗ ਸੰਨਿਆਸ॥	tat tirath na chhodai jog sanni-aas.
ਪੜਿ ਥਾਕੇ ਸਿੰਮ੍ਰਿਤਿ ਬੇਦ ਅਭਿਆਸ॥੨	parh thaakay simrit bayd abhi-aas. ||2||

ਸੰਸਾਰ ਵਿੱਚ ਮਨ ਨੂੰ ਆਤਮਾ ਦੀ ਮਦਦ ਕਰਨ ਲਈ ਪੈਦਾ ਕੀਤਾ ਗਿਆ ਸੀ । ਪਰ ਇਸ ਨੇ ਸੰਸਾਰ ਵਿੱਚ ਤਨ ਦੇ ਨੌ ਖੰਡਾਂ ਤੇ ਆਪਣਾ ਕਾਬੂ ਕਾਇਮ ਕਰ ਲਿਆ ਹੈ । ਇਸ ਮਨ ਨੇ ਕਿਸੇ ਪਵਿਤ੍ਰ ਤੀਰਥ, ਜੋਗੀ, ਸੰਨਿਆਸੀ ਵੀ ਨੂੰ ਵੀ ਨਹੀਂ ਛੱਡਿਆ । ਸਭ ਤੇ ਆਪਣਾ ਕਾਬੂ ਕਾਇਮ ਕਰ ਲਿਆ ਹੈ । ਬੰਦਗੀ ਕਰਨ ਵਾਲੇ ਦਿਨ ਰਾਤ ਧਰਮ ਦੇ ਗ੍ਰੰਥ (ਵੈਦ, ਸਿੰਮ੍ਰਿਤਿ) ਬਾਰ ਬਾਰ ਪੜ੍ਹ ਕੇ ਲਾਚਾਰ ਹੋ ਗਏ ਹਨ । ਉਹ ਮਾਨਸ ਵੀ ਮਨ ਦੇ ਕਾਬੂ ਵਿੱਚ ਆ ਗਏ ਹਨ ।

At the birth the mind was created to help the soul to stick on the true purpose of her human life. However, in the universe mind has established his control on the nine segments of the body completely. The mind has not speared even any Holy shrine, any Holy devotee, saint. Even those who may meditate and recite the Holy Scriptures over and over, the mind has render them helpless and desperate. In the end, all of them falls under the control of their mind.

ਜਹ ਬੈਸਉ ਤਹ ਨਾਲੇ ਬੈਸੈ॥	jah baisa-o tah naalay baisai.
ਸਗਲ ਭਵਨ ਮਹਿ ਸਬਲ ਪ੍ਰਵੇਸੈ॥	sagal bhavan meh sabal parvaysai.
ਹੋਛੀ ਸਰਣਿ ਪਇਆ ਰਹਣੁ ਨ ਪਾਈ॥	hochhee saran pa-i-aa rahan na paa-ee.
ਕਹੁ ਮੀਤਾ ਹਉ ਕੈ ਪਹਿ ਜਾਈ॥੩॥	kaho meetaa ha-o kai peh jaa-ee. ||3||

ਮਨ ਸਦਾ ਹੀ ਆਤਮਾ ਦੇ ਨਾਲ ਹੀ ਬੈਠਦਾ ਹੈ । ਉਸ ਨੇ ਸਾਰੀ ਸ੍ਰਿਸ਼ਟੀ ਤੇ ਹੀ ਆਪਣਾ ਕਾਬੂ ਕਾਇਮ ਕਰ ਲਿਆ ਹੈ । ਕੇਵਲ ਮਨ ਨੂੰ ਰੁਕਿਆ, ਮਨ ਨੂੰ ਵਾਂਝਾ ਰਖਿਆ, ਉਸ ਤੋ ਬਚਾ ਨਹੀਂ ਹੁੰਦਾ । ਪ੍ਰਭ ਰਹਿਮਤ, ਸੋਝੀ ਬਖਸ਼ੋ! ਇਸ ਤੋਂ ਕਿਵੇਂ ਬਚ ਸਕਦਾ, ਸ਼ਬਦ ਦੇ ਲੜ ਲੱਗ ਸਕਦਾ ਹਾ?

Wherever the soul sits, mind always remains embedded with soul. The mind has established, conquered the control of the whole universe, His creation. By controlling and keeping the worldly comforts away from the reach of the mind, still soul may not be saved from the control of her mind. My True Master blessed me with the enlightenment and guide me to the right path, how to save my soul and attach me to adopt the teachings of Your Word in my day to day life.

ਸੁਣਿ ਉਪਦੇਸੁ ਸਤਿਗੁਰ ਪਹਿ ਆਇਆ॥ sun updays satgur peh aa-i-aa.
ਗੁਰਿ ਹਰਿ ਹਰਿ ਨਾਮੁ gur har har naam
ਮੋਹਿ ਮੰਤ੍ਰੁ ਦ੍ਰਿੜਾਇਆ॥ mohi mantar drirh-aa-i-aa.
ਨਿਜ ਘਰਿ ਵਸਿਆ ਗੁਣ ਗਾਇ ਅਨੰਤਾ॥ nij ghar vasi-aa gun gaa-ay anantaa.
ਪ੍ਰਭੁ ਮਿਲਿਓ ਨਾਨਕ ਭਏ ਅਚਿੰਤਾ॥੪॥ parabh mili-o naanak bha-ay achintaa.

ਮੈ ਸ਼ਬਦ ਦੇ ਗੁਣ ਸੁਣਕੇ, ਸ਼ਬਦ ਦੀ ਪਾਲਣਾ ਦੇ ਲੜ ਲੱਗਾ ਹਾ । ਸ਼ਬਦ ਦੀ ਪਾਲਣਾ ਨਾਲ ਮਨ ਵਿੱਚ ਸ਼ਬਦ ਦੀ ਸੋਝੀ ਬਖਸ਼ਿਸ਼ ਹੋਈ ਹੈ, ਮਨ ਵਿੱਚ ਸ਼ਬਦ ਜਾਗਰਤ ਹੋ ਗਿਆ ਹੈ । ਮੇਰੀ ਆਤਮਾ ਆਪਣੇ ਮਨ ਦੇ ਦਸਵੇਂ ਘਰ ਵਿੱਚ ਵਸਦੀ ਹੈ । ਸ਼ਬਦ ਦੇ ਗੁਣ ਗਾਉਂਦੇ ਮਨ ਵਿੱਚ ਸ਼ਬਦ ਜਾਗਰਤ ਹੋ ਗਿਆ ਹੈ, ਮਨ ਸੰਸਾਰਕ ਇੱਛਾਂ ਤੋ ਰਹਿਤ ਹੋ ਗਿਆ ਹੈ । ਮਨ ਵਿੱਚ ਖੇੜਾ ਵਸਦਾ ਹੈ ।

By listening to the virtues of His Word, I am attached to obey and adopt the teachings of His Word in my day to day life. By obeying the teachings of His Word, my mind has been enlightened from within, with the essence of His Word. My mind has become awake and alert. My soul has entered into the 10th Castle, in the void of His Word. By singing the glory of His Word, my mind remains drenched with the teachings of His Word. My mind has conquered the worldly desires and has become beyond the reach of worldly desires and blessed with pleasures and blossom.

ਘਰੁ ਮੇਰਾ ਇਹ ਨਾਇਕਿ ਹਮਾਰੀ॥ ghar mayraa ih naa-ik hamaaree.
ਇਹ ਆਮਰਿ ਹਮ ਗੁਰਿ ਕੀਏ ਦਰਬਾਰੀ॥੧॥ ih aamar ham gur kee-ay darbaaree.
ਰਹਾਉ ਦੂਜਾ॥੪॥੪॥ ||1|| rahaa-o doojaa. ||4||4||

ਹੁਣ ਤਨ ਮੇਰਾ ਘਰ ਬਣ ਗਿਆ, ਮਨ ਦੀਆਂ ਇੱਛਾਂ ਮੇਰੀਆਂ ਦਾਸੀਆਂ ਬਣ ਗਈਆਂ ਹਨ । ਸ਼ਬਦ ਦੀ ਪਾਲਣਾ ਨੇ ਸ਼ਬਦ ਨੂੰ ਮਨ ਵਿੱਚ ਜਾਗਰਤ ਕਰ ਦਿੱਤਾ ਹੈ । ਮਨ ਸ਼ਬਦ ਦੀ ਸਮਾਧੀ ਵਿੱਚ ਲੀਨ ਰਹਿੰਦਾ ਹੈ ।

Now, my body has become my Holy Castle, my house and all worldly desires have become my slaves. By obeying and adopting the teachings of His Word, my mind has become awake and alert. My mind has entered into the void of His Word and remains intoxicated with the teachings of His Word.

74. ਆਸਾ ਮਹਲਾ ੫॥ 371-13

ਪ੍ਰਥਮੇ ਮਤਾ ਜਿ ਪਤ੍ਰੀ ਚਲਾਵਉ॥ parathmay mataa je patree chalaava-o.
ਦੁਤੀਏ ਮਤਾ ਦੁਇ dutee-ay mataa du-ay
ਮਾਨੁਖ ਪਹੁਚਾਵਉ॥ maanukh pahuchaava-o.
ਤ੍ਰਿਤੀਏ ਮਤਾ ਕਿਛੁ ਕਰਉ ਉਪਾਇਆ॥ taritee-ay mataa kichh kara-o upaa-i-aa.
ਮੈ ਸਭੁ ਕਿਛੁ ਛੋਡਿ ਪ੍ਰਭ mai sabh kichh chhod
ਤੁਹੀ ਧਿਆਇਆ॥ ੧॥ parabh tuhee Dhi-aa-i-aa.||1||

ਪਹਿਲੇ, ਮਨ ਵਿੱਚ ਇੱਕ ਇੱਛਾਂ ਪੈਦਾ ਹੁੰਦੀ ਹੈ । ਫਿਰ ਹੋਰ ਆਸਾਂ ਪੈਦਾ ਹੁੰਦੀਆਂ ਹਨ । ਫਿਰ ਇਹ ਮਨ ਨੂੰ ਕੁਝ ਕਰਨ ਦੀ ਸਲਾਹ ਦੇਂਦੀਆ ਹਨ । ਕਿ ਇਹਨਾਂ ਨੂੰ ਕਿਵੇਂ ਪੂਰਾ ਕੀਤਾ ਜਾਵੇ? ਪਰ ਮੈ ਆਪਣੇ ਮਨ ਵਿਚੋਂ ਇੱਛਾਂ ਨੂੰ ਤਿਆਗ ਦਿੱਤਾ ਹੈ । ਕੇਵਲ ਪ੍ਰਭ ਦੇ ਸ਼ਬਦ ਦੀ ਪਾਲਣਾ ਤੇ ਭਰੋਸਾ ਅਡੋਲ ਰਖਦਾ ਹਾ।

First of all, only one worldly desire pop-up in mind then many hopes arise from that one worldly wish. Then these worldly desires become the counselor of the mind to adopt different path in his life. How may the mind satisfy all limitless desires once for all? But I have abandoned all worldly desires and I am obeying the teachings of His Word wholeheartedly with steady and stable belief.

ਮਹਾ ਅਨੰਦ ਅਚਿੰਤ ਸਹਜਾਇਆ॥	mahaa anand achint sehjaa-i-aa.
ਦੁਸਮਨ ਦੂਤ ਮੁਏ ਸੁਖੁ ਪਾਇਆ॥੧॥ ਰਹਾਉ॥	dusman doot mu-ay sukh paa-i-aa. ||1|| rahaa-o.

ਪ੍ਰਭ ਦੀ ਰਹਿਮਤ ਨਾਲ ਮੇਰੇ ਮਨ ਵਿੱਚ ਪੂਰਨ ਸੰਤੋਖ ਵਸਦਾ ਹੈ । ਮੇਰੇ ਮਨ ਵਿਚੋਂ ਬੁਰੇ ਕੰਮਾਂ ਦੇ ਖਿਆਲ ਨਾਸ਼ ਹੋ ਗਏ ਹਨ । ਮਨ ਵਿੱਚ ਅਨੰਦ ਖੇੜਾ ਵਸ ਗਿਆ ਹੈ ।

With His mercy and grace, my mind is fully contented with His blessings. All evil thoughts have been eliminated from my mind. Pleasures and blossom prevail within my mind all time.

ਸਤਿਗੁਰਿ ਮੋ ਕਉ ਦੀਆ ਉਪਦੇਸੁ॥	satgur mo ka-o dee-aa updays.
ਜੀਉ ਪਿੰਡੁ ਸਭੁ ਹਰਿ ਕਾ ਦੇਸੁ॥	jee-o pind sabh har kaa days.
ਜੋ ਕਿਛੁ ਕਰੀ ਸੁ ਤੇਰਾ ਤਾਣੁ॥	jo kichh karee so tayraa taan.
ਤੂੰ ਮੇਰੀ ਓਟ ਤੂੰਹੈ ਦੀਬਾਣੁ॥੨॥	tooN mayree ot tooNhai deebaan. ||2||

ਸ਼ਬਦ ਦੀ ਪਾਲਣਾ ਤੋ ਸੋਝੀ ਬਖਸ਼ਿਸ਼ ਹੋਈ ਹੈ । ਜੀਵ ਦਾ ਤਨ, ਆਤਮਾ ਸਭ ਕੁਝ ਹੀ ਪ੍ਰਭ ਦੀ ਅਮਾਨਤ, ਬਖਸ਼ਿਸ਼ ਹੈ । ਪ੍ਰਭ ਜੋ ਕੁਝ ਵੀ ਜੀਵ ਤੋ ਕਰਾਉਂਦਾ ਹੈ, ਜੀਵ ਕੇਵਲ ਉਹ ਕੁਝ ਹੀ ਕਰ ਸਕਦਾ ਹੈ । ਕੇਵਲ ਆਤਮਾ ਨੂੰ ਪ੍ਰਭ ਦਾ ਹੀ ਆਸਰਾ ਹੈ । ਉਹ ਕੀਤੇ ਕੰਮਾਂ ਦੀ ਪਰਖ ਕਰਨ ਵਾਲਾ ਦਰਬਾਰ ਹੈ ।

By adopting the teachings of His Word in my day to day life, I have been blessed with enlightenment with the essence of His nature that my body and my soul are all trust of the One and Only One Holy Master. Whatsoever, The True Master may inspire His creature, he may only perform that deed. The True Master, His Word is the only true support of the soul and His court is place of judgement of his worldly deeds.

ਤੁਧਨੋ ਛੋਡਿ ਜਾਈਐ ਪ੍ਰਭ ਕੈਂ ਧਰਿ॥	tuDhno chhod jaa-ee-ai parabh kaiN Dhar.
ਆਨ ਨ ਬੀਆ ਤੇਰੀ ਸਮਸਰਿ॥	aan na bee-aa tayree samsar.
ਤੇਰੇ ਸੇਵਕ ਕਉ ਕਿਸ ਕੀ ਕਾਣਿ॥	tayray sayvak ka-o kis kee kaan.
ਸਾਕਤੁ ਭੂਲਾ ਫਿਰੈ ਬੇਬਾਣਿ॥੩॥	saakat bhoolaa firai baybaan. ||3||

ਅਗਰ ਮੈਂ ਪ੍ਰਭ ਨੂੰ ਮਨੋ ਵਿਸਾਰ ਦੇਵਾ ਤਾਂ ਮੈਂ ਹੋਰ ਕਿਸ ਪਾਸ ਜਾ ਸਕਦਾ ਹਾ? ਮੇਰਾ ਹੋਰ ਕੌਣ ਸਹਾਰਾ ਦੇਣ ਵਾਲਾ ਹੈ? ਪ੍ਰਭ ਦੇ ਤੁਲ ਹੋਰ ਕੋਈ ਨਹੀਂ ਹੈ, ਪ੍ਰਭ ਮੈਂ ਤੇਰਾ ਹੀ ਦਾਸ, ਗੁਲਾਮ ਹਾ । ਮੈਂ ਹੋਰ ਕਿਸ ਦੀ ਸੇਵਾ ਕਿਵੇਂ ਕਰ ਸਕਦਾ ਹਾ? ਸਾਕਤ, ਮਨ ਦੇ ਭਰਮਾਂ ਵਿੱਚ ਪੈ ਕੇ ਚਾਰੇ ਪਾਸੇ ਘੁੰਮਦਾ ਰਹਿੰਦਾ ਹੈ ।

By abandoning the teachings of His Word from my mind, where may I go for any support or mercy and grace for help.? Who else may give me any hand, any support in my miserable time in life? No one else is equal or comparable with the greatness of The True Master. Why may I worship, serve anyone else? Non-believers remain wandering in suspicions all around to find the right path of human life.

ਤੇਰੀ ਵਡਿਆਈ ਕਹੀ ਨ ਜਾਇ॥	tayree vadi-aa-ee kahee na jaa-ay.
ਜਹ ਕਹ ਰਾਖਿ ਲੈਹਿ ਗਲਿ ਲਾਇ॥	jah kah raakh laihi gal laa-ay.
ਨਾਨਕ ਦਾਸ ਤੇਰੀ ਸਰਣਾਈ॥	naanak daas tayree sarnaa-ee.
ਪ੍ਰਭਿ ਰਾਖੀ ਪੈਜ ਵਜੀ ਵਾਧਾਈ॥੪॥੫॥	parabh raakhee paij vajee vaaDhaa-ee.4

ਪ੍ਰਭ ਤੇਰੇ ਗੁਣਾਂ ਦੀ ਮਹਿਮਾਂ ਪੂਰਨ ਤਰ੍ਹਾਂ ਕਥਨ ਕੀਤੀ ਨਹੀਂ ਜਾ ਸਕਦੀ । ਪ੍ਰਭ ਜਿਸ ਹਲਾਤ ਵਿੱਚ ਵੀ ਤੂੰ ਮੈਨੂੰ ਰਖਦਾ ਹੈ, ਮੇਰੀ ਰਖਿਆ ਕਰੋ! ਆਪਣੇ ਗਲ ਲਾ ਕੇ ਰਖੋ! ਤੇਰੀ ਬੰਦਗੀ ਕਰਨ ਵਾਲਾ ਦਾਸ ਤੇਰੀ ਸ਼ਰਣ ਵਿੱਚ ਅਇਆ ਹੈ । ਪ੍ਰਭ ਆਪ ਹੀ ਰਹਿਮਤ ਬਖਸ਼ਕੇ ਆਪਣੇ ਦਾਸ ਦੀ ਲਾਜ ਰਖਦਾ, ਉਸ ਨੂੰ ਸੋਭਾ ਬਖਸ਼ਦਾ ਹੈ ।

No one can fully comprehend, explain the greatness of Your virtues completely. Whatsoever worldly condition you may bless me, please protect and keep me in Your sanctuary. I am a Your humble devotee and wholeheartedly obey the teachings of Your Word. With Your mercy and grace protect my honor in Your court. The merciful, True Master always protect the honor of His humble devotee and may honor him in His court.

75. ਆਸਾ ਮਹਲਾ ੫॥ 372 -1

ਪਰਦੇਸੁ ਝਾਗਿ ਸਉਦੇ ਕਉ ਆਇਆ॥	pardays jhaag sa-uday ka-o aa-i-aa.
ਵਸਤੁ ਅਨੂਪ ਸੁਣੀ ਲਾਭਾਇਆ॥	vasat anoop sunee laabhaa-i-aa.
ਗੁਣ ਰਾਸਿ ਬੰਨ੍ਹਿ ਪਲੈ ਆਨੀ॥	gun raas baneh palai aanee.
ਦੇਖਿ ਰਤਨੁ ਇਹੁ ਮਨੁ ਲਪਟਾਨੀ॥੧॥	daykh ratan ih man laptaanee. ||1||

ਪ੍ਰਭ, ਮੈਂ ਸ਼ਬਦ ਦੇ ਅਤੱਟ ਗੁਣ ਸੁਣਕੇ, ਚਾਰੇ ਪਾਸੇ ਘੁੰਮਦਾ ਹੋਇਆ, ਤੇਰੇ ਸ਼ਬਦ ਦਾ ਸੌਦਾ ਖਰੀਦਨ ਲਈ ਅਇਆ ਹਾ । ਮੈਂ ਆਪਣਾ ਸਾਰਾ ਧਨ ਇਕੱਠਾ ਕਰਕੇ ਇਸ ਵਪਾਰ ਲਈ ਅਇਆ ਹਾ । ਸ਼ਬਦ ਦੇ ਅਣਮੋਲ ਰਤਨ ਦੀ ਬਖਸ਼ਿਸ਼ ਹੋਣ ਨਾਲ ਮੇਰਾ ਮਨ ਮੋਹਤ ਹੋ ਗਿਆ ਹੈ ।

My True Master by hearing the unlimited virtues of Your Word, my wandering mind has come to Your door to purchase the enlightenment of Your Word. I have gathered all my wealth of meditation and worldly possessions to trade in for Your Word wholeheartedly. By obtaining the priceless nectar of the teachings of Your Word, my mind has been intoxicated in the void of Your Word.

ਸਾਹ ਵਾਪਾਰੀ ਦੁਆਰੈ ਆਏ॥	saah vaapaaree du-aarai aa-ay.
ਵਖਰੁ ਕਾਢਹੁ ਸਉਦਾ ਕਰਾਏ॥੧॥	vakhar kaadhahu sa-udaa karaa-ay.
ਰਹਾਉ॥	||1|| rahaa-o.

ਉਸ ਵਪਾਰੀ, ਰਹਿਮਤਾਂ ਦੇ ਭੰਡਾਰੀ ਦੇ ਘਰ ਤੇ ਅਇਆ ਹਾ । ਰਹਿਮਤਾਂ ਦੇ ਮਾਲਕ ਉਹ ਅਣਮੋਲ ਪਦਾਰਥ ਬਖਸ਼ੋ! ਮੈਂ ਆਪਣੀ ਖਰੀਦ ਪੂਰੀ ਕਰ ਲਵਾ ।

Now, I have come to the door, the house of an owner of all treasure of blessings. The True Master blesses my soul with priceless virtue of the teachings of Your Word. So, I may complete my trade, the true purpose of my human life blessings.

ਸਾਹਿ ਪਠਾਇਆ ਸਾਹੈ ਪਾਸਿ॥	saahi pathaa-i-aa saahai paas.
ਅਮੋਲ ਰਤਨ ਅਮੋਲਾ ਰਾਸਿ॥	amol ratan amolaa raas.
ਵਿਸਟੁ ਸੁਭਾਈ ਪਾਇਆ ਮੀਤ॥	visat subhaa-ee paa-i-aa meet.
ਸਉਦਾ ਮਿਲਿਆ ਨਿਹਚਲ ਚੀਤ॥੨॥	sa-udaa mili-aa nihchal cheet. ||2||

ਅਸਲੀ ਵਪਾਰੀ ਨੇ ਅਸਲੀ ਭੰਡਾਰੀ ਦੇ ਵੱਲ ਭੇਜਿਆ ਹੈ । ਅਣਮੋਲ ਰਤਨਾਂ ਦੇ ਭੰਡਾਰ ਨੂੰ ਖਰੀਦਨ ਲਈ ਅਣਮੋਲ ਧਨ ਦੀ ਲੋੜ ਹੈ । ਮੇਰੇ ਭਾਈ! ਮੈਂ ਸ਼ਬਦ ਰੂਪੀ ਅਣਮੋਲ ਪਦਾਰਥ ਪਇਆ ਹੈ । ਮੇਰੇ ਮਨ ਵਿੱਚ ਪੂਰਨ ਅਨੰਦ ਖੇੜੇ ਵਸਦਾ ਹੈ ।

The true owner, the trader has sent me to the owner of the true, genuine merchandise. You need genuine earnings of His Word to purchase nectar of His Word. My friend! I have been blessed with the priceless jewel, the teachings of His Word and I am fully contented and in blossom forever.

ਭਉ ਨਹੀ ਤਸਕਰ ਪਉਣ ਨ ਪਾਨੀ॥ bha-o nahee taskar pa-un na paanee.
ਸਹਜਿ ਵਿਹਾਝੀ ਸਹਜਿ ਲੈ ਜਾਨੀ॥ sahj vihaajee sahj lai jaanee.
ਸਤ ਕੈ ਖਟਿਐ ਦੁਖੁ ਨਹੀ ਪਾਇਆ॥ sat kai khati-ai dukh nahee paa-i-aa.
ਸਹੀ ਸਲਾਮਤਿ ਘਰਿ ਲੈ ਆਇਆ॥੩॥ sahee salaamat ghar lai aa-i-aa. ||3||

ਮਨ ਵਿੱਚ ਕਿਸੇ ਚੋਰ ਦਾ, ਹਨੇਰੀ ਦਾ, ਅੱਗ ਦਾ ਕੋਈ ਡਰ ਨਹੀਂ ਹੈ । ਅਸਾਨੀ ਨਾਲ ਹੀ ਆਪਣੇ ਪਦਾਰਥ ਦਾ ਸੌਦਾ ਖਰੀਦ ਲਿਆ ਹੈ । ਹੁਣ ਮੈਂ ਅਸਾਨੀ ਨਾਲ ਹੀ ਆਪਣੇ ਪ੍ਰਵਾਨਗੀ ਦੇ ਰਸਤੇ ਤੇ ਅਡੋਲ ਹੋਇਆ ਹਾ । ਮੈਂ ਇਹ ਅਸਲੀ ਪਦਾਰਥ ਪਇਆ ਹੈ, ਮੇਰੇ ਮਨ ਵਿੱਚ ਕੋਈ ਦੁਖ ਪਰੇਸ਼ਾਨੀ ਨਹੀਂ ਹੈ । ਮੈਂ ਸ਼ਬਦ ਦੀ ਕਮਾਈ ਦਾ ਧਨ ਇਕੱਠਾ ਕੀਤਾ ਹੈ । ਇਹ ਧਨ ਸਦਾ ਹੀ ਮੇਰੇ ਸਾਥ ਰਹਿਣ ਵਾਲਾ ਹੈ ।

In my mind, I do not have any fear of any thief, robber, any tornado or any fire to destroy my earnings of His Word. With ease I have purchased this unique merchandise. I may remain steady and stable on the right path of His acceptance. With the blessings of this unique merchandise, the teachings of His Word, all frustrations, anxiety of worldly desires have been eliminated from my mind. My earnings of His Word may stay with me in the universe and also in His court after my death to support me.

ਮਿਲਿਆ ਲਾਹਾ ਭਏ ਅਨੰਦ॥ mili-aa laahaa bha-ay anand.
ਧੰਨੁ ਸਾਹ ਪੂਰੇ ਬਖਸਿੰਦ॥ Dhan saah pooray bakhsind.
ਇਹੁ ਸਉਦਾ ਗੁਰਮੁਖਿ ih sa-udaa gurmukh
ਕਿਨੈ ਵਿਰਲੈ ਪਾਇਆ॥ kinai virlai paa-i-aa.
ਸਹਲੀ ਖੇਪ ਨਾਨਕੁ ਲੈ ਆਇਆ॥੪॥੬॥ sahlee khayp naanak lai aa-i-aa. ||4||6||

ਪ੍ਰਭ ਦੇ ਸ਼ਬਦ ਰੂਪੀ ਧਨ ਇਕੱਠਾ ਕਰਨ ਨਾਲ ਮਨ ਵਿੱਚ ਅਨੰਦ ਘਰ ਕਰ ਗਿਆ ਹੈ । ਅਸਲੀ ਮਾਲਕ ਨੇ ਪੂਰਨ ਰਹਿਮਤ ਬਖਸ਼ੀ ਹੈ । ਵਿਰਲੇ ਹੀ ਜੀਵ ਨੂੰ ਗੁਰਮਖ ਅਵਸਥਾ, ਸ਼ਬਦ ਦੀ ਸੋਝੀ ਰੂਪੀ ਧਨ ਬਖਸ਼ਿਸ਼ ਹੁੰਦਾ ਹੈ । ਬੰਦਗੀ ਕਰਨ ਵਾਲਾ ਦਾਸ ਇਹ ਧਨ ਇਕੱਠਾ ਕਰਕੇ ਆਪਣੇ ਘਰ ਵਾਪਸ ਜਾਂਦਾ ਹੈ ।

By collecting the wealth of His Word, my mind remains overwhelmed with the pleasure and blossom. The True Master has blessed me with His mercy and grace. However, very rare devotee may be blessed with the state of mind of as His true devotee and the enlightenment of His Word. He may earn the wealth of His Word and may be accepted in His court as a permanent resting place.

76. ਆਸਾ ਮਹਲਾ ੫॥ 372-7

ਗੁਨੁ ਅਵਗਨੁ ਮੇਰੋ ਕਛੁ ਨ ਬੀਚਾਰੋ॥ gun avgan mayro kachh na beechaaro.
ਨਹ ਦੇਖਿਓ ਰੂਪ ਰੰਗ ਸੀਂਗਾਰੋ॥ nah daykhi-o roop rang seeNgaaro.
ਚਜ ਅਚਾਰ ਕਿਛੁ ਬਿਧਿ ਨਹੀ ਜਾਨੀ॥ chaj achaar kichh biDh nahee jaanee.
ਬਾਹ ਪਕਰਿ ਪ੍ਰਿਅ ਸੇਜੈ ਆਨੀ॥੧॥ baah pakar pari-a sayjai aanee. ||1||

ਪ੍ਰਭ, ਮੇਰੇ ਗੁਣ ਅਉਗੁਣ ਦੀ ਕੋਈ ਪਰਖ ਨਾ ਕਰੋ! ਮੇਰੇ ਵਿੱਚ ਕੋਈ ਗੁਣ ਨਹੀਂ, ਨਾ ਹੀ ਮੇਰਾ ਅਕਾਰ, ਰੂਪ ਰੰਗ ਹੀ ਮਨ ਨੂੰ ਮੋਹਿਤ ਕਰਨ ਵਾਲਾ ਹੀ ਹੈ, ਨਾ ਹੀ ਮੇਰੇ ਵਿੱਚ ਕੋਈ ਸਿਆਣਪ, ਮੇਰੇ ਜੀਵਨ ਦੇ ਅਸੂਲ ਹੀ ਕੋਈ ਸੋਭਾਵੰਦ ਹਨ । ਪ੍ਰਭ ਨੇ ਆਪ ਹੀ ਮੇਰੀ ਬਾਂਹ ਪਕੜ ਕੇ ਸ਼ਬਦ ਦੇ ਲੜ ਲਾਇਆ ਹੈ । ਮੇਰਾ ਭਰੋਸਾ ਸ਼ਬਦ ਤੇ ਅਡੋਲ ਕੀਤਾ ਹੈ ।

My True Master! I do not have any good virtue nor a beautiful, attractive features or body structure worthy of Your grace. I do not have any wisdom or clever tricks nor any noble principles in my day to day life. Have a mercy and grace on my soul and ignore my shortcomings, weakness and accepts me without evaluating my deeds. The Merciful True Master has held my hand and attach me to a devotional meditation on the teachings of His Word. With His mercy and grace, I have become steady and stable on the teachings of His Word, His blessings.

ਸੁਨਿਬੋ ਸਖੀ ਕੰਤਿ ਹਮਾਰੋ — sunibo sakhee kant hamaaro
ਕੀਅਲੋ ਖਸਮਾਨਾ॥ — kee-alo khasmaanaa.
ਕਰੁ ਮਸਤਕਿ ਧਾਰਿ ਰਾਖਿਓ — kar mastak Dhaar raakhi-o
ਕਰਿ ਅਪੁਨਾ ਕਿਆ, — kar apunaa ki-aa
ਜਾਨੈ ਇਹੁ ਲੋਕੁ ਅਜਾਨਾ॥੧॥ ਰਹਾਉ॥ — jaanai ih lok ajaanaa. ||1|| rahaa-o.

ਇੱਕ ਅਚਰਜ ਹੀ ਭਾਣਾ ਵਾਪਰ ਗਿਆ ਹੈ । ਪ੍ਰਭ ਨੇ ਆਪਣਾ ਦਾਸ ਬਣਾ ਲਿਆ ਹੈ । ਮੇਰੇ ਮੱਥੇ ਤੇ ਆਪਣਾ ਹੱਥ ਰਖਕੇ, ਆਪਣੀ ਸ਼ਰਣ ਵਿੱਚ ਪ੍ਰਵਾਨ ਕਰ ਲਿਆ ਹੈ । ਅਣਜਾਣ ਮਾਨਸ ਇਸ ਬਾਬਤ ਕੀ ਜਾਣਦੇ ਹਨ?

My associates! a unique and astonishing miracle has happened; The True Master has accepted me as His slave. By placing His merciful hand on my head, He has accepted me in His sanctuary. What may an ignorant human comprehend about His miracle?

ਸੁਹਾਗੁ ਹਮਾਰੋ ਅਬ ਹੁਣਿ ਸੋਹਿਓ॥ — suhaag hamaaro ab hun sohi-o.
ਕੰਤੁ ਮਿਲਿਓ ਮੇਰੋ ਸਭੁ ਦੁਖੁ ਜੋਹਿਓ॥ — kant mili-o mayro sabh dukh johi-o.
ਆਂਗਨਿ ਮੇਰੈ ਸੋਭਾ ਚੰਦ॥ — aaɴgan mayrai sobhaa chand.
ਨਿਸਿ ਬਾਸੁਰ ਪ੍ਰਿਅ ਸੰਗਿ ਅਨੰਦ॥੨॥ — nis baasur pari-a sang anand. ||2||

ਮੇਰਾ ਮਾਨਸ ਜੀਵਨ ਅਨੰਦ, ਖੇੜੇ ਵਿੱਚ ਵਸਦਾ ਹੈ । ਪ੍ਰਭ ਮੇਰੇ ਮਨ ਦੀ ਹਾਲਤ ਨੂੰ ਜਾਣਦਾ ਹੈ । ਪ੍ਰਭ ਦੀ ਜੋਤ, ਸ਼ਬਦ ਮਨ ਵਿੱਚ ਜਾਗਰਤ ਅਤੇ ਸੁਚੇਤ ਹੈ । ਦਿਨ ਰਾਤ ਆਪਣੇ ਮਾਲਕ ਨਾਲ ਅਨੰਦ ਮਾਨਦਾ, ਸੰਤੋਖ ਵਿੱਚ ਵਸਦਾ ਹਾ ।

The True Master knows the real state of my mind and has blessed me with pleasure and blossom in my day to day life. The enlightenment of His Word shines within and I am awake and alert. I am enjoying the association of The True Master and fully contented with His Word.

ਬਸਤ੍ਰ ਹਮਾਰੇ ਰੰਗਿ ਚਲੂਲ॥ — bastar hamaaray rang chalool.
ਸਗਲ ਆਭਰਣ ਸੋਭਾ ਕੰਠਿ ਫੂਲ॥ — sagal aabhran sobhaa kanth fool.
ਪ੍ਰਿਅ ਪੇਖੀ ਦ੍ਰਿਸਟਿ ਪਾਏ — pari-a paykhee darisat paa-ay
ਸਗਲ ਨਿਧਾਨ॥ — sagal niDhaan.
ਦੁਸਟ ਦੂਤ ਕੀ ਚੂਕੀ ਕਾਨਿ॥੩॥ — dusat doot kee chookee kaan. ||3||

ਤਨ ਦੇ ਬਸਤਰਾਂ, ਤਨ ਤੇ ਪ੍ਰਭ ਦੇ ਸ਼ਬਦ ਦਾ ਗੂੜਾ ਰੰਗ ਚੜ੍ਹਿਆ ਹੋਇਆ ਹੈ । ਸ਼ਬਦ ਦੀ ਸੋਝੀ ਰੂਪੀ ਸ਼ਿੰਗਾਰ, ਮਾਲ਼ਾ ਮੇਰੇ ਗਲ ਵਿੱਚ ਸੋਭਦੀ ਹੈ । ਆਪਣੀ ਮਨ ਦੀਆ ਅੱਖਾਂ ਨਾਲ ਪ੍ਰਭ ਦੇ ਦਰਸ਼ਨ ਕਰਨ, ਸ਼ਬਦ ਦੀ ਸੋਝੀ ਪਾਉਣ ਨਾਲ ਅਮੋਲਕ ਖਜ਼ਾਨੇਂ ਬਖਸ਼ਿਸ਼ ਹੋ ਗਏ ਹਨ, ਮਨ ਵਿੱਚ ਗਿਆਨ ਹੋ ਗਿਆ ਹੈ । ਮੈਂ ਆਪਣੇ ਮਨ ਵਿਚੋਂ ਬੁਰੇ ਖਿਆਲਾਂ, ਮਨ ਦੇ ਜਮਦੂਤਾਂ ਤੇ ਕਾਬੂ ਪਾ ਲਿਆ ਹੈ ।

My robe and my body are drenched with the deep color of the teachings of His Word. The rosary of the enlightenment of His Word may enhance the glow and grace of my mind. By visualizing the glory with the eyes of my mind, I have been blessed with the treasure of the enlightenment of His Word. I have conquered all worldly desires, the evil thoughts of my mind and the devil of death.

ਸਦ ਖੁਸੀਆ ਸਦਾ ਰੰਗ ਮਾਣੇ॥ sad khusee-aa sadaa rang maanay.
ਨਉ ਨਿਧਿ ਨਾਮੁ ਗ੍ਰਿਹ ਮਹਿ ਤ੍ਰਿਪਤਾਨੇ॥ na-o niDh naam garih meh tariptaanay.
ਕਹੁ ਨਾਨਕ ਜਉ ਪਿਰਹਿ ਸੀਗਾਰੀ॥ kaho naanak ja-o pireh seegaaree.
ਥਿਰੁ ਸੋਹਾਗਨਿ ਸੰਗਿ ਭਤਾਰੀ॥੪॥੭॥ thir sohaagan sang bhataaree. ||4||7||

ਮੇਰੇ ਮਨ ਵਿੱਚ ਅਨੰਦ, ਖੇੜੇ ਵਿੱਚ ਵਸਦਾ ਹੈ । ਪ੍ਰਭ ਦੇ ਸ਼ਬਦ ਦੀ ਸੋਝੀ ਦੇ ਨੌ ਖਜ਼ਾਨੇਂ ਬਖਸ਼ਿਸ਼ ਹੋਣ ਨਾਲ ਮਨ ਵਿੱਚ ਪੂਰਨ ਸੰਤੋਖ ਵਸ ਗਿਆ ਹੈ । ਮੇਰੀ ਆਤਮਾ ਪ੍ਰਭ ਦੇ ਸ਼ਬਦ ਦੀ ਸੋਝੀ, ਵਿਛੋੜੇ ਦੇ ਵਿਰਾਗ ਵਿੱਚ ਲੀਨ ਹੈ । ਮਨ ਵਿੱਚ ਸਦਾ ਰਹਿਣ ਵਾਲਾ ਅਨੰਦ ਖੇੜਾ ਵਸਦਾ ਹੈ ।

My mind is overwhelmed with pleasure and blossom in my worldly life. By His blessings of nine treasures of enlightenment within, I am fully contented with the teachings of His Word. I am in renunciation in my memory of separation from The True Master. With the enlightenment of His Word, I am overwhelmed with everlasting pleasures.

77. ਆਸਾ ਮਹਲਾ ੫॥ 372-14

ਦਾਨੁ ਦੇਇ ਕਰਿ ਪੂਜਾ ਕਰਨਾ॥ daan day-ay kar poojaa karnaa.
ਲੈਤ ਦੇਤ ਉਨ੍ ਮੂਕਰਿ ਪਰਨਾ॥ lait dayt unH mookar parnaa.
ਜਿਤੁ ਦਰਿ ਤੁਮ੍ ਹੈ ਬ੍ਰਾਹਮਣ ਜਾਣਾ॥ jit dar tumH hai baraahman jaanaa.
ਤਿਤੁ ਦਰਿ ਤੂੰਹੀ ਹੈ ਪਛੁਤਾਣਾ॥੧॥ tit dar tooNhee hai pachhutaanaa. ||1||

ਮੇਰੇ ਮਨ ਤੂੰ ਦਾਨ ਕਰਦਾ ਹੈ, ਪੂਜਾ ਕਰਦਾ ਹੈ । ਪ੍ਰਭ ਰਹਿਮਤਾਂ ਬਖਸ਼ਦਾ ਹੈ । ਤੂੰ ਦਾਤਾਂ ਲੈ ਕੇ ਮੁੱਕਰ ਜਾਂਦਾ ਹੈ, ਧੰਨਵਾਦ ਨਹੀਂ ਕਰਦਾ! ਕਿ ਤੇਨੂੰ ਕੁਝ ਵੀ ਦਿੱਤਾ ਨਹੀਂ । ਜਿਸ ਦਰਵਾਜੇ ਵਿਚੋਂ ਤੂੰ ਮੌਤ ਪਿਛੋਂ ਜਾਣਾ ਹੈ, ਉਥੇ ਉਦਾਸੀ ਅਤੇ ਪਛਤਾਵਾ ਹੀ ਕਰਨਾ ਪਵੇਗਾ ।

My mind you perform charity to help the poor, helpless and worship in your day to day life. The Merciful True Master blesses you with great virtues. You have become unthankful and deny receiving any blessings. You do not thank Him or bow your head in gratitude. Remember, where you are going to go after death, you may be disappointed and would be repenting for your foolishness.

ਐਸੇ ਬ੍ਰਾਹਮਣ ਡੂਬੇ ਭਾਈ॥ aisay baraahman doobay bhaa-ee.
ਨਿਰਾਪਰਾਧ ਚਿਤਵਹਿ ਬੁਰਿਆਈ॥੧॥ ਰਹਾਉ॥ niraapraaDh chitvahi buri-aa-ee. ||1|| rahaa-o.

ਇਸ ਤਰ੍ਹਾਂ ਦੀ ਬੰਦਗੀ, ਪੂਜਾ ਕਰਨ ਵਾਲੇ, ਸੇਵਕ, ਸੰਸਾਰ ਸਾਗਰ ਵਿੱਚ ਹੀ ਡੁੱਬ ਜਾਂਦੇ ਹਨ । ਮਨ ਵਿੱਚ ਹਰ ਵੇਲੇ ਹੀ ਨਿਮਾਣੇ ਜੀਵਾਂ ਤੇ ਬੁਰੇ ਕੰਮ ਕਰਨ ਦੇ ਖਿਆਲ ਹੁੰਦੇ ਹਨ ।

With this kind of worship, service, worldly devotee may drown in the ocean of worldly desires. His mind remains overwhelmed with the evil thoughts and desire to do evil deeds on helpless worldly creatures.

ਅੰਤਰਿ ਲੋਭੁ ਫਿਰਹਿ ਹਲਕਾਏ॥ antar lobh fireh halkaa-ay.
ਨਿੰਦਾ ਕਰਹਿ ਸਿਰਿ ਭਾਰੁ ਉਠਾਏ॥ nindaa karahi sir bhaar uthaa-ay.
ਮਾਇਆ ਮੂਠਾ ਚੇਤੈ ਨਾਹੀ॥ maa-i-aa moothaa chaytai naahee.
ਭਰਮੇ ਭੂਲਾ ਬਹੁਤੀ ਰਾਹੀ॥੨॥ bharmay bhoolaa bahutee raahee. ||2||

ਉਸ ਦਾ ਮਨ ਲੋਭ ਨਾਲ ਭਰਿਆਂ ਹੋਇਆ ਹੁੰਦਾ ਹੈ । ਉਹ ਸੰਸਾਰ ਵਿੱਚ ਪਾਗਲਾ ਦੀ ਤਰ੍ਹਾਂ ਹੀ ਜੀਵਨ ਬਤੀਤ ਕਰਦਾ ਹੈ, ਬਾਕੀ ਜੀਵਾਂ ਦੀ ਨਿੰਦਿਆਂ ਕਰਦਾ ਰਹਿੰਦਾ ਹੈ । ਆਪਣੇ ਮਨ ਤੇ ਪਾਪਾਂ ਦਾ ਭਾਰ ਵਧਾਉਂਦਾ ਰਹਿੰਦਾ ਹੈ । ਸੰਸਾਰਕ ਮਾਇਆ ਦੇ ਨਸ਼ੇ ਵਿੱਚ ਮਸਤ ਹੋਇਆ, ਪ੍ਰਭ ਦੇ ਸ਼ਬਦ ਬਾਬਤ ਸੋਚਦਾ ਵੀ ਨਹੀਂ । ਉਹ ਧਰਮਾਂ ਦੇ ਪਾਏ ਹੋਏ ਭਰਮਾਂ ਵਿੱਚ ਹੀ ਚਾਰੇ ਪਾਸੇ ਹੱਥ ਮਾਰਦਾ ਰਹਿੰਦਾ ਹੈ । ਇੱਕੋ ਇੱਕ ਪ੍ਰਭ ਤੇ ਭਰੋਸਾ ਅਡੋਲ ਨਹੀਂ ਕਰ ਸਕਦਾ ।

His mind remains overwhelmed with worldly greed and worldly desires, he may wander like a crazy, insane creature. He always criticizes others and enhances, increases the burden of his sins. He remains intoxicated in the poison of worldly wealth and may not even think about or care about the teachings of His Word. He remains deeply intoxicated with religious rituals and wanders in all directions to find the right path. However, he may not have a steady and stable belief on The One and Only One God.

ਬਾਹਰਿ ਭੇਖ ਕਰਹਿ ਘਨੇਰੇ॥ baahar bhaykh karahi ghanayray.
ਅੰਤਰਿ ਬਿਖਿਆ ਉਤਰੀ ਘੇਰੇ॥ antar bikhi-aa utree ghayray.
ਅਵਰ ਉਪਦੇਸੈ ਆਪਿ ਨ ਬੂਝੈ॥ avar updaysai aap na boojhai.
ਐਸਾ ਬ੍ਰਾਹਮਣੁ ਕਹੀ ਨ ਸੀਝੈ॥੩॥ aisaa baraahman kahee na seejhai. ||3||

ਉਹ ਲੋਕ ਦਿਖਾਵੇ ਲਈ ਧਰਮ ਦਾ ਬਾਣਾ ਪਾਉਂਦਾ, ਪਾਠ ਪੂਜਾ ਕਰਦਾ ਹੈ । ਉਸ ਦੇ ਮਨ ਵਿੱਚ ਜ਼ਹਿਰ ਭਰਿਆਂ ਰਹਿੰਦਾ ਹੈ । ਉਹ ਬਾਕੀ ਜੀਵਾਂ ਨੂੰ ਬਾਣੀ ਵਿਚੋਂ ਪੜ੍ਹਕੇ ਉਪਦੇਸ਼ ਦੇਂਦਾ ਹੈ, ਪਰ ਆਪਣੇ ਜੀਵਨ ਵਿੱਚ ਉਪਦੇਸ਼ ਦਾ ਕੋਈ ਪ੍ਰਭਾਵ ਨਹੀਂ ਹੁੰਦਾ । ਇਸ ਤਰ੍ਹਾਂ ਦੇ ਬੰਦਗੀ ਕਰਨ ਵਾਲੇ ਨੂੰ ਕਦੇ ਵੀ ਪ੍ਰਭ ਦੇ ਦਰਬਾਰ ਵਿੱਚ ਪ੍ਰਵਾਨਗੀ ਬਖਸ਼ਿਸ਼ ਨਹੀਂ ਹੁੰਦੀ ।

He may adopt the religious robe and do daily routine prayers, recites the Holy Scripture to impress others. However, he may remain overwhelmed with the poison of worldly desires. He may counsel others with the teachings of the Holy Scripture. However, he may not have any influence on his own day to day life. With his false and clever tricks, he cannot deceive The Omniscient True Master.

ਮੂਰਖ ਬਾਮਣ ਪ੍ਰਭੂ ਸਮਾਲਿ॥ moorakh baaman parabhoo samaal.
ਦੇਖਤ ਸੁਨਤ ਤੇਰੈ ਹੈ ਨਾਲਿ॥ daykhat sunat tayrai hai naal.
ਕਹੁ ਨਾਨਕ ਜੇ ਹੋਵੀ ਭਾਗੁ॥ kaho naanak jay hovee bhaag.
ਮਾਨੁ ਛੋਡਿ ਗੁਰ ਚਰਣੀ ਲਾਗੁ॥੪॥੮॥ maan chhod gur charnee laag. ||4||8||

ਮੂਰਖ, ਅਣਜਾਣ ਬੰਦਗੀ ਕਰਨ ਵਾਲੇ, ਬ੍ਰਹਮਣ, ਪ੍ਰਭ ਦੇ ਸ਼ਬਦ ਦਾ ਮਨ ਵਿੱਚ ਵਿਚਾਰ ਕਰੋ! ਉਹ ਹਮੇਸ਼ਾਂ ਹੀ ਤੇਰੇ ਨਾਲ ਮਨ ਵਿੱਚ ਵਸਦਾ, ਸਭ ਕੁਝ ਵੇਖਦਾ ਹੈ । ਅਗਰ ਤੇਰੇ ਭਾਗਾਂ ਵਿੱਚ ਪਹਿਲੇ ਹੀ ਲਿਖਿਆ ਹੋਇਆ ਹੋਵੇ! ਤਾਂ ਹੀ ਤੂੰ ਆਪਣੇ ਮਨ ਦੇ ਅਹੰਕਾਰ ਨੂੰ ਤਿਆਗ ਸਕਦਾ ਹੈ । ਪ੍ਰਭ ਦੀ ਸ਼ਰਣ ਵਿੱਚ, ਸ਼ਬਦ ਦੇ ਲੜ ਲੱਗ ਸਕਦਾ ਹੈ ।

You ignorant, foolish, educated devotee, you should concentrate on the teachings of His Word within your mind. The True Master always remains awake within your body and monitors all your activities. Only with great prewritten destiny, you may abandon your ego and you may conquer the desires of your mind. In your meditation, you may enter into the void of His sanctuary.

78. ਆਸਾ ਮਹਲਾ ੫॥ 372-19

ਦੂਖ ਰੋਗ ਭਏ ਗਤੁ ਤਨ ਤੇ, dookh rog bha-ay gat tan tay
ਮਨੁ ਨਿਰਮਲੁ ਹਰਿ ਹਰਿ ਗੁਣ ਗਾਇ॥ man nirmal har har gun gaa-ay.
ਭਏ ਅਨੰਦ ਮਿਲਿ ਸਾਧੂ ਸੰਗਿ, bha-ay anand mil saaDhoo sang
ਅਬ ਮੇਰਾ ਮਨੁ ਕਤ ਹੀ ਨ ਜਾਇ॥੧॥ ab mayraa man kat hee na jaa-ay. ||1||

ਜਿਹੜਾ ਪ੍ਰਭ ਦੇ ਸ਼ਬਦ ਦੇ ਗੁਣ ਗਾਉਂਦਾ, ਸ਼ਬਦ ਨੂੰ ਮਨ ਵਿੱਚ ਜਾਗਰਤ ਰਖਦਾ ਹੈ । ਉਸ ਦੇ ਮਨ ਵਿਚੋਂ ਸੰਸਾਰਕ ਮਾਇਆ, ਇੱਛਾਂ ਦੇ ਸਾਰੇ ਦੁਖ ਨਾਸ਼ ਹੋ ਜਾਂਦੇ, ਮਨ ਪਵਿਤ੍ਰ ਹੋ ਜਾਂਦਾ ਹੈ । ਉਹ ਸੰਤ

ਸਰੂਪ ਦੀ ਸੰਗਤ ਵਿੱਚ ਰਲਕੇ ਸ਼ਬਦ ਦੀ ਪਾਲਣਾ ਕਰਦਾ ਹੈ । ਉਸ ਦਾ ਮਨ ਇੱਕੋ ਇੱਕ ਤੇ ਅਡੋਲ ਹੋ ਜਾਂਦਾ, ਮਨ ਵਿਚੋਂ ਭਟਕਣਾਂ ਦੂਰ ਹੋ ਜਾਂਦੀਆਂ ਹਨ ।

Whosoever may wholeheartedly sing the glory of His Word, he may be enlightened from within. All his worldly desires of worldly wealth may be eliminated from his mind and his soul may be sanctified. By associating with His true devotee, he obeys and adopts the teachings of His Word in his day to day life. He may become steady and stable on the blessings of The One and Only One True Master. His frustrations of worldly desires may be eliminated from his mind.

ਤਪਤਿ ਬੁਝੀ ਗੁਰ ਸਬਦੀ ਮਾਇ॥	tapat bujhee gur sabdee maa-ay.
ਬਿਨਸਿ ਗਇਓ ਤਾਪ ਸਭ ਸਹਸਾ,	binas ga-i-o taap sabh sahsaa
ਗੁਰੁ ਸੀਤਲੁ ਮਿਲਿਓ ਸਹਜਿ ਸੁਭਾਇ॥੧॥ ਰਹਾਉ॥	gur seetal mili-o sahj subhaa-ay. ||1|| rahaa-o.

ਸ਼ਬਦ ਦੀ ਪਾਲਣਾ ਕਰਨ ਨਾਲ ਮਨ ਵਿਚੋਂ ਇੱਛਾਂ ਦੀ ਅੱਗ ਬੁਝ ਜਾਂਦੀ ਹੈ । ਮਨ ਵਿਚੋਂ ਭਰਮਾਂ ਦਾ ਨਾਸ਼ ਹੋ ਜਾਂਦਾ ਹੈ । ਸ਼ਬਦ ਦੀ ਸੋਝੀ ਬਖਸ਼ਿਸ਼ ਹੋ ਜਾਂਦੀ ਹੈ । ਮਨ ਅਸਾਨੀ ਨਾਲ ਹੀ ਸ਼ਬਦ ਦੀ ਸਮਾਧੀ ਵਿੱਚ ਵਸਣ ਲੱਗ ਪੈਂਦਾ ਹੈ ।

By obeying and adopting the teachings of His Word in day to day life, all frustrations, fire of worldly desires may be extinguished from his mind. All his suspicions may be eliminated forever. He may be blessed with the enlightenment of the teachings of His Word. His mind may enter into and remains steady and stable in the void of His Word.

ਧਾਵਤ ਰਹੇ ਏਕੁ ਇਕੁ ਬੂਝਿਆ,	Dhaavat rahay ayk ik boojhi-aa
ਆਇ ਬਸੇ ਅਬ ਨਿਹਚਲੁ ਥਾਇ॥	aa-ay basay ab nihchal thaa-ay.
ਜਗਤੁ ਉਧਾਰਨ ਸੰਤ ਤੁਮਾਰੇ,	jagat uDhaaran sant tumaaray
ਦਰਸਨੁ ਪੇਖਤ ਰਹੇ ਅਘਾਇ॥੨॥	darsan paykhat rahay aghaa-ay. ||2||

ਸ਼ਬਦ ਦੀ ਸੋਝੀ ਨਾਲ, ਮਨ ਇੱਕੋ ਇੱਕ ਪ੍ਰਭ ਦੇ ਸ਼ਬਦ ਤੇ ਅਡੋਲ ਹੋ ਜਾਂਦਾ ਹੈ, ਮਨ ਦਾ ਚਾਰੇ ਪਾਸੇ ਘੁੰਮਣਾ ਰੁਕ ਜਾਂਦਾ ਹੈ । ਮਨ ਸ਼ਬਦ ਦੀ ਸਮਾਧੀ ਵਿੱਚ ਵਸਣ ਲੱਗ ਪੈਂਦਾ ਹੈ । ਬੰਦਗੀ ਕਰਨ ਵਾਲਾ ਦਾਸ ਸ੍ਰਿਸ਼ਟੀ ਦਾ ਉਧਾਰ ਕਰਨ ਲਈ ਸੰਸਾਰ ਵਿੱਚ ਜਨਮ ਲੈਂਦਾ ਹੈ । ਉਸ ਦੇ ਦਰਸ਼ਨ ਕਰਨ ਨਾਲ ਮਨ ਦਾ ਭਰੋਸਾ ਸ਼ਬਦ ਤੇ ਅਡੋਲ ਹੋ ਜਾਂਦਾ ਹੈ, ਮਨ ਵਿੱਚ ਸੰਤੋਖ ਵਸ ਜਾਂਦਾ ਹੈ ।

By the enlightenment of the teachings of His Word within, he may develop a steady and stable belief on the teachings of His Word and may stop wandering around in all directions. He may enter and dwells in the void of His Word. His true devotee may be born to guide mankind on the right path of salvation. By associating and having glimpse on His true devotee, one may become steady and stable on the teachings of His Word. His mind may become fully contented and blossom prevails in his mind.

ਜਨਮ ਦੋਖ ਪਰੇ ਮੇਰੇ ਪਾਛੈ,	janam dokh paray mayray paachhai
ਅਬ ਪਕਰੇ ਨਿਹਚਲੁ ਸਾਧੂ ਪਾਇ॥	ab pakray nihchal saaDhoo paa-ay.
ਸਹਜ ਧੁਨਿ ਗਾਵੈ ਮੰਗਲ ਮਨੂਆ,	sahj Dhun gaavai mangal manoo-aa.
ਅਬ ਤਾ ਕਉ ਫੁਨਿ ਕਾਲੁ ਨ ਖਾਇ॥੩॥	ab taa ka-o fun kaal na khaa-ay. ||3||

ਸ਼ਬਦ ਨਾਲ ਜੀਵਨ ਢਾਲਣ ਨਾਲ ਮੈਂ ਸੰਤਾਂ ਦੀ ਸ਼ਰਣ ਵਿੱਚ, ਪਨਾਹ ਵਿੱਚ ਆ ਗਿਆ ਹਾ । ਮੇਰੇ ਮਨ ਦੇ ਅਨੇਕਾਂ ਬੁਰੇ ਖਿਆਲ, ਪਾਪਾਂ ਵਾਲੇ ਕੰਮ ਕਰਨ ਦੀ ਇੱਛਾਂ ਖਤਮ ਹੋ ਗਈ ਹੈ । ਇਸ ਨਾਲ ਹੀ

ਮੇਰਾ ਜੂੰਨਾਂ ਦਾ ਚੱਕਰ ਵੀ ਖਤਮ ਹੋ ਗਿਆ ਹੈ । ਮੇਰਾ ਮਨ ਸ਼ਬਦ ਦੀ ਸਮਾਧੀ ਵਿੱਚ ਵਸਦਾ ਸ਼ਬਦ ਦੇ ਗੁਣ ਗਾਉਂਦਾ ਹੈ । ਹੁਣ ਮੇਰੀ ਆਤਮਾ ਤੇ ਮੌਤ ਦਾ ਕੋਈ ਕਾਬੂ ਨਹੀਂ ਹੈ ।

By adopting the teachings of His Word in my day to day life, I have been blessed with the association, the sanctuary of His true devotee. All evil thoughts and sinful desires have been eliminated from my mind. With this state of mind, my cycle of birth and death has been eliminated by the grace of The True Master. My mind has entered into the void of His Word and sings the glory of His Word. My soul has become beyond the reach of the devil of death.

ਕਰਨ ਕਾਰਨ ਸਮਰਥ ਹਮਾਰੇ,	karan kaaran samrath hamaaray
ਸੁਖਦਾਈ ਮੇਰੇ ਹਰਿ ਹਰਿ ਰਾਇ॥	sukh-daa-ee mayray har har raa-ay.
ਨਾਮੁ ਤੇਰਾ ਜਪਿ ਜੀਵੈ ਨਾਨਕੁ,	naam tayraa jap jeevai naanak
ਓਤਿ ਪੋਤਿ ਮੇਰੈ ਸੰਗਿ ਸਹਾਇ॥੪॥੯॥	ot pot mayrai sang sahaa-ay. ||4||9||

ਸੰਸਾਰ ਵਿੱਚ ਸਾਰੇ ਕੰਮਾਂ ਦੇ ਕਰਨ ਵਾਲਾ ਕਾਰਨ ਬਣਾਉਣ ਵਾਲਾ, ਇੱਕੋ ਇੱਕ ਪ੍ਰਭ ਹੀ ਹੈ । ਉਹ ਹੀ ਸੁਖਾਂ ਦਾ ਦਾਤਾ ਹੈ, ਮੇਰਾ ਅਸਲੀ ਮਾਲਕ ਹੈ । ਤੇਰੇ ਸ਼ਬਦ ਦੇ ਗੁਣ ਗਾਉਂਦਾ ਹਾ, ਤੂੰ ਹੀ ਮੇਰਾ ਆਸਰਾ, ਓਟ ਹੈ । ਹਰ ਥਾਂ ਤੇ ਤੂੰ ਹੀ ਮੇਰੀ ਰਖਿਆ ਕਰਦਾ ਹੈ ।

The One and Only One True Master prevails in each and every activity in the universe and creates the purpose of those activities. He is the Owner of all comforts and my true companion, friend and True Master. I only sing the glory of Your virtues and only begs for Your support for my soul. You are Omnipresent and protect me everywhere.

79. ਆਸਾ ਮਹਲਾ ੫॥ 373-7

ਅਰੜਾਵੈ ਬਿਲਲਾਵੈ ਨਿੰਦਕੁ॥	arrhaavai billaavai nindak.
ਪਾਰਬ੍ਰਹਮੁ ਪਰਮੇਸਰੁ ਬਿਸਰਿਆ,	paarbarahm parmaysar bisri-aa
ਅਪਣਾ ਕੀਤਾ ਪਾਵੈ ਨਿੰਦਕੁ॥੧॥	apnaa keetaa paavai nindak. ||1||
ਰਹਾਉ॥	rahaa-o.

ਨਿੰਦਿਆਂ ਕਰਨ ਵਾਲੇ ਰੋਂਦੇ ਕਰਲਾਉਂਦੇ ਹਨ । ਉਹ ਪ੍ਰਭ ਦੇ ਸ਼ਬਦ ਨੂੰ ਮਨੋ ਵਿਸਾਰ ਦੇਂਦੇ ਹਨ । ਉਹ ਆਪਣੇ ਕੀਤੇ ਮੰਦੇ ਕੰਮਾਂ ਦਾ ਫਲ ਹੀ ਭੋਗਦੇ ਹਨ ।

Who may criticize even good deeds of others, he remains miserable and cries all time? However, he abandons the teachings of His Word from his mind, from his day to day life. He may be punished for his own sinful deeds.

ਜੇ ਕੋਈ ਉਸ ਕਾ ਸੰਗੀ ਹੋਵੈ,	jay ko-ee us kaa sangee hovai
ਨਾਲੇ ਲਏ ਸਿਧਾਵੈ॥	naalay la-ay siDhaavai.
ਅਣਹੋਦਾ ਅਜਗਰੁ ਭਾਰੁ ਉਠਾਏ,	anhodaa ajgar bhaar uthaa-ay
ਨਿੰਦਕੁ ਅਗਨੀ ਮਾਹਿ ਜਲਾਵੈ॥੧॥	nindak agnee maahi jalaavai. ||1||

ਅਗਰ ਕੋਈ ਨਿੰਦਿਆਂ ਕਰਨ ਵਾਲੇ ਦਾ ਸੰਗੀ ਬਣ ਜਾਵੇ । ਉਸ ਦੇ ਮਨ ਵਿੱਚ ਖਿਆਲ ਵੀ ਬੁਰੇ ਹੋ ਜਾਂਦੇ ਹਨ । ਉਹ ਵੀ ਪਾਪਾਂ ਦੇ ਭਾਗੀ ਬਣ ਜਾਂਦਾ ਹੈ । ਨਿੰਦਿਆਂ ਦੀ ਅੱਗ ਵਿੱਚ ਜਲ ਜਾਂਦਾ ਹੈ ।

By associate with the person, who always criticizes other, in the long run the teachings of the sinner may have a deep effect on his state of mind. He may have evil thoughts in his mind, he may also commit sinful acts. He may collect the burden of sins and burn in the fire of criticism.

ਪਰਮੇਸਰ ਕੈ ਦੁਆਰੈ ਜਿ ਹੋਇ ਬਿਤੀਤੈ,	parmaysar kai du-aarai je ho-ay biteetai
ਸੁ ਨਾਨਕੁ ਆਖਿ ਸੁਣਾਵੈ॥	so naanak aakh sunaavai.
ਭਗਤ ਜਨਾ ਕਉ ਸਦਾ ਅਨੰਦੁ ਹੈ,	bhagat janaa ka-o sadaa anand hai
ਹਰਿ ਕੀਰਤਨੁ ਗਾਇ ਬਿਗਸਾਵੈ॥੨॥੧੦	har keertan gaa-ay bigsaavai. ‖2‖10‖

ਬੰਦਗੀ ਕਰਨ ਵਾਲਾ ਦਾਸ, ਕੇਵਲ ਉਹ ਹੀ ਬੋਲਦਾ, ਚਰਚਾ ਕਰਦਾ ਹੈ । ਜੋ ਕੁਝ ਪ੍ਰਭ ਆਪ ਹੀ ਉਸ ਨੂੰ ਦਰਬਾਰ ਦੀ, ਸ਼ਬਦ ਦੀ ਸੋਝੀ ਬਖਸ਼ਦਾ ਹੈ । ਪ੍ਰਭ ਦੇ ਨਿਮਾਣੇ ਦਾਸ ਸਦਾ ਹੀ ਪ੍ਰਭ ਦੇ ਸ਼ਬਦ ਦੀ ਪਾਲਣਾ ਕਰਦੇ ਖੇੜੇ ਵਿੱਚ ਵਸਦੇ ਹਨ । ਸ਼ਬਦ ਦੇ ਗੁਣ ਗਾਉਂਦੇ, ਕੀਰਤਨ ਕਰਦੇ, ਧੰਨ ਧੰਨ ਹੀ ਕਰਦੇ ਰਹਿੰਦੇ ਹਨ ।

His true devotee only speaks and explains the teachings of His Word. Whatsoever, The True Master may enlighten and inspired him to guide the others. His humble devotee may meditate and obeys the teachings of His Word and always remain in blossom in all worldly conditions. His true devotee may remain singing the glory and virtues of His Word. He always bows his head in gratitude of His blessings. He always claims The Omnipotent True Master is the greatest of all.

80. ਆਸਾ ਮਹਲਾ ੫॥ 373-10

ਜਉ ਮੈ ਕੀਓ ਸਗਲ ਸੀਗਾਰਾ॥	ja-o mai kee-o sagal seegaaraa.
ਤਉ ਭੀ ਮੇਰਾ ਮਨੁ ਨ ਪਤੀਆਰਾ॥	ta-o bhee mayraa man na patee-aaraa.
ਅਨਿਕ ਸੁਗੰਧਤ ਤਨ ਮਹਿ ਲਾਵਉ॥	anik suganDhat tan meh laava-o.
ਓਹੁ ਸੁਖੁ ਤਿਲੁ ਸਮਾਨਿ ਨਹੀ ਪਾਵਉ॥	oh sukh til samaan nahee paava-o.
ਮਨ ਮਹਿ ਚਿਤਵਉ ਐਸੀ ਆਸਾਈ॥	man meh chitva-o aisee aasaa-ee.
ਪ੍ਰਿਅ ਦੇਖਤ ਜੀਵਉ ਮੇਰੀ ਮਾਈ॥੧॥	pari-a daykhat jeeva-o mayree maaee. 1

ਮੈਂ ਆਪਣੇ ਤਨ ਨੂੰ ਪੂਰੀ ਤਰ੍ਹਾਂ ਸ਼ਿੰਗਾਰੀਆ ਹੈ । ਫਿਰ ਵੀ ਮੇਰੇ ਮਨ ਵਿੱਚ ਸੰਤੋਖ ਨਹੀਂ ਅਇਆ । ਮੈਂ ਆਪਣੇ ਤਨ ਤੇ ਅਨੇਕਾਂ ਕਿਸਮ ਦੇ ਅਤਰ ਲਾਏ ਹਨ, ਫਿਰ ਵੀ ਮੇਰੇ ਮਨ ਤੇ ਤਿਲ ਭਰ ਵੀ ਖੁਸ਼ੀ ਨਹੀਂ ਮਿਲੀ । ਮਨ ਵਿੱਚ ਕੋਈ ਅਨੰਦ ਨਹੀਂ ਅਇਆ । ਮੇਰੇ ਮਨ ਵਿੱਚ ਪ੍ਰਭ ਨੂੰ ਮਿਲਣ ਦੀ ਇਤਨੀ ਗੰਭੀਰ ਇੱਛਾਂ ਹੈ, ਮੈਂ ਤਾਂ ਕੇਵਲ ਪ੍ਰਭ ਦੇ ਦਰਸ਼ਨ ਕਰਨ ਲਈ ਹੀ ਸਵਾਸ ਲੈਂਦਾ ਹਾ ।

My True Master, I have enhanced and embellished my body with glamorous outfit, still my mind is not having any contentment. I have sprayed expensive fragrances on my body even then I do not realize any happiness in my mind. My mind does not enjoy any pleasures in my worldly life. My mind is deeply anxious to realize the existence of The True Master. The whole purpose of my breathing is to realize the existence of The True Master within my mind.

ਮਾਈ ਕਹਾ ਕਰਉ ਇਹੁ ਮਨੁ ਨ ਧੀਰੈ॥	maa-ee kahaa kara-o ih man na Dheerai.
ਪ੍ਰਿਅ ਪ੍ਰੀਤਮ ਬੈਰਾਗੁ ਹਿਰੈ॥੧॥	pari-a pareetam bairaag hirai. ‖1‖
ਰਹਾਉ॥	rahaa-o.

ਮੇਰੇ ਮਨ ਵਿੱਚ ਪ੍ਰਭ ਦੇ ਦਰਸ਼ਨ ਕਰਨ ਦੀ ਇਤਨੀ ਗੰਭੀਰ ਇੱਛਾਂ ਹੈ । ਮੇਰੇ ਮਨ ਵਿੱਚ ਸ਼ਾਂਤੀ ਨਹੀਂ ਆਉਂਦੀ । ਮੇਰੇ ਸਿਖਿਆ ਦੇਣ ਵਾਲੇ ਗੁਰੂ, ਸੋਝੀ ਬਖਸ਼ੋ, ਮੈਂ ਕੀ ਕਰਾ? ਜਿਸ ਨਾਲ ਮੇਰੇ ਮਨ ਵਿੱਚ ਸ਼ਾਂਤੀ ਆ ਜਾਵੇ ।

My mind is so anxious with deep burning desire to realize His existence, I do not realize any peace in my mind. My worldly guide blesses me with the guidance and the right path? What should I do in my human life to achieve any peace and satisfaction in my mind?

ਬਸਤ੍ਰ ਬਿਭੂਖਨ ਸੁਖ ਬਹੁਤ ਬਿਸੇਖੈ॥ bastar bibhookhan sukh bahut bisaykhai.
ਓਇ ਭੀ ਜਾਨਉ ਕਿਤੈ ਨ ਲੇਖੈ॥ o-ay bhee jaan-o kitai na laykhai.
ਪਤਿ ਸੋਭਾ ਅਰੁ ਮਾਨੁ ਮਹਤੁ॥ pat sobhaa ar maan mahat.
ਆਗਿਆਕਾਰੀ ਸਗਲ ਜਗਤੁ॥ aagi-aakaaree sagal jagat.
ਗ੍ਰਿਹੁ ਐਸਾ ਹੈ ਸੁੰਦਰ ਲਾਲ॥ garihu aisaa hai sundar laal.
ਪ੍ਰਭ ਭਾਵਾ ਤਾ ਸਦਾ ਨਿਹਾਲ॥੨॥ parabh bhaavaa taa sadaa nihaal. ||2||

ਸੰਸਾਰਕ ਜੀਵ ਕੀਮਤੀ ਕਪੜੇ, ਕੀਮਤੀ ਗਹਿਣੇ ਨਾਲ ਮਨ ਨੂੰ ਖੁਸ਼ ਕਰ ਲੈਂਦੇ ਹਨ । ਪਰ ਮੇਰੇ ਮਨ ਤੇ ਇਹਨਾਂ ਨਾਲ ਕੋਈ ਅਨੰਦ ਨਹੀਂ ਮਿਲਦਾ । ਭਾਵੇਂ ਸਾਰੇ ਸੰਸਾਰ ਵਿੱਚ ਹੀ ਮੇਰੀ ਸੋਭਾ, ਸ਼ਾਨ ਬਣ ਜਾਵੇ, ਸਾਰੇ ਹੀ ਮੇਰੇ ਹੁਕਮ ਅੰਦਰ ਚਲਣ । ਅਗਰ ਪ੍ਰਭ ਦੀ ਰਹਿਮਤ ਨਾਲ ਮੇਰੇ ਮਨ ਵਿੱਚ ਸਦਾ ਰਹਿਣ ਵਾਲਾ ਸ਼ਬਦ ਜਾਗਰਤ ਹੋ ਜਾਵੇ! ਹਰ ਥਾਂ ਹੀ ਮੇਰੇ ਘਰ ਵਿੱਚ ਅਨੰਦ, ਖੇੜਾ ਆਉਂਦਾ ਹੈ ।

Anyone may feel happy with expensive clothes and jewelry. However, my mind does feel any pleasure, comfort with these worldly possessions. Even though I may have honor in the whole universe and everyone may obey my command, only if with His mercy and grace my mind may be enlightened with the teachings of His Word and become awake and alert. I may feel pleasure and blossom in my day to day forever.

ਬਿੰਜਨ ਭੋਜਨ ਅਨਿਕ ਪਰਕਾਰ॥ binjan bhojan anik parkaar.
ਰੰਗ ਤਮਾਸੇ ਬਹੁਤੁ ਬਿਸਥਾਰ॥ rang tamaasay bahut bisthaar.
ਰਾਜ ਮਿਲਖ ਅਰੁ ਬਹੁਤੁ ਫੁਰਮਾਇਸਿ॥ raaj milakh ar bahut furmaa-is.
ਮਨੁ ਨਹੀ ਧ੍ਰਾਪੈ ਤ੍ਰਿਸਨਾ ਨਾ ਜਾਇਸਿ॥ man nahee Dharaapai tarisnaa naa jaa-is.
ਬਿਨੁ ਮਿਲਬੇ ਇਹੁ ਦਿਨੁ ਨ ਬਿਹਾਵੈ॥ bin milbay ih din na bihaavai.
ਮਿਲੈ ਪ੍ਰਭੂ ਤਾ ਸਭ ਸੁਖ ਪਾਵੈ॥੩॥ milai parabhoo taa sabh sukh paavai. ||3|

ਅਨੇਕਾਂ ਪ੍ਰਕਾਰ ਦੇ ਖਾਣੇ, ਮਨੋਰੰਜਨ, ਬਹੁਤ ਧਨ ਦੌਲਤ, ਰਾਜ ਭਾਗ ਨਾਲ ਵੀ ਮਨ ਵਿੱਚ ਸੰਤੋਖ, ਅਨੰਦ ਖੇੜਾ ਨਹੀਂ ਆਉਂਦਾ । ਮਨ ਵਿੱਚ ਕੋਈ ਖੁਸ਼ੀ ਨਹੀਂ ਮਿਲਦੀ, ਇੱਛਾਂ ਦੀ ਪਿਆਸ ਖਤਮ ਨਹੀਂ ਹੁੰਦੀ । ਮਨ ਵਿੱਚ ਅਨੰਦ ਕੇਵਲ ਇੱਕੋ ਇੱਕ ਦੇ ਸ਼ਬਦ ਦੀ ਸੋਝੀ ਬਖਸ਼ਿਸ਼ ਹੋਣ ਨਾਲ ਹੀ ਹੁੰਦਾ ਹੈ । ਮਨ ਵਿੱਚ ਅਨੰਦ, ਸਦਾ ਰਹਿਣ ਵਾਲਾ ਖੇੜਾ ਵਸਦਾ ਹੈ ।

Even with the unlimited delicacy of food, worldly entertainments, with unlimited worldly wealth, with the blessings of great kingdom, still my mind does not feel any contentment within. My mind does not feel any enjoyment and the desire of worldly possessions may not extinguish from my mind. My mind may only be satisfied with the enlightenment of His Word. With His mercy and grace a unique pleasure and blossom may prevail forever.

ਖੋਜਤ ਖੋਜਤ ਸੁਨੀ ਇਹ ਸੋਇ॥ khojat khojat sunee ih so-ay.
ਸਾਧਸੰਗਤਿ ਬਿਨੁ ਤਰਿਓ ਨ ਕੋਇ॥ saaDhsangat bin tari-o na ko-ay.
ਜਿਸੁ ਮਸਤਕਿ ਭਾਗੁ jis mastak bhaag
ਤਿਨਿ ਸਤਿਗੁਰੁ ਪਾਇਆ॥ tin satgur paa-i-aa.
ਪੂਰੀ ਆਸਾ ਮਨੁ ਤ੍ਰਿਪਤਾਇਆ॥ pooree aasaa man tariptaa-i-aa.
ਪ੍ਰਭ ਮਿਲਿਆ ਤਾ ਚੂਕੀ ਡੰਝਾ॥ parabh mili-aa taa chookee danjhaa.
ਨਾਨਕ ਲਧਾ ਮਨ ਤਨ ਮੰਝਾ॥੪॥੧੧॥ naanak laDhaa man tan manjhaa. 4||11

ਅਨੰਦ ਦੀ ਖੋਜ ਕਰਦੇ, ਸ਼ਬਦ ਦੀ ਪਾਲਣਾ ਕਰਦੇ ਮਨ ਵਿਚੋਂ ਇੱਕ ਗੂੰਜ ਸੁਣੀ! ਬੰਦਗੀ ਕਰਨ ਵਾਲੇ ਦੀ ਸੰਗਤ ਤੋਂ ਬਿਨਾਂ ਭਰੋਸਾ ਅਡੋਲ ਨਹੀਂ ਰਹਿੰਦਾ, ਕਦੇ ਕੋਈ ਪ੍ਰਵਾਨਗੀ ਦੇ ਰਸਤੇ ਤੇ ਅਡੋਲ ਨਹੀਂ ਹੋ ਸਕਦਾ । ਜਿਸ ਦੇ ਭਾਗਾਂ ਵਿੱਚ ਪਹਿਲੇ ਹੀ ਲਿਖਿਆ ਹੁੰਦਾ ਹੈ । ਉਸ ਦਾ ਹੀ ਅਸਲੀ ਗੁਰੂ ਨਾਲ

ਮਿਲਾਪ ਹੁੰਦਾ, ਸ਼ਬਦ ਦੀ ਸੋਝੀ ਬਖਸ਼ਿਸ਼ ਹੁੰਦੀ ਹੈ । ਜਿਸ ਦੇ ਮਨ ਵਿੱਚ ਸ਼ਬਦ ਜਾਗਰਤ ਹੋ ਜਾਂਦਾ ਹੈ । ਉਸ ਦੇ ਮਨ ਦੀਆਂ ਇੱਛਾਂ ਪੂਰੀਆਂ ਹੋ ਜਾਂਦੀਆਂ, ਮਨ ਵਿੱਚ ਸ਼ੰਤੋਖ ਵਸ ਜਾਂਦਾ ਹੈ । ਜਦੋਂ ਵੀ ਕਿਸੇ ਦਾ ਗੁਰੂ ਨਾਲ ਮਿਲਾਪ ਹੁੰਦਾ ਹੈ । ਭਾਵ- ਸ਼ਬਦ ਦੀ ਸੋਝੀ ਹੋ ਜਾਂਦੀ ਹੈ । ਉਸ ਦੇ ਮਨ ਦੀ ਇੱਛਾਂ ਦੀ ਪਿਆਸ ਬੁਝ ਜਾਂਦੀ ਹੈ । ਉਸ ਬੰਦਗੀ ਵਾਲੇ ਦਾਸ ਨੂੰ ਆਪਣੇ ਤਨ ਦੇ ਅੰਦਰੋਂ ਹੀ ਪ੍ਰਭ ਦਾ ਦਰਬਾਰ ਪ੍ਰਗਟ ਹੋ ਜਾਂਦਾ ਹੈ ।

By obeying and searching the enlightenment of His Word, a unique everlasting echo of His Word may resonant within my mind. Without the association of His true devotee, my mind does not remain steady and stable on the teachings of His Word, on the right path of His acceptance. Only with a great prewritten destiny, one may be blessed with an association of His true devotee. He may be enlightened with the essence of His Word from within and remains awake and alert. His mind may be fully satisfied and contentment blossom within forever. With the enlightenment of His Word, the thirst of worldly desires may be quenched forever. He may discover His Holy throne within his own body.

81. ਆਸਾ ਮਹਲਾ ੫॥ 374] ਪੰਚਪਦੇ॥ 373-19

ਪ੍ਰਥਮੇ ਤੇਰੀ ਨੀਕੀ ਜਾਤਿ॥ parathmay tayree neekee jaat.
ਦੁਤੀਆ ਤੇਰੀ ਮਨੀਐ ਪਾਂਤਿ॥ dutee-aa tayree manee-ai paaNt.
ਤ੍ਰਿਤੀਆ ਤੇਰਾ ਸੁੰਦਰ ਥਾਨੁ॥ taritee-aa tayraa sundar thaan.
ਬਿਗੜ ਰੂਪੁ ਮਨ ਮਹਿ ਅਭਿਮਾਨੁ॥੧॥ bigarh roop man meh abhimaan. ||1||

ਜੀਵ, ਮਾਨਸ ਜਾਤ ਬਹੁਤ ਉਤਮ ਹੈ । ਬਾਕੀ ਜਾਤਾਂ ਵਿੱਚ ਤੇਰੀ ਜਾਤ ਦੀ ਬਹੁਤ ਮਹਾਨਤਾ, ਸੋਭਾ ਹੁੰਦੀ ਹੈ । ਤੇਰਾ ਘਰ, ਤਨ ਬਹੁਤ ਸੁੰਦਰ ਹੈ, ਪਰ ਤੇਰੇ ਮਨ ਦੇ ਅਹੰਕਾਰ ਨੇ ਸੁੰਦਰ ਘਰ ਨੂੰ ਬੇਸੂਰਤ ਕਰ ਦਿੱਤਾ ਹੈ ।

Human race is supreme, very significant. All other races give great significance and honor the human race. Your body structure, house of your soul is very unique and glamorous. However, the ego of your mind has blemished the glamour of your body.

ਸੋਹਨੀ ਸਰੂਪਿ ਸੁਜਾਣਿ ਬਿਚਖਨਿ॥ sohnee saroop sujaan bichkhan.
ਅਤਿ ਗਰਬੈ ਮੋਹਿ ਫਾਕੀ ਤੂੰ॥੧॥ਰਹਾਉ॥ at garbai mohi faakee tooN. ||1|| rahaao.

ਸੰਦਰ, ਸੋਝੀਵਾਨ, ਚਲਾਕ ਆਤਮਾ ਮਨ ਦੇ ਅਹੰਕਾਰ, ਸੰਸਾਰ ਮੋਹ ਦੇ ਜਾਲ ਵਿੱਚ ਫਸੀ ਹੋਈ ਹੈ ।

Your beautiful, clever and wise soul remains trapped in her ego, emotional attachments to worldly possessions and worldly status.

ਅਤਿ ਸੂਚੀ ਤੇਰੀ ਪਾਕਸਾਲ॥ at soochee tayree paaksaal.
ਖਰਿ ਇਸਨਾਨੁ ਪੂਜਾ ਤਿਲਕੁ ਲਾਲ॥ kar isnaan poojaa tilak laal.
ਗਲੀ ਗਰਬਹਿ ਮੁਖਿ ਗੋਵਹਿ ਗਿਆਨ॥ galee garbeh mukh goveh gi-aan.
ਸਭਿ ਬਿਧਿ ਖੋਈ ਲੋਭਿ ਸੁਆਨ॥੨॥ sabh biDh kho-ee lobh su-aan. ||2||

ਤੇਰਾ ਸੰਸਾਰ ਵਿੱਚ ਰਹਿਣ, ਦਿਖਾਵੇ ਦਾ ਜੀਵਨ ਬਹੁਤ ਪਵਿਤ੍ਰ ਜਾਪਦਾ ਹੈ । ਤੂੰ ਇਸ਼ਨਾਨ ਕਰਕੇ, ਪਵਿਤ੍ਰਤਾ ਦਾ ਤਿਲਕ ਲਾਉਂਦਾ ਹੈ । ਆਪਣੀ ਜੀਭ ਤੋ ਬਹੁਤ ਮਿੱਠੇ ਬੋਲ ਬੋਲਦਾ ਹੈ । ਪਰ ਆਪਣੇ ਮਨ ਦੇ ਅਹੰਕਾਰ ਨਾਲ ਤਬਾਹ ਹੋ ਜਾਂਦਾ ਹੈ । ਤੇਰੇ ਮਨ ਦੇ ਲਾਲਚ ਰੂਪੀ ਕੁੱਤੇ ਨੇ ਤੇਰੀ ਸਾਰੀ ਕੀਤੀ ਪੂਜਾ ਨੂੰ ਬਰਬਾਦ ਕਰ ਦਿੱਤਾ ਹੈ ।

Your way of life in the world appears very Holy and sanctified. You take a bath of sanctification at Holy shrines and place insignia of purity, sanctification on your forehead. You speak very humbly and melodious words from your tongue. However, your ego is ruining, wasting your human life opportunity. The greed of your mind is like a vicious dog and has ruined your worship, your meditation.

ਕਾਪਰ ਪਹਿਰਹਿ ਭੋਗਹਿ ਭੋਗ॥	kaapar pahirahi bhogeh bhog.
ਆਚਾਰ ਕਰਹਿ ਸੋਭਾ ਮਹਿ ਲੋਗ॥	aachaar karahi sobhaa meh log.
ਚੋਆ ਚੰਦਨ ਸੁਗੰਧ ਬਿਸਥਾਰ॥	cho-aa chandan suganDh bisthaar.
ਸੰਗੀ ਖੋਟਾ ਕ੍ਰੋਧੁ ਚੰਡਾਲ॥੩॥	sangee khotaa kroDh chandaal. ||3||

ਤੂੰ ਬਾਣਾ ਸੰਤਾਂ ਵਾਲਾ ਪਾਉਂਦਾ ਹੈ । ਬਾਕੀ ਜੀਵਾਂ ਨੂੰ ਪ੍ਰਭਾਵਤ ਕਰਨ ਲਈ ਆਪਣਾ ਜੀਵਨ ਚੰਗੇ, ਭਲੇ ਢੰਗ ਨਾਲ ਬਤੀਤ ਕਰਦਾ ਹੈ । ਤਨ ਨੂੰ ਸੁਗੰਧ ਵਾਲਾ ਅਤਰ ਲਾਉਂਦਾ ਹੈ । ਪਰ ਹਰ ਵੇਲੇ ਜਮਦੂਤ, ਕਰੋਧ ਹੀ ਤੇਰਾ ਸਾਥੀ ਹੁੰਦਾ ਹੈ ।

Your robe is like a Holy Prophet and your way of life is very unique and Holy to impress others. You spray a very expensive fragrance on your body. However, the anger devil always remains your companion.

ਅਵਰ ਜੋਨਿ ਤੇਰੀ ਪਨਿਹਾਰੀ॥	avar jon tayree panihaaree.
ਇਸੁ ਧਰਤੀ ਮਹਿ ਤੇਰੀ ਸਿਕਦਾਰੀ॥	is Dhartee meh tayree sikdaaree.
ਸੁਇਨਾ ਰੁਪਾ ਤੁਝ ਪਹਿ ਦਾਮ॥	su-inaa roopaa tujh peh daam.
ਸੀਲੁ ਬਿਗਾਰਿਓ ਤੇਰਾ ਕਾਮ॥੪॥	seel bigaari-o tayraa kaam. ||4||

ਸੰਸਾਰਕ ਜੀਵ ਤੇਰੀ ਸੇਵਾ ਕਰਦੇ ਹਨ, ਸਭ ਤੇ ਤੇਰਾ ਹੁਕਮ ਚਲਦਾ ਹੈ । ਸੰਸਾਰਕ ਧਨ, ਸੋਨਾ ਸਭ ਤੇਰੇ ਪਾਸ ਹੈ, ਤੇਰੀ ਇਕੱਠੀ ਕੀਤੀ ਦੌਲਤ, ਖਜ਼ਾਨਾ ਹੈ । ਪਰ ਤੇਰੇ ਮਨ ਦੀ ਜ਼ਮੀਰ ਤੇਰੀ ਕਾਮਵਾਸਨਾ ਨਾਲ ਤਬਾਹ ਹੋ ਗਈ ਹੈ ।

All others serve and provide you comfort. Your command prevails on everyone else. You have abundance of worldly wealth, like precious metals, a unique and huge treasure of worldly possessions. However, your own conscious has been ruined by your sexual desire.

ਜਾ ਕਉ ਦ੍ਰਿਸਟਿ ਮਇਆ ਹਰਿ ਰਾਇ॥	jaa ka-o darisat ma-i-aa har raa-ay.
ਸਾ ਬੰਦੀ ਤੇ ਲਈ ਛਡਾਇ॥	saa bandee tay la-ee chhadaa-ay.
ਸਾਧਸੰਗਿ ਮਿਲਿ ਹਰਿ ਰਸੁ ਪਾਇਆ॥	saaDhsang mil har ras paa-i-aa.
ਕਹੁ ਨਾਨਕ ਸਫਲ ਓਹ ਕਾਇਆ॥੫॥	kaho naanak safal oh kaa-i-aa. ||5||

ਜਿਸ ਆਤਮਾ ਤੇ ਪ੍ਰਭ ਦੀ ਰਹਿਮਤ ਬਖਸ਼ਿਸ਼ ਹੋ ਜਾਂਦੀ ਹੈ, ਉਸ ਦੇ ਸੰਸਾਰਕ ਮਾਇਆ ਦੇ ਬੰਧਨ ਟੁੱਟ ਜਾਂਦੇ, ਖਤਮ ਹੋ ਜਾਂਦੇ ਹਨ । ਜਿਸ ਆਤਮਾ ਨੇ ਬੰਦਗੀ ਵਾਲੇ ਦੀ ਸੰਗਤ ਵਿੱਚ ਰਲਕੇ ਸ਼ਬਦ ਦੀ ਸੋਝੀ ਰੂਪੀ ਰਸ ਮਾਨਿਆ ਹੈ । ਉਹ ਦਾ ਮਾਨਸ ਤਨ ਕਿਤਨਾ ਭਾਗਾਂ ਵਾਲਾ ਹੋ ਜਾਂਦਾ, ਮਾਨਸ ਜਨਮ ਸਫਲ ਹੋ ਜਾਂਦਾ ਹੈ ।

Whosoever may be blessed with His mercy and grace, all her bonds of worldly wealth may be eliminated forever. Whosoever may be blessed with the association of His true devotee and sings the glory of His Word, he may enjoy the essence of the teachings of His Word. How fortunate may that devotee becomes in his human life and his journey may be fruitful, successful.

ਸਭਿ ਰੂਪ ਸਭਿ ਸੁਖ ਬਨੇ ਸੁਹਾਗਨਿ॥	sabh roop sabh sukh banay suhaagan.
ਅਤਿ ਸੁੰਦਰਿ ਬਿਚਖਨਿ ਤੂੰ॥੧॥	at sundar bichkhan tooN. ||1||
ਰਹਾਉ ਦੂਜਾ॥੧੨॥	rahaa-o doojaa.||12||

ਤੇਰੀ ਆਤਮਾ ਨੂੰ ਪ੍ਰਭ ਦੀ ਰਹਿਮਤ ਬਖਸ਼ਿਸ਼ ਹੋਣ ਨਾਲ ਸਭ ਸੁਖ, ਅਨੰਦ, ਸਿਆਣਪ, ਉਤਮ ਅਵਸਥਾ ਬਖਸ਼ਿਸ਼ ਹੋ ਜਾਂਦੀ ਹੈ ।

With His mercy and grace, your soul may be blessed with all comforts, pleasures, wisdom and a unique immortal state of mind.

82. ਆਸਾ ਮਹਲਾ ੫ ਇਕਤੁਕੇ ੨॥ 374-9

ਜੀਵਤ ਦੀਸੈ ਤਿਸੁ ਸਰਪਰ ਮਰਣਾ॥	jeevat deesai tis sarpar marnaa.
ਮੁਆ ਹੋਵੈ ਤਿਸੁ ਨਿਹਚਲੁ ਰਹਣਾ॥੧॥	mu-aa hovai tis nihchal rahnaa. ||1||

ਜਿਹੜਾ ਸੰਸਾਰ ਵਿੱਚ ਆਪਣੀ ਮਨਮਰਜ਼ੀ ਕਰਦਾ ਹੈ, ਉਸ ਦੀ ਮਨਮਰਜ਼ੀ ਦਾ ਅਖੀਰ ਵਿੱਚ ਅੰਤ ਆਉਦਾ ਹੈ । ਜਿਹੜਾ ਆਪਣਾ ਜੀਵਨ ਨਿਮ੍ਰਤਾ ਨਾਲ ਭਾਣੇ ਅੰਦਰ ਜੀਵਨ ਬਤੀਤ ਕਰਦਾ ਹੈ, ਉਸ ਨੂੰ ਸਦਾ ਅਮਰ ਰਹਿਣ ਵਾਲੀ ਅਵਸਥਾ ਬਖਸ਼ਿਸ਼ ਹੋ ਸਕਦੀ ਹੈ ।

Whosoever may follow the lead of his own mind, worldly desires, he may become self-minded. He endures the punishments of his own deeds. Whosoever may adopt humility and the teachings of His Word, he may be blessed with immortal state of mind forever.

ਜੀਵਤ ਮੁਏ ਮੁਏ ਸੇ ਜੀਵੇ॥	jeevat mu-ay mu-ay say jeevay.
ਹਰਿ ਹਰਿ ਨਾਮੁ ਅਵਖਧੁ ਮੁਖਿ ਪਾਇਆ,	har har naam avkhaDh mukh paa-i-aa
ਗੁਰ ਸਬਦੀ ਰਸੁ ਅੰਮ੍ਰਿਤੁ ਪੀਵੇ॥੧॥	gur sabdee ras amrit peevay. ||1||
ਰਹਾਉ॥	rahaa-o.

ਜਿਹੜਾ ਮਾਨਸ ਨਿਮ੍ਰਤਾ ਨਾਲ ਸ਼ਬਦ ਦੀ ਪਾਲਣਾ ਵਿੱਚ ਜੀਵਨ ਬਤੀਤ ਕਰਦਾ ਹੈ, ਉਸ ਨੂੰ ਮਾਨਸ ਜੀਵਨ ਵਿੱਚ ਹੀ ਅਮਰ ਅਵਸਥਾ ਬਖਸ਼ਿਸ਼ ਹੋ ਸਕਦੀ ਹੈ । ਉਹ ਪ੍ਰਭ ਦੇ ਸ਼ਬਦ ਦੀ ਸੋਝੀ ਰੂਪੀ ਦਵਾਈ ਆਪਣੇ ਮੂੰਹ ਵਿੱਚ ਪਾਉਂਦਾ ਹੈ, ਸ਼ਬਦ ਦੀ ਸੋਝੀ ਰੂਪੀ ਅੰਮ੍ਰਿਤ ਦਾ ਰਸ ਮਾਨਦਾ ਹੈ ।

Whosoever may adopt the teachings of His Word in his day to day life. He may become humble and may be blessed with immortal state of mind in his human life journey. He takes the medicine of the essence of His Word and may enjoy the nectar of the teachings of His Word in his life.

ਕਾਚੀ ਮਟੁਕੀ ਬਿਨਸਿ ਬਿਨਾਸਾ॥	kaachee matukee binas binaasaa.
ਜਿਸੁ ਛੂਟੈ ਤ੍ਰਿਕੁਟੀ	jis chhootai tarikutee
ਤਿਸੁ ਨਿਜ ਘਰਿ ਵਾਸਾ॥ ੨॥	tis nij ghar vaasaa. ||2||

ਜੀਵ ਦਾ ਤਨ ਇੱਕ ਮਿਟੀ ਦੇ ਭਾਂਡੇ ਦੀ ਤਰ੍ਹਾਂ ਹੈ, ਅੰਤ ਵਿੱਚ ਨਾਸ਼ ਹੋ ਜਾਂਦਾ ਹੈ । ਜਿਹੜਾ ਆਪਣੇ ਮਨ ਵਿੱਚ ਤਿੰਨਾਂ ਸੰਸਾਰਕ ਮਾਇਆ ਤੇ ਜਿੱਤ ਪਾ ਲੈਂਦਾ, ਮਾਇਆ ਦਾ ਪ੍ਰਭਾਵ ਖਤਮ ਕਰ ਲੈਂਦਾ ਹੈ । ਉਸ ਦੀ ਆਤਮਾ ਮਨ ਦੇ ਕੇਂਦਰ, ਪ੍ਰਭ ਦੇ ਦਰਬਾਰ ਵਿੱਚ ਵਸਦੀ ਹੈ ।

The body of a creature is like clay vessel, over a period of time it is going to be vanished or destroyed with wear and tear. Whosoever may conquer the three types of worldly wealth. Worldly wealth may not change his state of mind. His soul always remains in the center of his mind in the void of His Word and dwells in the Royal Castle of his body.

ਊਚਾ ਚੜੈ ਸੁ ਪਵੈ ਪਇਆਲਾ॥	oochaa charhai so pavai pa-i-aalaa.
ਧਰਨਿ ਪੜੈ ਤਿਸੁ ਲਗੈ ਨ ਕਾਲਾ॥੩॥	Dharan parhai tis lagai na kaalaa. ||3||

ਜਿਹੜਾ ਜੀਵ ਇੱਛਾਂ ਦੇ ਉੱਚੇ ਪਹਾੜ ਤੇ ਚੜ੍ਹ ਜਾਂਦਾ ਹੈ, ਅੰਤ ਵਿੱਚ ਉਹ ਨੀਵੇ ਪਤਾਲ ਵਿੱਚ ਹੀ ਡਿੱਗ ਪੈਂਦਾ ਹੈ । ਜਿਹੜਾ ਮਾਨਸ ਜੀਵਨ ਵਿੱਚ ਆਪਣੇ ਇੱਛਾਂ ਦੇ ਪੈਰ ਧਰਤੀ ਤੇ ਰਖਦਾ ਹੈ, ਨਿਮ੍ਰਤਾ, ਸੰਤੋਖ ਨਾਲ ਜੀਵਨ ਬਤੀਤ ਕਰਦਾ ਹੈ । ਉਸ ਨੂੰ ਮੌਤ ਛੋਹ ਵੀ ਨਹੀਂ ਸਕਦੀ, ਮੌਤ ਤੇ ਜਿੱਤ ਬਖਸ਼ਿਸ਼ ਹੋ ਜਾਂਦੀ ਹੈ ।

Whosoever may climb the highest mountain of the desire of his mind, in the end he may fall into a deep ditch at the bottom. Whosoever may keep his feet, his desires on the ground and always evaluate with the reality of his human life, he may remain humble and contented in his worldly condition. He becomes beyond the reach of the devil of death.

ਭ੍ਰਮਤ ਫਿਰੇ ਤਿਨ ਕਿਛੂ ਨ ਪਾਇਆ॥	bharmat firay tin kichhoo na paa-i-aa.
ਸੇ ਅਸਥਿਰ ਜਿਨ ਗੁਰ ਸਬਦੁ ਕਮਾਇਆ॥ ੪॥	say asthir jin gur sabad kamaa-i-aa. ||4||

ਜਿਹੜਾ ਜੀਵ ਧਰਮਾਂ ਦੇ ਪਾਏ ਭਰਮਾਂ ਪਿਛੇ ਲੱਗਾ ਰਹਿੰਦਾ ਹੈ । ਉਸ ਨੂੰ ਕੁਝ ਵੀ ਪ੍ਰਾਪਤ ਨਹੀਂ ਹੁੰਦਾ, ਉਦਾਸੀ ਹੀ ਰਹਿੰਦੀ ਹੈ । ਜਿਹੜਾ ਪ੍ਰਭ ਦੇ ਸ਼ਬਦ ਦੀ ਪਾਲਣਾ ਕਰਦਾ, ਜੀਵਨ ਢਾਲਦਾ ਹੈ, ਉਸ ਦੇ ਮਨ ਵਿੱਚ ਸੰਤੋਖ ਧੀਰਜ, ਖੇੜਾ ਵਸ ਜਾਂਦਾ ਹੈ ।

Whosoever may follow the religious rituals as a guiding principle in his life and he may not gain anything in his human life. He dies with disappointment and miseries. Whosoever may adopt the teachings of His Word wholeheartedly, he may be blessed with patience, contentment and blossom in his worldly life.

ਜੀਉ ਪਿੰਡ ਸਭੁ ਹਰਿ ਕਾ ਮਾਲੁ॥	jee-o pind sabh har kaa maal.
ਨਾਨਕ ਗੁਰ ਮਿਲਿ ਭਏ ਨਿਹਾਲ॥੫॥੧੩॥	naanak gur mil bha-ay nihaal. ||5||13||

ਮਾਨਸ ਦੀ ਆਤਮਾ, ਤਨ ਪ੍ਰਭ ਦੀ ਅਮਾਨਤ ਹੈ । ਵਿਛੜੀ ਆਤਮਾ ਦਾ ਪ੍ਰਭ ਦੀ ਜੋਤ ਵਿੱਚ ਅਲੋਪ ਹੋਣ ਨਾਲ ਹੀ ਕਲਿਆਣ ਹੋ ਸਕਦਾ ਹੈ ।

The body, soul and mind of a creature is the trust of only The True Master. Only by immerging into the Holy Spirit, his soul may be blessed with true salvation.

83. ਆਸਾ ਮਹਲਾ ੫॥ 374-14

ਪੁਤਰੀ ਤੇਰੀ ਬਿਧਿ ਕਰਿ ਥਾਟੀ॥	putree tayree biDh kar thaatee.
ਜਾਨੁ ਸਤਿ ਕਰਿ ਹੋਇਗੀ ਮਾਟੀ॥੧॥	jaan sat kar ho-igee maatee. ||1||

ਪ੍ਰਭ ਨੇ ਜੀਵ ਦਾ ਤਨ ਬਹੁਤ ਅਨੋਖੇ ਗੁਣ ਦੇ ਕੇ ਪੈਦਾ ਕੀਤਾ ਗਿਆ ਹੈ । ਮਨ ਸਮਝੋ ! ਕਿ ਇੱਕ ਦਿਨ ਤਨ ਨੇ ਭਸਮ ਹੋ ਜਾਣਾ ਹੈ, ਨਾਸ਼ ਹੋ ਜਾਣਾ ਹੈ ।

The True Master has created the body of a creature and infused with astonishing virtues. Always be aware that your body is perishable and going to become part of ashes one day.

ਮੂਲੁ ਸਮਾਲਹੁ ਅਚੇਤ ਗਵਾਰਾ॥	mool samaalahu achayt gavaaraa.
ਇਤਨੇ ਕਉ ਤੁਮ੍ ਕਿਆ ਗਰਬੇ॥੧॥ ਰਹਾਉ॥	itnay ka-o tumH ki-aa garbay. ||1|| rahaa-o.

ਜੀਵ ਆਪਣੇ ਮਨ ਵਿੱਚ ਆਪਣੇ ਮਾਨਸ ਜੀਵਨ ਦਾ ਅਸਲੀ ਮੰਤਵ ਯਾਦ ਰਖੋ ! ਆਪਣੇ ਆਪ ਤੇ ਕਿਉਂ ਝੂਠਾ ਅਹੰਕਾਰ ਕਰਦਾ ਹੈ ?

Why are you indulging in falsehood and false ego of worldly status? You should always remember the true purpose of human life blessings.

ਤੀਨਿ ਸੇਰ ਕਾ ਦਿਹਾੜੀ ਮਿਹਮਾਨੁ॥	teen sayr kaa dihaarhee mihmaan.
ਅਵਰ ਵਸਤੁ ਤੁਝ ਪਾਹਿ ਅਮਾਨ॥੨॥	avar vasat tujh paahi amaan. ||2||

ਤੇਰੇ ਤਨ ਨੂੰ ਤਿੰਨ ਵੇਲੇ ਦੇ ਭੋਜਨ ਦੀ ਲੋੜ ਹੈ । ਬਾਕੀ ਸਭ ਪਦਾਰਥ ਪ੍ਰਭ ਦੀ ਅਮਾਨਤ ਹੀ ਤੇਰੇ ਪਾਸ ਹੈ ।

Your body may need food to nourish three times a day. All other worldly possessions are His trust only.

ਬਿਸਟਾ ਅਸਤ ਰਕਤੁ ਪਰੇਟੇ ਚਾਮ॥ bistaa asat rakat paraytay chaam.
ਇਸੁ ਊਪਰਿ ਲੇ ਰਾਖਿਓ ਗੁਮਾਨ॥੩॥ is oopar lay raakhi-o gumaan. ||3||

ਤੇਰਾ ਤਨ ਹੱਡੀਆਂ ਅਤੇ ਖੂਨ ਨੂੰ ਚਮੜੀ ਵਿੱਚ ਲਪੇਟਿਆ ਹੋਇਆ ਹੈ । ਇਸ ਤਨ ਦਾ ਤੂੰ ਇਤਨਾ ਮਾਣ ਕਿਉ ਕਰਦਾ ਹੈ?

Your body is the structure of bones filled with blood and wrapped with skin. Why are you so proud of your body?

ਏਕ ਵਸਤੁ ਬੂਝਹਿ ਤਾ ਹੋਵਹਿ ਪਾਕ॥ ayk vasat boojheh taa hoveh paak.
ਬਿਨੁ ਬੂਝੇ ਤੂੰ ਸਦਾ ਨਾਪਾਕ॥੪॥ bin boojhay tooN sadaa naapaak. ||4||

ਅਗਰ ਇੱਕ ਇਹ ਗੱਲ ਦੀ ਸਮਝ ਆ ਜਾਵੇ ਤਾਂ ਤੇਰੀ ਆਤਮਾ ਪਵਿਤ੍ਰ ਹੋ ਸਕਦੀ ਹੈ । ਇਸ ਸਮਝ ਤੋ ਬਿਨਾਂ, ਆਪਣਾ ਜੀਵਨ ਢਾਲਣ ਤੋ ਬਿਨਾਂ ਤੇਰਾ ਮਨ ਮੈਲਾ ਹੀ ਰਹਿੰਦਾ ਹੈ ।

Only if you understand the essence, the truth of your body, your soul may be sanctified. Without understanding and adopting the teachings of His Word in your day to day life, your mind remains blemished with the ego and worldly desires.

ਕਹੁ ਨਾਨਕ ਗੁਰ ਕਉ ਕੁਰਬਾਨੁ॥ kaho naanak gur ka-o kurbaan.
ਜਿਸ ਤੇ ਪਾਈਐ ਹਰਿ ਪੁਰਖੁ ਸੁਜਾਨੁ॥ ਪ॥੧੪॥ jis tay paa-ee-ai har purakh sujaan. ||5||14||

ਬੰਦਗੀ ਕਰਨ ਵਾਲੇ ਉਸ ਅਸਲੀ ਗੁਰੂ, ਸ਼ਬਦ ਤੋ ਕੁਰਬਾਨ ਜਾਂਦੇ ਹਨ । ਜਿਸ ਦੀ ਸਿਖਿਆਂ ਨਾਲ ਜੀਵਨ ਢਾਲਣ ਨਾਲ ਪ੍ਰਭ ਦੇ ਸ਼ਬਦ ਦੀ ਸੋਝੀ ਹੋ ਜਾਂਦੀ ਹੈ, ਸ਼ਬਦ ਮਨ ਵਿੱਚ ਜਾਗਰਤ ਹੋ ਜਾਂਦਾ ਹੈ ।

I am fascinated from The True Guru, The Word of The Holy Master. By adopting the teachings of His Word, he may be enlightened with the essence of His Word and becomes awake and alert, with the miracles of His nature.

84. ਆਸਾ ਮਹਲਾ ਪ ਇਕਤੁਕੇ ਚਉਪਦੇ॥ 374-18

ਇਕ ਘੜੀ ਦਿਨਸੁ ik gharhee dinas
ਮੋ ਕਉ ਬਹੁਤੁ ਦਿਹਾਰੇ॥ mo ka-o bahut dihaaray.
ਮਨੁ ਨ ਰਹੈ ਕੈਸੇ ਮਿਲਉ ਪਿਆਰੇ॥੧॥ man na rahai kaisay mila-o pi-aaray.1

ਮੇਰੇ ਵਾਸਤੇ ਇੱਕ ਪਲ, ਇੱਕ ਦਿਨ ਹੀ ਬਹੁਤ ਲੰਮਾ ਸਮਾਂ ਹੈ । ਮੇਰਾ ਮਨ ਪ੍ਰਭ ਦੇ ਦਰਸ਼ਨ ਤੋ ਬਿਨਾਂ ਕਿਵੇਂ ਬਚ ਸਕਦਾ ਹੈ?

Even a twinkle of eyes, a moment is very long period of time for me. How may I survive without the blessed vision of The True Master?

ਇਕੁ ਪਲੁ ਦਿਨਸੁ ik pal dinas
ਮੋ ਕਉ ਕਬਹੁ ਨ ਬਿਹਾਵੈ॥ mo ka-o kabahu na bihaavai.
ਦਰਸਨ ਕੀ ਮਨਿ ਆਸ ਘਨੇਰੀ, darsan kee man aas ghanayree
ਕੋਈ ਐਸਾ ਸੰਤੁ ko-ee aisaa sant
ਮੋ ਕਉ ਪਿਰਹਿ ਮਿਲਾਵੈ॥੧॥ ਰਹਾਉ॥ mo ka-o pireh milaavai. ||1|| rahaa-o.

ਮੇਰਾ ਮਨ ਇੱਕ ਪਲ, ਇੱਕ ਦਿਨ ਵੀ ਪ੍ਰਭ ਦਾ ਵਿਛੋੜਾ ਸਹਿਣ ਨਹੀਂ ਕਰ ਸਕਦਾ । ਮੇਰੇ ਮਨ ਵਿੱਚ ਪ੍ਰਭ ਨੂੰ ਮਿਲਣ ਦੀ ਇੱਛਾਂ ਇਤਨੀ ਗੰਭੀਰ ਹੈ । ਕੋਈ ਇਸ ਅਵਸਥਾ ਵਾਲਾ ਮਾਨਸ, ਸੰਤ ਹੈ, ਜਿਹੜਾ ਮੈਨੂੰ ਰਸਤੇ ਤੇ ਪਾ ਸਕਦਾ ਹੈ?

My mind cannot endure the pain of separation from The True Master even for a moment. My desire and anxiety to meet The True Master is so deep and overwhelmed in my mind. Is there any Holy devote with blessed state of mind, who may enlighten, guided me on the right path of His acceptance?

ਚਾਰਿ ਪਹਰ ਚਹੁ ਜੁਗਹ ਸਮਾਨੇ॥	chaar pahar chahu jugah samaanay.
ਰੈਣਿ ਭਈ ਤਬ ਅੰਤੁ ਨ ਜਾਨੇ॥੨॥	rain bha-ee tab ant na jaanay. ||2||

ਮੇਰੇ ਵਾਸਤੇ ਦਿਨ ਦੇ ਚਾਰ ਪਹਿਰ, ਚਾਰਾਂ ਜੁਗਾਂ ਦੇ ਬਰਾਬਰ ਹਨ, ਫਿਰ ਰਾਤ ਆ ਜਾਂਦੀ ਹੈ । ਮੇਰੇ ਮਨ ਦੀ ਅਵਸਥਾ ਹੈ, ਕਿ ਇਹ ਰਾਤ ਕਦੇ ਵੀ ਖਤਮ ਹੋਣ ਵਾਲੀ ਨਹੀਂ ਹੈ ।

All four segments of the day are like four Ages for me, after that the night comes. My state of my mind may think; the night may never end.

ਪੰਚ ਦੂਤ ਮਿਲਿ ਪਿਰਹੁ ਵਿਛੋੜੀ॥	panch doot mil pirahu vichhorhee.
ਭ੍ਰਮਿ ਭ੍ਰਮਿ ਰੋਵੈ ਹਾਥ ਪਛੋੜੀ॥੩॥	bharam bharam rovai haath pachhorhee.3

ਇੱਛਾਂ ਰੂਪੀ ਪੰਜ ਜਮਦੂਤ ਇੱਕਠੇ ਹੋ ਕੇ, ਮੈਨੂੰ ਪ੍ਰਭ ਨਾਲੋਂ ਦੂਰ ਕਰਨ ਦੀ ਕੋਸ਼ਿਸ਼ ਕਰਦੇ ਹਨ । ਮੈਂ ਧਰਮ ਦੇ ਪਾਏ ਭਰਮਾਂ ਦੇ ਪਿਛੇ ਲੱਗ ਕੇ, ਚਾਰੇ ਪਾਸੇ ਹੱਥ ਮਾਰਦਾ ਫਿਰਦਾ ਹਾ।

All five demons of worldly desires join together to block me and keep me away from His blessed vision. I have been deeply trapped into the worldly religious rituals and wander in frustrations in all directions

ਜਨ ਨਾਨਕ ਕਉ ਹਰਿਦਰਸੁ ਦਿਖਾਇਆ॥	jan naanak ka-o har daras dikhaa-i-aa.
ਆਤਮੁ ਚੀਨ੍ਹਿ ਪਰਮ ਸੁਖੁ ਪਾਇਆ॥੪॥ ੧੫॥	aatam cheeneh param sukh paa-i-aa. ||4||15||

ਬੰਦਗੀ ਕਰਨ ਵਾਲੇ ਨੂੰ ਪ੍ਰਭ ਆਪਣੀ ਰਹਿਮਤ ਨਾਲ ਹੀ ਸੋਝੀ ਬਖਸ਼ਦਾ ਹੈ । ਆਪਣੇ ਆਪ ਨੂੰ ਪਛਾਣਨ ਨਾਲ ਹੀ ਪ੍ਰਭ ਦੀ, ਸ਼ਬਦ ਦੀ ਸੋਝੀ ਬਖਸ਼ਿਸ਼ ਹੋ ਸਕਦੀ ਹੈ ।

The True Master may bless the enlightenment of the essence of His Word to His true devotee. Whosoever may recognize himself, the purpose of his human life, he may be enlightened from within and remains awake and alert.

85. ਆਸਾ ਮਹਲਾ ੫॥ 375 -4

ਹਰਿ ਸੇਵਾ ਮਹਿ ਪਰਮ ਨਿਧਾਨੁ॥	har sayvaa meh param niDhaan.
ਹਰਿ ਸੇਵਾ ਮੁਖਿ ਅੰਮ੍ਰਿਤ ਨਾਮੁ॥੧॥	har sayvaa mukh amrit naam. ||1||

ਪ੍ਰਭ ਦੇ ਸ਼ਬਦ ਦੀ ਪਾਲਣਾ ਕਰਨਾ ਹੀ ਸਭ ਤੋ ਉਤਮ ਸੋਝੀ ਦਾ ਖਜ਼ਾਨਾ ਹੈ । ਸ਼ਬਦ ਦੀ ਪਾਲਣਾ ਕਰਨ ਨਾਲ ਹੀ ਅਮੋਲਕ ਅੰਮ੍ਰਿਤ ਦਾ ਰਸ, ਅਨੰਦ ਬਖਸ਼ਿਸ਼ ਹੁੰਦਾ ਹੈ ।

To adopt the teachings of His Word in day to day life, is the unique and superb treasure of the enlightenment of His Word. By obeying the teachings of His Word, he may be blessed with the priceless nectar of the teachings of His Word and enjoys blossom forever.

ਹਰਿ ਮੇਰਾ ਸਾਥੀ ਸੰਗਿ ਸਖਾਈ॥	har mayraa saathee sang sakhaa-ee.
ਦੁਖਿ ਸੁਖਿ ਸਿਮਰੀ ਤਹ ਮਉਜੂਦੁ, ਜਮੁ ਬਪੁਰਾ ਮੋ ਕਉ ਕਹਾ ਡਰਾਈ॥੧॥ ਰਹਾਉ॥	dukh sukh simree tah ma-ujood jam bapuraa mo ka-o kahaa daraa-ee. ||1|| rahaa-o.

ਪ੍ਰਭ ਹੀ ਮੇਰਾ ਸਾਥੀ, ਸੰਗੀ ਅਤੇ ਆਸਰਾ ਹੈ । ਜਦੋਂ ਵੀ ਦੁਖ, ਸੁਖ ਵਿੱਚ ਯਾਦ ਕਰਦਾ, ਅਰਦਾਸ ਕਰਦਾ ਹਾ, ਉਹ ਸਹਾਈ ਹੁੰਦਾ ਹੈ । ਮੌਤ ਦਾ ਜਮਦੂਤ ਮੈਨੂੰ ਕਿਵੇਂ ਪਰੇਸ਼ਾਨ ਕਰ ਸਕਦਾ ਹੈ?

The True Master remains my companion, friend and my pillar of support. In any of my misery and pleasure, I concentrate, remember and beg for his refuge; He becomes my support and pillar. How may the devil of death frustrate me anymore?

ਹਰਿ ਮੇਰੀ ਓਟ ਮੈ ਹਰਿ ਕਾ ਤਾਣੁ॥	har mayree ot mai har kaa taan.
ਹਰਿ ਮੇਰਾ ਸਖਾ ਮਨ ਮਾਹਿ ਦੀਬਾਣੁ॥ ੨॥	har mayraa sakhaa man maahi deebaan. ||2||

ਮੈਨੂੰ ਪ੍ਰਭ ਦੀ ਹੀ ਓਟ, ਆਸਰਾ ਹੈ, ਪ੍ਰਭ ਦੀ ਮੇਰੀ ਤਾਕਤ, ਸ਼ਕਤੀ ਦਾ ਸੋਮਾ ਹੈ । ਪ੍ਰਭ ਹੀ ਮੇਰਾ ਮਿੱਤਰ, ਸਾਥੀ, ਸਿੱਖਿਆ ਦੇਣ ਵਾਲਾ, ਸਲਾਹਕਾਰ ਹੈ ।

I have only support of His blessings, He is my power, strength and the fountain of my efforts and strength. He is my companion, friend and guides me on the right path in my human life.

ਹਰਿ ਮੇਰੀ ਪੂੰਜੀ ਮੇਰਾ ਹਰਿ ਵੇਸਾਹੁ॥ har mayree poonjee mayraa har vaysaahu.
ਗੁਰਮੁਖਿ ਧਨੁ ਖਟੀ ਹਰਿ ਮੇਰਾ ਸਾਹੁ॥ gurmukh Dhan khatee har mayraa saahu.
੩॥ ||3||

ਪ੍ਰਭ ਦੇ ਸ਼ਬਦ ਦੀ ਪਾਲਣਾ, ਕਮਾਈ ਹੀ ਮੇਰਾ ਧਨ ਦੌਲਤ, ਮੇਰੀ ਹੈਸੀਅਤ ਹੈ । ਪ੍ਰਭ ਦੀ ਰਹਿਮਤ ਨਾਲ ਹੀ ਮੈਂ ਸ਼ਬਦ ਦੀ ਕਮਾਈ ਕਰਦਾ, ਧਨ ਇਕੱਠਾ ਕਰਦਾ ਹਾ । ਪ੍ਰਭ ਹੀ ਮੇਰੇ ਧਨ ਦੀ ਰਾਖੀ ਕਰਦਾ ਹੈ ।

Obeying the teachings of His Word is my all worldly possession and worldly status. Only with His mercy and grace, I earn the wealth of His Word and remain on the path of the teachings of His Word. The True Master protects my wealth in the universe and also after death. In His court.

ਗੁਰ ਕਿਰਪਾ ਤੇ ਇਹ ਮਤਿ ਆਵੈ॥ gur kirpaa tay ih mat aavai.
ਜਨ ਨਾਨਕੁ ਹਰਿ ਕੈ ਅੰਕਿ ਸਮਾਵੈ॥ jan naanak har kai ank samaavai.
੪॥੧੬ ||4||16||

ਪ੍ਰਭ ਦੀ ਰਹਿਮਤ ਨਾਲ ਹੀ ਮੱਤ, ਸ਼ਬਦ ਦੀ ਸੋਝੀ ਬਖਸ਼ਿਸ਼ ਹੋਈ ਹੈ । ਸ਼ਬਦ ਦੀ ਪਾਲਣਾ ਕਰਦਾ ਮਨ ਪ੍ਰਭ ਦੇ ਸ਼ਬਦ ਦੀ ਸਮਾਧੀ ਵਿੱਚ ਹੀ ਲੀਨ ਹੋ ਗਿਆ ਹੈ ।

With His mercy and grace, I am blessed with the enlightenment of His Word. Whosoever may obey and adopt the teachings of His Word with steady and stable, he may enter into the void of His Word.

86. ਆਸਾ ਮਹਲਾ ੫॥ 375-8

ਪ੍ਰਭੁ ਹੋਇ ਕ੍ਰਿਪਾਲੁ ਤ ਇਹੁ ਮਨੁ ਲਾਈ॥ parabh ho-ay kirpaal ta ih man laa-ee.
ਸਤਿਗੁਰੁ ਸੇਵਿ ਸਭੈ ਫਲ ਪਾਈ॥੧॥ satgur sayv sabhai fal paa-ee. ||1||

ਅਗਰ ਪ੍ਰਭ ਦੀ ਰਹਿਮਤ ਬਖਸ਼ਿਸ਼ ਹੋਵੇ ਤਾਂ ਹੀ ਸ਼ਬਦ ਨਾਲ ਲਗਨ ਲਗਦੀ ਹੈ । ਸ਼ਬਦ ਦੀ ਪਾਲਣਾ ਕਰਨ ਨਾਲ ਹੀ ਸਭ ਰਹਿਮਤਾਂ ਬਖਸ਼ਿਸ਼ ਹੋ ਜਾਂਦੀਆਂ ਹਨ ।

Only with His blessings, his mind may meditate wholeheartedly on the teachings of His Word. By adopting the teachings of His Word in day to day life, he may be blessed with overwhelming virtues by The True Master.

ਮਨ ਕਿਉ ਬੈਰਾਗੁ ਕਰਹਿਗਾ man ki-o bairaag karhigaa
ਸਤਿਗੁਰੁ ਮੇਰਾ ਪੂਰਾ॥ satgur mayraa pooraa.
ਮਨਸਾ ਕਾ ਦਾਤਾ ਸਭ ਸੁਖ ਨਿਧਾਨੁ, mansaa kaa daataa sabh sukh niDhaan
ਅੰਮ੍ਰਿਤ ਸਰਿ ਸਦ ਹੀ ਭਰਪੂਰਾ॥੧॥ amrit sar sad hee bharpooraa. ||1||
ਰਹਾਉ॥ rahaa-o.

ਮੇਰੇ ਮਨ ਤੂੰ ਕਿਉਂ ਵਿਰਾਗ ਕਰਦਾ ਹੈ, ਚਿੰਤਾ ਕਰਦਾ ਹੈ? ਮੇਰਾ ਪ੍ਰਭ ਆਪਣੇ ਆਪ ਵਿੱਚ ਪੂਰਨ, ਸਰਬ ਕਲਾ ਸਮਰਥ ਹੈ । ਉਹ ਹੀ ਸਭ ਦਾਤਾਂ ਬਖਸ਼ਣ ਵਾਲਾ ਹੈ, ਸੁਖਾਂ ਦਾ ਭੰਡਾਰੀ ਹੈ । ਉਸ ਦਾ ਅਣਮੋਲ ਅੰਮ੍ਰਿਤ ਸਦਾ ਹੀ ਵਗਦਾ ਰਹਿੰਦਾ ਹੈ ।

My mind, why are you in renunciation and worried about anything in the universe? My Omnipotent True Master is perfect in all respect. The True Master is the treasure of all comforts for the soul. The priceless nectar of the teachings of His Word may be overwhelmed within his mind forever.

ਚਰਣ ਕਮਲ ਰਿਦ ਅੰਤਰਿ ਧਾਰੇ॥ charan kamal rid antar Dhaaray.
ਪ੍ਰਗਟੀ ਜੋਤਿ ਮਿਲੇ ਰਾਮ ਪਿਆਰੇ॥ ੨॥ pargatee jot milay raam pi-aaray. ||2||

ਜਿਹੜਾ ਪ੍ਰਭ ਦੇ ਸ਼ਬਦ ਰੂਪੀ ਕਮਲ ਚਰਨ ਆਪਣੇ ਮਨ ਵਿੱਚ ਵਸਾ ਲੈਂਦਾ ਹੈ । ਸ਼ਬਦ ਨੂੰ ਮਨ ਵਿੱਚ ਜਾਗਰਤ ਕਰ ਲੈਂਦਾ ਹੈ । ਉਸ ਦੇ ਮਨ ਅੰਦਰੋਂ ਹੀ ਪ੍ਰਭ ਦੀ ਜੋਤ ਜਾਗਰਤ, ਪ੍ਰਗਟ ਹੋ ਜਾਂਦੀ ਹੈ ।

Whosoever may drench the teachings of His Word within his mind and concentrate, focus on the feet of The True Master. He may enlighten the teachings of His Word from within. The spiritual glow of The True Master shines on his forehead.

ਪੰਚ ਸਖੀ ਮਿਲਿ ਮੰਗਲੁ ਗਾਇਆ॥ panch sakhee mil mangal gaa-i-aa.
ਅਨਹਦ ਬਾਣੀ ਨਾਦੁ ਵਜਾਇਆ॥੩॥ anhad banee naad vajaa-i-aa. ||3||

ਉਸ ਦੇ ਮਨ ਦੇ ਇਛਾਂ ਦੇ ਪੰਜੇ ਜਮਦੂਤ ਹੀ ਸਾਥੀ ਬਣ ਜਾਂਦੇ ਹਨ । ਉਹ ਸਾਥ ਮਿਲਕੇ ਪ੍ਰਭ ਦੇ ਸ਼ਬਦ ਦੇ ਗੁਣ ਗਾਉਂਦੇ ਹਨ । ਮਨ ਦੇ ਅੰਦਰ ਸਦਾ ਚਲਨ ਵਾਲੀ ਧੁਨ ਚਲ ਪੈਂਦੀ ਹੈ ।

All five demons of worldly desires may become his slaves and support in his day to day life. All five demons associate with his soul and sings the glory of The True Master. The everlasting echo of His Word resonant within his heart forever.

ਗੁਰੁ ਨਾਨਕੁ ਤੁਠਾ ਮਿਲਿਆ ਹਰਿ ਰਾਇ॥ gur naanak tuthaa mili-aa har raa-ay.
ਸੁਖਿ ਰੈਣਿ ਵਿਹਾਣੀ ਸਹਜਿ ਸੁਭਾਇ॥੪॥੧੭॥ sukh rain vihaanee sahj subhaa-ay. ||4||17||

ਜਿਸ ਦੀ ਬੰਦਗੀ ਤੇ, ਸ਼ਬਦ ਦੀ ਪਾਲਣਾ ਤੇ ਪ੍ਰਭ ਪ੍ਰਸੰਨ ਹੋ ਜਾਂਦਾ ਹੈ, ਪ੍ਰਭ ਤਨ ਅੰਦਰ ਆਪ ਹੀ ਪ੍ਰਗਟ ਹੋ ਜਾਂਦਾ ਹੈ । ਤਨ ਵਿੱਚ ਹੀ ਦਸਵੇਂ ਘਰ ਦਾ ਦਰਵਾਜਾ ਖੁਲ੍ਹ ਜਾਂਦਾ ਹੈ । ਜੀਵ ਦੀ ਮਾਨਸ ਜੀਵਨ ਰੂਪੀ ਰਾਤ ਸ਼ਾਤੀ, ਖੇੜੇ ਵਿੱਚ ਹੀ ਬੀਤ ਜਾਂਦੀ ਹੈ ।

Whose meditation may appease The True Master, He may appear from within his mind, his curtain of secrecy may be removed by The True Master. The 10th gate of His castle may open up for the soul, his night of human life becomes very peaceful, contented and passes away in blossom.

87. ਆਸਾ ਮਹਲਾ ੫॥ 375-12

ਕਰਿ ਕਿਰਪਾ ਹਰਿ ਪਰਗਟੀ ਆਇਆ॥ kar kirpaa har pargatee aa-i-aa.
ਮਿਲਿ ਸਤਿਗੁਰ ਧਨੁ ਪੂਰਾ ਪਾਇਆ॥੧॥ mil satgur Dhan pooraa paa-i-aa. ||1||

ਪ੍ਰਭ ਨੇ ਰਹਿਮਤ ਬਖਸ਼ਕੇ ਸ਼ਬਦ ਦੀ ਪਾਲਣਾ ਦੇ ਲੜ ਲਾਇਆ ਹੈ । ਸ਼ਬਦ ਦੀ ਪਾਲਣਾ ਕਰਨ ਨਾਲ ਹੀ ਸਦਾ ਸਾਥ ਰਹਿਣ ਵਾਲਾ ਧਨ ਬਖਸ਼ਿਸ਼ ਹੋਇਆ ਹੈ ।

The True Master with His mercy and grace has attached to me to a devotional meditation on the teachings of His Word. By adopting the teachings of His Word with steady and stable belief, my mind has been blessed with everlasting wealth of His Word.

ਐਸਾ ਹਰਿ ਧਨੁ ਸੰਚੀਐ ਭਾਈ॥ aisaa har Dhan sanchee-ai bhaa-ee.
ਭਾਹਿ ਨ ਜਾਲੈ, ਜਲਿ ਨਹੀ ਡੂਬੈ, bhaahi na jaalai jal nahee doobai
ਸੰਗੁ ਛੋਡਿ ਕਰਿ ਕਤਹੁ ਨ ਜਾਈ॥੧॥ ਰਹਾਉ॥ sang chhod kar katahu na jaa-ee. ||1|| rahaa-o.

ਜੀਵ, ਇਸ ਤਰ੍ਹਾਂ ਦਾ ਧਨ ਇਕੱਠਾ ਕਰੋ ! ਜਿਹੜਾ ਅੱਗ ਵਿੱਚ ਜਲਦਾ ਨਹੀਂ, ਪਾਣੀ ਵਿੱਚ ਡੁੱਬਦਾ ਨਹੀਂ, ਕਦੇ ਸਾਥ ਨਹੀਂ ਛੱਡਦਾ, ਸਦਾ ਹੀ ਸਹਾਈ ਹੁੰਦਾ ਹੈ ।

You should earn the wealth of His Word, which may not be burned by the worldly fire nor drown in worldly ocean of desires. The earning of His Word may never abandon you in your time of misery and always remains a solid pillar of support in the court of The True Master.

ਤੋਟਿ ਨ ਆਵੈ ਨਿਖੁਟਿ ਨ ਜਾਇ॥ tot na aavai nikhut na jaa-ay.
ਖਾਇ ਖਰਚਿ ਮਨੁ ਰਹਿਆ ਅਘਾਇ॥੨ khaa-ay kharach man rahi-aa aghaa-ay.2

ਇਸ ਧਨ ਵਿੱਚ ਕਦੇ ਘਾਟਾ ਨਹੀਂ ਪੈਂਦਾ, ਤੋਟ ਨਹੀਂ ਆਉਂਦੀ । ਉਸ ਨੂੰ ਖਾਣ, ਖਰਚਨ ਨਾਲ ਮਨ ਵਿੱਚ ਸੰਤੋਖ, ਖੇੜਾ ਹੀ ਭਰਿਆਂ ਰਹਿੰਦਾ ਹੈ ।

This wealth of His Word will never exhaust or decrease. By utilizing, spending in day to day life, grows bigger. His mind remains overwhelmed with contentment and blossom forever.

ਸੋ ਸਚੁ ਸਾਹੁ so sach saahu
ਜਿਸੁ ਘਰਿ ਹਰਿ ਧਨੁ ਸੰਚਾਣਾ॥ jis ghar har Dhan sanchaanaa.
ਇਸੁ ਧਨ ਤੇ ਸਭੁ ਜਗੁ ਵਰਸਾਣਾ॥੩॥ is Dhan tay sabh jag varsaanaa. ||3||

ਜਿਸ ਦੇ ਮਨ ਵਿੱਚ ਸ਼ਬਦ ਦੇ ਧਨ ਦਾ ਭੰਡਾਰ ਹੁੰਦਾ ਹੈ, ਕੇਵਲ ਉਹ ਹੀ ਅਸਲੀ ਧੰਨਾਡ, ਅਮੀਰ ਹੈ । ਇਸ ਧਨ ਨਾਲ ਸਾਰੀ ਸ੍ਰਿਸ਼ਟੀ ਦਾ ਹੀ ਭਲਾ ਹੁੰਦਾ ਹੈ ।

Whosoever may have a treasure of the wealth of His Word, only he may be the true wealthy. The whole universe may benefit from the earnings of His Word.

ਤਿਨਿ ਹਰਿ ਧਨੁ ਪਾਇਆ, tin har Dhan paa-i-aa
ਜਿਸੁ ਪੁਰਬ ਲਿਖੇ ਕਾ ਲਹਣਾ॥ jis purab likhay kaa lahnaa.
ਜਨ ਨਾਨਕ ਅੰਤਿ ਵਾਰ ਨਾਮੁ ਗਹਣਾ॥ jan naanak ant vaar naam gahnaa.
੪॥੧੮ ||4||18||

ਜਿਸ ਤੇ ਪ੍ਰਭ ਦੀ ਰਹਿਮਤ ਨਾਲ ਭਾਗਾਂ ਵਿੱਚ ਲਿਖਿਆ ਹੁੰਦਾ ਹੈ, ਕੇਵਲ ਉਹ ਹੀ ਇਹ ਧਨ ਇਕੱਠਾ ਕਰ ਸਕਦਾ ਹੈ । ਬੰਦਗੀ ਕਰਨ ਵਾਲੇ ਦਾ ਅੰਤ ਸਮੇਂ ਇਹ ਸ਼ਿੰਗਾਰ, ਨੂਰ, ਗਹਿਣਾ ਬਣ ਜਾਂਦਾ ਹੈ ।

Whosoever may have a great prewritten destiny, only he may earn the wealth of His Word. The earnings of His Word may become the embellishment of His true devotee at the time of his death.

88. ਆਸਾ ਮਹਲਾ ੫॥ 375-17

ਜੈਸੇ ਕਿਰਸਾਣੁ ਬੋਵੈ ਕਿਰਸਾਨੀ॥ jaisay kirsaan bovai kirsaanee.
ਕਾਚੀ ਪਾਕੀ ਬਾਢਿ ਪਰਾਨੀ॥੧॥ kaachee paakee baadh paraanee. ||1||

ਜਿਵੇਂ ਕਿਰਸਾਣ ਫਸਲ ਬੀਜਦਾ ਹੈ । ਜਦੋਂ ਉਸ ਦਾ ਮਨ ਕਰਦਾ ਹੈ ਕੱਟ ਲੈਂਦਾ ਹੈ । ਭਾਵੇਂ ਫਸਲ ਪੱਕੀ ਹੋਵੇ ਜਾ ਨਾ ਪੱਕੀ ਹੋਵੇ ।

Whosoever (farmer) may grow any crops, he may harvest any time, the crop may or may not ready for harvesting.

ਜੋ ਜਨਮੈ ਸੋ ਜਾਨਹੁ ਮੂਆ॥ jo janmai so jaanhu moo-aa.
ਗੋਵਿੰਦ ਭਗਤੁ ਅਸਥਿਰੁ ਹੈ ਥੀਆ॥ govind bhagat asthir hai thee-aa.
੧॥ਰਹਾਉ ||1|| rahaa-o.

ਇਸ ਤਰ੍ਹਾਂ ਮਾਨਸ ਇਹ ਸਮਝ ਲਵੋ ! ਜਿਸ ਨੇ ਜਨਮ ਲਿਆ ਹੈ, ਉਸ ਨੇ ਇੱਕ ਦਿਨ ਮਰਨਾ ਹੈ, ਸਦਾ ਲਈ ਨਹੀਂ ਰਹਿਣਾ । ਪ੍ਰਭ ਦੇ ਬੰਦਗੀ ਕਰਨ ਵਾਲੇ ਦਾਸ ਦਾ ਮਨ ਸਦਾ ਹੀ ਪ੍ਰਭ ਦੇ ਭਾਣੇ ਵਿੱਚ ਅਨੰਦ ਮਾਨਦਾ, ਅਡੋਲ ਰਹਿੰਦਾ ਹੈ ।

You should consider the universe is like the crop of The True Master, he may give death any time, His mercy and grace always prevail, no one may live forever. His true devotee meditates with steady and stable belief on the teachings of His Word and always remain in contentment, pleasure and blossom.

ਦਿਨ ਤੇ ਸਰਪਰ ਪਉਸੀ ਰਾਤਿ॥ din tay sarpar pa-usee raat.
ਰੈਣਿ ਗਈ ਫਿਰਿ ਹੋਇ ਪਰਭਾਤਿ॥੨ rain ga-ee fir ho-ay parbhaat. ||2||

ਉਹ ਨੂੰ ਸੋਝੀ ਹੋ ਜਾਂਦੀ ਹੈ, ਦਿਨ ਬੀਤ ਜਾਣ ਤੇ ਰਾਤ ਆ ਜਾਵੇਗੀ ਅਤੇ ਫਿਰ ਦਿਨ ਚੜ੍ਹ ਜਾਵੇਗਾ । ਇਹ ਕੁਦਰਤ ਦਾ ਖੇਲ ਚਲਦਾ ਹੀ ਰਹਿੰਦਾ ਹੈ ।

His true devotee realizes after day the night will come and another day will rise again. Same way the soul takes birth in the universe and die after a period of time and reborn again. His play of universe continues forever nonstop.

ਮਾਇਆ ਮੋਹਿ ਸੋਇ ਰਹੇ ਅਭਾਗੇ॥ maa-i-aa mohi so-ay rahay abhaagay.
ਗੁਰ ਪ੍ਰਸਾਦਿ ਕੋ ਵਿਰਲਾ ਜਾਗੇ॥੩॥ gur parsaad ko virlaa jaagay. ||3||

ਮੰਦੇ ਭਾਗਾਂ ਵਾਲੇ ਜੀਵ ਸੰਸਾਰਕ ਮਾਇਆ ਦੇ ਨਸ਼ੇ ਵਿੱਚ ਹੀ ਜੀਵਨ ਬਤੀਤ ਕਰਦੇ ਹਨ । ਕੋਈ ਵਿਰਲਾ ਹੀ ਜੀਵ, ਮਾਨਸ ਜਨਮ ਵਿੱਚ ਜਾਗਰਤ ਅਤੇ ਸੁਚੇਤ ਰਹਿੰਦਾ ਹੈ ।

Unfortunate devotee always remains intoxicated with the poison of worldly wealth and waste his human life opportunity. Very rare devotee may remain awake and alert about the teachings of His Word.

ਕਹੁ ਨਾਨਕ ਗੁਣ ਗਾਈਅਹਿ ਨੀਤ॥ kaho naanak gun gaa-ee-ah neet.
ਮੁਖ ਊਜਲ ਹੋਇ ਨਿਰਮਲ ਚੀਤ॥੪॥੧੯॥ mukh oojal ho-ay nirmal cheet. ||4||19

ਪ੍ਰਭ ਦੇ ਸ਼ਬਦ ਦੇ ਹਰ ਵੇਲੇ ਗੁਣ ਗਾਉਣ ਨਾਲ ਚੇਹਰੇ ਤੇ ਸ਼ਬਦ ਦਾ ਨੂਰ ਬਖਸ਼ਿਸ਼ ਹੋ ਜਾਂਦਾ ਹੈ । ਉਸ ਦਾ ਮਨ ਪਵਿਤ੍ਰ ਰਹਿੰਦਾ ਹੈ ।

By singing the glory of His Word with each and every breath, the spiritual glow of the teachings of His Word may shine on the forehead of His true devotee. His soul may be sanctified forever.

89. ਆਸਾ ਮਹਲਾ ੫॥ 376-1

ਨਉ ਨਿਧਿ ਤੇਰੈ ਸਗਲ ਨਿਧਾਨ॥ na-o niDh tayrai sagal niDhaan.
ਇਛਾ ਪੂਰਕੁ ਰਖੈ ਨਿਦਾਨ॥੧॥ ichhaa poorak rakhai nidaan. ||1||

ਪ੍ਰਭ ਤੇਰੇ ਗਿਆਨ ਦੇ ਨੌ ਖਜ਼ਾਨੇਂ ਹਨ, ਸ੍ਰਿਸ਼ਟੀ ਵਿੱਚ ਸਭ ਕੁਝ ਤੇਰੀ ਅਮਾਨਤ ਹੀ ਹੈ । ਤੂੰ ਹੀ ਜੀਵ ਦੀਆਂ ਇੱਛਾਂ ਪੂਰੀਆਂ ਕਰਨ ਵਾਲਾ ਅਸਲੀ ਮਾਲਕ ਹੈ । ਅੰਤ ਵਿੱਚ ਤੂੰ ਹੀ ਮਾਨਸ ਦੀ ਰਖਿਆ ਕਰਦਾ ਹੈ, ਮੁਕਤੀ ਬਖਸ਼ਦਾ ਹੈ ।

The True Master, all nine treasures of enlightenment of Your Word and everything in the universe is only Your trust. The One and Only One True Master to satisfies all spoken and unspoken desires of Your creation. In the end, only You may protect and bless the salvation. You may eliminate the cycle of birth and death.

ਤੂੰ ਮੇਰੋ ਪਿਆਰੋ ਤਾ ਕੈਸੀ ਭੂਖਾ॥ tooN mayro pi-aaro taa kaisee bhookhaa.
ਤੂੰ ਮਨਿ ਵਸਿਆ ਲਗੈ ਨ ਦੂਖਾ॥੧॥ tooN man vasi-aa lagai na dookhaa. ||1||
ਰਹਾਉ॥ rahaa-o.

ਪ੍ਰਭ ਅਗਰ ਤੇਰੀ ਰਹਿਮਤ ਦੀ ਬਖਸ਼ਿਸ਼ ਹੋ ਜਾਵੇ! ਤਾਂ ਮਨ ਵਿੱਚ ਹੋਰ ਕਿਸੇ ਇੱਛਾਂ ਦੀ ਭੁੱਖ ਕਿਵੇਂ ਰਹਿੰਦੀ ਹੈ? ਅਗਰ ਤੇਰਾ ਸ਼ਬਦ ਮਨ ਵਿੱਚ ਵਸ ਜਾਵੇ, ਜਾਗਰਤ ਹੋ ਜਾਵੇ, ਤਾਂ ਜੀਵ ਨੂੰ ਕੋਈ ਸੰਸਾਰਕ ਇੱਛਾਂ ਰੂਪੀ ਦੁਖ ਛੋਹ ਨਹੀਂ ਸਕਦਾ ।

Whosoever may be bestowed with Your mercy and grace, how may his soul be hungry with any other worldly desire? Whosoever may be drenched with the teachings of His Word, he may become awake and alert all time. No worldly frustration may make any difference on his state of mind.

ਜੋ ਤੂੰ ਕਰਹਿ ਸੋਈ ਪਰਵਾਣੁ॥ jo tooN karahi so-ee parvaan.
ਸਾਚੇ ਸਾਹਿਬ ਤੇਰਾ ਸਚੁ ਫੁਰਮਾਣੁ॥੨॥ saachay saahib tayraa sach furmaan.2

ਪ੍ਰਭ ਤੇਰਾ ਭਾਣਾ ਹੀ ਮੇਰੇ ਮਨ ਦੀ ਇੱਛਾਂ ਬਣ ਜਾਂਦਾ ਹੈ, ਮੈਨੂੰ ਪ੍ਰਵਾਨ ਹੈ । ਤੂੰ ਹੀ ਅਸਲੀ ਹਾਕਮ ਹੈ ਅਤੇ ਤੇਰਾ ਹੀ ਹੁਕਮ ਸਭ ਉਪਰ ਵਾਪਰਦਾ ਹੈ ।

Your command becomes the desire of my mind, I accept your blessings with steady and stable belief as an ultimate command. The True Master, only your command prevails on each and every one.

ਜਾ ਤੁਧੁ ਭਾਵੈ ਤਾ ਹਰਿ ਗੁਣ ਗਾਉ॥ jaa tuDh bhaavai taa har gun gaa-o.
ਤੇਰੈ ਘਰਿ ਸਦਾ ਸਦਾ ਹੈ ਨਿਆਉ॥੩॥ tayrai ghar sadaa sadaa hai ni-aa-o. ||3||

ਪ੍ਰਭ ਜਦੋਂ ਤੇਰੀ ਰਹਿਮਤ ਦੀ ਨਜ਼ਰ ਬਖਸ਼ਿਸ਼ ਹੁੰਦੀ ਹੈ, ਤਾਂ ਹੀ ਤੇਰੇ ਸ਼ਬਦ ਦੇ ਗੁਣ ਗਾਉਂਦਾ ਹਾ । ਤੇਰੇ ਦਰਬਾਰ ਵਿੱਚ ਸਦਾ ਹੀ ਇਨਸਾਫ ਹੀ ਹੁੰਦਾ ਹੈ । ਸੱਚ ਦੀ ਹੀ ਜਿੱਤ ਹੁੰਦੀ ਹੈ ।

Only with Your mercy and grace, I may sing the glory of Your Word wholeheartedly. Justice always prevails in Your court and the truth always prevails in Your court.

ਸਾਚੇ ਸਾਹਿਬ ਅਲਖ ਅਭੇਵ॥ saachay saahib alakh abhayv.
ਨਾਨਕ ਲਾਇਆ ਲਾਗਾ ਸੇਵ॥੪॥੨੦॥ naanak laa-i-aa laagaa sayv. ||4||20||

ਤੇਰੀ ਕੁਦਰਤ ਬਹੁਤ ਗੰਭੀਰ ਹੈ, ਸਮਝੀ ਨਹੀਂ ਜਾ ਸਕਦੀ । ਬੰਦਗੀ ਕਰਨ ਵਾਲੇ ਦਾਸ, ਸਦਾ ਹੀ ਸ਼ਬਦ ਦੀ ਪਾਲਣਾ, ਸੇਵਾ ਵਿੱਚ ਹੀ ਲੀਨ ਰਹਿੰਦੇ ਹਨ ।

Your nature is very mysterious and beyond the comprehension of Your creation. Your true devotee always remains deep in meditation in the void of Your Word.

90. ਆਸਾ ਮਹਲਾ ੫॥ 376-5

ਨਿਕਟਿ ਜੀਅ ਕੈ ਸਦ ਹੀ ਸੰਗਾ॥ nikat jee-a kai sad hee sangaa.
ਕੁਦਰਤਿ ਵਰਤੈ ਰੂਪ ਅਰੁ ਰੰਗਾ॥੧॥ kudrat vartai roop ar rangaa. ||1||

ਪ੍ਰਭ ਹਰਇੱਕ ਜੀਵ ਦੇ ਤਨ ਅੰਦਰ, ਨੇੜੇ ਹੀ ਵਸਦਾ ਹੈ, ਸੰਗ ਹੀ ਰਹਿੰਦਾ ਹੈ । ਉਸ ਦੀ ਕੁਦਰਤ, ਭਾਣਾ ਅਨੇਕਾਂ ਰੰਗਾ, ਰੂਪਾਂ ਵਿੱਚ ਵਾਪਰਦਾ ਹੈ ।

You dwell in the body of each and every creature and always remain the companion of the soul. Your nature prevails in so many mysterious ways in the universe.

ਕਰ੍ਹੈ ਨ ਝੁਰੈ ਨਾ ਮਨੁ ਰੋਵਨਹਾਰਾ॥ karhai na jhurai naa man rovanhaaraa.
ਅਵਿਨਾਸੀ ਅਵਿਗਤੁ ਅਗੋਚਰੁ, avinaasee avigat agochar
ਸਦਾ ਸਲਾਮਤਿ ਖਸਮੁ ਹਮਾਰਾ॥੧॥ sadaa salaamat khasam hamaaraa. ||1||
ਰਹਾਉ॥ rahaa-o.

ਮੇਰੇ ਮਨ ਤੂੰ ਕਿਉਂ ਚਿੰਤਾ, ਸੋਗ ਕਰਦਾ ਹੈ? ਅਵਿਨਾਸ਼ੀ, ਨਾਸ਼ ਹੋਣ ਰਹਿਤ, ਜਾਣੇ ਜਾਣ ਰਹਿਤ, ਪਹੁੰਚ ਤੋ ਰਹਿਤ ਪ੍ਰਭ ਸਦਾ ਹੀ ਆਪਣੇ ਦਾਸ ਨੂੰ ਆਪਣੀ ਸ਼ਰਣ ਵਿੱਚ ਰਖਦਾ ਹੈ ।

Why and for what purpose are you worried and grieving? The True Master remains beyond the destruction, beyond comprehension, beyond the reach of His creation. He always keeps His true devotee in His sanctuary, under His protection all time.

ਤੇਰੇ ਦਾਸਰੇ ਕਉ ਕਿਸ ਕੀ ਕਾਣਿ॥ tayray daasray ka-o kis kee kaan.
ਜਿਸ ਕੀ ਮੀਰਾ ਰਾਖੈ ਆਣਿ॥੨॥ jis kee meeraa raakhai aan. ||2||

ਪ੍ਰਭ ਦਾ ਦਾਸ ਹੋਰ ਕਿਸੇ ਦੀ ਪੂਜਾ ਕਿਵੇਂ ਕਰ ਸਕਦਾ ਹੈ? ਜਿਸ ਦੀ ਲਾਜ, ਰੱਖਿਆ ਅਸਲੀ ਮਾਲਕ ਪ੍ਰਭ ਆਪ ਹੀ ਕਰਦਾ ਹੈ ।

Whose protector and savior become The True Master Himself. How can His true devotee worship any other worldly guru?

ਜੋ ਲਉਡਾ ਪ੍ਰਭਿ ਕੀਆ ਅਜਾਤਿ॥ jo la-udaa parabh kee-aa ajaat.
ਤਿਸੁ ਲਉਡੇ ਕਉ ਕਿਸ ਕੀ ਤਾਤਿ॥੩॥ tis la-uday ka-o kis kee taat. ||3||

ਜਿਸ ਦੇ ਮਾਲਕ ਨੇ ਆਪ ਹੀ ਜੀਵ ਦੇ ਸੰਸਾਰਕ ਬੰਧਨ ਤੋੜ ਦਿੱਤੇ ਹਨ । ਉਸ ਨੂੰ ਕੌਣ ਸੰਸਾਰਕ ਬੰਧਨਾ ਦਾ ਗੁਲਾਮ ਬਣਾ ਸਕਦਾ ਹੈ?

Whose worldly bonds may be destroyed, broken by The True Master, who may make him slave with the worldly bonds.?

ਵੇਮੁਹਤਾਜਾ ਵੇਪਰਵਾਹੁ॥ vaymuhtaajaa vayparvaahu.
ਨਾਨਕ ਦਾਸ ਕਹਹੁ ਗੁਰ ਵਾਹੁ॥੪॥੨੧॥ naanak daas kahhu gur vaahu. ||4||21||

ਪ੍ਰਭ ਬੇਪ੍ਰਵਾਹ ਅਤੇ ਆਪਣੇ ਆਪ ਵਿੱਚ ਪੂਰਨ ਹੈ, ਕਿਸਾ ਦਾ ਗੁਲਾਮ ਨਹੀਂ ਹੈ । ਬੰਦਗੀ ਕਰਨ ਵਾਲੇ ਦਾਸ ਉਸ ਦੇ ਸ਼ਬਦ ਦੇ ਹੀ ਗੁਣ ਗਾਉਂਦੇ ਮਸਤ ਰਹਿੰਦੇ ਹਨ ।

The Omnipotent True Master is perfect in all respects and carefree without any worries, fear or slave to any other power. His true devotee may always meditate and adopt the teachings of His Word in his day to day life and remains intoxicated in the void of His Word.

91. ਆਸਾ ਮਹਲਾ ੫॥ 376-9

ਹਰਿ ਰਸੁ ਛੋਡਿ ਹੋਛੈ ਰਸਿ ਮਾਤਾ॥ har ras chhod hochhai ras maataa.
ਘਰ ਮਹਿ ਵਸਤੁ ਬਾਹਰਿ ਉਠਿ ਜਾਤਾ॥੧॥ ghar meh vasat baahar uth jaataa. ||1||

ਮਾਨਸ ਸ਼ਬਦ ਦੀ ਪਾਲਣਾ ਕਰਨਾ ਛੱਡਕੇ, ਅਣਮੋਲ ਅੰਮ੍ਰਿਤ ਦਾ ਰਸ ਨਹੀਂ ਮਾਣਦਾ । ਹੋਰ ਸੰਸਾਰਕ ਮਾਇਆ ਦੇ ਨਸ਼ੇ ਪਿਛੇ ਲੱਗਾ ਰਹਿੰਦਾ, ਮਸਤ ਰਹਿੰਦਾ ਹੈ ।

Human may abandon to obey the teachings of His Word in his day to day life and he may not enjoy the priceless nectar of the teachings of His Word. He remains intoxicated with the poison of worldly wealth.

ਸੁਨੀ ਨ ਜਾਈ ਸਚੁ ਅੰਮ੍ਰਿਤ ਕਾਥਾ॥ sunee na jaa-ee sach amrit kaathaa.
ਰਾਰਿ ਕਰਤ ਝੂਠੀ ਲਗਿ ਗਾਥਾ॥੧॥ raar karat jhoothee lag gaathaa. ||1||
ਰਹਾਉ॥ rahaa-o.

ਜੀਵ, ਪ੍ਰਭ ਦੇ ਸ਼ਬਦ ਦੀ ਕਥਾ ਸੁਣਕੇ ਆਪਣਾ ਜੀਵਨ ਨਹੀਂ ਢਾਲਦਾ । ਹੋਰ ਧਰਮ ਦੀਆਂ ਲਿਖਤਾਂ ਨੂੰ ਪੜ੍ਹ ਕੇ, ਵਿਚਾਰਦਾ, ਚਰਚਾ ਕਰਦਾ ਰਹਿੰਦਾ ਹੈ ।

Human may not listen, pay attention to the sermons of the teachings of His Word, to understand and may not adopt the teachings in his day to day life. He reviews and evaluates the teachings of worldly religious scriptures, fundamentals and adopts the religious rituals in his life.

ਵਜਹੁ ਸਾਹਿਬ ਕਾ ਸੇਵ ਬਿਰਾਨੀ॥ vajahu saahib kaa sayv biraanee.
ਐਸੇ ਗੁਨਹ ਅਛਾਦਿਓ ਪ੍ਰਾਨੀ॥੨॥ aisay gunah achhaadi-o paraanee. ||2||

ਮਾਨਸ ਜੀਵ ਅਸਲੀ ਮਾਲਕ ਦੀਆਂ ਬਖਸ਼ਿਸ਼ ਦਾ ਅਨੰਦ ਮਾਣਦਾ ਹੈ । ਪਰ ਆਪਣਾ ਜੀਵਨ ਧਰਮ ਦੇ ਪਾਏ ਰੀਤ ਰੀਵਾਜ ਵਿੱਚ ਹੀ ਬਤੀਤ ਕਰਦਾ ਹੈ । ਇਸ ਤਰ੍ਹਾਂ ਦੇ ਕੰਮ ਵਿੱਚ ਹੀ ਮਾਨਸ ਜੀਵਨ ਬਤੀਤ ਕਰ ਜਾਂਦਾ ਹੈ ।

Worldly creature enjoys pleasures of the blessings of The True Master. However, he follows the religious rituals and spends his day to day life and he wastes his human life blessings.

ਤਿਸੁ ਸਿਉ ਲੂਕ ਜੋ ਸਦ ਹੀ ਸੰਗੀ॥ tis si-o look jo sad hee sangee.
ਕਾਮਿ ਨ ਆਵੈ ਸੋ ਫਿਰਿ ਫਿਰਿ ਮੰਗੀ॥੩॥ kaam na aavai so fir fir mangee. ||3||

ਜਿਹੜਾ ਪ੍ਰਭ ਸਦਾ ਹੀ ਸਾਥ ਤਨ ਵਿੱਚ ਰਹਿੰਦਾ ਹੈ । ਮਾਨਸ ਆਪਣੇ ਪਾਪ ਉਸ ਤੋ ਛਿਪਾਉਂਦਾ ਹੈ । ਬਾਰ ਬਾਰ ਉਸ ਤੋ ਹੀ ਭਿੱਖਿਆ ਮੰਗਦਾ ਰਹਿੰਦਾ ਹੈ, ਸੰਤੋਖ ਨਹੀਂ ਕਰਦਾ ।

The human always tries to hide his evil deeds from The Omnipresent, Omniscient True Master, who always dwells in his body. He begs from Him again and again and never be contented with His blessings.

ਕਹੁ ਨਾਨਕ ਪ੍ਰਭ ਦੀਨ ਦਇਆਲਾ॥ kaho naanak parabh deen da-i-aalaa.
ਜਿਉ ਭਾਵੈ ਤਿਉ ਕਰਿ ਪ੍ਰਤਿਪਾਲਾ॥ ji-o bhaavai ti-o kar partipaalaa.
੪॥੨੨॥ ||4||22||

ਤੂੰ ਹੀ ਨਿਮਾਣੇ ਜੀਵਾਂ ਤੇ ਤਰਸ ਕਰਨ ਵਾਲਾ ਅਸਲੀ ਮਾਲਕ ਹੈ । ਤੇਰੇ ਦਰ ਪ੍ਰਵਾਨ ਹੋ ਜਾਵਾ! ਜਿਹੜੀ ਅਵਸਥਾ ਤੈਨੂੰ ਭਉਂਦੀ ਹੈ, ਆਪਣੇ ਦਾਸ ਨੂੰ ਉਸ ਹਾਲਤ, ਅਵਸਥਾ ਵਿੱਚ ਰਖੋ!

The One and Only One Merciful True Master of the universe, my only desire is to be accepted in Your sanctuary. Whatsoever the state of mind may be acceptable in Your court; with Your mercy and grace, keeps me in that state of mind, worldly condition.

92. ਆਸਾ ਮਹਲਾ ੫॥ 376-9

ਜੀਅ ਪ੍ਰਾਨ ਧਨੁ ਹਰਿ ਕੋ ਨਾਮੁ॥ jee-a paraan Dhan har ko naam.
ਈਹਾ ਊਹਾਂ ਉਨ ਸੰਗਿ ਕਾਮੁ॥੧॥ eehaa oohaaN un sang kaam. ||1||

ਤੇਰਾ ਸ਼ਬਦ ਹੀ ਮੇਰਾ ਧਨ, ਕਮਾਈ, ਮੇਰੀ ਆਤਮਾ ਦੀ ਹੈਸੀਅਤ ਹੈ । ਇਹ ਹੀ ਸੰਸਾਰ ਵਿੱਚ ਅਤੇ ਮੌਤ ਪਿਛੋਂ ਮੇਰੀ ਸਹਾਈ ਹੁੰਦੀ, ਸਾਥ ਦੇਂਦੀ ਹੈ ।

To obey Your Word is my earnings, assets and worldly status of my soul. Earnings of Your Word remains my companion and support of my worldly life and also after death in Your court.

ਬਿਨੁ ਹਰਿ ਨਾਮ ਅਵਰੁ ਸਭੁ ਥੋਰਾ॥ bin har naam avar sabh thoraa.
ਤ੍ਰਿਪਤਿ ਅਘਾਵੈ taripat aghaavai
ਹਰਿ ਦਰਸਨਿ ਮਨੁ ਮੋਰਾ॥ ੧॥ ਰਹਾਉ॥ har darsan man moraa. ||1|| rahaa-o.

ਪ੍ਰਭ ਦੇ ਸ਼ਬਦ ਦੀ ਕਮਾਈ ਤੋ ਬਿਨਾਂ ਹੋਰ ਸਭ ਕੰਮ ਬਿਰਥੇ ਹੀ ਹਨ । ਮੇਰੇ ਮਨ ਵਿੱਚ ਪ੍ਰਭ ਦੇ ਦਰਸ਼ਨ ਦੀ ਇੱਛਾ ਰਹਿੰਦੀ ਹੈ । ਸ਼ਬਦ ਦੀ ਪਾਲਣਾ, ਸੋਝੀ ਹੋਣ ਨਾਲ ਮਨ ਵਿੱਚ ਸੰਤੋਖ ਵਸਦਾ ਹੈ ।

Without the meditation of His Word, all other chores are useless for the purpose of human life journey. I am always having a burning desire, anxiety to visualize the blessed vison of The True Master, the enlightenment of the teachings of His Word. By adopting the teachings of His Word, my mind may be blessed with enlightenment from within and remains contented with His blessings.

ਭਗਤਿ ਭੰਡਾਰ ਗੁਰਬਾਣੀ ਲਾਲ॥ bhagat bhandaar gurbaanee laal.
ਗਾਵਤ ਸੁਨਤ ਕਮਾਵਤ ਨਿਹਾਲ॥੨॥ gaavat sunat kamaavat nihaal. ||2||

ਪ੍ਰਭ ਦਾ ਸ਼ਬਦ ਹੀ ਬੰਦਗੀ ਕਰਨ ਵਾਲੇ ਦੀ ਕਮਾਈ ਦਾ ਖਜ਼ਾਨਾ ਹੈ । ਸ਼ਬਦ ਨੂੰ ਸੁਣਕੇ ਜੀਵਨ ਢਾਲਣ ਨਾਲ ਮਨ ਪ੍ਰਵਾਨਗੀ ਦੇ ਰਸਤੇ ਤੇ ਅਡੋਲ ਹੋ ਜਾਂਦਾ ਹੈ ।

The meditation on the teachings of His Word may be the earnings and the treasure of His true devotee. By listening to the sermons and adopting the teachings of His Word, he may remain steady and stable on the right path of acceptance in His court.

ਚਰਣ ਕਮਲ ਸਿਉ ਲਾਗੋ ਮਾਨੁ॥ charan kamal si-o laago maan.
ਸਤਿਗੁਰਿ ਤੂਠੈ ਕੀਨੋ ਦਾਨੁ॥੩॥ satgur toothai keeno daan. ||3||

ਬੰਦਗੀ ਕਰਨ ਵਾਲੇ ਦਾਸ ਦਾ ਮਨ ਸ਼ਬਦ ਦੀ ਪਾਲਣ ਵਿੱਚ ਅਡੋਲ ਰਹਿੰਦਾ ਹੈ । ਪ੍ਰਭ ਦੇ ਸ਼ਬਦ ਦੀ ਸ਼ਰਣ ਵਿੱਚ ਰਹਿੰਦਾ ਹੈ । ਪ੍ਰਭ ਆਪਣੀ ਰਹਿਮਤ ਨਾਲ ਹੀ ਸ਼ਬਦ ਦੀ ਪਾਲਣਾ ਕਰਨ ਦੀ ਦਾਤ ਬਖਸ਼ਦਾ ਹੈ ।

His true devotee adopts the teachings of His Word with steady and stable belief in his day to day life. He always remains humbly in His sanctuary, in the void of His Word. With His mercy and grace, his soul may be blessed with devotion to meditate and obey the teachings of His Word.

ਨਾਨਕ ਕਉ ਗੁਰਿ ਦੀਖਿਆ ਦੀਨ੍॥	naanak ka-o gur deekhi-aa deenH.
ਪ੍ਰਭ ਅਬਿਨਾਸੀ ਘਟਿ ਘਟਿ ਚੀਨ੍॥	parabh abhinaasee ghat ghat cheenH.
੪॥੨੩॥	||4||23||

ਪ੍ਰਭ ਆਪ ਹੀ ਬੰਦਗੀ ਕਰਨ ਵਾਲੇ ਦਾਸ ਨੂੰ ਸੋਝੀ ਬਖਸ਼ਦਾ ਹੈ । ਕਿ ਪ੍ਰਭ ਹਰਇੱਕ ਜੀਵ ਦੇ ਮਨ ਵਿੱਚ ਅਡੋਲ ਵਸਦਾ ਹੈ ।

With His mercy and grace, His true devoted may be enlightened that The True Master dwells within the mind and body of everyone.

93. ਆਸਾ ਮਹਲਾ ੫॥ 376-13

ਅਨਦ ਬਿਨੋਦ ਭਰੇਪੁਰਿ ਧਾਰਿਆ॥	anad binod bharaypur Dhaari-aa.
ਅਪੁਨਾ ਕਾਰਜੁ ਆਪਿ ਸਵਾਰਿਆ॥੧॥	apunaa kaaraj aap savaari-aa. ||1||

ਪ੍ਰਭ ਨੇ ਸ੍ਰਿਸ਼ਟੀ ਦਾ ਖੇਲ ਆਪ ਹੀ ਰਚਾਇਆ ਹੈ । ਆਪ ਹੀ ਇਸ ਵਿੱਚ ਸਹਾਈ ਹੋ ਕੇ ਸਾਰੇ ਕਾਰਜ ਪੂਰੇ ਕਰਦਾ ਹੈ ।

The play of universe has been created by The True Master. He prevails in each play and makes each and every act as successful.

ਪੂਰ ਸਮਗ੍ਰੀ ਪੂਰੇ ਠਾਕੁਰ ਕੀ॥	poor samagree pooray thaakur kee.
ਭਰਿਪੁਰਿ ਧਾਰਿ ਰਹੀ ਸੋਭ ਜਾ ਕੀ॥੧॥	bharipur Dhaar rahee sobh jaa kee. ||1||
ਰਹਾਉ॥	rahaa-o.

ਪ੍ਰਭ ਦੀ ਬਣਾਈ ਹੋਈ ਸ੍ਰਿਸ਼ਟੀ ਹਰ ਪਖ ਤੋਂ ਹੀ ਪੂਰਨ ਹੈ । ਇਸ ਪੂਰਨ ਅਨੋਖੀ ਕੁਦਰਤ ਵਿੱਚ ਪ੍ਰਭ ਆਪ ਹੀ ਵਾਪਰਦਾ ਨਜ਼ਰ ਆਉਂਦਾ ਹੈ ।

His creation is perfect from all respects to accomplish each and every activity assigned to the soul. The True Master prevails in His astonishing nature and may be visible to His creation in all events.

ਨਾਮੁ ਨਿਧਾਨੁ ਜਾ ਕੀ ਨਿਰਮਲ ਸੋਇ॥	naam niDhaan jaa kee nirmal so-ay.
ਆਪੇ ਕਰਤਾ ਅਵਰੁ ਨ ਕੋਇ॥੨॥	aapay kartaa avar na ko-ay. ||2||

ਪ੍ਰਭ ਦਾ ਸ਼ਬਦ ਹੀ ਸੋਝੀ ਦਾ ਪੂਰਨ ਖਜ਼ਾਨਾ ਹੈ । ਪ੍ਰਭ ਦੇ ਸ਼ਬਦ ਦੀ ਸ਼ਾਨ ਪਵਿਤ੍ਰ, ਕੋਈ ਦਾਗ਼ ਨਹੀਂ ਹੈ । ਪ੍ਰਭ ਆਪ ਹੀ ਸਭ ਕੁਝ ਕਰਨ ਕਰਾਉਣ ਵਾਲਾ ਹੈ । ਉਸ ਤੋ ਬਿਨਾਂ ਹੋਰ ਕੋਈ ਕੁਝ ਵੀ ਕਰਨ ਦੀ ਸਮਰਥਾ ਨਹੀਂ ਰਖਦਾ ।

The teaching of His Word is a complete treasure of enlightenment. The glory of His Word, essence of His Word is pure, sanctified and without any blemish. The One and Only One True Master prevails in each and every action and Omniscient of the purpose of each activity. No one else has any power, strength or wisdom to perform any activity.

ਜੀਅ ਜੰਤ ਸਭਿ ਤਾ ਕੈ ਹਾਥਿ॥	jee-a jant sabh taa kai haath.
ਰਵਿ ਰਹਿਆ ਪ੍ਰਭੁ ਸਭ ਕੈ ਸਾਥਿ॥੩॥	rav rahi-aa parabh sabh kai saath. ||3||

ਸਾਰੀਆਂ ਸ੍ਰਿਸ਼ਟੀਆਂ ਦੇ ਜੀਵ ਜੰਤ ਉਸ ਨੇ ਆਪ ਹੀ ਪੈਦਾ ਕੀਤੇ ਹਨ । ਉਸ ਦੇ ਭਾਣੇ ਅੰਦਰ ਹੀ ਹਨ । ਹਰਇੱਕ ਜੀਵ ਵਿੱਚ ਹਰ ਵੇਲੇ ਪ੍ਰਭ ਆਪ ਹੀ ਵਸਦਾ ਹੈ, ਵਾਪਰਦਾ ਹੈ ।

All creatures for all universes have been created with His mercy and grace. Everyone may only operate under His command. His Holy spirit remains embedded within soul and prevails in her each and every action.

ਪੂਰਾ ਗੁਰੁ ਪੂਰੀ ਬਣਤ ਬਣਾਈ॥	pooraa gur pooree banat banaa-ee.
ਨਾਨਕ ਭਗਤ ਮਿਲੀ ਵਡਿਆਈ॥ ੪॥੨੪॥	naanak bhagat milee vadi-aa-ee. ||4||24||

ਪ੍ਰਭ ਆਪਣੇ ਆਪ ਵਿੱਚ ਪੂਰਨ ਹੈ, ਉਸ ਦੀ ਬਣਾਈ ਸ੍ਰਿਸ਼ਟੀ ਵੀ ਪੂਰਨ ਹੈ । ਉਸ ਵਿੱਚ ਕੋਈ ਕਮੀ ਨਹੀਂ ਹੈ । ਪ੍ਰਭ ਆਪ ਹੀ ਆਪਣੇ ਬੰਦਗੀ ਕਰਨ ਵਾਲੇ ਦਾਸਾਂ ਦੀ ਸੋਭਾ ਬਣਾਉਂਦਾ, ਵਧਾਉਂਦਾ ਹੈ ।

The Omnipotent perfect True Master and His creation also has no deficiencies or weaknesses either. He enhances the glory and honor of His true devotee, who may adopt the teachings of His Word wholeheartedly in his day to day life.

94. ਆਸਾ ਮਹਲਾ ੫॥ 376-16

ਗੁਰ ਕੈ ਸਬਦਿ ਬਨਾਵਹੁ ਇਹੁ ਮਨੁ॥	gur kai sabad banaavahu ih man.
ਗੁਰ ਕਾ ਦਰਸਨੁ ਸੰਚਹੁ ਹਰਿ ਧਨੁ॥੧॥	gur kaa darsan sanchahu har Dhan. ||1||

ਮੈਂ ਆਪਣੇ ਮਨ ਨੂੰ ਸ਼ਬਦ ਦੀ ਸੋਝੀ ਨਾਲ ਹੀ ਢਾਲਿਆ ਹੈ । ਪ੍ਰਭ ਦੀ ਰਹਿਮਤ ਨਾਲ ਸ਼ਬਦ ਦਾ ਧਨ ਇਕੱਠਾ ਕੀਤਾ ਹੈ ।

With His mercy and grace, I have transformed my day to day life with the teachings of His Word. I have been blessed with the everlasting earnings of His Word.

ਊਤਮ ਮਤਿ ਮੇਰੈ ਰਿਦੈ ਤੂੰ ਆਉ॥	ootam mat mayrai ridai tooN aa-o.
ਧਿਆਵਉ ਗਾਵਉ ਗੁਣ ਗੋਵਿੰਦਾ,	Dhi-aava-o gaava-o gun govindaa
ਅਤਿ ਪ੍ਰੀਤਮ ਮੋਹਿ ਲਾਗੈ ਨਾਉ॥੧॥ ਰਹਾਉ॥	at pareetam mohi laagai naa-o. ||1|| rahaa-o.

ਪ੍ਰਭ ਦੇ ਸ਼ਬਦ ਦੀ ਪਾਲਣਾ ਕਰਦਾ, ਪੂਜਾ ਕਰਦਾ ਹਾ, ਇਹ ਉਤਮ ਅਵਸਥਾ ਮਨ ਵਿੱਚ ਬਖਸ਼ਿਸ਼ ਹੋਈ ਹੈ । ਪ੍ਰਭ ਦੇ ਸ਼ਬਦ ਨਾਲ ਮੇਰੀ ਡੂੰਘੀ ਪ੍ਰੀਤ ਹੋ ਗਈ ਹੈ ।

The True Master has blessed me with superb state of mind by obeying and adopting the teachings of His Word in my day to day life. I worship His Word and have a deep devotion to obey and meditate on the teachings of His Word.

ਤ੍ਰਿਪਤਿ ਅਘਾਵਨੁ ਸਾਚੈ ਨਾਇ॥	taripat aghaavan saachai naa-ay.
ਅਠਸਠਿ ਮਜਨੁ ਸੰਤ ਧੂਰਾਇ॥੨॥	athsath majan sant Dhooraa-ay. ||2||

ਮੇਰੇ ਮਨ ਵਿੱਚ ਪ੍ਰਭ ਦੇ ਸ਼ਬਦ ਦੀ ਪਾਲਣਾ ਕਰਨ ਨਾਲ ਸੰਤੋਖ ਭਰ ਗਿਆ ਹੈ । ਸੰਤਾਂ ਦੇ ਚਰਨਾਂ ਦੀ ਧੂੜ ਵਿਚੋਂ ਹੀ 68 ਤੀਰਥਾਂ ਦੇ ਇਸ਼ਨਾਨ ਦਾ ਫਲ ਬਖਸ਼ਿਸ਼ ਹੋ ਜਾਂਦਾ ਹੈ ।

By adopting the teachings of His Word with steady and stable belief, my mind remains overwhelmed with the contentment. With dust of the feet of His true devotee, by adopting the teachings of their life in own day to day life; one may be blessed the reward of bathing and worshipping at 68 Holy shrines.

ਸਭ ਮਹਿ ਜਾਨਉ ਕਰਤਾ ਏਕ॥	sabh meh jaan-o kartaa ayk.
ਸਾਧਸੰਗਤਿ ਮਿਲਿ ਬੁਧਿ ਬਿਬੇਕ॥੩॥	saaDhsangat mil buDh bibayk. ||3||

ਮਨ ਵਿੱਚ ਸੋਝੀ ਹੋ ਗਈ ਹੈ! ਸਭ ਜੀਵਾਂ ਵਿੱਚ ਇੱਕੋ ਇੱਕ ਪ੍ਰਭ, ਅਸਲੀ ਮਾਲਕ ਹੀ ਵਸਦਾ ਹੈ । ਸੰਤਾਂ ਦੀ ਸੰਗਤ ਵਿੱਚ ਸ਼ਬਦ ਦੀ ਪਾਲਣਾ ਕਰਨ ਦੀ ਵਿਧੀ ਨੂੰ ਸੁਧਾਰਿਆ ਜਾਂਦਾ ਹੈ ।

With His mercy and grace, I am enlightened that only The True Master dwells in the body of each and every creature. In the congregation of His true devotee the technique and the discipline to meditate on the teachings of His Word may be practiced and improved.

ਦਾਸੁ ਸਗਲ ਕਾ ਛੋਡਿ ਅਭਿਮਾਨੁ॥ daas sagal kaa chhod abhimaan.
ਨਾਨਕ ਕਉ ਗੁਰਿ ਦੀਨੋ ਦਾਨੁ॥੪॥੨੫॥ naanak ka-o gur deeno daan. ||4||25||

ਆਪਣੇ ਮਨ ਦੇ ਅਹੰਕਾਰ ਨੂੰ ਤਿਆਗ ਦਿੱਤਾ ਹੈ, ਜਿੱਤ ਪਾ ਲਈ ਹੈ । ਆਪਣੇ ਆਪ ਨੂੰ ਸਾਰੀ ਸ੍ਰਿਸ਼ਟੀ ਦਾ ਹੀ ਦਾਸ ਸਮਝਦਾ ਹਾ । ਪ੍ਰਭ ਨੇ ਰਹਿਮਤ ਬਖਸ਼ਕੇ ਇਹ ਸੋਝੀ ਬਖਸ਼ੀ ਹੈ ।

I have abandoned the ego of my mind and conquered the worldly desires of my mind. I consider myself as the servant, the slave of His creation, mankind. With His mercy and grace, I have been enlightened with this essence of His teachings within my mind.

95. ਆਸਾ ਮਹਲਾ ੫॥ 377-1

ਬੁਧਿ ਪ੍ਰਗਾਸ ਭਈ ਮਤਿ ਪੂਰੀ॥ buDh pargaas bha-ee mat pooree.
ਤਾ ਤੇ ਬਿਨਸੀ ਦੁਰਮਤਿ ਦੂਰੀ॥੧॥ taa tay binsee durmat dooree. ||1||

ਮਨ ਵਿੱਚ ਸ਼ਬਦ ਦੀ ਸੋਝੀ ਹੋ ਗਈ, ਮੇਰੀ ਬੁੱਧੀ ਜਾਗਰਤ ਹੋ ਗਈ ਹੈ । ਪ੍ਰਭ ਤੋ ਦੂਰ ਕਰਨ ਵਾਲੇ ਬੁਰੇ ਖਿਆਲ ਮਨ ਵਿਚੋਂ ਨਾਸ਼ ਹੋ ਗਏ ਹਨ ।

I have been enlightened with the teachings of His Word and my intelligence remains awake and alert. All evil thoughts have been eliminated from my mind.

ਐਸੀ ਗੁਰਮਤਿ ਪਾਈਅਲੇ॥ aisee gurmat paa-ee-alay.
ਬੂਡਤ ਘੋਰ ਅੰਧ ਕੂਪ ਮਹਿ, boodat ghor anDh koop meh
ਨਿਕਸਿਓ ਮੇਰੇ ਭਾਈ ਰੇ॥੧॥ ਰਹਾਉ॥ niksi-o mayray bhaa-ee ray. ||1|| rahaa-o.

ਇਹ ਸੋਝੀ ਸ਼ਬਦ ਦੀ ਪਾਲਣਾ ਕਰਨ ਨਾਲ ਹੀ ਅਸਲੀ ਗੁਰੂ ਨੇ ਬਖਸ਼ੀ ਹੈ । ਮੈਂ ਸੰਸਾਰ ਵਿੱਚ ਮਾਇਆ ਦੇ ਅੰਧੇਰੇ ਵਿੱਚ ਡੁੱਬਦਾ ਜਾਂਦਾ ਸੀ । ਇਸ ਵਿਚੋਂ ਸ਼ਬਦ ਦੀ ਪਾਲਣਾ ਨੇ ਬਚਾ ਲਿਆ ਹੈ ।

By adopting the teachings of His Word in day to day life, The True Master has blessed me with this enlightenment of essence of His Word. I was drowning in the ignorance of greed of worldly wealth. By adopting the teachings of His Word in my day to day life, The True Master has saved me from the devil of death, the miseries of worldly wealth.

ਮਹਾ ਅਗਾਹ ਅਗਨਿ ਕਾ ਸਾਗਰੁ॥ mahaa agaah agan kaa saagar.
ਗੁਰੁ ਬੋਹਿਥੁ ਤਾਰੇ ਰਤਨਾਗਰੁ॥੨॥ gur bohith taaray ratnaagar. ||2||

ਪ੍ਰਭ ਦਾ ਸ਼ਬਦ ਹੀ ਸੰਸਾਰਕ ਅੱਗ ਵਿਚੋਂ ਬਚਾਉਣ ਵਾਲਾ ਜਹਾਜ਼ ਹੈ । ਪ੍ਰਭ ਦਾ ਸ਼ਬਦ ਹੀ ਅਨਮੋਲ ਰਤਨਾਂ ਦਾ ਖਜ਼ਾਨਾ, ਭੰਡਾਰ ਹੈ ।

The teachings of the His Word is the ship to save from the terrible fire of worldly desires. His Word is a priceless treasure of all good virtues.

ਦੁਤਰ ਅੰਧ ਬਿਖਮ ਇਹ ਮਾਇਆ॥ dutar anDh bikham ih maa-i-aa.
ਗੁਰਿ ਪੂਰੈ ਪਰਗਟੁ ਮਾਰਗੁ ਦਿਖਾਇਆ॥੩॥ gur poorai pargat maarag dikhaa-i-aa.

ਸੰਸਾਰ ਇੱਕ ਮਾਇਆ ਰੂਪੀ ਹਨੇਰਾ ਭਰਿਆਂ, ਭਿਆਨਕ ਸਾਗਰ ਹੈ । ਸ਼ਬਦ ਦੀ ਪਾਲਣਾ ਨਾਲ ਹੀ ਇਹ ਸੋਝੀ, ਪ੍ਰਵਾਨਗੀ ਦਾ ਰਸਤਾ ਬਖਸ਼ਿਆ ਹੈ ।

The universe is a terrible ocean filled with darkness of ignorance of the teachings of His Word. With His mercy and grace, I have been enlightened and blessed with the right path of salvation.

ਜਾਪ ਤਾਪ ਕਛੁ ਉਕਤਿ ਨ ਮੋਰੀ॥ jaap taap kachh ukat na moree.
ਗੁਰ ਨਾਨਕ ਸਰਣਾਗਤਿ ਤੋਰੀ॥੪॥੨੬॥ gur naanak sarnaagat toree. ||4||26||

ਪ੍ਰਭ ਮੇਰੇ ਵਿੱਚ ਕੋਈ ਜਪ, ਤਪ ਕਰਨ ਦੀ ਸਮਰਥਾ ਨਹੀਂ । ਨਾ ਹੀ ਮੇਰੇ ਵਿੱਚ ਸ਼ਬਦ ਦੇ ਗੁਣ ਗਾਉਣ ਦੀ ਹੀ ਸਮਰਥਾ ਹੈ । ਤੇਰੀ ਸ਼ਰਣ ਵਿੱਚ ਤੇਰੀ ਰਹਿਮਤ ਦੀ ਭਿੱਖਿਆ ਮੰਗਦਾ ਹਾ ।

My True Master I have no wisdom, power and strength to do any hard meditation nor I have any strength to sing the glory of Your Word. I have humbly surrender to Your sanctuary for Your mercy and grace.

96. ਆਸਾ ਮਹਲਾ ੫ ਤਿਪਦੇ ੨॥ 377-5

ਹਰਿ ਰਸੁ ਪੀਵਤ ਸਦ ਹੀ ਰਾਤਾ॥ har ras peevat sad hee raataa.
ਆਨ ਰਸਾ ਖਿਨ ਮਹਿ ਲਹਿ ਜਾਤਾ॥ aan rasaa khin meh leh jaataa.
ਹਰਿ ਰਸੁ ਕੇ ਮਾਤੇ ਮਨਿ ਸਦਾ ਅਨੰਦ॥ har ras kay maatay man sadaa anand.
ਆਨ ਰਸਾ ਮਹਿ ਵਿਆਪੈ ਚਿੰਦ॥੧॥ aan rasaa meh vi-aapai chind. ||1||

ਜਿਹੜਾ ਪ੍ਰਭ ਦੇ ਅਣਮੋਲ ਸ਼ਬਦ ਰੂਪੀ ਅੰਮ੍ਰਿਤ ਦਾ ਰਸ ਮਾਨਦਾ ਹੈ । ਉਸ ਤੇ ਸ਼ਬਦ ਦਾ ਸਦਾ ਰਹਿਣ ਵਾਲਾ ਨਸ਼ਾ ਹੋ ਜਾਂਦਾ ਹੈ, ਉਹ ਸ਼ਬਦ ਦੀ ਸਮਾਧੀ ਵਿੱਚ ਵਸਦਾ ਹੈ । ਹੋਰ ਸਭ ਨਸ਼ੇ ਥੋੜ੍ਹਾ ਸਮਾਂ ਪਾ ਕੇ ਫਿੱਕੇ ਹੋ ਜਾਂਦੇ, ਨਸ਼ਾ ਖਤਮ ਹੋ ਜਾਂਦਾ ਹੈ । ਪ੍ਰਭ ਦੇ ਸ਼ਬਦ ਦੇ ਨਸ਼ੇ ਨਾਲ ਮਨ ਵਿੱਚ ਸਦਾ ਹੀ ਖੇੜੇ ਵਸਦਾ ਹੈ । ਬਾਕੀ ਨਸ਼ੇ ਨਾਲ ਮਨ ਵਿੱਚ ਚਿੰਤਾ ਹੀ ਵਧਦੀ ਹੈ ।

Whosoever may enjoy the essence of the nectar of the priceless teachings of His Word. He may remain intoxicated with the teachings of His Word forever and may dwell in the void of His Word. Any other teachings may not have any long-lasting effect on his mind; his intoxication may become feeble and vanish and may not stay with the soul forever. With the essence of His Word, he may remain in blossom forever. With all other intoxication, the worldly desires, frustration may enhance within his mind.

ਹਰਿ ਰਸੁ ਪੀਵੈ ਅਲਮਸਤੁ ਮਤਵਾਰਾ॥ har ras peevai almasat matvaaraa.
ਆਨ ਰਸਾ ਸਭਿ ਹੋਛੇ ਰੇ॥੧॥ ਰਹਾਉ॥ aan rasaa sabh hochhay ray. ||1|| rahaao.

ਜਿਹੜੇ ਪ੍ਰਭ ਦੇ ਸ਼ਬਦ ਰੂਪੀ ਅੰਮ੍ਰਿਤ ਦਾ ਰਸ ਮਾਨਦੇ ਹਨ । ਉਹ ਸਦਾ ਲਈ ਪ੍ਰਭ ਦੇ ਸ਼ਬਦ ਦੀ ਸਮਾਧੀ ਵਿੱਚ ਵਸਦੇ ਹਨ । ਹੋਰ ਰਸਾ ਦੇ ਨਸ਼ੇ ਦਾ ਉਹਨਾਂ ਤੇ ਕੋਈ ਪ੍ਰਭਾਵ ਨਹੀਂ ਪੈਂਦਾ ।

Whosoever may enjoy the nectar of the teachings of His Word, he may remain in the void of His Word. No other worldly desires may disturb his state of mind.

ਹਰਿ ਰਸ ਕੀ ਕੀਮਤਿ ਕਹੀ ਨ ਜਾਇ॥ har ras kee keemat kahee na jaa-ay.
ਹਰਿ ਰਸੁ ਸਾਧੂ ਹਾਟਿ ਸਮਾਇ॥ har ras saaDhoo haat samaa-ay.
ਲਾਖ ਕਰੋਰੀ ਮਿਲੈ ਨ ਕੇਹ॥ laakh karoree milai na kayh.
ਜਿਸਹਿ ਪਰਾਪਤਿ ਤਿਸ ਹੀ ਦੇਹਿ॥੨॥ jisahi paraapat tis hee deh. ||2||

ਪ੍ਰਭ ਦੇ ਸ਼ਬਦ ਦੇ ਅਣਮੋਲ ਅੰਮ੍ਰਿਤ ਦੀ ਕੀਮਤ ਜਾਣੀ ਨਹੀਂ ਜਾ ਸਕਦੀ । ਬੰਦਗੀ ਕਰਨ ਵਾਲੇ ਦਾਸ, ਸਾਧੂ ਇਸ ਵਿੱਚ ਹੀ ਸਮਾਏ ਰਹਿੰਦੇ, ਲੀਨ ਰਹਿੰਦੇ ਹਨ । ਇਹ ਰਸ ਸੰਸਾਰਕ ਧਨ, ਲਖਾਂ, ਕਰੋੜਾਂ ਨਾਲ ਖਰੀਦਿਆ, ਪਾਇਆ ਨਹੀਂ ਜਾ ਸਕਦਾ । ਜਿਸ ਦੇ ਭਾਗਾਂ ਵਿੱਚ ਇਹ ਪਹਿਲੇ ਹੀ ਲਿਖਿਆ ਹੁੰਦਾ ਹੈ, ਕੇਵਲ ਉਸ ਨੂੰ ਹੀ ਬਖਸ਼ਿਸ਼ ਹੁੰਦਾ ਹੈ ।

No one may fully comprehend the true value of priceless nectar of the teachings of His Word. His true devotee may remain intoxicated in the void of the teachings of His Word. This state of mind, the nectar cannot be purchased by any amount of worldly wealth. Only with great pre-written destiny, His true devotee may be blessed with the nectar of His Word.

ਨਾਨਕ ਚਾਖਿ ਭਏ ਬਿਸਮਾਦੁ॥ naanak chaakh bha-ay bismaad.
ਨਾਨਕ ਗੁਰ ਤੇ ਆਇਆ ਸਾਦੁ॥ naanak gur tay aa-i-aa saad.
ਈਤ ਊਤ ਕਤ ਛੋਡਿ ਨ ਜਾਇ॥ eet oot kat chhod na jaa-ay.
ਨਾਨਕ ਗੀਧਾ ਹਰਿ ਰਸ ਮਾਹਿ॥੩॥੨੭॥ naanak geeDhaa har ras maahi. ||3||27||

ਬੰਦਗੀ ਕਰਨ ਵਾਲੇ ਇਸ ਰਸ ਦੇ ਸਵਾਦ ਨਾਲ ਹੈਰਾਨ ਹੋ ਜਾਂਦੇ ਹਨ । ਇਹ ਰਸ ਸ਼ਬਦ ਨਾਲ ਜੀਵਨ ਢਾਲਣ ਨਾਲ ਹੀ ਪਾਇਆ ਜਾ ਸਕਦਾ ਹੈ । ਇਸ ਰਸ ਦਾ ਨਸ਼ਾ, ਇਸ ਸੰਸਾਰ ਵਿੱਚ ਅਤੇ ਮੌਤ ਪਿਛੋਂ ਵੀ ਘੱਟਦਾ, ਖਤਮ ਨਹੀਂ ਹੁੰਦਾ । ਬੰਦਗੀ ਕਰਨ ਵਾਲੇ ਇਸ ਨਸ਼ੇ ਵਿੱਚ ਹੀ ਮਸਤ ਹੋਏ ਸ਼ਬਦ ਦੀ ਸਮਾਧੀ ਵਿੱਚ ਵਸਦੇ ਹਨ ।

His true devotee remains astonished with the intoxication of the teachings of His Word. This nectar may only be blessed by adopting the teachings of His Word in day to day life. The intoxication of the nectar of His Word may not faint over a period of time, in his human life nor after death in His court. His true devotee remains intoxicated with this nectar and dwells in the void of His Word.

97. ਆਸਾ ਮਹਲਾ ੫॥ 377-9

ਕਾਮੁ ਕ੍ਰੋਧੁ ਲੋਭੁ ਮੋਹੁ ਮਿਟਾਵੈ,	kaam kroDh lobh moh mitaavai
ਛੁਟਕੈ ਦੁਰਮਤਿ ਅਪੁਨੀ ਧਾਰੀ॥	chhutkai durmat apunee Dhaaree.
ਹੋਇ ਨਿਮਾਣੀ ਸੇਵ ਕਮਾਵਹਿ,	ho-ay nimaanee sayv kamaaveh
ਤਾ ਪ੍ਰੀਤਮ ਹੋਵਹਿ ਮਨਿ ਪਿਆਰੀ॥੧॥	taa pareetam hoveh man pi-aaree. ‖1‖

ਜਿਹੜਾ ਮਨ ਵਿਚੋਂ ਕਾਮਵਾਸਨਾ, ਕਰੋਧ, ਲਾਲਚ ਅਤੇ ਸੰਸਾਰਕ ਮੋਹ ਨੂੰ ਤਿਆਗ ਦੇਂਦਾ ਹੈ, ਉਸ ਨੂੰ ਮਨ ਵਿਚੋਂ ਹੀ ਖੁਦਗਰਜ਼ੀ ਤੇ ਜਿੱਤ ਬਖਸ਼ਿਸ਼ ਹੋ ਸਕਦੀ ਹੈ । ਜਿਹੜਾ ਨਿਮਾਣਾ ਬਣਕੇ ਨਿਮ੍ਰਤਾ ਨਾਲ ਸ਼ਬਦ ਦੀ ਪਾਲਣਾ ਕਰਦਾ ਹੈ, ਉਸ ਨੂੰ ਰਹਿਮਤ ਭਰੀ ਨਜ਼ਰ ਬਖਸ਼ਿਸ਼ ਹੋ ਸਕਦੀ ਹੈ । ਉਸ ਦੀ ਕਮਾਈ ਪ੍ਰਭ ਨੂੰ ਪ੍ਰਵਾਨ ਹੋ ਜਾਂਦੀ ਹੈ ।

Whosoever may abandon these five demons, sexual desire, anger, greed, attachments and ego, he may conquer his selflessness. Whosoever may humbly adopt the teachings of His Word in his day to day life, his meditation, the earnings of His Word may be accepted in His court.

ਸੁਣਿ ਸੁੰਦਰਿ ਸਾਧੂ ਬਚਨ ਉਧਾਰੀ॥	sun sundar saaDhoo bachan uDhaaree.
ਦੂਖ ਭੂਖ ਮਿਟੈ ਤੇਰੋ ਸਹਸਾ,	dookh bhookh mitai tayro sahsaa
ਸੁਖ ਪਾਵਹਿ ਤੂੰ ਸੁਖਮਨਿ ਨਾਰੀ॥੧॥	sukh paavahi tooN sukhman naaree. ‖1‖
ਰਹਾਉ॥	rahaa-o.

ਜਿਹੜਾ ਬੰਦਗੀ ਕਰਨ ਵਾਲੇ ਸੰਤਾਂ ਦੀ ਕਥਾ ਸੁਣਕੇ ਮਨ ਵਿੱਚ ਵਸਉਂਦਾ ਹੈ, ਉਸ ਦੇ ਮਨ ਵਿਚੋਂ ਭਰਮ ਦੂਰ ਹੋ ਜਾਂਦੇ ਹਨ । ਸੰਸਾਰਕ ਇੱਛਾਂ ਦੀ ਭੁੱਖ ਖਤਮ ਹੋ ਜਾਂਦੀ ਹੈ, ਮਨ ਵਿੱਚ ਸੰਤੋਖ ਖੇੜਾ ਵਸ ਜਾਂਦਾ ਹੈ ।

Whosoever may listen to the sermon of His true devotee and may adopt the teachings in his day to day life, all his suspicions may be eliminated forever. His hunger for the worldly desires, worldly wealth may also be eliminated. He may be blessed with contentment and blossom forever.

ਚਰਣ ਪਖਾਰਿ ਕਰਉ ਗੁਰ ਸੇਵਾ,	charan pakhaar kara-o gur sayvaa
ਆਤਮ ਸੁਧੁ ਬਿਖੁ ਤਿਆਸ ਨਿਵਾਰੀ॥	aatam suDh bikh ti-aas nivaaree.
ਦਾਸਨ ਕੀ ਹੋਇ ਦਾਸਿ ਦਾਸਰੀ,	daasan kee ho-ay daas daasree
ਤਾ ਪਾਵਹਿ ਸੋਭਾ ਹਰਿ ਦੁਆਰੀ॥੨॥	taa paavahi sobhaa har du-aaree. ‖2‖

ਜਿਹੜਾ ਪ੍ਰਭ ਦੇ ਸ਼ਬਦ ਨੂੰ ਅਟੱਲ ਮੰਨਕੇ ਆਪਣਾ ਜੀਵਨ ਢਾਲਦਾ ਹੈ, ਉਸ ਦੇ ਮਨ ਵਿਚੋਂ ਬੁਰੇ ਖਿਆਲ, ਮੰਦੇ ਕੰਮਾਂ ਦੀ ਇੱਛਾਂ ਖਤਮ ਹੋ ਜਾਂਦੀ ਹੈ । ਜਿਹੜਾ ਆਪਣੇ ਆਪ ਨੂੰ ਬੰਦਗੀ ਕਰਨ ਵਾਲੇ ਦਾਸ ਦਾ ਚਾਕਰ, ਗੁਲਾਮ ਬਣਾ ਲੈਂਦਾ ਹੈ, ਉਸ ਨੂੰ ਪ੍ਰਭ ਦੇ ਦਰਬਾਰ ਵਿੱਚ ਸੋਭਾ ਬਖਸ਼ਿਸ਼ ਹੁੰਦੀ ਹੈ ।

Whosoever may wholeheartedly adopt the teachings of His Word as an ultimate command with steady and stable belief in his day to day life.

He may conquer all evil thoughts and all his worldly desires may be eliminated from his mind. Whosoever may humbly become the slave, the servant of His true devotee, he may be honored in His court.

ਇਹੀ ਅਚਾਰ ਇਹੀ ਬਿਉਹਾਰਾ,	ihee achaar ihee bi-uhaaraa
ਆਗਿਆ ਮਾਨਿ ਭਗਤਿ ਹੋਇ ਤੁਮ੍ਹਾਰੀ॥	aagi-aa maan bhagat ho-ay tumhaaree.
ਜੋ ਇਹੁ ਮੰਤ੍ਰੁ ਕਮਾਵੈ ਨਾਨਕ,	jo ih mantar kamaavai
ਸੋ ਭਉਜਲੁ ਪਾਰਿ ਉਤਾਰੀ॥੩॥੨੮॥	naanak so bha-ojal paar utaaree. ‖3‖28‖

ਆਪਣੇ ਮਨ ਨੂੰ ਇੱਛਾਂ ਰਹਿਤ ਰਖਕੇ, ਸ਼ਬਦ ਨਾਲ ਜੀਵਨ ਢਾਲਣਾ ਹੀ ਅਸਲੀ ਬੰਦਗੀ ਹੈ । ਇਸ ਤਰ੍ਹਾਂ ਦਾ ਜੀਵਨ ਬਤੀਤ ਕਰਨ ਵਾਲਾ ਇੱਛਾਂ ਭਰਿਆਂ ਭਿਆਨਕ ਸਾਗਰ ਪਾਰ ਕਰ ਜਾਂਦਾ ਹੈ ।

By conquering the worldly desires and wholeheartedly adopting the teachings of His Word with steady and stable belief in his day to day life. He may be blessed with the right path of acceptance in His court.

98. ਆਸਾ ਮਹਲਾ ੫ ਦੁਪਦੇ॥ 377-14

ਭਈ ਪਰਾਪਤਿ ਮਾਨੁਖ ਦੇਹੁਰੀਆ॥	bha-ee paraapat maanukh dayhuree-aa.
ਗੋਬਿੰਦ ਮਿਲਣ ਕੀ ਇਹ ਤੇਰੀ ਬਰੀਆ॥	gobind milan kee ih tayree baree-aa.
ਅਵਰਿ ਕਾਜ ਤੇਰੈ ਕਿਤੈ ਨ ਕਾਮ॥	avar kaaj tayrai kitai na kaam.
ਮਿਲੁ ਸਾਧਸੰਗਤਿ ਭਜੁ ਕੇਵਲ ਨਾਮ॥੧	mil saaDhsangat bhaj kayval naam. ‖1‖

ਪ੍ਰਭ ਦੀ ਰਹਿਮਤ ਨਾਲ ਹੀ ਆਤਮਾ ਨੂੰ ਇਹ ਮਾਨਸ ਤਨ ਬਖਸ਼ਿਸ਼ ਹੋਇਆ ਹੈ । ਇਹ ਹੀ ਸ਼ਬਦ ਦੀ ਪਾਲਣਾ ਕਰਨ ਦਾ, ਦਰਬਾਰ ਵਿੱਚ ਪ੍ਰਵਾਨਗੀ ਦਾ ਮੌਕਾ, ਸਮਾਂ ਹੈ । ਹੋਰ ਸਭ ਸੰਸਾਰਕ ਧੰਦੇ, ਕੰਮ ਦਰਬਾਰ ਵਿੱਚ ਕੋਈ ਸਹਾਇਤਾ ਨਹੀਂ ਕਰਦੇ, ਬਿਰਥੇ ਹੀ ਹਨ । ਇਸ ਮਾਨਸ ਜਨਮ ਵਿੱਚ ਬੰਦਗੀ ਕਰਨ ਵਾਲੇ ਦੀ ਸੰਗਤ ਕਰੋ! ਆਪਣਾ ਜੀਵਨ ਸ਼ਬਦ ਨਾਲ ਢਾਲੋ!

With His mercy and grace, the soul has been blessed with human body for a limited period of time. Human life may be a unique opportunity to meditate on the teachings of His Word and adopt the right path of acceptance in His court. All other worldly chores and meditations and religious baptism may be useless for the purpose of human life. You should associate with His true devotee and adopt the teachings of His Word in your life wholeheartedly.

ਸਰੰਜਾਮਿ ਲਾਗੁ ਭਵਜਲ ਤਰਨ ਕੈ॥	saranjaam laag bhavjal taran kai.
ਜਨਮੁ ਬ੍ਰਿਥਾ ਜਾਤ ਰੰਗਿ ਮਾਇਆ ਕੈ॥੧॥ ਰਹਾਉ॥	janam baritha jaat rang maa-i-aa kai. ‖1‖ rahaa-o.

ਮਾਨਸ ਜਨਮ ਵਿੱਚ ਪ੍ਰਭ ਦੇ ਸ਼ਬਦ ਤੇ ਭਰੋਸਾ ਅਡੋਲ ਰਖੋ! ਇਸ ਇੱਛਾਂ ਭਰੇ ਸਾਗਰ ਨੂੰ ਪਾਰ ਕਰਨ ਦਾ ਯਤਨ ਕਰੋ! ਜਿਹੜੇ ਸੰਸਾਰਕ ਮਾਇਆ ਦੇ ਪਿਛੇ ਲੱਗਦੇ, ਉਹ ਇਹ ਮਾਨਸ ਜਨਮ ਬਿਰਥਾ ਹੀ ਬਤੀਤ ਕਰ ਜਾਂਦੇ ਹਨ!

You should develop a steady and stable belief on the teachings of His Word. You should try your best to conquer your worldly desires to cross this terrible worldly ocean of desires. You should not become slave of worldly wealth for short-term worldly pleasures and waste your priceless opportunity of human life blessings.

ਜਪੁ ਤਪੁ ਸੰਜਮੁ ਧਰਮੁ ਨ ਕਮਾਇਆ॥	jap tap sanjam Dharam na kamaa-i-aa.
ਸੇਵਾ ਸਾਧ ਨ ਜਾਨਿਆ ਹਰਿ ਰਾਇਆ॥	sayvaa saaDh na jaani-aa har raa-i-aa.
ਕਹੁ ਨਾਨਕ ਹਮ ਨੀਚ ਕਰੰਮਾ॥	kaho naanak ham neech karammaa.
ਸਰਣਿ ਪਰੇ ਕੀ ਰਾਖਹੁ ਸਰਮਾ॥੨॥੨੯	saran paray kee raakho sarmaa. ‖2‖29‖

ਜਿਹੜਾ ਆਪਣੇ ਮਨ ਦਾ ਭਰੋਸਾ ਅਡੋਲ ਕਰਕੇ, ਸ਼ਬਦ ਦੀ ਪਾਲਣਾ, ਬੰਦਗੀ ਨਹੀਂ ਕਰਦਾ, ਮਨ ਦੀਆਂ ਇੱਛਾਂ ਤੇ ਕਾਬੂ ਨਹੀਂ ਪਾਉਂਦਾ । ਉਹ ਅਟੱਲ ਪ੍ਰਭ ਦੀ ਰਹਿਮਤ ਨਹੀਂ ਪਾ ਸਕਦਾ, ਉਸ ਨੂੰ ਜਾਣ ਨਹੀਂ ਸਕਦਾ । ਜੀਵ ਆਪਣੇ ਮਨ ਵਿੱਚ ਇਸ ਤਰ੍ਹਾਂ ਦੀ ਨਿਮ੍ਰਤਾ ਧਾਰਨ ਕਰੋ! ਹਮੇਸ਼ਾਂ ਹੀ ਪ੍ਰਭ ਅੱਗੇ ਅਰਦਾਸ ਕਰੋ! ਪ੍ਰਭ ਮੇਰੇ ਵਿੱਚ ਕੋਈ ਗੁਣ ਨਹੀਂ, ਸਭ ਕੁਝ ਤੇਰਾ ਹੀ ਬਖਸ਼ਿਆ ਹੋਇਆ ਹੈ । ਤੇਰੀ ਸ਼ਰਣ ਵਿੱਚ ਅਇਆ ਹਾ, ਰਹਿਮਤ ਬਖਸੋ! ਆਪਣੇ ਦਾਸ ਦੀ ਰਖਿਆ ਕਰੋ! ਪਨਾਹ ਬਖਸ਼ੋ!

Whosoever may not meditate and adopt the teachings of His Word with steady and stable belief in day to day life. He may not be blessed with the right path of His acceptance nor the true essence of the teachings of His Word. You should adopt humility and always beg for His forgiveness and His counsel. You should always pray to The Master that you have no unique virtues of own, everything has been blessed with Your mercy and grace and have humbly surrendered to Your sanctuary, protect my honor.

99. ਆਸਾ ਮਹਲਾ ੫॥ 378-1

ਤੁਝ ਬਿਨੁ ਅਵਰੁ ਨਾਹੀ ਮੈ ਦੂਜਾ, ਤੂੰ ਮੇਰੇ ਮਨ ਮਾਹੀ॥	tujh bin avar naahee mai doojaa toonN mayray man maahee.
ਤੂੰ ਸਾਜਨੁ ਸੰਗੀ ਪ੍ਰਭੁ ਮੇਰਾ, ਕਾਹੇ ਜੀਅ ਡਰਾਹੀ॥੧॥	toonN saajan sangee parabh mayraa kaahay jee-a daraahee. ||1||

ਪ੍ਰਭ, ਕੇਵਲ ਤੂੰ ਹੀ ਮੇਰਾ ਆਸਰਾ ਹੈ, ਮੇਰੇ ਮਨ ਵਿੱਚ ਵਸਦਾ ਹੈ, ਹੋਰ ਕੋਈ ਦੂਸਰਾ ਨਹੀਂ ਹੈ । ਤੂੰ ਸਦਾ ਹੀ ਮੇਰੇ ਸਾਥ, ਮੇਰੇ ਮਨ ਵਿੱਚ ਵਸਦਾ ਹੈ । ਮੈਨੂੰ ਹੋਰ ਕਿਸੇ ਦਾ ਡਰ ਕਿਵੇਂ ਹੋ ਸਕਦਾ ਹੈ?

The True Master is the pillar of my support and dwell within my mind and body, no one else can help or protect me in this universe. He always remains in my company and dwells within my mind and body. How can I be afraid from anything else in my human life?

ਤੁਮਰੀ ਓਟ ਤੁਮਾਰੀ ਆਸਾ॥	tumree ot tumaaree aasaa.
ਬੈਠਤ ਊਠਤ ਸੋਵਤ ਜਾਗਤ, ਵਿਸਰੁ ਨਾਹੀ ਤੂੰ ਸਾਸ ਗਿਰਾਸਾ॥੧॥ ਰਹਾਉ॥	baithat oothat sovat jaagat visar naahee toonN saas giraasaa. ||1|| rahaa-o.

ਪ੍ਰਭ ਤੂੰ ਹੀ ਮੇਰਾ ਆਸਰਾ ਹੈ, ਮੈਨੂੰ ਤੇਰੀ ਹੀ ਓਟ ਹੈ । ਮੈਂ ਸਵਾਸ ਗਰਾਸ, ਜਾਗਦੇ, ਸੌਂਦੇ ਤੇਰੇ ਸ਼ਬਦ ਦੀ ਪਾਲਣਾ, ਸਿਮਰਨ ਕਰਦਾ ਹਾ । ਤੇਰਾ ਸ਼ਬਦ ਮੇਰੇ ਮਨ ਵਿਚੋਂ ਕਦੇ ਵੀ ਵਿਸਰ ਨਾ ਜਾਵੇ।

You are my only hope and pillar of my support. I meditate and obey the teachings of Your Word with each and every breath, while awake, sleeping in my day to day life. Have a mercy and grace that I may never forget, abandon Your Word from my thoughts, day to day life.

ਰਾਖੁ ਰਾਖੁ ਸਰਣਿ ਪ੍ਰਭ ਅਪਨੀ, ਅਗਨਿ ਸਾਗਰ ਵਿਕਰਾਲਾ॥	raakh raakh saran parabh apnee agan saagar vikraalaa.
ਨਾਨਕ ਕੇ ਸੁਖਦਾਤੇ ਸਤਿਗੁਰ, ਹਮ ਤੁਮਰੇ ਬਾਲ ਗੁਪਾਲਾ॥੨॥੩੦॥	naanak kay sukh-daatay satgur ham tumray baal gupaalaa. ||2||30||

ਪ੍ਰਭ ਮੈਂ ਤੇਰੀ ਸ਼ਰਣ ਵਿੱਚ ਨਿਮਾਣਾ ਦਾਸ ਅਇਆ ਹਾ! ਰਹਿਮਤ ਬਖਸ਼ੋ! ਇਸ ਇੱਛਾਂ ਭਰੇ ਭਿਆਨਕ ਸਾਗਰ ਵਿਚੋਂ ਬਚਾ ਲਵੋ! ਤੂੰ ਹੀ ਸੰਤੋਖ, ਸੁਖਾਂ ਦਾ ਦਾਤਾ ਹੈ, ਮੈਂ ਤੇਰਾ ਹੀ ਦਾਸ, ਪੈਦਾ ਕੀਤਾ ਜੀਵ ਹਾ । ਰਹਿਮਤ ਦੀ ਨਜ਼ਰ ਬਖਸ਼ਕੇ ਬਚਾ ਲਵੋ!

My True Master, I am your humble servant and have humbly surrendered at Your door for forgiveness. With Your mercy and grace blesses me with devotion to adopt the teachings of Your Word with steady and stable and save me from this terrible ocean of worldly desires. You are the only True Master of all comforts of life I am blessed with human body with Your blessings. Save me with Your mercy and grace.

100.ਆਸਾ ਮਹਲਾ ੫॥ 378-5

ਹਰਿ ਜਨ ਲੀਨੇ ਪ੍ਰਭੂ ਛਡਾਇ॥	har jan leenay parabhoo chhadaa-ay.
ਪ੍ਰੀਤਮ ਸਿਉ ਮੇਰੋ ਮਨੁ ਮਾਨਿਆ,	pareetam si-o mayro man maani-aa
ਤਾਪੁ ਮੁਆ ਬਿਖੁ ਖਾਇ॥੧॥ ਰਹਾਉ॥	taap mu-aa bikh khaa-ay. ||1||rahaa-o.

ਪ੍ਰਭ ਨੇ ਮੈਨੂੰ ਆਪਣਾ ਦਾਸ ਬਣਾਕੇ ਬਚਾ ਲਿਆ ਹੈ । ਮੇਰੇ ਮਨ ਨੇ ਆਪਾ ਪ੍ਰਭ ਅੱਗੇ ਭੇਟ ਕਰ ਦਿੱਤਾ ਹੈ । ਮੇਰੇ ਮਨ ਦੇ ਅਹੰਕਾਰ ਨੇ ਜ਼ਹਿਰ ਖਾ ਲਿਆ ਅਤੇ ਨਾਸ਼ ਹੋ ਗਿਆ ਹੈ ।

The True Master has saved me by accepting me as His true devotee, His slave. I have surrendered my mind and body, my selfishness at the service of The True Master. The ego of my mind has swallowed the poison of her own pride and has been completely eliminated from my mind.

ਪਾਲਾ ਤਾਊ ਕਛੂ ਨ ਬਿਆਪੈ	paalaa taa-oo kachhoo na bi-aapai
ਰਾਮ ਨਾਮ ਗੁਨ ਗਾਇ॥	raam naam gun gaa-ay.
ਡਾਕੀ ਕੋ ਚਿਤਿ ਕਛੂ ਨ ਲਾਗੈ,	daakee ko chit kachhoo na laagai
ਚਰਨ ਕਮਲ ਸਰਨਾਇ॥੧॥	charan kamal sarnaa-ay. ||1||

ਜਦੋਂ ਮੈਂ ਪ੍ਰਭ ਦੇ ਸ਼ਬਦ ਦੀ ਪਾਲਣਾ, ਗੁਣ ਗਾਉਣ ਵਿੱਚ ਲੀਨ ਹੋਇਆ ਰਹਿੰਦਾ ਹਾ । ਸੰਸਾਰਕ ਇੱਛਾਂ ਦੇ ਦੁਖ, ਸੁਖ ਮੇਰੇ ਤੇ ਕੋਈ ਪ੍ਰਭਾਵ ਨਹੀਂ ਪਾਉਂਦੇ । ਮੈਂ ਪ੍ਰਭ ਦੀ ਸ਼ਰਣ ਵਿੱਚ ਪਨਾਹ ਲਈ ਹੈ । ਸੰਸਾਰਕ ਮਾਇਆ ਦਾ ਮੇਰੇ ਜੀਵਨ ਵਿੱਚ ਕੋਈ ਪ੍ਰਭਾਵ ਨਹੀਂ ਹੈ, ਮਨ ਵਿੱਚ ਕੋਈ ਭਟਕਣ ਨਹੀਂ ਹੈ ।

When I obey the teachings of His Word, my mind remains intoxicated in singing the glory of His Word. All frustrations, sufferings and pleasures of worldly life have no effect on my state of mind. I have been accepted in the sanctuary of The True Master. The worldly wealth, desires, frustrations, worries and anxiety have no affect my state of mind.

ਸੰਤ ਪ੍ਰਸਾਦਿ ਭਏ ਕਿਰਪਾਲਾ,	sant parsaad bha-ay kirpaalaa
ਹੋਏ ਆਪਿ ਸਹਾਇ॥	ho-ay aap sahaa-ay.
ਗੁਨ ਨਿਧਾਨ ਨਿਤਿ ਗਾਵੈ ਨਾਨਕੁ,	gun niDhaan nit gaavai naanak
ਸਹਸਾ ਦੁਖੁ ਮਿਟਾਇ॥੨॥੩੧॥	sahsaa dukh mitaa-ay. ||2||31||

ਪ੍ਰਭ ਦੇ ਸ਼ਬਦ ਦੀ ਪਾਲਣਾ ਕਰਨ ਨਾਲ ਪ੍ਰਭ ਨੇ ਆਪ ਹੀ ਰਹਿਮਤ ਬਖਸ਼ੀ ਹੈ, ਆਪ ਹੀ ਮੇਰਾ ਆਸਰਾ ਬਣ ਗਿਆ ਹੈ । ਬੰਦਗੀ ਕਰਦਾ ਮਨ ਪ੍ਰਭ ਦੇ ਸ਼ਬਦ ਦੇ ਗੁਣ ਗਾਉਂਦਾ ਹੈ । ਗੁਣ ਗਾਉਂਦੇ ਮਨ ਨੂੰ ਸ਼ਬਦ ਦੀ ਸੋਝੀ ਦਾ ਖਜ਼ਾਨਾ ਬਖਸ਼ਿਸ਼ ਹੋ ਜਾਂਦਾ ਹੈ । ਮਨ ਵਿਚੋਂ ਸਾਰੇ ਭਰਮ ਨਾਸ਼ ਹੋ ਜਾਂਦੇ ਹਨ ।

By adopting the teachings of His Word in my day to day life; The Merciful True Master has accepted me in His sanctuary. I am meditating and singing the glory of His Word, virtues. The True Master has blessed the treasure of enlightenment to His true devotee and has eliminated all his suspicions forever.

101.ਆਸਾ ਮਹਲਾ ੫॥378-8

ਅਉਖਧੁ ਖਾਇਓ ਹਰਿ ਕੋ ਨਾਉ॥	a-ukhaDh khaa-i-o har ko naa-o.
ਸੁਖ ਪਾਏ ਦੁਖ ਬਿਨਸਿਆ ਥਾਉ॥੧॥	sukh paa-ay dukh binsi-aa thaa-o. ||1||

ਪ੍ਰਭ ਦੇ ਸ਼ਬਦ ਦੀ ਪਾਲਣਾ ਰੂਪੀ ਦਵਾਈ ਨਾਲ ਮਨ ਵਿੱਚ ਸੰਤੋਖ ਵਸ ਗਿਆ ਹੈ । ਮਨ ਵਿਚੋਂ ਸਾਰੇ ਸੰਸਾਰਕ ਇੱਛਾਂ ਰੂਪੀ ਦੁਖ ਦੂਰ ਹੋ ਗਏ ਹਨ ।

By obeying the teachings of His Word, the frustrations of mind have been cured and I am fully contented with the teachings of His Word.

All frustrations and miseries of worldly desires have been eliminated from my mind.

ਤਾਪੁ ਗਇਆ ਬਚਨਿ ਗੁਰ ਪੂਰੇ॥ taap ga-i-aa bachan gur pooray.
ਅਨਦੁ ਭਇਆ ਸਭਿ ਮਿਟੇ ਵਿਸੂਰੇ॥ ੧॥ਰਹਾਉ॥ anad bha-i-aa sabh mitay visooray. ||1|| rahaa-o.

ਸ਼ਬਦ ਨਾਲ ਜੀਵਨ ਢਾਲਣ ਨਾਲ ਮੇਰੇ ਮਨ ਵਿਚੋਂ ਸੰਸਾਰਕ ਇੱਛਾਂ ਰੂਪੀ ਰੋਗ ਖਤਮ ਹੋ ਗਿਆ ਹੈ । ਮੇਰੇ ਮਨ ਵਿੱਚ ਪੂਰਨ ਸੰਤੋਖ, ਖੇੜਾ ਵਸਦਾ ਹੈ ।

By adopting the teachings of His Word, all diseases of worldly desires have been eliminated from my mind. I am fully contented and in blossom with His blessings.

ਜੀਅ ਜੰਤ ਸਗਲ ਸੁਖੁ ਪਾਇਆ॥ jee-a jant sagal sukh paa-i-aa.
ਪਾਰਬ੍ਰਹਮੁ ਨਾਨਕ ਮਨਿ ਧਿਆਇਆ॥ ੨॥੩੨॥ paarbarahm naanak man Dhi-aa-i-aa. ||2||32||

ਜਿਹੜੇ ਜੀਵ ਮਨ ਵਿੱਚ ਪ੍ਰਭ ਦੇ ਸ਼ਬਦ ਵੱਲ ਧਿਆਨ ਰਖਦੇ ਹਨ, ਉਹ ਸ੍ਰਿਸ਼ਟੀ ਦੇ ਸਾਰੇ ਜੀਵ ਜੰਤ ਹੀ ਸੁਖ ਪਾਉਂਦੇ ਹਨ ।

Whosoever may concentrate and adopts the teachings of His Word in day to day life; with this way of life, technique all creatures of universe may enjoys comfort in their worldly environments.

102.ਆਸਾ ਮਹਲਾ ੫॥ 378

ਬਾਂਛਤ ਨਾਹੀ ਸੁ ਬੇਲਾ ਆਈ॥ baaNchhat naahee so baylaa aa-ee.
ਬਿਨੁ ਹੁਕਮੈ ਕਿਉ ਬੁਝੈ ਬੁਝਾਈ॥੧॥ bin hukmai ki-o bujhai bujhaa-ee. ||1||

ਮਾਨਸ ਮੌਤ ਦੇ ਸਮੇਂ ਦੀ ਉਡੀਕ ਨਹੀਂ ਕਰਦਾ, ਇੱਛਾਂ ਨਹੀਂ ਰਖਦਾ, ਪਰ ਅੰਤ ਵਿੱਚ ਉਹ ਸਮਾਂ ਆ ਜਾਂਦਾ ਹੈ । ਪ੍ਰਭ ਦੇ ਹੁਕਮ ਤੋਂ ਬਿਨਾਂ ਕੌਣ ਇਹ ਸਮਾਂ ਜਾਣ ਸਕਦਾ ਹੈ?

No human ever anxiously waits for the time of death or any desire to see death. However, death happens at predetermined time. Without, The True Master, who may anticipate the time of death?

ਠੰਢੀ ਤਾਤੀ ਮਿਟੀ ਖਾਈ॥ thadhee taatee mitee khaa-ee.
ਓਹੁ ਨ ਬਾਲਾ ਬੂਢਾ ਭਾਈ॥੧॥ ਰਹਾਉ॥ oh na baalaa boodhaa bhaa-ee. ||1|| rahaa-o.

ਅੰਤ ਵਿੱਚ ਤਨ, ਪਾਣੀ, ਅੱਗ ਅਤੇ ਧਰਤੀ ਵਿੱਚ ਹੀ ਮਿਲ ਜਾਂਦਾ ਹੈ । ਇਹ ਆਤਮਾ ਨਾ ਤਾਂ ਬੁੱਢੀ ਹੁੰਦੀ, ਨਾ ਹੀ ਬਾਲ, ਜਵਾਨੀ ਦੀ ਅਵਸਥਾ ਵਿੱਚ ਹੀ ਹੁੰਦੀ ਹੈ । ਉਸ ਦੇ ਹੁਕਮ ਨਾਲ ਹੀ ਮੌਤ ਦੇ ਹਵਾਲੇ ਹੋ ਜਾਂਦੀ ਹੈ ।

In the end, the body of the creature may be disposed of in certain ways; in water, fire and dirt. The soul may never be a child, old feasible or young. With His command his soul may be captured by the devil of death.

ਨਾਨਕ ਦਾਸ ਸਾਧ ਸਰਣਾਈ॥ naanak daas saaDh sarnaa-ee.
ਗੁਰ ਪ੍ਰਸਾਦਿ ਭਉ ਪਾਰਿ ਪਰਾਈ॥੨॥੩੩॥ gur parsaad bha-o paar paraa-ee.2-33

ਬੰਦਗੀ ਕਰਨ ਵਾਲਾ ਸਦਾ ਹੀ ਪ੍ਰਭ ਦੀ ਸ਼ਰਣ ਵਿੱਚ ਵਸਦਾ ਹੈ । ਪ੍ਰਭ ਦੀ ਰਹਿਮਤ ਨਾਲ ਉਸ ਦਾ ਮੌਤ ਦਾ ਡਰ ਨਾਸ਼ ਹੋ ਜਾਂਦਾ ਹੈ ।

His true devotee always remains intoxicated in the void of His Word, His sanctuary. His fear of death may be eliminated from his mind by His grace.

103.ਆਸਾ ਮਹਲਾ ੫॥ 378-12

ਸਦਾ ਸਦਾ ਆਤਮ ਪਰਗਾਸੁ॥
ਸਾਧਸੰਗਤਿ ਹਰਿ ਚਰਣ ਨਿਵਾਸੁ॥੧॥

sadaa sadaa aatam pargaas.
saaDhsangat har charan nivaas. ||1||

ਜਿਹੜੀ ਆਤਮਾ ਬੰਦਗੀ ਕਰਨ ਵਾਲੇ ਸੰਤਾਂ ਦੇ ਚਰਨਾਂ ਵਿੱਚ ਵਸਦੀ ਹੈ । ਉਸ ਤੇ ਸਦਾ ਹੀ ਪ੍ਰਭ ਦੇ ਸ਼ਬਦ ਰੂਪੀ ਨੂਰ ਚਮਕਦਾ ਹੈ । ਉਹ ਜਾਗਰਤ, ਸੁਚੇਤ ਰਹਿੰਦੀ ਹੈ ।

Whosoever may dwell in the association of His true devotee, adopt life teachings of His true devotee, the spiritual glory of the teachings of His Word may shine on her forehead. He remains awake and alert all time.

ਰਾਮ ਨਾਮ ਨਿਤਿ ਜਪਿ ਮਨ ਮੇਰੇ॥
ਸੀਤਲ ਸਾਂਤਿ ਸਦਾ ਸੁਖ ਪਾਵਹਿ,
ਕਿਲਵਿਖ ਜਾਹਿ ਸਭੇ ਮਨ ਤੇਰੇ॥੧॥
ਰਹਾਉ॥

raam naam nit jap man mayray.
seetal saant sadaa sukh paavahi
kilvikh jaahi sabhay man tayray.
||1|| rahaa-o.

ਜੀਵ ਸਵਾਸ ਸਵਾਸ ਪ੍ਰਭ ਦੇ ਸ਼ਬਦ ਦੀ ਪਾਲਣਾ, ਸਿਮਰਨ ਕਰੋ! ਤੇਰੇ ਮਨ ਵਿੱਚ ਸਦਾ ਰਹਿਣ ਵਾਲਾ ਸੰਤੋਖ ਅਨੰਦ ਖੇੜਾ ਵਸ ਜਾਵੇਗਾ । ਤੇਰੇ ਬੁਰੇ ਖਿਆਲ, ਪਾਪ ਧੋਤੇ ਜਾਣਗੇ ।

You should meditate and adopt the teachings of His Word with each and every breath. You may be blessed with a pleasures and contentment forever. All sins of past life may be forgiven by The True Master.

ਕਹੁ ਨਾਨਕ ਜਾ ਕੇ ਪੂਰਨ ਕਰਮ॥
ਸਤਿਗੁਰ ਭੇਟੇ ਪੂਰਨ ਪਾਰਬ੍ਰਹਮ॥੨॥੩੪॥

kaho naanak jaa kay pooran karam.
satgur bhaytay pooran paarbarahm.2.3

ਜਿਸ ਦੇ ਚੰਗੇ, ਪੂਰਨ ਭਾਗ ਹੁੰਦੇ ਹਨ । ਉਸ ਦੀ ਹੀ ਸ਼ਬਦ ਦੀ ਪਾਲਣਾ ਵਿੱਚ ਲਗਨ ਲਗਦੀ ਹੈ । ਉਸ ਨੂੰ ਹੀ ਉਤਮ ਅਵਸਥਾ ਬਖਸ਼ਿਸ਼ ਹੁੰਦੀ ਹੈ ।

Only with a great pre-written destiny, His true devotee may be attached to a devotional meditation and may adopt the teachings of His Word in his day to day life. His soul may be blessed with a superb state of mind while still in human life.

104.ਆਸਾ ਮਹਲਾ ੫॥ ਦੂਜੇ ਘਰ ਕੇ ਚਉਤੀਸ॥ 378-19

ਜਾ ਕਾ ਹਰਿ ਸੁਆਮੀ ਪ੍ਰਭੁ ਬੇਲੀ॥
ਪੀੜ ਗਈ ਫਿਰਿ ਨਹੀ ਦੁਹੇਲੀ॥੧॥
ਰਹਾਉ॥

jaa kaa har su-aamee parabh baylee.
peerh ga-ee fir nahee duhaylee. ||1||
rahaa-o.

ਜਿਸ ਆਤਮਾ ਦਾ ਪ੍ਰਭ ਆਪ ਮਿੱਤਰ ਬਣ ਜਾਂਦਾ ਹੈ । ਉਸ ਦੇ ਮਨ ਵਿਚੋਂ ਸੰਸਾਰਕ ਇੱਛਾਂ ਰੂਪੀ ਦੁਖ ਨਾਸ਼ ਹੋ ਜਾਂਦਾ ਹੈ । ਫਿਰ ਕਦੇ ਪ੍ਰਭ ਨਾਲੋ ਵਿਛੋੜਾ ਨਹੀਂ ਹੁੰਦਾ ।

Whosoever may be accepted in His sanctuary, all his worldly frustrations, desires and misery may be eliminated with His mercy and grace. His soul may never be separated from the Holy Spirit ever again.

ਕਰਿ ਕਿਰਪਾ ਚਰਨ ਸੰਗਿ ਮੇਲੀ॥
ਸੂਖ ਸਹਜ ਆਨੰਦ ਸੁਹੇਲੀ॥੧॥

kar kirpaa charan sang maylee.
sookh sahj aanand suhaylee. ||1||

ਪ੍ਰਭ ਆਪ ਹੀ ਆਪਣੇ ਚਰਨਾਂ ਵਿੱਚ ਪਨਾਹ ਬਖਸ਼ਦਾ ਹੈ । ਉਸ ਦੇ ਮਨ ਵਿੱਚ ਸਦਾ ਰਹਿਣ ਵਾਲਾ ਖੇੜਾ ਵਸ ਜਾਂਦਾ ਹੈ ।

Whosoever may be accepted in His sanctuary. With His mercy and grace, he may remain contented with blossom forever.

ਸਾਧਸੰਗਿ ਗੁਣ ਗਾਇ ਅਤੋਲੀ॥
ਹਰਿ ਸਿਮਰਤ ਨਾਨਕ ਭਈ ਅਮੋਲੀ॥੨॥੩੫॥

saaDhsang gun gaa-ay atolee.
har simrat naanak bha-ee amolee.
||2||35||

ਜਿਹੜੀ ਆਤਮਾ ਬੰਦਗੀ ਕਰਨ ਵਾਲੇ ਸੰਤਾਂ ਨਾਲ ਰਲਕੇ ਸ਼ਬਦ ਦੇ ਗੁਣ ਗਾਉਂਦੀ ਹੈ । ਸ਼ਬਦ ਨੂੰ ਯਾਦ ਕਰਨ, ਪਾਲਣਾ ਕਰਨ ਨਾਲ ਉਹ ਆਤਮਾ ਬਹੁਤ ਕੀਮਤੀ ਬਣ ਜਾਂਦੀ ਹੈ ।

Whosoever may associate with His true devotee and may sing the glory of the teachings of His Word. By remembering, concentrating and adopting the teachings of His Word in day to day life, his soul may become priceless, worthy of His considerations.

105.ਆਸਾ ਮਹਲਾ ੫॥ 379- 3

ਕਾਮ ਕ੍ਰੋਧ ਮਾਇਆ ਮਦ ਮਤਸਰ,	kaam kroDh maa-i-aa mad matsar ay
ਏ ਖੇਲਤ ਸਭਿ ਜੂਐ ਹਾਰੇ॥	khaylat sabh joo-ai haaray.
ਸਤੁ ਸੰਤੋਖੁ ਦਇਆ ਧਰਮੁ ਸਚੁ,	sat santokh da-i-aa Dharam sach
ਇਹ ਅਪੁਨੈ ਗ੍ਰਿਹ ਭੀਤਰਿ ਵਾਰੇ॥੧॥	ih apunai garih bheetar vaaray. ‖1‖

ਮੈਂ ਮਾਨਸ ਜਨਮ ਦੇ ਖੇਲ ਵਿੱਚ ਕਾਮਵਾਸਨਾ, ਕਰੋਧ, ਮਾਇਆ ਦੇ ਨਸ਼ੇ, ਨਿੰਦਿਆਂ ਵਾਲੇ ਸਾਰੇ ਕੰਮਾਂ ਨੂੰ ਤਿਆਗ ਦਿੱਤਾ ਹੈ । ਇਹ ਸਾਰੇ ਮੇਰੇ ਜੀਵਨ ਲਈ ਬਿਰਥੇ ਹੀ ਹਨ । ਧੀਰਜ, ਸੰਤੋਖ, ਖਿਮਾ, ਤਰਸ, ਸ਼ਬਦ ਤੇ ਭਰੋਸੇ, ਸੱਚ ਨੂੰ ਜੀਵਨ ਦਾ ਅਧਾਰ ਬਣਾਇਆ ਹੈ ।

I have abandoned all five worldly desires, like sexual desire, anger, intoxication of worldly wealth and criticizing others. All are useless for the purpose of my human life journey. I have adopted patience, contentment, forgiveness and mercy on others. I have adopted the teachings of His Word with steady and stable belief and adopted truth as the guiding principle of my day to day human life.

ਜਨਮ ਮਰਨ ਚੂਕੇ ਸਭਿ ਭਾਰੇ॥	janam maran chookay sabh bhaaray.
ਮਿਲਤ ਸੰਗਿ ਭਇਓ ਮਨੁ ਨਿਰਮਲੁ,	milat sang bha-i-o man nirmal
ਗੁਰਿ ਪੂਰੈ ਲੈ ਖਿਨ ਮਹਿ ਤਾਰੇ॥੧॥	gur poorai lai khin meh taaray. ‖1‖
ਰਹਾਉ॥	rahaa-o.

ਇਹ ਰਸਤਾ ਧਾਰਨ ਕਰਨ ਨਾਲ ਮੇਰਾ ਜਨਮ ਮਰਨ ਦਾ ਡਰ ਖਤਮ ਹੋ ਗਿਆ ਹੈ । ਬੰਦਗੀ ਕਰਨ ਵਾਲੇ ਦੀ ਸੰਗਤ ਵਿੱਚ ਸ਼ਬਦ ਦੇ ਗੁਣ ਗਾਉਣ ਨਾਲ ਮਨ ਪਵਿਤ੍ਰ ਹੋ ਗਿਆ ਹੈ । ਪ੍ਰਭ ਨੇ ਇੱਕ ਪਲ ਵਿੱਚ ਹੀ ਮੈਨੂੰ ਬਚਾ ਲਿਆ, ਪ੍ਰਵਾਨਗੀ ਦੇ ਰਸਤੇ ਤੇ ਅਡੋਲ ਕਰ ਦਿੱਤਾ ਹੈ ।

By adopting the teachings of His Word, all fears and worries of birth and death have been eliminated from my mind. By singing the glory of the teachings of His Word in the association of His true devotee, my soul has been sanctified and has become worthy of His consideration. In a twinkle of eyes, I have been guided me on the right path of salvation and He has saved me from worldly ocean of desires.

ਸਭ ਕੀ ਰੇਨੁ ਹੋਇ ਰਹੈ ਮਨੂਆ,	sabh kee rayn ho-ay rahai manoo-aa
ਸਗਲੇ ਦੀਸਹਿ ਮੀਤ ਪਿਆਰੇ॥	saglay deeseh meet pi-aaray.
ਸਭ ਮਧੇ ਰਵਿਆ ਮੇਰਾ ਠਾਕੁਰੁ,	sabh maDhay ravi-aa mayraa thaakur
ਦਾਨੁ ਦੇਤ ਸਭਿ ਜੀਅ ਸਮ੍ਾਰੇ॥੨॥	daan dayt sabh jee-a samʜaaray. ‖2‖

ਮਨ ਆਪਣੀ ਹੈਸੀਅਤ ਨੂੰ ਸਭ ਦੇ ਚਰਨਾਂ ਦੀ ਧੂੜ ਸਮਾਨ ਸਮਝਦਾ ਹੈ । ਸਾਰੇ ਜੀਵ ਹੀ ਬਹੁਤ ਪਿਆਰੇ ਮਿੱਤਰ ਬਣ ਗਏ ਹਨ । ਇੱਕੋ ਇੱਕ ਪ੍ਰਭ ਹੀ ਸਭ ਜੀਵਾਂ ਦੇ ਅੰਦਰ ਵਸਦਾ ਹੈ । ਸਭਨਾਂ ਨੂੰ ਹੀ ਬਖਸ਼ਿਸ਼ਾਂ ਦੇਂਦਾ ਹੈ, ਪਾਲਣਾ ਪੋਸਨਾ ਕਰਦਾ ਹੈ ।

You should consider your worldly status as lower than the dust of the feet of other humans, then you may realize everyone as your friend and companion. The One and Only One God dwells in each and every creature.

The merciful bestows His blessings on each and every creature with good virtues and nourishments.

ਏਕੋ ਏਕੁ ਆਪਿ ਇਕੁ ਏਕੈ,	ayko ayk aap ik aykai
ਏਕੈ ਹੈ ਸਗਲਾ ਪਾਸਾਰੇ॥	aykai hai saglaa paasaaray.
ਜਪਿ ਜਪਿ ਹੋਏ ਸਗਲ ਸਾਧ ਜਨ,	jap jap ho-ay sagal saaDh jan
ਏਕੁ ਨਾਮੁ ਧਿਆਇ ਬਹੁਤੁ ਉਧਾਰੇ॥੩॥	ayk naam Dhi-aa-ay bahut uDhaaray. 3

ਇੱਕੋ ਇੱਕ ਪ੍ਰਭ ਦੀ ਜੋਤ ਵਿਚੋਂ ਹੀ ਸਾਰੀ ਸ੍ਰਿਸ਼ਟੀ ਉਤਪੰਨ ਹੋਈ ਹੈ । ਪ੍ਰਭ ਦੇ ਸ਼ਬਦ ਦੀ ਪਾਲਣਾ, ਗੁਣ ਗਾਉਣ ਨਾਲ ਸਾਰੇ ਜੀਵ ਹੀ ਪਵਿਤ੍ਰ ਹੋ ਜਾਂਦੇ ਹਨ । ਪ੍ਰਭ ਦਾ ਸ਼ਬਦ ਹੀ ਸਭ ਨੂੰ ਤਾਰਨ ਵਾਲਾ ਮੰਤਰ ਹੈ ।

The whole universe is an expansion of His Holy spirit and He dwells in each and every creature. By singing and adopting the teachings of His Word in day to day life, all souls may be sanctified. Adopting the teachings of His Word may be the right path of acceptance in His court.

ਗਹਿਰ ਗੰਭੀਰ ਬਿਅੰਤ ਗੁਸਾਈ,	gahir gambheer bi-ant gusaa-ee
ਅੰਤੁ ਨਹੀ ਕਿਛੁ ਪਾਰਾਵਾਰੇ॥	ant nahee kichh paaraavaaray.
ਤੁਮ੍ਰੀ ਕ੍ਰਿਪਾ ਤੇ ਗੁਨ ਗਾਵੈ,	tumHree kirpaa tay gun gaavai
ਨਾਨਕ ਧਿਆਇ ਧਿਆਇ	naanak Dhi-aa-ay Dhi-aa-ay
ਪ੍ਰਭ ਕਉ ਨਮਸਕਾਰੇ॥੪॥੩੬॥	parabh ka-o namaskaaray. ||4||36||

ਪ੍ਰਭ ਦੇ ਕਰਤਬ ਬਹੁਤ ਗੰਭੀਰ, ਅੰਤ ਤੋ ਰਹਿਤ ਹਨ, ਉਹਨਾਂ ਵਿੱਚ ਕੋਈ ਕਮੀ, ਦਾਗ਼ ਨਹੀਂ ਹੈ । ਪ੍ਰਭ ਤੇਰੀ ਰਹਿਮਤ ਨਾਲ ਹੀ ਤੇਰੇ ਦਾਸ ਤੇਰੇ ਸ਼ਬਦ ਦੀ ਪਾਲਣਾ, ਸਿਮਰਨ ਕਰਦੇ ਹਨ । ਉਹ ਨਿਮਾਣੇ ਦਾਸ ਤੇਰੇ ਅੱਗੇ ਹੀ ਅਰਦਾਸ ਕਰਦੇ, ਸਿਰ ਝੁਕਾਉਂਦੇ ਹਨ ।

His nature is very mysterious, beyond any limit and without any deficiency or blemish. With Your mercy and grace; Your true devotee may meditate and adopt the teachings of Your Word in day to day life. Your humble slaves always pray and beg for your forgiveness and bow their head in gratitude for Your blessings.

106.ਆਸਾ ਮਹਲਾ ੫॥ 379- 9

ਤੂ ਬਿਅੰਤੁ ਅਵਿਗਤੁ ਅਗੋਚਰੁ,	too bi-ant avigat agochar
ਇਹੁ ਸਭੁ ਤੇਰਾ ਆਕਾਰੁ॥	ih sabh tayraa aakaar.
ਕਿਆ ਹਮ ਜੰਤ ਕਰਹ ਚਤੁਰਾਈ,	ki-aa ham jant karah chaturaa-ee
ਜਾਂ ਸਭੁ ਕਿਛੁ ਤੁਝੈ ਮਝਾਰਿ॥੧॥	jaaN sabh kichh tujhai majhaar. ||1|

ਪ੍ਰਭ ਦੀ ਰੂਹਾਨੀ ਜੋਤ, ਅੰਤ ਤੋ ਰਹਿਤ, ਜਾਣਕਾਰੀ ਤੋ ਰਹਿਤ ਹੈ । ਸਾਰੀ ਸ੍ਰਿਸ਼ਟੀ ਹੀ ਤੇਰੀ ਪੈਦਾ ਕੀਤੀ ਹੋਈ ਹੈ । ਮਾਨਸ ਆਪਣੀ ਚਲਾਕੀ, ਸਿਆਣਪ ਨਾਲ ਕੀ ਕਰ ਸਕਦਾ ਹਾ? ਸਭ ਕੁਝ ਤੇਰੇ ਹੁਕਮ ਅੰਦਰ ਹੀ ਵਾਪਰਦਾ ਹੈ ।

The spiritual Holy spirit, The True Master remains beyond any limit and beyond any comprehension of His creation. All universes are expansion of Your Holy Spirit and You are embedded within the soul of each creature. What may any creature accomplish with his own clever tricks, his own wisdom? Only Your command may prevail in the universe.

ਮੇਰੇ ਸਤਿਗੁਰ ਅਪਨੇ ਬਾਲਿਕ,	mayray satgur apnay baalik
ਰਾਖਹੁ ਲੀਲਾ ਧਾਰਿ॥	raakho leelaa Dhaar.
ਦੇਹੁ ਸੁਮਤਿ ਸਦਾ ਗੁਣ ਗਾਵਾ,	dayh sumat sadaa gun gaavaa mayray
ਮੇਰੇ ਠਾਕੁਰ ਅਗਮ ਅਪਾਰ॥੧॥ ਰਹਾਉ॥	thaakur agam apaar. ||1|| rahaa-o

ਪ੍ਰਭ ਤੂੰ ਹੀ ਅਸਲੀ ਮਾਲਕ ਹੈ, ਇਹ ਸਭ ਤੇਰਾ ਹੀ ਖੇਲ ਹੈ । ਮੈਂ ਵੀ ਤੇਰਾ ਹੀ ਬੱਚਾ ਹਾ । ਰਹਿਮਤ ਬਖਸ਼ੋ! ਇਸ ਖੇਲ ਵਿੱਚ ਰਖਿਆ ਕਰੋ! ਪ੍ਰਭ ਰਹਿਮਤ ਬਖਸ਼ੋ, ਸੋਝੀ, ਮੱਤ ਬਖਸ਼ੋ! ਸਦਾ ਹੀ ਤੇਰੇ ਸ਼ਬਦ ਦੇ ਗੁਣ ਗਾਉਂਦਾ ਰਹਾ।

You are One and Only One True Master of the creation and the universe is only Your play. I am Your humble creature, with Your mercy and grace attaches me to meditate on the true teachings of Your Word to keeps me intoxicated in the void of Your Word forever.

ਜੈਸੇ ਜਨਨਿ ਜਠਰ ਮਹਿ ਪ੍ਰਾਨੀ,	jaisay janan jathar meh paraanee
ਓਹੁ ਰਹਤਾ ਨਾਮ ਅਧਾਰਿ॥	oh rahtaa naam aDhaar.
ਅਨਦੁ ਕਰੈ ਸਾਸਿ ਸਾਸਿ ਸਮ੍ਹਾਰੈ,	anad karai saas saas samHaarai
ਨਾ ਪੋਹੈ ਅਗਨਾਰਿ॥੨॥	naa pohai agnaar. ‖2‖

ਜਿਸ ਤਰ੍ਹਾਂ ਮਾਤਾ ਦੇ ਗਰਭ ਵਿੱਚ ਆਤਮਾ ਦੀ ਰਖਿਆ ਕਰਦਾ, ਆਤਮਾ ਦਾ ਆਸਰਾ ਹੁੰਦਾ ਹੈ । ਤੂੰ ਆਤਮਾ ਦਾ ਹਰ ਪਲ ਹੀ ਖੁਸ਼ੀ ਵਿੱਚ ਬਦਲ ਦੇਂਦਾ ਹੈ । ਜਿਹੜੀ ਆਤਮਾ ਸਵਾਸ ਸਵਾਸ ਸ਼ਬਦ ਦਾ ਸਿਮਰਨ ਕਰਦੀ ਹੈ, ਤੈਨੂੰ ਯਾਦ ਕਰਦੀ ਹੈ । ਉਸ ਨੂੰ ਗਰਭ ਦੀ ਅੱਗ ਛੋਹ ਵੀ ਨਹੀਂ ਸਕਦੀ ।

The True Master you protect the soul in the womb of mother and only pillar of support for the soul. You may transform her each and every moment into blossom. Whosoever may remember her separation from You with each and every breath, the fire of the womb of mother may not even touch her.

ਪਰ ਧਨ ਪਰ ਦਾਰਾ ਪਰ ਨਿੰਦਾ,	par Dhan par daaraa par nindaa
ਇਨ ਸਿਉ ਪ੍ਰੀਤਿ ਨਿਵਾਰਿ॥	in si-o pareet nivaar.
ਚਰਨ ਕਮਲ ਸੇਵੀ ਰਿਦ ਅੰਤਰਿ,	charan kamal sayvee rid antar
ਗੁਰ ਪੂਰੇ ਕੈ ਆਧਾਰਿ॥੩॥	gur pooray kai aaDhaar. ‖3‖

ਜੀਵ ਆਪਣੇ ਮਨ ਵਿਚੋਂ ਪਰਇਆ ਧਨ, ਔਰਤ, ਦੂਸਰੇ ਦੀ ਨਿੰਦਿਆਂ ਦੀ ਇੱਛਾਂ ਨੂੰ ਤਿਆਗ ਦੇਵੇ! ਪ੍ਰਭ ਦੇ ਸ਼ਬਦ ਰੂਪੀ ਚਰਨਾਂ ਨੂੰ ਆਪਣੇ ਮਨ ਵਿੱਚ ਵਸਾਵੋ! ਸ਼ਬਦ ਨੂੰ ਮਨ ਵਿੱਚ ਜਾਗਰਤ ਕਰੋ! ਪ੍ਰਭ ਸਦਾ ਹੀ ਤੇਰਾ ਸਹਾਈ ਹੋ ਜਾਵੇਗਾ ।

You should abandon the desire for robbing the earnings of others, sexual desire of strange woman and abandon criticizing others. You should adopt the teachings of His Word within and remain awake and alert. The True Master may become your true pillar of support.

ਗ੍ਰਿਹੁ ਮੰਦਰ ਮਹਲਾ ਜੋ ਦੀਸਹਿ,	garihu mandar mehlaa jo deeseh
ਨਾ ਕੋਈ ਸੰਗਾਰਿ॥	naa ko-ee sangaar.
ਜਬ ਲਗੁ ਜੀਵਹਿ ਕਲੀ ਕਾਲ ਮਹਿ,	jab lag jeeveh kalee kaal meh
ਜਨ ਨਾਨਕ ਨਾਮੁ ਸਮ੍ਹਾਰਿ॥੪॥੩੭॥	jan naanak naam samHaar. ‖4‖37‖

ਜੀਵ ਸੰਸਾਰ ਵਿੱਚ ਜੋ ਘਰ, ਮਹਿਲ, ਮਾਲਕੀਅਤ ਵੇਖਦਾ, ਆਪਣੀ ਸਮਝਦਾ ਹੈ । ਮੌਤ ਤੋ ਪਿਛੋਂ ਕੋਈ ਸਾਥ ਨਹੀਂ ਜਾਂਦੀ । ਜਿਤਨਾ ਚਿਰ ਤੂੰ ਕੱਲਯੁਗ, ਸੰਸਾਰ ਵਿੱਚ ਜੀਵਨ ਬਤੀਤ ਕਰਦਾ ਹੈ । ਕੇਵਲ ਪ੍ਰਭ ਦੇ ਸ਼ਬਦ ਦੀ ਕਮਾਈ ਹੀ ਸਾਥ ਜਾਣ ਵਾਲਾ ਧਨ ਹੈ ।

You should realize that everything like your house, your worldly possession which you may consider belongs to you. Remember, nothing can stay with you after death to support in His court. As long as you are in this universe, in the Age of Kuljug, you should meditate to earn the wealth of His Word that may help you after death in His court.

107.ਆਸਾ ਘਰੁ ੩ ਮਹਲਾ ੫॥ 379-16

ੴ ਸਤਿਗੁਰ ਪ੍ਰਸਾਦਿ॥	ik-oNkaar satgur parsaad.
ਰਾਜ ਮਿਲਕ ਜੋਬਨ ਗ੍ਰਿਹ ਸੋਭਾ,	raaj milak joban garih sobhaa
ਰੂਪਵੰਤੁ ਜੋੁਆਨੀ॥	roopvant jo-aanee.
ਬਹੁਤੁ ਦਰਬੁ ਹਸਤੀ ਅਰੁ ਘੋੜੇ,	bahut darab hastee ar ghorhay
ਲਾਲ ਲਾਖ ਬੈ ਆਨੀ॥	laal laakh bai aanee.
ਆਗੈ ਦਰਗਹਿ ਕਾਮਿ ਨ ਆਵੈ,	aagai dargahi kaam na aavai
ਛੋਡਿ ਚਲੈ ਅਭਿਮਾਨੀ॥੧॥	chhod chalai abhimaanee. ||1||

ਸੰਸਾਰਕ ਰਾਜ ਭਾਗ, ਹੈਸੀਅਤ ਮੌਤ ਪਿਛੋਂ ਸਾਥ ਨਹੀਂ ਜਾਂਦੇ । ਪ੍ਰਭ ਦੇ ਦਰਬਾਰ ਵਿੱਚ ਇਸ ਨਾਲ ਕੋਈ ਮਾਣ, ਸੋਭਾ ਬਖਸ਼ਿਸ਼ ਨਹੀਂ ਹੁੰਦੀ । ਅਹੰਕਾਰੀ ਮਾਨਸ ਇਥੇ ਹੀ ਛੱਡਕੇ ਮਰ ਜਾਂਦੇ ਹਨ । (ਜਵਾਨੀ, ਸੁੰਦਰਤਾ, ਘਰ, ਸੋਭਾ, ਧਨ ਦੌਲਤ, ਹਾਥੀ, ਘੋੜੇ, ਕੀਮਤੀ ਰਤਨ)

The worldly status, worldly possession and the worldly kingdoms may not carry any weight in His court and may not accompany the soul after death in His court. His soul may not be blessed with any unique honor or special treatment. Everyone has to leave his ego and pride of his worldly status and accomplishments behind and retune to His court empty-handed without any earnings of His Word.

ਕਾਹੇ ਏਕ ਬਿਨਾ ਚਿਤੁ ਲਾਈਐ॥	kaahay ayk binaa chit laa-ee-ai.
ਊਠਤ ਬੈਠਤ ਸੋਵਤ ਜਾਗਤ,	oothat baithat sovat jaagat
ਸਦਾ ਸਦਾ ਹਰਿ ਧਿਆਈਐ॥੧॥	sadaa sadaa har Dhi-aa-ee-ai. ||1||
ਰਹਾਉ॥	rahaa-o.

ਜੀਵ ਸਵਾਸ ਗਰਾਸ, ਉਠਦੇ, ਬੈਠਦੇ, ਇੱਕੋ ਇੱਕ ਪ੍ਰਭ ਦੇ ਸ਼ਬਦ ਵਿੱਚ ਧਿਆਨ ਰਖੋ! ਹੋਰ ਦੂਸਰੇ ਪਾਸ ਕਿਉਂ ਬਿਰਥਾ ਹੀ ਧਿਆਨ ਲਾਉਂਦਾ, ਅਹੰਕਾਰ ਕਰਦਾ ਹੈ?

You should with every breath, sitting, standing always concentrate on the teachings of His Word, memory of your separation from The True Master. Why are you concentrating in other directions and boasting about your worldly accomplishment uselessly?

ਮਹਾ ਬਚਿਤ੍ਰ ਸੁੰਦਰ ਆਖਾੜੇ,	mahaa bachitar sundar aakhaarhay
ਰਣ ਮਹਿ ਜਿਤੇ ਪਵਾੜੇ॥	ran meh jitay pavaarhay.
ਹਉ ਮਾਰਉ ਹਉ ਬੰਧਉ ਛੋਡਉ,	ha-o maara-o ha-o banDha-o chhoda-o
ਮੁਖ ਤੇ ਏਵ ਬਬਾੜੇ॥	mukh tay ayv babaarhay.
ਆਇਆ ਹੁਕਮੁ ਪਾਰਬ੍ਰਹਮ ਕਾ,	aa-i-aa hukam paarbarahm kaa
ਛੋਡਿ ਚਲਿਆ ਏਕ ਦਿਹਾੜੇ॥੨॥	chhod chali-aa ayk dihaarhay. ||2||

ਜੀਵ ਸੰਸਾਰ ਵਿੱਚ ਕਿਤਨਾ ਵੀ ਬਹਾਦਰ ਕਿਉਂ ਨਾ ਹੋਵੇ, ਹਰ ਮੈਦਾਨ ਵਿੱਚ ਜਿੱਤ ਪਾਵੇ । ਸਾਰਾ ਸੰਸਾਰ ਹੀ ਸੋਭਾ ਕਰਦਾ ਹੋਵੇ, ਸਾਰੀ ਸ੍ਰਿਸ਼ਟੀ ਹੀ ਉਸ ਦੇ ਹੁਕਮ ਅੰਦਰ ਹੋਵੇ । ਕਿਸੇ ਜੀਵ ਨੂੰ ਮਾਰ ਸਕਦਾ ਹੋਵੇ, ਛੱਡ ਸਕਦਾ ਹੋਵੇ, ਪਕੜ ਸਕਦਾ ਹੋਵੇ । ਉਸ ਦਾ ਵੀ ਪ੍ਰਭ ਦੇ ਹੁਕਮ ਅੱਗੇ ਕੋਈ ਜ਼ੋਰ ਨਹੀਂ ਚਲਦਾ । ਜਦੋਂ ਮੌਤ ਦਾ ਸਨੇਹਾ ਆਉਂਦਾ ਹੈ, ਉਸ ਦੇ ਪਲ ਵਿੱਚ ਹੀ ਸਵਾਸ ਖਤਮ ਹੋ ਜਾਂਦੇ ਹਨ । ਉਸ ਨੇ ਮਰਨਾ ਹੈ, ਸੰਸਾਰ ਛੱਡ ਜਾਣਾ ਹੈ ।

No matter he may be the greatest warrior and has conquered each and every battle in the universe, the whole universe may be singing his glory and honor him. He may rule and command over all creature of the universe. He has power to capture, spare or kill anyone. However, all his worldly powers, strengths and glory may have no value, standing against the command of The True Master. When the devil of death knocks at his head, in a twinkle of eyes all his breaths may be exhausted. He has to leave this universe to answer for his worldly deeds to The True Master.

ਕਰਮ ਧਰਮ ਜੁਗਤਿ ਬਹੁ ਕਰਤਾ,	karam Dharam jugat baho kartaa
ਕਰਣੈਹਾਰੁ ਨ ਜਾਨੈ॥	karnaihaar na jaanai.
ਉਪਦੇਸੁ ਕਰੈ ਆਪਿ ਨ ਕਮਾਵੈ,	updays karai aap na kamaavai
ਤਤੁ ਸਬਦੁ ਨ ਪਛਾਨੈ॥	tat sabad na pachhaanai.
ਨਾਂਗਾ ਆਇਆ ਨਾਂਗੋ ਜਾਸੀ,	naaNgaa aa-i-aa naaNgo jaasee
ਜਿਉ ਹਸਤੀ ਖਾਕੁ ਛਾਨੈ॥੩॥	ji-o hastee khaak chhaanai. ||3||

ਜੀਵ ਸੰਸਾਰ ਵਿੱਚ ਬਹੁਤ ਰੀਤੀ ਰੀਵਾਜ ਕਰਦਾ ਹੈ, ਚੰਗੇ ਕੰਮ ਕਰਦਾ ਹੈ । ਪਰ ਸਭ ਕੁਝ ਕਰਨ ਕਰਵਾਉਣ ਵਾਲੇ ਪ੍ਰਭ, ਉਸ ਦੇ ਸ਼ਬਦ, ਭਾਣੇ ਦੀ ਸੋਝੀ ਨਹੀਂ ਹੁੰਦੀ । ਉਹ ਧਰਮ ਦੇ ਗ੍ਰੰਥ ਪੜ੍ਹਦਾ, ਬਾਕੀ ਜੀਵਾਂ ਨੂੰ ਸਿੱਖਿਆ ਦੇਂਦਾ ਹੈ । ਪਰ ਉਸ ਨੂੰ ਪ੍ਰਭ ਦੇ ਸ਼ਬਦ ਦੀ ਕੋਈ ਸੋਝੀ ਨਹੀਂ, ਜੀਵਨ ਵਿੱਚ ਸ਼ਬਦ ਦਾ ਕੋਈ ਪ੍ਰਭਾਵ ਨਹੀਂ ਹੁੰਦਾ । ਜਿਸ ਤਰ੍ਹਾਂ ਖਾਲੀ ਹੱਥ, ਨੰਗਾ, ਪਾਪਾਂ ਦਾਂ ਬੋਝ ਲੈ ਕੇ ਸੰਸਾਰ ਵਿੱਚ ਜਨਮ ਲੈਂਦਾ ਹੈ, ਉਸ ਹਾਲਤ ਵਿੱਚ ਵਾਪਸ ਚਲੇ ਜਾਂਦਾ, ਕੁਝ ਹੋਰ ਪਾਪ ਇਕੱਠੇ ਕਰ ਲੈਂਦਾ ਹੈ । ਉਸ ਦੀ ਹਾਲਤ ਉਸ ਹਾਥੀ ਵਰਗੀ ਹੈ । ਜਿਹੜਾ ਆਪਣੇ ਤਨ ਤੇ ਘੱਟਾ ਹੀ ਪਾਉਂਦਾ ਹੈ । ਘੱਟੇ ਵਿੱਚ ਹੀ ਲੇਟਦਾ ਹੈ ।

Human may perform various religious rituals and many good deeds for mankind. However, he mays not have any understanding, the awareness of The True Master, who prevails in each and every action. He recites the Holy Scriptures and Counsel other humans. However, he may not have a complete comprehension of the teachings of His Word nor any influence in his day to day life. He comes in the universe naked, empty-handed with a burden of previous life sins, he returns back empty-handed with added burden of sins without earnings any wealth of His Word. He is like that ignorant elephant, who always roll in dirt and throw dirt on him.

ਸੰਤ ਸਜਨ ਸੁਨਹੁ ਸਭਿ ਮੀਤਾ,	sant sajan sunhu sabh meetaa
ਝੂਠਾ ਏਹੁ ਪਸਾਰਾ॥	jhoothaa ayhu pasaaraa.
ਮੇਰੀ ਮੇਰੀ ਕਰਿ ਕਰਿ ਡੂਬੇ,	mayree mayree kar kar doobay
ਖਪਿ ਖਪਿ ਮੁਏ ਗਵਾਰਾ॥	khap khap mu-ay gavaaraa.
ਗੁਰ ਮਿਲਿ ਨਾਨਕ ਨਾਮੁ ਧਿਆਇਆ,	gur mil naanak naam Dhi-aa-i-aa
ਸਾਚਿ ਨਾਮਿ ਨਿਸਤਾਰਾ॥੪॥੧॥੩੮॥	saach naam nistaaraa. ||4||1||38||

ਇਹ ਸਮਝ ਲਵੋ! ਸੰਸਾਰ ਵਿੱਚ ਸਭ ਕੁਝ ਥੋੜ੍ਹਾ ਸਮਾਂ ਹੀ ਰਹਿਣ ਵਾਲਾ, ਸਦਾ ਅਟੱਲ ਰਹਿਣ ਵਾਲਾ ਨਹੀਂ ਹੈ । ਇਸ ਸੰਸਾਰਕ ਧਨ ਦੀ ਪ੍ਰਭ ਦੇ ਦਰਬਾਰ ਵਿੱਚ ਕੋਈ ਕੀਮਤ ਨਹੀਂ ਹੁੰਦੀ । ਅਣਜਾਣ ਜੀਵ ਮੇਰੀ ਮੇਰੀ ਕਰਦੇ ਸੰਸਾਰ ਵਿੱਚ ਅਣਮੋਲ ਮਾਨਸ ਜਨਮ ਬਿਰਥਾ ਹੀ ਬਤੀਤ ਕਰ ਜਾਂਦੇ ਹਨ । ਸ਼ਬਦ ਦੀ ਸੋਝੀ ਪਾ ਕੇ ਜੀਵਨ ਢਾਲਣ ਨਾਲ ਹੀ ਪ੍ਰਵਾਨਗੀ ਦਾ ਰਸਤਾ ਬਖਸ਼ਿਸ਼ ਹੋ ਸਕਦਾ ਹੈ ।

You should realize that everything in the universe stays visible only for a limited period of time, nothing visible may remain forever. The wealth of the worldly wealth, possessions may not have any value in His court. Ignorant from the teachings of His Word, he claims everything belonged to him and wastes his priceless opportunity without any fruit, any reward. Only by adopting the teachings of His Word in day to day life, the right path of meditation, acceptance in His court may be blessed by The True Master.

108.ਰਾਗੁ ਆਸਾ ਘਰੁ ੫ ਮਹਲਾ ੫॥ 380- 6

ੴ ਸਤਿਗੁਰ ਪ੍ਰਸਾਦਿ॥	ik-oNkaar satgur parsaad.
ਭ੍ਰਮ ਮਹਿ ਸੋਈ ਸਗਲ	bharam meh so-ee sagal
ਜਗਤ ਧੰਧ ਅੰਧ॥	jagat DhanDh anDh.
ਕੋਊ ਜਾਗੈ ਹਰਿ ਜਨੁ॥੧॥	ko-oo jaagai har jan. ||1||

ਸਾਰੀ ਸ੍ਰਿਸ਼ਟੀ ਹੀ ਧਰਮਾਂ ਦੇ ਪਾਏ ਭਰਮਾਂ ਨਾਲ ਅੰਨ੍ਹੀ ਹੋਈ ਹੈ, ਸੁੱਤੀ ਹੋਈ ਹੈ । ਸੰਸਾਰਕ ਕੰਮਾਂ, ਮੋਹ ਦੇ ਨਸ਼ੇ ਵਿੱਚ ਮਸਤ ਹੈ । ਕੋਈ ਵਿਰਲਾ ਹੀ ਨਿਮਾਣਾ ਦਾਸ ਸ਼ਬਦ ਨਾਲ ਜੀਵਨ ਬਤੀਤ ਕਰਦਾ, ਜਾਗਰਤ ਅਤੇ ਸੁਚੇਤ ਹੈ ।

The whole universe remains ignorant and blind by the intoxication of religious suspicions. The whole universe may preform worldly chores in intoxication of worldly desires and attachments. However very rare humble devotee may adopt the teachings of His Word and remains awake and alert.

ਮਹਾ ਮੋਹਨੀ ਮਗਨ ਪ੍ਰਿਅ	mahaa mohnee magan pari-a
ਪ੍ਰੀਤਿ ਪ੍ਰਾਨ॥	pareet paraan.
ਕੋਊ ਤਿਆਗੈ ਵਿਰਲਾ॥੨॥	ko-oo ti-aagai virlaa. ||2||

ਸਾਰੀ ਸ੍ਰਿਸ਼ਟੀ ਹੀ ਸੰਸਾਰਕ ਮਾਇਆ ਦੇ ਨਸ਼ੇ ਵਿੱਚ ਮਸਤ ਹੈ । ਇਹ ਹੀ ਉਹਨਾਂ ਵਾਸਤੇ ਸਭ ਤੋ ਕੀਮਤੀ ਮਾਲਕੀਅਤ ਹੈ । ਕੋਈ ਵਿਰਲਾ ਹੀ ਮਾਨਸ ਇਸ ਇੱਛਾਂ ਤੇ ਜਿੱਤ ਪਾਉਂਦਾ ਹੈ ।

The whole creation may remain intoxicated with the worldly wealth and worldly possessions, everyone considers worldly wealth may be the most significance possession. However very rare devotee may be able to conquer his worldly desires.

ਚਰਨ ਕਮਲ ਅਨੂਪ ਹਰਿ ਸੰਤ ਮੰਤ॥	charan kamal aanoop har sant mant.
ਕੋਊ ਲਾਗੈ ਸਾਧੂ॥੩॥	ko-oo laagai saaDhoo. ||3||

ਪ੍ਰਭ ਦੇ ਚਰਨ, ਸ਼ਬਦ ਹੀ ਇੱਕ ਅਣਮੋਲ ਰਤਨ ਹੈ । ਜਿਸ ਦੀ ਹੋਰ ਕਿਸੇ ਨਾਲ ਤੁਲਨਾ ਨਹੀਂ ਕੀਤੀ ਜਾ ਸਕਦੀ । ਕੋਈ ਵਿਰਲਾ ਹੀ ਬੰਦਗੀ ਵਾਲਾ ਸੰਤ, ਇਹਨਾਂ ਸ਼ਬਦ ਰੂਪੀ ਚਰਨਾਂ ਦੇ ਲੜ ਲੱਗਾ ਹੈ ।

The teachings of His Word are the priceless feet of The True Master and are priceless jewels. No worldly possessions may be compared with the teachings of His Word. However very rare devotee may be dedicated to meditate and adopt the teachings of His Word and may dwell in the void of His Word.

ਨਾਨਕ ਸਾਧੁ ਸੰਗਿ	naanak saaDhoo sang
ਜਾਗੇ ਗਿਆਨ ਰੰਗਿ॥	jaagay gi-aan rang.
ਵਡਭਾਗੇ ਕਿਰਪਾ॥੪॥੧॥੩੯॥	vadbhaagay kirpaa. ||4||1||39||

ਬੰਦਗੀ ਕਰਨ ਵਾਲੇ ਦੀ ਸੰਗਤ ਵਿੱਚ ਸ਼ਬਦ ਦੀ ਸੋਝੀ ਰੂਪੀ ਦੁੱਧ ਨੂੰ ਜਾਗ ਲਾਈ ਜਾਂਦੀ ਹੈ । ਸ਼ਬਦ ਦੀ ਪਾਲਣਾ ਕਰਨ ਦੀ ਵਿਧੀ ਨੂੰ ਖੋਜਿਆ ਜਾਂਦਾ ਹੈ । ਵੱਡੇ ਭਾਗ ਹੋਣ ਨਾਲ, ਪ੍ਰਭ ਦੀ ਰਹਿਮਤ ਨਾਲ ਹੀ ਮਨ ਸ਼ਬਦ ਦੇ ਲੜ ਅਡੋਲ ਹੋ ਸਕਦਾ ਹੈ ।

In the association of His true devotee, he may be enlightened with the teachings of His Word. In his association the technique to stay focus, steady and stable on the right path of meditation may be practiced. Only with great prewritten destiny, his mind may stay steady and stable on the teachings of His Word.

109.ਰਾਗੁ ਆਸਾ ਘਰੁ ੬ ਮਹਲਾ ੫॥ 380-11

੧ੳ ਸਤਿਗੁਰ ਪ੍ਰਸਾਦਿ॥	ik-oNkaar satgur parsaad.
ਜੋ ਤੁਧੁ ਭਾਵੈ ਸੋ ਪਰਵਾਨਾ,	jo tuDh bhaavai so parvaanaa
ਸੂਖੁ ਸਹਜੁ ਮਨਿ ਸੋਈ॥	sookh sahj man so-ee.
ਕਰਣ ਕਾਰਣ ਸਮਰਥ ਅਪਾਰਾ,	karan kaaran samrath apaaraa
ਅਵਰੁ ਨਾਹੀ ਰੇ ਕੋਈ॥੧॥	avar naahee ray ko-ee. ‖1‖

ਪ੍ਰਭ ਤੇਰੇ ਹੁਕਮ ਨੂੰ ਪ੍ਰਵਾਨ ਕਰਨ ਨਾਲ ਹੀ ਮਨ ਵਿੱਚ ਸੰਤੋਖ, ਧੀਰਜ, ਖੇੜਾ ਬਖਸ਼ਿਸ਼ ਹੁੰਦਾ ਹੈ । ਪ੍ਰਭ ਤੂੰ ਆਪ ਹੀ ਸਭ ਕੁਝ ਕਰਨ ਕਰਾਉਣ ਵਾਲਾ ਮਾਲਕ ਹੈ । ਤੇਰੇ ਤੋ ਬਿਨਾਂ ਹੋਰ ਕੋਈ ਕੁਝ ਕਰਨ ਦੀ ਸਮਰਥਾ ਨਹੀਂ ਰਖਦਾ ਹੈ ।

Only by accepting Your blessings, the teachings of Your Word as an ultimate command, he may be blessed with patience, contentment and blossom forever. Without Your mercy and grace, no one else may have any strength to do any deed at his own.

ਤੇਰੇ ਜਨ ਰਸਕਿ ਰਸਕਿ ਗੁਣ ਗਾਵਹਿ॥	tayray jan rasak rasak gun gaavahi.
ਮਸਲਤਿ ਮਤਾ ਸਿਆਣਪ ਜਨ ਕੀ,	maslat mataa si-aanap jan kee
ਜੋ ਤੂੰ ਕਰਹਿ ਕਰਾਵਹਿ॥੧॥ ਰਹਾਉ॥	jo tooN karahi karaaveh. ‖1‖ rahaa-o.

ਪ੍ਰਭ ਤੇਰੇ ਨਿਮਾਣੇ ਦਾਸ ਸ਼ਰਧਾ ਨਾਲ ਤੇਰੇ ਸ਼ਬਦ ਦੇ ਗੁਣ ਗਾਉਣ ਵਿੱਚ ਮਸਤ ਰਹਿੰਦੇ ਹਨ । ਕੇਵਲ ਪ੍ਰਭ ਦੇ ਸ਼ਬਦ ਨੂੰ ਅਟੱਲ ਸਮਝਕੇ ਸ਼ਬਦ ਨਾਲ ਜੀਵਨ ਢਾਲਣਾ ਹੀ ਮਾਨਸ ਦੀ ਸਿਆਣਪ, ਮੱਤ, ਚਲਾਕੀ ਹੈ ।

Your true devotee, humbly with devotion remains intoxicated with the teachings of Your Word and sings the glory in the void of Your Word. To accept and adopt His Word as an ultimate command in his day to day life, may be a unique wisdom.

ਅੰਮ੍ਰਿਤੁ ਨਾਮੁ ਤੁਮਾਰਾ ਪਿਆਰੇ,	amrit naam tumaaraa pi-aaray
ਸਾਧਸੰਗਿ ਰਸੁ ਪਾਇਆ॥	saaDhsang ras paa-i-aa.
ਤ੍ਰਿਪਤਿ ਅਘਾਇ ਸੇਈ ਜਨ ਪੂਰੇ,	taripat aghaa-ay say-ee jan pooray
ਸੁਖ ਨਿਧਾਨੁ ਹਰਿ ਗਾਇਆ॥੨॥	sukh niDhaan har gaa-i-aa. ‖2‖

ਸ਼ਬਦ ਦੀ ਸੋਝੀ ਰੂਪੀ ਅੰਮ੍ਰਿਤ ਰਸ, ਬੰਦਗੀ ਕਰਨ ਵਾਲੇ ਸੰਤਾਂ ਦੀ ਸੰਗਤ ਵਿਚੋਂ ਬਖਸ਼ਿਸ਼ ਹੋਈ ਹੈ । ਬੰਦਗੀ ਕਰਨ ਵਾਲੇ ਨਿਮਾਣੇ ਸੇਵਕ, ਸ਼ਬਦ ਦੇ ਗੁਣ ਗਾਉਂਦੇ, ਸ਼ਬਦ ਦੀ ਸੋਝੀ ਦਾ ਖਜ਼ਾਨ ਪਾ ਲੈਂਦੇ, ਬਖਸ਼ਿਸ਼ ਹੋ ਜਾਂਦਾ ਹੈ ।

The nectar of the teachings of His Word may only be blessed in the association of His true devotee by singing the glory of His Word. His humble true devotee may wholeheartedly sing the glory of His Word and he may be blessed with the treasure of enlightenment of His Word.

ਜਾ ਕਉ ਟੇਕ ਤੁਮ੍ਾਰੀ ਸੁਆਮੀ,	jaa ka-o tayk tumHaaree su-aamee
ਤਾ ਕਉ ਨਾਹੀ ਚਿੰਤਾ॥	taa ka-o naahee chintaa.
ਜਾ ਕਉ ਦਇਆ ਤੁਮਾਰੀ ਹੋਈ,	jaa ka-o da-i-aa tumaaree ho-ee
ਸੇ ਸਾਹ ਭਲੇ ਭਗਵੰਤਾ॥੩॥	say saah bhalay bhagvantaa. ‖3‖

ਜਿਸ ਜੀਵ ਦਾ ਭਰੋਸਾ ਤੇਰੇ ਸ਼ਬਦ ਤੇ ਅਡੋਲ ਹੋ ਜਾਂਦਾ ਹੈ । ਉਸ ਨੂੰ ਕੋਈ ਸੰਸਾਰਕ ਚਿੰਤਾ ਪਰੇਸ਼ਾਨ ਨਹੀਂ ਕਰ ਸਕਦੀ । ਪ੍ਰਭ ਜਿਸ ਤੇ ਤੇਰੀ ਰਹਿਮਤ ਦੀ ਬਖਸ਼ਿਸ਼ ਹੋ ਜਾਂਦੀ ਹੈ । ਉਹ ਹੀ ਸੰਸਾਰ ਵਿੱਚ ਚੰਗੀ ਕਿਸਮਤ, ਭਾਗਾਂ ਵਾਲਾ ਹੁੰਦਾ ਹੈ ।

Whosoever may adopt the teachings of His Word with steady and stable belief, he may not be frustrated with any worldly desires. With His mercy and grace, he may become very fortunate in his human life journey.

ਭਰਮ ਮੋਹ ਧ੍ਰੋਹ ਸਭਿ ਨਿਕਸੇ,
ਜਬ ਕਾ ਦਰਸਨੁ ਪਾਇਆ॥
ਵਰਤਣਿ ਨਾਮੁ ਨਾਨਕ ਸਚੁ ਕੀਨਾ,
ਹਰਿ ਨਾਮੇ ਰੰਗਿ ਸਮਾਇਆ॥੪॥੧॥੪੦॥

bharam moh Dharoh sabh niksay
jab kaa darsan paa-i-aa.
vartan naam naanak sach keenaa har
naamay rang samaa-i-aa. ||4||1||40

ਪ੍ਰਭ ਜਦੋਂ ਹੀ ਤੇਰੇ ਸ਼ਬਦ ਦੀ ਸੋਝੀ ਹੋਈ ਹੈ, ਜੀਵਨ ਸ਼ਬਦ ਨਾਲ ਢਾਲਿਆ ਹੈ । ਮਨ ਵਿਚੋਂ ਸਾਰੇ ਭਰਮਾਂ ਦਾ ਨਾਸ਼ ਹੋ ਗਿਆ ਹੈ । ਪ੍ਰਭ ਦੇ ਸ਼ਬਦ ਦੀ ਪਾਲਣਾ ਕਰਨ ਨਾਲ ਮਨ ਵਿੱਚ ਸ਼ਬਦ ਤੇ ਭਰੋਸਾ ਅਡੋਲ ਹੋ ਜਾਂਦਾ ਹੈ । ਮਨ ਵਿੱਚ ਪ੍ਰਭ ਦਾ ਸ਼ਬਦ ਜਾਗਰਤ ਹੋ ਜਾਂਦਾ ਹੈ, ਮਨ ਸ਼ਬਦ ਦੀ ਸਮਾਧੀ ਵਿੱਚ ਲੀਨ ਹੋ ਜਾਂਦਾ ਹੈ ।

My True Master, by adopting the teachings of Your Word in my day to day life, I have been enlightened with the teachings of Your Word from within. All my suspicions have been eliminated and I have become awake and alert. By adopting the teachings of Your Word in day to day life my mind may become steady and stable on the teachings of His Word. He may be enlightened from within and may enter into the void of His Word.

110.ਆਸਾ ਮਹਲਾ ੫॥ 380-17

ਜਨਮ ਜਨਮ ਕੀ ਮਲੁ ਧੋਵੈ ਪਰਾਈ,
ਆਪਣਾ ਕੀਤਾ ਪਾਵੈ॥
ਈਹਾ ਸੁਖੁ ਨਹੀ ਦਰਗਹ ਢੋਈ,
ਜਮ ਪੁਰਿ ਜਾਇ ਪਚਾਵੈ॥੧॥

janam janam kee mal Dhovai
paraa-ee aapnaa keetaa paavai.
eehaa sukh nahee dargeh dho-ee
jam pur jaa-ay pachaavai. ||1||

ਜਿਹੜੇ ਜੀਵ ਕਿਸੇ ਦੀ ਨਿੰਦਿਆਂ ਕਰਦਾ ਹੈ, ਉਹ ਬੰਦਗੀ ਕਰਨ ਵਾਲੇ ਦੇ ਪਾਪਾਂ ਦੀ ਮੈਲ ਧੋਂਦਾ ਹੈ । ਆਪਣੇ ਕੀਤੇ ਦਾ ਫਲ ਹੀ ਪਾਉਂਦਾ, ਭੋਗਦਾ ਹੈ । ਉਸ ਨੂੰ ਮਾਨਸ ਜਨਮ ਵਿੱਚ ਹੀ ਕੋਈ ਸ਼ਾਂਤੀ ਬਖਸ਼ਿਸ਼ ਨਹੀਂ ਹੁੰਦੀ, ਚਿੰਤਾਂ ਵਿੱਚ ਭਟਕਦਾ ਰਹਿੰਦਾ ਹੈ । ਮੌਤ ਤੋਂ ਪਿਛੋਂ ਜਮਦੂਤ ਸਜ਼ਾ ਦੇਂਦਾ ਹੈ ।

Whosoever may criticize His true devotee, he may be washing the sins of His true devotee and may help him to sanctify his soul. He takes the burden of sins of his previous lives and endure the punishment of those sinful deeds. He may never be blessed with any comfort, peace and contentment in his worldly life nor he may be blessed with any place or acceptance, forgiveness in His court. He may be punished by the devil of death for his sinful deeds.

ਨਿੰਦਕਿ ਅਹਿਲਾ ਜਨਮੁ ਗਵਾਇਆ॥
ਪਹੁਚਿ ਨ ਸਾਕੈ ਕਾਹੂ ਬਾਤੈ ,
ਆਗੈ ਠਉਰ ਨ ਪਾਇਆ॥੧॥ ਰਹਾਉ॥

nindak ahilaa janam gavaa-i-aa.
pahuch na saakai kaahoo baatai
aagai tha-ur na paa-i-aa. ||1|| rahaa-o.

ਇਸ ਤਰ੍ਹਾਂ ਨਿੰਦਿਆਂ ਕਰਨ ਵਾਲੇ ਬਿਰਥਾ ਹੀ ਆਪਣਾ ਮਾਨਸ ਜੀਵਨ ਬਤੀਤ ਕਰ ਜਾਂਦੇ ਹਨ । ਉਹਨਾਂ ਨੂੰ ਸੰਸਾਰ ਵਿੱਚ ਵੀ ਕਿਸੇ ਕੰਮ ਵਿੱਚ ਸਫਲਤਾ ਨਹੀਂ ਮਿਲਦੀ । ਮੌਤ ਪਿਛੋਂ ਵੀ ਕੋਈ ਸੰਤੋਖ, ਅਰਾਮ ਨਸੀਬ ਨਹੀਂ ਹੁੰਦਾ ।

Whosoever may criticize His true devotee, he may waste his human life opportunity. He may not have any success in any of his worldly chores nor blessed with any contentment and comfort after his death.

ਕਿਰਤੁ ਪਇਆ ਨਿੰਦਕ ਬਪੁਰੇ ਕਾ,
ਕਿਆ ਓਹੁ ਕਰੈ ਬਿਚਾਰਾ॥
ਤਹਾ ਬਿਗੂਤਾ ਜਹ ਕੋਇ ਨ ਰਾਖੈ,
ਓਹੁ ਕਿਸੁ ਪਹਿ ਕਰੇ ਪੁਕਾਰਾ॥੨॥

kirat pa-i-aa nindak bapuray kaa
ki-aa oh karai bichaaraa.
tahaa bigootaa jah ko-ay na raakhai
oh kis peh karay pukaaraa. ||2||

ਇਸ ਤਰ੍ਹਾਂ ਦੀ ਹਾਲਤ ਹੀ ਨਿੰਦਿਆਂ ਕਰਨ ਵਾਲੇ ਦੀ ਹੁੰਦੀ ਹੈ, ਇਹ ਹੀ ਕਿਸਮਤ ਹੁੰਦੀ ਹੈ । ਉਹ ਨਿੰਦਿਆਂ ਕਰਨ ਵਾਲਾ ਜੀਵ ਕੀ ਕਰ ਸਕਦਾ ਹੈ? ਉਹ ਆਪਣਾ ਅਣਮੋਲ ਮਾਨਸ ਜਨਮ ਦਾ ਮੌਕਾ

ਗਵਾ ਲੈਂਦਾ ਹੈ । ਉਸ ਦੀ ਰਖਿਆ ਕਰਨ ਵਾਲਾ ਕੋਈ ਨਹੀਂ ਹੁੰਦਾ । ਉਹ ਕਿਸ ਅੱਗੇ ਸ਼ਕਾਇਤ ਕਰੇ, ਕਿਸ ਨੂੰ ਪੁਕਾਰੇ?

The worldly condition of the person who may criticize others remains miserable and this may be his destiny. What may he do at his own? He wastes his human life priceless opportunity without any reward. He may not have any support or his protector. Whom may he complain for his worldly conditions and frustrations?

ਨਿੰਦਕ ਕੀ ਗਤਿ ਕਤਹੂੰ ਨਾਹੀ,	nindak kee gat katahooN naahee
ਖਸਮੈ ਏਵੈ ਭਾਣਾ॥	khasmai ayvai bhaanaa.
ਜੋ ਜੋ ਨਿੰਦ ਕਰੇ ਸੰਤਨ ਕੀ,	jo jo nind karay santan kee ti-o
ਤਿਉ ਸੰਤਨ ਸੁਖੁ ਮਾਨਾ॥੩॥	santan such maanaa. ||3||

ਨਿੰਦਕ ਨੂੰ ਕਦੇ ਵੀ ਜਨਮ ਮਰਨ ਤੋ ਮੁਕਤੀ ਬਖਸ਼ਿਸ਼ ਨਹੀਂ ਹੁੰਦੀ । ਪ੍ਰਭ ਦੇ ਸ਼ਬਦ ਦੀ ਪਾਲਣਾ ਨਾਲ ਹੀ ਸੋਝੀ ਬਖਸ਼ਿਸ਼ ਹੁੰਦੀ, ਇਹ ਹੀ ਪ੍ਰਭ ਦਾ ਹੁਕਮ ਹੈ । ਜਿਤਨੀ ਵੀ ਕੋਈ ਸੰਤ ਆਤਮਾ ਦੀ ਨਿੰਦਿਆਂ ਕਰਦਾ ਹੈ, ਸੰਤ ਆਤਮਾ ਉਤਨਾ ਹੀ ਖੇੜੇ, ਅਨੰਦ ਵਿੱਚ ਵਸਦੀ ਹੈ ।

Whosoever may criticize others, he may never find the right path of salvation, his cycle of birth and death may never end. This unique enlightenment may be blessed by adopting the teachings of His Word. How much may someone criticize His Holy saint, His true devotee, that much blossom the soul of His true devotee may be blessed.

ਸੰਤਾ ਟੇਕ ਤੁਮਾਰੀ ਸੁਆਮੀ,	santaa tayk tumaaree su-aamee tooN
ਤੂੰ ਸੰਤਨ ਕਾ ਸਹਾਈ॥	santan kaa sahaa-ee.
ਕਹੁ ਨਾਨਕ ਸੰਤ ਹਰਿ ਰਾਖੇ,	kaho naanak sant har raakhay
ਨਿੰਦਕ ਦੀਏ ਰੁੜਾਈ॥੪॥੨॥੪੧॥	nindak dee-ay rurhaa-ee. ||4||2||41||

ਸੰਤਾਂ ਦਾ ਭਰੋਸਾ ਤੇਰੇ ਸ਼ਬਦ ਤੇ ਅਡੋਲ ਰਹਿੰਦਾ ਹੈ । ਉਹ ਕੇਵਲ ਤੇਰੀ ਰਹਿਮਤ ਦਾ ਹੀ ਆਸਰਾ ਭਾਲਦੇ, ਤੂੰ ਆਪ ਹੀ ਉਹਨਾਂ ਦਾ ਸਹਾਈ ਰਹਿੰਦਾ ਹੈ । ਬੰਦਗੀ ਕਰਨ ਵਾਲਾ ਤੇਰੀ ਰਹਿਮਤ ਨਾਲ ਪ੍ਰਵਾਨ ਹੋ ਜਾਂਦਾ ਹੈ, ਨਿੰਦਕ ਜੂੰਨਾਂ ਵਿੱਚ ਹੀ ਭਉਦਾ ਰਹਿੰਦਾ ਹੈ ।

Your true devotee keeps his belief steady and stable on the teachings of Your Word. He always begs for Your forgiveness and support in each and every worldly task. You always remain merciful and as his helper and companion. His meditation may be accepted in Your court and he may remain on the right path of acceptance in Your court. The slanderer always remains in the cycle of birth and death.

111.ਆਸਾ ਮਹਲਾ ੫॥ 381 - 3

ਬਾਹਰੁ ਧੋਇ ਅੰਤਰੁ ਮਨੁ ਮੈਲਾ,	baahar Dho-ay antar man mailaa
ਦੁਇ ਠਉਰ ਅਪੁਨੇ ਖੋਏ॥	du-ay tha-ur apunay kho-ay.
ਈਹਾ ਕਾਮਿ ਕ੍ਰੋਧਿ ਮੋਹਿ ਵਿਆਪਿਆ,	eehaa kaam kroDh mohi vi-aapi-aa
ਆਗੈ ਮੁਸਿ ਮੁਸਿ ਰੋਏ॥੧॥	aagai mus mus ro-ay. ||1||

ਜਿਸ ਜੀਵ ਦੇ ਮਨ ਅੰਦਰ ਮੈਲ ਹੁੰਦੀ ਹੈ । ਪਰ ਉਹ ਆਪਣੇ ਤਨ ਨੂੰ ਧੋਦਾ, ਇਸ਼ਨਾਨ ਕਰਦਾ ਹੈ । ਉਹ ਦੋਨਾਂ ਥਾਂ ਤੇ ਮਾਣ ਗਵਾ ਲੈਂਦਾ ਹੈ । ਸੰਸਾਰ ਵਿੱਚ ਵੀ ਸੋਭਾ ਨਹੀਂ, ਮੌਤ ਪਿਛੋਂ ਵੀ ਦਰਬਾਰ ਵਿੱਚ ਪ੍ਰਵਾਨਗੀ ਬਖਸ਼ਿਸ਼ ਨਹੀਂ ਹੁੰਦੀ । ਉਹ ਜੀਵ ਸੰਸਾਰ ਵਿੱਚ ਕਾਮਵਾਸਨਾ, ਕਰੋਧ ਸੰਸਾਰਕ ਮੋਹ ਵਿੱਚ ਲੱਗਾ ਰਹਿੰਦਾ ਹੈ । ਮੌਤ ਪਿਛੋਂ ਜਮਦੂਤ ਦੇ ਹਵਾਲੇ ਵਿੱਚ ਰਹਿੰਦਾ ਹੈ ।

Whosoever may be blemished with evil thoughts, however takes a sanctifying bath at Holy shrines and pray for His mercy and grace. He may lose his honor at both places in the worldly life and also after death in His court. He may not be honored in worldly life nor accepted in the sanctuary of The True Master. He may remain intoxicated with sexual desire, anger and attachment to worldly relationship and possessions. In the end, he may be captured by the devil of death.

ਗੋਵਿੰਦ ਭਜਨ ਕੀ ਮਤਿ ਹੈ ਹੋਰਾ॥ govind bhajan kee mat hai horaa.
ਵਰਮੀ ਮਾਰੀ ਸਾਪੁ ਨ ਮਰਈ, varmee maaree saap na mar-ee
ਨਾਮੁ ਨ ਸੁਨਈ ਡੋਰਾ॥੧॥ ਰਹਾਉ॥ naam na sun-ee doraa. ||1|| rahaa-o.

ਪ੍ਰਭ ਦੇ ਸ਼ਬਦ ਦੀ ਬੰਦਗੀ ਕਰਨ ਦਾ ਰਸਤਾ ਹੋਰ ਹੀ ਹੁੰਦਾ ਹੈ । ਜਿਵੇਂ ਸੱਪ ਦੀ ਖੁੱਡ ਬੰਦ ਕਰਨ ਨਾਲ ਮਨ ਦੇ ਅੰਦਰ ਦਾ ਸੱਪ ਨਹੀਂ ਮਰਦਾ । ਇਸ ਤਰ੍ਹਾਂ ਅਣਜਾਣੇ ਮਨ ਨੂੰ ਪ੍ਰਭ ਦੇ ਸ਼ਬਦ ਦੀ ਅਵਾਜ ਸੁਣਾਈ ਨਹੀਂ ਦੇਂਦੀ ।

To meditate on the teachings of His Word is a unique and different path. As you may not kill snake by closing his hole, by suffocating in his hole, same way ego of mind may not be vanished by keeping worldly desires beyond the reach of mind. Ignorant in his ego may not hear the everlasting echo of His Word within his mind.

ਮਾਇਆ ਕੀ ਕਿਰਤਿ ਛੋਡਿ ਗਵਾਈ, maa-i-aa kee kirat chhod gavaa-ee
ਭਗਤੀ ਸਾਰ ਨ ਜਾਨੈ॥ bhagtee saar na jaanai.
ਬੇਦ ਸਾਸਤ੍ਰ ਕਉ ਤਰਕਨਿ ਲਾਗਾ, bayd saastar ka-o tarkan laagaa
ਤਤੁ ਜੋਗੁ ਨ ਪਛਾਨੈ॥ ੨॥ tat jog napachhaanai. ||2||

ਉਹ ਮਾਨਸ ਸੰਸਾਰਕ ਮਾਇਆ ਨੂੰ ਮਨੋ ਤਿਆਗ ਦੇਂਦਾ ਹੈ । ਪਰ ਅਡੋਲ ਭਰੋਸੇ ਨਾਲ ਬੰਦਗੀ ਕਰਨ ਦੀ ਵਿਧੀ, ਕੀਮਤ ਦੀ ਕੋਈ ਸੋਝੀ ਨਹੀਂ ਹੁੰਦੀ । ਉਹ ਧਰਮ ਦੇ ਗ੍ਰੰਥਾਂ ਦੀਆਂ ਲਿਖਤਾਂ ਨੂੰ ਖੋਜਦਾ ਹੈ । ਅਗਿਆਨੀ ਜੀਵ ਉਹਨਾਂ ਵਿੱਚ ਕਮੀਆਂ ਦੀ ਚਰਚਾ ਕਰਦਾ ਹੈ । ਉਸ ਨੂੰ ਸ਼ਬਦ ਦੀ ਸੋਝੀ ਨਹੀਂ ਹੁੰਦੀ । ਸ਼ਬਦ ਤੇ ਭਰੋਸਾ ਅਡੋਲ ਰਖਕੇ ਬੰਦਗੀ ਕਰਨ ਦੀ ਵਿਧੀ ਦੀ ਜਾਣਕਾਰੀ ਨਹੀਂ ਹੁੰਦੀ ।

Worldly guru, Yogi may control and abandon the desire for worldly wealth from his mind. However, he may not have a steady and stable belief on His Word, he may not know the right path of meditation. He may not comprehend the true value of the teachings of His Word, he may remain searching the Holy religious Scriptures. His mind always remains focus on the deficiencies of those religious scriptures. He may not have any understanding or comprehension of the teachings of His Word nor know the technique to meditate with a steady and stable belief on the teachings of His Word in day to day life.

ਉਘਰਿ ਗਇਆ ਜੈਸਾ ਖੋਟਾ ਢਬੂਆ, ughar ga-i-aa jaisaa khotaa dhaboo-aa
ਨਦਰਿ ਸਰਾਫਾ ਆਇਆ॥ nadar saraafaa aa-i-aa.
ਅੰਤਰਜਾਮੀ ਸਭੁ ਕਿਛੁ ਜਾਨੈ, antarjaamee sabh kichh jaanai
ਉਸ ਤੇ ਕਹਾ ਛਪਾਇਆ॥੩॥ us tay kahaa chhapaa-i-aa. ||3||

ਉਸ ਦੀ ਕਮਾਈ ਦੀ ਪਰਖ ਖੋਟੇ ਸਿੱਕੇ ਦੀ ਤਰ੍ਹਾਂ ਪਰਖੀ ਜਾਂਦੀ ਹੈ । ਮਾਨਸ ਜੀਵ, ਅੰਤਰਜਾਮੀ ਪ੍ਰਭ ਤੋ ਕੋਈ ਕੀਤਾ ਕੰਮ ਛਿਪਾ ਨਹੀਂ ਸਕਦਾ, ਪ੍ਰਭ ਨੂੰ ਪੂਰਨ ਗਿਆਨ, ਜਾਣਕਾਰੀ ਹੁੰਦੀ ਹੈ ।

The True Master evaluates his meditation and comes out as a false coin, his meditation may not have any value for the purpose of his human life. No one can hide any of his deeds, evil thoughts from The Omniscient True Master. He remains fully aware about his deeds and intentions.

ਕੂੜਿ ਕਪਟਿ ਬੰਚਿ ਨਿੰਮੁਨੀਆਦਾ, koorh kapat banch nimmunee-aadaa
ਬਿਨਸਿ ਗਇਆ ਤਤਕਾਲੇ॥ binas ga-i-aa tatkaalay.
ਸਤਿ ਸਤਿ ਸਤਿ ਨਾਨਕਿ ਕਹਿਆ, sat sat sat naanak kahi-aa
ਅਪਨੈ ਹਿਰਦੈ ਦੇਖੁ ਸਮਾਲੇ॥੪॥੩॥੪੨॥ apnai hirdai daykh samaalay. ||4||3||42||

ਜਿਹੜਾ ਆਪਣਾ ਜੀਵਨ ਝੂਠ, ਫਰੇਬ, ਧੋਖੇ ਦੀਆਂ ਚਾਲਾਂ ਦੇ ਅਧਾਰ ਤੇ ਬਤੀਤ ਕਰਦਾ ਹੈ । ਪ੍ਰਭ ਦੇ ਦਰਬਾਰ ਵਿੱਚ ਇੱਕ ਪਲ ਵਿੱਚ ਹੀ ਪਰਖਿਆ ਜਾਂਦਾ ਹੈ । ਉਸ ਦੀ ਬੰਦਗੀ ਦਾ ਕੋਈ ਨਿਯਮ ਨਹੀਂ ਹੁੰਦਾ । ਬੰਦਗੀ ਕਰਨ ਵਾਲਾ ਪ੍ਰਭ ਦੇ ਸ਼ਬਦ ਤੇ ਭਰੋਸਾ ਅਡੋਲ ਰਖਦਾ ਹੈ । ਪ੍ਰਭ ਦੇ ਬਖਸ਼ੇ ਨੂੰ ਧੰਨ ਧੰਨ ਹੀ ਕਹਿੰਦਾ ਹੈ, ਪ੍ਰਭ ਦੇ ਬਖਸ਼ੇ ਤੇ ਭਰੋਸਾ ਅਡੋਲ ਰਖਦਾ ਹੈ ।

Whosoever may base his meditation on false, deceptive, lies and clever tricks; his meditation, intentions become apparent and clear in His court. He may not have any guiding principle in his meditation. His true devotee adopts the teachings of His Word with steady and stable belief and he remains fascinated and gratitude to The True Master for His blessings.

112.ਆਸਾ ਮਹਲਾ ੫॥ 381- 9

ਉਦਮੁ ਕਰਤ ਹੋਵੈ ਮਨੁ ਨਿਰਮਲੁ, ਨਾਚੈ ਆਪੁ ਨਿਵਾਰੇ॥	udam karat hovai man nirmal naachai aap nivaaray.
ਪੰਚ ਜਨਾ ਲੇ ਵਸਗਤਿ ਰਾਖੈ, ਮਨ ਮਹਿ ਏਕੰਕਾਰੇ॥੧॥	panch janaa lay vasgat raakhai man meh aykankaaray. ||1||

ਜਿਹੜਾ ਆਪ ਉਦਮ ਕਰਦਾ ਹੈ, ਉਸ ਦਾ ਮਨ ਨਿਰਮਲ ਹੋ ਜਾਂਦਾ ਹੈ । ਉਦਮ ਨਾਲ ਸ਼ਬਦ ਦੀ ਪਾਲਣਾ ਕਰਨ ਨਾਲ ਮਨ ਵਿੱਚ ਸ਼ਾਂਤੀ, ਸੰਤੋਖ ਬਖਸ਼ਿਸ਼ ਹੋ ਸਕਦਾ ਹੈ । ਮਨ ਦੀਆਂ ਇੱਛਾਂ ਰੂਪੀ ਪੰਜਾਂ ਜਮਦੂਤਾਂ ਤੇ ਜਿੱਤ ਬਖਸ਼ਿਸ਼ ਹੋ ਸਕਦੀ ਹੈ, ਮਨ ਵਿੱਚ ਪ੍ਰਭ ਦਾ ਸ਼ਬਦ ਜਾਗਰਤ ਹੋ ਜਾਂਦਾ ਹੈ ।

Whosoever may take initiative and sincere effort to meditates, his soul may be sanctified. Obeying the teachings of His Word with steady and stable belief, he may be blessed with peace and contentment. He may be blessed with strength to conquer the five demons of worldly desires. He may be enlightened within and become awake and alert.

ਤੇਰਾ ਜਨੁ ਨਿਰਤਿ ਕਰੇ ਗੁਨ ਗਾਵੈ॥	tayraa jan nirat karay gun gaavai.
ਰਬਾਬੁ ਪਖਾਵਜ ਤਾਲ ਘੁੰਘਰੂ, ਅਨਹਦ ਸਬਦੁ ਵਜਾਵੈ॥੧॥ ਰਹਾਉ॥	rabaab pakhaavaj taal ghunghroo anhad sabad vajaavai. ||1|| rahaa-o.

ਜਿਹੜਾ ਨਿਮਾਣਾ ਦਾਸ ਤੇਰੇ ਹੀ ਗੁਣ ਗਾਉਂਦਾ ਹੈ । ਉਹ ਸੰਗੀਤ ਨਾਲ ਤੇਰੇ ਸ਼ਬਦ ਦੇ ਗੀਤ ਗਾਉਂਦੇ ਮਨ ਵਿੱਚ ਤੇਰੇ ਸ਼ਬਦ ਦੀ ਗੂੰਜ ਚਲ ਪੈਂਦੀ ਹੈ । ਮਨ ਵਿੱਚ ਸ਼ਬਦ ਜਾਗਰਤ ਹੋ ਜਾਂਦਾ ਹੈ ।

Whosoever your humble servant may sing the glory of Your Word, the everlasting echo of Your Word may resonant within the mind as Your true devotee. He may sing the glory of Your Word and may become awake and alert.

ਪ੍ਰਥਮੇ ਮਨੁ ਪਰਬੋਧੈ ਅਪਨਾ, ਪਾਛੈ ਅਵਰ ਰੀਝਾਵੈ॥	parathmay man parboDhai apnaa paachhai avar reejhaavai.
ਰਾਮ ਨਾਮ ਜਪੁ ਹਿਰਦੈ ਜਾਪੈ, ਮੁਖ ਤੇ ਸਗਲ ਸੁਨਾਵੈ॥੨॥	raam naam jap hirdai jaapai mukh tay sagal sunaavai. ||2||

ਜਿਹੜਾ ਮਾਨਸ ਸਭ ਤੋ ਪਹਿਲੇ ਆਪਣੇ ਮਨ ਨੂੰ ਆਪਣੇ ਕਾਬੂ ਵਿੱਚ ਰਖਦਾ ਹੈ । ਫਿਰ ਉਸ ਸ਼ਬਦ ਦੀ ਬਾਕੀ ਜੀਵਾਂ ਨੂੰ ਪ੍ਰੇਰਨਾ ਕਰਦਾ ਹੈ । ਉਹ ਜੀਵ ਪ੍ਰਭ ਦੇ ਸ਼ਬਦ ਨੂੰ ਆਪਣੇ ਮਨ ਵਿੱਚ ਅਡੋਲ ਭਰੋਸੇ ਨਾਲ ਗਾਉਂਦਾ ਹੈ । ਫਿਰ ਆਪਣੀ ਜੀਭ ਨਾਲ ਉਸ ਸ਼ਬਦ ਦੇ ਗੁਣ ਗਾਉਂਦਾ ਹੈ ।

Whosoever with sincere efforts may control the desires, the frustration of his mind with the teachings of His Word, then he inspires and preaches the virtues of His Word to others. He keeps singing the glory and concentrates with steady and stable belief on the teachings of His Word. He sings the glory of His Word with his own tongue.

ਕਰ ਸੰਗਿ ਸਾਧੂ ਚਰਨ ਪਖਾਰੈ, ਸੰਤ ਧੂਰਿ ਤਨਿ ਲਾਵੈ॥
ਮਨੁ ਤਨੁ ਅਰਪਿ ਧਰੇ ਗੁਰ ਆਗੈ, ਸਤਿ ਪਦਾਰਥੁ ਪਾਵੈ॥੩॥

kar sang saaDhoo charan pakhaarai sant Dhoor tan laavai.
man tan arap Dharay gur aagai sat padaarath paavai. ||3||

ਉਹ ਜੀਵ ਬੰਦਗੀ ਕਰਨ ਵਾਲੇ ਦਾਸਾਂ ਦੀ ਸੰਗਤ ਕਰਦਾ, ਉਹਨਾਂ ਦੇ ਜੀਵਨ ਤੋਂ ਸਿਖਿਆ ਲੈਂਦਾ ਹੈ । ਆਪਣਾ ਜੀਵਨ ਉਹਨਾਂ ਦੇ ਜੀਵਨ ਦੇ ਅਧਾਰ ਤੇ ਢਾਲਦਾ ਹੈ । ਉਹ ਆਪਣਾ ਤਨ, ਮਨ ਪ੍ਰਭ ਦੇ ਸ਼ਬਦ ਦੀ ਪਾਲਣਾ ਦੇ ਭੇਟਾ ਕਰ ਦੇਂਦਾ ਹੈ । ਉਹ ਸਦਾ ਸਾਥ ਰਹਿਣ ਵਾਲਾ, ਪ੍ਰਭ ਦੇ ਸ਼ਬਦ ਦੀ ਸੋਝੀ ਰੂਪੀ ਧਨ ਇਕੱਠਾ ਕਰਦਾ ਹੈ ।

His true devotee may associate with His true devotee, he may adopt in his own day to day life. He may surrender his mind and body at the service of His Word, His mankind. He may earn the everlasting wealth of His Word that remains with him forever.

ਜੋ ਜੋ ਸੁਨੈ ਪੇਖੈ ਲਾਇ ਸਰਧਾ, ਤਾ ਕਾ ਜਨਮ ਮਰਨ ਦੁਖੁ ਭਾਗੈ॥
ਐਸੀ ਨਿਰਤਿ ਨਰਕ ਨਿਵਾਰੈ, ਨਾਨਕ ਗੁਰਮੁਖਿ ਜਾਗੈ॥੪॥੪॥੪੩॥

jo jo sunai paykhai laa-ay sarDhaa taa kaa janam maran dukh bhaagai.
aisee nirat narak nivaarai naanak gurmukh jaagai. ||4||4||43||

ਜਿਹੜਾ ਵੀ ਜੀਵ ਸ਼ਬਦ ਨੂੰ ਸੁਣਦਾ, ਵਿਚਾਰ ਕਰਕੇ ਆਪਣਾ ਜੀਵਨ ਸ਼ਬਦ ਨਾਲ ਢਾਲਦਾ, ਭਰੋਸਾ ਅਡੋਲ ਰਖਦਾ ਹੈ । ਉਸ ਦਾ ਜਨਮ ਮਰਨ, ਜੂੰਨਾਂ ਦਾ ਚੱਕਰ ਖਤਮ ਹੋ ਜਾਂਦਾ ਹੈ । ਇਸ ਤਰ੍ਹਾਂ ਜੀਵਨ ਨੂੰ ਢਾਲਣ ਨਾਲ ਨਰਕ ਵਿੱਚ ਜਾਣ ਤੋਂ ਛੁਟਕਾਰਾ ਹੋ ਜਾਂਦਾ ਹੈ । ਉਸ ਆਤਮਾ ਨੂੰ ਗੁਰਮਖ ਅਵਸਥਾ ਬਖਸ਼ਿਸ਼ ਹੋ ਜਾਂਦੀ ਹੈ, ਉਹ ਜਾਗਰਤ ਅਤੇ ਸੁਚੇਤ ਰਹਿੰਦੀ ਹੈ ।

Whosoever may listen to the sermons of His Word, understands the teachings of His Word and adopts in his day to day life with steady and stable belief, his cycle of birth and death may be eliminated by His mercy and grace. Whosoever may adopt this way of life, he may be saved from the path of hell. His soul may be blessed with the state of mind as His true devotee and may become awake and alert all time.

113.ਆਸਾ ਮਹਲਾ ੫॥ 381- 15

ਅਧਮ ਚੰਡਾਲੀ ਭਈ ਬ੍ਰਹਮਣੀ, ਸੂਦੀ ਤੇ ਸ੍ਰੇਸਟਾਈ ਰੇ॥
ਪਾਤਾਲੀ ਆਕਾਸੀ ਸਖਨੀ, ਲਹਬਰ ਬੂਝੀ ਖਾਈ ਰੇ॥੧॥

aDham chandaalee bha-ee barahmanee soodee tay sarestaa-ee ray.
paataalee aakaasee sakhnee lahbar boojhee khaa-ee ray. ||1||

ਇਸ ਤਰ੍ਹਾਂ ਦੇ ਜੀਵਨ ਨਾਲ ਨੀਚ ਜਾਤ ਵਾਲਾ ਅਗਿਆਨੀ ਵੀ ਉਤਮ, ਗਿਆਨਵਾਲੀ, ਬ੍ਰਹਮਣ ਅਵਸਥਾ ਵਾਲਾ ਬਣ ਜਾਂਦਾ ਹੈ । ਜਿਹੜੇ ਜੀਵ ਨੂੰ ਸੰਸਾਰ ਵਿੱਚ ਛੋਹਨ ਨਾਲ ਆਤਮਾ ਮੈਲੀ ਹੋ ਜਾਂਦੀ ਸੀ । ਉਸ ਦੀ ਆਤਮਾ ਪਵਿਤ੍ਰ, ਪ੍ਰਭ ਦੀ ਜੋਤ ਵਿੱਚ ਅਲੋਪ ਹੋਣ ਦੇ ਯੋਗ ਬਣ ਜਾਂਦੀ ਹੈ । ਉਸ ਦੇ ਮਨ ਦੀਆਂ ਦੋਨੋਂ ਪਾਸੇ ਵਾਲੀਆਂ ਇੱਛਾਂ ਦੀ ਪਿਆਸ ਬੁਝ ਜਾਂਦੀ ਹੈ । ਸੰਸਾਰ ਵਿੱਚ ਅਤੇ ਮੌਤ ਪਿਛੋਂ ਵੀ ਮਨ ਵਿੱਚ ਖੇੜਾ ਵਸ ਜਾਂਦਾ ਹੈ ।

With this way of life, by adopting the teachings of The True Master, even the creature born in a worldly low cast race may become enlightened with the essence of His Word and his soul may become with a state of mind as a spiritual guide. Whosoever once was considered untouchable, by touching him was considered that the soul will become blemish, his soul becomes sanctified and worthy of His concentration. He may be immersed in the Holy spirit. The desires of his mind of both places in the universe and after death in His court may be satisfied and eliminated from his mind. His life may become peaceful and blossom in the universe and also after death.

ਘਰ ਕੀ ਬਿਲਾਈ ਅਵਰ ਸਿਖਾਈ, ਮੂਸਾ ਦੇਖਿ ਡਰਾਈ ਰੇ॥
ਅਜ ਕੈ ਵਸਿ ਗੁਰਿ ਕੀਨੋ ਕੇ ਹਰਿ, ਕੂਕਰ ਤਿਨਹਿ ਲਗਾਈ ਰੇ॥੧॥ ਰਹਾਉ॥

ghar kee bilaa-ee avar sikhaa-ee moosaa daykh daraa-ee ray.
aj kai vas gur keeno kayhar kookar tineh lagaa-ee ray. ||1|| rahaa-o.

ਇਸ ਤਰ੍ਹਾਂ ਜੀਵਨ ਢਾਲਣ ਨਾਲ ਮਨ ਦੀਆਂ ਇੱਛਾਂ ਰੂਪੀ ਬਿੱਲੀ, ਮਨ ਵਿੱਚ ਇਹਨਾਂ ਇੱਛਾਂ ਦੇ ਸੋਚਣ ਤੋ ਵੀ ਡਰਦੀ, ਪਰੇਸ਼ਾਨ ਹੁੰਦੀ ਹੈ । ਪ੍ਰਭ ਦੀ ਰਹਿਮਤ ਨਾਲ ਮਨ ਦਾ ਇੱਛਾਂ ਰੂਪੀ ਸ਼ੇਰ, ਨਿਮ੍ਰਤਾ ਰੂਪੀ ਭੇਡ ਦੇ ਹੁਕਮ ਅੰਦਰ ਚਲਦਾ ਹੈ । ਮਾਸ ਖਾਣ ਵਾਲਾ ਇੱਛਾਂ ਰੂਪੀ ਕੁੱਤਾ, ਘਾਹ ਖਾਂਦਾ ਹੈ ।

With this way of life, his cat of worldly desires even hesitates and becomes afraid of even thinking about those frustrations and desires in her mind. With His mercy and grace, the tiger of worldly desires of his mind may become humble, helpless and obeys the command of humble sheep of his mind. The flesh-eating dog of his mind may remain s contented with the grass, with his own worldly environments.

ਬਾਝੁ ਥੂਨੀਆ ਛਪਰਾ ਥਾਮ੍ਹਿਆ, ਨੀਘਰਿਆ ਘਰੁ ਪਾਇਆ ਰੇ॥
ਬਿਨੁ ਜੜੀਏ ਲੈ ਜੜਿਓ ਜੜਾਵਾ, ਥੇਵਾ ਅਚਰਜੁ ਲਾਇਆ ਰੇ॥੨॥

baajh thoonee-aa chhapraa thaamiH-aa neeghari-aa ghar paa-i-aa ray.
bin jarhee-ay lai jarhi-i jarhaavaa thayvaa achraj laa-i-aa ray. ||2||

ਪ੍ਰਭ ਦੀ ਕੁਦਰਤ ਵਾਪਰਦੀ ਹੈ! ਜਿਵੇਂ ਬਿਨਾਂ ਕਿਸੇ ਆਸਰੇ ਦੇ ਮਕਾਨ ਦੀ ਛੱਤ ਖੜੀ ਰਹਿੰਦੀ ਹੈ । ਇਸ ਬੇਘਰ ਆਤਮਾ ਨੂੰ ਘਰ, ਦਰਬਾਰ ਵਿੱਚ ਅਰਾਮ ਕਰਨ ਵਾਲੀ ਥਾਂ ਬਖਸ਼ਿਸ਼ ਹੋ ਜਾਂਦੀ ਹੈ । ਜਿਵੇਂ ਬਿਨਾਂ ਕਿਸੇ ਸੰਨਿਆਰੇ ਦੇ ਹੀਰਾ ਗਹਿਣੇ ਵਿੱਚ ਜੜ੍ਹਿਆ ਜਾਂਦਾ ਹੈ । ਇਹ ਆਤਮਾ ਬਿਨਾਂ ਕਿਸੇ ਵਿਚੋਲੇ ਦੇ ਸ਼ਬਦ ਦੀ ਪਾਲਣਾ ਵਿੱਚ ਅਡੋਲ ਹੋ ਜਾਂਦੀ ਹੈ । ਉਸ ਤੇ ਸ਼ਬਦ ਦੀ ਸੋਝੀ ਰੂਪੀ ਨੂਰ ਚਮਕਦਾ ਹੈ ।

The astonishing nature of The True Master may prevail, as if the roof of a room is holding without any support or walls of the surrounding. The helpless and homeless soul may be blessed with a comfortable permanent place in the castle of The True Master. As if the diamond may be installed in the ring without the gold smith. As if the soul may become steady and stable without any spiritual guide, guru of spiritual wisdom. The spiritual glory of the teachings of His Word may shine on her forehead.

ਦਾਦੀ ਦਾਦਿ ਨ ਪਹੁਚਨਹਾਰਾ, ਚੂਪੀ ਨਿਰਨਉ ਪਾਇਆ ਰੇ॥
ਮਲਿ ਦੁਲੀਚੇ ਬੈਠੀ ਲੇ ਮਿਰਤਕੁ, ਨੈਨ ਦਿਖਾਲਨੁ ਧਾਇਆ ਰੇ॥੩॥

daadee daad na pahuchanhaaraa choopee nirna-o paa-i-aa ray.
maal duleechai baithee lay mirtak nain dikhaalan Dhaa-i-aa ray. ||3||

ਜਿਵੇਂ ਕੋਈ ਸ਼ਕਾਇਤ ਕਰਨ ਨਾਲ ਆਪਣਾ ਹੱਕ ਪਾਉਣ ਵਿੱਚ ਸਫਲ ਨਹੀਂ ਹੁੰਦਾ, ਉਹ ਬਿਨਾਂ ਸ਼ਕਾਇਤ ਕੀਤੇ ਹੀ ਆਪਣਾ ਹੱਕ, ਸ਼ਬਦ ਦੀ ਕਮਾਈ ਦਾ ਫਲ ਪਾ ਲੈਂਦਾ ਹੈ । ਜਿਵੇਂ ਕਿਸੇ ਮ੍ਰਿਤਕ ਦੀ ਲਾਸ਼ ਨੂੰ ਕੀਮਤੀ ਗਲੀਚੇ ਤੇ ਰਖਿਆ ਜਾਵੇ । ਜਿਹੜਾ ਕੁਝ ਅੱਖਾਂ ਨਾਲ ਦਿਖਾਈ ਦੇਂਦਾ ਹੈ । ਦੇਖਦੇ ਦੇਖਦੇ ਹੀ ਨਾਸ਼ ਹੋ ਜਾਂਦਾ ਹੈ, ਖਤਮ ਹੋ ਜਾਂਦਾ ਹੈ ।

His state of mind may become such that even complaining about injustice, he may not be rewarded, he may be rewarded for his meditation without begging. You can consider as if the corpse of a dead human is wrapped around in the expense of silky clothes. You should keep in mind whatsoever may be visible to eyes, everything disappears and may be destroys over a period of time.

ਸੋਈ ਅਜਾਣੁ ਕਹੈ ਮੈ ਜਾਨਾ,	so-ee ajaan kahai mai jaanaa
ਜਾਨਣਹਾਰੁ ਨ ਛਾਨਾ ਰੇ॥	jaananhaar na chhaanaa ray.
ਕਹੁ ਨਾਨਕ ਗੁਰਿ ਅਮਿਉ ਪੀਆਇਆ,	kaho naanak gur ami-o pee-aa-i-aa
ਰਸਕਿ ਰਸਕਿ ਬਿਗਸਾਨਾ ਰੇ॥੪॥੫॥੪੪॥	rasak rasak bigsaanaa ray. ||4||5||44||

ਜਿਹੜਾ ਆਪਣੇ ਆਪ ਨੂੰ ਸੋਝੀਵਾਨ, ਗਿਆਨੀ ਸਮਝਦਾ ਹੈ । ਉਹ ਬਹੁਤ ਹੀ ਅਣਜਾਨ, ਅਗਿਆਨੀ ਹੈ । ਉਹ ਅੰਤਰਜਾਮੀ ਨੂੰ ਜਾਣਦਾ ਨਹੀਂ, ਉਸ ਨੂੰ ਪ੍ਰਭ ਦੇ ਸ਼ਬਦ ਦੀ ਸੋਝੀ ਨਹੀਂ ਹੁੰਦੀ ।

Whosoever may consider himself very intelligent and knows all about the teachings of His Word, in real life he may be very ignorant from the true understanding of the teachings of His Word. He remains under the intoxication of ego of his mind. He may not understand the nature of The True Master and he may never be blessed with enlightenment of His Word.

114.ਆਸਾ ਮਹਲਾ ੫॥ 382 - 2

ਬੰਧਨ ਕਾਟਿ ਬਿਸਾਰੇ ਅਉਗਨ,	banDhan kaat bisaaray a-ugan
ਅਪਨਾ ਬਿਰਦੁ ਸਮੑਾਰਿਆ॥	apnaa birad samHaari-a.
ਹੋਏ ਕ੍ਰਿਪਾਲ ਮਾਤ ਪਿਤ ਨਿਆਈ,	ho-ay kirpaal maat pit ni-aa-ee
ਬਾਰਿਕ ਜਿਉ ਪ੍ਰਤਿਪਾਰਿਆ॥੧॥	baarik ji-o partipaari-aa. ||1||

ਪ੍ਰਭ ਨੇ ਰਹਿਮਤ ਬਖਸ਼ੀ ਹੈ! ਮੇਰੇ ਅਉਗੁਣ ਬਖਸ਼ਕੇ, ਆਪਣੀ ਸ਼ਰਣ ਵਿੱਚ ਪਨਾਹ ਬਖਸ਼ੀ ਹੈ । ਸੰਸਾਰਕ ਬੰਧਨ ਤੋੜ ਦਿੱਤੇ ਹਨ । ਮਾਤਾ ਪਿਤਾ ਦੀ ਨਿਆਈ ਪ੍ਰਭ ਨੇ ਆਪਣਾ ਬੱਚਾ, ਦਾਸ ਬਣਾਕੇ ਮੇਰੀ ਪਾਲਣਾ, ਰਖਿਆ ਕੀਤੀ ਹੈ ।

The True Master has ignored my shortcomings, my sinful deeds and has accepted me in His sanctuary and guided me on the right path of meditation. The True Master has destroyed, eliminated all my worldly bonds. He nourishes and protects me as worldly mother and father protect their own child.

ਗੁਰਸਿਖ ਰਾਖੇ ਗੁਰ ਗੋਪਾਲਿ॥	gursikh raakhay gur gopaal.
ਕਾਢਿ ਲੀਏ ਮਹਾ ਭਵਜਲ ਤੇ,	kaadh lee-ay mahaa bhavjal tay
ਅਪਨੀ ਨਦਰਿ ਨਿਹਾਲਿ॥੧॥ ਰਹਾਉ॥	apnee nadar nihaal. ||1|| rahaa-o.

ਬੰਦਗੀ ਕਰਨ ਵਾਲੇ ਦੀ ਪ੍ਰਭ ਆਪ ਰਖਿਆ ਕਰਦਾ ਹੈ । ਰਹਿਮਤ ਬਖਸ਼ਕੇ ਭਿਆਨਕ ਇੱਛਾਂ ਭਰੇ ਸਾਗਰ ਵਿਚੋਂ ਬਚਾ ਲੈਂਦਾ ਹੈ ।

The True Master always protects His true devotee. With His mercy and grace, He may keep him steady and stable on the right path of meditation and acceptance in His court.

ਜਾ ਕੈ ਸਿਮਰਣਿ ਜਮ ਤੇ ਛੁਟੀਐ,	jaa kai simran jam tay chhutee-ai
ਹਲਤਿ ਪਲਤਿ ਸੁਖੁ ਪਾਈਐ॥	halat palat sukh paa-ee-ai.
ਸਾਸਿ ਗਿਰਾਸਿ ਜਪਹੁ ਜਪੁ ਰਸਨਾ,	saas giraas japahu jap rasnaa
ਨੀਤ ਨੀਤ ਗੁਣ ਗਾਈਐ॥੨॥	neet neet gun gaa-ee-ai. ||2||

ਪ੍ਰਭ ਦੇ ਸ਼ਬਦ ਦੀ ਅਡੋਲ ਭਰੋਸੇ ਨਾਲ ਪਾਲਣਾ ਕਰਨ ਨਾਲ ਮੌਤ ਦੇ ਜਮਦੂਤ ਤੋਂ ਛੁਟਕਾਰ ਹੋ ਸਕਦਾ ਹੈ । ਸੰਸਾਰ ਵਿੱਚ ਅਤੇ ਮੌਤ ਪਿਛੋਂ ਵੀ ਅਨੰਦਾ ਖੇੜਾ ਬਖਸ਼ਿਸ਼ ਹੋ ਜਾਂਦਾ ਹੈ । ਸ਼ਬਦ ਦਾ ਸਵਾਸ ਗਰਾਸ ਸਿਮਰਨ, ਦਿਨ ਰਾਤ ਆਪਣੀ ਜੀਭ ਨਾਲ ਸ਼ਬਦ ਦੇ ਗੁਣ ਗਾਵੋ!

You should with each and every breath meditate and sing the glory of The True Master. By meditating and obeying the teachings of His Word, your soul may become beyond the reach of devil of death. You may be blessed with peace and contentment in worldly life and after death also. You should with your tongue sing the virtues, glory of The True Master.

ਭਗਤਿ ਪ੍ਰੇਮ ਪਰਮ ਪਦੁ ਪਾਇਆ, bhagat paraym param pad paa-i-aa
ਸਾਧਸੰਗਿ ਦੁਖ ਨਾਠੇ॥ saaDhsang dukh naathay.
ਛਿਜੈ ਨ ਜਾਇ ਕਿਛੁ ਭਉ ਨ ਬਿਆਪੇ, chhijai na jaa-ay kichh bha-o na biaapay
ਹਰਿ ਧਨੁ ਨਿਰਮਲੁ ਗਾਠੇ॥੩॥ har Dhan nirmal gaathay. ||3||

ਭਰੋਸਾ ਅਡੋਲ ਰਖਕੇ ਸ਼ਬਦ ਦੀ ਪਾਲਣਾ ਕਰਨ ਨਾਲ, ਉਤਮ ਅਵਸਥਾ ਬਖਸ਼ਿਸ਼ ਹੋ ਸਕਦੀ ਹੈ । ਬੰਦਗੀ ਕਰਨ ਵਾਲੇ ਦੀ ਸੰਗਤ, ਸਿਖਿਆ ਨਾਲ ਜੀਵਨ ਢਾਲਣ ਨਾਲ ਮਨ ਦੀਆਂ ਇੱਛਾਂ ਰੂਪੀ ਦੁਖ ਖਤਮ ਹੋ ਜਾਂਦੇ ਹਨ । ਜਿਹੜਾ ਸ਼ਬਦ ਦੀ ਪਾਲਣਾ ਕਰਕੇ ਸੋਝੀ ਰੂਪੀ ਧਨ ਇਕੱਠਾ ਕਰਦਾ ਹੈ । ਉਸ ਨੂੰ ਮੌਤ, ਸੰਸਾਰਕ ਇੱਛਾਂ ਦਾ ਡਰ, ਭਟਕਣ ਨਹੀਂ ਰਹਿੰਦੀ, ਮਨ ਵਿੱਚ ਸਦਾ ਹੀ ਖੇੜਾ ਵਸਦਾ ਹੈ ।

By obeying and adopting the teachings of His Word with steady and stable belief, the soul may be blessed with eternal state of mind. By associating and adopting the teachings of the life of His true devotee in own day to day life, all his desires and frustration of worldly desires and miseries may be eliminated. Whosoever may meditate and earn the wealth of His Word, he may conquer the fear of worldly desires and fear of death. He always remains in peace, contentment and blossom forever.

ਅੰਤਿ ਕਾਲ ਪ੍ਰਭ ਭਏ ਸਹਾਈ, ant kaal parabh bha-ay sahaa-ee
ਇਤ ਉਤ ਰਾਖਨਹਾਰੇ॥ it ut raakhanhaaray.
ਪ੍ਰਾਨ ਮੀਤ ਹੀਤ ਧਨੁ ਮੇਰੈ, paraan meet heet Dhan mayrai
ਨਾਨਕ ਸਦ ਬਲਿਹਾਰੇ॥੪॥੬॥੪੫॥ naanak sad balihaaray. ||4||6||45||

ਸ਼ਬਦ ਦੀ ਪਾਲਣਾ ਕਰਨ ਵਾਲੀ ਆਤਮਾ ਦਾ ਇਸ ਸੰਸਾਰ ਵਿੱਚ ਅਤੇ ਮੌਤ ਪਿਛੋਂ ਆਪ ਹੀ ਸਹਾਈ, ਰਖਵਾਲਾ ਹੁੰਦਾ ਹੈ, ਪ੍ਰਵਾਨਗੀ ਦੇ ਰਸਤੇ ਤੇ ਅਡੋਲ ਰਖਦਾ ਹੈ । ਪ੍ਰਭ ਹੀ ਬੰਦਗੀ ਕਰਨ ਵਾਲੇ ਦਾਸ ਦੇ ਸਵਾਸਾਂ ਦਾ ਆਸਰਾ, ਸਾਥੀ, ਹੈਸੀਅਤ ਬਣ ਜਾਂਦਾ ਹੈ । ਬੰਦਗੀ ਕਰਨ ਵਾਲੇ ਦਾਸ ਪ੍ਰਭ ਦੇ ਸ਼ਬਦ ਨੂੰ ਧੰਨ ਧੰਨ ਹੀ ਕਹਿੰਦੇ ਹਨ ।

By adopting the teachings of His Word in day to day life, The True Master may become protector and support of his soul in this worldly life and also after death in His court. He may remain steady and stable on the right path of meditation. The True Master may become his support, companion, his worldly status and the protector and support of his breaths. His true devotee always obeys the teachings of His Word. He claims His Word as the greatest of All and an ultimate command.

115.ਆਸਾ ਮਹਲਾ ੫॥ 382- 8

ਜਾ ਤੂੰ ਸਾਹਿਬੁ ਤਾ ਭਉ ਕੇਹਾ, jaa tooN saahib taa bha-o kayhaa
ਹਉ ਤੁਧੁ ਬਿਨੁ ਕਿਸੁ ਸਾਲਾਹੀ॥ ha-o tuDh bin kis saalaahee.
ਏਕੁ ਤੂੰ ਤਾ ਸਭੁ ਕਿਛੁ ਹੈ, ayk tooN taa sabh kichh hai
ਮੈ ਤੁਧੁ ਬਿਨੁ ਦੂਜਾ ਨਾਹੀ॥੧॥ mai tuDh bin doojaa naahee. ||1||

ਪ੍ਰਭ, ਜਦੋਂ ਤੂੰ ਆਪ ਹੀ ਮੇਰਾ ਮਾਲਕ, ਰਖਵਾਲਾ ਹੈ । ਮੈਨੂੰ ਹੋਰ ਕਿਸੇ ਦਾ ਡਰ ਕਿਵੇਂ ਹੋ ਸਕਦਾ ਹੈ? ਤੇਰੇ ਤੋਂ ਬਿਨਾਂ ਮੈ ਹੋਰ ਕਿਸ ਦੀ ਉਸਤਤ ਕਿਵੇਂ ਕਰ ਸਕਦਾ ਹਾ? ਇੱਕੋ ਇੱਕ ਪ੍ਰਭ ਦੀ ਰਹਿਮਤ ਤੇ ਸਾਰੀ ਸ੍ਰਿਸ਼ਟੀ ਹੀ ਚਲਦੀ, ਵਸਦੀ ਹੈ । ਤੇਰੀ ਰਹਿਮਤ ਤੋ ਬਿਨਾਂ ਸ੍ਰਿਸ਼ਟੀ ਵਿੱਚ ਹੋਰ ਕੁਝ ਵੀ ਵਾਪਰ ਨਹੀਂ ਸਕਦਾ ਹੈ ।

My True Master, as You are my True Master and protector, how may I be afraid from anything else in the universe? Whom else may I be singing the glory or worship? You are One and Only One True Master and the whole universe operates and survives on Your mercy and grace. Nothing else can exist or prevail in the universe.

ਬਾਬਾ ਬਿਖੁ ਦੇਖਿਆ ਸੰਸਾਰੁ॥	baabaa bikh daykhi-aa sansaar.
ਰਖਿਆ ਕਰਹੁ ਗੁਸਾਈ ਮੇਰੇ,	rakhi-aa karahu gusaa-ee mayray
ਮੈ ਨਾਮੁ ਤੇਰਾ ਆਧਾਰੁ॥੧॥ ਰਹਾਉ॥	mai naam tayraa aaDhaar. ||1||rahaa-o.

ਸਾਰੀ ਸ੍ਰਿਸ਼ਟੀ ਹੀ ਮਾਇਆ ਰੂਪੀ ਜ਼ਹਿਰ ਨਾਲ ਭਰਿਆ ਸਾਗਰ ਹੈ । ਪ੍ਰਭ, ਕੇਵਲ ਤੂੰ ਹੀ ਤੂੰ ਮੇਰਾ ਆਸਰਾ ਹੈ! ਹੋਰ ਕੋਈ ਆਸ ਨਹੀਂ ਹੈ, ਰਹਿਮਤ ਬਖਸ਼ਕੇ ਰਖਿਆ ਕਰੋ!

The whole universe is an ocean overflowing with poison of worldly wealth. Only You are my true hope and support, I do not have any other support or hope. With Your mercy and grace protects me.

ਜਾਣਹਿ ਬਿਰਥਾ ਸਭਾ ਮਨ ਕੀ,	jaaneh birthaa sabhaa man kee
ਹੋਰੁ ਕਿਸੁ ਪਹਿ ਆਖਿ ਸੁਣਾਈਐ॥	hor kis peh aakh sunaa-ee-ai.
ਵਿਣੁ ਨਾਵੈ ਸਭੁ ਜਗੁ ਬਉਰਾਇਆ,	vin naavai sabh jag ba-uraa-i-aa
ਨਾਮੁ ਮਿਲੈ ਸੁਖੁ ਪਾਈਐ॥੨॥	naam milai sukh paa-ee-ai. ||2||

ਪ੍ਰਭ ਤੂੰ ਮੇਰੇ ਮਨ ਦੀ ਅਵਸਥਾ, ਹਾਲਤ ਪੂਰਨ ਤਰ੍ਹਾਂ ਜਾਣਦਾ ਹੈ । ਮਨ ਦੀ ਅਵਸਥਾ ਹੋਰ ਕਿਸੇ ਨੂੰ ਕਿਵੇਂ ਦੱਸ ਸਕਦਾ ਹਾ? ਸਾਰੀ ਸ੍ਰਿਸ਼ਟੀ ਹੀ ਅਡੋਲ ਭਰੋਸੇ ਨਾਲ ਸ਼ਬਦ ਦੀ ਪਾਲਣਾ ਕਰਨ ਤੋ ਬਿਨਾਂ ਪਾਗਲ ਹੋਈ ਫਿਰਦੀ ਹੈ । ਕੇਵਲ ਅਡੋਲ ਭਰੋਸੇ ਨਾਲ ਸ਼ਬਦ ਦੀ ਪਾਲਣਾ ਕਰਨ ਨਾਲ ਹੀ ਸੰਤੋਖ ਬਖਸ਼ਿਸ਼ ਹੁੰਦਾ ਹੈ ।

The Omniscient True Master is fully aware about worldly condition of my soul. Whom else may I tell the state of my soul? Without adopting the teachings of Your Word with steady and stable belief, the whole universe may wander like a mad, crazy dog. Only by adopting the teachings of Your Word with steady and stable belief, I may be blessed with contentment with Your blessings.

ਕਿਆ ਕਹੀਐ ਕਿਸੁ ਆਖਿ ਸੁਣਾਈਐ, ਜਿ	ki-aa kahee-ai kis aakh sunaa-ee-ai
ਕਹਣਾ ਸੁ ਪ੍ਰਭ ਜੀ ਪਾਸਿ॥	je kahnaa so parabh jee paas.
ਸਭੁ ਕਿਛੁ ਕੀਤਾ ਤੇਰਾ ਵਰਤੈ,	sabh kichh keetaa tayraa vartai
ਸਦਾ ਸਦਾ ਤੇਰੀ ਆਸ॥੩॥	sadaa sadaa tayree aas. ||3||

ਪ੍ਰਭ ਮੈ ਕੀ ਬੋਲ ਸਕਦਾ ਹਾ? ਕਿਸ ਕੋਲ ਸ਼ਕਾਇਤ, ਅਰਜੋਈ, ਅਰਦਾਸ ਕਰ ਸਕਦਾ ਹਾ? ਜੋ ਕੁਝ ਵੀ ਮੇਰੇ ਮਨ ਵਿੱਚ ਹੈ, ਤੇਰੇ ਅੱਗੇ ਹੀ ਅਰਦਾਸ ਕਰਦਾ ਹਾ । ਪ੍ਰਭ ਸ੍ਰਿਸ਼ਟੀ ਵਿੱਚ ਸਭ ਕੁਝ ਤੇਰਾ ਪੈਦਾ ਕੀਤਾ ਹੋਇਆ ਹੈ । ਤੇਰੇ ਆਸਰੇ, ਤੇਰੇ ਹੁਕਮ ਅੰਦਰ ਹੀ ਵਾਪਦਾ ਹੈ । ਮੇਰੀ ਆਸ, ਭਰੋਸਾ ਕੇਵਲ ਤੇਰੀ ਰਹਿਮਤ, ਬਖਸ਼ਿਸ਼ ਤੇ ਹੀ ਹੈ ।

What may I speak, pray or whom may I complain or beg for mercy and grace? Whatsoever may be the desire of my mind, I always beg from You wholeheartedly. My True Master everything in the universe has been created with Your mercy and grace. Only Your Word prevails in each and every activity. All my hopes and believes are solely on Your forgiveness and mercy and grace.

ਜੇ ਦੇਹਿ ਵਡਿਆਈ ਤਾ ਤੇਰੀ ਵਡਿਆਈ,	jay deh vadi-aa-ee taa tayree vadi-aa-
ਇਤ ਉਤ ਤੁਝਹਿ ਧਿਆਉ॥	ee it ut tujheh Dhi-aa-o.
ਨਾਨਕ ਕੇ ਪ੍ਰਭ ਸਦਾ ਸੁਖਦਾਤੇ,	naanak kay parabh sadaa sukh-daatay
ਮੈ ਤਾਣੁ ਤੇਰਾ ਇਕੁ ਨਾਉ॥੪॥੭॥੪੬॥	mai taan tayraa ik naa-o. ||4||7||46||

ਪ੍ਰਭ ਇਹ ਤੇਰੀ ਰਹਿਮਤ, ਤੇਰੀ ਹੀ ਵਡਿਆਈ ਹੈ । ਸੰਸਾਰ ਵਿੱਚ ਅਤੇ ਮੌਤ ਪਿਛੋਂ ਵੀ ਤੇਰੇ ਸ਼ਬਦ ਦਾ ਸਿਮਰਨ ਕਰਦਾ ਰਹਾ । ਪ੍ਰਭ ਤੂੰ ਹੀ ਸਦਾ ਸੁਖ ਬਖਸ਼ਣ ਵਾਲਾ ਅਸਲੀ ਮਾਲਕ ਹੈ । ਤੂੰ ਹੀ ਬੰਦਗੀ ਕਰਨ ਵਾਲੇ ਦਾਸ ਦਾ ਬਲ, ਹੈਸੀਅਤ ਹੈ ।

With Your mercy and grace, my soul may be meditating on the teachings of Your Word in the universe and also remains steady and stable after death in Your court. You are the only True Master of all blessings of comfort to Your creation. You are the true strength and worldly status as Your true devotee.

116.ਆਸਾ ਮਹਲਾ ੫॥ 382- 14

ਅੰਮ੍ਰਿਤੁ ਨਾਮੁ ਤੁਮ੍ਾਰਾ ਠਾਕੁਰ,	amrit naam tumHaaraa thaakur
ਏਹੁ ਮਹਾ ਰਸੁ ਜਨਹਿ ਪੀਓ॥	ayhu mahaa ras janeh pee-o.
ਜਨਮ ਜਨਮ ਚੂਕੇ ਭੈ ਭਾਰੇ,	janam janam chookay bhai bhaaray
ਦੁਰਤੁ ਬਿਨਾਸਿਓ ਭਰਮੁ ਬੀਓ॥੧॥	durat binaasi-o bharam bee-o. ||1|

ਪ੍ਰਭ ਤੇਰੇ ਸ਼ਬਦ ਦੀ ਸੋਝੀ ਹੀ ਅਨਮੋਲ ਅਮ੍ਰਿੰਤ ਹੈ । ਤੇਰੇ ਦਾਸ ਅਡੋਲ ਭਰੋਸੇ ਨਾਲ ਸ਼ਬਦ ਦੀ ਪਾਲਣਾ ਕਰਦੇ, ਰਸ ਦਾ ਅਨੰਦ ਮਾਨਦੇ ਹਨ । ਮਨ ਵਿੱਚ ਸ਼ਬਦ ਜਾਗਰਤ ਹੋਣ ਨਾਲ ਅਨੇਕਾਂ ਜੂੰਨਾਂ ਦੇ ਕੀਤੇ ਪਾਪ ਧੋਤੇ ਜਾਂਦੇ ਹਨ । ਪ੍ਰਭ ਆਪ ਹੀ ਲੇਖਾ ਪੂਰਾ ਕਰ ਦੇਂਦਾ, ਬਖਸ਼ ਦੇਂਦਾ ਹੈ । ਮਨ ਵਿਚੋਂ ਭਰਮ, ਮਨ ਦੀ ਚਾਰੇ ਪਾਸੇ ਘੁੰਮਣ ਦੀ ਭਟਕਣ ਖਤਮ ਹੋ ਜਾਂਦੀ ਹੈ ।

The enlightenment of Your Word is the priceless nectar. Your true devotee may obey and adopt the teachings of Your Word with steady and stable belief and enjoys the essence of the nectar of Your Word. With the enlightenment of the teachings of His Word, the sins of so many previous lives may be forgiven, The True Master may satisfy the account of his evil deeds. All suspicions of worldly rituals may be eliminated and his mind may stop wondering in all directions.

ਦਰਸਨੁ ਪੇਖਤ ਮੈ ਜੀਓ॥	darsan paykhat mai jee-o.
ਸੁਨਿ ਕਰਿ ਬਚਨ ਤੁਮ੍ਾਰੇ ਸਤਿਗੁਰ,	sun kar bachan tumHaaray satgur man
ਮਨੁ ਤਨੁ ਮੇਰਾ ਠਾਰੁ ਥੀਓ॥੧॥ ਰਹਾਉ॥	tan mayraa thaar thee-o. ||1|| rahaa-o.

ਮੇਰੇ ਮਾਨਸ ਜਨਮ ਦਾ ਮੰਤਵ ਹੀ ਤੇਰੇ ਸ਼ਬਦ ਦੀ ਪਾਲਣਾ ਕਰਨਾ ਹੈ । ਤੇਰੇ ਸ਼ਬਦ ਦੇ ਗੁਣ ਸੁਣਨ ਨਾਲ ਮੇਰੇ ਮਨ, ਤਨ ਵਿੱਚ ਸੰਤੋਖ ਘਰ ਕਰ ਜਾਂਦਾ ਹੈ । ਮਨ ਵਿੱਚ ਖੇੜਾ ਵਸ ਜਾਂਦਾ ਹੈ ।

The true purpose of my human life journey has become, to wholeheartedly adopt the teachings of Your Word in day to day life. By concentrating and listening to the virtues of Your Word, a unique peace, contentment and blossom prevails in my mind forever.

ਤੁਮ੍ਰੀ ਕ੍ਰਿਪਾ ਤੇ ਭਇਓ ਸਾਧਸੰਗੁ,	tumHree kirpaa tay bha-i-o saaDhsang
ਏਹੁ ਕਾਜੁ ਤੁਮ੍ ਆਪਿ ਕੀਓ॥	ayhu kaaj tumH aap kee-o.
ਦ੍ਰਿੜੁ ਕਰਿ ਚਰਣ ਗਹੇ ਪ੍ਰਭ ਤੁਮ੍ਰੇ,	dirh kar charan gahay parabh tumHray
ਸਹਜੇ ਬਿਖਿਆ ਭਈ ਖੀਓ॥੨॥	sehjay bikhi-aa bha-ee khee-o. ||2||

ਤੇਰੀ ਰਹਿਮਤ ਨਾਲ ਹੀ ਮਨ ਨੂੰ ਬੰਦਗੀ ਕਰਨ ਵਾਲੇ ਸੰਤਾਂ ਦੀ ਸੰਗਤ ਬਖਸ਼ਿਸ਼ ਹੁੰਦੀ ਹੈ । ਇਹ ਸਭ ਕੁਝ ਤੇਰੀ ਰਹਿਮਤ ਨਾਲ ਹੀ ਵਾਪਰਦਾ ਹੈ । ਅਡੋਲ ਭਰੋਸੇ ਨਾਲ ਸ਼ਬਦ ਦੀ ਪਾਲਣਾ ਕਰਨ ਨਾਲ ਮਨ ਵਿਚੋਂ ਸੰਸਾਰਕ ਇੱਛਾਂ ਰੂਪੀ ਜ਼ਹਿਰ ਦਾ ਪ੍ਰਭਾਵ ਨਾਸ਼ ਹੋ ਜਾਂਦਾ ਹੈ ।

Only with Your mercy and grace, the association as Your true devotee may be blessed. In the universe, only Your command prevails in all activities. By adopting the teachings of Your Word with steady and stable belief in day to day life, all poison of worldly desires, wealth may be eliminated from the mind as Your true devotee.

ਸੁਖ ਨਿਧਾਨ ਨਾਮੁ ਪ੍ਰਭ ਤੁਮਰਾ,	sukh niDhaan naam parabh tumraa
ਏਹੁ ਅਬਿਨਾਸੀ ਮੰਤ੍ਰੁ ਲੀਓ॥	ayhu abhinaasee mantar lee-o.

ਕਰਿ ਕਿਰਪਾ ਮੋਹਿ ਸਤਿਗੁਰਿ ਦੀਨਾ, ਤਾਪੁ ਸੰਤਾਪੁ ਮੇਰਾ ਬੈਰੁ ਗੀਓ॥੩॥	kar kirpaa mohi satgur deenaa taap santaap mayraa bair gee-o. ||3||

ਤੇਰੇ ਸ਼ਬਦ ਦੀ ਪਾਲਣਾ ਕਰਨਾ ਹੀ ਸੁਖਾਂ ਦਾ ਖਜ਼ਾਨਾ ਹੈ । ਤੇਰੀ ਰਹਿਮਤ ਨਾਲ ਹੀ ਇਸ ਅਣਮੋਲ ਸਦਾ ਅਟੱਲ ਰਹਿਣ ਵਾਲੇ ਮੰਤਰ ਦੀ ਬਖਸ਼ਿਸ਼ ਹੋਈ ਹੈ । ਪ੍ਰਭ ਨੇ ਤਰਸ, ਰਹਿਮਤ ਬਖਸ਼ਿਸ਼ ਕੇ ਮੇਰੀ ਸੰਸਾਰਕ ਇੱਛਾਂ ਦੀ ਨਰਾਜ਼ਗੀ ਦਾ ਦੁਖ, ਨਿੰਦਿਆਂ, ਮਨ ਵਿੱਚੋ ਘਿਰਣਾ ਦਾ ਨਾਸ਼ ਹੋ ਗਿਆ ਹੈ ।

To obey and adopt the teachings of Your Word may be the true treasure of comforts for the soul. Only with Your mercy and grace, your soul may be blessed with a unique nectar, the enlightenment of Your Word forever. All my disappointments, miseries, the desire to criticize or slander have been eliminated from my mind.

ਧੰਨੁ ਸੁ ਮਾਣਸ ਦੇਹੀ ਪਾਈ, ਜਿਤੁ ਪ੍ਰਭਿ ਅਪਨੈ ਮੇਲਿ ਲੀਓ॥	Dhan so maanas dayhee paa-ee jit parabh apnai mayl lee-o.
ਧੰਨੁ ਸੁ ਕਲਿਜੁਗੁ ਸਾਧਸੰਗਿ ਕੀਰਤਨੁ ਗਾਈਐ, ਨਾਨਕ ਨਾਮੁ ਅਧਾਰੁ ਹੀਓ॥੪॥ ੮॥੪੭॥	Dhan so kalijug saaDhsang keertan gaa-ee-ai naanak naam aDhaar hee-o. ||4||8||47||

ਪ੍ਰਭ ਦੀ ਰਹਿਮਤ ਨਾਲ ਹੀ ਮਾਨਸ ਤਨ ਬਖਸ਼ਿਸ਼ ਹੋਇਆ ਹੈ । ਮਾਨਸ ਤਨ ਵਿੱਚ ਸ਼ਬਦ ਦੀ ਪਾਲਣਾ ਕਰਨ ਨਾਲ ਪ੍ਰਵਾਨਗੀ ਦਾ ਰਸਤਾ ਬਖਸ਼ਿਸ਼ ਹੋਇਆ ਹੈ । ਪ੍ਰਭ ਨੇ ਰਹਿਮਤ ਬਖਸ਼ਕੇ ਕੱਲਯੁਗ ਵਿੱਚ ਸ਼ਬਦ ਦੇ ਕੀਰਤਨ, ਗੁਣ ਗਾਉਣ ਨੂੰ ਸ਼ਰਣ ਵਿੱਚ ਪਨਾਹ ਦਾ ਸਾਧਨ ਬਣਾਇਆ ਹੈ । ਇਹ ਹੀ (ਸ਼ਬਦ ਦੀ ਪਾਲਣਾ) ਸ਼ਬਦ ਦੀ ਸੋਝੀ ਦਾ ਅਧਾਰ ਹੈ ।

Only with His mercy and grace, the soul has been blessed with human body to sanctify herself. By adopting the teachings of His Word in day to day life, the right path of meditation, acceptance in His court may be blessed. The True Master in this Age of darkness has embedded the right path of His sanctuary in singing and adopting the teachings of His Word in day to day life. Obeying the teachings of His Word may be the right path of enlightenment and the essence of His Word within.

117.ਆਸਾ ਮਹਲਾ ੫॥ 383 -1

ਆਗੈ ਹੀ ਤੇ ਸਭੁ ਕਿਛੁ ਹੂਆ, ਅਵਰੁ ਕਿ ਜਾਣੈ ਗਿਆਨਾ॥	aagai hee tay sabh kichh hoo-aa avar ke jaanai gi-aanaa.
ਭੂਲ ਚੂਕ ਅਪਨਾ ਬਾਰਿਕੁ ਬਖਸਿਆ, ਪਾਰਬ੍ਰਹਮ ਭਗਵਾਨਾ॥੧॥	bhool chook apnaa baarik bakhsi-aa paarbarahm bhagvaanaa. ||1||

ਆਪਣੇ ਪਿਛਲੇ ਜਨਮ ਦੇ ਕੀਤੇ ਕਰਮਾ ਨਾਲ ਹੀ ਇਸ ਜੀਵਨ ਵਿੱਚ ਸਭ ਕੁਝ ਵਾਪਰਦਾ ਹੈ । ਬਾਣੀ ਦੀ ਹੋਰ ਖੋਜ ਕਰਨ ਦਾ ਕੀ ਲੱਭਦਾ ਹੈ? ਪ੍ਰਭ ਆਪ ਹੀ ਰਹਿਮਤ ਬਖਸ਼ਕੇ ਆਪਣੇ ਜੀਵਾਂ ਦੀਆਂ ਭੁਲਾਂ ਬਖਸ਼ਦਾ, ਮਾਫ ਕਰਦਾ ਹੈ ।

Everything happens in this life may be the reward or punishment of the deeds of the previous, past life. What may the soul benefit from searching more? With His own mercy and grace, He may forgive the shortcomings, weakness, evil and sinful deeds of His true devotee.

ਸਤਿਗੁਰੁ ਮੇਰਾ ਸਦਾ ਦਇਆਲਾ, ਮੋਹਿ ਦੀਨ ਕਉ ਰਾਖਿ ਲੀਆ॥	satgur mayraa sadaa da-i-aalaa mohi deen ka-o raakh lee-aa.
ਕਾਟਿਆ ਰੋਗੁ ਮਹਾ ਸੁਖੁ ਪਾਇਆ, ਹਰਿ ਅੰਮ੍ਰਿਤੁ ਮੁਖਿ ਨਾਮੁ ਦੀਆ॥੧॥ ਰਹਾਉ॥	kaati-aa rog mahaa sukh paa-i-aa har amrit mukh naam dee-aa. ||1|| rahaa-o.

ਪ੍ਰਭ ਸਦਾ ਹੀ ਰਹਿਮਤਾਂ ਬਖਸ਼ਦਾ ਰਹਿੰਦਾ ਹੈ । ਆਪਣੇ ਨਿਮਾਣੇ ਦਾਸ ਦੀ ਰਖਿਆ ਕਰਦਾ, ਬਚਾ ਕਰਦਾ ਹੈ । ਉਸ ਨੇ ਹੀ ਰਹਿਮਤ ਬਖਸ਼ਕੇ, ਮੇਰੇ ਮਨ ਦੇ ਸਾਰੇ ਇੱਛਾਂ ਰੂਪੀ ਰੋਗ ਦੂਰ ਕੀਤੇ ਹਨ । ਅਣਮੋਲ ਅੰਮ੍ਰਿਤ ਰੂਪੀ ਸ਼ਬਦ ਮੇਰੀ ਜੀਭ ਤੇ ਬਖਸ਼ਿਆ ਹੈ ।

The True Master always protects and saves His true humble devotee in the universe. With His mercy and grace, He has eliminated all miseries, frustration of worldly desires from my mind. He has blessed me with the nectar of singing the glory of His Word on my tongue.

ਅਨਿਕ ਪਾਪ ਮੇਰੇ ਪਰਹਰਿਆ,	anik paap mayray parhari-aa
ਬੰਧਨ ਕਾਟੇ ਮੁਕਤ ਭਏ॥	banDhan kaatay mukat bha-ay.
ਅੰਧ ਕੂਪ ਮਹਾ ਘੋਰ ਤੇ,	anDh koop mahaa ghor tay
ਬਾਹ ਪਕਰਿ ਗੁਰਿ ਕਾਢਿ ਲੀਏ॥੨॥	baah pakar gur kaadh lee-ay. ‖2‖

ਪ੍ਰਭ ਨੇ ਰਹਿਮਤ ਬਖਸ਼ਕੇ ਮੇਰੇ ਅਨੇਕਾਂ ਹੀ ਜਨਮਾਂ ਦੇ ਪਾਪ ਬਖਸ਼ ਦਿੱਤੇ ਹਨ, ਮੇਰੇ ਸੰਸਾਰਕ ਇੱਛਾਂ ਰੂਪੀ ਬੰਧਨ ਨਾਸ਼ ਕਰ ਦਿੱਤੇ, ਸੰਸਾਰਕ ਇੱਛਾਂ ਤੋ ਮੁਕਤ, ਰਹਿਤ ਕਰ ਦਿੱਤਾ ਹੈ । ਆਪ ਹੀ ਮੇਰਾ ਹੱਥ ਪਕੜ ਕੇ, ਇਸ ਅਗਿਆਨਤਾ ਭਰੇ ਸੰਸਾਰਕ ਸਾਗਰ ਵਿਚੋਂ ਕੱਢ ਲਿਆ ਹੈ ।

With His mercy and grace, He has forgiven all my sins, ignorant mistakes of my past lives. All my bonds of worldly desires have been eliminated forever. He has made my soul beyond the reach of worldly desires. By holding my hand, He has saved me from the ocean of ignorance.

ਨਿਰਭਉ ਭਏ ਸਗਲ ਭਉ ਮਿਟਿਆ,	nirbha-o bha-ay sagal bha-o miti-aa
ਰਾਖੇ ਰਾਖਨਹਾਰੇ॥	raakhay raakhanhaaray.
ਐਸੀ ਦਾਤਿ ਤੇਰੀ ਪ੍ਰਭ ਮੇਰੇ,	aisee daat tayree parabh mayray
ਕਾਰਜ ਸਗਲ ਸਵਾਰੇ॥੩॥	kaaraj sagal savaaray. ‖3‖

ਪ੍ਰਭ ਨੇ ਰਹਿਮਤ ਬਖਸ਼ਕੇ ਮੇਰੇ ਭਰਮ, ਡਰ ਖਤਮ ਕਰ ਦਿੱਤੇ ਹਨ, ਨਿਡਰ ਬਣਾ ਦਿੱਤਾ ਹੈ, ਪ੍ਰਵਾਨਗੀ ਦੇ ਰਸਤੇ ਤੇ ਅਡੋਲ ਕਰ ਦਿੱਤਾ ਹੈ । ਇਸ ਤਰ੍ਹਾਂ ਦੀ ਹੈਸੀਅਤ, ਅਵਸਥਾ ਵਾਲਾ ਹੀ ਮੇਰਾ ਅਸਲੀ ਮਾਲਕ ਹੈ । ਮੇਰੇ ਮਾਨਸ ਜੀਵਨ ਦੇ ਸਾਰੇ ਕਾਰਜ ਸਫਲ ਕਰ ਦਿੱਤੇ ਹਨ ।

With His mercy and grace, He has eliminated all my suspicions, worries and fears of my mind. He has made me fearless His true devotee. He has kept me steady and stable on the path of His acceptance. Such a unique glory, the divinity and status of my True Master. He has fulfilled the purpose of my human life.

ਗੁਣ ਨਿਧਾਨ ਸਾਹਿਬ ਮਨਿ ਮੇਲਾ॥	gun niDhaan saahib man maylaa.
ਸਰਣਿ ਪਇਆ ਨਾਨਕ ਸੋੁਹੇਲਾ॥੪॥	saran pa-i-aa naanak sohaylaa.
੯॥੪੮॥	‖4‖9‖48‖

ਮਨ ਦੀ ਲਗਨ, ਗੁਣਾਂ ਦੇ ਭੰਡਾਰੀ, ਪ੍ਰਭ ਦੇ ਸ਼ਬਦ ਨਾਲ ਲੱਗੀ ਹੈ, ਮਨ ਸ਼ਬਦ ਵਿੱਚ ਲੀਨ ਹੈ । ਉਸ ਦੀ ਸ਼ਰਣ ਵਿੱਚ ਪਨਾਹ ਲੈਣ ਨਾਲ ਮਨ ਵਿੱਚ ਸਦਾ ਰਹਿਣ ਵਾਲਾ ਖੇੜਾ ਵਸਦਾ ਹੈ ।

My concentration remains steady and stable on the teachings of the Word of The True Owner of all treasure of virtues. By accepting in His sanctuary, He has blessed me with an everlasting blossom.

118.ਆਸਾ ਮਹਲਾ ੫॥ 383-7

ਤੂੰ ਵਿਸਰਹਿ ਤਾਂ ਸਭੁ ਕੋ ਲਾਗੂ,	tooN visrahi taaN sabh ko laagoo
ਚੀਤਿ ਆਵਹਿ ਤਾਂ ਸੇਵਾ॥	cheet aavahi taaN sayvaa.
ਅਵਰੁ ਨ ਕੋਊ ਦੂਜਾ ਸੂਝੈ,	avar na ko-oo doojaa soojhai
ਸਾਚੇ ਅਲਖ ਅਭੇਵਾ॥੧॥	saachay alakh abhayvaa. ‖1‖

ਜਿਹੜਾ ਜੀਵ ਸ਼ਬਦ ਦੀ ਸਿਖਿਆ ਨੂੰ ਮਨ ਵਿਚੋਂ ਵਿਸਰ ਦੇਂਦਾ ਹੈ, ਉਸ ਨੂੰ ਸਾਰੀ ਸ੍ਰਿਸ਼ਟੀ ਹੀ ਬੁਰਾ ਕਰਨ ਵਾਲੀ ਮਹਿਸੂਸ ਹੁੰਦੀ ਹੈ । ਮਨ ਦੇ ਪੰਜੇ ਜਮਦੂਤ ਹੀ ਮਨ ਦੀਆਂ ਇੱਛਾਂ ਨੂੰ ਆਪਣੇ ਕਾਬੂ ਵਿੱਚ ਰਖਦੇ ਹਨ । ਜਿਸ ਦੇ ਮਨ ਵਿੱਚ ਤੇਰਾ ਸ਼ਬਦ ਘਰ ਕਰ ਜਾਂਦਾ, ਵਸ ਜਾਂਦਾ, ਜਾਗਰਤ ਹੋ ਜਾਂਦਾ ਹੈ । ਇਹ ਪੰਜੇ ਇੱਛਾਂ ਦੇ ਜਮਦੂਤ ਉਸ ਦੇ ਗੁਲਾਮ ਬਣਕੇ ਸੇਵਾ ਕਰਦੇ ਹਨ । ਮਨ ਤੇ ਜਿੱਤ ਬਖਸ਼ਿਸ਼ ਹੋ ਜਾਂਦੀ, ਮਨ ਵੱਸ ਵਿੱਚ ਆ ਜਾਂਦਾ ਹੈ ।

Whosoever may abandon and forgets the teachings of Your Word even for a moment, the whole universe may feel like an enemy and want to destroy. All five demons of worldly desires keep control, grip on my mind. When the teachings of Your Word are enlightened and my mind becomes awake and alert, these five demons of worldly desires become my slave and play on my command. My mind conquers my own worldly desires.

ਚੀਤਿ ਆਵੈ ਤਾਂ ਸਦਾ ਦਇਆਲਾ,	cheet aavai taaN sadaa da-i-aalaa
ਲੋਗਨ ਕਿਆ ਵੇਚਾਰੇ॥	logan ki-aa vaychaaray.
ਬੁਰਾ ਭਲਾ ਕਹੁ ਕਿਸ ਨੋ ਕਹੀਐ,	buraa bhalaa kaho kis no kahee-ai
ਸਗਲੇ ਜੀਅ ਤੁਮ੍ਾਰੇ॥੧॥ਰਹਾਉ॥	saglay jee-a tumHaaray. ||1|| rahaa-o.

ਜਿਸ ਦੇ ਮਨ ਵਿੱਚ ਸ਼ਬਦ ਜਾਗਰਤ ਹੋ ਜਾਂਦਾ ਹੈ ਉਸ ਨੂੰ ਰਹਿਮਤ ਦੀ ਬਖਸ਼ਿਸ਼ ਹੋ ਜਾਂਦੀ ਹੈ । ਤੇਰੀ ਰਹਿਮਤ ਦੀ ਨਜ਼ਰ ਤੋ ਬਿਨਾਂ ਇਹ ਮਾਨਸ ਨਿਮਾਣਾ ਕੀ ਕਰ ਸਕਦਾ ਹੈ? ਕਿਵੇਂ ਕਿਸੇ ਜੀਵ ਨੂੰ ਭਲਾ ਜਾ ਬੁਰਾ ਕਹਿਆ ਜਾ ਸਕਦਾ ਹੈ । ਸਭ ਵਿੱਚ ਤੂੰ ਆਪ ਹੀ ਵਸਦਾ ਹੈ, ਸਾਰੇ ਤੇਰਾ ਹੀ ਭਾਗ, ਅੰਗ ਹਨ ।

Whosoever may become awake and alert with the teachings of Your Word; with Your mercy and grace, I may realize Your existence of your blessings. What may humble human accomplish at his own? How anyone may be called as evil, devil or Holy, Your true devotee? Your Holy spirit, Your Word remains embedded and prevails in each and every mind and body. The whole creation is an expansion of Your Holy Spirit and a part of Your limb.

ਤੇਰੀ ਟੇਕ ਤੇਰਾ ਆਧਾਰਾ,	tayree tayk tayraa aaDhaaraa
ਹਾਥ ਦੇਇ ਤੂੰ ਰਾਖਹਿ॥	haath day-ay tooN raakhahi.
ਜਿਸੁ ਜਨ ਊਪਰਿ ਤੇਰੀ ਕਿਰਪਾ,	jis jan oopar tayree kirpaa
ਤਿਸ ਕਉ ਬਿਪੁ ਨ ਕੋਊ ਭਾਖੈ॥੨॥	tis ka-o bip na ko-oo bhaakhai. ||2||

ਰਹਿਮਤ ਦਾ ਹੱਥ ਬਖਸ਼ਕੇ ਰਖਿਆ ਕਰੋ! ਤੂੰ ਹੀ ਮੇਰੇ ਜੀਵਨ ਦਾ ਅਧਾਰ, ਮੇਰਾ ਰਖਵਾਲਾ ਹੈ । ਜਿਸ ਜੀਵ ਨੂੰ ਤੂੰ ਆਪਣੀ ਸ਼ਰਣ ਵਿੱਚ ਪਨਾਹ ਬਖਸ਼ਦਾ ਹੈ । ਉਸ ਨੂੰ ਕੋਈ ਸੰਸਾਰਕ ਇੱਛਾਂ ਦੀ ਭਟਕਣ, ਦੁਖ ਮਹਿਸੂਸ ਨਹੀਂ ਹੁੰਦਾ ।

You are the basis, the purpose of my human life journey, hold my hand and with Your mercy and grace to protect my soul from this worldly ocean of desires. Whosoever may be accepted in Your sanctuary, he may not endure any pain, miseries or frustration in his day to day life, any worldly environments.

ਓਹੋ ਸੁਖੁ ਓਹਾ ਵਡਿਆਈ,	oho sukh ohaa vadi-aa-ee
ਜੋ ਪ੍ਰਭ ਜੀ ਮਨਿ ਭਾਣੀ॥	jo parabh jee man bhaanee.
ਤੂੰ ਦਾਨਾ ਤੂੰ ਸਦ ਮਿਹਰਵਾਨਾ,	tooN daanaa tooN sad miharvaanaa
ਨਾਮੁ ਮਿਲੈ ਰੰਗੁ ਮਾਣੀ॥੩॥	naam milai rang maanee. ||3||

ਜਿਹੜਾ ਕਰਤਬ ਪ੍ਰਭ ਦੇ ਭਾਣੇ ਅੰਦਰ ਹੁੰਦਾ ਹੈ, ਉਹ ਹੀ ਕੰਮ ਸੰਤੋਖ, ਸ਼ਾਂਤੀ ਦੇਣ ਵਾਲਾ ਬਣ ਜਾਂਦਾ ਹੈ । ਜਿਹੜਾ ਸ਼ਬਦ ਨਾਲ ਜੀਵਨ ਢਾਲ ਲੈਂਦਾ ਹੁੰਦਾ ਹੈ । ਓਸ ਦੇ ਸਾਰੇ ਕੰਮ ਹੀ ਸੋਭਾ ਵਾਲੇ ਬਣ ਜਾਂਦੇ ਹਨ ।

Whatsoever deed may be performed under the guidance and with the teachings of His Word that deed may render peace and comfort within mind. Whosoever may adopt the teachings of His Word in day to day life, all his worldly deeds, chores may become as per His Word and may be honored in the world also.

ਤੁਧੁ ਆਗੈ ਅਰਦਾਸਿ ਹਮਾਰੀ,	tuDh aagai ardaas hamaaree
ਜੀਉ ਪਿੰਡੁ ਸਭੁ ਤੇਰਾ॥	jee-o pind sabh tayraa.
ਕਹੁ ਨਾਨਕ ਸਭ ਤੇਰੀ ਵਡਿਆਈ,	kaho naanak sabh tayree vadi-aa-ee
ਕੋਈ ਨਾਉ ਨ ਜਾਣੈ ਮੇਰਾ॥੪॥੧੦॥੪੯॥	ko-ee naa-o na jaanai mayraa.4||10||49

ਸਦਾ ਹੀ ਤੇਰੇ ਦਰ ਤੇ ਅਰਦਾਸ ਹੈ, ਇਹ ਮਾਨਸ ਤਨ ਅਤੇ ਆਤਮਾ ਤੇਰੀ ਹੀ ਅਮਾਨਤ ਹੈ । ਜਿਹੜੇ ਚੰਗੇ ਕੰਮ ਮੇਰੇ ਤੋਂ ਕਰਾਉਂਦਾ ਹੈ, ਇਹ ਤੇਰੀ ਹੀ ਵਡਿਆਈ ਹੈ । ਇਸ ਵਿੱਚ ਮੇਰੀ ਕੋਈ ਸਿਆਣਪ, ਚਲਾਕੀ ਨਹੀਂ ਹੈ ।

I always pray and beg at Your door, my mind, body and soul are only Your trust. Whatsoever the good deeds You may perform through me, all Your greatness, uniqueness. In all tasks for the welfare of mankind, I do not have any wisdom, clever plans, only Your command prevails.

119.ਆਸਾ ਮਹਲਾ ੫॥ 383- 12

ਕਰਿ ਕਿਰਪਾ ਪ੍ਰਭ ਅੰਤਰਜਾਮੀ,	kar kirpaa parabh antarjaamee
ਸਾਧਸੰਗਿ ਹਰਿ ਪਾਈਐ॥	saaDhsang har paa-ee-ai.
ਖੋਲਿ ਕਿਵਾਰ ਦਿਖਾਲੇ ਦਰਸਨੁ,	khol kivaar dikhaalay darsan
ਪੁਨਰਪਿ ਜਨਮਿ ਨ ਆਈਐ॥੧॥	punrap janam na aa-ee-ai. ||1||

ਪ੍ਰਭ ਰਹਿਮਤ ਬਖਸ਼ਕੇ ਬੰਦਗੀ ਕਰਨ ਵਾਲੇ ਦੀ ਸੰਗਤ ਬਖਸ਼ੋ! ਜਿਸ ਦੀ ਸਿਖਿਆ ਨਾਲ ਜੀਵਨ ਢਾਲਣ ਨਾਲ ਸ਼ਬਦ ਦੀ ਸੋਝੀ ਹੋ ਜਾਵੇ, ਭਾਵ ਤੇਰੇ ਦਰਸ਼ਨ ਹੋ ਜਾਣ । ਜਿਸ ਨੂੰ ਤੇਰੀ ਰਹਿਮਤ ਨਾਲ ਸ਼ਬਦ ਦੀ ਸੋਝੀ ਹੋ ਜਾਂਦੀ ਹੈ, ਉਸ ਦੇ ਮਨ ਵਿੱਚ ਸ਼ਬਦ ਜਾਗਰਤ ਅਤੇ ਸੁਚੇਤ ਹੋ ਜਾਂਦਾ ਹੈ । ਉਸ ਨੂੰ ਫਿਰ ਗਰਭ ਵਿੱਚ ਜਾਣਾ ਨਹੀਂ ਪੈਂਦਾ, ਜੂੰਨਾਂ ਦਾ ਚੱਕਰ ਖਤਮ ਹੋ ਜਾਂਦਾ ਹੈ ।

With Your mercy and grace, I am blessed with the association as Your true devotee. By adopting the teachings of his life, my mind may be enlightened from within and become awake and alert all time. Whosoever may be enlightened with the teachings of Your Word, he may not enter into the womb of mother again and his cycle of birth and death may be eliminated forever.

ਮਿਲਉ ਪਰੀਤਮ ਸੁਆਮੀ ਅਪੁਨੇ,	mila-o pareetam su-aamee apunay
ਸਗਲੇ ਦੂਖ ਹਰਉ ਰੇ॥	saglay dookh hara-o ray.
ਪਾਰਬ੍ਰਹਮੁ ਜਿਨ੍ਹਿ ਰਿਦੈ ਅਰਾਧਿਆ,	paarbarahm jiniH ridai araaDhi-aa
ਤਾ ਕੈ ਸੰਗਿ ਤਰਉ ਰੇ॥੧॥ ਰਹਾਉ॥	taa kai sang tara-o ray. ||1|| rahaa-o.

ਤੇਰੀ ਰਹਿਮਤ ਦੀ ਬਖਸ਼ਿਸ਼ ਹੋਣ ਨਾਲ ਮਨ ਦੀਆਂ ਇੱਛਾਂ ਰੂਪੀ ਸਾਰੇ ਦੁਖ ਖਤਮ ਹੋ ਜਾਂਦੇ ਹਨ । ਜਿਸ ਦੇ ਮਨ ਵਿੱਚ ਪ੍ਰਭ ਦਾ ਸ਼ਬਦ ਜਾਗਰਤ ਅਤੇ ਸੁਚੇਤ ਹੋ ਜਾਂਦਾ ਹੈ । ਉਸ ਦੀ ਸਿਖਿਆ ਨਾਲ ਜੀਵਨ ਢਾਲਣ ਨਾਲ ਮਨ ਪ੍ਰਵਾਨਗੀ ਦੇ ਰਸਤੇ ਤੇ ਅਡੋਲ ਹੋ ਜਾਂਦਾ ਹੈ ।

Whosoever may be blessed with Your mercy and grace, all his miseries, demons of worldly desires may be eliminated from his mind. By adopting the teachings of Your Word in his life, he may remain awake and alert. His soul may be blessed with the right path of meditation and remain steady and stable.

ਮਹਾ ਉਦਿਆਨ ਪਾਵਕ ਸਾਗਰ ਭਏ,	mahaa udi-aan paavak saagar bha-ay
ਹਰਖ ਸੋਗ ਮਹਿ ਬਸਨਾ॥	harakh sog meh basnaa.

ਸਤਿਗੁਰੁ ਭੇਟਿ ਭਇਆ ਮਨੁ ਨਿਰਮਲੁ,	satgur bhayt bha-i-aa man nirmal
ਜਪਿ ਅੰਮ੍ਰਿਤੁ ਹਰਿ ਰਸਨਾ॥੨॥	jap amrit har rasnaa. ‖2‖

ਸੰਸਾਰ ਇੱਕ ਅੱਗ ਭਰਿਆਂ ਜੰਗਲ, ਸਾਗਰ, ਸੰਮੁਦਰ ਹੈ । ਜਿਸ ਵਿੱਚ ਆਤਮਾ ਸੰਸਾਰਕ ਦੁਖ, ਸੁਖ ਭੋਗਦੀ ਹੈ । ਅਸਲੀ ਗੁਰੁ, ਸ਼ਬਦ ਦੀ ਸੋਝੀ ਹੋਣ ਨਾਲ ਆਤਮਾ ਪਵਿਤ੍ਰ ਹੋ ਸਕਦੀ ਹੈ । ਉਹ ਆਪਣੀ ਜੀਭ ਨਾਲ ਅਣਮੋਲ ਸ਼ਬਦ ਦੇ ਗੁਣ ਗਾਉਂਦੀ ਹੈ । ਇਸ ਸ਼ਬਦ ਰੂਪੀ ਅੰਮ੍ਰਿਤ ਦੇ ਰਸਦਾ ਅਨੰਦ ਮਹਿਸੂਸ ਕਰਦੀ ਹੈ ।

The whole universe is an ocean, jungle, lava, fire of worldly desires and his soul may suffer the miseries and enjoys the comfort in her life. By the enlightenment of the teachings of His Word, his soul may be sanctified. She sings the glory of His priceless Word and may enjoy the nectar of the teachings of His Word.

ਤਨੁ ਧਨੁ ਥਾਪਿ ਕੀਓ ਸਭੁ ਅਪਨਾ,	tan Dhan thaap kee-o sabh apnaa
ਕੋਮਲ ਬੰਧਨ ਬਾਂਧਿਆ॥	komal banDhan baaNDhi-aa.
ਗੁਰ ਪਰਸਾਦਿ ਭਏ ਜਨ ਮੁਕਤੇ,	gur parsaad bha-ay jan muktay
ਹਰਿ ਹਰਿ ਨਾਮੁ ਅਰਾਧਿਆ॥੩॥	har har naam araaDhi-aa. ‖3‖

ਜਿਹੜੇ ਜੀਵ ਪ੍ਰਭ ਦੀ ਰਹਿਮਤ ਨਾਲ ਸ਼ਬਦ ਦੀ ਪਾਲਣਾ, ਸਿਮਰਨ ਕਰਦੇ ਹਨ । ਪ੍ਰਭ ਆਪ ਹੀ ਉਹਨਾਂ ਆਤਮਾ ਨੂੰ ਆਪਣੇ ਬੰਧਨ ਵਿੱਚ, ਸ਼ਰਣ ਵਿੱਚ ਪਨਾਹ ਬਖਸ਼ਦਾ ਹੈ । ਪ੍ਰਵਾਨਗੀ ਦੇ ਰਸਤੇ ਤੇ ਅਡੋਲ ਰਖਦਾ ਹੈ ।

Whosoever with His mercy and grace may adopt the teachings of His Word in his day to day life, The True Master may accept his soul in His sanctuary. She may remain steady and stable on the right path of meditation.

ਰਾਖਿ ਲੀਏ ਪ੍ਰਭਿ ਰਾਖਨਹਾਰੈ,	raakh lee-ay parabh raakhanhaarai
ਜੋ ਪ੍ਰਭ ਅਪੁਨੇ ਭਾਣੇ॥	jo parabh apunay bhaanay.
ਜੀਉ ਪਿੰਡੁ ਸਭੁ ਤੁਮ੍ਰਾ ਦਾਤੇ,	jee-o pind sabh tumHraa daatay
ਨਾਨਕ ਸਦ ਕੁਰਬਾਣੇ॥੪॥੧੧॥ ੫੦॥	naanak sad kurbaanay. ‖4‖11‖50‖

ਜਿਹੜਾ ਸ਼ਬਦ ਅਨੁਸਾਰ ਜੀਵਨ ਢਾਲਦਾ ਹੈ, ਪ੍ਰਭ ਆਪ ਹੀ ਉਸ ਆਤਮਾ ਦੀ ਰਖਿਆ ਕਰਦਾ ਹੈ, ਉਸ ਦੀ ਸ਼ਬਦ ਦੀ ਕਮਾਈ ਪ੍ਰਵਾਨ ਹੋ ਜਾਂਦੀ ਹੈ । ਬੰਦਗੀ ਕਰਨ ਵਾਲੇ ਦਾਸ ਸਦਾ ਹੀ ਅਰਦਾਸ ਕਰਦੇ ਹਨ, ਪ੍ਰਭ ਇਹ ਤਨ ਅਤੇ ਆਤਮਾ ਤੇਰੀ ਹੀ ਅਮਾਨਤ ਹੈ । ਸਦਾ ਹੀ ਤੇਰੀ ਰਹਿਮਤ ਤੋਂ ਕੁਰਬਾਨ ਜਾਂਦੇ , ਧੰਨ ਧੰਨ ਹੀ ਕਹਿੰਦੇ ਹਨ ।

Whosoever may adopt the teachings of His Word wholeheartedly in his day to day life, The True Master may become the sole protector of his soul. His meditation, the earning of His Word may be accepted in His court. His true devotee always prays to The True Master, my mind, body and soul is only Your trust. He always remains humble, gratitude and astonished from His nature for His mercy and grace.

120.ਆਸਾ ਮਹਲਾ ੫॥ 383 - 19

ਮੋਹ ਮਲਨ ਨੀਦ ਤੇ ਛੁਟਕੀ,	moh malan need tay chhutkee
ਕਉਨੁ ਅਨੁਗ੍ਰਹੁ ਭਇਓ ਰੀ॥	ka-un anoograhu bha-i-o ree.
ਮਹਾ ਮੋਹਨੀ ਤੁਧੁ ਨ ਵਿਆਪੈ,	mahaa mohnee tuDh na vi-aapai
ਤੇਰਾ ਆਲਸੁ ਕਹਾ ਗਇਓ ਰੀ॥੧॥	tayraa aalas kahaa ga-i-o ree. ‖1‖
ਰਹਾਉ॥	rahaa-o.

ਮਨ, ਤੇਰਾ ਸੰਸਾਰਕ ਬੰਧਨਾ ਤੋਂ ਛੁਟਕਾਰ ਹੋ ਗਿਆ ਹੈ । ਯਾਦ ਰਖੋ! ਇਹ ਕਿਸ ਦੀ ਰਹਿਮਤ ਨਾਲ ਹੋਇਆ ਹੈ? ਤੇਰੇ ਮਨ ਵਿਚੋਂ ਸਭ ਤੋਂ ਵੱਡਾ ਸੰਸਾਰਕ ਮਾਇਆ ਦਾ ਪ੍ਰਭਾਵ ਖਤਮ ਹੋ ਗਿਆ ਹੈ । ਤੇਰੀ ਮਨ ਦੀ ਸੁਸਤੀ ਕਿਥੇ ਗਈ ਹੈ?

Mind, all your worldly bonds have been broken! Always remember whose mercy and grace has everything happened? The burden, the effect of worldly desires, wealth has been removed from your soul forever. Where has your laziness disappeared from your day to day life?

ਕਾਮੁ ਕ੍ਰੋਧੁ ਅਹੰਕਾਰੁ ਗਾਖਰੋ,	kaam kroDh ahaNkaar gaakhro
ਸੰਜਮਿ ਕਉਨ ਛੁਟਿਓ ਰੀ॥	sanjam ka-un chhuti-o ree.
ਸੁਰਿ ਨਰ ਦੇਵ ਅਸੁਰ ਤ੍ਰੈ ਗੁਨੀਆ,	sur nar dayv asur tarai gunee-aa
ਸਗਲੋ ਭਵਨੁ ਲੁਟਿਓ ਰੀ॥੧॥	saglo bhavan luti-o ree. ‖1‖

ਮੇਰੇ ਮਨ ਤੇਰਾ ਕਿਵੇਂ ਕਾਮਵਾਸਨਾ, ਕਰੋਧ, ਅਹੰਕਾਰ ਤੋਂ ਛੁਟਕਾਰ ਹੋ ਗਿਆ ਹੈ? ਸੰਸਾਰਕ ਮਾਇਆ ਰੂਪੀ ਜਮਦੂਤਾਂ ਨੇ ਧਰਮ ਦੇ ਮੰਨੇ ਦੇਵਤੇ, ਸਾਰੀ ਸ੍ਰਿਸ਼ਟੀ ਨੂੰ ਹੀ ਆਪਣੇ ਜਾਲ ਵਿੱਚ ਫਸਾਇਆ ਹੈ । ਸ੍ਰਿਸ਼ਟੀ ਹੀ ਕਾਬੂ ਵਿੱਚ ਹੈ ।

My mind, how has you eliminated the sexual desire, anger and ego from your mind? The demon of worldly wealth even has slaved, captured the soul of all known worldly prophets. The whole universe remains under the seize of demon of worldly wealth.

ਦਾਵਾ ਅਗਨਿ ਬਹੁਤੁ ਤ੍ਰਿਣ ਜਾਲੇ,	daavaa agan bahut tarin jaalay ko-
ਕੋਈ ਹਰਿਆ ਬੂਟੁ ਰਹਿਓ ਰੀ॥	ee hari-aa boot rahi-o ree.
ਐਸੋ ਸਮਰਥੁ ਵਰਨਿ ਨ ਸਾਕਉ,	aiso samrath varan na saaka-o taa
ਤਾ ਕੀ ਉਪਮਾ ਜਾਤ ਨ ਕਹਿਓ ਰੀ॥ ੨॥	kee upmaa jaat na kahi-o ree. ‖2‖

ਸੰਸਾਰਕ ਮਾਇਆ ਰੂਪੀ ਅੱਗ ਨੇ ਸੰਸਾਰ ਵਿੱਚ ਬਹੁਤ ਆਤਮਾ ਨੂੰ ਜਲਾ ਦਿੱਤਾ ਹੈ । ਆਪਣੇ ਜਾਲ ਵਿੱਚ ਬੰਧਾ ਹੈ । ਕੋਈ ਵਿਰਲਾ ਹੀ ਜੀਵ ਇਸ ਅੱਗ ਵਿੱਚ ਵੀ ਹਰਿਆ ਰਹਿੰਦਾ ਹੈ ।ਤਾਕਤਵਾਲਾ ਪ੍ਰਭ ਦੀ ਪੂਰਨ ਵਿਆਖਿਆ ਨਹੀਂ ਕੀਤੀ ਜਾ ਸਕਦੀ । ਉਸ ਦੇ ਸ਼ਬਦ ਦੇ ਪੂਰਨ ਗੁਣਾਂ ਦੀ ਉਪਮਾਂ ਨਹੀਂ ਕੀਤੀ ਜਾ ਸਕਦੀ ।

The demon, the fire of worldly wealth has burned the soul of so many worldly creatures and has captured in the bond of worldly wealth. However, very rare devotee may be saved, stay evergreen in the fire of demons of worldly wealth. The Omnipotent, mysterious, Almighty True Master remains beyond any comprehension of His nature. No one may fully sing the glory of the of His virtues either.

ਕਾਜਰ ਕੋਠ ਮਹਿ ਭਈ ਨ ਕਾਰੀ,	kaajar koth meh bha-ee na kaaree
ਨਿਰਮਲ ਬਰਨੁ ਬਨਿਓ ਰੀ॥	nirmal baran bani-o ree.
ਮਹਾ ਮੰਤ੍ਰੁ ਗੁਰ ਹਿਰਦੈ ਬਸਿਓ,	mahaa mantar gur hirdai basi-o
ਅਚਰਜ ਨਾਮੁ ਸੁਨਿਓ ਰੀ॥੩॥	achraj naam suni-o ree. ‖3‖

ਪ੍ਰਭ ਨੇ ਰਹਿਮਤ ਬਖਸ਼ਕੇ ਮੇਰੇ ਮਨ ਵਿੱਚ ਉਹ ਉਤਮ ਮੰਤ੍ਰ, ਸ਼ਬਦ ਨੂੰ ਜਾਗਰਤ ਕੀਤਾ ਹੈ । ਮਨ ਵਿੱਚ ਅਨੋਖੀ ਹੀ ਸ਼ਬਦ ਦੀ ਗੂੰਜ ਚਲਦੀ ਹੈ । ਸਾਰੀ ਸ੍ਰਿਸ਼ਟੀ ਵਿੱਚ ਕਾਲੀ ਰੋਸ਼ਨੀ ਵਾਲੇ ਦੀਵੇ ਨਾਲ ਅੰਧੇਰਾ ਛਾਇਆ ਹੈ । ਸਭ ਆਤਮਾ ਤੇ ਦਾਗ਼ ਲੱਗਾ ਹੋਇਆ ਹੈ । ਪ੍ਰਭ ਦੀ ਰਹਿਮਤ ਨਾਲ ਇਸ ਮੈਲ ਦਾ ਮੇਰੀ ਆਤਮਾ ਤੇ ਕੋਈ ਪ੍ਰਭਾਵ ਨਹੀਂ, ਆਤਮਾ ਪਵਿਤ੍ਰ ਹੋ ਗਈ ਹੈ ।

The True Master with His mercy and grace has enlightened the teachings of His Word, the true mantra within. The astonishing and everlasting echo of His Word may resonant within my mind forever. The universe has been overpowered by the darkness of ignorance. All souls have been blemished by the worldly wealth. With His mercy and grace this blemish, the ignorance has no influence on my soul. My soul has become sanctified, worthy of His consideration.

ਕਰਿ ਕਿਰਪਾ ਪ੍ਰਭ ਨਦਰਿ ਅਵਲੋਕਨ, ਅਪੁਨੈ ਚਰਣਿ ਲਗਾਈ॥	kar kirpaa parabh nadar avlokan apunai charan lagaa-ee.
ਪ੍ਰੇਮ ਭਗਤਿ ਨਾਨਕ ਸੁਖੁ ਪਾਇਆ, ਸਾਧੂ ਸੰਗਿ ਸਮਾਈ॥੪॥੧੨॥੫੧॥	paraym bhagat naanak sukh paa-i-aa saaDhoo sang samaa-ee. ||4||12||51||

ਪ੍ਰਭ ਨੇ ਰਹਿਮਤ ਬਖਸ਼ਕੇ ਆਪਣੇ ਚਰਨਾਂ ਵਿੱਚ ਪਨਾਹ ਬਖਸ਼ੀ ਹੈ, ਸ਼ਬਦ ਦੇ ਲੜ ਲਾਇਆ ਹੈ । ਮਨ ਵਿੱਚ ਭਰੋਸਾ ਅਡੋਲ ਕਰਕੇ ਸ਼ਬਦ ਦੀ ਪਾਲਣਾ ਕਰਦਾ ਹਾ! ਬੰਦਗੀ ਕਰਨ ਵਾਲੇ ਦੇ ਅਧਾਰ ਤੇ ਜੀਵਨ ਢਾਲਕੇ ਸ਼ਬਦ ਦੀ ਸਮਾਧੀ ਵਿੱਚ ਵਸਦਾ ਹਾ । ਸ਼ਬਦ ਵਿੱਚ ਲੀਨ ਹੋਇਆ ਰਹਿੰਦਾ ਹਾ ।

With His mercy and grace, I have been blessed with a devotional meditation on the teachings of His Word. I have been accepted in His sanctuary. I obey and adopt the teachings of His Word with steady and stable belief in my day to day life. In association of His true devotee, I am intoxicated with the teachings of His Word and dwell in the void of His Word.

121.ਰਾਗੁ ਆਸਾ ਘਰੁ ੭ ਮਹਲਾ ੫॥ 384- 5

ੴ ਸਤਿਗੁਰ ਪ੍ਰਸਾਦਿ॥	ik-oNkaar satgur parsaad.
ਲਾਲੁ ਚੋਲਨਾ ਤੈ ਤਨਿ ਸੋਹਿਆ॥	laal cholnaa tai tan sohi-aa.
ਸੁਰਿਜਨ ਭਾਨੀ ਤਾਂ ਮਨੁ ਮੋਹਿਆ॥੧॥	surijan bhaanee taaN man mohi-aa. ||1||

ਇਹ ਸੁਹਾਗ ਦਾ ਜੋੜਾ, ਸ਼ਿੰਗਾਰ ਉਸ ਨੂੰ ਸੁਹਣਾ ਲੱਗਦਾ, ਸੋਭਾ ਵਧਾਉਂਦਾ ਹੈ । ਜਿਹੜੀ ਆਪਣੇ ਪਤੀ ਦੇ ਮਨ ਨੂੰ ਮੋਹਿਤ ਕਰਦੀ, ਪਤੀ ਉਸ ਨੂੰ ਪਿਆਰ ਕਰਦਾ ਹੈ । ਇਹ ਮਾਨਸ ਜਨਮ ਉਸ ਵਾਸਤੇ ਭਾਗਾਂ ਵਾਲਾ ਹੁੰਦਾ ਹੈ । ਜਿਸ ਦੀ ਸ਼ਬਦ ਦੀ ਕਮਾਈ, ਪ੍ਰਭ ਨੂੰ ਪ੍ਰਵਾਨ ਹੋ ਜਾਂਦੀ ਹੈ ।

The bridal dress becomes an embellishment and honor of the bride who may win the heart of her groom with love and devotion. Same way, whose meditation may be accepted in His court, his human life journey may become very fortunate

ਕਵਨ ਬਨੀ ਰੀ ਤੇਰੀ ਲਾਲੀ॥	kavan banee ree tayree laalee.
ਕਵਨ ਰੰਗਿ ਤੂੰ ਭਈ ਗੁਲਾਲੀ॥੧॥ ਰਹਾਉ॥	kavan rang tooN bha-ee gulaalee. ||1|| rahaa-o.

ਜੀਵ ਤੇਰੇ ਚੇਹਰੇ ਤੇ ਕਿਸ ਤਰ੍ਹਾਂ ਦਾ ਨੂਰ ਆਇਆ ਹੈ? ਕਿਸ ਦੀ ਰਹਿਮਤ, ਬਖਸ਼ਿਸ਼ ਨਾਲ ਹੀ ਨੂਰ ਨਸੀਬ ਹੋਇਆ ਹੈ ।

What a wonderful and astonishing spiritual glow shines on your forehead? With whose mercy and grace has the spiritual glow been blessed?

ਤੁਮ ਹੀ ਸੁੰਦਰਿ ਤੁਮਹਿ ਸੁਹਾਗੁ॥	tum hee sundar tumeh suhaag.
ਤੁਮ ਘਰਿ ਲਾਲਨੁ ਤੁਮ ਘਰਿ ਭਾਗੁ॥੨॥	tum ghar laalan tum ghar bhaag. ||2||

ਜਿਸ ਦੇ ਮਨ ਵਿੱਚ ਸ਼ਬਦ ਜਾਗਰਤ, ਸੁਚੇਤ ਹੋ ਜਾਂਦਾ ਹੈ, ਉਸ ਦੀ ਆਤਮਾ ਬਹੁਤ ਸੁੰਦਰ, ਸੋਹਣੀ ਲਗਦੀ, ਖੇੜੇ ਵਿੱਚ ਵਸਦੀ ਹੈ । ਉਹ ਵੱਡੇ ਭਾਗਾਂ ਵਾਲੀ ਹੋ ਜਾਂਦੀ ਹੈ ।

Whosoever may be enlightened with the teachings of His Word and remains awake and alert. Her soul becomes very dignified and remains in blossom all time. she becomes very fortunate

ਤੂੰ ਸਤਵੰਤੀ ਤੂੰ ਪਰਧਾਨਿ॥	tooN satvantee tooN parDhaan.
ਤੂੰ ਪ੍ਰੀਤਮ ਭਾਨੀ ਤੁਹੀ ਸੁਰ ਗਿਆਨਿ॥ ੩॥	tooN pareetam bhaanee tuhee sur gi-aan. ||3||

ਜਿਸ ਨੂੰ ਸ਼ਬਦ ਦੀ ਸੋਝੀ, ਸ਼ਬਦ ਮਨ ਵਿੱਚ ਜਾਗਰਤ ਹੋ ਜਾਂਦਾ ਹੈ, ਸ਼ਬਦ ਦੀ ਕਮਾਈ ਪ੍ਰਭ ਦੇ ਦਰਬਾਰ ਵਿੱਚ ਪ੍ਰਵਾਨ ਹੋ ਜਾਂਦੀ ਹੈ । ਉਹ ਆਤਮਾ ਪਵਿਤ੍ਰ, ਸੋਭਾ ਵਾਲੀ ਬਣ ਜਾਂਦੀ ਹੈ, ਮੁਖੀ ਬਣ ਜਾਂਦੀ ਹੈ ।

Whosoever may be enlightened with the teachings of His Word and remains awake and alert. His meditation may be accepted in His court and his soul may be sanctified. She may also be honored in worldly environments.

ਪ੍ਰੀਤਮ ਭਾਨੀ ਤਾਂ ਰੰਗਿ ਗੁਲਾਲ॥ pareetam bhaanee taaN rang gulaal.
ਕਹੁ ਨਾਨਕ ਸੁਭ ਦ੍ਰਿਸਟਿ ਨਿਹਾਲ॥੪॥ kaho naanak subh darisat nihaal. ||4||

ਪ੍ਰਭ ਤੇਰੀ ਰਹਿਮਤ ਦੀ ਬਖਸ਼ਿਸ਼ ਭਰਪੂਰ ਹੋ ਗਈ ਹੈ । ਤੂੰ ਮੇਰੀ ਸ਼ਬਦ ਦੀ ਕਮਾਈ ਪ੍ਰਵਾਨ ਕਰ ਲਈ ਹੈ । ਤੇਰੀ ਰਹਿਮਤ ਨਾਲ ਸ਼ਬਦ ਦਾ ਨੂਰ, ਮਨ ਵਿੱਚ ਖੇੜਾ ਵਸਦਾ ਹੈ ।

My True Master Your mercy and grace has been overwhelmed within my mind. You have accepted my meditation in Your court. You have bestowed the spiritual glow of Your Word on my forehead. I dwell in void of Your Word, in blossom.

ਸੁਨਿ ਰੀ ਸਖੀ ਇਹ ਹਮਰੀ ਘਾਲ॥ sun ree sakhee ih hamree ghaal.
ਪ੍ਰਭ ਆਪਿ ਸੀਗਾਰਿ ਸਵਾਰਨਹਾਰ॥੧॥ parabh aap seegaar savaaranhaar. ||1||
ਰਹਾਉ ਦੂਜਾ॥੧॥੫੨॥ rahaa-o - doojaa. ||1||52||

ਮਨ ਅਡੋਲ ਰਖਕੇ ਸ਼ਬਦ ਦੀ ਪਾਲਣਾ ਕਰਨਾ ਹੀ ਮੇਰੀ ਕਮਾਈ, ਧਨ ਹੈ । ਬਖਸ਼ਣ ਵਾਲਾ ਪ੍ਰਭ ਆਪ ਹੀ ਨੂਰ ਨਾਲ ਸ਼ਿੰਗਾਰਨ ਵਾਲਾ ਹੈ । ਇਹ ਸਭ ਉਸ ਦੀ ਹੀ ਬਖਸ਼ਿਸ਼ ਹੈ ।

Obeying and adopting the teachings of His Word with steady and stable belief is my worldly earnings of His Word. The Merciful True Master enhances the worldly status of the soul, only has been blessed with His mercy and grace.

122.ਆਸਾ ਮਹਲਾ ੫॥ 384- 11

ਦੂਖੁ ਘਨੋ ਜਬ ਹੋਤੇ ਦੂਰਿ॥ dookh ghano jab hotay door.
ਅਬ ਮਸਲਤਿ ਮੋਹਿ ਮਿਲੀ ਹਦੂਰਿ॥੧॥ ab maslat mohi milee hadoor. ||1||

ਜਦੋਂ ਮੇਰਾ ਮਨ ਸ਼ਬਦ ਦੀ ਪਾਲਣਾ ਤੋਂ ਦੂਰ ਰਹਿੰਦਾ ਸੀ । ਮਨ ਵਿੱਚ ਸੰਸਾਰਕ ਇੱਛਾਂ ਦੇ ਦੁਖਾਂ ਨੇ ਘੇਰਾ ਪਇਆ ਸੀ । ਹੁਣ ਮਨ ਸ਼ਬਦ ਦੀ ਪਾਲਣਾ ਵਿੱਚ ਅਡੋਲ ਹੋ ਗਿਆ ਹੈ । ਪ੍ਰਭ ਦੀ ਹੋਂਦ, ਰਹਿਮਤ ਹਰ ਵੇਲੇ ਮਹਿਸੂਸ ਹੁੰਦੀ ਹੈ । ਪ੍ਰਭ ਆਪ ਹੀ ਸ਼ਬਦ ਦੀ ਪਾਲਣਾ ਵਿੱਚ ਅਡੋਲ ਰਖਦਾ ਹੈ ।

When my mind was staying away from obeying the teachings of His Word, I was surrounded by the miseries of worldly desires and frustrations. When I adopted the teachings of His Word with steady and stable belief in my day to day life. I have realized the existence of The True Master; the enlightenment of His Word keeps my faith steady and stable on the blessings.

ਚੁਕਾ ਨਿਹੋਰਾ ਸਖੀ ਸਹੇਰੀ॥ ਭਰਮੁ ਗਇਆ ਗੁਰਿ ਪਿਰ ਸੰਗਿ ਮੇਰੀ॥੧॥ ਰਹਾਉ॥ chukaa nihoraa sakhee sahayree. bharam ga-i-aa gur pir sang mayree. ||1|| rahaa-o.

ਮੇਰੇ ਮਨ ਵਿਚੋਂ ਅਹੰਕਾਰ ਦੂਰ ਹੋ ਗਿਆ, ਜਿੱਤ ਬਖਸ਼ਿਸ਼ ਹੋ ਗਈ ਹੈ । ਮੇਰੇ ਮਨ ਵਿਚੋਂ ਭਰਮ ਨਾਸ਼ ਹੋ ਗਏ ਹਨ । ਸ਼ਬਦ ਦੀ ਸੋਝੀ ਨਾਲ ਅਸਲੀ ਗੁਰੂ ਨੇ ਮਨ ਨੂੰ ਪ੍ਰਵਾਨਗੀ ਦੇ ਰਸਤੇ ਤੇ ਅਡੋਲ ਕਰ ਦਿੱਤਾ ਹੈ ।

The True Master has kept me steady and stable on the teachings of His Word and I have been blessed with enlightenment the teachings of His

Word within my mind. I have conquered my own ego and all my suspicions have been eliminated.

ਨਿਕਟਿ ਆਨਿ ਪ੍ਰਿਅ ਸੇਜ ਧਰੀ॥ nikat aan pari-a sayj Dharee.
ਕਾਨਿ ਕਢਨ ਤੇ ਛੂਟਿ ਪਰੀ॥੨॥ kaan kadhan tay chhoot paree. ||2||

ਪ੍ਰਭ ਨੇ ਰਹਿਮਤ ਬਖਸ਼ਕੇ, ਸ਼ਬਦ ਦੇ ਲੜ ਲਾਇਆ, ਆਪਣੇ ਚਰਨਾਂ ਵਿੱਚ ਪਨਾਹ ਬਖਸ਼ੀ ਹੈ । ਮਨ ਵਿਚੋਂ ਜਮਦੂਤਾਂ ਦਾ ਡਰ ਖਤਮ ਹੋ ਗਿਆ ਹੈ ।

With His mercy and grace; The true Master has attached me to the meditation of the teachings of His Word with steady and stable belief. I have been accepted in the sanctuary of His Word. The fear of devil of death has been eliminated from my mind.

ਮੰਦਰਿ ਮੇਰੈ ਸਬਦਿ ਉਜਾਰਾ॥ mandar mayrai sabad ujaaraa.
ਅਨਦ ਬਿਨੋਦੀ ਖਸਮੁ ਹਮਾਰਾ॥੩॥ anad binodee khasam hamaaraa. ||3||

ਮੇਰੇ ਮਨ ਦੇ ਅੰਦਰ ਸ਼ਬਦ ਦੀ ਸੋਝੀ ਰੂਪੀ ਜੋਤ ਜਾਗਰਤ ਹੋ ਗਈ ਹੈ । ਮੇਰਾ ਅਸਲੀ ਮਾਲਕ ਸਦਾ ਹੀ ਖੇੜੇ ਵਿੱਚ, ਰਹਿਮਤਾਂ ਬਖਸ਼ਦਾ ਹੈ ।

I have been enlightened with the teachings of His Word and remains awake and alert all time. The True Master always remain in blossom and bestows forgiveness to His true devotee.

ਮਸਤਕਿ ਭਾਗੁ ਮੈ ਪਿਰੁ ਘਰਿ ਆਇਆ॥ mastak bhaag mai pir ghar aa-i-aa.
ਥਿਰੁ ਸੋਹਾਗੁ ਨਾਨਕ ਜਨ ਪਾਇਆ॥੪॥੨॥੫੩॥ thir sohaag naanak jan paa-i-aa. ||4||2||53||

ਮੇਰੇ ਮੱਥੇ ਤੇ ਲਿਖੇ ਭਾਗਾਂ ਨਾਲ ਹੀ ਪ੍ਰਭ ਦਾ ਸ਼ਬਦ ਮਨ ਵਿੱਚ ਜਾਗਰਤ ਹੋਇਆ ਹੈ । ਪ੍ਰਭ ਦੀ ਬਖਸ਼ਿਸ਼ ਨਾਲ ਮਨ ਸ਼ਬਦ ਦੀ ਪਾਲਣਾ ਵਿੱਚ ਅਡੋਲ ਹੋ ਗਿਆ, ਸ਼ਬਦ ਦੀ ਸਮਾਧੀ ਵਿੱਚ ਵਸਦਾ ਹੈ ।

With great prewritten destiny, I have been enlightened with the teachings of His Word. With His mercy and grace, I have become steady and stable and dwells in the void of His Word.

123.ਆਸਾ ਮਹਲਾ ੫॥ 384-15

ਸਾਚਿ ਨਾਮਿ ਮੇਰਾ ਮਨੁ ਲਾਗਾ॥ saach naam mayraa man laagaa.
ਲੋਗਨ ਸਿਉ ਮੇਰਾ ਠਾਠਾ ਬਾਗਾ॥੧॥ logan si-o mayraa thaathaa baagaa. ||1||

ਪ੍ਰਭ ਦੇ ਸ਼ਬਦ ਦੀ ਪਾਲਣਾ ਵਿੱਚ ਮੇਰੀ ਲਗਨ ਲੱਗ ਗਈ ਹੈ । ਹੋਰ ਧਰਮ ਦੇ ਗ੍ਰੰਥ ਪੜ੍ਹਨਾ, ਪਾਠ ਕਰਨਾ ਕੇਵਲ ਲੋਕ ਦਿਖਾਵੇ ਦੀ ਹੀ ਬੰਦਗੀ ਹੈ ।

I have been attached to meditate and adopt the teachings of His Word wholeheartedly with steady and stable belief. All other reciting of the Holy Scripture, Holy book may be a just meditation to impress others.

ਬਾਹਰਿ ਸੂਤੁ ਸਗਲ ਸਿਉ ਮਉਲਾ॥ baahar soot sagal si-o ma-ulaa.
ਅਲਿਪਤੁ ਰਹਉ ਜੈਸੇ ਜਲ ਮਹਿ ਕਉਲਾ॥੧॥ ਰਹਾਉ॥ alipat raha-o jaisay jal meh ka-ulaa. ||1|| rahaa-o.

ਮੈਂ ਸੰਸਾਰ ਵਿੱਚ ਲੋਕ ਦਿਖਾਵੇ ਲਈ ਸਭ ਨਾਲ ਸਹਿਮਤ, ਖੁਸ਼ ਰਹਿੰਦਾ ਹਾ । ਪਰ ਮੇਰਾ ਮਨ ਦਾ ਕਿਸੇ ਨਾਲ ਜੋੜ ਨਹੀਂ, ਉਹਨਾਂ ਦਾ ਮੇਰੇ ਮਨ ਤੇ ਕੋਈ ਪ੍ਰਭਾਵ ਨਹੀਂ ਹੈ । ਜਿਵੇਂ ਕਮਲ ਦਾ ਫੁੱਲ ਗੰਦੇ ਪਾਣੀ ਵਿੱਚ ਰਹਿੰਦਾ ਹੋਇਆ ਵੀ ਆਪਣੀ ਸੁਗੰਧ ਕਾਇਮ ਰਖਦਾ ਹੈ ।

I always keep a low-profile with everyone else and do not criticize their way of life. However, I do not agree, adopt or effected by their belief or teachings. My state of mind is like of that lotus flower, even though remains in the filthy water and still remain clean, pure and with full of fragrances.

ਮੁਖ ਕੀ ਬਾਤ ਸਗਲ ਸਿਉ ਕਰਤਾ॥ mukh kee baat sagal si-o kartaa.
ਜੀਅ ਸੰਗਿ ਪ੍ਰਭੁ ਅਪੁਨਾ ਧਰਤਾ॥੨॥ jee-a sang parabh apunaa Dhartaa. ||2||

ਮੈਂ ਆਪਣੀ ਜੀਭ ਨਾਲ ਹਰਇੱਕ ਨਾਲ ਮਿੱਠਾ ਬੋਲਦਾ, ਵਰਤਾਉ ਕਰਦਾ ਹਾ । ਪਰ ਮਨ ਵਿੱਚ ਸਦਾ ਹੀ ਪ੍ਰਭ ਦੇ ਸ਼ਬਦ ਦੀ ਪਾਲਣਾ ਕਰਦਾ, ਪ੍ਰਭ ਨੂੰ ਯਾਦ ਰਖਦਾ ਹਾ ।

I am always remaining humble and speak and deal with others very politely. However, my mind always remains focused and adopts the teachings of His Word in day to day life.

ਦੀਸਿ ਆਵਤ ਹੈ ਬਹੁਤੁ ਭੀਹਾਲਾ॥ dees aavat hai bahut bheehaalaa.
ਸਗਲ ਚਰਨ ਕੀ ਇਹੁ ਮਨੁ ਰਾਲਾ॥੩॥ sagal charan kee ih man raalaa. ||3||

ਜੀਵ ਭਾਵੇਂ ਮੇਰੇ ਵੱਲ ਵੇਖਦੇ ਹਨ, ਕਿ ਮੈਂ ਬਹੁਤ ਮਾਯੂਸ, ਦੁਖ ਵਿੱਚ ਹਾ, ਕੋਈ ਪ੍ਰਵਾਹ ਨਹੀਂ ਕਰਦਾ । ਪਰ ਮੇਰੇ ਮਨ ਵਿੱਚ ਸਦਾ ਹੀ ਨਿਮ੍ਰਤਾ, ਰਹਿੰਦੀ ਹੈ । ਮੈਂ ਆਪਣੇ ਆਪ ਨੂੰ ਬਾਕੀ ਦੇ ਚਰਨਾਂ ਦੀ ਧੂੜ ਦੇ ਸਮਾਨ ਹੀ ਸਮਝਦਾ ਹਾ ।

Even though the worldly creatures may think, I am very miserable and do not care about anyone else. However, I always remain very humble and polite, I consider myself less intelligent, with the less worldly status, as the dust of the feet of others.

ਨਾਨਕ ਜਨਿ ਗੁਰੁ ਪੂਰਾ ਪਾਇਆ॥ naanak jan gur pooraa paa-i-aa.
ਅੰਤਰਿ ਬਾਹਰਿ ਏਕੁ ਦਿਖਾਇਆ॥੪॥੩॥੫੪॥ antar baahar ayk dikhaa-i-aa. ||4||3||54||

ਜਿਸ ਨੂੰ ਪ੍ਰਭ ਦੀ ਰਹਿਮਤ ਨਾਲ ਸ਼ਬਦ ਦੀ ਸੋਝੀ ਬਖਸ਼ਿਸ਼ ਹੋ ਜਾਂਦੀ ਹੈ । ਉਹ ਸ਼ਬਦ ਅਨੁਸਾਰ ਜੀਵਨ ਢਾਲਦਾ ਹੈ । ਉਸ ਨੂੰ ਮਨ ਅੰਦਰ ਅਤੇ ਬਾਹਰ ਸੰਸਾਰ ਵਿੱਚ ਇੱਕੋ ਇੱਕ ਪ੍ਰਭ ਹੀ ਵਾਪਰਦਾ ਮਹਿਸੂਸ ਹੁੰਦਾ ਹੈ ।

Whosoever may be blessed with enlightenment of His Word, he may adopt the teachings of His Word wholeheartedly in day to day life. His true devotee may realize His existence, only The True Master prevails within his heart and outside in the universe.

124. ਆਸਾ ਮਹਲਾ ੫॥ 385 - 1

ਪਾਵਤੁ ਰਲੀਆ ਜੋਬਨਿ ਬਲੀਆ॥ Paavtu ralee-aa joban balee-aa.
ਨਾਮ ਬਿਨਾ ਮਾਟੀ ਸੰਗਿ ਰਲੀਆ॥੧॥ naam binaa maatee sang ralee-aa. ||1||

ਮਾਨਸ ਜੀਵ ਜਵਾਨੀ ਦੇ ਨਸ਼ੇ ਵਿੱਚ ਖੁਸ਼ੀ ਮਨਾਉਂਦਾ ਹੈ, ਮੌਜ-ਮੇਲਾ ਕਰਦਾ ਹੈ । ਪਰ ਸ਼ਬਦ ਦੀ ਪਾਲਣਾ ਤੋਂ, ਸ਼ਬਦ ਦੀ ਕਮਾਈ ਤੋ ਬਿਨਾਂ ਤਨ ਮਿੱਟੀ ਵਿੱਚ ਹੀ ਰਲ ਜਾਣਾ, ਭਸਮ ਹੀ ਹੋ ਜਾਣਾ ਹੈ ।

Worldly creatures remain in the intoxication of his youth, he enjoys entertainment and the pleasures of worldly life. However, without adopting the teachings of His Word, without earnings of His Word, his body is going to become a part of dirt.

ਕਾਨ ਕੁੰਡਲੀਆ ਬਸਤ੍ਰ ਓਢਲੀਆ॥ kaan kundlee-aa bastar odhalee-aa.
ਸੇਜ ਸੁਖਲੀਆ ਮਨਿ ਗਰਬਲੀਆ॥੧॥ ਰਹਾਉ॥ sayj sukhlee-aa man garablee-aa. ||1|| rahaa-o.

ਉਹ ਸੁੰਦਰ ਕਪੜੇ ਅਤੇ ਗਹਿਣੇ ਨਾਲ ਸ਼ਿੰਗਾਰ ਕਰਦਾ ਹੈ । ਉਹ ਆਪਣੇ ਅਰਾਮ ਦੇਣ ਵਾਲੇ ਬਿਸਤਰ ਦਾ ਬਹੁਤ ਅਹੰਕਾਰ ਕਰਦਾ ਹੈ, ਮਾਣ ਕਰਦਾ ਹੈ ।

Worldly creature dresses with expensive clothes, robes and expensive jewelry. He feels very proud of his comfortable bed, worldly possessions and worldly status.

ਤਲੈ ਕੁੰਚਰੀਆ talai kunchree-aa
ਸਿਰਿ ਕਨਿਕ ਛਤਰੀਆ॥ sir kanik chhatree-aa.
ਹਰਿ ਭਗਤਿ ਬਿਨਾ har bhagat binaa
ਲੇ ਧਰਨਿ ਗਡਲੀਆ॥੨॥ lay Dharan gadlee-aa. ||2||

ਭਾਵੇਂ ਉਸ ਪਾਸ ਸਵਾਰੀ ਲਈ ਹਾਥੀ ਹੋਵੇ, ਉਪਰ ਸੋਨੇ ਦਾ ਛਤਰ ਹੋਵੇ । ਸ਼ਬਦ ਦੀ ਪਾਲਣਾ ਕਰਨ ਤੋ ਬਿਨਾਂ ਉਸ ਦਾ ਤਨ ਤਾਂ ਧਰਤੀ ਵਿੱਚ ਹੀ ਦੱਬਿਆ ਜਾਣਾ ਹੈ ।

He may have an elegant ride, horse, elephant and may has a crown of gold and jewels on his head. However, without adopting the teachings of His Word in his day to day life, his body is going to be buried in earth after his death.

ਰੂਪ ਸੁੰਦਰੀਆ ਅਨਿਕ ਇਸਤਰੀਆ॥ roop sundree-aa anik istaree-aa.
ਹਰਿ ਰਸ ਬਿਨੁ ਸਭਿ ਸੁਆਦ ਫਿਕਰੀਆ॥੩॥ har ras bin sabh su-aad fikree-aa.3

ਉਹ ਭਾਵੇਂ ਅਨੇਕਾਂ ਇਸਤ੍ਰੀਆ ਦੀ ਸੁੰਦਰਤਾ ਦਾ ਅਨੰਦ ਮਾਨਦਾ, ਮਨੋਰੰਜਨ ਕਰਦਾ ਹੋਵੇ । ਸ਼ਬਦ ਦੀ ਸੋਝੀ ਰੂਪੀ ਅੰਮ੍ਰਿਤ ਤੋ ਬਿਨਾਂ ਇਹ ਸਾਰੇ ਰਸ, ਸਵਾਦ ਫਿੱਕੇ ਹੀ ਹਨ ।

Even though he may be enjoying the sexual pleasure with so many beautiful women and have all kinds of entertainments to keep him happy in his worldly life. However, without adopting the teachings of His Word, without the nectar of the essence of His Word, all worldly entertainments, pleasures may not provide him peace of mind.

ਮਾਇਆ ਛਲੀਆ maa-i-aa chhalee-aa
ਬਿਕਾਰ ਬਿਖਲੀਆ॥ bikaar bikhlee-aa.
ਸਰਣਿ ਨਾਨਕ saran naanak
ਪ੍ਰਭ ਪੁਰਖ ਦਇਅਲੀਆ॥੪॥੪॥੫੫॥ parabh purakh da-i-alee-aa.||4||4||55||

ਜੀਵ ਸੰਸਾਰਕ ਮਾਇਆ ਦੇ ਪ੍ਰਭਾਵ ਵਿੱਚ ਪਾਪਾਂ ਵਾਲੇ ਕੰਮ, ਧੋਖਾ, ਫਰੇਬ ਕਰਦਾ, ਲਾਲਚ ਪਿਛੇ ਹੀ ਲਗਾ ਰਹਿੰਦਾ ਹੈ । ਬੰਦਗੀ ਕਰਨ ਵਾਲਾ ਪ੍ਰਭ ਦੀ ਸ਼ਰਣ ਹੀ ਭਾਲਦਾ ਹੈ । ਉਹ ਰਹਿਮਤਾਂ ਦੇ ਮਾਲਕ, ਸਰਬ ਕਲਾ ਸਮਰਥ ਦੇ ਸ਼ਬਦ ਦੀ ਪਾਲਣਾ ਕਰਦਾ ਹੈ ।

Worldly creature remains intoxicated with worldly wealth and commits various sinful acts, deceptive deeds. He remains a slave of greed of worldly desires. His true devotee always begs for His mercy and grace, His sanctuary. He always meditates and obeys the teachings of The Word of The Omnipotent True Master.

125.ਆਸਾ ਮਹਲਾ ੫॥ 385- 5

ਏਕੁ ਬਗੀਚਾ ਪੇਡ ਘਨ ਕਰਿਆ॥ ayk bageechaa payd ghan kari-aa.
ਅੰਮ੍ਰਿਤ ਨਾਮੁ ਤਹਾ ਮਹਿ ਫਲਿਆ॥੧॥ amrit naam tahaa meh fali-aa. ||1||

ਸੰਸਾਰ ਇੱਕ ਬਗੀਚਾ ਹੈ, ਜਿਸ ਵਿੱਚ ਅਨੇਕਾਂ ਹੀ ਪੌਦੇ ਉਗਦੇ ਹਨ । ਉਹ ਪ੍ਰਭ ਦੇ ਅਣਮੋਲ ਸ਼ਬਦ ਰੂਪੀ ਅੰਮ੍ਰਿਤ ਦਾ ਫਲ ਦੇਂਦੇ ਹਨ ।

The universe is like a garden of fruit trees. All trees render the fruit of the essence of the teachings of His Word, the nectar of His Word.

ਐਸਾ ਕਰਹੁ ਬੀਚਾਰੁ ਗਿਆਨੀ॥ aisaa karahu beechaar gi-aanee.
ਜਾ ਤੇ ਪਾਈਐ ਪਦੁ ਨਿਰਬਾਨੀ॥ jaa tay paa-ee-ai pad nirbaanee.
ਆਸਿ ਪਾਸਿ ਬਿਖੂਆ ਕੇ ਕੁੰਟਾ, aas paas bikhoo-aa kay kuntaa beech
ਬੀਚਿ ਅੰਮ੍ਰਿਤੁ ਹੈ ਭਾਈ ਰੇ॥੧॥ ਰਹਾਉ॥ amrit hai bhaa-ee ray. ||1|| rahaa-o.

ਸੰਸਾਰਕ ਸੂਝਵਾਨ ਜੀਵ ਉਸ ਬੂਟੇ ਦਾ ਫਲ ਪ੍ਰਾਪਤ ਕਰੋ! ਜਿਸ ਨਾਲ ਮਨ ਪ੍ਰਭ ਦੀ ਜੋਤ, ਸਮਾਧੀ ਵਿੱਚ ਵਸਣ ਲੱਗ ਪਵੇ । ਪ੍ਰਭ ਦਾ ਸ਼ਬਦ ਹੀ ਇੱਕੋ ਇੱਕ ਅਣੋਮਲ ਅੰਮ੍ਰਿਤ ਫਲ ਦੇਂਦਾ ਬੂਟਾ ਹੈ, ਉਸ ਬੂਟੇ ਦੇ ਚਾਰੇ ਪਾਸੇ ਜ਼ਹਿਰੀਲੇ ਫਲ ਵਾਲੇ ਬੂਟੇ ਹੀ ਹਨ ।

You should beg for His mercy and grace to be blessed with the fruit of the tree of His Word; by meditating and adopting the teachings of His Word, your mind may enter into the void of His Word and your soul may be accepted in His sanctuary. This tree of nectar, the fruit of essence of His Word is surrounded by the poisonous oak, the worldly desires.

ਸਿੰਚਨਹਾਰੇ ਏਕੈ ਮਾਲੀ॥ sinchanhaaray aykai maalee.
ਖਬਰਿ ਕਰਤੁ ਹੈ ਪਾਤ ਪਤ ਡਾਲੀ॥੨॥ khabar karat hai paat pat daalee. ||2||

ਇਹਨਾਂ ਸਾਰਿਆਂ ਦੀ ਸੰਭਾਲ ਕਰਨ ਵਾਲਾ ਇੱਕੋ ਇੱਕ ਹੀ ਮਾਲੀ, ਮਾਲਕ, ਪ੍ਰਭ ਹੈ । ਉਹ ਸਾਰੇ ਦੀ ਹੀ ਸੰਭਾਲਨਾ ਕਰਦਾ ਹੈ ।

The One and Only One True Caretaker of this garden of His creation. He nourishes, protects and mends all trees, human creatures.

ਸਗਲ ਬਨਸਪਤਿ ਆਨਿ ਜੜਾਈ॥ sagal banaspat aan jarhaa-ee.
ਸਗਲੀ ਫੂਲੀ ਨਿਫਲ ਨ ਕਾਈ॥੩॥ saglee foolee nifal na kaa-ee. ||3||

ਪ੍ਰਭ ਇਸ ਸੰਸਾਰ ਰੂਪੀ ਬਗੀਚੇ ਵਿੱਚ ਅਨੇਕਾਂ ਹੀ ਬੂਟੇ ਲਾਉਂਦਾ ਹੈ । ਕੋਈ ਵੀ ਬੂਟਾ ਫਲ ਤੋ ਬਿਨਾਂ ਨਹੀਂ, ਸਾਰੇ ਹੀ ਫਲ ਦੇਂਦੇ ਹਨ ।

The True Master creates so many different kinds of creatures, plants so many trees in the garden of His creation. All trees render fruit, no tree is without fruit. All worldly creatures are blessed with His mercy and grace, Word, with unique purpose of life.

ਅੰਮ੍ਰਿਤ ਫਲੁ ਨਾਮੁ ਜਿਨਿ ਗੁਰ ਤੇ ਪਾਇਆ॥ amrit fal naam jin gur tay paa-i-aa.
ਨਾਨਕ ਦਾਸ ਤਰੀ ਤਿਨਿ ਮਾਇਆ॥੪॥ naanak daas taree tin maa-i-aa.
੫॥੫੬॥ ||4||5||56||

ਜਿਸ ਨੂੰ ਅਣੋਮਲ ਅੰਮ੍ਰਿਤ ਰੂਪੀ ਫਲ, ਸ਼ਬਦ ਦੀ ਸੋਝੀ ਬਖਸ਼ਿਸ਼ ਹੋ ਜਾਂਦੀ ਹੈ । ਉਹ ਸੰਸਾਰਕ ਮਾਇਆ ਰੂਪੀ ਅੱਗ ਭਰੇ ਸਾਗਰ ਨੂੰ ਪਾਰ ਕਰ ਜਾਂਦਾ ਹੈ ।

Whosoever may be blessed with the enlightenment of His Word, nectar of His Word. With His mercy and grace, his soul may swim this worldly ocean overflowing with the fire of worldly desires.

126.ਆਸਾ ਮਹਲਾ ੫॥ 385-10

ਰਾਜ ਲੀਲਾ ਤੇਰੈ ਨਾਮਿ ਬਨਾਈ॥ raaj leelaa tayrai naam banaa-ee.
ਜੋਗੁ ਬਨਿਆ ਤੇਰਾ ਕੀਰਤਨੁ ਗਾਈ॥੧॥ jog bani-aa tayraa keertan gaa-ee. ||1||

ਪ੍ਰਭ ਦੇ ਸ਼ਬਦ ਦੀ ਪਾਲਣਾ ਕਰਨ ਨਾਲ ਸੋਭਾ ਵਾਲੀ ਅਵਸਥਾ ਬਖਸ਼ਿਸ਼ ਹੋ ਸਕਦੀ ਹੈ । ਤੇਰੇ ਸ਼ਬਦ ਦੇ ਗੁਣ ਗਾਉਣ ਨਾਲ ਹੀ ਪ੍ਰਵਾਨਗੀ ਦੇ ਰਸਤੇ ਦੀ ਸੋਝੀ ਹੋ ਸਕਦੀ ਹੈ ।

By meditating and adopting the teachings of His Word, he may be blessed with a state of mind of His true devotee. By singing the glory of His Word with the steady and stable belief, he may be blessed with the right path of His acceptance.

ਸਰਬ ਸੁਖਾ ਬਨੇ ਤੇਰੈ ਓਲ੍ਹੈ॥ sarab sukhaa banay tayrai olHai.
ਭ੍ਰਮ ਕੇ ਪਰਦੇ ਸਤਿਗੁਰ ਖੋਲ੍ਹੇ॥੧॥ bharam kay parday satgur kholHay.
ਰਹਾਉ॥ ||1|| rahaa-o.

ਪ੍ਰਭ ਤੇਰੇ ਸ਼ਬਦ ਦੀ ਪਾਲਣਾ ਕਰਨ ਨਾਲ ਸਭ ਸੁਖ ਬਖਸ਼ਿਸ਼ ਹੋ ਸਕਦੇ ਹਨ । ਸੰਸਾਰਕ ਚਿੰਤਾਂ ਦਾ ਨਾਸ਼ ਹੋ ਜਾਂਦਾ ਹੈ । ਸ਼ਬਦ ਦੀ ਸੋਝੀ ਦੀ ਬਖਸ਼ਿਸ਼ ਨਾਲ ਮਨ ਦੇ ਸਾਰੇ ਭਰਮ ਦੂਰ ਹੋ ਜਾਂਦੇ ਹਨ ।

By adopting the teachings of His Word, he may be blessed with comforts in his worldly environments. With His mercy and grace, all his worldly frustrations, suspicions and worries may be eliminated forever.

ਹੁਕਮੁ ਬੂਝਿ ਰੰਗ ਰਸ ਮਾਣੇ॥ hukam boojh rang ras maanay.
ਸਤਿਗੁਰ ਸੇਵਾ ਮਹਾ ਨਿਰਬਾਣੇ॥੨॥ satgur sayvaa mahaa nirbaanay. ||2||

ਸ਼ਬਦ ਦੀ ਸੋਝੀ ਦੀ ਬਖਸ਼ਿਸ਼ ਹੋਣ ਨਾਲ ਮਨ ਵਿੱਚ ਅਨੰਦ, ਖੇੜਾ ਵਸ ਜਾਂਦਾ ਹੈ । ਸ਼ਬਦ ਦੀ ਪਾਲਣਾ ਕਰਨ, ਜੀਵਨ ਢਾਲਣ ਨਾਲ ਉਤਮ ਅਵਸਥਾ ਬਖਸ਼ਿਸ਼ ਹੋ ਜਾਂਦੀ ਹੈ ।

With His mercy and grace, he may be blessed with the enlightenment of His Word and pleasures and blossom in his life. By adopting the teachings of His Word with steady and stable belief, he may be blessed with supreme state of mind as His true devotee.

ਜਿਨਿ ਤੂੰ ਜਾਤਾ jin tooN jaataa
ਸੋ ਗਿਰਸਤ ਉਦਾਸੀ ਪਰਵਾਣੁ॥ so girsat udaasee parvaan.
ਨਾਮਿ ਰਤਾ ਸੋਈ ਨਿਰਬਾਣੁ॥੩॥ naam rataa so-ee nirbaan. ||3||

ਜਿਹੜਾ ਤੇਰੇ ਸ਼ਬਦ ਨੂੰ ਜਾਣ ਜਾਂਦਾ ਹੈ, ਸ਼ਬਦ ਦੀ ਸੋਝੀ ਪਾ ਲੈਂਦਾ ਹੈ । ਉਸ ਨੂੰ ਤੂੰ ਰਹਿਮਤ ਬਖਸ਼ਕੇ ਇੱਛਾਂ ਰਹਿਤ ਕਰ ਦੇਂਦਾ ਹੈ । ਉਹ ਹੀ ਤੇਰੇ ਸ਼ਬਦ ਨਾਲ ਜੀਵਨ ਢਾਲਕੇ ਸ਼ਬਦ ਦੀ ਸਮਾਧੀ ਵਿੱਚ ਲੀਨ ਹੋ ਜਾਂਦਾ ਹੈ ।

Whosoever may recognize the true purpose of his human life, he may be blessed with the enlightenment of His Word from within. With His mercy and grace, he may be blessed with contentment and blossom in his life. By adopting the teachings of His Word, he may enter into the void of His Word.

ਜਾ ਕਉ ਮਿਲਿਓ ਨਾਮੁ ਨਿਧਾਨਾ॥ jaa ka-o mili-o naam niDhaanaa.
ਭਨਤਿ ਨਾਨਕ ਤਾ ਕਾ ਪੂਰ ਖਜ਼ਾਨਾ॥ bhanat naanak taa kaa poor khajaanaa.
੪॥੬॥੫੭॥ ||4||6||57||

ਜਿਸ ਜੀਵ ਨੂੰ ਪ੍ਰਭ ਦੀ ਰਹਿਮਤ ਨਾਲ ਸ਼ਬਦ ਦੀ ਸੋਝੀ ਹੋ ਜਾਂਦੀ ਹੈ । ਸ਼ਬਦ ਦੀ ਸੋਝੀ ਦਾ ਖਜ਼ਾਨਾ ਬੇਅੰਤ, ਖਤਮ ਹੋਣ ਵਾਲਾ ਨਹੀਂ ਹੈ ।

Only with His mercy and grace, he may be blessed with the enlightenment of His Word. Unlimited treasure of the enlightenment of His Word may never be exhausted by distribution.

127. ਆਸਾ ਮਹਲਾ ੫॥ 385- 13

ਤੀਰਥਿ ਜਾਉ ਤ ਹਉ ਹਉ ਕਰਤੇ॥ tirath jaa-o ta ha-o ha-o kartay.
ਪੰਡਿਤ ਪੂਛਉ ਤ ਮਾਇਆ ਰਾਤੇ॥੧॥ pandit poochha-o ta maa-i-aa raatay. ||1||

ਅਗਰ ਤੀਰਥ ਜਾਂਦਾ ਹਾ ਤਾਂ ਸੋਝੀ ਹੁੰਦੀ ਹੈ । ਤੀਰਥ ਤੇ ਜਾਣ ਵਾਲੇ ਤੀਰਥ ਯਾਤਰਾ ਦਾ ਅਹੰਕਾਰ, ਮਾਣ ਕਰਦੇ ਹਨ । ਅਗਰ ਸੂਝਵਾਨ, ਗਿਆਨੀ ਪੰਡਿਤ ਤੋ ਪੁੱਛਦਾ ਹਾ, ਤਾਂ ਸੋਝੀ ਹੁੰਦੀ ਹੈ । ਸਾਰੇ ਹੀ ਸੰਸਾਰਕ ਮਾਇਆ ਦੇ ਗੁਲਾਮ ਹਨ ।

When I go to The Holy shrine for purification bath, I realized, whosoever goes to Holy shrine for a sanctifying bath, he boasts of his routine and devotion. When I asked the enlightened devotee, I realized that the whole universe remains a slave of different colors, shape and form of worldly wealth.

ਸੋ ਅਸਥਾਨੁ ਬਤਾਵਹੁ ਮੀਤਾ॥ so asthaan bataavhu meetaa.
ਜਾ ਕੈ ਹਰਿ ਹਰਿ ਕੀਰਤਨੁ ਨੀਤਾ॥੧॥ jaa kai har har keertan neetaa.

ਰਹਾਉ॥ ||1||rahaa-o.

ਪ੍ਰਭ ਉਸ ਅਸਥਾਨ ਦੀ ਸੋਝੀ ਬਖਸ਼ੋ! ਜਿਥੇ ਸਦਾ ਹੀ ਤੇਰੇ ਸ਼ਬਦ ਦੇ ਗੁਣ ਗਾਏ ਜਾਂਦੇ ਹਨ । ਕੀਰਤਨ ਕੀਤਾ ਜਾਂਦਾ ਹੈ ।

My True Master, with Your mercy and grace, enlightens me with the place, Holy shrine, where Your true devotees sing the glory of Your Word day and night wholeheartedly. The everlasting echo of Your Word resonates forever nonstop.

ਸਾਸਤ੍ਰ ਬੇਦ ਪਾਪ ਪੁੰਨ ਵੀਚਾਰ॥ saastar bayd paap punn veechaar.
ਨਰਕਿ ਸੁਰਗਿ ਫਿਰਿ ਫਿਰਿ ਅਉਤਾਰ॥੨॥ narak surag fir fir a-utaar. ||2||

ਧਰਮ ਦੇ ਗ੍ਰੰਥ (ਸ਼ਾਸਤ੍ਰ, ਵੈਦ) ਪੁੰਨ ਅਤੇ ਪਾਪ ਦਾ ਹੀ ਵਿਚਾਰ ਕਰਦੇ ਹਨ । ਉਹਨਾਂ ਦੀ ਸੋਝੀ, ਗਿਆਨ ਕੇਵਲ ਇਸ ਚਰਚਾ ਤੀਕ ਹੀ ਹੁੰਦਾ ਹੈ । ਮਾਨਸ ਪੁੰਨ, ਪਾਪ ਨਾਲ ਸਵਰਗ ਜਾ ਨਰਕ ਵਿੱਚ ਬਾਰ ਬਾਰ ਜਨਮ ਲੈਂਦਾ ਹੈ ।

The worldly Holy Scriptures preaches, explains the virtue of charitable, good deeds and sinful deeds. Their understanding and enlightenment may be limited to explain these virtues, the nature of these deeds. Human may remain in the cycle of birth and death, in heaven or hell depends upon his worldly deeds.

ਗਿਰਸਤ ਮਹਿ ਚਿੰਤ ਉਦਾਸ ਅਹੰਕਾਰ॥ girsat meh chint udaas ahaNkaar.
ਕਰਮ ਕਰਤ ਜੀਅ ਕਉ ਜੰਜਾਰ॥੩॥ karam karat jee-a ka-o janjaar. ||3||

ਗ੍ਰਿਸਤ ਦੇ ਜੀਵਨ ਵਿੱਚ ਸੰਸਾਰਕ ਚਿੰਤਾਂ, ਭਟਕਣਾਂ ਰਹਿੰਦੀਆਂ ਹਨ । ਸੰਨਿਆਸ ਕਰਨ ਨਾਲ ਮਨ ਵਿੱਚ ਅਹੰਕਾਰ ਵਧਦਾ ਹੈ । ਸੰਸਾਰਕ ਧਰਮ ਦੇ ਰੀਤੀ ਰੀਵਾਜ ਨਾਲ ਸੰਸਾਰਕ ਮੋਹ ਵਧਦਾ ਹੈ ।

The worldly family life remains overwhelmed with worldly worries, frustrations and disappointments. By going into renunciation away from family life, the ego blossom within mind. By performing the religious rituals, the attachment to worldly relationship and possessions may blossom within.

ਪ੍ਰਭ ਕਿਰਪਾ ਤੇ ਮਨੁ ਵਸਿ ਆਇਆ॥ parabh kirpaa tay man vas aa-i-aa.
ਨਾਨਕ ਗੁਰਮੁਖਿ ਤਰੀ ਤਿਨਿ ਮਾਇਆ॥੪॥ naanak gurmukh taree tin maa-i-aa.4

ਪ੍ਰਭ ਦੀ ਰਹਿਮਤ ਨਾਲ ਹੀ ਮਨ ਤੇ ਜਿੱਤ ਬਖਸ਼ਿਸ਼ ਹੋ ਸਕਦੀ ਹੈ । ਮਨ ਦੀਆਂ ਇੱਛਾਂ ਤੇ ਕਾਬੂ ਪੈਂਦਾ ਹੈ । ਉਹ ਗਰਮਖ ਅਵਸਥਾ ਵਾਲੇ ਜੀਵ ਸੰਸਾਰਕ ਮਾਇਆ ਰੂਪੀ ਸਾਗਰ ਪਾਰ ਕਰ ਜਾਂਦੇ ਹਨ ।

With His mercy and grace, he may conquer own worldly desires and may be able to control the fire of greed of worldly desires. Whosoever may be blessed with enlightenment, state of mind as His true devotee, he may be accepted in His court.

ਸਾਧਸੰਗਿ ਹਰਿ ਕੀਰਤਨੁ ਗਾਈਐ॥ saaDhsang har keertan gaa-ee-ai.
ਇਹੁ ਅਸਥਾਨੁ ਗੁਰੂ ਤੇ ਪਾਈਐ॥੧॥ ih asthaan guroo tay paa-ee-ai. ||1||
ਰਹਾਉ ਦੂਜਾ॥੭॥੫੮॥ rahaa-o doojaa. ||7||58||

ਜੀਵ ਬੰਦਗੀ ਕਰਨ ਵਾਲੇ ਦੀ ਸੰਗਤ ਵਿੱਚ ਰਲਕੇ ਸ਼ਬਦ ਦੇ ਗੁਣ ਗਾਵੋ! ਕੀਰਤਨ ਕਰੋ! ਇਹ ਮਨ ਦੀ ਅਵਸਥਾ ਪ੍ਰਭ ਦੀ ਰਹਿਮਤ ਨਾਲ ਹੀ ਬਖਸ਼ਿਸ਼ ਹੋ ਸਕਦੀ ਹੈ ।

You should associate with His true devotee and sing the glory of the virtues of His Word. Only with His mercy and grace, he may be blessed with this state of mind.

128. ਆਸਾ ਮਹਲਾ ੫॥ 385-18

ਘਰ ਮਹਿ ਸੂਖ ਬਾਹਰਿ ਫੁਨਿ ਸੂਖਾ॥ ghar meh sookh baahar fun sookhaa.
ਹਰਿ ਸਿਮਰਤ ਸਗਲ ਬਿਨਾਸੇ ਦੂਖਾ॥੧॥ har simrat sagal binaasay dookhaa. ||1||

ਪ੍ਰਭ ਦੇ ਸ਼ਬਦ ਦਾ ਮਨੋ ਸਿਮਰਨ ਕਰਨ ਨਾਲ ਸੰਸਾਰਕ ਇੱਛਾਂ ਦੀਆਂ ਭਟਕਣਾਂ ਖਤਮ ਹੋ ਜਾਂਦੀਆਂ ਹਨ । ਜੀਵ ਦਾ ਮਨ ਅੰਦਰੋਂ ਹੀ ਸੰਤੋਖ, ਸ਼ਾਂਤੀ ਨਾਲ ਭਰ ਜਾਂਦਾ ਹੈ । ਸਾਰੀ ਸ੍ਰਿਸ਼ਟੀ ਹੀ ਖੇੜੇ ਵਿੱਚ ਮਹਿਸੂਸ ਹੁੰਦੀ ਹੈ ।

By wholeheartedly meditating and obeying the teachings of His Word, all frustrations of worldly desires may be eliminated from his mind. He may be blessed with peace, contentment and blossom from within. He may realize and visualize the whole universe in blossom.

ਸਗਲ ਸੂਖ ਜਾਂ ਤੂੰ ਚਿਤਿ ਆਂਵੈਂ॥ sagal sookh jaaN tooN chit aaNvaiN.
ਸੋ ਨਾਮੁ ਜਪੈ ਜੋ ਜਨੁ ਤੁਧੁ ਭਾਵੈ॥੧॥ ਰਹਾਉ॥ so naam japai jo jan tuDh bhaavai. ||1|| rahaa-o.

ਪ੍ਰਭ ਜਦੋਂ ਤੇਰਾ ਸ਼ਬਦ ਮਨ ਵਿੱਚ ਜਾਗਰਤ ਹੋ ਜਾਂਦਾ ਹੈ, ਤਾਂ ਮਨ ਵਿੱਚ ਪੂਰਨ ਸੰਤੋਖ, ਖੇੜਾ ਵਸ ਜਾਂਦਾ ਹੈ । ਜਿਸ ਤੇ ਤੇਰੀ ਰਹਿਮਤ ਦੀ ਨਜ਼ਰ ਬਖਸ਼ਿਸ਼ ਹੋ ਜਾਂਦੀ ਹੈ, ਤੈਨੂੰ ਭਾਉਂਦੇ ਹਨ, ਕੇਵਲ ਉਹ ਹੀ ਤੇਰੇ ਸ਼ਬਦ ਦੀ ਪਾਲਣਾ, ਸਿਮਰਨ ਕਰ ਸਕਦੇ ਹਨ ।

Whosoever may be enlightened with the teachings of His Word within, he may be blessed with complete contentment and blossom forever. Whose meditation may be accepted, he may be blessed with Your blessed vision and may meditate and adopt the teachings of Your Word in his life.

ਤਨੁ ਮਨੁ ਸੀਤਲੁ ਜਪਿ ਨਾਮੁ ਤੇਰਾ॥ tan man seetal jap naam tayraa.
ਹਰਿ ਹਰਿ ਜਪਤ ਢਹੈ ਦੁਖ ਡੇਰਾ॥੨॥ har har japat dhahai dukh dayraa. ||2||

ਪ੍ਰਭ ਤੇਰੇ ਸ਼ਬਦ ਦਾ ਸਿਮਰਨ ਕਰਨ ਨਾਲ ਮਨ ਵਿੱਚ ਠੰਡ, ਸੰਤੋਖ, ਧੀਰਜ ਵਸ ਜਾਂਦਾ ਹੈ । ਸ਼ਬਦ ਦੀ ਪਾਲਣਾ ਕਰਦੀ ਆਤਮਾ ਦਾ ਸੰਸਾਰਕ ਇੱਛਾਂ ਦਾ ਨਾਸ਼ ਹੋ ਜਾਂਦਾ ਹੈ ।

By meditating and obeying the teachings of Your Word, the mind may be blessed with patience, contentment and calm in worldly life. Whosoever may meditate and obey the teachings of His Word, all his worldly desires may be eliminated from his mind.

ਹੁਕਮੁ ਬੂਝੈ ਸੋਈ ਪਰਵਾਨੁ॥ hukam boojhai so-ee parvaan.
ਸਾਚੁ ਸਬਦੁ ਜਾ ਕਾ ਨੀਸਾਨੁ॥੩॥ saach sabad jaa kaa neesaan. ||3||

ਜਿਹੜਾ ਜੀਵ ਅਡੋਲ ਭਰੋਸੇ ਨਾਲ ਸ਼ਬਦ ਦੀ ਪਾਲਣਾ ਕਰਦਾ ਹੈ , ਉਸ ਨੂੰ ਦਰਬਾਰ ਵਿੱਚ ਪ੍ਰਵਾਨਗੀ ਬਖਸ਼ਿਸ਼ ਹੋ ਜਾਂਦੀ ਹੈ । ਪ੍ਰਭ ਦੇ ਸ਼ਬਦ ਦੀ ਪਾਲਣਾ ਹੀ ਉਸ ਦੀ ਜਾਤ, ਹੈਸੀਅਤ ਬਣ ਜਾਂਦਾ ਹੈ ।

Whosoever may meditate and adopt the teachings of Your Word with the steady and stable belief, his soul may become a worthy of Your consideration, acceptance in Your court. Obeying and adopting the teachings of Your Word becomes his worldly caste, wealth and status.

ਗੁਰਿ ਪੂਰੈ ਹਰਿ ਨਾਮੁ ਦ੍ਰਿੜਾਇਆ॥ gur poorai har naam drirh-aa-i-aa.
ਭਨਤਿ ਨਾਨਕੁ ਮੇਰੈ ਮਨਿ ਸੁਖੁ ਪਾਇਆ॥੪॥੮॥੫੯॥ bhanat naanak mayrai man sukh paa-i-aa.||4||8||59||

ਪ੍ਰਭ ਆਪ ਹੀ ਰਹਿਮਤ ਬਖਸ਼ਕੇ ਸ਼ਬਦ ਨਾਲ ਲਗਨ ਲਾਉਂਦਾ ਹੈ । ਸ਼ਬਦ ਦੀ ਪਾਲਣਾ ਵਿੱਚ ਅਡੋਲ ਰਹਿਣ ਨਾਲ ਹੀ ਮਨ ਵਿੱਚ ਸੰਤੋਖ, ਖੇੜਾ ਵਸਦਾ ਹੈ ।

Only with His mercy and grace, His true devotee may stay focused on meditating and obeying His Word. By staying steady and stable on obeying His Word, he may be blessed with contentment and blossom forever.

129.ਆਸਾ ਮਹਲਾ ੫॥ 386- 3

ਜਹਾ ਪਠਾਵਹੁ ਤਹ ਤਹ ਜਾਈਂ॥ jahaa pathaavhu tah tah jaa-eeN.
ਜੋ ਤੁਮ ਦੇਹੁ ਸੋਈ ਸੁਖੁ ਪਾਈਂ॥੧॥ jo tum dayh so-ee sukh paa-eeN. ||1||

ਪ੍ਰਭ ਜਿਸ ਕੰਮ ਤੇ ਲਾਉਂਦਾ, ਜਿਸ ਅਸਥਾਨ ਤੇ ਭੇਜਦਾ ਹੈ, ਉਹ ਹੀ ਕਰਦਾ, ਕਰ ਸਕਦਾ ਹਾ । ਜੋ ਵੀ ਤੇਰੀ ਬਖਸ਼ਿਸ਼ ਹੁੰਦੀ ਹੈ, ਉਹ ਹੀ ਮੇਰੇ ਮਨ ਨੂੰ ਸੰਤੋਖ ਦੇਂਦੀ ਹੈ ।

Whatsoever chores are assigned and wherever He sends His creature, he may perform only that chore and may go to that place. Whatsoever may be Your command, blessings only that becomes soothing and comforting to me. I enjoy contentment and blossom within my mind.

ਸਦਾ ਚੇਰੇ ਗੋਵਿੰਦ ਗੋਸਾਈ॥ sadaa chayray govind gosaa-ee.
ਤੁਮ੍ਰੀ ਕ੍ਰਿਪਾ ਤੇ ਤ੍ਰਿਪਤਿ ਅਘਾਈਂ॥੧॥ ਰਹਾਉ॥ tumHree kirpaa tay taripat aghaa-eeN.1 rahaa-o.

ਪ੍ਰਭ ਤੂੰ ਹੀ ਸ੍ਰਿਸ਼ਟੀ ਦੀ ਪਾਲਣਾ ਪੋਸਨਾ ਕਰਨ ਵਾਲਾ ਅਸਲੀ ਮਾਲਕ ਹੈ । ਮੈਂ ਸਦਾ ਹੀ ਤੇਰਾ ਨਿਮਾਣਾ ਦਾਸ, ਗੁਲਾਮ ਹਾ, ਤੇਰੀ ਰਹਿਮਤ ਨਾਲ ਹੀ, ਮੈਂ ਸਦਾ ਸੰਤੋਖ ਅਤੇ ਖੇੜੇ ਵਿੱਚ ਵਸਦਾ ਹਾ ।

The One and Only One, True Master nourishes and protects His creation. I am your humble devotee, slave forever. I remain contented and blossom in all my worldly conditions.

ਤੁਮਰਾ ਦੀਆ ਪੈਨ੍ਉ ਖਾਈਂ॥ tumraa dee-aa painHa-o khaa-eeN.
ਤਉ ਪ੍ਰਸਾਦਿ ਪ੍ਰਭ ਸੁਖੀ ਵਲਾਈਂ॥੨॥ ta-o parsaad parabh sukhee valaa-eeN. ||2|

ਪ੍ਰਭ ਤੇਰਾ ਬਖਸ਼ਿਆ ਹੋਇਆ, ਮੈਂ ਖਾਂਦਾ, ਹਡਾਉਦਾ ਹਾ । ਤੇਰੀ ਰਹਿਮਤ ਨਾਲ ਹੀ ਜੀਵਨ ਸੰਤੋਖ ਵਿੱਚ ਬੀਤਤ ਕਰਦਾ ਹੈ ।

My True Master, I may only eat and wear Your blessed food and clothes. I remain contented in my worldly condition in day to day life.

ਮਨ ਤਨ ਅੰਤਰਿ ਤੁਝੈ ਧਿਆਈਂ॥ man tan antar tujhai Dhi-aa-eeN.
ਤੁਮ੍ਰੈ ਲਵੈ ਨ ਕੋਊ ਲਾਈਂ॥੩॥ tumHrai lavai na ko-oo laa-eeN. ||3||

ਪ੍ਰਭ ਮੈ ਆਪਣੇ ਮਨੋ ਤਨੋ ਤੇਰੇ ਸ਼ਬਦ ਨੂੰ ਅਟੱਲ ਮੰਨਕੇ ਪਾਲਣਾ ਕਰਦਾ ਹਾ । ਤੇਰੇ ਬਰਾਬਰ ਹੋਰ ਕਿਸੇ ਨੂੰ ਨਹੀਂ ਸਮਝਦਾ, ਮੰਨਦਾ ।

My True Master, I obey and adopt the teachings of Your Word wholeheartedly with steady and stable belief in my day to day life. I do not recognize anyone else as equal or greater are even comparable with Your greatness.

ਕਹੁ ਨਾਨਕ ਨਿਤ ਇਵੈ ਧਿਆਈਂ॥ kaho naanak nit ivai Dhi-aa-eeN.
ਗਤਿ ਹੋਵੈ ਸੰਤਹ ਲਗਿ ਪਾਈਂ॥੪॥ ੯॥੬੦॥ gat hovai santeh lag paa-eeN. ||4||9||60||

ਇਹ ਹੀ ਮੇਰੀ ਸਦਾ ਸਵਾਸ ਗਰਾਸ ਦੀ ਅਰਦਾਸ ਹੈ । ਤੇਰੇ ਸੰਤਾਂ ਦੇ ਚਰਨਾਂ ਵਿੱਚ ਨਿਵਾਸ ਕਰਨ ਨਾਲ ਜੀਵ ਪ੍ਰਵਾਨਗੀ ਪਾ ਲੈਂਦਾ ਹੈ ।

I have one and only one prayer, I beg with each and every breath. By the association and serving Your true devotee, my soul may be blessed with the right path of Your acceptance.

130.ਆਸਾ ਮਹਲਾ ੫॥ 386- 7

ਊਠਤ ਬੈਠਤ ਸੋਵਤ ਧਿਆਈਐ॥ oothat baithat sovat Dhi-aa-ee-ai.
ਮਾਰਗਿ ਚਲਤ ਹਰੇ ਹਰਿ ਗਾਈਐ॥੧॥ maarag chalat haray har gaa-ee-ai. ||1||

ਜੀਵ ਉਠਦੇ, ਬੈਠਦੇ ਸੌਂਦੇ, ਕੰਮ ਕਰਦੇ ਸਦਾ ਹੀ ਸਵਾਸ ਗਰਾਸ ਸ਼ਬਦ ਦਾ ਸਿਮਰਨ ਕਰੋ!

You should with each and every breath, while sitting, standing, doing any worldly chore, you should meditate and adopt the teachings of His Word in day to day life wholeheartedly.

ਸ੍ਰਵਨ ਸੁਨੀਜੈ ਅੰਮ੍ਰਿਤ ਕਥਾ॥	sarvan suneejai amrit kathaa.
ਜਾਸੁ ਸੁਨੀ ਮਨਿ ਹੋਇ ਅਨੰਦਾ,	jaas sunee man ho-ay anandaa
ਦੂਖ ਰੋਗ ਮਨ ਸਗਲੇ ਲਥਾ॥੧॥	dookh rog man saglay lathaa. ||1||
ਰਹਾਉ॥	rahaa-o.

ਪ੍ਰਭ ਦੇ ਅਣਮੋਲ ਸ਼ਬਦ ਦੀ ਕਥਾ ਸੁਣਦੇ ਮਨ ਵਿੱਚ ਖੇੜਾ ਵਸ ਜਾਂਦਾ ਹੈ । ਮਨ ਵਿਚੋਂ ਸੰਸਾਰਕ ਇੱਛਾਂ ਦਾ ਰੋਗ, ਚਿੰਤਾਂ ਖਤਮ ਹੋ ਜਾਂਦੀਆਂ ਹਨ ।

Whosoever may listen with full concentration the sermons of His Word, the blossom and contentment may blossom l within his mind. All frustrations and worries may be eliminated from his mind forever.

ਕਾਰਜਿ ਕਾਮਿ ਬਾਟ ਘਾਟ ਜਪੀਜੈ॥	kaaraj kaam baat ghaat japeejai.
ਗੁਰ ਪ੍ਰਸਾਦਿ ਹਰਿ ਅੰਮ੍ਰਿਤੁ ਪੀਜੈ॥੨॥	gur parsaad har amrit peejai. ||2||

ਹੱਥ ਪੈਰ ਨਾਲ ਕੰਮ ਕਰਦੇ ਹੋਏ, ਪ੍ਰਭ ਦੇ ਸ਼ਬਦ ਦਾ ਸਿਮਰਨ ਕਰੋ, ਸ਼ਬਦ ਨੂੰ ਮਨ ਵਿੱਚ ਰਖੋ! ਪ੍ਰਭ ਦੀ ਰਹਿਮਤ ਨਾਲ ਅਣਮੋਲ ਸ਼ਬਦ ਦੀ ਸੋਝੀ ਰੂਪੀ ਅੰਮ੍ਰਿਤ ਦਾ ਅਨੰਦ ਮਾਨੋ!

While performing the worldly chores with your hand and feet, you should always keep in mind the teachings of His Word. You should meditate wholeheartedly with steady and stable belief. With His mercy and grace, you may be blessed with enlightenment and enjoy the nectar, essence of the teachings of His Word.

ਦਿਨਸੁ ਰੈਨਿ ਹਰਿ ਕੀਰਤਨੁ ਗਾਈਐ॥	dinas rain har keertan gaa-ee-ai.
ਸੋ ਜਨੁ ਜਮ ਕੀ ਵਾਟ ਨ ਪਾਈਐ॥੩॥	so jan jam kee vaat na paa-ee-ai. ||3||

ਜਿਹੜੇ ਨਿਮਾਣੇ ਦਿਨ ਰਾਤ ਪ੍ਰਭ ਦੇ ਸ਼ਬਦ ਦੀ ਪਾਲਣਾ ਕਰਦੇ, ਗੁਣ ਗਾਉਂਦੇ ਹਨ । ਉਹ ਮੌਤ ਦੇ ਜਮਦੂਤ ਦੇ ਕਾਬੂ ਵਿੱਚ ਨਹੀਂ ਰਹਿੰਦੇ । ਮੌਤ ਦੇ ਜਮਦੂਤ ਦਾ ਉਹਨਾਂ ਉਪਰ ਕੋਈ ਜ਼ੋਰ ਨਹੀਂ ਹੁੰਦਾ ।

Whosoever humble servant, slave, devotee may sing and obey the teachings of His Word day and night, he may not remain under the control of the devil of death. His soul may become beyond the reach of the devil of death.

ਆਠ ਪਹਰ ਜਿਸੁ ਵਿਸਰਹਿ ਨਾਹੀ॥	aath pahar jis visrahi naahee.
ਗਤਿ ਹੋਵੈ ਨਾਨਕ ਤਿਸੁ ਲਗਿ ਪਾਈ॥੪॥	gat hovai naanak tis lag paa-ee.
੧੦॥੬੧॥	||4||10||61||

ਜਿਹੜੇ ਜੀਵ ਦੇ ਮਨ ਵਿਚੋਂ 24 ਘੰਟੇ, ਦਿਨ ਰਾਤ ਪ੍ਰਭ ਦੇ ਵਿਛੋੜੇ ਦੀ ਯਾਦ ਨਹੀਂ ਭੁਲਦੀ, ਮਨ ਸ਼ਬਦ ਦੀ ਸਮਾਧੀ ਵਿੱਚ ਲੀਨ ਰਹਿੰਦਾ ਹੈ । ਉਸ ਦੀ ਸੰਗਤ, ਸ਼ਰਣ ਵਿੱਚ ਆਉਣ ਨਾਲ ਮਨ ਪ੍ਰਵਾਨਗੀ ਦੇ ਰਸਤੇ ਤੇ ਅਡੋਲ ਹੋ ਜਾਂਦਾ ਹੈ ।

Whosoever may not forget the memory of his separation from The True Master, he always remains in the void of the teachings of His Word day and night. By associating with such a devotee, the right path of salvation may be blessed by The True Master.

131.ਆਸਾ ਮਹਲਾ ੫॥ 386- 11

ਜਾ ਕੈ ਸਿਮਰਨਿ ਸੁਖ ਨਿਵਾਸੁ॥	jaa kai simran sookh nivaas.
ਭਈ ਕਲਿਆਣ ਦੁਖ ਹੋਵਤ ਨਾਸੁ॥੧॥	bha-ee kali-aan dukh hovat naas. ||1||

ਪ੍ਰਭ ਦੇ ਸ਼ਬਦ ਦਾ ਸਿਮਰਨ ਕਰਨ ਨਾਲ ਮਨ ਵਿੱਚ ਸੰਤੋਖ ਵਸ ਜਾਂਦਾ ਹੈ । ਮਨ ਵਿਚੋਂ ਇੱਛਾਂ ਦੀ ਭਟਕਣ ਨਾਸ਼ ਹੋ ਜਾਂਦੀ, ਦੁਖ ਦੂਰ ਹੋ ਜਾਂਦੇ ਹਨ, ਮਨ ਵਿੱਚ ਖ਼ੁਸ਼ੀ, ਅਨੰਦ ਵਸ ਜਾਂਦਾ ਹੈ ।

By meditating and singing the glory of His Word, he may be blessed with contentment. All frustrations, miseries of worldly life may be eliminated from his mind and blessed with pleasures and blossom in life.

ਅਨਦੁ ਕਰਹੁ ਪ੍ਰਭ ਕੇ ਗੁਨ ਗਾਵਹੁ॥	anad karahu parabh kay gun gaavhu.
ਸਤਿਗੁਰ ਅਪਨਾ ਸਦ ਸਦਾ ਮਨਾਵਹੁ॥੧॥	satgur apnaa sad sadaa manaavahu.
ਰਹਾਉ॥	||1|| rahaa-o.

ਜੀਵ, ਪ੍ਰਭ ਦੇ ਸ਼ਬਦ ਦੇ ਗੁਣ ਗਾ ਕੇ ਮਨ ਵਿੱਚ ਅਨੰਦ ਖ਼ੁਸ਼ੀਆਂ ਹਾਸਿਲ ਕਰੋ! ਸਦਾ ਹੀ ਆਪਣਾ ਆਪਾ ਪ੍ਰਭ ਦੇ ਸ਼ਬਦ ਦੇ ਲੇਖੇ, ਪ੍ਰਭ ਦੇ ਸ਼ਬਦ ਰੂਪੀ ਚਰਨਾਂ ਵਿੱਚ ਭੇਟਾ ਕਰ ਦੇਵੋ!

You may be blessed with happiness and pleasures by singing the glory of His Word. You should always offer your mind, body, selfishness, dignity and identity at the service of The True Master.

ਸਤਿਗੁਰ ਕਾ ਸਚੁ ਸਬਦੁ ਕਮਾਵਹੁ॥	satgur kaa sach sabad kamaavahu.
ਥਿਰੁ ਘਰਿ ਬੈਠੇ ਪ੍ਰਭੁ ਅਪਨਾ ਪਾਵਹੁ॥੨	thir ghar baithay parabh apnaa paavhu.2

ਜੀਵ, ਆਪਣਾ ਜੀਵਨ ਸ਼ਬਦ ਨਾਲ ਢਾਲੋ, ਬਤੀਤ ਕਰੋ! ਪ੍ਰਭ ਦੇ ਸ਼ਬਦ ਦੀ ਪਾਲਣਾ ਕਰਨ ਨਾਲ ਆਤਮਾ ਵਿੱਚ ਸੰਤੋਖ, ਧੀਰਜ ਵਸ ਜਾਂਦਾ ਹੈ । ਉਸ ਨੂੰ ਆਪਣੇ ਅੰਦਰੋਂ ਹੀ ਸ਼ਬਦ ਦੀ ਜਾਗਰਤੀ ਹੋ ਜਾਂਦੀ ਹੈ ।

You should with a steady and stable belief adopt the teachings of His Word in your day to day life. By obeying and adopting the teachings of His Word in day to day life, he may be blessed with patience and contentment in his own worldly environments, conditions. Mind may be blessed with enlightenment from within.

ਪਰ ਕਾ ਬੁਰਾ ਨ ਰਾਖਹੁ ਚੀਤ॥	par kaa buraa na raakho cheet.
ਤੁਮ ਕਉ ਦੁਖੁ ਨਹੀ ਭਾਈ ਮੀਤ॥੩॥	tum ka-o dukh nahee bhaa-ee meet. ||3||

ਜੀਵ ਆਪਣੇ ਮਨ ਵਿੱਚ ਕਦੇ ਵੀ ਕਿਸੇ ਦਾ ਬੁਰਾ ਨਾ ਸੋਚੋ! ਇਸ ਨਾਲ ਮਨ ਵਿੱਚ ਕਦੇ ਕੋਈ ਪਰੇਸ਼ਾਨੀ ਨਹੀਂ ਆਉਂਦੀ ।

You should never think any evil and jealousy about anyone else. By controlling these evil thoughts, you may not endure disappointed and frustrated in worldly life.

ਹਰਿ ਹਰਿ ਤੰਤੁ ਮੰਤੁ ਗੁਰਿ ਦੀਨੑਾ॥	har har tant mant gur deenHaa.
ਇਹੁ ਸੁਖੁ ਨਾਨਕ ਅਨਦਿਨੁ ਚੀਨੑਾ॥	ih sukh naanak an-din cheenHaa.
੪॥੧੧॥੬੨	||4||11||62||

ਪ੍ਰਭ ਨੇ ਸ਼ਬਦ ਦੀ ਪਾਲਣਾ ਵਿੱਚ ਹੀ ਰੂਹਾਨੀ ਮੰਤ੍ਰ, ਪ੍ਰਵਾਨਗੀ ਦਾ ਰਸਤਾ ਬਖਸ਼ਿਆ ਹੈ । ਪ੍ਰਭ ਦੇ ਸ਼ਬਦ ਦਾ ਦਿਨ ਰਾਤ ਸਿਮਰਨ ਕਰਨ ਨਾਲ ਮਨ ਵਿੱਚ ਸੰਤੋਖ, ਖੇੜਾ ਵਸ ਜਾਂਦਾ ਹੈ ।

By obeying the teachings of His Word, the spiritual mantra, the right path of His acceptance may be blessed by The True Master. By meditating day and night on the teachings of His Word, the contentment and blossom prevail within his mind, in worldly environments.

132.ਆਸਾ ਮਹਲਾ ੫॥ 386- 15

ਜਿਸੁ ਨੀਚ ਕਉ ਕੋਈ ਨ ਜਾਨੈ॥	jis neech ka-o ko-ee na jaanai.
ਨਾਮੁ ਜਪਤ ਉਹੁ ਚਹੁ ਕੁੰਟ ਮਾਨੈ॥੧॥	naam japat uho chahu kunt maanai. ||1||

ਜਿਸ ਨੀਚ ਜਾਤ ਵਾਲੇ ਜੀਵ ਨੂੰ ਸੰਸਾਰ ਵਿੱਚ ਕੋਈ ਮਹੱਤਤਾ ਨਹੀਂ ਦੇਂਦਾ । ਅਗਰ ਉਹ ਪ੍ਰਭ ਦੇ ਸ਼ਬਦ ਦੇ ਸਿਮਰਨ ਵਿੱਚ ਲੱਗ ਪਵੇ, ਅਡੋਲ ਹੋ ਜਾਵੇ । ਚਾਰੇ ਪਾਸੇ, ਸੰਸਾਰ ਵਿੱਚ ਉਸ ਦੀ ਸੋਭਾ ਹੋਣ ਲੱਗ ਪੈਂਦੀ ਹੈ ।

Even the human of low caste, low worldly status, whose life, existence may not have any significance for others, if he meditates and adopts the teachings of His Word in his day to day life wholeheartedly. He may be recognized in the whole universe and everyone may be singing his glory.

ਦਰਸਨੁ ਮਾਗਉ ਦੇਹਿ ਪਿਆਰੇ॥ darsan maaga-o deh pi-aaray.
ਤੁਮਰੀ ਸੇਵਾ ਕਉਨ ਕਉਨ ਨ ਤਾਰੇ॥੧॥ ਰਹਾਉ॥ tumree sayvaa ka-un ka-un na taaray. ||1|| rahaa-o.

ਪ੍ਰਭ ਰਹਿਮਤ ਬਖਸ਼ਕੇ ਸ਼ਬਦ ਨਾਲ ਲਗਨ, ਸ਼ਬਦ ਦੀ ਸੋਝੀ ਬਖਸ਼ੋ! ਕਿਹੜਾ ਜੀਵ ਤੇਰੇ ਸ਼ਬਦ ਦੀ ਪਾਲਣਾ ਕਰਦਾ ਹੋਇਆ, ਦਰਬਾਰ ਵਿੱਚ ਪ੍ਰਵਾਨ ਨਹੀਂ ਹੋਇਆ?

My True Master with Your mercy and grace attaches me to a devotional meditate and enlightenment the teachings of Your Word within my mind. By adopting the teachings of Your Word in his day to day life, is there any devotee, who has not been accepted in His court?

ਜਾ ਕੈ ਨਿਕਟਿ ਨ ਆਵੈ ਕੋਈ॥ jaa kai nikat na aavai ko-ee.
ਸਗਲ ਸ੍ਰਿਸਟਿ ਉਆ ਕੇ ਚਰਨ ਮਲਿ ਧੋਈ॥ ੨॥ sagal sarisat u-aa kay charan mal Dho-ee. ||2||

ਜਿਸ ਨਿਮਾਣੇ ਜੀਵ ਦੇ ਕੋਈ ਨੇੜੇ ਵੀ ਨਹੀਂ ਆਉਣਾ ਚਾਹੁੰਦਾ । ਅਗਰ ਉਹ ਜੀਵ ਪ੍ਰਭ ਦੇ ਸ਼ਬਦ ਦੀ ਪਾਲਣਾ ਵਿੱਚ ਅਡੋਲ ਹੋ ਜਾਵੇ, ਤਾਂ ਸਾਰੀ ਸ੍ਰਿਸ਼ਟੀ ਹੀ ਉਸ ਦੇ ਚਰਨ ਵਿੱਚ ਆਉਂਦੀ, ਉਸ ਦੀ ਉਪਮਾਂ ਕਰਦੀ ਹੈ ।

Whosoever may be considered untouchable and no one would like to come close or associate with him, if he adopts the teachings of His Word wholeheartedly, the whole universe may bow at his feet, worship and sing his glory?

ਜੋ ਪ੍ਰਾਨੀ ਕਾਹੂ ਨ ਆਵਤ ਕਾਮ॥ jo paraanee kaahoo na aavat kaam.
ਸੰਤ ਪ੍ਰਸਾਦਿ ਤਾ ਕੋ ਜਪੀਐ ਨਾਮ॥੩॥ sant parsaad taa ko japee-ai naam. ||3||

ਜਿਸ ਜੀਵ ਵਿੱਚ ਕੋਈ ਕੰਮ ਕਰਨ ਦੀ ਸਮਰਥਾ ਵੀ ਨਾ ਰਖਦਾ ਹੋਵੇ । ਅਗਰ ਪ੍ਰਭ ਰਹਿਮਤ ਬਖਸ਼ੇ! ਉਹ ਪ੍ਰਭ ਦੇ ਸ਼ਬਦ ਦੇ ਲੜ ਲੱਗ ਜਾਂਦਾ ਹੈ ।

Even someone may not have any strength to perform any deed, worldly chore, with His mercy and grace, he may be attached to meditate on the teachings of His Word.

ਸਾਧਸੰਗਿ ਮਨ ਸੋਵਤ ਜਾਗੇ॥ saaDhsang man sovat jaagay.
ਤਬ ਪ੍ਰਭ ਨਾਨਕ ਮੀਠੇ ਲਾਗੇ॥੪॥੧੨॥੬੩॥ tab parabh naanak meethay laagay. ||4||12||63||

ਅਗਿਆਨੀ ਮਨ ਵੀ ਸੰਤਾਂ ਦੀ ਸੰਗਤ ਵਿੱਚ ਸ਼ਬਦ ਦੀ ਪਾਲਣਾ ਕਰਦਾ ਜਾਗਰਤ ਹੋ ਜਾਂਦਾ ਹੈ । ਉਸ ਦੇ ਮਨ ਨੂੰ ਪ੍ਰਭ ਦਾ ਸ਼ਬਦ ਮਿੱਠਾ ਲਗਦਾ ਹੈ, ਮਨ ਨੂੰ ਭਾਉਂਦਾ ਹੈ ।

Even the ignorant devotee by meditating, obeying and adopting the teachings of His Word in the congregation of His true devotee may be enlightened with the teachings of His Word. His Word may become soothing and comforting to his mind.

133.ਆਸਾ ਮਹਲਾ ੫॥ 386-19

ਏਕੋ ਏਕੀ ਨੈਨ ਨਿਹਾਰਉ॥ ayko aykee nain nihaara-o.
ਸਦਾ ਸਦਾ ਹਰਿ ਨਾਮੁ ਸਮ੍ਾਰਉ॥੧॥ sadaa sadaa har naam samHaara-o. ||1||

ਮੈਂ ਆਪਣੀਆਂ ਮਨ ਦੀਆਂ ਅੱਖਾਂ ਨਾਲ ਪ੍ਰਭ ਦੇ ਦਰਸ਼ਨ ਕਰਦਾ, ਮਹਿਸੂਸ ਕਰਦਾ ਹਾ । ਮੈਂ ਸਦਾ ਲਈ ਪ੍ਰਭ ਦੇ ਸ਼ਬਦ ਤੋ ਕੁਰਬਾਨ ਜਾਂਦਾ ਹਾ । ਸ਼ਬਦ ਵਿੱਚ ਲੀਨ ਹੋ ਜਾਂਦਾ ਹਾ ।

I am visualizing and enjoying the blessed vison of The True Master with the eyes of my mind and realize His existence everywhere. I always remain fascinated from the nature of The True Master. I am in deep meditation in the void of His Word.

ਰਾਮ ਰਾਮਾ ਰਾਮਾ ਗੁਨ ਗਾਵਉ॥ raam raamaa raamaa gun gaava-o.
ਸੰਤ ਪ੍ਰਤਾਪਿ ਸਾਧ ਕੈ ਸੰਗੇ, sant partaap saaDh kai sangay
ਹਰਿ ਹਰਿ ਨਾਮੁ ਧਿਆਵਉ ਰੇ॥੧॥ har har naam Dhi-aava-o ray. ||1||
ਰਹਾਉ॥ rahaa-o.

ਮੈਂ ਪ੍ਰਭ ਦੇ ਸ਼ਬਦ ਦੇ ਗੁਣ ਗਾਉਂਦਾ, ਪ੍ਰਭ ਦੀ ਉਪਮਾਂ ਕਰਦਾ ਹਾ । ਬੰਦਗੀ ਕਰਨ ਵਾਲੇ ਦੀ ਸੰਗਤ ਵਿੱਚ ਪ੍ਰਭ ਦੇ ਸ਼ਬਦ ਦੀ ਪਾਲਣਾ, ਸਿਮਰਨ ਕਰਦਾਂ ਹਾ।

I am singing and praising the glory of the virtue of His Word all time. I meditate and obey the teachings of His Word wholeheartedly in the association of His true devotee in my day to day life.

ਸਗਲ ਸਮਗ੍ਰੀ ਜਾ ਕੈ ਸੂਤਿ ਪਰੋਈ॥ sagal samagree jaa kai soot paro-ee.
ਘਟ ਘਟ ਅੰਤਰਿ ਰਵਿਆ ਸੋਈ॥੨॥ ghat ghat antar ravi-aa so-ee. ||2||

ਹਰਇੱਕ ਆਤਮਾ ਪ੍ਰਭ ਦੀ ਡੋਰੀ ਵਿੱਚ ਹੀ ਪਰੋਈ ਹੈ, ਉਹ ਹਰਇੱਕ ਤਨ ਵਿੱਚ ਵਸਦਾ ਹੈ ।

Each and every soul has been threaded in the string, rosary of The Holy Master. He dwells within each and every one.

ਓਪਤਿ ਪਰਲਉ ਖਿਨ ਮਹਿ ਕਰਤਾ॥ opat parla-o khin meh kartaa.
ਆਪਿ ਅਲੇਪਾ ਨਿਰਗੁਨੁ ਰਹਤਾ॥੩॥ aap alaypaa nirgun rahtaa. ||3||

ਪ੍ਰਭ ਕਿਸੇ ਜੀਵ ਨੂੰ, ਕਿਸੇ ਖੇਲ ਨੂੰ ਇੱਕ ਪਲ ਵਿੱਚ ਪੈਦਾ ਕਰ ਸਕਦਾ, ਇੱਕ ਪਲ ਵਿੱਚ ਹੀ ਨਾਸ਼ ਕਰ ਸਕਦਾ ਹੈ । ਪ੍ਰਭ ਆਪ ਕਿਸੇ ਦੇ ਮੋਹ ਤੋ ਰਹਿਤ ਰਹਿੰਦਾ ਹੈ, ਉਸ ਤੇ ਕੋਈ ਪ੍ਰਭਾਵ ਨਹੀਂ ਹੁੰਦਾ ।

The True Master may create or destroy the play of the universe, any of His creature in a twinkle of eyes. He remains beyond any emotional attachments to any play.

ਕਰਨ ਕਰਾਵਨ ਅੰਤਰਜਾਮੀ॥ karan karaavan antarjaamee.
ਅਨੰਦ ਕਰੈ ਨਾਨਕ ਕਾ ਸੁਆਮੀ॥੪॥ anand karai naanak kaa su-aamee.
੧੩॥੬੪॥ ||4||13||64||

ਪ੍ਰਭ ਹੀ ਸਭ ਕੁਝ ਕਰਨ, ਕਾਰਨ ਬਣਾਉਣ ਵਾਲਾ, ਪੂਰਨ ਅੰਤਰਜਾਮੀ ਹੈ । ਉਹ ਹੀ ਸੁਖਾਂ ਦਾ ਅਨੰਦ, ਖੇੜੇ ਦਾ ਸੋਮਾ ਹੈ ।

The Omniscient True Master and His command may only prevail and He creates the purpose of each and every action in the universe. He always remains in blossom and a true fountain of comforts, pleasures and blossom in the universe.

134.ਆਸਾ ਮਹਲਾ ੫॥ 387 - 4

ਕੋਟਿ ਜਨਮ ਕੇ ਰਹੇ ਭਵਾਰੇ॥ kot janam kay rahay bhavaaray.
ਦੁਲਭ ਦੇਹ ਜੀਤੀ ਨਹੀ ਹਾਰੇ॥੧॥ dulabh dayh jeetee nahee haaray. ||1||

ਅਨੇਕਾਂ ਜਨਮ ਵਿੱਚ ਭਉਦੀ ਹੋਈ ਆਤਮਾ ਨੂੰ ਅਣਮੋਲ, ਮਾਨਸ ਤਨ ਦੀ ਬਖਸ਼ਿਸ਼ ਹੋਈ ਹੈ । ਇਸ ਜਨਮ ਵਿੱਚ ਮੈਂ ਸਫਲਤਾ ਪ੍ਰਾਪਤ ਕਰਨੀ ਹੈ, ਇਸ ਨੂੰ ਬਿਰਥਾ ਹੀ ਬਰਬਾਦ ਨਹੀਂ ਕਰਨਾ ।

My soul has been wondering in the body of various creatures, with His mercy and grace, my soul has been blessed with priceless human body, human life. I am going to accomplish the true purpose of His blessings; I am not going to waste this priceless opportunity uselessly.

ਕਿਲਬਿਖ ਬਿਨਾਸੇ ਦੁਖ ਦਰਦ ਦੂਰਿ॥ kilbikh binaasay dukh darad door.
ਭਏ ਪੁਨੀਤ ਸੰਤਨ ਕੀ ਧੂਰਿ॥੧॥ bha-ay puneet santan kee Dhoor.

ਰਹਾਉ॥ ||1|| rahaa-o.

ਮੈਂ ਆਪਣੇ ਮਨ ਦਾ ਇਸ਼ਨਾਨ ਸੰਤਾਂ ਦੇ ਚਰਨਾਂ ਦੀ ਧੂੜ ਨਾਲ ਕਰਕੇ ਪਵਿਤ੍ਰ ਕਰ ਲਿਆ ਹੈ । ਮੇਰੇ ਅਨੇਕਾਂ ਜਨਮਾਂ ਦੇ ਕੀਤੇ ਪਾਪ ਧੋਤੇ ਗਏ ਹਨ । ਸਾਰੇ ਦੁਖ ਖਤਮ ਹੋ ਗਏ, ਨਾਸ਼ ਹੋ ਗਏ ਹਨ ।

I have sanctified my soul with the dust of the feet of His Holy true devotee. All sins of many previous lives have been forgiven with His mercy and grace. All frustrations of my life have been eliminated.

ਪ੍ਰਭ ਕੇ ਸੰਤ ਉਧਾਰਨ ਜੋਗ॥ parabh kay sant uDhaaran jog.

ਤਿਸੁ ਭੇਟੇ ਜਿਸੁ ਧੁਰਿ ਸੰਜੋਗ॥੨॥ tis bhaytay jis Dhur sanjog. ||2||

ਪ੍ਰਭ ਦੀ ਰਹਿਮਤ ਸੰਤਾਂ ਤੇ ਭਰਪੂਰ ਹੁੰਦੀ ਹੈ । ਉਹ ਜੀਵਾਂ ਨੂੰ ਸਿੱਧੇ ਰਸਤੇ ਤੇ ਪਾ ਕੇ ਤਾਰ ਦੇਂਦੇ ਹਨ । ਜਿਹਨਾਂ ਦੇ ਭਾਗਾਂ ਵਿੱਚ ਪ੍ਰਭ ਨੇ ਪਹਿਲੇ ਹੀ ਲਿਖਿਆ ਹੁੰਦਾ ਹੈ । ਕੇਵਲ ਉਹਨਾਂ ਜੀਵਾਂ ਨਾਲ ਸੰਜੋਗ ਬਣਾਉਂਦੇ ਹਨ ।

His mercy and grace remain overwhelmed on His true devotee. He may inspire and guide the worldly creatures on the right path of acceptance in His court. Only with great prewritten destiny, his association may be blessed to anyone.

ਮਨਿ ਆਨੰਦੁ ਮੰਤ੍ਰੁ ਗੁਰਿ ਦੀਆ॥ man aanand mantar gur dee-aa.

ਤ੍ਰਿਸਨ ਬੁਝੀ ਮਨੁ ਨਿਹਚਲੁ ਥੀਆ॥੩॥ tarisan bujhee man nihchal thee-aa. ||3||

ਪ੍ਰਭ ਨੇ ਰਹਿਮਤ ਬਖਸ਼ਕੇ ਸ਼ਬਦ ਦੇ ਲੜ ਲਾਇਆ ਹੈ । ਮਨ ਵਿੱਚ ਅਨੰਦ ਖੇੜਾ ਭਰ ਗਿਆ ਹੈ । ਮਨ ਵਿਚੋਂ ਸੰਸਾਰਕ ਇੱਛਾਂ ਦੀ ਪਿਆਸ ਖਤਮ ਹੋ ਗਈ ਹੈ । ਮਨ ਅਡੋਲ, ਸ਼ਾਤ ਹੋ ਗਿਆ ਹੈ ।

With His mercy and grace, He has attached me to meditate on the teachings of His Word. I am overwhelmed with the blossom and devotion. All frustrations, the hunger of worldly desires have been eliminated from my mind. My mind has become steady and stable and enjoys complete peace and harmony with His blessings.

ਨਾਮੁ ਪਦਾਰਥੁ ਨਉ ਨਿਧਿ ਸਿਧਿ॥ naam padaarath na-o niDh siDh.

ਨਾਨਕ ਗੁਰ ਤੇ ਪਾਈ ਬੁਧਿ॥੪॥੧੪॥੬੫॥ naanak gur tay paa-ee buDh.|4||14||65

ਪ੍ਰਭ ਦੇ ਸ਼ਬਦ ਦੀ ਸੋਝੀ ਹੀ, ਰੂਹਾਨੀ ਗਿਆਨ ਦੇ ਨੌ ਖਜ਼ਾਨੇਂ, ਭੰਡਾਰ ਹੈ । ਇਹ ਸੋਝੀ ਵੀ ਸ਼ਬਦ ਦੀ ਪਾਲਣ ਕਰਨ ਤੋ ਹੀ ਬਖਸ਼ਿਸ਼ ਹੁੰਦੀ ਹੈ ।

The enlightenment of the teachings of His Word may be the treasure of nine spiritual enlightenments. Only by adopting the teachings of His Word in day to day life, the enlightenment may be blessed.

135.ਆਸਾ ਮਹਲਾ ੫॥ 387- 8

ਮਿਟੀ ਤਿਆਸ ਅਗਿਆਨ ਅੰਧੇਰੇ॥ mitee ti-aas agi-aan anDhayray.

ਸਾਧ ਸੇਵਾ ਅਘ ਕਟੇ ਘਨੇਰੇ॥੧॥ saaDh sayvaa agh katay ghanayray. ||1||

ਬੰਦਗੀ ਕਰਨ ਵਾਲੇ ਸੰਤਾਂ ਦੀ ਸੇਵਾ ਕਰਨ ਨਾਲ ਅਨੇਕਾਂ ਹੀ ਜਨਮਾਂ ਦੇ ਪਾਪ ਬਖਸ਼ੇ ਜਾਂਦੇ ਹਨ । ਮਨ ਵਿਚੋਂ ਅਗਿਆਨਤਾ ਦਾ ਅੰਧੇਰਾ ਦੂਰ ਹੋ ਜਾਂਦਾ ਹੈ, ਭਰਮ ਦੂਰ ਹੋ ਜਾਂਦੇ ਹਨ ।

By wholeheartedly serving and adopting the teachings of life of His true devotee, the sins of many previous lives may be forgiven by The True Master. The suspicions and darkness of ignorance from the teachings of His Word may be eliminated from the mind of His true devotee.

ਸੂਖ ਸਹਜ ਆਨੰਦੁ ਘਨਾ॥ sookh sahj aanand ghanaa.

ਗੁਰ ਸੇਵਾ ਤੇ ਭਏ ਮਨ ਨਿਰਮਲ, gur sayvaa tay bha-ay man nirmal

ਹਰਿ ਹਰਿ ਹਰਿ ਹਰਿ ਨਾਮੁ ਸੁਨਾ॥੧॥ har har har har naam sunaa. ||1||

ਰਹਾਉ॥ rahaa-o.

ਪ੍ਰਭ ਦੇ ਸ਼ਬਦ ਦੀ ਪਾਲਣਾ ਕਰਨ ਨਾਲ ਮਨ ਵਿਚੋਂ ਬੁਰੇ ਖਿਆਲ ਦੂਰ ਹੋ ਜਾਂਦੇ ਹਨ । ਆਤਮਾ ਪਵਿਤ੍ਰ ਹੋ ਜਾਂਦਾ ਹੈ, ਮਨ ਵਿੱਚ ਪ੍ਰਭ ਦੇ ਸ਼ਬਦ ਦੀ ਧੁਨ ਚਲ ਪੈਂਦੀ ਹੈ । ਮਨ ਵਿੱਚ ਪੂਰਨ ਸੰਤੋਖ ਖੇੜਾ ਵਸ ਜਾਂਦਾ ਹੈ ।

By obeying and adopting the teachings of His Word in his day to day life, all evil thoughts from his mind may be eliminated. His soul may be sanctified. With His mercy and grace, the everlasting echo of His Word may resonant within his mind forever. His mind may enter into the void of His Word and enjoys complete contentment and blossom.

ਬਿਨਸਿਓ ਮਨ ਕਾ ਮੂਰਖੁ ਢੀਠਾ॥ binsi-o man kaa moorakh dheethaa.
ਪ੍ਰਭ ਕਾ ਭਾਣਾ ਲਾਗਾ ਮੀਠਾ॥੨॥ parabh kaa bhaanaa laagaa meethaa. ||2||

ਮਨ ਵਿਚੋਂ ਮਨਮਰਜ਼ੀ, ਮੂਰਖਤਾ ਦਾ ਜ਼ੋਰ ਖਤਮ ਹੋ ਗਿਆ ਹੈ । ਮਨ ਸ਼ਬਦ ਦੇ ਲੜ ਲੱਗ ਗਿਆ ਹੈ, ਪ੍ਰਭ ਦਾ ਸ਼ਬਦ ਮਨ ਨੂੰ ਪਿਆਰਾ ਲਗਨ ਲੱਗ ਪਿਆ ਹੈ ।

My mind has conquered my own selfishness, ignorance, greed and foolishness. I am wholeheartedly attached to a devotional meditation and the teachings of His Word are soothing and comforting to my mind.

ਗੁਰ ਪੂਰੇ ਕੇ ਚਰਣ ਗਹੇ॥ gur pooray kay charan gahay.
ਕੋਟਿ ਜਨਮ ਕੇ ਪਾਪ ਲਹੇ॥੩॥ kot janam kay paap lahay. ||3||

ਜਿਹੜਾ ਅਡੋਲ ਭਰੋਸੇ ਨਾਲ ਪ੍ਰਭ ਦੇ ਸ਼ਬਦ ਦੀ ਪਾਲਣਾ ਕਰਦਾ, ਜੀਵਨ ਢਾਲਦਾ, ਸ਼ਬਦ ਦੇ ਲੜ ਲੱਗ ਜਾਂਦਾ ਹੈ । ਉਸ ਦੇ ਕਈ ਜਨਮਾਂ ਦੇ ਪਾਪ ਬਖਸ਼ੇ ਜਾਂਦੇ ਹਨ, ਧੋਤੇ ਜਾਂਦੇ ਹਨ ।

Whosoever may adopt the teachings of His Word with steady and stable belief, he may enter into the void of His Word. His sins of his many previous lives may be forgiven and his soul may be sanctified.

ਰਤਨ ਜਨਮੁ ਇਹੁ ਸਫਲ ਭਇਆ॥ ratan janam ih safal bha-i-aa.
ਕਹੁ ਨਾਨਕ ਪ੍ਰਭ ਕਰੀ ਮਇਆ॥੪॥ kaho naanak parabh karee ma-i-aa.
੧੫॥੬੬॥ ||4||15||66||

ਬੰਦਗੀ ਕਰਨ ਵਾਲੇ ਦੀ ਆਤਮਾ ਤੇ ਪ੍ਰਭ ਆਪ ਹੀ ਤਰਸ, ਰਹਿਮਤ ਬਖਸ਼ਦਾ ਹੈ । ਉਸ ਦਾ ਅਣਮੋਲ ਮਾਨਸ ਜਨਮ ਸਫਲ ਹੋ ਜਾਂਦਾ ਹੈ, ਜੂੰਨਾਂ ਦਾ ਚੱਕਰ ਖਤਮ ਹੋ ਜਾਂਦਾ ਹੈ ।

The soul of His true devotee may be overwhelmed with mercy and grace of The True Master. His human life journey may become successful; his cycle of birth and death may be eliminated.

136.ਆਸਾ ਮਹਲਾ ੫॥ 387-12

ਸਤਿਗੁਰੁ ਅਪਨਾ ਸਦ ਸਦਾ ਸਮ੍ਾਰੇ॥ satgur apnaa sad sadaa samHaaray.
ਗੁਰ ਕੇ ਚਰਨ ਕੇਸ ਸੰਗਿ ਝਾਰੇ॥੧॥ gur kay charan kays sang jhaaray. ||1||

ਉਸ ਦੀ ਆਤਮਾ ਸਦਾ ਹੀ ਪ੍ਰਭ ਦੇ ਸ਼ਬਦ ਦੀ ਪਾਲਣਾ ਵਿੱਚ ਲੀਨ ਹੋ ਜਾਂਦੀ ਹੈ । ਆਪਣੇ ਸਭ ਤੋ ਸ਼ਾਨ ਵਾਲੇ ਪਦਾਰਥ ਨਾਲ ਗੁਰੂ ਦੇ ਚਰਨ ਸਾਫ ਕਰਦਾ ਹੈ ।
ਭਾਵ- ਆਪਣਾ ਸਿਰ ਪ੍ਰਭ ਦੇ ਸ਼ਬਦ ਦੀ ਪਾਲਣਾ ਤੇ ਲੇਖੇ ਲਾ ਦੇਂਦਾ ਹੈ ।

Whosoever may adopt wholeheartedly the teachings of His Word with steady and stable belief, he may enter into the void of His Word. He may surrender the utmost graceful possession at the feet of The True Master. he offers his body, mind and worldly status at the service of The True Master.

ਜਾਗੁ ਰੇ ਮਨ ਜਾਗਨਹਾਰੇ॥ jaag ray man jaaganhaaray.
ਬਿਨੁ ਹਰਿ ਅਵਰੁ ਨ ਆਵਸਿ ਕਾਮਾ, bin har avar na aavas kaamaa
ਝੂਠਾ ਮੋਹੁ ਮਿਥਿਆ ਪਸਾਰੇ॥੧॥ jhoothaa moh mithi-aa pasaaray.

ਰਹਾਉ॥ ||1|| rahaa-o.

ਉਸ ਦਾ ਮਨ ਜਾਗਰਤ, ਸੁਚੇਤ ਹੋ ਜਾਵੇ! ਪ੍ਰਭ ਦੇ ਸ਼ਬਦ ਦੀ ਕਮਾਈ ਤੋ ਬਿਨਾਂ ਹੋਰ ਕੋਈ ਧਨ ਕਿਸੇ ਕੰਮ ਨਹੀਂ ਆਉਣਾ । ਸੰਸਾਰਕ ਪਦਾਰਥਾ ਨਾਲ ਮੋਹ, ਧੰਦੇ ਸਭ ਮਾਨਸ ਜੀਵਨ ਦੀ ਸਫਲਤਾ ਲਈ ਬਿਰਥੇ ਹੀ ਹਨ ।

You should adopt the teachings of His Word and remain awake and alert. Without the earnings of His Word, no other meditation worldly wealth may be beneficial for the purpose of his human life journey. All worldly attachment, relationships, possessions and worldly chores are useless for the true purpose of human life.

ਗੁਰ ਕੀ ਬਾਣੀ ਸਿਉ ਰੰਗੁ ਲਾਇ॥ gur kee banee si-o rang laa-ay.

ਗੁਰੁ ਕਿਰਪਾਲੁ ਹੋਇ ਦੁਖੁ ਜਾਇ॥੨॥ gur kirpaal ho-ay dukh jaa-ay. ||2||

ਜੀਵ ਪ੍ਰਭ ਦੇ ਸ਼ਬਦ ਦੀ ਪਾਲਣਾ ਵਿੱਚ ਧਿਆਨ ਲਾਵੋ! ਪ੍ਰਭ ਦੀ ਰਹਿਮਤ ਨਾਲ ਹੀ ਤੇਰੇ ਸਾਰੇ ਸੰਸਾਰਕ ਇਛਾਂ ਦੇ ਦੁਖ ਦੂਰ ਹੋ ਜਾਣਗੇ ।

You should always wholeheartedly with this steady and stable belief concentrate and obey the teachings of His Word. Only with His mercy and grace all attachment, the bonds and miseries of worldly desires may be eliminated from the mind of His true devotee.

ਗੁਰ ਬਿਨੁ ਦੂਜਾ ਨਾਹੀ ਥਾਉ॥ gur bin doojaa naahee thaa-o.

ਗੁਰੁ ਦਾਤਾ ਗੁਰੁ ਦੇਵੈ ਨਾਉ॥੩॥ gur daataa gur dayvai naa-o. ||3||

ਪ੍ਰਭ ਦੇ ਦਰਬਾਰ ਤੋ ਬਿਨਾਂ ਹੋਰ ਕੋਈ ਅਰਾਮ, ਸ਼ਾਂਤੀ ਵਾਲਾ ਘਰ ਨਹੀਂ ਹੈ । ਪ੍ਰਭ ਆਪ ਹੀ ਸ਼ਬਦ ਅਤੇ ਸ਼ਬਦ ਦੀ ਸੋਝੀ ਬਖਸ਼ਣ ਵਾਲਾ ਅਸਲੀ ਮਾਲਕ ਹੈ ।

Without His castle no other comforting and permanent resting place for the soul. Only, The True Master may bless the attachment to His Word and the enlightenment of the essence of His Word to His true devotee.

ਗੁਰੁ ਪਾਰਬ੍ਰਹਮੁ ਪਰਮੇਸਰੁ ਆਪਿ॥ gur paarbarahm parmaysar aap.

ਆਠ ਪਹਰ ਨਾਨਕ ਗੁਰ ਜਾਪਿ॥੪॥੧੬॥੬੭॥ aath pahar naanak gur jaap. ||4||16||67||

ਪ੍ਰਭ ਹੀ ਸ੍ਰਿਸ਼ਟੀ ਨੂੰ ਪੈਦਾ ਕਰਨ ਵਾਲਾ, ਸਦਾ ਅਟੱਲ ਰਹਿਣ ਵਾਲਾ ਮਾਲਕ ਹੈ । ਬੰਦਗੀ ਕਰਨ ਵਾਲੇ ਦਿਨ ਰਾਤ, 24 ਘੰਟੇ ਹੀ ਉਸ ਦੇ ਸ਼ਬਦ ਦਾ ਸਿਮਰਨ, ਪਾਲਣਾ ਕਰਦੇ ਹਨ ।

The True Master is the Creator of all creatures of the universe and He remains axion steady and stable forever. His true devotee with each and every breath meditates and obeys the teachings of His Word with steady and stable belief in day to day life.

137.ਆਸਾ ਮਹਲਾ ੫॥ 387- 16

ਆਪੇ ਪੇਡੁ ਬਿਸਥਾਰੀ ਸਾਖ॥ aapay payd bisthaaree saakh.

ਅਪਨੀ ਖੇਤੀ ਆਪੇ ਰਾਖ॥੧॥ apnee khaytee aapay raakh. ||1||

ਪ੍ਰਭ ਆਪ ਹੀ ਸ੍ਰਿਸ਼ਟੀ ਰੂਪੀ ਬ੍ਰਿਛ ਹੈ, ਆਪ ਹੀ ਇਸ ਬ੍ਰਿਛ ਦੀਆਂ ਟਾਹਣੀਆਂ ਹਨ । ਭਾਵ- ਆਪ ਹੀ ਵੱਖਰੇ ਵੱਖਰੇ ਕਿਸਮ ਦੇ ਜੀਵ ਜੰਤ ਹੈ । ਆਪ ਹੀ ਇਹਨਾਂ ਜੀਵਾਂ ਦੀ ਪਾਲਣਾ ਪੋਸਨਾ, ਰਖਿਆ ਕਰਦਾ ਹੈ ।

The True Master Himself is the universe, tree and Himself is absorbed in the branches. He dwells in the body of each and every creature. The soul is an expansion of the Holy Spirit. He nourishes and protectors each and every creature.

190 ਗੁਰੂ ਗ੍ਰੰਥ- Guru Granth - ਭਾਵ ਅਰਥ॥

ਜਤ ਕਤ ਪੇਖਉ ਏਕੈ ਓਹੀ॥ jat kat paykha-o aykai ohee.
ਘਟ ਘਟ ਅੰਤਰਿ ਆਪੇ ਸੋਈ॥੧॥ ਰਹਾਉ॥ ghat ghat antar aapay so-ee. ||1|| rahaa-o.

ਜਿਸ ਦੇ ਮਨ ਵਿੱਚ ਸ਼ਬਦ ਜਾਗਰਤ ਹੋ ਜਾਂਦਾ, ਸ਼ਬਦ ਦੀ ਸੋਝੀ ਹੁੰਦੀ ਹੈ । ਉਸ ਨੂੰ ਕੇਵਲ ਇੱਕੋ ਇੱਕ ਪ੍ਰਭ ਹੀ ਚਾਰੇ ਪਾਸੇ ਵਾਪਰਦਾ ਨਜ਼ਰ ਆਉਂਦਾ ਹੈ । ਪ੍ਰਭ ਆਪ ਹੀ ਸਭ ਜੀਵਾਂ ਦੇ ਮਨ ਦੇ ਡੂੰਘੇ ਥਾਂ ਤੇ ਵਸਦਾ ਹੈ ।

Whosoever may be enlightened with the essences of His Word, he may become awake and alert. He may only see, The One and Only One, True Master dwells and prevails everywhere. The Holy Spirit remains embedded within soul and dwells deep in the center of his mind and body.

ਆਪੇ ਸੂਰੁ ਕਿਰਣਿ ਬਿਸਥਾਰੁ॥ aapay soor kiran bisthaar.
ਸੋਈ ਗੁਪਤੁ ਸੋਈ ਆਕਾਰੁ॥੨॥ so-ee gupat so-ee aakaar. ||2||

ਪ੍ਰਭ ਆਪ ਹੀ ਸੂਰਜ ਵਿੱਚ ਅਤੇ ਆਪ ਹੀ ਉਸ ਦੀਆਂ ਕਿਰਨਾਂ ਵਿੱਚ ਵੀ ਹੈ । ਉਹ ਆਪ ਹੀ ਗੁਪਤ ਵਾਪਰਦਾ ਹੈ, ਆਪ ਹੀ ਕਿਸੇ ਵਿੱਚ ਪ੍ਰਗਟ ਹੋਇਆ ਵਾਪਰਦਾ ਹੈ ।

The True Master is also in Sun and also in the rays of Sun. The True Master Himself remains hidden from all creatures of the universe and Himself remains visible to His true devotee in nature.

ਸਰਗੁਣ ਨਿਰਗੁਣ ਥਾਪੈ ਨਾਉ॥ sargun nirgun thaapai naa-o.
ਦੁਹ ਮਿਲਿ ਏਕੈ ਕੀਨੋ ਠਾਉ॥੩॥ duh mil aykai keeno thaa-o. ||3||

ਉਹ ਆਪ ਹੀ ਗੁਣਾਂ ਵਾਲੇ ਜੀਵ ਵਿੱਚ ਅਤੇ ਆਪ ਹੀ ਮੂਰਖ ਅਗਿਆਨੀ ਵਿੱਚ ਵਸਦਾ ਹੈ । ਆਪ ਹੀ ਜੀਵ ਅੰਦਰ ਸ਼ਬਦ ਨੂੰ ਜਾਗਰਤ ਕਰਦਾ ਹੈ । ਦੋਨੋਂ ਹੀ ਭਰੋਸੇ ਨਾਲ ਸ਼ਬਦ ਦੀ ਪਾਲਣਾ ਕਰਕੇ, ਪ੍ਰਵਾਨਗੀ ਦੇ ਰਸਤੇ ਤੇ ਚਲ ਸਕਦੇ ਹਨ ।

The True Master dwells in the mind of the creature, who may be overwhelmed with good virtues and also in the mind of ignorant, cruel and tyrant. By obeying and adopting the teachings of His Word with steady and stable belief, both may be blessed with the right path of salvation.

ਕਹੁ ਨਾਨਕ ਗੁਰਿ ਭ੍ਰਮੁ ਭਉ ਖੋਇਆ॥ kaho naanak gur bharam bha-o kho-i-aa.
ਅਨਦ ਰੂਪੁ ਸਭੁ ਨੈਨ ਅਲੋਇਆ॥੪॥੧੭॥੬੮॥ anad roop sabh nain alo-i-aa. ||4||17||68||

ਪ੍ਰਭ ਆਪ ਹੀ ਸ਼ਬਦ ਦੀ ਪਾਲਣਾ ਕਰਨ ਵਾਲੇ ਤੇ ਰਹਿਮਤ ਬਖਸ਼ਦਾ ਹੈ । ਉਸ ਦੇ ਸਾਰੇ ਭਰਮ ਦੂਰ ਕਰ ਦੇਂਦਾ ਹੈ । ਬੰਦਗੀ ਕਰਨ ਵਾਲਾ ਆਪਣੀਆਂ ਸ਼ਬਦ ਦੀ ਸੋਝੀ ਰੂਪੀ ਅੱਖਾਂ ਨਾਲ ਪ੍ਰਭ ਨੂੰ ਵਾਪਰਦਾ ਵੇਖਦਾ ਹਨ ।

Whosoever may wholeheartedly with steady and stable belief adopt the teachings of His Word, he may be overwhelmed with His mercy and grace. All his suspicions of worldly rituals may be eliminated from his mind. His true devotee may realize His existence with the eyes of his enlightenment.

138.ਆਸਾ ਮਹਲਾ ੫॥ 387- 19

ਉਕਤਿ ਸਿਆਨਪ ਕਿਛੂ ਨ ਜਾਨਾ॥ ukat si-aanap kichhoo na jaanaa.
ਦਿਨੁ ਰੈਣਿ ਤੇਰਾ ਨਾਮੁ ਵਖਾਨਾ॥੧॥ din rain tayraa naam vakhaanaa. ||1||

ਮੈਂ ਆਪਣੀ ਸਿਅਣਪ ਨਾਲ ਕੁਝ ਨਹੀਂ ਕਰ ਸਕਦਾ, ਕੋਈ ਸ਼ਬਦ ਦੀ ਸੋਝੀ ਨਹੀਂ ਹੁੰਦੀ । ਮੈਂ ਦਿਨ ਰਾਤ ਭਰੋਸਾ ਅਡੋਲ ਕਰਕੇ ਤੇਰੇ ਸ਼ਬਦ ਦੇ ਗੁਣ ਗਾਉਂਦਾ ਹਾ ।

I have no wisdom to accomplish anything in the universe and may not be enlightened with the teachings of His Word, even my sincere efforts. I always with steady and stable belief sings the glory of Your Word.

ਮੈ ਨਿਰਗੁਨ ਗੁਣੁ ਨਾਹੀ ਕੋਇ॥ mai nirgun gun naahee ko-ay.
ਕਰਨ ਕਰਾਵਨਹਾਰ ਪ੍ਰਭ ਸੋਇ॥੧॥ ਰਹਾਉ॥ karan karaavanhaar parabh so-ay. ||1||rahaa-o.

ਮੇਰੇ ਆਪਣੇ ਵਿੱਚ ਕੋਈ ਗੁਣ, ਕੋਈ ਸਮਰਥਾ ਨਹੀਂ ਹੈ । ਪ੍ਰਭ ਤੂੰ ਹੀ ਸ੍ਰਿਸ਼ਟੀ ਨੂੰ ਪੈਦਾ ਕਰਦਾ ਹੈ । ਆਪ ਹੀ ਹਰ ਕਰਤਬ ਦਾ ਕਾਰਨ ਬਣਾਉਂਦਾ, ਜੀਵ ਵਿੱਚ ਸਮਰਥਾ ਬਖਸ਼ਦਾ ਹੈ ।

I do not have any strength to accomplish any worldly chores; You are The One and Only One True Creator of the universe. Only You create the purpose of worldly chores and bless the strength to successfully accomplish all chores in the universe.

ਮੂਰਖ ਮੁਗਧ ਅਗਿਆਨ ਅਵੀਚਾਰੀ॥ moorakh mugaDh agi-aan aveechaaree.
ਨਾਮ ਤੇਰੇ ਕੀ ਆਸ ਮਨਿ ਧਾਰੀ॥੨॥ naam tayray kee aas man Dhaaree. ||2||

ਮੇਰੇ ਵਿੱਚ ਕੋਈ ਗਿਆਨ, ਸੋਝੀ, ਚਲਾਕੀ ਨਹੀ ਹੈ । ਤੇਰੇ ਸ਼ਬਦ ਦੀ ਪਾਲਣਾ ਤੇ ਹੀ ਮੇਰੀਆਂ ਸਾਰੀਆਂ ਆਸਾਂ ਹਨ । ਤੇਰਾ ਸ਼ਬਦ ਹੀ ਮੇਰੀ ਓਟ ਹੈ ।

I do not have any enlightenment, the understanding, any clever tricks or wisdom of my own. Obeying the teachings of Your Word is my day to day chores, all my hopes are Your mercy and grace and support.

ਜਪੁ ਤਪੁ ਸੰਜਮੁ ਕਰਮ ਨ ਸਾਧਾ॥ jap tap sanjam karam na saaDhaa.
ਨਾਮੁ ਪ੍ਰਭੂ ਕਾ ਮਨਹਿ ਅਰਾਧਾ॥੩॥ naam parabhoo kaa maneh araaDhaa. ||3||

ਮੇਰਾ ਕੋਈ ਬੰਦਗੀ ਕਰਨ ਦਾ ਨਿੱਤਨੇਮ ਨਹੀਂ, ਕੋਈ ਮਨ ਦਾ ਹੱਠ, ਚੰਗੇ ਕਰਮ ਨਹੀਂ ਹਨ । ਤੇਰੇ ਸ਼ਬਦ ਦੀ ਪਾਲਣਾ, ਸਿਮਰਨ ਹੀ ਹਰ ਵੇਲੇ ਮੇਰੇ ਮਨ ਵਿੱਚ ਰਹਿੰਦੀ ਹੈ ।

I do not have any daily meditation routine, no unique rigid determination or good deeds for mankind. My mind always remains in the void of Your Word, meditating and obeying the teachings of Your Word. I always beg for your guidance in each and every task in my day to day life.

ਕਿਛੂ ਨ ਜਾਨਾ ਮਤਿ ਮੇਰੀ ਥੋਰੀ॥ kichhoo na jaanaa mat mayree thoree.
ਬਿਨਵਤਿ ਨਾਨਕ ਓਟ ਪ੍ਰਭ ਤੋਰੀ॥੪॥੧੮॥੬੯॥ binvat naanak ot parabh toree. ||4||18||69||

ਪ੍ਰਭ ਮੇਰੀ ਮੱਤ ਬਹੁਤ ਥੋੜ੍ਹੀ ਹੈ, ਕੋਈ ਸੋਝੀ, ਸਿਆਣਪ ਨਾਲ ਕੁਝ ਸਮਝ ਨਹੀਂ ਆਉਂਦਾ । ਤੇਰੇ ਸ਼ਬਦ ਦੀ ਪਾਲਣਾ ਹੀ ਮੇਰੇ ਜੀਵਨ ਦਾ ਅਧਾਰ ਹੈ । ਤੇਰਾ ਸ਼ਬਦ ਹੀ ਮੇਰਾ ਆਸਰਾ ਹੈ ।

I do not have any significant understanding, with my own wisdom, I may not comprehend the real purpose of my human life journey. To obey and adopt the teachings of Your Word is the guiding principle of my human life. Only with Your mercy and grace, the enlightenment of Your Word is my pillar of support.

139.ਆਸਾ ਮਹਲਾ ੫॥ 388 - 4

ਹਰਿ ਹਰਿ ਅਖਰ ਦੁਇ ਇਹ ਮਾਲਾ॥ har har akhar du-ay ih maalaa.
ਜਪਤ ਜਪਤ ਭਏ ਦੀਨ ਦਇਆਲਾ॥੧॥ japat japat bha-ay deen da-i-aalaa. ||1||

ਪ੍ਰਭ ਦੇ ਸ਼ਬਦ ਦੇ ਦੋ ਅੱਖਰਾਂ, (ਰ, ਮ) ਦੀ ਹੀ ਮੈਂ ਮਾਲ਼ਾ ਫੇਰਦਾ ਹਾ । ਇਹਨਾਂ ਦਾ ਬਾਰ ਬਾਰ ਸਿਮਰਨ ਕਰਨ ਨਾਲ ਹੀ ਪ੍ਰਭ ਮੇਰੇ ਤੇ ਮਿਹਰਬਾਨ ਹੋ ਗਿਆ ਹੈ ।

Only two letters of Your Holy Scripture are my rosary to meditate on the teachings of Your Word. By meditating on the teachings of Your Word and singing the wonders of these two letters of Your Holy Scripture, The True Master has bestowed His mercy and grace and blessings. R- protector, The Creator of the universe and all functions, M- stands for death, destruction of the universe. By meditating with this rosary, The True Master has become merciful on His humble Devotee.

ਕਰਉ ਬੇਨਤੀ ਸਤਿਗੁਰ ਅਪੁਨੀ॥ kara-o bayntee satgur apunee.
ਕਰਿ ਕਿਰਪਾ ਰਾਖਹੁ ਸਰਣਾਈ, kar kirpaa raakho sarnaa-ee
ਮੋ ਕਉ ਦੇਹੁ ਹਰੇ ਹਰਿ ਜਪਨੀ॥੧॥ mo ka-o dayh haray har japnee. ||1||
ਰਹਾਉ॥ rahaa-o.

ਪ੍ਰਭ ਮੇਰੀ ਇਹ ਹੀ ਅਰਦਾਸ ਹੈ, ਰਹਿਮਤ ਬਖਸ਼ੋ! ਮੈਨੂੰ ਉਹ ਦੋ ਅੱਖਰ ਬਖਸ਼ੋ, ਅੱਖਰਾਂ ਦੀ ਮਾਲ਼ਾ ਬਖਸ਼ੋ! ਰਹਿਮਤ ਬਖਸ਼ਕੇ ਆਪਣੀ ਸ਼ਰਣ ਵਿੱਚ ਰਖੋ! ਰਖਿਆ ਕਰੋ!

My True Master, I pray, beg for only one wish, blesses me the rosary of those two letters and attaches me to the sanctuary of Your Word to protect my soul.

ਹਰਿ ਮਾਲਾ ਉਰ ਅੰਤਰਿ ਧਾਰੈ॥ har maalaa ur antar Dhaarai.
ਜਨਮ ਮਰਣ ਕਾ ਦੂਖੁ ਨਿਵਾਰੈ॥੨॥ janam maran kaa dookh nivaarai. ||2||

ਜਿਹੜਾ ਜੀਵ ਇਹਨਾਂ ਦੋ ਅੱਖਰਾ ਦੀ ਮਾਲ਼ਾ ਨੂੰ ਮਨ ਵਿੱਚ ਵਸਾ ਲੈਂਦਾ ਹੈ । ਉਸ ਦਾ ਜਨਮ ਮਰਨ ਦਾ ਦੁਖ ਖਤਮ ਹੋ ਜਾਂਦਾ ਹੈ । ਜੂੰਨਾਂ ਦੇ ਚੱਕਰ ਵਿਚੋਂ ਮੁਕਤ ਹੋ ਜਾਂਦਾ ਹੈ ।

Whosoever may drench the essence of two letters of the Holy Scripture **Rara** and **Mama** in his own mind, his cycle of birth and death may be eliminated by the grace of The True Master. All miseries of worldly desires may be eliminated and he may conquer his own mind.

ਹਿਰਦੈ ਸਮਾਲੈ ਮੁਖਿ ਹਰਿ ਹਰਿ ਬੋਲੈ॥ hirdai samaalai mukh har har bolai.
ਸੋ ਜਨੁ ਇਤ ਉਤ ਕਤਹਿ ਨ ਡੋਲੈ॥੩॥ so jan it ut kateh na dolai. ||3||

ਜਿਸ ਬੰਦਗੀ ਕਰਨ ਵਾਲੇ ਦਾਸ ਦੇ ਮਨ ਵਿੱਚ ਪ੍ਰਭ ਦਾ ਸ਼ਬਦ ਜਾਗਰਤ ਹੋ ਜਾਂਦਾ ਹੈ । ਉਹ ਆਪਣੀ ਜੀਭ ਨਾਲ ਸ਼ਬਦ ਦੇ ਗੁਣ ਗਾਉਂਦਾ ਹੈ, ਉਸ ਦਾ ਭਰੋਸਾ ਸ਼ਬਦ ਦੀ ਪਾਲਣਾ ਤੋ ਕਦੇ ਡੋਲਦਾ ਨਹੀਂ ।

Whosoever may be enlightened with the teachings of His Word and he remains awake and alert all time. He may sing the glory of His Word, his virtues with his tongue in the void of His Word. His belief never becomes unstable nor abandons the teachings of His Word in day to day life.

ਕਹੁ ਨਾਨਕ ਜੋ ਰਾਚੈ ਨਾਇ॥ kaho naanak jo raachai naa-ay.
ਹਰਿ ਮਾਲਾ ਤਾ ਕੈ ਸੰਗਿ ਜਾਇ॥ har maalaa taa kai sang jaa-ay.
੪॥੧੯॥੭੦ ||4||19||70||

ਜਿਹੜੀ ਆਤਮਾ ਪ੍ਰਭ ਦੇ ਇਹਨਾਂ ਅੱਖਰਾਂ ਦੀ ਮਾਲ਼ਾ ਮਨ ਵਿੱਚ ਵਸਾ ਲੈਂਦੀ ਹੈ । ਸ਼ਬਦ ਮਨ ਵਿੱਚ ਜਾਗਰਤ ਕਰ ਲੈਂਦੀ ਹੈ । ਇਹ ਮਾਲ਼ਾ ਮੌਤ ਤੋ ਪਿਛੋਂ ਵੀ ਉਸ ਦੇ ਸਾਥ ਹੀ ਰਹਿੰਦੀ ਹੈ । ਪ੍ਰਭ ਦੇ ਦਰਬਾਰ ਵਿੱਚ ਸਹਾਈ ਹੁੰਦੀ ਹੈ ।

Whosoever may drench the essence of the true meaning of these two letters of His Holy Scripture within his mind, he may be blessed with enlightenment of His Word from within. This rosary remains with him after death and supports him in the court of The True Master.

140.ਆਸਾ ਮਹਲਾ ੫॥ 388- 8

ਜਿਸ ਕਾ ਸਭੁ ਕਿਛੁ ਤਿਸ ਕਾ ਹੋਇ॥ jis kaa sabh kichh tis kaa ho-ay.
ਤਿਸ ਜਨ ਲੇਪੁ ਨ ਬਿਆਪੈ ਕੋਇ॥੧॥ tis jan layp na bi-aapai ko-ay. ||1||

ਸ੍ਰਿਸ਼ਟੀ ਵਿੱਚ ਸਭ ਕੁਝ ਪ੍ਰਭ ਦੀ ਹੀ ਅਮਾਨਤ ਹੈ । ਜਿਹੜਾ ਜੀਵ ਆਪਣੇ ਮਨ ਨੂੰ ਵੀ ਪ੍ਰਭ ਦੇ ਹੁਕਮ ਅੰਦਰ ਕਰ ਦੇਂਦਾ ਹੈ । ਉਸ ਜੀਵ ਦੇ ਮਨ ਨੂੰ ਕੋਈ ਸੰਸਾਰਕ ਇਛਾਂ ਰੂਪੀ ਦਾਗ਼ ਨਹੀਂ ਲਗਦਾ ।

Everything in the universe is the trust of One and Only One God, The True Master. Whosoever may surrender his mind at the service of The True Master, he remains steady and stable in adopting the teachings of His Word in his day to day life. His soul may never be blemished by the worldly desires.

ਹਰਿ ਕਾ ਸੇਵਕੁ ਸਦ ਹੀ ਮੁਕਤਾ॥	har kaa sayvak sad hee muktaa.
ਜੋ ਕਿਛੁ ਕਰੈ ਸੋਈ ਭਲ ਜਨ ਕੈ,	jo kichh karai so-ee bhal jan kai at
ਅਤਿ ਨਿਰਮਲ ਦਾਸ ਕੀ ਜੁਗਤਾ॥੧॥ਰਹਾਉ॥	nirmal daas kee jugtaa. ‖1‖ rahaao.

ਪ੍ਰਭ ਦਾ ਦਾਸ ਪ੍ਰਭ ਦੇ ਭਾਣੇ ਨੂੰ ਅਟੱਲ ਸਮਝਕੇ ਪ੍ਰਵਾਨ ਕਰਦਾ, ਸ਼ਬਦ ਦੀ ਪਾਲਣਾ ਕਰਦਾ ਹੈ । ਉਸ ਦਾ ਜੀਵਨ ਪਵਿਤ੍ਰ ਹੋ ਜਾਂਦਾ ਹੈ । ਉਹ ਪ੍ਰਭ ਦਾ ਦਾਸ ਸਦਾ ਲਈ ਜੂੰਨਾਂ ਦੇ ਚੱਕਰ ਵਿਚੋਂ ਮੁਕਤ ਹੋ ਜਾਂਦਾ ਹੈ ।

His true devotee always accepts His Word as axiom and an ultimate, unavoidable command. He always wholeheartedly obeys His Word without any criticism. His way of life becomes sanctified, as per His Word. His cycle of birth and death may be eliminated by The True Master.

ਸਗਲ ਤਿਆਗਿ ਹਰਿ ਸਰਣੀ ਆਇਆ॥	sagal ti-aag har sarnee aa-i-aa.
ਤਿਸੁ ਜਨ ਕਹਾ ਬਿਆਪੈ ਮਾਇਆ॥ ੨॥	tis jan kahaa bi-aapai maa-i-aa. ‖2‖

ਜਿਹੜਾ ਜੀਵ ਸਭ ਕੁਝ ਤਿਆਗ ਕੇ ਪ੍ਰਭ ਦੀ ਸ਼ਰਣ ਵਿੱਚ ਆ ਜਾਂਦਾ ਹੈ । ਉਸ ਨੂੰ ਸੰਸਾਰਕ ਮਾਇਆ ਕਿਵੇਂ ਕੋਈ ਪ੍ਰਭਾਵ ਪਾ ਸਕਦੀ ਹੈ?

Whosoever may abandon all his worldly desires and surrender his identity at the sanctuary of His Word. How may the worldly wealth any influence, control on his state of mind?

ਨਾਮੁ ਨਿਧਾਨੁ ਜਾ ਕੇ ਮਨ ਮਾਹਿ॥	naam niDhaan jaa kay man maahi.
ਤਿਸ ਕਉ ਚਿੰਤਾ ਸੁਪਨੈ ਨਾਹਿ॥੩॥	tis ka-o chintaa supnai naahi. ‖3‖

ਜਿਸ ਜੀਵ ਦੇ ਮਨ ਵਿੱਚ ਸ਼ਬਦ ਜਾਗਰਤ ਹੋ ਜਾਂਦਾ, ਸ਼ਬਦ ਦੀ ਸੋਝੀ ਦਾ ਖਜ਼ਾਨਾ ਮਨ ਵਿੱਚ ਵਸਦਾ, ਭਰਪੂਰ ਹੈ । ਉਸ ਨੂੰ ਸੁਪਨੇ ਵਿੱਚ ਵੀ ਕੋਈ ਸੰਸਾਰਕ ਇਛਾ ਦੀ ਚਿੰਤਾ ਨਹੀਂ ਆਉਂਦੀ, ਸਤਾਉਂਦੀ ।

Whosoever may be enlightened and remains awake and alert with the grace of The True Master. His mind remains overwhelmed, drenched with the treasure of enlightenment of His Word. No frustration of Worldly desires may create worries in his dream even.

ਕਹੁ ਨਾਨਕ ਗੁਰੁ ਪੂਰਾ ਪਾਇਆ॥	kaho naanak gur pooraa paa-i-aa.
ਭਰਮੁ ਮੋਹੁ ਸਗਲ ਬਿਨਸਾਇਆ॥੪॥	bharam moh sagal binsaa-i-aa.
੨੦॥੭੧॥	‖4‖20‖71‖

ਜਿਹੜਾ ਸ਼ਬਦ ਦੀ ਪਾਲਣਾ ਕਰਨ ਵਾਲਾ, ਸ਼ਬਦ ਦੀ ਸਮਾਧੀ ਵਿੱਚ ਵਸਣ ਲੱਗ ਪੈਂਦਾ ਹੈ । ਉਸ ਦੇ ਮਨ ਵਿਚੋਂ ਭਰਮਾਂ, ਸੰਸਾਰਕ ਪਦਾਰਥਾਂ ਦਾ ਮੋਹ ਨਾਸ਼ ਹੋ ਜਾਂਦਾ ਹੈ ।

Whosoever may wholeheartedly with steady and stable belief adopts the teachings of His Word and enters into the void of His Word. All his suspicions of worldly rituals, the attachment to worldly possessions and his bonds of relationships may be destroyed with His mercy and grace.

141.ਆਸਾ ਮਹਲਾ ੫॥ 388-12

ਜਉ ਸੁਪ੍ਰਸੰਨ ਹੋਇਓ ਪ੍ਰਭੁ ਮੇਰਾ॥	ja-o suparsan ho-i-o parabh mayraa.
ਤਾਂ ਦੂਖੁ ਭਰਮੁ ਕਹੁ ਕੈਸੇ ਨੇਰਾ॥੧॥	taaN dookh bharam kaho kaisay nayraa. ‖1‖

ਜਿਸ ਜੀਵ ਦੀ ਸ਼ਬਦ ਦੀ ਕਮਾਈ ਤੇ ਪ੍ਰਭ ਪੂਰਨ ਤਰ੍ਹਾਂ ਪ੍ਰਸੰਨ ਹੋ ਜਾਂਦਾ ਹੈ । ਉਸ ਜੀਵ ਦੇ ਮਨ ਵਿੱਚ ਕੋਈ ਭਰਮ, ਸੰਸਾਰਕ ਇੱਛਾਂ ਦਾ ਪ੍ਰਭਾਵ ਕਿਵੇਂ ਹੋ ਸਕਦਾ ਹੈ?

Whose meditation, earnings of His Word may be accepted in His court; how may any worldly suspicions and worldly desires influence on his day to day life.?

ਸੁਨਿ ਸੁਨਿ ਜੀਵਾ ਸੋਇ ਤੁਮ੍ਹਾਰੀ॥ sun sun jeevaa so-ay tumHaaree.
ਮੋਹਿ ਨਿਰਗੁਨ ਕਉ ਲੇਹੁ ਉਧਾਰੀ॥੧॥ ਰਹਾਉ॥ mohi nirgun ka-o layho uDhaaree. ||1||rahaa-o.

ਮੈਂ ਤੇਰੇ ਸ਼ਬਦ ਦੀ ਵਡਿਆਈ, ਸੋਭਾ ਦਿਨ ਰਾਤ ਸੁਣਦਾ ਹਾ । ਅਰਦਾਸ ਕਰਦਾ ਹਾ! ਰਹਿਮਤ ਬਖਸ਼ਕੇ, ਪ੍ਰਵਾਨਗੀ ਦੇ ਰਸਤੇ ਤੇ ਅਡੋਲ ਰਖੋ, ਮੇਰੇ ਆਪਣੇ ਵਿੱਚ ਕੋਈ ਗੁਣ ਨਹੀਂ ਹੈ ।

I listen to the glory of the teachings of Your Word day and night. I have no good virtues and the earnings of Your Word in my possession. With Your mercy and grace keeps me steady and stable on the right path of meditation on the teachings of Your Word.

ਮਿਟਿ ਗਇਆ ਦੂਖੁ ਬਿਸਾਰੀ ਚਿੰਤਾ॥ mit ga-i-aa dookh bisaaree chintaa.
ਫਲੁ ਪਾਇਆ ਜਪਿ ਸਤਿਗੁਰ ਮੰਤਾ॥੨॥ fal paa-i-aa jap satgur manntaa. ||2||

ਪ੍ਰਭ ਦੇ ਸ਼ਬਦ ਦੇ ਗੁਣ ਗਾਉਣ ਨਾਲ ਪ੍ਰਭ ਦੀ ਬਖਸ਼ਿਸ਼ ਹੋ ਗਈ ਹੈ । ਮੇਰੇ ਮਨ ਵਿਚੋਂ ਸੰਸਾਰਕ ਇੱਛਾਂ ਦੀਆਂ ਭਟਕਣਾਂ ਭੁਲ ਗਈਆਂ, ਨਾਸ਼ ਹੋ ਗਈਆਂ ਹਨ ।

With His mercy and grace, by singing the glory of the teachings of His Word, all frustrations, worries of worldly desires have been eliminated from my mind.

ਸੋਈ ਸਤਿ ਸਤਿ ਹੈ ਸੋਇ॥ so-ee sat sat hai so-ay.
ਸਿਮਰਿ ਸਿਮਰਿ ਰਖੁ ਕੰਠਿ ਪਰੋਇ॥੩॥ simar simar rakh kanth paro-ay. ||3||

ਪ੍ਰਭ ਦਾ ਸ਼ਬਦ ਅਟੱਲ, ਸਦਾ ਰਹਿਣ ਵਾਲਾ ਹੈ । ਦਿਨ ਰਾਤ ਸ਼ਬਦ ਦਾ ਸਿਮਰਨ, ਪਾਲਣਾ ਕਰਕੇ, ਸ਼ਬਦ ਨੂੰ ਮਨ ਵਿੱਚ ਜਾਗਰਤ ਕਰੋ!

His Word is an axiom, unavoidable and unchanged forever. You should meditate and adopt the teachings of His Word to be enlightened from within and keep awake and alert.

ਕਹੁ ਨਾਨਕ ਕਉਨ ਉਹ ਕਰਮਾ॥ kaho naanak ka-un uh karmaa.
ਜਾ ਕੈ ਮਨਿ ਵਸਿਆ ਹਰਿ ਨਾਮਾ॥੪॥੨੧॥੭੨॥ jaa kai man vasi-aa har naamaa. ||4||21||72||

ਜਿਸ ਜੀਵ ਦੇ ਮਨ ਵਿੱਚ ਸ਼ਬਦ ਜਾਗਰਤ, ਸੁਚੇਤ ਹੋ ਗਿਆ ਹੋਵੇ । ਉਸ ਵਾਸਤੇ ਹੋਰ ਕਿਹੜਾ ਕੰਮ ਬਾਕੀ ਬਚਦਾ ਹੈ?

Whosoever may be enlightened with the teachings of His Word and remains awake and alert all time. What else purpose of his human life may be left in his life.?

142.ਆਸਾ ਮਹਲਾ ੫॥ 388- 16

ਕਾਮਿ ਕ੍ਰੋਧਿ ਅਹੰਕਾਰਿ ਵਿਗੂਤੇ॥ kaam kroDh ahaNkaar vigootay.
ਹਰਿ ਸਿਮਰਨੁ ਕਰਿ ਹਰਿ ਜਨ ਛੂਟੇ॥੧॥ har simran kar har jan chhootay. ||1||

ਮਾਨਸ ਜੀਵਨ ਦਾ ਮੌਕਾ ਕਾਮਵਾਸਨਾ, ਕਰੋਧ, ਅਹੰਕਾਰ ਨਾਲ ਬਿਰਥਾ ਹੀ ਬਰਬਾਦ ਹੋ ਜਾਂਦਾ ਹੈ । ਪ੍ਰਭ ਦੇ ਸ਼ਬਦ ਦਾ ਸਿਮਰਨ, ਪਾਲਣਾ ਕਰਨ ਨਾਲ ਮਨ ਇਹਨਾਂ ਤੋ ਛੁਟਕਾਰ ਪਾ ਸਕਦਾ ਹੈ ।

The opportunity of human life blessings may be ruined by his worldly desires like, his sexual desire, anger and the ego of his worldly status. By meditating and adopting the teachings of His Word with steady and stable belief in day to day life, he may conquer his worldly desires of his mind.

ਸੋਇ ਰਹੇ ਮਾਇਆ ਮਦ ਮਾਤੇ॥ so-ay rahay maa-i-aa mad maatay.
ਜਾਗਤ ਭਗਤ ਸਿਮਰਤ ਹਰਿ ਰਾਤੇ॥੧॥ jaagat bhagat simrat har raatay. ||1||
ਰਹਾਉ॥ rahaa-o.

ਮਾਨਸ ਸੰਸਾਰਕ ਮਾਇਆ ਦੇ ਨਸ਼ੇ ਵਿੱਚ ਹੀ ਸ਼ਬਦ ਦੀ ਪਾਲਣਾ ਤੋ ਸੁੱਤਾ, ਭੁਲਿਆ ਰਹਿੰਦਾ ਹੈ । ਬੰਦਗੀ ਕਰਨ ਵਾਲਾ ਦਾਸ, ਪ੍ਰਭ ਦੇ ਸ਼ਬਦ ਦੀ ਪਾਲਣਾ ਵਿੱਚ ਲੀਨ ਹੋਇਆ, ਸ਼ਬਦ ਨੂੰ ਮਨ ਵਿੱਚ ਜਾਗਰਤ ਕਰ ਲੈਂਦਾ ਹੈ ।

Human remains intoxicated with worldly wealth and forgets, abandons to obey and adopt the teachings of His Word in his day to day life. His true devotee always remains dedicated in adopting the teachings of His Word and dwells in the void of His Word. He may be enlightened from within.

ਮੋਹ ਭਰਮਿ ਬਹੁ ਜੋਨਿ ਭਵਾਇਆ॥ moh bharam baho jon bhavaa-i-aa.
ਅਸਥਿਰੁ ਭਗਤ ਹਰਿ ਚਰਣ ਧਿਆਇਆ॥੨ asthir bhagat har charan Dhi-aa-i-aa.

ਮਾਨਸ ਧਰਮਾਂ ਦੇ ਪਾਏ ਭਰਮਾਂ, ਸੰਸਾਰਕ ਮੋਹ ਵਿੱਚ ਫਸਿਆ, ਜੂੰਨਾਂ ਵਿੱਚ ਭਉਦਾ ਰਹਿੰਦਾ ਹੈ । ਬੰਦਗੀ ਕਰਨ ਵਾਲਾ ਅਡੋਲ ਭਰੋਸੇ ਨਾਲ ਸ਼ਬਦ ਦੀ ਪਾਲਣਾ ਵਿੱਚ ਲੀਨ ਰਹਿੰਦਾ ਹੈ । ਪ੍ਰਭ ਦੇ ਸ਼ਬਦ ਨਾਲ ਜੀਵਨ ਢਾਲਦਾ, ਸ਼ਰਣ ਵਿੱਚ ਰਹਿੰਦਾ ਹੈ ।

Human remains in worldly religious rituals, suspicions, he remains attached to worldly possessions and relationship, he may remain in the cycle of birth and death. His true devotee obeys and adopts the teachings of His Word, with steady and stable belief and remains intoxicated in the void of His Word. He may be accepted in the sanctuary of His Word.

ਬੰਧਨ ਅੰਧ ਕੂਪ ਗ੍ਰਿਹ ਮੇਰਾ॥ banDhan anDh koop garih mayraa.
ਮੁਕਤੇ ਸੰਤ ਬੁਝਹਿ ਹਰਿ ਨੇਰਾ॥੩॥ muktay sant bujheh har nayraa. ||3||

ਮਾਨਸ ਸੰਸਾਰਕ ਬੰਧਨਾ, ਹੈਸੀਅਤ ਪਿਛੇ ਲੱਗਾ, ਅਗਿਆਨਤਾ ਦੇ ਅੰਧੇਰੇ ਵਿੱਚ ਡੁੱਬ ਜਾਂਦਾ ਹੈ । ਬੰਦਗੀ ਕਰਨ ਵਾਲਾ ਦਾਸ ਸਦਾ ਹੀ ਯਾਦ ਰਖਦਾ ਹੈ, ਪ੍ਰਭ ਨੇੜੇ ਤਨ ਦੇ ਅੰਦਰ ਹੀ ਵਸਦਾ ਹੈ । ਉਸ ਦੇ ਸ਼ਬਦ ਦੀ ਪਾਲਣਾ ਕਰਦਾ ਪਰਵਾਨ ਹੋ ਜਾਂਦੇ ਹਨ ।

Worldly human remains intoxicated in his ego of his worldly status, attachments. He may drown in the ignorance from the teachings of His Word. His true devotee always remembers that The True Master dwells within the body of each and every creature. He may be accepted in His court by obeying His Word.

ਕਹੁ ਨਾਨਕ ਜੋ ਪ੍ਰਭ ਸਰਣਾਈ॥ kaho naanak jo parabh sarnaa-ee.
ਈਹਾ ਸੁਖੁ ਆਗੈ ਗਤਿ ਪਾਈ॥੪॥ eehaa sukh aagai gat paa-ee.
੨੨॥੭੩॥ ||4||22||73||

ਜਿਹੜਾ ਆਪਣਾ ਜੀਵਨ ਸ਼ਬਦ ਨਾਲ ਢਾਲਦਾ ਹੈ, ਪ੍ਰਭ ਦੀ ਸ਼ਰਣ ਵਿੱਚ ਵਸਦਾ ਹੈ । ਉਹ ਸੰਸਾਰਕ ਜੀਵਨ ਵਿੱਚ ਸੰਤੋਖ, ਖੇੜੇ ਵਿੱਚ ਵਸਦਾ, ਮੌਤ ਪਿਛੋਂ ਮੁਕਤ ਹੋ ਜਾਂਦਾ ਹੈ ।

Whosoever may adopt the teachings of His Word wholeheartedly with steady and stable belief in his day to day life, he may remain meditating in His sanctuary. He remains fully contented and blossom in his day to day life. He may often be blessed with salvation after his death.

143.ਆਸਾ ਮਹਲਾ ੫॥ 389 -1

ਤੂ ਮੇਰਾ ਤਰੰਗੁ ਹਮ ਮੀਨ ਤੁਮਾਰੇ॥ too mayraa tarang ham meen tumaaray.
ਤੂ ਮੇਰਾ ਠਾਕੁਰੁ ਹਮ ਤੇਰੈ ਦੁਆਰੇ॥੧ too mayraa thaakur ham tayrai du-aaray.1

ਪ੍ਰਭ ਤੂੰ ਹੀ ਮੇਰੀ ਉਹ ਸਾਗਰ ਦੀ ਛੱਲ ਹੈ ਅਤੇ ਮੈਂ ਤੇਰੀ ਮਛਲੀ ਹਾ । ਪ੍ਰਭ ਤੂੰ ਹੀ ਮੇਰਾ ਅਸਲੀ ਮਾਲਕ ਹੈ । ਮੈਂ ਤੇਰੇ ਦਰ ਤੇ ਭਿਖਾਰੀ ਪਨਾਹ ਮੰਗਦਾ ਹਾ ।

You are the wave of the ocean and I am a mere fish in Your ocean. You are my True Master; I am begging for in Your sanctuary.

ਤੂੰ ਮੇਰਾ ਕਰਤਾ ਹਉ ਸੇਵਕੁ ਤੇਰਾ॥	tooN mayraa kartaa ha-o sayvak tayraa.
ਸਰਣਿ ਗਹੀ ਪ੍ਰਭ ਗੁਨੀ ਗਹੇਰਾ॥੧॥ ਰਹਾਉ॥	saran gahee parabh gunee gahayraa. ||1|| rahaa-o.

ਪ੍ਰਭ ਤੂੰ ਹੀ ਜੀਵ ਨੂੰ ਪੈਦਾ ਕਰਨ ਵਾਲਾ ਮਾਲਕ, ਕਰਤਾ ਹੈ, ਮੈਂ ਤੇਰਾ ਹੀ ਦਾਸ, ਗੁਲਾਮ ਹਾ । ਤੂੰ ਹੀ ਸਭ ਤੋ ਮਹਾਨ ਰਹਿਮਤਾਂ ਦਾ ਮਾਲਕ ਹੈ । ਮੈਂ ਤੇਰੀ ਸ਼ਰਣ, ਪਨਾਹ ਵਿੱਚ ਆਇਆ ਹਾ ।

You are The One and Only One True Creator, Master of the universe; I am Your slave, servant. You are the greatest of All and The True Master of all blessings, I have surrender at Your sanctuary for Your protection.

ਤੂ ਮੇਰਾ ਜੀਵਨੁ ਤੂ ਆਧਾਰੁ॥	too mayraa jeevan too aaDhaar.
ਤੁਝਹਿ ਪੇਖਿ ਬਿਗਸੈ ਕਉਲਾਰੁ॥੨॥	tujheh paykh bigsai ka-ulaar. ||2||

ਪ੍ਰਭ ਤੂੰ ਹੀ ਮੇਰੇ ਸਵਾਸਾਂ ਦਾ ਮਾਲਕ ਹੈ । ਮੈਂ ਤੇਰੇ ਸ਼ਬਦ ਦੇ ਆਸਰੇ ਤੇ, ਸ਼ਬਦ ਨਾਲ ਜੀਵਨ ਬਤੀਤ ਕਰਦਾ ਹਾ । ਤੇਰੇ ਸ਼ਬਦ ਦੀ ਪਾਲਣਾ ਨਾਲ ਮਨ ਵਿੱਚ ਖੇੜਾ ਵਸ ਜਾਂਦਾ ਹੈ । ਮਨ ਦਾ ਕਮਲ ਦਾ ਫੁੱਲ ਖੇੜੇ ਵਿੱਚ ਆ ਜਾਂਦਾ ਹੈ ।

You are The True Master of my breaths in human life. With Your mercy and grace, I have adopted the teachings of Your Word in my day to day life. I have been blessed with contentment and blossom by obeying the teachings of Your Word. The lotus flower of my mind is blossoming.

ਤੂ ਮੇਰੀ ਗਤਿ ਪਤਿ ਤੂ ਪਰਵਾਨੁ॥	too mayree gat pat too parvaan.
ਤੂ ਸਮਰਥੁ ਮੈ ਤੇਰਾ ਤਾਨੁ॥੩॥	too samrath mai tayraa taan. ||3||

ਪ੍ਰਭ ਤੂੰ ਆਪ ਹੀ ਪ੍ਰਵਾਨਗੀ ਦੇ ਰਸਤੇ ਤੇ ਅਡੋਲ ਰਖਕੇ ਪ੍ਰਵਾਨਗੀ ਦੇ ਯੋਗ ਬਣਾਉਂਦਾ ਹੈ । ਆਪ ਹੀ ਸਰਬ ਕਲਾ ਸਮਰਥ ਮੁਕਤੀ ਬਖਸ਼ਣ ਵਾਲਾ ਅਸਲੀ ਮਾਲਕ ਹੈ! ਤੂੰ ਹੀ ਮੇਰਾ ਬਲ, ਤਾਕਤ, ਕੰਮ ਕਰਨ ਦੀ ਸਮਰਥਾ ਹੈ ।

With Your mercy and grace! You have kept me steady and stable on the teachings of Your Word and has made me worthy of Your consideration. The Omnipotent True Master, only You may bless salvation. All my strength power and capability are by Your blessings.

ਅਨਦਿਨੁ ਜਪਉ ਨਾਮ ਗੁਣਤਾਸਿ॥	an-din japa-o naam guntaas.
ਨਾਨਕ ਕੀ ਪ੍ਰਭ ਪਹਿ ਅਰਦਾਸਿ॥੪॥੨੩॥੭੪॥	naanak kee parabh peh ardaas. ||4||23||74||

ਬੰਦਗੀ ਕਰਨ ਵਾਲਾ ਦਾਸ ਸਦਾ ਹੀ ਪ੍ਰਭ ਅੱਗੇ ਅਰਦਾਸ ਕਰਦਾ ਹੈ । ਦਿਨ ਰਾਤ ਸ਼ਬਦ ਦੀ ਪਾਲਣਾ ਕਰਦਾ, ਸ਼ਬਦ ਦੇ ਗੁਣ ਗਾਉਂਦਾ ਹੈ । ਉਹ ਪ੍ਰਭ ਹੀ ਬਖਸ਼ਿਸ਼ਾਂ ਦਾ ਖਜ਼ਨਾ, ਭੰਡਾਰੀ ਹੈ ।

His true devotee always prays and begs for His mercy and grace in each and every task of his human life journey. He may sing and obey the teachings of His Word day and night with a belief that The True Master is the treasure of all blessings.

144.ਆਸਾ ਮਹਲਾ ੫॥ 389- 5

ਰੋਵਨਹਾਰੈ ਝੂਠੁ ਕਮਾਨਾ॥	rovanhaarai jhooth kamaanaa.
ਹਸਿ ਹਸਿ ਸੋਗੁ ਕਰਤ ਬੇਗਾਨਾ॥੧॥	has has sog karat baygaanaa. ||1||

ਜਿਹੜਾ ਮਾਨਸ ਕਿਸੇ ਦੂਸਰੇ ਦੇ ਸੋਗ, ਦੁਖ ਨੂੰ ਆਪਣਾ ਦੁਖ ਨਹੀਂ ਸਮਝਦਾ । ਉਸ ਦੀ ਹਮਦਰਦੀ ਦਿਖਾਵੇ ਦੀ ਹੀ ਹੁੰਦੀ ਹੈ । ਇੱਕ ਪਲ ਸੋਗ ਦੀ ਗੱਲ ਕਰਦਾ, ਦੂਸਰੇ ਪਲ ਵਡਿਆਈ ਦੀ ਖੁਸ਼ੀ ਦੀ ਗੱਲ ਕਰਦਾ ਹੈ ।

Whosoever may not realize the suffering and misery of others as painful as his own loss; his sympathy may be superficial false and not sincere from his heart. He will show sympathy and grievances for a moment and boast his major achievement of his life.

ਕੋ ਮੂਆ ਕਾ ਕੈ ਘਰਿ ਗਾਵਨੁ॥	ko moo-aa kaa kai ghar gaavan.
ਕੋ ਰੋਵੈ ਕੋ ਹਸਿ ਹਸਿ ਪਾਵਨੁ॥੧॥	ko rovai ko has has paavan. ||1||
ਰਹਾਉ॥	rahaa-o.

ਸੰਸਾਰ ਵਿੱਚ ਕਿਸੇ ਘਰ ਵਿੱਚ ਮੌਤ ਹੁੰਦੀ ਹੈ, ਦੂਸਰੇ ਦੇ ਘਰ ਜਨਮ ਹੁੰਦਾ ਹੈ । ਮਰਨ ਵਾਲੇ ਘਰ ਜੀਵ ਰੋਂਦੇ ਹਨ । ਜਨਮ ਵਾਲੇ ਘਰ ਗੀਤ ਗਾਉਂਦੇ ਹਨ, ਖੁਸ਼ੀ ਦੇ ਜਸ਼ਨ ਹੁੰਦੇ ਹਨ ।

The universe is a unique play, in one house, family member dies and family grieve, other house new life begins and celebration in the family.

ਬਾਲ ਬਿਵਸਥਾ ਤੇ ਬਿਰਧਾਨਾ॥	baal bivasthaa tay birDhaanaa.
ਪਹੁਚਿ ਨ ਮੂਕਾ ਫਿਰਿ ਪਛੁਤਾਨਾ॥੨॥	pahuch na mookaa fir pachhutaanaa. ||2||

ਬਚਪਨ ਤੋਂ ਬੁਢੇਪੇ ਤੀਕ ਮਾਨਸ ਆਪਣੇ ਜੀਵਨ ਦਾ ਮੰਤਵ ਨਹੀਂ ਸਮਝਦਾ । ਅੰਤ ਵਿੱਚ ਮੌਤ ਤੇ ਪਛਤਾਛਾ ਹੀ ਕਰਨਾ ਪੈਂਦਾ ਹੈ ।

Whosoever may not realize the true purpose of his human life blessings from childhood up to the old age of his life. In the end at death, he has to repent for his mistakes and ignorance.

ਤ੍ਰਿਹੁ ਗੁਣ ਮਹਿ ਵਰਤੈ ਸੰਸਾਰਾ॥	tarihu gun meh vartai sansaaraa.
ਨਰਕ ਸੁਰਗ ਫਿਰਿ ਫਿਰਿ ਅਉਤਾਰਾ॥੩॥	narak surag fir fir a-utaaraa. ||3||

ਸਾਰੀ ਸ੍ਰਿਸ਼ਟੀ ਹੀ ਸੰਸਾਰਕ ਮਾਇਆ ਦੇ ਤਿੰਨਾਂ ਰੂਪਾਂ ਦੀ ਗੁਲਾਮ ਰਹਿੰਦੀ ਹੈ । ਉਹ ਬਾਰ ਬਾਰ ਜੂੰਨਾਂ ਦੇ ਚੱਕਰ ਵਿੱਚ ਨਰਕ, ਸੁਰਗ ਵਿੱਚ ਆਉਂਦੀ ਜਾਂਦੀ ਰਹਿੰਦੀ ਹੈ ।

The whole universe remains a slave of the three kinds of worldly wealth. His creatures remain in the cycle of birth and death, in the cycle of heaven and hell by their own deeds.

ਕਹੁ ਨਾਨਕ ਜੋ ਲਾਇਆ ਨਾਮ॥	kaho naanak jo laa-i-aa naam.
ਸਫਲ ਜਨਮੁ ਤਾ ਕਾ ਪਰਵਾਨ॥੪॥	safal janam taa kaa parvaan.
੨੪॥੭੫॥	||4||24||75||

ਜਿਹੜਾ ਬੰਦਗੀ ਕਰਨ ਵਾਲਾ ਦਾਸ ਪ੍ਰਭ ਦੇ ਸ਼ਬਦ ਦੇ ਲੜ ਲੱਗ ਜਾਂਦਾ, ਸ਼ਬਦ ਨਾਲ ਜੀਵਨ ਢਾਲ ਲੈਂਦਾ ਹੈ । ਉਸ ਦਾ ਮਾਨਸ ਜਨਮ ਲੈਣਾ ਸਫਲ ਹੋ ਜਾਂਦਾ ਹੈ ।

Whosoever may remain attached to meditation and adopt the teachings of His Word in his day to day life. His human life journey may become successful, his cycle of his birth and death may be eliminated.

145.ਆਸਾ ਮਹਲਾ ੫॥ 389- 8

ਸੋਇ ਰਹੀ ਪ੍ਰਭ ਖਬਰਿ ਨ ਜਾਨੀ॥	so-ay rahee parabh khabar na jaanee.
ਭੋਰੁ ਭਇਆ ਬਹੁਰਿ ਪਛੁਤਾਨੀ॥੧॥	bhor bha-i-aa bahur pachhutaanee. ||1||

ਜਿਹੜਾ ਜੀਵ ਮਾਨਸ ਜੀਵਨ ਵਿੱਚ ਪ੍ਰਭ ਦੇ ਸ਼ਬਦ ਵੱਲ ਧਿਆਨ ਨਹੀਂ ਲਾਉਂਦਾ, ਸ਼ਬਦ ਦੀ ਪਾਲਣਾ ਨਹੀਂ ਕਰਦਾ । ਉਸ ਨੂੰ ਪ੍ਰਭ ਦੇ ਸ਼ਬਦ ਦੀ ਸੋਝੀ ਬਖਸ਼ਿਸ਼ ਨਹੀਂ ਹੁੰਦੀ । ਅੰਤ ਵਿੱਚ ਮੌਤ ਆਉਣ ਤੇ ਪਛਤਾਵਾ ਹੀ ਕਰਨਾ ਪੈਂਦਾ ਹੈ ।

Whosoever may not pay any attention or adopt the teachings of His Word, he may not be blessed with the enlightenment of His Word. In the end after death, he has to repent for his ignorance.

ਪ੍ਰਿਅ ਪ੍ਰੇਮ ਸਹਜਿ ਮਨਿ	pari-a paraym sahj man
ਅਨਦੁ ਧਰਉ ਰੀ॥	anad Dhara-o ree.
ਪ੍ਰਭ ਮਿਲਬੇ ਕੀ ਲਾਲਸਾ ਤਾ,	parabh milbay kee laalsaa taa
ਤੇ ਆਲਸੁ ਕਹਾ ਕਰਉ ਰੀ॥੧॥ ਰਹਾਉ॥	tay aalas kahaa kara-o ree. ||1|| rahaao.

ਪ੍ਰਭ ਦੇ ਸ਼ਬਦ ਦੀ ਪਾਲਣਾ, ਸਿਮਰਨ ਕਰਨ ਨਾਲ ਮਨ ਵਿੱਚ ਅਨੰਦ, ਖੇੜਾ ਬਖਸ਼ਿਸ਼ ਹੋ ਸਕਦਾ ਹੈ। ਉਸ ਪ੍ਰਭ ਦੇ ਸ਼ਬਦ ਦੀ ਪਾਲਣਾ ਕਰਨ ਲਈ ਕਿਉਂ ਆਲਸ ਕੀਤੀ ਜਾਂਦੀ ਹੈ?

By meditating and obeying the teachings of His Word with steady and stable belief, his mind may be blessed with pleasures and blossom in his day to day life. Why do you hesitate and delay to meditate on the teachings of His Word.?

ਕਰ ਮਹਿ ਅੰਮ੍ਰਿਤੁ ਆਣਿ ਨਿਸਾਰਿਓ॥	kar meh amrit aan nisaari-o
ਖਿਸਰਿ ਗਇਓ ਭੂਮ ਪਰਿ ਡਾਰਿਓ॥੨॥	khisar ga-i-o bhoom par daari-o. ||2||

ਪ੍ਰਭ ਆਪ ਹੀ ਜੀਵ ਦੇ ਮੰਗਣ ਵਾਲੇ ਹੱਥ, ਬਾਟੇ ਵਿੱਚ ਸ਼ਬਦ ਰੂਪੀ ਅੰਮ੍ਰਿਤ ਪਾਉਂਦਾ ਹੈ। ਅਗਰ ਮਨ ਸੁਚੇਤ ਨਾ ਹੋਵੇ, ਤਾਂ ਇਹ ਬਾਟਾ ਪੁੱਠਾ ਹੁੰਦਾ ਹੈ, ਇਹ ਅੰਮ੍ਰਿਤ ਧਰਤੀ ਤੇ ਡੁੱਲ੍ਹ ਜਾਂਦਾ ਹੈ। ਭਾਵ - ਅਗਰ ਜੀਵਨ ਦਾ ਢਗ ਸ਼ਬਦ ਅਨੁਸਾਰ ਨਹੀਂ ਹੁੰਦਾ, ਇਸ ਦਾ ਕੋਈ ਲਾਭ ਨਹੀਂ ਹੁੰਦਾ।

Keep in mind! The True Master Himself bestows the nectar of the teachings of His Word in the bowl of your soul. If your mind is not awake and alert then your begging bowl remains tilted, upside down, all nectar, the blessings may spill over earth. Whosoever may not adopt the teachings of His Word in day to day life, he may not realize His blessings, his mediation, good deeds may not be rewarded.

ਸਾਦਿ ਮੋਹਿ ਲਾਦੀ ਅਹੰਕਾਰੇ॥	saad mohi laadee ahaNkaaray.
ਦੋਸੁ ਨਾਹੀ ਪ੍ਰਭ ਕਰਣੈਹਾਰੇ॥੩॥	dos naahee parabh karnaihaaray. ||3||

ਜੀਵ ਤੇਰਾ ਮਨ ਸੰਸਾਰਕ ਇੱਛਾਂ ਦੇ ਭਾਰ ਹੇਠਾ ਦੱਬਿਆ ਹੋਇਆ ਹੈ। ਸੰਸਾਰਕ ਮੋਹ ਦੇ ਜਾਲ ਵਿੱਚ, ਮਨ ਦੇ ਅਹੰਕਾਰ ਦੇ ਨਸ਼ੇ ਵਿੱਚ ਮਸਤ ਹੈ। ਇਸ ਮੂਰਖਤਾਈ ਦਾ ਦੋਸ਼ ਪ੍ਰਭ ਨੂੰ ਕਿਉਂ ਦੇਂਦਾ ਹੈ?

You are buried under the burden of your worldly desires and intoxicated with worldly attachment, relationships and the ego of your mind. Why are you blaming The Holy Master for your foolishness, ignorance and greed?

ਸਾਧਸੰਗਿ ਮਿਟੇ ਭਰਮ ਅੰਧਾਰੇ॥	saaDhsang mitay bharam anDhaaray.
ਨਾਨਕ ਮੇਲੀ ਸਿਰਜਣਹਾਰੇ॥੪॥੨੫॥੭੬	naanak maylee sirjanhaaray. ||4||25||76||

ਬੰਦਗੀ ਕਰਨ ਵਾਲੇ ਦੀ ਸੰਗਤ ਕਰਨ ਨਾਲ ਮਨ ਵਿਚੋਂ ਭਰਮ ਦੂਰ ਹੋ ਜਾਂਦੇ ਹਨ। ਉਸ ਆਤਮਾ ਨੂੰ ਪ੍ਰਭ ਆਪ ਹੀ ਆਪਣੀ ਜੋਤ ਵਿੱਚ ਅਲੋਪ ਕਰ ਲੈਂਦਾ ਹੈ।

By associating and adopting the life teachings of His true devotee in your day to day life, you may conquer all suspicions of worldly rituals. The Merciful True Master may enlighten and guide His true devotee on the right path of meditation. His soul may be immersed into The Holy Spirit.

146.ਆਸਾ ਮਹਲਾ ੫॥ 389-12

ਚਰਨ ਕਮਲ ਕੀ ਆਸ ਪਿਆਰੇ॥	charan kamal kee aas pi-aaray.
ਜਮਕੰਕਰ ਨਸਿ ਗਏ ਵਿਚਾਰੇ॥੧॥	jamkankar nas ga-ay vichaaray. ||1||

ਮੇਰਾ ਮਨ ਪ੍ਰਭ ਦੇ ਸ਼ਬਦ ਰੂਪੀ ਚਰਨਾਂ ਦੇ ਆਸਰੇ ਤੇ ਜੀਵਨ ਬਤੀਤ ਕਰਦਾ ਹੈ । ਇਸ ਨਾਲ ਹੀ ਮੌਤ ਦਾ ਜਮਦੂਤ ਮੇਰੇ ਤੋਂ ਦੂਰ ਭਾਗ ਗਿਆ ਹੈ, ਚਲੇ ਗਿਆ ਹੈ ।

I have surrendered my mind, body and my worldly status at the feet of The Holy Master. I have adopted the teachings of His Word in my day to day life. My soul has become beyond the reach of the devil of death.

ਤੂ ਚਿਤਿ ਆਵਹਿ ਤੇਰੀ ਮਇਆ॥ too chit aavahi tayree ma-i-aa.
ਸਿਮਰਤ ਨਾਮ ਸਗਲ ਰੋਗ ਖਇਆ॥੧॥ ਰਹਾਉ॥ simrat naam sagal rog kha-i-aa. ||1|| rahaa-o.

ਪ੍ਰਭ ਤੇਰੀ ਹੀ ਵਡਿਆਈ, ਰਹਿਮਤ ਨਾਲ ਮੇਰਾ ਮਨ ਸ਼ਬਦ ਵਿੱਚ ਧਿਆਨ ਲਾਉਂਦਾ, ਸ਼ਬਦ ਦੀ ਪਾਲਣਾ ਕਰਦਾ ਹੈ । ਸ਼ਬਦ ਦੀ ਪਾਲਣਾ ਨਾਲ ਮਨ ਵਿਚੋਂ ਇੱਛਾਂ ਰੂਪੀ ਦੁਖ ਦੂਰ ਹੋ ਜਾਂਦੇ ਹਨ ।

Only with Your mercy and grace! I may concentrate, adopt and sing the glory of Your Word. By meditating and adopting the teachings of Your Word in day to day life, all miseries of worldly desires may be eliminated from my mind.

ਅਨਿਕ ਦੂਖ ਦੇਵਹਿ ਅਵਰਾ ਕਉ॥ anik dookh dayveh avraa ka-o.
ਪਹੁਚਿ ਨ ਸਾਕਹਿ ਜਨ ਤੇਰੇ ਕਉ॥੨॥ pahuch na saakeh jan tayray ka-o. ||2||

ਮੌਤ ਦਾ ਜਮਦੂਤ ਕਈ ਜੀਵਾਂ ਨੂੰ ਬਹੁਤ ਦੁਖ ਦੇਂਦਾ ਹੈ, ਸਜ਼ਾ ਦੇਂਦਾ ਹੈ । ਉਹ ਤੇਰੇ ਬੰਦਗੀ ਕਰਨ ਵਾਲੇ ਦਾਸ ਨੂੰ ਛੋਹ ਵੀ ਨਹੀਂ ਸਕਦਾ ।

The devil of death may create a misery for the soul of so many creatures. However, he cannot touch or come close to Your true devotee.

ਦਰਸ ਤੇਰੇ ਕੀ ਪਿਆਸ ਮਨਿ ਲਾਗੀ॥ daras tayray kee pi-aas man laagee.
ਸਹਜ ਅਨੰਦ ਬਸੈ ਬੈਰਾਗੀ॥੩॥ sahj anand basai bairaagee. ||3||

ਸ਼ਬਦ ਦੀ ਪਾਲਣਾ ਕਰਨ ਵਾਲੇ ਦਾਸ ਨੂੰ ਤੇਰੇ ਸ਼ਬਦ ਦੀ ਸੋਝੀ ਦੀ ਹੀ ਪਿਆਸ ਲੱਗੀ ਰਹਿੰਦੀ ਹੈ । ਉਹ ਇਸ ਆਸ ਵਿੱਚ ਹੀ ਤੇਰੇ ਸ਼ਬਦ ਦੀ ਪਾਲਣਾ ਕਰਦਾ ਖੇੜੇ ਵਿੱਚ ਵਸਦਾ ਹੈ । ਸੰਸਾਰਕ ਇੱਛਾਂ ਤੋ ਮਨ ਨੂੰ ਰਹਿਤ ਰਖਦਾ ਹੈ ।

Your true devotee remains anxious and thirsty for enlightenment of the teachings of Your Word. In his hope on Your blessings, he remains steady and stable on obeying Your Word. His mind remains beyond the reach of worldly desires.

ਨਾਨਕ ਕੀ ਅਰਦਾਸਿ ਸੁਣੀਜੈ॥ naanak kee ardaas suneejai.
ਕੇਵਲ ਨਾਮੁ ਰਿਦੇ ਮਹਿ ਦੀਜੈ॥ ੪॥੨੬॥੭੭॥ kayval naam riday meh deejai. ||4||26||77||

ਬੰਦਗੀ ਕਰਨ ਵਾਲਾ ਦਾਸ ਸਦਾ ਹੀ ਇੱਕੋ ਇੱਕ ਅਰਦਾਸ ਕਰਦਾ, ਭਿੱਖਿਆ ਮੰਗਦਾ ਹੈ! ਪ੍ਰਭ ਰਹਿਮਤ ਬਖਸ਼ੋ! ਆਪਣਾ ਸ਼ਬਦ ਮਨ ਵਿੱਚ ਜਾਗਰਤ ਕਰੋ!

His true devotee always prays and begs for only one desire, hope from The True Master. With Your mercy and grace, enlightens of the teachings of Your Word within my mind.

147.ਆਸਾ ਮਹਲਾ ੫॥ 389- 16

ਮਨੁ ਤ੍ਰਿਪਤਾਨੋ ਮਿਟੇ ਜੰਜਾਲ॥ man tariptaano mitay janjaal.
ਪ੍ਰਭੁ ਅਪੁਨਾ ਹੋਇਆ ਕਿਰਪਾਲ॥੧॥ parabh apunaa ho-i-aa kirpaal. ||1||

ਪ੍ਰਭ ਦੀ ਰਹਿਮਤ ਨਾਲ ਹੀ ਜੀਵ ਦੇ ਸਾਰੇ ਸੰਸਾਰਕ ਧੰਦੇ, ਕੰਮ ਸਫਲ ਹੋ ਜਾਂਦੇ ਹਨ । ਮਨ ਵਿੱਚ ਸੰਤੋਖ ਘਰ ਕਰ ਜਾਂਦਾ ਹੈ ।

Only with His blessings all worldly chores, the purpose of human life of His true devotee, becomes successful. He remains overwhelmed with the contentment and blossom.

ਸੰਤ ਪ੍ਰਸਾਦਿ ਭਲੀ ਬਨੀ॥	sant parsaad bhalee banee.
ਜਾ ਕੈ ਗ੍ਰਿਹ ਸਭੁ ਕਿਛੁ ਹੈ ਪੂਰਨੁ,	jaa kai garihi sabh kichh hai pooran
ਸੋ ਭੇਟਿਆ ਨਿਰਭੈ ਧਨੀ॥੧॥	so bhayti-aa nirbhai Dhanee. ||1||
ਰਹਾਉ॥	rahaa-o.

ਬੰਦਗੀ ਕਰਨ ਵਾਲੇ ਸੰਤਾਂ ਦੀ ਰਹਿਮਤ ਨਾਲ ਮਨ ਦੀ ਅਵਸਥਾ ਬਦਲ ਗਈ । ਮਨ ਸ਼ਬਦ ਦੀ ਪਾਲਣਾ ਤੇ ਅਡੋਲ ਹੋ ਗਿਆ ਹੈ । ਮਨ ਵਿੱਚ ਸ਼ਬਦ ਦੀ ਸੋਝੀ ਦਾ ਭੰਡਾਰ ਭਰਪੂਰ ਹੋ ਗਿਆ ਹੈ । ਪ੍ਰਭ ਦੇ ਸ਼ਬਦ ਦੀ ਸੋਝੀ, ਪ੍ਰਭ ਦੇ ਸ਼ਬਦ ਰੂਪੀ ਦਰਸ਼ਨ ਹੋ ਗਏ ਹਨ ।

By the guidance of His true devotee, my state of mind has been transformed and my belief on the teachings of His Word has become steady and stable. I have realized the blessed region, His existence.

ਨਾਮੁ ਦ੍ਰਿੜਾਇਆ ਸਾਧ ਕ੍ਰਿਪਾਲ॥	naam drirh-aa-i-aa saaDh kirpaal.
ਮਿਟਿ ਗਈ ਭੂਖ ਮਹਾ ਬਿਕਰਾਲ॥੨॥	mit ga-ee bhookh mahaa bikraal. ||2||

ਬੰਦਗੀ ਕਰਨ ਵਾਲੇ ਦੀ ਰਹਿਮਤ ਦੀ ਨਜ਼ਰ ਨਾਲ, ਸ਼ਬਦ ਦੀ ਪਾਲਣਾ ਦੀ ਲਗਨ ਲੱਗ ਗਈ । ਮਨ ਵਿਚੋਂ ਸੰਸਾਰਕ ਇੱਛਾਂ ਦੀਆਂ ਭਟਕਣਾਂ ਦਾ ਨਾਸ਼ ਹੋ ਗਿਆ।

By the guidance of His true devotee, with the mercy and grace of The True Master, I remain attached to meditate and obey the teachings of His Word. All frustration and miseries of worldly desires have been eliminated from my mind forever.

ਠਾਕੁਰਿ ਅਪੁਨੈ ਕੀਨੀ ਦਾਤਿ॥	thaakur apunai keenee daat.
ਜਲਨਿ ਬੁਝੀ ਮਨਿ ਹੋਈ ਸਾਂਤਿ॥੩॥	jalan bujhee man ho-ee saaNt. ||3||

ਅਸਲੀ ਮਾਲਕ ਨੇ ਰਹਿਮਤ ਦੀ ਨਜ਼ਰ ਬਖਸ਼ੀ ਹੈ । ਮਨ ਵਿਚੋਂ ਸੰਸਾਰਕ ਮਾਇਆ ਦੀ ਅੱਗ ਬੁਝ ਗਈ, ਮਨ ਵਿੱਚ ਸੰਤੋਖ ਵਸ ਗਿਆ ਹੈ ।

With His blessed vision, my hunger and thirst of worldly desires have been eliminated and the contentment and blossom prevail within my mind.

ਮਿਟਿ ਗਈ ਭਾਲ ਮਨੁ ਸਹਜਿ ਸਮਾਨਾ॥	mit ga-ee bhaal man sahj samaanaa.
ਨਾਨਕ ਪਾਇਆ ਨਾਮ ਖਜਾਨਾ॥੪॥	naanak paa-i-aa naam khajaanaa.
੨੭॥੭੮॥	||4||27||78||

ਮਨ ਵਿਚੋਂ ਸਬਦ ਦੀ ਸੋਝੀ ਦੀ ਖੋਜ ਖਤਮ ਹੋ ਗਈ ਹੈ । ਮਨ ਵਿੱਚ ਅਨੰਦ, ਖੇੜਾ ਵਸ ਗਿਆ ਹੈ । ਪ੍ਰਭ ਦੀ ਰਹਿਮਤ ਨਾਲ ਮਨ ਵਿੱਚ ਸ਼ਬਦ ਦੀ ਸੋਝੀ ਦਾ ਭੰਡਾਰ ਖੁੱਲ੍ਹ ਗਿਆ ਹੈ ।

Now my mind has stopped any further search of enlightenment of the teachings of His Word. I am fully contented with the enlightenment of His Word. With His mercy and grace, the treasure of the enlightenment of His Word has opened within my mind.

148.ਆਸਾ ਮਹਲਾ ੫॥ 390-1

ਠਾਕੁਰ ਸਿਉ ਜਾ ਕੀ ਬਨਿ ਆਈ॥	thaakur si-o jaa kee ban aa-ee.
ਭੋਜਨ ਪੂਰਨ ਰਹੇ ਅਘਾਈ॥੧॥	bhojan pooran rahay aghaa-ee. ||1||

ਜਿਹਨਾਂ ਦੇ ਮਨ ਦੀ ਲਗਨ ਸ਼ਬਦ ਦੀ ਪਾਲਣਾ ਵਿੱਚ ਲੱਗ ਜਾਂਦੀ ਹੈ । ਉਹਨਾਂ ਦੀ ਆਤਮਾ ਨੂੰ ਅਣਮੋਲ ਭੋਜਨ ਬਖਸ਼ਿਸ਼ ਹੋ ਜਾਂਦਾ ਹੈ । ਮਨ ਵਿੱਚ ਸੰਤੋਖ, ਸ਼ਾਤੀ ਵਸ ਜਾਂਦੀ ਹੈ ।

Whosoever may remain attached to meditate and obey the teachings of His Word in his day to day life. He may be blessed with priceless nectar from The True Master. Peace and contentment prevail within his mind.

ਕਛੂ ਨ ਥੋਰਾ ਹਰਿ ਭਗਤਨ ਕਉ॥	kachhoo na thoraa har bhagtan ka-o.
ਖਾਤ ਖਰਚਤ ਬਿਲਛਤ ਦੇਵਨ ਕਉ॥੧॥ ਰਹਾਉ॥	khaat kharchat bilchhat dayvan ka-o. 1 rahaa-o.

ਪ੍ਰਭ ਦੇ ਬੰਦਗੀ ਕਰਨ ਵਾਲੇ ਦਾਸ ਨੂੰ ਕਦੇ ਰਹਿਮਤਾਂ, ਦਾਤਾਂ ਦੀ ਕੋਈ ਤੋਟ ਨਹੀਂ ਆਉਂਦੀ । ਜਿਤਨਾ ਵੀ ਖਰਚਨ, ਵਰਤਨ, ਦਾਤਾਂ ਦੇਣ, ਉਹਨਾਂ ਦਾ ਖਜ਼ਾਨ ਸਦਾ ਹੀ ਭਰਿਆਂ ਰਹਿੰਦਾ ਹੈ ।

His true devotee may never realize any shortage of the blessings of the enlightenment of His Word from his day to day life. By sharing and utilizing in his day to day life, he never realizes any shortage or deficiency.

ਜਾ ਕਾ ਧਨੀ ਅਗਮ ਗੁਸਾਈ॥	jaa kaa Dhanee agam gusaa-ee.
ਮਾਨੁਖ ਕੀ ਕਹੁ ਕੇਤ ਚਲਾਈ॥੨॥	maanukh kee kaho kayt chalaa-ee. ||2||

ਜਿਸ ਦਾ ਰਖਵਾਲਾ ਸਰਬ ਕਲਾ ਸਮਰਥ ਪ੍ਰਭ ਆਪ ਹੀ ਬਣ ਜਾਂਦਾ ਹੈ । ਉਸ ਦੇ ਬਰਾਬਰ ਕਿਵੇਂ ਕੋਈ ਮਾਨਸ ਖੜ੍ਹਾ ਹੋ ਸਕਦਾ ਹੈ?

Whosoever may be accepted in the sanctuary, protection of The Omnipotent True Master! Who may stand against him or become comparable with his state of mind and with his status?

ਜਾ ਕੀ ਸੇਵਾ ਦਸ ਅਸਟ ਸਿਧਾਈ॥	jaa kee sayvaa das asat siDhaa-ee.
ਪਲਕ ਦਿਸਟਿ ਤਾ ਕੀ ਲਾਗਹੁ ਪਾਈ॥੩॥	palak disat taa kee laagahu paa-ee. ||3||

ਜਿਹੜਾ ਜੀਵ 18 ਕਰਾਮਾਤਾਂ ਵਾਲੇ ਸਿਧ ਦੀ ਸੇਵਾ ਕਰਦਾ ਹੈ । ਜੀਵ, ਉਸ ਦੇ ਇੱਕ ਪਲ ਲਈ ਵੀ ਚਰਨ ਪਕੜੋ!

Whosoever may serve the enlightened soul with 18 miracles, of His blessings. You should serve and adopt his teachings in your day to day life, that may be the right path of meditation.

ਜਾ ਕਉ ਦਇਆ ਕਰਹੁ ਮੇਰੇ ਸੁਆਮੀ॥	jaa ka-o da-i-aa karahu mayray su-aamee.
ਕਹੁ ਨਾਨਕ ਨਾਹੀ ਤਿਨ ਕਾਮੀ॥੪॥੨੮॥੭੯॥	kaho naanak naahee tin kaamee. ||4||28||79||

ਜਿਸ ਤੇ ਪ੍ਰਭ ਰਹਿਮਤ ਦੀ ਨਜ਼ਰ ਬਖਸ਼ਦਾ ਹੈ, ਉਸ ਨੂੰ ਕਿਸੇ ਕਿਸਮ ਦੀ ਕਮੀ ਨਹੀਂ ਹੋ ਸਕਦੀ ।

Whosoever may be blessed with the mercy and grace of The True Master. He may not realize any deficiency in his life. He remains fully contented with the blessings of The True Master.

149.ਆਸਾ ਮਹਲਾ ੫॥ 390- 5

ਜਉ ਮੈ ਅਪੁਨਾ ਸਤਿਗੁਰੁ ਧਿਆਇਆ॥	ja-o mai apunaa satgur Dhi-aa-i-aa.
ਤਬ ਮੇਰੈ ਮਨਿ ਮਹਾ ਸੁਖੁ ਪਾਇਆ॥੧॥	tab mayrai man mahaa sukh paa-i-aa.1

ਜਦੋਂ ਹੀ ਮੈ ਪ੍ਰਭ ਦੇ ਸ਼ਬਦ ਦੀ ਪਾਲਣ ਵਿੱਚ ਅਡੋਲ ਹੋ ਗਿਆ, ਮਨ ਵਿੱਚ ਪੂਰਨ ਸੰਤੋਖ ਵਸ ਗਿਆ ।

When my mind became steady and stable in obeying the teachings of His Word. I have become fully contented with His blessings.

ਮਿਟਿ ਗਈ ਗਣਤ ਬਿਨਾਸਿਉ ਸੰਸਾ॥	mit ga-ee ganat binaasi-o sansaa.
ਨਾਮਿ ਰਤੇ ਜਨ ਭਏ ਭਗਵੰਤਾ॥੧॥ ਰਹਾਉ॥	naam ratay jan bha-ay bhagvantaa. ||1|| rahaa-o.

ਜਿਹੜਾ ਦਾਸ ਪ੍ਰਭ ਦੇ ਸ਼ਬਦ ਵਿੱਚ ਲੀਨ ਹੋ ਜਾਂਦਾ ਹੈ । ਉਸ ਤੇ ਪ੍ਰਭ ਦੀ ਰਹਿਮਤ ਬਖਸ਼ਿਸ਼ ਹੋ ਜਾਂਦੀ ਹੈ । ਉਸ ਦਾ ਲੇਖਾ ਖਤਮ ਹੋ ਜਾਂਦਾ ਹੈ, ਭਰਮ ਨਾਸ਼ ਹੋ ਜਾਂਦੇ ਹਨ ।

Whosoever may meditate on the teachings of His Word and may enter into the void of His Word. He may be blessed with acceptance in His sanctuary. All his suspicions of worldly rituals may be eliminated and all sins of his previous lives may be forgiven by The True Master.

ਜਉ ਮੈ ਅਪੁਨਾ ਸਾਹਿਬੁ ਚੀਤਿ॥ ja-o mai apunaa saahib cheet.
ਤਉ ਭਉ ਮਿਟਿਓ ਮੇਰੇ ਮੀਤ॥੨॥ ta-o bha-o miti-o mayray meet. ||2||

ਜਦੋਂ ਮਨ ਵਿੱਚ ਪ੍ਰਭ ਦਾ ਸ਼ਬਦ ਜਾਗਰਤ ਹੋ ਗਿਆ, ਮੇਰੇ ਮਨ ਵਿਚੋਂ ਸਾਰੇ ਡਰ ਦਾ ਨਾਸ਼ ਹੋ ਗਿਆ ।

When I was blessed with the enlightenment of the teachings of His Word, all my fears of worldly desires have been eliminated forever.

ਜਉ ਮੈ ਓਟ ਗਹੀ ਪ੍ਰਭ ਤੇਰੀ॥ ja-o mai ot gahee parabh tayree.
ਤਾਂ ਪੂਰਨ ਹੋਈ ਮਨਸਾ ਮੇਰੀ॥੩॥ taaN pooran ho-ee mansaa mayree. ||3||

ਜਦੋਂ ਦਾ ਮੈਂ ਤੇਰੀ ਸ਼ਰਣ ਵਿੱਚ ਆਇਆ ਹਾ, ਸ਼ਬਦ ਨਾਲ ਜੀਵਨ ਢਲਿਆ ਹੈ । ਮੇਰੇ ਮਨ ਦੀਆਂ ਮੁਰਾਦਾਂ ਪੂਰੀਆਂ ਹੋ ਗਈਆਂ ਹਨ ।

By surrendering at Your sanctuary and by adopting the teachings of Your Word in my day to day life; all my hopes and desires have been fully satisfied. I am fully contented with Your mercy and grace.

ਦੇਖਿ ਚਲਿਤ ਮਨਿ ਭਏ ਦਿਲਾਸਾ॥ daykh chalit man bha-ay dilaasaa.
ਨਾਨਕ ਦਾਸ ਤੇਰਾ ਭਰਵਾਸਾ॥੪॥ naanak daas tayraa bharvaasaa.
੨੯॥੮੦॥ ||4||29||80||

ਪ੍ਰਭ ਤੇਰੇ ਕਰਤਬ ਦੇਖਕੇ ਮਨ ਅਚੰਭਾ ਹੋ ਗਿਆ ਹੈ । ਮਨ ਵਿੱਚ ਭਰੋਸਾ ਅਡੋਲ ਹੋ ਗਿਆ ਹੈ । ਹੁਣ ਮੇਰਾ ਮਨ ਕੇਵਲ ਇੱਕੋ ਇੱਕ ਪ੍ਰਭ ਦੇ ਕੀਤੇ ਤੇ ਹੀ ਭਰੋਸਾ ਅਡੋਲ ਰਖਦਾ ਹੈ ।

I am fascinated and astonished from the miracles of Your nature and I have become steady and stable on Your blessings. Now I have unshakable belief on Your blessings in my day to day life.

150.ਆਸਾ ਮਹਲਾ ੫॥ 390-9

ਅਨਦਿਨੁ ਮੂਸਾ ਲਾਜੁ ਟੁਕਾਈ॥ an-din moosaa laaj tukaa-ee.
ਗਿਰਤ ਕੂਪ ਮਹਿ ਖਾਹਿ ਮਿਠਾਈ॥੧॥ girat koop meh khaahi mithaa-ee. ||1||

ਦਿਨ ਰਾਤ ਮਾਨਸ, ਸੰਸਾਰਕ ਧੰਦੇ ਕਰਦਾ ਰਹਿੰਦਾ ਹੈ । ਮੌਤ ਦਾ ਚੂਹਾ, ਜੀਵਨ ਦੀ ਡੋਰੀ ਤੇ ਚੜ੍ਹਦਾ ਰਹਿੰਦਾ ਹੈ । ਅੰਤ ਵਿੱਚ ਸੰਸਾਰਕ ਮਾਇਆ ਦੇ ਮਿੱਠੇ ਜਾਲ ਵਿੱਚ ਫਸ ਜਾਂਦਾ ਹੈ ।

Human remains busy in his worldly chores of his day to day life. The mouse of devil of death, greed slowly and slowly climbs on the rope of his worldly life. In the end, he falls into the trap of sweet poison of greed.

ਸੋਚਤ ਸਾਚਤ ਰੈਨਿ ਬਿਹਾਨੀ॥ sochat saachat rain bihaanee.
ਅਨਿਕ ਰੰਗ ਮਾਇਆ ਕੇ ਚਿਤਵਤ, anik rang maa-i-aa kay chitvat,
ਕਬਹੂ ਨ ਸਿਮਰੈ ਸਾਰਿੰਗਪਾਨੀ॥ ੧॥ kabhoo na simrai saringpaanee. ||1||
ਰਹਾਉ॥ rahaa-o.

ਓਹ ਸੰਸਾਰਕ ਮਾਇਆ ਦੇ ਅਨੇਕਾਂ ਰੂਪਾਂ, ਅਨੇਕਾਂ ਕਿਸਮਾਂ ਦੇ ਅਨੰਦ ਬਾਬਤ ਸੋਚਦਾ ਹੈ, ਇਹਨਾਂ ਸੋਚਾਂ ਵਿੱਚ ਹੀ ਜੀਵਨ ਦਾ ਸਮਾਂ ਖਤਮ ਕਰ ਲੈਂਦਾ ਹੈ । ਪ੍ਰਭ ਦੇ ਸ਼ਬਦ ਦਾ ਸਿਮਰਨ ਕਰਨਾ ਮਨ ਵਿਚੋਂ ਭੁਲਾ ਛੱਡਦਾ ਹੈ । ਪ੍ਰਭ ਹੀ ਧਰਤੀ ਤੇ ਪੈਦਾ ਕੀਤੇ ਜੀਵਾਂ ਦੀ ਰਖਿਆ ਕਰਨ ਵਾਲਾ ਹੈ ।

He remains thinking about various types, colors of worldly wealth and pleasures and he may exhaust all his time on earth. He totally forgets to meditate and obey the teachings of His Word. The True Master is the only True Protector of all creatures of the universe.

ਦ੍ਰੁਮ ਕੀ ਛਾਇਆ darum kee chhaa-i-aa
ਨਿਹਚਲ ਗ੍ਰਿਹੁ ਬਾਂਧਿਆ॥ nihchal garihu baaNDhi-aa.
ਕਾਲ ਕੈ ਫਾਂਸਿ ਸਕਤ ਸਰੁ ਸਾਂਧਿਆ॥੨॥ kaal kai faaNs sakat sar saaNDhi-aa. 2

ਸੰਸਾਰਕ ਮਾਇਆ ਦੇ ਸੁਖਾਂ ਨੂੰ ਸਦਾ ਰਹਿਣ ਵਾਲਾ ਮੰਨਕੇ, ਆਪਣੇ ਜੀਵਨ ਦਾ ਢੰਗ ਇਸ ਅਨੁਸਾਰ ਢਾਲਦਾ ਹੈ । ਮੌਤ ਦਾ ਸੰਗਲ ਉਸ ਦੇ ਗਲ ਵਿੱਚ ਲਟਕਦਾ ਰਹਿੰਦਾ ਹੈ । ਸੰਸਾਰਕ ਮਾਇਆ ਦਾ ਤੀਰ, ਪ੍ਰਭਾਵ, ਸ਼ਕਤੀ ਉਸ ਨੂੰ ਆਪਣੇ ਕਾਬੂ ਵਿੱਚ ਰਖਦੀ ਹੈ ।

He believes that the comforts of worldly wealth will remain forever and he adopts those comforts of worldly wealth in his day to day life. The chain of devil of death remains in his neck all time. The arrow of worldly wealth overpowers and make him slave of worldly wealth.

ਬਾਲੂ ਕਨਾਰਾ ਤਰੰਗ ਮੁਖਿ ਆਇਆ॥	baaloo kanaaraa tarang mukh aa-i-aa.
ਸੋ ਥਾਨੁ ਮੂੜਿ ਨਿਹਚਲੁ ਕਰਿ ਪਾਇਆ॥	so thaan moorh nihchal kar paa-i-aa.
੩॥	||3||

ਸਮੁੰਦਰ ਦੇ ਕਿਨਾਰੇ ਦੀ ਰੇਤ, ਪਾਣੀ ਦੀਆਂ ਛੱਲਾ ਨਾਲ ਪਾਣੀ ਵਿੱਚ ਮਿਲ ਜਾਂਦੀ ਹੈ । ਇਸ ਤਰ੍ਹਾਂ ਹੀ ਜੀਵਨ ਦਾ ਸਮਾਂ ਸੰਸਾਰਕ ਇੱਛਾਂ ਵਿੱਚ ਬੀਤ ਜਾਂਦਾ ਹੈ । ਉਸ ਦੇ ਮਨ ਵਿੱਚ ਆਸ, ਇੱਛਾਂ ਰਹਿੰਦੀ ਹੈ, ਉਸ ਕੋਲ ਅਜੇ ਵੀ ਸਮਾਂ ਹੈ, ਉਸ ਦਾ ਮਾਨਸ ਜੀਵਨ ਸਦਾ ਰਹਿਣ ਵਾਲਾ ਹੈ । ਉਹ ਆਪਣੀਆਂ ਇੱਛਾਂ ਪੂਰੀਆਂ ਕਰ ਲਵੇਗਾ ।

As the sand of the shore of the ocean may be eroded with the waves of the ocean, the same way the life may be wasted in thinking about the worldly desires. Ignorant remains hopeful that he still has enough time to fulfill his desires. He believes that his body, human life is forever and he has enough time to fully fill his all desires.

ਸਾਧਸੰਗਿ ਜਪਿਓ ਹਰਿ ਰਾਇ॥	saaDhsang japi-o har raa-ay.
ਨਾਨਕ ਜੀਵੈ ਹਰਿ ਗੁਣ ਗਾਇ॥	naanak jeevai har gun gaa-ay.
੪॥੩੦॥੮੧॥	||4||30||81||

ਬੰਦਗੀ ਕਰਨ ਵਾਲਾ, ਸੰਤਾਂ ਦੀ ਸੰਗਤ ਵਿੱਚ ਪ੍ਰਭ ਦੇ ਸ਼ਬਦ ਦੀ ਉਸਤਤ ਦੇ ਗੁਣ ਗਾਉਂਦਾ ਰਹਿੰਦਾ ਹੈ । ਬੰਦਗੀ ਕਰਨ ਵਾਲੇ ਆਪਣਾ ਜੀਵਨ ਸ਼ਬਦ ਨਾਲ ਹੀ ਢਾਲਦਾ, ਬਤੀਤ ਕਰਦਾ ਹੈ ।

His true devotee remains in the association of His true devotee and sings the glory of His Word. He always adopts the teachings of His Word in his day to day life.

151.ਆਸਾ ਮਹਲਾ ੫ ਦੁਤੁਕੇ ੯॥ 390- 13

ਉਨ ਕੈ ਸੰਗਿ ਤੂ ਕਰਤੀ ਕੇਲ॥	un kai sang too kartee kayl.
ਉਨ ਕੈ ਸੰਗਿ ਹਮ ਤੁਮ ਸੰਗਿ ਮੇਲ॥	un kai sang ham tum sang mayl.
ਉਨ੍ ਕੈ ਸੰਗਿ ਤੁਮ ਸਭੁ ਕੋਊ ਲੋਰੈ॥	unH kai sang tum sabh ko-oo lorai.
ਓਸੁ ਬਿਨਾ ਕੋਊ ਮੁਖੁ ਨਹੀ ਜੋਰੈ॥੧॥	os binaa ko-oo mukh nahee jorai. ||1||

ਪ੍ਰਭ ਤੇਰੀ ਰਹਿਮਤ ਨਾਲ, ਸ਼ਬਦ ਦੀ ਪਾਲਣਾ ਨਾਲ ਹੀ ਆਤਮਾ ਜੀਵਨ ਦਾ ਖੇਲ ਕਰਦੀ, ਸੰਸਾਰਕ ਧੰਦੇ ਕਰਦੀ ਹੈ । ਸ਼ਬਦ ਦੀ ਪਾਲਣਾ ਨਾਲ ਹੀ ਸ਼ਬਦ ਦੀ ਸੋਝੀ, ਪ੍ਰਵਾਨਗੀ ਦੇ ਰਸਤੇ ਦੀ ਸੋਝੀ ਬਖਸ਼ਿਸ਼ ਹੋ ਜਾਂਦੀ ਹੈ । ਸ਼ਬਦ ਦੀ ਸੋਝੀ ਨਾਲ ਹੀ ਮਨ ਵਿੱਚ ਪ੍ਰਭ ਨੂੰ ਮਿਲਣ ਦੀ ਆਸ ਪ੍ਰਫੁੱਲਤ ਹੁੰਦੀ ਹੈ । ਪ੍ਰਭ ਦੇ ਸ਼ਬਦ ਦੀ ਸੋਝੀ, ਪਾਲਣਾ ਤੋ ਬਿਨਾਂ ਕੋਈ ਮੇਰੇ ਵੱਲ ਦੇਖਣਾ ਵੀ ਚਾਹੁੰਦਾ ।

My True Master with Your mercy and grace, I may obey the teachings of Your Word and performs all chores of worldly life. By adopting the teachings of Your Word in day to day life, I may be blessed with enlightenment of the teachings of Your Word and the right path of meditation, acceptance in Your court. With the enlightenment of Your Word, the desire and devotion to be accepted in Your court blossom within. Without the enlightenment of Your Word, no one even wants to look at or listen to me.

ਤੇ ਬੈਰਾਗੀ ਕਹਾ ਸਮਾਏ॥	tay bairaagee kahaa samaa-ay.
ਤਿਸੁ ਬਿਨੁ ਤੁਹੀ ਦੁਹੇਰੀ ਰੀ॥੧॥	tis bin tuhee duhayree ree. ||1||
ਰਹਾਉ॥	rahaa-o.

ਪ੍ਰਭ, ਜੀਵ ਦੀ ਵਿਰਾਗੀ, ਇੱਛਾਂ ਰਹਿਤ ਆਤਮਾ ਕਿਸ ਵਿੱਚ ਰਹਿੰਦੀ ਹੈ? ਤੇਰੇ ਤੋ ਬਿਨਾਂ ਉਸ ਦੀ ਦਰਦਨਾਕ ਅਵਸਥਾ ਹੀ ਹੁੰਦੀ ਹੈ ।

The soul in renunciation, beyond the reach of worldly desires; where may she reside and stay? Without Your sanctuary her condition remains very miserable.

ਉਨ੍ ਕੈ ਸੰਗਿ ਤੂ ਗ੍ਰਿਹ ਮਹਿ ਮਾਹਰਿ॥	unH kai sang too garih meh maahar.
ਉਨ੍ ਕੈ ਸੰਗਿ ਤੂ ਹੋਈ ਹੈ ਜਾਹਰਿ॥	unH kai sang too ho-ee hai jaahar.
ਉਨ੍ ਕੈ ਸੰਗਿ ਤੂ ਰਖੀ ਪਪੋਲਿ॥	unH kai sang too rakhee papol.
ਓਸੁ ਬਿਨਾ ਤੂੰ ਛੁਟਕੀ ਰੋਲਿ॥੨॥	os binaa tooN chhutkee rol. ||2||

ਤੇਰੀ ਰਹਿਮਤ ਨਾਲ ਮੇਰੀ ਆਤਮਾ ਆਪਣੇ ਤਨ ਦੀ ਮਾਲਕ ਬਣ ਜਾਂਦੀ ਹੈ । ਤੇਰੀ ਰਹਿਮਤ ਦੀ ਨਜ਼ਰ ਨਾਲ ਹੀ ਸਾਰੇ ਇਸ ਦਾ ਮਾਣ, ਇੱਜ਼ਤ ਕਰਦੇ ਹਨ । ਤੇਰੀ ਰਹਿਮਤ ਨਾਲ ਹੀ ਸੰਸਾਰ ਵਿੱਚ ਆਤਮਾ ਨੂੰ ਚਿੰਤਾਂ ਰਹਿਤ ਅਵਸਥਾ ਬਖਸ਼ਿਸ਼ ਹੁੰਦੀ ਹੈ । ਤੇਰੀ ਰਹਿਮਤ ਤੋ ਬਿਨਾਂ ਇਹ ਭਸਮ ਵਿੱਚ ਹੀ ਰਲ ਜਾਂਦੀ ਹੈ ।

With Your mercy and grace, my soul has become the owner, the controller of my own body and everyone in the universe may respect and honor her. My soul may be blessed worry free state of mind otherwise the soul may become a part of ashes.

ਉਨ੍ ਕੈ ਸੰਗਿ ਤੇਰਾ ਮਾਨੁ ਮਹਤੁ॥	unH kai sang tayraa maan mahat.
ਉਨ੍ ਕੈ ਸੰਗਿ ਤੁਮ ਸਾਕੁ ਜਗਤੁ॥	unH kai sang tum saak jagat.
ਉਨ੍ ਕੈ ਸੰਗਿ ਤੇਰੀ ਸਭ ਬਿਧਿ ਥਾਟੀ॥	unH kai sang tayree sabh biDh thaatee.
ਓਸੁ ਬਿਨਾ ਤੂੰ ਹੋਈ ਹੈ ਮਾਟੀ॥੩॥	os binaa tooN ho-ee hai maatee. ||3||

ਪ੍ਰਭ ਤੇਰੀ ਰਹਿਮਤ ਨਾਲ ਹੀ ਸੰਸਾਰ ਵਿੱਚ ਇਸ ਦੀ ਸੋਭਾ ਮਾਣ ਬਣਦਾ ਹੈ, ਸਾਕ ਸਬੰਧੀ ਮਿਲਦੇ ਹਨ । ਪ੍ਰਭ ਤੇਰੀ ਰਹਿਮਤ ਨਾਲ ਹੀ ਇਹ ਸ਼ਿੰਗਾਰ ਕਰਦੀ, ਖੇੜੇ ਵਿੱਚ ਰਹਿੰਦੀ ਹੈ । ਤੇਰੀ ਰਹਿਮਤ ਤੋ ਬਿਨਾਂ ਇਹ ਭਸਮ ਹੋ ਜਾਂਦੀ ਹੈ, ਮਿੱਟੀ ਵਿੱਚ ਰਲ ਜਾਂਦੀ ਹੈ ।

With Your mercy and grace, the soul may be blessed with honor, respect, family and relatives. With Your mercy and grace keeps uplifted and remains in blossom otherwise the soul may become a part of ashes.

ਓਹੁ ਬੈਰਾਗੀ ਮਰੈ ਨ ਜਾਇ॥	oh bairaagee marai na jaa-ay.
ਹੁਕਮੇ ਬਾਧਾ ਕਾਰ ਕਮਾਇ॥	hukmay baaDhaa kaar kamaa-
ਜੋੜਿ ਵਿਛੋੜੇ ਨਾਨਕ ਥਾਪਿ॥	ay.jorh vichhorhay naanak thaap.
ਅਪਨੀ ਕੁਦਰਤਿ ਜਾਣੈ ਆਪਿ॥੪॥੩੧॥੮੨॥	apnee kudrat jaanai aap. ||4||31||82||

ਸੰਸਾਰਕ ਇੱਛਾਂ ਰਹਿਤ ਆਤਮਾ ਜਨਮ ਮਰਨ ਦੇ ਚੱਕਰ ਵਿੱਚ ਨਹੀਂ ਰਹਿੰਦੀ । ਜੂੰਨਾਂ ਦੇ ਚੱਕਰ ਤੋ ਰਹਿਤ ਹੋ ਜਾਂਦੀ ਹੈ । ਤੇਰੇ ਸ਼ਬਦ ਅਨੁਸਾਰ ਜੀਵਨ ਦੇ ਧੰਦੇ ਕਰਦੀ ਹੈ । ਪ੍ਰਭ ਆਪ ਹੀ ਆਤਮਾ ਨੂੰ ਵੱਖਰੇ ਵੱਖਰੇ ਤਨ ਵਿੱਚ ਭੇਜਦਾ ਹੈ । ਆਪ ਹੀ ਆਪਣੇ ਵਿੱਚ ਅਲੋਪ ਕਰ ਲੈਂਦਾ ਹੈ, ਫਿਰ ਵਿਛੋੜਾ ਦੇਂਦਾ ਹੈ । ਪ੍ਰਭ ਆਪਣੀ ਕੁਦਰਤ ਪ੍ਰਭ ਆਪ ਹੀ ਜਾਣਦਾ ਹੈ । ਕੋਈ ਹੋਰ ਜਾਣ ਨਹੀਂ ਸਕਦਾ ।

Desireless soul, without any worldly desire, she may not remain in the cycle of birth and death. She may become beyond the reach of devil of death, cycle of birth and death. She always performs all worldly deeds as per Your Word. The True Master with His command sends the soul into different bodies of creatures. With His mercy and grace, she may be absorbed in His Holy Spirit, she may again be separated from Holy Spirit. Only, The Omniscient knows, no one else can fully comprehend His nature.

152.ਆਸਾ ਮਹਲਾ ੫॥ 390-19

ਨਾ ਓਹੁ ਮਰਤਾ ਨਾ ਹਮ ਡਰਿਆ॥ naa oh martaa naa ham dari-aa.
ਨਾ ਓਹੁ ਬਿਨਸੈ ਨਾ ਹਮ ਕੜਿਆ॥ naa oh binsai naa ham karhi-aa.
ਨਾ ਓਹੁ ਨਿਰਧਨੁ ਨਾ ਹਮ ਭੂਖੇ॥ naa oh nirDhan naa ham bhookhay.
ਨਾ ਓਸੁ ਦੂਖੁ ਨ ਹਮ ਕਉ ਦੂਖੇ॥੧॥ naa os dookh na ham ka-o dookhay. ||1||

ਜਿਹੜੀ ਆਤਮਾ ਪ੍ਰਭ ਦੀ ਸ਼ਰਣ ਵਿੱਚ ਪ੍ਰਵਾਨ ਹੋ ਜਾਂਦੀ ਹੈ, ਉਹ ਆਤਮਾ ਮਰਦੀ ਨਹੀਂ, ਉਹ ਨਾਸ਼ ਨਹੀਂ ਹੁੰਦੀ, ਇਸ ਕਰਕੇ ਮੈਨੂੰ ਕੋਈ ਡਰ ਨਹੀਂ ਰਹਿੰਦਾ । ਉਸ ਦੀ ਆਤਮਾ ਗਰੀਬ ਨਹੀਂ ਹੁੰਦੀ, ਇਸ ਕਰਕੇ ਮੈਨੂੰ ਕਦੇ ਸੋਗ ਨਹੀਂ ਹੁੰਦਾ, ਕਦੇ ਕਿਸ ਕਿਸਮ ਦਾ ਲਾਲਚ, ਭੁੱਖ ਨਹੀਂ ਰਹਿੰਦੀ । ਉਸ ਨੂੰ ਕੋਈ ਚਿੰਤਾ ਨਹੀਂ ਹੁੰਦੀ, ਇਸ ਕਰਕੇ ਕੋਈ ਦੂਖ ਨਹੀਂ ਹੁੰਦਾ ।

Whosoever may be accepted in His sanctuary, his cycle of birth and death may be eliminated, his soul never dies, she may immerse into The Holy Spirit. She may not have any fear. The soul is never poor, that is why soul never have any grievances. She does not have any worldly greed or hunger for anything or any worldly achievement, she remains beyond any worries and worldly miseries.

ਅਵਰੁ ਨ ਕੋਊ ਮਾਰਨਵਾਰਾ॥ avar na ko-oo maaranvaaraa.
ਜੀਅਉ ਹਮਾਰਾ ਜੀਉ ਦੇਨਹਾਰਾ॥੧॥ ਰਹਾਉ॥ jee-a-o hamaaraa jee-o daynhaaraa. ||1|| rahaa-o.

ਜੀਵ ਦੀ ਮੌਤ ਕੇਵਲ ਪ੍ਰਭ ਦੇ ਵੱਸ ਵਿੱਚ ਹੀ ਹੈ, ਹੋਰ ਕੋਈ ਮੌਤ ਦੇਣ ਵਾਲਾ ਨਹੀਂ ਹੁੰਦਾ । ਉਹ ਹੀ ਸਵਾਸਾਂ ਦਾ ਮਾਲਕ, ਜੀਵਨ ਦਾ ਆਸਰਾ ਹੁੰਦਾ ਹੈ ।

Death of a creature is only under His command, mercy and grace. No one else can avoid or change the time of death. The True Master is the sole controller of his breaths and the support of day to day life.

ਨਾ ਉਸੁ ਬੰਧਨ ਨਾ ਹਮ ਬਾਧੇ॥ naa us banDhan naa ham baaDhay.
ਨਾ ਉਸੁ ਧੰਧਾ ਨਾ ਹਮ ਧਾਧੇ॥ naa us DhanDhaa naa ham DhaaDhay.
ਨਾ ਉਸੁ ਮੈਲੁ ਨ ਹਮ ਕਉ ਮੈਲਾ॥ naa us mail na ham ka-o mailaa.
ਓਸੁ ਅਨੰਦੁ ਤ ਹਮ ਸਦ ਕੇਲਾ॥੨॥ os anand ta ham sad kaylaa. ||2||

ਜਿਹੜੀ ਆਤਮਾ ਪ੍ਰਭ ਦੀ ਸ਼ਰਣ ਵਿੱਚ ਪ੍ਰਵਾਨ ਹੋ ਜਾਂਦੀ ਹੈ । ਜਿਵੇਂ ਪ੍ਰਭ ਦਾ ਕਿਸੇ ਨਾਲ ਮੋਹ ਨਹੀਂ ਹੁੰਦਾ, ਆਤਮਾ ਵੀ ਮੋਹ ਰਹਿਤ ਹੋ ਜਾਂਦੀ ਹੈ । ਜਿਵੇਂ ਪ੍ਰਭ ਦਾ ਸੰਸਾਰ ਵਿੱਚ ਹੋਰ ਕੋਈ ਧੰਦਾ ਨਹੀਂ ਹੁੰਦਾ, ਇਸ ਤਰ੍ਹਾਂ ਉਸ ਆਤਮਾ ਦਾ ਵੀ ਕੋਈ ਸੰਸਾਰਕ ਧੰਦਾ, ਜਾਲ ਨਹੀਂ ਰਹਿੰਦਾ । ਪ੍ਰਭ ਦੀ ਜੋਤ ਨੂੰ ਕਦੇ ਕੋਈ ਮੈਲ ਨਹੀਂ ਲੱਗਦੀ, ਇਸ ਤਰ੍ਹਾਂ ਉਸ ਆਤਮਾ ਨੂੰ ਵੀ ਕੋਈ ਸੰਸਾਰਕ ਮਾਇਆ ਰੂਪੀ ਦਾਗ਼ ਨਹੀਂ ਲੱਗਦਾ । ਪ੍ਰਭ ਸਦਾ ਹੀ ਖੇੜੇ ਵਿੱਚ ਰਹਿੰਦਾ ਹੈ, ਇਸ ਤਰ੍ਹਾਂ ਉਸ ਦੀ ਆਤਮਾ ਵੀ ਸੰਤੋਖ ਵਿੱਚ ਖੇੜੇ ਵਿੱਚ ਵਸਦੀ ਹੈ ।

Whosoever may be accepted in His sanctuary, his soul becomes beyond desires and attachments as The True Master always remain beyond the reach of emotional attachments of His creation. As, The True Master does not have any other worldly chores, the same way his soul may not have no other purpose of her human life journey accept meditating and adopting the teachings of His Word. As the Holy Spirit always remains blemish free, same way his soul becomes beyond the reach of the blemish of worldly desires. As, The True Master always remains in blossom, the same way his soul always remains fully contented and blossom with her worldly environment.

ਨਾ ਉਸੁ ਸੋਚੁ ਨ ਹਮ ਕਉ ਸੋਚਾ॥ naa us soch na ham ka-o sochaa.
ਨਾ ਉਸੁ ਲੇਪੁ ਨ ਹਮ ਕਉ ਪੋਚਾ॥ naa us layp na ham ka-o pochaa.
ਨਾ ਉਸੁ ਭੂਖ ਨ ਹਮ ਕਉ ਤ੍ਰਿਸਨਾ॥ naa us bhookh na ham ka-o tarisnaa.
ਜਾ ਉਹੁ ਨਿਰਮਲੁ ਤਾਂ ਹਮ ਜਚਨਾ॥੩॥ jaa uho nirmal taaN ham jachnaa. ||3||

ਪ੍ਰਭ ਨੂੰ ਕਿਸੇ ਕਿਸਮ ਦੀ ਚਿੰਤਾ ਨਹੀਂ ਹੁੰਦੀ, ਉਸ ਆਤਮਾ ਨੂੰ ਵੀ ਕੋਈ ਇੱਛਾਂ, ਚਿੰਤਾ ਨਹੀਂ ਰਹਿੰਦੀ । ਪ੍ਰਭ ਦੀ ਜੋਤ ਵਿੱਚ ਕੋਈ ਖੋਟ ਨਹੀਂ ਹੁੰਦੀ, ਉਸ ਆਤਮਾ ਨੂੰ ਵੀ ਕੋਈ ਦਾਗ਼ ਨਹੀਂ ਲੱਗਦਾ । ਪ੍ਰਭ ਦੀ ਜੋਤ ਵਿੱਚ ਕੋਈ ਲਾਲਚ ਨਹੀਂ ਹੁੰਦਾ, ਉਸ ਆਤਮਾ ਵਿੱਚ ਵੀ ਕੋਈ ਸੰਸਾਰਕ ਇੱਛਾਂ ਨਹੀਂ ਰਹਿੰਦੀ । ਪ੍ਰਭ ਪਵਿਤ੍ਰ ਹੈ, ਉਸ ਜੋਤ ਵਿੱਚ ਕੇਵਲ ਪਵਿਤ੍ਰ ਆਤਮਾ ਹੀ ਅਲੋਪ ਹੋ ਸਕਦੀ ਹੈ ।

As, The True Master does not have any kind of worldly worries, any anxiety, same way his soul becomes beyond the reach of worldly desires, frustrations and worries. As, The Holy spirit does not have any evil thoughts, same way the soul remains blemish free. As, The Holy Spirit does not have any greed in her state of mind, same way the soul becomes beyond the reach of any greed, worldly desire. The Holy spirit is sanctified only be sanctified soul may immerse in The Holy spirit.

ਹਮ ਕਿਛੁ ਨਾਹੀ ਏਕੈ ਓਹੀ॥ ham kichh naahee aykai ohee.
ਆਗੈ ਪਾਛੈ ਏਕੋ ਸੋਈ॥ aagai paachhai ayko so-ee.
ਨਾਨਕ ਗੁਰਿ ਖੋਏ ਭ੍ਰਮ ਭੰਗਾ॥ naanak gur kho-ay bharam bhangaa.
ਹਮ ਓਇ ਮਿਲਿ ਹੋਏ ਇਕ ਰੰਗਾ॥੪॥ ham o-ay mil ho-ay ik rangaa.
੩੨॥੮੩॥ ||4||32||83||

ਆਤਮਾ ਦੀ ਕੋਈ ਆਪਣੀ ਹੋਂਦ ਨਹੀਂ ਹੁੰਦੀ, ਕੇਵਲ ਇੱਕੋ ਇੱਕ ਪ੍ਰਭ ਦੀ ਜੋਤ ਹੀ ਹੁੰਦੀ ਹੈ । ਇਸ ਸੰਸਾਰ ਵਿੱਚ ਅਤੇ ਮੌਤ ਪਿਛੋਂ ਉਹ ਹੀ ਅਟੱਲ ਰਹਿੰਦਾ ਹੈ, ਵਾਪਰਦਾ ਹੈ । ਅਸਲੀ ਗੁਰੂ, ਸ਼ਬਦ ਦੀ ਸੋਝੀ ਨੇ ਇਹ ਸਾਰੇ ਭਰਮ ਦੂਰ ਕਰ ਦਿੱਤੇ ਹਨ । ਬੰਦਗੀ ਕਰਨ ਵਾਲੀ ਆਤਮਾ ਸ਼ਬਦ ਦੀ ਸਮਾਧੀ ਵਿੱਚ ਵਸਦੀ ਹੈ । ਉਸ ਦਾ ਹੀ ਰੂਪ ਬਣ ਜਾਂਦੀ ਹੈ, ਉਸ ਵਿੱਚ ਹੀ ਅਭੇਦ ਹੋ ਜਾਂਦੀ ਹੈ ।

The soul of every creature does not have any unique own identity, only the identity of the Holy Spirit remains with her soul and she remains as a part of the Holy Spirit. The Holy Spirit prevails in the universe and also after death. With the enlightenment of His Word, all suspicions of worldly rituals may be eliminated from mind. His true devotee always remains in meditation in the void of His Word. She may become the symbol of The True Master and immerse in the Holy Spirit.

153.ਆਸਾ ਮਹਲਾ ੫॥ 391- 6

ਅਨਿਕ ਭਾਂਤਿ ਕਰਿ ਸੇਵਾ ਕਰੀਐ॥ anik bhaaNt kar sayvaa karee-ai.
ਜੀਉ ਪ੍ਰਾਨ ਧਨੁ ਆਗੈ ਧਰੀਐ॥ jee-o paraan Dhan aagai Dharee-ai.
ਪਾਨੀ ਪਖਾ ਕਰਉ ਤਜਿ ਅਭਿਮਾਨੁ॥ paanee pakhaa kara-o taj abhimaan.
ਅਨਿਕ ਬਾਰ ਜਾਈਐ ਕੁਰਬਾਨੁ॥੧॥ anik baar jaa-ee-ai kurbaan. ||1||

ਪ੍ਰਭ ਦੀ ਅਨੇਕਾਂ ਤਰ੍ਹਾਂ ਸੇਵਾ, ਪੂਜਾ ਕਰੋ! ਆਪਣੀ ਆਤਮਾ, ਸਵਾਸ, ਆਪਣੀ ਹੈਸੀਅਤ ਉਸ ਅੱਗੇ ਭੇਟਾ ਕਰ ਦੇਵੋ! ਆਪਣੇ ਮਨ ਦੇ ਅਹੰਕਾਰ ਨੂੰ ਤਿਆਗ ਕੇ ਪ੍ਰਭ ਦੇ ਸ਼ਬਦ ਦੀ ਪਾਲਣਾ ਕਰੋ! ਉਸ ਦੀ ਸਾਜੀ ਹੋਈ ਸ੍ਰਿਸ਼ਟੀ ਦੀ ਸੇਵਾ ਕਰੋ! ਉਸ ਦੀਆਂ ਦਾਤਾਂ, ਕੁਦਰਤ ਤੋ ਬਾਰ ਬਾਰ ਕੁਰਬਾਨ ਜਾਵੋ! ਧੰਨ ਧੰਨ ਹੀ ਕਹਿੰਦੇ ਰਹੋ!

You should meditate and worship The True Master with all techniques and methods known to you. You should surrender your soul, your breaths and your worldly status at the service of The True Master, His creation. You should abandon your ego and adopt the teachings of His

Word wholeheartedly with steady and stable belief. While serving His creation, always remain fascinated and astonished from the miracles of His nature and claim Him as the greatest of All.

ਸਾਈ ਸੁਹਾਗਣਿ ਜੋ ਪ੍ਰਭ ਭਾਈ॥	saa-ee suhaagan jo parabh bhaa-ee.
ਤਿਸ ਕੈ ਸੰਗਿ ਮਿਲਉ ਮੇਰੀ ਮਾਈ॥ ੧॥	tis kai sang mila-o mayree maa-ee. ||1||
ਰਹਾਉ॥	rahaa-o.

ਜਿਹੜੀ ਆਤਮਾ ਪ੍ਰਭ ਨੂੰ ਭਾਉਂਦੀ ਹੈ, ਕੇਵਲ ਉਹ ਹੀ ਆਤਮਾ ਭਾਗਾਂ ਵਾਲੀ ਹੁੰਦੀ, ਬਣ ਜਾਂਦੀ ਹੈ । ਜਿਸ ਦੀ ਸ਼ਬਦ ਦੀ ਕਮਾਈ ਪ੍ਰਭ ਦੇ ਪ੍ਰਵਾਨ ਹੋ ਜਾਂਦੀ ਹੈ । ਜੀਵ ਉਸ ਦਾ ਸਾਥ ਕਰੋ, ਉਸ ਦੇ ਜੀਵਨ ਦੇ ਅਧਾਰ ਤੇ ਆਪਣਾ ਜੀਵਨ ਢਾਲੋ!

Whose meditation may be acceptable to The True Master, he may become very fortunate and accepted in His sanctuary. His earnings of His Word may be accepted in His court. You should always associate with him and adopt the teachings of his life in your own life

ਦਾਸਨਿ ਦਾਸੀ ਕੀ ਪਨਿਹਾਰਿ॥	daasan daasee kee panihaar.
ਉਨ੍ ਕੀ ਰੇਣੁ ਬਸੈ ਜੀਅ ਨਾਲਿ॥	unH kee rayn basai jee-a naal.
ਮਾਥੈ ਭਾਗੁ ਤ ਪਾਵਉ ਸੰਗੁ॥	maathai bhaag ta paava-o sang.
ਮਿਲੈ ਸੁਆਮੀ ਅਪੁਨੈ ਰੰਗਿ॥੨॥	milai su-aamee apunai rang. ||2||

ਜੀਵ ਆਪਣੀ ਆਤਮਾ ਨੂੰ ਪ੍ਰਭ ਦੇ ਬੰਦਗੀ ਕਰਨ ਵਾਲੇ ਦਾਸਾਂ ਦੀ ਗੁਲਾਮ, ਚਾਕਰ ਬਣਾਵੋ! ਆਪਣੀ ਆਤਮਾ ਵਿੱਚ ਉਹਨਾਂ ਦੇ ਚਰਨਾਂ ਦੀ ਧੂੜ ਰੂਪੀ ਖਜ਼ਾਨਾ ਇਕੱਠਾ ਕਰੋ! ਪਹਿਲੇ ਲਿਖੇ ਭਾਗਾਂ ਨਾਲ ਹੀ ਉਹਨਾਂ ਦਾਸਾਂ ਦੀ ਸੰਗਤ ਬਖਸ਼ਿਸ਼ ਹੁੰਦੀ ਹੈ । ਪ੍ਰਭ ਦੇ ਸ਼ਬਦ ਨਾਲ ਲਗਨ ਨਾਲ ਹੀ ਪ੍ਰਭ ਦੇ ਸ਼ਬਦ ਦੀ ਸੋਝੀ ਬਖਸ਼ਿਸ਼ ਹੁੰਦੀ ਹੈ । ਪ੍ਰਭ ਨਾਲ ਸੰਜੋਗ ਬਣਦਾ ਹੈ ।

You should make your soul a slave of His true devotee. You should collect the earnings of His Word, the dust of the feet of His true devotee, lesson from his way of life. Only with pre-written destiny the association of His true devotee may be blessed. By adopting the teachings of His Word wholeheartedly with the steady and stable belief in day to day life; The merciful God may enlighten the teachings of His Word from within. He may bd guided on the right path of His acceptance.

ਜਾਪ ਤਾਪ ਦੇਵਉ ਸਭ ਨੇਮਾ॥	jaap taap dayva-o sabh naymaa.
ਕਰਮ ਧਰਮ ਅਰਪਉ ਸਭ ਹੋਮਾ॥	karam Dharam arpa-o sabh homaa.
ਗਰੁਬ ਮੋਹੁ ਤਜਿ ਹੋਵਉ ਰੇਨ॥	garab moh taj hova-o rayn.
ਉਨ੍ ਕੈ ਸੰਗਿ ਦੇਖਉ ਪ੍ਰਭੁ ਨੈਨ॥੩॥	unH kai sang daykh-a-u parabh nain. ||3||

ਉਸ ਦੇ ਸ਼ਬਦ ਦਾ ਹੀ ਸਿਮਰਨ, ਪੂਜਾ ਕਰਦਾ, ਧਰਮ ਦੇ ਰੀਤੀ ਰੀਵਾਜ ਕਰਦਾ ਹਾ । ਮਨ ਦੇ ਧੀਰਜ, ਸ੍ਰਿਸ਼ਟੀ ਦੀ ਭਲਾਈ ਦੇ ਕੰਮਾਂ ਨਾਲ ਆਪਣੀ ਜ਼ਮੀਰ ਦੀ ਧੂਪ ਜਲਾਉਂਦਾ ਹਾ । ਮੈਂ ਆਪਣੇ ਮਨ ਦੇ ਅਹੰਕਾਰ ਅਤੇ ਸੰਸਾਰਕ ਮੋਹ ਨੂੰ ਤਿਆਗਣ ਨਾਲ, ਸੰਤਾਂ ਦੇ ਚਰਨਾਂ ਦੀ ਧੂੜ ਵਾਲੀ, ਨਿਮ੍ਰਤਾ ਵਾਲੀ ਅਵਸਥਾ ਬਖਸ਼ਿਸ਼ ਹੋਈ ਹੈ । ਸੰਸਾਰਕ ਜੀਵਨ ਬਤੀਤ ਕਰਦਾ ਹੋਇਆ, ਪ੍ਰਭ ਦੀ ਹੋਂਦ ਮਹਿਸੂਸ ਕਰਦਾ ਹਾ।

I meditate and worship the teachings of Your Word; I also performs the worldly rituals so I may not hurt the feeling of anyone else. With patience performs the good deeds for the welfare of mankind to keep my soul sanctified. I have abandoned my ego, my attachments and possessions. The merciful has blessed me a humble state of mind as the dust of the feet of His true devotee. I have realized the His existence in my day to day life.

ਨਿਮਖ ਨਿਮਖ ਏਹੀ ਆਰਾਧਉ॥ nimakh nimakh ayhee aaraaDha-o.
ਦਿਨਸੁ ਰੈਣਿ ਏਹ ਸੇਵਾ ਸਾਧਉ॥ dinas rain ayh sayvaa saaDha-o.
ਭਏ ਕ੍ਰਿਪਾਲ ਗੁਪਾਲ ਗੋਬਿੰਦ॥ bha-ay kirpaal gupaal gobind.
ਸਾਧਸੰਗਿ ਨਾਨਕ ਬਖਸਿੰਦ॥੪॥੩੩॥੮੪॥ saaDhsang naanak bakhsind. ||4||33||84||

ਹਰ ਪਲ, ਸਵਾਸ ਗਰਾਸ ਪ੍ਰਭ ਦੇ ਸ਼ਬਦ ਦੀ ਪਾਲਣਾ, ਸਿਮਰਨ ਕਰਦਾ, ਧੰਨਵਾਦ ਹੀ ਗਾਉਂਦਾ ਹਾ। ਸ੍ਰਿਸ਼ਟੀ ਦੇ ਮਾਲਕ ਦੀ ਰਹਿਮਤ ਨਾਲ ਬੰਦਗੀ ਕਰਨ ਵਾਲੇ ਸੰਤਾਂ ਦੀ ਸੰਗਤ ਬਖਸ਼ਿਸ਼ ਹੋਈ ਹੈ। ਉਹਨਾਂ ਦੇ ਜੀਵਨ ਦੀ ਸਿਖਿਆ ਨਾਲ ਜੀਵਨ ਢਾਲਣ ਨਾਲ, ਪ੍ਰਭ ਅਨੇਕਾਂ ਜੂੰਨਾਂ ਦੇ ਪਾਪਾਂ ਦਾ ਲੇਖਾ ਬਖਸ਼ ਦੇਂਦਾ ਹੈ।

With each and every breath, I meditate, obey and sing the glory of the teachings of His Word. With His mercy and grace, I am blessed with the association of His true devotee. By adopting the teachings of his life in my own life, The True Master may forgive all sins and may satisfies all accounts of past deeds.

154.ਆਸਾ ਮਹਲਾ ੫॥ 391- 13

ਪ੍ਰਭ ਕੀ ਪ੍ਰੀਤਿ ਸਦਾ ਸੁਖੁ ਹੋਇ॥ parabh kee pareet sadaa sukh ho-ay.
ਪ੍ਰਭ ਕੀ ਪ੍ਰੀਤਿ ਦੁਖੁ ਲਗੈ ਨ ਕੋਇ॥ parabh kee pareet dukh lagai na ko-ay.
ਪ੍ਰਭ ਕੀ ਪ੍ਰੀਤਿ ਹਉਮੈ ਮਲੁ ਖੋਇ॥ parabh kee pareet ha-umai mal kho-ay.
ਪ੍ਰਭ ਕੀ ਪ੍ਰੀਤਿ ਸਦ ਨਿਰਮਲ ਹੋਇ॥੧॥ parabh kee pareet sad nirmal ho-ay. ||1||

ਪ੍ਰਭ ਦੇ ਸ਼ਬਦ ਦੇ ਲੜ ਲਗਨ ਨਾਲ ਮਨ ਵਿੱਚ ਸਦਾ ਹੀ ਸੰਤੋਖ, ਸੁਖ ਰਹਿੰਦਾ ਹੈ। ਸ਼ਬਦ ਦੀ ਪਾਲਣਾ ਕਰਦੀ ਆਤਮਾ ਨੂੰ ਸੰਸਾਰਕ ਇੱਛਾਂ ਦੀ ਭਟਕਣ ਪਰੇਸ਼ਾਨ ਨਹੀਂ ਕਰਦੀ। ਪ੍ਰਭ ਦੇ ਸ਼ਬਦ ਦੀ ਪਾਲਣਾ ਕਰਨ ਨਾਲ ਮਨ ਵਿਚੋਂ ਅਹੰਕਾਰ ਤੇ ਜਿੱਤ ਬਖਸ਼ਿਸ਼ ਹੋ ਜਾਂਦੀ ਹੈ। ਅਹੰਕਾਰ ਦੀ ਮੈਲ ਮਨ ਵਿਚੋਂ ਧੋਤੀ ਜਾਂਦੀ ਹੈ। ਪ੍ਰਭ ਦੇ ਸਬਦ ਦੀ ਲਗਨ ਨਾਲ ਮਨ ਸਦਾ ਲਈ ਪਵਿਤ੍ਰ ਹੋ ਜਾਂਦਾ ਹੈ।

By meditating on the teachings of His Word, my mind experiences contentment, patience and comfort all worldly conditions. Whosoever may adopt the teachings of His Word, he may remain beyond the reach of worldly desires and frustrations in his human life journey. He may be blessed and conquers the ego of his worldly status. The blemish of ego may be eliminated from his soul. With devotion and dedication to adopt the teachings of His Word, his mind and soul may be sanctified forever.

ਸੁਨਹੁ ਮੀਤ ਐਸਾ ਪ੍ਰੇਮ ਪਿਆਰੁ॥ sunhu meet aisaa paraym pi-aar.
ਜੀਅ ਪ੍ਰਾਨ ਘਟ ਘਟ ਆਧਾਰੁ॥੧॥ ਰਹਾਉ॥ jee-a paraan ghat ghat aaDhaar. ||1|| rahaa-o.

ਪ੍ਰਭ ਨੂੰ ਇਸ ਤਰ੍ਹਾਂ ਦੀ ਪ੍ਰੀਤ ਕਰੋ! ਪ੍ਰਭ ਹੀ ਹਰਇੱਕ ਮਨ ਵਿੱਚ ਵਸਦਾ, ਸਵਾਸਾਂ ਦਾ ਮਾਲਕ, ਜੀਵਨ ਦਾ ਅਧਾਰ ਹੈ।

You should have such a devotion in meditation. He dwells in each and every body of the creature. He is The True Master of breaths and His Word is the guiding principle of day to day life.

ਪ੍ਰਭ ਕੀ ਪ੍ਰੀਤਿ ਭਏ ਸਗਲ ਨਿਧਾਨ॥ parabh kee pareet bha-ay sagal niDhaan.
ਪ੍ਰਭ ਕੀ ਪ੍ਰੀਤਿ ਰਿਦੈ ਨਿਰਮਲ ਨਾਮ॥ parabh kee pareet ridai nirmal naam.
ਪ੍ਰਭ ਕੀ ਪ੍ਰੀਤਿ ਸਦ ਸੋਭਾਵੰਤ॥ parabh kee pareet sad sobhaavant.
ਪ੍ਰਭ ਕੀ ਪ੍ਰੀਤਿ ਸਭ ਮਿਟੀ ਹੈ ਚਿੰਤ॥੨॥ parabh kee pareet sabh mitee hai chint. ||2||

ਪ੍ਰਭ ਦੇ ਸ਼ਬਦ ਦੀ ਪਾਲਣਾ ਕਰਨ ਨਾਲ ਮਨ ਸ਼ਬਦ ਦੀ ਸੋਝੀ, ਗਿਆਨ ਨਾਲ ਭਰ ਜਾਂਦਾ, ਸਾਰੇ ਸੋਝੀ ਦੇ ਖਜ਼ਾਨੇਂ ਬਖਸ਼ਿਸ਼ ਹੋ ਜਾਂਦੇ ਹਨ । ਪ੍ਰਭ ਦੇ ਸ਼ਬਦ ਦੀ ਪਾਲਣਾ ਨਾਲ ਆਤਮਾ ਸੋਭਾ ਯੋਗ ਬਣ ਜਾਂਦੀ ਹੈ । ਮਨ ਵਿੱਚ ਸੰਤੋਖ ਵਸ ਜਾਂਦਾ, ਮਨ ਇੱਛਾਂ ਰਹਿਤ ਹੋ ਜਾਂਦਾ ਹੈ ।

By obeying the teachings of His Word, he may be overwhelmed with the enlightenment of His Word and blessed with all treasures of the enlightenment of His Word. His soul may become worthy of His concentration. By devotionally meditating and obeying the teachings of His Word, he may be blessed with contentment and becomes beyond the reach of worldly desires.

ਪ੍ਰਭ ਕੀ ਪ੍ਰੀਤਿ ਇਹੁ ਭਵਜਲੁ ਤਰੈ॥	parabh kee pareet ih bhavjal tarai.
ਪ੍ਰਭ ਕੀ ਪ੍ਰੀਤਿ ਜਮ ਤੇ ਨਹੀ ਡਰੈ॥	parabh kee pareet jam tay nahee darai.
ਪ੍ਰਭ ਕੀ ਪ੍ਰੀਤਿ ਸਗਲ ਉਧਾਰੈ॥	parabh kee pareet sagal uDhaarai.
ਪ੍ਰਭ ਕੀ ਪ੍ਰੀਤਿ ਚਲੈ ਸੰਗਾਰੈ॥੩॥	parabh kee pareet chalai sangaaray. ||3||

ਪ੍ਰਭ ਦੇ ਸ਼ਬਦ ਦੀ ਪਾਲਣਾ ਨਾਲ, ਪ੍ਰੀਤ ਨਾਲ ਜੀਵ ਸੰਸਾਰਕ ਸਾਗਰ ਪਾਰ ਕਰ ਜਾਂਦਾ, ਮਨ ਵਿਚੋਂ ਮੌਤ ਦਾ ਡਰ ਖਤਮ ਹੋ ਜਾਂਦਾ ਹੈ । ਪ੍ਰਭ ਦੀ ਪ੍ਰੀਤ, ਸ਼ਬਦ ਦੀ ਪਾਲਣਾ ਕਰਨ ਵਾਲੇ ਸਾਰੇ ਹੀ ਬਚ ਜਾਂਦੇ ਹਨ । ਪ੍ਰਭ ਦੇ ਸ਼ਬਦ ਦੀ ਕਮਾਈ ਸਦਾ ਹੀ ਸਾਥ ਰਹਿੰਦੀ ਹੈ, ਹਰ ਥਾਂ ਤੇ ਸਹਾਈ ਹੁੰਦੀ ਹੈ ।

By devotionally adopting the teachings of His Word with steady and stable belief, his soul may be saved from the worldly ocean of the desires and his fear of death may be eliminated forever. Whosoever may meditate and adopt the teachings of His Word, he may be blessed with right path of meditation and saved. The wealth of His Word always remains companion of the soul in worldly life and also after death in His court.

ਆਪਹੁ ਕੋਈ ਮਿਲੈ ਨ ਭੂਲੈ॥	aaphu ko-ee milai na bhoolai.
ਜਿਸੁ ਕ੍ਰਿਪਾਲੁ ਤਿਸੁ ਸਾਧਸੰਗਿ ਘੁਲੈ॥	jis kirpaal tis saaDhsang ghoolai.
ਕਹੁ ਨਾਨਕ ਤੇਰੈ ਕੁਰਬਾਣੁ॥	kaho naanak tayrai kurbaan.
ਸੰਤ ਓਟ ਪ੍ਰਭ ਤੇਰਾ ਤਾਣੁ॥	sant ot parabh tayraa taan.
੪॥੩੪॥੮੫॥	||4||34||85||

ਜੀਵ ਆਪਣੇ ਯਤਨਾਂ ਨਾਲ, ਬੰਦਗੀ ਕਰਨ ਨਾਲ ਨਾ ਕੋਈ ਪ੍ਰਵਾਨ ਹੁੰਦਾ, ਨਾ ਹੀ ਕੋਈ ਪ੍ਰਭ ਨਾਲੋ ਵਿਛੜਦਾ ਹੈ । ਕੇਵਲ ਪ੍ਰਭ ਦੀ ਰਹਿਮਤ ਨਾਲ ਹੀ ਬੰਦਗੀ ਕਰਨ ਵਾਲੇ ਦੀ ਸੰਗਤ ਬਖਸ਼ਿਸ਼ ਹੁੰਦੀ ਹੈ, ਉਹ ਸ਼ਬਦ ਨਾਲ ਜੀਵਨ ਢਾਲਦਾ ਹੈ । ਬੰਦਗੀ ਕਰਨ ਵਾਲੇ ਸਦਾ ਹੀ ਪ੍ਰਭ ਦੀ ਕੁਦਰਤ ਤੋ ਕੁਰਬਾਨ ਜਾਂਦੇ ਹਨ । ਪ੍ਰਭ ਹੀ ਬੰਦਗੀ ਕਰਨ ਵਾਲੇ ਦਾ ਆਸਰਾ, ਬਲ, ਸ਼ਕਤੀ ਬਣ ਜਾਂਦਾ ਹੈ । ਉਸ ਨੂੰ ਸ਼ਬਦ ਦੀ ਪਾਲਣਾ ਤੇ ਅਡੋਲ ਰਖਦਾ ਹੈ ।

By your own efforts and meditation, no one may be accepted in His sanctuary nor anyone may be separated or guided on the wrong path. Only with His mercy and grace, the association of His true devotee may be blessed and he may be able to adopt the teachings of His Word in his day to day life. His true devotee always remains fascinated, astonished from His nature, miracles. The earnings of His Word become the strength, power and support of His true devotee. The True Master keeps him steady and stable in obeying the teachings of His Word in his day to day life.

155.ਆਸਾ ਮਹਲਾ ੫॥ 391-19

ਭੂਪਤਿ ਹੋਇ ਕੈ ਰਾਜੁ ਕਮਾਇਆ॥	bhoopat ho-ay kai raaj kamaa-i-aa.
ਕਰਿ ਕਰਿ ਅਨਰਥ ਵਿਹਾਝੀ ਮਾਇਆ॥	kar kar anrath vihaajee maa-i-aa.
ਸੰਚਤ ਸੰਚਤ ਥੈਲੀ ਕੀਨ੍ਹੀ॥	sanchat sanchat thailee keenHee.

ਪ੍ਰਭਿ ਉਸ ਤੇ ਡਾਰਿ ਅਵਰ ਕਉ ਦੀਨ੍ਹੀ॥੧॥ parabh us tay daar avar ka-o deenhee.

ਸੰਸਾਰਕ ਵਿੱਚ ਰਾਜਾ ਬਣਕੇ, ਮਾਨਸ ਆਪਣੀ ਤਾਕਤ, ਹੁਕਮ ਬਾਕੀ ਜੀਵਾਂ ਤੇ ਚਲਾਉਂਦਾ ਹੈ । ਬਾਕੀ ਮਾਨਸ ਜੀਵਾਂ ਨੂੰ ਡਰਾ ਕੇ ਸੰਸਾਰਕ ਧਨ ਇਕੱਠਾ ਕਰਦਾ, ਆਪਣਾ ਸੰਸਾਰਕ ਖਜ਼ਾਨਾ ਭਰ ਲੈਂਦਾ ਹੈ । ਪ੍ਰਭ ਕਿਸੇ ਵੇਲੇ ਵੀ ਉਹ ਤੋ ਖੋਂਅ ਕੇ ਕਿਸੇ ਹੋਰ ਨੂੰ ਦੇ ਦੇਂਦਾ, ਉਸ ਨੂੰ ਮੌਤ ਦੇ ਦੇਂਦਾ ਹੈ ।

Whosoever may be blessed with His mercy and grace, the kingdom in the universe, in his worldly life; he may enforce his command on others. With the scares of his power, he may accumulate worldly wealth to fill his worldly treasure. The True Master may any moment snatch worldly wealth from him and may bless to someone else and he may face the devil of death.

ਕਾਚ ਗਗਰੀਆ ਅੰਭ ਮਝਰੀਆ॥ kaach gagree-aa ambh majhree-aa.
ਗਰਬਿ ਗਰਬਿ ਉਆਹੂ ਮਹਿ ਪਰੀਆ॥੧॥ ਰਹਾਉ॥ garab garab u-aahoo meh paree-aa.||1|| rahaa-o.

ਮਾਨਸ ਦਾ ਤਨ ਇੱਕ ਕੱਚੇ ਭਾਂਡੇ ਦੀ ਤਰ੍ਹਾਂ ਹੀ ਹੈ । ਮਨ ਦੇ ਅਹੰਕਾਰ, ਹੈਸੀਅਤ ਦੇ ਮਾਣ ਨਾਲ ਇਹ ਭਾਂਡਾ ਨਾਸ਼ ਹੋ ਜਾਂਦਾ ਹੈ ।

The human body is like an unbacked vessel of raw clay. With his ego of worldly status in his day to day life, this vessel, his body may be destroyed, ruined.

ਨਿਰਭਉ ਹੋਇਓ ਭਇਆ ਨਿਹੰਗਾ॥ nirbha-o ho-i-o bha-i-aa nihangaa.
ਚੀਤਿ ਨ ਆਇਓ ਕਰਤਾ ਸੰਗਾ॥ cheet na aa-i-o kartaa sangaa.
ਲਸਕਰ ਜੋੜੇ ਕੀਆ ਸੰਬਾਹਾ॥ laskar jorhay kee-aa sambaahaa.
ਨਿਕਸਿਆ ਫੂਕ ਤ ਹੋਇ ਗਇਓ ਸੁਆਹਾ॥ ੨॥ niksi-aa fook ta ho-ay ga-i-o su-aahaa. ||2||

ਉਹ ਸ੍ਰਿਸ਼ਟੀ ਨੂੰ ਪੈਦਾ ਕਰਨ ਵਾਲੇ ਪ੍ਰਭ ਬਾਬਤ ਕਦੇ ਸੋਚਦਾ ਵੀ ਨਹੀਂ । ਉਹ ਡਰ ਰਹਿਤ ਹੋਇਆ, ਕਿਸੇ ਕਾਬੂ ਵਿੱਚ ਨਹੀਂ ਰਹਿੰਦਾ, ਸੰਤੋਖ ਨਹੀਂ ਕਰਦਾ । ਉਹ ਫੌਜ ਇੱਕਠੀ ਕਰਦਾ, ਹਥਿਆਰ ਇਕੱਠੇ ਕਰਦਾ, ਤਾਕਤ ਵਧਾਉਂਦਾ ਹੈ । ਜਦੋਂ ਇੱਕ ਪਲ ਵਿੱਚ ਸਵਾਸ ਖਤਮ ਹੋ ਜਾਂਦੇ ਹਨ, ਉਸ ਦਾ ਤਨ ਭਸਮ ਹੋ ਜਾਂਦਾ ਹੈ ।

In his worldly life, he remains without the fear of any power, including The Holy Master. He does not control his worldly desires nor any patience and contentment in his day to day life. He does not even think about His blessings even for a moment. He assembles a strong army, collects weapons and always tries to increase his worldly power, the influence of his worldly status. His treasure of breath may be exhausted in a moment, he may face devil of death and his body may be become ashes.

ਉੱਚੇ ਮੰਦਰ ਮਹਲ ਅਰੁ ਰਾਨੀ॥ oochay mandar mahal ar raanee.
ਹਸਤਿ ਘੋੜੇ ਜੋੜੇ ਮਨਿ ਭਾਨੀ॥ hasat ghorhay jorhay man bhaanee.
ਵਡ ਪਰਵਾਰੁ ਪੂਤ ਅਰੁ ਧੀਆ॥ vad parvaar poot ar Dhee-aa.
ਮੋਹਿ ਪਚੇ ਪਚਿ ਅੰਧਾ ਮੂਆ॥੩॥ mohi pachay pach anDhaa moo-aa. ||3||

ਜਿਹੜੇ ਉੱਚੇ ਮਹਿਲ, ਘਰ, ਰਾਣੀਆਂ, ਹਾਥੀ, ਘੋੜੇ, ਉਸ ਦੇ ਮਨ ਨੂੰ ਬਹੁਤ ਅਨੰਦ ਦੇਂਦੇ ਸਨ । ਉਸ ਦਾ ਵੱਡਾ ਪਰਿਵਾਰ, ਧੀਆਂ, ਪੁਤਰ, ਪ੍ਰਭ ਦੀ ਰਹਿਮਤ ਨਾਲ ਬਖਸ਼ਿਸ਼ ਹੋਏ ਸਨ । ਸੰਸਾਰਕ ਕੰਮਾਂ, ਲਾਲਚ ਪਿਛੇ ਲੱਗ ਕੇ ਮੂਰਖ ਮਾਨਸ ਮਾਨਸ ਜਨਮ ਬਿਰਥਾ ਹੀ ਗਵਾ ਲੈਂਦਾ ਹੈ । ਮੌਤ ਦੇ ਜਮਦੂਤ ਦੇ ਹਵਾਲੇ ਹੋ ਜਾਂਦਾ ਹੈ ।

He enjoys the pleasure of worldly big castle, home, beautiful women, elegant horses and elephants. He was blessed with a big family of sons and daughters; the fool remain entangled in worldly greed and worldly chore wastes his human life journey uselessly. In the end, he may be captured and punished by the devil of death for his worldly deeds.

ਜਿਨਹਿ ਉਪਾਹਾ ਤਿਨਹਿ ਬਿਨਾਹਾ॥	jineh upaahaa tineh binaahaa.
ਰੰਗ ਰਸਾ ਜੈਸੇ ਸੁਪਨਾਹਾ॥	rang rasaa jaisay supnaahaa.
ਸੋਈ ਮੁਕਤਾ ਤਿਸੁ ਰਾਜੁ ਮਾਲੁ॥	so-ee muktaa tis raaj maal.
ਨਾਨਕ ਦਾਸ ਜਿਸੁ ਖਸਮੁ ਦਇਆਲੁ॥੪॥ ੩੫॥੮੬॥	naanak daas jis khasam da-i-aal. ‖4‖35‖86‖

ਜੀਵ ਦਾ ਜਨਮ ਅਤੇ ਮੌਤ ਕੇਵਲ ਪ੍ਰਭ ਦੇ ਹੁਕਮ ਨਾਲ ਹੀ ਹੁੰਦੀ ਹੈ । ਸੰਸਾਰਕ ਖੁਸ਼ੀ, ਅਨੰਦ ਇੱਕ ਸੁਪਨੇ ਦੀ ਤਰ੍ਹਾਂ ਹੀ ਹੁੰਦੇ ਹਨ । ਜਿਸ ਨੂੰ ਪ੍ਰਭ ਰਹਿਮਤ ਬਖਸ਼ਕੇ ਸ਼ਬਦ ਦੇ ਲੜ ਲਾਉਂਦਾ ਹੈ, ਕੇਵਲ ਉਹ ਹੀ ਸ਼ਬਦ ਦੀ ਕਮਾਈ ਕਰਕੇ ਮੁਕਤ ਅਵਸਥਾ ਪਾ ਲੈਂਦਾ ਹੈ । ਅਮਰ ਅਵਸਥਾ ਬਖਸ਼ਿਸ਼ ਹੋ ਜਾਂਦੀ ਹੈ ।

The birth and death of anyone can only happen under His command with His mercy and grace. All worldly pleasures, happiness and enjoyment are like dreams only. Whosoever may be attached to a devotional meditation of His Word, only he may meditate and stay steady and stable on obeying the teachings of His Word. With the earnings of His Word, he may be blessed with the right path of salvation. He may be blessed with immortal state of mind in the universe.

156.ਆਸਾ ਮਹਲਾ ੫॥ 392-6

ਇਨ੍ ਸਿਉ ਪ੍ਰੀਤਿ ਕਰੀ ਘਨੇਰੀ॥	inH si-o pareet karee ghanayree.
ਜਉ ਮਿਲੀਐ ਤਉ ਵਧੈ ਵਧੇਰੀ॥	ja-o milee-ai ta-o vaDhai vaDhayree.
ਗਲਿ ਚਮੜੀ ਜਉ ਛੋਡੈ ਨਾਹੀ॥	gal chamrhee ja-o chhodai naahee.
ਲਾਗਿ ਛੁਟੋ ਸਤਿਗੁਰ ਕੀ ਪਾਈ॥੧॥	laag chhuto satgur kee paa-ee. ‖1‖

ਮਾਨਸ ਸੰਸਾਰਕ ਪਦਾਰਥਾਂ ਨਾਲ ਪ੍ਰੀਤ ਕਰਦਾ, ਮਹੱਤਤਾ ਦੇਂਦਾ ਹੈ । ਜਿਤਨਾ ਹੀ ਉਹ ਪ੍ਰਾਪਤ ਕਰਦਾ ਹੈ, ਉਸ ਦੀ ਖਾਹਿਸ਼, ਇੱਛਾਂ ਵਧਦੀ ਜਾਂਦੀ ਹੈ । ਇਹ ਹੀ ਇੱਛਾਂ ਉਸ ਦੇ ਗਲ ਵਿੱਚ ਸੰਗਲ ਦੀ ਤਰ੍ਹਾਂ ਬੰਧੀ ਰਹਿੰਦੀ ਹੈ । ਇਸ ਤੋ ਛੁਟਕਾਰਾ ਨਹੀਂ ਹੁੰਦਾ । ਜਿਹੜੇ ਇਸ ਇੱਛਾਂ ਨੂੰ ਤਿਆਗ ਕੇ ਸੰਤਾਂ ਦੇ ਚਰਨਾਂ ਵਿੱਚ ਆ ਜਾਂਦੇ ਹਨ । ਸ਼ਬਦ ਦੇ ਲੜ ਲੱਗ ਜਾਂਦੇ ਹਨ, ਉਹ ਬਚ ਜਾਂਦੇ ਹਨ ।

The human always remains attached to worldly possessions, wealth and he gives very significance to his worldly possessions. More he collects the worldly wealth; his desire and hope may increase more all time. These worldly desires become the chain in his neck and keep him tied in the bonds of worldly wealth. He cannot get rid of this chain or eliminate his desired from his mind. Whosoever may abandon and conquer his worldly desires and remains attached to the feet of His Holy devotee, he may be saved.

ਜਗ ਮੋਹਨੀ ਹਮ ਤਿਆਗਿ ਗਵਾਈ॥	jag mohnee ham ti-aag gavaa-ee.
ਨਿਰਗੁਨੁ ਮਿਲਿਓ ਵਜੀ ਵਧਾਈ॥੧॥ ਰਹਾਉ॥	nirgun mili-o vajee vaDhaa-ee. ‖1‖ rahaa-o.

ਮੈਂ ਸੰਸਾਰਕ ਵਡਿਆਈ ਵਾਲੀ ਮਾਇਆ ਨੂੰ ਤਿਆਗ ਦਿੱਤਾ ਹੈ, ਮਨ ਵਿਚੋਂ ਕੱਢ ਦਿੱਤਾ ਹੈ । ਪ੍ਰਭ ਦਾ ਸ਼ਬਦ ਮਨ ਵਿੱਚ ਜਾਗਰਤ ਹੋ ਗਿਆ ਹੈ । ਚਾਰੇ ਪਾਸੇ ਹੀ ਸੋਭਾ ਹੋਣ ਲੱਗ ਪਈ ਹੈ ।

I have abandoned my desire of worldly honor. I have been enlightened with the teachings of His Word and my mind remains awake and alert all time. Now the whole universe honors me and sing my glory.

ਐਸੀ ਸੁੰਦਰਿ ਮਨ ਕਉ ਮੋਹੈ॥ aisee sundar man ka-o mohai.
ਬਾਟਿ ਘਾਟਿ ਗ੍ਰਿਹਿ ਬਨਿ ਬਨਿ ਜੋਹੈ॥ baat ghaat garihi ban ban johai.
ਮਨਿ ਤਨਿ ਲਾਗੈ ਹੋਇ ਕੈ ਮੀਠੀ॥ man tan laagai ho-ay kai meethee.
ਗੁਰ ਪ੍ਰਸਾਦਿ ਮੈ ਖੋਟੀ ਡੀਠੀ॥੨॥ gur parsaad mai khotee deethee. ||2||

ਸੰਸਾਰਕ ਮਾਇਆ ਬਹੁਤ ਸੁੰਦਰ, ਮਨ ਨੂੰ ਮੋਹਨ ਵਾਲੀ ਹੈ । ਇਹ ਘਰ, ਬਾਹਰ, ਕੰਮ ਤੇ, ਜੰਗਲ ਵਿੱਚ ਮੇਰੇ ਸਾਥ ਰਹਿੰਦੀ, ਹਰ ਥਾਂ ਤੇ ਸੇਧ ਦੇਂਦੀ ਹੈ । ਇਹ ਤਨ, ਮਨ ਨੂੰ ਬਹੁਤ ਮਿੱਠੀ ਲਗਦੀ, ਅਨੰਦ ਦੇਂਦੀ ਹੈ । ਪ੍ਰਭ ਦੀ ਰਹਿਮਤ ਨਾਲ ਸ਼ਬਦ ਦੀ ਸੋਝੀ ਹੋਈ । ਜਦੋਂ ਸੰਸਾਰਕ ਮਾਇਆ ਦੀ ਪਰਖ ਕੀਤੀ, ਇਹ ਖੋਟੀ ਹੀ ਸਾਬਤ ਹੋਈ।

The worldly wealth is very glamorous and overpowers all thoughts of my mind. She remains with me, in my mind, in outside in my day to day activities and guide me to own direction. She becomes very soothing and pleasant to my mind. With His mercy and grace, I have become enlightened and awake. By examining the true intention of worldly wealth, it appeared very deceiving. She always guides me on the wrong path to keep me her salve.

ਅਗਰਕ ਉਸ ਕੇ ਵਡੇ ਠਗਾਉ॥ agrak us kay vaday thagaa-oo.
ਛੋਡਹਿ ਨਾਹੀ ਬਾਪ ਨ ਮਾਉ॥ chhodeh naahee baap na maa-oo.
ਮੇਲੀ ਅਪਨੇ ਉਨਿ ਲੇ ਬਾਂਧੇ॥ maylee apnay un lay baaNDhay.
ਗੁਰ ਕਿਰਪਾ ਤੇ ਮੈ ਸਗਲੇ ਸਾਧੇ॥੩॥ gur kirpaa tay mai saglay saaDhay. ||3||

ਉਸ ਦੀਆਂ ਚਾਲਾਂ ਬਹੁਤ ਧੋਖੇ ਵਾਲੀਆਂ, ਮਨ ਤੇ ਕਾਬੂ ਪਾਉਣ ਵਾਲੀਆਂ ਹਨ । ਉਹ ਕਿਸੇ ਨੂੰ ਵੀ ਛੱਡਦੀ ਨਹੀਂ ਮਾਂ, ਬਾਪ, ਸੰਤਾਂ, ਗੁਰੂਆਂ ਤੇ ਸਾਰਿਆਂ ਤੇ ਕਾਬੂ ਪਾਈ ਰਖਦੀ ਹੈ, ਸਾਰੀਆਂ ਨੂੰ ਆਪਣਾ ਗੁਲਾਮ ਬਣਾਇਆ ਹੈ । ਪ੍ਰਭ ਦੀ ਰਹਿਮਤ ਨਾਲ ਉਸ ਤੋਂ ਛੁਟਕਾਰਾ ਪਇਆ ਹੈ । ਉਸ ਨੂੰ ਤਿਆਗ ਦਿੱਤਾ ਹੈ ।

All tricks and techniques of worldly wealth are very deceptive to conquer my mind. She does not spare anyone, mother, father even the worldly gurus, saints all are her slaves. With His mercy and grace! I have conquered and abandoned the desire of worldly wealth from day to day life.

ਅਬ ਮੋਰੈ ਮਨਿ ਭਇਆ ਅਨੰਦ॥ ab morai man bha-i-aa anand.
ਭਉ ਚੂਕਾ ਟੂਟੇ ਸਭਿ ਫੰਦ॥ bha-o chookaa tootay sabh fand.
ਕਹੁ ਨਾਨਕ ਜਾ ਸਤਿਗੁਰੁ ਪਾਇਆ॥ kaho naanak jaa satgur paa-i-aa.
ਘਰੁ ਸਗਲਾ ਮੈ ਸੁਖੀ ਬਸਾਇਆ॥੪॥੩੬॥੮੭॥ ghar saglaa mai sukhee basaa-i-aa. ||4||36||87||

ਹੁਣ ਮੇਰੇ ਮਨ ਵਿੱਚ ਸੰਤੋਖ, ਖੇੜਾ ਵਸ ਗਿਆ ਹੈ । ਮੇਰਾ ਮੌਤ ਦਾ ਡਰ ਨਾਸ਼ ਹੋ ਗਿਆ ਹੈ । ਜਮਦੂਤ ਦਾ ਸੰਗਲ ਮੇਰੇ ਗਲ ਵਿਚੋਂ ਟੁੱਟ ਗਿਆ ਹੈ । ਜਿਹੜਾ ਮਨ ਪ੍ਰਭ ਦੇ ਸ਼ਬਦ ਦੀ ਪਾਲਣਾ ਵਿੱਚ ਅਡੋਲ ਹੋ ਜਾਂਦਾ ਹੈ । ਉਸ ਮਨ ਵਿੱਚ ਪ੍ਰਭ ਦਾ ਸ਼ਬਦ ਜਾਗਰਤ ਹੋ ਜਾਂਦਾ ਹੈ । ਮਨ ਵਿੱਚ ਖੇੜਾ ਵਸ ਜਾਂਦਾ, ਬਖਸ਼ਿਸ਼ ਹੋ ਜਾਂਦਾ ਹੈ ।

Now the patience, contentment and blossom remain overwhelmed within my mind. The fear of death has been eliminated from my mind, the chain of devil of death has been broken from my neck. My soul has become beyond the reach of devil of death. Whosoever may enter into the void of His Word, he may become contented and awake and alert.

157.ਆਸਾ ਮਹਲਾ ੫॥ 392- 12

ਆਠ ਪਹਰ ਨਿਕਟਿ ਕਰਿ ਜਾਨੈ॥ aath pahar nikat kar jaanai.
ਪ੍ਰਭ ਕਾ ਕੀਆ ਮੀਠਾ ਮਾਨੈ॥ parabh kaa kee-aa meethaa maanai.

ਏਕੁ ਨਾਮੁ ਸੰਤਨ ਆਧਾਰੁ॥ ayk naam santan aaDhaar.
ਹੋਇ ਰਹੇ ਸਭ ਕੀ ਪਗ ਛਾਰੁ॥੧॥ ho-ay rahay sabh kee pag chhaar. ||1||

ਜਿਹੜਾ ਅੱਠ ਪਹਿਰ ਪ੍ਰਭ ਨੂੰ ਆਪਣੇ ਨੇੜੇ ਮਨ ਵਿੱਚ ਸਮਝਦਾ, ਮਹਿਸੂਸ ਕਰਦਾ ਹੈ । ਉਸ ਦਾ ਪ੍ਰਭ ਦੇ ਕੀਤੇ ਤੇ ਭਰੋਸਾ ਅਡੋਲ ਰਹਿੰਦਾ ਹੈ, ਸ਼ਬਦ ਮਨ ਨੂੰ ਮਿੱਠਾ ਲੱਗਦਾ ਹੈ । ਪ੍ਰਭ ਦਾ ਸ਼ਬਦ ਹੀ ਸੰਤਾਂ ਦੇ ਜੀਵਨ ਦਾ ਅਧਾਰ ਹੁੰਦਾ ਹੈ । ਬੰਦਗੀ ਕਰਨ ਵਾਲਾ ਆਪਣੇ ਮਨ ਵਿੱਚ ਇਸ ਤਰ੍ਹਾਂ ਦੀ ਨਿਮ੍ਰਤਾ ਵਾਲੀ ਅਵਸਥਾ ਧਾਰਨ ਕਰ ਲੈਂਦਾ ਹੈ । ਆਪਣੇ ਆਪ ਨੂੰ ਸੰਤਾਂ ਦੇ ਚਰਨਾਂ ਦੀ ਧੂੜ ਦੇ ਸਮਾਨ ਸਮਝਦਾ ਹੈ ।

Whosoever may believe that The True Master is always near and resides in his body along with the soul, he may realize His existence. His belief becomes steady and stable, unshakable and the teachings of His Word. His Word becomes soothing to his mind. The teachings of His Word are the guiding principle of the way of life of His true devotee. His true devotee adopts such a humility in his day to day life, he considers his worldly status as low as the dust of the feet of His true devotee.

ਸੰਤ ਰਹਤ ਸੁਨਹੁ ਮੇਰੇ ਭਾਈ॥ sant rahat sunhu mayray bhaa-ee.
ਉਆ ਕੀ ਮਹਿਮਾ ਕਥਨੁ ਨ ਜਾਈ॥੧॥ u-aa kee mahimaa kathan na jaa-ee. ||1||
ਰਹਾਉ॥ rahaa-o.

ਜੀਵ ਸੰਤਾਂ ਦੇ ਜੀਵਨ ਢੰਗ ਦੇਖੋ । ਉਹਨਾਂ ਦੀ ਉਪਮਾਂ ਪੂਰਨ ਕਥਨ ਨਹੀਂ ਕੀਤਾ ਜਾ ਸਕਦੀ ।

You should watch and learn the way of life of His true devotee. The true understanding or praises of his way of life may not be fully comprehended by His creation.

ਵਰਤਣਿ ਜਾ ਕੈ ਕੇਵਲ ਨਾਮ॥ vartan jaa kai kayval naam.
ਅਨਦ ਰੂਪ ਕੀਰਤਨੁ ਬਿਸ੍ਰਾਮ॥ anad roop keertan bisraam.
ਮਿਤ੍ਰ ਸਤ੍ਰੁ ਜਾ ਕੈ ਏਕ ਸਮਾਨੈ॥ mitar satar jaa kai ayk samaanai.
ਪ੍ਰਭ ਅਪੁਨੇ ਬਿਨੁ ਅਵਰੁ ਨ ਜਾਨੈ॥੨॥ parabh apunay bin avar na jaanai. ||2

ਉਹਨਾਂ ਦੇ ਜੀਵਨ ਦਾ ਧੰਦਾ ਹੀ ਪ੍ਰਭ ਦੇ ਸ਼ਬਦ ਦੀ ਪਾਲਣਾ ਬਣ ਜਾਂਦਾ ਹੈ । ਉਹ ਸ਼ਬਦ ਦੇ ਗੁਣ ਗਾਉਣ, ਕੀਰਤਨ ਕਰਨ ਵਿੱਚ ਹੀ ਅਨੰਦ ਮਹਿਸੂਸ ਕਰਦੇ ਹਨ । ਮਿੱਤਰ ਜਾ ਦੁਸ਼ਮਣ ਨੂੰ ਇੱਕੋ ਇੱਕ ਪ੍ਰਭ ਦਾ ਹੀ ਰੂਪ ਮੰਨਦੇ ਹਨ । ਉਹਨਾਂ ਨੂੰ ਸੋਝੀ ਹੋ ਜਾਂਦੀ ਹੈ, ਪ੍ਰਭ ਦੀ ਰਹਿਮਤ ਤੋਂ ਬਿਨਾਂ ਹੋਰ ਕੋਈ ਵੀ ਜੀਵ ਸ੍ਰਿਸ਼ਟੀ ਵਿੱਚ ਨਹੀਂ ਹੈ ।

The true purpose of the human life of His true devotee becomes only to obey and to adopt the teachings of His Word in his day to day life. He remains very contented in singing the glory of His Word in his day to day life. He believes that same Holy spirit dwells in friend and foe. The universe is an expansion of His Holy spirit. He may be enlightened that no one exists in the universe without His mercy and grace.

ਕੋਟਿ ਕੋਟਿ ਅਘ ਕਾਟਨਹਾਰਾ॥ kot kot agh katanhaaraa.
ਦੁਖ ਦੂਰਿ ਕਰਨ ਜੀਅ ਕੇ ਦਾਤਾਰਾ॥ dukh door karan jee-a kay daataaraa.
ਸੂਰਬੀਰ ਬਚਨ ਕੇ ਬਲੀ॥ soorbeer bachan kay balee.
ਕਉਲਾ ਬਪੁਰੀ ਸੰਤੀ ਛਲੀ॥੩॥ ka-ulaa bapuree santee chhalee. ||3||

ਸੰਤ ਅਨੇਕਾਂ ਹੀ, ਲਖਾਂ ਹੀ ਜੀਵਾਂ ਨੂੰ ਸ਼ਬਦ ਦੀ ਪਾਲਣਾ ਦੇ ਰਸਤੇ ਤੇ ਪਾ ਕੇ, ਤਾਰ ਦੇਂਦੇ, ਪਾਪ ਬਖਸ਼ਾ ਦੇਂਦੇ ਹਨ । ਉਹ ਜੀਵ ਦੇ ਮਨ ਵਿਚੋਂ ਇੱਛਾਂ ਰੂਪੀ ਭਟਕਣਾਂ ਦਾ ਨਾਸ਼ ਕਰ ਦੇਂਦੇ ਹਨ । ਪ੍ਰਭ ਹੀ ਉਹਨਾਂ ਦੇ ਸਵਾਸਾਂ ਦਾ ਆਸਰਾ ਬਣ ਜਾਂਦਾ ਹੈ । ਉਹ ਬਹੁਤ ਹੀ ਸੂਰਮੇ ਹੁੰਦੇ, ਆਪਣੇ ਬਚਨਾ ਦੇ ਪੱਕੇ ਹੁੰਦੇ, ਅਡੋਲ ਰਹਿੰਦੇ ਹਨ । ਉਹ ਸੰਸਾਰਕ ਮਾਇਆ ਨੂੰ ਵੀ ਆਪਣੇ ਵੱਸ ਵਿੱਚ ਕਰ ਲੈਂਦੇ ਹਨ ।

His true devotee may inspire many others to adopt the teachings of His Word and guides on the right path of meditation, His acceptance, forgiveness of their worldly deeds of past life. With his teachings, the sermons of The True Master, the minds of those followers may eliminate their worldly frustration and miseries forever. The True Master may become the only hope and support for their breaths. His true devotee becomes fearless, brave and keeps his promise and remains steady and stable with belief on His blessings. He may conquer and make the worldly wealth as his slave.

ਤਾ ਕਾ ਸੰਗੁ ਬਾਛਹਿ ਸੁਰਦੇਵ॥	taa kaa sang baachheh surdayv.
ਅਮੋਘ ਦਰਸੁ ਸਫਲ ਜਾ ਕੀ ਸੇਵ॥	amogh daras safal jaa kee sayv.
ਕਰ ਜੋੜਿ ਨਾਨਕੁ ਕਰੇ ਅਰਦਾਸਿ॥	kar jorh naanak karay ardaas.
ਮੋਹਿ ਸੰਤਹ ਟਹਲ ਦੀਜੈ ਗੁਣਤਾਸਿ॥੪॥੩੭॥੮੮॥	mohi santeh tahal deejai guntaas. ||4||37||88||

ਉਹਨਾਂ ਸੰਤਾਂ ਦੀ ਸੰਗਤ ਪ੍ਰਭ ਦੇ ਫਰਿਸ਼ਤੇ ਵੀ ਲੋਚਦੇ ਹਨ, ਭਾਲਦੇ ਹਨ । ਉਹਨਾਂ ਦੇ ਦਰਸ਼ਨ ਕਰਨ ਨਾਲ, ਮਾਨਸ ਦੀ ਕਮਾਈ ਸਫਲ ਹੋ ਜਾਂਦੀ ਹੈ । ਬੰਦਗੀ ਕਰਨ ਵਾਲੇ ਮਨ ਅਡੋਲ ਕਰਕੇ ਪ੍ਰਭ ਅੱਗੇ ਇੱਕੋ ਇੱਕ ਹੀ ਅਰਦਾਸ ਕਰਦੇ ਹਨ! ਪ੍ਰਭ ਉਹਨਾਂ ਸੰਤਾਂ ਦੀ ਸੇਵਾ, ਦਾਸ ਨੂੰ ਬਖਸ਼ੋ।

The spiritual prophets, angels also keep deep desire to be blessed with the association of His true devotee. By adopting his way of life in his own day to day life, all meditation of the devotee may be accepted in the court of The True Master. His true devotee wholeheartedly prays and begs for the association of His true slave and keeps him steady and stable in that service.

158.ਆਸਾ ਮਹਲਾ ੫॥ 392 -19

ਸਗਲ ਸੂਖ ਜਪਿ ਏਕੈ ਨਾਮ॥	sagal sookh jap aykai naam.
ਸਗਲ ਧਰਮ ਹਰਿ ਕੇ ਗੁਣ ਗਾਮ॥	sagal Dharam har kay gun gaam.
ਮਹਾ ਪਵਿਤ੍ਰ ਸਾਧ ਕਾ ਸੰਗੁ॥	mahaa pavitar saaDh kaa sang.
ਜਿਸੁ ਭੇਟਤ ਲਾਗੈ ਪ੍ਰਭ ਰੰਗੁ॥੧॥	jis bhaytat laagai parabh rang. ||1||

ਸੰਤੋਖ, ਅਨੰਦ ਕੇਵਲ ਇੱਕੋ ਇੱਕ ਪ੍ਰਭ ਦੇ ਸ਼ਬਦ ਦੇ ਸਿਮਰਨ, ਪਾਲਣਾ ਵਿੱਚ ਹੀ ਹੈ । ਉਸ ਦੇ ਸ਼ਬਦ ਦੇ ਗੁਣ ਗਾਉਣਾ ਹੀ ਅਸਲੀ ਧਰਮ ਹੈ । ਸੰਤਾਂ ਦੀ ਸੰਗਤ ਕਰਨੀ ਬਹੁਤ ਪਵਿਤ੍ਰ ਹੈ । ਉਹਨਾਂ ਦੀ ਸੰਗਤ ਕਰਨ ਨਾਲ ਮਨ ਤੇ ਪ੍ਰਭ ਦੇ ਸ਼ਬਦ ਦਾ ਰੰਗ ਚੜ੍ਹ ਜਾਂਦਾ ਹੈ ।

Only by meditating and adopting the teachings of His Word wholeheartedly, he may be blessed with contentment in worldly life. To sing the glory of His Word may be the true religion of mankind. The association of His true devotee may be very significant for sanctification of his soul. By associating and adopting his way of life, he may remain drenched with the teachings of His Word.

ਗੁਰ ਪ੍ਰਸਾਦਿ ਓਇ ਆਨੰਦ ਪਾਵੈ॥	gur parsaad o-ay aanand paavai.
ਜਿਸੁ ਸਿਮਰਤ ਮਨਿ ਹੋਇ ਪ੍ਰਗਾਸਾ,	jis simrat man ho-ay pargaasaa
ਤਾ ਕੀ ਗਤਿ ਮਿਤਿ ਕਹਨੁ ਨ ਜਾਵੈ॥੧॥ ਰਹਾਉ॥	taa kee gat mit kahan na jaavai. ||1|| rahaa-o.

ਪ੍ਰਭ ਦੀ ਰਹਿਮਤ ਨਾਲ ਹੀ ਮਨ ਵਿੱਚ ਖੇੜਾ ਵਸਦਾ ਹੈ । ਉਸ ਦੇ ਸ਼ਬਦ ਦੀ ਪਾਲਣਾ ਕਰਨ ਨਾਲ ਮਨ ਵਿੱਚ ਸ਼ਬਦ ਜਾਗਰਤ ਹੋ ਜਾਂਦਾ ਹੈ । ਉਸ ਦੇ ਮਨ ਦੀ ਇਸ ਅਵਸਥਾ ਦਾ ਵਖਿਆਣ ਨਹੀਂ ਕੀਤਾ ਜਾ ਸਕਦਾ ।

With His mercy and grace, he may adopt and may be enlightened with the teachings of His Word and becomes awake and alert. The state of mind of His true devotee may be beyond any comprehension of His creation.

ਵਰਤ ਨੇਮ ਮਜਨ ਤਿਸੁ ਪੂਜਾ॥	varat naym majan tis poojaa.
ਬੇਦ ਪੁਰਾਨ ਤਿਨਿ ਸਿੰਮ੍ਰਿਤਿ ਸੁਨੀਜਾ॥	bayd puraan tin simrit suneejaa.
ਮਹਾ ਪੁਨੀਤ ਜਾ ਕਾ ਨਿਰਮਲ ਥਾਨੁ॥	mahaa puneet jaa kaa nirmal thaan.
ਸਾਧਸੰਗਤਿ ਜਾ ਕੈ ਹਰਿ ਹਰਿ ਨਾਮੁ॥੨॥	saaDhsangat jaa kai har har naam. ||2||

ਵਰਤ, ਧਰਮ ਰੂਪੀ ਅੰਮ੍ਰਿਤ, ਤੀਰਥ ਇਸ਼ਨਾਨ, ਪੂਜਾ, ਗ੍ਰੰਥ ਪੜ੍ਹਨਾ, ਸੁਣਨਾ, ਸਾਰੇ ਹੀ ਸੰਸਾਰਕ ਰੀਤੀ ਰੀਵਾਜ ਹੀ ਹਨ । ਪ੍ਰਭ ਦਾ ਸ਼ਬਦ ਪੂਰਨ ਪਵਿਤ੍ਰ ਹੈ ਉਸ ਦੇ ਵਸਣ ਵਾਲਾ ਘਰ ਵੀ ਪਵਿਤ੍ਰ ਹੁੰਦਾ ਹੈ । ਜਿਹੜਾ ਸ਼ਬਦ ਦਾ ਸਿਮਰਨ ਕਰਦਾ ਹੈ, ਉਸ ਦੀ ਆਤਮਾ ਵੀ ਪਵਿਤ੍ਰ ਹੋ ਜਾਂਦੀ ਹੈ ।

The religious baptizing, the spiritual journey and the bath at Holy shrine, reading and reciting the Holy Scripture, sermon of the Holy Scripture and abstaining from food for a limited period of time all are worldly rituals. Only the teachings of His Word are pure and sanctified. Whosoever may wholeheartedly meditate and adopt the teachings of His Word in his day to day life, he may remain drenched with the essence of His Word and his soul may be sanctified and become worthy of His consideration.

ਪ੍ਰਗਟਿਓ ਸੋ ਜਨੁ ਸਗਲੇ ਭਵਨ॥	pargati-o so jan saglay bhavan.
ਪਤਿਤ ਪੁਨੀਤ ਤਾ ਕੀ ਪਗ ਰੇਨ॥	patit puneet taa kee pag rayn.
ਜਾ ਕਉ ਭੇਟਿਓ ਹਰਿ ਹਰਿ ਰਾਇ॥	jaa ka-o bhayti-o har har raa-ay.
ਤਾ ਕੀ ਗਤਿ ਮਿਤਿ ਕਥਨੁ ਨ ਜਾਇ॥੩॥	taa kee gat mit kathan na jaa-ay. ||3||

ਉਹ ਜੀਵ ਸੰਸਾਰ ਵਿੱਚ ਸੋਭਾ ਵਾਲ ਬਣ ਜਾਂਦਾ ਹੈ । ਉਸ ਦੇ ਚਰਨਾਂ ਦੀ ਧੂੜ ਨਾਲ ਪਾਪੀ ਵੀ ਬੰਦਗੀ ਦੇ ਰਸਤੇ ਤੇ ਚਲਕੇ ਤਰ ਜਾਂਦੇ ਹਨ । ਜਿਹੜਾ ਪ੍ਰਭ ਦੇ ਸ਼ਬਦ ਦੀ ਸੋਝੀ ਪਾ ਲੈਂਦੇ, ਉਸ ਦਾ ਪ੍ਰਭ ਨਾਲ ਮਿਲਾਪ ਹੋ ਜਾਂਦਾ ਹੈ । ਉਸ ਦੇ ਮਨ ਦੀ ਅਵਸਥਾ ਦੀ ਵਿਆਖਿਆ ਨਹੀਂ ਕੀਤੀ ਜਾ ਸਕਦੀ ।

Whosoever may meditate on the teachings of His Word, he becomes honorable in his worldly day to day life. By associating with His true devotee and adopting the teachings of his life in own life, even sinners may adopt the right path of acceptance. Whosoever may be enlightened within, he may become worthy of consideration. His state of mind may not be fully comprehended by His creation.

ਆਠ ਪਹਰ ਕਰ ਜੋੜਿ ਧਿਆਵਉ॥	aath pahar kar jorh Dhi-aava-o.
ਉਨ ਸਾਧਾ ਕਾ ਦਰਸਨੁ ਪਾਵਉ॥	un saaDhaa kaa darsan paava-o.
ਮੋਹਿ ਗਰੀਬ ਕਉ ਲੇਹੁ ਰਲਾਇ॥	mohi gareeb ka-o layho ralaa-ay.
ਨਾਨਕ ਆਇ ਪਏ ਸਰਣਾਇ॥	naanak aa-ay pa-ay sarnaa-ay.
੪॥੩੮॥੮੯॥	||4||38||89||

ਅੱਠ ਪਹਿਰ, ਦਿਨ ਰਾਤ ਪ੍ਰਭ ਦੇ ਸ਼ਬਦ ਦੀ ਪਾਲਣਾ ਕਰੋ । ਮਨ ਵਿੱਚ ਉਹਨਾਂ ਸੰਤਾਂ ਦੀ ਸੰਗਤ ਪਾਉਣ ਦੀ ਅਰਦਾਸ ਕਰੋ! ਉਹ ਬੰਦਗੀ ਕਰਨ ਵਾਲਾ ਸੰਤ ਹੀ ਨਿਮਾਣੇ ਜੀਵ ਦਾ ਪ੍ਰਭ ਨਾਲ ਮਿਲਾਪ ਕਰਵਾ ਸਕਦਾ ਹੈ । ਬੰਦਗੀ ਕਰਨ ਵਾਲੇ ਉਹਨਾਂ ਦੀ ਹੀ ਸ਼ਰਣ ਵਿੱਚ ਵਸਦੇ ਹਨ ।

You should meditate and adopt the teachings of His Word in your day to day life. Always begs to be blessed with the association of His true devotee. Only His true devotee may guide worldly creature on the right path of His acceptance. His true Devotee always remains in the sanctuary of His true slave.

159.ਆਸਾ ਮਹਲਾ ੫॥ 393- 6

ਆਠ ਪਹਰ ਉਦਕ ਇਸਨਾਨੀ॥	aath pahar udak isnaanee.
ਸਦ ਹੀ ਭੋਗੁ ਲਗਾਇ ਸੁਗਿਆਨੀ॥	sad hee bhog lagaa-ay sugi-aanee.
ਬਿਰਥਾ ਕਾਹੂ ਛੋਡੈ ਨਾਹੀ॥	birthaa kaahoo chhodai naahee.
ਬਹੁਰਿ ਬਹੁਰਿ ਤਿਸੁ ਲਾਗਹ ਪਾਈ॥੧॥	bahur bahur tis laagah paa-ee. ||1||

ਜਿਹੜਾ 24 ਘੰਟੇ ਹੀ ਆਪਣੀ ਆਤਮਾ ਨੂੰ ਪਵਿਤ੍ਰ ਕਰਨ ਵਾਲਾ ਇਸ਼ਨਾਨ ਕਰਦਾ ਹੈ । ਦਿਨ ਰਾਤ ਪ੍ਰਭ ਦੇ ਸ਼ਬਦ ਦੀ ਪਾਲਣਾ, ਪੂਜਾ ਕਰਦਾ ਹੈ । ਉਹ ਹੀ ਅਸਲੀ ਸਿਆਣਾ ਜੀਵ ਹੁੰਦਾ ਹੈ । ਉਹ ਕਦੇ ਕੋਈ ਕੰਮ ਅਧੂਰਾ ਨਹੀਂ ਛੱਡਦਾ । ਉਹ ਬਾਰ ਬਾਰ ਪ੍ਰਭ ਦੇ ਚਰਨਾਂ ਵਿੱਚ ਪ੍ਰਨਾਮ ਕਰਦਾ, ਸ਼ਬਦ ਦੀ ਪਾਲਣਾ ਕਰਦਾ ਹੈ ।

Whosoever may meditate, worship and adopt the teachings of His Word in his day to day life, his soul takes a sanctifying bath. Only he may be considered wise human, worldly creature. He may never leave any task of his life unfinished, may never abandon any task in middle of the process. He always prays and begs for His mercy and grace to remain steady and stable in obeying the teachings of His Word.

ਸਾਲਗਿਰਾਮੁ ਹਮਾਰੈ ਸੇਵਾ॥	saalgiraam hamaarai sayvaa.
ਪੂਜਾ ਅਰਚਾ ਬੰਦਨ ਦੇਵਾ॥੧॥	poojaa archaa bandan dayvaa. ||1||
ਰਹਾਉ॥	rahaa-o.

ਪ੍ਰਭ ਦਾ ਸ਼ਬਦ ਹੀ ਮੇਰਾ ਪੂਜਾ ਕਰਨ ਵਾਲਾ ਪੱਥਰ ਹੈ । ਪ੍ਰਭ ਦੇ ਸ਼ਬਦ ਦੀ ਪਾਲਣਾ ਕਰਨਾ, ਗੁਣ ਗਾਉਣਾ ਹੀ ਮੇਰੀ ਭੇਟਾ ਹੈ ।

The teachings of His Word are my Holy philosopher stone, Holy shrine for worshiping. Adopting and singing the glory of His Word is my offering at His feet.

ਘੰਟਾ ਜਾ ਕਾ ਸੁਨੀਐ ਚਹੁ ਕੁੰਟ॥	ghantaa jaa kaa sunee-ai chahu kunt.
ਆਸਨੁ ਜਾ ਕਾ ਸਦਾ ਬੈਕੁੰਠ॥	aasan jaa kaa sadaa baikunth.
ਜਾ ਕਾ ਚਵਰੁ ਸਭ ਊਪਰਿ ਝੂਲੈ॥	jaa kaa chavar sabh oopar jhoolai.
ਤਾ ਕਾ ਧੂਪੁ ਸਦਾ ਪਰਫੁਲੈ॥੨॥	taa kaa Dhoop sadaa parfulai. ||2||

ਪ੍ਰਭ ਦੇ ਸ਼ਬਦ ਦੀ ਗੂੰਜ ਸ੍ਰਿਸ਼ਟੀ ਦੇ ਚਾਰੇ ਪਾਸੇ ਸੁਣਦੀ ਹੈ । ਉਸ ਦਾ ਆਸਣ, ਤਖਤ ਸਦਾ ਹੀ ਸੁਰਗ ਵਿੱਚ ਹੁੰਦਾ ਹੈ । ਜਿਥੇ ਸ਼ਬਦ ਦਾ ਸਿਮਰਨ ਹੁੰਦਾ, ਉਹ ਹੀ ਪ੍ਰਭ ਦਾ ਤਖਤ, ਸੁਰਗ ਬਣ ਜਾਂਦਾ ਹੈ । ਉਸ ਦਾ ਹੁਕਮ ਸਭ ਉਪਰ ਚਲਦਾ ਹੈ । ਉਸ ਦੇ ਸ਼ਬਦ ਦੀ ਸੁਗੰਧ ਸਦਾ ਅਟੱਲ ਰਹਿਣ ਵਾਲੀ ਹੈ ।

The everlasting echo of His Word resonates in all direction in the whole universe. His throne is always in the heaven in the body of each and every creature. Whosoever may meditate and adopt the teachings of His Word, the heaven prevails in the center of his body and mind. His body becomes His Holy throne. His command prevails on all creatures of the universe and the fragrances of the teachings of His Word remain forever.

ਘਟਿ ਘਟਿ ਸੰਪਟੁ ਹੈ ਰੇ ਜਾ ਕਾ॥	ghat ghat sampat hai ray jaa kaa.
ਅਭਗ ਸਭਾ ਸੰਗਿ ਹੈ ਸਾਧਾ॥	abhag sabhaa sang hai saaDhaa.
ਆਰਤੀ ਕੀਰਤਨੁ ਸਦਾ ਅਨੰਦ॥	aartee keertan sadaa anand.
ਮਹਿਮਾ ਸੁੰਦਰ ਸਦਾ ਬੇਅੰਤ॥੩॥	mahimaa sundar sadaa bay-ant. ||3||

ਉਸ ਦੇ ਸ਼ਬਦ ਦਾ ਖਜ਼ਾਨਾ ਹਰਇੱਕ ਜੀਵ ਦੇ ਤਨ ਵਿੱਚ ਹੈ । ਬੰਦਗੀ ਕਰਨ ਵਾਲੇ ਸੰਤਾਂ ਦੀ ਸੰਗਤ ਵਿੱਚ ਹੀ ਉਸ ਦਾ ਦਰਬਾਰ ਹੁੰਦਾ ਹੈ । ਉਸ ਦੇ ਸ਼ਬਦ ਦਾ ਕੀਰਤਨ ਨਾਲ ਸਦਾ ਹੀ ਮਨ ਵਿੱਚ ਅਨੰਦ, ਖੇੜਾ ਵਸਦਾ ਹੈ । ਉਸ ਦੀ ਸੋਭਾ, ਸ਼ਾਨ ਦਾ ਕੋਈ ਅੰਤ ਨਹੀਂ ਹੈ, ਕੋਈ ਅੰਤ ਪਾ ਨਹੀਂ ਸਕਦਾ ।

The treasure of enlightenment of the teachings of His Word remains overwhelmed in the body of each and every creature. His court remains in the association of His true devotee. By singing the glory of His Word wholeheartedly, his mind may be blessed with pleasures and blossom forever. The limits of His glory may not be comprehended by His creation.

ਜਿਸਹਿ ਪਰਾਪਤਿ ਤਿਸ ਹੀ ਲਹਨਾ॥	jisahi paraapat tis hee lahnaa.
ਸੰਤ ਚਰਨ ਓਹੁ ਆਇਓ ਸਰਨਾ॥	sant charan oh aa-i-o sarnaa.
ਹਾਥਿ ਚੜਿਓ ਹਰਿ ਸਾਲਗਿਰਾਮੁ॥	haath charhi-o har saalgiraam.
ਕਹੁ ਨਾਨਕ ਗੁਰਿ ਕੀਨੋ ਦਾਨੁ॥	kaho naanak gur keeno daan.
੪॥੩੯॥੯੦॥	||4||39||90||

ਜਿਸ ਦੇ ਭਾਗਾਂ ਵਿੱਚ ਇਹ ਪਹਿਲੇ ਹੀ ਲਿਖਿਆ ਹੁੰਦਾ ਹੈ, ਕੇਵਲ ਉਹ ਹੀ ਪ੍ਰਭ ਦੀ ਰਹਿਮਤ ਪਾਉਂਦਾ ਹੈ । ਉਹ ਹੀ ਸੰਤਾਂ ਦੇ ਚਰਨਾਂ ਵਿੱਚ , ਸ਼ਰਣ ਵਿੱਚ ਆਉਂਦਾ ਹੈ । ਮੈਂ ਆਪਣੇ ਮਨ ਵਿੱਚ ਭਰੋਸਾ ਅਡੋਲ ਕਰਕੇ ਉਸ ਦੇ ਅੱਗੇ ਅਰਦਾਸ ਕਰਦਾ ਹਾ! ਉਸ ਨੇ ਆਪ ਹੀ ਰਹਿਮਤ ਬਖਸ਼ਕੇ ਇਹ ਸੋਝੀ ਬਖਸ਼ਿਸ਼ ਹੈ ।

Only with great prewritten destiny, anyone may be blessed with His mercy and grace. Only he may enter into the sanctuary of His true devotee. I always pray with the steady and stable belief for His mercy and grace. He has blessed me the enlightenment in my day to day life.

160.ਆਸਾ ਮਹਲਾ ੫ ਪੰਚਪਦਾ॥ 393- 12

ਜਿਹ ਪੈਡੈ ਲੂਟੀ ਪਨਿਹਾਰੀ॥	jih paidai lootee panihaaree.
ਸੋ ਮਾਰਗੁ ਸੰਤਨ ਦੂਰਾਰੀ॥੧॥	so maarag santan dooraaree. ||1||

ਜਿਸ ਰਸਤੇ ਤੇ ਮਨ ਨੂੰ ਲੁੱਟਣ ਵਾਲੀਆਂ ਇੱਛਾਂ, ਸੰਸਾਰਕ ਮਾਇਆ ਚਲਦੀ ਹੈ । ਉਹ ਰਸਤਾ, ਜੀਵਨ ਦਾ ਢੰਗ , ਸੰਤਾਂ ਦੇ ਜੀਵਨ ਵਿਚੋਂ ਦੂਰ ਹੋ ਜਾਂਦਾ ਹੈ । ਸੰਤ ਉਸ ਰਸਤੇ ਤੋ ਦੂਰ ਰਹਿੰਦੇ ਹਨ ।

The path, the worldly wealth adopts to robs the peace of mind of creature. That path, the way of life remains far away from the day to day life of His true devotee. His true devotee never follows or attempt that path in his day to day life.

ਸਤਿਗੁਰ ਪੂਰੈ ਸਾਚੁ ਕਹਿਆ॥	satgur poorai saach kahi-aa.
ਨਾਮ ਤੇਰੇ ਕੀ ਮੁਕਤੇ ਬੀਥੀ,	naam tayray kee muktay beethee
ਜਮ ਕਾ ਮਾਰਗੁ ਦੂਰਿ ਰਹਿਆ॥੧॥	jam kaa maarag door rahi-aa. ||1||
ਰਹਾਉ॥	rahaa-o.

ਪ੍ਰਭ ਦੇ ਸ਼ਬਦ ਦੇ ਕਥਨ ਅਟੱਲ, ਸੱਚ ਹੀ ਹਨ । ਸ਼ਬਦ ਦੀ ਪਾਲਣਾ ਹੀ ਮਾਨਸ ਦੀ ਮੁਕਤੀ ਦਾ ਰਸਤਾ ਹੈ । ਮੌਤ ਦੇ ਜਮਦੂਤ ਦਾ ਰਸਤਾ ਇਸ ਤੋ ਬੁਹਤ ਦੂਰ ਹੈ ।

The teachings of His Word are axiom and always remain true and prevails forever. To meditate and to adopt the teachings of His Word wholeheartedly with steady and stable belief is the right path of salvation. The devil of death always banned from that path by The True Master.

ਜਹ ਲਾਲਚ ਜਾਗਾਤੀ ਘਾਟ॥	jah laalach jaagaatee ghaat.
ਦੂਰਿ ਰਹੀ ਉਹ ਜਨ ਤੇ ਬਾਟ॥੨॥	door rahee uh jan tay baat. ||2||

ਜਿਸ ਜੀਵਨ ਦੇ ਢੰਗ ਵਿੱਚ ਲਾਲਚ ਦੀਆਂ ਇੱਛਾਂ ਹੁੰਦੀਆਂ ਹਨ । ਉਹ ਰਸਤਾ ਬੰਦਗੀ ਕਰਨ ਵਾਲੇ ਤੋ ਬਹੁਤ ਦੂਰ ਹੋ ਜਾਂਦਾ ਹੈ ।

Any path of life, where worldly desires and greed blossom in the mind of worldly creature. His true devotee always abandons and stay away from that path in his day to day life.

ਜਹ ਆਵਟੇ ਬਹੁਤ ਘਨ ਸਾਥ॥ jah aavtay bahut ghan saath.
ਪਾਰਬ੍ਰਹਮ ਕੇ ਸੰਗੀ ਸਾਧ॥੩॥ paarbarahm kay sangee saaDh. ||3||

ਸੰਸਾਰਕ ਜੀਵ ਉਸ ਥਾਂ ਤੇ ਰਹਿੰਦੇ ਹਨ । ਜਿਥੇ ਕਿਤੇ ਬਹੁਤ ਜੀਵ ਇੱਕਠੇ ਹੁੰਦੇ ਹਨ । ਬੰਦਗੀ ਕਰਨ ਵਾਲੇ ਦਾਸ ਪ੍ਰਭ ਦੇ ਸ਼ਬਦ ਦੀ ਸ਼ਰਣ ਵਿੱਚ, ਪ੍ਰਭ ਦੇ ਸਾਥ ਹੀ ਰਹਿੰਦੇ ਹਨ ।

The worldly creatures always enjoy and reside where many worldly creatures reside. His true devotee always resides in the sanctuary of The True Master. He remains meditating and adopting the teachings of His Word, the memory of his separation remains fresh in his mind.

ਚਿਤ੍ਰ ਗੁਪਤੁ ਸਭ ਲਿਖਤੇ ਲੇਖਾ॥ chitar gupat sabh likh-tay laykhaa.
ਭਗਤ ਜਨਾ ਕਉ ਦ੍ਰਿਸਟਿ ਨ ਪੇਖਾ॥੪॥ bhagat janaa ka-o darisat na paykhaa. 4

ਚਿਤ੍ਰ ਗੁਪਤ ਜੀਵਾਂ ਦੇ ਚੰਗੇ, ਮੰਦੇ ਕੰਮਾਂ ਦਾ ਲੇਖਾ ਲਿਖਦਾ ਹੈ । ਉਹ ਬੰਦਗੀ ਕਰਨ ਵਾਲੇ ਦਾਸਾਂ ਨੂੰ ਦੇਖ ਵੀ ਨਹੀਂ ਸਕਦਾ ।

The righteous scriber, writes the accounts of good and evil deeds of all worldly creatures. His true devotee remains beyond his reach.

ਕਹੁ ਨਾਨਕ ਜਿਸੁ ਸਤਿਗੁਰੁ ਪੂਰਾ॥ kaho naanak jis satgur pooraa.
ਵਾਜੇ ਤਾ ਕੈ ਅਨਹਦ ਤੂਰਾ॥੫॥੪੦॥੯੧॥ vaajay taa kai anhad tooraa.5||40||91

ਜਿਹੜਾ ਜੀਵ ਪੂਰਨ ਗੁਰੂ ਦੀ ਸੇਵਾ, ਪ੍ਰਭ ਦੇ ਸ਼ਬਦ ਦੀ ਪਾਲਣਾ ਕਰਦਾ ਹੈ । ਉਸ ਦੇ ਮਨ ਵਿੱਚ ਪ੍ਰਭ ਦੇ ਸ਼ਬਦ ਦੀ ਧੁਨ, ਗੂੰਜ ਚਲਦੀ ਹੈ ।

Whosoever may adopt the teachings of the true guru, His Word and serves His mankind. The everlasting echo of His Word resonates within his mind all time, forever.

161.ਆਸਾ ਮਹਲਾ ੫ ਦੁਪਦਾ ੧॥ 394 - 17

ਸਾਧੂ ਸੰਗਿ ਸਿਖਾਇਓ ਨਾਮੁ॥ saaDhoo sang sikhaa-i-o naam.
ਸਰਬ ਮਨੋਰਥ ਪੂਰਨ ਕਾਮ॥ sarab manorath pooran kaam.
ਬੁਝਿ ਗਈ ਤ੍ਰਿਸਨਾ bujh ga-ee tarisnaa
ਹਰਿ ਜਸਹਿ ਅਘਾਨੇ॥ har jaseh aghaanay.
ਜਪਿ ਜਪਿ ਜੀਵਾ ਸਾਰਿਗਪਾਨੇ॥੧॥ jap jap jeevaa saarigpaanay. ||1||

ਬੰਦਗੀ ਕਰਨ ਵਾਲੇ ਸੰਤਾਂ ਦੀ ਸੰਗਤ ਵਿੱਚ ਸ਼ਬਦ ਦੀ ਪਾਲਣਾ ਕਰਨ ਦੀ ਵਿਧੀ ਸਿਖੀ ਜਾਂਦੀ ਹੈ । ਜਿਹੜੇ ਪ੍ਰਭ ਦੇ ਸ਼ਬਦ ਦਾ ਸਿਮਰਨ ਕਰਦੇ ਹਨ । ਉਹਨਾਂ ਮਾਨਸ ਜੀਵਾਂ ਦੀਆਂ ਸਾਰੀਆਂ ਮੁਰਾਦਾਂ ਪੂਰੀਆਂ ਹੋ ਜਾਂਦੀਆਂ ਹਨ । ਉਹਨਾਂ ਦੇ ਮਨ ਦੀਆਂ ਇੱਛਾਂ, ਖਤਮ ਹੋ ਜਾਂਦੀਆਂ ਹਨ, ਇੱਛਾਂ ਰਹਿਤ ਹੋ ਜਾਂਦੇ ਹਨ । ਉਹ ਸ਼ਬਦ ਦੇ ਗੁਣ ਗਾਉਂਦੇ, ਪਾਲਣਾ ਕਰਦੇ ਆਪਣਾ ਜੀਵਨ ਬਤੀਤ ਕਰਦੇ ਹਨ ।

In the association of His true devotee, the technique to adopt the teachings of His Word in day to day life may be practiced. Whosoever may wholeheartedly meditate on the teachings of His Word, all his spoken and unspoken desires and hopes may be satisfied by His mercy and grace. All worldly desires of his mind may be eliminated and His mind may become free of blemish of worldly desires. He may adopt and remains singing the glory of His Word with steady and stable belief in his day to day life.

ਕਰਨ ਕਰਾਵਨ ਸਰਨਿ ਪਰਿਆ॥ karan karaavan saran pari-aa.
ਗੁਰ ਪਰਸਾਦਿ ਸਹਜ ਘਰੁ ਪਾਇਆ, gur parsaad sahj ghar paa-i-aa
ਮਿਟਿਆ ਅੰਧੇਰਾ ਚੰਦੁ ਚੜਿਆ॥੧॥ miti-aa anDhayraa chand charhi-aa.
ਰਹਾਉ ||1|| rahaa-o.

ਜਿਹੜੇ ਉਸ ਸਭ ਕੁਝ ਕਰਨ ਵਾਲੇ ਮਾਲਕ ਦੀ ਸ਼ਰਣ ਵਿੱਚ ਆ ਜਾਂਦੇ ਹਨ । ਉਹਨਾਂ ਦੇ ਮਨ ਦੇ ਸਾਰੇ ਭਰਮ ਦੂਰ ਹੋ ਜਾਂਦੇ ਹਨ । ਮਨ ਵਿੱਚ ਖੇੜਾ ਵਸ ਜਾਂਦਾ ਹੈ । ਗਿਆਨ ਦਾ ਸੋਮਾਂ ਉਹਨਾਂ ਦੇ ਮਨ ਵਿੱਚ ਜਾਗਰਤ ਹੋ ਜਾਂਦਾ ਹੈ ।

Whosoever may wholeheartedly surrender at the sanctuary of The True Master, The Creator of the whole universe and begs for His mercy and grace, all suspicions of his mind may be eliminated forever. He may be overwhelmed with blossom in his life. The fountain of enlightenment of His Word becomes awake and alert within his mind.

ਲਾਲ ਜਵੇਹਰ ਭਰੇ ਭੰਡਾਰ॥ laal javayhar bharay bhandaar.
ਤੋਟਿ ਨ ਆਵੈ ਜਪਿ ਨਿਰੰਕਾਰ॥ tot na aavai jap nirankaar.
ਅੰਮ੍ਰਿਤ ਸਬਦੁ ਪੀਵੈ ਜਨੁ ਕੋਇ॥ amrit sabad peevai jan ko-ay.
ਨਾਨਕ ਤਾ ਕੀ ਪਰਮ ਗਤਿ ਹੋਇ॥੨॥੪੧॥੯੨॥ naanak taa kee param gat ho-ay. ||2||41||92||

ਪ੍ਰਭ ਦੇ ਘਰ ਵਿੱਚ ਸ਼ਬਦ ਦੀ ਸੋਝੀ ਦੇ ਅਨੇਕਾਂ ਹੀ ਭੰਡਾਰ ਹਨ । ਜਿਸ ਵਿੱਚ ਕਦੇ ਤੋਟ ਨਹੀਂ ਆਉਂਦੀ । ਕੋਈ ਵਿਰਲਾ ਹੀ ਮਾਨਸ ਸ਼ਬਦ ਨਾਲ ਜੀਵਨ ਢਾਲਦਾ ਹੈ । ਸ਼ਬਦ ਦੀ ਸੋਝੀ ਰੂਪੀ ਅੰਮ੍ਰਿਤ ਦਾ ਅਨੰਦ ਮਾਨਦਾ ਹੈ । ਉਸ ਨੂੰ ਉਤਮ, ਅਮਰ ਅਵਸਥਾ ਦੀ ਬਖਸ਼ਿਸ਼ ਹੋ ਜਾਂਦੀ ਹੈ ।

The True Master has unlimited treasures of enlightenment of His Word. There may never a shortage or any shortcoming of enlightenment in His court. However, very rare devotee may adopt the teachings of His Word in his day to day life and may be blessed with the true nectar the teachings of His Word. Only he may be blessed with immortal state of mind in his life.

162.ਆਸਾ ਘਰੁ ੭ ਮਹਲਾ ੫॥ 394-2

ਹਰਿ ਕਾ ਨਾਮੁ ਰਿਦੈ ਨਿਤ ਧਿਆਈ॥ har kaa naam ridai nit Dhi-aa-ee.
ਸੰਗੀ ਸਾਥੀ ਸਗਲ ਤਰਾਂਈ॥੧॥ sangee saathee sagal taraaN-ee. ||1||

ਜੀਵ ਪ੍ਰਭ ਦੇ ਸ਼ਬਦ ਦਾ ਮਨੋ ਸਿਮਰਨ ਕਰੋ! ਇਸ ਨਾਲ ਮਨ ਦੀ ਅਵਸਥਾ ਬਦਲ ਜਾਂਦੀ ਹੈ । ਸਾਥ ਚਲਣ ਵਾਲੇ ਸਾਥੀ ਵੀ ਸ਼ਬਦ ਦੀ ਪਾਲਣਾ ਤੇ ਲੱਗ ਕੇ ਤਰ ਜਾਂਦੇ ਹਨ ।

You should wholeheartedly meditate on the teachings of His Word; with this way of life the state of mind may be transformed. All followers and associates may also adopt the right path of acceptance in His court.

ਗੁਰੁ ਮੇਰੈ ਸੰਗਿ ਸਦਾ ਹੈ ਨਾਲੇ॥ gur mayrai sang sadaa hai naalay.
ਸਿਮਰਿ ਸਿਮਰਿ ਤਿਸੁ ਸਦਾ ਸਮ੍ਾਲੇ॥੧॥ ਰਹਾਉ॥ simar simar tis sadaa samHaalay. ||1|| rahaa-o.

ਪ੍ਰਭ ਦਾ ਸ਼ਬਦ ਸਦਾ ਹੀ ਜੀਵ ਦੇ ਨਾਲ ਤਨ ਵਿੱਚ ਰਹਿੰਦਾ ਹੈ । ਸ਼ਬਦ ਦੀ ਪਾਲਣਾ, ਸਿਮਰਨ ਬਾਰ ਬਾਰ ਕਰਨ ਨਾਲ ਮਨ ਵਿੱਚ ਸੰਤੋਖ, ਖੇੜਾ ਬਖਸ਼ਿਸ਼ ਹੋ ਜਾਂਦਾ ਹੈ ।

His Word (The True Master) always dwells within the body along with the soul of the creature. By meditating over and over and adopting the teachings of His Word in day to day life, his mind may be blessed with contentment and blossom forever.

ਤੇਰਾ ਕੀਆ ਮੀਠਾ ਲਾਗੈ॥ tayraa kee-aa meethaa laagai.
ਹਰਿ ਨਾਮੁ ਪਦਾਰਥੁ ਨਾਨਕੁ ਮਾਂਗੈ॥੨॥੪੨॥੯੩॥ har naam padaarath naanak maaNgai. ||2||42||93||

ਪ੍ਰਭ ਦਾ ਕੀਤਾ, ਬਖਸ਼ਿਆ ਸ਼ਬਦ ਮਨ ਨੂੰ ਬਹੁਤ ਮਿੱਠਾ ਲੱਗਦਾ, ਮਨ ਨੂੰ ਭਾਉਂਦਾ ਹੈ । ਬੰਦਗੀ ਕਰਨ ਵਾਲੇ ਦਾਸ ਸਦਾ ਹੀ ਸ਼ਬਦ ਦੀ ਸੋਝੀ ਦੀ ਹੀ ਅਰਦਾਸ ਕਰਦੇ ਹਨ ।

My True Master, the teachings of Your Word are very soothing to my mind. Your true devotee always begs for Your mercy and grace to be blessed with the enlightenment of Your Word.

163.ਆਸਾ ਮਹਲਾ ੫॥ 394-4

ਸਾਧੂ ਸੰਗਤਿ ਤਰਿਆ ਸੰਸਾਰੁ॥ saaDhoo sangat tari-aa sansaar.
ਹਰਿ ਕਾ ਨਾਮੁ ਮਨਹਿ ਆਧਾਰੁ॥੧॥ har kaa naam maneh aaDhaar. ||1||

ਬੰਦਗੀ ਕਰਨ ਵਾਲੇ ਸੰਤਾਂ ਦੇ ਜੀਵਨ ਦਾ ਅਧਾਰ ਹੀ ਪ੍ਰਭ ਦੇ ਸ਼ਬਦ ਦੀ ਪਾਲਣਾ ਕਰਨਾ ਹੁੰਦਾ ਹੈ । ਸਾਰੀ ਸ੍ਰਿਸ਼ਟੀ ਹੀ ਉਹਨਾਂ ਦੇ ਜੀਵਨ ਤੋ ਸਿਖਆ ਲੈ ਕੇ ਪ੍ਰਵਾਨਗੀ ਦੇ ਰਸਤੇ ਤੇ ਚਲ ਪੈਂਦੀ ਹੈ ।

The teachings of His Word become the guiding principles of the way of life of His true devotee. The whole universe may be inspired by his way of his life and may adopt the teachings in his own day to day life. He may remain steady and stable on the path of acceptance in His court.

ਚਰਨ ਕਮਲ ਗੁਰਦੇਵ ਪਿਆਰੇ॥ charan kamal gurdayv pi-aaray.
ਪੂਜਹਿ ਸੰਤ ਹਰਿ ਪ੍ਰੀਤਿ ਪਿਆਰੇ॥੧॥ poojeh sant har pareet pi-aaray. ||1||
ਰਹਾਉ॥ rahaa-o.

ਬੰਦਗੀ ਕਰਨ ਵਾਲੇ ਸੰਤਾਂ ਦੇ ਮਨ ਵਿੱਚ ਪ੍ਰਭ ਦੇ ਵਿਛੋੜੇ ਦਾ ਡੂੰਘਾਂ ਵਿਰਾਗ ਰਹਿੰਦਾ ਹੈ । ਉਹਨਾਂ ਦਾ ਧਿਆਨ ਸਦਾ ਹੀ ਪ੍ਰਭ ਦੇ ਚਰਨਾਂ ਵਿੱਚ, ਸ਼ਬਦ ਦੀ ਪਾਲਣਾ ਵਿੱਚ ਰਹਿੰਦਾ ਹੈ ।

His true devotee remains in deep renunciation in the memory of his separation from The True Master. He remains in deep meditation in the void of His Word and obeys the teachings of His Word in day to day life.

ਜਾ ਕੈ ਮਸਤਕਿ ਲਿਖਿਆ ਭਾਗੁ॥ jaa kai mastak likhi-aa bhaag.
ਹੁ ਨਾਨਕ ਤਾ ਕਾ ਥਿਰੁ ਸੋਹਾਗੁ॥੨॥ kaho naanak taa kaa thir sohaag.
੪੩॥੯੪॥ ||2||43||94||

ਜਿਹਨਾਂ ਦੇ ਭਾਗਾਂ ਵਿੱਚ ਇਹ ਪਹਿਲੇ ਹੀ ਲਿਖਿਆ ਹੁੰਦਾ ਹੈ । ਉਹਨਾਂ ਜੀਵਾਂ ਦਾ ਹੀ ਮਨ ਪ੍ਰਭ ਦੇ ਸ਼ਬਦ ਦੀ ਪਾਲਣਾ ਵਿੱਚ ਅਡੋਲ ਹੁੰਦਾ ਹੈ । ਉਹ ਹੀ ਪ੍ਰਭ ਦੇ ਸ਼ਬਦ ਦੀ ਸਮਾਧੀ ਵਿੱਚ ਵਸਦੇ ਹਨ ।

Only with great prewritten destiny, His true devotee may obey and adopt the teachings of His Word in his day to day life and remains steady and stable. He always remains in deep meditation in the void of His Word.

164.ਆਸਾ ਮਹਲਾ ੫॥ 394-7

ਮੀਠੀ ਆਗਿਆ ਪਿਰ ਕੀ ਲਾਗੀ॥ meethee aagi-aa pir kee laagee.
ਸਉਕਨਿ ਘਰ ਕੀ ਕੰਤਿ ਤਿਆਗੀ॥ sa-ukan ghar kee kant ti-aagee.
ਪ੍ਰਿਅ ਸੋਹਾਗਨਿ ਸੀਗਾਰਿ ਕਰੀ॥ pari-a sohaagan seegaar karee.
ਮਨ ਮੇਰੇ ਕੀ ਤਪਤਿ ਹਰੀ॥੧॥ man mayray kee tapat haree. ||1||

ਪ੍ਰਭ ਦਾ ਸ਼ਬਦ ਮਨ ਨੂੰ ਬਹੁਤ ਮਿੱਠਾ ਲੱਗਦਾ ਹੈ । ਪ੍ਰਭ ਦੇ ਸ਼ਬਦ ਦੀ ਪਾਲਣਾ ਕਰਨ ਨਾਲ ਮਨ ਚਾਰੇ ਪਾਸੇ ਘੁੰਮਣ ਤੋ ਰੁਕ ਗਿਆ ਹੈ । ਮਨ ਵਿੱਚ ਦੁਬਿਦਾ ਦਾ ਨਾਸ਼ ਹੋ ਗਿਆ ਹੈ । ਸ਼ਬਦ ਦੀ ਪਾਲਣਾ ਨਾਲ ਮੇਰੇ ਮਨ ਦੀ ਅਵਸਥਾ ਬਦਲ ਗਈ ਹੈ । ਮਨ ਵਿੱਚ ਖੇੜਾ, ਸੰਤੋਖ ਆ ਗਿਆ ਹੈ । ਮਨ ਵਿੱਚ ਸੰਸਾਰਕ ਇੱਛਾਂ ਦੀ ਭਟਕਣ ਦਾ ਨਾਸ਼ ਹੋ ਗਿਆ ਹੈ ।

The teachings of His Word are very soothing to the mind of His true devotee. By meditating and obeying the teachings of His Word, wandering mind becomes steady and stable on The One and Only One True Master. His religious suspicions to worship other worldly gurus may be eliminated. By adopting the teachings of His Word, his state of mind may be transformed for the better. He may be contented and in blossom in his day to day life. All His frustration of worldly desires may be eliminated forever.

ਭਲੋ ਭਇਓ ਪ੍ਰਿਅ ਕਹਿਆ ਮਾਨਿਆ॥	bhalo bha-i-o pari-a kahi-aa maani-aa.
ਸੂਖੁ ਸਹਜੁ ਇਸੁ ਘਰ ਕਾ ਜਾਨਿਆ॥	sookh sahj is ghar kaa jaani-aa.
ਰਹਾਉ॥	rahaa-o.

ਸ਼ਬਦ ਦੀ ਪਾਲਣਾ ਵਿੱਚ ਲਗਨ ਨਾਲ ਭਾਗ ਖੁੱਲ੍ਹ ਗਏ ਹਨ । ਮਨ ਦੇ ਅੰਦਰੋਂ ਹੀ ਪ੍ਰਭ ਦੇ ਸ਼ਬਦ ਦੀ ਸੋਝੀ, ਜਾਗਰਤੀ ਹੋ ਗਈ ਹੈ ।

By adopting the teachings of His Word, my fortune and destiny have been revived. I have been blessed with enlightenment of the teachings of His Word from within and have become awake and alert.

ਹਉ ਬੰਦੀ ਪ੍ਰਿਅ ਖਿਜਮਤਦਾਰ॥	ha-o bandee pari-a khijmatdaar.
ਓਹੁ ਅਬਿਨਾਸੀ ਅਗਮ ਅਪਾਰ॥	oh abhinaasee agam apaar.
ਲੇ ਪਖਾ ਪ੍ਰਿਅ ਝਲਉ ਪਾਏ॥	lay pakhaa pari-a jhala-o paa-ay.
ਭਾਗਿ ਗਏ ਪੰਚ ਦੂਤ ਲਾਵੈ॥੨॥	bhaag ga-ay panch doot laavay. ||2||

ਪ੍ਰਭ ਦੇ ਸ਼ਬਦ ਦੀ ਪਾਲਣਾ ਦਾ ਦਾਸ ਬਣ ਗਿਆ ਹਾ । ਪ੍ਰਭ ਦੇ ਚਰਨਾਂ, ਸ਼ਰਣ ਵਿੱਚ ਆ ਗਿਆ ਹਾ । ਪ੍ਰਭ ਪਹੁੰਚ ਤੋ, ਨਾਸ਼ ਹੋਣ ਤੋ, ਅੰਤ ਤੋ ਰਹਿਤ ਰੂਹਾਨੀ ਮਾਲਕ ਹੈ । ਉਸ ਦੀ ਸ਼ਰਣ ਵਿੱਚ, ਚਰਨਾਂ ਵਿੱਚ ਸੇਵਾ ਕਰਦਾ ਹਾ । ਮੇਰੇ ਮਨ ਵਿਚੋਂ ਇੱਛਾਂ ਦੇ ਪੰਜ ਜਮਦੂਤ ਨਾਸ਼ ਹੋ ਗਏ ਹਨ ।

By adopting the teachings of His Word in my day to day life with steady and stable belief, I have become His slave. I have entered into the void of the sanctuary of The True Master. I may remain in His sanctuary and serve the community; all five demons of worldly desires have been eliminated from my mind.

ਨਾ ਮੈ ਕੁਲੁ ਨਾ ਸੋਭਾਵੰਤ॥	naa mai kul naa sobhaavant.
ਕਿਆ ਜਾਨਾ ਕਿਉ ਭਾਨੀ ਕੰਤ॥	ki-aa jaanaa ki-o bhaanee kant.
ਮੋਹਿ ਅਨਾਥ ਗਰੀਬ ਨਿਮਾਨੀ॥	mohi anaath gareeb nimaanee.
ਕੰਤ ਪਕਰਿ ਹਮ ਕੀਨੀ ਰਾਨੀ॥੩॥	kant pakar ham keenee raanee. ||3||

ਮੇਰਾ ਜਨਮ ਕਿਸੇ ਵੱਡੇ ਖਾਨਦਾਨ, ਘਰ ਵਿੱਚ ਨਹੀਂ ਹੋਇਆ, ਨਾ ਹੀ ਮੇਰੀ ਸੂਰਤ ਹੀ ਕੋਈ ਸੁੰਦਰ, ਮਨ ਨੂੰ ਮੋਹਨ ਵਾਲੀ ਹੈ । ਕੋਈ ਸਮਝ ਵਿੱਚ ਨਹੀਂ ਆਉਂਦਾ ਪ੍ਰਭ ਮੇਰੇ ਤੇ ਕਿਉਂ ਮਿਹਰਬਾਨ, ਦਿਆਲ ਹੋ ਗਿਆ ਹੈ? ਮੇਰਾ ਕਿਹੜਾ ਕੰਮ ਪ੍ਰਭ ਨੂੰ ਭਾਉਂਦਾ ਹੈ, ਕਿਉਂ ਰਹਿਮਤਾਂ ਬਖਸ਼ਦਾ ਹੈ? ਮੈ ਗਰੀਬ, ਅਪਾਜ, ਨਿਮਾਣਾ, ਸੰਸਾਰ ਵਿੱਚ ਕੋਈ ਸੋਭਾ ਵੀ ਨਹੀਂ ਹੈ । ਪ੍ਰਭ ਨੇ ਮੇਰਾ ਹੱਥ ਪਕੜ ਕੇ ਮੇਰੀ ਸ਼ਾਨ ਰਾਜੇ, ਰਾਣੀਆਂ ਵਾਲੀ ਬਣਾ ਦਿੱਤੀ ਹੈ ।

I was not born in a family of a great legacy or the family of His true devotee. My features and color are not any beautiful to attract any other mind. I am astonished, why has The True Master become so generous on my humble soul? I am very poor, humble and without any honor or significance in the universe. The True Master has bestowed His merciful hand and has blessed me a state of mind like kings and queens.

ਜਬ ਮੁਖਿ ਪ੍ਰੀਤਮੁ ਸਾਜਨੁ ਲਾਗਾ॥	jab mukh pareetam saajan laagaa.
ਸੂਖ ਸਹਜ ਮੇਰਾ ਧਨੁ ਸੋਹਾਗਾ॥	sookh sahj mayraa Dhan sohaagaa.
ਕਹੁ ਨਾਨਕ ਮੋਰੀ ਪੂਰਨ ਆਸਾ॥	kaho naanak moree pooran aasaa.
ਸਤਿਗੁਰ ਮੇਲੀ ਪ੍ਰਭ ਗੁਣਤਾਸਾ॥	satgur maylee parabh guntaasaa.
੪॥੧॥੯੫॥	||4||1||95||

ਪ੍ਰਭ ਦਾ ਸ਼ਬਦ ਮਨ ਵਿੱਚ ਜਾਗਰਤ ਹੋਣ ਨਾਲ ਮਨ ਵਿੱਚ ਸੰਤੋਖ, ਖੇੜਾ ਵਸ ਗਿਆ ਹੈ । ਮੇਰੇ ਮਾਨਸ ਜੀਵਨ ਦਾ ਸਫਰ ਸਫਲ ਹੋ ਗਿਆ ਹੈ । ਬੰਦਗੀ ਕਰਨ ਵਾਲੇ ਦਾਸ ਨੂੰ ਮਨ ਅੰਦਰੋਂ ਹੀ ਪ੍ਰਭ ਦਾ ਸ਼ਬਦ ਜਾਗਰਤ , ਸੁਚੇਤ ਹੋ ਜਾਂਦਾ ਹੈ । ਉਸ ਦੇ ਮਨ ਦੀਆਂ ਮੁਰਾਦਾਂ ਪੂਰੀਆਂ ਹੋ ਜਾਂਦੀਆਂ ਹਨ ।

By the enlightenment of the teachings of His Word, I have been blessed with contentment and blossom in my day to day life. My human life journey has become successful. His true devotee may be enlightened with the teachings of His Word within and may become awake and alert. All his spoken and unspoken hopes and desires may be satisfied by His mercy and grace.

165.ਆਸਾ ਮਹਲਾ ੫॥ 394-13

ਮਾਥੈ ਤ੍ਰਿਕੁਟੀ ਦ੍ਰਿਸਟਿ ਕਰੂਰਿ॥	maathai tarikutee darisat karoor.
ਬੋਲੈ ਕਉੜਾ ਜਿਹਬਾ ਕੀ ਫੂੜਿ॥	bolai ka-urhaa jihbaa kee foorh.
ਸਦਾ ਭੂਖੀ ਪਿਰੁ ਜਾਨੈ ਦੂਰਿ॥੧॥	sadaa bhookhee pir jaanai door. ‖1‖

ਜਿਹੜੀ ਆਤਮਾ ਪ੍ਰਭ ਨੂੰ ਬਹੁਤ ਦੂਰ ਸਮਝਦੀ ਹੈ । ਉਸ ਦੇ ਮਨ ਵਿੱਚ ਸਦਾ ਹੀ ਸੰਸਾਰਕ ਪਦਾਰਥ ਪਾਉਣ ਦੀ ਭੁੱਖ, ਲਾਲਚ ਰਹਿੰਦਾ ਹੈ । ਉਸ ਦੇ ਮੱਥੇ ਤੇ ਹਰ ਵੇਲੇ ਕਰੋਧ ਰਹਿੰਦਾ ਹੈ । ਉਸ ਦੀ ਨਜ਼ਰ ਬੁਰੀ ਹੁੰਦੀ, ਮਨ ਵਿੱਚ ਬੁਰੇ ਖਿਆਲ ਹੀ ਸੋਚਦਾ ਹੈ । ਉਸ ਦੇ ਬੋਲ ਕੌੜੇ, ਜੀਭ ਵਿਚੋਂ ਸਦਾ ਹੀ ਮੰਦੇ ਬੋਲ ਹੀ ਨਿਕਲਦੇ ਹਨ ।

Whosoever considers that The True Master is far away from His creation, he remains overwhelmed with greed, hungry for worldly possessions, short-living pleasures of worldly wealth. His forehead always has a unique look of anger and disappointment, his thoughts, attentions and deeds may be sinful. He becomes uncivilized and speaks rude in his day to day life.

ਐਸੀ ਇਸਤ੍ਰੀ ਇਕ ਰਾਮਿ ਉਪਾਈ॥	aisee istaree ik raam upaa-ee.
ਉਨਿ ਸਭੁ ਜਗੁ ਖਾਇਆ,	un sabh jag khaa-i-aa
ਹਮ ਗੁਰਿ ਰਾਖੇ ਮੇਰੇ ਭਾਈ॥	ham gur raakhay mayray bhaa-ee.
ਰਹਾਉ॥	rahaa-o.

ਪ੍ਰਭ ਨੇ ਆਪ ਹੀ ਇਸ ਤਰ੍ਹਾਂ ਦੀ ਅਵਸਥਾ ਵਾਲੀ ਸੰਸਾਰਕ ਮਾਇਆ ਪੈਦਾ ਕੀਤੀ ਹੈ, ਉਹ ਸੰਸਾਰਕ ਜੀਵਨ ਵਿੱਚ ਨਿੰਦਿਆਂ ਹੀ ਕਰਦਾ ਹੈ । ਜਿਹੜਾ ਪ੍ਰਭ ਦੇ ਸ਼ਬਦ ਦੀ ਪਾਲਣਾ ਕਰਦਾ, ਉਹ ਪ੍ਰਭ ਦੀ ਰਹਿਮਤ ਨਾਲ ਬਚ ਜਾਂਦਾ ਹੈ ।

The True Master has created the worldly wealth with a unique character, virtue that may render every soul to criticize and slanders other. Whosoever may meditate and adopt the teachings of His Word in his day to day life, he may be saved from worldly miseries with His mercy and grace.

ਪਾਇ ਠਗਉਲੀ ਸਭੁ ਜਗੁ ਜੋਹਿਆ॥	paa-ay thag-ulee sabh jag johi-aa.
ਬ੍ਰਹਮਾ ਬਿਸਨੁ ਮਹਾਦੇਉ ਮੋਹਿਆ॥	barahmaa bisan mahaaday-o mohi-aa.
ਗੁਰਮੁਖਿ ਨਾਮਿ ਲਗੇ ਸੇ ਸੋਹਿਆ॥੨॥	gurmukh naam lagay say sohi-aa. ‖2‖

ਇਸ ਸੰਸਾਰਕ ਮਾਇਆ ਨੇ ਆਪਨਾ ਜ਼ਹਿਰ, ਪ੍ਰਭਾਵ, ਸਾਰੀ ਸ੍ਰਿਸ਼ਟੀ ਵਿੱਚ ਹੀ ਪਾਇਆ ਹੈ । ਸਾਰੀ ਸ੍ਰਿਸ਼ਟੀ ਨੂੰ ਹੀ ਜਾਲ ਵਿੱਚ ਫਸਾਇਆ ਹੈ । ਵੱਡੇ ਵੱਡੇ ਦੇਵਤੇ, ਬ੍ਰਹਮਾ, ਮਾਹਦੇਵ, ਬਿਸਨ ਵਰਗੇ ਭਗਤਾਂ ਨੂੰ ਵੀ ਜਾਲ ਵਿੱਚ ਫਸਾਇਆ ਹੈ । ਜਿਹੜਾ ਪ੍ਰਭ ਦੇ ਸ਼ਬਦ ਦੀ ਪਾਲਣ ਵਿੱਚ ਅਡੋਲ, ਲੜ ਲੱਗਾ ਰਹਿੰਦਾ ਹੈ, ਕੇਵਲ ਉਹ ਗੁਰਮਖ ਹੀ ਇਸ ਵਿਚੋਂ ਬਚਦਾ ਹੈ ।

The poison of worldly wealth has deep influenced in the whole universe. The whole universe has been trapped under the control of his mind, worldly desires. Even the great prophets like Brahma, Mahadev and

Bashan have become the slave of some kind of worldly wealth. Whosoever may remain steady and stable obeying the teachings of His Word, he may be blessed with state of mind as His true devotee. Only he may be saved from the trap of worldly wealth.

ਵਰਤ ਨੇਮ ਕਰਿ ਥਾਕੇ ਪੁਨਹਚਰਨਾਂ॥ varat naym kar thaakay punharchanaa.
ਤਟ ਤੀਰਥ ਭਵੇ ਸਭ ਧਰਨਾ॥ tat tirath bhavay sabh Dharnaa.
ਸੇ ਉਬਰੇ ਜਿ ਸਤਿਗੁਰ ਕੀ ਸਰਨਾ॥੩॥ say ubray je satgur kee sarnaa. ||3||

ਬਹੁਤ ਮਾਨਸ ਧਰਮ ਦੇ ਰੀਤੀ ਰੀਵਾਜ, ਵਰਤ, ਅੰਮ੍ਰਿਤ ਪਾਨ ਕਰਕੇ ਥੱਕ, ਬੇਵੱਸ ਹੋ ਜਾਂਦੇ ਹਨ । ਅਨੇਕਾਂ ਹੀ ਜੀਵ ਸੰਸਾਰ ਵਿੱਚ ਵੱਖਰੇ ਵੱਖਰੇ ਪਵਿਤ੍ਰ ਤੀਰਥਾਂ ਦੀ ਯਾਤਰਾ ਕਰਦੇ ਹਨ । ਪਵਿਤ੍ਰ ਨਦੀਆਂ ਦੇ ਕੰਢੇ ਤੇ ਘੁੰਮਦੇ ਫਿਰਦੇ ਬੇਵੱਸ ਹੋ ਜਾਂਦੇ ਹਨ । ਜਿਹੜੀ ਆਤਮਾ ਸ਼ਬਦ ਦੀ ਪਾਲਣਾ ਦੇ ਲੜ ਲਗਦੀ ਹੈ, ਕੇਵਲ ਉਸ ਨੂੰ ਹੀ ਗੁਰਮਖ ਅਵਸਥਾ ਬਖਸ਼ਿਸ਼ ਹੁੰਦੀ ਹੈ, ਇਸ ਮਾਇਆ ਰੂਪੀ ਅੱਗ ਦੇ ਸਾਗਰ ਵਿਚੋਂ ਬਚ ਸਕਦੀ ਹੈ ।

So many worldly creatures and devotee have become disappointed, frustrated by performing the religious rituals, being baptized by the religion fundamentals, by traditionally reading and reciting the Holy Scripture. So many devotees wander on various Holy rivers, Holy shrines to take a sanctification bath, so many devotees may reside near and on the bank, shore of Holy rivers. Whosoever may wholeheartedly with steady and stable belief meditate and adopt the teachings of His Word in day to day life, His soul may be blessed with state of mind as His true devotee and may be saved from worldly wealth.

ਮਾਇਆ ਮੋਹਿ ਸਭੋ ਜਗੁ ਬਾਧਾ॥ maa-i-aa mohi sabho jag baaDhaa.
ਹਉਮੈ ਪਚੈ ਮਨਮੁਖ ਮੂਰਾਖਾ॥ ha-umai pachai manmukh mooraakhaa.
ਗੁਰ ਨਾਨਕ ਬਾਹ ਪਕਰਿ ਹਮ ਰਾਖਾ॥ gur naanak baah pakar ham raakhaa.
੪॥ ੨॥੯੬॥ ||4||2||96||

ਸਾਰੀ ਸ੍ਰਿਸ਼ਟੀ ਹੀ ਸੰਸਾਰਕ ਮਾਇਆ ਦੇ ਬੰਧਨ ਵਿੱਚ ਬੰਧੀ ਹੋਈ ਹੈ । ਮਨਮਰਜ਼ੀ ਕਰਨ ਵਾਲੇ ਮੂਰਖ, ਆਪਣੇ ਮਨ ਦੇ ਅਹੰਕਾਰ ਵਿੱਚ ਹੀ ਜੀਵਨ ਬਰਬਾਦ ਕਰ ਜਾਂਦੇ ਹਨ । ਪ੍ਰਭ ਦੇ ਸ਼ਬਦ ਦੀ ਪਾਲਣਾ ਕਰਨ ਵਾਲੇ ਦਾਸ ਨੂੰ ਪ੍ਰਭ ਆਪ ਹੀ ਸੇਧ ਬਖਸ਼ਦਾ ਹੈ । ਸ਼ਬਦ ਦੀ ਪਾਲਣਾ ਤੇ ਅਡੋਲ ਰਖਕੇ ਪ੍ਰਵਾਨ ਕਰ ਲੈਂਦਾ ਹੈ ।

The whole universe has become the slave of some kind of worldly wealth. Ignorant, self-minded in his ego may ruin his blessings of human body without any benefit. The True Master may guide and inspire His true devotee on the right path to adopt the teachings of His Word in day to day life. With his belief steady and stable on that path, he may be accepted in His court with His mercy and grace.

166.ਆਸਾ ਮਹਲਾ ੫॥ 394 -19

ਸਰਬ ਦੂਖ ਜਬ ਬਿਸਰਹਿ ਸੁਆਮੀ॥ sarab dookh jab bisrahi su-aamee.
ਈਹਾ ਊਹਾ ਕਾਮਿ ਨ ਪ੍ਰਾਨੀ॥੧॥ eehaa oohaa kaam na paraanee. ||1||

ਜਿਹੜਾ ਪ੍ਰਭ ਦੇ ਸ਼ਬਦ ਨੂੰ ਮਨ ਵਿਚੋਂ ਵਿਸਾਰ ਦੇਂਦਾ ਹੈ । ਉਸ ਨੂੰ ਅਨੇਕਾਂ ਹੀ ਸੰਸਾਰਕ ਇੱਛਾਂ ਦੇ ਰੋਗ ਲੱਗ ਜਾਂਦੇ, ਮਨ ਵਿੱਚ ਭਟਕਣਾਂ ਆ ਜਾਂਦੀਆਂ ਹਨ । ਉਸ ਦਾ ਸੰਸਾਰ ਵਿੱਚ ਅਤੇ ਮੌਤ ਪਿਛੋਂ ਵਾਲਾ ਸਮਾਂ ਬਿਰਥਾ ਹੀ ਬੀਤ ਜਾਂਦਾ ਹੈ ।

Whosoever may abandon the teachings of His Word from in his day to day life, he may become a slave of worldly desires, frustrations and disappointment. He may waste his human life opportunity and may not be rewarded after death.

ਸੰਤ ਤ੍ਰਿਪਤਾਸੇ ਹਰਿ ਹਰਿ ਧ੍ਯ੍ਯਾਇ॥	sant tariptaasay har har Dhayaa-ay.
ਕਰਿ ਕਿਰਪਾ ਅਪੁਨੈ ਨਾਇ ਲਾਏ,	kar kirpaa apunai naa-ay laa-ay
ਸਰਬ ਸੂਖ ਪ੍ਰਭ ਤੁਮਰੀ ਰਜਾਇ॥	sarab sookh parabh tumree rajaa-ay.
ਰਹਾਉ॥	rahaa-o.

ਬੰਦਗੀ ਕਰਨ ਵਾਲੇ ਸੰਤਾਂ ਦੇ ਮਨ ਵਿੱਚ ਸ਼ਬਦ ਦੀ ਪਾਲਣਾ ਨਾਲ ਸੰਤੋਖ, ਧੀਰਜ ਰਹਿੰਦਾ ਹੈ । ਪ੍ਰਭ ਆਪ ਹੀ ਰਹਿਮਤ ਬਖਸ਼ਕੇ ਸ਼ਬਦ ਦੇ ਲੜ ਲਾਵੋ! ਆਤਮਾ ਦੇ ਸਾਰੇ ਸੁਖ ਹੀ ਤੇਰੇ ਭਾਣੇ ਅੰਦਰ ਹੀ ਹਨ, ਤੇਰੀ ਰਹਿਮਤ ਨਾਲ ਹੀ ਬਖਸ਼ਿਸ਼ ਹੁੰਦੇ ਹਨ ।

His true devotee obeys and adopts the teachings of His Word, he may remain overwhelmed with patience and contentment on His blessings. The True Master with Your mercy and grace keeps me steady and stable on the right path of meditation. All comforts and sanctification of soul are embedded in obeying the teachings of Your Word. The enlightenment of Your Word may only be blessed with Your mercy and grace.

ਸੰਗਿ ਹੋਵਤ ਕਉ ਜਾਨਤ ਦੂਰਿ॥	sang hovat ka-o jaanat door.
ਸੋ ਜਨੁ ਮਰਤਾ ਨਿਤ ਨਿਤ ਝੂਰਿ॥੨॥	so jan martaa nit nit jhoor. ‖2‖

ਜਿਹੜੇ ਪ੍ਰਭ ਨੂੰ ਦੂਰ ਸਮਝਦੇ ਹਨ, ਉਹ ਪ੍ਰਭ ਦੇ ਸ਼ਬਦ ਦੀ ਪ੍ਰਵਾਹ ਨਹੀਂ ਕਰਦੇ । ਉਹ ਬਾਰ ਬਾਰ ਜੂੰਨਾਂ ਵਿੱਚ ਭਉਦੇ ਹਨ । ਉਹਨਾਂ ਨੂੰ ਸੋਗ, ਉਦਾਸੀ, ਪਛਤਾਵਾ ਹੀ ਹੁੰਦਾ ਰਹਿੰਦਾ ਹੈ ।

Whosoever may consider that The True Master is far away from him, he may not pay any attention to the teachings of His Word. He may not care much about His command. He remains over and over in the cycle of birth and death. He may endure disappointment, grieves and repents his foolishness.

ਜਿਨਿ ਸਭੁ ਕਿਛੁ ਦੀਆ	jin sabh kichh dee-aa
ਤਿਸੁ ਚਿਤਵਤ ਨਾਹਿ॥	tis chitvat naahi.
ਮਹਾ ਬਿਖਿਆ ਮਹਿ ਦਿਨੁ ਰੈਨਿ ਜਾਹਿ॥੩॥	mahaa bikhi-aa meh din rain jaahi. ‖3

ਜਿਹੜਾ ਪ੍ਰਭ ਨੂੰ ਆਪਣੇ ਮਨ ਵਿੱਚ ਯਾਦ ਨਹੀਂ ਰਖਦਾ, ਜਿਸ ਦੀ ਰਹਿਮਤ ਨਾਲ ਸਭ ਬਖਸ਼ਿਸ਼ਾਂ ਹੁੰਦੀਆਂ ਹਨ । ਸੰਸਾਰਕ ਮਾਇਆ ਦੇ ਪਿਛੇ ਲੱਗਕੇ, ਦਿਨ ਰਾਤ ਲਾਲਚ ਵਿੱਚ ਅਨੇਕਾਂ ਮੰਦੇ ਕੰਮ ਕਰਦਾ ਹੈ, ਪਾਪਾਂ ਦਾ ਭਾਰ ਇਕੱਠਾ ਕਰਦਾ ਰਹਿੰਦਾ ਹੈ ।

Whosoever may not keep the memory of his separation from The True Master fresh in his mind, who has blessed each and every soul with virtue all time. He may remain intoxicated with the poison od worldly wealth and commits many evil, sinful deeds. He may increase his burden of sins in his human life journey.

ਕਹੁ ਨਾਨਕ ਪ੍ਰਭੁ ਸਿਮਰਹੁ ਏਕ॥	kaho naanak parabh simrahu ayk.
ਗਤਿ ਪਾਈਐ ਗੁਰ ਪੂਰੇ ਟੇਕ॥੪॥੩॥੯੭॥	gat paa-ee-ai gur pooray tayk. 4‖3‖97

ਜਿਹੜੇ ਇੱਕੋ ਇੱਕ ਪ੍ਰਭ ਦੇ ਸ਼ਬਦ ਦੀ ਪਾਲਣਾ, ਸਿਮਰਨ ਕਰਦਾ ਹੈ । ਪ੍ਰਭ ਦੀ ਸ਼ਰਣ ਵਿੱਚ ਆਉਣ ਨਾਲ, ਸ਼ਬਦ ਨਾਲ ਜੀਵਨ ਢਾਲਣ ਨਾਲ ਹੀ ਮੁਕਤੀ ਦੀ ਅਵਸਥਾ ਬਖਸ਼ਿਸ਼ ਹੋ ਸਕਦੀ ਹੈ ।

Whosoever may meditate and adopt the teachings of The True Master with steady and stable belief in his day to day life. By adopting the teachings of His Word with steady and stable belief in his day to day life, he may be blessed with the state of mind of salvation in his human life journey.

167.ਆਸਾ ਮਹਲਾ ੫॥ 395- 4

ਨਾਮੁ ਜਪਤ ਮਨੁ ਤਨੁ ਸਭੁ ਹਰਿਆ॥ naam japat man tan sabh hari-aa.
ਕਲਮਲ ਦੋਖ ਸਗਲ ਪਰਹਰਿਆ॥੧॥ kalmal dokh sagal parhari-aa. ||1||

ਸ਼ਬਦ ਦੀ ਪਾਲਣਾ, ਸਿਮਰਨ ਕਰਨ ਨਾਲ ਜੀਵ ਦੇ ਮਨ ਤਨ ਵਿੱਚ ਨਵਾਂ ਖੇੜਾ ਬਖਸ਼ਿਸ਼ ਹੋ ਜਾਂਦਾ ਹੈ । ਮਨ ਦੇ ਬੁਰੇ ਖਿਆਲ ਨਾਸ਼ ਹੋ ਜਾਂਦੇ ਹਨ, ਅਨੇਕਾਂ ਪਾਪ ਧੋਤੇ ਜਾਂਦੇ ਹਨ ।

By meditating and adopting the teachings of His Word in day to day life, his mind and body may be blessed with new excitements and blossom in his life. All his evil thoughts may be eliminated and all his sins of previous lives may be forgiven by The True Master.

ਸੋਈ ਦਿਵਸੁ ਭਲਾ ਮੇਰੇ ਭਾਈ॥ so-ee divas bhalaa mayray bhaa-ee.
ਹਰਿ ਗੁਨ ਗਾਇ ਪਰਮ ਗਤਿ ਪਾਈ॥ har gun gaa-ay param gat paa-ee.
ਰਹਾਉ॥ rahaa-o.

ਜਿਸ ਦਿਨ ਉਹ ਸ਼ਬਦ ਦੇ ਗੁਣ ਗਾਉਂਦਾ, ਸ਼ਬਦ ਦੀ ਸਮਾਧੀ ਵਿੱਚ ਵਸਣ ਲੱਗ ਪੈਂਦਾ ਹੈ । ਮਾਨਸ ਦਾ ਉਹ ਦਿਨ ਹੀ ਭਾਗਾਂ ਵਾਲਾ ਹੋ ਜਾਂਦਾ ਹੈ । ਉਸ ਨੂੰ ਅਮਰ ਅਵਸਥਾ ਦੀ ਬਖਸ਼ਿਸ਼ ਹੋ ਜਾਂਦੀ, ਸਕਦੀ ਹੈ ।

When His true devotee sings the glory and enters into the void of His Word with steady and stable belief on his teachings of His Word, that day of his life becomes very fortunate. He may be blessed with immortal state of mind by the grace of The True Master.

ਸਾਧ ਜਨਾ ਕੇ ਪੂਜੇ ਪੈਰ॥ saaDh janaa kay poojay pair.
ਮਿਟੇ ਉਪਦ੍ਰਹ ਮਨ ਤੇ ਬੈਰ॥੨॥ mitay updareh man tay bair. ||2||

ਜਿਹੜਾ ਆਪਣੇ ਮਨ ਦੇ ਅਹੰਕਾਰ ਤੇ ਜਿੱਤ ਪਾ ਕੇ ਬੰਦਗੀ ਕਰਨ ਵਾਲੇ ਸੰਤਾਂ ਦੀ ਸੇਵਾ ਕਰਦਾ ਹੈ । ਉਸ ਦੇ ਮਨ ਵਿਚੋਂ ਬੁਰੇ ਖਿਆਲ, ਵੈਰ ਵਿਰੋਧ ਖਤਮ ਹੋ ਜਾਂਦਾ ਹੈ ।

Whosoever may conquer the ego of his mind, serves and provides comfort to His true devotee, all evil thoughts and jealousy with others may be eliminated from his mind.

ਗੁਰ ਪੂਰੇ ਮਿਲਿ ਝਗਰੁ ਚੁਕਾਇਆ॥ gur pooray mil jhagar chukaa-i-aa.
ਪੰਚ ਦੂਤ ਸਭਿ ਵਸਗਤਿ ਆਇਆ॥ ੩॥ panch doot sabh vasgat aa-i-aa. ||3||

ਪ੍ਰਭ ਦੇ ਸ਼ਬਦ ਦੀ ਪਾਲਣਾ ਕਰਨ ਨਾਲ ਸ਼ਬਦ ਦੀ ਸੋਝੀ ਬਖਸ਼ਿਸ਼ ਹੋ ਜਾਂਦੀ ਹੈ । ਮਨ ਦੇ ਸਾਰੇ ਸੰਸਾਰਕ ਇੱਛਾਂ ਦੇ ਝਗੜੇ ਖਤਮ ਹੋ ਜਾਂਦੇ ਹਨ । ਮਨ ਦੇ ਇੱਛਾਂ ਰੂਪੀ ਪੰਜੇ ਜਮਦੂਤ ਹੀ ਵੱਸ ਵਿੱਚ ਆ ਜਾਂਦੇ ਹਨ ।

By wholeheartedly adopting the teachings of His Word in day to day life, his mind may be blessed with enlightenment of His Word from within. All his frustrations and disappointments of worldly desires may be eliminated from his mind forever. All five demons of worldly desires may become under his control, becomes his slave.

ਜਿਸੁ ਮਨਿ ਵਸਿਆ ਹਰਿ ਕਾ ਨਾਮੁ॥ jis man vasi-aa har kaa naam.
ਨਾਨਕ ਤਿਸੁ ਊਪਰਿ ਕੁਰਬਾਨ॥੪॥੪॥੯੮॥ naanak tis oopar kurbaan. ||4||4||98||

ਜਿਸ ਜੀਵ ਦੇ ਮਨ ਵਿੱਚ ਪ੍ਰਭ ਦਾ ਸ਼ਬਦ ਜਾਗਰਤ ਹੋ ਜਾਂਦਾ ਹੈ । ਬੰਦਗੀ ਕਰਨ ਵਾਲੇ ਦਾਸ ਸਦਾ ਹੀ ਉਸ ਤੋ ਕੁਰਬਾਨ ਜਾਂਦੇ ਹਨ । ਆਪਣਾ ਜੀਵਨ ਉਸ ਦੇ ਜੀਵਨ ਦੇ ਅਧਾਰ ਤੇ ਢਾਲਦੇ ਹਨ ।

Whosoever may be enlightened with the teachings of His Word, he may become awake and alert. His true devotee may remain fascinated from the state of mind of that devotee. His true devotee may adopt the teachings of his life as a guiding principle of his day to day human life.

168.ਆਸਾ ਮਹਲਾ ੫॥ 395-7

ਗਾਵਿ ਲੇਹਿ ਤੂ ਗਾਵਨਹਾਰੇ॥	gaav layhi too gaavanhaaray.
ਜੀਅ ਪਿੰਡ ਕੇ ਪ੍ਰਾਨ ਅਧਾਰੇ॥	jee-a pind kay paraan aDhaaray.
ਜਾ ਕੀ ਸੇਵਾ ਸਰਬ ਸੁਖ ਪਾਵਹਿ॥	jaa kee sayvaa sarab sukh paavahi.
ਅਵਰ ਕਾਹੂ ਪਹਿ ਬਹੁੜਿ ਨ ਜਾਵਹਿ॥੧॥	avar kaahoo peh bahurh na jaaveh. ||1||

ਜੀਵ ਉਸ ਪ੍ਰਭ ਦੇ ਸ਼ਬਦ ਦੇ ਗੁਣ ਗਾਵੋ! ਜਿਹੜਾ ਆਤਮਾ ਅਤੇ ਤਨ ਦਾ ਆਸਰਾ ਹੈ, ਸਵਾਸ ਦਾ ਅਸਲੀ ਮਾਲਕ ਹੈ । ਉਸ ਦੇ ਸ਼ਬਦ ਦੀ ਪਾਲਣਾ, ਸਿਮਰਨ ਨਾਲ ਮਨ ਵਿੱਚ ਸਾਰੇ ਸੁਖ, ਸੰਤੋਖ, ਖੇੜਾ ਵਸਦਾ ਹੈ । ਉਸ ਨੂੰ ਹੋਰ ਕਿਸੇ ਪਾਸੇ ਜਾਣ ਦੀ, ਪੂਜਾ ਕਰਨ ਦੀ ਕੋਈ ਲੋੜ ਨਹੀਂ ਰਹਿੰਦੀ ।

You should always sing the glory of The True Master, who may be the true support of soul and body. He is The True Master of all breaths of his human life. By meditating and adopting the teachings of His Word in day to day life, he may be blessed with all comforts, contentment and blossom in his day to day life. He may not have any other desire to wander around or any necessity to worship anyone else except The True Master.

ਸਦਾ ਅਨੰਦ ਅਨੰਦੀ ਸਾਹਿਬੁ,	sadaa anand anandee saahib
ਗੁਨ ਨਿਧਾਨ ਨਿਤ ਨਿਤ ਜਾਪੀਐ॥	gun niDhaan nit nit jaapee-ai.
ਬਲਿਹਾਰੀ ਤਿਸੁ ਸੰਤ ਪਿਆਰੇ,	balihaaree tis sant pi-aaray jis
ਜਿਸੁ ਪ੍ਰਸਾਦਿ ਪ੍ਰਭੁ ਮਨਿ ਵਾਸੀਐ॥	parsaad parabh man vaasee-ai.
ਰਹਾਉ॥	rahaa-o.

ਪ੍ਰਭ ਸਦਾ ਹੀ ਖੇੜੇ ਵਿੱਚ ਰਹਿੰਦਾ ਹੈ, ਸਭ ਖੇੜਿਆਂ ਦਾ ਅਸਲੀ ਇੱਕੋ ਇੱਕ ਮਾਲਕ ਹੈ, ਗਿਆਨ ਦਾ ਸੋਮਾ, ਭੰਡਾਰੀ ਹੈ । ਉਸ ਸੰਤ, ਬੰਦਗੀ ਕਰਨ ਵਾਲੇ ਤੋਂ ਕੁਰਬਾਨ ਜਾਵਾ! ਜਿਸ ਦੀ ਪ੍ਰੇਰਨਾ ਨਾਲ ਮਨ ਵਿੱਚ ਸ਼ਬਦ ਦੀ ਪਾਲਣਾ ਦੀ ਲਗਨ ਲੱਗੀ ਹੈ । ਸ਼ਬਦ ਮਨ ਵਿੱਚ ਜਾਗਰਤ ਹੋ ਗਿਆ ਹੈ ।

The True Master, the treasure of all enlightenment of His Word always remain in blossom. He is the fountain of all enlightenments of His Word. I remain fascinated from the life of His true devotee, Holy saint, by whose inspiration, my mind has become steady and stable on the teachings of His Word and I have been enlightened, awake and alert.

ਜਾ ਕਾ ਦਾਨੁ ਨਿਖੂਟੈ ਨਾਹੀ॥	jaa kaa daan nikhootai naahee.
ਭਲੀ ਭਾਤਿ ਸਭ ਸਹਜਿ ਸਮਾਹੀ॥	bhalee bhaat sabh sahj samaahee.
ਜਾ ਕੀ ਬਖਸ ਨ ਮੇਟੈ ਕੋਈ॥	jaa kee bakhas na maytai ko-ee.
ਮਨਿ ਵਾਸਾਈਐ ਸਾਚਾ ਸੋਈ॥੨॥	man vaasaa-ee-ai saachaa so-ee. ||2||

ਪ੍ਰਭ ਦੇ ਦਾਤਾਂ ਦੇ ਭੰਡਾਰ ਵਿੱਚ ਕਦੇ ਤੋਟ, ਕਮੀ ਨਹੀਂ ਆਉਂਦੀ । ਉਹ ਅਥਾਹ ਰਹਿਮਤ, ਸਾਰੀ ਸ੍ਰਿਸ਼ਟੀ ਹੀ ਉਸ ਵਿੱਚ ਸਮਾ ਜਾਂਦੀ ਹੈ । ਉਸ ਦੀ ਬਖਸ਼ਿਸ਼ ਨੂੰ ਕੋਈ ਕਿਸੇ ਸਰਾਪ ਨਾਲ ਖਤਮ ਨਹੀ ਕਰ ਸਕਦਾ । ਜੀਵ ਸਦਾ ਹੀ ਉਸ ਪ੍ਰਭ ਦੇ ਸ਼ਬਦ ਨੂੰ ਮਨ ਵਿੱਚ ਵਸਾਵੋ! ਜਾਗਰਤ ਅਤੇ ਸੁਚੇਤ ਰਖੋ!

The treasure of His enlightenments will never be exhausted nor ever have any shortcoming in His blessings. The nature of His Holy Spirit remains beyond any measurement or limits. The whole universe is absorbed in His Holy Spirit. His blessings may not be removed or changed by any curse of any prophet, worldly guru. You should always meditate and adopt the teachings of His Word. You should drench the teachings of His Word within and keep your mind awake and alert.

ਸਗਲ ਸਮਗ੍ਰੀ ਗ੍ਰਿਹ ਜਾ ਕੈ ਪੂਰਨ॥	sagal samagree garih jaa kai pooran.
ਪ੍ਰਭ ਕੇ ਸੇਵਕ ਦੂਖ ਨ ਝੂਰਨ॥	parabh kay sayvak dookh na jhooran.
ਓਟਿ ਗਹੀ ਨਿਰਭਉ ਪਦੁ ਪਾਈਐ॥	ot gahee nirbha-o pad paa-ee-ai.
ਸਾਸਿ ਸਾਸਿ ਸੋ ਗੁਨ ਨਿਧਿ ਗਾਈਐ॥੩॥	saas saas so gun niDh gaa-ee-ai. ||3||

ਪ੍ਰਭ ਦੇ ਘਰ, ਦਰਬਾਰ ਵਿੱਚ ਬੇਅੰਤ ਪਦਾਰਥਾਂ ਦੇ ਭੰਡਾਰ ਹਨ । ਪ੍ਰਭ ਦੇ ਦਾਸ ਨੂੰ ਕਦੇ ਕੋਈ ਸੰਸਾਰਕ ਇੱਛਾਂ, ਚਿੰਤਾਂ ਪਰੇਸ਼ਾਨ ਨਹੀਂ ਕਰ ਸਕਦੀ । ਸ਼ਬਦ ਤੇ ਭਰੋਸਾ ਅਡੋਲ ਰਖਣ ਨਾਲ ਮਨ ਵਿੱਚ ਨਿਡਰ ਅਵਸਥਾ ਦੀ ਬਖਸ਼ਿਸ਼ ਹੋ ਜਾਂਦੀ ਹੈ । ਜੀਵ ਸਵਾਸ ਸਵਾਸ ਉਸ ਰਹਿਮਤਾਂ ਦੇ ਮਾਲਕ ਦੇ ਸ਼ਬਦ ਦੇ ਗੁਣ ਗਾਵੋ, ਸਿਮਰਨ ਕਰੋ! ਸ਼ਬਦ ਦੀ ਪਾਲਣਾ ਕਰੋ!

The castle, court of The True Master is a treasure of unlimited virtues of His Word. His true devotee never realizes any deficiency, any disappointment or frustration or worry about any worldly possessions, virtues. By adopting the teachings of His Word wholeheartedly, His true devotee becomes fearless, His blessings are bestowed by The True Master with His mercy and grace. You should meditate, sing and obey the teachings of His Word with each and every breath in day to day life.

ਦੂਰਿ ਨ ਹੋਈ ਕਤਹੂ ਜਾਈਐ॥	door na ho-ee kathoo jaa-ee-ai.
ਨਦਰਿ ਕਰੇ ਤਾ ਹਰਿ ਹਰਿ ਪਾਈਐ॥	nadar karay taa har har paa-ee-ai.
ਅਰਦਾਸਿ ਕਰੀ ਪੂਰੇ ਗੁਰ ਪਾਸਿ॥	ardaas karee pooray gur paas.
ਨਾਨਕੁ ਮੰਗੈ ਹਰਿ ਧਨੁ ਰਾਸਿ॥੪॥	naanak mangai har Dhan raas.
੫॥੯੯॥	||4||5||99||

ਪ੍ਰਭ, ਜੀਵ ਦੀ ਆਤਮਾ ਤੋਂ ਦੂਰ ਨਹੀਂ ਹੈ, ਉਹ ਤਨ ਵਿੱਚ ਹੀ ਵਸਦਾ ਹੈ । ਹਰ ਥਾਂ, ਸਮੇਂ ਜੀਵ ਦੇ ਸਾਥ ਹੀ ਰਹਿੰਦਾ ਹੈ । ਆਪਣੀ ਰਹਿਮਤ ਨਾਲ ਹੀ ਮਨ ਵਿੱਚ ਸ਼ਬਦ ਦੀ ਜਾਗਰਤੀ ਬਖਸ਼ਦਾ ਹੈ । ਬੰਦਗੀ ਕਰਨ ਵਾਲੇ ਪੂਰਨ ਪ੍ਰਭ, ਗੁਰੂ ਕੋਲ ਇੱਕੋ ਇੱਕ ਹੀ ਅਰਦਾਸ ਕਰਦੇ ਹਨ । ਪ੍ਰਭ ਦੇ ਸ਼ਬਦ ਦੀ ਪਾਲਣਾ ਤੇ ਅਡੋਲ ਰਹਿਣ ਦੀ ਬਖਸ਼ਿਸ਼ ਮੰਗਦੇ ਹਨ ।

The True Master dwells in the body of creature and never goes away from the soul of the creature. Wherever any creature moves around, the Holy Spirit always accompany the soul. With His mercy and grace, his soul may be enlightened. His true devotee always begs for devotion to meditate on the teachings of Your Word with steady and stable belief and acceptance in the void of His Word.

169.ਆਸਾ ਮਹਲਾ ੫॥ 395-14

ਪ੍ਰਥਮੇ ਮਿਟਿਆ ਤਨ ਕਾ ਦੂਖ॥	parathmay miti-aa tan kaa dookh.
ਮਨ ਸਗਲ ਕਉ ਹੋਆ ਸੂਖੁ॥	man sagal ka-o ho-aa sookh.
ਕਰਿ ਕਿਰਪਾ ਗੁਰ ਦੀਨੋ ਨਾਉ॥	kar kirpaa gur deeno naa-o.
ਬਲਿ ਬਲਿ ਤਿਸੁ ਸਤਿਗੁਰ ਕਉ ਜਾਉ॥੧॥	bal bal tis satgur ka-o jaa-o. ||1||

ਸ਼ਬਦ ਦੀ ਪਾਲਣਾ ਕਰਨ ਨਾਲ ਮਾਨਸ ਦੇ ਤਨ ਦਾ ਦੁਖ ਖਤਮ ਹੋ ਜਾਂਦਾ, ਦੁਖ ਸਹਿਣ ਦੀ ਸਮਰਥਾ ਆ ਜਾਂਦੀ ਹੈ । ਫਿਰ ਮਨ ਵਿੱਚ ਉਸ ਦੇ ਕੀਤੇ ਤੇ ਭਰੋਸਾ ਅਡੋਲ ਹੋ ਜਾਂਦਾ ਹੈ, ਪੂਰਨ ਸੰਤੋਖ ਬਖਸ਼ਿਸ਼ ਹੋ ਜਾਂਦਾ ਹੈ । ਪ੍ਰਭ ਤੋਂ, ਉਸ ਦੇ ਸ਼ਬਦ ਤੋਂ ਕੁਰਬਾਨ ਜਾਂਦਾ ਹਾ । ਪ੍ਰਭ ਨੇ ਆਪ ਹੀ ਰਹਿਮਤ ਬਖਸ਼ਕੇ ਸ਼ਬਦ ਦੇ ਲੜ ਲਾਇਆ ਹੈ ।

By adopting the teachings of His Word in day to day life, all his miseries may be eliminated by His mercy and grace. He may be blessed with strength to tolerate and endure all worldly day to day life miseries. His belief becomes steady and stable and he remains fully contented with His blessings. I always remain fascinated from the teachings of His Word. With His mercy and grace, I have been attached to meditate on the teachings of His Word.

ਗੁਰੁ ਪੂਰਾ ਪਾਇਓ ਮੇਰੇ ਭਾਈ॥	gur pooraa paa-i-o mayray bhaa-ee.
ਰੋਗ ਸੋਗ ਸਭ ਦੂਖ ਬਿਨਾਸੇ,	rog sog sabh dookh binaasay
ਸਤਿਗੁਰ ਕੀ ਸਰਣਾਈ॥ਰਹਾਉ॥	satgur kee sarnaa-ee. rahaa-o

ਪ੍ਰਭ ਦੀ ਸ਼ਰਣ ਵਿੱਚ ਵਸਦੇ, ਮੇਰੇ ਮਨ ਦੇ ਸਾਰੇ ਦੁਖ, ਭਰਮ ਨਾਸ਼ ਹੋ ਗਏ ਹਨ । ਪ੍ਰਭ ਦੀ ਰਹਿਮਤ ਨਾਲ ਮਨ ਵਿੱਚ ਸ਼ਬਦ ਜਾਗਰਤ ਹੋ ਗਿਆ ਹੈ ।

Whosoever may dwell in the sanctuary of The True Master, all his miseries and suspicions may be eliminated by His grace. He may be blessed with enlightenment of the teachings of His Word from within his mind.

ਗੁਰ ਕੇ ਚਰਨ ਹਿਰਦੈ ਵਸਾਏ॥ gur kay charan hirdai vasaa-ay.
ਮਨ ਚਿੰਤਤ ਸਗਲੇ ਫਲ ਪਾਏ॥ man chintat saglay fal paa-ay.
ਅਗਨਿ ਬੁਝੀ ਸਭ ਹੋਈ ਸਾਂਤਿ॥ agan bujhee sabh ho-ee saaNt.
ਕਰਿ ਕਿਰਪਾ ਗੁਰਿ ਕੀਨੀ ਦਾਤਿ॥੨॥ kar kirpaa gur keenee daat. ||2||

ਜਿਹੜਾ ਪ੍ਰਭ ਦੇ ਸ਼ਬਦ ਰੂਪੀ ਚਰਨ ਮਨ ਵਿੱਚ ਵਸਾ ਲੈਂਦਾ ਹੈ, ਉਸ ਦੇ ਮਨ ਵਿੱਚ ਸ਼ਬਦ ਜਾਗਰਤ ਹੋ ਜਾਂਦਾ ਹੈ । ਉਹ ਆਪਣੇ ਮਨ ਦੀਆਂ ਬੋਲੀਆ, ਅਣਬੋਲੀਆ ਮੁਰਾਦਾਂ ਪਾ ਲੈਂਦਾ ਹੈ । ਪ੍ਰਭ ਦੀ ਰਹਿਮਤ ਨਾਲ ਮਨ ਵਿਚੋਂ ਇੱਛਾਂ ਦੀ ਅੱਗ ਬੁਝ ਜਾਂਦੀ ਹੈ, ਮਨ ਇੱਛਾਂ ਰਹਿਤ ਨਿਰਮਲ ਹੋ ਜਾਂਦਾ ਹੈ ।

Whosoever may be drenched the teachings of His Word in his day to day life, he may become awake and alert with His blessings. All his spoken and unspoken hopes and desires of his mind may be fully satisfied by His mercy and grace. He may be blessed with patience and contentment; the fire of worldly desires may be extinguished from his mind. He may become beyond the reach of worldly frustrations, desires and greed.

ਨਿਥਾਵੇ ਕਉ ਗੁਰਿ ਦੀਨੋ ਥਾਨੁ॥ nithaavay ka-o gur deeno thaan.
ਨਿਮਾਨੇ ਕਉ ਗੁਰਿ ਕੀਨੋ ਮਾਨੁ॥ nimaanay ka-o gur keeno maan.
ਬੰਧਨ ਕਾਟਿ ਸੇਵਕ ਕਰਿ ਰਾਖੇ॥ banDhan kaat sayvak kar raakhay.
ਅੰਮ੍ਰਿਤ ਬਾਨੀ ਰਸਨਾ ਚਾਖੇ॥੩॥ amrit baanee rasnaa chaakhay. ||3||

ਪ੍ਰਭ ਆਪ ਹੀ ਉਸ ਬੇਘਰ ਜੀਵ ਨੂੰ, ਦਰਬਾਰ ਵਿੱਚ ਥਾਂ ਬਖਸ਼ਦਾ ਹੈ । ਜਿਸ ਨਿਮਾਣੇ ਜੀਵ ਦੀ ਸੰਸਾਰ ਵਿੱਚ ਕੋਈ ਪ੍ਰਵਾਹ ਨਹੀਂ ਕਰਦਾ, ਉਸ ਨੂੰ ਦਰਬਾਰ ਵਿੱਚ ਮਾਣ ਬਖਸ਼ਦਾ ਹੈ । ਜਿਹੜਾ ਅਣਮੋਲ ਸ਼ਬਦ ਨੂੰ ਆਪਣੀ ਜੀਭ ਨਾਲ ਗਾਉਂਦਾ, ਮਨ ਵਿੱਚ ਵਸਉਂਦਾ ਹੈ । ਉਸ ਦੇ ਸੰਸਾਰਕ ਮੋਹ ਦੇ ਬੰਧਨ ਤੋੜ ਦੇਂਦਾ ਹੈ, ਚਿੰਤਾਂ ਰਹਿਤ ਕਰ ਦੇਂਦਾ ਹੈ ।

The poor, helpless worldly devotee, who may not have any comfortable home to live in the worldly life, he may be blessed with a permanent place in His royal court. Who may not have any honor or dignity, he may be blessed with honor and salvation after death? Whosoever may sing the glory of His priceless Word with his own tongue and drench the teachings of His Word within his mind, The True Master may eliminate all his worldly desires from his mind and may make him blemish free.

ਵਡੈ ਭਾਗਿ ਪੂਜ ਗੁਰ ਚਰਨਾਂ॥ vadai bhaag pooj gur charnaa.
ਸਗਲ ਤਿਆਗਿ ਪਾਈ ਪ੍ਰਭ ਸਰਨਾ॥ sagal ti-aag paa-ee parabh sarnaa.
ਗੁਰੁ ਨਾਨਕ ਜਾ ਕਉ gur naanak jaa ka-o
ਭਇਆ ਦਇਆਲਾ॥ bha-i-aa da-i-aalaa.
ਸੋ ਜਨੁ ਹੋਆ ਸਦਾ ਨਿਹਾਲਾ॥੪॥੬॥੧੦੦ so jan ho-aa sadaa nihaalaa. ||4||6||100

ਮੇਰੇ ਵਡੇ ਭਾਗ ਹੋ ਗਏ, ਮੇਰੀ ਸ਼ਬਦ ਨਾਲ ਲਗਨ ਲੱਗ ਗਈ ਹੈ । ਪ੍ਰਭ ਨੇ ਮੇਰੇ ਸੰਸਾਰਕ ਬੰਧਨ ਤੋੜ ਦਿੱਤੇ ਹਨ, ਮੇਰੀ ਆਤਮਾ ਪ੍ਰਭ ਦੀ ਸ਼ਰਣ ਵਿੱਚ ਪਨਾਹ ਪ੍ਰਵਾਨ ਹੋ ਗਈ ਹੈ । ਜਿਸ ਦੀ ਸ਼ਬਦ ਦੀ ਕਮਾਈ ਪ੍ਰਵਾਨ ਹੋ ਜਾਂਦੀ ਹੈ । ਉਸ ਨੂੰ ਸਦਾ ਰਹਿਣ ਵਾਲਾ ਖੇੜਾ ਬਖਸ਼ਿਸ਼ ਹੋ ਜਾਂਦਾ ਹੈ ।

I have been attached to a devotional meditation on the teachings of His Word, I have become very fortunate. Whose meditation, earnings of His

Word may be accepted in His court, he may be blessed with blossom and contentment forever

170.ਆਸਾ ਮਹਲਾ ੫॥ 396- 2

ਸਤਿਗੁਰ ਸਾਚੈ ਦੀਆ ਭੇਜਿ॥	satgur saachai dee-aa bhayj.
ਚਿਰੁ ਜੀਵਨੁ ਉਪਜਿਆ ਸੰਜੋਗਿ॥	chir jeevan upji-aa sanjog.
ਉਦਰੈ ਮਾਹਿ ਆਇ ਕੀਆ ਨਿਵਾਸੁ॥	udrai maahi aa-ay kee-aa nivaas.
ਮਾਤਾ ਕੈ ਮਨਿ ਬਹੁਤੁ ਬਿਗਾਸੁ॥੧॥	maataa kai man bahut bigaas. ||1||

ਜਿਹੜੀ ਆਤਮਾ ਨੂੰ ਮਾਨਸ ਮਾਤਾ ਦੀ ਕੁੱਖ ਵਿੱਚ ਥਾਂ ਬਖਸ਼ਿਸ਼ ਹੋ ਜਾਂਦੀ ਹੈ, ਉਸ ਆਤਮਾ ਦੇ ਵੱਡੇ ਭਾਗ ਹੋ ਜਾਂਦੇ ਹਨ । ਬਹੁਤ ਲੰਮੇ ਸਮੇਂ ਪਿਛੋਂ ਹੀ ਮਾਨਸ ਜਨਮ ਬਖਸ਼ਿਸ਼ ਹੁੰਦਾ ਹੈ । ਉਸ ਦੀ ਮਾਤਾ ਦੇ ਮਨ ਵਿੱਚ ਬਹੁਤ ਅਨੰਦ, ਖੁਸ਼ੀ ਆ ਜਾਂਦੀ ਹੈ ।

The soul may become very fortunate, when she finally blessed a place in the womb of a human mother. Human body may be blessed to soul after a long time after sincere mediations. Her mother becomes overwhelmed with happiness.

ਜੰਮਿਆ ਪੂਤੁ ਭਗਤੁ ਗੋਵਿੰਦ ਕਾ॥	jammi-aa poot bhagat govind kaa.
ਪ੍ਰਗਟਿਆ ਸਭ ਮਹਿ ਲਿਖਿਆ ਧੁਰ ਕਾ॥	pargati-aa sabh meh likhi-aa Dhur kaa.
ਰਹਾਉ॥	rahaa-o.

ਮਾਂ ਦੇ ਮਨ ਵਿੱਚ ਆਸ ਬਣਦੀ ਹੈ, ਮੇਰੇ ਬੱਚੇ ਦੇ ਵੱਡੇ ਭਾਗ ਪ੍ਰਗਟ ਹੋਣ । ਉਹ ਪ੍ਰਭ ਦੇ ਸ਼ਬਦ ਦੀ ਪਾਲਣਾ ਕਰਨ ਵਾਲਾ ਹੋਵੇ । ਆਪਣਾ ਜੀਵਨ ਪ੍ਰਭ ਦੇ ਚਰਨਾਂ ਵਿੱਚ ਬਤੀਤ ਕਰੇ।

Her mind develops a hope that her child may have a great fortune. He may adopt the teachings of His Word in his day to day life and he may spend life journey in the sanctuary of The True Master.

ਦਸੀ ਮਾਸੀ ਹੁਕਮਿ	dasee maasee hukam
ਬਾਲਕ ਜਨਮੁ ਲੀਆ॥	baalak janam lee-aa.
ਮਿਟਿਆ ਸੋਗੁ ਮਹਾ ਅਨੰਦੁ ਥੀਆ॥	miti-aa sog mahaa anand thee-aa.
ਗੁਰਬਾਣੀ ਸਖੀ ਅਨੰਦੁ ਗਾਵੈ॥	gurbaanee sakhee anand gaavai.
ਸਾਚੇ ਸਾਹਿਬ ਕੈ ਮਨਿ ਭਾਵੈ॥੨॥	saachay saahib kai man bhaavai. ||2||

ਦਸ ਮਹੀਨੇ ਪਿਛੋਂ ਪ੍ਰਭ ਦੇ ਹੁਕਮ ਨਾਲ ਬੱਚੇ ਦਾ ਜਨਮ ਹੁੰਦਾ ਹੈ, ਸੰਸਾਰ ਵਿੱਚ ਆਉਂਦਾ ਹੈ । ਮਾਤਾ ਨੂੰ 10 ਮਹੀਨੇ ਵਿੱਚ ਜੋ ਵੀ ਦੁਖ ਦਰਦ ਆਉਂਦਾ ਹੈ, ਉਹ ਸਾਰੇ ਭੁਲ ਜਾਂਦੇ ਹਨ, ਮਨ ਵਿੱਚ ਖੁਸ਼ੀ ਆ ਜਾਂਦੀ ਹੈ । ਉਹ ਹੋਰ ਸਾਥੀਆਂ ਦੀ ਸੰਗਤ ਵਿੱਚ ਰਲਕੇ ਪ੍ਰਭ ਦੀ ਰਹਿਮਤ ਦੇ, ਧੰਨਵਾਦ ਦੇ ਗੀਤ ਗਾਉਂਦੀ ਹੈ । ਉਸ ਦੇ ਗੀਤ ਪ੍ਰਭ ਨੂੰ ਭਾਉਂਦੇ ਹਨ, ਪ੍ਰਭ ਰਹਿਮਤਾਂ ਬਖਸ਼ਦਾ ਹੈ ।

After 10 months in the womb of mother, finally the newborn enters into the universe. His mother forgets all physical stress, sufferings; she may have to endure 10 month of pregnancy and she becomes overwhelmed with happiness. She invites other mothers and sings the glory of The True Master for His blessings. The True Master becomes generous and merciful on the new mother to help new creature in the world.

ਵਧੀ ਵੇਲਿ ਬਹੁ ਪੀੜੀ ਚਾਲੀ॥	vaDhee vayl baho peerhee chaalee.
ਧਰਮ ਕਲਾ ਹਰਿ ਬੰਧਿ ਬਹਾਲੀ॥	Dharam kalaa har banDh bahaalee.
ਮਨ ਚਿੰਦਿਆ ਸਤਿਗੁਰੂ ਦਿਵਾਇਆ॥	man chindi-aa satguroo divaa-i-aa.
ਭਏ ਅਚਿੰਤ ਏਕ ਲਿਵ ਲਾਇਆ॥੩॥	bha-ay achint ayk liv laa-i-aa. ||3||

ਉਸ ਦੇ ਬਾਪ ਦੀ ਪੀੜ੍ਹੀ ਵਿੱਚ ਵਾਧਾ ਹੁੰਦਾ ਹੈ, ਨਵਾਂ ਬੂਟਾ ਪੈਦਾ ਹੁੰਦਾ ਹੈ । ਸ੍ਰਿਸ਼ਟੀ ਦੀ ਉਤਪਤੀ ਦਾ ਖੇਲ ਚਲਦਾ ਹੈ, ਸੰਸਾਰਕ ਜੀਵਾਂ ਦਾ ਪ੍ਰਭ ਦੀ ਕੁਦਰਤ ਤੇ ਭਰੋਸਾ ਵਧਦਾ ਹੈ । ਉਸ ਦੇ ਮਨ ਵਿੱਚ

ਸੰਤੋਖ ਆਉਂਦਾ ਹੈ, ਕਿ ਪ੍ਰਭ ਨੇ ਮੇਰੀ ਅਰਦਾਸ ਸੁਣੀ ਹੈ । ਰਹਿਮਤ ਨਾਲ ਬੱਚਾ ਬਖਸ਼ਿਆਂ ਹੈ । ਹੁਣ ਮੇਰੇ ਮਨ ਵਿੱਚ ਕੋਈ ਚਿੰਤਾ ਨਹੀਂ, ਮੈਂ ਇੱਕ ਮਨ ਹੋ ਕੇ ਪ੍ਰਭ ਦੇ ਸ਼ਬਦ ਦੀ ਸੇਵਾ ਕਰਦੀ ਹਾ ।

She becomes overwhelmed with the joy that the legacy of our family blossom, the name of his father. The whole expansion of universe is His unique play, the worldly creation enhances their belief on the teachings of His Word. His mind becomes contented that his prayers have been accepted by The True Master. With His mercy and grace, she has been blessed with a child. Now she does not have any other worry, she considers herself as a true mother.

ਜਿਉ ਬਾਲਕੁ ਪਿਤਾ ਊਪਰਿ ਕਰੇ ਬਹੁ ਮਾਣੁ॥	ji-o baalak pitaa oopar karay baho maan.
ਬੁਲਾਇਆ ਬੋਲੈ ਗੁਰ ਕੈ ਭਾਣਿ॥	bulaa-i-aa bolai gur kai bhaan.
ਗੁਝੀ ਛੰਨੀ ਨਾਹੀ ਬਾਤ॥	gujhee chhannee naahee baat.
ਗੁਰੁ ਨਾਨਕੁ ਤੁਠਾ ਕੀਨੀ ਦਾਤਿ॥੪॥੭॥੧੦੧	gur naanak tuthaa keenee daat. |4||7||101

ਜਿਵੇਂ ਬੱਚੇ ਨੂੰ ਆਪਣੇ ਬਾਪ ਤੇ ਬਹੁਤ ਭਰੋਸਾ ਹੁੰਦਾ ਹੈ । ਉਸ ਦੇ ਬੋਲੇ ਤੇ ਪੂਰਨ ਧਿਆਨ ਦੇਂਦਾ ਹੈ । ਇਸ ਤਰ੍ਹਾਂ ਹੀ ਮੈਂ ਪ੍ਰਭ ਨਾਲ ਸਲਾਹ ਕਰਦਾ, ਅਰਦਾਸ ਕਰਦਾ ਹਾ । ਮੈਂ ਉਸ ਤੋਂ ਕੁਝ ਵੀ ਛਿਪਾ ਕੇ ਨਹੀਂ ਰਖਦਾ । ਇਸ ਨਾਲ ਪ੍ਰਭ ਬਹੁਤ ਪ੍ਰਸੰਨ ਹੋ ਜਾਂਦਾ, ਰਹਿਮਤਾਂ ਦੀ ਵਰਖਾ ਕਰਦਾ ਹੈ ।

As the child has a complete trust and belief on the comments and advice of his father, he pays keen attention to his advice. The same way, I pray and counsel with The True Master all time. I do not keep any secrecy from Him and I expose my mistakes and deficiencies. With this way of life, The True Master may be appeased on His true devotee and bestows him with His blessings.

171.ਆਸਾ ਮਹਲਾ ੫॥ 396-8

ਗੁਰ ਪੂਰੇ ਰਾਖਿਆ ਦੇ ਹਾਥ॥	gur pooray raakhi-aa day haath.
ਪ੍ਰਗਟੁ ਭਇਆ ਜਨ ਕਾ ਪਰਤਾਪੁ॥੧॥	pargat bha-i-aa jan kaa partaap. ||1||

ਪ੍ਰਭ ਨੇ ਆਪ ਹੀ ਰਖਿਆ ਕੀਤੀ ਆਪਣੇ ਸ਼ਬਦ ਦੇ ਲੜ ਲਾਇਆ ਹੈ । ਉਸ ਦੇ ਦਾਸ ਤੇ ਸ਼ਬਦ ਦਾ ਨੂਰ ਚਮਕਦਾ ਹੈ ।

The True Master has blessed my soul and attached to a devotional meditation on the teachings of His Word. The spiritual glory of His Word shines on the forehead of His true devotee.

ਗੁਰੁ ਗੁਰੁ ਜਪੀ ਗੁਰੂ ਗੁਰੁ ਧਿਆਈ॥	gur gur japee guroo gur Dhi-aa-ee.
ਜੀਅ ਕੀ ਅਰਦਾਸਿ ਗੁਰੂ ਪਹਿ ਪਾਈ॥ ਰਹਾਉ॥	jee-a kee ardaas guroo peh paa-ee. rahaa-o.

ਜਿਹੜਾ ਜੀਵ ਸਵਾਸ ਗਰਾਸ ਪ੍ਰਭ ਦੇ ਸ਼ਬਦ ਦਾ ਸਿਮਰਨ ਕਰਦਾ, ਸ਼ਬਦ ਦੀ ਪਾਲਣਾ ਵਿੱਚ ਲੀਨ ਰਹਿੰਦਾ ਹੈ । ਉਹ ਮਨੋ ਨਿਮ੍ਰਤਾ ਭਰੀ ਅਰਦਾਸ ਕਰਦਾ ਹੈ! ਪ੍ਰਭ ਆਪ ਹੀ ਅਰਦਾਸ ਸੁਣਦਾ, ਰਹਿਮਤਾਂ ਬਖਸ਼ਦਾ ਹੈ ।

Whosoever may meditate with each and every breath on the teachings of His Word and he may remain in the void of His Word. He may humbly surrender and pray for His mercy and grace. The True Master heeds his prayer and may satisfy his prayers.

ਸਰਨਿ ਪਰੇ ਸਾਚੇ ਗੁਰਦੇਵ॥	saran paray saachay gurdayv.
ਪੂਰਨ ਹੋਈ ਸੇਵਕ ਸੇਵ॥੨॥	pooran ho-ee sayvak sayv. ||2||

ਜਿਹੜਾ ਜੀਵ ਸ਼ਬਦ ਨਾਲ ਜੀਵਨ ਢਾਲਦਾ, ਪ੍ਰਭ ਦੀ ਸ਼ਰਣ ਵਿੱਚ ਪਨਾਹ ਲੈਂਦਾ ਹੈ । ਉਸ ਦੀ ਸ਼ਬਦ ਦੀ ਕਮਾਈ ਪ੍ਰਭ ਦੇ ਦਰਬਾਰ ਵਿੱਚ ਪ੍ਰਵਾਨ ਹੋ ਜਾਂਦੀ ਹੈ ।

Whosoever may adopt the teachings of His Word wholeheartedly and humbly surrender to His sanctuary. The Merciful True Master may accept his earnings of His Word in His court.

ਜੀਉ ਪਿੰਡੁ ਜੋਬਨੁ ਰਾਖੈ ਪ੍ਰਾਨ॥	jee-o pind joban raakhai paraan.
ਕਹੁ ਨਾਨਕ ਗੁਰ ਕਉ ਕੁਰਬਾਨ॥੩॥ ੮॥੧੦੨॥	kaho naanak gur ka-o kurbaan. ‖3‖8‖102‖

ਪ੍ਰਭ ਆਪ ਹੀ ਜੀਵ ਦੀ ਆਤਮਾ, ਤਨ, ਜਵਾਨੀ, ਸਵਾਸਾਂ ਦੀ ਰਖਿਆ ਕਰਦਾ ਹੈ । ਬੰਦਗੀ ਕਰਨ ਵਾਲਾ ਸਦਾ ਹੀ ਪ੍ਰਭ ਦੇ ਸ਼ਬਦ ਤੋਂ ਕੁਰਬਾਨ ਜਾਂਦਾ ਹੈ । ਸ਼ਬਦ ਦੀ ਸਮਾਧੀ ਵਿੱਚ ਲੀਨ ਰਹਿੰਦਾ ਹੈ ।

The True Master protects the soul, body, his youth and his breaths. His true devotee always remains fascinated and astonished from the miracles, blessings of The True Master. He always remains in a deep meditation in the void of His Word.

172.ਆਸਾ ਘਰੁ ੮ ਕਾਫੀ ਮਹਲਾ ੫॥ 396-12

੧ੴ ਸਤਿਗੁਰ ਪ੍ਰਸਾਦਿ॥	ik-oNkaar satgur parsaad.
ਮੈ ਬੰਦਾ ਬੈ ਖਰੀਦੁ	mai bandaa bai khareed
ਸਚੁ ਸਾਹਿਬੁ ਮੇਰਾ॥	sach saahib mayraa.
ਜੀਉ ਪਿੰਡੁ ਸਭੁ ਤਿਸ ਦਾ	jee-o pind sabh tis daa
ਸਭੁ ਕਿਛੁ ਹੈ ਤੇਰਾ॥੧॥	sabh kichh hai tayraa. ‖1‖

ਮੈਂ ਤੇਰਾ ਪੈਦਾ ਕੀਤਾ ਹੋਇਆ, ਤੇਰਾ ਗੁਲਾਮ, ਦਾਸ ਹਾ, ਪ੍ਰਭ ਤੂੰ ਹੀ ਮੇਰਾ ਅਸਲੀ ਮਾਲਕ ਹੈ । ਮੇਰੀ ਆਤਮਾ ਤਨ ਅਤੇ ਮੇਰੀ ਹੈਸੀਅਤ ਸਭ ਤੇਰੀ ਹੀ ਅਮਾਨਤ ਹੈ ।

You are The Creator, True Master of all creations, I am your slave and true servant. My soul, body and worldly status are all Your trust and has been blessed by Your mercy and grace.

ਮਾਣੁ ਨਿਮਾਣੇ ਤੂੰ ਧਣੀ	maan nimaanay tooN Dhanee
ਤੇਰਾ ਭਰਵਾਸਾ॥	tayra bharvaasaa.
ਬਿਨੁ ਸਾਚੇ ਅਨ ਟੇਕ ਹੈ	bin saachay an tayk hai
ਸੋ ਜਾਣਹੁ ਕਾਚਾ॥੧॥ ਰਹਾਉ॥	so jaanhu kaachaa. ‖1‖ rahaa-o.

ਪ੍ਰਭ, ਤੂੰ ਹੀ ਇਸ ਨਿਮਾਣੇ ਦਾਸ ਦਾ ਮਾਣ ਰਖਣ ਵਾਲਾ ਮਾਲਕ ਹੈ । ਮੇਰਾ ਭਰੋਸਾ ਤੇਰੇ ਬਖਸ਼ੇ ਤੇ ਅਡੋਲ ਹੈ । ਮੇਰੇ ਮਨ ਵਿੱਚ ਪੂਰਨ ਵਿਸ਼ਵਾਸ ਹੈ! ਇੱਕੋ ਇੱਕ ਅਟੱਲ ਪ੍ਰਭ ਤੋ ਬਿਨਾਂ ਹੋਰ ਕਿਸੇ ਤੇ ਭਰੋਸਾ ਕਰਨਾ ਬਿਰਥਾ ਹੀ ਹੈ ।

The True Master is the true protector of my honor in this universe and I keep my belief steady and stable on His blessings, His nature. I have a steady and stable belief! without adopting the teachings of His Word all other meditations are useless for the purpose of human life.

ਤੇਰਾ ਹੁਕਮੁ ਅਪਾਰ ਹੈ	tayraa hukam apaar hai
ਕੋਈ ਅੰਤੁ ਨ ਪਾਏ॥	ko-ee ant na paa-ay.
ਜਿਸੁ ਗੁਰੁ ਪੂਰਾ ਭੇਟਸੀ	jis gur pooraa bhaytsee
ਸੋ ਚਲੈ ਰਜਾਏ॥੨॥	so chalai rajaa-ay. ‖2‖

ਪ੍ਰਭ ਤੇਰਾ ਅਥਾਹ ਹੁਕਮ, ਸਮਝਣ ਤੋ ਉਪਰ ਹੈ, ਇਸ ਦਾ ਕੋਈ ਅੰਤ ਨਹੀਂ ਪਾ ਸਕਦਾ । ਜਿਸ ਤੇ ਰਹਿਮਤ ਬਖਸ਼ਿਸ਼ ਹੋ ਜਾਂਦੀ ਹੈ, ਉਹ ਹੀ ਤੇਰੇ ਹੁਕਮ ਦੀ ਪਾਲਣਾ ਵਿੱਚ ਲੱਗ ਜਾਂਦਾ ਹੈ ।

My True Master the teachings of Your Word are limitless and beyond any comprehension of Your creation. Only with Your mercy and grace; Your true devotee may adopt the teachings of Your Word in his day to day life.

ਚਤੁਰਾਈ ਸਿਆਣਪਾ	chaturaa-ee si-aanpaa
ਕਿਤੈ ਕਾਮਿ ਨ ਆਈਐ॥	kitai kaam na aa-ee-ai.
ਤੁਠਾ ਸਾਹਿਬੁ ਜੋ ਦੇਵੈ	tuthaa saahib jo dayvai
ਸੋਈ ਸੁਖੁ ਪਾਈਐ॥੩॥	so-ee sukh paa-ee-ai. ||3||

ਮਨ ਦੀ ਚਲਾਕੀ, ਸਿਆਣਪ ਮਾਨਸ ਜਨਮ ਦੇ ਸਫਰ ਵਿੱਚ ਕਿਸੇ ਕੰਮ ਨਹੀਂ ਆਉਂਦੀ । ਮੇਰਾ ਮਨ ਪ੍ਰਭ ਦੇ ਬਖਸ਼ੇ ਤੇ ਸੰਤੋਖ, ਖੇੜੇ ਵਿੱਚ ਵਸਦਾ ਹੈ ।

All clever tricks and wisdom of my mind may not guide me on the right path of human life journey. I am fully contented with His blessings and blossom prevails in my mind forever.

ਜੇ ਲਖ ਕਰਮ ਕਮਾਈਅਹਿ	jay lakh karam kamaa-ee-ahi
ਕਿਛੁ ਪਵੈ ਨ ਬੰਧਾ॥	kichh pavai na banDhaa.
ਜਨ ਨਾਨਕ ਕੀਤਾ ਨਾਮੁ ਧਰ	jan naanak keetaa naam Dhar
ਹੋਰੁ ਛੋਡਿਆ ਧੰਧਾ॥੪॥੧॥੧੦੩॥	hor chhodi-aa DhanDhaa. ||4||1||103||

ਜਿਹੜਾ ਜੀਵ ਅਨੇਕਾਂ ਹੀ ਚੰਗੇ ਕੰਮ ਕਰਦਾ ਹੈ, ਪਰ ਆਪਣੇ ਕੀਤੇ ਦਾ ਅਭਿਮਾਨ ਕਰਦਾ ਹੈ । ਉਸ ਦੇ ਮਨ ਵਿੱਚ ਕਦੇ ਸੰਤੋਖ ਬਖਸ਼ਿਸ਼ ਨਹੀਂ ਹੁੰਦਾ ।

Whosoever may perform good deeds for the mankind and also boast about His charity. He may never be contented with any of His blessings and he remains frustrated and in the trap of worldly desires.

173.ਆਸਾ ਮਹਲਾ ੫॥ 396-17

ਸਰਬ ਸੁਖਾ ਮੈ ਭਾਲਿਆ	sarab sukhaa mai bhaali-aa
ਹਰਿ ਜੇਵਡੁ ਨ ਕੋਈ॥	har jayvad na ko-ee.
ਗੁਰ ਤੁਠੇ ਤੇ ਪਾਈਐ	gur tuthay tay paa-ee-ai
ਸਚੁ ਸਾਹਿਬੁ ਸੋਈ॥੧॥	sach saahib so-ee. ||1||

ਸੰਸਾਰ ਦੇ ਸਾਰੇ ਸੁਖ ਮਾਨ ਕੇ ਦੇਖ ਲਏ ਹਨ । ਪ੍ਰਭ ਦੀ ਰਹਿਮਤ ਦੇ ਬਰਾਬਰ ਹੋਰ ਕਿਸੇ ਸੁਖ ਦਾ ਅਨੰਦ ਨਹੀਂ ਆਉਂਦਾ । ਪ੍ਰਭ ਦੀ ਰਹਿਮਤ ਨਾਲ ਹੀ ਜੀਵ ਸ਼ਬਦ ਦੀ ਪਾਲਣਾ ਦੇ ਲੜ ਲੱਗਦਾ ਹੈ । ਸ਼ਬਦ ਦੀ ਪਾਲਣਾ ਕਰਨ ਨਾਲ ਪ੍ਰਭ ਦੇ ਸ਼ਬਦ ਦੀ ਸੋਝੀ ਦੀ ਸੋਝੀ ਬਖਸ਼ਿਸ਼ ਹੁੰਦੀ ਹੈ ।

I have enjoyed and experienced all comforts and enjoyment of worldly life, worldly wealth. However, no worldly comfort may be comparable with the comfort of contentment with His blessings. Only with His mercy and grace, anyone may be attached to a devotional meditation on the teachings of His Word. Only by adopting the teachings of His Word in day to day life, he may be blessed with the enlightenment from within and may remain awake and alert

ਬਲਿਹਾਰੀ ਗੁਰ ਆਪਣੇ	balihaaree gur aapnay
ਸਦ ਸਦ ਕੁਰਬਾਨਾ॥	sad sad kurbaanaa.
ਨਾਮੁ ਨ ਵਿਸਰਉ ਇਕੁ ਖਿਨੁ ਚਸਾ,	naam na visra-o ik khin chasaa
ਇਹੁ ਕੀਜੈ ਦਾਨਾ॥੧॥ ਰਹਾਉ॥	ih keejai daanaa. ||1|| rahaa-o.

ਮੈਂ ਸਦਾ ਹੀ ਆਪਣੇ ਗੁਰੂ ਤੋਂ ਕੁਰਬਾਨ ਜਾਵਾ! ਉਸ ਨੇ ਰਹਿਮਤ ਬਖਸ਼ਕੇ ਸ਼ਬਦ ਦੇ ਲੜ ਲਾਇਆ ਹੈ । ਪ੍ਰਭ ਦਾ ਸ਼ਬਦ ਮਨ ਵਿਚੋਂ ਇੱਕ ਪਲ ਵੀ ਵਿਸਰ ਨਾ ਜਾਵੇ।

I am always fascinated and grateful to The True Master, I am blessed with a devotional attachment to meditate on the teachings of His Word. I always pray that I may never forget His Word from my mind.

ਭਾਗਠੁ ਸਚਾ ਸੋਇ ਹੈ	bhaagath sachaa so-ay hai
ਜਿਸੁ ਹਰਿ ਧਨੁ ਅੰਤਰਿ॥	jis har Dhan antar.
ਸੋ ਛੂਟੈ ਮਹਾ ਜਾਲ ਤੇ	so chhootai mahaa jaal tay
ਜਿਸੁ ਗੁਰ ਸਬਦੁ ਨਿਰੰਤਰਿ॥੨॥	jis gur sabad nirantar. ||2||

ਉਹ ਜੀਵ ਵੱਡੇ ਭਾਗਾਂ ਵਾਲਾ ਹੁੰਦਾ ਹੈ, ਜਿਸ ਦੇ ਮਨ, ਤਨ ਅੰਦਰ ਪ੍ਰਭ ਦਾ ਸ਼ਬਦ ਜਾਗਰਤ ਅਤੇ ਸੁਚੇਤ ਰਹਿੰਦਾ ਹੈ । ਉਸ ਦਾ ਮੌਤ ਦਾ ਜਾਲ ਖਤਮ ਹੋ ਜਾਂਦਾ ਹੈ । ਉਸ ਨੂੰ ਸ਼ਬਦ ਦੀ ਪਾਲਣਾ ਵਿੱਚ ਲੀਨ ਹੋਇਆ ਹੀ ਅਮਰ ਅਵਸਥਾ ਵਿੱਚ ਵਸਦਾ ਹੈ ।

Whosoever may be enlightened with the teachings of His Word and may remain awake and alert, he becomes very fortunate. His cycle of birth of death may be eliminated by His mercy and grace. While meditating in the void of His Word, he may be blessed with immortal state of mind in his human life journey.

ਗੁਰ ਕੀ ਮਹਿਮਾ ਕਿਆ ਕਹਾ	gur kee mahimaa ki-aa
ਗੁਰੁ ਬਿਬੇਕ ਸਤ ਸਰੁ॥	kahaa gur bibayk sat sar.
ਓਹੁ ਆਦਿ ਜੁਗਾਦੀ ਜੁਗਹ ਜੁਗੁ	oh aad jugaadee jugah jug
ਪੂਰਾ ਪਰਮੇਸਰੁ॥੩॥	pooraa parmaysar. ||3||

ਪ੍ਰਭ ਸੰਮੁਦਰ ਦੀ ਤਰ੍ਹਾਂ ਸੋਝੀ, ਗਿਆਨ ਦਾ ਅਥਾਹ ਖਜ਼ਾਨਾ ਹੈ । ਉਹ ਜੁਗਾਂ ਜੁਗਾਂ ਤੋਂ, ਸ੍ਰਿਸ਼ਟੀ ਦੇ ਅਰੰਭ ਤੋਂ ਪਹਿਲੇ ਵੀ ਅਟੱਲ ਸੀ । ਪ੍ਰਭ ਦੀ ਪੂਰਨ ਮਹਿਮਾਂ ਕਿਵੇਂ ਕਥਨ ਕੀਤੀ ਜਾ ਸਕਦੀ ਹੈ?

The treasure of enlightenment of The True Master may be vast as the ocean. From ancient Ages, before the creation of the universe, He was axiom and always remains unchanged, steady and stable. How may I fully know, comprehend and may sing the glory of His virtues, greatness?

ਨਾਮੁ ਧਿਆਵਹੁ ਸਦ ਸਦਾ	naam Dhi-aavahu sad sadaa
ਹਰਿ ਹਰਿ ਮਨੁ ਰੰਗੇ॥	har har man rangay.
ਜੀਉ ਪ੍ਰਾਣ ਧਨੁ ਗੁਰੂ ਹੈ	jee-o paraan Dhan guroo hai
ਨਾਨਕ ਕੈ ਸੰਗੇ॥੪॥੨॥੧੦੪॥	naanak kai sangay. ||4||2||104||

ਜਿਹੜਾ ਪ੍ਰਭ ਦੇ ਸ਼ਬਦ ਦਾ ਸਿਮਰਨ, ਸ਼ਬਦ ਦੀ ਪਾਲਣਾ ਕਰਦਾ ਹੈ । ਉਸ ਦਾ ਮਨ ਸਦਾ ਹੀ ਸ਼ਬਦ ਦੀ ਸੋਝੀ ਨਾਲ ਭਰਿਆਂ ਰਹਿੰਦਾ ਹੈ ।

Whosoever may wholeheartedly meditate and adopt the teachings of His Word in his day to day life. He may always remain overwhelmed with the enlightenment of the teachings of His Word.

174.ਆਸਾ ਮਹਲਾ ੫॥ 397-3

ਸਾਈ ਅਲਖੁ ਅਪਾਰੁ ਭੋਰੀ ਮਨਿ ਵਸੈ॥	saa-ee alakh apaar bhoree man vasai.
ਦੂਖੁ ਦਰਦੁ ਰੋਗੁ ਮਾਇ	dookh darad rog maa-ay
ਮੈਡਾ ਹਭੁ ਨਸੈ॥੧॥	maidaa habh nasai. ||1||

ਅਗਰ ਨਾ ਦੇਖੇ ਜਾਣਵਾਲਾ, ਨਾ ਜਾਣੇ ਜਾਣਵਾਲਾ ਪ੍ਰਭ ਇੱਕ ਪਲ ਵੀ ਮਨ ਵਿੱਚ ਵਸ ਜਾਵੇ । ਤਾਂ ਮਨ ਵਿਚੋਂ ਸੰਸਾਰਕ ਇੱਛਾਂ ਦੇ ਸਾਰੇ ਰੋਗ, ਭਰਮ, ਬੁਰੇ ਖਿਆਲ, ਪਾਪ ਨਾਸ਼ ਹੋ ਜਾਂਦੇ ਹਨ ।

The True Master is beyond the visibility, beyond comprehension of His creation. Even with the enlightenment of His Word within for a moment, he may conquer all miseries of frustrations of worldly desires, all evil thoughts and desires to commit sinful acts.

ਹਉ ਵੰਞਾ ਕੁਰਬਾਣੁ ਸਾਈ ਆਪਣੇ॥ ha-o vanjaa kurbaan saa-ee aapnay.
ਹੋਵੈ ਅਨਦੁ ਘਣਾ hovai anad ghanaa
ਮਨਿ ਤਨਿ ਜਾਪਣੇ॥੧॥ ਰਹਾਉ॥ man tan jaapnay. ||1|| rahaa-o.

ਮੈਂ ਆਪਣੇ ਅਸਲੀ ਮਾਲਕ ਤੋਂ ਕੁਰਬਾਨ ਜਾਵਾ । ਉਸ ਦੇ ਸ਼ਬਦ ਦਾ ਸਿਮਰਨ ਕਰਨ ਨਾਲ ਮਨ, ਤਨ ਵਿੱਚ ਖੇੜਾ ਵਸ ਜਾਂਦਾ ਹੈ ।

I am always fascinated and gratefully to The True Master! By meditating wholeheartedly on the teachings of His Word, my mind and body remain overwhelmed with contentment and blossoms.

ਬਿੰਦਕ ਗਾਲ੍ਹਿ ਸੁਣੀ ਸਚੇ ਤਿਸੁ ਧਣੀ॥ bindak gaaleh sunee sachay tis Dhanee.
ਸੁਖੀ ਹੂੰ ਸੁਖੁ ਪਾਇ sookhee hoon sukh paa-ay
ਮਾਇ ਨ ਕੀਮ ਗਣੀ॥੨॥ maa-ay na keem ganee.||2||

ਮੈਂ ਪ੍ਰਭ ਦੀ ਇੱਕ ਛੋਟੀ ਕਰਮਾਤ ਬਾਬਤ ਹੀ ਸੁਣਿਆ ਹੈ । ਮੇਰੇ ਮਨ ਵਿੱਚ ਪੂਰਨ ਸੰਤੋਖ ਵਸ ਗਿਆ ਹੈ । ਮੈਂ ਉਸ ਦੇ ਸ਼ਬਦ ਦੀ ਪੂਰਨ ਕੀਮਤ ਦਾ ਅੰਦਾਜ਼ਾ ਨਹੀਂ ਲਾ ਸਕਦਾ ।

I have heard a small miracle of His nature and my mind has become overwhelmed with contentment forever. How may I comprehend the true essences of the teachings of His Word and His mercy and grace?

ਨੈਣ ਪਸੰਦੋ ਸੋਇ nain pasando so-ay
ਪੇਖਿ ਮੁਸਤਾਕ ਭਈ॥ paykh mustaak bhaee.
ਮੈ ਨਿਰਗੁਣਿ ਮੇਰੀ ਮਾਇ mai nirgun mayree maa-ay
ਆਪਿ ਲੜਿ ਲਾਇ ਲਈ॥੩॥ aap larh laa-ay la-ee. ||3||

ਪ੍ਰਭ ਦਾ ਸ਼ਬਦ ਮੇਰੇ ਮਨ ਰੂਪੀ ਅੱਖਾਂ ਨੂੰ ਮੋਹਿਤ ਕਰਨ ਵਾਲਾ ਹੈ, ਮੇਰਾ ਮਨ ਹੈਰਾਨ ਹੋਇਆ ਹੈ । ਮੇਰੇ ਵਿੱਚ ਕੋਈ ਗੁਣ ਨਹੀਂ ਸੀ ਫਿਰ ਵੀ ਪ੍ਰਭ ਨੇ ਰਹਿਮਤ ਬਖਸ਼ਕੇ ਸ਼ਬਦ ਦੇ ਲੜ ਲਾਇਆ ਹੈ ।

The teachings of His Word are very unique to overpower the eyes of my mind and I am astonished and fascinated from the teachings of His Word. I do not have any good virtues of my own, still with His mercy and grace, I am blessed with a devotion to wholeheartedly meditate on the teachings of His Word.

ਬੇਦ ਕਤੇਬ ਸੰਸਾਰ ਹਭਾ ਹੂੰ ਬਾਹਰਾ॥ bayd kataybsansaar habhaa hoon baahraa.
ਨਾਨਕ ਕਾ ਪਾਤਿਸਾਹੁ naanak kaa paatisaahu
ਦਿਸੈ ਜਾਹਰਾ॥੪॥ ੩॥੧੦੫॥ disai jaahraa. ||4||3||105||

ਉਸ ਦੀ ਅਵਸਥਾ ਦਾ ਪੂਰਨ ਵਿਸਥਾਰ ਧਰਮ ਦੇ ਗ੍ਰੰਥਾਂ ਵਿੱਚ ਲਿਖਿਆ ਨਹੀਂ ਜਾ ਸਕਦਾ । ਸ੍ਰਿਸ਼ਟੀ ਦਾ ਅਸਲੀ ਮਾਲਕ, ਬੰਦਗੀ ਕਰਨ ਵਾਲੇ ਦਾਸ ਨੂੰ ਹਰ ਸਮੇਂ ਮਹਿਸੂਸ ਹੁੰਦਾ ਹੈ, ਪ੍ਰਗਟ ਹੁੰਦਾ ਹੈ । (ਵੇਦ, ਕਤੇਬ, ਪਰਾਨ, ਕਰਾਨ ਆਦਿ)

His nature may not be fully comprehended and the teachings of His Word may not be fully written in any worldly Holy Scriptures. The True protector, Master of the universe, His existence may always be visualized and realized within the mind of His true devotee. He may realize Him prevailing in each and every activity.

175.ਆਸਾ ਮਹਲਾ ੫॥ 397-8

ਲਾਖ ਭਗਤ ਆਰਾਧਹਿ laakh bhagat aaraaDheh
ਜਪਤੇ ਪੀਉ ਪੀਉ॥ japtay pee-o pee-o.
ਕਵਨ ਜੁਗਤਿ ਮੇਲਾਵਉ kavan jugat maylaava-o
ਨਿਰਗੁਣ ਬਿਖਈ ਜੀਉ॥੧॥ nirgun bikh-ee jee-o. ||1||

ਅਨੇਕਾਂ ਹੀ ਬੰਦਗੀ ਕਰਨ ਵਾਲੇ ਸਵਾਸ ਸਵਾਸ ਤੇਰੇ ਸ਼ਬਦ ਦਾ ਸਿਮਰਨ ਕਰਦੇ ਹਨ । ਮੇਰੀ ਅਉਗੁਣਾਂ ਭਰੀ ਆਤਮਾ ਨੂੰ ਤੂੰ ਕਿਵੇਂ ਆਪਣੇ ਸ਼ਬਦ ਦੇ ਲੜ ਲਾਇਆ ਹੈ?

Countless devotees meditate with each and every breath on the teachings of Your Word. I am very astonished that my worthless soul was dominated with sinful thoughts; how have You attached to meditate on the teachings of Your Word?

ਤੇਰੀ ਟੇਕ ਗੋਵਿੰਦ ਗੁਪਾਲ	tayree tayk govind gupaal
ਦਇਆਲ ਪ੍ਰਭ॥	da-i-aal parabh.
ਤੂੰ ਸਭਨਾ ਕੇ ਨਾਥ	toon sabhnaa kay naath
ਤੇਰੀ ਸ੍ਰਿਸਟਿ ਸਭ॥੧॥ ਰਹਾਉ॥	tayree sarisat sabh.||1|| rahaa-o

ਤੇਰੇ ਤੇ ਹੀ ਓਟ ਹੈ, ਕੇਵਲ ਤੂੰ ਹੀ ਮੇਰਾ ਆਸਰਾ ਹੈ । ਸਾਰੀ ਸ੍ਰਿਸ਼ਟੀ ਤੇਰੀ ਹੀ ਪੈਦਾ ਕੀਤੀ ਹੈ, ਤੂੰ ਹੀ ਸਭ ਦਾ ਅਸਲੀ ਮਾਲਕ, ਰਖਵਾਲਾ ਹੈ ।

I have all my hopes and support on the blessings of The One and Only One, True protector, Master, Creator of the universe.

ਸਦਾ ਸਹਾਈ ਸੰਤ ਪੇਖਹਿ	sadaa sahaa-ee sant paykheh
ਸਦਾ ਹਜੂਰਿ॥	sadaa hajoor.
ਨਾਮ ਬਿਹੂਨੜਿਆ	naam bihoonrhi-aa
ਸੇ ਮਰਨ੍ਹਿ ਵਿਸੂਰਿ ਵਿਸੂਰਿ॥ ੨॥	say marnih visoor visoor.||2||

ਪ੍ਰਭ ਤੂੰ ਬੰਦਗੀ ਕਰਨ ਵਾਲੇ ਸੰਤਾਂ ਦਾ ਸਦਾ ਹੀ ਸਾਥੀ, ਸਹਾਈ ਹੁੰਦਾ ਹੈ । ਉਹ ਤੈਨੂੰ ਸਦਾ ਹੀ ਆਪਣੇ ਸਾਥ ਮਹਿਸੂਸ ਕਰਦੇ ਹਨ । ਜਿਹੜਾ ਪ੍ਰਭ ਦੇ ਸ਼ਬਦ ਨੂੰ ਵਿਸਾਰ ਦੇਂਦਾ ਹੈ । ਉਹ ਮਨ ਦੀਆਂ ਇੱਛਾਂ, ਭਟਕਣਾਂ ਵਿੱਚ ਹੀ ਮਰ ਜਾਂਦੇ ਹਨ ।

The True Master always remains companion and true support of His true devotee. He always feels and realizes Your presence and support in each and every task in the universe. Whosoever may abandon the teachings of Your Word from his day to day life, he may remain in the frustrated with worldly desires and may die collecting worldly wealth in his day to day life.

ਦਾਸ ਦਾਸਤਣ ਭਾਇ	daas daastan bhaa-ay
ਮਿਟਿਆ ਤਿਨਾ ਗਉਣੁ॥	miti-aa tinaa ga-on.
ਵਿਸਰਿਆ ਜਿਨ੍ਹਾ ਨਾਮੁ	visri-aa jinhaa naam
ਤਿਨਾੜਾ ਹਾਲੁ ਕਉਣੁ॥ ੩॥	tinaarhaa haal ka-un. ||3||

ਜਿਹੜਾ ਪ੍ਰਭ ਦਾ ਦਾਸ ਮਨੋ ਪ੍ਰਭ ਦੇ ਸ਼ਬਦ ਦੀ ਪਾਲਣਾ, ਸੇਵਾ ਕਰਦਾ ਹੈ । ਉਸ ਦਾ ਜੂੰਨਾਂ ਦਾ ਚੱਕਰ ਖਤਮ ਹੋ ਜਾਂਦਾ ਹੈ । ਜਿਹੜਾ ਤੇਰੇ ਸ਼ਬਦ ਦੀ ਪ੍ਰਵਾਹ ਨਹੀਂ ਕਰਦਾ, ਉਸ ਜੀਵ ਦਾ ਕੀ ਹਾਲ, ਅਵਸਥਾ ਹੁੰਦੀ ਹੈ?

Whosoever may wholeheartedly with steady and stable belief meditate, serve and adopt the teachings of Your Word in his day to day life, his cycle of birth and death may be eliminated forever with Your mercy and grace. Whosoever may not obey the teachings of Your Word, what would be his state of mind, worldly condition?

ਜੈਸੇ ਪਸੁ ਹਰ੍ਹਿਆਉ	jaisay pas harih-aa-o
ਤੈਸਾ ਸੰਸਾਰੁ ਸਭ॥	taisaa sansaar sabh.
ਨਾਨਕ ਬੰਧਨ ਕਾਟਿ ਮਿਲਾਵਹੁ	naanak banDhan kaat
ਆਪਿ ਪ੍ਰਭ॥੪॥੪॥੧੦੬॥	milaavhu aap parabh.||4||4||106||

ਜਿਸ ਤਰ੍ਹਾਂ ਅਵਾਰਾ ਜਾਨਵਰ ਖੇਤ ਵਿੱਚ ਚਾਰਾ ਚਰਦੇ ਹਨ, ਉਹ ਇਸ ਤਰ੍ਹਾਂ ਹੀ ਮਾਨਸ ਸੰਸਾਰ ਵਿੱਚ ਪੇਟ ਭਰਦੇ ਹਨ । ਪ੍ਰਭ ਆਪ ਹੀ ਬੰਦਗੀ ਕਰਨ ਵਾਲੇ ਦੇ ਸਾਰੇ ਸੰਸਾਰਕ ਬੰਧਨ ਕੱਟ ਦੇਂਦਾ ਹੈ । ਆਪਣੇ ਸ਼ਬਦ ਦੇ ਲੜ ਲਾਉਂਦਾ ਹੈ, ਆਪਣੇ ਨਾਲ ਮਿਲਾ ਲੈਂਦਾ ਹੈ ।

As the abandoned animals run around and eat from the field, the same way the human may rob the earnest living of others to satisfy the hunger of his stomach. The True Master may eliminate all worldly bonds of His true devotee. His true devotee may be blessed with a devotion to meditate on the teachings of His Word. He may guide His true devotee on the right path of acceptance in His court.

176.ਆਸਾ ਮਹਲਾ ੫॥ 397-12

ਹਭੇ ਥੋਕ ਵਿਸਾਰਿ ਹਿਕੋ ਖਿਆਲੁ ਕਰਿ॥ habhay thok visaar hiko khi-aal kar.
ਝੂਠਾ ਲਾਹਿ ਗੁਮਾਨੁ jhoothaa laahi gumaan
ਮਨੁ ਤਨੁ ਅਰਪਿ ਧਰਿ॥੧॥ man tan arap Dhar. ||1||

ਜੀਵ ਸੰਸਾਰਕ ਕੰਮਾਂ ਨਾਲੋ ਮੋਹ ਤੋੜ ਕੇ, ਪ੍ਰਭ ਦੇ ਸ਼ਬਦ ਦੇ ਲੜ ਲੱਗ ਜਾਵੋ! ਆਪਣੇ ਮਨ ਦਾ ਝੂਠਾ ਅਹੰਕਾਰ ਤਿਆਗ ਕੇ, ਆਪਣਾ ਮਨ, ਤਨ ਪ੍ਰਭ ਦੇ ਲੇਖੇ ਲਾ ਦੇਵੋ!

You should abandon the attachment from collecting worldly possessions and wholeheartedly meditate on the teachings of His Word. You should abandon the false ego of your mind and may surrender your body and mind at the service of The True Master, His creation.

ਆਠ ਪਹਰ ਸਾਲਾਹਿ ਸਿਰਜਨਹਾਰ ਤੂੰ॥ aath pahar saalaahi sirjanhaar tooN.
ਜੀਵਨ ਤੇਰੀ ਦਾਤਿ jeevaaN tayree daat kirpaa karahu
ਕਿਰਪਾ ਕਰਹੁ ਮੂੰ॥੧॥ ਰਹਾਉ॥ mooN.||1|| rahaa-o.

ਜੀਵ 24 ਘੰਟੇ ਹੀ ਪ੍ਰਭ ਦੇ ਸ਼ਬਦ ਦੀ ਉਸਤਤ ਗਾਵੋ! ਪ੍ਰਭ ਮੈ ਤੇਰੀਆਂ ਬਖਸ਼ਿਸ਼ਾਂ ਤੇ ਹੀ ਜੀਵਨ ਬਤੀਤ ਕਰਦਾ ਹਾ। ਰਹਿਮਤ ਬਖਸ਼ੋ!

You should 24 hours, with each and every breath sing the praises and gratitude of The True Master. Always pray that The True Master, I am enjoying Your blessings and spends my day to day life meditating on the teachings of Your Word.

ਸੋਈ ਕੰਮੁ ਕਮਾਇ ਜਿਤੁ ਮੁਖੁ ਉਜਲਾ॥ so-ee kamm kamaa-ay jit mukh ujlaa.
ਸੋਈ ਲਗੈ ਸਚਿ ਜਿਸੁ ਤੂੰ ਦੇਹਿ ਅਲਾ॥੨॥ so-ee lagai sach jis tooN deh alaa. ||2||

ਜੀਵ ਸ੍ਰਿਸ਼ਟੀ ਵਿੱਚ ਉਹ ਹੀ ਕੰਮ ਕਰੋ! ਜਿਸ ਨਾਲ ਪ੍ਰਭ ਦੇ ਦਰਬਾਰ ਵਿੱਚ ਸੋਭਾ ਬਖਸ਼ਿਸ਼ ਹੋ ਜਾਵੇ । ਪ੍ਰਭ ਜਿਸ ਤੇ ਤੂੰ ਆਪ ਹੀ ਰਹਿਮਤ ਬਖਸ਼ਦਾ ਹੈ । ਕੇਵਲ ਉਹ ਹੀ ਤੇਰੇ ਸ਼ਬਦ ਦੀ ਪਾਲਣਾ ਕਰਦਾ ਹੈ, ਭਰੋਸਾ ਅਡੋਲ ਰਖਦਾ ਹੈ ।

You should only perform the deeds in the universe, which may earn the wealth of His Word and honor in His court. Only with Your mercy and grace, one may adopt the teachings of Your Word with steady and stable belief in his day to day life wholeheartedly.

ਜੋ ਨ ਢਹੰਦੋ ਮੂਲਿ ਸੋ ਘਰੁ ਰਾਸਿ ਕਰਿ॥ jo na dhahando mool so ghar raas kar.
ਹਿਕੋ ਚਿਤਿ ਵਸਾਇ ਕਦੇ ਨ ਜਾਇ ਮਰਿ ॥ ੩॥ hiko chit vasaa-ay kaday na jaa-ay mar. ||3||

ਜੀਵ ਆਪਣਾ ਰਹਿਣ ਵਾਲਾ ਘਰ ਇਸ ਤਰ੍ਹਾਂ ਦਾ ਬਣਾਵੋ! ਜਿਹੜਾ ਸਦਾ ਅਟੱਲ ਰਹਿਣ ਵਾਲਾ ਹੋਵੇ, ਕਦੇ ਨਾਸ਼ ਨਾ ਹੋਵੇ! ਅਗਰ ਪ੍ਰਭ ਨੂੰ ਆਪਣੇ ਮਨ ਵਿੱਚ ਜਾਗਰਤ ਕਰੋ! ਤਾਂ ਉਹ ਕਦੇ ਮਨ ਵਿਚੋਂ ਦੂਰ ਨਹੀਂ ਹੁੰਦਾ ।

You should make your living house, your mind such as that may remain steady and stable forever and may never be destroyed, you may never be pushed out of that house. If you drench the teachings of His Word within, your mind may remain awake and alert. The True Master may never be forgotten from Your mind, he remains axiom forever.

ਤਿਨ੍ਾ ਪਿਆਰਾ ਰਾਮੁ	tinHaa pi-aaraa raam
ਜੋ ਪ੍ਰਭ ਭਾਣਿਆ॥	jo parabh bhaani-aa.
ਗੁਰ ਪਰਸਾਦਿ ਅਕਥੁ	gur parsaad akath
ਨਾਨਕਿ ਵਖਾਣਿਆ॥੪॥ ੫॥੧੦੭॥	naanak vakhaani-aa.॥4॥5॥107॥

ਜਿਹਨਾਂ ਦਾ ਜੀਵਨ ਸ਼ਬਦ ਅਨੁਸਾਰ ਹੁੰਦਾ ਹੈ, ਸ਼ਬਦ ਨਾਲ ਜੀਵਨ ਬਤੀਤ ਕਰਦੇ ਹਨ , ਉਹ ਪ੍ਰਭ ਨੂੰ ਬਹੁਤ ਪਿਆਰੇ ਲੱਗਦੇ ਹਨ । ਪ੍ਰਭ ਦੀ ਰਹਿਮਤ ਨਾਲ ਹੀ ਦਾਸ, ਪ੍ਰਭ ਦੀਆਂ ਅਕਥ ਕਥਨਾਂ ਦੀ ਵਿਆਖਿਆ ਕਰ ਸਕਦਾ ਹੈ ।

Whosoever may adopt the teachings of His Word in his day to day life, he may become very dear and close to The True Master. Only with His mercy and grace, His true devotee may comprehend and explains the teachings of His Word.

177.ਆਸਾ ਮਹਲਾ ੫॥ 397-17

ਜਿਨ੍ਾ ਨ ਵਿਸਰੈ ਨਾਮੁ ਸੇ ਕਿਨੇਹਿਆ॥	jinHaa na visrai naam say kinayhi-aa.
ਭੇਦੁ ਨ ਜਾਣਹੁ ਮੂਲਿ ਸਾਂਈ ਜੇਹਿਆ॥੧	bhayd na jaanhu mool saaN-ee jayhi-aa.1

ਜਿਹੜੇ ਮਨ ਵਿਚੋਂ ਪ੍ਰਭ ਦਾ ਸ਼ਬਦ ਨਹੀਂ ਵਿਸਾਰਦੇ । ਉਹਨਾਂ ਦੀ ਅਵਸਥਾ ਕਿਸ ਤਰ੍ਹਾਂ ਦੀ ਹੁੰਦੀ ਹੈ? ਉਹਨਾਂ ਤੇ ਪ੍ਰਭ ਵਿੱਚ ਕੋਈ ਭੇਦ ਨਹੀਂ ਰਹਿੰਦਾ, ਉਹ ਪ੍ਰਭ ਦਾ ਰੂਪ ਹੀ ਬਣ ਜਾਂਦੇ ਹਨ ।

Whosoever may not abandon the teachings of His Word from his mind, what may be the state of his mind? His state of mind becomes sanctified and anyone may not be able to distinguish the difference between him and The True Master. He becomes as a symbol of The True Master.

ਮਨੁ ਤਨੁ ਹੋਇ ਨਿਹਾਲੁ	man tan ho-ay nihaal
ਤੁਮ੍ ਸੰਗਿ ਭੇਟਿਆ॥	tumH sang bhayti-aa.
ਸੁਖੁ ਪਾਇਆ ਜਨ ਪਰਸਾਦਿ	sukh paa-i-aa jan parsaad
ਦੁਖੁ ਸਭੁ ਮੇਟਿਆ॥ ੧॥ ਰਹਾਉ॥	dukh sabh mayti-aa. ॥1॥ rahaa-o.

ਉਹਨਾਂ ਜੀਵਾਂ ਦਾ ਸਾਥ ਕਰਨ ਨਾਲ ਮਨ ਵਿੱਚ ਸੰਤੋਖ, ਅਨੰਦ ਵਸ ਜਾਂਦਾ ਹੈ । ਉਹਨਾਂ ਬੰਦਗੀ ਕਰਨ ਵਾਲੇ ਸੰਤਾਂ ਦੀ ਰਹਿਮਤ ਦੀ ਨਜ਼ਰ ਨਾਲ ਮਨ ਵਿੱਚ ਖੇੜਾ ਬਖਸ਼ਿਸ਼ ਹੋ ਜਾਂਦਾ ਹੈ । ਮਨ ਵਿਚੋਂ ਸੰਸਾਰਕ ਮਾਇਆ ਦੇ ਸਾਰੇ ਦੁਖ ਨਾਸ਼ ਹੋ ਜਾਂਦੇ ਹਨ ।

By associating with the devotee of such a state of mind, the contentment and blossom prevails in day to day life. By the blessed vision of His true devotee, his mind may be blessed with blossom in worldly life. He may conquer all miseries and frustrations of worldly desires and wealth.

ਜੇਤੇ ਖੰਡ ਬ੍ਰਹਮੰਡ	jaytay khand barahmand
ਉਧਾਰੇ ਤਿੰਨ੍ ਖੇ॥	uDhaaray tinH khay.
ਜਿਨ੍ ਮਨਿ ਵੁਠਾ ਆਪਿ	jinH man vuthaa aap
ਪੂਰੇ ਭਗਤ ਸੇ॥੨॥	pooray bhagat say. ॥2॥

ਪ੍ਰਭ ਜਿਤਨੇ ਵੀ ਸ੍ਰਿਸ਼ਟੀਆਂ ਦੇ ਖੰਡਾਂ ਵਿੱਚ ਜੀਵ ਤੇਰੇ ਪ੍ਰਵਾਨ ਹੋ ਗਏ ਹਨ । ਜਿਸ ਜੀਵ ਦੇ ਮਨ ਵਿੱਚ ਤੇਰੀ ਜੋਤ ਜਾਗਰਤ ਹੋ ਜਾਂਦੀ ਹੈ, ਉਹ ਹੀ ਤੇਰਾ ਅਸਲੀ ਦਾਸ ਬਣ ਜਾਂਦਾ ਹੈ ।

My True Master the universe has many creations, many islands and many of the worldly creatures have been accepted in Your sanctuary.

Whosoever may be enlightened with the teachings or Your Word, he may be blessed with Your spiritual glow. He may become Your true devotee and may enter the void of Your Word.

ਜਿਸ ਨੋ ਮੰਨੇ ਆਪਿ ਸੋਈ ਮਾਨੀਐ॥	jis no mannay aap so-ee maanee-ai.
ਪ੍ਰਗਟ ਪੁਰਖੁ ਪਰਵਾਣੁ	pargat purakh parvaan
ਸਭ ਠਾਈ ਜਾਨੀਐ॥ ੩॥	sabh thaa-ee jaanee-ai. ‖3‖

ਜਿਸ ਨੂੰ ਤੂੰ ਆਪ ਹੀ ਰਹਿਮਤ ਬਖਸ਼ਕੇ ਸ਼ਬਦ ਦੇ ਲੜ ਲਾਉਂਦਾ ਹੈ । ਕੇਵਲ ਉਹ ਹੀ ਤੇਰੇ ਦਰਬਾਰ ਵਿੱਚ ਪ੍ਰਵਾਨ ਹੁੰਦਾ ਹੈ । ਜਿਸ ਦੇ ਵਿੱਚ ਤੂੰ ਆਪ ਹੀ ਪ੍ਰਗਟ ਹੋ ਜਾਂਦਾ ਹੈ । ਉਹ ਹੀ ਸਾਰੀ ਸ੍ਰਿਸ਼ਟੀ ਵਿੱਚ ਸੋਭਾ ਪਾਉਂਦਾ ਹੈ ।

Whosoever may be blessed with Your mercy and grace, he may be attached to a devotional meditation on the teachings of Your Word. He may remain steady and stable on the right path and may be accepted in Your court. Whosoever may be enlightened with the teachings of Your Word, he may become awake and alert. He may also be honored in his worldly life.

ਦਿਨਸੁ ਰੈਣਿ ਆਰਾਧਿ	dinas rain aaraaDh
ਸਮ੍ਹਾਲੇ ਸਾਹ ਸਾਹ॥	samHaalay saah saah.
ਨਾਨਕ ਕੀ ਲੋਚਾ ਪੂਰਿ	naanak kee lochaa poor
ਸਚੇ ਪਾਤਿਸਾਹ॥੪॥ ੬॥੧੦੮॥	sachay paatisaah.‖4‖6‖108‖

ਰਹਿਮਤਾਂ ਦੇ ਮਾਲਕ ਮੇਰੀਆਂ ਸ਼ਰਧਾਂ, ਮੁਰਾਦਾਂ ਪੂਰੀਆਂ ਕਰੋ ! ਮੈਂ ਦਿਨ ਰਾਤ, ਸਵਾਸ ਗਰਾਸ ਤੇਰੇ ਸ਼ਬਦ ਦੀ ਪਾਲਣਾ, ਸ਼ਬਦ ਦੇ ਗੁਣ ਗਾਉਂਦਾ ਰਹਾ ।

The True Master of all blessings, with Your mercy and grace, attaches me to a devotional meditation and fulfil my desires and hopes. I may meditate and sings the glory of Your Word with each and every breath.

178.ਆਸਾ ਮਹਲਾ ੫॥ 398-2

ਪੂਰਿ ਰਹਿਆ ਸ੍ਰਬ ਠਾਇ	poor rahi-aa sarab thaa-ay
ਹਮਾਰਾ ਖਸਮੁ ਸੋਇ॥	hamaaraa khasam so-ay.
ਏਕੁ ਸਾਹਿਬੁ ਸਿਰਿ ਛਤੁ	ayk saahib sir chhat
ਦੂਜਾ ਨਾਹਿ ਕੋਇ॥੧॥	doojaa naahi ko-ay. ‖1‖

ਜਿਹੜਾ ਹਰ ਥਾਂ, ਹਰਇੱਕ ਜੀਵ ਅੰਦਰ, ਵਾਪਰਦਾ ਹੈ । ਉਸ ਹੀ ਅਸਲੀ ਮਾਲਕ, ਪ੍ਰਭ ਹੈ । ਕੇਵਲ ਉਹ ਹੀ ਪੂਜਣ ਯੋਗ ਹੈ, ਤਖਤ ਦਾ ਮਾਲਕ ਹੈ, ਹੋਰ ਦੂਸਰਾ ਕੋਈ ਨਹੀਂ ਹੈ ।

Whosoever remains embedded within soul and dwells in the body of each and every creature, He is The One and Only One God, True Master. Only He is The True Master of the royal throne, worthy of worship, no one else worthy of any worship.

ਜਿਉ ਭਾਵੈ ਤਿਉ ਰਾਖੁ ਰਾਖਣਹਾਰਿਆ॥	ji-o bhaavai ti-o raakh raakhanhaari-aa.
ਤੁਝ ਬਿਨੁ ਅਵਰੁ ਨ ਕੋਇ	tujh bin avar na ko-ay
ਨਦਰਿ ਨਿਹਾਰਿਆ॥ ੧॥ ਰਹਾਉ॥	nadar nihaari-aa. ‖1‖ rahaa-o.

ਰਹਿਮਤ ਦੇ ਮਾਲਕ, ਜਿਸ ਤਰ੍ਹਾਂ ਤੈਨੂੰ ਭਾਉਂਦਾ ਹੈ, ਉਸ ਹਾਲਤ ਵਿੱਚ ਹੀ ਰਖੋ ! ਉਹ ਹੀ ਬਖਸ਼ੋ ! ਤੇਰੇ ਤੋ ਬਿਨਾਂ ਮੇਰੀਆਂ ਅੱਖਾਂ ਹੋਰ ਕੁਝ ਨਾ ਦੇਖਣ, ਇਹ ਮਨ ਦੀ ਇੱਛਾ ਬਣ ਜਾਵੇ ।

My True Master, whatsoever may be acceptable in Your court only blesses me that state of mind. I may not have any other desire to see any other things in the universe.

ਪ੍ਰਤਿਪਾਲੇ ਪ੍ਰਭੁ ਆਪਿ	partipaalay parabh aap
ਘਟਿ ਘਟਿ ਸਾਰੀਐ॥	ghat ghat saaree-ai.

ਜਿਸੁ ਮਨਿ ਵੁਠਾ ਆਪਿ — jis man vuthaa aap
ਤਿਸੁ ਨ ਵਿਸਾਰੀਐ॥ ੨॥ — tis na visaaree-ai. ||2||

ਪ੍ਰਭ ਹੀ ਸਾਰੀ ਸ੍ਰਿਸ਼ਟੀ ਦੀ ਪਾਲਣਾ ਪੋਸਨਾ ਕਰਦਾ ਹੈ । ਉਹ ਹਰਇੱਕ ਦਿਲ ਵਿੱਚ ਵਸਦਾ ਹੈ । ਪ੍ਰਭ ਜਿਸ ਤਨ ਵਿੱਚ ਤੇਰੀ ਜੋਤ ਜਾਗਰਤ ਹੋ ਜਾਂਦੀ ਹੈ । ਉਹ ਤੈਨੂੰ ਕਦੇ ਵੀ ਭੁਲ ਨਹੀਂ ਸਕਦਾ, ਕਦੇ ਵੀ ਭੁਲਦਾ ਨਹੀਂ ।

The True Master dwells in, nourishes and protects each and every creature in the universe. Whosoever may be enlightened with the spiritual glow of Your Word; he may never forget to meditate and sings the glory of Your Word.

ਜੋ ਕਿਛੁ ਕਰੇ ਸੁ ਆਪਿ ਆਪਣ ਭਾਣਿਆ॥ — jo kichh karay so aap aapan bhaani-aa.
ਭਗਤਾ ਕਾ ਸਹਾਈ — bhagtaa kaa sahaa-ee
ਜੁਗਿ ਜੁਗਿ ਜਾਣਿਆ॥੩॥ — jug jug jaani-aa. ||3||

ਪ੍ਰਭ ਉਹ ਕੁਝ ਹੀ ਕਰਦਾ ਹੈ, ਜੋ ਉਸ ਨੂੰ ਭਾਉਂਦਾ ਹੈ । ਜੁਗਾਂ ਜੁਗਾਂ ਤੋ ਉਹ ਆਪਣੇ ਦਾਸ ਦਾ ਸਹਾਈ, ਆਸਰਾ ਹੀ ਹੈ, ਰਖਿਆ ਕਰਦਾ ਹੈ ।

God only blesses His creation with whatsoever may be good for that creature. From ancient Ages and beginning of His creation, He always remains a true support, companion and the protector of His true devotee.

ਜਪਿ ਜਪਿ ਹਰਿ ਕਾ ਨਾਮੁ — jap jap har kaa naam
ਕਦੇ ਨ ਝੂਰੀਐ॥ — kaday na jhooree-ai.
ਨਾਨਕ ਦਰਸ ਪਿਆਸ — naanak daras pi-aas
ਲੋਚਾ ਪੂਰੀਐ॥੪॥ ੭॥੧੦੯॥ — lochaa pooree-ai.||4||7||109||

ਜਿਹੜਾ ਸ਼ਬਦ ਦਾ ਸਿਮਰਨ ਕਰਦਾ ਹੈ, ਉਸ ਨੂੰ ਕਦੇ ਸੋਗ, ਪਛਤਾਵਾ ਨਹੀਂ ਕਰਨਾ ਪੈਂਦਾ । ਰਹਿਮਤਾਂ ਦੇ ਮਾਲਕ, ਮੇਰੇ ਮਨ ਦੀਆਂ ਮੁਰਾਦਾਂ ਪੂਰੀਆਂ ਕਰੋ! ਆਪਣੀ ਰਹਿਮਤ ਬਖਸ਼ੋ! ਦਰਸ਼ਨ ਦੇਵੋ! ਸ਼ਬਦ ਦੀ ਸੋਝੀ ਬਖਸ਼ੋ!

Whosoever may wholeheartedly meditate on the teachings of His Word, he may never grieve and repents for any of his worldly deeds, actions. The True Master bestows Your mercy and grace and satisfy the desires of my mind. With Your mercy and grace enlightens the teachings of Your Word within my mind.

179.ਆਸਾ ਮਹਲਾ ੫॥ 398-7

ਕਿਆ ਸੋਵਹਿ ਨਾਮੁ ਵਿਸਾਰਿ — ki-aa soveh naam visaar
ਗਾਫਲ ਗਹਿਲਿਆ॥ — gaafal gahili-aa.
ਕਿਤੀ ਇਤੁ ਦਰੀਆਇ — kiteeN it daree-aa-ay
ਵੰਞਨ੍ਹਿ ਵਹਦਿਆ॥ ੧॥ — vaNnjnih vehdi-aa. ||1||

ਮੂਰਖ, ਬੇਪ੍ਰਵਾਹ ਮਾਨਸ ਤੂੰ ਕਿਵੇਂ ਪ੍ਰਭ ਦਾ ਸ਼ਬਦ ਮਨੋ ਵਿਸਾਰ ਕੇ ਜੀਵਨ ਬਤੀਤ ਕਰਦਾ ਹੈ? ਅਨੇਕਾਂ ਹੀ ਮਾਨਸ ਇਸ ਰਸਤੇ ਤੇ ਚਲਕੇ, ਆਪਣਾ ਮਾਨਸ ਜਨਮ ਬਿਰਥਾ ਹੀ ਗਵਾ ਗਏ ਹਨ ।

Ignorant and careless human, how are you wasting your human life by abandoning the teachings of His Word from your day to day life? So many devotees have adopted that path and wasted this priceless opportunity of human life.

ਬੋਹਿਥੜਾ ਹਰਿ ਚਰਣ — bohithrhaa har charan
ਮਨ ਚੜਿ ਲੰਘੀਐ॥ — man charh langhee-ai.
ਆਠ ਪਹਰ ਗੁਣ ਗਾਇ — aath pahar gun gaa-ay
ਸਾਧੂ ਸੰਗੀਐ॥੧॥ ਰਹਾਉ॥ — saaDhoo sangee-ai.||1|| rahaa-o.

ਪ੍ਰਭ ਦੇ ਸ਼ਬਦ ਰੂਪੀ ਬੇੜੀ ਤੇ ਸਵਾਰ ਹੋ ਜਾਵੋ! ਸ਼ਬਦ ਦੀ ਪਾਲਣਾ ਕਰਕੇ ਦਰਬਾਰ ਵਿੱਚ ਪ੍ਰਵਾਨ ਹੋ ਜਾਵੋ! ਦਿਨ ਰਾਤ, ਬੰਦਗੀ ਕਰਨ ਵਾਲੇ ਸੰਤਾਂ ਦੀ ਸੰਗਤ ਵਿੱਚ ਰਲਕੇ ਪ੍ਰਭ ਦੇ ਸ਼ਬਦ ਦਾ ਸਿਮਰਨ ਕਰੋ! ਸ਼ਬਦ ਦੇ ਗੁਣ ਗਾਵੋ!

You should board the ship of His Word and adopt the teachings of His Word, the right path of His acceptance. You should meditate and sing the glory of His Word in your day to day life in the congregation of His true devotee.

ਭੋਗਹਿ ਭੋਗ ਅਨੇਕ	bhogeh bhog anayk
ਵਿਣੁ ਨਾਵੈ ਸੁੰਞਿਆ॥	vin naavai sunji aa.
ਹਰਿ ਕੀ ਭਗਤਿ ਬਿਨਾ	har kee bhagat binaa
ਮਰਿ ਮਰਿ ਰੁੰਨਿਆ॥ ੨॥	mar mar runni-aa. ||2||

ਜੀਵ ਸੰਸਾਰ ਵਿੱਚ ਭਾਵੇਂ ਕਿਤਨੇ ਹੀ ਅਨੰਦ, ਖੁਸ਼ੀਆ ਮਾਨਦਾ ਹੋਵੇ! ਪ੍ਰਭ ਦੇ ਸ਼ਬਦ ਦੀ ਪਾਲਣਾ ਤੋ ਬਿਨਾਂ ਇਹ ਸਾਰੇ ਨਾਸ਼ ਹੋ ਜਾਣ ਵਾਲੇ ਹੀ ਹਨ । ਮਾਨਸ ਜਨਮ ਦੇ ਸਫਰ ਲਈ ਬਿਰਥੇ ਹੀ ਹਨ । ਪ੍ਰਭ ਦੇ ਸ਼ਬਦ ਦੇ ਸਿਮਰਨ ਤੋਂ ਬਿਨਾਂ ਤੂੰ ਦੁਖ, ਪਛਤਾਵੇ ਵਿੱਚ ਹੀ ਜੂੰਨਾਂ ਵਿੱਚ ਭਉਦਾ ਹੈ ।

Human may be enjoying all comforts and happiness in his human life; however, without adopting the teachings of His Word in day to day life, all comforts are useless and would vanish over a period of time. All comforts and worldly wealth may be useless for his journey of human life. Without obeying and adopting the teachings of His Word in day to day life is life. He remains miserable in the cycle of birth and death.

ਕਪੜ ਭੋਗ ਸੁਗੰਧ	kaparh bhog suganDh
ਤਨਿ ਮਰਦਨ ਮਾਲਣਾ॥	tan mardan maalnaa.
ਬਿਨੁ ਸਿਮਰਨ ਤਨੁ ਛਾਰੁ	bin simran tan chhaar
ਸਰਪਰ ਚਾਲਣਾ॥ ੩॥	sarpar chaalnaa. ||3||

ਸੰਸਾਰ ਵਿੱਚ ਤੂੰ ਭਾਵੇਂ ਸ਼ਾਨਦਾਰ ਕਪੜੇ ਪਹਿਨੇ, ਤਨ ਨੂੰ ਸੁਗੰਧ ਲਾਵੇ । ਪ੍ਰਭ ਦੇ ਸ਼ਬਦ ਦੀ ਬੰਦਗੀ ਤੋ ਬਿਨਾਂ ਇਸ ਤਨ ਨੇ ਭਸਮ ਹੋ ਕੇ ਮਿੱਟੀ ਵਿੱਚ ਹੀ ਰਲ ਜਾਣਾ ਹੈ, ਮੌਤ ਦੇ ਹਵਾਲੇ ਹੀ ਹੋਣਾ ਹੈ ।

You may dress up with expensive and elegance cloths and spraying the expense of fragrance on your body. However, without adopting the teachings of His Word, your body is going to be destroyed and become part of dirt and your soul would be captured by the devil of death.

ਮਹਾ ਬਿਖਮੁ ਸੰਸਾਰੁ ਵਿਰਲੈ ਪੇਖਿਆ॥	mahaa bikham sansaar virlai paykhi-aa.
ਛੂਟਨੁ ਹਰਿ ਕੀ ਸਰਣਿ	chhootan har kee saran
ਲੇਖੁ ਨਾਨਕ ਲੇਖਿਆ॥ ੪॥ ੮॥੧੧੦॥	laykh naanak laykhi-aa.||4||8||110||

ਕੋਈ ਵਿਰਲਾ ਹੀ ਜਾਣਦਾ, ਸਮਝਦਾ ਹੈ, ਸੰਸਾਰ ਕਿਤਨਾ ਭਿਆਨਕ ਸਾਗਰ ਹੈ । ਜੂੰਨਾਂ ਤੋ ਮੁਕਤੀ ਕੇਵਲ, ਪ੍ਰਭ ਦੀ ਸ਼ਰਣ, ਸ਼ਬਦ ਦੀ ਪਾਲਣਾ ਨਾਲ ਹੀ ਬਖਸ਼ਿਸ਼ ਹੁੰਦੀ ਹੈ । ਇਹ ਤੇਰੇ ਭਾਗਾਂ ਵਿੱਚ ਪਹਿਲੇ ਹੀ ਲਿਖਿਆ ਹੋਇਆ ਹੈ ।

Very rare creature may be aware or comprehend; how may deep and mysterious be the worldly ocean of desires? Only by adopting the teachings of His Word and humbly surrendering to His sanctuary; he may be blessed with the right path of salvation. Only with great prewritten destiny, he may be blessed with this state of mind.

180.ਆਸਾ ਮਹਲਾ ੫॥ 398-12

ਕੋਇ ਨ ਕਿਸ ਹੀ ਸੰਗਿ ਕਾਹੇ ਗਰਬੀਐ॥	ko-ay na kis hee sang kaahay garbee-ai.
ਏਕੁ ਨਾਮੁ ਆਧਾਰੁ	ayk naam aaDhaar
ਭਉਜਲੁ ਤਰਬੀਐ॥੧॥	bha-ojal tarbee-ai. ||1||

ਸੰਸਾਰ ਵਿੱਚ ਕੋਈ ਵੀ ਕਿਸੇ ਦਾ ਪ੍ਰਭ ਦੇ ਦਰਬਾਰ ਵਿੱਚ ਸਹਾਈ ਨਹੀਂ ਹੋ ਸਕਦਾ । ਕਿਉਂ ਕਿਸੇ ਤੇ ਮਾਣ ਕੀਤਾ ਜਾਵੇ, ਕਿਸੇ ਦੀ ਸੰਗਤ ਦਾ ਮਾਣ ਕੀਤਾ ਜਾਵੇ? ਕੇਵਲ ਸ਼ਬਦ ਨਾਲ ਜੀਵਨ ਢਾਲਣ ਨਾਲ ਹੀ ਸੰਸਾਰਕ ਸਾਗਰ ਨੂੰ ਪਾਰ ਕੀਤਾ ਜਾ ਸਕਦਾ ਹੈ ।

No worldly creature, Holy saint or devotee may help others soul in His court. Why should anyone be proud of his association of any other human in the universe? Only by adopting the teachings of His Word in day to day life, the right path of salvation may be blessed.

ਮੈ ਗਰੀਬ ਸਚੁ ਟੇਕ	mai gareeb sach tayk
ਤੂੰ ਮੇਰੇ ਸਤਿਗੁਰ ਪੂਰੇ॥	toon mayray satgur pooray.
ਦੇਖ ਤੁਮ੍ਾਰਾ ਦਰਸਨੋ	daykh tumhaaraa darsano
ਮੇਰਾ ਮਨੁ ਧੀਰੇ॥੧॥ ਰਹਾਉ॥	mayraa man Dheeray.||1|| rahaa-o.

ਪ੍ਰਭ ਤੂੰ ਹੀ ਨਿਮਾਣੇ ਦਾ ਆਸਰਾ, ਟੇਕ ਹੈ । ਤੇਰੇ ਦਰਸ਼ਨ ਕਰਨ, ਸ਼ਬਦ ਦੀ ਸੋਝੀ ਨਾਲ ਹੀ ਮਨ ਵਿੱਚ ਧੀਰਜ ਆਉਂਦਾ ਹੈ ।

You are the sole support and hope of humble and helpless worldly creature. With Your blessed vision, by the enlightenment of Your Word, the patience and contentment may be blessed.

ਰਾਜੁ ਮਾਲੁ ਜੰਜਾਲੁ ਕਾਜਿ ਨ ਕਿਤੈ ਗਨੋੁ॥	raaj maal janjaal kaaj na kitai gano.
ਹਰਿ ਕੀਰਤਨੁ ਆਧਾਰੁ	har keertan aaDhaar
ਨਿਹਚਲੁ ਏਹੁ ਧਨੋੁ॥੨॥	nihchal ayhu Dhano. ||2||

ਸੰਸਾਰਕ ਹੈਸੀਅਤ, ਮਾਲਕੀਅਤ, ਧਨ, ਸਬੰਧ, ਮਾਨਸ ਜਨਮ ਦੇ ਸਫਲ ਲਈ ਬਿਰਥੇ ਹੀ ਹਨ । ਤੇਰੇ ਸ਼ਬਦ ਦੀ ਕਮਾਈ ਹੀ ਸਦਾ ਸਾਥ ਰਹਿਣ ਵਾਲਾ ਧਨ ਹੈ ।

My True Master only the earnings of Your Word remain with the soul to support in Your court. All worldly possessions, wealth, relationship and worldly status may be useless for the purpose of human life journey.

ਜੇਤੇ ਮਾਇਆ ਰੰਗ ਤੇਤ ਪਛਾਵਿਆ॥	jaytay maa-i-aa rang tayt pachhaavi-aa.
ਸੁਖ ਕਾ ਨਾਮੁ ਨਿਧਾਨੁ	sukh kaa naam niDhaan
ਗੁਰਮੁਖਿ ਗਾਵਿਆ॥ ੩॥	gurmukh gaavi-aa. ||3||

ਜਿਤਨੇ ਸੰਸਾਰਕ ਮਾਇਆ ਦੇ ਰੰਗ ਹਨ, ਉਤਨੇ ਹੀ ਇਸ ਦੇ ਪਰਛਾਵੇਂ, ਇਸ ਦੇ ਜਾਲ ਹਨ । ਗੁਰਮਖ ਜੀਵ ਨੂੰ ਪ੍ਰਭ ਦੇ ਸ਼ਬਦ ਦੇ ਗੁਣ ਗਾਉਣ ਨਾਲ ਸੋਝੀ ਦਾ ਅਨਮੋਲ ਖਜ਼ਾਨਾ ਬਖਸ਼ਿਸ਼ ਹੋ ਜਾਂਦਾ ਹੈ ।

The worldly wealth appears in so many different forms, shapes and colors. Worldly wealth has so many traps to capture innocent creatures. His true devotee may be blessed with the priceless treasure of enlightenment of the teachings of His Word by singing the glory of Your Word.

ਸਚਾ ਗੁਣੀ ਨਿਧਾਨੁ ਤੂੰ	sachaa gunee niDhaan toon
ਪ੍ਰਭ ਗਹਿਰ ਗੰਭੀਰੇ॥	parabh gahir gambheeray.
ਆਸ ਭਰੋਸਾ ਖਸਮ ਕਾ	aas bharosaa khasam kaa
ਨਾਨਕ ਕੇ ਜੀਅਰੇ॥੪॥ ੯॥੧੧੧॥	naanak kay jee-aray. ||4||9||111||

ਅਟੱਲ, ਅਥਾਹ ਪ੍ਰਭ ਗੁਣਾਂ ਦਾ, ਸੋਝੀ ਦਾ ਗੰਭੀਰ ਖਜ਼ਾਨਾ ਹੈ । ਸ਼ਬਦ ਹੀ ਬੰਦਗੀ ਕਰਨ ਵਾਲੇ ਜੀਵਾਂ ਦਾ ਆਸਰਾ, ਭਰੋਸਾ ਤੇਰੇ ਤੇ ਅਡੋਲ ਰਹਿੰਦਾ ਹੈ ।

Axiom, beyond any limit God, The True Master is very mysterious treasure of enlightenment of His Word. Your true devotee always keeps his belief steady and stable on Your support.

ਗੁਰੂ ਗ੍ਰੰਥ- Guru Granth - ਭਾਵ ਅਰਥ॥

181.ਆਸਾ ਮਹਲਾ ੫॥ 398-16

ਜਿਸੁ ਸਿਮਰਤ ਦੁਖੁ ਜਾਇ	jis simrat dukh jaa-ay
ਸਹਜ ਸੁਖੁ ਪਾਈਐ॥	sahj sukh paa-ee-ai.
ਰੈਣਿ ਦਿਨਸੁ ਕਰ ਜੋੜਿ	rain dinas kar jorh
ਹਰਿ ਹਰਿ ਧਿਆਈਐ॥੧॥	har har Dhi-aa-ee-ai. ||1||

ਜਿਸ ਪ੍ਰਭ ਦੇ ਸ਼ਬਦ ਦਾ ਸਿਮਰਨ, ਪਾਲਣਾ ਕਰਨ ਨਾਲ ਮਨ ਵਿਚੋਂ ਚਿੰਤਾਂ ਦਾ ਨਾਸ਼ ਹੋ ਜਾਂਦਾ ਹੈ, ਮਨ ਵਿੱਚ ਖੇੜਾ ਵਸ ਜਾਂਦਾ ਹੈ । ਦਿਨ ਰਾਤ ਉਸ ਮਾਲਕ ਦੇ ਸ਼ਬਦ ਦੀ ਪਾਲਣਾ ਕਰੋ! ਸਿਮਰਨ ਕਰੋ!

You should meditate and obey the teachings of The True Master. By meditating and obeying the teachings of His Word, all his worldly desires and frustration may be eliminated and blossom may prevail forever.

ਨਾਨਕ ਕਾ ਪ੍ਰਭੁ ਸੋਇ	naanak kaa parabh so-ay
ਜਿਸ ਕਾ ਸਭੁ ਕੋਇ॥	jis kaa sabh ko-ay.
ਸਰਬ ਰਹਿਆ ਭਰਪੂਰਿ	sarab rahi-aa bharpoor
ਸਚਾ ਸਚੁ ਸੋਇ॥੧॥ ਰਹਾਉ॥	sachaa sach so-ay. ||1||rahaa-o.

ਬੰਦਗੀ ਕਰਨ ਵਾਲੇ ਦਾਸਾਂ ਦਾ ਮਾਲਕ, ਗੁਰੂ ਕੇਵਲ ਇੱਕੋ ਇੱਕ ਪ੍ਰਭ ਹੀ ਹੁੰਦਾ ਹੈ । ਸਾਰੀ ਸ੍ਰਿਸ਼ਟੀ ਹੀ ਉਸ ਦੀ ਅਮਾਨਤ ਹੈ । ਉਹ ਹੀ ਹਰ ਥਾਂ, ਹਰਇੱਕ ਕਰਤਬ ਵਿੱਚ, ਜੀਵ ਵਿੱਚ ਭਰਪੂਰ ਵਾਪਰਦਾ ਹੈ । ਸਦਾ ਹੀ ਅਟੱਲ ਰਹਿਣ ਵਾਲਾ ਹੈ ।

The One and Only One, True Master of the His true devotee. The whole universe is only His trust. He pervades everywhere in each and every task, in the heart and body of each and every creature, His true devotee remains overwhelmed with His blessings. His blessings are true forever.

ਅੰਤਰਿ ਬਾਹਰਿ ਸੰਗਿ ਸਹਾਈ	antar baahar sang sahaa-ee
ਗਿਆਨ ਜੋਗੁ॥	gi-aan jog.
ਤਿਸਹਿ ਅਰਾਧਿ ਮਨਾ	tiseh araaDh manaa
ਬਿਨਾਸੈ ਸਗਲ ਰੋਗੁ॥ ੨॥	binaasai sagal rog. ||2||

ਪ੍ਰਭ, ਜੀਵ ਦੇ ਤਨ ਦੇ ਅੰਦਰ ਅਤੇ ਬਾਹਰ ਸੰਸਾਰ ਵਿੱਚ ਸਦਾ ਹੀ ਸਾਥ ਰਹਿੰਦਾ ਹੈ, ਸੇਧ ਦੇਂਦਾ ਹੈ । ਅਡੋਲ ਭਰੋਸੇ ਨਾਲ ਸ਼ਬਦ ਦੀ ਪਾਲਣ, ਸਿਮਰਨ ਨਾਲ ਸਾਰੇ ਰੋਗ ਦੂਰ ਹੋ ਜਾਂਦੇ ਹਨ ।

The Omnipresent True Master dwells and prevails in the body and mind of His true devotee in the universe. He always remains a true companion of soul and always guides his soul on the right path of meditation. By meditating with steady and stable belief, all miseries and frustrations of his mind may be eliminated forever.

ਰਾਖਨਹਾਰੁ ਅਪਾਰੁ ਰਾਖੈ ਅਗਨਿ ਮਾਹਿ॥	raakhanhaar apaar raakhai agan maahi.
ਸੀਤਲੁ ਹਰਿ ਹਰਿ ਨਾਮੁ	seetal har har naam
ਸਿਮਰਤ ਤਪਤਿ ਜਾਇ॥ ੩॥	simrat tapat jaa-ay. ||3||

ਰਖਣ ਵਾਲਾ ਪ੍ਰਭ ਬੇਅੰਤ ਗੁਣਾਂ ਵਾਲਾ ਹੈ । ਉਹ ਹੀ ਆਤਮਾ ਦੀ ਰਖਿਆ ਮਾਤਾ ਦੇ ਗਰਭ ਦੀ ਅੱਗ ਵਿੱਚ ਕਰਦਾ ਹੈ । ਪ੍ਰਭ ਦਾ ਸ਼ਬਦ ਸੰਤੋਖ, ਠੰਡ ਭਰਿਆਂ ਹੈ । ਭਰੋਸੇ ਨਾਲ ਸ਼ਬਦ ਦੀ ਪਾਲਣਾ ਕਰਨ ਨਾਲ ਮਨ ਵਿਚੋਂ ਇੱਛਾਂ ਦੀ ਪਿਆਸ ਖਤਮ ਹੋ ਜਾਂਦੀ ਹੈ ।

The True Master is the treasure of unlimited virtues. He always protects the soul everywhere, even in the fire of the womb of his mother. The teachings of His Word remain overwhelmed with contentment and peace of mind. By meditating and adopting the teachings of His Word with steady and stable belief, the hunger of worldly desires of his mind may be eliminated, quenched forever.

ਸੁਖ ਸਹਜ ਆਨੰਦ ਘਣਾ — sookh sahj aanand ghanaa
ਨਾਨਕ ਜਨ ਧੂਰਾ॥ — naanak jan Dhooraa.
ਕਾਰਜ ਸਗਲੇ ਸਿਧਿ — kaaraj saglay siDh bha-ay
ਭਏ ਭੇਟਿਆ ਗੁਰੁ ਪੂਰਾ॥ ੪॥੧੦॥੧੧੨॥ — bhayti-aa gur pooraa.||4||10||112||

ਜਿਸ ਜੀਵ ਦੇ ਮਨ ਵਿੱਚ ਇਤਨੀ ਨਿਮ੍ਰਤਾ ਆ ਜਾਂਦੀ ਹੈ, ਉਹ ਆਪਣੀ ਹੈਸੀਅਤ ਨੂੰ ਸੰਤਾਂ ਦੇ ਚਰਨਾਂ ਦੀ ਧੂੜ ਦੇ ਸਮਾਨ ਸਮਝਦਾ ਹੈ । ਉਸ ਦੇ ਮਨ ਵਿੱਚ ਸੰਤੋਖ, ਅਨੰਦ ਖੇੜਾ ਵਸ ਜਾਂਦਾ ਹੈ । ਸ਼ਬਦ ਨੂੰ ਮਨ ਵਿੱਚ ਜਾਗਰਤ ਕਰਨ ਨਾਲ ਮਾਨਸ ਦੇ ਸਾਰੇ ਕਾਰਜ, ਯਾਤਰਾ ਸਫਲ ਹੋ ਜਾਂਦੀ ਹੈ ।

Whosoever may become so humble that he may consider his worldly status as lower than the dust of the feet of His true devotee, Holy Saints. He may be blessed with pleasures, contentment and blossom forever. By enlightening the teachings of His Word within, all worldly chores of his human life may be concluded successfully.

182.ਆਸਾ ਮਹਲਾ ੫॥ 399-3

ਗੋਬਿੰਦੁ ਗੁਣੀ ਨਿਧਾਨੁ — gobind gunee niDhaan
ਗੁਰਮੁਖਿ ਜਾਣੀਐ॥ — gurmukh jaanee-ai.
ਹੋਇ ਕ੍ਰਿਪਾਲੁ ਦਇਆਲੁ — ho-ay kirpaal da-i-aal
ਹਰਿ ਰੰਗੁ ਮਾਣੀਐ॥ ੧॥ — har rang maanee-ai.|1||

ਜਿਸ ਨੂੰ ਪ੍ਰਭ ਰਹਿਮਤ ਬਖਸ਼ਕੇ ਸ਼ਬਦ ਦੇ ਲੜ ਲਾਉਂਦਾ ਹੈ, ਉਹ ਸ਼ਬਦ ਦੀ ਪਾਲਣਾ ਕਰਦਾ ਹੈ । ਪ੍ਰਭ ਦੇ ਸ਼ਬਦ ਦੀ ਪਾਲਣਾ ਕਰਦੇ ਜੀਵ ਦਾ ਸ਼ਬਦ ਤੇ ਭਰੋਸਾ ਅਡੋਲ ਹੋ ਜਾਂਦਾ ਹੈ । ਉਸ ਨੂੰ ਸੋਝੀ ਹੋ ਜਾਂਦੀ ਹੈ, ਕਿ ਪ੍ਰਭ ਹੀ ਸਾਰੇ ਗੁਣਾਂ ਦਾ ਭੰਡਾਰੀ ਹੈ । ਪ੍ਰਭ ਦਾ ਸ਼ਬਦ ਹੀ ਗੁਣਾਂ ਦਾ ਖਜ਼ਾਨਾ ਹੈ ।

Whosoever may be blessed with devotional attachment to meditates on His Word, only he may adopt the teachings of His Word in his day to day life. He may be enlightened that only The True Master is the sole owner of all enlightenments and treasure of all virtues. His Word is the true treasure of all virtues and blessings.

ਆਵਹੁ ਸੰਤ ਮਿਲਾਹ — aavhu sant milaah
ਹਰਿ ਕਥਾ ਕਹਾਣੀਆ॥ — har kathaa kahaanee-aa.
ਅਨਦਿਨੁ ਸਿਮਰਹ ਨਾਮੁ, — an-din simreh naam
ਤਜਿ ਲਾਜ ਲੋਕਾਣੀਆ॥ ੧॥ ਰਹਾਉ॥ — taj laaj lokaanee-aa.||1|| rahaa-o.

ਬੰਦਗੀ ਕਰਨ ਵਾਲੇ ਦਾਸ, ਰਲਕੇ ਪ੍ਰਭ ਦੇ ਸ਼ਬਦ ਦਾ ਵਿਚਾਰ, ਕਥਾ, ਸ਼ਬਦ ਦੇ ਗੁਣ ਗਾਵੋ ! ਦਿਨ ਰਾਤ ਉਸ ਦੇ ਸ਼ਬਦ ਦਾ ਸਿਮਰਨ ਕਰੋ! ਸੰਸਾਰਕ ਜੀਵਾਂ ਦੀ ਨਿੰਦਿਆਂ ਦੀ ਕੋਈ ਪ੍ਰਵਾਹ ਨਾ ਕਰੋ!

You should associate with other devotees to sermon the teachings of His Word, meditate, adopt and sing the glory of His Word. You should never be bothered or worried about any criticism of your way of life. You should always remain fearless from speaking truth.

ਜਪਿ ਜਪਿ ਜੀਵਾ ਨਾਮੁ — jap jap jeevaa naam
ਹੋਵੈ ਅਨਦੁ ਘਣਾ॥ — hovai anad ghanaa.
ਮਿਥਿਆ ਮੋਹੁ ਸੰਸਾਰੁ — mithi-aa moh sansaar
ਝੂਠਾ ਵਿਣਸਣਾ॥੨॥ — jhoothaa vinsanaa.||2||

ਸੰਸਾਰਕ ਮੋਹ, ਬੰਧਨ ਸਾਰੇ ਹੀ, ਮਾਨਸ ਜੀਵਨ ਦੇ ਸਫਰ ਲਈ ਬਿਰਥੇ ਹਨ, ਕੋਈ ਲਾਭ ਨਹੀਂ ਹੁੰਦਾ । ਮੈਂ ਸ਼ਬਦ ਦਾ ਸਿਮਰਨ, ਪਾਲਣਾ ਕਰਦਾ, ਆਪਣਾ ਜੀਵਨ ਪ੍ਰਭ ਦੇ ਸ਼ਬਦ ਦੇ ਅਧਾਰ ਤੇ ਬਤੀਤ ਕਰਦਾ ਹਾ । ਪ੍ਰਭ ਦੀ ਰਹਿਮਤ ਨਾਲ ਮਨ ਵਿੱਚ ਡੂੰਘਾਂ ਅਨੰਦ, ਖੇੜਾ ਵਸਦਾ ਹੈ । ਸ਼ਬਦ ਦੀ ਸਮਾਧੀ ਵਿੱਚ ਵਸਦਾ ਹਾ ।

All worldly relationships and bonds of worldly possessions, teachings are useless for the purpose of human life journey. I meditate and adopt the teachings of His Word with steady and stable belief in my day to day life. With His mercy and grace, peace and contentment prevail within my mind and I dwell in the void of His Word.

ਚਰਣ ਕਮਲ ਸੰਗਿ ਨੇਹੁ	charan kamal sang nayhu
ਕਿਨੈ ਵਿਰਲੈ ਲਾਇਆ॥	kinai virlai laa-i-aa.
ਧੰਨੁ ਸੁਹਾਵਾ ਮੁਖੁ	Dhan suhaavaa mukh
ਜਿਨਿ ਹਰਿ ਧਿਆਇਆ॥੩॥	jin har Dhi-aa-i-aa.||3||

ਸੰਸਾਰ ਵਿੱਚ ਕੋਈ ਵਿਰਲਾ ਹੀ ਜੀਵ, ਆਪਣਾ ਮਨ ਪ੍ਰਭ ਦੇ ਚਰਨਾਂ ਵਿੱਚ, ਭਾਣੇ ਨੂੰ ਅਟੱਲ ਮੰਨਕੇ ਜੀਵਨ ਬਤੀਤ ਕਰਦਾ ਹੈ । ਜਿਹੜਾ ਪ੍ਰਭ ਦੇ ਸ਼ਬਦ ਦੀ ਪਾਲਣਾ, ਸਿਮਰਨ ਕਰਦਾ ਹੈ । ਉਸ ਦੇ ਚੇਹਰੇ ਤੇ ਸ਼ਬਦ ਦਾ ਰਹਿਮਤ ਰੂਪੀ ਨੂਰ ਚਮਕਦਾ ਹੈ ।

In the universe, very rare devotee may adopt the teachings of His Word with steady and stable belief in his day to day life. Whosoever may meditate and obey the teachings of His Word, he may be blessed with enlightenment of His Word and spiritual glow may shine on his forehead.

ਜਨਮ ਮਰਣ ਦੁਖ ਕਾਲ	janam maran dukh kaal
ਸਿਮਰਤ ਮਿਟਿ ਜਾਵਈ॥	simrat mit jaav-ee.
ਨਾਨਕ ਕੈ ਸੁਖੁ ਸੋਇ	naanak kai sukh so-ay
ਜੋ ਪ੍ਰਭ ਭਾਵਈ॥੪॥੧੧॥੧੧੩॥	jo parabh bhaav-ee.||4||11||113||

ਜਿਹੜਾ ਕੰਮ ਪ੍ਰਭ ਨੂੰ ਭਾਉਂਦਾ ਹੋਵੇ, ਬੰਦਗੀ ਕਰਨ ਵਾਲੇ ਜੀਵ ਨੂੰ ਉਸ ਕੰਮ ਵਿੱਚ ਹੀ ਅਨੰਦ ਮਹਿਸੂਸ ਹੁੰਦਾ ਹੈ । ਦਿਨ ਰਾਤ ਪ੍ਰਭ ਦੇ ਸ਼ਬਦ ਦਾ ਸਿਮਰਨ, ਗੁਣ ਗਾਉਂਦੇ ਦਾ ਪ੍ਰਭ ਦੀ ਰਹਿਮਤ ਨਾਲ ਜਨਮ ਮਰਨ ਦਾ ਚੱਕਰ ਖਤਮ ਹੋ ਜਾਂਦਾ ਹੈ ।

Whatsoever worldly deed may be accepted in His court, only that deed provides comfort and contentment to the mind of His true devotee. With His mercy and grace, he may meditate and sing the glory of His Word and his cycle of birth and death may be eliminated.

183.ਆਸਾ ਮਹਲਾ ੫॥ 399-7

ਆਵਹੁ ਮੀਤ ਇਕਤ੍ਰ ਹੋਇ	aavhu meet ikatar ho-ay
ਰਸ ਕਸ ਸਭਿ ਭੁੰਚਹ॥	ras kas sabh bhunchah.
ਅੰਮ੍ਰਿਤ ਨਾਮੁ ਹਰਿ ਹਰਿ ਜਪਹ	amrit naam har har japah
ਮਿਲਿ ਪਾਪਾ ਮੁੰਚਹ॥੧॥	mil paapaa munchah. ||1||

ਸਾਰੇ ਰਲਕੇ ਪ੍ਰਭ ਦੇ ਸ਼ਬਦ ਦੇ ਗੁਣ ਗਾਵੋ! ਸ਼ਬਦ ਰੂਪੀ ਅਨਮੋਲ ਰਸ ਦਾ ਅਨੰਦ ਮਾਣੋ! ਪ੍ਰਭ ਦੇ ਸ਼ਬਦ ਦੀ ਪਾਲਣਾ ਕਰੋ! ਆਪਣੇ ਮਨ ਦੇ ਬੁਰੇ ਖਿਆਲ, ਪਾਪ ਨਾਸ ਕਰਕੇ ਮਨ ਨੂੰ ਪਵਿਤ੍ਰ ਕਰੋ!

Let us join together to sing the glory of The True Master and enjoys the nectar of the teachings of His Word. You should adopt the teachings of His Word wholeheartedly and conquer the evil thoughts of your mind. You should sanctify your soul and clean the blemish of your past life.

ਤਤੁ ਵੀਚਾਰਹੁ ਸੰਤ ਜਨਹੁ	tat veechaarahu sant janhu
ਤਾ ਤੇ ਬਿਘਨੁ ਨ ਲਾਗੈ॥	taa tay bighan na laagai.
ਖੀਨ ਭਏ ਸਭਿ ਤਸਕਰਾ,	kheen bha-ay sabh taskaraa
ਗੁਰਮੁਖਿ ਜਨੁ ਜਾਗੈ॥੧॥ ਰਹਾਉ॥	gurmukh jan jaagai. ||1|| rahaa-o.

ਪ੍ਰਭ ਦੇ ਸ਼ਬਦ ਦਾ ਵਿਚਰ ਕਰਨ ਨਾਲ, ਮਨ ਵਿੱਚ ਸ਼ਬਦ ਜਾਗਰਤ ਹੋ ਜਾਂਦਾ ਹੈ । ਮਨ ਵਿਚੋਂ ਸੰਸਾਰਕ ਇੱਛਾਂ, ਚਿੰਤਾਂ ਦੂਰ ਹੋ ਜਾਂਦੀਆਂ ਹਨ । ਮਨ ਵਿਚੋਂ ਇੱਛਾਂ ਦੇ ਜਮਦੂਤਾਂ, ਚੋਰਾਂ ਤੇ ਜਿੱਤ ਬਖਸ਼ਿਸ਼ ਹੋ ਜਾਂਦੀ ਹੈ । ਮਨ ਵਿੱਚ ਸ਼ਬਦ ਜਾਗਰਤ ਅਤੇ ਸੁਚੇਤ ਹੋ ਜਾਂਦਾ ਹੈ । ਗੁਰਮਖ ਅਵਸਥਾ ਬਖਸ਼ਿਸ਼ ਹੋ ਜਾਂਦੀ ਹੈ ।

By wholeheartedly drenching the teachings of His Word, his mind may be enlightened with the teachings of His Word and all his frustration of worldly desires may be eliminated forever. His mind may conquer the demons of worldly desires and becomes awake and alert. His soul may be blessed with state of mind of His true devotee.

ਬੁਧਿ ਗਰੀਬੀ ਖਰਚੁ ਲੈਹੁ	buDh gareebee kharach laihu
ਹਉਮੈ ਬਿਖੁ ਜਾਰਹੁ॥	ha-umai bikh jaarahu.
ਸਾਚਾ ਹਟੁ ਪੂਰਾ ਸਉਦਾ	saachaa hat pooraa sa-udaa
ਵਖਰੁ ਨਾਮੁ ਵਾਪਾਰਹੁ॥ ੨॥	vakhar naam vaapaarahu. ‖2‖

ਸ਼ਬਦ ਦੀ ਸੋਝੀ, ਨਿਮ੍ਰਤਾ ਰੂਪੀ ਵਿਧੀ ਨਾਲ ਆਪਣੇ ਮਨ ਦੇ ਅਹੰਕਾਰ ਤੇ ਜਿੱਤ ਪਾਵੋ! ਕੇਵਲ ਪ੍ਰਭ ਦਾ ਸ਼ਬਦ ਹੀ ਅਸਲੀ ਵਪਾਰ ਕਰਨ ਵਾਲਾ ਬਜ਼ਾਰ, ਅਸਲੀ ਖਰੀਦਨ ਵਾਲਾ ਪਦਾਰਥ ਹੈ । ਕੇਵਲ ਇਸ ਇੱਕੋ ਇੱਕ ਪਦਾਰਥ ਦਾ ਹੀ ਵਪਾਰ ਕਰੋ!

The enlightenment of His Word and the humility are the two unique techniques to conquer the ego of your mind. His Word is the only one true merchandise worthy of trading. You should only trade the nectar of His Word to realize the true purpose of your human life journey.

ਜੀਉ ਪਿੰਡੁ ਧਨੁ ਅਰਪਿਆ	jee-o pind Dhan arpi-aa
ਸੇਈ ਪਤਿਵੰਤੇ॥	say-ee pativantay.
ਆਪਨੜੇ ਪ੍ਰਭ ਭਾਣਿਆ	aapnarhay parabh bhaani-aa
ਨਿਤ ਕੇਲ ਕਰੰਤੇ॥੩॥	nit kayl karantay.‖3‖

ਜਿਹੜਾ ਆਪਣੀ ਆਤਮਾ, ਤਨ ਅਤੇ ਆਪਣੀ ਹੈਸੀਅਤ ਪ੍ਰਭ ਦੇ ਲੇਖੇ ਲਾ ਦੇਂਦਾ ਹੈ । ਕੇਵਲ ਉਹ ਹੀ ਜੀਵ ਸ਼ਬਦ ਦੀ ਪਾਲਣਾ ਤੇ ਅਡੋਲ ਰਹਿੰਦਾ ਹੈ, ਪ੍ਰਭ ਦੇ ਦਰਬਾਰ ਵਿੱਚ ਪ੍ਰਵਾਨ ਹੋ ਸਕਦਾ ਹੈ । ਉਸ ਦੇ ਮਨ ਵਿੱਚ ਅਨੰਦ, ਖੇੜਾ ਵਸਦਾ ਹੈ, ਅਮਰ ਅਵਸਥਾ ਬਖਸ਼ਿਸ਼ ਹੋ ਜਾਂਦੀ ਹੈ ।

Whosoever may surrender his mind, body and worldly status at the service of The True Master, His creation. Only he may adopt and remains steady and stable on the teachings of His Word. His soul may become worthy of His consideration and he may be blessed with the right path of acceptance in His court. Whosoever may be accepted in His court, His sanctuary; he remains in pleasure, contentment and blossom in his life. He may be blessed with immortal state of mind in his human life.

ਦੁਰਮਤਿ ਮਦੁ ਜੋ ਪੀਵਤੇ	durmat mad jo peevtay
ਬਿਖਲੀ ਪਤਿ ਕਮਲੀ॥	bikhlee pat kamlee.
ਰਾਮ ਰਸਾਇਣਿ ਜੋ ਰਤੇ	raam rasaa-in jo ratay
ਨਾਨਕ ਸਚ ਅਮਲੀ॥੪॥੧੨॥੧੧੪॥	naanak sach amlee.‖4‖12‖114‖

ਜਿਹੜੇ ਸੰਸਾਰਕ ਮਾਇਆ ਦਾ ਰਸ ਮਾਨਦੇ ਹਨ, ਪਿਛੇ ਲੱਗੇ ਫਿਰਦੇ ਹਨ । ਉਹ ਚਾਰੇ ਪਾਸੇ ਘੁੰਮਦੇ, ਪੂਜਾ ਕਰਦੇ ਰਹਿੰਦੇ ਹਨ । ਜਿਹੜੇ ਪ੍ਰਭ ਦੇ ਸ਼ਬਦ ਦੀ ਪਾਲਣਾ ਵਿੱਚ ਮਸਤ ਰਹਿੰਦੇ ਹਨ । ਉਹਨਾਂ ਤੇ ਸ਼ਬਦ ਦਾ ਨਸ਼ਾ ਹੋ ਜਾਂਦਾ ਹੈ । ਉਹਨਾਂ ਨੂੰ ਪ੍ਰਭ ਦੇ ਸ਼ਬਦ ਦੀ ਸੋਝੀ, ਪ੍ਰਭ ਦੀ ਹੋਂਦ ਮਹਿਸੂਸ ਹੋ ਜਾਂਦੀ ਹੈ, ਪ੍ਰਗਟ ਹੋ ਜਾਂਦੀ ਹੈ ।

Whosoever may enjoy the pleasures of the worldly wealth, he may remain wandering to collect worldly wealth. He may remain wandering in all directions and worship all kinds of worldly prophets. Whosoever may remain intoxicated with the teachings of His Word, he may be drenched with intoxication with the teachings of His Word. He may be blessed with the enlightenment of His Word and may realize His existence.

184.ਆਸਾ ਮਹਲਾ ੫॥ 399-11

ਉਦਮੁ ਕੀਆ ਕਰਾਇਆ	udam kee-aa karaa-i-aa
ਆਰੰਭੁ ਰਚਾਇਆ॥	aarambh rachaa-i-aa.
ਨਾਮੁ ਜਪੇ ਜਪਿ ਜੀਵਣਾ	naam japay jap jeevnaa
ਗੁਰਿ ਮੰਤ੍ਰੁ ਦ੍ਰਿੜਾਇਆ॥ ੧॥	gur mantar drirh-aa-i-aa. ||1||

ਪ੍ਰਭ ਦੀ ਰਹਿਮਤ ਨਾਲ ਮੇਰੇ ਮਨ ਨੇ ਕੋਸ਼ਿਸ਼ ਕਰਕੇ ਪ੍ਰਭ ਦੇ ਸ਼ਬਦ ਨੂੰ, ਪ੍ਰਭ ਨੂੰ ਮਨ ਵਿੱਚ ਯਾਦ ਕੀਤਾ । ਪ੍ਰਭ ਦੇ ਸ਼ਬਦ ਦੇ ਗੁਣ ਗਾਉਣ ਨਾਲ ਪ੍ਰਭ ਨੇ ਰਹਿਮਤ ਨਾਲ ਸ਼ਬਦ ਦਾ ਬੀਜ ਮਨ ਵਿੱਚ ਬੋਇਆ, ਸ਼ਬਦ ਨੂੰ ਲੱਭ ਲਾਇਆ ਹੈ ।

With His mercy and grace, my mind concentrates on the teachings of His Word and remembered Him in my meditation. By singing the glory of the teachings of His Word, The True Master sowed the seed of devotion to meditate. I am blessed with the enlightenment of His Word from within.

ਪਾਇ ਪਰਹ ਸਤਿਗੁਰੂ ਕੈ	paa-ay parah satguroo kai
ਜਿਨਿ ਭਰਮੁ ਬਿਦਾਰਿਆ॥	jin bharam bidaari-aa.
ਕਰਿ ਕਿਰਪਾ ਪ੍ਰਭਿ ਆਪਣੀ,	kar kirpaa parabh aapnee
ਸਚੁ ਸਾਜਿ ਸਵਾਰਿਆ॥੧॥ ਰਹਾਉ॥	sach saaj savaari-aa.||1|| rahaa-o.

ਪ੍ਰਭ ਤੋਂ, ਸ਼ਬਦ ਦੀ ਪਾਲਣਾ ਤੋ ਕਰਬਾਣ ਜਾਵਾ! ਸ਼ਬਦ ਦੀ ਸੋਝੀ ਹੋਣ ਨਾਲ ਮਨ ਵਿਚੋਂ ਭਰਮ ਦੂਰ ਹੋ ਗਏ ਹਨ । ਪ੍ਰਭ ਨੇ ਆਪ ਹੀ ਰਹਿਮਤ ਬਖਸ਼ਕੇ ਸ਼ਬਦ ਨੂੰ ਮਨ ਵਿੱਚ ਜਾਗਰਤ ਅਤੇ ਸੁਚੇਤ ਕੀਤਾ ਹੈ । ਮਨ ਵਿੱਚ ਸ਼ਬਦ ਦਾ ਨੂਰ ਬਖਸ਼ਿਸ਼ ਹੋ ਗਿਆ ਹੈ ।

I am fascinated from The True Master, the teachings of His Word. With the enlightenment of His Word all suspicions of my mind have been eliminated forever. With His mercy and grace, my mind has been enlightened with the teachings of His Word within and remains awake and alert all time. The spiritual glow of His Word may shine on my forehead.

ਕਰੁ ਗਹਿ ਲੀਨੇ ਆਪਣੇ	kar geh leenay aapnay
ਸਚੁ ਹੁਕਮਿ ਰਜਾਈ॥	sach hukam rajaa-ee.
ਜੋ ਪ੍ਰਭਿ ਦਿਤੀ ਦਾਤਿ	jo parabh ditee daat
ਸਾ ਪੂਰਨ ਵਡਿਆਈ॥੨॥	saa pooran vadi-aa-ee. ||2||

ਪ੍ਰਭ ਨੇ ਆਪਨਾ ਦਾਸ ਬਣਾਕੇ, ਸ਼ਬਦ ਦੀ ਪਾਲਣਾ ਵਿੱਚ ਅਡੋਲ ਰਖਿਆ, ਸ਼ਬਦ ਦੇ ਲੜ ਲਾਇਆ ਹੈ । ਪ੍ਰਭ ਦੀ ਬਖਸ਼ਿਸ਼, ਪ੍ਰਭ ਦੀ ਹੀ ਵਡਿਆਈ ਹੈ । ਉਸ ਦੀ ਰਹਿਮਤ ਮੇਰੇ ਵਿੱਚ ਕੋਈ ਗੁਣ ਕਰਕੇ ਬਖਸ਼ਿਸ਼ ਨਹੀਂ ਹੋਈ ।

The True Master has accepted me in His sanctuary as His true devotee. He has attached me to a devotional meditation and has kept me steady and stable on obeying the teachings of His Word. This may be His own greatness to bestow His mercy and grace, I do not have any unique virtue of my own.

ਸਦਾ ਸਦਾ ਗੁਣ ਗਾਈਅਹਿ	sadaa sadaa gun gaa-ee-ah
ਜਪਿ ਨਾਮੁ ਮੁਰਾਰੀ॥	jap naam muraaree.
ਨੇਮੁ ਨਿਬਾਹਿਓ ਸਤਿਗੁਰੂ	naym nibaahi-o satguroo
ਪ੍ਰਭਿ ਕਿਰਪਾ ਧਾਰੀ॥੩॥	parabh kirpaa Dhaaree.||3||

ਜੀਵ ਸਦਾ ਹੀ ਅਹੰਕਾਰ ਦੇ ਨਾਸ਼ ਕਰਨ ਵਾਲੇ ਮਾਲਕ ਦੇ ਸ਼ਬਦ ਦੇ ਗੁਣ ਗਾਵੇ! ਸ਼ਬਦ ਦੀ ਪਾਲਣਾ ਕਰੋ! ਪ੍ਰਭ ਨੇ ਆਪ ਹੀ ਰਹਿਮਤ ਬਖਸ਼ਕੇ, ਮਨ ਦੀਆਂ ਮੁਰਾਦਾਂ ਪੂਰੀਆਂ ਕਰ ਦਿੱਤੀਆ ਹਨ ।

You should always meditate, sing and adopt the teachings of The True Master, who may destroy and eliminates the ego of your mind. With His mercy and grace! He may satisfy all his spoken and unspoken desires.

ਨਾਮੁ ਧਨੁ ਗੁਣ ਗਾਉ ਲਾਭੁ	naam Dhan gun gaa-o laabh
ਪੂਰੈ ਗੁਰਿ ਦਿਤਾ॥	poorai gur ditaa.
ਵਣਜਾਰੇ ਸੰਤ ਨਾਨਕਾ	vanjaaray sant naankaa
ਪ੍ਰਭੁ ਸਾਹੁ ਅਮਿਤਾ॥੪॥ ੧੩॥੧੧੫॥	parabh saahu amitaa.||4||13||115||

ਜੀਵ ਪ੍ਰਭ ਦੇ ਸ਼ਬਦ ਦੇ ਗੁਣ ਗਾਵੋ! ਸ਼ਬਦ ਦਾ ਧਨ ਇਕੱਠਾ ਕਰੋ! ਇਸ ਦਾ ਹੀ ਲਾਭ ਹੈ, ਇਹ ਹੀ ਮਾਨਸ ਜਨਮ ਦੇ ਸਫਰ ਵਿੱਚ ਸਹਾਈ ਹੁੰਦਾ ਹੈ । ਬੰਦਗੀ ਕਰਨ ਵਾਲੇ ਸੰਤ ਪ੍ਰਭ ਦੇ ਸ਼ਬਦ ਦਾ ਹੀ ਵਪਾਰ ਕਰਦੇ ਹਨ । ਇਸ ਧਨ ਦਾ ਮਾਲਕ ਕੇਵਲ ਪ੍ਰਭ ਹੀ ਹੈ !

You should always sing the glory, virtues of the teachings of His Word and earn the wealth of His Word. This is the only profitable trade that may help the human life journey and may be accepted in His court. His true devotee always meditates on the teachings of His Word and trade the merchandise of His Word. The One and Only One True Owner of earnings of His Word; only He may bless the earnings of His Word.

185.ਆਸਾ ਮਹਲਾ ੫॥ 399-17

ਜਾ ਕਾ ਠਾਕੁਰੁ ਤੁਹੀ	jaa kaa thaakur tuhee
ਪ੍ਰਭ ਤਾ ਕੇ ਵਡਭਾਗਾ॥	parabh taa kay vadbhaagaa.
ਓਹੁ ਸੁਹੇਲਾ ਸਦ ਸੁਖੀ	oh suhaylaa sad sukhee
ਸਭੁ ਭ੍ਰਮੁ ਭਉ ਭਾਗਾ॥ ੧॥	sabh bharam bha-o bhaagaa. ||1||

ਜਿਸ ਦਾ ਰਖਵਾਲਾ ਤੂੰ ਆਪ ਹੀ ਬਣ ਜਾਂਦਾ ਹੈ । ਉਸ ਜੀਵ ਦੇ ਵੱਡੇ ਭਾਗ ਹੋ ਜਾਂਦੇ ਹਨ । ਉਸ ਦੇ ਮਨ ਵਿੱਚ ਸਦਾ ਰਹਿਣ ਵਾਲਾ ਸੰਤੋਖ, ਖੇੜਾ ਵਸ ਜਾਂਦਾ ਹੈ । ਉਸ ਦੇ ਮਨ ਦੇ ਸਾਰੇ ਭਰਮਾਂ ਦਾ ਨਾਸ਼ ਹੋ ਜਾਂਦਾ ਹੈ ।

Whosoever may be accepted in Your sanctuary, you may become his true protector and he may become very fortunate. He may be blessed with contentment and blossom forever. All his suspicions of worldly greed may be eliminated from his mind forever.

ਹਮ ਚਾਕਰ ਗੋਬਿੰਦ ਕੇ	ham chaakar gobind kay
ਠਾਕੁਰੁ ਮੇਰਾ ਭਾਰਾ॥	thaakur mayraa bhaaraa.
ਕਰਨ ਕਰਾਵਨ ਸਗਲ ਬਿਧਿ,	karan karaavan sagal biDh
ਸੋ ਸਤਿਗੁਰੂ ਹਮਾਰਾ॥੧॥ ਰਹਾਉ॥	so satguroo hamaaraa. ||1|| rahaa-

ਮੈਂ ਸ੍ਰਿਸ਼ਟੀ ਦੇ ਮਾਲਕ ਦਾ ਦਾਸ, ਚਾਕਰ ਹਾ! ਉਹ ਹੀ ਸਭ ਤੋ ਵੱਡਾ ਹੈ, ਉਸ ਦੇ ਬਰਾਬਰ ਦਾ ਹੋਰ ਕੋਈ ਨਹੀਂ ਹੈ । ਉਹ ਹੀ ਸ੍ਰਿਸ਼ਟੀ ਨੂੰ ਪੈਦਾ ਕਰਨ ਵਾਲਾ, ਹਰ ਕੰਮ ਕਰਨ ਅਤੇ ਕਾਰਨ ਬਣਾਉਣ ਵਾਲਾ ਹੈ । ਮੈਂ ਉਸ ਦੇ ਸ਼ਬਦ ਦੀ ਪਾਲਣਾ, ਪੂਜਾ ਕਰਦਾ ਹਾ ।

The True Master is the greatest of All and no one is equal, greater or comparable with His greatness. I am the slave and servant of The True Master of the universe. The One and Only One creator of the universe and only He prevails and creates the causes of all worldly chores of life. I always obey, adopt and worship His Word in my day to day life.

ਦੂਜਾ ਨਾਹੀ ਅਉਰੁ ਕੋ	doojaa naahee a-or ko
ਤਾ ਕਾ ਭਉ ਕਰੀਐ॥	taa kaa bha-o karee-ai.

ਗੁਰ ਸੇਵਾ ਮਹਲੁ ਪਾਈਐ — gur sayvaa mahal paa-ee-ai
ਜਗੁ ਦੁਤਰੁ ਤਰੀਐ॥ ੨॥ — jag dutar taree-ai.||2||

ਪ੍ਰਭ ਤੋ ਬਿਨਾਂ ਹੋਰ ਕਿਸ ਤੋ ਮਨ ਨੂੰ ਕੋਈ ਡਰ ਹੋ ਸਕਦਾ ਹੈ । ਉਸ ਦੇ ਸ਼ਬਦ ਦੀ ਪਾਲਣਾ ਕਰਨ ਨਾਲ ਪ੍ਰਭ ਦੀ ਸ਼ਰਣ ਵਿੱਚ ਪਨਾਹ ਬਖਸ਼ਿਸ਼ ਹੋ ਜਾਂਦੀ ਹੈ । ਇਸ ਮਾਇਆ ਭਰੇ ਸਾਗਰ ਨੂੰ ਪਾਰ ਕੀਤਾ ਜਾ ਸਕਦਾ ਹੈ ।

Without True Master I do not have any fear from any other power, no other power may change my path of meditation. By obeying and adopting the teachings of His Word in my day to day life, my soul may be accepted in His sanctuary. Only by adopting the teachings of His Word wholeheartedly, my soul may be saved from the worldly ocean of worldly desires, the fire of worldly greed.

ਦ੍ਰਿਸਟਿ ਤੇਰੀ ਸੁਖੁ ਪਾਈਐ — darisat tayree sukh paa-ee-ai
ਮਨ ਮਾਹਿ ਨਿਧਾਨਾ॥ — man maahi niDhaanaa.
ਜਾ ਕਉ ਤੁਮ ਕਿਰਪਾਲ ਭਏ — jaa ka-o tum kirpaal bha-ay s
ਸੇਵਕ ਸੇ ਪਰਵਾਨਾ॥੩॥ — ayvak say parvaanaa. ||3||

ਪ੍ਰਭ ਤੇਰੀ ਰਹਿਮਤ ਦੀ ਨਜ਼ਰ ਨਾਲ ਹੀ ਮਨ ਵਿੱਚ ਸੰਤੋਖ, ਸ਼ਬਦ ਦੀ ਸੋਝੀ ਬਖਸ਼ਿਸ਼ ਹੋ ਜਾਂਦੀ ਹੈ । ਸ਼ਬਦ ਮਨ ਵਿੱਚ ਜਾਗਰਤ ਹੋ ਜਾਂਦਾ ਹੈ । ਜਿਸ ਦਾਸ ਤੇ ਤੇਰੀ ਰਹਿਮਤ ਦੀ ਨਜ਼ਰ ਬਖਸ਼ਿਸ਼ ਹੋ ਜਾਂਦੀ ਹੈ । ਉਹ ਤੇਰੇ ਦਰਬਾਰ ਵਿੱਚ ਪ੍ਰਵਾਨ ਹੋ ਜਾਂਦਾ, ਉਸ ਦੀ ਸ਼ਬਦ ਦੀ ਕਮਾਈ ਪ੍ਰਵਾਨ ਹੋ ਜਾਂਦੀ ਹੈ ।

With Your mercy and grace, whosoever may be blessed with enlightenment of the teachings of Your Word and may become awake and alert, the contentment and blossom may prevail in the mind forever. Whosoever may be guided on the right path of meditation and his earnings of His Word may be accepted in His court.

ਅੰਮ੍ਰਿਤ ਰਸੁ ਹਰਿ ਕੀਰਤਨੋ — amrit ras har keertano
ਕੋ ਵਿਰਲਾ ਪੀਵੈ॥ — ko virlaa peevai.
ਵਜਹੁ ਨਾਨਕ ਮਿਲੈ ਏਕੁ, — vajahu naanak milai ayk
ਨਾਮੁ ਰਿਦ ਜਪਿ ਜਪਿ ਜੀਵੈ॥੪॥੧੪॥੧੧੬॥ — naam rid jap jap jeevai.||4||14||116||

ਸ੍ਰਿਸ਼ਟੀ ਵਿੱਚ ਕੋਈ ਵਿਰਲਾ ਹੀ ਜੀਵ, ਪ੍ਰਭ ਦੇ ਸ਼ਬਦ, ਕੀਤੇ ਤੇ ਭਰੋਸਾ ਅਡੋਲ ਰਖਕੇ, ਸ਼ਬਦ ਦਾ ਧੰਨਵਾਦ ਗਾਉਂਦਾ ਹੈ । ਬੰਦਗੀ ਕਰਨ ਵਾਲੇ ਦਾਸ ਸਦਾ ਹੀ ਮਨ ਅਡੋਲ ਰਖਕੇ, ਸ਼ਬਦ ਦੀ ਪਾਲਣਾ, ਗੁਣ ਗਾਉਂਦੇ ਹਨ । ਮਨ ਵਿੱਚ ਸ਼ਬਦ ਰੂਪੀ ਜੋਤ ਜਾਗਰਤ ਕਰ ਲੈਂਦੇ ਹਨ ।

Very rare devotee may establish his belief steady and stable on His blessings and wholeheartedly sings His glory to pay gratitude of His blessings. His true devotee may sing and adopt the teachings of His Word with steady and stable belief in his day to day life. His mind may be enlightened and spiritual glow of His Word may shine on his forehead.

186.ਮਹਲਾ ੫॥ 400- 3

ਜਾ ਪ੍ਰਭ ਕੀ ਹਉ ਚੇਰੁਲੀ — jaa parabh kee ha-o chayrulee so
ਸੋ ਸਭ ਤੇ ਉਚਾ॥ — sabh tay oochaa.
ਸਭੁ ਕਿਛੁ ਤਾ ਕਾ ਕਾਂਢੀਐ — sabh kichh taa kaa kaaNdhee-ai
ਥੋਰਾ ਅਰੁ ਮੂਚਾ॥੧॥ — thoraa ar moochaa. ||1||

ਜਿਹੜਾ ਪ੍ਰਭ ਸਭ ਤੋ ਵੱਡਾ, ਮਹਾਨ ਹੈ, ਉਸ ਦੇ ਬਰਾਬਰ ਹੋਰ ਕੋਈ ਨਹੀਂ ਹੈ । ਮੈ ਉਸ ਪ੍ਰਭ ਦਾ ਦਾਸ, ਸੇਵਕ, ਚਾਕਰ ਹਾ । ਸੰਸਾਰ ਵਿੱਚ ਹਰ ਛੋਟਾ, ਵੱਡਾ ਜੀਵ, ਸਭ ਪਦਾਰਥ ਪ੍ਰਭ ਦੀ ਹੀ ਅਮਾਨਤ ਹੈ ।

I am the slave of The True Master, the greatest of All. No one else may be equal, greater or comparable to His greatness. Whatsoever may exist in the universe, the smallest, the biggest creatures and all plants are His trust only. He has been created by His mercy and grace and command.

ਜੀਅ ਪ੍ਰਾਨ ਮੇਰਾ ਧਨੋ	jee-a paraan mayraa Dhano
ਸਾਹਿਬ ਕੀ ਮਨੀਆ॥	saahib kee manee-aa.
ਨਾਮਿ ਜਿਸੈ ਕੈ ਊਜਲੀ	naam jisai kai oojlee
ਤਿਸੁ ਦਾਸੀ ਗਨੀਆ॥੧॥ ਰਹਾਉ॥	tis daasee ganee-aa.||1|| rahaa-o.

ਮੈਂ ਆਪਣੀ ਆਤਮਾ, ਸਵਾਸ, ਤਨ, ਹੈਸੀਅਤ ਸਭ ਕੁਝ ਪ੍ਰਭ ਦੇ ਲੇਖੇ ਲਾ ਦਿੱਤਾ ਹੈ । ਪ੍ਰਭ ਦੇ ਸ਼ਬਦ ਦੀ ਪਾਲਣਾ ਕਰਨ ਨਾਲ, ਮਨ ਵਿੱਚ ਪ੍ਰਭ ਦਾ ਸ਼ਬਦ ਜਾਗਰਤ ਹੋ ਗਿਆ ਹੈ, ਚੇਹਰੇ ਤੇ ਸ਼ਬਦ ਰੂਪੀ ਨੂਰ ਚਮਕਦਾ ਹੈ । ਮੈਨੂੰ ਸਭ ਪ੍ਰਭ ਦਾ ਦਾਸ ਸਮਝਦੇ ਹਨ ।

I have offered my soul, mind, body, breaths and worldly status at the service of The True Master of the creation. By obeying and adopting the teachings of His Word, my mind has been enlightened with the teachings of His Word. A spiritual glow of His Word is shining on my forehead. All worldly creatures consider me as His true slave.

ਵੇਪਰਵਾਹੁ ਅਨੰਦ ਮੈ	vayparvaahu anand mai
ਨਾਉ ਮਾਣਕ ਹੀਰਾ॥	naa-o maanak heeraa.
ਰਜੀ ਧਾਈ ਸਦਾ ਸੁਖੁ	rajee Dhaa-ee sadaa sukh
ਜਾ ਕਾ ਤੂੰ ਮੀਰਾ॥੨॥	jaa kaa tooN meeraa. ||2||

ਬੇਪ੍ਰਵਾਹ, ਚਿੰਤਾਂ ਰਹਿਤ ਪ੍ਰਭ ਦਾ ਸ਼ਬਦ ਹੀ ਇੱਕ ਅਣਮੋਲ ਹੀਰਾ ਹੈ । ਜਿਹੜਾ ਜੀਵ ਪ੍ਰਭ ਨੂੰ ਅਸਲੀ ਮਾਲਕ ਮੰਨਕੇ ਸ਼ਬਦ ਦੀ ਪਾਲਣਾ ਕਰਦਾ ਹੈ, ਉਸ ਦੇ ਮਨ ਵਿੱਚ ਸਦਾ ਰਹਿਣ ਵਾਲਾ ਸੰਤੋਖ ਖੇੜਾ ਵਸ ਜਾਂਦਾ ਹੈ ।

Beyond worries, frustrations, The True Master and the teachings of Your Word are ambrosial jewels in the universe. Whosoever may consider The One and Only One as True Master and may adopt the teachings of His Word as an ultimate command, he may be blessed with contentment and blossom forever.

ਸਖੀ ਸਹੇਰੀ ਸੰਗ ਕੀ	sakhee sahayree sang kee
ਸੁਮਤਿ ਦ੍ਰਿੜਾਵਉ॥	sumat darirhaava-o.
ਸੇਵਹੁ ਸਾਧੂ ਭਾਉ ਕਰਿ	sayvhu saaDhoo bhaa-o kar
ਤਉ ਨਿਧਿ ਹਰਿ ਪਾਵਉ॥੩॥	ta-o niDh har paava-o. ||3||

ਮੇਰੇ ਸਾਥੀਉ! ਅਡੋਲ ਭਰੋਸੇ ਨਾਲ ਮਨ ਦੇ ਭਰਮ ਦੂਰ ਕਰਕੇ, ਸ਼ਬਦ ਦੀ ਪਾਲਣਾ ਕਰਕੇ ਸ਼ਬਦ ਦੀ ਸੋਝੀ ਪਾਵੋ! ਬੰਦਗੀ ਕਰਨ ਵਾਲੇ ਸੰਤਾਂ ਦੀ ਸੇਵਾ ਕਰੋ! ਉਹਨਾਂ ਤੋਂ ਪ੍ਰਭ ਦੇ ਸ਼ਬਦ ਦੀ ਸੋਝੀ ਦਾ ਖਜ਼ਾਨਾ ਬਖਸ਼ਿਸ਼ ਹੋ ਜਾਂਦਾ ਹੈ!

You should with steady and stable belief adopt the teachings of His Word. With His mercy and grace, he may enlighten the essence of His Word from within. You should serve and adopts the life teachings of His true devotee in your day to day life. You may be blessed with the treasure of enlightenment of His virtues.

ਸਗਲੀ ਦਾਸੀ ਠਾਕੁਰੈ	saglee daasee thaakurai
ਸਭ ਕਹਤੀ ਮੇਰਾ॥	sabh kahtee mayraa.
ਜਿਸਹਿ ਸੀਗਾਰੇ ਨਾਨਕਾ	jisahi seegaaray naankaa
ਤਿਸੁ ਸੁਖਹਿ ਬਸੇਰਾ॥੪॥੧੫॥੧੧੭॥	tis sukheh basayraa. ||4||15||117||

ਬੰਦਗੀ ਕਰਨ ਵਾਲੇ ਸਾਰੇ ਹੀ ਪ੍ਰਭ ਦੇ ਸ਼ਬਦ ਦੀ ਪਾਲਣਾ ਕਰਦੇ ਹਨ । ਪ੍ਰਭ ਨੂੰ ਹੀ ਆਪਣਾ ਅਸਲੀ ਮਾਲਕ ਮੰਨਦੇ ਹਨ । ਜਿਸ ਦੀ ਸ਼ਬਦ ਦੀ ਕਮਾਈ, ਸੇਵਾ ਪ੍ਰਭ ਆਪ ਪ੍ਰਵਾਨ ਕਰ ਲੈਂਦਾ ਹੈ, ਕੇਵਲ ਉਸ ਦਾਸ ਦੇ ਮਨ ਵਿੱਚ ਪੂਰਨ ਸੰਤੋਖ, ਖੇੜਾ ਵਸਦਾ ਹੈ ।

All His true devotees with steady and stable belief adopt the teachings of His Word wholeheartedly in day to day life. Whose meditation may be accepted in His court, only he may be blessed with the state of mind as His true devotee. He may be blessed with complete contentment and blossom in his mind.

187.ਆਸਾ ਮਹਲਾ ੫॥ 400-8

ਸੰਤਾ ਕੀ ਹੋਇ ਦਾਸਰੀ	santaa kee ho-ay daasree ayhu
ਏਹੁ ਅਚਾਰਾ ਸਿਖੁ ਰੀ॥	achaaraa sikh ree.
ਸਗਲ ਗੁਣਾ ਗੁਣ ਊਤਮੋ	sagal gunaa gun ootmo bhartaa
ਭਰਤਾ ਦੂਰਿ ਨ ਪਿਖੁ ਰੀ॥੧॥	door na pikh ree. ||1||

ਜੀਵ ਸੰਤਾਂ ਦੀ ਸੇਵਾ ਕਰੋ! ਉਹਨਾਂ ਦੇ ਜੀਵਨ ਦੀ ਸਿਖਿਆ ਨਾਲ ਆਪਣਾ ਜੀਵਨ ਢਾਲੋ! ਸ਼ਬਦ ਦੀ ਸੋਝੀ ਪਾ ਕੇ ਸਭ ਤੋ ਉਤਮ ਧਨ, ਪ੍ਰਭ ਦੀ ਹੌਂਦ ਮਹਿਸੂਸ ਕਰੋ! ਪ੍ਰਭ ਦੀ ਜੋਤ ਨੂੰ ਮਨ ਅੰਦਰ ਜਾਗਰਤ ਕਰੋ।

You should serve His true devotees and adopt his way of life in your own day to day life. By enlightening the teachings of His Word, you may be blessed with the supreme wealth, the realization of the existence of The True Master. Your mind may become awake and alert with the spiritual glow of His Word within.

ਇਹੁ ਮਨੁ ਸੁੰਦਰਿ ਆਪਣਾ	ih man sundar aapnaa
ਹਰਿ ਨਾਮਿ ਮਜੀਠੈ ਰੰਗਿ ਰੀ॥	har naam majeethai rang ree.
ਤਿਆਗਿ ਸਿਆਣਪ ਚਾਤੁਰੀ ਤੂੰ,	ti-aag si-aanap chaaturee tooN
ਜਾਣੁ ਗੁਪਾਲਹਿ ਸੰਗਿ ਰੀ॥੧॥ ਰਹਾਉ॥	jaan gupaaleh sang ree. ||1|| rahaa-o.

ਆਪਣੇ ਮਨ ਦੀਆਂ ਚਲਾਕੀਆਂ, ਧੋਖੇ ਦੀਆਂ ਵਿਧੀਆਂ ਤਿਆਗੋ! ਸ੍ਰਿਸ਼ਟੀ ਦੇ ਰਖਵਾਲੇ ਪ੍ਰਭ ਦੇ ਸ਼ਬਦ ਦੀ ਸੋਝੀ ਪਾਵੋ! ਆਪਣੇ ਮਨ ਵਿੱਚ ਸ਼ਬਦ ਦੀ ਸੋਝੀ ਦਾ ਰੰਗ ਚੜ੍ਹਾਵੋ!

You should abandon the clever tricks and your unique techniques of meditation. You should enlighten and drench your mind with the teachings of the Word of The True Protector of the universe.

ਭਰਤਾ ਕਹੈ ਸੁ ਮਾਨੀਐ	bhartaa kahai so maanee-ai
ਏਹੁ ਸੀਗਾਰੁ ਬਣਾਇ ਰੀ॥	ayhu seegaar banaa-ay ree.
ਦੂਜਾ ਭਾਉ ਵਿਸਾਰੀਐ	doojaa bhaa-o visaaree-ai
ਏਹੁ ਤੰਬੋਲਾ ਖਾਇ ਰੀ॥੨॥	ayhu tambolaa khaa-ay ree. ||2||

ਪ੍ਰਭ ਦੇ ਹੁਕਮ, ਸ਼ਬਦ ਦੀ ਪਾਲਣਾ ਕਰੋ । ਉਸ ਨਾਲ ਅਨੰਦ, ਖੇੜੇ ਵਿੱਚ ਜੀਵਨ ਬਤੀਤ ਕਰੋ, ਆਪਣੇ ਮਨ ਦਾ ਸ਼ਿੰਗਾਰ ਬਣਾਵੋ! ਮਨ ਨੂੰ ਚਾਰੇ ਪਾਸੇ ਘੁੰਮਣ ਤੋ ਰੋਕ ਕੇ, ਸ਼ਬਦ ਦੀ ਸਿਖਿਆ ਨੂੰ ਮਨ ਵਿੱਚ ਵਸਾਵੋ!

You should obey and adopt the teachings of His Word in your day to day life. You should always be contented with your worldly condition and be grateful. You should consider the glow the enlightenment of His Word as the true robe of your body. You should control your wandering mind and transform to concentration on obeying and drenching the teachings of His Word within your mind.

ਗੁਰ ਕਾ ਸਬਦੁ ਕਰਿ ਦੀਪਕੋ	gur kaa sabad kar deepko
ਇਹ ਸਤ ਕੀ ਸੇਜ ਬਿਛਾਇ ਰੀ॥	ih sat kee sayj bichhaa-ay ree.

ਆਠ ਪਹਰ ਕਰ ਜੋੜਿ   aath pahar kar jorh rahu ta-o

ਰਹੁ ਤਉ ਭੇਟੈ ਹਰਿ ਰਾਇ ਰੀ॥੩॥   bhaytai har raa-ay ree. ||3||

ਸ਼ਬਦ ਨੂੰ ਮਨ ਵਿੱਚ ਜਾਗਰਤ ਕਰਕੇ, ਸ਼ਬਦ ਦੀ ਸੋਝੀ ਨਾਲ ਜੀਵਨ ਦਾ ਢੰਗ ਬਦਲਿਆ ਹੈ । ਮਨ ਦਾ ਭਰੋਸਾ ਅਡੋਲ ਰਖਕੇ, ਅੱਠੇ ਪਹਿਰ, ਦਿਨ ਰਾਤ ਸ਼ਬਦ ਦੀ ਪਾਲਣਾ ਕਰਦਾ ਹਾ । ਆਪਾ ਪ੍ਰਭ ਨੂੰ ਭੇਟਾ ਕਰਦਾ ਹਾ ।

I have enlightened the teachings of His Word within and I have transformed way of day to day life with the enlightenment of His Word. I obey the teachings of His Word with steady and stable belief day and night. I have surrendered my identity at the service of The True Master.

ਤਿਸ ਹੀ ਚਜੁ ਸੀਗਾਰੁ ਸਭੁ   tis hee chaj seegaar sabh

ਸਾਈ ਰੂਪਿ ਅਪਾਰਿ ਰੀ॥   saa-ee roop apaar ree.

ਸਾਈ ਸੁਹਾਗਣਿ ਨਾਨਕਾ,   saa-ee sohagan naankaa

ਜੋ ਭਾਣੀ ਕਰਤਾਰਿ ਰੀ॥੪॥੧੬॥੧੧੮॥   jo bhaanee kartaar ree. ||4||16||118||

ਜਿਸ ਦੀ ਕਮਾਈ ਪ੍ਰਭ ਦੇ ਪ੍ਰਵਾਨ ਹੋ ਜਾਂਦੀ ਹੈ । ਉਹ ਹੀ ਆਤਮਾ ਸੁੰਦਰ ਹੈ, ਮਨ ਨੂੰ ਮੋਹਨ ਵਾਲੀ ਬਣ ਜਾਂਦੀ ਹੈ । ਕੇਵਲ ਉਹ ਹੀ ਸੋਝੀ ਵਾਲੀ ਹੈ, ਉਸ ਦੇ ਤੁਲ, ਬਰਾਬਰ ਦਾ ਹੋਰ ਕੋਈ ਨਹੀਂ ਹੈ ।

Whose meditation may be accepted in His court, his soul may become very graceful to attract every mind. Only his soul may be enlightened with the teachings of His Word, no other soul may be compared with the glory and greatness of his soul.

188.ਆਸਾ ਮਹਲਾ ੫॥ 400-14

ਡੀਗਨ ਡੋਲਾ ਤਊ ਲਉ   deegan dolaa ta-oo la-o

ਜਉ ਮਨ ਕੇ ਭਰਮਾ॥   ja-o man kay bharmaa.

ਭ੍ਰਮ ਕਾਟੇ ਗੁਰਿ ਆਪਨੈ   bharam kaatay gur aapnai

ਪਾਏ ਬਿਸਰਾਮਾ॥ ੧॥   paa-ay bisraamaa. ||1||

ਜਿਸ ਦਾ ਇੱਕੋ ਇਕ ਪ੍ਰਭ ਦੇ ਸ਼ਬਦ, ਭਾਣੇ ਤੇ ਭਰੋਸਾ ਅਡੋਲ ਨਹੀਂ ਹੁੰਦਾ, ਉਹ ਭਰਮਾਂ ਵਿੱਚ ਫਸਿਆ ਰਹਿੰਦਾ ਹੈ । ਪ੍ਰਭ ਦੀ ਆਪਣੀ ਰਹਿਮਤ ਨਾਲ ਹੀ ਸ਼ਬਦ ਤੇ ਭਰੋਸਾ ਅਡੋਲ ਹੁੰਦਾ ਹੈ, ਉਸ ਦੇ ਮਨ ਵਿੱਚ ਸੰਤੋਖ ਬਖਸ਼ਿਸ਼ ਹੁੰਦਾ ਹੈ ।

Whosoever may not have steady and stable belief on the teachings of His Word, he may remain frustrated in religious rituals. Only with His mercy and grace the right path of meditation may be blessed. He may stay steady and stable on the teachings of His Word. He may be contented with His blessings.

ਓਇ ਬਿਖਾਦੀ ਦੋਖੀਆ   o-ay bikhaadee dokhee-aa

ਤੇ ਗੁਰ ਤੇ ਹੂਟੇ॥   tay gur tay hootay.

ਹਮ ਛੂਟੇ ਅਬ ਉਨ੍ਹਾ ਤੇ   ham chhootay ab unHaa tay

ਓਇ ਹਮ ਤੇ ਛੂਟੇ॥੧॥ ਰਹਾਉ॥   o-ay ham tay chhootay. ||1|| rahaa-o.

ਸ਼ਬਦ ਦੀ ਪਾਲਣਾ ਨਾਲ ਮਨ ਵਿਚੋਂ ਸੰਸਾਰਕ ਇੱਛਾਂ ਰੂਪੀ ਜਮਦੂਤਾਂ ਤੇ ਜਿੱਤ ਪੈ ਗਈ ਹੈ । ਉਹਨਾਂ ਸੰਸਾਰਕ ਇੱਛਾਂ ਦਾ ਮੇਰੇ ਮਨ ਤੇ ਕਾਬੂ ਨਹੀਂ, ਕੋਈ ਪ੍ਰਭਾਵ ਨਹੀਂ ਹੈ । ਉਹ ਮੇਰੇ ਮਨ ਵਿਚੋਂ ਨਾਸ਼ ਹੋ ਗਏ ਹਨ ।

By wholeheartedly adopting the teachings of His Word in day to day life, my mind has been blessed to conquer all demons of worldly desires. My mind has no influence of worldly desires, all my suspicions have been and eliminated from within forever.

ਮੇਰਾ ਤੇਰਾ ਜਾਨਤਾ mayraa tayraa jaantaa
ਤਬ ਹੀ ਤੇ ਬੰਧਾ॥ tab hee tay banDhaa.
ਗੁਰਿ ਕਾਟੀ ਅਗਿਆਨਤਾ gur kaatee agi-aantaa
ਤਬ ਛੁਟਕੇ ਫੰਧਾ॥੨॥ tab chhutkay fanDhaa. ||2||

ਜਿਹੜਾ ਸੰਸਾਰ ਵਿੱਚ ਮੇਰਾ ਤੇਰਾ ਕਰਦਾ ਜੀਵਨ ਬਤੀਤ ਕਰਦਾ ਹੈ । ਉਹ ਸੰਸਾਰਕ ਬੰਧਨ ਵਿੱਚ ਫਸਿਆ ਰਹਿੰਦਾ ਹੈ । ਜਿਸ ਤੇ ਪ੍ਰਭ ਆਪ ਹੀ ਰਹਿਮਤ ਬਖਸ਼ਕੇ ਸ਼ਬਦ ਦੇ ਲੜ ਲਾਉਂਦਾ, ਸ਼ਬਦ ਦੀ ਸੋਝੀ ਬਖਸ਼ਦਾ ਹੈ, ਕੇਵਲ ਉਸ ਦੇ ਹੀ ਸੰਸਾਰਕ ਇੱਛਾਂ ਦੇ ਬੰਧਨ ਖਤਮ ਹੁੰਦੇ ਹਨ ।

Whosoever may spend his day to day life by distinguishing between my possession and your possession, he always remains in the bonds of worldly desires. Whosoever may be attached to His Word and may be blessed with enlightenment of the teachings of His Word, only he may be able to eliminate the worldly bonds of desires from his mind.

ਜਬ ਲਗੁ ਹੁਕਮੁ ਨ ਬੂਝਤਾ jab lag hukam na boojh-taa
ਤਬ ਹੀ ਲਉ ਦੁਖੀਆ॥ tab hee la-o dukhee-aa.
ਗੁਰ ਮਿਲਿ ਹੁਕਮੁ ਪਛਾਣਿਆ gur mil hukam pachhaani-aa
ਤਬ ਹੀ ਤੇ ਸੁਖੀਆ॥੩॥ tab hee tay sukhee-aa. ||3||

ਜਿਤਨਾ ਚਿਰ ਮਨ ਵਿੱਚ ਸ਼ਬਦ ਦੀ ਸੋਝੀ ਨਹੀਂ ਹੁੰਦੀ, ਮਨ ਵਿੱਚ ਇੱਛਾਂ ਦੀਆਂ ਭਟਕਣਾਂ, ਦੁਖ ਸਤਾਉਂਦੇ ਹਨ । ਜਿਸ ਤੇ ਪ੍ਰਭ ਆਪਣੀ ਰਹਿਮਤ ਨਾਲ ਸ਼ਬਦ ਦੀ ਸੋਝੀ ਬਖਸ਼ਦਾ ਹੈ, ਕੇਵਲ ਉਸ ਦੇ ਮਨ ਵਿੱਚ ਸੰਤੋਖ, ਖੇੜਾ ਵਸ ਜਾਂਦਾ ਹੈ ।

As long as the mind is not enlightened with the teachings of His Word, he remains under the control of worldly desires and endures miseries of his disappointments. Whosoever may be enlightened with essence of His Word, only he may be blessed with contentment and blossom forever.

ਨਾ ਕੋ ਦੁਸਮਨੁ ਦੋਖੀਆ naa ko dusman dokhee-aa
ਨਾਹੀ ਕੋ ਮੰਦਾ॥ naahee ko mandaa.
ਗੁਰ ਕੀ ਸੇਵਾ ਸੇਵਕੋ gur kee sayvaa sayvko
ਨਾਨਕ ਖਸਮੈ ਬੰਦਾ॥੪॥੧੭॥੧੧੯॥ naanak khasmai bandaa.||4||17||119||

ਜਿਹੜਾ ਬੰਦਗੀ ਕਰਨ ਵਾਲਾ ਪ੍ਰਭ ਦੇ ਸ਼ਬਦ ਦੀ ਪਾਲਣਾ, ਸਿਮਰਨ, ਸੇਵਾ ਕਰਦਾ, ਪ੍ਰਭ ਦੀ ਸ਼ਰਣ ਵਿੱਚ ਰਹਿੰਦਾ ਹੈ । ਉਹ ਸ੍ਰਿਸ਼ਟੀ ਵਿੱਚ ਕਿਸੇ ਨੂੰ ਆਪਣਾ ਵਿਰੋਧੀ, ਮੰਦੇ ਖਿਆਲਾਂ ਵਾਲਾ ਨਹੀਂ ਸਮਝਦਾ । ਉਸ ਨੂੰ ਜਾਗਰਤੀ ਹੋ ਜਾਂਦੀ ਹੈ, ਸਭ ਵਿੱਚ ਇੱਕੋ ਇੱਕ ਪ੍ਰਭ ਨੂੰ ਹੀ ਵਾਪਰਦਾ ਮਹਿਸੂਸ ਕਰਦਾ ਹੈ ।

Whosoever may meditate, obey and adopt the teachings of His Word in his day to day life and he may remain in the sanctuary of The True Master. He may not have evil thoughts in his mind nor any jealousy with others. He may remain enlightened and realizes that The One and Only One, True Master prevails in the heart of each and every creature. He realizes the existence of The True Master.

189.ਆਸਾ ਮਹਲਾ ੫॥ 400-18

ਸੂਖ ਸਹਜ ਆਨਦੁ ਘਣਾ sookh sahj aanad ghanaa
ਹਰਿ ਕੀਰਤਨੁ ਗਾਉ॥ har keertan gaa-o.
ਗਰਹ ਨਿਵਾਰੇ ਸਤਿਗੁਰੂ garah nivaaray satguroo
ਦੇ ਅਪਣਾ ਨਾਉ॥੧॥ day apnaa naa-o. ||1||

ਜਿਹੜਾ ਪ੍ਰਭ ਦੇ ਸ਼ਬਦ ਤੇ ਭਰੋਸਾ ਅਡੋਲ ਰਖਕੇ ਸ਼ਬਦ ਦੇ ਗੁਣ ਗਾਉਂਦਾ ਹੈ, ਪ੍ਰਭ ਉਸ ਦੇ ਮਨ ਵਿੱਚ ਪੂਰਨ ਸੰਤੋਖ, ਖੇੜਾ ਬਖਸ਼ਦਾ ਹੈ । ਪ੍ਰਭ ਦੀ ਰਹਿਮਤ ਨਾਲ ਉਸ ਦੇ ਮਨ ਵਿਚੋਂ ਬੁਰੇ ਖਿਆਲ ਦੂਰ, ਨਾਸ਼ ਹੋ ਜਾਂਦੇ ਹਨ ।

Whosoever may sing His glory with steady and stable belief on the teachings of His Word, he may remain fully contented and blossom may prevail in his day to day life. The True Master may eliminate all evil thoughts from his mind.

ਬਲਿਹਾਰੀ ਗੁਰ ਆਪਣੇ	balihaaree gur aapnay
ਸਦ ਸਦ ਬਲਿ ਜਾਉ॥	sad sad bal jaa-o.
ਗੁਰੂ ਵਿਟਹੁ ਹਉ ਵਾਰਿਆ,	guroo vitahu ha-o vaari-aa
ਜਿਸੁ ਮਿਲਿ ਸਚੁ ਸੁਆਉ॥੧॥ ਰਹਾਉ॥	jis mil sach su-aa-o. ||1|| rahaa-o.

ਪ੍ਰਭ, ਪ੍ਰਭ ਦੇ ਸ਼ਬਦ ਤੋਂ ਬਾਰ ਬਾਰ ਕੁਰਵਾਣ ਜਾਵਾ! ਸ਼ਬਦ ਦੀ ਪਾਲਣਾ ਕਰਨ ਨਾਲ, ਪ੍ਰਭ ਦੀ ਰਹਿਮਤ ਨਾਲ ਸ਼ਬਦ ਦੀ ਸੋਝੀ ਬਖਸ਼ਿਸ਼ ਹੋ ਗਈ ਹੈ, ਮਨ ਸ਼ਬਦ ਦੀ ਸਮਾਧੀ ਵਿੱਚ ਹੀ ਲੀਨ ਹੋ ਗਿਆ ਹੈ ।

I am fascinated and astonished from The True Master, the miracles of the teachings of His Word! By adopting the teachings of His Word in day to day life, I have been enlightened with the teachings of His Word from within. I have entered in deep meditation into the void of His Word.

ਸਗੁਨ ਅਪਸਗੁਨ ਤਿਸ ਕਉ ਲਗਹਿ	sagun apasgun tis ka-o lageh
ਜਿਸੁ ਚੀਤਿ ਨ ਆਵੈ॥	jis cheet na aavai.
ਤਿਸੁ ਜਮੁ ਨੇੜਿ ਨ ਆਵਈ,	tis jam nayrh na aavee
ਜੋ ਹਰਿ ਪ੍ਰਭਿ ਭਾਵੈ॥੨॥	jo har parabh bhaavai. ||2||

ਜਿਸ ਜੀਵ ਦੇ ਮਨ ਵਿੱਚ ਪ੍ਰਭ ਦੇ ਸ਼ਬਦ, ਕੀਤੇ ਤੇ ਭਰੋਸਾ ਨਹੀਂ ਹੁੰਦਾ । ਉਹ ਹੀ ਸੰਸਾਰਕ ਧਰਮਾਂ ਦੇ ਪਾਏ ਭਰਮਾਂ, ਰੀਤ ਰੀਵਾਜਾਂ ਵਿੱਚ ਫਸ ਜਾਂਦਾ ਹੈ, ਉਸ ਦੇ ਮਨ ਵਿੱਚ ਸੰਸਾਰਕ ਇੱਛਾਂ ਦੀ ਭਟਕਣ ਹੀ ਰਹਿੰਦੀ ਹੈ । ਜਿਹੜਾ ਪ੍ਰਭ ਦੇ ਸ਼ਬਦ ਦੀ ਪਾਲਣਾ ਵਿੱਚ ਅਡੋਲ ਭਰੋਸਾ ਰਖਦਾ ਹੈ, ਉਸ ਦੀ ਸੰਸਾਰਕ ਇੱਛਾਂ ਦੀ ਭਟਕਣ ਨਾਸ਼ ਹੋ ਜਾਂਦੀ, ਮੌਤ ਦਾ ਡਰ ਖਤਮ ਹੋ ਜਾਂਦਾ ਹੈ ।

Whosoever may keep his belief steady and stable belief on the teachings of His Word, he may remain entangled in the suspicion of worldly rituals. He always remains frustrated with his worldly desires and disappointments. Whosoever may meditate and adopt the teachings of His Word with the steady and stable belief, all his worldly desires and his fear of death may also be eliminated forever.

ਪੁੰਨ ਦਾਨ ਜਪ ਤਪ ਜੇਤੇ,	punn daan jap tap jaytay
ਸਭ ਊਪਰਿ ਨਾਮੁ॥	sabh oopar naam.
ਹਰਿ ਹਰਿ ਰਸਨਾ ਜੋ ਜਪੈ,	har har rasnaa jo japai
ਤਿਸੁ ਪੂਰਨ ਕਾਮੁ॥੩॥	tis pooran kaam. ||3||

ਸੰਸਾਰ ਵਿੱਚ ਪੁੰਨ ਦਾਨ, ਪੂਜਾ, ਤਪ, ਜਪ, ਬੰਦਗੀ ਕਰਨ ਚੰਗਾ ਕਰਮ ਹੈ । ਸਭ ਤੋ ਉਤਮ ਕੰਮ ਪ੍ਰਭ ਦੇ ਸ਼ਬਦ ਦੀ ਮਨੋ ਪਾਲਣਾ ਕਰਨ ਹੀ ਹੈ । ਜਿਹੜਾ ਸ਼ਬਦ ਦਾ ਵਿਚਾਰ ਕਰਕੇ ਆਪਣਾ ਜੀਵਨ ਸ਼ਬਦ ਨਾਲ ਢਾਲਦਾ, ਆਪਣੀ ਜੀਭ ਨਾਲ ਸ਼ਬਦ ਦੇ ਗੁਣ ਗਾਉਂਦਾ ਹੈ, ਉਸ ਦਾ ਮਾਨਸ ਜਨਮ ਦਾ ਸਫਰ ਸਫਲ ਹੋ ਜਾਂਦਾ ਹੈ ।

In the universe, meditating, worshiping, devotional reciting The Holy scripture, discipline in life, worldly charities are all good deeds. However, the best of all is to adopt the teachings of His Word in day to day life. Whosoever may adopt and sings the glory of His Word with his own tongue, His human life journey may be concluded successfully.

ਭੈ ਬਿਨਸੇ ਭ੍ਰਮ ਮੋਹ ਗਏ	bhai binsay bharam moh ga-ay
ਕੋ ਦਿਸੈ ਨ ਬੀਆ॥	ko disai na bee-aa.
ਨਾਨਕ ਰਾਖੇ ਪਾਰਬ੍ਰਹਮਿ	naanak raakhay paarbarahm
ਫਿਰਿ ਦੂਖੁ ਨ ਥੀਆ॥੪॥੧੮॥੧੨੦॥	fir dookh na thee-aa. ‖4‖18‖120‖

ਉਹਨਾਂ ਦੇ ਮਨ ਵਿਚੋਂ ਭਰਮ, ਸੰਸਾਰਕ ਇੱਛਾਂ, ਮੋਹ, ਮੌਤ ਦਾ ਡਰ ਖਤਮ ਹੋ ਜਾਂਦਾ ਹੈ । ਉਸ ਨੂੰ ਪ੍ਰਭ ਤੋ ਬਿਨਾਂ ਹੋਰ ਕੋਈ ਵਾਪਰਦਾ ਨਜ਼ਰ ਨਹੀਂ ਆਉਂਦਾ । ਜਿਸ ਦੀ ਸ਼ਬਦ ਦੀ ਕਮਾਈ ਪ੍ਰਵਾਨ ਕਰਕੇ, ਆਪਣੀ ਸ਼ਰਣ ਵਿੱਚ ਪਨਾਹ ਬਖਸ਼ਦਾ ਹੈ । ਉਸ ਨੂੰ ਸੰਸਾਰਕ ਇੱਛਾਂ ਰੂਪੀ ਦੁਖ ਨਹੀਂ ਲੱਗਦਾ, ਮੋਹ ਰਹਿਤ ਹੋ ਜਾਂਦਾ ਹੈ ।

Whosoever may meditate wholeheartedly all his suspicions, worldly desires, attachment to worldly possessions and the fear of death may be eliminated from his mind. He may visualize the existence of The True Master prevailing everywhere. Whose meditation of His Word may be accepted, he may enter into His sanctuary, under His protection. He may not endure any frustrations of worldly desire and may become beyond the reach of worldly attachments.

190.ਆਸਾ ਘਰੁ ੯ ਮਹਲਾ ੫॥ 401-5

੧ੴ ਸਤਿਗੁਰ ਪ੍ਰਸਾਦਿ॥	ik-oNkaar satgur parsaad.
ਚਿਤਵਉ ਚਿਤਵਿ ਸਰਬ ਸੁਖ ਪਾਵਉ,	chitva-o chitav sarab sukh paava-o
ਆਗੈ ਭਾਵਉ ਕਿ ਨ ਭਾਵਉ॥	aagai bhaava-o ke na bhaava-o.
ਏਕੁ ਦਾਤਾਰੁ ਸਗਲ ਹੈ ਜਾਚਿਕ,	ayk daataar sagal hai jaachik
ਦੂਸਰ ਕੈ ਪਹਿ ਜਾਵਉ॥੧॥	doosar kai peh jaava-o. ‖1‖

ਪ੍ਰਭ ਦੇ ਸ਼ਬਦ ਦਾ ਸਿਮਰਨ ਅਡੋਲ ਭਰੋਸੇ ਨਾਲ ਕਰਨ ਨਾਲ ਪ੍ਰਭ ਦੀ ਰਹਿਮਤ ਬਖਸ਼ਿਸ਼ ਹੋ ਗਈ ਹੈ । ਕੀ ਮੇਰੇ ਇਹ ਭਰੋਸਾ ਮੌਤ ਤੋਂ ਪਿਛੋਂ ਵੀ ਪ੍ਰਭ ਤੇ ਅਡੋਲ ਰਹੇਗਾ? ਸਾਰੀ ਸ੍ਰਿਸ਼ਟੀ ਨੂੰ ਰਹਿਮਤਾਂ ਬਖਸ਼ਣ ਵਾਲਾ ਇੱਕੋ ਇੱਕ ਪ੍ਰਭ ਹੀ ਹੈ, ਬਾਕੀ ਸਾਰੇ ਉਸ ਦੇ ਦਰ ਦੇ ਮੰਗਤੇ ਹੀ ਹਨ ।

By meditating with steady and stable belief on the teachings of His Word, my mind has been blessed with His mercy and grace. I wonder if my belief may remain steady and stable in His court after my death also? The One and Only One, True Master may bless His virtues, everyone else may be just a beggar at His door.

ਹਉ ਮਾਗਉ ਆਨ ਲਜਾਵਉ॥	ha-o maaga-o aan lajaava-o.
ਸਗਲ ਛਤ੍ਰਪਤਿ ਏਕੋ ਠਾਕੁਰੁ,	sagal chhatarpat ayko thaakur
ਕਉਨੁ ਸਮਸਰਿ ਲਾਵਉ॥ ੧॥ ਰਹਾਉ॥	ka-un samsar laava-o. ‖1‖ rahaa-o.

ਹੋਰ ਕਿਸੇ ਤੋ ਮੰਗਣ ਨਾਲ ਮਨ ਵਿੱਚ ਸ਼ਰਮ ਆਉਂਦੀ ਹੈ, ਆਪਣੇ ਆਪ ਨੂੰ ਨੀਵਾਂ ਬਣਾਕੇ ਮੰਗਦਾ ਹਾ । ਸ੍ਰਿਸ਼ਟੀ ਦੇ ਮਾਲਕ, ਪ੍ਰਭ ਤੋ ਮੰਗਣ ਨਾਲ ਮੈਨੂੰ ਕੋਈ ਸ਼ਰਮ ਨਹੀਂ ਆਉਂਦੀ । ਉਸ ਦੇ ਬਰਾਬਰ ਹੋਰ ਕੋਈ ਨਹੀਂ ਹੈ ।

When I beg from anyone else in the universe, I feel ashamed of myself. I have to make myself humble and smaller, less fortunate than him. Praying and begging from The One and Only One True Master, I am not ashamed off, no one else is equal or greater than him.

ਊਠਉ ਬੈਸਉ ਰਹਿ ਭਿ ਨ ਸਾਕਉ,	ooth-o baisa-o reh bhe na saaka-o
ਦਰਸਨੁ ਖੋਜਿ ਖੋਜਾਵਉ॥	darsan khoj khojaava-o.
ਬ੍ਰਹਮਾਦਿਕ ਸਨਕਾਦਿਕ ਸਨਕ	barahmaadik sankaadik sanak

ਸਨੰਦਨ, ਸਨਾਤਨ ਸਨਤਕੁਮਾਰ	sanandan sanaatan sanatkumaar
ਤਿਨ੍ ਕਉ ਮਹਲੁ ਦੁਲਭਾਵਉ॥੨॥	tinH ka-o mahal dulbhaava-o. ||2||

ਉਠਦੇ ਬੈਠਦੇ ਪ੍ਰਭ ਦੇ ਸ਼ਬਦ ਦਾ ਸਿਮਰਨ ਕਰਦਾ ਹੈ । ਉਸ ਦੇ ਸਿਮਰਨ ਤੋ ਬਿਨਾਂ ਮਨ ਵਿੱਚ ਚੈਨ ਨਹੀਂ ਆਉਂਦਾ । ਪ੍ਰਭ ਦੇ ਸ਼ਬਦ ਦੀ ਖੋਜ ਕਰਦੇ ਮਨ ਵਿੱਚ, ਦਰਸ਼ਨ ਕਰਨ ਦੀ ਇੱਛਾਂ ਰਹਿੰਦੀ ਹੈ । ਵੱਡੇ ਦੇਵਤੇ, ਬ੍ਰਹਮਾ, ਸ਼ੰਕਰ ਆਦਿ ਨੂੰ ਵੀ ਪ੍ਰਵਾਨਗੀ ਪਾਉਣੀ ਬਹੁਤ ਮੁਸ਼ਕਲ ਹੈ ।

Day and night, I meditate on the teachings of His Word, I may not stay calm, contented without meditating on the teachings of His Word. I may remain anxious to be enlightened, while searching the teachings of His Word from within. Even for the worldly renowned prophets like Bharma, Sanker were very difficult to become worthy of His acceptance.

ਅਗਮ ਅਗਮ ਆਗਾਧਿ ਬੋਧ,	agam agam aagaaDh boDh
ਕੀਮਤਿ ਪਰੈ ਨ ਪਾਵਉ॥	keemat parai na paava-o.
ਤਾਕੀ ਸਰਣਿ ਸਤਿ ਪੁਰਖ ਕੀ,	taakee saran sat purakh kee
ਸਤਿਗੁਰੁ ਪੁਰਖੁ ਧਿਆਵਉ॥੩॥	satgur purakh Dhi-aava-o. ||3||

ਪ੍ਰਭ ਦੀ ਬੁੱਧੀ ਸਿਆਣਪ ਬਹੁਤ ਡੂੰਘੀ ਹੈ, ਜੀਵ ਦੀ ਪਹੁੰਚ ਤੋਂ, ਜਾਣਕਾਰੀ ਤੋ ਬਹੁਤ ਉਪਰ ਹੈ । ਜੀਵ ਦੀ ਆਤਮਾ ਨੂੰ ਜੂੰਨਾਂ ਵਿੱਚ ਪਾਉਣ ਦਾ ਮੰਤਵ ਬਹੁਤ ਡੂੰਘਾਂ ਹੈ, ਇਸ ਦੀ ਕੀਮਤ ਜਾਣੀ ਨਹੀਂ ਜਾ ਸਕਦੀ । ਮੈਂ ਆਪਾ ਤਿਆਗ ਕੇ ਪ੍ਰਭ ਦੀ ਸ਼ਰਣ ਵਿੱਚ ਆਇਆ ਹਾ । ਭਰੋਸਾ ਅਡੋਲ ਰਖਕੇ ਪ੍ਰਭ ਦੇ ਸ਼ਬਦ ਦਾ ਸਿਮਰਨ, ਸ਼ਬਦ ਦੀ ਪਾਲਣਾ ਕਰਦਾ ਹਾ।

The nature and wisdom of True Master may be very deep, mysterious, beyond the comprehension and reach of His creation. The true purpose of cycle of birth and death may be very mysterious, the true value of that cycle may not be fully comprehended by His creation. I have eliminated my identity and humbly has surrendered at His sanctuary. With steady and stable belief meditates and obey the teachings of His Word in my day to day life.

ਭਇਓ ਕ੍ਰਿਪਾਲੁ ਦਇਆਲੁ ਪ੍ਰਭੁ	bha-i-o kirpaal da-i-aal parabh
ਠਾਕੁਰੁ, ਕਾਟਿਓ ਬੰਧੁ ਗਰਾਵਉ॥	thaakur kaati-o banDh garaava-o.
ਕਹੁ ਨਾਨਕ ਜਉ ਸਾਧਸੰਗੁ ਪਾਇਓ,	kaho naanak ja-o saaDhsang paa-i-o
ਤਉ ਫਿਰਿ ਜਨਮਿ ਨ ਆਵਉ॥੪॥੧॥੧੨੧	ta-o fir janam na aava-o. ||4||1||121||

ਪ੍ਰਭ ਆਪ ਹੀ ਰਹਿਮਤ ਬਖਸ਼ਕੇ, ਮੋਹ ਦਾ ਬੰਧਨ, ਮੌਤ ਦੇ ਜਮਦੂਤ ਦਾ ਸੰਗਲ ਕੱਟ ਦਿੱਤਾ ਹੈ । ਪ੍ਰਭ ਨੇ ਰਹਿਮਤ ਬਖਸ਼ਕੇ, ਮੈਨੂੰ ਬੰਦਗੀ ਕਰਨ ਵਾਲੇ ਸੰਤਾਂ ਦੀ ਸੰਗਤ ਬਖਸ਼ੀ ਹੈ । ਹੁਣ ਮੈਂ ਫਿਰ ਕਦੇ ਵੀ ਮਾਤਾ ਦੇ ਗਰਭ ਵਿੱਚ ਨਹੀ ਜਾਵਾਂਗਾ ।

The True Master, with His mercy and grace has eliminated my bonds of attachment to worldly possessions and eliminated the bonds of devil of death. He has been blessed with the association of His true devotee. Now I may never have to enter into the womb of any mother ever.

191.ਆਸਾ ਮਹਲਾ ੫॥ 401-12

ਅੰਤਰਿ ਗਾਵਉ ਬਾਹਰਿ ਗਾਵਉ,	antar gaava-o baahar gaava-o
ਗਾਵਉ ਜਾਗਿ ਸਵਾਰੀ॥	gaava-o jaag savaaree.
ਸੰਗਿ ਚਲਨ ਕਉ ਤੋਸਾ ਦੀਨ੍ਾ,	sang chalan ka-o tosaa deenHaa
ਗੋਬਿੰਦ ਨਾਮ ਕੇ ਬਿਉਹਾਰੀ॥੧॥	gobind naam kay bi-uhaaree. ||1||

ਸ਼ਬਦ ਦਾ ਸਿਮਰਨ ਮਨ ਅੰਦਰ ਵੀ ਕਰਦਾ, ਜੀਭ ਨਾਲ ਵੀ ਸ਼ਬਦ ਦੇ ਗੁਣ ਗਾਉਂਦਾ ਹਾ । ਜਾਗਦੇ ਅਤੇ ਸੁੱਤੇ ਹੋਏ ਵੀ ਸ਼ਬਦ ਦੇ ਗੁਣ ਗਾਉਂਦਾ ਹਾ । ਪ੍ਰਭ ਦੇ ਸ਼ਬਦ ਦਾ ਹੀ ਵਪਾਰ ਕਰਦਾ ਹਾ । ਪ੍ਰਭ ਨੇ ਸ਼ਬਦ ਦੀ ਬਖਸ਼ਿਸ਼, ਮਾਨਸ ਜਨਮ ਸਫਲ ਕਰਨ ਵਾਸਤੇ ਹੀ ਬਖਸ਼ੀ ਹੈ ।

I meditate within my heart and sing the glory of His Word with my tongue. I am singing the glory of His Word while wake and sleep. I have adopted the teachings of His Word and trade the teachings of His Word. The True Master has blessed and attached me to His Word to make my human life journey a success. Human body, life is blessed to eliminate the cycle of birth and death.

ਅਵਰ ਬਿਸਾਰੀ ਬਿਸਾਰੀ॥	avar bisaaree bisaaree.
ਨਾਮੁ ਦਾਨੁ ਗੁਰਿ ਪੂਰੈ ਦੀਓ ਮੈ ਏਹੋ ਆਧਾਰੀ॥੧॥ ਰਹਾਉ॥	naam daan gur poorai dee-o mai ayho aaDhaaree. ||1|| rahaa-o.

ਸੰਸਾਰਕ ਇੱਛਾਂ ਨੂੰ ਤਿਆਗ ਦਿੱਤਾ ਹੈ, ਪ੍ਰਭ ਨੇ ਆਪ ਹੀ ਸ਼ਬਦ ਦੇ ਲੜ ਲਾਇਆ ਹੈ । ਕੇਵਲ ਸ਼ਬਦ ਹੀ ਮੇਰੇ ਜੀਵਨ ਦਾ ਆਸਰਾ, ਮੰਤਵ ਬਣ ਗਿਆ ਹੈ ।

The True Master has attached me to meditate on the teachings of His Word and I have abandoned all worldly desires from my day to day life. To adopt the teachings of His Word in my day to day life has become the only task of my life.

ਦੂਖਨਿ ਗਾਵਉ ਸੁਖਿ ਭੀ ਗਾਵਉ, ਮਾਰਗਿ ਪੰਥਿ ਸਮ੍ਹਾਰੀ॥	dookhan gaava-o sukh bhee gaava-o maarag panth samHaaree.
ਨਾਮ ਦ੍ਰਿੜੁ ਗੁਰਿ ਮਨ ਮਹਿ ਦੀਆ, ਮੋਰੀ ਤਿਸਾ ਬੁਝਾਰੀ॥੨॥	naam darirh gur man meh dee-aa moree tisaa bujhaaree. ||2||

ਮੈਂ ਸੰਸਾਰਕ ਦੁਖ ਵੇਲੇ, ਸੁਖ ਵੇਲੇ ਵੀ ਪ੍ਰਭ ਦੀਆਂ ਬਖਸ਼ਿਸ਼ਾਂ ਦਾ ਧੰਨਵਾਦ ਗਾਉਂਦਾ ਹਾ । ਜਦੋਂ ਮਨ ਵਿੱਚ ਸੰਤੋਖ, ਖੇੜਾ ਆਉਂਦਾ ਹੈ । ਉਸ ਦੇ ਸ਼ਬਦ ਦਾ ਧੰਨਵਾਦ ਕਰਦਾ ਹਾ । ਸ਼ਬਦ ਦੀ ਪਾਲਣਾ ਕਰਦਾ ਵੀ ਪ੍ਰਭ ਦੇ ਵਿਛੋੜੇ ਦੇ ਵਿਰਾਗ ਵਿੱਚ ਹੀ ਜੀਵਨ ਬਤੀਤ ਕਰਦਾ ਹਾ । ਪ੍ਰਭ ਨੇ ਆਪ ਹੀ ਰਹਿਮਤ ਬਖਸ਼ਕੇ ਸ਼ਬਦ ਮਨ ਵਿੱਚ ਜਾਗਰਤ ਕੀਤਾ ਹੈ । ਇਸ ਨਾਲ ਮਨ ਵਿਚੋਂ ਇੱਛਾਂ ਦੀ ਪਿਆਸ ਬੁਝ ਗਈ ਹੈ ।

In all my sorrows and pleasures of life, I sing the glory and thanks Him for His blessings. I endure all my worldly conditions as His blessings, my good fortune. When my mind may be blessed with contentment and blossom, I sing the praises and gratitude of The True Master. I have adopted the teachings of His Word wholeheartedly in my day to day life and always remain in renunciation in the memory of my separation from The True Master. With His mercy and grace has enlightened the essence of His Word within my mind. All my thirst of worldly desires has been quenched from my mind forever.

ਦਿਨੁ ਭੀ ਗਾਵਉ ਰੈਨੀ ਗਾਵਉ, ਗਾਵਉ ਸਾਸਿ ਸਾਸਿ ਰਸਨਾਰੀ॥	din bhee gaava-o rainee gaava-o gaava-o saas saas rasnaaree.
ਸਤਸੰਗਤਿ ਮਹਿ ਬਿਸਾਸੁ ਹੋਇ, ਹਰਿ ਜੀਵਤ ਮਰਤ ਸੰਗਾਰੀ॥੩॥	satsangat meh bisaas ho-ay har jeevat marat sangaaree. ||3||

ਸਵਾਸ ਗਰਾਸ, ਦਿਨ ਰਾਤ ਪ੍ਰਭ ਦੇ ਸ਼ਬਦ ਦੇ ਹੀ ਗੁਣ ਗਾਉਂਦਾ ਹਾ । ਬੰਦਗੀ ਕਰਨ ਵਾਲੇ ਸੰਤਾਂ ਦੀ ਸੰਗਤ ਵਿੱਚ ਭਰੋਸਾ ਅਡੋਲ ਕਰਨਾ ਸਿੱਖਿਆ ਜਾਂਦਾ ਹੈ । ਜਿਸ ਦਾ ਭਰੋਸਾ ਅਡੋਲ ਹੋ ਜਾਂਦਾ ਹੈ, ਇਹ ਆਤਮਾ ਦੇ ਨਾਲ ਸ੍ਰਿਸ਼ਟੀ ਅਤੇ ਮੌਤ ਤੋ ਪਿਛੋਂ ਦਰਬਾਰ ਵਿੱਚ ਸਾਥ ਹੀ ਰਹਿੰਦਾ, ਸੇਧ ਦੇਂਦਾ ਹੈ ।

In each and every breath and the bite of food, I sing the glory of His Word. In the association of His true devotee, the technique to establish a steady and stable belief on His blessings may be practiced. Whosoever may establish steady and stable belief on His blessings, His nature, the earnings His Word remains with the soul in worldly life and also after death in His court.

ਜਨ ਨਾਨਕ ਕਉ ਇਹੁ ਦਾਨੁ ਦੇਹੁ,	jan naanak ka-o ih daan dayh parabh
ਪ੍ਰਭ ਪਾਵਉ ਸੰਤ ਰੇਨ ਉਰਿ ਧਾਰੀ॥	paava-o sant rayn ur Dhaaree.
ਸ੍ਰਵਨੀ ਕਥਾ ਨੈਨ ਦਰਸੁ ਪੇਖਉ,	sarvanee kathaa nain daras paykha-o
ਮਸਤਕੁ ਗੁਰ ਚਰਨਾਂਰੀ॥੪॥੨॥੧੨੨॥	mastak gur charnaaree. ||4||2||122||

ਬੰਦਗੀ ਕਰਨ ਵਾਲੇ ਦੀ ਸਦਾ ਹੀ ਇਹ ਅਰਦਾਸ ਹੁੰਦੀ ਹੈ । ਪ੍ਰਭ ਰਹਿਮਤ ਬਖਸ਼ੋ! ਮੈਂ ਸੰਤਾਂ ਦੇ ਚਰਨਾਂ ਦੀ ਧੂੜ ਆਪਣੇ ਮਨ ਵਿੱਚ ਵਸਾ ਲਵਾ! ਤੇਰਾ ਸ਼ਬਦ ਮਨ ਵਿੱਚ ਜਾਗਰਤ ਕਰ ਲਵਾ, ਸ਼ਬਦ ਦੀ ਧੁਨ ਮਨ ਵਿੱਚ ਚਲ ਪਵੇ । ਜੀਵ ਬੰਦਗੀ ਕਰਨ ਵਾਲੇ ਸੰਤਾਂ ਦੀ ਕਥਾ ਆਪਣੇ ਕੰਨਾਂ ਨਾਲ ਸੁਣੋ! ਉਹਨਾਂ ਦੇ ਜੀਵਨ ਦਾ ਢੰਗ ਆਪਣੀਆ ਅੱਖਾਂ ਨਾਲ ਦੇਖੋ । ਆਪਣਾ ਅਹੰਕਾਰ ਤਿਆਗ ਕੇ ਉਹਨਾਂ ਦੇ ਚਰਨਾਂ, ਸ਼ਰਣ ਵਿੱਚ ਆਵੋ!

His true devotee always prays and begs for One and Only One hope and desire! With Your mercy and grace, bless me with humility that I may consider the dust of the feet as Your true devotee as vermillion on my forehead and I may drench my mind with the teachings of his life experience. I may be enlightened with essence of Your Word and the everlasting echo of Your Word may resonate within my mind. You should hear the sermons of His Holy devotee with your own ears, witness and understand the way of his way of life with your eyes. By abandoning your ego of worldly possessions, surrender at the sanctuary of His true devotee.

192.ਆਸਾ ਘਰੁ ੧੦ ਮਹਲਾ ੫॥ 401-18

੧ੳ ਸਤਿਗੁਰ ਪ੍ਰਸਾਦਿ॥	ik-oNkaar satgur parsaad.
ਜਿਸ ਨੋ ਤੂੰ ਅਸਥਿਰੁ ਕਰਿ ਮਾਨਹਿ,	jis no tooN asthir kar maaneh
ਤੇ ਪਾਹੁਨ ਦੋ ਦਾਹਾ॥	tay paahun do daahaa.
ਪੁਤ੍ਰ ਕਲਤ੍ਰ ਗ੍ਰਿਹ ਸਗਲ ਸਮਗ੍ਰੀ,	putar kaltar garih sagal samagree
ਸਭ ਮਿਥਿਆ ਅਸਨਾਹਾ॥੧॥	sabh mithi-aa asnaahaa. ||1||

ਜੀਵ ਤੂੰ ਆਪਣੇ ਤਨ ਨੂੰ, ਸੰਸਾਰਕ ਗੁਰੂ ਨੂੰ ਸਦਾ ਰਹਿਣ ਵਾਲਾ ਸਮਝਦਾ ਹੈ । ਇਹ ਸਦਾ ਰਹਿਣ ਵਾਲੇ ਨਹੀਂ ਹਨ, ਤੂੰ ਥੋੜ੍ਹੇ ਸਮੇਂ ਲਈ ਮਹਿਮਾਨ ਬਣਕੇ ਅਇਆ ਹੈ । ਸੰਸਾਰਕ ਬੱਚੇ, ਪਤਨੀ, ਘਰ, ਦੌਲਤ, ਮਾਲਕੀਅਤ ਸਾਰੇ ਹੀ ਥੋੜ੍ਹਾ ਸਮਾਂ ਹੀ ਰਹਿੰਦੇ ਹਨ, ਇਹ ਕੇਵਲ ਸੰਸਾਰ ਵਿੱਚ ਹੀ ਤੇਰਾ ਸਾਥ ਦੇ ਸਕਦੇ ਹਨ ।

You think that your body will stay stable forever, worldly guru will stay forever and he is axiom forever. Remember nothing in the universe may stay forever, everyone comes in the universe as a guest for limited, fixed period of time. Your worldly family like children, spouse, house, your worldly possessions have been assigned for a limited period of time by the mercy and grace of The True Master. All relationships and possessions may comfort you while you are breathing and are not your permanent companions.

ਰੇ ਮਨ ਕਿਆ ਕਰਹਿ ਹੈ ਹਾ ਹਾ॥	ray man ki-aa karahi hai haa haa.
ਦ੍ਰਿਸਟਿ ਦੇਖੁ ਜੈਸੇ ਹਰਿਚੰਦਉਰੀ,	darisat daykh jaisay harichand-uree
ਇਕੁ ਰਾਮ ਭਜਨੁ ਲੈ ਲਾਹਾ॥੧॥ ਰਹਾਉ॥	ik raam bhajan lai laahaa. ||1|| rahaa-o.

ਜੀਵ ਤੂੰ ਕਿਉਂ ਜੀਵਨ ਦੇ ਇਸ ਤੱਤ ਨੂੰ ਕਹਾਵਤ ਸਮਝਕੇ ਹੱਸਦਾ, ਪ੍ਰਵਾਹ ਨਹੀਂ ਕਰਦਾ? ਆਪਣੀਆ ਅੱਖਾਂ ਨਾਲ ਦੇਖ ਇਹ ਸੰਸਾਰਕ ਦ੍ਰਿਸ਼ਟ ਕੇਵਲ ਪ੍ਰਛਾਵਾਂ (mirage) ਹੀ ਹੈ । ਪ੍ਰਭ ਦੇ ਸ਼ਬਦ ਦਾ ਸਿਮਰਨ, ਸ਼ਬਦ ਦਾ ਧਨ ਇਕੱਠਾ ਕਰਕੇ ਲਾਭ ਪ੍ਰਾਪਤ ਕਰੋ!

Why are you laughing and ignoring these essences of reality of worldly environments, life? You may witness and realize the reality of universe with own eyes, worldly life and worldly environments are only a mirage, shadow and dream. You should meditate on the teachings of His Word and earn the wealth of His Word. With earnings of His Word, your soul may become worthy of His consideration.

ਜੈਸੇ ਬਸਤਰ ਦੇਹ ਓਢਾਨੇ,	jaisay bastar dayh odhaanay
ਦਿਨ ਦੋਇ ਚਾਰਿ ਭੋਰਾਹਾ॥	din do-ay chaar bhoraahaa.
ਭੀਤਿ ਊਪਰੇ ਕੇਤਕੁ ਧਾਈਐ,	bheet oopray kaytak Dhaa-ee-ai
ਅੰਤਿ ਓਰਖੋ ਆਹਾ॥੨॥	ant orko aahaa. ||2||

ਆਪਣੇ ਤਨ ਨੂੰ ਆਤਮਾ ਦੇ ਪਹਿਨਣ ਵਾਲੇ ਕਪੜੇ ਦੀ ਤਰ੍ਹਾਂ ਸਮਝੋ ! ਅੰਤ ਵਿੱਚ ਇਸ ਨੇ ਹੰਢ ਜਾਣਾ, ਨਾਸ਼ ਹੋ ਜਾਂਦਾ ਹੈ । ਇਸ ਮਾਨਸ ਜਨਮ ਨੂੰ ਇੱਕ ਕੰਧ, ਦੀਵਾਰ ਦੀ ਤਰ੍ਹਾਂ ਸਮਝੋ! ਅਖੀਰ ਇਸ ਦਾ ਕਿਨਾਰਾ ਆ ਜਾਂਦਾ, ਇਹ ਖਤਮ ਹੋ ਹੀ ਜਾਂਦੀ ਹੈ ।

You should treat your body as a robe for the soul and going to be worn out like old piece of cloth and your body is going to be destroyed. You should consider your human life journey as a path, boundary wall. How long can you walk on that wall in your day to day life? You are going to reach the end of this wall of life, your human life journey is going to end.

ਜੈਸੇ ਅੰਭੁ ਕੁੰਡ ਕਰਿ ਰਾਖਿਓ,	jaisay ambh kund kar raakhi-o
ਪਰਤ ਸਿੰਧੁ ਗਲਿ ਜਾਹਾ॥	parat sinDh gal jaahaa.
ਆਵਗਿ ਆਗਿਆ ਪਾਰਬ੍ਰਹਮ ਕੀ,	aavag aagi-aa paarbarahm kee
ਉਠਿ ਜਾਸੀ ਮੁਹਤ ਚਸਾਹਾ॥੩॥	uth jaasee muhat chasaahaa. ||3||

ਆਪਣੇ ਮਾਨਸ ਜਨਮ ਨੂੰ ਲੂਣ ਦਾਨੀ ਵਿੱਚ ਰਖੇ ਲੂਣ ਦੀ ਤਰ੍ਹਾਂ ਸਮਝੋ! ਜਿਵੇ ਲੂਣ ਨੂੰ ਪਾਣੀ ਵਿੱਚ ਪਾਉਣ ਨਾਲ ਇਹ ਪਾਣੀ ਵਿੱਚ ਮਿਲ ਜਾਂਦਾ ਹੈ । ਇਸ ਤਰ੍ਹਾਂ ਜਦੋਂ ਪ੍ਰਭ ਦਾ ਹੁਕਮ, ਮੌਤ ਦਾ ਸਦਾ ਆ ਜਾਂਦਾ ਹੈ । ਇੱਕ ਪਲ ਵਿੱਚ ਹੀ ਆਤਮਾ ਤਨ ਵਿਚੋਂ ਉਠ ਜਾਂਦੀ ਹੈ ।

You should imagine the human life as salt kept in a salt shaker! When the salt is immerged in water, it dissolves in water and the identity of salt is eliminated. The same way with His command the massager of death takes away the soul, in a twinkle of eyes; identity of your soul may be eliminated.

ਰੇ ਮਨ ਲੇਖੈ ਚਾਲਹਿ ਲੇਖੈ ਬੈਸਹਿ	ray man laykhai chaaleh laykhai baiseh
ਲੇਖੈ ਲੈਦਾ ਸਾਹਾ॥	laykhai laidaa saahaa.
ਸਦਾ ਕੀਰਤਿ ਕਰਿ ਨਾਨਕ ਹਰਿ ਕੀ,	sadaa keerat kar naanak har kee
ਉਬਰੇ ਸਤਿਗੁਰ ਚਰਣ ਓਟਾਹਾ॥੪॥੧	ubray satgur charan otaahaa. ||4||1||123||

ਜੀਵ ਦੇ ਤਨ ਦੇ ਸਵਾਸ, ਧਰਤੀ ਚਲਣ ਵਾਲੇ ਕਦਮ, ਹਰ ਪਲ ਸਾਰੇ ਮਿੱਥੇ ਹੋਏ ਹਨ । ਜੀਵ ਸਦਾ ਹੀ ਪ੍ਰਭ ਦੇ ਸ਼ਬਦ ਦਾ ਧੰਨਵਾਦ, ਗੁਣ ਗਾਵੋ! ਅਸਲੀ ਗੁਰੂ, ਸ਼ਬਦ ਦੀ ਸਿਖਿਆ ਨਾਲ ਜੀਵਨ ਢਾਲਣ ਨਾਲ ਬਚਾ ਹੋ ਸਕਦਾ, ਪ੍ਰਭ ਦੇ ਦਰਬਾਰ ਵਿੱਚ ਪ੍ਰਵਾਨ ਹੋ ਸਕਦਾ ਹੈ ।

The number of breaths of his body, number of his walking steps on earth and the number of moments of breathing on earth all are predetermined before his birth in the universe. You should always sing the praises and thanks of The True Master and His Word. Whosoever may adopt the teachings of His Word in day to day life, he may be saved from the devil of death and he may be accepted in His sanctuary.

193.ਆਸਾ ਮਹਲਾ ੫॥ 402-6

ਅਪੁਸਟ ਬਾਤ ਤੇ ਭਈ ਸੀਧਰੀ,	apusat baat tay bha-ee seeDhree

ਦੂਤ ਦੁਸਟ ਸਜਨਈ॥ doot dusat sajna-ee.
ਅੰਧਕਾਰ ਮਹਿ ਰਤਨੁ ਪ੍ਰਗਾਸਿਓ, anDhkaar meh ratan pargaasi-o
ਮਲੀਨ ਬੁਧਿ ਹਛਨਈ॥੧॥ maleen buDh hachhna-ee. ||1||

ਜਿਹੜੀ ਆਤਮਾ ਮਾਤਾ ਦੇ ਗਰਭ ਵਿੱਚ ਪੁੱਠੀ ਲਟਕੀ ਹੋਈ ਸੀ । ਉਹ ਸੰਸਾਰ ਵਿੱਚ ਦਾਖਲ ਹੋਣ ਤੇ ਸਿਧੀ ਹੋ ਗਈ ਹੈ । ਜਿਹੜੇ ਮਾਤਾ ਦੇ ਗਰਭ ਵਿੱਚ ਉਸ ਦੇ ਦੁਸ਼ਮਣ ਸਨ ਸਾਰੇ ਮਿੱਤਰ ਬਣ ਗਏ ਹਨ । ਮਾਤਾ ਦੇ ਗਰਭ ਵਿੱਚ ਇਸ ਆਤਮਾ ਤੇ ਪ੍ਰਭ ਦੀ ਜੋਤ ਦਾ ਨੂਰ ਆ ਗਿਆ । ਇਸ ਵਿਚੋਂ ਬੁਰੇ ਖਿਆਲਾਂ ਦੀ ਸੋਚ ਖਤਮ ਹੋ ਗਈ, ਇਹ ਪਵਿਤ੍ਰ ਹੋ ਗਈ । ਇਸ ਨੂੰ ਮਾਤਾ ਦੇ ਗਰਭ ਵਿੱਚ ਆਉਣ ਦਾ ਮੰਤਵ ਸਮਝ ਆ ਗਿਆ।

The soul was hanging upside down in the womb of her mother, comes out in the universe she stands upside. Whosoever were her adversaries in the womb her mother, all adversaries have become her friends and supporters. In the womb of the mother, the soul was blessed with the spiritual, glow of the Holy Spirit. All evil thoughts were eliminated, vanished and soul becomes sanctified. She fully comprehends the true purpose of coming to the womb of the mother.

ਜਉ ਕਿਰਪਾ ਗੋਬਿੰਦ ਭਈ॥ ja-o kirpaa gobind bha-ee.
ਸੁਖ ਸੰਪਤਿ ਹਰਿ ਨਾਮ ਫਲ ਪਾਏ, sukh sampat har naam fal paa-ay
ਸਤਿਗੁਰ ਮਿਲਈ॥੧॥ ਰਹਾਉ॥ satgur mil-ee. ||1|| rahaa-o.

ਪ੍ਰਭ ਦੀ ਰਹਿਮਤ ਨਾਲ ਮੇਰਾ ਮਨ ਸ਼ਬਦ ਦੇ ਲੜ ਲੱਗ ਗਿਆ, ਸ਼ਬਦ ਦਾ ਧਨ ਬਖਸ਼ਿਸ਼ ਹੋਇਆ ਹੈ, ਮਨ ਵਿੱਚ ਸੰਤੋਖ ਬਖਸ਼ਿਸ਼ ਹੋਇਆ ਹੈ । ਸ਼ਬਦ ਦੀ ਪਾਲਣਾ ਕਰਨ ਨਾਲ ਮਨ ਵਿੱਚ ਪ੍ਰਭ ਦੇ ਸ਼ਬਦ ਦੀ ਸੋਝੀ ਬਖਸ਼ਿਸ਼ ਹੋ ਗਈ ਹੈ ।

With His mercy and grace, I am attached to a devotional meditation and earns the wealth of His Word. I have been blessed with contentment. I have been blessed with enlightenment by meditating and adopting the teachings of His Word in my day to day life.

ਮੋਹਿ ਕਿਰਪਨ ਕਉ ਕੋਇ ਨ ਜਾਨਤ, mohi kirpan ka-o ko-ay na jaanat
ਸਗਲ ਭਵਨ ਪ੍ਰਗਟਈ॥ sagal bhavan pargata-ee.
ਸੰਗਿ ਬੈਠਨੋ ਕਹੀ ਨ ਪਾਵਤ, sang baithno kahee na paavat
ਹੁਣਿ ਸਗਲ ਚਰਣ ਸੇਵਈ॥੨॥ hun sagal charan sayv-ee. ||2||

ਜਿਸ ਨਿਮਾਣੇ ਨੂੰ ਕੋਈ ਜਾਣਦਾ ਵੀ ਨਹੀ ਸੀ, ਹੁਣ ਉਸ ਦੀ ਸੰਸਾਰ ਵਿੱਚ ਸੋਭਾ ਹੋਣ ਲੱਗ ਪਈ ਹੈ । ਸੰਸਾਰ ਵਿੱਚ ਕੋਈ ਨੇੜੇ ਵੀ ਆਉਣ ਨੂੰ ਤਿਆਰ ਨਹੀਂ ਸੀ, ਹੁਣ ਸਾਰੇ ਹੀ ਮੇਰੀ ਪੂਜਾ ਕਰਦੇ ਹਨ ।

No one knows the humble creature in the universe, who may have no unique identity, now the whole universe sings the glory and honor him. No one was anxious to associate with me, now everyone worship and sing my glory.

ਆਢ ਆਢ ਕਉ ਫਿਰਤ ਢੂੰਢਤੇ, aadh aadh ka-o firat dhoondh-tay
ਮਨ ਸਗਲ ਤ੍ਰਿਸਨ ਬੁਝਿ ਗਈ॥ man sagal tarisan bujh ga-ee.
ਏਕੁ ਬੋਲੁ ਭੀ ਖਵਤੋ ਨਾਹੀ, ayk bol bhee khavto naahee
ਸਾਧਸੰਗਤਿ ਸੀਤਲਈ॥੩॥ saaDhsangat seetla-ee. ||3||

ਮੈਂ ਪੇਟ ਭਰਨ ਲਈ ਸੰਸਾਰ ਵਿੱਚ ਮੰਗਦਾ ਫਿਰਦਾ ਸੀ । ਹੁਣ ਮੇਰੇ ਮਨ ਦੀਆਂ ਸਭ ਆਸਾਂ, ਮੁਰਾਦਾਂ ਪੂਰੀਆਂ ਹੋ ਗਈਆਂ ਹਨ । ਮਨ ਵਿੱਚ ਇਤਨਾ ਅਹੰਕਾਰ ਸੀ, ਆਪਣੀ ਨਿੰਦਿਆਂ ਨੂੰ ਬਰਦਾਸ਼ਤ ਨਹੀਂ ਕਰ ਸਕਦਾ ਸੀ, ਹੁਣ ਸੰਤਾਂ ਦੀ ਸੰਗਤ ਵਿੱਚ ਆਪਣੀ ਨਿੰਦਿਆਂ ਦਾ ਕੋਈ ਪ੍ਰਭਾਵ ਨਹੀਂ ਹੁੰਦਾ ।

I used to beg to satisfy my hunger, now all my worldly desires and hopes have been fully satisfied by His mercy and grace. I was not able to tolerate my criticism of my way of life, deeds, now in the association of His true devotee, any criticism or praises have no affect my state of mind.

ਏਕ ਜੀਹ ਗੁਣ ਕਵਨ ਵਖਾਨੈ,	ayk jeeh gun kavan vakhaanai
ਅਗਮ ਅਗਮ ਅਗਮਈ॥	agam agam agma-ee.
ਦਾਸੁ ਦਾਸ ਦਾਸ ਕੋ ਕਰੀਅਹੁ,	daas daas daas ko karee-ahu jan
ਜਨ ਨਾਨਕ ਹਰਿ ਸਰਣਈ॥੪॥੨॥੧੨੪॥	naanak har sarna-ee. ||4||2||124||

ਮਾਨਸ ਦੀ ਇੱਕ ਜੀਭ, ਬੇਅੰਤ, ਜਾਣਕਾਰੀ, ਪਹੁੰਚ ਰਹਿਤ ਪ੍ਰਭ ਦੀ ਕੀ ਉਸਤਤ ਗਾ ਸਕਦੀ ਹੈ? ਤੇਰੀ ਸ਼ਰਣ ਵਿੱਚ ਅਇਆ ਹੈ, ਰਹਿਮਤ ਬਖਸ਼ੋ! ਮੈਨੂੰ ਆਪਣੇ ਦਾਸਾਂ ਦਾ ਦਾਸ, ਗੁਲਮ ਬਣਾਵੋ!

What may the single tongue of a helpless, humble devotee sing the glory of The True Master, who is beyond any comprehension, reach of His true devotee and with unlimited virtues? I have humbly surrender at Your sanctuary; with Your mercy and grace, makes me the salve of Your true slaves.

194.ਆਸਾ ਮਹਲਾ ੫॥ 402-11

ਰੇ ਮੂੜੇ ਲਾਹੇ ਕਉ ਤੂੰ ਢੀਲਾ,	ray moorhay laahay ka-o tooN dheelaa
ਢੀਲਾ ਤੋਟੇ ਕਉ ਬੇਗਿ ਧਾਇਆ॥	dheelaa totay ka-o bayg Dhaa-i-aa.
ਸਸਤ ਵਖਰੁ ਤੂੰ ਘਿੰਨਹਿ ਨਾਹੀ,	sasat vakhar tooN ghinneh naahee
ਪਾਪੀ ਬਾਧਾ ਰੇਨਾਇਆ॥੧॥	paapee baaDhaa raynaa-i-aa. ||1||

ਮੂਰਖ ਮਾਨਸ ਤੂੰ ਪ੍ਰਭ ਦੇ ਸ਼ਬਦ ਦੀ ਕਮਾਈ ਕਰਨ ਵਿੱਚ ਬਹੁਤ ਆਲਸ ਕਰਦਾ ਹੈ । ਪਰ ਘਾਟੇ ਦਾ, ਬੁਰਾ ਕੰਮ ਕਰਨ ਲਈ ਬਹੁਤ ਤੇਜ਼ ਹੋ ਜਾਂਦਾ ਹੈ । ਆਪਣਾ ਪਾਪਾਂ ਦਾ ਭਾਰ ਵਧਾਉਂਦਾ ਜਾਂਦਾ ਹੈ । ਪ੍ਰਭ ਦੇ ਸ਼ਬਦ ਦੀ ਪਾਲਣਾ ਕਰਨ ਦਾ ਸਸਤਾ ਸੌਦਾ, ਧੰਦਾ ਨਹੀਂ ਕਰਦਾ ।

Ignorant you hesitate and become very lazy to meditate and earn the wealth of His Word. However, you become very aggressive to perform evil deeds for short-term profit. You are increasing the burden of sins. You do not adopt the teachings of His Word in your day to day life an inexpensive trade.

ਸਤਿਗੁਰ ਤੇਰੀ ਆਸਾਇਆ॥	satgur tayree aasaa-i-aa.
ਪਤਿਤ ਪਾਵਨੁ ਤੇਰੋ ਨਾਮੁ ਪਾਰਬ੍ਰਹਮ,	patit paavan tayro naam paarbarahm
ਮੈ ਏਹਾ ਓਟਾਇਆ॥੧॥ ਰਹਾਉ॥	mai ayhaa otaa-i-aa. ||1|| rahaa-o.

ਪ੍ਰਭ ਤੇਰੇ ਸ਼ਬਦ ਤੇ ਹੀ ਮੇਰੀਆਂ ਆਸਾਂ ਹਨ । ਪ੍ਰਭ ਦੇ ਸ਼ਬਦ ਨਾਲ ਹੀ ਪਾਪ ਨਾਸ਼ ਹੋ ਜਾਂਦੇ ਹਨ । ਪ੍ਰਭ ਤੂੰ ਹੀ ਸਭ ਤੋ ਵੱਡਾ ਮਾਲਕ ਹੈ, ਕੇਵਲ ਤੇਰੀ ਹੀ ਮੈਨੂੰ ਓਟ ਹੈ, ਆਸਰਾ ਹੈ ।

I have all my hopes and expectation on obeying the teachings of Your Word. By adopting the teachings of Your Word wholeheartedly, all my sins of previous life may be forgiven with Your mercy and grace. You are the greatest of All and I only hope and seek Your mercy and grace.

ਗੰਧਣ ਵੈਣ ਸੁਣਹਿ ਉਰਝਾਵਹਿ,	ganDhan vain suneh urjhaavahi
ਨਾਮੁ ਲੈਤ ਅਲਕਾਇਆ॥	naam lait alkaa-i-aa.
ਨਿੰਦ ਚਿੰਦ ਕਉ ਬਹੁਤੁ ਉਮਾਹਿਓ,	nind chind ka-o bahut umaahi-o
ਬੂਝੀ ਉਲਟਾਇਆ॥੨॥	boojhee ultaa-i-aa. ||2||

ਬੁਰੇ ਵਿਚਾਰ ਸੁਣਨ ਨੂੰ ਮਨ ਜਲਦੀ ਹੀ ਲੱਗਦਾ ਹੈ, ਪ੍ਰਭਾਵਤ ਹੋ ਜਾਂਦਾ ਹੈ । ਪ੍ਰਭ ਦੇ ਸ਼ਬਦ ਨੂੰ ਸੁਣਨ, ਵਿਚਾਰਨ ਅਤੇ ਪਾਲਣਾ ਤੋ ਝਿਜਕ, ਸੰਕੋਚ ਕਰਦਾ ਹੈ । ਨਿੰਦਿਆਂ, ਚੁਗਲੀ ਸੁਣ ਨਾਲ ਮਨ ਵਿੱਚ ਅਨੰਦ ਆਉਂਦਾ ਹੈ । ਮੇਰੀ ਸੋਚ ਹੀ ਮੈਲੀ ਹੋ ਗਈ, ਮੱਤ ਹੀ ਮਾਰੀ ਗਈ ਹੈ ।

My mind becomes very excited, anxious and influenced to hear the evil thoughts and clever tricks. However, hesitates to listen and to adopt the teachings, sermons of His Word in day to day life. By listening to the criticism and back-biting of others, my mind feels entertained and excited. My soul has become blemished by the evil thoughts, I have lost my wisdom and intelligence.

ਪਰ ਧਨ ਪਰ ਤਨ ਪਰ ਤੀ ਨਿੰਦਾ,	par Dhan par tan par tee nindaa
ਅਖਾਧਿ ਖਾਹਿ ਹਰਕਾਇਆ॥	akhaaDh khaahi harkaa-i-aa.
ਸਾਚ ਧਰਮ ਸਿਉ ਰੁਚਿ ਨਹੀ,	saach Dharam si-o ruch nahee
ਆਵੈ ਸਤਿ ਸੁਨਤ ਛੋਹਾਇਆ॥੩॥	aavai sat sunat chhohaa-i-aa. ||3||

ਪਰਇਆ ਧਨ, ਔਰਤ ਅਤੇ ਕਿਸੇ ਦੀ ਨਿੰਦਿਆਂ ਨਾਲ ਮਨ ਖੁਸ਼ ਹੁੰਦਾ ਹੈ । ਜਿਹੜੇ ਕੰਮ ਮਾਨਸ ਜਨਮ ਸਫਲ ਕਰਨ ਲਈ ਕਰਨੇ ਨਹੀਂ ਚਾਹੀਦੇ । ਮੇਰਾ ਮਨ ਉਹਨਾਂ ਕੰਮਾਂ ਵਿੱਚ ਮਸਤ ਹੈ, ਪਾਗਲ ਹੈ । ਅੱਟਲ ਸਚਾਈ, ਪ੍ਰਭ ਦੇ ਸ਼ਬਦ ਦੀ ਸਿੱਖਿਆ ਵਿੱਚ ਧਿਆਨ ਨਹੀਂ ਜਾਂਦਾ । ਆਪਣੇ ਜੀਵਨ ਦੀ ਅਸਲੀਅਤ ਸੁਣ ਨਾਲ ਮਨ ਵਿੱਚ ਕਰੋਧ ਭਰ ਜਾਂਦਾ ਹੈ ।

I feel entertained by robbing the earnings money of others, sexual desire for strange women and with the criticism of others. All deeds, one should abandon from day to day life, I remain excited, intoxicated and insane with those thoughts and deeds. I do not pay any attention to the axiom truth of the teachings of His Word. I become very rage with anger to hear the reality of my human life journey.

ਦੀਨ ਦਇਆਲ ਕ੍ਰਿਪਾਲ ਪ੍ਰਭ ਠਾਕੁਰ,	deen da-i-aal kirpaal parabh
ਭਗਤ ਟੇਕ ਹਰਿ ਨਾਇਆ॥	thaakur bhagat tayk har naa-i-aa.
ਨਾਨਕ ਆਹਿ ਸਰਣ ਪ੍ਰਭ ਆਇਓ,	naanak aahi saran parabh aa-i-o
ਰਾਖੁ ਲਾਜ ਅਪਨਾਇਆ॥੪॥੩॥੧੨੫॥	raakh laaj apnaa-i-aa. ||4||3||125||

ਰਹਿਮਤਾਂ ਦਾ ਮਾਲਕ, ਪ੍ਰਭ ਹੀ ਨਿਮਾਣੇ ਦਾ ਰਖਵਾਲਾ ਹੈ । ਬੰਦਗੀ ਕਰਨ ਵਾਲੇ ਦਾਸ ਤੇਰੇ ਸ਼ਬਦ ਦਾ ਹੀ ਆਸਰਾ ਭਾਲਦੇ, ਓਟ ਲੈਂਦੇ ਹਨ । ਬੰਦਗੀ ਕਰਨ ਵਾਲੇ ਦੀ ਕੇਵਲ ਇੱਕੋ ਇੱਕ ਇਹ ਹੀ ਅਰਦਾਸ ਹੁੰਦੀ ਹੈ । ਪ੍ਰਭ ਮੈਂ ਤੇਰੀ ਸ਼ਰਣ ਵਿੱਚ ਆਇਆ ਹਾ ! ਰਹਿਮਤ ਬਖਸ਼ਕੇ ਆਪਣਾ ਦਾਸ ਬਣਾਵੋ ! ਮੇਰੀ ਲਾਜ ਰਖੋ ! ਆਪਣੀ ਸ਼ਰਣ ਵਿੱਚ ਪਨਾਹ ਬਖਸ਼ੋ !

My True Master of all blessings, virtues are the only true protector of His humble devotee. Your true devotee always seeks the support of the teachings of Your Word in his day to day life. Your true devotee always has one and only one wish, hope and desire. I have surrender at Your sanctuary, with Your mercy and grace attaches me to the teachings of Your Word, save my honor by accepting me as Your slave in Your sanctuary, protection.

195.ਆਸਾ ਮਹਲਾ ੫॥ 402-17

ਮਿਥਿਆ ਸੰਗਿ ਸੰਗਿ ਲਪਟਾਏ,	mithi-aa sang sang laptaa-ay
ਮੋਹ ਮਾਇਆ ਕਰਿ ਬਾਧੇ॥	moh maa-i-aa kar baaDhay.
ਜਹ ਜਾਨੋ ਸੋ ਚੀਤਿ ਨ ਆਵੈ,	jah jaano so cheet na aavai
ਅਹੰਬੁਧਿ ਭਏ ਆਂਧੇ॥੧॥	ahaN-buDh bha-ay aaNDhay. ||1||

ਮਾਨਸ ਆਪਣੇ ਮਨ ਦੀ ਸਿਆਣਪ, ਚਲਾਕੀ ਦੇ ਅਹੰਕਾਰ ਵਿੱਚ ਫਸੇ ਹੋਏ ਹਨ । ਅਹੰਕਾਰ ਵਿੱਚ ਫਸੇ ਹੀ ਹਰਇੱਕ ਕੰਮ ਕਰਦੇ ਹਨ । ਪ੍ਰਭ ਦੇ ਸਬਦ ਦੀ ਸਿਖਿਆ ਨੂੰ ਮਨ ਵਿੱਚ ਸੋਚਦੇ, ਵਿਚਾਰ ਨਹੀਂ ਕਰਦੇ । ਉਹ ਦਿਖਾਵੇ, ਸੰਸਾਰਕ ਮੋਹ, ਮਾਇਆ ਦੇ ਜਾਲ ਵਿੱਚ ਹੀ ਫਸੇ ਰਹਿੰਦੇ ਹਨ ।

All humans remain as a slave of his own clever tricks and ego. He may perform all his day to day chores in his ego. He may never think or adopt the teachings of His Word in his day to day life. He may remain a slave of worldly wealth, emotional attachment and falsehood.

ਮਨ ਬੈਰਾਗੀ ਕਿਉ ਨ ਅਰਾਧੇ॥	man bairaagee ki-o na araaDhay.
ਕਾਚ ਕੋਠਰੀ ਮਾਹਿ ਤੂੰ ਬਸਤਾ,	kaach kothree maahi tooN bastaa
ਸੰਗਿ ਸਗਲ ਬਿਖੈ ਕੀ ਬਿਆਧੇ॥੧॥	sang sagal bikhai kee bi-aaDhay.
ਰਹਾਉ॥	||1|| rahaa-o

ਬੰਦਗੀ ਕਰਨ ਵਾਲੇ ਵਿਰਾਗੀ ਤੂੰ ਪ੍ਰਭ ਦੇ ਸ਼ਬਦ ਦਾ ਸਿਮਰਨ, ਪੂਜਾ ਕਿਉਂ ਨਹੀਂ ਕਰਦਾ? ਤੂੰ ਭੋਰੇ ਵਿੱਚ, ਜੰਗਲ ਵਿੱਚ ਕੱਖਾਂ ਦੀ ਝੁੱਗੀ ਵਿੱਚ ਰਹਿੰਦਾ ਹੈ । ਆਪਣੇ ਮਨ ਦੇ ਪਾਪ ਨੂੰ ਸਾਥ ਰਖਕੇ ਜੀਵਨ ਬਤੀਤ ਕਰਦਾ ਹੈ ।

Worldly devotee, renunciatory, why are you not meditating and worshiping the teachings of His Word in your day to day life? You always remain in the cave, in a wild forest away from humans in a hut made of grass. However, you spend your life carrying the burden of your sins.

ਮੇਰੀ ਮੇਰੀ ਕਰਤ ਦਿਨੁ ਰੈਨਿ ਬਿਹਾਵੈ,	mayree mayree karat din rain bihaavai
ਪਲੁ ਖਿਨੁ ਛੀਜੈ ਅਰਜਾਂਦੇ॥	pal khin chheejai arjaaDhay.
ਜੈਸੇ ਮੀਠੈ ਸਾਦਿ ਲੋਭਾਏ	jaisay meethai saad lobhaa-ay
ਝੂਠ ਧੰਧਿ ਦੁਰਗਾਧੇ॥੨॥	jhooth DhanDh durgaaDhay. ||2||

ਤੇਰਾ ਦਿਨ ਰਾਤ ਮੇਰੀ ਮੇਰੀ ਕਰਦਾ ਬੀਤ ਜਾਂਦਾ ਹੈ । ਇਸ ਤਰ੍ਹਾਂ ਪਲ ਪਲ ਕਰਕੇ ਤੇਰਾ ਮਾਨਸ ਜਨਮ ਬੀਤ ਜਾਂਦਾ ਹੈ । ਸੰਸਾਰਕ ਮਾਇਆ ਦਾ ਮਿੱਠਾ ਸਵਾਦ, ਪ੍ਰਭਾਵ ਤੇਰੇ ਮਨ ਤੇ ਜ਼ੋਰ ਪਾ ਲੈਂਦਾ ਹੈ । ਆਪਣੇ ਮਨ ਦੇ ਲਾਲਚ ਦਾ ਧੰਦਾ ਕਰਦਾ, ਤੂੰ ਥੋੜ੍ਹਾ ਸਮਾਂ ਰਹਿਣ ਵਾਲਾ ਧਨ ਇਕੱਠਾ ਕਰਦਾ ਹੈ ।

You spend your day and night, each moment trying to keep a tight control on your possessions and claims that everything belongs to you. You are wasting the opportunity of your human life. The sweet poison of worldly wealth has intoxicated, controlled and conquered your mind. You perform all chores of greed in his day to day life. You only collect worldly wealth that may provide short-term comfort and enjoyment.

ਕਾਮ ਕ੍ਰੋਧ ਅਰੁ ਲੋਭ ਮੋਹ	kaam kroDh ar lobh moh
ਇਹ ਇੰਦ੍ਰੀ ਰਸਿ ਲਪਟਾਧੇ॥	ih indree ras laptaaDhay.
ਦੀਈ ਭਵਾਰੀ ਪੁਰਖਿ ਬਿਧਾਤੈ	dee-ee bhavaaree purakh biDhaatai
ਬਹੁਰਿ ਬਹੁਰਿ ਜਨਮਾਧੇ॥੩॥	bahur bahur janmaaDhay. ||3||

ਤੇਰਾ ਮਨ ਕਾਮਵਾਸਨਾ, ਕਰੋਧ, ਲੋਭ, ਮੋਹ, ਮਾਇਆ ਵਿੱਚ ਹੀ ਫਸਿਆ, ਮਸਤ ਰਹਿੰਦਾ ਹੈ । ਭਾਗ ਲਿਖਣ ਵਾਲਾ ਤੇਰੇ ਕੰਮ, ਕਮਾਈ ਪਰਖਦਾ ਹੈ । ਤੈਨੂੰ ਜੂੰਨਾਂ ਦੇ ਚੱਕਰ ਵਿੱਚ ਹੀ ਪਾਈ ਰਖਦਾ ਹੈ ।

Your mind always remains a slave of the demons of worldly wealth, sexual desire, anger, greed and emotional attachment to worldly relationship. You may remain intoxicated in this trap, with this poison of worldly wealth. The True Master of your destiny, always evaluate your worldly deeds and He may keep you in the cycle of birth and death.

ਜਉ ਭਇਓ ਕ੍ਰਿਪਾਲੁ ਦੀਨ ਦੁਖ ਭੰਜਨੁ,	ja-o bha-i-o kirpaal deen dukh bhanjan
ਤਉ ਗੁਰ ਮਿਲਿ ਸਭ ਸੁਖ ਲਾਧੇ॥	ta-o gur mil sabh sukh laaDhay.
ਕਹੁ ਨਾਨਕ ਦਿਨੁ ਰੈਨਿ ਧਿਆਵਉ,	kaho naanak din rain Dhi-aava-o
ਮਾਰਿ ਕਾਢੀ ਸਗਲ ਉਪਾਧੇ॥੪॥	maar kaadhee sagal upaaDhay. ||4||

ਜਿਸ ਨੂੰ ਦੁਖਾਂ ਦਾ ਨਾਸ਼ ਕਰਨ ਵਾਲਾ ਪ੍ਰਭ, ਆਪ ਹੀ ਰਹਿਮਤ ਬਖਸ਼ਕੇ ਸ਼ਬਦ ਦੀ ਪਾਲਣਾ ਤੇ ਲਾਉਂਦਾ ਹੈ । ਉਹ ਜੀਵ ਗੁਰਮਖ ਅਵਸਥਾ ਪਾ ਕੇ ਅਨੰਦ ਮਾਨਦਾ ਹੈ । ਬੰਦਗੀ ਕਰਨ ਵਾਲੇ ਸਿਖਿਆ ਦੇਂਦੇ ਹਨ । ਪ੍ਰਭ ਦੇ ਸ਼ਬਦ ਦਾ ਸਿਮਰਨ ਨਾਲ ਮਨ ਦੇ ਸਾਰੇ ਰੋਗ ਨਾਸ਼ ਹੋ ਜਾਂਦੇ ਹਨ ।

Whosoever may be attached to adopt the teachings of His Word. The Word of The True Master, who may destroy all miseries and blesse all comforts. He may be blessed with state of mind as His true devotee and enjoys contentment and blossom in his life. His true devotee inspires others, by meditating day and night, all diseases of worldly desires may be eliminated from mind forever.

ਇਉ ਜਪਿਓ ਭਾਈ ਪੁਰਖੁ ਬਿਧਾਤੇ॥	i-o japi-o bhaa-ee purakh biDhaatay.
ਭਇਓ ਕ੍ਰਿਪਾਲੁ ਦੀਨ ਦੁਖ ਭੰਜਨੁ,	bha-i-o kirpaal deen dukh bhanjan
ਜਨਮ ਮਰਣ ਦੁਖ ਲਾਥੇ॥੧॥	janam maran dukh laathay. ‖1‖
ਰਹਾਉ ਦੂਜਾ॥੪॥੪॥੧੨੬॥	rahaa-o doojaa. ‖4‖4‖126‖

ਇਸ ਤਰ੍ਹਾਂ ਪ੍ਰਭ ਦੇ ਸ਼ਬਦ ਦਾ ਸਿਮਰਨ ਕਰਨ ਨਾਲ, ਦੁਖਾਂ ਦਾ ਨਾਸ਼ ਕਰਨ ਵਾਲਾ ਪ੍ਰਭ ਨਿਮਾਣੇ ਦਾਸਾਂ ਤੇ ਰਹਿਮਤ ਬਖਸ਼ਦਾ ਹੈ । ਉਸ ਦਾ ਜਨਮ ਮਰਨ ਦਾ ਚੱਕਰ, ਲੇਖਾ ਖਤਮ ਕਰ ਦੇਂਦਾ ਹੈ ।

Whosoever may mediate on the teachings of His Word, The True Master of forgiveness of sins may become merciful on His humble devotee. He may eliminate the cycle of his birth and death forever.

196.ਆਸਾ ਮਹਲਾ ੫॥ 403-5

ਨਿਮਖ ਕਾਮ ਸੁਆਦ ਕਾਰਣਿ ਕੋਟਿ,	nimakh kaam su-aad kaaran kot
ਦਿਨਸ ਦੁਖੁ ਪਾਵਹਿ॥	dinas dukh paavahi.
ਘਰੀ ਮੁਹਤ ਰੰਗ ਮਾਣਹਿ,	gharee muhat rang maaneh
ਫਿਰਿ ਬਹੁਰਿ ਬਹੁਰਿ ਪਛੁਤਾਵਹਿ॥੧॥	fir bahur bahur pachhutaavahi. ‖1‖

ਇੱਕ ਪਲ ਕਾਮਵਾਸਨਾ ਦਾ ਅਨੰਦ ਪਾਉਣ ਲਈ ਜੀਵ ਅਨੇਕਾਂ ਹੀ ਦਿਨ ਦੁਖ ਭੋਗਦਾ ਹੈ । ਇੱਕ ਪਲ ਭਾਵੇਂ ਮਨ ਵਿੱਚ ਅਨੰਦ, ਖੁਸ਼ੀ ਆਉਂਦੀ ਹੈ । ਪਰ ਫਿਰ ਪਿਛੋਂ ਬਾਰ ਬਾਰ ਪਛਤਾਵਾ ਕਰਦਾ ਹੈ ।

To have a gratification of sexual desire for a moment, the human may take so much risk and endure so much sufferings pain and miseries. Even though he may be excited and enjoy pleasures; however, he repents over and over for his mistakes.

ਅੰਧੇ ਚੇਤਿ ਹਰਿ ਹਰਿ ਰਾਇਆ॥	anDhay chayt har har raa-i-aa.
ਤੇਰਾ ਸੋ ਦਿਨੁ ਨੇੜੈ ਆਇਆ॥੧॥	tayraa so din nayrhai aa-i-aa.
ਰਹਾਉ॥	‖1‖ rahaa-o.

ਅਗਿਆਨੀ ਜੀਵ ਸ੍ਰਿਸ਼ਟੀ ਦੇ ਮਾਲਕ, ਪ੍ਰਭ ਦੇ ਸ਼ਬਦ ਦਾ ਸਿਮਰਨ ਕਰੋ ! ਤੇਰਾ ਮੌਤ ਦਾ ਸਮਾਂ ਨੇੜਾ ਆਉਂਦਾ ਜਾਂਦਾ ਹੈ ।

Ignorant, you should meditate on the teachings of the Word of The True Master. Your time of death may be approaching near.

ਪਲਕ ਦ੍ਰਿਸਟਿ ਦੇਖਿ ਭੂਲੋ,	palak darisat daykh bhoolo
ਆਕ ਨੀਮ ਕੋ ਤੂੰਮਰੁ॥	aak neem ko tooNmar.
ਜੈਸਾ ਸੰਗੁ ਬਿਸੀਅਰ ਸਿਉ ਹੈ,	jaisaa sang bisee-ar si-o hai
ਰੇ ਤੈਸੋ ਹੀ ਇਹੁ ਪਰ ਗ੍ਰਿਹੁ॥੨॥	ray taiso hee ih par garihu. ‖2‖

ਜੀਵ ਤੂੰ ਆਪਣੀਆ ਅੱਖਾਂ ਨਾਲ ਦੇਖਕੇ, ਸਭ ਸਮਝ ਕੇ ਵੀ ਜ਼ੀਹਰ ਪੀਂਦਾ ਹੈ । ਪਰਾਈ ਔਰਤ ਨੂੰ ਪਾਉਣ ਦੀ ਇੱਛਾਂ ਇਸ ਤਰ੍ਹਾਂ ਦੀ ਹੁੰਦੀ ਹੈ, ਜਿਸ ਤਰ੍ਹਾਂ ਜ਼ਹਿਰੀਲੇ ਸੱਪ ਦੇ ਸਾਥ ਰਹਿਣਾ ਹੁੰਦਾ ਹੈ ।

You understand and witness everything with your own eyes, still you swallow the poison of worldly desires. To gratification of sexual desire with strange women, someone else wife, spouse may be like dwelling in the company of poisonous snake all time

ਬੈਰੀ ਕਾਰਣਿ ਪਾਪ ਕਰਤਾ,	bairee kaaran paap kartaa
ਬਸਤੁ ਰਹੀ ਅਮਾਨਾ॥	basat rahee amaanaa.
ਛੋਡਿ ਜਾਹਿ ਤਿਨ ਹੀ ਸਿਉ,	chhod jaahi tin hee si-o
ਸੰਗੀ ਸਾਜਨ ਸਿਉ ਬੈਰਾਨਾ॥੩॥	sangee saajan si-o bairaanaa. ||3||

ਆਪਣੇ ਵੈਰੀ ਨੂੰ ਖੁਸ਼ ਕਰਨ ਲਈ, ਉਸ ਦੀ ਰਹਿਮਤ ਪਾਉਣ ਲਈ ਤੂੰ ਪਾਪ ਕਰਦਾ ਹੈ । ਆਪਣੇ ਪ੍ਰਭ ਦੇ ਸ਼ਬਦ ਨੂੰ ਭੁਲਾ ਲੈਂਦਾ ਹੈ । ਜਿਹੜੇ ਤੈਨੂੰ ਧੱਕੇ ਮਾਰਦੇ ਹਨ ਤੂੰ ਉਹਨਾਂ ਨਾਲ ਦੋਸਤੀ ਲਾਉਂਦਾ ਹੈ । ਆਪਣੇ ਅਸਲੀ ਮਿੱਤਰ ਨਾਲ ਕਰੋਧ ਨਾਲ ਵਰਤਦਾ ਹੈ ।

To win the favor of your enemies and to be accepted in his association, you sometime commit sinful deeds. You may forget the teachings of His Word in your day to day life. Whosoever may rebuke you; you are always trying to be friend with him. Whosoever, always remain angry and annoyed with your true friend or well-wishers.

ਸਗਲ ਸੰਸਾਰੁ ਇਹੈ ਬਿਧਿ ਬਿਆਪਿਓ,	sagal sansaar ihai biDh bi-aapi-o
ਸੋ ਉਬਰਿਓ ਜਿਸੁ ਗੁਰੁ ਪੂਰਾ॥	so ubri-o jis gur pooraa.
ਕਹੁ ਨਾਨਕ ਭਵ ਸਾਗਰੁ ਤਰਿਓ,	kaho naanak bhav saagar tari-o
ਭਏ ਪੁਨੀਤ ਸਰੀਰਾ॥੪॥੫॥੧੨੭॥	bha-ay puneet sareeraa. ||4||5||127||

ਸਾਰੀ ਸ੍ਰਿਸ਼ਟੀ ਹੀ ਇਸ ਰਸਤੇ ਤੇ ਚਲਦੀ ਹੈ । ਕੋਈ ਵਿਰਲਾ ਹੀ ਜੀਵ ਪ੍ਰਭ ਦੇ ਸ਼ਬਦ ਦੀ ਪਾਲਣਾ ਵਿੱਚ ਅਡੋਲ ਰਹਿੰਦਾ ਹੈ, ਇਸ ਜਾਲ ਵਿਚੋਂ ਬਚਦਾ ਹੈ । ਬੰਦਗੀ ਕਰਨ ਵਾਲਾ ਸ਼ਬਦ ਦੀ ਪਾਲਣਾ ਕਰਦਾ ਭਿਆਨਕ ਸਾਗਰ ਪਾਰ ਕਰ ਜਾਂਦਾ ਹੈ । ਉਸ ਦਾ ਮਾਨਸ ਜਨਮ ਪ੍ਰਭ ਦੇ ਲੇਖੇ , ਪ੍ਰਵਾਨ ਹੋ ਜਾਂਦਾ ਹੈ ।

The whole universe follows the same wrong path. However, very rare devotee may adopt the teachings of His Word with steady and stable belief in his day to day life. Only he may be saved from the trap of worldly desires, the devil of death. His true devotee remains contented with the teachings of His Word and he may swim the terrible ocean of worldly desires. The True Master may satisfy forgive his sins and may accept him in His court.

197.ਆਸਾ ਮਹਲਾ ੫ ਦੁਪਦੇ॥ 403-10

ਲੂਕਿ ਕਮਾਨੋ ਸੋਈ ਤੁਮ੍ ਪੇਖਿਓ,	look kamaano so-ee tumH paykhi-o
ਮੂੜ ਮੁਗਧ ਮੁਕਰਾਨੀ॥	moorh mugaDh mukraanee.
ਆਪ ਕਮਾਨੇ ਕਉ ਲੇ ਬਾਂਧੇ,	aap kamaanay ka-o lay baaNDhay
ਫਿਰਿ ਪਾਛੈ ਪਛੁਤਾਨੀ॥੧॥	fir paachhai pachhutaanee. ||1||

ਪ੍ਰਭ ਮਾਨਸ ਦੇ ਪਰਦੇ ਵਿੱਚ ਕੀਤੇ ਸਭ ਕੰਮ ਜਾਣਦਾ ਹੈ । ਫਿਰ ਵੀ ਮੂਰਖ ਮਾਨਸ ਕੰਮ ਕਰਕੇ ਮੁੱਕਰ ਜਾਂਦਾ ਹੈ । ਆਪਣੇ ਕੀਤੇ ਹੋਏ ਮੰਦੇ ਕੰਮਾਂ ਕਰਕੇ ਹੀ ਉਸ ਨੂੰ ਜੂੰਨਾਂ ਵਿੱਚ ਭਉਂਣਾ ਪੈਂਦਾ ਹੈ । ਫਿਰ ਇਸ ਦਾ ਅਫਸੋਸ ਕਰਦਾ, ਪਛਤਾਵਾ ਕਰਦਾ ਹੈ ।

No matter how secretly a human may commit evil deeds, The Omniscient True Master remains fully aware all time. However, the foolish, ignorant denies all his sinful deeds. He remains in the cycle of birth and death due to his own sinful deeds; he regrets and repent all his mistakes.

ਪ੍ਰਭ ਮੇਰੇ ਸਭ ਬਿਧਿ ਆਗੈ ਜਾਨੀ॥	parabh mayray sabh biDh aagai jaanee.
ਭ੍ਰਮ ਕੇ ਮੂਸੇ ਤੂੰ ਰਾਖਤ ਪਰਦਾ,	bharam kay moosay tooN raakhat pardaa
ਪਾਛੈ ਜੀਅ ਕੀ ਮਾਨੀ॥੧॥ ਰਹਾਉ॥	paachhai jee-a kee maanee. ||1|| rahaa-o.

ਪ੍ਰਭ ਜੀਵ ਦੇ ਕੰਮ ਕਰਨ ਤੋਂ ਪਹਿਲੇ ਹੀ ਉਸ ਦੀਆਂ ਸਾਰੀਆਂ ਚਾਲਾਂ ਜਾਣਦਾ ਹੈ । ਆਪਣੇ ਮਨ ਦੇ ਧੋਖੇ ਵਿੱਚ ਆ ਕੇ ਉਹ ਆਪਣੇ ਕੀਤੇ ਕੰਮਾਂ ਤੋ ਮੁੱਕਰਦਾ ਹੈ । ਅੰਤ ਵਿੱਚ ਸਭ ਪਰਤੱਖ ਸਾਹਮਣੇ ਆ ਜਾਂਦੀ ਹੈ, ਉਸ ਨੂੰ ਆਪਣੀ ਗਲਤੀ ਨੂੰ ਮੰਨਣਾ ਪੈਂਦਾ ਹੈ ।

The Omniscient True Master knows all evil thoughts and plans of all worldly creature. However, he remains in the deception, ignorance of his own mind and denies all his evil deeds. In the end, all his evil deeds are exposed in His court, he has to admit and endures the consequences.

ਜਿਤੁ ਜਿਤੁ ਲਾਏ ਤਿਤੁ ਤਿਤੁ ਲਾਗੇ,	jit jit laa-ay tit tit laagay
ਕਿਆ ਕੋ ਕਰੈ ਪਰਾਨੀ॥	ki-aa ko karai paraanee.
ਬਖਸਿ ਲੈਹੁ ਪਾਰਬ੍ਰਹਮ ਸੁਆਮੀ,	bakhas laihu paarbarahm su-aamee
ਨਾਨਕ ਸਦ ਕੁਰਬਾਨੀ॥੨॥੬॥੧੨੮॥	naanak sad kurbaanee. ‖2‖6‖128‖

ਜੀਵ ਕੇਵਲ ਪ੍ਰਭ ਦਾ ਬਖਸ਼ਿਆ ਹੋਇਆ ਧੰਦਾ ਕਰ ਸਕਦਾ ਹੈ । ਮਾਨਸ ਦੇ ਆਪਣੇ ਵੱਸ ਵਿੱਚ ਕੀ ਹੈ? ਬੰਦਗੀ ਕਰਨ ਵਾਲਾ ਸਦਾ ਹੀ ਇਹ ਅਰਦਾਸ ਕਰਦਾ ਹੈ । ਮੈਂ ਮਾਨਸ ਜੀਵ ਖਿਨ ਖਿਨ ਭੁਲਾਂ ਕਰਦਾ ਰਹਿੰਦਾ ਹਾ । ਤੇਰੇ ਤੋਂ ਸਦਾ ਹੀ ਹੈਰਾਨ ਰਹਿੰਦੇ, ਧੰਨ ਧੰਨ ਹੀ ਕਹਿੰਦੇ ਹਾ ! ਰਹਿਮਤ ਬਖਸ਼ਕੇ, ਭੁਲਾ ਮਾਫ ਕਰ ਦੇਵੋਂ!

Worldly creature may only perform any deed, The True Master may assign him in his day to day life. What control may he have on any of his actions? His true devotee always begs for His mercy and grace and one and only one desire. I am committing sins each and every moment in my day to day life. I always remain fascinated from Your nature and Your greatness. With Your mercy and grace, ignores my mistakes and forgives may soul and guide me on the right path.

198.ਆਸਾ ਮਹਲਾ ੫॥ 403-14

ਅਪੁਨੇ ਸੇਵਕ ਕੀ ਆਪੇ ਰਾਖੈ,	apunay sayvak kee aapay raakhai
ਆਪੇ ਨਾਮੁ ਜਪਾਵੈ॥	aapay naam japaavai.
ਜਹ ਜਹ ਕਾਜ ਕਿਰਤਿ ਸੇਵਕ ਕੀ,	jah jah kaaj kirat sayvak kee
ਤਹਾ ਤਹਾ ਉਠਿ ਧਾਵੈ॥੧॥	tahaa tahaa uth Dhaavai. ‖1‖

ਪ੍ਰਭ ਆਪਣੇ ਸੇਵਕ ਦਾ ਆਪ ਹੀ ਪਰਦਾ ਢੱਕਦਾ ਹੈ । ਆਪ ਹੀ ਸੇਵਕ ਨੂੰ ਸ਼ਬਦ ਦੀ ਪਾਲਣਾ ਦੇ ਲੜ ਲਾਉਂਦਾ ਹੈ । ਜਿਹੜਾ ਵੀ ਕੰਮ ਸੰਸਾਰ ਵਿੱਚ ਪ੍ਰਭ ਦਾ ਸੇਵਕ ਕਰਦਾ, ਸੋਚਦਾ ਹੈ । ਪ੍ਰਭ ਆਪ ਹੀ ਸਹਾਈ ਹੋ ਕੇ ਕਾਰਜ ਸਫਲ ਕਰਦਾ ਹੈ ।

The True Master guides His true devotee on the right path, to meditate on the teachings of His Word and protect his honor. Whatsoever, His true devotee may think to perform tasks, The True Master always blesses him success. His deed may be accepted as a good deed for the mankind.

ਸੇਵਕ ਕਉ ਨਿਕਟੀ ਹੋਇ ਦਿਖਾਵੈ॥	sayvak ka-o niktee ho-ay dikhaavai.
ਜੋ ਜੋ ਕਹੈ ਠਾਕੁਰ ਪਹਿ ਸੇਵਕੁ,	jo jo kahai thaakur peh sayvak
ਤਤਕਾਲ ਹੋਇ ਆਵੈ॥੧॥ ਰਹਾਉ॥	tatkaal ho-ay aavai. ‖1‖ rahaa-o.

ਪ੍ਰਭ ਆਪ ਹੀ ਸੇਵਕ ਦੇ ਨੇੜੇ, ਸਾਥ ਰਹਿੰਦਾ ਹੈ । ਸੇਵਕ ਦੀ ਜੀਭ ਵਿਚੋਂ ਨਿਕਲਦੇ ਬੋਲ, ਪ੍ਰਭ ਦੀ ਰਹਿਮਤ ਨਾਲ ਉਹ ਹੀ ਪ੍ਰਭ ਦਾ ਭਾਣਾ ਵਾਪਰਦਾ ਹੈ ।

The True Master always remains close and awake in the mind and body of His true devotee. The spoken words of His true devotee become His Word and prevail with His mercy and grace.

ਤਿਸੁ ਸੇਵਕ ਕੈ ਹਉ ਬਲਿਹਾਰੀ, ਜੋ ਅਪਨੇ ਪ੍ਰਭ ਭਾਵੈ॥	tis sayvak kai ha-o balihaaree jo apnay parabh bhaavai.
ਤਿਸ ਕੀ ਸੋਇ ਸੁਣੀ ਮਨੁ ਹਰਿਆ, ਤਿਸੁ ਨਾਨਕ ਪਰਸਣਿ ਆਵੈ॥੨॥੭॥੧੨੯॥	tis kee so-ay sunee man hari-aa tis naanak parsan aavai.||2||7||129

ਜਿਹੜਾ ਪ੍ਰਭ ਨੂੰ ਭਾਉਂਦਾ ਹੈ, ਕੇਵਲ ਉਹ ਹੀ ਪ੍ਰਭ ਦੀ ਪਨਾਹ ਵਿੱਚ ਵਸਦਾ ਹੈ। ਉਸ ਦਾਸ ਤੋ ਸਦਾ ਕੁਰਬਾਨ ਜਾਵਾ । ਉਸ ਦੇ ਗੁਣਾਂ ਦੀ ਚਰਚਾ ਸੁਣਕੇ, ਮਨ ਵਿੱਚ ਨਵਾਂ ਭਰੋਸਾ ਅਡੋਲ ਹੋ ਜਾਂਦਾ ਹੈ । ਬੰਦਗੀ ਕਰਨ ਵਾਲੇ ਉਸ ਦੀ ਸ਼ਰਣ ਵਿੱਚ ਆ ਜਾਂਦੇ ਹਨ, ਉਸ ਨੂੰ ਪੂਜਦੇ ਹਨ ।

Whosoever may be acceptable to The True Master, only he may dwell in the void of His Word, in His court, sanctuary. I always remain fascinated from the state of mind of His true devotee. By hearing the sermons of His true devotee, a new excitement, rejuvenation may blossom within his mind. He may adopt the teachings of His Word with steady and stable belief. The worldly devotees may come to his sanctuary and worship him.

199.ਆਸਾ ਘਰੁ ੧੧ ਮਹਲਾ ੫॥ 403-18

੧ਓ ਸਤਿਗੁਰ ਪ੍ਰਸਾਦਿ॥	ik-oNkaar satgur parsaad.
ਨਟੂਆ ਭੇਖ ਦਿਖਾਵੈ ਬਹੁ ਬਿਧਿ, ਜੈਸਾ ਹੈ ਓਹੁ ਤੈਸਾ ਰੇ॥	natoo-aa bhaykh dikhaavai baho biDh jaisaa hai oh taisaa ray.
ਅਨਿਕ ਜੋਨਿ ਭ੍ਰਮਿਓ ਭ੍ਰਮ ਭੀਤਰਿ, ਸੁਖਹਿ ਨਾਹੀ ਪਰਵੇਸਾ ਰੇ॥੧॥	anik jon bharmi-o bharam bheetar sukheh naahee parvaysaa ray. ||1||

ਜਿਵੇਂ ਕਲਾਕਾਰ ਵੱਖਰੇ ਵੱਖਰੇ ਨਾਟਕ ਦੇ ਵਿੱਚ ਵੱਖਰੇ ਰੂਪ, ਹੈਸੀਅਤ ਵਿੱਚ ਕੰਮ ਕਰਦਾ ਹੈ । ਪਰ ਅਸਲੀਅਤ ਵਿੱਚ ਉਸ ਦੇ ਜੀਵਨ ਦੀ ਅਵਸਥਾ ਨਹੀਂ ਬਦਲਦੀ । ਇਸ ਤਰ੍ਹਾਂ ਹੀ ਆਤਮਾ ਅਨੇਕਾਂ ਜੂੰਨਾਂ ਵਿੱਚ ਆਉਂਦੀ ਹੈ । ਉਸ ਦੇ ਮਨ ਵਿੱਚ ਸ਼ਾਂਤੀ, ਸੰਤੋਖ ਨਹੀਂ ਬਖਸ਼ਿਸ਼ ਹੁੰਦੀ ।

As any actor plays a different role in different picture on the screen and shows a different worldly status on the screen. However, his state of mind, his worldly status may not change the reality of his life and may not be altered by playing that role on the screen. Same way the soul comes in different type of bodies of creatures in the cycle of birth and death. However, her mind may not realize any peace and contentment in his day to day life.

ਸਾਜਨ ਸੰਤ ਹਮਾਰੇ ਮੀਤਾ, ਬਿਨੁ ਹਰਿ ਹਰਿ ਆਨੀਤਾ ਰੇ॥	saajan sant hamaaray meetaa bin har har aaneetaa ray.
ਸਾਧਸੰਗਿ ਮਿਲਿ ਹਰਿ ਗੁਣ ਗਾਏ, ਇਹੁ ਜਨਮੁ ਪਦਾਰਥੁ ਜੀਤਾ ਰੇ॥੧॥ ਰਹਾਉ॥	saaDhsang mil har gun gaa-ay ih janam padaarath jeetaa ray. ||1|| rahaa-o.

ਮਾਨਸ ਜੀਵ, ਪ੍ਰਭ ਦੇ ਸ਼ਬਦ ਦੀ ਪਾਲਣਾ ਤੋ ਬਿਨਾਂ ਇਹ ਤਨ ਅੰਤ ਵਿੱਚ ਨਾਸ਼ ਹੀ ਹੋ ਜਾਣਾ ਹੈ । ਬੰਦਗੀ ਕਰਨ ਵਾਲੇ ਸੰਤਾਂ ਦੇ ਜੀਵਨ ਦੇ ਅਧਾਰ ਤੇ ਜੀਵਨ ਢਾਲਕੇ, ਸ਼ਬਦ ਦੀ ਪਾਲਣਾ ਕਰੋ । ਇਸ ਮਾਨਸ ਜਨਮ ਵਿੱਚ ਹੀ ਮੌਤ ਤੇ ਜਿੱਤ ਪਾ ਲਵੋ ! ਮਾਨਸ ਜਨਮ ਦਾ ਸਫਰ ਸਫਲ ਕਰ ਲਵੋ !

You should remember, without obeying and adopting the teachings of His Word, your body is eventually going to be vanished. You should adopt the way of life of His true devotee and obey the teachings of His Word. You may conquer the devil of death and make your human life journey successful.

ਤ੍ਰੈ ਗੁਣ ਮਾਇਆ ਬ੍ਰਹਮ ਕੀ ਕੀਨ੍ਹੀ,	tarai gun maa-i-aa barahm kee keenHee

ਕਹਹੁ ਕਵਨ ਬਿਧਿ ਤਰੀਐ ਰੇ॥ kahhu kavan biDh taree-ai ray.
ਘੂਮਨ ਘੇਰ ਅਗਾਹ ਗਾਖਰੀ, ghooman ghayr agaah gaakhree
ਗੁਰ ਸਬਦੀ ਪਾਰਿ ਉਤਰੀਐ ਰ॥੨॥ gur sabdee paar utree-ai ray. ||2||

ਸੰਸਾਰ ਵਿੱਚ ਪ੍ਰਭ ਨੇ ਸੰਸਾਰਕ ਮਾਇਆ ਤਿੰਨਾਂ ਰੂਪੀ ਵਿੱਚ ਪੈਦਾ ਕੀਤੀ, ਤਿੰਨ ਜਾਲ ਹਨ । ਇਹਨਾਂ ਤੋ ਬਚ ਕੇ ਕਿਵੇਂ ਸੰਸਾਰਕ ਸਾਗਰ ਪਾਰ ਕੀਤਾ ਜਾਵੇ? ਇਹ ਸੰਸਾਰਕ ਮਾਇਆ ਰੂਪੀ ਸਾਗਰ ਬਹੁਤ ਹੀ ਗੰਭੀਰ, ਘੁੰਮਣ ਘੇਰੀਆ ਵਾਲਾ ਹੈ । ਸ਼ਬਦ ਨਾਲ ਜੀਵਨ ਢਾਲਣ ਨਾਲ ਹੀ ਇਸ ਵਿਚੋਂ ਪਾਰ ਹੋਇਆ ਜਾ ਸਕਦਾ ਹੈ । ਪ੍ਰਭ ਦੇ ਦਰਬਾਰ ਵਿੱਚ ਪ੍ਰਵਾਨ ਹੋਇਆ ਜਾ ਸਕਦਾ ਹੈ ।

The True Master has created three unique, different colors, forms and type of worldly wealth in the universe. How may anyone be saved from this worldly wealth and may stay steady and stable on the right path of acceptance in His court? This worldly wealth is very mysterious and tedious vicious cycle of intoxication of sweet poison. Only by adopting the teachings of His Word in day to day life, he may stay focused on the right path of His acceptance. He may be accepted in His court.

ਖੋਜਤ ਖੋਜਤ ਖੋਜਿ ਬੀਚਾਰਿਓ, khojat khojat khoj beechaari-o
ਤਤੁ ਨਾਨਕ ਇਹੁ ਜਾਨਾ ਰੇ॥ tat naanak ih jaanaa ray.
ਸਿਮਰਤ ਨਾਮੁ ਨਿਧਾਨੁ ਨਿਰਮੋਲਕੁ, simrat naam niDhaan nirmolak man
ਮਨੁ ਮਾਣਕੁ ਪਤੀਆਨਾ ਰੇ॥੩॥੧॥੧੩੦॥ maanak patee-aanaa ray. ||3||1||130||

ਬੰਦਗੀ ਕਰਨ ਵਾਲੇ, ਸ਼ਬਦ ਦੀ ਪਾਲਣਾ ਕਰਦੇ, ਮਨ ਨੂੰ ਪਰਖਦੇ ਸ਼ਬਦ ਦੀ ਸੋਝੀ ਪਾ ਲੈਂਦੇ ਹਨ । ਸ਼ਬਦ ਦੀ ਪਾਲਣਾ ਕਰਨ ਨਾਲ ਸ਼ਬਦ ਮਨ ਵਿੱਚ ਜਾਗਰਤ ਹੋ ਜਾਂਦਾ ਹੈ । ਇਹ ਅਣਮੋਲ ਧਨ ਬਖਸ਼ਿਸ਼ ਹੋ ਜਾਂਦਾ ਹੈ ।

His true devotee adopts the teachings of His Word and evaluates his own day to day deeds. He may be blessed with enlightenment of His Word from within. By adopting the teachings of His Word, he may be enlightened and become awake and alert all time. He may be blessed with priceless earnings of His Word.

200.ਆਸਾ ਮਹਲਾ ੫ ਦੁਪਦੇ॥ 404-5

ਗੁਰ ਪਰਸਾਦਿ ਮੇਰੈ ਮਨਿ ਵਸਿਆ, gur parsaad mayrai man vasi-aa
ਜੋ ਮਾਗਉ ਸੋ ਪਾਵਉ ਰੇ॥ jo maaga-o so paava-o ray.
ਨਾਮ ਰੰਗਿ ਇਹੁ ਮਨੁ ਤ੍ਰਿਪਤਾਨਾ, naam rang ih man tariptaanaa
ਬਹੁਰਿ ਨ ਕਤਹੂੰ ਧਾਵਉ ਰੇ॥੧॥ bahur na katahooN Dhaava-o ray. ||1||

ਪ੍ਰਭ ਦੀ ਰਹਿਮਤ ਨਾਲ ਪ੍ਰਭ ਦਾ ਸ਼ਬਦ ਮਨ ਵਿੱਚ ਜਾਗਰਤ ਹੋ ਗਿਆ ਹੈ । ਮੇਰੇ ਮਨ ਵਿੱਚ ਜੋ ਵੀ ਖਿਆਲ ਉਠਦੇ ਹਨ, ਉਹ ਹੀ ਬਖਸ਼ਿਸ਼ ਹੋ ਜਾਂਦੇ ਹਨ । ਮੇਰੇ ਮਨ ਵਿੱਚ ਪ੍ਰਭ ਦੇ ਸ਼ਬਦ ਨਾਲ ਪੂਰਨ ਸੰਤੋਖ ਵਸਦਾ ਹੈ, ਹੋਰ ਕਿਸੇ ਪਾਸੇ, ਖਿਆਲਾਂ ਵਿੱਚ ਨਹੀਂ ਘੁੰਮਦਾ ।

With His mercy and grace, the teachings of His Word have become enlightened within the mind of His true devotee. Whatsoever thoughts arise in his mind, with His mercy and grace his unspoken desires may also be satisfied. His mind remains contented with the blessings of The True Master. His mind may not wander around in different directions, thoughts.

ਹਮਰਾ ਠਾਕੁਰੁ ਸਭ ਤੇ ਊਚਾ, hamraa thaakur sabh tay oochaa
ਰੈਣਿ ਦਿਨਸੁ ਤਿਸੁ ਗਾਵਉ ਰੇ॥ rain dinas tis gaava-o ray.
ਖਿਨ ਮਹਿ ਥਾਪਿ ਉਥਾਪਨਹਾਰਾ, khin meh thaap uthaapanhaaraa
ਤਿਸ ਤੇ ਤੁਝਹਿ ਡਰਾਵਉ ਰੇ॥੧॥ tis tay tujheh daraava-o ray. ||1||
ਰਹਾਉ॥ rahaa-o.

ਜੀਵ ਦਿਨ ਰਾਤ ਪ੍ਰਭ ਦੇ ਸ਼ਬਦ ਦਾ ਸਿਮਰਨ ਕਰੋ, ਪ੍ਰਭ ਹੀ ਸਭ ਤੋ ਉੱਚਾ, ਵੱਡਾ, ਅਸਲੀ ਮਾਲਕ ਹੈ । ਉਹ ਇੱਕ ਪਲ ਵਿੱਚ ਹੀ ਕਿਸੇ ਨੂੰ ਵੱਡਾ ਕਰ ਸਕਦਾ, ਨਾਸ਼ ਕਰ ਸਕਦਾ ਹੈ । ਇਹ ਸੋਚਕੇ ਮਨ ਵਿੱਚ ਡਰ ਭਰ ਜਾਂਦਾ ਹੈ ।

You should meditate day and night on the teachings of His Word. The One and Only One, God True Master of the universe, in a twinkle of eyes, He may bestow His mercy and grace on humble true devotee. He may bestow him with a high status or may destroy the others with ego. With that enlightenment of His nature, I remain overwhelmed with the fear of His power.

ਜਬ ਦੇਖਉ ਪ੍ਰਭੁ ਅਪੁਨਾ ਸੁਆਮੀ,	jab daykh-a-u parabh apunaa su-aamee
ਤਉ ਅਵਰਹਿ ਚੀਤਿ ਨ ਪਾਵਉ ਰੇ॥	ta-o avrahi cheet na paava-o ray.
ਨਾਨਕੁ ਦਾਸੁ ਪ੍ਰਭਿ ਆਪਿ ਪਹਿਰਾਇਆ,	naanak daas parabh aap pehraa-i-aa
ਭ੍ਰਮੁ ਭਉ ਮੇਟਿ ਲਿਖਾਵਉ ਰੇ॥	bharam bha-o mayt likhaava-o ray.
੨॥੨॥੧੩੧॥	||2||2||131||

ਜਦੋਂ ਮੇਰੇ ਮਨ ਵਿੱਚ ਪ੍ਰਭ ਦਾ ਸ਼ਬਦ ਵਸ ਜਾਂਦਾ, ਸ਼ਬਦ ਦਾ ਧਿਆਨ ਆਉਂਦਾ ਹੈ । ਮੇਰਾ ਮਨ ਦਾ ਧਿਆਨ ਹੋਰ ਕਿਸੇ ਪਾਸੇ ਨਹੀਂ ਜਾਂਦਾ । ਪ੍ਰਭ ਆਪ ਹੀ ਆਪਣੇ ਦਾਸ ਤੇ ਰਹਿਮਤ ਬਖਸ਼ਦਾ ਹੈ । ਉਸ ਦੇ ਮਨ ਦੇ ਭਰਮ, ਮੌਤ ਦਾ ਡਰ ਖਤਮ ਹੋ ਜਾਂਦਾ ਹੈ । ਪ੍ਰਭ ਆਪ ਹੀ ਉਸ ਦਾ ਲੇਖਾ ਸਾਫ ਕਰ ਦੇਂਦਾ ਹੈ ।

When the teachings of His Word remain drenched within my mind, I may remain concentrated on the teachings of His Word in his day to day life. My mind may not wander around in any other direction. With His mercy and grace all suspicions of His humble true devotee may be eliminated along with the fear of death. The True Master may forgive all his sins and may satisfy all accounts of his previous deeds.

201.ਆਸਾ ਮਹਲਾ ੫॥ 404-9

ਚਾਰਿ ਬਰਨ ਚਉਹਾ ਕੇ ਮਰਦਨ,	chaar baran cha-uhaa kay mardan
ਖਟੁ ਦਰਸਨ ਕਰ ਤਲੀ ਰੇ॥	khat darsan kar talee ray.
ਸੁੰਦਰ ਸੁਘਰ ਸਰੂਪ ਸਿਆਨੇ,	sundar sughar saroop si-aanay
ਪੰਚਹੁ ਹੀ ਮੋਹਿ ਛਲੀ ਰੇ॥੧॥	panchahu hee mohi chhalee ray. ||1||

ਸ੍ਰਿਸ਼ਟੀ ਨੂੰ ਚਾਰ ਜਾਤਾਂ ਵਿੱਚ ਵੰਡਿਆ ਹੈ । ਪ੍ਰਚਾਰ ਕਰਨ ਵਾਲੇ, ਛੇ ਸ਼ਾਸਤ੍ਰ ਦਾ ਗਿਆਨ ਆਪਣੀ ਜੀਭ ਤੇ ਰਖਦੇ ਹਨ । ਉਹ ਸਾਰੇ ਹੀ ਆਪਣੇ ਆਪਣੇ ਮਤ ਵਿੱਚ ਬਹੁਤ ਸਿਆਣੇ, ਸੋਭਾ ਵਾਲੇ ਹਨ । ਪਰ ਸਾਰੇ ਹੀ ਪੰਜਾਂ ਇੱਛਾਂ ਦੇ ਗੁਲਾਮ ਹਨ ।

The whole human creation has been divided into four castes based on worldly functions. The worldly preachers signify the knowledge of the teachings of six Holy Scriptures, shaastras and remember on their tongue. All preachers are very knowledgeable, educated, wise in their own religious principles. However, all remains slave of worldly wealth, in one or more form of worldly wealth.

ਜਿਨਿ ਮਿਲਿ ਮਾਰੇ ਪੰਚ ਸੂਰਬੀਰ,	jin mil maaray panch soorbeer
ਐਸੋ ਕਉਨੁ ਬਲੀ ਰੇ॥	aiso ka-un balee ray.
ਜਿਨਿ ਪੰਚ ਮਾਰਿ ਬਿਦਾਰਿ ਗੁਦਾਰੇ,	jin panch maar bidaar gudaaray
ਸੋ ਪੂਰਾ ਇਹ ਕਲੀ ਰੇ॥੧॥ ਰਹਾਉ॥	so pooraa ih kalee ray. ||1|| rahaa-o.

ਅਗਰ ਕੋਈ ਮਾਨਸ ਇਤਨਾ ਸੂਰਮਾ ਹੈ, ਜਿਸ ਨੇ ਇਹਨਾਂ ਪੰਜਾਂ ਤੇ ਜਿੱਤ ਪਾਈ ਹੈ? ਇਸ ਕੱਲਜੁਗ ਵਿੱਚ ਕੇਵਲ ਉਹ ਹੀ ਪੂਰਨ ਗੁਰਮਖ ਹੈ । ਜਿਸ ਨੇ ਇਹਨਾਂ ਪੰਜਾਂ ਤੇ ਜਿੱਤ ਪਾਈ ਹੈ ।

Is there anyone, warrior who may have conquered all five demons of worldly wealth in his life.? In the Age of Kuljug, who may has conquered the five demons of the worldly wealth, only he may be worthy of calling as His true devotee.

ਵਡੀ ਕੋਮ ਵਸਿ ਭਾਗਹਿ ਨਾਹੀ,
ਮੁਹਕਮ ਫਉਜ ਹਠਲੀ ਰੇ॥
ਕਹੁ ਨਾਨਕ ਤਿਨਿ ਜਨਿ ਨਿਰਦਲਿਆ,
ਸਾਧਸੰਗਤਿ ਕੈ ਝਲੀ ਰੇ॥੨॥੩॥੧੩੨॥

vadee kom vas bhaageh naahee
muhkam fa-uj hathlee ray.
kaho naanak tin jan nirdali-aa
saaDhsangat kai jhalee ray. ||2||3||132||

ਇਹ ਪੰਜੇ ਇੱਛਾਂ ਰੂਪੀ ਜਮਦੂਤ ਬਹੁਤ ਤਾਕਤਵਾਰ, ਅਨੋਖੇ, ਬਹੁਤ ਮਹਾਨ ਹਨ । ਇਹ ਮਾਨਸ ਦਾ ਪਿਛਾ ਨਹੀਂ ਛੱਡਦੇ, ਇਹਨਾਂ ਤੇ ਕਾਬੂ ਨਹੀਂ ਪਇਆ ਜਾ ਸਕਦਾ । ਇਹਨਾਂ ਦੀ ਫੋਜ ਬਹੁਤ ਤਾਕਤਵਾਰ ਅਤੇ ਨਾ ਹਾਰ ਮੰਨਣ ਵਾਲੀ ਹੈ । ਜਿਹੜੇ ਨਿਮਾਣੇ ਦਾਸ ਬੰਦਗੀ ਕਰਨ ਵਾਲੇ ਸੰਤਾਂ ਦੀ ਸੰਗਤ ਵਿੱਚ ਵਸਦੇ ਹਨ, ਕੇਵਲ ਉਹ ਹੀ ਇਹਨਾਂ ਤੇ ਜਿੱਤ ਪਾ ਸਕਦੇ ਹਨ ।

These five demons of worldly desires are very powerful, mysterious, astonishing in the universe. These five demons always remain focused, concentrated on their path and never spare any worldly creature. No one may overpower these demons by any worldly power with own techniques or efforts. The army of these five demons is very powerful with all tricks and techniques and may never surrender to any human determination. Only His true devotee, who may remain in the association of His true devotee; he may wholeheartedly adopt the teachings of His Word in his life; he may be blessed with power, strength and enlightenment to conquer these demons of worldly wealth.

202.ਆਸਾ ਮਹਲਾ ੫॥ 404-13

ਨੀਕੀ ਜੀਅ ਕੀ ਹਰਿ ਕਥਾ ਊਤਮ,
ਆਨ ਸਗਲ ਰਸ ਫੀਕੀ ਰੇ॥੧॥ ਰਹਾਉ॥

neekee jee-a kee har kathaa ootam
aan sagal ras feekee ray. ||1|| rahaa-o.

ਪ੍ਰਭ ਦੇ ਸ਼ਬਦ ਦੀ ਕਥਾ ਹੀ ਆਤਮਾ ਵਾਸਤੇ ਉਤਮ, ਸਦਾ ਰਹਿਣ ਵਾਲਾ ਅਨੰਦ ਦੇਣ ਵਾਲੀ ਹੈ, ਬਾਕੀ ਸਾਰੀਆਂ ਕਥਾਂ ਬਿਰਥੀਆਂ ਹੀ ਹਨ ।

Only the sermons of the teachings of His Word are superb for the soul to provide comfort and everlasting pleasures. All other sermons and stories may not have any deep influence on his state of mind.

ਬਹੁ ਗੁਨਿ ਧੁਨਿ ਮੁਨਿ ਜਨ ਖਟੁ ਬੇਤੇ,
ਅਵਰੁ ਨ ਕਿਛੁ ਲਾਈਕੀ ਰੇ॥੧॥

baho gun Dhun mun jan khat baytay
avar na kichh laa-eekee ray. ||1||

ਬੰਦਗੀ ਕਰਨ ਵਾਲੇ ਸੰਤ, ਦੇਵਤੇ, ਛੇ ਸ਼ਾਸਤ੍ਰ ਦੇ ਗਿਆਨ ਵਾਲੇ ਸਾਰੇ ਹੀ ਇਹ ਮੰਨਦੇ ਹਨ । ਕਿ ਸ਼ਬਦ ਦੀ ਸਿਖਿਆ ਤੋ ਬਿਨਾਂ ਹੋਰ ਕੋਈ ਸਿਖਿਆ ਧਿਆਨ ਲਾਉਣ ਦੇ ਯੋਗ ਨਹੀਂ ਹੈ ।

All enlightened, educated and scholars of worldly known six Holy Scriptures, shaastras believe that without adopting the teachings of His Word, no other teachings are worthy of adopting for the purpose of human life journey.

ਬਿਖਾਰੀ ਨਿਰਾਰੀ ਅਪਾਰੀ ਸਹਜਾਰੀ,
ਸਾਧਸੰਗਿ ਨਾਨਕ ਪੀਕੀ ਰੇ॥੨॥੪॥੧੩੩॥

bikhaaree niraaree apaaree sehjaaree
saaDhsang naanak peekee ray.2-4

ਪ੍ਰਭ ਦੇ ਸ਼ਬਦ ਦੀ ਕਥਾ ਇੱਕ ਅਨੋਖੀ, ਬੁਰੇ ਖਿਆਲਾਂ ਦਾ ਨਾਸ਼ ਕਰਨ ਵਾਲੀ, ਇਸ ਦੇ ਬਰਾਬਰ ਹੋਰ ਕੁਝ ਨਹੀਂ ਹੈ । ਇਸ ਨਾਲ ਹੀ ਮਨ ਵਿੱਚ ਸਦਾ ਰਹਿਣ ਵਾਲਾ ਸੰਤੋਖ ਬਖਸ਼ਿਸ਼ ਹੁੰਦਾ ਹੈ । ਬੰਦਗੀ ਕਰਨ ਵਾਲੇ ਦੀ ਸੰਗਤ ਕਰਕੇ, ਇਸ ਅਣਮੋਲ ਅੰਮ੍ਰਿਤ ਦਾ ਰਸ ਪੀਵੋ !

The teachings of His Word are astonishing to eliminate the evil thoughts from the mind. No other meditation may be even comparable with the teachings of His Word. By adopting these teachings in day to day life, he may be blessed with contentment forever. By adopting the way of life of His true devotee, one may be blessed with a priceless enlightenment of His Word.

203.ਆਸਾ ਮਹਲਾ ੫॥ 404-15

ਹਮਾਰੀ ਪਿਆਰੀ ਅੰਮ੍ਰਿਤ ਧਾਰੀ,	hamaaree pi-aaree amrit Dhaaree
ਗੁਰਿ ਨਿਮਖ ਨ ਮਨ ਤੇ ਟਾਰੀ ਰੇ॥੧॥	gur nimakh na man tay taaree ray.
ਰਹਾਉ॥	||1|| rahaa-o.

ਪ੍ਰਭ ਨੇ ਰਹਿਮਤ ਬਖਸ਼ਕੇ, ਅਣਮੋਲ ਰਸ ਭਰਿਆਂ ਅੰਮ੍ਰਿਤ ਦਾ ਸਾਗਰ ਬਖਸ਼ਿਆ ਹੈ । ਮੇਰੇ ਮਨ ਦਾ ਇੱਕ ਪਲ ਵੀ ਇਸ ਤੋਂ ਵਾਂਝਾ ਨਹੀਂ ਰਖਿਆ ।

With His mercy and grace, The True Master has blessed an ocean of nectar, enlightenment for His creation. Even the moment of my mind is not without the nectar of enlightenment of His Word.

ਦਰਸਨ ਪਰਸਨ ਸਰਸਨ ਹਰਸਨ,	darsan parsan sarsan harsan
ਰੰਗਿ ਰੰਗੀ ਕਰਤਾਰੀ ਰੇ॥੧॥	rang rangee kartaaree ray. ||1||

ਸ਼ਬਦ ਦੇ ਦਰਸ਼ਨ ਕਰਨ, ਸੋਝੀ ਪਾਉਣ, ਇਸ ਨੂੰ ਢੋਹਣ, ਜੀਵਨ ਢਾਲਣ ਨਾਲ, ਮਨ ਵਿੱਚ ਡੂੰਘਾ ਅਨੰਦ ਵਸ ਗਿਆ ਹੈ । ਮੈਂ ਪ੍ਰਭ ਦੇ ਵਿਛੋੜੇ ਦੇ ਵਿਰਾਗ ਵਿੱਚ ਹੀ ਵਸਦਾ ਹਾ ।

By realizing His existence, enlightening the teachings of His Word, meditating and adopting the teachings of His Word, I am drenched with a deep pleasure and contentment within. I always remain in renunciation in the memory of my separation from The True Master.

ਖਿਨੁ ਰਮ ਗੁਰ ਗਮ ਹਰਿ ਦਮ ਨਹ,	khin ram gur gam har dam nah
ਜਮ ਹਰਿ ਕੰਠਿ ਨਾਨਕ ਉਰਿ ਹਾਰੀ ਰੇ॥	jam har kanth naanak ur haaree ray.
੨॥੫॥੧੩੪॥	||2||5||134||

ਸ਼ਬਦ ਦੇ ਗੁਣ ਗਾਉਣ ਨਾਲ ਇੱਕ ਪਲ ਵਿੱਚ ਹੀ ਮਨ, ਪ੍ਰਭ ਦੇ ਚਰਨਾਂ ਵਿੱਚ ਚਲੇ ਜਾਂਦਾ ਹੈ । ਸ਼ਬਦ ਦੀ ਪਾਲਣਾ ਕਰਨ ਨਾਲ ਮੌਤ ਦਾ ਡਰ ਖਤਮ ਹੋ ਜਾਂਦਾ ਹੈ । ਪ੍ਰਭ ਆਪ ਹੀ ਇਹ ਸ਼ਬਦ ਦੀ ਸੋਝੀ ਦੀ ਮਾਲ੍ਹਾ, ਦਾਸ ਦੇ ਗਲ ਵਿੱਚ ਪਾਉਂਦਾ, ਬਖਸ਼ਦਾ ਹੈ ।

By singing the glory of His Word with steady and stable belief, even for a moment, the mind may enter into the sanctuary of The True Master. He may be blessed to conquer the fear of death forever. The True Master blesses the rosary of enlightenment of His Word in the neck of His true devotee.

204.ਆਸਾ ਮਹਲਾ ੫॥ 404-17

ਨੀਕੀ ਸਾਧ ਸੰਗਾਨੀ॥ ਰਹਾਉ॥	neekee saaDh sangaanee. rahaa-o.

ਬੰਦਗੀ ਕਰਨ ਵਾਲੇ ਸੰਤਾਂ ਦੇ ਜੀਵਨ ਅਨੁਸਾਰ ਜੀਵਨ ਢਾਲਣਾ ਹੀ ਉਤਮ ਅਵਸਥਾ ਹੈ ।

To adopt the way of life of His true devotee in own day to day life, may be the superb state of mind.

ਪਹਰ ਮੂਰਤ ਪਲ ਗਾਵਤ,	pahar moorat pal gaavat
ਗਾਵਤ ਗੋਵਿੰਦ ਗੋਵਿੰਦ ਵਖਾਨੀ॥੧॥	gaavat govind govind vakhaanee. ||1||

ਹਰ ਦਿਨ, ਹਰ ਪਲ ਪ੍ਰਭ ਦੇ ਸ਼ਬਦ ਦੇ ਗੁਣ ਗਾਉਂਦਾ ਹਾ ।

I am singing the glory and virtues of The True Master with each and every breath.

ਚਾਲਤ ਬੈਸਤ ਸੋਵਤ ਹਰਿ ਜਸੁ,	chaalat baisat sovat har jas man

ਮਨਿ ਤਨਿ ਚਰਨ ਖਟਾਨੀ॥੨॥ tan charan khataanee. ||2||

ਬੈਠਦੇ, ਉਠਦੇ, ਚਲਦੇ ਸਾਉਂਦੇ, ਪ੍ਰਭ ਦੇ ਸ਼ਬਦ ਦੀ ਉਸਤਤ ਗਾਉਂਦਾ ਹਾ । ਪ੍ਰਭ ਦੇ ਸਬਦ ਦੀ ਸੋਝੀ ਰੂਪੀ ਚਰਨ ਆਪਣੇ ਮਨ ਵਿੱਚ ਰਖਦਾ ਹਾ । ਸ਼ਬਦ ਨੂੰ ਮਨ ਵਿੱਚ ਜਾਗਰਤ ਅਤੇ ਸੁਚੇਤ ਰਖਦਾ ਹਾ ।

In my day to day life, walking around, sleeping, waking up, I always sing the glory of His Word with steady and stable belief. My mind remains drenched with the enlightenment of His Word and remains awake and alert all time.

ਹੰਉ ਹਉਰੋ ਤੂ ਠਾਕੁਰੁ ਗਉਰੋ, haN-o ha-uro too thaakur ga-uro
ਨਾਨਕ ਸਰਨਿ ਪਛਾਨੀ॥੩॥੬॥੧੩੫॥ naanak saran pachhaanee. ||3||6||135||

ਬੰਦਗੀ ਕਰਨ ਵਾਲੇ ਸਦਾ ਹੀ ਅਰਦਾਸ ਕਰਦੇ ਹਨ । ਪ੍ਰਭ ਤੂੰ ਕਿਤਨਾ ਮਹਾਨ ਹੈ, ਗੁਣਾਂ ਵਾਲਾ ਹੈ , ਮੈਂ ਨੀਚ ਅਉਗੁਣਾਂ ਨਾਲ ਭਰਿਆਂ ਹਾ । ਤੇਰੀ ਸ਼ਰਣ ਵਿੱਚ ਅਇਆ ਹਾ, ਪਨਾਹ ਬਖਸ਼ੋ !

I am mean, low class, overwhelmed with sins and You are overwhelmed with virtues and greatness. I have humbly surrendered at Your sanctuary for forgiveness. With Your mercy and grace attaches me to a devotional meditation and guide me on the right path of salvation.

205.ਰਾਗੁ ਆਸਾ ਮਹਲਾ ੫ ਘਰੁ ੧੨॥ 405-1

ੴ ਸਤਿਗੁਰ ਪ੍ਰਸਾਦਿ॥ ik-oNkaar satgur parsaad.
ਤਿਆਗਿ ਸਗਲ ਸਿਆਨਪਾ, ti-aag sagal si-aanpaa
ਭਜੁ ਪਾਰਬ੍ਰਹਮ ਨਿਰੰਕਾਰੁ॥ bhaj paarbarahm nirankaar.
ਏਕ ਸਾਚੇ ਨਾਮ ਬਾਝਹੁ, ayk saachay naam baajhahu
ਸਗਲ ਦੀਸੈ ਛਾਰੁ॥੧॥ sagal deesai chhaar. ||1||

ਆਪਣੇ ਮਨ ਦੀਆਂ ਚਲਾਕੀਆਂ ਨੂੰ ਤਿਆਗ ਕੇ, ਅਕਾਰ ਰਹਿਤ ਪ੍ਰਭ ਦੇ ਸ਼ਬਦ ਦੀ ਪਾਲਣਾ, ਸਿਮਰਨ ਕਰੋ ! ਉਸ ਦੇ ਬਖਸ਼ੇ ਦਾ ਧੰਨਵਾਦ ਕਰੋ ! ਕੇਵਲ ਪ੍ਰਭ ਦਾ ਸ਼ਬਦ ਹੀ ਸਦਾ ਅਟੱਲ ਰਹਿਣ ਵਾਲਾ ਹੈ । ਕੇਵਲ ਸ਼ਬਦ ਦੀ ਪਾਲਣਾ ਨਾਲ ਹੀ ਸਦਾ ਰਹਿਣ ਵਾਲਾ ਅਨੰਦ ਬਖਸ਼ਿਸ਼ ਹੁੰਦਾ ਹੈ । ਬਾਕੀ ਸਭ ਧਨ ਥੋੜ੍ਹਾ ਸਮਾਂ ਅਨੰਦ ਦੇਣ ਵਾਲੇ, ਅੰਤ ਵਿੱਚ ਬੀਤ ਜਾਂਦਾ ਹੈ ।

You should abandon all clever tricks of your mind and adopt the teachings of the formless True Master in your day to day life. You should always be grateful to The True Master for His blessings. Only with the enlightenment of His Word, you may be blessed with everlasting pleasure and contentment. All other worldly wealth, possessions may only provide comfort for a limited, short period of time and in the end passes away.

ਸੋ ਪ੍ਰਭੁ ਜਾਣੀਐ ਸਦ ਸੰਗਿ॥ so parabh jaanee-ai sad sang.
ਗੁਰ ਪ੍ਰਸਾਦੀ ਬੂਝੀਐ, gur parsaadee boojhee-ai
ਏਕ ਹਰਿ ਕੈ ਰੰਗਿ॥੧॥ ਰਹਾਉ॥ ayk har kai rang. ||1|| rahaa-o.

ਹਮੇਸ਼ਾਂ ਮਨ ਵਿੱਚ ਯਾਦ ਰਖੋ ! ਪ੍ਰਭ ਸਦਾ ਹੀ ਤੇਰੇ ਸਾਥ ਤਨ ਵਿੱਚ ਵਸਦਾ ਹੈ । ਪ੍ਰਭ ਦੇ ਸ਼ਬਦ ਦੀ ਪਾਲਣਾ ਕਰਨ ਨਾਲ ਹੀ, ਰਹਿਮਤ, ਇਸ ਦੀ ਸੋਝੀ ਬਖਸ਼ਿਸ਼ ਹੰਦੀ ਹੈ ।

Always remember! The True Master always dwells within the body. By adopting the teachings of His Word, the enlightenment may be blessed to His true devotee.

ਸਰਣਿ ਸਮਰਥ ਏਕ ਕੇਰੀ, saran samrath ayk kayree
ਦੂਜਾ ਨਾਹੀ ਠਾਉ॥ doojaa naahee thaa-o.
ਮਹਾ ਭਉਜਲੁ ਲੰਘੀਐ, mahaa bha-ojal langhee-ai
ਸਦਾ ਹਰਿ ਗੁਣ ਗਾਉ॥੨॥ sadaa har gun gaa-o. ||2||

ਸਭ ਤੋ ਤਾਕਤਵਾਲੇ ਇੱਕੋ ਇੱਕ ਪ੍ਰਭ ਦੀ ਓਟ, ਸ਼ਰਣ ਵਿੱਚ ਆਪਣਾ ਘਰ ਬਣਾਵੋ! ਹੋਰ ਕੋਈ ਥਾਂ ਅਰਾਮ ਕਰਨ ਵਾਲੀ ਨਹੀਂ ਹੈ । ਸ਼ਬਦ ਦੀ ਪਾਲਣਾ ਕਰਦੇ, ਗੁਣ ਗਾਉਂਦੇ ਹੀ ਮਾਇਆ ਭਰਿਆਂ ਭਿਆਨਕ ਸੰਸਾਰਕ ਸਾਗਰ ਪਾਰ ਕੀਤਾ ਜਾ ਸਕਦਾ ਹੈ ।

You should beg for a permanent residence in the sanctuary of The One and Only One, Omnipotent True Master. There is no other permanent resting and comforting place. Whosoever may sing and adopt the teachings of His Word with steady and stable belief, only he may swim the terrible ocean of worldly desires and remains on the right path of meditation forever.

ਜਨਮ ਮਰਣੁ ਨਿਵਾਰੀਐ,	janam maran nivaaree-ai
ਦੁਖੁ ਨ ਜਮ ਪੁਰਿ ਹੋਇ॥	dukh na jam pur ho-ay.
ਨਾਮੁ ਨਿਧਾਨੁ ਸੋਈ ਪਾਏ,	naam niDhaan so-ee paa-ay
ਕ੍ਰਿਪਾ ਕਰੇ ਪ੍ਰਭੁ ਸੋਇ॥੩॥	kirpaa karay parabh so-ay. ||3||

ਸ਼ਬਦ ਦੀ ਪਾਲਣਾ ਕਰਦੇ ਦਾਸ ਦਾ ਜਨਮ ਮਰਨ ਦਾ ਦੁਖ ਕੱਟਿਆ ਜਾਂਦਾ ਹੈ । ਜੀਵ ਨੂੰ ਮੌਤ ਦੇ ਜਮਦੂਤ ਦੀ ਸਜ਼ਾ ਨਹੀਂ ਮਿਲਦੀ । ਜਿਸ ਤੇ ਪ੍ਰਭ ਆਪਣੀ ਰਹਿਮਤ ਨਾਲ ਸ਼ਬਦ ਦੀ ਸੋਝੀ ਬਖਸ਼ਦਾ ਹੈ, ਕੇਵਲ ਉਹ ਹੀ ਪ੍ਰਭ ਦੇ ਸ਼ਬਦ ਦੇ ਲੜ ਲੱਗਦਾ ਹੈ ।

By adopting the teachings of His Word, the cycle of birth and death may be eliminated with His mercy and grace. His soul may not be captured by the devil of death. Whosoever may be blessed with devotional attachments to meditates on the teachings of His World, only he may remain steady and stable on the right path.

ਏਕ ਟੇਕ ਅਧਾਰੁ	ayk tayk aDhaar
ਏਕੋ ਏਕ ਕਾ ਮਨਿ ਜੋਰੁ॥	ayko ayk kaa man jor.
ਨਾਨਕ ਜਪੀਐ ਮਿਲਿ ਸਾਧਸੰਗਤਿ,	naanak japee-ai mil saaDhsangat
ਹਰਿ ਬਿਨੁ ਅਵਰੁ ਨ ਹੋਰੁ॥੪॥੧॥੧੩੬॥	har bin avar na hor. ||4||1||136||

ਇੱਕੋ ਇੱਕ ਪ੍ਰਭ ਹੀ ਮੇਰੀ ਓਟ, ਆਸਰਾ ਹੈ । ਕੇਵਲ ਉਹ ਹੀ ਮੇਰੇ ਮਨ ਦੀ ਤਾਕਤ, ਦ੍ਰਿੜ੍ਹਤਾ ਹੈ । ਜੀਵ ਬੰਦਗੀ ਕਰਨ ਵਾਲੇ ਦੀ ਸੰਗਤ ਵਿੱਚ ਰਲਕੇ ਪ੍ਰਭ ਦੇ ਸ਼ਬਦ ਦਾ ਸਿਮਰਨ ਕਰੋ! ਪ੍ਰਭ ਤੋ ਬਿਨਾਂ ਹੋਰ ਕੋਈ ਰਖਿਆ ਕਰਨ ਵਾਲਾ, ਅਸਲੀ ਮਾਲਕ ਨਹੀਂ ਹੈ ।

The One and Only One True Master is my pillar of support and hope. Only He is my strength and determination to meditate on the teachings of His Word. You should association with His true devotee and meditate in the void of His Word. No one else is protector or Master of His creations.

206.ਆਸਾ ਮਹਲਾ ੫॥ 405-7

ਜੀਉ ਮਨੁ ਤਨੁ ਪ੍ਰਾਨ ਪ੍ਰਭ ਕੇ,	jee-o man tan paraan parabh kay
ਦੀਏ ਸਭਿ ਰਸ ਭੋਗ॥	dee-ay sabh ras bhog.
ਦੀਨ ਬੰਧਪ ਜੀਅ ਦਾਤਾ,	deen banDhap jee-a daataa
ਸਰਣਿ ਰਾਖਣੁ ਜੋਗੁ॥੧॥	saran raakhan jog. ||1||

ਆਤਮਾ, ਤਨ ਅਤੇ ਸਵਾਸ ਪ੍ਰਭ ਦੇ ਬਖਸ਼ੇ ਹੋਏ, ਉਸ ਦੀ ਹੀ ਅਮਾਨਤ ਹਨ । ਪ੍ਰਭ ਹੀ ਸਭ ਦੁਖ ਸੁਖ ਬਖਸ਼ਦਾ ਹੈ । ਉਹ ਨਿਮਾਣੇ ਦਾ ਸਾਥੀ, ਆਤਮਾ ਨੂੰ ਮਾਨਸ ਜੀਵਨ ਬਖਸ਼ਣਹਾਰਾ ਹੈ । ਜਿਹੜਾ ਉਸ ਦੀ ਸ਼ਰਣ ਵਿੱਚ ਆ ਜਾਂਦਾ ਹੈ । ਉਸ ਦੀ ਰਖਿਆ ਕਰਦਾ ਹੈ ।

Your body, mind, soul may be blessed by The True Master and are only His trust. With His command all sorrows and pleasures in the world may be blessed. He is the true companion of humble devotee; human body may be blessed only with His mercy and grace. Whosoever may humbly surrender at His sanctuary, he may be protected with His mercy and grace.

ਮੇਰੇ ਮਨ ਧਿਆਇ, ਹਰਿ ਹਰਿ ਨਾਉ॥ mayray man Dhi-aa-ay har har naa-o.
ਹਲਤਿ ਪਲਤਿ ਸਹਾਇ ਸੰਗੇ, halat palat sahaa-ay sangay
ਏਕ ਸਿਉ ਲਿਵ ਲਾਉ॥ ੧॥ ਰਹਾਉ॥ ayk si-o liv laa-o. ||1|| rahaa-o.

ਪ੍ਰਭ ਦੇ ਸ਼ਬਦਾ ਸਿਮਰਨ ਕਰੋ! ਸੰਸਾਰ ਵਿੱਚ ਅਤੇ ਮੌਤ ਪਿਛੋਂ ਸ਼ਬਦ ਦੀ ਕਮਾਈ ਹੀ ਸਾਥੀ, ਸਹਾਈ ਹੁੰਦਾ ਹੈ । ਪ੍ਰਭ ਦੇ ਸ਼ਬਦ ਤੇ ਭਰੋਸਾ ਅਡੋਲ ਰਖਕੇ ! ਉਸ ਨਾਲ ਪ੍ਰੀਤ ਲਾਵੋ!

You should meditate on the teachings of The True Master, only the earnings of His Word remain true companion in this universe and also after death in the court of The True Master. You should keep steady and stable belief on His blessings and concentrate on the teachings of His Word.

ਬੇਦ ਸਾਸਤ੍ਰ ਜਨ ਧਿਆਵਹਿ, bayd saastar jan Dhi-aavahi
ਤਰਣ ਕਉ ਸੰਸਾਰੁ॥ taran ka-o sansaar.
ਕਰਮ ਧਰਮ ਅਨੇਕ ਕਿਰਿਆ, karam Dharam anayk kiri-aa
ਸਭ ਊਪਰਿ ਨਾਮੁ ਅਚਾਰੁ॥੨॥ sabh oopar naam achaar. ||2||

ਸੰਸਾਰ ਵਿੱਚ ਜੀਵ ਵੇਦ, ਸ਼ਾਸਤ੍ਰ ਪੜ੍ਹਦੇ, ਹੋਰ ਧਰਮ ਦੇ ਗ੍ਰੰਥ ਦਾ ਪਾਠ ਪ੍ਰਭ ਦੇ ਦਰਬਾਰ ਵਿੱਚ ਪ੍ਰਵਾਨ ਹੋਣ ਲਈ ਕਰਦੇ ਹਨ । ਸਾਰੇ ਧਰਮ ਦੇ ਰੀਤੀ ਰੀਵਾਜ, ਪੂਜਾ, ਚੰਗੇ ਕੰਮਾਂ ਕਰਦੇ ਹਨ । ਇਹ ਸਾਰੇ ਹੀ ਮਨੋ ਪ੍ਰਭ ਦੇ ਸ਼ਬਦ ਦੀ ਪਾਲਣਾ ਵਿੱਚ ਹੀ ਆ ਜਾਂਦੇ ਹਨ । ਇਹਨਾਂ ਸਭ ਦਾ ਫਲ ਮਨ ਅਡੋਲ ਕਰਕੇ ਸਿਮਰਨ ਕਰਨ ਵਿੱਚ ਹੀ ਬਖਸ਼ਿਸ਼ ਹੋ ਸਕਦਾ ਹੈ ।

Worldly devotee recites the worldly Holy Scriptures, devotional reading, paath to become worthy of His consideration and acceptance in His court. He may perform all religious rituals, charities and good deeds for the mankind as described in these Holy Scriptures. The reward of all may be blessed by adopting the teachings of His Word in day to day life.

ਕਾਮੁ ਕ੍ਰੋਧੁ ਅਹੰਕਾਰੁ ਬਿਨਸੈ, kaam kroDh ahaNkaar binsai
ਮਿਲੈ ਸਤਿਗੁਰ ਦੇਵ॥ milai satgur dayv.
ਨਾਮੁ ਦ੍ਰਿੜੁ ਕਰਿ ਭਗਤਿ ਹਰਿ ਕੀ, naam darirh kar bhagat har kee
ਭਲੀ ਪ੍ਰਭ ਕੀ ਸੇਵ॥੩॥ bhalee parabh kee sayv. ||3||

ਜਿਹੜਾ ਸ਼ਬਦ ਤੇ ਭਰੋਸਾ ਅਡੋਲ ਕਰਕੇ ਪਾਲਣਾ, ਸਿਮਰਨ ਕਰਦਾ ਹੈ, ਉਸ ਦੇ ਮਨ ਦੀ ਕਾਮਵਾਸਨਾ, ਕਰੋਧ, ਅਹੰਕਾਰ ਸਭ ਤੇ ਜਿੱਤ ਬਖਸ਼ਿਸ਼ ਹੋ ਜਾਂਦੀ ਹੈ । ਜੀਵ ਅਡੋਲ ਭਰੋਸੇ ਨਾਲ ਸ਼ਬਦ ਦੀ ਪਾਲਣਾ ਕਰਕੇ ਸ਼ਬਦ ਨੂੰ ਮਨ ਵਿੱਚ ਜਾਗਰਤ ਕਰਨਾ ਸਭ ਤੋ ਚੰਗਾ ਕੰਮ ਹੈ ।

Whosoever may meditate and adopt the teachings of His Word wholeheartedly with steady and stable belief, he may be blessed with strength to conquer his sexual desire, anger and the ego of his mind. You should with steady and stable belief adopt the teachings of His Word. Enlightening His Word within may be the superb chore of human life journey.

ਚਰਣ ਸਰਣ ਦਇਆਲ ਤੇਰੀ, charan saran da-i-aal tayree
ਤੂੰ ਨਿਮਾਣੇ ਮਾਣੁ॥ tooN nimaanay maan.
ਜੀਅ ਪ੍ਰਾਣ ਅਧਾਰੁ ਤੇਰਾ, jee-a paraan aDhaar tayraa
ਨਾਨਕ ਕਾ ਪ੍ਰਭੁ ਤਾਣੁ॥੪॥੨॥੧੩੭॥ naanak kaa parabh taan. ||4||2||137

ਪ੍ਰਭ ਤੂੰ ਹੀ ਨਿਮਾਣੇ ਦਾਸਾਂ ਦੀ ਪਤ ਰਖਦਾ ਹੈ, ਮੈਂ ਤੇਰੀ ਸ਼ਰਣ ਵਿੱਚ ਅਇਆ ਹਾ । ਪ੍ਰਭ ਤੂੰ ਹੀ ਮੇਰੀ ਆਤਮਾ ਦਾ ਆਸਰਾ, ਸਵਾਸਾਂ ਦਾ ਮਾਲਕ ਹੈ । ਤੂੰ ਹੀ ਮੇਰੀ ਹੈਸੀਅਤ, ਤਾਕਤ ਹੈ ।

The True Master, only You protect the honor and dignity as Your true devotee, I have humbly surrender to Your sanctuary for forgiveness.

Only You are my hope and support of my soul and my worldly status, power and strength in the universe.

207.ਆਸਾ ਮਹਲਾ ੫॥ 405- 12

ਡੋਲਿ ਡੋਲਿ ਮਹਾ ਦੁਖੁ ਪਾਇਆ,	dol dol mahaa dukh paa-i-aa
ਬਿਨਾ ਸਾਧੂ ਸੰਗ॥	binaa saaDhoo sang.
ਖਾਟਿ ਲਾਭੁ ਗੋਬਿੰਦ ਹਰਿ ਰਸੁ,	khaat laabh gobind har ras
ਪਾਰਬ੍ਰਹਮ ਇਕ ਰੰਗ॥੧॥	paarbarahm ik rang. ||1||

ਬੰਦਗੀ ਵਾਲੇ ਦੀ ਸੰਗਤ ਤੋ ਬਿਨਾਂ, ਚਾਰੇ ਪਾਸੇ ਘੁੰਮਦਾ ਵੱਖਰੇ ਵੱਖਰੇ ਧਰਮ ਦੇ ਰੀਤ ਰੀਵਾਜ ਕਰਦਾ ਹੈ । ਮਨ ਵਿੱਚ ਬਹੁਤ ਸੰਸਾਰਕ ਇੱਛਾਂ ਰੂਪੀ ਭਟਕਣਾਂ ਵਧਦੀਆਂ ਹਨ । ਅਡੋਲ ਭਰੋਸਾ ਨਾਲ ਸ਼ਬਦ ਦੀ ਪਾਲਣਾ ਨਾਲ ਹੀ ਸ਼ਬਦ ਦਾ ਧਨ ਬਖਸ਼ਿਸ਼ ਹੁੰਦਾ ਹੈ ।

Without associating with His true devotee, my mind remains wondering in various religious rituals. The worldly desires, frustrations may blossom in my mind all time. By adopting the teachings of His Word with steady and stable belief, the wealth of His Word may be blessed.

ਹਰਿ ਕੋ ਨਾਮੁ ਜਪੀਐ ਨੀਤਿ॥	har ko naam japee-ai neet.
ਸਾਸਿ ਸਾਸਿ ਧਿਆਇ ਸੋ ਪ੍ਰਭੁ,	saas saas Dhi-aa-ay so parabh
ਤਿਆਗਿ ਅਵਰ ਪਰੀਤਿ॥੧॥ ਰਹਾਉ॥	ti-aag avar pareet. ||1|| rahaa-o.

ਜੀਵ ਬਾਰ ਬਾਰ ਪ੍ਰਭ ਦੇ ਸ਼ਬਦ ਦੇ ਗੁਣ ਗਾਵੇ ! ਬਾਕੀ ਸਾਰੇ ਪਾਸੇ ਭਰੋਸਾ ਤਿਆਗ ਕੇ ਸਵਾਸ ਸਵਾਸ ਪ੍ਰਭ ਦੇ ਸ਼ਬਦ ਦਾ ਸਿਮਰਨ ਕਰੋ !

By abandoning all other hopes and desires, you should meditate and sing the glory of His Word with each and every breath.

ਕਰਣ ਕਾਰਣ ਸਮਰਥ ਸੋ ਪ੍ਰਭੁ,	karan kaaran samrath so parabh
ਜੀਅ ਦਾਤਾ ਆਪਿ॥	jee-a daataa aap.
ਤਿਆਗਿ ਸਗਲ ਸਿਆਣਪਾ,	ti-aag sagal si-aanpaa
ਆਠ ਪਹਰ ਪ੍ਰਭੁ ਜਾਪਿ॥੨॥	aath pahar parabh jaap. ||2||

ਪ੍ਰਭ ਹੀ ਜੀਵਾਂ ਨੂੰ ਮਾਨਸ ਜੀਵਨ ਬਖਸ਼ਣ ਵਾਲਾ, ਸਭ ਦਾਤਾਂ ਦਾ ਮਾਲਕ ਹੈ । ਉਸ ਹੀ ਸਭ ਤੋ ਤਾਕਤਵਾਰ, ਸਭ ਕੰਮਾਂ ਦਾ ਕਰਨ ਵਾਲਾ ਮਾਲਕ ਹੈ । ਆਪਣੇ ਮਨ ਦੀਆਂ ਚਲਾਕੀਆਂ ਤਿਆਗ ਕੇ ਦਿਨ ਰਾਤ ਸ਼ਬਦ ਦਾ ਸਿਮਰਨ ਕਰੋ !

The One and Only One God is the owner of all virtues and He may bless the soul with human body. The Omnipotent True Master creates the purpose of all worldly chores. You should abandon all your deceptive and clever tricks and meditate on the teachings of His Word day and night.

ਮੀਤੁ ਸਖਾ ਸਹਾਇ ਸੰਗੀ,	meet sakhaa sahaa-ay sangee
ਊਚ ਅਗਮ ਅਪਾਰੁ॥	ooch agam apaar.
ਚਰਣ ਕਮਲ ਬਸਾਇ ਹਿਰਦੈ,	charan kamal basaa-ay hirdai
ਜੀਅ ਕੋ ਆਧਾਰੁ॥੩॥	jee-a ko aaDhaar. ||3||

ਪ੍ਰਭ ਹੀ ਜੀਵ ਦਾ ਅਸਲੀ ਭਰੋਸੇ ਵਾਲਾ ਸਾਥੀ, ਸੰਗੀ, ਮਦਦ ਕਰਨ ਵਾਲਾ ਹੈ । ਉਹ ਜੀਵ ਦੀ ਪਹੁੰਚ, ਜਾਣਕਾਰੀ ਤੋ ਉਪਰ ਹੈ, ਉਹ ਅਥਾਹ, ਬੇਅੰਤ ਹੈ ।

Only, The True Master is the true companion, helper and guide for His true devotee. He is beyond any limit, boundaries, reach and comprehension of His creation.

ਕਰਿ ਕਿਰਪਾ ਪ੍ਰਭ ਪਾਰਬ੍ਰਹਮ,	kar kirpaa parabh paarbarahm gun
ਗੁਣ ਤੇਰਾ ਜਸੁ ਗਾਉ॥	tayraa jas gaa-o.
ਸਰਬ ਸੂਖ ਵਡੀ ਵਡਿਆਈ,	sarab sookh vadee vadi-aa-ee jap

ਜਪਿ ਜੀਵੈ ਨਾਨਕੁ ਨਾਉ॥੪॥੩॥੧੩੮॥ jeevai naanak naa-o. ||4||3||138||

ਪ੍ਰਭ ਰਹਿਮਤ ਬਖਸ਼ੋ! ਮੈਨੂੰ ਸ਼ਬਦ ਦਾ ਸਿਮਰਨ, ਪਾਲਣਾ, ਗੁਣ ਗਾਉਣ ਵਿੱਚ ਅਡੋਲ ਰਖੋ! ਸ਼ਬਦ ਦੇ ਗੁਣ ਗਾਉਣ ਨਾਲ ਮਨ ਵਿੱਚ ਸੁਖ, ਸੋਭਾ, ਸੰਤੋਖ, ਖੇੜਾ ਬਖਸ਼ਿਸ਼ ਹੋ ਜਾਂਦਾ ਹੈ ।

With Your mercy and grace, keep me steady and stable on meditating, obeying and singing the glory of Your Word. By singing the glory of Your Word, I may be blessed with all worldly comforts, honor, contentment and blossom in day to day life.

208.ਆਸਾ ਮਹਲਾ ੫॥ 405-17

ਉਦਮੁ ਕਰਉ ਕਰਾਵਹੁ, udam kara-o karaavahu
ਠਾਕੁਰ ਪੇਖਤ ਸਾਧੂ ਸੰਗਿ॥ thaakur paykhat saaDhoo sang.
ਹਰਿ ਹਰਿ ਨਾਮੁ ਚਰਾਵਹੁ, har har naam charaavahu
ਰੰਗਨਿ ਆਪੇ ਹੀ ਪ੍ਰਭ ਰੰਗਿ॥੧॥ rangan aapay hee parabh rang. ||1||

ਜਿਸ ਨੂੰ ਪ੍ਰਭ ਆਪਣੀ ਰਹਿਮਤ ਨਾਲ ਬੰਦਗੀ ਕਰਨ ਵਾਲੇ ਦੀ ਸੰਗਤ ਬਖਸ਼ਦਾ ਹੈ । ਕੇਵਲ ਉਹ ਹੀ ਤੇਰੇ ਸ਼ਬਦ ਦਾ ਸਿਮਰਨ ਕਰਦਾ ਹੈ । ਪ੍ਰਭ ਦੇ ਸ਼ਬਦ ਦੇ ਗੁਣ ਗਾਉਂਦੇ ਮਨ ਤੇ ਪ੍ਰਭ ਦੇ ਵਿਛੋੜੇ ਦਾ ਰੰਗ ਚੜ੍ਹ ਗਿਆ ਹੈ । ਪ੍ਰਭ ਆਪ ਹੀ ਆਪਣੇ ਦਾਸ ਨੂੰ ਬਖਸ਼ਦਾ ਹੈ ।

Whosoever may be blessed with the association of His true devotee, only he may concentrate on meditating on the teachings of Your Word. By singing the glory of His Word, he may be drenched with the renunciation of his memory of separation from Your Holy spirit. Only, The True Master bestows His blessings to His true devotee.

ਮਨ ਮਹਿ ਰਾਮ ਨਾਮਾ ਜਾਪਿ॥ man meh raam naamaa jaap.
ਕਰਿ ਕਿਰਪਾ ਵਸਹੁ ਮੇਰੈ ਹਿਰਦੈ, kar kirpaa vashu mayrai hirdai
ਹੋਇ ਸਹਾਈ ਆਪਿ॥੧॥ ਰਹਾਉ॥ ho-ay sahaa-ee aap. ||1|| rahaa-o.

ਪ੍ਰਭ ਰਹਿਮਤ ਬਖਸ਼ੋ! ਮੇਰੇ ਮਨ ਵਿੱਚ ਸ਼ਬਦ ਜਾਗਰਤ ਹੋ ਜਾਵੇ । ਪ੍ਰਭ ਆਪ ਹੀ ਮੇਰਾ ਸਾਥੀ ਬਣੋ! ਮੈਂ ਸਵਾਸ ਸਵਾਸ ਤੇਰੇ ਸ਼ਬਦ ਦੇ ਮਨ ਵਿੱਚ ਗੁਣ ਗਾਉਂਦਾ ਰਹਾ ।

My True Master blesses me with devotion to adopt the teachings of Your Word and I may be enlightened from within my mind. With Your mercy and grace, I may be accepted in Your sanctuary. I may sing the glory of Your Word with each and every breath.

ਸੁਣਿ ਸੁਣਿ ਨਾਮੁ ਤੁਮਾਰਾ ਪ੍ਰੀਤਮ, sun sun naam tumaaraa pareetam
ਪ੍ਰਭੁ ਪੇਖਨ ਕਾ ਚਾਉ॥ parabh paykhan kaa chaa-o.
ਦਇਆ ਕਰਹੁ ਕਿਰਮ ਅਪੁਨੇ ਕਉ, da-i-aa karahu kiram apunay ka-o
ਇਹੈ ਮਨੋਰਥੁ ਸੁਆਉ॥੨॥ ihai manorath su-aa-o. ||2||

ਪ੍ਰਭ ਤੇਰੇ ਸ਼ਬਦ ਦੀ ਸੋਭਾ, ਉਸਤਤ ਬਾਰ ਬਾਰ ਸੁਣਦਾ ਹਾ! ਮਨ ਵਿੱਚ ਤੇਰੇ ਦਰਸ਼ਨ, ਸ਼ਬਦ ਦੀ ਸੋਝੀ ਪਾਉਣ ਦੀ ਇੱਛਾਂ ਚਮਕਦੀ ਹੈ । ਪ੍ਰਭ ਰਹਿਮਤ ਬਖਸ਼ਕੇ ਸ਼ਬਦ ਦੇ ਲੜ ਲਾਵੋ! ਮੈਂ ਇੱਕ ਨਿਮਾਣਾ ਜੀਵ ਕੀੜੇ ਦੇ ਬਰਾਬਰ ਹੀ ਹਾ । ਸ਼ਬਦ ਦੀ ਪਾਲਣਾ ਕਰਨਾ ਹੀ ਮੇਰੇ ਮਾਨਸ ਜੀਵਨ ਦਾ ਇੱਕੋ ਇੱਕ ਮਨੋਰਥ ਬਣ ਗਿਆ ਹੈ ।

My True Master I hear, listen to the glory and praises of Your Word over and over from Your true devotee. My mind is very anxious, eager to be enlightened with the teachings of Your Word from within. With Your mercy and grace, attaches me to a devotional meditation on the teachings of Your Word. I am a humble like a small worm in Your court. To meditate and adopt the teachings of Your Word has become one and only one purpose of my human life journey.

ਤਨੁ ਧਨੁ ਤੇਰਾ ਤੂੰ ਪ੍ਰਭੁ ਮੇਰਾ,
ਹਮਰੈ ਵਸਿ ਕਿਛੁ ਨਾਹਿ॥
ਜਿਉ ਜਿਉ ਰਾਖਹਿ ਤਿਉ ਤਿਉ ਰਹਣਾ,
ਤੇਰਾ ਦੀਆ ਖਾਹਿ॥੩॥

tan Dhan tayraa tooN parabh
mayraa hamrai vas kichh naahi.
ji-o ji-o raakhahi ti-o ti-o rahnaa
tayraa dee-aa khaahi. ||3||

ਪ੍ਰਭ ਮੇਰਾ ਤਨ, ਮੇਰੀ ਹੈਸੀਅਤ (ਧਨ) ਸਭ ਤੇਰੀ ਅਮਾਨਤ ਹੈ । ਤੂੰ ਹੀ ਮੇਰਾ ਅਸਲੀ ਮਾਲਕ ਹੈ, ਮੇਰੇ ਆਪਣੇ ਵਿੱਚ ਕੁਝ ਕਰਨ ਦੀ ਸਮਰਥਾ ਨਹੀਂ ਹੈ । ਜਿਸ ਹਾਲਤ ਵਿੱਚ ਤੂੰ ਰਖਦਾ ਹੈ, ਉਸ ਅਵਸਥਾ ਵਿੱਚ ਹੀ ਅਨੰਦ, ਖੇੜੇ ਵਿੱਚ ਵਸਦਾ ਹਾ । ਤੇਰਾ ਬਖਸ਼ਿਆ ਹੀ ਖਾਂਦਾ, ਜੀਵਨ ਬਤੀਤ ਕਰਦਾ ਹਾ ।

My worldly status, all my possessions are only Your trust, my True Master. Without Your mercy and grace, I do not have any strength to perform anything at my own. I remain contented and blossom in all my worldly condition. Whatsoever may be blessed with Your mercy and grace, I may eat and enjoy in my worldly life.

ਜਨਮ ਜਨਮ ਕੇ ਕਿਲਵਿਖ ਕਾਟੈ,
ਮਜਨੁ ਹਰਿ ਜਨ ਧੂਰਿ॥
ਭਾਇ ਭਗਤਿ ਭਰਮ ਭਉ ਨਾਸੈ,
ਹਰਿ ਨਾਨਕ ਸਦਾ ਹਜੂਰਿ॥੪॥੪॥੧੩੯॥

janam janam kay kilvikh kaatai
majan har jan Dhoor.
bhaa-ay bhagat bharam bha-o naasai
har naanak sadaa hajoor. ||4||4||139||

ਬੰਦਗੀ ਕਰਨ ਵਾਲੇ ਸੰਤਾਂ, ਨਿਮਾਣੇ ਦਾਸਾਂ ਦੇ ਚਰਨਾਂ ਦੀ ਧੂੜ ਵਿੱਚ ਇਸ਼ਨਾਨ ਕਰਨ ਨਾਲ ਕਈ ਜਨਮਾਂ ਦੇ ਪਾਪ ਧੋਤੇ ਜਾਂਦੇ ਹਨ । ਮਨ ਦਾ ਭਰੋਸਾ ਅਡੋਲ ਕਰਕੇ ਸ਼ਬਦ ਦੀ ਪਾਲਣਾ ਨਾਲ ਮਨ ਵਿਚੋਂ ਸਾਰੇ ਭਰਮ, ਡਰ ਖਤਮ ਹੋ ਜਾਂਦੇ ਹਨ । ਸਰਬ ਵਿਆਪਕ ਪ੍ਰਭ ਹੀ ਹਰ ਥਾਂ ਹਰ ਵੇਲੇ ਹਾਜ਼ਰਾ ਹਜੂਰ ਰਹਿੰਦਾ ਹੈ ।

By bathing with the dust of the feet as Your true devotee, adopting the way of life of Your true devotee, all sins of the soul may be forgiven. By adopting the teachings of His Word with steady and stable belief all suspicions of mind may be eliminated forever. The Omnipresent True Master prevails in each and every activity in the universe

209.ਆਸਾ ਮਹਲਾ ੫॥ 406-4

ਅਗਮ ਅਗੋਚਰੁ ਦਰਸੁ ਤੇਰਾ,
ਸੋ ਪਾਏ ਜਿਸੁ ਮਸਤਕਿ ਭਾਗੁ॥
ਆਪਿ ਕ੍ਰਿਪਾਲਿ ਕ੍ਰਿਪਾ ਪ੍ਰਭਿ ਧਾਰੀ,
ਸਤਿਗੁਰਿ ਬਖਸਿਆ ਹਰਿ ਨਾਮੁ॥੧॥

agam agochar daras tayraa
so paa-ay jis mastak bhaag.
aap kirpaal kirpaa parabh Dhaaree
satgur bakhsi-aa har naam. ||1||

ਪ੍ਰਭ ਤੇਰੇ ਦਰਸ਼ਨ, ਪਹੁੰਚ, ਜਾਣਕਾਰੀ ਤੋ ਰਹਿਤ, ਸ਼ਬਦ ਦੀ ਸੋਝੀ ਅਣਮੋਲ ਹੈ । ਜਿਸ ਦੇ ਭਾਗਾਂ ਵਿੱਚ ਜਨਮ ਤੋ ਪਹਿਲੇ ਹੀ ਲਿਖਿਆ ਹੁੰਦਾ ਹੈ । ਕੇਵਲ ਉਸ ਨੂੰ ਹੀ ਇਸ ਦੀ ਬਖਸ਼ਿਸ਼ ਹੁੰਦੀ ਹੈ । ਪ੍ਰਭ ਨੇ ਆਪ ਹੀ ਰਹਿਮਤ ਬਖਸ਼ਕੇ ਪ੍ਰਭ ਨੇ ਸ਼ਬਦ ਦੀ ਪਾਲਣਾ ਕਰਨ ਦੇ ਲੜ ਲਾਇਆ ਹੈ ।

My True Master, the enlightenment of Your Word is priceless and beyond the reach, visibility and comprehension of Your creation. Only with great prewritten destiny, anyone may be blessed with that state of mind. With Your mercy and grace, I have been attached to a devotional meditation in the void of Your Word.

ਕਲਿਜੁਗੁ ਉਧਾਰਿਆ ਗੁਰਦੇਵ॥
ਮਲ ਮੂਤ ਮੂੜ ਜਿ ਮੁਘਦ ਹੋਤੇ,
ਸਭਿ ਲਗੇ ਤੇਰੀ ਸੇਵ॥੧॥ ਰਹਾਉ॥

kalijug uDhaari-aa gurdayv.
mal moot moorh je mughad hotay
sabh lagay tayree sayv. ||1|| rahaa-o.

ਪ੍ਰਭ ਨੇ ਕੱਲਯੁਗ ਵਿੱਚ ਆਪਣੀ ਰਹਿਮਤ ਦੀ ਵਰਖਾ ਕੀਤੀ ਹੈ । ਮੂਰਖ, ਬੁਤ ਪੂਜਣ ਵਾਲੇ, ਧਰਮ ਦੇ ਰੀਤੀ ਰੀਵਾਜ ਕਰਨ ਵਾਲੇ ਵੀ ਪ੍ਰਭ ਦੇ ਸ਼ਬਦ ਦਾ ਸਿਮਰਨ ਕਰਨ ਲੱਗ ਪਏ ਹਨ ।

With His mercy and grace, the rain of His blessings may be overwhelmed in this dark Age Kul-Yuga Even the idol worshipper, believer of worldly religious rituals, now are meditating on the teachings of His Word.

ਤੂ ਆਪਿ ਕਰਤਾ ਸਭ ਸ੍ਰਿਸਟਿ ਧਰਤਾ,	too aap kartaa sabh sarisat Dhartaa
ਸਭ ਮਹਿ ਰਹਿਆ ਸਮਾਇ॥	sabh meh rahi-aa samaa-ay.
ਧਰਮ ਰਾਜਾ ਬਿਸਮਾਦੁ ਹੋਆ,	Dharam raajaa bismaad ho-aa
ਸਭ ਪਈ ਪੈਰੀ ਆਇ॥੨॥	sabh pa-ee pairee aa-ay. ||2||

ਪ੍ਰਭ ਤੂੰ ਹੀ ਸ੍ਰਿਸ਼ਟੀ ਨੂੰ ਪੈਦਾ ਕਰਨ ਵਾਲਾ ਮਾਲਕ ਹੈ । ਆਪ ਹੀ ਸਾਰੀ ਸ੍ਰਿਸ਼ਟੀ ਵਿੱਚ ਸਮਾਇਆ ਹੋਇਆ ਹੈ, ਸ੍ਰਿਸ਼ਟੀ ਤੇਰੇ ਤੋ ਵੱਖਰੀ ਨਹੀਂ ਹੈ । ਤੇਰਾ ਧਰਮਰਾਜ ਵੀ ਇਹ ਦੇਖਕੇ ਹੈਰਾਨ ਹੋ ਗਿਆ ਹੈ । ਕਿ ਸਾਰੀ ਸ੍ਰਿਸ਼ਟੀ ਹੀ ਤੇਰੇ ਸ਼ਬਦ ਦਾ ਸਿਮਰਨ ਕਰਦੀ, ਤੇਰੀ ਪੂਜਾ ਕਰਦੀ ਹੈ ।

The True Master, Creator of the universe remains embedded in His creation. His creation is not different from Him. The righteous judge of Dharma remains wonder-struck, astonished from Your nature. The whole universe is meditating and worshiping Your Holy Spirit.

ਸਤਜੁਗੁ ਤ੍ਰੇਤਾ ਦੁਆਪਰੁ ਭਣੀਐ,	satjug taraytaa du-aapar bhanee-ai
ਕਲਿਜੁਗੁ ਊਤਮੋ ਜੁਗਾ ਮਾਹਿ॥	kalijug ootmo jugaa maahi.
ਅਹਿ ਕਰੁ ਕਰੇ ਸੁ ਅਹਿ ਕਰੁ ਪਾਏ,	ah kar karay so ah kar paa-ay
ਕੋਈ ਨ ਪਕੜੀਐ ਕਿਸੈ ਥਾਇ॥੩॥	ko-ee na pakrhee-ai kisai thaa-ay. ||3||

ਸਾਰੇ ਜੁਗ, ਸਤਜੁਗ, ਤ੍ਰੇਤਾ ਜੁਗ, ਦੁਆਪਰ ਜਾਗ ਸਾਰੇ ਹੀ ਚੰਗੇ, ਭਾਗਾਂ ਵਾਲੇ ਹਨ । ਪਰ ਇਹਨਾਂ ਸਭ ਵਿੱਚ ਕੱਲਯੁਗ ਉਤਮ ਹੈ । ਇਥੇ ਕੋਈ ਵੀ ਆਤਮਾ ਸ਼ਬਦ ਦੀ ਪਾਲਣਾ ਕਰਕੇ ਪ੍ਰਭ ਦੇ ਦਰਬਾਰ ਵਿੱਚ ਪ੍ਰਵਾਨ ਹੋ ਸਕਦੀ ਹੈ । ਜਿਸ ਤਰ੍ਹਾਂ ਦੇ ਜੀਵ ਕੰਮ ਕਰਦਾ ਹੈ, ਉਸ ਦਾ ਹੀ ਫਲ ਪਾਉਂਦਾ ਹੈ । ਕੋਈ ਵੀ ਕਿਸੇ ਦੇ ਕੀਤੇ ਦਾ ਫਲ ਖੋਂਅ ਨਹੀਂ ਸਕਦਾ ।

All four ages, periods like Sat-Yuga, Trayta-Yuga, Diaper Yuga and Kuli Yuga were all very fortunate, however, the Kuli-Yuga is considered the supreme of all Ages. In this Kuli-Yuga, whosoever may meditate and adopt the teachings of His Word, he may be accepted in His court. In this Age, everyone may be rewarded the fruit of his own deeds, No one can snatch or rob his earnings of His Word.

ਹਰਿ ਜੀਉ ਸੋਈ ਕਰਹਿ ਜਿ ਭਗਤ ਤੇਰੇ,	har jee-o so-ee karahi je bhagat tayray
ਜਾਚਹਿ ਏਹੁ ਤੇਰਾ ਬਿਰਦੁ॥	jaacheh ayhu tayraa birad.
ਕਰ ਜੋੜਿ ਨਾਨਕ ਦਾਨੁ ਮਾਗੈ,	kar jorh naanak daan maagai
ਅਪਣਿਆ ਸੰਤਾ ਦੇਹਿ ਹਰਿ ਦਰਸੁ॥	apni-aa santaa deh har daras.
੪॥੫॥੧੪੦॥	||4||5||140||

ਪ੍ਰਭ ਇਹ ਤੇਰੀ ਵਡਿਆਈ ਹੀ ਹੈ, ਤੂੰ ਆਪਣੇ ਦਾਸ ਦੀ ਅਰਦਾਸ ਪੂਰੀ ਕਰਦਾ ਹੈ । ਮੇਰੀ ਨਿਮਾਣੇ ਦੀ ਇੱਕੋ ਇੱਕ ਅਰਦਾਸ ਹੈ! ਆਪਣੇ ਬੰਦਗੀ ਕਰਨ ਵਾਲੇ ਨਿਮਾਣੇ ਦਾਸ ਨੂੰ ਸ਼ਬਦ ਦੇ ਲੜ ਲਾਵੋ!

You are so gracious and merciful! You satisfy the prayer as Your true devotee, even his spoken and unspoken hopes may be fulfilled. With Your mercy and grace, attaches your humble devotee to meditates on the teachings of Your Word and accepts my meditation.

210.ਰਾਗੁ ਆਸਾ ਮਹਲਾ ੫ ਘਰੁ ੧੩॥ 406-11

ੴ ਸਤਿਗੁਰ ਪ੍ਰਸਾਦਿ॥	ik-oNkaar satgur parsaad.
ਸਤਿਗੁਰ ਬਚਨ ਤੁਮ੍ਾਰੇ॥	satgur bachan tumHaaray.
ਨਿਰਗੁਣ ਨਿਸਤਾਰੇ॥੧॥ ਰਹਾਉ॥	nirgun nistaaray. ||1|| rahaa-o.

ਸ਼ਬਦ ਦੀ ਪਾਲਣਾ, ਸਿਮਰਨ ਕਰਨ ਨਾਲ, ਅਪਰਾਧੀ ਵੀ ਸਿੱਧੇ ਰਸਤੇ ਤੇ ਚਲਕੇ ਤਰ ਜਾਂਦੇ ਹਨ । ਆਪਣੀ ਗਲਤੀ ਦਾ ਪਛਤਾਵਾ ਕਰਕੇ, ਪ੍ਰਵਾਨਗੀ ਦੇ ਰਸਤੇ ਤੇ ਚਲ ਪੈਂਦੇ ਹਨ ।

By meditating and adopting the teachings of His Word in day to day life, even sinners with evil thoughts may adopt the right path of meditation and may be accepted in His court. He may repent his mistakes and may adopt the right path of meditation.

ਮਹਾ ਬਿਖਾਦੀ ਦੁਸਟ ਅਪਵਾਦੀ
ਤੇ ਪੁਨੀਤ ਸੰਗਾਰੇ॥੧॥

mahaa bikhaadee dusat apvaadee
tay puneet sangaaray. ||1||

ਅਪਰਾਧੀ, ਜ਼ਾਲਮ ਵੀ ਸ਼ਬਦ ਸੁਣਕੇ, ਆਪਣੇ ਵਿਚਾਰਾ, ਸੋਚ ਵੱਲ ਧਿਆਨ ਮਾਰਦੇ ਹਨ । ਰਸਤਾ ਬਦਲ ਕੇ ਆਤਮਾ ਪਵਿਤ੍ਰ ਕਰ ਲੈਂਦੇ ਹਨ ।

Even the evil thinker, sinners may evaluate his own day to day sinful deeds, he may transform his way of life, he may sanctify his soul by adopting the teachings of His Word.

ਜਨਮ ਭਵੰਤੇ ਨਰਕਿ ਪੜੰਤੇ
ਤਿਨ੍ ਕੇ ਕੁਲ ਉਧਾਰੇ॥੨॥

janam bhavantay narak parhantay
tinH kay kul uDhaaray. ||2||

ਜਿਹੜੀਆਂ ਆਤਮਾਂ ਜੂੰਨਾਂ ਦੇ ਚੱਕਰ (ਨਰਕ) ਵਿੱਚ ਭਉਦੀਆਂ ਸਨ । ਉਹ ਆਤਮਾਂ ਵੀ ਆਪਣੀਆਂ ਕੁਲਾਂ ਤਾਰ ਜਾਂਦੀਆ ਹਨ ।

The sinful souls, who were wondering in cycle of birth and death, now may adopt the right path and may save her generations and guide them to become worthy of His considerations.

ਕੋਇ ਨ ਜਾਨੈ ਕੋਇ ਨ ਮਾਨੈ
ਸੇ ਪਰਗਟੁ ਹਰਿ ਦੁਆਰੇ॥੩॥

ko-ay na jaanai ko-ay na maanai
say pargat har du-aaray. ||3||

ਜਿਹਨਾਂ ਨੂੰ ਸੰਸਾਰ ਵਿੱਚ ਕੋਈ ਵੀ ਜਾਣਦਾ ਨਹੀਂ, ਕੋਈ ਉਹਨਾਂ ਦਾ ਸਤਿਕਾਰ ਨਹੀਂ ਕਰਦਾ । ਉਹ ਵੀ ਪ੍ਰਭ ਦੇ ਦਰਬਾਰ ਵਿੱਚ ਸੋਭਾ ਪਾਉਂਦੇ ਹਨ, ਪ੍ਰਵਾਨ ਹੋ ਜਾਂਦੇ ਹਨ ।

Whosoever may not have any worldly status, no one may regard, respect or care about his feelings. He may also be accepted in His court by adopting the right path of meditation.

ਕਵਨ ਉਪਮਾ ਦੇਉ ਕਵਨ ਵਡਾਈ,
ਨਾਨਕ ਖਿਨੁ ਖਿਨੁ ਵਾਰੇ॥੪॥੧॥੧੪੧॥

kavan upmaa day-o kavan vadaa-ee
naanak khin khin vaaray. ||4||1||141||

ਪ੍ਰਭ ਮੈਂ ਤੇਰੀ ਕੀ ਉਪਮਾਂ, ਕੀ ਵਡਿਆਈ ਕਰਾ? ਮੈਂ ਤਾਂ ਤੈਨੂੰ ਧੰਨ ਧੰਨ ਹੀ ਕਹਿਦਾ, ਤੇਰੇ ਕਰਤਬਾਂ ਤੋ ਹੈਰਾਨ ਰਹਿੰਦਾ ਹਾ ।

What may I sing Your greatness and praises? I always claim You are the greatest of All. I am fascinated from Your nature, Your miracles.

211.ਆਸਾ ਮਹਲਾ ੫॥ 406-15

ਬਾਵਰ ਸੋਇ ਰਹੇ॥੧॥ ਰਹਾਉ॥

baavar so-ay rahay. ||1|| rahaa-o.

ਮੂਰਖ, ਅਣਜਾਣ ਜੀਵ ਪ੍ਰਭ ਦੇ ਸ਼ਬਦ ਦੇ ਗਿਆਨ ਤੋ ਵਾਂਝੇ ਫਿਰਦੇ ਹਨ ।

The ignorant and self-minded remains without the enlightenment of His Word.

ਮੋਹ ਕੁਟੰਬ ਬਿਖੈ ਰਸ ਮਾਤੇ
ਮਿਥਿਆ ਗਹਨ ਗਹੇ॥੧॥

moh kutamb bikhai ras maatay
mithi-aa gahan gahay. ||1||

ਉਹ ਸੰਸਾਰਕ ਪਰਿਵਾਰ ਨਾਲ ਮੋਹ, ਸੰਸਾਰਕ ਮਾਇਆ ਦੇ ਜਾਲ ਵਿੱਚ ਫਸੇ ਰਹਿੰਦੇ ਹਨ । ਥੋੜ੍ਹਾ ਸਮਾਂ ਰਹਿਣ ਵਾਲੇ ਅਨੰਦ ਵਿੱਚ, ਇਸ ਵਿਖਾਵੇ ਦੇ ਜਾਲ ਵਿੱਚ ਫਸੇ ਰਹਿੰਦੇ ਹਨ ।

Self-minded remains in the trap of emotional attachment to worldly family and worldly wealth. He always concentrates on the short-term pleasures of worldly wealth; he remains in the trap of falsehood and greed.

ਮਿਥਨ ਮਨੋਰਥ ਸੁਪਨ ਆਨੰਦ ਉਲਾਸ, mithan manorath supan aanand ulaas
ਮਨਿ ਮੁਖਿ ਸਤਿ ਕਹੇ॥੨॥ man mukh sat kahay. ||2||

ਮਨਮਰਜ਼ੀ ਕਰਨ ਵਾਲੇ ਸੁਪਨੇ ਦੀ ਸ੍ਰਿਸ਼ਟੀ ਵਿੱਚ, ਸੁਪਨੇ ਵਿੱਚ ਅਨੰਦ ਮਹਿਸੂਸ ਕਰਦੇ ਹਨ । ਇਸ ਨੂੰ ਜੀਵਨ ਦੀ ਅਸਲੀਅਤ ਮੰਨਕੇ ਮਸਤ ਰਹਿੰਦੇ ਹਨ ।

Self-minded enjoys and remains in the dream land, with the illusion of worldly wealth. He considers that may be the reality of his human life; he remains intoxicated in the short-term comforts of worldly wealth.

ਅੰਮ੍ਰਿਤੁ ਨਾਮੁ ਪਦਾਰਥੁ ਸੰਗੇ, amrit naam padaarath sangay
ਤਿਲੁ ਮਰਮੁ ਨ ਲਹੇ॥੩॥ til maram na lahay. ||3||

ਪ੍ਰਭ ਦੇ ਸ਼ਬਦ ਰੂਪੀ ਅਨਮੋਲ ਅੰਮ੍ਰਿਤ ਜੀਵ ਦੇ ਪਾਸ, ਤਨ ਵਿੱਚ ਹੀ ਹੈ । ਉਸ ਦਾ ਕੋਈ ਖਿਆਲ ਨਹੀਂ ਕਰਦਾ, ਧਿਆਨ ਨਹੀਂ ਲਾਉਂਦਾ । ਸ਼ਬਦ ਦੀ ਪਾਲਣਾ ਨਹੀਂ ਕਰਦਾ, ਪ੍ਰਵਾਹ ਨਹੀਂ ਕਰਦਾ ।

Even though the nectar of the teachings of His Word is very close, within his own body. However, he may not pay any attention or adopt the teachings of His Word with any sincere effort.

ਕਰਿ ਕਿਰਪਾ ਰਾਖੇ ਸਤਸੰਗੇ kar kirpaa raakhay satsangay
ਨਾਨਕ ਸਰਣਿ ਆਹੇ॥੪॥੨॥੧੪੨॥ naanak saran aahay. ||4||2||142||

ਜਿਹੜਾ ਤੇਰੀ ਸ਼ਰਣ ਵਿੱਚ ਆਉਂਦਾ ਵਸਦਾ ਹੈ । ਤੂੰ ਆਪ ਹੀ ਰਹਿਮਤ ਬਖਸ਼ਕੇ ਉਸ ਨੂੰ ਪ੍ਰਵਾਨਗੀ ਦੇ ਰਸਤੇ ਤੇ ਅਡੋਲ ਰਖਦਾ ਹੈ ।

Whosoever may wholeheartedly and humbly adopt the teachings of Your Word. With Your mercy and grace, he may enter into Your sanctuary and You keep him steady and stable on the right path of acceptance in Your court.

212.ਆਸਾ ਮਹਲਾ ੫ ਤਿਪਦੇ॥ 406-17

ਓਹਾ ਪ੍ਰੇਮ ਪਿਰੀ॥੧॥ ਰਹਾਉ॥ ohaa paraym piree. ||1|| rahaa-o.

ਪ੍ਰਭ ਮੈਂ ਤੇਰੇ ਵਿਛੋੜੇ ਦੇ ਵਿਰਾਗ ਵਿੱਚ ਮਸਤ ਹਾ ।

I am in renunciation in the memory of my separation from Your Holy Spirit. I am intoxicated with the teachings of Your Word.

ਕਨਿਕ ਮਾਨਿਕ ਗਜ ਮੋਤੀਅਨ, kanik maanik gaj motee-an
ਲਾਲਨ ਨਹ ਨਾਹ ਨਹੀਂ॥੧॥ laalan nah naah nahee. ||1||

ਸੰਸਾਰਕ ਪਦਾਰਥ ਨੂੰ ਪਾਉਣ ਦੀ ਮੇਰੇ ਮਨ ਵਿੱਚ ਕੋਈ ਇੱਛਾਂ ਨਹੀਂ ਹੈ ।
– (ਸੋਨਾ, ਚਾਦੀ, ਹੀਰੇ ਜਵਾਹਰ ਆਦਿ)

I have no desire to gain any worldly possessions like precious metals jewels, pearls etc.

ਰਾਜ ਨ ਭਾਗ ਨ ਹੁਕਮ ਨ ਸਾਦਨ॥ raaj na bhaag na hukam na saadan.
ਕਿਛੁ ਕਿਛੁ ਨ ਚਾਹੀ॥੨॥ kichh kichh na chaahee. ||2||

ਸੰਸਾਰ ਵਿੱਚ ਰਾਜ ਭਾਗ, ਵੱਡੇ ਮਹਿਲ, ਵੱਡੇ ਭਾਗ ਨੂੰ ਪਾਉਣ ਦੀ ਕੋਈ ਇੱਛਾਂ ਨਹੀਂ ਹੈ । ਮੇਰੀ ਅਰਦਾਸ ਨਹੀਂ ਹੈ ।

I have no intention to beg or pray for any worldly kingdom or any great fortune.

ਚਰਨਨ ਸਰਨਨ ਸੰਤਨ ਬੰਦਨ॥	charnan sarnan santan bandan.
ਸੁਖੋ ਸੁਖੁ ਪਾਹੀ॥	sukho sukh paahee.
ਨਾਨਕ ਤਪਤਿ ਹਰੀ॥	naanak tapat haree.
ਮਿਲੇ ਪ੍ਰੇਮ ਪਿਰੀ॥੩॥੩॥੧੪੩॥	milay paraym piree. ||3||3||143||

ਬੰਦਗੀ ਕਰਨ ਵਾਲੇ ਦਾਸਾਂ ਦੀ ਸ਼ਰਣ ਵਿੱਚ ਪਨਾਹ ਲੈਣ ਨਾਲ ਮਨ ਨੂੰ ਸ਼ਾਂਤੀ, ਸੰਤੋਖ ਬਖਸ਼ਿਸ਼ ਹੋ ਗਿਆ ਹੈ । ਜੀਵਨ ਢਾਲਣ ਨਾਲ ਸ਼ਬਦ ਦੀ ਸੋਝੀ ਬਖਸ਼ਿਸ਼ ਹੋ ਗਈ ਹੈ, ਮਨ ਵਿਚੋਂ ਇੱਛਾਂ ਦੀ ਅੱਗ, ਭਟਕਣਾਂ ਨਾਸ਼ ਹੋ ਗਈਆਂ ਹਨ ।

By entering into the sanctuary as Your true devotee, my mind has entered into the void of complete peace and contentment. By adopting the teachings of Your Word, I have been blessed with enlightenments and all my worldly desires and frustrations have been eliminated from forever.

213.ਆਸਾ ਮਹਲਾ ੫॥ 407-02

ਗੁਰਹਿ ਦਿਖਾਇਓ ਲੋਇਨਾ॥੧॥ ਰਹਾਉ॥	gureh dikhaa-i-o lo-inaa. ||1|| rahaa-o.

ਸ਼ਬਦ ਦੀ ਪਾਲਣਾ ਨਾਲ, ਮਨ ਦੀਆਂ ਅੱਖਾਂ ਨਾਲ ਹੀ ਪ੍ਰਭ ਦੀ ਹੋਂਦ ਮਹਿਸੂਸ ਹੋ ਗਈ ਹੈ ।

By adopting the teachings of His Word, with His mercy and grace I have realized the existence of The True Master with the eyes of my mind.

ਈਤਹਿ ਊਤਹਿ ਘਟਿ ਘਟਿ,	eeteh ooteh ghat ghat ghat ghat
ਘਟਿ ਘਟਿ ਤੂੰਹੀ ਤੂੰਹੀ ਮੋਹਿਨਾ॥੧॥	tooNhee tooNhee mohinaa. ||1||

ਸਭ ਆਤਮਾਂ ਵਿੱਚ ਤੂੰ ਆਪ ਹੀ ਵਸਦਾ ਹੈ । ਸੰਸਾਰਕ ਜੀਵਨ ਵਿੱਚ ਅਤੇ ਮੌਤ ਪਿਛੋਂ ਦਰਬਾਰ ਵਿੱਚ ਤੂੰ ਹੀ ਹਰਇੱਕ ਆਤਮਾ ਨੂੰ ਆਪਣੇ ਪਿਆਰ ਨਾਲ ਮੋਹਿਆ ਹੋਇਆ ਹੈ ।

You dwell and remain embedded within each and every soul and the soul are an expansion of Your Holy spirit. You have intoxicated each and every soul with emotional attachment to Your Word in worldly life and after death in Your court.

ਕਾਰਨ ਕਰਨਾ ਧਾਰਨ ਧਰਨਾ	kaaran karnaa Dhaaran Dharnaa aykai
ਏਕੈ ਏਕੈ ਸੋਹਿਨਾ॥੨॥	aykai sohinaa. ||2||

ਪ੍ਰਭ ਤੂੰ ਹੀ ਸ੍ਰਿਸ਼ਟੀ ਨੂੰ ਪੈਦਾ ਕਰਨ ਵਾਲਾ, ਤੂੰ ਹੀ ਸਭ ਕਾਰਨਾਂ ਦਾ ਕਾਰਨ ਹੈ । ਤੂੰ ਹੀ ਧਰਤੀ ਦਾ ਆਸਰਾ, ਧੁਰਾ ਹੈ । ਤੂੰ ਇੱਕੋ ਇੱਕ ਸ੍ਰਿਸ਼ਟੀ ਦਾ ਮਾਲਕ, ਬਹੁਤ ਸਹੋਣਾ ਹੈ ।

You are The One and Only One True Creator of the universe and all causes, purposes of each and every soul. You are the pillar of support of the universe. You are The One and Only One unique, most elegant and glamorous.

ਸੰਤਨ ਪਰਸਨ ਬਲਿਹਾਰੀ ਦਰਸਨ,	santan parsan balihaaree darsan
ਨਾਨਕ ਸੁਖਿ ਸੁਖਿ ਸੋਇਨਾ॥੩॥੪॥੧੪੪॥	naanak sukh sukh so-inaa. ||3||4||144||

ਬੰਦਗੀ ਕਰਨ ਵਾਲਾ, ਸੰਤਾਂ ਦੇ ਦਰਸ਼ਨ ਕਰ ਕੇ, ਉਸ ਦੀ ਸਿਖਿਆ ਨਾਲ ਜੀਵਨ ਦਾ ਢਾਲਦਾ ਹੈ! ਉਸ ਦਾਸ ਦੇ ਮਨ ਵਿੱਚ ਪੂਰਨ ਸੰਤੋਖ ਵਸਦਾ ਹੈ, ਸਦਾ ਹੀ ਤੇਰੀ ਕੁਦਰਤ ਤੋਂ ਹੈਰਾਨ ਰਹਿੰਦਾ ਹੈ ।

Your true devotee associates with Holy Saint and adopts the teachings of his life in his own life. He enters into the void of Your Word, in a complete peace and contentment. He always remains fascinated from Your nature and blessings.

214.ਆਸਾ ਮਹਲਾ ੫॥ 407-5

ਹਰਿ ਹਰਿ ਨਾਮੁ ਅਮੋਲਾ॥	har har naam amolaa.
ਓਹੁ ਸਹਜਿ ਸੁਹੇਲਾ॥੧॥ ਰਹਾਉ॥	oh sahj suhaylaa. ||1|| rahaa-o.

ਪ੍ਰਭ ਦੇ ਅਨਮੋਲ ਸ਼ਬਦ ਦਾ ਸਿਮਰਨ ਕਰਨ ਨਾਲ ਮਨ ਵਿੱਚ ਸੰਤੋਖ, ਖੇੜਾ ਵਸ ਜਾਂਦਾ ਹੈ ।

The teachings of His Word are ambrosial, priceless jewel. By wholeheartedly meditating on the teachings of His Word, his mind may be blessed with contentment and blossom forever.

ਸੰਗਿ ਸਹਾਈ ਛੋਡਿ ਨ ਜਾਈ — sang sahaa-ee chhod na jaa-ee
ਓਹੁ ਅਗਹ ਅਤੋਲਾ॥੧॥ — oh agah atolaa. ||1||

ਪ੍ਰਭ ਜੀਵ ਦੇ ਸਦਾ ਹੀ ਸਾਥ ਰਹਿੰਦਾ, ਜੀਵਨ ਵਿੱਚ ਸੇਧ ਦੇਂਦਾ ਹੈ, ਉਸ ਦਾ ਸਾਥ ਨਹੀਂ ਛੱਡਦਾ । ਉਹ ਜੀਵ ਦੀ ਜਾਣਕਾਰੀ, ਸਮਝ ਤੋਂ ਉਪਰ ਹੈ । ਉਸ ਦੇ ਬਰਾਬਰ ਹੋਰ ਕੋਈ ਨਹੀਂ ਹੈ ।

The True Master always remains a companion of the soul and guides the soul on the right path. His Word never abandons the soul. The True Master is beyond the understanding and comprehension of His creation. No one else may be equal, greater or even comparable with Him.

ਪ੍ਰੀਤਮੁ ਭਾਈ ਬਾਪੁ ਮੋਰੋ — pareetam bhaa-ee baap moro
ਮਾਈ ਭਗਤਨ ਕਾ ਓਲ੍ਹਾ॥੨॥ — maa-ee bhagtan kaa olHaa. ||2||

ਮੇਰਾ ਪ੍ਰੀਤਮ ਬਾਪ ਦੀ ਤਰ੍ਹਾਂ ਸਿਖਿਆ ਦੇਂਦਾ, ਭਾਈ ਦੀ ਤਰ੍ਹਾਂ ਸਹਾਈ ਹੁੰਦਾ ਹੈ । ਬੰਦਗੀ ਕਰਨ ਵਾਲੇ ਦਾਸ ਦਾ ਆਸਰਾ, ਜੀਵਨ ਦਾ ਮੰਤਵ ਬਣ ਜਾਂਦਾ ਹੈ ।

The True Master, my beloved guides me like my father and remains my support and companion like my worldly brother in all my life. He is the pillar of support and the true purpose of human life of His true devotee.

ਅਲਖੁ ਲਖਾਇਆ ਗੁਰ ਤੇ ਪਾਇਆ, — alakh lakhaa-i-aa gur tay paa-i-aa
ਨਾਨਕ ਇਹੁ ਹਰਿ ਕਾ ਚੋਲ੍ਹਾ॥੩॥੫॥੧੪੫॥ — naanak ih har kaa cholHaa. 3||5||145

ਸ਼ਬਦ ਦੀ ਪਾਲਣਾ ਨਾਲ, ਸ਼ਬਦ ਨੂੰ ਮਨ ਵਿੱਚ ਜਾਗਰਤ ਕਰਨ ਨਾਲ ਨਾ ਦੇਖੇ ਜਾਣ ਵਾਲੇ ਪ੍ਰਭ ਦੀ ਹੋਂਦ ਮਹਿਸੂਸ ਹੋ ਸਕਦੀ ਹੈ । ਬੰਦਗੀ ਕਰਨ ਵਾਲੇ ਦਾਸ ਉਸ ਦੇ ਕਰਤਬ ਦੇਖਕੇ ਹੈਰਾਨ ਹੀ ਰਹਿੰਦੇ, ਧੰਨ ਧੰਨ ਹੀ ਕਹਿਦੇ ਹਨ ।

By obeying and adopting the teachings of The True Master and his mind may be enlightened. His true devotee may realize the existence of beyond visibility True Master. His true devotee always remains fascinated and astonished from His nature and always claims Him to be the greatest of All.

215.ਆਸਾ ਮਹਲਾ ੫॥ 407-7

ਅਪੁਨੀ ਭਗਤਿ ਨਿਬਾਹਿ॥ — aapunee bhagat nibaahi.
ਠਾਕੁਰ ਆਇਓ ਆਹਿ॥੧॥ ਰਹਾਉ॥ — thaakur aa-i-o aahi. ||1|| rahaa-o.

ਪ੍ਰਭ ਤੇਰਾ ਦਾਸ ਤੇਰੀ ਸ਼ਰਣ ਵਿੱਚ ਅਇਆ ਹੈ । ਆਪਣੇ ਸ਼ਬਦ ਦੇ ਲੜ ਲਾਵੋ! ਸ਼ਬਦ ਤੇ ਭਰੋਸਾ ਅਡੋਲ ਰਖੋ!

Your humble slave has surrendered at Your sanctuary for forgiveness. With Your mercy and grace blesses devotion to meditate on the teachings of Your Word and keeps him steady and stable on the right path.

ਨਾਮੁ ਪਦਾਰਥੁ ਹੋਇ ਸਕਾਰਥੁ — naam padaarath ho-ay sakaarath
ਹਿਰਦੈ ਚਰਨ ਬਸਾਹਿ॥੧॥ — hirdai charan basaahi. ||1||

ਪ੍ਰਭ ਤੇਰੇ ਸ਼ਬਦ ਦਾ ਧਨ ਇਕੱਠਾ ਕਰਨ ਨਾਲ ਮਾਨਸ ਜਨਮ, ਜੀਵਨ ਸਫਲ ਹੋ ਜਾਂਦਾ ਹੈ । ਰਹਿਮਤ ਬਖਸ਼ੋ! ਆਪਣਾ ਸ਼ਬਦ ਮੇਰੇ ਮਨ ਵਿਚੋਂ ਜਾਗਰਤ ਕਰੋ!

By earnings of Your Word, human life journey may become profitable, successful. With Your mercy and grace, enlightens the teachings of Your Word from within my mind.

ਏਹ ਮੁਕਤਾ ਏਹ ਜੁਗਤਾ ayh muktaa ayh jugtaa
ਰਾਖਹੁ ਸੰਤ ਸੰਗਾਹਿ॥੨॥ raakho sant sangaahi. ||2||

ਮੁਕਤੀ ਹੀ ਸਭ ਤੋ ਉਤਮ ਅਵਸਥਾ ਹੈ । ਰਹਿਮਤ ਬਖਸ਼ੋ! ਬੰਦਗੀ ਕਰਨ ਵਾਲੇ ਸੰਤਾਂ ਦੀ ਸੰਗਤ ਵਿੱਚ ਰਖੋ!

The salvation is the most supreme state of mind. With Your mercy and grace, keeps me steady and stable in the association as Your true devotee.

ਨਾਮੁ ਧਿਆਵਉ ਸਹਜਿ ਸਮਾਵਉ, naam Dhi-aava-o sahj samaava-o
ਨਾਨਕ ਹਰਿ ਗੁਨ ਗਾਹਿ॥੩॥੬॥੧੪੬॥ naanak har gun gaahi. ||3||6||146||

ਪ੍ਰਭ ਤੇਰੇ ਸ਼ਬਦ ਦਾ ਸਿਮਰਨ, ਪਾਲਣਾ ਨਾਲ, ਮੈਂ ਸ਼ਬਦ ਦੀ ਸਮਾਧੀ ਵਿੱਚ ਲੀਨ ਹੋ ਗਿਆ ਹਾ । ਮੈਂ ਤੇਰੇ ਸ਼ਬਦ ਦੇ ਗੁਣ ਗਾਉਂਦਾ, ਸਮਾਧੀ ਵਿੱਚ ਹੀ ਮਸਤ ਰਹਿੰਦਾ ਹਾ ।

By meditating and adopting the teachings of Your Word in my day to day life with steady and stable belief, I have entered into the void of Your Word. I am singing the glory of Your Word and intoxicated with the teachings of Your Word.

216.ਆਸਾ ਮਹਲਾ ੫॥ 407-10

ਠਾਕੁਰ ਚਰਣ ਸੁਹਾਵੇ॥ thaakur charan suhaavay.
ਹਰਿ ਸੰਤਨ ਪਾਵੇ॥੧॥ ਰਹਾਉ॥ har santan paavay. ||1|| rahaa-o.

ਪ੍ਰਭ ਤੇਰੇ ਸ਼ਬਦ ਰੂਪੀ ਚਰਨ ਮਨ ਨੂੰ ਅਨੰਦ ਦੇਣ ਵਾਲੇ ਹਨ । ਬੰਦਗੀ ਕਰਨ ਵਾਲੇ ਸੰਤ, ਦਾਸ ਹੀ ਇਹ ਬਖਸ਼ਿਸ਼ ਪਾਉਂਦੇ ਹਨ ।

The enlightenment of Your Word; Your feet are very comforting to the mind as Your true devotee. Only Your true devotee may be blessed with this state of mind.

ਆਪੁ ਗਵਾਇਆ ਸੇਵ ਕਮਾਇਆ, aap gavaa-i-aa sayv kamaa-i-aa
ਗੁਨ ਰਸਿ ਰਸਿ ਗਾਵੈ॥੧॥ gun ras ras gaavay. ||1||

ਤੇਰਾ ਦਾਸ ਆਪਾ ਮਿਟਾ ਕੇ, ਖਤਮ ਕਰਕੇ, ਤੇਰੇ ਸ਼ਬਦ ਦਾ ਸਿਮਰਨ, ਪਾਲਣਾ ਕਰਦਾ ਹੈ । ਉਹ ਤੇਰੇ ਸ਼ਬਦ ਦੇ ਰੰਗ ਵਿੱਚ ਰੰਗੇ, ਸ਼ਬਦ ਦੇ ਗੁਣ ਗਾਉਂਦੇ ਹਨ ।

Your true devotee surrenders his mind, body, worldly status at the service of Your Word, mankind. He wholeheartedly meditates and adopts the teachings of Your Word in his day to day life. He remains drenched with the teachings of Your Word and remains singing Your glory with each and every breath.

ਏਕਹਿ ਆਸਾ ਦਰਸ ਪਿਆਸਾ, aykeh aasaa daras pi-aasaa
ਆਨ ਨ ਭਾਵੈ॥੨॥ aan na bhaavay. ||2||

ਉਹ ਇੱਕੋ ਇੱਕ ਪ੍ਰਭ ਤੇ ਹੀ ਆਪਣੀਆ ਆਸਾ ਰਖਦਾ ਹੈ, ਹੋਰ ਕਿਸੇ ਦੀ ਪੂਜਾ ਨਹੀਂ ਕਰਦਾ । ਉਸ ਦੇ ਮਨ ਵਿੱਚ ਸ਼ਬਦ ਦੀ ਸੋਝੀ ਪਾਉਣ, ਦਰਸ਼ਨ ਕਰਨ ਦੀ ਹੀ ਪਿਆਸ, ਭੁੱਖ ਰਹਿੰਦੀ ਹੈ । ਹੋਰ ਕੋਈ ਇੱਛਾ ਨਹੀਂ, ਹੋਰ ਕਿਸੇ ਪ੍ਰਾਪਤੀ ਨਾਲ ਮਨ ਵਿੱਚ ਸੰਤੋਖ ਨਹੀਂ ਆਉਂਦਾ ।

Your true devotee keeps all his hopes on Your mercy and grace, blessings. He does not worship any other spiritual guide, guru. His mind always remains anxious, hungry to have Your blessed vision, the enlightenment of the teachings of His Word. He may not have any other worldly desire or nothing else may render him peace and contentment.

ਦਇਆ ਤੁਹਾਰੀ ਕਿਆ ਜੰਤ ਵਿਚਾਰੀ, da-i-aa tuhaaree ki-aa jant vichaaree
ਨਾਨਕ ਬਲਿ ਬਲਿ ਜਾਵੈ॥੩॥੭॥੧੪੭॥ naanak bal bal jaavay. ||3||7||147||

ਪ੍ਰਭ ਇਹ ਸਭ ਕੁਝ ਤੇਰੀ ਰਹਿਮਤ, ਬਖਸ਼ਿਸ਼ ਨਾਲ ਹੀ ਹੁੰਦਾ ਹੈ, ਮਾਨਸ ਦੇ ਵੱਸ ਵਿੱਚ ਕੀ ਹੈ? ਉਹ ਤੇਰੇ ਸ਼ਬਦ ਨੂੰ ਧੰਨ ਧੰਨ ਹੀ ਕਹਿਦੇ ਰਹਿੰਦੇ ਹਨ ।

My True Master everything happens, blessed with Your mercy and grace, command. What may be under the control of any worldly creature? He always claims that Your Word is greatest of All and can only be blessed by Your mercy and grace.

217.ਆਸਾ ਮਹਲਾ ੫॥ 407-12

ਏਕੁ ਸਿਮਰਿ ਮਨ ਮਾਹੀ॥੧॥ ਰਹਾਉ॥ ayk simar man maahee. ||1|| rahaa-o.

ਜੀਵ ਸਦਾ ਹੀ ਇੱਕੋ ਇੱਕ ਪ੍ਰਭ ਦੇ ਸ਼ਬਦ ਨੂੰ ਮਨ ਵਿੱਚ ਰਖੋ! ਉਸ ਦਾ ਸਿਮਰਨ ਕਰੋ!

You should always wholeheartedly with steady and stable belief adopts the teachings of His Word in day to day life.

ਨਾਮੁ ਧਿਆਵਹੁ ਰਿਦੈ ਬਸਾਵਹੁ, naam Dhi-aavahu ridai basaavhu
ਤਿਸੁ ਬਿਨੁ ਕੋ ਨਾਹੀ॥੧॥ tis bin ko naahee. ||1||

ਜੀਵ ਪ੍ਰਭ ਦੇ ਸ਼ਬਦ ਦਾ ਸਿਮਰਨ, ਸ਼ਬਦ ਨੂੰ ਮਨ ਵਿੱਚ ਜਾਗਰਤ ਕਰੋ! ਪ੍ਰਭ ਤੋ ਬਿਨਾਂ ਹੋਰ ਕੋਈ ਸ੍ਰਿਸ਼ਟੀ ਦਾ ਮਾਲਕ ਨਹੀਂ ਹੈ ।

You should always meditate on the teachings of His Word and enlighten the essence of the teachings of His Word within your heart. Without, One and Only One God, no one may be the protector, Owner, True Master of the universe.

ਪ੍ਰਭ ਸਰਨੀ ਆਈਐ parabh sarnee aa-ee-ai
ਸਰਬ ਫਲ ਪਾਈਐ, sarab fal paa-ee-ai
ਸਗਲੇ ਦੁਖ ਜਾਹੀ॥੨॥ saglay dukh jaahee. ||2||

ਪ੍ਰਭ ਦੀ ਸ਼ਰਣ ਆਉਣ ਨਾਲ, ਸ਼ਬਦ ਨਾਲ ਜੀਵਨ ਢਾਲਣ ਨਾਲ ਸਾਰੇ ਫਲ ਬਖਸ਼ਿਸ਼ ਹੁੰਦੇ ਹਨ । ਮਨ ਦੀਆਂ ਭਟਕਣਾਂ ਖਤਮ ਹੋ ਜਾਂਦੀਆਂ ਹਨ ।

By humbly surrendering at the sanctuary and adopting the teachings of His Word in day to day life, all blessings may be bestowed by His mercy and grace. All frustrations of worldly desires may be eliminated from the mind of His true devotee.

ਜੀਅਨ ਕੋ ਦਾਤਾ ਪੁਰਖੁ ਬਿਧਾਤਾ, jee-an ko daataa purakh biDhaataa
ਨਾਨਕ ਘਟਿ ਘਟਿ ਆਹੀ॥੩॥੮॥੧੪੮॥ naanak ghat ghat aahee. ||3||8||148||

ਪ੍ਰਭ ਹੀ ਸਾਰੀ ਸ੍ਰਿਸ਼ਟੀ ਦੇ ਜੀਵਾਂ ਨੂੰ ਦਾਤਾਂ ਬਖਸ਼ਣ ਵਾਲਾ ਮਾਲਕ ਹੈ । ਉਹ ਹੀ ਜੀਵ ਦੇ ਭਾਗ ਲਿਖਣ ਵਾਲਾ ਮਾਲਕ ਹੈ । ਉਹ ਹਰਇੱਕ ਤਨ ਵਿੱਚ ਵਸਦਾ ਹੈ ।

The One and Only One God may bless virtues to each and every creature with His mercy and grace. He dwells in each and every creature and inscribes the destiny of each and every creature.

218.ਆਸਾ ਮਹਲਾ ੫॥ 407-1

ਹਰਿ ਬਿਸਰਤ ਸੋ ਮੂਆ॥੧॥ ਰਹਾਉ॥ har bisrat so moo-aa. ||1|| rahaa-o.

ਜਿਹੜਾ ਪ੍ਰਭ ਦੇ ਸ਼ਬਦ ਨੂੰ ਮਨ ਵਿਚੋਂ ਵਿਸਾਰ ਦੇਂਦਾ, ਸ਼ਬਦ ਦੀ ਪ੍ਰਵਾਹ ਨਹੀਂ ਕਰਦਾ । ਉਹ ਮਾਨਸ ਜੀਵਨ ਵਿੱਚ ਰਹਿੰਦਾ ਹੋਏ ਵੀ ਮੋਇਆ ਦੇ ਸਮਾਨ ਹੀ ਹੁੰਦਾ ਹੈ ।

Whosoever may abandon the teachings of His Word and may not pay any attention to His Word. He may be just like corpse while still breathing in the world.

ਨਾਮੁ ਧਿਆਵੈ ਸਰਬ ਫਲ ਪਾਵੈ, naam Dhi-aavai sarab fal paavai
ਸੋ ਜਨੁ ਸੁਖੀਆ ਹੂਆ॥੧॥ so jan sukhee-aa hoo-aa. ||1||

ਜਿਹੜਾ ਪ੍ਰਭ ਦੇ ਸ਼ਬਦ ਦਾ ਸਿਮਰਨ, ਪਾਲਣਾ ਕਰਦਾ ਹੈ । ਪ੍ਰਭ ਦੀ ਰਹਿਮਤ ਨਾਲ ਉਸ ਦੇ ਮਨ ਵਿੱਚ ਸੁਖ, ਅਨੰਦ, ਖੇੜਾ ਵਸ ਜਾਂਦਾ ਹੈ ।

Whosoever may wholeheartedly meditate and adopt the teachings of His Word with steady and stable belief in his day to day life. He may be blessed with peace, contentment and blossom all time.

ਰਾਜੁ ਕਹਾਵੈ ਹਉ ਕਰਮ ਕਮਾਵੈ,	raaj kahaavai ha-o karam kamaavai
ਬਾਧਿਓ ਨਲਿਨੀ ਭ੍ਰਮਿ ਸੂਆ॥੨॥	baaDhi-o nalinee bharam soo-aa. ‖2‖

ਜਿਹੜਾ ਜੀਵ ਸੰਸਾਰ ਵਿੱਚ ਆਪਣੇ ਆਪ ਨੂੰ ਸ਼ੇਨਸਾਹ ਸਦਾਉਂਦਾ ਹੈ । ਪਰ ਆਪਣੇ ਅਹੰਕਾਰ ਵਿੱਚ ਹੀ ਕੰਮ ਕਰਦਾ ਹੈ । ਉਹ ਆਪਣੇ ਮਨ ਦੇ, ਧਰਮਾਂ ਦੇ ਪਾਏ ਭਰਮਾਂ ਵਿੱਚ ਹੀ ਫਸ ਜਾਂਦਾ ਹੈ । ਜਿਵੇਂ ਤੋਤਾ ਪਿੰਜਰੇ ਵਿੱਚ ਫਸ ਜਾਂਦਾ ਹੈ ।

Whosoever may consider himself the king of kings and performs worldly deeds in the ego of his mind; he may remain in the suspicions of worldly, religious rituals. He remains slave as parrot remains in the cage.

ਕਹੁ ਨਾਨਕ ਜਿਸੁ ਸਤਿਗੁਰੁ ਭੇਟਿਆ,	kaho naanak jis satgur bhayti-aa
ਸੋ ਜਨੁ ਨਿਹਚਲੁ ਥੀਆ॥੩॥੯॥੧੪੯॥	so jan nihchal thee-aa. ‖3‖9‖149‖

ਜਿਸ ਨੂੰ ਪ੍ਰਭ ਆਪਣੀ ਰਹਿਮਤ ਨਾਲ ਸ਼ਬਦ ਦੇ ਲੜ ਲਾਉਂਦਾ ਹੈ, ਉਹ ਆਪਣਾ ਜੀਵਨ ਸ਼ਬਦ ਨਾਲ ਢਾਲਕੇ ਸੋਝੀ ਪਾ ਲੈਂਦਾ, ਸੋਝੀ ਬਖਸ਼ਿਸ਼ ਹੋ ਜਾਂਦੀ ਹੈ । ਉਸ ਨੂੰ ਸਦਾ ਰਹਿਣ ਵਾਲਾ ਅਰਾਮ, ਖੇੜਾ ਬਖਸ਼ਿਸ਼ ਹੋ ਜਾਂਦਾ ਹੈ, ਅਮਰ ਅਵਸਥਾ ਬਖਸ਼ਿਸ਼ ਹੋ ਜਾਂਦੀ ਹੈ ।

Whosoever with His mercy and grace may be attached to a devotional meditation on the teachings of His Word; he may adopt the teachings of His Word. He may be enlightened and always remains awake and alert. He may be blessed with comforts, contentment and blossom forever. He may be blessed with immortal state of mind.

219.ਆਸਾ ਮਹਲਾ ੫ ਘਰੁ ੧੪॥ 407-18

੧ੳ ਸਤਿਗੁਰ ਪ੍ਰਸਾਦਿ॥	ik-oNkaar satgur parsaad.
ਓਹੁ ਨੇਹੁ ਨਵੇਲਾ॥	oh nayhu navaylaa.
ਅਪੁਨੇ ਪ੍ਰੀਤਮ ਸਿਉ ਲਾਗਿ ਰਹੈ॥੧॥ ਰਹਾਉ॥	apunay pareetam si-o laag rahai. ‖1‖ rahaa-o.

ਜਿਹੜਾ ਸ਼ਬਦ ਦੇ ਲੜ ਲੱਗ ਜਾਂਦਾ ਹੈ । ਉਸ ਦਾ ਪਿਆਰ ਸਦਾ ਹੀ ਤਾਜ਼ਾ ਰਹਿੰਦਾ, ਸ਼ਬਦ ਤੇ ਭਰੋਸਾ ਅਡੋਲ ਰਹਿੰਦਾ ਹੈ ।

Whosoever may remain attached to the teachings of His Word with steady and stable belief. His devotion, memory of his separation from The True Master always remain fresh within his mind.

ਜੋ ਪ੍ਰਭ ਭਾਵੈ ਜਨਮਿ ਨ ਆਵੈ॥	jo parabh bhaavai janam na aavai.
ਹਰਿ ਪ੍ਰੇਮ ਭਗਤਿ ਹਰਿ ਪ੍ਰੀਤਿ ਰਚੈ॥੧॥	har paraym bhagat har pareet rachai. ‖1‖

ਜਿਸ ਦੀ ਬੰਦਗੀ ਪ੍ਰਭ ਦੇ ਪ੍ਰਵਾਨ ਹੋ ਜਾਂਦੀ ਹੈ, ਉਹ ਬਾਰ ਬਾਰ ਜੂੰਨਾਂ ਵਿੱਚ ਨਹੀਂ ਭਉਦਾ । ਉਹ ਸ਼ਬਦ ਦੀ ਸਮਾਧੀ ਵਿੱਚ ਵਸਦਾ ਹੈ ।

Whose meditation may be accepted by The True Master, his cycle of birth and death may be eliminated forever. He remains intoxicated in the void of His Word.

ਪ੍ਰਭ ਸੰਗਿ ਮਿਲੀਜੈ ਇਹੁ ਮਨੁ ਦੀਜੈ॥	parabh sang mileejai ih man deejai.
ਨਾਨਕ ਨਾਮੁ ਮਿਲੈ ਅਪਨੀ ਦਇਆ ਕਰਹੁ॥੨॥੧॥੧੫੦॥	naanak naam milai apnee da-i-aa karahu.2‖1‖150‖

ਉਹ ਪ੍ਰਭ ਦੇ ਸ਼ਬਦ ਦੀ ਸਮਾਧੀ ਵਿੱਚ ਵਸਦਾ, ਸ਼ਬਦ ਵਿੱਚ ਲੀਨ ਰਹਿੰਦਾ ਹੈ । ਉਹ ਪ੍ਰਭ ਅੱਗੇ ਇੱਕੋ ਇੱਕ ਹੀ ਅਰਦਾਸ ਕਰਦਾ ਹੈ । ਰਹਿਮਤਾਂ ਦੇ ਮਾਲਕ, ਆਪਣੇ ਸ਼ਬਦ ਦੇ ਲੜ ਲਾਈ ਰਖੋਂ!

He remains intoxicated in meditation in the void of His Word. He always begs for one and only one desire. The True Master keeps me steady and stable in meditation on the teachings of Your Word.

220.ਆਸਾ ਮਹਲਾ ੫॥ 408-2

ਮਿਲੁ ਰਾਮ ਪਿਆਰੇ	mil raam pi-aaray
ਤੁਮ ਬਿਨੁ ਧੀਰਜੁ ਕੋ ਨ ਕਰੈ॥੧॥	tum bin Dheeraj ko na karai.||1||
ਰਹਾਉ॥	rahaa-o.

ਪ੍ਰਭ ਰਹਿਮਤ ਬਖਸ਼ਕੇ ਮੇਰੇ ਮਨ ਵਿੱਚ ਆਪਣਾ ਸ਼ਬਦ ਜਾਗਰਤ ਕਰੋ! ਤੇਰੇ ਸ਼ਬਦ ਤੋ ਬਿਨਾਂ ਮਨ ਵਿੱਚ ਕੋਈ ਧੀਰਜ, ਸੰਤੋਖ ਨਹੀਂ ਆਉਂਦਾ ।

The True Master blesses me enlightenment of Your Word within my mind. Without meditating on the teachings of Your Word, my mind does not realize any patience or contentment.

ਸਿੰਮ੍ਰਿਤਿ ਸਾਸਤ੍ਰ ਬਹੁ ਕਰਮ ਕਮਾਏ,	simrit saastar baho karam kamaa-ay
ਪ੍ਰਭ ਤੁਮਰੇ ਦਰਸ ਬਿਨੁ ਸੁਖੁ ਨਾਹੀ॥੧॥	parabh tumray daras bin sukh naahee. 1

ਸੰਸਾਰ ਵਿੱਚ ਜੀਵ ਭਾਵੇਂ ਅਨੇਕਾਂ ਧਰਮ ਦੇ ਗ੍ਰੰਥ ਪੜ੍ਹ, ਘੋਖ ਲਵੇ! ਤੇਰੇ ਸ਼ਬਦ ਦੇ ਜਾਗਰਤ ਹੋਣ ਤੋ ਬਿਨਾਂ ਮਨ ਵਿੱਚ ਸੰਤੋਖ, ਖੇੜਾ ਬਖਸ਼ਿਸ਼ ਨਹੀਂ ਹੁੰਦਾ ।

Worldly creatures may recite and search all worldly Holy Scriptures, religious fundamentals, teachings. Without enlightening of Your Word within, my mind never feels contented in day to day life.

ਵਰਤ ਨੇਮ ਸੰਜਮ ਕਰਿ ਥਾਕੇ,	varat naym sanjam kar thaakay
ਨਾਨਕ ਸਾਧ ਸਰਨਿ ਪ੍ਰਭ ਸੰਗਿ ਵਸੈ॥	naanak saaDh saran parabh sang vasai.
੨॥ ੨॥੧੫੧॥	||2||2||151||

ਸੰਸਾਰਕ ਜੀਵ ਧਰਮ ਦੇ ਰੀਤੀ ਰੀਵਾਜ, ਵਰਤ, ਪੂਜਾ, ਤਪ, ਜਪ ਕਰਦੇ ਬੇਵੱਸ ਹੋ ਜਾਂਦੇ ਹਨ । ਬੰਦਗੀ ਕਰਨ ਵਾਲੇ, ਆਪਾ ਗਵਾ ਕੇ ਸ਼ਬਦ ਦੀ ਪਾਲਣਾ ਵਿੱਚ ਹੀ ਅਡੋਲ ਰਹਿੰਦੇ ਹਨ ।

The worldly creatures perform the religious rituals, the techniques described in worldly Holy Scriptures and may become helpless and miserable. His true devotee always surrenders his selfishness and remains steady and stable in obeying and adopting the teachings of His Word in his day to day life.

221.ਆਸਾ ਮਹਲਾ ੫ ਘਰੁ ੧੫ ਪੜਤਾਲ॥ 408-5

੧ਓ ਸਤਿਗੁਰ ਪ੍ਰਸਾਦਿ॥	ik-oNkaar satgur parsaad.
ਬਿਕਾਰ ਮਾਇਆ ਮਾਦਿ ਸੋਇਓ,	bikaar maa-i-aa maad so-i-o soojh
ਸੂਝ ਬੂਝ ਨ ਆਵੈ॥	boojh na aavai.
ਪਕਰਿ ਕੇਸ ਜਮਿ ਉਠਾਰਿਓ,	pakar kays jam uthaari-o tad
ਤਦ ਹੀ ਘਰਿ ਜਾਵੈ॥੧॥	hee ghar jaavai. ||1|

ਮਾਨਸ ਸੰਸਾਰਕ ਮਾਇਆ ਦੇ ਨਸ਼ੇ ਵਿੱਚ, ਮਨ ਦੇ ਲਾਲਚ ਵਿੱਚ ਮਸਤ ਹੋਇਆ ਰਹਿੰਦਾ ਹੈ । ਮਾਨਸ ਜਨਮ ਦੇ ਅਸਲੀ ਮੰਤਵ ਤੋ ਅਣਜਾਣ ਹੀ ਰਹਿੰਦਾ ਹੈ । ਜਦੋਂ ਮੌਤ ਦਾ ਜਮਦੂਤ ਪਕੜ ਲੈਂਦਾ ਹੈ, ਤਾਂ ਹੀ ਉਸ ਨੂੰ ਸੋਝੀ ਹੁੰਦੀ ਹੈ, ਉਸ ਨੇ ਮਾਨਸ ਜਨਮ ਬਿਰਥਾ ਹੀ ਗਵਾ ਲਿਆ ਹੈ ।

The worldly creature, human always remains intoxicated with worldly wealth and becomes a slave of the greed of his mind. He forgets and remains ignorant from the true purpose of his human life blessings. When the devil of death captured him, he realizes that he has wasted his human life blessings.

ਲੋਭ ਬਿਖਿਆ ਬਿਖੈ ਲਾਗੇ,	lobh bikhi-aa bikhai laagay
ਹਿਰਿ ਵਿਤ ਚਿਤ ਦੁਖਾਹੀ॥	hir vit chit dukhaahee.
ਖਿਨ ਭੰਗੁਨਾ ਕੈ ਮਾਨਿ ਮਾਤੇ,	khin bhangunaa kai
ਅਸੁਰ ਜਾਣਹਿ ਨਾਹੀ॥੧॥	maan maatay asur jaaneh naahee.
ਰਹਾਉ॥	||1|| rahaa-o.

ਜਿਹੜਾ ਮਾਨਸ ਜਨਮ, ਮਾਇਆ ਰੂਪੀ ਜ਼ਹਿਰ, ਪਰਾਏ ਧਨ ਦੀ ਇੱਛਾਂ ਵਿੱਚ ਬਤੀਤ ਕਰਦਾ ਹੈ । ਉਹ ਆਪਣੇ ਜੀਵਨ ਵਿੱਚ ਦੁਖ ਹੀ ਇਕੱਠੇ ਕਰਦਾ ਹੈ । ਉਹ ਨਾਸ਼ ਹੋ ਜਾਣ ਵਾਲੇ ਸੰਸਾਰਕ ਪਦਾਰਥਾ ਦਾ ਅਹੰਕਾਰ, ਅਭਿਮਾਨ ਕਰਦਾ ਹੈ, ਸੰਸਾਰਕ ਪਦਾਰਥ ਮੌਤ ਪਿਛੋਂ ਸਾਥ ਨਹੀਂ ਜਾਂਦੇ । ਉਹ ਜ਼ਾਲਮ ਬਣ ਜਾਂਦਾ ਹੈ, ਉਸ ਨੂੰ ਮਾਨਸ ਜਨਮ ਦੀ ਕੀਮਤ ਦੀ ਕੋਈ ਸੋਝੀ ਨਹੀਂ ਹੁੰਦੀ ।

Whosoever may remain intoxicated with worldly wealth and robs the earnest living of others, he collects the burden of miseries in his human life journey. He always remains a slave of his worldly possessions. Worldly possessions have no value to support in His court. He may become a tyrant and have no understanding about the worth of human life blessings.

ਬੇਦ ਸਾਸਤ੍ਰ ਜਨ ਪੁਕਾਰਹਿ,	bayd saastar jan pukaareh
ਸੁਨੈ ਨਾਹੀ ਡੋਰਾ॥	sunai naahee doraa.
ਨਿਪਟਿ ਬਾਜੀ ਹਾਰਿ ਮੂਕਾ,	nipat baajee haar mookaa
ਪਛੁਤਾਇਓ ਮਨਿ ਭੋਰਾ॥੨॥	pachhutaa-i-o man bhoraa. ||2||

ਧਰਮ ਦੇ ਗ੍ਰੰਥ, ਵੇਦ, ਸ਼ਾਸਤਰ, ਬੰਦਗੀ ਕਰਨ ਵਾਲੇ ਸੰਤ ਬਾਰ ਬਾਰ ਪੁਕਾਰਦੇ, ਦੱਸਦੇ ਹਨ । ਪਰ ਇਹ ਅਗਿਆਨੀ ਸੁਣਦੇ ਨਹੀਂ, ਕੋਈ ਪ੍ਰਵਾਹ ਨਹੀਂ ਕਰਦੇ । ਜਦੋਂ ਮਾਨਸ ਜਨਮ ਦਾ ਸਮਾਂ ਖਤਮ ਹੋ ਜਾਂਦਾ ਹੈ, ਸਵਾਸ ਖਤਮ ਹੋ ਜਾਂਦੇ ਹਨ । ਉਹ ਮੂਰਖ ਉਸ ਸਮੇਂ, ਸੋਗ, ਪਛਤਾਵਾ ਕਰਦੇ ਹਨ । ਅਪਣੀ ਗਲਤੀ ਮਹਿਸੂਸ ਕਰਦੇ ਹਨ ।

All worldly Holy Scriptures, His true devotees claim and cries out the teachings, the right path of acceptance in His court, to spend human life. However, the ignorant humans do not pay attention, care about those teachings in their life. When he faces the devil of death, he regrets and repents for his mistakes in his human life journey.

ਡਾਨੁ ਸਗਲ ਗੈਰ ਵਜਹਿ,	daan sagal gair vajeh
ਭਰਿਆ ਦੀਵਾਨ ਲੇਖੈ ਨ ਪਰਿਆ॥	bhari-aa deevaan laykhai na pari-aa.
ਜੇਂਹ ਕਾਰਜਿ ਰਹੈ ਓਲ੍ਹਾ,	jayNh kaaraj rahai olHaa
ਸੋਇ ਕਾਮੁ ਨ ਕਰਿਆ॥੩॥	so-ay kaam na kari-aa. ||3||

ਉਹ ਆਪਣੇ ਕੀਤੇ ਦਾ ਫਲ ਭੋਗਦਾ ਹੈ, ਪਿਛਲੇ ਕੀਤੇ ਪਾਪਾਂ ਦਾ ਭਾਰ ਘੱਟਦਾ ਨਹੀਂ । ਉਸ ਨੇ ਆਪਣੇ ਜੀਵਨ ਵਿੱਚ ਪਾਪ ਬਖਸ਼ਣ ਵਾਲੇ ਕੰਮ ਨਹੀਂ ਕੀਤੇ ।

He endures the suffering of his own evil deeds; he reaps whatsoever he sows in the worldly life. He has not performed any worldly deed to reduce the burden of sins of his life.

ਐਸੋ ਜਗੁ ਮੋਹਿ ਗੁਰਿ ਦਿਖਾਇਓ,	aiso jag mohi gur dikhaa-i-o ta-o
ਤਉ ਏਕ ਕੀਰਤਿ ਗਾਇਆ॥	ayk keerat gaa-i-aa.
ਮਾਨੁ ਤਾਨੁ ਤਜਿ ਸਿਆਨਪ,	maan taan taj si-aanap
ਸਰਣਿ ਨਾਨਕੁ ਆਇਆ॥੪॥੧॥੧੫੨॥	saran naanak aa-i-aa. ||4||1||152||

ਪ੍ਰਭ ਰਹਿਮਤ ਬਖਸ਼ਕੇ ਸੰਸਾਰਕ ਜੀਵ ਨੂੰ ਸੰਸਾਰਕ ਜੀਵਨ ਦੀ ਹਾਲਤ ਦੀ ਸੋਝੀ ਬਖਸ਼ਦਾ ਹੈ । ਬੰਦਗੀ ਕਰਨ ਵਾਲਾ ਆਪਣੇ ਮਨ ਦਾ ਅਹੰਕਾਰ ਤਿਆਗ ਕੇ, ਸ਼ਬਦ ਦੇ ਗੁਣ ਗਾਉਂਦਾ ਹੈ । ਪ੍ਰਭ ਦੇ ਸ਼ਬਦ ਦੀ ਸ਼ਰਣ ਵਿੱਚ, ਸਮਾਧੀ ਵਿੱਚ ਜਾ ਵਸਦੇ ਹਨ ।

The True Master has enlightened the true state of mind of worldly creature, human in the teachings of His Word. Whosoever may abandon the ego of his mind and sings the glory of his teachings, he may be blessed with acceptance in His sanctuary, in the void of His Word.

222.ਆਸਾ ਮਹਲਾ ੫॥ 408-11

ਬਾਪਾਰਿ ਗੋਵਿੰਦ ਨਾਏ॥	baapaar govind naa-ay.
ਸਾਧ ਸੰਤ ਮਨਾਏ ਪ੍ਰਿਅ ਪਾਏ,	saaDh sant manaa-ay pari-a paa-ay
ਗੁਨ ਗਾਏ ਪੰਚ ਨਾਦ ਤੂਰ ਬਜਾਏ॥੧॥ ਰਹਾਉ॥	gun gaa-ay panch naad toor bajaa-ay. ||1|| rahaa-o.

ਪ੍ਰਭ ਦੇ ਸ਼ਬਦ ਦੀ ਪਾਲਣਾ ਕਰਨ ਨਾਲ ਬੰਦਗੀ ਕਰਨ ਵਾਲੇ ਸੰਤ ਪ੍ਰਸੰਨ ਹੋ ਜਾਂਦੇ ਹਨ । ਪ੍ਰਭ ਦੇ ਸ਼ਬਦ ਦੇ ਗੁਣ ਗਾਉਣ ਨਾਲ ਪ੍ਰਭ ਰਹਿਮਤਾਂ ਬਖਸ਼ਦਾ ਹੈ । ਉਹ ਜੀਵ ਪੰਜਾਂ ਸੰਗੀਤਾਂ ਨਾਲ ਪ੍ਰਭ ਦੇ ਸ਼ਬਦ ਦੀ ਧੁਨ ਗਾਉਂਦੇ ਹਨ ।

By adopting the teachings of His Word, His Holy saint, The True Master appeased with the devotion and meditation of His true devotee. By singing the glory of His Word wholeheartedly The True Master becomes merciful on his soul. His true devotee sings the glory of The True Master with all five music tones of His Word.

ਕਿਰਪਾ ਪਾਏ ਸਹਜਾਏ ਦਰਸਾਏ,	kirpaa paa-ay sehjaa-ay darsaa-ay
ਅਬ ਰਾਤਿਆ ਗੋਵਿੰਦ ਸਿਉ॥	ab raati-aa govind si-o.
ਸੰਤ ਸੇਵਿ ਪ੍ਰੀਤਿ	sant sayv pareet
ਨਾਥ ਰੰਗੁ ਲਾਲਨ ਲਾਏ॥੧॥	naath rang laalan laa-ay. ||1||

ਬੰਦਗੀ ਕਰਨ ਵਾਲੇ ਪ੍ਰਭ ਦੇ ਸ਼ਬਦ ਦੀ ਪਾਲਣਾ ਕਰਦੇ, ਸ਼ਬਦ ਵਿੱਚ ਲੀਨ ਰਹਿੰਦੇ ਹਨ । ਅਸਾਨੀ ਨਾਲ ਹੀ, ਪ੍ਰਭ ਦੀ ਰਹਿਮਤ, ਸ਼ਬਦ ਦੀ ਸੋਝੀ ਰੂਪੀ ਦਰਸ਼ਨ ਬਖਸ਼ਿਸ਼ ਹੋ ਜਾਂਦੇ ਹਨ । ਬੰਦਗੀ ਕਰਨ ਵਾਲੇ ਸੰਤਾਂ ਦੀ ਸੇਵਾ ਕਰਨ ਨਾਲ, ਮਨ ਵਿੱਚ ਪ੍ਰਭ ਦੀ ਸੇਵਾ ਕਰਨ, ਸ਼ਰਣ ਆਉਣ ਵਾਲਾ ਅਨੰਦ, ਖੇੜਾ ਅਨੁਭਵ ਹੋ ਜਾਂਦਾ ਹੈ ।

His true devotee always remains obeying, meditating in the void of His Word. He may be blessed with His mercy and grace, the enlightenment of the teachings of His Word from within with ease. By serving His true devotee and adopting the teachings of his life, he may be blessed same contentment and blossom as acceptance in His sanctuary.

ਗੁਰ ਗਿਆਨੁ ਮਨਿ ਦ੍ਰਿੜਾਏ	gur gi-aan man drirh-aa-ay
ਰਹਸਾਏ ਨਹੀਂ ਆਏ	rahsaa-ay nahee aa-ay
ਸਹਜਾਏ ਮਨਿ ਨਿਧਾਨੁ ਪਾਏ॥	sehjaa-ay man niDhaan paa-ay.
ਸਭ ਤਜੀ ਮਨੈ ਕੀ ਕਾਮ ਕਰਾ॥	sabh tajee manai kee kaam karaa.
ਚਿਰੁ ਚਿਰੁ ਚਿਰੁ ਚਿਰੁ ਭਇਆ,	chir chir chir chir bha-i-aa
ਮਨਿ ਬਹੁਤੁ ਪਿਆਸ ਲਾਗੀ॥	man bahut pi-aas laagee.
ਹਰਿ ਦਰਸਨੋ ਦਿਖਾਵਹੁ,	har darsano dikhaavhu
ਮੋਹਿ ਤੁਮ ਬਤਾਵਹੁ॥	mohi tum bataavhu.
ਨਾਨਕ ਦੀਨ ਸਰਣਿ ਆਏ	naanak deen saran aa-ay
ਗਲਿ ਲਾਏ॥੨॥ ੨॥੧੫੩॥	gal laa-ay. ||2||2||153||

ਪ੍ਰਭ ਨੇ ਰਹਿਮਤ ਬਖਸ਼ਕੇ ਸ਼ਬਦ ਦੀ ਸੋਝੀ ਦਾ ਬੀਜ ਮੇਰੇ ਮਨ ਵਿੱਚ ਬੋਇਆ ਹੈ । ਮੇਰੇ ਮਨ ਵਿੱਚ ਅਨੰਦ ਭਰ ਗਿਆ ਹੈ, ਹੁਣ ਮੈਂ ਫਿਰ ਮਾਤਾ ਦੇ ਗਰਭ ਵਿੱਚ ਨਹੀਂ ਜਾਵਾਗਾ। ਮੇਰਾ ਮਨ ਸ਼ਬਦ ਦੀ ਸਮਾਧੀ ਵਿੱਚ ਵਸਦਾ ਹੈ, ਮਨ ਵਿੱਚ ਪੂਰਨ ਸੰਤੋਖ ਖੇੜਾ ਵਸਦਾ ਹੈ । ਆਪਣੇ ਮਨ ਵਿਚੋਂ ਸੰਸਾਰਕ ਇੱਛਾਂ ਨੂੰ ਤਿਆਗ ਦਿੱਤਾ, ਜਿੱਤ ਬਖਸ਼ਿਸ਼ ਹੋ ਗਈ ਹੈ । ਮਨ ਵਿੱਚ ਬਹੁਤ ਚਿਰ ਤੋ ਹੀ ਪ੍ਰਭ ਨੂੰ ਮਿਲਣ ਦੀ ਡੂੰਘੀ ਪਿਆਸ ਲੱਗੀ ਹੈ । ਪ੍ਰਭ ਆਪਣੀ ਰਹਿਮਤ ਨਾਲ ਆਪਣੇ ਦਰਸ਼ਨ ਬਖਸ਼ੋ, ਸ਼ਬਦ ਨੂੰ ਮਨ ਵਿੱਚ ਜਾਗਰਤ ਕਰੋ! ਬੰਦਗੀ ਕਰਨ ਵਾਲੇ ਦੇ ਮਨ ਵਿੱਚ ਇੱਕੋ ਇੱਕ ਹੀ ਅਰਦਾਸ ਰਹਿੰਦੀ ਹੈ । ਆਪਣੀ ਸ਼ਰਣ ਵਿੱਚ ਨਿਮਾਣੇ ਦਾਸ ਨੂੰ ਪਨਾਹ ਬਖਸ਼ੋ!

The True Master with His mercy and grace has sowed the seed of meditation within my mind. I am overwhelmed with pleasure and blossom in my worldly life, now I may not enter into the womb of any mother again. My mind dwells in the void of His Word and complete contentment prevails in my day to day life. With His mercy and grace, my mind has abandoned all worldly desires and I have conquered my own mind. I remain anxious and hungry for enlightenment of His Word. With Your mercy and grace, blesses me with the enlightenment of the teachings of Your Word within and keeps me awake and alert. His true devotee always has one desire to be accepted at His sanctuary.

223.ਆਸਾ ਮਹਲਾ ੫॥ 408-16

ਕੋਊ ਬਿਖਮ ਗਾਰ ਤੋਰੈ॥	ko-oo bikham gaar torai.
ਆਸ ਪਿਆਸ ਧੋਹ ਮੋਹ	aas pi-aas Dhoh moh
ਭਰਮ ਹੀ ਤੇ ਹੋਰੈ॥੧॥ ਰਹਾਉ॥	bharam hee tay horai. ‖1‖ rahaa-o.

ਕਿਹੜਾ ਮੇਰੇ ਮਨ ਦੇ ਪਾਪਾਂ ਦੇ ਜੰਗਲ ਨੂੰ ਨਾਸ਼ ਕਰ ਸਕਦਾ ਹੈ? ਸੰਸਾਰਕ ਇੱਛਾਂ, ਧੋਖੇ ਦੇ ਵਿਚਾਰਾਂ, ਪਦਾਰਥਾ ਨਾਲ ਮੋਹ, ਭਰਮਾਂ ਤੋ ਛਟਕਾਰਾ ਪਵਾ ਸਕਦਾ ਹੈ?

Who may guide me to destroy the wild forest of sins of my mind? Who may guide me to control my deceptive thoughts, attachment to worldly possessions and suspicions of my mind?

ਕਾਮ ਕ੍ਰੋਧ ਲੋਭ ਮਾਨ	kaam kroDh lobh
ਇਹ ਬਿਆਧਿ ਛੋਰੈ॥੧॥	maan ih bi-aaDh chhorai. ‖1‖

ਕਿਵੇਂ ਮੇਰਾ ਮਨ ਕਾਮਵਾਸਨਾ, ਕਰੋਧ, ਲੋਭ, ਲਾਲਚ, ਅਹੰਕਾਰ ਤੋ ਛਟਕਾਰ ਪਾ ਲਵੇਂ?

How may I get rid of my sexual desire, anger, greed and ego?

ਸੰਤਸੰਗਿ ਨਾਮ ਰੰਗਿ	satsang naam rang
ਗੁਨ ਗੋਵਿੰਦ ਗਾਵਉ॥	gun govind gaava-o.
ਅਨਦਿਨੋ ਪ੍ਰਭ ਧਿਆਵਉ॥	andino parabh Dhi-aava-o.
ਭ੍ਰਮ ਭੀਤਿ ਜੀਤਿ ਮਿਟਾਵਉ॥	bharam bheet jeet mitaava-o.
ਨਿਧਿ ਨਾਮੁ ਨਾਨਕ ਮੋਰੈ॥੨॥੩॥੧੫੪॥	niDh naam naanak morai. ‖2‖3‖154‖

ਜੀਵ ਬੰਦਗੀ ਕਰਨ ਵਾਲੇ ਦੀ ਸੰਗਤ ਵਿੱਚ ਰਲਕੇ ਪ੍ਰਭ ਦੇ ਸ਼ਬਦ ਦੇ ਗੁਣ ਗਾਵੋ! ਦਿਨ ਰਾਤ ਸ਼ਬਦ ਦਾ ਸਿਮਰਨ, ਸ਼ਬਦ ਦੀ ਪਾਲਣਾ ਕਰੋ! ਇਹ ਰਸਤਾ ਧਾਰਨ ਕਰਨ ਨਾਲ ਮੈਂ ਆਪਣੇ ਮਨ ਵਿਚੋਂ ਭਰਮਾਂ ਦੀ ਕੰਧ ਢਾਹ, ਡੇਗ ਦਿੱਤੀ ਹੈ । ਪ੍ਰਭ ਦੀ ਰਹਿਮਤ ਨਾਲ ਸ਼ਬਦ ਦੀ ਸੋਝੀ ਦਾ ਖਜ਼ਾਨਾ ਬਖਸ਼ ਹੋ ਗਿਆ ਹੈ ।

You should associate with His true devotee and sing the glory of the teachings of His Word. You should meditate and adopt the teachings of His Word with steady and stable belief in day to day life. By adopting this path all suspicions of my have been destroyed. With His mercy and grace, I have been blessed with the treasure of enlightenment of His Word.

224.ਆਸਾ ਮਹਲਾ ੫॥ 408-19

ਕਾਮੁ ਕ੍ਰੋਧੁ ਲੋਭੁ ਤਿਆਗੁ॥	kaam kroDh lobh ti-aag.
ਮਨਿ ਸਿਮਰਿ ਗੋਬਿੰਦ ਨਾਮ॥	man simar gobind naam.
ਹਰਿ ਭਜਨ ਸਫਲ ਕਾਮ॥੧॥ ਰਹਾਉ॥	har bhajan safal kaam. ||1|| rahaa-o.

ਮਨ ਵਿਚੋਂ ਕਾਮਵਾਸਨਾ, ਕਰੋਧ, ਲਾਲਚ ਤਿਆਗ ਕੇ ਸ੍ਰਿਸ਼ਟੀ ਦੇ ਮਾਲਕ, ਪ੍ਰਭ ਦੇ ਸ਼ਬਦ ਦੀ ਪਾਲਣਾ ਕਰੋ! ਇਸ ਨਾਲ ਮਾਨਸ ਜਨਮ ਸਫਲ ਹੋ ਜਾਂਦਾ ਹੈ ।

You should eliminate, abandon your sexual desire, anger and greed and adopt the teachings of The True Master in your day to day life. With this the human life journey may become fruitful, successful.

ਤਜਿ ਮਾਨ ਮੋਹ ਵਿਕਾਰ ਮਿਥਿਆ,	taj maan moh vikaar mithi-
ਜਪਿ ਰਾਮ ਰਾਮ ਰਾਮ॥	aa jap raam raam raam.
ਮਨ ਸੰਤਨਾ ਕੈ ਚਰਨਿ ਲਾਗੁ॥੧॥	man santnaa kai charan laag. ||1||

ਜੀਵ ਆਪਣੇ ਮਨ ਵਿਚੋਂ ਅਹੰਕਾਰ, ਸੰਸਾਰਕ ਮੋਹ, ਲਾਲਚ, ਦਿਖਾਵਾ ਤਿਆਗੋ! ਪ੍ਰਭ ਦੇ ਸ਼ਬਦ ਦਾ ਸਿਮਰਨ ਕਰੋ! ਮਾਨਸ ਬੰਦਗੀ ਕਰਨ ਵਾਲੇ ਸੰਤਾਂ ਦੇ ਜੀਵਨ ਦੇ ਅਧਾਰ ਤੇ ਜੀਵਨ ਢਾਲੋ । ਸੰਤਾਂ ਦੀ ਸ਼ਰਣ ਵਿੱਚ ਆਵੋ!

You should abandon your ego, emotional attachment to worldly relations, greed and falsehood. You should meditate on the teachings of His Word. You should adopt the way of life of His true devotee in your day to day life and surrender to the sanctuary of His true devotee.

ਪ੍ਰਭ ਗੋਪਾਲ ਦੀਨ ਦਇਆਲ	parabh gopaal deen da-i-aal
ਪਤਿਤ ਪਾਵਨ ਪਾਰਬ੍ਰਹਮ	patit paavan paarbarahm
ਹਰਿ ਚਰਣ ਸਿਮਰਿ ਜਾਗੁ॥	har charan simar jaag.
ਕਰਿ ਭਗਤਿ ਨਾਨਕ ਪੂਰਨ ਭਾਗੁ॥੨॥ ੪॥੧੫੫॥	kar bhagat naanak pooran bhaag. ||2||4||155||

ਪ੍ਰਭ ਹੀ ਸ੍ਰਿਸ਼ਟੀ ਦੇ ਜੀਵਾਂ ਦੀ ਪਾਲਣਾ ਪੋਸਨਾ, ਪਾਪਾਂ ਦਾ ਨਾਸ਼ ਕਰਨ ਵਾਲਾ, ਪਵਿਤ੍ਰ ਮਾਲਕ ਹੈ । ਮਨ ਨੂੰ ਜਾਗਰਤ ਅਤੇ ਸੁਚੇਤ ਰਖਕੇ ਸ਼ਬਦ ਦੀ ਪਾਲਣਾ ਕਰੋ! ਪ੍ਰਭ ਦੇ ਚਰਨਾਂ ਵਿੱਚ ਆਉਣ, ਸ਼ਬਦ ਦੀ ਸਮਾਧੀ ਵਿੱਚ ਵਸਣ ਨਾਲ ਭਾਗਾਂ ਨੂੰ ਜਾਗ ਲੱਗ ਜਾਂਦੀ ਹੈ । ਮਨ ਦੀਆਂ ਮੁਰਾਦਾਂ ਪੂਰੀਆਂ ਹੋ ਜਾਂਦੀਆਂ ਹਨ ।

The One and Only One God is The True Creator, Master who nourishes and may forgive all sins of His true devotee. By adopting the teachings of His Word in your day to day life and remain awake and alert. By surrendering at the sanctuary of The True Master, entering in the void of His Word, the destiny of the worldly creature, His true devotee may be activated. All his spoken and unspoken desires may be fulfilled with His mercy and grace.

225.ਆਸਾ ਮਹਲਾ ੫॥ 409-3

ਹਰਖ ਸੋਗ ਬੈਰਾਗ ਅਨੰਦੀ,	harakh sog bairaag anandee
ਖੇਲੁ ਰੀ ਦਿਖਾਇਓ॥੧॥ਰਹਾਉ॥	khayl ree dikhaa-i-o. ||1|| rahaa-o.

ਪ੍ਰਭ ਨੇ ਰਹਿਮਤ ਬਖਸ਼ਕੇ ਜੀਵਨ ਵਿੱਚ ਆਉਣ ਵਾਲੇ ਦੁਖ, ਸੁਖ, ਵਿਰਾਗ, ਜੀਵਨ ਦੇ ਖੇਲ ਦੀ ਸੋਝੀ ਬਖਸ਼ੀ ਹੈ ।

The Merciful True Master has enlightened me with all play of miseries, pleasures and renunciation of human life.

ਖਿਨਹੂੰ ਭੈ ਨਿਰਭੈ,	khinhoo-aN bhai nirbhai
ਖਿਨਹੂੰ ਖਿਨਹੂੰ ਉਠਿ ਧਾਇਓ॥	khinhoo-aN khinhoo-aN uth Dhaa-i-o.
ਖਿਨਹੂੰ ਰਸ ਭੋਗਨ,	khinhoo-aN ras bhogan
ਖਿਨਹੂੰ ਖਿਨਹੂ ਤਜਿ ਜਾਇਓ॥੧॥	khinhoo-aN khinhoo taj jaa-i-o. ||1||

ਇੱਕ ਪਲ ਵਿੱਚ ਮਾਨਸ ਦੇ ਮਨ ਵਿੱਚ ਡਰ ਆਉਂਦਾ ਹੈ, ਦੂਸਰੇ ਪਲ ਉਹ ਨਿਡਰ ਹੋ ਜਾਂਦਾ ਹੈ । ਇੱਕ ਪਲ ਉਸ ਦੇ ਮਨ ਵਿੱਚ ਅਨੰਦ, ਖੇੜਾ ਆਉਂਦਾ ਹੈ । ਇੱਕ ਪਲ ਵਿੱਚ ਇਹ ਖਤਮ ਹੋ ਜਾਂਦਾ ਹੈ, ਉਹ ਮੌਤ ਦੇ ਹਵਾਲੇ ਹੋ ਜਾਂਦਾ ਹੈ ।

In a one moment the mind may be terrified with fear and other moment he may become fearless. In one moment, he may be blessed with happiness, pleasures and blossom. On the other moment everything disappears and he may be captured by the devil of death.

ਖਿਨਹੂੰ ਜੋਗ ਤਾਪ ਬਹੁ ਪੂਜਾ,	khinhoo-aN jog taap baho poojaa
ਖਿਨਹੂੰ ਭਰਮਾਇਓ॥	khinhoo-aN bharmaa-i-o.
ਖਿਨਹੂੰ ਕਿਰਪਾ ਸਾਧੂ ਸੰਗ,	khinhoo-aN kirpaa saaDhoo sang
ਨਾਨਕ ਹਰਿ ਰੰਗੁ ਲਾਇਓ॥੨॥	naanak har rang laa-i-o.
੫॥੧੫੬॥	||2||5||156||

ਇੱਕ ਪਲ ਉਹ ਬੰਦਗੀ, ਪੂਜਾ ਕਰਦਾ, ਆਸਣ ਲਾਉਂਦਾ ਹੈ, ਮਨ ਵਿੱਚ ਸੰਤੋਖ ਆਉਂਦਾ, ਬਖਸ਼ਿਸ਼ ਹੋ ਜਾਂਦਾ ਹੈ । ਇੱਕ ਪਲ ਵਿੱਚ ਹੀ ਖਤਮ ਹੋ ਜਾਂਦਾ, ਮਨ ਭਰਮਾਂ ਦੇ ਡੂੰਘੇ ਅੰਧੇਰ ਵਿੱਚ ਚਲੇ ਜਾਂਦਾ ਹੈ । ਅਗਰ ਪ੍ਰਭ ਆਪਣੀ ਰਹਿਮਤ ਦੀ ਨਜ਼ਰ ਬਖਸ਼ਦਾ ਹੈ । ਤਾਂ ਇੱਕ ਪਲ ਵਿੱਚ ਹੀ ਉਹ ਬੰਦਗੀ ਕਰਨ ਵਾਲੇ ਦੀ ਸੰਗਤ ਵਿੱਚ ਵਸਦਾ, ਸ਼ਬਦ ਦੀ ਪਾਲਣਾ ਕਰਦਾ, ਸ਼ਬਦ ਦੇ ਗੁਣ ਗਾਉਂਦਾ ਹੈ ।

In one moment, he may meditate, worship and establish a throne of The True Master within and may be blessed with complete contentment with his life environments. The other moment, everything disappears and he may enter into a deep darkness in the suspicions of his mind. With His mercy and grace in a twinkle of eyes, he may be blessed with the association of His true devotee and may adopt and sing His glory.

226. ਰਾਗੁ ਆਸਾ ਮਹਲਾ ੫ ਘਰੁ ੧੭ ਆਸਾਵਰੀ॥ 409-7

੧ੳ ਸਤਿਗੁਰ ਪ੍ਰਸਾਦਿ॥	ik-oNkaar satgur parsaad.
ਗੋਬਿੰਦ ਗੋਬਿੰਦ ਕਰਿ ਹਾ॥	gobind gobind kar haaN.
ਹਰਿ ਹਰਿ ਮਨਿ ਪਿਆਰਿ ਹਾ॥	har har man pi-aar haaN.
ਗੁਰਿ ਕਹਿਆ ਸੁ ਚਿਤਿ ਧਰਿ ਹਾ॥	gur kahi-aa so chit Dhar haaN.
ਅਨ ਸਿਉ ਤੋਰਿ ਫੇਰਿ ਹਾਂ॥	an si-o tor fayr haaN.
ਐਸੇ ਲਾਲਨੁ ਪਾਇਓ ਰੀ ਸਖੀ॥੧॥	aisay laalan paa-i-o ree sakhee. ||1||
ਰਹਾਉ॥	rahaa-o.

ਜੀਵ ਪ੍ਰਭ ਦੇ ਸ਼ਬਦ ਦਾ ਸਿਮਰਨ ਕਰਕੇ ਸ਼ਬਦ ਨੂੰ ਮਨ ਵਿੱਚ ਜਾਗਰਤ ਰਖੋ! ਬਾਕੀ ਸਭ ਪਾਸੇ ਆਸਾਂ ਤਿਆਗ ਕੇ ਪ੍ਰਭ ਦੀ ਸ਼ਰਣ ਵਿੱਚ ਆਵੋ! ਹੋਰ ਕਿਸੇ ਦੀ ਪੂਜਾ ਛੱਡਕੇ, ਸ਼ਬਦ ਦੀ ਪਾਲਣਾ, ਸ਼ਬਦ ਨਾਲ ਜੀਵਨ ਢਾਲੋ ।

You should meditate and keep your mind awake and alert. You should abandon all your hopes and desires from your mind and humbly enter into the sanctuary of The True Master. You should abandon all other worships and with steady and stable belief adopt the teachings of His Word in day to day life.

ਪੰਕਜ ਮੋਹ ਸਰਿ ਹਾ॥	pankaj moh sar haaN.
ਪਗੁ ਨਹੀ ਚਲੈ ਹਰਿ ਹਾ॥	pag nahee chalai har haaN.

ਗਹਡਿਓ ਮੂੜ ਨਰਿ ਹਾ॥ gahdi-o moorh nar haaN.
ਅਨਿਨ ਉਪਾਵ ਕਰਿ ਹਾ॥ anin upaav kar haaN.
ਤਉ ਨਿਕਸੈ ਸਰਨਿ ਪੈ ਰੀ ਸਖੀ॥੧॥ ta-o niksai saran pai ree sakhee. ||1||

ਸੰਸਾਰ ਮੋਹ ਰੂਪੀ ਚਿੱਕੜ ਦਾ ਭਰਿਆਂ ਸਾਗਰ ਹੈ । ਜਿਹੜਾ ਸੰਸਾਰਕ ਪਦਾਰਥਾ ਦੇ ਮੋਹ ਵਿੱਚ ਫਸ ਜਾਂਦਾ ਹੈ, ਉਹ ਪ੍ਰਭ ਦੇ ਸ਼ਬਦ ਦੀ ਪਾਲਣਾ ਦੇ ਰਸਤੇ ਤੇ ਨਹੀਂ ਚਲ ਸਕਦਾ । ਜਿਹੜਾ ਮੂਰਖ ਇਸ ਸੰਸਾਰਕ ਮਾਇਆ ਦੇ ਜਾਲ ਵਿੱਚ ਫਸ ਜਾਂਦਾ, ਉਹ ਹੋਰ ਕੁਝ ਨਹੀਂ ਕਰ ਸਕਦਾ । ਕੇਵਲ ਪ੍ਰਭ ਦੀ ਸ਼ਰਣ ਵਿੱਚ ਆਉਣ ਨਾਲ ਹੀ ਸੰਸਾਰਕ ਮੋਹ, ਬੰਧਨਾ ਤੋ ਛੁਟਕਾਰਾ ਬਖਸ਼ਿਸ਼ ਹੋ ਸਕਦਾ ਹੈ ।

The worldly ocean is overflowing with the blemish of emotions and attachment of worldly possessions. Whosoever may fall into the trap of worldly emotions, he may not stay steady and stable on the right path of adopting the teachings of His Word in his day to day life. Ignorant, foolish whosoever may be trapped by worldly wealth, he may not be able to get rid of, break the bonds of attachments at his own. Only by surrendering at His sanctuary, he may conquer the worldly emotional attachment and may eliminate all bonds of worldly possessions.

ਥਿਰ ਥਿਰ ਚਿਤ ਥਿਰ ਹਾ॥ thir thir chit thir haaN.
ਬਨੁ ਗ੍ਰਿਹੁ ਸਮਸਰਿ ਹਾ॥ ban garihu samsar haaN.
ਅੰਤਰਿ ਏਕ ਪਿਰ ਹਾ॥ antar ayk pir haaN.
ਬਾਹਰਿ ਅਨੇਕ ਧਰਿ ਹਾ॥ baahar anayk Dhar haaN.
ਰਾਜਨ ਜੋਗੁ ਕਰਿ ਹਾ॥ raajan jog kar haaN.
ਕਹੁ ਨਾਨਕ ਲੋਗ ਅਲੋਗੀ ਰੀ ਸਖੀ॥ ੨॥੧॥੧੫੭॥ kaho naanak log agolee ree sakhee. ||2||1||157||

ਜੀਵ ਤੇਰੇ ਮਨ ਦਾ ਭਰੋਸਾ ਅਡੋਲ ਹੋਣਾ ਚਾਹੀਦਾ ਹੈ । ਮਨ ਵਿੱਚ ਯਾਦ ਰਖੋ! ਪ੍ਰਭ ਦੀ ਰਹਿਮਤ ਸੰਸਾਰਕ ਸਾਗਰ ਵਿੱਚ ਅਤੇ ਜੰਗਲਾਂ ਵਿੱਚ ਇੱਕ ਬਰਾਬਰ ਹੀ ਹੁੰਦੀ ਹੈ । ਜੀਵ ਦੇ ਤਨ ਅੰਦਰ ਹੀ ਅਸਲੀ ਮਾਲਕ ਵਸਦਾ ਹੈ । ਤਨ ਤੋ ਬਾਹਰ ਮਨ ਅਨੇਕਾਂ ਦਿਸ਼ਾ ਵਿੱਚ ਭਉਦਾ ਰਹਿੰਦਾ ਹੈ । ਆਪਣੇ ਮਨ ਨੂੰ ਤਿਆਰ ਕਰਕੇ ਸ਼ਬਦ ਦਾ ਸਿਮਰਨ, ਪਾਲਣਾ ਕਰੋ! ਇਸ ਵਿਧੀ ਨਾਲ ਜੀਵ ਸੰਸਾਰਕ ਘਰ ਵਿੱਚ ਵੀ ਵਸਦਾ, ਜੀਵਾਂ ਨਾਲ ਮਿਲਾਪ ਰਖਦਾ ਹੈ । ਫਿਰ ਵੀ ਉਹਨਾਂ ਨਾਲੋ ਮੋਹ ਰਹਿਤ ਰਹਿੰਦਾ ਹੈ ।

You should keep your belief steady and stable on His blessings and remember, His blessings prevail equally in the worldly life and also in the wild life, everywhere in the universe. The True Master dwells in your body and why are you wandering in all directions? You should be prepared to meditate, obey and adopt the teachings of His Word in your day to day life. While in family life, you may be blessed with a state of mind beyond the reach of worldly emotions and attachments.

227.ਆਸਾਵਰੀ ਮਹਲਾ ੫॥ 409-12

ਮਨਸਾ ਏਕ ਮਾਨਿ ਹਾ॥ mansaa ayk maan haaN.
ਗੁਰ ਸਿਉ ਨੇਤ ਧਿਆਨਿ ਹਾ॥ gur si-o nayt Dhi-aan haaN.
ਦ੍ਰਿੜੁ ਸੰਤ ਮੰਤ ਗਿਆਨਿ ਹਾ॥ darirh sant mant gi-aan haaN.
ਸੇਵਾ ਗੁਰ ਚਰਾਨਿ ਹਾ॥ sayvaa gur charaan haaN.
ਤਉ ਮਿਲੀਐ ਗੁਰ ਕ੍ਰਿਪਾਨਿ ਮੇਰੇ ਮਨਾ॥੧॥ ਰਹਾਉ॥ ta-o milee-ai gur kirpaan mayray manaa. ||1|| rahaa-o.

ਜੀਵ ਆਪਣੇ ਮਨ ਵਿੱਚ ਇੱਕ ਹੀ ਇੱਛਾਂ ਰਖੋ, ਇੱਕ ਨਿਯਮ ਧਾਰਨ ਕਰੋ! ਸਵਾਸ ਸਵਾਸ ਪ੍ਰਭ ਦੇ ਸ਼ਬਦ ਦਾ ਸਿਮਰਨ ਕਰੋ! ਪ੍ਰਭ ਦੇ ਸ਼ਬਦ ਦਾ ਤੱਤ ਮਨ ਵਿੱਚ ਵਸਾਵੋ! ਸ਼ਬਦ ਨੂੰ ਮਨ ਵਿੱਚ ਜਾਗਰਤ

ਕਰੋ! ਪ੍ਰਭ ਦੇ ਚਰਨਾਂ ਵਿੱਚ ਸੇਵਾ ਕਰੋ! ਭਾਵ – ਸ਼ਬਦ ਨਾਲ ਜੀਵਨ ਢਾਲੋ, ਤਾਂ ਹੀ ਪ੍ਰਭ ਦੀ ਰਹਿਮਤ ਨਾਲ ਆਤਮਾ ਪ੍ਰਵਾਨਗੀ ਦੇ ਰਸਤੇ ਤੇ ਅਡੋਲ ਹੋ ਜਾਂਦੀ ਹੈ ।

You should keep one and only one desire and adopt one and only one guiding principle in your human life journey. With each and every breath meditates on the teachings of His Word. You should drench the teachings, essence of His Word within and be awake and alert all time. You should serve and adopt the teachings of His Word. You may be blessed with the right path of acceptance in His court.

ਟੂਟੇ ਅਨ ਭਰਾਨਿ ਹਾ॥	tootay an bharaan haaN.
ਰਵਿਓ ਸਰਬ ਥਾਨਿ ਹਾ॥	ravi-o sarab thaan haaN.
ਲਹਿਓ ਜਮ ਭਇਆਨਿ ਹਾ॥	lahi-o jam bha-i-aan haaN.
ਪਾਇਓ ਪੇਡ ਥਾਨਿ ਹਾ॥	paa-i-o payd thaan haaN.
ਤਉ ਚੂਕੀ ਸਗਲ ਕਾਨਿ॥੧॥	ta-o chookee sagal kaan. ‖1‖

ਜਿਸ ਦੇ ਮਨ ਦੇ ਸਾਰੇ ਭਰਮ ਦੂਰ ਹੋ ਗਏ ਹਨ, ਉਸ ਨੂੰ ਪ੍ਰਭ ਹਰ ਥਾਂ ਤੇ ਵਾਪਰਦਾ ਮਹਿਸੂਸ ਹੁੰਦਾ ਹੈ । ਮਨ ਵਿਚੋਂ ਮੌਤ ਦਾ ਡਰ ਖਤਮ ਹੋ ਜਾਂਦਾ ਹੈ । ਪ੍ਰਭ ਦੇ ਦਰਬਾਰ ਵਿੱਚ ਵਿਸ਼ੇਸ਼ ਥਾਂ ਬਖਸ਼ਿਸ਼ ਹੋ ਜਾਂਦੀ ਹੈ, ਪ੍ਰਭ ਆਪ ਹੀ ਆਤਮਾ ਦੇ ਸਾਰੇ ਲੇਖੇ ਸਾਫ ਕਰ ਦੇਂਦਾ ਹੈ ।

Whosoever may eliminate all suspicions of his mind, he may realize the existence of The True Master prevailing everywhere. His fear of death may be eliminated and he may be blessed with unique place in His court. The Merciful True Master may forgive all his sinful deeds of past life.

ਲਹਨੋ ਜਿਸੁ ਮਥਾਨਿ ਹਾ॥	lahno jis mathaan haaN.
ਭੈ ਪਾਵਕ ਪਾਰਿ ਪਰਾਨਿ ਹਾ॥	bhai paavak paar paraan haaN.
ਨਿਜ ਘਰਿ ਤਿਸਹਿ ਥਾਨਿ ਹਾ॥	nij ghar tiseh thaan haaN.
ਹਰਿ ਰਸ ਰਸਹਿ ਮਾਨਿ ਹਾ॥	har ras raseh maan haaN.
ਲਾਥੀ ਤਿਸ ਭੁਖਾਨਿ ਹਾ॥	laathee tis bhukaan haaN.
ਨਾਨਕ ਸਹਜਿ ਸਮਾਇਓ ਰੇ ਮਨਾ॥ ੨॥੨॥੧੫੮॥	naanak sahj samaa-i-o ray manaa. ‖2‖2‖158‖

ਇਹ ਅਵਸਤਾ ਉਸ ਨੂੰ ਬਖਸ਼ਿਸ਼ ਹੁੰਦੀ ਹੈ, ਜਿਸ ਜੀਵ ਦੇ ਭਾਗਾਂ ਵਿੱਚ ਇਹ ਪਹਿਲੇ ਹੀ ਲਿਖਿਆ ਹੁੰਦਾ ਹੈ । ਉਹ ਹੀ ਮਾਇਆ ਰੂਪੀ ਅੱਗ ਭਰਿਆਂ ਸਾਗਰ ਪਾਰ ਕਰ ਸਕਦਾ ਹੈ । ਉਸ ਦੇ ਤਨ ਦੇ ਅੰਦਰ ਹੀ ਅਨੋਖਾ ਤਖਤ, ਪ੍ਰਭ ਦਾ ਦਰਬਾਰ ਪ੍ਰਗਟ ਹੋ ਜਾਂਦਾ ਹੈ । ਉਸ ਦੇ ਮਨ ਦੀਆਂ ਤ੍ਰਿਸ਼ਨਾ, ਭੁੱਖ ਖਤਮ ਹੋ ਜਾਂਦੀ ਹੈ । ਉਹ ਸ਼ਬਦ ਦੀ ਸਮਾਧੀ ਵਿੱਚ ਵਸਦਾ ਹੈ ।

Whosoever may have a great prewritten destiny, only he may be blessed with the state of mind as His true devotee. He may swim across the ocean filled with lava of worldly wealth. His royal throne may be enlightened within his body. All his desires and hungers may be satisfied, eliminated and he may enter into the void of His Word.

228.ਆਸਾਵਰੀ ਮਹਲਾ ੫॥ 409-17

ਹਰਿ ਹਰਿ ਹਰਿ ਗੁਨੀ ਹਾ॥	har har har gunee haaN.
ਜਪੀਐ ਸਹਜ ਧੁਨੀ ਹਾ॥	japee-ai sahj Dhunee haaN.
ਸਾਧੂ ਰਸਨ ਭਨੀ ਹਾ॥	saaDhoo rasan bhanee haaN.
ਛੂਟਨ ਬਿਧਿ ਸੁਨੀ ਹਾ॥	chhootan biDh sunee haaN.
ਪਾਈਐ ਵਡ ਪੁਨੀ ਮੇਰੇ ਮਨਾ॥੧॥ ਰਹਾਉ॥	paa-ee-ai vad punee mayray manaa. ‖1‖ rahaa-o.

ਬੰਦਗੀ ਕਰਨ ਵਾਲੇ ਸੰਤਾਂ ਦੀ ਜੀਭ ਸ਼ਬਦ ਦੇ ਬਾਰ ਬਾਰ ਗੁਣ ਗਾਉਂਦੀ, ਧੁਨ ਚਲਾਉਂਦੇ ਹਨ । ਇਸ ਵਿਧੀ ਨਾਲ ਹੀ ਜੀਵ ਦਾ ਸੰਸਾਰਕ ਇੱਛਾਂ ਤੋ ਛੁਟਕਾਰਾ ਹੋ ਸਕਦਾ ਹੈ । ਇਹ ਅਵਸਥਾ ਵੱਡੇ ਪੁੰਨ ਕਰਨ ਨਾਲ ਹੀ ਬਖਸ਼ਿਸ਼ ਹੁੰਦੀ ਹੈ ।

His true devotee sings the glory of His Word with his tongue time and again and the everlasting echo of His Word may resonate within his mind nonstop. With this state of mind, he may be blessed to eliminate his worldly desires. Only with great prewritten destiny, this state of mind may be blessed.

ਖੋਜਹਿ ਜਨ ਮੁਨੀ ਹਾ॥	khojeh jan munee haaN.
ਸ੍ਰਬ ਕਾ ਪ੍ਰਭ ਧਨੀ ਹਾ॥	sarab kaa parabh Dhanee haaN.
ਦੁਲਭ ਕਲਿ ਦੁਨੀ ਹਾ॥	dulabh kal dunee haaN.
ਦੂਖ ਬਿਨਾਸਨੀ ਹਾ॥	dookh binaasanee haaN.
ਪ੍ਰਭ ਪੂਰਨ ਆਸਨੀ ਮੇਰੇ ਮਨਾ॥੧॥	parabh pooran aasnee mayray manaa. ||1||

ਬੰਦਗੀ ਕਰਨ ਵਾਲੇ ਮੋਨੀ ਸੰਤ ਪ੍ਰਭ ਦੀ ਖੋਜ ਕਰਦੇ ਰਹਿੰਦੇ ਹਨ । ਉਹ ਪ੍ਰਭ ਨੂੰ ਹੀ ਸਰਬ ਸ੍ਰਿਸ਼ਟੀ ਦਾ ਮਾਲਕ ਮੰਨਦੇ, ਉਸ ਤੇ ਭਰੋਸਾ ਅਡੋਲ ਰਖਦੇ ਹਨ । ਪ੍ਰਭ ਨੂੰ ਕੱਲਯੁਗ ਵਿੱਚ, ਇੱਛਾਂ ਭਰੇ ਸੰਸਾਰ ਵਿੱਚ ਲੱਭਣਾ, ਪਾਉਣਾ ਬਹੁਤ ਮੁਸ਼ਕਲ ਹੈ । ਉਹ ਮਨ ਦੀਆਂ ਚਿੰਤਾਂ ਖਤਮ ਕਰਨ, ਨਾਸ਼ ਕਰਨ ਵਾਲਾ ਹੈ । ਦਾਸ ਦੇ ਮਨ ਦੀਆਂ ਮੁਰਾਦਾਂ ਪੂਰੀਆਂ ਕਰਨ ਵਾਲਾ ਮਾਲਕ ਹੈ ।

The silent warrior, His true devotee always keeps searching for the enlightenment of His Word. He always has steady and stable belief that The One and Only One God, Ture Creator, Master of the universe. In the Age of Kuljug the path to enlighten His Word from within may be very tedious task. Only, The True Master may eliminate all frustrations and may satisfy all spoken and unspoken desires of the mind of His true devotee.

ਮਨ ਸੋ ਸੇਵੀਐ ਹਾ॥	man so sayvee-ai haaN.
ਅਲਖ ਅਭੇਵੀਐ ਹਾ॥	alakh abhayvee-ai haaN.
ਤਾਂ ਸਿਉ ਪ੍ਰੀਤਿ ਕਰਿ ਹਾ॥	taaN si-o pareet kar haaN.
ਬਿਨਸਿ ਨ ਜਾਇ ਮਰਿ ਹਾ॥	binas na jaa-ay mar haaN.
ਗੁਰ ਤੇ ਜਾਨਿਆ ਹਾ॥	gur tay jaani-aa haaN.
ਨਾਨਕ ਮਨੁ ਮਾਨਿਆ ਮੇਰੇ ਮਨਾ॥ ੨॥੩॥੧੫੯॥	naanak man maani-aa mayray manaa. ||2||3||159||

ਮੇਰੇ ਮਨ ਪ੍ਰਭ ਦੇ ਸ਼ਬਦ ਦੀ ਪਾਲਣਾ, ਉਸ ਦੀ ਸ੍ਰਿਸ਼ਟੀ ਦੀ ਸੇਵਾ ਕਰੋ! ਬੰਦਗੀ ਕਰੋ! ਪ੍ਰਭ ਦੀ ਜਾਣਕਾਰੀ, ਕਿਸੇ ਕਰਤਬ ਦੀ ਵਿਆਖਿਆ ਨਹੀਂ ਕੀਤੀ ਜਾ ਸਕਦੀ, ਨਾਸ਼ ਨਹੀਂ ਹੋ ਸਕਦਾ, ਸਦਾ ਅਟੱਲ ਰਹਿਣ ਵਾਲਾ ਹੈ । ਉਹ ਮਰਦਾ ਨਹੀਂ, ਆਤਮਾ ਦਾ ਸਾਥ ਨਹੀਂ ਛੱਡਦਾ । ਸ਼ਬਦ ਦੀ ਪਾਲਣਾ ਕਰਨ ਨਾਲ ਉਸ ਦੀ ਸੋਝੀ ਬਖਸ਼ਿਸ਼ ਹੋ ਸਕਦੀ ਹੈ, ਮਨ ਵਿੱਚ ਸੰਤੋਖ ਖੇੜਾ ਵਸ ਜਾਂਦਾ ਹੈ ।

You should always meditate, obey and serve the creation of The True Master. His nature is beyond any comprehension, visibility, explanation, any destruction, cycle of birth and death and axiom forever. He never abandons and always remain true companion of the soul. By wholeheartedly with steady and stable belief adopting the teachings of His Word, His true devotee may be enlightened and overwhelmed with contentment within his mind,

229.ਆਸਾਵਰੀ ਮਹਲਾ ੫॥ 410 - 2

ਏਕਾ ਓਟ ਗਹੁ ਹਾ॥	aykaa ot gahu haaN.
ਗੁਰ ਕਾ ਸਬਦੁ ਕਹੁ ਹਾ॥	gur kaa sabad kaho haaN.
ਆਗਿਆ ਸਤਿ ਸਹੁ ਹਾ॥	aagi-aa sat saho haaN.

ਮਨਹਿ ਨਿਧਾਨੁ ਲਹੁ ਹਾ॥	maneh niDhaan lahu haaN.
ਸੁਖਹਿ ਸਮਾਈਐ ਮੇਰੇ ਮਨਾ॥੧॥ ਰਹਾਉ॥	sukheh samaa-ee-ai mayray manaa. ||1|| rahaa-o.

ਜੀਵ ਕੇਵਲ ਇੱਕੋ ਇੱਕ ਪ੍ਰਭ ਦੀ ਓਟ, ਆਸ ਰਖੋ! ਉਸ ਦੇ ਸ਼ਬਦ ਦੇ ਗੁਣ ਗਾਵੋ, ਜੀਵਨ ਦਾ ਨਿਯਮ ਬਣਾਵੋ! ਜਿਹੜਾ ਪ੍ਰਭ ਦੇ ਸ਼ਬਦ ਨੂੰ ਸਤਿ ਕਰਕੇ ਮੰਨਦਾ ਜੀਵਨ ਢਾਲਦਾ ਹੈ । ਉਹ ਨੂੰ ਸ਼ਬਦ ਦਾ ਖਜ਼ਾਨਾ ਬਖਸ਼ਿਸ਼ ਹੋ ਸਕਦਾ, ਮਨ ਦੀਆਂ ਮੁਰਾਦਾਂ ਹੋ ਸਕਦੀਆ ਹਨ । ਉਹ ਪ੍ਰਭ ਦੇ ਸ਼ਬਦ ਦੀ ਸਮਾਧੀ ਵਿੱਚ ਅਡੋਲ ਹੋ ਜਾਂਦਾ, ਸਮਾ ਜਾਂਦਾ ਹੈ ।

You should always beg for His refuge and keep your hopes on the blessings of The True Master. You should sing and adopts the teachings of His Word as the guiding principle of your day to day life. You may be blessed with treasure of enlightenment of His Word. All your spoken and unspoken desires may be fulfilled. You may enter into the void of His Word and may be absorbed in His Holy spirit.

ਜੀਵਤ ਜੋ ਮਰੈ ਹਾ॥	jeevat jo marai haaN.
ਦੁਤਰੁ ਸੋ ਤਰੈ ਹਾ॥	dutar so tarai haaN.
ਸਭ ਕੀ ਰੇਨੁ ਹੋਇ ਹਾ॥	sabh kee rayn ho-ay haaN.
ਨਿਰਭਉ ਕਹਉ ਸੋਇ ਹਾ॥	nirbha-o kaha-o so-ay haaN.
ਮਿਟੇ ਅੰਦੇਸਿਆ ਹਾ॥	mitay andaysi-aa haaN.
ਸੰਤ ਉਪਦੇਸਿਆ ਮੇਰੇ ਮਨਾ॥੧॥	sant updaysi-aa mayray manaa. ||1||

ਜਿਹੜੇ ਮਾਨਸ ਜਨਮ ਵਿੱਚ ਨਿਮਾਣੇ ਬਣਕੇ ਜੀਵਨ ਬਤੀਤ ਕਰਦੇ ਹਨ । ਉਹ ਮਾਇਆ ਰੂਪੀ ਅੱਗ ਭਰੇ ਸਾਗਰ ਨੂੰ ਪਾਰ ਕਰ ਜਾਂਦੇ ਹਨ । ਜਿਹੜਾ ਆਪਣੇ ਆਪ ਨੂੰ ਸਭ ਤੋ ਨੀਚ, ਨਿਮਾਣਾ ਸਮਝਦਾ ਹੈ । ਅਸਲੀਅਤ ਵਿੱਚ ਉਹ ਹੀ ਸਭ ਤੋ ਨਿਡਰ ਹੁੰਦਾ ਹੈ । ਸ਼ਬਦ ਦੀ ਪਾਲਣਾ ਕਰਨ ਨਾਲ ਉਸ ਦੇ ਮਨ ਵਿਚੋਂ ਸਾਰੀਆਂ ਚਿੰਤਾਂ ਦਾ ਨਾਸ਼ ਹੋ ਜਾਂਦਾ ਹੈ ।

Whosoever may remain humble in his worldly life, he may be saved with His mercy and grace to swim across the worldly ocean filled with fire of worldly wealth. Whosoever may consider himself as humble and lower, less wise than others, in reality he may be the fearless and wisest of all. By adopting the teachings of His Word, all frustrations of his mind may be eliminated.

ਜਿਸੁ ਜਨ ਨਾਮ ਸੁਖੁ ਹਾ॥	jis jan naam sukh haaN.
ਤਿਸੁ ਨਿਕਟਿ ਨ ਕਦੇ ਦੁਖੁ ਹਾ॥	tis nikat na kaday dukh haaN.
ਜੋ ਹਰਿ ਹਰਿ ਜਸੁ ਸੁਨੇ ਹਾ॥	jo har har jas sunay haaN.
ਸਭੁ ਕੋ ਤਿਸੁ ਮੰਨੇ ਹਾ॥	sabh ko tis mannay haaN.
ਸਫਲੁ ਸੁ ਆਇਆ ਹਾ॥	safal so aa-i-aa haaN.
ਨਾਨਕ ਪ੍ਰਭ ਭਾਇਆ ਮੇਰੇ ਮਨਾ॥ ੨॥੪॥੧੬੦॥	naanak parabh bhaa-i-aa mayray manaa. ||2||4||160||

ਜਿਸ ਦਾਸ ਦੇ ਮਨ ਵਿੱਚ ਸ਼ਬਦ ਦੇ ਗੁਣ ਗਾਉਣ ਨਾਲ ਅਨੰਦ, ਖੁਸ਼ੀ ਮਿਲਦੀ ਹੈ । ਸੰਸਾਰਕ ਇੱਛਾਂ ਰੂਪੀ ਦੁਖ ਉਸ ਦੇ ਨੇੜੇ ਨਹੀਂ ਆਉਂਦੇ । ਜਿਹੜਾ ਪ੍ਰਭ ਦੇ ਸ਼ਬਦ ਨੂੰ ਅਟੱਲ ਮੰਨਕੇ ਪੂਜਦਾ, ਸ਼ਬਦ ਦੀ ਉਸਤਤ ਸੁਣਦਾ, ਵਿਚਾਰ ਕੇ ਜੀਵਨ ਢਾਲਦਾ ਹੈ, ਉਸ ਦਾ ਸੰਸਾਰ ਵਿੱਚ ਜਨਮ ਲੈਣਾ ਕਿਤਨਾ ਭਾਗਾਂ ਵਾਲਾ ਹੁੰਦਾ ਹੈ । ਉਹਨਾਂ ਦੇ ਮਨ ਵਿੱਚ ਸਦਾ ਹੀ ਪ੍ਰਭ ਦਾ ਸ਼ਬਦ ਵਸਦਾ, ਜਾਗਰਤ ਰਹਿੰਦਾ ਹੈ ।

Whosoever may remain in blossom, pleasure and contented by singing the glory of His Word, no worldly desire, frustration may come close to him. Whosoever may believe and trust the judgment of The True

Master, he may sing and adopt the teachings of His Word in his day to day life. His birth in the universe may be very fortunate for the mankind. He may remain drenched with the enlightenment of His Word and may remain awake and alert.

230.ਆਸਾਵਰੀ ਮਹਲਾ ੫॥ 410-7

ਮਿਲਿ ਹਰਿ ਜਸੁ ਗਾਈਐ ਹਾ॥	mil har jas gaa-ee-ai haaN.
ਪਰਮ ਪਦੁ ਪਾਈਐ ਹਾ॥	param pad paa-ee-ai haaN.
ਉਆ ਰਸ ਜੋ ਬਿਧੇ ਹਾ॥	u-aa ras jo biDhay haaN.
ਤਾ ਕਉ ਸਗਲ ਸਿਧੇ ਹਾ॥	taa ka-o sagal siDhay haaN.
ਅਨਦਿਨੁ ਜਾਗਿਆ ਹਾ॥	an-din jaagi-aa haaN.
ਨਾਨਕ ਬਡਭਾਗਿਆ ਮੇਰੇ ਮਨਾ॥੧॥ ਰਹਾਉ॥	naanak badbhaagi-aa mayray manaa. ‖1‖ rahaa-o.

ਜਿਹੜਾ ਸੰਗਤ ਵਿੱਚ ਰਲਕੇ ਪ੍ਰਭ ਦੇ ਸ਼ਬਦ ਦੇ ਗੁਣ ਗਾਉਂਦਾ ਹੈ । ਉਸ ਨੂੰ ਅਮਰ ਅਵਸਤਾ ਬਖਸ਼ਿਸ਼ ਹੋ ਸਕਦੀ, ਜਾਂਦੀ ਹੈ । ਉਸ ਨੂੰ ਸਿਧਾਂ ਵਰਗੀਆਂ ਕਰਮਾਤਾਂ ਬਖਸ਼ਿਸ਼ ਹੋ ਜਾਂਦੀਆਂ ਹਨ । ਉਹ ਦਿਨ ਰਾਤ ਸੁਚੇਤ ਅਤੇ ਜਾਗਰਤ ਰਹਿੰਦਾ, ਸ਼ਬਦ ਦਾ ਸਿਮਰਨ ਕਰਦਾ ਹੈ । ਉਸ ਤੇ ਪ੍ਰਭ ਦੀਆਂ ਰਹਿਮਤਾਂ ਦੀ ਵਰਖਾ ਹੁੰਦੀ ਹੈ, ਗੂੰੜਾ ਰੰਗ ਚੜ੍ਹਿਆ ਹੁੰਦਾ ਹੈ ।

Whosoever may wholeheartedly sing the glory of The True Master in the association of His true devotee, he may be blessed with immortal state of mind in his worldly life. With immortal state of mind, he may be blessed with miracle power like enlightened prophets. He always remains awake and alert and intoxicated in the void of His Word. He may remain overwhelmed with His blessings, the enlightenment of His Word.

ਸੰਤ ਪਗ ਧੋਈਐ ਹਾ॥	sant pag Dho-ee-ai haaN.
ਦੁਰਮਤਿ ਖੋਈਐ ਹਾ॥	durmat kho-ee-ai haaN.
ਦਾਸਹ ਰੇਨੁ ਹੋਇ ਹਾ॥	daasah rayn ho-ay haaN.
ਬਿਆਪੈ ਦੁਖੁ ਨ ਕੋਇ ਹਾ॥	bi-aapai dukh na ko-ay haaN.
ਭਗਤਾਂ ਸਰਨਿ ਪਰੁ ਹਾ॥	bhagtaaN saran par haaN.
ਜਨਮਿ ਨ ਕਦੇ ਮਰੁ ਹਾ॥	janam na kaday mar haaN.
ਅਸਥਿਰੁ ਸੇ ਭਏ ਹਾ॥	asthir say bha-ay haaN.
ਹਰਿ ਹਰਿ ਜਿਨ੍ ਜਪਿ ਲਏ ਮੇਰੇ ਮਨਾ॥੧॥	har har jinH jap la-ay mayray manaa.1

ਸੰਤਾਂ ਦੇ ਪੈਰ ਧੋਣ ਨਾਲ ਮਨ ਵਿਚੋਂ ਬੁਰੇ ਖਿਆਲ ਦੂਰ ਹੋ ਜਾਂਦੇ ਹਨ । ਜਿਹੜਾ ਆਪਣੇ ਮਨ ਵਿੱਚ ਇਸ ਤਰ੍ਹਾਂ ਦੀ ਨਿਮ੍ਰਤਾ ਧਾਰਨ ਕਰ ਲੈਂਦਾ ਹੈ । ਆਪਣੇ ਆਪ ਨੂੰ ਦਾਸਾਂ ਦੇ ਚਰਨਾਂ ਦੀ ਧੂੜ ਦੇ ਸਮਾਨ ਸਮਝਦਾ ਹੈ, ਉਸ ਨੂੰ ਕੋਈ ਸੰਸਾਰਕ ਇੱਛਾਂ ਰੂਪੀ ਦੁਖ ਨਹੀਂ ਲੱਗਦਾ । ਜਿਹੜਾ ਨਿਮਾਣਾ ਬਣਕੇ ਪ੍ਰਭ ਦੇ ਦਾਸਾਂ ਦੀ ਸ਼ਰਣ ਵਿੱਚ ਆ ਜਾਂਦਾ ਹੈ । ਉਸ ਦਾ ਜੂੰਨਾਂ ਦਾ ਚੱਕਰ, ਲੇਖਾ ਖਤਮ ਹੋ ਸਕਦਾ ਹੈ । ਜਿਹੜਾ ਸਵਾਸ ਗਰਾਸ ਪ੍ਰਭ ਦੇ ਸ਼ਬਦ ਦੇ ਗੁਣ ਗਾਉਂਦਾ ਹੈ, ਕੇਵਲ ਉਸ ਬੰਦਗੀ ਕਰਨ ਵਾਲੇ ਨੂੰ ਹੀ ਰੂਹਾਨੀ ਸੋਝੀ ਬਖਸ਼ਿਸ਼ ਹੋ ਸਕਦੀ ਹੈ ।

By serving His true devotee, washing his feet with humility, all evil thoughts of mind may be eliminated by His mercy and grace. Whosoever may adopt the humility and considers himself lower than the dust of the feet of His true devotee, no worldly frustration may create a misery in his day to day life. Whosoever may humbly surrender at the sanctuary of His true devotee, his cycle of birth and death may be eliminated and all his sinful deeds may be forgiven by The True Master. Whosoever may sing the glory of His Word with each and every breath, only he may be blessed with enlightenment of His Word.

ਸਾਜਨੁ ਮੀਤੁ ਤੂੰ ਹਾ॥	saajan meet tooN haaN.
ਨਾਮੁ ਦ੍ਰਿੜਾਇ ਮੂੰ ਹਾ॥	naam drirh-aa-ay mooN haaN.
ਤਿਸੁ ਬਿਨੁ ਨਾਹਿ ਕੋਇ ਹਾ॥	tis bin naahi ko-ay haaN.
ਮਨਹਿ ਅਰਾਧਿ ਸੋਇ ਹਾ॥	maneh araaDh so-ay haaN.
ਨਿਮਖ ਨ ਵੀਸਰੈ ਹਾ॥	nimakh na veesrai haaN.
ਤਿਸੁ ਬਿਨੁ ਕਿਉ ਸਰੈ ਹਾ॥	tis bin ki-o sarai haaN.
ਗੁਰ ਕਉ ਕੁਰਬਾਨੁ ਜਾਉ ਹਾ॥	gur ka-o kurbaan jaa-o haaN.
ਨਾਨਕੁ ਜਪੇ ਨਾਉ ਮੇਰੇ ਮਨਾ॥ ੨॥੫॥੧੬੧॥	naanak japay naa-o mayray manaa. ||2||5||161||

ਪ੍ਰਭ ਤੂੰ ਹੀ ਮੇਰਾ ਸਾਥੀ, ਮਿੱਤਰ ਹੈ । ਰਹਿਮਤ ਬਖਸ਼ਕੇ ਸ਼ਬਦ ਦੇ ਲੜ ਲਾਵੋ । ਤੇਰੇ ਤੋ ਬਿਨਾਂ ਹੋਰ ਕੋਈ ਪੂਜਣ ਯੋਗ ਨਹੀਂ ਹੈ । ਆਪਣੇ ਮਨ ਵਿੱਚ ਪ੍ਰਭ ਦੇ ਸ਼ਬਦ ਦਾ ਸਵਾਸ ਸਵਾਸ ਸਿਮਰਨ ਕਰਦਾ ਹਾ । ਇੱਕ ਪਲ ਵੀ ਉਸ ਦੇ ਸ਼ਬਦ ਨੂੰ ਮਨ ਵਿਚੋਂ ਵਿਸਾਰਦਾ ਨਹੀਂ ।ਉਸ ਤੋ ਬਿਨਾਂ ਕਿਵੇਂ ਜਿਉਂਦਾ ਰਹ ਸਕਦਾ ਹਾ? ਉਸ ਅਸਲੀ ਗੁਰੁ, ਸ਼ਬਦ ਤੋ ਕੁਰਬਾਨ ਜਾਵਾ! ਉਸ ਦੇ ਗੁਣ ਗਾਉਂਦਾ ਹਾ ।

You are my only true friend, associate and support, with Your mercy and grace attaches me to devotional meditation on the teachings of Your Word, no one else may be worthy of worship. I meditate with each and every breath and never abandon the teachings of Your Word, even for a moment. How may I survive without meditating on the teachings of Your Word? I am fascinated from the true guru, the enlightenment of His Word, I sing the glory of His Word all time.

231.ਆਸਾਵਰੀ ਮਹਲਾ ੫॥ 410- 13

ਕਾਰਨ ਕਰਨ ਤੂੰ ਹਾ॥	kaaran karan tooN haaN.
ਅਵਰੁ ਨਾ ਸੁਝੈ ਮੂੰ ਹਾ॥	avar naa sujhai mooN haaN.
ਕਰਹਿ ਸੁ ਹੋਈਐ ਹਾ॥	karahi so ho-ee-ai haaN.
ਸਹਜਿ ਸੁਖਿ ਸੋਈਐ ਹਾ॥	sahj sukh so-ee-ai haaN.
ਧੀਰਜ ਮਨਿ ਭਏ ਹਾ॥	Dheeraj man bha-ay haaN.
ਪ੍ਰਭ ਕੈ ਦਰਿ ਪਏ ਮੇਰੇ ਮਨਾ॥੧॥ ਰਹਾਉ॥	parabh kai dar pa-ay mayray manaa. ||1|| rahaa-o.

ਪ੍ਰਭ ਤੂੰ ਹੀ ਸ੍ਰਿਸ਼ਟੀ ਨੂੰ ਪੈਦਾ ਕਰਨ ਵਾਲਾ ਮਾਲਕ, ਹਰ ਕੰਮ, ਕਰਤਬ ਕਰਦਾ, ਕਰਨ ਦਾ ਕਾਰਨ ਬਣਾਉਂਦਾ ਹੈ । ਤੇਰੇ ਤੋ ਬਿਨਾਂ ਮੇਰੇ ਮਨ ਵਿੱਚ ਹੋਰ ਕਿਸੇ ਦੀ ਸੋਚ ਵੀ ਨਹੀਂ ਆਉਂਦੀ । ਤੇਰਾ ਭਾਣਾ ਵਾਪਰ ਕੇ ਹੀ ਰਹਿੰਦਾ ਹੈ, ਟਾਲਿਆ ਨਹੀਂ ਜਾ ਸਕਦਾ । ਮੇਰੇ ਮਨ ਵਿੱਚ ਪੂਰਨ ਸੰਤੋਖ, ਸ਼ਾਂਤੀ ਧੀਰਜ ਵਸ ਗਿਆ ਹੈ । ਮੈਂ ਆਪਣੇ ਆਪ ਨੂੰ ਤੇਰੀ ਸ਼ਰਣ ਵਿੱਚ ਮਹਿਸੂਸ ਕਰਦਾ ਹਾ ।

The True Creator of the universe prevails in each and every activity. You create the purpose, cause of each action. I cannot think about anything else. Your unavoidable command prevails in the universe. My mind remains overwhelmed with contentment, patience and peace. I realize Your sanctuary each and every moment in my life.

ਸਾਧੂ ਸੰਗਮੇ ਹਾ॥	saaDhoo sangmay haaN.
ਪੂਰਨ ਸੰਜਮੇ ਹਾ॥	pooran sanjmay haaN.
ਜਬ ਤੇ ਛੁਟੇ ਆਪ ਹਾ॥	jab tay chhutay aap haaN.
ਤਬ ਤੇ ਮਿਟੇ ਤਾਪ ਹਾ॥	tab tay mitay taap haaN.
ਕਿਰਪਾ ਧਾਰੀਆ ਹਾ॥	kirpaa Dhaaree-aa haaN.
ਪਤਿ ਰਖੁ ਬਨਵਾਰੀਆ ਮੇਰੇ ਮਨਾ॥੧॥	pat rakh banvaaree-aa mayray manaa. ||1

ਬੰਦਗੀ ਕਰਨ ਵਾਲੇ ਦਾਸਾਂ ਦੀ ਸੰਗਤ ਵਿੱਚ ਵਸਦੇ ਮਨ ਵਿੱਚ ਪੂਰਨ ਇੱਛਾਂ ਤੇ ਕਾਬੂ ਰਹਿੰਦਾ ਹੈ ।
ਜਿਸ ਦਾ ਆਪਾ ਖਤਮ ਹੋ ਜਾਂਦਾ ਹੈ, ਉਸ ਦੇ ਮਨ ਵਿਚੋਂ ਸੰਸਾਰ ਇੱਛਾਂ ਦੇ ਦੁਖ ਨਾਸ ਹੋ ਜਾਂਦੇ ਹਨ ।
ਪ੍ਰਭ ਨੇ ਰਹਿਮਤ ਬਖਸ਼ਕੇ ਮੇਰੀ ਲਾਜ ਰਖੀ, ਪਰਦਾ ਢੱਕ ਲਿਆ ਹੈ ।

Whosoever may dwell in the association of His true devotee and may adopt the teachings of his life in his own life, he may maintain complete control on his worldly desires, he may conquer his own mind. Whosoever may conquer his selfishness, all his frustration and miseries may be eliminated from my mind. The Merciful True Master has protected my honor and covered my deficiencies in His court.

ਇਹੁ ਸੁਖ ਜਾਨੀਐ ਹਾ॥	ih sukh jaanee-ai haaN.
ਹਰਿ ਕਰੇ ਸੁ ਮਾਨੀਐ ਹਾ॥	har karay so maanee-ai haaN.
ਮੰਦਾ ਨਾਹਿ ਕੋਇ ਹਾ॥	mandaa naahi ko-ay haaN.
ਸੰਤ ਕੀ ਰੇਨ ਹੋਇ ਹਾ॥	sant kee rayn ho-ay haaN.
ਆਪੇ ਜਿਸੁ ਰਖੈ ਹਾ॥	aapay jis rakhai haaN.
ਹਰਿ ਅੰਮ੍ਰਿਤੁ ਸੋ ਚਖੈ ਮੇਰੇ ਮਨਾ॥੨॥	har amrit so chakhai mayray manaa. ||2||

ਜੀਵ ਆਪਣੇ ਮਨ ਵਿੱਚ ਇਹ ਅਵਸਥਾ ਧਾਰਨ ਕਰ ਲਵੋ! ਪ੍ਰਭ ਸਦਾ ਹੀ ਜੀਵ ਦੇ ਭਲੇ ਲਈ ਹੀ ਬਖਸ਼ਦਾ ਹੈ । ਪ੍ਰਭ ਦੇ ਸ਼ਬਦ ਤੇ ਭਰੋਸਾ ਅਡੋਲ ਰਖਣ ਨਾਲ ਮਨ ਵਿੱਚ ਖੇੜਾ ਵਸ ਜਾਂਦਾ ਹੈ । ਸ੍ਰਿਸ਼ਟੀ ਵਿੱਚ ਕੋਈ ਵੀ ਜੀਵ ਬੁਰਾ ਨਹੀਂ ਹੈ, ਆਪਣੇ ਮਨ ਵਿੱਚ ਨਿਮ੍ਰਤਾ ਧਾਰਨ ਕਰੋ! ਆਪਣੇ ਆਪ ਨੂੰ ਦਾਸਾਂ ਦੇ ਚਰਨਾਂ ਦੀ ਧੂੜ ਦੇ ਸਮਾਨ ਸਮਝੋ! ਜਿਹੜਾ ਅਣਮੋਲ ਸ਼ਬਦ ਦਾ ਰਸ ਮਾਨਦਾ ਅੰਮ੍ਰਿਤ ਪਾਨ ਕਰਦਾ ਹੈ, ਪ੍ਰਭ ਆਪ ਹੀ ਉਸ ਦੀ ਰਖਿਆ ਕਰਦਾ ਹੈ ।

You should establish a steady and stable belief that The True Master always performs justice in the universe. Everything happens in the universe for the welfare of His creation. Whosoever may obey His Word with steady and stable belief, he may be blessed with contentment and blossom in his life. No one is a sinner or evil minded in the universe. You should adopt a humility and kindness in your mind. You should consider yourselves less significant than the dust of the feet of His true devotee. Whosoever may drench the teachings of His Word, tastes the nectar, he may be protected by His mercy and grace.

ਜਿਸ ਕਾ ਨਾਹਿ ਕੋਇ ਹਾ॥	jis kaa naahi ko-ay haaN.
ਤਿਸ ਕਾ ਪ੍ਰਭੂ ਸੋਇ ਹਾ॥	tis kaa parabhoo so-ay haaN.
ਅੰਤਰਗਤਿ ਬੁਝੈ ਹਾ॥	antargat bujhai haaN.
ਸਭੁ ਕਿਛੁ ਤਿਸੁ ਸੁਝੈ ਹਾ॥	sabh kichh tis sujhai haaN.
ਪਤਿਤ ਉਧਾਰਿ ਲੇਹੁ ਹਾ॥	patit uDhaar layho haaN.
ਨਾਨਕ ਅਰਦਾਸਿ ਏਹੁ ਮੇਰੇ ਮਨਾ॥	naanak ardaas ayhu mayray manaa.
੩॥੬॥੧੬੨॥	||3||6||162||

ਜਿਸ ਦੀ ਮਦਦ ਕਰਨ ਵਾਲਾ ਕੋਈ ਨਹੀਂ ਹੁੰਦਾ, ਪ੍ਰਭ ਆਪ ਹੀ ਉਸ ਦਾ ਰਖਵਾਲਾ ਬਣ ਜਾਂਦਾ ਹੈ । ਪ੍ਰਭ ਹਰਇੱਕ ਜੀਵ ਦੇ ਮਨ ਦੀ ਅਵਸਥਾ ਦਾ ਪੂਰਨ ਅੰਤਰਜਾਮੀ ਹੈ । ਪ੍ਰਭ ਰਹਿਮਤ ਬਖਸ਼ਕੇ ਸ਼ਬਦ ਦੇ ਲੜ ਲਾਵੋ! ਮਾਨਸ ਦਿਨ ਰਾਤ ਪਾਪ ਕਰਦੇ, ਭੁਲਾ ਕਰਦੇ ਹਾ ।

Whosoever may not have any worldly support and helpless, The True Master may become his true protector in the universe. The Omniscient True Master knows the state of mind of each and every creature. I am ignorant human and performs sinful deeds day and night in my life. With Your mercy and grace attaches me to meditate of the teachings of Your Word.

232.ਆਸਾਵਰੀ ਮਹਲਾ ੫ ਇਕਤੁਕਾ॥ 410-19

ਓਇ ਪਰਦੇਸੀਆ ਹਾ॥ o-ay pardaysee-aa haaN.
ਸੁਨਤ ਸੰਦੇਸਿਆ ਹਾ॥੧॥ ਰਹਾਉ॥ sunat sandaysi-aa haaN. ||1|| rahaa-o.

ਮੇਰੀ ਆਤਮਾ, ਪ੍ਰਭ ਦੇ ਸ਼ਬਦ ਦੀ ਅਵਾਜ ਸੁਣੋ!

My soul you should hear the everlasting echo of His Word within your mind.

ਜਾ ਸਿਉ ਰਚਿ ਰਹੇ ਹਾ॥ jaa si-o rach rahay haaN.
ਸਭ ਕਉ ਤਜਿ ਗਏ ਹਾ॥ sabh ka-o taj ga-ay haaN.
ਸੁਪਨਾ ਜਿਉ ਭਏ ਹਾ॥ supnaa ji-o bha-ay haaN.
ਹਰਿ ਨਾਮੁ ਜਿਨਿ੍ ਲਏ॥੧॥ har naam jiniH la-ay. ||1||

ਜੀਵ, ਜਿਸ ਸੰਸਾਰਕ ਪਦਾਰਥ ਨਾਲ ਤੂੰ ਮੋਹ ਜੋੜਦਾ ਹੈ, ਮੌਤ ਪਿਛੋਂ ਸਭ ਕੁਝ ਇਥੇ ਹੀ ਛੱਡ ਜਾਣਾ ਹੈ। ਜਿਹੜਾ ਪ੍ਰਭ ਦੇ ਸ਼ਬਦ ਦੀ ਪਾਲਣਾ ਕਰਦਾ, ਲੜ ਲੱਗਦਾ ਹੈ। ਉਸ ਵਾਸਤੇ ਇਹ ਸਾਰੇ ਪਦਾਰਥ ਇੱਕ ਸੁਪਨੇ ਦੀ ਤਰ੍ਹਾਂ ਹੀ ਹੁੰਦੇ ਹਨ।

Whatsoever worldly possessions you may be attached to, you are going to leave behind after death in the universe. Whosoever may obey and adopt the teachings of His Word in his day to day life, he may realize all worldly possessions are like a dream.

ਹਰਿ ਤਜਿ ਅਨ ਲਗੇ ਹਾ॥ har taj an lagay haaN.
ਜਨਮਹਿ ਮਰਿ ਭਗੇ ਹਾ॥ janmeh mar bhagay haaN.
ਹਰਿ ਹਰਿ ਜਨਿ ਲਹੇ ਹਾ॥ har har jan lahay haaN.
ਜੀਵਤ ਸੇ ਰਹੇ ਹਾ॥ jeevat say rahay haaN.
ਜਿਸਹਿ ਕ੍ਰਿਪਾਲੁ ਹੋਇ ਹਾ॥ jisahi kirpaal ho-ay haaN.
ਨਾਨਕ ਭਗਤੁ ਸੋਇ॥੨॥ naanak bhagat so-ay.
੭॥੧੬੩॥੨੩੨॥ ||2||7||163||232||

ਜਿਹੜਾ ਪ੍ਰਭ ਦਾ ਸ਼ਬਦ ਵਿਸਾਰ ਕੇ ਹੋਰ ਦੂਸਰੇ ਪਾਸੇ ਲੱਗਾ ਰਹਿੰਦਾ ਹੈ, ਉਹ ਮੌਤ ਦੇ ਰਸਤੇ ਤੇ ਚਲਦਾ, ਜੂੰਨਾਂ ਵਿੱਚ ਹੀ ਭਉਦਾ ਹੈ। ਜਿਹੜਾ ਨਿਮਾਣਾ ਜੀਵ ਸ਼ਬਦ ਦੇ ਲੜ ਲੱਗ ਜਾਂਦਾ ਹੈ, ਉਸ ਨੂੰ ਸਦਾ ਰਹਿਣ ਵਾਲੀ ਅਵਸਥਾ ਬਖਸ਼ਿਸ਼ ਹੋ ਜਾਂਦੀ ਹੈ। ਜਿਸ ਤੇ ਪ੍ਰਭ ਰਹਿਮਤ ਬਖਸ਼ਦਾ ਹੈ, ਕੇਵਲ ਉਹ ਹੀ ਪ੍ਰਭ ਦਾ ਦਾਸ ਬਣ ਸਕਦਾ ਹੈ।

Whosoever may forget and abandons the teachings of His Word and follows the other guidance, the religious rituals, he may remain on the path of birth and death. Whosoever may humbly adopt the teachings of His Word, he may be blessed with immortal state of mind. The Merciful True Master may accept him in His sanctuary as His true devotee,

233.ਰਾਗੁ ਆਸਾ ਮਹਲਾ ੯॥ 411-4

ੴ ਸਤਿਗੁਰ ਪ੍ਰਸਾਦਿ॥ ik-oNkaar satgur parsaad.
ਬਿਰਥਾ ਕਹਉ ਕਉਨ ਸਿਉ ਮਨ ਕੀ॥ birthaa kaha-o ka-un si-o man kee.
ਲੋਭਿ ਗ੍ਰਸਿਓ ਦਸ ਹੂ ਦਿਸ ਧਾਵਤ, lobh garsi-o das hoo dis Dhaavat
ਆਸਾ ਲਾਗਿਓ ਧਨ ਕੀ॥੧॥ ਰਹਾਉ॥ aasaa laagi-o Dhan kee. ||1|| rahaa-o.

ਜੀਵ ਤੂੰ ਦਸ ਪਾਸੇ ਮਾਇਆ ਇਕੱਠੀ ਕਰਨ ਦੇ ਲਾਲਚ ਵਿੱਚ ਘੁੰਮਦਾ ਰਹਿੰਦਾ ਹੈ। ਤੇਰੇ ਮਨ ਵਿੱਚ ਇਹ ਮਾਇਆ ਦੀ ਆਸ ਹੀ ਲੱਗੀ ਰਹਿੰਦੀ ਹੈ। ਇਹ ਮਨ ਦੀ ਅਵਸਥਾ, ਦੁਖ ਕਿਸ ਨਾਲ ਸਾਂਝਾ ਕਰ ਸਕਦਾ ਹੈ?

You are wondering around in all directions to collect the worldly wealth, worldly possessions. Your mind remains anxious to collect more worldly wealth, possessions. With whom may you share this miserable state of your mind?

ਸੁਖ ਕੈ ਹੇਤਿ ਬਹੁਤੁ ਦੁਖੁ ਪਾਵਤ,	sukh kai hayt bahut dukh paavat
ਸੇਵ ਕਰਤ ਜਨ ਜਨ ਕੀ॥	sayv karat jan jan kee.
ਦੁਆਰਹਿ ਦੁਆਰਿ ਸੁਆਨ ਜਿਉ ਡੋਲਤ,	du-aareh du-aar su-aan ji-o dolat
ਨਹ ਸੁਧ ਰਾਮ ਭਜਨ ਕੀ॥੧॥	nah suDh raam bhajan kee. ||1||

ਥੋੜ੍ਹਾ ਚਿਰ ਰਹਿਣ ਵਾਲੇ ਸੁਖ ਪਾਉਣ ਲਈ ਤੂੰ ਬਹੁਤ ਮੁਸੀਬਤਾਂ ਸਹਿੰਦਾ, ਵੱਖਰੇ ਵੱਖਰੇ ਜੀਵਾਂ ਦੀ ਗੁਲਾਮੀ ਕਰਦਾ ਹੈ । ਘਰ ਘਰ ਇੱਕ ਅਵਾਰਾ ਕੁੱਤੇ ਦੀ ਤਰ੍ਹਾਂ ਭਉਦਾ ਫਿਰਦਾ ਹੈ । ਤੇਰਾ ਮਨ ਪ੍ਰਭ ਦੇ ਸ਼ਬਦ ਦੀ ਪਾਲਣਾ, ਸਿਮਰਨ ਬਾਬਤ ਸੋਚ ਦਾ ਵੀ ਨਹੀਂ ਹੈ ।

To enjoy short lived comfort or worldly wealth, you may endure terrible hardships and sufferings. You may become a slave of various other humans. You are wondering door to door like a stray dog. You never even things about meditating and adopting the teachings of His Word in day to day life.

ਮਾਨਸ ਜਨਮ ਅਕਾਰਥ ਖੋਵਤ,	maanas janam akaarath khovat
ਲਾਜ ਨ ਲੋਕ ਹਸਨ ਕੀ॥	laaj na lok hasan kee.
ਨਾਨਕ ਹਰਿ ਜਸੁ ਕਿਉ ਨਹੀ ਗਾਵਤ,	naanak har jas ki-o nahee gaavat
ਕੁਮਤਿ ਬਿਨਾਸੈ ਤਨ ਕੀ॥੨॥੧॥੨੩੩॥	kumat binaasai tan kee. ||2||1||233||

ਤੈਨੂੰ ਆਪਣੇ ਕੀਤੇ ਤੇ ਸ਼ਰਮ ਨਹੀਂ ਆਉਂਦੀ, ਬਾਕੀ ਤੇਰੇ ਕੀਤੇ ਕੰਮਾਂ ਦਾ ਮਖੌਲ ਉਡਾਉਂਦੇ ਹਨ । ਤੂੰ ਆਪਣਾ ਮਾਨਸ ਜੀਵਨ ਬਿਰਥਾ ਹੀ ਗਵਾਈ ਜਾਂਦਾ ਹੈ । ਪ੍ਰਭ ਦੇ ਸ਼ਬਦ ਦੀ ਪਾਲਣਾ, ਸਿਮਰਨ ਕਰਨ ਨਾਲ ਤੇਰੇ ਤਨ ਦੇ ਬੁਰੇ ਕੀਤੇ ਕੰਮ ਬਖਸ਼ੇ ਜਾ ਸਕਦੇ ਹਨ ।

You are not embarrassed by your deeds, others may make jokes, mockery of your day to day life. You have wasted your human life blessings uselessly, without any success. You should rethink and attach to meditate and adopt these teachings, your sins may be forgiven by The True Master.

234.ਰਾਗੁ ਆਸਾ ਮਹਲਾ ੧ ਅਸਟਪਦੀਆ ਘਰੁ ੨॥ 411-9

੧ੳ ਸਤਿਗੁਰ ਪ੍ਰਸਾਦਿ॥	ik-oNkaar satgur parsaad.
ਉਤਰਿ ਅਵਘਟਿ ਸਰਵਰਿ ਨ੍ਾਵੈ॥	utar avghat sarvar nHaavai.
ਬਕੈ ਨ ਬੋਲੈ ਹਰਿ ਗੁਣ ਗਾਵੈ॥	bakai na bolai har gun gaavai.
ਜਲੁ ਆਕਾਸੀ ਸੁੰਨਿ ਸਮਾਵੈ॥	jal aakaasee sunn samaavai.
ਰਸੁ ਸਤੁ ਝੋਲਿ ਮਹਾ ਰਸੁ ਪਾਵੈ॥੧॥	ras sat jhol mahaa ras paavai. ||1||

ਅਗਰ ਜੀਵ ਪਵਿਤ੍ਰ ਤੀਰਥ, ਸਰੋਵਰ ਵਿੱਚ ਮਨ ਨੂੰ ਪਵਿਤ੍ਰ ਕਰਨ ਜਾਵੇ । ਹੋਰ ਕੁਝ ਕਹਿਣ ਤੋ ਬਿਨਾਂ ਹੀ ਪ੍ਰਭ ਦੇ ਸ਼ਬਦ ਦੀ ਉਸਤਤ ਗਾਵੇ । ਜਿਵੇਂ ਪਾਣੀ ਅਕਾਸ਼, ਹਵਾ ਵਿੱਚ ਸਮਾਇਆ ਰਹਿੰਦਾ ਹੈ, ਇਸ ਤਰ੍ਹਾਂ ਹੀ ਉਹ ਜੀਵ ਪ੍ਰਭ ਦੇ ਸਿਮਰਨ ਵਿੱਚ ਮਸਤ ਹੋ ਜਾਂਦਾ ਹੈ । ਉਸ ਨੂੰ ਪ੍ਰਭ ਦੇ ਸ਼ਬਦ ਦਾ ਅਮੋਲਕ ਰਸ ਅਨੁਭਵ ਹੋ ਜਾਂਦਾ ਹੈ, ਤਾਂ ਉਹ ਜੀਵ ਵੀ ਪ੍ਰਭ ਦੇ ਸ਼ਬਦ ਵਿੱਚ ਸਮਾ ਜਾਂਦਾ ਹੈ ।

Whosoever may go to Holy shrine for sanctification of his mind and without begging for anything just sings the glory of The True Master. As the water remains absorbed in air, the sky; he may be absorbed, intoxicated with the teachings of His Word and he may enter into the void of His Word. He may be blessed with the nectar of the teachings of His Word. He may be absorbed in the void of His Word, immersed in the Holy Spirit.

ਐਸਾ ਗਿਆਨੁ ਸੁਨਹੁ ਅਭ ਮੋਰੇ॥	aisaa gi-aan sunhu abh moray.
ਭਰਿਪੁਰਿ ਧਾਰਿ ਰਹਿਆ ਸਭ ਠਉਰੇ॥੧॥ ਰਹਾਉ॥	bharipur Dhaar rahi-aa sabh tha-uray. ‖1‖ rahaa-o.

ਜੀਵ ਆਪਣੇ ਮਨ ਨੂੰ ਇਸ ਤਰ੍ਹਾਂ ਦੇ ਰੂਹਾਨੀ ਸ਼ਬਦ ਵਿੱਚ ਲਿਵ ਲਾਵੋ! ਜਿਵੇਂ ਪ੍ਰਭ ਹਰ ਥਾਂ ਵਾਪਰਦਾ, ਹਾਜ਼ਰ ਹਜੂਰ ਰਹਿੰਦਾ ਹੈ ।

You should concentrate and meditate on the teachings of His Word in such a way, as The True Master remain omni-present everywhere and prevails in each and every action.

ਸਚੁ ਬ੍ਰਤੁ ਨੇਮੁ ਨ ਕਾਲੁ ਸੰਤਾਵੈ॥	sach barat naym na kaal santaavai.
ਸਤਿਗੁਰ ਸਬਦਿ ਕਰੋਧੁ ਜਲਾਵੈ॥	satgur sabad karoDh jalaavai.
ਗਗਨਿ ਨਿਵਾਸਿ ਸਮਾਧਿ ਲਗਾਵੈ॥	gagan nivaas samaaDh lagaavai.
ਪਾਰਸੁ ਪਰਸਿ ਪਰਮ ਪਦੁ ਪਾਵੈ॥੨॥	paaras paras param pad paavai. ‖2

ਜਿਹੜਾ ਜੀਵ ਪ੍ਰਭ ਦੇ ਵਿਛੋੜੇ ਦੇ ਵਿਰਾਗ ਵਿੱਚ ਮਨੋ ਵਰਤ ਰਖਦਾ ਹੈ, ਜਾ ਧਾਰਮਕ ਨਿੱਤਨੇਮ ਕਰਦਾ ਹੈ, ਉਸ ਨੂੰ ਮੌਤ ਦਾ ਦੁਖ ਮਹਿਸੂਸ ਨਹੀਂ ਹੁੰਦਾ । ਸ਼ਬਦ ਦੀ ਪਾਲਣਾ ਕਰਨ ਨਾਲ ਮਨ ਦਾ ਕਰੋਧ ਖਤਮ ਹੋ ਜਾਂਦਾ ਹੈ । ਉਹ ਬੰਦਗੀ ਵਿੱਚ ਲੀਨ ਹੋਇਆ ਹੀ ਪ੍ਰਭ ਦੇ ਦਸਵੇਂ ਦਰ ਤੇ ਸਮਾਧੀ ਲਾ ਲੈਂਦਾ ਹੈ । ਉਹ ਪਾਰਸ ਪੱਥਰ, ਸ਼ਬਦ ਨੂੰ ਛੋਹ ਕੇ ਸ਼੍ਰੋਮਣੀ ਅਵਸਥਾ ਪਾ ਲੈਂਦਾ ਹੈ ।

Whosoever may remain in renunciation in memory of his separation from The True Master and abstain food or performs the routine prayers, he may not endure any misery at the time of his death. By adopting the teachings of His Word in day to day life, he may conquer the anger of his mind. While meditating in the void of His Word, he may enter into the void of His Word, 10th Castle, His throne. His mind touches the philosopher's stone and he may be blessed with immortal state of mind.

ਸਚੁ ਮਨ ਕਾਰਣਿ ਤਤੁ ਬਿਲੋਵੈ॥	sach man kaaran tat bilovai.
ਸੁਭਰ ਸਰਵਰਿ ਮੈਲੁ ਨ ਧੋਵੈ॥	subhar sarvar mail na Dhovai.
ਜੈ ਸਿਉ ਰਾਤਾ ਤੈਸੋ ਹੋਵੈ॥	jai si-o raataa taiso hovai.
ਆਪੇ ਕਰਤਾ ਕਰੇ ਸੁ ਹੋਵੈ॥੩॥	aapay kartaa karay so hovai. ‖3‖

ਸ਼ਬਦ ਤੇ ਭਰੋਸਾ ਅਡੋਲ ਰਖਣ ਨਾਲ, ਮਾਨਸ ਜੀਵਨ ਦੇ ਅਸਲੀ ਮੰਤਵ ਦੀ ਸੋਝੀ ਬਖਸ਼ਿਸ਼ ਹੋ ਜਾਂਦੀ ਹੈ । ਉਸ ਬਾਣੀ ਦੇ ਅੰਮ੍ਰਿਤ ਭਰੇ ਸਰੋਵਰ ਵਿੱਚ ਇਸ਼ਨਾਨ ਕਰਨ ਨਾਲ, ਸ਼ਬਦ ਵਿੱਚ ਲਿਵ ਲਾਉਣ ਨਾਲ ਮਨ ਦੀ ਮੈਲ ਧੋਅ ਲੈਂਦਾ ਹੈ । ਜਿਸ ਦੇ ਚਰਨਾਂ ਵਿੱਚ ਲਿਵ, ਸਮਾਧੀ ਲਾਉਂਦਾ ਹੈ, ਉਸ ਦਾ ਹੀ ਰੂਪ ਬਣ ਜਾਂਦਾ ਹੈ । ਜੋ ਕੁਝ ਵੀ ਪ੍ਰਭ ਦਾ ਭਾਣਾ ਹੁੰਦਾ, ਉਸ ਨੂੰ ਛੋਹੇ ਬਿਨਾਂ ਆਪਣੇ ਆਪ ਹੀ ਬੀਤ ਜਾਂਦਾ ਹੈ ।

By establishing steady and stable belief on the teachings of His Word, he may be enlightened with the true purpose of his human life blessings. By taking a bath in the Holy nectar of the teachings of His Word, he may enter into deep meditation in the void of His Word and all filth of his mind may be sanctified. Whose teachings he may have adopted, he may become His symbol. Human creature may not be able to distinguish the difference between him and The Holy Master. Whatsoever may be His command, worldly miseries may pass away without touching him.

ਗੁਰ ਹਿਵ ਸੀਤਲੁ ਅਗਨਿ ਬੁਝਾਵੈ॥	gur hiv seetal agan bujhaavai.
ਸੇਵਾ ਸੁਰਤਿ ਬਿਭੂਤ ਚੜਾਵੈ॥	sayvaa surat bibhoot charhaavai.

ਦਰਸਨੁ ਆਪਿ ਸਹਜ ਘਰਿ ਆਵੈ॥ darsan aap sahj ghar aavai.
ਨਿਰਮਲ ਬਾਣੀ ਨਾਦੁ ਵਜਾਵੈ॥੪॥ nirmal banee naad vajaavai. ||4||

ਸ਼ਬਦ ਦੀ ਗੂੰਜ ਠੰਡੀ ਹਵਾ ਦੀ ਤਰ੍ਹਾਂ ਮਨ ਦੀਆਂ ਇੱਛਾਂ ਦੀ ਭਟਕਣ ਖਤਮ ਕਰ ਦੇਂਦੀ ਹੈ । ਆਪਣੇ ਤਨ ਨੂੰ ਸ਼ਬਦ ਦੀ ਲਗਨ, ਲਿਵ ਦੀ ਭਸਮ ਲਗਾਵੋ! ਸ਼ਬਦ ਦਾ ਰੰਗ ਚੜ੍ਹਾਵੋ। ਆਪਣੇ ਅੰਦਰ ਪ੍ਰਭ ਦੇ ਸ਼ਬਦ ਦੀ ਜੋਤ ਜਾਗਰਤ ਕਰਕੇ ਆਪਣਾ ਭਰੋਸਾ ਅਡੋਲ ਕਰੋ! ਇਸ ਨਾਲ ਮਨ ਵਿੱਚ ਪ੍ਰਭ ਦੇ ਸ਼ਬਦ ਦੀ ਗੂੰਜ ਚਲ ਪਵੇਗੀ।

The everlasting echo of the teachings of His Word is like a cool breeze that may eliminate all frustrations of your mind. You should always rub the ashes of the of your devotion, attachment of meditation of His Word. You should drench the teachings of His Word within. You should enlighten The Holy Spirit within to keep steady and stable belief on His teachings, the everlasting echo of His Word may resonate within.

ਅੰਤਰਿ ਗਿਆਨੁ ਮਹਾ ਰਸੁ ਸਾਰਾ॥ antar gi-aan mahaa ras saaraa.
ਤੀਰਥ ਮਜਨੁ ਗੁਰ ਵੀਚਾਰਾ॥ tirath majan gur veechaaraa.
ਅੰਤਰਿ ਪੂਜਾ ਥਾਨੁ ਮੁਰਾਰਾ॥ antar poojaa thaan muraaraa.
ਜੋਤੀ ਜੋਤਿ ਮਿਲਾਵਣਹਾਰਾ॥੫॥ jotee jot milaavanhaaraa. ||5||

ਸ਼ਬਦ ਦੀ ਸੋਝੀ ਵਿੱਚ ਅੰਮ੍ਰਿਤ ਦੇ ਸਾਰੇ ਹੀ ਰਸ ਹਨ । ਸ਼ਬਦ ਦੀ ਪਾਲਣਾ ਕਰਨਾ, ਜੀਵਨ ਢਾਲਣ ਵਿੱਚ ਸਾਰੇ ਤੀਰਥ ਦੇ ਇਸ਼ਨਾਨਾ ਦਾ ਫਲ ਬਖਸ਼ਿਸ਼ ਹੋ ਜਾਂਦਾ ਹੈ । ਆਪਣੇ ਅੰਦਰ ਪ੍ਰਭ ਦੀ ਜੋਤ ਜਾਗਰਤ ਕਰਕੇ ਲੀਨ ਹੋਵੋ! ਪ੍ਰਭ ਰਹਿਮਤ ਬਖਸ਼ਕੇ ਆਤਮਾ ਨੂੰ ਆਪਣੀ ਜੋਤ ਵਿੱਚ ਹੀ ਅਲੋਪ ਕਰ ਲੈਂਦਾ ਹੈ ।

In the enlightenment of the teachings of His Word, all the essences of the nectar are embedded in obeying and adopting the teachings of His Word in day to day life, the soul may be blessed with the reward of bathing at all worldly Holy shrines. You should ignite the flame of the Holy spirit within and remain intoxicated with the teachings of His Word. The Merciful True Master may absorb the soul within the Holy Spirit.

ਰਸਿ ਰਸਿਆ ਮਤਿ ਏਕੈ ਭਾਇ॥ ras rasi-aa mat aykai bhaa-ay.
ਤਖਤ ਨਿਵਾਸੀ ਪੰਚ ਸਮਾਇ॥ takhat nivaasee panch samaa-ay.
ਕਾਰ ਕਮਾਈ ਖਸਮ ਰਜਾਇ॥ kaar kamaa-ee khasam rajaa-ay.
ਅਵਿਗਤ ਨਾਥੁ ਨ ਲਖਿਆ ਜਾਇ॥੬॥ avigat naath na lakhi-aa jaa-ay. ||6||

ਜਿਹੜਾ ਜੀਵ ਪ੍ਰਭ ਦੇ ਭਾਣੇ ਵਿੱਚ ਅਨੰਦ ਮਾਨਦਾ, ਸਦਾ ਖੇੜੇ ਵਿੱਚ ਰਹਿੰਦਾ ਹੈ । ਉਹ ਆਪਣੇ ਆਪ ਨੂੰ ਇਤਨਾ ਪਵਿਤ੍ਰ ਕਰ ਲੈਂਦਾ ਹੈ, ਉਸ ਦੀ ਆਤਮਾ ਪ੍ਰਭ ਦੀ ਜੋਤ ਵਿੱਚ ਮਿਲਣ ਦੇ ਯੋਗ ਬਣ ਜਾਂਦੀ ਹੈ । ਉਹ ਸਾਰੇ ਕੰਮ ਪ੍ਰਭ ਦੇ ਭਾਣੇ ਅਨੁਸਾਰ ਹੀ ਕਰਦਾ ਹੈ । ਅਨੋਖਾ ਪ੍ਰਭ ਜਣਿਆ ਨਹੀਂ ਜਾ ਸਕਦਾ । ਇਸ ਦੇ ਕਿਸੇ ਵੀ ਕਰਤਬ ਦੀ ਪੂਰਨ ਸਮਝ, ਜਾਣਕਾਰੀ ਜੀਵ ਦੀ ਸੋਝੀ ਤੋ ਉਪਰ ਹੈ ।

Whosoever may remain contented in obeying and adopting the teachings of His Word, his soul may be sanctified and worthy of His concentration. All his worldly chores may become as per the teachings of His Word. The astonishing True Master and His nature cannot be fully comprehended by His creation.

ਜਲ ਮਹਿ ਉਪਜੈ ਜਲ ਤੇ ਦੂਰਿ॥ jal meh upjai jal tay door.
ਜਲ ਮਹਿ ਜੋਤਿ ਰਹਿਆ ਭਰਪੂਰਿ॥ jal meh jot rahi-aa bharpoor.
ਕਿਸੁ ਨੇੜੈ ਕਿਸੁ ਆਖਾ ਦੂਰਿ॥ kis nayrhai kis aakhaa door.
ਨਿਧਿ ਗੁਣ ਗਾਵਾ ਦੇਖਿ ਹਦੂਰਿ॥੭॥ niDh gun gaavaa daykh hadoor. ||7||

ਸਾਰੀ ਸ੍ਰਿਸ਼ਟੀ ਪ੍ਰਭ ਦੀ ਜੋਤ ਵਿਚੋਂ ਹੀ ਪੈਦਾ ਹੁੰਦੀ ਹੈ । ਫਿਰ ਵੀ ਪ੍ਰਭ ਦੀ ਜੋਤ ਜੀਵ ਦੀ ਜੋਤ ਦੇ ਮੋਹ ਤੋ ਅਲੱਗ ਰਹਿੰਦੀ ਹੈ । ਪ੍ਰਭ ਦੀ ਜੋਤ, ਜੀਵ ਦੀ ਜੋਤ ਵਿੱਚ ਸਦਾ ਹਾਜ਼ਰ ਰਹਿੰਦੀ, ਵਾਪਰਦੀ ਹੈ । ਕੇਵਲ ਪ੍ਰਭ ਆਪ ਹੀ ਜਾਣਦਾ ਹੈ, ਕੌਣ ਉਸ ਦੇ ਨੇੜੇ, ਕੌਣ ਉਸ ਤੋ ਦੂਰ ਹੈ । ਮਾਨਸ ਦੀ ਸਮਝ ਵਿੱਚ ਨਹੀਂ ਹੈ । ਜੀਵ ਅਡੋਲ ਭਰੋਸੇ ਨਾਲ ਪ੍ਰਭ ਦੇ ਸ਼ਬਦ ਦਾ ਸਿਮਰਨ ਕਰੋ! ਹਰ ਸਮੇਂ, ਸਦਾ ਹੀ ਉਸ ਨੂੰ ਨੇੜੇ ਸਮਝੋ, ਮਹਿਸੂਸ ਕਰੋ।

Even though the whole creation is an expansion of The Holy Spirit, still He remains beyond the reach of emotional attachment of the soul of any creature. His Holy Spirit remains Omni-present within the soul and prevails in each and every action. Only, The Omniscient True Master knows who may be close or far away from Him; this is beyond the comprehension of His creation. You should with steady and stable belief meditate on the teachings of His Word and realizes The Omnipresent is watching.

ਅੰਤਰਿ ਬਾਹਰਿ ਅਵਰੁ ਨ ਕੋਇ॥	antar baahar avar na ko-ay.
ਜੋ ਤਿਸੁ ਭਾਵੈ ਸੋ ਫੁਨਿ ਹੋਇ॥	jo tis bhaavai so fun ho-ay.
ਸੁਣਿ ਭਰਥਰਿ ਨਾਨਕੁ ਕਹੈ ਬੀਚਾਰੁ॥	sun bharthar naanak kahai beechaar.
ਨਿਰਮਲ ਨਾਮੁ ਮੇਰਾ ਆਧਾਰੁ॥ ੮॥੧॥	nirmal naam mayraa aaDhaar. ‖8‖1‖

ਜੀਵ ਦੇ ਅੰਦਰ, ਬਾਹਰ, ਸ੍ਰਿਸ਼ਟੀ ਵਿੱਚ ਅਤੇ ਮੌਤ ਤੋ ਪਿਛੇ ਵੀ ਕੇਵਲ ਇੱਕੋ ਇੱਕ ਪ੍ਰਭ ਹੀ ਹੈ । ਸ੍ਰਿਸ਼ਟੀ ਵਿੱਚ ਸਭ ਕੁਝ ਉਸ ਦੇ ਹੁਕਮ ਨਾਲ ਹੀ ਵਾਪਰਦਾ ਹੈ । ਬੰਦਗੀ ਕਰਨਵਾਲੇ ਬਾਕੀ ਜੀਵਾਂ ਨੂੰ ਇਹ ਸਿਖਿਆ ਦੇਂਦੇ ਹਨ । ਉਸ ਦੇ ਪਵਿਤ੍ਰ ਸ਼ਬਦ ਨੂੰ ਆਪਣੇ ਜੀਵਨ ਦਾ ਅਧਾਰ ਬਣਾਵੋ, ਸ਼ਬਦ ਦੀ ਸਿਖਿਆ ਨਾਲ ਜੀਵਨ ਢਾਲੋ ।

In the body of any creature, also outside in the universe and also after death in His court only His command prevails. Whatsoever may be acceptable to The True Master, only that may happen in the universe. His true devotee explains the essence of the teachings of His Word. You should always adopt the teachings of His sanctified Word and beg for refuge and guiding principle of your human life.

235.ਆਸਾ ਮਹਲਾ ੧॥ 412-2

ਸਭਿ ਜਪ ਸਭਿ ਤਪ ਸਭ ਚਤੁਰਾਈ॥	sabh jap sabh tap sabh chaturaa-ee.
ਊਝੜਿ ਭਰਮੈ ਰਾਹਿ ਨ ਪਾਈ॥	oojharh bharmai raahi na paa-ee.
ਬਿਨੁ ਬੂਝੇ ਕੋ ਥਾਇ ਨ ਪਾਈ॥	bin boojhay ko thaa-ay na paa-ee.
ਨਾਮ ਬਿਹੂਣੈ ਮਾਥੇ ਛਾਈ॥੧॥	naam bihoonai maathay chhaa-ee. ‖1‖

ਧਾਰਮਕ ਬੰਦਗੀ ਦੇ ਤਰੀਕੇ, ਨਿੱਤਨੇਮ, ਬਾਣਾ, ਸਿਆਣਪ ਜੀਵ ਨੂੰ ਭਰਮਾਂ ਵਿੱਚ ਪਾ ਦੇਂਦੇ ਹਨ, ਅਸਲੀ ਮੁਕਤੀ ਪਾਉਣ ਦੇ ਰਸਤਾ ਦੀ ਸੋਝੀ ਨਹੀਂ ਹੁੰਦੀ । ਸ਼ਬਦ ਨਾਲ ਜੀਵਨ ਢਾਲਣ, ਸੋਝੀ ਤੋ ਬਿਨਾਂ, ਪ੍ਰਵਾਨਗੀ ਬਖਸ਼ਿਸ਼ ਨਹੀਂ ਹੁੰਦੀ, ਸ਼ਰਮਿੰਦਗੀ ਹੀ ਮਿਲਦੀ ਹੈ ।

All religious techniques to meditate, nit-name, religious robe, wisdom of mind creates worldly suspicion within the mind of a devotee. He may not be blessed with the right path of salvation. This these religious preachers, guides, priests really do not know the right path of meditation. Without adopting the teachings of His Word in day to day life, the right path of meditation may not be discovered, only embarrassment in His court.

ਸਾਚ ਧਣੀ ਜਗੁ ਆਇ ਬਿਨਾਸਾ॥	saach Dhanee jag aa-ay binaasaa.
ਛੂਟਸਿ ਪ੍ਰਾਣੀ ਗੁਰਮੁਖਿ ਦਾਸਾ॥੧॥ ਰਹਾਉ॥	chhootas paraanee gurmukh daasaa. ‖1‖ rahaa-o.

ਸਾਰੀ ਸ੍ਰਿਸ਼ਟੀ ਜਨਮ ਮਰਨ ਦੇ ਚੱਕਰ ਵਿੱਚ ਹੀ ਹੈ । ਕੇਵਲ ਇੱਕੋ ਇੱਕ ਪ੍ਰਭ ਹੀ ਸਦਾ ਅਟੱਲ ਰਹਿਣ ਵਾਲਾ ਹੈ । ਜਿਹੜੇ ਗੁਰਮਖ ਅਵਸਥਾ ਪਾ ਕੇ ਜੀਵਨ ਬਤੀਤ ਕਰਦੇ ਹਨ । ਉਹ ਹੀ ਪ੍ਰਭ ਦੇ ਅਸਲੀ ਦਾਸ, ਸੇਵਕ ਹਨ ।

The whole universe remains in the cycle of birth and death, only The True Master remains beyond cycle of birth and death and stays steady and stable forever. Whosoever may adopt the teachings of His Word, he may be blessed with a state of mind as His true devotee. Only he may become His true servant, slave and devotee.

ਜਗੁ ਮੋਹਿ ਬਾਧਾ ਬਹੁਤੀ ਆਸਾ॥	jag mohi baaDhaa bahutee aasaa.
ਗੁਰਮਤੀ ਇਕਿ ਭਏ ਉਦਾਸਾ॥	gurmatee ik bha-ay udaasaa.
ਅੰਤਰਿ ਨਾਮੁ ਕਮਲੁ ਪਰਗਾਸਾ॥	antar naam kamal pargaasaa.
ਤਿਨ੍ ਕਉ ਨਾਹੀ ਜਮ ਕੀ ਤ੍ਰਾਸਾ॥੨॥	tinH ka-o naahee jam kee taraasaa. ||2||

ਸਾਰੀ ਸ੍ਰਿਸ਼ਟੀ ਹੀ ਇੱਛਾਂ ਦੇ ਜਾਲ ਵਿੱਚ ਫਸੀ ਹੈ । ਸ਼ਬਦ ਦੀ ਸੋਝੀ ਨਾਲ ਜੀਵ ਸੰਸਾਰਕ ਇੱਛਾਂ ਤੋ ਰਹਿਤ ਹੋ ਜਾਂਦਾ ਹੈ । ਜਿਸ ਦੇ ਅੰਦਰ ਪ੍ਰਭ ਦੀ ਜੋਤ ਜਾਗਰਤ ਹੋ ਜਾਂਦੀ ਹੈ, ਉਸ ਦੇ ਮਨ ਵਿੱਚ ਸਦਾ ਰਹਿਣ ਵਾਲਾ ਖੇੜਾ ਵਸ ਜਾਂਦਾ, ਮੌਤ ਦਾ ਡਰ ਖਤਮ ਹੋ ਜਾਂਦਾ ਹੈ ।

The whole universe remains a slave of worldly desires. With enlightening the teachings of His Word, he may conquer his worldly desires and becomes desire free. Whosoever may be enlightened with the teachings of His Word, he may be blessed with everlasting contentment and blossom. His fear of death may be eliminated forever.

ਜਗੁ ਤ੍ਰਿਅ ਜਿਤੁ ਕਾਮਣਿ ਹਿਤਕਾਰੀ॥	jag tari-a jit kaaman hitkaaree.
ਪੁਤ੍ਰ ਕਲਤ੍ਰ ਲਗਿ ਨਾਮੁ ਵਿਸਾਰੀ॥	putar kaltar lag naam visaaree.
ਬਿਰਥਾ ਜਨਮੁ ਗਵਾਇਆ ਬਾਜੀ ਹਾਰੀ॥	birthaa janam gavaa-i-aa baajee haaree.
ਸਤਿਗੁਰੁ ਸੇਵੇ ਕਰਣੀ ਸਾਰੀ॥੩॥	satgur sayvay karnee saaree. ||3||

ਸੰਸਾਰਕ ਜੀਵ, ਕਾਮਵਾਸਨਾ ਦੀ ਇੱਛਾਂ ਨਾਲ ਔਰਤ ਦੇ ਪਿਆਰ ਦੇ ਜਾਦੂ ਅੰਦਰ ਆ ਜਾਂਦਾ ਹੈ । ਪਰਿਵਾਰ, ਬੱਚੇ ਬੀਵੀ ਦੇ ਮੋਹ ਨਾਲ, ਸ਼ਬਦ ਦੇ ਮੋਹ ਤੋਂ ਦੂਰ, ਰਹਿਤ ਹੋ ਜਾਂਦੇ ਹਨ । ਜਿਹੜੇ ਇਸ ਰਸਤੇ ਤੇ ਚਲਦੇ ਹਨ, ਉਹ ਮਾਨਸ ਜਨਮ ਬਿਰਥਾ ਹੀ ਗਵਾ ਲੈਂਦੇ ਹਨ । ਮਾਨਸ ਦਾ ਅਸਲੀ ਰਸਤਾ ਪ੍ਰਭ ਦੇ ਭਾਣੇ ਦੀ ਪਾਲਣਾ ਕਰਨਾ ਹੀ ਹੁੰਦਾ ਹੈ ।

Worldly creatures remain intoxicated with the sexual desire of strange woman. With the devotion and attachment to his family, his children and his spouse, he may stay away from the attachment to the teachings of His Word. Whosoever may adopt this path, he may waste his human life uselessly. The right path, purpose of human life may be to adopt the teachings of His Word in day to day life.

ਬਾਹਰਹੁ ਹਉਮੈ ਕਹੈ ਕਹਾਏ॥	baahrahu ha-umai kahai kahaa-ay.
ਅੰਦਰਹੁ ਮੁਕਤੁ ਲੇਪੁ ਕਦੇ ਨ ਲਾਏ॥	andrahu mukat layp kaday na laa-ay.
ਮਾਇਆ ਮੋਹੁ ਗੁਰ ਸਬਦਿ ਜਲਾਏ॥	maa-i-aa moh gur sabad jalaa-ay.
ਨਿਰਮਲ ਨਾਮੁ ਸਦ ਹਿਰਦੈ ਧਿਆਏ॥੪॥	nirmal naam sad hirdai Dhi-aa-ay. ||4||

ਜਿਹੜੇ ਅਹੰਕਾਰੀ ਨਿਮ੍ਰਤਾ ਨਾਲ ਨਹੀਂ ਬੋਲਦੇ, ਉਹ ਮੁਕਤੀ ਦੇ ਰਸਤੇ ਚਲ ਹੀ ਨਹੀਂ ਸਕਦੇ । ਜਿਹੜੇ ਸੰਸਾਰਕ ਮਾਇਆ, ਮੋਹ ਨੂੰ ਤਿਆਗ ਦੇਂਦੇ ਹਨ । ਓਹਨਾਂ ਦਾ ਮਨ ਸਦਾ ਅਟੱਲ ਰਹਿਣ ਵਾਲੇ ਪ੍ਰਭ ਦੀ ਬੰਦਗੀ ਵਿੱਚ ਲੱਗ ਜਾਂਦਾ ਹੈ ।

Whosoever may not speak politely in the ego of his worldly status, he may never adopt the right path of salvation. Whosoever may abandon his attachment to the worldly wealth, he may enter into the void of His Word.

ਧਾਵਤੁ ਰਾਖੈ ਠਾਕਿ ਰਹਾਏ॥ Dhaavat raakhai thaak rahaa-ay.
ਸਿਖ ਸੰਗਤਿ ਕਰਮਿ ਮਿਲਾਏ॥ sikh sangat karam milaa-ay.
ਗੁਰ ਬਿਨੁ ਭੂਲੋ ਆਵੈ ਜਾਏ॥ gur bin bhoolo aavai jaa-ay.
ਨਦਰਿ ਕਰੇ ਸੰਜੋਗਿ ਮਿਲਾਏ॥੫॥ nadar karay sanjog milaa-ay. ||5||

ਜਿਹੜਾ ਮਨ ਨੂੰ ਆਪਣੇ ਕਾਬੂ ਵਿੱਚ, ਇੱਛਾਂ ਦੀ ਭਟਕਣ ਤੋ ਦੂਰ ਰਖਦਾ ਹੈ । ਉਸ ਦੀ ਸੰਗਤ ਚੰਗੇ ਭਾਗਾਂ ਨਾਲ ਹੀ ਨਸੀਬ ਹੁੰਦੀ ਹੈ । ਸ਼ਬਦ ਦੀ ਸਿਖਿਆ ਨਾਲ ਜੀਵਨ ਢਾਲਣ ਤੋ ਬਿਨਾਂ, ਜੀਵ ਜਨਮ ਮਰਨ ਦੇ ਚੱਕਰ ਵਿੱਚ ਹੀ ਰਹਿੰਦਾ ਹੈ । ਕੇਵਲ ਪ੍ਰਭ ਦੀ ਰਹਿਮਤ ਨਾਲ ਹੀ ਇਸ ਮਾਰਗ ਤੇ ਚੱਲਿਆ ਜਾ ਸਕਦਾ ਹੈ ।

Whosoever may control, conquer his own mind to stay away from worldly desires and frustrations. His association may only be blessed with great fortune. Without adopting the teachings of His Word, he may remain in the cycle of birth and death. Only with His mercy and grace, His true devotee may adopt the teachings of His Word in his day to day life.

ਰੂੜੋ ਕਹਉ ਨ ਕਹਿਆ ਜਾਈ॥ roorho kaha-o na kahi-aa jaa-ee.
ਅਕਥ ਕਥਉ ਨਹ ਕੀਮਤਿ ਪਾਈ॥ akath katha-o nah keemat paa-ee.
ਸਭ ਦੁਖ ਤੇਰੇ ਸੂਖ ਰਜਾਈ॥ sabh dukh tayray sookh rajaa-ee.
ਸਭਿ ਦੁਖ ਮੇਟੇ ਸਾਚੈ ਨਾਈ॥੬॥ sabh dukh maytay saachai naa-ee. ||6||

ਪ੍ਰਭ ਦੇ ਨੂਰ ਦੀ, ਅਕਥ ਕਰਤਬਾਂ ਦੀ ਪੂਰਨ ਵਿਆਖਿਆ ਨਹੀਂ ਕੀਤੀਆ ਜਾ ਸਕਦੀ, ਪੂਰਨ ਕੀਮਤ ਨਹੀਂ ਜਾਣੀ ਜਾ ਸਕਦੀ । ਸਾਰੇ ਦੁਖ, ਸੁਖ ਪ੍ਰਭ ਦੇ ਭਾਣੇ ਅੰਦਰ ਹੀ ਵਾਪਰਦੇ ਹਨ । ਉਸ ਦੀ ਰਹਿਮਤ ਨਾਲ ਹੀ ਦੁਖ ਦੂਰ ਹੋ ਸਕਦੇ, ਮਿਟ ਜਾਂਦੇ ਹਨ ।

The true nature of the glow of the Holy Spirit and miracles may not be explained or the true value may not be fully comprehended by His creation. All pleasures and suffering prevail with His command. Only with His blessings all miseries of life may be eliminated, cured for good.

ਕਰ ਬਿਨੁ ਵਾਜਾ ਪਗ ਬਿਨੁ ਤਾਲਾ॥ kar bin vaajaa pag bin taalaa.
ਜੇ ਸਬਦੁ ਬੁਝੈ ਤਾ ਸਚੁ ਨਿਹਾਲਾ॥ jay sabad bujhai taa sach nihaalaa.
ਅੰਤਰਿ ਸਾਚੁ ਸਭੇ ਸੁਖ ਨਾਲਾ॥ antar saach sabhay sukh naalaa.
ਨਦਰਿ ਕਰੇ ਰਾਖੈ ਰਖਵਾਲਾ॥੭॥ nadar karay raakhai rakhvaalaa. ||7||

ਜਿਹੜਾ ਜੀਵ ਸ਼ਬਦ ਦੀ ਸੋਝੀ ਨਾਲ ਸ਼ਬਦ ਦੀ ਪਾਲਣਾ ਕਰਦਾ ਹੈ, ਉਸ ਦੇ ਅੰਦਰ ਕਿਸੇ ਸੰਗੀਤ ਵਾਲੇ ਵਾਜੇ ਤੋ ਬਿਨਾਂ ਹੀ ਸ਼ਬਦ ਦੀ ਗੂੰਜ ਚਲਦੀ ਹੈ । ਮਨ ਸ਼ਬਦ ਦੀ ਸਮਾਧੀ, ਖੇੜੇ ਵਿੱਚ ਨਾਚ ਦਾ ਅਨੰਦ ਮਿਲਦਾ ਹੈ । ਜਿਸ ਦੇ ਅੰਦਰ ਸ਼ਬਦ ਘਰ ਕਰ ਜਾਂਦਾ, ਉਹ ਸਦਾ ਰਹਿਣ ਵਾਲੀ ਖੁਸ਼ੀ ਮਾਣਦਾ ਹੈ । ਸਭਨਾਂ ਥਾਂ ਤੇ ਵਾਪਰਨ ਵਾਲਾ ਮਾਲਕ ਰਹਿਮਤ ਬਖਸ਼ਕੇ ਆਪ ਹੀ ਰਖਵਾਲਾ ਬਣ ਜਾਂਦਾ ਹੈ ।

Whosoever with enlightenment of His Word, may obey and adopt the teachings of His Word, the everlasting echo of His Word may resonate within his mind, without any external musical instrument or music tone. He may remain in the void of His Word, in blossom and dances on the tune of the everlasting echo of His Word. Whosoever may remain drenched with the teachings of His Word, he may realize the contentment and pleasure forever. The Omnipresent, Omnipotent True Master with His mercy and grace becomes his protector all time.

ਤ੍ਰਿਭਵਣ ਸੂਝੈ ਆਪੁ ਗਵਾਵੈ॥	taribhavan soojhai aap gavaavai.
ਬਾਣੀ ਬੂਝੈ ਸਚਿ ਸਮਾਵੈ॥	banee boojhai sach samaavai.
ਸਬਦੁ ਵੀਚਾਰੇ ਏਕ ਲਿਵ ਤਾਰਾ॥	sabad veechaaray ayk liv taaraa.
ਨਾਨਕ ਧੰਨੁ ਸਵਾਰਣਹਾਰਾ॥੮॥੨॥	naanak Dhan savaaranhaaraa. ||8||2||

ਜਿਹੜਾ ਆਪਣੇ ਆਪ ਤੇ ਜਿੱਤ ਪਾ ਲੈਂਦਾ, ਆਪਾ ਗਵਾ ਦੇਂਦਾ ਹੈ । ਉਸ ਨੂੰ ਤਿੰਨਾਂ ਸ੍ਰਿਸ਼ਟੀਆਂ ਦੀ ਸੋਝੀ ਬਖਸ਼ਿਸ਼ ਹੋ ਜਾਂਦੀ ਹੈ । ਉਹ ਸ਼ਬਦ ਦੀ ਸੋਝੀ ਨਾਲ ਸ਼ਬਦ ਦੀ ਸਮਾਧੀ ਵਿੱਚ ਹੀ ਲੀਨ ਹੋ ਜਾਂਦਾ ਹੈ । ਅਡੋਲ ਭਰੋਸੇ ਨਾਲ ਸ਼ਬਦ ਨਾਲ ਜੀਵਨ ਢਾਲਣ ਨਾਲ ਪ੍ਰਭ ਰਹਿਮਤ ਬਖਸ਼ਕੇ ਸਾਰੇ ਕਾਰਜ ਆਪ ਹੀ ਸਫਲ ਕਰਦਾ ਹੈ ।

Whosoever may conquer his own mind and surrender his selfishness, identity at His service. He may be blessed with the enlightenment of the three universes. With the enlightenment of His Word, he may enter and remains intoxicated into the void of His Word. By meditating and adopting the teachings of His Word with steady and stable belief; The Merciful True Master may bless him success in all worldly task and all his sins may be forgiven forever.

236.ਆਸਾ ਮਹਲਾ ੧॥ 412-13

ਲੇਖ ਅਸੰਖ ਲਿਖਿ ਲਿਖਿ ਮਾਨੁ॥	laykh asaNkh likh likh maan.
ਮਨਿ ਮਾਨਿਐ ਸਚੁ ਸੁਰਤਿ ਵਖਾਨੁ॥	man maanee-ai sach surat vakhaan.
ਕਥਨੀ ਬਦਨੀ ਪੜਿ ਪੜਿ ਭਾਰੁ॥	kathnee badnee parh parh bhaar.
ਲੇਖ ਅਸੰਖ ਅਲੇਖੁ ਅਪਾਰੁ॥੧॥	laykh asaNkh alaykh apaar. ||1||

ਪ੍ਰਭ ਦੀ ਹੋਂਦ ਦਾ ਵਖਿਆਣ ਕਰਨ ਵਾਲੀਆਂ ਅਨਗਿਣਤ ਹੀ ਲਿਖਤਾਂ, ਗ੍ਰੰਥ ਹਨ । ਉਹਨਾਂ ਨੂੰ ਲਿਖਣ ਵਾਲੇ ਆਪਣੀ ਸੋਝੀ ਨਾਲ ਪ੍ਰਭ ਦਾ ਬਹੁਤ ਧੰਨਵਾਦ ਕਰਦੇ ਹਨ । ਬਾਕੀ ਜੀਵ ਉਹਨਾਂ ਦਾ ਬਹੁਤ ਮਾਣ ਕਰਦੇ ਹਨ । ਜਿਹੜਾ ਪ੍ਰਭ ਦੇ ਭਾਣੇ ਨੂੰ ਭਰੋਸੇ ਨਾਲ ਮੰਨ ਲੈਂਦਾ ਹੈ । ਉਸ ਨੂੰ ਸ਼ਬਦ ਦੀ ਸੋਝੀ ਹੋ ਜਾਂਦੀ ਹੈ, ਕੇਵਲ ਉਹ ਹੀ ਇਸ ਬਾਬਤ ਕੁਝ ਬੋਲ ਸਕਦਾ ਹੈ । ਗ੍ਰੰਥਾਂ, ਲਿਖਤਾਂ ਨੂੰ ਬਾਰ ਬਾਰ ਪੜ੍ਹਨ, ਵਿਆਖਿਆ ਕਰਨ ਨਾਲ ਕੋਈ ਲਾਭ ਨਹੀਂ ਹੁੰਦਾ । ਭਾਵੇਂ ਸੰਸਾਰ ਵਿੱਚ ਅਨਗਿਣਤ ਹੀ ਲਿਖਤਾਂ ਹਨ, ਫਿਰ ਵੀ ਪੂਰਨ ਵਿਆਖਿਆ ਲਿਖਣ ਲਈ ਬਹੁਤ ਕੁਝ ਬਾਕੀ ਹੀ ਹੈ ।

In the universe, there are countless Holy Scriptures explain, describe the nature and existence of The True Master. All writers with their own wisdom and enlightenment write the praises of virtues of The True Master, all devotees honor them with warm regard. Whosoever may adopt the teachings of His Word with steady and stable belief, he may be enlightened, only he may be able to comprehend and explain His nature. No one may benefit from reciting these Holy Scriptures over and over again and explaining the greatness, the virtues of The True Master. Even though countless Holy Scriptures have been written about the nature of The True Master; still much more need to be explored about His nature. His nature may not be fully comprehended by His creation.

ਐਸਾ ਸਾਚਾ ਤੂੰ ਏਕੋ ਜਾਣੁ॥	aisaa saachaa tooN ayko jaan.
ਜੰਮਣੁ ਮਰਣਾ ਹੁਕਮੁ ਪਛਾਣੁ॥੧॥ ਰਹਾਉ॥	jaman marnaa hukam pachhaan. ||1|| rahaa-o.

ਕੇਵਲ ਸਦਾ ਅਟੱਲ ਰਹਿਣ ਵਾਲਾ ਇੱਕੋ ਇੱਕ ਪ੍ਰਭ ਹੀ ਸਭ ਥਾਂ ਤੇ ਵਾਪਰਦਾ ਹੈ । ਪ੍ਰਭ ਦੇ ਹੁਕਮ ਨਾਲ ਹੀ ਜਨਮ ਅਤੇ ਮੌਤ ਆਉਂਦੀ ਹੈ ।

The One and Only One, God, True Master, prevails and omnipresent forever. The birth and death of the all creatures happen under His command only.

ਮਾਇਆ ਮੋਹਿ ਜਗੁ ਬਾਧਾ ਜਮਕਾਲਿ॥	maa-i-aa mohi jag baaDhaa jamkaal.
ਬਾਂਧਾ ਛੂਟੈ ਨਾਮੁ ਸਮ੍ਹਾਲਿ॥	baaNDhaa chhootai naam samHaal.
ਗੁਰੁ ਸੁਖਦਾਤਾ ਅਵਰੁ ਨ ਭਾਲਿ॥	gur sukh-daata avar na bhaal.
ਹਲਤਿ ਪਲਤਿ ਨਿਬਹੀ ਤੁਧੁ ਨਾਲਿ॥੨॥	halat palat nibhee tuDh naal. ||2||

ਸਾਰੀ ਸ੍ਰਿਸ਼ਟੀ ਹੀ ਸੰਸਾਰਕ ਮਾਇਆ, ਮਾਲਕੀਅਤ ਦੇ ਮੋਹ ਦੇ ਜਾਲ ਵਿੱਚ ਫਸੀ, ਜਮਕਾਲ ਦੇ ਅਧੀਨ ਹੈ । ਜਿਸ ਦਾ ਭਰੋਸਾ ਅਡੋਲ ਰਹਿੰਦਾ ਹੈ, ਕੇਵਲ ਉਸ ਦਾ ਹੀ ਛੁਟਕਾਰਾ ਹੁੰਦਾ ਹੈ । ਪ੍ਰਭ ਹੀ ਸੁਖਾਂ ਦੀਆਂ ਦਾਤਾਂ ਦੇਣ ਵਾਲਾ ਹੈ, ਹੋਰ ਕਿਸੇ ਦਾ ਆਸਰਾ ਕਦੇ ਨਾ ਭਾਲੋ । ਉਹ ਹੀ ਜੀਵਨ ਵਿੱਚ ਅਤੇ ਮੌਤ ਤੋ ਪਿਛੋਂ ਦਰਬਾਰ ਵਿੱਚ ਸਾਥ ਦੇ ਸਕਦਾ ਹੈ ।

The whole universe remains a slave of worldly wealth, the attachment to his possessions, the root cause of souls to remain under the seize the devil of death. Whose belief remains steady and stable on His blessings, His Word, only he may be able to conquer his worldly desires. The only True Master is the treasure of all comforts in life, you should not seek the refuge, protection of anyone else. Only, The True Master is a true friend of the soul in worldly life and also after death in His court.

ਸਬਦਿ ਮਰੈ ਤਾਂ ਏਕ ਲਿਵ ਲਾਏ॥	sabad marai taaN ayk liv laa-ay.
ਅਚਰੁ ਚਰੈ ਤਾਂ ਭਰਮੁ ਚੁਕਾਏ॥	achar charai taaN bharam chukaa-ay.
ਜੀਵਨ ਮੁਕਤੁ ਮਨਿ ਨਾਮੁ ਵਸਾਏ॥	jeevan mukat man naam vasaa-ay.
ਗੁਰਮੁਖਿ ਹੋਇ ਤ ਸਚਿ ਸਮਾਏ॥੩॥	gurmukh ho-ay ta sach samaa-ay. ||3||

ਜਿਹੜਾ ਸ਼ਬਦ ਦੀ ਪਾਲਣਾ ਕਰਦਾ ਮਰ ਜਾਂਦਾ ਹੈ, ਉਹ ਪ੍ਰਭ ਨੂੰ ਪ੍ਰਵਾਨ ਹੋ ਜਾਂਦਾ ਹੈ । ਜਿਹੜਾ ਸ਼ਬਦ ਨੂੰ ਹੀ ਆਪਣਾ ਖਾਣ ਵਾਲਾ ਭੋਜਨ ਬਣਾ ਲੈਂਦਾ ਹੈ, ਉਸ ਦੇ ਭਰਮ ਦੂਰ ਹੋ ਜਾਂਦੇ ਹਨ । ਜਿਸ ਦੇ ਮਨ ਵਿੱਚ ਸ਼ਬਦ ਘਰ ਕਰ ਜਾਂਦਾ ਹੈ, ਉਹ ਜੀਵਨ ਵਿੱਚ ਉਹ ਕੰਮ ਕਰਦਾ ਹੈ, ਜਿਹੜੇ ਜੀਵ ਦੀ ਪਹੁੰਚ ਤੋ ਉਪਰ ਹੁੰਦੇ ਹਨ । ਉਹ ਮਾਨਸ ਜੀਵਨ ਵਿੱਚ ਰਹਿੰਦਾ ਹੋਇਆ ਹੀ ਮੁਕਤ ਹੋ ਜਾਂਦਾ ਹੈ । ਉਸ ਨੂੰ ਗੁਰਮਖ ਅਵਸਥਾ ਬਖਸ਼ਿਸ਼ ਹੋ ਜਾਂਦੀ ਹੈ, ਪ੍ਰਭ ਨੂੰ ਪ੍ਰਵਾਨ ਹੋ ਜਾਂਦਾ ਹੈ ।

Whosoever may die while obeying the teachings of His Word in his day to day life, he may be accepted in His sanctuary. Whosoever may adopt the teachings of His Word and considers that may be a worthy food for his soul, all his suspicions may be eliminated from his mind. Whosoever may remain drenched with the teachings of His Word, he may be able to perform tasks beyond the reach of any human. In his human life journey, he may be blessed with immortal state of salvation. He may be blessed with a state of mind as His true devotee and he may be accepted in His court.

ਜਿਨਿ ਧਰ ਸਾਜੀ ਗਗਨੁ ਅਕਾਸੁ॥	jin Dhar saajee gagan akaas.
ਜਿਨਿ ਸਭ ਥਾਪੀ ਥਾਪਿ ਉਥਾਪਿ॥	jin sabh thaapee thaap uthaap.
ਸਰਬ ਨਿਰੰਤਰਿ ਆਪੇ ਆਪਿ॥	sarab nirantar aapay aap.
ਕਿਸੈ ਨ ਪੂਛੇ ਬਖਸੇ ਆਪਿ॥੪॥	kisai na poochhay bakhsay aap. ||4||

ਜਿਹੜੇ ਪ੍ਰਭ ਨੇ ਤਿੰਨੇ ਸ੍ਰਿਸ਼ਟੀਆਂ ਬਣਾਈਆ ਹਨ । ਉਹ ਹੀ ਜੀਵਾ ਨੂੰ ਜਨਮ ਅਤੇ ਮੌਤ ਦੇਂਦਾ ਹੈ । ਉਹ ਹਰ ਜੀਵ ਦੇ ਅੰਦਰ ਵਸਦਾ, ਵਾਪਰਦਾ ਹੈ । ਪ੍ਰਭ ਜੀਵ ਨੂੰ ਬਖਸ਼ਿਸ਼ਾ ਦੇਂਦਾ ਹੈ, ਆਪਣੇ ਮਨ ਨੂੰ ਭਾਉਂਦਾ ਹੀ ਕਰਦਾ ਹੈ, ਕਿਸੇ ਦੀ ਸਲਾਹ ਨਹੀਂ ਲੈਂਦਾ ।

The One and Only One Creator of the three universes, birth and death happens under His command only. He dwells and prevails within the body and mind of each and every creature in his all functions. The True treasure of all virtues, blessings may only bless His creation whatsoever may be the best for mankind, He may not seek any counsel from anyone.

ਤੂ ਪੁਰੁ ਸਾਗਰੁ ਮਾਣਕ ਹੀਰੁ॥	too pur saagar maanak heer.
ਤੂ ਨਿਰਮਲੁ ਸਚੁ ਗੁਣੀ ਗਹੀਰੁ॥	too nirmal sach gunee gaheer.
ਸੁਖੁ ਮਾਨੈ ਭੇਟੈ ਗੁਰ ਪੀਰੁ॥	sukh maanai bhaytai gur peer.
ਏਕੋ ਸਾਹਿਬੁ ਏਕੁ ਵਜੀਰੁ॥੫॥	ayko saahib ayk vajeer. ‖5‖

ਪ੍ਰਭ ਅਮੋਲਕ ਰਤਨਾਂ ਦਾ ਭਰਿਆਂ ਸਾਗਰ, ਸਦਾ ਅਟੱਲ ਰਹਿਣ ਵਾਲਾ, ਦਾਤਾਂ ਦੇ ਖਜ਼ਾਨੇਂ ਦਾ ਇੱਕੋ ਇੱਕ ਅਸਲੀ ਮਾਲਕ ਹੈ । ਜਿਹੜਾ ਆਪ ਸ਼ਬਦ ਦੀ ਪਾਲਣਾ ਦੇ ਰਸਤੇ ਤੇ ਚਲਦਾ ਹੈ, ਪ੍ਰੇਰਨਾ ਕਰਦਾ ਹੈ । ਉਸ ਸੰਤ, ਸੂਝਵਾਨ ਨੂੰ ਮਿਲਣ ਨਾਲ ਮਨ ਨੂੰ ਸ਼ਾਂਤੀ ਬਖਸ਼ਿਸ਼ ਹੋ ਜਾਂਦੀ ਹੈ । ਉਹ ਪ੍ਰਭ ਦਾ ਹੀ ਦੂਤ ਬਣ ਜਾਂਦਾ ਹੈ, ਉਸ ਦੀ ਆਪਣੀ ਹੈਸੀਅਤ ਕੁਝ ਨਹੀਂ ਹੁੰਦੀ, ਪ੍ਰਭ ਹੀ ਇੱਕੋ ਇੱਕ ਅਸਲੀ ਮਾਲਕ ਹੈ ।

The One and Only One, Axiom True Master is an ocean of priceless jewels and treasures of all virtues. Whosoever may adopt the teachings of His Word and inspires others to adopt the teachings of His Word, by associating with him, peace and contentment may be blessed in life. He may become the messenger of The One and Only One True Master. He remains humble and may not have any unique worldly status of his own.

ਜਗੁ ਬੰਦੀ ਮੁਕਤੇ ਹਉ ਮਾਰੀ॥	jag bandee muktay ha-o maaree.
ਜਗਿ ਗਿਆਨੀ ਵਿਰਲਾ ਆਚਾਰੀ॥	jag gi-aanee virlaa aachaaree.
ਜਗਿ ਪੰਡਿਤੁ ਵਿਰਲਾ ਵੀਚਾਰੀ॥	jag pandit virlaa veechaaree.
ਬਿਨੁ ਸਤਿਗੁਰੁ ਭੇਟੇ	bin satgur bhaytay
ਸਭ ਫਿਰੈ ਅਹੰਕਾਰੀ॥ ੬॥	sabh firai ahaNkaaree. ‖6‖

ਸਾਰਾ ਸੰਸਾਰ ਹੀ ਮੋਹ ਦੇ ਜਾਲ ਵਿੱਚ ਫਸਿਆ ਹੈ । ਜਿਹੜਾ ਆਪਣੇ ਅਹੰਕਾਰ ਨੂੰ ਤਿਆਗ ਦੇਂਦਾ ਹੈ, ਕੇਵਲ ਉਹ ਹੀ ਬਚਦਾ ਹੈ । ਸੰਸਾਰ ਵਿੱਚ ਬਹੁਤ ਗਿਆਨੀ, ਸੂਝਵਾਲੇ ਜੀਵ ਹਨ, ਪਰ ਕੋਈ ਵਿਰਲਾ ਹੀ ਸ਼ਬਦ ਨਾਲ ਜੀਵਨ ਢਾਲਦਾ ਹੈ । ਇਸ ਸੰਸਾਰ ਵਿੱਚ ਬਹੁਤ ਵਿਦਵਾਨ (ਪੰਡਿਤ) ਹਨ, ਪਰ ਕੋਈ ਵਿਰਲਾ ਹੀ ਇਸ ਦੀ ਵਿਆਖਿਆ ਕਰ ਸਕਦਾ ਹੈ । ਮਾਲਕ ਦੀ ਰਹਿਮਤ ਤੋ ਬਿਨਾਂ ਸਾਰੇ ਹੀ ਅਹੰਕਾਰ ਵਿੱਚ ਭਉਦੇ ਫਿਰਦੇ ਹਨ ।

The whole universe remains slave of worldly wealth, attachments and possessions. Whosoever may abandon the ego of his mind, only he may be saved from the trap of worldly wealth. In the universe, there may be several knowledgeable and wise human beings; however, very rare may adopt the teachings of His Word with steady and stable belief in his day to day life. In the universe, there are several scholars, however, very rare may be enlightened and may fully comprehend His Word. Without His mercy and grace, everyone remains entangled in the ego of his mind.

ਜਗੁ ਦੁਖੀਆ ਸੁਖੀਆ ਜਨੁ ਕੋਇ॥ jag dukhee-aa sukhee-aa jan ko-ay.
ਜਗੁ ਰੋਗੀ ਭੋਗੀ ਗੁਣ ਰੋਇ॥ jag rogee bhogee gun ro-ay.
ਜਗੁ ਉਪਜੈ ਬਿਨਸੈ ਪਤਿ ਖੋਇ॥ jag upjai binsai pat kho-ay.
ਗੁਰਮੁਖਿ ਹੋਵੈ ਬੂਝੈ ਸੋਇ॥੭॥ gurmukh hovai boojhai so-ay. ||7||

ਸਾਰਾ ਸੰਸਾਰ ਹੀ ਦੁਖਾਂ, ਚਿੰਤਾਂ ਵਿੱਚ ਰਹਿੰਦਾ, ਕੋਈ ਵਿਰਲਾ ਹੀ ਸੁਖ, ਸ਼ਾਂਤੀ ਨਾਲ ਰਹਿੰਦਾ ਹੈ । ਸਾਰਿਆਂ ਨੂੰ ਹੀ ਸੰਸਾਰਕ ਇੱਛਾਂ ਦੀ ਬਿਮਾਰੀ ਲੱਗੀ ਹੈ । ਆਪਣੇ ਮੰਦੇ ਭਾਗਾਂ ਨੂੰ, ਆਪਣੀ ਅਧੂਰੀ ਇੱਛਾਂ ਨੂੰ ਹੀ ਰੋਂਦੇ ਰਹਿੰਦੇ ਹਨ । ਸੰਸਾਰ ਵਿੱਚ ਜੀਵ ਸ਼ਬਦ ਦੇ ਰਸਤੇ ਤੇ ਚਲਦੇ ਹਨ, ਫਿਰ ਵਿਚੋਂ ਹੀ ਅਟਕ ਜਾਂਦੇ ਹਨ ਅਤੇ ਜਮਦੂਤਾਂ ਦੇ ਜਾਲ ਵਿੱਚ ਫਸ ਜਾਂਦੇ ਹਨ । ਜਿਸ ਨੂੰ ਗੁਰਮਖ ਅਵਸਥਾ ਬਖਸ਼ਿਸ਼ ਹੋ ਜਾਂਦੀ ਹੈ, ਕੇਵਲ ਉਹ ਹੀ ਸੋਝੀ ਪਾਉਂਦਾ ਹੈ ।

The whole universe remains in worries and miseries in worldly life, very rare may enjoy peace and contentment in his life with His blessings. Everyone is infected with the disease of worldly desires. They keep repenting and crying about the unfulfilled desire of his mind and bad luck. All devotees may adopt the teachings of His Word; however, they may become distracted and falls into the trap of demons of worldly desires. Whosoever may remain steady and stable on the right path of teachings of His Word, he may be blessed with state of mind as His true devotee and remains awake and alert all time.

ਮਹਘੋ ਮੋਲਿ ਭਾਰਿ ਅਫਾਰੁ॥ mahgho mol bhaar afaar.
ਅਟਲ ਅਛਲੁ ਗੁਰਮਤੀ ਧਾਰੁ॥ atal achhal gurmatee Dhaar.
ਭਾਇ ਮਿਲੈ ਭਾਵੈ ਭਇਕਾਰੁ॥ bhaa-ay milai bhaavai bha-ikaar.
ਨਾਨਕੁ ਨੀਚੁ ਕਹੈ ਬੀਚਾਰੁ॥੮॥੩॥ naanak neech kahai beechaar. ||8||3||

ਸ਼ਬਦ ਦੀ ਪਾਲਣਾ ਕਰਨਾ ਬਹੁਤ ਕਠਨ ਹੈ, ਇਸ ਦੀ ਕੀਮਤ ਬਹੁਤ ਅਮੋਲਕ ਹੈ । ਜੀਵ ਤੋ ਖੋਹਿਆ, ਖਰੀਦਿਆ ਨਹੀਂ ਜਾ ਸਕਦਾ, ਕੋਈ ਧੋਖਾ ਨਹੀਂ ਦੇ ਸਕਦਾ । ਸ਼ਬਦ ਨੂੰ ਮਨ ਵਿੱਚ ਵਸਾਉਣ, ਸ਼ਬਦ ਦੀ ਪਾਲਣਾ ਕਰਨ ਨਾਲ ਹੀ ਬਖਸ਼ਿਸ਼ ਹੋ ਸਕਦਾ ਹੈ । ਪ੍ਰਭ ਦੇ ਵਿਛੋੜੇ ਦੇ ਵਿਰਾਗ, ਨਾਲ ਪ੍ਰਭ ਨੂੰ ਖੁਸ਼ ਕਰੋ ! ਉਸ ਦੇ ਮਿਲ ਕੇ ਵਿਛੜ ਜਾਣ ਦੇ ਡਰ ਨਾਲ ਸਿਮਰਨ ਕਰੋ । ਨਿਮਾਣੇ ਬਣਕੇ ਬੰਦਗੀ ਕਰਨ ਨਾਲ ਹੀ ਰਹਿੰਮਤ ਬਖਸ਼ਿਸ਼ ਹੋ ਸਕਦੀ ਹੈ ।

To adopt the teachings of His Word in day to day life, he may be very tedious task; however, the reward and the value of obeying His Word may be priceless. His blessings cannot be robbed, purchased or cheated by anyone else from him. By drenching the teachings of His Word within and wholeheartedly adopting in day to day life, the devotee may be bestowed with this state of mind. You should appease Him with the renunciation in the memory of separation. You should meditate with a fear of separation from Him. The right path may be blessed only by humbly serving His creation.

237. ਆਸਾ ਮਹਲਾ ੧॥ 413-5

ਏਕੁ ਮਰੈ ਪੰਚੇ ਮਿਲਿ ਰੋਵਹਿ॥ ayk marai panchay mil roveh.
ਹਉਮੈ ਜਾਇ ਸਬਦਿ ਮਲੁ ਧੋਵਹਿ॥ ha-umai jaa-ay sabad mal Dhoveh.
ਸਮਝਿ ਸੂਝਿ ਸਹਜ ਘਰਿ ਹੋਵਹਿ॥ samajh soojh sahj ghar hoveh.
ਬਿਨੁ ਬੂਝੇ ਸਗਲੀ ਪਤਿ ਖੋਵਹਿ॥੧॥ bin boojhay saglee pat khoveh. ||1||

ਜੀਵ ਦੀ ਮੌਤ ਹੋਣ ਤੇ ਉਸ ਦਾ ਅਸਲੀ ਸੋਗ, ਮਨ ਦੀਆਂ ਪੰਜ ਇੱਛਾਂ (ਕਾਮ, ਕਰੋਧ, ਮੋਹ, ਲੋਭ ਅਤੇ ਅਹੰਕਾਰ) ਕਰਦੀਆਂ ਹਨ । ਜਿਹੜਾ ਸ਼ਬਦ ਦੀ ਪਾਲਣਾ ਕਰਦਾ, ਆਪਣੇ ਅਹੰਕਾਰ ਤੇ ਕਾਬੂ ਪਾ ਲੈਂਦਾ ਹੈ, ਉਹ ਆਪਣੇ ਮਨ ਦੀ ਪਾਪਾਂ ਦੀ ਮੈਲ ਧੋਅ ਲੈਂਦਾ ਹੈ । ਉਸ ਨੂੰ ਸ਼ਬਦ ਦੀ ਸੋਝੀ, ਅਟੱਲ ਪ੍ਰਭ ਦੇ ਦਰਬਾਰ ਵਿੱਚ ਪ੍ਰਵਾਨਗੀ ਬਖਸ਼ਿਸ਼ ਹੋ ਸਕਦੀ ਹੈ । ਜੀਵ, ਸ਼ਬਦ ਦੀ ਸੋਝੀ ਤੋ ਬਿਨਾਂ ਆਪਣਾ ਥਾਂ ਗਵਾ ਲੈਂਦਾ ਹੈ ।

The five demons of worldly desires (sexual desire, anger, attachment, greed and ego) truly grieve for the loss at the death of human. Whosoever may wholeheartedly obey and adopt the teachings of His Word, with His mercy and grace, he may conquer the ego of his own mind. He may sanctify and clean the blemish, filth of worldly desires from his mind. He may be enlightened with the teachings of His Word and may be accepted in His court. Without the enlightenment of the teachings of His Word, he may lose his place in His court and wastes his human life blessings.

ਕਉਣੁ ਮਰੈ ਕਉਣੁ ਰੋਵੈ ਓਹੀ॥	ka-un marai ka-un rovai ohee.
ਕਰਣ ਕਾਰਣ ਸਭਸੈ ਸਿਰਿ ਤੋਹੀ॥੧॥	karan kaaran sabhsai sir tohee.
ਰਹਾਉ॥	||1|| rahaa-o.

ਸੰਸਾਰ ਵਿੱਚ ਕੌਣ ਮਰਦਾ ਅਤੇ ਕੌਣ ਉਸ ਨੂੰ ਰੋਂਦਾ ਹੈ? ਪ੍ਰਭ ਤੂੰ ਆਪ ਹੀ ਸਭ ਕਰਤਬਾਂ ਦਾ ਕਰਨ ਵਾਲਾ ਜੀਵਾਂ ਦਾ ਮਾਲਕ ਹੈ ।

In the universe, who may die, who may grieve and cry on his death? The One and Only One, True Master prevails in each and every action.

ਮੂਏ ਕਉ ਰੋਵੈ ਦੁਖੁ ਕੋਇ॥	moo-ay ka-o rovai dukh ko-ay.
ਸੋ ਰੋਵੈ ਜਿਸੁ ਬੇਦਨ ਹੋਇ॥	so rovai jis baydan ho-ay.
ਜਿਸੁ ਬੀਤੀ ਜਾਣੈ ਪ੍ਰਭ ਸੋਇ॥	jis beetee jaanai parabh so-ay.
ਆਪੇ ਕਰਤਾ ਕਰੇ ਸੁ ਹੋਇ॥੨॥	aapay kartaa karay so ho-ay. ||2

ਜੀਵ ਦੀ ਮੌਤ ਤੇ ਉਸ ਦਾ ਪਰਿਵਾਰ ਆਪਣੀਆਂ ਲੋੜਾਂ ਕਰਕੇ ਰੋਂਦਾ, ਉਦਾਸ ਹੁੰਦਾ ਹੈ । ਇਹ ਦੁਖ ਹਰਇੱਕ ਜੀਵ ਨੂੰ ਵੱਖਰਾ ਵੱਖਰਾ ਮਹਿਸੂਸ ਹੁੰਦਾ ਹੈ । ਜਿਤਨਾ ਆਸਰਾ ਹੁੰਦਾ ਹੈ, ਉਤਨਾ ਹੀ ਦੁਖ ਮਹਿਸੂਸ ਹੁੰਦਾ ਹੈ, ਕੇਵਲ ਪ੍ਰਭ ਹੀ ਇਸ ਦੀ ਹੱਦ ਜਾਣਦਾ ਹੈ । ਜਿਹੜਾ ਵੀ ਪ੍ਰਭ ਦਾ ਭਾਣਾ ਵਾਪਰਦਾ ਹੈ ਉਹ ਬੀਤ ਜਾਂਦਾ ਹੈ ।

At the death of a human, his family and relatives for the greed of worldly desires and needs may cry and grieve. Everyone may realize the grief in a unique and different way. More any human depends on him, more desperation and miseries he may endure. Only, The True Master may know the extent of his sufferings. His command always prevails and passes away.

ਜੀਵਤ ਮਰਣਾ ਤਾਰੇ ਤਰਣਾ॥	jeevat marnaa taaray tarnaa.
ਜੈ ਜਗਦੀਸ ਪਰਮ ਗਤਿ ਸਰਣਾ॥	jai jagdees param gat sarnaa.
ਹਉ ਬਲਿਹਾਰੀ ਸਤਿਗੁਰ ਚਰਣਾ॥	ha-o balihaaree satgur charnaa.
ਗੁਰੁ ਬੋਹਿਥੁ ਸਬਦਿ ਭੈ ਤਰਣਾ॥੩॥	gur bohith sabad bhai tarnaa. ||3||

ਜਿਹੜਾ ਜੀਵਨ ਵਿੱਚ ਲੰਘਦਾ ਹੋਇਆ ਹੀ ਮਰਨਾ ਜਾਣ ਲੈਂਦਾ ਹੈ । ਇਸ ਅਵਸਥਾ ਵਿੱਚ ਜੀਵਨ ਬਤੀਤ ਕਰਦਾ ਹੈ, ਉਹ ਆਪ ਪ੍ਰਵਾਨ ਹੋ ਜਾਂਦਾ ਹੈ, ਆਪਣੇ ਸੰਜੋਗੀਆਂ ਨੂੰ ਰਸਤੇ ਤੇ ਪਾ ਜਾਂਦਾ ਹੈ । ਉਹ ਪ੍ਰਭ ਦੇ ਬਖਸ਼ੇ ਦਾ ਧੰਨਵਾਦ ਕਰਦੇ, ਚਰਨਾਂ ਵਿੱਚ ਪ੍ਰਵਾਨਗੀ ਪਾ ਲੈਂਦੇ ਹਨ । ਪ੍ਰਭ ਦੀ ਸ਼ਰਣ ਤੋ ਕੁਰਬਾਨ ਜਾਈਏ! ਕੇਵਲ ਸ਼ਬਦ ਦੀ ਪਾਲਣਾ ਰੂਪੀ ਬੇੜੀ ਵਿੱਚ ਸਵਾਰ ਹੋਣ ਨਾਲ ਹੀ ਸੰਸਾਰਕ ਇੱਛਾਂ ਭਰਿਆਂ ਸਾਗਰ ਪਾਰ ਕੀਤਾ ਜਾ ਸਕਦਾ ਹੈ ।

Whosoever may realize the right way of dying, in his day to day life, he realizes birth is a separation from The True Master and death of body may be the path acceptance in His sanctuary; he may be blessed with state of enlightenment in his human life. He may remain on the right path of His acceptance and inspires his followers and companions on the right path of meditation. He always remains gratitude and sings the glory and praises of The True Master and he may be accepted in His sanctuary. I am fascinated from the greatness of His sanctuary. Only by adopting the teachings of His Word may be the boat to cross the terrible ocean of worldly desires.

ਨਿਰਭਉ ਆਪਿ ਨਿਰੰਤਰਿ ਜੋਤਿ॥ nirbha-o aap nirantar jot.
ਬਿਨੁ ਨਾਵੈ ਸੂਤਕੁ ਜਗਿ ਛੋਤਿ॥ bin naavai sootak jag chhot.
ਦੁਰਮਤਿ ਬਿਨਸੈ ਕਿਆ ਕਹਿ ਰੋਤਿ॥ durmat binsai ki-aa kahi rot.
ਜਨਮਿ ਮੂਏ ਬਿਨੁ ਭਗਤਿ ਸਰੋਤਿ॥੪॥ janam moo-ay bin bhagat sarot. ||4||

ਡਰ ਤੋ ਰਹਿਤ ਪ੍ਰਭ ਦੀ ਜੋਤ ਜੀਵ ਦੇ ਅੰਦਰ ਚਲਦੀ ਹੈ । ਸ਼ਬਦ ਦੀ ਪਾਲਣਾ ਤੋ ਬਿਨਾਂ ਜੀਵ ਭਰਮਾਂ ਭੁਲੇਖਿਆ ਦਾ ਹੀ ਸ਼ਿਕਾਰ ਹੁੰਦਾ ਹੈ । ਜਿਹੜਾ ਜੀਵ ਸ਼ਬਦ ਦੀ ਪਾਲਣਾ ਨਹੀਂ ਕਰਦਾ, ਮਨਮਰਜ਼ੀ ਕਰਦਾ ਹੈ । ਉਹ ਮੌਕਾ ਗਵਾ ਲੈਂਦਾ ਹੈ, ਫਿਰ ਪਛਤਾਵੇ ਦਾ ਕੋਈ ਲਾਭ ਨਹੀਂ ਹੁੰਦਾ । ਉਹ ਸ਼ਬਦ ਦੀ ਬੰਦਗੀ ਤੋ ਬਿਨਾਂ ਜੂੰਨਾਂ ਦੇ ਚੱਕਰ ਵਿੱਚ ਹੀ ਰਹਿੰਦਾ ਹੈ ।

The fearless Holy spirit of The True Master dwells and remains awake within the body and mind of each creature. Without adopting the teachings of His Word in day to day life, he remains in deep worldly suspicions and rituals. Self-minded may not adopt the teachings of His Word in his day to day life, he wastes his priceless opportunity of human life blessings. No benefit of repenting after the opportunity is wasted. Without the wealth of His Word, he remains in the cycle of birth and death.

ਮੂਏ ਕਉ ਸਚੁ ਰੋਵਹਿ ਮੀਤ॥ moo-ay ka-o sach roveh meet.
ਤ੍ਰੈ ਗੁਣ ਰੋਵਹਿ ਨੀਤਾ ਨੀਤ॥ tarai gun roveh neetaa neet.
ਦੁਖੁ ਸੁਖੁ ਪਰਹਰਿ ਸਹਜਿ ਸੁਚੀਤ॥ dukh sukh parhar sahj sucheet.
ਤਨੁ ਮਨੁ ਸਉਪਉ ਕ੍ਰਿਸਨ ਪਰੀਤਿ॥੫॥ tan man sa-opa-o krisan pareet. ||5||

ਕੇਵਲ ਅਸਲੀ ਮਿੱਤਰ ਹੀ ਮੌਤ ਤੇ ਵਿਰਾਗ ਕਰਦਾ, ਉਦਾਸ ਹੁੰਦਾ ਹੈ । ਜਿਹੜਾ ਆਪਣੇ ਸੁਖਾਂ, ਇੱਛਾਂ, ਆਸਾਂ ਕਰਕੇ ਰੋਂਦਾ ਹੈ, ਉਹ ਲੋਕ ਦਿਖਾਵਾ ਹੀ ਕਰਦਾ ਹੈ । ਦੁਖ ਸੁਖ ਦੇ ਅੰਤਰ ਤੋ ਰਹਿਤ ਹੋ ਕੇ ਧਿਆਨ ਸ਼ਬਦ ਦੀ ਪਾਲਣਾ ਵਿੱਚ ਰਖੋ! ਆਪਣਾ ਤਨ, ਮਨ ਉਸ ਦੇ ਵਿਛੋੜੇ ਦੇ ਵਿਰਾਗ ਵਿੱਚ ਰਖੋ ।

Only the true friend may really grieve, becomes miserable in renunciation of in the memory of his loss. Whosoever may cry and grieve for his own comforts, needs, desires and hopes, he may be hypocrite, only cry for sympathy from others. You should arise above the comforts and miseries of day to day life and wholeheartedly obey and adopt the teachings of His Word. You should wholeheartedly remain in the renunciation in the memory of your separation from The True Master.

ਭੀਤਰਿ ਏਕੁ ਅਨੇਕ ਅਸੰਖ॥ bheetar ayk anayk asaNkh.
ਕਰਮ ਧਰਮ ਬਹੁ ਸੰਖ ਅਸੰਖ॥ karam Dharam baho sankh asaNkh.
ਬਿਨੁ ਭੈ ਭਗਤੀ ਜਨਮੁ ਬਿਰੰਥ॥ bin bhai bhagtee janam biranth.
ਹਰਿ ਗੁਣ ਗਾਵਹਿ ਮਿਲਿ ਪਰਮਾਰੰਥ॥੬॥ har gun gaavahi mil parmaaranth. ||6||

ਇੱਕੋ ਇੱਕ ਪ੍ਰਭ ਹੀ ਹਰਇੱਕ ਜੀਵ ਦੇ ਹਿਰਦੇ ਵਿੱਚ ਵਸਦਾ ਹੈ । ਸੰਸਾਰ ਵਿੱਚ ਅਨੇਕਾਂ ਹੀ ਧਰਮ, ਰੀਤੀ ਰੀਵਾਜ, ਬੰਦਗੀ ਕਰਨ ਦੇ ਤਰੀਕੇ ਹਨ । ਪ੍ਰਭ ਦੇ ਵਿਛੋੜੇ ਦੇ ਵਿਰਾਗ ਵਿੱਚ ਭਰੋਸਾ ਅਡੋਲ

ਰਖਕੇ ਸ਼ਬਦ ਦੀ ਪਾਲਣਾ ਕਰਨ ਤੋਂ ਬਿਨਾਂ ਸਾਰੇ ਬੰਦਗੀ ਦੇ ਰਸਤੇ ਬਿਰਥਾ ਹੀ ਹਨ । ਸ਼ਬਦ ਦੀ ਪਾਲਣਾ, ਉਸਤਤ ਗਾਉਣ ਨਾਲ ਹੀ ਅਮੋਲਕ ਅਵਸਥਾ ਬਖਸ਼ਿਸ਼ ਹੋ ਸਕਦੀ ਹੈ ।

The One and Only One God, True Master dwells in the heart of each and every creature. There are countless religions, many religious rituals and techniques to meditate, however, without obeying and adopting the teachings of His Word in renunciation in the memory of separation from The True Master; all other techniques are useless for His blessings. Only by singing and adopting the teachings of His Word, the priceless state of mind as His true devotee may be blessed.

ਆਪਿ ਮਰੈ ਮਾਰੇ ਭੀ ਆਪਿ॥ aap marai maaray bhee aap.
ਆਪਿ ਉਪਾਏ ਥਾਪਿ ਉਥਾਪਿ॥ aap upaa-ay thaap uthaap.
ਸ੍ਰਿਸਟਿ ਉਪਾਈ ਜੋਤੀ ਤੂ ਜਾਤਿ॥ sarisat upaa-ee jotee too jaat.
ਸਬਦੁ ਵੀਚਾਰਿ ਮਿਲਣੁ ਨਹੀ ਭ੍ਰਾਤਿ॥੭॥ sabad veechaar milan nahee bharaat.||7||

ਆਤਮਾ, ਪ੍ਰਭ ਦੀ ਜੋਤ ਦਾ ਹੀ ਅੰਗ ਹੈ । ਪ੍ਰਭ ਆਪ ਹੀ ਮਰਦਾ ਅਤੇ ਆਪ ਹੀ ਮਾਰਨ ਵਾਲਾ ਹੈ । ਆਪ ਹੀ ਜਨਮ ਬਖਸ਼ਦਾ, ਪਾਲਣਾ ਕਰਦਾ, ਖਤਮ ਕਰਦਾ ਹੈ । ਸਾਰੀ ਸ੍ਰਿਸ਼ਟੀ ਹੀ ਆਪਣੀ ਕਰਮਾਤ ਨਾਲ ਬਣਾਕੇ ਹਰ ਵਿੱਚ ਆਪਣੀ ਜੋਤ ਬਖਸ਼ਦਾ ਹੈ । ਜਿਹੜਾ ਸ਼ਬਦ ਦਾ ਧਿਆਨ, ਪਾਲਣਾ ਕਰਦਾ ਹੈ । ਉਸ ਨੂੰ ਆਪਣੀ ਸ਼ਬਦ ਦੀ ਸਮਾਧੀ ਵਿੱਚ ਅਲੋਪ ਕਰ ਲੈਂਦਾ ਹੈ ।

The soul is an expansion of the Holy Spirit, The True Master. With His command, the soul may be separated from the body, considers death, soul never die only keep changing body until becomes worthy to be immersed in the Holy Spirit. He has created the whole universe with his miracle and bestows His spirit in the body of creature. Whosoever may concentrate and adopt the teachings of His Word in day to day life, he may be immersed in the Holy spirit.

ਸੂਤਕੁ ਅਗਨਿ ਭਖੈ ਜਗੁ ਖਾਇ॥ sootak agan bhakhai jag khaa-ay.
ਸੂਤਕੁ ਜਲਿ ਥਲਿ ਸਭ ਹੀ ਥਾਇ॥ sootak jal thal sabh hee thaa-ay.
ਨਾਨਕ ਸੂਤਕਿ ਜਨਮਿ ਮਰੀਜੈ॥ naanak sootak janam mareejai.
ਗੁਰ ਪਰਸਾਦੀ ਹਰਿ ਰਸੁ ਪੀਜੈ॥੮॥੪॥ gur parsaadee har ras peejai. ||8||4||

ਭਰਮਾਂ/ਸੂਤਕਾਂ ਦੀ ਅੱਗ ਨੇ ਸਾਰੀ ਸ੍ਰਿਸ਼ਟੀ ਨੂੰ ਆਪਣੇ ਕਾਬੂ ਵਿੱਚ ਘੇਰਿਆ ਹੈ । ਇਹ ਅੱਗ ਤਿੰਨਾਂ ਸ੍ਰਿਸ਼ਟੀਆਂ ਵਿੱਚ ਹੀ ਫੈਲੀ ਹੋਈ ਹੈ । ਜੀਵ ਇਸ ਅੱਗ ਵਿੱਚ ਹੀ ਜਨਮ ਲੈਂਦੇ ਹਨ, ਅੱਗ ਵਿੱਚ ਹੀ ਮਰ ਜਾਂਦੇ ਹਨ । ਜਿਸ ਤੇ ਪ੍ਰਭ ਆਪ ਹੀ ਰਹਿਮਤ ਬਖਸ਼ਕੇ ਸ਼ਬਦ ਦੇ ਲੜ ਲਾਉਂਦਾ ਹੈ, ਕੇਵਲ ਉਹ ਹੀ ਇਸ ਤੋ ਬਚਦਾ, ਪ੍ਰਭ ਦੇ ਚਰਨਾਂ ਵਿੱਚ ਪਨਾਹ ਬਖਸ਼ਿਸ਼ ਹੁੰਦੀ ਹੈ ।

The fire of suspicions has captured the whole universe under its control. This fire of suspicions has covered, expanded in all three universes. All creatures born and die in this fire. Whosoever may be attached to His Word, only he may be saved and accepted in His sanctuary,

238.ਰਾਗ ਆਸਾ ਮਹਲਾ ੧॥ 413-16

ਆਪੁ ਵੀਚਾਰੈ ਸੁ ਪਰਖੇ ਹੀਰਾ॥ aap veechaarai so parkhay heeraa.
ਏਕ ਦ੍ਰਿਸਟਿ ਤਾਰੇ ਗੁਰ ਪੂਰਾ॥ ayk darisat taaray gur pooraa.
ਗੁਰੁ ਮਾਨੈ ਮਨ ਤੇ ਮਨੁ ਧੀਰਾ॥੧॥ gur maanai man tay man Dheeraa. ||1||

ਜਿਹੜਾ ਆਪਣੇ ਜੀਵਨ ਨੂੰ ਸ਼ਬਦ ਨਾਲ ਪਰਖਦਾ ਹੈ, ਉਹ ਸ਼ਬਦ ਦੀ ਅਸਲੀ ਕੀਮਤ ਜਾਣਦਾ ਹੈ । ਪ੍ਰਭ ਉਸ ਨੂੰ ਇੱਕ ਨਜ਼ਰ ਨਾਲ ਹੀ ਬਖਸ਼ ਦੇਂਦਾ ਹੈ, ਮਨ ਸ਼ਾਤੀ, ਸੰਤੋਖ ਨਾਲ ਭਰ ਜਾਂਦਾ ਹੈ ।

Whosoever may evaluate his own deeds with the teachings of His Word, only he may recognize the true value of His Word. The Merciful True Master in a twinkle of eyes may bless his soul. He may become overwhelmed with peace and contentment in his day to day life.

ਐਸਾ ਸਾਹੁ ਸਰਾਫੀ ਕਰੈ॥	aisaa saahu saraafee karai.
ਸਾਚੀ ਨਦਰਿ ਏਕ ਲਿਵ ਤਰੈ॥੧॥	saachee nadar ayk liv tarai. ||1||
ਰਹਾਉ॥	rahaa-o.

ਪ੍ਰਭ, ਇਸ ਤਰ੍ਹਾਂ ਦਾ ਇਨਸਾਫ ਕਰਨ ਵਾਲਾ ਮਾਲਕ ਹੈ । ਇੱਕ ਝਲਕ ਨਾਲ ਹੀ ਮਨ ਨੂੰ ਸਾਂਤੀ ਹੋ ਜਾਂਦੀ, ਜੀਵ ਪ੍ਰਵਾਨ ਹੋ ਜਾਂਦਾ ਹੈ ।

The greatness, the justice of The True Master is fascinating, astonishing. Only with one glimpse of His mercy and grace, the mind of His true devotee may be blessed with peace and contentment and his soul may be accepted in His sanctuary.

ਪੂੰਜੀ ਨਾਮੁ ਨਿਰੰਜਨ ਸਾਰੁ॥	poonjee naam niranjan saar.
ਨਿਰਮਲੁ ਸਾਚਿ ਰਤਾ ਪੈਕਾਰੁ॥	nirmal saach rataa paikaar.
ਸਿਫਤਿ ਸਹਜ ਘਰਿ ਗੁਰੁ ਕਰਤਾਰੁ॥੨॥	sifat sahj ghar gur kartaar. ||2||

ਬੰਦਗੀ ਦਾ ਮੂਲ ਹੀ ਸ਼ਬਦ ਵਿੱਚ ਅਡੋਲ ਭਰੋਸਾ ਰਖਕੇ ਜੀਵਨ ਵਿੱਚ ਢਾਲਣਾ ਹੈ । ਇਸ ਨਾਲ ਮਨ ਦੀਆਂ ਇੱਛਾਂ ਤੇ ਕਾਬੂ ਬਖਸ਼ਿਸ਼ ਹੋ ਜਾਂਦਾ ਹੈ । ਜਿਸ ਦਾ ਭਰੋਸਾ ਅਡੋਲ ਹੋ ਜਾਂਦਾ, ਉਸ ਨੂੰ ਸ਼ਬਦ ਦੀ ਪਾਲਣਾ, ਉਸਤਤ ਕਰਨ ਨਾਲ ਦਰਬਾਰ ਵਿਚੋਂ ਸੱਦਾ ਆਉਂਦਾ ਹੈ ।

The key essence of meditation is to adopt the teachings of His Word with steady and stable belief on His existence and His blessings. With this state of mind, he may be blessed to conquer all worldly desires of his own mind. Whosoever may remain steady and stable on His blessings, by singing and adopting the teachings of His Word, he may be invited, accepted in His court.

ਆਸਾ ਮਨਸਾ ਸਬਦਿ ਜਲਾਏ॥	aasaa mansaa sabad jalaa-ay.
ਰਾਮ ਨਰਾਇਣੁ ਕਹੈ ਕਹਾਏ॥	raam naraa-in kahai kahaa-ay.
ਗੁਰ ਤੇ ਵਾਟ ਮਹਲੁ ਘਰੁ ਪਾਏ॥੩॥	gur tay vaat mahal ghar paa-ay. ||3||

ਸ਼ਬਦ ਦੀ ਪਾਲਣਾ ਕਰਨ ਨਾਲ ਆਸਾਂ, ਇੱਛਾਂ ਦੀ ਅੱਗ ਖਤਮ ਹੋ ਜਾਂਦੀ, ਬੁਝ ਜਾਂਦੀ ਹੈ । ਉਹ ਆਪ ਸ਼ਬਦ ਦਾ ਸਿਮਰਨ, ਪਾਲਣਾ ਕਰਦਾ ਹੈ, ਸਾਥੀਆਂ ਨੂੰ ਸਿਮਰਨ ਦੀ ਪ੍ਰੇਰਨਾ ਕਰਦਾ ਹੈ । ਸ਼ਬਦ ਦੀ ਸੋਝੀ ਨਾਲ ਮਨ ਅੰਦਰੋਂ ਹੀ ਅਸਲੀ ਰਸਤਾ ਬਖਸ਼ਿਸ਼ ਹੋ ਜਾਂਦਾ ਹੈ ।

By adopting the teachings of His Word with steady and stable belief, all hunger, thirst of worldly desires may be quenched. He may meditate and adopt the teachings of His Word and inspires his companions on the same path of meditation. He may be enlightened from within and he may be blessed with right path of acceptance in His court.

ਕੰਚਨ ਕਾਇਆ ਜੋਤਿ ਅਨੂਪੁ॥	kanchan kaa-i-aa jot anoop.
ਤ੍ਰਿਭਵਣ ਦੇਵਾ ਸਗਲ ਸਰੂਪੁ॥	taribhavan dayvaa sagal saroop.
ਮੈ ਸੋ ਧਨੁ ਪਲੈ ਸਾਚੁ ਅਖੂਟੁ॥੪॥	mai so Dhan palai saach akhoot. ||4||

ਤਿੰਨਾਂ ਸ੍ਰਿਸ਼ਟੀਆਂ ਵਿੱਚ ਹੀ ਪ੍ਰਭ ਦਾ ਨੂਰ ਚਮਕਦਾ ਹੈ । ਜਿਹੜਾ ਸ਼ਬਦ ਦੀ ਪਾਲਣਾ ਕਰਦਾ ਹੈ, ਉਸ ਦਾ ਤਨ ਪ੍ਰਭ ਦੇ ਨੂਰ ਨਾਲ ਸੋਨੇ ਵਾਂਗ ਅਮੋਲਕ ਬਣ ਜਾਂਦਾ ਹੈ । ਉਸ ਨੂੰ ਸ਼ਬਦ ਦਾ ਅਮੋਲਕ ਖਜ਼ਾਨਾ ਬਖਸ਼ਿਸ਼ ਹੋ ਜਾਂਦਾ ਹੈ ।

The glory of the Holy Spirit shines in all three universes. Whosoever may adopt the teachings of His Word wholeheartedly, his mind and body may become priceless like gold. He may be blessed with the priceless treasure of the enlightenment of His Word.

ਪੰਚ ਤੀਨਿ ਨਵ ਚਾਰਿ ਸਮਾਵੈ॥	panch teen nav chaar samaavai.
ਧਰਣਿ ਗਗਨੁ ਕਲ ਧਾਰਿ ਰਹਾਵੈ॥	Dharan gagan kal Dhaar rahaavai.
ਬਾਹਰਿ ਜਾਤਉ ਉਲਟਿ ਪਰਾਵੈ॥ ੫॥	baahar jaata-o ulat paraavai. ||5||

ਪ੍ਰਭ ਪੰਜਾਂ ਇੱਛਾਂ, ਤਿੰਨਾਂ ਸ੍ਰਿਸ਼ਟੀਆਂ, ਨੌ ਖੰਡਾਂ, ਚਾਰਾਂ ਦਿਸ਼ਾਂ ਵਿੱਚ ਹਾਜ਼ਰਾ ਹਜੂਰ ਵਾਪਰਦਾ ਹੈ, ਸਭ ਉਸ ਦੇ ਵੱਸ ਵਿੱਚ ਹੀ ਹਨ । ਪ੍ਰਭ ਦੇ ਆਸਰੇ ਤੇ ਹੀ ਧਰਤੀ, ਅਕਾਸ਼ ਖੜ੍ਹੇ ਹਨ, ਹੁਕਮ ਤੇ ਚਲਦਾ ਹਨ । ਉਸ ਦੇ ਹੁਕਮ ਨਾਲ ਹੀ ਮਨ ਚਾਰੇ ਪਾਸੇ ਵੀ ਘੁੰਮਦਾ ਹੈ ।

In all five worldly desires, demons of worldly desires, three universes, nine regions and four directions, The Omnipresent True Master prevails in each and every activity and everything is under His control and only His Word prevails in each and every action. The earth and skies are standing stable with His support and remains under His command. All creatures of the world also wander around under His command.

ਮੂਰਖੁ ਹੋਇ ਨ ਆਖੀ ਸੂਝੈ॥	moorakh ho-ay na aakhee soojhai.
ਜਿਹਵਾ ਰਸੁ ਨਹੀ ਕਹਿਆ ਬੂਝੈ॥	jihvaa ras nahee kahi-aa boojhai.
ਬਿਖੁ ਕਾ ਮਾਤਾ ਜਗ ਸਿਉ ਲੂਝੈ॥੬॥	bikh kaa maataa jag si-o loojhai. ||6||

ਅਣਜਾਣ ਨੂੰ ਆਪਣੀਆ ਅੱਖਾਂ ਨਾਲ ਵੇਖਣ ਨਾਲ ਵੀ ਕੋਈ ਸਮਝ ਨਹੀਂ ਆਉਂਦੀ । ਉਹ ਸ਼ਬਦ ਦਾ ਰਸ ਜੀਭ ਨਾਲ ਨਹੀਂ ਮਾਨਦਾ, ਜੋ ਵੀ ਉਹ ਸੁਣਦਾ ਹੈ, ਉਸ ਨੂੰ ਕੁਝ ਸਮਝ ਨਹੀਂ ਆਉਂਦਾ । ਉਹ ਇੱਛਾਂ ਦੇ ਜ਼ਹਿਰ ਦੇ ਨਸ਼ੇ ਵਿੱਚ ਰਹਿੰਦਾ ਹੈ । ਉਹ ਸਾਰੇ ਸੰਸਾਰ ਨਾਲ ਹੀ ਚਰਚਾ ਕਰਦਾ, ਦਾਲੀਲਾਂ ਕਰਦਾ ਹੈ ।

Ignorant human may not even understand, whatsoever he may witness with his own eyes. He may not enjoy the nectar of the teachings of His Word within and he may not understand the essence of that message by hearing. He remains intoxicated with the poison of worldly desires. In his whole life, he will argue and discuss with everyone about the nature.

ਊਤਮ ਸੰਗਤਿ ਊਤਮੁ ਹੋਵੈ॥	ootam sangat ootam hovai.
ਗੁਣ ਕਉ ਧਾਵੈ ਅਵਗਣ ਧੋਵੈ॥	gun ka-o Dhaavai avgan Dhovai.
ਬਿਨੁ ਗੁਰ ਸੇਵੇ ਸਹਜੁ ਨ ਹੋਵੈ॥੭॥	bin gur sayvay sahj na hovai. ||7||

ਜਿਹੜਾ ਜੀਵ ਬੰਦਗੀ ਕਰਨ ਵਾਲਿਆਂ ਦੀ ਸੰਗਤ ਕਰਦਾ ਹੈ । ਉਹ ਅਕਸਰ ਬੰਦਗੀ ਦੇ ਰਸਤੇ ਚਲਣ ਲੱਗ ਪੈਂਦਾ ਹੈ । ਜਿਹੜਾ ਚੰਗੇ ਕੰਮਾਂ ਵਿੱਚ ਧਿਆਨ ਲਾਉਂਦਾ ਹੈ, ਉਸ ਦੇ ਮਨ ਵਿਚੋਂ ਬੁਰੇ ਕੰਮਾਂ ਦਾ ਖਿਆਲ ਦੂਰ ਹੋਣ ਲੱਗ ਪੈਂਦਾ ਹੈ । ਸ਼ਬਦ ਦੀ ਪਾਲਣਾ ਤੋ ਬਿਨਾਂ ਸ਼ਬਦ ਦੀ ਬੰਦਗੀ ਵਿੱਚ ਮਨ ਨਹੀਂ ਟਿਕਦਾ ।

Whosoever may associate with His true devotee and meditate wholeheartedly on the teachings of His Word, he may be blessed with the right path of meditation, acceptance in His court. Whosoever may concentrate on good deeds for mankind, all his evil thoughts slowly and slowly may disappear from his mind, from his day to day life activities. Without meditating and adopting the teachings of His Word, he may not remain steady and stable on the right path of meditation.

ਹੀਰਾ ਨਾਮੁ ਜਵੇਹਰ ਲਾਲੁ॥ heeraa naam javayhar laal.
ਮਨੁ ਮੋਤੀ ਹੈ ਤਿਸ ਕਾ ਮਾਲੁ॥ man motee hai tis kaa maal.
ਨਾਨਕ ਪਰਖੈ ਨਦਰਿ ਨਿਹਾਲੁ॥੮॥੫॥ naanak parkhai nadar nihaal. ||8||5||

ਪ੍ਰਭ ਦਾ ਸ਼ਬਦ ਅਮੋਲਕ, ਰਤਨ, ਜਵਾਹਰ ਹੈ । ਜਿਹੜਾ ਸ਼ਬਦ ਦੀ ਪਾਲਣਾ ਕਰਦਾ ਹੈ, ਉਸ ਦਾ ਮਨ ਇੱਕ ਮੋਤੀ ਦੀ ਤਰ੍ਹਾਂ ਪਵਿਤ੍ਰ ਹੋ ਜਾਂਦਾ ਹੈ । ਅੰਤਰਜਾਮੀ ਇੱਕ ਨਜ਼ਰ ਨਾਲ ਹੀ ਪਰਖ ਲੈਂਦਾ ਹੈ, ਰਹਿਮਤਾਂ ਨਾਲ ਭਰਪੂਰ ਕਰ ਦੇਂਦਾ ਹੈ ।

The teachings of His Word are priceless jewels. Whosoever may wholeheartedly adopt the teachings of His Word, he may become pure like pearl and his soul may be sanctified. The Omniscient True Master evaluates his deeds and He may bless his soul with overwhelming virtues.

239.ਆਸਾ ਮਹਲਾ ੧॥ 314-5

ਗੁਰਮੁਖਿ ਗਿਆਨੁ ਧਿਆਨੁ ਮਨਿ ਮਾਨੁ॥ gurmukh gi-aan Dhi-aan man maan.
ਗੁਰਮੁਖਿ ਮਹਲੀ ਮਹਲੁ ਪਛਾਨੁ॥ gurmukh mahlee mahal pachhaan.
ਗੁਰਮੁਖਿ ਸੁਰਤਿ ਸਬਦੁ ਨੀਸਾਨੁ॥੧॥ gurmukh surat sabad neesaan. ||1||

ਗੁਰਮਖ ਸ਼ਬਦ ਦੀ ਸੋਝੀ ਪਾ ਕੇ ਸ਼ਬਦ ਦੇ ਸਿਮਰਨ ਵਿੱਚ ਧਿਆਨ ਰਖਦਾ ਹੈ । ਸ਼ਬਦ ਦੀ ਸੋਝੀ ਮਨ ਨੂੰ ਅਡੋਲ ਰਖਦੀ, ਮਨ ਵਿੱਚ ਸੰਤੋਖ ਘਰ ਕਰ ਜਾਂਦਾ ਹੈ । ਉਹ ਪ੍ਰਭ ਦੀ ਹੋਂਦ ਮਹਿਸੂਸ ਕਰਦਾ ਹੈ, ਸ਼ਬਦ ਦੀ ਪਾਲਣਾ ਕਰਨਾ ਹੀ ਜੀਵਨ ਦਾ ਮੰਤਵ ਬਣਾਉਂਦਾ ਹੈ ।

His true devotee, with the enlightenment of His Word focus on the teachings of His Word. The enlightenment of His Word keeps him contented with His blessings. He realizes the existence and greatness of The True Master. To obey and adopt the teachings of His Word becomes the sole purpose of his human life journey.

ਐਸੇ ਪ੍ਰੇਮ ਭਗਤਿ ਵੀਚਾਰੀ॥ aisay paraym bhagat veechaaree.
ਗੁਰਮੁਖਿ ਸਾਚਾ ਨਾਮੁ ਮੁਰਾਰੀ॥੧॥ ਰਹਾਉ॥ gurmukh saachaa naam muraaree. ||1|| rahaa-o.

ਇਸ ਤਰ੍ਹਾਂ ਪ੍ਰੀਤ ਨਾਲ ਸ਼ਬਦ ਦੇ ਸਿਮਰਨ ਕਰਨ ਨਾਲ ਪ੍ਰਭ ਦੀ ਰਹਿਮਤ ਦੀ ਨਜ਼ਰ ਬਖਸ਼ਿਸ਼ ਹੋ ਜਾਂਦੀ ਹੈ । ਜਿਸ ਨਾਲ ਅਹੰਕਾਰ ਦੀ ਜੜ੍ਹ ਨਾਸ਼ ਹੋ ਜਾਂਦੀ ਹੈ ।

With devotion, meditation on the teachings of His Word; The Merciful True Master may bestow His mercy and grace. He may conquer the ego of his own mind.

ਅਹਿਨਿਸਿ ਨਿਰਮਲੁ ਥਾਨਿ ਸੁਥਾਨੁ॥ ahinis nirmal thaan suthaan.
ਤੀਨ ਭਵਨ ਨਿਹਕੇਵਲ ਗਿਆਨੁ॥ teen bhavan nihkayval gi-aan.
ਸਾਚੇ ਗੁਰ ਤੇ ਹੁਕਮੁ ਪਛਾਨੁ॥੨॥ saachay gur tay hukam pachhaan. ||2||

ਜਿਹੜਾ ਦਿਨ ਰਾਤ ਆਪਣੀ ਆਤਮਾ ਨੂੰ ਪਵਿਤ੍ਰ ਰਖਦਾ, ਬੰਦਗੀ ਵਿੱਚ ਲੀਨ ਰਹਿੰਦਾ ਹੈ । ਉਸ ਨੂੰ ਸ਼ਬਦ ਦੀ ਸਿਖਿਆ ਨਾਲ ਜੀਵਨ ਢਾਲਣ ਨਾਲ ਸ਼ਬਦ ਦੀ ਸੋਝੀ, ਤਿੰਨਾਂ ਸ੍ਰਿਸ਼ਟੀਆਂ ਦੀ ਬਖਸ਼ਿਸ਼ ਹੋ ਜਾਂਦੀ ਹੈ ।

Whosoever may remain in deep mediation in the void of His Word and keeps his soul sanctified. By adopting the teachings of His Word with the steady and stable belief, he may be blessed with the enlightenment of the nature of all three universe and essence of His Word from within.

ਸਾਚਾ ਹਰਖੁ ਨਾਹੀ ਤਿਸੁ ਸੋਗੁ॥ saachaa harakh naahee tis sog.
ਅੰਮ੍ਰਿਤੁ ਗਿਆਨੁ ਮਹਾ ਰਸੁ ਭੋਗੁ॥ amrit gi-aan mahaa ras bhog.
ਪੰਚ ਸਮਾਈ ਸੁਖੀ ਸਭੁ ਲੋਗੁ॥੩॥ panch samaa-ee sukhee sabh log. ||3||

ਉਹ ਪ੍ਰਭ ਦੀ ਬਖਸ਼ਿਸ਼ ਦਾ ਅਨੰਦ ਮਾਨਦਾ ਹੈ, ਉਸ ਤੇ ਨਰਾਜ਼, ਗਿਲਾ ਨਹੀਂ ਕਰਦਾ । ਸ਼ਬਦ ਦੀ ਸੋਝੀ ਦਾ ਅਨੰਦ ਮਾਨਦੇ ਨੂੰ ਅਮੋਲਕ ਅਵਸਥਾ ਬਖਸ਼ਿਸ਼ ਹੋ ਜਾਂਦੀ ਹੈ । ਉਸ ਨੂੰ ਸੰਸਾਰਕ ਪੰਜਾਂ ਜਮਦੂਤਾਂ, ਕਾਮ, ਕਰੋਧ, ਲੋਭ, ਮੋਹ, ਅਹੰਕਾਰ ਤੇ ਜਿੱਤ ਬਖਸ਼ਿਸ਼ ਹੋ ਜਾਂਦੀ ਹੈ । ਸੰਸਾਰ ਵਿੱਚ ਵੱਡੇ ਭਾਗਾਂ ਵਾਲਾ ਬਣ ਜਾਂਦਾ ਹੈ ।

He may remain contented with His blessings without any regrets, any doubt, any disappointments and grievances. With the enlightenment of His Word, he may be blessed with superb state of mind. He may conquer all five demons of worldly desires, sexual desire, anger, greed, attachment and ego forever. He becomes very fortunate and honored in worldly life.

ਸਗਲੀ ਜੋਤਿ ਤੇਰਾ ਸਭੁ ਕੋਈ॥ saglee jot tayraa sabh ko-ee.
ਆਪੇ ਜੋੜਿ ਵਿਛੋੜੇ ਸੋਈ॥ aapay jorh vichhorhay so-ee.
ਆਪੇ ਕਰਤਾ ਕਰੇ ਸੁ ਹੋਈ॥੪॥ aapay kartaa karay so ho-ee. ||4||

ਸਭ ਵਿੱਚ ਹੀ ਤੇਰੀ ਜੋਤ ਚਲਦੀ ਹੈ, ਤੂੰ ਹੀ ਸਾਰੀਆਂ ਦਾ ਮਾਲਕ ਹੈ । ਤੂੰ ਆਪ ਹੀ ਜੀਵ ਨੂੰ ਆਪਣੇ ਨਾਲੋ ਵਿਛੋੜਦਾ, ਜਨਮ ਦੇਂਦਾ ਹੈ । ਆਪ ਹੀ ਸ਼ਬਦ ਦੇ ਲੜ ਲਾਉਂਦਾ, ਪ੍ਰਵਾਨ ਕਰਕੇ ਆਪਣੀ ਜੋਤ ਵਿੱਚ ਅਲੋਪ ਕਰ ਲੈਂਦਾ ਹੈ ।

Your Holy spirit dwells and prevails in each and every mind and body of a creature. You are The True Master of the Your creation. With Your command, the souls may be separated from the Holy Spirit and blessed with human body. With Your mercy and grace may be attached to a devotional meditation and may be absorbed in the Holy Spirit.

ਢਾਹਿ ਉਸਾਰੇ ਹੁਕਮਿ ਸਮਾਵੈ॥ dhaahi usaaray hukam samaavai.
ਹੁਕਮੋ ਵਰਤੈ ਜੋ ਤਿਸੁ ਭਾਵੈ॥ hukmo vartai jo tis bhaavai.
ਗੁਰ ਬਿਨੁ ਪੂਰਾ ਕੋਇ ਨ ਪਾਵੈ॥੫॥ gur bin pooraa ko-ay na paavai. ||5||

ਪ੍ਰਭ ਤੂੰ ਆਪਣੇ ਹੁਕਮ ਨਾਲ ਹੀ ਜੀਵ ਨੂੰ ਪੈਦਾ ਕਰਦਾ ਹੈ, ਮੌਤ ਦੇਂਦਾ ਹੈ । ਭਾਣੇ ਨਾਲ ਹੀ ਕਿਸੇ ਨੂੰ ਆਪਣੇ ਵਿੱਚ ਅਭੇਦ ਕਰ ਲੈਂਦਾ ਹੈ । ਸ਼ਬਦ ਨੂੰ ਅਪਣਾਉਨ ਤੋ ਬਿਨਾਂ ਕੋਈ ਪ੍ਰਭ ਦੀ ਪ੍ਰਵਾਨਗੀ ਦੇ ਰਸਤੇ ਤੇ ਨਹੀਂ ਚਲ ਸਕਦਾ ।

With Your command the soul may enter into the cycle of birth and death. With Your mercy and grace, his soul may be absorbed in the Holy Spirit. Without adopting the teachings of Your Word with steady and stable belief, no one may find and stay on the right path of acceptance in Your court.

ਬਾਲਕ ਬਿਰਧਿ ਨ ਸੁਰਤਿ ਪਰਾਨਿ॥ baalak biraDh na surat paraan.
ਭਰਿ ਜੋਬਨਿ ਬੂਡੈ ਅਭਿਮਾਨਿ॥ bhar joban boodai abhimaan.
ਬਿਨੁ ਨਾਵੈ ਕਿਆ ਲਹਸਿ ਨਿਦਾਨਿ॥੬॥ bin naavai ki-aa lahas nidaan. ||6||

ਸੰਸਾਰਕ ਜੀਵ ਨੂੰ ਬਚਪਨ ਅਤੇ ਬੁਢੇਪੇ ਵਿੱਚ ਸੋਝੀ ਨਹੀਂ ਹੁੰਦੀ । ਉਹ ਆਪਣੀ ਜਵਾਨੀ ਬੇਪਰਵਾਈ ਅਤੇ ਅਹੰਕਾਰ ਵਿੱਚ ਗਵਾ ਦੇਂਦਾ ਹੈ । ਅਣਜਾਣ ਜੀਵ ਜਾਣਦਾ ਨਹੀਂ, ਸ਼ਬਦ ਦੀ ਕਮਾਈ ਤੋ ਬਿਨਾਂ ਹੋਰ ਕੁਝ ਮੌਤ ਤੇ ਪਿਛੋਂ ਸਾਥ ਨਹੀਂ ਜਾਣਾ ਹੈ ।

Your creature may not understand the teachings of Your Word in his childhood and in old age. He wastes his youth in carelessness and ego of his worldly status. Ignorant may not realizes that without the earnings of His Word, no other worldly possessions may support him in His court after death for the purpose of his human life blessings, journey.

ਜਿਸ ਕਾ ਅਨੁ ਧਨੁ ਸਹਜਿ ਨ ਜਾਨਾ॥ jis kaa an Dhan sahj na jaanaa.
ਭਰਮਿ ਭੁਲਾਨਾ ਫਿਰਿ ਪਛੁਤਾਨਾ॥ bharam bhulaanaa fir pachhutaanaa.
ਗਲਿ ਫਾਹੀ ਬਉਰਾ ਬਉਰਾਨਾ॥੭॥ gal faahee ba-uraa ba-uraanaa. ||7||

ਜੀਵ ਪ੍ਰਭ ਦੀਆਂ ਰਹਿਮਤਾਂ ਦਾ ਧੰਨਵਾਦ ਨਹੀਂ ਕਰਦਾ ! ਜਿਸ ਦੀ ਰਹਿਮਤ ਨਾਲ ਪੇਟ ਭਰਨ ਲਈ ਭੋਜਨ, ਸੰਸਾਰਕ ਧੰਦੇ, ਧਨ ਬਖਸ਼ਿਸ਼ ਹੁੰਦਾ ਹੈ । ਉਹ ਭਰਮ, ਭੁਲੇਖੇ ਵਿੱਚ ਹੀ ਜੀਵਨ ਬਤੀਤ ਕਰ ਜਾਂਦਾ ਹੈ । ਇਸ ਦਾ ਹਿਰਖ, ਪਛਤਾਵਾ ਕਰਨਾ ਪੈਂਦਾ ਹੈ । ਉਸ ਪਾਗਲ ਜੀਵ ਦੇ ਗਲ ਵਿੱਚ ਜਮਦੂਤਾਂ ਦਾ ਸੰਗਲ, ਜਨਮ ਮਰਨ ਦਾ ਦੁਖ ਸਹਿਣਾ ਪੈਂਦਾ ਹੈ ।

The ignorant human may not appreciate all His blessings. With His mercy and grace, he may be blessed with food to nourish his body and worldly wealth to perform all worldly chores and worldly comforts. He wastes his life in suspicions and dreams. In the end, he has to regret and repent for his mistakes, his foolishness. The chain of the devil of death remains in his neck and he endures the misery of cycle of birth and death.

ਬੂਡਤ ਜਗੁ ਦੇਖਿਆ ਤਉ ਡਰਿ ਭਾਗੇ॥ boodat jag daykhi-aa ta-o dar bhaagay.
ਸਤਿਗੁਰਿ ਰਾਖੇ ਸੇ ਵਡਭਾਗੇ॥ satgur raakhay say vadbhaagay.
ਨਾਨਕ ਗੁਰ ਕੀ ਚਰਣੀ ਲਾਗੇ॥੮॥੬॥ naanak gur kee charnee laagay. ||8||6||

ਸੰਸਾਰਕ ਜੀਵਾਂ ਨੂੰ ਮੰਦੇ ਕੰਮ ਕਰਦੇ ਦੇਖਕੇ ਆਪਣਾ ਬਚਾ ਕਰੋ, ਰੱਬ ਦਾ ਖੌਫ ਕਰੋ । ਜਿਹੜੇ ਸ਼ਬਦ ਦੇ ਲੜ ਲੱਗ ਜਾਂਦੇ ਹਨ, ਉਹ ਬਚ ਜਾਂਦੇ ਹਨ । ਜਿਹੜਾ ਮਨ, ਤਨ ਸ਼ਬਦ ਦੀ ਪਾਲਣਾ ਤੇ ਲਾ ਦੇਂਦਾ, ਭਰੋਸਾ ਅਡੋਲ ਰਖਦਾ ਹੈ । ਉਹ ਵੱਡੇ ਭਾਗਾਂ ਵਾਲਾ ਹੀ ਹੁੰਦਾ ਹੈ ।

By witnessing the others performing sinful deeds, you should protect yourself from that path and always fear of His punishments. Whosoever may remain dedicated to a devotional meditation, he may be saved by His mercy and grace. Whosoever may surrender his mind and body and may adopt the teachings of His Word with steady and stable belief, he may become very fortunate in his human life journey.

240.ਆਸਾ ਮਹਲਾ ੧॥ 414-14

ਗਾਵਹਿ ਗੀਤੇ ਚੀਤਿ ਅਨੀਤੇ॥ gaavahi geetay cheet aneetay.
ਰਾਗ ਸੁਣਾਇ ਕਹਾਵਹਿ ਬੀਤੇ॥ raag sunaa-ay kahaaveh beetay.
ਬਿਨੁ ਨਾਵੈ ਮਨਿ ਝੂਠੁ ਅਨੀਤੇ॥੧॥ bin naavai man jhooth aneetay. ||1||

ਜਿਹੜਾ ਧਾਰਮਕ ਸ਼ਬਦ ਦਾ ਕੀਰਤਨ ਕਰਦਾ ਹੈ, ਪਰ ਆਪਣੇ ਜੀਵਨ ਸ਼ਬਦ ਨਾਲ ਢਾਲਦਾ ਨਹੀਂ । ਉਹ ਇਹ ਕੀਰਤਨ, ਕਥਾ ਕਰਦਾ ਆਪਣੇ ਆਪ ਨੂੰ ਸੰਤ, ਧਰਮੀ ਸਦਾਉਂਦਾ ਹੈ । ਸ਼ਬਦ ਦੀ ਪਾਲਣਾ ਤੋ ਬਿਨਾਂ ਮਨ ਸੰਸਾਰਕ ਇੱਛਾਂ ਪਿਛੇ ਹੀ ਲੱਗਾ ਰਹਿੰਦਾ ਹੈ ।

Whosoever may sing the religious spiritual melodies, however may not adopt the teachings of the Holy Scripture in his own day to day life. He may sing the Holy Scripture and sermons the meaning of the Scripture; he may be called or claim to be religious teacher, saint. Without adopting the teachings of His Word wholeheartedly with steady and stable belief in his day to day life, he may remain a slave of worldly desires in his life.

ਕਹਾ ਚਲਹੁ ਮਨ ਰਹਹੁ ਘਰੇ॥ kahaa chalhu man rahhu gharay.
ਗੁਰਮੁਖਿ ਰਾਮ ਨਾਮਿ ਤ੍ਰਿਪਤਾਸੇ, gurmukh raam naam tariptaasay
ਖੋਜਤ ਪਾਵਹੁ ਸਹਜਿ ਹਰੇ॥੧॥ khojat paavhu sahj haray. ||1||
ਰਹਾਉ॥ rahaa-o.

ਜੀਵ ਕਿਹੜੇ ਭਰਮਾਂ ਵਿੱਚ ਭਉਦਾ ਫਿਰਦਾ ਹੈ, ਸ਼ਬਦ ਦਾ ਸਿਮਰਨ ਕਰੋ । ਗੁਰਮਖ ਜੀਵ ਪ੍ਰਭ ਦੇ ਸ਼ਬਦ ਦੀ ਪਾਲਣਾ ਵਿੱਚ ਅਡੋਲ ਰਹਿੰਦਾ ਹੈ, ਉਸ ਨੂੰ ਆਪਣੇ ਅੰਦਰੋਂ ਹੀ ਪ੍ਰਭ ਦੀ ਜੋਤ ਜਾਗਰਤ ਹੋ ਜਾਂਦੀ ਹੈ ।

Why are you wandering in worldly religious rituals and suspicions? You should wholeheartedly meditate on the teachings of His Word. His true devotee always obeys and adopts the teachings of His Word in his day to day life. He may be enlightened with the teachings of His Word, the Holy Spirit from within and becomes awake and alert in his human life journey.

ਕਾਮੁ ਕ੍ਰੋਧੁ ਮਨਿ ਮੋਹੁ ਸਰੀਰਾ॥	kaam kroDh man moh sareeraa.
ਲਬੁ ਲੋਭੁ ਅਹੰਕਾਰੁ ਸੁ ਪੀਰਾ॥	lab lobh ahaNkaar so peeraa.
ਰਾਮ ਨਾਮ ਬਿਨੁ ਕਿਉ ਮਨੁ ਧੀਰਾ॥੨॥	raam naam bin ki-o man Dheeraa. ||2||

ਜੀਵ ਸੰਸਾਰਕ ਕਾਮ, ਕਰੋਧ, ਮੋਹ ਮਨ, ਤਨ ਤੇ ਕਾਬੂ ਪਾਈ ਰਖਦਾ ਹੈ । ਲਾਲਚ ਅਤੇ ਅਹੰਕਾਰ ਮਨ ਦੀਆਂ ਭਟਕਣਾਂ ਬਣ ਜਾਂਦੀਆਂ ਹਨ । ਪ੍ਰਭ ਦੇ ਸ਼ਬਦ ਨਾਲ ਜੀਵਨ ਢਾਲਣ ਤੋ ਬਿਨਾਂ ਮਨ ਨੂੰ ਧੀਰਜ, ਸੰਤੋਖ ਬਖਸ਼ਿਸ਼ ਨਹੀਂ ਹੁੰਦਾ ।

The demons of worldly desires like his sexual desire, anger and attachment, may control his mind and body. The greed and ego of his mind become the frustration in his day to day life. Without adopting the teachings of His Word with steady and stable belief, he may not realize patience or contentment in his day to day life.

ਅੰਤਰਿ ਨਾਵਣੁ ਸਾਚੁ ਪਛਾਣੈ॥	antar naavan saach pachhaanai.
ਅੰਤਰ ਕੀ ਗਤਿ ਗੁਰਮੁਖਿ ਜਾਣੈ॥	antar kee gat gurmukh jaanai.
ਸਾਚ ਸਬਦ ਬਿਨੁ ਮਹਲੁ ਨ ਪਛਾਣੈ॥੩॥	saach sabad bin mahal na pachhaanai.3

ਜਿਹੜਾ ਆਪਣੇ ਮਨ ਤੇ ਕਾਬੂ ਰਖਦਾ ਹੈ, ਉਹ ਪ੍ਰਭ ਦੀ ਹੋਂਦ ਮਹਿਸੂਸ ਕਰ ਲੈਂਦਾ ਹੈ । ਗੁਰਮਖ ਜੀਵ ਆਪਣੇ ਆਪ ਨੂੰ ਜਾਣ ਜਾਂਦਾ, ਆਪਣੀ ਸੋਝੀ ਹੋ ਜਾਂਦੀ ਹੈ । ਸ਼ਬਦ ਨੂੰ ਜੀਵਨ ਵਿੱਚ ਢਾਲਣ ਤੋ ਬਿਨਾਂ, ਪ੍ਰਭ ਦੀ ਰਹਿਮਤ, ਦਰਬਾਰ ਵਿੱਚ ਪ੍ਰਵਾਨਗੀ ਬਖਸ਼ਿਸ਼ ਨਹੀਂ ਹੁੰਦੀ ।

Whosoever may conquer his worldly desires of his own mind, with His mercy and grace, he may recognize the existence of The True Master. His true devotee recognizes his own mind, the purpose of human life blessings. Without adopting the teachings of His Word in day to day life, he may not experience His mercy and grace. His soul may not be accepted in His court and the remains in the cycle of birth and death.

ਨਿਰੰਕਾਰ ਮਹਿ ਆਕਾਰੁ ਸਮਾਵੈ॥	nirankaar meh aakaar samaavai.
ਅਕਲ ਕਲਾ ਸਚੁ ਸਾਚਿ ਟਿਕਾਵੈ॥	akal kalaa sach saach tikaavai.
ਸੋ ਨਰੁ ਗਰਭ ਜੋਨਿ ਨਹੀ ਆਵੈ॥੪॥	so nar garabh jon nahee aavai. ||4||

ਜਿਹੜਾ ਪ੍ਰਭ ਦੀ ਅਕਾਰ ਤੋ ਰਹਿਤ ਅਵਸਥਾ ਵਿੱਚ ਅਲੋਪ ਹੋ ਜਾਂਦਾ ਹੈ । ਉਹ ਪ੍ਰਭ ਦੇ ਭਾਣੇ ਨਾਲ ਜਨਮ ਮਰਨ ਵਿੱਚ ਨਹੀਂ ਜਾਂਦਾ ।

Whosoever may be absorbed in the Holy Spirit, his soul may be blessed with a permanent place in His court. His cycle of birth and death may be eliminated forever.

ਜਹਾਂ ਨਾਮੁ ਮਿਲੈ ਤਹ ਜਾਉ॥	jahaaN naam milai tah jaa-o.
ਗੁਰ ਪਰਸਾਦੀ ਕਰਮ ਕਮਾਉ॥	gur parsaadee karam kamaa-o.
ਨਾਮੇ ਰਾਤਾ ਹਰਿ ਗੁਣ ਗਾਉ॥੫॥	naamay raataa har gun gaa-o. ||5||

ਜੀਵ ਉਸ ਮੰਦਰ ਵਿੱਚ ਜਾਵੇ ! ਜਿਥੇ ਪ੍ਰਭ ਦੇ ਸ਼ਬਦ ਦੀ ਸੋਝੀ ਬਖਸ਼ਿਸ਼ ਹੁੰਦੀ ਹੈ । ਉਸ ਦੇ ਸ਼ਬਦ ਨਾਲ ਜੀਵਨ ਢਾਲਕੇ ਸ੍ਰਿਸ਼ਟੀ ਦੀ ਭਲਾਈ ਦੀ ਕਮਾਈ, ਚੰਗੇ ਕੰਮ ਕਰੋ । ਉਸ ਦੇ ਸ਼ਬਦ ਵਿੱਚ ਮਸਤ ਹੋ ਕੇ ਉਸ ਦੀ ਉਸਤਤ ਕਰੋ, ਧੰਨਵਾਦ ਕਰੋ ।

You should worship in that Holy shrine, where you may learn the essence of the teachings of His Word. By adopting the teachings of His Word, you should serve His mankind with good deeds. With the intoxication of the teachings of His Word; You should sing His glory and gratitude of His blessings.

ਗੁਰ ਸੇਵਾ ਤੇ ਆਪੁ ਪਛਾਤਾ॥	gur sayvaa tay aap pachhaataa.
ਅੰਮ੍ਰਿਤ ਨਾਮੁ ਵਸਿਆ ਸੁਖਦਾਤਾ॥	amrit naam vasi-aa sukh-daata.
ਅਨਦਿਨੁ ਬਾਣੀ ਨਾਮੇ ਰਾਤਾ॥੬॥	an-din banee naamay raataa. ||6||

ਸ਼ਬਦ ਦੀ ਪਾਲਣਾ ਕਰਨ ਨਾਲ ਜੀਵ ਆਪਣੇ ਆਪ ਨੂੰ ਪਛਾਣ ਜਾਂਦਾ ਹੈ । ਸ਼ਬਦ ਤੇ ਭਰੋਸਾ ਅਡੋਲ ਰਖਣ ਨਾਲ ਸ਼ਾਂਤੀ ਦੇਣ ਵਾਲੇ ਪ੍ਰਭ ਦੀ ਰਹਿਮਤ ਭਰਭੂਰ ਹੋ ਜਾਂਦੀ ਹੈ । ਮਨ ਅੰਦਰੋਂ ਹੀ ਸ਼ਾਂਤੀ ਬਖਸ਼ਿਸ਼ ਹੋ ਜਾਂਦੀ ਹੈ, ਮਨ ਦਿਨ ਰਾਤ ਹੀ ਸ਼ਬਦ ਦੀ ਬੰਦਗੀ ਵਿੱਚ ਲੀਨ ਹੋ ਜਾਂਦਾ ਹੈ ।

By obeying and adopting the teachings of His Word, His true devotee may recognize his own mind. With steady and stable belief on the teachings of His Word, he may be overwhelmed with His mercy and grace. He may be blessed with peace and may enter into deep meditation in the void of His Word.

ਮੇਰਾ ਪ੍ਰਭੁ ਲਾਏ ਤਾ ਕੋ ਲਾਗੈ॥	mayraa parabh laa-ay taa ko laagai.
ਹਉਮੈ ਮਾਰੇ ਸਬਦੇ ਜਾਗੈ॥	ha-umai maaray sabday jaagai.
ਐਥੈ ਓਥੈ ਸਦਾ ਸੁਖੁ ਆਗੈ॥੭॥	aithai othai sadaa sukh aagai. ||7||

ਜਦੋਂ ਆਪ ਹੀ ਕ੍ਰਿਪਾ ਕਰੇ ਤਾਂ ਜੀਵ ਸ਼ਬਦ ਦੇ ਸਿਮਰਨ ਲੜ ਲੱਗਦਾ ਹੈ । ਪ੍ਰਭ ਆਪ ਹੀ ਅਹੰਕਾਰ ਖਤਮ ਕਰਦਾ ਹੈ, ਉਸ ਨੂੰ ਆਪਣੇ ਅੰਦਰੋਂ ਹੀ ਸੋਝੀ ਬਖਸ਼ਦਾ ਹੈ । ਸੰਸਾਰ ਵਿੱਚ ਅਤੇ ਮੌਤ ਤੋਂ ਪਿਛੋਂ ਵੀ ਸਦਾ ਰਹਿਣ ਵਾਲੀ ਸ਼ਾਂਤੀ ਬਖਸ਼ਿਸ਼ ਹੋ ਜਾਂਦੀ ਹੈ ।

Whosoever may be blessed with His mercy and grace and attached to a devotional meditation, only he may remain steady and stable in meditation on the teachings of His Word. He may conquer his ego and he may be enlightened from within. He may be blessed with everlasting peace and contentment that may remain in his worldly life and after death in His court.

ਮਨੁ ਚੰਚਲੁ ਬਿਧਿ ਨਾਹੀ ਜਾਣੈ॥	man chanchal biDh naahee jaanai.
ਮਨਮੁਖਿ ਮੈਲਾ ਸਬਦੁ ਨ ਪਛਾਣੈ॥	manmukh mailaa sabad na pachhaanai.
ਗੁਰਮੁਖਿ ਨਿਰਮਲੁ ਨਾਮੁ ਵਖਾਣੈ॥੮॥	gurmukh nirmal naam vakhaanai. ||8||

ਅਣਜਾਣ, ਬੇਸਮਝ ਮਨ ਬੰਦਗੀ ਦੀ ਵਿਧੀ ਨਹੀਂ ਜਾਣਦਾ । ਮਨਮਰਜ਼ੀ ਕਰਨ ਵਾਲਾ ਸ਼ਬਦ ਨੂੰ ਜਾਣ ਨਹੀਂ ਸਕਦਾ, ਧਿਆਨ ਨਹੀਂ ਲਾ ਸਕਦਾ । ਗੁਰਮਖ ਆਪਣੇ ਮਨ ਤੇ ਕਾਬੂ ਰਖਦਾ, ਭਾਣੇ ਵਿੱਚ ਮਸਤ ਰਹਿੰਦਾ ਹੈ ।

Ignorant, unwise mind may not understand the techniques of meditation on the teachings of His Word. Self-minded may not understand the teachings of His Word nor may stay focused on meditating on the teachings of His Word. His true devotee may always control his worldly desires and may remain contented, intoxicated with the teachings of His Word and His blessings.

ਹਰਿ ਜੀਉ ਆਗੈ ਕਰੀ ਅਰਦਾਸਿ॥	har jee-o aagai karee ardaas.
ਸਾਧੂ ਜਨ ਸੰਗਤਿ ਹੋਇ ਨਿਵਾਸੁ॥	saaDhoo jan sangat ho-ay nivaas.
ਕਿਲਵਿਖ ਦੁਖ ਕਾਟੇ ਹਰਿ ਨਾਮੁ ਪ੍ਰਗਾਸੁ॥ ੯॥	kilvikh dukh kaatay har naam pargaas. ‖9‖

ਪ੍ਰਭ ਅੱਗੇ ਅਰਦਾਸ ਕਰੋ! ਪ੍ਰਭ ਰਹਿਮਤ ਨਾਲ ਸੰਤ ਸਰੂਪ ਜੀਵ ਦੀ ਸੰਗਤ ਬਖਸ਼ੇ । ਉਸ ਦੀ ਸੰਗਤ ਵਿੱਚ ਸ਼ਬਦ ਦੀ ਸੋਝੀ ਬਖਸ਼ਿਸ਼ ਹੁੰਦੀ ਹੈ । ਸ਼ਬਦ ਨਾਲ ਜੀਵਨ ਢਾਲਣ ਨਾਲ ਹੀ ਰਹਿਮਤ ਬਖਸ਼ਿਸ਼ ਹੁੰਦੀ ਹੈ ।

You should always pray and beg for the association of His true devotee. Meditating in the association of His true devotee, he may be enlightened with the teachings of His Word. By adopting the teachings of the life of His true devotee in own day to day life; The Merciful True Master may bestow His mercy and grace.

ਕਰਿ ਬੀਚਾਰੁ ਆਚਾਰੁ ਪਰਾਤਾ॥	kar beechaar aachaar paraataa.
ਸਤਿਗੁਰ ਬਚਨੀ ਏਕੋ ਜਾਤਾ॥	satgur bachnee ayko jaataa.
ਨਾਨਕ ਰਾਮ ਨਾਮਿ ਮਨੁ॥੧੦॥੭॥	naanak raam naam man raataa. ‖10‖7‖

ਸ਼ਬਦ ਦੀ ਬੰਦਗੀ ਨਾਲ ਮੇਰੇ ਜੀਵਨ ਦਾ ਰਸਤਾ ਬਦਲ ਗਿਆ ਹੈ । ਸ਼ਬਦ ਨਾਲ ਜੀਵਨ ਢਾਲਣ ਨਾਲ ਸ਼ਬਦ ਦੀ ਸੋਝੀ ਹੋ ਗਈ, ਤੇਰੀ ਹੋਂਦ ਮਹਿਸੂਸ ਹੋਈ ਹੈ । ਮਨ ਬੰਦਗੀ ਵਿੱਚ ਹੀ ਅਡੋਲ, ਲੀਨ ਹੈ ।

By meditating on the teachings of Your Word, my way of life has been transformed. By adopting the teachings of His Word in day to day life, I have been blessed with enlightenment of Your Word, I have realized your existence and witness You are prevailing in each and every action. Now my mind is in deep meditation in the void of Your Word.

241.ਆਸਾ ਮਹਲਾ ੧॥ 415-6

ਮਨੁ ਮੈਗਲੁ ਸਾਕਤੁ ਦੇਵਾਨਾ॥	man maigal saakat dayvaanaa.
ਬਨ ਖੰਡਿ ਮਾਇਆ ਮੋਹਿ ਹੈਰਾਨਾ॥	ban khand maa-i-aa mohi hairaanaa.
ਇਤ ਉਤ ਜਾਹਿ ਕਾਲ ਕੇ ਚਾਪੇ॥	it ut jaahi kaal kay chaapay.
ਗੁਰਮੁਖਿ ਖੋਜਿ ਲਹੈ ਘਰੁ ਆਪੇ॥੧॥	gurmukh khoj lahai ghar aapay. ‖1‖

ਪ੍ਰਭ ਦੇ ਸ਼ਬਦ ਦੇ ਭਰੋਸੇ ਤੋ ਬਿਨਾਂ ਜੀਵ ਦਾ ਮਨ, ਪਾਗਲ ਹਾਥੀ ਦੀ ਤਰ੍ਹਾਂ ਹੀ ਹੁੰਦਾ ਹੈ । ਸੰਸਾਰਕ ਜੰਗਲ ਵਿੱਚ ਪ੍ਰਭ ਦੇ ਸ਼ਬਦ ਨੂੰ ਵਿਸਾਰ ਕੇ ਸੰਸਾਰਕ ਧਨ ਦੇ ਮੋਹ ਦੇ ਜਾਲ ਵਿੱਚ ਫਸਿਆ ਰਹਿੰਦਾ ਹੈ, ਉਹ ਹਜ਼ਾਰਾ ਹੀ ਜੂੰਨਾਂ ਵਿਚੋਂ ਲੰਘਦਾ ਹੈ । ਗੁਰਮਖ ਸ਼ਬਦ ਪਿਛੇ ਲੱਗ ਕੇ ਆਪਣਾ ਅਸਲੀ ਰਸਤਾ, ਘਰ ਲੱਭ ਲੈਂਦਾ ਹੈ, ਬਖਸ਼ਿਸ਼ ਹੋ ਜਾਂਦਾ ਹੈ ।

Without having steady and stable belief on the teachings of His Word, he may remain insane like an intoxicated elephant in the wild jungle, forest. In the worldly wild forest, by abandoning His Word, he may become a slave of worldly wealth and remains in the cycle of birth and death over and over. His true devotee remains in deep meditation on the teachings of His Word and he may be blessed with the right path of meditation. He may be blessed with a permanent resting place in His court.

ਬਿਨੁ ਗੁਰ ਸਬਦੈ ਮਨੁ ਨਹੀ ਠਉਰਾ॥	bin gur sabdai man nahee tha-uraa.
ਸਿਮਰਹੁ ਰਾਮ ਨਾਮੁ ਅਤਿ ਨਿਰਮਲੁ,	simrahu raam naam at nirmal
ਅਵਰ ਤਿਆਗਹੁ ਹਉਮੈ ਕਉਰਾ॥੧॥ ਰਹਾਉ॥	avar ti-aagahu ha-umai ka-uraa. ‖1‖ rahaa-o.

ਸ਼ਬਦ ਦੀ ਪਾਲਣਾ ਕਰਨ ਤੋ ਬਿਨਾਂ ਮਨ ਨੂੰ ਸ਼ਾਂਤੀ ਬਖਸ਼ਿਸ਼ ਨਹੀਂ ਹੁੰਦੀ, ਮਨ ਇੱਕੋ ਇੱਕ ਤੇ ਟਿਕਦਾ ਨਹੀਂ । ਜੀਵ ਪ੍ਰਭ ਦੇ ਸ਼ਬਦ ਤੇ ਅਡੋਲ ਭਰੋਸੇ ਨਾਲ ਬੰਦਗੀ ਕਰੋ! ਪ੍ਰਭ ਸਭ ਤੋ ਪਵਿਤ੍ਰ ਹੈ, ਆਪਣੇ ਮਨ ਦੇ ਅਹੰਕਾਰ ਨੂੰ ਤਿਆਗੋ ।

Without adopting the teachings of His Word with steady and stable belief, his mind may not realize any peace nor may stay focused on The One and Only One. You should abandon your ego and meditate with steady and stable belief on the teachings of His Word with devotion; He is the greatest and most sanctified, The True Master.

ਇਹੁ ਮਨੁ ਮੁਗਧੁ ਕਹਹੁ ਕਿਉ ਰਹਸੀ॥ ih man mugaDh kahhu ki-o rahsee.
ਬਿਨੁ ਸਮਝੇ ਜਮ ਕਾ ਦੁਖੁ ਸਹਸੀ॥ bin samjhay jam kaa dukh sahsee.
ਆਪੇ ਬਖਸੇ ਸਤਿਗੁਰੁ ਮੇਲੈ॥ aapay bakhsay satgur maylai.
ਕਾਲੁ ਕੰਟਕੁ ਮਾਰੇ ਸਚੁ ਪੇਲੈ॥੨॥ kaal kantak maaray sach paylai. ||2||

ਮੂਰਖ ਮਨ ਨੂੰ ਕਿਵੇਂ ਸਮਝਾਇਆ ਜਾਵੇ? ਸ਼ਬਦ ਦੀ ਪਾਲਣਾ ਤੋ ਬਿਨਾਂ ਜਮਦੂਤਾਂ ਦੇ ਵੱਸ ਹੀ ਪੈਂਦਾ ਹੈ ।ਅਗਰ ਜੀਵ ਅਡੋਲ ਭਰੋਸਾ ਨਾਲ ਸ਼ਬਦ ਨਾਲ ਜੀਵਨ ਢਾਲੇ, ਪ੍ਰਭ ਆਪ ਹੀ ਗਲਤੀਆਂ ਬਖਸ਼ਕੇ ਅਸਲੀ ਰਸਤੇ ਤੇ ਪਾਉਂਦਾ ਹੈ । ਪ੍ਰਭ ਆਪ ਹੀ ਜਮਦੂਤਾਂ ਦੀ ਮਾਰ ਤੋ ਬਚਾ ਲੈਂਦਾ ਹੈ ।

How to convince or taught an ignorant and innocent mind? Without adopting the teachings of His Word in day to day life, he may remain under the control of devil of death. Whosoever may adopt the teachings of His Word with steady and stable belief; The True Master may forgive his innocent mistakes and inspires, guides him on the right path of meditation. The True Master may protect him from the miseries of devil of death.

ਇਹੁ ਮਨੁ ਕਰਮਾ ਇਹੁ ਮਨੁ ਧਰਮਾ॥ ih man karmaa ih man Dharmaa.
ਇਹੁ ਮਨੁ ਪੰਚ ਤਤੁ ਤੇ ਜਨਮਾ॥ ih man panch tat tay janmaa.
ਸਾਕਤੁ ਲੋਭੀ ਇਹੁ ਮਨੁ ਮੂੜਾ॥ saakat lobhee ih man moorhaa.
ਗੁਰਮੁਖਿ ਨਾਮੁ ਜਪੈ ਮਨੁ ਰੂੜਾ॥੩॥ gurmukh naam japai man roorhaa. ||3||

ਸੰਸਾਰਕ ਜੀਵ ਚੰਗੇ ਕੰਮਾਂ ਅਤੇ ਧਾਰਮਕ ਕੰਮਾਂ ਤੇ ਭਰੋਸਾ ਰਖਦਾ ਹੈ । ਇਹ ਮਨ ਦੇ ਪੰਜਾਂ ਤੱਤਾਂ ਵਿਚੋਂ ਹੀ ਨਿਕਲਿਆ ਹੈ । ਮਨ ਲਾਲਚ ਅਤੇ ਮੋਹ, ਮਨਮਰਜ਼ੀ ਦੇ ਇਰਾਦੇ ਤੇ ਪੱਕਾ ਹੈ । ਗੁਰਮਖ ਭਰੋਸੇ ਨਾਲ ਸ਼ਬਦ ਦਾ ਸਿਮਰਨ ਕਰਕੇ ਮਨ ਨੂੰ ਪਵਿਤ੍ਰ ਕਰ ਲੈਂਦੇ ਹਨ ।

Worldly creature believes in religious and good deeds for mankind. The five demons of worldly desires have been created from his mind due to worldly desires. He remains firm on greed, worldly attachment and the wisdom of his own mind. His true devotee meditates on the teachings of His Word with steady and stable belief and he may sanctify his soul to become worthy of His consideration.

ਗੁਰਮੁਖਿ ਮਨੁ ਅਸਥਾਨੇ ਸੋਈ॥ gurmukh man asthaanay so-ee.
ਗੁਰਮੁਖਿ ਤ੍ਰਿਭਵਣਿ ਸੋਝੀ ਹੋਈ॥ gurmukh taribhavan sojhee ho-ee.
ਇਹੁ ਮਨੁ ਜੋਗੀ ਭੋਗੀ ਤਪੁ ਤਾਪੈ॥ ih man jogee bhogee tap taapai.
ਗੁਰਮੁਖਿ ਚੀਨੈ ਹਰਿ ਪ੍ਰਭੁ ਆਪੈ॥੪॥ gurmukh cheenHai har parabh aapai. ||4||

ਗੁਰਮਖ ਜੀਵ ਦਾ ਮਨ ਪ੍ਰਭ ਦੇ ਸ਼ਬਦ ਦੀ ਅਡੋਲ ਭਰੋਸੇ ਨਾਲ ਪਾਲਣਾ ਕਰਦਾ ਹੈ, ਉਸ ਨੂੰ ਅਸਲੀ ਰਸਤਾ ਬਖਸ਼ਿਸ਼ ਹੋ ਜਾਂਦਾ ਹੈ । ਉਸ ਨੂੰ ਤਿੰਨਾਂ ਸ੍ਰਿਸ਼ਟੀਆਂ ਦੀ ਸੋਝੀ ਬਖਸ਼ਿਸ਼ ਹੋ ਜਾਂਦੀ ਹੈ । ਜੀਵ ਮਨ ਨੂੰ ਨਿਯਮਾਂ ਨਾਲ ਬੰਨ ਕੇ ਬੰਦਗੀ ਕਰਦਾ, ਇੱਛਾਂ ਤੋ ਵਾਂਝਾ ਰਖਦਾ ਹੈ । ਸੰਸਾਰਕ ਪਦਾਰਥਾਂ ਤੋ ਦੂਰ ਰਖਣ ਨੂੰ ਹੀ ਅਸਲੀ ਬੰਦਗੀ ਦਾ ਰਸਤਾ ਸਮਝਦਾ ਹੈ । ਗੁਰਮਖ ਨੂੰ ਸ਼ਬਦ ਦੀ ਪਾਲਣਾ ਕਰਦੇ ਨੂੰ ਸ਼ਬਦ ਦੀ ਸੋਝੀ ਬਖਸ਼ਿਸ਼ ਹੋ ਜਾਂਦੀ ਹੈ ।

His true devotee adopts the teachings of His Word with steady and stable belief, he may be blessed with the right path of acceptance in His court. He may be enlightened with understanding of the nature of three universes. Worldly devotee may control his mind with religious disciplines and keeps his mind beyond the reach of worldly desires and comforts. He considers keeping the mind beyond the reach of worldly comforts is the right path of acceptance in His court. His true devotee wholeheartedly adopts the teachings of His Word with steady and stable belief and he may be blessed with the enlightenment of His Word from within.

ਮਨੁ ਬੈਰਾਗੀ ਹਉਮੈ ਤਿਆਗੀ॥ man bairaagee ha-umai ti-aagee.
ਘਟਿ ਘਟਿ ਮਨਸਾ ਦੁਬਿਧਾ ਲਾਗੀ॥ ghat ghat mansaa dubiDhaa laagee.
ਰਾਮ ਰਸਾਇਣੁ ਗੁਰਮੁਖਿ ਚਾਖੈ॥ raam rasaa-in gurmukh chaakhai.
ਦਰਿ ਘਰਿ ਮਹਲੀ ਹਰਿ ਪਤਿ ਰਾਖੈ॥੫॥ dar ghar mahlee har pat raakhai. ||5||

ਵਿਰਾਗੀ ਦਾ ਮਨ ਆਪਣੇ ਆਪ ਨੂੰ ਸੰਸਾਰਕ ਮੋਹ ਤੋਂ ਦੂਰ ਕਰ ਸਕਦਾ ਹੈ, ਪਰ ਆਪਣੇ ਹੰਕਾਰ ਨੂੰ ਖਤਮ ਨਹੀਂ ਕਰ ਸਕਦਾ । ਜਿਹੜੇ ਭਰਮ, ਭੁਲੇਖੇ ਹਰਇੱਕ ਦੇ ਹਿਰਦੇ ਵਿੱਚ ਹਨ, ਇਹਨਾਂ ਦੇ ਜਾਲ ਤੋਂ ਬਚ ਨਹੀਂ ਸਕਦਾ । ਗੁਰਮਖ ਜੀਵ ਭਰੋਸੇ ਨਾਲ ਸ਼ਬਦ ਦੀ ਬੰਦਗੀ ਵਿੱਚ ਲੀਨ ਰਹਿੰਦਾ ਹੈ । ਪ੍ਰਭ ਆਪ ਹੀ ਉਸ ਨੂੰ ਦਰਬਾਰ ਵਿੱਚ ਮਾਣ ਬਖਸ਼ਦਾ ਹੈ ।

The renunciatory may keep himself beyond the reach of worldly attachments, however, he may not conquer the ego of his mind. All worldly suspicions dominate the whole universe, he falls into the traps of those worldly suspicions and rituals. His true devotee adopts the teachings of His Word wholeheartedly with steady and stable belief and he remains intoxicated in the void of His Word. The Merciful True Master may accept and honors his soul with salvation in His court.

ਇਹੁ ਮਨੁ ਰਾਜਾ ਸੂਰ ਸੰਗ੍ਰਾਮਿ॥ ih man raajaa soor sangraam.
ਇਹੁ ਮਨੁ ਨਿਰਭਉ ਗੁਰਮੁਖਿ ਨਾਮਿ॥ ih man nirbha-o gurmukh naam.
ਮਾਰੇ ਪੰਚ ਅਪੁਨੈ ਵਸਿ ਕੀਏ॥ maaray panch apunai vas kee-ay.
ਹਉਮੈ ਗ੍ਰਾਸਿ ਇਕਤੁ ਥਾਇ ਕੀਏ॥੬॥ ha-umai garaas ikat thaa-ay kee-ay. ||6||

ਮਨ ਆਪਣੇ ਆਪ ਨੂੰ ਰਾਜਾ, ਚੰਗੇ ਕੰਮ ਕਰਨ ਵਾਲ ਸੂਰਮਾ ਸਮਝਦਾ ਹੈ । ਪਰ ਗੁਰਮਖ ਸ਼ਬਦ ਦੀ ਪਾਲਣਾ ਕਰਦਾ ਹੋਇਆ, ਕਿਸੇ ਖੋਂਅ ਜਾਣ ਦੇ ਡਰ ਤੋਂ ਰਹਿਤ ਹੋ ਜਾਂਦਾ ਹੈ । ਉਹ ਆਪਣੇ ਪੰਜਾਂ ਜਮਦੂਤਾਂ ਨੂੰ ਮਾਰ ਲੈਂਦਾ, ਜਿੱਤ ਪਾ ਲੈਂਦਾ ਹੈ । ਉਹ ਆਪਣੇ ਅਹੰਕਾਰ ਨੂੰ ਕਾਬੂ ਵਿੱਚ ਰਖਦਾ ਹੈ ।

Mind considers himself as the king of king, the warrior to do good deeds for the mankind. However, His true devotee adopts the teachings of His Word with steady and stable belief and remains beyond the reach of any worries of worldly profit or loss. He eliminates the five demons of worldly desires and conquers the ego of his mind.

ਗੁਰਮੁਖਿ ਰਾਗ ਸੁਆਦ ਅਨ ਤਿਆਗੇ॥ gurmukh raag su-aad an ti-aagay.
ਗੁਰਮੁਖਿ ਇਹੁ ਮਨੁ ਭਗਤੀ ਜਾਗੇ॥ gurmukh ih man bhagtee jaagay.
ਅਨਹਦ ਸੁਣਿ ਮਾਨਿਆ ਸਬਦੁ ਵੀਚਾਰੀ॥ anhad sun maani-aa sabad veechaaree.
ਆਤਮੁ ਚੀਨਿ੍ ਭਏ ਨਿਰੰਕਾਰੀ॥੭॥ aatam cheeneh bha-ay nirankaaree. ||7|

ਗੁਰਮਖ ਜੀਵ ਕੇਵਲ ਸ਼ਬਦ ਦੇ ਰਾਗ ਦੀ ਗੂੰਜ ਵਿੱਚ ਹੀ ਮਸਤ ਰਹਿੰਦਾ ਹੈ, ਬਾਕੀ ਰਾਗ, ਨਾਦ ਨੂੰ ਤਿਆਗ ਦੇਂਦਾ ਹੈ । ਉਸ ਨੂੰ ਸ਼ਬਦ ਦੇ ਰਾਗ ਦੀ ਗੂੰਜ ਹੀ ਦਿਨ ਰਾਤ ਸੁਣਦੀ ਹੈ, ਉਸ ਨਾਲ ਹੀ ਉਸ ਦਾ ਮਨ ਟਿਕ ਜਾਂਦਾ ਹੈ । ਉਹ ਆਪਣੇ ਆਪ ਦੀ ਸੋਝੀ ਪਾ ਲੈਂਦਾ ਹੈ । ਇਸ ਨਾਲ ਉਸ ਦੀ ਆਤਮਾ ਅਕਾਰ ਰਹਿਤ ਪ੍ਰਭ ਵਿੱਚ ਹੀ ਲੀਨ ਹੋਈ ਰਹਿੰਦੀ ਹੈ ।

His true devotee only remains intoxicated in everlasting echo of His Word, he abandons all others music tones from his mind. The everlasting echo of His Word may resonate within his mind day and night nonstop and he becomes steady and stable on meditation in the void of His Word. He may be enlightened with the true purpose of his human life journey. His soul may be absorbed in the shapeless, formless True Master of the universe.

ਇਹੁ ਮਨੁ ਨਿਰਮਲੁ ਦਰਿ ਘਰਿ ਸੋਈ॥	ih man nirmal dar ghar so-ee.
ਗੁਰਮੁਖਿ ਭਗਤਿ ਭਾਉ ਧੁਨਿ ਹੋਈ॥	gurmukh bhagat bhaa-o Dhun ho-ee.
ਅਹਿਨਿਸਿ ਹਰਿ ਜਸੁ ਗੁਰ ਪਰਸਾਦਿ॥	ahinis har jas gur parsaad.
ਘਟਿ ਘਟਿ ਸੋ ਪ੍ਰਭੁ ਆਦਿ ਜੁਗਾਦਿ॥੮॥	ghat ghat so parabh aad jugaad. ||8||

ਉਸ ਦਾ ਮਨ ਪਵਿਤ੍ਰ ਹੋਇਆ ਰਹਿੰਦਾ ਹੈ । ਆਪਣਾ ਪਿਆਰ ਸੰਸਾਰ ਵਿੱਚ, ਦਰਬਾਰ ਵਿੱਚ ਵੀ ਸ਼ਬਦ ਦੀ ਪਾਲਣਾ ਕਰਨ ਵਿੱਚ ਸਮਝਦਾ ਹੈ । ਉਹ ਦਿਨ ਰਾਤ ਉਸ ਦੀ ਉਸਤਤ ਹੀ ਗਾਉਂਦਾ ਰਹਿੰਦਾ ਹੈ । ਪ੍ਰਭ ਜੁਗੋ ਜੁਗ ਜੀਵ ਦੇ ਹਿਰਦੇ ਵਿੱਚ ਹੀ ਵਸਦਾ ਰਹਿੰਦਾ ਹੈ ।

His mind remains sanctified all time, he thinks his devotion is to adopt the teachings of His Word with steady and stable belief in day to day life is the sign of His acceptance; he sings the glory of His virtues. The True Master from Ages dwells in the body of each and every creature.

ਰਾਮ ਰਸਾਇਣਿ ਇਹੁ ਮਨੁ ਮਾਤਾ॥	raam rasaa-in ih man maataa.
ਸਰਬ ਰਸਾਇਣੁ ਗੁਰਮੁਖਿ ਜਾਤਾ॥	sarab rasaa-in gurmukh jaataa.
ਭਗਤਿ ਹੇਤੁ ਗੁਰ ਚਰਣ ਨਿਵਾਸਾ॥	bhagat hayt gur charan nivaasaa.
ਨਾਨਕ ਹਰਿ ਜਨ ਕੇ ਦਾਸਨਿ ਦਾਸਾ॥ ੯॥੮॥	naanak har jan kay daasan daasaa. ||9||8||

ਗੁਰਮਖ ਦਾ ਮਨ ਸ਼ਬਦ ਦੀ ਬੰਦਗੀ ਦੇ ਨਸ਼ੇ ਵਿੱਚ ਹੀ ਮਸਤ ਰਹਿੰਦਾ ਹੈ । ਉਸ ਨੂੰ ਸਭ ਵਿੱਚ ਵਾਪਰਨ ਵਾਲੇ ਪ੍ਰਭ ਦੀ ਹੋਂਦ ਮਹਿਸੂਸ ਹੋ ਜਾਂਦੀ ਹੈ । ਉਹ ਹਰ ਵੇਲੇ ਪ੍ਰਭ ਨੂੰ ਹਾਜ਼ਰ ਹਜ਼ੂਰ ਮੰਨਦਾ ਹੈ । ਉਸ ਦੇ ਚਰਨਾਂ ਵਿੱਚ ਆਸਣ ਲਾ ਕੇ ਸ਼ਬਦ ਦਾ ਸਿਮਰਨ ਕਰਦਾ ਹੈ । ਜਿਸ ਨੂੰ ਇਹ ਅਵਸਥਾ ਬਖਸ਼ਿਸ਼ ਹੋ ਜਾਂਦੀ ਹੈ, ਉਹ ਪੂਜਣ ਯੋਗ ਹੋ ਜਾਂਦਾ ਹੈ ।

His true devotee remains intoxicated in the meditation on the teachings of His Word. He may realize the existence of The True Master, the Holy soul, who dwells within each and every creature. He meditates in His sanctuary and his soul may become worthy of His consideration.

242.ਆਸਾ ਮਹਲਾ ੧॥ 416 -1

ਤਨੁ ਬਿਨਸੈ ਧਨੁ ਕਾ ਕੋ ਕਹੀਐ॥	tan binsai Dhan kaa ko kahee-ai.
ਬਿਨੁ ਗੁਰ ਰਾਮ ਨਾਮੁ ਕਤ ਲਹੀਐ॥	bin gur raam naam kat lahee-ai.
ਰਾਮ ਨਾਮ ਧਨੁ ਸੰਗਿ ਸਖਾਈ॥	raam naam Dhan sang sakhaa-ee.
ਅਹਿਨਿਸਿ ਨਿਰਮਲੁ ਹਰਿ ਲਿਵ ਲਾਈ॥੧॥	ahinis nirmal har liv laa-ee. ||1||

ਜਦੋਂ ਜੀਵ ਦੀ ਮੌਤ ਹੋ ਜਾਂਦੀ ਹੈ, ਉਸ ਵੇਲੇ ਸੰਸਾਰਕ ਧਨ ਦਾ ਕੀ ਲਾਭ ਹੁੰਦਾ ਹੈ? ਪ੍ਰਭ ਦੀ ਰਹਿਮਤ ਤੋ ਬਿਨਾਂ ਕਿਵੇਂ ਸ਼ਬਦ ਨਾਲ ਜੀਵਨ ਢਾਲਿਆ ਜਾ ਸਕਦਾ ਹੈ? ਜੀਵ ਦਿਨ ਰਾਤ ਆਪਣੇ ਮਨ ਨੂੰ ਭਰੋਸੇ ਨਾਲ ਬੰਦਗੀ ਵਿੱਚ ਰਖੋ, ਕੇਵਲ ਸ਼ਬਦ ਦੀ ਕਮਾਈ ਹੀ ਮੌਤ ਤੋ ਪਿਛੋਂ ਆਤਮਾ ਦੇ ਸਾਥੀ ਜਾਂਦੀ ਹੈ ।

After death, what could be the benefit of worldly wealth for his soul? Without His mercy and grace, how may the soul adopt the teachings of His Word with steady and stable belief in his day to day life? You should meditate day and night with steady and stable belief on the teachings of His Word. Only the earnings of His Word may support the soul after death in His court.

ਰਾਮ ਨਾਮ ਬਿਨੁ ਕਵਨੁ ਹਮਾਰਾ॥	raam naam bin kavan hamaaraa.
ਸੁਖ ਦੁਖ ਸਮ ਕਰਿ ਨਾਮੁ ਨ ਛੋਡਉ,	sukh dukh sam kar naam na chhoda-
ਆਪੇ ਬਖਸਿ ਮਿਲਾਵਣਹਾਰਾ॥੧॥	o aapay bakhas milaavanhaaraa.
ਰਹਾਉ॥	||1|| rahaa-o.

ਜਿਹੜੇ ਜੀਵ ਦੁਖ ਸੁਖ ਨੂੰ ਇੱਕ ਸਮਾਨ, ਪ੍ਰਭ ਦੀ ਬਖਸ਼ਿਸ਼ ਸਮਝਕੇ ਅਨੰਦ ਵਿੱਚ ਰਹਿੰਦੇ, ਆਪਣਾ ਭਰੋਸਾ ਅਡੋਲ ਰਖਦੇ ਹਨ । ਪ੍ਰਭ ਰਹਿਮਤ ਬਖਸ਼ਕੇ ਆਪਣੇ ਵਿੱਚ ਅਲੋਪ ਕਰ ਲੈਂਦਾ ਹੈ, ਕੇਵਲ ਪ੍ਰਭ ਹੀ ਇੱਕੋ ਇੱਕ ਅਸਲੀ ਮਾਲਕ ਹੈ ।

Whosoever may remain steady and stable on the teachings of His Word and considers all miseries and pleasures of life as His blessings, he may remain contented in his life. The Merciful True Master may absorb His soul in the Holy Spirit. God is The One and Only One True Master of the universe.

ਕਨਿਕ ਕਾਮਨੀ ਹੇਤੁ ਗਵਾਰਾ॥	kanik kaamnee hayt gavaaraa.
ਦੁਬਿਧਾ ਲਾਗੇ ਨਾਮੁ ਵਿਸਾਰਾ॥	dubiDhaa laagay naam visaaraa.
ਜਿਸੁ ਤੂੰ ਬਖਸਹਿ ਨਾਮੁ ਜਪਾਇ॥	jis tooN bakhsahi naam japaa-ay.
ਦੂਤੁ ਨ ਲਾਗਿ ਸਕੈ ਗੁਨ ਗਾਇ॥੨॥	doot na laag sakai gun gaa-ay. ||2||

ਅਣਜਾਣ, ਸੰਸਾਰਕ ਧਨ ਅਤੇ ਔਰਤ ਨਾਲ ਕਾਮਵਾਸਨਾ ਵਿੱਚ ਜੀਵਨ ਬਤੀਤ ਕਰ ਜਾਂਦਾ ਹੈ । ਧਰਮਾਂ ਦੇ ਪਾਏ ਭਰਮਾਂ ਵਿੱਚ ਫਸ ਕੇ ਪ੍ਰਭ ਨੂੰ ਮਨ ਵਿਚੋਂ ਵਿਸਾਰ ਲੈਂਦਾ ਹੈ । ਜਿਸ ਤੇ ਰਹਿਮਤ ਬਖਸ਼ਕੇ ਸ਼ਬਦ ਦੇ ਲੜ ਲਾਉਂਦਾ ਹੈ, ਕੇਵਲ ਉਹ ਹੀ ਸਿਮਰਨ ਕਰਦਾ ਹੈ । ਜਿਹੜਾ ਸ਼ਬਦ ਦਾ ਸਿਮਰਨ ਕਰਦਾ ਹੈ, ਉਸ ਦੇ ਨੇੜੇ ਜਮਦੂਤ ਨਹੀਂ ਜਾ ਸਕਦਾ ।

Ignorant remains intoxicated in his sexual desire and worldly wealth in his day to day life. He remains a slave of religious rituals, suspicions and abandons the teachings of His Word from his mind. Whosoever may be attached to a devotional meditation, only he may meditate wholeheartedly on the teachings of Your Word. Whosoever may meditate and adopt the teachings of Your Word with steady and stable belief in day to day life, he may become beyond the reach of devil of death.

ਹਰਿ ਗੁਰੁ ਦਾਤਾ ਰਾਮ ਗੁਪਾਲਾ॥	har gur daataa raam gupaalaa.
ਜਿਉ ਭਾਵੈ ਤਿਉ ਰਾਖੁ ਦਇਆਲਾ॥	ji-o bhaavai ti-o raakh da-i-aalaa.
ਗੁਰਮੁਖਿ ਰਾਮੁ ਮੇਰੈ ਮਨਿ ਭਾਇਆ॥	gurmukh raam mayrai man bhaa-i-aa.
ਰੋਗ ਮਿਟੇ ਦੁਖੁ ਠਾਕਿ ਰਹਾਇਆ॥੩॥	rog mitay dukh thaak rahaa-i-aa. ||3||

ਪ੍ਰਭ ਤੂੰ ਹੀ ਅਸਲੀ ਦਾਤਾਂ ਦਾ ਮਾਲਕ, ਦਾਤਾਂ ਦੇਣ ਵਾਲਾ, ਪਾਲਣਾ, ਰਖਿਆ ਕਰਨ ਵਾਲਾ ਹੈ । ਰਹਿਮਤ ਬਖਸ਼ਕੇ ਆਪਣੀ ਰਜ਼ਾ ਵਿੱਚ ਰਖੋ । ਗੁਰਮਖ ਦਾ ਮਨ ਪ੍ਰਭ ਨੂੰ ਭਾਉਂਦਾ ਹੈ, ਆਪ ਹੀ ਰਹਿਮਤ ਬਖਸ਼ਕੇ ਸੰਸਾਰਕ ਬੰਧਨ ਤੋੜ ਦੇਂਦਾ, ਦੁਖ ਖਤਮ ਕਰ ਦੇਂਦਾ ਹੈ ।

You are, The True Owner of all virtues, only You may bless any creature, nourish and protect Your creation. With Your mercy and grace keep me steady and stable on the right path of acceptance in Your court. The way of life of His true devotee appeases The True Master. With His mercy and grace, He may eliminate all his worldly bonds along with the misery of the cycle of birth and death forever

ਅਵਰੁ ਨ ਅਉਖਧੁ ਤੰਤ ਨ ਮੰਤਾ॥	avar na a-ukhaDh tant na manntaa.
ਹਰਿ ਹਰਿ ਸਿਮਰਣੁ ਕਿਲਵਿਖ ਹੰਤਾ॥	har har simran kilvikh hantaa.
ਤੂੰ ਆਪਿ ਭੁਲਾਵਹਿ ਨਾਮੁ ਵਿਸਾਰਿ॥	tooN aap bhulaaveh naam visaar.
ਤੂੰ ਆਪੇ ਰਾਖਹਿ ਕਿਰਪਾ ਧਾਰਿ॥੪॥	tooN aapay raakhahi kirpaa Dhaar. ||4||

ਪ੍ਰਭ ਦੇ ਸ਼ਬਦ ਦੀ ਬੰਦਗੀ ਕਰਨ ਨਾਲ ਹੀ ਜੀਵ ਦੇ ਪਾਪ ਬਖਸ਼ੇ ਜਾਂਦੇ ਹਨ । ਹੋਰ ਕੋਈ ਦਵਾਈ ਜਾ ਕੋਈ ਮੰਤ੍ਰ ਨਹੀਂ ਜਿਸ ਨਾਲ ਪਾਪ ਬਖਸ਼ੇ ਜਾ ਸਕਦੇ ਹਨ । ਆਪ ਹੀ ਭਰਮਾਂ ਵਿੱਚ ਪਾ ਕੇ, ਸ਼ਬਦ ਦੀ ਪਾਲਣਾ ਤੋਂ ਦੂਰ ਕਰਦਾ ਹੈ ਭਰੋਸੇ ਤੋਂ ਡੋਲ ਦੇਂਦਾ ਹੈ । ਆਪ ਹੀ ਰਹਿਮਤ ਬਖਸ਼ਕੇ ਸ਼ਬਦ ਦੀ ਪਾਲਣਾ ਦੇ ਲੜ ਲਾਉਂਦਾ, ਪ੍ਰਵਾਨ ਕਰਦਾ ਹੈ ।

Only by adopting the teachings of His Word with steady and stable belief in day to day life, the sinful deeds of his souls may be forgiven by The True Master. No other technique of meditation, mantra may help to eliminate the effect of sins of his previous life. The True Master with His command keeps the worldly creature into religious suspicions and away from adopting the teachings of His Word in his day to day life. With His mercy and grace, He may guide and inspire His true devotee to adopt the teachings of His Word with steady and stable belief in day to day life and he may be accepted in His court.

ਰੋਗੁ ਭਰਮੁ ਭੇਦੁ ਮਨਿ ਦੂਜਾ॥	rog bharam bhayd man doojaa.
ਗੁਰ ਬਿਨੁ ਭਰਮਿ ਜਪਹਿ ਜਪੁ ਦੂਜਾ॥	gur bin bharam jaapeh jap doojaa.
ਆਦਿ ਪੁਰਖ ਗੁਰ ਦਰਸ ਨ ਦੇਖਹਿ॥	aad purakh gur daras na daykheh.
ਵਿਣੁ ਗੁਰ ਸਬਦੈ ਜਨਮੁ ਕਿ ਲੇਖਹਿ॥੫॥	vin gur sabdai janam ke laykheh. ||5||

ਪ੍ਰਭ ਦੀ ਰਹਿਮਤ ਤੋਂ ਬਿਨਾਂ ਜੀਵ ਨੂੰ ਭਰਮਾਂ, ਰੀਤੀ ਰੀਵਾਜ ਦਾ ਰੋਗ ਲੱਗਾ ਰਹਿੰਦਾ ਹੈ, ਉਹ ਹੋਰ ਰਸਤੇ ਖੋਜਦਾ ਰਹਿੰਦਾ ਹੈ । ਜਿਤਨਾ ਚਿਰ ਪ੍ਰਭ ਰਹਿਮਤ ਦੀ ਨਜ਼ਰ ਨਹੀਂ ਬਖਸ਼ਦਾ । ਉਸ ਦੇ ਸ਼ਬਦ ਦੀ ਬੰਦਗੀ ਤੋਂ ਬਿਨਾਂ ਮਾਨਸ ਜੀਵਨ ਬਿਰਥਾ ਹੀ ਹੈ, ਕੋਈ ਲਾਭ ਨਹੀਂ ।

Without His mercy and grace, human remains entangled in worldly suspicions, religious rituals and keeps searching different ways in his life to be accepted in His court. Without His mercy and grace and without meditation with steady and stable belief he may waste his human life journey.

ਦੇਖਿ ਅਚਰਜੁ ਰਹੇ ਬਿਸਮਾਦਿ॥ daykh achraj rahay bismaad.
ਘਟਿ ਘਟਿ ਸੁਰ ਨਰ ਸਹਜ ਸਮਾਧਿ॥ ghat ghat sur nar sahj samaaDh.
ਭਰਿਪੁਰਿ ਧਾਰਿ ਰਹੇ ਮਨ ਮਾਹੀ॥ bharipur Dhaar rahay man maahee.
ਤੁਮ ਸਮਸਰਿ ਅਵਰੁ ਕੋ ਨਾਹੀ॥੬॥ tum samsar avar ko naahee. ||6||

ਹਰਇੱਕ ਜੀਵ ਦੇ ਹਿਰਦੇ ਵਿੱਚ ਪ੍ਰਭ ਦੀ ਜੋਤ, ਸਮਾਧੀ ਹੈ । ਉਸ ਨੂੰ ਮਹਿਸੂਸ ਕਰਕੇ ਮਨ ਅਚੰਭਾ, ਹੈਰਾਨ ਹੀ ਰਹਿੰਦਾ ਹੈ । ਜਿਸ ਨੂੰ ਮਨ ਵਿੱਚ ਉਸ ਦੀ ਜੋਤ ਦੀ ਪਛਾਣ ਆ ਜਾਂਦੀ ਹੈ । ਉਸ ਨੂੰ ਸੋਝੀ ਹੋ ਜਾਂਦੀ ਹੈ, ਪ੍ਰਭ ਦੇ ਬਰਾਬਰ ਦਾ ਜਾ ਵੱਡਾ ਹੋਰ ਕੋਈ ਨਹੀਂ ਹੈ ।

In the body and mind of each and every creature, The Holy Spirit remains embedded in the void of His Word. Whosoever may realize the existence of the Holy Spirit within, he remains fascinated and astonished from the nature of the Holy Spirit. Whosoever may recognize the Holy spirit within; he may realize that The True Master is Omnipotent, Omniscient and omnipresent; no one is equal or greater than Him.

ਜਾ ਕੀ ਭਗਤਿ ਹੇਤੁ ਮੁਖਿ ਨਾਮੁ॥ jaa kee bhagat hayt mukh naam.
ਸੰਤ ਭਗਤ ਕੀ ਸੰਗਤਿ ਰਾਮੁ॥ sant bhagat kee sangat raam.
ਬੰਧਨ ਤੋਰੇ ਸਹਜਿ ਧਿਆਨੁ॥ banDhan toray sahj Dhi-aan.
ਛੂਟੈ ਗੁਰਮੁਖਿ ਹਰਿ ਗੁਰ ਗਿਆਨੁ॥੭॥ chhootai gurmukh har gur gi-aan. ||7||

ਪ੍ਰਭ ਬੰਦਗੀ ਕਰਨ ਵਾਲੀਆਂ ਦੀ ਸੰਗਤ ਵਿੱਚ ਰਹਿੰਦਾ ਹੈ । ਉਹ ਭਰੋਸੇ ਨਾਲ ਸ਼ਬਦ ਦੀ ਬੰਦਗੀ, ਸਿਮਰਨ, ਵਿਚਾਰ ਕਰਦੇ ਹਨ । ਜਿਹੜਾ ਭਰੋਸਾ ਅਡੋਲ ਕਰਕੇ ਸਿਮਰਨ ਕਰਦਾ ਹੈ, ਉਸ ਨੂੰ ਬਖਸ਼ ਦੇਂਦਾ, ਸੰਸਾਰਕ ਬੰਧਨ ਤੋੜ ਦੇਂਦਾ ਹੈ । ਗੁਰਮਖ ਸ਼ਬਦ ਦੀ ਪਾਲਣਾ ਕਰਦਾ, ਸੋਝੀ ਪਾ ਲੈਂਦਾ, ਪ੍ਰਵਾਨ ਹੋ ਜਾਂਦਾ ਹੈ ।

The True Master remains awake in the association of His true devotee. His true devotee meditates and sings the glory of His Word with steady and stable belief and may enter into the void of His Word. With His mercy and grace all his worldly bonds may be eliminated. His true devotee may adopt the teachings of His Word with steady and stable belief, he may be enlightened and accepted in His court.

ਨਾ ਜਮਦੂਤ ਦੂਖੁ ਤਿਸੁ ਲਾਗੈ॥ naa jamdoot dookh tis laagai.
ਜੋ ਜਨੁ ਰਾਮ ਨਾਮਿ ਲਿਵ ਜਾਗੈ॥ jo jan raam naam liv jaagai.
ਭਗਤਿ ਵਛਲੁ ਭਗਤਾ ਹਰਿ ਸੰਗਿ॥ bhagat vachhal bhagtaa har sang.
ਨਾਨਕ ਮੁਕਤਿ ਭਏ ਹਰਿ ਰੰਗਿ॥੮॥੯॥ naanak mukat bha-ay har rang. ||8||9

ਜਿਹੜਾ ਬੰਦਗੀ ਵਿੱਚ ਮਸਤ ਰਹਿੰਦਾ ਹੈ, ਉਸ ਨੂੰ ਮੌਤ ਦੇ ਫਰਿਸ਼ਤੇ ਦੀ ਮਾਰ ਨਹੀਂ ਪੈਂਦੀ । ਪ੍ਰਭ ਆਪਣੇ ਸੇਵਕ ਦਾ ਆਸ਼ਕ ਬਣ ਜਾਂਦਾ ਹੈ, ਉਸ ਦਾ ਸਦਾ ਹੀ ਸਹਾਈ ਰਹਿੰਦਾ ਹੈ । ਉਹ ਸ਼ਬਦ ਦੀ ਪਾਲਣਾ ਕਰਦਾ ਪ੍ਰਵਾਨ ਹੋ ਜਾਂਦਾ ਹੈ ।

Whosoever may remain intoxicated in meditation in the void of His Word, his soul may become beyond the reach of devil of death. The True Master becomes lover of his soul and support as a true companion. By obeying and adopting the teachings of His Word with steady and stable belief, he may be accepted in His court.

243.ਆਸਾ ਮਹਲਾ ੧ ਇਕਤੁਕੀ 416-13

ਗੁਰ ਸੇਵੇ ਸੋ ਠਾਕੁਰ ਜਾਨੈ॥ gur sayvay so thaakur jaanai.
ਦੂਖੁ ਮਿਟੈ ਸਚੁ ਸਬਦਿ ਪਛਾਨੈ॥੧॥ dookh mitai sach sabad pachhaanai. ||1||

ਜਿਹੜਾ ਸ਼ਬਦ ਦੀ ਪਾਲਣਾ ਕਰਦਾ ਹੈ, ਉਹ ਮਾਲਕ ਨੂੰ ਜਾਣ ਜਾਂਦਾ ਹੈ । ਉਹ ਸ਼ਬਦ ਦੀ ਬੰਦਗੀ ਕਰਕੇ ਆਪਣੇ ਸੰਸਾਰਕ ਇੱਛਾਂ ਦੇ ਦੁਖ ਖਤਮ ਕਰ ਲੈਂਦਾ ਹੈ ।

Whosoever may adopt the teachings of His Word wholeheartedly with steady and stable belief, he may realize the existence of The True Master. By adopting the teachings of His Word, he may eliminate his miseries of worldly desires.

ਰਾਮੁ ਜਪਹੁ ਮੇਰੀ ਸਖੀ ਸਖੈਨੀ॥ raam japahu mayree sakhee sakhainee.
ਸਤਿਗੁਰੁ ਸੇਵਿ ਦੇਖਹੁ ਪ੍ਰਭੁ ਨੈਨੀ॥੧॥ ਰਹਾਉ॥ satgur sayv daykhhu parabh nainee. ||1|| rahaa-o.

ਪ੍ਰਭ ਦੇ ਸ਼ਬਦ ਦਾ ਸਿਮਰਨ ਕਰੋ! ਸ਼ਬਦ ਦੀ ਪਾਲਣਾ ਕਰਨ ਨਾਲ ਪ੍ਰਭ ਦੀ ਹੋਂਦ ਅਨੁਭਵ ਹੋ ਜਾਂਦੀ ਹੈ । ਜੀਵ ਆਪਣੀਆਂ ਮਨ ਦੀਆਂ ਅੱਖਾਂ ਨਾਲ ਪ੍ਰਭ ਦੇ ਦਰਸ਼ਨ ਕਰ ਲੈਂਦਾ ਹੈ ।

You should wholeheartedly meditate on the teachings of His Word. By obeying and adopting the teachings of His Word, you may realize and visualize His existence, the essence of His nature with the eyes of your mind.

ਬੰਧਨ ਮਾਤ ਪਿਤਾ ਸੰਸਾਰਿ॥ banDhan maat pitaa sansaar.
ਬੰਧਨ ਸੁਤ ਕੰਨਿਆ ਅਰੁ ਨਾਰਿ॥੨॥ banDhan sut kanniaa ar naar. ||2|

ਜੀਵ ਸੰਸਾਰ ਵਿੱਚ ਮਾਤਾ, ਪਿਤਾ, ਬੱਚੇ ਅਤੇ ਪਤਨੀ ਦੇ ਮੋਹ ਵਿੱਚ ਫਸਿਆ ਹੈ ।

Human remains entangled in the love and attachment of his worldly families, his mother, father, children and his spouse.

ਬੰਧਨ ਕਰਮ ਧਰਮ ਹਉ ਕੀਆ॥ banDhan karam Dharam ha-o kee-aa.
ਬੰਧਨ ਪੁਤੁ ਕਲਤੁ ਮਨਿ ਬੀਆ॥੩॥ banDhan put kalat man bee-aa. ||3|

ਧਰਮ ਦੇ ਭਰੋਸੇ, ਰੀਤੀ ਰੀਵਾਜ ਅਤੇ ਹੈਸੀਅਤ ਵਿੱਚ, ਉਸ ਦੇ ਮਨ ਤੇ ਬੱਚੇ ਅਤੇ ਪਤਨੀ ਦੀ ਹਿਫਾਜ਼ਤ ਦਾ ਫਿਕਰ ਰਹਿੰਦਾ ਹੈ ।

By the religious suspicions, rituals and ego of his worldly status, he remains worried about the protection of his spouse and children.

ਬੰਧਨ ਕਿਰਖੀ ਕਰਹਿ ਕਿਰਸਾਨੁ॥ banDhan kirkhee karahi kirsaan.
ਹਉਮੈ ਡੰਨੁ ਸਹੈ ਰਾਜਾ ਮੰਗੈ ਦਾਨ॥੪ ha-umai dann sahai raajaa mangai daan.4

ਕਿਰਸਾਨ ਪੇਟ ਭਰਨ ਲਈ ਖੇਤੀ ਵਿੱਚ ਉਲਝਿਆ ਰਹਿੰਦਾ ਹੈ । ਸੰਸਾਰਕ ਜੀਵ ਆਪਣੇ ਅਹੰਕਾਰ ਵਿੱਚ ਕੀਤੇ ਕੰਮਾ ਕਰਕੇ ਮੁਸੀਬਤ ਵਿੱਚ ਫਸੇ ਰਹਿੰਦੇ ਹਨ । ਰਾਜੇ ਆਪਣੇ ਲੋਭ ਵਿੱਚ ਧਨ ਇਕੱਠਾ ਕਰਦੇ ਹਨ ।

The farmer remains entangled in day to day life to satisfy the hunger of his stomach and his family. The worldly humans remain in the ego of his worldly status and endures the suffering in his day to day life. The worldly kings in his greed remains collecting wealth and possessions.

ਬੰਧਨ ਸਉਦਾ ਅਣਵੀਚਾਰੀ॥ banDhan sa-udaa anveechaaree.
ਤਿਪਤਿ ਨਾਹੀ ਮਾਇਆ ਮੋਹ ਪਸਾਰੀ॥੫॥ tipat naahee maa-i-aa moh pasaaree.5

ਸਾਰਾ ਸੰਸਾਰ ਹੀ ਧਨ ਇਕੱਠਾ ਕਰਨ ਦੇ ਸਾਧਨਾਂ ਵਿੱਚ ਲੱਗਾ ਹੈ । ਜਿਤਨਾ ਵੀ ਇਕੱਠਾ ਕਰ ਲੈਣ, ਮਨ ਨੂੰ ਸੰਤੋਖ ਨਹੀਂ ਹੁੰਦਾ । ਉਸ ਨੂੰ ਵਧਾਉਣ ਵਿੱਚ ਹੀ ਲੱਗੇ ਰਹਿੰਦੇ ਹਨ ।

The whole universe remains entangled in techniques to collect worldly wealth. No matter how much worldly wealth, possessions, he may collect, he may never be contented. He always remains anxious to increase his possessions in the universe.

ਬੰਧਨ ਸਾਹ ਸੰਚਹਿ ਧਨੁ ਜਾਇ॥ banDhan saah saNcheh Dhan jaa-ay.
ਬਿਨੁ ਹਰਿ ਭਗਤਿ ਨ ਪਵਈ ਥਾਇ॥੬॥ bin har bhagat na pav-ee thaa-ay. ||6||

ਸਾਰੇ ਜੀਵ ਹੀ ਧਨ ਦੇ ਚੱਕਰ ਵਿੱਚ ਫਸੇ ਹਨ । ਉਹ ਭੁਲ ਜਾਂਦੇ ਹਨ, ਕਿ ਸ਼ਬਦ ਦੀ ਬੰਦਗੀ ਤੋ ਬਿਨਾਂ ਸੰਤੋਖ ਬਖਸ਼ਿਸ਼ ਨਹੀਂ ਹੁੰਦਾ, ਜੀਵ ਕਿਸੇ ਥਾਂ ਤੇ ਨਹੀਂ ਪਾਹੁੰਚ ਸਕਦਾ ।

The whole world remains in the trap of collecting worldly wealth. He forgets, without adopting the teachings of His Word with steady and stable belief, he may never be blessed with contentment in his worldly life. He may not accomplish anything for the purpose of his human life journey.

ਬੰਧਨ ਬੇਦੁ ਬਾਦੁ ਅਹੰਕਾਰ॥ banDhan bayd baad ahaNkaar.
ਬੰਧਨਿ ਬਿਨਸੈ ਮੋਹ ਵਿਕਾਰ॥੭॥ banDhan binsai moh vikaar. ||7|

ਜੀਵ ਧਾਰਮਕਾ ਲਿਖਤਾਂ, ਧਰਮ ਦੇ ਰੀਤੀ ਰੀਵਾਜਾਂ, ਹੈਸੀਅਤ ਦੇ ਅਹੰਕਾਰ ਵਿੱਚ ਹੀ ਰਹਿੰਦੇ ਹਨ । ਸੰਸਾਰ ਵਿੱਚ ਨਾਸ਼ ਹੋ ਜਾਣ ਵਾਲੀ ਮਾਲਕੀਅਤ ਦੇ ਲਾਲਚ ਵਿੱਚ ਹੀ ਲੱਗੇ ਰਹਿੰਦੇ ਹਨ ।

Human remains entangled in the worldly Holy Scriptures, religious rituals and in the ego of his worldly status. He always remains greedy in collecting perishable worldly possessions.

ਨਾਨਕ ਰਾਮ ਨਾਮ ਸਰਣਾਈ॥ naanak raam naam sarnaa-ee.
ਸਤਿਗੁਰਿ ਰਾਖੇ ਬੰਧੁ ਨ ਪਾਈ॥੮॥੧੦॥ satgur raakhay banDh na paa-ee. |8||10

ਜਿਹੜੇ ਜੀਵ ਤੇ ਪ੍ਰਭ ਆਪ ਰਹਿਮਤ ਬਖਸ਼ਦਾ ਹੈ, ਉਹ ਸ਼ਬਦ ਦੇ ਲੜ ਲੱਗ ਜਾਂਦਾ ਹੈ । ਉਸ ਨੂੰ ਸੰਸਾਰਕ ਬੰਧਨਾ ਦੀ ਭਟਕਣ ਨਹੀਂ ਰਹਿੰਦੀ । ਉਹ ਪੂਜਣ ਯੋਗ ਬਣ ਜਾਂਦਾ ਹੈ ।

Whosoever may be blessed with His mercy and grace, he may meditate and stay focused on the teachings of His Word in his day to day life. He does not remain in frustration of worldly attachments; he may become worthy of worship in the universe.

244.ਰਾਗੁ ਆਸਾ ਮਹਲਾ ੧ ਅਸਟਪਦੀਆ ਘਰੁ ੩॥ 417-1

ੴ ਸਤਿਗੁਰ ਪ੍ਰਸਾਦਿ॥ ik-oNkaar satgur parsaad.
ਜਿਨ ਸਿਰਿ ਸੋਹਨਿ ਪਟੀਆ, jin sir sohan patee-aa
ਮਾਂਗੀ ਪਾਇ ਸੰਧੂਰੁ॥ maaNgee paa-ay sanDhoor.
ਸੇ ਸਿਰ ਕਾਤੀ ਮੁੰਨੀਅਨਿ੍, say sir kaatee munnee-aniH
ਗਲ ਵਿਚਿ ਆਵੈ ਧੂੜਿ॥ gal vich aavai Dhoorh.
ਮਹਲਾ ਅੰਦਰਿ ਹੋਦੀਆ, mehlaa andar hodee-aa
ਹੁਣਿ ਬਹਣਿ ਨ ਮਿਲਨਿ੍ ਹਦੂਰਿ॥੧॥ hun bahan na milniH hadoor. ||1||

ਪ੍ਰਭ ਇਹ ਤੇਰੀ ਕੁਦਰਤ ਹੈ! ਇੱਕ ਪਲ ਜਿਹਨਾਂ ਸੋਹਣੀਆਂ ਔਰਤਾਂ ਦੇ ਵਾਲਾਂ ਵਿੱਚ ਸੁਹਾਗ ਦਾ ਸੰਧੂਰ ਸੀ, ਕੀਮਤੀ ਦਸ਼ਾਲੇ, ਸਵਾਦਲੇ ਭੋਜਨ ਦੇਂਦਾ ਹੈ । ਦੂਸਰੇ ਪਲ ਉਹਨਾਂ ਦੇ ਵਾਲ ਮੂੰਨਕੇ, ਗਲ ਫੰਧਾ ਪਾ ਕੇ, ਮੂੰਹ ਵਿੱਚ ਮਿੱਟੀ ਪਾ ਦੇਂਦਾ ਹੈ । ਜਿਹੜੇ ਇੱਕ ਪਲ ਮਹਿਲਾ ਵਿੱਚ ਰਹਿੰਦੇ, ਦੂਸਰੇ ਪਲ ਉਹਨਾਂ ਨੂੰ ਘਰ ਤੋ ਬੇਘਰ ਕਰ ਦੇਂਦਾ ਹੈ, ਕੋਈ ਥਾਂ ਨਹੀਂ ਮਿਲਦਾ ।

My True Master, your nature is very fascinating, beyond any comprehension of Your creation! Those beautiful women, who were having the vermillion of husband on her beautiful hairs, enjoy the comfort of beautiful, glamorous clothes and enjoys the comfort of delicate foods, in the other moment their hairs are shaved, are hanged, executed and dirt in their mouth. Whosoever were dwelling in glamorous castles with all comforts of worldly life, in the other moment they are made homeless and no place to stay.

ਆਦੇਸੁ ਬਾਬਾ ਆਦੇਸੁ॥	aadays baabaa aadays.
ਆਦਿ ਪੁਰਖ ਤੇਰਾ ਅੰਤੁ ਨ ਪਾਇਆ,	aad purakh tayraa ant na paa-i-aa
ਕਰਿ ਕਰਿ ਦੇਖਹਿ ਵੇਸ॥੧॥ ਰਹਾਉ॥	kar kar daykheh vays. ||1|| rahaa-o.

ਪ੍ਰਭ ਤੇਰੀ ਕਿਸੇ ਕਰਮਾਤ ਦਾ ਅੰਤ ਨਹੀਂ ਜਾਣਿਆ ਜਾ ਸਕਦਾ । ਤੈਨੂੰ ਅਸੀ ਕੇਵਲ ਵਾਹਾ ਵਾਹਾ, ਧੰਨ ਧੰਨ ਹੀ ਆਖ ਸਕਦੇ ਹਾ।

No one can comprehend and understand the limit of any of Your miracles, nature. We always pray and beg for Your mercy and grace, from the greatest of All, The True Master.

ਜਦਹੁ ਸੀਆ ਵੀਆਹੀਆ	jadahu see-aa vee-aahee-aa
ਲਾੜੇ ਸੋਹਨਿ ਪਾਸਿ॥	laarhay sohan paas.
ਹੀਡੋਲੀ ਚੜਿ ਆਈਆ	heedolee charh aa-ee-aa
ਦੰਦ ਖੰਡ ਕੀਤੇ ਰਾਸਿ॥	dand khand keetay raas.
ਉਪਰਹੁ ਪਾਣੀ ਵਾਰੀਐ	uprahu paanee vaaree-ai
ਝਲੇ ਝਿਮਕਨਿ ਪਾਸਿ॥੨॥	jhalay jhimkan paas. ||2||

ਜਦੋਂ ਔਰਤ ਦਾ ਵਿਆਹ ਹੁੰਦਾ ਹੈ, ਉਸ ਦਾ ਜੀਵਨ ਸਾਥੀ ਉਸ ਨਾਲ ਬਹੁਤ ਸੁਹਣਾ ਲੱਗਦਾ ਹੈ । ਉਹ ਗਹਿਣੇ ਨਾਲ ਸੱਜਕੇ ਪਤੀ ਦੇ ਘਰ ਆਉਂਦੀ ਹੈ । ਪਤੀ ਦੇ ਮਾਂ ਬਾਪ ਬਹੁਤ ਰੀਝਾ ਕਰਦੇ, ਉਸ ਦਾ ਬਹੁਤ ਸਵਾਗਤ ਕਰਦੇ, ਉਸ ਦਾ ਮੂੰਹ ਮਿੱਠਾ ਕਰਾਉਂਦੇ ਹਨ । ਉਪਰੋਂ ਪਾਣੀ ਵਾਰਦੇ, ਚਮਕਦਾਰ ਪੱਖੇ ਨਾਲ ਹਵਾ ਦੇ ਕੇ ਅਰਾਮ ਦੇਂਦੇ ਹਨ ।

When the girl is married, her life partner, husband looks very handsome with her. She dresses up with expensive jewelry and comes to the new house with her husband. The parents, mother and father of the boy performs all rituals of celebration and enjoyment. She is treated with most delicacies of the house, un-imaginable taste of food. Her mother-in-law tries her best to provide her the most respect and all comforts of life.

ਇਕੁ ਲਖੁ ਲਹਨਿ੍ ਬਹਿਠੀਆ,	ik lakh lehniH behthee-aa
ਲਖੁ ਲਹਨਿ੍ ਖੜੀਆ॥	lakh lehniH kharhee-aa.
ਗਰੀ ਛੁਹਾਰੇ ਖਾਂਦੀਆ	garee chhuhaaray khaaNdee-aa
ਮਾਣਨਿ੍ ਸੇਜੜੀਆ॥	maanniH sayjrhee-aa.
ਤਿਨ੍ ਗਲਿ ਸਿਲਕਾ ਪਾਈਆ,	tinH gal silkaa paa-ee-aa
ਤੁਟਨਿ੍ ਮੋਤਸਰੀਆ॥੩॥	tutniH motsaree-aa. ||3||

ਉਸ ਦੇ ਬਹਿਦਿਆ ਉਠਦਿਆ ਕਸ਼ਾਮਤਾਂ ਹੁੰਦੀਆਂ ਹਨ । ਉਸ ਨੂੰ ਚੰਗੇ ਗੀਰੀ ਸੁਹਰੇ, ਮਨ ਪਸੰਦ ਖਾਣਾ, ਸ਼ਾਨਦਾਰ ਸੇਜ ਅਰਾਮ ਕਰਨ ਲਈ ਦੇਂਦੇ ਹਨ । ਉਸ ਦੇ ਗਲ ਵਿੱਚ ਅਮੋਲਕ ਮੋਤੀਆਂ ਦੇ ਹਾਰ ਪਾਉਂਦੇ ਹਨ । ਜਦੋਂ ਹੱਸ ਦੀ ਹੈ, ਜਿਵੇਂ ਫੁੱਲ ਖੇੜਦੇ ਹਨ ।

She is provided with extraordinary comfort and honor in her new home. She is treated with very nutritious food, with comfortable bed to sit and lay down. She is honored with expensive garland, jewelry. When she talks and laughs, seems like blossom of flowers overflowing out her mouth.

ਧਨੁ ਜੋਬਨੁ ਦੁਇ ਵੈਰੀ ਹੋਏ,	Dhan joban du-ay vairee ho-ay
ਜਿਨ੍ਹੀ ਰਖੇ ਰੰਗੁ ਲਾਇ॥	jinHee rakhay rang laa-ay.
ਦੂਤਾ ਨੋ ਫੁਰਮਾਇਆ	dootaa no furmaa-i-aa
ਲੈ ਚਲੇ ਪਤਿ ਗਵਾਇ॥	lai chalay pat gavaa-ay.
ਜੇ ਤਿਸੁ ਭਾਵੈ ਦੇ ਵਡਿਆਈ,	jay tis bhaavai day vadi-aa-ee
ਜੇ ਭਾਵੈ ਦੇਇ ਸਜਾਇ॥੪॥	jay bhaavai day-ay sajaa-ay. ||4||

ਜਿਹੜੇ ਜੋਬਨ ਕਾਰਨ ਉਸ ਨੂੰ ਇਤਨਾ ਸਤਿਕਾਰ ਮਾਣ ਮਿਲਿਆ ਸੀ । ਉਹ ਜੋਬਨ ਹੀ ਉਸ ਦਾ ਵੈਰੀ ਬਣ ਜਾਂਦਾ ਹੈ, ਉਸ ਦੀ ਇੱਜ਼ਤ ਲੁੱਟਦੇ ਹਨ, ਗੁਲਾਮ ਬਣਾ ਲੈਂਦੇ ਹਨ । ਪ੍ਰਭ ਜੋ ਤੈਨੂੰ ਚੰਗਾ ਲੱਗਦਾ ਤੂੰ ਉਹ ਹੀ ਕਰਦਾ ਹੈ । ਤੇਰੀ ਰਹਿਮਤ ਨਾਲ ਮਾਣ ਬਖਸ਼ਿਸ਼ ਹੁੰਦਾ ਹੈ, ਕਰੋਪੀ ਨਾਲ ਸਜ਼ਾ ਭੁਗਤਣੀ ਪੈਂਦੀ ਹੈ । ਇਹ ਸਭ ਕੁਝ ਮਾਨਸ ਜੀਵ ਦੀ ਸੋਝੀ ਤੋਂ ਉਪਰ ਹੈ ।

With her beauty and elegance of her body, she was honored in the new house, now however, her beauty becomes a curse and her own enemy. Her honor may be robbed and she becomes a slave in the universe. Only Your command, Your Word may prevail, happen in the universe, in her life. With Your mercy and grace, she may be honored and without Your blessed vision, curse she has to endure misery in day to day life. Your nature remains beyond the comprehension of Your creation.

ਅਗੋ ਦੇ ਜੇ ਚੇਤੀਐ,	ago day jay chaytee-ai
ਤਾਂ ਕਾਇਤੁ ਮਿਲੈ ਸਜਾਇ॥	taaN kaa-it milai sajaa-ay.
ਸਾਹਾਂ ਸੁਰਤਿ ਗਵਾਈਆ,	saahaaN surat gavaa-ee-aa
ਰੰਗਿ ਤਮਾਸੈ ਚਾਇ॥	rang tamaasai chaa-ay.
ਬਾਬਰਵਾਣੀ ਫਿਰਿ ਗਈ,	baabarvaanee fir ga-ee
ਕੁਇਰੁ ਨ ਰੋਟੀ ਖਾਇ॥੫॥	ku-ir na rotee khaa-ay. ||5||

ਜਿਹੜੇ ਜੀਵ ਪਹਿਲੇ ਹੀ ਤੇਰੇ ਭਾਣੇ ਵਿੱਚ ਚਲਦੇ ਹਨ । ਉਹਨਾਂ ਨੂੰ ਸਜ਼ਾ ਕਿਉਂ ਮਿਲਦੀ ਹੈ? ਰਾਜ ਕਰਨ ਵਾਲੇ ਆਪਣਾ ਮਾਣ ਗਵਾ ਕੇ, ਮੌਜ ਮੇਲੇ ਤੇ ਚਲਦੇ ਹਨ । ਸੰਸਾਰ ਵਿੱਚ ਇਸ ਤਰ੍ਹਾਂ ਦਾ ਜ਼ੁਲਮ ਹੁੰਦਾ ਹੈ, ਜਿਹੜੇ ਚੰਗੇ ਕੰਮ ਕਰਨ ਵਾਲੇ ਰਾਜੇ ਹਨ । ਉਹਨਾਂ ਨੂੰ ਵੀ ਖਾਣ ਲਈ ਰੋਟੀ ਨਸੀਬ ਨਹੀਂ ਹੁੰਦੀ ।

My True Master! Your nature remains astonishing, whosoever has already adopted Your Word with steady and stable belief in day to day life; why may he also be punished in the universe? The worldly kings have lost their dignity and conscious of their mind and indulged in the worldly entertainment and pleasures of life. Such a tyranny is prevailing in the world; even the worldly kings, who are Your true devotee and performs good deeds for mankind; even those kings also endure misery and starve.

ਇਕਨਾ ਵਖਤ ਖੁਆਈਅਹਿ,	iknaa vakhat khu-aa-ee-ah iknHaa
ਇਕਨ੍ਹਾ ਪੂਜਾ ਜਾਇ॥	poojaa jaa-ay.
ਚਉਕੇ ਵਿਣੁ ਹਿੰਦਵਾਣੀਆ,	cha-ukay vin hindvaanee-aa ki-o

ਕਿਉ ਟਿਕੇ ਕਢਹਿ ਨਾਇ॥ tikay kadheh naa-ay.
ਰਾਮੁ ਨ ਕਬਹੂ ਚੇਤਿਓ, raam na kabhoo chayti-o
ਹੁਣਿ ਕਹਣਿ ਨ ਮਿਲੈ ਖੁਦਾਇ॥੬॥ hun kahan na milai khudaa-ay. ||6|

ਮੁਸਲਮਾਨ ਆਪਣੀ ਨਮਾਜ਼ ਕਰਨਾ ਭੁਲ ਗਏ ਹਨ, ਨਮਾਜ਼ ਨਹੀਂ ਪੜ੍ਹ ਸਕਦੇ । ਹਿੰਦੂ ਪੂਜਾ ਨਹੀਂ ਕਰ ਸਕਦੇ, ਹਿੰਦੂ ਔਰਤਾ ਨੂੰ ਪੂਜਾ ਕਰਨ ਵਾਲਾ ਚੌਂਕਾ ਨਹੀਂ ਮਿਲਦਾ । ਉਹ ਤੇਰੇ ਨਾਮ ਦੀ ਪੂਜਾ ਦਾ ਨਿਸ਼ਾਨ ਕਿਵੇਂ ਮੱਥੇ ਤੇ ਲਾਉਣ । ਜਿਹਨਾਂ ਨੇ ਕਦੇ ਤੇਰਾ ਨਾਮ (ਰਾਮ) ਨਹੀਂ ਯਾਦ ਕੀਤਾ । ਹੁਣ ਉਹ ਪ੍ਰਭ, ਤੈਨੂੰ ਖੱਦਾ ਵੀ ਨਹੀਂ ਕਹੇ ਸਕਦੇ ।

Even the true Muslim has forgotten to meditates on the teachings of Quran, Hindus cannot even perform the worship. Hindus women cannot worship on Your name, how can Hindus woman put the symbol of purity, Your blessings on her forehead. Now who never even remember Your name as Hindu goddess, he cannot even call You the Muslim goddess.

ਇਕਿ ਘਰਿ ਆਵਹਿ ਆਪਣੈ, ik ghar aavahi aapnai
ਇਕਿ ਮਿਲਿ ਮਿਲਿ ਪੁਛਹਿ ਸੁਖ॥ ik mil mil puchheh sukh.
ਇਕਨ੍ਹਾ ਏਹੋ ਲਿਖਿਆ, iknHaa ayho likhi-aa
ਬਹਿ ਬਹਿ ਰੋਵਹਿ ਦੁਖ॥ bahi bahi roveh dukh.
ਜੋ ਤਿਸੁ ਭਾਵੈ ਸੋ ਥੀਐ, jo tis bhaavai so thee-ai
ਨਾਨਕ ਕਿਆ ਮਾਨੁਖ॥੭॥੧੧॥ naanak ki-aa maanukh. ||7||11||

ਇੱਕ ਆਪਣੇ ਘਰ ਆ ਕੇ ਪਰਿਵਾਰ ਦੀ ਸੁਖ ਸਾਦ ਪੁੱਛਦੇ ਹਨ । ਇੱਕਨਾ ਦੇ ਭਾਗਾਂ ਵਿੱਚ ਆਪਣੇ ਵਿਛੜੇ ਪਰਿਵਾਰ ਦੇ ਵਿਰਾਗ ਵਿੱਚ ਸੋਗ ਕਰਨਾ ਹੀ ਹੁੰਦਾ ਹੈ । ਜੋ ਤੈਨੂੰ ਭਾਉਂਦਾ ਹੈ, ਉਹ ਕੁਝ ਹੀ ਹੁੰਦਾ ਹੈ, ਸੰਸਾਰਕ ਜੀਵ ਦਾ ਕੋਈ ਸੁਗੰਧ ਨਹੀਂ । ਉਸ ਨੂੰ ਇਹ ਸਹਿਣਾ ਹੀ ਪੈਂਦਾ ਹੈ । ਇਹ ਹੀ ਉਸ ਦੇ ਭਾਗ ਹਨ ।

Someone comes to their house and inquiries about the welfare of the family. Some grieves in renunciation of their separated family. Whatsoever may be Your command only that may prevail in the universe. Your nature is beyond any comprehension and control of Your creation. Whatsoever has been prewritten in destiny, he has to endure the misery of worldly life.

245.ਆਸਾ ਮਹਲਾ ੧॥ 417-13

ਕਹਾ ਸੁ ਖੇਲ ਤਬੇਲਾ ਘੋੜੇ, kahaa so khayl tabaylaa ghorhay
ਕਹਾ ਭੇਰੀ ਸਹਨਾਈ॥ kahaa bhayree sehnaa-ee.
ਕਹਾ ਸੁ ਤੇਗਬੰਦ ਗਾਡੇਰੜਿ, kahaa so taygband gaadayrarh
ਕਹਾ ਸੁ ਲਾਲ ਕਵਾਈ॥ kahaa so laal kavaa-ee.
ਕਹਾ ਸੁ ਆਰਸੀਆ ਮੁਹ ਬੰਕੇ, kahaa so aarsee-aa muh bankay
ਐਥੈ ਦਿਸਹਿ ਨਾਹੀ॥੧॥ aithai diseh naahee. ||1||

ਪ੍ਰਭ ਉਹ ਘੋੜੇ, ਤਬੇਲਾ, ਖੇਡ ਵਾਲਾ ਮੈਦਾਨ, ਉਹ ਡਰੱਮ, ਵਾਜੇ, ਬੀਡੇ ਕਿਥੇ ਗਏ ਹਨ? ਉਹ ਸੂਰਬੀਰ ਜੋਧੇ, ਰਥ, ਸਲਾਮ ਕਰਨ ਵਾਲੇ ਫੌਜੀ ਕਿਥੇ ਗਏ ਹਨ? ਉਹ ਛਾਪਾਂ, ਛੱਲੇ, ਸੋਹਣੇ ਮੁੱਖ, ਕਿਥੇ ਗਏ ਹਨ? ਕੋਈ ਨਜ਼ਰ ਨਹੀਂ ਆਉਂਦਾ, ਸਭ ਨਸ਼ਟ ਹੋ ਗਏ ਹਨ ।

I am wondering where those horses, the playgrounds and the drums, the music disappeared from the world? Where have those warriors and the army to salute the king disappeared in the universe? Where have those diamond rings, pearls, beautiful and glamorous faces disappeared from the universe? Nothing is visible in the universe and everything has been ruined and disappeared from the face of earth.

ਇਹੁ ਜਗੁ ਤੇਰਾ ਤੂ ਗੋਸਾਈ॥	ih jag tayraa too gosaa-ee.
ਏਕ ਘੜੀ ਮਹਿ ਥਾਪਿ ਉਥਾਪੇ,	ayk gharhee meh thaap uthaapay
ਜਰੁ ਵੰਡਿ ਦੇਵੈ ਭਾਂਈ॥੧॥ ਰਹਾਉ॥	jar vand dayvai bhaaN-ee. ||1|| rahaa-o.

ਪ੍ਰਭ ਸਾਰੀ ਤੇਰੀ ਹੀ ਸ੍ਰਿਸ਼ਟੀ ਹੈ! ਇੱਕ ਪਲ ਵਿੱਚ ਤੂੰ ਉਸ ਨੂੰ ਉਸਾਰਦਾ ਹੈ, ਇੱਕ ਪਲ ਵਿੱਚ ਹੀ ਨਾਸ਼ ਕਰ ਸਕਦਾ ਹੈ । ਜਿਸ ਨੂੰ ਚਾਹੇ, ਧਨ ਦੇਵੇ, ਇਹ ਤੇਰੀ ਹੀ ਵਡਿਆਈ ਹੈ ।

My True Master, this universe, the worldly creation is Your farm, crops. You may create or destroy the whole creation in a twinkle of eyes. You may bestow greatness, worldly wealth and honor to Your true devotee.

ਕਹਾਂ ਸੁ ਘਰ ਦਰ ਮੰਡਪ ਮਹਲਾ,	kahaaN so ghar dar mandap mehlaa
ਕਹਾ ਸੁ ਬੰਕ ਸਰਾਈ॥	kahaa so bank saraa-ee.
ਕਹਾਂ ਸੁ ਸੇਜ ਸੁਖਾਲੀ ਕਾਮਣਿ,	kahaaN so sayj sukhaalee kaaman
ਜਿਸੁ ਵੇਖਿ ਨੀਦ ਨ ਪਾਈ॥	jis vaykh need na paa-ee.
ਕਹਾ ਸੁ ਪਾਨ ਤੰਬੋਲੀ ਹਰਮਾ,	kahaa so paan tambolee harmaa
ਹੋਈਆ ਛਾਈ ਮਾਈ॥੨॥	ho-ee-aa chhaa-ee maa-ee. ||2||

ਪ੍ਰਭ ਉਹ ਸ਼ਾਨਦਰ ਘਰ, ਵੱਡੇ ਦਰਵਾਜੇ, ਮਹਿਲ, ਵੱਡੇ ਤੋਲਨਵਾਲੇ ਅੱਡੇ, ਸੋਹਣੀਆ ਪਰੀਆਂ, ਔਰਤਾਂ ਜਿਹਨਾਂ ਦੀ ਜਵਾਨੀ ਸੁੰਦਰਤਾ ਦੇਖਕੇ ਨੀਂਦ ਉਠ ਜਾਂਦੀ ਹੈ । ਉਹ ਪਾਨ ਵੇਚਣ ਵਾਲੇ ਸਾਰੇ ਹੀ ਨਾਸ਼ ਹੋ ਗਏ ਹਨ ।

My True Master, all those glamorous, elegant castles, those grand doors of castles and those merchants of the world, those beautiful women, angels, by looking at the beauty of those women one may lose sleep in a society. Where are the Beatles shop-keepers, everyone has been destroyed, vanished and eliminated from the face of earth?

ਇਸੁ ਜਰ ਕਾਰਣਿ ਘਣੀ ਵਿਗੁਤੀ,	is jar kaaran ghanee vigutee
ਇਨਿ ਜਰ ਘਣੀ ਖੁਆਈ॥	in jar ghanee khu-aa-ee.
ਪਾਪਾ ਬਾਝਹੁ ਹੋਵੈ ਨਾਹੀ,	paapaa baajhahu hovai naahee
ਮੁਇਆ ਸਾਥਿ ਨ ਜਾਈ॥	mu-i-aa saath na jaa-ee.
ਜਿਸ ਨੋ ਆਪਿ ਖੁਆਏ ਕਰਤਾ,	jis no aap khu-aa-ay kartaa
ਖੁਸਿ ਲਏ ਚੰਗਿਆਈ॥੩॥	khus la-ay changi-aa-ee. ||3||

ਧਨ ਇਕੱਠਾ ਕਰਨ ਕਰਕੇ ਕਈ ਤਬਾਹ ਹੋਏ, ਧਨ ਨੇ ਕਈਆਂ ਦਾ ਅਪਮਾਨ ਕੀਤਾ । ਇਹ ਧਨ ਪਾਪ ਕਰਨ ਤੋ ਬਿਨਾਂ ਇਕੱਠਾ ਨਹੀਂ ਹੁੰਦਾ, ਮਰਨ ਤੇ ਜੀਵ ਦੇ ਸਾਥ ਨਹੀਂ ਜਾਂਦਾ । ਜਿਸ ਨੂੰ ਪ੍ਰਭ ਆਪ ਨਾਸ਼ ਕਰਦਾ, ਸਭ ਤੋ ਪਹਿਲੇ ਉਸ ਤੋ ਚੰਗੇ ਕੰਮ ਖੋਂਅ ਲੈਂਦਾ ਹੈ ।

So many have been ruined by collecting worldly wealth, so many have been rebuked by worldly wealth. This worldly wealth cannot be accumulated beyond certain limit without indulging in sinful deeds. However, this worldly wealth may not support after death in His court. Whosoever may be ruined by The True Master, first of all, He eliminates his thoughts of doing good deeds for the mankind.

ਕੋਟੀ ਹੂ ਪੀਰ ਵਰਜਿ ਰਹਾਏ,	kotee hoo peer varaj rahaa-ay
ਜਾ ਮੀਰੁ ਸੁਣਿਆ ਧਾਇਆ॥	jaa meer suni-aa Dhaa-i-aa.
ਥਾਨ ਮੁਕਾਮ ਜਲੇ ਬਿਜ ਮੰਦਰ,	thaan mukaam jalay bij mandar
ਮੁਛਿ ਮੁਛਿ ਕੁਇਰ ਰੁਲਾਇਆ॥	muchh muchh ku-ir rulaa-i-aa.
ਕੋਈ ਮੁਗਲੁ ਨ ਹੋਆ ਅੰਧਾ,	ko-ee mugal na ho-aa anDhaa
ਕਿਨੈ ਨ ਪਰਚਾ ਲਾਇਆ॥੪॥	kinai na parchaa laa-i-aa. ||4||

ਅਨੇਕਾਂ ਹੀ ਸੰਸਾਰਕ ਪੀਰ ਪੈਗੰਬਰ ਆਪਣੇ ਮੰਤਰਾਂ ਨਾਲ, ਅਰਦਾਸਾਂ ਕੀਤੀਆ । ਪਰ ਹਮਲੇਵਾਰ ਜ਼ਾਲਮ ਨੂੰ ਨਾ ਰੋਕ ਸਕੇ । ਉਸ ਨੇ ਪਵਿਤ੍ਰ ਪੂਜਾ ਕਰਨ ਵਾਲੇ ਅਸਥਾਨ ਤਬਾਹ ਕਰ ਦਿੱਤੇ । ਸਲਤਾਨਾਂ ਦੇ ਅੰਗ ਅੰਗ ਕੱਟਕੇ ਮਿੱਟੀ ਵਿੱਚ ਰੋਲ ਦਿੱਤੇ । ਸੰਸਾਰਕ ਪੀਰਾਂ ਦੇ ਕੋਈ ਮੰਤਰ, ਕੋਈ ਅਰਦਾਸ ਪੂਰੀ ਨਾ ਹੋਈ । ਕੋਈ ਵੀ ਜ਼ਾਲਮ, ਮੁਗਲ ਅੰਧਾ ਨਾ ਹੋਇਆ ।

So many worldly prophets, enlightened were meditating with own mantras and begging for Your mercy and grace. However, no one was able to avoid the tyranny of the invader, his sinful actions. The Holy shrines were destroyed. Even the kings, the protector of those Holy shrines was slaughtered like animals and their bodies were all over the earth. None of the prayer of any worldly priest, Holy saint were heard and accepted in Your court. None of the tyrant were punished or blinded for his sinful acts

ਮੁਗਲ ਪਠਾਣਾ ਭਈ ਲੜਾਈ,	mugal pathaanaa bha-ee larhaa-ee
ਰਣ ਮਹਿ ਤੇਗ ਵਗਾਈ॥	ran meh tayg vagaa-ee.
ਓਨੀ ਤੁਪਕ ਤਾਣਿ ਚਲਾਈ,	onHee tupak taan chalaa-ee
ਓਨੀ ਹਸਤਿ ਚਿੜਾਈ॥	onHee hasat chirhaa-ee.
ਜਿਨ੍ ਕੀ ਚੀਰੀ ਦਰਗਹ ਪਾਟੀ,	jinH kee cheeree dargeh paatee
ਤਿਨ੍ਾ ਮਰਣਾ ਭਾਈ॥੫॥	tinHaa marnaa bhaa-ee. ||5||

ਮੁਗਲਾਂ ਅਤੇ ਪਠਾਨਾਂ ਵਿੱਚ ਭਾਰਾ ਜੁਧ ਹੋਇਆ । ਇੱਕਨਾ ਨੇ ਤੋਂਫਾਂ ਚਲਾਈਆ, ਦੂਸਰਿਆਂ ਨੇ ਹਾਥੀਆਂ ਨਾਲ ਹਮਲਾ ਕੀਤਾ । ਜਿਸ ਤਰ੍ਹਾਂ ਦਾ ਪ੍ਰਭ ਦਾ ਹੁਕਮ ਹੁੰਦਾ ਹੈ, ਉਸ ਤਰੀਕੇ ਨਾਲ ਹੀ ਮੌਤ ਆਉਂਦੀ ਹੈ । ਉਹਨਾਂ ਦੀ ਕਿਸਮਤ ਵਿੱਚ ਇਹ ਹੁੰਦਾ ਹੈ ।

Both Muslims and Pathans have fought with bravery. Both used the most destructive weapon at their disposal. They used everything at their disposal to destroy the other. I am fascinated from Your nature. Whatsoever may be predetermined by Your mercy and grace, the creature has to die that way. This has been pre-written in his destiny.

ਇਕ ਹਿੰਦਵਾਣੀ ਅਵਰ ਤੁਰਕਾਣੀ,	ik hindvaanee avar turkaanee
ਭਟਿਆਣੀ ਠਕੁਰਾਣੀ॥	bhati-aanee thakuraanee.
ਇਕਨ੍ਾ ਪੇਰਣ ਸਿਰ ਖੁਰ ਪਾਟੇ,	iknHaa payran sir khur paatay
ਇਕਨ੍ਾ ਵਾਸੁ ਮਸਾਣੀ॥	iknHaa vaas masaanee.
ਜਿਨ੍ ਕੇ ਬੰਕੇ ਘਰੀ ਨ ਆਇਆ,	jinH kay bankay gharee na aa-i-aa
ਤਿਨ੍ ਕਿਉ ਰੈਣਿ ਵਿਹਾਣੀ॥੬॥	tinH ki-o rain vihaanee. ||6||

ਕਈ ਮੁਸਲਮਾਨ, ਹਿੰਦੂ, ਰਾਜਪੂਤ ਔਰਤਾਂ, ਕਈਆ ਦੇ ਕਪੜੇ ਪਾਟੇ, ਕਈ ਜ਼ਖਮੀ ਹੋਈਆ! ਕਈ ਸ਼ਮਸਾਨ ਵਿੱਚ ਚਲੇ ਗਈਆਂ । ਜਿਹਨਾਂ ਦੇ ਰਖਵਾਲੇ, ਪਤੀ ਮਰ ਗਏ, ਘਰ ਵਾਪਸ ਨਹੀਂ ਆਏ, ਉਹਨਾਂ ਦਾ ਕੀ ਹਾਲ ਹੋਇਆ ਹੋਵੇਗਾ?

The women of all religion were robbed from their dignity and many were slaughtered. Whose husband, protector was slaughtered and does not come home to protect their honor. What would be their worldly condition and state of mind?

ਆਪੇ ਕਰੇ ਕਰਾਏ ਕਰਤਾ,	aapay karay karaa-ay kartaa
ਕਿਸ ਨੋ ਆਖਿ ਸੁਣਾਈਐ॥	kis no aakh sunaa-ee-ai.
ਦੁਖੁ ਸੁਖੁ ਤੇਰੈ ਭਾਣੈ ਹੋਵੈ,	dukh sukh tayrai bhaanai hovai
ਕਿਸ ਥੈ ਜਾਇ ਰੂਆਈਐ॥	kis thai jaa-ay roo-aa-ee-ai.
ਹੁਕਮੀ ਹੁਕਮਿ ਚਲਾਏ ਵਿਗਸੈ,	hukmee hukam chalaa-ay vigsai
ਨਾਨਕ ਲਿਖਿਆ ਪਾਈਐ॥੭॥੧੨॥	naanak likhi-aa paa-ee-ai. ‖7‖12‖

ਪ੍ਰਭ ਤੂੰ ਆਪ ਹੀ ਸਭ ਕੁਝ ਕਰਦਾ, ਕਿਸੇ ਤੋ ਕਰਾਉਂਦਾ ਹੈ, ਕਿਸ ਨੂੰ ਫਰਿਆਦ ਸੁਣਾਈਏ? ਸੰਸਾਰ ਵਿੱਚ ਦੁਖ ਸੁਖ ਤੇਰੇ ਹੁਕਮ ਨਾਲ ਹੀ ਹੁੰਦਾ ਹੈ । ਕਿਸ ਨੂੰ ਆਪਣੀ ਪੀੜ ਸੁਣਈਏ? ਪ੍ਰਭ ਸਭ ਕੁਝ ਤੇਰੇ ਲਿਖੇ ਅਨੁਸਾਰ ਹੀ ਹੁੰਦਾ ਹੈ । ਜੋ ਤੂੰ ਜੀਵ ਦੇ ਭਾਗਾਂ ਵਿੱਚ ਲਿਖਿਆ ਹੈ, ਉਹ ਹੀ ਜੀਵ ਨੂੰ ਬਖਸ਼ਿਸ਼ ਹੁੰਦਾ ਹੈ ।

The True Master, Only Your command prevails in the universe in all actions; You inspire someone to become tyrant, whom may the innocent human beg for mercy and grace and blame for misery? All sufferings, miseries and pleasures are all blessed with Your command. To whom may the worldly creature cry for mercy and grace and help? Everything happens with Your prewritten command in his destiny. Whatsoever may be prewritten in destiny, only that may be blessed in his life.

246.ਆਸਾ ਕਾਫੀ ਮਹਲਾ ੧ ਘਰੁ ੮ ਅਸਟਪਦੀਆ॥ 418-7

ੴ ਸਤਿਗੁਰ ਪ੍ਰਸਾਦਿ॥	ik-oNkaar satgur parsaad.
ਜੈਸੇ ਗੋਇਲਿ ਗੋਇਲੀ ਤੈਸੇ ਸੰਸਾਰਾ॥	jaisay go-il go-ilee taisay sansaaraa.
ਕੂੜੁ ਕਮਾਵਹਿ ਆਦਮੀ,	koorh kamaaveh aadmee
ਬਾਂਧਹਿ ਘਰ ਬਾਰਾ॥੧॥	baaNDheh ghar baaraa. ‖1‖

ਜਿਵੇਂ ਖੇਤ ਦਾ ਰਖਵਾਲਾ ਮਿੱਥੇ (ਥੋੜ੍ਹੇ) ਸਮੇਂ ਲਈ ਖੇਤ ਦੀ ਰਾਖੀ ਕਰਨ ਆਉਂਦਾ ਹੈ । ਇਸ ਤਰ੍ਹਾਂ ਜੀਵ ਸੰਸਾਰ ਵਿੱਚ ਮਿੱਥੇ ਸਮੇ ਲਈ ਆਉਂਦਾ ਹੈ । ਅਣਜਾਣ ਝੂਠੇ ਧੰਦੇ ਵਿੱਚ ਲੱਗ ਕੇ ਸੰਸਾਰ ਨੂੰ ਹੀ ਆਪਣਾ ਘਰ ਸਮਝਣ ਲੱਗ ਪੈਂਦਾ ਹੈ ।

As the guard of the field comes and protects the field for a limited period, the same way the soul of creature nay be blessed human body for a limited period of time to adopt the teachings of His Word to transform and become worthy of His consideration. However, ignorant falls into the trap of false worldly chores and considers, the earth as his permanent resting place.

ਜਾਗਹੁ ਜਾਗਹੁ ਸੂਤਿਹੋ,	jaagahu jaagahu sootiho
ਚਲਿਆ ਵਣਜਾਰਾ॥੧॥ ਰਹਾਉ॥	chali-aa vanjaaraa. ‖1‖ rahaa-o.

ਉਸ ਸਮੇਂ ਹੀ ਪਤਾ ਲੱਗਦਾ ਹੈ ਜਦੋਂ ਮੌਤ ਦਾ ਫਰਿਸ਼ਤਾ ਆ ਜਾਂਦਾ ਹੈ ।

He only realizes the true purpose of life, when the devil of death knocks at his door, his head.

ਨੀਤ ਨੀਤ ਘਰ ਬਾਂਧੀਅਹਿ,	neet neet ghar baaNDhee-ah
ਜੇ ਰਹਣਾ ਹੋਈ॥	jay rahnaa ho-ee.
ਪਿੰਡੁ ਪਵੈ ਜੀਉ ਚਲਸੀ,	pind pavai jee-o chalsee
ਜੇ ਜਾਣੈ ਕੋਈ॥੨॥	jay jaanai ko-ee. ‖2‖

ਅਗਰ ਜੀਵ ਨੇ ਸੰਸਾਰ ਵਿੱਚ ਸਦਾ ਰਹਿਣਾ ਹੋਵੇ ਤਾਂ ਇਥੇ ਆਪਣਾ ਘਰ ਬਣਾਵੇ । ਉਸ ਨੂੰ ਸੋਝੀ ਨਹੀਂ, ਸਰੀਰ ਵਿਚੋਂ ਜਦੋਂ ਸਵਾਸ ਖਤਮ ਹੋ ਗਏ, ਇਸ ਤਨ ਨੇ ਮਿੱਟੀ ਵਿੱਚ ਮਿਲ ਜਾਣਾ ਹੈ, ਨਾਸ਼ ਹੋ ਜਾਣਾ ਹੈ ।

If someone is going to stay on the earth for permanent, forever then he should establish a permanent house, residents on earth. He does not realize and understand, when the breaths are exhausted then his body is going to be destroyed, vanished and becomes a part of dirt.

ਓਹੀ ਓਹੀ ਕਿਆ ਕਰਹੁ,	ohee ohee ki-aa karahu
ਹੈ ਹੋਸੀ ਸੋਈ॥	hai hosee so-ee.
ਤੁਮ ਰੋਵਹੁਗੇ ਓਸ ਨੋ,	tum rovhugay os no
ਤੁਮ੍ ਕਉ ਕਉਣੁ ਰੋਈ॥੩॥	tumH ka-o ka-un ro-ee. ‖3‖

ਜਦੋਂ ਕਿਸੇ ਦਾ ਸਮਾਂ ਪੂਰਾ ਹੋ ਜਾਂਦਾ ਹੈ, ਮੌਤ ਆ ਜਾਣੀ ਹੈ । ਇਹ ਸਭ ਕੁਝ ਪ੍ਰਭ ਦਾ ਕੀਤਾ ਹੋਇਆ ਹੀ ਹੁੰਦਾ ਹੈ । ਤੂੰ ਉਸ ਜੀਵ ਦੇ ਮਰਨ ਦਾ ਅਫਸੋਸ ਕਰਦਾ ਹੈ! ਥੋੜ੍ਹੇ ਸਮੇਂ ਨੂੰ ਤੇਰੀ ਵਾਰੀ ਆਉਣੀ ਹੈ, ਤੇਨੂੰ ਕੋਣ ਰੋਂਵੇਗਾ?

The time of death is predetermined by the command of The True Master and is unavoidable, unchanged. Why are you grieving on the death of others? Your turn may be near, who will cry and grieve on your departure?

ਧੰਧਾ ਪਿਟਿਹੁ ਭਾਈਹੋ,	DhanDhaa pitihu bhaa-eeho
ਤੁਮ੍ ਕੂੜੁ ਕਮਾਵਹੁ॥	tumH koorh kamaavahu.
ਓਹੁ ਨ ਸੁਣਈ ਕਤ ਹੀ,	oh na sun-ee kat hee
ਤੁਮ੍ ਲੋਕ ਸੁਣਾਵਹੁ॥੪॥	tumH lok sunavhu. ‖4‖

ਜੀਵ ਤੂੰ ਸੰਸਾਰਕ ਇੱਛਾਂ ਮਗਰ ਲੱਗ ਕੇ ਸਦਾ ਨਾ ਰਹਿਣ ਵਾਲੇ (ਝੂਠੇ) ਧੰਦੇ ਕਰਦਾ ਹੈ । ਤੇਰਾ ਰੋਣਾ, ਮਰਨ ਵਾਲਾ ਨਹੀਂ ਸੁਣਦਾ, ਕੇਵਲ ਬਾਕੀ ਜੀਵ ਹੀ ਸੁਣਦੇ ਹਨ ।

You remain indulged in false, short living chores in worldly life. The departed soul cannot hear your crying and grieving, only the others living creatures may hear your misery.

ਜਿਸ ਤੇ ਸੁਤਾ ਨਾਨਕਾ,	jis tay sutaa naankaa
ਜਾਗਾਏ ਸੋਈ॥	jaagaa-ay so-ee.
ਜੇ ਘਰੁ ਬੂਝੈ ਆਪਣਾ,	jay ghar boojhai aapnaa
ਤਾਂ ਨੀਦ ਨ ਹੋਈ॥੫॥	taaN need na ho-ee. ‖5‖

ਜਿਸ ਪ੍ਰਭ ਨੇ ਜੀਵ ਦੇ ਸਵਾਸ ਖਤਮ ਕੀਤੇ ਹਨ, ਮੌਤ ਦੀ ਨੀਂਦ ਵਿੱਚ ਭੇਜਿਆ ਹੈ । ਉਹ ਹੀ ਇਸ ਨੂੰ ਸਵਾਸ ਦੇ ਕੇ ਜਗਾ ਸਕਦਾ ਹੈ । ਜਿਹੜਾ ਪ੍ਰਭ ਦਾ ਭਾਣਾ ਸਮਝ ਜਾਂਦਾ ਹੈ, ਉਸ ਨੂੰ ਮੌਤ ਦੀ ਨੀਂਦ ਨਹੀਂ ਆਉਂਦੀ ।

The True Master has taken away, exhausted the breaths to send him to the sleep of death. Only He may bless him the treasure of breaths again. Whosoever may be enlightened with the essence of the teachings of His Word, he may not face devil of death.

ਜੇ ਚਲਦਾ ਲੈ ਚਲਿਆ,	jay chaldaa lai chali-aa
ਕਿਛੁ ਸੰਪੈ ਨਾਲੇ॥	kichh sampai naalay.
ਤਾ ਧਨੁ ਸੰਚਹੁ ਦੇਖਿ ਕੈ,	taa Dhan sanchahu daykh kai
ਬੂਝਹੁ ਬੀਚਾਰੇ॥੬॥	boojhhu beechaaray. ||6||

ਅਗਰ ਮੌਤ ਤੋ ਪਿਛੋਂ ਸੰਸਾਰਕ ਧਨ ਨਾਲ ਜਾਣਾ ਹੋਵੇ ਤਾਂ ਹੀ ਇਸ ਨੂੰ ਇਕੱਠਾ ਕਰਨਾ ਚਾਹੀਦਾ ਹੈ । ਜਿਹੜਾ ਧਨ ਮੌਤ ਤੋ ਪਿਛੋਂ ਸਾਥ ਨਹੀਂ ਜਾਂਦਾ ਇਸ ਨੂੰ ਇਕੱਠਾ ਕਰਨਾ ਬਿਰਥਾ ਹੀ ਹੈ ।

If the worldly wealth can be taken along with after death, only then you should collect the worldly wealth in your human life journey. Any wealth which cannot accompany after death, may be useless for the purpose of human life journey.

ਵਣਜੁ ਕਰਹੁ ਮਖਸੂਦੁ ਲੈਹੁ,	vanaj karahu makhsood laihu
ਮਤ ਪਛੋਤਾਵਹੁ॥	mat pachhotaavahu.
ਅਉਗਣ ਛੋਡਹੁ ਗੁਣ ਕਰਹੁ,	a-ugan chhodahu gun karahu
ਐਸੇ ਤਤੁ ਪਰਾਵਹੁ॥੭॥	aisay tat paraavahu. ||7||

ਸਦਾ ਸਾਥ ਦੇਣ ਵਾਲੀ ਕਮਾਈ ਤੋ ਬਿਨਾਂ ਪਛਤਾਵਾ ਹੀ ਕਰਨਾ ਪੈਂਦਾ ਹੈ । ਸੰਸਾਰਕ ਇੱਛਾਂ ਪਿਛੇ ਲੱਗ ਕੇ ਮੰਦੇ ਕੰਮ ਛੱਡਕੇ, ਸ੍ਰਿਸ਼ਟੀ ਦੇ ਭਲੇ ਦੇ ਕੰਮ ਕਰੋ ।

Without the everlasting earnings of His Word, you may have to regret and repent. You should abandon the sinful deeds following your greed. You should always perform deeds for the welfare of His creation.

ਧਰਮੁ ਭੂਮਿ ਸਤੁ ਬੀਜੁ ਕਰਿ,	Dharam bhoom sat beej kar
ਐਸੀ ਕਿਰਸ ਕਮਾਵਹੁ॥	aisee kiras kamaavahu.
ਤਾਂ ਵਾਪਾਰੀ ਜਾਣੀਅਹੁ,	taaN vaapaaree jaanee-ahu
ਲਾਹਾ ਲੈ ਜਾਵਹੁ॥੮॥	laahaa lai jaavhu. ||8||

ਅਡੋਲ ਭਰੋਸੇ ਨਾਲ ਸ਼ਬਦ ਦੀ ਪਾਲਣਾ, ਜੀਵਨ ਬਤੀਤ ਕਰੋ । ਅਗਰ ਸੰਸਾਰ ਵਿੱਚ ਕੀਤੇ ਕੰਮਾਂ ਦੀ ਕਮਾਈ ਦਰਬਾਰ ਵਿੱਚ ਪ੍ਰਵਾਨ ਹੋ ਜਾਵੇਗੀ, ਤਾਂ ਹੀ ਅਸਲੀ ਵਪਾਰੀ ਜਾਣਿਆ ਜਾਵੇਗਾ ।

You should obey and adopt the teachings of His Word with steady and stable belief in your day to day life. If your earnings of His Word may be accepted in His court, only then you may be known as the true trader of the wealth of His Word.

ਕਰਮੁ ਹੋਵੈ ਸਤਿਗੁਰੁ ਮਿਲੈ,	karam hovai satgur milai
ਬੂਝੈ ਬੀਸੁਗੰਧ॥	boojhai beechaaraa.
ਨਾਮੁ ਵਖਾਣੈ ਸੁਣੇ,	naam vakhaanai sunay
ਨਾਮੁ ਨਾਮੇ ਬਿਉਹਾਰਾ॥੯॥	naam naamay bi-uhaaraa. ||9||

ਪ੍ਰਭ ਦੀ ਰਹਿਮਤ ਹੋਵੇ ਤਾਂ ਹੀ ਭਾਣੇ ਦੀ, ਸ਼ਬਦ ਦੀ ਸੋਝੀ ਬਖਸ਼ਿਸ਼ ਹੁੰਦੀ ਹੈ । ਜਿਸ ਨੂੰ ਸ਼ਬਦ ਦੀ ਸੋਝੀ ਬਖਸ਼ਿਸ਼ ਹੋ ਜਾਂਦੀ ਹੈ! ਉਹ ਮਨ ਵਿਚੋਂ ਸ਼ਬਦ ਦੀ ਗੂੰਜ ਸੁਣਦਾ ਹੈ । ਉਹ ਸ਼ਬਦ ਹੀ ਬੋਲਦਾ ਹੈ, ਸ਼ਬਦ ਦੀ ਸਿਖਿਆ ਨਾਲ ਹੀ ਜੀਵਨ ਬਤੀਤ ਕਰਦਾ ਚਲਦਾ ਹੈ ।

Only with His mercy and grace, the teachings of His Word may be enlightened within the mind of His true devotee. Whosoever may be enlightened with the teachings of His Word, he remains awake and alert.

The everlasting echo of His Word resonates within his mind, he only speaks His Word and adopts the teachings of His Word in day to day life.

ਜਿਉ ਲਾਹਾ ਤੋਟਾ ਤਿਵੈ,	ji-o laahaa totaa tivai
ਵਾਟ ਚਲਦੀ ਆਈ॥	vaat chaldee aa-ee.
ਜੋ ਤਿਸੁ ਭਾਵੈ ਨਾਨਕਾ,	jo tis bhaavai naankaa
ਸਾਈ ਵਡਿਆਈ॥੧੦॥੧੩॥	saa-e vadi-aa-ee. ||10||13||

ਜਿਵੇਂ ਘਾਟਾ, ਵਾਧਾ ਦੋਨੋਂ ਹੀ ਸੰਸਾਰਕ ਜੀਵਨ ਦੇ ਪਖ ਹਨ । ਇਸ ਤਰ੍ਹਾਂ ਜਿਸ ਦੀ ਕਮਾਈ ਪ੍ਰਭ ਨੂੰ ਭਾਉਂਦੀ ਹੈ, ਉਹ ਪ੍ਰਵਾਨ ਕਰਦਾ ਹੈ ।

As both profit and loss are part of doing business, the part of human life journey. The same way whose meditation may be as per the teachings of His Word, he may be accepted in His court.

247.ਆਸਾ ਮਹਲਾ ੧॥ 418-16

ਚਾਰੇ ਕੁੰਡਾ ਢੂਢੀਆ	chaaray kundaa dhoodhee-aa
ਕੋ ਨੀਮ੍ਹੀ ਮੈਡਾ॥	ko neemHee maidaa.
ਜੇ ਤੁਧੁ ਭਾਵੈ ਸਾਹਿਬਾ,	jay tuDh bhaavai saahibaa
ਤੂ ਮੈ ਹਉ ਤੈਡਾ॥੧॥	too mai ha-o taidaa. ||1||

ਮੈਂ ਚਾਰੇ ਪਾਸੇ ਢੂੰਡ ਕੇ ਦੇਖਿਆ ਹੈ, ਕੋਈ ਵੀ ਆਪਣਾ ਨਹੀਂ ਲੱਭਦਾ । ਅਗਰ ਮੇਰੀ ਕਮਾਈ ਤੈਨੂੰ ਭਾਉਂਦੀ ਹੈ ਤਾਂ ਤੂੰ ਹੀ ਮੇਰਾ ਬਣ ਜਾਵੋ, ਮੈਂ ਤੇਰਾ ਬਣ ਜਾਵਾ।

My True Master, I am wondering around everywhere, however, I could not find anyone as my true friend. If my meditation may be appeasing and as per Your Word; You may become my true friend and I may become Your true slave, devotee.

ਦਰੁ ਬੀਭਾ ਮੈ ਨੀਮ੍ਹਿ ਕੋ,	dar beebhaa mai neemiH ko
ਕੈ ਕਰੀ ਸਲਾਮੁ॥	kai karee salaam.
ਹਿਕੋ ਮੈਡਾ ਤੂ ਧਣੀ,	hiko maidaa too Dhanee
ਸਾਚਾ ਮੁਖਿ ਨਾਮੁ॥੧॥ ਰਹਾਉ॥	saachaa mukh naam. ||1|| rahaa-o.

ਮੇਰਾ ਹੋਰ ਕੋਈ ਮਾਲਕ ਨਹੀਂ ਜਿਸ ਅੱਗੇ ਮੈ ਅਰਦਾਸ ਕਰਾ, ਪੂਜਾ ਕਰਾ! ਤੂੰ ਹੀ ਕੇਵਲ ਇੱਕੋ ਇੱਕ ਮੇਰਾ ਮਾਲਕ ਹੈ, ਜੀਭ ਤੇ ਤੇਰੇ ਸ਼ਬਦ ਦਾ ਹੀ ਸਿਮਰਨ ਹੈ ।

I do not have anyone else as my True Master, whom should I pray, worship and beg for mercy and grace? You are One and Only One my True Master, my tongue remains drench with praises of Your Word.

ਸਿਧਾ ਸੇਵਨਿ ਸਿਧ,	siDhaa sayvan siDh
ਪੀਰ ਮਾਗਹਿ ਰਿਧਿ ਸਿਧਿ॥	peer maageh riDh siDh.
ਮੈ ਇਕੁ ਨਾਮੁ ਨ ਵੀਸਰੈ,	mai ik naam na veesrai
ਸਾਚੇ ਗੁਰ ਬੁਧਿ॥੨॥	saachay gur buDh. ||2||

ਜਿਹੜੇ ਜੀਵ ਸੰਸਾਰਕ ਗੁਰੂਆਂ, ਪੀਰਾਂ (ਸਿਧ) ਨੂੰ ਪੂਜਦੇ, ਸੇਵਾ ਕਰਦੇ ਹਨ । ਉਹਨਾਂ ਅੱਗੇ ਅਰਦਾਸ ਕਰਦੇ, ਝੋਲੀ ਕਰਦੇ ਅਤੇ ਦਾਤਾਂ ਮੰਗਦੇ ਹਨ । ਪਰ ਮੇਰੇ ਦਿਲ ਵਿੱਚ ਇੱਕੋ ਇੱਕ ਸ਼ਬਦ ਹੀ ਚਲਦਾ ਹੈ, ਤੇਰਾ ਸ਼ਬਦ ਨਾ ਵਿਸਰ ਜਾਵੇ । ਇਹ ਹੀ ਮੇਰੀ ਪੂਜਾ, ਮੇਰੀ ਸੋਝੀ ਹੈ ।

Whosoever may follow, worship and serve worldly guru, he may pray and beg for His mercy and grace for blessings in his life. However, in my mind only the everlasting echo of Your Word resonates forever, I may never abandon Your Word. This is my only worship, my enlightenment of Your Word.

ਜੋਗੀ ਭੋਗੀ ਕਾਪੜੀ,	jogee bhogee kaaprhee
ਕਿਆ ਭਵਹਿ ਦਿਸੰਤਰ॥	ki-aa bhaveh disantar.
ਗੁਰ ਕਾ ਸਬਦੁ ਨ ਚੀਨ੍ਹੀ,	gur kaa sabad na cheenhee
ਤਤੁ ਸਾਰੁ ਨਿਰੰਤਰ॥੩॥	tat saar nirantar. ||3||

ਜੋਗੀ, ਬੰਦਗੀ ਕਰਨ ਵਾਲੇ, ਮੰਗਣ ਵਾਲੇ ਕਿਵੇਂ ਵੱਖਰੇ ਵੱਖਰੇ ਥਾਂ ਤੇ ਘੁੰਮਦੇ ਫਿਰਦੇ ਹਨ? ਉਹਨਾਂ ਨੂੰ ਸ਼ਬਦ ਦੀ ਸੋਝੀ ਨਹੀਂ ਕਿ ਪ੍ਰਭ ਤਾਂ ਉਹਨਾਂ ਦੇ ਅੰਦਰ ਹੀ ਵਸਦਾ ਹੈ ।

Why are the Yogis, worldly saints wonder around all over begging for alms? They are not enlightened with the essence of His Word, that The True Master dwells within their own body and mind.

ਪੰਡਿਤ ਪਾਧੇ ਜੋਇਸੀ,	pandit paaDhay jo-isee
ਨਿਤ ਪੜ੍ਹਹਿ ਪੁਰਾਣਾ॥	nit parheh puraanaa.
ਅੰਤਰਿ ਵਸਤੁ ਨ ਜਾਣਨ੍ਹੀ,	antar vasat na jaananHee
ਘਟਿ ਬ੍ਰਹਮੁ ਲੁਕਾਣਾ॥੪॥	ghat barahm lukaanaa. ||4||

ਧਰਮ ਦੇ ਗਿਆਨੀ, ਹਰ ਵੇਲੇ ਧਾਰਮਕ ਗ੍ਰੰਥ ਪੜ੍ਹ ਕੇ ਬਾਕੀਆਂ ਨੂੰ ਸਿਖਿਆ ਦੇਂਦੇ ਹਨ । ਇਹ ਸੋਝੀ ਨਹੀਂ! ਪ੍ਰਭ ਤਾਂ ਜੀਵ ਦੇ ਅੰਦਰ ਹੀ ਵਸਦਾ ਹੈ, ਉਥੋਂ ਜਾਗਰਤ ਨਹੀਂ ਕਰਦੇ ।

The religious scholars, preachers read religious Holy Scripture, picks up few convenient lines and teach others. They are not aware, enlightened that The True Master dwells within the body of each and every one. Why are they not searching within to be enlightened?

ਇਕਿ ਤਪਸੀ ਬਨ ਮਹਿ ਤਪੁ ਕਰਹਿ,	ik tapsee ban meh tap karahi
ਨਿਤ ਤੀਰਥ ਵਾਸਾ॥	nit tirath vaasaa.
ਆਪੁ ਨ ਚੀਨਹਿ ਤਾਮਸੀ,	aap na cheeneh taamsee
ਕਾਹੇ ਭਏ ਉਦਾਸਾ॥੫॥	kaahay bha-ay udaasaa. ||5||

ਕਈ ਜੰਗਲਾਂ ਵਿੱਚ ਬੰਦਗੀ ਕਰਦੇ, ਕਈ ਤੀਰਥਾਂ ਦੇ ਕਿਨਾਰੇ ਹੀ ਰਹਿੰਦੇ ਹਨ । ਉਹ ਸੰਸਾਰਕ ਸੁਖ ਤਿਆਗ ਕੇ ਵਿਰਾਗੀ ਬਣਦੇ ਹਨ । ਉਹਨਾਂ ਨੂੰ ਸ਼ਬਦ ਦੀ ਸੋਝੀ ਨਹੀਂ । ਇਹ ਵੀ ਸੋਝੀ ਨਹੀਂ ਹੈ, ਉਹ ਉਦਾਸੀ ਕਿਉਂ ਬਣੇ ਹਨ?

So many mediate in the wild forest, some dwell on the bank of Holy shrine. They abandon worldly comforts to become renunciatory. However, they remain ignorant from the teachings of His Word, even forget, why have they become renunciatory, hermit.?

ਇਕਿ ਬਿੰਦੁ ਜਤਨ ਕਰਿ ਰਾਖਦੇ,	ik bind jatan kar raakh-day
ਸੇ ਜਤੀ ਕਹਾਵਹਿ॥	say jatee kahaaveh.
ਬਿਨੁ ਗੁਰ ਸਬਦ ਨ ਛੂਟਹੀ,	bin gur sabad na chhoothee
ਭ੍ਰਮਿ ਆਵਹਿ ਜਾਵਹਿ॥੬॥	bharam aavahi jaaveh. ||6||

ਕਈ ਜੀਵ ਕਾਮਵਾਸਨਾ ਤੇ ਕਾਬੂ ਰਖਦੇ ਹਨ, ਉਹਨਾਂ ਨੂੰ ਸੰਸਾਰ ਜਤੀ ਕਹਿੰਦਾ ਹੈ । ਅਗਰ ਉਹ ਸ਼ਬਦ ਅਨੁਸਾਰ ਜੀਵਨ ਨਹੀਂ ਢਾਲਦੇ, ਪ੍ਰਵਾਨਗੀ ਬਖਸ਼ਿਸ਼ ਨਹੀਂ ਹੁੰਦੀ । ਉਹ ਜਨਮ ਮਰਨ ਦੇ ਚੱਕਰ ਵਿੱਚ ਹੀ ਰਹਿੰਦੇ ਹਨ ।

Someone may keep a good control on his sexual desire and he may be called celibates in the universe. However, if he does not adopt the teachings of His Word in his day to day life, he may not be accepted in His court. He may remain in the cycle of birth and death.

ਇਕਿ ਗਿਰਹੀ ਸੇਵਕ ਸਾਧਿਕਾ,	ik girhee sayvak saaDhikaa
ਗੁਰਮਤੀ ਲਾਗੇ॥	gurmatee laagay.
ਨਾਮੁ ਦਾਨੁ ਇਸਨਾਨੁ ਦ੍ਰਿੜੁ ,	naam daan isnaan darirh
ਹਰਿ ਭਗਤਿ ਸੁ ਜਾਗੇ॥੭॥	har bhagat so jaagay. ||7||

ਕਈ ਜੀਵ ਮਜ਼ੂਰੀ ਕਰਦੇ, ਪੇਟ ਭਰਨ ਲਈ ਕਿਸੇ ਦਾ ਕੰਮ ਕਰਦੇ ਹਨ । ਆਪਣਾ ਮਨ ਸ਼ਬਦ ਵਿੱਚ ਰਖਦੇ ਹਨ । ਇਸ ਨਾਲ ਜੀਵਨ ਢਾਲਕੇ, ਮਨ ਨੂੰ ਪਵਿਤ੍ਰ ਰਖਦੇ ਹਨ । ਉਹਨਾਂ ਦੀ ਲਗਨ, ਸ਼ਬਦ ਵਿੱਚ ਰਹਿੰਦੀ ਹੈ ।

Someone may do very hard labor to satisfy the hunger of his stomach, he may become a servant of other. However, he may keep the teachings of His Word within his mind. He may adopt the teachings of His Word and may sanctify his soul. His dedication and devotion remain steady and stable in the teachings of His Word.

ਗੁਰ ਤੇ ਦਰੁ ਘਰੁ ਜਾਣੀਐ,	gur tay dar ghar jaanee-ai
ਸੋ ਜਾਇ ਸਿਞਾਣੈ॥	so jaa-ay sinjaanai.
ਨਾਨਕ ਨਾਮੁ ਨ ਵੀਸਰੈ,	naanak naam na veesrai
ਸਾਚੇ ਮਨੁ ਮਾਨੈ॥੮॥ ੧੪॥	saachay man maanai. ||8||14||

ਉਹ ਪ੍ਰਭ ਦੇ ਸ਼ਬਦ ਦੀ ਪਾਲਣਾ ਕਰਦੇ, ਦਰਬਾਰ ਵਿੱਚ ਪ੍ਰਵਾਨ ਹੋ ਜਾਂਦੇ ਹਨ । ਮਨ ਵਿਚੋਂ ਸ਼ਬਦ ਕਦੇ ਵਿਸਾਰਦੇ ਨਹੀਂ, ਮਨ ਪ੍ਰਭ ਦੇ ਲੇਖੇ ਵਿੱਚ ਲੱਗ ਜਾਂਦਾ ਹੈ ।

He may remain steady in stable on the teachings of His Word in his day to day life and he may be accepted in His court. He may never abandon the teachings of His Word from his life, and meditation may be accepted at the service of The True Master, in His court.

248.ਆਸਾ ਮਹਲਾ ੧॥ 419-6

ਮਨਸਾ ਮਨਹਿ ਸਮਾਇਲੇ,	mansaa maneh samaa-ilay
ਭਉਜਲੁ ਸਚਿ ਤਰਣਾ॥	bha-ojal sach tarnaa.
ਆਦਿ ਜੁਗਾਦਿ ਦਇਆਲੁ	aad jugaad da-i-aal too
ਤੂ ਠਾਕੁਰ ਤੇਰੀ ਸਰਣਾ॥੧॥	thaakur tayree sarnaa. ||1||

ਹਰਇੱਕ ਜੀਵ ਦੇ ਮਨ ਵਿੱਚ ਮਾਨਸ ਜਨਮ ਸਫਲ ਕਰਕੇ, ਪ੍ਰਭ ਦੇ ਦਰਬਾਰ ਵਿੱਚ ਪ੍ਰਵਾਨ ਹੋਣ ਦੀ ਇੱਛਾਂ ਹੁੰਦੀ ਹੈ । ਰਹਿਮਤਾਂ ਦਾ ਦਾਤਾ, ਜੁਗਾਂ ਤੋਂ ਜੀਵ ਨੂੰ ਸ਼ਬਦ ਦੇ ਲੜ ਲਾ ਕੇ ਪ੍ਰਵਾਨ ਕਰਦਾ ਅਇਆ ਹੈ । ਆਪਣੀ ਰਹਿਮਤ ਬਖਸ਼ਕੇ ਆਪਣੇ ਚਰਨਾਂ ਵਿੱਚ ਰਖੋਂ ।

Everyone has a burning desire to adopt the teachings of His Word and become worthy of His consideration. From ancient Ages; The Merciful True Master has been inspiring His true devotee to meditates and become worthy of acceptance in The Holy Spirit. With Your mercy and grace keeps me in Your sanctuary.

ਤੂ ਦਾਤੌ ਹਮ ਜਾਚਿਕਾ,	too daatou ham jaachikaa
ਹਰਿ ਦਰਸਨੁ ਦੀਜੈ॥	har darsan deejai.
ਗੁਰਮੁਖਿ ਨਾਮੁ ਧਿਆਈਐ,	gurmukh naam Dhi-aa-ee-ai
ਮਨ ਮੰਦਰੁ ਭੀਜੈ॥੧॥ ਰਹਾਉ॥	man mandar bheejai. ||1|| rahaa-o.

ਪ੍ਰਭ ਤੂੰ ਦਾਤਾਂ ਦਾ ਮਾਲਕ ਹੈ, ਜੀਵ ਤਾਂ ਇੱਕ ਮੰਗਤਾ ਹੈ । ਇਸ ਮੰਗਤੇ ਨੂੰ ਆਪਣੇ ਸ਼ਬਦ ਦੀ ਸੋਝੀ ਦੀ ਭਿੱਖਿਆਂ ਪਾਵੋ । ਗੁਰਮਖ ਸ਼ਬਦ ਦੀ ਬੰਦਗੀ ਕਰਕੇ ਆਪਣੇ ਅੰਦਰੋਂ ਹੀ ਖੁਸ਼ੀ ਪਾ ਲੈਂਦੇ ਹਨ । ਜੋਤ ਜਾਗਰਤ ਕਰ ਲੈਂਦੇ ਹਨ ।

You are The True Owner of all blessings; I am a poor and humble beggar at Your door. With Your mercy and grace may bestow your blessed vison and enlightenment of Your Word. His true devotee meditates with steady and stable belief on the teachings of His Word, he may be blessed with happiness and contentment from within his own mind.

ਕੂੜਾ ਲਾਲਚੁ ਛੋਡੀਐ,	koorhaa laalach chhodee-ai
ਤਉ ਸਾਚੁ ਪਛਾਣੈ॥	ta-o saach pachhaanai.
ਗੁਰ ਕੈ ਸਬਦਿ ਸਮਾਈਐ,	gur kai sabad samaa-ee-ai
ਪਰਮਾਰਥੁ ਜਾਣੈ॥੨॥	parmaarath jaanai. ‖2‖

ਜਿਹੜਾ ਲਾਲਚ ਨੂੰ ਤਿਆਗ ਦੇਵੇ ਹੈ, ਉਸ ਨੂੰ ਸ਼ਬਦ ਦੀ ਕੀਮਤ ਦੀ ਜਾਣਕਾਰੀ ਬਖਸ਼ਿਸ਼ ਹੋ ਸਕਦੀ ਹੈ । ਮਨ ਨੂੰ ਸ਼ਬਦ ਦੇ ਲੜ ਲਾਉਣ ਨਾਲ ਅਟੱਲ ਜੋਤ ਦੀ ਪਛਾਣ ਬਖਸ਼ਿਸ਼ ਹੋ ਸਕਦੀ ਹੈ ।

Whosoever may abandon his greed of worldly desires, he may realize the value of the enlightenment of His Word. By meditating and adopting the teachings of His Word wholeheartedly, he may realize the existence of The Holy Spirit within.

ਇਹੁ ਮਨੁ ਰਾਜਾ ਲੋਭੀਆ,	ih man raajaa lobhee-aa
ਲੁਭਤਉ ਲੋਭਾਈ॥	lubh-ta-o lobhaa-ee.
ਗੁਰਮੁਖਿ ਲੋਭੁ ਨਿਵਾਰੀਐ,	gurmukh lobh nivaaree-ai
ਹਰਿ ਸਿਉ ਬਣਿ ਆਈ॥ ੩॥	har si-o ban aa-ee. ‖3‖

ਜੀਵ ਦਾ ਮਨ ਲਾਲਚੀ ਰਾਜੇ ਦੀ ਤਰ੍ਹਾਂ, ਲਾਲਚ ਦੇ ਕੰਮ ਵਿੱਚ ਹੀ ਲੱਗਾ ਰਹਿੰਦਾ ਹੈ । ਗੁਰਮਖ ਜੀਵ ਆਪਣੇ ਮਨ ਦਾ ਲਾਲਚ ਤਿਆਗ ਦੇਂਦਾ ਹੈ । ਉਸ ਨੂੰ ਸ਼ਬਦ ਦੀ ਸੋਝੀ, ਸ਼ਬਦ ਨਾਲ ਜੀਵਨ ਢਾਲਣ ਦੀ ਵਿਧੀ ਹਾਸਿਲ ਹੋ ਜਾਂਦੀ ਹੈ ।

The mind of the human is like a greedy king and always performs all his deeds with greed for worldly possessions. His true devotee abandons the greed of worldly desires from his mind. He may be enlightened with the technique to adopt the teachings of His Word in his day to day life.

ਕਲਰਿ ਖੇਤੀ ਬੀਜੀਐ,	kalar khaytee beejee-ai
ਕਿਉ ਲਾਹਾ ਪਾਵੈ॥	ki-o laahaa paavai.
ਮਨਮੁਖੁ ਸਚਿ ਨ ਭੀਜਈ,	manmukh sach na bheej-ee
ਕੂੜੁ ਕੂੜਿ ਗਡਾਵੈ॥ ੪॥	koorh koorh gadaavai. ‖4‖

ਜਿਵੇਂ ਕਲਰੀ ਜ਼ਮੀਨ ਵਿੱਚ ਕੋਈ ਫਸਲ ਨਹੀਂ ਹੁੰਦੀ, ਕੋਈ ਲਾਭ ਨਹੀਂ ਹੁੰਦਾ । ਇਸ ਤਰ੍ਹਾਂ ਮਨਮੁਖ ਦਾ ਮਨ ਸ਼ਬਦ ਦੀ ਪਾਲਣਾ ਤੇ ਅਡੋਲ ਨਹੀਂ ਰਹਿੰਦਾ, ਧੋਖੇ ਅਤੇ ਫਰੇਬ ਵਿੱਚ ਹੀ ਲੱਗਾ ਰਹਿੰਦਾ ਹੈ ।

As the rocky soil, unproductive land may not grow any crops and not a profitable asset. Same way a self-minded may not stay steady and stable on the teachings of His Word. He always remains entangled in deception and falsehood in his day to day life.

ਲਾਲਚੁ ਛੋਡਹੁ ਅੰਧਿਹੋ,	laalach chhodahu anDhiho
ਲਾਲਚਿ ਦੁਖੁ ਭਾਰੀ॥	laalach dukh bhaaree.
ਸਾਚੌ ਸਾਹਿਬੁ ਮਨਿ ਵਸੈ,	saachou saahib man vasai
ਹਉਮੈ ਬਿਖੁ ਮਾਰੀ॥੫॥	ha-umai bikh maaree. ||5||

ਅਣਜਾਣ ਜੀਵ ਆਪਣੇ ਮਨ ਦਾ ਲਾਲਚ ਦਾ ਤਿਆਗੋ! ਇਸ ਨਾਲ ਦੁਖ ਹੀ ਮਿਲਦੇ, ਪੂਰੀ ਨਹੀਂ ਪੈਂਦੀ । ਜਿਸ ਦੇ ਮਨ ਵਿੱਚ ਪ੍ਰਭ ਦਾ ਸ਼ਬਦ ਘਰ ਕਰ ਜਾਂਦਾ ਹੈ, ਉਸ ਨੂੰ ਮਨ ਦੇ ਅਹੰਕਾਰ ਤੇ ਜਿੱਤ ਬਖਸ਼ਿਸ਼ ਹੋ ਜਾਂਦੀ ਹੈ ।

Ignorant human you should abandon the greed of worldly desires from your mind. With greed you may have to face miseries and you may not succeed in human life journey. Whosoever may remain drenched with the teachings of His Word, he may conquer his ego forever.

ਦੁਬਿਧਾ ਛੋਡਿ ਕੁਵਾਟੜੀ,	dubiDhaa chhod kuvaatarhee
ਮੂਸਹੁਗੇ ਭਾਈ॥	mooshugay bhaa-ee.
ਅਹਿਨਿਸਿ ਨਾਮੁ ਸਲਾਹੀਐ,	ahinis naam salaahee-ai
ਸਤਿਗੁਰ ਸਰਣਾਈ॥ ੬॥	satgur sarnaa-ee. ||6||

ਸੰਸਾਰਕ ਵਿੱਚ ਭਰਮਾਂ ਪਿਛੇ ਲੱਗ ਕੇ, ਜਿਹੜੇ ਮੰਦੇ ਕੰਮ ਕਰਦਾ ਹੈ, ਉਹ ਤਿਆਗ ਦੇਵੋ! ਇਸ ਨਾਲ ਕੇਵਲ ਸ਼ਰਮਿੰਦਗੀ ਹੀ ਮਿਲਦੀ ਹੈ । ਪ੍ਰਭ ਦੇ ਸ਼ਬਦ ਸਿਮਰਨ ਕਰਨ ਨਾਲ ਪ੍ਰਭ ਆਪ ਰਖਵਾਲਾ ਬਣ ਜਾਂਦਾ ਹੈ, ਉਸ ਦੇ ਚਰਨਾਂ ਵਿੱਚ ਆਸਣ ਬਖਸ਼ਿਸ਼ ਹੋ ਜਾਂਦਾ ਹੈ ।

Whatsoever the evil deeds you perform following religious rituals and suspicions, you should abandon from your life. Otherwise you may be embarrassed in His court after your death. By meditating on the teachings of His Word day and night, you may be accepted in His sanctuary and may be blessed a place in His court.

ਮਨਮੁਖ ਪਥਰੁ ਸੈਲੁ ਹੈ,	manmukh pathar sail hai
ਧ੍ਰਿਗੁ ਜੀਵਣੁ ਫੀਕਾ॥	Dharig jeevan feekaa.
ਜਲ ਮਹਿ ਕੇਤਾ ਰਾਖੀਐ,	jal meh kaytaa raakhee-ai
ਅਭ ਅੰਤਰਿ ਸੂਕਾ॥੭॥	abh antar sookaa. ||7||

ਮਨਮੁਖ ਜੀਵ ਦਾ ਮਨ ਇੱਕ ਪੱਥਰ ਦੀ ਤਰ੍ਹਾਂ ਠੋਸ ਹੈ । ਉਸ ਦਾ ਜੀਵਨ ਬਿਰਥਾ ਹੀ, ਸਰਾਪੀ ਹੈ । ਮਨ ਤੇ ਸ਼ਬਦ ਦਾ ਕੋਈ ਅਸਰ ਨਹੀਂ ਹੁੰਦਾ । ਜਿਵੇਂ ਪੱਥਰ ਨੂੰ ਲੰਮਾਂ ਸਮਾਂ ਪਣੀ ਵਿੱਚ ਰਖਣ ਨਾਲ ਵੀ ਅੰਦਰੋਂ ਸੁਕਾ ਹੀ ਰਹਿੰਦਾ ਹੈ ।

The mind of self-minded is like a hard stone, his human life journey is useless, curse only. The teachings of His Word may not affect his state of mind. As the stone remains dry from within, even immersing in water for long period of time.

ਹਰਿ ਕਾ ਨਾਮੁ ਨਿਧਾਨੁ ਹੈ,	har kaa naam niDhaan hai
ਪੂਰੈ ਗੁਰਿ ਦੀਆ॥	poorai gur dee-aa.
ਨਾਨਕ ਨਾਮੁ ਨ ਵੀਸਰੈ,	naanak naam na veesrai
ਮਥਿ ਅੰਮ੍ਰਿਤੁ ਪੀਆ॥੮॥੧੫॥	math amrit pee-aa. ||8||15||

ਸ਼ਬਦ ਇੱਕ ਅਮੋਲਕ ਖਜ਼ਾਨਾ ਹੈ, ਪ੍ਰਭ ਨੇ ਆਪ ਹੀ ਜੀਵ ਨੂੰ ਬਖਸ਼ਿਆ ਹੈ । ਜਿਹੜਾ ਸ਼ਬਦ ਨੂੰ ਮਨ ਵਿਚੋਂ ਵਿਸਾਰਦਾ ਨਹੀਂ, ਉਹ ਇਸ ਦੀ ਖੋਜ ਆਪਣੇ ਅੰਦਰੋਂ ਹੀ ਕਰ ਲੈਂਦਾ ਹੈ ।

The True Master has blessed the priceless treasure of His Word to the soul of a creature. Whosoever may not abandon His Word, he may discover the enlightenment of His Word from within.

249.ਆਸਾ ਮਹਲਾ ੧॥ 419-15

ਚਲੇ ਚਲਣਹਾਰ ਵਾਟ ਵਟਾਇਆ॥	chalay chalanhaar vaat vataa-i-aa.
ਧੰਧੁ ਪਿਟੇ ਸੰਸਾਰੁ,	DhanDh pitay sansaar
ਸਚੁ ਨ ਭਾਇਆ॥੧॥	sach na bhaa-i-aa. ||1||

ਜੀਵ ਸੰਸਾਰ ਵਿੱਚ ਯਾਤਰੀ ਦੀ ਤਰ੍ਹਾਂ ਹੀ ਹੈ, ਉਹ ਦੂਸਰੇ ਰਸਤੇ ਤੇ ਚਲਦਾ ਰਹਿੰਦਾ ਹੈ । ਉਹ ਸੰਸਾਰਕ ਧੰਦਿਆ ਦੇ ਜਾਲ ਵਿੱਚ ਇਤਨਾ ਫਸ ਜਾਂਦਾ ਹੈ । ਉਸ ਨੂੰ ਸ਼ਬਦ ਦੀ ਮਹੱਤਤਾ ਦੀ ਸਮਝ ਨਹੀਂ ਰਹਿੰਦੀ ।

In the world, human is like a traveler, he follows different routes in his life. In this process, he becomes entangled deep into the worldly chores that he forgets the significance of the teachings of His Word in his life.

ਕਿਆ ਭਵੀਐ ਕਿਆ ਢੂਢੀਐ,	ki-aa bhavee-ai ki-aa dhoodhee-ai
ਗੁਰ ਸਬਦਿ ਦਿਖਾਇਆ॥	gur sabad dikhaa-i-aa.
ਮਮਤਾ ਮੋਹੁ ਵਿਸਰਜਿਆ,	mamtaa moh visarji-aa
ਅਪਨੈ ਘਰਿ ਆਇਆ॥੧॥ ਰਹਾਉ॥	apnai ghar aa-i-aa. ||1|| rahaa-o.

ਕਿਉਂ ਚਾਰੇ ਪਾਸੇ ਘੁੰਮਦਾ ਫਿਰਦਾ, ਪ੍ਰਭ ਨੇ ਸਾਰੀ ਸੋਝੀ ਸ਼ਬਦ ਦੀ ਪਾਲਣਾ ਵਿੱਚ ਹੀ ਬਖਸ਼ੀ ਹੈ । ਜਿਹੜਾ ਜੀਵ ਅਹੰਕਾਰ ਅਤੇ ਸੰਸਾਰਕ ਮੋਹ ਤਿਆਗ ਦੇਂਦਾ ਹੈ, ਉਸ ਨੂੰ ਪ੍ਰਵਾਨਗੀ ਦੇ ਰਸਤੇ ਦੀ ਸੋਝੀ ਬਖਸ਼ਿਸ਼ ਹੋ ਜਾਂਦੀ ਹੈ ।

Why are you wondering in all directions? The True Master has blessed and embedded the enlightenment of His Word in meditating and adopting the teachings of His Word. Whosoever may abandon his worldly ego and attachment to worldly possessions, he may be enlightened with the right path of His acceptance.

ਸਚਿ ਮਿਲੈ ਸਚਿਆਰੁ,	sach milai sachiaar
ਕੂੜਿ ਨ ਪਾਈਐ॥	koorh na paa-ee-ai.
ਸਚੇ ਸਿਉ ਚਿਤੁ ਲਾਇ,	sachay si-o chit laa-ay
ਬਹੁੜਿ ਨ ਆਈਐ॥੨॥	bahurh na aa-ee-ai. ||2||

ਜਿਹੜਾ ਅਡੋਲ ਭਰੋਸੇ ਨਾਲ ਸ਼ਬਦ ਦੀ ਪਾਲਣਾ ਕਰਦਾ ਹੈ, ਪ੍ਰਭ ਉਸ ਨੂੰ ਸ਼ਬਦ ਦੀ ਸੋਝੀ ਬਖਸ਼ਦਾ ਹੈ । ਅਗਰ ਮਨ ਵਿੱਚ ਫਰੇਬ, ਦਿਖਾਵਾ ਹੀ ਹੋਵੇ ਤਾਂ ਸ਼ਬਦ ਦੀ ਸੋਝੀ ਬਖਸ਼ਿਸ਼ ਨਹੀਂ ਹੁੰਦੀ । ਜਿਸ ਦਾ ਮਨ ਇੱਕ ਵਾਰ ਸ਼ਬਦ ਤੇ ਅਡੋਲ ਹੋ ਜਾਂਦਾ ਹੈ । ਉਸ ਨੂੰ ਜਨਮ ਮਰਨ ਦੇ ਚੱਕਰ ਵਿੱਚ ਨਹੀਂ ਜਾਣਾ ਪੈਂਦਾ ।

Whosoever may adopt the teachings of His Word with steady and stable belief in his day to day life, he may be blessed with the enlightenment of His Word within his mind. The enlightenment of the teachings of His Word may not be blessed with deception and falsehood. Whosoever may remain steady and stable and sings the glory of His virtues over and over, his cycle of birth and death may be eliminated.

ਮੋਇਆ ਕਉ ਕਿਆ ਰੋਵਹੁ,	mo-i-aa ka-o ki-aa rovhu
ਰੋਇ ਨ ਜਾਣਹੂ॥	ro-ay na jaanhoo.
ਰੋਵਹੁ ਸਚੁ ਸਲਾਹਿ,	rovhu sach salaahi
ਹੁਕਮੁ ਪਛਾਣਹੂ॥੩॥	hukam pachhaanhoo. ||3||

ਜੀਵ ਤੂੰ ਮੋਇਆ ਨੂੰ ਕਿਉਂ ਰੋਂਦਾ ਹੈ? ਤੈਨੂੰ ਰੋਣ ਦੇ ਅਸਲੀ ਢੰਗ ਦੀ ਸੋਝੀ ਨਹੀਂ । ਪ੍ਰਭ ਦੇ ਵਿਛੜੇ ਦੇ ਵਿਰਾਗ ਵਿੱਚ ਜੀਵਨ ਬਤੀਤ ਕਰਨਾ ਹੀ ਅਸਲੀ ਬੰਦਗੀ ਕਰਨਾ ਹੈ । ਇਸ ਨਾਲ ਸ਼ਬਦ ਦੀ ਸੋਝੀ ਹੋ ਜਾਂਦੀ ਹੈ ।

Why are you crying at the death of dead relative? You do not know the true, right way to grieve on the death of close friend. To remain in renunciation in the memory of your separation from The True Master is the true meditation acceptable in His court. On this path, you may be blessed with the enlightenment of His Word.

ਹੁਕਮੀ ਵਜਹੁ ਲਿਖਾਇ,	hukmee vajahu likhaa-ay
ਆਇਆ ਜਾਣੀਐ॥	aa-i-aa jaanee-ai.
ਲਾਹਾ ਪਲੈ ਪਾਇ,	laahaa palai paa-ay
ਹੁਕਮੁ ਸਿਞਾਣੀਐ॥੪॥	hukam sinjaanee-ai. ‖4‖

ਉਹ ਜੀਵ ਜਨਮ ਤੋਂ ਹੀ ਵੱਡੇ ਭਾਗਾਂ ਵਾਲਾ ਹੁੰਦਾ ਹੈ, ਪ੍ਰਭ ਦੀ ਰਹਿਮਤ ਨਾਲ ਜਿਸ ਨੂੰ ਸ਼ਬਦ ਦੀ ਬੰਦਗੀ ਵਿੱਚ ਲਗਨ ਬਖ਼ਸ਼ਿਸ਼ ਹੁੰਦੀ ਹੈ । ਉਹ ਸ਼ਬਦ ਦੀ ਸੋਝੀ ਨਾਲ ਜੀਵਨ ਢਾਲਦਾ ਹੈ, ਉਹ ਮਾਨਸ ਜਨਮ ਦਾ ਪੂਰਾ ਲਾਹਾ ਲੈ ਜਾਂਦਾ ਹੈ ।

Whosoever may be blessed with dedication to meditate on the teachings of His Word, he may be very fortunate from birth. He becomes enlightened and adopt the teachings of His Word in his day to day life. He may enjoy the full benefit of the opportunity of human life blessings.

ਹੁਕਮੀ ਪੈਧਾ ਜਾਇ,	hukmee paiDhaa jaa-ay
ਦਰਗਹ ਭਾਣੀਐ॥	dargeh bhaanee-ai.
ਹੁਕਮੇ ਹੀ ਸਿਰਿ ਮਾਰ,	hukmay hee sir maar
ਬੰਦਿ ਰਬਾਣੀਐ॥੫॥	band rabaanee-ai. ‖5‖

ਜਿਸ ਦੀ ਬੰਦਗੀ ਪ੍ਰਵਾਨ ਹੋ ਜਾਂਦੀ ਹੈ, ਉਸ ਨੂੰ ਹੀ ਦਰਬਾਰ ਵਿੱਚ ਸੱਦਾ ਮਿਲਦਾ ਹੈ । ਪ੍ਰਭ ਦੇ ਹੁਕਮ ਨਾਲ ਹੀ ਜੀਵ ਨੂੰ ਦੁਖ ਸਹਿਣੇ ਪੈਂਦੇ ਹਨ ।

Whose meditation may be accepted in His court, he may be honored in His court. We have to endure all miseries in day to day with His command.

ਲਾਹਾ ਸਚੁ ਨਿਆਉ, ਮਨਿ ਵਸਾਈਐ॥	laahaa sach ni-aa-o man vasaa-ee-ai.
ਲਿਖਿਆ ਪਲੈ ਪਾਇ,	likhi-aa palai paa-ay
ਗਰਬੁ ਵਞਾਈਐ॥੬॥	garab vanjaa-ee-ai. ‖6‖

ਸ਼ਬਦ ਨੂੰ ਮਨ ਵਿੱਚ ਵਸਾ ਕੇ ਜੀਵਨ ਢਾਲਣਾ ਹੀ ਮਾਨਸ ਜਨਮ ਦਾ ਲਾਹਾ ਹੈ । ਜਿਹੜਾ ਆਪਣੇ ਅਹੰਕਾਰ ਤੇ ਕਾਬੂ ਰਖਦਾ ਹੈ, ਉਹ ਆਪਣੇ ਭਾਗਾਂ ਦਾ ਫਲ ਪਾ ਲੈਂਦਾ ਹੈ ।

To drench and adopt the teachings of His Word in day to day life may be the benefit of human life. Whosoever may conquer his ego of his mind, he may be blessed with the reward of his destiny.

ਮਨਮੁਖੀਆ ਸਿਰਿ ਮਾਰ,	manmukhee-aa sir maar
ਵਾਦਿ ਖਪਾਈਐ॥	vaad khapaa-ee-ai.
ਠਗਿ ਮੁਠੀ ਕੂੜਿਆਰ,	thag muthee koorhi-aar
ਬੰਨ੍ਹਿ ਚਲਾਈਐ॥੭॥	baneh chalaa-ee-ai. ‖7‖

ਮਨਮੁਖ ਨੂੰ ਜਮਦੂਤਾਂ ਦੇ ਦੁਖ ਹੀ ਮਿਲਦੇ ਹਨ । ਉਹ ਧੋਖੇ, ਫਰੇਬ ਦਾ ਜੀਵਨ ਬਤੀਤ ਕਰਦਾ, ਜੂੰਨਾਂ ਦੇ ਚੱਕਰ ਵਿੱਚ ਹੀ ਰਹਿੰਦਾ ਹੈ ।

Self-minded human has to endure misery of devil of death. He may spend his life in deception and falsehood and may remain in the cycle of birth and death.

ਸਾਹਿਬੁ ਰਿਦੈ ਵਸਾਇ	saahib ridai vasaa-ay
ਨ ਪਛੋਤਾਵਹੀ॥	na pachhotaavhee.
ਗੁਨਹਾਂ ਬਖਸਣਹਾਰੁ,	gunhaaN bakhsanhaar
ਸਬਦੁ ਕਮਾਵਹੀ॥੮॥	sabad kamaavahee. ||8||

ਜਿਸ ਦੇ ਮਨ ਵਿੱਚ ਸ਼ਬਦ ਘਰ ਕਰ ਜਾਂਦਾ ਹੈ, ਉਸ ਨੂੰ ਪਛਤਾਵਾ ਨਹੀਂ ਕਰਨਾ ਪੈਂਦਾ । ਜਿਹੜਾ ਸ਼ਬਦ ਨਾਲ ਜੀਵਨ ਢਾਲਦਾ ਹੈ, ਪ੍ਰਭ ਆਪ ਹੀ ਗਲਤੀਆਂ ਬਖਸ਼ ਦੇਂਦਾ ਹੈ ।

Whosoever may be drenched with the teachings of His Word, he may not have any regret in his day to day chores. Whosoever may adopt the teachings of His Word; The Merciful True Master may forgive all his innocent mistakes, eliminates all account of his sinful deeds.

ਨਾਨਕੁ ਮੰਗੈ ਸਚੁ ਗੁਰਮੁਖਿ ਘਾਲੀਐ॥	naanak mangai sach gurmukh ghaalee-ai.
ਮੈ ਤੁਝ ਬਿਨੁ ਅਵਰੁ ਨ ਕੋਇ,	mai tujh bin avar na ko-ay
ਨਦਰਿ ਨਿਹਾਲੀਐ॥ ੯॥ ੧੬॥	nadar nihaalee-ai. ||9||16||

ਬੰਦਗੀ ਕਰਨ ਵਾਲੇ ਜੀਵ, ਪ੍ਰਭ ਤੋ ਸ਼ਬਦ ਦੀ ਸੋਝੀ ਦੀ ਭਿੱਖਿਆ ਮੰਗਦੇ ਹਨ! ਕੇਵਲ ਗੁਰਮਖ ਜੀਵ ਦੀ ਬੰਦਗੀ ਹੀ ਪ੍ਰਵਾਨ ਹੁੰਦੀ ਹੈ । ਅਟੱਲ ਪ੍ਰਭ ਤੋ ਬਿਨਾਂ ਹੋਰ ਕੋਈ ਦਾਤਾਂ ਦਾ ਮਾਲਕ ਨਹੀਂ ਹੈ । ਉਸ ਤੋ ਰਹਿਮਤ ਦੀ ਨਜ਼ਰ ਹੀ ਮੰਗੋ ।

His true devotee always begs for His mercy and grace to be blessed with the enlightenment of His Word. Only the meditation of His true devotee may be accepted. Without, The True Master, no one else is the owner of the blessings. You should beg for His mercy and grace.

250.ਆਸਾ ਮਹਲਾ ੧॥ 420-5

ਕਿਆ ਜੰਗਲੁ ਢੂਢੀ ਜਾਇ,	ki-aa jangal dhoodhee
ਮੈ ਘਰਿ ਬਨੁ ਹਰੀਆਵਲਾ॥	jaa-ay mai ghar ban haree-aavlaa.
ਸਚਿ ਟਿਕੈ ਘਰਿ ਆਇ,	sach tikai ghar aa-ay
ਸਬਦਿ ਉਤਾਵਲਾ॥੧॥	sabad utaavalaa. ||1||

ਜਿਸ ਜੀਵ ਦਾ ਮਨ ਪ੍ਰਭ ਦੇ ਸ਼ਬਦ ਤੇ ਅਡੋਲ ਭਰੋਸੇ ਨਾਲ ਖੇੜੇ ਵਿੱਚ ਜੀਵਨ ਬਤੀਤ ਕਰਦਾ ਹੈ । ਉਸ ਨੂੰ ਜੰਗਲ ਵਿੱਚ ਜਾ ਕੇ ਮਨ ਨੂੰ ਤਿਆਰ ਕਰਨ ਦੀ ਕੋਈ ਲੋੜ ਨਹੀਂ ਹੁੰਦੀ । ਉਸ ਦੇ ਮਨ ਵਿੱਚ ਸ਼ਬਦ ਇੱਕ ਦਮ ਹੀ ਘਰ ਕਰ ਜਾਂਦਾ ਹੈ ।

Whosoever may remain in blossom with his steady and stable belief on the teachings of His Word. He may not have to go to the wild forest, in the void and abandons all worldly comforts. He may remain drenched with the teachings of His Word with ease.

ਜਹ ਦੇਖਾ ਤਹ ਸੋਇ ਅਵਰੁ ਨ ਜਾਣੀਐ॥	jah daykhaa tah so-ay avar na jaanee-ai.
ਗੁਰ ਕੀ ਕਾਰ ਕਮਾਇ,	gur kee kaar kamaa-ay
ਮਹਲੁ ਪਛਾਣੀਐ॥੧॥ ਰਹਾਉ॥	mahal pachhaanee-ai. ||1|| rahaa-o.

ਜਿਹੜਾ ਸ਼ਬਦ ਦੀ ਕਮਾਈ ਕਰਦਾ ਹੈ, ਉਸ ਨੂੰ ਦਰਬਾਰ ਦਾ ਰਸਤਾ ਬਖਸ਼ਿਸ਼ ਹੋ ਜਾਂਦਾ ਹੈ । ਉਸ ਨੂੰ ਹਰਇੱਕ ਜੀਵ ਵਿੱਚ ਹੀ ਪ੍ਰਭ ਦੀ ਜੋਤ ਨਜ਼ਰ ਆਉਂਦੀ ਹੈ ।

Whosoever may earn the wealth of His Word, he may be blessed with the right path of acceptance in His court. He may realize and witness the Holy Spirit prevailing in each and every creature in the universe.

ਆਪਿ ਮਿਲਾਵੈ, ਸਚੁ ਤਾ ਮਨਿ ਭਾਵਈ॥ aap milaavai sach taa man bhaav-ee.
ਚਲੈ ਸਦਾ ਰਜਾਇ ਅੰਕਿ ਸਮਾਵਈ॥੨ chalai sadaa rajaa-ay ank samaava-ee. 2

ਜਿਸ ਦੀ ਕਮਾਈ ਪ੍ਰਭ ਨੂੰ ਪ੍ਰਵਾਨ ਹੋ ਜਾਂਦੀ ਹੈ ਪ੍ਰਭ ਉਸ ਨੂੰ ਪ੍ਰਵਾਨਗੀ ਦੇ ਰਸਤੇ ਤੇ ਪਾਉਂਦਾ ਹੈ । ਜਿਹੜਾ ਸ਼ਬਦ ਨਾਲ ਜੀਵਨ ਢਾਲਦਾ ਹੈ, ਉਹ ਬੰਦਗੀ ਵਿੱਚ ਲੀਨ ਹੋ ਜਾਂਦਾ ਹੈ ।

Whose meditation may be accepted in His court, he may be blessed with the right path of acceptance. Whosoever may adopt the teachings of His Word with steady and stable belief in his day to day life, he may enter into deep meditation in the void of His Word.

ਸਚਾ ਸਾਹਿਬੁ ਮਨਿ ਵਸੈ, sachaa saahib man vasai
ਵਸਿਆ ਮਨਿ ਸੋਈ॥ vasi-aa man so-ee.
ਆਪੇ ਦੇ ਵਡਿਆਈਆ, aapay day vadi-aa-ee-aa
ਦੇ ਤੋਟਿ ਨ ਹੋਈ॥੩॥ day tot na ho-ee. ||3||

ਜਦੋਂ ਜੀਵ ਦੇ ਮਨ ਵਿੱਚ ਸ਼ਬਦ ਘਰ ਕਰ ਜਾਂਦਾ ਹੈ, ਉਸ ਦਾ ਮਨ ਖੇੜੇ ਵਿੱਚ ਆ ਜਾਂਦਾ ਹੈ । ਪ੍ਰਭ ਆਪ ਹੀ ਆਪਣੇ ਸੇਵਕ ਨੂੰ ਵਡਿਆਈ ਬਖਸ਼ਦਾ ਹੈ । ਉਸ ਦਾ ਦਾਤਾਂ ਦਾ ਭੰਡਾਰ ਕਦੇ ਖਾਲੀ ਨਹੀਂ ਹੁੰਦਾ, ਤੋਟ ਨਹੀਂ ਆਉਂਦੀ ।

Whosoever may be drenched with the teachings of His Word, he may be blessed with contentment and blossom in his day to day life. The True Master may enhance his glory and honor. The treasure of His blessings remains overflowing and never exhausted or shortage or deficiency.

ਅਬੇ ਤਬੇ ਕੀ ਚਾਕਰੀ, abay tabay kee chaakree
ਕਿਉ ਦਰਗਹ ਪਾਵੈ॥ ki-o dargeh paavai.
ਪਥਰ ਕੀ ਬੇੜੀ ਜੇ ਚੜੈ, pathar kee bayrhee jay charhai
ਭਰ ਨਾਲਿ ਬੁਡਾਵੈ॥੪॥ bhar naal budaavai. ||4||

ਜਿਵੇਂ ਕੋਈ ਪੱਥਰ ਦੀ ਬੇੜੀ ਤੇ ਸਾਗਰ ਪਾਰ ਕਰਨ ਲਈ ਚੜ੍ਹਦਾ ਹੈ, ਉਸ ਨੇ ਤਾਂ ਡੁੱਬ ਹੀ ਜਾਣਾ ਹੈ । ਜਿਹੜੇ ਸੰਸਾਰਕ ਗੁਰੂਆਂ ਪੀਰਾਂ ਦੀ ਚਾਰਕੀ ਕਰਦੇ ਹਨ, ਉਹ ਪ੍ਰਭ ਦੇ ਦਰਬਾਰ ਵਿੱਚ ਕਿਵੇਂ ਥਾਂ ਪਾ ਸਕਦੇ ਹਨ? ਉਹਨਾਂ ਜੀਵਾਂ ਦਾ ਵੀ ਇਹ ਹਾਲ ਹੀ ਹੁੰਦਾ ਹੈ ।

Whosoever may aboard a stone boat, he is going to drown in the ocean. Same way considering worldly guru as savior and following his teachings, becomes his slave, how can he be accepted in His court? This is the state of affairs of the follower of worldly guru.

ਆਪਨੜਾ ਮਨੁ ਵੇਚੀਐ, aapnarhaa man vaychee-ai
ਸਿਰੁ ਦੀਜੈ ਨਾਲੇ॥ sir deejai naalay.
ਗੁਰਮੁਖਿ ਵਸਤੁ ਪਛਾਣੀਐ, gurmukh vasat pachhaanee-ai
ਅਪਨਾ ਘਰੁ ਭਾਲੇ॥ ੫॥ apnaa ghar bhaalay. ||5||

ਜੀਵ ਆਪਣਾ ਮਨ ਤਨ ਪ੍ਰਭ ਦੇ ਲੇਖੇ ਲਾ ਦੇਵੋ । ਜਿਸ ਨੂੰ ਗੁਰਮਖ ਅਵਸਥਾ ਬਖਸ਼ਿਸ਼ ਹੋ ਜਾਂਦੀ ਹੈ, ਉਹ ਪ੍ਰਭ ਦੀ ਜੋਤ ਆਪਣੇ ਅੰਦਰੋਂ ਹੀ ਢੂੰਡ ਲੈਂਦਾ ਹੈ ।

You should surrender your mind and body at the service of The True Master. Whosoever may be blessed with state of mind of as His true devotee, he may be blessed with enlightenment from within.

ਜੰਮਣੁ ਮਰਣਾ ਆਖੀਐ, jaman marnaa aakhee-ai

ਤਿਨਿ ਕਰਤੈ ਕੀਆ॥ tin kartai kee-aa.
ਆਪੁ ਗਵਾਇਆ ਮਰਿ ਰਹੇ, aap gavaa-i-aa mar rahay
ਫਿਰਿ ਮਰਣੁ ਨ ਥੀਆ॥ ੬॥ fir maran na thee-aa. ||6||

ਜੀਵ ਜਨਮ ਮਰਨ ਦਾ ਭਾਣਾ ਵਿਚਾਰਦੇ ਹਨ, ਇਹ ਤਾਂ ਪ੍ਰਭ ਦਾ ਕੀਤਾ ਖੇਲ ਹੈ । ਜਿਹੜਾ ਆਪਣੇ ਮਨ ਤੇ ਜਿੱਤ ਪਾ ਲੈਂਦਾ ਹੈ, ਉਹ ਨਿਮਾਣਾ ਬਣਕੇ ਜੀਵਨ ਬਤੀਤ ਕਰਦਾ ਹੈ, ਉਸ ਦਾ ਜਨਮ ਮਰਨ ਦਾ ਲੇਖਾ ਖਤਮ ਹੋ ਜਾਂਦਾ ਹੈ ।

You worry about the cycle of birth and death. You should realize, this is a unique play and happens under His command. Whosoever may conquer his worldly desires, he may become humble in his day to day life. His cycle of birth and death may be eliminated by His mercy and grace.

ਸਾਈ ਕਾਰ ਕਮਾਵਣੀ, saa-ee kaar kamaavnee
ਧੁਰ ਕੀ ਫੁਰਮਾਈ॥ Dhur kee furmaa-ee.
ਜੇ ਮਨੁ ਸਤਿਗੁਰ ਦੇ ਮਿਲੈ, jay man satgur day milai
ਕਿਨਿ ਕੀਮਤਿ ਪਾਈ॥ ੭॥ kin keemat paa-ee. ||7||

ਜਿਹੜਾ ਸ਼ਬਦ ਨਾਲ ਜੀਵਨ ਬਤੀਤ ਕਰਦਾ ਹੈ, ਉਸ ਦਾ ਆਪਾ ਖਤਮ ਹੋ ਜਾਂਦਾ ਹੈ । ਉਸ ਨੂੰ ਸ਼ਬਦ ਦੀ ਸੋਝੀ ਦੀ ਕੀਮਤ ਦੀ ਜਾਣਕਾਰੀ ਹੋ ਜਾਂਦੀ ਹੈ ।

Whosoever may adopt the teachings of His Word with steady and stable belief in his day to day life. His selfishness, his own identity may be absorbed in The Holy Spirit. He may be enlightened with the true value of the teachings of His Word

ਰਤਨਾ ਪਾਰਖੁ ਸੋ ਧਣੀ, ratnaa paarakh so Dhanee
ਤਿਨਿ ਕੀਮਤਿ ਪਾਈ॥ tin keemat paa-ee.
ਨਾਨਕ ਸਾਹਿਬੁ ਮਨਿ ਵਸੈ, naanak saahib man vasai
ਸਚੀ ਵਡਿਆਈ॥੮॥੧੭॥ sachee vadi-aa-ee. ||8||17||

ਪ੍ਰਭ ਆਪ ਹੀ ਸ਼ਬਦ ਦੀ ਕਮਾਈ ਦੀ ਕੀਮਤ ਜਾਣਦਾ ਹੈ, ਦਾਤਾਂ ਬਖਸ਼ਦਾ ਹੈ । ਜਿਸ ਦੇ ਮਨ ਵਿੱਚ ਸ਼ਬਦ ਘਰ ਕਰ ਜਾਂਦਾ ਹੈ, ਉਸ ਦੇ ਵੱਡੇ ਭਾਗ ਹੋ ਜਾਂਦੇ ਹਨ ।

Only, The True Master knows the true worth of wealth of His Word and only He may bless His virtues to His true devotee. Whosoever may remain drenched the teachings of His Word, he may become very fortunate in his human life journey.

251.ਆਸਾ ਮਹਲਾ ੧॥ 420-14

ਜਿਨੀ ਨਾਮੁ ਵਿਸਾਰਿਆ, jinHee naam visaari-aa
ਦੂਜੈ ਭਰਮਿ ਭੁਲਾਈ॥ doojai bharam bhulaa-ee.
ਮੂਲੁ ਛੋਡਿ ਡਾਲੀ ਲਗੇ, mool chhod daalee lagay
ਕਿਆ ਪਾਵਹਿ ਛਾਈ॥੧॥ ki-aa paavahi chhaa-ee. ||1||

ਜਿਹੜਾ ਜੀਵ ਪ੍ਰਭ ਦੇ ਸ਼ਬਦ ਨੂੰ ਵਿਸਾਰਦਾ ਹੈ, ਉਹ ਭਰਮਾਂ ਵਿੱਚ ਫਸ ਜਾਂਦਾ ਹੈ । ਉਹ ਮੁੱਢ, ਮੂਲ ਛੱਡਕੇ ਟਾਹਣੀਆਂ ਦਾ ਅਸਾਰਾ ਲੈਂਦਾ ਹੈ । ਅਖੀਰ ਵਿੱਚ ਟਾਹਣੀਆਂ ਕੱਟਕੇ ਜਲ ਜਾਂਦੀਆਂ ਹਨ ਅਤੇ ਭਸਮ ਹੀ ਹੋ ਜਾਂਦੀਆਂ ਹਨ ।

Whosoever may abandon the teachings of His Word from his mind, he may fall into the trap of religious worldly suspicions. He may abandon the teachings of His Word, support of The True Master and remains attached to the branches in his day to day life. In the end, these branches are burned and become ashes.

ਬਿਨੁ ਨਾਵੈ ਕਿਉ ਛੂਟੀਐ, bin naavai ki-o chhootee-ai
ਜੇ ਜਾਣੈ ਕੋਈ॥ jay jaanai ko-ee.
ਗੁਰਮੁਖਿ ਹੋਇ ਤ ਛੂਟੀਐ, gurmukh ho-ay ta chhootee-ai
ਮਨਮੁਖਿ ਪਤਿ ਖੋਈ॥ ੧॥ ਰਹਾਉ॥ manmukh pat kho-ee. ||1|| rahaa-o.

ਸ਼ਬਦ ਦੀ ਪਾਲਣਾ ਤੋਂ ਬਿਨਾਂ ਗਤੀ ਬਖਸ਼ਿਸ਼ ਨਹੀਂ ਹੁੰਦੀ । ਜਿਸ ਨੂੰ ਗੁਰਮਖ ਅਵਸਥਾ ਬਖਸ਼ਿਸ਼ ਹੋ ਜਾਂਦੀ ਹੈ, ਉਹ ਪ੍ਰਭ ਦੀ ਰਹਿਮਤ ਨਾਲ ਪ੍ਰਵਾਨ ਹੋ ਜਾਂਦਾ ਹੈ । ਮਨਮੁਖ ਬਾਜੀ ਹਾਰ ਜਾਂਦਾ, ਜਨਮ ਮਰਨ ਦੇ ਚੱਕਰ ਵਿੱਚ ਹੀ ਰਹਿੰਦਾ ਹੈ ।

Without adopting the teachings of His Word with steady and stable belief in day to day life, his soul may not be blessed with salvation. Whosoever may be blessed with state of mind as His true devotee, his meditation may be accepted in His court and his soul may be accepted in His sanctuary. Self-minded remains in the cycle of birth and death, he loses the play of human life journey.

ਜਿਨ੍ਹੀ ਏਕੋ ਸੇਵਿਆ, jinHee ayko sayvi-aa
ਪੂਰੀ ਮਤਿ ਭਾਈ॥ pooree mat bhaa-ee.
ਆਦਿ ਜੁਗਾਦਿ ਨਿਰੰਜਨਾ, aad jugaad niranjanaa
ਜਨ ਹਰਿ ਸਰਣਾਈ॥੨॥ jan har sarnaa-ee. ||2||

ਜਿਹੜਾ ਇੱਕੋ ਇੱਕ ਤੇ ਅਡੋਲ ਭਰੋਸਾ ਰਖਕੇ, ਪ੍ਰਭ ਦੇ ਸ਼ਬਦ ਦੀ ਪਾਲਣਾ ਕਰਦਾ ਹੈ । ਉਹ ਆਦਿ, ਜੁਗਾਦ ਅਟੱਲ ਪ੍ਰਭ ਦੀ ਸ਼ਰਣ ਵਿੱਚ ਪ੍ਰਵਾਨ ਹੋ ਜਾਂਦਾ ਹੈ ।

Whosoever may adopt the teachings of His Word with steady and stable belief in his day to day life, he may be accepted in the sanctuary of Omnipotent, omniscient, Omnipresent and axiom The True Master, who was axiom even before the creation of the universe.

ਸਾਹਿਬੁ ਮੇਰਾ ਏਕੁ ਹੈ, saahib mayraa ayk hai
ਅਵਰੁ ਨਹੀ ਭਾਈ॥ avar nahee bhaa-ee.
ਕਰਪਾ ਤੇ ਸੁਖੁ ਪਾਇਆ, kirpaa tay sukh paa-i-aa
ਸਾਚੇ ਪਰਥਾਈ॥੩॥ saachay parthaa-ee. ||3||

ਜੀਵ ਆਪਣਾ ਭਰੋਸੇ ਕੇਵਲ ਇੱਕੋ ਇੱਕ ਸ੍ਰਿਸ਼ਟੀ ਦੇ ਰਖਵਾਲੇ, ਮਾਲਕ ਤੇ ਅਡੋਲ ਰਖੋ । ਉਸ ਤੋ ਬਿਨਾਂ ਹੋਰ ਕੋਈ ਮਾਲਕ ਨਹੀਂ ਹੈ । ਉਸ ਦੀ ਰਹਿਮਤ ਨਾਲ ਹੀ ਮਨ ਨੂੰ ਸ਼ਾਂਤੀ ਬਖਸ਼ਿਸ਼ ਹੁੰਦੀ ਹੈ ।

You should keep your belief steady and stable on The One and Only One True Master, True Creator and protector of the universe. No one else may be equal or greater or comparable with Him. Only with His mercy and grace, the soul may be blessed with peace and contentment in worldly life.

ਗੁਰ ਬਿਨੁ ਕਿਨੈ ਨ ਪਾਇਓ, gur bin kinai na paa-i-o
ਕੇਤੀ ਕਹੈ ਕਹਾਏ॥ kaytee kahai kahaa-ay.
ਆਪਿ ਦਿਖਾਵੈ ਵਾਟੜੀਂ, aap dikhaavai vaatrheeN
ਸਚੀ ਭਗਤਿ ਦ੍ਰਿੜਾਏ॥ ੪॥ sachee bhagat drirh-aa-ay. ||4||

ਪ੍ਰਭ ਦੇ ਸ਼ਬਦ ਦੀ ਪਾਲਣਾ ਤੋਂ ਬਿਨਾਂ ਕਿਸੇ ਨੇ ਗਤੀ ਨਹੀਂ ਪਾਈ । ਭਾਵੇਂ ਸੰਸਾਰਕ ਜੀਵ ਕਹਿਣ, ਉਹ ਪ੍ਰਵਾਨਗੀ ਦੇ ਰਸਤੇ ਪਾ ਸਕਦੇ ਹਨ । ਪ੍ਰਭ ਆਪ ਹੀ ਬੰਦਗੀ ਦਾ ਰਸਤਾ ਬਖਸ਼ਦਾ ਹੈ, ਆਪ ਹੀ ਮਨ ਦਾ ਭਰੋਸਾ ਅਡੋਲ ਰਖਕੇ ਬੰਦਗੀ ਵਿੱਚ ਲੀਨ ਰਖਦਾ ਹੈ ।

Without adopting the teachings of His Word with steady and stable belief in day to day life, no one may be blessed with the right path of salvation. Even though the worldly gurus may claim they can guide someone on the right path of His acceptance. Only, The True Master may enlighten the right path of meditation. Only with His mercy and grace, His true devotee may remain steady and stable on the teachings of His Word and he may enter into deep meditation the void of His Word.

ਮਨਮੁਖੁ ਜੇ ਸਮਝਾਈਐ,	manmukh jay samjaa-ee-ai
ਭੀ ਉਝੜਿ ਜਾਏ॥	bhee ujharh jaa-ay.
ਬਿਨੁ ਹਰਿ ਨਾਮ ਨ ਛੂਟਸੀ,	bin har naam na chhootsee
ਮਰਿ ਨਰਕ ਸਮਾਏ॥ ੫॥	mar narak samaa-ay. ‖5‖

ਮਨਮੁਖ ਨੂੰ ਕਿਤਨਾ ਵੀ ਗਿਆਨ ਹੋ ਜਾਵੇ, ਸਮਝਾ ਲਵੋ । ਫਿਰ ਵੀ ਉਹ ਥੋੜ੍ਹੀ ਮੁਸੀਬਤ ਪੈਣ ਤੇ ਰਸਤਾ ਛੱਡ ਦੇਂਦਾ ਹੈ । ਸ਼ਬਦ ਦੀ ਪਾਲਣਾ ਤੋਂ ਬਿਨਾਂ ਪ੍ਰਵਾਨਗੀ ਨਹੀਂ ਪਾ ਸਕਦਾ, ਜੂੰਨਾਂ ਵਿੱਚ ਹੀ ਜਾਂਦਾ ਹੈ ।

No matter how much knowledgeable self-mind may become or anyone may teach him. However, with minor setback, hardship in his life. He will abandon the right path of meditation on the teachings of His Word. Without adopting the teachings of His Word with steady and stable belief, no one may find the right path of salvation. He remains in the cycle of birth and death.

ਜਨਮਿ ਮਰੈ ਭਰਮਾਈਐ,	janam marai bharmaa-ee-ai
ਹਰਿ ਨਾਮੁ ਨ ਲੇਵੈ॥	har naam na layvai.
ਤਾ ਕੀ ਕੀਮਤਿ ਨਾ ਪਵੈ,	taa kee keemat naa pavai
ਬਿਨੁ ਗੁਰ ਕੀ ਸੇਵੈ॥੬॥	bin gur kee sayvai. ‖6‖

ਉਹ ਜੂੰਨਾਂ ਵਿੱਚ ਭਉਦਾ ਫਿਰਦਾ ਹੈ, ਪਰ ਸ਼ਬਦ ਦਾ ਸਿਮਰਨ ਨਹੀਂ ਕਰਦਾ । ਜਿਤਨਾ ਚਿਰ ਸ਼ਬਦ ਦੀ ਪਾਲਣਾ ਨਹੀਂ ਕਰਦਾ । ਉਸ ਨੂੰ ਮਾਨਸ ਜਨਮ ਦੀ ਕੀਮਤ ਦੀ ਸੋਝੀ ਬਖਸ਼ਿਸ਼ ਨਹੀਂ ਹੁੰਦੀ ।

He may remain wondering in the cycle of birth and death, but he may not meditate on the teachings of His Word. As long as he does not adopt the teachings of His Word with steady and stable belief, he may not comprehend the true value of human life blessings

ਜੇਹੀ ਸੇਵ ਕਰਾਈਐ,	jayhee sayv karaa-ee-ai
ਕਰਣੀ ਭੀ ਸਾਈ॥	karnee bhee saa-ee.
ਆਪਿ ਕਰੇ ਕਿਸੁ ਆਖੀਐ,	aap karay kis aakhee-ai
ਵੇਖੈ ਵਡਿਆਈ॥੭॥	vaykhai vadi-aa-ee. ‖7‖

ਪ੍ਰਭ ਆਪ ਹੀ ਸਭ ਕੁਝ ਕਰਦਾ ਹੈ, ਹੋਰ ਕੋਈ ਕਰਨ ਦੀ ਸਮਰਥਾ ਵਾਲਾ ਨਹੀਂ ਹੈ । ਪ੍ਰਭ ਆਪਣੇ ਹੁਕਮ ਨਾਲ ਹੀ ਜੀਵ ਤੋ ਕੰਮ ਕਰਾਉਂਦਾ ਹੈ, ਜੀਵ ਉਹ ਹੀ ਕਰ ਸਕਦਾ ਹੈ । ਆਪ ਹੀ ਜੀਵ ਨੂੰ ਵਡਿਆਈ ਬਖਸ਼ਦਾ, ਜੀਵ ਦੇ ਕੰਮ ਕਰਨ ਦਾ ਬਹਾਨਾ ਬਣਾਉਂਦਾ ਹੈ ।

The One and Only One True Master prevails in his each and every deed. No one else has any capability to perform any deed at his own. Whatsoever task may be assigned anyone, he can only perform that deed in his day to day life. The True Master may enhance and the honor of His true devotee to perform any miracles in the universe.

ਗੁਰ ਕੀ ਸੇਵਾ ਸੋ ਕਰੇ,	gur kee sayvaa so karay
ਜਿਸੁ ਆਪਿ ਕਰਾਏ॥	jis aap karaa-ay.

ਨਾਨਕ ਸਿਰੁ ਦੇ ਛੂਟੀਐ,	naanak sir day chhootee-ai
ਦਰਗਹ ਪਤਿ ਪਾਏ॥੮॥ ੧੮॥	dargeh pat paa-ay. ||8||18||

ਉਹ ਹੀ ਸ਼ਬਦ ਦੀ ਬੰਦਗੀ, ਪਾਲਣਾ ਕਰ ਸਕਦਾ ਹੈ, ਜਿਸ ਤੋਂ ਪ੍ਰਭ ਆਪ ਕਰਾਉਂਦਾ ਹੈ । ਜਿਹੜਾ ਆਪਾ ਪ੍ਰਭ ਤੋ ਵਾਰ ਦੇਂਦਾ, ਭੇਟਾ ਕਰਦਾ ਹੈ, ਪ੍ਰਭ ਆਪ ਹੀ ਰਖਵਾਲਾ ਬਣ ਜਾਂਦਾ ਹੈ ।

Whosoever may be blessed, attached to a devotional meditation, only he may meditate and adopt the teachings of His Word in his day to day life. Whosoever may surrender his body, mind and his worldly status at His sanctuary, The True Master may become his protector.

252.ਆਸਾ ਮਹਲਾ ੧॥ 421-2

ਰੂੜੋ ਠਾਕੁਰ ਮਾਹਰੋ	roorho thaakur maahro
ਰੂੜੀ ਗੁਰਬਾਣੀ॥	roorhee gurbaanee.
ਵਡੈ ਭਾਗਿ ਸਤਿਗੁਰੁ ਮਿਲੈ,	vadai bhaag satgur milai
ਪਾਈਐ ਪਦੁ ਨਿਰਬਾਣੀ॥੧॥	paa-ee-ai pad nirbaanee. ||1||

ਪ੍ਰਭ ਦਾ ਨੂਰ, ਬਾਣੀ, ਸ਼ਬਦ ਬਹੁਤ ਸੁੰਦਰ, ਅਨੋਖਾ, ਅਮੋਲਕ ਹੈ । ਜਿਸ ਨੂੰ ਪ੍ਰਭ ਦੀ ਰਹਿਮਤ ਨਾਲ, ਸ਼ਬਦ ਦੀ ਸੋਝੀ ਹੋ ਜਾਂਦੀ ਹੈ । ਉਸ ਜੀਵ ਦੇ ਵੱਡੇ ਭਾਗ ਹੁੰਦੇ ਹਨ, ਉਸ ਦੇ ਮਨ ਨੂੰ ਪੂਰਨ ਸ਼ਾਂਤੀ, ਸੰਤੋਖ ਬਖਸ਼ਿਸ਼ ਹੋ ਜਾਂਦਾ ਹੈ । (ਪ੍ਰਭ ਦੇ ਦਰਸ਼ਨ ਹੋ ਜਾਂਦੇ ਹਨ)

His Word, The Holy scripture and the glow of The True Master is astonishing and priceless. Whosoever may be enlightened with the teachings of His Word from within, he may become very fortunate. He may be blessed with peace and contentment in all worldly conditions.

ਮੈ ਓਲ੍ਹਗੀਆ ਓਲ੍ਹਗੀ,	mai olHgee-aa olHgee
ਹਮ ਛੋਰੂ ਥਾਰੇ॥	ham chhoroo thaaray.
ਜਿਉ ਤੂੰ ਰਾਖਹਿ ਤਿਉ ਰਹਾ,	Ji-o tooN raakhahi ti-o rahaa
ਮੁਖਿ ਨਾਮੁ ਹਮਾਰੇ॥ ੧॥ ਰਹਾਉ॥	mukh naam hamaaray. ||1|| rahaa-o.

ਪ੍ਰਭ ਮੈ ਦਾਸਾਂ ਦਾ ਦਾਸ , ਤੇਰਾ ਸਭ ਤੋ ਨਿਮਾਣਾ ਗੁਲਾਮ ਹਾ । ਜਿਸ ਹਾਲਤ ਵਿੱਚ ਤੂੰ ਰਖਦਾ ਹੈ ਤੇਰਾ ਧੰਨਵਾਦ ਕਰਕੇ ਖੇੜੇ ਵਿੱਚ ਰਹਿੰਦਾ ਹਾ, ਮੇਰੇ ਮੂੰਹ ਤੋ ਤੇਰੇ ਸ਼ਬਦ ਦੀ ਹੀ ਉਸਤਤ ਹੀ ਨਿਕਲਦੀ ਹੈ ।

My True Master, I am the humble slave of Your slaves. I always sing Your praises and glory in my worldly condition and remains contented in blossom. My tongue always sings the glory of Your Word, Your virtues.

ਦਰਸਨ ਕੀ ਪਿਆਸਾ ਘਣੀ,	darsan kee pi-aasaa ghanee
ਭਾਣੈ ਮਨਿ ਭਾਈਐ॥	bhaanai man bhaa-ee-ai.
ਮੇਰੇ ਠਾਕੁਰ ਹਾਥਿ ਵਡਿਆਈਆ,	mayray thaakur haath vadi-aa-ee-aa
ਭਾਣੈ ਪਤਿ ਪਾਈਐ॥੨॥	bhaanai pat paa-ee-ai. ||2||

ਤੇਰੇ ਦਰਸ਼ਨ ਦੀ ਪਿਆਸ, ਭਟਕਣ ਲੱਗੀ ਰਹਿੰਦੀ ਹੈ । ਭਾਣੇ ਨੂੰ ਸਤਿ ਕਰਕੇ ਪਾਲਣਾ ਕਰਦਾ ਹਾ, ਇਹ ਤੇਰੀ ਰਹਿਮਤ ਨਾਲ ਹੀ ਹੁੰਦਾ ਹੈ । ਸਾਰੀਆਂ ਦਾਤਾਂ ਤੇਰੇ ਵੱਸ ਵਿੱਚ ਹੀ ਹਨ । ਤੇਰੀ ਰਹਿਮਤ ਨਾਲ ਹੀ ਤੇਰੇ ਦਰਬਾਰ ਵਿੱਚ ਪ੍ਰਵਾਨਗੀ ਬਖਸ਼ਿਸ਼ ਹੋ ਸਕਦੀ ਹੈ ।

I remain anxious, hungry for Your blessed vision. With Your mercy and grace, I have adopted the teachings of Your Word in my day to day life. All virtues, blessings are under your command, only with Your mercy and grace, meditation may be accepted in Your court.

ਸਾਚਉ ਦੂਰਿ ਨ ਜਾਣੀਐ,	saacha-o door na jaanee-ai
ਅੰਤਰਿ ਹੈ ਸੋਈ॥	antar hai so-ee.

ਜਹ ਦੇਖਾ ਤਹ ਰਵਿ ਰਹੇ,	jah daykhaa tah rav rahay
ਕਿਨਿ ਕੀਮਤਿ ਹੋਈ॥ ੩॥	kin keemat ho-ee. ||3||

ਪ੍ਰਭ ਜੀਵ ਦੇ ਤਨ, ਹਿਰਦੇ ਵਿੱਚ ਹੀ ਵਸਦਾ ਹੈ , ਉਸ ਨੂੰ ਦੂਰ ਨਾ ਸਮਝੋ । ਜਿਥੇ ਕਿਤੇ ਵੀ ਵੇਖੋ, ਉਸ ਦੀ ਕੁਦਰਤ ਹੀ ਵਾਪਰਦੀ ਹੈ । ਪ੍ਰਭ ਦੀ ਰਹਿਮਤ ਦੀ ਕੀਮਤ ਜਾਣੀ ਨਹੀਂ ਜਾ ਸਕਦੀ ।

The True Master dwells in the body and mind of all creatures, you should never think Him far away His creation. Whatever, wherever, you may see, only He is prevailing in each and every action in each and every heart. His nature and true value of His blessings remains beyond the comprehension of His creation.

ਆਪਿ ਕਰੇ ਆਪੇ ਹਰੇ,	aap karay aapay haray
ਵੇਖੈ ਵਡਿਆਈ॥	vaykhai vadi-aa-ee.
ਗੁਰਮੁਖਿ ਹੋਇ ਨਿਹਾਲੀਐ,	gurmukh ho-ay nihaalee-ai
ਇਉ ਕੀਮਤਿ ਪਾਈ॥ ੪॥	i-o keemat paa-ee. ||4||

ਆਪ ਹੀ ਕਿਸੇ ਨੂੰ ਜਨਮ ਦੇਂਦਾ, ਮੌਤ ਦੇਂਦਾ, ਕੋਈ ਚੀਜ ਬਣਾਉਂਦਾ, ਢਾਉਂਦਾ ਹੈ । ਉਹ ਆਪਣੀ ਵਡਿਆਈ ਦਾ ਆਪ ਹੀ ਮਾਲਕ ਹੈ । ਜਿਸ ਨੂੰ ਗੁਰਮਖ ਅਵਸਥਾ ਬਖਸ਼ਦਾ ਹੈ, ਉਸ ਨੂੰ ਕੀਮਤ ਦੀ ਸੋਝੀ ਹੋ ਜਾਂਦੀ ਹੈ ।

The birth and death are only under His command, He may create or destroy, demolish everything in a twinkle of His eye. Only He knows His own greatness and glory. Whosoever may be blessed with a state of mind as His true devotee, he may be enlightened with the true value of His Word.

ਜੀਵਦਿਆ ਲਾਹਾ ਮਿਲੈ,	jeevdi-aa laahaa milai
ਗੁਰ ਕਾਰ ਕਮਾਵੈ॥	gur kaar kamaavai.
ਪੂਰਬਿ ਹੋਵੈ ਲਿਖਿਆ,	poorab hovai likhi-aa
ਤਾ ਸਤਿਗੁਰੁ ਪਾਵੈ॥੫॥	taa satgur paavai. ||5||

ਸ਼ਬਦ ਦਾ ਸਿਮਰਨ, ਪਾਲਣਾ ਕਰਨਾ ਹੀ ਮਾਨਸ ਜੀਵਨ ਦਾ ਲਾਹਾ ਹੈ । ਜਿਸ ਜੀਵ ਦੇ ਭਾਗਾਂ ਵਿੱਚ ਇਹ ਪਹਿਲੇ ਹੀ ਲਿਖਿਆ ਹੁੰਦਾ ਹੈ, ਕੇਵਲ ਉਸ ਨੂੰ ਹੀ ਸ਼ਬਦ ਦੀ ਸੋਝੀ ਬਖਸ਼ਿਸ਼ ਹੁੰਦੀ ਹੈ ।

To meditate and adopt the teachings of His Word in his day to day life, may be the true benefit of human life blessings. Only with great prewritten destiny, one may be enlightened with essence of the teachings of His Word.

ਮਨਮੁਖ ਤੋਟਾ ਨਿਤ ਹੈ	manmukh totaa nit hai
ਭਰਮਹਿ ਭਰਮਾਏ॥	bharmeh bharmaa-ay.
ਮਨਮੁਖੁ ਅੰਧੁ ਨ ਚੇਤਈ,	manmukh anDh na chayt-ee
ਕਿਉ ਦਰਸਨੁ ਪਾਏ॥ ੬॥	ki-o darsan paa-ay. ||6||

ਮਨਮੁਖ ਭਰਮਾਂ ਵਿੱਚ ਹੀ ਭਟਕਦਾ ਰਹਿੰਦਾ ਹੈ, ਉਸ ਨੂੰ ਥਾਂ ਥਾਂ ਤੇ ਹਾਰ ਹੁੰਦੀ ਹੈ । ਅਗਿਆਨੀ, ਪ੍ਰਭ ਨੂੰ ਯਾਦ ਨਹੀਂ ਕਰਦਾ, ਸ਼ਬਦ ਦੀ ਪਾਲਣਾ ਨਹੀਂ ਕਰਦਾ । ਉਸ ਤੇ ਰਹਿਮਤ ਕਿਵੇਂ ਹੋ ਸਕਦੀ ਹੈ?

The self-minded always remains indulged in suspicions and frustrations of worldly desires and remain disappointed in every play of human life. Ignorant from the enlightenment of His Word, he may not remember or adopts the teachings of His Word in his day to day life. How may he be blessed with His mercy and grace?

ਤਾ ਜਗਿ ਆਇਆ ਜਾਣੀਐ,	taa jag aa-i-aa jaanee-ai
ਸਾਚੈ ਲਿਵ ਲਾਏ॥	saachai liv laa-ay.

ਗੁਰ ਭੇਟੇ ਪਾਰਸੁ ਭਏ,
ਜੋਤੀ ਜੋਤਿ ਮਿਲਾਏ॥੭॥

gur bhaytay paaras bha-ay
jotee jot milaa-ay. ||7||

ਜਿਹੜਾ ਸ਼ਬਦ ਦੇ ਸਿਮਰਨ ਵਿੱਚ ਲੀਨ ਰਹਿੰਦਾ ਹੈ । ਉਸ ਦਾ ਮਾਨਸ ਜਨਮ ਸਫਲ ਹੋ ਜਾਂਦਾ ਹੈ ।
ਰਹਿਮਤ ਨਾਲ ਅਮੋਲਕ ਅਵਸਥਾ ਬਖਸ਼ਿਸ਼ ਹੋ ਜਾਂਦੀ ਹੈ । ਉਸ ਦੀ ਜੋਤ ਅਟੱਲ ਦੀ ਜੋਤ ਵਿੱਚ
ਅਲੋਪ ਹੋ ਜਾਂਦੀ ਹੈ ।

Whosoever may remain deep in meditation in the void of His
Word, his human life journey may become successful. His soul may be
sanctified and becomes priceless and may be absorbed in the Holy spirit.

ਅਹਿਨਿਸਿ ਰਹੈ ਨਿਰਾਲਮੋ,
ਕਾਰ ਧੁਰ ਕੀ ਕਰਣੀ॥
ਨਾਨਕ ਨਾਮਿ ਸੰਤੋਖੀਆ,
ਰਾਤੇ ਹਰਿ ਚਰਣੀ॥੮॥੧੯॥

ahinis rahai niraalmo
kaar Dhur kee karnee.
naanak naam santokhee-aa
raatay har charnee. ||8||19||

ਜਿਹੜਾ ਸੰਸਾਰਕ ਇੱਛਾਂ ਤੋ ਰਹਿਤ ਹੋ ਕੇ ਦਿਨ ਰਾਤ ਸ਼ਬਦ ਵਿੱਚ ਲੀਨ ਰਹਿੰਦਾ ਹੈ । ਉਸ ਨੂੰ ਪ੍ਰਭ ਦੇ
ਸ਼ਬਦ ਦੀ ਪਾਲਣਾ ਕਰਨ ਨਾਲ ਪੂਰਨ ਸ਼ਾਂਤੀ, ਸੰਤੋਖ ਬਖਸ਼ਿਸ਼ ਹੋ ਜਾਂਦਾ ਹੈ । ਉਹ ਪ੍ਰਭ ਦੇ ਬਖਸ਼ੇ ਤੇ
ਖੇੜੇ ਵਿੱਚ ਮਸਤ ਰਹਿੰਦਾ, ਮਨ ਵਿਚੋਂ ਹੋਰ ਇੱਛਾਂ ਖਤਮ ਹੋ ਜਾਂਦੀਆਂ ਹਨ ।

Whosoever may remain beyond the reach of worldly desires and
remain intoxicated with the teachings of His Word. He may be blessed with
complete patience, peace and contentment in his day to day life. He may
remain intoxicated with His blessings and may become blemish free.

253.ਆਸਾ ਮਹਲਾ ੧॥ 421-10

ਕੇਤਾ ਆਖਣੁ ਆਖੀਐ,
ਤਾ ਕੇ ਅੰਤ ਨ ਜਾਣਾ॥
ਮੈ ਨਿਧਰਿਆ ਧਰ ਏਕ ਤੂੰ,
ਮੈ ਤਾਣੁ ਸਤਾਣਾ॥੧॥

kaytaa aakhan aakhee-ai
taa kay ant na jaanaa.
mai niDhri-aa Dhar ayk tooN
mai taan sataanaa. ||1||

ਪ੍ਰਭ ਦੇ ਸ਼ਬਦ ਦੀ ਜਿਤਨੀ ਵੀ ਵਿਆਖਿਆ ਕੀਤਾ ਜਾਵੇ, ਕੁਝ ਹੋਰ ਕਹਿਣਾ ਬਾਕੀ ਬਚ ਜਾਂਦਾ ਹੈ ।
ਪੂਰਨ ਵਿਆਖਿਆ ਨਹੀਂ ਕੀਤਾ ਜਾ ਸਕਦਾ । ਪ੍ਰਭ ਤੇਰੇ ਤੋ ਬਿਨਾਂ ਮੇਰਾ ਹੋਰ ਕੋਈ ਆਸਰਾ ਨਹੀਂ ਹੈ
। ਤੂੰ ਹੀ ਸਭ ਤੋ ਵੱਡਾ ਆਸਰੇ ਵਾਲਾ, ਮੇਰਾ ਆਸਰਾ ਹੈ ।

The true meaning, purpose of His Word, command may not be
fully comprehended by His creation. No matter how the virtues of His Word
may be explained or praised, still much more remains unexplained. You are
the greatest of All and my only support. Without Your mercy and grace, I
have no protection, support in this universe.

ਨਾਨਕ ਕੀ ਅਰਦਾਸਿ ਹੈ,
ਸਚਿ ਨਾਮਿ ਸੁਹੇਲਾ॥
ਆਪੁ ਗਇਆ ਸੋਝੀ ਪਈ,
ਗੁਰ ਸਬਦੀ ਮੇਲਾ॥੧॥ ਰਹਾਉ॥

naanak kee ardaas hai
sach naam suhaylaa.
aap ga-i-aa sojhee pa-ee
gur sabdee maylaa. ||1|| rahaa-o.

ਦਾਸ ਇੱਕੋ ਇੱਕ ਅਰਦਾਸ ਕਰਦਾ ਹੈ, ਆਪਣੇ ਸ਼ਬਦ ਦਾ ਲੜ ਬਖਸ਼ੋ । ਜਿਹੜਾ ਆਪਣੇ ਆਪ ਨੂੰ
ਪਛਾਣ ਲੈਂਦਾ, ਆਪਾ ਮਿਟਾ ਦੇਂਦਾ ਹੈ, ਉਸ ਨੂੰ ਸ਼ਬਦ ਦੀ ਸੋਝੀ ਬਖਸ਼ਿਸ਼ ਹੋ ਸਕਦੀ ਹੈ, ਪ੍ਰਭ ਦੀ
ਪ੍ਰਵਾਨਗੀ ਦੇ ਰਸਤੇ ਤੇ ਚਲ ਸਕਦਾ ਹੈ ।

Your humble slave has One and Only One wish, prayer to be
attached to a devotional mediation on the teachings of Your Word.
Whosoever may recognize the purpose of his human life journey, he may

conquer his own selfishness and ego. He may be enlightened with the teachings of His Word from within. He may remain steady and stable on the right path of meditation, acceptance in His court.

ਹਉਮੈ ਗਰਬੁ ਗਵਾਈਐ,	ha-umai garab gavaa-ee-ai
ਪਾਈਐ ਵੀਚਾਰੁ॥	paa-ee-ai veechaar.
ਸਾਹਿਬ ਸਿਉ ਮਨੁ ਮਾਨਿਆ,	saahib si-o man maani-aa
ਦੇ ਸਾਚੁ ਅਧਾਰੁ॥ ੨॥	day saach aDhaar. ||2||

ਜਿਹੜਾ ਆਪਣੀ ਹੈਸੀਅਤ, ਅਹੰਕਾਰ ਤੇ ਜਿੱਤ ਪਾ ਲੈਂਦਾ ਹੈ, ਉਸ ਨੂੰ ਸ਼ਬਦ ਦੀ ਸੋਝੀ ਬਖਸ਼ਿਸ਼ ਹੋ ਜਾਂਦੀ ਹੈ । ਜਿਹੜਾ ਆਪਾ ਮਿੱਟਾ ਦੇਂਦਾ ਹੈ, ਉਸ ਨੂੰ ਰਹਿਮਤ ਦੀ ਨਜ਼ਰ ਬਖਸ਼ਿਸ਼ ਹੋ ਜਾਂਦੀ ਹੈ ।

Whosoever may conquer the ego of his own worldly status, his worldly desires; he may be blessed with the enlightenment of His Word. Whosoever may surrender his own selfishness, own unique identity, he may be accepted in His sanctuary.

ਅਹਿਨਿਸਿ ਨਾਮਿ ਸੰਤੋਖੀਆ,	ahinis naam santokhee-aa
ਸੇਵਾ ਸਚੁ ਸਾਈ॥	sayvaa sach saa-ee.
ਤਾ ਕਉ ਬਿਘਨੁ ਨ ਲਾਗਈ,	taa ka-o bighan na laag-ee
ਚਾਲੈ ਹੁਕਮਿ ਰਜਾਈ॥ ੩॥	chaalai hukam rajaa-ee. ||3||

ਦਿਨ ਰਾਤ ਪ੍ਰਭ ਦੇ ਸ਼ਬਦ ਦੀ ਪਾਲਣਾ, ਸ਼ਬਦ ਨਾਲ ਜੀਵਨ ਢਾਲਣਾ ਹੀ ਪ੍ਰਭ ਦੀ ਅਸਲੀ ਸੇਵਾ ਕਰਨਾ ਹੈ । ਜਿਹੜਾ ਪ੍ਰਭ ਦੇ ਸ਼ਬਦ ਨਾਲ ਜੀਵਨ ਢਾਲਦਾ, ਹੁਕਮ ਵਿੱਚ ਚਲਦਾ ਹੈ, ਉਸ ਨੂੰ ਕੋਈ ਸੰਸਾਰਕ ਇੱਛਾਂ ਪਰੇਸ਼ਾਨ ਨਹੀਂ ਕਰ ਸਕਦੀ ।

To adopt the teachings of His Word wholeheartedly with steady and stable belief in day to day life may be the true service of The True Master. Whosoever may adopt His Word in his day to day life, no worldly desire may frustrate him, he always remains contented with his worldly condition.

ਹੁਕਮਿ ਰਜਾਈ ਜੋ ਚਲੈ,	hukam rajaa-ee jo chalai
ਸੋ ਪਵੈ ਖਜਾਨੈ॥	so pavai khajaanai.
ਖੋਟੇ ਠਵਰ ਨ ਪਾਇਨੀ,	khotay thavar na paa-inee
ਰਲੇ ਜੂਠਾਨੈ॥੪॥	ralay joothaanai. ||4||

ਜਿਹੜਾ ਪ੍ਰਭ ਦੇ ਸ਼ਬਦ ਦੀ ਪਾਲਣਾ ਕਰਦਾ ਹੈ, ਉਸ ਨੂੰ ਪ੍ਰਵਨਗੀ ਦਾ ਖਜ਼ਾਨਾ ਬਖਸ਼ਿਸ਼ ਹੋ ਸਕਦਾ ਹੈ । ਪ੍ਰਭ ਦੇ ਦਰਬਾਰ ਵਿੱਚ ਝੂਠੀ, ਦਿਖਾਵੇ ਦੀ ਕਮਾਈ ਨਾਲ ਪ੍ਰਵਾਨਗੀ ਬਖਸ਼ਿਸ਼ ਨਹੀਂ ਹੋ ਸਕਦੀ ।

Whosoever may adopt the teachings of His Word in his day to day life, he may be blessed with the treasure of enlightenment of His Word. No one with deception, by religious rituals, fraud may be accepted in His court.

ਨਿਤ ਨਿਤ ਖਰਾ ਸਮਾਲੀਐ,	nit nit kharaa samaalee-ai
ਸਚੁ ਸਉਦਾ ਪਾਈਐ॥	sach sa-udaa paa-ee-ai.
ਖੋਟੇ ਨਦਰਿ ਨ ਆਵਨੀ,	khotay nadar na aavnee
ਲੇ ਅਗਨਿ ਜਲਾਈਐ॥੫॥	lay agan jalaa-ee-ai. ||5||

ਪ੍ਰਭ ਦੇ ਦਰਬਾਰ ਵਿੱਚ ਕੇਵਲ ਸ਼ਬਦ ਦੀ ਬੰਦਗੀ ਦੀ ਕਮਾਈ ਦੀ ਕੀਮਤ ਪੈਂਦੀ ਹੈ, ਪ੍ਰਭ ਉਸ ਦਾ ਹੀ ਵਪਾਰੀ ਹੈ । ਅੰਤਰਜਾਮੀ ਪ੍ਰਭ ਦੇ ਦਰਬਾਰ ਵਿੱਚ ਝੂਠ, ਫਰੇਬ ਨਾਲ ਦਾਖਲ ਨਹੀਂ ਹੋਇਆ ਜਾ ਸਕਦਾ, ਉਹ ਜਮਦੂਤਾਂ ਦੇ ਹਵਾਲੇ, ਜੂੰਨਾਂ ਦੇ ਚੱਕਰ ਵਿੱਚ ਹੀ ਜਾਂਦਾ ਹੈ ।

Only the earnings of meditation of His Word may be accepted and considered a valuable asset for the soul in His court. The True Master is only the trader of the earnings of His Word. In the court of The Omniscient True Master, only the earnings of His Word considered valuable and accepted. No one may be accepted in His court with deception or religious rituals. He remains in the cycle of birth and death.

ਜਿਨੀ ਆਤਮੁ ਚੀਨਿਆ, — Jinee aatam cheeni-aa
ਪਰਮਾਤਮੁ ਸੋਈ॥ — parmaatam so-ee.
ਏਕੋ ਅੰਮ੍ਰਿਤ ਬਿਰਖੁ ਹੈ, — ayko amrit birakh hai
ਫਲੁ ਅੰਮ੍ਰਿਤੁ ਹੋਈ॥੬॥ — fal amrit ho-ee. ||6||

ਜਿਹੜਾ ਆਪਣੀ ਆਤਮਾ ਨੂੰ ਪਛਾਣ ਲੈਂਦੇ, ਮਾਨਸ ਜੀਵਨ ਦਾ ਮੰਤਵ ਜਾਣ ਜਾਂਦਾ ਹੈ । ਉਸ ਦੀ ਆਤਮਾ ਨੂੰ ਉਤਮ ਅਵਸਥਾ ਬਖਸ਼ਿਸ਼ ਹੋ ਜਾਂਦੀ ਹੈ । ਪ੍ਰਭ ਆਪ ਹੀ ਸ਼ਬਦ ਦਾ ਅੰਮ੍ਰਿਤ ਦਾ ਮਾਲਕ, ਅੰਮ੍ਰਿਤ ਦੀਆਂ ਦਾਤਾਂ ਬਖਸ਼ਦਾ ਹੈ ।

Whosoever may recognize his own identity, his own mind, the purpose of human life blessings; his soul be sanctified and blessed with supreme state of mind. Only, The Omnipotent True Master, Owner of all virtues. He may bless the nectar, the virtue of His Word to His true devotee.

ਅੰਮ੍ਰਿਤ ਫਲੁ ਜਿਨੀ ਚਾਖਿਆ, — amrit fal Jinee chaakhi-aa
ਸਚਿ ਰਹੇ ਅਘਾਈ॥ — sach rahay aghaa-ee.
ਤਿੰਨਾ ਭਰਮੁ ਨ ਭੇਦੁ ਹੈ, — tinnaa bharam na bhayd hai
ਹਰਿ ਰਸਨ ਰਸਾਈ॥ ੭॥ — har rasan rasaa-ee. ||7||

ਜਿਹੜਾ ਜੀਵ ਪ੍ਰਭ ਦੇ ਸ਼ਬਦ ਦੇ ਰਸ ਦਾ ਸੁਆਦ ਜਾਣ ਜਾਂਦਾ ਹੈ, ਉਸ ਨੂੰ ਸੰਤੋਖ ਬਖਸ਼ਿਸ਼ ਹੋ ਜਾਂਦਾ ਹੈ । ਉਸ ਦੇ ਮਨ ਵਿੱਚ ਕੋਈ ਭਰਮ ਭੁਲੇਖਾ ਨਹੀ ਰਹਿੰਦਾ । ਉਸ ਦੀ ਜੀਭ ਤੇ ਪ੍ਰਭ ਦੇ ਸ਼ਬਦ ਦਾ ਹੀ ਰਸ ਬਖਸ਼ਿਸ਼ ਹੋ ਜਾਂਦਾ ਹੈ ।

Whosoever may be blessed with the enlightenment, the taste of the nectar of the teachings of His Word, he may enjoy the contentment in his day to day life. All his suspicions may be eliminated forever. His tongue remains drench with the nectar of the teachings of His Word.

ਹੁਕਮਿ ਸੰਜੋਗੀ ਆਇਆ, — hukam sanjogee aa-i-aa
ਚਲੁ ਸਦਾ ਰਜਾਈ॥ — chal sadaa rajaa-ee.
ਅਉਗਣਿਆਰੇ ਕਉ ਗੁਣੁ ਨਾਨਕੈ, — a-ogani-aaray ka-o gun naankai
ਸਚੁ ਮਿਲੈ ਵਡਾਈ॥੮॥੨੦॥ — sach milai vadaa-ee.||8||20||

ਜੀਵ ਪਿਛਲੇ ਕੀਤੇ ਕਰਮਾਂ ਕਰਕੇ ਹੀ ਪ੍ਰਭ ਦੇ ਹੁਕਮ ਨਾਲ ਇਸ ਸੰਸਾਰ ਵਿੱਚ ਜਨਮ ਲੈਂਦਾ ਹੈ । ਜੀਵਨ ਦਾ ਮੰਤਵ ਕੇਵਲ ਪ੍ਰਭ ਦੇ ਸ਼ਬਦ ਦੀ ਪਾਲਣਾ ਕਰਨਾ ਹੀ ਹੁੰਦਾ ਹੈ । ਜਿਸਦਾ ਭਰੋਸਾ ਸ਼ਬਦ ਤੇ ਅਡੋਲ ਹੋ ਜਾਂਦਾ ਹੈ, ਪ੍ਰਭ ਆਪ ਹੀ ਉਸ ਦੀਆਂ ਗਲਤੀਆਂ ਬਖਸ਼ ਦੇਂਦਾ ਹੈ, ਚੰਗੇ ਕੰਮ ਕਰਨ ਵਾਲ ਬਣਾ ਦੇਂਦਾ ਹੈ ।

Due to the deeds of previous life, the soul has to enter the cycle of birth and death, in a different body. To obey and adopt the teachings of His Word in his day to day life, may be the only true purpose of human life blessings. Whosoever may obey His Word with steady and stable belief in his day to day life, The True Master may forgive all his ignorant mistakes and inspires him to do good deeds for mankind.

254.ਆਸਾ ਮਹਲਾ ੧॥ 421-19

ਮਨੁ ਰਾਤਉ ਹਰਿ ਨਾਇ, — man raata-o har naa-ay
ਸਚੁ ਵਖਾਣਿਆ॥ — sach vakhaani-aa.

ਲੋਕਾ ਦਾ ਕਿਆ ਜਾਇ, lokaa daa ki-aa jaa-ay
ਜਾ ਤੁਧੁ ਭਾਣਿਆ॥ ੧॥ jaa tuDh bhaani-aa. ||1||

ਜਿਸ ਜੀਵ ਦਾ ਮਨ ਪ੍ਰਭ ਦੇ ਸ਼ਬਦ ਵਿੱਚ ਲੀਨ ਹੋ ਜਾਂਦਾ ਹੈ, ਉਹ ਹਰ ਵੇਲੇ ਪ੍ਰਭ ਦੇ ਸ਼ਬਦ ਦੀ ਹੀ ਉਸਤਤ ਗਾਉਂਦਾ ਹੈ । ਅਗਰ ਕੋਈ ਜੀਵ ਪ੍ਰਭ ਨੂੰ ਪਿਆਰਾ ਹੋ ਜਾਵੇ, ਇਸ ਨਾਲ ਹੋਰ ਕਿਸੇ ਜੀਵ ਦਾ ਕੋਈ ਬੁਰਾ ਨਹੀਂ ਹੁੰਦਾ ।

Whosoever may remain intoxicated with the teachings of His Word, he may always sing the glory of His Word and enters into deep meditation in the void of His Word. If anyone may be accepted by The True Master, His blessings do not bring any curse to anyone else.

ਜਉ ਲਗੁ ਜੀਉ ਪਰਾਣ, ja-o lag jee-o paraan
ਸਚੁ ਧਿਆਈਐ॥ sach Dhi-aa-ee-ai.
ਲਾਹਾ ਹਰਿ ਗੁਣ ਗਾਇ, laahaa har gun gaa-ay
ਮਿਲੈ ਸੁਖੁ ਪਾਈਐ॥੧॥ ਰਹਾਉ॥ milai sukh paa-ee-ai. ||1|| rahaa-o.

ਜਿਤਨਾ ਚਿਰ ਸਵਾਸ ਚਲਦੇ ਹਨ, ਪ੍ਰਭ ਦੇ ਸ਼ਬਦ ਦੀ ਬੰਦਗੀ ਕਰੋ! ਪ੍ਰਭ ਦੇ ਸ਼ਬਦ ਦੇ ਗੁਣ ਗਾਉਣ ਨਾਲ ਮਨ ਨੂੰ ਸ਼ਾਂਤੀ, ਸੰਤੋਖ ਬਖਸ਼ਿਸ਼ ਹੋ ਜਾਂਦਾ ਹੈ ।

As long as you are still breathing, you should meditate and obey the teachings of His Word. By singing the glory of The True Master, one may be blessed with peace and contentment in day to day life.

ਸਚੀ ਤੇਰੀ ਕਾਰ ਦੇਹਿ ਦਇਆਲੁ ਤੂੰ॥ sachee tayree kaar deh da-i-aal tooN.
ਹਉ ਜੀਵਾ ਤੁਧੁ ਸਾਲਾਹਿ, ha-o jeevaa tuDh saalaahi
ਮੈ ਟੇਕ ਅਧਾਰੁ ਤੂੰ॥ ੨॥ mai tayk aDhaar tooN. ||2||

ਪ੍ਰਭ ਤੇਰੇ ਸ਼ਬਦ ਦੀ ਪਾਲਣਾ ਕਰਨੀ ਹੀ ਅਸਲੀ ਕਮਾਈ ਹੈ! ਰਹਿਮਤ ਬਖਸ਼ਕੇ ਇਹ ਹੀ ਮੇਰੇ ਤੋ ਕਰਵਾਉ । ਤੇਰੇ ਸ਼ਬਦ ਦੀ ਹੀ ਉਸਤਤ ਗਾਉਂਦਾ ਹੈ, ਤੂੰ ਹੀ ਮੇਰਾ ਆਸਰਾ, ਰਖਵਾਲਾ ਹੈ ।

To obey and adopt the teachings of Your Word may be the true earnings of His Word acceptable in Your court. With Your mercy and grace blesses me with a devotion to meditate on the teachings of Your Word. With my tongue, I may sing Your glory and You are my only hope and my true protector.

ਦਰਿ ਸੇਵਕੁ ਦਰਵਾਨੁ, dar sayvak darvaan
ਦਰਦੁ ਤੂੰ ਜਾਣਹੀ॥ darad tooN jaanhee.
ਭਗਤਿ ਤੇਰੀ ਹੈਰਾਨੁ bhagat tayree hairaan
ਦਰਦੁ ਗਵਾਵਹੀ॥੩॥ darad gavaavhee. ||3||

ਪ੍ਰਭ ਤੂੰ ਆਪਣੇ ਦਾਸ, ਸੇਵਕ ਦੀਆਂ ਸਾਰੀਆਂ ਮੁਸੀਬਤਾਂ ਨੂੰ ਜਾਣਦਾ ਹੈ । ਤੇਰੇ ਸ਼ਬਦ ਦੀ ਪਾਲਣਾ ਕਰਨ ਨਾਲ ਸੰਸਾਰਕ ਮੁਸੀਬਤਾਂ ਖਤਮ ਹੋ ਜਾਂਦੀਆਂ ਹਨ ।

The Omniscient True Master knows all frustrations and hardships as Your true devotee in his day to day life. By obeying and adopting the teachings of Your Word with steady and stable belief, all hardships, difficulties may be eliminated from his day to day life.

ਦਰਗਹ ਨਾਮੁ ਹਦੂਰਿ ਗੁਰਮੁਖਿ ਜਾਣਸੀ॥ dargeh naam hadoor gurmukh jaansee.
ਵੇਲਾ ਸਚੁ ਪਰਵਾਣੁ, vaylaa sach parvaan
ਸਬਦੁ ਪਛਾਣਸੀ॥੪॥ sabad pachhaansee. ||4||

ਗੁਰਮਖ ਜੀਵ ਨੂੰ ਸੋਝੀ ਬਖਸ਼ਿਸ਼ ਹੋ ਜਾਂਦੀ ਹੈ, ਉਹ ਬੰਦਗੀ, ਪ੍ਰਭ ਦੇ ਸ਼ਬਦ ਦੀ ਪਾਲਣਾ ਕਰਨ ਦੇ ਰਸਤੇ ਤੇ ਚਲ ਪੈਂਦਾ ਹੈ । ਜਿਸ ਪਲ ਜੀਵ ਨੂੰ ਸ਼ਬਦ ਦੀ ਸੋਝੀ ਬਖਸ਼ਿਸ਼ ਹੋ ਜਾਂਦੀ ਹੈ, ਉਹ ਪਲ ਮਹਤੱਵ ਪੂਰਕ ਹੈ ।

His true devotee may be blessed with the enlightenment of the teachings of His Word. He may adopt the teachings of His Word with steady and stable belief in his day to day life. He may remain steady and stable on the right path of acceptance in His court. He may be blessed with enlightenment of the teachings of His Word and may become very fortunate in his life journey.

ਸਤੁ ਸੰਤੋਖੁ ਕਰਿ ਭਾਉ,	sat santokh kar bhaa-o
ਤੋਸਾ ਹਰਿ ਨਾਮੁ ਸੇਇ॥	tosaa har naam say-ay.
ਮਨਹੁ ਛੋਡਿ ਵਿਕਾਰ,	manhu chhod vikaar
ਸਚਾ ਸਚੁ ਦੇਇ॥੫॥	sachaa sach day-ay. ||5||

ਜਿਹੜਾ ਸ਼ਬਦ ਦੀ ਪਾਲਣਾ, ਬੰਦਗੀ ਕਰਦਾ ਹੈ । ਉਸ ਨੂੰ ਪ੍ਰਭ ਲੋੜ ਅਨੁਸਾਰ ਸ਼ਬਦ ਦੀ ਸੋਝੀ ਬਖਸ਼ਦਾ ਹੈ । ਉਸ ਤੇ ਰਹਿਮਤ ਭਰਪੂਰ ਹੋ ਜਾਂਦੀ ਹੈ, ਮਨ ਵਿਚੋਂ ਲਾਲਚ ਖਤਮ ਹੋ ਜਾਂਦਾ ਹੈ ।

Whosoever may meditate and adopt the teachings of His Word with steady and stable belief in his day to day life; The Merciful True Master may enlighten his mind with the certain level of comprehension of His Word. He may remain overwhelmed with His blessed vision and his greed may be eliminated from his mind.

ਸਚੇ ਸਚਾ ਨੇਹੁ, ਸਚੈ ਲਾਇਆ॥	sachay sachaa nayhu sachai laa-i-aa.
ਆਪੇ ਕਰੇ ਨਿਆਉ	aapay karay ni-aa-o
ਜੋ ਤਿਸੁ ਭਾਇਆ॥੬॥	jo tis bhaa-i-aa. ||6||

ਅਟੱਲ ਪ੍ਰਭ ਆਪ ਹੀ ਸੇਵਕ ਨੂੰ ਸ਼ਬਦ ਦੀ ਬੰਦਗੀ ਦੇ ਲੜ ਲਾਉਂਦਾ, ਅਡੋਲ ਰਖਦਾ ਹੈ । ਆਪ ਹੀ ਰਹਿਮਤ ਨਾਲ ਫਲ, ਦਾਤਾਂ ਬਖਸ਼ਦਾ ਹੈ ।

The True Master inspires and keeps His true devotee to obey and adopt the teachings of His Word in his day to day life. With His mercy and grace bestows His virtues and may reward his meditation.

ਸਚੇ ਸਚੀ ਦਾਤਿ, ਦੇਹਿ ਦਇਆਲੁ ਹੈ॥	sachay sachee daat deh da-i-aal hai.
ਤਿਸੁ ਸੇਵੀ ਦਿਨੁ ਰਾਤਿ, ਨਾਮੁ ਅਮੋਲੁ ਹੈ॥੭	tis sayvee din raat naam amol hai. 7

ਪ੍ਰਭ ਦੇ ਸ਼ਬਦ ਦੀ ਬੰਦਗੀ ਕਰੋ! ਪ੍ਰਭ ਦੇ ਸ਼ਬਦ ਦੀ ਲਗਨ, ਪਾਲਣਾ ਹੀ ਅਮੋਲਕ ਦਾਤ ਹੈ । ਅਮੋਲਕ ਸ਼ਬਦ ਦੀ ਕੀਮਤ ਜਾਣੀ ਨਹੀਂ ਜਾ ਸਕਦੀ ।

You should meditate on the teachings of His Word. The devotional meditation and adopting the teachings of His Word may be the priceless blessings. The true value of His blessings may not be comprehended by His creation.

ਤੂੰ ਉਤਮੁ ਹਉ ਨੀਚੁ,	tooN utam ha-o neech
ਸੇਵਕੁ ਕਾਂਢੀਆ॥	sayvak kaaNdhee-aa.
ਨਾਨਕ ਨਦਰਿ ਕਰੇਹੁ,	naanak nadar karayhu
ਮਿਲੈ ਸਚੁ ਵਾਂਢੀਆ॥ ੮॥੨੧॥	milai sach vaaNdhee-aa. ||8||21||

ਪ੍ਰਭ ਤੂੰ ਸਭ ਤੋ ਉਤਮ, ਵੱਡਾ ਹੈ । ਮੈਂ ਨਿਮਾਣੇ ਤੋ ਨਿਮਾਣਾ, ਆਪਣੇ ਆਪ ਨੂੰ ਤੇਰਾ ਦਾਸ, ਗੁਲਾਮ ਮੰਨਦਾ ਹਾ । ਰਹਿਮਤ ਬਖਸ਼ਕੇ ਵਿਛੜੇ ਹੋਏ ਨਿਮਾਣੇ ਸੇਵਕ ਨੂੰ ਆਪਣੇ ਸ਼ਬਦ ਦੀ ਸਮਾਧੀ ਵਿੱਚ ਅਲੋਪ ਕਰ ਲਵੋ ।

You are the supreme and the greatest of All, The True Master. I am humble and lowest than the lowest; I consider myself as Your slave and servant. With Your mercy and grace, blesses Your humble slave a devotion to meditate in the void of Your Word and may absorb in Your Holy spirit.

255.ਆਸਾ ਮਹਲਾ ੧॥ 422-8

ਆਵਣ ਜਾਣਾ ਕਿਉ ਰਹੈ,	aavan jaanaa ki-o rahai
ਕਿਉ ਮੇਲਾ ਹੋਈ॥	ki-o maylaa ho-ee.
ਜਨਮ ਮਰਣ ਕਾ ਦੁਖੁ ਘਣੋ,	janam maran kaa dukh ghano
ਨਿਤ ਸਹਸਾ ਦੋਈ॥ ੧॥	nit sahsaa do-ee. ||1||

ਜੀਵ ਦਾ ਆਵਾਗਉਣ ਕਿਵੇਂ ਖਤਮ ਹੋ ਸਕਦਾ ਹੈ? ਕਿਸ ਤਰ੍ਹਾਂ ਆਤਮਾ ਦਾ ਵਿਛੜੇ ਪ੍ਰਭ ਨਾਲ ਸੰਜੋਗ ਹੋ ਸਕਦਾ ਹੈ? ਪ੍ਰਭ, ਸ਼ਬਦ ਦੀ ਬੰਦਗੀ ਤੋ ਬਿਨਾਂ ਮਾਨਸ ਜੀਵਨ ਦਾ ਹੋਰ ਕੀ ਧੰਦਾ ਹੈ?

How may the cycle of birth and death be eliminated? How may the separated soul be united with The True Master, the Holy Spirit? Without meditation on the teachings of His Word, what else may be the true purpose of human life journey?

ਬਿਨੁ ਨਾਵੈ ਕਿਆ ਜੀਵਨਾ,	bin naavai ki-aa jeevnaa
ਫਿਟੁ ਧ੍ਰਿਗੁ ਚਤੁਰਾਈ॥	fit Dharig chaturaa-ee.
ਸਤਿਗੁਰ ਸਾਧੁ ਨ ਸੇਵਿਆ,	satgur saaDh na sayvi-aa
ਹਰਿ ਭਗਤਿ ਨ ਭਾਈ॥੧॥ ਰਹਾਉ॥	har bhagat na bhaa-ee. ||1|| rahaa-o.

ਪ੍ਰਭ ਦੇ ਸ਼ਬਦ ਨਾਲ ਜੀਵਨ ਢਾਲਣ ਤੋ ਬਿਨਾਂ ਮਾਨਸ ਜੀਵਨ ਦਾ ਹੋਰ ਕੀ ਮੰਤਵ ਹੈ । ਪ੍ਰਭ ਦੇ ਸ਼ਬਦ ਦੀ ਕਮਾਈ ਤੋ ਬਿਨਾਂ ਕਿਸੇ ਚੁਤਰਾਈ ਨਾਲ ਪ੍ਰਵਾਨਗੀ ਬਖਸ਼ਿਸ਼ ਨਹੀਂ ਹੋ ਸਕਦੀ । ਜਿਹੜਾ ਬੰਦਗੀ ਕਰਨ ਵਾਲੇ ਦੀ ਸੇਵਾ ਨਹੀਂ ਕਰਦਾ, ਉਸ ਦੇ ਜੀਵਨ ਨੂੰ ਆਪਣੇ ਜੀਵਨ ਦਾ ਅਧਾਰ ਨਹੀ ਬਣਾਉਂਦਾ, ਉਸ ਦੀ ਬੰਦਗੀ ਪ੍ਰਵਾਨ ਨਹੀਂ ਹੁੰਦੀ ।

Without adopting the teachings of His Word in day to day life, what else may be the true purpose of human life blessings? Without earnings of His Word, with any religious rituals, clever tricks, his soul may not be accepted in His court. Whosoever may not serve or adopt the teachings of life of His true devotee in his own life, he may not be accepted in His court.

ਆਵਣੁ ਜਾਵਣੁ ਤਉ ਰਹੈ,	aavan jaavan ta-o rahai
ਪਾਈਐ ਗੁਰੁ ਪੂਰਾ॥	paa-ee-ai gur pooraa.
ਰਾਮ ਨਾਮੁ ਧਨੁ ਰਾਸਿ ਦੇਇ,	raam naam Dhan raas day-ay
ਬਿਨਸੈ ਭ੍ਰਮੁ ਕੂਰਾ॥ ੨॥	binsai bharam kooraa. ||2||

ਪੂਰਨ ਗੁਰੂ, ਪ੍ਰਭ ਦੀ ਰਹਿਮਤ ਨਾਲ ਹੀ ਆਵਾਗਉਣ ਮਿਟ ਸਕਦਾ ਹੈ । ਜਿਹੜਾ ਜੀਵ ਸ਼ਬਦ ਦੀ ਕਮਾਈ ਕਰਦਾ ਹੈ, ਉਸ ਦੇ ਭਰਮ ਨਾਸ਼ ਹੋ ਸਕਦੇ ਹਨ ।

Only with His mercy and grace, the cycle of birth and death may be eliminated. Whosoever may earn the wealth of His Word, all his suspicions of worldly rituals may be eliminated.

ਸੰਤ ਜਨਾ ਕਉ ਮਿਲਿ ਰਹੈ,	sant janaa ka-o mil rahai
ਧਨੁ ਧਨੁ ਜਸੁ ਗਾਏ॥	Dhan Dhan jas gaa-ay.
ਆਦਿ ਪੁਰਖੁ ਅਪਰੰਪਰਾ,	aad purakh apramparaa
ਗੁਰਮੁਖਿ ਹਰਿ ਪਾਏ॥ ੩॥	gurmukh har paa-ay. ||3||

ਬੰਦਗੀ ਕਰਨਵਾਲਿਆਂ ਸੰਤ ਸਰੂਪਾਂ ਨਾਲ ਮਿਲ ਕੇ ਸਿਮਰਨ ਕਰੋ! ਇਸ ਨਾਲ ਪ੍ਰਭ ਦੀ ਰਹਿਮਤ, ਗੁਰਮਖ ਅਵਸਥਾ ਬਖਸ਼ਿਸ਼ ਹੋ ਸਕਦੀ ਹੈ ।

You should associate with His true believer, His true devotee to meditate on the teachings of His Word. With His mercy and grace, the soul may be blessed with the state of mind as His true devotee.

ਨਟੂਐ ਸਾਂਗੁ ਬਣਾਇਆ,	natoo-ai saaNg banaa-i-aa
ਬਾਜੀ ਸੰਸਾਰਾ॥	baajee sansaaraa.
ਖਿਨੁ ਪਲੁ ਬਾਜੀ ਦੇਖੀਐ,	khin pal baajee daykhee-ai
ਉਝਰਤ ਨਹੀ ਬਾਰਾ॥ ੪॥	ujhrat nahee baaraa. ||4||

ਸੰਸਾਰਕ ਜੀਵਨ ਇੱਕ ਬਾਜ਼ੀਗਰ ਦੇ ਖੇਲ ਦੀ ਤਰ੍ਹਾਂ ਹੀ ਹੈ । ਇੱਕ ਪਲ ਖੇਲ ਵੇਖਦੇ, ਦੂਜੇ ਪਲ ਨਜ਼ਰ ਨਹੀਂ ਆਉਂਦਾ, ਖਤਮ ਹੋ ਜਾਂਦਾ ਹੈ ।

The universe, human life is like a play of juggler. His mind thinks about something in one moment and after a little while, with a twinkle of eyes thoughts may not exist in his mind. His mind may drift to a different desire in his mind.

ਹਉਮੈ ਚਉਪੜਿ ਖੇਲਣਾ,	ha-umai cha-uparh khaylnaa
ਝੂਠੇ ਅਹੰਕਾਰਾ॥	jhoothay ahaNkaaraa.
ਸਭੁ ਜਗੁ ਹਾਰੈ ਸੋ ਜਿਣੈ,	sabh jag haarai so Jinai
ਗੁਰ ਸਬਦੁ ਵੀਚਾਰਾ॥ ੫॥	gur sabad veechaaraa. ||5||

ਜਿਹੜਾ ਅਹੰਕਾਰ ਅਤੇ ਹੈਸੀਅਤ ਦੇ ਜ਼ੋਰ ਤੇ ਜੀਵਨ ਬਤੀਤ ਕਰਦਾ ਹੈ, ਉਹ ਮਾਨਸ ਜਨਮ ਦੀ ਬਾਜੀ ਹਾਰ ਜਾਂਦਾ ਹੈ । ਜਿਹੜਾ ਪ੍ਰਭ ਦੇ ਸ਼ਬਦ ਦੀ ਪਾਲਣਾ ਕਰਦਾ ਹੈ, ਕੇਵਲ ਉਹ ਹੀ ਸਫਲ ਹੁੰਦਾ ਹੈ ।

Whosoever may perform all his worldly deeds with the ego of his worldly status and his own power and wisdom; he may lose the play of human life journey. Whosoever may obey and adopt the teachings of His Word in his day to day life, only his human life journey may become successful.

ਜਿਉ ਅੰਧੁਲੈ ਹਥਿ ਟੋਹਣੀ,	Ji-o anDhulai hath tohnee
ਹਰਿ ਨਾਮੁ ਹਮਾਰੈ॥	har naam hamaarai.
ਰਾਮ ਨਾਮੁ ਹਰਿ ਟੇਕ ਹੈ,	raam naam har tayk hai
ਨਿਸਿ ਦਉਤ ਸਵਾਰੈ॥ ੬॥	nis da-ut savaarai. ||6||

ਜਿਵੇਂ ਅੰਧੇ ਜੀਵ ਨੂੰ ਸੋਟੀ ਨਾਲ ਹੀ ਰਸਤਾ ਲੱਭਦਾ ਹੈ । ਇਸ ਤਰ੍ਹਾਂ ਪ੍ਰਭ ਦਾ ਸ਼ਬਦ ਹੀ ਮੇਰੇ ਵਾਸਤੇ ਰਸਤਾ ਦੱਸਣ ਵਾਲੀ ਸੋਟੀ ਹੈ । ਪ੍ਰਭ ਦਾ ਸਿਮਰਨ ਹੀ ਦਿਨ ਰਾਤ ਮੇਰੇ ਜੀਵਨ ਦਾ ਮੰਤਵ ਹੈ ।

As a blind person may find his path with the support of guiding stick. The same way obeying and adopting the teachings of His Word, may be my guiding stick in my human life journey. To meditate on the teachings of His Word have become the true purpose of my human life journey.

ਜਿਉ ਤੂੰ ਰਾਖਹਿ ਤਿਉ ਰਹਾ,	Ji-o tooN raakhahi ti-o rahaa
ਹਰਿ ਨਾਮ ਅਧਾਰਾ॥	har naam aDhaaraa.
ਅੰਤਿ ਸਖਾਈ ਪਾਇਆ,	ant sakhaa-ee paa-i-aa
ਜਨ ਮੁਕਤਿ ਦੁਆਰਾ॥੭॥	jan mukat du-aaraa. ||7||

ਪ੍ਰਭ ਜਿਵੇਂ ਤੈਨੂੰ ਭਾਉਂਦਾ ਹੈ, ਉਸ ਤਰ੍ਹਾਂ ਹੀ ਰਖੋ! ਮਨ ਵਿੱਚ ਹੋਰ ਕੋਈ ਮੰਗ ਨਹੀਂ, ਤੂੰ ਹੀ ਮੇਰਾ ਆਸਰਾ ਹੈ । ਅਗਰ ਅੰਤ ਵਿੱਚ ਇਸ ਨਿਮਾਣੇ ਦਾਸ ਨੂੰ ਤੇਰੇ ਦਰਬਾਰ ਵਿੱਚ ਪ੍ਰਵਾਨਗੀ ਹਾਸਿਲ ਹੋ ਗਈ । ਮੇਰੇ ਮਨ ਨੂੰ ਬਹੁਤ ਸ਼ਾਤੀ ਮਿਲੇਗੀ ।

My True Master, whatsoever may be acceptable in Your court, blesses me with that state of mind and worldly condition. If my soul becomes worthy of Your consideration and accepted in Your court; my mind would be overwhelmed with peace and contentment.

ਜਨਮ ਮਰਣ ਦੁਖ ਮੇਟਿਆ,	janam maran dukh mayti-aa
ਜਪਿ ਨਾਮੁ ਮੁਰਾਰੇ॥	jap naam muraaray.
ਨਾਨਕ ਨਾਮੁ ਨ ਵੀਸਰੈ,	naanak naam na veesrai
ਪੂਰਾ ਗੁਰੁ ਤਾਰੇ॥੮॥੨੨॥	pooraa gur taaray. ||8||22||

ਅਗਰ ਜੀਵ ਭਰੋਸਾ ਅਡੋਲ ਕਰਕੇ ਸ਼ਬਦ ਦੀ ਪਾਲਣਾ ਕਰਦਾ ਜਾਵੇ, ਤਾਂ ਪ੍ਰਭ ਦੀ ਰਹਿਮਤ ਨਾਲ ਜਨਮ ਮਰਨ ਦਾ ਚੱਕਰ ਖਤਮ ਹੋ ਸਕਦਾ ਹੈ । ਜਿਹੜੇ ਪ੍ਰਭ ਦੇ ਸ਼ਬਦ ਦੇ ਨਾਲ ਜੀਵਨ ਢਾਲ ਲੈਂਦਾ ਹੈ, ਅਟੱਲ ਮਾਲਕ ਉਸ ਨੂੰ ਪ੍ਰਵਾਨਗੀ ਬਖਸ਼ਦਾ ਹੈ ।

Whosoever may adopt the teachings of His Word with steady and stable in his day to day life; The Merciful True Master may eliminate his cycle of birth and death. Whosoever may adopt the teachings with steady and stable belief in his day to day life. His soul may be accepted in His court.

256.ਆਸਾ ਮਹਲਾ ੩ ਅਸਟਪਦੀਆ ਘਰੁ ੨॥ 422-17

੧ੴ ਸਤਿਗੁਰ ਪ੍ਰਸਾਦਿ॥	ik-oNkaar satgur parsaad.
ਸਾਸਤੁ ਬੇਦੁ ਸਿੰਮ੍ਰਿਤਿ ਸਰੁ ਤੇਰਾ,	saasat bayd simrit sar tayraa
ਸੁਰਸਰੀ ਚਰਣ ਸਮਾਣੀ॥	sursaree charan samaanee.
ਸਾਖਾ ਤੀਨਿ ਮੂਲੁ ਮਤਿ ਰਾਵੈ,	saakhaa teen mool mat raavai
ਤੂੰ ਤਾਂ ਸਰਬ ਵਿਡਾਣੀ॥੧॥	tooN taaN sarab vidaanee. ||1||

ਪ੍ਰਭ ਸਾਸਤ੍ਰ, ਵੇਦ, ਸਿਮ੍ਰਿਤੀ ਦਾ ਗਿਆਨ ਸਾਰਾ ਤੇਰੇ ਸ਼ਬਦ ਵਿੱਚ ਹੀ ਪ੍ਰਤੱਖ ਰੂਪ ਹੈ । ਪਵਿਤ੍ਰ ਗੰਗਾ ਤੇਰੇ ਚਰਨਾਂ ਵਿੱਚ ਤੇਰੀ ਰਹਿਮਤ ਵਿੱਚ ਹੀ ਹੈ । ਧਰਮ ਦੇ ਗ੍ਰੰਥ ਕੇਵਲ ਤੇਰੇ ਸੰਸਾਰਕ ਮਾਇਆ ਦੇ ਤਿੰਨਾਂ ਰੂਪਾਂ ਦਾ ਹੀ ਵਿਆਖਿਆ ਕਰਦੇ, ਕਰ ਸਕਦੇ ਹਨ । ਤੇਰੇ ਸ਼ਬਦ ਵਿੱਚ ਤਾਂ ਪੂਰਨ (ਪੂਰਨ, ਸਾਰੀ) ਸ੍ਰਿਸ਼ਟੀ ਦੀ ਬਣਤਰ ਹੀ ਸਮਾਈ ਹੈ ।

The enlightenment of the teachings of all worldly Holy Scripture remains embodied in the teachings of Your Word. The sanctifying water of the Ganges may be blessed by adopting the teachings of Your Word in day to day life. The worldly Holy Scriptures may only describe and comprehend the three visible fact of the universe, worldly wealth. However, the whole description and the functioning of the universe is embodied in the teachings of Your Word.

ਤਾ ਕੇ ਚਰਣ ਜਪੈ ਜਨੁ	taa kay charan japai jan
ਨਾਨਕੁ, ਬੋਲੇ ਅੰਮ੍ਰਿਤ ਬਾਣੀ॥੧॥ ਰਹਾਉ॥	naanak bolay amrit banee.1|| rahaa-o.

ਤੇਰੇ ਦਾਸ ਤਾਂ ਕੇਵਲ ਤੇਰੇ ਸ਼ਬਦ ਨਾਲ ਹੀ ਆਪਣਾ ਜੀਵਨ ਬਤੀਤ ਕਰਦੇ , ਗੁਣ ਗਾਉਂਦੇ ਹਨ ।

Your true devotee only sings and adopts the teachings of Your Word wholeheartedly with steady and stable belief in his day to day life.

ਤੇਤੀਸ ਕਰੋੜੀ ਦਾਸ ਤੁਮ੍ਹਾਰੇ,	taytees karorhee daas tumHaaray
ਰਿਧਿ ਸਿਧਿ ਪ੍ਰਾਣ ਅਧਾਰੀ॥	riDh siDh paraan aDhaaree.
ਤਾ ਕੇ ਰੂਪ ਨ ਜਾਹੀ ਲਖਣੇ,	taa kay roop na jaahee lakh-nay
ਕਿਆ ਕਰਿ ਆਖਿ ਵੀਚਾਰੀ॥੨॥	ki-aa kar aakh veechaaree. ||2||

33 ਕਰੋੜ ਭਗਤ, ਦੇਵੀ ਦੇਵਤੇ, ਅਨੇਕਾਂ ਹੀ ਸਿਧ ਤੇਰੇ ਸ਼ਬਦ ਨੂੰ ਹੀ ਸਵਾਸਾਂ ਦਾ ਅਧਾਰ, ਰਹਿਮਤਾਂ ਦਾ ਖਜ਼ਨਾ ਮੰਨਦੇ ਹਨ । ਪ੍ਰਭ ਤੇਰੇ ਅਕਾਰ, ਰੂਪ ਬਾਬਤ ਕੁਝ ਲਿਖਿਆ ਨਹੀਂ ਜਾ ਸਕਦਾ, ਜਾਣਕਾਰੀ ਨਹੀਂ । ਤੇਰੀ ਕੁਦਰਤ ਬਾਬਤ ਚਰਚਾ ਕਰਕੇ ਕੀ ਲਾਭ ਹੋ ਸਕਦਾ, ਕੀ ਸੋਝੀ ਹੋ ਸਕਦੀ ਹੈ?

In the universe, 33 million of angels, Holy prophets and enlightened souls, all believe Your Word is the treasure, support of breaths and fountain of enlightenments. No one can comprehend, describe, knows or say anything about Your form, shape and size. By discussing, debating on Your miracles, what enlightenment may be blessed?

ਤੀਨਿ ਗੁਣਾ ਤੇਰੇ ਜੁਗ ਹੀ ਅੰਤਰਿ,   teen gunaa tayray jug hee antar
ਚਾਰੇ ਤੇਰੀਆ ਖਾਣੀ॥   chaaray tayree-aa khaanee.
ਕਰਮੁ ਹੋਵੈ ਤਾ ਪਰਮ ਪਦੁ ਪਾਈਐ,   karam hovai taa param pad paa-ee-ai
ਕਥੇ ਅਕਥ ਕਹਾਣੀ॥੩॥   kathay akath kahaanee. ||3||

ਜੁਗਾਂ ਜੁਗਾਂ ਤੋ ਸੰਸਾਰ ਵਿੱਚ, ਮਾਇਆ ਦੇ ਤਿੰਨਾਂ ਰੂਪਾਂ, ਸ੍ਰਿਸ਼ਟੀ ਪੈਦੇ ਕਰਨ ਦੇ ਚਾਰੇ ਢੰਗਾਂ ਬਾਬਤ ਹੀ ਜਾਣਕਾਰੀ ਮਿਲਦੀ ਹੈ । ਤੇਰੀ ਰਹਿਮਤ ਨਾਲ ਹੀ ਕੋਈ ਜੀਵ, ਤੇਰੀ ਅਕਥ ਕਥਾ ਦੀ ਵਿਆਖਿਆ ਕਰ ਸਕਦਾ ਹੈ ।

Your true devotees discuss the three different virtues of worldly wealth and about all four sources of creation in the universe from ancient Ages. With Your mercy and grace, devotee may be enlightened to sermon and describe the unexplainable nature, miracles of Your nature.

ਤੂੰ ਕਰਤਾ ਕੀਆ ਸਭੁ ਤੇਰਾ,   tooN kartaa kee-aa sabh tayraa
ਕਿਆ ਕੋ ਕਰੇ ਪਰਾਣੀ॥   ki-aa ko karay paraanee.
ਜਾ ਕਉ ਨਦਰਿ ਕਰਹਿ ਤੂੰ ਅਪਣੀ,   jaa ka-o nadar karahi tooN apnee
ਸਾਈ ਸਚਿ ਸਮਾਣੀ॥੪॥   saa-ee sach samaanee. ||4||

ਪ੍ਰਭ ਤੂੰ ਹੀ ਸ੍ਰਿਸ਼ਟੀ ਨੂੰ ਪੈਦਾ ਕਰਨ ਵਾਲਾ, ਸਭ ਕੁਝ ਕਰਨ ਕਰਵਾਉਣ ਵਾਲਾ ਮਾਲਕ ਹੈ । ਸੰਸਾਰਕ ਜੀਵ ਦੇ ਵੱਸ ਵਿੱਚ, ਕੀ ਕਰ ਸਕਦਾ ਹੈ? ਜਿਸ ਤੇ ਰਹਿਮਤ ਦੀ ਨਜ਼ਰ ਬਖਸ਼ਿਸ਼ ਹੋ ਜਾਂਦੀ ਹੈ, ਉਹ ਹੀ ਤੇਰੇ ਸ਼ਬਦ ਦੀ ਪਾਲਣਾ ਵਿੱਚ ਲੀਨ ਹੋ ਜਾਂਦਾ ਹੈ ।

You are The True Creator, Master of the universe, everything may only happen with Your command. What can the worldly creature do at his own power? Whosoever may be bestowed with Your mercy and grace, he may be intoxicated with the teachings of Your Word and may enter into a deep meditation in the void of Your Word.

ਨਾਮੁ ਤੇਰਾ ਸਭੁ ਕੋਈ ਲੇਤੁ ਹੈ,   naam tayraa sabh ko-ee layt hai
ਜੇਤੀ ਆਵਣ ਜਾਣੀ॥   jaytee aavan jaanee.
ਜਾ ਤੁਧੁ ਭਾਵੈ ਤਾ ਗੁਰਮੁਖਿ ਬੂਝੈ,   jaa tuDh bhaavai taa gurmukh boojhai
ਹੋਰ ਮਨਮੁਖਿ ਫਿਰੈ ਇਆਣੀ॥੫॥   hor manmukh firai i-aanee. ||5||

ਪ੍ਰਭ ਜੋ ਵੀ ਸ੍ਰਿਸ਼ਟੀ ਵਿੱਚ ਪੈਦਾ ਹੁੰਦਾ ਹੈ, ਤੇਰੇ ਸ਼ਬਦ ਦੀ ਹੀ ਚਰਚਾ ਕਰਦਾ, ਗੁਣ ਗਾਉਂਦਾ ਹੈ । ਜਦੋਂ ਰਹਿਮਤ ਦੀ ਨਜ਼ਰ ਬਖਸ਼ਦਾ ਹੈ, ਤਾਂ ਹੀ ਕੋਈ ਗੁਰਮਖ ਸ਼ਬਦ ਦੀ ਸੋਝੀ ਪਾਉਂਦਾ ਹੈ । ਨਹੀਂ ਤਾਂ ਜੀਵ ਮਨਮਰਜ਼ੀ ਕਰਦੇ ਸੰਸਾਰਕ ਇੱਛਾਂ ਮਗਰ ਭਟਕਦੇ ਰਹਿੰਦੇ ਹਨ ।

Everyone talks about, sings the glory, the greatness of Your Word. Only with Your mercy and grace Your true devotee may be blessed with the enlightenment of Your Word. Without Your blessings, the worldly creatures remain slave of worldly desires and remain wandering in frustration in the universe.

ਚਾਰੇ ਵੇਦ ਬ੍ਰਹਮੇ ਕਉ ਦੀਏ,   chaaray vayd barahmay ka-o dee-ay
ਪੜਿ ਪੜਿ ਕਰੇ ਵੀਚਾਰੀ॥   parh parh karay veechaaree

ਤਾ ਕਾ ਹੁਕਮੁ ਨ ਬੂਝੈ ਬਪੁੜਾ, ਨਰਕਿ ਸੁਰਗਿ ਅਵਤਾਰੀ॥੬॥

taa kaa hukam na boojhai bapurhaa narak surag avtaaree. ||6||

ਪ੍ਰਭ ਤੂੰ ਆਪ ਰਹਿਮਤ ਬਖਸ਼ਕੇ, ਬ੍ਰਹਮਾ ਤੋਂ ਚਾਰ ਵੇਦ ਸੰਸਾਰ ਵਿੱਚ ਉਚਾਰੇ ਹਨ । ਸੰਸਾਰਕ ਜੀਵ ਪੜ੍ਹ ਕੇ ਵਿਚਾਰ ਕਰਦੇ, ਤੇਰੇ ਗੁਣਾਂ ਦੀ ਚਰਚਾ ਕਰਦੇ ਹਨ । ਤੇਰੇ ਸ਼ਬਦ ਨੂੰ ਆਪਣੇ ਜੀਵਨ ਵਿੱਚ ਢਾਲਣ ਤੋਂ ਬਿਨਾਂ ਸ਼ਬਦ ਦੀ ਸੋਝੀ ਬਖਸ਼ਿਸ਼ ਨਹੀਂ ਹੁੰਦੀ । ਉਹ ਜੂੰਨਾਂ ਦੇ ਚੱਕਰ ਵਿੱਚ ਹੀ ਰਹਿੰਦਾ, ਸਵਰਗ, ਨਰਕ ਦਾ ਵਿਚਾਰ ਕਰਦਾ ਹੈ ।

With Your mercy and grace, the four Vedas, the Holy Scripture were blessed to Your true devotee Brahma. Whosoever may read the Holy Scripture, he may discuss and remains fascinated from Your virtues. Without adopting the teachings of Your Holy Scripture in day to day life, the enlightenment of Your Word may not be blessed. He remains in the cycle of birth and death; he may wander in heaven and hell all time.

ਜੁਗਹ ਜੁਗਹ ਕੇ ਰਾਜੇ ਕੀਏ, ਗਾਵਹਿ ਕਰਿ ਅਵਤਾਰੀ॥
ਤਿਨ ਭੀ ਅੰਤੁ ਨ ਪਾਇਆ, ਤਾ ਕਾ ਕਿਆ ਕਰਿ ਆਖਿ ਵੀਚਾਰੀ॥੭॥

jugah jugah kay raajay kee-ay gaavahi kar avtaaree.
tin bhee ant na paa-i-aa taa kaa ki-aa kar aakh veechaaree. ||7||

ਜੁਗਾਂ ਜੁਗਾਂ ਤੋਂ ਕਈ ਤੇਰੇ ਪੈਦਾ ਕੀਤੇ ਮਹਾਨ ਰਾਜੇ, ਤੇਰੇ ਸ਼ਬਦ ਦੇ ਗੁਣ ਗਾਉਂਦੇ ਰਹਿੰਦੇ ਸਨ । ਉਹ ਵੀ ਜੂੰਨਾਂ ਦੇ ਚੱਕਰ ਵਿੱਚ ਚਲੇ ਗਏ । ਉਹਨਾਂ ਮਹਾਨ ਰਾਜਿਆਂ ਨੇ ਵੀ ਤੇਰੇ ਕਿਸੇ ਕਰਤਬ ਦਾ ਅੰਤ ਨਹੀਂ ਜਾਣਿਆ । ਤੇਰੀ ਰਹਿਮਤ ਤੋਂ ਬਿਨਾਂ, ਕਿਵੇਂ ਕੋਈ ਸ਼ਬਦ ਦੀ ਪਾਲਣਾ ਕਰਨ ਵਾਲਾ, ਤੇਰੇ ਸ਼ਬਦ ਦੀ, ਕੁਦਰਤ ਦੀ ਵਿਆਖਿਆ ਕਰ ਸਕਦਾ ਹੈ?

From ancient Ages, so many mighty kings born in the universe and were singing the glory and adopted the teachings of Your Word in their day to day life. However, all remain in the cycle of birth and death. None of the mighty, devotee king was able to comprehend the limit of any of Your miracles, blessings. Without Your mercy and grace, how anyone may adopt the teachings of Your Word in his day to day life? Who may comprehend Your nature with his own understanding?

ਤੂੰ ਸਚਾ ਤੇਰਾ ਕੀਆ ਸਭੁ ਸਾਚਾ, ਦੇਹਿ ਤ ਸਾਚੁ ਵਖਾਣੀ॥
ਜਾ ਕਉ ਸਚੁ ਬੁਝਾਵਹਿ ਅਪਣਾ, ਸਹਜੇ ਨਾਮਿ ਸਮਾਣੀ॥੮॥੧॥੨੩॥

tooN sachaa tayraa kee-aa sabh saachaa deh ta saach vakhaanee.
jaa ka-o sach bujhaaveh apnaa sehjay naam samaanee. ||8||1||23||

ਪ੍ਰਭ ਤੂੰ ਅਟੱਲ, ਸਾਰੇ ਗਿਆਨ ਦਾ ਮਾਲਕ, ਭੰਡਾਰੀ, ਸਦਾ ਹੀ ਇਨਸ਼ਾਫ ਕਰਦਾ ਹੈ । ਅਗਰ ਆਪ ਹੀ ਰਹਿਮਤ ਬਖਸ਼ਦਾ ਹੈ, ਤਾਂ ਹੀ ਕੋਈ ਸ਼ਬਦ ਦਾ ਵਿਆਖਿਆ ਕਰ ਸਕਦਾ ਹੈ । ਜਿਸ ਤੇ ਆਪ ਰਹਿਮਤ ਬਖਸ਼ਕੇ ਸ਼ਬਦ ਵਿੱਚ ਲਗਨ ਲਾਉਂਦਾ ਹੈ, ਉਹ ਹੀ ਸੋਝੀ ਪਾਉਂਦਾ ਹੈ । ਉਹ ਤੇਰੇ ਸ਼ਬਦ ਵਿੱਚ ਹੀ ਲੀਨ ਹੋਇਆ ਰਹਿੰਦਾ ਹੈ ।

My axiom True Master, treasure of all enlightenments, justice always prevails in Your court. Only with Your mercy and grace; Your true devotee may be able to explain some of Your nature. Whosoever may be blessed with devotion to meditate, only he may be enlightened with the essence of Your Word. He may enter into deep meditation in the void of Your Word.

257. ਆਸਾ ਮਹਲਾ ੩॥ 423-8

ਸਤਿਗੁਰ ਹਮਰਾ ਭਰਮੁ ਗਵਾਇਆ॥
ਹਰਿ ਨਾਮੁ ਨਿਰੰਜਨੁ ਮੰਨਿ ਵਸਾਇਆ॥
ਸਬਦੁ ਚੀਨਿ ਸਦਾ ਸੁਖੁ ਪਾਇਆ॥੧॥

satgur hamraa bharam gavaa-i-aa.
har naam niranjan man vasaa-i-aa.
sabad cheen sadaa sukh paa-i-aa. ||1||

ਪ੍ਰਭ ਆਪ ਹੀ ਜੀਵ ਦੇ ਭਰਮ ਦੂਰ ਕਰਦਾ ਹੈ । ਉਹ ਹੀ ਸ਼ਬਦ ਦੇ ਲੜ ਲੱਗਦਾ, ਸੋਝੀ ਪਾਉਂਦਾ, ਸ਼ਬਦ ਮਨ ਵਿੱਚ ਵਸਉਂਦਾ ਹੈ । ਸ਼ਬਦ ਨਾਲ ਜੀਵਨ ਢਾਲਣ ਨਾਲ ਹੀ ਮਨ ਵਿੱਚ ਸ਼ਾਂਤੀ, ਸੰਤੋਖ ਖੇੜਾ ਅਡੋਲ ਰਹਿੰਦਾ ਹੈ ।

Only, The True Master may eliminate the suspicions of the mind of His true devotee. Only he may meditate with steady and stable belief on the teachings of His Word. He may drench the teachings of His Word within and may be enlightened. By adopting the teachings of His Word with steady and stable belief in day to day life, he may be blessed with peace, contentment and blossom in his day to day life.

ਸੁਣਿ ਮਨ ਮੇਰੇ ਤਤੁ ਗਿਆਨੁ॥	sun man mayray tat gi-aan.
ਦੇਵਣ ਵਾਲਾ ਸਭ ਬਿਧਿ ਜਾਣੈ,	dayvan vaalaa sabh biDh jaanai
ਗੁਰਮੁਖਿ ਪਾਈਐ ਨਾਮੁ ਨਿਧਾਨੁ॥੧॥ ਰਹਾਉ॥	gurmukh paa-ee-ai naam niDhaan. ||1|| rahaa-o.

ਮਨ ਲਾ ਕੇ ਸ਼ਬਦ ਦੀ ਮਹੱਤਤਾ ਦਾ ਗਿਆਨ ਸੁਣੋ! ਅੰਤਰਜਾਮੀ ਪ੍ਰਭ, ਰਹਿਮਤ ਦਾ ਮਾਲਕ, ਸਭ ਕੁਝ ਆਪ ਹੀ ਜਾਣਦਾ ਹੈ । ਜਿਸ ਗੁਰਮਖ ਜੀਵ ਦੇ ਮਨ ਇਹ ਸ਼ਬਦ ਘਰ ਕਰ ਜਾਂਦਾ ਹੈ, ਉਸ ਨੂੰ ਸ਼ਬਦ ਦੀ ਸੋਝੀ ਬਖਸ਼ਿਸ਼ ਹੋ ਸਕਦੀ ਹੈ ।

You should concentrate and listens to the significance of the teachings, the sermons of His Word. The Omniscient True Master knows all worldly condition and desires of the mind of His creation. Whosoever may drench the teachings of His Word, he may be enlightened with the essence of His Word.

ਸਤਿਗੁਰ ਭੇਟੇ ਕੀ ਵਡਿਆਈ॥	satgur bhaytay kee vadi-aa-ee.
ਜਿਨਿ ਮਮਤਾ ਅਗਨਿ ਤ੍ਰਿਸਨਾ ਬੁਝਾਈ॥	Jin mamtaa agan tarisnaa bujhaa-ee.
ਸਹਜੇ ਮਾਤਾ ਹਰਿ ਗੁਣ ਗਾਈ॥੨॥	sehjay maataa har gun gaa-ee. ||2||

ਪ੍ਰਭ ਨੂੰ ਆਪਾ ਭੇਟਾ ਕਰਕੇ, ਸ਼ਬਦ ਦੀ ਪਾਲਣਾ, ਸੋਝੀ ਦੀ ਇਹ ਵਡਿਆਈ ਹੈ । ਸ਼ਬਦ ਨਾਲ ਜੀਵਨ ਢਾਲਣ ਨਾਲ ਸੰਸਾਰਕ ਇੱਛਾਂ ਦੀ ਭਟਕਣ ਨਾਸ਼, ਖਤਮ ਹੋ ਜਾਂਦੀ ਹੈ । ਸ਼ਬਦ ਦੀ ਪਾਲਣਾ ਕਰਦਾ ਜੀਵ ਆਪਣੇ ਹਲਾਤ ਵਿੱਚ ਹੀ ਸੁਖ ਮਹਿਸੂਸ ਕਰਦਾ ਹੈ । ਮਨ ਵਿੱਚ ਸੰਤੋਖ ਨਾਲ ਪ੍ਰਭ ਦੇ ਸ਼ਬਦ ਦਾ ਧੰਨਵਾਦ ਹੀ ਗਾਉਂਦਾ ਹੈ ।

By surrendering your mind, body and worldly status at His sanctuary and adopting the teachings of His Word, he may be enlightened from within. This is a unique significance of the enlightenment of His Word. All frustrations of worldly desires may be eliminated from his mind. Whosoever may adopt the teachings of His Word in day to day life, he remains fully contented with his worldly condition. With contentment and patience, he sings the glory of the virtues of His Word.

ਵਿਣੁ ਗੁਰ ਪੂਰੇ ਕੋਇ ਨ ਜਾਣੀ॥	vin gur pooray ko-ay na jaanee.
ਮਾਇਆ ਮੋਹਿ ਦੂਜੈ ਲੋਭਾਣੀ॥	maa-i-aa mohi doojai lobhaanee.
ਗੁਰਮੁਖਿ ਨਾਮੁ ਮਿਲੈ ਹਰਿ ਬਾਣੀ॥੩॥	gurmukh naam milai har banee. ||3||

ਪ੍ਰਭ ਦੇ ਸ਼ਬਦ ਦੀ ਪਾਲਣਾ ਕਰਨ ਤੋਂ ਬਿਨਾਂ ਕੋਈ ਵੀ ਸ਼ਬਦ ਦੀ ਸੋਝੀ ਨਹੀਂ ਪਾ ਸਕਦਾ । ਸੰਸਾਰਕ ਮਾਇਆ ਨਾਲ ਮੋਹ ਲਾ ਕੇ, ਇੱਛਾਂ ਮਗਰ ਲੱਗ ਕੇ ਜੀਵ ਭਰਮਾਂ ਵਿੱਚ ਹੀ ਰਹਿੰਦਾ ਹੈ । ਜਿਹੜਾ ਗੁਰਮਖ ਸ਼ਬਦ ਤੇ ਭਰੋਸਾ ਅਡੋਲ ਰਖਦਾ ਹੈ, ਉਸ ਨੂੰ ਸ਼ਬਦ ਦੀ ਸੋਝੀ ਬਖਸ਼ਿਸ਼ ਹੋ ਸਕਦੀ ਹੈ ।

Without obeying and adopting the teachings of His Word in his day to day life, no one may be enlightened with the teachings of His Word from within. With attachment to worldly wealth, he remains deep into the religious suspicions. Whosoever may adopt the teachings of His Word in his day to day life, he may be enlightened with the essence of His Word.

ਗੁਰ ਸੇਵਾ ਤਪਾਂ ਸਿਰਿ ਤਪੁ ਸਾਰੁ॥ gur sayvaa tapaaN sir tap saar.
ਹਰਿ ਜੀਉ ਮਨਿ ਵਸੈ har jee-o man vasai
ਸਭ ਦੂਖ ਵਿਸਾਰਣਹਾਰੁ॥ sabh dookh visaaranhaar.
ਦਰਿ ਸਾਚੈ ਦੀਸੈ ਸਚਿਆਰੁ॥੪॥ dar saachai deesai sachiaar. ||4||

ਪ੍ਰਭ ਦੇ ਸ਼ਬਦ ਦੀ ਪਾਲਣਾ ਕਰਨਾ ਹੀ ਸਭ ਤੋ ਵੱਡਾ ਤਪ ਹੈ । ਉਸ ਨਾਲ ਹੀ ਪ੍ਰਭ ਦਾ ਸ਼ਬਦ ਮਨ ਵਿੱਚ ਵਸਣ ਲੱਗ ਪੈਂਦਾ ਹੈ । ਉਸ ਦੇ ਮਨ ਵਿਚੋਂ ਸੰਸਾਰਕ ਇੱਛਾਂ ਦੀ ਭਟਕਣ ਦੂਰ ਹੋ ਜਾਂਦੀ ਹੈ । ਮਨ ਪਵਿਤ੍ਰ ਹੋ ਜਾਂਦਾ ਹੈ, ਜਿਸ ਨਾਲ ਮਨ ਵਿੱਚ ਹੀ ਦਸਵੇਂ ਘਰ ਦਾ ਦਰ ਖੁੱਲ੍ਹ ਜਾਂਦਾ ਹੈ ।

To obey the teachings of His Word may be the greatest worship of The True Master. By adopting the teachings of His Word, he may be drenched with the teachings of His Word. All His suspicions may be eliminated from his mind. His soul may be sanctified and the 10th Castles open within his mind.

ਗੁਰ ਸੇਵਾ ਤੇ ਤ੍ਰਿਭਵਣ ਸੋਝੀ ਹੋਇ॥ gur sayvaa tay taribhavan sojhee ho-ay.
ਆਪੁ ਪਛਾਣਿ ਹਰਿ ਪਾਵੈ ਸੋਇ॥ aap pachhaan har paavai so-ay.
ਸਾਚੀ ਬਾਣੀ ਮਹਲੁ ਪਰਾਪਤਿ ਹੋਇ॥੫॥ saachee banee mahal paraapat ho-ay. 5||

ਸ਼ਬਦ ਦੀ ਪਾਲਣਾ ਕਰਨ ਨਾਲ ਹੀ ਜੀਵ ਨੂੰ ਤਿੰਨਾਂ ਸ੍ਰਿਸ਼ਟੀਆਂ ਦੀ ਸੋਝੀ, ਗਿਆਨ ਬਖਸ਼ਿਸ਼ ਹੋ ਸਕਦਾ ਹੈ । ਜਿਹੜਾ ਜੀਵ ਆਪਣੇ ਆਪ ਨੂੰ ਪਛਾਣ ਲੈਂਦਾ ਹੈ । ਉਹ ਪ੍ਰਭ ਦੀ ਰਹਿਮਤ, ਹੌਂਦ ਮਹਿਸੂਸ ਕਰ ਲੈਂਦਾ ਹੈ । ਉਹ ਸ਼ਬਦ ਨਾਲ ਆਪਣਾ ਜੀਵਨ ਬਤੀਤ ਕਰਦਾ, ਪ੍ਰਭ ਦੀ ਪ੍ਰਵਾਨਗੀ ਦੇ ਰਸਤੇ ਤੇ ਚਲਦਾ ਹੈ ।

By adopting the teachings of His Word with steady and stable belief in his day to day life, he may be enlightened with the nature of all three universes, three creations. Whosoever may recognize himself, the purpose of his human life, he may be blessed and realize the existence of The True Master. He may adopt the teachings of His Word and remains steady and stable on the right path of His acceptance.

ਗੁਰ ਸੇਵਾ ਤੇ ਸਭ ਕੁਲ ਉਧਾਰੇ॥ gur sayvaa tay sabh kul uDhaaray.
ਨਿਰਮਲ ਨਾਮੁ ਰਖੈ ਉਰਿ ਧਾਰੇ॥ nirmal naam rakhai ur Dhaaray.
ਸਾਚੀ ਸੋਭਾ ਸਾਚਿ ਦੁਆਰੇ॥੬॥ saachee sobhaa saach du-aaray. ||6||

ਪ੍ਰਭ ਦੇ ਸ਼ਬਦ ਦੀ ਪਾਲਣਾ ਕਰਨ ਨਾਲ ਜੀਵ ਦੀਆਂ ਕੁਲਾਂ ਤਰ ਜਾਂਦੀਆਂ ਹਨ, ਸ਼ਬਦ ਨਾਲ ਜੀਵਨ ਢਾਲ ਲੈਂਦੀਆਂ ਹਨ । ਸ਼ਬਦ ਮਨ ਵਿੱਚ ਘਰ ਕਰ ਜਾਂਦਾ ਹੈ । ਪ੍ਰਭ ਦੇ ਦਰਬਾਰ ਵਿੱਚ ਸੋਭਾ, ਪ੍ਰਵਾਨਗੀ ਬਖਸ਼ਿਸ਼ ਹੋ ਸਕਦੀ ਹੈ ।

By obeying the teachings of His Word in day to day life, his generations may be blessed with the right path of acceptance. His true devotee remains drenched with the essence of His Word. He may be blessed with honor and acceptance in His court.

ਸੇ ਵਡਭਾਗੀ ਜਿ ਗੁਰਿ ਸੇਵਾ ਲਾਏ॥ say vadbhaagee je gur sayvaa laa-ay.
ਅਨਦਿਨੁ ਭਗਤਿ ਸਚੁ ਨਾਮੁ ਦ੍ਰਿੜਾਏ॥ an-din bhagat sach naam drirh-aa-ay.
ਨਾਮੇ ਉਧਰੇ ਕੁਲ ਸਬਾਏ॥੭॥ naamay uDhray kul sabaa-ay. ||7||

ਜਿਸ ਦੀ ਪ੍ਰਭ ਦੇ ਸ਼ਬਦ ਵਿੱਚ ਲਗਨ ਲਗਦੀ ਹੈ, ਉਹ ਬਹੁਤ ਵੱਡੇ ਭਾਗਾਂ ਵਾਲਾ ਹੀ ਹੁੰਦਾ ਹੈ । ਉਹ ਦਿਨ ਰਾਤ ਪ੍ਰਭ ਦੇ ਸ਼ਬਦ ਦੀ ਪਾਲਣਾ ਵਿੱਚ ਮਸਤ ਰਹਿੰਦਾ ਹੈ, ਉਸ ਦੇ ਮਨ ਵਿੱਚ ਸ਼ਬਦ ਦਾ ਬੀਜ ਬੋਇਆ ਜਾਂਦਾ ਹੈ । ਉਹ ਆਪ ਪ੍ਰਭ ਦੇ ਸ਼ਬਦ ਦੀ ਪਾਲਣਾ ਕਰਦਾ, ਆਪਣੇ ਸਾਥੀਆਂ ਨੂੰ ਵੀ ਸ਼ਬਦ ਦੀ ਪਾਲਣਾ ਦੀ ਪ੍ਰੇਰਨਾ ਨਾਲ ਪ੍ਰਵਾਨਗੀ ਦੇ ਰਸਤੇ ਤੇ ਅਡੋਲ ਕਰ ਜਾਂਦਾ ਹੈ ।

Whosoever may dedicate wholeheartedly in meditation on His Word, he may become very fortunate. He remains intoxicated with the essence of His Word and adopts His Word with steady and stable belief in his day to day life. He sows the seed of meditation in his soul. He himself wholeheartedly adopt the teachings of His Word in his day to day life, he inspires all his associates to adopt the teachings of His Word to remain steady and stable on the right path of acceptance in His court.

ਨਾਨਕੁ ਸਾਚੁ ਕਹੈ ਵੀਚਾਰੁ॥	naanak saach kahai veechaar.
ਹਰਿ ਕਾ ਨਾਮੁ ਰਖਹੁ ਉਰਿ ਧਾਰਿ॥	har kaa naam rakhahu ur Dhaar.
ਹਰਿ ਭਗਤੀ ਰਾਤੇ ਮੋਖ ਦੁਆਰੁ॥	har bhagtee raatay mokh du-aar.
੮॥੨॥੨੪॥	||8||2||24||

ਬੰਦਗੀ ਕਰਨ ਵਾਲੇ ਇੱਕ ਭੇਦ ਦੀ ਗੱਲ ਕਰਦੇ ਹਨ । ਪ੍ਰਭ ਦੇ ਸ਼ਬਦ ਦੀ ਪਾਲਣਾ ਕਰਨ ਨਾਲ ਸ਼ਬਦ ਮਨ ਵਿੱਚ ਘਰ ਕਰ ਜਾਂਦਾ ਹੈ, ਜੀਵਨ ਢਾਲਣ ਨਾਲ ਮੁਕਤੀ ਦਾ ਰਸਤਾ ਬਖਸ਼ਿਸ਼ ਹੋ ਜਾਂਦਾ ਹੈ ।

His true devotee shares one unique secret of His nature. By adopting the teachings of His Word, his mind may be drenched with the essence of His Word. He may be enlightened with the right path of meditation, acceptance in His court.

258.ਆਸਾ ਮਹਲਾ ੩॥ 423-18

ਆਸਾ ਆਸ ਕਰੇ ਸਭੁ ਕੋਈ॥	aasaa aas karay sabh ko-ee.
ਹੁਕਮੈ ਬੂਝੈ ਨਿਰਾਸਾ ਹੋਈ॥	hukmai boojhai niraasaa ho-ee.
ਆਸਾ ਵਿਚਿ ਸੁਤੇ ਕਈ ਲੋਈ॥	aasaa vich sutay ka-ee lo-ee.
ਸੋ ਜਾਗੈ ਜਾਗਾਵੈ ਸੋਈ॥੧॥	so jaagai jaagaavai so-ee. ||1||

ਸਾਰਾ ਸੰਸਾਰ ਹੀ ਆਸਾਂ, ਮਨ ਦੀਆਂ ਇੱਛਾਂ ਦੇ ਸੁਪਨੇ ਲੈਂਦਾ ਹੀ ਜੀਵਨ ਬਤੀਤ ਕਰਦਾ ਹੈ । ਪ੍ਰਭ ਦੇ ਸ਼ਬਦ ਦੀ ਸੋਝੀ ਬਖਸ਼ਿਸ਼ ਹੋਣ ਨਾਲ ਮਨ ਵਿਚੋਂ ਇੱਛਾਂ ਦੀ ਭਟਕਣ ਖਤਮ ਹੋ ਜਾਂਦੀ ਹੈ । ਕਈ ਆਸਾਂ, ਸੁਪਨੇ ਵਿੱਚ ਹੀ ਜੀਵਨ ਬਤੀਤ ਕਰਦੇ, ਚੰਗੇ, ਮੰਦੇ ਕੰਮ ਕਰਦੇ ਰਹਿੰਦੇ ਹਨ । ਜਿਸ ਤੇ ਪ੍ਰਭ ਆਪ ਰਹਿਮਤ ਬਖਸ਼ਕੇ, ਸ਼ਬਦ ਦੀ ਪਾਲਣਾ ਤੇ ਲਾਉਂਦਾ ਹੈ । ਕੇਵਲ ਉਹ ਹੀ ਸੁਪਨੇ ਤੋਂ ਸੁਚੇਤ ਹੋ ਕਿ ਅਸਲੀਅਤ ਦਾ ਸਾਹਮਣਾ ਕਰਦਾ ਹੈ ।

The whole universe remains in hopes and dreams for worldly desires in his day to day life. Only with the enlightenment of the teachings of His Word, all his frustrations may be eliminated from mind forever. So many creatures waste his life in hopes and dreams, he may perform good and evil deeds in his day to day life. Whosoever may be blessed to adopt the teachings of His Word, he may remain awake from dreams and confront the reality, the true purpose of human life blessings.

ਸਤਿਗੁਰਿ ਨਾਮੁ ਬੁਝਾਇਆ,	satgur naam bujhaa-i-aa
ਵਿਣੁ ਨਾਵੈ ਭੁਖ ਨ ਜਾਈ॥	vin naavai bhukh na jaa-ee.
ਨਾਮੇ ਤ੍ਰਿਸਨਾ ਅਗਨਿ ਬੁਝੈ,	naamay tarisnaa agan bujhai
ਨਾਮੁ ਮਿਲੈ ਤਿਸੈ ਰਜਾਈ॥੧॥ਰਹਾਉ॥	naam milai tisai rajaa-ee. ||1|| rahaa-o.

ਜਿਸ ਤੇ ਪ੍ਰਭ ਆਪ ਹੀ ਰਹਿਮਤ ਬਖਸ਼ਕੇ ਸ਼ਬਦ ਦੇ ਲੜ ਲਾਉਂਦਾ ਹੈ, ਉਸ ਨੂੰ ਹੀ ਸ਼ਬਦ ਦੀ ਸੋਝੀ ਬਖਸ਼ਦਾ ਹੈ । ਸ਼ਬਦ ਦੀ ਪਾਲਣਾ ਤੋਂ ਬਿਨਾਂ ਇੱਛਾਂ ਦੀ ਭੁੱਖ ਖਤਮ ਨਹੀਂ ਹੁੰਦੀ । ਪ੍ਰਭ ਦੇ ਸ਼ਬਦ ਨਾਲ ਜੀਵਨ ਢਾਲਣ ਨਾਲ ਸ਼ਬਦ ਮਨ ਵਿੱਚ ਘਰ ਕਰ ਜਾਂਦਾ ਹੈ, ਮਨ ਦੀਆਂ ਇੱਛਾਂ ਤੇ ਕਾਬੂ ਬਖਸ਼ਿਸ਼ ਹੋ ਜਾਂਦਾ ਹੈ ।

Only with His blessings, he may be enlightened with the teachings of His Word from within. Without adopting the teachings of His Word, his hunger, frustration of worldly desires may never be satisfied. Only by adopting the teachings of His Word, he may be drenched with teachings of His Word. He may be blessed to conquer his own mind.

ਕਲਿ ਕੀਰਤਿ ਸਬਦੁ ਪਛਾਨੁ॥ kal keerat sabad pachhaan.
ਏਹਾ ਭਗਤਿ ਚੂਕੈ ਅਭਿਮਾਨੁ॥ ayhaa bhagat chookai abhimaan.
ਸਤਿਗੁਰੁ ਸੇਵਿਐ ਹੋਵੈ ਪਰਵਾਨੁ॥ satgur sayvi-ai hovai parvaan.
ਜਿਨਿ ਆਸਾ ਕੀਤੀ ਤਿਸ ਨੋ ਜਾਨੁ॥੨॥ Jin aasaa keetee tis no jaan. ||2||

ਕੱਲਯੁਗ ਵਿੱਚ ਕੇਵਲ ਸ਼ਬਦ ਦੀ ਸੋਝੀ ਪਾਉਣ ਨਾਲ ਹੀ ਪ੍ਰਵਾਨਗੀ ਦਾ ਰਸਤਾ ਬਖਸ਼ਿਸ਼ ਹੁੰਦਾ ਹੈ । ਅਡੋਲ ਭਰੋਸੇ ਨਾਲ ਸ਼ਬਦ ਦਾ ਸਿਮਰਨ, ਪਾਲਣਾ ਕਰਨ ਨਾਲ ਹੀ ਅਹੰਕਾਰ ਅਤੇ ਹੈਸੀਅਤ ਦਾ ਨਾਸ਼ ਹੁੰਦਾ ਹੈ । ਪ੍ਰਭ ਦੇ ਸ਼ਬਦ ਨਾਲ ਜੀਵਨ ਢਾਲਣ ਨਾਲ ਪ੍ਰਭ ਦੀ ਰਹਿਮਤ ਮਹਿਸੂਸ ਹੁੰਦੀ ਹੈ । ਜੀਵ, ਮਾਲਕ ਨੂੰ ਪਛਾਣਨ ਦੀ ਕੋਸ਼ਿਸ਼ ਕਰੋ! ਪ੍ਰਭ ਹੀ ਮਨ ਵਿੱਚ ਸੰਸਾਰਕ ਇੱਛਾਂ ਦੀ ਭਟਕਣ ਪਾਉਂਦਾ, ਦੂਰ ਕਰ ਸਕਦਾ ਹੈ ।

In the Age of Kuljug, only by the enlightenment of the teachings of His Word, the right path of meditation, acceptance may be blessed. Only by meditating and adopting the teachings of His Word, wholeheartedly with steady and stable belief, he may be blessed to conquer his ego and pride of his worldly status. By adopting the teachings of His Word, he may realize the mercy and grace of The True Master. You should meditate and accept His Word as an ultimate command. Only, He may infuse and eliminate the worldly desires and frustrations from mind.

ਤਿਸੁ ਕਿਆ ਦੀਜੈ ਜਿ ਸਬਦੁ ਸੁਣਾਏ॥ tis ki-aa deejai je sabad sunaa-ay.
ਕਰਿ ਕਿਰਪਾ ਨਾਮੁ ਮੰਨਿ ਵਸਾਏ॥ kar kirpaa naam man vasaa-ay.
ਇਹੁ ਸਿਰੁ ਦੀਜੈ ਆਪੁ ਗਵਾਏ॥ ih sir deejai aap gavaa-ay.
ਹੁਕਮੈ ਬੂਝੈ ਸਦਾ ਸੁਖੁ ਪਾਏ॥੩॥ hukmai boojhay sadaa sukh paa-ay. ||3||

ਜਿਹੜਾ ਪ੍ਰਭ ਦੇ ਸ਼ਬਦ ਦੀ ਸੋਝੀ ਪਾਉਂਦਾ ਹੈ, ਉਸ ਨੂੰ ਭੇਟਾ ਕਰਨ ਦੇ ਯੋਗ ਕੀ ਹੈ? ਪ੍ਰਭ ਦੀ ਰਹਿਮਤ ਦੀ ਨਜ਼ਰ ਨਾਲ ਹੀ ਪ੍ਰਭ ਦਾ ਸ਼ਬਦ ਮਨ ਵਿੱਚ ਘਰ ਕਰਦਾ ਹੈ । ਜੀਵ ਪ੍ਰਭ ਨੂੰ ਸਤਿਕਾਰ, ਸਲਾਮ ਕਰੋ! ਆਪਣੇ ਮਨ ਵਿਚੋਂ ਖੁਦਗਰਜ਼ੀ ਦਾ ਨਾਸ਼ ਕਰੋ । ਜਿਸ ਨੂੰ ਪ੍ਰਭ ਦੇ ਸ਼ਬਦ ਦੀ ਸੋਝੀ ਬਖਸ਼ਿਸ਼ ਹੋ ਜਾਂਦੀ ਹੈ । ਉਹ ਸ਼ਬਦ ਨਾਲ ਜੀਵਨ ਢਾਲ ਕੇ ਸਦਾ ਰਹਿਣ ਵਾਲਾ ਖੇੜਾ ਮਹਿਸੂਸ ਕਰ ਲੈਂਦਾ ਹੈ ।

Whosoever may enlighten his mind with the right path of meditation, what may be worthy to offer Him for His mercy and grace? Only with His mercy and grace, his mind may be drenched with the essence of His Word. You should surrender your selfishness, honor, worldly status at His service. Whosoever may be enlightened with the teachings of His Word, he may adopt the teachings of His Word and may realize the everlasting contentment and blossom.

ਆਪਿ ਕਰੇ ਤੈ ਆਪਿ ਕਰਾਏ॥ aap karay tai aap karaa-ay.
ਆਪੇ ਗੁਰਮੁਖਿ ਨਾਮੁ ਵਸਾਏ॥ aapay gurmukh naam vasaa-ay.
ਆਪਿ ਭੁਲਾਵੈ ਆਪਿ ਮਾਰਗਿ ਪਾਏ॥ aap bhulaavai aap maarag paa-ay.
ਸਚੈ ਸਬਦਿ ਸਚਿ ਸਮਾਏ॥੪॥ sachai sabad sach samaa-ay. ||4||

ਪ੍ਰਭ ਸ੍ਰਿਸ਼ਟੀ ਵਿੱਚ ਸਾਰੇ ਕਾਰਜ ਆਪ ਹੀ ਕਰਦਾ, ਕਰਾਉਂਦਾ, ਕਾਰਨ ਬਣਾਉਂਦਾ ਹੈ । ਗੁਰਮਖ ਜੀਵ ਦੇ ਮਨ ਵਿੱਚ ਪ੍ਰਭ ਦਾ ਸ਼ਬਦ ਵਸਉਂਦਾ ਹੈ । ਆਪ ਹੀ ਕਿਸੇ ਨੂੰ ਪ੍ਰਵਾਨਗੀ ਦੇ ਮਾਰਗ ਤੇ ਪਾਉਂਦਾ, ਆਪ ਹੀ ਭਰਮਾਂ ਵਿੱਚ ਪਾਉਂਦਾ ਹੈ । ਸ਼ਬਦ ਨਾਲ ਜੀਵਨ ਢਾਲਣ ਨਾਲ ਹੀ ਜੀਵ ਸ਼ਬਦ ਦੀ ਸਮਾਧੀ ਵਿੱਚ ਲੀਨ ਹੁੰਦਾ ਹੈ ।

The True Master prevails in each and every task in the universe, He creates the purpose, cause and assign the task to His creature. With His mercy and grace attaches someone on the right path of acceptance and others to indulge in worldly suspicions. By adopting the teachings of His Word, His true devotee may enter into deep meditation in the void of His Word.

ਸਚਾ ਸਬਦੁ ਸਚੀ ਹੈ ਬਾਣੀ॥	sachaa sabad sachee hai banee.
ਗੁਰਮੁਖਿ ਜੁਗਿ ਜੁਗਿ ਆਖਿ ਵਖਾਣੀ॥	gurmukh jug jug aakh vakhaanee.
ਮਨਮੁਖਿ ਮੋਹਿ ਭਰਮਿ ਭੋਲਾਣੀ॥	manmukh mohi bharam bholaanee.
ਬਿਨੁ ਨਾਵੈ ਸਭ ਫਿਰੈ ਬਉਰਾਣੀ॥੫॥	bin naavai sabh firai ba-uraanee. ||5||

ਹਰਇੱਕ ਜੁਗ ਵਿੱਚ ਹੀ ਗੁਰਮਖ ਅਟੱਲ ਸ਼ਬਦ ਦੇ ਗੀਤ ਗਾਉਂਦੇ, ਸ਼ਬਦ ਬੋਲਦੇ, ਵਿਆਖਿਆ ਕਰਦੇ ਹਨ । ਮਨਮਰਜ਼ੀ ਕਰਨ ਵਾਲੇ ਜੀਵ ਸੰਸਾਰਕ ਮੋਹ ਦੇ ਜਾਲ ਵਿੱਚ ਫਸੇ, ਭਰਮਾਂ ਵਿੱਚ ਹੀ ਰਹਿੰਦੇ ਹਨ । ਸ਼ਬਦ ਦੀ ਪਾਲਣਾ ਕਰਨ ਤੋ ਬਿਨਾਂ ਸਾਰੇ ਹੀ ਸੰਸਾਰਕ ਇੱਛਾਂ ਦੇ ਦਿਵਾਨੇ ਹੋਏ ਫਿਰਦੇ ਹਨ ।

His true devotee always sings the glory of His Axiom Word. He may recite and explain the true spiritual meanings of His Word. Self-minded remains attached to worldly desires and wanders in suspicions. Without adopting the teachings of His Word in day to day life, self-minded remains frustrated and wanders insanely in worldly desires.

ਤੀਨਿ ਭਵਨ ਮਹਿ ਏਕਾ ਮਾਇਆ॥	teen bhavan meh aykaa maa-i-aa.
ਮੂਰਖਿ ਪੜਿ ਪੜਿ	moorakh parh parh
ਦੂਜਾ ਭਾਉ ਦ੍ਰਿੜਾਇਆ॥	doojaa bhaa-o drirh-aa-i-aa.
ਬਹੁ ਕਰਮ ਕਮਾਵੈ ਦੁਖੁ ਸਬਾਇਆ॥	baho karam kamaavai dukh sabaa-i-aa.
ਸਤਿਗੁਰੁ ਸੇਵਿ ਸਦਾ ਸੁਖੁ ਪਾਇਆ॥੬॥	satgur sayv sadaa sukh paa-i-aa. ||6||

ਤਿੰਨਾਂ ਸ੍ਰਿਸ਼ਟੀਆਂ ਵਿੱਚ ਹੀ ਮਾਇਆ ਦਾ ਡੂੰਘਾਂ ਪ੍ਰਭਾਵ ਹੈ । ਅਗਿਆਨੀ ਜੀਵ ਪੜ੍ਹਕੇ, ਵਿਚਾਰ ਕਰਦੇ ਹਨ । ਪਰ ਆਪ ਭਰਮਾਂ ਵਿੱਚ ਹੀ ਫਸੇ ਰਹਿੰਦੇ ਹਨ । ਉਹ ਅਨੇਕਾਂ ਕਿਸਮਾਂ ਦੇ ਧਰਮ ਦੇ ਰੀਤੀ ਰੀਵਾਜ ਕਰਦੇ ਹਨ । ਫਿਰ ਵੀ ਸੰਸਾਰ ਵਿੱਚ ਇੱਛਾਂ ਦੀਆਂ ਭਟਕਣਾਂ ਵਿੱਚ ਦੁਖ ਸਹਿਦੇ ਹਨ । ਪ੍ਰਭ ਦੇ ਸ਼ਬਦ ਨਾਲ ਜੀਵਨ ਢਾਲਣ ਨਾਲ ਹੀ ਮਨ ਨੂੰ ਸ਼ਾਂਤੀ, ਸੰਤੋਖ ਬਖਸ਼ਿਸ਼ ਹੁੰਦਾ ਹੈ ।

All three universes remain under the seize of the influence of worldly wealth. Ignorant recites and discusses the virtues of His Word; however, he remains deep in the religious suspicions. He performs religious rituals for comforts in his life, for His blessings; however, he remains in worldly frustrations and endures miseries in his life. Only by adopting the teachings of His Word, he may be blessed with everlasting peace and contentment.

ਅੰਮ੍ਰਿਤੁ ਮੀਠਾ ਸਬਦੁ ਵੀਚਾਰਿ॥	amrit meethaa sabad veechaar.
ਅਨਦਿਨੁ ਭੋਗੇ ਹਉਮੈ ਮਾਰਿ॥	an-din bhogay ha-umai maar.
ਸਹਜਿ ਅਨੰਦਿ ਕਿਰਪਾ ਧਾਰਿ॥	sahj anand kirpaa Dhaar.
ਨਾਮਿ ਰਤੇ ਸਦਾ ਸਚਿ ਪਿਆਰਿ॥੭॥	naam ratay sadaa sach pi-aar. ||7||

ਪ੍ਰਭ ਦੇ ਸ਼ਬਦ ਨਾਲ ਜੀਵਨ ਢਾਲਣਾ ਹੀ ਉਹ ਅਮੋਲਕ ਅੰਮ੍ਰਿਤ, ਸ਼ਬਦ ਦਾ ਵਿਚਾਰ ਹੈ । ਦਿਨ ਰਾਤ ਪ੍ਰਭ ਦੀਆਂ ਰਹਿਮਤਾਂ ਦਾ ਧੰਨਵਾਦ ਕਰਨਾ ਨਾਲ ਹੀ ਮਨ ਵਿਚੋਂ ਅਹੰਕਾਰ, ਹੈਸੀਅਤ ਦਾ ਮਾਣ ਖਤਮ ਹੁੰਦਾ ਹੈ । ਜਿਸ ਤੇ ਪ੍ਰਭ ਰਹਿਮਤ ਦੀ ਨਜ਼ਰ ਬਖਸ਼ਦਾ ਹੈ, ਉਸ ਦੇ ਮਨ ਵਿੱਚ ਖੇੜਾ ਵੱਸ ਜਾਂਦਾ ਹੈ । ਸ਼ਬਦ ਨਾਲ ਜੀਵਨ ਢਾਲਣ ਨਾਲ ਪ੍ਰਭ ਦੀਆਂ ਰਹਿਮਤਾਂ ਦਾ ਸਦਾ ਰਹਿਣ ਵਾਲਾ ਰੰਗ ਚੜ੍ਹ ਜਾਂਦਾ ਹੈ ।

To adopt the teachings of His Word with steady and stable belief is the nectar, the essence of His Word. By singing the glory of His blessings, he may conquer the ego and pride of his worldly status from within. With His mercy and grace, pleasures and contentment may blossom within his mind. By adopting the teachings of His Word in day to day life, his mind remains drenched with the everlasting glow of His Word.

ਹਰਿ ਜਪਿ ਪੜੀਐ ਗੁਰ ਸਬਦੁ ਵੀਚਾਰਿ॥ har jap parhee-ai gur sabad veechaar.
ਹਰਿ ਜਪਿ ਪੜੀਐ ਹਉਮੈ ਮਾਰਿ॥ har jap parhee-ai ha-umai maar.
ਹਰਿ ਜਪੀਐ ਭਇ ਸਚਿ ਪਿਆਰਿ॥ har japee-ai bha-ay sach pi-aar.
ਨਾਨਕ ਨਾਮੁ ਗੁਰਮਤਿ ਉਰ ਧਾਰਿ॥ naanak naam gurmat ur Dhaar.
੮॥੩॥੨੫॥ ||8||3||25||

ਪ੍ਰਭ ਦੇ ਸ਼ਬਦ ਨੂੰ ਪੜ੍ਹਨ, ਪਾਠ ਕਰਨ, ਜੀਵਨ ਢਾਲਣ ਨਾਲ ਮਨ ਵਿੱਚ ਅਹੰਕਾਰ ਤੇ ਕਾਬੂ ਬਖਸ਼ਿਸ਼ ਹੋ ਜਾਂਦਾ ਹੈ । ਪ੍ਰਭ ਦੇ ਸ਼ਬਦ ਦੀ ਪਾਲਣਾ, ਜੀਵਨ ਢਾਲਣ ਨਾਲ ਮਨ ਪ੍ਰਭ ਦੇ ਵਿਛੋੜੇ ਦੇ ਵਿਰਾਗ ਵਿੱਚ ਚਲੇ ਜਾਂਦਾ ਹੈ, ਸ਼ਬਦ ਮਨ ਵਿੱਚ ਰਚ ਜਾਂਦਾ, ਭਰੋਸਾ ਅਡੋਲ ਹੋ ਜਾਂਦਾ ਹੈ ।

By meditating and adopting the teachings of His Word in day to day life, he may conquer the ego of his own mind. By meditating and adopting the teachings of His Word, his mind may enter into the renunciation in the memory of his separation from The True Master. He may become steady and stable and drenches with the essence of His Word.

259.ਆਸਾ ਮਹਲਾ ੩ ਅਸਟਪਦੀਆ ਘਰੁ ੮ ਕਾਫੀ॥ 424-11

ੴ ਸਤਿਗੁਰ ਪ੍ਰਸਾਦਿ॥ ik-oNkaar satgur parsaad.
ਗੁਰ ਤੇ ਸਾਂਤਿ ਊਪਜੈ, gur tay saaNt oopjai
ਜਿਨਿ ਤ੍ਰਿਸਨਾ ਅਗਨਿ ਬੁਝਾਈ॥ Jin tarisnaa agan bujhaa-ee.
ਗੁਰ ਤੇ ਨਾਮੁ ਪਾਈਐ, gur tay naam paa-ee-ai vadee vadi-
ਵਡੀ ਵਡਿਆਈ॥੧॥ aa-ee. ||1||

ਪ੍ਰਭ ਦੇ ਸ਼ਬਦ ਦੀ ਪਾਲਣਾ ਕਰਨ ਨਾਲ ਮਨ ਵਿਚੋਂ ਇੱਛਾਂ ਦੀ ਅੱਗ ਖਤਮ ਹੁੰਦੀ, ਮਨ ਵਿੱਚ ਸ਼ਾਂਤੀ, ਸੰਤੋਖ ਬਖਸ਼ਿਸ਼ ਹੋ ਜਾਂਦਾ ਹੈ । ਪ੍ਰਭ ਦੇ ਸ਼ਬਦ ਦੀ ਪਾਲਣਾ ਕਰਨ ਨਾਲ ਹੀ ਸ਼ਬਦ ਦੀ ਸੋਝੀ ਬਖਸ਼ਿਸ਼ ਹੁੰਦੀ ਹੈ । ਇਹ ਹੀ ਸ਼ਬਦ ਦੀ ਵਡਿਆਈ ਹੈ ।

By adopting the teachings of His Word with steady and stable belief in day to day life, all fire of worldly desires may be extinguished from mind. He may be blessed with peace and contentment with His blessings. By adopting the teachings of His Word, he may be blessed with enlightenment of His Word. This may be the unique significance and greatness of His Word.

ਏਕੋ ਨਾਮੁ ਚੇਤਿ ਮੇਰੇ ਭਾਈ॥ ayko naam chayt mayray bhaa-ee.
ਜਗਤੁ ਜਲੰਦਾ ਦੇਖਿ ਕੈ, jagat jalandaa daykh kai
ਭਜਿ ਪਏ ਸਰਣਾਈ॥੧॥ ਰਹਾਉ॥ bhaj pa-ay sarnaa-ee. ||1|| rahaa-o.

ਸ੍ਰਿਸ਼ਟੀ ਨੂੰ ਇੱਛਾਂ ਦੀ ਭਟਕਣ ਵਿੱਚ ਦੇਖਕੇ, ਹਰਇੱਕ ਹੀ ਰਹਿਮਤ ਦੀ ਅਰਦਾਸ ਕਰਦਾ ਹੈ । ਪ੍ਰਭ ਦੀ ਰਹਿਮਤ ਕੇਵਲ ਪ੍ਰਭ ਦੇ ਸ਼ਬਦ ਨੂੰ ਮਨ ਵਿੱਚ ਵਸਾਉਣ ਨਾਲ ਹੀ ਬਖਸ਼ਿਸ਼ ਹੋ ਸਕਦੀ ਹੈ ।

By witnessing the worldly creature burning in frustration of worldly desires, everyone may pray for His mercy and grace. However, His mercy and grace may only be bestowed by drenching the essence of His Word within.

ਗੁਰ ਤੇ ਗਿਆਨੁ ਊਪਜੈ gur tay gi-aan oopjai
ਮਹਾ ਤਤੁ ਬੀਚਾਰਾ॥ mahaa tat beechaaraa.
ਗੁਰ ਤੇ ਘਰੁ ਦਰੁ ਪਾਇਆ, gur tay ghar dar paa-i-aa
ਭਗਤੀ ਭਰੇ ਭੰਡਾਰਾ॥ ੨॥ bhagtee bharay bhandaaraa. ||2||

ਪ੍ਰਭ ਦੇ ਸ਼ਬਦ ਦੀ ਪਾਲਣਾ ਕਰਨ ਨਾਲ ਹੀ ਪ੍ਰਭ ਦੇ ਸ਼ਬਦ ਦੀ ਸੋਝੀ ਬਖਸ਼ਿਸ਼ ਹੋ ਸਕਦੀ ਹੈ । ਪ੍ਰਭ ਦੇ ਦਰਬਾਰ ਵਿੱਚ ਪ੍ਰਵਾਨਗੀ ਬਖਸ਼ਿਸ਼ ਹੁੰਦੀ ਹੈ । ਪ੍ਰਭ ਦਾ ਸ਼ਬਦ ਹੀ ਗਿਆਨ ਦਾ ਭਰਿਆਂ ਹੋਇਆ ਸਾਗਰ ਹੈ ।

By adopting the teachings of His Word, he may be enlightened with the teachings of His Word from within. The True Master may guide and keep on the right path of meditation. His Word is a unique ocean overwhelmed with the nectar of enlightenment of His Word.

ਗੁਰਮੁਖਿ ਨਾਮੁ ਧਿਆਈਐ,	gurmukh naam Dhi-aa-ee-ai
ਬੂਝੈ ਵੀਸੁਗੰਧ॥	boojhai veechaaraa.
ਗੁਰਮੁਖਿ ਭਗਤਿ ਸਲਾਹ ਹੈ,	gurmukh bhagat salaah hai antar
ਅੰਤਰਿ ਸਬਦੁ ਅਪਾਰਾ॥੩॥	sabad apaaraa. ||3||

ਗੁਰਮਖ ਜੀਵ ਸ਼ਬਦ ਦਾ ਸਿਮਰਨ, ਵਿਚਾਰ ਕਰਦਾ ਹੋਇਆ ਹੀ ਸ਼ਬਦ ਦੀ ਸੋਝੀ ਪਾ ਲੈਂਦਾ ਹੈ । ਗੁਰਮਖ ਜੀਵ ਪ੍ਰਭ ਦੇ ਸ਼ਬਦ ਦੀ ਬੰਦਗੀ ਕਰਦਾ, ਸ਼ਬਦ ਨੂੰ ਮਨ ਵਿੱਚ ਵਸਾ ਲੈਂਦਾ ਹੈ ।

His true devotee by concentrating on the teachings of His Word may be blessed with the enlightenment of His Word. By meditating His true devotee may drench the essence of Word within.

ਗੁਰਮੁਖਿ ਸੁਖੁ ਊਪਜੈ,	gurmukh sookh oopjai
ਦੁਖੁ ਕਦੇ ਨ ਹੋਈ॥	dukh kaday na ho-ee.
ਗੁਰਮੁਖਿ ਹਉਮੈ ਮਾਰੀਐ,	gurmukh ha-umai maaree-ai
ਮਨੁ ਨਿਰਮਲੁ ਹੋਈ॥੪॥	man nirmal ho-ee. ||4||

ਗੁਰਮਖ ਦੇ ਮਨ ਵਿੱਚ ਇੱਛਾਂ ਦਾ ਦੁਖ ਕਦੇ ਨਹੀਂ ਆਉਂਦਾ, ਹਰ ਹਾਲਤ ਵਿੱਚ ਖੇੜਾ ਰਹਿੰਦਾ ਹੈ । ਗੁਰਮਖ ਜੀਵ ਆਪਣੇ ਮਨ ਦੇ ਅਹੰਕਾਰ, ਹੈਸੀਅਤ ਤੇ ਜਿੱਤ ਪਾ ਲੈਂਦਾ ਹੈ । ਉਸ ਨਾਲ ਮਨ ਵਿਚੋਂ ਬੁਰੇ ਖਿਆਲ ਖਤਮ ਹੋ ਜਾਂਦੇ ਹਨ, ਮਨ ਪਵਿਤ੍ਰ ਹੋ ਜਾਂਦਾ ਹੈ ।

His true devotee may not experience any frustration with any worldly condition. He always remains contented and in blossom. His true devotee may conquer his ego and the pride of his worldly status. All his evil thoughts may be eliminated and his soul may become sanctified.

ਸਤਿਗੁਰਿ ਮਿਲਿਐ ਆਪੁ ਗਇਆ,	satgur mili-ai aap ga-i-aa
ਤ੍ਰਿਭਵਣ ਸੋਝੀ ਪਾਈ॥	taribhavan sojhee paa-ee.
ਨਿਰਮਲ ਜੋਤਿ ਪਸਰਿ ਰਹੀ,	nirmal jot pasar rahee
ਜੋਤੀ ਜੋਤਿ ਮਿਲਾਈ॥੫॥	jotee jot milaa-ee. ||5||

ਸ਼ਬਦ ਦੀ ਪਾਲਣਾ ਕਰਨ ਨਾਲ ਮਨ ਵਿਚੋਂ ਖੁਦਗਰਜ਼ੀ ਨਾਸ਼ ਹੋ ਜਾਂਦੀ ਹੈ । ਪ੍ਰਭ ਦੀ ਰਹਿਮਤ ਨਾਲ ਤਿੰਨਾਂ ਸ੍ਰਿਸ਼ਟੀਆਂ ਦੀ ਸੋਝੀ ਹੋ ਬਖਸ਼ਿਸ਼ ਹੋ ਜਾਂਦੀ ਹੈ । ਪ੍ਰਭ ਦੀ ਜੋਤ ਦੀ ਹੀ ਸਾਰੀ ਸ੍ਰਿਸ਼ਟੀ ਵਿੱਚ ਰੋਸ਼ਨੀ ਹੈ, ਆਤਮਾ ਦੀ ਜੋਤ ਪ੍ਰਭ ਦੀ ਜੋਤ ਵਿੱਚ ਅਭੇਦ ਹੋ ਜਾਂਦੀ ਹੈ ।

By adopting the teachings of His Word in day to day life, his mind may eliminate the selfishness of worldly desires. With His mercy and grace, he may be enlightened about the nature of three universes. His Holy spirit glows in the whole universe and his soul may be sanctified and may immerse in the Holy Spirit.

ਪੂਰੈ ਗੁਰਿ ਸਮਝਾਇਆ,	poorai gur samjhaa-i-aa
ਮਤਿ ਊਤਮ ਹੋਈ॥	mat ootam ho-ee.
ਅੰਤਰੁ ਸੀਤਲੁ ਸਾਂਤਿ ਹੋਇ,	antar seetal saaNt ho-ay
ਨਾਮੇ ਸੁਖੁ ਹੋਈ॥੬॥	naamay sukh ho-ee. ||6||

ਪ੍ਰਭ ਦੇ ਸ਼ਬਦ ਦੀ ਪਾਲਣਾ ਕਰਨ ਨਾਲ ਹੀ ਪ੍ਰਭ ਦੇ ਸ਼ਬਦ ਦੀ ਸੋਝੀ ਬਖਸ਼ਿਸ਼ ਹੁੰਦੀ ਹੈ । ਪ੍ਰਭ ਦੇ ਸ਼ਬਦ ਨੂੰ ਮਨ ਵਿੱਚ ਵਸਾਉਣ ਨਾਲ ਹੀ ਮਨ ਵਿੱਚ ਸ਼ਾਂਤੀ, ਸੰਤੋਖ ਬਖਸ਼ਿਸ਼ ਹੁੰਦਾ ਹੈ, ਮਨ ਦਾ ਭਰੋਸਾ ਅਡੋਲ ਹੁੰਦਾ ਹੈ ।

By obeying and adopting the teachings of His Word, his mind may be enlightened with the essence of His Word. By drenching the teachings of His Word within, he may be blessed with peace and contentment in all worldly conditions. His belief remains steady and stable on His blessings.

ਪੂਰਾ ਸਤਿਗੁਰੁ ਤਾਂ ਮਿਲੈ,	pooraa satgur taaN milai
ਜਾਂ ਨਦਰਿ ਕਰੇਈ॥	jaaN nadar karay-ee.
ਕਿਲਵਿਖ ਪਾਪ ਸਭ ਕਟੀਅਹਿ,	kilvikh paap sabh katee-ah
ਫਿਰਿ ਦੁਖੁ ਬਿਘਨੁ ਨ ਹੋਈ॥੭॥	fir dukh bighan na ho-ee. ||7||

ਜਿਸ ਤੇ ਪ੍ਰਭ ਆਪ ਹੀ ਰਹਿਮਤ ਬਖਸ਼ਕੇ ਸ਼ਬਦ ਦੇ ਲੜ ਲਾਉਂਦਾ ਹੈ, ਉਸ ਨੂੰ ਪ੍ਰਭ ਦੇ ਸ਼ਬਦ ਦੀ ਸੋਝੀ ਬਖਸ਼ਿਸ਼ ਹੋ ਜਾਂਦੀ ਹੈ । ਉਸ ਦੇ ਸਾਰੇ ਪਾਪ ਧੋਤੇ ਜਾਂਦੇ ਹਨ, ਫਿਰ ਉਸ ਨੂੰ ਜਨਮ ਮਰਨ ਦਾ ਦੁਖ ਨਹੀਂ ਸਹਿਣਾ ਪੈਂਦਾ, ਜੂੰਨਾਂ ਵਿੱਚ ਨਹੀਂ ਜਾਂਦਾ ।

Whosoever may be attached to a devotional meditation, he may be enlightened with the teachings of His Word from within. All his evil, sinful deeds may be forgiven by The True Master. His cycle of birth and death may be eliminated and he may not endure misery of birth and death.

ਆਪਣੈ ਹਥਿ ਵਡਿਆਈਆ,	aapnai hath vadi-aa-ee-aa
ਦੇ ਨਾਮੇ ਲਾਏ॥	day naamay laa-ay.
ਨਾਨਕ ਨਾਮੁ ਨਿਧਾਨੁ, ਮਨਿ ਵਸਿਆ,	naanak naam niDhaan man vasi-a
ਵਡਿਆਈ ਪਾਏ॥੮॥੪॥੨੬॥	vadi-aa-eepaa-y.||8||4||26||

ਸਭ ਵਡਿਆਈਆਂ ਪ੍ਰਭ ਦੇ ਵੱਸ ਵਿੱਚ ਹਨ, ਉਹ ਹੀ ਜੀਵ ਦੀ ਲਗਨ ਸ਼ਬਦ ਵਿੱਚ ਲਾਉਂਦਾ ਹੈ । ਪ੍ਰਭ ਦੇ ਸ਼ਬਦ ਦੇ ਗਿਆਨ ਦਾ ਭੰਡਾਰ ਜੀਵ ਦੇ ਮਨ ਵਿੱਚ ਹੀ ਹੁੰਦਾ ਹੈ । ਜਿਸ ਦੇ ਮਨ ਵਿੱਚ ਸ਼ਬਦ ਜਾਗਰਤ ਹੋ ਜਾਂਦਾ ਹੈ, ਉਸ ਨੂੰ ਦਰਬਾਰ ਵਿੱਚ ਸੋਭਾ ਬਖਸ਼ਿਸ਼ ਹੁੰਦੀ ਹੈ ।

All virtues and greatness are embedded in adopting the teachings of His Word in day to day life. Only with His mercy and grace, His true devotee may be attached to a devotional meditation. The treasure of enlightenment of His Word always dwells within mind and body of a creature. Whosoever may be enlightened and becomes awake and alert, he may be honor in His court

260.ਆਸਾ ਮਹਲਾ ੩॥ 425-2

ਸੁਣਿ ਮਨ ਮੰਨਿ ਵਸਾਇ ਤੂੰ,	sun man man vasaa-ay tooN
ਆਪੇ ਆਇ ਮਿਲੈ ਮੇਰੇ ਭਾਈ॥	aapay aa-ay milai mayray bhaa-ee.
ਅਨਦਿਨੁ ਸਚੀ ਭਗਤਿ ਕਰਿ,	an-din sachee bhagat kar
ਸਚੈ ਚਿਤੁ ਲਾਈ॥੧॥	sachai chit laa-ee. ||1||

ਜੀਵ ਇਹ ਕਥਨ ਸੁਣੋ, ਪ੍ਰਭ ਦੇ ਸ਼ਬਦ ਨੂੰ ਆਪਣੇ ਮਨ ਵਿੱਚ ਵਸਾਵੋ । ਪ੍ਰਭ ਆਪ ਹੀ ਰਹਿਮਤ ਬਖਸ਼ਕੇ ਸ਼ਬਦ ਦੀ ਲਗਨ, ਸੋਝੀ ਬਖਸ਼ਦਾ ਹੈ । ਦਿਨ ਰਾਤ ਸ਼ਬਦ ਨਾਲ ਜੀਵਨ ਬਤੀਤ ਕਰਨ ਨਾਲ ਮਨ ਵਿੱਚ ਭਰੋਸਾ ਅਡੋਲ ਹੋ ਜਾਂਦਾ ਹੈ ।

Listen to the sermons and drenches the teachings of His Word within your mind. The Merciful True Master may bless a devotion to meditate and may enlighten the essence of His Word within. By adopting the teachings in day to day life, he may become steady and stable on the essence of His Word.

ਏਕੋ ਨਾਮੁ ਧਿਆਇ,	ayko naam Dhi-aa-ay
ਤੂੰ ਸੁਖੁ ਪਾਵਹਿ ਮੇਰੇ ਭਾਈ॥	tooN sukh paavahi mayray bhaa-ee.
ਹਉਮੈ ਦੂਜਾ ਦੂਰਿ ਕਰਿ,	ha-umai doojaa door kar
ਵਡੀ ਵਡਿਆਈ॥੧॥ ਰਹਾਉ॥	vadee vadi- aa-ee. ||1|| rahaa-o.

ਕੇਵਲ ਪ੍ਰਭ ਦੇ ਸ਼ਬਦ ਤੇ ਭਰੋਸਾ ਅਡੋਲ ਕਰਕੇ ਸਿਮਰਨ ਕਰਨ ਨਾਲ ਮਨ ਨੂੰ ਸ਼ਾਂਤੀ ਬਖਸ਼ਿਸ਼ ਹੁੰਦੀ ਹੈ । ਮਨ ਵਿਚੋਂ ਅਹੰਕਾਰ ਖਤਮ, ਭਰਮ ਦੂਰ ਕਰਨ ਨਾਲ ਹੀ, ਪ੍ਰਭ ਦੀ ਰਹਿਮਤ ਬਖਸ਼ਿਸ਼ ਹੁੰਦੀ ਹੈ ।

Only by meditating on the teachings of His Word with steady and stable belief, his mind may be blessed with peace. Only by eliminating the ego and worldly suspicions, his soul may realize His mercy and grace.

ਇਸੁ ਭਗਤੀ ਨੋ	is bhagtee no
ਸੁਰਿ ਨਰ ਮੁਨਿ ਜਨ ਲੋਚਦੇ,	sur nar mun jan lochday
ਵਿਣੁ ਸਤਿਗੁਰ ਪਾਈ ਨ ਜਾਇ॥	vin satgur paa-ee na jaa-ay.
ਪੰਡਿਤ ਪੜਦੇ ਜੋਤਿਕੀ,	pandit parh-day jotikee
ਤਿਨ ਬੂਝ ਨ ਪਾਇ॥੨॥	tin boojh na paa-ay. ||2||

ਪ੍ਰਭ ਦੀ ਰਹਿਮਤ ਨੂੰ ਸੰਸਾਰ ਦੇ ਸਾਰੇ ਦੇਵੀ ਦੇਵਤੇ ਵੀ ਲੋਚਦੇ ਹਨ । ਪ੍ਰਭ ਦੇ ਸ਼ਬਦ ਦੀ ਪਾਲਣਾ ਤੋ ਬਿਨਾਂ ਪ੍ਰਭ ਦੀ ਰਹਿਮਤ ਨਹੀਂ ਪਾਈ ਜਾ ਸਕਦੀ । ਧਰਮ ਦੇ ਗਿਆਨੀ, ਜੋਤਸ਼ੀ ਸਾਰੇ ਹੀ ਧਰਮ ਦੇ ਗ੍ਰੰਥ ਪੜ੍ਹਦੇ, ਵਿਚਾਰਦੇ ਹਨ, ਫਿਰ ਵੀ ਓਹਨਾਂ ਨੂੰ ਪ੍ਰਭ ਦੇ ਸ਼ਬਦ ਦੀ ਕੋਈ ਸੋਝੀ ਨਹੀਂ ਹੁੰਦੀ ।

All worldly prophets, devotees, Saints are anxious to be blessed with His mercy and grace, enlightenment of the teachings of His Word. However, without adopting the teachings of His Word, no one may be enlightened or realize His blessings. Even though all knowledgeable scholars, astrologers may read and explain the true meaning of the worldly Holy scriptures. However, very rare may be enlightened with the teachings of His Word, their mind wanders around in all directions.

ਆਪੈ ਥੈ ਸਭੁ ਰਖਿਓਨੁ,	aapai thai sabh rakhi-on
ਕਿਛੁ ਕਹਣੁ ਨ ਜਾਈ॥	kichh kahan na jaa-ee.
ਆਪੇ ਦੇਇ ਸੁ ਪਾਈਐ,	aapay day-ay so paa-ee-ai
ਗੁਰਿ ਬੂਝ ਬੁਝਾਈ॥੩॥	gur boojh bujhaa-ee. ||3||

ਸਭ ਕੁਝ ਪ੍ਰਭ ਆਪਣੇ ਵੱਸ ਵਿੱਚ, ਕਾਬੂ ਵਿੱਚ ਹੀ ਰਖਦਾ ਹੈ । ਉਸ ਦੇ ਹੁਕਮ ਤੋ ਬਿਨਾਂ, ਸ਼ਬਦ ਦੀ ਪਾਲਣਾ ਤੋ ਬਿਨਾਂ ਕੁਝ ਕੀਤਾ ਨਹੀਂ ਜਾ ਸਕਦਾ । ਜੋ ਕੁਝ ਵੀ ਪ੍ਰਭ ਕਿਸੇ ਦੇ ਭਾਗਾਂ ਵਿੱਚ ਬਖਸ਼ਦਾ, ਉਹ ਕੁਝ ਹੀ ਪਾ ਸਕਦਾ ਹੈ । ਇੱਕ ਸਵਾਸ ਵੀ ਜ਼ਿਆਦਾ ਨਹੀਂ ਲੈ ਸਕਦਾ । ਸ਼ਬਦ ਦੀ ਪਾਲਣਾ ਕਰਨ ਨਾਲ ਹੀ ਜੀਵ ਨੂੰ ਇਸ ਦੀ ਸੋਝੀ ਹੁੰਦੀ ਹੈ ।

True Master keeps all blessings under His own control. Without His command, without adopting the teachings of His Word in day to day life, nothing can be accomplished in the universe. Whatsoever may be prewritten in his destiny, only he may be blessed with that virtue. He may not even take one extra breath. By adopting the teachings of His Word, he may be enlightened with that essence of His nature, His command.

ਜੀਅ ਜੰਤ ਸਭਿ ਤਿਸ ਦੇ,	jee-a jant sabh tis day
ਸਭਨਾ ਕਾ ਸੋਈ॥	sabhnaa kaa so-ee.
ਮੰਦਾ ਕਿਸ ਨੋ ਆਖੀਐ,	mandaa kis no aakhee-ai
ਜੇ ਦੂਜਾ ਹੋਈ॥੪॥	jay doojaa ho-ee. ||4||

ਸੰਸਾਰ ਵਿੱਚ ਸਾਰੇ ਜੀਵ ਹੀ ਉਸ ਦੇ ਪੈਦਾ ਕੀਤੇ ਹੋਏ ਹਨ, ਉਸ ਦੀ ਹੀ ਅਮਾਨਤ ਹਨ । ਇਸ ਕਰਕੇ ਕਿਸੇ ਜੀਵ ਨੂੰ ਮੰਦਾ ਜਾ ਚੰਗਾ ਕਿਵੇਂ ਕਹਿਆ ਜਾ ਸਕਦਾ ਹੈ?

Only, The True Master is creator of all creatures of the universe, all are His trust only. How may anyone be called a good or evil person in the universe?

ਇਕੋ ਹੁਕਮੁ ਵਰਤਦਾ, ਏਕਾ ਸਿਰਿ ਕਾਰਾ॥	iko hukam varatdaa aykaa sir kaaraa.
ਆਪਿ ਭਵਾਲੀ ਦਿਤੀਅਨੁ,	aap bhavaalee ditee-an

ਅੰਤਰਿ ਲੋਭੁ ਵਿਕਾਰਾ॥ ੫॥ antar lobh vikaaraa. ||5||

ਸਾਰੀ ਸ੍ਰਿਸ਼ਟੀ ਵਿੱਚ ਇੱਕੋ ਇੱਕ ਪ੍ਰਭ ਦਾ ਹੁਕਮ ਹੀ ਚਲਦਾ, ਉਸ ਦੀ ਹੀ ਸਰਕਾਰ ਹੈ । ਉਹ ਹੀ ਸਾਰੀ ਸ੍ਰਿਸ਼ਟੀ ਦਾ ਸ਼ੇਨਸਾਹ ਹੈ । ਉਹ ਆਪ ਹੀ ਜੀਵਾਂ ਵਿੱਚ ਸੰਸਾਰਕ ਇੱਛਾਂ ਪਾਉਂਦਾ ਹੈ । ਲਾਲਚ ਅਤੇ ਧੋਖੇ ਦੇ ਖਿਆਲ ਪੈਦਾ ਕਰਕੇ ਦਿਵਾਨਾ ਕਰਦਾ ਹੈ ।

Only His command may prevail in the universe, He is the king of worldly kings. He creates all worldly desires in the mind of creature and also all thoughts of greed and deceptions in his mind. His creation may wander insanely after worldly desires.

ਇਕ ਆਪੇ ਗੁਰਮੁਖਿ ਕੀਤਿਅਨੁ, ik aapay gurmukh keeti-an
ਬੂਝਨਿ ਵੀਚਾਰਾ॥ boojhan veechaaraa.
ਭਗਤਿ ਭੀ ਓਨਾ ਨੋ ਬਖਸੀਅਨੁ, bhagat bhee onaa no bakhsee-an
ਅੰਤਰਿ ਭੰਡਾਰਾ॥੬॥ antar bhandaaraa. ||6||

ਜਿਹੜਾ ਸ਼ਬਦ ਨਾਲ ਜੀਵਨ ਢਾਲਦਾ ਹੈ, ਪ੍ਰਭ ਆਪ ਹੀ ਉਸ ਦਾ ਭਰੋਸਾ ਸ਼ਬਦ ਤੇ ਅਡੋਲ ਰਖਦਾ ਹੈ । ਪ੍ਰਭ ਆਪ ਹੀ ਉਸ ਦੀ ਸ਼ਬਦ ਵਿੱਚ ਲਗਨ ਲਾਉਂਦਾ, ਉਸ ਦੇ ਅੰਦਰ ਹੀ ਸ਼ਬਦ ਦੀ ਸੋਝੀ ਦੇ ਖਜ਼ਾਨਾ ਭਰਪੂਰ ਬਖਸ਼ਦਾ ਹੈ ।

Whosoever may adopt the teachings of His Word in his day to day life, The True Master keeps his belief steady and stable on the right path of meditation. The True Master inspires him to a devotional meditating on the teachings of His Word. He may be overwhelmed with the enlightenment of His Word.

ਗਿਆਨੀਆ ਨੋ ਸਭੁ ਸਚੁ ਹੈ, gi-aanee-aa no sabh sach hai
ਸਚੁ ਸੋਝੀ ਹੋਈ॥ sach sojhee ho-ee.
ਓਇ ਭੁਲਾਏ ਕਿਸੈ ਦੇ ਨ ਭੁਲਨ੍ਹੀ, o-ay bhulaa-ay kisai day na bhulnHee
ਸਚੁ ਜਾਣਨਿ ਸੋਈ॥੭॥ sach jaanan so-ee. ||7||

ਸ਼ਬਦ ਦੀ ਬੰਦਗੀ ਕਰਨ ਵਾਲੇ ਜੀਵ ਨੂੰ ਹੋਰ ਕੋਈ ਗਿਆਨ, ਸੋਝੀ ਨਹੀਂ ਹੁੰਦੀ, ਕੇਵਲ ਸ਼ਬਦ ਦੀ ਹੀ ਪਾਲਣਾ ਕਰਦਾ ਰਹਿੰਦਾ ਹੈ । ਉਹ ਸੰਸਾਰਕ ਮਾਇਆ ਦੇ ਪਾਏ ਭੁਲੇਖੇ ਪਿਛੇ ਨਹੀਂ ਲੱਗਦਾ । ਉਸ ਨੂੰ ਸੋਝੀ ਹੋ ਜਾਂਦੀ ਹੈ! ਸੰਸਾਰਕ ਮਾਇਆ ਵੀ ਪ੍ਰਭ ਨੇ ਜੀਵਾਂ ਦਾ ਭਰੋਸਾ ਅਡੋਲ ਕਰਨ ਲਈ ਹੀ ਪੈਦਾ ਕੀਤੀ ਹੈ ।

His true devotee may not have any other knowledge, understanding except obeying and adopting the teachings of His Word. He may not fall into the trap and suspicion created by worldly wealth. He may be enlightened, that worldly wealth has been created to evaluate the belief of the His true devotee on His Word.

ਘਰ ਮਹਿ ਪੰਚ ਵਰਤਦੇ, ghar meh panch varatday
ਪੰਚੇ ਵੀਚਾਰੀ॥ panchay veechaaree.
ਨਾਨਕ ਬਿਨੁ ਸਤਿਗੁਰ ਵਸਿ ਨ ਆਵਨ੍ਹੀ, naanak bin satgur vas na aavnHee
ਨਾਮਿ ਹਉਮੈ ਮਾਰੀ॥੮॥੫॥੨੭॥ naam ha-umai maaree. ||8||5||27||

ਜੀਵ ਦੇ ਮਨ ਅੰਦਰ ਹੀ ਪੰਜ ਇੱਛਾਂ ਵਸਦੀਆਂ, ਪ੍ਰਭ ਦੇ ਹੁਕਮ ਅੰਦਰ ਹੀ ਵਾਪਰਦੀਆਂ ਹਨ । ਪ੍ਰਭ ਦੇ ਸ਼ਬਦ ਦੀ ਪਾਲਣਾ ਤੋਂ ਬਿਨਾਂ ਇੱਛਾਂ ਤੇ ਕਾਬੂ ਨਹੀਂ ਪਾਇਆ ਜਾ ਸਕਦਾ । ਸ਼ਬਦ ਨਾਲ ਜੀਵਨ ਢਾਲਣ ਨਾਲ ਮਨ ਦੇ ਅਹੰਕਾਰ ਤੇ ਜਿੱਤ ਬਖਸ਼ਿਸ਼ ਹੋ ਸਕਦੀ ਹੈ ।

All five demons of worldly desires dwell within mind and prevail under the command of The True Master. Without obeying and adopting the teachings of His Word, these demons of worldly desires may not be conquered. By adopting the teachings of His Word in day to day life, he may conquer the ego and pride of worldly status.

261.ਆਸਾ ਮਹਲਾ ੩॥ 425-11

ਘਰੈ ਅੰਦਰਿ ਸਭੁ ਵਥੁ ਹੈ,	gharai andar sabh vath hai
ਬਾਹਰਿ ਕਿਛੁ ਨਾਹੀ॥	baahar kichh naahee.
ਗੁਰ ਪਰਸਾਦੀ ਪਾਈਐ,	gur parsaadee paa-ee-ai
ਅੰਤਰਿ ਕਪਟ ਖੁਲਾਹੀ॥੧॥	antar kapat khulaahee. ||1||

ਪ੍ਰਭ ਨੇ ਮਨ ਅੰਦਰ ਹੀ ਮੁਕਤੀ ਦੇ ਸਾਰੇ ਸਾਧਨ ਰਖੇ ਹਨ, ਮਨ ਤੋ ਬਾਹਰ ਕੁਝ ਨਹੀਂ ਹੈ । ਪ੍ਰਭ ਦੀ ਰਹਿਮਤ ਨਾਲ ਹੀ ਇਸ ਭੰਡਾਰ ਦੀ ਸੋਝੀ ਬਖਸ਼ਿਸ਼ ਹੋ ਸਕਦੀ ਹੈ ।

The True Master has blessed all techniques, resources of salvation within the body and mind of all creatures. He may not need to wander outside in the universe to find the right path of salvation. With His mercy and grace, he may be enlightened with the enlightenment of His Word.

ਸਤਿਗੁਰ ਤੇ ਹਰਿ ਪਾਈਐ ਭਾਈ॥	satgur tay har paa-ee-ai bhaa-ee.
ਅੰਤਰਿ ਨਾਮੁ ਨਿਧਾਨੁ ਹੈ,	antar naam niDhaan hai
ਪੂਰੈ ਸਤਿਗੁਰਿ ਦੀਆ ਦਿਖਾਈ॥੧॥	poorai satgur dee-aa dikhaa-ee. ||1||
ਰਹਾਉ॥	rahaa-o.

ਕੇਵਲ, ਪ੍ਰਭ ਦੀ ਰਹਿਮਤ ਨਾਲ ਹੀ ਸ਼ਬਦ ਦੀ ਪਾਲਣਾ ਕਰਨ ਦੀ ਲਗਨ ਬਖਸ਼ਿਸ਼ ਹੋ ਸਕਦੀ ਹੈ । ਪ੍ਰਭ ਦੇ ਸ਼ਬਦ ਦੀ ਸੋਝੀ ਦਾ ਖਜ਼ਾਨਾ ਮਨ ਦੇ ਅੰਦਰ ਹੀ ਹੈ, ਸ਼ਬਦ ਨਾਲ ਜੀਵਨ ਢਾਲਣ ਨਾਲ ਹੀ ਪ੍ਰਭ ਸੋਝੀ ਬਖਸ਼ਦਾ ਹੈ ।

Only with His mercy and grace, he may be blessed with devotion to meditate on the teachings of His Word. The treasure of enlightenment dwells within body and mind of all creatures and may be blessed by adopting the teachings of His Word in day to day life.

ਹਰਿ ਕਾ ਗਾਹਕੁ ਹੋਵੈ,	har kaa gaahak hovai
ਸੋ ਲਏ ਪਾਏ ਰਤਨੁ ਵੀਸੁਗੰਧ॥	so la-ay paa-ay ratan veechaaraa.
ਅੰਦਰੁ ਖੋਲੈ ਦਿਬ ਦਿਸਟਿ ਦੇਖੈ,	andar kholai dib disat daykhai
ਮੁਕਤਿ ਭੰਡਾਰਾ॥੨॥	mukat bhandaaraa. ||2||

ਜਿਸ ਦੇ ਮਨ ਵਿੱਚ ਪ੍ਰਭ, ਸ਼ਬਦ ਦੀ ਲਗਨ ਬਖਸ਼ਦਾ ਹੈ, ਕੇਵਲ ਉਹ ਹੀ ਸ਼ਬਦ ਦੀ ਸੋਝੀ ਦੀ ਖੋਜ ਕਰਦਾ ਹੈ । ਪ੍ਰਭ ਆਪ ਹੀ ਰਹਿਮਤ ਬਖਸ਼ਕੇ, ਉਸ ਨੂੰ ਮਨ ਅੰਦਰੋਂ ਹੀ ਸੋਝੀ ਦੇ ਖਾਜ਼ਾਨਾ ਬਖਸ਼ਦਾ, ਮੁਕਤੀ ਦਾ ਰਸਤਾ ਬਖਸ਼ਦਾ ਹੈ ।

Whosoever may be blessed with a devotion to meditate on the teachings of His Word, only he may search the enlightenment of His Word from within. The Merciful True Master may enlighten him the right path of meditation from within.

ਅੰਦਰਿ ਮਹਲ ਅਨੇਕ ਹਹਿ,	andar mahal anayk heh
ਜੀਉ ਕਰੇ ਵਸੇਰਾ॥	jee-o karay vasayraa.
ਮਨ ਚਿੰਦਿਆ ਫਲੁ ਪਾਇਸੀ,	man chindi-aa fal paa-isee
ਫਿਰਿ ਹੋਇ ਨ ਫੇਰਾ॥ ੩॥	fir ho-ay na fayraa. ||3||

ਮਨ ਦੇ ਅੰਦਰ ਹੀ ਦਸਵੇਂ ਘਰ, ਜਿਥੇ ਪ੍ਰਭ ਦੀ ਜੋਤ ਵਸਦੀ ਹੈ, ਜਾਗਰਤ ਹੁੰਦੀ ਹੈ । ਜਿਸ ਆਤਮਾ ਨੂੰ ਜਾਗਰਤੀ ਬਖਸ਼ਿਸ਼ ਹੋ ਜਾਂਦੀ ਹੈ, ਫਿਰ ਉਸ ਨੂੰ ਜੂੰਨਾਂ ਦੇ ਚੱਕਰ ਵਿੱਚ ਨਹੀਂ ਜਾਣਾ ਪੈਂਦਾ ।

The Holy spirit, His Word dwells in the 10th castle of mind within the body of all creatures. Whosoever may be blessed with enlightenment and remains awake and alert. His cycle of birth and death may be eliminated forever.

ਪਾਰਖੀਆ ਵਥੁ ਸਮਾਲਿ ਲਈ,	paarkhee-aa vath samaal la-ee
ਗੁਰ ਸੋਝੀ ਹੋਈ॥	gur sojhee ho-ee.
ਨਾਮੁ ਪਦਾਰਥੁ ਅਮੁਲੁ ਸਾ,	naam padaarath amul saa
ਗੁਰਮੁਖਿ ਪਾਵੈ ਕੋਈ॥ ੪॥	gurmukh paavai ko-ee. ||4||

ਆਪਣੇ ਕੰਮਾਂ ਨੂੰ ਸ਼ਬਦ ਨਾਲ ਪਰਖਣ ਨਾਲ ਹੀ ਸ਼ਬਦ ਦੀ ਸੋਝੀ, ਗਿਆਨ ਬਖਸ਼ਿਸ਼ ਹੁੰਦਾ ਹੈ । ਪ੍ਰਭ ਦੇ ਸ਼ਬਦ ਦੀ ਕਮਾਈ ਦੀ ਕੀਮਤ ਦਾ ਅੰਦਾਜ਼ਾ ਨਹੀਂ ਲਾਇਆ ਜਾ ਸਕਦਾ, ਵਿਰਲੇ ਹੀ ਜੀਵ ਨੂੰ ਇਸ ਦੀ ਸੋਝੀ ਬਖਸ਼ਿਸ਼ ਹੁੰਦੀ ਹੈ ।

Only by evaluating and testing your own deed with the teachings of His Word, he may be blessed with the enlightenment of the essence of His Word. The worth of the earnings of His Word may not be comprehended by His creation. Very rare devotee may be enlightened to comprehend.

ਬਾਹਰੁ ਭਾਲੇ ਸੁ ਕਿਆ ਲਹੈ,	baahar bhaalay so ki-aa lahai
ਵਥੁ ਘਰੈ ਅੰਦਰਿ ਭਾਈ॥	vath gharai andar bhaa-ee.
ਭਰਮੇ ਭੂਲਾ ਸਭੁ ਜਗੁ ਫਿਰੈ,	bharmay bhoolaa sabh jag firai
ਮਨਮੁਖਿ ਪਤਿ ਗਵਾਈ॥੫॥	manmukh pat gavaa-ee. ||5|

ਸ਼ਬਦ ਦੀ ਸੋਝੀ, ਮੁਕਤੀ ਦੇ ਰਸਤੇ ਦੀ ਜਾਣਕਾਰੀ ਜੀਵ ਦੇ ਮਨ ਦੇ ਅੰਦਰ ਹੀ ਹੁੰਦੀ ਹੈ । ਬਾਹਰ ਖੋਜ ਕਰਨ ਨਾਲ ਜੀਵ ਕੀ ਲੱਭ ਸਕਦਾ ਹੈ?

The treasure of enlightenment of the right path of meditation is within mind and body of all creatures. What may be the benefit of wandering in universe to search?

ਘਰੁ ਦਰੁ ਛੋਡੇ ਆਪਣਾ,	ghar dar chhoday aapnaa
ਪਰ ਘਰਿ ਝੂਠਾ ਜਾਈ॥	par ghar jhoothaa jaa-ee.
ਚੋਰੈ ਵਾਂਗੂ ਪਕੜੀਐ,	chorai vaaNgoo pakrhee-ai
ਬਿਨੁ ਨਾਵੈ ਚੋਟਾ ਖਾਈ॥੬॥	bin naavai chotaa khaa-ee. ||6||

ਜਿਹੜਾ ਜੀਵ ਪ੍ਰਭ ਦੇ ਸ਼ਬਦ ਦੀ ਖੋਜ ਕਰਨ ਬਾਹਰ ਜਾਂਦਾ ਹੈ , ਉਹ ਆਪਣਾ ਭਰੋਸ ਆਪਣੇ ਆਪ ਤੇ ਗਵਾ ਲੈਂਦਾ ਹੈ । ਉਸ ਦੇ ਮਨ ਵਿੱਚ ਪ੍ਰਭ ਦੇ ਸ਼ਬਦ ਤੇ ਭਰੋਸਾ ਨਹੀਂ ਹੁੰਦਾ, ਉਹ ਚੋਰਾਂ ਵਰਗਾ ਹੀ ਹੁੰਦਾ ਹੈ । ਪ੍ਰਭ ਦੇ ਸ਼ਬਦ ਤੇ ਅਡੋਲ ਭਰੋਸੇ ਤੋਂ ਬਿਨਾਂ ਮੌਤ ਦੇ ਫਰਿਸ਼ਤੇ ਦੀ ਮਾਰ ਹੀ ਖਾਂਦਾ ਹੈ ।

Whosoever may be searching in the outside world to find the right path of meditation. He has already lost his faith on the nature of The True Master. His mind may not remain steady and stable in meditation. He meditates like a thief, robber. Without steady and stable belief on His blessings, he may be captured and punished by the devil of death.

ਜਿਨ੍ਹੀ ਘਰੁ ਜਾਤਾ ਆਪਣਾ,	JinHee ghar jaataa aapnaa
ਸੇ ਸੁਖੀਏ ਭਾਈ॥	say sukhee-ay bhaa-ee.
ਅੰਤਰਿ ਬ੍ਰਹਮੁ ਪਛਾਣਿਆ,	antar barahm pachhaani-aa
ਗੁਰ ਕੀ ਵਡਿਆਈ॥੭॥	gur kee vadi-aa-ee. ||7||

ਜਿਹੜਾ ਆਪਣੇ ਆਪ ਨੂੰ ਪਛਾਣ ਜਾਂਦਾ ਹੈ, ਉਸ ਦੇ ਮਨ ਵਿੱਚ ਸ਼ਾਂਤੀ, ਸੰਤੋਖ ਬਖਸ਼ਿਸ਼ ਹੋ ਜਾਂਦਾ ਹੈ । ਉਸ ਨੂੰ ਮਨ ਅੰਦਰੋਂ ਹੀ ਸ਼ਬਦ ਦੀ ਸੋਝੀ, ਪ੍ਰਭ ਦੀ ਰੋਸ਼ਨੀ ਬਖਸ਼ਿਸ਼ ਹੋ ਜਾਂਦੀ ਹੈ । ਇਹ ਹੀ ਪ੍ਰਭ ਦੀ, ਸ਼ਬਦ ਦੀ ਪਾਲਣਾ ਕਰਨ ਦੀ ਵਡਿਆਈ, ਵਿਸ਼ੇਸ਼ਤਾ ਹੈ ।

Whosoever may recognize the true purpose of his human life journey, he may be blessed with peace and contentment in his day to day life from within. He may be enlightened with the right path of meditation from within. This may be unique greatness embedded in adopting the teachings of His Word in day to day life.

ਆਪੇ ਦਾਨੁ ਕਰੇ ਕਿਸੁ ਆਖੀਐ,	aapay daan karay kis aakhee-ai
ਆਪੇ ਦੇਇ ਬੁਝਾਈ॥	aapay day-ay bujhaa-ee.
ਨਾਨਕ ਨਾਮੁ ਧਿਆਇ ਤੂੰ,	naanak naam Dhi-aa-ay tooN
ਦਰਿ ਸਚੈ ਸੋਭਾ ਪਾਈ॥੮॥੬॥੨੮॥	dar sachai sobhaa paa-ee. ‖8‖6‖28‖

ਪ੍ਰਭ ਆਪ ਹੀ ਦਾਤਾਂ ਬਖਸ਼ਦਾ, ਆਪ ਹੀ ਸ਼ਬਦ ਦੀ ਸੋਝੀ ਪਾਉਂਦਾ ਹੈ । ਹੋਰ ਕਿਸ ਅੱਗੇ ਰੋਸ ਕੀਤਾ ਜਾਵੇ? ਅਡੋਲ ਭਰੋਸੇ ਨਾਲ ਸ਼ਬਦ ਦੀ ਪਾਲਣਾ ਕਰਨ ਨਾਲ ਦਰਬਾਰ ਵਿੱਚ ਪ੍ਰਵਾਨਗੀ ਬਖਸ਼ਿਸ਼ ਹੋ ਸਕਦੀ ਹੈ ।

Only, The True Master may bless all virtues and the enlightenment of His Word. Whom should we complain and grievance for the disappointment of our mind? You should obey the teachings of His Word with steady and stable belief. Only with His mercy and grace his soul may be accepted in His court.

262.ਆਸਾ ਮਹਲਾ ੩॥ 426-1

ਆਪੈ ਆਪੁ ਪਛਾਣਿਆ,	aapai aap pachhaani-aa
ਸਾਦੁ ਮੀਠਾ ਭਾਈ॥	saad meethaa bhaa-ee.
ਹਰਿ ਰਸਿ ਚਾਖਿਐ ਮੁਕਤੁ ਭਏ,	har ras chaakhi-ai mukat bha-ay
ਜਿਨ੍ਹਾ ਸਾਚੋ ਭਾਈ॥੧॥	JinHaa saacho bhaa-ee. ‖1‖

ਜਿਹੜੇ ਜੀਵ ਆਪਣੇ ਆਪ ਨੂੰ ਪਛਾਣ ਜਾਂਦੇ ਹਨ, ਉਹ ਸ਼ਬਦ ਦੀ ਸੋਝੀ ਪਾ ਲੈਂਦੇ ਹਨ । ਜਿਹੜੇ ਸ਼ਬਦ ਨਾਲ ਜੀਵਨ ਢਾਲਦੇ ਹਨ, ਉਸ ਮੁਕਤੀ ਦੇ ਰਸਤੇ ਤੇ ਚਲਦੇ ਹਨ ।

Whosoever may recognize the true purpose of his human life journey, he may be blessed with the enlightenment of His Word, the right path of meditation. Whosoever may adopt the right path, the teachings of His Word in his day to day life, only he may stay steady and stable on the right path of salvation.

ਹਰਿ ਜੀਉ ਨਿਰਮਲ ਨਿਰਮਲਾ,	har jee-o nirmal nirmalaa
ਨਿਰਮਲ ਮਨਿ ਵਾਸਾ॥	nirmal man vaasaa.
ਗੁਰਮਤੀ ਸਾਲਾਹੀਐ,	gurmatee salaahee-ai
ਬਿਖਿਆ ਮਾਹਿ ਉਦਾਸਾ॥੧॥ ਰਹਾਉ॥	bikhi-aa maahi udaasaa. ‖1‖ rahaa-o.

ਕੇਵਲ ਪਵਿਤ੍ਰ ਜੋਤ ਹੀ ਪ੍ਰਭ ਦੀ ਪਵਿਤ੍ਰ ਜੋਤ ਵਿੱਚ ਅਭੇਦ ਹੋ ਸਕਦੀ ਹੈ । ਸ਼ਬਦ ਦੀ ਪਾਲਣਾ ਕਰਨ ਨਾਲ ਜੀਵ ਸੰਸਾਰਕ ਇੱਛਾਂ, ਲਾਲਚ ਤੋ ਰਹਿਤ ਰਹਿੰਦਾ ਹੈ । ਉਸ ਦੀ ਆਤਮਾ ਪ੍ਰਭ ਦੀ ਜੋਤ ਵਿੱਚ ਅਭੇਦ ਹੋਣ ਦੇ ਯੋਗ ਹੋ ਸਕਦੀ ਹੈ ।

Only the sanctified soul may be worthy of immersing in the sanctified Holy Spirit. By adopting the teachings of His Word in day to day life, he may become beyond the reach of worldly desires, temptation and becomes blemish free, without any greed of worldly possessions. His soul may become sanctified worthy of His consideration.

ਬਿਨੁ ਸ਼ਬਦੇ ਆਪੁ ਨ ਜਾਪਈ,	bin sabdai aap na jaap-ee
ਸਭ ਅੰਧੀ ਭਾਈ॥	sabh anDhee bhaa-ee.
ਗੁਰਮਤੀ ਘਟਿ ਚਾਨਣਾ,	gurmatee ghat chaannaa
ਨਾਮੁ ਅੰਤਿ ਸਖਾਈ॥੨॥	naam ant sakhaa-ee. ‖2‖

ਪ੍ਰਭ ਦੇ ਸ਼ਬਦ ਦੀ ਪਾਲਣਾ ਤੋ ਬਿਨਾਂ ਕੋਈ ਆਪਣੇ ਆਪ ਨੂੰ ਜਾਣ ਨਹੀਂ ਸਕਦਾ, ਆਪਣੇ ਕੰਮਾਂ ਨੂੰ ਪਰਖ ਨਹੀਂ ਸਕਦਾ । ਉਹ ਅਗਿਆਨਤਾ ਵਿੱਚ ਹੀ ਰਹਿੰਦਾ ਹੈ । ਪ੍ਰਭ ਦੇ ਸ਼ਬਦ ਦੀ ਪਾਲਣਾ ਕਰਨ

ਨਾਲ ਹੀ ਆਪਣੇ ਕੰਮਾਂ ਦੀ ਪਰਖ ਆਉਂਦੀ ਹੈ । ਮਨ ਵਿੱਚ ਜਾਗਰਤੀ ਆਉਂਦੀ ਹੈ, ਅੰਤ ਵਿੱਚ ਪ੍ਰਭ ਆਪ ਹੀ ਸਾਥੀ ਬਣ ਜਾਂਦਾ ਹੈ ।

Without adopting the teachings of His Word in day to day life, everyone remains ignorant. He may not evaluate his own deeds, the true purpose of his human life journey. By adopting the teachings of His Word in day to day life, he may recognize his own deficiencies and enlightened with the teachings of His Word and remains awake and alert. The True Master may become his true companion and friend.

ਨਾਮੇ ਹੀ ਨਾਮਿ ਵਰਤਦੇ,	naamay hee naam varatday
ਨਾਮੇ ਵਰਤਾਰਾ॥	naamay vartaaraa.
ਅੰਤਰਿ ਨਾਮੁ ਮੁਖਿ ਨਾਮੁ ਹੈ,	antar naam mukh naam hai
ਨਾਮੇ ਸਬਦਿ ਵੀਸੁਗੰਧ॥ ੩॥	naamay sabad veechaaraa. ||3||

ਜਿਹੜਾ ਜੀਵ ਹੀ ਪ੍ਰਭ ਦੇ ਸ਼ਬਦ ਦੀ ਪਾਲਣਾ ਕਰਦਾ ਹੈ, ਉਸ ਦੇ ਮਨ ਵਿੱਚ ਸ਼ਬਦ ਜਾਗਰਤ ਹੋ ਜਾਂਦਾ ਹੈ । ਉਸ ਸ਼ਬਦ ਨਾਲ ਹੀ ਜੀਵਨ ਦੇ ਧੰਦੇ ਕਰਦਾ ਹੈ । ਉਹਨਾਂ ਦੇ ਮਨ ਵਿੱਚ, ਜੀਭ ਤੇ ਪ੍ਰਭ ਦੇ ਸ਼ਬਦ ਦੇ ਗੁਣ ਹੀ ਗੂੰਜਦੇ ਹਨ ।

Whosoever may remain attached to meditate on the teachings of His Word, he remains drenched with the essence of His Word. He may perform all his worldly chores, deeds with the guidance of His Word. The everlasting echo of His Word resonates within his mind and on his tongue.

ਨਾਮੁ ਸੁਣੀਐ ਨਾਮੁ ਮੰਨੀਐ,	naam sunee-ai naam mannee-ai
ਨਾਮੇ ਵਡਿਆਈ॥	naamay vadi-aa-ee.
ਨਾਮੁ ਸਲਾਹੇ ਸਦਾ ਸਦਾ,	naam salaahay sadaa sadaa
ਨਾਮੇ ਮਹਲੁ ਪਾਈ॥੪॥	naamay mahal paa-ee. ||4||

ਉਹ ਪ੍ਰਭ ਦਾ ਸ਼ਬਦ ਹੀ ਸੁਣਦਾ, ਸ਼ਬਦ ਤੇ ਹੀ ਭਰੋਸਾ ਅਡੋਲ ਰਖਦਾ ਹੈ । ਸ਼ਬਦ ਦੀ ਪਾਲਣਾ ਨਾਲ ਹੀ ਸੋਭਾ ਪਾਉਂਦਾ ਹੈ । ਸ਼ਬਦ ਦਾ ਸਿਮਰਨ, ਪਾਲਣਾ ਕਰਦਾ ਹੋਇਆ ਹੀ ਪ੍ਰਵਾਨਗੀ ਪਾ ਲੈਂਦਾ ਹੈ ।

His true devotee only listens to the sermons of His Word with steady and stable belief on the teachings of His Word, His blessings. By obeying the teachings of His Word, he may be honored in the universe. He remains on the right path of His acceptance.

ਨਾਮੇ ਹੀ ਘਟਿ ਚਾਨਣਾ,	naamay hee ghat chaannaa
ਨਾਮੇ ਸੋਭਾ ਪਾਈ॥	naamay sobhaa paa-ee.
ਨਾਮੇ ਹੀ ਸੁਖੁ ਊਪਜੈ,	naamay hee sukh oopjai
ਨਾਮੇ ਸਰਣਾਈ॥੫॥	naamay sarnaa-ee. ||5||

ਪ੍ਰਭ ਦੇ ਸ਼ਬਦ ਦੀ ਪਾਲਣਾ ਨਾਲ ਹੀ ਮਨ ਵਿੱਚ ਜਾਗਰਤੀ ਹੁੰਦੀ ਹੈ । ਸ਼ਬਦ ਦੀ ਪਾਲਣਾ ਨਾਲ ਹੀ ਸੋਭਾ ਬਖਸ਼ਿਸ਼ ਹੁੰਦੀ ਹੈ, ਮਨ ਵਿੱਚ ਸੰਤੋਖ ਘਰ ਕਰ ਜਾਂਦਾ ਹੈ । ਮਨ ਨੂੰ ਪ੍ਰਭ ਦੀ ਸ਼ਰਣ ਵਿੱਚ ਪਨਾਹ ਬਖਸ਼ਿਸ਼ ਹੋ ਸਕਦੀ ਹੈ ।

By obeying the teachings of His Word, he may be enlightened and becomes awake and alert. By obeying the teachings of His Word, he may be honored in the universe and he may be blessed with contentment with his worldly conditions. He may be blessed with acceptance in His sanctuary.

ਬਿਨੁ ਨਾਵੈ ਕੋਇ ਨ ਮੰਨੀਐ,	bin naavai ko-ay na mannee-ai
ਮਨਮੁਖਿ ਪਤਿ ਗਵਾਈ॥	manmukh pat gavaa-ee.
ਜਮ ਪੁਰਿ ਬਾਧੇ ਮਾਰੀਅਹਿ,	jam pur baaDhay maaree-ah
ਬਿਰਥਾ ਜਨਮੁ ਗਵਾਈ॥੬॥	birthaa janam gavaa-ee. ||6||

ਪ੍ਰਭ ਦੇ ਸ਼ਬਦ ਦੀ ਪਾਲਣਾ ਤੋ ਬਿਨਾਂ ਕਿਸੇ ਨੂੰ ਮੁਕਤੀ ਬਖਸ਼ਿਸ਼ ਨਹੀਂ ਹੁੰਦੀ । ਮਨਮਰਜ਼ੀ ਕਰਨ ਵਾਲੇ ਆਪਣੀ ਪਤ ਗਵਾ ਲੈਂਦੇ, ਉਹ ਜਮਦੂਤਾਂ ਦੇ ਹਵਾਲੇ ਹੀ ਕੀਤੇ ਜਾਂਦੇ ਹਨ । ਉਹਨਾਂ ਨੂੰ ਜੂੰਨਾਂ ਦੇ ਚੱਕਰ ਵਿੱਚ ਜਾਣਾ ਪੈਂਦਾ ਹੈ । ਉਹ ਮਾਨਸ ਜਨਮ ਬਿਰਥਾ ਹੀ ਗਵਾ ਜਾਂਦੇ ਹਨ ।

Without obeying the teachings of His Word, no one ever finds the right path of salvation. Self- minded may lose his honor and dignity and he may be captured by the devil of death and remains in the cycle of birth and death. He wastes his human life blessings uselessly.

ਨਾਮੈ ਕੀ ਸਭ ਸੇਵਾ ਕਰੈ,	naamai kee sabh sayvaa karai
ਗੁਰਮੁਖਿ ਨਾਮੁ ਬੁਝਾਈ॥	gurmukh naam bujhaa-ee.
ਨਾਮਹੁ ਹੀ ਨਾਮੁ ਮੰਨੀਐ,	naamhu hee naam mannee-ai
ਨਾਮੇ ਵਡਿਆਈ॥੭॥	naamay vadi-aa-ee. ||7||

ਸ਼ਬਦ ਦੀ ਬੰਦਗੀ ਕਰਨ ਵਾਲੇ ਦੀ ਸਾਰੇ ਹੀ ਸੇਵਾ ਕਰਦੇ ਹਨ । ਗੁਰਮਖ ਨੂੰ ਇਹ ਸੋਝੀ ਬਖਸ਼ਿਸ਼ ਹੁੰਦੀ ਹੈ, ਉਹ ਸ਼ਬਦ ਦੀ ਕਮਾਈ ਕਰਦਾ ਹੈ । ਕੇਵਲ ਸ਼ਬਦ ਤੇ ਭਰੋਸਾ ਅਡੋਲ ਰਖਕੇ ਪਾਲਣਾ ਨਾਲ ਹੀ ਰਹਿਮਤ ਦੀ ਵਡਿਆਈ ਬਖਸ਼ਿਸ਼ ਹੁੰਦੀ ਹੈ ।

Everyone worships His true devotee, who may mediate on the teachings of His Word. His true devotee may be enlightened with the essence of His Word and he remains the in meditation in the void of His Word and earns the wealth of His Word. Only by obeying His Word with steady and stable belief, The True Master may bestow His mercy and grace to honor the soul with salvation.

ਜਿਸ ਨੋ ਦੇਵੈ ਤਿਸੁ ਮਿਲੈ,	Jis no dayvai tis milai
ਗੁਰਮਤੀ ਨਾਮੁ ਬੁਝਾਈ॥	gurmatee naam bujhaa-ee.
ਨਾਨਕ ਸਭ ਕਿਛੁ ਨਾਵੈ ਕੈ ਵਸਿ ਹੈ,	naanak sabh kichh naavai kai vas hai
ਪੂਰੈ ਭਾਗਿ ਕੋ ਪਾਈ॥੮॥੭॥੨੯॥	poorai bhaag ko paa-ee. ||8||7||29||

ਜਿਸ ਤੇ ਪ੍ਰਭ ਆਪ ਰਹਿਮਤ ਬਖਸ਼ਦਾ ਹੈ, ਕੇਵਲ ਉਹ ਹੀ ਸ਼ਬਦ ਨਾਲ ਲਗਨ ਲਾ ਸਕਦਾ ਹੈ । ਸ਼ਬਦ ਦੀ ਪਾਲਣਾ ਕਰਨ ਨਾਲ ਹੀ ਰਹਿਮਤ ਪਾਈ ਜਾ ਸਕਦੀ ਹੈ । ਸ੍ਰਿਸ਼ਟੀ ਵਿੱਚ ਸਭ ਕੁਝ ਸ਼ਬਦ ਦੀ ਕਮਾਈ ਨਾਲ ਹੀ ਪਾਇਆ ਜਾਂਦਾ ਹੈ । ਵੱਡੇ ਭਾਗਾਂ ਨਾਲ ਹੀ ਸ਼ਬਦ ਦੀ ਕਾਮਈ ਕੀਤੀ ਜਾ ਸਕਦੀ ਹੈ ।

Whosoever may be blessed with His mercy and grace, only he may meditate on the teachings of His Word wholeheartedly. Only by obeying the teachings of His Word, he may be enlightened. In the universe everything may be blessed with the earnings of His Word. Only with great prewritten destiny, the wealth of His Word may be earned.

263.ਆਸਾ ਮਹਲਾ ੩॥ 426-9

ਦੋਹਾਗਣੀ ਮਹਲੁ ਨ ਪਾਇਨ੍ਹੀ,	duhaaganee mahal na paa-inHee
ਨ ਜਾਣਨਿ ਪਿਰ ਕਾ ਸੁਆਉ॥	na jaanan pir kaa su-aa-o.
ਫਿਕਾ ਬੋਲਹਿ ਨਾ ਨਿਵਹਿ,	fikaa boleh naa niveh
ਦੂਜਾ ਭਾਉ ਸੁਆਉ॥ ੧॥	doojaa bhaa-o su-aa-o. ||1||

ਜਿਹੜੇ ਇੱਕੋ ਇੱਕ ਪ੍ਰਭ ਦੇ ਸ਼ਬਦ ਤੇ ਭਰੋਸਾ ਅਡੋਲ ਨਹੀਂ ਰਖਦੇ । ਉਹਨਾਂ ਨੂੰ ਪ੍ਰਭ ਦੀ ਪ੍ਰਵਾਨਗੀ ਦਾ ਰਸਤਾ ਨਹੀਂ ਲੱਭਦਾ । ਉਹਨਾਂ ਦੇ ਬੋਲ ਕਰੋਧ ਵਾਲੇ ਹੁੰਦੇ ਹਨ । ਉਹ ਪ੍ਰਭ ਨੂੰ ਅਸਲੀ ਮਾਲਕ ਨਹੀਂ ਸਮਝਦੇ, ਉਹਨਾਂ ਦਾ ਮਨ ਭਰਮਾਂ ਵਿੱਚ ਹੀ ਰਹਿੰਦਾ ਹੈ ।

Whosoever may not have a steady and stable belief on the teachings of His Word, he may not find the right path of meditation, salvation. His speech may become rude, uncivilized. He does not consider God as The True Master and remains entangled in worldly suspicions.

ਇਹੁ ਮਨੂਆ ਕਿਉ, ਕਰਿ ਵਸਿ ਆਵੈ॥ ih manoo-aa ki-o kar vas aavai.
ਗੁਰ ਪਰਸਾਦੀ ਠਾਕੀਐ, gur parsaadee thaakee-ai
ਗਿਆਨ ਮਤੀ ਘਰਿ ਆਵੈ॥੧॥ ਰਹਾਉ॥ gi-aan matee ghar aavai. ||1|| rahaa-o.

ਇਹ ਮਨ ਕਿਵੇਂ ਕਾਬੂ ਵਿੱਚ ਆਵੇ, ਕਿਵੇਂ ਚਾਰੇ ਪਾਸੇ ਭਟਕਣ ਤੋ ਰੁਕਿਆ ਜਾਵੇ? ਪ੍ਰਭ ਦੀ ਰਹਿਮਤ ਨਾਲ ਹੀ ਮਨ ਇੱਕੋ ਇੱਕ ਤੇ ਅਡੋਲ ਹੁੰਦਾ ਹੈ । ਸ਼ਬਦ ਦੀ ਸੋਝੀ ਨਾਲ ਹੀ ਸ਼ਬਦ ਦੀ ਪਾਲਣਾ ਤੇ ਲੱਗਦਾ ਹੈ ।

How may his mind be conquered and be controlled from wandering in all directions? Only with His mercy and grace, he may meditate with steady and stable on the teachings of His Word. Only with the enlightenment of His Word, he may remain focused on the right path of meditation.

ਸੋਹਾਗਣੀ ਆਪਿ ਸਵਾਰੀਓਨੁ, sohaaganee aap savaaree-on
ਲਾਇ ਪ੍ਰੇਮ ਪਿਆਰੁ॥ laa-ay paraym pi-aar.
ਸਤਿਗੁਰ ਕੈ ਭਾਣੈ ਚਲਦੀਆ, satgur kai bhaanai chaldee-aa
ਨਾਮੇ ਸਹਜਿ ਸੀਗਾਰੁ॥੨॥ naamay sahj seegaar. ||2||

ਪ੍ਰਭ ਦੇ ਸ਼ਬਦ ਦੀ ਬੰਦਗੀ ਕਰਨ ਵਾਲੇ, ਪ੍ਰਭ ਦੇ ਬਖਸ਼ੇ ਤੇ ਸੰਤੋਖ ਰਖਦੇ ਹਨ । ਉਹ ਪ੍ਰਭ ਦੇ ਸ਼ਬਦ ਨਾਲ ਜੀਵਨ ਢਾਲਦੇ ਹਨ । ਪ੍ਰਭ ਦੀ ਰਜ਼ਾ ਵਿੱਚ ਹੀ ਖੇੜੇ ਵਿੱਚ ਰਹਿੰਦੇ ਹਨ ।

His true devotee always remains contented with his day to day worldly condition, with His blessings. He may wholeheartedly adopt the teachings of His Word in day to day life and remains in blossom in all his worldly conditions.

ਸਦਾ ਰਾਵਹਿ ਪਿਰੁ ਆਪਣਾ, sadaa raaveh pir aapnaa
ਸਚੀ ਸੇਜ ਸੁਭਾਇ॥ sachee sayj subhaa-ay.
ਪਿਰ ਕੈ ਪ੍ਰੇਮਿ ਮੋਹੀਆ, pir kai paraym mohee-aa
ਮਿਲਿ ਪ੍ਰੀਤਮ ਸੁਖੁ ਪਾਇ॥੩॥ mil pareetam sukh paa-ay. ||3||

ਉਹ ਸਦਾ ਹੀ ਪ੍ਰਭ ਦੇ ਬਖਸ਼ੇ ਤੇ ਸੰਤੋਖ ਰਖਦਾ ਹੈ । ਆਪਣਾ ਜੀਵਨ ਸ਼ਬਦ ਅਨੁਸਾਰ ਹੀ ਬਤੀਤ ਕਰਦਾ ਹੈ । ਪ੍ਰਭ ਦੇ ਸ਼ਬਦ ਦੀ ਪਾਲਣਾ ਕਰਦਾ, ਸਿਮਰਨ ਵਿੱਚ ਹੀ ਲੀਨ ਰਹਿੰਦਾ ਹੈ ।

His true devotee always remains contented with his day to day worldly condition. He wholeheartedly adopts the teachings of His Word in his day to day life. He meditates wholeheartedly in the teachings of His Word and enter into deep meditation in the void of His Word.

ਗਿਆਨ ਅਪਾਰੁ ਸੀਗਾਰੁ ਹੈ, gi-aan apaar seegaar hai
ਸੋਭਾਵੰਤੀ ਨਾਰਿ॥ sobhaavantee naar.
ਸਾ ਸਭਰਾਈ ਸੁੰਦਰੀ, saa sabhraa-ee sundree
ਪਿਰ ਕੈ ਹੇਤਿ ਪਿਆਰਿ॥੪॥ pir kai hayt pi-aar. ||4||

ਪ੍ਰਭ ਦੇ ਸ਼ਬਦ ਦਾ ਗਿਆਨ ਹੀ ਬੰਦਗੀ ਕਰਨ ਵਾਲੇ ਦਾ ਧਨ ਹੁੰਦਾ ਹੈ । ਉਸ ਦੇ ਮਨ ਤੇ ਸ਼ਾਂਤੀ, ਸੰਤੋਖ ਦਾ ਨੂਰ ਰਹਿੰਦਾ ਹੈ । ਉਸ ਦੀ ਲਗਨ ਸ਼ਬਦ ਵਿੱਚ ਰਹਿੰਦੀ ਹੈ ।

The enlightenment of the teachings of His Word may be the earnings of His true devotee. The enlightenment of His Word keeps him contented with his worldly environment. He remains devoted to meditation on the teachings of His Word.

ਸੋਹਾਗਣੀ ਵਿਚਿ ਰੰਗੁ ਰਖਿਓਨੁ, sohaaganee vich rang rakhi-on
ਸਚੈ ਅਲਖਿ ਅਪਾਰਿ॥ sachai alakh apaar.
ਸਤਿਗੁਰੁ ਸੇਵਨਿ ਆਪਣਾ, satgur sayvan aapnaa

ਸਚੈ ਭਾਇ ਪਿਆਰਿ॥੫॥ sachai bhaa-ay pi-aar. ||5||

ਪ੍ਰਭ ਆਪਣੇ ਬੰਦਗੀ ਕਰਨ ਵਾਲੇ ਤੇ ਸ਼ਬਦ ਦੀ ਲਗਨ ਅਡੋਲ ਰਖਦਾ ਹੈ । ਉਹ ਸ਼ਬਦ ਦੀ ਪਾਲਣਾ ਵਿੱਚ ਅਡੋਲ ਰਹਿੰਦੇ ਹਨ । ਉਹ ਪ੍ਰਭ ਦੇ ਵਿਛੋੜੇ ਦੇ ਵਿਰਾਗ ਦੇ ਗੀਤ ਹੀ ਗਾਉਂਦੇ ਹਨ ।

The Merciful True Master keeps his belief steady and stable on the teachings of His Word. His true devotee remains steady and stable obeying the teachings of His Word. He remains in the renunciation in the memory of his separation from The True Master and sings His glory.

ਸੋਹਾਗਣੀ ਸੀਗਾਰੁ ਬਣਾਇਆ, sohaaganee seegaar banaa-i-aa
ਗੁਣ ਕਾ ਗਲਿ ਹਾਰੁ॥ gun kaa gal haar.
ਪ੍ਰੇਮ ਪਿਰਮਲੁ ਤਨਿ ਲਾਵਣਾ, paraym pirmal tan laavnaa
ਅੰਤਰਿ ਰਤਨੁ ਵੀਚਾਰੁ॥੬॥ antar ratan veechaar. ||6||

ਉਹ ਆਪਣੇ ਗਲ ਵਿਚ ਸ਼ਬਦ ਦੀ ਮਾਲ਼ਾ ਪਾਉਂਦਾ ਹੈ, ਸ਼ਬਦ ਦਾ ਸਿਮਰਨ ਕਰਦਾ ਹੈ । ਮਨ ਵਿੱਚ ਪ੍ਰਭ ਦੇ ਸ਼ਬਦ ਦਾ ਰੰਗ ਰਚਿਆ ਰਹਿੰਦਾ ਹੈ ।

He always keeps the rosary of His Word in his neck and meditates on the teachings of His Word with each and every breath. He remains drenched with the essence of His Word.

ਭਗਤਿ ਰਤੇ ਸੇ ਊਤਮਾ, bhagat ratay say ootmaa
ਜਤਿ ਪਤਿ ਸਬਦੇ ਹੋਇ॥ jat pat sabday ho-ay.
ਬਿਨੁ ਨਾਵੈ ਸਭ ਨੀਚ ਜਾਤਿ ਹੈ, bin naavai sabh neech jaat hai
ਬਿਸਟਾ ਕਾ ਕੀੜਾ ਹੋਇ॥੭॥ bistaa kaa keerhaa ho-ay. ||7||

ਜਿਹੜਾ ਜੀਵ ਪ੍ਰਭ ਦੇ ਸ਼ਬਦ ਦੇ ਰੰਗ ਵਿੱਚ ਰੰਗਿਆ ਰਹਿੰਦਾ ਹੈ । ਉਸ ਦੀ ਹੈਸੀਅਤ, ਜਾਤ ਪਾਤ ਹੀ ਪ੍ਰਭ ਦੇ ਸ਼ਬਦ ਦੀ ਕਮਾਈ ਬਣ ਜਾਂਦੀ ਹੈ । ਸ਼ਬਦ ਦੀ ਕਮਾਈ ਤੋਂ ਬਿਨਾਂ ਸਾਰੇ ਹੀ ਦਰਬਾਰ ਵਿੱਚ ਰੂੜੀ ਦੇ ਕੀੜੇ ਦੀ ਹੈਸੀਅਤ ਹੀ ਰਖਦੇ ਹਨ ।

Whosoever remains drenched with the essence of His Word, the earnings, the enlightenment of His Word becomes his worldly status, worldly caste. Without the earnings of His Word, everyone is like a worm of manure in His court.

ਹਉ ਹਉ ਕਰਦੀ ਸਭ ਫਿਰੈ, ha-o ha-o kardee sabh firai
ਬਿਨੁ ਸਬਦੈ ਹਉ ਨ ਜਾਇ॥ bin sabdai ha-o na jaa-ay.
ਨਾਨਕ ਨਾਮਿ ਰਤੇ ਤਿਨ ਹਉਮੈ ਗਈ, naanak naam ratay tin ha-umai ga-ee
ਸਚੈ ਰਹੇ ਸਮਾਇ॥੮॥੮॥੩੦॥ sachai rahay samaa-ay. ||8||8||30||

ਜੀਵ ਸਾਰਾ ਦਿਨ ਮੇਰੀ ਮੇਰੀ ਕਰਦਾ ਕੰਮ ਕਰਦਾ ਫਿਰਦਾ ਹੈ । ਪ੍ਰਭ ਦੇ ਸ਼ਬਦ ਦੀ ਪਾਲਣਾ ਕਰਨ ਤੋਂ ਬਿਨਾਂ ਮਨ ਵਿਚੋਂ ਅਹੰਕਾਰ ਖਤਮ ਨਹੀਂ ਹੁੰਦਾ । ਜਿਸ ਦੇ ਮਨ ਵਿੱਚ ਸ਼ਬਦ ਘਰ ਕਰ ਜਾਂਦਾ ਹੈ । ਉਸ ਦੇ ਮਨ ਵਿਚੋਂ ਅਹੰਕਾਰ ਨਾਸ਼ ਹੋ ਜਾਂਦਾ, ਜਿੱਤ ਬਖਸ਼ਿਸ਼ ਹੋ ਜਾਂਦੀ ਹੈ । ਉਹ ਸ਼ਬਦ ਵਿੱਚ ਹੀ ਲੀਨ ਹੋ ਜਾਂਦਾ ਹੈ ।

The worldly creature, human remains selfish and performs all worldly chores in his greed. Without adopting the teachings of His Word in day to day life, he may not conquer the ego of his mind. Whosoever may remain drenched with the teachings of His Word. He may be blessed to conquer his ego of worldly possessions. He may enter into deep meditation in the void of His Word.

264.ਆਸਾ ਮਹਲਾ ੩॥ 426-19

ਸਚੇ ਰਤੇ ਸੇ ਨਿਰਮਲੇ, sachay ratay say nirmalay
ਸਦਾ ਸਚੀ ਸੋਇ॥ sadaa sachee so-ay.

ਐਥੈ ਘਰਿ ਘਰਿ ਜਾਪਦੇ, aithai ghar ghar jaapday
ਆਗੈ ਜੁਗਿ ਜੁਗਿ ਪਰਗਟੁ ਹੋਇ॥੧॥ aagai jug jug pargat ho-ay. ||1||

ਜਿਹੜਾ ਮਨ ਸ਼ਬਦ ਦੇ ਰੰਗ ਵਿੱਚ ਰੰਗਿਆ ਜਾਂਦਾ ਹੈ । ਉਹ ਦਾਗ਼ ਤੋ ਰਹਿਤ, ਪਵਿਤ੍ਰ ਹੋ ਜਾਂਦਾ ਹੈ । ਉਸ ਦੇ ਜੀਵਨ ਦਾ ਢੰਗ ਸਦਾ ਹੀ ਨਿਮ੍ਰਤਾ ਵਾਲ ਬਣ ਜਾਂਦਾ ਹੈ । ਸੰਸਾਰ ਵਿੱਚ ਘਰ, ਘਰ ਉਸ ਦੀ ਚਰਚਾ ਹੁੰਦੀ ਹੈ । ਮੌਤ ਤੋ ਪਿਛੋਂ ਉਹ ਜੁਗਾਂ ਜੁਗਾਂ ਵਿੱਚ ਜਾਣਿਆ ਜਾਂਦਾ, ਮੰਨਿਆ ਜਾਂਦਾ ਹੈ ।

Whosoever may remain drenched with the essence of His Word, his soul may become sanctified, without any blemish of worldly desire and greed. His way of life may become very polite and humble. He may become a guiding pillar of enlightenment; everyone may sing his praises. After death, he may be recognized and worshiped in Ages, he may be blessed with immortal state of mind. 1

ਏ ਮਨ ਰੂੜ੍ਹੇ ਰੰਗੁਲੇ, ay man roorhHai rangulay
ਤੂੰ ਸਚਾ ਰੰਗੁ ਚੜਾਇ॥ tooN sachaa rang charhaa-ay.
ਰੂੜੀ ਬਾਣੀ ਜੇ ਰਪੈ, roorhee banee jay rapai
ਨਾ ਇਹੁ ਰੰਗੁ ਲਹੈ ਨ ਜਾਇ॥੧॥ਰਹਾਉ॥ naa ih rang lahai na jaa-ay.|1|| rahaa-o.

ਇਹ ਚੰਚਲ, ਖੇੜੇ ਵਾਲੇ ਮਨ ਆਪਣੇ ਉਪਰ ਪ੍ਰਭ ਦੇ ਸ਼ਬਦ ਦਾ ਰੰਗ ਚੜ੍ਹਾਵੋ । ਜਦੋਂ ਮਨ ਤੇ ਸ਼ਬਦ ਦਾ ਨੂਰ ਆ ਜਾਵੇਗਾ । ਇਹ ਰੰਗ ਸਦਾ ਰਹਿਣ ਵਾਲਾ ਹੈ, ਕਦੇ ਪ੍ਰਭ ਦਾ ਪਿਆਰ ਘੱਟਦਾ ਨਹੀਂ ।

Astonishing and always blossomed mind, you should drench your mind with the teachings of His Word. When your mind may be enlightened and becomes awake and alert, your devotion will remain true forever. Your devotion may never diminish with any worldly temptations.

ਹਮ ਨੀਚ ਮੈਲੇ ਅਤਿ ਅਭਿਮਾਨੀ, ham neech mailay at abhimaanee
ਦੂਜੈ ਭਾਇ ਵਿਕਾਰ॥ doojai bhaa-ay vikaar.
ਗੁਰਿ ਪਾਰਸਿ ਮਿਲਿਐ, ਕੰਚਨੁ ਹੋਏ, gur paaras mili-ai kanchan ho-ay
ਨਿਰਮਲ ਜੋਤਿ ਅਪਾਰ॥੨॥ nirmal jot apaar. ||2||

ਜੀਵ ਦਾ ਮਨ ਬੁਰੇ ਖਿਆਲਾਂ ਵਾਲਾ, ਮੈਲਾ ਹੀ ਹੈ । ਇਸ ਦਾ ਧਿਆਨ ਲਾਲਚ, ਵਿਕਾਰ, ਭਰਮਾਂ ਪਿਛੇ ਲੱਗਾ ਰਹਿੰਦਾ ਹੈ । ਅਗਰ ਇਹ ਸ਼ਬਦ ਦੇ ਲੜ ਲੱਗ ਜਾਵੇ । ਜਿਵੇਂ ਲੋਹਾ, ਪਾਰਸ ਪੱਥਰ ਨੂੰ ਛੋਹ ਕੇ ਸੋਨਾ ਬਣ ਜਾਂਦਾ ਹੈ । ਮਨ ਵੀ ਪ੍ਰਭ ਦੇ ਸ਼ਬਦ ਦੀ ਰੋਸ਼ਨੀ ਨਾਲ ਜਾਗਰਤ ਹੋ ਜਾਂਦਾ ਹੈ ।

Human mind remains blemished with filthy, evils thoughts and always concentrates and follows the greed of worldly possessions, ego and remains deep in worldly suspicions. Whosoever may adopt the teachings of His Word, his mind becomes gold, priceless as Iron becomes like gold after touching the philosopher's stone. His mind will also become enlightened, awake and alert with the glow of the Holy Spirit.

ਬਿਨੁ ਗੁਰ ਕੋਇ ਨ ਰੰਗੀਐ, bin gur ko-ay na rangee-ai
ਗੁਰਿ ਮਿਲਿਐ ਰੰਗੁ ਚੜਾਉ॥ gur mili-ai rang charhaa-o.
ਗੁਰ ਕੈ ਭੈ ਭਾਇ ਜੋ ਰਤੇ, gur kai bhai bhaa-ay jo ratay
ਸਿਫਤੀ ਸਚਿ ਸਮਾਉ॥੩॥ siftee sach samaa-o. ||3||

ਪ੍ਰਭ ਦੇ ਸ਼ਬਦ ਦੀ ਸੋਝੀ ਤੋ ਬਿਨਾਂ ਕਿਸੇ ਤੇ ਸ਼ਬਦ ਦਾ ਪ੍ਰਭਾਵ ਨਹੀਂ ਹੁੰਦਾ । ਸ਼ਬਦ ਦੀ ਪਾਲਣਾ ਕਰਨ ਨਾਲ ਹੀ ਮਨ ਤੇ ਪ੍ਰਭ ਦੇ ਸ਼ਬਦ ਦਾ ਪ੍ਰਭਾਵ ਹੁੰਦਾ, ਰੰਗ ਚੜ੍ਹਦਾ ਹੈ । ਜਿਹੜਾ ਪ੍ਰਭ ਦੇ ਵਿਛੋੜੇ ਦੇ ਵਿਰਾਗ ਵਿੱਚ ਸ਼ਬਦ ਦੇ ਗੁਣ ਗਾਉਂਦਾ ਹੈ । ਉਹ ਸ਼ਬਦ ਦੇ ਸਿਮਰਨ ਵਿੱਚ ਹੀ ਲੀਨ ਰਹਿੰਦਾ ਹੈ ।

Without adopting the teachings of His Word, his mind may not be enlightened. He may not remain steady and stable on the right path; his mind may not remain drenched with the teachings of His Word. Whosoever may sing the glory of His Word in renunciation in the memory of his separation from The True Master; He may enter into the void of His Word in his meditation.

ਭੈ ਬਿਨੁ ਲਾਗਿ ਨ ਲਗਈ,	bhai bin laag na lag-ee
ਨਾ ਮਨੁ ਨਿਰਮਲੁ ਹੋਇ॥	naa man nirmal ho-ay.
ਬਿਨੁ ਭੈ ਕਰਮ ਕਮਾਵਣੇ,	bin bhai karam kamaavnay
ਝੂਠੇ ਠਾਉ ਨ ਕੋਇ॥੪॥	jhoothay thaa-o na ko-ay. ||4||

ਪ੍ਰਭ ਦੇ ਵਿਛੋੜੇ ਦੇ ਵਿਰਾਗ ਤੋ ਬਿਨਾਂ, ਬੁਰੇ ਖਿਆਲ ਦੂਰ ਨਹੀਂ ਹੁੰਦੇ, ਮਨ ਪਵਿਤ੍ਰ ਨਹੀਂ ਹੁੰਦਾ । ਪ੍ਰਭ ਦੇ ਵਿਛੋੜੇ ਦੇ ਵਿਰਾਗ ਤੋ ਬਿਨਾਂ ਧਰਮ ਦੇ ਰੀਤੀ ਰੀਵਾਜ ਕਰਨੇ ਸਭ ਬਿਰਥੇ ਹੀ ਹਨ । ਇਹਨਾਂ ਨਾਲ ਮਨ ਨੂੰ ਸੰਤੋਖ, ਸ਼ਾਂਤੀ ਨਹੀਂ ਮਿਲਦੀ ।

Without the renunciation in the memory of separation from The True Master, his mind may not be sanctified, evil thoughts may not be eliminated. All religious rituals are useless for the purpose of human life journey. He may not be blessed with peace and contentment in his life.

ਜਿਸ ਨੋ ਆਪੇ ਰੰਗੇ,	Jis no aapay rangay
ਸੁ ਰਪਸੀ ਸਤਸੰਗਤਿ ਮਿਲਾਇ॥	so rapsee satsangat milaa-ay.
ਪੂਰੇ ਗੁਰ ਤੇ ਸਤਸੰਗਤਿ ਊਪਜੈ,	pooray gur tay satsangat oopjai
ਸਹਜੇ ਸਚਿ ਸੁਭਾਇ॥੫॥	sehjay sach subhaa-ay. ||5||

ਕੇਵਲ ਉਹ ਜੀਵ ਹੀ ਪ੍ਰਭ ਦੇ ਸ਼ਬਦ ਵਿੱਚ ਲਗਨ ਲਾਉਂਦਾ ਹੈ । ਜਿਸ ਤੇ ਆਪ ਰਹਿਮਤ ਬਖਸ਼ਕੇ ਸੰਤ ਸਰੂਪ ਦੀ ਸੰਗਤ ਬਖਸ਼ਦਾ ਹੈ । ਸੰਤ ਸੰਗਤ ਵਿੱਚ ਪ੍ਰਭ ਦੇ ਸ਼ਬਦ ਨੂੰ ਕਮਾਉਣ ਦੀ ਵਿਧੀ ਮਨ ਵਿੱਚ ਘਰ ਕਰਦੀ ਹੈ । ਉਸ ਵਿੱਚ ਅਡੋਲ ਰਹਿਣ ਨਾਲ ਹੀ ਦਸਵਾਂ ਦਰ ਖੁੱਲ੍ਹਦਾ ਹੈ, ਜਾਗਰਤੀ ਹੁੰਦੀ ਹੈ ।

Whosoever may be blessed with devotion, only he may meditate on the teachings of His Word. With great prewritten destiny, the association of His true devotee may be blessed. In the association of His true devotee, a unique technique to adopt the teachings of His Word may be practiced. By staying steady and stable on the meditation, the 10th door of mind may open to enlighten the mind.

ਬਿਨੁ ਸੰਗਤੀ ਸਭਿ ਐਸੇ ਰਹਹਿ,	bin sangtee sabh aisay raheh
ਜੈਸੇ ਪਸੁ ਢੋਰ॥	jaisay pas dhor.
ਜਿਨ੍ਹਿ ਕੀਤੇ ਤਿਸੈ ਨ ਜਾਣਨ੍ਹੀ,	JiniH keetay tisai na jaananHee
ਬਿਨੁ ਨਾਵੈ ਸਭਿ ਚੋਰ॥੬॥	bin naavai sabh chor. ||6||

ਪ੍ਰਭ ਦੇ ਸ਼ਬਦ ਦੀ ਪਾਲਣਾ, ਸੰਤ ਸਰੂਪ ਦੀ ਸੰਗਤ ਤੋ ਬਿਨਾਂ ਸਾਰੇ ਹੀ ਅਣਜਾਣ, ਜਾਨਵਰਾਂ ਦੀ ਤਰ੍ਹਾਂ ਜੀਵਨ ਬਤੀਤ ਕਰਦੇ ਹਨ । ਉਹਨਾਂ ਨੂੰ ਪ੍ਰਭ ਦੇ ਸ਼ਬਦ ਦੀ ਜਾਣਕਾਰੀ, ਪ੍ਰਵਾਨਗੀ ਦਾ ਰਸਤਾ ਬਖਸ਼ਿਸ਼ ਨਹੀਂ ਹੁੰਦਾ । ਉਹ ਚੋਰਾਂ ਦੀ ਤਰ੍ਹਾਂ ਹੀ ਜਨਮ ਬਤੀਤ ਕਰਦੇ ਹਨ ।

Without adopting the teachings of His Word, without the association of His true devotee, everyone remains ignorant and spend his life like animal. He may not be enlightened with the teachings of His Word; He may not be blessed with the right path of His acceptance. He spends his life like a thief.

ਇਕਿ ਗੁਣ ਵਿਹਾਝਹਿ, ਅਉਗਣ ਵਿਕਣਹਿ,	ik gun vihaajheh a-ugan viknahi
ਗੁਰ ਕੈ ਸਹਜਿ ਸੁਭਾਇ॥	gur kai sahj subhaa-ay.
ਗੁਰ ਸੇਵਾ ਤੇ ਨਾਉ ਪਾਇਆ,	gur sayvaa tay naa-o paa-i-aa
ਵੁਠਾ ਅੰਦਰਿ ਆਇ॥੭॥	vuthaa andar aa-ay. ||7||

ਕਈ ਜੀਵ ਪ੍ਰਭ ਦੇ ਸ਼ਬਦ ਦੇ ਗੁਣ ਆਪਣੇ ਜੀਵਨ ਵਿੱਚ ਧਾਰਨ ਕਰਦੇ ਹਨ । ਮਨ ਵਿਚੋਂ ਬੁਰੇ ਖਿਆਲ ਨਾਸ਼ ਕਰਦੇ ਹਨ, ਪ੍ਰਭ ਦੀ ਰਹਿਮਤ ਨਾਲ ਸ਼ਾਂਤੀ, ਸੰਤੋਖ ਪਾ ਲੈਂਦੇ ਹਨ । ਪ੍ਰਭ ਦੇ ਸ਼ਬਦ ਨਾਲ ਜੀਵਨ ਢਾਲਣ ਨਾਲ ਹੀ ਸੋਝੀ ਬਖਸ਼ਿਸ਼ ਹੁੰਦੀ ਹੈ, ਮਨ ਵਿੱਚ ਸ਼ਬਦ ਘਰ ਕਰਦਾ ਹੈ ।

Some devotee may adopt the virtues of His Word in day to day life. He may eliminate all evil thoughts from his mind and he may be blessed with peace and contentment on His blessings. Only by adopting the teachings of His Word, he may be enlightened and drenched with the essence of His Word and remains awake and alert all time.

ਸਭਨਾ ਕਾ ਦਾਤਾ ਏਕੁ ਹੈ,	sabhnaa kaa daataa ayk hai
ਸਿਰਿ ਧੰਧੈ ਲਾਇ॥	sir DhanDhai laa-ay.
ਨਾਨਕ ਨਾਮੇ ਲਾਇ ਸਵਾਰਿਅਨੁ,	naanak naamay laa-ay savaari-an
ਸਬਦੇ ਲਏ ਮਿਲਾਇ॥੮॥੯॥੩੧॥	sabday la-ay milaa-ay. ||8||9||31||

ਪ੍ਰਭ ਹੀ ਸਾਰੇ ਜੀਵਾਂ ਨੂੰ ਦਾਤਾਂ ਬਖਸ਼ਣ ਵਾਲਾ, ਆਪਣੇ ਧੰਦੇ ਤੇ ਲਾਉਂਦਾ ਹੈ । ਪ੍ਰਭ ਆਪ ਹੀ ਜੀਵ ਦੀ ਲਗਨ ਸ਼ਬਦ ਵਿੱਚ ਲਾਉਂਦਾ ਹੈ । ਜਿਹੜਾ ਸ਼ਬਦ ਦੇ ਲੜ ਲੱਗਾ ਰਹਿੰਦਾ ਹੈ । ਉਸ ਦਾ ਭਰੋਸਾ ਅਡੋਲ ਹੋ ਜਾਂਦਾ ਹੈ, ਉਹ ਪ੍ਰਭ ਦੇ ਸ਼ਬਦ ਵਿੱਚ ਲੀਨ ਰਹਿੰਦਾ ਹੈ ।

Only, The True Master may bless the virtues and may assign each and every creature with a unique task in his day to day life. Only, He blessed the devotion to meditate on the teachings of His Word. Whosoever may remain steady and stable on the right path of meditation, he may enter into the void of His Word.

265.ਆਸਾ ਮਹਲਾ ੩॥ 427-9

ਸਭ ਨਾਵੈ ਨੋ ਲੋਚਦੀ,	sabh naavai no lochdee
ਜਿਸੁ ਕ੍ਰਿਪਾ ਕਰੇ ਸੋ ਪਾਏ॥	Jis kirpaa karay so paa-ay.
ਬਿਨੁ ਨਾਵੈ ਸਭੁ ਦੁਖੁ ਹੈ,	bin naavai sabh dukh hai
ਸੁਖੁ ਤਿਸੁ ਜਿਸੁ ਮੰਨਿ ਵਸਾਏ॥੧॥	sukh tis Jis man vasaa-ay. ||1||

ਸਾਰੀ ਸ੍ਰਿਸ਼ਟੀ ਹੀ ਪ੍ਰਭ ਦੀ ਰਹਿਮਤ ਮੰਗਦੀ ਹੈ । ਰਹਿਮਤ ਦੀ ਨਜ਼ਰ ਕੇਵਲ ਪ੍ਰਭ ਆਪ ਹੀ ਬਖਸ਼ਦਾ ਹੈ । ਸ਼ਬਦ ਦੀ ਪਾਲਣਾ ਕਰਨ ਤੋ ਬਿਨਾਂ ਜੀਵ ਨੂੰ ਸੰਸਾਰਕ ਇੱਛਾਂ ਦੀ ਭਟਕਣ ਲੱਗੀ ਰਹਿੰਦੀ ਹੈ । ਕੇਵਲ ਮਨ ਵਿੱਚ ਸ਼ਬਦ ਜਾਗਰਤ ਹੋਣ ਨਾਲ ਹੀ ਸ਼ਾਂਤੀ ਸੰਤੋਖ ਬਖਸ਼ਿਸ਼ ਹੁੰਦੀ ਹੈ ।

The whole universe prays and begs for His mercy and grace. However, His mercy and grace may only be bestowed with His own blessings. Without adopting and obeying the teachings of His Word, the whole universe remains in frustration of worldly desires. Whosoever may be enlightened with the teachings of His Word, only he may be blessed with peace and contentment in his life.

ਤੂੰ ਬੇਅੰਤੁ ਦਇਆਲੁ ਹੈ,	tooN bay-ant da-i-aal hai
ਤੇਰੀ ਸਰਣਾਈ॥	tayree sarnaa-ee.
ਗੁਰ ਪੂਰੇ ਤੇ ਪਾਈਐ,	gur pooray tay paa-ee-ai
ਨਾਮੇ ਵਡਿਆਈ॥੧॥ ਰਹਾਉ॥	naamay vadi-aa-ee. ||1|| rahaa-o.

ਪ੍ਰਭ ਤੂੰ ਬਹੁਤ ਦਿਆਲੋ, ਤਰਸਵਾਨ ਹੈ, ਤੇਰੀ ਸ਼ਰਣ ਵਿੱਚ ਨਿਮਾਣਾ ਬਣਕੇ ਆਇਆ ਹਾ । ਕੇਵਲ ਪੂਰਨ ਗੁਰੂ, ਸ਼ਬਦ ਦੀ ਪਾਲਣਾ ਕਰਨ ਨਾਲ ਹੀ ਸ਼ਬਦ ਦੀ ਸੋਝੀ ਬਖਸ਼ਿਸ਼ ਹੁੰਦੀ ਹੈ ।

The merciful, generous True Master I have surrendered as a humble and helpless slave in Your sanctuary. Only by adopting the teachings of The True Guru, His Word, he may be enlightened with the essence of His Word.

ਅੰਤਰਿ ਬਾਹਰਿ ਏਕੁ ਹੈ, antar baahar ayk hai
ਬਹੁ ਬਿਧਿ ਸ੍ਰਿਸਟਿ ਉਪਾਈ॥ baho biDh sarisat upaa-ee.
ਹੁਕਮੇ ਕਾਰ ਕਰਾਇਦਾ, hukmay kaar karaa-idaa
ਦੂਜਾ ਕਿਸੁ ਕਹੀਐ ਭਾਈ॥੨॥ doojaa kis kahee-ai bhaa-ee. ||2||

ਜੀਵ ਦੇ ਅੰਦਰ ਅਤੇ ਬਾਹਰ ਸੰਸਾਰ ਵਿੱਚ ਇੱਕੋ ਇੱਕ ਪ੍ਰਭ ਹੀ ਵਸਦਾ, ਵਾਪਰਦਾ ਹੈ । ਉਸ ਨੇ ਸਾਰੀ ਸ੍ਰਿਸ਼ਟੀ ਵਿੱਚ, ਵੱਖਰੀ ਵੱਖਰੀ ਕਿਸਮ ਦੇ ਜੀਵ ਪੈਦਾ ਕੀਤੇ ਹਨ । ਉਹ ਆਪਣੇ ਸ਼ਬਦ, ਭਾਣੇ ਨਾਲ ਹੀ ਜੀਵ ਤੋ ਸੰਸਾਰ ਵਿੱਚ ਕੰਮ ਕਰਾਉਂਦਾ ਹੈ । ਉਸ ਦੀ ਰਜ਼ਾ ਤੋ ਬਿਨਾਂ ਮਾਨਸ ਕੀ ਕਰ ਸਕਦੇ ਹਾ?

The One and Only One, True Master dwells and prevails in the mind of a creature and outside in the world. He has created various kinds of creatures in the whole universe. With His command, His Word he inspires His true devotee, worldly creatures to perform various functions in the universe. What may anyone perform at his own without His blessings?

ਬੁਝਣਾ ਅਬੁਝਣਾ ਤੁਧੁ ਕੀਆ, bujh-naa abujh-naa tuDh kee-aa
ਇਹ ਤੇਰੀ ਸਿਰਿ ਕਾਰ॥ ih tayree sir kaar.
ਇਕਨ੍ਹਾ ਬਖਸਿਹਿ ਮੇਲਿ ਲੈਹਿ, iknHaa bakhsihi mayl laihi
ਇਕਿ ਦਰਗਹ ਮਾਰਿ ਕਢੇ ਕੂੜਿਆਰ॥੩॥ ik dargeh maar kadhay koorhi-aar. ||3

ਪ੍ਰਭ ਜੀਵ ਦੇ ਮਨ ਵਿੱਚ ਸਿਆਣਪ ਅਤੇ ਮੂਰਖਤਾਈ ਤੇਰੀ ਬਖਸ਼ੀ ਹੋਈ ਹੀ ਹੈ । ਇਹ ਸਭ ਕੁਝ ਤੇਰੇ ਹੁਕਮ ਨਾਲ ਹੀ ਹੁੰਦਾ ਹੈ । ਕਿਸੇ ਜੀਵ ਨੂੰ ਬਖਸ਼ਕੇ ਸ਼ਬਦ ਦੀ ਪਾਲਣਾ ਤੇ ਲਾਉਂਦਾ ਹੈ । ਕਿਸੇ ਨੂੰ ਭਰਮਾਂ ਵਿੱਚ ਪਾ ਕੇ ਆਪਣੇ ਦਰਬਾਰ ਤੋਂ ਦੂਰ ਹੀ ਰਖਦਾ ਹੈ ।

The mind of worldly creature may be blessed with the wisdom of Your Word or foolishness, greed of worldly desires with Your mercy and grace. Everything may only happen with Your command, Your blessings. Someone may be blessed to adopt the teachings of Your Word and others may be kept in suspicions and far away from the right path of acceptance in Your court.

ਇਕਿ ਧੁਰਿ ਪਵਿਤ ਪਾਵਨ ਹਹਿ, ik Dhur pavit paavan heh
ਤੁਧੁ ਨਾਮੇ ਲਾਏ॥ tuDh naamay laa-ay.
ਗੁਰ ਸੇਵਾ ਤੇ ਸੁਖੁ ਊਪਜੈ, gur sayvaa tay sukh oopjai sachai
ਸਚੈ ਸਬਦਿ ਬੁਝਾਏ॥੪॥ sabad bujhaa-ay. ||4||

ਪ੍ਰਭ ਜਿਸ ਜੀਵ ਨੂੰ ਜਨਮ ਤੇ ਹੀ ਸ਼ਬਦ ਦੇ ਲੜ ਲਾਉਂਦਾ ਹੈ, ਉਸ ਦਾ ਮਨ ਪਵਿਤ੍ਰ ਰਹਿੰਦਾ ਹੈ । ਪ੍ਰਭ ਤੇਰੇ ਸ਼ਬਦ ਦੀ ਪਾਲਣਾ ਨਾਲ ਹੀ ਭਰੋਸਾ ਅਡੋਲ ਰਹਿੰਦਾ ਹੈ । ਅਡੋਲ ਭਰੋਸੇ ਨਾਲ ਹੀ ਸ਼ਬਦ ਦੀ ਸੋਝੀ ਬਖਸ਼ਿਸ਼ ਹੁੰਦੀ ਹੈ ।

Whosoever may be attached to meditate on the teachings of His Word, his soul may remain pure and sanctified. By obeying the teachings of Your Word, he may remain steady and stable on the teachings of Your Word. Only with steady and stable belief on Your blessings, he may be enlightened with the teachings of Your Word.

ਇਕਿ ਕੁਚਲ ਕੁਚੀਲ ਵਿਖਲੀ, ik kuchal kucheel vikhlee
ਪਤੇ ਨਾਵਹੁ ਆਪਿ ਖੁਆਏ॥ patay naavhu aap khu-aa-ay.
ਨਾ ਓਨ ਸਿਧਿ ਨ ਬੁਧਿ ਹੈ, naa on siDh na buDh hai
ਨ ਸੰਜਮੀ ਫਿਰਹਿ ਉਤਵਤਾਏ॥੫॥ na sanjmee fireh utvataa-ay. ||5

ਕਈ ਜੀਵ ਗਲਤ, ਧੋਖੇ ਵਾਲੇ ਕੰਮਾਂ ਵਿੱਚ ਲੱਗੇ ਰਹਿੰਦੇ ਹਨ । ਉਹਨਾਂ ਨੂੰ ਤੂੰ ਆਪ ਹੀ ਭਰਮਾਂ ਵਿੱਚ ਪਾਈ ਰਖਦਾ ਹੈ । ਉਹਨਾਂ ਨੂੰ ਸ਼ਬਦ ਦੀ ਕੋਈ ਸੋਝੀ ਨਹੀਂ, ਨਾ ਹੀ ਕੋਈ ਸਿਮਰਨ ਕਰਨ ਦੀ ਵਿਧੀ

ਹੀ ਹੁੰਦੀ ਹੈ । ਨਾ ਹੀ ਆਪਣੇ ਮਨ ਦੀਆਂ ਇੱਛਾਂ ਤੇ ਕਾਬੂ ਹੀ ਹੁੰਦਾ ਹੈ । ਉਹ ਚਾਰੇ ਪਾਸੇ ਘੁੰਮਦੇ, ਢੂੰਡਦੇ ਫਿਰਦੇ ਹਨ ।

Several creatures indulge in evil deeds with deception and fraud; You may keep them in suspicions. They may not be blessed with any enlightenment of Your Word nor the right path of meditation. They may not control their worldly desires and remain wandering in all directions.

ਨਦਰਿ ਕਰੇ ਜਿਸੁ ਆਪਣੀ,	nadar karay Jis aapnee
ਤਿਸ ਨੋ ਭਾਵਨੀ ਲਾਏ॥	tis no bhaavnee laa-ay.
ਸਤੁ ਸੰਤੋਖੁ ਇਹ ਸੰਜਮੀ,	sat santokh ih sanjmee
ਮਨੁ ਨਿਰਮਲੁ ਸਬਦੁ ਸੁਣਾਏ॥੬॥	man nirmal sabad sunaa-ay. ‖6‖

ਜਿਸ ਤੇ ਆਪ ਰਹਿਮਤ ਬਖਸ਼ਦਾ ਹੈ, ਉਸ ਦੀ ਲਗਨ ਸ਼ਬਦ ਵਿੱਚ ਲਾਉਂਦਾ ਹੈ । ਉਸ ਦੇ ਮਨ ਤੇ ਸ਼ਬਦ ਦੀ ਪਾਲਣਾ ਕਰਨ, ਸੁਣਨ ਨਾਲ ਸੰਤੋਖ, ਮਨ ਤੇ ਕਾਬੂ ਬਖਸ਼ਿਸ਼ ਹੋ ਜਾਂਦਾ ਹੈ ।

Whosoever may be blessed with devotion to meditate, he may be dedicated to meditate and adopt the teachings of His Word. By obeying, adopting and listening to the sermon of His Word, he may conquer his mind and remains contented with His blessings in his day to day life.

ਲੇਖਾ ਪੜਿ ਨ ਪਹੂਚੀਐ,	laykhaa parh na pahoochee-ai
ਕਥਿ ਕਹਣੈ ਅੰਤੁ ਨ ਪਾਇ॥	kath kahnai ant na paa-ay.
ਗੁਰ ਤੇ ਕੀਮਤਿ ਪਾਈਐ,	gur tay keemat paa-ee-ai
ਸਚਿ ਸਬਦਿ ਸੋਝੀ ਪਾਇ॥੭॥	sach sabad sojhee paa-ay. ‖7‖

ਕੇਵਲ ਧਾਰਮਕ ਗ੍ਰੰਥ ਪੜ੍ਹਕੇ ਕੋਈ ਜੀਵ ਪ੍ਰਭ ਦੀ ਰਹਿਮਤ ਨਹੀਂ ਪਾ ਸਕਦਾ । ਉਸ ਦੇ ਸ਼ਬਦ ਦਾ ਵਖਿਆਣ ਕਰਨ, ਲਿਖਣ ਨਾਲ ਕੋਈ ਉਸ ਦੇ ਕਿਸੇ ਕਰਤਬ ਦਾ ਪੂਰਨ ਗਿਆਨ, ਅੰਤ ਨਹੀਂ ਪਾ ਸਕਦਾ ਹੈ । ਕੇਵਲ ਪ੍ਰਭ ਦੇ ਸ਼ਬਦ ਦੀ ਪਾਲਣਾ ਕਰਨ, ਜੀਵਨ ਢਾਲਣ ਨਾਲ ਹੀ ਸ਼ਬਦ ਦੀ ਕੀਮਤ ਦੀ ਸੋਝੀ ਬਖਸ਼ਿਸ਼ ਹੁੰਦੀ ਹੈ ।

Only by reading the Holy Scriptures, no one may ever be blessed with His mercy and grace. By explaining the teachings of His Word and writing the spiritual meaning of His Word, no one may ever find the limit of any of His miracles, limits of His nature. Only by obeying and adopting the teachings of His Word; he may be blessed to comprehend the worth of enlightenment of His Word.

ਇਹੁ ਮਨੁ ਦੇਹੀ ਸੋਧਿ ਤੂੰ,	ih man dayhee soDh tooN
ਗੁਰ ਸਬਦਿ ਵੀਚਾਰਿ॥	gur sabad veechaar.
ਨਾਨਕ ਇਸੁ ਦੇਹੀ ਵਿਚਿ	naanak is dayhee vich
ਨਾਮੁ ਨਿਧਾਨੁ ਹੈ, ਪਾਈਐ	naam niDhaan hai paa-ee-ai
ਗੁਰ ਕੈ ਹੇਤਿ ਅਪਾਰਿ॥੮॥੧੦॥੩੨	gur kai hayt apaar. ‖8‖10‖32‖

ਜੀਵ ਤਨ, ਮਨ ਨੂੰ ਪ੍ਰਭ ਦੇ ਸ਼ਬਦ ਦੀ ਪਾਲਣਾ ਵਾਲੇ ਪਾਸੇ ਲਾਵੋ । ਸ਼ਬਦ ਦੀ ਸੋਝੀ ਦਾ ਖਜ਼ਾਨਾ ਇਸ ਤਨ ਦੇ ਵਿੱਚ ਹੀ ਹੈ । ਸ਼ਬਦ ਨਾਲ ਜੀਵਨ ਢਾਲਣ ਨਾਲ ਹੀ ਸੋਝੀ ਬਖਸ਼ਿਸ਼ ਹੋ ਸਕਦੀ ਹੈ ।

You should attach your mind and body to meditate and adopt the teachings of His Word. The treasure of enlightenment of His Word remains embedded in body and mind. By adopting the teachings of His Word in day to day life, he may be blessed with the enlightenment of His Word.

266.ਆਸਾ ਮਹਲਾ ੩॥ 427-19

ਸਚਿ ਰਤੀਆ ਸੋਹਾਗਣੀ,	sach ratee-aa sohaaganee
ਜਿਨਾ ਗੁਰ ਕੈ ਸਬਦਿ ਸੀਗਾਰਿ॥	Jinaa gur kai sabad seegaar.
ਘਰ ਹੀ ਸੋ ਪਿਰੁ ਪਾਇਆ,	ghar hee so pir paa-i-aa

ਸਚੈ ਸਬਦਿ ਵੀਚਾਰਿ॥੧॥ sachai sabad veechaar. ||1||

ਜਿਹੜੀ ਆਤਮਾ ਸਦਾ ਹੀ ਸ਼ਬਦ ਦੇ ਲੜ ਲੱਗੀ ਰਹਿੰਦੀ, ਉਹ ਆਤਮਾ ਖੇੜੇ ਵਿੱਚ ਰਹਿੰਦੀ ਹੈ । ਉਹ ਆਪਣਾ ਧੰਦਾ ਹੀ ਸ਼ਬਦ ਦੀ ਪਾਲਣਾ ਬਣਾਉਂਦੀ ਹੈ । ਉਹ ਪ੍ਰਭ ਦੇ ਸ਼ਬਦ ਦੀ ਪਾਲਣਾ ਕਰਕੇ, ਪ੍ਰਭ ਦਾ ਘਰ ਆਪਣੇ ਮਨ ਅੰਦਰ ਹੀ ਢੂੰਡ ਲੈਂਦੀ ਹੈ ।

Whosoever may remain attached to meditation on the teachings of His Word, he may remain in blossom in all worldly conditions. Obeying and adopting the teachings of His Word, may become his sole purpose of human life journey. He may remain in meditation in the void of His Word and may discover his 10th castle within his own body.

ਅਵਗਣ ਗੁਣੀ ਬਖਸਾਇਆ, avgan gunee bakhsaa-i-aa
ਹਰਿ ਸਿਉ ਲਿਵ ਲਾਈ॥ har si-o liv laa-ee.
ਹਰਿ ਵਰੁ ਪਾਇਆ ਕਾਮਣੀ, har var paa-i-aa kaamnee
ਗੁਰਿ ਮੇਲਿ ਮਿਲਾਈ॥੧॥ਰਹਾਉ॥ gur mayl milaa-ee. ||1|| rahaa-o.

ਜਿਹੜਾ ਸ਼ਬਦ ਦੇ ਗੁਣ ਆਪਣੇ ਜੀਵਨ ਵਿੱਚ ਢਾਲ ਲੈਂਦਾ ਹੈ, ਉਸ ਦੇ ਮਨ ਦੇ ਬੁਰੇ ਖਿਆਲ ਨਾਸ਼ ਹੋ ਜਾਂਦੇ, ਬਖਸ਼ੇ ਜਾਂਦੇ ਹਨ । ਸ਼ਬਦ ਦੀ ਪਾਲਣਾ ਵਿੱਚ ਹੀ ਮਸਤ ਹੋਈ ਆਤਮਾ ਨੂੰ ਪ੍ਰਭ ਦੀ ਰਹਿਮਤ ਬਖਸ਼ਿਸ਼ ਹੋ ਜਾਂਦੀ ਹੈ ।

Whosoever may adopt the virtues of His Word in day to day life, all his evil thoughts may be eliminated and sins may be forgiven by The True Master. The soul intoxicated in the void His Word may be enlightened and accepted in His court.

ਇਕਿ ਪਿਰੁ ਹਦੂਰਿ ਨ ਜਾਣਨ੍ਹੀ, ik pir hadoor na jaananHee
ਦੂਜੈ ਭਰਮਿ ਭੁਲਾਇ॥ doojai bharam bhulaa-ay.
ਕਿਉ ਪਾਇਨਿ੍ ਡੋਹਾਗਣੀ, ki-o paa-iniH dohaaganee
ਦੁਖੀ ਰੈਣਿ ਵਿਹਾਇ॥੨॥ dukhee rain vihaa-ay. ||2||

ਜਿਹੜੇ ਧਰਮਾਂ ਦੇ ਪਾਏ ਭਰਮਾਂ ਵਿੱਚ ਰਹਿੰਦੇ ਹਨ, ਉਹ ਪ੍ਰਭ ਦਾ ਸ਼ਬਦ, ਹੋਂਦ ਨਹੀਂ ਜਾਣਦੇ । ਉਹਨਾਂ ਤੇ ਪ੍ਰਭ ਦੀ ਰਹਿਮਤ ਦੀ ਨਜ਼ਰ ਬਖਸ਼ਿਸ਼ ਨਹੀਂ ਹੁੰਦੀ । ਉਹ ਸੰਸਾਰ ਇੱਛਾਂ ਦੀ ਭਟਕਣ ਵਿੱਚ ਜੀਵਨ ਬਤੀਤ ਕਰਦੇ ਹਨ ।

Whosoever may remain entangled in the worldly religious rituals, suspicions, he may not realize the essence of His Word, His existence. He may remain in frustration of worldly desires and far away from His mercy and grace. He may waste his human life journey uselessly.

ਜਿਨ ਕੈ ਮਨਿ ਸਚੁ ਵਸਿਆ, Jin kai man sach vasi-aa
ਸਚੀ ਕਾਰ ਕਮਾਇ॥ sachee kaar kamaa-ay.
ਅਨਦਿਨੁ ਸੇਵਹਿ ਸਹਜ ਸਿਉ, an-din sayveh sahj si-o
ਸਚੇ ਮਾਹਿ ਸਮਾਇ॥੩॥ sachay maahi samaa-ay. ||3||

ਜਿਸ ਦੇ ਮਨ ਵਿੱਚ ਸ਼ਬਦ ਨਾਲ ਲਗਨ ਲੱਗ ਜਾਂਦੀ ਹੈ, ਉਹ ਸ਼ਬਦ ਨਾਲ ਜੀਵਨ ਢਾਲਦਾ ਹੈ । ਉਹ ਦਿਨ ਰਾਤ ਸ਼ਬਦ ਦੇ ਸਿਮਰਨ, ਪਾਲਣਾ ਵਿੱਚ ਵਿੱਚ ਹੀ ਲੀਨ ਰਹਿੰਦਾ ਹੈ ।

Whosoever may be devotionally attached to His Word, he may adopt the teachings of His Word in his day to day life. He may enter into the void of His Word, meditating and obeying the teachings day and night.

ਦੋਹਾਗਣੀ ਭਰਮਿ ਭੁਲਾਈਆ, duhaaganee bharam bhulaa-ee-aa
ਕੂੜੁ ਬੋਲਿ ਬਿਖੁ ਖਾਹਿ॥ koorh bol bikh khaahi.
ਪਿਰੁ ਨ ਜਾਣਨਿ ਆਪਣਾ, pir na jaanan aapnaa
ਸੁੰਞੀ ਸੇਜ ਦੁਖੁ ਪਾਹਿ॥੪॥ sunjee sayj dukh paahi. ||4||

ਜਿਸ ਦਾ ਭਰੋਸਾ ਇੱਕੋ ਇੱਕ ਪ੍ਰਭ ਤੇ ਅਡੋਲ ਨਹੀਂ ਹੁੰਦਾ, ਉਹ ਚਾਰੇ ਪਾਸੇ ਘੁੰਮਦਾ ਭਰਮਾਂ ਵਿੱਚ ਹੀ ਫਸਿਆ ਰਹਿੰਦਾ ਹੈ । ਉਹ ਮਨ ਘੜਤ ਗੱਲਾਂ ਹੀ ਕਰਦਾ, ਝੂਠ ਰੂਪੀ ਜ਼ਹਿਰ ਹੀ ਪੀਂਦਾ ਹੈ । ਉਸ ਨੂੰ ਪ੍ਰਭ ਦੀ ਪ੍ਰਵਾਨਗੀ ਦੇ ਰਸਤੇ ਦੀ ਸੋਝੀ ਬਖਸ਼ਿਸ਼ ਨਹੀਂ ਹੁੰਦੀ, ਸੰਸਾਰਕ ਇੱਛਾਂ ਦੀ ਭਟਕਣ ਵਿੱਚ ਹੀ ਰਹਿੰਦਾ ਹੈ ।

Whosoever may not establish steady and stable belief on The One and Only One, True Master, he may wander in all directions in worldly religious ritual and suspicions. He may manipulate false stories about His nature and wastes his life in deception. He may not be enlightened with the right path of meditation, acceptance in His court. He remains frustrated with worldly desires in his day to day life.

ਸਚਾ ਸਾਹਿਬੁ ਏਕੁ ਹੈ, sachaa saahib ayk hai
ਮਤੁ ਮਨ ਭਰਮਿ ਭੁਲਾਹਿ॥ mat man bharam bhulaahi.
ਗੁਰ ਪੂਛਿ ਸੇਵਾ ਕਰਹਿ, gur poochh sayvaa karahi
ਸਚੁ ਨਿਰਮਲੁ ਮੰਨਿ ਵਸਾਹਿ॥੫॥ sach nirmal man vasaahi. ||5||

ਇੱਕੋ ਇੱਕ ਪ੍ਰਭ ਹੀ ਸਾਰੀ ਸ੍ਰਿਸ਼ਟੀ ਨੂੰ ਪੈਦਾ ਕਰਨ ਵਾਲਾ ਮਾਲਕ ਹੈ, ਆਪਣੇ ਮਨ ਨੂੰ ਭਰਮਾਂ ਵਿੱਚ ਨਾ ਪਾਵੋ! ਪ੍ਰਭ ਦੇ ਸ਼ਬਦ ਨਾਲ ਆਪਣਾ ਜੀਵਨ ਢਾਲਕੇ ਆਪਣੀ ਆਤਮਾ ਨੂੰ ਪਵਿਤ੍ਰ, ਦਾਗ਼ ਰਹਿਤ ਰਖੋ! ਆਪਣੇ ਮਨ ਵਿੱਚ ਪ੍ਰਭ ਦੇ ਵਿਛੋੜੇ ਦਾ ਖਿਆਲ, ਵਿਰਾਗ ਰਖੋ

The One and Only One, True Master is the creator of the universe. You should not become slave of worldly rituals, suspicions. You should adopt the teachings of His Word to sanctify your soul and keep the memory of your separation from The True Master fresh in your mind all time.

ਸੋਹਾਗਣੀ ਸਦਾ ਪਿਰੁ ਪਾਇਆ, sohaaganee sadaa pir paa-i-aa
ਹਉਮੈ ਆਪੁ ਗਵਾਇ॥ ha-umai aap gavaa-ay.
ਪਿਰ ਸੇਤੀ ਅਨਦਿਨੁ ਗਹਿ ਰਹੀ, pir saytee an-din geh rahee
ਸਚੀ ਸੇਜ ਸੁਖੁ ਪਾਇ॥੬॥ sachee sayj sukh paa-ay. ||6||

ਜਿਹੜੀ ਆਤਮਾ ਆਪਣੇ ਮਨ ਵਿਚੋਂ ਅਹੰਕਾਰ ਦਾ ਨਾਸ਼ ਕਰ ਲੈਂਦੀ ਹੈ । ਉਸ ਤੇ ਸਦਾ ਹੀ ਪ੍ਰਭ ਦੀ ਰਹਿਮਤ ਦੀ ਨਜ਼ਰ ਰਹਿੰਦੀ ਹੈ । ਉਸ ਨੂੰ ਪ੍ਰਭ ਦੇ ਸ਼ਬਦ ਦਾ ਸਿਮਰਨ, ਪਾਲਣਾ ਕਰਨ ਨਾਲ ਹੀ ਸੰਤੋਖ ਬਖਸ਼ਿਸ਼ ਹੋ ਜਾਂਦਾ ਹੈ ।

Whosoever may conquer his ego, he may remain overwhelmed with His blessings in His sanctuary. He may remain intoxicated in the void of His Word meditating and may be blessed with contentment from within.

ਮੇਰੀ ਮੇਰੀ ਕਰਿ ਗਏ, mayree mayree kar ga-ay
ਪਲੈ ਕਿਛੁ ਨ ਪਾਇ॥ palai kichh na paa-ay.
ਮਹਲੁ ਨਾਹੀ ਡੋਹਾਗਣੀ, mahal naahee dohaaganee
ਅੰਤਿ ਗਈ ਪਛੁਤਾਇ॥੭॥ ant ga-ee pachhutaa-ay. ||7||

ਜਿਹੜਾ ਕੇਵਲ ਸੰਸਾਰਕ ਧਨ ਕਮਾਉਂਦਾ ਰਹਿੰਦਾ ਹੈ, ਉਸ ਪਾਸ ਮਰਨ ਤੇ ਸਾਥ ਲੈ ਜਾਣ ਵਾਲੀ ਕਮਾਈ ਨਹੀਂ ਹੁੰਦੀ । ਉਹ ਖਾਲੀ ਹੱਥੀ ਹੀ ਪ੍ਰਭ ਦੇ ਦਰਬਾਰ ਵਿੱਚ ਜਾਂਦਾ ਹੈ । ਉਸ ਨੂੰ ਦਰਬਾਰ ਵਿੱਚ ਕੋਈ ਥਾਂ ਬਖਸ਼ਿਸ਼ ਨਹੀਂ ਹੁੰਦੀ, ਜੂੰਨਾਂ ਵਿੱਚ ਹੀ ਭਉਣਾ ਪੈਂਦਾ ਰਹਿੰਦਾ ਹੈ ।

Whosoever may only collect the worldly wealth in his human life, he has no earnings of His Word to carry with him in His court. He enters empty-handed in His court and may not be blessed with resting place in His castle. He remains in the cycle of birth and death.

ਸੋ ਪਿਰੁ ਮੇਰਾ ਏਕੁ ਹੈ, so pir mayraa ayk hai
ਏਕਸੁ ਸਿਉ ਲਿਵ ਲਾਇ॥ aykas si-o liv laa-ay.

ਨਾਨਕ ਜੇ ਸੁਖੁ ਲੋੜਹਿ ਕਾਮਣੀ, naanak jay sukh lorheh kaamnee
ਹਰਿ ਕਾ ਨਾਮੁ ਮੰਨਿ ਵਸਾਇ॥੮॥੧੧॥੩੩ har kaa naam man vasaa-ay.8-11-33

ਕੇਵਲ ਇੱਕੋ ਇੱਕ ਪ੍ਰਭ ਹੀ ਹਰਇੱਕ ਜੀਵ ਦਾ ਮਾਲਕ ਹੈ, ਪ੍ਰਭ ਦੇ ਸ਼ਬਦ ਦਾ ਸਿਮਰਨ, ਪਾਲਣਾ ਕਰੋ । ਅਗਰ ਮਨ ਵਿੱਚ ਸੰਤੋਖ, ਸ਼ਾਂਤੀ ਪਾਉਣ ਦੀ ਇੱਛਾਂ ਹੈ! ਤਾਂ ਪ੍ਰਭ ਦੇ ਸ਼ਬਦ ਨਾਲ ਜੀਵਨ ਢਾਲਕੇ ਉਸ ਨਾਲ ਸੰਗ ਜੋੜੋ ।

The One and Only One God is The True Master of all creatures of the universe. You should s meditate on the teachings of His Word in day to day life. Whosoever may desire a peace and contentment in life, he should adopt the teachings of His Word with steady and stable belief in his life.

267. ਆਸਾ ਮਹਲਾ ੩॥ 428-9

ਅੰਮ੍ਰਿਤੁ ਜਿਨ੍ਾ ਚਖਾਇਓਨੁ, amrit JinHaa chhakhaa-i-on
ਰਸੁ ਆਇਆ ਸਹਜਿ ਸੁਭਾਇ॥ ras aa-i-aa sahj subhaa-ay.
ਸਚਾ ਵੇਪਰਵਾਹੁ ਹੈ, sachaa vayparvaahu hai
ਤਿਸ ਨੋ ਤਿਲੁ ਨ ਤਮਾਇ॥੧॥ tis no til na tamaa-ay. ||1||

ਜਿਹੜਾ ਸ਼ਬਦ ਦੀ ਪਾਲਣਾ ਵਿੱਚ ਲਗਨ ਲਾਉਂਦਾ ਹੈ, ਉਸ ਦੇ ਮਨ ਵਿੱਚ ਸ਼ਬਦ ਰੂਪੀ ਅੰਮ੍ਰਿਤ ਦਾ ਰਸ ਬਖਸ਼ਿਸ਼ ਹੋ ਜਾਂਦਾ ਹੈ । ਉਸ ਦੇ ਮਨ ਨੂੰ ਸੰਤੋਖ ਬਖਸ਼ਿਸ਼ ਹੋ ਜਾਂਦਾ ਹੈ । ਇੱਛਾਂ ਤੋ ਰਹਿਤ ਪ੍ਰਭ ਦੀ ਤਰ੍ਹਾਂ ਉਸ ਦਾ ਮਨ ਵਿੱਚ ਕੋਈ ਵੀ ਚਿੰਤਾ, ਇੱਛਾਂ ਨਹੀਂ ਰਹਿੰਦੀ ।

Whosoever may devotionally meditate on the teachings of His Word, he may be blessed with the taste of nectar of the essence of His Word and remains fully contented with his day to day life. His true devotee may be blessed with desire free state of mind just like The True Master.

ਅੰਮ੍ਰਿਤੁ ਸਚਾ ਵਰਸਦਾ, amrit sachaa varasdaa
ਗੁਰਮੁਖਾ ਮੁਖਿ ਪਾਇ॥ gurmukhaa mukh paa-ay.
ਮਨੁ ਸਦਾ ਹਰੀਆਵਲਾ, man sadaa haree-aavlaa
ਸਹਜੇ ਹਰਿ ਗੁਣ ਗਾਇ॥੧॥ਰਹਾਉ॥ sehjay har gun gaa-ay. ||1|| rahaa-o.

ਪ੍ਰਭ ਦੇ ਸ਼ਬਦ ਦੀ ਸੋਝੀ ਰੂਪੀ ਅੰਮ੍ਰਿਤ, ਹਰਵੇਲੇ ਪ੍ਰਭ ਦੇ ਦਰ ਵਿਚੋਂ ਮੀਹ ਵਾਂਗ ਵਰਸਦਾ ਹੈ । ਉਹ ਅੰਮ੍ਰਿਤ ਗੁਰਮਖ ਦੇ ਮਨ ਰੂਪੀ ਮੂੰਹ ਵਿੱਚ ਪੈਂਦਾ ਹੈ । ਉਸ ਦੇ ਮਨ ਵਿੱਚ ਸਦਾ ਰਹਿਣ ਵਾਲੀ ਹਰਿਆਵਲੀ ਹੋ ਜਾਂਦੀ ਹੈ । ਉਸ ਦਾ ਮਨ ਪ੍ਰਭ ਦੇ ਸ਼ਬਦ ਦੇ ਸਿਮਰਨ ਵਿੱਚ ਲੀਨ ਹੋ ਜਾਂਦਾ ਹੈ ।

The nectar of enlightenment of the teachings of His Word remains pouring like a heavy rain all time. The nectar may be dropping in the mouth of His true devotee and he may be blessed with everlasting blossom. He may enter into in deep meditation in the void of His Word.

ਮਨਮੁਖਿ ਸਦਾ ਦੋਹਾਗਣੀ, manmukh sadaa duhaaganee
ਦਰਿ ਖੜੀਆ ਬਿਲਲਾਹਿ॥ dar kharhee-aa billaahi.
ਜਿਨ੍ਾ ਪਿਰ ਕਾ ਸੁਆਦੁ ਨ ਆਇਓ, JinHaa pir kaa su-aad na aa-i-o
ਜੋ ਧੁਰਿ ਲਿਖਿਆ ਸੁ ਕਮਾਹਿ॥੨॥ jo Dhur likhi-aa so kamaahi. ||2||

ਮਨਮੁਖ, ਮਨਮਰਜ਼ੀ ਕਰਨ ਵਾਲੇ ਜੀਵ ਸਦਾ ਹੀ ਉਸ ਦੇ ਦਰ ਤੇ ਸੰਸਾਰਕ ਇੱਛਾਂ ਦੀ ਮੰਗ ਹੀ ਕਰਦੇ, ਰੋਸ, ਸੋਗ ਕਰਦੇ ਹਨ । ਜਿਹੜੇ ਜੀਵ ਪ੍ਰਭ ਦੇ ਸ਼ਬਦ ਦੀ ਪਾਲਣਾ ਨਹੀਂ ਕਰਦੇ । ਉਹ ਆਪਣੇ ਪਿਛਲੇ ਜਨਮ ਦੇ ਕੀਤੇ ਕੰਮ ਦੇ ਫਲ ਨਾਲ ਹੀ ਕੰਮ ਕਰਦੇ, ਜੀਵਨ ਬਤੀਤ ਕਰਦੇ ਹਨ ।

Self-minded always begs for worldly desires, grieves and complains about the worldly day to day life. Whosoever may not obey the teachings of His Word, he may endure punishment, enjoy the fruit of his previous life deeds as prewritten in his destiny in his day to day life.

ਗੁਰਮੁਖਿ ਬੀਜੇ ਸਚੁ ਜਮੈ,	gurmukh beejay sach jamai
ਸਚੁ ਨਾਮੁ ਵਾਪਾਰੁ॥	sach naam vaapaar.
ਜੋ ਇਤੁ ਲਾਹੈ ਲਾਇਅਨੁ,	jo it laahai laa-i-an
ਭਗਤੀ ਦੇਇ ਭੰਡਾਰ॥ ੩॥	bhagtee day-ay bhandaar. ||3||

ਗੁਰਮਖ ਜੀਵ ਆਪਣੇ ਮਨ ਵਿੱਚ ਸ਼ਬਦ ਦਾ ਬੀਜ ਬੀਜਦਾ, ਸ਼ਬਦ ਦੀ ਲਗਨ ਲਾਉਂਦਾ ਹੈ । ਉਸ ਵਿਚੋਂ ਵਿਛੋੜੇ ਦਾ ਵਿਰਾਗ ਪੈਂਦਾ ਹੁੰਦਾ ਹੈ । ਉਹ ਪ੍ਰਭ ਦੇ ਵਿਛੋੜੇ ਵਿੱਚ ਹੀ ਜੀਵਨ ਬਤੀਤ ਕਰਦਾ ਹੈ । ਜਿਸ ਨੂੰ ਰਹਿਮਤ ਬਖਸ਼ਕੇ, ਸ਼ਬਦ ਵਿੱਚ ਅਡੋਲ ਰਖਦਾ ਹੈ । ਉਹ ਆਪਣੇ ਅੰਦਰੋਂ ਹੀ ਸ਼ਬਦ ਦੀ ਸੋਝੀ ਦੇ ਖਜ਼ਾਨੇਂ ਦੀ ਖੋਜ ਕਰ ਲੈਂਦਾ ਹੈ ।

His true devotee sows the seed of His Word and devotion to meditate in his mind. The renunciation of the memory of his separation from The True Master blossom in his heart. He may remain in renunciation in this memory of his separation. Whosoever may be blessed with His mercy and grace, he may remain steady and stable on the teachings of His Word. He may discover the treasure of enlightenment of His Word from within his mind.

ਗੁਰਮੁਖਿ ਸਦਾ ਸੋਹਾਗਣੀ,	gurmukh sadaa sohaaganee
ਭੈ ਭਗਤਿ ਸੀਗਾਰਿ॥	bhai bhagat seegaar.
ਅਨਦਿਨੁ ਰਾਵਹਿ ਪਿਰੁ ਆਪਣਾ,	an-din raaveh pir aapnaa
ਸਚੁ ਰਖਹਿ ਉਰ ਧਾਰਿ॥੪॥	sach rakheh ur Dhaar. ||4||

ਗੁਰਮਖ ਸਦਾ ਹੀ ਪ੍ਰਭ ਦੇ ਵਿਛੋੜੇ ਦੇ ਵਿਰਾਗ, ਸ਼ਬਦ ਦੀ ਪਾਲਣਾ ਵਿੱਚ ਮਸਤ ਰਹਿੰਦਾ ਹੈ । ਦਿਨ ਰਾਤ ਉਸ ਦੇ ਮਨ ਵਿੱਚ ਪ੍ਰਭ ਦੇ ਸ਼ਬਦ ਦੀ ਧੁਨ ਗੂੰਜਦੀ ਹੈ । ਮਨ ਸ਼ਬਦ ਵਿੱਚ ਲੀਨ ਰਹਿੰਦਾ ਹੈ ।

His true devotee may always remain in renunciation in the memory of his separation from The True Master. He remains intoxicated in obeying the teachings of His Word. The everlasting echo of the essence of His Word resonates within his mind and he remains intoxicated in deep meditation in the void of His Word.

ਜਿਨ੍ਹਾ ਪਿਰੁ ਰਾਵਿਆ ਆਪਣਾ,	JinHaa pir raavi-aa aapnaa
ਤਿਨ੍ਹਾ ਵਿਟਹੁ ਬਲਿ ਜਾਉ॥	tinHaa vitahu bal jaa-o.
ਸਦਾ ਪਿਰ ਕੈ ਸੰਗਿ ਰਹਹਿ,	sadaa pir kai sang raheh
ਵਿਚਹੁ ਆਪੁ ਗਵਾਇ॥੫॥	vichahu aap gavaa-ay. ||5||

ਉਸ ਜੀਵ ਤੋ ਕੁਰਬਾਨ ਜਾਵਾ! ਜਿਹੜਾ ਪ੍ਰਭ ਦੇ ਸ਼ਬਦ ਦੀ ਪਾਲਣਾ ਕਰਦਾ ਹੈ । ਉਸ ਦੇ ਮਨ ਵਿੱਚ ਪ੍ਰਭ ਦਾ ਸ਼ਬਦ ਘਰ ਕਰ ਜਾਂਦਾ ਹੈ । ਉਸ ਦੇ ਮਨ ਵਿਚੋਂ ਖੁਦਗਰਜ਼ੀ ਨਾਸ਼ ਹੋ ਜਾਂਦੀ ਹੈ ।

I am fascinated from His true devotee! Who may adopt the teachings of His Word with steady and stable belief and may remain drenched with the teachings of His Word, all his selfishness may be eliminated from within his mind?

ਤਨੁ ਮਨੁ ਸੀਤਲੁ ਮੁਖ ਉਜਲੇ,	tan man seetal mukh ujlay
ਪਿਰ ਕੈ ਭਾਇ ਪਿਆਰਿ॥	pir kai bhaa-ay pi-aar.
ਸੇਜ ਸੁਖਾਲੀ ਪਿਰੁ ਰਵੈ,	sayj sukhaalee pir ravai
ਹਉਮੈ ਤ੍ਰਿਸਨਾ ਮਾਰਿ॥੬॥	ha-umai tarisnaa maar. ||6||

ਜਿਹੜੇ ਜੀਵ ਦਾ ਭਰੋਸਾ ਪ੍ਰਭ ਦੇ ਸ਼ਬਦ ਤੇ ਅਡੋਲ ਹੁੰਦਾ ਹੈ । ਉਸ ਦਾ ਮਨ ਸੰਤੋਖ ਵਿੱਚ, ਸੀਤਲ, ਨਿਮ੍ਰਤਾ ਵਾਲਾ ਬਣ ਜਾਂਦਾ ਹੈ । ਉਸ ਦੇ ਚੇਹਰੇ ਤੇ ਪ੍ਰਭ ਦੇ ਸ਼ਬਦ ਦਾ ਨੂਰ ਚਮਕਦਾ ਹੈ । ਉਹ ਪ੍ਰਭ ਦੀ ਰਹਿਮਤ ਦਾ ਅਨੰਦ ਮਾਨਦਾ, ਆਪਣੇ ਮਨ ਦੇ ਅਹੰਕਾਰ, ਸੰਸਾਰਕ ਇੱਛਾਂ ਤੇ ਕਾਬੂ ਪਾ ਲੈਂਦਾ ਹੈ ।

Whosoever may adopt the teachings of His Word with steady and stable belief, he may remain calm, contented, polite and humble. The spiritual glow of The Holy Spirit may shine on his forehead. He enjoys the bliss of His mercy and grace in his day to day life. He may conquer his ego and establishes a complete control on his worldly desires.

ਕਰਿ ਕਿਰਪਾ ਘਰਿ ਆਇਆ,	kar kirpaa ghar aa-i-aa
ਗੁਰ ਕੈ ਹੇਤਿ ਅਪਾਰਿ॥	gur kai hayt apaar.
ਵਰੁ ਪਾਇਆ ਸੋਹਾਗਣੀ,	var paa-i-aa sohaaganee
ਕੇਵਲ ਏਕੁ ਮੁਰਾਰਿ॥੭॥	kayval ayk muraar. ||7||

ਸ਼ਬਦ ਦੀ ਲਗਨ ਨਾਲ ਹੀ ਪ੍ਰਭ ਰਹਿਮਤ ਬਖਸ਼ਕੇ ਜੀਵ ਦਾ ਸਹਾਈ ਬਣਦਾ ਹੈ, ਸ਼ਬਦ ਵਿੱਚ ਭਰੋਸਾ ਅਡੋਲ ਰਖਦਾ ਹੈ । ਪ੍ਰਭ ਦੀ ਰਹਿਮਤ ਨਾਲ ਹੀ ਜੀਵ ਨੂੰ ਪ੍ਰਭ ਦੀਆਂ ਦਾਤਾਂ, ਪ੍ਰਵਾਨਗੀ ਦਾ ਰਸਤਾ ਬਖਸ਼ਿਸ਼ ਹੁੰਦਾ ਹੈ ।

With the devotion to meditate on the teachings of His Word; The Merciful True Master keeps his belief steady and stable on the teachings of His Word. He may bestow His grace in his day to day activities. He may be blessed with the right path of acceptance in His court.

ਸਭੇ ਗੁਨਹ ਬਖਸਾਇ,	sabhay gunah bakhsaa-ay
ਲਇਓਨੁ ਮੇਲੇ ਮੇਲਣਹਾਰਿ॥	la-i-on maylay maylanhaar.
ਨਾਨਕ ਆਖਣੁ ਆਖੀਐ,	naanak aakhan aakhee-ai
ਜੇ ਸੁਣਿ ਧਰੇ ਪਿਆਰੁ॥੮॥੧੨॥੩੪॥	jay sun Dharay pi-aar. ||8||12||34||

ਪ੍ਰਭ ਆਪ ਹੀ ਜੀਵ ਦੇ ਸਾਰੇ ਪਾਪ ਬਖਸ਼ ਦੇਂਦਾ ਹੈ । ਆਪਣੇ ਪ੍ਰਵਾਨਗੀ ਦੇ ਰਸਤੇ ਤੇ ਅਡੋਲ ਰਖਦਾ ਹੈ । ਜੀਵ ਪ੍ਰਭ ਦੇ ਸ਼ਬਦ ਦਾ ਸਿਮਰਨ, ਪਾਲਣਾ ਕਰੋ! ਪ੍ਰਭ ਸ਼ਬਦ ਦਾ ਸਿਮਰਨ ਸੁਣਕੇ, ਪਾਲਣਾ ਦੇਖਕੇ ਰਹਿਮਤਾਂ ਦੀ ਵਰਖਾ ਕਰ ਦੇਵੇ ।

The Merciful True Master may forgive the ignorant sinful deeds of His true devotee. He may keep him steady and stable on the right path of salvation. You should meditate and obey the teachings of His Word. The True Master may become merciful on Your devotion to meditate and obedience to His Word. He may bestow His mercy and grace on the soul.

268. ਆਸਾ ਮਹਲਾ ੩॥ 428-19

ਸਤਿਗੁਰ ਤੇ ਗੁਣ ਊਪਜੈ,	satgur tay gun oopjai
ਜਾ ਪ੍ਰਭੁ ਮੇਲੈ ਸੋਇ॥	jaa parabh maylai so-ay.
ਸਹਜੇ ਨਾਮੁ ਧਿਆਈਐ,	sehjay naam Dhi-aa-ee-ai
ਗਿਆਨੁ ਪਰਗਟੁ ਹੋਇ॥੧॥	gi-aan pargat ho-ay. ||1||

ਜਦੋਂ ਆਪ ਹੀ ਰਹਿਮਤ ਦੀ ਨਜ਼ਰ ਬਖਸ਼ਦਾ ਹੈ ਤਾਂ ਹੀ ਜੀਵ ਵਿੱਚ ਸ਼ਬਦ ਦੇ ਗੁਣ ਬਖਸ਼ਿਸ਼ ਹੁੰਦੇ ਹਨ । ਸ਼ਬਦ ਦੀ ਪਾਲਣਾ, ਸਿਮਰਨ ਕਰਨ ਨਾਲ, ਮਨ ਵਿੱਚ ਲਗਨ ਲਗਦੀ, ਸ਼ਬਦ ਦੀ ਸੋਝੀ ਬਖਸ਼ਿਸ਼ ਹੁੰਦੀ ਹੈ ।

Only with His mercy and grace, someone may sing the glory of His Word. By meditating and obeying the teachings of His Word, he may be blessed with dedication to meditate and may be blessed with the enlightenment of His Word.

ਏ ਮਨ ਮਤ ਜਾਣਹਿ ਹਰਿ ਦੂਰਿ ਹੈ,	ay man mat jaaneh har door hai
ਸਦਾ ਵੇਖੁ ਹਦੂਰਿ॥	sadaa vaykh hadoor.
ਸਦ ਸੁਣਦਾ ਸਦ ਵੇਖਦਾ,	sad sundaa sad vaykh-daa
ਸਬਦਿ ਰਹਿਆ ਭਰਪੂਰਿ॥੧॥ਰਹਾਉ॥	sabad rahi-aa bharpoor. ||1|| rahaa-o.

ਪ੍ਰਭ ਨੂੰ ਕਦੇ ਆਪਣੇ ਤੋਂ ਦੂਰ ਨਾ ਸਮਝੋ! ਸਦਾ ਉਸ ਨੂੰ ਆਪਣੇ ਨੇੜੇ ਹੀ ਸਮਝੋ! ਪ੍ਰਭ ਸਭ ਕੁਝ ਦੇਖਦਾ, ਸੁਣਦਾ ਹੈ । ਉਹ ਆਪਣੇ ਸ਼ਬਦ ਵਿੱਚ ਸਦਾ ਹੀ ਵਾਪਰਦਾ ਹੈ, ਭਰਪੂਰ ਹੈ ।

The True Master dwells within the body and mind and never consider The True Master far away from your soul. The Omnipresent True Master always watches all your activities and hears your prayers. His mercy and grace remain overwhelmed and in adopting the teachings of His Word.

ਗੁਰਮੁਖਿ ਆਪੁ ਪਛਾਣਿਆ,	gurmukh aap pachhaani-aa
ਤਿਨ੍ਹੀ ਇਕ ਮਨਿ ਧਿਆਇਆ॥	tinHee ik man Dhi-aa-i-aa.
ਸਦਾ ਰਵਹਿ ਪਿਰੁ ਆਪਣਾ,	sadaa raveh pir aapnaa
ਸਚੈ ਨਾਮਿ ਸੁਖੁ ਪਾਇਆ॥੨॥	sachai naam sukh paa-i-aa. ||2||

ਜਿਹੜਾ ਗੁਰਮਖ ਆਪਣੇ ਆਪ ਨੂੰ ਪਛਾਣ ਜਾਂਦਾ ਹੈ । ਉਹ ਇੱਕ ਮਨ ਹੋ ਕੇ ਪ੍ਰਭ ਦੇ ਸ਼ਬਦ ਦੀ ਪਾਲਣਾ ਕਰਦਾ ਹੈ । ਉਹ ਹਰ ਵੇਲੇ ਪ੍ਰਭ ਦੀ ਰਹਿਮਤ, ਸ਼ਰਣ ਵਿੱਚ ਰਹਿੰਦਾ ਹੈ, ਮਨ ਵਿੱਚ ਸੰਤੋਖ, ਸ਼ਾਂਤੀ ਰਹਿੰਦੀ ਹੈ ।

Whosoever may recognize his own mind, the purpose of his human life journey, he may with steady and stable belief adopt the teachings of His Word. He always remains in the sanctuary of the teachings of His Word. The peace and contentment may prevail in his mind all time.

ਏ ਮਨ ਤੇਰਾ ਕੋ ਨਹੀ,	ay man tayraa ko nahee
ਕਰਿ ਵੇਖੁ ਸਬਦਿ ਵੀਚਾਰੁ॥	kar vaykh sabad veechaar.
ਹਰਿ ਸਰਣਾਈ ਭਜਿ ਪਉ,	har sarnaa-ee bhaj pa-o
ਪਾਇਹਿ ਮੋਖ ਦੁਆਰੁ॥੩॥	paa-ihi mokh du-aar. ||3|

ਜੀਵ ਤੇਰਾ ਸੰਸਾਰ ਵਿੱਚ ਕੋਈ ਅੰਤ ਵੇਲੇ ਸਾਥ ਦੇਣ ਵਾਲਾ ਕੋਈ ਅਸਲੀ ਸਾਥੀ ਨਹੀਂ ਹੈ, ਮਨ ਇਹ ਸਮਝਕੇ ਆਪਣਾ ਜੀਵਨ ਪ੍ਰਭ ਦੇ ਸ਼ਬਦ ਨਾਲ ਢਾਲੋ! ਪ੍ਰਭ ਦੇ ਸ਼ਬਦ ਨਾਲ ਜੀਵਨ ਢਾਲਣ ਨਾਲ ਪ੍ਰਭ ਦੀ ਸ਼ਰਣ ਵਿੱਚ ਪਨਾਹ, ਪ੍ਰਵਾਨਗੀ ਦੇ ਰਸਤੇ ਦੀ ਸੋਝੀ ਬਖਸ਼ਿਸ਼ ਹੋ ਜਾਂਦੀ ਹੈ ।

You should always keep in mind that after death, no one may support you in His Court. You should adopt the teachings of His Word in day to day life. By adopting the teachings of His Word with steady and stable belief; The Merciful True Master may enlighten you with the right path of acceptance in His court, in His sanctuary.

ਸਬਦਿ ਸੁਣੀਐ ਸਬਦਿ ਬੁਝੀਐ,	sabad sunee-ai sabad bujhee-ai
ਸਚਿ ਰਹੈ ਲਿਵ ਲਾਇ॥	sach rahai liv laa-ay.
ਸਬਦੇ ਹਉਮੈ ਮਾਰੀਐ,	sabday ha-umai maaree-ai
ਸਚੈ ਮਹਲਿ ਸੁਖੁ ਪਾਇ॥੪॥	sachai mahal sukh paa-ay. ||4||

ਜਿਹੜਾ ਪ੍ਰਭ ਦਾ ਸ਼ਬਦ ਸੁਣਕੇ, ਸਮਝਕੇ ਆਪਣੇ ਜੀਵਨ ਦਾ ਢੰਗ ਬਣਾ ਲੈਂਦਾ ਹੈ । ਉਸ ਨੂੰ ਸ਼ਬਦ ਦੀ ਪਾਲਣਾ ਕਰਦੇ, ਆਪਣੇ ਮਨ ਦੇ ਅਹੰਕਾਰ ਤੇ ਜਿੱਤ ਬਖਸ਼ਿਸ਼ ਹੋ ਜਾਂਦੀ ਹੈ । ਉਸ ਦੇ ਮਨ ਵਿੱਚ ਸੰਤੋਖ ਘਰ ਕਰ ਜਾਂਦਾ ਹੈ ।

Whosoever may listen to the sermons of His Word, understands the meaning, the essence of His Word and adopts the teachings of His Word in his day to day life. He may be blessed to conquer the ego his mind. He may remain drenched with contentment on His blessings.

ਇਸੁ ਜੁਗ ਮਹਿ ਸੋਭਾ ਨਾਮ ਕੀ,	is jug meh sobhaa naam kee
ਬਿਨੁ ਨਾਵੈ ਸੋਭ ਨ ਹੋਇ॥	bin naavai sobh na ho-ay.
ਇਹ ਮਾਇਆ ਕੀ ਸੋਭਾ	ih maa-i-aa kee sobhaa
ਚਾਰਿ ਦਿਹਾੜੇ,	chaar dihaarhay
ਜਾਂਦੀ ਬਿਲਮੁ ਨ ਹੋਇ॥੫॥	jaadee bilam na ho-ay. ||5||

ਸੰਸਾਰ ਵਿੱਚ ਪ੍ਰਭ ਦੇ ਸ਼ਬਦ ਦੀ ਪਾਲਣਾ ਕਰਨ ਵਾਲੇ ਦੀ ਸੋਭਾ ਹੁੰਦੀ ਹੈ । ਸ਼ਬਦ ਦੀ ਪਾਲਣਾ ਤੋਂ ਬਿਨਾਂ ਕੋਈ ਸੋਭਾ, ਸੰਤੋਖ ਬਖਸ਼ਿਸ਼ ਨਹੀਂ ਹੁੰਦਾ । ਸੰਸਾਰਕ ਮਾਇਆ ਨਾਲ ਥੋੜ੍ਹਾ ਸਮਾਂ ਰਹਿਣ ਵਾਲ ਸੁਖ, ਮਾਣ ਮਿਲਦਾ ਹੈ । ਇਹ ਥੋੜ੍ਹਾ ਸਮਾਂ ਪਾ ਕੇ ਬੀਤ ਜਾਂਦਾ ਹੈ ।

Whosoever may obey the teachings of His Word, he may be honored in the universe. Without obeying and adopting the teachings of His Word, no one may be honored or blessed with contentment in his day to day life. Worldly wealth may only provide comforts and honor for a short period of time. All comforts disappear over a period of time.

ਜਿਨੀ ਨਾਮੁ ਵਿਸਾਰਿਆ,	Jinee naam visaari-aa
ਸੇ ਮੁਏ ਮਰਿ ਜਾਹਿ॥	say mu-ay mar jaahi.
ਹਰਿ ਰਸ ਸਾਦੁ ਨ ਆਇਓ,	har ras saad na aa-i-o
ਬਿਸਟਾ ਮਾਹਿ ਸਮਾਹਿ॥੬॥	bistaa maahi samaahi. ‖6‖

ਜਿਹੜਾ ਮਨ ਵਿਚੋਂ, ਜੀਵਨ ਵਿਚੋਂ ਸ਼ਬਦ ਨੂੰ ਵਿਸਾਰ ਦੇਂਦਾ ਹੈ , ਉਹ ਮਰਿਆ ਦੇ ਸਮਾਨ ਹੀ ਹੰਦਾ ਹੈ । ਉਹ ਸੰਸਾਰਕ ਚਿੰਤਾਂ ਵਿੱਚ ਹੀ ਮਰ ਜਾਂਦਾ ਹੈ । ਉਸ ਦੇ ਜੀਵਨ ਤੇ ਪ੍ਰਭ ਦੇ ਸ਼ਬਦ ਦਾ ਕੋਈ ਪ੍ਰਭਾਵ ਨਹੀਂ ਹੁੰਦਾ । ਉਹ ਰੂੜੀ ਦੇ ਕੀੜੇ ਵਾਂਗ ਰੂੜੀ ਵਿੱਚ ਹੀ ਦੱਬੇ ਜਾਂਦੇ ਹਨ ।

Whosoever may abandon the teachings of His Word from his day to day life, consider him dead for the true purpose of human life. He may remain a slave of worldly desires and frustration of disappointments. The teachings of His Word may not have any influence on his day to day life. He is like the worm of manure and he may die and buried under manure.

ਇਕਿ ਆਪੇ ਬਖਸਿ ਮਿਲਾਇਅਨੁ,	ik aapay bakhas milaa-i-an an
ਅਨਦਿਨੁ ਨਾਮੇ ਲਾਇ॥	-din naamay laa-ay.
ਸਚੁ ਕਮਾਵਹਿ ਸਚਿ ਰਹਹਿ,	sach kamaaveh sach raheh
ਸਚੇ ਸਚਿ ਸਮਾਹਿ॥੭॥	sachay sach samaahi. ‖7‖

ਕਈਆਂ ਜੀਵਾਂ ਤੇ ਪ੍ਰਭ ਆਪ ਹੀ ਰਹਿਮਤ ਬਖਸ਼ਕੇ ਸ਼ਬਦ ਵਿੱਚ ਲਗਨ ਲਾਉਂਦਾ, ਪ੍ਰਵਾਨਗੀ ਦੇ ਰਸਤੇ ਤੇ ਅਡੋਲ ਰਖਦਾ ਹੈ । ਉਹ ਆਪਣਾ ਜੀਵਨ ਸ਼ਬਦ ਨਾਲ ਢਾਲਕੇ ਸ਼ਬਦ ਦੀ ਸਮਾਧੀ ਵਿੱਚ ਹੀ ਅਭੇਦ ਹੋ ਜਾਂਦੇ ਹਨ ।

Whosoever may be blessed with His mercy and grace to be attached to meditate and keeps his belief steady and stable on the right path of acceptance. He may adopt the teachings of His Word in his day to day life and may enter into deep meditation in the void of His Word and may be absorbed in the Holy spirit.

ਬਿਨੁ ਸਬਦੈ ਸੁਣੀਐ ਨ ਦੇਖੀਐ,	bin sabdai sunee-ai na daykhee-ai
ਜਗੁ ਬੋਲਾ ਅੰਨ੍ਹਾ ਭਰਮਾਇ॥	jag bolaa anHaa bharmaa-ay.
ਬਿਨੁ ਨਾਵੈ ਦੁਖੁ ਪਾਇਸੀ,	bin naavai dukh paa-isee
ਨਾਮੁ ਮਿਲੈ ਤਿਸੈ ਰਜਾਇ॥੮॥	naam milai tisai rajaa-ay. ‖8‖

ਪ੍ਰਭ ਦੇ ਸ਼ਬਦ ਦੀ ਪਾਲਣਾ ਤੋਂ ਬਿਨਾਂ, ਸੰਸਾਰ ਵਿੱਚ ਕਿਸੇ ਨੂੰ ਕੋਈ ਸੋਝੀ ਬਖਸ਼ਿਸ਼ ਨਹੀਂ ਹੁੰਦੀ । ਕੁਝ ਸੁਣ, ਬੋਲ, ਜਾ ਦੇਖ ਨਹੀਂ ਸਕਦਾ, ਉਹ ਦਿਵਾਨਾ ਹੋਇਆ ਭਉਂਦਾ ਰਹਿੰਦਾ ਹੈ । ਪ੍ਰਭ ਦੇ ਸ਼ਬਦ ਦੀ ਪਾਲਣਾ ਤੋਂ ਬਿਨਾਂ ਕੇਵਲ ਸੰਸਾਰ ਵਿੱਚ ਦੁਖ ਹੀ ਮਿਲਦੇ ਹਨ । ਪ੍ਰਭ ਦੇ ਸ਼ਬਦ ਨਾਲ ਲਗਨ ਕੇਵਲ ਪ੍ਰਭ ਦੀ ਆਪਣੀ ਰਹਿਮਤ ਨਾਲ ਹੀ ਲਗਦੀ ਹੈ ।

Without obeying the teachings of His Word, no one may be enlightened with the teachings, essence of His Word. He may not hear His Word nor witness His nature. He becomes insane and wanders around in worldly frustrations. Without obeying the teachings of His Word, he may endure miseries. Only with His mercy and grace, His true devotee may enter into devotional meditation in the void of His Word.

ਜਿਨ ਬਾਣੀ ਸਿਉ ਚਿਤੁ ਲਾਇਆ,	Jin banee si-o chit laa-i-aa
ਸੇ ਜਨ ਨਿਰਮਲ ਪਰਵਾਣੁ॥	say jan nirmal parvaan.
ਨਾਨਕ ਨਾਮੁ ਤਿਨ੍ਾ ਕਦੇ ਨ ਵੀਸਰੈ,	naanak naam tinHaa kaday na veesrai
ਸੇ ਦਰਿ ਸਚੇ ਜਾਣੁ॥੯॥੧੩॥੩੫॥	say dar sachay jaan. ||9||13||35||

ਜਿਹੜਾ ਪ੍ਰਭ ਦੇ ਸ਼ਬਦ ਵਿੱਚ ਲਗਨ ਲਾਉਂਦਾ ਹੈ, ਉਸ ਦਾ ਮਨ ਪਵਿਤ੍ਰ ਹੋ ਜਾਂਦਾ ਹੈ । ਉਹ ਪ੍ਰਵਾਨਗੀ ਦੇ ਰਸਤੇ ਤੇ ਚਲਦਾ ਹੈ । ਜਿਸ ਦਾ ਭਰੋਸਾ ਪ੍ਰਭ ਦੇ ਸ਼ਬਦ ਤੇ ਕਦੇ ਡੋਲਦਾ ਨਹੀਂ, ਉਹ ਪ੍ਰਭ ਦੇ ਦਰਬਾਰ ਵਿੱਚ ਬੰਦਗੀ ਕਰਨ ਵਾਲਾ ਅਸਲੀ ਦਾਸ ਬਣ ਜਾਂਦਾ ਹੈ ।

Whosoever may dedicate to a devotional meditation on the teachings of His Word, his soul may be sanctified. He may be blessed with the right path of meditation. Whosoever may never abandon his belief on the teachings of His Word. He may be blessed with state of mind as His true devotee.

269.ਆਸਾ ਮਹਲਾ ੩॥ 429-11

ਸਬਦੌ ਹੀ ਭਗਤ ਜਾਪਦੇ,	sabdou hee bhagat jaapday
ਜਿਨ੍ ਕੀ ਬਾਣੀ ਸਚੀ ਹੋਇ॥	JinH kee banee sachee ho-ay.
ਵਿਚਹੁ ਆਪੁ ਗਇਆ ਨਾਉ ਮੰਨਿਆ,	vichahu aap ga-i-aa naa-o mani-aa
ਸਚਿ ਮਿਲਾਵਾ ਹੋਇ॥੧॥	sach milaavaa ho-ay. ||1||

ਜਿਹੜਾ ਸ਼ਬਦ ਦੀ ਪਾਲਣਾ, ਜੀਵਨ ਬਤੀਤ ਕਰਦਾ ਹੈ, ਉਸ ਦੇ ਬੋਲੇ ਕਥਨ ਪ੍ਰਭ ਦੀ ਬਾਣੀ ਦਾ ਰੂਪ ਧਾਰਨ ਕਰ ਜਾਂਦੇ ਹਨ । ਉਹ ਆਪਣੇ ਵਿਚੋਂ ਖੁਦਗਰਜ਼ੀ ਨਾਸ਼ ਕਰਕੇ, ਅਹੰਕਾਰ ਖਤਮ ਕਰਕੇ, ਪ੍ਰਭ ਦੀ ਪ੍ਰਵਾਨਗੀ ਦੇ ਰਸਤੇ ਤੇ ਅਡੋਲ ਰਹਿੰਦਾ ਹੈ ।

Whosoever may obey and adopt the teachings of His Word with steady and stable belief, his spoken word from his tongue may become His Word. He may conquer his selfishness and his ego of his worldly status and may remain steady and stable on the right path of acceptance in His court.

ਹਰਿ ਹਰਿ ਨਾਮੁ ਜਨ ਕੀ ਪਤਿ ਹੋਇ॥	har har naam jan kee pat ho-ay.
ਸਫਲੁ ਤਿਨ੍ਾ ਕਾ ਜਨਮੁ ਹੈ,	safal tinHaa kaa janam hai
ਤਿਨ੍ ਮਾਨੈ ਸਭੁ ਕੋਇ॥੧॥ਰਹਾਉ॥	tinH maanai sabh ko-ay. ||1|| rahaa-o.

ਜਿਸ ਜੀਵ ਦੇ ਪਾਸ ਪ੍ਰਭ ਦੇ ਸ਼ਬਦ ਦੀ ਹੀ ਕਮਾਈ ਹੁੰਦੀ ਹੈ, ਉਸ ਦਾ ਮਾਨਸ ਜਨਮ ਲੈਣਾ ਸਫਲ ਹੋ ਜਾਂਦਾ ਹੈ । ਉਸ ਦੀ ਸਾਰਾ ਸੰਸਾਰ ਹੀ ਸੋਭਾ ਗਾਉਂਦਾ ਹੈ ।

Whosoever has the earnings of His Word, his human life journey may become successful. The whole universe may honor and sing, his glory.

ਹਉਮੈ ਮੇਰਾ ਜਾਤਿ ਹੈ	ha-umai mayraa jaat hai
ਅਤਿ ਕ੍ਰੋਧੁ ਅਭਿਮਾਨੁ॥	at kroDh abhimaan.
ਸਬਦਿ ਮਰੈ ਤਾ ਜਾਤਿ ਜਾਇ,	sabad marai taa jaat jaa-ay
ਜੋਤੀ ਜੋਤਿ ਮਿਲੈ ਭਗਵਾਨੁ॥੨॥	jotee jot milai bhagvaan. ||2||

ਸੰਸਾਰ ਵਿੱਚ ਖੁਦਗਰਜ਼ੀ, ਕਰੋਧ, ਅਹੰਕਾਰ ਦਾ ਬੋਲ ਬਾਲਾ, ਜ਼ੋਰ ਚਲਦਾ ਹੈ । ਜਿਹੜਾ ਪ੍ਰਭ ਦੇ ਸ਼ਬਦ ਨਾਲ ਜੀਵਨ ਢਾਲਦਾ ਹੈ । ਉਸ ਦੀ ਜੋਤ ਪ੍ਰਭ ਦੀ ਜੋਤ ਵਿੱਚ ਸਮਾ ਜਾਂਦੀ, ਅਭੇਦ ਹੋ ਜਾਂਦੀ ਹੈ ।

The whole world is dominated by selfishness, anger and ego of worldly status in day to day life. Whosoever may adopt the teachings of His Word in his day to day life, His soul may be enlightened and absorbed in The Holy Spirit

ਪੂਰਾ ਸਤਿਗੁਰੁ ਭੇਟਿਆ, pooraa satgur bhayti-aa
ਸਫਲ ਜਨਮੁ ਹਮਾਰਾ॥ safal janam hamaaraa.
ਨਾਮੁ ਨਵੈ ਨਿਧਿ ਪਾਇਆ, naam navai niDh paa-i-aa
ਭਰੇ ਅਖੁਟ ਭੰਡਾਰਾ॥੩॥ bharay akhut bhandaaraa. ||3||

ਪ੍ਰਭ ਦੇ ਸ਼ਬਦ ਨਾਲ ਜੀਵਨ ਢਾਲਣ ਨਾਲ ਹੀ ਜੀਵ ਦਾ ਮਾਨਸ ਜਨਮ ਸਫਲ ਹੋ ਸਕਦਾ ਹੈ । ਉਸ ਨੂੰ ਮਨ ਅੰਦਰੋਂ ਹੀ ਪ੍ਰਭ ਦੇ ਸ਼ਬਦ ਦੀ ਸੋਝੀ ਦੇ ਨੌਂ ਖਜ਼ਾਨੇਂ ਬਖਸ਼ਿਸ਼ ਹੋ ਜਾਂਦੇ ਹਨ । ਸੁਚੇਤ ਮਨ ਵਿੱਚ ਪ੍ਰਭ ਦੀ ਜੋਤ ਜਾਗਰਤ ਹੋ ਜਾਂਦੀ ਹੈ ।

By adopting the teachings of His Word in day to day life, his human life journey may become successful. He may be enlightened with nine treasures of enlightenment from within and remains awake and alert.

ਆਵਹਿ ਇਸੁ ਰਾਸੀ ਕੇ ਵਾਪਾਰੀਏ, aavahi is raasee kay vaapaaree-ay
ਜਿਨ੍ਾ ਨਾਮੁ ਪਿਆਰਾ॥ JinHaa naam pi-aaraa.
ਗੁਰਮੁਖਿ ਹੋਵੈ ਸੋ ਧਨੁ ਪਾਏ, gurmukh hovai so Dhan paa-ay
ਤਿਨ੍ਾ ਅੰਤਰਿ ਸਬਦੁ ਵੀਚਾਰਾ॥੪॥ tinHaa antar sabad veechaaraa. ||4||

ਜਿਹੜਾ ਪ੍ਰਭ ਦੇ ਸ਼ਬਦ ਨਾਲ ਜੀਵਨ ਢਾਲਦਾ ਹੈ, ਉਹ ਸ਼ਬਦ ਦਾ ਵਪਾਰੀ ਬਣ ਜਾਂਦਾ ਹੈ । ਉਸ ਦੇ ਮਨ ਵਿੱਚ ਇੱਕੋ ਇੱਕ ਹੀ ਖਾਹਿਸ਼ ਰਹਿੰਦੀ ਹੈ । ਉਹ ਆਪਣੇ ਅੰਦਰੋਂ ਖੋਜ ਕੇ, ਆਪਾ ਖਤਮ ਕਰਕੇ ਗੁਰਮਖ ਅਵਸਥਾ ਪਾ ਲੈਂਦੇ ਹਨ ।

Whosoever may adopt the teachings of His Word with steady and stable belief in day to day life, he may become a true trader of His Word. One and Only One desire may remain in his mind to be accepted in His sanctuary. He conquers his selfishness and ego and may be blessed with state of mind of His true devotee.

ਭਗਤੀ ਸਾਰ ਨ ਜਾਣਨ੍ਹੀ, bhagtee saar na jaananHee
ਮਨਮੁਖ ਅਹੰਕਾਰੀ॥ manmukh ahaNkaaree.
ਧੁਰਹੁ ਆਪਿ ਖੁਆਇਅਨੁ, Dharahu aap khu-aa-i-an
ਜੂਐ ਬਾਜੀ ਹਾਰੀ॥੫॥ joo-ai baajee haaree. ||5||

ਮਨਮੁਖ ਦੇ ਮਨ ਵਿੱਚ ਅਹੰਕਾਰ ਦਾ ਜ਼ੋਰ ਹੁੰਦਾ ਹੈ । ਉਹ ਪ੍ਰਭ ਦੇ ਸ਼ਬਦ ਦੀ ਪਾਲਣਾ ਕਰਨ ਦੀ ਕੋਈ ਪ੍ਰਵਾਹ ਨਹੀਂ ਕਰਦਾ । ਉਹ ਜਨਮ ਤੋ ਹੀ ਸੰਸਾਰਕ ਇੱਛਾਂ ਵਿੱਚ ਭਟਕਦਾ ਰਹਿੰਦਾ ਹੈ । ਆਪਣਾ ਮਾਨਸ ਜੀਵਨ ਜੂਐ ਦੀ ਬਾਜ਼ੀ ਤੇ ਲਾਈ ਰਖਦਾ ਹੈ । ਅੰਤ ਵਿੱਚ ਬਿਰਥਾ ਹੀ ਗਵਾ ਜਾਂਦਾ ਹੈ ।

The self-minded remains dominated by the ego of his worldly status. He may not bother or care to obey the teachings of His Word. He remains frustrated with worldly desires from the time of his birth. He always gambles his human life blessings and may wastes his priceless opportunity of human life blessings uselessly.

ਬਿਨੁ ਪਿਆਰੈ ਭਗਤਿ ਨ ਹੋਵਈ, bin pi-aarai bhagat na hova-ee
ਨਾ ਸੁਖੁ ਹੋਇ ਸਰੀਰਿ॥ naa sukh ho-ay sareer.
ਪ੍ਰੇਮ ਪਦਾਰਥੁ ਪਾਈਐ, paraym padaarath paa-ee-ai
ਗੁਰ ਭਗਤੀ ਮਨ ਧੀਰਿ॥੬॥ gur bhagtee man Dheer. ||6||

ਪ੍ਰਭ ਦੇ ਸ਼ਬਦ ਵਿੱਚ ਲਗਨ ਲਾਉਣ ਤੋ ਬਿਨਾਂ ਸ਼ਬਦ ਦੀ ਪਾਲਣਾ ਨਹੀਂ ਕੀਤੀ ਜਾ ਸਕਦੀ । ਮਨ ਨੂੰ ਪ੍ਰਭ ਦੇ ਦਿੱਤੇ ਤੇ ਸੰਤੋਖ ਨਹੀਂ ਆਉਂਦਾ । ਪ੍ਰਭ ਦੇ ਸ਼ਬਦ ਦੀ ਪਾਲਣਾ ਕਰਨ ਨਾਲ ਮਨ ਵਿੱਚ ਸ਼ਬਦ ਦੀ ਸੋਝੀ, ਸੰਤੋਖ, ਧੀਰਜ ਬਖਸ਼ਿਸ਼ ਹੋ ਸਕਦਾ ਹੈ ।

Without wholeheartedly dedicating on meditating on the teachings of His Word, no one may wholeheartedly adopt the teachings of His Word. He may never experience contentment in his worldly condition. By obeying and adopting the teachings of His Word, he may be blessed with enlightenment, patience and contentment.

ਜਿਸ ਨੋ ਭਗਤਿ ਕਰਾਏ,	Jis no bhagat karaa-ay
ਸੋ ਕਰੇ ਗੁਰ ਸਬਦ ਵੀਚਾਰਿ॥	so karay gur sabad veechaar.
ਹਿਰਦੈ ਏਕੋ ਨਾਮੁ ਵਸੈ,	hirdai ayko naam vasai
ਹਉਮੈ ਦੁਬਿਧਾ ਮਾਰਿ॥੭॥	ha-umai dubiDhaa maar. ||7||

ਜਿਸ ਜੀਵ ਨੂੰ ਪ੍ਰਭ ਆਪ ਬੰਦਗੀ ਤੇ ਲਾਉਂਦਾ ਹੈ, ਉਹ ਹੀ ਸ਼ਬਦ ਦੀ ਪਾਲਣਾ ਕਰਦਾ, ਸ਼ਬਦ ਦਾ ਮਨ ਵਿੱਚ ਵਿਚਾਰ ਕਰਦਾ ਹੈ । ਜਿਹੜਾ ਸ਼ਬਦ ਨੂੰ ਮਨ ਵਿੱਚ ਵਸਾ ਲੈਂਦਾ ਹੈ । ਉਹ ਮਨ ਵਿੱਚ ਅਹੰਕਾਰ ਤੇ ਜਿੱਤ ਪਾ ਲੈਂਦਾ ਹੈ, ਭਰਮਾਂ ਦਾ ਨਾਸ਼ ਕਰ ਲੈਂਦਾ ਹੈ ।

Whosoever may be inspired and attached to meditate on His Word, only he may obey and adopt the teachings of His Word. He may concentrate on the essences of His Word. Whosoever may drench the teachings of His Word in his mind. He may conquer the ego of his mind and eliminates all suspicions from his mind.

ਭਗਤਾ ਕੀ ਜਤਿ ਪਤਿ ਏਕੋੁ ਨਾਮੁ ਹੈ,	bhagtaa kee jat pat ayko naam hai
ਆਪੇ ਲਏ ਸਵਾਰਿ॥	aapay la-ay savaar.
ਸਦਾ ਸਰਣਾਈ ਤਿਸ ਕੀ,	sadaa sarnaa-ee tis kee
ਜਿਉ ਭਾਵੈ ਤਿਉ ਕਾਰਜੁ ਸਾਰਿ॥੮॥	Ji-o bhaavai ti-o kaaraj saar. ||8||

ਬੰਦਗੀ ਕਰਨ ਵਾਲੇ ਦੀ ਹੈਸੀਅਤ, ਕਮਾਈ ਕੇਵਲ ਪ੍ਰਭ ਦੇ ਸ਼ਬਦ ਦੀ ਪਾਲਣਾ ਹੀ ਹੁੰਦੀ ਹੈ । ਉਹ ਸ਼ਬਦ ਨੂੰ ਹੀ ਮਨ ਵਿੱਚ ਵਸਉਂਦਾ ਹੈ । ਉਹ ਸਦਾ ਹੀ ਪ੍ਰਭ ਦੀ ਸ਼ਰਣ, ਪਨਾਹ ਵਿੱਚ ਰਹਿੰਦਾ ਹੈ । ਪ੍ਰਭ ਆਪ ਹੀ ਉਸ ਨੂੰ ਸੰਸਾਰਕ ਧੰਦੇ ਤੇ ਲਾਉਂਦਾ, ਸਦਾ ਸਹਾਈ ਹੁੰਦਾ ਹੈ ।

Obeying the teachings of His Word may become the worldly status and only worldly wealth of His true devotee. He may drench the teachings of His Word within his mind. He always remains in the sanctuary of the teachings of His Word in his day to day life. The True Master may assign him unique task and may remain his companion and support in his day to day life.

ਭਗਤਿ ਨਿਰਾਲੀ ਅਲਾਹ ਦੀ,	bhagat niraalee alaah dee
ਜਾਪੈ ਗੁਰ ਵੀਚਾਰਿ॥	jaapai gur veechaar.
ਨਾਨਕ ਨਾਮੁ ਹਿਰਦੈ ਵਸੈ,	naanak naam hirdai vasai
ਭੈ ਭਗਤੀ ਨਾਮਿ ਸਵਾਰਿ॥੯॥੧੪॥੩੬॥	bhai bhagtee naam savaar. ||9||14||36||

ਪ੍ਰਭ ਦੀ ਬੰਦਗੀ ਸ਼ਬਦ ਦੇ ਅਧਾਰ ਤੇ ਕਰਨ ਨਾਲ ਅਨੋਖਾ ਹੀ ਫਲ ਬਖਸ਼ਿਸ਼ ਹੁੰਦਾ ਹੈ । ਜਿਸ ਦੇ ਮਨ ਵਿੱਚ ਸ਼ਬਦ ਘਰ ਕਰ ਜਾਂਦਾ ਹੈ । ਉਹ ਪ੍ਰਭ ਦੇ ਵਿਛੋੜੇ ਦੇ ਵਿਰਾਗ ਵਿੱਚ ਹੀ ਆਪਣੇ ਮਨ ਨੂੰ ਪਵਿਤ੍ਰ ਰਖਦਾ ਹੈ ।

By meditating and adopting the teachings of His Word, a unique and astonishing reward may be blessed. Whosoever may be drenched with the teachings of His Word, he may sanctify his soul. He may remain in the renunciation in his memory of separation from The True Master.

270.ਆਸਾ ਮਹਲਾ ੩॥ 430-2

ਅਨ ਰਸ ਮਹਿ ਭੋਲਾਇਆ,	an ras meh bholaa-i-aa
ਬਿਨੁ ਨਾਮੈ ਦੁਖ ਪਾਇ॥	bin naamai dukh paa-ay.
ਸਤਿਗੁਰੁ ਪੁਰਖੁ ਨ ਭੇਟਿਓ,	satgur purakh na bhayti-o
ਜਿ ਸਚੀ ਬੂਝ ਬੁਝਾਇ॥੧॥	je sachee boojh bujhaa-ay. ||1||

ਜਿਹੜਾ ਸ਼ਬਦ ਦੀ ਪਾਲਣਾ ਤੋਂ ਬਿਨਾਂ ਹੋਰ ਅਨੰਦ, ਮਨੋਰੰਜਨ ਭਾਲਦਾ, ਜੀਵਨ ਬਤੀਤ ਕਰਦਾ ਹੈ । ਉਸ ਨੂੰ ਜੀਵਨ ਵਿੱਚ ਸੰਸਾਰਕ ਚਿੰਤਾਂ ਹੀ ਮਿਲਦੀਆਂ ਹਨ । ਜਿਹੜਾ ਪ੍ਰਭ ਦੇ ਸ਼ਬਦ ਦੀ ਪਾਲਣਾ ਨਹੀਂ ਕਰਦਾ, ਉਸ ਨੂੰ ਪ੍ਰਭ ਦੇ ਸ਼ਬਦ ਦੀ ਸੋਝੀ ਬਖਸ਼ਿਸ਼ ਨਹੀਂ ਹੁੰਦੀ ।

Whosoever may find the worldly pleasures and entertainments without obeying the teachings of His Word in his day to day life. He may remain frustrated with worldly desires in his day to day life. Whosoever may abandon the teachings of His Word, he may not be enlightened with the essence of His Word.

ਏ ਮਨ ਮੇਰੇ ਬਾਵਲੇ,	ay man mayray baavlay
ਹਰਿ ਰਸੁ ਚਖਿ ਸਾਦੁ ਪਾਇ॥	har ras chakh saad paa-ay.
ਅਨ ਰਸਿ ਲਾਗਾ ਤੂੰ ਫਿਰਹਿ,	an ras laagaa tooN fireh birthaa
ਬਿਰਥਾ ਜਨਮੁ ਗਵਾਇ॥੧॥ ਰਹਾਉ॥	janam gavaa-ay. ‖1‖ rahaa-o.

ਦਿਵਾਨੇ ਮਨ, ਸ਼ਬਦ ਦੀ ਪਾਲਣਾ ਕਰਕੇ ਰਹਿਮਤਾਂ ਦੇ ਅੰਮ੍ਰਿਤ ਦਾ ਸੁਆਦ ਮਾਣੋ । ਹੋਰ ਸੁਆਦ, ਅਨੰਦ ਮਾਨਦਾ ਨਾਲ ਆਪਣਾ ਮਾਨਸ ਜੀਵਨ ਬਿਰਥਾ ਹੀ ਗਵਾਈ ਜਾਂਦਾ ਹੈ ।

My insane mind, you should adopt the teachings of His Word and enjoy the taste of the nectar of His Word, His blessings. By worldly pleasures and entertainment, you are wasting your human life blessings uselessly.

ਇਸੁ ਜੁਗ ਮਹਿ ਗੁਰਮੁਖ ਨਿਰਮਲੇ,	is jug meh gurmukh nirmalay
ਸਚਿ ਨਾਮਿ ਰਹਹਿ ਲਿਵ ਲਾਇ॥	sach naam raheh liv laa-ay.
ਵਿਣੁ ਕਰਮਾ ਕਿਛੁ ਪਾਈਐ ਨਹੀਂ,	vin karmaa kichh paa-ee-ai nahee
ਕਿਆ ਕਰਿ ਕਹਿਆ ਜਾਇ॥੨॥	ki-aa kar kahi-aa jaa-ay. ‖2‖

ਗੁਰਮਖ ਸੰਸਾਰ ਵਿੱਚ ਰਹਿੰਦਾ ਹੋਇਆ ਵੀ ਸੰਸਾਰਕ ਇੱਛਾਂ ਨਾਲ ਆਪਣਾ ਮਨ ਮੈਲਾ ਨਹੀਂ ਕਰਦਾ । ਉਸ ਦਾ ਇੱਛਾਂ ਤੋਂ ਰਹਿਤ ਮਨ, ਪ੍ਰਭ ਦੇ ਸ਼ਬਦ ਵਿੱਚ ਹੀ ਲੀਨ ਰਹਿੰਦਾ ਹੈ । ਪ੍ਰਭ ਦੀ ਰਹਿਮਤ ਨਾਲ ਭਾਗਾਂ ਵਿੱਚ ਹੋਣ ਤੋਂ ਬਿਨਾਂ, ਕੁਝ ਪਾਇਆ ਨਹੀਂ ਜਾ ਸਕਦਾ । ਇਸ ਬਾਬਤ ਹੋਰ ਕੀ ਕਹਿਆ ਜਾ ਸਕਦਾ ਹੈ?

His true devotee may not blemish his mind with worldly desires in his human life journey. His blemish free mind may remain intoxicated with the teachings of His Word in meditation in the void of His Word. Without great prewritten destiny, the enlightenment of His Word may not be blessed. He may not accomplish anything in the world. What else can be said about His nature?

ਆਪੁ ਪਛਾਣਹਿ ਸਬਦਿ ਮਰਹਿ,	aap pachhaaneh sabad mareh
ਮਨਹੁ ਤਜਿ ਵਿਕਾਰ॥	manhu taj vikaar.
ਗੁਰ ਸਰਣਾਈ ਭਜਿ ਪਏ,	gur sarnaa-ee bhaj pa-ay
ਬਖਸੇ ਬਖਸਣਹਾਰ॥੩॥	bakhsay bakhsanhaar. ‖3‖

ਜਿਹੜਾ ਜੀਵ ਆਪਣੇ ਆਪ ਨੂੰ ਪਛਾਣ ਜਾਂਦਾ ਹੈ, ਉਹ ਸ਼ਬਦ ਨਾਲ ਜੀਵਨ ਢਾਲਦਾ ਹੈ । ਉਹ ਆਪਣੇ ਮਨ ਦੇ ਲਾਲਚ ਤੇ ਜਿੱਤ ਪਾ ਕੇ, ਪ੍ਰਭ ਦੀ ਸ਼ਰਣ ਵਿੱਚ ਆਉਂਦਾ ਹੈ । ਪ੍ਰਭ ਆਪ ਹੀ ਰਹਿਮਤ ਬਖਸ਼ਕੇ ਉਸ ਨੂੰ ਸ਼ਬਦ ਦੀ ਪਾਲਣਾ ਤੇ ਲਾਉਂਦਾ, ਅਡੋਲ ਰਖਦਾ ਹੈ ।

Who may recognize the true purpose of his human life journey, he may adopt the teachings of His Word in his day to day life? He may conquer his mind and may eliminate the greed of worldly desires. He may humbly surrender at His sanctuary. With His mercy and grace, he may be blessed with devotion to meditation and keeps him steady and stable on the right path of acceptance in His court.

ਬਿਨੁ ਨਾਵੈ ਸੁਖੁ ਨ ਪਾਈਐ — bin naavai sukh na paa-ee-ai
ਨਾ ਦੁਖੁ ਵਿਚਹੁ ਜਾਇ॥ — naa dukh vichahu jaa-ay.
ਇਹੁ ਜਗੁ ਮਾਇਆ ਮੋਹਿ, — ih jag maa-i-aa mohi
ਵਿਆਪਿਆ ਦੂਜੈ ਭਰਮਿ ਭੁਲਾਇ॥੪॥ — vi-aapi-aa doojai bharam bhulaa-ay. ||4||

ਪ੍ਰਭ ਦੇ ਸ਼ਬਦ ਦੀ ਪਾਲਣਾ ਤੋਂ ਬਿਨਾਂ, ਮਨ ਵਿੱਚ ਸੰਤੋਖ ਬਖਸ਼ਿਸ਼ ਨਹੀਂ ਹੁੰਦਾ । ਮਨ ਵਿਚੋਂ ਇੱਛਾਂ ਦੀ ਭਟਕਣ ਖਤਮ ਨਹੀਂ ਹੁੰਦੀ । ਸਾਰਾ ਸੰਸਾਰ ਹੀ ਸੰਸਾਰਕ ਮਾਇਆ ਦੇ ਥੋੜ੍ਹੇ ਸਮੇਂ ਰਹਿਣ ਵਾਲੇ ਅਨੰਦ ਵਿੱਚ, ਭਰਮਾਂ ਵਿੱਚ ਦਿਵਾਨਾ ਹੋਇਆ ਰਹਿੰਦਾ ਹੈ ।

Without obeying and adopting the teachings of His Word, he may not be blessed with contentment in his day to day life. The frustration of worldly desires may not be eliminated from his mind. The whole universe remains entangled in the enjoyment of short living worldly wealth. He may wander around insanely in the suspicions and religious rituals.

ਦੋਹਾਗਣੀ ਪਿਰ ਕੀ ਸਾਰ ਨ ਜਾਣਹੀ, — duhaaganee pir kee saar na jaanhee
ਕਿਆ ਕਰਿ ਕਰਹਿ ਸੀਗਾਰੁ॥ — ki-aa kar karahi seegaar.
ਅਨਦਿਨੁ ਸਦਾ ਜਲਦੀਆ ਫਿਰਹਿ, — an-din sadaa jaldee-aa fireh
ਸੇਜੈ ਰਵੈ ਨ ਭਤਾਰੁ॥੫॥ — sayjai ravai na bhataar. ||5||

ਸ਼ਬਦ ਵਿੱਚ ਲਗਨ ਲਾਉਣ ਤੋਂ ਬਿਨਾਂ, ਆਤਮਾ ਨੂੰ ਸ਼ਬਦ ਦੀ ਸੋਝੀ ਬਖਸ਼ਿਸ਼ ਨਹੀਂ ਹੁੰਦੀ । ਉਹ ਸ਼ਬਦ ਨਾਲ ਜੀਵਨ ਕਿਵੇਂ ਢਾਲ ਸਕਦੀ ਹੈ? ਉਹ ਦਿਨ ਰਾਤ ਇੱਛਾਂ ਦੀ ਭਟਕਣ ਵਿੱਚ ਲੱਗੀ ਰਹਿੰਦੀ ਹੈ, ਇੱਛਾਂ ਵਧ ਦੀਆਂ ਜਾਂਦੀਆਂ ਹਨ । ਉਸ ਦੇ ਮਨ ਨੂੰ ਕਦੇ ਸੰਤੋਖ ਬਖਸ਼ਿਸ਼ ਨਹੀਂ ਹੁੰਦਾ ।

Without a devotional meditation, he may not be enlightened with the teachings of His Word. How may he adopt the teachings of His Word in her day to day life? He may remain frustrated and may never feel contented with any of worldly conditions.

ਸੋਹਾਗਣੀ ਮਹਲੁ ਪਾਇਆ, — sohaaganee mahal paa-i-aa
ਵਿਚਹੁ ਆਪੁ ਗਵਾਇ॥ — vichahu aap gavaa-ay.
ਗੁਰ ਸਬਦੀ ਸੀਗਾਰੀਆ, — gur sabdee seegaaree-aa
ਅਪਣੇ ਸਹਿ ਲਈਆ ਮਿਲਾਇ॥੬॥ — apnay seh la-ee-aa milaa-ay. ||6||

ਸ਼ਬਦ ਦੀ ਪਾਲਣਾ ਕਰਨ ਵਾਲਾ ਜੀਵ ਆਪਣੇ ਮਨ ਵਿਚੋਂ ਖੁਦਗਰਜ਼ੀ ਖਤਮ ਕਰ ਲੈਂਦਾ ਹੈ । ਉਸ ਨੂੰ ਪ੍ਰਵਾਨਗੀ ਦੇ ਰਸਤੇ ਦੀ ਸੋਝੀ ਬਖਸ਼ਿਸ਼ ਹੋ ਜਾਂਦੀ ਹੈ । ਉਸ ਰਸਤੇ ਤੇ ਅਡੋਲ ਰਹਿੰਦੇ ਨੂੰ ਪ੍ਰਭ ਦੇ ਦਰਬਾਰ ਵਿੱਚ ਪ੍ਰਵਾਨਗੀ ਬਖਸ਼ਿਸ਼ ਹੋ ਜਾਂਦੀ ਹੈ ।

Whosoever may obey the teachings of His Word, he may eliminate his selfishness from his mind. He may be blessed with the right path of acceptance in His court. Whosoever may remain steady and stable on the right path, he may be accepted in His court.

ਮਰਣਾ ਮਨਹੁ ਵਿਸਾਰਿਆ, — marnaa manhu visaari-aa
ਮਾਇਆ ਮੋਹੁ ਗੁਬਾਰੁ॥ — maa-i-aa moh gubaar.
ਮਨਮੁਖ ਮਰਿ ਮਰਿ ਜੰਮਹਿ ਭੀ ਮਰਹਿ, — manmukh mar mar jameh bhee mareh
ਜਮ ਦਰਿ ਹੋਹਿ ਖੁਆਰੁ॥੭॥ — jam dar hohi khu-aar. ||7||

ਜਿਹੜੇ ਜੀਵ ਦਾ ਸੰਸਾਰਕ ਮਾਇਆ ਨਾਲ ਮੋਹ ਲੱਗ ਜਾਂਦਾ ਹੈ । ਉਹ ਮਾਇਆ ਦੇ ਥੋੜ੍ਹਾ ਸਮੇਂ ਰਹਿਣ ਵਾਲੇ ਨਸ਼ੇ ਵਿੱਚ ਮੌਤ ਦੀ ਅਸਲੀਅਤ ਨੂੰ ਭੁਲ ਜਾਂਦਾ ਹੈ । ਉਹ ਮਨਮਰਜ਼ੀ ਕਰਨ ਵਾਲਾ ਬਾਰ ਬਾਰ ਜੂੰਨਾਂ ਵਿੱਚ ਭਉਦਾ, ਦਰਦਨਾਕ ਅਵਸਥਾ ਵਿੱਚ ਹੀ ਰਹਿੰਦਾ ਹੈ ।

Whosoever may remain attached to worldly wealth, he may remain intoxicated with the short living pleasures of worldly wealth, he may forget the reality of life and unavoidable certainty of death. Self-minded remains in a very miserable condition in the cycle of birth and death.

ਆਪਿ ਮਿਲਾਇਅਨੁ ਸੇ ਮਿਲੇ, aap milaa-i-an say milay
ਗੁਰ ਸਬਦਿ ਵੀਚਾਰਿ॥ gur sabad veechaar.
ਨਾਨਕ ਨਾਮਿ ਸਮਾਣੇ ਮੁਖ ਉਜਲੇ, naanak naam samaanay mukh ujlay
ਤਿਤੁ ਸਚੈ ਦਰਬਾਰਿ॥੮॥੨੨॥੧੫॥੩੭॥ tit sachai darbaar. ||8||22||15||37||

ਜਿਸ ਤੇ ਪ੍ਰਭ ਆਪ ਰਹਿਮਤ ਬਖਸ਼ਕੇ, ਸ਼ਬਦ ਦੀ ਪਾਲਣਾ ਦੇ ਰਸਤੇ ਤੇ ਅਡੋਲ ਰਖਦਾ ਹੈ । ਕੇਵਲ ਉਹ ਹੀ ਪ੍ਰਭ ਦੇ ਸ਼ਬਦ ਦੀ ਪਾਲਣਾ, ਪ੍ਰਵਾਨਗੀ ਦੇ ਰਸਤੇ ਤੇ ਅਡੋਲ ਰਹਿੰਦਾ ਹੈ । ਪ੍ਰਭ ਦੇ ਸ਼ਬਦ ਵਿੱਚ ਲੀਨ ਰਹਿੰਦੇ ਤੇ ਸ਼ਬਦ ਦਾ ਨੂਰ ਚਮਕਦਾ ਹੈ ।

Whosoever may be blessed with His mercy and grace, he may remain steady and stable on the right path of meditation. Only he may adopt the teachings of His Word and remains steady and stable on the right path of accepted in His court. He may remain in deep meditation in the void of His Word. The spiritual glow of His Word may shine on his forehead.

271.ਆਸਾ ਮਹਲਾ ੫ ਅਸਟਪਦੀਆ ਘਰੁ ੨॥ 430-13

ੴ ਸਤਿਗੁਰ ਪ੍ਰਸਾਦਿ॥ ik-oNkaar satgur parsaad.
ਪੰਚ ਮਨਾਏ ਪੰਚ ਰੁਸਾਏ॥ panch manaa-ay panch rusaa-ay.
ਪੰਚ ਵਸਾਏ ਪੰਚ ਗਵਾਏ॥੧॥ panch vasaa-ay panch gavaa-ay. ||1||

ਜਦੋਂ ਮੇਰੀ ਆਤਮਾ ਨੇ ਪੰਜ ਗੁਣ ਹਾਸਿਲ ਕਰ ਲਏ! ਉਸ ਵਿਚੋਂ ਪੰਜੇ ਬੁਰੇ ਖਿਆਲ ਦੂਰ ਹੋ ਗਏ, ਨਾਸ਼ ਹੋ ਗਏ । ਜਦੋਂ ਮਨ ਦਾ ਪੰਜਾਂ ਜਮਦੂਤਾਂ ਤੇ ਕਾਬੂ, ਜਿੱਤ ਬਖਸ਼ਿਸ਼ ਹੋ ਗਈ, ਤਾਂ ਇਹ ਪੰਜੇ ਹੀ ਬੁਰੇ ਖਿਆਲ ਛੱਡਕੇ, ਮੇਰੇ ਸਹਾਈ ਬਣ ਗਏ ।

When my soul acquired five virtues of His Word; patience, contentment, forgiveness, mercy on helpless and tolerance, then the five demons of worldly desires disappeared, eliminated from my mind. When my mind conquered the five demons of worldly desire, then all five demons of worldly desires become my helper, slaves.

ਇਨ੍ ਬਿਧਿ ਨਗਰੁ ਵੁਠਾ ਮੇਰੇ ਭਾਈ॥ inH biDh nagar vuthaa mayray bhaa-ee.
ਦੁਰਤੁ ਗਇਆ durat ga-i-aa
ਗੁਰਿ ਗਿਆਨੁ ਦ੍ਰਿੜਾਈ॥੧॥ ਰਹਾਉ॥ gur gi-aan darirhaa-ee. ||1|| rahaa-o

ਮੇਰੇ ਤਨ ਦੀ ਅਵਸਥਾ ਇਸ ਤਰ੍ਹਾਂ ਬਣ ਗਈ ਹੈ, ਮਨ ਵਿਚੋਂ ਬੁਰੇ ਖਿਆਲ ਦੂਰ ਹੋ ਗਏ ਹਨ । ਮਨ ਵਿੱਚ ਪ੍ਰਭ ਦੇ ਸ਼ਬਦ ਦੇ ਗੁਣ ਜਾਗਰਤ ਹੋ ਗਏ ਹਨ । ਪ੍ਰਭ ਨੇ ਸ਼ਬਦ ਰੂਪੀ ਬੂਟਾ ਲਾ ਦਿੱਤਾ ਹੈ ।

My mind and body are blessed with such a state of mind, all evil thoughts disappeared, eliminated from my mind. The teachings of His Word enlightened within and my mind remains awake and alert. The True Master has planted a flower, tree of His Word within my mind.

ਸਾਚ ਧਰਮ ਕੀ ਕਰਿ ਦੀਨੀ ਵਾਰਿ॥ saach Dharam kee kar deenee vaar.
ਫਰਹੇ ਮੁਹਕਮ ਗੁਰ ਗਿਆਨੁ ਬੀਚਾਰਿ॥੨ farhay muhkam gur gi-aan beechaar. 2

ਸ਼ਬਦ ਦੇ ਨਿਯਮਾਂ ਦੇ ਅਧਾਰ ਤੇ ਮੇਰੇ ਜੀਵਨ ਦਾ ਢੰਗ ਬਣ ਗਿਆ । ਮਨ ਤੇ ਇਹਨਾਂ ਨਿਯਮਾਂ ਦੀ ਦੀਵਾਰ ਬਣ ਗਈ ਹੈ । ਇਸ ਘਰ ਦਾ ਸ਼ਬਦ ਦੀ ਪਾਲਣਾ, ਸੋਝੀ ਰੂਪੀ ਮਜ਼ਬੂਤ ਦਰਵਾਜਾ ਲੱਗ ਗਿਆ ।

My mind has developed a unique discipline with steady and stable belief of His blessings in day to day life. My mind has made a strong protective wall of these disciplines. My mind has installed a strong gate of my belief and my obedience of the teachings of His Word.

ਨਾਮੁ ਖੇਤੀ ਬੀਜਹੁ ਭਾਈ ਮੀਤ॥ naam khaytee beejahu bhaa-ee meet.

ਸਉਦਾ ਕਰਹੁ ਗੁਰੁ ਸੇਵਹੁ ਨੀਤ॥੩॥ sa-udaa karahu gur sayvhu neet. ||3||

ਪ੍ਰਭ ਦੇ ਸ਼ਬਦ ਰੂਪੀ ਖੇਤੀ ਮਨ ਵਿੱਚ ਬੀਜੋ! ਕੇਵਲ ਪ੍ਰਭ ਦੇ ਸ਼ਬਦ ਰੂਪੀ ਪਦਾਰਥ ਦਾ ਵਪਾਰ ਕਰੋ!

You should only grow a crop of His Word in the earth of your mind. You should only trade the merchandise of His Word.

ਸਾਂਤਿ ਸਹਜ ਸੁਖ ਕੇ ਸਭਿ ਹਾਟ॥ saaNt sahj sukh kay sabh haat.
ਸਾਹ ਵਾਪਾਰੀ ਏਕੈ ਥਾਟ॥੪॥ saah vaapaaree aykai thaat. ||4||

ਸ਼ਬਦ ਰੂਪੀ ਦੁਕਾਨ, ਸੰਤੋਖ ਅਤੇ ਖੁਸ਼ੀ ਦੇ ਸਮਾਨ ਨਾਲ ਭਰੀ ਹੋਈ ਹੈ । ਪ੍ਰਭ ਆਪ ਹੀ ਬਜ਼ਾਰ ਦਾ ਮਾਲਕ, ਇਸ ਬਜ਼ਾਰ ਵਿੱਚ ਵਸਦਾ ਹੈ ।

The store of the merchandise of His Word is overflowing with the merchandise of happiness and contentment. The True Owner of this store, God dwells and trades in this outlet.

ਜੇਜੀਆ ਡੰਨੁ ਕੋ ਲਏ ਨ ਜਗਾਤਿ॥ jayjee-aa dann ko la-ay na jagaat.
ਸਤਿਗੁਰਿ ਕਰਿ ਦੀਨੀ ਧੁਰ ਕੀ ਛਾਪ॥੫॥ satgur kar deenee Dhur kee chhaap. 5

ਇਸ ਬਜ਼ਾਰ ਵਿੱਚ ਜਾਣ ਵਾਲੇ ਨੂੰ ਕੋਈ ਚੰਦਾ ਨਹੀਂ ਦੇਣਾ ਪੈਂਦਾ, ਨਾ ਹੀ ਮੌਤ ਦੀ ਸਜ਼ਾ ਹੀ ਹੁੰਦੀ ਹੈ । ਪ੍ਰਭ ਨੇ ਇਸ ਬਜ਼ਾਰ ਵਿੱਚ ਸਾਰੇ ਪਦਾਰਥਾਂ ਤੇ ਆਪਣੀ ਪ੍ਰਵਾਨਗੀ ਦੀ ਮੁਹਰ ਲਾਈ ਹੈ ।

There is no membership fee to shop in this store, outlet; the merchant of this store may not endure the punishment of death. All merchandises in this store are with stamp of His approval and acceptance in His court.

ਵਖਰੁ ਨਾਮੁ ਲਦਿ ਖੇਪ ਚਲਾਵਹੁ॥ vakhar naam lad khayp chalaavahu.
ਲੈ ਲਾਹਾ ਗੁਰਮੁਖਿ ਘਰਿ ਆਵਹੁ॥੬॥ lai laahaa gurmukh ghar aavhu. ||6||

ਜੀਵ ਇਸ ਬਜ਼ਾਰ ਵਿਚੋਂ ਪ੍ਰਭ ਦੇ ਸ਼ਬਦ ਦੀ ਸੋਝੀ ਨਾਲ ਆਪਣਾ ਮਨ ਰੂਪੀ ਗੱਡਾ ਲੱਦ ਲਵੋ । ਇਸ ਨਾਲ ਆਪਣੇ ਮਾਨਸ ਜਨਮ ਦੀ ਯਾਤਰਾ ਅਰੰਭ ਕਰੋ! ਇਸ ਨਾਲ ਸ਼ਬਦ ਦੀ ਕਮਾਈ ਦਾ ਧਨ ਇਕੱਠਾ ਕਰਕੇ, ਲਾਭ ਲੈ ਕੇ, ਗੁਰਮਖ ਅਵਸਥਾ ਪਾਵੋ! ਗਰੁਮਖ ਅਵਸਥਾ ਪਾ ਕੇ ਆਪਣੇ ਅਸਲੀ ਘਰ, ਪ੍ਰਭ ਦੇ ਦਰਬਾਰ ਵਿੱਚ ਵਾਪਸ ਜਾਵੋ!

You should load the cart of your mind with the merchandise of His Word from this store. You may start your human life with the merchandise from the store of virtues of His Word and may profit from his human life blessings. You should earn the wealth of His Word, with the earning of His Word; you may be blessed to benefit in human life journey. With the earnings of His Word, His true devotee may return to the house of The True Master.

ਸਤਿਗੁਰੁ ਸਾਹੁ ਸਿਖ ਵਣਜਾਰੇ॥ satgur saahu sikh vanjaaray.
ਪੂੰਜੀ ਨਾਮੁ ਲੇਖਾ ਸਾਚੁ ਸਮ੍ਹਾਰੇ॥੭॥ poonjee naam laykhaa saach samHaaray.7

ਇਸ ਬਜ਼ਾਰ ਵਿੱਚ ਪ੍ਰਭ ਆਪ ਹੀ ਮਾਲਕ ਹੈ, ਆਪ ਹੀ ਸੌਦਾ ਵੇਚਦਾ ਹੈ । ਇਸ ਬਜ਼ਾਰ ਵਿੱਚ ਕੇਵਲ ਪ੍ਰਭ ਦੇ ਦਾਸ ਹੀ ਵਪਾਰੀ ਹਨ, ਸੌਦਾ ਖਰੀਦ ਵਾਲੇ ਹਨ । ਪ੍ਰਭ ਦੇ ਸ਼ਬਦ ਦੀ ਸੋਝੀ ਹੀ ਸੌਦਾ, ਪਦਾਰਥ ਹੈ, ਸ਼ਬਦ ਦੀ ਬੰਦਗੀ, ਪੂਜਾ ਹੀ ਉਹਨਾਂ ਦਾ ਖਾਤਾ, ਲੇਖਾ ਹੈ ।

In this store, outlet The One and Only One, God is the Owner and salesman. Only His true devotee maybe able to purchase the merchandise of enlightenment of His Word. This store carries unique merchandise of the enlightenment of His Word, the right path of salvation. The earnings of His Word are the capital of His true devotee, may be the line of credit to purchase the merchandise of His Word.

ਸੋ ਵਸੈ ਇਤੁ ਘਰਿ ਜਿਸੁ ਗੁਰੁ ਪੂਰਾ ਸੇਵ॥ so vasai it ghar Jis gur pooraa sayv.
ਅਬਿਚਲ ਨਗਰੀ ਨਾਨਕ ਦੇਵ॥੮॥੧॥ abichal nagree naanak dayv. ||8||1||

ਜਿਹੜਾ ਪ੍ਰਭ ਦੇ ਸ਼ਬਦ ਦੀ ਪਾਲਣਾ ਕਰਦਾ ਹੈ । ਉਹ ਹੀ ਇਸ ਘਰ ਵਿੱਚ ਵਸਦਾ ਹੈ । ਇਸ ਨਗਰ ਦਾ ਨਾਮ ਅਬਿਚਲ ਨਗਰ, ਪ੍ਰਭ ਦਾ ਦਰਬਾਰ ਹੈ ।

Whosoever may wholeheartedly with steady and stable belief obey the teachings of His Word, only he may be allowed to reside in this house. The name of this house is Abichal Nagree, the Divine city, the throne, court of The True Master.

272.ਆਸਾਵਰੀ ਮਹਲਾ ੫ ਘਰੁ ੩॥ 431-1

ੴ ਸਤਿਗੁਰ ਪ੍ਰਸਾਦਿ॥ ik-oNkaar satgur parsaad.
ਮੇਰੇ ਮਨ ਹਰਿ ਸਿਉ ਲਾਗੀ ਪ੍ਰੀਤਿ॥ mayray man har si-o laagee pareet.
ਸਾਧਸੰਗਿ ਹਰਿ ਹਰਿ ਜਪਤ saaDhsang har har japat
ਨਿਰਮਲ ਸਾਚੀ ਰੀਤਿ॥੧॥ਰਹਾਉ॥ nirmal saachee reet. ||1|| rahaa-o.

ਮੇਰੇ ਮਨ ਵਿੱਚ ਪ੍ਰਭ ਦੇ ਸ਼ਬਦ ਨਾਲ ਲਗਨ, ਪ੍ਰੀਤ ਲੱਗੀ ਹੈ । ਬੰਦਗੀ ਕਰਨ ਵਾਲੇ ਦੀ ਸੰਗਤ ਵਿੱਚ ਰਲਕੇ ਸ਼ਬਦ ਦਾ ਸਿਮਰਨ ਕਰਦਾ ਹਾ । ਸ਼ਬਦ ਅਨੁਸਾਰ ਜੀਵਨ ਦਾ ਢੰਗ ਪਵਿਤ੍ਰ ਬਣ ਗਿਅ ਹੈ ।

My mind has a deep devotion and attachment to meditate on the teachings of His Word. By associating with His true devotee, I meditate on the teachings of His Word. By adopting the teachings of His Word my soul has been sanctified.

ਦਰਸਨ ਕੀ ਪਿਆਸ ਘਣੀ darsan kee pi-aas ghanee
ਚਿਤਵਤ ਅਨਿਕ ਪ੍ਰਕਾਰ॥ chitvat anik parkaar.
ਕਰਹੁ ਅਨੁਗ੍ਰਹੁ ਪਾਰਬ੍ਰਹਮ karahu anoograhu paarbarahm
ਹਰਿ ਕਿਰਪਾ ਧਾਰਿ ਮੁਰਾਰਿ॥੧॥ har kirpaa Dhaar muraar. ||1||

ਮੇਰੇ ਮਨ ਵਿੱਚ ਪ੍ਰਭ ਦੇ ਦਰਸ਼ਨ ਦੀ ਪਿਆਸ, ਸ਼ਰਧਾ ਬਹੁਤ ਡੂੰਘੀ ਹੈ । ਮੈਂ ਪ੍ਰਭ ਦੇ ਸ਼ਬਦ ਨੂੰ ਅਨੇਕਾਂ ਹੀ ਵਿਸੁਗੰਧ ਨਾਲ ਸੋਚਦਾ, ਸੁਪਨੇ ਲੈਂਦਾ ਰਹਿੰਦਾ ਹਾ । ਪ੍ਰਭ ਰਹਿਮਤ ਬਖਸ਼ਕੇ ਮੇਰੇ ਮਨ ਦੀ ਅਹੰਕਾਰ ਤੇ ਜਿੱਤ ਬਖਸ਼ੋ !

I have a deep desire, dedication and thirst for His blessed vision, His mercy and grace. I think about His Word, day dreaming about the virtue of His Word, His nature. With Your mercy and grace, blesses your humble slave to conquer the ego of His mind.

ਮਨੁ ਪਰਦੇਸੀ ਆਇਆ man pardaysee aa-i-aa
ਮਿਲਿਓ ਸਾਧ ਕੈ ਸੰਗਿ॥ mili-o saaDh kai sang.
ਜਿਸੁ ਵਖਰ ਕਉ ਚਾਹਤਾ jis vakhar ka-o chaahtaa
ਸੋ ਪਾਇਓ ਨਾਮਹਿ ਰੰਗਿ॥੨॥ so paa-i-o naameh rang. ||2||

ਮੇਰੀ ਪਰਦੇਸੀ ਆਤਮਾ ਸੰਤਾਂ ਦੀ ਸੰਗਤ ਵਿੱਚ ਆਈ ਹੈ । ਜਿਸ ਪਦਾਰਥ ਦੀ ਮਨ ਵਿੱਚ ਇੱਛਾਂ, ਸ਼ਰਧਾ ਸੀ, ਉਹ ਪਦਾਰਥ, ਸ਼ਬਦ ਦੀ ਸੋਝੀ, ਬੰਦਗੀ ਕਰਨ ਵਾਲੇ ਦੀ ਸੰਗਤ ਵਿੱਚ ਹੀ ਬਖਸ਼ਿਸ਼ ਹੋ ਗਈ ਹੈ ।

My ignorant soul has surrendered at His sanctuary, in the congregation of His true devotee. I was anxious for unique virtue that may only be blessed in the congregation of His true devotee.

ਜੇਤੇ ਮਾਇਆ ਰੰਗ ਰਸ jaytay maa-i-aa rang ras
ਬਿਨਸਿ ਜਾਹਿ ਖਿਨ ਮਾਹਿ॥ binas jaahi khin maahi.
ਭਗਤ ਰਤੇ ਤੇਰੇ ਨਾਮ ਸਿਉ bhagat ratay tayray naam si-o
ਸੁਖੁ ਭੁੰਚਹਿ ਸਭ ਠਾਇ॥੩॥ sukh bhuNcheh sabh thaa-ay. ||3||

ਮਾਨਸ ਨੂੰ ਸੰਸਾਰਕ ਮਾਇਆ ਨਾਲ ਅਨੇਕਾਂ ਕਿਸਮਾਂ ਦੇ ਅਨੰਦ, ਖੁਸ਼ੀਆਂ ਮਿਲਦੀਆਂ ਹਨ । ਪਰ ਇਹ ਸਭ ਕੁਝ ਸਮਾਂ ਪਾ ਕੇ ਖਤਮ ਹੋ ਜਾਂਦਾ ਹੈ, ਬੀਤ ਜਾਂਦਾ ਹੈ । ਜਿਹੜਾ ਬੰਦਗੀ ਕਰਨ ਵਾਲਾ ਪ੍ਰਭ

ਦੇ ਸ਼ਬਦ ਦੀ ਪਾਲਣਾ ਵਿੱਚ ਲੀਨ ਰਹਿੰਦਾ ਹੈ । ਉਸ ਨੂੰ ਸਦਾ ਰਹਿਣ ਵਾਲਾ ਅਨੰਦ, ਖੇੜਾ ਬਖਸ਼ਿਸ਼ ਹੋ ਜਾਂਦਾ ਹੈ ।

Human may enjoy various pleasures and entertainment with worldly wealth. However, all pleasures may pass away after a short period of time. Whosoever may remain in deep meditation in the void of His Word, he may be blessed with everlasting peace and contentment in his life.

ਸਭੁ ਜਗੁ ਚਲਤਉ ਪੇਖੀਐ	sabh jag chalta-o paykhee-ai
ਨਿਹਚਲੁ ਹਰਿ ਕੋ ਨਾਉ॥	nihchal har ko naa-o.
ਕਰਿ ਮਿਤ੍ਰਾਈ ਸਾਧ ਸਿਉ	kar mitraa-ee saaDh si-o
ਨਿਹਚਲੁ ਪਾਵਹਿ ਠਾਉ॥੪॥	nihchal paavahi thaa-o. ||4||

ਸ੍ਰਿਸ਼ਟੀ ਵਿੱਚ ਸਭ ਕੁਝ ਹੀ ਸਮਾਂ ਪਾ ਕੇ ਬੀਤ ਜਾਂਦਾ ਹੈ । ਕੇਵਲ ਪ੍ਰਭ ਦਾ ਸ਼ਬਦ ਹੀ ਅਟੱਲ ਵਾਪਰਦਾ, ਸਦਾ ਰਹਿਣ ਵਾਲਾ ਹੈ । ਬੰਦਗੀ ਕਰਨ ਵਾਲੇ ਸੰਤ ਨਾਲ ਸੰਜੋਗ ਬਣਾਵੋ ! ਜਿਸ ਨਾਲ ਸਦਾ ਅਰਾਮ ਕਰਨ ਵਾਲਾ ਥਾਂ, ਘਰ, ਆਸਣ ਬਖਸ਼ਿਸ਼ ਹੋ ਜਾਵੇ।

Everything in the universe may pass away, vanish over a period of time. However, only His command, His Word prevails and axiom forever. You should associate with His true devotee; by meditating and adopting the teachings of His Word, you may be blessed with a permanent resting place in His court forever.

ਮੀਤ ਸਾਜਨ ਸੁਤ ਬੰਧਪਾ	meet saajan sut banDhpaa
ਕੋਊ ਹੋਤ ਨ ਸਾਥ॥	ko-oo hot na saath.
ਏਕੁ ਨਿਵਾਹੂ ਰਾਮ ਨਾਮ	ayk nivaahoo raam naam
ਦੀਨਾ ਕਾ ਪ੍ਰਭੁ ਨਾਥ॥੫॥	deenaa kaa parabh naath. ||5||

ਸੰਸਾਰਕ ਸਾਥੀ, ਪਰਿਵਾਰ ਕੋਈ ਵੀ ਮੌਤ ਪਿਛੋਂ ਸਾਥ ਨਹੀਂ ਦੇ ਸਕਦਾ । ਕੇਵਲ ਪ੍ਰਭ ਦੇ ਸ਼ਬਦ ਹੀ ਕਮਾਈ ਹੀ ਪ੍ਰਭ ਦੇ ਦਰਬਾਰ ਵਿੱਚ ਸਹਾਈ ਹੁੰਦੀ, ਸਾਥ ਦੇਂਦੀ ਹੈ । ਪ੍ਰਭ ਹੀ ਨਿਮਾਣੇ ਜੀਵਾਂ ਦਾ ਰਖਵਾਲਾ, ਪਰਦਾ ਢੱਕਦਾ ਹੈ ।

No worldly family, companion may help, support after death in His court. Only the earnings of His Word may remain true companion of the soul as a witness in His court. The True Master may become the protector of humble devotee and covers his deficiencies.

ਚਰਨ ਕਮਲ ਬੋਹਿਥ ਭਏ	charan kamal bohith bha-ay
ਲਗਿ ਸਾਗਰੁ ਤਰਿਓ ਤੇਹ॥	lag saagar tari-o tayh.
ਭੇਟਿਓ ਪੂਰਾ ਸਤਿਗੁਰੂ	bhayti-o pooraa satguroo
ਸਾਚਾ ਪ੍ਰਭ ਸਿਉ ਨੇਹ॥੬॥	saachaa parabh si-o nayh. ||6||

ਸ਼ਬਦ ਰੂਪੀ ਚਰਨ ਹੀ ਉਹ ਬੇੜੀ, ਜਹਾਜ਼ ਹੈ । ਜਿਹੜਾ ਇਸ ਬੇੜੀ ਵਿੱਚ ਸਵਾਰ ਹੋ ਜਾਂਦਾ, ਸ਼ਬਦ ਦੇ ਲੜ ਲੱਗਾ ਰਹਿੰਦਾ ਹੈ । ਉਹ ਸੰਸਾਰਕ ਸਾਗਰ ਪਾਰ ਕਰ ਜਾਂਦਾ ਹੈ । ਪ੍ਰਭ ਦੇ ਸ਼ਬਦ ਦੀ ਪਾਲਣਾ ਕਰਨ ਨਾਲ ਹੀ ਸ਼ਬਦ ਮਨ ਵਿੱਚ ਜਾਗਰਤ ਹੋ ਜਾਂਦਾ ਹੈ । ਪ੍ਰਭ ਦੀ ਹੋਂਦ ਮਹਿਸੂਸ ਹੋ ਜਾਂਦੀ ਹੈ ।

Whosoever may board the boat of the teachings of His Word and stay steady and stable, he may cross the terrible ocean of worldly desires. By obeying and adopting the teachings of His Word with steady and stable belief, His Word may be enlightened within. He may realize the existence of The True Master.

ਸਾਧ ਤੇਰੇ ਕੀ ਜਾਚਨਾ	saaDh tayray kee jaachnaa
ਵਿਸਰੁ ਨ ਸਾਸਿ ਗਿਰਾਸਿ॥	visar na saas giraas.
ਜੋ ਤੁਧੁ ਭਾਵੈ ਸੋ ਭਲਾ	jo tuDh bhaavai so bhalaa
ਤੇਰੈ ਭਾਣੈ ਕਾਰਜ ਰਾਸਿ॥੭॥	tayrai bhaanai kaaraj raas. ||7||

ਬੰਦਗੀ ਕਰਨ ਵਾਲੇ ਦਾਸ ਸਦਾ ਹੀ ਇੱਕੋ ਇੱਕ ਅਰਦਾਸ ਕਰਦੇ ਹਨ! ਰਹਿਮਤਾਂ ਦੇ ਮਾਲਕ, ਸਵਾਸ ਗਰਾਸ ਸ਼ਬਦ ਦੀ ਪਾਲਣਾ ਕਰਨ ਦੀ ਸਮਰਥਾ ਬਖਸ਼ੋ! ਇੱਕ ਪਲ ਵੀ ਮਨ ਵਿਚੋ ਤੇਰਾ ਸ਼ਬਦ ਵਿਸਰ ਨਾ ਜਾਵੇ! ਪ੍ਰਭ ਜੋ ਵੀ ਤੂੰ ਬਖਸ਼ਦਾ, ਤੈਨੂੰ ਭਾਉਂਦਾ ਹੈ, ਉਹ ਹੀ ਭਲਾ ਹੈ । ਮੈਂ ਆਪਣੇ ਜੀਵਨ ਦਾ ਢੰਗ ਉਸ ਅਨੁਸਾਰ ਹੀ ਢਾਲ ਕੇ ਖੇੜੇ ਵਿੱਚ ਰਹਿੰਦਾ ਹਾ ।

His true devotee always prays and begs for One and Only One desire to meditate with each and every breath; my mind may never abandon the teachings of Your Word even for a moment. Whatsoever you may bestow, I may accept wholeheartedly with gratitude. I may adopt the teachings of Your Word with steady and stable belief and remain contented in blossom with Your blessings.

ਸੁਖ ਸਾਗਰ ਪ੍ਰੀਤਮ ਮਿਲੇ,	sukh saagar pareetam milay
ਉਪਜੇ ਮਹਾ ਅਨੰਦ॥	upjay mahaa anand.
ਕਹੁ ਨਾਨਕ ਸਭ ਦੁਖ ਮਿਟੇ,	kaho naanak sabh dukh mitay
ਪ੍ਰਭ ਭੇਟੇ ਪਰਮਾਨੰਦ॥੮॥੧॥੨॥	parabh bhaytay parmaanand. ||8||1||2||

ਪ੍ਰਭ ਨੇ ਰਹਿਮਤ ਬਖਸ਼ੀ ਹੈ, ਸ਼ਬਦ ਦੀ ਸੋਝੀ, ਸੰਤੋਖ ਦੇ ਸਾਗਰ ਨਾਲ ਮਿਲਾਪ ਹੋ ਗਿਆ ਹੈ । ਮੇਰੇ ਮਨ ਦੀ ਅਵਸਥਾ ਉਤਮ ਹੋ ਗਈ ਹੈ, ਮਨ ਵਿੱਚ ਖੇੜਾ ਭਰ ਗਿਆ ਹੈ । ਪ੍ਰਭ ਦੇ ਸ਼ਬਦ ਦੀ ਸੋਝੀ ਦੀ ਬਖਸ਼ਿਸ਼ ਨਾਲ ਮਨ ਵਿੱਚ ਸਭ ਦੁਖ ਨਾਸ਼ ਹੋ ਗਏ ਹਨ । ਮਨ ਵਿੱਚ ਰੂਹਾਨੀ ਖੇੜਾ ਵਸ ਗਿਆ ਹੈ ।

With His mercy and grace! I am blessed with the enlightenment of His Word, the ocean of peace and contentment. My state of mind has been transformed to become superb and overwhelmed with the blossom and pleasures. With the enlightenment of the teachings of His Word within, all miseries and frustrations of my worldly desires have been eliminated forever. The spiritual glow of the teachings of His Word remain shining on my forehead.

273.ਆਸਾ ਮਹਲਾ ੫ ਬਿਰਹੜੇ ਘਰੁ ੪॥ ਛੰਤਾ ਕੀ ਜਤਿ॥ 431-11

ੴ ਸਤਿਗੁਰ ਪ੍ਰਸਾਦਿ॥	ik-oNkaar satgur parsaad.
ਪਾਰਬ੍ਰਹਮੁ ਪ੍ਰਭੁ ਸਿਮਰੀਐ ਪਿਆਰੇ,	paarbarahm parabh simree-ai pi-aaray
ਦਰਸਨ ਕਉ ਬਲਿ ਜਾਉ॥੧॥	darsan ka-o bal jaa-o. ||1||

ਜੀਵ ਅਡੋਲ ਭਰੋਸੇ ਨਾਲ ਪ੍ਰਭ ਦੇ ਸ਼ਬਦ ਦੀ ਪਾਲਣਾ, ਸਿਮਰਨ ਕਰੋ! ਪ੍ਰਭ ਦੇ ਸ਼ਬਦ ਵਿੱਚ ਇੱਕ ਮਨ ਹੋ ਕੇ ਆਪਾ ਭੇਟਾ, ਸਭ ਕੁਝ ਪ੍ਰਭ ਦੀ ਸ੍ਰਿਸ਼ਟੀ ਦੀ ਸੇਵਾ ਦੇ ਲੇਖੇ ਲਾ ਦੇਵੋ!

You should with steady and stable belief meditate and obey the teachings of His Word. You should surrender your body, mind and your worldly status at the service of His creation.

ਜਿਸੁ ਸਿਮਰਤ ਦੁਖ ਬੀਸਰਹਿ ਪਿਆਰੇ,	jis simrat dukh beesrahi pi-aaray
ਸੋ ਕਿਉ ਤਜਣਾ ਜਾਇ॥੨॥	so ki-o tajnaa jaa-ay. ||2||

ਪ੍ਰਭ ਦੇ ਸ਼ਬਦ ਦੀ ਪਾਲਣਾ, ਸਿਮਰਨ ਨਾਲ ਸੰਸਾਰਕ ਇੱਛਾਂ ਦੇ ਸਾਰੇ ਦੁਖ ਦੂਰ ਹੋ ਜਾਂਦੇ ਹਨ । ਪ੍ਰਭ ਨੂੰ ਕਿਵੇਂ ਮਨ ਵਿਚੋਂ ਵਿਸਾਰਿਆ ਜਾ ਸਕਦਾ ਹੈ?

By meditating and obeying the teachings of His Word, all miseries and worries of worldly desires may be eliminated. How may the teachings of His Word be abandoned from mind?

ਇਹੁ ਤਨੁ ਵੇਚੀ ਸੰਤ ਪਹਿ ਪਿਆਰੇ,	ih tan vaychee sant peh pi-aaray
ਪ੍ਰੀਤਮੁ ਦੇਇ ਮਿਲਾਇ॥੩॥	pareetam day-ay milaa-ay. ||3||

ਆਪਣਾ ਤਨ ਉਸ ਬੰਦਗੀ ਕਰਨ ਵਾਲੇ ਦੇ ਗੁਲਾਮ ਬਣਾ ਦੇਵਾ । ਜਿਹੜਾ ਪ੍ਰਭ ਦੀ ਪ੍ਰਵਾਨਗੀ ਦੇ ਰਸਤੇ ਤੇ ਅਡੋਲ ਹੋਣ ਦੀ ਵਿਧੀ ਦੱਸੇ, ਅਡੋਲ ਰੱਖੇ ।

I may surrender my mind body and worldly status at the service of His true devotee, who may guide me on the right path of meditation on the teachings of His Word? Who may keep my belief steady and stable on that right path of salvation?

ਸੁਖ ਸੀਗਾਰ ਬਿਖਿਆ ਕੇ ਫੀਕੇ, sukh seegaar bikhi-aa kay feekay
ਤਜਿ ਛੋਡੇ ਮੇਰੀ ਮਾਇ॥੪॥ taj chhoday mayree maa-ay. ||4||

ਮਨ ਦੇ ਲਾਲਚ ਨਾਲ ਇੱਕਠੀ ਸੰਸਾਰਕ ਮਾਇਆ ਦੇ ਸੁਖ ਥੋੜ੍ਹਾ ਸਮਾਂ ਅਨੰਦ ਦੇਂਦੇ ਹਨ । ਮਾਨਸ ਜਨਮ ਦੇ ਸਫਰ ਲਈ ਬਿਰਥੇ ਹੀ ਹਨ । ਪ੍ਰਭ ਦੀ ਰਹਿਮਤ ਨਾਲ ਮਨ ਵਿਚੋਂ ਤਿਆਗ ਦਿੱਤੇ, ਜਿੱਤ ਪਾ ਲਈ ਹੈ ।

All comforts of worldly wealth collected with greed, clever tricks may provide comforts, entertainment and pleasures only for a short period of time in worldly life. All comforts are useless for the true purpose of human life journey. With His mercy and grace, I have abandoned all demons of worldly desire and conquered my own mind.

ਕਾਮੁ ਕ੍ਰੋਧੁ ਲੋਭੁ ਤਜਿ ਗਏ ਪਿਆਰੇ, kaam kroDh lobh taj ga-ay pi-aaray
ਸਤਿਗੁਰ ਚਰਨੀ ਪਾਇ॥੫॥ satgur charnee paa-ay. ||5||

ਜਿਹੜਾ ਆਪਾ ਤਿਆਗ ਕੇ ਪ੍ਰਭ ਦੀ ਸ਼ਰਣ ਵਿੱਚ ਆਉਂਦਾ, ਸ਼ਬਦ ਦੀ ਪਾਲਣਾ ਵਿੱਚ ਲੀਨ ਹੋ ਜਾਂਦਾ ਹੈ । ਉਸ ਦੇ ਮਨ ਵਿਚੋਂ ਕਾਮਵਾਸਨਾ, ਕਰੋਧ, ਲਾਲਚ ਦੂਰ, ਖਤਮ ਹੋ ਜਾਂਦੇ ਹਨ ।

Whosoever may abandon his worldly identity, status and ego and humbly surrender at His sanctuary, he may concentrate on obeying the teachings of His Word in the void of His Word. His mind may conquer his sexual desire, anger and his greed for forever.

ਜੋ ਜਨ ਰਾਤੇ ਰਾਮ ਸਿਉ ਪਿਆਰੇ, jo jan raatay raam si-o pi-aaray
ਅਨਤ ਨ ਕਾਹੂ ਜਾਇ॥੬॥ anat na kaahoo jaa-ay. ||6||

ਜਿਸ ਬੰਦਗੀ ਕਰਨ ਵਾਲੇ ਦਾਸ ਦਾ ਭਰੋਸਾ ਪ੍ਰਭ ਦੇ ਸ਼ਬਦ ਤੇ ਅਡੋਲ ਹੋ ਜਾਂਦਾ ਹੈ । ਉਹ ਧਰਮ ਦੇ ਰੀਤੀ ਰੀਵਾਜ ਨਹੀਂ ਕਰਦੇ, ਕਿਸੇ ਮਾਨਸ ਨੂੰ ਪੂਜਣ ਨਹੀਂ ਜਾਂਦਾ ।

Whosoever may be blessed with steady and stable belief on the teachings of His Word, His blessings in his day to day life. He may not believe in religious rituals nor worship any worldly guru or idol.

ਹਰਿ ਰਸੁ ਜਿਨ੍ਹੀ ਚਾਖਿਆ ਪਿਆਰੇ, har ras jinHee chaakhi-aa pi-aaray
ਤ੍ਰਿਪਤਿ ਰਹੇ ਆਘਾਇ॥੭॥ taripat rahay aaghaa-ay. ||7||

ਜਿਹੜਾ ਪ੍ਰਭ ਦੇ ਅਨਮੋਲ ਸ਼ਬਦ ਦਾ ਰਸ ਮਾਨਦਾ ਹੈ । ਉਸ ਦਾ ਮਨ ਕਦੇ ਡੋਲਦਾ ਨਹੀਂ, ਸਦਾ ਹੀ ਸੰਤੋਖ ਖੇੜਾ ਵਿੱਚ ਵਸਦਾ ਹੈ ।

Whosoever may be drenched and enjoy the nectar of the teachings of His Word. He may remain fully contented and blossom prevails in his mind forever. He may never become unstable on the teachings of His Word.

ਅੰਚਲੁ ਗਹਿਆ ਸਾਧ ਕਾ, anchal gahi-aa saaDh kaa
ਨਾਨਕ ਭੈ ਸਾਗਰੁ ਪਾਰਿ ਪਰਾਇ॥੮॥੧॥੩ naanak bhai saagar paar paraa-ay.8|-1

ਜਿਹੜਾ ਬੰਦਗੀ ਕਰਨ ਵਾਲਾ ਸੰਤਾਂ ਦਾ ਲੜ ਪਕੜ ਲੈਂਦਾ ਹੈ । ਆਪਣਾ ਜੀਵਨ ਬੰਦਗੀ ਕਰਨ ਵਾਲੇ ਦਾਸ ਦੇ ਜੀਵਨ ਦੇ ਅਧਾਰ ਤੇ ਬਤੀਤ ਕਰਦੇ ਹਨ । ਉਸ ਦਾ ਮਨ ਪ੍ਰਭ ਦੀ ਪ੍ਰਵਾਨਗੀ ਦੇ ਰਸਤੇ ਤੇ ਅਡੋਲ ਰਹਿੰਦਾ ਹੈ ।

Whosoever may associate and adopt the teachings of the life of His true devotee in his own day to day life. He may become steady and stable on the right path of His acceptance.

274.ਆਸਾ ਮਹਲਾ ੫ ਬਿਰਹੜੇ ਘਰੁ ੪॥ 431-17

ਜਨਮ ਮਰਣ ਦੁਖੁ ਕਟੀਐ ਪਿਆਰੇ, janam maran dukh katee-ai pi-aaray
ਜਬ ਭੇਟੈ ਹਰਿ ਰਾਇ॥੧॥ jab bhaytai har raa-ay. ||1||

ਜਿਸ ਜੀਵ ਨੂੰ ਪ੍ਰਭ ਦੇ ਸ਼ਬਦ ਦੀ ਸੋਝੀ ਬਖਸ਼ਿਸ਼ ਹੋ ਜਾਂਦੀ ਹੈ, ਉਹ ਆਪਣਾ ਜੀਵਨ ਸ਼ਬਦ ਅਨੁਸਾਰ ਢਲ ਲੈਂਦਾ ਹੈ । ਪ੍ਰਭ ਦੀ ਰਹਿਮਤ ਨਾਲ ਉਸ ਦਾ ਜੂੰਨਾਂ ਦਾ ਚੱਕਰ ਖਤਮ ਹੋ ਜਾਂਦਾ ਹੈ ।

Whosoever may be blessed with the enlightenment of the teachings of His Word, he may adopt the teachings of His Word with steady and stable belief in his day to day life. The Merciful True Master may eliminate his cycle of birth and death.

ਸੁੰਦਰੁ ਸੁਘਰੁ ਸੁਜਾਣੁ ਪ੍ਰਭੁ, sundar sughar sujaan parabh
ਮੇਰਾ ਜੀਵਨੁ ਦਰਸੁ ਦਿਖਾਇ॥੨॥ mayraa jeevan daras dikhaa-ay. ||2||

ਪ੍ਰਭ ਬਹੁਤ ਸੁੰਦਰ, ਗੰਭੀਰ, ਸਿਆਣਾ, ਸੋਝੀ ਵਾਲਾ ਹੈ । ਪ੍ਰਭ ਨੇ ਮਾਨਸ ਜੀਵਨ ਦੇ ਅਸਲੀ ਰਸਤੇ ਦੀ ਸੋਝੀ ਬਖਸ਼ੀ ਹੈ ।

The True Master is very wonderful, mysterious with deep wisdom and enlightenment of the purpose of human life blessings. With His mercy and grace! He may enlighten the right path of meditation and salvation.

ਜੋ ਜੀਅ ਤੁਝ ਤੇ ਬੀਛੁਰੇ ਪਿਆਰੇ, jo jee-a tujh tay beechhuray pi-aaray
ਜਨਮਿ ਮਰਹਿ ਬਿਖੁ ਖਾਇ॥੩॥ janam mareh bikh khaa-ay. ||3||

ਜਿਹੜਾ ਪ੍ਰਭ ਦੇ ਸ਼ਬਦ ਨੂੰ ਮਨ ਵਿਚੋਂ ਵਿਸਾਰ ਦੇਂਦਾ ਹੈ । ਉਹ ਸੰਸਾਰਕ ਮਾਇਆ ਦੇ ਜਾਲ ਵਿੱਚ ਹੀ ਫਸਿਆ, ਜਨਮ ਮਰਨ ਦੇ ਚੱਕਰ ਵਿੱਚ ਹੀ ਰਹਿੰਦਾ ਹੈ ।

Whosoever may abandon the teachings of His Word from his day to day life. He may remain in the trap of worldly wealth and in the cycle of birth and death.

ਜਿਸੁ ਤੂੰ ਮੇਲਹਿ ਸੋ ਮਿਲੈ ਪਿਆਰੇ, jis tooN mayleh so milai pi-aaray
ਤਿਸ ਕੈ ਲਾਗਉ ਪਾਇ॥੪॥ tis kai laaga-o paa-ay. ||4||

ਪ੍ਰਭ ਤੇਰੇ ਸ਼ਬਦ ਦੀ ਪਾਲਨਾ ਦੇ ਰਸਤੇ ਤੇ ਕੇਵਲ ਉਹ ਜੀਵ ਹੀ ਚਲਦਾ ਹੈ । ਜਿਸ ਤੇ ਆਪ ਹੀ ਰਹਿਮਤ ਬਖਸ਼ਕੇ, ਇਸ ਰਸਤੇ ਤੇ ਅਡੋਲ ਰਖਦਾ ਹੈ । ਮੈ ਉਸ ਦੇ ਚਰਨਾਂ ਤੇ ਪ੍ਰਨਾਮ ਕਰਦਾ, ਉਸ ਨੂੰ ਧੰਨ ਧੰਨ ਹੀ ਕਰਦਾ ਹਾ ।

With Your mercy and grace, whosoever may be guided and kept steady and stable on the right path of meditation; only he may adopt and stay steady and stable on the teachings, the right path of meditation in his day to day life. I am fascinated and bow my head at his feet with gratitude and call him, Your greatest slave.

ਜੋ ਸੁਖੁ ਦਰਸਨੁ ਪੇਖਤੇ ਪਿਆਰੇ, jo sukh darsan paykh-tay pi-aaray
ਮੁਖ ਤੇ ਕਹਣੁ ਨ ਜਾਇ॥੫॥ mukh tay kahan na jaa-ay. ||5||

ਜਿਹੜਾ ਅਨੰਦ, ਸੁਖ ਸ਼ਬਦ ਦੀ ਸੋਝੀ, ਸ਼ਬਦ ਨਾਲ ਜੀਵਨ ਢਾਲਣ ਨਾਲ ਬਖਸ਼ਿਸ਼ ਹੁੰਦਾ ਹੈ । ਉਸ ਦੀ ਵਿਆਖਿਆ ਨਹੀਂ ਕੀਤਾ ਜਾ ਸਕਦੀ ।

Whatsoever pleasures and peace of mind may be blessed by adopting and enlightenment of the true essence of His Word. The true value is beyond the scope of comprehension of His creation.

ਸਾਚੀ ਪ੍ਰੀਤਿ ਨ ਤੁਟਈ ਪਿਆਰੇ, saachee pareet na tut-ee pi-aaray
ਜੁਗੁ ਜੁਗੁ ਰਹੀ ਸਮਾਇ॥੬॥ jug jug rahee samaa-ay. ||6||

ਜਿਸ ਦੀ ਲਗਨ, ਪ੍ਰੀਤ, ਭਰੋਸਾ ਪ੍ਰਭ ਦੇ ਸ਼ਬਦ ਵਿੱਚ ਅਡੋਲ ਹੁੰਦਾ ਹੈ । ਉਸ ਦਾ ਮਨ ਕਦੇ ਸੰਸਾਰਕ ਮੁਸੀਬਤ ਆਉਣ ਤੇ ਡੋਲਦਾ ਨਹੀਂ ।

Whosoever may have devotion and steady and stable belief on the teachings of His Word, His blessings; he may never abandon the right path of meditation with any worldly hardship, miseries or misfortune.

ਜੋ ਤੁਧੁ ਭਾਵੈ ਸੋ ਭਲਾ ਪਿਆਰੇ, ਤੇਰੀ ਅਮਰੁ ਰਜਾਇ॥੭॥ — jo tuDh bhaavai so bhalaa pi-aaray tayree amar rajaa-ay. ||7||

ਪ੍ਰਭ ਤੇਰਾ ਰੂਹਾਨੀ ਸ਼ਬਦ, ਭਾਣਾ ਸਦਾ ਹੀ ਸ੍ਰਿਸ਼ਟੀ ਦੇ ਜੀਵਾਂ ਦੇ ਭਲੇ ਵਾਸਤੇ ਹੀ ਹੁੰਦਾ ਹੈ ।

Your spiritual Word, command remains axiom and always for the welfare of Your creation.

ਨਾਨਕ ਰੰਗਿ ਰਤੇ ਨਾਰਾਇਣੈ ਪਿਆਰੇ, ਮਾਤੇ ਸਹਜਿ ਸੁਭਾਇ॥੮॥੨॥੪॥ — aanak rang ratay naaraa-inai pi-aaray maatay sahj subhaa-ay. ||8||2||4||

ਜਿਹੜਾ ਪ੍ਰਭ ਦੇ ਸ਼ਬਦ ਦੀ ਪਾਲਣਾ ਵਿੱਚ ਲੀਨ ਰਹਿੰਦਾ ਹੈ । ਉਸ ਤੇ ਪ੍ਰਭ ਦੇ ਸ਼ਬਦ ਦਾ ਨਸ਼ਾ ਰਹਿੰਦਾ ਹੈ । ਉਹ ਸ਼ਬਦ ਦੀ ਪਾਲਣਾ ਵਿੱਚ ਹੀ ਮਸਤ ਰਹਿੰਦਾ ਸੰਸਾਰਕ ਰੀਤੀ ਰੀਵਾਜਾ ਦੀ ਕੋਈ ਪ੍ਰਵਾਹ ਨਹੀਂ ਕਰਦਾ ।

Whosoever may remain deep in meditation in the void of His Word, he may remain intoxicated with the teachings of His Word. He may adopt the teachings of His Word and may never pay any attention to worldly religious rituals in his day to day life.

275.ਆਸਾ ਮਹਲਾ ੫ ਬਿਰਹੜੇ ਘਰੁ ੪॥ 432-2

ਸਭ ਬਿਧਿ ਤੁਮ ਹੀ ਜਾਨਤੇ ਪਿਆਰੇ, ਕਿਸੁ ਪਹਿ ਕਹਉ ਸੁਨਾਇ॥੧॥ — sabh biDh tum hee jaantay pi-aaray kis peh kaha-o sunaa-ay. ||1||

ਪ੍ਰਭ ਤੂੰ ਮੇਰੇ ਮਨ ਦੀ ਅਵਸਥਾ ਨੂੰ ਪੂਰਨ ਤਰ੍ਹਾਂ ਜਾਣਦਾ ਹੈ । ਤੇਰੇ ਅੱਗੇ ਕੀ ਅਰਦਾਸ ਕਰਾ! ਹੋਰ ਕਿਸ ਨੂੰ ਇਹ ਦੁਖ ਦਸਾ?

The Omniscient True Master knows my state of mind completely. What may I pray or beg? Whom may I beg for help for worldly miseries of my life?

ਤੂੰ ਦਾਤਾ ਜੀਆ ਸਭਨਾ ਕਾ, ਤੇਰਾ ਦਿਤਾ ਪਹਿਰਹਿ ਖਾਇ॥੨॥ — tooN daataa jee-aa sabhnaa kaa tayraa ditaa pahirahi khaa-ay. ||2|

ਪ੍ਰਭ ਤੂੰ ਹੀ ਸਾਰੇ ਜੀਵਾਂ ਨੂੰ ਦਾਤਾਂ ਬਖਸ਼ਦਾ ਹੈ । ਸਾਰੇ ਤੇਰਾ ਦਿੱਤਾ ਹੀ ਖਾਂਦੇ, ਪਹਿਨਦੇ ਹਨ ।

Only You may bless each and every creature in the universe with virtues. Everyone enjoys Your blessed nourishment, wears clothes and protection.

ਸੁਖੁ ਦੁਖੁ ਤੇਰੀ ਆਗਿਆ ਪਿਆਰੇ, ਦੂਜੀ ਨਾਹੀ ਜਾਇ॥੩॥ — sukh dukh tayree aagi-aa pi-aaray doojee naahee jaa-ay. ||3||

ਸੰਸਾਰ ਵਿੱਚ ਜੀਵ ਨੂੰ ਦੁਖ ਸੁਖ ਪ੍ਰਭ ਦੇ ਹੁਕਮ ਅੰਦਰ ਹੀ ਆਉਂਦੇ ਹਨ । ਹੋਰ ਕੋਈ ਇਹ ਕਰਨ ਵਾਲਾ ਨਹੀਂ ਹੈ ।

All miseries and pleasures in the life of worldly creature, prevails under Your command. No one else has any power to change Your command.

ਜੋ ਤੂੰ ਕਰਾਵਹਿ ਸੋ ਕਰੀ ਪਿਆਰੇ, ਅਵਰੁ ਕਿਛੁ ਕਰਣੁ ਨ ਜਾਇ॥੪॥ — jo tooN karaaveh so karee pi-aaray avar kichh karan najaa-ay. ||4||

ਪ੍ਰਭ ਜੋ ਵੀ ਤੂੰ ਕੰਮ ਕਰਨ ਦਾ ਹੁਕਮ ਕਰਦਾ, ਸਮਰਥਾ ਬਖਸ਼ਦਾ ਹੈ । ਉਹ ਹੀ ਕਰ ਸਕਦਾ ਹਾ, ਹੋਰ ਕੁਝ ਕਰ ਨਹੀਂ ਸਕਦਾ । ਹੋਰ ਕੁਝ ਕਰਨ ਦੀ ਮੇਰੇ ਵਿੱਚ ਸੋਝੀ, ਸਮਰਥਾ ਨਹੀਂ ਹੁੰਦੀ ।

Whatsoever may be Your command and whatsoever the strength; You may bless to Your creature. He may only perform that task. He has no other wisdom, strength to perform any other task.

ਦਿਨੁ ਰੈਣਿ ਸਭ ਸੁਹਾਵਣੇ ਪਿਆਰੇ,	din rain sabh suhaavanay pi-aaray
ਜਿਤੁ ਜਪੀਐ ਹਰਿ ਨਾਉ॥੫॥	jit japee-ai har naa-o. ||5||

ਜਿਹੜਾ ਦਿਨ ਰਾਤ ਤੇਰੇ ਸ਼ਬਦ ਦੀ ਪਾਲਣਾ ਸਿਮਰਨ ਵਿੱਚ ਬੀਤਦਾ ਹੈ । ਉਹ ਹੀ ਸੁਹਾਵਨਾ, ਮਨ ਨੂੰ ਅਨੰਦ, ਸੰਤੋਖ ਦੇਣ ਵਾਲਾ ਬਣ ਜਾਂਦਾ ਹੈ ।

Whatsoever the moment, day and night may be spent in meditating and obeying the teachings of Your Word; that moment in time may become comforting and provides contentment to my day to day life.

ਸਾਈ ਕਾਰ ਕਮਾਵਣੀ ਪਿਆਰੇ,	saa-ee kaar kamaavnee pi-aaray
ਧੁਰਿ ਮਸਤਕਿ ਲੇਖੁ ਲਿਖਾਇ॥੬॥	Dhur mastak laykh likhaa-ay. ||6||

ਪ੍ਰਭ ਸੰਸਾਰ ਵਿੱਚ ਜੀਵ ਉਹ ਹੀ ਧੰਦਾ, ਕੰਮ ਕਰ ਸਕਦਾ ਹੈ । ਜਿਹੜਾ ਉਸ ਦੇ ਭਾਗਾਂ ਵਿੱਚ ਜਨਮ ਤੋ ਪਹਿਲੇ ਹੀ ਲਿਖਿਆ ਹੁੰਦਾ ਹੈ ।

The worldly creature may only perform the task; whatsoever may be prewritten in his destiny by Your command.

ਏਕੋ ਆਪਿ ਵਰਤਦਾ ਪਿਆਰੇ,	ayko aap varatdaa pi-aaray
ਘਟਿ ਘਟਿ ਰਹਿਆ ਸਮਾਇ॥੭॥	ghat ghat rahi-aa samaa-ay. ||7

ਸਾਰੀਆਂ ਸ੍ਰਿਸ਼ਟੀਆਂ ਵਿੱਚ ਇੱਕੋ ਇੱਕ ਪ੍ਰਭ ਹੀ ਵਾਪਰਦਾ ਹੈ । ਉਹ ਹਰਇੱਕ ਜੀਵ ਵਿੱਚ, ਹਰਇੱਕ ਥਾਂ ਤੇ ਆਪ ਹੀ ਸਮਾਇਆ, ਵਸਦਾ ਹੈ, ਹਾਜ਼ਰਾ ਹਜ਼ੂਰ ਹੈ ।

Only, The True Master prevails in the whole universe and in the life of each and every creature. The Omnipresent True Master remains embedded in the body of each and every creature and everywhere.

ਸੰਸਾਰ ਕੂਪ ਤੇ ਉਧਰਿ ਲੈ ਪਿਆਰੇ,	ansaar koop tay uDhar lai pi-aaray
ਨਾਨਕ ਹਰਿ ਸਰਣਾਇ॥੮॥	naanak har sarnaa-ay.
੩॥੨੨॥੧੫॥੨॥੪੨॥	||8||3||22||15||2||42||

ਮੈਂ ਆਪਾ ਤਿਆਗ ਕੇ ਤੇਰੀ ਸ਼ਰਣ ਵਿੱਚ ਪਨਾਹ ਲਈ ਹੈ । ਰਹਿਮਤ ਬਖਸ਼ਕੇ ਇਸ ਮਾਇਆ ਰੂਪੀ ਸੰਸਾਰਕ ਖੂਹ ਵਿਚੋਂ ਕੱਢਕੇ ਬਚਾ ਲਵੋ!

By abandoning my self-pride and selfishness, I have surrendered at Your sanctuary for forgiveness and protection. With Your mercy and grace, save my soul from the jaws of worldly wealth.

276.ਰਾਗੁ ਆਸਾ ਮਹਲਾ ੧ ਪਟੀ ਲਿਖੀ॥ 432-8

੧ਓ ਸਤਿਗੁਰ ਪ੍ਰਸਾਦਿ॥	ik-oNkaar satgur parsaad.
<u>ਸਸੈ</u> – ਸੋਇ ਸ੍ਰਿਸਟਿ ਜਿਨਿ ਸਾਜੀ,	sasai so-ay sarisat jin saajee sabhnaa
ਸਭਨਾ ਸਾਹਿਬੁ ਏਕੁ ਭਇਆ॥	saahib ayk bha-i-aa.
ਸੇਵਤ ਰਹੇ ਚਿਤੁ ਜਿਨ੍ ਕਾ ਲਾਗਾ,	sayvat rahay chit jinH kaa laagaa aa-
ਆਇਆ ਤਿਨ੍ ਕਾ ਸਫਲੁ ਭਇਆ॥੧॥	i-aa tinH kaa safal bha-i-aa. ||1||
ਮਨ ਕਾਹੇ ਭੂਲੇ ਮੂੜ ਮਨਾ॥	man kaahay bhoolay moorh manaa.
ਜਬ ਲੇਖਾ ਦੇਵਹਿ	jab laykhaa dayveh
ਬੀਰਾ ਤਉ ਪੜਿਆ॥੧॥ ਰਹਾਉ॥	beeraa ta-o parhi-aa. ||1|| rahaa-o.

ਸਾਰੀ ਸ੍ਰਿਸ਼ਟੀ ਨੂੰ ਪੈਦਾ ਕਰਨਵਾਲਾ ਇੱਕੋ ਇੱਕ ਪ੍ਰਭ ਆਪ ਹੀ ਹੈ । ਉਹ ਹੀ ਸਾਰੇ ਜੀਵਾਂ ਦਾ ਅਸਲੀ ਅਟੱਲ ਸਦਾ ਰਹਿਣ ਵਾਲਾ ਮਾਲਕ ਹੈ । ਜਿਹੜਾ ਸੰਸਾਰ ਵਿੱਚ ਆ ਕੇ ਪ੍ਰਭ ਦੀ ਸ੍ਰਿਸ਼ਟੀ ਦੀ ਭਲਾਈ ਦੀ ਕਮਾਈ ਕਰਦਾ ਹੈ । ਉਦ ਦਾ ਜਨਮ ਸਫਲ ਹੋ ਜਾਂਦਾ ਹੈ, ਉਸ ਨੂੰ ਰਹਿਮਤ ਬਖਸ਼ਿਸ਼ ਹੋ ਸਕਦੀ ਹੈ । ਅਣਜਾਣ ਜੀਵ ਤੂੰ ਪ੍ਰਭ ਨੂੰ ਮਨੋ ਕਿਉਂ ਵਿਸਾਰ ਦਿੱਤਾ ਹੈ? ਪ੍ਰਭ ਹੀ ਮੌਤ ਤੋ ਪਿਛੋਂ ਤੇਰੇ ਜੀਵਨ

ਦਾ ਲੇਖਾ ਕਰਨ ਵਾਲਾ ਮਾਲਕ, ਧਰਮਰਾਜ ਹੈ । ਤੇਰਾ ਜਨਮ ਮਰਨ ਦਾ ਲੇਖ, ਚੱਕਰ ਖਤਮ ਕਰ ਸਕਦਾ ਹੈ ।

The One and Only One, God is The Creator all universes, The Axiom True Master and only protector of all creatures of the universe. Whosoever may perform the good deeds for the mankind in his day to day worldly life, he may be blessed with the right path of acceptance in His court. He may successfully conclude his human life journey. Ignorant, why have you abandoned the memory of separation from Him? Only, The True Master evaluates all your worldly deeds after your death in His court. He is the righteous judge for your soul. The merciful God may eliminate the account of all of your sinful deeds.

ਈਵੜੀ - ਆਦਿ ਪੁਰਖੁ ਹੈ ਦਾਤਾ,	eevrhee aad purakh hai daataa
ਆਪੇ ਸਚਾ ਸੋਈ॥	aapay sachaa so-ee.
ਏਨਾ ਅੱਖਰਾ ਮਹਿ ਜੋ ਗੁਰਮੁਖਿ ਬੂਝੈ,	aynaa akhraa meh jo gurmukh boojhai
ਤਿਸੁ ਸਿਰਿ ਲੇਖੁ ਨ ਹੋਈ॥੨॥	tis sir laykh na ho-ee. ‖2‖

ਅਟੱਲ ਪ੍ਰਭ ਹੀ ਜੀਵ ਨੂੰ ਦਾਤਾਂ ਦੇਣ ਵਾਲਾ ਅਸਲੀ ਮਾਲਕ, ਭੰਡਾਰੀ ਹੈ । ਜਿਹੜਾ ਸ਼ਬਦ ਦੀ ਕਮਾਈ ਕਰਦਾ ਹੈ, ਉਸ ਦਾ ਲੇਖਾ ਖਤਮ ਕਰ ਦੇਂਦਾ, ਬਖਸ਼ ਦੇਂਦਾ ਹੈ ।

Even from the beginning and before the creation of the universe, The True Master and treasure of all blessings. He may bestow His virtues on His creation. Whosoever may meditate and earn the wealth of His Word, the account of his innocent mistakes may be forgiven by The True Master.

ਊੜੈ - ਉਪਮਾਂ ਤਾ ਕੀ ਕੀਜੈ,	oorhai upmaa taa kee keejai
ਜਾ ਕਾ ਅੰਤੁ ਨ ਪਾਇਆ॥	jaa kaa ant na paa-i-aa.
ਸੇਵਾ ਕਰਹਿ ਸੇਈ ਫਲੁ ਪਾਵਹਿ,	sayvaa karahi say-ee fal paavahi
ਜਿਨ੍ਹੀ ਸਚੁ ਕਮਾਇਆ॥੩॥	jinHee sach kamaa-i-aa. ‖3‖

ਜੀਵ, ਪ੍ਰਭ ਦੇ ਅੰਤ ਤੋਂ ਰਹਿਤ ਗੁਣਾਂ ਦੀ ਉਸਤਤ ਕਰੋ! ਜਿਹੜੇ ਸ਼ਬਦ ਦੀ ਪਾਲਣਾ ਕਰਨ ਵਾਲੇ ਦੀ ਕਮਈ ਪ੍ਰਵਾਨ ਹੋ ਜਾਂਦੀ ਹੈ, ਉਸ ਨੂੰ ਸ਼ਬਦ ਦੀ ਕਮਾਈ ਦਾ ਫਲ ਬਖਸ਼ਿਸ਼ ਹੋ ਜਾਂਦਾ ਹੈ ।

You should sing the glory of His limitless virtues. Whosoever may adopt the teachings of His Word with steady and stable belief in his day to day life; his meditation may be accepted and rewarded by The True Master.

ਞੰਞੈ - ਞਿਆਨੁ ਬੂਝੈ ਜੇ ਕੋਈ,	nyanyai nyi-aan boojhai jay ko-ee
ਪੜਿਆ ਪੰਡਿਤੁ ਸੋਈ॥	parhi-aa pandit so-ee.
ਸਰਬ ਜੀਆ ਮਹਿ ਏਕੋ ਜਾਣੈ,	sarab jee-aa meh ayko jaanai
ਤਾ ਹਉਮੈ ਕਹੈ ਨ ਕੋਈ॥੪॥	taa ha-umai kahai na ko-ee. ‖4‖

ਜਿਹੜਾ ਜੀਵ ਆਪਣਾ ਧਿਆਨ ਸ਼ਬਦ ਵਿੱਚ ਰਖਦਾ ਹੈ । ਉਸ ਨੂੰ ਸ਼ਬਦ ਦੀ ਸੋਝੀ ਹੋ ਜਾਂਦੀ ਹੈ, ਉਹ ਸੰਤ ਸਰੂਪ, ਸਿਆਣਾ ਬਣ ਜਾਂਦਾ ਹੈ । ਜਿਹੜਾ ਸਭ ਜੀਵਾਂ ਵਿੱਚ ਇੱਕੋ ਇੱਕ ਪ੍ਰਭ ਦੀ ਜੋਤ ਸਮਝਦਾ ਹੈ, ਉਸ ਦੇ ਮਨ ਵਿੱਚ ਕਦੇ ਅਹੰਕਾਰ ਨਹੀਂ ਹੁੰਦਾ ।

Whosoever may concentrate and meditate with steady and stable belief on the teachings of His Word, he may be blessed with the enlightenment of His Word. He may be blessed with state of mind as His true devotee. Whosoever may believe that The One and Only One, Holy Spirit dwells and prevails in each and every creature, he may conquer the ego of his mind.

ਕਕੈ - ਕੇਸ ਪੁੰਡਰ ਜਬ ਹੂਏ,	kakai kays pundar jab hoo-ay

ਵਿਣੁ ਸਾਬੂਣੈ ਉਜਲਿਆ॥ vin saaboonai ujli-aa.
ਜਮ ਰਾਜੇ ਕੇ ਹੇਰੂ ਆਏ, jam raajay kay hayroo aa-ay
ਮਾਇਆ ਕੈ ਸੰਗਲਿ ਬੰਧਿ ਲਇਆ॥੫॥ maa-i-aa kai sangal banDh la-i-aa. ||5||

ਜਦੋਂ ਵਾਲ ਚਿੱਟੇ ਹੋ ਜਾਂਦੇ ਹਨ, ਇਹ ਧੋਣ ਤੋ ਬਿਨਾਂ ਹੀ ਚਮਕਦੇ ਹਨ । ਜਿਸ ਜੀਵ ਨੂੰ ਬੰਦਗੀ ਕਰਦੇ ਨੂੰ ਸ਼ਬਦ ਦੀ ਸੋਝੀ ਬਖਸ਼ਿਸ਼ ਹੋ ਜਾਂਦੀ ਹੈ । ਉਸ ਤੇ ਸੰਤ ਸਰੂਪ ਵਾਲਾ ਨੂਰ ਬਖਸ਼ਿਸ਼ ਹੋ ਜਾਂਦਾ ਹੈ । ਜਿਹੜਾ ਸੰਸਾਰਕ ਮਾਇਆ, ਮੋਹ ਦੇ ਜਾਲ ਵਿੱਚ ਫਸਿਆ ਹੁੰਦਾ ਹੈ, ਮੌਤ ਦੇ ਫਰਿਸ਼ਤੇ ਦੇ ਕਾਬੂ ਵਿੱਚ ਹੀ ਰਹਿੰਦਾ ਹੈ ।

Whose hair become white old age; his hairs remain shining without even washing. The same way, whosoever may adopt the teachings of His Word with steady and stable belief in his day to day life, he may be blessed with the enlightenment of His Word and the spiritual glow on his forehead. Whosoever may remain in the greed of worldly wealth, he may remain in the cycle of birth and death.

ਖਖੈ -ਖੁੰਦਕਾਰੁ ਸਾਹ ਆਲਮੁ, khakhai khundkaar saah aalam
ਕਰਿ ਖਰੀਦਿ ਜਿਨਿ ਖਰਚੁ ਦੀਆ॥ kar khareed jin kharach dee-aa.
ਬੰਧਨਿ ਜਾ ਕੈ ਸਭੁ ਜਗੁ ਬਾਧਿਆ, banDhan jaa kai sabh jag baaDhi-aa
ਅਵਰੀ ਕਾ ਨਹੀ ਹੁਕਮੁ ਪਇਆ॥੬॥ avree kaa nahee hukam pa-i-aa. ||6||

ਪ੍ਰਭ ਹੀ ਸਾਰਿਆਂ ਦਾ ਅਸਲੀ ਮਾਲਕ ਹੈ, ਜੀਵਾਂ ਨੂੰ ਦਾਤਾਂ ਬਖਸ਼ਕੇ ਸ਼ਬਦ ਵਿੱਚ ਅਡੋਲ ਰਖਦਾ ਹੈ । ਸਾਰੇ ਉਸ ਦੇ ਹੁਕਮ ਅੰਦਰ ਹੀ ਚਲ ਸਕਦੇ ਹਨ । ਹੋਰ ਕਿਸੇ ਦਾ ਜ਼ੋਰ ਨਹੀਂ ਚਲਦਾ ।

The One and Only One, God is The True Master of all worldly creatures. With His mercy and grace, keeps all creatures steady and stable on meditating on the teachings of His Word. All worldly creatures may only operate under His command. No one else has any power to alter His command.

ਗਗੈ ਗੋਇ ਗਾਇ ਜਿਨਿ ਛੋਡੀ, gagai go-ay gaa-ay jin chhodee
ਗਲੀ ਗੋਬਿਦੁ ਗਰਬਿ ਭਇਆ॥ galee gobid garab bha-i-aa.
ਘੜਿ ਭਾਂਡੇ ਜਿਨਿ ਆਵੀ ਸਾਜੀ, gharh bhaaNday jin aavee saajee
ਚਾੜਣ ਵਾਹੈ ਤਈ ਕੀਆ॥੭॥ chaarhan vaahai ta-ee kee-aa.||7||

ਜਿਹੜਾ ਸ਼ਬਦ ਦਾ ਸਿਮਰਨ ਨਹੀਂ ਕਰਦਾ, ਉਹ ਜੀਵਨ ਦੇ ਸਫਰ ਵਿੱਚ ਅਣਜਾਣ ਹੀ ਹੁੰਦਾ ਹੈ । ਪ੍ਰਭ ਆਪ ਹੀ ਅਸਲੀ ਮਾਲਕ ਹੈ, ਆਪ ਹੀ ਰਹਿਮਤ ਬਖਸ਼ਕੇ, ਜੀਵ ਨੂੰ ਬੰਦਗੀ ਤੇ ਲਾਉਂਦਾ ਹੈ ।

Whosoever may not meditate and adopt the teachings of His Word in his day to day life; he may remain ignorant from the true purpose of human life journey. The True Master may bestow His mercy and grace to attach any creature to meditate on the teachings of His Word.

ਘਘੈ - ਘਾਲ ਸੇਵਕੁ ਜੇ ਘਾਲੈ, ghaghai ghaal sayvak jay ghaalai
ਸਬਦਿ ਗੁਰੂ ਕੈ ਲਾਗਿ ਰਹੈ॥ sabad guroo kai laag rahai.
ਬੁਰਾ ਭਲਾ ਜੇ ਸਮ ਕਰਿ ਜਾਣੈ, buraa bhalaa jay sam kar jaanai
ਇਨ ਬਿਧਿ ਸਾਹਿਬੁ ਰਮਤੁ ਰਹੈ॥੮॥ in biDh saahib ramat rahai. ||8||

ਜਿਹੜਾ ਸੇਵਕ ਅਡੋਲ ਹੋ ਕੇ ਪ੍ਰਭ ਦੇ ਸ਼ਬਦ ਦੇ ਲੜ ਲੱਗਦਾ, ਸ਼ਬਦ ਦੀ ਪਾਲਣਾ ਕਰਦਾ ਹੈ । ਉਹ ਬੁਰਾ ਭਲਾ ਪ੍ਰਭ ਦੀ ਬਖਸ਼ਿਸ਼ ਹੀ ਸਮਝ ਕੇ ਅਨੰਦ ਮਾਨਦਾ ਹੈ ।

Whosoever may obey and adopt the teachings of His Word with steady and stable belief in his day to day life. He always accepts the worldly miseries and pleasures as His blessings and he remains contented in blossom in all worldly conditions.

ਚਚੈ – ਚਾਰਿ ਵੇਦ ਜਿਨਿ ਸਾਜੇ,	chachai chaar vayd jin saajay
ਚਾਰੇ ਖਾਣੀ ਚਾਰਿ ਜੁਗਾ॥	chaaray khaanee chaar jugaa.
ਜੁਗੁ ਜੁਗੁ ਜੋਗੀ ਖਾਣੀ ਭੋਗੀ,	jug jug jogee khaanee bhogee
ਪੜਿਆ ਪੰਡਿਤੁ ਆਪਿ ਥੀਆ॥੯॥	parhi-aa pandit aap thee-aa. ‖9‖

ਪ੍ਰਭ ਨੇ ਹੀ ਚਾਰੇ ਵੇਦ, ਚਾਰ ਜਨਮ ਦੇ ਤਰੀਕੇ, ਚਾਰ ਜੁਗ ਬਣਾਏ ਹਨ । ਇਹਨਾਂ ਸੁਗੰਧ ਵਿੱਚ ਉਹ ਆਪ ਹੀ ਕੰਮ ਕਰਨ ਵਾਲਾ, ਅਨੰਦ ਮਾਨਣ ਵਾਲਾ, ਸੋਝੀ ਦੇਣਵਾਲਾ, ਵਿਆਖਿਆ ਕਰਨ ਵਾਲਾ, ਬਖਸ਼ਣ ਵਾਲਾ ਮਾਲਕ ਹੈ ।

The True Master has created all four Vedas, the four source of creation and four Ages. In All four Ages, The One and Only One, True Master prevails, enjoys the pleasures and entertainment, source of enlightenment, comprehension of His nature, the teachings of His Word and, The Merciful True Master of forgiveness.

ਛਛੈ – ਛਾਇਆ ਵਰਤੀ ਸਭ ਅੰਤਰਿ,	chhachhai chhaa-i-aa vartee sabh antar
ਤੇਰਾ ਕੀਆ ਭਰਮੁ ਹੋਆ॥	tayraa kee-aa bharam ho-aa.
ਭਰਮੁ ਉਪਾਇ ਭੁਲਾਈਅਨੁ ਆਪੇ,	bharam upaa-ay bhulaa-ee-an aapay
ਤੇਰਾ ਕਰਮੁ ਹੋਆ ਤਿਨ੍ ਗੁਰੂ ਮਿਲਿਆ॥੧੦	tayraa karam ho-aa tinH guroo mili-aa. ‖10‖

ਸੰਸਾਰ ਵਿੱਚ ਸਾਰੇ ਭਰਮ ਭੁਲੇਖੇ ਤੇਰੇ ਪਾਏ ਹੋਏ ਹਨ । ਤੂੰ ਆਪ ਹੀ ਜੀਵਾਂ ਨੂੰ ਵੱਖਰੇ ਵੱਖਰੇ ਰਸਤੇ ਤੇ ਪਾਉਂਦਾ ਹੈ । ਆਪ ਹੀ ਰਹਿਮਤ ਬਖਸ਼ਕੇ ਸ਼ਬਦ ਦੀ ਬੰਦਗੀ ਦੇ ਰਸਤੇ ਤੇ ਪਾਉਂਦਾ ਹੈ, ਸ਼ਬਦ ਦੀ ਸੋਝੀ ਬਖਸ਼ਦਾ ਹੈ ।

All worldly suspicions have been created by Your command and only You are guiding each and every creature on different ways of life. Whosoever may be blessed with devotion to meditate on the right path of salvation, he may be blessed with the enlightenment of Your Word.

ਜਜੈ – ਜਾਨੁ ਮੰਗਤ ਜਨੁ ਜਾਚੈ,	jajai jaan mangat jan jaachai
ਲਖ ਚਉਰਾਸੀਹ ਭੀਖ ਭਵਿਆ॥	lakh cha-oraaseeh bheekh bhavi-aa.
ਏਕੋ ਲੇਵੈ ਏਕੋ ਦੇਵੈ,	ayko layvai ayko dayvai
ਅਵਰੁ ਨ ਦੂਜਾ ਮੈ ਸੁਣਿਆ॥੧੧॥	avar na doojaa mai suni-aa. ‖11‖

ਜਿਹੜਾ ਸੰਸਾਰਕ ਸਿਆਣਪ ਦੀ ਮੰਗ ਕਰਦਾ ਹੈ । ਉਹ 84 ਲਖਾਂ ਜੂੰਨਾਂ ਵਿੱਚ ਭਉਦਾ ਰਹਿੰਦਾ ਹੈ । ਪ੍ਰਭ ਤੂੰ ਹੀ ਦਾਤਾਂ ਦੇਣ ਵਾਲਾ, ਖਤਮ ਕਰਨ ਵਾਲਾ ਮਾਲਕ ਹੈ । ਹੋਰ ਕਿਸੇ ਦਾ ਕੋਈ ਜ਼ੋਰ ਨਹੀਂ ।

Whosoever may be begging for wisdom, the knowledge of Your creation, he may remain in the cycle of birth and death. Only Your mercy and grace; You may bestow virtues on Your creature to enhance his glory or may eliminates all his virtues to make him insane, foolish. No one has any power to avoid Your command, nature.

ਝਝੈ – ਝੂਰਿ ਮਰਹੁ ਕਿਆ ਪ੍ਰਾਣੀ,	jhajhai jhoor marahu ki-aa paraanee
ਜੋ ਕਿਛੁ ਦੇਣਾ ਸੁ ਦੇ ਰਹਿਆ॥	jo kichh daynaa so day rahi-aa.
ਦੇ ਦੇ ਵੇਖੈ ਹੁਕਮੁ ਚਲਾਏ,	day day vaykhai hukam chalaa-ay
ਜਿਉ ਜੀਆ ਕਾ ਰਿਜਕੁ ਪਇਆ॥੧੨॥	ji-o jee-aa kaa rijak pa-i-aa. ‖12‖

ਜੀਵ ਤੂੰ ਕਿਉਂ ਸੋਚਾਂ, ਤ੍ਰਿਸ਼ਨਾਂ ਮਗਰ ਲੱਗਾ ਭਟਕਦਾ ਹੈ? ਪ੍ਰਭ ਦਾਤਾਂ ਬਖਸ਼ਦਾ ਰਹਿੰਦਾ ਹੈ । ਪ੍ਰਭ ਆਪਣੇ ਭਾਣੇ ਨਾਲ ਹੀ ਦਾਤਾਂ ਬਖਸ਼ਦਾ ਹੈ । ਆਪ ਹੀ ਵੇਖਦਾ ਹੈ, ਕਿ ਜੀਵ ਭੋਜਨ ਖਾਂਦੇ ਹਨ ।

Why are you in deep thoughts and worries and running after the worldly desires and frustrations? The True Master always bestows His mercy and grace, virtues on everyone. His virtues are always raining without any discrimination. He watches and provides each and every creature with nourishment without discriminating of his worldly deeds.

ਞੰਞੈ - ਨਦਰਿ ਕਰੇ ਜਾ ਦੇਖਾ	njanjai nadar karay jaa daykhaa
ਦੂਜਾ ਕੋਈ ਨਾਹੀ॥	doojaa ko-ee naahee.
ਏਕੋ ਰਵਿ ਰਹਿਆ ਸਭ ਥਾਈ,	ayko rav rahi-aa sabh thaa-ee
ਏਕੁ ਵਸਿਆ ਮਨ ਮਾਹੀ॥੧੩॥	ayk vasi-aa man maahee. ‖13‖

ਜਿਸ ਤੇ ਪ੍ਰਭ ਰਹਿਮਤ ਨਾਲ ਇਹ ਸੋਝੀ ਬਖਸ਼ਦਾ ਹੈ । ਉਹ ਹੀ ਮਹਿਸੂਸ ਕਰਦਾ ਹੈ, ਇੱਕੋ ਇੱਕ ਪ੍ਰਭ ਤੋ ਬਿਨਾਂ ਹੋਰ ਕੋਈ ਅਸਲੀ ਮਾਲਕ ਨਹੀਂ ਹੈ । ਪ੍ਰਭ ਹੀ ਹਰ ਥਾਂ ਤੇ ਵਾਪਰਦਾ ਹੈ, ਹਰਇੱਕ ਦੇ ਅੰਦਰ ਵਸਦਾ ਹੈ ।

Whosoever may be enlightened with His mercy and grace, he may realize that The One and Only One, God is True Master for all creations. No one else can exist without His command. The Omnipresent dwells and prevails in the body of each and every creature, everywhere.

ਟਟੈ - ਟੰਚੁ ਕਰਹੁ ਕਿਆ ਪ੍ਰਾਣੀ,	tatai tanch karahu ki-aa paraanee
ਘੜੀ ਕਿ ਮੁਹਤਿ ਕਿ ਉਠਿ ਚਲਣਾ॥	gharhee ke muhat ke uth chalnaa.
ਜੂਐ ਜਨਮੁ ਨ ਹਾਰਹੁ ਅਪਣਾ,	joo-ai janam na haarahu apnaa
ਭਾਜਿ ਪੜਹੁ ਤੁਮ ਹਰਿ ਸਰਣਾ॥੧੪॥	bhaaj parhahu tum har sarnaa. ‖14‖

ਜੀਵ ਤੂੰ ਦਿਖਾਵਾ ਕਿਉਂ ਕਰਦਾ ਹੈ? ਆਪਣੇ ਮਾਨਸ ਜਨਮ ਨੂੰ ਜੂਐ ਦੀ ਬਾਜੀ ਤੇ ਨਾ ਲਾਵੋ । ਮੌਤ ਕਿਸੇ ਵੇਲੇ ਵੀ ਆ ਸਕਦੀ ਹੈ । ਸ਼ਬਦ ਦੀ ਬੰਦਗੀ ਕਰਨ ਨਾਲ ਪ੍ਰਭ ਦੀ ਸ਼ਰਣ ਵਿੱਚ ਪ੍ਰਵਾਨਗੀ ਬਖਸ਼ਿਸ਼ ਹੋ ਸਕਦੀ ਹੈ ।

Why are you pretending to be a devotee, showing your falsehood to everyone else? You are gambling your priceless opportunity of human life journey. Death is unpredictable and may capture you any time. By wholeheartedly meditating on the teachings of His Word, you may be accepted in His sanctuary.

ਠਠੈ - ਠਾਢਿ ਵਰਤੀ ਤਿਨ ਅੰਤਰਿ,	thathai thaadh vartee tin antar
ਹਰਿ ਚਰਣੀ ਜਿਨ੍ ਕਾ ਚਿਤੁ ਲਾਗਾ॥	har charnee jinH kaa chit laagaa.
ਚਿਤੁ ਲਾਗਾ ਸੇਈ ਜਨ ਨਿਸਤਰੇ,	chit laagaa say-ee jan nistaray
ਤਉ ਪਰਸਾਦੀ ਸੁਖੁ ਪਾਇਆ॥੧੫॥	ta-o parsaadee sukh paa-i-aa. ‖15‖

ਜਿਸ ਦਾ ਮਨ ਸ਼ਬਦ ਦੀ ਬੰਦਗੀ ਵਿੱਚ ਲੱਗ ਜਾਂਦਾ ਹੈ, ਉਸ ਦੇ ਮਨ ਵਿੱਚ ਸ਼ਾਂਤੀ ਬਖਸ਼ਿਸ਼ ਹੋ ਸਕਦੀ ਹੈ । ਜਿਸ ਦਾ ਮਨ ਸ਼ਬਦ ਦੀ ਪਾਲਣਾ ਵਿੱਚ ਅਡੋਲ ਹੋ ਜਾਂਦਾ ਹੈ, ਪ੍ਰਭ ਆਪ ਹੀ ਰਹਿਮਤ ਬਖਸ਼ਕੇ ਉਸ ਨੂੰ ਪ੍ਰਵਾਨਗੀ ਦੇ ਰਸਤੇ ਤੇ ਅਡੋਲ ਰਖਦਾ ਹੈ ।

Whosoever may meditate and adopt the teachings of His Word with steady and stable belief in his day to day life, he may be blessed with peace of mind in his human life journey. Whosoever may remain steady and stable on the right path of meditation, his meditation may be accepted in His court.

ਡਡੈ - ਡੰਫੁ ਕਰਹੁ ਕਿਆ ਪ੍ਰਾਣੀ,	dadai damf karahu ki-aa paraanee
ਜੋ ਕਿਛੁ ਹੋਆ ਸੁ ਸਭੁ ਚਲਣਾ॥	jo kichh ho-aa so sabh chalnaa.
ਤਿਸੈ ਸਰੇਵਹੁ ਤਾ ਸੁਖੁ ਪਾਵਹੁ,	tisai sarayvhu taa sukh paavhu
	sarab nirantar rav rahi-aa. ‖16‖

ਸਰਬ ਨਿਰੰਤਰਿ ਰਵਿ ਰਹਿਆ॥੧੬॥

ਜੀਵ, ਕੋਈ ਦਿਖਾਵਾ, ਆਪਣੇ ਕੀਤੇ ਦਾ ਅਭਿਮਾਨ ਨਾ ਕਰੋ! ਜੋ ਕੁਝ ਵੀ ਹੁੰਦਾ ਹੈ, ਬੀਤ ਜਾਂਦਾ ਹੈ। ਜਿਹੜਾ ਸ਼ਬਦ ਦੀ ਪਾਲਣਾ ਵਿੱਚ ਅਡੋਲ ਰਹਿੰਦਾ ਹੈ! ਉਸ ਨੂੰ ਸੋਝੀ ਬਖਸ਼ਿਸ਼ ਹੋ ਜਾਂਦੀ ਹੈ, ਪ੍ਰਭ ਹਰਇੱਕ ਦੇ ਹਿਰਦੇ ਵਿੱਚ ਵਸਦਾ, ਹਰ ਥਾਂ ਵਾਪਰਦਾ, ਸੁਖ ਸਾਂਤੀ ਬਖਸ਼ਦਾ ਹੈ।

You should not pretend to be a devotee, you should not boast your meditation, charity or ego of your worldly status. Whatsoever happens in the universe, always passes away. Whosoever may remain steady and stable on adopting the teachings of His Word in his day to day life, he may be enlightened that The One and Only One, Omnipresent True Master dwells and prevails in each and every body, everywhere in the universe. Only He may bless peace and comfort in human life journey.

ਢਢੈ - ਢਾਹਿ ਉਸਾਰੈ ਆਪੇ,	dhadhai dhaahi usaarai aapay
ਜਿਉ ਤਿਸੁ ਭਾਵੈ ਤਿਵੈ ਕਰੇ॥	ji-o tis bhaavai tivai karay.
ਕਰਿ ਕਰਿ ਵੇਖੈ ਹੁਕਮੁ ਚਲਾਏ,	kar kar vaykhai hukam chalaa-ay tis
ਤਿਸੁ ਨਿਸਤਾਰੇ ਜਾ ਕਉ ਨਦਰਿ ਕਰੇ॥੧੭॥	nistaaray jaa ka-o nadar karay. ‖17‖

ਆਪ ਹੀ ਸ੍ਰਿਸ਼ਟੀ ਵਿੱਚ ਸਭ ਕੁਝ ਬਣਾਉਂਦਾ ਹੈ, ਪੈਦਾ ਕਰਦਾ ਹੈ। ਆਪ ਹੀ ਢਾਹ ਦੇਂਦਾ, ਮੌਤ ਦੇਂਦਾ ਹੈ, ਸਭ ਕੁਝ ਉਸ ਦੇ ਹੁਕਮ ਅੰਦਰ ਹੀ ਹੁੰਦਾ ਹੈ। ਆਪ ਹੀ ਪੈਦਾ ਕੀਤੇ ਜੀਵ ਦੀ ਪਾਲਣਾ ਕਰਦਾ ਹੈ। ਜਿਸ ਤੇ ਰਹਿਮਤ ਬਖਸ਼ਦਾ ਹੈ, ਉਸ ਨੂੰ ਪ੍ਰਵਾਨ ਕਰ ਲੈਂਦਾ ਹੈ।

Everything in the universe has been created and destroyed only by His command. He gives birth to newborn and provides death to anyone, only His command may prevail in the universe. He always protects his own creations. Whosoever may be blessed with His mercy and grace, his soul may be accepted in His court.

ਣਾਣੈ - ਰਵਤੁ ਰਹੈ ਘਟ ਅੰਤਰਿ	naanai ravat rahai ghat antar
ਹਰਿ ਗੁਣ ਗਾਵੈ ਸੋਈ॥	har gun gaavai so-ee.
ਆਪੇ ਆਪਿ ਮਿਲਾਏ ਕਰਤਾ	aapay aap milaa-ay kartaa
ਪੁਨਰਪਿ ਜਨਮੁ ਨ ਹੋਈ॥੧੮॥	punrap janam na ho-ee. ‖18‖

ਜਿਸ ਦੇ ਹਿਰਦੇ ਵਿੱਚ ਸ਼ਬਦ ਘਰ ਕਰ ਜਾਂਦਾ ਹੈ, ਉਹ ਹੀ ਸ਼ਬਦ ਦਾ ਸਿਮਰਨ ਕਰਦਾ ਹੈ। ਜਿਸ ਤੇ ਪ੍ਰਭ ਰਹਿਮਤ ਬਖਸ਼ਦਾ ਹੈ! ਉਸ ਨੂੰ ਆਪਣੇ ਵਿੱਚ ਅਭੇਦ ਕਰ ਲੈਂਦਾ ਹੈ, ਉਹ ਜਨਮ ਮਰਨ ਤੋ ਰਹਿਤ ਹੋ ਜਾਂਦਾ ਹੈ।

Whosoever may remain drenched with the teachings of His Word, only he may remain intoxicated with meditation in the void of His Word. Whosoever may be blessed with His mercy and grace, his meditation may be accepted in His court. His cycle of birth and death may be eliminated forever

ਤਤੈ - ਤਾਰੂ ਭਵਜਲੁ ਹੋਆ	tatai taaroo bhavjal ho-aa
ਤਾ ਕਾ ਅੰਤੁ ਨ ਪਾਇਆ॥	taa kaa ant na paa-i-aa.
ਨਾ ਤਰ ਨਾ ਤੁਲਹਾ ਹਮ ਬੂਡਸਿ,	naa tar naa tulhaa ham boodas
ਤਾਰਿ ਲੇਹਿ ਤਾਰਣ ਰਾਇਆ॥੧੯॥	taar layhi taaran raa-i-aa. ‖19‖

ਪ੍ਰਭ ਇਹ ਸੰਸਾਰਕ ਸਾਗਰ ਬਹੁਤ ਭਿਆਨਕ ਅਤੇ ਡੂੰਘਾਂ ਹੈ। ਇਸ ਨੂੰ ਪਾਰ ਕਰਨ ਲਈ ਕੋਈ ਬੇੜੀ ਜਾ ਹੋਰ ਸਾਧਨ ਨਹੀਂ ਹੈ। ਮੈ ਇਸ ਵਿੱਚ ਡੁੱਬਦਾ ਜਾਂਦਾ ਹਾ। ਰਹਿਮਤ ਬਖਸ਼ਕੇ ਇਸ ਵਿਚੋਂ ਪਾਰ ਕਰੋ। ਜੀਵ ਸੰਸਾਰਕ ਇੱਛਾਂ ਦੇ ਸਾਗਰ ਵਿੱਚ ਫਸ ਦਾ ਜਾਂਦਾ ਹੈ! ਪ੍ਰਭ ਦੀ ਰਹਿਮਤ ਨਾਲ ਹੀ ਜੀਵ ਇੱਛਾਂ ਰਹਿਤ ਹੋ ਸਕਦਾ ਹੈ।

The worldly ocean is very mysterious, tedious and horrible. There is no true source, boat to cross this ocean of worldly desires. I am drowning in this worldly ocean of desires; with Your mercy and grace save me from drowning in this ocean of worldly desires. Human remains buried under these worldly desires, in this ocean; only with His mercy and grace, he may sanctify his soul to become blemish free.

ਥਥੈ – ਥਾਨਿ ਥਾਨੰਤਰਿ ਸੋਈ	thathai thaan thaanantar so-ee
ਜਾ ਕਾ ਕੀਆ ਸਭੁ ਹੋਆ॥	jaa kaa kee-aa sabh ho-aa.
ਕਿਆ ਭਰਮੁ ਕਿਆ ਮਾਇਆ ਕਹੀਐ,	ki-aa bharam ki-aa maa-i-aa kahee-ai
ਜੋ ਤਿਸੁ ਭਾਵੈ ਸੋਈ ਭਲਾ॥੨੦॥	jo tis bhaavai so-ee bhalaa. ||20|

ਪ੍ਰਭ ਹਰਇੱਕ ਜੀਵ, ਹਰਇੱਕ ਕਰਤਬ ਵਿੱਚ ਆਪ ਹੀ ਵਾਪਰਦਾ ਹੈ । ਇਸ ਸੰਸਾਰ ਵਿੱਚ ਕਿਸ ਨੂੰ ਭਰਮ ਜਾ, ਮਾਇਆ, ਜਾ ਮੋਹ ਆਖੀਏ । ਜੋ ਕੁਝ ਉਸ ਨੂੰ ਭਾਉਂਦਾ ਹੈ, ਉਹ ਹੀ ਚੰਗਾ ਹੈ ।

Only, The True Master prevails in the mind and body of each and every creature and also in his each and every opportunity in the universe. The worldly creature may not distinguish between suspicions, worldly wealth or attachment to worldly possessions. Whatsoever may be Your command, always for the welfare of Your creation.

ਦਦੈ – ਦੋਸੁ ਨ ਦੇਊ ਕਿਸੈ	dadai dos na day-oo kisai
ਦੋਸੁ ਕਰੰਮਾ ਆਪਣਿਆ॥	dos karammaa aapni-aa.
ਜੋ ਮੈ ਕੀਆ ਸੋ ਮੈ ਪਾਇਆ,	jo mai kee-aa so mai paa-i-aa
ਦੋਸੁ ਨ ਦੀਜੈ ਅਵਰ ਜਨਾ॥੨੧॥	dos na deejai avar janaa. ||21||

ਜੀਵ ਕਿਸੇ ਹੋਰ ਨੂੰ ਕਿਸੇ ਬੁਰੇ ਕੰਮ ਦਾ ਦੋਸ਼ੀ ਨਾ ਆਖੋ! ਸਗੋਂ ਆਪਣੇ ਅੰਦਰ ਝਾਤੀ ਮਾਰੋ ਆਪਣੇ ਅਉਗੁਣ ਦੇਖੋ । ਤੂੰ ਆਪਣੇ ਕੀਤੇ ਦਾ ਫਲ ਹੀ ਭੁਗਤਦਾ ਹੈ ।

You should not blame anyone for your mistakes and misfortunes. Rather you should evaluate your own day to day deeds, your deficiencies, shortcomings in your day to day activities. Whatsoever deeds you may perform in the universe, you are being awarded for your own deeds.

ਧਧੈ – ਧਾਰਿ ਕਲਾ ਜਿਨਿ ਛੋਡੀ	DhaDhai Dhaar kalaa jin chhodee
ਹਰਿ ਚੀਜੀ ਜਿਨਿ ਰੰਗ ਕੀਆ॥	har cheejee jin rang kee-aa.
ਤਸ ਦਾ ਦੀਆ ਸਭਨੀ ਲੀਆ,	tis daa dee-aa sabhnee lee-aa
ਕਰਮੀ ਕਰਮੀ ਹੁਕਮੁ ਪਇਆ॥੨੨॥	karmee karmee hukam pa-i-aa. ||22||

ਸਾਰੀ ਸ੍ਰਿਸ਼ਟੀ ਹੀ ਪ੍ਰਭ ਦੇ ਆਸਰੇ ਤੇ ਖੜ੍ਹੀ ਹੈ, ਹਰਇੱਕ ਵਿੱਚ ਹੀ ਉਸ ਦਾ ਰੰਗ, ਪ੍ਰਭਾਵ ਹੈ । ਉਹ ਹਰਇੱਕ ਜੀਵ ਨੂੰ ਉਸ ਦੇ ਕਰਮਾਂ ਅਨੁਸਾਰ ਹੀ ਦਾਤ ਬਖਸ਼ਦਾ ਹੈ ।

The whole universe remains steady and stable on His support, everyone remains under the influence and color of His mercy and grace. Each and every creature may be rewarded for his own deeds in the universe

ਨੰਨੈ – ਨਾਹ ਭੋਗ ਨਿਤ ਭੋਗੈ,	nannai naah bhog nit bhogai
ਨਾ ਡੀਠਾ ਨਾ ਸੰਮ੍ਹਲਿਆ॥	naa deethaa naa sammli-aa.
ਗਲੀ ਹਉ ਸੋਹਾਗਣਿ ਭੈਣੇ,	galee ha-o sohagan bhainay
ਕੰਤੁ ਨ ਕਬਹੂੰ ਮੈ ਮਿਲਿਆ॥੨੩॥	kant na kabahooN mai mili-aa. ||23||

ਪ੍ਰਭ ਦੀ ਕੁਦਰਤ ਪੂਰਨ ਤਰ੍ਹਾਂ ਤੇ ਦੇਖੀ, ਸਮਝੀ ਨਹੀਂ ਜਾ ਸਕਦੀ । ਜਿਸ ਜੀਵ ਦੀ ਬੰਦਗੀ ਨਾਲ ਪ੍ਰਭ ਪ੍ਰਸੰਨ ਹੁੰਦਾ ਹੈ । ਉਹ ਹੀ ਪ੍ਰਭ ਦੀ ਹੋਂਦ ਮਹਿਸੂਸ ਕਰਕੇ ਹੀ ਸ਼ਾਂਤੀ ਸੰਤੋਖ ਮਾਨਦਾ ਹੈ ।

His nature may not be completely comprehended by His creation. Whose meditation may appease The True Master, he may be blessed and realizes the existence of The True Master. He may be blessed with peace and contentment.

ਪਪੈ - ਪਾਤਿਸਾਹੁ ਪਰਮੇਸਰੁ, papai paatisaahu parmaysar
ਵੇਖਣ ਕਉ ਪਰਪੰਚੁ ਕੀਆ॥ vaykhan ka-o parpanch kee-aa
ਦੇਖੈ ਬੂਝੈ ਸਭੁ ਕਿਛੁ ਜਾਣੈ, daykhai boojhai sabh kichh
ਅੰਤਰਿ ਬਾਹਰਿ ਰਵਿ ਰਹਿਆ॥੨੪॥ jaanai antar baahar rav rahi-aa. ||24||

ਪ੍ਰਭ ਹੀ ਸ਼ੇਨਸਾਹ ਦਾ ਸ਼ੇਨਸਾਹ, ਸਾਰੀ ਸ੍ਰਿਸ਼ਟੀ ਨੂੰ ਪੈਦਾ ਕਰਨ, ਦੇਖਭਾਲ, ਪਾਲਣਾ ਕਰਨ ਵਾਲਾ ਅਸਲੀ ਮਾਲਕ ਹੈ । ਅੰਤਰਜਾਮੀ ਪ੍ਰਭ ਸਭ ਕੁਝ ਦੇਖਦਾ, ਜੀਵ ਦੇ ਅੰਦਰ ਅਤੇ ਬਾਹਰ ਸ੍ਰਿਸ਼ਟੀ ਵਿੱਚ ਵਾਪਰਦਾ ਹੈ ।

The One and Only One, king of kings, True Master, creator, protector nourisher of all universes. The Omniscient True Master prevails within the mind and body of each creature and also outside everywhere in the universe.

ਫਫੈ -ਫਾਹੀ ਸਭੁ ਜਗੁ ਫਾਸਾ, fafai faahee sabh jag faasaa
ਜਮ ਕੈ ਸੰਗਲਿ ਬੰਧਿ ਲਇਆ॥ jam kai sangal banDh la-i-aa.
ਗੁਰ ਪਰਸਾਦੀ ਸੇ ਨਰ ਉਬਰੇ, gur parsaadee say nar ubray
ਜਿ ਹਰਿ ਸਰਣਾਗਤਿ ਭਜਿ ਪਇਆ॥੨੫॥ je har sarnaagat bhaj pa-i-aa. ||25||

ਸਾਰੀ ਸ੍ਰਿਸ਼ਟੀ ਹੀ ਮੌਤ ਦੇ ਸੰਗਲ ਵਿੱਚ ਬੰਧੀ ਹੈ । ਜਿਹੜਾ ਅਡੋਲ ਹੋ ਕੇ ਸ਼ਬਦ ਦੀ ਬੰਦਗੀ ਕਰਦਾ ਹੈ । ਉਹ ਪ੍ਰਭ ਦੀ ਸ਼ਰਣ ਵਿੱਚ ਪ੍ਰਵਾਨ ਹੋ ਜਾਂਦਾ, ਬਚ ਜਾਂਦਾ ਹੈ ।

The whole creation is tied with the chain, rope of devil of death. Whosoever may adopt the teachings of His Word with steady and stable belief in his day to day life, he may be accepted in His sanctuary and may be saved.

ਬਬੈ - ਬਾਜੀ ਖੇਲਣ ਲਾਗਾ, babai baajee khaylan laagaa,
ਚਉਪੜਿ ਕੀਤੇ ਚਾਰਿ ਜੁਗਾ॥ cha-uparh keetay chaar jugaa.
ਜੀਅ ਜੰਤ ਸਭ ਸਾਰੀ ਕੀਤੇ, jee-a jant sabh saaree keetay
ਪਾਸਾ ਢਾਲਣਿ ਆਪਿ ਲਗਾ॥੨੬॥ paasaa dhaalan aap lagaa. ||26||

ਸ੍ਰਿਸ਼ਟੀ ਪ੍ਰਭ ਦਾ ਹੀ ਖੇਲ ਹੈ, ਇਸ ਵਿੱਚ ਸਾਰੇ ਖਿਡਾਰੀ ਵੀ ਪ੍ਰਭ ਦੇ ਹਨ । ਆਪ ਹੀ ਖੇਲ ਅਰੰਭ ਕਰਦਾ ਹੈ, ਆਪ ਹੀ ਖਤਮ ਕਰਦਾ ਹੈ ।

The whole universe is the play of The True Master, all players are His favorites. Only He may start the play and He may conclude, stop the play.

ਭਭੈ - ਭਾਲਹਿ ਸੇ ਫਲੁ ਪਾਵਹਿ, bhabhai bhaaleh say fal paavahi
ਗੁਰ ਪਰਸਾਦੀ ਜਿਨ੍ਹ ਕਉ ਭਉ ਪਇਆ॥ gur parsaadee jinH ka-o bha-o pa-i-aa.
ਮਨਮੁਖ ਫਿਰਹਿ ਨ ਚੇਤਹਿ ਮੂੜੇ, manmukh fireh na cheeteh moorhay
ਲਖ ਚਉਰਾਸੀਹ ਫੇਰੁ ਪਇਆ॥ ੨੭॥ lakh cha-oraaseeh fayr pa-i-aa. ||27||

ਜਿਹੜਾ ਪ੍ਰਭ ਦੇ ਵਿਛੋੜੇ ਦੇ ਡਰ ਵਿੱਚ ਬੰਦਗੀ ਕਰਦਾ ਹੈ, ਪ੍ਰਭ ਆਪ ਹੀ ਰਹਿਮਤ ਬਖਸ਼ਦਾ ਹੈ । ਮਨਮਰਜ਼ੀ ਕਰਨ ਵਾਲਾ ਜੂੰਨਾਂ ਦੇ ਚੱਕਰ ਵਿੱਚ ਹੀ ਭਉਦਾ ਰਹਿੰਦਾ ਹੈ ।

Whosoever may meditate in renunciation in the fear of his separation from The True Master; The Merciful True Master may enlighten him. Self-minded remains in the cycle of birth and death.

ਮੰਮੈ - ਮੋਹੁ ਮਰਣੁ ਮਧੁਸੂਦਨੁ, mammai moh maran maDhusoodan
ਮਰਣੁ ਭਇਆ ਤਬ ਚੇਤਵਿਆ॥ maran bha-i-aa tab chaytvi-aa.

ਕਾਇਆ ਭੀਤਰਿ ਅਵਰੋ ਪੜਿਆ, kaa-i-aa bheetar avro parhi-aa
ਮੰਮਾ ਅਖਰੁ ਵੀਸਰਿਆ॥੨੮॥ mammaa akhar veesri-aa. ||28||

ਜੀਵ ਸੰਸਾਰਕ ਮੋਹ ਵਿੱਚ ਹੀ ਮਰ ਜਾਂਦਾ ਹੈ । ਅਸਲੀ ਮਰਨ ਤਾਂ ਸ਼ਬਦ ਦੀ ਪਾਲਣਾ ਕਰਦੇ ਸਮਾਧੀ ਵਿੱਚ ਲੀਨ ਹੋਣਾ ਹੁੰਦਾ ਹੈ । ਜਿਤਨਾ ਚਿਰ ਜੀਵ ਦੇ ਸਵਾਸ ਚਲਦੇ ਹਨ, ਬਹੁਤ ਲਿਖਦਾ ਪੜ੍ਹਦਾ, ਖੋਜ ਕਰਦਾ ਹੈ । ਪਰ ਇੱਕ ਅੱਖਰ, "ਮ" ਨਹੀਂ ਪੜ੍ਹਦਾ, ਖਿਆਲ ਕਰਦਾ । ਜਿਹੜਾ "ਮ" ਮੌਤ ਦਾ ਨਾਮ ਹੈ ।

Worldly creatures remain in worldly emotions and waste his human life journey, dies in the worldly attachment. The true death is to obey His Word and remains intoxicated in deep meditation in the void of His Word. All long as the worldly creatures remain breathing, he may read the Holy Scripture, writes the true spiritual meanings, and search everywhere about the Holy Scripture. However, he never pays any attention or think about one unique word, "mama", mama is the name of death. Whosoever may always think about his death in his day to day deeds, he may become His true devotee.

ਯਯੈ – ਜਨਮੁ ਨ ਹੋਵੀ ਕਦ ਹੀ, ya-yai janam na hovee
ਜੇ ਕਰਿ ਸਚੁ ਪਛਾਣੈ॥ kad hee jay kar sach pachhaanai.
ਗੁਰਮੁਖਿ ਆਖੈ ਗੁਰਮੁਖਿ ਬੂਝੈ, gurmukh aakhai gurmukh boojhai
ਗੁਰਮੁਖਿ ਏਕੋ ਜਾਣੈ॥੨੯॥ gurmukh ayko jaanai. ||29||

ਜਿਹੜਾ ਜੀਵ ਪ੍ਰਭ ਦੇ ਸ਼ਬਦ ਨੂੰ ਜਾਣ ਜਾਂਦਾ ਹੈ, ਪਾਲਣਾ ਕਰਦਾ ਹੈ । ਉਹ ਮਾਨਸ ਜਨਮ ਵਿੱਚ ਨਹੀਂ ਹਾਰ ਦਾ, ਪ੍ਰਵਾਨ ਹੋ ਜਾਂਦਾ ਹੈ । ਗੁਰਮਖ ਪ੍ਰਭ ਦਾ ਸ਼ਬਦ ਬੋਲਦਾ, ਸਮਝਦਾ ਪਾਲਣਾ ਕਰਦਾ ਹੈ ।

Whosoever may be enlightened with the teachings of His Word, he may adopt the teachings of His Word with steady and stable belief in his day to day life. He may never lose the play of his human life journey; he may be accepted in His court. His true devotee only speaks His Word and adopts the teachings of His Word in his day to day life.

ਰਾਰੈ –ਰਵਿ ਰਹਿਆ ਸਭ ਅੰਤਰਿ, raarai rav rahi-aa sabh antar
ਜੇਤੇ ਕੀਏ ਜੰਤਾ॥ jaytay kee-ay jantaa.
ਜੰਤ ਉਪਾਇ ਧੰਧੈ ਸਭ ਲਾਏ, jant upaa-ay DhanDhai sabh laa-ay
ਕਰਮੁ ਹੋਆ ਤਿਨ ਨਾਮੁ ਲਇਆ॥੩੦॥ karam ho-aa tin naam la-i-aa. ||30||

ਸਾਰੇ ਜੀਵ ਹੀ ਪ੍ਰਭ ਦੇ ਪੈਦਾ ਕੀਤੇ ਹੋਏ ਹਨ, ਪ੍ਰਭ ਹਰਇੱਕ ਜੀਵ ਦੇ ਅੰਦਰ ਵਸਦਾ, ਧੰਦੇ ਤੇ ਲਾਉਂਦਾ ਹੈ । ਜਿਸ ਤੇ ਰਹਿਮਤ ਬਖਸ਼ਦਾ ਹੈ, ਕੇਵਲ ਉਹ ਹੀ ਸ਼ਬਦ ਦੀ ਬੰਦਗੀ ਕਰ ਸਕਦਾ ਹੈ ।

The True Master, One and Only One, Creator dwells in the body of each and every creature and assigns him day to day activities. Whosoever may be blessed with His mercy and grace, only he may stay steady and stable on meditating on the teachings of His Word.

ਲਲੈ – ਲਾਇ ਧੰਧੈ ਜਿਨਿ ਛੋਡੀ, lalai laa-ay DhanDhai jin chhodee
ਮੀਠਾ ਮਾਇਆ ਮੋਹੁ ਕੀਆ॥ meethaa maa-i-aa moh kee-aa.
ਖਾਣਾ ਪੀਣਾ ਸਮ ਕਰਿ ਸਹਣਾ, khaanaa peenaa sam kar sahnaa
ਭਾਣੈ ਤਾ ਕੈ ਹੁਕਮੁ ਪਇਆ॥੩੧॥ bhaanai taa kai hukam pa-i-aa. ||31||

ਪ੍ਰਭ ਹੀ ਸਾਰੇ ਜੀਵਾਂ ਨੂੰ ਧੰਦੇ ਤੇ ਲਾਉਂਦਾ ਹੈ, ਸੰਸਾਰ ਵਿੱਚ ਮਾਇਆ ਦਾ ਮਿੱਠਾ ਜਾਲ ਵਛਾਉਂਦਾ ਹੈ । ਜਿਹੜਾ ਮਾਇਆ ਅਤੇ ਮੋਹ ਤਿਆਗ ਦੇਂਦਾ ਹੈ । ਆਪ ਹੀ ਰਹਿਮਤ ਬਖਸ਼ਦਾ ਹੈ, ਸਭ ਖਾਣ, ਪੀਣ, ਦੁਖ ਸੁਖ ਇੱਕ ਸਮਾਨ ਸਮਝਕੇ ਅਨੰਦ ਮਾਨਦਾ ਹੈ ।

The True Master assigns each and every creature with a unique task in his human life journey, He has embedded the worldly journey with sweet poison of worldly wealth. Whosoever may recognize the sweet poison of worldly wealth, he may abandon his attachment to worldly wealth. He may be enlightened from within and he may remain contented and in blossom in his all worldly conditions, miseries and pleasures.

ਵਵੈ – ਵਾਸੁਦੇਉ ਪਰਮੇਸਰੁ,	vavai vaasuday-o parmaysar
ਵੇਖਣ ਕਉ ਜਿਨਿ ਵੇਸੁ ਕੀਆ॥	vaykhan ka-o jin vays kee-aa.
ਵੇਖੈ ਚਾਖੈ ਸਭੁ ਕਿਛੁ ਜਾਣੈ,	vaykhai chaakhai sabh kichh jaanai
ਅੰਤਰਿ ਬਾਹਰਿ ਰਵਿ ਰਹਿਆ॥੩੨॥	antar baahar rav rahi-aa. ||32||

ਪ੍ਰਭ ਹਰਇੱਕ ਜੀਵ ਵਿੱਚ ਆਪ ਹੀ ਵਾਪਰਦਾ, ਉਹ ਸਭ ਕੁਝ ਵੇਖਦਾ ਹੈ । ਸਾਰੇ ਜੀਵਾਂ ਦਾ ਰੰਗ, ਰੂਪ, ਅਕਾਰ ਪ੍ਰਭ ਦੇ ਭਾਣੇ ਨਾਲ ਹੀ ਬਣਦਾ ਹੈ ।

The True Master dwells, monitors and prevails in the body of each and every creature and in all his activities. The structure, the color and beauty of each and every creature is made by His command.

ੜਾੜੈ – ਰਾੜਿ ਕਰਹਿ ਕਿਆ ਪ੍ਰਾਣੀ,	rhaarhai raarh karahi ki-aa paraanee
ਤਿਸਹਿ ਧਿਆਵਹੁ ਜਿ ਅਮਰੁ ਹੋਆ॥	tiseh Dhi-aavahu je amar ho-aa.
ਤਿਸਹਿ ਧਿਆਵਹੁ ਸਚਿ ਸਮਾਵਹੁ,	tiseh Dhi-aavahu sach samaavahu os
ਓਸੁ ਵਿਟਹੁ ਕੁਰਬਾਣੁ ਕੀਆ॥੩੩॥	vitahu kurbaan kee-aa. ||33||

ਮਾਨਸ ਜੀਵ ਭਰਮਾਂ ਵਿੱਚ ਕਿਉਂ ਭਉਦਾ ਫਿਰਦਾ ਹੈ? ਉਸ ਪ੍ਰਭ ਦੇ ਸ਼ਬਦ ਦਾ ਸਿਮਰਨ ਕਰੋ! ਜੋ ਅਟੱਲ, ਸਦਾ ਰਹਿਣ ਵਾਲਾ ਹੈ, ਉਸ ਨੂੰ ਆਪਣਾ ਮਨ ਤਨ ਭੇਟਾ ਕਰ ਦੇਵੋ।

Why are you wandering around in worldly suspicions? You should meditate on the teachings of His Word. Only, He remains steady and stable forever, you should surrender your mind and body at His service.

ਹਾਹੈ – ਹੋਰੁ ਨ ਕੋਈ ਦਾਤਾ,	haahai hor na ko-ee daataa jee-a
ਜੀਅ ਉਪਾਇ ਜਿਨਿ ਰਿਜਕੁ ਦੀਆ॥	upaa-ay jin rijak dee-aa.
ਹਰਿ ਨਾਮੁ ਧਿਆਵਹੁ	har naam Dhi-aavahu
ਹਰਿ ਨਾਮਿ ਸਮਾਵਹੁ ਅਨਦਿਨੁ	har naam samaavahu an-din
ਲਾਹਾ ਹਰਿ ਨਾਮੁ ਲ॥੩੪॥	laahaa har naam lee-aa. ||34||

ਪ੍ਰਭ ਹੀ ਪੈਦਾ ਕਰਨ ਵਾਲਾ, ਦਾਤਾਂ ਦੇਣ ਵਾਲਾ, ਪਾਲਣਾ, ਪੂਜਾ ਕਰਨ ਦੇ ਯੋਗ ਹੈ । ਦਿਨ ਰਾਤ ਉਸ ਦੇ ਸ਼ਬਦ ਦੀ ਬੰਦਗੀ ਕਰੋ । ਉਸ ਦੇ ਸ਼ਬਦ ਦਾ ਲਾਹਾ ਖੱਟੋ, ਤੇਰਾ ਮਾਨਸ ਜਨਮ ਸਫਲ ਹੋ ਜਾਵੇਗਾ।

The One and Only One, True Master, Creator, The treasure of all virtues. Only He is worthy of worship. You should meditate on the teachings of His Word day and night. You should earn the profit of His Word and make your human life journey a success.

ਆਇੜੈ – ਆਪਿ ਕਰੇ ਜਿਨਿ ਛੋਡੀ,	aa-irhai aap karay jin chhodee
ਜੋ ਕਿਛੁ ਕਰਣਾ ਸੁ ਕਰਿ ਰਹਿਆ॥	jo kichh karnaa so kar rahi-aa.
ਕਰੇ ਕਰਾਏ ਸਭ ਕਿਛੁ ਜਾਣੈ,	karay karaa-ay sabh kichh jaanai
ਨਾਨਕ ਸਾਇਰ ਇਵ ਕਹਿਆ॥੩੫॥ ੧॥	naanak saa-ir iv kahi-aa. ||35||1||

ਪ੍ਰਭ ਨੇ ਸਾਰੀ ਸ੍ਰਿਸ਼ਟੀ ਪੈਦਾ ਕੀਤੀ ਹੈ, ਜੋ ਕੁਝ ਕਰਨਾ ਹੈ, ਕੀਤੀ ਜਾਂਦਾ ਹੈ । ਉਹ ਆਪ ਸਭ ਕੰਮ ਕਰਨ ਅਤੇ ਕਰਾਉਣ ਵਾਲਾ ਮਾਲਕ ਹੈ । ਆਪ ਹੀ ਸਭ ਕੁਝ ਜਾਣਦਾ ਹੈ, ਕੀ ਹੁੰਦਾ ਹੈ ।

The True Master has created all universes, whatsoever is going to happen, only happens with His blessings and command. Only, The Omnipotent True Master may perform or inspire His creature to perform any task. Only, The Omniscient True Master knows each and every activities of His nature.

277.ਰਾਗੁ ਆਸਾ ਮਹਲਾ ੩ ਪਟੀ॥ 434-13

ੴ ਸਤਿਗੁਰ ਪ੍ਰਸਾਦਿ॥	ik-oNkaar satgur parsaad.
ਅਯੋ ਅੰਙੈ ਸਭੁ ਜਗੁ ਆਇਆ, ਕਾਖੈ ਘੰਙੈ ਕਾਲੁ ਭਇਆ॥	ayo anyai sabh jag aa-i-aa kaakhai ghanyai kaal bha-i-aa.
ਰੀਰੀ ਲਲੀ ਪਾਪ ਕਮਾਣੇ, ਪੜਿ ਅਵਗਣ ਗੁਣ ਵੀਸਰਿਆ॥੧॥	reeree lalee paap kamaanay parh avgan gun veesri-aa. ||1||

ਪ੍ਰਭ ਦੀ ਕੁਦਰਤ ਨਾਲ ਸਾਰੀ ਸ੍ਰਿਸ਼ਟੀ ਦੇ ਜੀਵ ਸੰਸਾਰ ਵਿੱਚ ਪੈਦਾ ਹੁੰਦੇ ਹਨ । ਇਹ ਸਮਾਂ ਪਾ ਕੇ, ਮਰ ਜਾਂਦੇ ਹਨ । ਉਹ ਆਪਣੇ ਸੰਸਾਰਕ ਜੀਵਨ ਵਿੱਚ ਬੁਰੇ ਕੰਮ, ਪਾਪ ਕਰਦੇ ਹਨ । ਉਹ ਪ੍ਰਭ ਦੇ ਸ਼ਬਦ ਨੂੰ ਭੁਲਾ ਲੈਂਦੇ, ਉਹਨਾਂ ਤੋ ਰਹਿਮਤ ਦੀ ਨਜ਼ਰ ਉੱਠ ਜਾਂਦੀ ਹੈ ।

All creatures of the universe are created by His command, with His blessings. Each and every creature dies over a period of time. Every creature is assigned a limited time on this universe. All creatures perform good and bad deeds in his day to day life and carries the burden of his sins with his soul. Whosoever may abandon the teachings of His Word, the purpose of his human life journey, he may move far away from His mercy and grace.

ਮਨ ਐਸਾ ਲੇਖਾ ਤੂੰ ਕੀ ਪੜਿਆ॥	man aisaa laykhaa tooN kee parhi-aa.
ਲੇਖਾ ਦੇਣਾ ਤੇਰੈ ਸਿਰਿ ਰਹਿਆ॥੧॥ ਰਹਾਉ॥	laykhaa daynaa tayrai sir rahi-aa. ||1|| rahaa-o.

ਜੀਵ ਸੰਸਾਰ ਵਿੱਚ ਤੂੰ ਇਸ ਤਰ੍ਹਾਂ ਦੇ ਕੰਮ ਕਿਉਂ ਕਰਦਾ ਹੈ ? ਜਿਸ ਦਾ ਜਵਾਬ ਤੂੰ ਪ੍ਰਭ ਦੇ ਦਰਬਾਰ ਵਿੱਚ ਨਹੀਂ ਦੇ ਸਕਦਾ ।

Why are you performing such evil deed in the universe? You may not be able to explain the true purpose of these deeds in His court?

ਸਿਧੰਙਾਇਐ ਸਿਮਰਹਿ ਨਾਹੀ, ਨੰਨੈ, ਨਾ ਤੁਧੁ ਨਾਮੁ ਲਇਆ॥	siDhaNnyaa-ee-ai simrahi naahee nannai naa tuDh naam la-i-aa.
ਛਛੈ ਛੀਜਹਿ ਅਹਿਨਿਸਿ ਮੂੜੇ, ਕਿਉ ਛੂਟਹਿ ਜਮਿ ਪਾਕੜਿਆ॥੨॥	chhachhai chheejeh ahinis moorhay ki- o chhooteh jam paakrhi-aa. ||2||

ਨੰਨੈ – ਤੂੰ ਕੋਈ ਕੰਮ ਕਰਨ ਤੋ ਪਹਿਲੇ ਪ੍ਰਭ ਦੇ ਸ਼ਬਦ ਨੂੰ ਯਾਦ ਨਹੀਂ ਕਰਦਾ । ਉਸ ਦੇ ਹੁਕਮ ਨੂੰ ਭੁਲਾ ਦੇਂਦਾ, ਪ੍ਰਵਾਹ ਨਹੀਂ ਕਰਦਾ ।

ਛਛੇ– ਛਜਿਹਿ– ਤੂੰ ਸਾਰਾ ਜੀਵਨ ਸੰਸਾਰਕ ਇੱਛਾਂ ਪਿਛੇ ਲੱਗ ਕੇ ਬਤੀਤ ਕਰ ਜਾਂਦਾ ਹੈ, ਦਿਨ ਰਾਤ ਲਾਲਚ ਵਿੱਚ ਫਸਿਆ ਰਹਿੰਦਾ ਹੈ । ਤੂੰ ਮੌਤ ਦੇ ਬੰਧਨ ਤੋ ਕਿਵੇਂ ਛੁਟਕਾਰਾ ਪਾਵੇਗਾ?

You do not remember the teachings of His Word before performing any worldly deed. You forget or you even don't care about the teachings of His Word. You waste your whole life following worldly desires and remain entangled in worldly greed day and night. How may you be saved from the seize of devil of death?

ਬਬੈ ਬੂਝਹਿ ਨਾਹੀ ਮੂੜੇ, ਭਰਮਿ ਭੁਲੇ ਤੇਰਾ ਜਨਮੁ ਗਇਆ॥	babai boojheh naahee moorhay bharam bhulay tayraa janam ga-i-aa.
ਅਣਹੋਦਾ ਨਾਉ ਧਰਾਇਓ ਪਾਧਾ, ਅਵਰਾ ਕਾ ਭਾਰੁ ਤੁਧੁ ਲਇਆ॥੩॥	anhodaa naa-o Dharaa-i-o paaDhaa avraa kaa bhaar tuDh la-i-aa. ||3||

ਬਬੈ- ਬੂਝੇ-ਜੀਵ ਤੂੰ ਧਰਮ ਦੇ ਭਰਮਾਂ ਵਿੱਚ ਹੀ ਆਪਣਾ ਜੀਵਨ ਗਵਾ ਲੈਂਦਾ ਹੈ । ਤੈਨੂੰ ਸ਼ਬਦ ਦੀ ਕੋਈ ਸੋਝੀ ਨਹੀਂ ਹੁੰਦੀ । ਤੇਰਾ ਆਪਣਾ ਜੀਵਨ ਅਉਗੁਣਾਂ ਭਰਿਆਂ ਹੋਇਆ ਹੈ, ਤੂੰ ਆਪਣੇ ਆਪ ਨੂੰ ਸੂਝਵਾਨ, ਗੁਰੂ ਅਖਵਾਉਂਦਾ ਹੈ, ਬਾਕੀ ਜੀਵਾਂ ਦੇ ਕੀਤੇ ਪਾਪਾਂ ਦਾ ਬੋਝ ਵੀ ਆਪਣੇ ਲੇਖੇ ਵਿੱਚ ਪਾ ਲੈਂਦਾ ਹੈ ।

You waste your whole life confused and entangled in worldly suspicions. You do not understand or adopt the teachings of His Word in your day to day life. You remain overwhelmed with sinful deeds and thoughts; however, you claim to be enlightened and guide others on the right path of salvation. You carry the burden of sins of your followers and you may have to endure the punishment of your deeds.

ਜਜੈ ਜੋਤਿ ਹਿਰਿ ਲਈ ਤੇਰੀ ਮੂੜੇ,	jajai jot hir la-ee tayree moorhay
ਅੰਤਿ ਗਇਆ ਪਛੁਤਾਵਹਿਗਾ॥	ant ga-i-aa pachhutaavhigaa.
ਏਕੁ ਸਬਦੁ ਤੂੰ ਚੀਨਹਿ ਨਾਹੀ,	ayk sabad tooN cheeneh naahee
ਫਿਰਿ ਫਿਰਿ ਜੂਨੀ ਆਵਹਿਗਾ॥੪॥	fir fir joonee aavhigaa. ‖4‖

ਜਜੈ- ਜੋਤ-ਅਣਜਾਣ ਤੂੰ ਆਪਣੇ ਕੰਮਾਂ ਕਰਕੇ ਸ਼ਬਦ ਦੀ ਸੋਝੀ ਦਾ ਮੌਕਾ ਗਵਾਈ ਜਾਂਦਾ ਹੈ । ਮੌਤ ਸਮੇਂ ਤੈਨੂੰ ਪਛਤਾਵਾ ਹੀ ਕਰਨਾ ਪਵੇਗਾ । ਤੂੰ ਪ੍ਰਭ ਦੇ ਸ਼ਬਦ ਦੀ ਵੀ ਪਾਲਣਾ ਨਹੀਂ ਕਰਦਾ, ਅੰਤ ਵਿੱਚ ਤੈਨੂੰ ਜੂੰਨਾਂ ਦੇ ਚੱਕਰ ਵਿੱਚ ਹੀ ਜਾਣਾ ਪਵੇਗਾ ।

Ignorant, you are missing the opportunity of enlightenment of the teachings of His Word and remain misguided with evil, sinful deeds. After death, you may regret and repent for all your evil deeds. You do not adopt the teachings of His Word in day to day life, you may endure the misery of birth and death cycle.

ਤੁਧੁ ਸਿਰਿ ਲਿਖਿਆ ਸੋ ਪੜੁ ਪੰਡਿਤ,	tuDh sir likhi-aa so parh pandit
ਅਵਰਾ ਨੋ ਨ ਸਿਖਾਲਿ ਬਿਖਿਆ॥	avraa no na sikhaal bikhi-aa.
ਪਹਿਲਾ ਫਾਹਾ ਪਇਆ ਪਾਧੇ,	pahilaa faahaa pa-i-aa paaDhay
ਪਿਛੋਂ ਦੇ ਗਲਿ ਚਾਟੜਿਆ॥੫॥	pichho day gal chaatrhi-aa. ‖5‖

ਜੀਵ ਆਪਣੇ ਭਾਗਾਂ ਵਿੱਚ ਲਿਖੇ ਦਾ ਫਿਕਰ ਕਰੋ । ਬਾਕੀ ਜੀਵਾਂ ਨੂੰ ਸਿਖਿਆ ਦੇਣ ਤੋ ਪਹਿਲੇ, ਆਪਣਾ ਜੀਵਨ ਪ੍ਰਭ ਦੇ ਸ਼ਬਦ ਨਾਲ ਢਾਲੋ, ਫਿਰ ਤੂੰ ਕਿਸੇ ਹੋਰ ਨੂੰ ਸਿਖਿਆ ਦੇ ਸਕਦਾ ਹੈ । ਪ੍ਰਭ ਦੇ ਦਰਬਾਰ ਵਿੱਚ ਪਹਿਲੇ, ਸਿਖਿਆ ਦੇਣ ਵਾਲੇ ਗੁਰੂ ਦਾ ਲੇਖਾ ਕੀਤਾ ਜਾਂਦਾ ਹੈ । ਫਿਰ ਉਸ ਦੇ ਸੇਵਕਾਂ ਦਾ ਲੇਖਾ ਕੀਤਾ ਜਾਂਦਾ ਹੈ ।

You should think about your own prewritten destiny. You should adopt the teachings of His Word with steady and stable belief in your day to day life, before guiding and inspiring the others to follow the path. In His court, the deeds of worldly guru are evaluated, rewarded or punished before the deeds of his followers may be evaluated, punished or rewarded.

ਸਸੈ ਸੰਜਮੁ ਗਇਓ ਮੂੜੇ,	sasai sanjam ga-i-o moorhay
ਏਕੁ ਦਾਨੁ ਤੁਧੁ ਕੁਥਾਇ ਲਇਆ॥	ayk daan tuDh kuthaa-ay la-i-aa.
ਸਾਈ ਪੁਤ੍ਰੀ ਜਜਮਾਨ ਕੀ ਸਾ ਤੇਰੀ	saa-ee putree jajmaan kee saa tayree
ਏਤੁ ਧਾਨਿ ਖਾਧੈ,	ayt Dhaan khaaDhai
ਤੇਰਾ ਜਨਮੁ ਗਇਆ॥੬॥	tayraa janam ga-i-aa. ‖6‖

ਸਸੈ- ਸੰਜਮ-ਜੀਵ ਤੇਰਾ ਆਪਣੇ ਆਪ ਤੇ ਕਾਬੂ ਨਾਸ਼ ਹੋ ਗਿਆ ਹੈ, ਤੂੰ ਬਾਕੀ ਜੀਵਾਂ ਦੀ ਮੁਕਤੀ ਲਈ ਭੇਟਾ ਲੈਂਦਾ ਹੈ । ਆਪਣਾ ਜੀਵਨ ਸ਼ਬਦ ਦੀ ਸਿਖਿਆ ਨਾਲ ਨਹੀਂ ਢਾਲਦਾ, ਪ੍ਰਭ ਦੀ ਕਰੋਪੀ ਦੇ ਰਸਤੇ ਤੇ ਬਤੀਤ ਕਰਦਾ ਹੈ । ਬਾਕੀ ਜੀਵਾਂ ਨੂੰ ਪ੍ਰਵਾਨਗੀ ਦੇ ਰਸਤੇ ਦੀ ਸੋਝੀ ਦੇਂਦਾ ਹੈ ।

You do not control your own mind, the greed of your worldly desires; however, you are begging for alms, offerings from your followers to enlighten them on the right path of salvation. You do not adopt the teachings of His Word in your day to day life and living sinful life of curse. However, you are inspiring others to follow your way of life as the right path of salvation.

ਮੰਮੈ ਮਤਿ ਹਿਰਿ ਲਈ ਤੇਰੀ ਮੂੜੇ, | mammai mat hir la-ee tayree moorhay
ਹਉਮੈ ਵਡਾ ਰੋਗੁ ਪਇਆ॥ | ha-umai vadaa rog pa-i-aa.
ਅੰਤਰ ਆਤਮੈ ਬ੍ਰਹਮੁ ਨ ਚੀਨ੍ਹ੍ਹਿਆ, | antar aatmai barahm na cheenHi-aa
ਮਾਇਆ ਕਾ ਮੁਹਤਾਜੁ ਭਇਆ॥੭॥ | maa-i-aa kaa muhtaaj bha-i-aa. ||7||

ਮੰਮੈ- ਮਤਿ-ਅਣਜਾਣ ਜੀਵ ਤੂੰ ਆਪਣੀ ਸ਼ਬਦ ਦੀ ਸੋਝੀ ਗਵਾਈ ਜਾਂਦਾ ਹੈ । ਤੇਰੇ ਮਨ ਵਿੱਚ ਅਹੰਕਾਰ ਦਾ ਵੱਡਾ ਰੋਗ ਲੱਗਾ ਹੋਇਆ ਹੈ । ਆਪਣੇ ਮਨ ਵਿੱਚ ਤੂੰ ਪ੍ਰਭ ਦੀ ਹੋਂਦ ਨੂੰ ਨਹੀਂ ਮੰਨਦਾ । ਤੂੰ ਆਪਣੇ ਜੀਵਨ ਦੇ ਕੰਮ ਵਿੱਚ ਮਾਇਆ ਪਿਛੇ ਲੱਗਾ ਰਹਿੰਦਾ ਹੈ । ਪ੍ਰਭ ਦੇ ਸ਼ਬਦ, ਹੁਕਮ ਦੀ ਕੋਈ ਪ੍ਰਵਾਹ ਨਹੀਂ ਕਰਦਾ ।

Ignorant you are infected with the disease of the ego in your mind and you are wasting your opportunity of enlightenment of the teachings of His Word. You do not believe in the existence of True Master or believe that His axiom Word can only prevail in the universe. You have become a slave of worldly wealth and pay no attention to the teachings of His Word in your day to day life.

ਕਕੈ ਕਾਮਿ ਕ੍ਰੋਧਿ ਭਰਮਿਓਹੁ ਮੂੜੇ, | kakai kaam kroDh bharmi-ohu moorhay
ਮਮਤਾ ਲਾਗੇ ਤੁਧੁ ਹਰਿ ਵਿਸਰਿਆ॥ | mamtaa laagay tuDh har visri-aa.
ਪੜਹਿ ਗੁਣਹਿ ਤੂੰ ਬਹੁਤੁ ਪੁਕਾਰਹਿ, | parheh guneh tooN bahut pukaareh
ਵਿਣੁ ਬੂਝੇ ਤੂੰ ਡੂਬਿ ਮੁਆ॥੮॥ | vin boojhay tooN doob mu-aa. ||8||

ਕਕੈ-ਕਾਮ, ਕਰੋਧ-ਜੀਵ ਤੂੰ ਕਾਮਵਾਸਨਾ ਦੀ ਇੱਛਾਂ, ਕਰੋਧ ਦੇ ਜਾਲ ਵਿੱਚ ਫਸਿਆ ਹੈ । ਤੂੰ ਸੰਸਾਰਕ ਹੈਸੀਅਤ, ਮਾਲਕੀਅਤ ਦੇ ਮੋਹ ਵਿੱਚ ਪ੍ਰਭ ਦੇ ਸ਼ਬਦ, ਰਹਿਮਤ ਦੀ ਪ੍ਰਵਾਹ ਨਹੀਂ ਕਰਦਾ । ਤੂੰ ਬਾਣੀ ਪੜ੍ਹਕੇ ਬਾਕੀ ਜੀਵਾਂ ਨੂੰ ਉਸ ਦੇ ਅਰਥ ਦੱਸਦਾ, ਪ੍ਰੇਰਨਾ ਕਰਦਾ ਹੈ । ਆਪ ਉਸ ਦੀ ਪਾਲਣਾ ਕਰਨ ਤੋ ਬਿਨਾਂ, ਇਸ ਸੰਸਾਰਕ ਸਾਗਰ ਵਿੱਚ ਡੁੱਬਦਾ ਜਾਂਦਾ ਹੈ ।

You are in the trap of sexual desire and anger of your mind. You are intoxicated with the ego of your worldly status and attachment to worldly possessions. You do not pay any attention to the teachings of His Word, His mercy and grace. However, you read the Holy Scripture and explain the spiritual meaning to others and inspire others to follow the teachings. However, you are drowning deeper in the worldly ocean of desires, without adopting the teachings in your day to day life.

ਤਤੈ ਤਾਮਸਿ ਜਲਿਓਹੁ ਮੂੜੇ, | tatai taamas jali-ohu moorhay
ਥਥੈ ਥਾਨ ਭਰਿਸਟੁ ਹੋਆ॥ | thathai thaan bharisat ho-aa.
ਘਘੈ ਘਰਿ ਘਰਿ ਫਿਰਹਿ ਤੂੰ ਮੂੜੇ, | ghaghai ghar ghar fireh tooN moorhay
ਦਦੈ ਦਾਨੁ ਨ ਤੁਧੁ ਲਇਆ॥੯॥ | dadai daan na tuDh la-i-aa. ||9||

ਤਤੈ- ਤਾਮੀ-ਭਟਕਣ-ਜੀਵ ਤੂੰ ਆਪ ਕਰੋਧ ਦੀ ਅੱਗ ਵਿੱਚ ਜਲ ਜਲਦਾ ਰਹਿੰਦਾ ਹੈ ।
ਥਤੇ- ਥਾਨ- ਅਸਥਾਨ- ਜਿਥੇ ਤੂੰ ਵਸਦਾ ਹੈ, ਉਹ ਥਾਂ ਹੀ ਕਰੋਪੀ ਦਾ ਘਰ ਬਣ ਜਾਂਦਾ ਹੈ ।
ਘਘੈ-ਘਰ-ਤੂੰ ਘਰ ਘਰ ਮੰਗਣ ਲਈ ਜਾਂਦਾ ਹੈ, ਸੰਸਾਰਕ ਮਾਇਆ ਇਕੱਠੀ ਕਰਦਾ ਹੈ ।
ਦਦੈ-ਦਾਨ-ਸੰਸਾਰ ਵਿੱਚ ਤੈਨੂੰ ਪ੍ਰਭ ਦੀ ਰਹਿਮਤੀ ਦੀ ਭਿੱਖਿਆ ਬਖਸ਼ਿਸ਼ ਨਹੀਂ ਹੁੰਦੀ, ਤੇਰਾ ਆਪਣਾ ਜੀਵਨ ਪ੍ਰਭ ਦੇ ਸ਼ਬਦ ਅਨੁਸਾਰ ਨਹੀਂ ਹੈ ।

You are burning in the fire of anger of your mind. Wherever you go and reside that place becomes a curse on earth. You beg for worldly wealth door to door. In this universe you may not be blessed with His mercy and grace of The True Master. Your way of life and all worldly deeds are not as per the teachings of His Word.

ਪਪੈ ਪਾਰਿ ਨ ਪਵਹੀ ਮੂੜੇ,	papai paar na pavhee moorhay
ਪਰਪੰਚਿ ਤੂੰ ਪਲਚਿ ਰਹਿਆ॥	parpanch tooN palach rahi-aa.
ਸਚੈ ਆਪਿ ਖੁਆਇਓਹੁ ਮੂੜੇ,	sachai aap khu-aa-i-ohu moorhay ih
ਇਹੁ ਸਿਰਿ ਤੇਰੈ ਲੇਖੁ ਪਇਆ॥੧੦॥	sir tayrai laykh pa-i-aa. ‖10‖

ਪਪੈ-ਪਾਰ-ਅਣਜਾਣ ਜੀਵ ਤੂੰ ਸੰਸਾਰਕ ਸਾਗਰ ਪਾਰ ਨਹੀਂ ਕਰ ਸਕਦਾ । ਤੇਰਾ ਜੀਵਨ ਸੰਸਾਰਕ ਕੰਮਾਂ ਵਿੱਚ ਹੀ ਫਸਿਆ ਰਹਿੰਦਾ ਹੈ । ਅਣਜਾਣ, ਪ੍ਰਭ ਆਪ ਹੀ ਤੈਨੂੰ ਇਸ ਰਸਤੇ ਤੇ ਰਖਦਾ, ਤੇਰੇ ਕੰਮ ਹੀ ਤੇਰੇ ਭਾਗ ਲਿਖਦੇ ਹਨ ।

Ignorant, you may not cross this worldly ocean of desires. You are trapped and has become a slave of worldly chores, the greed of worldly wealth. The True Master inspires and keeps you on this path of sins, your own deeds inscribe your prewritten destiny.

ਭਭੈ ਭਵਜਲਿ ਡੁਬੋਹੁ ਮੂੜੇ,	bhabhai bhavjal dubohu moorhay
ਮਾਇਆ ਵਿਚਿ ਗਲਤਾਨੁ ਭਇਆ॥	maa-i-aa vich galtaan bha-i-aa.
ਗੁਰ ਪਰਸਾਦੀ ਏਕੋ ਜਾਣੈ,	gur parsaadee ayko jaanai
ਏਕ ਘੜੀ ਮਹਿ ਪਾਰਿ ਪਇਆ॥੧੧॥	ayk gharhee meh paar pa-i-aa. ‖11‖

ਭਭੈ-ਭਵਜਲਿ-ਅਣਜਾਣ ਜੀਵ ਤੂੰ ਸੰਸਾਰਕ ਸਾਗਰ ਵਿੱਚ ਡੁੱਬਦਾ ਜਾਂਦਾ ਹੈ । ਤੂੰ ਸੰਸਾਰਕ ਮਾਇਆ ਦਾ ਗੁਲਾਮ ਬਣ ਗਿਆ ਹੈ । ਜਿਹੜਾ ਜੀਵ ਪ੍ਰਭ ਦੇ ਸ਼ਬਦ ਦੀ ਪਾਲਣਾ ਕਰਕੇ ਸੋਝੀ ਪਾ ਲੈਂਦਾ ਹੈ । ਉਹ ਪ੍ਰਭ ਦੀ ਰਹਿਮਤ ਨਾਲ ਸੰਸਾਰਕ ਸਾਗਰ ਪਾਰ ਕਰ ਜਾਂਦਾ ਹੈ ।

Ignorant, you are drowning deeper and deeper in the worldly ocean of desires. You have become a slave of worldly wealth. Whosoever may adopt the teachings of His Word with steady and stable belief in his day to day life, he may be blessed with the right path of salvation.

ਵਵੈ ਵਾਰੀ ਆਈਆ ਮੂੜੇ,	vavai vaaree aa-ee-aa moorhay
ਵਾਸੁਦੇਉ ਤੁਧੁ ਵੀਸਰਿਆ॥	vaasuday-o tuDh veesri-aa.
ਏਹ ਵੇਲਾ ਨ ਲਹਸਹਿ ਮੂੜੇ,	ayh vaylaa na lehsahi moorhay fir
ਫਿਰਿ ਤੂੰ ਜਮ ਕੈ ਵਸਿ ਪਇਆ॥੧੨॥	tooN jam kai vas pa-i-aa. ‖12‖

ਵਵੈ-ਵਾਰੀ । ਅਣਜਾਣ, ਪ੍ਰਭ ਦੀ ਰਹਿਮਤ ਨਾਲ ਮਾਨਸ ਜਨਮ ਬਖਸ਼ਿਸ਼ ਹੋਇਆ ਹੈ ਇਹ ਤੇਰੀ ਪ੍ਰਭ ਨੂੰ ਮਿਲਣ ਦੀ ਵਾਰੀ ਹੈ । ਪਰ, ਤੂੰ ਪ੍ਰਭ ਨੂੰ ਭੁਲਾ ਕੇ ਆਪਣੀ ਵਾਰੀ ਗਵਾ ਲੈਂਦਾ ਹੈ । ਇਹ ਵੇਲਾ ਬਾਰ ਬਾਰ ਬਖਸ਼ਿਸ਼ ਨਹੀਂ ਹੁੰਦਾ । ਤੂੰ ਮੌਤ ਦੇ ਹਵਾਲੇ, ਜੂੰਨਾਂ ਦੇ ਚੱਕਰ ਵਿੱਚ ਹੀ ਪੈ ਜਾਂਦਾ ਹੈ ।

Ignorant, you have been blessed with human body and may become worthy of His consideration by repenting and transforming your soul; this may be your opportunity for salvation. However, by abandoning the teachings of His Word from your day to day life, you are wasting a priceless opportunity that may not be blessed again for a long period of time. You may be captured by the devil of death and remain in the cycle of birth and death.

ਝਝੈ ਕਦੇ ਨ ਝੂਰਹਿ ਮੂੜੇ,	jhajhai kaday na jhooreh moorhay
ਸਤਿਗੁਰ ਕਾ ਉਪਦੇਸੁ ਸੁਣਿ ਤੂੰ ਵਿਖਾ॥	satgur kaa updays sun tooN vikhaa.
ਸਤਿਗੁਰ ਬਾਝਹੁ ਗੁਰੁ ਨਹੀਂ ਕੋਈ,	satgur baajhahu gur nahee ko-ee
ਨਿਗੁਰੇ ਕਾ ਹੈ ਨਾਉ ਬੁਰਾ॥੧੩॥	niguray kaa hai naa-o buraa. ‖13‖

ਝਝੈ-ਝੂਰੇ- ਪ੍ਰਭ ਦੇ ਸ਼ਬਦ ਨਾਲ ਜੀਵਨ ਬਤੀਤ ਕਰਨ ਨਾਲ ਕਦੇ ਪਛਤਾਵਾ ਨਹੀਂ ਕਰਨਾ ਪੈਂਦਾ । ਅਗਰ ਤੂੰ ਇੱਕ ਪਲ ਵੀ ਉਸ ਦੇ ਸ਼ਬਦ ਨਾਲ ਜੀਵਨ ਬਤੀਤ ਕਰ ਲਵੇ । ਪ੍ਰਭ ਦੇ ਸ਼ਬਦ ਦੀ ਪਾਲਣਾ

ਤੋ ਬਿਨਾਂ ਸੰਸਾਰ ਵਿੱਚ ਸੇਧ ਦੇਣ ਵਾਲਾ, ਹੋਰ ਕੋਈ ਗੁਰੂ ਨਹੀਂ ਹੈ । ਉਸ ਦੇ ਸ਼ਬਦ ਨੂੰ ਵਿਸਾਰਣ ਵਾਲਾ ਨਿਗੁਰਾ ਹੁੰਦਾ ਹੈ । ਉਸ ਦੀ ਕਿਸੇ ਗੱਲ, ਕੰਮ ਦਾ ਕੋਈ ਫਲ ਬਖਸ਼ਿਸ਼ ਨਹੀਂ ਹੁੰਦਾ । ਉਸ ਦਾ ਜੀਵਨ ਬਿਰਥਾ ਹੀ ਜਾਂਦਾ ਹੈ ।

By adopting the teachings of His Word wholeheartedly in your day to day life, you may never have to repent for your worldly deeds. Even if you spend even a moment truly with the teachings of His Word, He may guide you on the right path. Without adopting the teachings of His Word in day to day life, no other worldly guru can guide you on the right path of salvation. Whosoever may abandon the teachings of His Word in his day to day life, he remains virtue less sinner. He may not be rewarded ever for his goods; he wastes his human life blessings uselessly.

ਧਧੈ ਧਾਵਤ ਵਰਜਿ ਰਖੁ ਮੂੜੇ,	DhaDhai Dhaavat varaj rakh moorhay
ਅੰਤਰਿ ਤੇਰੈ ਨਿਧਾਨੁ ਪਇਆ॥	antar tayrai niDhaan pa-i-aa.
ਗੁਰਮੁਖਿ ਹੋਵਹਿ ਤਾ ਹਰਿ ਰਸੁ ਪੀਵਹਿ,	gurmukh hoveh taa har ras peeveh
ਜੁਗਾ ਜੁਗੰਤਰਿ ਖਾਹਿ ਪਇਆ॥੧੪॥	jugaa jugantar khaahi pa-i-aa. ||14||

ਧਧੈ–ਧਾਵਤ– ਅਣਜਾਣ ਆਪਣੇ ਚਾਰੇ ਪਾਸੇ ਘੁੰਮਦੇ ਮਨ ਤੇ ਕਾਬੂ ਰਖੋ! ਤੇਰੇ ਮਨ ਦੇ ਅੰਦਰ ਹੀ ਪ੍ਰਭ ਦੇ ਸ਼ਬਦ ਦੀ ਸੋਝੀ ਦਾ ਬੇਅੰਤ ਖਜ਼ਾਨਾ ਹੈ ਉਸ ਨੂੰ ਉਥੇ ਹੀ ਢੂੰਡ ਲਵੋ । ਜਿਸ ਜੀਵ ਨੂੰ ਗੁਰਮਖ ਅਵਸਥਾ ਬਖਸ਼ਿਸ਼ ਹੋ ਜਾਂਦੀ ਹੈ । ਉਹ ਸ਼ਬਦ ਦੀ ਸੋਝੀ ਵਾਲੇ ਅੰਮ੍ਰਿਤ ਦਾ ਅਨੰਦ ਮਾਨਦਾ ਹੈ । ਉਹ ਜੁਗਾਂ ਜੁਗਾਂ ਵਿੱਚ ਇਹ ਰਸ ਮਾਨਦਾ ਹੈ, ਉਸ ਦੇ ਸ਼ਬਦ ਦੀ ਪਾਲਣਾ ਕਰਦਾ ਹੈ ।

Ignorant, you should control your wandering mind in all directions. Your body and mind have been blessed with a treasure of enlightenment; you should search within your mind. Whosoever may be blessed with state of mind as His true devotee, he may enjoy the nectar of the essence of His Word in his day to day life. In all Ages, he remains steady and stable on obeying the teachings of His Word and enjoys the nectar in all Ages.

ਗਗੈ ਗੋਬਿਦੁ ਚਿਤਿ ਕਰਿ ਮੂੜੇ,	gagai gobid chit kar moorhay
ਗਲੀ ਕਿਨੈ ਨ ਪਾਇਆ॥	galee kinai na paa-i-aa.
ਗੁਰ ਕੇ ਚਰਨ ਹਿਰਦੈ ਵਸਾਇ ਮੂੜੇ,	gur kay charan hirdai vasaa-ay moorhay
ਪਿਛਲੇ ਗੁਨਹ ਸਭ ਬਖਸਿ ਲਇਆ॥	pichhlay gunah sabh bakhas la-i-aa. 15

ਗਗੈ–ਗੋਬਿਦ– ਅਣਜਾਣ ਜੀਵ ਪ੍ਰਭ ਦਾ ਸ਼ਬਦ ਮਨ ਵਿੱਚ ਰਖੋ । ਸ਼ਬਦ ਦੀ ਪਾਲਣਾ ਤੋ ਬਿਨਾਂ ਕੇਵਲ ਬਾਣੀ ਦਾ ਪਾਠ, ਕਥਾ ਕਰਨ ਨਾਲ ਕਦੇ ਕਿਸੇ ਨੂੰ ਪ੍ਰਭ ਦੀ ਰਹਿਮਤ ਬਖਸ਼ਿਸ਼ ਨਹੀਂ ਹੋਈ । ਪ੍ਰਭ ਦੇ ਸ਼ਬਦ ਨਾਲ ਜੀਵਨ ਢਾਲਣ, ਮਨ ਵਿੱਚ ਵਸਾਉਣ ਨਾਲ ਰਹਿਮਤਾਂ ਦਾ ਮਾਲਕ, ਆਪ ਹੀ ਪਾਪ ਬਖਸ਼ ਦੇਂਦਾ ਹੈ ।

Ignorant, you should drench the teachings of His Word within your mind all time. Without obeying the teachings of His Word in day to day life, only by daily prayers, reading the Holy Scripture, no one ever has been blessed with His mercy and grace. You should adopt and drench the teachings of His Word in your day to day life; The Merciful True Master may forgive your innocent mistakes, deeds.

ਹਾਹੈ ਹਰਿ ਕਥਾ ਬੂਝੁ ਤੂੰ ਮੂੜੇ,	haahai har kathaa boojh tooN moorhay
ਤਾ ਸਦਾ ਸੁਖੁ ਹੋਈ॥	taa sadaa sukh ho-ee.
ਮਨਮੁਖਿ ਪੜਹਿ ਤੇਤਾ ਦੁਖੁ ਲਾਗੈ,	manmukh parheh taytaa dukh laagai
ਵਿਣੁ ਸਤਿਗੁਰ ਮੁਕਤਿ ਨ ਹੋਈ॥੧੬॥	vin satgur mukat na ho-ee. ||16||

ਹਾਹੈ–ਹਰਿ–ਪ੍ਰਭ ਦੇ ਸ਼ਬਦ ਦੀ ਸੋਝੀ ਪਾਵੋ, ਇਸ ਨਾਲ ਮਨ ਵਿੱਚ ਸੰਤੋਖ, ਸ਼ਾਂਤੀ ਆਉਂਦੀ ਹੈ । ਮਨਮੁਖ ਜੀਵ, ਮਨਮਰਜ਼ੀ ਕਰਨ ਵਾਲਾ, ਜਿਤਨਾ ਜ਼ਿਆਦਾ ਬਾਣੀ ਪੜ੍ਹਦਾ, ਘੋਖਦਾ ਹੈ । ਉਤਨਾਂ ਹੀ

ਡੂੰਘਾਂ ਭਰਮਾਂ ਵਿੱਚ ਪੈਂਦਾ ਹੈ । ਪ੍ਰਭ ਦੇ ਸ਼ਬਦ ਦੀ ਪਾਲਣਾ, ਪ੍ਰਭ ਦੀ ਰਹਿਮਤ ਦੀ ਨਜ਼ਰ ਤੋ ਬਿਨਾਂ, ਮੁਕਤੀ ਦੇ ਰਸਤੇ ਤੇ ਨਹੀਂ ਚਲਿਆ ਜਾ ਸਕਦਾ । ਮੁਕਤੀ ਬਖਸ਼ਿਸ਼ ਨਹੀਂ ਹੋ ਸਕਦੀ ।

By adopting the teachings of His Word, you may be enlightened and blessed with peace and contentment with His blessings. The self-minded, nonbeliever even read the Holy Scripture more, with his evaluation, he may go deeper in worldly religious suspicions. Without adopting the teachings of His Word with steady and stable belief in day to day life, he may not stay focused on the right path of meditation. He may not be blessed with salvation.

ਰਾਰੈ ਰਾਮੁ ਚਿਤਿ ਕਰਿ ਮੂੜੇ,	raarai raam chit kar moorhay
ਹਿਰਦੈ ਜਿਨ੍ ਕੈ ਰਵਿ ਰਹਿਆ॥	hirdai jinH kai rav rahi-aa.
ਗੁਰ ਪਰਸਾਦੀ ਜਿਨ੍ਹੀ ਰਾਮੁ ਪਛਾਤਾ,	gur parsaadee jinHee raam pachhaataa
ਨਿਰਗੁਣ ਰਾਮੁ ਤਿਨ੍ਹੀ ਬੂਝਿ ਲਹਿਆ॥੧੭	nirgun raam tinHee boojh lahi-aa. |17||

ਰਾਰੈ-ਰਾਮ-ਜੀਵ ਆਪਣੇ ਮਨ ਵਿੱਚ ਪ੍ਰਭ ਦੇ ਸ਼ਬਦ ਦਾ ਖਿਆਲ ਰਖੋਂ । ਜਿਹੜਾ ਆਪਣਾ ਜੀਵਨ ਸ਼ਬਦ ਨਾਲ ਢਾਲ ਲੈਂਦਾ, ਉਸ ਦੇ ਜੀਵਨ ਤੋ ਸਿਖਿਆ ਲਵੋ । ਜਿਸ ਨੂੰ ਪ੍ਰਭ ਦੇ ਸ਼ਬਦ ਦੀ ਸੋਝੀ ਬਖਸ਼ਿਸ਼ ਹੋ ਜਾਂਦੀ ਹੈ, ਉਹ ਪ੍ਰਭ ਨੂੰ ਜਾਣ ਜਾਂਦੇ ਹਨ ।

You should always think about the teachings of His Word within your mind. Whosoever may adopt the teachings of His Word, you should learn from his way of life. With His mercy and grace, whosoever may be enlightened with the teachings of His Word. He may realize the existence of The True Master.

ਤੇਰਾ ਅੰਤੁ ਨ ਜਾਈ ਲਖਿਆ,	tayraa ant na jaa-ee lakhi-aa
ਅਕਥੁ ਨ ਜਾਈ ਹਰਿ ਕਥਿਆ॥	akath na jaa-ee har kathi-aa.
ਨਾਨਕ ਜਿਨ੍ ਕਉ ਸਤਿਗੁਰੁ ਮਿਲਿਆ,	naanak jinH ka-o satgur mili-aa
ਤਿਨ੍ ਕਾ ਲੇਖਾ ਨਿਬੜਿਆ॥੧੮॥੧॥੨॥	tinH kaa laykhaa nibrhi-aa. ||18||1||2||

ਪ੍ਰਭ ਦੇ ਕਿਸੇ ਸ਼ਬਦ, ਕਥਨ ਦੀ ਪੂਰਨ ਕਥਾ ਕੀਤੀ ਨਹੀਂ ਜਾ ਸਕਦੀ, ਪੂਰਨ ਵਿਸਥਾਰ ਲਿਖਿਆ ਨਹੀਂ ਜਾ ਸਕਦਾ ਹੈ । ਜਿਹੜਾ ਪ੍ਰਭ ਦੇ ਦਰਬਾਰ ਵਿੱਚ ਪ੍ਰਵਾਨ ਹੋ ਜਾਂਦਾ ਹੈ । ਉਸ ਦੇ ਕਰਮਾਂ ਦਾ ਲੇਖਾ ਖਤਮ ਹੋ ਜਾਂਦਾ ਹੈ, ਸਾਫ ਹੋ ਜਾਂਦਾ ਹੈ ।

No one can fully comprehend or explain or write the true spiritual meaning of the teachings of His Word. Whosoever may be accepted in His court, the account of his worldly deeds may be forgiven and his soul may be sanctified.

278.ਰਾਗੁ ਆਸਾ ਮਹਲਾ ੧ ਛੰਤ ਘਰੁ ੧॥ 435-18

ੴ ਸਤਿਗੁਰ ਪ੍ਰਸਾਦਿ॥	ik-oNkaar satgur parsaad.
ਮੁੰਧ ਜੋਬਨਿ ਬਾਲੜੀਏ,	munDh joban baalrhee-ay
ਮੇਰਾ ਪਿਰੁ ਰਲੀਆਲਾ ਰਾਮ॥	mayraa pir ralee-aalaa raam.
ਧਨ ਪਿਰ ਨੇਹੁ ਘਣਾ ਰਸਿ,	Dhan pir nayhu ghanaa ras
ਪ੍ਰੀਤਿ ਦਇਆਲਾ ਰਾਮ॥	pareet da-i-aalaa raam.
ਧਨ ਪਿਰਹਿ ਮੇਲਾ ਹੋਇ ਸੁਆਮੀ,	Dhan pireh maylaa ho-ay su-aamee
ਆਪਿ ਪ੍ਰਭੁ ਕਿਰਪਾ ਕਰੇ॥	aap parabh kirpaa karay.
ਸੇਜਾ ਸੁਹਾਵੀ ਸੰਗਿ ਪਿਰ ਕੈ,	sayjaa suhaavee sang pir kai
ਸਾਤ ਸਰ ਅੰਮ੍ਰਿਤ ਭਰੇ॥	saat sar amrit bharay.
ਕਰਿ ਦਇਆ ਮਇਆ ਦਇਆਲ,	kar da-i-aa ma-i-aa da-i-aal
ਸਾਚੇ ਸਬਦਿ ਮਿਲਿ ਗੁਣ ਗਾਵਓ॥	saachay sabad mil gun gaava-o.
	naankaa har var daykh bigsee

ਨਾਨਕਾ ਹਰਿ ਵਰੁ ਦੇਖਿ ਬਿਗਸੀ, ਮੁੰਧ ਮਨਿ ਓਮਾਹਓ॥੧॥ | munDh man omaaha-o. ||1||

ਜੀਵ ਤੇਰੀ ਆਤਮਾ ਬਚਪਣ, ਅਣਜਾਣ, ਅਨਾੜੀ ਹੈ, ਅਸਲੀ ਮਾਲਕ ਪ੍ਰਭ ਬਹੁਤ ਸਸ਼ੀਲ, ਰੰਗ ਮਾਨਣ ਵਾਲਾ ਹੈ । ਜਿਸ ਦੀ ਲਗਨ, ਪਿਆਰ, ਭਰੋਸਾ ਪ੍ਰਭ ਦੇ ਸ਼ਬਦ ਤੇ ਅਡੋਲ ਹੋ ਜਾਂਦਾ ਹੈ, ਉਸ ਨੂੰ ਤਰਸਵਾਨ ਮਾਲਕ ਰਹਿਮਤਾਂ ਬਖਸ਼ਦਾ ਹੈ । ਪ੍ਰਭ ਦੀ ਰਹਿਮਤ ਨਾਲ ਹੀ ਸ਼ਬਦ ਦੀ ਪਾਲਣਾ ਵਿੱਚ ਲਗਨ ਲੱਗਦੀ, ਸ਼ਬਦ ਨਾਲ ਸੰਜੋਗ ਹੋ ਸਕਦਾ ਹੈ । ਇਸ ਅਵਸਥਾ ਵਿੱਚ ਸ਼ਬਦ ਦੀ ਸੋਝੀ ਹੋ ਜਾਂਦੀ, ਮਨ ਵਿੱਚ ਸ਼ਾਂਤੀ, ਸੰਤੋਖ ਬਖਸ਼ਿਸ਼ ਹੋ ਜਾਂਦਾ ਹੈ । ਉਸ ਦਾ ਜੀਵਨ ਇੱਕ ਅਰਾਮ ਕਰਨ ਵਾਲੀ ਸੇਜ ਵਰਗਾ ਬਣ ਜਾਂਦਾ ਹੈ ।

You are a young, innocent and ignorant; however, The True Master is very sophisticated, mysterious and always remains in blossom. Whosoever may become dedicated and meditate with steady and stable belief on the teachings of His Word; The Merciful True Master may bless him with treasure of enlightenment. Only with His mercy and grace, the right path of meditation may be blessed. He may enter into the void of His Word. With His mercy and grace, he may be blessed with enlightenment, peace and contentment in his worldly conditions. His life may become very comfortable resting place like His throne.

ਮੁੰਧ ਸਹਜਿ ਸਲੋਨੜੀਏ,	munDh sahj salonrhee-ay
ਇਕ ਪ੍ਰੇਮ ਬਿਨੰਤੀ ਰਾਮ॥	ik paraym binantee raam.
ਮੈ ਮਨਿ ਤਨਿ ਹਰਿ ਭਾਵੈ,	mai man tan har bhaavai
ਪ੍ਰਭ ਸੰਗਮਿ ਰਾਤੀ ਰਾਮ॥	parabh sangam raatee raam.
ਪ੍ਰਭ ਪ੍ਰੇਮਿ ਰਾਤੀ ਹਰਿ ਬਿਨੰਤੀ,	parabh paraym raatee har binantee
ਨਾਮਿ ਹਰਿ ਕੈ ਸੁਖਿ ਵਸੈ॥	naam har kai sukh vasai.
ਤਉ ਗੁਣ ਪਛਾਣਹਿ ਤਾ ਪ੍ਰਭੁ ਜਾਣਹਿ,	ta-o gun pachhaaneh taa parabh jaaneh
ਗੁਣਹ ਵਸਿ ਅਵਗਣ ਨਸੈ॥	gunah vas avgan nasai.
ਤੁਧੁ ਬਾਝੁ ਇਕੁ ਤਿਲੁ ਰਹਿ ਨ ਸਾਕਾ,	tuDh baajh ik til reh na saakaa
ਕਹਣਿ ਸੁਨਣਿ ਨ ਧੀਜਏ॥	kahan sunan na Dheej-ay.
ਨਾਨਕਾ ਪ੍ਰਿਉ ਪ੍ਰਿਉ ਕਰਿ ਪੁਕਾਰੇ,	naankaa pari-o pari-o kar pukaaray
ਰਸਨ ਰਸਿ ਮਨੁ ਭੀਜਏ॥੨॥	rasan ras man bheej-ay. ||2||

ਪ੍ਰਭ ਦੇ ਸ਼ਬਦ ਦੀ ਪਾਲਣਾ, ਉਸਤਤ ਗਾਵੋ! ਸ਼ਬਦ ਦੀ ਸੋਝੀ ਦੀ, ਰਹਿਮਤ ਦੀ ਅਰਦਾਸ ਕਰੋ । ਜਿਸ ਤੇ ਆਪ ਹੀ ਰਹਿਮਤ ਬਖਸ਼ਦਾ ਹੈ, ਉਸ ਦੇ ਸਾਰੇ ਸੰਸਾਰਕ ਦੁਖ ਦੂਰ ਹੋ ਜਾਂਦੇ, ਮਨ ਵਿੱਚ ਪ੍ਰਭ ਦੇ ਰੂਹਾਨੀ ਨੂਰ ਨਾਲ ਖੇੜਾ ਬਖਸ਼ਿਸ਼ ਹੋ ਜਾਂਦਾ ਹੈ । ਆਪਣੀ ਪਵਿਤ੍ਰ ਆਤਮਾ ਨਾਲ ਅਰਦਾਸ ਕਰੋ! ਕਿ ਪ੍ਰਭ ਤੇਰੀ ਬੰਦਗੀ ਤੇ ਪ੍ਰਸੰਨ ਹੋ ਜਾਵੇ । ਅਡੋਲ ਭਰੋਸੇ ਨਾਲ ਸਿਮਰਨ ਕਰਨ ਨਾਲ ਮਨ ਵਿੱਚ ਸ਼ਾਂਤੀ, ਅਨੰਦ ਬਖਸ਼ਿਸ਼ ਹੋ ਜਾਂਦਾ ਹੈ । ਜਿਸ ਨੂੰ ਪ੍ਰਭ ਦੇ ਸ਼ਬਦ ਦੀ ਸੋਝੀ ਬਖਸ਼ਿਸ਼ ਹੋ ਜਾਂਦੀ ਹੈ, ਉਸ ਦੇ ਮਨ ਵਿੱਚ ਸ਼ਬਦ ਦੀ ਨਿਰੰਤਰ ਧੁਨ ਚਲ ਪੈਂਦੀ ਹੈ । ਮਨ ਸਵਾਸ ਗਰਾਸ ਪ੍ਰਭ ਦੇ ਸ਼ਬਦ ਦੀ ਬੰਦਗੀ ਵਿੱਚ ਲੀਨ ਹੋ ਜਾਂਦਾ ਹੈ । ਸ਼ਬਦ ਦੀ ਪਾਲਣਾ ਹੀ ਜੀਵਨ ਦਾ ਅਧਾਰ, ਮੰਤਵ ਬਣ ਜਾਂਦਾ ਹੈ । ਇਸ ਅਵਸਥਾ ਵਿੱਚ ਜੀਭ, ਮਨ ਪ੍ਰਭ ਦੇ ਸ਼ਬਦ ਦੇ ਸਿਮਰਨ ਵਿੱਚ ਹੀ ਮਸਤ, ਲੀਨ ਹੋ ਜਾਂਦਾ ਹੈ ।

You should sing and obey the teachings of His Word with steady and stable belief in your day to day life. You should beg for His mercy and grace and the enlightenment of His Word. Whosoever may be blessed with His mercy and grace, the spiritual glow of the Holy Spirit may shine on his forehead. You should sanctify your soul and beg for His forgiveness. By meditating on the teachings of His Word with steady and stable belief, he may be blessed with peace and blossom forever. Whosoever may be enlightened with the teachings of His Word, the everlasting echo of His Word may resonate in his mind nonstop. He may enter into the void of His Word and meditates with each and every breath. Obeying the teachings of His Word may become the purpose of his human life blessings and his tongue may sing His glory in the void of His Word.

ਸਖੀਹੋ ਸਹੇਲੜੀਹੋ ਮੇਰਾ	sakheeho sahaylrheeho mayraa
ਪਿਰੁ ਵਣਜਾਰਾ ਰਾਮ॥	pir vanjaaraa raam.
ਹਰਿ ਨਾਮੋੁ ਵਣੰਜੜਿਆ,	har naamo vananjrhi-aa
ਰਸਿ ਮੋਲਿ ਅਪਾਰਾ ਰਾਮ॥	ras mol apaaraa raam.
ਮੋਲਿ ਅਮੋਲੋ ਸਚ ਘਰਿ ਢੋਲੋ,	mol amolo sach ghar dholo
ਪ੍ਰਭ ਭਾਵੈ ਤਾ ਮੁੰਧ ਭਲੀ॥	parabh bhaavai taa munDh bhalee.
ਇਕਿ ਸੰਗਿ ਹਰਿ ਕੈ ਕਰਹਿ ਰਲੀਆ,	ik sang har kai karahi ralee-aa
ਹਉ ਪੁਕਾਰੀ ਦਰਿ ਖਲੀ॥	ha-o pukaaree dar khalee.
ਕਰਣ ਕਾਰਣ ਸਮਰਥ ਸ੍ਰੀਧਰ,	karan kaaran samrath sareeDhar
ਆਪਿ ਕਾਰਜੁ ਸਾਰਏ॥	aap kaaraj saar-ay.
ਨਾਨਕ ਨਦਰੀ ਧਨ ਸੋਹਾਗਣਿ,	naanak nadree Dhan sohagan
ਸਬਦੁ ਅਭ ਸਾਧਾਰਏ॥੩॥	sabad abh saaDhaar-ay. ‖3‖

ਇਸ ਅਵਸਥਾ ਵਿੱਚ ਜੀਵ ਆਪ ਸ਼ਬਦ ਦਾ ਸਿਮਰਨ ਕਰਦਾ, ਸਾਥੀਆਂ ਨੂੰ ਗੁਣਾਂ ਭਰੇ ਸ਼ਬਦ ਦੀ ਵਿਆਖਿਆ, ਪ੍ਰੇਰਨਾ ਕਰਦਾ, ਹੈ । ਜਿਸ ਤੇ ਪ੍ਰਭ ਆਪਣੀ ਰਹਿਮਤ ਨਾਲ ਅਮੋਲਕ ਸ਼ਬਦ ਦੀ ਸੋਝੀ ਬਖਸ਼ਦਾ ਹੈ, ਉਹ ਹਰ ਵੇਲੇ ਪ੍ਰਭ ਦੇ ਦਰ ਤੇ ਖੜ੍ਹਾ ਧੰਨਵਾਦ, ਉਸਤਤ ਦੇ ਹੀ ਗੀਤ ਗਾਉਂਦਾ ਹੈ । ਸਭ ਸਮਰਥਾ ਵਾਲਾ ਪ੍ਰਭ ਆਪ ਹੀ ਸਾਰੇ ਕਾਰਜ ਸਫਲ ਕਰ ਦੇਂਦਾ ਹੈ । ਪ੍ਰਭ ਦੀ ਰਹਿਮਤ ਨਾਲ ਰੋਮ ਰੋਮ ਵਿੱਚ ਸ਼ਬਦ ਦੀ ਗੂੰਜ ਚਲ ਪੈਂਦੀ ਹੈ । ਉਹ ਆਪਣਾ ਮਨ, ਤਨ ਪ੍ਰਭ ਦੇ ਲੜ ਲਾ ਦੇਂਦਾ ਹੈ । ਉਸ ਦੀ ਅਰਦਾਸ ਕੇਵਲ ਇੱਕੋ ਇੱਕ ਹੀ ਹੁੰਦੀ ਹੈ, ਤੇਰਾ ਭਾਣਾ ਮਿੱਠਾ ਲਾਗੇ ।

In this state of mind, he may meditate on the teachings of His Word and explains the virtues of His Word and inspires others to meditate. Whosoever may be enlightened with the teachings of His Word, he may remain steady and stable and sings the glory of His Word. The Omnipotent True Master may become his true support and make his whole journey successful. With His mercy and grace, he may remain drenched with the teachings of His Word. The everlasting echo of His Word may resonate within his mind forever. He may surrender his mind, body and worldly status at His service. He only prays for His mercy and grace to accept His Word as an ultimate command and remains in blossom in all worldly conditions.

ਹਮ ਘਰਿ ਸਾਚਾ ਸੋਹਿਲੜਾ,	ham ghar saachaa sohilrhaa
ਪ੍ਰਭ ਆਇਅੜੇ ਮੀਤਾ ਰਾਮ॥	parabh aa-i-arhay meetaa raam.
ਰਾਵੇ ਰੰਗਿ ਰਾਤੜਿਆ,	raavay rang raat-rhi-aa
ਮਨੁ ਲੀਅੜਾ ਦੀਤਾ ਰਾਮ॥	man lee-arhaa deetaa raam.
ਆਪਣਾ ਮਨੁ ਦੀਆ ਹਰਿ ਵਰੁ ਲੀਆ,	aapnaa man dee-aa har var lee-aa
ਜਿਉ ਭਾਵੈ ਤਿਉ ਰਾਵਏ॥	ji-o bhaavai ti-o raav-ay.

ਤਨੁ ਮਨੁ ਪਿਰ ਆਗੈ ਸਬਦਿ ਸਭਾਗੈ,	tan man pir aagai sabad sabhaagai
ਘਰਿ ਅੰਮ੍ਰਿਤ ਫਲੁ ਪਾਵਏ॥	ghar amrit fal paav-ay.
ਬੁਧਿ ਪਾਠਿ ਨ ਪਾਈਐ	buDh paath na paa-ee-ai
ਬਹੁ ਚਤੁਰਾਈਐ,	baho chaturaa-ee-ai
ਭਾਇ ਮਿਲੈ ਮਨਿ ਭਾਣੇ॥	bhaa-ay milai man bhaanai.
ਨਾਨਕ ਠਾਕੁਰ ਮੀਤ ਹਮਾਰੇ	naanak thaakur meet hamaaray
ਹਮ ਨਾਹੀ ਲੋਕਾਣੇ॥੪॥੧॥	ham naahee lokaanay. ||4||1||

ਉਸ ਦਾ ਮਨ ਸ਼ਬਦ ਵਿੱਚ ਇਤਨਾ ਲੀਨ ਹੋ ਜਾਂਦਾ ਹੈ, ਉਸ ਦਾ ਆਪਾ ਮਿਟਾ ਜਾਂਦਾ ਹੈ । ਸ਼ਬਦ ਦਾ ਰਸ, ਸ਼ਬਦ ਦੇ ਅੰਮ੍ਰਿਤ ਦਾ ਅਨੰਦ ਮਾਨਦਾ ਹੈ । ਇਹ ਅਵਸਥਾ ਕਿਸੇ ਵਿਧੀ, ਚਤੁਰਾਈ ਨਾਲ ਬਖਸ਼ਿਸ਼ ਨਹੀਂ ਹੋ ਸਕਦੀ । ਕੇਵਲ ਭਰੋਸਾ ਅਡੋਲ ਕਰਕੇ ਸ਼ਬਦ ਦੀ ਬੰਦਗੀ ਨਾਲ ਹੀ ਬਖਸ਼ਿਸ਼ ਹੋ ਸਕਦੀ ਹੈ । ਇਸ ਅਵਸਥਾ ਵਿੱਚ ਪ੍ਰਭ ਅਸਲੀ ਮਿੱਤਰ ਬਣ ਜਾਂਦਾ, ਦਰਬਾਰ ਵਿੱਚ ਅਮੋਲਕ ਥਾਂ ਬਖਸ਼ਿਸ਼ ਹੋ ਜਾਂਦੀ ਹੈ ।

In this state of mind, he may enter into the void of His Word, his own identity may be eliminated. He enjoys the nectar of the essence of His Word in his day to day life. This state of mind may not be obtained with any clever tricks, unique meditation; however, may only be blessed by adopting the teachings of His Word in day to day life. The True Master becomes his true companion and supporter and he may be blessed with priceless, immortal state of mind.

279.ਆਸਾ ਮਹਲਾ ੧॥ 436-13

ਅਨਹਦੋ ਅਨਹਦੁ ਵਾਜੈ,	anhado anhad vaajai
ਰੁਣ ਝੁਣਕਾਰੇ ਰਾਮ॥	run jhunkaaray raam.
ਮੇਰਾ ਮਨੋ ਮੇਰਾ ਮਨੁ ਰਾਤਾ,	mayraa mano mayraa man raataa
ਲਾਲ ਪਿਆਰੇ ਰਾਮ॥	laal pi-aaray raam.
ਅਨਦਿਨੁ ਰਾਤਾ ਮਨੁ ਬੈਰਾਗੀ,	an-din raataa man bairaagee
ਸੁੰਨ ਮੰਡਲਿ ਘਰੁ ਪਾਇਆ॥	sunn mandal ghar paa-i-aa.
ਆਦਿ ਪੁਰਖੁ ਅਪਰੰਪਰੁ ਪਿਆਰਾ,	aad purakh aprampar pi-aaraa
ਸਤਿਗੁਰਿ ਅਲਖੁ ਲਖਾਇਆ॥	satgur alakh lakhaa-i-aa.
ਆਸਣਿ ਬੈਸਣਿ ਥਿਰੁ ਨਾਰਾਇਣੁ,	aasan baisan thir naaraa-in
ਤਿਤੁ ਮਨੁ ਰਾਤਾ ਵੀਚਾਰੇ॥	tit man raataa veechaaray.
ਨਾਨਕ ਨਾਮਿ ਰਤੇ ਬੈਰਾਗੀ,	naanak naam ratay bairaagee
ਅਨਹਦ ਰੁਣ ਝੁਣਕਾਰੇ॥੧॥	anhad run jhunkaaray. ||1||

ਮੇਰਾ ਮਨ ਪ੍ਰਭ ਦੇ ਸ਼ਬਦ ਦੇ ਸਿਮਰਨ ਵਿੱਚ ਇਤਨਾ ਮਸਤ ਹੈ, ਮਨ ਵਿੱਚ ਪ੍ਰਭ ਦੇ ਸ਼ਬਦ ਦੀ ਧੁਨ ਲਗਾਤਰ ਚਲਦੀ ਹੈ । ਮਨ ਸੰਸਾਰਕ ਮੋਹ ਤੋ ਰਹਿਤ ਹੋ ਕੇ ਵਿਛੋੜੇ ਦੇ ਵਿਰਾਗ ਵਿੱਚ, ਸ਼ਬਦ ਵਿੱਚ ਹੀ ਲੀਨ ਹੋਇਆ ਹੈ । ਪ੍ਰਭ ਦੀ ਰਹਿਮਤ ਨਾਲ ਪ੍ਰਭ ਦੀ ਜੋਤ ਮਨ ਅੰਦਰ ਜਾਗਰਤ ਹੋ ਗਈ ਹੈ । ਹੁਣ ਸਦਾ ਰਹਿਣ ਵਾਲੇ ਪ੍ਰਭ ਦਾ ਆਸਣ ਮੇਰੇ ਮਨ ਅੰਦਰ ਹੀ ਜਾਗਰਤ ਹੋ ਗਿਆ ਹੈ । ਪ੍ਰਭ ਦੇ ਸ਼ਬਦ ਵਿੱਚ ਹੀ ਲੀਨ ਹੋਇਆ ਮਨ ਮਨ ਸੰਸਾਰਕ ਮੋਹ ਤੋ ਰਹਿਤ ਹੋ ਕੇ ਪ੍ਰਭ ਦੀ ਸਮਾਧੀ ਵਸਦਾ ਹੈ ।

My mind is so much intoxicated with the teachings of His Word that the everlasting echo of His Word resonates in my mind nonstop. I have become beyond the reach of worldly attachment and have entered into deep renunciation in the memory of separation from The True Master. With His mercy and grace the spiritual glow may shine within. The everlasting throne of The True Master may be incarnated within his body and mind. In the intoxication of His Word, I have become free of worldly attachment and absorbed in the Holy Spirit.

ਤਿਤੁ ਅਗਮ ਤਿਤੁ ਅਗਮ ਪੁਰੇ,	tit agam tit agam puray
ਕਹੁ ਕਿਤੁ ਬਿਧਿ ਜਾਈਐ ਰਾਮ॥	kaho kit biDh jaa-ee-ai raam.
ਸਚੁ ਸੰਜਮੋ ਸਾਰਿ ਗੁਣਾ,	sach sanjamo saar gunaa
ਗੁਰ ਸਬਦੁ ਕਮਾਈਐ ਰਾਮ॥	gur sabad kamaa-ee-ai raam.
ਸਚੁ ਸਬਦੁ ਕਮਾਈਐ,	sach sabad kamaa-ee-ai
ਨਿਜ ਘਰਿ ਜਾਈਐ,	nij ghar jaa-ee-ai
ਪਾਈਐ ਗੁਣੀ ਨਿਧਾਨਾ॥	paa-ee-ai gunee niDhaanaa.
ਤਿਤੁ ਸਾਖਾ ਮੂਲੁ ਪਤੁ ਨਹੀ,	tit saakhaa mool pat nahee
ਡਾਲੀ ਸਿਰਿ ਸਭਨਾ ਪਰਧਾਨਾ॥	daalee sir sabhnaa parDhaanaa.
ਜਪੁ ਤਪੁ ਕਰਿ ਕਰਿ ਸੰਜਮ ਥਾਕੀ,	jap tap kar kar sanjam thaakee
ਹਠਿ ਨਿਗ੍ਰਹਿ ਨਹੀ ਪਾਈਐ॥	hath nigrahi nahee paa-ee-ai.
ਨਾਨਕ ਸਹਜਿ ਮਿਲੇ ਜਗਜੀਵਨ,	naanak sahj milay jagjeevan
ਸਤਿਗੁਰ ਬੂਝ ਬੁਝਾਈਐ॥੨॥	satgur boojh bujhaa-ee-ai. ||2||

ਪ੍ਰਭ ਆਪਣੀ ਰਹਿਮਤ ਨਾਲ ਸੋਝੀ ਬਖਸ਼ੋ! ਉਸ ਅਕਾਰ ਰਹਿਤ, ਨਾ ਦਿਸਣ ਵਾਲੇ ਪ੍ਰਭ ਨੂੰ, ਘਰ ਨੂੰ ਕਿਵੇਂ ਵੇਖ ਸਕਾ? ਸੰਸਾਰਕ ਇੱਛਾਂ ਤੇ ਕਾਬੂ ਰਖਕੇ ਸ਼ਬਦ ਦੀ ਪਾਲਣਾ ਕਰਨ ਨਾਲ ਹੀ ਇਹ ਬਖਸ਼ਿਸ਼ ਹੋ ਸਕਦਾ ਹੈ । ਉਸ ਦਾ ਦਾਸ ਆਪਣੇ ਅੰਦਰੋਂ ਹੀ ਇਹ ਖਜ਼ਾਨਾ ਢੂੰਡ ਲੈਂਦਾ ਹੈ । ਪ੍ਰਭ ਦਾ ਕੋਈ ਅਕਾਰ ਨਹੀਂ, ਮਾਤਾ, ਪਿਤਾ, ਪਰਿਵਾਰ ਨਹੀਂ, ਮੁੱਢ, ਸ਼ਾਖ ਨਹੀਂ ਹੈ । ਪਰ ਪ੍ਰਭ ਦਾ ਹੁਕਮ ਹਰਇੱਕ ਜੀਵ ਉਪਰ ਚਲਦਾ ਹੈ । ਕਠਨ ਬੰਦਗੀ, ਧਾਰਮਕ ਨਿਯਮਾਂ, ਤਨ ਨੂੰ ਸੰਸਾਰਕ ਇੱਛਾਂ ਤੋਂ ਵਾਂਝੇ ਰਖਕੇ ਬਹੁਤ ਬੰਦਗੀ ਕਰਨ ਵਾਲੇ ਥੱਕ, ਹਾਰ ਜਾਂਦੇ ਹਨ, ਪ੍ਰਭ ਦੀ ਰਹਿਮਤ ਬਖਸ਼ਿਸ਼ ਨਹੀਂ ਹੁੰਦੀ । ਕੇਵਲ ਪ੍ਰਭ ਆਪਣੀ ਰਹਿਮਤ ਨਾਲ ਹੀ ਸ਼ਬਦ ਦੀ ਸੋਝੀ ਬਖਸ਼ਦਾ ਹੈ । ਸ਼ਬਦ ਦੀ ਸਿਖਿਆ ਨਾਲ ਜੀਵਨ ਢਾਲਣ ਨਾਲ ਹੀ ਦਾਸ ਅਵਸਥਾ ਬਖਸ਼ਿਸ਼ ਹੁੰਦੀ ਹੈ ।

The True Master have a mercy and grace to enlighten me the right path; how may I visualize the existence of formless, beyond visibility The True Master? By keeping mind beyond the reach of worldly desires and obeying the teachings of His Word with steady and stable belief in day to day life, this state of mind may be blessed with His mercy and grace. His true devotee may discover, enlighten the treasure of His Word from within. The True Master is beyond any unique form, shape, size color, without any mother, father, any siblings, family or relative, beyond any genealogy or legacy or incarnation; however, His command prevails all over His creation. So many devotees have adopted very rigid disciplines and remain beyond the reach of worldly comforts and performed hard and tedious mediation; however, all become desperate, disappointed and tired. No one have been blessed with His mercy and grace. The enlightenment of His Word may only be blessed with His mercy and grace. Only by adopting the teachings of His Word, the state of mind as His true devotee may be blessed.

ਗੁਰ ਸਾਗਰੋ ਰਤਨਾਗਰੁ	gur saagro ratnaagar tit ratan

ਤਿਤੁ ਰਤਨ ਘਣੇਰੇ ਰਾਮ॥	ghanayray raam.
ਕਰਿ ਮਜਨੋ ਸਪਤ ਸਰੇ,	kar majno sapat saray
ਮਨ ਨਿਰਮਲ ਮੇਰੇ ਰਾਮ॥	man nirmal mayray raam.
ਨਿਰਮਲ ਜਲਿ ਨ੍ਹਾਏ ਜਾ ਪ੍ਰਭ ਭਾਏ,	nirmal jal nHaa-ay jaa parabh bhaa-ay
ਪੰਚ ਮਿਲੇ ਵੀਚਾਰੇ॥	panch milay veechaaray.
ਕਾਮੁ ਕਰੋਧੁ ਕਪਟੁ ਬਿਖਿਆ,	kaam karoDh kapat bikhi-aa
ਤਜਿ ਸਚੁ ਨਾਮੁ ਉਰਿ ਧਾਰੇ॥	taj sach naam ur Dhaaray.
ਹਉਮੈ ਲੋਭ ਲਹਰਿ ਲਬ ਥਾਕੇ,	ha-umai lobh lahar lab thaakay
ਪਾਏ ਦੀਨ ਦਇਆਲਾ॥	paa- ay deen da-i-aalaa.
ਨਾਨਕ ਗੁਰ ਸਮਾਨਿ ਤੀਰਥੁ ਨਹੀ ਕੋਈ,	naanak gur samaan tirath nahee ko- ee
ਸਾਚੇ ਗੁਰ ਗੋਪਾਲਾ॥ ੩॥	saachay gur gopaalaa. ||3||

ਪ੍ਰਭ ਰਤਨਾਂ ਭਰਿਆਂ ਸਾਗਰ, ਰਤਨਾਂ ਦਾ ਪਰਬਤ ਹੈ । ਮਨ ਪ੍ਰਭ ਦੇ ਸ਼ਬਦ ਦੇ ਸਤਾ ਸਮੁੰਦਰਾ ਵਿੱਚ ਇਸ਼ਨਾਨ ਕਰਕੇ ਆਪਣੇ ਮਨ ਨੂੰ ਪਵਿਤ੍ਰ ਕਰ ਲਵੋ । ਸ਼ਬਦ ਦੀ ਪਾਲਣਾ, ਬੰਦਗੀ ਨਾਲ ਇਹ ਇਸ਼ਨਾਨ ਪ੍ਰਭ ਨੂੰ ਭਾਉਂਦਾ ਹੈ, ਆਤਮਾ ਪਵਿਤ੍ਰ ਹੋ ਜਾਂਦੀ ਹੈ । ਇਸ ਨਾਲ ਮਨ ਵਿਚੋਂ ਕਾਮ, ਕਰੋਧ, ਮੋਹ, ਨਿੰਦਿਆਂ, ਲਾਲਚ ਖਤਮ ਹੋ ਜਾਂਦੇ ਹਨ, ਸ਼ਬਦ ਮਨ ਵਿੱਚ ਘਰ ਕਰ ਜਾਂਦਾ ਹੈ । ਜਿਸ ਜੀਵ ਦੇ ਮਨ ਵਿਚੋਂ ਹੈਸੀਅਤ, ਅਹੰਕਾਰ, ਲਾਲਚ ਦੀ ਜੜ੍ਹ ਖਤਮ ਹੋ ਜਾਂਦੀ ਹੈ, ਪ੍ਰਭ ਉਸ ਨਿਮਾਣੇ ਜੀਵ ਤੇ ਰਹਿਮਤ ਬਖਸ਼ਦਾ ਹੈ । ਪ੍ਰਭ ਦੇ ਸ਼ਬਦ ਦੇ ਬਰਾਬਰ ਦਾ ਕੋਈ ਹੋਰ ਪਵਿਤ੍ਰ ਤੀਰਥ ਨਹੀਂ ਹੈ, ਜਿਸ ਵਿੱਚ ਇਸ਼ਨਾਨ ਕਰਨ ਨਾਲ ਰਹਿਮਤ ਬਖਸ਼ਿਸ਼ ਹੋ ਜਾਂਦੀ ਹੈ ।

The True Master is an ocean filled with pearls and jewels; His Word is a mountain of precious metals and jewels. You should adopt the teachings of His Word, take a sanctifying bath in the seven oceans, the nectar of His Word to sanctify your mind and soul. By obeying and adopting the teachings of His Word, your meditation may become acceptable to The True Master. You may conquer the sexual desire, anger, attachment to worldly possessions, back-biting and greed of own mind. The root of ego of worldly status and greed may be eliminated and you may become humble. The True Master may bless your humble soul. No other Holy shrine may be comparable to the nectar of His Word. By dipping the mind in this Holy pond of His Word, The True Master may bestow His mercy and grace.

ਹਉ ਬਨੁ ਬਨੋ ਦੇਖਿ ਰਹੀ,	ha-o ban bano daykh rahee
ਤ੍ਰਿਣੁ ਦੇਖਿ ਸਬਾਇਆ ਰਾਮ॥	tarin daykh sabaa-i-aa raam.
ਤ੍ਰਿਭਵਣੋ ਤੁਝਹਿ ਕੀਆ,	taribhavno tujheh kee-aa
ਸਭੁ ਜਗਤੁ ਸਬਾਇਆ ਰਾਮ॥	sabh jagat sabaa-i-aa raam.
ਤੇਰਾ ਸਭੁ ਕੀਆ ਤੂੰ ਥਿਰੁ ਥੀਆ,	tayraa sabh kee-aa tooN thir thee-aa
ਤੁਧੁ ਸਮਾਨਿ ਕੋ ਨਾਹੀ॥	tuDh samaan ko naahee.
ਤੂੰ ਦਾਤਾ ਸਭ ਜਾਚਿਕ ਤੇਰੇ,	tooN daataa sabh jaachik tayray
ਤੁਧੁ ਬਿਨੁ ਕਿਸੁ ਸਾਲਾਹੀ॥	tuDh bin kis saalaahee.
ਅਣਮੰਗਿਆ ਦਾਨੁ ਦੀਜੈ ਦਾਤੇ,	anmangi-aa daan deejai daatay
ਤੇਰੀ ਭਗਤਿ ਭਰੇ ਭੰਡਾਰਾ॥	tayree bhagat bharay bhandaaraa.
ਰਾਮ ਨਾਮ ਬਿਨੁ ਮੁਕਤਿ ਨ ਹੋਈ,	raam naam bin mukat na ho-ee
ਨਾਨਕੁ ਕਹੈ ਵੀਸੁਗੰਧ॥੪॥੨॥	naanak kahai veechaaraa. ||4||2||

ਪ੍ਰਭ ਤਿੰਨਾਂ ਸ੍ਰਿਸ਼ਟੀਆਂ ਵਿੱਚ ਹੀ ਵਿਆਪਕ ਹੈ । ਇਹਨਾਂ ਵਿੱਚ ਹਰਇੱਕ ਚੀਜ ਤੇਰੀ ਬਖਸ਼ੀ ਹੋਈ ਹੈ । ਜੰਗਲਾਂ, ਉਜਾੜਾਂ, ਵਸਣ ਵਾਲੀਆਂ ਥਾਂ ਅਤੇ ਖੇਤਾ ਵਿੱਚ ਤੂੰ ਹੀ ਸਮਾਇਆ, ਵਾਪਰਦਾ ਹੈ । ਇਹ ਸਭ ਕੁਝ ਤੇਰਾ ਹੀ ਕੀਤਾ ਹੈ, ਤੇਰੇ ਬਰਾਬਰ ਹੋਰ ਦੂਜਾ ਕੋਈ ਨਹੀਂ ਹੈ । ਕੇਵਲ ਤੂੰ ਹੀ ਦਾਤਾਂ ਦੇਣ ਵਾਲਾ ਮਾਲਕ ਹੈ, ਬਾਕੀ ਸਾਰੇ ਹੀ ਤੇਰੇ ਤੋ ਮੰਗਦੇ ਹਨ । ਮੈ ਕਿਸ ਦੀ ਪੂਜਾ, ਉਸਤਤ ਕਰਾ? ਪ੍ਰਭ ਤੂੰ ਬਿਨਾਂ ਮੰਗੇ ਹੀ ਲੋੜ ਅਨੁਸਾਰ ਦਾਤਾਂ ਬਖਸ਼ਦਾ ਰਹਿੰਦਾ ਹੈ । ਤੇਰੀ ਬੰਦਗੀ ਦੇ ਅਟੱਟ ਭੰਡਾਰ ਹਨ । ਸ਼ਬਦ ਦੀ ਪਾਲਣਾ, ਬੰਦਗੀ ਤੋ ਬਿਨਾਂ ਕੋਈ ਹੋਰ ਪ੍ਰਵਾਨਗੀ ਦਾ ਰਸਤਾ ਨਹੀਂ ਹੈ ।

You are Omnipresent in all three universes, each and every even action and creation is only Your trust. You are Omnipresent and prevail in wild forest, all living spaces in the universe, in the fields and in each and every heart. Only Your Word prevails in the universe, nothing else could be done, no one else may be comparable with You. Everyone beg from You and only You are the owner of all treasures of virtues. Who else may I sing the glory, or worship? You are so gracious generous and bless without even begging; whatsoever may be needed in worldly life. Your unlimited treasure may never be exhausted. Without adopting the teachings of Your Word with steady and stable belief in day to day life; no other right path of acceptance in Your court.

280.ਆਸਾ ਮਹਲਾ ੧॥ 437 -7

ਮੇਰਾ ਮਨੋ ਮੇਰਾ ਮਨੁ ਰਾਤਾ, ਰਾਮ ਪਿਆਰੇ ਰਾਮ॥	mayraa mano mayraa man raataa raam pi-aaray raam.
ਸਚੁ ਸਾਹਿਬੋ ਆਦਿ ਪੁਰਖੁ, ਅਪਰੰਪਰੋ ਧਾਰੇ ਰਾਮ॥	sach saahibo aad purakh aprampro Dhaaray raam.
ਅਗਮ ਅਗੋਚਰੁ ਅਪਰ ਅਪਾਰਾ, ਪਾਰਬ੍ਰਹਮੁ ਪਰਧਾਨੋ॥	agam agochar apar apaaraa paarbarahm parDhaano.
ਆਦਿ ਜੁਗਾਦੀ ਹੈ ਭੀ ਹੋਸੀ, ਅਵਰੁ ਝੂਠਾ ਸਭੁ ਮਾਨੋ॥	aad jugaadee hai bhee hosee avar jhoothaa sabh maano.
ਕਰਮ ਧਰਮ ਕੀ ਸਾਰ ਨ ਜਾਣੈ, ਸੁਰਤਿ ਮੁਕਤਿ ਕਿਉ ਪਾਈਐ॥	karam Dharam kee saar na jaanai surat mukat ki-o paa-ee-ai.
ਨਾਨਕ ਗੁਰਮੁਖਿ ਸਬਦਿ ਪਛਾਣੈ, ਅਹਿਨਿਸਿ ਨਾਮੁ ਧਿਆਈਐ॥੧॥	naanak gurmukh sabad pachhaanai ahinis naam Dhi-aa-ee-ai. ||1||

ਪ੍ਰਭ, ਜੀਵ ਦੀ ਪਹੁੰਚ ਤੋਂ ਉਪਰ ਹੈ, ਉਹ ਹੀ ਧਰਤੀ ਦਾ ਧੁਰਾ, ਆਸਰਾ ਹੈ । ਮੇਰਾ ਮਨ ਪ੍ਰਭ ਦੇ ਸ਼ਬਦ ਦੀ ਪਾਲਣਾ ਵਿੱਚ ਹੀ ਮਸਤ ਹੈ । ਪ੍ਰਭ ਸਾਰੀ ਸ੍ਰਿਸ਼ਟੀ ਤੋ ਵੱਡਾ, ਸਾਰਿਆਂ ਦਾ ਹਾਕਮ, ਅਸਲੀ ਮਾਲਕ ਹੈ । ਕੇਵਲ ਉਹ ਹੀ ਇੱਕੋ ਇੱਕ ਸ੍ਰਿਸ਼ਟੀ ਤੋ ਪਹਿਲੇ ਅਤੇ ਪਿਛੋਂ ਅਟੱਲ ਰਹਿਣ ਵਾਲਾ ਹੈ, ਬਾਕੀ ਸਭ ਥੋੜ੍ਹਾ ਸਮਾਂ ਪਾ ਕੇ ਨਾਸ਼ ਹੋ ਜਾਣਵਾਲੇ ਹੀ ਹਨ । ਉਹ ਕਰਮਾਂ, ਜਾ ਧਰਮ ਦੇ ਨਿਯਮਾਂ ਦਾ ਬੰਧਾ, ਗੁਲਾਮ ਨਹੀਂ ਹੁੰਦਾ । ਪ੍ਰਭ ਦੀ ਰਹਿਮਤ ਕਿਵੇਂ ਹਾਸਿਲ ਕੀਤੀ ਜਾ ਸਕਦੀ ਹੈ? ਜੀਵ, ਸ਼ਬਦ ਦਾ ਸਿਮਰਨ ਕਰਨ ਨਾਲ ਸ਼ਬਦ ਦੀ ਸੋਝੀ ਬਖਸ਼ਿਸ਼ ਹੋ ਜਾਂਦੀ ਹੈ । ਸ਼ਬਦ ਦੀ ਸਿਖਿਆ ਨਾਲ ਜੀਵਨ ਢਾਲਣ ਨਾਲ ਹੀ ਪ੍ਰਭ ਦੀ ਰਹਿਮਤ ਬਖਸ਼ਿਸ਼ ਹੋ ਸਕਦੀ ਹੈ ।

The True Master is beyond the reach, comprehension of His creation and the true pillar of support of the earth. I remain intoxicated in obeying the teachings of His Word. The True Master is the greatest of All and only the true commander of all universes. Only He was, is and will remain unchanged forever; before the creation of the universe, everything and every creature vanish over a period of time. The True Master is not bonded by any unique principles of worldly religions. How may I become worthy of His consideration, His blessings? You should meditate and obey the teachings of His Word with steady and stable belief in day to day life, you may be enlightened with the teachings of His Word. By adopting the teachings of His Word in day to day life; The Merciful True Master may bestow His mercy and grace to bless a unique state of mind as His true devotee.

ਮੇਰਾ ਮਨੋ ਮੇਰਾ ਮਨੁ ਮਾਨਿਆ, ਨਾਮੁ ਸਖਾਈ ਰਾਮ॥	mayraa mano mayraa man maani-aa naam sakhaa-ee raam.
ਹਉਮੈ ਮਮਤਾ ਮਾਇਆ, ਸੰਗਿ ਨ ਜਾਈ ਰਾਮ॥	ha-umai mamtaa maa-i-aa sang na jaa-ee raam.
ਮਾਤਾ ਪਿਤ ਭਾਈ ਸੁਤ ਚਤੁਰਾਈ, ਸੰਗਿ ਨ ਸੰਪੈ ਨਾਰੇ॥	maataa pit bhaa-ee sut chaturaa-ee sang na sampai naaray.
ਸਾਇਰ ਕੀ ਪੁਤ੍ਰੀ ਪਰਹਰਿ ਤਿਆਗੀ, ਚਰਣ ਤਲੈ ਵੀਚਾਰੇ॥	saa-ir kee putree parhar ti-aagee charan talai veechaaray.
ਆਦਿ ਪੁਰਖਿ ਇਕੁ ਚਲਤੁ ਦਿਖਾਇਆ, ਜਹ ਦੇਖਾ ਤਹ ਸੋਈ॥	aad purakh ik chalat dikhaa-i-aa jah daykhaa tah so-ee.
ਨਾਨਕ ਹਰਿ ਕੀ ਭਗਤਿ ਨ ਛੋਡਉ, ਸਹਜੇ ਹੋਇ ਸੁ ਹੋਈ॥੨॥	naanak har kee bhagat na chhoda-o sehjay ho-ay so ho-ee. ‖2‖

ਪ੍ਰਭ ਦੀ ਰਹਿਮਤ ਨਾਲ ਮਨ ਨੂੰ ਸੋਝੀ ਹੋ ਗਈ ਹੈ, ਅਹੰਕਾਰ, ਹੈਸੀਅਤ, ਧਨ ਮੌਤ ਤੋ ਪਿਛੋਂ ਜੀਵ ਦੇ ਸਾਥ ਨਹੀਂ ਜਾਂਦੇ । ਮੇਰੇ ਮਨ ਨੇ ਪ੍ਰਭ ਨੂੰ ਅਸਲੀ ਸਦਾ ਰਹਿਣ ਵਾਲ ਮਾਲਕ ਮੰਨ ਲਿਆ ਹੈ । ਮਾਤਾ, ਪਿਤਾ, ਬੱਚੇ, ਬੀਵੀ, ਹੈਸੀਅਤ ਕੋਈ ਚੁਤਰਾਈ ਦੀ ਕਮਾਈ ਸਾਥ ਨਹੀਂ ਜਾਂਦੀ । ਜਦੋਂ ਮੇਰੇ ਮਨ ਨੇ ਇਸ ਸੰਸਾਰਕ ਸਮੁੰਦਰ ਦੇ ਮਾਇਆ ਦੇ ਜਾਲ ਨੂੰ ਤਿਆਗ ਦਿੱਤਾ, ਤਾਂ ਮਨ ਨੂੰ ਅਸਲੀਅਤ ਦੀ, ਸ਼ਬਦ ਦੀ ਸੋਝੀ ਬਖਸ਼ਿਸ਼ ਹੋ ਗਈ । ਆਦਿ ਪੁਰਖ ਪ੍ਰਭ ਨੇ ਇੱਕ ਅਨੋਖਾ ਹੀ ਖੇਲ ਦਿਖਇਆ ਹੈ । ਜਿਥੇ ਕਿਤੇ ਵੀ ਦੇਖਦਾ ਹਾ, ਸਭ ਵਿੱਚ ਇੱਕੋ ਇੱਕ ਪ੍ਰਭ ਹੀ ਨਜ਼ਰ ਆਉਂਦਾ ਹੈ । ਜੀਵ ਪ੍ਰਭ ਦੇ ਸ਼ਬਦ ਦੀ ਪਾਲਣਾ ਨਾ ਛੱਡੋ! ਜੋ ਕੁਝ ਵੀ ਸ੍ਰਿਸ਼ਟੀ ਵਿੱਚ ਹੁੰਦਾ ਹੈ, ਉਹ ਬੀਤ ਜਾਵੇਗਾ । ਮਨ ਨੂੰ ਉਦਾਸ ਨਾ ਕਰੋ! ਸਗੋਂ ਉਸ ਦੇ ਵਿਛੋੜੇ ਦੇ ਵਿਰਾਗ ਵਿੱਚ ਹੀ ਜੀਵਨ ਬਤੀਤ ਕਰੋ ।

With His mercy and grace, I am enlightened with the understanding that ego of mind, worldly status and worldly wealth may not accompany the soul to support in His court. Now, I have wholeheartedly accepted The One and Only One, God as True Master of all creations. The worldly families like mother, father, children, spouse, worldly status or any clever plans and worldly wealth may not support the soul in His court. As I abandoned this worldly ocean of desires, I have been enlightened with the reality of life, the true purpose of life. With His mercy and grace, I witnessed a unique, astonishing play of His nature, I may only realize The True Master prevailing in each and every event, in the mind and heart of each and every creature and everywhere. You should never abandon the teachings of His

Word from your day to day life. Whatsoever may happen in the universe, in your worldly conditions, miseries all may pass over a period of time. You should not be disappointed and discouraged from any worldly situation; rather you should enter into the renunciation of the memory of your separation from The True Master and enjoy your worldly journey.

ਮੇਰਾ ਮਨੋ ਮੇਰਾ ਮਨੁ ਨਿਰਮਲੁ,	mayraa mano mayraa man nirmal
ਸਾਚੁ ਸਮਾਲੇ ਰਾਮ॥	saach samaalay raam.
ਅਵਗਣ ਮੇਟਿ ਚਲੇ ਗੁਣ,	avgan mayt chalay gun
ਸੰਗਮ ਨਾਲੇ ਰਾਮ॥	sangam naalay raam.
ਅਵਗਣ ਪਰਹਰਿ ਕਰਣੀ ਸਾਰੀ,	avgan parhar karnee saaree
ਦਰਿ ਸਚੈ ਸਚਿਆਰੋ॥	dar sachai sachi-aaro.
ਆਵਣੁ ਜਾਵਣੁ ਠਾਕਿ ਰਹਾਏ,	aavan jaavan thaak rahaa-ay
ਗੁਰਮੁਖਿ ਤਤੁ ਵੀਚਾਰੋ॥	gurmukh tat veechaaro.
ਸਾਜਨੁ ਮੀਤੁ ਸੁਜਾਣੁ ਸਖਾ ਤੂੰ,	saajan meet sujaan sakhaa tooN
ਸਚਿ ਮਿਲੈ ਵਡਿਆਈ॥	sach milai vadi-aa-ee.
ਨਾਨਕ ਨਾਮੁ ਰਤਨੁ ਪਰਗਾਸਿਆ,	naanak naam ratan pargaasi-aa
ਐਸੀ ਗੁਰਮਤਿ ਪਾਈ॥੩॥	aisee gurmat paa-ee. ‖3

ਮੇਰਾ ਮਨ ਸ਼ਬਦ ਦੀ ਪਾਲਣਾ ਕਰਨ ਨਾਲ ਪਵਿਤ੍ਰ ਹੋ ਗਿਆ ਹੈ, ਮਨ ਵਿਚੋਂ ਅਉਗੁਣਾਂ ਵਾਲੇ ਖਿਆਲ ਖਤਮ ਹੋ ਗਏ ਹਨ । ਕੇਵਲ ਚੰਗੇ ਕੰਮਾਂ ਵਾਲੇ ਖਿਆਲ ਹੀ ਮਨ ਵਿੱਚ ਆਉਂਦੇ ਹਨ । ਹੁਣ ਪ੍ਰਭ ਦੀ ਸ੍ਰਿਸ਼ਟੀ ਦੀ ਭਲਈ ਦੇ ਕੰਮ ਹੀ ਕਰਦਾ ਹਾ , ਜਿਹੜੇ ਅਟੱਲ ਪ੍ਰਭ ਦੇ ਦਰਬਾਰ ਵਿੱਚ ਪ੍ਰਵਾਨ ਹੋ ਸਕਦੇ ਹਨ । ਅੰਤਰਜਾਮੀ ਪ੍ਰਭ ਤੂੰ ਹੀ ਕੇਵਲ ਮੇਰਾ ਅਸਲੀ ਮਿੱਤਰ ਹੈ । ਆਪਣੀ ਰਹਿਮਤ ਨਾਲ ਸ਼ਬਦ ਦੀ ਸੋਝੀ ਬਖਸ਼ੋ । ਪ੍ਰਭ ਦੀ ਰਹਿਮਤ ਨਾਲ, ਸ਼ਬਦ ਦੀ ਪਾਲਣਾ ਨਾਲ ਹੀ ਸ਼ਬਦ ਰਤਨ ਦੀ ਸੋਝੀ ਬਖਸ਼ਿਸ਼ ਹੁੰਦੀ, ਹੋਈ ਹੈ ।

By obeying the teachings of His Word in my day to day life, my soul has been sanctified. All my evil thoughts have been eliminated from my mind. Only thoughts to perform good deeds for the mankind are prevailing within my mind. Now I only perform only deeds, whatsoever may be acceptable in His court. Only, The Omniscient True Master is my true friend and companion. With Your mercy and grace, I have been enlightened with the teachings of Your Word within my mind. Only with Your mercy and grace, I have adopted the teachings of His Word and blessed with enlightenment from within.

ਸਚੁ ਅੰਜਨੋ ਅੰਜਨੁ	sach anjno anjan
ਸਾਰਿ ਨਿਰੰਜਨਿ ਰਾਤਾ ਰਾਮ॥	saar niranjan raataa raam.
ਮਨਿ ਤਨਿ ਰਵਿ ਰਹਿਆ	man tan rav rahi-aa
ਜਗਜੀਵਨੋ ਦਾਤਾ ਰਾਮ॥	jagjeevano daataa raam.
ਜਗਜੀਵਨੁ ਦਾਤਾ ਹਰਿ ਮਨਿ ਰਾਤਾ,	jagjeevan daataa har man raataa
ਸਹਜਿ ਮਿਲੈ ਮੇਲਾਇਆ॥	sahj milai maylaa-i-aa.
ਸਾਧ ਸਭਾ ਸੰਤਾ ਕੀ ਸੰਗਤਿ,	saaDh sabhaa santaa kee sangat
ਨਦਰਿ ਪ੍ਰਭੂ ਸੁਖੁ ਪਾਇਆ॥	nadar parabhoo sukh paa-i-aa.
ਹਰਿ ਕੀ ਭਗਤਿ ਰਤੇ ਬੈਰਾਗੀ,	har kee bhagat ratay bairaagee
	chookay moh pi-aasaa.

ਚੂਕੇ ਮੋਹ ਪਿਆਸਾ॥
ਨਾਨਕ ਹਉਮੈ ਮਾਰਿ ਪਤੀਣੇ,
ਵਿਰਲੇ ਦਾਸ ਉਦਾਸਾ॥੪॥੩॥

naanak ha-umai maar pateenay
virlay daas udaasaa. ||4||3||

ਮਨ ਵਿਚੋਂ ਸੰਸਾਰਕ ਇੱਛਾਂ ਦੇ ਰੋਗ ਦੂਰ ਕਰਨ ਵਾਲੀ ਸ਼ਬਦ ਦੀ ਬਾਮ ਆਪਣੀ ਅੱਖਾਂ ਤੇ ਲਾਈ ਹੈ । ਜਿਸ ਨਾਲ ਪ੍ਰਭ ਦੇ ਸ਼ਬਦ ਦਾ ਰੰਗ ਮੇਰੇ ਮਨ, ਤਨ ਤੇ ਚੜ੍ਹ ਗਿਆ ਹੈ, ਸਵਾਸ ਬਖਸ਼ਣ ਵਾਲਾ ਦਾਤਾ ਸਾਰੇ ਜੀਵਾਂ ਦਾ ਹੀ ਰਖਵਾਲਾ ਹੈ । ਮੈਂ ਪ੍ਰਭ ਦੇ ਸ਼ਬਦ ਦੀ ਪਾਲਣਾ ਵਿੱਚ ਹੀ ਮਸਤ ਰਹਿੰਦਾ ਹਾ । ਪ੍ਰਭ ਦੀ ਰਹਿਮਤ ਨਾਲ ਸੰਤ ਸਰੂਪ, ਬੰਦਗੀ ਵਾਲਿਆਂ ਦੀ ਸੰਗਤ ਬਖਸ਼ਿਸ਼ ਹੋ ਗਈ ਹੈ । ਵਿਰਾਗੀ ਜੀਵ, ਪ੍ਰਭ ਦੇ ਸ਼ਬਦ ਦਾ ਸਿਮਰਨ ਕਰੋ ! ਜਿਸ ਨਾਲ ਸੰਸਾਰਕ ਮੋਹ ਖਤਮ ਹੋ ਜਾਂਦਾ, ਜਿੱਤ ਬਖਸ਼ਿਸ਼ ਹੋ ਜਾਂਦੀ ਹੈ । ਸੰਸਾਰ ਵਿੱਚ ਕੋਈ ਵਿਰਲਾ ਹੀ ਮਨ ਦੀ ਹੈਸੀਅਤ ਖਤਮ ਕਰਕੇ ਸ਼ਬਦ ਦੇ ਲੜ ਲੱਗਾ ਰਹਿੰਦਾ ਹੈ ।

I am rubbing the bam of the teachings of His Word on my eyes to eliminate the diseases of worldly desires, frustrations from my mind. I am drenched with the enlightenment of the teachings of His Word. The True Owner of breaths is the protector of the universe. I am intoxicated in obeying the teachings of His Word and with His mercy and grace, I am blessed with the association of His true devotee. The renunciatory, you should meditate on the teachings of His Word; with His mercy and grace you may conquer and eliminate your attachments to worldly possessions and relationships. However, very rare devotee may conquer his own ego of worldly status and be focused in meditation on the teachings of His Word.

281.ਰਾਗੁ ਆਸਾ ਮਹਲਾ ੧ ਛੰਤ ਘਰੁ ੨॥ 438 -1

ੴ ਸਤਿਗੁਰ ਪ੍ਰਸਾਦਿ॥
ਤੂੰ ਸਭਨੀ ਥਾਈ ਜਿਥੈ ਹਉ ਜਾਈ,
ਸਾਚਾ ਸਿਰਜਣਹਾਰੁ ਜੀਉ॥
ਸਭਨਾ ਕਾ ਦਾਤਾ ਕਰਮ ਬਿਧਾਤਾ,
ਦੂਖ ਬਿਸਾਰਣਹਾਰੁ ਜੀਉ॥
ਦੂਖ ਬਿਸਾਰਣਹਾਰੁ ਸੁਆਮੀ,
ਕੀਤਾ ਜਾ ਕਾ ਹੋਵੈ॥
ਕੋਟ ਕੋਟੰਤਰ ਪਾਪਾ ਕੇਰੇ,
ਏਕ ਘੜੀ ਮਹਿ ਖੋਵੈ॥
ਹੰਸ ਸਿ ਹੰਸਾ ਬਗ ਸਿ ਬਗਾ,
ਘਟ ਘਟ ਕਰੇ ਬੀਚਾਰੁ ਜੀਉ॥
ਤੂੰ ਸਭਨੀ ਥਾਈ ਜਿਥੈ ਹਉ ਜਾਈ,
ਸਾਚਾ ਸਿਰਜਣਹਾਰੁ ਜੀਉ॥੧॥

ik-oNkaar satgur parsaad.
tooN sabhnee thaa-ee jithai ha-o jaa-ee
saachaa sirjanhaar jee-o.
sabhnaa kaa daataa karam biDhaataa
dookh bisaaranhaar jee-o.
dookh bisaaranhaar su-aamee
keetaa jaa kaa hovai.
kot kotantar paapaa kayray
ayk gharhee meh khovai.
hans se hansaa bag se bagaa
ghat ghat karay beechaar jee-o.
tooN sabhnee thaa-ee jithai ha-o jaa-ee
saachaa sirjanhaar jee-o. ||1||

ਪ੍ਰਭ ਤੂੰ ਸਭ ਥਾਂ, ਹਰਇੱਕ ਜੀਵ, ਪਦਾਰਥ ਵਿੱਚ, ਵਾਪਰਦਾ ਹੈ । ਪ੍ਰਭ ਤੂੰ ਹੀ ਦਾਤਾਂ ਬਖਸ਼ਣ ਵਾਲਾ, ਭਾਗ ਲਿਖਣਵਾਲਾ, ਦੁਖ ਦੂਰ ਕਰਨ ਵਾਲਾ ਅਸਲੀ ਮਾਲਕ ਹੈ । ਸਭ ਕੁਝ ਤੇਰਾ ਕੀਤਾ ਹੀ ਹੁੰਦਾ ਹੈ । ਜੀਵ ਅਨੇਕਾਂ ਹੀ ਪਾਪ ਕਰਦੇ ਰਹਿੰਦੇ ਹਨ । ਤੇਰੀ ਰਹਿਮਤ ਬਖਸ਼ਿਸ਼ ਹੋਣ ਨਾਲ ਇੱਕ ਪਲ ਵਿੱਚ ਹੀ ਮਾਫ ਹੋ ਜਾਂਦੇ ਹਨ । ਤੂੰ ਖਰੇ ਨੂੰ ਖਰਾ ਅਤੇ ਝੂਠੇ ਨੂੰ ਝੂਠਾ, ਇਨਸਾਫ ਨਾਲ ਹਰਇੱਕ ਆਤਮਾ ਦਾ ਲੇਖਾ ਕਰਦਾ ਹੈ । ਮੈਂ ਜਿਥੇ ਵੀ ਵੇਖਦਾ ਹਾ, ਕੇਵਲ ਤੂੰ ਹੀ ਵਾਪਰਦਾ ਹੈ, ਹਰ ਥਾਂ ਤੇ ਤੇਰਾ ਹੀ ਹੁਕਮ ਚਲਦਾ ਹੈ ।

The Omnipresent True Master prevails everywhere in each heart, mind of each and every creature. You are the treasure of all virtues, inscribes the destiny of all creatures. You may eliminate all miseries from his day to day life; everything happens in the universe with Your command only. We perform so many sinful deeds in day to day life; You may forgive all evil deeds in a twinkle of eyes. You always distinguish good from evil and only justice prevails in Your court. I can only realize Your command prevailing everywhere.

ਜਿਨ੍ ਇਕ ਮਨਿ ਧਿਆਇਆ,	jinH ik man Dhi-aa-i-aa
ਤਿਨ੍ ਸੁਖੁ ਪਾਇਆ	tinH sukh paa-i-aa
ਤੇ ਵਿਰਲੇ ਸੰਸਾਰਿ ਜੀਉ॥	tay virlay sansaar jee-o.
ਤਿਨ ਜਮੁ ਨੇੜਿ ਨ ਆਵੈ	tin jam nayrh na aavai
ਗੁਰ ਸਬਦੁ ਕਮਾਵੈ,	gur sabad kamaavai
ਕਬਹੁ ਨ ਆਵਹਿ ਹਾਰਿ ਜੀਉ॥	kabahu na aavahi haar jee-o.
ਤੇ ਕਬਹੁ ਨ ਹਾਰਹਿ	tay kabahu na haareh
ਹਰਿ ਹਰਿ ਗੁਣ ਸਾਰਹਿ,	har har gun saareh
ਤਿਨ੍ ਜਮੁ ਨੇੜਿ ਨ ਆਵੈ॥	tinH jam nayrh na aavai.
ਜੰਮਣੁ ਮਰਣੁ ਤਿਨ੍ਾ ਕਾ ਚੂਕਾ,	jaman maran tinHaa kaa chookaa
ਜੋ ਹਰਿ ਲਾਗੇ ਪਾਵੈ॥	jo har laagay paavai.
ਗੁਰਮਤਿ ਹਰਿ ਰਸੁ ਹਰਿ ਫਲੁ ਪਾਇਆ,	gurmat har ras har fal paa-i-aa
ਹਰਿ ਹਰਿ ਨਾਮੁ ਉਰ ਧਾਰਿ ਜੀਉ॥	har har naam ur Dhaar jee-o.
ਜਿਨ੍ ਇਕ ਮਨਿ ਧਿਆਇਆ,	jinH ik man Dhi-aa-i-aa
ਤਿਨ੍ ਸੁਖੁ ਪਾਇਆ	tinH sukh paa-i-aa
ਤੇ ਵਿਰਲੇ ਸੰਸਾਰਿ ਜੀਉ॥ ੨॥	tay virlay sansaar jee-o. ‖2‖

ਜਿਹੜਾ ਜੀਵ ਹੀ ਅਡੋਲ ਭਰੋਸਾ ਨਾਲ ਸ਼ਬਦ ਦਾ ਸਿਮਰਨ ਕਰਦਾ ਹੈ, ਉਸ ਨੂੰ ਤੇਰੀ ਰਹਿਮਤ ਬਖਸ਼ਿਸ਼ ਹੋ ਜਾਂਦੀ ਹੈ, ਫਿਰ ਵੀ ਕੋਈ ਵਿਰਲਾ ਹੀ ਇਸ ਤੇ ਅਡੋਲ ਰਹਿੰਦਾ ਹੈ । ਜਿਹੜੇ ਆਪਣਾ ਜੀਵਨ ਸ਼ਬਦ ਦੇ ਅਨੁਸਾਰ ਬਤੀਤ ਕਰਦਾ ਹੈ, ਉਸ ਨੂੰ ਜਮਦੂਤ ਛੋਹ ਵੀ ਨਹੀਂ ਸਕਦਾ, ਜਨਮ ਮਰਨ ਦਾ ਲੇਖਾ ਖਤਮ ਹੋ ਜਾਂਦਾ ਹੈ । ਜਿਹੜਾ ਤੇਰੀ ਸ਼ਰਣ ਵਿੱਚ ਪ੍ਰਵਾਨ ਹੋ ਜਾਂਦਾ ਹੈ, ਉਸ ਦਾ ਜੂੰਨਾਂ ਦਾ ਚੱਕਰ ਖਤਮ ਹੋ ਜਾਂਦਾ ਹੈ । ਸ਼ਬਦ ਦੀ ਪਾਲਣਾ ਨਾਲ, ਸ਼ਬਦ ਦੀ ਸੋਝੀ ਬਖਸ਼ਿਸ਼ ਹੋ ਜਾਂਦੀ, ਸ਼ਬਦ ਮਨ ਅੰਦਰ ਜਾਗਰਤ ਹੋ ਜਾਂਦਾ, ਭਰੋਸਾ ਅਡੋਲ ਹੋ ਜਾਂਦਾ ਹੈ । ਜਿਹੜਾ ਵੀ ਅਡੋਲ ਭਰੋਸੇ ਨਾਲ ਸਿਮਰਨ ਕਰਦਾ ਹੈ, ਉਸ ਨੂੰ ਤੇਰੀ ਰਹਿਮਤ ਬਖਸ਼ਿਸ਼ ਹੋ ਜਾਂਦੀ ਹੈ । ਸੰਸਾਰ ਵਿੱਚ ਕੋਈ ਵਿਰਲਾ ਹੀ ਜੀਵ ਅਡੋਲ ਹੋ ਕੇ ਸ਼ਬਦ ਦੀ ਪਾਲਣਾ ਕਰਦਾ ਹੈ ।

Whosoever may meditate and obey the teachings of Your Word with steady and stable belief; he may be blessed with Your mercy and grace. However, very rare devotee may remain steady and stable on the right path of meditation. Whosoever may wholeheartedly adopt the teachings of Your Word, he may become beyond the reach of devil of death and his cycle of birth and death may be eliminated. Whosoever may be accepted in Your sanctuary, his cycle of birth and death may be eliminated forever. By adopting the teachings of Your Word with steady and stable belief, he may be enlightened from within and remain steady and stable. Whosoever may meditate and adopt the teachings of Your Word, he may be blessed with Your mercy and grace and accepted as Your true Devotee. However, very rare devotee may remain steady and stable to obey the teachings of Your Word.

ਜਿਨਿ ਜਗਤੁ ਉਪਾਇਆ ਧੰਧੈ ਲਾਇਆ,	jin jagat upaa-i-aa DhanDhai laa-i-aa
ਤਿਸੈ ਵਿਟਹੁ ਕੁਰਬਾਣੁ ਜੀਉ॥	tisai vitahu kurbaan jee-o.
ਤਾ ਕੀ ਸੇਵ ਕਰੀਜੈ ਲਾਹਾ ਲੀਜੈ,	taa kee sayv kareejai laahaa leejai
ਹਰਿ ਦਰਗਹ ਪਾਈਐ ਮਾਣੁ ਜੀਉ॥	har dargeh paa-ee-ai maan jee-o.
ਹਰਿ ਦਰਗਹ ਮਾਨੁ ਸੋਈ ਜਨੁ ਪਾਵੈ,	har dargeh maan so-ee jan paavai
ਜੋ ਨਰੁ ਏਕੁ ਪਛਾਣੈ॥	jo nar ayk pachhaanai.
ਓਹੁ ਨਵ ਨਿਧਿ ਪਾਵੈ,	oh nav niDh paavai
ਗੁਰਮਤਿ ਹਰਿ ਧਿਆਵੈ,	gurmat har Dhi-aavai
ਨਿਤ ਹਰਿ ਗੁਣ ਆਖਿ ਵਖਾਣੈ॥	nit har gun aakh vakhaanai.
ਅਹਿਨਿਸਿ ਨਾਮੁ ਤਿਸੈ ਕਾ ਲੀਜੈ,	ahinis naam tisai kaa leejai
ਹਰਿ ਊਤਮੁ ਪੁਰਖੁ ਪਰਧਾਨੁ ਜੀਉ॥	har ootam purakh parDhaan jee-o.
ਜਿਨਿ ਜਗਤੁ ਉਪਾਇਆ ਧੰਧੈ ਲਾਇਆ,	jin jagat upaa-i-aa DhanDhai laa-i-aa
ਹਉ ਤਿਸੈ ਵਿਟਹੁ ਕੁਰਬਾਨੁ ਜੀਉ॥੩॥	ha-o tisai vitahu kurbaan jee-o. ||3||

ਸਾਰੀ ਸ੍ਰਿਸ਼ਟੀ ਨੂੰ ਪੈਦਾ ਕਰਨ, ਧੰਦੇ ਤੇ ਲਾਉਣ ਵਾਲੇ ਪ੍ਰਭ ਤੋਂ ਕਰਬਾਣ ਜਾਈਏ । ਉਸ ਦੇ ਸ਼ਬਦ ਦੀ ਪਾਲਣਾ ਕਰਨ ਨਾਲ ਦਰਬਾਰ ਵਿੱਚ ਪ੍ਰਵਾਨਗੀ ਬਖਸ਼ਿਸ਼ ਹੋ ਸਕਦੀ ਹੈ । ਜਿਹੜਾ ਜੀਵ ਪ੍ਰਭ ਦੇ ਸ਼ਬਦ ਦਾ ਸਿਮਰਨ ਕਰਦਾ ਹੈ, ਉਸ ਨੂੰ ਸੋਝੀ, ਗਿਆਨ ਦੇ ਨੌ ਖਜ਼ਾਨੇਂ ਬਖਸ਼ਿਸ਼ ਹੋ ਜਾਂਦੇ ਹਨ । ਉਹ ਹਰ ਵੇਲੇ ਪ੍ਰਭ ਦੇ ਸ਼ਬਦ ਦੀ ਉਸਤਤ ਗਾਉਂਦੇ ਰਹਿੰਦੇ ਹਨ । ਜੀਵ, ਸਾਰੀ ਸ੍ਰਿਸ਼ਟੀ ਦੇ ਮਾਲਕ, ਪ੍ਰਭ ਦੇ ਸ਼ਬਦ ਦੀ ਪਾਲਣਾ ਕਰੋ! ਉਸ ਨੂੰ ਹਮੇਸ਼ਾਂ ਧੰਨ ਧੰਨ ਹੀ ਕਰੋ ।

I am fascinated from the greatness of The True Master, Creator of the universe; He assigns everyone with a unique task in day to day life. By meditating and adopting the teachings of His Word with steady and stable belief, he may be accepted in His court. Whosoever may wholeheartedly meditate on the teachings of His Word, he may be blessed with nine treasures of enlightenment from within. He may sing the glory of His Word day and night without any greed. You should obey the teachings of the Word of the supreme commander, The True Creator of the universe. You should always claim Him to be the greatest of All.

ਨਾਮੁ ਲੈਨਿ ਸਿ ਸੋਹਹਿ	naam lain se soheh
ਤਿਨ ਸੁਖ ਫਲ ਹੋਵਹਿ,	tin sukh fal hoveh
ਮਾਨਹਿ ਸੇ ਜਿਣਿ ਜਾਹਿ ਜੀਉ॥	maaneh say jin jaahi jee-o.
ਤਿਨ ਫਲ ਤੋਟਿ ਨ ਆਵੈ ਜਾ ਤਿਸੁ ਭਾਵੈ,	tin fal tot na aavai jaa tis bhaavai
ਜੇ ਜੁਗ ਕੇਤੇ ਜਾਹਿ ਜੀਉ॥	jay jug kaytay jaahi jee-o.
ਜੇ ਜੁਗ ਕੇਤੇ ਜਾਹਿ ਸੁਆਮੀ,	jay jug kaytay jaahi su-aamee
ਤਿਨ ਫਲ ਤੋਟਿ ਨ ਆਵੈ॥	tin fal tot na aavai.
ਤਿਨ੍ ਜਰਾ ਨ ਮਰਣਾ	tinH jaraa na marnaa
ਨਰਕਿ ਨ ਪਰਣਾ,	narak na parnaa
ਜੋ ਹਰਿ ਨਾਮੁ ਧਿਆਵੈ॥	jo har naam Dhi-aavai.

ਹਰਿ ਹਰਿ ਕਰਹਿ ਸਿ ਸੂਕਹਿ ਨਾਹੀ, | har har karahi se sookeh naahee
ਨਾਨਕ ਪੀੜ ਨ ਖਾਹਿ ਜੀਉ॥ | naanak peerh na khaahi jee-o.
ਨਾਮੁ ਲੈਨਿ੍ ਸਿ ਸੋਹਹਿ | naam lainiH se soheh
ਤਿਨ੍ ਸੁਖ ਫਲ ਹੋਵਹਿ, | tinH sukh fal hoveh
ਮਾਨਹਿ ਸੇ ਜਿਣਿ ਜਾਹਿ ਜੀਉ॥੪॥ ੧॥੪॥ | maaneh say jin jaahi jee-o. ||4||1||4||

ਸ਼ਬਦ ਦੀ ਬੰਦਗੀ ਕਰਨ ਵਾਲੇ ਦੇ ਚੇਹਰੇ ਤੇ ਪ੍ਰਭ ਦਾ ਰੂਹਾਨੀ ਨੂਰ ਬਖਸ਼ਿਸ਼ ਹੋ ਜਾਂਦਾ ਹੈ । ਉਸ ਨੂੰ ਸਾਂਤੀ, ਸੰਤੋਖ ਦਾ ਫਲ, ਮਾਨਸ ਜਨਮ ਦੀ ਬਾਜੀ ਤੇ ਜਿੱਤ ਬਖਸ਼ਿਸ਼ ਹੋ ਜਾਂਦੀ ਹੈ । ਤੇਰੇ ਭੰਡਾਰ ਵਿੱਚ ਦਾਤਾਂ ਦੀ ਘਾਟ ਨਹੀਂ ਆਉਂਦੀ ਤੂੰ ਜੁਗਾਂ ਜੁਗਾਂ ਤੋ ਦਾਤਾਂ ਬਖਸ਼ਦਾ ਅਇਆ ਹੈ । ਜਿਹੜਾ ਤੇਰਾ ਸ਼ਬਦ ਦਾ ਸਿਮਰਨ ਕਰਦਾ ਹੈ, ਉਹ ਨਾ ਤਾਂ ਬੁੱਢਾ ਹੁੰਦੇ, ਕਮਜ਼ੋਰ ਹੁੰਦਾ, ਨਾ ਹੀ ਨਰਕ, ਜੂੰਨਾਂ ਵਿੱਚ ਹੀ ਜਾਂਦਾ ਹੈ । ਉਸ ਨੂੰ ਕੋਈ ਇੱਛਾਂ ਦੀ ਮੁਸੀਬਤ ਤੰਗ ਨਹੀਂ ਕਰਦੀ । ਉਸ ਦੇ ਮਨ ਤੇ ਤੇਰਾ ਰੂਹਾਨੀ ਨੂਰ ਚੜ੍ਹ ਜਾਂਦਾ, ਪੂਰਨ ਸ਼ਾਂਤੀ ਬਖਸ਼ਿਸ਼ ਹੋ ਜਾਂਦੀ ਹੈ ।

Whosoever may meditate on the teachings of His Word, the spiritual glory of The True Master may shine on his forehead. He may be reward with a peace and contentment in his day to day life; his human life journey may become successful. You have been distributing Your blessings from ancient Ages and never have any shortage of blessings in Your treasure. Whosoever may meditate on the teachings of Your Word, he may never become feeble, helpless old nor he enters into hell. His cycle of birth and death may be eliminated. No worldly desire, misery may frustrate or change his state of mind. His mind remains drenched with the essence of Your Word, the spiritual glow may shine on his forehead and he may remain in a complete peace and contentment.

282.ਆਸਾ ਮਹਲਾ ੧ ਛੰਤ ਘਰੁ ੩॥ 438-18

ੴ ਸਤਿਗੁਰ ਪ੍ਰਸਾਦਿ॥ | ik-oNkaar satgur parsaad.
ਤੂੰ ਸੁਣਿ ਹਰਣਾ ਕਾਲਿਆ ਕੀ, | tooN sun harnaa kaali-aa kee
ਵਾੜੀਐ ਰਾਤਾ ਰਾਮ॥ | vaarhee-ai raataa raam.
ਬਿਖੁ ਫਲੁ ਮੀਠਾ ਚਾਰਿ ਦਿਨ, | bikh fal meethaa chaar din
ਫਿਰਿ ਹੋਵੈ ਤਾਤਾ ਰਾਮ॥ | fir hovai taataa raam.
ਫਿਰਿ ਹੋਇ ਤਾਤਾ, ਖਰਾ ਮਾਤਾ, | fir ho-ay taataa kharaa maataa
ਨਾਮ ਬਿਨੁ ਪਰਤਾਪਏ॥ | naam bin partaapa-ay.
ਓਹੁ ਜੇਵ ਸਾਇਰ ਦੇਇ ਲਹਰੀ, | oh jayv saa-ir day-ay lahree
ਬਿਜੁਲ ਜਿਵੈ ਚਮਕਏ॥ | bijul jivai chamka-ay.
ਹਰਿ ਬਾਝੁ ਰਾਖਾ ਕੋਇ ਨਾਹੀ | har baajh raakhaa ko-ay naahee
ਸੋਇ ਤੁਝਹਿ ਬਿਸਾਰਿਆ॥ | so-ay tujheh bisaari-aa.
ਸਚੁ ਕਹੈ ਨਾਨਕੁ ਚੇਤਿ ਰੇ ਮਨ, | sach kahai naanak chayt ray man
ਮਰਹਿ ਹਰਣਾ ਕਾਲਿਆ॥੧॥ | mareh harnaa kaali-aa. ||1||

ਕਾਲੇ ਦਿਲ ਵਾਲੇ ਜੀਵ ਤੂੰ ਕਿਉਂ ਸੰਸਾਰਕ ਮਾਇਆ ਦੇ ਮੋਹ ਨਾਲ ਲੱਗਾ ਹੈ? ਇਹ ਥੋੜ੍ਹਾ ਚਿਰ ਤਾਂ ਬਹੁਤ ਸੁੰਦਰ ਅਤੇ ਮਿੱਠੀ ਲੱਗਦੀ ਹੈ, ਇਹ ਆਪਣੀਆਂ ਮੁਸੀਬਤਾਂ ਦੀ ਗੰਠੜੀ ਨਾਲ ਹੀ ਰਖਦੀ ਹੈ । ਜਿਵੇਂ ਜਿਵੇਂ ਤੇਰੀ ਪ੍ਰੀਤ ਵਧਦੀ ਜਾਂਦੀ, ਇਸ ਦਾ ਜਾਲ, ਕਾਬੂ ਪੱਕਾ ਹੁੰਦਾ ਜਾਂਦਾ ਹੈ । ਸੰਸਾਰਕ ਮਾਇਆ ਦੀ ਝਲਕ, ਬਿਜਲੀ ਦੀ ਲਿਸ਼ਕੋਰ ਦੀ ਤਰ੍ਹਾਂ ਥੋੜ੍ਹਾ ਸਮਾਂ ਹੀ ਰਹਿੰਦੀ ਹੈ । ਜਿਸ ਪ੍ਰਭ ਦਾ

ਸ਼ਬਦ ਤੂੰ ਮਨ ਵਿਚੋਂ ਵਿਸਾਰ ਦਿੱਤਾ ਹੈ, ਉਸ ਤੋ ਬਿਨਾਂ ਹੋਰ ਕੋਈ ਰਖਵਾਲਾ ਨਹੀਂ ਹੈ । ਇਹ ਹੀ ਜੀਵਨ ਦੀ ਅਸਲੀਅਤ ਹੈ । ਆਪਣੇ ਮਨ ਦੇ ਕਾਲੇ ਕੰਮਾਂ ਤੇ ਕਾਬੂ ਰਖੋਂ ।

The blemished mind, why are you attached and follow the greed of worldly wealth? The glamorous of worldly wealth appears sweet for a short period of time; however, she carries the burden of worldly miseries along with her. As your attachment with this worldly wealth blossom in your mind, the control of worldly wealth becomes stronger and firm on your mind. The glimpse of worldly wealth is short lived like the lightning in the sky. You have abandoned the teachings of His Word from your day to day life; no one else is the true protector without His Word, God. You must face the reality of the human life and control your mind from sinful deeds.

ਭਵਰਾ ਫੂਲਿ ਭਵੰਤਿਆ,	bhavraa fool bhavanti-aa
ਦੁਖੁ ਅਤਿ ਭਾਰੀ ਰਾਮ॥	dukh at bhaaree raam.
ਮੈ ਗੁਰੁ ਪੂਛਿਆ ਆਪਣਾ,	mai gur poochhi-aa aapnaa
ਸਾਚਾ ਬੀਚਾਰੀ ਰਾਮ॥	saachaa beechaaree raam.
ਬੀਚਾਰਿ ਸਤਿਗੁਰੁ ਮੁਝੈ ਪੂਛਿਆ,	beechaar satgur mujhai poochhi-aa
ਭਵਰੁ ਬੇਲੀ ਰਾਤਓ॥	bhavar baylee raata-o.
ਸੂਰਜੁ ਚੜਿਆ ਪਿੰਡੁ ਪੜਿਆ,	sooraj charhi-aa pind parhi-aa
ਤੇਲੁ ਤਾਵਣਿ ਤਾਤਓ॥	tayl taavan taata-o.
ਜਮ ਮਗਿ ਬਾਧਾ ਖਾਹਿ ਚੋਟਾ,	jam mag baaDhaa khaahi chotaa
ਸਬਦ ਬਿਨੁ ਬੇਤਾਲਿਆ॥	sabad bin baytaali-aa.
ਸਚੁ ਕਹੈ ਨਾਨਕੁ ਚੇਤਿ ਰੇ ਮਨ,	sach kahai naanak chayt ray man
ਮਰਹਿ ਭਵਰਾ ਕਾਲਿਆ॥੨॥	mareh bhavraa kaali-aa. ‖2‖

ਜਿਵੇਂ ਭੱਵਰਾ ਫੁੱਲਾ ਤੇ ਸੁਗੰਧ ਲੈਂਦਾ ਫਿਰਦਾ ਹੈ, ਅੰਤ ਉਸ ਨੂੰ ਵੱਡਾ ਦੁਖ ਸਹਿਣਾ ਪੈਂਦਾ ਹੈ । ਇਹ ਜੀਵਨ ਦੀ ਅਸਲੀਅਤ ਹੈ, ਸ਼ਬਦ ਦੀ ਪਾਲਣਾ ਵਿਚੋਂ ਹੀ ਇਹ ਸੋਝੀ ਬਖਸ਼ਿਸ਼ ਹੋਈ ਹੈ । ਜਿਹੜਾ ਸੰਸਾਰਕ ਮਾਇਆ ਦੇ ਜਾਲ ਵਿੱਚ ਫਸ ਜਾਂਦਾ ਹੈ, ਅਖੀਰ ਉਹ ਜੂੰਨਾਂ ਦੇ ਚੱਕਰ ਵਿੱਚ ਹੀ ਰਹਿੰਦਾ ਹੈ । ਸ਼ਬਦ ਦੇ ਸਿਮਰਨ ਤੋ ਬਿਨਾਂ ਜਮਦੂਤਾਂ ਦੀਆਂ ਚੋਟਾ ਹੀ ਖਾਂਦਾ ਹੈ । ਜੀਵ ਆਪਣੇ ਮਨ ਨੂੰ ਮਾਇਆ ਦੇ ਜਾਲ ਤੋ ਬਚਾ ਕੇ ਰਖੋਂ ।

As the bees always be attracted and enjoys the fragrance of the flowers; in the end she may endure misery. Face the reality of human life journey, this enlightenment has been blessed, by adopting the teachings of His Word in day to day life. Whosoever may fall into the trap of worldly wealth; in the end his greed may keep him in the cycle of birth and death. Without meditating on the teachings of His Word, the soul has to endure the misery of the devil of death. Be careful from the sweet poison of worldly wealth.

ਮੇਰੇ ਜੀਅੜਿਆ ਪਰਦੇਸੀਆ,	mayray jee-arhi-aa pardaysee-aa
ਕਿਤੁ ਪਵਹਿ ਜੰਜਾਲੇ ਰਾਮ॥	kit paveh janjaalay raam.
ਸਾਚਾ ਸਾਹਿਬੁ ਮਨਿ ਵਸੈ,	saachaa saahib man vasai
ਕੀ ਫਾਸਹਿ ਜਮ ਜਾਲੇ ਰਾਮ॥	kee faaseh jam jaalay raam.
ਮਛੁਲੀ ਵਿਛੁੰਨੀ ਨੈਣ ਰੁੰਨੀ,	machhulee vichhunnee nain runnee
ਜਾਲੁ ਬਧਿਕਿ ਪਾਇਆ॥	jaal baDhik paa-i-aa.

ਸੰਸਾਰੁ ਮਾਇਆ ਮੋਹੁ ਮੀਠਾ,	sansaar maa-i-aa moh meethaa
ਅੰਤਿ ਭਰਮੁ ਚੁਕਾਇਆ॥	ant bharam chukaa-i-aa.
ਭਗਤਿ ਕਰਿ ਚਿਤੁ ਲਾਇ ਹਰਿ ਸਿਉ,	bhagat kar chit laa-ay har si-o
ਛੋਡਿ ਮਨਹੁ ਅੰਦੇਸਿਆ॥	chhod manhu andaysi-aa.
ਸਚੁ ਕਹੈ ਨਾਨਕੁ ਚੇਤਿ ਰੇ ਮਨ,	sach kahai naanak chayt ray man
ਜੀਅੜਿਆ ਪਰਦੇਸੀਆ॥੩॥	jee-arhi-aa pardaysee-aa. ||3||

ਮਨ ਤੂੰ ਸੰਸਾਰਕ ਜਾਲ ਵਿੱਚ ਕਿਉਂ ਫਸ ਗਿਆ ਹੈ? ਸ਼ਬਦ ਦੀ ਪਾਲਣਾ ਨਹੀਂ ਕੀਤੀ ਹੁਣ ਤੂੰ ਜਮਦੂਤਾਂ ਦੇ ਚੱਕਰ ਵਿੱਚ ਪੇ ਗਿਆ ਹੈ । ਤੇਰੀ ਹਾਲਤ ਉਸ ਮਛਲੀ ਦੀ ਤਰ੍ਹਾਂ ਹੈ, ਜਿਹੜੀ ਪਾਣੀ ਵਿਚੋਂ ਪਕੜ ਲਈ ਜਾਂਦੀ, ਉਹ ਰੋਂਦੀ ਕਰਲਾਉਂਦੀ, ਹੰਝੂ ਸੁਟਦੀ ਹੈ । ਇਹ ਸੰਸਾਰਕ ਮਾਇਆ ਸਾਥ ਨਹੀਂ ਜਾਣੀ, ਤੇਰਾ ਵੀ ਇਹ ਹੀ ਹਾਲ ਹੋਣਾ ਹੈ । ਮਾਇਆ ਦਾ ਮਿੱਠਾ ਜ਼ਹਿਰ, ਜੀਵ ਨੂੰ ਭਰਮ, ਭੁਲੇਖੇ ਵਿੱਚ ਫਸਾ ਲੈਂਦਾ ਹੈ । ਮਨ ਦੀਆਂ ਇੱਛਾਂ ਤੇ ਕਾਬੂ ਰਖਕੇ ਸ਼ਬਦ ਦੀ ਪਾਲਣਾ ਕਰੋ । ਇਹ ਹੀ ਜੀਵਨ ਦੀ ਅਸਲੀਅਤ ਹੈ ।

Why have you stuck into the trap of worldly wealth? You have not adopted the teachings of His Word and you have been captured by the devil of death. Your condition is like a fish, who was captured from the water and cries for mercy. Worldly wealth does not go along after death to support in His court, your condition is going to be miserable after death. The sweet poison of worldly wealth traps all creatures into the suspicions and temptation. You should control your greed and wholeheartedly meditate on the teachings of His Word; face the reality of human life journey.

ਨਦੀਆ ਵਾਹ ਵਿਛੁੰਨਿਆ,	nadee-aa vaah vichhunni-aa
ਮੇਲਾ ਸੰਜੋਗੀ ਰਾਮ॥	maylaa sanjogee raam.
ਜੁਗੁ ਜੁਗੁ ਮੀਠਾ ਵਿਸੁ ਭਰੇ,	jug jug meethaa vis bharay
ਕੋ ਜਾਣੈ ਜੋਗੀ ਰਾਮ॥	ko jaanai jogee raam.
ਕੋਈ ਸਹਜਿ ਜਾਣੈ ਹਰਿ ਪਛਾਣੈ,	ko-ee sahj jaanai har pachhaanai
ਸਤਿਗੁਰੂ ਜਿਨਿ ਚੇਤਿਆ॥	satguroo jin chayti-aa.
ਬਿਨੁ ਨਾਮ ਹਰਿ ਕੇ ਭਰਮਿ ਭੂਲੇ,	bin naam har kay bharam bhoolay
ਪਚਹਿ ਮੁਗਧ ਅਚੇਤਿਆ॥	pacheh mugaDh achayti-aa.
ਹਰਿ ਨਾਮੁ ਭਗਤਿ ਨ ਰਿਦੈ ਸਾਚਾ,	har naam bhagat na ridai saachaa
ਸੇ ਅੰਤਿ ਧਾਹੀ ਰੁੰਨਿਆ॥	say ant Dhaahee runni-aa.
ਸਚੁ ਕਹੈ ਨਾਨਕੁ ਸਬਦਿ ਸਾਚੈ,	sach kahai naanak sabad saachai
ਮੇਲਿ ਚਿਰੀ ਵਿਛੁੰਨਿਆ॥੪॥੧॥੫॥	mayl chiree vichhunni-aa. ||4||1||5||

ਜਿਹੜੀਆਂ ਨਦੀਆਂ ਵੱਖਰੀਆਂ ਹੋ ਜਦੀਆਂ, ਉਹਨਾਂ ਦਾ ਪਾਣੀ ਵੀ ਕਦੇ ਨਾ ਕਦੇ ਫਿਰ ਰਲ ਜਾਂਦਾ । ਇਹ ਮਾਇਆ ਦਾ ਰਸ ਇੱਕ ਮਿੱਠਾ ਜ਼ਹਿਰ ਹੈ, ਕੋਈ ਵਿਰਲਾ ਹੀ ਬੰਦਗੀ ਕਰਨ ਵਾਲਾ ਇਹ ਸਮਝਦਾ, ਆਪਣੇ ਜੀਵਨ ਵਿੱਚ ਆਪਣਾਉਂਦਾ ਹੈ । ਕੋਈ ਵਿਰਲਾ ਹੀ ਜੀਵ ਆਪਣੇ ਜੀਵਨ ਵੱਲ ਧਿਆਨ ਮਾਰਦਾ, ਆਪਣੇ ਅੰਦਰੋਂ ਹੀ ਉਸ ਪ੍ਰਭ ਦੀ ਜੋਤ ਢੂੰਡ ਲੈਂਦਾ ਹੈ । ਸ਼ਬਦ ਦੀ ਪਾਲਣਾ ਤੋਂ ਬਿਨਾਂ, ਭਰਮਾਂ ਵਿੱਚ ਹੀ ਜਨਮ ਬਤੀਤ ਜਾਂਦਾ ਹੈ । ਜਿਹੜਾ ਸ਼ਬਦ ਦਾ ਸਿਮਰਨ, ਪਾਲਣਾ ਨਹੀਂ ਕਰਦਾ, ਉਸ ਨੂੰ ਅੰਤ ਵਿੱਚ ਪਛਤਾਵਾ ਹੀ ਕਰਨਾ ਪੈਂਦਾ ਹੈ । ਇਹ ਹੀ ਮਾਨਸ ਜਨਮ ਦੀ ਅਸਲੀਅਤ ਹੈ । ਬੰਦਗੀ ਕਰਕੇ ਜੀਵ ਆਪਣੇ ਵਿਛੜੇ ਹੋਏ ਮਾਲਕ ਨਾਲ ਜਾ ਮਿਲਦਾ ਹੈ ।

Even the water of rivers which may be separated once, may still, often meet at some junction. However, the sweet poison of worldly wealth is very cruel; very rare devotee may understand this essence of worldly wealth and may adopt in his day to day life. Very rare may search within his own mind and may be the enlightened with the teachings of His Word from within. Without adopting the teachings of His Word in day to day life, he may remain in the worldly suspicions and wastes his human life opportunity uselessly. Whosoever may not meditate and adopt the teachings of His Word in his day to day life; In the end he may has to regret and repent for his foolishness. This is the reality of human life journey. You should meditate and obey to become worthy of His considerations.

283.ਆਸਾ ਮਹਲਾ ੩ ਛੰਤ ਘਰੁ ੧॥ 439-12

੧ਓ ਸਤਿਗੁਰ ਪ੍ਰਸਾਦਿ॥	ik-oNkaar satgur parsaad.
ਹਮ ਘਰੇ ਸਾਚਾ ਸੋਹਿਲਾ,	ham gharay saachaa sohilaa
ਸਾਚੈ ਸਬਦਿ ਸੁਹਾਇਆ ਰਾਮ॥	saachai sabad suhaa-i-aa raam.
ਧਨ ਪਿਰ ਮੇਲੁ ਭਇਆ,	Dhan pir mayl bha-i-aa
ਪ੍ਰਭਿ ਆਪਿ ਮਿਲਾਇਆ ਰਾਮ॥	parabh aap milaa-i-aa raam.
ਪ੍ਰਭਿ ਆਪਿ ਮਿਲਾਇਆ,	parabh aap milaa-i-aa
ਸਚੁ ਮੰਨਿ ਵਸਾਇਆ,	sach man vasaa-i-aa
ਕਾਮਣਿ ਸਹਜੇ ਮਾਤੀ॥	kaaman sehjay maatee.
ਗੁਰ ਸਬਦਿ ਸੀਗਾਰੀ ਸਚਿ ਸਵਾਰੀ,	gur sabad seegaaree sach savaaree
ਸਦਾ ਰਾਵੇ ਰੰਗਿ ਰਾਤੀ॥	sadaa raavay rang raatee.
ਆਪੁ ਗਵਾਏ ਹਰਿ ਵਰੁ ਪਾਏ,	aap gavaa-ay har var paa-ay
ਤਾ ਹਰਿ ਰਸੁ ਮੰਨਿ ਵਸਾਇਆ॥	taa har ras man vasaa-i-aa.
ਕਹੁ ਨਾਨਕ ਗੁਰ ਸਬਦਿ ਸਵਾਰੀ,	kaho naanak gur sabad savaaree
ਸਫਲਿਉ ਜਨਮੁ ਸਬਾਇਆ॥੧॥	safli-o janam sabaa-i-aa. ||1||

ਮੇਰੇ ਮਨ ਵਿੱਚ ਪ੍ਰਭ ਦੇ ਸ਼ਬਦ ਦੀ ਗੂੰਜ ਚਲਦੀ ਹੈ, ਪ੍ਰਭ ਨੇ ਆਪ ਹੀ ਰਹਿਮਤ ਬਖਸ਼ਕੇ ਮਨ ਵਿੱਚ ਪ੍ਰਭ ਦੇ ਸ਼ਬਦ ਦੀ ਜਾਗਰਤੀ ਬਖਸ਼ੀ ਹੈ, ਮਨ ਪ੍ਰਭ ਦੀ ਰਹਿਮਤ ਦੇ ਖੇੜੇ ਵਿੱਚ ਵਸਦਾ ਹੈ । ਪ੍ਰਭ ਦਾ ਸ਼ਬਦ ਮਨ ਵਿੱਚ ਵਸਣ ਨਾਲ ਮਨ ਵਿੱਚ ਸ਼ਾਂਤੀ, ਸੰਤੋਖ ਭਰਿਆਂ ਹੈ, ਮਨ ਪ੍ਰਭ ਦੇ ਸ਼ਬਦ ਦੀ ਬੰਦਗੀ ਵਿੱਚ ਸਦਾ ਹੀ ਅਡੋਲ ਰਹਿੰਦਾ ਹੈ । ਜਿਹੜਾ ਜੀਵ ਆਪਣੇ ਅੰਦਰੋਂ, ਅਹੰਕਾਰ ਤੇ ਜਿੱਤ ਪਾ ਲੈਂਦਾ ਹੈ, ਖੁਦਗਰਜ਼ੀ ਖਤਮ ਕਰ ਲੈਂਦਾ ਹੈ, ਉਸ ਤੇ ਪ੍ਰਭ ਦੀ ਰਹਿਮਤ ਬਖਸ਼ਿਸ਼ ਹੋ ਜਾਂਦੀ ਹੈ, ਪ੍ਰਭ ਦਾ ਸ਼ਬਦ ਮਨ ਵਿੱਚ ਘਰ ਕਰ ਜਾਂਦਾ ਹੈ ।

The everlasting echo of His Word resonates within my mind; The Merciful True Master has enlightened the teachings of His Word with in my mind and accepted me in His sanctuary. I am drenched with the teachings of His Word and overwhelmed with peace and contentment. I am meditating on the teachings of His Word with steady and stable belief. Whosoever may conquer his own ego and eliminates the selfishness of his mind; with His mercy and grace, I have been drenched with the teachings of His Word.

ਦੂਜੜੈ ਕਾਮਣਿ ਭਰਮਿ ਭੁਲੀ,	doojrhai kaaman bharam bhulee
ਹਰਿ ਵਰੁ ਨ ਪਾਏ ਰਾਮ॥	har var na paa-ay raam.
ਕਾਮਣਿ ਗੁਣੁ ਨਾਹੀ,	kaaman gun naahee

ਬਿਰਥਾ ਜਨਮੁ ਗਵਾਏ ਰਾਮ॥	birthaa janam gavaa-ay raam.
ਬਿਰਥਾ ਜਨਮੁ ਗਵਾਏ ਮਨਮੁਖਿ	birthaa janam gavaa-ay manmukh
ਇਆਣੀ ਅਉਗਣਵੰਤੀ ਝੂਰੇ॥	i-aanee a-uganvantee jhooray.
ਆਪਣਾ ਸਤਿਗੁਰੁ ਸੇਵਿ	aapnaa satgur sayv
ਸਦਾ ਸੁਖੁ ਪਾਇਆ,	sadaa sukh paa-i-aa
ਤਾ ਪਿਰੁ ਮਿਲਿਆ ਹਦੂਰੇ॥	taa pir mili-aa hadooray.
ਦੇਖਿ ਪਿਰੁ ਵਿਗਸੀ ਅੰਦਰਹੁ ਸਰਸੀ,	daykh pir vigsee andrahu sarsee
ਸਚੈ ਸਬਦਿ ਸੁਭਾਏ॥	sachai sabad subhaa-ay.
ਨਾਨਕ ਵਿਣੁ ਨਾਵੈ ਕਾਮਣਿ	naanak vin naavai kaaman
ਭਰਮਿ ਭੁਲਾਣੀ,	bharam bhulaanee
ਮਿਲਿ ਪ੍ਰੀਤਮ ਸੁਖੁ ਪਾਏ॥੨॥	mil pareetam sukh paa-ay. ‖2‖

ਜਿਹੜਾ ਭਰਮਾਂ ਵਿੱਚ ਭਟਕਦਾ, ਵੱਖਰੇ ਵੱਖਰੇ ਧਰਮ ਦੇ ਰੀਤੀ ਰੀਵਾਜ ਮਗਰ ਲੱਗਾ ਰਹਿੰਦਾ ਹੈ । ਉਹ ਦਿਵਾਨਾ ਹੋ ਜਾਂਦਾ ਹੈ, ਉਸ ਵਿੱਚ ਕੋਈ ਵੀ ਗੁਣ ਨਹੀਂ ਟਿਕਦਾ । ਉਸ ਦਾ ਮਨ ਇੱਕ ਤੇ ਭਰੋਸਾ ਅਡੋਲ ਨਹੀਂ ਕਰਦਾ, ਮਾਨਸ ਜੀਵਨ ਬਿਰਥਾ ਹੀ ਗਵਾ ਲੈਂਦਾ ਹੈ, ਅੰਤ ਵਿੱਚ ਉਸ ਨੂੰ ਪਛਤਾਵਾ ਹੀ ਕਰਨਾ ਪੈਂਦਾ ਹੈ । ਜਿਹੜਾ ਜੀਵ ਸ਼ਬਦ ਦੀ ਪਾਲਣਾ ਅਡੋਲ ਭਰੋਸੇ ਨਾਲ ਕਰਦਾ ਹੈ, ਉਸ ਦੇ ਮਨ ਵਿੱਚ ਸ਼ਾਂਤੀ, ਧੀਰਜ ਬਖਸ਼ਿਸ਼ ਹੋ ਜਾਂਦਾ, ਪ੍ਰਭ ਦੀ ਰਹਿਮਤ ਮਹਿਸੂਸ ਕਰਦਾ ਹੈ । ਪ੍ਰਭ ਦੀ ਜੋਤ ਮਨ ਦੇ ਅੰਦਰ ਪ੍ਰਗਟ ਹੋਣ ਨਾਲ ਹੀ ਜੀਵ ਦੇ ਮਨ ਵਿੱਚ ਜਾਗਰਤੀ, ਅਨੰਦ, ਖੇੜਾ ਵਸ ਜਾਂਦਾ ਹੈ । ਪ੍ਰਭ ਦੇ ਸ਼ਬਦ ਨਾਲ ਜੀਵਨ ਢਾਲਣ ਤੋਂ ਬਿਨਾਂ ਮਨ ਭਰਮਾਂ ਵਿੱਚ ਹੀ ਭਟਕਦਾ ਰਹਿੰਦਾ ਹੈ । ਕੇਵਲ ਭਰੋਸਾ ਅਡੋਲ ਕਰਨ ਨਾਲ ਹੀ ਮਨ ਵਿੱਚ ਸ਼ਾਂਤੀ, ਸੰਤੋਖ ਬਖਸ਼ਿਸ਼ ਹੁੰਦਾ ਹੈ ।

Whosoever may remain wandering in various religious suspicions and performs religious rituals in his day to day life; he may become insane and no good thought, virtue remain stable in his mind for a long period of time. Whosoever may not establish a steady and stable belief on The One and Only One, True Master, he wastes his human life opportunity uselessly. In the end, he has to regret and repent for his mistakes. Whosoever may adopt the teachings of His Word with steady and stable belief, he may be blessed with peace and contentment and he may realize the existence of The True Master. With enlightenment of His Word, the spiritual glow shines within his heart and he may become awake and alert. Happiness, pleasures and blossom may prevail within mind all time. Without adopting the teachings of His Word, he remains in the worldly suspicions and frustrations all time. Only by meditating with steady and stable belief, peace and contentment may be blessed in day to day life.

ਪਿਰੁ ਸੰਗਿ ਕਾਮਣਿ ਜਾਣਿਆ,	pir sang kaaman jaani-aa
ਗੁਰਿ ਮੇਲਿ ਮਿਲਾਈ ਰਾਮ॥	gur mayl milaa-ee raam.
ਅੰਤਰਿ ਸਬਦਿ ਮਿਲੀ,	antar sabad milee
ਸਹਜੇ ਤਪਤਿ ਬੁਝਾਈ ਰਾਮ॥	sehjay tapat bujhaa-ee raam.
ਸਬਦਿ ਤਪਤਿ ਬੁਝਾਈ,	sabad tapat bujhaa-ee
ਅੰਤਰਿ ਸਾਂਤਿ ਆਈ,	antar saaNt aa-ee
ਸਹਜੇ ਹਰਿ ਰਸੁ ਚਾਖਿਆ॥	sehjay har ras chaakhi-aa.
ਮਿਲਿ ਪ੍ਰੀਤਮ ਅਪਣੇ	mil pareetam apnay
ਸਦਾ ਰੰਗੁ ਮਾਣੇ,	sadaa rang maanay

ਸਚੈ ਸਬਦਿ ਸੁਭਾਖਿਆ॥	sachai sabad subhaakhi-aa.
ਪੜਿ ਪੜਿ ਪੰਡਿਤ ਮੋਨੀ ਥਾਕੇ,	parh parh pandit monee thaakay
ਭੇਖੀ ਮੁਕਤਿ ਨ ਪਾਈ॥	bhaykhee mukat na paa-ee.
ਨਾਨਕ ਬਿਨੁ ਭਗਤੀ ਜਗੁ ਬਉਰਾਨਾ,	naanak bin bhagtee jag ba-uraanaa
ਸਚੈ ਸਬਦਿ ਮਿਲਾਈ॥੩॥	sachai sabad milaa-ee. ||3||

ਜਿਸ ਨੂੰ ਪ੍ਰਭ ਆਪਣੀ ਰਹਿਮਤ ਨਾਲ ਸੋਝੀ ਬਖਸ਼ਦਾ ਹੈ, ਕਿ ਪ੍ਰਭ ਜੀਵ ਦੇ ਅੰਦਰ ਤਨ ਵਿੱਚ ਹੀ ਵਸਦਾ ਹੈ । ਉਹ ਦਾ ਮਨ ਆਪਣੇ ਅਦੰਰ ਹੀ ਖੋਜ ਕਰਕੇ, ਪ੍ਰਭ ਦੇ ਸ਼ਬਦ ਦੀ ਸਮਾਧੀ ਵਿੱਚ ਲੀਨ ਹੋ ਜਾਂਦਾ ਹੈ । ਉਸ ਦੇ ਮਨ ਵਿਚੋਂ ਸੰਸਾਰਕ ਇੱਛਾਂ ਦੀਆਂ ਭਟਕਣਾਂ ਦਾ ਨਾਸ਼ ਹੋ ਜਾਂਦਾ ਹੈ । ਮਨ ਨੂੰ ਸ਼ਾਂਤੀ, ਸੰਤੋਖ, ਪ੍ਰਭ ਦੇ ਬਖਸ਼ੇ ਤੇ ਧੀਰਜ ਆ ਜਾਂਦਾ ਹੈ । ਉਸ ਦੇ ਮਨ ਵਿੱਚ ਸ਼ਬਦ ਦਾ ਪ੍ਰਭਾਵ ਹੋ ਜਾਂਦਾ ਹੈ । ਜਿਸ ਜੀਵ ਦੇ ਮਨ ਵਿੱਚ ਪ੍ਰਭ ਦਾ ਸ਼ਬਦ ਘਰ ਕਰ ਜਾਂਦਾ ਹੈ, ਉਸ ਦੀ ਜੀਭ ਤੇ ਸ਼ਬਦ ਦੀ ਉਸਤਤ ਭਰ ਜਾਂਦੀ ਹੈ । ਪ੍ਰਭ ਦੀ ਬਾਣੀ ਪੜ੍ਹ ਪੜ੍ਹ ਕੇ ਅਨੇਕਾਂ ਪੰਡਿਤ, ਗਿਆਨੀ, ਮੌਨਧਾਰੀ ਸੰਤ ਬੇਵੱਸ ਹੋ ਗਏ ਹਨ । ਕੇਵਲ ਬਾਣਾ ਪਾਉਣ ਨਾਲ ਪ੍ਰਭ ਦੇ ਸ਼ਬਦ ਦੀ ਸੋਝੀ, ਰਹਿਮਤ ਬਖਸ਼ਿਸ਼ ਨਹੀਂ ਹੁੰਦੀ । ਸਾਰਾ ਸੰਸਾਰ ਹੀ ਸ਼ਬਦ ਦੀ ਪਾਲਣਾ ਤੋਂ ਬਿਨਾਂ ਦਿਵਾਨਾ ਹੋਇਆ ਭਟਕਦਾ ਫਿਰਦਾ ਹੈ । ਪ੍ਰਭ ਦੀ ਰਹਿਮਤ ਕੇਵਲ ਸ਼ਬਦ ਨਾਲ ਜੀਵਨ ਢਾਲਣ ਨਾਲ ਹੀ ਬਖਸ਼ਿਸ਼ ਹੁੰਦੀ ਹੈ ।

Whosoever may be enlighten with His mercy and grace that The True Master dwells in the body of each and every creature. He may search the enlightenment of His Word from within and enter into the void of His Word in his meditation. All his frustration of worldly desires may be eliminated from within. With His mercy and grace, patience, peace and contentment prevail within his mind. Whosoever may remain intoxicated and drenched with the teachings of His Word, his tongue remains overwhelmed with praises and sings the glory of His virtues. By reading over and over again, The Holy Scripture so many worldly scholars, priests, so-called gurus have become insane, desperate and helpless. Only by religious baptizing and following religious rituals, robes, His blessings may not bestow on the soul. The whole universe wanders around insane and frustrated, without obeying the teachings of His Word. His mercy and grace may only be bestowed by adopting the teachings of His Word with steady and stable belief in day to day life.

ਸਾ ਧਨ ਮਨਿ ਅਨਦੁ ਭਇਆ,	saa Dhan man anad bha-i-aa
ਹਰਿ ਜੀਉ ਮੇਲਿ ਪਿਆਰੇ ਰਾਮ॥	har jee-o mayl pi-aaray raam.
ਸਾ ਧਨ ਹਰਿ ਕੈ ਰਸਿ ਰਸੀ,	saa Dhan har kai ras rasee
ਗੁਰ ਕੈ ਸਬਦਿ ਅਪਾਰੇ ਰਾਮ॥	gur kai sabad apaaray raam.
ਸਬਦਿ ਅਪਾਰੇ ਮਿਲੇ ਪਿਆਰੇ,	sabad apaaray milay pi-aaray
ਸਦਾ ਗੁਣ ਸਾਰੇ ਮਨਿ ਵਸੈ॥	sadaa gun saaray man vasay.
ਸੇਜ ਸੁਹਾਵੀ ਜਾ ਪਿਰਿ ਰਾਵੀ,	sayj suhaavee jaa pir raavee
ਮਿਲਿ ਪ੍ਰੀਤਮ ਅਵਗਣ ਨਸੈ॥	mil pareetam avgan nasay.
ਜਿਤੁ ਘਰਿ ਨਾਮੁ ਹਰਿ ਸਦਾ ਧਿਆਈਐ,	jit ghar naam har sadaa Dhi-aa-ee-ai
ਸੋਹਿਲੜਾ ਜੁਗ ਚਾਰੇ॥	sohilrhaa jug chaaray.
ਨਾਨਕ ਨਾਮਿ ਰਤੇ ਸਦਾ ਅਨਦੁ ਹੈ,	naanak naam ratay sadaa anad hai
ਹਰਿ ਮਿਲਿਆ ਕਾਰਜ ਸਾਰੇ॥੪॥੧॥੬॥	har mili-aa kaaraj saaray. ||4||1||6||

ਜਿਸ ਦੇ ਮਨ ਵਿੱਚ ਪ੍ਰਭ ਦੀ ਜੋਤ ਜਾਗਰਤ ਹੋ ਜਾਂਦੀ ਹੈ, ਉਸ ਦੇ ਮਨ ਵਿੱਚ ਖੇੜਾ ਵਸ ਜਾਂਦਾ ਹੈ । ਸ਼ਬਦ ਦੀ ਪਾਲਣਾ ਕਰਨ ਨਾਲ ਮਨ ਵਿੱਚ ਪ੍ਰਭ ਦੇ ਸ਼ਬਦ ਦੀ ਅਨੋਖੀ ਗੂੰਜ ਚਲ ਪੈਂਦੀ ਹੈ । ਪ੍ਰਭ ਦੇ ਬਰਾਬਰ ਦਾ ਹੋਰ ਕੋਈ ਦੂਜਾ ਨਹੀਂ ਹੈ । ਪ੍ਰਭ ਦੇ ਸ਼ਬਦ ਨਾਲ ਜੀਵਨ ਢਾਲਣ ਨਾਲ ਹੀ ਪ੍ਰਭ ਦੀ

ਰਹਿਮਤ ਦੀ ਨਜ਼ਰ ਬਖਸ਼ਿਸ਼ ਹੁੰਦੀ ਹੈ । ਉਹ ਸਾਰੇ ਹੀ ਗੁਣ ਜੀਵ ਵਿੱਚ ਬਖਸ਼ਿਸ਼ ਹੋ ਜਾਂਦੇ ਹਨ । ਉਸ ਦੇ ਮਨ ਦੀ ਅਵਸਥਾ ਹੀ ਅਮੋਲਕ ਹੋ ਜਾਂਦੀ ਹੈ, ਸਾਰੇ ਪਾਪ ਧੋਤੇ, ਬਖਸ਼ੇ ਜਾਂਦੇ ਹਨ । ਜਿਸ ਦੇ ਮਨ ਵਿੱਚ ਸਦਾ ਹੀ ਸ਼ਬਦ ਦੀ ਉਸਤਤ, ਪਾਲਣਾ, ਸਿਮਰਨ ਕੀਤਾ ਜਾਂਦਾ ਹੈ । ਉਸ ਮਨ ਵਿੱਚ ਚਾਰੇ ਜੁਗਾਂ ਵਿੱਚ ਹੀ ਸ਼ਬਦ ਦੀ ਧੁਨ ਚਲਣ ਲੱਗ ਪੈਂਦੀ ਹੈ । ਮਨ ਪ੍ਰਭ ਦੇ ਸ਼ਬਦ ਨਾਲ ਰੰਗਿਆ ਜਾਂਦਾ ਹੈ । ਉਸ ਦੇ ਸਾਰੇ ਕਾਰਜ ਹੀ ਪੂਰੇ, ਸਫਲ ਹੋ ਜਾਂਦੇ ਹਨ ।

Whosoever may be enlightened with the teachings of His Word, he may remain in blossom forever. By adopting the teachings of His Word, a unique and astonishing echo of His Word may resonate within his mind forever. No other sound may be comparable to the everlasting echo of His Word. Only by obeying and adopting the teachings of His Word in day to day life, the soul may be blessed with His mercy and grace. The spiritual glow of His Word may shine on his forehead. His state of mind may become astonishing and all his evil deeds may be forgiven by The True Master. Whosoever may sing the glory of His Word and adopts the teachings of His Word with steady and stable belief. From ancient Ages the everlasting echo of His Word may resonate within the mind of His true devotee. He may remain drenched with the teachings of His Word and all chores of his soul may be completely fulfilled by The True Master.

284.ਆਸਾ ਮਹਲਾ ੩ ਛੰਤ ਘਰੁ ੩॥ 440-8

ੴ ਸਤਿਗੁਰ ਪ੍ਰਸਾਦਿ॥	ik-oNkaar satgur parsaad.
ਸਾਜਨ ਮੇਰੇ ਪ੍ਰੀਤਮਹੁ ਤੁਮ,	saajan mayray pareetmahu tum
ਸਹ ਕੀ ਭਗਤਿ ਕਰੇਹੋ॥	sah kee bhagat karayho.
ਗੁਰੁ ਸੇਵਹੁ ਸਦਾ ਆਪਣਾ,	gur sayvhu sadaa aapnaa
ਨਾਮੁ ਪਦਾਰਥੁ ਲੇਹੋ॥	naam padaarath layho.
ਭਗਤਿ ਕਰਹੁ ਤੁਮ ਸਹੈ ਕੇਰੀ,	bhagat karahu tum sahai kayree
ਜੋ ਸਹ ਪਿਆਰੇ ਭਾਵਏ॥	jo sah pi-aaray bhaav-ay.
ਆਪਣਾ ਭਾਣਾ ਤੁਮ ਕਰਹੁ,	aapnaa bhaanaa tum karahu
ਤਾ ਫਿਰਿ ਸਹ ਖੁਸੀ ਨ ਆਵਏ॥	taa fir sah khusee na aav-ay.
ਭਗਤਿ ਭਾਵ ਇਹੁ ਮਾਰਗੁ ਬਿਖੜਾ,	bhagat bhaav ih maarag bikh-rhaa
ਗੁਰ ਦੁਆਰੈ ਕੋ ਪਾਵਏ॥	gur du-aarai ko paav-ay.
ਕਹੈ ਨਾਨਕੁ ਜਿਸੁ ਕਰੇ ਕਿਰਪਾ,	kahai naanak jis karay kirpaa
ਸੋ ਹਰਿ ਭਗਤੀ ਚਿਤੁ ਲਾਵਏ॥੧॥	so har bhagtee chit laav-ay. ‖1‖

ਮੇਰੇ ਮਨ ਪ੍ਰਭ ਦੇ ਸ਼ਬਦ ਦੀ ਪਾਲਣਾ, ਬੰਦਗੀ ਕਰੋ! ਸ਼ਬਦ ਦੀ ਪਾਲਣਾ ਕਰਨ ਨਾਲ ਸ਼ਬਦ ਦੀ ਸੋਝੀ ਦਾ ਖਜ਼ਾਨਾ ਬਖਸ਼ਿਸ਼ ਹੋ ਜਾਂਦਾ ਹੈ । ਜਿਸ ਤੇ ਪ੍ਰਭ ਆਪ ਹੀ ਰਹਿਮਤ ਬਖਸ਼ਕੇ ਸ਼ਬਦ ਦੇ ਲੜ ਲਾਉਂਦਾ ਹੈ, ਉਹ ਹੀ ਪ੍ਰਭ ਦੇ ਸ਼ਬਦ ਦੀ ਪਾਲਣਾ ਕਰ ਸਕਦਾ ਹੈ । ਜਿਹੜਾ ਆਪਣੇ ਮਨ ਦੀ ਮਰਜ਼ੀ ਨਾਲ ਜੀਵਨ ਬਤੀਤ ਕਰਦਾ ਹੈ, ਉਸ ਨੂੰ ਪ੍ਰਵਾਨਗੀ ਦੇ ਰਸਤੇ ਦੀ ਸੋਝੀ ਬਖਸ਼ਿਸ਼ ਨਹੀਂ ਹੁੰਦੀ । ਪ੍ਰਭ ਦੇ ਸ਼ਬਦ ਦੀ ਪਾਲਣਾ ਕਰਨ ਵਾਲਾ ਰਸਤਾ ਬਹੁਤ ਮੁਸ਼ਕਲਾਂ ਨਾਲ ਭਰਿਆਂ ਹੋਇਆ ਹੁੰਦਾ ਹੈ, ਕੋਈ ਵਿਰਲਾ ਹੀ ਸ਼ਬਦ ਦੀ ਸੋਝੀ ਪਾ ਕੇ, ਸ਼ਬਦ ਦੀ ਸਿਖਿਆ ਨਾਲ ਜੀਵਨ ਢਾਲਦਾ ਹੈ । ਜਿਸ ਤੇ ਪ੍ਰਭ ਆਪਣੀ ਰਹਿਮਤ ਨਾਲ ਸ਼ਬਦ ਦੀ ਪਾਲਣਾ ਵਿੱਚ ਲਗਨ ਬਖਸ਼ਦਾ ਹੈ, ਕੇਵਲ ਉਹ ਹੀ ਅਡੋਲ ਭਰੋਸੇ ਨਾਲ ਪ੍ਰਵਾਨਗੀ ਦੇ ਰਸਤੇ ਤੇ ਚਲਦਾ ਹੈ ।

You should meditate and obey the teachings of His Word, by adopting the teachings of His Word in day to day life, the treasure of enlightenment may be blessed from within. Whosoever may be blessed with devotion to His Word, only he may be able to obey the teachings of His

Word. Self-mind remains indulged in worldly greed and he may not be blessed with the right path of acceptance in His court. The path of meditation of His Word is very tedious and full of hardships. Very rare may be enlightened and adopts the teachings of His Word in day to day life. Whosoever may be blessed with devotion to meditate, only he may remain steady and stable on the right path of meditation.

ਮੇਰੇ ਮਨ ਬੈਰਾਗੀਆ,	mayray man bairaagee-aa
ਤੂੰ ਬੈਰਾਗੁ ਕਰਿ ਕਿਸੁ ਦਿਖਾਵਹਿ॥	tooN bairaag kar kis dikhaaveh.
ਹਰਿ ਸੋਹਿਲਾ ਤਿਨ੍ ਸਦ ਸਦਾ,	har sohilaa tinH sad sadaa
ਜੋ ਹਰਿ ਗੁਣ ਗਾਵਹਿ॥	jo har gun gaavahi.
ਕਰਿ ਬੈਰਾਗੁ ਤੂੰ ਛੋਡਿ ਪਾਖੰਡੁ,	kar bairaag tooN chhod pakhand
ਸੋ ਸਹੁ ਸਭੁ ਕਿਛੁ ਜਾਣਏ॥	so saho sabh kichh jaan-ay.
ਜਲਿ ਥਲਿ ਮਹੀਅਲਿ ਏਕੋ ਸੋਈ,	jal thal mahee-al ayko so-ee
ਗੁਰਮੁਖਿ ਹੁਕਮੁ ਪਛਾਣਏ॥	gurmukh hukam pachhaan-ay.
ਜਿਨਿ ਹੁਕਮੁ ਪਛਾਤਾ ਹਰੀ ਕੇਰਾ,	jin hukam pachhaataa haree kayraa
ਸੋਈ ਸਰਬ ਸੁਖ ਪਾਵਏ॥	so-ee sarab sukh paav-ay.
ਇਵ ਕਹੈ ਨਾਨਕੁ ਸੋ ਬੈਰਾਗੀ,	iv kahai naanak so bairaagee
ਅਨਦਿਨੁ ਹਰਿ ਲਿਵ ਲਾਵਏ॥੨॥	an-din har liv laav-ay. ||2||

ਜੀਵ ਆਪਣੇ ਮਨ ਨੂੰ ਸੰਸਾਰਕ ਇੱਛਾਂ ਤੋ ਵਾਂਝਾ ਰਖਕੇ, ਇਹ ਕਿਸ ਨੂੰ ਦਿਖਾਉਂਦਾ ਹੈ? ਜਿਹੜਾ ਸ਼ਬਦ ਦਾ ਸਿਮਰਨ ਕਰਦਾ, ਜੀਵਨ ਬਤੀਤ ਕਰਦਾ ਹੈ, ਉਹ ਸਦਾ ਹੀ ਅਨੰਦ ਵਿੱਚ ਰਹਿੰਦਾ ਹੈ । ਜੀਵ ਆਪਣੇ ਮਨ ਨੂੰ ਮੋਹ ਤੋ ਰਹਿਤ ਰਖੋਂ, ਦਿਖਾਵੇ ਕਰਨੇ ਛੱਡ ਦੇਵੋ! ਅੰਤਰਜਾਮੀ ਪ੍ਰਭ ਜਲ, ਥਲ, ਅਕਾਸ਼ ਵਿੱਚ ਵੀ ਵਾਪਰਦਾ ਹੈ । ਗੁਰਮਖ ਜੀਵ ਨੂੰ ਪ੍ਰਭ ਦੇ ਸ਼ਬਦ ਦੀ ਸੋਝੀ ਬਖਸ਼ਿਸ਼ ਹੋ ਜਾਂਦੀ ਹੈ । ਜਿਹੜਾ ਪ੍ਰਭ ਦੇ ਹੁਕਮ ਨੂੰ ਜਾਣ ਜਾਂਦਾ, ਆਪਣੇ ਮਾਨਸ ਜੀਵ ਦਾ ਮੰਤਵ ਜਾਣ ਜਾਂਦਾ ਹੈ, ਉਸ ਨੂੰ ਸ਼ਬਦ ਦੀ ਸੋਝੀ ਬਖਸ਼ਿਸ਼ ਹੋ ਜਾਂਦੀ ਹੈ । ਉਹ ਸਦਾ ਹੀ ਪ੍ਰਭ ਦੇ ਬਖਸ਼ੇ ਤੇ ਧੀਰਜ, ਸੰਤੋਖ ਰਖਦਾ ਹੈ । ਇਸ ਅਵਸਥਾ ਵਾਲੀ, ਮੋਹ ਤੋ ਰਹਿਤ ਆਤਮਾ ਪ੍ਰਭ ਦੇ ਸ਼ਬਦ ਦੀ ਸਮਾਧੀ ਵਿੱਚ ਅਡੋਲ ਰਹਿੰਦੀ ਹੈ ।

Who may you be impressing by keeping the worldly desires beyond the reach of your mind? Whosoever may meditate and adopt the teachings of His Word with steady and stable belief, he may enjoy the pleasures and contentment in all worldly conditions. You should control your worldly desires and abandon your falsehood. The Omniscient True Master prevails everywhere in water, in, on, under earth and in sky. Only His true devotee may be blessed with the essence of His nature. Whosoever may realize the teachings of His Word, the true purpose of his human life blessings, he may be enlightened with the essence of His Word. He always keeps patience and contentment on His blessings. He may become beyond the reach of emotional attachment and remains steady and stable in the void of His Word.

ਜਹ ਜਹ ਮਨ ਤੂੰ ਧਾਵਦਾ,	jah jah man tooN Dhaavdaa
ਤਹ ਤਹ ਹਰਿ ਤੇਰੈ ਨਾਲੇ॥	tah tah har tayrai naalay.
ਮਨ ਸਿਆਣਪ ਛੋਡੀਐ,	man si-aanap chhodee-ai
ਗੁਰ ਕਾ ਸਬਦੁ ਸਮਾਲੇ॥	gur kaa sabad samaalay.
ਸਾਥਿ ਤੇਰੈ ਸੋ ਸਹੁ ਸਦਾ ਹੈ,	saath tayrai so saho sadaa hai
ਇਕੁ ਖਿਨੁ ਹਰਿ ਨਾਮੁ ਸਮਾਲਹੇ॥	ik khin har naam samaalhay.
ਜਨਮ ਜਨਮ ਕੇ ਤੇਰੇ ਪਾਪ ਕਟੇ,	janam janam kay tayray paap katay

ਅੰਤਿ ਪਰਮ ਪਦੁ ਪਾਵਹੇ॥	ant param pad paavhay.
ਸਾਚੇ ਨਾਲਿ ਤੇਰਾ ਗੰਢੁ ਲਾਗੈ,	saachay naal tayraa gandh laagai
ਗੁਰਮੁਖਿ ਸਦਾ ਸਮਾਲੇ॥	gurmukh sadaa samaalay.
ਇਉ ਕਹੈ ਨਾਨਕੁ ਜਹ ਮਨ	i-o kahai naanak jah man
ਤੂੰ ਧਾਵਦਾ,	tooN Dhaavdaa
ਤਹ ਹਰਿ ਤੇਰੈ ਸਦਾ ਨਾਲੇ॥੩॥	tah har tayrai sadaa naalay. ||3||

ਮਨ ਜਿਥੇ ਵੀ ਤੂੰ ਘੁੰਮਦਾ ਹੈ, ਪ੍ਰਭ ਉਥੇ ਹੀ ਤੇਰੇ ਨਾਲ ਹੁੰਦਾ ਹੈ । ਆਪਣੇ ਮਨ ਦੀਆਂ ਧੋਖੇ ਦੀਆਂ ਚਾਲਾਂ ਨੂੰ ਤਿਆਗ ਕੇ ਪ੍ਰਭ ਦੇ ਸ਼ਬਦ ਦੀ ਪਾਲਣਾ ਕਰੋ । ਜਿਹੜਾ ਇੱਕ ਪਲ ਵੀ ਤੂੰ ਅਡੋਲ ਭਰੋਸੇ ਨਾਲ ਸ਼ਬਦ ਦੀ ਪਾਲਣਾ ਕਰਦਾ ਹੈ, ਪ੍ਰਭ ਉਸ ਦਾ ਸਾਥੀ ਬਣ ਜਾਂਦਾ ਹੈ, ਅਨੇਕਾਂ ਜੂੰਨਾਂ ਦੇ ਪਾਪ ਬਖਸ਼ ਦੇਂਦਾ ਹੈ । ਅੰਤ ਵਿੱਚ ਵਿਸ਼ੇਸ਼ ਅਵਸਥਾ, ਮੁਕਤੀ ਦੀ ਅਵਸਥਾ ਬਖਸ਼ਿਸ਼ ਹੋ ਸਕਦੀ ਹੈ । ਜੀਵ ਉਸ ਪ੍ਰਭ ਦੇ ਸ਼ਬਦ ਤੇ ਭਰੋਸਾ ਅਡੋਲ ਰਖਕੇ, ਪ੍ਰਭ ਨਾਲ ਸੰਜੋਗ ਬਣਾਵੋ । ਗੁਰਮਖ ਜੀਵ ਸਦਾ ਹੀ ਪ੍ਰਭ ਦਾ ਆਸਰਾ ਭਾਲਦਾ, ਅਰਦਾਸ ਕਰਦਾ ਹੈ ।

Wherever you may be wandering around, The True Master, His Word always remain your companion. You should abandon the deceptive and clever plans of your mind and obey the teachings of His Word. Whosoever may obey His Word even for a moment, The True Master becomes his companion, friend and He may guide on the right path and all sinful deeds of past life may be forgiven. In the end, you may be blessed with a unique state of mind, salvation. His true devotee always seeks His refuge and prays for His mercy and grace.

ਸਤਿਗੁਰ ਮਿਲਿਐ ਧਾਵਤੁ ਥੰਮ੍ਹਿਆ,	satgur mili-ai Dhaavat thamiH-aa
ਨਿਜ ਘਰਿ ਵਸਿਆ ਆਏ॥	nij ghar vasi-aa aa-ay.
ਨਾਮੁ ਵਿਹਾਝੇ ਨਾਮੁ ਲਏ,	naam vihaajhay naam la-ay
ਨਾਮਿ ਰਹੇ ਸਮਾਏ॥	naam rahay samaa-ay.
ਧਾਵਤੁ ਥੰਮ੍ਹਿਆ ਸਤਿਗੁਰਿ ਮਿਲਿਐ,	Dhaavat thamiH-aa satgur mili-ai
ਦਸਵਾ ਦੁਆਰੁ ਪਾਇਆ॥	dasvaa du-aar paa-i-aa.
ਤਿਥੈ ਅੰਮ੍ਰਿਤ ਭੋਜਨੁ ਸਹਜ ਧੁਨਿ ਉਪਜੈ,	tithai amrit bhojan sahj Dhun upjai
ਜਿਤੁ ਸਬਦਿ ਜਗਤੁ ਥੰਮ੍ਹਿ ਰਹਾਇਆ॥	jit sabad jagat thamiH rahaa-i-aa.
ਤਹ ਅਨੇਕ ਵਾਜੇ ਸਦਾ ਅਨਦੁ ਹੈ,	tah anayk vaajay sadaa anad hai
ਸਚੇ ਰਹਿਆ ਸਮਾਏ॥	sachay rahi-aa samaa-ay.
ਇਉ ਕਹੈ ਨਾਨਕੁ ਸਤਿਗੁਰਿ ਮਿਲਿਐ,	i-o kahai naanak satgur mili-ai
ਧਾਵਤੁ ਥੰਮ੍ਹਿਆ	Dhaavat thamiH-aa
ਨਿਜ ਘਰਿ ਵਸਿਆ ਆਏ॥੪॥	nij ghar vasi-aa aa-ay. ||4||

ਪ੍ਰਭ ਦੇ ਸ਼ਬਦ ਦੀ ਪਾਲਣਾ ਕਰਨ ਨਾਲ ਘੁੰਮਣ ਵਾਲੇ ਮਨ ਦਾ ਭਰੋਸਾ ਅਡੋਲ ਹੋ ਜਾਂਦਾ ਹੈ, ਮਨ ਆਪਣੇ ਅੰਦਰ ਖੋਜ ਕਰਦਾ ਹੈ । ਉਹ ਜੀਵ ਸ਼ਬਦ ਦਾ ਸਿਮਰਨ ਕਰਦਾ, ਸ਼ਬਦ ਨਾਲ ਹੀ ਜੀਵਨ ਬਤੀਤ ਕਰਦਾ ਹੈ । ਉਸ ਦੀ ਚਾਰੇ ਪਾਸੇ ਘੁੰਮਣ ਵਾਲੀ ਆਤਮਾ ਅਡੋਲ ਹੋ ਜਾਂਦੀ ਹੈ । ਉਸ ਦਾ ਦਸਵਾਂ ਦਰ ਖੁੱਲ੍ਹ ਜਾਂਦਾ ਹੈ ਜਾਗਰਤੀ ਹੋ ਜਾਂਦੀ ਹੈ । ਪ੍ਰਭ ਦੇ ਸ਼ਬਦ ਦੀ ਗੂੰਜ ਉਸ ਦੇ ਮਨ ਵਿੱਚ ਚਲ ਪੈਂਦੀ, ਮਨ ਭਰ ਜਾਂਦਾ ਹੈ । ਇਸ ਸਦਾ ਰਹਿਣ ਵਾਲੀ ਧੁਨ ਵਿੱਚ ਹੀ ਜੀਵ ਦੀ ਆਤਮਾ ਅਲੋਪ ਹੋ ਜਾਂਦੀ ਹੈ । ਸ਼ਬਦ ਦੀ ਪਾਲਣਾ ਕਰਨ ਨਾਲ ਮਨ ਚਾਰੇ ਪਾਸੇ ਘੁੰਮਣ ਤੋ ਰੋਕਦਾ, ਭਰੋਸਾ ਅਡੋਲ ਹੋ ਜਾਂਦਾ ਹੈ ।

By obeying the teachings of His Word with steady and stable belief, the wandering mind may become steady and stable on The One and Only One, True Master. He may search the enlightenment from within his own mind. He may meditate and adopt the teachings of His Word with steady and stable belief in his day to day life. His wondering soul becomes stable on the true purpose of his human life journey, he may be enlightened and remain awake and alert on the right path and the door of 10th door of His castle may open for his soul. The everlasting echo of His Word may resonate within his mind nonstop and he remains fully contented with His blessings. His soul may be absorbed in the everlasting echo in the void of His Word. By obeying and adopting the teachings of His Word with steady and stable belief, his wandering mind may become steady and stable The One and Only One True Master.

ਮਨ ਤੂੰ ਜੋਤਿ ਸਰੂਪੁ ਹੈ	man tooN jot saroop hai
ਆਪਣਾ ਮੂਲੁ ਪਛਾਣੁ॥	aapnaa mool pachhaan.
ਮਨ ਹਰਿ ਜੀ ਤੇਰੈ ਨਾਲਿ ਹੈ	man har jee tayrai naal hai
ਗੁਰਮਤੀ ਰੰਗੁ ਮਾਣੁ॥	gurmatee rang maan.
ਮੂਲੁ ਪਛਾਣਹਿ ਤਾਂ ਸਹੁ ਜਾਣਹਿ,	mool pachhaaneh taaN saho jaaneh
ਮਰਣ ਜੀਵਣ ਕੀ ਸੋਝੀ ਹੋਈ॥	maran jeevan kee sojhee ho-ee.
ਗੁਰ ਪਰਸਾਦੀ ਏਕੋ ਜਾਣਹਿ,	gur parsaadee ayko jaaneh
ਤਾਂ ਦੂਜਾ ਭਾਉ ਨ ਹੋਈ॥	taaN doojaa bhaa-o na ho-ee.
ਮਨਿ ਸਾਂਤਿ ਆਈ ਵਜੀ ਵਧਾਈ,	man saaNt aa-ee vajee vaDhaa-ee
ਤਾ ਹੋਆ ਪਰਵਾਣੁ॥	taa ho-aa parvaan.
ਇਉ ਕਹੈ ਨਾਨਕੁ	i-o kahai naanak
ਮਨ ਤੂੰ ਜੋਤਿ ਸਰੂਪੁ ਹੈ,	man tooN jot saroop hai
ਅਪਣਾ ਮੂਲੁ ਪਛਾਣੁ॥੫॥	apnaa mool pachhaan. ||5||

ਮਨ ਤੂੰ ਪ੍ਰਭ ਦੀ ਜੋਤ ਦਾ ਹੀ ਅੰਗ, ਭਾਗ ਹੈ । ਆਪਣੇ ਮਾਨਸ ਜਨਮ ਲੈਣ ਦਾ ਕਾਰਨ, ਮੰਤਵ ਪਛਾਣੋ । ਪ੍ਰਭ ਤੇਰੇ ਦਸਵੇਂ ਘਰ ਵਿੱਚ ਵਸਦਾ ਹੈ, ਸ਼ਬਦ ਦੀ ਪਾਲਣਾ ਕਰਕੇ ਉਸ ਨੂੰ ਮਨ ਵਿੱਚ ਜਾਗਰਤ ਕਰੋ । ਜਿਸ ਨੂੰ ਆਪਣੇ ਮਾਨਸ ਜਨਮ ਲੈਣ ਦੀ ਸੋਝੀ ਹੋ ਜਾਂਦੀ ਹੈ, ਉਸ ਨੂੰ ਜੂੰਨਾਂ ਦੇ ਚੱਕਰ ਦੀ ਸੋਝੀ ਹੋ ਜਾਂਦੀ ਹੈ । ਜਿਸ ਤੇ ਪ੍ਰਭ ਦੀ ਰਹਿਮਤ ਬਖਸ਼ਿਸ਼ ਹੋ ਜਾਂਦੀ ਹੈ ਉਹ ਇੱਕੋ ਇੱਕ ਪ੍ਰਭ ਤੇ ਭਰੋਸਾ ਅਡੋਲ ਰਖਦਾ ਹੈ, ਧਰਮਾਂ ਦੇ ਭਰਮਾਂ ਵਿੱਚ ਨਹੀਂ ਪੈਂਦਾ । ਮਨ ਵਿੱਚ ਸ਼ਾਂਤੀ, ਅਨੰਦ ਵਸ ਜਾਂਦਾ, ਦਰਬਾਰ ਵਿੱਚ ਪ੍ਰਵਾਨਗੀ ਬਖਸ਼ਿਸ਼ ਹੋ ਸਕਦੀ ਹੈ । ਅਗਰ ਤੂੰ ਆਪਣੇ ਮਾਨਸ ਜਨਮ ਦਾ ਮੰਤਵ ਜਾਣ ਜਾਵੇ ਤਾਂ ਸੋਝੀ ਹੋ ਜਾਂਦੀ ਹੈ, ਆਤਮਾ ਪ੍ਰਭ ਵਿਚੋਂ ਵਿਛੜ ਕੇ ਸੰਸਾਰ ਵਿੱਚ ਆਈ ਹੈ । ਪ੍ਰਭ ਦਾ ਦਰਬਾਰ ਹੀ ਉਸ ਦਾ ਅਸਲੀ ਅਰਾਮ ਕਰਨ ਵਾਲਾ ਆਸਣ ਹੈ ।

You should always remember that your soul is a part of the Holy Spirit and you may realize the true purpose of your human life journey. The True Master dwells within your body, by obeying the teachings of His Word, enlighten your soul and enjoys His company. Whosoever may realize the true purpose of his human life blessings, he may also be enlightened about the cycle of birth and death. Whosoever may be blessed with His mercy and grace, only he may remain on the right path with steady and stable belief. He may not fall into the trap of religious suspicions and rituals. His mind remains in peace, contented and enjoys the blossom of the universe; he may be accepted in His court. Whosoever may realize the true purpose of his human life journey, he realizes that soul has been separated from the Holy Spirit to be sanctified to become worthy of His consideration. His court is the only final resting place for the soul.

ਮਨ ਤੂੰ ਗਾਰਬਿ ਅਟਿਆ,	man tooN gaarab ati-aa
ਗਾਰਬਿ ਲਦਿਆ ਜਾਹਿ॥	gaarab ladi-aa jaahi.

ਮਾਇਆ ਮੋਹਣੀ ਮੋਹਿਆ,	maa-i-aa mohnee mohi-aa
ਫਿਰਿ ਫਿਰਿ ਜੂਨੀ ਭਵਾਹਿ॥	fir fir joonee bhavaahi.
ਗਾਰਬਿ ਲਾਗਾ ਜਾਹਿ ਮੁਗਧ ਮਨ,	gaarab laagaa jaahi mugaDh man
ਅੰਤਿ ਗਇਆ ਪਛੁਤਾਵਹੇ॥	ant ga-i-aa pachhutaavhay.
ਅਹੰਕਾਰੁ ਤਿਸਨਾ ਰੋਗੁ ਲਗਾ,	ahaNkaar tisnaa rog lagaa
ਬਿਰਥਾ ਜਨਮੁ ਗਵਾਵਹੇ॥	birthaa janam gavaavhay.
ਮਨਮੁਖ ਮੁਗਧ ਚੇਤਹਿ ਨਾਹੀ,	manmukh mugaDh cheeteh naahee
ਅਗੈ ਗਇਆ ਪਛੁਤਾਵਹੇ॥	agai ga-i-aa pachhutaavhay.
ਇਉ ਕਹੈ ਨਾਨਕੁ	i-o kahai naanak
ਮਨ ਤੂੰ, ਗਾਰਬਿ ਅਟਿਆ,	man tooN gaarab ati-aa
ਗਾਰਬਿ ਲਦਿਆ ਜਾਵਹੇ॥੬॥	gaarab ladi-aa jaavhay. ||6||

ਮਨ ਤੂੰ ਅਹੰਕਾਰ ਨਾਲ ਭਰਿਆਂ ਹੋਇਆ, ਅਹੰਕਾਰ ਕਰਕੇ ਹੀ ਜਨਮ ਲੈਂਦਾ ਹੈ । ਇਸ ਅਹੰਕਾਰ ਵਿੱਚ ਹੀ ਹੋਰ ਜੂੰਨਾਂ ਵਿੱਚ ਭਉਦਾ ਰਹਿੰਦਾ ਹੈ । ਮਾਇਆ ਦੇ ਜ਼ੋਰ, ਕਾਬੂ, ਲਾਲਚ ਕਰਕੇ ਹੀ ਜੂੰਨਾਂ ਵਿੱਚ ਜਾਂਦਾ ਹੈ । ਇਸ ਹੈਸੀਅਤ ਦੇ ਅਭਿਮਾਨ ਕਰਕੇ ਹੀ ਤੂੰ ਮੌਤ ਦੇ ਫਰਿਸ਼ਤੇ ਦੇ ਹਵਾਲੇ ਹੁੰਦਾ ਹੈ, ਅੰਤ ਵਿੱਚ ਤੂੰ ਪਛਤਾਵਾ ਕਰਦਾ ਹੈ । ਤੈਨੂੰ ਅਹੰਕਾਰ ਅਤੇ ਸੰਸਾਰਕ ਇੱਛਾਂ ਦੀ ਬਿਮਾਰੀ ਲੱਗੀ ਹੈ । ਇਸ ਵਿੱਚ ਹੀ ਆਪਣਾ ਜੀਵਨ ਬਰਬਾਦ ਕੀਤੀ ਜਾਂਦਾ ਹੈ । ਮਨਮੁਖ, ਮਨਮਰਜ਼ੀ ਕਰਨ ਵਾਲੇ ਜੀਵ ਨੂੰ ਸ਼ਬਦ ਦੀ ਕੋਈ ਸੋਝੀ, ਪ੍ਰਵਾਹ ਨਹੀਂ ਹੁੰਦੀ । ਉਸ ਨੂੰ ਉਦਾਸੀ ਅਤੇ ਪਛਤਾਵਾ ਹੀ ਕਰਨਾ ਪੈਂਦਾ ਹੈ । ਇਸ ਤਰ੍ਹਾਂ ਜੀਵ ਅਹੰਕਾਰ ਵਿੱਚ ਜਨਮ ਲੈਂਦਾ ਅਤੇ ਅਹੰਕਾਰ ਵਿੱਚ ਹੀ ਮਰ ਜਾਂਦਾ ਹੈ ।

Your mind is overwhelmed with ego and that is the main reason you have to enter into the womb of mother. Under the seize of worldly wealth and your greed; you remain in the cycle of birth and death. With the ego of worldly status, you may be captured by the devil of death and you have to repent for your foolishness and ignorance. You are infected with the disease of ego and you are ruining your opportunity of human life journey. The self-minded and nonbeliever may not have any understanding nor pay attention or care about the teachings of His Word. He always remains desperate and frustrated with his worldly desires and repent for his foolishness. This is how the soul of a self-minded remains in the cycle of birth and death in his ego.

ਮਨ ਤੂੰ ਮਤ ਮਾਣੁ ਕਰਹਿ,	man tooN mat maan karahi
ਜਿ ਹਉ ਕਿਛੁ ਜਾਣਦਾ,	je ha-o kichh jaandaa
ਗੁਰਮੁਖਿ ਨਿਮਾਣਾ ਹੋਹੁ॥	gurmukh nimaanaa hohu.
ਅੰਤਰਿ ਅਗਿਆਨੁ ਹਉ ਬੁਧਿ ਹੈ,	antar agi-aan ha-o buDh hai
ਸਚਿ ਸਬਦਿ ਮਲੁ ਖੋਹੁ॥	sach sabad mal khohu.
ਹੋਹੁ ਨਿਮਾਣਾ ਸਤਿਗੁਰੂ ਅਗੈ,	hohu nimaanaa satguroo agai
ਮਤ ਕਿਛੁ ਆਪੁ ਲਖਾਵਹੇ॥	mat kichh aap lakhaavhay.
ਆਪਣੈ ਅਹੰਕਾਰਿ ਜਗਤੁ ਜਲਿਆ,	aapnai ahaNkaar jagat jali-aa
ਮਤ ਤੂੰ ਆਪਣਾ ਆਪੁ ਗਵਾਵਹੇ॥	mat tooN aapnaa aap gavaavhay.
ਸਤਿਗੁਰ ਕੈ ਭਾਣੈ ਕਰਹਿ ਕਾਰ,	satgur kai bhaanai karahi kaar
ਸਤਿਗੁਰ ਕੈ ਭਾਣੈ ਲਾਗਿ ਰਹੁ॥	satgur kai bhaanai laag rahu.
ਇਉ ਕਹੈ ਨਾਨਕੁ	i-o kahai naanak
ਆਪੁ ਛਡਿ ਸੁਖ ਪਾਵਹਿ,	aap chhad sukh paavahi
ਮਨ ਨਿਮਾਣਾ ਹੋਇ ਰਹੁ॥੭॥	man nimaanaa ho-ay rahu. ||7||

ਮਨ ਤੂੰ ਆਪਣੇ ਗਿਆਨ ਦਾ ਬਹੁਤਾ ਘਮੰਡ ਨਾ ਕਰ, ਜਿਵੇਂ ਤੂੰ ਸਭ ਕੁਝ ਹੀ ਜਾਣਦਾ ਹੈ । ਗੁਰਮਖ ਜੀਵ ਨਿਮ੍ਰਤਾ ਵਾਲਾ, ਸਾਦਾ ਜੀਵਨ ਬਤੀਤ ਕਰਦਾ ਹੈ । ਅਗਿਆਨਤਾ ਅਤੇ ਅਹੰਕਾਰ ਦੀ ਮੈਲ ਕੇਵਲ ਸ਼ਬਦ ਦੀ ਪਾਲਣਾ ਕਰਨ ਨਾਲ ਧੋਤੀ ਜਾ ਸਕਦੀ ਹੈ । ਜੀਵ ਨਿਮ੍ਰਤਾ ਧਾਰਨ ਕਰਕੇ, ਪ੍ਰਭ ਦੇ ਅੱਗੇ ਆਪਣਾ ਤਨ ਮਨ ਭੇਟਾ ਕਰਕੇ, ਸ਼ਰਣ ਵਿੱਚ ਆਵੇ । ਆਪਣੇ ਆਪ ਨੂੰ ਅਹੰਕਾਰ ਅਤੇ ਹੈਸੀਅਤ ਦੇ ਪਿਛੇ ਨਾ ਲਾਵੇ । ਸਾਰਾ ਸੰਸਾਰ ਹੀ ਅਹੰਕਾਰ ਅਤੇ ਹੈਸੀਅਤ ਦੇ ਅਭਿਮਾਨ ਵਿੱਚ ਫਸਿਆ ਰਹਿੰਦਾ ਹੈ । ਆਪਣੇ ਆਪ ਵਿਚੋਂ ਖ਼ੁਦਗਰਜ਼ੀ, ਆਪਾ ਖਤਮ ਕਰਕੇ ਪ੍ਰਭ ਦੇ ਸ਼ਬਦ ਦੀ ਪਾਲਣਾ ਕਰੋ! ਪ੍ਰਭ ਦੇ ਬਖਸ਼ੇ ਤੇ ਸੰਤੋਖ, ਭਰੋਸਾ ਅਡੋਲ ਰਖੋ । ਜੀਵ ਅਹੰਕਾਰ ਅਤੇ ਹੈਸੀਅਤ ਨੂੰ ਤਿਆਗਣ ਨਾਲ ਮਨ ਵਿੱਚ ਸੰਤੋਖ, ਨਿਮ੍ਰਤਾ ਘਰ ਕਰ ਜਾਂਦੀ, ਬਖਸ਼ਿਸ਼ ਹੋ ਜਾਂਦੀ ਹੈ ।

You should not boast about your knowledge and pretend that you know everything about His nature. His true devotee always remains humble and adopts modesty in his day to day life. This filth of ignorance and ego may only be cleaned, sanctified by adopting the teachings of His Word with steady and stable belief in day to day life. You should adopt humility and surrender your mind and body in the sanctuary of The True Master. You should not become a slave of your ego and worldly status, the whole universe remains as a slave of ego and the pride of worldly status. You should abandon your selfishness, unique identity and obey the teachings of His Word. You should always have a patience and contentment on His blessings. By abandoning ego and pride of worldly status, your mind may be blessed with contentment. Humility may prevail in your mind in all worldly conditions.

ਧੰਨੁ ਸੁ ਵੇਲਾ ਜਿਤੁ ਮੈ ਸਤਿਗੁਰੁ ਮਿਲਿਆ,	Dhan so vaylaa jit mai satgur mili-aa
ਸੋ ਸਹੁ ਚਿਤਿ ਆਇਆ॥	so saho chit aa-i-aa.
ਮਹਾ ਅਨੰਦੁ ਸਹਜੁ ਭਇਆ,	mahaa anand sahj bha-i-aa
ਮਨਿ ਤਨਿ ਸੁਖੁ ਪਾਇਆ॥	man tan sukh paa-i-aa.
ਸੋ ਸਹੁ ਚਿਤਿ ਆਇਆ ਮੰਨਿ ਵਸਾਇਆ,	so saho chit aa-i-aa man vasaa-i-aa
ਅਵਗਣ ਸਭਿ ਵਿਸਾਰੇ॥	avgan sabh visaaray.
ਜਾ ਤਿਸੁ ਭਾਣਾ ਗੁਣ ਪਰਗਟ ਹੋਏ,	jaa tis bhaanaa gun pargat ho-ay
ਸਤਿਗੁਰ ਆਪਿ ਸਵਾਰੇ॥	satgur aap savaaray.
ਸੇ ਜਨ ਪਰਵਾਣੁ ਹੋਏ,	say jan parvaan ho-ay
ਜਿਨ੍ਹੀ ਇਕੁ ਨਾਮੁ ਦਿੜਿਆ,	jinHee ik naam dirhi-aa
ਦੁਤੀਆ ਭਾਉ ਚੁਕਾਇਆ॥	dutee-aa bhaa-o chukaa-i-aa.
ਇਉ ਕਹੈ ਨਾਨਕੁ ਧੰਨੁ ਸੁ ਵੇਲਾ,	i-o kahai naanak Dhan so vaylaa
ਜਿਤੁ ਮੈ ਸਤਿਗੁਰੁ ਮਿਲਿਆ,	jit mai satgur mili-aa
ਸੋ ਸਹੁ ਚਿਤਿ ਆਇਆ॥੮॥	so saho chit aa-i-aa. ||8||

ਜਦੋਂ ਸ਼ਬਦ ਦੀ ਪਾਲਣਾ ਵਿੱਚ ਲਗਨ ਲੱਗ ਜਾਂਦੀ ਹੈ, ਉਹ ਸਮਾਂ ਭਾਗਾਂ ਵਾਲਾ ਹੋ ਜਾਂਦਾ ਹੈ । ਉਸ ਦੇ ਮਨ ਵਿੱਚ ਅਨੰਦ, ਸੰਤੋਖ ਨਾਲ ਭਰ ਜਾਂਦਾ ਹੈ । ਪ੍ਰਭ ਦੇ ਸ਼ਬਦ ਨਾਲ ਜੀਵਨ ਬਤੀਤ ਕਰਨ ਨਾਲ ਮਨ ਦੇ ਸਾਰੇ ਬੁਰੇ ਖਿਆਲ ਨਾਸ਼ ਹੋ ਜਾਂਦੇ ਹਨ । ਪ੍ਰਭ ਦਾ ਸ਼ਬਦ ਮਨ ਵਿੱਚ ਘਰ ਕਰ ਜਾਂਦਾ ਹੈ । ਪ੍ਰਭ ਦੀ ਰਹਿਮਤ ਨਾਲ ਹੀ ਮਨ ਵਿੱਚ ਪ੍ਰਭ ਦੇ ਸ਼ਬਦ ਦੇ ਗੁਣ ਬਖਸ਼ਿਸ਼ ਹੋ ਜਾਂਦੇ ਹਨ । ਜਿਹੜਾ ਧਰਮਾਂ ਦੇ ਪਾਏ ਭਰਮ ਛੱਡਕੇ ਪ੍ਰਭ ਦੇ ਸ਼ਬਦ ਤੇ ਭਰੋਸਾ ਅਡੋਲ ਰਖਦਾ ਹੈ, ਉਸ ਨੂੰ ਪ੍ਰਭ ਦੇ ਦਰਬਾਰ ਵਿੱਚ ਪ੍ਰਵਾਨਗੀ ਬਖਸ਼ਿਸ਼ ਹੋ ਜਾਂਦੀ ਹੈ । ਜੀਵ ਉਹ ਹੀ ਸਮਾਂ ਭਾਗਾਂ ਵਾਲਾ ਹੈ, ਜਦੋਂ ਮਨ ਪ੍ਰਭ ਦੇ ਸ਼ਬਦ ਦੀ ਪਾਲਣਾ ਤੇ ਲੱਗਦਾ ਹੈ ।

The moment may become very fortunate, when the mind enters into deep devotional meditation on the teachings of His Word. He may remain overwhelmed with pleasures and contentment with His blessings. By adopting the teachings of His Word in day to day life, all evil thoughts of his mind may be eliminated. The teachings of His Word may drench within his mind and he may be blessed with virtues of His Word within his mind. Whosoever may abandon the suspicion of religious rituals and remains steady and stable on the teachings of His Word, he may be blessed with the right path of acceptance in His court. When His true devotee may enter into deep devotional meditation and adopt the teachings of His Word in day to day life that moment becomes very fortunate in his human life journey.

ਇਕਿ ਜੰਤ ਭਰਮਿ ਭੁਲੇ,	ik jant bharam bhulay
ਤਿਨਿ ਸਹਿ ਆਪਿ ਭੁਲਾਏ॥	tin seh aap bhulaa-ay.
ਦੂਜੈ ਭਾਇ ਫਿਰਹਿ,	doojai bhaa-ay fireh
ਹਉਮੈ ਕਰਮ ਕਮਾਏ॥	ha-umai karam kamaa-ay.
ਤਿਨਿ ਸਹਿ ਆਪਿ ਭੁਲਾਏ	tin seh aap bhulaa-ay
ਕੁਮਾਰਗਿ ਪਾਏ,	kumaarag paa-ay
ਤਿਨ ਕਾ ਕਿਛੁ ਨ ਵਸਾਈ॥	tin kaa kichh na vasaa-ee.
ਤਿਨ ਕੀ ਗਤਿ ਅਵਗਤਿ ਤੂੰਹੈ ਜਾਣਹਿ,	tin kee gat avgat tooNhai jaaneh
ਜਿਨਿ ਇਹ ਰਚਨ ਰਚਾਈ॥	jin ih rachan rachaa-ee.
ਹੁਕਮੁ ਤੇਰਾ ਖਰਾ ਭਾਰਾ,	hukam tayraa kharaa bhaaraa
ਗੁਰਮੁਖਿ ਕਿਸੈ ਬੁਝਾਏ॥	gurmukh kisai bujhaa-ay.
ਇਉ ਕਹੈ ਨਾਨਕੁ ਕਿਆ ਜੰਤ ਵਿਚਾਰੇ,	i-o kahai naanak ki-aa jant vichaaray
ਜਾ ਤੁਧੁ ਭਰਮਿ ਭੁਲਾਏ॥੯॥	jaa tuDh bharam bhulaa-ay. ||9||

ਜਿਹੜੇ ਭਰਮਾਂ ਵਿੱਚ ਲੱਗੇ ਰਹਿੰਦੇ ਹਨ, ਉਹ ਅਹੰਕਾਰ ਵਿੱਚ ਹੀ ਕੰਮ ਕਰਦੇ ਹਨ । ਪ੍ਰਭ ਆਪ ਹੀ ਉਹਨਾਂ ਨੂੰ ਭਰਮਾਂ ਵਿੱਚ ਪਾਈ ਰਖਦਾ ਹੈ, ਉਸ ਧੰਦੇ ਤੇ ਰਖਦਾ ਹੈ । ਇਹ ਸਭ ਕੁਝ ਪ੍ਰਭ ਦੇ ਹੁਕਮ ਨਾਲ ਹੀ ਹੁੰਦਾ ਹੈ, ਉਹਨਾਂ ਜੀਵਾਂ ਦੇ ਕੁਝ ਵੱਸ ਨਹੀਂ ਹੁੰਦਾ । ਕੇਵਲ ਪ੍ਰਭ ਆਪ ਹੀ ਉਸ ਦੇ ਚੰਗੇ ਮੰਦੇ ਕੰਮ, ਜੀਵਨ ਵਿੱਚ ਉਤਰਾ, ਚੜ੍ਹਾਹ ਜਾਣਦਾ ਹੈ । ਪ੍ਰਭ ਦਾ ਹੁਕਮ ਬਹੁਤ ਕਠਨ ਹੁੰਦਾ ਹੈ, ਇਸ ਵਿੱਚ ਅਦਲੀ, ਬਦਲੀ ਨਹੀਂ ਕੀਤੀ ਜਾ ਸਕਦੀ । ਕੋਈ ਵਿਰਲਾ ਹੀ ਗੁਰਮਖ ਇਸ ਦੀ ਸੋਝੀ ਪਾਉਂਦਾ ਹੈ । ਸੰਸਾਰਕ ਨਿਮਾਣਾ ਜੀਵ ਕੀ ਕਰ ਸਕਦਾ ਹੈ? ਅਗਰ ਪ੍ਰਭ ਆਪ ਹੀ ਉਸ ਨੂੰ ਇਸ ਰਸਤੇ ਤੇ ਪਾਉਂਦਾ ਹੈ ।

Whosoever may fall into the trap of religious suspicions, he may perform his day to day chores in the ego of his own mind. The True Master keep him on the path of suspicion and that becomes his day to day life. Everything happens in the universe with His command, no one has anything under his own power or control. Only, The True Master inspires, guides him on all good and evil deeds; only He knows and controls the ups and downs in his worldly life. His command is very tedious, strict and cannot be changed by any other force in the universe. However, very rare true devotee may be enlightened with this essence of His nature, His Word. What may a helpless and humble creature do in the universe? If, The True Master himself inspires and guides him on that critical path in his life.

ਸਚੇ ਮੇਰੇ ਸਾਹਿਬਾ,	sachay mayray saahibaa
ਸਚੀ ਤੇਰੀ ਵਡਿਆਈ॥	sachee tayree vadi-aa-ee.
ਤੂੰ ਪਾਰਬ੍ਰਹਮੁ ਬੇਅੰਤੁ ਸੁਆਮੀ,	tooN paarbarahm bay-ant su-aamee
ਤੇਰੀ ਕੁਦਰਤਿ ਕਹਣੁ ਨ ਜਾਈ॥	tayree kudrat kahan na jaa-ee.

ਸਚੀ ਤੇਰੀ ਵਡਿਆਈ,	sachee tayree vadi-aa-ee
ਜਾ ਕਉ ਤੁਧੁ ਮੰਨਿ ਵਸਾਈ,	jaa ka-o tuDh man vasaa-ee
ਸਦਾ ਤੇਰੇ ਗੁਣ ਗਾਵਹੇ॥	sadaa tayray gun gaavhay.
ਤੇਰੇ ਗੁਣ ਗਾਵਹਿ,	tayray gun gaavahi
ਜਾ ਤੁਧੁ ਭਾਵਹਿ,	jaa tuDh bhaaveh
ਸਚੇ ਸਿਉ ਚਿਤੁ ਲਾਵਹੇ॥	sachay si-o chit laavhay.
ਜਿਸ ਨੋ ਤੂੰ ਆਪੇ ਮੇਲਹਿ,	jis no tooN aapay mayleh
ਸੁ ਗੁਰਮੁਖਿ ਰਹੈ ਸਮਾਈ॥	so gurmukh rahai samaa-ee.
ਇਉ ਕਹੈ ਨਾਨਕੁ	i-o kahai naanak
ਸਚੇ ਮੇਰੇ ਸਾਹਿਬਾ,	sachay mayray saahibaa
ਸਚੀ ਤੇਰੀ ਵਡਿਆਈ॥੧੦॥	sachee tayree vadi-aa-ee. ||10||
੨॥੭॥੫॥੨॥੭॥	2||7||5||2||7||

ਪ੍ਰਭ ਤੂੰ ਅਟੱਲ ਹੈ, ਤੇਰਾ ਸ਼ਬਦ ਵੀ ਅਟੱਲ ਹੈ, ਇਸ ਦੀ ਸੋਭਾ ਵੀ ਅਟੱਲ ਹੈ । ਅਸਲੀ ਮਾਲਕ ਤੇਰੇ ਕਿਸੇ ਕਰਤਬ, ਕੁਦਰਤ ਦਾ ਅੰਤ ਨਹੀਂ ਜਾਣਿਆ ਜਾ ਸਕਦਾ, ਪੂਰਨ ਵਿਆਖਿਆ ਵੀ ਨਹੀਂ ਕੀਤਾ ਜਾ ਸਕਦਾ । ਪ੍ਰਭ ਤੇਰੀ ਰਹਿਮਤ ਦੀ ਨਜ਼ਰ ਵੀ ਬਹੁਤ ਵਿਸ਼ੇਸ਼ ਹੈ । ਜਿਸ ਦੇ ਮਨ ਵਿੱਚ ਆ ਜਾਂਦੀ ਹੈ, ਉਹ ਸਦਾ ਹੀ ਸ਼ਬਦ ਦੇ ਗੁਣ ਗਾਉਂਦਾ ਰਹਿੰਦਾ ਹੈ । ਜਿਹੜਾ ਤੇਰੇ ਮਨ ਨੂੰ ਭਾਉਂਦਾ ਹੈ ਕੇਵਲ ਉਹ ਹੀ ਤੇਰੇ ਸ਼ਬਦ ਦੇ ਗੁਣ ਗਾਉਂਦਾ ਹੈ । ਉਸ ਦਾ ਧਿਆਨ ਸਦਾ ਹੀ ਤੇਰੇ ਚਰਨਾਂ ਵਿੱਚ ਰਹਿੰਦਾ ਹੈ । ਜਿਸ ਨੂੰ ਤੂੰ ਆਪ ਸ਼ਬਦ ਵਿੱਚ ਲਗਨ ਲਾਉਂਦਾ ਹੈ, ਉਹ ਸਦਾ ਹੀ ਤੇਰੇ ਵਿੱਚ ਲੀਨ ਰਹਿੰਦਾ ਹੈ । ਪ੍ਰਭ ਬਹੁਤ ਹੀ ਵਿਸ਼ੇਸ਼ ਮਾਲਕ ਹੈ । ਉਸ ਦੀ ਰਹਿਮਤ ਵੀ ਬਹੁਤ ਅਨੋਖੀ, ਅਮੋਲਕ ਹੈ ।

True Master Your Word, glory and Your existence is axiom and permanent forever. No one may fully comprehend Your nature, the limit of Your any miracles. No one may fully comprehend and explain the true description and purpose of any of Your miracles. The glory of Your blessings is unique and astonishing. Whosoever may be blessed with Your mercy and grace, he remains intoxicated and sings the glory in the void of Your Word, in Your sanctuary. Whosoever may be inspired by Your mercy and grace, only he may remain intoxicated in the void of Your Word. You are very astonishing and unique True Master, your blessings are very fascinating, priceless and unique.

285.ਰਾਗੁ ਆਸਾ ਛੰਤ ਮਹਲਾ ੪ ਘਰੁ ੧॥ 442-5

੧ੴ ਸਤਿਗੁਰ ਪ੍ਰਸਾਦਿ॥	ik-oNkaar satgur parsaad.
ਜੀਵਨੋ ਮੈ ਜੀਵਨੁ ਪਾਇਆ,	jeevno mai jeevan paa-i-aa
ਗੁਰਮੁਖਿ ਭਾਏ ਰਾਮ॥	gurmukh bhaa-ay raam.
ਹਰਿ ਨਾਮੋ ਹਰਿ ਨਾਮੁ ਦੇਵੈ,	har naamo har naam dayvai
ਮੇਰੈ ਪ੍ਰਾਨਿ ਵਸਾਏ ਰਾਮ॥	mayrai paraan vasaa-ay raam.
ਹਰਿ ਹਰਿ ਨਾਮੁ ਮੇਰੈ ਪ੍ਰਾਨਿ ਵਸਾਏ,	har har naam mayrai paraan vasaa-ay
ਸਭੁ ਸੰਸਾ ਦੂਖੁ ਗਵਾਇਆ॥	sabh sansaa dookh gavaa-i-aa.
ਅਦਿਸਟੁ ਅਗੋਚਰੁ	adisat agochar
ਗੁਰ ਬਚਨਿ ਧਿਆਇਆ,	gur bachan Dhi-aa-i-aa
ਪਵਿਤ੍ਰ ਪਰਮ ਪਦੁ ਪਾਇਆ॥	pavitar param pad paa-i-aa.
ਅਨਹਦ ਧੁਨਿ ਵਾਜਹਿ ਨਿਤ ਵਾਜੇ,	anhad Dhun vaajeh nit vaajay
ਗਾਈ ਸਤਿਗੁਰ ਬਾਣੀ॥	gaa-ee satgur banee.
ਨਾਨਕ ਦਾਤਿ ਕਰੀ ਪ੍ਰਭਿ ਦਾਤੈ,	naanak daat karee parabh daatai
ਜੋਤੀ ਜੋਤਿ ਸਮਾਣੀ॥੧॥	jotee jot samaanee. ||1||

ਬੰਦਗੀ ਕਰਨ ਵਾਲਾ ਜਿਹੜਾ ਵੀ ਸੰਸਾਰਕ ਮਾਇਆ ਨਾਲ ਪ੍ਰੀਤ ਲਾਉਂਦਾ ਹੈ, ਅੰਤ ਵਿੱਚ ਮਾਇਆ ਦਾ ਮੋਹ ਹੀ ਉਸ ਦਾ ਮਾਨਸ ਜਨਮ ਬਰਬਾਦ ਕਰਦਾ ਹੈ । ਜਿਹੜਾ ਸੰਸਾਰਕ ਮਾਇਆ ਨੂੰ ਸੰਭਾਲ ਕੇ ਰਖਦਾ ਹੈ, ਅੰਤ ਵਿੱਚ ਉਸ ਤੋ ਤੰਗ ਆ ਜਾਂਦਾ ਹੈ, ਉਹ ਬਹੁਤ ਪਰੇਸ਼ਾਨ ਕਰਦੀ ਹੈ । ਮਾਇਆ ਦੀ ਜ਼ਿਆਦਾ ਚਰਚਾ ਨਾ ਕਰੋ! ਪ੍ਰਭ ਦੀ ਰਹਿਮਤ ਨਾਲ ਹੀ ਇਸ ਤੇ ਜਿੱਤ ਬਖਸ਼ਿਸ਼ ਹੋ ਸਕਦੀ ਹੈ ।

Whosoever may be attached to worldly wealth, eventually worldly wealth overpowers and ruined his determination, human life. Whosoever may keep a tight control on the worldly wealth, eventually he becomes desperate and frustrated from the worldly wealth. You should not attach too much significance to the worldly wealth in your day to day life. Only with His mercy and grace you may conquer the willpower of worldly wealth.

ਮਨਮੁਖਾ ਮਨਮੁਖਿ ਮੁਏ ਮੇਰੀ,	manmukhaa manmukh mu-ay mayree
ਕਰਿ ਮਾਇਆ ਰਾਮ॥	kar maa-i-aa raam.
ਖਿਨੁ ਆਵੈ ਖਿਨੁ ਜਾਵੈ	khin aavai khin jaavai
ਦੁਰਗੰਧ ਮੜੈ,	durganDh marhai
ਚਿਤੁ ਲਾਇਆ ਰਾਮ॥	chit laa-i-aa raam.
ਲਾਇਆ ਦੁਰਗੰਧ ਮੜੈ ਚਿਤੁ ਲਾਗਾ,	laa-i-aa durganDh marhai chit laagaa
ਜਿਉ ਰੰਗੁ ਕਸੁੰਭ ਦਿਖਾਇਆ॥	ji-o rang kasumbh dikhaa-i-aa.
ਖਿਨੁ ਪੂਰਬਿ ਖਿਨੁ ਪਛਮਿ ਛਾਏ,	khin poorab khin pachham chhaa-ay
ਜਿਉ ਚਕੁ ਕੁਮ੍ਹਿਆਰਿ ਭਵਾਇਆ॥	ji-o chak kumHi-aar bhavaa-i-aa.
ਦੁਖੁ ਖਾਵਹਿ ਦੁਖੁ ਸੰਚਹਿ ਭੋਗਹਿ,	dukh khaaveh dukh saNcheh bhogeh
ਦੁਖ ਕੀ ਬਿਰਧਿ ਵਧਾਈ॥	dukh kee biraDh vaDhaa-ee.
ਨਾਨਕ ਬਿਖਮੁ ਸੁਹੇਲਾ ਤਰੀਐ,	naanak bikham suhaylaa taree-ai
ਜਾ ਆਵੈ ਗੁਰ ਸਰਣਾਈ॥੨॥	jaa aavai gur sarnaa-ee. ||2||

ਮਨਮੁਖ ਜੀਵ ਮਾਇਆ ਦਾ ਸੰਸਾਰਕ ਥੋੜ੍ਹਾ ਸਮਾਂ ਅਨੰਦ ਦੇਖਕੇ ਸਾਰੇ ਹੀ ਸੰਸਾਰਕ ਮਾਇਆ ਪਿਛੇ ਲੱਗ ਪੈਂਦੇ ਹਨ । ਸਾਰੇ ਸੰਸਾਰਕ ਗੁਰੂ, ਦੇਵ ਦੇਵਤੇ, ਫਰਿਸ਼ਤੇ ਉਸ ਦੇ ਪ੍ਰਭਾਵ ਅੰਦਰ, ਧੋਖੇ ਵਿੱਚ ਆ ਜਾਂਦੇ ਹਨ । ਜਿਹੜਾ ਮਾਇਆ ਦੇ ਜਾਲ ਵਿੱਚ ਫਸ ਜਾਂਦਾ ਹੈ, ਉਸ ਨੂੰ ਆਪਣਾ ਗੁਲਾਮ ਬਣਾਈ ਰਖਦੀ ਹੈ, ਉਹ ਦੁਖ, ਪਰੇਸ਼ਾਨੀ ਵਿੱਚ ਹੀ ਰਹਿੰਦਾ ਹੈ, ਉਸ ਦਾ ਲਾਲਚ ਵਧਦਾ ਹੀ ਰਹਿੰਦਾ ਹੈ । ਕੇਵਲ ਅਸਲੀ ਸੰਤ ਹੀ ਪ੍ਰਭ ਦੇ ਸ਼ਬਦ ਦੀ ਪਾਲਣਾ ਕਰਨ ਵਾਲਾ, ਮਨ ਅਡੋਲ ਰਖਦਾ, ਇਸ ਤੋ ਬਚਦਾ, ਧੋਖੇ ਵਿੱਚ ਨਹੀਂ ਆਉਂਦਾ ।

Nonbeliever and the self-minded may look the short living glamorous nature of worldly wealth, he may fall into the trap of the worldly wealth. Even the worldly guru, enlightened, angels of the God also fall into the deception of worldly wealth. Whosoever may fall into the trap, he becomes slave and remains frustrated and his greed blossom within. Only His true devotee may remain steady and stable on the path of teachings of His Word. With His mercy and grace may be saved from the deception of worldly wealth.

ਮੇਰਾ ਠਾਕੁਰੋ ਠਾਕੁਰੁ ਨੀਕਾ,	mayraa thaakuro thaakur neekaa
ਅਗਮ ਅਥਾਹਾ ਰਾਮ॥	agam athaahaa raam.
ਹਰਿ ਪੂਜੀ ਹਰਿ ਪੂਜੀ ਚਾਹੀ,	har poojee har poojee chaahee
ਮੇਰੇ ਸਤਿਗੁਰ ਸਾਹਾ ਰਾਮ॥	mayray satgur saahaa raam.
ਹਰਿ ਪੂਜੀ ਚਾਹੀ ਨਾਮੁ ਬਿਸਾਹੀ,	har poojee chaahee naam bisaahee
ਗੁਣ ਗਾਵੈ ਗੁਣ ਭਾਵੈ॥	gun gaavai gun bhaavai.
ਨੀਦ ਭੂਖ ਸਭ ਪਰਹਰਿ ਤਿਆਗੀ,	need bhookh sabh parhar ti-aagee

ਸੁੰਨੇ ਸੁੰਨਿ ਸਮਾਵੈ॥	sunnay sunn samaavai.
ਵਣਜਾਰੇ ਇਕ ਭਾਤੀ ਆਵਹਿ,	vanjaaray ik bhaatee aavahi
ਲਾਹਾ ਹਰਿ ਨਾਮੁ ਲੈ ਜਾਹੇ॥	laahaa har naam lai jaahay.
ਨਾਨਕ ਮਨੁ ਤਨੁ ਅਰਪਿ ਗੁਰ ਆਗੈ,	naanak man tan arap gur aagai
ਜਿਸੁ ਪ੍ਰਾਪਤਿ ਸੋ ਪਾਏ॥੩॥	jis paraapat so paa-ay. ||3||

ਕਈ ਜੀਵ ਮਾਇਆ ਦੇ ਇੱਕ ਰੂਪ ਨੂੰ ਤਿਆਗ ਕੇ ਉਦਾਸੀ ਬਣ ਜਾਂਦੇ ਹਨ । ਪਰ ਉਹ ਕਾਮਵਾਸਨਾ ਵਿੱਚ ਫਸੇ ਰਹਿੰਦੇ ਹਨ । ਕਈ ਸੰਸਾਰਕ ਹੈਸੀਅਤ ਪਾ ਕੇ ਅਮੀਰ ਹੋ ਜਾਂਦੇ ਹਨ, ਪਰ ਇਹ ਮਾਇਆ ਉਹਨਾਂ ਦੇ ਗੁਲਾਮ ਨਹੀਂ ਹੁੰਦੀ, ਵੱਸ ਵਿੱਚ ਨਹੀਂ ਆਉਂਦੀ । ਕਈ ਆਪਣੇ ਆਪ ਨੂੰ ਸੰਸਾਰ ਵਿੱਚ ਦਾਨ ਪੁੰਨ ਕਰਨ ਵਾਲੇ ਬਣੇ ਰਹਿੰਦੇ ਹਨ, ਇਹ ਉਹਨਾਂ ਨੂੰ ਬਹੁਤ ਦੁਖ ਦੇਂਦੀ ਹੈ । ਜਿਸ ਤੇ ਪ੍ਰਭ ਰਹਿਮਤ ਬਖਸ਼ਕੇ ਸ਼ਬਦ ਦੇ ਲੜ ਲਾਉਂਦਾ ਹੈ, ਉਸ ਨੂੰ ਹੀ ਇਸ ਤੇ ਜਿੱਤ ਬਖਸ਼ਿਸ਼ ਹੁੰਦੀ, ਬਚਾ ਹੋ ਸਕਦਾ ਹੈ ।

Some may abandon one kind of worldly wealth and become hermit. However, he may fall into the trap of other kind of worldly wealth, sexual desire of his mind. Some may achieve worldly honor with worldly status and he may become very rich with worldly wealth; however worldly wealth may not become his slave, never remain under his control. Some may become big donor and does the charity and good deeds for the mankind. In the end, endure the miseries of the worldly wealth. With His mercy and grace, who may be attached to a devotional meditation on the teachings of His Word, he may be saved and conquer the worldly wealth, the worldly desires of his mind.

ਰਤਨਾ ਰਤਨ ਪਦਾਰਥ,	ratnaa ratan padaarath
ਬਹੁ ਸਾਗਰੁ ਭਰਿਆ ਰਾਮ॥	baho saagar bhari-aa raam.
ਬਾਣੀ ਗੁਰਬਾਣੀ ਲਾਗੇ,	banee gurbaanee laagay
ਤਿਨ੍ ਹਥਿ ਚੜਿਆ ਰਾਮ॥	tinH hath charhi-aa raam.
ਗੁਰਬਾਣੀ ਲਾਗੇ ਤਿਨ੍ ਹਥਿ ਚੜਿਆ,	gurbaanee laagay tinH hath charhi-aa
ਨਿਰਮੋਲਕੁ ਰਤਨੁ ਅਪਾਰਾ॥	nirmolak ratan apaaraa.
ਹਰਿ ਹਰਿ ਨਾਮੁ ਅਤੋਲਕੁ ਪਾਇਆ,	har har naam atolak paa-i-aa
ਤੇਰੀ ਭਗਤਿ ਭਰੇ ਭੰਡਾਰਾ॥	tayree bhagat bharay bhandaaraa.
ਸਮੁੰਦੁ ਵਿਰੋਲਿ ਸਰੀਰੁ ਹਮ ਦੇਖਿਆ,	samund virol sareer ham daykhi-aa
ਇਕ ਵਸਤੁ ਅਨੂਪ ਦਿਖਾਈ॥	ik vasat anoop dikhaa-ee.
ਗੁਰ ਗੋਵਿੰਦੁ ਗੁੋਵਿੰਦੁ ਗੁਰੂ ਹੈ,	gur govind govind guroo hai
ਨਾਨਕ ਭੇਦੁ ਨ ਭਾਈ॥੪॥੧॥੮॥	naanak bhayd na bhaa-ee. ||4||1||8||

ਜਿਹੜੇ ਤਪ ਕਰਦੇ, ਆਪਣੇ ਆਪ ਨੂੰ ਇਸ ਤੋ ਵਾਂਝਾ ਰਖਦੇ ਹਨ । ਉਹਨਾਂ ਨੂੰ ਇਹ ਦਿਵਾਨਾ ਬਣਾਈ ਰਖਦੀ ਹੈ । ਜਿਹੜੇ ਵਿਦਵਾਨ (ਪੰਡਿਤ) ਬਣ ਜਾਂਦੇ ਹਨ, ਉਹਨਾਂ ਨੂੰ ਲਾਲਚ, ਸੰਸਾਰਕ ਮੋਹ ਵਿੱਚ ਲਾਈ ਰਖਦੀ ਹੈ । ਸਾਰੀ ਸ੍ਰਿਸ਼ਟੀ ਅਤੇ ਅਕਾਸ਼ ਹੀ ਮਾਇਆ ਦੇ ਤਿੰਨਾਂ ਗੁਣਾਂ, ਰੂਪਾਂ ਦੇ ਪ੍ਰਭਾਵ ਵਿੱਚ ਆ ਜਾਂਦਾ ਹੈ । ਜਿਸ ਤੇ ਪ੍ਰਭ ਆਪ ਰਹਿਮਤ ਬਖਸ਼ਕੇ ਆਪਣੀ ਸ਼ਰਣ ਵਿੱਚ ਪਨਾਹ ਬਖਸ਼ਦਾ ਹੈ, ਕੇਵਲ ਉਹ ਹੀ ਇਸ ਦੇ ਪ੍ਰਭਾਵ ਤੋ ਬਚਦਾ ਹੈ ।

Whosoever may be rigid in meditation and keeps his mind beyond the reach of worldly desire, worldly wealth; she makes his life miserable and makes him insane in day to day life. Whosoever may become knowledgeable with the understanding of the worldly Holy Scripture, the worldly greed may be overwhelmed in his mind. The whole universe and sky all remain under the influence of three kinds of worldly wealth.

Whosoever may be accepted in His sanctuary, only he may be saved from the trap of worldly wealth.

286.ਆਸਾ ਮਹਲਾ ੪॥ 442-19

ਝਿਮਿ ਝਿਮੇ ਝਿਮਿ ਝਿਮਿ ਵਰਸੈ,	jhim jhimay jhim jhim varsai
ਅੰਮ੍ਰਿਤ ਧਾਰਾ ਰਾਮ॥	amrit Dhaaraa raam.
ਗੁਰਮੁਖੇ ਗੁਰਮੁਖਿ ਨਦਰੀ,	gurmukhay gurmukh nadree
ਰਾਮੁ ਪਿਆਰਾ ਰਾਮ॥	raam pi-aaraa raam.
ਰਾਮ ਨਾਮੁ ਪਿਆਰਾ ਜਗਤ ਨਿਸਤਾਰਾ,	raam naam pi-aaraa jagat nistaaraa
ਰਾਮ ਨਾਮਿ ਵਡਿਆਈ॥	raam naam vadi-aa-ee.
ਕਲਿਜੁਗਿ ਰਾਮ ਨਾਮੁ ਬੋਹਿਥਾ,	kalijug raam naam bohithaa
ਗੁਰਮੁਖਿ ਪਾਰਿ ਲਘਾਈ॥	gurmukh paar laghaa-ee.
ਹਲਤਿ ਪਲਤਿ ਰਾਮ ਨਾਮਿ ਸੁਹੇਲੇ,	halat palat raam naam suhaylay
ਗੁਰਮੁਖਿ ਕਰਣੀ ਸਾਰੀ॥	gurmukh karnee saaree.
ਨਾਨਕ ਦਾਤਿ ਦਇਆ ਕਰਿ ਦੇਵੈ,	naanak daat da-i-aa kar dayvai
ਰਾਮ ਨਾਮਿ ਨਿਸਤਾਰੀ॥੧॥	raam naam nistaaree. ‖1‖

ਜਿਹੜੇ ਪ੍ਰਭ ਦੇ ਸ਼ਬਦ ਤੇ ਭਰੋਸਾ ਅਡੋਲ ਰਖਦੇ ਹਨ । ਉਹਨਾਂ ਦੇ ਤਨ ਦੇ ਦਸਵੇਂ ਘਰ ਵਿਚੋਂ ਹੌਲੀ ਹੌਲੀ ਸ਼ਬਦ ਦੀ ਸੋਝੀ ਰੂਪੀ ਅਮੋਲਕ ਅੰਮ੍ਰਿਤ ਸਿੰਮਦਾ ਹੈ । ਪ੍ਰਭ ਦਾ ਸ਼ਬਦ ਉਸ ਦੇ ਮਨ ਵਿੱਚ ਵਸਦਾ ਹੈ, ਪ੍ਰਭ ਦਾ ਸ਼ਬਦ ਹੀ ਉਸ ਦੀ ਸ਼ਾਨ, ਹੈਸੀਅਤ ਬਣ ਜਾਂਦਾ ਹੈ । ਕੱਲਯੁਗ ਵਿੱਚ ਪ੍ਰਭ ਦਾ ਸ਼ਬਦ ਹੀ ਉਹ ਬੇੜੀ, ਜਹਾਜ਼ ਹੈ, ਜਿਹੜੀ ਗੁਰਮਖ ਨੂੰ ਇਸ ਸੰਸਾਰਕ ਸਾਗਰ ਵਿਚੋਂ ਪਾਰ ਲੈ ਜਾਂਦਾ ਹੈ । ਗੁਰਮਖ ਦੇ ਸੰਸਾਰ ਅਤੇ ਮੌਤ ਤੋ ਪਿਛੋਂ ਰਹਿਣ ਵਾਲੇ ਅਸਥਾਨ ਵਿੱਚ ਸ਼ਬਦ ਦੀ ਹੀ ਸ਼ਾਨ, ਸਜਾਵਟ ਹੁੰਦੀ ਹੈ । ਗੁਰਮਖ ਜੀਵ ਦੇ ਜੀਵਨ ਦਾ ਢੰਗ ਬਹੁਤ ਹੀ ਨਿਰਾਲਾ, ਅਮੋਲਕ ਹੁੰਦਾ ਹੈ । ਪ੍ਰਭ ਆਪ ਹੀ ਰਹਿਮਤ ਬਖਸ਼ਕੇ ਗੁਰਮਖ ਨੂੰ ਸ਼ਬਦ ਦੀ ਪਾਲਣਾ ਦੀ ਦਾਤ ਬਖਸ਼ਦਾ ਹੈ ।

Whosoever may keep his belief steady and stable on the teachings of His Word, the nectar of the enlightenment of His Word slowly and slowly oozes from the 10th Castle of his mind. He may be drenched with the teachings of His Word and enlightenment of His Word, he may become my worldly status. In Kuljug, the teachings of His Word are the boat and the ship to save and carries His true devotee to His court. The place where His true devotee stays in world and after death may be decorated with the glory of His Word. The way of life of His true devotee is very unique, fascinating and astonishing. The Merciful True Master may bless with devotion to obey His Word.

ਰਾਮੋ ਰਾਮ ਨਾਮੁ ਜਪਿਆ,	raamo raam naam japi-aa
ਦੁਖ ਕਿਲਵਿਖ ਨਾਸ ਗਵਾਇਆ ਰਾਮ॥	dukh kilvikh naas gavaa-i-aa raam.
ਗੁਰ ਪਰਚੈ ਗੁਰ ਪਰਚੈ ਧਿਆਇਆ,	gur parchai gur parchai Dhi-aa-i-aa
ਮੈ ਹਿਰਦੈ ਰਾਮੁ ਰਵਾਇਆ ਰਾਮ॥	mai hirdai raam ravaa-i-aa raam.
ਰਵਿਆ ਰਾਮੁ ਹਿਰਦੈ ਪਰਮ ਗਤਿ ਪਾਈ,	ravi-aa raam hirdai param gat paa-ee
ਜਾ ਗੁਰ ਸਰਣਾਈ ਆਏ॥	jaa gur sarnaa-ee aa-ay.
ਲੋਭ ਵਿਕਾਰ ਨਾਵ ਡੁਬਦੀ ਨਿਕਲੀ,	lobh vikaar naav dubdee niklee
ਜਾ ਸਤਿਗੁਰਿ ਨਾਮੁ ਦਿੜਾਏ॥	jaa satgur naam dirhaa-ay.
ਜੀਅ ਦਾਨੁ ਗੁਰਿ ਪੂਰੈ ਦੀਆ,	jee-a daan gur poorai dee-aa
ਰਾਮ ਨਾਮਿ ਚਿਤੁ ਲਾਏ॥	raam naam chit laa-ay.
ਆਪਿ ਕ੍ਰਿਪਾਲੁ ਕ੍ਰਿਪਾ ਕਰਿ ਦੇਵੈ,	aap kirpaal kirpaa kar dayvai
ਨਾਨਕ ਗੁਰ ਸਰਣਾਏ॥੨॥	naanak gur sarnaa-ay. ‖2‖

ਜਿਹੜੇ ਬੰਦਗੀ ਕਰਨ ਵਾਲੇ ਸੰਤ ਸਰੂਪ ਦੀ ਸੰਗਤ ਕਰਦੇ, ਸ਼ਬਦ ਦੀ ਪਾਲਣਾ, ਸਿਮਰਨ ਕਰਦੇ ਹਨ । ਉਹਨਾਂ ਦੇ ਮਨ ਵਿੱਚ ਸ਼ਬਦ ਘਰ ਕਰ ਜਾਂਦਾ, ਵਸ ਜਾਂਦਾ ਹੈ । ਸ਼ਬਦ ਦਾ ਸਿਮਰਨ ਕਰਦੇ ਮਨ ਵਿਚੋਂ ਇੱਛਾਂ ਦੇ ਦੁਖ ਦੂਰ, ਨਾਸ਼ ਹੋ ਜਾਂਦੇ, ਪਾਪ ਧੋਤੇ ਜਾਂਦੇ ਹਨ । ਜਿਹਨਾਂ ਜੀਵਾਂ ਦੇ ਮਨ ਵਿੱਚ ਸ਼ਬਦ ਵਸਦਾ ਹੈ, ਉਹ ਪ੍ਰਭ ਦੀ ਸ਼ਰਣ ਆਉਂਦੇ ਹਨ । ਉਹਨਾਂ ਨੂੰ ਉਤਮ ਅਵਸਥਾ, ਪ੍ਰਭ ਦੀ ਪਨਾਹ ਵਿੱਚ ਪ੍ਰਵਾਨਗੀ ਬਖਸ਼ਿਸ਼ ਹੋ ਜਾਂਦੀ ਹੈ । ਜਿਹੜੀ ਆਤਮਾ ਦੀ ਬੇੜੀ ਸੰਸਾਰਕ ਮੋਹ, ਲਾਲਚ ਦੇ ਭਾਰ ਨਾਲ ਸੰਸਾਰਕ ਸਾਗਰ ਵਿੱਚ ਡੁੱਬਦੀ ਜਾਂਦੀ ਸੀ, ਉਹ ਮਨ ਵਿੱਚ ਸ਼ਬਦ ਵਸਣ ਨਾਲ ਸਾਗਰ ਵਿੱਚ ਤਰਨ ਲੱਗ ਪੈਂਦੀ ਹੈ । ਪੂਰਨ ਗੁਰੂ (ਸ਼ਬਦ ਦੀ ਸੋਝੀ) ਨਾਲ ਪ੍ਰਭ ਦੀ ਹੋਂਦ ਅਨੁਭਵ ਹੁੰਦੀ ਹੈ । ਮਨ ਦੀ ਲਿਵ ਸ਼ਬਦ ਦੀ ਪਾਲਣਾ ਵਿੱਚ ਲੱਗ ਜਾਂਦੀ, ਮਨ ਸ਼ਬਦ ਦੀ ਸਮਾਧੀ ਵਿੱਚ ਚਲੇ ਜਾਂਦਾ ਹੈ । ਤਰਸਵਾਨ ਪ੍ਰਭ ਆਪ ਹੀ ਆਪਣੀ ਸ਼ਰਣ ਵਿੱਚ ਪਨਾਹ ਬਖਸ਼ਦਾ ਹੈ ।

Whosoever may associate with His true devotee, meditates and obeys the teachings of His Word; he may be drenched with the teachings of His Word all time. He may remain in deep meditation in the void of His Word; all his frustrations of worldly desires, miseries may be eliminated and his soul becomes sanctified. When His true devotee with soul drenched with the teachings of His Word, humbly enters into His sanctuary, his soul may be blessed with unique state of mind and accepted in His court. The soul overwhelmed with the worldly attachments, worldly greed, by sowing the seed of His Word, she may float over the ocean of worldly desires. Only with the association of His true devotee and, the teachings of His Word, he may realize the existence of The True Master. His mind may enter into the void of His Word. The Merciful True Master may accept in His sanctuary.

ਬਾਣੀ ਰਾਮ ਨਾਮ ਸੁਣੀ,	banee raam naam sunee
ਸਿਧਿ ਕਾਰਜ ਸਭਿ ਸੁਹਾਏ ਰਾਮ॥	siDh kaaraj sabh suhaa-ay raam.
ਰੋਮੇ ਰੋਮਿ ਰੋਮਿ ਰੋਮੇ ਮੈ,	romay rom rom romay mai
ਗੁਰਮੁਖਿ ਰਾਮੁ ਧਿਆਏ ਰਾਮ॥	gurmukh raam Dhi-aa-ay raam.
ਰਾਮ ਨਾਮੁ ਧਿਆਏ ਪਵਿਤੁ ਹੋਇ ਆਏ,	raam naam Dhi-aa-ay pavit ho-ay aa-ay
ਤਿਸੁ ਰੂਪੁ ਨ ਰੇਖਿਆ ਕਾਈ॥	tis roop na raykh-i-aa kaa-ee.
ਰਾਮੋ ਰਾਮੁ ਰਵਿਆ ਘਟ ਅੰਤਰਿ,	raamo raam ravi-aa ghat antar
ਸਭ ਤ੍ਰਿਸਨਾ ਭੂਖ ਗਵਾਈ॥	sabh tarisnaa bhookh gavaa-ee.
ਮਨੁ ਤਨੁ ਸੀਤਲੁ ਸੀਗਾਰੁ ਸਭੁ ਹੋਆ,	man tan seetal seegaar sabh ho-aa
ਗੁਰਮਤਿ ਰਾਮੁ ਪ੍ਰਗਾਸਾ॥	gurmat raam pargaasaa.
ਨਾਨਕ ਆਪਿ ਅਨੁਗ੍ਰਹੁ ਕੀਆ,	naanak aap anoograhu kee-aa
ਹਮ ਦਾਸਨਿ ਦਾਸਨਿ ਦਾਸਾ॥੩॥	ham daasan daasan daasaa. ||3||

ਗੁਰਮਖ ਦੇ ਰੋਮ ਰੋਮ ਵਿੱਚ ਸ਼ਬਦ ਵਸਦਾ ਹੈ, ਸਵਾਸ ਸਵਾਸ ਸ਼ਬਦ ਦਾ ਸਿਮਰਨ ਕਰਦਾ ਹੈ । ਸ਼ਬਦ ਦੀ ਗੂੰਜ ਸੁਣ ਸੁਣਕੇ ਮਾਨਸ ਜਨਮ ਦੇ ਸਾਰੇ ਕਾਰਜ ਸਫਲ ਹੋ ਜਾਂਦੇ ਹਨ । ਜਿਸ ਜੀਵ ਦੇ ਮਨ ਵਿੱਚ ਸ਼ਬਦ ਘਰ ਕਰ ਜਾਂਦਾ ਹੈ । ਉਸ ਦੇ ਮਨ ਵਿਚੋਂ ਸੰਸਾਰਕ ਇੱਛਾਂ ਦੂਰ ਹੋ ਜਾਂਦੀਆਂ, ਨਾਸ਼ ਹੋ ਜਾਂਦੀਆਂ ਹਨ । ਮਾਨਸ ਜੀਵਨ ਦੀ ਅਸਲੀਅਤ ਸਾਹਮਣੇ ਆ ਜਾਂਦੀ ਹੈ, ਪੈਰ ਦਿਸਣ ਲੱਗ ਪੈਂਦੇ ਹਨ । ਉਸ ਦੇ ਮਨ, ਤਨ ਵਿੱਚ ਠੰਢ, ਸੰਤੋਖ, ਸ਼ਬਦ ਦੀ ਸੋਝੀ ਬਖਸ਼ਿਸ਼ ਹੋ ਜਾਂਦੀ ਹੈ । ਪ੍ਰਭ ਆਪ ਹੀ ਆਪਣੇ ਬੰਦਗੀ ਕਰਨ ਵਾਲੇ ਦਾਸ ਤੇ ਰਹਿਮਤ ਬਖਸ਼ਕੇ, ਉਸ ਨੂੰ ਦਾਸਾਂ ਦਾ ਦਾਸ ਬਣਾਉਂਦਾ ਹੈ । ਪ੍ਰਭ ਦੇ ਦਰਬਾਰ ਵਿੱਚ ਵਸਦੇ, ਸਾਰੇ ਹੀ ਪ੍ਰਭ ਦੇ ਦਾਸ, ਗੁਲਾਮ ਹੁੰਦੇ ਹਨ । ਕੋਈ ਗੁਰੂ, ਪੀਰ, ਜਾ ਵੱਡਾ, ਛੋਟਾ ਨਹੀਂ ਹੁੰਦਾ ।

The teachings of His Word remain drenched in the each and every fiber of His true devotee, he meditates with each and every breath in his day to day life. The everlasting echo of His Word may resonate within his mind and all his worldly chores may be successfully concluded. Whosoever may remain drenched with the teachings of His Word, all his worldly desires may be eliminated, destroyed from his mind. He may realize the reality of the human life; the real identity of his soul and he may recognize all weakness and blemish of the soul. His mind becomes calm and contented with his worldly condition. The Merciful True Master may enlighten the right path and accept him as His slave. Whosoever may be accepted in His court, all become slave of The True Master, no distinction or any unique status. No one is a high or low all are just slaves.

ਜਿਨੀ ਰਾਮੋ ਰਾਮ ਨਾਮੁ ਵਿਸਾਰਿਆ,	jinee raamo raam naam visaari-aa
ਸੇ ਮਨਮੁਖ ਮੂੜ ਅਭਾਗੀ ਰਾਮ॥	say manmukh moorh abhaagee raam.
ਤਿਨ ਅੰਤਰੇ ਮੋਹੁ ਵਿਆਪੈ,	tin antray moh vi-aapai
ਖਿਨੁ ਖਿਨੁ ਮਾਇਆ ਲਾਗੀ ਰਾਮ॥	khin khin maa-i-aa laagee raam.
ਮਾਇਆ ਮਲੁ ਲਾਗੀ	maa-i-aa mal laagee
ਮੂੜ ਭਏ ਅਭਾਗੀ,	moorh bha-ay abhaagee
ਜਿਨ ਰਾਮ ਨਾਮੁ ਨਹ ਭਾਇਆ॥	jin raam naam nah bhaa-i-aa.
ਅਨੇਕ ਕਰਮ ਕਰਹਿ ਅਭਿਮਾਨੀ,	anayk karam karahi abhimaanee
ਹਰਿ ਰਾਮੋ ਨਾਮੁ ਚੋਰਾਇਆ॥	har raamo naam choraa-i-aa.
ਮਹਾ ਬਿਖਮੁ ਜਮ ਪੰਥੁ ਦੁਹੇਲਾ,	mahaa bikham jam panth duhaylaa
ਕਾਲੂਖਤ ਮੋਹ ਅੰਧਿਆਰਾ॥	kaalookhat moh anDhi-aaraa.
ਨਾਨਕ ਗੁਰਮੁਖਿ ਨਾਮੁ ਧਿਆਇਆ,	naanak gurmukh naam Dhi-aa-i-aa
ਤਾ ਪਾਏ ਮੋਖ ਦੁਆਰਾ॥੪॥	taa paa-ay mokh du-aaraa. ||4||

ਜਿਹੜੇ ਪ੍ਰਭ ਦੇ ਸ਼ਬਦ ਦੀ ਪਾਲਣਾ ਕਰਨਾ ਵਿਸਾਰ ਦੇਂਦੇ ਹਨ । ਉਹ ਮੂਰਖ, ਮੰਦੇ ਭਾਗਾਂ ਵਾਲੇ, ਮਨਮੁਖ ਬਣ ਜਾਂਦੇ ਹਨ । ਉਹ ਹਰ ਪਲ ਸੰਸਾਰਕ ਮੋਹ, ਮਾਇਆ ਦੇ ਜਾਲ ਵਿੱਚ ਫਸੇ ਰਹਿੰਦੇ ਹਨ । ਉਹਨਾਂ ਨੂੰ ਸੰਸਾਰਕ ਮੋਹ, ਮਾਇਆ ਦੀ ਮੈਲ ਲੱਗੀ ਰਹਿੰਦੀ, ਮੰਦੇ ਭਾਗਾਂ ਵਾਲੇ ਬਣ ਜਾਂਦੇ ਹਨ । ਉਹਨਾਂ ਦੀ ਲਗਨ ਪ੍ਰਭ ਦੇ ਸ਼ਬਦ ਦੀ ਪਾਲਣਾ ਵਿੱਚ ਨਹੀਂ ਟਿਕਦੀ, ਲਗਦੀ । ਆਪਣੀ ਹੈਸੀਅਤ ਦੇ ਅਹੰਕਾਰ ਵਿੱਚ ਧਰਮ ਦੇ ਰੀਤੀ ਰੀਵਾਜ, ਪੁੰਨ, ਪੂਜਾ ਕਰਦੇ ਰਹਿੰਦੇ ਹਨ । ਪ੍ਰਭ ਦੇ ਸ਼ਬਦ ਦੀ ਪਾਲਣਾ ਵਿੱਚ ਧਿਆਨ, ਲਗਨ ਨਹੀਂ ਲਾਉਂਦੇ । ਮੌਤ ਦਾ ਰਸਤਾ ਬਹੁਤ ਖਤਰਨਾਕ, ਭਿਆਨਕ ਹੁੰਦਾ ਹੈ । ਇਹ ਸੰਸਾਰਕ ਮੋਹ ਨਾਲ ਦਾਗ਼ੀ ਹੋਇਆ ਹੰਦਾ ਹੈ, ਅੰਧੇਰਾ ਹੀ ਛਾਇਆ ਹੁੰਦਾ ਹੈ । ਗੁਰਮਖ ਜੀਵ ਪ੍ਰਭ ਦੇ ਸ਼ਬਦ ਦੀ ਪਾਲਣਾ, ਸਿਮਰਨ ਕਰਦਾ, ਪ੍ਰਭ ਦੇ ਦਰਬਾਰ, ਪ੍ਰਵਾਨਗੀ ਦੇ ਰਸਤੇ ਤੇ ਅਡੋਲ ਰਹਿੰਦਾ ਹੈ, ਅੰਤ ਵਿੱਚ ਮੁਕਤੀ ਬਖਸ਼ਿਸ਼ ਹੋ ਜਾਂਦੀ ਹੈ ।

Whosoever may abandon the teachings of His Word from his day to day life, he becomes very unfortunate, foolish and self-minded. In each and every moment, he remains in the trap of worldly emotion and worldly wealth. His soul remains blemished with the filth of worldly wealth and becomes very unfortunate. His mind may not stay steady and stable on one path even for a moment. He may perform the religious rituals, worship, charities in the ego of his mind. He may not pay any attention to meditate or obey the teachings of His Word. The path after death is tedious, horrible and dangerous, he may remain in a deep darkness with the blemish of attachment of worldly and ignorant from the teachings of His Word. His true devotee always remains meditating and obeying the teachings of His Word with steady and stable belief in his day to day life. He remains steady and stable on the right path of acceptance in His court and may be blessed with salvation after his death.

ਰਾਮੋ ਰਾਮ ਨਾਮੁ ਗੁਰੂ,	raamo raam naam guroo
ਰਾਮੁ ਗੁਰਮੁਖੇ ਜਾਣੈ ਰਾਮ॥	raam gurmukhay jaanai raam.
ਇਹੁ ਮਨੂਆ ਖਿਨੁ ਊਭ ਪਇਆਲੀ,	ih manoo-aa khin oobh paa-i-aalee
ਭਰਮਦਾ ਇਕਤੁ ਘਰਿ ਆਣੈ ਰਾਮ॥	bharmadaa ikat ghar aanai raam.
ਮਨੁ ਇਕਤੁ ਘਰਿ ਆਣੈ,	man ikat ghar aanai
ਸਭ ਗਤਿ ਮਿਤਿ ਜਾਣੈ,	sabh gat mit jaanai
ਹਰਿ ਰਾਮੋ ਨਾਮੁ ਰਸਾਏ॥	har raamo naam rasaa-ay.
ਜਨ ਕੀ ਪੈਜ ਰਖੈ ਰਾਮ ਨਾਮਾ,	jan kee paij rakhai raam naamaa
ਪ੍ਰਹਿਲਾਦ ਉਧਾਰਿ ਤਰਾਏ॥	par-hilaad uDhaar taraa-ay.
ਰਾਮੋ ਰਾਮੁ ਰਮੋ ਰਮੁ ਊਚਾ,	raamo raam ramo ram oochaa
ਗੁਣ ਕਹਤਿਆ ਅੰਤੁ ਨ ਪਾਇਆ॥	gun kehti-aa ant na paa-i-aa.
ਨਾਨਕ ਰਾਮ ਨਾਮੁ ਸੁਣਿ ਭੀਨੇ,	naanak raam naam sun bheenay
ਰਾਮੈ ਨਾਮਿ ਸਮਾਇਆ॥੫॥	raamai naam samaa-i-aa. ||5||

ਪ੍ਰਭ ਦੇ ਸ਼ਬਦ ਦੀ ਸੋਝੀ, ਪ੍ਰਭ ਦੀ ਹੋਂਦ ਦੀ ਜਾਣਕਾਰੀ, ਸੋਝੀ ਗੁਰਮਖ ਨੂੰ ਬਖਸ਼ਿਸ਼ ਹੋ ਜਾਂਦੀ ਹੈ । ਇੱਕ ਪਲ ਉਸ ਦਾ ਮਨ ਸੰਸਾਰ ਵਿੱਚ ਹੁੰਦਾ ਹੈ, ਫਿਰ ਉਸ ਦਾ ਮਨ ਸੁਰਗ ਵਿੱਚ ਘੁੰਮਦਾ ਹੈ, ਪ੍ਰਭ ਦੇ ਦਰਬਾਰ ਵਿੱਚ ਹੰਦਾ ਹੈ, ਫਿਰ ਉਹ ਉਹਨਾਂ ਦੋਨਾਂ ਦੇ ਵਿੱਚ ਹੀ ਲਟਕਦਾ ਹੈ । ਜਦੋਂ ਉਸ ਦਾ ਮਨ ਦੋਨਾਂ ਦੇ ਵਿੱਚ ਲਟਕਦਾ ਹੈ, ਉਸ ਨੂੰ ਗਤੀ ਦੀ ਅਸਲੀ ਅਵਸਥਾ ਦੀ ਸਮਝ ਆ ਜਾਂਦੀ ਹੈ । ਉਹ ਪ੍ਰਭ ਦੇ ਸ਼ਬਦ ਦੀ ਸੋਝੀ ਦੇ ਤੱਤ ਦਾ ਅਨੰਦ ਮਾਨਦਾ ਹੈ । ਜਿਵੇਂ ਪ੍ਰਹਿਲਾਦ ਦੀ ਰਖਿਆ ਕੀਤੀ, ਸ਼ਬਦ ਦੀ ਪਾਲਣਾ ਹੀ ਦਾਸ ਦੀ ਲਾਜ, ਰਖਿਆ ਕਰਦੀ ਹੈ । ਜੀਵ ਬਾਰ ਬਾਰ ਪ੍ਰਭ ਦੇ ਸ਼ਬਦ ਦੀ ਉਸਤਤ ਗਾਵੋ ! ਉਸ ਦੇ ਗੁਣਾਂ ਦਾ ਅੰਤ ਨਹੀਂ ਪਇਆ ਜਾ ਸਕਦਾ, ਅੰਤ ਨਹੀਂ ਹੁੰਦਾ ਹੈ । ਬੰਦਗੀ ਕਰਨ ਵਾਲੇ ਸ਼ਬਦ ਦੀ ਪਾਲਣਾ ਕਰਦੇ ਅਨੰਦ ਵਿੱਚ ਰਚੇ, ਭਰੇ ਰਹਿੰਦੇ ਹਨ । ਉਹ ਸ਼ਬਦ ਦੀ ਸਮਾਧੀ ਵਿੱਚ ਵਸਣ ਲੱਗ ਪੈਂਦੇ ਹਨ ।

His true devotee may be enlightened with the teachings of His Word and realizes the existence of The True Master. In one moment, his mind is in the universe, worldly affairs, in a twinkle of eyes roaming in heaven in His court and other moment may be hanging in between both places. When his mind is hanging in between both states of mind, he may realize the true state of salvation. He enjoys the essence of the teachings of His Word. As, The True Master protected His humble devotee Paraladh, same way obeying the teachings of His Word protects His humble devotee. You should sing the glory of the virtues of His Word over and over again; His virtues are beyond any comprehension or limits. His true devotee meditates on the teachings of His Word and may be overwhelmed with the pleasures and contentment in the void of His Word.

ਜਿਨ ਅੰਤਰੇ ਰਾਮ ਨਾਮੁ ਵਸੈ,	jin antray raam naam vasai
ਤਿਨ ਚਿੰਤਾ ਸਭ ਗਵਾਇਆ ਰਾਮ॥	tin chintaa sabh gavaa-i-aa raam.
ਸਭਿ ਅਰਥਾ ਸਭਿ ਧਰਮ ਮਿਲੇ,	sabh arthaa sabh Dharam milay
ਮਨਿ ਚਿੰਦਿਆ ਸੋ ਫਲੁ ਪਾਇਆ ਰਾਮ॥	man chindi-aa so fal paa-i-aa raam.
ਮਨ ਚਿੰਦਿਆ ਫਲੁ ਪਾਇਆ,	man chindi-aa fal paa-i-aa
ਰਾਮ ਨਾਮੁ ਧਿਆਇਆ,	raam naam Dhi-aa-i-aa
ਰਾਮ ਨਾਮ ਗੁਣ ਗਾਏ॥	raam naam gun gaa-ay.
ਦੁਰਮਤਿ ਕਬੁਧਿ ਗਈ ਸੁਧਿ ਹੋਈ,	durmat kabuDh ga-ee suDh ho-ee
ਰਾਮ ਨਾਮਿ ਮਨੁ ਲਾਏ॥	raam naam man laa-ay.
ਸਫਲੁ ਜਨਮੁ ਸਰੀਰੁ ਸਭੁ ਹੋਆ,	safal janam sareer sabh ho-aa

ਜਿਤੁ ਰਾਮ ਨਾਮੁ ਪਰਗਾਸਿਆ॥	jit raam naam pargaasi-aa.
ਨਾਨਕ ਹਰਿ ਭਜੁ ਸਦਾ ਦਿਨੁ ਰਾਤੀ,	naanak har bhaj sadaa din raatee
ਗੁਰਮੁਖਿ ਨਿਜ ਘਰਿ ਵਾਸਿਆ॥੬॥	gurmukh nij ghar vaasi-aa. ||6||

ਜਿਸ ਦੇ ਮਨ ਵਿੱਚ ਪ੍ਰਭ ਦਾ ਸ਼ਬਦ ਘਰ ਕਰ ਜਾਂਦਾ ਹੈ । ਉਸ ਦੇ ਮਨ ਦੀਆਂ ਸਾਰੀਆਂ ਇੱਛਾਂ, ਚਿੰਤਾਂ ਦੂਰ ਹੋ ਜਾਂਦੀਆਂ, ਖਤਮ ਹੋ ਜਾਂਦੀਆਂ ਹਨ । ਉਸ ਦਾ ਭਰੋਸਾ ਪ੍ਰਭ ਦੇ ਸ਼ਬਦ ਤੇ ਅਡੋਲ ਹੋ ਜਾਂਦਾ, ਸਦਾ ਰਹਿਣ ਵਾਲੀ ਕਮਾਈ ਇਕੱਠੀ ਕਰਦਾ ਹੈ । ਉਸ ਦੇ ਮਨ ਦੀਆਂ ਸਾਰੀਆਂ ਮੁਰਾਦਾਂ ਪੂਰੀਆਂ ਹੋ ਜਾਂਦੀਆਂ ਹਨ । ਉਹ ਆਪਣੇ ਮਨ ਦੀਆਂ ਮੁਰਾਦਾਂ ਪੂਰੀਆਂ ਕਰਕੇ, ਪ੍ਰਭ ਦੇ ਸ਼ਬਦ ਦਾ ਸਿਮਰਨ ਪਾਲਣਾ ਕਰਦਾ, ਉਸਤਤ ਗਾਉਂਦਾ ਹੈ । ਉਸ ਦੇ ਮਨ ਵਿਚੋਂ ਭਰਮ ਅਤੇ ਸਾਰੇ ਬੁਰੇ ਖਿਆਲ ਨਾਸ਼ ਹੋ ਜਾਂਦੇ ਹਨ । ਮਨ ਵਿੱਚ ਸ਼ਬਦ ਦੀ ਸੋਝੀ ਨਾਲ ਜਾਗਰਤੀ ਬਖਸ਼ਿਸ਼ ਹੋ ਜਾਂਦੀ ਹੈ, ਮਨ ਪ੍ਰਭ ਦੇ ਸ਼ਬਦ ਵਿੱਚ ਹੀ ਲੀਨ ਹੋ ਜਾਂਦਾ ਹੈ । ਉਸ ਦਾ ਮਾਨਸ ਜਨਮ ਲੈਣਾ ਸਫਲ ਹੋ ਜਾਂਦਾ ਹੈ ਮਨ ਖੇੜੇ ਵਿੱਚ ਵਸਦਾ ਹੈ, ਮਨ ਵਿੱਚ ਪ੍ਰਭ ਦੀ ਜੋਤ ਜਾਗਰਤ ਹੋ ਜਾਂਦੀ ਹੈ । ਮਨ ਬਾਰ ਬਾਰ ਪ੍ਰਭ ਦੇ ਸ਼ਬਦ ਦੇ ਗੀਤ ਗਾਵੋ! ਗੁਰਮਖ ਆਪਣੇ ਮਨ ਦੇ ਦਸਵੇਂ ਘਰ ਵਿੱਚ ਵਸਦਾ ਹੈ ।

Whosoever may remain drenched with the teachings of His Word, all his worldly desires, worries may be eliminated from his mind. His belief becomes steady and stable and he earns the wealth of His Word. All his spoken and unspoken desires may be satisfied by The True Master. He remains fully contented and meditates, obeys and sings the glory of His Word. All worldly suspicions and the evil thoughts may be eliminated from his mind and he becomes awake and alert. He may enter into the void of His Word. His human life journey becomes successful. He may remain overwhelmed with blossom in his worldly life and may be enlightened with the spiritual glow of His Word. You should sing the glory of the teachings of His Word over and over again. His true devotee dwells in the 10th Castle of the mind, in His Holy Castle.

ਜਿਨ ਸਰਧਾ ਰਾਮ ਨਾਮਿ ਲਗੀ,	jin sarDhaa raam naam lagee
ਤਿਨ੍ ਦੂਜੈ ਚਿਤੁ ਨ ਲਾਇਆ ਰਾਮ॥	tinH doojai chit na laa-i-aa raam.
ਜੇ ਧਰਤੀ ਸਭ ਕੰਚਨੁ ਕਰਿ ਦੀਜੈ,	jay Dhartee sabh kanchan kar deejai
ਬਿਨੁ ਨਾਵੈ ਅਵਰੁ ਨ ਭਾਇਆ ਰਾਮ॥	bin naavai avar na bhaa-i-aa raam.
ਰਾਮ ਨਾਮੁ ਮਨਿ ਭਾਇਆ	raam naam man bhaa-i-aa
ਪਰਮ ਸੁਖੁ ਪਾਇਆ,	param sukh paa-i-aa
ਅੰਤਿ ਚਲਦਿਆ ਨਾਲਿ ਸਖਾਈ॥	ant chaldi-aa naal sakhaa-ee.
ਰਾਮ ਨਾਮ ਧਨੁ ਪੂੰਜੀ ਸੰਚੀ,	raam naam Dhan poonjee sanchee
ਨਾ ਡੂਬੈ ਨਾ ਜਾਈ॥	naa doobai naa jaa-ee.
ਰਾਮ ਨਾਮੁ ਇਸੁ ਜਗੁ ਮਹਿ ਤੁਲਹਾ,	raam naam is jug meh tulhaa
ਜਮਕਾਲੁ ਨੇੜਿ ਨ ਆਵੈ॥	jamkaal nayrh na aavai.
ਨਾਨਕ ਗੁਰਮੁਖਿ ਰਾਮੁ ਪਛਾਤਾ,	naanak gurmukh raam pachhaataa
ਕਰਿ ਕਿਰਪਾ ਆਪਿ ਮਿਲਾਵੈ॥੭॥	kar kirpaa aap milaavai. ||7||

ਜਿਸ ਦੀ ਲਗਨ, ਸ਼ਰਧਾ ਪ੍ਰਭ ਦੇ ਸ਼ਬਦ ਦੀ ਪਾਲਣਾ ਵਿੱਚ ਲੱਗ ਜਾਂਦੀ ਹੈ । ਉਸ ਦਾ ਮਨ ਹੋਰ ਕਿਸੇ ਪਾਸੇ ਭਟਕਦਾ, ਧਰਮ ਦੇ ਰੀਤੀ ਰੀਵਾਜ ਪਿਛੇ ਨਹੀਂ ਜਾਂਦਾ । ਭਾਵੇਂ ਸਾਰੀ ਧਰਤੀ ਹੀ ਕੀਮਤੀ ਧਾਤ, ਸੋਨੇ ਦੀ ਬਣਾਕੇ ਉਸ ਦੀ ਭੇਟਾ ਕੀਤੀ ਜਾਵੇ, ਉਹ ਸ਼ਬਦ ਦੀ ਪਾਲਣਾ ਤੋ ਬਿਨਾਂ ਹੋਰ ਕਿਸੇ ਦੀ ਪ੍ਰਵਾਹ ਨਹੀਂ ਕਰਦਾ । ਪ੍ਰਭ ਦਾ ਸ਼ਬਦ ਦੀ ਪਾਲਣਾ ਨਾਲ ਹੀ ਉਸ ਦੇ ਮਨ ਨੂੰ ਸੰਤੋਖ ਮਹਿਸੂਸ ਹੁੰਦਾ ਹੈ, ਉਸ ਨੂੰ ਅਮਰ ਅਵਸਥਾ ਬਖਸ਼ਿਸ਼ ਹੋ ਜਾਂਦੀ ਹੈ । ਅੰਤ ਸਮੇਂ, ਮੌਤ ਪਿਛੋਂ ਵੀ ਇਹ ਅਵਸਥਾ, ਕਮਾਈ ਉਸ ਦੇ ਸਾਥ ਜਾਂਦੀ, ਸਾਥ ਦੇਂਦੀ ਹੈ । ਜਿਹੜਾ ਪ੍ਰਭ ਦੇ ਸ਼ਬਦ ਦੀ ਕਮਾਈ ਕਰਦਾ ਹੈ, ਉਸ ਦੀ ਕਮਾਈ ਕਦੇ ਸੰਸਰਕ ਇੱਛਾਂ ਦੇ ਸਾਗਰ ਵਿੱਚ ਡੁੱਬਦੀ ਨਹੀਂ, ਸਾਥ ਨਹੀਂ ਛੱਡਦੀ । ਪ੍ਰਭ ਦੇ ਸ਼ਬਦ ਦੀ

ਕਮਾਈ ਹੀ ਜੀਵ ਦੀ ਅਸਲੀ ਰਖਵਾਲੀ ਹੁੰਦੀ ਹੈ । ਮੌਤ ਦਾ ਫਰਿਸ਼ਤਾ ਉਸ ਨੂੰ ਛੋਹ ਨਹੀਂ ਸਕਦਾ । ਗੁਰਮਖ ਪ੍ਰਭ ਦੀ ਹੋਂਦ ਅਨੁਭਵ ਕਰਦਾ ਹੈ, ਉਸ ਦੀ ਰਹਿਮਤ ਪਾਉਂਦਾ ਹੈ । ਪ੍ਰਭ ਆਪ ਹੀ ਉਸ ਨੂੰ ਆਪਣੇ ਨਾਲ ਜੋੜਦਾ ਹੈ ।

Whosoever may devotionally meditate and obey the teachings of His Word, he may not wander around in all directions with frustrated and religious rituals. Even though, he may be offered with all precious metals, wealth of the universe, he remains meditating on the teachings of His Word and realizes contentment and blossom within his mind. He may be blessed with immortal state of mind, the earnings of His Word remain his companion and supports him in His court after death. Whosoever may earn the wealth of His Word, his earnings may never drown in the worldly ocean of desires and always remains his true companion. Earnings of His Word is the true protection of the soul from worldly temptations. His soul may become beyond the reach of devil of death. His true devotee may realize His existence and His soul may immerse in the Holy Spirit.

ਰਾਮ ਰਾਮ ਨਾਮੁ ਸਤੇ,	raamo raam naam satay
ਸਤਿ ਗੁਰਮੁਖਿ ਜਾਣਿਆ ਰਾਮ॥	sat gurmukh jaani-aa raam.
ਸੇਵਕੋ ਗੁਰ ਸੇਵਾ ਲਾਗਾ,	sayvko gur sayvaa laagaa
ਜਿਨਿ ਮਨੁ ਤਨੁ ਅਰਪਿ ਚੜਾਇਆ ਰਾਮ॥	jin man tan arap charhaa-i-aa raam.
ਮਨੁ ਤਨੁ ਅਰਪਿਆ	man tan arpi-aa
ਬਹੁਤੁ ਮਨਿ ਸਰਧਿਆ,	bahut man sarDhi-aa
ਗੁਰ ਸੇਵਕ ਭਾਇ ਮਿਲਾਏ॥	gur sayvak bhaa-ay milaa-ay.
ਦੀਨਾ ਨਾਥੁ ਜੀਆ ਕਾ ਦਾਤਾ,	deenaa naath jee-aa kaa daataa
ਪੂਰੇ ਗੁਰ ਤੇ ਪਾਏ॥	pooray gur tay paa-ay.
ਗੁਰੂ ਸਿਖੁ ਸਿਖੁ ਗੁਰੂ ਹੈ ਏਕੋ,	guroo sikh sikh guroo hai ayko
ਗੁਰ ਉਪਦੇਸੁ ਚਲਾਏ॥	gur updays chalaa-ay.
ਰਾਮ ਨਾਮ ਮੰਤੁ ਹਿਰਦੈ ਦੇਵੈ,	raam naam mant hirdai dayvai
ਨਾਨਕ ਮਿਲਣੁ ਸੁਭਾਏ॥੮॥੨॥੯॥	naanak milan subhaa-ay. ||8||2||9||

ਪ੍ਰਭ ਦੇ ਸ਼ਬਦ ਦੀ ਪਾਲਣਾ ਕਰਨਾ ਹੀ ਮਾਨਸ ਜੀਵਨ ਦਾ ਅਸਲੀ ਧੰਦਾ, ਜਨਮ ਦਾ ਮੰਤਵ ਹੈ । ਜਿਹੜਾ ਗੁਰਮਖ ਪ੍ਰਭ ਦੇ ਭਾਣੇ ਨੂੰ ਸਮਝ ਜਾਂਦਾ ਹੈ, ਉਹ ਹੀ ਪ੍ਰਭ ਦਾ ਅਸਲੀ ਦਾਸ, ਸੇਵਕ ਹੁੰਦਾ ਹੈ । ਜਿਹੜਾ ਪ੍ਰਭ ਦੇ ਸ਼ਬਦ ਦੀ ਪਾਲਣਾ ਕਰਦਾ, ਮਨ ਤਨ ਪ੍ਰਭ ਦੇ ਲੇਖੇ, ਭੇਟਾ ਕਰ ਦੇਂਦਾ ਹੈ । ਉਹ ਪ੍ਰਭ ਦੇ ਭਾਣੇ, ਸ਼ਬਦ ਤੇ ਭਰੋਸਾ ਅਡੋਲ ਰਖਦਾ ਹੈ । ਪ੍ਰਭ ਆਪ ਹੀ ਰਹਿਮਤ ਬਖਸ਼ਕੇ ਉਸ ਸੇਵਕ ਨੂੰ ਸ਼ਬਦ ਦੀ ਪਾਲਣਾ ਤੇ ਅਡੋਲ ਰਖਦਾ, ਅਪਨੇ ਲੜ ਲਾਉਂਦਾ ਹੈ । ਨਿਮਾਣਿਆ ਦਾ ਮਾਲਕ, ਸ਼ਬਦ ਦੀ ਪਾਲਣਾ ਕਰਨ ਨਾਲ ਹੀ ਅਨੁਭਵ ਕੀਤਾ ਜਾ ਸਕਦਾ ਹੈ । ਗੁਰ ਦਾ ਸੇਵਕ ਅਤੇ ਸੇਵਕ ਦਾ ਗੁਰੂ ਦੋਨੇਂ ਹੀ ਇੱਕ ਰੂਪ, ਜੋਤ ਹੋ ਜਾਂਦੇ ਹਨ । ਉਹ ਕੇਵਲ ਪ੍ਰਭ ਦੇ ਸ਼ਬਦ ਦੀ ਪਾਲਣਾ ਕਰਨ ਦੀ ਹੀ ਪ੍ਰੇਰਨਾ ਕਰਦਾ ਹੈ । ਪ੍ਰਭ ਦੇ ਸ਼ਬਦ ਦਾ ਮੰਤ੍ਰ, ਮੂਲ ਮੰਤਰ ਜੀਵ ਦੇ ਮਨ ਵਿੱਚ ਜਾਗਰਤ ਹੋ ਜਾਂਦਾ ਹੈ । ਉਹ ਆਤਮਾ ਸ਼ਬਦ ਦੀ ਸਮਾਧੀ ਵਿੱਚ ਵਸਣ ਲੱਗ ਪੈਂਦੀ ਹੈ ।

To obey and adopt the teachings of His Word with steady and stable belief is the only true purpose of human life journey. His true devotee may realize this essence of His Word. Whosoever obeys His Word with steady and stable belief and surrenders his mind, body and worldly status at the service of The True Master, only he may be accepted as His true devotee, slave. With His mercy and grace, he may remain steady and stable on the right path in his day to day life. The existence of True Master, the savior of His helpless devotee may only be realized by wholeheartedly obeying the teachings of His Word in day to day life. Both master and slave become One and Only One, his soul may immerse into The Holy spirit. He only inspires others to obey and meditate on the teachings of His Word. He may be enlightened with essence of the teachings of His Word and his soul dwells in the void of His Word.

287.ਆਸਾ ਛੰਤ ਮਹਲਾ ੪ ਘਰੁ ੨॥ 444-10

ੴ ਸਤਿਗੁਰ ਪ੍ਰਸਾਦਿ॥	ik-oNkaar satgur parsaad.
ਹਰਿ ਹਰਿ ਕਰਤਾ ਦੂਖ ਬਿਨਾਸਨੁ,	har har kartaa dookh binaasan
ਪਤਿਤ ਪਾਵਨੁ ਹਰਿ ਨਾਮੁ ਜੀਉ॥	patit paavan har naam jee-o.
ਹਰਿ ਸੇਵਾ ਭਾਈ ਪਰਮ ਗਤਿ ਪਾਈ,	har sayvaa bhaa-ee param gat paa-ee
ਹਰਿ ਊਤਮੁ ਹਰਿ ਹਰਿ ਕਾਮੁ ਜੀਉ॥	har ootam har har kaam jee-o.
ਹਰਿ ਊਤਮੁ ਕਾਮੁ ਜਪੀਐ,	har ootam kaam japee-ai
ਹਰਿ ਨਾਮੁ ਹਰਿ ਜਪੀਐ ਅਸਥਿਰੁ ਹੋਵੈ॥	har naam har japee-ai asthir hovai.
ਜਨਮ ਮਰਣ ਦੋਵੈ ਦੁਖ ਮੇਟੇ,	janam maran dovai dukh maytay
ਸਹਜੇ ਹੀ ਸੁਖਿ ਸੋਵੈ॥	sehjay hee sukh sovai.
ਹਰਿ ਹਰਿ ਕਿਰਪਾ ਧਾਰਹੁ ਠਾਕੁਰ,	har har kirpaa Dhaarahu thaakur
ਹਰਿ ਜਪੀਐ ਆਤਮ ਰਾਮੁ ਜੀਉ॥	har japee-ai aatam raam jee-o.
ਹਰਿ ਹਰਿ ਕਰਤਾ ਦੂਖ ਬਿਨਾਸਨੁ,	har har kartaa dookh binaasan
ਪਤਿਤ ਪਾਵਨੁ ਹਰਿ ਨਾਮੁ ਜੀਉ॥੧॥	patit paavan har naam jee-o. ||1||

ਪ੍ਰਭ ਸ੍ਰਿਸ਼ਟੀ ਨੂੰ ਸਾਜਨਵਾਲ, ਚਿੰਤਾਂ ਦਾ ਨਾਸ਼ ਕਰਨ ਵਾਲਾ, ਜੀਵੇ ਦੇ ਕੀਤੇ ਪਾਪ ਧੋਣ ਵਾਲਾ ਅਸਲੀ ਮਾਲਕ ਹੈ । ਜਿਹੜਾ ਸ਼ਰਧਾ ਨਾਲ ਸ਼ਬਦ ਦੀ ਪਾਲਣਾ ਕਰਦਾ ਹੈ, ਉਸ ਨੂੰ ਉਤਮ ਅਵਸਥਾ ਬਖਸ਼ਿਸ਼ ਹੋ ਸਕਦੀ ਹੈ । ਪ੍ਰਭ ਦੇ ਸ਼ਬਦ ਦੀ ਪਾਲਣਾ, ਸਿਮਰਨ ਕਰਨਾ ਹੀ ਸਭ ਤੋਂ ਉਤਮ ਧੰਦਾ ਹੈ । ਉਸ ਦੇ ਸ਼ਬਦ ਦੀ ਉਸਤਤ ਗਾਉਂਦੇ, ਬੰਦਗੀ ਕਰਨ ਵਾਲੇ ਨੂੰ ਅਮਰ ਅਵਸਥਾ ਬਖਸ਼ਿਸ਼ ਹੋ ਜਾਂਦੀ ਹੈ । ਉਸ ਜੀਵ ਦਾ ਜੂੰਨਾਂ ਦਾ ਚੱਕਰ ਖਤਮ ਹੋ ਜਾਂਦਾ ਹੈ । ਮਨ ਵਿੱਚ ਪੂਰਨ ਸ਼ਾਂਤੀ, ਸੰਤੋਖ ਵਸਣ ਲੱਗ ਪੈਂਦਾ ਹੈ । ਪ੍ਰਭ ਰਹਿਮਤ ਬਖਸ਼ੋ! ਸਵਾਸ ਗਰਾਸ ਸ਼ਬਦ ਦੇ ਸਿਮਰਨ ਕਰਨ ਦੀ ਸਮਰਥਾ ਬਖਸ਼ੋ । ਜਿਹੜਾ ਪ੍ਰਭ ਜੀਵ ਨੂੰ ਪੈਦਾ ਕਰਦਾ ਹੈ, ਉਹ ਹੀ ਮਨ ਦੀਆਂ ਚਿੰਤਾਂ ਨੂੰ ਦੂਰ ਕਰ ਸਕਦਾ ਹੈ, ਉਸ ਦੇ ਪਾਪ ਧੋਅ ਸਕਦਾ ਹੈ ।

The True Master, The Creator of the universe may eliminate all worries of the mind and may forgive the sins of anyone, His true devotee. Whosoever may adopt the teachings of His Word with steady and stable belief, he may be blessed with the supreme state of mind. To meditate and obey the teachings of His Word is the most unique and superb task of human life journey. Whosoever may meditate and sing the glory of His Word, he may be blessed with immortal state of mind. His cycle of birth and death may be eliminated and he may be blessed with peace and contentment in his day to day life. My True Master blesses me devotion to meditate and sing the glory of Your Word with each and every breath. Only, The Creator, True Master may eliminate all worries of worldly desires and may forgives the sins of previous life.

ਹਰਿ ਨਾਮੁ ਪਦਾਰਥੁ ਕਲਿਜੁਗਿ ਊਤਮੁ,	har naam padaarath kalijug ootam
ਹਰਿ ਜਪੀਐ ਸਤਿਗੁਰ ਭਾਇ ਜੀਉ॥	har japee-ai satgur bhaa-ay jee-o.
ਗੁਰਮੁਖਿ ਹਰਿ ਪੜੀਐ	gurmukh har parhee-ai
ਗੁਰਮੁਖਿ ਹਰਿ ਸੁਣੀਐ,	gurmukh har sunee-ai
ਹਰਿ ਜਪਤ ਸੁਣਤ ਦੁਖੁ ਜਾਇ ਜੀਉ॥	har japat sunat dukh jaa-ay jee-o.

ਹਰਿ ਹਰਿ ਨਾਮੁ ਜਪਿਆ ਦੁਖੁ ਬਿਨਸਿਆ,	har har naam japi-aa dukh binsi-aa
ਹਰਿ ਨਾਮੁ ਪਰਮ ਸੁਖੁ ਪਾਇਆ॥	har naam param sukh paa-i-aa.
ਸਤਿਗੁਰ ਗਿਆਨੁ ਬਲਿਆ, ਘਟਿ ਚਾਨਣੁ,	satgur gi-aan bali-aa ghat chaanan
ਅਗਿਆਨੁ ਅੰਧੇਰੁ ਗਵਾਇਆ॥	agi-aan anDhayr gavaa-i-aa.
ਹਰਿ ਹਰਿ ਨਾਮੁ ਤਿਨੀ ਆਰਾਧਿਆ,	har har naam tinee aaraaDhi-aa
ਜਿਨ ਮਸਤਕਿ ਧੁਰਿ ਲਿਖਿ ਪਾਇ ਜੀਉ॥	jin mastak Dhur likh paa-ay jee-o.
ਹਰਿ ਨਾਮੁ ਪਦਾਰਥੁ ਕਲਿਜੁਗਿ ਊਤਮੁ,	har naam padaarath kalijug ootam
ਹਰਿ ਜਪੀਐ ਸਤਿਗੁਰ ਭਾਇ ਜੀਉ॥੨॥	har japee-ai satgur bhaa-ay jee-o. ||2||

ਕੱਲਯੁਗ ਵਿੱਚ ਪ੍ਰਭ ਦੇ ਸ਼ਬਦ ਦੀ ਪਾਲਣਾ, ਸਿਮਰਨ ਕਰਨਾ ਹੀ ਸਭ ਤੋਂ ਉਤਮ ਕੰਮ ਹੈ । ਜੀਵ ਪ੍ਰਭ ਦੇ ਸ਼ਬਦ ਦੀ ਉਸਤਤ ਕਰੋ, ਆਪਣਾ ਜੀਵਨ ਸ਼ਬਦ ਨਾਲ ਢਾਲੋ! ਗੁਰਮਖ ਜੀਵ ਪ੍ਰਭ ਦਾ ਸ਼ਬਦ ਪੜ੍ਹਦਾ , ਉਸ ਦੀ ਕਥਾ ਸੁਣਦਾ ਹੈ । ਮਨ ਵਿੱਚ ਵਿਚਾਰ ਕੇ ਜੀਵਨ ਢਾਲਦਾ ਹੈ । ਇਸ ਨਾਲ ਜੀਵਨ ਬਤੀਤ ਕਰਨ ਨਾਲ ਮਨ ਵਿਚੋਂ ਚਿੰਤਾਂ ਦੂਰ ਹੋ ਜਾਂਦੀਆਂ ਹਨ । ਸ਼ਬਦ ਦੀ ਪਾਲਣਾ ਕਰਨ ਨਾਲ ਮਨ ਵਿੱਚ ਉਤਮ ਅਵਸਥਾ ਬਖਸ਼ਿਸ਼ ਹੋ ਜਾਂਦੀ ਹੈ । ਪ੍ਰਭ ਦੇ ਸ਼ਬਦ ਦੀ ਸੋਝੀ ਨਾਲ ਮਨ ਦੇ ਭਰਮ ਦੂਰ ਹੋ ਜਾਂਦੇ ਹਨ । ਮਨ ਵਿਚੋਂ ਅਗਿਆਨਤਾ ਦਾ ਅੰਧੇਰਾ ਦੂਰ ਹੋ ਜਾਂਦਾ ਹੈ । ਜਿਸ ਦੇ ਭਾਗਾਂ ਵਿੱਚ ਇਹ ਪਹਿਲੇ ਹੀ ਲਿਖਿਆ ਹੁੰਦਾ ਹੈ, ਕੇਵਲ ਉਹ ਹੀ ਇਸ ਤਰ੍ਹਾਂ ਪ੍ਰਭ ਦੇ ਸ਼ਬਦ ਦੀ ਬੰਦਗੀ ਕਰ ਸਕਦਾ ਹੈ । ਕੱਲਜੁਗ ਵਿੱਚ ਪ੍ਰਭ ਦੇ ਸ਼ਬਦ ਦੀ ਪਾਲਣਾ ਦੀ ਕਮਾਈ ਹੀ ਸਭ ਤੋਂ ਉਤਮ ਕਮਾਈ ਹੈ । ਪ੍ਰਭ ਦੇ ਸ਼ਬਦ ਦਾ ਸਿਮਰਨ, ਆਪਣਾ ਜੀਵਨ ਸ਼ਬਦ ਨਾਲ ਢਾਲਣ ਨਾਲ ਮਨ ਵਿਚੋਂ ਦੁਖ ਦੂਰ ਹੋ ਜਾਂਦੇ ਹਨ ।

In the Age of Kuljug, meditating and obeying the teachings of His Word with steady and stable belief is the supreme chore of human life journey. You should sing and adopt the teachings of His Word in your day to day life. His true devotee may recite the Holy Scripture, listen to the sermons of His true devotee, understands and adopts the teachings of His Word in day to day life. With the enlightenment of the essence of His Word, he may eliminate religious suspicions, the ignorance of his mind. Only with a great prewritten destiny he may obey and meditate in such a way on the teachings of His Word. The earning of His Word may be the most unique and supreme wealth. By adopting the teachings of His Word in day to day life, all suspicions and miseries may be eliminated.

ਹਰਿ ਹਰਿ ਮਨਿ ਭਾਇਆ,	har har man bhaa-i-aa
ਪਰਮ ਸੁਖ ਪਾਇਆ,	param sukh paa-i-aa
ਹਰਿ ਲਾਹਾ ਪਦੁ ਨਿਰਬਾਣੁ ਜੀਉ॥	har laahaa pad nirbaan jee-o.
ਹਰਿ ਪ੍ਰੀਤਿ ਲਗਾਈ ਹਰਿ ਨਾਮੁ ਸਖਾਈ,	har pareet lagaa-ee har naam sakhaa-
ਭ੍ਰਮੁ ਚੂਕਾ ਆਵਣੁ ਜਾਣੁ ਜੀਉ॥	ee bharam chookaa aavan jaan jee-o.
ਆਵਣ ਜਾਣਾ ਭ੍ਰਮੁ ਭਉ ਭਾਗਾ,	aavan jaanaa bharam bha-o bhaagaa
ਹਰਿ ਹਰਿ ਹਰਿ ਗੁਣ ਗਾਇਆ॥	har har har gun gaa-i-aa.
ਜਨਮ ਜਨਮ ਕੇ ਕਿਲਵਿਖ ਦੁਖ ਉਤਰੇ,	janam janam kay kilvikh dukh utray
ਹਰਿ ਹਰਿ ਨਾਮਿ ਸਮਾਇਆ॥	har har naam samaa-i-aa.
ਜਿਨ ਹਰਿ ਧਿਆਇਆ,	jin har Dhi-aa-i-aa
ਧੁਰਿ ਭਾਗ ਲਿਖਿ ਪਾਇਆ,	Dhur bhaag likh paa-i-aa
ਤਿਨ ਸਫਲੁ ਜਨਮੁ ਪਰਵਾਣੁ ਜੀਉ॥	tin safal janam parvaan jee-o.
ਹਰਿ ਹਰਿ ਮਨਿ ਭਾਇਆ,	har har man bhaa-i-aa
ਪਰਮ ਸੁਖ ਪਾਇਆ,	param sukh paa-i-aa
ਹਰਿ ਲਾਹਾ ਪਦੁ ਨਿਰਬਾਣੁ ਜੀਉ॥੩॥	har laahaa pad nirbaan jee-o. ||3||

ਜਿਸ ਦੇ ਮਨ ਵਿੱਚ ਪ੍ਰਭ ਦਾ ਸ਼ਬਦ ਘਰ ਕਰ ਜਾਂਦਾ ਹੈ, ਉਸ ਨੂੰ ਉਤਮ ਅਵਸਥਾ ਬਖਸ਼ਿਸ਼ ਹੋ ਜਾਂਦੀ ਹੈ । ਸ਼ਬਦ ਦੀ ਕਮਾਈ ਨਾਲ ਨਿਰਬਾਣ ਅਵਸਥਾ ਬਖਸ਼ਿਸ਼ ਹੋ ਜਾਂਦੀ ਹੈ । ਪ੍ਰਭ ਦੇ ਸ਼ਬਦ ਦੀ ਪਾਲਣਾ ਵਿੱਚ ਲਗਨ ਲਾਉਣ ਨਾਲ, ਸ਼ਬਦ ਹੀ ਜੀਵ ਦਾ ਸਾਥੀ ਬਣ ਜਾਂਦਾ ਹੈ । ਉਸ ਦੇ ਮਨ ਦੇ ਭਰਮ ਦੂਰ ਹੋ ਜਾਂਦੇ ਹਨ, ਉਸ ਦਾ ਜਨਮ ਮਰਨ ਦਾ ਚੱਕਰ ਖਤਮ ਹੋ ਜਾਂਦਾ ਹੈ । ਜਿਹੜਾ ਸ਼ਬਦ ਦੇ ਗੁਣ ਗਾਉਂਦਾ ਹੈ, ਉਸ ਦਾ ਜੂੰਨਾਂ ਦਾ ਚੱਕਰ, ਲੇਖਾ ਖਤਮ ਹੋ ਜਾਂਦਾ ਹੈ । ਉਸ ਦੇ ਅਨੇਕਾਂ ਹੀ ਜਨਮਾਂ ਦੇ ਕੀਤੇ ਪਾਪ ਧੋਤੇ ਜਾਂਦੇ ਹਨ । ਉਹ ਪ੍ਰਭ ਦੇ ਸ਼ਬਦ ਦੀ ਸਮਾਧੀ ਵਿੱਚ ਵਸਣ ਲੱਗ ਪੈਂਦੇ ਹਨ । ਜਿਸ ਦੇ ਭਾਗਾਂ ਵਿੱਚ ਜਨਮ ਤੋਂ ਪਹਿਲੇ ਹੀ ਲਿਖਿਆ ਹੁੰਦਾ ਹੈ, ਕੇਵਲ ਉਹ ਹੀ ਸ਼ਬਦ ਨਾਲ ਲਗਨ ਲਾਉਂਦਾ ਹੈ । ਉਸ ਦਾ ਮਾਨਸ ਜਨਮ ਸਫਲ ਹੋ ਜਾਂਦਾ ਹੈ, ਦਰਬਾਰ ਵਿੱਚ ਪ੍ਰਵਾਨਗੀ ਬਖਸ਼ਿਸ਼ ਹੋ ਜਾਂਦੀ ਹੈ । ਜਿਸ ਦੇ ਮਨ ਵਿੱਚ ਪ੍ਰਭ ਦਾ ਸ਼ਬਦ ਵਸਦਾ ਹੈ, ਉਸ ਨੂੰ ਉਤਮ ਅਵਸਥਾ ਬਖਸ਼ਿਸ਼ ਹੋ ਜਾਂਦੀ ਹੈ । ਉਹ ਸ਼ਬਦ ਦੀ ਕਮਾਈ ਦਾ ਲਾਭ ਖੱਟਦਾ ਹੈ, ਇਸ ਨਾਲ ਨਿਰਬਾਣ ਅਵਸਥਾ ਬਖਸ਼ਿਸ਼ ਹੋ ਜਾਂਦੀ ਹੈ ।

Whosoever may remain drenched with the teachings of His Word, with the earnings of His Word, he may be blessed with supreme state of mind. By wholeheartedly meditating and obeying the teachings of His Word, The True Master becomes a true companion of his soul. All his worldly suspicions and the cycle of birth and death may be eliminated forever. Whosoever may sing the glory of His Word wholeheartedly, his cycle of birth and death may be eliminated and all sins of his previous life may be forgiven by The True Master. He may enter into the deep meditation in the void of His Word. Only with a great prewritten destiny, someone may meditate on in the teachings of His Word. He may be accepted in His court and concluded His human life journey successfully. He may profit from the earnings of His Word; he may be blessed with supreme immortal state of mind.

ਜਿਨ੍ ਹਰਿ ਮੀਠ ਲਗਾਨਾ	jinH har meeth lagaanaa
ਤੇ ਜਨ ਪਰਧਾਨਾ,	tay jan parDhaanaa
ਤੇ ਊਤਮ ਹਰਿ ਹਰਿ ਲੋਗ ਜੀਉ॥	tay ootam har har log jee-o.
ਹਰਿ ਨਾਮੁ ਵਡਾਈ ਹਰਿ ਨਾਮੁ ਸਖਾਈ,	har naam vadaa-ee har naam sakhaa-
ਗੁਰ ਸ਼ਬਦੀ ਹਰਿ ਰਸ ਭੋਗ ਜੀਉ॥	ee gur sabdee har ras bhog jee-o.
ਹਰਿ ਰਸ ਭੋਗ ਮਹਾ ਨਿਰਜੋਗ,	har ras bhog mahaa nirjog
ਵਡਭਾਗੀ ਹਰਿ ਰਸੁ ਪਾਇਆ॥	vadbhaagee har ras paa-i-aa.
ਸੇ ਧੰਨੁ ਵਡੇ ਸਤ ਪੁਰਖਾ ਪੂਰੇ,	say Dhan vaday sat purkhaa pooray
ਜਿਨ ਗੁਰਮਤਿ ਨਾਮੁ ਧਿਆਇਆ॥	jin gurmat naam Dhi-aa-i-aa.
ਜਨੁ ਨਾਨਕੁ ਰੇਣੁ ਮੰਗੈ ਪਗ ਸਾਧੂ,	jan naanak rayn mangai pag saaDhoo
ਮਨਿ ਚੂਕਾ ਸੋਗੁ ਵਿਜੋਗੁ ਜੀਉ॥	man chookaa sog vijog jee-o.
ਜਿਨ੍ ਹਰਿ ਮੀਠ ਲਗਾਨਾ	jinH har meeth lagaanaa
ਤੇ ਜਨ ਪਰਧਾਨਾ,	tay jan parDhaanaa
ਤੇ ਊਤਮ ਹਰਿ ਹਰਿ ਲੋਗ ਜੀਉ॥੪॥੩॥	tay ootam har har log jee-o. ||4||3||10||

ਜਿਸ ਨੂੰ ਪ੍ਰਭ ਦਾ ਸ਼ਬਦ ਮਿੱਠਾ ਲੱਗਦਾ ਹੈ, ਉਹ ਸੋਭਾ ਕਰਨ ਯੋਗ ਬਣ ਜਾਂਦਾ ਹੈ । ਉਹ ਪ੍ਰਭ ਦਾ ਦਾਸ ਬਣ ਜਾਂਦਾ ਹੈ, ਪ੍ਰਭ ਦੇ ਸ਼ਬਦ ਦੀ ਪਾਲਣਾ ਹੀ ਉਸ ਦੀ ਹੈਸੀਅਤ ਬਣ ਜਾਂਦੀ ਹੈ । ਸ਼ਬਦ ਹੀ ਉਸ ਦਾ ਸਦਾ ਰਹਿਣ ਵਾਲਾ ਸਾਥੀ ਬਣ ਜਾਂਦਾ ਹੈ । ਪ੍ਰਭ ਦੇ ਸ਼ਬਦ ਦੀ ਪਾਲਣਾ ਕਰਦੇ ਨੂੰ ਉਤਮ ਅਵਸਥਾ ਬਖਸ਼ਿਸ਼ ਹੋ ਜਾਂਦੀ ਹੈ । ਉਹ ਪ੍ਰਭ ਦੀ ਰਹਿਮਤ ਨਾਲ ਸੰਸਾਰਕ ਇਛਾਂ ਤੋਂ ਰਹਿਤ ਰਹਿੰਦਾ ਹੈ, ਵੱਡੇ ਭਾਗਾਂ ਨਾਲ ਉਹ ਪ੍ਰਭ ਦੀ ਪਨਾਹ ਵਿੱਚ ਪ੍ਰਵਾਨ ਹੋ ਜਾਂਦੇ ਹਨ । ਜਿਹੜਾ ਪਵਿਤ੍ਰ ਆਤਮਾ ਵਾਲਾ ਜੀਵ ਪ੍ਰਭ ਦੇ ਸ਼ਬਦ ਨਾਲ ਜੀਵਨ ਢਾਲਦਾ ਹੈ, ਬੰਦਗੀ ਕਰਨ ਵਾਲੇ ਜੀਵ ਸਦਾ ਉਸ ਦੇ ਚਰਨਾਂ ਦੀ ਧੂੜ ਹੀ ਮੰਗਦੇ ਹਨ । ਜਿਸ ਨਾਲ ਮਨ ਦੇ ਸਾਰੇ ਦੁਖ ਦੂਰ ਹੋ ਜਾਂਦੇ ਹਨ, ਪ੍ਰਭ ਨਾਲੋਂ ਵਿਛੋੜਾ

ਖਤਮ ਹੋ ਜਾਂਦਾ ਹੈ । ਜਿਹਨਾਂ ਨੂੰ ਪ੍ਰਭ ਦਾ ਸ਼ਬਦ ਮਿੱਠਾ ਲੱਗਦਾ ਹੈ, ਉਹ ਸੋਭਾ ਕਰਨ ਯੋਗ ਬਣ ਜਾਂਦੇ ਹਨ, ਉਹ ਪ੍ਰਭ ਦੇ ਦਾਸ ਬਣ ਜਾਂਦੇ ਹਨ ।

Whosoever may remain intoxicated with the teachings of His Word, he becomes worthy of honor, worship, worthy of his consideration. He may be blessed with a state of mind as His true devotee. The meditation of the teachings of His Word becomes his worldly status. His Word becomes his companion forever. By obeying the teachings of His Word, he may be blessed with supreme state of mind. He may become beyond the reach of worldly desires and may be accepted in His sanctuary, becomes very fortunate. Whosoever may wholeheartedly adopt the teachings of His Word in his day to day life; His true devotee begs for the dust of His feet. With the dust on his feet, teachings of his life, all worldly worries and miseries may be eliminated; the separation of the soul may be eliminated forever. Whosoever may enjoy the bliss of The True Master, he becomes worthy of worship and may be blessed with state of mind as His true Devotee.

288.ਆਸਾ ਮਹਲਾ ੪॥ 445-7

ਸਤਜੁਗਿ ਸਭੁ ਸੰਤੋਖ ਸਰੀਰਾ,	satjug sabh santokh sareeraa
ਪਗ ਚਾਰੇ ਧਰਮੁ ਧਿਆਨੁ ਜੀਉ॥	pag chaaray Dharam Dhi-aan jee-o.
ਮਨਿ ਤਨਿ ਹਰਿ ਗਾਵਹਿ	man tan har gaavahi
ਪਰਮ ਸੁਖੁ ਪਾਵਹਿ,	param sukh paavahi
ਹਰਿ ਹਿਰਦੈ ਹਰਿ ਗੁਣ ਗਿਆਨੁ ਜੀਉ॥	har hirdai har gun gi-aan jee-o.
ਗੁਣ ਗਿਆਨੁ ਪਦਾਰਥੁ	gun gi-aan padaarath
ਹਰਿ ਹਰਿ ਕਿਰਤਾਰਥੁ,	har har kirtaarath
ਸੋਭਾ ਗੁਰਮੁਖਿ ਹੋਈ॥	sobhaa gurmukh ho-ee.
ਅੰਤਰਿ ਬਾਹਰਿ ਹਰਿ ਪ੍ਰਭੁ ਏਕੋ	antar baahar har parabh ayko
ਦੂਜਾ ਅਵਰੁ ਨ ਕੋਈ॥	doojaa avar na ko-ee.
ਹਰਿ ਹਰਿ ਲਿਵ ਲਾਈ ਹਰਿ ਨਾਮੁ ਸਖਾਈ,	har har liv laa-ee har naam sakhaa-ee
ਹਰਿ ਦਰਗਹ ਪਾਵੈ ਮਾਨੁ ਜੀਉ॥	har dargeh paavai maan jee-o.
ਸਤਜੁਗਿ ਸਭੁ ਸੰਤੋਖ ਸਰੀਰਾ,	satjug sabh santokh sareeraa
ਪਗ ਚਾਰੇ ਧਰਮੁ ਧਿਆਨੁ ਜੀਉ॥੧॥	pag chaaray Dharam Dhi-aan jee-o.1

ਸਤਜੁਗ ਵਿੱਚ ਜੀਵ, ਮਨ ਵਿੱਚ ਸੰਤੋਖ, ਧੀਰਜ ਅਤੇ ਭਰੋਸਾ ਰਖਕੇ, ਸਿਮਰਨ ਕਰਦੇ ਸਨ । ਉਹਨਾਂ ਦੇ ਜੀਵਨ ਦੇ ਚਾਰ ਨਿਯਮ ਹੁੰਦੇ ਹਨ । ਜਿਹਨਾਂ ਤੇ ਚਲਕੇ ਆਪਣਾ ਜੀਵਨ ਬਤੀਤ ਕਰਦੇ ਸਨ । ਤਨ, ਮਨ ਨਾਲ ਪ੍ਰਭ ਦੇ ਸ਼ਬਦ ਦੀ ਉਸਤਤ ਗਾਉਂਦੇ, ਸ਼ਬਦ ਦੀ ਪਾਲਣਾ ਕਰਦੇ ਸਨ । ਮਨ ਵਿੱਚ ਸੰਤੋਖ ਵਾਲੀ ਅਵਸਥਾ ਬਖਸ਼ਿਸ਼ ਹੋ ਜਾਂਦੀ, ਮਨ ਵਿੱਚ ਪ੍ਰਭ ਦੇ ਸ਼ਬਦ ਦੀ ਸੋਝੀ, ਗਿਆਨ ਵਸਦਾ ਸੀ । ਉਹਨਾਂ ਦੀ ਕਮਾਈ, ਪ੍ਰਭ ਦੇ ਸ਼ਬਦ ਦੀ ਸੋਝੀ ਪਾਉਣਾ, ਪ੍ਰਭ ਦੇ ਸ਼ਬਦ ਦੇ ਗੁਣਾਂ ਨਾਲ ਜੀਵਨ ਢਾਲਣਾ ਹੀ ਹੁੰਦਾ ਸੀ । ਪ੍ਰਭ ਦੀ ਰਹਿਮਤ ਪਾਉਣਾ ਉਹਨਾਂ ਦੇ ਮਾਨਸ ਜਨਮ ਦੀ ਸਫਲਤਾ ਹੁੰਦੀ ਸੀ । ਗੁਰਮਖ ਅਵਸਥਾ ਪਾਉਣਾ ਉਹਨਾਂ ਦੀ ਸੋਭਾ, ਹੈਸੀਅਤ ਹੁੰਦੀ ਸੀ । ਉਹ ਆਪਣੇ ਮਨ ਦੇ ਅੰਦਰ ਅਤੇ ਸੰਸਾਰ ਵਿੱਚ ਇੱਕੋ ਇੱਕ ਪ੍ਰਭ ਹੀ ਵਾਪਰਦਾ ਦੇਖਦੇ ਸਨ । ਉਹਨਾਂ ਦੇ ਮਨ ਵਿੱਚ ਹੋਰ ਕੋਈ ਭਰਮ ਨਹੀਂ ਹੁੰਦਾ । ਉਹ ਇਕਾਗਰ ਮਨ ਹੋ ਕੇ ਪ੍ਰਭ ਦੇ ਸ਼ਬਦ ਦਾ ਸਿਮਰਨ ਕਰਦੇ, ਪ੍ਰਭ ਦਾ ਸ਼ਬਦ ਹੀ ਉਹਨਾਂ ਦਾ ਸਦਾ ਰਹਿਣ ਵਾਲਾ ਸਾਥੀ ਹੁੰਦਾ ਸੀ । ਉਹ ਪ੍ਰਭ ਦੇ ਦਰਬਾਰ ਵਿੱਚ ਪ੍ਰਵਾਨਗੀ ਪਾ ਕੇ ਸੋਭਾ ਪਾਉਂਦੇ ਸਨ ।

** ਨਿਯਮ:

ਭਰੋਸਾ, ਸ਼ਬਦ ਦੀ ਪਾਲਣਾ!	ਸੁਰਤੀ-ਸ਼ਬਦ ਵਿੱਚ ਧਿਆਨ!
ਵਿਛੋੜੇ ਦਾ ਡਰ: ਸ਼ਬਦ ਦੀ ਸੋਝੀ!	ਮੁਕਤੀ ਦੀ ਆਸ!

In the Age of Sat Yuga, His true devotee establishes four unique principles in his day to day life, Obey and adopt His Word with steady and stable belief;

Concentration-
fear, memory of separation,
Enlightenment of the essence of His Word,
Hope for salvation- acceptance in His sanctuary.

His true devotee follows these disciplines in his day to day life. His true devotee sings and adopts the teachings of His Word with steady and stable belief. He may be blessed with contentment in his day to day life. He remains drenched with the teachings of His Word, with the enlightenment of His Word and remains awake and alert within. His worldly wealth was the enlightenment and to adopt the virtues of His Word with steady and stable belief on His blessings. To realize His existence was a sign of success in His human life journey. To be blessed with state of mind as His true devotee was his honor and worldly status. He may realize the same Holy Spirit prevails within and in the outside in the universe. No religious suspicions stay within His mind, the earnings of His Word become his true companion forever. He may be honored with salvation in His court.

ਤੇਤਾ ਜੁਗੁ ਆਇਆ	taytaa jug aa-i-aa
ਅੰਤਰਿ ਜੋਰੁ ਪਾਇਆ,	antar jor paa-i-aa
ਜਤੁ ਸੰਜਮ ਕਰਮ ਕਮਾਇ ਜੀਉ॥	jat sanjam karam kamaa-ay jee-o.
ਪਗੁ ਚਉਥਾ ਖਿਸਿਆ	pag cha-uthaa khisi-aa
ਤ੍ਰੈ ਪਗ ਟਿਕਿਆ,	tarai pag tiki-aa
ਮਨਿ ਹਿਰਦੈ ਕ੍ਰੋਧੁ ਜਲਾਇ ਜੀਉ॥	man hirdai kroDh jalaa-ay jee-o.
ਮਨਿ ਹਿਰਦੈ ਕ੍ਰੋਧੁ ਮਹਾ ਬਿਸਲੋਧੁ,	man hirdai kroDh mahaa bisloDh nirap
ਨਿਰਪ ਧਾਵਹਿ ਲੜਿ ਦੁਖੁ ਪਾਇਆ॥	Dhaaveh larh dukh paa-i-aa.
ਅੰਤਰਿ ਮਮਤਾ ਰੋਗੁ ਲਗਾਨਾ,	antar mamtaa rog lagaanaa
ਹਉਮੈ ਅਹੰਕਾਰੁ ਵਧਾਇਆ॥	ha-umai ahaNkaar vaDhaa-i-aa.
ਹਰਿ ਹਰਿ ਕ੍ਰਿਪਾ ਧਾਰੀ ਮੇਰੈ ਠਾਕੁਰਿ,	har har kirpaa Dhaaree mayrai thaakur
ਬਿਖੁ ਗੁਰਮਤਿ	bikh gurmat
ਹਰਿ ਨਾਮਿ ਲਹਿ ਜਾਇ ਜੀਉ॥	har naam leh jaa-ay jee-o.
ਤੇਤਾ ਜੁਗੁ ਆਇਆ	taytaa jug aa-i-aa
ਅੰਤਰਿ ਜ਼ੋਰੁ ਪਾਇਆ,	antar jor paa-i-aa
ਜਤੁ ਸੰਜਮ ਕਰਮ ਕਮਾਇ ਜੀਉ॥੨॥	jat sanjam karam kamaa-ay jee-o. ||2||

ਤ੍ਰੇਤਾ ਜੁਗ ਵਿੱਚ ਮਨ ਤੇ ਸ਼ਕਤੀ ਦਾ ਜ਼ੋਰ ਹੋ ਗਿਆ । ਮਨ ਦੇ ਜ਼ੋਰ ਨਾਲ ਇੱਛਾਂ ਕਾਬੂ ਰਖਕੇ ਕਠਨ ਤਪਸਿਆ ਕਰਦੇ, ਚੰਗੇ ਕੰਮ ਕਰਦੇ ਸਨ । ਜੀਵਨ ਦੇ ਨਿਯਮਾਂ ਵਿਚੋਂ ਇੱਕ ਨਿਯਮ ਦੂਰ ਹੋ ਗਿਆ, ਧਰਮ ਦੇ ਤਿੰਨ ਪੈਰ ਬਚ ਗਏ । ਮਨ ਵਿਚੋਂ ਸੁਰਤੀ, ਪ੍ਰਭ ਦੇ ਵਿਛੋੜੇ ਦਾ ਡਰ ਵਿਸਰ ਗਿਆ, ਮਨ ਵਿੱਚ ਕਰੋਧ ਹੀ ਚੋਥਾ ਪੈਰ ਬਣ ਗਿਆ । ਮਨ ਵਿੱਚ ਕਰੋਧ ਦਾ ਜ਼ਹਿਰ ਵਧ ਗਿਆ । ਸੰਸਾਰਕ ਰਾਜੇ ਲੜਾਈ, ਜੰਗ ਵਿੱਚ ਲੱਗ ਪਏ, ਸ੍ਰਿਸ਼ਟੀ ਵਿੱਚ ਦੁਖ ਵਧਣ ਲੱਗ ਪਿਆ । ਜੀਵ ਦੇ ਮਨ ਵਿੱਚ ਅਹੰਕਾਰ ਦੀ ਮੈਲ, ਦਾਗ਼ ਲੱਗ ਗਿਆ । ਮਨ ਤੇ ਕਾਬੂ ਕਰਨਾ ਅਤੇ ਆਪਣੇ ਆਪ ਨੂੰ ਬਾਕੀਆ ਨਾਲੋ ਚੰਗਾ ਸਮਝਣਾ ਹੀ ਵਧ ਗਿਆ । ਪ੍ਰਭ ਦੀ ਰਹਿਮਤ ਨਾਲ ਜੀਵ ਦੀ ਸਹਿਣ ਸ਼ਕਤੀ ਵਧ ਗਈ । ਪ੍ਰਭ ਨੇ ਸ਼ਬਦ ਦੀ ਪਾਲਣਾ ਵਿੱਚ ਇਸ ਜ਼ਹਿਰ ਨੂੰ ਖਤਮ ਕਰਦੀ ਦਵਾਈ, ਸੋਝੀ ਬਖਸ਼ੀ ਹੈ । ਤ੍ਰੇਤਾ ਜੁੱਗ ਵਿੱਚ ਦ੍ਰਿੜ੍ਹਤਾ ਨਾਲ ਮਨ ਤੇ ਕਾਬੂ ਰਖਦੇ, ਕਠਨ ਤਪਸਿਆ ਕਰਦੇ, ਚੰਗੇ ਕਰਮ ਕਰਦੇ ਸਨ ।

In the Age of Traytaa Yuga, determination, power of mind becomes dominating principle. With rigid determination keeps mind beyond the reach of worldly desires, to meditate with hard discipline and good deeds for mankind. One principle, pillar of Holy religion, concentration, fear of separation was replaced with anger of disappointments and ego. The poison of anger becomes dominated in day to day worldly environment. The worldly kings, intoxicated with their ego, will fight to dominate others, the misery in the world becomes more severe. The Merciful True Master blessed His true devotee with endurance and tolerance. To obey and adopt the teachings of His Word, the cure of poison of anger, ego may only be blessed in adopting and enlightening of His Word within. In Traytaa Yuga, to meditate with self-determination and good deeds for mankind were considered as the right path of salvation.

ਜੁਗੁ ਦੁਆਪੁਰੁ ਆਇਆ	jug du-aapur aa-i-aa
ਭਰਮਿ ਭਰਮਾਇਆ,	bharam bharmaa- i-aa
ਹਰਿ ਗੋਪੀ ਕਾਨ੍ਹੁ ਉਪਾਇ ਜੀਉ॥	har gopee kaanH upaa-ay jee-o.
ਤਪੁ ਤਾਪਨ ਤਾਪਹਿ ਜਗ	tap taapan taapeh jag
ਪੁੰਨ ਆਰੰਭਹਿ,	punn aarambheh
ਅਤਿ ਕਿਰਿਆ ਕਰਮ ਕਮਾਇ ਜੀਉ॥	at kiri-aa karam kamaa-ay jee-o.
ਕਿਰਿਆ ਕਰਮ ਕਮਾਇਆ,	kiri-aa karam kamaa-i-aa
ਪਗ ਦੁਇ ਖਿਸਕਾਇਆ,	pag du-ay khiskaa-i-aa
ਦੁਇ ਪਗ ਟਿਕੈ ਟਿਕਾਇ ਜੀਉ॥	du-ay pag tikai tikaa-ay jee-o.
ਮਹਾ ਜੁਧ ਜੋਧ ਬਹੁ ਕੀਨ੍ਹੇ,	mahaa juDh joDh baho keenHay vich
ਵਿਚਿ ਹਉਮੈ ਪਚੈ ਪਚਾਇ ਜੀਉ॥	ha-umai pachai pachaa-ay jee-o.
ਦੀਨ ਦਇਆਲਿ ਗੁਰੁ ਸਾਧੁ ਮਿਲਾਇਆ,	deen da-i-aal gur saaDh milaa-i-aa
ਮਿਲਿ ਸਤਿਗੁਰ ਮਲੁ ਲਹਿ ਜਾਇ ਜੀਉ॥	mil satgur mal leh jaa-ay jee-o.
ਜੁਗੁ ਦੁਆਪੁਰੁ ਆਇਆ	jug du-aapur aa-i-aa
ਭਰਮਿ ਭਰਮਾਇਆ,	bharam bharmaa-i-aa
ਹਰਿ ਗੋਪੀ ਕਾਨ੍ਹੁ ਉਪਾਇ ਜੀਉ॥੩॥	har gopee kaanH upaa-ay jee-o. ‖3‖

ਦੁਆਪਰ ਜੁਗ ਵਿੱਚ ਭਰਮਾਂ ਦਾ ਜ਼ੋਰ ਹੋ ਗਿਆ । ਪ੍ਰਭ ਨੇ ਸੰਸਾਰਕ ਦੇਵਤੇ, ਕ੍ਰਿਸ਼ਨ (ਵਾਸੂ ਦੇਵ), ਸੇਵਾ ਕਰਨ ਵਾਲੀਆਂ ਗੋਪੀਆਂ ਪੈਦਾ ਕੀਤੀਆ । ਤਪ ਕਰਨ ਦਾ ਜ਼ੋਰ ਚਲ ਪਇਆ, ਪ੍ਰਭ ਨੂੰ ਖੁਸ਼ ਕਰਨ ਲਈ ਬਲੀ ਦੇਣਾ, ਲੰਗਰ ਲਾਉਣਾ, ਹੋਰ ਕਈ ਧਰਮ ਦੇ ਰੀਤੀ ਰੀਵਾਜ ਚਲ ਪਏ । ਅਡੋਲ ਭਰੋਸੇ ਨਾਲ ਸ਼ਬਦ ਦੀ ਪਾਲਣਾ ਕਰਨਾ ਵਿਸਰ ਗਿਆ । ਸੰਸਾਰਕ ਜੀਵ ਧਰਮ ਦੇ ਅਨੇਕਾਂ ਹੀ ਰੀਤੀ ਰੀਵਾਜ ਕਰਨ ਲੱਗ ਪਏ । ਇਸ ਤਰ੍ਹਾਂ ਜੀਵ ਦੇ ਜੀਵਨ ਦੇ ਨਿਯਮਾਂ ਦੇ ਕੇਵਲ ਦੋ ਪੈਰ ਹੀ ਬਚੇ, ਦੋ ਨਿਯਮ ਖਤਮ, ਵਿਸਰ ਗਏ । ਅਨੇਕਾਂ ਜੋਧੇ ਬਣ ਗਏ, ਉਹਨਾਂ ਨੇ ਅਨੇਕਾਂ ਜੰਗਾ ਕੀਤੀਆ । ਆਪਣੇ ਆਪ ਨੂੰ ਤਬਾਹ ਕਰ ਲਿਆ, ਨਾਲ ਕਈ ਹੋਰ ਤਬਾਹ ਕਰ ਦਿੱਤੇ । ਕੇਵਲ ਨਿਮਾਣੇ ਜੀਵ ਗਰੀਬ ਹੀ ਪ੍ਰਭ ਦੇ ਭਾਣੇ ਤੇ ਵਿਸ਼ਵਾਸ ਕਰਦੇ ਸਨ । ਉਹ ਹੀ ਬੰਦਗੀ ਕਰਦੇ ਸਨ, ਪ੍ਰਭ ਉਹਨਾਂ ਦੇ ਹੀ ਪਾਪ ਬਖਸ਼ਦਾ ਸੀ । ਦੁਆਪਰ ਜੁਗ ਵਿੱਚ ਭਰਮਾਂ ਦਾ ਜ਼ੋਰ ਹੋ ਗਿਆ, ਪੂਜਾ, ਦਾਨ, ਸੰਸਾਰਕ ਗੁਰੂ, ਸੰਸਾਰਕ ਦੇਵਤੇ, ਕ੍ਰਿਸ਼ਨ, ਸੇਵਾਦਾਰ ਪੈਦਾ ਹੋ ਗਏ ।

In the Age of Dwaapur, the suspicion of worldly rituals become dominating in the world. The worldly prophet like Krishna and His true devotees were established, worshiping human guru was considered the right path of salvation. Rigid meditation and self-sacrifice become the norm of meditation, charities like free food to needy, sacrificing providing a free kitchen and slaughtering innocent human becomes a religious ritual to please The Holy Master. The two pillars of Holy religion were replaced, memory of separation was replaced with anger, ego, obey His Word with steady and stable belief was replaced with charity, sacrifice service to others. Several warriors sacrifice their life in wars in the name of justice to please The True Master. Only very humble and poor devotee still remains the in meditation with steady and stable belief on the power of The True Master. Whosoever meditates with steady and stable belief may be forgiven by the grace of The True Master. In Dwaapur, the suspicions become dominated in the life of humans

ਕਲਿਜੁਗਿ ਹਰਿ ਕੀਆ,	kalijug har kee-aa
ਪਗ ਤ੍ਰੈ ਖਿਸਕੀਆ,	pag tarai khiskee-aa
ਪਗੁ ਚਉਥਾ ਟਿਕੈ ਟਿਕਾਇ ਜੀਉ॥	pag cha-uthaa tikai tikaa-ay jee-o.
ਗੁਰ ਸਬਦੁ ਕਮਾਇਆ,	gur sabad kamaa-i-aa
ਅਉਖਧੁ ਹਰਿ ਪਾਇਆ,	a-ukhaDh har paa-i-aa
ਹਰਿ ਕੀਰਤਿ ਹਰਿ ਸਾਂਤਿ ਪਾਇ ਜੀਉ॥	har keerat har saaNt paa-ay jee-o.
ਹਰਿ ਕੀਰਤਿ ਰੁਤਿ ਆਈ,	har keerat rut aa-ee
ਹਰਿ ਨਾਮੁ ਵਡਾਈ,	har naam vadaa-ee
ਹਰਿ ਹਰਿ ਨਾਮੁ ਖੇਤੁ ਜਮਾਇਆ॥	har har naam khayt jamaa-i-aa.
ਕਲਿਜੁਗਿ ਬੀਜੁ ਬੀਜੇ ਬਿਨੁ ਨਾਵੈ,	kalijug beej beejay bin naavai
ਸਭੁ ਲਾਹਾ ਮੂਲੁ ਗਵਾਇਆ॥	sabh laahaa mool gavaa-i-aa.
ਜਨ ਨਾਨਕਿ ਗੁਰੁ ਪੂਰਾ ਪਾਇਆ,	jan naanak gur pooraa paa-i-aa
ਮਨਿ ਹਿਰਦੈ ਨਾਮੁ ਲਖਾਇ ਜੀਉ॥	man hirdai naam lakhaa-ay jee-o.
ਕਲਜੁਗੁ ਹਰਿ ਕੀਆ	kaljug har kee-aa
ਪਗ ਤ੍ਰੈ ਖਿਸਕੀਆ,	pag tarai khiskee-aa
ਪਗੁ ਚਉਥਾ ਟਿਕੈ ਟਿਕਾਇ ਜੀਉ॥	pag cha-uthaa tikai tikaa-ay jee-o.
੪॥੪॥੧੧	||4||4||11||

ਕੱਲਯੁਗ ਦੇ ਸਮੇਂ ਵਿੱਚ ਜੀਵ ਦੇ ਜੀਵਨ ਦੇ ਨਿਯਮਾਂ ਵਿੱਚ ਤਿੰਨ ਨਿਯਮ ਦੂਰ ਹੋ, ਭੁਲ ਗਏ । ਇਸ ਧਰਮ ਦੀ ਕੇਵਲ ਇੱਕ ਲੱਤ ਹੀ ਬਚੀ । ਇਸ ਨਿਯਮ ਤੇ ਚਲਕੇ ਮਾਇਆ ਨਾਲ ਮੋਹ ਵਧ ਗਿਆ, ਸੰਸਾਰਕ ਮਾਇਆ ਦੇ ਤਿੰਨ ਰੂਪ ਪ੍ਰਗਟ ਹੋ ਗਏ । ਸੰਸਰਕ ਜੀਵ ਮਾਇਆ ਪਿਛੇ ਲੱਗ ਕੇ ਅੰਧੇਰੇ ਵਿੱਚ ਡਿੱਗ ਪਇਆ । ਸ਼ਬਦ ਦੀ ਸੋਝੀ ਖਤਮ ਹੋ ਗਈ, ਜੀਵ ਵਿਦਵਾਨ ਬਣ ਗਏ, ਪ੍ਰਚਾਰਕ ਬਣ ਗਏ । ਕੱਲਯੁਗ ਵਿੱਚ ਆਪਣਾ ਜੀਵਨ ਸ਼ਬਦ ਨਾਲ ਢਾਲਣ ਨਾਲ, ਪ੍ਰਭ ਦੀ ਰਹਿਮਤ ਪਾਈ ਜਾ ਸਕਦੀ ਹੈ, ਰੋਗ ਦਾ ਇਲਾਜ ਹੁੰਦਾ ਹੈ । ਪ੍ਰਭ ਦੇ ਸ਼ਬਦ ਦੀ ਉਸਤਤ ਗਾਉਣ ਨਾਲ ਮਨ ਵਿੱਚ ਸੰਤੋਖ ਬਖਸ਼ਿਸ਼ ਹੁੰਦਾ ਹੈ, ਮਨ ਵਿੱਚ ਸ਼ਬਦ ਨਾਲ ਸ਼ਰਧਾ ਵਧਣ ਲੱਗ ਪੈਂਦੀ ਹੈ, ਹੁਣ ਪ੍ਰਭ ਦੇ ਸ਼ਬਦ ਦੇ ਗੁਣ ਗਾਉਣ ਦਾ ਸਮਾਂ ਆ ਗਿਆ । ਕੱਲਯੁਗ ਵਿੱਚ ਜਿਹੜਾ ਕੋਈ ਸ਼ਬਦ ਤੋ ਬਿਨਾਂ ਹੋਰ ਕੁਝ ਬੀਜਦਾ ਹੈ , ਉਸ ਦੀ ਸਾਰੀ ਕੀਤੀ ਕਮਾਈ ਬਿਰਥੀ ਹੀ ਜਾਂਦੀ ਹੈ । ਬੰਦਗੀ ਕਰਨ ਵਾਲੇ ਜੀਵ ਨੂੰ ਸ਼ਬਦ ਦੀ ਪਾਲਣਾ ਕਰਦੇ ਪੂਰਨ ਗੁਰੂ, ਸ਼ਬਦ ਦੀ ਸੋਝੀ ਹੋ ਜਾਂਦੀ ਹੈ, ਪ੍ਰਭ ਦੀ ਜੋਤ ਮਨ ਵਿੱਚ ਜਾਗਰਤ ਹੋ ਜਾਂਦੀ ਹੈ । ਕੱਲਯੁਗ ਦੇ ਸਮੇਂ ਵਿੱਚ ਸੰਸਾਰਕ ਮਾਇਆ ਦਾ ਤੀਜਾਂ ਰੂਪ ਪ੍ਰਗਟ ਹੋ ਗਿਆ, ਧਰਮ ਦੀ ਕੇਵਲ ਇੱਕ ਲੱਤ ਹੀ ਬਚੀ ।

In the Age of Kuljug, three principles, the pillars of human were eliminated, destroyed by the worldly creatures. The religion of mankind remains left with one pillar to stand on, with that principle, attachment to worldly wealth, greed blossom within, the three colors of worldly wealth becomes dominating in world. Whosoever may follow the worldly wealth, he falls into the trap of ignorance from the true purpose of human life journey. The enlightenment of the virtues was replaced with the knowledge of The Holy scripture, preachers and scholars of the Holy Scripture and religious Temples was considered as the house of God. In Kuljug, whosoever may adopt the teachings in his day to day life; he may be blessed with His acceptance to cure the misery of human life. By singing the glory of His Word, the devotion to meditate blossom within. This is the time to meditate and sing the glory of His Word. Whosoever may not adopt the teachings of His Word, his life journey becomes useless. Whosoever may wholeheartedly meditate on the teachings of His Word, he may be blessed with the enlightenment of His Word; His Holy Spirit glows within his heart and he becomes awake and alert. Worldly wealth shows the three colors to trap, religion left with one leg.

289.ਆਸਾ ਮਹਲਾ ੪॥ 446-5

ਹਰਿ ਕੀਰਤਿ ਮਨਿ ਭਾਈ
ਪਰਮ ਗਤਿ ਪਾਈ,
ਹਰਿ ਮਨਿ ਤਨਿ ਮੀਠ ਲਗਾਨ ਜੀਉ॥
ਹਰਿ ਹਰਿ ਰਸੁ ਪਾਇਆ
ਗੁਰਮਤਿ ਹਰਿ ਧਿਆਇਆ,
ਧੁਰਿ ਮਸਤਕਿ ਭਾਗ ਪੁਰਾਨ ਜੀਉ॥
ਧੁਰਿ ਮਸਤਕਿ ਭਾਗੁ
ਹਰਿ ਨਾਮਿ ਸੁਹਾਗੁ,
ਹਰਿ ਨਾਮੈ ਹਰਿ ਗੁਣ ਗਾਇਆ॥
ਮਸਤਕਿ ਮਣੀ ਪ੍ਰੀਤਿ ਬਹੁ ਪ੍ਰਗਟੀ,
ਹਰਿ ਨਾਮੈ ਹਰਿ ਸੋਹਾਇਆ॥
ਜੋਤੀ ਜੋਤਿ ਮਿਲੀ ਪ੍ਰਭੁ ਪਾਇਆ,
ਮਿਲਿ ਸਤਿਗੁਰ ਮਨੂਆ ਮਾਨ ਜੀਉ॥
ਹਰਿ ਕੀਰਤਿ ਮਨਿ ਭਾਈ
ਪਰਮ ਗਤਿ ਪਾਈ,
ਹਰਿ ਮਨਿ ਤਨਿ ਮੀਠ ਲਗਾਨ ਜੀਉ॥੧॥

har keerat man bhaa-ee
param gat paa-ee
har man tan meeth lagaan jee-o.
har har ras paa-i-aa
gurmat har Dhi- aa-i-aa
Dhur mastak bhaag puraan jee-o.
Dhur mastak bhaag
har naam suhaag
har naamai har gun gaa-i-aa.
mastak manee pareet baho pargatee
har naamai har sohaa-i-aa.
jotee jot milee parabh paa-i-aa
mil satgur manoo-aa maan jee-o.
har keerat man bhaa-ee
param gat paa-ee
har man tan meeth lagaan jee-o. ||1||

ਜਿਸ ਦਾ ਮਨ ਪ੍ਰਭ ਦੇ ਕੀਰਤਨ, ਸ਼ਬਦ ਦੀ ਉਸਤਤ ਗਾਉਣ, ਸੁਣਨ ਨਾਲ ਖੇੜੇ ਵਿੱਚ ਜਾਂਦਾ ਹੈ, ਉਸ ਨੂੰ ਉਤਮ ਅਵਸਥਾ ਬਖਸ਼ਿਸ਼ ਹੋ ਜਾਂਦੀ ਹੈ । ਪ੍ਰਭ ਦਾ ਸ਼ਬਦ, ਉਸ ਦੇ ਮਨ ਨੂੰ ਬਹੁਤ ਮਿੱਠਾ, ਸੰਤੋਖ ਦੇਣ ਵਾਲਾ ਲੱਗਦਾ ਹੈ । ਉਹ ਪ੍ਰਭ ਦੇ ਸ਼ਬਦ ਦਾ ਰਸ ਮਾਨਦਾ, ਸ਼ਬਦ ਨਾਲ ਜੀਵਨ ਢਾਲਦਾ ਹੈ । ਸ਼ਬਦ ਦਾ ਸਿਮਰਨ ਕਰਦੇ ਉਸ ਦੇ ਪਹਿਲੇ ਲਿਖੇ ਭਾਗ ਜਾਗ ਪੈਂਦੇ ਹਨ । ਪ੍ਰਭ ਦੇ ਸ਼ਬਦ ਦਾ ਨੂਰ ਉਸ ਦੇ ਮੱਥੇ ਤੇ, ਮਨ ਤੇ ਚਮਕਦਾ ਹੈ । ਸ਼ਬਦ ਦੀ ਉਸਤਤ ਹੀ ਉਸ ਦੀ ਸਜਾਵਟ, ਸ਼ਿੰਗਾਰ ਬਣ ਜਾਂਦਾ ਹੈ । ਸ਼ਬਦ ਦੀ ਪਾਲਣਾ ਨਾਲ ਮਨ ਵਿੱਚ ਸੰਤੋਖ ਭਰ ਜਾਂਦਾ ਹੈ । ਆਤਮਾ ਦੀ ਜੋਤ ਪ੍ਰਭ ਦੀ ਜੋਤ ਵਿੱਚ ਅਲੋਪ ਹੋ ਜਾਂਦੀ ਹੈ । ਜਿਸ ਦਾ ਮਨ ਪ੍ਰਭ ਦੇ ਕੀਰਤਨ, ਸ਼ਬਦ ਦੀ ਉਸਤਤ ਗਾਉਣ, ਸੁਣਨ ਨਾਲ ਖੇੜੇ ਵਿੱਚ ਜਾਂਦਾ ਹੈ । ਉਸ ਨੂੰ ਉਤਮ ਅਵਸਥਾ ਬਖਸ਼ਿਸ਼ ਹੋ ਜਾਂਦਾ ਹੈ ।

Whosoever may become comfortable and fully contented by listening to the glory of His Word; he may be blessed with supreme state of mind by The True Master. The teachings of His Word become very soothing, comforting and provides contentment to the mind. He enjoys the nectar of the teachings of His Word. Whosoever has a great prewritten destiny, only he may meditate and adopt the teachings of His Word; the spiritual glow of the teachings of His Word may shine on his forehead. Singing the glory of His Word becomes his embellishment and worldly status. By meditating and adopting the teachings of His Word, he may be overwhelmed with contentment, his soul may be sanctified and may immerse in the Holy spirit. Whosoever may become cool, calm, contented by listening to the glory of His Word, he may be blessed with supreme state of mind in his day to day life.

ਹਰਿ ਹਰਿ ਜਸੁ ਗਾਇਆ	har har jas gaa-i-aa
ਪਰਮ ਪਦੁ ਪਾਇਆ,	param pad paa-i-aa
ਤੇ ਊਤਮ ਜਨ ਪਰਧਾਨ ਜੀਉ॥	tay ootam jan parDhaan jee-o.
ਤਿਨ੍ ਹਮ ਚਰਣ ਸਰੇਵਹ	tinH ham charan sarayveh
ਖਿਨੁ ਖਿਨੁ, ਪਗ ਧੋਵਹ	khin khin pag Dhovah
ਜਿਨ ਹਰਿ ਮੀਠ ਲਗਾਨ ਜੀਉ॥	jin har meeth lagaan jee-o.
ਹਰਿ ਮੀਠਾ ਲਾਇਆ	har meethaa laa-i-aa
ਪਰਮ ਸੁਖ ਪਾਇਆ,	param sukh paa-i- aa
ਮੁਖਿ ਭਾਗਾ ਰਤੀ ਚਾਰੇ॥	mukh bhaagaa ratee chaaray.
ਗੁਰਮਤਿ ਹਰਿ ਗਾਇਆ	gurmat har gaa-i-aa
ਹਰਿ ਹਾਰੁ ਉਰਿ ਪਾਇਆ,	har haar ur paa-i-aa
ਹਰਿ ਨਾਮਾ ਕੰਠਿ ਧਾਰੇ॥	har naamaa kanth Dhaaray.
ਸਭ ਏਕ ਦ੍ਰਿਸਟਿ ਸਮਤੁ ਕਰਿ ਦੇਖੈ,	sabh ayk darisat samat kar daykhai
ਸਭੁ ਆਤਮ ਰਾਮੁ ਪਛਾਨ ਜੀਉ॥	sabh aatam raam pachhaan jee-o.
ਹਰਿ ਹਰਿ ਜਸੁ ਗਾਇਆ	har har jas gaa-i-aa
ਪਰਮ ਪਦੁ ਪਾਇਆ,	param pad paa-i-aa
ਤੇ ਊਤਮ ਜਨ ਪਰਧਾਨ ਜੀਉ॥੨॥	tay ootam jan parDhaan jee-o. ||2||

ਜਿਹੜਾ ਜੀਵ ਅਡੋਲ ਭਰੋਸੇ ਨਾਲ ਪ੍ਰਭ ਦੇ ਸ਼ਬਦ ਦੀ ਪਾਲਣਾ ਕਰਦਾ ਹੈ, ਉਸ ਨੂੰ ਉਤਮ ਅਵਸਥਾ ਬਖਸ਼ਿਸ਼ ਹੋ ਜਾਂਦੀ ਹੈ, ਉਹ ਪੂਜਣ ਯੋਗ ਹੋ ਜਾਂਦਾ ਹੈ । ਜੀਵ ਉਸ ਜੀਵ ਤੋ ਕੁਰਬਾਨ ਜਾਵੇ, ਸਿਰ ਝੁਕਾਵੇ, ਸੇਵਾ ਕਰੋ! ਜਿਸ ਤੇ ਪ੍ਰਭ ਦੀ ਰਹਿਮਤ ਦੀ ਦ੍ਰਿਸ਼ਟੀ ਬਖਸ਼ਿਸ਼ ਹੋ ਜਾਂਦੀ ਹੈ । ਜਿਸ ਨੂੰ ਪ੍ਰਭ ਦੀ ਰਹਿਮਤ ਨਾਲ ਉਤਮ ਅਵਸਥਾ ਬਖਸ਼ਿਸ਼ ਹੋ ਜਾਂਦੀ ਹੈ, ਉਸ ਦੇ ਮੱਥੇ ਤੇ ਸ਼ਬਦ ਰੂਪੀ ਨੂਰ ਚਮਕਦਾ, ਬਹੁਤ ਸੋਭਦੇ, ਵੱਡੇ ਭਾਗਾਂ ਵਾਲੇ ਬਣ ਜਾਂਦਾ ਹੈ । ਉਹ ਆਪਣੀ ਜੀਭ ਨਾਲ ਪ੍ਰਭ ਦੇ ਸ਼ਬਦ ਦੀ ਪਾਲਣਾ ਕਰਦਾ, ਉਸਤਤ ਗਾਉਂਦਾ ਹੈ, ਉਸ ਦੇ ਮਨ ਵਿੱਚ ਸਦਾ ਹੀ ਨਿਮ੍ਰਤਾ ਹੀ ਰਹਿੰਦੀ ਹੈ । ਉਹ ਹਰਇੱਕ ਜੀਵ ਨੂੰ ਇੱਕ ਸਮਾਨ ਹੀ ਦੇਖਦਾ, ਮਹਿਸੂਸ ਕਰਦਾ ਹੈ । ਉਹ ਹਰਇੱਕ ਦਿਲ ਵਿੱਚ ਇੱਕੋ ਇੱਕ ਪ੍ਰਭ ਹੀ ਵਸਦਾ, ਵਾਪਰਦਾ ਮਹਿਸੂਸ ਕਰਦਾ ਹੈ । ਜਿਹੜਾ ਜੀਵ ਪ੍ਰਭ ਦੇ ਸ਼ਬਦ ਦੀ ਪਾਲਣਾ ਕਰਦਾ ਹੈ, ਉਸ ਨੂੰ ਉਤਮ ਅਵਸਥਾ ਬਖਸ਼ਿਸ਼ ਹੋ ਜਾਂਦੀ ਹੈ, ਉਹ ਪੂਜਣ ਯੋਗ ਹੋ ਜਾਂਦਾ ਹੈ ।

Whosoever may wholeheartedly with steady and stable belief obeys the teachings of His Word in his day to day life; he may be blessed with immortal state of mind and may become worthy of worship in the universe. I am fascinated, bow my head in gratitude to His true devotee, who has been bestowed with His mercy and grace, His blessings. Whosoever may be blessed with supreme state of mind, he becomes very fortunate, honored in the universe, the spiritual glow of His Word my shines on his forehead. He always sings and obey the teachings of His Word with steady and stable belief and remains humble and contented. He may sing the glory of His Word with his tongue and treats everyone same as His true devotee. He realizes that the same True Master dwells and prevails in each and every body and mind. Whosoever may adopt the teachings of His Word, he may be blessed with supreme, immortal state of mind and may become worthy of worship in the universe.

ਸਤਸੰਗਤਿ ਮਨਿ ਭਾਈ	satsangat man bhaa-ee
ਹਰਿ ਰਸਨ ਰਸਾਈ,	har rasan rasaa-ee
ਵਿਚਿ ਸੰਗਤਿ ਹਰਿ ਰਸੁ ਹੋਇ ਜੀਉ॥	vich sangat har ras ho-ay jee-o.
ਹਰਿ ਹਰਿ ਆਰਾਧਿਆ	har har aaraaDhi-aa
ਗੁਰ ਸਬਦਿ ਵਿਗਾਸਿਆ,	gur sabad vigaasi-aa
ਬੀਜਾ ਅਵਰੁ ਨ ਕੋਇ ਜੀਉ॥	beejaa avar na ko-ay jee-o.
ਅਵਰੁ ਨ ਕੋਇ ਹਰਿ ਅੰਮ੍ਰਿਤੁ ਸੋਇ,	avar na ko-ay har amrit so-ay
ਜਿਨਿ ਪੀਆ ਸੋ ਬਿਧਿ ਜਾਣੈ॥	jin pee-aa so biDh jaanai.
ਧਨੁ ਧੰਨੁ ਗੁਰੂ ਪੂਰਾ	Dhan Dhan guroo pooraa
ਪ੍ਰਭੁ ਪਾਇਆ,	parabh paa-i-aa
ਲਗਿ ਸੰਗਤਿ ਨਾਮੁ ਪਛਾਣੈ॥	lag sangat naam pachhaanai.
ਨਾਮੋ ਸੇਵਿ ਨਾਮੋ ਆਰਾਧੈ,	naamo sayv naamo aaraaDhai
ਬਿਨੁ ਨਾਮੈ ਅਵਰੁ ਨ ਕੋਇ ਜੀਉ॥	bin naamai avar na ko-ay jee-o.
ਸਤਸੰਗਤਿ ਮਨਿ ਭਾਈ	satsangat man bhaa-ee
ਹਰਿ ਰਸਨ ਰਸਾਈ,	har rasan rasaa-ee
ਵਚਿ ਸੰਗਤਿ ਹਰਿ ਰਸੁ ਹੋਇ ਜੀਉ॥੩॥	vich sangat har ras ho-ay jee-o. ||3||

ਜਿਸ ਨੂੰ ਸੰਤ ਸਰੂਪ ਦੀ ਸੰਗਤ ਵਿੱਚ ਅਨੰਦ ਮਹਿਸੂਸ ਹੁੰਦਾ ਹੈ । ਉਹ ਸੰਗਤ ਵਿੱਚ ਹੀ ਪ੍ਰਭ ਦੀ ਰਹਿਮਤ ਵਸਦੀ ਮਹਿਸੂਸ ਕਰਦਾ ਹੈ, ਸੰਗਤ ਹੀ ਉਸ ਵਾਸਤੇ ਪ੍ਰਭ ਦਾ ਰੂਪ ਬਣ ਜਾਂਦੀ ਹੈ । ਸ਼ਬਦ ਦੀ ਪਾਲਣਾ ਕਰਦੇ, ਸ਼ਬਦ ਦੀ ਉਸਤਤ ਗਾਉਂਦੇ ਦੇ ਮਨ ਵਿੱਚ ਸ਼ਬਦ ਤੋਂ ਬਿਨਾਂ ਹੋਰ ਕੋਈ ਖਿਆਲ ਵਿਚਾਰ ਨਹੀਂ ਚਲਦਾ, ਹੋਰ ਕੋਈ ਬੀਜ ਨਹੀਂ ਬੀਜਦੇ । ਪ੍ਰਭ ਦੇ ਸ਼ਬਦ ਦੀ ਸੋਝੀ ਤੋ ਬਿਨਾਂ ਹੋਰ ਕੋਈ ਅਮੋਲਕ ਅੰਮ੍ਰਿਤ ਨਹੀਂ ਹੈ । ਜਿਸ ਦੇ ਨਸੀਬ ਵਿੱਚ ਹੁੰਦਾ ਹੈ, ਕੇਵਲ ਉਹ ਹੀ ਇਸ ਦਾ ਰਸ ਮਾਨਦਾ, ਸਵਾਦ ਜਾਣਦਾ ਹੈ । ਜਿਸ ਸ਼ਬਦ ਨਾਲ ਜੀਵਨ ਢਾਲਣ ਨਾਲ ਪ੍ਰਭ ਦੀ ਰਹਿਮਤ ਦੀ ਬਖਸ਼ਿਸ ਹੁੰਦੀ ਹੈ । ਉਸ ਪੂਰਨ ਗੁਰੂ, ਸ਼ਬਦ ਦੀ ਸੋਝੀ ਨੂੰ ਧੰਨ ਧੰਨ ਕਰੋ । ਸੰਤ ਸਰੂਪ ਦੀ ਸੰਗਤ ਵਿੱਚ ਸ਼ਬਦ ਦੇ ਗੁਣ ਗਾਉਣ ਨਾਲ ਸ਼ਬਦ ਦੀ ਸੋਝੀ ਬਖਸ਼ਿਸ਼ ਹੋ ਜਾਂਦੀ ਹੈ । ਸੰਗਤ ਵਿੱਚ ਕੇਵਲ ਪ੍ਰਭ ਦੇ ਸ਼ਬਦ ਦੀ ਪਾਲਣਾ, ਸ਼ਬਦ ਦਾ ਕੀਰਤਨ ਹੁੰਦਾ ਹੈ, ਸ਼ਬਦ ਤੋਂ ਬਿਨਾਂ ਹੋਰ ਕੋਈ ਵਿਚਾਰ ਨਹੀਂ ਹੁੰਦਾ । ਜਿਸ ਦੇ ਮਨ ਨੂੰ ਸੰਤ ਸਰੂਪ ਦੀ ਸੰਗਤ ਵਿੱਚ ਅਨੰਦ ਮਹਿਸੂਸ ਹੁੰਦਾ ਹੈ । ਉਹ ਸੰਗਤ ਵਿੱਚ ਹੀ ਪ੍ਰਭ ਦੀ ਰਹਿਮਤ ਵਸਦੀ ਦੇਖਦਾ ਹੈ, ਸੰਗਤ ਹੀ ਉਸ ਵਾਸਤੇ ਪ੍ਰਭ ਦਾ ਰੂਪ ਬਣ ਜਾਂਦੀ ਹੈ ।

Whosoever may realize peace and contentment in the conjugation of His true devotee; The Holy congregation of His true devotees becomes a symbol of The True Master. Whosoever may sing and adopt the teachings of His Word with steady stable belief, without the essence, enlightenment of His Word, no other thoughts remain in His mind. Without enlightenment of His Word, there is no other ambrosial nectar. Only with great prewritten destiny, the taste of nectar may be blessed. By adopting the teachings of whose word, you may realize His existence, you should clam that as His Word, The True guru. In the congregation of His true devotee, only the techniques to adopt the teachings of His Word may be learned and practiced; no other method of worship may be discussed. Whosoever may realize peace and contentment in the conjugation of His true devotee. The Holy conjugation of His true devotees become a symbol of The True Master.

ਹਰਿ ਦਇਆ ਪ੍ਰਭ ਧਾਰਹੁ	har da-i-aa parabh Dhaarahu
ਪਾਖਣ ਹਮ ਤਾਰਹੁ,	paakhan ham taarahu
ਕਢਿ ਲੇਵਹੁ ਸਬਦਿ ਸੁਭਾਇ ਜੀਉ॥	kadh layvhu sabad subhaa-ay jee-o.
ਮੋਹ ਚੀਕੜਿ ਫਾਥੇ	moh cheekarh faathay
ਨਿਘਰਤ ਹਮ ਜਾਤੇ,	nighrat ham jaatay
ਹਰਿ ਬਾਂਹ ਪ੍ਰਭੂ ਪਕਰਾਇ ਜੀਉ॥	har baaNh parabhoo pakraa-ay jeeo.
ਪ੍ਰਭਿ ਬਾਂਹ ਪਕਰਾਈ	parabh baaNh pakraa-ee
ਊਤਮ ਮਤਿ ਪਾਈ,	ootam mat paa-ee
ਗੁਰ ਚਰਣੀ ਜਨੁ ਲਾਗਾ॥	gur charnee jan laagaa.
ਹਰਿ ਹਰਿ ਨਾਮੁ ਜਪਿਆ ਆਰਾਧਿਆ,	har har naam japi-aa aaraaDhi-aa
ਮੁਖਿ ਮਸਤਕਿ ਭਾਗੁ ਸਭਾਗਾ॥	mukh mastak bhaag sabhaagaa.
ਜਨ ਨਾਨਕ ਹਰਿ ਕਿਰਪਾ ਧਾਰੀ,	jan naanak har kirpaa Dhaaree
ਮਨਿ ਹਰਿ ਹਰਿ ਮੀਠਾ ਲਾਇ ਜੀਉ॥	man har har meethaa laa-ay jee-o.
ਹਰਿ ਦਇਆ ਪ੍ਰਭ ਧਾਰਹੁ	har da-i-aa parabh Dhaarahu
ਪਾਖਣ ਹਮ ਤਾਰਹੁ,	paakhan ham taarahu
ਕਢਿ ਲੇਵਹੁ ਸਬਦਿ ਸੁਭਾਇ ਜੀਉ॥	kadh layvhu sabad subhaa-ay jee-o.
੪॥੫॥੧੨॥	||4||5||12||

ਪ੍ਰਭ ਰਹਿਮਤ ਬਖਸ਼ਕੇ ਪੱਥਰ ਮਨ ਨੂੰ ਸ਼ਬਦ ਦੇ ਲੜ ਲਾਵੋ! ਸ਼ਬਦ ਦੀ ਪਾਲਣਾ ਕਰਕੇ ਅਸਾਨੀ ਨਾਲ ਸਾਗਰ ਪਾਰ ਕਰ ਜਾਵਾ । ਮੈਂ ਮਾਨਸ ਸੰਸਾਰ ਵਿੱਚ ਮੋਹ ਦੇ ਚਿੱਕੜ, ਜਾਲ ਵਿੱਚ ਫਸਿਆ, ਡੂੰਘਾਂ ਡੁੱਬਦਾ ਜਾਂਦਾ ਹਾ । ਰਹਿਮਤ ਨਾਲ ਆਪਣਾ ਹੱਥ ਬਖਸ਼ਕੇ ਇਸ ਵਿਚੋਂ ਕੱਢ ਲਵੋ । ਪ੍ਰਭ ਨੇ ਰਹਿਮਤ ਬਖਸ਼ਕੇ ਸ਼ਬਦ ਦੇ ਲੜ ਲਾਇਆ, ਪ੍ਰਭ ਦਾ ਦਾਸ ਬਣ ਲਇਆ ਹੈ । ਪ੍ਰਭ ਦੇ ਚਰਨਾਂ ਵਿੱਚ ਪ੍ਰਵਾਨ ਹੋ ਗਿਆ ਹਾ । ਪ੍ਰਭ ਤੇਰੀ ਰਹਿਮਤ ਨਾਲ ਹੀ ਮੈਂ ਸ਼ਬਦ ਦੇ ਲੜ ਲੱਗਾ, ਸ਼ਬਦ ਦੀ ਉਸਤਤ ਗਾਉਂਦਾ, ਸਿਮਰਨ ਕਰਦਾ ਹਾ । ਪ੍ਰਭ ਦੀ ਰਹਿਮਤ ਨਾਲ ਪ੍ਰਭ ਦਾ ਸ਼ਬਦ ਮਨ ਨੂੰ ਬਹੁਤ ਮਿੱਠਾ ਲੱਗਦਾ, ਸ਼ਬਦ ਮਨ ਵਿੱਚ ਵਸਣ ਲੱਗ ਪਿਆ ਹੈ । ਪ੍ਰਭ ਰਹਿਮਤ ਬਖਸ਼ਕੇ ਇਸ ਪੱਥਰ ਦਿਲ ਜੀਵ ਨੂੰ ਸ਼ਬਦ ਦੇ ਲੜ ਲਾਵੋ! ਸ਼ਬਦ ਦੀ ਪਾਲਣਾ ਕਰਕੇ ਅਸਾਨੀ ਨਾਲ ਸਾਗਰ ਪਾਰ ਕਰ ਜਾਵਾ।

The Merciful True Master, with Your mercy and grace, attaches my stubborn mind to meditate on the teachings of Your Word. By meditating wholeheartedly on the teachings of Your Word, I may be saved from the worldly ocean of desires. I am stuck in the bond of worldly desires and drowning deeper and deeper every day in the filth; with Your mercy and grace pull me out. The Merciful True Master has blessed me with state of mind as His true devotee and accepted me in His sanctuary. With your blessings I am attached to meditate on Your Word and I sing the glory of Your Word with each and every breath. The teachings of Your Word are very soothing to my mind and drenched within my mind. The Merciful True Master, with Your mercy and grace attaches my stubborn mind to meditate on the teachings of Your Word; by meditating wholeheartedly on the teachings of Your Word, I may be saved from the worldly ocean of desires.

290.ਆਸਾ ਮਹਲਾ ੪॥ 447-3

ਮਨਿ ਨਾਮੁ ਜਪਾਨਾ	man naam japaanaa
ਹਰਿ ਹਰਿ ਮਨਿ ਭਾਨਾ,	har har man bhaanaa
ਹਰਿ ਭਗਤ ਜਨਾ ਮਨਿ ਚਾਉ ਜੀਉ॥	har bhagat janaa man chaa-o jee-o.
ਜੋ ਜਨ ਮਰਿ ਜੀਵੇ	jo jan mar jeevay
ਤਿਨ੍ ਅੰਮ੍ਰਿਤੁ ਪੀਵੇ,	tinH amrit peevay

ਮਨਿ ਲਾਗਾ ਗੁਰਮਤਿ ਭਾਉ ਜੀਉ॥	man laagaa gurmat bhaa-o jee-o.
ਮਨਿ ਹਰਿ ਹਰਿ ਭਾਉ	man har har bhaa-o
ਗੁਰੁ ਕਰੇ ਪਸਾਉ,	gur karay pasaa-o
ਜੀਵਨ ਮੁਕਤੁ ਸੁਖੁ ਹੋਈ॥	jeevan mukat sukh ho-ee.
ਜੀਵਣਿ ਮਰਣਿ ਹਰਿ ਨਾਮਿ ਸੁਹੇਲੇ,	jeevan maran har naam suhaylay
ਮਨਿ ਹਰਿ ਹਰਿ ਹਿਰਦੈ ਸੋਈ॥	man har har hirdai so-ee.
ਮਨਿ ਹਰਿ ਹਰਿ ਵਸਿਆ	man har har vasi-aa
ਗੁਰਮਤਿ ਹਰਿ ਰਸਿਆ,	gurmat har rasi-aa
ਹਰਿ ਹਰਿ ਰਸ ਗਟਾਕ ਪੀਆਉ ਜੀਉ॥	har har ras gataak pee-aa-o jee-o.
ਮਨਿ ਨਾਮੁ ਜਪਾਨਾ	man naam japaanaa
ਹਰਿ ਹਰਿ ਮਨਿ ਭਾਨਾ,	har har man bhaanaa
ਹਰਿ ਭਗਤ ਜਨਾ ਮਨਿ ਚਾਉ ਜੀਉ॥੧॥	har bhagat janaa man chaa-o jee-o. ||1||

ਜਿਹੜਾ ਸ਼ਬਦ ਦੀ ਉਸਤਤ ਗਾਉਂਦਾ ਹੈ, ਉਸ ਦੇ ਮਨ ਵਿੱਚ ਦੇ ਸ਼ਬਦ ਨਾਲ ਸ਼ਰਧਾ ਹੁੰਦੀ ਹੈ । ਬੰਦਗੀ ਕਰਨ ਵਾਲੇ ਦੇ ਮਨ ਵਿੱਚ ਪ੍ਰਭ ਨੂੰ ਮਿਲਣ, ਸ਼ਬਦ ਦੀ ਸੋਝੀ ਦੀ ਬਹੁਤ ਸ਼ਰਧਾ ਹੁੰਦੀ ਹੈ । ਜਿਹੜਾ ਨਿਮ੍ਰਤਾ ਵਾਲਾ, ਸੰਸਾਰ ਵਿੱਚ ਰਹਿੰਦਾ ਹੋਇਆ ਵੀ ਨਿਮਾਣਾ ਬਣਕੇ ਰਹਿੰਦਾ ਹੈ, ਸੰਸਾਰਕ ਇੱਛਾਂ ਦੇ ਪ੍ਰਭਾਵ ਤੋ ਰਹਿਤ ਰਹਿੰਦਾ ਹੈ । ਉਹ ਪ੍ਰਭ ਦੇ ਸ਼ਬਦ ਦੀ ਪਾਲਣਾ ਅਡੋਲ ਭਰੋਸੇ ਨਾਲ ਕਰਦਾ, ਪ੍ਰਭ ਨਾਲ ਪਿਆਰ ਜੋੜੀ ਰਖਦਾ ਹੈ । ਪ੍ਰਭ ਉਸ ਤੇ ਰਹਿਮਤ ਬਖਸ਼ਕੇ, ਉਸ ਨੂੰ ਸੰਸਾਰ ਵਿੱਚ ਵਸਦੇ ਹੋਏ ਨੂੰ ਮੁਕਤ ਅਮਰ ਅਵਸਥਾ ਬਖਸ਼ਿਸ਼ ਕਰਦਾ ਹੈ । ਉਹ ਸੰਤੋਖ ਵਿੱਚ, ਖੇੜੇ ਵਿੱਚ ਵਸਦਾ ਹੈ, ਉਸ ਦਾ ਜਨਮ ਮਰਨ ਦਾ ਚੱਕਰ ਅਸਾਨੀ ਨਾਲ ਹੀ ਖਤਮ ਹੋ ਜਾਂਦਾ ਹੈ । ਪ੍ਰਭ ਦੇ ਸ਼ਬਦ ਦੀ ਪਾਲਣਾ ਕਰਨ ਨਾਲ ਮਨ ਵਿੱਚ ਸ਼ਬਦ ਦਾ ਰੰਗ ਚੜ੍ਹਿਆ ਰਹਿੰਦਾ ਹੈ । ਸ਼ਬਦ ਦੀ ਸਮਾਧੀ ਵਿੱਚ ਵਸਦੇ, ਸ਼ਬਦ ਦੀ ਸੋਝੀ ਰੂਪੀ ਅੰਮ੍ਰਿਤ, ਮਨ ਵਿੱਚ ਭਰਪੂਰ ਰਹਿੰਦਾ ਹੈ । ਜਿਹੜਾ ਸ਼ਬਦ ਦੀ ਉਸਤਤ ਗਾਉਂਦਾ ਹੈ, ਉਸ ਦੇ ਮਨ ਵਿੱਚ ਸ਼ਬਦ ਨਾਲ ਸ਼ਰਧਾ ਹੁੰਦੀ ਹੈ । ਬੰਦਗੀ ਕਰਨ ਵਾਲੇ ਦੇ ਮਨ ਵਿੱਚ ਪ੍ਰਭ ਨੂੰ ਮਿਲਣ, ਸ਼ਬਦ ਦੀ ਸੋਝੀ ਦਾ ਬਹੁਤ ਚਾਹ ਹੁੰਦਾ ਹੈ ।

Whosoever may sing the glory of His Word wholeheartedly, he may remain overwhelmed with a devotion to meditate on the teachings of His Word. His true devotee has a keen desire, devotion to association with The True Master, the enlightenment of His Word within. Whosoever may remain humble and beyond the effect of worldly desires, he may remain steady and stable in obeying the teachings of His Word with devotion. With His mercy and grace, he may be blessed with immortal state of mind. He remains contented, in blossom and His cycle of birth and death may be eliminated with ease. He may remain fully drenched with the teachings of His Word; he may dwell in the void of His Word. The nectar of the teachings of His Word may be overwhelmed within his mind and heart. Whosoever may sing the glory of His Word, he may remain overwhelmed with a devotion to meditate on the teachings of His Word. He enjoys the company of His true devotee and very anxious to be enlightened with the essence of His Word.

ਜਗਿ ਮਰਣੁ ਨ ਭਾਇਆ,	jag maran na bhaa-i-aa
ਨਿਤ ਆਪੁ ਲੁਕਾਇਆ,	nit aap lukaa-i-aa
ਮਤ ਜਮੁ ਪਕਰੈ ਲੈ ਜਾਇ ਜੀਉ॥	mat jam pakrai lai jaa-ay jee-o.
ਹਰਿ ਅੰਤਰਿ ਬਾਹਰਿ ਹਰਿ ਪ੍ਰਭੁ ਏਕੋ,	har antar baahar har parabh ayko
ਇਹੁ ਜੀਅੜਾ ਰਖਿਆ ਨ ਜਾਇ ਜੀਉ॥	ih jee-arhaa rakhi-aa na jaa-ay jee-o.
ਕਿਉ ਜੀਉ ਰਖੀਜੈ ਹਰਿ ਵਸਤੁ ਲੋੜੀਜੈ,	ki-o jee-o rakheejai har vasat lorheejai

ਜਿਸ ਕੀ ਵਸਤੁ ਸੋ ਲੈ ਜਾਇ ਜੀਉ॥	jis kee vasat so lai jaa-ay jee-o.
ਮਨਮੁਖ ਕਰਣ ਪਲਾਵ ਕਰਿ ਭਰਮੇ,	manmukh karan palaav kar bharmay
ਸਭਿ ਅਉਖਧ ਦਾਰੂ ਲਾਇ ਜੀਉ॥	sabh a-ukhaDh daaroo laa-ay jee-o.
ਜਿਸ ਕੀ ਵਸਤੁ ਪ੍ਰਭੁ ਲਏ ਸੁਆਮੀ,	jis kee vasat parabh la-ay su-aamee
ਜਨ ਉਬਰੇ ਸਬਦੁ ਕਮਾਇ ਜੀਉ॥	jan ubray sabad kamaa-ay jee-o.
ਜਗਿ ਮਰਣੁ ਨ ਭਾਇਆ,	jag maran na bhaa-i-aa
ਨਿਤ ਆਪੁ ਲੁਕਾਇਆ,	nit aap lukaa- i-aa
ਮਤ ਜਮੁ ਪਕਰੈ ਲੈ ਜਾਇ ਜੀਉ॥੨॥	mat jam pakrai lai jaa-ay jee-o. ||2||

ਸੰਸਾਰ ਦੇ ਜੀਵ ਮੌਤ ਨੂੰ ਪਸੰਦ ਨਹੀਂ ਕਰਦੇ, ਮੌਤ ਤੋ ਲੁਕਦੇ, ਡਰਦੇ ਰਹਿੰਦੇ, ਮੌਤ ਦਾ ਜਮਦੂਤ ਪਕੜ ਕੇ ਸਜ਼ਾ ਦੇਵੇਗਾ । ਜੀਵ ਦੇ ਮਨ ਦੇ ਅੰਦਰ ਅਤੇ ਬਾਹਰ ਸੰਸਾਰ ਵਿੱਚ ਇੱਕੋ ਇੱਕ ਪ੍ਰਭ ਹੀ ਵਸਦਾ ਹੈ, ਆਤਮਾ ਪ੍ਰਭ ਤੋ ਲੁਕ ਨਹੀਂ ਸਕਦੀ । ਸੰਸਾਰ ਵਿੱਚ ਹਰਇੱਕ ਪਦਾਰਥ, ਜੀਵ, ਪ੍ਰਭ ਦੀ ਹੀ ਅਮਾਨਤ ਹੈ, ਕਿਵੇਂ ਕੋਈ ਜੀਵ ਆਪਣੀ ਆਤਮਾ ਨੂੰ ਪ੍ਰਭ ਦੇ ਲੈ ਜਾਣ ਤੋ ਰੋਕ ਸਕਦਾ ਹੈ? ਮਨਮੁਖ ਜੀਵ, ਸੰਸਾਰਕ ਭਰਮਾਂ ਨਾਲ ਮੌਤ ਤੋ ਬਚਨ ਦੇ ਅਨੇਕਾਂ ਹੀ ਯਤਨ ਕਰਦੇ ਹਨ । ਬੰਦਗੀ ਕਰਨ ਵਾਲੇ, ਪ੍ਰਭ ਦੇ ਸ਼ਬਦ ਤੇ ਭਰੋਸਾ ਅਡੋਲ ਰਖਕੇ ਪਾਲਣਾ ਕਰਦੇ ਹਨ । ਪ੍ਰਭ ਦੀ ਅਮਾਨਤ ਨੂੰ ਪ੍ਰਭ ਅੱਗੇ ਰਖਕੇ, ਇਸ ਦੀ ਕੋਈ ਚਿੰਤਾ ਨਹੀਂ ਕਰਦੇ । ਸੰਸਾਰ ਦੇ ਜੀਵ ਮੌਤ ਨੂੰ ਪਸੰਦ ਨਹੀਂ ਕਰਦੇ, ਮੌਤ ਤੋ ਲੁਕਦੇ, ਡਰਦੇ ਰਹਿੰਦੇ, ਮੌਤ ਦਾ ਜਮਦੂਤ ਪਕੜ ਕੇ ਸਜ਼ਾ ਦੇਵੇਗਾ ।

Worldly creature always keeps hiding and afraid from the time of death. He always remains worried that the devil of death may capture and punish his soul. The same True Master dwells and prevails within the body and mind of each creature and also in the universe; his soul is part of The Holy Spirit and cannot hide from The True Master any time. Everything in the universe is the trust of The True Master. How may any creature, any soul hides from The True Master? How may any creature avoid death? Self-minded, nonbelievers remain dominated by the religious suspicions, he tries several techniques, clever tricks to be saved from the devil of death, to change the time of death. His true devotee always keeps a steady and stable belief on the teachings of His Word; he surrenders his mind body and soul to The True Owner and may not worry about anything else. Worldly creature always keeps hiding and afraid from the time of death. He always remains worried that the devil of death may capture and punish his soul.

ਧੁਰਿ ਮਰਣੁ ਲਿਖਾਇਆ,	Dhur maran likhaa-i-aa
ਗੁਰਮੁਖਿ ਸੋਹਾਇਆ,	gurmukh sohaa-i-aa
ਜਨ ਉਬਰੇ ਹਰਿ ਹਰਿ ਧਿਆਨਿ ਜੀਉ॥	jan ubray har har Dhi-aan jee-o.
ਹਰਿ ਸੋਭਾ ਪਾਈ,	har sobhaa paa-ee
ਹਰਿ ਨਾਮਿ ਵਡਿਆਈ,	har naam vadi-aa-ee
ਹਰਿ ਦਰਗਹ ਪੈਧੇ ਜਾਨਿ ਜੀਉ॥	har dargeh paiDhay jaan jee-o.
ਹਰਿ ਦਰਗਹ ਪੈਧੇ	har dargeh paiDhay
ਹਰਿ ਨਾਮੈ ਸੀਧੇ,	har naamai seeDhay
ਹਰਿ ਨਾਮੈ ਤੇ ਸੁਖੁ ਪਾਇਆ॥	har naamai tay sukh paa-i-aa.
ਜਨਮ ਮਰਣ ਦੋਵੈ ਦੁਖ ਮੇਟੇ,	janam maran dovai dukh maytay har
ਹਰਿ ਰਾਮੈ ਨਾਮਿ ਸਮਾਇਆ॥	raamai naam samaa-i-aa.
ਹਰਿ ਜਨ ਪ੍ਰਭੁ ਰਲਿ ਏਕੋ ਹੋਏ,	har jan parabh ral ayko ho-ay
ਜਨ ਪ੍ਰਭੁ ਏਕ ਸਮਾਨਿ ਜੀਉ॥	har jan parabh ayk samaan jee-o.
ਧੁਰਿ ਮਰਣੁ ਲਿਖਾਇਆ	Dhur maran likhaa-i-aa

ਗੁਰਮਖ ਸੋਹਾਇਆ,	gurmukh sohaa-i-aa
ਜਨ ਉਬਰੇ ਹਰਿ ਹਰਿ ਧਿਆਨਿ ਜੀਉ॥੩॥	jan ubray har har Dhi-aan jee-o. ||3||

ਗੁਰਮਖ ਨੂੰ ਸੋਝੀ ਬਖਸ਼ਦਾ ਹੈ, ਮੌਤ ਦਾ ਸਮਾਂ ਜਨਮ ਤੋ ਪਹਿਲੇ ਹੀ ਲਿਖਿਆ ਹੁੰਦਾ ਹੈ । ਗੁਰਮਖ ਨਿਮ੍ਰਤਾ ਨਾਲ, ਸ਼ਬਦ ਦੀ ਪਾਲਣਾ ਵਿੱਚ ਮਸਤ ਰਹਿੰਦੇ ਹਨ । ਪ੍ਰਭ ਰਹਿਮਤ ਬਖਸ਼ਕੇ ਸ਼ਬਦ ਦੇ ਲੜ ਲਾਉਂਦਾ ਹੈ, ਸ਼ਬਦ ਦੀ ਪਾਲਣਾ ਕਰਨ ਨਾਲ ਪ੍ਰਭ ਦੀ ਵਡਿਆਈ ਜਾਣ ਜਾਂਦਾ ਹੈ । ਅਡੋਲ ਭਰੋਸੇ ਨਾਲ ਸ਼ਬਦ ਦੀ ਪਾਲਣਾ ਕਰਨ ਨਾਲ ਪ੍ਰਭ ਦੇ ਦਰਬਾਰ ਵਿੱਚ ਪ੍ਰਵਾਨਗੀ ਬਖਸ਼ਿਸ਼ ਹੋ ਸਕਦੀ ਹੈ । ਉਹ ਪ੍ਰਭ ਦੇ ਸ਼ਬਦ ਦੀ ਬੰਦਗੀ ਕਰਨ ਨਾਲ ਆਪਣੀ ਆਤਮਾ ਪਵਿਤ੍ਰ ਕਰ ਲੈਂਦਾ ਹੈ, ਇਹ ਪਵਿਤ੍ਰ ਆਤਮਾ ਦਰਬਾਰ ਵਿੱਚ ਸੋਭਾ ਪਾਉਂਦੀ ਹੈ । ਉਸ ਦੀ ਜਨਮ ਮਰਨ ਦੀ ਪੀੜ, ਦੁਖ ਖਤਮ ਹੋ ਜਾਂਦਾ ਹੈ । ਉਸ ਦੀ ਆਤਮਾ ਪ੍ਰਭ ਦੀ ਜੋਤ ਵਿੱਚ ਅਲੋਪ ਹੋ ਜਾਂਦੀ ਹੈ । ਦਾਸ ਦੀ ਆਤਮਾ ਦੀ ਜੋਤ ਅਤੇ ਪ੍ਰਭ ਦੀ ਜੋਤ ਇੱਕ ਜੋਤ ਬਣ ਜਾਂਦੀ ਹੈ । ਉਸ ਵੇਲੇ ਪ੍ਰਭ ਅਤੇ ਦਾਸ ਵਿੱਚ ਭੇਦ, ਮਾਨਸ ਤੋ ਜਣਿਆ ਨਹੀਂ ਜਾ ਸਕਦਾ । ਮੌਤ ਦਾ ਸਮਾਂ ਜਨਮ ਤੋ ਪਹਿਲੇ ਹੀ ਲਿਖਿਆ ਜਾਂਦਾ ਹੈ । ਗੁਰਮਖ ਨਿਮ੍ਰਤਾ ਨਾਲ, ਪ੍ਰਭ ਦੇ ਸ਼ਬਦ ਦੀ ਪਾਲਣਾ ਵਿੱਚ ਮਸਤ ਰਹਿੰਦਾ ਹੈ ।

His true devotee may be enlightened that the time of death is prewritten before his birth on the universe. He remains intoxicated in obeying the teachings of His Word with steady and stable belief. With His mercy and grace, he remains attached to meditation in the void of His Word and may be enlightened about the greatness of The True Master. By obeying the teachings of His Word with steady and stable belief, he may be blessed with acceptance in His court. His soul may be sanctified and may be honored in His court. His pain and suffering of the cycle of birth and death may be eliminated, his sanctified soul may be immersed in the Holy Spirit. The soul of His true devotee becomes once again a part of the Holy Spirit. His soul becomes beyond the distinction of the worldly creatures. The time of death is predetermined before the birth of a creature; His true devotee remains humble, intoxicated in obeying the teachings of His Word.

ਜਗੁ ਉਪਜੈ ਬਿਨਸੈ ਬਿਨਸਿ ਬਿਨਾਸੈ,	jag upjai binsai binas binaasai
ਲਗਿ ਗੁਰਮੁਖਿ ਅਸਥਿਰੁ ਹੋਇ ਜੀਉ॥	lag gurmukh asthir ho-ay jee-o.
ਗੁਰੁ ਮੰਤ੍ਰੁ ਦ੍ਰਿੜਾਏ ਹਰਿ ਰਸਕਿ ਰਸਾਏ,	gur mantar drirh-aa-ay har rasak rasaa-
ਹਰਿ ਅੰਮ੍ਰਿਤੁ ਹਰਿ ਮੁਖਿ ਚੋਇ ਜੀਉ॥	ay har amrit har mukh cho-ay jee-o.
ਹਰਿ ਅੰਮ੍ਰਿਤ ਰਸੁ ਪਾਇਆ,	har amrit ras paa-i-aa
ਮੁਆ ਜੀਵਾਇਆ,	mu-aa jeevaa-i-aa
ਫਿਰਿ ਬਾਹੁੜਿ ਮਰਣੁ ਨ ਹੋਈ॥	fir baahurh maran na ho-ee.
ਹਰਿ ਹਰਿ ਨਾਮੁ ਅਮਰ ਪਦੁ ਪਾਇਆ,	har har naam amar pad paa-i-aa
ਹਰਿ ਨਾਮਿ ਸਮਾਵੈ ਸੋਈ॥	har naam samaavai so-ee.
ਜਨ ਨਾਨਕ ਨਾਮੁ ਅਧਾਰੁ ਟੇਕ ਹੈ,	jan naanak naam aDhaar tayk hai
ਬਿਨੁ ਨਾਵੈ ਅਵਰੁ ਨ ਕੋਇ ਜੀਉ॥	bin naavai avar na ko-ay jee-o.
ਜਗੁ ਉਪਜੈ ਬਿਨਸੈ ਬਿਨਸਿ ਬਿਨਾਸੈ,	jag upjai binsai binas binaasai
ਲਗਿ ਗੁਰਮੁਖਿ ਅਸਥਿਰੁ ਹੋਇ ਜੀਉ॥	lag gurmukh asthir ho-ay jee-o.
੪॥ ੬॥੧੩॥	||4||6||13||

ਸੰਸਾਰਕ ਜੀਵ ਬਾਰ ਬਾਰ ਜਨਮ ਲੈਂਦਾ, ਮਰਦਾ ਹੈ । ਪ੍ਰਭ ਦੇ ਨਾਲ ਜੁੜਨ ਨਾਲ ਹੀ ਸਦਾ ਅਟੱਲ ਰਹਿਣ ਵਾਲੀ ਅਵਸਤਾ ਬਖਸ਼ਿਸ਼ ਹੁੰਦੀ ਹੈ । ਪ੍ਰਭ ਆਪ ਹੀ ਰਹਿਮਤ ਬਖਸ਼ਕੇ ਮਨ ਨੂੰ ਸ਼ਬਦ ਦੇ ਲੜ ਲਾਉਂਦਾ ਹੈ । ਜਿਹੜਾ ਜੀਵ ਅਡੋਲ ਭਰੋਸੇ ਨਾਲ ਸ਼ਬਦ ਦੀ ਪਾਲਣਾ ਕਰਦਾ ਹੈ, ਉਸ ਦੇ ਦਸਵੇਂ ਘਰ ਵਿਚੋਂ ਅੰਮ੍ਰਿਤ ਦਾ ਸੋਮਾ ਵਗਦਾ ਹੈ । ਜੀਵ ਦੀ ਜੀਭ ਵਿਚੋਂ ਉਸ ਦਾ ਰਸ ਆਉਂਦਾ ਹੈ, ਇਸ ਅੰਮ੍ਰਿਤ ਦਾ ਰਸ ਮਾਨਣ ਨਾਲ ਮੋਏ ਹੋਏ ਜੀਵ ਨੂੰ ਜੀਵਨ ਬਖਸ਼ਿਸ਼ ਹੋ ਜਾਂਦਾ ਹੈ । ਜਿਹੜਾ ਸ਼ਬਦ ਦੀ ਪਾਲਣਾ

ਨਹੀਂ ਕਰਦਾ, ਜਦੋਂ ਉਹ ਵੀ ਸ਼ਬਦ ਦੇ ਲੜ ਲੱਗ ਜਾਂਦਾ, ਪ੍ਰਵਾਨਗੀ ਦੇ ਰਸਤੇ ਤੇ ਅਡੋਲ ਹੋ ਜਾਂਦਾ ਹੈ, ਫਿਰ ਉਸ ਨੂੰ ਬਾਰ ਬਾਰ ਮਰਨਾ ਨਹੀਂ ਪੈਂਦਾ । ਪ੍ਰਭ ਦੇ ਸ਼ਬਦ ਦੀ ਪਾਲਣਾ ਕਰਨ ਨਾਲ ਮਾਨਸ ਨੂੰ ਅਮਰ ਅਵਸਥਾ ਬਖਸ਼ਿਸ਼ ਹੋ ਸਕਦੀ ਹੈ । ਉਹ ਪ੍ਰਭ ਦੀ ਜੋਤ ਵਿੱਚ ਅਭੇਦ ਹੋ ਜਾਂਦਾ ਹੈ । ਪ੍ਰਭ ਦੇ ਸ਼ਬਦ ਹੀ ਬੰਦਗੀ ਤੋਂ ਬਿਨਾਂ, ਬੰਦਗੀ ਕਰਨ ਵਾਲੇ ਦਾ ਹੋਰ ਕੋਈ ਆਸਰਾ, ਜੀਵਨ ਦਾ ਹੋਰ ਕੋਈ ਮੰਤਵ ਨਹੀਂ ਹੁੰਦਾ । ਸੰਸਾਰਕ ਜੀਵ ਬਾਰ ਬਾਰ ਜਨਮ ਲੈਂਦਾ ਮਰਦਾ ਹੈ । ਪ੍ਰਭ ਦੇ ਸ਼ਬਦ ਦੀ ਪਾਲਣਾ ਨਾਲ ਹੀ ਸਦਾ ਅਟੱਲ ਰਹਿਣ ਵਾਲੀ ਅਵਸਤਾ ਬਖਸ਼ਿਸ਼ ਹੋ ਸਕਦੀ ਹੈ ।

The worldly creature remains in the cycle of birth and death over and over. Only by meditating and adopting the teachings of His Word, his soul may be blessed with permanent state of mind as His true devotee. Whosoever may be attached to a devotional mediation, only he may become steady and stable on obeying the teachings of His Word, The fountain of nectar of the essence of His Word oozes from the 10th house from within his mind. The nectar of His Word drips on the tongue of His true devotee; his tongue enjoys the taste of the nectar. With the nectar of His Word, even the nonbeliever may be blessed with new direction in his life journey. Whosoever may adopt the teachings of His Word with steady and stable; he may be blessed with the right path of acceptance in His court. He may not enter into the womb of mother ever again. By meditating and obeying the teachings of His Word, his soul may be blessed with immortal state of mind and absorbed in the Holy Spirit. The teachings of His Word become a supporting pillar and only purpose of his human life. The worldly creature may remain in the cycle of birth and death. Only by obeying the teachings of His Word, his soul may be blessed with a permanent resting place.

291.ਆਸਾ ਮਹਲਾ ੪ ਛੰਤ॥ 448-1

ਵਡਾ ਮੇਰਾ ਗੋਵਿੰਦੁ ਅਗਮ ਅਗੋਚਰੁ,	vadaa mayraa govind agam agochar
ਆਦਿ ਨਿਰੰਜਨੁ ਨਿਰੰਕਾਰੁ ਜੀਉ॥	aad niranjan nirankaar jee-o.
ਤਾ ਕੀ ਗਤਿ ਕਹੀ ਨ ਜਾਈ ,	taa kee gat kahee na jaa-ee
ਅਮਿਤਿ ਵਡਿਆਈ,	amit vadi-aa-ee
ਮੇਰਾ ਗੋਵਿੰਦੁ ਅਲਖ ਅਪਾਰ ਜੀਉ॥	mayraa govind alakh apaar jee-o.
ਗੋਵਿੰਦੁ ਅਲਖ ਅਪਾਰੁ ਅਪਰੰਪਰੁ,	govind alakh apaar aprampar
ਆਪੁ ਆਪਣਾ ਜਾਣੈ॥	aap aapnaa jaanai.
ਕਿਆ ਇਹ ਜੰਤ ਵਿਚਾਰੇ ਕਹੀਅਹਿ,	ki-aa ih jant vichaaray kahee-ahi
ਜੋ ਤੁਧੁ ਆਖਿ ਵਖਾਣੈ॥	jo tuDh aakh vakhaanai.
ਜਿਸ ਨੋ ਨਦਰਿ ਕਰਹਿ ਤੂੰ ਅਪਣੀ,	jis no nadar karahi tooN apnee
ਸੋ ਗੁਰਮੁਖਿ ਕਰੇ ਵੀਚਾਰੁ ਜੀਉ॥	so gurmukh karay veechaar jee-o.
ਵਡਾ ਮੇਰਾ ਗੋਵਿੰਦੁ ਅਗਮ ਅਗੋਚਰੁ,	vadaa mayraa govind agam agochar
ਆਦਿ ਨਿਰੰਜਨੁ ਨਿਰੰਕਾਰੁ ਜੀਉ॥੧॥	aad niranjan nirankaar jee-o. ||1||

ਸ੍ਰਿਸ਼ਟੀ ਦਾ ਮਾਲਕ ਸਭ ਤੋਂ ਵੱਡਾ, ਮਹਾਨ ਹੈ । ਉਹ ਕਿਸੇ ਦੀ ਪਹੁੰਚ, ਜਾਣਕਾਰੀ, ਅੰਦਾਜ਼ਾ ਲਾਉਣ, ਮਿਣਤੀ, ਕਿਸੇ ਅਕਾਰ ਵਿੱਚ ਨਹੀਂ ਹੈ । ਪ੍ਰਭ ਦੀ ਅਵਸਥ ਦੀ ਵਿਆਖਿਆ ਨਹੀਂ ਕੀਤੀ ਜਾ ਸਕਦੀ । ਉਸ ਦੀ ਵਡਿਆਈ ਦੀ ਮਿਣਤੀ ਨਹੀਂ ਕੀਤੀ ਜਾ ਸਕਦੀ । ਅਥਾਹ ਪ੍ਰਭ ਦੇਖਣ ਵਿੱਚ ਨਹੀਂ ਆਉਂਦਾ, ਸ੍ਰਿਸ਼ਟੀ ਦਾ ਮਾਲਕ, ਆਪ ਹੀ ਆਪਣੇ ਆਪ ਨੂੰ ਜਾਣਦਾ ਹੈ । ਸੰਸਾਰਕ ਨਿਮਾਣਾ ਜੀਵ ਉਸ ਦੀ ਵਿਆਖਿਆ ਕਿਵੇਂ ਕਰ ਸਕਦਾ ਹੈ ? ਜਿਸ ਗੁਰਮਖ ਤੇ ਰਹਿਮਤ ਦੀ ਨਜ਼ਰ ਬਖਸ਼ਦਾ ਹੈ, ਉਹ ਹੀ ਪ੍ਰਭ ਦੀ ਹੋਂਦ ਮਹਿਸੂਸ ਕਰਦਾ ਹੈ । ਸ੍ਰਿਸ਼ਟੀ ਦਾ ਮਾਲਕ ਸਭ ਤੋਂ ਵੱਡਾ, ਮਹਾਨ ਹੈ । ਪਹੁੰਚ, ਜਾਣਕਾਰੀ, ਅੰਦਾਜ਼ਾ ਲਾਉਣ, ਮਿਣਤੀ, ਕਿਸੇ ਅਕਾਰ ਵਿੱਚ ਨਹੀਂ ਹੈ ।

The True Master of the universe is the greatest of All. He is beyond the understanding, the reach, any measurement or beyond any fixed structure and shape. His nature may not be fully comprehended by His creation. His greatness may not be measured with any known techniques; He is beyond any boundary and any limits. Only The limitless True Master fully knows Himself, His nature. How may the humble and helpless worldly creature explain any of His nature? His true devotee may be blessed to realize His existence? The True Master of the universe is the greatest of All and beyond reach, comprehension, any shape and form.

ਤੂੰ ਆਦਿ ਪੁਰਖੁ ਅਪਰੰਪਰੁ ਕਰਤਾ,	tooN aad purakh aprampar kartaa
ਤੇਰਾ ਪਾਰੁ ਨ ਪਾਇਆ ਜਾਇ ਜੀਉ॥	tayraa paar na paa-i-aa jaa-ay jee-o.
ਤੂੰ ਘਟ ਘਟ ਅੰਤਰਿ ਸਰਬ ਨਿਰੰਤਰਿ,	tooN ghat ghat antar sarab nirantar
ਸਭ ਮਹਿ ਰਹਿਆ ਸਮਾਇ ਜੀਉ॥	sabh meh rahi-aa samaa-ay jee-o.
ਘਟ ਅੰਤਰਿ ਪਾਰਬ੍ਰਹਮੁ ਪਰਮੇਸਰੁ,	ghat antar paarbarahm parmaysar
ਤਾ ਕਾ ਅੰਤੁ ਨ ਪਾਇਆ॥	taa kaa ant na paa-i-aa.
ਤਿਸੁ ਰੂਪੁ ਨ ਰੇਖ ਅਦਿਸਟੁ ਅਗੋਚਰੁ,	tis roop na raykh adisat agochar
ਗੁਰਮੁਖਿ ਅਲਖੁ ਲਖਾਇਆ॥	gurmukh alakh lakhaa-i-aa.
ਸਦਾ ਅਨੰਦਿ ਰਹੈ ਦਿਨੁ ਰਾਤੀ,	sadaa anand rahai din raatee
ਸਹਜੇ ਨਾਮਿ ਸਮਾਇ ਜੀਉ॥	sehjay naam samaa-ay jee-o.
ਤੂੰ ਆਦਿ ਪੁਰਖੁ ਅਪਰੰਪਰੁ ਕਰਤਾ,	tooN aad purakh aprampar kartaa
ਤੇਰਾ ਪਾਰੁ ਨ ਪਾਇਆ ਜਾਇ ਜੀਉ॥੨॥	tayraa paar na paa-i-aa jaa-ay jee-o.2

ਪਹਿਲੇ ਤੋ ਅਟੱਲ ਰਹਿਣ ਵਾਲੇ ਮਾਲਕ, ਸਿਰਜਨਹਾਰੇ, ਤੂੰ ਅੰਤ, ਹੱਦ ਤੋ ਰਹਿਤ ਹੈ । ਕੋਈ ਤੇਰੀ ਹੱਦ ਨਹੀਂ ਜਾਣ ਸਕਦਾ । ਪ੍ਰਭ ਤੂੰ ਹਰਇੱਕ ਜੀਵ ਵਿੱਚ, ਹਰਇੱਕ ਥਾਂ ਤੇ ਵਸਦਾ, ਦੇਖਦਾ, ਪਾਲਣਾ ਕਰਦਾ, ਵਾਪਰਦਾ ਹੈ । ਸਭ ਕੁਝ ਤੇਰੇ ਵਿੱਚ ਹੀ ਸਮਾਇਆ ਹੋਇਆ ਹੈ । ਹਰਇੱਕ ਜੀਵ ਦੇ ਤਨ, ਮਨ ਵਿੱਚ ਤੂੰ ਵਸਦਾ ਹੈ, ਤੇਰੀ ਕੋਈ ਹੱਦ ਨਹੀਂ ਜਾਣੀ ਜਾ ਸਕਦੀ । ਪ੍ਰਭ ਦਾ ਕੋਈ ਅਕਾਰ ਨਹੀਂ, ਦੇਖਣ ਜਾ ਜਾਣਕਾਰੀ ਵਿੱਚ ਨਹੀਂ ਹੈ । ਜਿਹੜੇ ਜੀਵ ਨੂੰ ਗੁਰਮਖ ਅਵਸਥਾ ਬਖਸ਼ਿਸ਼ ਹੋ ਜਾਂਦੀ ਹੈ । ਉਹ ਨਾ ਦਖੇ ਜਾਣ ਵਾਲੇ ਪ੍ਰਭ ਨੂੰ ਅਨੁਭਵ ਕਰਦਾ ਹੈ । ਉਹ ਸਦਾ ਹੀ ਖੇੜੇ ਵਿੱਚ ਰਹਿੰਦਾ, ਸ਼ਬਦ ਵਿੱਚ ਹੀ ਸਮਾਇਆ ਰਹਿੰਦਾ ਹੈ । ਪਹਿਲੇ ਤੋ ਅਟੱਲ ਰਹਿਣ ਵਾਲੇ ਮਾਲਕ, ਸ੍ਰਿਜਨਹਾਰੇ, ਤੂੰ ਅੰਤ, ਹੱਦ ਤੋ ਰਹਿਤ ਹੈ । ਕੋਈ ਤੇਰੀ ਹੱਦ ਨਹੀਂ ਜਾਣ ਸਕਦਾ ।

The True Master, Creator of the universe was axiom before the creation of the universe, He is beyond any end, beyond any limit, no one may fully explain or comprehend His true nature. The Omnipresent, Omniscient True Master prevails, nourishes and protects His creation. He remains embedded within soul of each and every creature and each and every item. The True Master dwells within the mind and body of each and every creature; however, no one may comprehend Your limit of any action. You are beyond any fixed structure, beyond visibility, understanding and comprehension of Your creation. Whosoever may be blessed with state of mind as Your true devotee, he may realize Your existence. He always remains absorbed in meditation in the void of His Word.

ਤੂੰ ਸਤਿ ਪਰਮੇਸਰੁ ਸਦਾ ਅਬਿਨਾਸੀ,	tooN sat parmaysar sadaa abhinaasee
ਹਰਿ ਹਰਿ ਗੁਣੀ ਨਿਧਾਨੁ ਜੀਉ॥	har har gunee niDhaan jee-o.
ਹਰਿ ਹਰਿ ਪ੍ਰਭੁ ਏਕੋ ਅਵਰੁ ਨ ਕੋਈ,	har har parabh ayko avar na ko-ee
ਤੂੰ ਆਪੇ ਪੁਰਖੁ ਸੁਜਾਨੁ ਜੀਉ॥	tooN aapay purakh sujaan jee-o.
ਪੁਰਖੁ ਸੁਜਾਨੁ ਤੂੰ ਪਰਧਾਨੁ,	purakh sujaan tooN parDhaan

ਤੁਧੁ ਜੇਵਡੁ ਅਵਰੁ ਨ ਕੋਈ॥	tuDh jayvad avar na ko-ee.
ਤੇਰਾ ਸਬਦੁ ਸਭੁ ਤੂੰਹੈ ਵਰਤਹਿ,	tayraa sabad sabh tooNhai varteh
ਤੂੰ ਆਪੇ ਕਰਹਿ ਸੁ ਹੋਈ॥	tooN aapay karahi so ho-ee.
ਹਰਿ ਸਭ ਮਹਿ ਰਵਿਆ ਏਕੋ ਸੋਈ,	har sabh meh ravi-aa ayko so-ee
ਗੁਰਮੁਖਿ ਲਖਿਆ ਹਰਿ ਨਾਮੁ ਜੀਉ॥	gurmukh lakhi-aa har naam jee-o.
ਤੂੰ ਸਤਿ ਪਰਮੇਸਰੁ ਸਦਾ ਅਬਿਨਾਸੀ,	tooN sat parmaysar sadaa abhinaasee
ਹਰਿ ਹਰਿ ਗੁਣੀ ਨਿਧਾਨੁ ਜੀਉ॥੩॥	har har gunee niDhaan jee-o. ||3||

ਪ੍ਰਭ ਤੂੰ ਸਦਾ ਅਟੱਲ ਰਹਿਣ ਵਾਲਾ, ਅਬਿਨਾਸੀ, ਕਦੇ ਨਾਸ਼ ਨਹੀਂ ਹੋ ਸਕਦਾ । ਤੇਰਾ ਸ਼ਬਦ ਹੀ ਗੁਣਾਂ ਦਾ ਖਜ਼ਾਨਾ, ਭੰਡਾਰ ਹੈ । ਪ੍ਰਭ ਤੂੰ ਇੱਕੋ ਇੱਕ ਹੈ, ਹੋਰ ਕੋਈ ਤੇਰਾ ਸ਼ਰੀਕ ਨਹੀਂ ਹੈ । ਤੂੰ ਆਪ ਹੀ ਸਭ ਕੁਝ ਜਾਣਦਾ ਹੈ, ਅੰਤਰਜਾਮੀ ਹੈ । ਪ੍ਰਭ ਤੂੰ ਅੰਤਰਜਾਮੀ, ਆਪਣੇ ਆਪ ਵਿੱਚ ਪੂਰਨ, ਸਭ ਦਾ ਮੁਖੀ ਹੈ । ਤੇਰੇ ਬਰਾਬਰ ਦਾ ਹੋਰ ਕੋਈ ਦੂਜਾ ਨਹੀਂ ਹੈ । ਪ੍ਰਭ ਦਾ ਸ਼ਬਦ ਹੀ ਹਰਇੱਕ ਹਿਰਦੇ ਵਿੱਚ ਵਸਦਾ, ਵਾਪਰਦਾ ਹੈ । ਤੇਰਾ ਕੀਤਾ ਟਾਲਿਆ ਨਹੀਂ ਜਾ ਸਕਦਾ, ਵਾਪਰ ਕੇ ਹੀ ਰਹਿੰਦਾ ਹੈ, ਉਹ ਸਮਾਂ ਬੀਤ ਜਾਂਦਾ ਹੈ । ਗੁਰਮਖ ਨੂੰ ਸ਼ਬਦ ਦੀ ਸੋਝੀ ਹੋ ਜਾਂਦੀ ਹੈ, ਕਿ ਪ੍ਰਭ ਹਰਇੱਕ ਵਿੱਚ ਵਸਦਾ, ਵਾਪਰਦਾ ਹੈ । ਪ੍ਰਭ ਤੂੰ ਸਦਾ ਅਟੱਲ ਰਹਿਣ ਵਾਲਾ, ਅਬਿਨਾਸੀ, ਕਦੇ ਨਾਸ਼ ਨਹੀਂ ਹੋ ਸਕਦਾ । ਤੇਰਾ ਸ਼ਬਦ ਹੀ ਗੁਣਾਂ ਦਾ ਖਜ਼ਾਨਾ, ਭੰਡਾਰ ਹੈ ।

The True Master always remains beyond any destruction and always axiom, Your Word is the treasure of all virtues, blessings. The One and Only One, True Master of the universe, no one else is equal or greater than You. The Omniscient, omnipotent True Master is perfect within Himself and king of kings, no one is else equal or greater than You. Your Word dwells within each and every heart and prevails in each and every event. Your command always prevails and cannot be avoided, passes away over a period of time. You bless the endurance to tolerate all events of the world. Your true devotee may realize, be enlightened that The True Master resides and prevails in each and every body and mind. He is beyond any destruction and axiom forever; His Word is the treasure of all virtues.

ਸਭੁ ਤੂੰਹੈ ਕਰਤਾ	sabh tooNhai kartaa
ਸਭ ਤੇਰੀ ਵਡਿਆਈ,	sabh tayree vadi-aa-ee
ਜਿਉ ਭਾਵੈ ਤਿਵੈ ਚਲਾਇ ਜੀਉ॥	ji-o bhaavai tivai chalaa-ay jee-o.
ਤੁਧੁ ਆਪੇ ਭਾਵੈ ਤਿਵੈ ਚਲਾਵਹਿ,	tuDh aapay bhaavai tivai chalaaveh
ਸਭ ਤੇਰੈ ਸਬਦਿ ਸਮਾਇ ਜੀਉ॥	sabh tayrai sabad samaa-ay jee-o.
ਸਭ ਸਬਦਿ ਸਮਾਵੈ	sabh sabad samaavai
ਜਾ ਤੁਧੁ ਭਾਵੈ,	jaaN tuDh bhaavai
ਤੇਰੈ ਸਬਦਿ ਵਡਿਆਈ॥	tayrai sabad vadi-aa-ee.
ਗੁਰਮੁਖਿ ਬੁਧਿ ਪਾਈਐ	gurmukh buDh paa-ee-ai
ਆਪੁ ਗਵਾਈਐ,	aap gavaa-ee-ai
ਸਬਦੇ ਰਹਿਆ ਸਮਾਈ॥	sabday rahi-aa samaa-ee.
ਤੇਰਾ ਸਬਦੁ ਅਗੋਚਰੁ	tayraa sabad agochar
ਗੁਰਮੁਖਿ ਪਾਈਅ,	gurmukh paa-ee-ai
ਨਾਨਕ ਨਾਮਿ ਸਮਾਇ ਜੀਉ॥	naanak naam samaa-ay jee-o.
ਸਭੁ ਤੂੰਹੈ ਕਰਤਾ	sabh tooNhai kartaa
ਸਭ ਤੇਰੀ ਵਡਿਆਈ,	sabh tayree vadi-aa-ee
ਜਿਉ ਭਾਵੈ ਤਿਵੈ ਚਲਾਇ ਜੀਉ॥	ji-o bhaavai tivai chalaa-ay jee-o.
੪॥੭॥੧੪॥	||4||7||14||

ਪ੍ਰਭ ਤੂੰ ਹੀ ਸ੍ਰਿਸ਼ਟੀ ਨੂੰ ਪੈਦਾ ਕਰਨ ਵਾਲਾ ਅਸਲੀ ਮਾਲਕ ਹੈ । ਸਾਰੀਆਂ ਵਡਿਆਈਆਂ ਤੇਰੇ ਸ਼ਬਦ ਵਿੱਚ ਹੀ ਹਨ । ਪ੍ਰਭ ਆਪਣੀ ਰਹਿਮਤ ਨਾਲ ਜਿਸ ਧੰਦੇ ਤੇ ਜੀਵ ਨੂੰ ਲਾਉਂਦਾ ਹੈ, ਮਾਨਸ ਉਹ ਕੁਝ ਹੀ ਕਰ ਸਕਦਾ ਹੈ । ਸਭ ਕੁਝ ਤੇਰੇ ਸ਼ਬਦ ਵਿੱਚ ਹੀ ਸਮਾਇਆ ਹੋਇਆ ਹੈ । ਗੁਰਮਖ ਨੂੰ ਤੂੰ ਆਪ ਹੀ ਸੋਝੀ ਬਖਸ਼ਦਾ ਹੈ । ਉਹ ਆਪਾ ਖਤਮ ਕਰਕੇ, ਤੇਰੇ ਸ਼ਬਦ ਦੀ ਸਮਾਧੀ ਵਿੱਚ ਵਸਣ ਲੱਗ ਪੈਂਦਾ ਹੈ । ਗੁਰਮਖ ਨੂੰ ਅਨੋਖਾ, ਅਬਿਚਲ ਸ਼ਬਦ ਬਖਸ਼ਦਾ ਹੈ । ਉਸ ਸ਼ਬਦ ਦੀ ਸੋਝੀ ਪਾ ਕੇ ਤੇਰੇ ਸ਼ਬਦ ਦੀ ਸਮਾਧੀ ਵਿੱਚ ਹੀ ਲੀਨ ਰਹਿੰਦਾ ਹੈ । ਪ੍ਰਭ ਤੂੰ ਹੀ ਸ੍ਰਿਸ਼ਟੀ ਦਾ ਸ੍ਰਿਜਨਹਾਰ, ਅਸਲੀ ਮਾਲਕ ਹੈ, ਸਾਰੀਆਂ ਵਡਿਆਈਆਂ ਤੇਰੇ ਸ਼ਬਦ ਵਿੱਚ ਹੀ ਹਨ ।

You are The One and Only One, True Creator of the universe, all greatness and blessings are in adopting Your Word in day to day life. Whatsoever the task may be assigned to any creature, he may perform only that task, only that may happen in the universe. Everything remains embedded in the teachings of Your Word. With Your mercy and grace! Your true devotee may be enlightened with the teachings, the essence of Your Word and he may conquer his selfishness and may surrender his body mind and worldly status at Your service. He may enter into the void of Your Word. Your true devotee may be blessed with Your astonishing, axiom, and unique Word. He remains intoxicated in the void of Your Word with the enlightenment of Your Word. The One and Only One, True Creator of the universe, all greatness and blessings are in adopting Your Word in day to day life.

292.ਆਸਾ ਮਹਲਾ ੪ ਛੰਤ ਘਰੁ ੪॥ 448-17

ੴ ਸਤਿਗੁਰ ਪ੍ਰਸਾਦਿ॥	ik-oNkaar satgur parsaad.
ਹਰਿ ਅੰਮ੍ਰਿਤ ਭਿੰਨੇ ਲੋਇਣਾ,	har amrit bhinnay lo-inaa
ਮਨੁ ਪ੍ਰੇਮਿ ਰਤੰਨਾ ਰਾਮ ਰਾਜੇ॥	man paraym ratannaa raam raajay.
ਮਨੁ ਰਾਮਿ ਕਸਵਟੀ ਲਾਇਆ,	man raam kasvatee laa-i-aa
ਕੰਚਨੁ ਸੋਵਿੰਨਾ॥	kanchan sovinnaa.
ਗੁਰਮੁਖਿ ਰੰਗਿ ਚਲੂਲਿਆ,	gurmukh rang chalooli-aa
ਮੇਰਾ ਮਨੁ ਤਨੋ ਭਿੰਨਾ॥	mayraa man tano bhinnaa.
ਜਨੁ ਨਾਨਕੁ ਮੁਸਕਿ ਝਕੋਲਿਆ,	jan naanak musak jhakoli-aa
ਸਭੁ ਜਨਮੁ ਧਨੁ ਧੰਨਾ॥ ੧॥	sabh janam Dhan Dhannaa. ‖1‖

ਪ੍ਰਭ ਮੇਰਾ ਮਨ ਤੇਰੇ ਪਿਆਰ ਵਿੱਚ ਡੂੰਘਾਂ ਖੋਹਇਆ ਹੋਇਆ ਹੈ । ਤੇਰੇ ਪਿਆਰ ਦੀ ਰਸਨਾ ਵਿੱਚ ਰਚਿਆ ਹੈ । ਤੇਰੀ ਰਹਿਮਤ ਨਾਲ ਮਨ ਇਸ ਰਸਤੇ ਤੇ ਚਲਕੇ ਪਵਿਤ੍ਰ, ਖਰਾ ਹੋ ਗਿਆ ਹੈ । ਗੁਰਮਖ ਦੇ ਜੀਵਨ ਦੇ ਅਧਾਰ ਤੇ ਜੀਵਨ ਢਾਲਣ ਨਾਲ ਸਾਰੇ ਰੋਗ ਖਤਮ ਹੋ ਗਏ ਹਨ । ਤੇਰੀ ਬੰਦਗੀ ਵਿੱਚ, ਸ਼ਬਦ ਦੇ ਗੁਣ ਗਾਉਂਦਾ, ਮਸਤ, ਲੀਨ ਹੋਇਆ ਹੈ । ਪੰਜਾਂ ਇੰਦ੍ਰੀਆਂ ਤੇ ਕਬੂ ਹੈ । ਤੇਰੀ ਕ੍ਰਿਪਾ ਨਾਲ ਮੇਰੀ ਮਾਨਸ ਯਾਤਰਾ ਸਫਲ ਹੋ ਗਈ ਹੈ । ਤੇਰੇ ਵਿੱਚ ਮਿਲਣ ਦੀ ਹੀ ਖਾਹਿਸ਼ ਹੈ ।

My mind has a deep devotion to meditate on the teachings of Your Word, the essence of Your Word remains drenched within my mind and body. With Your mercy and grace, by adopting the teachings of Your Word with steady and stable; I am on the right path of meditation and my soul has been sanctified, true to Your Word. His true devotee eliminates and cures all frustration of mind by adopting the teachings of Your Word. I remain intoxicated in singing the glory of Your Word and enters into the void of Your Word. I have conquered all five demons of desires. With Your mercy and grace, my human life journey has become successful; Only one burning desire is left in my mind to be accepted in Your court.

ਹਰਿ ਪ੍ਰੇਮ ਬਾਣੀ ਮਨੁ ਮਾਰਿਆ,	har paraym banee man maari-aa
ਅਣੀਆਲੇ ਅਣੀਆ ਰਾਮ ਰਾਜੇ॥	anee-aalay anee-aa raam raajay.
ਜਿਸੁ ਲਾਗੀ ਪੀਰ ਪਿਰੰਮ,	jis laagee peer piramm
ਕੀ ਸੋ ਜਾਣੈ ਜਰੀਆ॥	kee so jaanai jaree-aa.
ਜੀਵਨ ਮੁਕਤਿ ਸੋ ਆਖੀਐ,	jeevan mukat so aakhee-ai
ਮਰਿ ਜੀਵੈ ਮਰੀਆ॥	mar jeevai maree-aa.
ਜਨ ਨਾਨਕ ਸਤਿਗੁਰੁ ਮੇਲਿ ਹਰਿ,	jan naanak satgur mayl har
ਜਗੁ ਦੁਤਰੁ ਤਰੀਆ॥੨॥	jag dutar taree-aa. ||2||

ਪ੍ਰਭ ਮੇਰਾ ਮਨ ਤੇਰੇ ਪਿਆਰ ਵਿੱਚ ਡੂੰਘਾਂ, ਖੋਹਇਆ ਹੋਇਆ ਹੈ । ਮੇਰੇ ਦਿਲ ਵਿੱਚ ਤੇਰੇ ਸ਼ਬਦ ਬਾਣੀ ਦਾ ਉਹ ਤੀਰ ਲੱਗ ਗਿਆ ਹੈ । ਉਸ ਦਾ ਅਨੰਦ ਕੇਵਲ ਉਹ ਹੀ ਜਾਣ ਸਕਦਾ ਹੈ, ਜਿਸ ਨੂੰ ਇਹ ਲੱਗਦਾ ਹੈ । ਉਹ ਅਮਰ ਹੋ ਜਾਂਦਾ ਹੈ, ਜਿਹੜਾ ਸੰਸਾਰ ਵਿੱਚ ਰਹਿੰਦਾ ਹੋਇਆ ਹੀ ਮੋਹ ਤੋ ਰਹਿਤ ਹੋ ਜਾਂਦਾ ਹੈ । ਤੇਰੀ ਰਹਿਮਤ ਨਾਲ ਸੰਤ ਸਰੂਪ ਨਾਲ ਮਿਲਾਪ ਹੋ ਗਿਆ ਹੈ । ਜਿਸ ਦੀ ਸਿਖਿਆ ਨਾਲ ਮੈਂ ਪ੍ਰਵਾਨਗੀ ਦੇ ਰਸਤੇ ਤੇ ਚਲ ਪਇਆ ਹਾ ।

My mind has a deep devotion to meditate on the teachings of Your Word, my mind has entered in the void, in the essence of Your Word. The arrow of Your Word has pierced through my mind. The enlightenment of Your Word may only be realized by You true devotee; who may remain in renunciation in the memory of separation from The True Master. Whosoever may remain beyond the reach of worldly attachment in his worldly life, he may be blessed with immortal state of mind. With Your mercy and grace, I have been blessed with the association of Your true. By adopting the teachings of his life, I am steady and stable on the right path of acceptance in Your court.

ਹਮ ਮੂਰਖ ਮੁਗਧ ਸਰਣਾਗਤੀ,	ham moorakh mugaDh sarnaagatee
ਮਿਲੁ ਗੋਵਿੰਦ ਰੰਗਾ ਰਾਮ ਰਾਜੇ॥	mil govind rangaa raam raajay.
ਗੁਰਿ ਪੂਰੈ ਹਰਿ ਪਾਇਆ,	gur poorai har paa-i-aa
ਹਰਿ ਭਗਤਿ ਇਕ ਮੰਗਾ॥	har bhagat ik mangaa.
ਮੇਰਾ ਮਨੁ ਤਨੁ ਸਬਦਿ ਵਿਗਾਸਿਆ,	mayraa man tan sabad vigaasi-aa
ਜਪਿ ਅਨਤ ਤਰੰਗਾ॥	jap anat tarangaa.
ਮਿਲਿ ਸੰਤ ਜਨਾ ਹਰਿ ਪਾਇਆ,	mil sant janaa har paa-i-aa
ਨਾਨਕ ਸਤਸੰਗਾ॥ ੩॥	naanak satsangaa. ||3||

ਪ੍ਰਭ, ਮੈਂ ਅਣਜਾਣ ਤੇਰੀ ਸ਼ਰਣ ਤੇ ਢੇਹ ਪਿਆ ਹਾ । ਆਪਣੀ ਰਹਿਮਤ ਨਾਲ ਆਪਣੀ ਬੰਦਗੀ ਦੇ ਰੰਗ ਵਿੱਚ ਰੰਗ ਲਵੋ! ਸਰਬ ਕਲਾ ਸਮਰਥ ਪ੍ਰਭ ਮੇਰੇ ਮਨ ਦੀ ਸ਼ਰਧਾ ਪੂਰੀ ਕਰੋ! ਮੈਂ ਕੇਵਲ ਤੇਰੇ ਦਰ ਦਾ ਹੀ ਭਿਖਾਰੀ ਹਾ । ਮੇਰੇ ਮਨ ਵਿੱਚ ਤੇਰੇ ਸ਼ਬਦ ਦੇ ਵਿਰਾਗ, ਤੇਰੇ ਵਿਛੋੜੇ ਵਿੱਚ ਹੀ ਮਸਤ ਹੈ । ਤੇਰੀ ਰਹਿਮਤ ਨਾਲ ਸੰਤ ਸਰੂਪ ਦੀ ਸੰਗਤ ਬਖਸ਼ਿਸ਼ ਹੋਈ ਹੈ, ਜਿਸ ਦੀ ਸਿਖਿਆ ਨਾਲ ਅਸਲੀ ਰਸਤਾ ਬਖਸ਼ਿਸ਼ ਹੋ ਗਿਆ ਹੈ ।

I am ignorant from the teachings of Your Word, I have humbly surrender at Your sanctuary. With Your mercy and grace, I am blessed to a devotional meditation on the teachings of Your Word. With Your mercy and grace, satisfies my keen desire of my mind. I am only the beggar of Your door. My mind is in a complete renunciation in the memory of my separation from Your house, I am intoxicated in meditation in the void of Your Word. I have been blessed with the association as Your true devotee and I have adopted the teachings of his life in my day to day life.

ਦੀਨ ਦਇਆਲ ਸੁਣਿ ਬੇਨਤੀ,	deen da-i-aal sun bayntee
ਹਰਿ ਪ੍ਰਭ ਹਰਿ ਰਾਇਆ ਰਾਮ ਰਾਜੇ॥	har parabh har raa-i-aa raam raajay.
ਹਉ ਮਾਗਉ ਸਰਣਿ ਹਰਿ ਨਾਮ ਕੀ,	ha-o maaga-o saran har naam kee
ਹਰਿ ਹਰਿ ਮੁਖਿ ਪਾਇਆ॥	har har mukh paa-i-aa.
ਭਗਤਿ ਵਛਲੁ ਹਰਿ ਬਿਰਦੁ ਹੈ,	bhagat vachhal har birad hai har
ਹਰਿ ਲਾਜ ਰਖਾਇਆ॥	laaj rakhaa-i-aa.
ਜਨੁ ਨਾਨਕੁ ਸਰਣਾਗਤੀ,	jan naanak sarnaagatee
ਹਰਿ ਨਾਮਿ ਤਰਾਇਆ॥੪॥੮॥੧੫॥	har naam taraa-i-aa. ‖4‖8‖15‖

ਸ੍ਰਿਸ਼ਟੀ ਦੇ ਮਾਲਕ, ਦਾਸ ਦੀ ਅਰਦਾਸ ਸੁਣਕੇ, ਜੀਭ ਤੇ ਆਪਣਾ ਸ਼ਬਦ ਬਖਸ਼ੋ! ਆਪਣੀ ਸ਼ਰਣ ਵਿੱਚ ਪਨਾਹ ਸਖਸ਼ੋ! ਮੇਰੇ ਸਵਾਸਾਂ ਵਿਚੋਂ ਸ਼ਬਦ ਦੀ ਧੁਨ, ਅਰਾਧਨਾ ਹੀ ਨਿਕਲੇ । ਮੈਂ ਆਪਣੀ ਸਾਰੀ ਉਮਰ ਤੇਰੇ ਸ਼ਬਦ ਦੀ ਪਾਲਣਾ ਵਿੱਚ ਹੀ ਬਤੀਤ ਕਰਾ । ਆਪਣੀ ਰਹਿਮਤ ਨਾਲ ਪ੍ਰਵਾਨਗੀ ਤੇ ਅਡੋਲ ਰਖਕੇ, ਆਪਣੇ ਨਾਲ ਮਿਲਾਪ ਕਰਾਵੋ! ਪ੍ਰਭ ਦੀ ਰਹਿਮਤ ਨਾਲ ਸਿਮਰਨ ਕਰਨ ਨਾਲ ਗਤੀ ਬਖਸ਼ਿਸ਼ ਹੋ ਜਾਂਦੀ ਹੈ ।

The True Master of the universe blesses Your Word on my tongue; I have humbly surrendered at Your sanctuary, blesses me with a devotion that the everlasting echo of Your Word may resonate with each and every breath. I may remain steady and stable on the path of meditation and service to the mankind. With Your mercy and grace, blesses the right path of acceptance in Your court. By meditating on the teachings of Your Word, my soul may be blessed with salvation.

293.ਆਸਾ ਮਹਲਾ ੪॥ 449-8

ਗੁਰਮੁਖਿ ਢੂੰਢਿ ਢੂਢੇਦਿਆ,	gurmukh dhoondh dhoodhaydi-aa
ਹਰਿ ਸਜਣੁ ਲਧਾ ਰਾਮ ਰਾਜੇ॥	har sajan laDhaa raam raajay.
ਕੰਚਨ ਕਾਇਆ ਕੋਟ ਗੜ,	kanchan kaa-i-aa kot garh
ਵਿਚਿ ਹਰਿ ਹਰਿ ਸਿਧਾ॥	vich har har siDhaa.
ਹਰਿ ਹਰਿ ਹੀਰਾ ਰਤਨੁ ਹੈ,	har har heeraa ratan hai
ਮੇਰਾ ਮਨੁ ਤਨੁ ਵਿਧਾ॥	mayraa man tan viDhaa.
ਧੁਰਿ ਭਾਗ ਵਡੇ ਹਰਿ ਪਾਇਆ,	Dhur bhaag vaday har paa-i-aa
ਨਾਨਕ ਰਸਿ ਗੁਧਾ॥੧॥	naanak ras guDhaa. ‖1‖

ਗੁਰਮਖ ਆਪਣੇ ਮਨ ਦੇ ਅੰਦਰ ਖੋਜ ਕਰਦਾ ਰਹਿੰਦਾ ਹੈ । ਅੰਤ ਵਿੱਚ ਸ੍ਰਿਸ਼ਟੀ ਦੇ ਮਾਲਕ ਨੂੰ ਉਥੇ ਹੀ ਲੱਭ ਲੈਂਦਾ ਹੈ । ਜੀਵ ਦੇ ਤਨ ਦੇ ਕੀਮਤੀ ਜੰਗਲ, ਕਿਲ੍ਹੇ ਵਿੱਚ ਪ੍ਰਭ ਆਪ ਹੀ ਉਸ ਨੂੰ ਪ੍ਰਗਟ ਹੋ ਜਾਂਦਾ ਹੈ । ਪ੍ਰਭ ਦੀ ਹੋਂਦ ਉਸ ਰਤਨ, ਅਮੋਲਕ ਪੱਥਰ ਵਾਂਗ ਹੈ । ਜਿਹੜਾ ਤਨ ਅਤੇ ਮਨ ਵਿੱਚ ਚੀਰ ਪਾ ਦੇਂਦਾ ਹੈ, ਗੂੜਾ ਪ੍ਰਭਾਵ ਕਰ ਦੇਂਦਾ ਹੈ । ਜੀਵ ਦੇ ਵੱਡੇ ਭਾਗਾਂ ਨਾਲ ਜਨਮ ਤੋ ਪਹਿਲੇ ਲਿਖੇ ਨਾਲ ਹੀ ਪ੍ਰਭ ਅੰਦਰੋਂ ਪ੍ਰਗਟ ਹੁੰਦਾ, ਜੀਵ ਸ਼ਬਦ ਦੀ ਸਮਾਧੀ ਵਿੱਚ ਵਸਣ ਲੱਗ ਪੈਂਦਾ ਹੈ ।

His true devotee wholeheartedly searches within his mind; in the end, he may discover The True Master within his own mind. In the void of priceless forest of his mind, within the castle of his body, The True Master appears from within. The existence of The True Master, His Word is like a priceless, philosopher's stone; His Word pierced through his heart to have a deep effect on his mind. Only with great prewritten destiny, The True Master may appear within his mind and he may enter into the void of His Word.

ਪੰਥੁ ਦਸਾਵਾ ਨਿਤ ਖੜੀ,	panth dasaavaa nit kharhee
ਮੁੰਧ ਜੋਬਨਿ ਬਾਲੀ ਰਾਮ ਰਾਜੇ॥	munDh joban baalee raam raajay.

ਹਰਿ ਹਰਿ ਨਾਮੁ ਚੇਤਾਇ,	har har naam chaytaa-ay
ਗੁਰ ਹਰਿ ਮਾਰਗਿ ਚਾਲੀ॥	gur har maarag chaalee.
ਮੇਰੈ ਮਨਿ ਤਨਿ ਨਾਮੁ ਆਧਾਰੁ ਹੈ,	mayrai man tan naam aaDhaar hai
ਹਉਮੈ ਬਿਖੁ ਜਾਲੀ॥	ha-umai bikh jaalee.
ਜਨ ਨਾਨਕ ਸਤਿਗੁਰੁ ਮੇਲਿ ਹਰਿ,	jan naanak satgur mayl har
ਹਰਿ ਮਿਲਿਆ ਬਨਵਾਲੀ॥੨॥	har mili-aa banvaalee.‖2‖

ਮੈਂ ਅਣਜਾਣ, ਜੀਵਨ ਦੇ ਮਾਰਗ ਤੇ ਖੜ੍ਹਾ, ਹਰਇੱਕ ਬੰਦਗੀ ਕਰਨ ਵਾਲੇ ਤੋ ਰਸਤਾ ਪੁੱਛਦਾ ਹੈ । ਪ੍ਰਭ ਨੂੰ ਮਿਲਣ ਦੀ ਮਨ ਅੰਦਰ ਬਹੁਤ ਸ਼ਰਧਾ ਹੈ । ਪ੍ਰਭ ਆਪ ਹੀ ਰਸਤਾ ਦੱਸਣ ਵਾਲਾ ਬਣਦਾ ਹੈ, ਮਨ ਵਿੱਚ ਸ਼ਬਦ ਨਾਲ ਲਗਨ ਲਾਉਂਦਾ ਹੈ । ਉਹ ਜੀਵ ਨੂੰ ਰਸਤੇ ਤੇ ਲਾਉਂਦਾ ਅਡੋਲ ਰਖਦਾ ਹੈ । ਜਿਸ ਦਾ ਭਰੋਸਾ ਅਡੋਲ ਹੋ ਜਾਂਦਾ ਹੈ ਉਸ ਦੇ ਜੀਵਨ ਦਾ ਆਸਰਾ ਹੀ ਪ੍ਰਭ ਦੇ ਸ਼ਬਦ ਦੀ ਪਾਲਣਾ ਬਣ ਜਾਂਦਾ ਹੈ । ਉਸ ਦੇ ਮਨ ਵਿਚੋਂ ਅਹੰਕਾਰ ਦੀ ਜੜ੍ਹ ਨਾਸ਼ ਹੋ ਜਾਂਦੀ ਹੈ, ਜਲ ਜਾਂਦੀ ਹੈ । ਆਪ ਹੀ ਰਹਿਮਤ ਬਖਸ਼ਕੇ ਬੰਦਗੀ ਦੇ ਰਸਤੇ ਤੇ ਅਡੋਲ ਰਖਦਾ ਹੈ । ਦਰਬਾਰ ਵਿੱਚ ਪ੍ਰਵਾਨਗੀ, ਸੋਭਾ ਬਖਸ਼ਦਾ ਹੈ ।

I am ignorant and standing on the path of worldly journey, I am begging and asking every everyone to guide me on the right path of meditation. I have a deep desire to meet the maker. The True Master becomes Himself guide for his soul and bestows a deep devotion to meditate on the teachings of His Word and keeps him steady and stable on the right path of meditation. Whosoever may remain steady and stable the teachings of His Word become his lightning pillar, the true support of his soul. He may conquer the root of ego from His mind. The True Master keeps His true devotee on the right path of meditation, He may accept his meditation and honor his soul with salvation in His court.

ਗੁਰਮੁਖਿ ਪਿਆਰੇ ਆਇ ਮਿਲੁ,	gurmukh pi-aaray aa-ay mil
ਮੈ ਚਿਰੀ ਵਿਛੁੰਨੇ ਰਾਮ ਰਾਜੇ॥	mai chiree vichhunay raam raajay.
ਮੇਰਾ ਮਨੁ ਤਨੁ ਬਹੁਤੁ ਬੈਰਾਗਿਆ,	mayraa man tan bahut bairaagi-aa
ਹਰਿ ਨੈਣ ਰਸਿ ਭਿੰਨੇ॥	har nain ras bhinnay.
ਮੈ ਹਰਿ ਪ੍ਰਭੁ ਪਿਆਰਾ ਦਸਿ ਗੁਰੁ,	mai har parabh pi-aaraa das gur
ਮਿਲਿ ਹਰਿ ਮਨੁ ਮੰਨੇ॥	mil har man mannay.
ਹਉ ਮੂਰਖੁ ਕਾਰੈ ਲਾਈਆ,	ha-o moorakh kaarai laa-ee-aa
ਨਾਨਕ ਹਰਿ ਕੰਮੇ॥੩॥	naanak har kammay. ‖3‖

ਪ੍ਰਭ ਆਪ ਹੀ ਆਪਣੇ ਦਾਸ ਨੂੰ ਗੁਰਮਖ ਬਣਨ ਦੀ ਪ੍ਰੇਰਨਾ ਕਰਦਾ ਹੈ! ਮੇਰੇ ਦਰ ਤੇ ਆਵੋ, ਮੈਨੂੰ ਮਿਲੋ! ਮੈ ਤੇਰੇ ਤੋ ਬਹੁਤ ਚਿਰ ਦਾ ਵਿਛੜਿਆ ਹਾ । ਉਸ ਜੀਵ ਦਾ ਮਨ ਤਨ ਵਿਛੋੜੇ ਵਿੱਚ ਬਹੁਤ ਉਦਾਸ ਹੁੰਦਾ ਹੈ । ਉਸ ਦੀਆਂ ਅੱਖਾਂ ਵਿਚੋਂ ਪ੍ਰਭ ਦੀ ਰਹਿਮਤ ਦੇ ਅੱਥਰੂ ਨਿਕਲਦੇ ਹਨ । ਬੰਦਗੀ ਕਰਨ ਵਾਲਾ, ਪ੍ਰਭ ਅੱਗੇ ਅਰਦਾਸ ਕਰਦਾ ਹੈ, ਪ੍ਰਭ ਰਹਿਮਤ ਬਖਸ਼ਕੇ ਦਰਸ਼ਨ ਦੇਵੋ! ਜਿਸ ਤੇ ਪ੍ਰਭ ਆਪ ਰਹਿਮਤ ਬਖਸ਼ਦਾ ਹੈ, ਉਸ ਦੇ ਮਨ ਵਿੱਚ ਖੇੜਾ ਵਸ ਜਾਂਦਾ ਹੈ । ਬੰਦਗੀ ਕਰਨ ਵਾਲਾ ਆਪਣੇ ਆਪ ਨੂੰ ਗੁਣਹੀਨ, ਮੂਰਖ ਸਮਝਦਾ ਹੈ । ਅਰਦਾਸ ਕਰਦਾ ਹੈ, ਮੇਰੇ ਵਿੱਚ ਕੋਈ ਗੁਣ ਨਹੀਂ ਹੈ, ਪ੍ਰਭ ਨੇ ਆਪ ਹੀ ਰਹਿਮਤ ਬਖਸ਼ੀ ਹੈ! ਮੈਨੂੰ ਸ਼ਬਦ ਦੀ ਸੇਵਾ, ਪਾਲਣਾ ਤੇ ਲਾਇਆ ਹੈ ।

The True Master inspires His true devote to sanctify his soul to become worthy of acceptance in His sanctuary. You had been separated from Holy spirit from long time, surrender to my door for forgiveness. Whosoever may remain in deep renunciation in his memory of separation from The True Master; the tears of devotion may run out of his eyes all time. His true devotee always prays and beg for one hope and desire to be blessed with His merciful vison. Whosoever may be blessed with His mercy and grace, he may realize contentment and blossom. His true devotee always considered himself without any virtue of his own. The True Master has blessed and attached to obey and serve His Word, His mankind.

ਗੁਰ ਅੰਮ੍ਰਿਤ ਭਿੰਨੀ ਦੇਹੁਰੀ,	gur amrit bhinnee dayhuree
ਅੰਮ੍ਰਿਤੁ ਬੁਰਕੇ ਰਾਮ ਰਾਜੇ॥	amrit burkay raam raajay.
ਜਿਨਾ ਗੁਰਬਾਣੀ ਮਨਿ ਭਾਈਆ,	jinaa gurbaanee man bhaa-ee-aa
ਅੰਮ੍ਰਿਤਿ ਛਕਿ ਛਕੇ॥	amrit chhak chhakay.
ਗੁਰ ਤੁਠੈ ਹਰਿ ਪਾਇਆ,	gur tuthai har paa-i-aa
ਚੂਕੇ ਧਕ ਧਕੇ॥	chookay Dhak Dhakay.
ਹਰਿ ਜਨੁ ਹਰਿ ਹਰਿ ਹੋਇਆ,	har jan har har ho-i-aa
ਨਾਨਕੁ ਹਰਿ ਇਕੇ॥੪॥੯॥੧੬॥	naanak har ikay. ||4||9||16||

ਪ੍ਰਭ ਦਾ ਸ਼ਬਦ ਅੰਮ੍ਰਿਤ ਨਾਲ ਭਰਿਆਂ ਹੋਇਆ ਹੈ । ਪ੍ਰਭ ਆਪਣੀ ਰਹਿਮਤ ਨਾਲ ਹੀ ਇਹ ਅੰਮ੍ਰਿਤ ਦਾ ਰਸ ਬੰਦਗੀ ਕਰਨ ਵਾਲੇ ਨੂੰ ਬਖਸ਼ਦਾ ਹੈ । ਜਿਸ ਦਾ ਮਨ ਪ੍ਰਭ ਦੇ ਸ਼ਬਦ ਤੇ ਮੋਹਿਤ ਹੋ ਜਾਂਦਾ ਹੈ । ਉਹ ਬਾਰ ਬਾਰ ਸ਼ਬਦ ਦਾ ਸਿਮਰਨ ਕਰਦਾ, ਅੰਮ੍ਰਿਤ ਪੀਂਦਾ ਹੈ । ਜਿਸ ਦੀ ਸ਼ਬਦ ਦੀ ਕਮਾਈ ਤੇ ਪ੍ਰਸੰਨ ਹੋ ਜਾਂਦਾ, ਰਹਿਮਤ ਬਖਸ਼ਦਾ ਹੈ । ਉਸ ਦੀ ਰਹਿਮਤ ਕੋਈ ਰੋਕ ਨਹੀਂ ਸਕਦਾ, ਪ੍ਰਭ ਦਾ ਨਿਮਾਣਾ ਦਾਸ ਪ੍ਰਭ ਦਾ ਹੀ ਰੂਪ ਬਣ ਜਾਂਦਾ ਹੈ । ਮਾਨਸ ਉਸ ਦਾਸ ਵਿੱਚ ਅਤੇ ਪ੍ਰਭ ਵਿੱਚ ਕੋਈ ਭੇਦ ਨਹੀਂ ਜਾਣ ਸਕਦਾ ।

His Word remains overwhelmed with the nectar of essence of the teachings of His Word; He may bestow the nectar of the teachings of His Word to His true devotee. Whosoever may remain intoxicated with the teachings of His Word; he may meditate over and over on the teachings of His Word and may enjoy the nectar of His Word. Whose meditation may be accepted in His court, he may be blessed with the enlightenment of His Word. His blessings cannot be stopped by any other power, by any other curse. His humble devotee becomes a symbol of The True Master. His creation may not distinguish the difference between slave and The Master.

294.ਆਸਾ ਮਹਲਾ ੪॥ 449-16

ਹਰਿ ਅੰਮ੍ਰਿਤ ਭਗਤਿ ਭੰਡਾਰ ਹੈ,	har amrit bhagat bhandaar hai
ਗੁਰ ਸਤਿਗੁਰ ਪਾਸੇ ਰਾਮ ਰਾਜੇ॥	gur satgur paasay raam raajay.
ਗੁਰੁ ਸਤਿਗੁਰੁ ਸਚਾ ਸਾਹੁ ਹੈ,	gur satgur sachaa saahu hai
ਸਿਖ ਦੇਇ ਹਰਿ ਰਾਸੈ॥	sikh day-ay har raasay.
ਧਨੁ ਧੰਨੁ ਵਣਜਾਰਾ ਵਣਜੁ ਹੈ,	Dhan Dhan vanjaaraa vanaj hai
ਗੁਰੁ ਸਾਹੁ ਸਾਬਾਸੈ॥	gur saahu saabaasay.
ਜਨੁ ਨਾਨਕੁ ਗੁਰੁ ਤਿਨ੍ਹੀ ਪਾਇਆ,	jan naanak gur tinHee paa-i-aa
ਜਿਨ ਧੁਰਿ ਲਿਖਤੁ ਲਿਲਾਟਿ ਲਿਖਾਸੈ॥੧॥	jin Dhur likhat lilaat likhaasay. ||1||

ਪ੍ਰਭ ਦੇ ਸ਼ਬਦ ਦੇ ਗੁਣਾਂ ਦਾ ਖਜ਼ਾਨਾ ਪ੍ਰਭ ਦੇ ਸ਼ਬਦ ਵਿੱਚ ਹੀ ਸਮਾਇਆ ਹੈ । ਇਹ ਸ਼ਬਦ ਦੀ ਪਾਲਣਾ ਕਰਨ ਨਾਲ ਹੀ ਬਖਸ਼ਿਸ਼ ਹੋ ਸਕਦਾ ਹੈ । ਪ੍ਰਭ ਹੀ ਇਸ ਖਜ਼ਾਨੇਂ ਦਾ ਅਸਲੀ ਮਾਲਕ ਹੈ, ਆਪ ਹੀ ਰਹਿਮਤ ਬਖਸ਼ਦਾ ਹੈ । ਬੰਦਗੀ ਕਰਨ ਵਾਲੇ ਨੂੰ ਸ਼ਬਦ ਦੀ ਪਾਲਣਾ ਦੀ ਲਗਨ ਲਾਉਂਦਾ ਹੈ । ਸ਼ਬਦ ਦਾ ਮਾਲਕ, ਪ੍ਰਭ ਕਿਤਨਾ ਹੀ ਅਚੰਭਾ ਹੈ? ਉਹ ਬੰਦਗੀ ਕਰਨ ਵਾਲਾ ਕਿਤਨਾ ਵੱਡਭਾਗੀ ਹੈ? ਇਹ ਸ਼ਬਦ ਦਾ ਸੌਦਾ ਕਿਤਨਾ ਅਮੋਲਕ ਹੈ? ਜਿਸ ਦੇ ਭਾਗਾਂ ਵਿੱਚ ਜਨਮ ਤੋ ਪਹਿਲੇ ਹੀ ਇਹ ਲਿਖਿਆ ਹੁੰਦਾ ਹੈ । ਕੇਵਲ ਉਹ ਰਹਿਮਤ ਪਾਉਂਦੇ ਹਨ ।

The treasure of virtues of His Word remains embedded in the teachings of His Word. Only by wholeheartedly adopting the teachings of His Word that state of mind may be blessed. The One and Only One God, True Master, owner of treasure of His Word may bestow upon His true devotee with His mercy and grace. How great and astonishing may be The True Master? How fortunate may be His true devotee? How priceless may be the merchandise of His Word? Only with great prewritten destiny, His blessings may be bestowed upon His true devotee.

ਸਚੁ ਸਾਹੁ ਹਮਾਰਾ ਤੂੰ ਧਣੀ,	sach saahu hamaaraa tooN Dhanee
ਸਭੁ ਜਗਤੁ ਵਣਜਾਰਾ ਰਾਮ ਰਾਜੇ॥	sabh jagat vanjaaraa raam raajay.
ਸਭ ਭਾਂਡੇ ਤੁਧੈ ਸਾਜਿਆ,	sabh bhaaNday tuDhai saaji-aa
ਵਿਚਿ ਵਸਤੁ ਹਰਿ ਥਾਰਾ॥	vich vasat har thaaraa.
ਜੋ ਪਾਵਹਿ ਭਾਂਡੇ ਵਿਚਿ ਵਸਤੁ,	jo paavahi bhaaNday vich vasat
ਸਾ ਨਿਕਲੈ ਕਿਆ ਕੋਈ ਕਰੇ ਵੇਸੁਗੰਧ॥	saa niklai ki-aa ko-ee karay vaychaaraa.
ਜਨ ਨਾਨਕ ਕਉ ਹਰਿ ਬਖਸਿਆ,	jan naanak ka-o har bakhsi-aa
ਹਰਿ ਭਗਤਿ ਭੰਡਾਰਾ॥੨॥	har bhagat bhandaaraa. ‖2‖

ਪ੍ਰਭ, ਸਾਰੀ ਸ੍ਰਿਸ਼ਟੀ ਹੀ ਅਸਲੀ ਸੌਦੇ, ਸ਼ਬਦ ਦੀ ਸੋਝੀ ਦੇ ਵਪਾਰੀ ਹਨ, ਕੇਵਲ ਤੂੰ ਹੀ ਸ਼ਬਦ ਦੀ ਬਖਸ਼ਿਸ਼ ਦਾ ਮਾਲਕ ਹੈ । ਪ੍ਰਭ ਤੂੰ ਆਪ ਹੀ ਸ੍ਰਿਸ਼ਟੀ ਦੇ ਸਾਰੇ ਅਕਾਰ ਆਪਣੇ ਵਸਣ ਦੇ ਯੋਗ ਬਣਾਉਂਦਾ, ਸਮਝਦਾ ਹੈ । ਤੂੰ ਹੀ ਹਰਇੱਕ ਅਕਾਰ ਵਿੱਚ ਆਤਮਾ ਨੂੰ ਪਾਉਂਦਾ ਹੈ, ਆਤਮਾ ਨੂੰ ਉਸ ਅਕਾਰ ਵਿਚੋਂ ਹੀ ਜੀਵਨ ਬਤੀਤ ਕਰਨਾ ਪੈਂਦਾ ਹੈ । ਸੰਸਾਰਕ ਜੀਵ ਦੇ ਵੱਸ ਵਿੱਚ ਕੀ ਹੈ? ਪ੍ਰਭ ਆਪ ਹੀ ਆਪਣੀ ਬੰਦਗੀ ਕਰਨ ਵਾਲੇ ਦਾਸ ਨੂੰ ਸ਼ਬਦ ਦੀ ਸੋਝੀ ਬਖਸ਼ਦਾ ਹੈ ।

The whole creation is anxious to trade and acquire the real merchandise of the teachings of Your Word; only You are the True Owner of the merchandise of Your Word, and may bless the attachment and enlightenment of Your Word. You have created all shape, form, structures, bodies worthy of Your dwelling. Whatsoever the body, his soul may be infused, she has to spend her life journey in that body, life of that creature. What may be under the control of any human creature? Only You may enlighten Your true devotee with Your mercy and grace.

ਹਮ ਕਿਆ ਗੁਣ ਤੇਰੇ ਵਿਥਰਹ ਸੁਆਮੀ,	ham ki-aa gun tayray vithreh su-aamee
ਤੂੰ ਅਪਰ ਅਪਾਰੋ ਰਾਮ ਰਾਜੇ॥	tooN apar apaaro raam raajay.
ਹਰਿ ਨਾਮੁ ਸਾਲਾਹਹ ਦਿਨੁ ਰਾਤਿ,	har naam saalaahah din raat
ਏਹਾ ਆਸ ਆਧਾਰੋ॥	ayhaa aas aaDhaaro.
ਹਮ ਮੂਰਖ ਕਿਛੂਅ ਨ ਜਾਣਹਾ,	ham moorakh kichhoo-a na jaanhaa
ਕਿਵ ਪਾਵਹ ਪਾਰੋ॥	kiv paavah paaro.
ਜਨੁ ਨਾਨਕੁ ਹਰਿ ਕਾ ਦਾਸੁ ਹੈ,	jan naanak har kaa daas hai
ਹਰਿ ਦਾਸ ਪਨਿਹਾਰੋ॥੩॥	har daas panihaaro. ‖3‖

ਪ੍ਰਭ, ਅਸਲੀ ਮਾਲਕ ਤੇਰੇ ਕਿਹੜੇ ਗੁਣਾਂ ਦਾ ਵਿਸਤਾਰ ਕਰਾ? ਤੂੰ ਅਥਾਹ, ਤੇਰੇ ਤੋ ਵੱਡਾ ਹੋਰ ਕੋਈ ਵਿਸ਼ਾਲ ਨਹੀਂ ਹੈ । ਪ੍ਰਭ ਦਾ ਦਾਸ ਕੇਵਲ ਇੱਕ ਹੀ ਅਰਦਾਸ ਕਰਦਾ ਹੈ । ਸ਼ਬਦ ਦੇ ਲੜ ਲਾਵੋ! ਦਿਨ ਰਾਤ ਤੇਰੇ ਸ਼ਬਦ ਦੀ ਪਾਲਣਾ, ਸਿਮਰਨ ਹੀ ਮੇਰੀ ਇੱਛਾਂ, ਆਸਰਾ ਬਣ ਜਾਵੇ । ਅਗਿਆਨੀ, ਅਣਜਾਣ ਮੂਰਖ ਮਾਨਸ ਕਿਵੇਂ ਤੇਰੀ ਕੋਈ ਹੱਦ ਜਾਣ ਸਕਦਾ ਹੈ? ਬੰਦਗੀ ਕਰਨ ਵਾਲਾ ਜੀਵ ਪ੍ਰਭ ਦੇ ਦਾਸਾਂ ਦੇ ਦਾਸ ਬਣਕੇ ਰਹਿੰਦਾ ਹੈ, ਉਸ ਦੀ ਸੇਵਾ, ਚਾਕਰੀ ਕਰਦਾ ਰਹਿੰਦਾ ਹੈ ।

The True Master, which of Your virtue, may I explain? You are Omnipotent, greatest of All and beyond any boundaries and limits, no one is greater or equal to You. Your true devotee always prays and begs for One and Only One hope, desire to be attach to meditate on the teachings Your Word. Meditating on the teachings of Your Word becomes the purpose of my human life journey. How may an ignorant human comprehend any boundary or limit of Your nature? Your true devotee remains humble as a slave, as Your true devotees and obeys the teachings of Your Word.

ਜਿਉ ਭਾਵੈ ਤਿਉ ਰਾਖਿ ਲੈ, ਹਮ ਸਰਣਿ ਪ੍ਰਭ ਆਏ ਰਾਮ ਰਾਜੇ॥	ji-o bhaavai ti-o raakh lai ham saran parabh aa-ay raam raajay.
ਹਮ ਭੂਲਿ ਵਿਗਾੜਹ ਦਿਨਸੁ ਰਾਤਿ, ਹਰਿ ਲਾਜ ਰਖਾਏ॥	ham bhool vigaarhah dinas raat har laaj rakhaa-ay.
ਹਮ ਬਾਰਿਕ ਤੂੰ ਗੁਰੁ ਪਿਤਾ ਹੈ, ਦੇ ਮਤਿ ਸਮਝਾਏ॥	ham baarik tooN gur pitaa hai day mat samjhaa-ay.
ਜਨੁ ਨਾਨਕੁ ਦਾਸੁ ਹਰਿ ਕਾਂਢਿਆ, ਹਰਿ ਪੈਜ ਰਖਾਏ॥੪॥੧੦॥੧੭॥	jan naanak daas har kaaNdhi-aa har paij rakhaa-ay. ‖4‖10‖17‖

ਪ੍ਰਭ ਮੈਂ ਤੇਰੀ ਸ਼ਰਣ ਵਿੱਚ ਨਿਮਾਣਾ ਬਣਕੇ ਰਹਿਮਤ, ਪਨਾਹ ਲਈ ਆਇਆ ਹਾ । ਜਿਸ ਤਰ੍ਹਾਂ ਹੀ ਤੈਨੂੰ ਭਾਉਂਦਾ ਹੈ ਉਸ ਤਰ੍ਹਾਂ ਹੀ ਰਖੋ! ਦਿਨ ਰਾਤ ਗਲਤੀਆਂ ਕਰਦਾ, ਮਾਨਸ ਜਨਮ ਬਰਬਾਦ ਕਰਦਾ ਹਾ । ਰਹਿਮਤ ਬਖਸ਼ਕੇ, ਸ਼ਬਦ ਦੇ ਲੜ ਲਾ ਕੇ ਲਾਜ ਰਖ ਲਵੋ! ਮੈਂ ਅਣਜਾਣ ਬਚਾ ਹੀ ਹਾ, ਤੂੰ ਹੀ ਪਿਤਾ ਨਿਆਈ ਸੋਝੀਵਾਨ ਹੈ । ਮੱਤ ਬਖਸ਼ਕੇ ਸਿੱਧੇ ਰਸਤੇ ਤੇ ਪਾਵੋ! ਜਿਸ ਬੰਦਗੀ ਕਰਨ ਵਾਲੇ ਨੂੰ ਆਪਣਾ ਦਾਸ ਬਣਾ ਲੈਂਦਾ, ਸ਼ਰਣ ਵਿੱਚ ਪਨਾਹ ਬਖਸ਼ਦਾ, ਉਸ ਦਾ ਆਪ ਰਖਵਾਲਾ ਬਣ ਜਾਂਦਾ ਹੈ ।

My True Master, I have humbly come to Your sanctuary for forgiveness. Whatsoever may be accepted in Your court, keep me in that state of mind. I am ruining my human life blessings by making mistakes and blunders day and night in my life. With Your mercy and grace, guides me on the right path and save my honor. I am an ignorant like a child from the teachings of Your Word and You are a wise like my father. With Your mercy and grace guides me on the right path. Whosoever may be accepted in His sanctuary, The True Master becomes his true protector.

295.ਆਸਾ ਮਹਲਾ ੪॥ 450-6

ਜਿਨ ਮਸਤਕਿ ਧੁਰਿ ਹਰਿ ਲਿਖਿਆ, ਤਿਨਾ ਸਤਿਗੁਰੁ ਮਿਲਿਆ ਰਾਮ ਰਾਜੇ॥	jin mastak Dhur har likhi-aa tinaa satgur mili-aa raam raajay.
ਅਗਿਆਨੁ ਅੰਧੇਰਾ ਕਟਿਆ, ਗੁਰ ਗਿਆਨੁ ਘਟਿ ਬਲਿਆ॥	agi-aan anDhayraa kati-aa gur gi-aan ghat bali-aa.
ਹਰਿ ਲਧਾ ਰਤਨੁ ਪਦਾਰਥੋ, ਫਿਰਿ ਬਹੁੜਿ ਨ ਚਲਿਆ॥	har laDhaa ratan padaaratho fir bahurh na chali-aa.
ਜਨ ਨਾਨਕ ਨਾਮੁ ਆਰਾਧਿਆ, ਆਰਾਧਿ ਹਰਿ ਮਿਲਿਆ॥੧॥	jan naanak naam aaraaDhi-aa aaraaDh har mili-aa.‖1‖

ਜਿਸ ਦੇ ਭਾਗਾਂ ਵਿੱਚ ਪਹਿਲੇ ਹੀ ਲਿਖਿਆ ਹੁੰਦਾ ਹੈ । ਕੇਵਲ ਉਹ ਹੀ ਪ੍ਰਭ ਦੇ ਸ਼ਬਦ ਵਿੱਚ ਲਗਨ ਲਾਉਂਦਾ, ਪਾਲਣਾ ਵਿੱਚ ਅਡੋਲ ਰਹਿੰਦਾ ਹੈ । ਪ੍ਰਭ ਆਪ ਹੀ ਰਹਿਮਤ ਨਾਲ ਸ਼ਬਦ ਦੀ ਸੋਝੀ ਬਖਸ਼ਕੇ ਅਗਿਆਨਤਾ ਦਾ ਅੰਧੇਰਾ, ਭਰਮ ਦੂਰ ਕਰਦਾ ਹੈ । ਪ੍ਰਭ ਦੇ ਸ਼ਬਦ ਦੀ ਸੋਝੀ ਨਾਲ ਮਨ ਚਾਰੇ ਪਾਸੇ ਭਟਕਦਾ ਨਹੀਂ । ਜਿਹੜਾ ਸ਼ਬਦ ਦੀ ਪਾਲਣਾ ਕਰਦਾ ਹੈ, ਉਸ ਨੂੰ ਸ਼ਬਦ ਦੀ ਦੀ ਸੋਝੀ ਬਖਸ਼ਿਸ਼ ਹੋ ਜਾਂਦੀ ਹੈ ।

Whosoever has a great prewritten destiny, only he may remain steady and stable in meditating and adopting the teachings of His Word in his day to day life. The Merciful True Master enlightens the essence of His Word within his mind and eliminates all suspicions and ignorance of his mind. He may stops wandering in all directions. Whosoever may adopt the teachings of His Word in day to day life, he may be blessed with enlightenment of the essence of His Word.

ਜਿਨੀ ਐਸਾ ਹਰਿ ਨਾਮੁ ਨ ਚੇਤਿਓ,	jinee aisaa har naam na chayti-o say
ਸੇ ਕਾਹੇ ਜਗਿ ਆਏ ਰਾਮ ਰਾਜੇ॥	kaahay jag aa-ay raam raajay.
ਇਹੁ ਮਾਣਸ ਜਨਮੁ ਦੁਲੰਭੁ ਹੈ,	ih maanas janam dulambh hai
ਨਾਮ ਬਿਨਾ ਬਿਰਥਾ ਸਭੁ ਜਾਏ॥	naam binaa birthaa sabh jaa-ay.
ਹੁਣਿ ਵਤੈ ਹਰਿ ਨਾਮੁ ਨ ਬੀਜਿਓ,	hun vatai har naam na beeji-o
ਅਗੈ ਭੁਖਾ ਕਿਆ ਖਾਏ॥	agai bhukhaa ki-aa khaa-ay.
ਮਨਮੁਖਾ ਨੋ ਫਿਰਿ ਜਨਮੁ ਹੈ,	manmukhaa no fir janam hai
ਨਾਨਕ ਹਰਿ ਭਾਏ॥੨॥	naanak har bhaa-ay. ‖2‖

ਜਿਹੜਾ ਪ੍ਰਭ ਦੇ ਸ਼ਬਦ ਦੀ ਪਾਲਣਾ ਨਹੀਂ ਕਰਦਾ, ਉਸ ਨੂੰ ਮਾਨਸ ਜਨਮ ਹੀ ਕਿਉਂ ਬਖਸ਼ਿਆ ਹੈ? ਕਿਉਂ ਸੰਸਾਰ ਵਿੱਚ ਪੈਦਾ ਹੋਇਆ ਹੈ? ਦੁਰਲੱਭ ਮਾਨਸ ਜਨਮ ਬਹੁਤ ਮੁਸ਼ਕਲ ਨਾਲ ਹੀ ਬਖਸ਼ਿਸ਼ ਹੁੰਦਾ ਹੈ । ਪ੍ਰਭ ਦੇ ਸ਼ਬਦ ਦੀ ਪਾਲਣਾ ਤੋ ਬਿਨਾਂ ਬਿਰਥਾ ਹੀ ਬਰਬਾਦ ਹੋ ਜਾਂਦਾ ਹੈ । ਜਿਹੜਾ ਮਾਨਸ ਜਨਮ ਵਿੱਚ ਆ ਕੇ ਸ਼ਬਦ ਦੀ ਕਮਾਈ, ਧਨ ਇਕੱਠਾ ਨਹੀਂ ਕਰਦਾ, ਮੌਤ ਤੋ ਪਿਛੋਂ ਉਸ ਦੀ ਆਤਮਾ ਆਪਣੀ ਭੁੱਖ ਕਿਵੇਂ ਪੂਰੀ ਕਰੇਗੀ? ਮਨਮੁਖ ਜੀਵ ਬਾਰ ਬਾਰ ਜਨਮ ਲੈਂਦਾ ਹੈ, ਇਹ ਹੀ ਪ੍ਰਭ ਦਾ ਭਾਣਾ ਹੁੰਦਾ ਹੈ ।

Whosoever may not obey the teachings of His Word in his day to day life; Why was he blessed with human life? Why was he even born as human in the universe? The priceless human life may be blessed with great prewritten destiny. Without obeying the teachings of His Word, the human life may be wasted uselessly. Whosoever may not earn the wealth of His Word; how may his soul satisfy hunger after death? Nonbeliever remains in the cycle of birth and death over and over again. His command has been prewritten in his destiny.

ਤੂੰ ਹਰਿ ਤੇਰਾ ਸਭੁ ਕੋ,	tooN har tayraa sabh ko
ਸਭਿ ਤੁਧੁ ਉਪਾਏ ਰਾਮ ਰਾਜੇ॥	sabh tuDh upaa-ay raam raajay.
ਕਿਛੁ ਹਾਥਿ ਕਿਸੈ ਦੈ ਕਿਛੁ ਨਾਹੀ,	kichh haath kisai dai kichh naahee
ਸਭਿ ਚਲਹਿ ਚਲਾਏ॥	sabh chaleh chalaa-ay.
ਜਿਨ੍ ਤੂੰ ਮੇਲਹਿ ਪਿਆਰੇ	jinH tooN mayleh pi-aaray
ਸੇ ਤੁਧੁ ਮਿਲਹਿ, ਜੋ ਹਰਿ ਮਨਿ ਭਾਏ॥	say tuDh mileh jo har man bhaa-ay.
ਜਨ ਨਾਨਕ ਸਤਿਗੁਰੁ ਭੇਟਿਆ,	jan naanak satgur bhayti-aa
ਹਰਿ ਨਾਮਿ ਤਰਾਏ॥੩॥	har naam taraa-ay. ‖3‖

ਸਾਰੀ ਸ੍ਰਿਸ਼ਟੀ ਹੀ ਸ੍ਰਿਜਨਵਾਲੇ ਦੀ ਅਮਾਨਤ, ਉਸ ਦੇ ਵੱਸ ਵਿੱਚ ਹੀ ਹੈ । ਕਿਸੇ ਸੰਸਾਰਕ ਜੀਵ ਦੇ ਵੱਸ ਵਿੱਚ ਕੁਝ ਨਹੀਂ ਹੈ । ਜਿਸ ਧੰਦੇ ਤੇ ਪ੍ਰਭ ਲਾਉਂਦਾ ਹੈ, ਜਿਸ ਤਰ੍ਹਾਂ ਤੂੰ ਕਰਾਉਂਦਾ ਹੈ, ਕੇਵਲ ਉਹ ਹੀ ਕਰ ਸਕਦੇ ਹਨ । ਜਿਸ ਨੂੰ ਰਹਿਮਤ ਬਖਸ਼ਕੇ ਸ਼ਬਦ ਦੇ ਲੜ ਲਾਉਂਦਾ ਹੈ, ਕੇਵਲ ਉਹ ਹੀ ਸ਼ਬਦ ਦੀ ਪਾਲਣਾ ਕਰ ਸਕਦਾ ਹੈ । ਜਿਹੜਾ ਅਡੋਲ ਭਰੋਸੇ ਨਾਲ ਸ਼ਬਦ ਦੀ ਪਾਲਣਾ ਕਰਦਾ ਹੈ, ਉਸ ਦੀ ਬੰਦਗੀ ਪ੍ਰਵਾਨ ਹੋ ਜਾਂਦੀ ਹੈ, ਉਸ ਨੂੰ ਸ਼ਬਦ ਦੀ ਸੋਝੀ ਬਖਸ਼ਿਸ਼ ਹੋ ਜਾਂਦੀ ਹੈ । ਜਿਹੜਾ ਸ਼ਬਦ ਦੀ ਸੋਝੀ ਨਾਲ ਦਰਬਾਰ ਵਿੱਚ ਪ੍ਰਵਾਨ ਹੋ ਜਾਂਦਾ ਹੈ, ਉਸ ਦਾ ਜੂੰਨਾਂ ਦਾ ਚੱਕਰ ਖਤਮ ਹੋ ਜਾਂਦਾ ਹੈ ।

The whole universe is the trust and under the control of The True Creator of the universe. No worldly creature, guru has any power and control on the universe. Everyone may only perform the task whatsoever may be assigned by The True Master, prewritten in his destiny. Whosoever may be attached to a devotional meditation with steady and stable on the teachings of His Word; he may be blessed with the right path of meditation; his meditation may be accepted in His court. His soul may become worthy of His consideration. He may be blessed with the enlightenment of His

Word. Whosoever may be accepted in His court. His cycle of birth and death may be eliminated forever.

ਕੋਈ ਗਾਵੈ ਰਾਗੀ ਨਾਦੀ ਬੇਦੀ,	ko-ee gaavai raagee naadee baydee
ਬਹੁ ਭਾਤਿ ਕਰਿ ਨਹੀਂ,	baho bhaat kar nahee
ਹਰਿ ਹਰਿ ਭੀਜੈ ਰਾਮ ਰਾਜੇ॥	har har bheejai raam raajay.
ਜਿਨਾ ਅੰਤਰਿ ਕਪਟੁ ਵਿਕਾਰੁ ਹੈ,	jinaa antar kapat vikaar hai
ਤਿਨਾ ਰੋਇ ਕਿਆ ਕੀਜੈ॥	tinaa ro-ay ki-aa keejai.
ਹਰਿ ਕਰਤਾ ਸਭੁ ਕਿਛੁ ਜਾਣਦਾ,	har kartaa sabh kichh jaandaa
ਸਿਰਿ ਰੋਗ ਹਥੁ ਦੀਜੈ॥	sir rog hath deejai.
ਜਿਨਾ ਨਾਨਕ ਗੁਰਮੁਖਿ ਹਿਰਦਾ ਸੁਧੁ ਹੈ,	jinaa naanak gurmukh hirdaa suDh hai
ਹਰਿ ਭਗਤਿ ਹਰਿ ਲੀਜੈ॥੪॥੧੧॥੧੮॥	har bhagat har leejai. ||4||11||18||

ਕਈ ਵੱਖਰੇ ਵੱਖਰੇ ਰਾਗਾਂ ਨਾਲ, ਸੰਗੀਤ ਨਾਲ, ਬਾਣੀ (ਵੇਦਾਂ) ਦੇ ਸ਼ਬਦ ਗਾਉਂਦੇ, ਵੱਖਰੇ ਵੱਖਰੇ ਤਰੀਕੇ ਨਾਲ ਪੂਜਾ ਕਰਦੇ ਹਨ । ਤੇਰੀ ਰਹਿਮਤ ਦੀ ਨਜ਼ਰ ਕਿਸ ਤਰ੍ਹਾਂ ਦੀ ਬੰਦਗੀ ਨਾਲ ਬਖਸ਼ਿਸ਼ ਹੋ ਸਕਦੀ ਹੈ? ਜਿਸ ਦੇ ਮਨ ਵਿੱਚ ਲਾਲਚ, ਫਰੇਬ, ਧੋਖਾ ਭਰਿਆਂ ਹੁੰਦਾ ਹੈ, ਉਸ ਦੀ ਨਿਮ੍ਰਤਾ ਭਰੀ ਅਰਦਾਸਾਂ ਕਰਨ ਦਾ ਕੀ ਲਾਭ ਹੈ? ਜਿਹੜਾ ਅੰਤਰਜਾਮੀ ਪ੍ਰਭ ਤੋਂ ਆਪਣੇ ਪਾਪ ਲੁਕਾਉਂਦਾ ਹੈ, ਉਸ ਦੇ ਪਾਪ ਹੀ ਦੁਖਾਂ ਦਾ, ਪਰੇਸ਼ਾਨੀ ਦਾ ਕਾਰਨ ਬਣਦੇ ਹਨ । ਜਿਸ ਦਾ ਮਨ, ਆਤਮਾ ਪਵਿਤ੍ਰ ਹੋ ਜਾਂਦੀ ਹੈ, ਉਸ ਨੂੰ ਹੀ ਸ਼ਬਦ ਦੀ ਸੋਝੀ ਬਖਸ਼ਿਸ਼ ਹੁੰਦੀ ਹੈ ।

Many devotees may sing the glory of Your Word with various music tones, meditate and worship with different techniques. With what kind of meditation, may Your mercy and grace be bestowed on devotee? Whosoever may remain overwhelmed with greed, deception and falsehood; what may be the benefit of his humble prayer? His meditation may not be accepted in His court. Whosoever may be hiding his deficiencies, evil deeds from The Omniscient True Master; he has to endure the misery, suffer and frustrations due to his evil deeds. Whosoever may sanctify His soul, blemish-free from worldly desires, he may be enlightened.

296.ਆਸਾ ਮਹਲਾ ੪॥

ਜਿਨ ਅੰਤਰਿ ਹਰਿ ਹਰਿ ਪ੍ਰੀਤਿ ਹੈ,	jin antar har har pareet hai
ਤੇ ਜਨ ਸੁਘੜ ਸਿਆਣੇ ਰਾਮ ਰਾਜੇ॥	tay jan sugharh si-aanay raam raajay.
ਜੇ ਬਾਹਰਹੁ ਭੁਲਿ ਚੁਕਿ ਬੋਲਦੇ,	jay baahrahu bhul chuk bolday
ਭੀ ਖਰੇ ਹਰਿ ਭਾਣੇ॥	bhee kharay har bhaanay.
ਹਰਿ ਸੰਤਾ ਨੋ ਹੋਰੁ ਥਾਉ ਨਾਹੀ,	har santaa no hor thaa-o naahee
ਹਰਿ ਮਾਣੁ ਨਿਮਾਣੇ॥	har maan nimaanay.
ਜਨ ਨਾਨਕ ਨਾਮੁ ਦੀਬਾਣੁ ਹੈ,	jan naanak naam deebaan hai
ਹਰਿ ਤਾਣੁ ਸਤਾਣੇ॥੧॥	har taan sataanay. ||1||

ਜਿਸ ਦੇ ਮਨ ਵਿੱਚ ਸ਼ਬਦ ਨਾਲ ਲਗਨ, ਭਰੋਸਾ ਅਡੋਲ ਹੋ ਜਾਂਦਾ ਹੈ । ਉਹ ਹੀ ਸਭ ਤੋਂ ਸਿਆਣਾ, ਚਲਾਕ, ਸੁਚੇਤ ਹੁੰਦਾ ਹੈ । ਅਗਰ ਉਹ ਮੂੰਹ ਤੋਂ ਕੌੜਾ ਵੀ ਬੋਲਦਾ ਹੈ, ਉਸ ਦਾ ਮਨ ਸਾਫ ਹੁੰਦਾ, ਸ੍ਰਿਸ਼ਟੀ ਦੇ ਭਲੇ ਦਾ ਹੁੰਦਾ, ਪ੍ਰਭ ਨੂੰ ਭਾਉਂਦਾ ਹੈ । ਪ੍ਰਭ ਦੇ ਬੰਦਗੀ ਕਰਨ ਵਾਲੇ ਨੂੰ ਹੋਰ ਕੋਈ ਇੱਛਾਂ ਨਹੀਂ ਹੁੰਦੀ । ਪ੍ਰਭ ਹੀ ਉਸ ਨਿਮਾਣੇ ਦਾ ਮਾਣ ਰਖਦਾ ਹੈ । ਪ੍ਰਭ ਦੇ ਸ਼ਬਦ ਦੀ ਪਾਲਣਾ ਕਰਨਾ ਹੀ ਸ਼ਬਦ ਦੀ ਬੰਦਗੀ ਵਾਲੇ ਦਾ ਤਾਜ , ਹੈਸੀਅਤ ਹੁੰਦੀ ਹੈ । ਉਸ ਵਾਸਤੇ ਇੱਕੋ ਇੱਕ ਤਾਕਤ, ਪ੍ਰਭ ਦੇ ਸ਼ਬਦ ਦੀ ਸੁਰਤੀ ਦਾ ਹੀ ਮੰਤਵ ਹੁੰਦਾ ਹੈ ।

Whosoever may remain steady and stable belief on the teachings of His Word, he may become the most wise, clever and awake and alert. Even if he speaks rude from his tongue. still his mind, soul remains sanctified, for the wellbeing of mankind, he remains under His sanctuary. His true devotee has no other worldly desire in his mind. The True Master always protects the honor of His humble devotee, slave. To meditation on the teachings of His Word may become his crown of honor and worldly status. He only cares about One and Only One support; obeying His Word becomes his true purpose of life.

ਜਿਥੈ ਜਾਇ ਬਹੈ ਮੇਰਾ ਸਤਿਗੁਰੂ,	jithai jaa-ay bahai mayraa satguroo
ਸੋ ਥਾਨੁ ਸੁਹਾਵਾ ਰਾਮ ਰਾਜੇ॥	so thaan suhaavaa raam raajay.
ਗੁਰਸਿਖੀ ਸੋ ਥਾਨੁ ਭਾਲਿਆ,	gusikheeN so thaan bhaali-aa
ਲੈ ਧੂਰਿ ਮੁਖਿ ਲਾਵਾ॥	lai Dhoor mukh laavaa.
ਗੁਰਸਿਖਾ ਕੀ ਘਾਲ ਥਾਇ ਪਈ,	gursikhaa kee ghaal thaa-ay pa-ee
ਜਿਨ ਹਰਿ ਨਾਮੁ ਧਿਆਵਾ॥	jin har naam Dhi-aavaa.
ਜਿਨ੍ ਨਾਨਕੁ ਸਤਿਗੁਰੁ ਪੂਜਿਆ,	jinH naanak satgur pooji-aa
ਤਿਨ ਹਰਿ ਪੂਜ ਕਰਾਵਾ॥੨॥	tin har pooj karaavaa. ||2||

ਜਿਥੇ ਵੀ ਕੋਈ ਬੰਦਗੀ ਕਰਨ ਵਾਲਾ ਪ੍ਰਭ ਦੇ ਸ਼ਬਦ ਦੀ ਪਾਲਣਾ, ਸਿਮਰਨ ਕਰਦਾ ਹੈ, ਉਹ ਥਾਂ ਹੀ ਪਵਿਤ੍ਰ ਹੋ ਜਾਂਦਾ ਹੈ । ਬੰਦਗੀ ਕਰਨ ਵਾਲੇ ਉਸ ਥਾਂ ਦੀ ਮਿੱਟੀ ਨੂੰ ਪ੍ਰਭ ਦੀ ਰਹਿਮਤ ਦਾ ਨੂਰ ਮੰਨਦੇ, ਆਪਣੇ ਮੱਥੇ ਤੇ ਤਿਲਕ ਲਾਉਂਦੇ ਹਨ । ਬੰਦਗੀ ਕਰਨ ਵਾਲੇ ਦਾਸ ਦੀ ਸ਼ਬਦ ਦੀ ਕਮਾਈ ਪ੍ਰਭ ਦੇ ਦਰਬਾਰ ਵਿੱਚ ਪ੍ਰਵਾਨ ਹੋ ਜਾਂਦੀ ਹੈ । ਜਿਹੜਾ ਪ੍ਰਭ ਦੇ ਸ਼ਬਦ ਦੀ ਪਾਲਣਾ ਕਰਦਾ ਹੈ, ਪ੍ਰਭ ਆਪ ਹੀ ਉਸ ਦੀ ਸੋਭਾ ਬਣਾਉਂਦਾ ਹੈ । ਬਾਕੀ ਸੰਸਰਕ ਜੀਵ ਉਸ ਦੀ ਸਿਖਿਆ ਤੇ ਚਲਦੇ, ਆਪਣਾ ਜੀਵਨ ਢਾਲਦੇ ਹਨ ।

Wherever His true devotee may meditate and obey the teachings of His Word that place may be sanctified, as a Holy shrine. His true devotee considered the dirt of that place as the spiritual glow of His Holy Word, mark on his forehead as a symbol of purity. His meditation, earnings of His Word may be accepted in His court. Whosoever may meditate on the teachings of His Word, The True Master may enhance his honor in the universe. All other worldly devotees may adopt the teachings of his life in own day to day life.

ਗੁਰਸਿਖਾ ਮਨਿ ਹਰਿ ਪ੍ਰੀਤਿ ਹੈ,	gursikhaa man har pareet hai
ਹਰਿ ਨਾਮ ਹਰਿ ਤੇਰੀ ਰਾਮ ਰਾਜੇ॥	har naam har tayree raam raajay.
ਕਰਿ ਸੇਵਹਿ ਪੂਰਾ ਸਤਿਗੁਰੂ,	kar sayveh pooraa satguroo
ਭੁਖ ਜਾਇ ਲਹਿ ਮੇਰੀ॥	bhukh jaa-ay leh mayree.
ਗੁਰਸਿਖਾ ਕੀ ਭੁਖ ਸਭ ਗਈ,	gursikhaa kee bhukh sabh ga-ee
ਤਿਨ ਪਿਛੈ ਹੋਰ ਖਾਇ ਘਨੇਰੀ॥	tin pichhai hor khaa-ay ghanayree.
ਜਨ ਨਾਨਕ ਹਰਿ ਪੁੰਨੁ ਬੀਜਿਆ,	jan naanak har punn beeji-aa
ਫਿਰਿ ਤੋਟਿ ਨ ਆਵੈ ਹਰਿ ਪੁੰਨ ਕੇਰੀ॥੩॥	fir tot na aavai har pun kayree. ||3||

ਬੰਦਗੀ ਕਰਨ ਵਾਲਾ ਦਾਸ ਆਪਣੇ ਮਨ ਵਿੱਚ ਸ਼ਬਦ ਨਾਲ ਸ਼ਰਧਾ, ਲਗਨ ਰਖਦਾ ਹੈ । ਉਸ ਦੇ ਮਨ ਵਿੱਚ ਸ਼ਬਦ ਵਸਦਾ, ਸਵਾਸ ਗਰਾਸ ਸਿਮਰਨ, ਪ੍ਰਭ ਦੇ ਸ਼ਬਦ ਦੀ ਪਾਲਣਾ ਕਰਦਾ ਹੈ । ਉਸ ਦੇ ਮਨ ਵਿਚੋਂ ਇੱਛਾਂ ਦੀ ਭੁੱਖ ਨਾਸ਼ ਹੋ ਜਾਂਦੀ ਹੈ, ਆਪਾ ਵੀ ਖਤਮ ਹੋ ਜਾਂਦਾ ਹੈ । ਬੰਦਗੀ ਕਰਨ ਵਾਲੇ ਦੀ ਇੱਛਾਂ ਦੀ ਭੁੱਖ ਪੂਰਨ ਤਰ੍ਹਾਂ ਤੇ ਖਤਮ ਹੋ ਜਾਂਦੀ ਹੈ । ਉਸ ਦੀ ਸੰਗਤ ਕਰਨ ਵਾਲੇ ਅਨੇਕਾਂ ਵੀ ਆਪਣੀ ਭੁੱਖ ਮਿਟਾ ਲੈਂਦੇ ਹਨ, ਮਨ ਵਿੱਚ ਸੰਤੋਖ ਬਖਸ਼ਿਸ਼ ਹੋ ਜਾਂਦਾ ਹੈ । ਪ੍ਰਭ ਆਪ ਹੀ ਦਾਸ ਦੇ ਮਨ ਵਿੱਚ ਸ਼ਬਦ ਦੀ ਪਾਲਣਾ ਦਾ ਬੀਜ ਬੀਜਦਾ ਹੈ । ਉਸ ਦਾ ਰਸ ਕਦੇ ਫਿੱਕਾ ਨਹੀਂ ਹੁੰਦਾ, ਘਟ ਦਾ ਨਹੀਂ ।

His true devotee always keeps a deep devotion and attachment to the teachings of His Word. His Word may resonate in his mind all time; he meditates with each and every breath on the teachings of His Word. His hunger of worldly desires may be eliminated completely from his mind. In the association of His true devotee, many may eliminate the hunger of worldly desires and contentment may blossom forever. The True Master sows the seed of meditation in his mind. The taste of the nectar of the teachings of His Word never becomes faint from his mind.

ਗੁਰਸਿਖਾ ਮਨਿ ਵਾਧਾਈਆ,	gursikhaa man vaaDhaa-ee-aa
ਜਿਨ ਮੇਰਾ ਸਤਿਗੁਰੂ ਡਿਠਾ ਰਾਮ ਰਾਜੇ॥	jin mayraa satguroo dithaa raam raajay.
ਕੋਈ ਕਰਿ ਗਲ ਸੁਣਾਵੈ ਹਰਿ ਨਾਮ ਕੀ,	ko-ee kar gal sunaavai har naam kee
ਸੋ ਲਗੈ ਗੁਰਸਿਖਾ ਮਨਿ ਮਿਠਾ॥	so lagai gursikhaa man mithaa.
ਹਰਿ ਦਰਗਹ ਗੁਰਸਿਖ ਪੈਨਾਈਅਹਿ,	har dargeh gursikh painaa-ee-ah
ਜਿਨ੍ਹਾ ਮੇਰਾ ਸਤਿਗੁਰੁ ਤੁਠਾ॥	jinHaa mayraa satgur tuthaa.
ਜਨ ਨਾਨਕੁ ਹਰਿ ਹਰਿ ਹੋਇਆ,	jan naanak har har ho-i-aa
ਹਰਿ ਹਰਿ ਮਨਿ ਵੁਠਾ॥੪॥੧੨॥੧੯॥	har har man vuthaa.||4||12||19||

ਜਿਸ ਬੰਦਗੀ ਕਰਨ ਵਾਲੇ ਨੂੰ ਸ਼ਬਦ ਦੀ ਸੋਝੀ ਬਖਸ਼ਿਸ਼ ਹੋ ਜਾਂਦੀ ਹੈ, ਉਸ ਦੇ ਮਨ ਵਿੱਚ ਖੇੜਾ ਵੱਸ ਜਾਂਦਾ ਹੈ । ਉਹ ਪ੍ਰਭ ਦੇ ਸ਼ਬਦ ਦੀ ਕਥਾ ਸੁਣਦਾ ਹੈ, ਓਸ ਦੇ ਮਨ ਨੂੰ ਸ਼ਬਦ ਦੀ ਕਥਾ ਬਹੁਤ ਮਿੱਠੀ ਲਗਦੀ, ਭਾਉਂਦੀ ਹੈ । ਪ੍ਰਭ, ਉਸ ਦੀ ਸ਼ਬਦ ਦੀ ਕਮਾਈ ਤੇ ਬਹੁਤ ਪ੍ਰਸੰਨ ਹੁੰਦਾ ਹੈ । ਉਹਨਾਂ ਨੂੰ ਦਰਬਾਰ ਵਿੱਚ ਪ੍ਰਵਾਨਗੀ ਦੇਂਦਾ, ਸੋਭਾ ਬਖਸ਼ਦਾ ਹੈ । ਉਹ ਬੰਦਗੀ ਕਰਨ ਵਾਲਾ, ਪ੍ਰਭ ਦਾ ਰੂਪ ਹੀ ਬਣ ਜਾਂਦਾ ਹੈ । ਉਸ ਦੇ ਮਨ ਵਿੱਚ ਪ੍ਰਭ ਦਾ ਸ਼ਬਦ ਵਸਦਾ ਹੈ ।

Whosoever may be enlightened with the teachings of His Word, he may be blessed with contentment and blossom within his mind. Whenever he listens to the sermons of His Word, his mind may deeply move and the sermon becomes very soothing to the mind. The True Master may be very pleased with his meditation and he may be invited in His court and honored. His true devotee becomes the symbol of The True Master; his mind remains drenched with the teachings of His Word.

297.ਆਸਾ ਮਹਲਾ ੪॥ 451-5

ਜਿਨ੍ਹਾ ਭੇਟਿਆ ਮੇਰਾ ਪੂਰਾ ਸਤਿਗੁਰੂ,	jinHaa bhayti-aa mayraa pooraa satguroo
ਤਿਨ ਹਰਿ ਨਾਮੁ ਦ੍ਰਿੜਾਵੈ ਰਾਮ ਰਾਜੇ॥	tin har naam darirh-aavai raam raajay.
ਤਿਸ ਕੀ ਤ੍ਰਿਸਨਾ ਭੁਖ ਸਭ ਉਤਰੈ,	tis kee tarisnaa bhukh sabh utrai
ਜੋ ਹਰਿ ਨਾਮੁ ਧਿਆਵੈ॥	jo har naam Dhi-aavai.
ਜੋ ਹਰਿ ਹਰਿ ਨਾਮੁ ਧਿਆਇਦੇ,	jo har har naam Dhi-aa-iday
ਤਿਨ੍ ਜਮੁ ਨੇੜਿ ਨ ਆਵੈ॥	tinH jam nayrh na aavai.
ਜਨ ਨਾਨਕ ਕਉ ਹਰਿ ਕ੍ਰਿਪਾ ਕਰਿ,	jan naanak ka-o har kirpaa kar
ਨਿਤ ਜਪੈ ਹਰਿ ਨਾਮੁ	nit japai har naam
ਹਰਿ ਨਾਮਿ ਤਰਾਵੈ॥ ੧॥	har naam taraavai. ||1||

ਜਿਹੜਾ ਆਪਣਾ ਮਨ ਤਨ ਪ੍ਰਭ ਦੀ ਭੇਟਾ ਕਰ ਦੇਂਦੇ ਹੈ, ਪ੍ਰਭ ਉਸ ਦੇ ਮਨ ਵਿੱਚ ਸ਼ਬਦ ਦਾ ਬੀਜ, ਸ਼ਬਦ ਦੀ ਪਾਲਣਾ ਦੀ ਲਗਨ ਬਖਸ਼ਦਾ ਹੈ । ਸ਼ਬਦ ਦੀ ਪਾਲਣਾ ਕਰਨ ਵਾਲੇ ਦੇ ਮਨ ਵਿਚੋਂ ਸੰਸਾਰਕ ਇੱਛਾਂ ਖਤਮ ਹੋ ਜਾਂਦੀਆਂ ਹਨ । ਜਿਹੜਾ ਪ੍ਰਭ ਦੇ ਸ਼ਬਦ ਦੀ ਪਾਲਣਾ ਤੇ ਭਰੋਸਾ ਅਡੋਲ ਰਖਦਾ ਹੈ । ਉਸ ਨੂੰ ਮੌਤ ਦਾ ਫਰਿਸ਼ਤਾ ਛੋਹ ਵੀ ਨਹੀਂ ਸਕਦਾ । ਪ੍ਰਭ ਰਹਿਮਤ ਬਖਸ਼ੋ! ਤੇਰਾ ਦਾਸ ਸਦਾ ਹੀ ਤੇਰੇ ਸ਼ਬਦ ਦੀ ਪਾਲਣਾ, ਸਿਮਰਨ ਕਰੇ! ਸ਼ਬਦ ਦੀ ਪਾਲਣਾ ਕਰਦਾ ਤੇਰੇ ਦਰਬਾਰ ਵਿੱਚ ਪ੍ਰਵਾਨ ਹੋ ਜਾਵੇ।

Whosoever may surrender his mind and body at the service of The True Master, he may be blessed with devotional attachment to meditate on the teachings of His Word, the seed of His Word. All his worldly desires may be eliminated from his mind forever. Whosoever may keep his belief steady and stable on obeying the teachings of His Word, he may become beyond the reach of devil of death. My True Master blesses me devotional attachments to meditate and obey the teachings of Your Word. While meditating and obeying the teachings of Your Word, I may be accepted in Your court.

ਜਿਨੀ ਗੁਰਮੁਖਿ ਨਾਮੁ ਧਿਆਇਆ,	jinee gurmukh naam Dhi-aa-i-aa
ਤਿਨਾ ਫਿਰਿ ਬਿਘਨੁ ਨ ਹੋਈ ਰਾਮ ਰਾਜੇ॥	tinaa fir bighan na ho-ee raam raajay.
ਜਿਨੀ ਸਤਿਗੁਰੁ ਪੁਰਖੁ ਮਨਾਇਆ,	jinee satgur purakh manaa-i-aa
ਤਿਨ ਪੂਜੇ ਸਭੁ ਕੋਈ॥	tin poojay sabh ko-ee.
ਜਿਨ੍ਹੀ ਸਤਿਗੁਰੁ ਪਿਆਰਾ ਸੇਵਿਆ,	jinHee satgur pi-aaraa sayvi-aa
ਤਿਨ੍ਹਾ ਸੁਖੁ ਸਦ ਹੋਈ॥	tinHaa sukh sad ho-ee.
ਜਿਨ੍ਹਾ ਨਾਨਕੁ ਸਤਿਗੁਰੁ ਭੇਟਿਆ,	jinHaa naanak satgur bhayti-aa
ਤਿਨ੍ਹਾ ਮਿਲਿਆ ਹਰਿ ਸੋਈ॥੨॥	tinHaa mili-aa har so-ee. ‖2‖

ਜਿਹੜਾ ਗੁਰਮਖ ਪ੍ਰਭ ਦੇ ਸ਼ਬਦ ਦੀ ਪਾਲਣਾ ਕਰਦਾ ਹੈ, ਉਸ ਨੂੰ ਪ੍ਰਭ ਦੇ ਦਰਬਾਰ ਵਿੱਚ ਜਾਣ ਲਈ ਕੋਈ ਰੁਕਾਵਟ ਨਹੀਂ ਆਉਂਦੀ । ਜਿਸ ਤੇ ਪ੍ਰਭ ਦੀ ਰਹਿਮਤ ਦੀ ਨਜ਼ਰ ਬਖਸ਼ਦਾ ਹੈ, ਸਾਰਾ ਸੰਸਾਰ ਹੀ ਉਸ ਦੀ ਪੂਜ ਕਰਦਾ, ਸਿਖਿਆ ਤੇ ਚਲਦਾ ਹੈ । ਜਿਹੜਾ ਪ੍ਰਭ ਦੇ ਸ਼ਬਦ ਦੀ ਪਾਲਣਾ, ਸ੍ਰਿਸ਼ਟੀ ਦੀ ਸੇਵਾ ਕਰਦਾ ਹੈ, ਉਸ ਨੂੰ ਅਮਰ ਅਵਸਥਾ ਬਖਸ਼ਿਸ਼ ਹੋ ਜਾਂਦੀ ਹੈ । ਜਿਹੜਾ ਪ੍ਰਭ ਦੇ ਸ਼ਬਦ ਤੇ ਭਰੋਸਾ ਅਡੋਲ ਰਖਕੇ ਪਾਲਣਾ ਕਰਦਾ ਹੈ । ਪ੍ਰਭ ਆਪ ਹੀ ਉਸ ਤੇ ਰਹਿਮਤ ਦੀ ਨਜ਼ਰ ਬਖਸ਼ਦਾ ਹੈ ।

Whosoever may meditate on the teachings of His Word with steady and stable belief; he may not have any restriction to enter into His court. Whosoever may be blessed with His mercy and grace, the whole universe may adopt his teachings and may worship him. Whosoever may obey the teachings of His Word and serves His creation, mankind; he may be blessed with immortal state of mind. Whosoever may obey the teachings of His Word with steady and stable belief, he may be blessed with His mercy and grace.

ਜਿਨ੍ਹਾ ਅੰਤਰਿ ਗੁਰਮੁਖਿ ਪ੍ਰੀਤਿ ਹੈ,	jinHaa antar gurmukh pareet hai
ਤਿਨ੍ਹ ਹਰਿ ਰਖਣਹਾਰਾ ਰਾਮ ਰਾਜੇ॥	tinH har rakhanhaaraa raam raajay.
ਤਿਨ੍ਹ ਕੀ ਨਿੰਦਾ ਕੋਈ ਕਿਆ ਕਰੇ,	tinH kee nindaa ko-ee ki-aa karay
ਜਿਨ੍ਹ ਹਰਿ ਨਾਮੁ ਪਿਆਰਾ॥	jinH har naam pi-aaraa.
ਜਿਨ ਹਰਿ ਸੇਤੀ ਮਨੁ ਮਾਨਿਆ,	jin har saytee man maani-aa
ਸਭ ਦੁਸਟ ਝਖ ਮਾਰਾ॥	sabh dusat jhakh maaraa.
ਜਨ ਨਾਨਕ ਨਾਮੁ ਧਿਆਇਆ,	jan naanak naam Dhi-aa-i-aa
ਹਰਿ ਰਖਣਹਾਰਾ॥੩॥	har rakhanhaaraa. ‖3‖

ਜਿਸ ਗੁਰਮਖਾ ਦੇ ਮਨ ਵਿੱਚ ਸ਼ਬਦ ਦੀ ਪਾਲਣਾ ਦੀ ਸ਼ਰਧਾ ਚਮਕਦੀ ਹੈ । ਪ੍ਰਭ ਆਪ ਹੀ ਉਸ ਦਾ ਰਖਵਾਲਾ ਬਣ ਜਾਂਦਾ, ਹੁੰਦਾ ਹੈ । ਉਸ ਦੀ ਕੋਈ ਨਿੰਦਿਆਂ ਕਿਵੇਂ ਕਰ ਸਕਦਾ ਹੈ? ਪ੍ਰਭ ਦਾ ਸ਼ਬਦ ਹੀ ਉਸ ਨੂੰ ਪਿਆਰਾ ਲੱਗਦਾ ਹੈ, ਮਨ ਵਿੱਚ ਵਸਦਾ ਹੈ । ਜਿਹੜਾ ਪ੍ਰਭ ਦੇ ਸ਼ਬਦ ਦੀ ਸਮਾਧੀ ਵਿੱਚ ਵਸਦਾ ਹੈ, ਉਸ ਤੇ ਕਿਸੇ ਵੈਰੀ ਦਾ ਜ਼ੋਰ ਨਹੀਂ ਚਲਦਾ । ਕੋਈ ਗੁਰੂ ਪੀਰ ਦਾ ਸਰਾਪ ਅਸਰ ਨਹੀਂ ਕਰਦਾ । ਪ੍ਰਭ ਦੇ ਸ਼ਬਦ ਦੀ ਬੰਦਗੀ ਕਰਨ ਵਾਲਾ, ਸ਼ਬਦ ਦੀ ਪਾਲਣਾ ਵਿੱਚ ਮਸਤ ਰਹਿੰਦਾ ਹੈ । ਪ੍ਰਭ ਆਪ ਹੀ ਉਸ ਦਾ ਰਖਵਾਲਾ ਹੁੰਦਾ ਹੈ ।

Whosoever has a deep desire to obey the teachings of His Word, The True Master becomes his protector and savior. How can anyone criticize his way of life? The teachings of His Word become very soothing and remains drenched within his mind. Whosoever may dwell in the void of His Word, he may become beyond the curse of any worldly guru. His true devotee remains intoxicated in obeying the teachings of His Word; The True Master remains his protector in all worldly environments.

ਹਰਿ ਜੁਗੁ ਜੁਗੁ ਭਗਤ ਉਪਾਇਆ,	har jug jug bhagat upaa-i-aa
ਪੈਜ ਰਖਦਾ ਆਇਆ ਰਾਮ ਰਾਜੇ॥	paij rakh-daa aa-i-aa raam raajay.
ਹਰਣਾਖਸੁ ਦੁਸਟੁ ਹਰਿ ਮਾਰਿਆ,	harnaakhas dusat har maari-aa
ਪ੍ਰਹਲਾਦੁ ਤਰਾਇਆ॥	parahlaad taraa-i-aa.
ਅਹੰਕਾਰੀਆ ਨਿੰਦਕਾ ਪਿਠਿ ਦੇਇ,	ahaNkaaree-aa nindkaa pith day-ay
ਨਾਮਦੇਉ ਮੁਖਿ ਲਾਇਆ॥	naamday-o mukh laa-i-aa.
ਜਨ ਨਾਨਕ ਐਸਾ ਹਰਿ ਸੇਵਿਆ,	jan naanak aisaa har sayvi-aa
ਅੰਤਿ ਲਏ ਛਡਾਇਆ॥੪॥੧੩॥੨੦॥	ant la-ay chhadaa-i-aa. ||4||13||20||

ਹਰਇੱਕ ਜੁਗ ਵਿੱਚ ਹੀ ਪ੍ਰਭ ਆਪਣੇ ਭਗਤ, ਬੰਦਗੀ ਕਰਨ ਵਾਲੇ ਭੇਜਦਾ, ਪੈਦਾ ਕਰਦਾ ਹੈ । ਆਪ ਹੀ ਉਹਨਾਂ ਦੀ ਲਾਜ ਰਖਦਾ ਅਇਆ ਹੈ । ਪ੍ਰਭ ਨੇ ਹੀ ਜ਼ਾਲਮ ਹਰਨਾਖਸ਼ ਨੂੰ ਸਜ਼ਾ ਦਿੱਤੀ, ਮੌਤ ਦਿੱਤੀ ਅਤੇ ਪ੍ਰਹਲਾਦ ਦੀ ਰਖਿਆ ਕੀਤੀ । ਪ੍ਰਭ ਨੇ ਆਪ ਹੀ ਉਸ ਅਹੰਕਾਰੀ ਪੁਜਾਰੀ ਨੂੰ ਠੋਕਰ ਮਾਰੀ ਪਿੱਠ ਦੇਖਾਈ, ਨਾਮਦੇਵ ਵਰਗੇ ਨਿਮਾਣੇ, ਗਰੀਬ ਭਗਤ ਨੂੰ ਆਪਣੇ ਗਲੇ ਲਾਇਆ । ਜੀਵ ਇਸ ਹੈਸੀਅਤ ਵਾਲੇ ਪ੍ਰਭ ਦੇ ਸ਼ਬਦ ਦੀ ਪਾਲਣਾ ਕਰੋ! ਜਿਹੜਾ ਅੰਤ ਵਿੱਚ ਮੌਤ ਤੇ ਆਪ ਹੀ ਸਹਾਈ ਹੁੰਦਾ ਹੈ ।

In each and every Yuga, The True Master sends His messengers, blessed souls to convey His message. In each environment, he has been protecting His Angel, His true devotee. The True Master himself became the protector of the innocent Parhlaad and punished the devil king like Harnaakhash. The True Master rebuked those priests with ego, showed them His back; He protected the honor of His Word, by honoring and protecting His humble devotee Naamdev. You should always meditate and obey the command, Word of such a guru, who remains the true companion of the soul up to the end in His court.

298.ਆਸਾ ਮਹਲਾ ੪ ਛੰਤ ਘਰੁ ੫॥ 451- 15

੧ੴ ਸਤਿਗੁਰ ਪ੍ਰਸਾਦਿ॥	ik-oNkaar satgur parsaad.
ਮੇਰੇ ਮਨ ਪਰਦੇਸੀ,	mayray man pardaysee
ਵੇ ਪਿਆਰੇ ਆਉ ਘਰੇ॥	vay pi-aaray aa-o gharay.
ਹਰਿ ਗੁਰੁ ਮਿਲਾਵਹੁ ਮੇਰੇ ਪਿਆਰੇ,	har guroo milaavhu mayray pi-aaray
ਘਰਿ ਵਸੈ ਹਰੇ॥	ghar vasai haray.
ਰੰਗਿ ਰਲੀਆ ਮਾਣਹੁ ਮੇਰੇ ਪਿਆਰੇ,	rang ralee-aa maanhu mayray pi-aaray
ਹਰਿ ਕਿਰਪਾ ਕਰੇ॥	har kirpaa karay.
ਗੁਰੁ ਨਾਨਕੁ ਤੁਠਾ ਮੇਰੇ ਪਿਆਰੇ,	gur naanak tuthaa mayray pi-aaray
ਮੇਲੇ ਹਰੇ॥ ੧॥	maylay haray. ||1||

ਮੇਰੇ ਚਾਰੇ ਪਾਸੇ ਘੁੰਮਣਵਾਲੇ ਮਨ, ਪ੍ਰਭ ਦੇ ਸ਼ਬਦ ਦੀ ਪਾਲਣਾ ਕਰਕੇ ਪ੍ਰਭ ਦੀ ਰਹਿਮਤ ਪਾਵੋ! ਪ੍ਰਭ ਤੇਰੇ ਮਨ ਦੇ ਅੰਦਰ ਹੀ ਵਸਦਾ ਹੈ । ਜਿਸ ਤੇ ਪ੍ਰਭ ਆਪ ਹੀ ਰਹਿਮਤ ਬਖਸ਼ਦਾ ਹੈ, ਉਸ ਦੇ ਮਨ ਵਿੱਚ ਅਨੰਦ, ਸੰਤੋਖ, ਖੇੜਾ ਬਖਸ਼ਿਸ਼ ਹੋ ਜਾਂਦਾ ਹੈ । ਉਸ ਦੀ ਸ਼ਬਦ ਦੀ ਕਮਾਈ ਕਮਾਈ ਤੇ ਪ੍ਰਭ ਪ੍ਰਸੰਨ ਹੋ ਜਾਂਦਾ ਹੈ, ਆਪਣੀ ਰਹਿਮਤ ਨਾਲ ਪ੍ਰਵਾਨਗੀ ਬਖਸ਼ਦਾ ਹੈ ।

My wandering mind, you should meditate on the teachings of His Word. The True Master dwells with your mind, body. Whosoever may be blessed with His mercy and grace, his mind remains overwhelmed with pleasure, contentment and blossom. His meditation may be accepted in His court. He may be enlightened with the right path of acceptance in His court.

ਮੈ ਪ੍ਰੇਮੁ ਨ ਚਾਖਿਆ	mai paraym na chaakhi-aa
ਮੇਰੇ ਪਿਆਰੇ ਭਾਉ ਕਰੇ॥	mayray pi-aaray bhaa-o karay.
ਮਨਿ ਤ੍ਰਿਸਨਾ ਨ ਬੁਝੀ ਮੇਰੇ ਪਿਆਰੇ,	man tarisnaa na bujhee mayray pi-aaray
ਨਿਤ ਆਸ ਕਰੇ॥	nit aas karay.
ਨਿਤ ਜੋਬਨੁ ਜਾਵੈ ਮੇਰੇ ਪਿਆਰੇ,	nit joban jaavai mayray pi-aaray
ਜਮੁ ਸਾਸ ਹਿਰੇ॥	jam saas hiray.
ਭਾਗ ਮਣੀ ਸੋਹਾਗਣਿ ਮੇਰੇ ਪਿਆਰੇ,	bhaag manee sohagan mayray pi-aaray
ਨਾਨਕ ਹਰਿ ਉਰਿ ਧਾਰੇ॥੨॥	naanak har ur Dhaaray. ||2||

ਜੀਵ ਤੇਰੇ ਮਨ ਵਿੱਚ ਪ੍ਰਭ ਵਸਦਾ ਹੈ, ਤੂੰ ਉਸ ਦੇ ਸ਼ਬਦ ਦਾ ਰਸ ਨਹੀਂ ਮਾਣ ਸਕਦਾ । ਤੇਰੇ ਮਨ ਦੀ ਪਿਆਸ ਖਤਮ ਨਹੀਂ ਹੁੰਦੀ, ਮਨ ਵਿੱਚ ਆਸ, ਸ਼ਰਧਾ ਚਮਕਦੀ ਰਹਿੰਦੀ ਹੈ । ਜੀਵ, ਤੇਰੀ ਜਵਾਨੀ ਬੀਤ ਗਈ ਹੈ, ਅੰਤ ਦਾ ਸਮਾਂ, ਮੌਤ ਨੇੜੇ ਆਉਂਦੀ ਜਾਂਦੀ ਹੈ । ਪ੍ਰਭ ਰਹਿਮਤ ਬਖਸ਼ੋ! ਪ੍ਰਭ ਦਾ ਸ਼ਬਦ ਮਨ ਵਿੱਚ ਵਸਣ ਨਾਲ ਮੇਰੇ ਵੱਡੇ ਭਾਗ ਹੋ ਜਾਣ ।

The True Master dwells within your mind, however, you may not enjoy the nectar of the essence of His Word. Your thirst of worldly desires may be quenched from your mind; your mind has a deep devotion to meditates on the teachings of His Word. Your youth has already passed, exhausted and your end time of death is approaching very fast. With His mercy and grace! I may become very fortunate, if my mind remains drenched with the teachings of Your Word

ਪਿਰ ਰਤਿਅੜੇ ਮੈਡੇ ਲੋਇਣ ਮੇਰੇ ਪਿਆਰੇ,	pir rati-arhay maiday lo-in mayray
ਚਾਤ੍ਰਿਕ ਬੂੰਦ ਜਿਵੈ॥	pi-aaray chaatrik boond jivai.
ਮਨੁ ਸੀਤਲੁ ਹੋਆ ਮੇਰੇ ਪਿਆਰੇ,	man seetal ho-aa mayray pi-aaray har
ਹਰਿ ਬੂੰਦ ਪੀਵੈ॥	boond peevai.
ਤਨਿ ਬਿਰਹੁ ਜਗਾਵੈ ਮੇਰੇ ਪਿਆਰੇ,	tan birahu jagaavai mayray pi-aaray
ਨੀਦ ਨ ਪਵੈ ਕਿਵੈ॥	need na pavai kivai.
ਹਰਿ ਸਜਣੁ ਲਧਾ ਮੇਰੇ ਪਿਆਰੇ,	har sajan laDhaa mayray pi-aaray
ਨਾਨਕ ਗੁਰੂ ਲਿਵੈ॥੩॥	naanak guroo livai. ||3||

ਮੇਰੇ ਮਨ ਵਿਚੋਂ ਪ੍ਰਭ ਦੇ ਵਿਛੋੜੇ ਦੇ ਅੱਥਰੂ ਵਗਦੇ ਹਨ । ਜਿਵੇਂ ਗਾਉਣ ਵਾਲੇ ਪੰਛੀ ਦੇ ਮੂੰਹ ਵਿੱਚ ਮੀਂਹ ਦੀ ਬੂੰਦ ਪੈਂਦੀ ਹੈ । ਤੇਰੇ ਸ਼ਬਦ ਰੂਪੀ ਅੰਮ੍ਰਿਤ ਦੀ ਬੂੰਦ ਦਾ ਰਸ ਪਾ ਕੇ ਮੇਰਾ ਮਨ ਸ਼ਾਂਤ ਹੋ ਗਿਆ ਹੈ । ਪ੍ਰਭ ਦੇ ਵਿਛੋੜੇ ਵਿੱਚ ਮਨ ਜਾਗਦਾ, ਸੁਚੇਤ ਰਹਿੰਦਾ, ਨੀਂਦ ਨਹੀਂ ਆਉਂਦੀ । ਬੰਦਗੀ ਕਰਨ ਵਾਲੇ ਨੂੰ ਸ਼ਬਦ ਦੀ ਪਾਲਣਾ ਕਰਦੇ ਨੂੰ ਪ੍ਰਭ ਦੀ ਪਨਾਹ ਬਖਸ਼ਿਸ਼ ਹੋ ਜਾਂਦੀ ਹੈ, ਪ੍ਰਭ ਦਾ ਸ਼ਬਦ ਮਨ ਵਿੱਚ ਘਰ ਕਰ ਜਾਂਦਾ ਹੈ ।

The tears of renunciation of the memory of separation from The True Master are flowing out of my eyes. As the drop of rain falls into the mouth of Chaatrik (the singing bird) and he becomes peaceful and calm; the same way the drop of the nectar of His Word has dropped in my mouth to bring complete peace and harmony. I remain awake and alert in the memory of my separation from The True Master. Whosoever may meditate and obey the teachings of His Word, he may be accepted in His sanctuary. He may remain drenched with the teachings of His Word.

ਚੜਿ ਚੇਤੁ ਬਸੰਤੁ ਮੇਰੇ ਪਿਆਰੇ, ਭਲੀਅ ਰੁਤੇ॥	charh chayt basant mayray pi-aaray bhalee-a rutay.
ਪਿਰ ਬਾਝੜਿਅਹੁ ਮੇਰੇ ਪਿਆਰੇ, ਆਂਗਣਿ ਧੂੜਿ ਲੁਤੇ॥	pir baajh-rhi-ahu mayray pi-aaray aaNgan Dhoorh lutay.
ਮਨਿ ਆਸ ਉਡੀਣੀ ਮੇਰੇ ਪਿਆਰੇ, ਦੁਇ ਨੈਨ ਜੁਤੇ॥	man aas udeenee mayray pi-aaray du-ay nain jutay.
ਗੁਰ ਨਾਨਕੁ ਦੇਖਿ ਵਿਗਸੀ, ਮੇਰੇ ਪਿਆਰੇ ਜਿਉ ਮਾਤ ਸੁਤੇ॥੪॥	gur naanak daykh vigsee mayray pi-aaray ji-o maat sutay. ||4||

ਚੇਤ ਦੇ ਮਹੀਨੇ ਵਿੱਚ ਬਸੰਤ ਦੀ ਰੁਤ ਆਉਂਦੀ ਹੈ, ਚਾਰ ਪਾਸੇ ਖੇੜਾ ਆ ਜਾਂਦਾ ਹੈ । ਪਰ ਪ੍ਰਭ ਦੀ ਰਹਿਮਤ ਦੀ ਨਜ਼ਰ ਤੋਂ ਬਿਨਾਂ ਮਨ ਉਦਾਸ ਹੀ ਰਹਿੰਦਾ ਹੈ, ਸਭ ਕੁਝ ਉਜਾੜ ਹੀ ਲੱਗਦਾ ਹੈ । ਪਰ ਮੇਰੇ ਉਦਾਸ ਮਨ ਵਿੱਚ ਅਜੇ ਵੀ ਪ੍ਰਭ ਨੂੰ ਮਿਲਣ ਦੀ ਆਸ ਹੈ, ਮਨ ਉਸ ਦੇ ਰਸਤੇ ਤੇ ਅਡੋਲ ਹੈ । ਪ੍ਰਭ ਦੀ ਰਹਿਮਤ ਮਹਿਸੂਸ ਕਰਕੇ ਮਨ ਵਿੱਚ ਅਨੋਖਾ ਹੀ ਨੂਰ, ਖੇੜਾ ਆ ਜਾਂਦਾ ਹੈ । ਮਨ ਵਿੱਚ ਇਸ ਤਰ੍ਹਾਂ ਦੀ ਖੁਸ਼ੀ ਆਉਂਦੀ ਹੈ, ਜਿਹੜੀ ਮਾਂ ਨੂੰ ਦੇਖਦਾ ਨਾਲ ਬੱਚੇ ਦੇ ਦਿਲ ਆਉਂਦੀ ਹੈ ।

The month of chayt is month of blossom, the greenery and happiness all around in the universe. Without the blessed vision of The True Master, my mind remains sad and desperate; everything appears to be vandalized. However, my mind is still having a deep hope to be accepted in His court, I remain steady and stable on the right path of meditation on the teachings of His Word. By realizing the existence of The True Master, my mind realizes the astonishing spiritual glow of the Holy Spirit. I may feel such an excitement as the child feels seeing his mother.

ਹਰਿ ਕੀਆ ਕਥਾ ਕਹਾਣੀਆ ਮੇਰੇ ਪਿਆਰੇ, ਸਤਿਗੁਰੂ ਸੁਣਾਈਆ॥	har kee-aa kathaa kahaanee-aa mayray pi-aaray satguroo sunaa-ee-aa.
ਗੁਰ ਵਿਟੜਿਅਹੁ ਹਉ ਘੋਲੀ ਮੇਰੇ ਪਿਆਰੇ, ਜਿਨਿ ਹਰਿ ਮੇਲਾਈਆ॥	gur vitrhi-ahu ha-o gholee mayray pi-aaray jin har maylaa-ee-aa.
ਸਭਿ ਆਸਾ ਹਰਿ ਪੂਰੀਆ ਮੇਰੇ ਪਿਆਰੇ, ਮਨਿ ਚਿੰਦਿਅੜਾ ਫਲੁ ਪਾਇਆ॥	sabh aasaa har pooree-aa mayray pi-aaray man chindi-arhaa fal paa-ee-aa
ਹਰਿ ਤੁਠੜਾ ਮੇਰੇ ਪਿਆਰੇ, ਜਨੁ ਨਾਨਕੁ ਨਾਮਿ ਸਮਾਇਆ॥੫॥	har tuth-rhaa mayray pi-aaray jan naanak naam samaa-i-aa. ||5||

ਪ੍ਰਭ ਦੇ ਸ਼ਬਦ, ਬਾਣੀ ਵਿੱਚ ਪ੍ਰਭ ਦੀਆਂ ਕਥਾਂ, ਕਹਾਣੀਆਂ ਸੁਣੀ ਦੀਆਂ ਹਨ । ਜਿਹੜਾ ਪ੍ਰਭ ਦਾ ਸ਼ਬਦ ਮੈਨੂੰ ਪ੍ਰਵਾਨਗੀ ਦੇ ਰਸਤੇ ਤੇ ਅਡੋਲ ਰਖਦਾ ਹੈ, ਉਸ ਅਸਲੀ ਗੁਰੂ ਤੋਂ ਸਦਾ ਹੀ ਕੁਰਬਾਨ ਜਾਂਦਾ ਹਾ । ਪ੍ਰਭ ਨੇ ਰਹਿਮਤ ਬਖਸ਼ਕੇ ਮੇਰੀਆਂ ਮੁਰਾਦਾਂ ਪੂਰੀਆਂ ਕੀਤੀਆਂ ਹਨ । ਮੈਨੂੰ ਸ਼ਬਦ ਦੀ ਕਮਾਈ ਦਾ ਫਲ ਬਖਸ਼ਿਆ ਹੈ । ਜਿਸ ਤੇ ਪ੍ਰਭ ਆਪ ਰਹਿਮਤ ਬਖਸ਼ਦਾ ਹੈ, ਉਹ ਬੰਦਗੀ ਕਰਨ ਵਾਲਾ ਸ਼ਬਦ ਵਿੱਚ ਹੀ ਲੀਨ ਹੋ ਜਾਂਦਾ ਹੈ ।

In the Holy Scripture, I have heard so many stories and miracles of the teachings of His Word. The teachings of His Word, keep me steady and stable on the right path of His acceptance. I remain fascinated from the true guru, The Word of The True Master. With His mercy and grace all my spoken and unspoken desires have been satisfied. I have been blessed with the reward of my meditation of His Word. Whosoever may be blessed with His mercy and grace, His true devotee may enter into the void of His Word.

ਪਿਆਰੇ ਹਰਿ ਬਿਨੁ ਪ੍ਰੇਮੁ ਨ ਖੇਲਸਾ॥	pi-aaray har bin paraym na khaylsaa.
ਕਿਉ ਪਾਈ ਗੁਰੁ	ki-o paa-ee gur

ਜਿਤੁ ਲਗਿ ਪਿਆਰਾ ਦੇਖਸਾ॥	jit lag pi-aaraa daykhsaa.
ਹਰਿ ਦਾਤੜੇ ਮੇਲਿ	har daat-rhay mayl
ਗੁਰੂ ਮੁਖਿ ਗੁਰਮੁਖਿ ਮੇਲਸਾ॥	guroo mukh gurmukh maylsaa.
ਗੁਰੁ ਨਾਨਕੁ ਪਾਇਆ ਮੇਰੇ ਪਿਆਰੇ,	gur naanak paa-i-aa mayray pi-aaray
ਧੁਰਿ ਮਸਤਕਿ ਲੇਖੁ ਸਾ॥੬॥੧੪॥੨੧॥	Dhur mastak laykh saa. ||6||14||21||

ਪ੍ਰਭ ਦੇ ਸ਼ਬਦ ਦੀ ਪਾਲਣਾ ਤੋ ਬਿਨਾਂ ਮਾਨਸ ਜੀਵਨ ਦਾ ਕੋਈ ਹੋਰ ਧੰਦਾ, ਅਸਲੀ ਮੰਤਵ ਨਹੀਂ ਹੁੰਦਾ । ਮੈਂ ਆਪਣੇ ਗੁਰੂ, ਪ੍ਰਭ ਦੇ ਸ਼ਬਦ ਦੀ ਸੋਝੀ ਕਿਵੇਂ ਪਾਵਾ? ਉਸ ਦੇ ਸ਼ਬਦ ਦੀ ਪਾਲਣਾ ਵਿੱਚ ਕਿਵੇਂ ਅਡੋਲ ਹੋ ਜਾਵਾ? ਪ੍ਰਭ ਰਹਿਮਤ ਬਖਸ਼ੋ! ਮੈਂ ਸ਼ਬਦ ਦੀ ਪਾਲਣਾ ਕਰਕੇ ਗੁਰਮਖ ਅਵਸਥਾ ਪਾ ਲਵਾ । ਆਪਣੇ ਪ੍ਰਭ ਦੀ ਜੋਤ ਵਿੱਚ ਅਲੋਪ ਹੋ ਜਾਵਾ । ਜਿਸ ਦੇ ਮੱਥੇ ਤੇ ਜਨਮ ਤੇ ਹੀ ਲਿਖਿਆ ਹੁੰਦਾ ਹੈ, ਉਸ ਨੂੰ ਹੀ ਪ੍ਰਭ ਦੀ ਰਹਿਮਤ ਬਖਸ਼ਿਸ਼ ਹੁੰਦੀ ਹੈ ।

Without obeying and adopting the teachings of His Word in day to day life, there is no other true purpose of human life blessings. How may I be enlightened with the teachings of His Word within my mind? How may I remain steady and stable on the teachings of His Word in my day to day life? Have a mercy and grace to bless me the state of mind as Your true devotee that I may immerse in The Holy spirit. Whosoever has a great prewritten destiny, only he may be blessed with that state of mind.

299.ਰਾਗੁ ਆਸਾ ਮਹਲਾ ੫ ਛੰਤ ਘਰੁ ੧॥ 452-10

ੴ ਸਤਿਗੁਰ ਪ੍ਰਸਾਦਿ॥	ik-oNkaar satgur parsaad.
ਅਨਦੋ ਅਨਦੁ ਘਣਾ ਮੈ	ando anad ghanaa mai
ਸੋ ਪ੍ਰਭੁ ਡੀਠਾ ਰਾਮ॥	so parabh deethaa raam.
ਚਾਖਿਅੜਾ ਚਾਖਿਅੜਾ ਮੈ	chaakhi-arhaa chaakhi-arhaa mai
ਹਰਿ ਰਸੁ ਮੀਠਾ ਰਾਮ॥	har ras meethaa raam.
ਹਰਿ ਰਸੁ ਮੀਠਾ ਮਨ ਮਹਿ ਵੂਠਾ,	har ras meethaa man meh voothaa
ਸਤਿਗੁਰੁ ਤੂਠਾ ਸਹਜੁ ਭਇਆ॥	satgur toothaa sahj bha-i-aa.
ਗ੍ਰਿਹੁ ਵਸਿ ਆਇਆ ਮੰਗਲੁ ਗਾਇਆ,	garihu vas aa-i-aa mangal gaa-i-aa
ਪੰਚ ਦੁਸਟ ਓਇ ਭਾਗਿ ਗਇਆ॥	panch dusat o-ay bhaag ga-i-aa.
ਸੀਤਲ ਆਘਾਣੇ ਅੰਮ੍ਰਿਤ ਬਾਣੇ,	seetal aaghaanay amrit baanay
ਸਾਜਨ ਸੰਤ ਬਸੀਠਾ॥	saajan sant baseethaa.
ਕਹੁ ਨਾਨਕ ਹਰਿ ਸਿਉ ਮਨੁ ਮਾਨਿਆ,	kaho naanak har si-o man maani-aa
ਸੋ ਪ੍ਰਭੁ ਨੈਣੀ ਡੀਠਾ॥੧॥	so parabh nainee deethaa. ||1||

ਪ੍ਰਭ ਨੇ ਸ਼ਬਦ ਦੀ ਸੋਝੀ ਬਖਸ਼ਿਸ਼ ਹੋਣ ਨਾਲ ਮਨ ਵਿੱਚ ਅਨੰਦ, ਖੇੜਾ ਵਸ ਗਿਆ । ਮੈਂ ਪ੍ਰਭ ਦੇ ਅਣੋਮਲ ਸ਼ਬਦ ਰੂਪੀ ਅੰਮ੍ਰਿਤ ਦਾ ਸਵਾਦ ਚਾਖਿਆ ਹੈ । ਪ੍ਰਭ ਦੀ ਰਹਿਮਤ ਨਾਲ ਮੇਰੇ ਮਨ ਵਿੱਚ ਸ਼ਬਦ ਦੀ ਸੋਝੀ ਰੂਪੀ ਅਣਮੋਲ ਅੰਮ੍ਰਿਤ ਦੀ ਵਰਖਾ ਹੋ ਰਹੀ ਹੈ, ਮਨ ਵਿੱਚ ਪੂਰਨ ਸੰਤੋਖ, ਸ਼ਾਂਤੀ ਬਖਸ਼ਿਸ਼ ਹੋ ਗਈ ਹੈ । ਮੈਂ ਆਪਣੇ ਮਨ ਦੇ ਅੰਦਰ ਹੀ ਪ੍ਰਭ ਦੇ ਦਰਬਾਰ ਵਿੱਚ ਵਸਣ ਲੱਗ ਪਿਆ । ਮਨ ਵਿਚੋਂ ਇੱਛਾਂ ਦੇ ਪੰਜੇ ਜਮਦੂਤ ਨਾਸ਼ ਹੋ ਗਏ ਹਨ । ਪ੍ਰਭ ਆਪ ਹੀ ਮੇਰੇ ਮਨ ਨੂੰ ਸ਼ਬਦ ਦੀ ਪਾਲਣਾ ਤੇ ਅਡੋਲ ਰਖਦਾ ਹੈ । ਮੈਂ ਸ਼ਬਦ ਦੀ ਸਿਖਿਆ ਨਾਲ ਜੀਵਣ ਢਾਲ ਲਿਆ ਹੈ । ਸ਼ਬਦ ਦੀ ਸੋਝੀ ਰੂਪੀ ਅੱਖਾਂ ਨਾਲ ਪ੍ਰਭ ਦੇ ਦਰਸ਼ਨ ਕਰ ਲਏ ਹਨ ।

With the enlightenment of His Word, my mind is overwhelmed with the pleasure and blossom. I have tasted the nectar of the essence of His Word. With His blessings the priceless nectar of the teachings of His Word is oozing within my mind, peace and contentment have overwhelmed within my mind. I am dwelling in His castle within my mind. My mind has eliminated all five demons of worldly desires and overwhelmed with complete contentment and peace with His blessings. The True Master has kept me steady and stable on the teachings of His Word. I have adopted the teachings of His Word with steady and stable belief in my day to day life. With the enlightenment of His Word, I have visualized and realized the existence of The True Master.

ਸੋਹਿਅੜੇ ਸੋਹਿਅੜੇ	sohi-arhay sohi-arhay
ਮੇਰੇ ਬੰਕ ਦੁਆਰੇ ਰਾਮ॥	mayray bank du-aaray raam.
ਪਾਹੁਨੜੇ ਪਾਹੁਨੜੇ	paahunarhay paahunarhay
ਮੇਰੇ ਸੰਤ ਪਿਆਰੇ ਰਾਮ॥	mayray sant pi-aaray raam.
ਸੰਤ ਪਿਆਰੇ ਕਾਰਜ ਸਾਰੇ,	sant pi-aaray kaaraj saaray
ਨਮਸਕਾਰ ਕਰਿ ਲਗੇ ਸੇਵਾ॥	namaskaar kar lagay sayvaa.
ਆਪੇ ਜਾਞੀ ਆਪੇ ਮਾਞੀ,	aapay jaanjee aapay maanjee
ਆਪਿ ਸੁਆਮੀ ਆਪਿ ਦੇਵਾ॥	aap su-aamee aap dayvaa.
ਅਪਣਾ ਕਾਰਜੁ ਆਪਿ ਸਵਾਰੇ,	apnaa kaaraj aap savaaray
ਆਪੇ ਧਾਰਨ ਧਾਰੇ॥	aapay Dhaaran Dhaaray.
ਕਹੁ ਨਾਨਕ ਸਹੁ ਘਰ ਮਹਿ ਬੈਠਾ,	kaho naanak saho ghar meh baithaa
ਸੋਹੇ ਬੰਕ ਦੁਆਰੇ॥੨॥	sohay bank du-aaray. ||2||

ਮੇਰੇ ਮਨ ਦੇ ਘਰ ਦੇ ਦਰਵਾਜੇ ਵੱਡਭਾਗੇ ਵਾਲੇ ਬਣ ਗਏ ਹਨ । ਮੇਰੇ ਘਰ ਪ੍ਰਭ ਆਪ ਮਹਿਮਾਨ ਬਣਕੇ ਅਇਆ ਹੈ । ਪ੍ਰਭ ਨੇ ਆਪ ਹੀ ਰਹਿਮਤ ਬਖਸ਼ਕੇ ਮੇਰੇ ਸਾਰੇ ਸੰਸਾਰਕ ਧੰਦੇ ਸਫਲ ਕਰ ਦਿੱਤੇ ਹਨ । ਮੈਂ ਮਨ, ਤਨ ਲਾ ਕੇ ਉਸ ਦੀ ਸੇਵਾ ਕਰਦਾ ਹਾ । ਪ੍ਰਭ ਆਪ ਹੀ ਇਸ ਜੱਥੇ ਦਾ ਪ੍ਰਮੁੱਖ ਮਹਿਮਾਨ ਹੈ । ਆਪ ਹੀ ਇਸ ਜੱਥੇ ਦੀ ਸੇਵਾ ਕਰਨ ਵਾਲਾ, ਘਰ ਵਾਲਾ, ਮਾਲਕ ਹੈ । ਪ੍ਰਭ ਆਪ ਹੀ ਸ੍ਰਿਸ਼ਟੀ ਪੈਦਾ ਕਰਨ ਵਾਲਾ ਹੈ, ਆਪ ਹੀ ਇਸ ਦਾ ਅਸਲੀ ਮਾਲਕ ਹੈ । ਪ੍ਰਭ ਆਪ ਹੀ ਰੂਹਾਨੀ ਸ਼ਬਦ ਦਾ ਮਾਲਕ ਹੈ । ਉਹ ਆਪਣੇ ਸੰਸਾਰਕ ਖੇਡ ਨੂੰ ਆਪ ਹੀ ਬਣਾਉਂਦਾ, ਚਲਾਉਂਦਾ ਹੈ । ਆਪ ਹੀ ਸ੍ਰਿਸ਼ਟੀ ਦੀ ਪਾਲਣਾ ਪੋਸਨਾ ਕਰਦਾ ਹੈ । ਅਸਲੀ ਮਾਲਕ, ਆਪ ਹੀ ਮੇਰੇ ਮਨ ਵਿੱਚ ਜਾਗਰਤ ਹੋਇਆ ਬੈਠਾ ਹੈ । ਮਨ ਵਿੱਚ ਪ੍ਰਭ ਦੇ ਦਰਬਾਰ ਦਾ ਨੂਰ ਚਮਕਦਾ ਹੈ । ਇਹ ਕਿਤਨਾ ਸੁੰਦਰ ਲੱਗਦਾ ਹੈ ।

All 10 gates of my mind become very fortunate, The True Master has come as a chief guest in my house, in my mind and body. The Merciful True Master bestowed with His mercy and grace has successfully concluded all my worldly chores, I am serving His mankind wholeheartedly. The True Master is the chief guest and Himself is the gracious host to serve the team of dignitaries. The One and Only One God is The True Master, Creator, owner, controller of the universe and all His spiritual Word. He Himself creates the play, operates the show and nourishes His creation. With His own mercy and grace has been enlightened within my mind and I am awake and alert. His spiritual glow is shining on my forehead. How glamorous is His spiritual glow?

ਨਵ ਨਿਧੇ ਨਉ ਨਿਧੇ ਮੇਰੇ,	nav niDhay na-o niDhay mayray
ਘਰ ਮਹਿ ਆਈ ਰਾਮ॥	ghar meh aa-ee raam.
ਸਭੁ ਕਿਛੁ ਮੈ ਸਭੁ ਕਿਛੁ ਪਾਇਆ,	sabh kichh mai sabh kichh paa-i-aa
ਨਾਮੁ ਧਿਆਈ ਰਾਮ॥	naam Dhi-aa-ee raam.
ਨਾਮੁ ਧਿਆਈ ਸਦਾ ਸਖਾਈ,	naam Dhi-aa-ee sadaa sakhaa-ee
ਸਹਜ ਸੁਭਾਈ ਗੋਵਿੰਦਾ॥	sahj subhaa-ee govindaa.
ਗਣਤ ਮਿਟਾਈ ਚੂਕੀ ਧਾਈ,	ganat mitaa-ee chookee Dhaa-ee
ਕਦੇ ਨ ਵਿਆਪੈ ਮਨ ਚਿੰਦਾ॥	kaday na vi-aapai man chindaa.

ਗੋਵਿੰਦ ਗਾਜੇ ਅਨਹਦ ਵਾਜੇ,	govind gaajay anhad vaajay
ਅਚਰਜ ਸੋਭ ਬਣਾਈ॥	achraj sobh banaa-ee.
ਕਹੁ ਨਾਨਕ ਪਿਰੁ ਮੇਰੈ ਸੰਗੇ,	kaho naanak pir mayrai sangay
ਤਾ ਮੈ ਨਵ ਨਿਧਿ ਪਾਈ॥੩॥	taa mai nav niDh paa-ee. ||3||

ਪ੍ਰਭ ਦੇ ਸ਼ਬਦ ਦੀ ਸੋਝੀ ਦੇ ਨੌ ਖਜ਼ਾਨੇਂ ਮੇਰੇ ਮਨ ਵਿੱਚ, ਘਰ ਵਿੱਚ ਬਖਸ਼ਿਸ਼ ਹੋ ਗਏ ਹਨ । ਸਭ ਕੁਝ ਪ੍ਰਭ ਦੇ ਸ਼ਬਦ ਦਾ ਸਿਮਰਨ, ਪਾਲਣਾ ਕਰਨ ਨਾਲ ਹੀ ਬਖਸ਼ਿਸ਼ ਹੋਇਆ ਹੈ । ਸ਼ਬਦ ਦੀ ਪਾਲਣਾ, ਸਿਮਰਨ ਨਾਲ, ਪ੍ਰਭ ਮੇਰਾ ਸਦਾ ਸਹਾਈ ਹੋਣ ਵਾਲਾ ਸਾਥੀ ਬਣ ਗਿਆ ਹੈ, ਮਨ ਵਿੱਚ ਪੂਰਨ ਸੰਤੋਖ ਭਰ ਗਿਆ ਹੈ । ਮੇਰੇ ਕਰਮਾਂ ਦਾ ਲੇਖਾ ਸਾਫ ਹੋ ਗਿਆ ਹੈ, ਪ੍ਰਭ ਨੇ ਪੂਰਾ ਕਰ ਦਿੱਤਾ ਹੈ । ਮਨ ਵਿੱਚ ਕੋਈ ਚਿੰਤਾਂ, ਇੱਛਾਂ, ਪਰੇਸ਼ਾਨੀ ਨਹੀਂ ਰਹੀ । ਪ੍ਰਭ ਦਾ ਸ਼ਬਦ ਮਨ ਵਿੱਚ ਜਾਗਰਤ ਹੋਣ ਨਾਲ, ਸਦਾ ਚਲਣ ਵਾਲਾ ਨਾਦ, ਧੁਨ ਮਨ ਵਿੱਚ ਚਲਣ ਲੱਗ ਪਈ ਹੈ । ਮਨ ਵਿੱਚ ਅਨੋਖਾ ਹੀ ਨੂਰ ਬਖਸ਼ਿਸ਼ ਹੋ ਗਿਆ ਹੈ । ਜਿਸ ਬੰਦਗੀ ਕਰਨ ਵਾਲੇ ਦੇ ਮਨ ਵਿੱਚ ਪ੍ਰਭ ਦਾ ਸ਼ਬਦ ਜਾਗਰਤ ਹੋ ਜਾਂਦਾ ਹੈ, ਉਸ ਦੇ ਮਨ ਵਿੱਚ ਸ਼ਬਦ ਦੀ ਸੋਝੀ ਦੇ ਨੌ, ਅਨੇਕਾਂ ਖਜ਼ਾਨੇਂ, ਬਖਸ਼ਿਸ਼ ਹੋ ਜਾਂਦੇ ਹਨ ।

All nine treasures of enlightenment of His Word has been blessed within my mind and body. All are blessed by meditating and adopting the teachings of His Word with steady and stable belief in my day to day life. The True Master has become my true companion, friend and my mind are overwhelmed with contentment on His blessings. All accounts of my previous life deeds have been satisfied by The True Master. My mind does not have any worry, any worldly desire or frustration or disappointment. With the enlightenment of the teachings of His Word within, I am awake and alert. The astonishing everlasting echo of His Word resonates within my mind nonstop. The spiritual glow of the Holy Spirit shines on my forehead. Whosoever may be enlightened within, he may be blessed with nine treasures of the teachings of His Word.

ਸਰਸਿਅੜੇ ਸਰਸਿਅੜੇ ਮੇਰੇ ਭਾਈ,	sarsi-arhay sarsi-arhay mayray bhaa-ee
ਸਭ ਮੀਤਾ ਰਾਮ॥	sabh meetaa raam.
ਬਿਖਮੋ ਬਿਖਮੁ ਅਖਾੜਾ ਮੈ,	bikhmo bikham akhaarhaa mai
ਗੁਰ ਮਿਲਿ ਜੀਤਾ ਰਾਮ॥	gur mil jeetaa raam.
ਗੁਰ ਮਿਲਿ ਜੀਤਾ ਹਰਿ ਹਰਿ ਕੀਤਾ,	gur mil jeetaa har har keetaa
ਤੂਟੀ ਭੀਤਾ ਭਰਮ ਗੜਾ॥	tootee bheetaa bharam garhaa.
ਪਾਇਆ ਖਜਾਨਾ ਬਹੁਤੁ ਨਿਧਾਨਾ,	paa-i-aa khajaanaa bahut niDhaanaa
ਸਾਣਥ ਮੇਰੀ ਆਪਿ ਖੜਾ॥	saanath mayree aap kharhaa.
ਸੋਈ ਸੁਗਿਆਨਾ ਸੋ ਪਰਧਾਨਾ	so-ee sugi-aanaa so parDhaanaa
ਜੋ ਪ੍ਰਭਿ ਅਪਨਾ ਕੀਤਾ॥	jo parabh apnaa keetaa.
ਕਹੁ ਨਾਨਕ ਜਾਂ ਵਲਿ ਸੁਆਮੀ,	kaho naanak jaaN val su-aamee
ਤਾ ਸਰਸੇ ਭਾਈ ਮੀਤਾ॥੪॥੧॥	taa sarsay bhaa-ee meetaa. ||4||1||

ਪ੍ਰਭ ਦੇ ਸ਼ਬਦ ਦੀ ਸੋਝੀ, ਮਿਲਾਪ ਹੋਣ ਨਾਲ, ਮਾਨਸ ਜਨਮ ਯਾਤਰਾ ਤੇ ਜਿੱਤ ਬਖਸ਼ਿਸ਼ ਹੋ ਗਈ ਹੈ, ਪ੍ਰਵਾਨਗੀ ਦਾ ਰਸਤਾ ਸਾਫ ਹੋ ਗਿਆ ਹੈ । ਸ਼ਬਦ ਦੀ ਸੋਝੀ ਦੀ ਬਖਸ਼ਿਸ਼ ਹੋਣ ਨਾਲ ਮੌਤ ਤੇ ਜਿੱਤ ਦੀ ਬਖਸ਼ਿਸ਼ ਹੋ ਗਈ ਹੈ । ਪ੍ਰਭ ਦੇ ਸ਼ਬਦ ਦੇ ਗੁਣ ਗਾਉਣ ਨਾਲ ਮਨ ਵਿਚੋਂ ਭਰਮਾਂ ਦਾ ਨਾਸ਼ ਹੋ ਗਿਆ ਹੈ । ਪ੍ਰਭ ਦੀ ਰਹਿਮਤ ਨਾਲ ਅਨੇਕਾਂ ਹੀ ਸੋਝੀ ਦੇ ਖਾਜ਼ਾਨੇ ਬਖਸ਼ਿਸ਼ ਹੋ ਗਏ ਹਨ । ਪ੍ਰਭ ਆਪ ਹੀ ਮੇਰਾ ਰਖਵਾਲਾ ਬਣ ਗਿਆ ਹੈ । ਜਿਸ ਨੂੰ ਪ੍ਰਭ ਆਪਣਾ ਦਾਸੀ ਬਣਾ ਲੈਂਦਾ ਹੈ । ਉਹ ਹੀ ਆਤਮਾ ਬੁੱਧੀਵਾਨ, ਸਿਆਣੀ, ਮੁਖੀ ਬਣ ਜਾਂਦੀ ਹੈ । ਜਿਸ ਦਾ ਪ੍ਰਭ ਆਪ ਹੀ ਰਖਵਾਲਾ ਬਣ ਜਾਂਦਾ ਹੈ । ਉਸ ਆਤਮਾ ਦੇ ਸੰਜੋਗੀ, ਨਾਲ ਵਸਣ ਵਾਲੇ ਸਾਰੇ ਹੀ ਅਨੰਦ ਮਾਨਦੇ ਹਨ ।

With the enlightenment of the teachings of His Word, my human life journey has been concluded, successful and my path of meditation, acceptance in His court has been cleared, all restrictions have been removed. With the enlightenment of the teachings of His Word, I have conquered the devil of death. By singing the glory of His Word all my worldly suspicions have been eliminated from my mind. With His mercy and grace, the treasure of enlightenment has been blessed within my mind. The True Master has become my true protector, companion. Whosoever may be accepted in His sanctuary, accepted as His true devotee, his soul becomes enlightened, wise and the supreme in the universe. Whosoever may be accepted in His sanctuary, all his associates, companions also enjoy peace and contentment in life.

300.ਆਸਾ ਮਹਲਾ ੫॥ 453-4

ਅਕਥਾ ਹਰਿ ਅਕਥ ਕਥਾ,	akthaa har akath kathaa
ਕਿਛੁ ਜਾਇ ਨ ਜਾਣੀ ਰਾਮ॥	kichh jaa-ay na jaanee raam.
ਸੁਰਿ ਨਰ ਸੁਰਿ ਨਰ ਮੁਨਿ ਜਨ,	sur nar sur nar mun jan
ਸਹਜਿ ਵਖਾਣੀ ਰਾਮ॥	sahj vakhaanee raam.
ਸਹਜੇ ਵਖਾਣੀ ਅਮਿਉ ਬਾਣੀ,	sehjay vakhaanee ami-o banee
ਚਰਣ ਕਮਲ ਰੰਗੁ ਲਾਇਆ॥	charan kamal rang laa-i-aa.
ਜਪਿ ਏਕੁ ਅਲਖੁ ਪ੍ਰਭੁ ਨਿਰੰਜਨੁ,	jap ayk alakh parabh niranjan
ਮਨ ਚਿੰਦਿਆ ਫਲੁ ਪਾਇਆ॥	man chindi-aa fal paa-i-aa.
ਤਜਿ ਮਾਨੁ ਮੋਹੁ ਵਿਕਾਰੁ ਦੂਜਾ,	taj maan moh vikaar doojaa
ਜੋਤੀ ਜੋਤਿ ਸਮਾਣੀ॥	jotee jot samaanee.
ਬਿਨਵੰਤਿ ਨਾਨਕ ਗੁਰ ਪ੍ਰਸਾਦੀ,	binvant naanak gur parsaadee
ਸਦਾ ਹਰਿ ਰੰਗੁ ਮਾਣੀ॥੧॥	sadaa har rang maanee. ||1||

ਪ੍ਰਭ ਦੇ ਅਕਥ ਕਥਨਾ ਦੀ ਪੂਰਨ ਸੋਝੀ ਨਹੀਂ ਪਾਈ ਜਾ ਸਕਦੀ । ਮੌਨੀ ਸੰਤ, ਦੇਵਤੇ, ਬੰਦਗੀ ਕਰਨ ਵਾਲੇ, ਆਪਣੇ ਮਨ ਦੇ ਸੰਤੋਖ ਵਿੱਚ ਵਸਦੇ ਹਨ । ਜਿਤਨੀ ਪ੍ਰਭ ਸੋਝੀ ਬਖਸ਼ਦਾ ਹੈ, ਉਤਨਾ ਹੀ ਵਿਆਖਿਆ ਕਰਦੇ ਹਨ । ਮਨ ਦੇ ਸੰਤੋਖ ਵਿੱਚ ਮਸਤ ਹੋਏ, ਅਣਮੋਲ ਸ਼ਬਦਾ ਦੇ ਗੁਣ ਗਾਉਂਦੇ, ਕੀਰਤਨ ਕਰਦੇ ਹਨ । ਆਪਣਾ ਮਨ ਪ੍ਰਭ ਦੇ ਚਰਨਾਂ ਵਿੱਚ, ਸ਼ਰਣ ਵਿੱਚ ਹੀ ਰਖਦੇ ਹਨ । ਉਹ ਨਾ-ਜਾਣੇ, ਨਾ-ਦੇਖੇ ਜਾਣ ਵਾਲੇ ਪ੍ਰਭ ਦੇ ਪਵਿਤ੍ਰ ਸ਼ਬਦ ਦਾ ਸਿਮਰਨ ਕਰਦੇ ਹਨ । ਉਹ ਆਪਣੇ ਮਨ ਦੀਆਂ ਮੁਰਾਦਾਂ ਪਾ ਲੈਂਦੇ ਹਨ । ਮਨ ਵਿਚੋਂ ਆਪਾ, ਖੁਦਗਰਜ਼ੀ, ਮੋਹ, ਲਾਲਚ ਅਤੇ ਮਨ ਨੂੰ ਚਾਰੇ ਪਾਸੇ ਘੁੰਮਣ ਤੋ ਰੋਕ ਲੈਂਦੇ ਹਨ । ਉਹਨਾਂ ਦੀ ਆਤਮਾ ਪ੍ਰਭ ਦੀ ਜੋਤ ਵਿੱਚ ਅਭੇਦ ਹੋ ਜਾਂਦੀ ਹੈ । ਉਹਨਾਂ ਦਾਸਾਂ ਦੀ ਆਤਮਾ ਦਾ ਪ੍ਰਭ ਨਾਲ ਸਦਾ ਰਹਿਣ ਵਾਲਾ ਸਾਥ, ਪ੍ਰੀਤ ਅਡੋਲ ਹੋ ਜਾਂਦੀ ਹੈ ।

The un-comprehensible sermons of His Word may not be fully understood by His creation. All quite Saints, prophets and His true devotees all remains fully contented with the nature of The True Master. As much The True Master blesses them the enlightenment, only that much he may talk about and teaches to the followers. He remains intoxicated with singing the glory of His priceless Word. They keep their focus and mind on the feet, on the teachings of His Word. They meditate on the teachings of the Word of unknown and beyond visibility, sanctified True Master; all spoken and unspoken desires may be fully satisfied. He may eliminate all selfishness, greed, attachments and may control wandering mind. His soul may become sanctified and absorbed within the Holy Spirit. His soul become an integral part of the Holy Spirit and remains steady and stable.

ਹਰਿ ਸੰਤਾ ਹਰਿ ਸੰਤ ਸਜਨ,	har santaa har sant sajan
ਮੇਰੇ ਮੀਤ ਸਹਾਈ ਰਾਮ॥	mayray meet sahaa-ee raam.
ਵਡਭਾਗੀ ਵਡਭਾਗੀ	vadbhaagee vadbhaagee
ਸਤਸੰਗਤਿ ਪਾਈ ਰਾਮ॥	satsangat paa-ee raam.
ਵਡਭਾਗੀ ਪਾਏ ਨਾਮੁ ਧਿਆਏ,	vadbhaagee paa-ay naam Dhi-aa-ay
ਲਾਥੇ ਦੂਖ ਸੰਤਾਪੈ॥	laathay dookh santaapai.
ਗੁਰ ਚਰਣੀ ਲਾਗੇ	gur charnee laagay
ਭ੍ਰਮ ਭਉ ਭਾਗੇ,	bharam bha-o bhaagay
ਆਪੁ ਮਿਟਾਇਆ ਆਪੈ॥	aap mitaa-i-aa aapai.
ਕਰਿ ਕਿਰਪਾ ਮੇਲੇ ਪ੍ਰਭਿ ਅਪੁਨੈ,	kar kirpaa maylay parabh apunai
ਵਿਛੁੜਿ ਕਤਹਿ ਨ ਜਾਈ॥	vichhurh kateh na jaa-ee.
ਬਿਨਵੰਤਿ ਨਾਨਕ ਦਾਸੁ ਤੇਰਾ,	binvant naanak daas tayraa
ਸਦਾ ਹਰਿ ਸਰਣਾਈ॥੨॥	sadaa har sarnaa-ee. ||2||

ਪ੍ਰਭ ਦੀ ਰਹਿਮਤ ਨਾਲ ਬੰਦਗੀ ਕਰਨ ਵਾਲੇ ਸੰਤਾਂ ਨਾਲ ਸੰਜੋਗ ਬਖਸ਼ਿਸ਼ ਹੋਇਆ ਹੈ । ਉਹ ਮੇਰੇ ਸਾਥੀ, ਮਦਦ ਕਰਨ ਵਾਲੇ ਬਣ ਗਏ ਹਨ । ਪ੍ਰਭ ਦੀ ਰਹਿਮਤ ਨਾਲ ਉਹਨਾਂ ਦੀ ਸੰਗਤ ਬਖਸ਼ਿਸ਼ ਹੋਈ ਹੈ । ਵੱਡੇਭਾਗਾਂ ਨਾਲ ਪ੍ਰਭ ਦੇ ਸ਼ਬਦ ਦੀ ਬਖਸ਼ਿਸ਼ ਹੋਈ ਹੈ । ਮੇਰੀ ਲਗਨ ਸ਼ਬਦ ਦੀ ਪਾਲਣਾ ਵਿੱਚ ਲੱਗੀ ਹੈ । ਮੇਰੇ ਮਨ ਵਿਚੋਂ ਇੱਛਾਂ ਦੀ ਭਟਕਣ, ਦੁਖ ਦੂਰ ਹੋ ਗਏ ਹਨ । ਪ੍ਰਭ ਦੀ ਸ਼ਰਣ ਵਿੱਚ ਅਇਆ ਹਾ, ਪ੍ਰਭ ਦੇ ਸ਼ਬਦ ਰੂਪੀ ਚਰਨ ਪਕੜੇ ਹਨ । ਮੇਰੇ ਮਨ ਵਿਚੋਂ ਮੌਤ ਦਾ ਡਰ ਅਤੇ ਭਰਮ ਦੂਰ ਹੋ ਗਏ ਹਨ । ਪ੍ਰਭ ਨੇ ਆਪ ਹੀ ਰਹਿਮਤ ਬਖਸ਼ਕੇ ਮੇਰਾ ਆਪਾ ਮਿਟਾ ਦਿੱਤਾ ਹੈ । ਪ੍ਰਭ ਨੇ ਰਹਿਮਤ ਬਖਸ਼ਕੇ ਮੈਨੂੰ ਆਪਣੇ ਸੰਗ ਮਿਲਾ ਲਿਆ ਹੈ । ਹੁਣ ਮੇਰਾ ਵਿਛੋੜੇ ਦਾ ਵਿਰਾਗ ਖਤਮ ਹੋ ਗਿਆ, ਕਦੇ ਵਿਛੋੜਾ ਨਹੀਂ ਹੋਵੇਗਾ । ਬੰਦਗੀ ਕਰਨ ਵਾਲੇ ਸਦਾ ਹੀ ਇੱਕੋ ਇੱਕ ਅਰਦਾਸ ਕਰਦੇ ਹਨ! ਰਹਿਮਤਾਂ ਦੇ ਮਾਲਕ ਸਦਾ ਲਈ ਆਪਣਾ ਦਾਸ ਬਣਵੋ, ਆਪਣੀ ਸ਼ਰਣ ਵਿੱਚ ਪਨਾਹ ਬਖਸ਼ੋ!

With His mercy and grace, I have been blessed with the association of His true devotee; all His true devotees have become my true companion, helper and supporter. With His mercy and grace, I am blessed with the association of His true devotee. I have become very fortunate that He blessed me with His Word. My devotion has become steady and stable in obeying the teachings of His Word, all worldly desires and frustrations have been eliminated from my mind, all my miseries have been eliminated forever. I have humbly surrender at the sanctuary of The True Master and humbly holding His feet, the teachings of His Word. All my worldly suspicions and the fear of death have been eliminated from my mind. With His mercy and grace has eliminated my selfishness and pride of my worldly status from my mind. He has accepted me as His slave. My renunciation of the memory of my separation from The True Master has been eliminated and I will never be separated from the Holy Spirit. His true devotee always prays and begs for One and Only One desire! True Master accepts me as Your servant in Your sanctuary.

ਹਰਿ ਦਰੇ ਹਰਿ ਦਰਿ ਸੋਹਨਿ,	har daray har dar sohan
ਤੇਰੇ ਭਗਤ ਪਿਆਰੇ ਰਾਮ॥	tayray bhagat pi-aaray raam.
ਵਾਰੀ ਤਿਨ ਵਾਰੀ ਜਾਵਾ,	vaaree tin vaaree jaavaa
ਸਦ ਬਲਿਹਾਰੇ ਰਾਮ॥	sad balihaaray raam.
ਸਦ ਬਲਿਹਾਰੇ ਕਰਿ ਨਮਸਕਾਰੇ,	sad balihaaray kar namaskaaray

ਜਿਨ ਭੇਟਤ ਪ੍ਰਭੁ ਜਾਤਾ॥	jin bhaytat parabh jaataa.
ਘਟਿ ਘਟਿ ਰਵਿ ਰਹਿਆ ਸਭ ਥਾਈ,	ghat ghat rav rahi-aa sabh thaa-ee
ਪੂਰਨ ਪੁਰਖੁ ਬਿਧਾਤਾ॥	pooran purakh biDhaataa.
ਗੁਰੁ ਪੂਰਾ ਪਾਇਆ ਨਾਮੁ ਧਿਆਇਆ,	gur pooraa paa-i-aa naam Dhi-aa-i-aa
ਜੂਐ ਜਨਮੁ ਨ ਹਾਰੇ॥	joo-ai janam na haaray.
ਬਿਨਵੰਤਿ ਨਾਨਕ ਸਰਣਿ ਤੇਰੀ,	binvant naanak saran tayree
ਰਾਖੁ ਕਿਰਪਾ ਧਾਰੇ॥੩॥	raakh kirpaa Dhaaray. ‖3‖

ਪ੍ਰਭ ਤੇਰਾ ਬੰਦਗੀ ਕਰਨ ਵਾਲਾ ਦਾਸ ਤੇਰੇ ਦਰ ਤੇ ਖੜ੍ਹੇ ਬਹੁਤ ਸੁਭਾਗਾ ਲੱਗਦਾ ਹੈ । ਉਸ ਤੋ ਬਾਰ ਬਾਰ ਕੁਰਬਾਨ ਜਾਵਾ! ਉਸ ਨੂੰ ਸਦਾ ਹੀ ਪ੍ਰਨਾਮ ਕਰਾ! ਉਸ ਨੂੰ ਮਿਲਣ ਨਾਲ ਸ਼ਬਦ ਦਾ ਗਿਆਨ ਹੋ ਜਾਂਦਾ ਹੈ, ਪ੍ਰਭ ਦੀ ਜਾਣਕਾਰੀ ਹੋ ਜਾਂਦੀ ਹੈ । ਪੂਰਨ ਪ੍ਰਭ, ਭਾਗ ਲਿਖਣ ਵਾਲਾ ਮਾਲਕ ਹਰਇੱਕ ਤਨ ਵਿੱਚ ਵਸਦਾ ਹੈ, ਹਰ ਥਾਂ ਤੇ ਹਾਜ਼ਰਾ ਹਜ਼ੂਰ ਰਹਿੰਦਾ ਹੈ । ਜਿਹੜਾ ਪ੍ਰਭ ਦੇ ਸ਼ਬਦ ਦੀ ਸੋਝੀ ਪਾ ਕੇ ਆਪਣਾ ਜੀਵਨ ਸ਼ਬਦ ਨਾਲ ਢਾਲਦਾ ਹੈ । ਉਹ ਮਾਨਸ ਜਨਮ ਦਾ ਖੇਲ ਕਦੇ ਨਹੀਂ ਹਾਰਦਾ, ਸਫਲ ਕਰ ਜਾਂਦਾ ਹੈ । ਬੰਦਗੀ ਕਰਨ ਵਾਲਾ ਸਦਾ ਹੀ ਇੱਕੋ ਇੱਕ ਅਰਦਾਸ ਕਰਦਾ ਹੈ । ਰਹਿਮਤਾਂ ਦੇ ਮਾਲਕ ਆਪਣੀ ਸ਼ਰਣ ਵਿੱਚ ਪਨਾਹ ਬਖਸ਼ੋ! ਰੱਖਿਆ ਕਰੋ!

Your true devotee always remains singing the glory of Your Word at Your door and he may become very fortunate. I remain fascinated from his way of life and always salutes and respect him. By associated with him, with the teachings of Your Word has been enlightened within and I have realized Your existence. The True Master, who writes the destiny of each and every creature, He dwells in each and every mind and body and remains Omnipresent everywhere in the universe. Whosoever may be enlightened with the teachings of His Word and adopts in his day to day life; he may never lose the play of human life journey and his human life journey becomes successful. His true devotee always prays and begs for One and Only One hope, With Your mercy and grace accepts me as Your slave, in Your sanctuary.

ਬੇਅੰਤਾ ਬੇਅੰਤ ਗੁਣ ਤੇਰੇ,	bay-antaa bay-ant gun tayray
ਕੇਤਕ ਗਾਵਾ ਰਾਮ॥	kaytak gaavaa raam.
ਤੇਰੇ ਚਰਣਾ ਤੇਰੇ ਚਰਣ,	tayray charnaa tayray charan
ਧੂੜਿ ਵਡਭਾਗੀ ਪਾਵਾ ਰਾਮ॥	Dhoorh vadbhaagee paavaa raam.
ਹਰਿ ਧੂੜੀ ਨ੍ਹਾਈਐ	har Dhoorhee nHaa-ee-ai
ਮੈਲੁ ਗਵਾਈਐ,	mail gavaa-ee-ai
ਜਨਮ ਮਰਣ ਦੁਖ ਲਾਥੇ॥	janam maran dukh laathay.
ਅੰਤਰਿ ਬਾਹਰਿ ਸਦਾ ਹਦੂਰੇ,	antar baahar sadaa hadooray
ਪਰਮੇਸਰੁ ਪ੍ਰਭੁ ਸਾਥੇ॥	parmaysar parabh saathay.
ਮਿਟੇ ਦੂਖ ਕਲਿਆਣ ਕੀਰਤਨ,	mitay dookh kali-aan keertan
ਬਹੁੜਿ ਜੋਨਿ ਨ ਪਾਵਾ॥	bahurh jon na paavaa.
ਬਿਨਵੰਤਿ ਨਾਨਕ ਗੁਰ ਸਰਣਿ ਤਰੀਐ,	binvant naanak gur saran taree-ai
ਆਪਣੇ ਪ੍ਰਭ ਭਾਵਾ॥੪॥੨॥	aapnay parabh bhaavaa. ‖4‖2‖

ਪ੍ਰਭ ਤੇਰੇ ਅਣਗਿਣਤ, ਬੇਅੰਤ ਹੀ ਗੁਣ ਹਨ । ਕਿਹੜੇ ਕਿਹੜੇ ਗੁਣ ਦੀ ਮੈਂ ਉਪਮਾਂ ਕਰਾ, ਕੁਰਬਾਨ ਜਾਵਾ? ਤੇਰੇ ਬੰਦਗੀ ਕਰਨ ਵਾਲੇ ਦਾਸਾਂ ਦੇ ਚਰਨਾਂ ਦੀ ਧੂੜ ਪਾ ਕੇ ਜੀਵ ਵੱਡੇ ਭਾਗ ਵਾਲੇ ਬਣ ਜਾਂਦੇ ਹਨ, ਭਾਗ ਖੁੱਲ੍ਹ ਜਾਂਦੇ ਹਨ । ਉਹਨਾਂ ਦੇ ਚਰਨਾਂ ਦੀ ਧੂੜ ਨਾਲ ਇਸ਼ਨਾਨ ਕਰਨ ਨਾਲ ਮਨ ਵਿਚੋਂ ਮੈਲ ਖਤਮ ਹੋ ਜਾਦੀ ਹੈ, ਬੁਰੇ ਖਿਆਲ ਨਾਸ਼ ਹੋ ਜਾਂਦੇ ਹਨ । ਆਤਮਾ ਦਾ ਜਨਮ ਮਰਨ ਦਾ ਚੱਕਰ ਖਤਮ ਹੋ ਜਾਂਦਾ, ਦੁਖ ਦੂਰ ਹੋ ਜਾਂਦੇ ਹਨ । ਜੀਵ ਦੇ ਮਨ ਦੇ ਅੰਦਰ ਅਤੇ ਬਾਹਰ ਸੰਸਾਰ ਵਿੱਚ ਪ੍ਰਭ

ਸਦਾ ਹੀ ਹਾਜ਼ਰਾ ਹਜ਼ੂਰ ਰਹਿੰਦਾ ਹੈ । ਪ੍ਰਭ ਦੇ ਸ਼ਬਦ ਦੇ ਗੁਣ ਗਾਉਣ, ਕੀਰਤਨ ਕਰਨ ਨਾਲ ਮਨ ਵਿਚੋਂ ਮੌਤ ਦਾ ਡਰ ਦੂਰ ਹੋ ਜਾਂਦਾ, ਜੂੰਨਾਂ ਦਾ ਚੱਕਰ ਖਤਮ ਹੋ ਜਾਂਦਾ ਹੈ । ਪ੍ਰਭ ਦੀ ਸ਼ਰਣ ਵਿੱਚ ਆਉਣ, ਸ਼ਬਦ ਨਾਲ ਜੀਵਨ ਢਾਲਣ ਨਾਲ, ਜੀਵ ਸੰਸਾਰਕ ਸਾਗਰ ਪਾਰ ਕਰ ਜਾਂਦਾ ਹੈ । ਉਸ ਦੀ ਸ਼ਬਦ ਦੀ ਕਮਾਈ ਪ੍ਰਭ ਨੂੰ ਪ੍ਰਵਾਨ ਹੋ ਜਾਂਦੀ ਹੈ ।

You have unlimited number of virtues. Which of Your virtues may I sing? I remain fascinated, astonished from your virtues. Your true devotee becomes very fortunate by Your blessings. By taking a bath with the dust of the feet as Your true devotee, by adopting his life teachings in day to day life, all evil thoughts of mind are eliminated, the cycle of birth and death and the miseries of life may be eliminated forever. The Omnipresent True Master remains awake and alert within the body and mind of His true devotee and also Omnipresent everywhere outside in the universe. By singing the glory of His Word, his fear of death, his cycle of birth and death may also be eliminated. By adopting the teachings of His Word in day to day life and surrendering to the sanctuary of His Word; His true devotee may be saved from the worldly ocean of worldly desires. His earnings of His Word may be accepted in His court.

301.ਆਸਾ ਛੰਤ ਮਹਲਾ ੫ ਘਰੁ ੪॥ 453-17

੧ਓ ਸਤਿਗੁਰ ਪ੍ਰਸਾਦਿ॥	ik-oNkaar satgur parsaad.
ਹਰਿ ਚਰਨ ਕਮਲ ਮਨੁ ਬੇਧਿਆ,	har charan kamal man bayDhi-aa
ਕਿਛੁ ਆਨ ਨ ਮੀਠਾ ਰਾਮ ਰਾਜੇ॥	kichh aan na meethaa raam raajay.
ਮਿਲਿ ਸੰਤਸੰਗਤਿ ਆਰਾਧਿਆ,	mil santsangat aaraaDhi-aa
ਹਰਿ ਘਟਿ ਘਟੇ ਡੀਠਾ ਰਾਮ ਰਾਜੇ॥	har ghat ghatay deethaa raam raajay.
ਹਰਿ ਘਟਿ ਘਟੇ ਡੀਠਾ	har ghat ghatay deethaa
ਅੰਮ੍ਰਿਤੋ ਵੂਠਾ,	amrito voothaa
ਜਨਮ ਮਰਨ ਦੁਖ ਨਾਠੇ॥	janam maran dukh naathay.
ਗੁਣ ਨਿਧਿ ਗਾਇਆ ਸਭ ਦੂਖ ਮਿਟਾਇਆ,	gun niDh gaa-i-aa sabh dookh
ਹਉਮੈ ਬਿਨਸੀ ਗਾਠੇ॥	mitaa-i-aa ha-umai binsee gaathay.
ਪ੍ਰਿਉ ਸਹਜ ਸੁਭਾਈ ਛੋਡਿ ਨ ਜਾਈ,	pari-o sahj subhaa-ee chhod na jaa-ee
ਮਨਿ ਲਾਗਾ ਰੰਗੁ ਮਜੀਠਾ॥	man laagaa rang majeethaa.
ਹਰਿ ਨਾਨਕ ਬੇਧੇ ਚਰਨ ਕਮਲ,	har naanak bayDhay charan kamal
ਕਿਛੁ ਆਨ ਨ ਮੀਠਾ॥੧॥	kichh aan na meethaa. ‖1‖

ਮੇਰੇ ਮਨ ਤੇ ਪ੍ਰਭ ਦੇ ਸ਼ਬਦ (ਚਰਨਾਂ) ਦਾ ਡੂੰਘਾਂ ਪ੍ਰਭਾਵ ਹੋ ਗਿਆ ਹੈ । ਕੇਵਲ ਤੇਰਾ ਸ਼ਬਦ ਹੀ ਮਨ ਨੂੰ ਮਿੱਠਾ ਲੱਗਦਾ, ਮਨ ਨੂੰ ਭਾਉਂਦਾ ਹੈ । ਬੰਦਗੀ ਕਰਨ ਵਾਲੇ ਦੀ ਸੰਗਤ ਵਿੱਚ ਰਲਕੇ ਤੇਰੇ ਸ਼ਬਦ ਦੇ ਗੁਣ ਗਾਉਂਦਾ, ਸਿਮਰਨ ਕਰਦਾ ਹਾ । ਹਰਇੱਕ ਜੀਵ ਦੇ ਵਿੱਚ ਹੀ ਤੂੰ ਵਸਦਾ ਮਹਿਸੂਸ ਹੁੰਦਾ ਹੈ । ਪ੍ਰਭ ਦੇ ਸ਼ਬਦ ਦਾ ਅਣਮੋਲ ਰਸ, ਮਨ ਦੇ ਅੰਦਰੋਂ ਹੀ ਸਿਮਦਾ, ਵਗਦਾ ਹੈ । ਮੇਰਾ ਜਨਮ ਮਰਨ ਦਾ ਲੇਖਾ ਖਤਮ ਹੋ ਗਿਆ ਹੈ । ਗੁਣਾਂ ਦੇ ਮਾਲਕ ਦੇ ਸਬਦ ਦੇ ਗੁਣ ਗਾਉਣ ਨਾਲ ਮੇਰੇ ਮਨ ਵਿਚੋਂ ਅਹੰਕਾਰ ਦੀ ਗੰਢ ਖੁੱਲ੍ਹ ਗਈ ਹੈ, ਮਨ ਵਿਚੋਂ ਅਹੰਕਾਰ ਨਾਸ਼ ਹੋ ਗਿਆ ਹੈ । ਪ੍ਰਭ ਮੇਰਾ ਸਾਥ ਨਹੀਂ ਛੱਡਦਾ, ਇਹ ਹੀ ਉਸ ਦੇ ਗੁਣ, ਉਸ ਦੀ ਅਵਸਥਾ ਹੈ । ਮੇਰਾ ਮਨ ਉਸ ਦੇ ਸਬਦ ਦੀ ਪਾਲਣਾ ਵਿੱਚ ਲੀਨ ਹੈ । ਮੇਰੇ ਮਨ ਤੇ ਉਸ ਦੇ ਸ਼ਬਦ ਦਾ ਗੂੰੜਾ ਰੰਗ ਚੜ੍ਹਿਆ ਹੋਇਆ ਹੈ । ਪ੍ਰਭ ਦੇ ਸ਼ਬਦ ਦੇ ਕਮਲ ਚਰਨ, ਮੇਰੇ ਮਨ ਵਿੱਚ ਚੀਰ ਪਾ ਗਏ ਹਨ । ਹੁਣ ਮੇਰੇ ਮਨ ਵਿੱਚ ਹੋਰ ਕੋਈ ਵਿਚਾਰ ਟਿਕਦਾ ਨਹੀਂ, ਮਨ ਨੂੰ ਭਾਉਂਦਾ ਨਹੀਂ ।

My mind is deeply drenched with the teachings of Your Word, only Your Word is soothing to my mind all time. In the association as Your true devotee. I am meditating and singing the glory of Your Word all time. I am realizing The True Master dwells and prevails awake and alert within the mind and body of each and every creature. The nectar of the teachings of Your Word is oozing, flowing from within my mind and all accounts of my previous life have been satisfied by The True Master. By singing the glory of The True Master, I have conquered my ego from within. The True Master never abandons the soul, this is His unique virtue, nature. I am deep in meditation in the void of His Word and I am drenched with the teachings, essence of His Word. The teachings of His Word have pierced through my mind; no other thought can stay in my mind anymore.

ਜਿਉ ਰਾਤੀ ਜਲਿ ਮਾਛੁਲੀ,	ji-o raatee jal maachhulee
ਤਿਉ ਰਾਮ ਰਸਿ ਮਾਤੇ ਰਾਮ ਰਾਜੇ॥	ti-o raam ras maatay raam raajay.
ਗੁਰ ਪੂਰੈ ਉਪਦੇਸਿਆ ਜੀਵਨ	gur poorai updaysi-aa jeevan
ਗਤਿ ਭਾਤੇ ਰਾਮ ਰਾਜੇ॥	gat bhaatay raam raajay.
ਜੀਵਨ ਗਤਿ ਸੁਆਮੀ ਅੰਤਰਜਾਮੀ	jeevan gat su-aamee antarjaamee
ਆਪਿ ਲੀਏ ਲੜਿ ਲਾਏ॥	aap lee-ay larh laa-ay.
ਹਰਿ ਰਤਨ ਪਦਾਰਥੋ ਪਰਗਟੋ ਪੂਰਨੋ	har ratan padaaratho pargato poorno
ਛੋਡਿ ਨ ਕਤਹੂ ਜਾਏ॥	chhod na kathoo jaa-ay.
ਪ੍ਰਭੁ ਸੁਘਰੁ ਸਰੂਪੁ ਸੁਜਾਨੁ ਸੁਆਮੀ	parabh sughar saroop sujaan su-aamee
ਤਾ ਕੀ ਮਿਟੈ ਨ ਦਾਤੇ॥	taa kee mitai na daatay.
ਜਲ ਸੰਗਿ ਰਾਤੀ ਮਾਛੁਲੀ,	jal sang raatee maachhulee
ਨਾਨਕ ਹਰਿ ਮਾਤੇ॥੨॥	naanak har maatay. ‖2‖

ਜਿਵੇਂ ਮਛਲੀ ਪਾਣੀ ਵਿੱਚ ਮਸਤ ਰਹਿੰਦੀ ਹੈ । ਇਸ ਤਰ੍ਹਾਂ ਹੀ ਮੈਂ ਪ੍ਰਭ ਦੇ ਸ਼ਬਦ ਦੀ ਸੋਝੀ ਦੇ ਨਸ਼ੇ ਵਿੱਚ ਮਸਤ, ਲੀਨ ਹੋਇਆ ਹਾ । ਮੇਰੀ ਪ੍ਰਭ ਦੇ ਸ਼ਬਦ ਨਾਲ ਡੂੰਘੀ ਪ੍ਰੀਤ ਹੈ । ਪ੍ਰਭ ਨੇ ਆਪ ਹੀ ਰਹਿਮਤ ਬਖਸ਼ਕੇ ਪ੍ਰਵਾਨਗੀ ਦੇ ਰਸਤੇ ਤੇ ਅਡੋਲ ਰੱਖਿਆ ਹੈ । ਅੰਤਰਜਾਮੀ ਪ੍ਰਭ ਨੇ ਆਪ ਹੀ ਸ਼ਬਦ ਦੇ ਲੜ ਲਾ ਕੇ ਮੁਕਤੀ ਦੇ ਰਸਤੇ ਤੇ ਪਇਆ, ਮੁਕਤੀ ਬਖਸ਼ੀ ਹੈ । ਪ੍ਰਭ ਆਪ ਹੀ ਅਣਮੋਲ ਰਤਨ ਸ਼ਬਦ ਦੀ ਸੋਝੀ ਮਨ ਵਿੱਚ ਪ੍ਰਗਟ ਕਰਦਾ ਹੈ । ਪ੍ਰਭ ਬੰਦਗੀ ਕਰਨ ਵਾਲੀ ਆਤਮਾ ਨੂੰ ਛੱਡਕੇ ਹੋਰ ਕਿਸੇ ਪਾਸੇ ਨਹੀਂ ਜਾਂਦਾ । ਉਸ ਆਤਮਾ ਨੂੰ ਵਿਸਾਰਦਾ ਨਹੀਂ । ਅੰਤਰਜਾਮੀ ਪ੍ਰਭ ਬੁਹਤ ਸਿਆਣਾ, ਸੁਹਣਾ ਹੈ । ਉਸ ਦੇ ਭੰਡਾਰ ਵਿੱਚ ਦਾਤਾਂ ਦੀ ਕਦੇ ਕੋਈ ਕਮੀ ਨਹੀਂ ਆਉਂਦੀ । ਜਿਵੇਂ ਪਾਣੀ ਹੀ ਮਛਲੀ ਦੇ ਸਵਾਸਾਂ ਦਾ ਆਸਰਾ ਹੁੰਦਾ ਹੈ, ਇਸ ਤਰ੍ਹਾਂ ਦਾਸ ਨੂੰ ਸ਼ਬਦ ਦੀ ਪਾਲਣਾ ਦਾ ਨਸ਼ਾ, ਆਸਰਾ ਹੁੰਦਾ ਹੈ ।

As a fish remains intoxicated with happiness swimming in the water. The same way, I remain intoxicated meditating on the teachings of Your Word. I have a deep devotion to the teachings of Your Word. The True Master has blessed my soul to remain steady and stable on the right path of his acceptance. The Omniscient True Master has inspired and guided me on the right path of salvation and has blessed me salvation. The priceless jewel of essence of His Word has been enlightened within my mind. The True master never abandons the soul of His true devotee; His true devotee may never wander in different directions or abandon His Word. The Omniscient True Master is wise, glamorous and beautiful; His treasure of virtues, blessings never have any shortage. As the water is the main source of breath of the fish, the same way adopting the teachings of His Word is real purpose of human life blessings.

ਚਾਤ੍ਰਿਕੁ ਜਾਚੈ ਬੂੰਦ ਜਿਉ,	chaatrik jaachai boond ji-o
ਹਰਿ ਪ੍ਰਾਨ ਅਧਾਰਾ ਰਾਮ ਰਾਜੇ॥	har paraan aDhaaraa raam raajay.
ਮਾਲੁ ਖਜੀਨਾ ਸੁਤ ਭ੍ਰਾਤ ਮੀਤ,	maal khajeenaa sut bharaat meet
ਸਭਹੂੰ ਤੇ ਪਿਆਰਾ ਰਾਮ ਰਾਜੇ॥	sabhahooN tay pi-aaraa raam raajay.
ਸਭਹੂੰ ਤੇ ਪਿਆਰਾ ਪੁਰਖੁ ਨਿਰਾਰਾ,	sabhahooN tay pi-aaraa purakh niraaraa
ਤਾ ਕੀ ਗਤਿ ਨਹੀ ਜਾਣੀਐ॥	taa kee gat nahee jaanee-ai.
ਹਰਿ ਸਾਸਿ ਗਿਰਾਸਿ ਨ ਬਿਸਰੈ,	har saas giraas na bisrai
ਕਬਹੂੰ ਗੁਰ ਸਬਦੀ ਰੰਗੁ ਮਾਣੀਐ॥	kabahooN gur sabdee rang maanee-ai.
ਪ੍ਰਭੁ ਪੁਰਖੁ ਜਗਜੀਵਨੋ	parabh purakh jagjeevano
ਸੰਤ ਰਸੁ ਪੀਵਨੋ,	sant ras peevno
ਜਪਿ ਭਰਮ ਮੋਹ ਦੁਖ ਡਾਰਾ॥	jap bharam moh dukh daaraa.
ਚਾਤ੍ਰਿਕੁ ਜਾਚੈ ਬੂੰਦ ਜਿਉ,	chaatrik jaachai boond ji-o
ਨਾਨਕ ਹਰਿ ਪਿਆਰਾ॥੩॥	naanak har pi-aaraa. ‖3‖

ਜਿਵੇਂ ਚਾਤ੍ਰਿਕ ਦੇ ਮਨ ਵਿੱਚ ਮੀਂਹ ਦੇ ਪਾਣੀ ਦੀ ਬੂੰਦ ਨਾਲ ਹੀ ਅਨਮੋਲ ਅਨੰਦ ਮਿਲਦਾ, ਪਿਆਸ ਬੁਝਦੀ ਹੈ । ਇਸ ਤਰ੍ਹਾਂ ਦਾਸ ਦੇ ਮਨ ਦੀ ਤ੍ਰਿਸ਼ਨਾ, ਸ਼ਬਦ ਦੀ ਸੋਝੀ ਬਖਸ਼ਿਸ਼ ਹੋਣ ਨਾਲ ਹੀ ਪੂਰੀ ਹੁੰਦੀ ਹੈ । ਪ੍ਰਭ ਦੀ ਰਹਿਮਤ ਦੇ ਤੁਲ, ਕੋਈ ਵੀ ਸੰਸਾਰਕ ਧਨ ਦੌਲਤ, ਗਿਆਨ ਸੰਸਾਰਕ ਪਰਿਵਾਰ ਨਹੀਂ ਹੈ । ਉਸ ਤੋਂ ਬਿਨਾਂ ਮਨ ਵਿੱਚ ਸੰਤੋਖ, ਅਨੰਦ ਨਹੀਂ ਮਿਲਦਾ । ਪ੍ਰਭ ਆਪਣੇ ਆਪ ਵਿੱਚ ਪੂਰਨ ਅਵਸਥਾ ਹੈ । ਉਸ ਦੀ ਅਵਸਥਾ ਦੀ ਵਿਆਖਿਆ ਨਹੀਂ ਕੀਤੀ ਜਾ ਸਕਦੀ । ਮੇਰੀ ਪ੍ਰਭ ਦੇ ਸ਼ਬਦ ਨਾਲ ਪ੍ਰੀਤ ਇਤਨੀ ਡੂੰਘੀ ਹੈ, ਇੱਕ ਪਲ, ਸਵਾਸ ਗਰਾਸ ਉਹ ਮੇਰੇ ਮਨ ਵਿਚੋਂ ਵਿਸਰ ਨਾ ਜਾਵੇ । ਪ੍ਰਭ ਹੀ ਸ੍ਰਿਸ਼ਟੀ ਦਾ ਅਸਲੀ ਮਾਲਕ ਹੈ, ਬੰਦਗੀ ਕਰਨ ਵਾਲੇ ਸੰਤ ਉਸ ਦੇ ਸ਼ਬਦ ਦੀ ਸੋਝੀ ਰੂਪੀ ਅਣਮੋਲ ਰਸ ਮਾਨਦੇ, ਆਪਣਾ ਜੀਵਨ ਸ਼ਬਦ ਨਾਲ ਢਾਲਦੇ ਹਨ । ਸ਼ਬਦ ਨਾਲ ਜੀਵਨ ਢਾਲਣ ਨਾਲ ਮਨ ਵਿਚੋਂ ਭਰਮ ਦੂਰ ਹੋ ਜਾਂਦੇ ਹਨ । ਮਨ ਵਿਚੋਂ ਮੋਹ, ਇੱਛਾਂ ਦੀਆਂ ਭਟਕਣਾਂ ਦੂਰ ਹੋ ਜਾਂਦੀਆਂ ਹਨ । ਜਿਵੇਂ ਚਾਤ੍ਰਿਕ ਦੇ ਮਨ ਵਿੱਚ ਮੀਂਹ ਦੇ ਪਾਣੀ ਦੀ ਬੂੰਦ ਨਾਲ ਹੀ ਅਣਮੋਲ ਅਨੰਦ ਮਿਲਦਾ ਹੈ, ਉਸ ਦੀ ਪਿਆਸ ਬੁਝਦੀ ਹੈ । ਇਸ ਤਰ੍ਹਾਂ ਹੀ ਬੰਦਗੀ ਕਰਨ ਵਾਲੇ ਦੇ ਮਨ ਦੀ ਤ੍ਰਿਸ਼ਨਾ, ਪ੍ਰਭ ਦੇ ਸ਼ਬਦ ਦੀ ਸੋਝੀ ਬਖਸ਼ਿਸ਼ ਹੋਣ ਨਾਲ ਹੀ ਪੂਰੀ ਹੁੰਦੀ ਹੈ ।

As the thirst of Chaatrik (singing bird) may only be quenched with the drop of a rainy water dropping in his mouth, same way the desire or the thirst of His true devotee may only be quenched with the enlightenment of the teachings of His Word within the mind. No worldly wealth, knowledge, worldly family or friend are comparable with the blessings of The True Master. Without His mercy and grace, I may not realize any peace and contentment. The Omnipotent True Master is perfect in each and every aspect; His state of mind may not be fully comprehended or explained by His creation. I have a deep devotional attachment to meditate on the teachings of His Word, I may never abandon His Word even for a moment. His true devotee enjoys the nectar by adopting the teachings of His Word and he remains intoxicated, in his day to day life. By adopting the teachings of His Word, all suspicions of worldly religions may be eliminated from his mind. I may conquer all worldly attachment and the frustration of worldly desires. As the thirst of rain bird may only be quenched by the drop of rainy water in his mouth; the same way the fire of worldly desires of His true devotee may only quenched by the enlightenment of His Word within his mind.

ਮਿਲੇ ਨਰਾਇਣ ਆਪਣੇ ਮਾਨੋਰਥੋ, ਪੂਰਾ ਰਾਮ ਰਾਜੇ॥	milay naraa-in aapnay maanoratho pooraa raam raajay.
ਢਾਠੀ ਭੀਤਿ ਭਰੰਮ ਕੀ ਭੇਟਤ, ਗੁਰੁ ਸੂਰਾ ਰਾਮ ਰਾਜੇ॥	dhaathee bheet bharamm kee bhaytat gur sooraa raam raajay.
ਪੂਰਨ ਗੁਰ ਪਾਏ ਪੁਰਬਿ ਲਿਖਾਏ, ਸਭ ਨਿਧਿ ਦੀਨ ਦਇਆਲਾ॥	pooran gur paa-ay purab likhaa-ay sabh niDh deen da-i-aalaa.
ਆਦਿ ਮਧਿ ਅੰਤਿ ਪ੍ਰਭੁ ਸੋਈ, ਸੁੰਦਰ ਗੁਰ ਗੋਪਾਲਾ॥	aad maDh ant parabh so-ee sundar gur gopaalaa.
ਸੂਖ ਸਹਜ ਆਨੰਦ ਘਨੇਰੇ ਪਤਿਤ ਪਾਵਨ ਸਾਧੂ ਧੂਰਾ॥	sookh sahj aanand ghanayray patit paavan saaDhoo Dhooraa.
ਹਰਿ ਮਿਲੇ ਨਰਾਇਣ ਨਾਨਕਾ ਮਾਨੋਰਥੁ ਪੂਰਾ॥੪॥੧॥੩॥	har milay naraa-in naankaa maanoratho pooraa. ||4||1||3||

ਸ਼ਬਦ ਦੀ ਸੋਝੀ ਬਖਸ਼ਿਸ਼ ਹੋਣ ਨਾਲ ਮਨ ਦੀਆਂ ਸਾਰੀਆਂ ਮੁਰਾਦਾਂ ਪੂਰੀਆਂ ਹੋ ਜਾਂਦੀਆਂ ਹਨ । ਮਨ ਦੇ ਸਾਰੇ ਭਰਮ ਨਾਸ਼ ਹੋ ਜਾਂਦੇ, ਦੂਰ ਹੋ ਜਾਂਦੇ ਹਨ । ਪ੍ਰਭ ਹੀ ਨਿਮਾਣੇ ਦਾਸ ਤੇ ਰਹਿਮਤ ਬਖਸ਼ਣ ਵਾਲਾ ਮਾਲਕ ਹੈ । ਉਸ ਦੀ ਰਹਿਮਤ ਜੀਵ ਦੇ ਪਹਿਲੇ ਲਿਖੇ ਚੰਗੇ ਭਾਗਾਂ ਨਾਲ ਹੀ ਹੁੰਦੀ ਹੈ । ਸ੍ਰਿਸ਼ਟੀ ਤੋਂ ਪਹਿਲੇ, ਹੁਣ ਸ੍ਰਿਸ਼ਟੀ ਦੇ ਖੇਲ ਵਿੱਚ ਅਤੇ ਜੀਵ ਦੇ, ਸ੍ਰਿਸ਼ਟੀ ਦੇ ਅੰਤ ਵਿੱਚ ਵੀ ਪ੍ਰਭ ਅਡੋਲ, ਅਟੱਲ ਰਹਿੰਦਾ ਹੈ । ਉਹ ਹੀ ਸ੍ਰਿਸ਼ਟੀ ਦੀ ਰੱਖਿਆ ਕਰਦਾ ਹੈ । ਸੰਤਾਂ ਦੇ ਜੀਵਨ ਦੇ ਨਿਯਮ, ਚਰਨਾਂ ਦੀ ਧੂੜ ਪਾਪੀ ਜੀਵਾਂ ਦੇ ਵੀ ਪਾਪ ਧੋਅ ਦੇਂਦੀ ਹੈ । ਆਤਮਾ ਵਿੱਚ ਅਨੰਦ ਖੇੜਾ ਵਸ ਜਾਂਦਾ ਹੈ । ਜਿਸ ਦਾ ਪ੍ਰਭ ਨਾਲ ਮਿਲਾਪ ਹੋ ਜਾਂਦਾ, ਸ਼ਬਦ ਦੀ ਸੋਝੀ ਹੋ ਜਾਂਦੀ ਹੈ । ਉਸ ਦੇ ਮਨ ਦੀਆਂ ਮੁਰਾਦਾਂ ਪੂਰੀਆਂ ਹੋ ਜਾਂਦੀਆਂ ਹਨ ।

With the enlightenment of the teachings of His Word within, all spoken and unspoken desires of mind may be eliminated; all suspicions of worldly religions may be eliminated from his mind. The One and Only One God is True Master to bestow virtues to His humble and helpless devotee. With great prewritten destiny! The Merciful True Master may bestow His virtues. The True Master was prevailing before the creation of the universe, in the present time and will remain steady and stable after the destruction of the universe. The True Master was prevailing before the birth of a new born, in his day to day to day life and after the death of the creature. He is One and Only One True protector of the whole universe. By following the teachings of life of His Holy devotees, the sins of many may be eliminated forever. His soul enjoys the pleasures and contentment in day to day life. By the association of His true Devotee, with the enlightenment of His Word, all spoken and unspoken desires of His true devotee may be fully satisfied.

302.ਆਸਾ ਮਹਲਾ ੫ ਛੰਤ ਘਰੁ ੬॥ ਸਲੋਕੁ॥ 454-13

੧ੴ ਸਤਿਗੁਰ ਪ੍ਰਸਾਦਿ॥	ik-oNkaar satgur parsaad.
ਜਾ ਕਉ ਭਏ ਕ੍ਰਿਪਾਲ ਪ੍ਰਭ, ਹਰਿ ਹਰਿ ਸੇਈ ਜਪਾਤ॥	jaa ka-o bha-ay kirpaal parabh har har say-ee japaat.
ਨਾਨਕ ਪ੍ਰੀਤਿ ਲਗੀ ਤਿਨ੍ ਰਾਮ ਸਿਉ, ਭੇਟਤ ਸਾਧ ਸੰਗਾਤ॥੧॥	naanak pareet lagee tinH raam si-o bhaytat saaDh sangaat. ||1||

ਜਿਸ ਜੀਵ ਤੇ ਪ੍ਰਭ ਦੀ ਰਹਿਮਤ ਦੀ ਨਜ਼ਰ ਬਖਸ਼ਿਸ਼ ਹੋ ਜਾਂਦੀ ਹੈ । ਉਹ ਹੀ ਸ਼ਬਦ ਦੀ ਪਾਲਣਾ ਦੇ ਲੜ ਲੱਗਦਾ ਹੈ । ਉਸ ਦੀ ਪ੍ਰਭ ਦੇ ਸ਼ਬਦ ਨਾਲ ਲਗਨ ਹੀ ਉਸ ਨੂੰ ਬੰਦਗੀ ਕਰਨ ਵਾਲੇ ਦੀ ਸੰਗਤ ਵਿੱਚ ਰਲਾਉਂਦੀ ਹੈ ।

Whosoever may be blessed with His mercy and grace, he may be attached wholeheartedly to obey the teachings of His Word. His devotion to meditate on the teachings of His Word may inspire him to associates with His true devotee.

ਛੰਤੁ॥	**chhant.**
ਜਲ ਦੁਧ ਨਿਆਈ ਰੀਤਿ,	jal duDh ni-aa-ee reet
ਅਬ ਦੁਧ ਆਚ ਨਹੀ,	ab duDh aach nahee
ਮਨ ਐਸੀ ਪ੍ਰੀਤਿ ਹਰੇ॥	man aisee pareet haray.
ਅਬ ਉਰਝਿਓ ਅਲਿ ਕਮਲੇਹ ਬਾਸਨ ਮਾਹਿ,	ab urjhi-o al kamlayh baasan maahi
ਮਗਨ ਇਕੁ ਖਿਨੁ ਭੀ ਨਾਹਿ ਟਰੇ॥	magan ik khin bhee naahi tarai.
ਖਿਨੁ ਨਾਹਿ ਟਰੀਐ ਪ੍ਰੀਤਿ ਹਰੀਐ,	khin naahi taree-ai pareet haree-ai
ਸੀਗਾਰ ਹਭਿ ਰਸ ਅਰਪੀਐ॥	seegaar habh ras arpee-ai.
ਜਹ ਦੂਖੁ ਸੁਣੀਐ	jah dookh sunee-ai
ਜਮ ਪੰਥੁ ਭਣੀਐ,	jam panth bhanee-ai
ਤਹ ਸਾਧਸੰਗਿ ਨ ਡਰਪੀਐ॥	tah saaDhsang na darpee-ai.
ਕਰਿ ਕੀਰਤਿ ਗੋਵਿੰਦ ਗੁਣੀਐ,	kar keerat govind gunee-ai
ਸਗਲ ਪ੍ਰਾਛਤ ਦੁਖ ਹਰੇ॥	sagal paraachhat dukh haray.
ਕਹੁ ਨਾਨਕ ਛੰਤ ਗੋਵਿੰਦ ਹਰਿ ਕੇ,	kaho naanak chhant govind har kay
ਮਨ ਹਰਿ ਸਿਉ ਨੇਹੁ ਕਰੇਹੁ,	man har si-o nayhu karayhu
ਐਸੀ ਮਨ ਪ੍ਰੀਤਿ ਹਰੇ॥੧॥	aisee man pareet haray. ||1||

ਜਿਵੇਂ ਜਲ ਦੀ ਦੁੱਧ ਨਾਲ ਪ੍ਰੀਤ ਹੁੰਦੀ ਹੈ, ਦੁੱਧ ਨੂੰ ਜਲਣ ਨਹੀਂ ਦੇਂਦਾ, ਆਪ ਜਲ ਜਾਂਦਾ ਹੈ, ਇਸ ਤਰ੍ਹਾਂ ਦੀ ਹੀ ਮੇਰੇ ਮਨ ਦੀ ਪ੍ਰੀਤ ਪ੍ਰਭ ਦੇ ਸਬਦ ਦੀ ਪਾਲਣਾ ਨਾਲ ਹੈ । ਜਿਵੇਂ ਮੱਖੀ ਦੀ ਪ੍ਰੀਤ ਕਮਲ ਦੇ ਫੁੱਲ ਦੀ ਸੁਗੰਧ ਨਾਲ ਹੁੰਦੀ ਹੈ, ਇੱਕ ਪਲ ਵੀ ਇਸ ਨੂੰ ਛੱਡਕੇ ਨਹੀਂ ਜਾਂਦੀ । ਜੀਵ, ਇਸ ਤਰ੍ਹਾਂ ਇੱਕ ਪਲ ਵੀ ਪ੍ਰਭ ਦੇ ਸ਼ਬਦ ਦੀ ਪਾਲਣਾ ਨੂੰ ਮਨ ਵਿਚੋਂ ਨਾ ਵਿਸਾਰੋ! ਆਪਣੇ ਮਨ ਤਨ ਦੀਆਂ ਖੁਸ਼ੀਆ ਨੂੰ ਪ੍ਰਭ ਦੇ ਲੇਖੇ ਲਾ ਦੇਵੋ, ਹਰ ਪਲ ਉਸ ਨੂੰ ਖੁਸ਼ ਕਰਨ ਵਿੱਚ ਲੱਗੇ ਰਹੋ! ਜਿਸ ਘਰ ਵਿੱਚ ਦੁਖ ਦੇ ਵੇਣ ਪੈਂਦੇ ਹਨ, ਉਸ ਘਰ ਵਿੱਚ ਕਿਸੇ ਦੀ ਮੌਤ ਹੋਈ ਹੁੰਦੀ ਹੈ । ਬੰਦਗੀ ਕਰਨ ਵਾਲੇ ਦਾ ਮਨ ਕਦੇ ਡੋਲਦਾ ਨਹੀਂ, ਕਰਲਾਉਂਦਾ ਨਹੀਂ । ਪ੍ਰਭ ਦੇ ਸ਼ਬਦ ਦੇ ਗੁਣ ਗਾਉਣ ਨਾਲ ਮਨ ਦੇ ਸਾਰੇ ਪਾਪ, ਦੁਖ ਦੂਰ ਹੋ ਜਾਂਦੇ ਹਨ । ਜੀਵ ਆਪਣੇ ਮਨ ਦੀ ਅਵਸਥਾ ਨੂੰ ਇਸ ਤਰ੍ਹਾਂ ਬਦਲ ਲਵੋ! ਪ੍ਰਭ ਦੇ ਸ਼ਬਦ ਦੇ ਗੁਣ ਗਾਵੋ! ਪ੍ਰਭ ਨੂੰ ਆਪਣੇ ਮਨ ਵਿੱਚ ਜਾਗਰਤ, ਮਨ ਨੂੰ ਸੁਚੇਤ ਰਖੋ!

As water has a relationship with milk, with heat water may vanish to save milk. I have same kind of devotion and attachment with the teachings of His Word. As the honey bee has a devotion with the fragrance of the flower, she may never abandon the flower even for a moment. You should develop a same kind of devotion and attachment to the teachings of His Word, you should never abandon the teachings of His Word from day to day life. You should surrender all happiness of your mind and body at the service of The True Master, always try to make Him comfortable. In a house, someone is crying in misery in that house there may be death of close one. His true devotee may never become unstable or cry in any misery; by singing the glory of His Word with steady and stable belief he endures all his miseries as His blessings. You should transform your state of mind such a way and sing the glory of His Word with each and every breath. With His mercy and grace, you may be enlightened with the teachings of His Word from within and be awake and alert all time.

ਜੈਸੀ ਮਛੁਲੀ ਨੀਰ	jaisee machhulee neer
ਇਕੁ ਖਿਨੁ ਭੀ ਨਾ ਧੀਰੇ,	ik khin bhee naa Dheeray
ਮਨ ਐਸਾ ਨੇਹੁ ਕਰੇਹੁ॥	man aisaa nayhu karayhu.
ਜੈਸੀ ਚਾਤ੍ਰਿਕ ਪਿਆਸ	jaisee chaatrik pi-aas
ਖਿਨੁ ਖਿਨੁ ਬੂੰਦ ਚਵੈ,	khin khin boond chavai
ਬਰਸੁ ਸੁਹਾਵੇ ਮੇਹੁ॥	baras suhaavay mayhu.
ਹਰਿ ਪ੍ਰੀਤਿ ਕਰੀਜੈ ਇਹੁ ਮਨੁ ਦੀਜੈ,	har pareet kareejai ih man deejai
ਅਤਿ ਲਾਈਐ ਚਿਤੁ ਮੁਰਾਰੀ॥	at laa-ee-ai chit muraaree.
ਮਾਨੁ ਨ ਕੀਜੈ ਸਰਣਿ ਪਰੀਜੈ,	maan na keejai saran pareejai
ਦਰਸਨ ਕਉ ਬਲਿਹਾਰੀ॥	darsan ka-o balihaaree.
ਗੁਰ ਸੁਪ੍ਰਸੰਨੇ ਮਿਲੁ ਨਾਹ ਵਿਛੁੰਨੇ,	gur suparsannay mil naah vichhunay
ਧਨ ਦੇਂਦੀ ਸਾਚੁ ਸਨੇਹਾ॥	Dhan daydee saach sanayhaa.
ਕਹੁ ਨਾਨਕ ਛੰਤ ਅਨੰਤ ਠਾਕੁਰ ਕੇ,	kaho naanak chhant anant thaakur
ਹਰਿ ਸਿਉ ਕੀਜੈ ਨੇਹਾ,	kay har si-o keejai nayhaa
ਮਨ ਐਸਾ ਨੇਹੁ ਕਰੇਹੁ॥ ੨॥	man aisaa nayhu karayhu. ||2||

ਜੀਵ ਆਪਣੇ ਮਨ ਦੀ ਅਵਸਥਾ ਇਸ ਤਰ੍ਹਾਂ ਬਣਾਵੋ! ਜਿਵੇਂ ਮਛਲੀ ਇੱਕ ਪਲ ਵੀ ਪਾਣੀ ਤੋ ਬਿਨਾਂ ਸਵਾਸ ਨਹੀਂ ਲੈ ਸਕਦੀ । ਜਿਵੇਂ ਬਬੀਆ ਮੀਂਹ ਦੀ ਇੱਕ ਬੂੰਦ ਪਾਉਣ ਲਈ, ਬਦਲ ਵੇਖ ਕੇ ਅਨੰਦ ਮਾਨਦਾ ਹੈ । ਜੀਵ ਇਸ ਤਰ੍ਹਾਂ ਦੀ ਪ੍ਰੀਤ ਪ੍ਰਭ ਦੇ ਸ਼ਬਦ ਦੀ ਪਾਲਣਾ ਨਾਲ ਰਖੋ! ਮਨ ਹਰ ਵੇਲੇ ਪ੍ਰਭ ਦੇ ਵਿਛੋੜੇ ਦੇ ਵਿਰਾਗ ਵਿੱਚ ਜੀਵਨ ਬਤੀਤ ਕਰੇ । ਜੀਵ ਆਪਣੇ ਕੀਤੇ ਤੇ ਕੋਈ ਅਭਿਮਾਨ ਨਾ ਕਰੋ! ਨਿਮ੍ਰਤਾ ਧਾਰਨ ਕਰਕੇ ਸ਼ਬਦ ਨਾਲ ਜੀਵਨ ਢਾਲਕੇ ਪ੍ਰਭ ਦੀ ਸ਼ਰਣ ਵਿੱਚ ਆਵੋ! ਆਪਣਾ ਮਨ, ਤਨ ਪ੍ਰਭ ਦੇ ਦਰਸ਼ਨ, ਸਬਦ ਦੀ ਸੋਝੀ ਪਾਉਣ ਲਈ ਲੇਖੇ ਲਾ ਦੇਵੋ! ਜਿਸ ਆਤਮਾ ਦੀ ਸ਼ਬਦ ਦੀ ਕਮਾਈ ਤੇ ਪ੍ਰਭ ਪ੍ਰਸੰਨ ਹੋ ਜਾਂਦਾ ਹੈ । ਉਹ ਆਪ ਹੀ ਰਹਿਮਤ ਦਾ ਸੱਦਾ ਭੇਜਦਾ, ਆਪਣੇ ਨਾਲ ਮਿਲਾਪ ਕਰਾ ਦੇਂਦਾ ਹੈ । ਜੀਵ ਆਪਣੀ ਜੀਭ ਵਿਚੋਂ ਸ਼ਬਦ ਦੇ ਗੁਣ ਗਾਵੋ! ਸ਼ਬਦ ਨੂੰ ਮਨ ਵਿੱਚ ਜਾਗਰਤ ਅਤੇ ਸੁਚੇਤ ਕਰੋ! ਇਸ ਤਰ੍ਹਾਂ ਦੀ ਪ੍ਰੀਤ ਪ੍ਰਭ ਨਾਲ ਜੋੜੋ!

You should transform your state of mind like a fish; as the fish cannot survive even a moment without water, cannot breathe without water. The chaatrik (singing bird) cannot become contented without the drop of rainy water in her mouth, she becomes very happy by seeing the clouds in the sky. You should adopt the teachings of His Word with steady and stable belief in your day to day life and always remain in renunciation in the memory of your separation from The True Master. You should not boast for your good deeds for mankind. You should humbly adopt the teachings of His Word and surrender your body and mind at the service of The True Master with a deep desire to realize His existence. Whose meditation may be accepted in His court, he may be invited and honored in His court. You should sing the glory of His Word with your own tongue. With His mercy and grace may be enlightened with teachings of His Word within and be awake and alert.

ਚਕਵੀ ਸੂਰ ਸਨੇਹੁ ਚਿਤਵੈ ਆਸ ਘਣੀ,	chakvee soor sanayhu chitvai aas ghanee
ਕਦਿ ਦਿਨੀਅਰੁ ਦੇਖੀਐ॥	kad dinee-ar daykhee-ai.
ਕੋਕਿਲ ਅੰਬ ਪਰੀਤਿ ਚਵੈ ਸੁਹਾਵੀਆ,	kokil amb pareet chavai suhaavee-aa
ਮਨ ਹਰਿ ਰੰਗੁ ਕੀਜੀਐ॥	man har rang keejee-ai.
ਹਰਿ ਪ੍ਰੀਤਿ ਕਰੀਜੈ ਮਾਨੁ ਨ ਕੀਜੈ,	har pareet kareejai maan na keejai
ਇਕ ਰਾਤੀ ਕੇ ਹਭਿ ਪਾਹੁਣਿਆ॥	ik raatee kay habh paahuni-aa.

ਅਬ ਕਿਆ ਰੰਗੁ ਲਾਇਓ	ab ki-aa rang laa-i-o
ਮੋਹੁ ਰਚਾਇਓ,	moh rachaa-i-o
ਨਾਗੇ ਆਵਣ ਜਾਵਣਿਆ॥	naagay aavan jaavani-aa.
ਥਿਰੁ ਸਾਧੂ ਸਰਣੀ ਪੜੀਐ,	thir saaDhoo sarnee parhee-ai
ਚਰਣੀ ਅਬ ਟੂਟਸਿ ਮੋਹੁ ਜੁ ਕਿਤੀਐ॥	charnee ab tootas moh jo kitee-ai.
ਕਹੁ ਨਾਨਕ ਛੰਤ ਦਇਆਲ ਪੁਰਖ,	kaho naanak chhant da-i-aal purakh
ਕੇ ਮਨ ਹਰਿ ਲਾਇ ਪਰੀਤਿ.	kay man har laa-ay pareet
ਕਬ ਦਿਨੀਅਰੁ ਦੇਖੀਐ॥ ੩॥	kab dinee-ar daykhee-ai. ||3||

ਚਕਵੀ ਦੀ ਪ੍ਰੀਤ ਸੂਰਜ ਨਾਲ ਇਤਨੀ ਡੂੰਘੀ ਹੁੰਦੀ ਹੈ । ਉਹ ਸਾਰੀ ਰਾਤ ਸੂਰਜ ਦੀ ਕਿਰਨ ਦੇਖਣ ਲਈ ਜਾਗਦੀ ਰਹਿੰਦੀ ਹੈ । ਸੂਰਜ ਦੀ ਕਿਰਨ ਦੇਖਣ ਨਾਲ ਮਨ ਵਿੱਚ ਸੰਤੋਖ ਆ ਜਾਂਦਾ ਹੈ । ਜਿਵੇਂ ਕੋਕਿਲ ਦੀ ਅੰਬ ਦੇ ਬ੍ਰਿਛ ਨਾਲ ਪ੍ਰੀਤ ਹੁੰਦੀ ਹੈ, ਮਿੱਠੇ ਗੀਤ ਗਾਉਂਦੀ ਹੈ । ਇਸ ਤਰ੍ਹਾਂ ਦੀ ਹੀ ਪ੍ਰੀਤ ਜੀਵ ਦੀ ਪ੍ਰਭ ਦੇ ਸਬਦ ਦੀ ਪਾਲਣਾ ਨਾਲ ਹੋਣੀ ਚਾਹੀਦੀ ਹੈ । ਜੀਵ ਆਪਣੀ ਹੈਸੀਅਤ ਦਾ ਅਭਿਮਾਨ ਨਾ ਕਰੋ! ਪ੍ਰਭ ਦੇ ਸ਼ਬਦ ਦੀ ਪਾਲਣਾ ਵਿੱਚ ਲੀਨ ਰਹੋ! ਸਾਰੇ ਜੀਵ ਹੀ ਥੋੜ੍ਹੇ ਮਿੱਥੇ ਸਮੇਂ ਲਈ ਹੀ ਸੰਸਾਰ ਵਿੱਚ ਜਨਮ ਲੈਂਦੇ ਹਨ ।

The chaaky has such a devotion and attachment to Sun, she does not go to sleep waiting to see the first ray of Sun; she feels very excited and contented after seeing the rising Sun. As the Kocal has a deep love and affection with the mango tree, she will always sing with melodious tone. You should have such a deep devotion and attachment to obey the teachings of His Word. You should not boast of your worldly status, rather meditate and obey the teachings of His Word with steady and stable belief. Each and every creature comes to the universe for a fixed, limited time to sanctify his soul, repent for mistakes and transform his soul.

ਨਿਸਿ ਕੁਰੰਕ ਜੈਸੇ ਨਾਦ ਸੁਣਿ ਸ੍ਰਵਣੀ,	nis kurank jaisay naad sun sarvanee
ਹੀਉ ਡਿਵੈ ਮਨ ਐਸੀ ਪ੍ਰੀਤਿ ਕੀਜੈ॥	hee-o divai man aisee pareet keejai.
ਜੈਸੀ ਤਰੁਣਿ ਭਤਾਰ ਉਰਝੀ	jaisee tarun bhataar urjhee
ਪਿਰਹਿ ਸਿਵੈ, ਇਹੁ ਮਨੁ ਲਾਲ ਦੀਜੈ॥	pireh sivai ih man laal deejai.
ਮਨੁ ਲਾਲਹਿ ਦੀਜੈ ਭੋਗ ਕਰੀਜੈ,	man laaleh deejai bhog kareejai
ਹਭਿ ਖੁਸੀਆ ਰੰਗ ਮਾਣੇ॥	habh khusee-aa rang maanay.
ਪਿਰੁ ਅਪਨਾ ਪਾਇਆ	pir apnaa paa-i-aa
ਰੰਗੁ ਲਾਲੁ ਬਣਾਇਆ,	rang laal banaa-i-aa
ਅਤਿ ਮਿਲਿਓ ਮਿਤ੍ਰ ਚਿਰਾਣੇ॥	at mili-o mitar chiraanay.
ਗੁਰੁ ਥੀਆ ਸਾਖੀ ਤਾ ਡਿਠਮੁ ਆਖੀ,	gur thee-aa saakhee taa ditham aakhee
ਪਿਰ ਜੇਹਾ ਅਵਰੁ ਨ ਦੀਸੈ॥	pir jayhaa avar na deesai
ਕਹੁ ਨਾਨਕ ਛੰਤ ਦਇਆਲ ਮੋਹਨ	kaho naanak chhant da-i-aal mohan
ਕੇ ਮਨ ਹਰਿ ਚਰਣ ਗਹੀਜੈ,	kay man har charan gaheejai
ਐਸੀ ਮਨ ਪ੍ਰੀਤਿ ਕੀਜੈ॥ ੪॥੧॥੪॥	aisee man pareet keejai. ||4||1||4||

ਜਿਵੇਂ ਕਿਸੇ ਜਾਨਵਰ ਦੇ ਗਲ ਵਿੱਚ ਟੱਲੀ ਬੰਧੀ ਹੁੰਦੀ ਹੈ । ਹਿਰਨ ਰਾਤ ਦੇ ਅੰਧੇਰੇ ਵਿੱਚ ਟੱਲੀ ਦੀ ਅਵਾਜ ਸੁਣਕੇ ਆਪਣਾ ਸਾਰਾ ਧਿਆਨ ਉਸ ਟੱਲੀ ਦੀ ਅਵਾਜ ਵਿੱਚ ਹੀ ਲਾਉਂਦਾ ਹੈ । ਜੀਵ, ਇਸ ਤਰ੍ਹਾਂ ਆਪਣਾ ਧਿਆਨ ਪ੍ਰਭ ਦੇ ਸ਼ਬਦ ਦੀ ਪਾਲਣਾ ਵਿੱਚ ਲਾਵੋ । ਜਿਹੜੀ ਪਤਨੀ ਆਪਣੇ ਪਤੀ ਨਾਲ ਡੂੰਘਾਂ, ਅਸਲੀ ਪਿਆਰ ਕਰਦੀ ਹੋਵੇ । ਉਸ ਦੀ ਮਨੋ ਸੇਵਾ ਕਰਦੀ ਹੈ, ਉਸ ਦੇ ਭਲੇ ਲਈ, ਰੱਖਿਆ ਦਾ ਸੋਚਦੀ ਹੈ । ਇਸ ਤਰ੍ਹਾਂ ਹੀ ਜੀਵ ਪ੍ਰਭ ਦੇ ਸ਼ਬਦ ਨਾਲ ਪ੍ਰੀਤ ਕਰੋ! ਇਸ ਤਰ੍ਹਾਂ ਆਪਣਾ ਮਨ, ਤਨ ਪ੍ਰਭ ਦੇ ਲੇਖੇ ਲਾ ਦੇਵੋ! ਪ੍ਰਭ ਦੀ ਰਹਿਮਤ ਦੀ ਨਜ਼ਰ ਪਾ ਕੇ ਅਨੰਦ, ਸੰਤੋਖ ਖੇੜੇ ਵਿੱਚ

ਜੀਵਨ ਬਤੀਤ ਕਰੋ! ਬੰਦਗੀ ਕਰਨ ਵਾਲੇ ਆਪਣਾ ਮਨ ਸ਼ਬਦ ਵਿੱਚ ਅਡੋਲ ਕਰਕੇ, ਸ਼ਬਦ ਦਾ ਰੰਗ ਚੜ੍ਹਾ ਲੈਂਦੇ ਹਨ । ਲੰਮੇ ਸਮੇਂ ਦੀ ਵਿਛੜੀ ਹੋਈ ਆਤਮਾ ਦਾ ਪ੍ਰਭ ਨਾਲ ਮਿਲਾਪ ਹੋ ਜਾਂਦਾ ਹੈ । ਜਿਸ ਦਾ ਪ੍ਰਭ ਦਾ ਸ਼ਬਦ (ਗੁਰੂ) ਸਹਾਈ ਹੋ ਜਾਂਦਾ ਹੈ, ਉਸ ਨੂੰ ਪ੍ਰਭ ਦੀ ਹੋਂਦ ਮਹਿਸੂਸ ਹੋ ਜਾਂਦੀ ਹੈ । ਪ੍ਰਭ ਦੇ ਬਰਾਬਰ ਹੋਰ ਕੋਈ ਦੂਜਾ ਨਹੀਂ ਹੈ । ਜੀਵ ਆਪਣੇ ਮਨ ਵਿਚੋਂ ਨਿਮ੍ਰਤਾ ਭਰੀ ਧੁਨ ਨਾਲ ਸ਼ਬਦ ਦੇ ਗੁਣ ਗਾਵੇ! ਆਪਣੇ ਮਨ ਨੂੰ ਪ੍ਰਭ ਦੇ ਸ਼ਬਦ ਰੂਪੀ ਚਰਨਾਂ ਨਾਲ ਜੋੜਕੇ ਮਨ ਵਿੱਚ ਪ੍ਰਭ ਦਾ ਸ਼ਬਦ ਜਾਗਰਤ ਕਰੋ!

As any animal has a bell tied to his neck, the deer, in the darkness of night hears the sound of a bell, he concentrates on the sound of bell and comes towards the bell. You should keep your concentration and devotion on obeying the teachings of His Word in such a way; as a wife with a deep love for her husband, she always looks after for the welfare and protect him. You should establish that kind of trust, love and attachment to obey the teachings of His Word. You should surrender your mind and body at the service of The True Master, His creation. You should beg for His mercy and grace, to bless peace and contentment in your day to day life. Whosoever may adopt the teachings of His Word with steady and stable; he may remain drench with the essence of His virtues. This way of life, his separated soul from long period of time may be immersed into The Holy spirit. The True Master may become her true companion and she may realize the existence of The True Master. No one is equal or greater than The True Master. You should humbly sing the glory of The True Master with humbly with a song of renunciation in the memory of your separation from The True Master. You should concentrate on the teachings of His Word (His feet). You may be enlightened with the teachings of His Word within and keep awake and alert.

303.ਆਸਾ ਮਹਲਾ ੫॥ 455-12

ਸਲੋਕੁ॥	**salok.**
ਬਨੁ ਬਨੁ ਫਿਰਤੀ ਖੋਜਤੀ,	ban ban firtee khojtee
ਹਾਰੀ ਬਹੁ ਅਵਗਾਹਿ॥	haaree baho avgaahi.
ਨਾਨਕ ਭੇਟੇ ਸਾਧ ਜਬ,	naanak bhaytay saaDh jab
ਹਰਿ ਪਾਇਆ ਮਨ ਮਾਹਿ॥੧॥	har paa-i-aa man maahi. ‖1‖

ਮੈਂ ਜੰਗਲਾਂ ਜੰਗਲਾਂ ਵਿੱਚ ਪ੍ਰਭ ਦੀ ਖੋਜ ਕਰਦੀ, ਪਵਿਤ੍ਰ ਤੀਰਤਾਂ ਤੇ ਯਾਤਰਾ ਕਰਦੀ ਕਰਦੀ ਬੇਵੱਸ ਹੋ ਗਈ ਹਾ । ਬੰਦਗੀ ਕਰਨ ਵਾਲੇ ਸੰਤਾਂ ਨਾਲ ਮਿਲਾਪ ਹੋਣ ਨਾਲ ਸੋਝੀ ਹੋਈ ਗਈ । ਪ੍ਰਭ ਤਾਂ ਸਦਾ ਹੀ ਮੇਰੇ ਤਨ ਵਿੱਚ ਵਸਦਾ, ਸਭ ਕੁਝ ਵੇਖਦਾ ਹੈ ।

Wandering and searching The Holy Master, all over in wild forests, in void and Holy shrine to Holy shrine, I became desperate and disappointed in my search with the no success. With the association of His true devotee, I am enlightened that The True Master dwells within my body and watches each and every activity.

ਛੰਤ॥	**chhant.**
ਜਾ ਕਉ ਖੋਜਹਿ ਅਸੰਖ ਮੁਨੀ,	jaa ka-o khojeh asaNkh munee
ਅਨੇਕ ਤਪੇ॥	anayk tapay.
ਬ੍ਰਹਮੇ ਕੋਟਿ ਅਰਾਧਹਿ,	barahmay kot araaDheh
ਗਿਆਨੀ ਜਾਪ ਜਪੇ॥	gi-aanee jaap japay.
ਜਪ ਤਾਪ ਸੰਜਮ ਕਿਰਿਆ,	jap taap sanjam kiri-aa

ਪੂਜਾ ਅਨਿਕ ਸੋਧਨ ਬੰਦਨਾ॥ poojaa anik soDhan bandnaa.
ਕਰਿ ਗਵਨੁ ਬਸੁਧਾ ਤੀਰਥਹ ਮਜਨੁ, kar gavan basuDhaa teerthah majan
ਮਿਲਨ ਕਉ ਨਿਰੰਜਨਾ॥ milan ka-o niranjanaa.
ਮਾਨੁਖ ਬਨੁ ਤਿਨੁ ਪਸੂ ਪੰਖੀ, maanukh ban tin pasoo pankhee
ਸਗਲ ਤੁਝਹਿ ਅਰਾਧਤੇ॥ sagal tujheh araaDhatay.
ਦਇਆਲ ਲਾਲ ਗੋਬਿੰਦ ਨਾਨਕ, da-i-aal laal gobind naanak
ਮਿਲੁ ਸਾਧਸੰਗਤਿ ਹੋਇ ਗਤੇ॥੧॥ mil saaDhsangat ho-ay gatay. ||1||

ਅਨੇਕਾਂ ਹੀ ਮੌਨੀ ਸੰਤ, ਸੰਨਿਆਸੀ ਉਸ ਦੀ ਖੋਜ ਕਰਦੇ ਹਨ । ਅਨੇਕਾਂ ਹੀ ਬ੍ਰਹਮਾਂ, ਗਿਆਨ ਵਾਲੇ ਵਿਦਵਾਨ ਉਸ ਦੀ ਅਰਾਧਨਾ ਕਰਦੇ ਹਨ । ਅਨੇਕਾਂ ਹੀ ਬਾਣੀ ਦੀ ਸਿੱਖਿਆ ਦੇਣ ਵਾਲੇ ਉਸ ਦੇ ਗੁਣਾਂ ਦੀ ਕਥਾ ਕਰਦੇ ਹਨ । ਕਈ ਸੰਸਾਰਕ ਜੀਵ ਉਸ ਦੇ ਸ਼ਬਦ ਦੇ ਗੁਣ ਗਾਉਂਦੇ ਹਨ । ਕਈ ਆਪਣੇ ਮਨ ਦੀਆਂ ਸੰਸਾਰਕ ਇੱਛਾਂ ਤੇ ਕਾਬੂ ਪਾ ਕੇ, ਮਨ ਨੂੰ ਸੰਸਾਰਕ ਮਾਇਆ ਦੇ ਅਨੰਦ ਤੋ ਵਾਂਝਿਆ ਰਖਦੇ ਹਨ । ਕਈ ਅਨੇਕਾਂ ਹੀ ਧਰਮ ਦੇ ਰੀਤ ਰੀਵਾਜ ਕਰਕੇ, ਅਨੇਕਾਂ ਹੀ ਢੰਗਾਂ ਨਾਲ ਮਨ ਨੂੰ ਬੁਰੇ ਖਿਆਲਾਂ ਤੋ ਦੂਰ ਕਰਦੇ, ਕਈ ਜੰਗਲਾਂ ਵਿੱਚ ਇਕਾਂਤਮਈ ਵਿੱਚ, ਕਈ ਪਵਿਤ੍ਰ ਤੀਰਥਾਂ ਦੀ ਯਾਤਰਾ, ਇਸ਼ਨਾਨ ਕਰਦੇ ਹਨ । ਉਸ ਹੀ ਪਵਿਤ੍ਰ ਜੋਤ, ਪ੍ਰਭ ਨੂੰ ਮਿਲਣ ਦੀ ਕੋਸ਼ਿਸ਼ ਕਰਦੇ ਰਹਿੰਦੇ ਹਨ । ਮਾਨਸ, ਪਸੂ, ਪੰਛੀ, ਬਨਾਸਪਤੀ, ਬੂਟੇ, ਘਾਹ ਸਾਰੇ ਹੀ ਤੇਰੇ ਸ਼ਬਦ ਦੀ ਬੰਦਗੀ ਕਰਦੇ ਹਨ । ਰਹਿਮਤਾਂ ਦਾ ਮਾਲਕ, ਬੰਦਗੀ ਕਰਨ ਵਾਲੇ ਦੀ ਸੰਗਤ ਵਿੱਚ ਹੀ ਮਹਿਸੂਸ ਕੀਤਾ ਜਾ ਸਕਦਾ ਹੈ । ਉਸ ਦੀ ਆਪਣੀ ਰਹਿਮਤ ਨਾਲ ਹੀ ਮੁਕਤੀ ਬਖਸ਼ਿਸ਼ ਹੁੰਦੀ ਹੈ ।

Several quite Saints, renunciatory, Brahmas, worldly scholars, spiritual preachers are searching and praying for His sanctuary, mercy and grace. Several may sing the glory of His Word, keep mind beyond the reach of worldly comforts, perform religious rituals to keep mind free from evil thoughts, takes sanctifying bath at Holy shrines or mediate in void away from dwellings. All are trying to be blesses with His mercy and grace, acceptance in His sanctuary. The whole universe, His creation meditates on His Word. The Merciful True Master may be realized in the congregation of His true devotees. He may enlighten the right path of mediation to His true devotee with His own mercy and grace.

ਕੋਟਿ ਬਿਸਨ ਅਵਤਾਰ ਸੰਕਰ ਜਟਾਧਾਰ॥ kot bisan avtaar sankar jataaDhaar.
ਚਾਹਹਿ ਤੁਝਹਿ ਦਇਆਰ, chaaheh tujheh da-i-aar
ਮਨਿ ਤਨਿ ਰੁਚ ਅਪਾਰ॥ man tan ruch apaar.
ਅਪਾਰ ਅਗਮ ਗੋਬਿੰਦ ਠਾਕੁਰ, apaar agam gobind thaakur
ਸਗਲ ਪੂਰਕ ਪ੍ਰਭ ਧਨੀ॥ sagal poorak parabh Dhanee.
ਸੁਰ ਸਿਧ ਗਣ ਗੰਧਰਬ ਧਿਆਵਹਿ, sur siDh gan ganDharab Dhi-aavahi
ਜਖ ਕਿੰਨਰ ਗੁਣ ਭਨੀ॥ jakh kinnar gun bhanee.
ਕੋਟਿ ਇੰਦ੍ਰ ਅਨੇਕ ਦੇਵਾ, kot indar anayk dayvaa
ਜਪਤ ਸੁਆਮੀ ਜੈ ਜੈ ਕਾਰ॥ japat su-aamee jai jai kaar.
ਅਨਾਥ ਨਾਥ ਦਇਆਲ ਨਾਨਕ, anaath naath da-i-aal naanak
ਸਾਧਸੰਗਤਿ ਮਿਲਿ ਉਧਾਰੁ॥੨॥ saaDhsangat mil uDhaar. ||2||

ਪ੍ਰਭ ਤੇਨੂੰ ਅਨੇਕਾਂ ਹੀ ਬਿਸ਼ਨ, ਸ਼ੰਕਰ ਜਟਾਵਾਲੇ ਲੱਭਦੇ, ਜੂੰਨਾਂ ਵਿੱਚ ਭਉਦੇ ਫਿਰਦੇ ਹਨ । ਤੇਨੂੰ ਮਿਲਣ ਦੀ ਇੱਛਾਂ ਨਾਲ ਉਹਨਾਂ ਦਾ ਤਨ ਮਨ ਭਰਿਆਂ ਹੈ । ਉਹਨਾਂ ਦੀ ਸ਼ਰਧਾ ਦੀ ਹੱਦ ਜਾਣੀ ਨਹੀਂ ਜਾ ਸਕਦੀ । ਬੇਅੰਤ, ਪਹੁੰਚ ਤੋ ਉਪਰ ਸ੍ਰਿਸ਼ਟੀ ਦਾ ਮਾਲਕ, ਪ੍ਰਭ ਹਰ ਥਾਂ ਤੇ ਹਰ ਵੇਲੇ ਵਾਪਰਦਾ ਹੈ । ਫਰਿਸ਼ਤੇ, ਦਰਬਾਰ ਦੇ ਪਹਿਰੇਦਾਰ, ਮਨ ਦੀਆਂ ਪੰਜੇ ਇੱਛਾਂ, ਮੌਤ ਦੇ ਜਮਦੂਤ, ਚਿਤ੍ਰ ਗੁਪਤ, ਅਨੇਕਾਂ ਭਗਤ, ਇੰਦ੍ਰ, ਹੀ ਪ੍ਰਭ ਦੇ ਸ਼ਬਦ ਦਾ ਸਿਮਰਨ ਕਰਦੇ, ਗੁਣ ਗਾਉਂਦੇ ਹਨ । ਜਿਹਨਾਂ ਨੂੰ ਕੋਈ ਵੀ ਆਪਣਾ ਬਣਾਉਣਾ ਨਹੀਂ ਚਾਹੁੰਦਾ, ਰਹਿਮਤਾਂ ਦਾ ਮਾਲਕ ਪ੍ਰਭ ਉਹਨਾਂ ਨਿਮਾਣੇ ਜੀਵਾਂ ਦਾ ਮਾਲਕ

ਬਣ ਜਾਂਦਾ ਹੈ । ਬੰਦਗੀ ਕਰਨ ਵਾਲੇ ਦੀ ਸੰਗਤ ਵਿੱਚ, ਸ਼ਬਦ ਨਾਲ ਜੀਵਨ ਢਾਲਣ ਨਾਲ ਹੀ ਪ੍ਰਭ ਰੱਖਿਆ ਕਰਦਾ ਹੈ ।

Several angels, prophets, religious believers are searching and wandering around in cycle of birth and death. All have burning desire and devotion beyond comprehension and overwhelmed hope for acceptance in Your sanctuary. Beyond reach, The Omnipresent True Master of the universe prevails at each and every place. All angels, the protector of guards of the Holy throne, all five demons of worldly desires, devil of death, the inscriber of good and bad deeds and the righteous judge all are meditating and singing Your glory. Whosoever may be rebuked and disowned, helpless, humble and shunned in the universe, The True Master becomes His savior, protector. In the association of His true devotee, by adopting the teachings of His Word with the steady and stable belief, His true devotee may be accepted in His sanctuary.

ਕੋਟਿ ਦੇਵੀ ਜਾ ਕਉ ਸੇਵਹਿ,	kot dayvee jaa ka-o sayveh
ਲਖਿਮੀ ਅਨਿਕ ਭਾਤਿ॥	lakhimee anik bhaat.
ਗੁਪਤ ਪ੍ਰਗਟ ਜਾ ਕਉ ਅਰਾਧਹਿ,	gupat pargat jaa ka-o araaDheh
ਪਉਣ ਪਾਣੀ ਦਿਨਸੁ ਰਾਤਿ॥	pa-un paanee dinas raat.
ਨਖਿਅਤ੍ਰ ਸਸੀਅਰ ਸੂਰ ਧਿਆਵਹਿ,	nakhi-atar sasee-ar soor Dhi-aavahi
ਬਸੁਧ ਗਗਨਾ ਗਾਵਏ॥	basuDh gagnaa gaav-ay.
ਸਗਲ ਖਾਣੀ ਸਗਲ ਬਾਣੀ,	sagal khaanee sagal banee
ਸਦਾ ਸਦਾ ਧਿਆਵਏ॥	sadaa sadaa Dhi-aav-ay.
ਸਿਮ੍ਰਿਤਿ ਪੁਰਾਣ ਚਤੁਰ ਬੇਦਹ,	simrit puraan chatur baydah
ਖਟੁ ਸਾਸਤ੍ਰ ਜਾ ਕਉ ਜਪਾਤਿ॥	khat saastar jaa ka-o japaat.
ਪਤਿਤ ਪਾਵਨ ਭਗਤਿ ਵਛਲ,	patit paavan bhagat vachhal
ਨਾਨਕ ਮਿਲੀਐ ਸੰਗਿ ਸਾਤਿ॥੩॥	naanak milee-ai sang saat. ||3||

ਅਨੇਕਾਂ ਹੀ ਦੇਵੀ ਦੇਵਤੇ, ਲਸ਼ਮੀ ਜਿਸ ਨੂੰ ਪ੍ਰਭ ਨੇ ਸੰਸਾਰਕ ਮਾਇਆ ਦਾ ਵਰ ਬਖਸ਼ਿਆ ਹੈ, ਅਨੇਕਾਂ ਹੀ ਢੰਗਾਂ ਨਾਲ ਸੇਵਾ ਕਰਦੇ ਹਨ । ਅਨੇਕਾਂ ਹੀ ਦੇਖੇ ਜਾਣ ਵਾਲੀਆਂ ਆਤਮਾ ਅਤੇ ਅਨੇਕਾਂ ਹੀ ਨਾ ਦੇਖੇ ਜਾਣ ਵਾਲੀਆਂ ਆਤਮਾ ਦਿਨ ਰਾਤ ਤੇਰੀ ਪੂਜਾ ਕਰਦੀਆ ਹਨ । ਸੂਰਜ, ਚੰਦ, ਤਾਰੇ, ਧਰਤੀ ਅਤੇ ਅਕਾਸ਼ ਤੇਰੀ ਪੂਜਾ ਕਰਦੇ ਹਨ । ਸ੍ਰਿਸ਼ਟੀ ਵਿੱਚ ਪੈਦਾ ਕਰਨ ਦੇ ਸੋਮੇ, ਵੱਖਰੀਆਂ ਵੱਖਰੀਆਂ ਬੋਲੀਆਂ ਨਾਲ ਸਦਾ ਹੀ ਤੇਰੇ ਸ਼ਬਦ ਦਾ ਸਿਮਰਨ, ਪੂਜਾ ਕਰਦੇ ਹਨ । ਸੰਸਾਰ ਵਿੱਚ ਧਰਮਾਂ ਦੇ ਸਾਰੇ ਗ੍ਰੰਥ ਸ਼ਬਦ ਦੀ ਪੂਜਾ ਦੀ ਹੀ ਮਹੱਤਤਾ ਦੱਸਦੇ, ਪ੍ਰੇਰਨਾ ਕਰਦੇ ਹਨ । ਪ੍ਰਭ ਪਾਪਾਂ ਦਾ ਨਾਸ਼ ਕਰਨ ਵਾਲਾ ਬੰਦਗੀ ਕਰਨ ਵਾਲੇ ਦਾਸ ਦਾ ਪਿਆਰਾ ਹੈ । ਬੰਦਗੀ ਕਰਨ ਵਾਲੇ ਸੰਤਾਂ ਦੀ ਸੰਗਤ, ਸਿਖਿਆ ਨਾਲ ਜੀਵਨ ਬਤੀਤ ਕਰਨ ਨਾਲ ਹੀ ਪ੍ਰਭ ਦੀ ਰਹਿਮਤ, ਬਖਸ਼ਿਸ਼ ਹੁੰਦੀ ਹੈ ।
(ਵੇਦਾਂ, ਸ਼ਾਸਤ੍ਰ, ਸਿਮ੍ਰਿਤਿ, ਪੁਰਾਨ, ਕੁਰਾਨ, ਬਾਇਬਲ, ਗੁਰੂ ਗ੍ਰੰਥ)

There are countless goddess and angels and the angel of worldly wealth are meditating in unique different ways and serve His command. There are several visible souls and several nonvisible souls are meditating and worshiping Your Word. All worldly scriptures describe the significance and inspires to meditate on the teachings of His Word. The True Master, the destroyer of all sins is a beloved of His humble devotee. In the association of His true devotee, adopting the teachings of His Word, He may bestow His mercy and grace and blessings on His true devotee.

ਜੇਤੀ ਪ੍ਰਭੂ ਜਨਾਈ,	jaytee parabhoo janaa-ee
ਰਸਨਾ ਤੇਤ ਭਨੀ॥	rasnaa tayt bhanee.
ਅਨਜਾਨਤ ਜੋ ਸੇਵੈ ਤੇਤੀ	anjaanat jo sayvai taytee
ਨਹ ਜਾਇ ਗਨੀ॥	nah jaa-ay ganee.
ਅਵਿਗਤ ਅਗਨਤ ਅਥਾਹ,	avigat agnat athaah
ਠਾਕੁਰ ਸਗਲ ਮੰਝੇ ਬਾਹਰਾ॥	thaakur sagal manjhay baahraa.
ਸਰਬ ਜਾਚਿਕ ਏਕੁ ਦਾਤਾ,	sarab jaachik ayk daataa
ਨਹ ਦੂਰਿ ਸੰਗੀ ਜਾਹਰਾ॥	nah door sangee jaahraa.
ਵਸਿ ਭਗਤ ਥੀਆ ਮਿਲੇ ਜੀਆ,	vas bhagat thee-aa milay jee-aa
ਤਾ ਕੀ ਉਪਮਾ ਕਿਤ ਗਨੀ॥	taa kee upmaa kit ganee.
ਇਹੁ ਦਾਨੁ ਮਾਨੁ ਨਾਨਕੁ ਪਾਏ,	ih daan maan naanak paa-ay
ਸੀਸੁ ਸਾਧਹ ਧਰਿ ਚਰਨੀ॥੪॥੨॥੫॥	sees saaDhah Dhar charnee. ||4||2||5||

ਜਿਤਨੀ ਪ੍ਰਭ ਨੇ ਸੋਝੀ ਬਖਸ਼ੀ ਹੈ । ਉਤਨਾ ਹੀ ਪ੍ਰਭ ਦੇ ਬਾਬਤ ਕਥਾ, ਵਖਿਆਣ ਕਰ ਸਕਦਾ ਹਾ । ਅਣਗਿਣਤ ਹੀ ਹੋਰ ਬੰਦਗੀ ਕਰਨ ਵਾਲੇ ਜੀਵ ਹਨ, ਜਿਹਨਾਂ ਦੀ ਜਾਣਕਾਰੀ ਨਹੀਂ, ਉਹਨਾਂ ਦੀ ਗਿਣਤੀ ਨਹੀਂ ਕੀਤੀ ਜਾ ਸਕਦੀ । ਨਾਸ਼ ਹੋਣ, ਅੰਦਾਜ਼ਾ ਲਾਉਣ, ਪਹੁੰਚ ਤੋ ਰਹਿਤ ਪ੍ਰਭ ਹਰਇੱਕ ਜੀਵ ਦੇ ਅੰਦਰ ਅਤੇ ਸ੍ਰਿਸ਼ਟੀ ਵਿੱਚ ਵੀ ਵਾਪਰਦਾ ਹੈ । ਸ੍ਰਿਸ਼ਟੀ ਦੇ ਸਾਰੇ ਜੀਵ ਹੀ ਮੰਗਤੇ ਹਨ, ਕੇਵਲ ਇੱਕੋ ਇੱਕ ਪ੍ਰਭ ਹੀ ਦਾਤਾਂ ਬਖਸ਼ਣ ਵਾਲਾ ਹੈ । ਉਹ ਹਰਇੱਕ ਤਨ ਵਿੱਚ ਹੀ ਵੱਸਦਾ, ਵਾਪਰਦਾ ਹੈ, ਕਿਸੇ ਜੀਵ ਤੋ ਦੂਰ ਨਹੀਂ । ਪ੍ਰਭ ਆਪਣੇ ਦਾਸਾਂ ਦੀ ਪ੍ਰੀਤ ਦਾ ਬੰਧਾ ਹੋਇਆ ਹੈ । ਜਿਹੜੀ ਆਤਮਾ ਸ਼ਬਦ ਦੀ ਸਮਾਧੀ ਵਿੱਚ ਵਸਦੀ ਹੈ । ਉਸ ਦੀ ਉਪਮਾਂ ਕਿਵੇਂ ਕੀਤੀ ਜਾ ਸਕਦੀ ਹੈ?

The worldly creature may only explain the teachings of His Word, His nature as much as the enlightenment, he may be blessed by The True Master. Countless other devotees are meditating, complete count cannot be fully known to His creation. The True Master remains beyond any destruction, beyond any imagination, beyond the reach of any creature, He dwells in each and every body of creature. The Omnipresent prevails in the whole universe all time. All creature of the universe are beggars at His door, The One and Only One True Master, Owner, who may bless alms. He dwells in each and every body within the reach of his soul. He prevails in his each and every action. The True Master remains deeply bonded with the love and devotion of His humble slaves. Whosoever may reside within the void of His Word, how can his greatness be comprehended?

304.ਆਸਾ ਮਹਲਾ ੫॥ 456-7

ਸਲੋਕ॥	salok.
ਉਦਮੁ ਕਰਹੁ ਵਡਭਾਗੀਹੋ,	udam karahu vadbhaageeho
ਸਿਮਰਹੁ ਹਰਿ ਹਰਿ ਰਾਇ॥	simrahu har har raa-ay.
ਨਾਨਕ ਜਿਸੁ ਸਿਮਰਤ ਸਭ ਸੁਖ ਹੋਵਹਿ,	naanak jis simrat sabh sukh hoveh
ਦੂਖੁ ਦਰਦੁ ਭ੍ਰਮੁ ਜਾਇ॥੧॥	dookh darad bharam jaa-ay. ||1||

ਜੀਵ ਉਦਮ ਕਰਕੇ ਵੱਡੇ ਭਾਗਾਂ ਵਾਲੇ ਬਣੋ! ਪ੍ਰਭ ਦੇ ਸ਼ਬਦ ਦਾ ਸਿਮਰਨ ਕਰੋ! ਸ਼ਬਦ ਦੇ ਸਿਮਰਨ, ਪਾਲਣਾ ਕਰਨ ਨਾਲ ਮਨ ਵਿਚੋਂ ਸੰਸਾਰਕ ਇੱਛਾਂ, ਦੁਖ ਦੂਰ ਹੋ ਜਾਂਦੇ ਹਨ । ਮਨ ਵਿੱਚ ਪੂਰਨ ਸੰਤੋਖ ਭਰ ਜਾਂਦਾ, ਭਟਕਣ ਖਤਮ ਹੋ ਜਾਂਦੀ, ਭਰਮ ਦੂਰ ਹੋ ਜਾਂਦੇ ਹਨ ।

You should make an effort to meditate on the teachings of His Word and become fortunate. By meditating and obeying the teachings of His Word all worries of worldly desires may be eliminated from his mind. He may be overwhelmed with contentment; all suspicions and the frustration of worldly desires may be eliminated from his mind.

ਛੰਤੁ॥	**chhant.**
ਨਾਮੁ ਜਪਤ ਗੋਬਿੰਦ ਨਹ ਅਲਸਾਈਐ॥	naam japat gobind nah alsaa-ee-ai.
ਭੇਟਤ ਸਾਧੂ ਸੰਗ	bhaytat saaDhoo sang
ਜਮ ਪੁਰਿ ਨਹ ਜਾਈਐ॥	jam pur nah jaa-ee-ai.
ਦੂਖ ਦਰਦ ਨ ਭਉ ਬਿਆਪੈ,	dookh darad na bha-o bi-aapai
ਨਾਮੁ ਸਿਮਰਤ ਸਦ ਸੁਖੀ॥	naam simrat sad sukhee.
ਸਾਸਿ ਸਾਸਿ ਅਰਾਧਿ ਹਰਿ,	saas saas araaDh har
ਹਰਿ ਧਿਆਇ ਸੋ ਪ੍ਰਭੁ ਮਨਿ ਮੁਖੀ॥	har Dhi-aa-ay so parabh man mukhee.
ਕ੍ਰਿਪਾਲ ਦਇਆਲ ਰਸਾਲ ਗੁਣ ਨਿਧਿ,	kirpaal da-i-aal rasaal gun niDh
ਕਰਿ ਦਇਆ ਸੇਵਾ ਲਾਈਐ॥	kar da-i-aa sayvaa laa-ee-ai.
ਨਾਨਕੁ ਪਇਅੰਪੈ ਚਰਣ ਜੰਪੈ,	naanak pa-i-ampai charan jampai
ਨਾਮੁ ਜਪਤ ਗੋਬਿੰਦ ਨਹ ਅਲਸਾਈਐ॥੧	naam japat gobind nah alsaa-ee-ai. ||1||

ਜੀਵ ਸ਼ਬਦ ਦੀ ਪਾਲਣਾ, ਸਿਮਰਨ ਕਰਨ ਲੱਗੇ ਕਦੇ ਆਲਸ ਨਹੀਂ ਕਰਨੀ ਚਾਹੀਦੀ । ਬੰਦਗੀ ਕਰਨ ਵਾਲੇ ਜੀਵ ਦੀ ਸੰਗਤ, ਜੀਵਨ ਢਾਲਣ ਨਾਲ ਮੌਤ ਦੇ ਜਮਦੂਤ ਦੇ ਵੱਸ ਵਿੱਚ ਨਹੀਂ ਜਾਣਾ ਪੈਂਦਾ । ਮਨ ਤੇ ਸੰਸਾਰਕ ਇੱਛਾਂ ਦੀ ਦਰਦ, ਮੌਤ ਦੇ ਡਰ, ਮੁਸ਼ਕਲ ਦਾ ਕੋਈ ਪ੍ਰਭਾਵ ਨਹੀਂ ਹੁੰਦਾ, ਸਦਾ ਅਟੱਲ ਰਹਿਣ ਵਾਲਾ ਖੇੜਾ ਬਖਸ਼ਿਸ਼ ਹੋ ਜਾਂਦਾ ਹੈ । ਸਵਾਸ ਸਵਾਸ, ਸ਼ਰਧਾ ਨਾਲ ਆਪਣੀ ਜੀਭ ਪ੍ਰਭ ਦੇ ਸ਼ਬਦ ਦਾ ਸਿਮਰਨ, ਗੁਣ ਗਾਵੋ, ਪ੍ਰਭ ਦੇ ਸ਼ਬਦ ਨੂੰ ਮਨ ਵਿੱਚ ਸੁਚੇਤ, ਜਾਗਰਤ ਰਖੋ! ਰਹਿਮਤਾਂ ਦੇ ਮਾਲਕ, ਪ੍ਰਭ ਰਹਿਮਤ ਬਖਸ਼ਕੇ ਆਪਣੇ ਸ਼ਬਦ ਦੀ ਪਾਲਣਾ ਦੇ ਲੜ ਲਾਵੋ! ਬੰਦਗੀ ਕਰਨ ਵਾਲੇ ਸਦਾ ਹੀ ਪ੍ਰਭ ਦੇ ਸ਼ਬਦ ਰੂਪੀ ਚਰਨ ਮਨ ਵਿੱਚ ਜਾਗਰਤ ਰਖਦੇ ਹਨ । ਉਸ ਦੇ ਸ਼ਬਦ ਦੇ ਗੁਣ ਗਾਉਣ ਲੱਗੇ ਕਦੇ ਆਲਸ ਨਹੀਂ ਕਰਦੇ।

You should not hesitate or become lazy to meditate and obey the teachings of His Word. By association with His true devotee and adopting the teachings of His Word, his soul may not be captured by the devil of death. His mind may not have any influence of worldly desires, fear of death or and worldly hardship of life; he may be blessed with blossom forever in his life. With devotion singing the glory of His Word with own tongue and meditating may keep your mind awake and alert. With Your mercy and grace, blesses me with devotion to meditate on the teachings of Your Word. His true devotee always remains alert in obeying His Word. He never hesitates or become lazy in meditating on the teachings of His Word.

ਪਾਵਨ ਪਤਿਤ ਪੁਨੀਤ ਨਾਮ ਨਿਰੰਜਨਾ॥	paavan patit puneet naam niranjanaa.
ਭਰਮ ਅੰਧੇਰ ਬਿਨਾਸ	bharam anDhayr binaas
ਗਿਆਨ ਗੁਰ ਅੰਜਨਾ॥	gi-aan gur anjnaa.
ਗੁਰ ਗਿਆਨ ਅੰਜਨ ਪ੍ਰਭ ਨਿਰੰਜਨ,	gur gi-aan anjan parabh niranjan
ਜਲਿ ਥਲਿ ਮਹੀਅਲਿ ਪੂਰਿਆ॥	jal thal mahee-al poori-aa.
ਇਕ ਨਿਮਖ ਜਾ ਕੈ ਰਿਦੈ ਵਸਿਆ,	ik nimakh jaa kai ridai vasi-aa
ਮਿਟੇ ਤਿਸਹਿ ਵਿਸੂਰਿਆ॥	mitay tiseh visoori-aa.
ਅਗਾਧਿ ਬੋਧ ਸਮਰਥ ਸੁਆਮੀ,	agaaDh boDh samrath su-aamee sarab
ਸਰਬ ਕਾ ਭਉ ਭੰਜਨਾ॥	kaa bha-o bhanjnaa.
ਨਾਨਕੁ ਪਇਅੰਪੈ ਚਰਣ ਜੰਪੈ,	naanak pa-i-ampai charan jampai
ਪਾਵਨ ਪਤਿਤ ਪੁਨੀਤ	paavan patit puneet
ਨਾਮ ਨਿਰੰਜਨਾ॥੨	naam niranjanaa. ||2||

ਪ੍ਰਭ ਦਾ ਨਿਰਮਲ ਸ਼ਬਦ ਪਾਪੀਆਂ ਦੇ ਪਾਪ ਧੋਣ ਵਾਲਾ ਅੰਮ੍ਰਿਤ ਹੈ । ਪ੍ਰਭ ਦੇ ਸ਼ਬਦ ਦੀ ਸੋਝੀ ਰੂਪੀ ਬਾਮ ਲਾਉਣ ਨਾਲ ਮਨ ਵਿੱਚ ਜਾਗਰਤੀ ਹੋ ਜਾਂਦੀ ਹੈ । ਮਨ ਵਿਚੋਂ ਅਗਿਆਨਤਾ ਦਾ ਅੰਧੇਰਾ, ਭਰਮ ਦੂਰ ਹੋ ਜਾਂਦੇ, ਪ੍ਰਭ ਨਾਲ ਮਿਲਾਪ, ਉਸ ਦੀ ਹੋਂਦ ਮਹਿਸੂਸ ਹੋ ਜਾਂਦੀ ਹੈ । ਉਹ ਨਿਰਮਲ ਪ੍ਰਭ, ਜਲ ਥਲ ਅਤੇ ਅਕਾਸ਼ ਵਿੱਚ ਹਰ ਸਮੇਂ ਵਾਪਰਦਾ, ਹਾਜ਼ਰਾ ਹਜ਼ੂਰ ਹੈ । ਜਿਸ ਮਨ ਵਿੱਚ ਪ੍ਰਭ ਦਾ ਸ਼ਬਦ ਇੱਕ ਪਲ ਲਈ ਵੀ ਜਾਗਰਤ ਹੋ ਜਾਵੇ, ਉਸ ਮਨ ਵਿਚੋਂ ਸੰਸਾਰਕ ਇੱਛਾਂ ਦੀਆਂ ਭਟਕਣਾਂ ਭੁਲ ਜਾਂਦਾ ਹੈ । ਸਰਬ ਕਲਾ ਸਮਰਥ ਪ੍ਰਭ ਦੀ ਸਿਆਣਪ ਪੂਰਨ ਤਰ੍ਹਾਂ ਸਮਝੀ ਨਹੀਂ ਜਾ ਸਕਦੀ, ਉਹ ਹੀ ਮਨ ਦੇ ਸਾਰੇ ਡਰ ਨਾਸ਼ ਕਰਨ ਵਾਲਾ ਮਾਲਕ ਹੈ । ਜੀਵ, ਪ੍ਰਭ ਦੇ ਸ਼ਬਦ ਰੂਪੀ ਕਮਲ ਚਰਨਾਂ ਦਾ ਸਿਮਰਨ ਕਰਕੇ ਮਨ ਜਾਗਰਤ ਕਰੋ! ਉਹ ਹੀ ਪਾਪੀਆਂ ਦੇ ਪਾਪ ਬਖਸ਼ਣ ਵਾਲਾ, ਪਵਿਤ੍ਰ ਮਾਲਕ ਹੈ ।

His Word is a sanctifying nectar to remove the blemish of sinners. By rubbing the bam of the teachings of His Word, you may be enlightened, awake and alert. The darkness of ignorance and suspicions of worldly religious rituals may be eliminated from his mind and he may be accepted in His sanctuary and realizes the existence of The True Master. The Omnipresent True Master prevails in water, in, on, under the earth, in sky and in the universe. Whosoever may be enlightened even for a moment, all his worldly desires and frustrations may be eliminated from mind. The wisdom of The Omnipotent True Master may not be comprehended by His creation. He may eliminate all fears, fear of death of His true devotee. You should wholeheartedly with steady and stable belief obeys the teachings of His Word and remain awake within. Only, The True Master may sanctify and forgives all sins of the previous life.

ਓਟ ਗਹੀ ਗੋਪਾਲ ਦਇਆਲ	ot gahee gopaal da-i-aal
ਕ੍ਰਿਪਾ ਨਿਧੇ॥	kirpaa niDhay.
ਮੋਹਿ ਆਸਰ ਤੁਅ ਚਰਨ,	mohi aasar tu-a charan
ਤੁਮਾਰੀ ਸਰਨਿ ਸਿਧੇ॥	tumaaree saran siDhay.
ਹਰਿ ਚਰਨ ਕਾਰਨ ਕਰਨ ਸੁਆਮੀ,	har charan kaaran karan su-aamee
ਪਤਿਤ ਉਧਰਨ ਹਰਿ ਹਰੇ॥	patit uDhran har haray.
ਸਾਗਰ ਸੰਸਾਰ ਭਵ ਉਤਾਰ,	saagar sansaar bhav utaar
ਨਾਮੁ ਸਿਮਰਤ ਬਹੁ ਤਰੇ॥	naam simrat baho taray.
ਆਦਿ ਅੰਤਿ ਬੇਅੰਤ ਖੋਜਹਿ,	aad ant bay-ant khojeh
ਸੁਨੀ ਉਧਰਨ ਸੰਤਸੰਗ ਬਿਧੇ॥	sunee uDhran satsang biDhay.
ਨਾਨਕੁ ਪਇਅੰਪੈ ਚਰਨ ਜੰਪੈ,	naanak pa-i-ampai charan jampai
ਓਟ ਗਹੀ ਗੋਪਾਲ ਦਇਆਲ	ot gahee gopaal da-i-aal
ਕ੍ਰਿਪਾ ਨਿਧੇ॥੩॥	kirpaa niDhay. ||3||

ਮੈ ਕੇਵਲ ਤੇਰੀ ਹੀ ਓਟ ਲਈ ਹੈ, ਕੇਵਲ ਤੂੰ ਹੀ ਮੇਰਾ ਆਸਰਾ ਹੈ । ਤੂੰ ਹੀ ਸ੍ਰਿਸ਼ਟੀ ਦਾ ਰਖਵਾਲਾ, ਗੁਣਾਂ ਦਾ ਭੰਡਾਰੀ ਹੈ । ਸ਼ਬਦ ਦਾ ਆਸਰਾ ਲੈ ਕੇ, ਪਾਲਣਾ ਕਰਕੇ ਤੇਰੀ ਸ਼ਰਣ ਵਿੱਚ ਪਨਾਹ, ਬਖਸ਼ਿਸ਼ ਹੋਈ ਹੈ । ਪ੍ਰਭ ਦਾ ਸ਼ਬਦ, ਕਮਲ ਚਰਨ ਹੀ ਸਭ ਕਾਰਨਾਂ ਦਾ ਕਾਰਨ ਹੈ । ਉਸ ਸ਼ਬਦ ਦੀ ਪਾਲਣਾ ਵਿੱਚ ਲੱਗ ਕੇ ਪਾਪੀ ਵੀ ਸਿੱਧੇ ਰਸਤੇ ਤੇ ਚਲਕੇ, ਪ੍ਰਵਾਨ ਹੋ ਜਾਂਦੇ ਹਨ । ਅਨੇਕਾਂ ਜੀਵ ਹੀ ਸ਼ਬਦ ਦੀ ਪਾਲਣਾ ਕਰਦੇ, ਸ਼ਬਦ ਮਨ ਵਿੱਚ ਜਾਗਰਤ ਕਰਕੇ, ਪ੍ਰਭ ਦੇ ਦਰਬਾਰ ਵਿੱਚ ਪ੍ਰਵਾਨ ਹੋ ਗਏ, ਭਿਆਨਕ ਸੰਸਾਰਕ ਸਾਗਰ ਪਾਰ ਕਰ ਗਏ ਹਨ । ਸ੍ਰਿਸ਼ਟੀ ਦੇ ਅਰੰਭ ਤੋਂ ਹੀ ਅਣਗਿਣਤ ਜੀਵ ਰਹਿਮਤ ਲਈ ਤਰਸਦੇ, ਲੋਚਦੇ ਹਨ । ਬੰਦਗੀ ਕਰਨ ਵਾਲੇ ਸੰਤਾਂ ਦੇ ਅਧਾਰ ਤੇ ਜੀਵਨ ਢਾਲਣ ਨਾਲ ਅਕਸਰ ਪ੍ਰਭ ਤਰਸ ਕਰਦਾ, ਰਹਿਮਤ ਬਖਸ਼ਦਾ ਹੈ । ਜੀਵ ਪ੍ਰਭ ਦੇ ਸ਼ਬਦ ਦਾ ਸਿਮਰਨ, ਸ਼ਬਦ ਦੀ ਪਾਲਣਾ ਕਰੋ! ਸ੍ਰਿਸ਼ਟੀ ਦੇ ਮਾਲਕ, ਰਹਿਮਤਾਂ ਦੇ ਮਾਲਕ ਦੀ ਸ਼ਰਣ ਵਿੱਚ ਪਨਾਹ ਲਵੋ!

I have only taken Your refuge and keep all my hopes on Your support. You are the only true protector, The owner, Master of all treasures of enlightenment of Your Word. By obeying the teachings of Your Word; You have accepted me in Your sanctuary. Your Word is the cause of all actions in the universe, purpose of all actions of Your nature. By adopting the teachings of Your Word with steady and stable belief even the sinners may be blessed with the right path of acceptance in Your court. They may cross the terrible worldly ocean of desires. From the beginning of creation, countless devotees are always begging for Your mercy and grace. By adopting the way of life as Your true devotee in day to day life, the soul may be blessed with the right path of acceptance in Your court. You should meditate and adopt the teachings of His Word and beg for n His sanctuary.

ਭਗਤਿ ਵਛਲੁ ਹਰਿ ਬਿਰਦੁ,
ਆਪਿ ਬਨਾਇਆ॥
ਜਹ ਜਹ ਸੰਤ ਅਰਾਧਹਿ,
ਤਹ ਤਹ ਪ੍ਰਗਟਾਇਆ॥
ਪ੍ਰਭਿ ਆਪਿ ਲੀਏ ਸਮਾਇ,
ਸਹਜਿ ਸੁਭਾਇ
ਭਗਤ ਕਾਰਜ ਸਾਰਿਆ॥
ਆਨੰਦ ਹਰਿ ਜਸ ਮਹਾ ਮੰਗਲ,
ਸਰਬ ਦੂਖ ਵਿਸਾਰਿਆ॥
ਚਮਤਕਾਰ ਪ੍ਰਗਾਸੁ ਦਹ ਦਿਸ,
ਏਕੁ ਤਹ ਦ੍ਰਿਸਟਾਇਆ॥
ਨਾਨਕੁ ਪਇਅੰਪੈ ਚਰਣ ਜੰਪੈ,
ਭਗਤਿ ਵਛਲੁ
ਹਰਿ ਬਿਰਦੁ ਆਪਿ ਬਨਾਇਆ॥੪॥੩॥੬॥

bhagat vachhal har birad
aap banaa-i-aa.
jah jah sant araaDheh
tah tah paragtaa-i-aa.
parabh aap lee-ay samaa-ay sahj subhaa-ay
bhagat kaaraj saari-aa.
aanand har jas mahaa mangal
sarab dookh visaari-aa.
chamatkaar pargaas dah dis ayk tah daristaa-i-aa.
naanak pa-i-ampai charan jampai bhagat vachhal
har birad aap banaa-i-aa. ||4||3||6|

ਪ੍ਰਭ, ਬੰਦਗੀ ਕਰਨ ਵਾਲੇ ਸੰਤਾਂ ਦਾ ਪ੍ਰੇਮੀ ਹੈ, ਇਹ ਹੀ ਉਸ ਦਾ ਇੱਕ ਅਨੋਖਾ ਗੁਣ ਹੈ । ਜਿਸ ਥਾਂ ਤੇ ਵੀ ਬੰਦਗੀ ਕਰਨ ਵਾਲੇ ਦਾਸ ਸ਼ਬਦ ਦਾ ਸਿਮਰਨ, ਪਾਲਣਾ ਕਰਦੇ ਹਨ । ਉਥੇ ਹੀ ਉਹ ਪ੍ਰਗਟ ਹੋ ਜਾਂਦਾ ਹੈ । ਪ੍ਰਭ ਬੰਦਗੀ ਕਰਨ ਵਾਲੇ ਦਾਸ ਨੂੰ ਆਪਣੇ ਵਿੱਚ ਅਭੇਦ ਕਰ ਲੈਂਦਾ ਹੈ । ਉਹ ਪ੍ਰਭ ਸੇ ਸ਼ਬਦ ਦੀ ਸਮਾਧੀ ਵਿੱਚ ਵਸਉਂਦਾ ਹੈ, ਉਸ ਦੇ ਸੰਸਾਰਕ ਕਾਰਜ, ਮਾਨਸ ਜਨਮ ਆਪ ਸਫਲ ਕਰ ਦੇਂਦਾ ਹੈ । ਜਿਹੜਾ ਇਕਾਗਰ ਮਨ ਕਰਕੇ, ਪ੍ਰਭ ਦੇ ਸ਼ਬਦ ਦੇ ਗੁਣ ਗਾਉਂਦਾ ਹੈ, ਉਸ ਨੂੰ ਉਤਮ ਅਵਸਥਾ ਬਖਸ਼ਿਸ਼ ਹੋ ਜਾਂਦੀ ਹੈ । ਉਹ ਮਨ ਦੇ ਸਾਰੇ ਦੁਖ ਭੁਲ ਜਾਂਦਾ ਹੈ, ਚਿੰਤਾਂ ਖਤਮ ਹੋ ਜਾਂਦੀਆਂ ਹਨ । ਪ੍ਰਭ ਦੇ ਸ਼ਬਦ ਦੀ ਸੋਝੀ ਰੂਪੀ ਨੂਰ ਉਸ ਦੇ ਮਨ ਅੰਦਰ ਪ੍ਰਗਟ ਹੋ ਜਾਂਦਾ ਹੈ । ਉਸ ਨੂੰ ਹਰ ਪਾਸੇ ਪ੍ਰਭ ਹੀ ਵਾਪਰਦਾ ਨਜ਼ਰ ਆਉਂਦਾ, ਮਹਿਸੂਸ ਹੁੰਦਾ ਹੈ । ਬੰਦਗੀ ਕਰਨ ਵਾਲੇ ਦਾਸ ਪ੍ਰਭ ਦੇ ਸ਼ਬਦ ਦਾ ਸਿਮਰਨ, ਪਾਲਣਾ ਕਰਦੇ ਹਨ । ਪ੍ਰਭ ਬੰਦਗੀ ਕਰਨ ਵਾਲੇ ਦਾਸਾਂ ਦਾ ਪ੍ਰੀਤਵਾਨ ਹੁੰਦਾ ਹੈ, ਇਹ ਹੀ ਪ੍ਰਭ ਦਾ ਅਨੋਖਾ ਗੁਣ ਹੈ ।

The True Master is a beloved of His true devotee, this is His unique virtue. Wherever His true devotee meditates and obeys the teachings of His Word, he appears with His mercy and grace and that place becomes a Holy shrine. He may accept His true devotee in His sanctuary and keep him steady and stable on the right path of meditation; His true devotee may enter into the void of His Word and the purpose of his human life journey becomes successful. Whosoever wholeheartedly with steady and stable belief sings the glory of The True Master; he may be blessed with the state of mind as His true devotee. All his worldly frustrations, miseries and suspicions may be eliminated forever. The spiritual glow of His Word may shine on his forehead. He may realize The True Master prevailing in each and every soul, body and everywhere in the nature. His true devotee may always with each and every breath meditate and obeys the teachings of His Word. The True Master remains bonded with the devotion of His true devotee; this is His unique greatness, virtue.

305.ਆਸਾ ਮਹਲਾ ੫॥ 457-2

ਥਿਰੁ ਸੰਤਨ ਸੋਹਾਗੁ ਮਰੈ ਨ ਜਾਵਏ॥	thir santan sohaag marai na jaav-ay.
ਜਾ ਕੈ ਗ੍ਰਿਹਿ ਹਰਿ ਨਾਹੁ	jaa kai garihi har naahu
ਸੁ ਸਦ ਹੀ ਰਾਵਏ॥	so sad hee raav-ay.
ਅਵਿਨਾਸੀ ਅਵਿਗਤੁ ਸੋ ਪ੍ਰਭੁ,	avinaasee avigat so parabh
ਸਦਾ ਨਵਤਨੁ ਨਿਰਮਲਾ॥	sadaa navtan nirmalaa.
ਨਹ ਦੂਰਿ ਸਦਾ ਹਦੂਰਿ ਠਾਕੁਰੁ,	nah door sadaa hadoor thaakur
ਦਹ ਦਿਸ ਪੂਰਨੁ ਸਦ ਸਦਾ॥	dah dis pooran sad sadaa.
ਪ੍ਰਾਨਪਤਿ ਗਤਿ ਮਤਿ ਜਾ ਤੇ,	paraanpat gat mat jaa tay
ਪ੍ਰਿਅ ਪ੍ਰੀਤਿ ਪ੍ਰੀਤਮੁ ਭਾਵਏ॥	pari-a pareet pareetam bhaav-ay.
ਨਾਨਕੁ ਵਖਾਣੈ ਗੁਰ ਬਚਨਿ ਜਾਣੈ,	naanak vakhaanai gur bachan jaanai
ਥਿਰੁ ਸੰਤਨ ਸੋਹਾਗੁ ਮਰੈ ਨ ਜਾਵਏ॥੧॥	thir santan sohaag marai na jaav-ay. ||1||

ਪ੍ਰਭ ਆਪ ਹੀ ਸੰਤਾਂ ਦੀ ਆਤਮਾ ਦਾ ਸਦਾ ਅਟੱਲ ਰਹਿਣ ਵਾਲਾ ਮਾਲਕ ਹੈ । ਪ੍ਰਭ ਜਨਮ ਮਰਨ ਤੋਂ ਰਹਿਤ, ਸਦਾ ਜਵਾਨ ਰਹਿੰਦਾ, ਆਤਮਾ ਦੇ ਸਾਥ ਰਹਿੰਦਾ, ਕਦੇ ਜੀਵ ਦੀ ਆਤਮਾ ਨੂੰ ਛੱਡਕੇ ਹੋਰ ਕਿਸੇ ਪਾਸੇ ਨਹੀਂ ਜਾਂਦਾ ਹੈ । ਜਿਸ ਤੇ ਪ੍ਰਭ ਰਹਿਮਤ ਬਖਸ਼ਦਾ ਹੈ, ਉਹ ਸਦਾ ਹੀ ਸ਼ਬਦ ਦੀ ਪਾਲਣਾ ਵਿੱਚ ਅਡੋਲ ਹੋ ਜਾਂਦਾ ਹੈ । ਪ੍ਰਭ ਇੱਕ ਰੂਹਾਨੀ ਅਮਰ ਜੋਤ, ਸਦਾ ਹੀ ਜਵਾਨ ਰਹਿੰਦਾ ਹੈ, ਉਸ ਨੂੰ ਕੋਈ ਦਾਗ਼ ਨਹੀਂ ਲੱਗ ਸਕਦਾ । ਜੀਵ ਦੀ ਆਤਮਾ ਤੋਂ ਦੂਰ ਨਹੀਂ, ਤਨ ਵਿੱਚ ਆਤਮਾ ਦੇ ਸਾਥ ਹੀ ਮੋਹ ਤੋਂ ਅਲੱਗ ਰਹਿੰਦਾ ਹੈ । ਸਭ ਦਿਸ਼ਾ ਵਿੱਚ ਹੀ ਸਮਾਇਆ ਹੈ, ਸਦਾ ਹੀ ਹਰ ਥਾਂ ਤੇ ਹਾਜ਼ਰਾ ਹਜ਼ੂਰ ਰਹਿੰਦਾ ਹੈ । ਉਹ ਹੀ ਆਤਮਾ ਦਾ ਅਸਲੀ ਮਾਲਕ, ਮੁਕਤੀ ਦਾ ਸੋਮਾ ਹੈ । ਪ੍ਰਭ ਦੇ ਸ਼ਬਦ ਦਾ ਪਿਆਰ, ਲਗਨ ਮਨ ਨੂੰ ਬਹੁਤ ਭਾਉਂਦੀ ਹੈ । ਜਿਹੜੀ ਸ਼ਬਦ ਦੀ ਸੋਝੀ ਆਪ ਹੀ ਬਖਸ਼ਦਾ ਹੈ, ਬੰਦਗੀ ਕਰਨ ਵਾਲੇ ਕੇਵਲ ਉਹ ਹੀ ਬੋਲਦੇ ਹਨ, । ਪ੍ਰਭ ਇੱਕ ਰੂਹਾਨੀ ਜੋਤ, ਜਨਮ ਮਰਨ ਤੋਂ ਰਹਿਤ, ਤਨ ਵਿੱਚ ਹੀ ਆਤਮਾ ਦੇ ਸਾਥ ਰਹਿੰਦੀ ਵੀ ਆਤਮਾ ਦੇ ਮੋਹ ਤੋ ਅਲੱਗ, ਰਹਿਤ ਰਹਿੰਦੀ ਹੈ ।

The One and Only One, True Master of His true devotee and a permanent companion of his soul. He is beyond the cycle of birth and death and never abandon the soul or move away. Whosoever may be blessed with His mercy and grace, he may become steady and stable on obeying the teachings of His Word. The Holy spirit, True Master always remains sanctified and young. He remains beyond the reach of any worldly blemish of any kind. He dwells within the body along with soul; however, beyond the reach of any emotions of the soul. The Omnipresent remains absorbed in all directions and prevails everywhere. He is The True Master of the soul and the fountain of salvation. The attachment and devotion to the teachings of His Word is very comforting to the soul of His true devotee. Whatsoever the enlightenment of His Word may be blessed, His true devotee may only sing that virtue of His Word. The One and only one, Holy spirit, True Master remains beyond the cycle of birth and death and He remains embedded within soul and dwells in the body of creature and remains beyond any emotional attachments of his soul.

ਜਾ ਕਉ ਰਾਮ ਭਤਾਰੁ	jaa ka-o raam bhataar
ਤਾ ਕੈ ਅਨਦੁ ਘਣਾ॥	taa kai anad ghanaa.
ਸੁਖਵੰਤੀ ਸਾ ਨਾਰਿ ਸੋਭਾ ਪੂਰਿ ਬਣਾ॥	sukhvantee saa naar sobhaa poor banaa.
ਮਾਣੁ ਮਹਤੁ ਕਲਿਆਣੁ ਹਰਿ ਜਸੁ,	maan mahat kali-aan har jas
ਸੰਗਿ ਸੁਰਜਨੁ ਸੋ ਪ੍ਰਭੂ॥	sang surjan so parabhoo.
ਸਰਬ ਸਿਧਿ ਨਵ ਨਿਧਿ,	sarab siDh nav niDh
ਤਿਤੁ ਗ੍ਰਿਹਿ ਨਹੀ ਊਨਾ ਸਭੁ ਕਛੂ॥	tit garihi nahee oonaa sabh kachhoo.
ਮਧੁਰ ਬਾਨੀ ਪਿਰਹਿ ਮਾਨੀ,	maDhur baanee pireh maanee
ਥਿਰੁ ਸੋਹਾਗੁ ਤਾ ਕਾ ਬਣਾ॥	thir sohaag taa kaa banaa.
ਨਾਨਕੁ ਵਖਾਣੈ ਗੁਰ ਬਚਨਿ ਜਾਣੈ,	naanak vakhaanai gur bachan jaanai
ਜਾ ਕੋ ਰਾਮੁ ਭਤਾਰੁ,	jaa ko raam bhataar
ਤਾ ਕੈ ਅਨਦੁ ਘਣਾ॥੨॥	taa kai anad ghanaa. ||2||

ਜਿਹੜੀ ਆਤਮਾ ਪ੍ਰਭ ਦੀ ਸ਼ਰਣ ਵਿੱਚ ਪ੍ਰਵਾਨ ਹੋ ਜਾਂਦੀ, ਉਹ ਸਦਾ ਹੀ ਖੇੜੇ ਵਿੱਚ ਵਸਦੀ ਹੈ । ਉਸ ਤੇ ਸ਼ਬਦ ਦਾ ਨੂਰ ਚਮਕਦਾ ਹੈ, ਉਹ ਪ੍ਰਭ ਦੇ ਸ਼ਬਦ ਦੇ ਗੁਣ ਗਾਉਂਦੀ, ਅਨੰਦ ਮਾਨਦੀ ਹੈ । ਪ੍ਰਭ ਸਦਾ ਹੀ ਉਸ ਦਾ ਸਹਾਈ ਹੁੰਦਾ ਹੈ । ਉਸ ਵਿੱਚ ਪੂਰਨ ਪਵਿਤ੍ਰਤਾ ਆ ਜਾਂਦੀ, ਉਸ ਵਿੱਚ ਕੋਈ ਕਮੀ ਨਹੀਂ ਰਹਿੰਦੀ, ਉਸ ਨੂੰ ਸਭ ਕੁਝ ਬਖਸ਼ਿਸ਼ ਹੋ ਜਾਂਦਾ ਹੈ । ਉਸ ਦੀ ਅਵਾਜ ਵਿੱਚ ਨਿਮ੍ਰਤਾ ਆ ਜਾਂਦੀ, ਉਹ ਸ਼ਬਦ ਦੀ ਪਾਲਣਾ ਵਿੱਚ ਅਡੋਲ ਰਹਿੰਦੀ ਹੈ, ਉਸ ਦੀ ਪ੍ਰੀਤ ਪ੍ਰਭ ਨਾਲ ਸਦਾ ਰਹਿਣ ਵਾਲੀ ਬਣ ਜਾਂਦੀ ਹੈ । ਸ਼ਬਦ ਦੀ ਪਾਲਣਾ ਨਾਲ ਜਿਹੜੀ ਸ਼ਬਦ ਦੀ ਸੋਝੀ ਬਖਸ਼ਦਾ ਹੈ, ਬੰਦਗੀ ਕਰਨ ਵਾਲੇ ਕੇਵਲ ਉਹ ਹੀ ਬੋਲ ਬੋਲਦੇ ਹਨ । ਜਿਸ ਦਾ ਰਖਵਾਲਾ ਪ੍ਰਭ ਆਪ ਬਣ ਜਾਂਦਾ ਹੈ, ਉਹ ਸਦਾ ਹੀ ਅਨੰਦ ਵਿੱਚ ਵਸਦਾ ਹੈ ।

Whosoever may be accepted in His sanctuary, his soul may always remain in blossom in all worldly conditions. The spiritual glory of His Word may shine on his forehead. She sings the glory of His Word and enjoys blossom with His nature; The True Master always remain his companion and supporter. His soul becomes sanctified and beyond any blemish of worldly desires and she may be blessed with everything and has no deficiency remains in His life. His true devotee becomes humble and remain steady and stable on obeying the teachings of His Word. His devotion with His Word remains steady and stable and permanent. His true devotee only speaks, preach, whatsoever the enlightenment may be blessings with obeying the teachings of His Word. Whosoever may be accepted in His sanctuary, he may remain in blossom in all worldly environments.

ਆਉ ਸਖੀ ਸੰਤ ਪਾਸਿ ਸੇਵਾ ਲਾਗੀਐ॥	aa-o sakhee sant paas sayvaa laagee-ai.
ਪੀਸਉ ਚਰਣ ਪਖਾਰਿ	peesa-o charan pakhaar
ਆਪੁ ਤਿਆਗੀਐ॥	aap ti-aagee-ai.
ਤਜਿ ਆਪੁ ਮਿਟੈ ਸੰਤਾਪੁ	taj aap mitai santaap
ਆਪੁ ਨਹ ਜਾਣਾਈਐ॥	aap nah jaanaa-ee-ai.
ਸਰਣਿ ਗਹੀਜੈ ਮਾਨਿ ਲੀਜੈ,	saran gaheejai maan leejai
ਕਰੇ ਸੋ ਸੁਖੁ ਪਾਈਐ॥	karay so sukh paa-ee-ai.
ਕਰਿ ਦਾਸ ਦਾਸੀ ਤਜਿ ਉਦਾਸੀ,	kar daas daasee taj udaasee
ਕਰ ਜੋੜਿ ਦਿਨੁ ਰੈਣਿ ਜਾਗੀਐ॥	kar jorh din rain jaagee-ai.
ਨਾਨਕੁ ਵਖਾਣੈ ਗੁਰ ਬਚਨਿ ਜਾਣੈ,	naanak vakhaanai gur bachan jaanai
ਆਉ ਸਖੀ ਸੰਤ ਪਾਸਿ	aa-o sakhee sant paas

ਸੇਵਾ ਲਾਗੀਐ॥ ੩॥ sayvaa laagee-ai. ||3||

ਬੰਦਗੀ ਕਰਨ ਵਾਲੇ ਦਾਸਾਂ ਦੀ ਸੇਵਾ ਕਰੋ! ਉਹਨਾਂ ਦੇ ਜੀਵਨ ਤੋ ਸਿੱਖਿਆ ਹਾਸਿਲ ਕਰ ਕੇ ਆਪਣੇ ਜੀਵਨ ਵਿੱਚ ਢਾਲੋ! ਆਪਣੇ ਮਨ ਵਿਚੋਂ ਅਹੰਕਾਰ ਖਤਮ ਕਰਕੇ, ਸ਼ਬਦ ਦੀ ਪਾਲਣਾ, ਸ਼ਬਦ ਦੀ ਪਾਲਣਾ ਦੇ ਗੁਣ ਗਾਵੋ, ਆਪਣੀ ਉਪਮਾਂ ਨਾ ਕਰੋ । ਇਸ ਨਾਲ ਮਨ ਵਿਚੋਂ ਸਾਰੀਆਂ ਚਿੰਤਾਂ ਹੀ ਦੂਰ ਹੋ ਜਾਂਦੀਆਂ ਹਨ । ਉਸ ਪ੍ਰਭ ਦੀ ਸ਼ਰਣ ਵਿੱਚ, ਸ਼ਬਦ ਦੀ ਪਾਲਣਾ ਵਿੱਚ ਅਨੰਦ ਮਾਣੋ! ਜੋ ਵੀ ਪ੍ਰਭ ਦਾ ਭਾਣਾ ਵਾਪਰਦਾ, ਉਸ ਦਾ ਧੰਨਵਾਦ ਹੀ ਕਰੋ । ਪ੍ਰਭ ਦੇ ਦਾਸਾਂ ਦੀ ਚਾਕਰੀ ਕਰੋ, ਆਪਣੇ ਮਨ ਵਿਚੋਂ ਸੋਗ ਖਤਮ ਕਰਕੇ ਮਨ ਤੇ ਜਿੱਤ ਪਾਵੋ । ਦਿਨ ਰਾਤ ਪ੍ਰਭ ਦੇ ਸ਼ਬਦ ਵਿੱਚ ਜਾਗਰਤ ਅਤੇ ਸੁਚੇਤ ਹੋ ਜਾਵੋ । ਬੰਦਗੀ ਕਰਨ ਵਾਲੇ ਕੇਵਲ ਉਹ ਹੀ ਬੋਲਦੇ ਹਨ, ਜਿਹੜੀ ਸ਼ਬਦ ਦੀ ਸੋਝੀ ਪ੍ਰਭ ਆਪ ਹੀ ਬਖਸ਼ਦਾ ਹੈ । ਆਪਣਾ ਆਪਾ ਪ੍ਰਭ ਦੇ ਦਾਸਾਂ ਦੀ ਸੇਵਾ ਤੇ ਲਾਈਏ ।

Let us serve His true devotee and adopt the teachings of his life in your own day to day life. You should conquer the ego of your worldly status and obey the teachings of His Word and should not boast your own deeds. With this way of life all frustrations, worries and miseries of worldly desires may be eliminated from mind forever. You should accept your worldly condition as His blessings and you should remain humble in His sanctuary and obey the teachings of His Word. You should serve His true devotee to provide comforts and eliminates your grievances from your mind, conquer the worldly desires of your mind. You should meditate on the teachings of His Word day and night and be awake and alert. His true devotee only preaches, whatsoever the enlightenment of His Word may be blessed by The True Master.

ਜਾ ਕੈ ਮਸਤਕਿ ਭਾਗ	jaa kai mastak bhaag
ਸਿ ਸੇਵਾ ਲਾਇਆ॥	se sayvaa laa-i-aa.
ਤਾ ਕੀ ਪੂਰਨ ਆਸ	taa kee pooran aas
ਜਿਨ੍ ਸਾਧਸੰਗੁ ਪਾਇਆ॥	jinH saaDhsang paa-i-aa.
ਸਾਧਸੰਗਿ ਹਰਿ ਕੈ ਰੰਗਿ,	saaDhsang har kai rang
ਗੋਬਿੰਦ ਸਿਮਰਣ ਲਾਗਿਆ॥	gobind simran laagi-aa.
ਭਰਮੁ ਮੋਹੁ ਵਿਕਾਰੁ ਦੂਜਾ,	bharam moh vikaar doojaa
ਸਗਲ ਤਿਨਹਿ ਤਿਆਗਿਆ॥	sagal tineh ti-aagi-aa.
ਮਨਿ ਸਾਂਤਿ ਸਹਜੁ ਸੁਭਾਉ ਵੂਠਾ,	man saaNt sahj subhaa-o voothaa
ਅਨਦ ਮੰਗਲ ਗੁਣ ਗਾਇਆ॥	anad mangal gun gaa-i-aa.
ਨਾਨਕੁ ਵਖਾਣੈ ਗੁਰ ਬਚਨਿ ਜਾਣੈ,	naanak vakhaanai gur bachan jaanai
ਜਾ ਕੈ ਮਸਤਕਿ ਭਾਗ	jaa kai mastak bhaag
ਸਿ ਸੇਵਾ ਲਾਇਆ॥੪॥੪॥੭॥	se sayvaa laa-i-aa. ||4||4||7||

ਕੇਵਲ ਵੱਡੇ ਭਾਗਾਂ ਵਾਲੇ ਹੀ ਸ਼ਬਦ ਦੀ ਪਾਲਣਾ, ਦਾਸਾਂ ਦੀ ਸੇਵਾ ਤੇ ਲੱਗਦੇ ਹਨ । ਜਿਸ ਦੇ ਮਨ ਦੀਆਂ ਮੁਰਾਦਾਂ ਪੂਰੀਆਂ ਹੋ ਜਾਂਦੀਆਂ ਹਨ । ਉਸ ਨੂੰ ਹੀ ਬੰਦਗੀ ਕਰਨ ਵਾਲੇ ਦਾਸਾਂ ਦੀ ਸੰਗਤ ਬਖਸ਼ਿਸ਼ ਹੁੰਦੀ ਹੈ । ਸੰਤਾਂ ਦੀ ਸੰਗਤ ਵਿੱਚ ਰਲਕੇ ਪ੍ਰਭ ਦੇ ਸ਼ਬਦ ਦਾ ਸਿਮਰਨ, ਪਾਲਣਾ ਕਰੋ! ਪ੍ਰਭ ਨੂੰ ਸਦਾ ਹੀ ਮਨ ਵਿੱਚ ਯਾਦ, ਜਾਗਰਤ ਰਖੋ! ਜਿਹੜਾ ਆਪਾ ਤਿਆਗ ਦੇਂਦੇ ਹੈ, ਉਸ ਨੂੰ ਮਨ ਦੀਆਂ ਇੱਛਾਂ ਤੇ ਜਿੱਤ ਬਖਸ਼ਿਸ਼ ਹੋ ਜਾਂਦੀ ਹੈ । ਉਸ ਦੇ ਮਨ ਵਿਚੋਂ ਭਰਮ, ਸੰਸਾਰਕ ਮੋਹ, ਪਾਪ, ਚਾਰੇ ਪਾਸੇ ਘੁੰਮਣਾ ਖਤਮ ਹੋ ਜਾਂਦਾ ਹੈ । ਸ਼ਬਦ ਦੇ ਗੁਣ ਗਾਉਣ ਨਾਲ ਉਸ ਦੇ ਮਨ ਵਿੱਚ ਪੂਰਨ ਸੰਤੋਖ, ਖੇੜਾ ਘਰ ਕਰ ਜਾਂਦਾ ਹੈ । ਬੰਦਗੀ ਕਰਨ ਵਾਲੇ ਕੇਵਲ ਉਹ ਬੋਲਦੇ ਹਨ, ਜਿਹੜੀ ਸ਼ਬਦ ਦੀ ਸੋਝੀ, ਪ੍ਰਭ ਬਖਸ਼ਦਾ ਹੈ । ਜਿਸ ਦੇ ਵੱਡੇ ਭਾਗ ਲਿਖੇ ਹੁੰਦੇ ਹਨ! ਕੇਵਲ ਉਹ ਹੀ ਪ੍ਰਭ ਦੇ ਦਾਸਾਂ ਦੀ, ਸ਼ਬਦ ਦੀ ਸੇਵਾ ਵਿੱਚ ਲੱਗਦਾ ਹੈ ।

Whosoever may have great prewritten destiny, only he may adopt the teachings of His Word and he may serve His true devotee. Whose desires of minds may be satisfied, only he may be blessed with the association of His true devotee. You should associate with His true devotee, meditate and obey the teachings of His Word. You should always keep the teachings of His Word fresh within your mind. Whosoever may abandon, conquer his ego, selfishness, his worldly desires, all suspicions of worldly desires, worldly bonds his wandering mind may become stable. By singing the glory of His Word, he may remain contented and overwhelmed with blossom in his human life journey. His true devotee only speaks, preaches, whatsoever the enlightenment of His Word, he may have been blessed. Whosoever may have great prewritten destiny, only he may adopt the teachings of His Word and may serve His true devotee.

306.ਆਸਾ ਮਹਲਾ ੫॥ 457-15

ਸਲੋਕੁ॥	salok.
ਹਰਿ ਹਰਿ ਨਾਮੁ ਜਪੰਤਿਆ,	har har naam japanti-aa
ਕਛੁ ਨ ਕਹੈ ਜਮਕਾਲੁ॥	kachh na kahai jamkaal.
ਨਾਨਕ ਮਨੁ ਤਨੁ ਸੁਖੀ ਹੋਇ,	naanak man tan sukhee ho-ay
ਅੰਤੇ ਮਿਲੈ ਗੋਪਾਲੁ॥੧॥	antay milai gopaal. ||1||

ਜਿਹੜਾ ਪ੍ਰਭ ਦੇ ਸ਼ਬਦ ਦਾ ਸਿਮਰਨ ਕਰਦਾ ਹੈ, ਉਸ ਦਾ ਮੌਤ ਦੇ ਜਮਦੂਤ ਦਾ ਡਰ ਖਤਮ ਹੋ ਜਾਂਦਾ ਹੈ । ਜਿਸ ਦੇ ਤਨ, ਮਨ ਵਿੱਚ ਪੂਰਨ ਸੰਤੋਖ ਵਸਦਾ ਹੈ । ਉਸ ਨੂੰ ਅੰਤ ਵਿੱਚ ਪ੍ਰਭ ਦੇ ਦਰਬਾਰ ਵਿੱਚ ਪ੍ਰਵਾਨਗੀ ਬਖਸ਼ਿਸ਼ ਹੋ ਜਾਂਦੀ ਹੈ ।

Whosoever may meditate on the teachings of His Word, his fear of death may be eliminated forever. His mind and body remain overwhelmed with contentment, he may be accepted in His court after his death.

ਛੰਤ॥	**chhant.**
ਮਿਲਉ ਸੰਤਨ ਕੈ ਸੰਗਿ,	mila-o santan kai sang
ਮੋਹਿ ਉਧਾਰਿ ਲੇਹੁ॥	mohi uDhaar layho.
ਬਿਨਉ ਕਰਉ ਕਰ ਜੋੜਿ,	bin-o kara-o kar jorh
ਹਰਿ ਹਰਿ ਨਾਮੁ ਦੇਹੁ॥	har har naam dayh.
ਹਰਿ ਨਾਮੁ ਮਾਗਉ ਚਰਣ ਲਾਗਉ,	har naam maaga-o charan laaga-o
ਮਾਨੁ ਤਿਆਗਉ ਤੁਮ੍ ਦਇਆ॥	maan ti-aaga-o tumH da-i-aa.
ਕਤਹੂੰ ਨ ਧਾਵਉ ਸਰਣਿ ਪਾਵਉ,	katahooN na Dhaava-o saran paava-o
ਕਰੁਣਾ ਮੈ ਪ੍ਰਭ ਕਰਿ ਮਇਆ॥	karunaa mai parabh kar ma-i-aa.
ਸਮਰਥ ਅਗਥ ਅਪਾਰ ਨਿਰਮਲ,	samrath agath apaar nirmal
ਸੁਣਹੁ ਸੁਆਮੀ ਬਿਨਉ ਏਹੁ॥	sunhu su-aamee bin-o ayhu.
ਕਰ ਜੋੜਿ ਨਾਨਕ ਦਾਨੁ ਮਾਗੈ,	kar jorh naanak daan maagai
ਜਨਮ ਮਰਣ ਨਿਵਾਰਿ ਲੇਹੁ॥੧॥	janam maran nivaar layho. ||1||

ਮੇਰੀ ਇੱਕੋ ਇੱਕ ਹੀ ਅਰਦਾਸ ਹੈ, ਆਪਣੇ ਸ਼ਬਦ ਦੀ ਭਿੱਖਿਆ ਬਖਸ਼ੋ! ਬੰਦਗੀ ਕਰਨ ਵਾਲੇ ਸੰਤਾਂ ਦੀ ਸੰਗਤ ਬਖਸ਼ਕੇ, ਪ੍ਰਵਾਨਗੀ ਦੇ ਰਸਤੇ ਤੇ ਅਡੋਲ ਰਖੋ! ਪ੍ਰਭ ਨੇ ਆਪਣੀ ਰਹਿਮਤ ਬਖਸ਼ਕੇ, ਮੇਰੇ ਮਨ ਵਿਚੋਂ ਆਪਾ ਨਾਸ਼ ਕਰ ਦਿੱਤਾ ਹੈ । ਮੈਂ ਹੋਰ ਕਿਤੇ ਨਹੀਂ ਜਾਂਦਾ, ਪ੍ਰਭ ਦੀ ਸ਼ਰਣ ਵਿੱਚ ਵਸਦਾ ਹਾ । ਉਸ ਦੀ ਰਹਿਮਤ, ਤਰਸ ਤੇ ਹੀ ਆਪਣਾ ਮਾਨਸ ਜੀਵਨ ਬਤੀਤ ਕਰਦਾ ਹਾ । ਸਰਬ ਕਲਾ ਸਮਰਥ ਪ੍ਰਭ ਆਪ ਹੀ ਰਹਿਮਤ ਬਖਸ਼ਦਾ, ਅਰਦਾਸ ਸੁਣਦਾ ਹੈ । ਬੰਦਗੀ ਕਰਨ ਵਾਲੇ ਇੱਕੋ ਇੱਕ ਹੀ ਅਰਦਾਸ ਕਰਦੇ ਹਨ! ਰਹਿਮਤਾਂ ਦੇ ਮਾਲਕ ਜੂੰਨਾਂ ਦਾ ਲੇਖਾ ਖਤਮ ਕਰ ਦੇਵੋ!

I have One and Only One prayer and desire! Blesses with the association as Your true devotee, attaches me to a devotional meditation on the teachings of Your Word, keeps me steady and stable on the right path of meditation. The True Master, with His mercy and grace has eliminated my selfishness and ego of worldly status. My mind does not wander in all direction anymore, always remain in Your sanctuary and a beggar at Your door. I spend my day to day human life at Your mercy and grace. The Omnipotent True Master always heeds to the prayers and genuine cry of His true devotee. His true devotee only begs for His mercy and grace to eliminates his cycle of birth and death.

ਅਪਰਾਧੀ ਮਤਿਹੀਨੁ,	apraaDhee matiheen
ਨਿਰਗੁਨੁ ਅਨਾਥੁ ਨੀਚੁ॥	nirgun anaath neech.
ਸਠ ਕਠੋਰੁ ਕੁਲਹੀਨੁ,	sath kathor kulheen
ਬਿਆਪਤ ਮੋਹ ਕੀਚੁ॥	bi-aapat moh keech.
ਮਲ ਭਰਮ ਕਰਮ ਅਹੰ ਮਮਤਾ,	mal bharam karam ahaN mamtaa
ਮਰਣੁ ਚੀਤਿ ਨ ਆਵਏ॥	maran cheet na aav-ay.
ਬਨਿਤਾ ਬਿਨੋਦ ਅਨੰਦ ਮਾਇਆ,	banitaa binod anand maa-i-aa
ਅਗਿਆਨਤਾ ਲਪਟਾਵਏ॥	agi-aantaa laptaav-ay.
ਖਿਸੈ ਜੋਬਨੁ ਬਧੈ ਜਰੂਆ,	khisai joban baDhai jaroo-aa
ਦਿਨ ਨਿਹਾਰੇ ਸੰਗਿ ਮੀਚੁ॥	din nihaaray sang meech.
ਬਿਨਵੰਤਿ ਨਾਨਕ ਆਸ ਤੇਰੀ,	binvant naanak aas tayree
ਸਰਣਿ ਸਾਧੂ ਰਾਖੁ ਨੀਚੁ॥੨॥	saran saaDhoo raakh neech. ||2||

ਮੈਂ ਮਾਨਸ ਪਾਪੀ, ਥੋੜ੍ਹੀ ਮੱਤ ਵਾਲਾ ਗੁਣਾਂ ਰਹਿਤ, ਨਿਮਾਣਾ, ਨੀਚ ਹਾ । ਧੋਖੇ, ਮਨਮਰਜ਼ੀ, ਨੀਚ ਕੰਮਾਂ ਵਿੱਚ, ਸੰਸਾਰਕ ਮੋਹ ਦੇ ਚਿੱਕੜ ਵਿੱਚ ਫਸਿਆ ਹਾ । ਭਰਮਾਂ ਦੀ ਮੈਲ ਵਿੱਚ, ਆਪਣੇ ਅਹੰਕਾਰ ਵਿੱਚ ਕੰਮ ਕਰਦਾ, ਮੌਤ ਨੂੰ ਭੁਲਾਈ ਬੈਠਾ ਹਾ । ਅਗਿਆਨਤਾ ਵਿੱਚ ਔਰਤ ਦੀ ਕਾਮਵਾਸਨਾ, ਸੰਸਾਰਕ ਮਾਇਆ ਦੇ ਅਨੰਦ ਵਿੱਚ ਆਪਣੀ ਜਵਾਨੀ ਬਰਬਾਦ ਕਰ ਲਈ ਹੈ । ਹੁਣ ਬੁਢੇਪਾ ਆ ਗਿਆ ਹੈ ਮੌਤ ਨੇੜੇ ਆ ਗਈ ਹੈ । ਮੇਰੇ ਸਾਥੀ ਮੇਰੀ ਮੌਤ ਦੇ ਦਿਨਾਂ ਦੀ ਗਿਣਤੀ ਕਰਦੇ ਹਨ । ਪ੍ਰਭ ਮੇਰੀ ਕੇਵਲ ਤੇਰੇ ਤੇ ਹੀ ਆਸਾ ਹੈ! ਇਸ ਨਿਮਾਣੇ ਸ਼ਰਣ ਵਿੱਚ ਆਏ ਦੀ ਲਾਜ ਰਖ ਲਵੋ!

I am sinner with a little wisdom, with no virtue, helpless with a low worldly status. I am self-minded involved in deception in mean sinful life and I am a slave of worldly emotions, bonds. My mind is deeply blemished with worldly suspicions and performs all my deeds to satisfy the ego of my mind; I have forgotten all about my death. I have wasted my youth in sexual entertainment and pleasures of worldly wealth in my ignorance. I am in old age and devil of death may be approaching very fast. All my companions are counting my days of death. You are my only support and hope, I have humbly surrender at Your sanctuary to repent. Have a mercy and protect my honor.

ਭਰਮੇ ਜਨਮ ਅਨੇਕ,	bharmay janam anayk
ਸੰਕਟ ਮਹਾ ਜੋਨ॥	sankat mahaa jon.
ਲਪਟਿ ਰਹਿਓ ਤਿਹ ਸੰਗਿ,	lapat rahi-o tih sang
ਮੀਠੇ ਭੋਗ ਸੋਨ॥	meethay bhog son.
ਭ੍ਰਮਤ ਭਾਰ ਅਗਨਤ ਆਇਓ,	bharmat bhaar agnat aa-i-o
ਬਹੁ ਪ੍ਰਦੇਸਹ ਧਾਇਓ॥	baho pardayseh Dhaa-i-o.
ਅਬ ਓਟ ਧਾਰੀ ਪ੍ਰਭ ਮੁਰਾਰੀ,	ab ot Dhaaree parabh muraaree

ਸਰਬ ਸੁਖ ਹਰਿ ਨਾਇਓ॥	sarab sukh har naa-i-o.
ਰਾਖਨਹਾਰੇ ਪ੍ਰਭ ਪਿਆਰੇ,	raakhanhaaray parabh pi-aaray
ਮੁਝ ਤੇ ਕਛੂ ਨ ਹੋਆ ਹੋਨ॥	mujh tay kachhoo na ho-aa hon.
ਸੂਖ ਸਹਜ ਆਨੰਦ ਨਾਨਕ,	sookh sahj aanand naanak
ਕ੍ਰਿਪਾ ਤੇਰੀ ਤਰੈ ਭਉਨ॥੩॥	kirpaa tayree tarai bha-un. ||3||

ਮੈਂ ਅਨੇਕਾਂ ਜੂੰਨਾਂ ਵਿੱਚ ਬਹੁਤ ਦੁਖ ਪਾਏ ਹਨ । ਸੰਸਾਰਕ ਮਾਇਆ ਦੇ ਅਨੰਦ, ਪਦਾਰਥਾ ਦੇ ਮੋਹ ਦੇ ਜਾਲ ਵਿੱਚ ਫਸਿਆ ਹਾ । ਇਹਨਾਂ ਭਰਮਾਂ ਦਾ, ਪਾਪਾਂ ਦਾ ਭਾਰ ਨਾਲ ਲੈ ਕੇ ਵੱਖਰੇ ਵੱਖਰੇ ਜੰਗਲਾਂ ਵਿੱਚ ਘੁੰਮਦਾ ਫਿਰਦਾ ਹਾ । ਹੁਣ ਤੇਰੀ ਸ਼ਰਣ ਵਿੱਚ ਅਇਆ ਹਾ! ਮਨ ਵਿੱਚ ਤੇਰੇ ਸ਼ਬਦ ਦਾ ਸਿਮਰਨ ਕਰਨ ਨਾਲ ਸੰਤੋਖ ਅਇਆ ਹੈ । ਪ੍ਰਭ ਤੂੰ ਹੀ ਮੇਰਾ ਰਖਵਾਲਾ ਹੈ! ਮੇਰੇ ਵਿੱਚ ਕੁਝ ਵੀ ਕਰਨ ਦੀ ਸਮਰਥਾ ਨਹੀਂ ਹੈ । ਪ੍ਰਭ ਦੇ ਸ਼ਬਦ ਦੀ ਪਾਲਣਾ ਕਰਨ, ਸ਼ਰਣ ਵਿੱਚ ਪਨਾਹ ਲੈਣ ਨਾਲ ਹੀ ਮਨ ਵਿੱਚ ਸੰਤੋਖ, ਧੀਰਜ, ਖੇੜਾ ਵਸਦਾ ਹੈ । ਤੇਰੀ ਰਹਿਮਤ ਨਾਲ ਹੀ ਸੰਸਾਰਕ ਸਾਗਰ ਪਾਰ ਕਰ ਜਾਵਾਗਾ ।

I have suffered the miseries of cycle of birth and death so many times. I am deeply involved with the pleasures of worldly wealth, bonds, the attachment to worldly possessions and I am stuck deep in the mud. Carrying the burden of sins and worldly suspicions, I am wandering in various wild forests away from family life to search for peace. I have surrender at Your sanctuary, my mind has experienced contentment by meditating on the teachings of Your Word. You are my only true protector, I do not have any strength, power to perform any task in the universe at my own. Only by obeying the teachings of Your Word in Your sanctuary, I have been blessed with patience, contentment and blossom in by day to day life. With Your mercy and grace, I may cross this worldly ocean of desires.

ਨਾਮ ਧਾਰੀਕ ਉਧਾਰੇ,	naam Dhaareek uDhaaray
ਭਗਤਹ ਸੰਸਾ ਕਉਨ॥	bhagtah sansaa ka-un.
ਜੇਨ ਕੇਨ ਪਰਕਾਰੇ ਹਰਿ,	jayn kayn parkaaray har
ਹਰਿ ਜਸੁ ਸੁਨਹੁ ਸ੍ਰਵਨ॥	har jas sunhu sarvan.
ਸੁਨਿ ਸ੍ਰਵਨ ਬਾਨੀ ਪੁਰਖ ਗਿਆਨੀ,	sun sarvan baanee purakh gi-aanee
ਮਨਿ ਨਿਧਾਨਾ ਪਾਵਹੇ॥	man niDhaanaa paavhay.
ਹਰਿ ਰੰਗਿ ਰਾਤੇ ਪ੍ਰਭ ਬਿਧਾਤੇ,	har rang raatay parabh biDhaatay
ਰਾਮ ਕੇ ਗੁਣ ਗਾਵਹੇ॥	raam kay gun gaavhay.
ਬਸੁਧ ਕਾਗਦ ਬਨਰਾਜ ਕਲਮਾ,	basuDh kaagad banraaj kalmaa
ਲਿਖਣ ਕਉ ਜੇ ਹੋਇ ਪਵਨ॥	likhan ka-o jay ho-ay pavan.
ਬੇਅੰਤ ਅੰਤੁ ਨ ਜਾਇ ਪਾਇਆ,	bay-ant ant na jaa-ay paa-i-aa
ਗਹੀ ਨਾਨਕ ਚਰਣ ਸਰਨ॥੪॥੫॥੮॥	gahee naanak charan saran. ||4||5||8||

ਜਿਹੜਾ ਤੇਰੇ ਸ਼ਬਦ ਵਿੱਚ ਭਰੋਸਾ ਅਡੋਲ ਰਖਦਾ ਹੈ ਉਸ ਨੂੰ ਪ੍ਰਵਾਨਗੀ ਬਖਸ਼ਿਸ਼ ਹੋ ਜਾਂਦੀ ਹੈ । ਬੰਦਗੀ ਕਰਨ ਵਾਲੇ ਦਾਸ ਨੂੰ ਕੀ ਸ਼ੰਕਾ, ਭਰਮ ਹੋ ਸਕਦਾ ਹੈ? ਜਿਸ ਵਿਧੀ ਨਾਲ ਵੀ ਪ੍ਰਭ ਦੇ ਸ਼ਬਦ ਦੀ ਗੁਣ ਸੁਣ ਸਕਦੇ ਹੋ, ਆਪਣੇ ਕੰਨਾਂ ਨਾਲ ਪ੍ਰਭ ਦੇ ਸ਼ਬਦ ਦੀ ਬਾਣੀ ਸੁਣੋ! ਜਿਸ ਨਾਲ ਪ੍ਰਭ ਦੇ ਸ਼ਬਦ ਦੀ ਸੋਝੀ, ਗਿਆਨ ਦਾ ਖਜ਼ਾਨਾ ਬਖਸ਼ਿਸ਼ ਹੋ ਜਾਵੇ । ਪ੍ਰਭ ਦੇ ਸ਼ਬਦ ਵਿੱਚ ਲੀਨ ਹੋਵੇ, ਪ੍ਰਭ ਦੇ ਸ਼ਬਦ ਦੇ ਗੁਣ ਗਾਵੇ! ਉਹ ਹੀ ਭਾਗ ਲਿਖਣ ਵਾਲਾ ਮਾਲਕ ਹੈ । ਅਗਰ ਸਾਰੀ ਧਰਤੀ ਹੀ ਕਾਗਦ ਬਣ ਜਾਵੇ, ਸਾਰੇ ਜੰਗਲ ਹੀ ਕਲਮ ਬਣ ਜਾਣ, ਹਵਾ ਲਿਖਣ ਵਾਲਾ ਲਿਖਾਰੀ ਬਣ ਜਾਵੇ । ਫਿਰ ਵੀ ਪ੍ਰਭ ਦੇ ਗੁਣ ਪੂਰਨ ਤਰ੍ਹਾਂ ਲਿਖੇ ਨਹੀਂ ਜਾ ਸਕਦੇ, ਅੰਤ ਨਹੀਂ ਪਇਆ ਜਾ ਸਕਦਾ । ਬੰਦਗੀ ਕਰਨ ਵਾਲੇ ਸਦਾ ਹੀ ਪ੍ਰਭ ਦੇ ਭਾਣੇ ਵਿੱਚ, ਸ਼ਰਣ ਵਿੱਚ ਹੀ ਰਹਿੰਦੇ, ਅਨੰਦ ਮਾਨਦੇ ਹਨ ।

Whosoever may keep his belief steady and stable on the teachings of His Word, he may be blessed with the right path of acceptance in His court. What suspicions may be in the day to day life His true devotee? Whatsoever way, you may hear the sermon of His Word, your belief should remain with steady and stable. By singing the glory of His Word, Holy Scripture; The Merciful True Master may bless the treasure of enlightenment. You should sing the glory of His Word, devotional meditate in the void of the Word of the inscriber of destiny, The True Master. If the whole earth converted into paper, all trees into pen, air becomes writer, even then His virtues may not be fully written, explained or comprehended. His true devotee always obeys the enlightenment of His Word and always enjoys the blossom in His sanctuary in day to day life.

307.ਆਸਾ ਮਹਲਾ ੫॥ 458-10

ਪੁਰਖ ਪਤੇ ਭਗਵਾਨ,	purakh patay bhagvaan
ਤਾ ਕੀ ਸਰਣਿ ਗਹੀ॥	taa kee saran gahee.
ਨਿਰਭਉ ਭਏ ਪਰਾਨ,	nirbha-o bha-ay paraan
ਚਿੰਤਾ ਸਗਲ ਲਹੀ॥	chintaa sagal lahee.
ਮਾਤ ਪਿਤਾ ਸੁਤ ਮੀਤ ਸੁਰਿਜਨ,	maat pitaa sut meet surijan
ਇਸਟ ਬੰਧਪ ਜਾਣਿਆ॥	isat banDhap jaani-aa.
ਗਹਿ ਕੰਠਿ ਲਾਇਆ ਗੁਰਿ ਮਿਲਾਇਆ,	geh kanth laa-i-aa gur milaa-i-aa jas
ਜਸੁ ਬਿਮਲ ਸੰਤ ਵਖਾਣਿਆ॥	bimal sant vakhaani-aa.
ਬੇਅੰਤ ਗੁਣ ਅਨੇਕ ਮਹਿਮਾ,	bay-ant gun anayk mahimaa keemat
ਕੀਮਤਿ ਕਛੂ ਨ ਜਾਇ ਕਹੀ॥	kachhoo na jaa-ay kahee.
ਪ੍ਰਭ ਏਕ ਅਨਿਕ ਅਲਖ ਠਾਕੁਰ,	parabh ayk anik alakh thaakur
ਓਟ ਨਾਨਕ ਤਿਸੁ ਗਹੀ॥੧॥	ot naanak tis gahee. ||1||

ਜਦੋਂ ਹੀ ਮੈਂ ਸ੍ਰਿਸ਼ਟੀ ਦੇ ਮਾਲਕ, ਪ੍ਰਭ ਦੀ ਸ਼ਰਣ ਲਈ ਹੈ, ਆਪਣੀ ਓਟ ਕੇਵਲ ਇੱਕੋ ਇੱਕ ਤੇ ਛੱਡ ਦਿੱਤੀ ਹੈ । ਮੇਰੇ ਮਨ ਵਿਚੋਂ ਮੌਤ ਦਾ ਡਰ, ਸੰਸਾਰਕ ਚਿੰਤਾਂ ਦਾ ਨਾਸ਼ ਹੋ ਗਿਆ ਹੈ । ਪ੍ਰਭ ਨੂੰ ਹੀ ਆਪਣਾ ਪਰਿਵਾਰ, ਮਾਂ, ਬਾਪ, ਬੱਚੇ, ਮਿੱਤਰ, ਰਹਿਮਤ ਮੰਗਣਵਾਲਾ ਸਮਝਦਾ ਹਾ । ਪ੍ਰਭ ਦੇ ਸ਼ਬਦ ਦੀ ਪਾਲਣਾ ਨਾਲ ਸ਼ਬਦ ਦੀ ਸੋਝੀ, ਪ੍ਰਭ ਦੀ ਹੋਂਦ ਮਹਿਸੂਸ ਹੋਈ ਹੈ । ਬੰਦਗੀ ਕਰਨ ਵਾਲੇ ਉਸ ਪਵਿਤ੍ਰ ਜੋਤ ਦੇ ਹੀ ਗੁਣ ਗਾਉਂਦੇ ਹਨ । ਉਸ ਦੇ ਗੁਣਾਂ, ਸੋਭਾ ਦਾ ਕੋਈ ਅੰਤ ਨਹੀਂ ਹੈ, ਨਾ ਹੀ ਕੋਈ ਜਾਣ ਸਕਦਾ ਹੈ । ਉਸ ਦੇ ਕਿਸੇ ਕਰਤਬ ਦੀ ਕੀਮਤ ਜਾਣੀ ਨਹੀਂ ਜਾ ਸਕਦੀ । ਪ੍ਰਭ ਇੱਕੋ ਇੱਕ, ਨਾ ਦੇਖੇ ਜਾਣ ਵਾਲਾ ਮਾਲਕ ਹੈ । ਮੈਂ ਉਸ ਦੇ ਸ਼ਬਦ ਦਾ ਹੀ ਲੜ ਪਕੜਿਆ ਹੈ, ਸ਼ਰਣ ਵਿੱਚ ਅਇਆ ਹਾ ।

When I came to the sanctuary of The True Master and I have left all my hopes on His mercy and grace, His blessings. With His mercy and grace, all my fear of death, the frustrations and miseries of worldly desires have been disappeared from my mind. I am wholeheartedly considering The True Master as my mother, father, children, friends, spouse and worthy of worship. By obeying the teachings of His Word, my mind has been enlightened with the essence of His Word and the existence of The True Master. His true devotee only sings the glory of the Holy spirit. No one may comprehend the value, the extent of any event of universe, His nature. The One and Only One, True Master beyond any visibility to His creation. I have adopted His Word wholeheartedly and humbly surrendered at His sanctuary for forgiveness and hopefully for acceptance.

ਅੰਮ੍ਰਿਤ ਬਨੁ ਸੰਸਾਰੁ ਸਹਾਈ	amrit ban sansaar sahaa-ee
ਆਪਿ ਭਏ॥	aap bha-ay.

ਰਾਮ ਨਾਮੁ ਉਰ ਹਾਰੁ	raam naam ur haar
ਬਿਖੁ ਕੇ ਦਿਵਸ ਗਏ॥	bikh kay divas ga-ay.
ਗਤੁ ਭਰਮ ਮੋਹ ਬਿਕਾਰ ਬਿਨਸੇ,	gat bharam moh bikaar binsay
ਜੋਨਿ ਆਵਣ ਸਭ ਰਹੇ॥	jon aavan sabh rahay.
ਅਗਨਿ ਸਾਗਰ ਭਏ ਸੀਤਲ,	agan saagar bha-ay seetal
ਸਾਧ ਅੰਚਲ ਗਹਿ ਰਹੇ॥	saaDh anchal geh rahay.
ਗੋਵਿੰਦ ਗੁਪਾਲ ਦਇਆਲ ਸੰਮ੍ਰਿਥ,	govind gupaal da-i-aal sammrith
ਬੋਲਿ ਸਾਧੂ ਹਰਿ ਜੈ ਜਏ॥	bol saaDhoo har jai ja-ay.
ਨਾਨਕ ਨਾਮੁ ਧਿਆਇ ਪੂਰਨ,	naanak naam Dhi-aa-ay pooran
ਸਾਧਸੰਗਿ ਪਾਈ ਪਰਮ ਗਤੇ॥੨॥	saaDhsang paa-ee param gatay. ||2||

ਜਿਸ ਦਾ ਪ੍ਰਭ ਰਖਵਾਲਾ, ਸਹਾਈ ਹੋ ਜਾਂਦਾ ਹੈ, ਸਾਰਾ ਸੰਸਾਰ ਹੀ ਉਸ ਵਾਸਤੇ ਅਣਮੋਲ ਅੰਮ੍ਰਿਤ ਭਰਿਆਂ ਸਾਗਰ ਬਣ ਜਾਂਦਾ ਹੈ । ਜਿਸ ਦੇ ਮਨ ਵਿੱਚ ਪ੍ਰਭ ਦਾ ਸ਼ਬਦ ਜਾਗਰਤ ਹੋ ਜਾਂਦਾ ਹੈ । ਉਸ ਦੀਆ ਸੰਸਾਰਕ ਚਿੰਤਾਂ, ਮਨ ਦੇ ਭਰਮ, ਸੰਸਾਰਕ ਪਦਾਰਥਾ ਨਾਲ ਮੋਹ ਹੀ ਖਤਮ ਜਾਂਦਾ ਹੈ । ਉਸ ਦਾ ਮਾਤਾ ਦੇ ਗਰਭ ਵਿੱਚ ਜਾਣ ਦਾ ਚੱਕਰ ਖਤਮ ਹੋ ਜਾਂਦਾ ਹੈ । ਜਿਹੜਾ ਵੀ ਪ੍ਰਭ ਦੇ ਸ਼ਬਦ ਦਾ ਲੜ ਪਕੜ ਲੈਂਦਾ ਹੈ । ਉਸ ਦੇ ਮਨ ਵਿਚੋਂ ਭਟਕਣਾਂ ਦੀ ਅੱਗ ਬੁਝ ਜਾਂਦੀ, ਖਤਮ ਹੋ ਜਾਂਦੀ ਹੈ । ਪ੍ਰਭ ਹੀ ਸ੍ਰਿਸ਼ਟੀ ਦੀ ਪਾਲਣਾ ਪੋਸਨਾ, ਰਖਿਆ ਕਰਨ ਵਾਲਾ ਮਾਲਕ ਹੈ । ਬੰਦਗੀ ਕਰਨ ਵਾਲੇ ਸਦਾ ਹੀ ਹਰ ਕੰਮ ਵਿੱਚ ਉਸ ਦੀ ਹੀ ਜਿੱਤ ਮਨਾਉਂਦੇ, ਜੈਕਾਰ ਕਰਦੇ ਹਨ । ਬੰਦਗੀ ਕਰਨ ਵਾਲਾ ਦਾਸ ਸੰਤਾਂ ਦੀ ਸੰਗਤ ਵਿੱਚ ਪ੍ਰਭ ਦੇ ਸ਼ਬਦ ਦਾ ਸਿਮਰਨ ਕਰਦਾ ਹੈ, ਉਸ ਨੂੰ ਉਤਮ ਅਵਸਥਾ ਦੀ ਬਖਸ਼ਿਸ਼ ਹੋ ਜਾਂਦੀ ਹੈ ।

Whosoever may be accepted in His sanctuary, God may become his protector and helper; the whole universe may become an ocean overwhelmed with nectar. Whosoever may be enlightened with the teachings of His Word, all worldly frustrations, suspicions, attachment with worldly possessions and worldly bonds may be eliminated. His cycle of birth and death may be eliminated. Whosoever may meditate and adopt the teachings of His Word with steady and stable belief in his day to day life, his fire of frustration may be extinguished and all his worries may be eliminated from his mind. The One and only one True Master nourishes and protects His creation. His true devotee all claims His victory in each and every work in the universe. With His mercy and grace, His true devotee may remain meditating in the association of His true devotee and he may be blessed with supreme state of mind.

ਜਹ ਦੇਖਉ ਤਹ ਸੰਗਿ,	jah daykh-a-u tah sang
ਏਕੋ ਰਵਿ ਰਹਿਆ॥	ayko rav rahi-aa.
ਘਟ ਘਟ ਵਾਸੀ ਆਪਿ,	ghat ghat vaasee aap
ਵਿਰਲੈ ਕਿਨੈ ਲਹਿਆ॥	virlai kinai lahi-aa.
ਜਲਿ ਥਲਿ ਮਹੀਅਲਿ ਪੂਰਿ,	jal thal mahee-al poor
ਪੂਰਨ ਕੀਟ ਹਸਤਿ ਸਮਾਨਿਆ॥	pooran keet hasat samaani-aa.
ਆਦਿ ਅੰਤੇ ਮਧਿ ਸੋਈ,	aad antay maDh so-ee
ਗੁਰ ਪ੍ਰਸਾਦੀ ਜਾਨਿਆ॥	gur parsaadee jaani-aa.
ਬ੍ਰਹਮੁ ਪਸਰਿਆ ਬ੍ਰਹਮ ਲੀਲਾ,	barahm pasri-aa barahm leelaa
ਗੋਵਿੰਦ ਗੁਣ ਨਿਧਿ ਜਨਿ ਕਹਿਆ॥	govind gun niDh jan kahi-aa.
ਸਿਮਰਿ ਸੁਆਮੀ ਅੰਤਰਜਾਮੀ,	simar su-aamee antarjaamee
ਹਰਿ ਏਕੁ ਨਾਨਕ ਰਵਿ ਰਹਿਆ॥੩॥	har ayk naanak rav rahi-aa. ||3||

ਹਰਇੱਕ ਤਨ, ਮਨ ਵਿੱਚ ਇੱਕੋ ਇੱਕ ਪ੍ਰਭ ਹੀ ਵਸਦਾ, ਵਾਪਰਦਾ ਨਜ਼ਰ ਆਉਂਦਾ ਹੈ । ਵਿਰਲੇ ਹੀ ਜੀਵ ਇਹ ਮਹਿਸੂਸ ਕਰਦਾ, ਇਸ ਤੱਤ ਨੂੰ ਮਨ ਵਿੱਚ ਵਸਾਉਂਦਾ ਹੈ । ਪ੍ਰਭ ਹੀ ਜਲ ਥਲ, ਅਕਾਸ਼ ਵਿੱਚ ਵਸਦਾ, ਵਾਪਰਦਾ ਹੈ । ਉਹ ਹੀ ਛੋਟੇ ਤੋ ਛੋਟੇ ਕੀੜੇ ਅਤੇ ਵੱਡੇ ਤੋ ਵੱਡੇ ਹਾਥੀ ਦੇ ਤਨ ਵਿੱਚ ਵੀ ਵਸਦਾ ਹੈ । ਸ੍ਰਿਸ਼ਟੀ ਦੇ ਅਰੰਭ, ਮੱਧ ਅਤੇ ਅੰਤ ਵਿੱਚ ਵੀ ਅਟੱਲ ਰਹਿਣ ਵਾਲਾ ਹੈ । ਪ੍ਰਭ ਦੀ ਆਪਣੀ ਰਹਿਮਤ ਨਾਲ ਹੀ ਉਸ ਦੀ ਹੋਂਦ ਮਹਿਸੂਸ ਹੋ ਸਕਦੀ ਹੈ । ਪ੍ਰਭ ਆਪ ਹੀ ਸ੍ਰਿਸ਼ਟੀ ਦਾ ਵਾਧਾ ਕਰਦਾ, ਖੇਲ ਬਣਾਉਂਦਾ, ਚਲਾਉਂਦਾ ਹੈ । ਬੰਦਗੀ ਕਰਨ ਵਾਲੇ ਦਾਸ, ਪ੍ਰਭ ਨੂੰ ਹੀ ਗੁਣਾਂ ਦਾ ਭੰਡਾਰੀ, ਖਜ਼ਾਨਾ ਹੀ ਮੰਨਦੇ, ਪੁਕਾਰਦੇ ਹਨ । ਜੀਵ ਇੱਕੋ ਇੱਕ ਪ੍ਰਭ ਸਭ ਦੀ ਮਨ ਦੀ ਅਵਸਥਾ ਦਾ ਅੰਤਰਜਾਮੀ ਹੈ । ਉਹ ਹੀ ਹਰਇੱਕ ਮਨ ਵਿੱਚ ਅਤੇ ਹਰਇੱਕ ਥਾਂ ਤੇ ਵਸਦਾ, ਵਾਪਰਦਾ ਹੈ । ਉਸ ਦੇ ਸ਼ਬਦ ਨੂੰ ਮਨ ਵਿੱਚ ਜਾਗਰਤ ਕੇਰੋ!

His true devotee may only see, realize, The One and Only One, True Master dwells and prevails in each and every mind and everywhere. However, very rare may realize this essence of His Word, His nature within his mind. The True Master dwells and prevails in water, earth and in skies. He also dwells in the smallest creature like ant and biggest creature like an elephant. He was axiom, unchanged before creation and will remain unchanged, permanent after the destruction of creation; before the birth of a creature, in his day to day life and after his death. Only with His mercy and grace, His true devotee may realize His existence. The expansion of His creation, plays of the universe and have been created and performed by His command. His true devotees always believe that God is the only The True owner of all treasures of enlightenments and virtues and blessings. He always begs for His mercy and grace and sanctuary. The omniscient True Master knows the state of mind of all His creatures, He dwells and prevails everywhere in the universe. You should always keep the essence of the teachings of His Word within your mind and body.

ਦਿਨੁ ਰੈਣਿ ਸੁਹਾਵੜੀ ਆਈ	din rain suhaavarhee aa-ee
ਸਿਮਰਤ ਨਾਮੁ ਹਰੇ॥	simrat naam haray.
ਚਰਣ ਕਮਲ ਸੰਗਿ ਪ੍ਰੀਤਿ	charan kamal sang pareet
ਕਲਮਲ ਪਾਪ ਟਰੇ॥	kalmal paap taray.
ਦੂਖ ਭੂਖ ਦਾਰਿਦ੍ਰ ਨਾਠੇ,	dookh bhookh daridar naathay
ਪ੍ਰਗਟੁ ਮਗੁ ਦਿਖਾਇਆ॥	pargat mag dikhaa-i-aa.
ਮਿਲਿ ਸਾਧਸੰਗੇ ਨਾਮ ਰੰਗੇ,	mil saaDhsangay naam rangay
ਮਨਿ ਲੋੜੀਦਾ ਪਾਇਆ॥	man lorheedaa paa-i-aa.
ਹਰਿ ਦੇਖਿ ਦਰਸਨੁ ਇਛ ਪੁੰਨੀ,	har daykh darsan ichh punnee
ਕੁਲ ਸੰਬੂਹਾ ਸਭਿ ਤਰੇ॥	kul samboohaa sabh taray.
ਦਿਨਸੁ ਰੈਣਿ ਅਨੰਦ ਅਨਦਿਨੁ ਸਿਮਰੰਤ,	dinas rain anand an-din simrant
ਨਾਨਕ ਹਰਿ ਹਰੇ॥੪॥੬॥੯॥	naanak har haray. ||4||6||9||

ਜਿਹੜਾ ਪ੍ਰਭ ਦੇ ਸ਼ਬਦ ਦਾ ਸਿਮਰਨ ਕਰਦਾ ਹੈ, ਉਸ ਦਾ ਦਿਨ ਰਾਤ ਸੁਖਾਂ ਵਾਲਾ ਬਣ ਜਾਂਦਾ ਹੈ । ਸ਼ਬਦ ਰੂਪੀ ਚਰਨਾਂ ਨੂੰ ਮਨ ਵਿੱਚ ਜਾਗਰਤ ਕਰਨ ਨਾਲ ਲਾਲਚ, ਪਾਪ ਖਤਮ ਹੋ ਜਾਂਦੇ ਹਨ । ਮਨ ਵਿਚੋਂ ਦੁਖ, ਭੁੱਖ, ਮਾਯੂਸੀ ਨਾਸ਼ ਹੋ ਜਾਦੀ ਹੈ, ਬੰਦਗੀ ਦਾ ਰਸਤਾ, ਸਾਫ ਹੋ ਜਾਂਦਾ ਹੈ, ਪ੍ਰਵਾਨਗੀ ਦੇ ਰਸਤੇ ਤੇ ਕੋਈ ਰੁਕਾਵਟ ਨਹੀਂ ਰਹਿੰਦੀ । ਬੰਦਗੀ ਕਰਨ ਵਾਲੇ ਸੰਤਾਂ ਦੀ ਸੰਗਤ ਵਿੱਚ ਰਲਕੇ ਸ਼ਬਦ ਦਾ ਸਿਮਰਨ ਕਰਨ ਨਾਲ, ਮਨ ਸ਼ਬਦ ਵਿੱਚ ਲੀਨ ਹੋ ਜਾਂਦਾ, ਮਨ ਸ਼ਬਦ ਦੀ ਸਮਾਧੀ ਵਿੱਚ ਵਸ ਜਾਂਦਾ ਹੈ । ਪ੍ਰਭ ਦੇ ਸ਼ਬਦ ਦੀ ਸੋਝੀ, ਦਰਸ਼ਨ ਬਖਸ਼ਿਸ਼ ਹੋਣ ਨਾਲ ਮਨ ਦੀਆਂ ਮੁਰਾਦਾਂ ਪੂਰੀਆਂ ਹੋ

ਜਾਂਦੀਆਂ ਹਨ । ਜੀਵ ਦੀਆਂ ਕੁਲਾਂ ਹੀ ਤਰ ਜਾਂਦੀਆਂ ਹਨ । ਜਿਹੜਾ ਦਿਨ ਰਾਤ ਪ੍ਰਭ ਦੇ ਸ਼ਬਦ ਵਿੱਚ ਧਿਆਨ ਰਖਦਾ, ਸਿਮਰਨ ਕਰਦਾ ਹੈ, ਉਹ ਦਿਨ ਰਾਤ ਖੇੜੇ ਵਿੱਚ ਵਸਦਾ ਹੈ ।

Whosoever may meditate on the teachings of His Word all his day and night, His Word may become comforting and pleasant for him. By enlightening the teachings of His Word within, he remains awake and alert. His greed of mind, and evil thoughts may be eliminated from within his mind. All miseries, hunger and desperations, frustrations of His true devotee may be eliminated, his path of mediation, human life journey may become clear and smooth. He may not face any restriction in his path of meditation. By associating wholeheartedly with His true devotee and meditating on the teachings of His Word, he may enter into the void of His Word. By enlightening the teachings of His Word within, with the realization of his existence, all spoken and unspoken desires of his mind may be satisfied. All his past and future generations may be saved. Whosoever may meditate with steady and stable belief on the teachings of His Word day and night, he may remain overwhelmed with contentment.

308.ਆਸਾ ਮਹਲਾ ੫ ਛੰਤ ਘਰੁ ੭॥ 459-4

ਸਲੋਕੁ॥	salok.
੧ੴ ਸਤਿਗੁਰ ਪ੍ਰਸਾਦਿ॥	ik-oNkaar satgur parsaad.
ਸੁਭ ਚਿੰਤਨ ਗੋਬਿੰਦ ਰਮਣ	subh chintan gobind raman
ਨਿਰਮਲ ਸਾਧੂ ਸੰਗ॥	nirmal saaDhoo sang.
ਨਾਨਕ ਨਾਮੁ ਨ ਵਿਸਰਉ,	naanak naam na visra-o
ਇਕ ਘੜੀ ਕਰਿ ਕਿਰਪਾ ਭਗਵੰਤ॥੧॥	ik gharhee kar kirpaa bhagvant. ‖1‖

ਬੰਦਗੀ ਕਰਨ ਵਾਲੇ ਦੀ ਸੰਗਤ ਵਿੱਚ ਪ੍ਰਭ ਦੇ ਸ਼ਬਦ ਦੇ ਗੁਣ ਗਾਉਣੇ ਹੀ ਸਭ ਤੋ ਉਤਮ ਧੰਦਾ ਹੈ । ਬੰਦਗੀ ਕਰਨ ਵਾਲਾ ਪ੍ਰਭ ਅੱਗੇ ਸਦਾ ਹੀ ਅਰਦਾਸ ਕਰਦਾ ਹੈ! ਰਹਿਮਤ ਬਖਸ਼ੋ! ਤੇਰਾ ਸ਼ਬਦ ਮਨ ਵਿਚੋਂ ਇੱਕ ਪਲ ਵੀ ਨਾ ਵਿਸਰ ਜਾਵੇ ।

To associate with His true devotee and sing the glory of The True Master is a supreme task of human life. His true devotee always prays and begs for His mercy and grace that he may never abandon His Word even for a moment.

ਛੰਤ॥	**chhant.**
ਭਿੰਨੀ ਰੈਨੜੀਐ ਚਾਮਕਨਿ ਤਾਰੇ॥	bhinnee rainrhee-ai chaamkan taaray.
ਜਾਗਹਿ ਸੰਤ ਜਨਾ	jaageh sant janaa
ਮੇਰੇ ਰਾਮ ਪਿਆਰੇ॥	mayray raam pi-aaray.
ਰਾਮ ਪਿਆਰੇ ਸਦਾ ਜਾਗਹਿ,	raam pi-aaray sadaa jaageh
ਨਾਮੁ ਸਿਮਰਹਿ ਅਨਦਿਨੋ॥	naam simrahi andino.
ਚਰਣ ਕਮਲ ਧਿਆਨੁ ਹਿਰਦੈ,	charan kamal Dhi-aan hirdai
ਪ੍ਰਭ ਬਿਸਰੁ ਨਾਹੀ ਇਕੁ ਖਿਨੋ॥	parabh bisar naahee ik khino.
ਤਜਿ ਮਾਨੁ ਮੋਹੁ ਬਿਕਾਰੁ ਮਨ ਕਾ,	taj maan moh bikaar man kaa
ਕਲਮਲਾ ਦੁਖ ਜਾਰੇ॥	kalmalaa dukh jaaray.
ਬਿਨਵੰਤਿ ਨਾਨਕ ਸਦਾ ਜਾਗਹਿ,	binvant naanak sadaa jaageh
ਹਰਿ ਦਾਸ ਸੰਤ ਪਿਆਰੇ॥੧॥	har daas sant pi-aaray. ‖1‖

ਜਦੋਂ ਰਾਤ ਦੀ ਤੇਰੇਲ ਪੈਂਦੀ ਹੈ, ਮੌਸਮ ਠੰਡਾ ਹੁੰਦਾ ਹੈ, ਤਾਰੇ ਅਕਾਸ਼ ਵਿੱਚ ਚਮਕਦੇ ਹਨ । ਪ੍ਰਭ ਦੇ ਸ਼ਬਦ ਦੀ ਬੰਦਗੀ ਕਰਨ ਵਾਲੇ ਦਾ ਮਨ ਜਾਗਰਤ ਅਤੇ ਸੁਚੇਤ ਰਹਿੰਦਾ ਹੈ । ਬੰਦਗੀ ਕਰਨ ਵਾਲਾ

ਦਾਸ ਪ੍ਰਭ ਦੇ ਸ਼ਬਦ ਦੀ ਪਾਲਣਾ ਵਿੱਚ ਲਗਨ ਲਾਈ ਰਖਦਾ, ਸ਼ਬਦ ਦੀ ਸਮਾਧੀ ਵਿੱਚ ਵਸਦਾ ਜਾਗਰਤ ਅਤੇ ਸੁਚੇਤ ਰਹਿੰਦਾ ਹੈ । ਉਹ ਪ੍ਰਭ ਦੇ ਸ਼ਬਦ ਰੂਪੀ ਚਰਨਾਂ ਵਿੱਚ ਆਪਣਾ ਧਿਆਨ ਰਖਦਾ, ਇੱਕ ਪਲ ਵੀ ਸ਼ਬਦ ਮਨ ਵਿਚੋਂ ਨਹੀਂ ਵਿਸਾਰਦਾ, ਸਵਾਸ ਗਰਾਸ ਸਿਮਰਨ ਕਰਦੇ ਹਨ । ਉਹ ਆਪਣੇ ਮਨ ਦਾ ਅਭਿਮਾਨ ਅਹੰਕਾਰ, ਸੰਸਾਰਕ ਮੋਹ, ਲਾਲਚ, ਧੋਖੇ ਦੀਆਂ ਚਾਲਾ ਤਿਆਗ ਦੇਂਦਾ ਹੈ । ਆਪਣੇ ਮਨ ਵਿਚੋਂ ਚਿੰਤਾਂ ਦੇ ਦੁਖ ਦੂਰ ਕਰ ਲੈਂਦਾ ਹੈ । ਬੰਦਗੀ ਕਰਨ ਵਾਲਾ ਦਾਸ ਸਦਾ ਹੀ ਸ਼ਬਦ ਦੀ ਪਾਲਣਾ ਵਿੱਚ ਜਾਗਰਤ ਅਤੇ ਸੁਚੇਤ ਰਹਿੰਦਾ ਹੈ ।

In the cold night with a mild dripping of water and the stars are shining in the sky, the mind of His true devotee remains awake and alert with the teachings of His Word. His true devotee meditates deeply and may enter in the void of His Word and remains awake and alert. He keeps his concentration on the teachings of His Word (His feet), he never abandons His Word from his mind even for a moment and meditates with each and every breath. He abandons all his deceptive thoughts, clever tricks, his ego, worldly attachments and worldly bonds from his mind. With His mercy and grace, with meditation all miseries of his day to day life, worldly frustrations may be eliminated from his mind. His true devotee always obeys His Word and remain awake and alert.

ਮੇਰੀ ਸੇਜੜੀਐ ਆਡੰਬਰੁ ਬਣਿਆ॥	mayree sayjrhee-ai aadambar bani-aa.
ਮਨਿ ਅਨਦੁ ਭਇਆ	man anad bha-i-aa
ਪ੍ਰਭੁ ਆਵਤ ਸੁਣਿਆ॥	parabh aavat suni-aa.
ਪ੍ਰਭ ਮਿਲੇ ਸੁਆਮੀ ਸੁਖਹ ਗਾਮੀ,	parabh milay su-aamee sukhah gaamee
ਚਾਵ ਮੰਗਲ ਰਸ ਭਰੇ॥	chaav mangal ras bharay.
ਅੰਗ ਸੰਗਿ ਲਾਗੇ ਦੂਖ ਭਾਗੇ,	ang sang laagay dookh bhaagay
ਪ੍ਰਾਣ ਮਨ ਤਨ ਸਭਿ ਹਰੇ॥	paraan man tan sabh haray.
ਮਨ ਇਛ ਪਾਈ ਪ੍ਰਭ ਧਿਆਈ,	man ichh paa-ee parabh Dhi-aa-ee
ਸੰਜੋਗੁ ਸਾਹਾ ਸੁਭ ਗਣਿਆ॥	sanjog saahaa subh gani-aa.
ਬਿਨਵੰਤਿ ਨਾਨਕ ਮਿਲੇ ਸ੍ਰੀਧਰ,	binvant naanak milay sareeDhar
ਸਗਲ ਆਨੰਦ ਰਸੁ ਬਣਿਆ॥੨॥	sagal aanand ras bani-aa. ‖2‖

ਜਦੋਂ ਮਨ ਵਿੱਚ ਸ਼ਬਦ ਦੀ ਸੋਝੀ ਬਖਸ਼ਿਸ਼ ਹੋ ਗਈ, ਮੇਰੇ ਮਨ ਵਿੱਚ ਰੌਣਕ, ਖੇੜਾ ਵਸ ਗਿਆ । ਸ਼ਬਦ ਦੀ ਸੋਝੀ ਪਾ ਕੇ ਸ਼ਬਦ ਨਾਲ ਜੀਵਨ ਢਾਲਣ ਨਾਲ ਮਨ ਵਿੱਚ ਖੇੜੇ, ਖੁਸ਼ੀ ਭਰ ਜਾਂਦੀ ਹੈ । ਪ੍ਰਭ ਦਾ ਸ਼ਬਦ ਮੇਰੇ ਰੋਮ ਰੋਮ ਵਿੱਚ ਵਸ ਗਿਆ ਹੈ, ਮੇਰੇ ਮਨ ਦੇ ਸਾਰੇ ਦੁਖ, ਦਰਦ ਦੂਰ ਹੋ ਗਏ, ਤਨ, ਮਨ ਵਿੱਚ ਨਵਾਂ ਜੋਸ਼, ਜੀਵਨ ਬਖਸ਼ਿਸ਼ ਹੋ ਗਿਆ ਹੈ । ਪ੍ਰਭ ਦੇ ਸ਼ਬਦ ਦੀ ਕਮਾਈ ਕਰਨ ਨਾਲ ਪ੍ਰਭ ਦੀ ਬਖਸ਼ਿਸ਼ ਹੋ ਗਈ ਹੈ, ਦਿਨ ਰਾਤ ਪ੍ਰਭ ਦੇ ਚਰਨਾਂ, ਸ਼ਰਣ ਵਿੱਚ ਸੰਤੋਖ ਨਾਲ ਬੀਤਦਾ ਹੈ । ਬੰਦਗੀ ਕਰਨ ਵਾਲਾ ਦਾਸ ਪ੍ਰਭ ਦੇ ਸ਼ਬਦ ਨਾਲ ਜੀਵਨ ਢਾਲਕੇ ਅਨੰਦ, ਖੇੜਾ ਮਾਨਦਾ ਹੈ । ਜਿਹੜਾ ਬੰਦਗੀ ਕਰਨ ਵਾਲਾ ਪ੍ਰਭ ਦੇ ਸ਼ਬਦ ਦੀ ਸੋਝੀ ਨਾਲ ਜੀਵਨ ਢਾਲਦਾ ਹੈ, ਉਹ ਅਨੰਦ ਖੇੜੇ ਵਿੱਚ ਵਸਦਾ ਹੈ ।

Whosoever may be enlightened with the essence of His Word, he may experience a contentment and blossom in his life. By adopting the teachings of His Word in day to day life, he may be overwhelmed with pleasures and happiness. My mind is drenched with the teachings of His Word, all my worries and miseries of worldly desires have been eliminated; my mind and body are rejuvenation with new energy, excitement in my day to day life. By meditating and earnings the wealth of His Word, The True Master has accepted me in His sanctuary; my day and night has become very comfortable, calm and contented with His blessings. His true devotee adopts the teachings of His Word with steady and stable belief and enjoys the pleasures in his human life journey. Whosoever may adopt the teachings of His Word with the enlightenment of His Word, he may be blessed with contentment and blossom in his day to day life.

ਮਿਲਿ ਸਖੀਆ ਪੁਛਹਿ	mil sakhee-aa puchheh
ਕਹੁ ਕੰਤ ਨੀਸਾਣੀ॥	kaho kant neesaanee.
ਰਸਿ ਪ੍ਰੇਮ ਭਰੀ ਕਛੁ ਬੋਲਿ ਨ ਜਾਣੀ॥	ras paraym bharee kachh bol na jaanee.
ਗੁਣ ਗੂੜ ਗੁਪਤ ਅਪਾਰ ਕਰਤੇ,	gun goorh gupat apaar kartay
ਨਿਗਮ ਅੰਤੁ ਨ ਪਾਵਹੇ॥	nigam ant na paavhay.
ਭਗਤਿ ਭਾਇ ਧਿਆਇ ਸੁਆਮੀ,	bhagat bhaa-ay Dhi-aa-ay su-aamee
ਸਦਾ ਹਰਿ ਗੁਣ ਗਾਵਹੇ॥	sadaa har gun gaavhay.
ਸਗਲ ਗੁਣ ਸੁਗਿਆਨ ਪੂਰਨ,	sagal gun sugi-aan pooran
ਆਪਣੇ ਪ੍ਰਭ ਭਾਣੀ॥	aapnay parabh bhaanee.
ਬਿਨਵੰਤਿ ਨਾਨਕ ਰੰਗਿ ਰਾਤੀ,	binvant naanak rang raatee
ਪ੍ਰੇਮ ਸਹਜਿ ਸਮਾਣੀ॥੩॥	paraym sahj samaanee. ‖3‖

ਮੈ ਆਪਣੇ ਬੰਦਗੀ ਕਰਨ ਵਾਲੇ ਦਾਸਾਂ ਤੋ ਪੁੱਛਦਾ ਹਾ । ਕਿ ਪ੍ਰਭ ਨੂੰ ਮਿਲਣ ਦੀ ਕੀ ਨਿਸ਼ਾਨੀ ਹੁੰਦੀ ਹੈ? ਉਸ ਨਾਲ ਮਨ ਵਿੱਚ ਪ੍ਰਭ ਦੀ ਜੋਤ ਜਾਗਰਤ ਹੋ ਜਾਂਦੀ ਹੈ । ਮਨ ਵਿਚੋਂ ਆਪਣੇ ਬੋਲ ਖਤਮ ਹੋ ਜਾਂਦੇ ਹਨ, ਕੇਵਲ ਪ੍ਰਭ ਦੇ ਬੋਲ ਹੀ ਆਉਂਦੇ ਹਨ, ਨਿਕਲਦੇ ਹਨ । ਪ੍ਰਭ ਦੇ ਗੁਣ ਬਹੁਤ ਗੰਭੀਰ, ਡੂੰਘੇ ਅਤੇ ਬੇਅੰਤ ਹਨ । ਪ੍ਰਭ ਦੇ ਗੁਣਾਂ ਦੀ ਹੱਦ, ਪੂਰਨ ਤਰ੍ਹਾਂ ਕਿਸੇ ਵੀ ਧਰਮ ਦੇ ਗ੍ਰੰਥ ਵਿੱਚ ਲਿਖੀ ਨਹੀਂ ਜਾ ਸਕਦੀ । ਮੈਂ ਪਿਆਰ ਅਤੇ ਸ਼ਰਧਾ ਨਾਲ ਸਦਾ ਹੀ ਸ਼ਬਦ ਦਾ ਸਿਮਰਨ, ਗੁਣ ਗਾਉਂਦਾ ਹਾ । ਪ੍ਰਭ ਦੇ ਸ਼ਬਦ ਦੀ ਸੋਝੀ, ਕਮਾਈ, ਧਨ ਨਾਲ ਪ੍ਰਭ ਨੇ ਦਾਸ ਅਵਸਥਾ ਬਖਸ਼ਿਸ਼ ਕੀਤੀ ਹੈ । ਪ੍ਰਭ ਦੇ ਸ਼ਬਦ ਦੇ ਰੰਗ ਵਿੱਚ ਰੰਗਿਆ ਹੋਇਆ, ਮੈਂ ਪ੍ਰਭ ਦੇ ਸ਼ਬਦ ਦੀ ਸਮਾਧੀ ਵਿੱਚ ਵਸਦਾ ਹਾ ।

I always ask from His true devotee to enlighten me with the identification, how to distinguished His blessed soul in the universe? What is the identification of His blessings? With that state of mind, the spiritual glow of His Word may shine within his mind; his own thoughts and speech may be eliminated from his tongue, His tongue only speaks whatsoever word may be blessed. The virtues of The True Master, His Word is very mysterious, deep and beyond any limit. No worldly Holy Scripture may fully describe the extent, the limit of His nature? I meditate and sing the glory of The True Master with deep devotion. With the earnings and enlightenment of His Word, The True Master has blessed me with state of mind of His True devotee. My mind is drenched and intoxicated with the teachings of His Word and dwells in the void of His Word.

ਸੁਖ ਸੋਹਿਲੜੇ ਹਰਿ ਗਾਵਣ ਲਾਗੇ॥	sukh sohilrhay har gaavan laagay.
ਸਾਜਨ ਸਰਸਿਅੜੇ	saajan sarsi-arhay
ਦੁਖ ਦੁਸਮਨ ਭਾਗੇ॥	dukh dusman bhaagay.
ਸੁਖ ਸਹਜ ਸਰਸੇ ਹਰਿ ਨਾਮਿ ਰਹਸੇ,	sukh sahj sarsay har naam rahsay
ਪ੍ਰਭਿ ਆਪਿ ਕਿਰਪਾ ਧਾਰੀਆ॥	parabh aap kirpaa Dhaaree-aa.
ਹਰਿ ਚਰਣ ਲਾਗੇ ਸਦਾ ਜਾਗੇ,	har charan laagay sadaa jaagay
ਮਿਲੇ ਪ੍ਰਭ ਬਨਵਾਰੀਆ॥	milay parabh banvaaree-aa.
ਸੁਭ ਦਿਵਸ ਆਏ ਸਹਜਿ ਪਾਏ,	subh divas aa-ay sahj paa-ay
ਸਗਲ ਨਿਧਿ ਪ੍ਰਭ ਪਾਗੇ॥	sagal niDh parabh paagay.
ਬਿਨਵੰਤਿ ਨਾਨਕ ਸਰਣਿ ਸੁਆਮੀ,	invant naanak saran su-aamee
ਸਦਾ ਹਰਿ ਜਨ ਤਾਗੇ॥੪॥੧॥੧੦॥	sadaa har jan taagay. ‖4‖1‖10‖

ਜਿਹੜਾ ਸ਼ਰਧਾ ਨਾਲ, ਭਰੋਸਾ ਅਡੋਲ ਕਰਕੇ ਪ੍ਰਭ ਦੇ ਸ਼ਬਦ ਦੇ ਗੁਣ ਗਾਉਂਦਾ ਹੈ, ਉਸ ਦੇ ਮਨ ਦੇ ਦੁਖ ਖਤਮ ਹੋ ਜਾਂਦੇ ਹਨ । ਮਨ ਦੇ ਦੁਸ਼ਮਣ, ਕਾਮ, ਕਰੋਧ, ਲੋਭ, ਮੋਹ ਅਹੰਕਾਰ ਉਸ ਦੇ ਗੁਲਾਮ ਬਣ ਜਾਂਦੇ ਹਨ । ਮਨ ਵਿੱਚ ਸੰਤੋਖ ਅਤੇ ਖੁਸ਼ੀ ਵਧ ਜਾਂਦੀ ਹੈ, ਇਹ ਸਭ ਕੁਝ ਸ਼ਬਦ ਦੀ ਪਾਲਣਾ ਕਰਨ ਨਾਲ ਹੀ ਬਖਸ਼ਿਸ਼ ਹੋਈ ਹੈ । ਮੈਂ ਪ੍ਰਭ ਦੇ ਸ਼ਬਦ ਰੂਪੀ ਚਰਨ ਪਕੜ ਲਏ ਹਨ । ਪ੍ਰਭ ਦਾ ਸ਼ਬਦ, ਜੋਤ ਮਨ ਵਿੱਚ ਜਾਗਰਤ ਹੋ ਗਿਆ ਹੈ, ਮੈਂ ਹਰ ਪਲ ਸੁਚੇਤ ਰਹਿੰਦਾ ਹਾ । ਵੱਡੇ ਭਾਗਾਂ ਵਾਲਾ ਦਿਨ ਬਣ ਗਿਆ ਹੈ, ਮਨ ਵਿੱਚ ਸੰਤੋਖ ਖੇੜਾ ਵਸ ਗਿਆ ਹੈ । ਸਾਰੇ ਗਿਆਨ ਸੋਝੀ ਦੇ ਖਜ਼ਾਨੇਂ ਪ੍ਰਭ ਦੇ ਸ਼ਬਦ ਦੀ ਪਾਲਣਾ ਵਿੱਚ ਹੀ ਹਨ । ਬੰਦਗੀ ਕਰਨ ਵਾਲੇ ਨਿਮਾਣੇ ਦਾਸ ਸਦਾ ਹੀ ਪ੍ਰਭ ਦੀ ਸ਼ਰਣ ਵਿੱਚ ਪਨਾਹ ਦੀ ਅਰਦਾਸ ਕਰਦੇ ਹਨ ।

Whosoever may adopt and sing the glory of His Word with steady and stable belief, all his miseries and frustrations of his mind may be eliminated with His mercy and grace. The demons of worldly desires, sexual desire, anger, greed, worldly attachments, worldly bonds and the ego of worldly status may become his slaves, helper. My mind has become fully contented and overwhelmed with pleasures; all has been blessed by adopting the teachings of His Word. By meditating with steady and stable belief on the teachings of His Word, I have been enlightened, awake and alert all time. My day has become very fortunate, my mind is blossom with contentment. All treasure of enlightenment and virtues of His Word are embedded in adopting the teachings of His Word in day to day life. His humble devotee always begs for His forgiveness and His sanctuary.

309.ਆਸਾ ਮਹਲਾ ੫॥ 459-17

ਉਠਿ ਵੰਞੁ ਵਟਾਊੜਿਆ,	uth vanj vataa-oorhi-aa
ਤੈ ਕਿਆ ਚਿਰੁ ਲਾਇਆ॥	tai ki-aa chir laa-i-aa.
ਮੁਹਲਤਿ ਪੁੰਨੜੀਆ,	muhlat punrhee-aa
ਕਿਤੁ ਕੂੜਿ ਲੋਭਾਇਆ॥	kit koorh lobhaa-i- aa.
ਕੂੜੇ ਲੁਭਾਇਆ ਧੋਹੁ ਮਾਇਆ,	koorhay lubhaa-i-aa Dhohu maa-i-aa
ਕਰਹਿ ਪਾਪ ਅਮਿਤਿਆ॥	karahi paap amiti-aa.
ਤਨੁ ਭਸਮ ਢੇਰੀ ਜਮਹਿ ਹੇਰੀ,	tan bhasam dhayree jameh hayree
ਕਾਲਿ ਬਪੁੜੈ ਜਿਤਿਆ॥	kaal bapurhai jiti-aa.
ਮਾਲੁ ਜੋਬਨੁ ਛੋਡਿ ਵੈਸੀ,	maal joban chhod vaisee
ਰਹਿਓ ਪੈਨਣੁ ਖਾਇਆ॥	rahi-o painan khaa-i-aa.
ਨਾਨਕ ਕਮਾਣਾ ਸੰਗਿ ਜੁਲਿਆ,	naanak kamaanaa sang juli-aa
ਨਹ ਜਾਇ ਕਿਰਤੁ ਮਿਟਾਇਆ॥੧॥	nah jaa-ay kirat mitaa-i-aa. ‖1‖

ਮਾਨਸ ਜੀਵ ਪ੍ਰਭ ਦੇ ਸ਼ਬਦ ਦੇ ਸਿਮਰਨ ਕਰੋ! ਤੂੰ ਕਿਉਂ ਮੂਰਖਤਈ ਦੇ ਕੰਮਾਂ ਵਿੱਚ ਲੱਗ ਹੋਇਆ ਹੈ? ਤੇਰਾ ਸਿਮਰਨ ਕਰਨ ਦਾ ਸਮਾਂ ਮਿੱਥਿਆ ਹੋਇਆ ਹੈ । ਤੇਰੇ ਮਨ ਦੀਆਂ ਇੱਛਾਂ ਖੋਟੀਆਂ, ਥੋੜ੍ਹਾ ਸਮਾਂ ਅਨੰਦ ਦੇਣ ਵਾਲੀਆਂ ਹਨ । ਸੰਸਾਰਕ ਮਾਇਆ ਦੇ ਨਸ਼ੇ ਵਿੱਚ ਕਈ ਪਾਪਾਂ ਵਾਲੇ ਕੰਮ ਕਰਦਾ ਹੈ । ਮੌਤ ਦੇ ਜਮਦੂਤ ਨੇ ਤੈਨੂੰ ਘੇਰਾ ਪਇਆ ਹੈ, ਉਹ ਤੇਰੇ ਤੇ ਜਿੱਤ ਪਾ ਲਵੇਗਾ, ਤੇਰਾ ਤਨ ਭਸਮ ਦੀ ਢੇਰੀ ਬਣ ਜਾਵੇਗਾ । ਇਹ ਸੰਸਾਰਕ ਹੈਸੀਅਤ, ਮਾਲਕੀਅਤ, ਜਵਾਨੀ ਨੂੰ ਸੰਸਾਰ ਵਿੱਚ ਛੱਡਕੇ ਇੱਕ ਦਿਨ ਨੰਗਾ ਹੀ ਵਾਪਸ ਜਾਣਾ ਹੈ । ਕੇਵਲ ਤੇਰੇ ਪਾਪਾਂ ਦੇ ਕੰਮਾਂ ਦਾ ਲੇਖਾ ਹੀ ਤੇਰੇ ਸਾਥ ਜਾਣਾ ਹੈ । ਉਹਨਾਂ ਪਾਪਾਂ ਦਾ ਦਾਗ਼ ਕੋਈ ਮਿਟਾ ਨਹੀਂ ਸਕਦਾ, ਧੋਅ ਨਹੀਂ ਸਕਦਾ ।

You should wake up and meditate on the teachings of His Word; Your time on the earth to meditate is pre-determined by The True Master. Why are you involved in sinful deeds of foolishness? All desires of your mind are deceptive and may only provide a comfort for a short period of time. In the intoxication of worldly wealth, you may be committing sinful deeds in the universe; the devil of death has surrounded your soul and may capture your soul. Your body is going to become ashes, dirt, you are going to leave behind your worldly status, worldly possessions and pleasure of youth and return back empty handed, without any virtues. Only the burden of sinful deeds may remain with your soul and endure punishment in His court. The blemish of sinful deeds may not be eliminated from your soul.

ਫਾਥੋਹੁ ਮਿਰਗ ਜਿਵੈ,	faathohu mirag jivai
ਪੇਖਿ ਰੈਣਿ ਚੰਦ੍ਰਾਇਣੁ॥	paykh rain chandraa-in.
ਸੂਖਹੁ ਦੂਖ ਭਏ,	sookhahu dookh bha-ay
ਨਿਤ ਪਾਪ ਕਮਾਇਣੁ॥	nit paap kamaa-in.
ਪਾਪਾ ਕਮਾਣੇ ਛਡਹਿ ਨਾਹੀ,	paapaa kamaanay chhadeh naahee
ਲੈ ਚਲੇ ਘਤਿ ਗਲਾਵਿਆ॥	lai chalay ghat galaavi-aa.
ਹਰਿਚੰਦਉਰੀ ਦੇਖਿ ਮੂਠਾ,	harichand-uree daykh moothaa
ਕੂੜੁ ਸੇਜਾ ਰਾਵਿਆ॥	koorh sayjaa raavi-aa.
ਲਬਿ ਲੋਭਿ ਅਹੰਕਾਰਿ ਮਾਤਾ,	lab lobh ahaNkaar maataa
ਗਰਬਿ ਭਇਆ ਸਮਾਇਣੁ॥	garab bha-i-aa samaa-in.
ਨਾਨਕ ਮ੍ਰਿਗ ਅਗਿਆਨਿ ਬਿਨਸੇ,	naanak marig agi-aan binsay
ਨਹ ਮਿਟੈ ਆਵਣੁ ਜਾਇਣੁ॥੨॥	nah mitai aavan jaa-in. ||2||

ਜਿਵੇਂ ਚੰਦ ਦੀ ਰੋਸ਼ਨੀ ਵਾਲੀ ਰਾਤ ਵਿੱਚ ਹਰਨ ਪਕੜਿਆ ਜਾਂਦਾ ਹੈ । ਇਸ ਤਰ੍ਹਾਂ ਹੀ ਤੇਰੇ ਕੀਤੇ ਪਾਪਾਂ ਦੇ ਕੰਮ ਤੇਰੇ ਜੀਵਨ ਦੇ ਅਨੰਦ ਨੂੰ ਦੁਖਾਂ ਵਿੱਚ ਬਦਲ ਦੇਂਦੇ ਹਨ । ਤੇਰੇ ਕੀਤੇ ਪਾਪ ਤੇਰੇ ਸਾਥ ਹੀ ਰਹਿੰਦੇ, ਮਿਟਦੇ ਨਹੀਂ । ਇਹ ਹੀ ਮੌਤ ਦਾ ਸੰਗਲ ਤੇਰੇ ਗਲ ਵਿੱਚ ਪਾ ਕੇ ਜਮਦੂਤ ਦੇ ਵੱਸ ਵਿੱਚ ਲੈ ਜਾਂਦੇ ਹਨ । ਤੂੰ ਆਪਣੇ ਜੀਵਨ ਵਿੱਚ ਜਾਗਦੇ ਹੋਏ ਵੀ ਸੁਪਨੇ ਦੇਖਕੇ ਉਸ ਨਾਲ ਜੀਵਨ ਬਤੀਤ ਕਰਦਾ ਹੈ । ਤੂੰ ਲਾਲਚ ਅਤੇ ਅਹੰਕਾਰ ਵਿੱਚ ਆਪਣੀ ਮਨਮਰਜ਼ੀ ਦੇ ਕੰਮ ਕਰਦਾ ਹੈ । ਜਿਹੜੀ ਹਾਲਤ ਰਾਤ ਦੀ ਚਾਨਣ ਵਿੱਚ ਹਰਨ ਦੀ ਹੁੰਦੀ ਹੈ, ਉਹ ਹੀ ਤੇਰੀ ਵੀ ਹਾਲਤ ਹੋਣੀ ਹੈ । ਤੂੰ ਆਪਣਾ ਮਾਨਸ ਜਨਮ ਆਪਣੀ ਅਗਿਆਨਤਾ ਵਿੱਚ ਹੀ ਬਰਬਾਦ ਕਰ ਜਾਣਾ ਹੈ । ਤੇਰਾ ਜੂੰਨਾਂ ਦਾ ਚੱਕਰ ਕਦੇ ਖਤਮ ਨਹੀਂ ਹੁੰਦਾ ।

As the deer may be caught in the moonlight night, the same way your sinful deeds are going to convert the pleasure of life into miseries. The blemish of your sinful deeds may not be removed, forgiven in His court. This may become the chain, the rope of death, the devil of death may tie you with the rope of blemish of sins and punish you. You are day dreaming and wasting your life, without the reality of human life, the purpose of your human life blessings. You perform all your deeds in ego and greed under the direction of demons of worldly desires. You may endure the same miseries like deer in moonlight night. You are wasting your human life journey in ignorance; your cycle of birth and death may not be eliminated for long period of time.

ਮਿਠੈ ਮਖੁ ਮੁਆ ਕਿਉ ਲਏ ਓਡਾਰੀ॥	mithai makh mu-aa ki-o la-ay odaaree.
ਹਸਤੀ ਗਰਤਿ ਪਇਆ,	hastee garat pa-i-aa
ਕਿਉ ਤਰੀਐ ਤਾਰੀ॥	ki-o taree-ai taaree.
ਤਰਣੁ ਦੁਹੇਲਾ ਭਇਆ ਖਿਨ ਮਹਿ,	taran duhaylaa bha-i-aa khin meh
ਖਸਮੁ ਚਿਤਿ ਨ ਆਇਓ॥	khasam chit na aa-i-o.
ਦੂਖਾ ਸਜਾਈ ਗਣਤ ਨਾਹੀ,	dookhaa sajaa-ee ganat naahee

ਕੀਆ ਅਪਣਾ ਪਾਇਓ॥	kee-aa apnaa paa-i-o.
ਗੁਝਾ ਕਮਾਣਾ ਪ੍ਰਗਟੁ ਹੋਆ,	gujhaa kamaanaa pargat ho-aa
ਈਤ ਉਤਹਿ ਖੁਆਰੀ॥	eet uteh khu-aaree.
ਨਾਨਕ ਸਤਿਗੁਰ ਬਾਝੁ ਮੂਠਾ,	naanak satgur baajh moothaa
ਮਨਮੁਖੋ ਅਹੰਕਾਰੀ॥੩॥	manmukho ahaNkaaree. ‖3‖

ਜਿਵੇਂ ਮੱਖੀ ਮਿੱਠੇ ਦੇ ਜਾਲ, ਲਾਲਚ ਨਾਲ ਪਕੜੀ ਜਾਂਦੀ ਹੈ । ਉਹ ਮਿੱਠਾ ਛੱਡਕੇ ਕਿਵੇਂ ਉਡ ਜਾਵੇ? ਜਿਹੜਾ ਹਾਥੀ ਖੂਹ ਵਿੱਚ ਡਿੱਗ ਪਵੇ, ਉਹ ਕਿਸ ਤਰ੍ਹਾਂ ਬਚ ਸਕਦਾ, ਬਾਹਰ ਨਿਕਲ ਸਕਦਾ ਹੈ? ਇਸ ਤਰ੍ਹਾਂ ਜਿਹੜਾ ਇੱਕ ਪਲ ਵੀ ਪ੍ਰਭ ਦਾ ਸ਼ਬਦ ਯਾਦ ਨਹੀਂ ਕਰਦਾ, ਸਿਮਰਨ ਕਰਦਾ, ਉਸ ਦੇ ਪਾਪਾਂ ਦੀ ਸਜ਼ਾ ਦਾ ਅੰਦਾਜ਼ਾ ਨਹੀਂ ਲਾਇਆ ਜਾ ਸਕਦਾ ਹੈ । ਉਹ ਸੰਸਾਰਕ ਸਾਗਰ ਕਿਵੇਂ ਪਾਰ ਕਰ ਸਕਦਾ ਹੈ? ਜੂੰਨਾਂ ਦਾ ਚੱਕਰ ਕਿਵੇਂ ਖਤਮ ਕਰ ਸਕਦਾ ਹੈ? ਉਹ ਆਪਣੇ ਬੁਰੇ ਕੀਤੇ ਕੰਮਾਂ ਦਾ ਹੀ ਫਲ ਪਾਉਂਦਾ ਹੈ । ਉਸ ਦੇ ਕੀਤੇ ਪਾਪਾਂ ਵਾਲੇ ਕੰਮ ਪ੍ਰਗਟ ਹੋ ਜਾਂਦੇ ਹਨ । ਉਹ ਆਪਣਾ ਸੰਸਾਰਕ ਜੀਵਨ ਅਤੇ ਮੌਤ ਪਿਛੋਂ ਵਾਲਾ ਜੀਵਨ ਦੋਨੇਂ ਹੀ ਬਰਬਾਦ ਕਰ ਲੈਂਦਾ ਹੈ । ਅਸਲੀ ਗੁਰੂ, ਸ਼ਬਦ ਦੀ ਪਾਲਣਾ, ਸੋਝੀ ਤੋ ਬਿਨਾਂ, ਅਹੰਕਾਰੀ ਆਪਣੀਆਂ ਧੋਖੇ ਦੀਆਂ ਚਾਲਾਂ ਵਿੱਚ ਆਪ ਹੀ ਫਸ ਜਾਂਦਾ ਹੈ ।

As the fly may be captured by her greed of sweetness, how may she fly away leaving behind the sweet? If the elephant falls in the deep well, ditch, how may he be saved, come out of the ditch? Same way, whosoever may not meditate even for a moment on the teachings of His Word, may not remember death, the punishment of his soul may not be imagined. How may she swim out of worldly ocean of desires? How may she eliminate her cycle of birth and death? She has to endure the punished or rewarded for her own worldly deeds; all his evil, sinful deeds appear in front of him in the court of The True Master. She ruins both her worldly life and after death in His court. Without adopting the teachings of His Word in day to day life, worldly creature may fall into the deception of ego of his own mind.

ਹਰਿ ਕੇ ਦਾਸ ਜੀਵੇ	har kay daas jeevay
ਲਗਿ ਪ੍ਰਭ ਕੀ ਚਰਣੀ॥	lag parabh kee charnee.
ਕੰਠਿ ਲਗਾਇ ਲੀਏ	kanth lagaa-ay lee-ay
ਤਿਸੁ ਠਾਕੁਰ ਸਰਣੀ॥	tis thaakur sarnee.
ਬਲ ਬੁਧਿ ਗਿਆਨੁ ਧਿਆਨੁ ਅਪਣਾ,	bal buDh gi-aan Dhi-aan apnaa
ਆਪਿ ਨਾਮੁ ਜਪਾਇਆ॥	aap naam japaa-i-aa.
ਸਾਧਸੰਗਤਿ ਆਪਿ ਹੋਆ,	saaDhsangat aap ho-aa
ਆਪਿ ਜਗਤੁ ਤਰਾਇਆ॥	aap jagat taraa-i-aa.
ਰਾਖਿ ਲੀਏ ਰਖਣਹਾਰੈ	raakh lee-ay rakhanhaarai
ਸਦਾ ਨਿਰਮਲ ਕਰਣੀ॥	sadaa nirmal karnee.
ਨਾਨਕ ਨਰਕਿ ਨ ਜਾਹਿ ਕਬਹੂੰ,	naanak narak na jaahi kabahooN
ਹਰਿ ਸੰਤ ਹਰਿ ਕੀ ਸਰਣੀ॥੪॥੨॥੧੧॥	har sant har kee sarnee. ‖4‖2‖11‖

ਪ੍ਰਭ ਦੇ ਸ਼ਬਦ ਦੀ ਪਾਲਨਾ ਕਰਨ ਵਾਲਾ ਦਾਸ ਸ਼ਬਦ ਦੇ ਲੜ ਲੱਗਾ ਰਹਿੰਦਾ ਹੈ । ਪ੍ਰਭ ਆਪ ਹੀ ਸ਼ਰਣ ਵਿੱਚ ਆਏ ਨਿਮਾਣੇ ਦਾਸ ਤੇ ਆਪਣੀ ਰਹਿਮਤ ਨਾਲ ਪਨਾਹ ਬਖਸ਼ਦਾ ਹੈ । ਪ੍ਰਭ ਆਪ ਹੀ ਉਸ ਨੂੰ ਸਮਰਥਾ, ਗਿਆਨ, ਸਿਆਣਪ, ਸ਼ਬਦ ਦੇ ਸਿਮਰਨ ਵਿੱਚ ਲਾਉਂਦਾ ਹੈ, ਸ਼ਬਦ ਦੇ ਗੁਣ ਗਾਉਣ ਦੀ ਪ੍ਰੇਰਨਾ ਕਰਦਾ ਹੈ । ਪ੍ਰਭ ਦਾ ਸ਼ਬਦ ਹੀ ਸਾਧ ਸੰਗਤ ਹੈ ਅਤੇ ਪ੍ਰਭ ਦਾ ਸ਼ਬਦ ਹੀ ਜੀਵ ਦੀ ਰੱਖਿਆ ਕਰਦਾ ਹੈ । ਪ੍ਰਭ ਆਪ ਹੀ ਸ਼ਬਦ ਹੈ, ਰੱਖਿਆ ਕਰਨ ਵਾਲਾ ਹੈ । ਪ੍ਰਭ ਉਸ ਦੀ ਰਖਿਆ ਕਰਦਾ ਹੈ, ਜਿਸ ਦੇ ਕੰਮ ਪਵਿਤ੍ਰ ਹੁੰਦੇ ਹਨ, ਮਨ ਵਿੱਚ ਕੋਈ ਖੋਟ ਨਹੀਂ ਹੁੰਦੀ । ਪ੍ਰਭ ਦਾ ਬੰਦਗੀ ਕਰਨ ਵਾਲਾ ਦਾਸ ਸਦਾ ਹੀ ਪ੍ਰਭ ਦੀ ਪਨਾਹ, ਰੱਖਿਆ ਵਿੱਚ ਵਸਦਾ ਹੈ । ਉਹ ਕਦੇ ਵੀ ਨਰਕਾ ਵਿੱਚ, ਜੂੰਨਾਂ ਦੇ ਚੱਕਰ ਵਿੱਚ ਨਹੀਂ ਜਾਂਦਾ ।

His true devotee always remains attached to meditate and adopt the teachings of His Word with steady and stable belief in his day to day life. The Merciful True Master bestows His grace on His humble devotee; who may surrender at His sanctuary for forgiveness, he may be accepted in His sanctuary. He blesses His true devotee with strength to perform good deeds, knowledge and wisdom to meditate wholeheartedly on the teachings of His Word. He inspires him to sing the glory of His Word. The teachings of His Word are the conjugation of Holy devotees and becomes the sanctuary of The True Master. His Word is The True Master and also protector of His humble devotee. The True Master only protects whose soul may be sanctified and have no deception. His true devotee remains in the void of His Word and beg for His protection, sanctuary. He may not enter the womb of mother; his cycle of birth and death may be eliminated forever.

310.ਆਸਾ ਮਹਲਾ ੫॥ 560-11

ਵੰਞੁ ਮੇਰੇ ਆਲਸਾ, ਹਰਿ ਪਾਸਿ ਬੇਨੰਤੀ॥	vanj mayray aalsaa har paas baynantee.
ਰਾਵਉ ਸਹੁ ਆਪਨੜਾ,	raava-o saho aapnarhaa
ਪ੍ਰਭ ਸੰਗਿ ਸੋਹੰਤੀ॥	parabh sang sohantee.
ਸੰਗੇ ਸੋਹੰਤੀ ਕੰਤ ਸੁਆਮੀ,	sangay sohantee kant su-aamee
ਦਿਨਸੁ ਰੈਣੀ ਰਾਵੀਐ॥	dinas rainee raavee-ai.
ਸਾਸਿ ਸਾਸਿ ਚਿਤਾਰਿ ਜੀਵਾ,	saas saas chitaar jeevaa
ਪ੍ਰਭੁ ਪੇਖਿ ਹਰਿ ਗੁਣ ਗਾਵੀਐ॥	parabh paykh har gun gaavee-ai.
ਬਿਰਹਾ ਲਜਾਇਆ ਦਰਸੁ ਪਾਇਆ,	birhaa lajaa-i-aa daras paa-i-aa
ਅਮਿਉ ਦ੍ਰਿਸਟਿ ਸਿੰਚੰਤੀ॥	ami-o darisat siNchantee.
ਬਿਨਵੰਤਿ ਨਾਨਕੁ ਮੇਰੀ ਇਛ ਪੁੰਨੀ,	binvant naanak mayree ichh punnee
ਮਿਲੇ ਜਿਸੁ ਖੋਜੰਤੀ॥੧॥	milay jis khojantee. ||1||

ਮੇਰੇ ਮਨ ਦੀ ਆਲਸ, ਦਲਿੱਦਰ ਦੂਰ ਹੋ ਜਾਵੇ! ਮੈਂ ਪ੍ਰਭ ਦੇ ਸ਼ਬਦ ਦਾ ਸਿਮਰਨ ਕਰਾ । ਮੇਰੇ ਮਨ ਵਿੱਚ ਸ਼ਬਦ ਦਾ ਸਿਮਰਨ ਕਰਨ ਨਾਲ ਅਨੰਦ ਆਉਂਦਾ ਹੈ । ਪ੍ਰਭ ਦੀ ਰਹਿਮਤ ਦੀ ਨਜ਼ਰ ਨਾਲ ਮਨ ਤੇ ਸ਼ਬਦ ਦਾ ਨੂਰ ਸੋਭਦਾ ਹੈ । ਪ੍ਰਭ ਦੇ ਸ਼ਬਦ ਦੀ ਪਾਲਣਾ ਕਰਨ ਨਾਲ ਮਨ ਵਿੱਚ ਖੇੜਾ ਆਉਂਦਾ ਹੈ । ਮਨ ਵਿੱਚ ਦਿਨ ਰਾਤ ਸ਼ਬਦ ਦਾ ਸਿਮਰਨ ਕਰਨ ਦੀ ਇੱਛਾਂ ਭਰ ਜਾਂਦੀ ਹੈ । ਮੈਂ ਸਵਾਸ ਸਵਾਸ ਪ੍ਰਭ ਦੇ ਸ਼ਬਦ ਦਾ ਸਿਮਰਨ ਕਰਦਾ ਹਾ । ਉਸ ਨੂੰ ਹਾਜ਼ਰਾ ਹਜ਼ੂਰ ਮਹਿਸੂਸ ਕਰਕੇ ਉਸ ਦੇ ਸ਼ਬਦ ਦੇ ਗੁਣ ਗਾਉਂਦਾ ਹਾ । ਜਿਸ ਤੇ ਪ੍ਰਭ ਦੀ ਰਹਿਮਤ ਬਖਸ਼ਿਸ਼ ਹੋ ਜਾਂਦੀ ਹੈ, ਉਸ ਦੇ ਮਨ ਵਿਚੋਂ ਵਿਛੋੜੇ ਦਾ ਵਿਰਾਗ ਦੂਰ ਹੋ ਜਾਂਦਾ ਹੈ, ਮਨ ਖੇੜੇ ਨਾਲ ਭਰ ਜਾਂਦਾ ਹੈ । ਮਨ ਵਿੱਚ ਅਣਮੋਲ ਸ਼ਬਦ ਦਾ ਅੰਮ੍ਰਿਤ, ਖੇੜਾ ਭਰ ਜਾਂਦਾ ਹੈ । ਜਿਹੜਾ ਬੰਦਗੀ ਕਰਨ ਵਾਲਾ ਦਾਸ ਸ਼ਬਦ ਨਾਲ ਆਪਣਾ ਜੀਵਨ ਢਾਲ ਲੈਂਦਾ ਹੈ, ਉਸ ਦੇ ਮਨ ਦੀਆਂ ਮੁਰਾਦਾਂ ਪੂਰੀਆਂ ਹੋ ਜਾਂਦੀਆਂ ਹਨ ।

My True Master with Your mercy and grace, I may eliminate my laziness and blesses me with devotion to meditates on Your Word. By meditating on the teachings of Your Word, I may enjoy the bliss of Your mercy and grace. My mind enjoys the great spiritual glow of the teachings of Your Word. By adopting the teachings of Your Word with steady and stable belief in day to day life my mind remains contented and blossom forever. I may remain overwhelmed with the desire to meditate on the teachings of His Word and meditate on the teachings of His Word with each and every breath. I may realize His existence and I may sing the glory of His Word. Whosoever may be blessed with His mercy and grace, his renunciation of separation from The True Master may be eliminated and he may be overwhelmed with blossom, the nectar of essence of His Word. Whosever may adopt His Word with steady and stable belief, all his spoken and unspoken desires may be fully satisfied.

ਨਸਿ ਵੰਞਹੁ ਕਿਲਵਿਖਹੁ ਕਰਤਾ, ਘਰਿ ਆਇਆ॥	nas vanjahu kilvikhahu kartaa ghar aa-i-aa.
ਦੂਤਹ ਦਹਨੁ ਭਇਆ, ਗੋਵਿੰਦੁ ਪ੍ਰਗਟਾਇਆ॥	dootah dahan bha-i-aa govind paragtaa-i-aa.
ਪ੍ਰਗਟੇ ਗੁਪਾਲ ਗੋਬਿੰਦ ਲਾਲਨ, ਸਾਧਸੰਗਿ ਵਖਾਣਿਆ॥	pargatay gupaal gobind laalan saaDhsang vakhaani-aa.
ਆਚਰਜੁ ਡੀਠਾ ਅਮਿਉ ਵੂਠਾ, ਗੁਰ ਪ੍ਰਸਾਦੀ ਜਾਣਿਆ॥	aacharaj deethaa ami-o voothaa gur parsaadee jaani-aa.
ਮਨਿ ਸਾਂਤਿ ਆਈ ਵਜੀ ਵਧਾਈ, ਨਹ ਅੰਤੁ ਜਾਈ ਪਾਇਆ॥	man saaNt aa-ee vajee vaDhaa-ee nah ant jaa-ee paa-i-aa.
ਬਿਨਵੰਤਿ ਨਾਨਕ ਸੁਖ ਸਹਜਿ ਮੇਲਾ, ਪ੍ਰਭੂ ਆਪਿ ਬਣਾਇਆ॥੨॥	binvant naanak sukh sahj maylaa parabhoo aap banaa-i-aa. ||2||

ਮੇਰੇ ਪਾਪੇ ਦੇ, ਬੁਰੇ ਖਿਆਲ ਮੇਰੇ ਮਨ ਵਿਚੋਂ ਦੂਰ ਹੋ ਗਏ ਹਨ! ਪ੍ਰਭ ਦਾ ਸ਼ਬਦ ਮਨ ਵਿੱਚ ਵਸ ਗਿਆ, ਜਾਗਰਤ ਹੋ ਗਿਆ ਹੈ । ਮੇਰੇ ਮਨ ਵਿਚੋਂ ਇੱਛਾਂ ਦੇ ਜਮਦੂਤ ਜਲ ਗਏ ਹਨ, ਨਾਸ਼ ਹੋ ਗਏ ਹਨ । ਪ੍ਰਭ ਦਾ ਸ਼ਬਦ ਮਨ ਵਿੱਚ ਪ੍ਰਗਟ ਹੋ ਗਿਆ, ਜਾਗਰਤ ਹੋ ਗਿਆ ਹੈ । ਸ੍ਰਿਸ਼ਟੀ ਦਾ ਮਾਲਕ ਬੰਦਗੀ ਕਰਨ ਵਾਲੇ ਸੰਤਾਂ ਦੀ ਸੰਗਤ ਵਿੱਚ ਆਪ ਪ੍ਰਗਟ ਹੁੰਦਾ ਹੈ । ਬੰਦਗੀ ਕਰਨ ਵਾਲੇ ਸੰਗਤ ਵਿੱਚ ਮਿਲਕੇ ਸ਼ਬਦ ਦੇ ਗੁਣ ਗਾਉਂਦੇ ਹਨ । ਪ੍ਰਭ ਦੀ ਹੋਂਦ ਅਨੋਖੀ, ਅਚੰਰਜ ਹੈ, ਉਸ ਨੇ ਰਹਿਮਤ ਬਖਸ਼ੀ ਹੈ, ਆਪਣੇ ਸ਼ਬਦ ਦੀ ਸੋਝੀ ਰੂਪੀ ਅਣਮੋਲ ਅੰਮ੍ਰਿਤ ਬਖਸ਼ਿਆ ਹੈ, ਪ੍ਰਭ ਦਾ ਸ਼ਬਦ ਮਨ ਵਿੱਚ ਜਾਗਰਤ ਹੋ ਗਿਆ ਹੈ । ਮੇਰੇ ਮਨ ਵਿੱਚ ਸਦਾ ਚਲਣ ਵਾਲੀ ਸ਼ਬਦ ਦੀ ਧੁਨ ਚਲਦੀ ਹੈ । ਪ੍ਰਭ ਦੇ ਕਿਸੇ ਕਰਤਬ ਦੀ ਹੱਦ ਜਾਣੀ ਨਹੀਂ ਜਾ ਸਕਦੀ ।

All my evil thoughts and sinful desire have been eliminated from my mind; I am drenched with the teachings of His Word and my mind is awake and alert. All demons of worldly desires have been eliminated from my mind. His Word becomes enlightened within my mind and I am awake and alert. The True Master always remains awake and alert in the congregation of His true devotee and appears in his each and every prayer. His true devotee joined together with other devotees and sings the glory of His Word humbly. The state of mind, the existence, the glory of The True Master is astonishing and fascinating. He has blessed the nectar of enlightenment of His Word with my mind and I am awake and alert with the essence of His Word. The everlasting echo His Word resonates within my mind forever. His nature, the limit of any of His miracles may not be fully comprehended.

ਨਰਕ ਨ ਡੀਠੜਿਆ, ਸਿਮਰਤ ਨਾਰਾਇਣ॥	narak na deeth-rhi-aa simrat naaraa-in.
ਜੈ ਜੈ ਧਰਮੁ ਕਰੇ ਦੂਤ ਭਏ ਪਲਾਇਣ॥	jai jai Dharam karay doot bha-ay palaa-in.
ਧਰਮ ਧੀਰਜ ਸਹਜ ਸੁਖੀਏ, ਸਾਧਸੰਗਤਿ ਹਰਿ ਭਜੇ॥	Dharam Dheeraj sahj sukhee-ay saaDhsangat har bhajay.
ਕਰਿ ਅਨੁਗ੍ਰਹੁ ਰਾਖਿ ਲੀਨੇ, ਮੋਹ ਮਮਤਾ ਸਭ ਤਜੇ॥	kar anoograhu raakh leenay moh mamtaa sabh tajay.

ਗਹਿ ਕੰਠਿ ਲਾਇ ਗੁਰਿ ਮਿਲਾਇ,	geh kanth laa-ay gur milaa-ay
ਗੋਵਿੰਦ ਜਪਤ ਅਘਾਇਣ॥	govind japat aghaa-in.
ਬਿਨਵੰਤਿ ਨਾਨਕ ਸਿਮਰਿ ਸੁਆਮੀ,	binvant naanak simar su-aamee
ਸਗਲ ਆਸ ਪੁਜਾਇਣ॥੩॥	sagal aas pujaa-in. ||3||

ਜਿਹੜਾ ਪ੍ਰਭ ਦੇ ਸ਼ਬਦ ਦੀ ਪਾਲਣਾ ਕਰਦਾ ਹੈ, ਉਹ ਨਰਕਾ ਵਿੱਚ ਨਹੀਂ ਜਾਂਦਾ । ਧਰਮਰਾਜ ਉਸ ਦੀ ਸੋਭ ਕਰਦਾ ਹੈ, ਮੌਤ ਦਾ ਜਮਦੂਤ ਉਸ ਤੋਂ ਦੂਰ ਚਲੇ ਜਾਂਦਾ ਹੈ । ਸੰਤਾਂ ਦੀ ਸੰਗਤ ਵਿੱਚ ਪ੍ਰਭ ਦੇ ਸ਼ਬਦ ਦੇ ਗੁਣ ਗਾਉਣ ਨਾਲ ਮਨ ਵਿੱਚ ਧੀਰਜ, ਸੰਤੋਖ, ਸ਼ਬਦ ਤੇ ਭਰੋਸਾ ਅਡੋਲ ਹੋ ਜਾਂਦਾ ਹੈ । ਜਿਹੜਾ ਆਪਣੇ ਮਨ ਵਿਚੋਂ ਸੰਸਾਰਕ ਪਦਾਰਥਾ ਦਾ ਮੋਹ ਅਤੇ ਅਹੰਕਾਰ ਤਿਆਗ ਦੇਂਦਾ ਹੈ । ਪ੍ਰਭ ਦੀ ਰਹਿਮਤਾਂ ਦੀ ਵਰਖਾ, ਸ਼ਬਦ ਦਾ ਧਨ, ਸ਼ਬਦ (ਗੁਰੂ) ਦੀ ਪਾਲਣਾ ਕਰਨ ਨਾਲ ਹੀ ਬਖਸ਼ਿਸ਼ ਹੁੰਦਾ ਹੈ । ਸ਼ਬਦ ਦੇ ਧਨ ਨਾਲ ਹੀ ਪ੍ਰਭ ਮੁਕਤੀ ਦੀ ਅਵਸਥਾ, ਆਪਣੀ ਸ਼ਰਣ ਬਖਸ਼ਦਾ ਹੈ । ਉਸ ਦੇ ਸ਼ਬਦ ਦੀ ਪਾਲਣਾ ਕਰਨ ਨਾਲ ਮਨ ਵਿੱਚ ਸੰਤੋਖ ਭਰ ਜਾਂਦਾ ਹੈ । ਸ਼ਬਦ ਦੀ ਪਾਲਣਾ ਕਰਦੇ ਹਰ ਵੇਲੇ ਪ੍ਰਭ ਨੂੰ ਮਨ ਵਿੱਚ ਰਖਣ ਨਾਲ ਬੰਦਗੀ ਕਰਨ ਵਾਲੇ ਦੇ ਮਨ ਦੀਆਂ ਸਾਰੀਆਂ ਮੁਰਾਦਾਂ ਪੂਰੀਆਂ ਹੋ ਜਾਂਦੀਆਂ ਹਨ ।

Whosoever may adopt the teachings of His Word with steady and stable belief, he may not enter into the womb of mother, nor go to hell. The righteous judge honors his soul, she becomes beyond the reach of devil of death. By singing the glory of His Word in the congregation of His true devotee, she may be blessed with patience and contentment with His blessings. Whosoever may abandon his ego, the attachment to worldly possessions and worldly bonds and by meditating and obeying the teachings of His Word, his soul may be blessed with earnings of His Word, immortal state of mind and acceptance in His sanctuary. He may be overwhelmed with contentment. Whosoever may always keep His memory of separation, the memory of death within, all his spoken and unspoken desires may be fulfilled, accepted in His sanctuary.

ਨਿਧਿ ਸਿਧਿ ਚਰਣ ਗਹੇ	niDh siDh charan gahay
ਤਾ ਕੇਹਾ ਕਾੜਾ॥	taa kayhaa kaarhaa.
ਸਭੁ ਕਿਛੁ ਵਸਿ ਜਿਸੈ	sabh kichh vas jisai
ਸੋ ਪ੍ਰਭੂ ਅਸਾੜਾ॥	so parabhoo asaarhaa.
ਗਹਿ ਭੁਜਾ ਲੀਨੇ ਨਾਮ ਦੀਨੇ,	geh bhujaa leenay naam deenay
ਕਰੁ ਧਾਰਿ ਮਸਤਕਿ ਰਾਖਿਆ॥	kar Dhaar mastak raakhi-aa.
ਸੰਸਾਰ ਸਾਗਰੁ ਨਹ ਵਿਆਪੈ,	sansaar saagar nah vi-aapai
ਅਮਿਉ ਹਰਿ ਰਸੁ ਚਾਖਿਆ॥	ami-o har ras chaakhi-aa.
ਸਾਧਸੰਗੇ ਨਾਮ ਰੰਗੇ,	saaDhsangay naam rangay
ਰਣੁ ਜੀਤਿ ਵਡਾ ਅਖਾੜਾ॥	ran jeet vadaa akhaarhaa.
ਬਿਨਵੰਤਿ ਨਾਨਕ ਸਰਣਿ ਸੁਆਮੀ,	binvant naanak saran su-aamee
ਬਹੁੜਿ ਜਮਿ ਨ ਉਪਾੜਾ॥੪॥੩॥੧੨॥	bahurh jam na upaarhaa.||4||3||12||

ਪ੍ਰਭ ਦੇ ਚਰਨ ਪਕੜਨ ਨਾਲ, ਸ਼ਬਦ ਨਾਲ ਜੀਵਨ ਢਾਲਣ ਨਾਲ ਮਨ ਨੂੰ ਸੰਸਾਰਕ ਇੱਛਾਂ ਦੀ ਕਿਹੜੀ ਭਟਕਣ ਲੱਗ ਸਕਦੀ ਹੈ? ਜਿਸ ਦੇ ਵੱਸ ਵਿੱਚ ਸਭ ਕੁਝ ਹੈ, ਉਹ ਹੀ ਮੇਰਾ ਅਸਲੀ ਮਾਲਕ ਹੈ । ਪ੍ਰਭ ਨੇ ਆਪ ਹੀ ਮੇਰੀ ਬਾਂਹ ਪਕੜ ਕੇ ਸ਼ਬਦ ਦੇ ਲੜ ਲਾਇਆ ਹੈ । ਉਸ ਨੇ ਸ਼ਰਣ ਵਿੱਚ ਪਨਾਹ ਬਖਸ਼ਕੇ ਮੇਰੀ ਰਖਿਆ ਕੀਤੀ ਹੈ । ਹੁਣ ਪ੍ਰਭ ਦੇ ਅਨਮੋਲ ਸ਼ਬਦ ਰੂਪੀ ਰਸ ਮਾਨਦਾ ਹਾ । ਮਾਇਆ ਰੂਪੀ ਸੰਸਾਰਕ ਸਾਗਰ ਦਾ ਮੇਰੇ ਮਨ ਤੇ ਕੋਈ ਪ੍ਰਭਾਵ ਨਹੀਂ ਹੈ । ਬੰਦਗੀ ਕਰਨ ਵਾਲੇ ਸੰਤਾਂ ਦੀ ਸੰਗਤ ਵਿੱਚ ਸ਼ਬਦ ਦਾ ਸਿਮਰਨ ਕਰਦਾ, ਗੁਣ ਗਾਉਂਦਾ ਹਾ । ਮੈਂ ਮਾਨਸ ਜਨਮ ਦਾ ਖੇਲ

ਜਿੱਤ ਲਿਆ ਹੈ, ਮੌਤ ਤੇ ਜਿੱਤ ਪਾ ਲਈ ਹੈ । ਬੰਦਗੀ ਕਰਨ ਵਾਲੇ ਨੂੰ ਪ੍ਰਭ ਦੀ ਪਨਾਹ ਬਖਸ਼ਿਸ਼ ਹੋ ਜਾਂਦੀ ਹੈ । ਮੌਤ ਦਾ ਜਮਦੂਤ ਉਸ ਨੂੰ ਤਬਾਹ ਨਹੀਂ ਕਰ ਸਕਦਾ, ਜੂੰਨਾਂ ਦੇ ਚੱਕਰ ਵਿੱਚ ਨਹੀਂ ਪਾ ਸਕਦਾ ।

By meditating and adopting wholeheartedly the teachings of His Word in day to day life, what kind of desire may frustrate his mind? What other frustrations may burden, worry, frustrate his mind? The Omnipotent One and Only One God, the owner of all treasures of virtues is my savior, True Master. By holding my hand, He has attached me to the meditation of His Word. He has accepted me in His sanctuary and protected me in this worldly life. I enjoy the nectar of the essence of His Word in my day to day life, the ocean of worldly wealth has no effect on my state of mind. I am meditating and singing the glory of His Word in the association of His true devotee. I have conquered the play of human life journey and my death, devil of death. His true devotee may be blessed with acceptance in His sanctuary. The devil of death cannot destroy him and his cycle of birth and death may be eliminated forever.

311.ਆਸਾ ਮਹਲਾ ੫॥ 461-4

ਦਿਨੁ ਰਾਤਿ ਕਮਾਇਅੜੋ,	din raat kamaa-i-arho
ਸੋ ਆਇਓ ਮਾਥੈ॥	so aa-i-o maathai.
ਜਿਸੁ ਪਾਸਿ ਲੁਕਾਇਦੜੋ,	jis paas lukaa-id-rho
ਸੋ ਵੇਖੀ ਸਾਥੈ॥	so vaykhee saathai.
ਸੰਗਿ ਦੇਖੈ ਕਰਣਹਾਰਾ,	sang daykhai karanhaaraa
ਕਾਇ ਪਾਪੁ ਕਮਾਈਐ॥	kaa-ay paap kamaa-ee-ai.
ਸੁਕ੍ਰਿਤੁ ਕੀਜੈ ਨਾਮੁ ਲੀਜੈ,	sukarit keejai naam leejai
ਨਰਕਿ ਮੂਲਿ ਨ ਜਾਈਐ॥	narak mool na jaa-ee-ai.
ਆਠ ਪਹਰ ਹਰਿ ਨਾਮੁ ਸਿਮਰਹੁ,	aath pahar har naam simrahu
ਚਲੈ ਤੇਰੈ ਸਾਥੇ॥	chalai tayrai saathay.
ਭਜੁ ਸਾਧਸੰਗਤਿ ਸਦਾ ਨਾਨਕ,	bhaj saaDhsangat sadaa naanak
ਮਿਟਹਿ ਦੋਖ ਕਮਾਤੇ॥੧॥	miteh dokh kamaatay. ||1||

ਜੀਵਨ ਵਿੱਚ ਕੀਤੇ ਮੰਦੇ, ਚੰਗੇ ਕੰਮ ਜੀਵ ਦੇ ਮੱਥੇ ਤੇ ਲਿਖੇ ਜਾਂਦੇ ਹਨ । ਜਿਸ ਪ੍ਰਭ ਤੋਂ ਜੀਵ ਛਿਪਾ ਕੇ ਮੰਦੇ ਕੰਮ ਕਰਦਾ ਹੈ, ਉਹ ਅੰਤਰਜਮੀ ਪ੍ਰਭ ਸਭ ਕੁਝ ਜਾਣਦਾ ਹੈ । ਸ੍ਰਿਸ਼ਟੀ ਦਾ ਮਾਲਕ ਜੀਵ ਦੇ ਤਨ ਵਿੱਚ ਵਸਦਾ ਹੈ, ਫਿਰ ਤੂੰ ਇਹ ਪਾਪ ਕਿਉਂ ਕਰਦਾ ਹੈ? ਜੀਵ ਸ੍ਰਿਸ਼ਟੀ ਦੀ ਭਲਾਈ ਦੇ ਚੰਗੇ ਕੰਮ, ਪ੍ਰਭ ਦੇ ਸ਼ਬਦ ਦਾ ਸਿਮਰਨ ਕਰੋ! ਇਸ ਨਾਲ ਤੈਨੂੰ ਕਦੇ ਨਰਕ ਵਿੱਚ ਨਹੀਂ ਜਾਣਾ ਪਵੇਗਾ । ਅੱਠੇ ਪਹਿਰ ਪ੍ਰਭ ਦੇ ਸ਼ਬਦ ਨੂੰ ਮਨ ਵਿੱਚ ਜਾਗਰਤ ਰਖਕੇ ਸਵਾਸ ਸਵਾਸ ਸਿਮਰਨ ਕਰੋ । ਕੇਵਲ ਇਹ ਸ਼ਬਦ ਦਾ ਧਨ ਹੀ ਤੇਰੇ ਸਾਥ ਜਾਂਦਾ ਹੈ । ਜੀਵ ਸੰਗਤ ਵਿੱਚ ਰਲਕੇ ਸ਼ਬਦ ਦੇ ਗੁਣ ਗਾਉਣ ਨਾਲ ਤੇਰੇ ਕੀਤੇ ਪਾਪ, ਪ੍ਰਭ ਬਖਸ਼ ਸਕਦਾ ਹੈ ।

Whatsoever the good and bad deeds may be performed in day to day life, all would be inscribed, written on your forehead. Even though you may perform all sinful deeds in secrecy from The True Master; however, The Omniscient True Master knows each and every action. The True Master dwells within your body! why are you involved in sinful deeds? You should perform the good deeds for mankind and meditate on the teachings of His Word. You may be saved from entering hell, womb of mother again. You should meditate day and night with each and every breath and be awake and alert all time. Only the earnings of His Word remain as your true companion after death. You should associate with His true devotee and sing the virtues and glory of The True Master. He may forgive your sins and blesses you on the right path of acceptance.

ਵਲਵੰਚ ਕਰਿ ਉਦਰੁ,	valvanch kar udar
ਭਰਹਿ ਮੂਰਖ ਗਾਵਾਰਾ॥	bhareh moorakh gaavaaraa.
ਸਭੁ ਕਿਛੁ ਦੇ ਰਹਿਆ,	sabh kichh day rahi-aa
ਹਰਿ ਦੇਵਣਹਾਰਾ॥	har dayvanhaaraa.
ਦਾਤਾਰੁ ਸਦਾ ਦਇਆਲੁ ਸੁਆਮੀ,	daataar sadaa da-i-aal su-aamee
ਕਾਇ ਮਨਹੁ ਵਿਸਾਰੀਐ॥	kaa-ay manhu visaaree-ai.
ਮਿਲੁ ਸਾਧਸੰਗੇ ਭਜੁ ਨਿਸੰਗੇ,	mil saaDhsangay bhaj nisangay
ਕੁਲ ਸਮੂਹਾ ਤਾਰੀਐ॥	kul samoohaa taaree-ai.
ਸਿਧ ਸਾਧਿਕ ਦੇਵ ਮੁਨਿ ਜਨ,	siDh saaDhik dayv mun jan
ਭਗਤ ਨਾਮੁ ਅਧਾਰਾ॥	bhagat naam aDhaaraa.
ਬਿਨਵੰਤਿ ਨਾਨਕ ਸਦਾ ਭਜੀਐ,	binvant naanak sadaa bhajee-ai
ਪ੍ਰਭੁ ਏਕੁ ਕਰਣੈਹਾਰਾ॥੨॥	parabh ayk karnaihaaraa. ||2||

ਮੂਰਖ ਮਾਨਸ ਤੂੰ ਧੋਖੇ ਦੇ ਕੰਮ ਕਰਕੇ ਪੇਟ ਭਰਦਾ ਹੈ । ਦਾਤਾਂ ਦਾ ਮਾਲਕ, ਪ੍ਰਭ ਸਦਾ ਹੀ ਸਭ ਦਾਤਾਂ ਬਖਸ਼ਦਾ ਰਹਿੰਦਾ ਹੈ । ਪ੍ਰਭ ਬਹੁਤ ਤਰਸਵਾਨ, ਰਹਿਮਤਾਂ ਵਾਲਾ ਹੈ, ਤੂੰ ਉਸ ਨੂੰ ਮਨੋ ਕਿਉਂ ਵਿਸਾਰ ਛੱਡਦਾ ਹੈ? ਜੀਵ ਬੰਦਗੀ ਕਰਨ ਵਾਲੇ ਦੀ ਸੰਗਤ ਵਿੱਚ ਰਲਕੇ, ਉਸ ਨਿਡਰ ਪ੍ਰਭ ਦੇ ਸ਼ਬਦ ਦਾ ਸਿਮਰਨ ਕਰਨ ਨਾਲ, ਤੇਰੇ ਸਾਰੇ ਸਾਥੀ ਸਬੰਧੀ ਵੀ ਇਸ ਰਸਤੇ ਤੇ ਚਲਕੇ ਤਰ ਜਾਣਗੇ । ਸਾਰੇ ਦਾਸ, ਸਿਧ, ਮੌਨੀ ਸੰਤ, ਦੇਵੀ, ਦੇਵਤੇ ਹੀ ਪ੍ਰਭ ਦੇ ਸ਼ਬਦਾ ਹੀ ਆਸਰਾ ਲੈਂਦੇ ਹਨ । ਜੀਵ ਪ੍ਰਭ ਦੇ ਸ਼ਬਦ ਦੀ ਧੁਨ ਮਨ ਵਿੱਚ, ਸਵਾਸ ਸਵਾਸ ਜਾਗਰਤ ਕਰੋ!

Ignorant, foolish human, you are satisfying the hunger of your stomach by performing deceptive deeds. The True Owner of all virtues always blesses each and every soul with virtues, blessings. The Merciful True Master is very generous and showering His blessings on each and every soul. Why have you abandoned the teachings of His Word from your mind? By joining the association of His true devotee, you should meditate on the teachings of The Word of the fearless Master; with this way of life, your followers and families will also adopt the teachings of His Word in day to day life. All Holy saints, silent saints, enlightened devotee, angels and prophets, seek the support of The True Master. You should awaken the sound, the everlasting echo of His Word fresh and alive within your mind with each and every breath.

ਖੋਟੁ ਨ ਕੀਚਈ	khot na keech-ee
ਪ੍ਰਭੁ ਪਰਖਣਹਾਰਾ॥	parabh parkhanhaaraa.
ਕੂੜੁ ਕਪਟੁ ਕਮਾਵਦੜੇ,	koorh kapat kamaavdarhay
ਜਨਮਹਿ ਸੰਸਾਰਾ॥	janmeh sansaaraa.
ਸੰਸਾਰੁ ਸਾਗਰੁ ਤਿਨ੍ੀ ਤਰਿਆ,	sansaar saagar tinHee tari-aa
ਜਿਨ੍ੀ ਏਕੁ ਧਿਆਇਆ॥	jinHee ayk Dhi-aa-i-aa.
ਤਜਿ ਕਾਮੁ ਕ੍ਰੋਧੁ ਅਨਿੰਦ ਨਿੰਦਾ,	taj kaam kroDh anind nindaa
ਪ੍ਰਭ ਸਰਣਾਈ ਆਇਆ॥	parabh sarnaa-ee aa-i-aa.
ਜਲਿ ਥਲਿ ਮਹੀਅਲਿ ਰਵਿਆ ਸੁਆਮੀ,	jal thal mahee-al ravi-aa su-aamee
ਉੱਚ ਅਗਮ ਅਪਾਰਾ॥	ooch agam apaaraa.
ਬਿਨਵੰਤਿ ਨਾਨਕ ਟੇਕ ਜਨ ਕੀ,	binvant naanak tayk jan kee

ਚਰਣ ਕਮਲ ਅਧਾਰਾ॥੩॥ charan kamal aDhaaraa. ||3||

ਜੀਵ ਧੋਖੇ ਦੇ ਕੰਮ ਨਾ ਕਰੋ! ਅੰਤਰਜਾਮੀ ਪ੍ਰਭ ਹੀ ਚੰਗੇ ਮੰਦੇ ਕੰਮਾਂ ਨੂੰ ਪਰਖਣ ਵਾਲਾ ਮਾਲਕ ਹੈ । ਜਿਹੜਾ ਧੋਖੇ, ਮਨ ਦੀਆਂ ਚਲਾਕੀਆਂ ਨਾਲ ਸੰਸਾਰ ਵਿੱਚ ਜੀਵਨ ਬਤੀਤ ਕਰਦਾ ਹੈ, ਉਹ ਜੂੰਨਾਂ ਦੇ ਚੱਕਰ ਵਿੱਚ ਹੀ ਭਉਦਾ ਰਹਿੰਦਾ ਹੈ । ਜਿਹੜਾ ਪ੍ਰਭ ਦੇ ਸ਼ਬਦ ਦੇ ਸਿਮਰਨ ਵਿੱਚ ਅਡੋਲ ਰਹਿੰਦਾ ਹੈ । ਉਹ ਸੰਸਾਰਕ ਸਾਗਰ ਪਾਰ ਕਰ ਜਾਂਦਾ, ਮਾਨਸ ਜਨਮ ਸਫਲ ਕਰ ਜਾਂਦਾ ਹੈ । ਜਿਹੜਾ ਕਾਮਵਾਸਨਾ, ਕਰੋਧ, ਨਿੰਦਿਆਂ, ਚੁਗਲੀ ਤਿਆਗਕੇ ਸ਼ਬਦ ਦਾ ਸਿਮਰਨ ਕਰਦਾ ਹੈ । ਉਹ ਪ੍ਰਭ ਦੀ ਸ਼ਰਣ ਵਿੱਚ ਪ੍ਰਵਾਨ ਹੋ ਜਾਂਦੇ ਹਨ । ਪ੍ਰਭ ਜੀਵ ਦੀ ਪਹੁੰਚ ਤੋ ਉਪਰ, ਬੇਅੰਤ ਜਲ, ਥਲ, ਅਕਾਸ਼ ਵਿੱਚ ਵਾਪਰਦਾ ਹੈ । ਬੰਦਗੀ ਕਰਨ ਵਾਲਾ ਦਾਸ, ਕੇਵਲ ਪ੍ਰਭ ਦੇ ਸ਼ਬਦ ਦਾ ਹੀ ਆਸਰਾ ਲੈਂਦਾ ਹੈ, ਉਸ ਦੇ ਬਖਸ਼ੇ ਤੇ ਭਰੋਸਾ ਅਡੋਲ ਰਖਦਾ ਹੈ ।

You should not perform any deceptive deeds in the universe, The Omniscient True Master evaluates and monitors all your good and evil deeds. Whosoever may adopt deceptive and clever tricks in his day to day life, he may remain in the cycle of birth and death. Whosoever may remain steady and stable meditating on the teachings of His Word, he may be blessed with the right path of salvation. With His mercy and grace, his human life journey may become successful. Whosoever may abandon the clever tricks, the sexual desire, anger, backbiting others and may meditate wholeheartedly on the teachings of His Word. He may be accepted in His sanctuary with His mercy and grace. The True Master remains beyond the reach, comprehension of His creation, beyond any limit or boundary. He dwells and prevails, in water, earth and all over the sky. His true devotee only begs for His mercy and grace and keeps his belief steady and stable on His blessings.

ਪੇਖੁ ਹਰਿਚੰਦਉਰੜੀ paykh harichand-urrhee
ਅਸਥਿਰੁ ਕਿਛੁ ਨਾਹੀ॥ asthir kichh naahee.
ਮਾਇਆ ਰੰਗ ਜੇਤੇ maa-i-aa rang jaytay
ਸੇ ਸੰਗਿ ਨ ਜਾਹੀ॥ say sang na jaahee.
ਹਰਿ ਸੰਗਿ ਸਾਥੀ ਸਦਾ ਤੇਰੈ, har sang saathee sadaa tayrai
ਦਿਨਸੁ ਰੈਣਿ ਸਮਾਲੀਐ॥ dinas rain samaalee-ai.
ਹਰਿ ਏਕ ਬਿਨੁ ਕਛੁ ਅਵਰੁ ਨਾਹੀ, har ayk bin kachh avar naahee
ਭਾਉ ਦੁਤੀਆ ਜਾਲੀਐ॥ bhaa-o dutee-aa jaalee-ai.
ਮੀਤੁ ਜੋਬਨੁ ਮਾਲੁ ਸਰਬਸੁ, meet joban maal sarbas
ਪ੍ਰਭੁ ਏਕੁ ਕਰਿ ਮਨ ਮਾਹੀ॥ parabh ayk kar man maahee.
ਬਿਨਵੰਤਿ ਨਾਨਕੁ ਵਡਭਾਗਿ ਪਾਈਐ, binvant naanak vadbhaag paa-ee-ai
ਸੂਖਿ ਸਹਜਿ ਸਮਾਹੀ॥੪॥੪॥੧੩॥ sookh sahj samaahee. ||4||4||13||

ਜੀਵ ਸ੍ਰਿਸ਼ਟੀ ਇੱਕ ਸੁਪਨੇ ਦੀ ਤਰ੍ਹਾ ਹੀ ਹੈ । ਇਸ ਵਿੱਚ ਕੁਝ ਵੀ ਸਦਾ ਰਹਿਣ ਵਾਲਾ ਨਹੀਂ ਹੈ । ਸੰਸਾਰਕ ਮਾਇਆ ਦਾ ਅਨੰਦ ਥੋੜ੍ਹਾ ਸਮਾਂ ਹੀ ਜੀਵ ਦੇ ਨਾਲ ਹੁੰਦਾ ਹੈ, ਇਹ ਮੌਤ ਤੇ ਸਾਥ ਨਹੀਂ ਜਾਂਦਾ । ਪ੍ਰਭ ਸਦਾ ਹੀ ਆਤਮਾ ਦੇ ਸਾਥ ਤਨ ਵਿੱਚ ਵਸਦਾ ਹੈ, ਉਸ ਨੂੰ ਦਿਨ ਰਾਤ ਸਵਾਸ ਸਵਾਸ ਯਾਦ ਰਖੋ! ਪ੍ਰਭ ਤੋ, ਉਸ ਦੇ ਸ਼ਬਦ ਤੋ ਬਿਨਾਂ ਹੋਰ ਕੁਝ ਵੀ ਸਦਾ ਰਹਿਨ ਵਾਲਾ ਨਹੀਂ ਹੈ । ਮਨ ਵਿਚੋਂ ਹੋਰ ਕਿਸੇ ਦੀ ਪੂਜਾ ਕਰਨ ਦੇ ਖਿਆਲਾਂ ਨੂੰ, ਸ਼ਰਧਾ ਨੂੰ ਜਲਾ ਦੇਵੋ, ਖਤਮ ਕਰ ਦੇਵੋ! ਮਨ ਵਿੱਚ ਇਹ ਯਾਦ ਰਖੋ! ਕੇਵਲ ਇੱਕੋ ਇੱਕ ਪ੍ਰਭ ਹੀ ਅਸਲੀ ਸਾਥੀ, ਜਵਾਨੀ ਦਾ ਸੋਮਾ, ਸ਼ਬਦ ਦਾ ਧਨ ਬਖਸ਼ਣ ਵਾਲਾ ਹੈ । ਵੱਡੇ ਭਾਗਾਂ ਨਾਲ ਹੀ ਪ੍ਰਭ ਦੇ ਸ਼ਬਦ ਦੀ ਬਖਸ਼ਿਸ਼ ਹੁੰਦੀ ਹੈ । ਸ਼ਬਦ ਦੀ ਪਾਲਣਾ ਕਰਨ ਨਾਲ ਸ਼ਬਦ ਦੀ ਸੋਝੀ ਹੁੰਦੀ ਹੈ, ਜੀਵਨ ਢਾਲਣ ਨਾਲ ਮਨ ਵਿੱਚ ਸੰਤੋਖ, ਖੇੜਾ ਵਸ ਜਾਂਦਾ, ਬਖਸ਼ਿਸ਼ ਹੋ ਜਾਂਦਾ ਹੈ ।

The universe, His creation is like a dream, nothing remains permanent, may not live forever in the universe. The worldly wealth may provide a pleasure and comforts for limited period of time, may not go along after death to support in His court. The True Master always dwells within the body along with the soul. You should always keep ypur memory of separation from Him fresh in your mind with each and every breath. Only, The True Master and His Word remains Axiom and permanent, nothing else may stay forever in the universe. You should abandon the thoughts of worshipping any other guru from your mind. The One and Only One, True Master is the true companion, the fountain of youth and may bestow the earnings of His Word. Only with great prewritten destiny, he may be blessed with devotion to meditate. By obeying the teachings of His Word, his mind may be enlightened with the essence of His Word. He may be blessed with contentment and blossom forever

312.ਆਸਾ ਮਹਲਾ ੫ ਛੰਤ ਘਰੁ ੮॥ 461-18

੧ਓ ਸਤਿਗੁਰ ਪ੍ਰਸਾਦਿ॥	ik-oNkaar satgur parsaad.
ਕਮਲਾ ਭ੍ਰਮ ਭੀਤਿ	kamlaa bharam bheet
ਕਮਲਾ ਭ੍ਰਮ ਭੀਤਿ ਹੇ,	kamlaa bharam bheet hay
ਤੀਖਣ ਮਦ ਬਿਪਰੀਤਿ ਹੇ	teekhan mad bipreet hay
ਅਵਧ ਅਕਾਰਥ ਜਾਤ॥	avaDh akaarath jaat.
ਗਹਬਰ ਬਨ ਘੋਰ ਗਹਬਰ ਬਨ ਘੋਰ ਹੇ,	gahbar ban ghor gahbar ban ghor hay
ਗ੍ਰਿਹ ਮੂਸਤ ਮਨ ਚੋਰ ਹੇ	garih moosat man chor hay
ਦਿਨਕਰੋ ਅਨਦਿਨੁ ਖਾਤ॥	dinkaro an-din khaat.
ਦਿਨ ਖਾਤ ਜਾਤ ਬਿਹਾਤ ਪ੍ਰਭ ਬਿਨੁ,	din khaat jaat bihaat parabh bin
ਮਿਲਹੁ ਪ੍ਰਭ ਕਰੁਣਾ ਪਤੇ॥	milhu parabh karunaa patay.
ਜਨਮ ਮਰਣ ਅਨੇਕ ਬੀਤੇ,	janam maran anayk beetay
ਪ੍ਰਿਅ ਸੰਗ ਬਿਨੁ ਕਛੁ ਨਹ ਗਤੇ॥	pari-a sang bin kachh nah gatay.
ਕੁਲ ਰੂਪ ਧੂਪ ਗਿਆਨਹੀਨੀ,	kul roop Dhoop gi-aanheenee
ਤੁਝ ਬਿਨਾ ਮੋਹਿ ਕਵਨ ਮਾਤ॥	tujh binaa mohi kavan maat.
ਕਰ ਜੋੜਿ ਨਾਨਕੁ ਸਰਣਿ ਆਇਓ,	kar jorh naanak saran aa-i-o
ਪ੍ਰਿਅ ਨਾਥ ਨਰਹਰ ਕਰਹੁ ਗਾਤ॥੧॥	pari-a naath narhar karahu gaat. ||1||

ਸੰਸਾਰਕ ਮਾਇਆ ਹੀ ਭਰਮਾਂ ਦਾ ਜਾਲ ਹੈ । ਇਹ ਬਹੁਤ ਤਾਕਤਵਾਰ ਹੈ, ਇਸ ਦਾ ਨਸ਼ਾ ਮਨ ਨੂੰ ਤਬਾਹ ਕਰਨ ਵਾਲਾ ਹੁੰਦਾ ਹੈ । ਇਹ ਮਨ ਵਿੱਚ ਲਾਲਚ ਭਰਦੀ ਹੈ, ਮਾਨਸ ਜੀਵਨ ਤਬਾਹ ਕਰ ਦੇਂਦੀ ਹੈ । ਇਸ ਭਿਆਨਕ ਹਾਲਤ ਵਿੱਚ, ਨਾ ਤੋੜੀ ਜਾਣ ਵਾਲੀ ਮਨ ਦੀ ਦੀਵਾਰ ਵਿੱਚ, ਮਨ ਦੀਆਂ ਇੱਛਾਂ ਦੇ ਚੋਰ ਦਿਨ ਦੇ ਚਾਨਣ ਵਿੱਚ ਹੀ ਸੰਨ੍ਹ ਲਾ ਲੈਂਦੇ ਹਨ । ਦਿਨ ਰਾਤ ਮਾਨਸ ਦਾ ਸਮਾਂ ਬਰਬਾਦ ਕਰਦੇ ਰਹਿੰਦੇ ਹਨ । ਪ੍ਰਭ ਰਹਿਮਤਾਂ ਬਖਸ਼ੋ! ਮਾਨਸ ਜੀਵਨ ਦਾ ਸਮਾਂ ਸ਼ਬਦ ਦੇ ਸਿਮਰਨ ਤੋ ਬਿਨਾਂ ਹੀ ਬੀਤਦਾ ਜਾਂਦਾ ਹੈ । ਇਸ ਤਰ੍ਹਾਂ ਹੀ ਮੈਂ ਅਨੇਕਾਂ ਜੂੰਨਾਂ ਵਿੱਚ ਭਉਦਾ ਰਹਿੰਦਾ ਹਾ । ਮਨ ਵਿੱਚ ਸ਼ਬਦ ਜਾਗਰਤ ਕਰਨ ਤੋ ਬਿਨਾਂ ਸੰਤੋਖ, ਮੁਕਤੀ ਦੀ ਅਵਸਥਾ ਬਖਸ਼ਿਸ਼ ਨਹੀਂ ਹੁੰਦੀ । ਮੇਰੀ ਕੋਈ ਉੱਚੀ ਜਾਤ ਨਹੀਂ, ਰੂਪ, ਸੁੰਦਰਤਾ ਨਹੀਂ, ਸ਼ਾਨ ਨਹੀਂ, ਕੋਈ ਗਿਆਨ ਨਹੀਂ, ਸ਼ਬਦ ਦੀ ਸੋਝੀ ਨਹੀਂ, ਪ੍ਰਭ ਤੇਰੇ ਤੋ ਬਿਨਾਂ ਮੇਰਾ ਹੋਰ ਕੌਣ ਸਹਾਈ ਹੈ? ਮੈਂ ਨਿਮਾਣਾ ਬਣਕੇ ਤੇਰੀ ਸ਼ਰਣ ਵਿੱਚ ਅਇਆ ਹਾ । ਸਰਬ ਕਲਾ ਸਮਰਥ ਅਸਲੀ ਮਾਲਕ, ਆਪਣੀ ਰਹਿਮਤ ਦੀ ਨਜ਼ਰ ਨਾਲ ਸ਼ਰਣ ਵਿੱਚ ਪਨਾਹ ਬਖਸ਼ੋ!

The worldly wealth is a trap of worldly suspicions; worldly wealth is very powerful and may ruin the concentration of his mind from the true purpose of life. Worldly wealth may intoxicate and overwhelmed the mind with greed for worldly desires and may ruin human life journey. In this terrible state of mind, his mind develops an unbreakable shield of worldly desires, the demons of worldly desires rob his wisdom and intelligence in the daylight without any fear. He spends his whole life without meditating or adopting the teachings of His Word in his day to day life. I have been wandering in the cycle of birth and death over and over. Without adopting and enlightening the teachings of His Word within, his mind may not be blessed with contentment or salvation. I have no high worldly status, any glamorous and beautiful structure, body, no worldly glory, no wisdom, no intelligence and no enlightenment of the teachings of Your Word. Without You who else may be my true companion or support? I have humbly surrendered at your sanctuary for forgiveness. With Your mercy and grace, you may accept me in Your sanctuary.

ਮੀਨਾ ਜਲਹੀਨ ਮੀਨਾ ਜਲਹੀਨ ਹੇ,	meenaa jalheen meenaa jalheen hay
ਓਹੁ ਬਿਛੁਰਤ ਮਨ ਤਨ ਖੀਨ ਹੇ,	oh bichhurat man tan kheen hay
ਕਤ ਜੀਵਨੁ ਪ੍ਰਿਅ ਬਿਨੁ ਹੋਤ॥	kat jeevan pari-a bin hot.
ਸਨਮੁਖ ਸਹਿ ਬਾਨ	sanmukh seh baan
ਸਨਮੁਖ ਸਹਿ ਬਾਨ ਹੇ,	sanmukh seh baan hay
ਮ੍ਰਿਗ ਅਰਪੇ ਮਨ ਤਨ ਪ੍ਰਾਨ ਹੇ,	marig arpay man tan paraan hay
ਓਹੁ ਬੇਧਿਓ ਸਹਜ ਸਰੋਤ॥	oh bayDhi-o sahj sarot.
ਪ੍ਰਿਅ ਪ੍ਰੀਤਿ ਲਾਗੀ ਮਿਲੁ ਬੈਰਾਗੀ,	pari-a pareet laagee mil bairaagee
ਖਿਨੁ ਰਹਨੁ ਧ੍ਰਿਗ ਤਨੁ ਤਿਸੁ ਬਿਨਾ॥	khin rahan Dharig tan tis binaa.
ਪਲਕਾ ਨ ਲਾਗੈ ਪ੍ਰਿਅ ਪ੍ਰੇਮ ਪਾਗੈ,	palkaa na laagai pari-a paraym
ਚਿਤਵੰਤਿ ਅਨਦਿਨੁ ਪ੍ਰਭ ਮਨਾ॥	paagai chitvant an-din parabh manaa.
ਸ੍ਰੀਰੰਗ ਰਾਤੇ ਨਾਮ ਮਾਤੇ	sareerang raatay naam maatay
ਭੈ ਭਰਮ ਦੁਤੀਆ ਸਗਲ ਖੋਤ॥	bhai bharam dutee-aa sagal khot.
ਕਰਿ ਮਇਆ ਦਇਆ ਦਇਆਲ ਪੂਰਨ,	kar ma-i-aa da-i-aa da-i-aal pooran
ਹਰਿ ਪ੍ਰੇਮ ਨਾਨਕ ਮਗਨ ਹੋਤ॥੨॥	har paraym naanak magan hot. ‖2‖

ਜਿਵੇਂ ਮਛਲੀ ਪਾਣੀ ਵਿਚੋਂ ਕੱਢਣ ਤੇ ਮਰ ਜਾਂਦੀ ਹੈ, ਨਾਸ਼ ਹੋ ਜਾਂਦੀ ਹੈ । ਇਸ ਤਰ੍ਹਾਂ ਹੀ ਪ੍ਰਭ ਦੇ ਵਿਛੋੜੇ ਵਿੱਚ, ਸ਼ਬਦ ਦੇ ਸਿਮਰਨ ਤੋ ਬਿਨਾਂ ਮਨ ਨਾਸ਼ ਹੋ ਜਾਂਦਾ ਹੈ । ਮੈਂ ਪ੍ਰਭ ਦੇ ਸ਼ਬਦ ਦੇ ਸਿਮਰਨ, ਪ੍ਰਭ ਦੀ ਯਾਦ ਤੋ ਬਿਨਾਂ ਕਿਵੇਂ ਜਿਉਂਦਾ ਰਹ ਸਕਦਾ ਹਾਂ? ਜਿਵੇਂ ਹਰਨ ਤੀਰ ਨੂੰ ਸਿੱਧਾ ਆਉਂਦਾ ਦੇਖਕੇ ਮਨ ਵਿਚੋਂ ਜੀਵਨ ਦੀ ਆਸ ਖਤਮ ਕਰ ਦੇਂਦਾ ਹੈ, ਸ਼ਿਕਾਰੀ ਦਾ ਤੀਰ ਉਸ ਦਾ ਜੀਵਨ ਖਤਮ ਕਰ ਦੇਂਦਾ ਹੈ । ਪ੍ਰਭ ਨੂੰ ਮਿਲਣ, ਸ਼ਬਦ ਦੀ ਸੋਝੀ ਪਾਉਣ ਲਈ, ਮਨ ਵਿੱਚ ਸ਼ਬਦ ਨੂੰ ਜਾਗਰਤ ਕਰ ਲਿਆ ਹੈ । ਜਿਹੜਾ ਸ਼ਬਦ ਦੀ ਪਾਲਣਾ ਤੋ ਬਿਨਾਂ ਹੀ ਮਾਨਸ ਜੀਵਨ ਬਤੀਤ ਕਰਦਾ ਹੈ । ਉਸ ਦਾ ਤਨ ਸਰਾਪਿਆ ਹੀ ਹੁੰਦਾ ਹੈ । ਮੇਰੀਆਂ ਅੱਖਾਂ ਬੰਦ ਨਹੀਂ ਹੁੰਦੀਆਂ, ਖੁੱਲੀਆਂ ਹੀ ਰਹਿੰਦੀਆਂ ਹਨ । ਮੈਂ ਪ੍ਰਭ ਦੇ ਸ਼ਬਦ ਦੀ ਸਮਾਧੀ ਵਿੱਚ ਲੀਨ ਹੋਇਆ ਹਾ । ਦਿਨ ਰਾਤ ਮੇਰਾ ਮਨ ਪ੍ਰਭ ਦੇ ਸ਼ਬਦ ਦਾ ਹੀ ਵਿਚਾਰ ਕਰਦਾ ਰਹਿੰਦਾ ਹੈ । ਪ੍ਰਭ ਦੇ ਸ਼ਬਦ ਦੇ ਨਾਸ਼ੇ ਵਿੱਚ ਲੀਨ ਹੋਏ, ਮਨ ਦੇ ਭਰਮ, ਡਰ, ਦੂਰ ਹੋ ਗਏ ਹਨ । ਬੰਦਗੀ ਕਰਨ ਵਾਲੇ ਸਦਾ ਹੀ ਇਹ ਅਰਦਾਸ ਕਰਦੇ ਹਨ । ਰਹਿਮਤਾਂ ਦੇ ਮਾਲਕ ਰਹਿਮਤ ਬਖਸ਼ੋ! ਮੈ ਤੇਰੇ ਸ਼ਬਦ ਦੀ ਸਮਾਧੀ ਵਿੱਚ ਵਸਦਾ ਰਹਾ, ਸ਼ਬਦ ਵਿੱਚ ਲੀਨ ਹੋਇਆ ਰਹਾ।

As if the fish is pulled out of water, she dies and his body is destroyed; the same without the renunciation of memory of separation from The True Master, without meditation on the teachings of His Word, his mind is ruined. How may I survive without meditating and keeping the memory of my separation from The True Master? As the deer sees the arrow coming straight, he loses all his hopes and thoughts of survival, the arrow of the hunter pierced through his body and finish his life journey. With my desire to meet His true devotee and find the right path, I have been enlightened with the glow of Your Word within my mind. Whosoever may spend his life without obeying the teachings of His Word, his body and life becomes a curse. My eyes do not close, blink and always remain open, I remain intoxicated in the void of His Word, thinking about the teachings of His Word day and night. By intoxicating with the teachings of His Word all suspicions, fears of my mind have been eliminated. His true devotee always prays and begs for His mercy and grace.

ਅਲੀਅਲ ਗੁੰਜਾਤ ਅਲੀਅਲ ਗੁੰਜਾਤ ਹੇ,	alee-al guNjaat alee-al guNjaat hay
ਮਕਰੰਦ ਰਸ ਬਾਸਨ ਮਾਤ ਹੇ,	makrand ras baasan maat hay
ਪ੍ਰੀਤਿ ਕਮਲ ਬੰਧਾਵਤ ਆਪ॥	pareet kamal banDhaavat aap.
ਚਾਤ੍ਰਿਕ ਚਿਤ ਪਿਆਸ	chaatrik chit pi-aas
ਚਾਤ੍ਰਿਕ ਚਿਤ ਪਿਆਸ ਹੇ,	chaatrik chit pi-aas hay
ਘਨ ਬੂੰਦ ਬਚਿਤ੍ਰਿ ਮਨਿ ਆਸ ਹੇ,	ghan boond bachitar man aas hay
ਅਲ ਪੀਵਤ ਬਿਨਸਤ ਤਾਪ॥	al peevat binsat taap.
ਤਾਪਾ ਬਿਨਾਸਨ ਦੂਖ ਨਾਸਨ,	taapaa binaasan dookh naasan
ਮਿਲੁ ਪ੍ਰੇਮੁ ਮਨਿ ਤਨਿ ਅਤਿ ਘਨਾ॥	mil paraym man tan at ghanaa.
ਸੁੰਦਰੁ ਚਤੁਰੁ ਸੁਜਾਨ ਸੁਆਮੀ,	sundar chatur sujaan su-aamee
ਕਵਨ ਰਸਨਾ ਗੁਣ ਭਨਾ॥	kavan rasnaa gun bhanaa.
ਗਹਿ ਭੁਜਾ ਲੇਵਹੁ ਨਾਮੁ ਦੇਵਹੁ,	geh bhujaa layvhu naam dayvhu
ਦ੍ਰਿਸਟਿ ਧਾਰਤ ਮਿਟਤ ਪਾਪ॥	darisat Dhaarat mitat paap.
ਨਾਨਕੁ ਜੰਪੈ ਪਤਿਤ ਪਾਵਨ,	naanak jampai patit paavan
ਹਰਿ ਦਰਸੁ ਪੇਖਤ ਨਹ ਸੰਤਾਪ॥੩॥	har daras paykhat nah santaap. ||3||

ਜਿਵੇਂ ਮੰਖੀ ਸ਼ਹਿਦ ਦੇ ਮਿੱਠਾਸ, ਸੁਗੰਧ, ਸਵਾਦ ਦੇ ਨਸ਼ੇ ਵਿੱਚ ਫੁੱਲਾਂ ਦੇ ਚਾਰੇ ਪਾਸੇ ਹੀ ਰਹਿੰਦੀ ਹੈ । ਇਸ ਤਰ੍ਹਾਂ ਹੀ ਉਹ ਜਾਲ ਵਿੱਚ ਫਸ ਜਾਂਦੀ ਹੈ । ਜਿਵੇਂ ਚਾਤ੍ਰਿਕ, ਬਬੀਏ ਦੇ ਮਨ ਵਿੱਚ ਮੀਂਹ ਦੀ ਬੂੰਦ, ਬੱਦਲਾ ਵਿਚੋਂ ਪਾਉਣ ਦੀ ਇੱਛਾਂ ਹੁੰਦੀ ਹੈ । ਉਹ ਹੋਰ ਸਭ ਕੁਝ ਮਨ ਵਿਚੋਂ ਭੁਲਾ ਦੇਂਦਾ ਹੈ । ਪ੍ਰਭ ਮੇਰੇ ਮਨ ਵਿੱਚ ਤੇਰੇ ਮਿਲਣ ਦੀ ਬਹੁਤ ਡੂੰਘੀ ਸ਼ਰਧਾ ਹੈ । ਮਨ ਦੀਆਂ ਭਟਕਣਾਂ ਦਾ ਨਾਸ਼ ਕਰਕੇ, ਆਪਣੇ ਸ਼ਬਦ ਦੀ ਪਾਲਣਾ ਦੇ ਲੜ ਲਾ ਕੇ ਸ਼ਰਣ ਵਿੱਚ ਪਨਾਹਗੀ ਬਖਸ਼ੋ! ਰਹਿਮਤਾਂ ਦੇ ਮਾਲਕ, ਅੰਤਰਜਾਮੀ ਪ੍ਰਭ, ਮੈਂ ਕਿਹੜੀ ਜੀਭ ਨਾਲ ਤੇਰੇ ਸ਼ਬਦ ਦੇ ਗੁਣ ਗਾਵਾ? ਰਹਿਮਤ ਬਖਸ਼ੋ! ਮੇਰੀ ਬਾਂਹ ਪਕੜ ਕੇ ਆਪਣੇ ਸ਼ਬਦ ਦੇ ਲੜ ਲਾਵੋ! ਜਿਸ ਤੇ ਤੇਰੀ ਰਹਿਮਤ ਦੀ ਨਜ਼ਰ ਬਖਸ਼ਿਸ਼ ਹੋ ਜਾਂਦੀ ਹੈ, ਉਸ ਦੇ ਪਾਪ ਧੋਤੇ ਜਾਂਦੇ ਹਨ । ਜਿਹੜਾ ਬੰਦਗੀ ਕਰਨ ਵਾਲਾ, ਪਾਪ ਬਖਸ਼ਣ ਵਾਲੇ ਪ੍ਰਭ ਨੂੰ ਆਪਣੇ ਮਨ ਵਿੱਚ ਜਾਗਰਤ ਕਰਦਾ ਹੈ । ਉਸ ਨੂੰ ਕੋਈ ਸੰਸਾਰਕ ਇੱਛਾਂ ਤੰਗ ਨਹੀਂ ਕਰਦੀ ।

As the honey-bee remains intoxicated with the fragrance of the honey and always circle around the flower, this is how she falls into the trap. As singing bird has a desire to receive the drop of rain in his mouth, he always keeps a hope for rain from the clouds, he forgets all other things around him in the universe. My True Master I have a deep desire in my mind to have your blessed vision to join Your Holy union. You should eliminate all frustration of worldly desires, adopts the teachings of His Word wholeheartedly in your day to day life and humbly surrender at the sanctuary of The True Master. The merciful, Omniscient True Master with what tongue may I sing the glory of Your Word? With Your mercy and grace, hold my hand and attach me to the meditation of Your Word.

Whosoever may be blessed with His mercy and grace, all his sins of evil deeds may be forgiven by The True Master. Whosoever may be enlightened with the teachings of His Word, no worldly desires may frustrate him in his day to day life.

ਚਿਤਵਉ ਚਿਤ ਨਾਥ	chitva-o chit naath
ਚਿਤਵਉ ਚਿਤ ਨਾਥ ਹੇ,	chitva-o chit naath hay
ਰਖਿ ਲੇਵਹੁ ਸਰਣਿ ਅਨਾਥ ਹੇ,	rakh layvhu saran anaath hay
ਮਿਲੁ ਚਾਉ ਚਾਈਲੇ ਪ੍ਰਾਨ॥	mil chaa-o chaa-eelay paraan.
ਸੁੰਦਰ ਤਨ ਧਿਆਨ	sundar tan Dhi-aan
ਸੁੰਦਰ ਤਨ ਧਿਆਨ ਹੇ,	sundar tan Dhi-aan hay
ਮਨੁ ਲੁਬਧ ਗੋਪਾਲ ਗਿਆਨ ਹੇ,	man lubaDh gopaal gi-aan hay
ਜਾਚਿਕ ਜਨ ਰਾਖਤ ਮਾਨ॥	jaachik jan raakhat maan.
ਪ੍ਰਭ ਮਾਨ ਪੂਰਨ ਦੁਖ ਬਿਦੀਰਨ,	parabh maan pooran dukh bideeran
ਸਗਲ ਇਛ ਪੁਜੰਤੀਆ॥	sagal ichh pujantee-aa.
ਹਰਿ ਕੰਠਿ ਲਾਗੇ ਦਿਨ ਸਭਾਗੇ,	har kanth laagay din sabhaagay
ਮਿਲਿ ਨਾਹ ਸੇਜ ਸੋਹੰਤੀਆ॥	mil naah sayj suhantee-aa.
ਪ੍ਰਭ ਦ੍ਰਿਸਟਿ ਧਾਰੀ	parabh darisat Dhaaree
ਮਿਲੇ ਮੁਰਾਰੀ,	milay muraaree
ਸਗਲ ਕਲਮਲ ਭਏ ਹਾਨ॥	sagal kalmal bha-ay haan.
ਬਿਨਵੰਤਿ ਨਾਨਕ ਮੇਰੀ ਆਸ ਪੂਰਨ,	binvant naanak mayree aas pooran
ਮਿਲੇ ਸ੍ਰੀਧਰ ਗੁਣ ਨਿਧਾਨ॥	milay sareeDhar gun niDhaan.
੪॥੧॥੧੪॥	||4||1||14||

ਪ੍ਰਭ ਮੇਰਾ ਧਿਆਨ ਸਦਾ ਹੀ ਤੇਰੇ ਸ਼ਬਦ ਵਿੱਚ ਰਹਿੰਦਾ ਹੈ, ਮੈਂ ਨਿਮਾਣਾ, ਬਲ ਹੀਨ ਹਾ । ਆਪਣੀ ਰਹਿਮਤ ਨਾਲ ਸ਼ਰਣ ਵਿੱਚ ਪਨਾਹ ਬਖਸ਼ੋ! ਮੇਰੇ ਮਨ ਵਿੱਚ ਤੇਰੇ ਮਿਲਣ ਦੀ ਬਹੁਤ ਸ਼ਰਧਾ, ਇੱਛਾਂ, ਵਿਛੋੜੇ ਦਾ ਵਿਰਾਗ ਹੈ । ਮੇਰਾ ਮਨ ਤੇਰੇ ਸੁੰਦਰ ਤਨ, ਤੇਰੀ ਰੂਹਾਨੀ ਸਿਆਣਪ, ਗਿਆਨ ਤੋ ਬਹੁਤ ਹੈਰਾਨ ਹੈ । ਰਹਿਮਤ ਦੇ ਮਾਲਕ ਆਪਣੇ ਨਿਮਾਣੇ ਸੇਵਕ ਦੀ ਲਾਜ ਰਖੋ । ਪ੍ਰਭ ਨੇ ਰਹਿਮਤ ਬਖਸ਼ੀ ਹੈ, ਮੇਰੇ ਦੁਖ ਦੂਰ ਕਰ ਦਿੱਤੇ ਹਨ, ਮੇਰੇ ਮਨ ਦੀਆਂ ਮੁਰਾਦਾਂ ਪੂਰੀਆਂ ਹੋ ਗਈਆਂ ਹਨ । ਜਿਸ ਦਿਨ ਪ੍ਰਭ ਦਾ ਸ਼ਬਦ ਮਨ ਵਿੱਚ ਜਾਗਰਤ ਹੋ ਜਾਂਦਾ ਹੈ । ਉਹ ਦਿਨ ਕਿਤਨਾ ਵੱਡਭਾਗੀ ਹੋ ਜਾਂਦਾ ਹੈ? ਪ੍ਰਭ ਦਾ ਸ਼ਬਦ ਮਨ ਵਿੱਚ ਜਾਗਰਤ ਹੋਣ ਨਾਲ ਮਨ ਵਿੱਚ ਖੇੜਾ ਵਸ ਗਿਆ ਹੈ । ਜਿਸ ਤੇ ਪ੍ਰਭ ਆਪਣੀ ਰਹਿਮਤ ਨਾਲ ਆਪਣੀ ਸ਼ਰਣ ਵਿੱਚ ਪਨਾਹ ਪ੍ਰਵਾਨ ਬਖਸ਼ ਦੇਂਦਾ ਹੈ, ਉਸ ਦੇ ਪਾਪ ਧੋਤੇ ਜਾਂਦੇ, ਲੇਖਾ ਪ੍ਰਭ ਆਪ ਹੀ ਖਤਮ ਕਰ ਦੇਂਦਾ ਹੈ । ਪ੍ਰਭ ਦਾ ਸ਼ਬਦ ਮਨ ਵਿੱਚ ਜਾਗਰਤ ਹੋਣ ਨਾਲ, ਮਨ ਦੀਆਂ ਮੁਰਾਦਾਂ ਪੂਰੀਆਂ ਹੋ ਗਈਆਂ ਹਨ । ਪ੍ਰਭ ਹੀ ਗਿਆਨ, ਸੋਝੀ, ਸ਼ਬਦ ਦੇ ਧਨ ਦਾ ਭੰਡਾਰੀ ਮਾਲਕ ਹੈ ।

My True Master, I am always concentrating on the teachings of Your Word, I am humble, helpless Your true devotee. With Your mercy and grace accept me in Your sanctuary. My mind is overwhelmed with a desire and devotion to enlighten the essence of Your Word and I am in renunciation of my separation from The Holy spirit. I always remain fascinated and astonished from Your beauty, glamour, spiritual wisdom and the enlightenment. With Your mercy and grace protect the honor of Your humble devotee. The Merciful True Master has eliminated all my miseries; all desires of my mind have been satisfied. When His Word may be enlightened; how fortunate may that day become? By enlightening the teachings of His Word within, the mind remains contented and overwhelmed with blossom forever. Whosoever may be accepted in His sanctuary, all blemish of evil thoughts and deeds may be eliminated by the mercy and grace of The True Master. All my spoken and unspoken desires have been satisfied. True Master is the owner of all treasures of virtues, enlightenment of His Word.

ਆਸਾ ਮਹਲਾ ੧॥ 462-17

ਵਾਰ ਸਲੋਕਾ ਨਾਲਿ, ਸਲੋਕ ਭੀ ਮਹਲੇ ਪਹਿਲੇ, ਕੇ ਲਿਖੇ ਟੁੰਡੇ ਅਸ ਰਾਜੈ ਕੀ ਧੁਨੀ॥
vaar salokaa naal salok bhee mahlay pahilay kay likhay tunday as raajai kee Dhunee.

313.ਆਸਾ ਸਲੋਕੁ ਮਃ ੧॥ (੧)　462-19

੧ਓ ਸਤਿ ਨਾਮੁ,	ik-oNkaar, sat naam ,
ਕਰਤਾ, ਪੁਰਖੁ, ਨਿਰਭਉ, ਨਿਰਵੈਰੁ,	kartaa, purakh, nirbha-o, nirvair
ਅਕਾਲ, ਮੂਰਤਿ, ਅਜੂਨੀ,	akaal, moorat, ajoonee,
ਸੈਭੰ, ਗੁਰ ਪ੍ਰਸਾਦਿ॥	saibhaN, gur parsaad.

1) ਪ੍ਰਭ ਦਾ ਅਕਾਰ – Structure

ੴ　　　　ik-oNkaar　　The One and Only One God, True Master. No form, shape, color, size, in Spirit only.

God may appear in anything, anyone, anytime at His free Will. He is only in Holy Spirit and no form, shape, size or color.

2) ਸ੍ਰਿਸਟੀ ਦਾ ਪ੍ਰਬੰਧ: Function and His Operation!

ਸਤਿ ਨਾਮੁ　　sat naam　　'naam – His Word, His command, His existence, 'sat- Omnipresent, Omniscient, Omnipotent, Axiom Unchangeable, Uncompromised, forever.

The One and Only One, God remains embedded in His nature, in His Word and only His command pervades in the universe and nothing else exist without His mercy and grace.

3) ਸ੍ਰਿਸਟੀ ਦੀ ਬਣਤਰ: – Creation of The universe.

ਸੈਭੰ　　saibhaN　　Universe, creation, soul is an expansion of His Holy spirit. Comes out of His spirit to repent, sanctify and be absorbed in His Holy Spirit.

He is the creator and He is The Creation, nothing else exist.

4) ਮੁਕਤੀ Salvation – His acceptance.

ਗੁਰ ਪ੍ਰਸਾਦਿ　　gur parsaad　　With His own mercy and grace. No one may counsel or curse His blessing.

No one may comprehend how, why and when he may bestow His mercy and grace or the limits and duration of His blessiong.

5) ਪ੍ਰਭ ਦੀ ਪਛਾਣ – Recognition

ਗੁਣ: – ਕਰਤਾ, ਪੁਰਖੁ, ਨਿਰਭਉ, ਨਿਰਵੈਰੁ,　　Virtues: - kartaa, purakh, nirbha-o
ਅਕਾਲ, ਮੂਰਤਿ, ਅਜੂਨੀ !　　nirvair, akaal, moorat, ajoonee

His virtues are unlimited and beyond the comprehend of His creation. However, no one ever born with above all unique virtues nor will ever be born with these unique virtues. Whosoever may have all the above virtues is The One and Only One, God True Master and only worthy of worship.

The Master Key: "saibhaN"! Whosoever may be drenched with the essence that all souls are an expansion of The His Holy Spirit". No one may want to harm and deceive himself; he may be blessed to conquer his mind. His cycle of birth and death may be eliminated by His mercy and grace!

ਸਲੋਕੁ ਮਃ ੧॥	**salok mehlaa 1.**
ਬਲਿਹਾਰੀ ਗੁਰ ਆਪਣੇ	balihaaree gur aapnay
ਦਿਉਹਾੜੀ ਸਦ ਵਾਰ॥	di-uhaarhee sad vaar.
ਜਿਨਿ ਮਾਣਸ ਤੇ ਦੇਵਤੇ ਕੀਏ	jin maanas tay dayvtay kee-ay
ਕਰਤ ਨ ਲਾਗੀ ਵਾਰ॥੧॥	karat na laagee vaar. ||1||

ਪ੍ਰਭ ਦੇ ਕਰਤਬਾਂ, ਕਰਾਮਾਤਾਂ ਦੇ ਸਦਕੇ ਜਾਈਏ, ਉਹ ਕਿਤਨਾ ਮਹਾਨ ਹੈ । ਜਿਹੜਾ ਇੱਕ ਪਲ ਵਿੱਚ, ਬਿਨਾਂ ਕਿਸੇ ਢਿੱਲ ਦੇ ਮਾਨਸ ਤੋ ਦੇਵਤੇ ਬਣਾ ਦੇਂਦਾ ਹੈ ।

I am fascinated and astonished from the unlimited miracles of His nature. How great may be the miracles of The Omnipotent True Master? He may transform human into prophet in a twinkle of eyes.

ਮਹਲਾ ੨॥	**mehlaa 2.**
ਜੇ ਸਉ ਚੰਦਾ ਉਗਵਹਿ	jay sa-o chandaa ugvahi
ਸੂਰਜ ਚੜਹਿ ਹਜਾਰ॥	sooraj charheh hajaar.
ਏਤੇ ਚਾਨਣ ਹੋਦਿਆਂ	aytay chaanan hidi-aaN
ਗੁਰ ਬਿਨੁ ਘੋਰ ਅੰਧਾਰ॥੨॥	gur bin ghor anDhaar. ||2||

ਸੰਸਾਰ ਵਿੱਚ ਕਿਤਨੇ ਹੀ ਗਿਆਨ ਹਾਸਿਲ ਕਰਨੇ ਦੇ ਸਾਧਨ, ਤਾਰੀਕੇ ਹਨ । ਧਾਰਮਕ ਲਿਖਤਾਂ, ਗੁਰੂ ਪੀਰ, ਮੰਦਰ ਜਿਹਨਾਂ ਵਿੱਚ ਅਨੇਕਾਂ ਹੀ ਸੋਝੀ ਦੇਣ ਦੀ ਕੋਸ਼ਿਸ਼ ਕਰਦੇ ਹਨ । ਪ੍ਰਭ ਦੀ ਰਹਿਮਤ ਤੋਂ ਬਿਨਾਂ ਮਨ ਦੀ ਅਗਿਆਨਤਾ ਦੂਰ ਨਹੀਂ ਹੁੰਦੀ । ਮਨ ਦਾ ਪ੍ਰਭ ਦੇ ਸ਼ਬਦ ਤੇ ਭਰੋਸਾ ਅਡੋਲ ਨਹੀਂ ਹੁੰਦਾ, ਮਾਨਸ ਜਨਮ ਦੀ ਮਹੱਤਤਾ ਸਮਝ ਨਹੀਂ ਆਉਂਦੀ ।

Even though there are countless resources to enlighten the teachings of His Word, several Holy Scriptures, worldly gurus, Holy shrines and countless preachers to convey the message of The Holy Master. However, without His mercy and grace, the ignorance of mind may not be eliminated. The true purpose of human life blessings may not be realized. Human mind may not develop a steady and stable belief on the teachings of His Word; he may not understand the significance of human life blessings.

ਮਃ ੧॥	**mehlaa 1.**
ਨਾਨਕ ਗੁਰੂ ਨ ਚੇਤਨੀ	naanak guroo na chaytnee
ਮਨਿ ਆਪਣੈ ਸੁਚੇਤ॥	man aapnai suchayt.
ਛੁਟੇ ਤਿਲ ਬੂਆੜ	chhutay til boo-aarh
ਜਿਉ ਸੁੰਞੇ ਅੰਦਰਿ ਖੇਤ॥	ji-o sunjay andar khayt.
ਖੇਤੈ ਅੰਦਰਿ ਛੁਟਿਆ	khaytai andar chhuti-aa
ਕਹੁ ਨਾਨਕ ਸਉ ਨਾਹ॥	kaho naanak sa-o naah.
ਫਲੀਅਹਿ ਫੁਲੀਅਹਿ ਬਪੁੜੇ	falee-ah fulee-ah bapurhay
ਭੀ ਤਨ ਵਿਚਿ ਸੁਆਹ॥੩॥	bhee tan vich su-aah. ||3||

ਜਿਹੜਾ ਜੀਵ ਇਹ ਸਮਝਦਾ ਹੈ, ਸੰਸਾਰ ਵਿੱਚ ਉਸ ਨੇ ਸਭ ਕੁਝ ਆਪਣੀ ਸਿਆਣਪ, ਅਕਲ ਨਾਲ ਹੀ ਹਾਸਿਲ ਕੀਤਾ ਹੈ, ਪ੍ਰਭ ਦੀ ਰਹਿਮਤ ਦਾ ਫਲ ਸਮਝਕੇ ਸਿਮਰਨ, ਧੰਨਵਾਦ ਨਹੀਂ ਕਰਦਾ । ਉਸ ਦੀ ਹਾਲਤ ਪ੍ਰਭ ਦੇ ਦਰਬਾਰ ਵਿੱਚ ਇਸ ਤਰ੍ਹਾਂ ਦੀ ਹੁੰਦੀ ਹੈ । ਜਿਵੇਂ ਕਿਰਸਾਨ ਫਸਲ ਝਾੜ ਕੇ ਇਕੱਠੀ ਕਰ ਲੈਂਦਾ ਹੈ, ਜਿਹੜੇ ਦਾਣੇ ਮਿਟੀ ਵਿੱਚ ਦੱਬੇ ਜਾਂਦੇ, ਟੁੱਟ ਜਾਂਦੇ ਅਤੇ ਵਰਤਨ ਜੋਗ ਨਹੀਂ ਰਹਿੰਦੇ । ਉਸ ਅਹੰਕਾਰੀ ਜੀਵ ਦੀ ਹੈਸੀਅਤ ਇਸ ਤਰ੍ਹਾਂ ਦੀ ਹੁੰਦੀ ਹੈ । ਉਸ ਦੇ ਮਾਲਕ ਬਹੁਤ ਹੁੰਦੇ ਹਨ, ਅਤੇ ਕੋਈ ਵੀ ਨਹੀਂ ਹੰਦਾ । ਉਸ ਨੂੰ ਲੱਗੇ ਫੁੱਲਾ, ਫਲ ਦੀ ਕੋਈ ਮਹੱਤਤਾ ਨਹੀਂ ਹੁੰਦੀ । ਜਦੋਂ ਕਿਰਸਾਨ ਦੂਸਰੀ ਫਸਲ ਬੀਜਦਾ ਹੈ, ਉਹਨਾਂ ਨੂੰ ਨਦੀਨ (ਵੀਡ) ਦੀ ਤਰ੍ਹਾਂ ਪੁੱਟ ਕੇ ਜਲਾ ਦੇਂਦਾ ਹੈ । ਉਸ ਜੀਵ ਦੀ ਕਮਾਈ ਦੀ ਦਰਗਾਹ ਵਿੱਚ ਕੋਈ ਕੀਮਤ ਨਹੀਂ ਪੈਂਦੀ । ਉਸ ਦਾ ਮਾਨਸ ਜਨਮ ਬਿਰਥਾ ਹੀ ਚਲੇ ਜਾਂਦਾ ਹੈ ।

Whosoever may believe that he has accomplished everything with his own wisdom, efforts and may not sings the glory of The True Master for His blessings. His state of mind and condition may remain miserable in His court. As the farmer cut and bundle the crops, harvest the grains, some of the grains are broken, buried in dirt and not worthy of using. This is the condition and status of self-minded in His court. He may have too many masters and no one will support him in his misery. His accomplishments in his day to day life are very insignificant and may not carry any weight in His court. When the farmer grows next crop, all plants blossom from those grains are pulled like weeds and burned. His meditation of ego may not be accepted in His court, he has wasted his human life opportunity uselessly.

ਪਉੜੀ॥	**pa-orhee.**
ਆਪੀਨ੍ਹੈ ਆਪੁ ਸਾਜਿਓ	aapeenHai aap saaji-o
ਆਪੀਨ੍ਹੈ ਰਚਿਓ ਨਾਉ॥	aapeenHai rachi-o naa-o.
ਦੁਯੀ ਕੁਦਰਤਿ ਸਾਜੀਐ	duyee kudrat saajee-ai
ਕਰਿ ਆਸਣੁ ਡਿਠੋ ਚਾਉ॥	kar aasan ditho chaa-o.
ਦਾਤਾ ਕਰਤਾ ਆਪਿ ਤੂੰ	daataa kartaa aap tooN
ਤੁਸਿ ਦੇਵਹਿ ਕਰਹਿ ਪਸਾਉ॥	tus dayveh karahi pasaa-o.
ਤੂੰ ਜਾਣੋਈ ਸਭਸੈ ਦੇ	tooN jaano-ee sabhsai day
ਲੈਸਹਿ ਜਿੰਦੁ ਕਵਾਉ॥	laisahi jind kavaa-o.
ਕਰਿ ਆਸਣੁ ਡਿਠੋ ਚਾਉ॥੧॥	kar aasan ditho chaa-o. ||1||

ਪ੍ਰਭ ਤੂੰ ਆਪ ਹੀ ਜੀਵ ਨੂੰ ਪੈਦਾ ਕਰਦਾ, ਸੰਸਾਰਕ ਨਾਮ ਦੇਂਦਾ ਹੈ । ਜਿਸ ਨਾਲ ਉਹ ਸੰਸਾਰ ਵਿੱਚ ਜਾਣਿਆ ਜਾਂਦਾ ਹੈ । ਤੂੰ ਆਪ ਹੀ ਇਸ ਸ੍ਰਿਸ਼ਟੀ ਦੀ ਰਚਨਾ ਕਰਦਾ, ਆਪ ਹੀ ਇਸ ਵਿੱਚ ਵਸਦਾ ਹੈ । ਤੂੰ ਆਪ ਹੀ ਅੰਤਰਜਾਮੀ ਸਿਰਜਨਹਾਰਾ, ਦਾਤਾਂ, ਰਹਿਮਤਾਂ ਬਖਸ਼ਦਾ ਹੈ । ਆਪ ਹੀ ਜੀਵ ਨੂੰ ਸਵਾਸ ਬਖਸ਼ਦਾ, ਆਪ ਹੀ ਵਾਪਸ ਬਲਾਉਂਦਾ, ਮੌਤ ਦੇਂਦਾ ਹੈ । ਤੂੰ ਆਪਣੇ ਬਣਾਏ ਹੋਏ ਜੀਵ ਦੇ ਤਨ ਵਿੱਚ ਆਸਣ ਲਾਉਂਦਾ, ਮੋਹ ਰਹਿਤ ਵਸਦਾ ਹੈ ।

The True Master gives a birth to new creature and assigns a unique name to be recognized in the world. You are the creator and also dwells in the body of each and every creature. You bless each and every with a unique virtue, blessings to prosper in the world. The Omniscient True Master has blessed Your virtues to Your creation. You bless a limited amount of treasure of breaths to creature and bless with death to account for his worldly deeds. You have established Your throne in the body of each and every creature. You remain beyond the reach of his emotional feelings.

314.ਸਲੋਕੁ ਮਃ ੧॥ (੨) 463-6

ਸਚੇ ਤੇਰੇ ਖੰਡ ਸਚੇ ਬ੍ਰਹਮੰਡ॥	sachay tayray khand sachay barahmand.
ਸਚੇ ਤੇਰੇ ਲੋਅ ਸਚੇ ਆਕਾਰ॥	sachay tayray lo-a sachay aakaar.
ਸਚੇ ਤੇਰੇ ਕਰਣੇ ਸਰਬ ਬੀਚਾਰ॥	sachay tayray karnay sarab beechaar.
ਸਚਾ ਤੇਰਾ ਅਮਰੁ ਸਚਾ ਦੀਬਾਣੁ॥	sachaa tayraa amar sachaa deebaan.
ਸਚਾ ਤੇਰਾ ਹੁਕਮੁ ਸਚਾ ਫੁਰਮਾਣੁ॥	sachaa tayraa hukam sachaa furmaan.
ਸਚਾ ਤੇਰਾ ਕਰਮੁ ਸਚਾ ਨੀਸਾਣੁ॥	sachaa tayraa karam sachaa neesaan.
ਸਚੇ ਤੁਧੁ ਆਖਹਿ ਲਖ ਕਰੋੜਿ॥	sachay tuDh aakhahi lakh karorh.
ਸਚੈ ਸਭਿ ਤਾਣਿ ਸਚੈ ਸਭਿ ਜੋਰਿ॥	sachai sabh taan sachai sabh jor.
ਸਚੀ ਤੇਰੀ ਸਿਫਤਿ ਸਚੀ ਸਾਲਾਹ॥	sachee tayree sifat sachee saalaah.
ਸਚੀ ਤੇਰੀ ਕੁਦਰਤਿ ਸਚੇ ਪਾਤਿਸਾਹ॥	sachee tayree kudrat sachay paatisaah.

ਨਾਨਕ ਸਚੁ ਧਿਆਇਨਿ ਸਚੁ॥ naanak sach Dhi-aa-in sach.
ਜੋ ਮਰਿ ਜੰਮੇ ਸੁ ਕਚੁ ਨਿਕਚੁ॥੧॥ jo mar jammay so kach nikach. ||1||

ਪ੍ਰਭ ਤੇਰੇ ਖੰਡ (ਸ੍ਰਿਸ਼ਟੀ) ਬ੍ਰਹਮੰਡ (ਅਕਾਸ਼ ਦੇ ਮੰਡਲ), ਗਿਆਨ, ਚਾਨਣ ਦੇ ਸੋਮੇ (ਲੋਅ), ਅਕਾਰ (ਰੂਪ), ਕਰਤਬ, ਤੇਰੀ ਬਾਣੀ, ਦਰਬਾਰ, ਹੁਕਮ, ਰਹਿਮਤ ਦੀ ਨਿਸ਼ਾਨੀ ਸਭ ਅਟੱਲ, ਨਾ ਮਿਟਨਵਾਲੇ ਹਨ । ਇਹਨਾਂ ਦੀ ਪੂਰਨ ਵਿਆਖਿਆ ਨਹੀਂ ਕੀਤੀ ਜਾ ਸਕਦੀ! ਤੇਰਾ ਭਾਣਾ, ਹੁਕਮ, ਬਾਣੀ, ਤੇਰੇ ਕਰਤਬ ਅਤੇ ਬੰਦਗੀ ਦੇ ਨਿਸ਼ਾਨ ਅਟੱਲ ਹਨ । ਅਨੇਕਾਂ (ਹਜ਼ਾਰਾ) ਹੀ ਤੈਨੂੰ, ਤੇਰੀ ਤਾਕਤ, ਬਲ, ਤੇਰਾ ਹੁਕਮ ਮਨਾਉਣ ਦੀ ਦਿੜ੍ਹਤਾ ਨੂੰ ਅਟੱਲ ਹੀ ਕਹਿਦੇ ਹਨ । ਤੇਰੀ ਸਿਫਤ, ਆਗਿਆਨਤਾ ਦੂਰ ਕਰਨ ਵਾਲੀਆਂ ਸਿਖਿਆਂ, ਦਰਬਾਰ ਸਭ ਕੁਝ ਹੀ ਇਨਸਾਫ ਦੇ ਅਧਾਰ ਤੇ ਮੌਜੂਦ ਹੈ । ਜਿਹੜਾ ਅਡੋਲ ਭਰੋਸਾ ਨਾਲ ਸਿਮਰਨ ਕਰਦਾ, ਜੀਵਨ ਢਾਲਦਾ ਹੈ, ਪ੍ਰਭ ਉਸ ਦਾ ਜਨਮ ਮਰਨ ਦਾ ਚੱਕਰ ਖਤਮ ਕਰ ਦੇਂਦਾ, ਬਖਸ਼ ਦੇਂਦਾ ਹੈ । ਜਿਸ ਦਾ ਭਰੋਸਾ ਅਡੋਲ ਨਹੀਂ ਹੁੰਦਾ, ਜੀਵਨ ਸ਼ਬਦ ਅਨੁਸਾਰ ਨਹੀਂ ਹੁੰਦਾ, ਉਹ ਜਨਮ ਮਰਨ ਦੇ ਚੱਕਰ ਵਿੱਚ ਹੀ ਰਹਿੰਦਾ ਹੈ ।

Your whole creation, islands of earths, skies, fountains of enlightenment, structures of all creatures, miracles, all Holy Scriptures, throne, commands and symbol of Your blessings, and spiritual glow all are axiom, unique and permanent. Your nature remains beyond the comprehension of Your creation. Your command, Word, miracles symbol of meditation is unique and permanent. Countless creatures always believe You are Omnipotent; Your determination to enforce Your Word is axiom, unavoidable and permanent. Your greatness, teachings of enlightenment; Your court all are established on the pillar of justice. Whosoever may meditate and adopt the teachings of Your Word with steady and stable belief, his cycle of birth and death may be eliminated. Whosoever may remain in the cycle of birth and death, his belief may not be steady and stable, his way of life may not be as per Your Word.

ਮਃ ੧॥ **mehlaa 1.**

ਵਡੀ ਵਡਿਆਈ ਜਾ ਵਡਾ ਨਾਉ॥ vadee vadi-aa-ee jaa vadaa naa-o.
ਵਡੀ ਵਡਿਆਈ ਜਾ ਸਚੁ ਨਿਆਉ॥ vadee vadi-aa-ee jaa sach ni-aa-o.
ਵਡੀ ਵਡਿਆਈ ਜਾ ਨਿਹਚਲ ਥਾਉ॥ vadee vadi-aa-ee jaa nihchal thaa-o.
ਵਡੀ ਵਡਿਆਈ ਜਾਣੈ ਆਲਾਉ॥ vadee vadi-aa-ee jaanai aalaa-o.
ਵਡੀ ਵਡਿਆਈ ਬੁਝੈ ਸਭਿ ਭਾਉ॥ vadee vadi-aa-ee bujhai sabh bhaa-o.
ਵਡੀ ਵਡਿਆਈ ਜਾ ਪੁਛਿ ਨ ਦਾਤਿ॥ vadee vadi-aa-ee jaa puchh na daat.
ਵਡੀ ਵਡਿਆਈ ਜਾ ਆਪੇ ਆਪਿ॥ vadee vadi-aa-ee jaa aapay aap.
ਨਾਨਕ ਕਾਰ ਨ ਕਥਨੀ ਜਾਇ॥ naanak kaar na kathnee jaa-ay.
ਕੀਤਾ ਕਰਣਾ ਸਰਬ ਰਜਾਇ॥੨॥ keetaa karnaa sarab rajaa-ay. ||2||

ਤੇਰਾ ਸ਼ਬਦ, ਇਨਸਾਫ, ਅਨੋਖਾ ਤਖਤ, ਅਨਬੋਲੀ ਭਾਵਨਾ ਨੂੰ ਸਮਝਣਾ, ਅਣਮਿੰਗਆ ਦਾਤਾਂ ਦੇਣਾ ਬਹੁਤ ਅਮੋਲਕ ਹੈ! ਆਪ ਹੀ ਸ੍ਰਿਸ਼ਟੀ ਨੂੰ ਸਾਜਨਾ ਅਤੇ ਜੀਵ ਦੇ ਤਨ ਵਿੱਚ ਵਸਣਾ, ਇਹ ਸਭ ਗੁਣ ਅਮੋਲਕ, ਕੀਮਤੀ ਹਨ । ਤੇਰੇ ਕਰਤਬਾਂ ਦੀ ਪੂਰਨ ਤਰ੍ਹਾਂ ਵਿਆਖਿਆ ਨਹੀਂ ਕੀਤੀ ਜਾ ਸਕਦੀ । ਤੂੰ ਆਪਣੀ ਰਜ਼ਾ ਨਾਲ ਹੀ ਸਭ ਕੁਝ ਕਰਦਾ ਹੈ ।

Your Word, justice, unique and glamorous throne, understanding unspeakable unspoken desires of the mind and Your nature of blessings without even begging is a unique and priceless. You create the creature and dwells in the body of each and every creature, this virtue is a unique and priceless. Your nature, miracles are beyond the comprehension of Your creation. Your mercy and grace prevail in mysterious way as per Your command.

ਮਹਲਾ ੨॥	**mehlaa 2.**
ਇਹੁ ਜਗੁ ਸਚੈ ਕੀ ਹੈ ਕੋਠੜੀ	ih jag sachai kee hai koth-rhee
ਸਚੇ ਕਾ ਵਿਚਿ ਵਾਸੁ॥	sachay kaa vich vaas.
ਇਕਨ੍ਹਾ ਹੁਕਮਿ ਸਮਾਇ ਲਏ	iknHaa hukam samaa-ay la-ay
ਇਕਨ੍ਹਾ ਹੁਕਮੇ ਕਰੇ ਵਿਣਾਸੁ॥	iknHaa hukmay karay vinaas.
ਇਕਨ੍ਹਾ ਭਾਣੈ ਕਢਿ ਲਏ	iknHaa bhaanai kadh la-ay
ਇਕਨ੍ਹਾ ਮਾਇਆ ਵਿਚਿ ਨਿਵਾਸੁ॥	iknHaa maa-i-aa vich nivaas.
ਏਵ ਭਿ ਆਖਿ ਨ ਜਾਪਈ	ayv bhe aakh na jaap-ee
ਜਿ ਕਿਸੈ ਆਣੇ ਰਾਸਿ॥	je kisai aanay raas.
ਨਾਨਕ ਗੁਰਮੁਖਿ ਜਾਣੀਐ	naanak gurmukh jaanee-ai
ਜਾ ਕਉ ਆਪਿ ਕਰੇ ਪਰਗਾਸੁ॥੩॥	jaa ka-o aap karay pargaas. ||3||

ਇਹ ਸ੍ਰਿਸ਼ਟੀ, ਸੰਸਾਰ ਹੀ ਤੇਰਾ ਅਸਲੀ ਵਸਣ ਵਾਲਾ ਘਰ ਹੈ । ਤੇਰੇ ਹੁਕਮ ਅਨੁਸਾਰ ਕਈ ਸਿਮਰਨ ਕਰਕੇ ਤੇਰੇ ਵਿੱਚ ਸਮਾ ਜਾਂਦੇ ਹਨ, ਕਈ ਜਨਮ ਮਰਨ ਵਿੱਚ ਹੀ ਰਹਿੰਦੇ ਹਨ । ਕਈ ਜੀਵਾਂ ਨੂੰ ਰਹਿਮਤ ਬਖਸ਼ਕੇ ਸੰਸਾਰਕ ਮਾਇਆ, ਪੰਜ ਇੰਦ੍ਰੀਆਂ, ਤੋ ਉਪਰ ਉਠਾ ਲੈਂਦਾ ਹੈ । ਕਈ ਜੀਵਾਂ ਨੂੰ ਇਸ ਚੱਕਰ ਵਿੱਚ ਹੀ ਪਾਈ ਰਖਦਾ ਹੈ । ਮਾਨਸ ਨੂੰ ਇਹ ਵੀ ਸੋਝੀ ਨਹੀਂ! ਤੂੰ ਕਿਸੇ ਤੇ ਕਿਉਂ ਰਹਿਮਤ ਬਖਸ਼ਦਾ ਹੈ? ਜਿਸ ਵਿੱਚ ਤੂੰ ਆਪ ਹੀ ਪ੍ਰਗਟ ਹੋ ਜਾਂਦਾ ਹੈ, ਕੇਵਲ ਉਹ ਹੀ ਤੇਰਾ ਭਗਤ, ਗੁਰਮਖ ਬਣ ਜਾਂਦਾ ਹੈ ।

The whole universe is Your Holy Castle, heaven and the place to stay in comfort. By Your mercy and grace; Your true devotee may meditate and remain absorbed in the void of Your Word; others may remain in the cycle of birth and death. With Your mercy and grace! Your true devotee may remain beyond the reach of demons of worldly wealth and others may remain as slave of worldly wealth. How and why may You bestow Your grace, remains beyond the comprehension of Your creation? Whosoever may be blessed with enlightened from within, he may become Your true devotee.

ਪਉੜੀ॥	**pa-orhee.**
ਨਾਨਕ ਜੀਅ ਉਪਾਇ ਕੈ	naanak jee-a upaa-ay kai
ਲਿਖਿ ਨਾਵੈ ਧਰਮੁ ਬਹਾਲਿਆ॥	likh naavai Dharam bahaali-aa.
ਓਥੈ ਸਚੇ ਹੀ ਸਚਿ ਨਿਬੜੈ	othai sachay hee sach nibrhai
ਚੁਣਿ ਵਖਿ ਕਢੇ ਜਜਮਾਲਿਆ॥	chun vakh kadhay jajmaali-aa.
ਥਾਉ ਨ ਪਾਇਨਿ ਕੂੜਿਆਰ	thaa-o na paa-in koorhi-aar
ਮੁਹ ਕਾਲ੍ਹੈ ਦੋਜਕਿ ਚਾਲਿਆ॥	muh kaalHai dojak chaali-aa.
ਤੇਰੈ ਨਾਇ ਰਤੇ ਸੇ ਜਿਣਿ ਗਏ	tayrai naa-ay ratay say jin ga-ay
ਹਾਰਿ ਗਏ ਸਿ ਠਗਣ ਵਾਲਿਆ॥	haar ga-ay se thagan vaali-aa.
ਲਿਖਿ ਨਾਵੈ ਧਰਮੁ ਬਹਾਲਿਆ॥੨॥	likh naavai Dharam bahaali-aa. ||2||

ਜੀਵ ਵਿੱਚ ਆਤਮਾ, ਸਵਾਸ ਬਖਸ਼ਕੇ, ਧਰਮਰਾਜ ਨੂੰ ਉਸ ਦੇ ਕਰਮ ਲਿਖਣ ਲਈ ਥਾਪਿਆ ਹੈ । ਉਹ ਸ੍ਰਿਸ਼ਟੀ ਦੀ ਭਲਾਈ ਦੇ ਕੰਮਾਂ (ਚੰਗੇ ਅਤੇ ਮੰਦੇ) ਦਾ ਹਿਸਾਬ ਰਖਦਾ ਹੈ । ਤੇਰੇ ਦਰਬਾਰ ਵਿੱਚ ਇਨਸਾਫ ਹੀ ਹੁੰਦਾ ਹੈ, ਕਿਸੇ ਗਵਾਹੀ ਦੀ ਲੋੜ ਨਹੀਂ ਹੁੰਦੀ । ਜਿਹੜਾ ਬੁਰੇ ਕੰਮ ਕਰਨ ਵਾਲੇ ਨੂੰ ਵੱਖਰੋ ਵੱਖਰੀਆਂ ਜੂੰਨਾਂ ਵਿੱਚ ਭੇਜਦਾ ਹੈ । ਜਿਹੜਾ ਸ਼ਬਦ ਦੀ ਪਾਲਣਾ ਕਰਦਾ, ਸ਼ਬਦ ਮਨ ਵਿਚ ਘਰ ਕਰ ਜਾਂਦਾ ਹੈ, ਉਹ ਤੇਰੇ ਸ਼ਬਦ ਦੀ ਸਮਾਧੀ ਵਿੱਚ ਅਡੋਲ ਰਹਿੰਦਾ ਹੈ । ਚਲਾਕੀ ਕਰਨ ਵਾਲਾ ਕਦੇ ਵੀ ਪ੍ਰਵਾਨ ਨਹੀਂ ਹੁੰਦਾ, ਉਸ ਨੂੰ ਸ਼ਰਮਿੰਦਗੀ ਹੀ ਮਿਲਦੀ ਹੈ । ਧਰਮਰਾਜ ਤੇਰਾ ਹੁਕਮ, ਤੇਰੀ ਰਜ਼ਾ ਅਨੁਸਾਰ ਹੀ ਵਰਤਦਾ ਹੈ ।

You have infused the soul with breaths and inscribed her destiny. You have established a righteous judge to monitor and accounts for her good and bad deeds for the mankind. The Omniscient True Master, in Your court only justice prevails, no witness ever needed. Sinners are punished and cycled through birth and death. Whosoever may obey and adopt the teachings of Your Word with steady and stable belief, he may enter into the void of Your Word in deep meditation; he may be absorbed in the Holy Spirit. No one may ever be accepted in Your court with any clever tricks; he has to face the embarrassment in Your court. The righteous judge may only perform the justice as part Your command; he does not have any of his own identity.

315.ਸਲੋਕ ਮਃ ੧॥ (੩) 463-18

ਵਿਸਮਾਦੁ ਨਾਦ ਵਿਸਮਾਦੁ ਵੇਦ॥	vismaad naad vismaad vayd.
ਵਿਸਮਾਦੁ ਜੀਅ ਵਿਸਮਾਦੁ ਭੇਦ॥	vismaad jee-a vismaad bhayd.
ਵਿਸਮਾਦੁ ਰੂਪ ਵਿਸਮਾਦੁ ਰੰਗ॥	vismaad roop vismaad rang.
ਵਿਸਮਾਦੁ ਨਾਗੇ ਫਿਰਹਿ ਜੰਤ॥	vismaad naagay fireh jant.
ਵਿਸਮਾਦੁ ਪਉਣੁ ਵਿਸਮਾਦੁ ਪਾਣੀ॥	vismaad pa-un vismaad paanee.
ਵਿਸਮਾਦੁ ਅਗਨੀ ਖੇਡਹਿ ਵਿਡਾਣੀ॥	vismaad agnee khaydeh vidaanee.
ਵਿਸਮਾਦੁ ਧਰਤੀ ਵਿਸਮਾਦੁ ਖਾਣੀ॥	vismaad Dhartee vismaad khaanee.
ਵਿਸਮਾਦੁ ਸਾਦਿ ਲਗਹਿ ਪਰਾਣੀ॥	vismaad saad lageh paraanee.
ਵਿਸਮਾਦੁ ਸੰਜੋਗੁ ਵਿਸਮਾਦੁ ਵਿਜੋਗੁ॥	vismaad sanjog vismaad vijog.
ਵਿਸਮਾਦੁ ਭੁਖ ਵਿਸਮਾਦੁ ਭੋਗੁ॥	vismaad bhukh vismaad bhog.
ਵਿਸਮਾਦੁ ਸਿਫਤਿ ਵਿਸਮਾਦੁ ਸਾਲਾਹ॥	vismaad sifat vismaad saalaah.
ਵਿਸਮਾਦੁ ਉਝੜ ਵਿਸਮਾਦੁ ਰਾਹ॥	vismaad ujharh vismaad raah.
ਵਿਸਮਾਦੁ ਨੇੜੈ ਵਿਸਮਾਦੁ ਦੂਰਿ॥	vismaad nayrhai vismaad door.
ਵਿਸਮਾਦੁ ਦੇਖੈ ਹਾਜ਼ਰਾ ਹਜੂਰਿ॥	vismaad daykhai haajraa hajoor.
ਵੇਖਿ ਵਿਡਾਣੁ ਰਹਿਆ ਵਿਸਮਾਦੁ॥	vaykh vidaan rahi-aa vismaad.
ਨਾਨਕ ਬੁਝਣੁ ਪੂਰੈ ਭਾਗਿ॥੧॥	naanak bujhan poorai bhaag. ‖1‖

ਪ੍ਰਭ ਤੇਰੀ ਬਾਣੀ ਦੀ ਧੁਨ, (ਨਾਦ-ਧੁਨ, ਵੇਦ-ਬਾਣੀ, ਗ੍ਰੰਥ) ਸ਼ਬਦ ਵਿੱਚ ਗਿਆਨ ਦਾ ਭੰਡਾਰ, ਸਾਜੀ ਸ੍ਰਿਸ਼ਟੀ, ਤੇਰੀ ਹੋਂਦ ਦਾ ਭੇਦ, ਤੇਰੇ ਵੱਖਰੇ ਅਕਾਰ ਅਤੇ ਰੰਗ ਬਹੁਤ ਅਨੋਖੇ ਹੀ ਹਨ । ਤੇਰੀ ਬਣਾਈ ਹਵਾ, ਪਾਣੀ, ਅੱਗ ਅਤੇ ਉਸ ਦੇ ਵੱਖਰੇ ਕਰਤਬ, ਤੇਰੀ ਬਣਾਈ ਧਰਤੀਆਂ ਬਹੁਤ ਅਨੋਖੇ ਹੀ ਹਨ । ਤੇਰੇ ਪੈਦਾ ਕੀਤੇ ਜੀਵ, ਕਈ ਜੀਵ ਨੰਗੇ ਫਿਰਦੇ, ਬਹੁਤ ਅਨੋਖੇ ਹੀ ਹਨ । (ਵਿਸਮਾਦ- ਅਨੋਖਾ, ਮਨ ਨੂੰ ਹੈਰਾਨ ਕਰਨ ਵਾਲਾ)। ਤੇਰੇ ਦਿੱਤੇ ਹੋਏ ਜੀਵ ਦੀ ਜੀਭ ਦੇ ਰਸ, ਜੀਵ ਦੇ ਮਿਲਾਪ ਅਤੇ ਵੱਖਰੇ ਕਰਨ ਵਾਲੇ ਕਾਰਨ (ਢੰਗ) ਬਹੁਤ ਅਨੋਖੇ ਹੀ ਹਨ । ਤੇਰੇ ਲਾਲਚ, ਸੰਤੋਖ ਦੇਣ, ਸਿਮਰਨ ਦੇ, ਤੇਰੇ ਗਿਆਨ, ਸੋਝੀ ਦੇਣਾ ਦੇ ਢੰਗ ਬਹੁਤ ਅਨੋਖੇ ਹੀ ਹਨ । ਕਿਸੇ ਨੂੰ ਅਸਲੀ ਰਸਤੇ ਤੇ ਪਾਉਣ, ਹਟਾਉਣ, ਆਪਣੇ ਨੇੜੇ, ਆਪਣੇ ਤੋਂ ਦੂਰ ਕਰਨ ਦੇ ਢੰਗ ਬਹੁਤ ਅਨੋਖੇ ਹਨ । ਕੋਈ ਵੀ ਜੀਵ ਪੂਰਨ ਤਰ੍ਹਾਂ ਵਿਆਖਿਆ ਨਹੀਂ ਕਰ ਸਕਦਾ । ਤੇਰੀ ਹਰ ਥਾਂ ਤੇ ਮੌਜੂਦਗੀ ਅਤੇ ਕੋਈ ਵੀ ਤੈਨੂੰ ਛੋਹ ਨਹੀਂ ਸਕਦਾ । (ਪਕੜ ਨਹੀਂ - ਕਿ ਤੂੰ ਇਹ ਹੈ) । ਇਹ ਵੇਖਕੇ ਤੈਨੂੰ ਧੰਨ ਧੰਨ ਹੀ ਕਹਿੰਦਾ ਹਾ । ਜਿਸ ਨੂੰ ਇਹ ਸੋਝੀ ਤੂੰ ਆਪ ਬਖਸ਼ਦਾ ਹੈ, ਉਹ ਜੀਵ ਵੱਡੇ ਭਾਗਾਂ ਵਾਲਾ ਹੁੰਦਾ ਹੈ ।

The everlasting echo of Your Word, the treasure of enlightenment; Your creation, secrecy of Your existence, various body structures, color of Your creation are very fascinating and astonishing. Your created air, water, fire and different earths, islands are all wonderful and astonishing. Your creation is astonishing, some may wander naked all are astonishing. Your blessed melodious tone of the tongue, the way You may separate the soul or bless union with Holy Spirit; all are beyond the comprehension of Your creation. The way of inspiring greed or contentment, devotion to meditate, to enlighten the soul are unique and astonishing. You may guide Your true devotee on the right path of salvation, others to wander in suspicions all are astonishing. No one may fully comprehend Your nature. You are Omnipresent everywhere, still beyond the reach, understanding of everyone, I am wonder stuck witnessing Your nature. Whosoever may be enlightened, he may become very fortunate.

ਮਃ ੧॥	**mehlaa 1.**
ਕੁਦਰਤਿ ਦਿਸੈ ਕੁਦਰਤਿ ਸੁਣੀਐ	kudrat disai kudrat sunee-ai
ਕੁਦਰਤਿ ਭਉ ਸੁਖ ਸਾਰੁ॥	kudrat bha-o sukh saar.
ਕੁਦਰਤਿ ਪਾਤਾਲੀ ਆਕਾਸੀ	kudrat paataalee aakaasee
ਕੁਦਰਤਿ ਸਰਬ ਆਕਾਰੁ॥	kudrat sarab aakaar.
ਕੁਦਰਤਿ ਵੇਦ ਪੁਰਾਣ ਕਤੇਬਾ	kudrat vayd puraan kataybaa
ਕੁਦਰਤਿ ਸਰਬ ਵੀਚਾਰੁ॥	kudrat sarab veechaar.
ਕੁਦਰਤਿ ਖਾਣਾ ਪੀਣਾ ਪੈਨ੍ਣੁ	kudrat khaanaa peenaa painHan
ਕੁਦਰਤਿ ਸਰਬ ਪਿਆਰੁ॥	kudrat sarab pi-aar.
ਕੁਦਰਤਿ ਜਾਤੀ ਜਿਨਸੀ ਰੰਗੀ	kudrat jaatee jinsee rangee
ਕੁਦਰਤਿ ਜੀਅ ਜਹਾਨ॥	kudrat jee-a jahaan.
ਕੁਦਰਤਿ ਨੇਕੀਆ ਕੁਦਰਤਿ ਬਦੀਆ,	kudrat naykee-aa kudrat badee-aa
ਕੁਦਰਤਿ ਮਾਨੁ ਅਭਿਮਾਨੁ॥	kudrat maan abhimaan.
ਕੁਦਰਤਿ ਪਉਣੁ ਪਾਣੀ ਬੈਸੰਤਰੁ	kudrat pa-un paanee baisantar
ਕੁਦਰਤਿ ਧਰਤੀ ਖਾਕੁ॥	kudrat Dhartee khaak.
ਸਭ ਤੇਰੀ ਕੁਦਰਤਿ ਤੂੰ ਕਾਦਿਰੁ	sabh tayree kudrat tooN kaadir
ਕਰਤਾ ਪਾਕੀ ਨਾਈ ਪਾਕੁ॥	kartaa paakee naa-ee paak.
ਨਾਨਕ ਹੁਕਮੈ ਅੰਦਰਿ ਵੇਖੈ	naanak hukmai andar vaykhai
ਵਰਤੈ ਤਾਕੋ ਤਾਕੁ॥੨॥	vartai taako taak. ||2||

ਪ੍ਰਭ ਤੇਰੇ ਹੁਕਮ ਅੰਦਰ ਹੀ ਸਭ ਜੀਵ ਤੇਰੀ ਰਹਿਮਤ ਨਾਲ ਹੀ ਦੇਖ, ਸੁਣ ਸਕਦੇ ਹਨ । ਕਿਸੇ ਨਾਲ ਪਿਆਰ ਜਾ ਵਿਛੋੜਾ, ਜਾ ਕਿਸੇ ਘਟਨਾ ਦੀ ਖੁਸ਼ੀ ਮਹਿਸੂਸ ਕਰ ਸਕਦੇ ਹਨ । ਤੇਰੇ ਹੁਕਮ ਨਾਲ ਹੀ ਅਕਾਸ਼, ਪਤਾਲ ਅਤੇ ਸਾਰੇ ਜੀਵਾਂ ਦੇ ਅਕਾਰ ਬਣੇ ਹਨ । ਤੇਰੇ ਭਾਣੇ ਨਾਲ ਹੀ ਵੱਖਰੀਆਂ ਵੱਖਰੀਆਂ ਧਾਰਮਕ ਕਿਤਾਬਾਂ ਬਣੀਆਂ ਹਨ । ਤੇਰੇ ਭਾਣੇ ਨਾਲ ਹੀ ਸਾਰੇ ਜੀਵ ਖਾਂਦੇ, ਪੀਂਦੇ, ਇੱਕ ਦੂਜੇ ਨਾਲ ਪਿਆਰ ਕਰਦੇ ਹਨ । ਤੇਰੇ ਭਾਣੇ ਨਾਲ ਹੀ ਸਾਰੇ ਵੱਖਰੇ ਵੱਖਰੇ ਰੰਗਾਂ ਅਤੇ ਅਕਾਰਾਂ ਦੇ ਜੀਵ ਪੈਦਾ, ਜੀਵ ਚੰਗੇ ਜਾ ਮੰਦੇ ਕੰਮ ਕਰਦੇ ਹਨ । ਕਈ ਅਹੰਕਾਰੀ ਹੁੰਦੇ , ਉਹਨਾਂ ਨੂੰ ਸ਼ਰਮਿੰਦਗੀ ਹੀ ਮਿਲਦੀ ਹੈ । ਤੇਰੀ ਕੁਦਰਤ ਨਾਲ ਹੀ ਹਵਾ, ਪਾਣੀ, ਧਰਤੀ ਅਤੇ ਧੂੜ ਹੁੰਦੀ, ਤੂੰ ਸਭ ਤੋ ਪਵਿਤ੍ਰ ਹੈ । ਤੂੰ ਆਪਣੀ ਸਾਜੀ ਹੋਈ ਸ੍ਰਿਸ਼ਟੀ ਵਿੱਚ ਸ਼ਾਨ ਨਾਲ ਵਸਦਾ, ਆਪਣੇ ਭਾਣੇ ਦੀ ਆਪ ਹੀ ਪਾਲਣਾ ਕਰਾਉਂਦਾ ਹੈ ।

****(ਕੁਦਰਤ–ਜਿਹੜੀ ਘਟਨਾ, ਕਿਸੇ ਜਾਣੇ ਤਾਰੀਕੇ ਨਾਲ ਵਿਆਖਿਆ ਨਾ ਕੀਤਾ ਜਾ ਸਕੇ)**

With Your command, Your Word, the worldly creatures may see, hear and communicate with others. With Your blessings, he may feel love and attachment or separation or enjoy the pleasure of events of Your nature. With Your command, sky, earth, under earth, various structures of creatures and various Holy scripture have been created. With Your mercy and grace, all creatures eat, drink satisfy the hunger, thirst and feels emotional attachment and love. With Your command the creatures of different shape, form and color are born and performs good and evil deeds. Whosoever may perform his deeds in ego, he may be embarrassed in Your court. You have created air, water, earth and dust; You are the Holiest of all, sanctified. You dwell in Your creation with glamour and grace and enforce Your command on each and every creature.

ਪਉੜੀ॥	**pa-orhee.**
ਆਪੀਨ੍ਹੈ ਭੋਗ ਭੋਗਿ ਕੈ	aapeenHai bhog bhog kai
ਹੋਇ ਭਸਮੜਿ ਭਉਰੁ ਸਿਧਾਇਆ॥	ho-ay bhasmarh bha-ur siDhaa-i-aa.
ਵਡਾ ਹੋਆ ਦੁਨੀਦਾਰੁ	vadaa ho-aa duneedaar
ਗਲਿ ਸੰਗਲੁ ਘਤਿ ਚਲਾਇਆ॥	gal sangal ghat chalaa-i-aa.
ਅਗੈ ਕਰਣੀ ਕੀਰਤਿ ਵਾਚੀਐ	agai karnee keerat vaachee-ai
ਬਹਿ ਲੇਖਾ ਕਰਿ ਸਮਝਾਇਆ॥	bahi laykhaa kar samjhaa-i-aa.
ਥਾਉ ਨ ਹੋਵੀ ਪਉਦੀਈ	thaa-o na hovee pa-udee-ee
ਹੁਣਿ ਸੁਣੀਐ ਕਿਆ ਰੂਆਇਆ॥	hun sunee-ai ki-aa roo-aa-i-aa.
ਮਨਿ ਅੰਧੈ ਜਨਮੁ ਗਵਾਇਆ॥੩॥	man anDhai janam gavaa-i-aa. ||3||

ਜੀਵ ਮਨਮਰਜ਼ੀ ਕਰ ਕੇ ਜੀਵਨ ਨੂੰ ਸੰਸਾਰਕ ਸੁਖਾਂ ਨਾਲ ਬਤੀਤ ਕਰ ਲੈਂਦਾ ਹੈ । ਅੰਤ ਵਿੱਚ ਤੇਰਾ ਸਰੀਰ ਭਸਮ ਦੀ ਢੇਰੀ ਹੋ ਜਾਂਦਾ, ਤੇਰੀ ਆਤਮਾ ਉਠ ਜਾਂਦੀ ਹੈ (ਮੌਤ ਆ ਜਾਂਦੀ ਹੈ) । ਸੰਸਾਰ ਵਿੱਚ ਭਾਵੇਂ ਤੇਰੀ ਕਿਤਨੀ ਵੀ ਵੱਡੀ ਹੈਸੀਅਤ ਕਿਉਂ ਨਾ ਹੋਵੇ? ਤੇਰੇ ਗਲ ਵਿੱਚ ਮੌਤ ਦੇ ਜਮਦੂਤ ਦਾ ਸੰਗਲ ਪੈ ਜਾਂਦਾ ਹੈ । ਮੌਤੇ ਤੋ ਪਿਛੋਂ ਹਰ ਜੀਵ ਨੂੰ ਆਪਣੇ ਕੀਤੇ ਕੰਮਾਂ ਦਾ ਹਿਸਾਬ ਦੇਣਾ ਪੈਂਦਾ ਹੈ । ਮੰਦੇ ਕੰਮਾਂ ਦੇ ਕਾਰਨ, ਉਸ ਤੇ ਕੋਈ ਵੀ ਵਿਸ਼ਵਾਸ ਨਹੀਂ ਕਰਦਾ । ਉਥੇ ਉਸ ਦੀ ਰੋਣ, ਕਰਲਾਉਣ ਦੀ ਕੋਈ ਪ੍ਰਵਾਹ ਨਹੀਂ ਕਰਦਾ । ਜਿਹੜੇ ਜੀਵ ਨੇ ਆਪਣਾ ਜੀਵਨ ਬਿਰਥਾ ਹੀ ਬਤੀਤ ਕਰ ਲਿਆ। ਉਹ ਜਮਨ ਮਰਨ ਦੇ ਚੱਕਰ (ਨਰਕ) ਵਿੱਚ ਡਿੰਗ ਪੈਂਦਾ ਹੈ ।

Self-minded creature spends his human life journey in worldly comforts and pleasures. In the end, his body becomes dirt, his soul has to go back to clear the account of his worldly deeds. No matter how great may be your worldly status, you will be captured by the devil of death to be punished for your deeds. After death each and every soul has to clear the account of her worldly deeds. Whosoever performs sinful and evil deeds, he loses his trust, no one believes any of his prayer. No one cares about his cry for help. Whosoever may waste his human life blessings uselessly, he remains in the cycle of birth and death, in hell.

316.ਸਲੋਕ ਮਃ ੧॥ (੪) 464-12

ਭੈ ਵਿਚਿ ਪਵਣੁ ਵਹੈ ਸਦਵਾਉ॥	bhai vich pavan vahai sadvaa-o.
ਭੈ ਵਿਚਿ ਚਲਹਿ ਲਖ ਦਰੀਆਉ॥	bhai vich chaleh lakh daree-aa-o.
ਭੈ ਵਿਚਿ ਅਗਨਿ ਕਢੈ ਵੇਗਾਰਿ॥	bhai vich agan kadhai vaygaar.
ਭੈ ਵਿਚਿ ਧਰਤੀ ਦਬੀ ਭਾਰਿ॥	bhai vich Dhartee dabee bhaar.
ਭੈ ਵਿਚਿ ਇੰਦੁ ਫਿਰੈ ਸਿਰ ਭਾਰਿ॥	bhai vich ind firai sir bhaar.
ਭੈ ਵਿਚਿ ਰਾਜਾ ਧਰਮੁ ਦੁਆਰੁ॥	bhai vich raajaa Dharam du-aar.
ਭੈ ਵਿਚਿ ਸੂਰਜੁ ਭੈ ਵਿਚਿ ਚੰਦੁ॥	bhai vich sooraj bhai vich chand.
ਕੋਹ ਕਰੋੜੀ ਚਲਤ ਨ ਅੰਤੁ॥	koh karorhee chalat na ant.
ਭੈ ਵਿਚਿ ਸਿਧ ਬੁਧ ਸੁਰ ਨਾਥ॥	bhai vich siDh buDh sur naath.
ਭੈ ਵਿਚਿ ਆਡਾਣੇ ਆਕਾਸ॥	bhai vich aadaanay aakaas.
ਭੈ ਵਿਚਿ ਜੋਧ ਮਹਾਬਲ ਸੂਰ॥	bhai vich joDh mahaabal soor.

ਭੈ ਵਿਚਿ ਆਵਹਿ ਜਾਵਹਿ ਪੂਰ॥	bhai vich aavahi jaaveh poor.
ਸਗਲਿਆ ਭਉ ਲਿਖਿਆ ਸਿਰਿ ਲੇਖੁ॥	sagli-aa bha-o likhi-aa sir laykh.
ਨਾਨਕ ਨਿਰਭਉ ਨਿਰੰਕਾਰੁ ਸਚੁ ਏਕੁ॥੧॥	naanak nirbha-o nirankaar sach ayk.1

** (ਭੈ ਉਹ ਡਰ ਹੈ, ਜਿਵੇਂ ਇੱਕ ਪ੍ਰੇਮਕਾ ਆਪਣੇ ਪ੍ਰੇਮੀ ਨੂੰ ਬੁਹਤ ਪਿਆਰ ਕਰਦੀ ਹੈ, ਜਦੋਂ ਵੀ ਕੋਈ ਕੰਮ ਕਰਦੀ ਹੈ ਅਤੇ ਹਮੇਸ਼ਾਂ ਹੀ ਸੋਚਦੀ ਹੈ, ਮੇਰੇ ਇਸ ਕੰਮ ਨਾਲ ਉਹ ਨਰਾਜ਼ ਨਾ ਹੋ ਜਾਵੇ, ਇਹ ਉਸ ਦੀ ਅਮੀਦ ਤੋ ਬੁਹਤ ਘਟ ਹੈ, ਇਹ ਪਿਆਰ ਵਾਲਾ ਡਰ ਹੈ)

ਪ੍ਰਭ ਤੇਰੇ ਹੁਕਮ, ਭੈ, ਡਰ ਵਿੱਚ ਹੀ ਹਵਾ ਚਲਦੀ, ਅਨੇਕਾਂ ਹੀ ਦਰਿਆਂ, ਪਾਣੀ ਦੇ ਵੇਹਣ ਚਲਦੇ ਹਨ, ਡਰ ਵਿੱਚ ਹੀ ਅੱਗਨੀ ਕਈ ਸ੍ਰਿਸ਼ਟੀ ਦੇ ਸੁਖ ਦੇ ਕਰਤਬ ਕਰਦੀ ਹੈ । (ਜਿਵੇਂ ਭੋਜਨ ਬਣਾਉਣ, ਠੰਡ ਸਮੇਂ ਗਰਮੀ ਦੇਣੀ) ਧਰਤੀ ਕਿਤਨੇ ਭਾਰ ਥੱਲੇ ਹੈ, ਇੰਦ੍ਰ ਅਕਾਸ਼ ਤੇ ਘੁੰਮਦਾ ਹੈ । ਧਰਮਰਾਜ, ਤੇਰੀ ਆਗਿਆ ਲਈ ਤੇਰੇ ਦੁਰਵਾਜੇ ਤੇ ਖੜ੍ਹਾ ਹੈ । ਸੂਰਜ, ਚੰਦ, ਅਨੇਕਾਂ ਹੀ ਮੀਲ ਘੁੰਮਦੇ ਤੇ ਵੱਖਰੇ ਵੱਖਰੇ ਮੌਸਮ ਬਦਲਦੇ ਹਨ । ਇਸ ਵਿਜੋਗ ਦੇ ਡਰ ਕਰਕੇ ਹੀ, ਅਨੇਕਾਂ ਬੰਦਗੀ ਕਰਨ ਵਾਲੇ ਉੱਚੀਆਂ, ਸੁੰਨ, ਉਜਾੜਾਂ ਤੇ ਸਿਮਰਨ ਵਿੱਚ ਲੀਨ ਰਹਿੰਦੇ ਹਨ । ਇਸ ਪਿਆਰ ਵਿੱਚ ਹੀ ਬੁਹਤ ਵੱਡੇ ਸੂਰਮੇ ਆਪਣੀਆਂ ਜਾਨਾਂ ਕਰਬਾਣ ਕਰ ਦੇਂਦੇ ਹਨ, ਅਨੇਕਾਂ ਹੀ ਆਵਾਗਉਣ ਵਿੱਚ ਪਏ ਰਹਿੰਦੇ ਹਨ । ਸਾਰੀ ਸ੍ਰਿਸ਼ਟੀ ਦੇ ਮੱਥੇ ਤੇ ਇਹ ਸਭ ਕੁਝ ਲਿਖਿਆ ਹੋਇਆ ਹੈ । ਕੇਵਲ ਇੱਕੋ ਇੱਕ ਪ੍ਰਭ ਨੂੰ ਹੀ ਕੋਈ ਡਰ ਨਹੀ ਹੈ ।

The True Master, with the fear of Your command, air, several rivers, all flows of water, fire performs various deeds to comfort Your creation. Earth is under tremendous weight and pressure, prophet of rain, Inder roams around in sky. The righteous judge stands humbly at Your door waiting for Your command. Moons travel countless miles around Sun to bring different weather patterns, seasons. In the fear of separation from Your Holy Spirit countless devotees remains intoxicated in meditation in wild forest, at high mountains, in the void and abandon homes. With a devotion to Your Word, several warriors sacrifice their life, several remain in the cycle of birth and death. The destiny of everyone is prewritten on their forehead, only The True Master remains beyond prewritten destiny.

ਮਃ ੧॥	**mehlaa 1.**
ਨਾਨਕ ਨਿਰਭਉ ਨਿਰੰਕਾਰੁ	naanak nirbha-o nirankaar
ਹੋਰਿ ਕੇਤੇ ਰਾਮ ਰਵਾਲ॥	hor kaytay raam ravaal.
ਕੇਤੀਆ ਕੰਨ੍ਹ ਕਹਾਣੀਆ	kaytee-aa kanH kahaanee-aa
ਕੇਤੇ ਬੇਦ ਬੀਚਾਰ॥	kaytay bayd beechaar.
ਕੇਤੇ ਨਚਹਿ ਮੰਗਤੇ	kaytay nacheh mangtay
ਗਿੜਿ ਮੁੜਿ ਪੂਰਹਿ ਤਾਲ॥	girh murh pooreh taal.
ਬਾਜਾਰੀ ਬਾਜਾਰ ਮਹਿ	baajaaree baajaar meh
ਆਇ ਕਢਹਿ ਬਾਜਾਰ॥	aa-ay kadheh baajaar.
ਗਾਵਹਿ ਰਾਜੇ ਰਾਣੀਆ	gaavahi raajay raanee-aa
ਬੋਲਹਿ ਆਲ ਪਤਾਲ॥	boleh aal pataal.
ਲਖ ਟਕਿਆ ਕੇ ਮੁੰਦੜੇ	lakh taki-aa kay mund-rhay
ਲਖ ਟਕਿਆ ਕੇ ਹਾਰ॥	lakh taki-aa kay haar.
ਜਿਤੁ ਤਨਿ ਪਾਈਅਹਿ ਨਾਨਕਾ	jit tan paa-ee-ah naankaa
ਸੇ ਤਨ ਹੋਵਹਿ ਛਾਰ॥	say tan hoveh chhaar.
ਗਿਆਨੁ ਨ ਗਲੀਈ ਢੂਢੀਐ	gi-aan na galee-ee dhoodhee-ai
ਕਥਨਾ ਕਰੜਾ ਸਾਰੁ॥	kathnaa karrhaa saar.
ਕਰਮਿ ਮਿਲੈ ਤਾ ਪਾਈਐ	karam milai taa paa-ee-ai

ਹੋਰ ਹਿਕਮਤਿ ਹੁਕਮੁ ਖੁਆਰੁ॥੨॥ hor hikmat hukam khu-aar. ||2||

ਪ੍ਰਭ ਤੋ ਬਿਨਾਂ ਹੋਰ ਕੋਈ ਵੀ ਡਰ ਤੋ ਰਹਿਤ ਨਹੀਂ ਹੈ । ਬਹੁਤ ਧਾਰਮਕ ਕਿਤਾਬਾਂ ਵਿੱਚ ਵੱਖਰੇ ਵੱਖਰੇ ਪੀਰਾਂ ਪੈਗੰਬਰਾਂ ਦੀਆਂ ਕਥਾਂ, ਕਹਾਣੀਆਂ ਦੱਸੀਆ ਗਈਆਂ ਹਨ । ਸਾਰੇ ਹੀ ਤੇਰੇ ਦਰ ਦੇ ਭਿਖਾਰੀ, ਰਹਿਮਤ ਮੰਗਦੇ ਹਨ । ਜਿਵੇਂ ਬਾਜੀਗਰ, ਖੇਲ ਤਮਾਸ਼ਾ ਕਰਕੇ ਲੋਕਾ ਨੂੰ ਭੁਲੇਖਾ ਪਾ ਕੇ ਆਪਣਾ ਰੁਜ਼ਗਾਰ ਕਰਦਾ ਹੈ । ਜਿਹੜਾ ਪ੍ਰਚਾਰਕ ਹੋਰ ਤਾਰੀਕੇ, ਵਿਧੀ ਦੀ ਸਿਖਿਆ ਦੇਂਦਾ ਹੈ, ਅਸਲੀ ਮਾਲਕ ਦੇ ਪ੍ਰਵਾਨ ਨਹੀਂ ਹੁੰਦੀ । ਸੰਸਾਰ ਵਿੱਚ ਵੱਡੀ ਹੈਸੀਅਤ ਤੇ ਪਾਹੁੰਚੇ, ਬੁਹਤ ਹੀ ਵਿਧੀਆਂ ਦੱਸਦੇ ਹਨ, ਆਪਣਾ ਜੀਵਨ ਵਿੱਚ ਸਿਖਿਆ ਦੀ ਪ੍ਰਵਾਹ ਨਹੀਂ ਕਰਦੇ । ਉਹ ਆਪਣੇ ਆਪ ਨੂੰ ਕੀਮਤੀ ਗਹਿਣੀਆਂ ਨਾਲ ਸਜਾਕੇ ਰਖਦੇ ਹਨ, ਉਹ ਭੁਲ ਜਾਂਦੇ ਹਨ, ਸਰੀਰ ਆਖੀਰ ਵਿੱਚ ਭਸਮ ਹੋ ਜਾਣਾ ਹੈ । ਪ੍ਰਭ ਦੀ ਰਹਿਮਤ, ਸ਼ਬਦ ਦੀ ਸੋਝੀ ਕੇਵਲ ਗੱਲਾਂ ਕਰਨ, ਬਾਣੀ ਦਾ ਨਿੱਤਨੇਮ, ਸ਼ਬਦ ਦੀ ਕਥਾ, ਕੀਰਤਨ, ਵਿਆਖਿਆ ਕਰਨ ਨਾਲ ਬਖਸ਼ਿਸ਼ ਨਹੀਂ ਹੁੰਦੀ । ਜੀਵ ਦੀ ਗਤੀ, ਕੇਵਲ ਪ੍ਰਭ ਦੀ ਰਹਿਮਤ ਨਾਲ ਹੀ ਹੋ ਸਕਦੀ ਹੈ । ਹੋਰ ਸਭ ਵਿਧੀਆਂ ਬਿਰਥੀਆ ਹੀ ਹਨ ।

Only, The True Master, no one else remains beyond the fear of prewritten destiny. Various Holy Scriptures describe the life stories of various Holy devotees, prophets, all are beggars at Your door, begging for Your mercy and grace. As the juggler plays clever tricks and create illusion to make his living, preacher inspires different way of meditation. Whosoever may inspire any other meditation except the teachings of His Word, he may not be approved by The True Master. Worldly Holy prophets, renowned saints describe different techniques, path of meditation. However, they may not adopt these teachings in their own day to day life. They may remain intoxicated with worldly glory, dress up with expensive clothes and jewelry like bridegroom; they may forget that the body becomes dust, after breaths are exhausted. His mercy and grace may not be bestowed by only talking, reciting and singing Holy Scripture teachings, daily routine prayers or religious baptism or religious robe. Only with His mercy and grace, his soul may be accepted in His sanctuary and may be blessed with salvation. All other unique techniques of meditation and religious rituals are useless for the purpose of human life journey.

ਪਉੜੀ ੪੬੫॥ **pa-orhee.**

ਨਦਰਿ ਕਰਹਿ ਜੇ ਆਪਣੀ	nadar karahi jay aapnee
ਤਾ ਨਦਰੀ ਸਤਿਗੁਰੁ ਪਾਇਆ॥	taa nadree satgur paa-i-aa.
ਏਹੁ ਜੀਉ ਬਹੁਤੇ ਜਨਮ ਭਰੰਮਿਆ,	ayhu jee-o bahutay janam bharammi-aa
ਤਾ ਸਤਿਗੁਰਿ ਸਬਦੁ ਸੁਣਾਇਆ॥	taa satgur sabad sunaa-i-aa.
ਸਤਿਗੁਰ ਜੇਵਡੁ ਦਾਤਾ ਕੋ ਨਹੀ,	satgur jayvad daataa ko nahee
ਸਭਿ ਸੁਣਿਅਹੁ ਲੋਕ ਸਬਾਇਆ॥	sabh suni-ahu lok sabaa-i-aa.
ਸਤਿਗੁਰਿ ਮਿਲਿਐ ਸਚੁ ਪਾਇਆ,	satgur mili-ai sach paa-i-aa
ਜਿਨ੍ੀ ਵਿਚਹੁ ਆਪੁ ਗਵਾਇਆ॥	jinHee vichahu aap gavaa-i-aa.
ਜਿਨਿ ਸਚੋ ਸਚੁ ਬੁਝਾਇਆ॥੪॥	jin sacho sach bujhaa-i-aa. ||4||

ਪ੍ਰਭ ਦੀ ਰਹਿਮਤ ਤੋ ਬਿਨਾਂ ਜੀਵ ਦੀ ਬੰਦਗੀ ਪ੍ਰਭ ਦੀ ਪਰਖ ਨੂੰ ਪ੍ਰਵਾਨ ਨਹੀਂ ਹੁੰਦੀ । ਆਤਮਾ ਸ਼ਬਦ, ਸਿਮਰਨ ਵਿੱਚ ਲੀਨ ਨਹੀਂ ਹੁੰਦੀ, ਜਨਮ ਮਰਨ ਵਿੱਚ ਹੀ ਭਉਦੀ ਰਹਿੰਦੀ ਹੈ । ਪ੍ਰਭ ਤੋ ਵੱਡਾ, ਉਪਰ ਹੋਰ ਕੋਈ ਦੂਜਾ ਨਹੀਂ ਹੈ । ਰਹਿਮਤ ਕੇਵਲ ਮਨ ਵਿਚੋਂ ਆਪਾ, ਅਹੰਕਾਰ ਖਤਮ ਕਰਨ ਨਾਲ ਹੀ ਬਖਸ਼ਿਸ਼ ਹੋ ਸਕਦੀ ਹੈ । ਜਿਹੜਾ ਆਪਣੇ ਆਪੇ ਨੂੰ ਖਤਮ ਕਰਕੇ ਪ੍ਰਭ ਵਿੱਚ ਅਭੇਦ ਹੋਣ ਲਈ ਤਿਆਰ ਹੋ ਜਾਂਦਾ ਹੈ । ਪ੍ਰਭ ਆਪ ਹੀ ਉਸ ਨੂੰ ਸ਼ਬਦ ਦੀ ਸੋਝੀ, ਗਿਆਨ, ਪ੍ਰਵਾਨਗੀ ਦੇ ਰਸਤੇ ਤੇ ਅਡੋਲ ਰਖਦਾ ਹੈ ।

Without the blessings of The True Master, the meditation of anyone may not become worthy of His consideration, accepted in His court. He may not remain focused on the teachings of His Word and his soul may wander in the cycle of birth and death. No one is equal or greater than The Omnipotent True Master, the greatest of all. Whosoever may abandon his worldly status, selfishness and ego, only he may become worthy of His consideration. Whosoever may prepare himself for the journey on the right path, by surrendering his own worldly status and identity; The Merciful True Master may enlighten his soul and keeps her steady and stable on the right path of acceptance in His court.

317.ਸਲੋਕ ਮਃ ੧॥ (੫) 465-5

ਘੜੀਆ ਸਭੇ ਗੋਪੀਆ	gharhee-aa sabhay gopee-aa
ਪਹਰ ਕੰਨ੍ ਗੋਪਾਲ॥	pahar kanH gopaal.
ਗਹਣੇ ਪਉਣੁ ਪਾਣੀ ਬੈਸੰਤਰੁ	gahnay pa-un paanee baisantar
ਚੰਦੁ ਸੂਰਜੁ ਅਵਤਾਰ॥	chand sooraj avtaar.
ਸਗਲੀ ਧਰਤੀ ਮਾਲੁ ਧਨੁ	saglee Dhartee maal Dhan
ਵਰਤਣਿ ਸਰਬ ਜੰਜਾਲ॥	vartan sarab janjaal.
ਨਾਨਕ ਮੁਸੈ ਗਿਆਨ ਵਿਹੂਣੀ	naanak musai gi-aan vihoonee
ਖਾਇ ਗਇਆ ਜਮਕਾਲੁ॥੧॥	khaa-ay ga-i-aa jamkaal. ||1||

ਪ੍ਰਭ ਹਰ ਪਲ, ਘੜੀ ਬਹੁਤ ਸੁੰਦਰ ਆਤਮਾਂ ਨੂੰ ਸ੍ਰਿਸ਼ਟੀ ਵਿੱਚ ਭੇਜਦਾ ਹੈ । ਕਿਸੇ ਨੂੰ ਦਾਸੀ, ਸੇਵਾ ਕਰਨ ਲਈ ਅਤੇ ਕਿਸੇ ਨੂੰ ਕਾਹਨ, ਸੇਵਾ ਕਰਵਾਉਣ ਲਈ ਸ੍ਰਿਸ਼ਟੀ ਵਿੱਚ ਭੇਜਦਾ ਹੈ । ਉਹਨਾਂ ਨੂੰ ਸਜਾਉਣ ਲਈ, ਸੁਖ ਦੇਣ ਲਈ ਹਵਾ, ਪਾਣੀ, ਸੂਰਜ, ਚੰਦ ਪੈਦਾ ਕੀਤੇ ਹਨ । ਮਨ ਦੀ ਅਵਸਥਾ ਨੂੰ ਅਡੋਲ ਰਖਣ ਲਈ ਧਰਤੀ ਤੇ ਸਭ ਸੰਸਾਰਕ ਧਨ ਦੌਲਤ, ਲਾਲਚ, ਭਰਮਾਂ ਦੇ ਜਾਲ ਵਛਾਉਂਦਾ ਹੈ । ਜਿਤਨਾ ਚਿਰ ਜੀਵ ਸ਼ਬਦ ਦੀ ਪਾਲਣਾ, ਸਿਮਰਨ ਕਰਕੇ ਸੋਝੀ ਨਹੀਂ ਪਾਉਂਦਾ । ਰਹਿਮਤ ਬਖਸ਼ਿਸ਼ ਨਹੀਂ ਹੁੰਦੀ, ਓਹ ਜਮਦੂਤਾਂ ਦੇ ਕਾਬੂ ਵਿੱਚ ਹੀ ਰਹਿੰਦਾ ਹੈ ।

Each and every moment, The True Master may send various blessed souls in the universe for a unique purpose. Some are to serve others; some are to be served in the universe. He has created air, water, Sun and Moon to enhance the glory and provides comfort for the soul. He also creates the various traps of worldly wealth, greed, suspicions to evaluate his dedication on the right path of meditation. As long as his creature may not meditate, adopt the teachings of His Word in his day to day life; his soul may not bless with the right path of enlightenment from within. He may remain under seize and captured by the devil of death.

ਮਃ ੧॥	**mehlaa 1.**
ਵਾਇਨਿ ਚੇਲੇ ਨਚਨਿ ਗੁਰ॥	vaa-in chaylay nachan gur.
ਪੈਰ ਹਲਾਇਨਿ ਫੇਰਨਿ੍ ਸਿਰ॥	pair halaa-in fayrniH sir.
ਉਡਿ ਉਡਿ ਰਾਵਾ ਝਾਟੈ ਪਾਇ॥	ud ud raavaa jhaatai paa-ay.
ਵੇਖੈ ਲੋਕੁ ਹਸੈ ਘਰਿ ਜਾਇ॥	vaykhai lok hasai ghar jaa-ay.
ਰੋਟੀਆ ਕਾਰਣਿ ਪੂਰਹਿ ਤਾਲ॥	rotee-aa kaaran pooreh taal.
ਆਪੁ ਪਛਾੜਹਿ ਧਰਤੀ ਨਾਲਿ॥	aap pachhaarheh Dhartee naal.
ਗਾਵਨਿ ਗੋਪੀਆ ਗਾਵਨਿ ਕਾਨ੍॥	gaavan gopee-aa gaavan kaanH.
ਗਾਵਨਿ ਸੀਤਾ ਰਾਜੇ ਰਾਮ॥	gaavan seetaa raajay raam.
ਨਿਰਭਉ ਨਿਰੰਕਾਰੁ ਸਚੁ ਨਾਮੁ॥	nirbha-o nirankaar sach naam.
ਜਾ ਕਾ ਕੀਆ ਸਗਲ ਜਹਾਨੁ॥	jaa kaa kee-aa sagal jahaan.

ਸੇਵਕ ਸੇਵਹਿ ਕਰਮਿ ਚੜਾਉ॥	sayvak sayveh karam charhaa-o.
ਭਿੰਨੀ ਰੈਣਿ ਜਿਨ੍ਹਾ ਮਨਿ ਚਾਉ॥	bhinnee rain jinHaa man chaa-o.
ਸਿਖੀ ਸਿਖਿਆ ਗੁਰ ਵੀਚਾਰਿ॥	sikhee sikhi-aa gur veechaar.
ਨਦਰੀ ਕਰਮਿ ਲਘਾਏ ਪਾਰਿ॥	nadree karam laghaa-ay paar.
ਕੋਲੂ ਚਰਖਾ ਚਕੀ ਚਕੁ॥	koloo charkhaa chakee chak.
ਥਲ ਵਾਰੋਲੇ ਬਹੁਤੁ ਅਨੰਤੁ॥	thal vaarolay bahut anant.
ਲਾਟੂ ਮਾਧਾਣੀਆ ਅਨਗਾਹ॥	laatoo maaDhaanee-aa angaah.
ਪੰਖੀ ਭਉਦੀਆ ਲੈਨਿ ਨ ਸਾਹ॥	pankhee bha-udee-aa lain na saah.
ਸੂਐ ਚਾੜਿ ਭਵਾਈਅਹਿ ਜੰਤ॥	soo-ai chaarh bhavaa-ee-ah jant.
ਨਾਨਕ ਭਉਦਿਆ ਗਣਤ ਨ ਅੰਤ॥	naanak bha-udi-aa ganat na ant.
ਬੰਧਨ ਬੰਧਿ ਭਵਾਏ ਸੋਇ॥	banDhan banDh bhavaa-ay so-ay.
ਪਇਐ ਕਿਰਤਿ ਨਚੈ ਸਭੁ ਕੋਇ॥	pa-i-ai kirat nachai sabh ko-ay.
ਨਚਿ ਨਚਿ ਹਸਹਿ ਚਲਹਿ ਸੇ ਰੋਇ॥	nach nach haseh chaleh say ro-ay.
ਉਡਿ ਨ ਜਾਹੀ ਸਿਧ ਨ ਹੋਹਿ॥	ud na jaahee siDh na hohi.
ਨਚਣੁ ਕੁਦਣੁ ਮਨ ਕਾ ਚਾਉ॥	nachan kudan man kaa chaa-o.
ਨਾਨਕ ਜਿਨ੍ ਮਨਿ ਭਉ	naanak jinH man bha-o
ਤਿਨ੍ਹਾ ਮਨਿ ਭਾਉ॥੨॥	tinHaa man bhaa-o. ||2||

ਧਾਰਮਕ ਪੀਰ, ਗੁਰੂ ਭਗਤੀ ਕਰਨ ਦੇ ਵੱਖਰੇ ਵੱਖਰੇ ਤਾਰੀਕੇ ਦੱਸਦੇ ਹਨ । ਉਹ ਆਪ ਮਿੱਠੇ, ਸੰਗੀਤ, ਰਾਗ ਨਾਲ ਨੱਚਦੇ, ਪਿਛੇ ਚਲਣ ਵਾਲੇ ਉਹਨਾਂ ਤੋ ਵੀ ਜ਼ਿਆਦਾ ਟੱਪਦੇ ਹਨ । ਧਰਤੀ ਦੀ ਧੂੜ ਉਹਨਾਂ ਦੇ ਸਿਰਾ ਤੇ ਪੈਂਦੀ ਹੈ, ਲੋਕ ਮਖੌਲ ਬਣਾਉਂਦੇ, ਕਰਦੇ ਹਨ । ਇਹ ਸਭ ਆਪਣੀ ਸੰਸਾਰਕ ਭੁੱਖ ਨੂੰ ਦੂਰ ਕਰਨ, ਲਾਲਚ ਪੂਰਾ ਕਰਨ ਲਈ ਹੀ ਕਰਦੇ ਹਨ । ਉਹ ਆਪਣਾ ਅਸਲੀ ਰਸਤਾ ਭੁਲ ਗਏ ਹਨ, ਧਰਤੀ ਦੇ ਯੋਗ ਹੀ ਰਹਿੰਦੇ ਹਨ, ਦਰਬਾਰ ਵਿੱਚ ਕੋਈ ਥਾਂ ਬਖਸ਼ਿਸ਼ ਨਹੀਂ ਹੁੰਦੀ । ਸ੍ਰਿਸ਼ਟੀ ਵਿੱਚ ਅਨੇਕਾਂ ਹੀ ਆਤਮਾਂ ਸਿਮਰਨ ਕਰਦੀਆਂ ਹਨ, ਨਿਰਭਉ, ਬੇਪ੍ਰਵਾਹ ਪ੍ਰਭ ਹੀ ਸਾਰੀ ਸ੍ਰਿਸ਼ਟੀ ਨੂੰ ਪੈਦਾ ਕਰਦਾ ਹੈ । ਪ੍ਰਭ ਦੀ ਬੰਦਗੀ ਕੇਵਲ ਉਹ ਹੀ ਕਰ ਸਕਦਾ ਹੈ ਜਿਸ ਦੇ ਕਰਮਾਂ ਵਿੱਚ ਹੁੰਦਾ ਹੈ । ਉਸ ਦਾ ਸੰਸਾਰਕ ਜੀਵਨ ਬੁਹਤ ਸ਼ਾਹਾਨਾ ਹੁੰਦਾ, ਮਨ ਖੇੜੇ ਵਿੱਚ ਰਹਿੰਦਾ ਹੈ । ਸਾਰੀਆਂ ਧਾਰਮਕ ਕਿਤਾਬਾਂ ਤੋ ਇਹ ਹੀ ਸਿਖਿਆ ਮਿਲਦੀ ਹੈ ।

ਜਿਸ ਤੇ ਪ੍ਰਭ ਰਹਿਮਤ ਬਖਸ਼ਦਾ, ਉਸ ਦੇ ਕੰਮ ਪ੍ਰਵਾਨ ਹੋ ਜਾਂਦੇ ਹਨ, ਉਸ ਵਿੱਚ ਹੀ ਅਲੋਪ ਹੋ ਜਾਂਦਾ ਹੈ । ਇਸ ਸੰਸਾਰ ਵਿੱਚ ਬੁਹਤ ਹੀ ਜੀਵ ਬੁਹਤ ਮੁਸ਼ੱਕਤ, ਤਪਸਿਆ ਕਰਦੇ ਹਨ । ਹਰਇੱਕ ਜੀਵ ਹੀ ਆਪਣੇ ਤਾਰੀਕੇ ਨਾਲ ਪ੍ਰਭ ਨੂੰ ਪਾਉਣ ਵਿੱਚ ਲੱਗਾ ਰਹਿੰਦਾ ਹੈ । ਅਨੇਕਾਂ ਜੀਵ ਵੱਖਰੇ, ਵੱਖਰੇ ਤਾਰੀਕੇ ਅਪਣਾਉਂਦੇ ਹਨ । ਪ੍ਰਭ ਹੀ ਜੀਵ ਨੂੰ ਇਹਨਾਂ ਬੰਧਨਾ ਵਿੱਚ ਬੰਧਦਾ, ਉਸ ਤਾਰੀਕੇ ਨਾਲ ਕਰਮ ਕਰਦੇ ਹਨ । ਜਿਹੜੇ ਸੰਸਾਰਕ ਜੀਵਾਂ ਨੂੰ ਖੁਸ਼ ਕਰਨ ਲਈ ਨੱਚਦੇ, ਟੱਪਦੇ ਹਨ । ਓਹਨਾ ਨੂੰ ਪ੍ਰਭ ਦੀ ਰਹਿਮਤ ਦੇ ਤਾਰੀਕੇ ਦਾ ਕੋਈ ਗਿਆਨ ਨਹੀਂ ਹੁੰਦਾ । ਇਹ ਨੱਚਨਾ ਟੱਪਨਾ ਆਪਣੇ ਮਨ ਨੂੰ ਖੁਸ਼ ਕਰਨ ਦਾ ਹੀ ਢੰਗ ਹੈ । ਜਿਸ ਦਾ ਮਨ, ਪ੍ਰਭ ਦੇ ਵਿਛੋੜੇ ਦੇ ਵਿਰਾਗ ਨਾਲ ਭਰਿਆਂ ਹੋਇਆ ਹੈ, ਉਹ ਹੀ ਪ੍ਰਵਾਨ ਹੋ ਸਕਦਾ ਹੈ ।

** (ਗੋਪੀਆ, ਕਾਹਨ, ਰਾਜੇ, ਸੰਸਾਰਕ ਧਾਰਮਕ ਆਗੂ)

The religious preachers, gurus describe various different techniques to meditate on the teachings of His Word. So many worldly preachers speak very politely, sing with the melodious music tone and dances on the Holy Scripture; their followers dance and sing more aggressively with more enthusiasm. The dust of earth falls on their head and everyone makes a mockery of their meditation. All worldly gurus are intoxicated with greed of worldly wealth. They have abandoned, lost the right path of meditation, they may not be accepted in His court and remain in the cycle of birth and death, Countless souls, so many angels, kings and religious leaders are meditation with devotion to be accepted in His sanctuary. The Omnipotent, fearless carefree True Master creates the whole universe to meditate. Whosoever may have a great prewritten destiny, only he may meditate and adopt the teachings of His Word in day to day life. His human life journey may become very glamorous and he may remain fully contented. All Holy scripture enlightens same essence of His nature.

Whosoever may be blessed with His mercy and grace, all his meditations may be accepted and he may immerse in His Holy spirit. Countless devotees meditate with a very hard, rigid disciplines. Everyone tries his best way to meditate to become worthy of His consideration. Several devotees adopt various techniques of meditation in their life, The True Master inspires and bonds these devotees on those techniques. They may perform their deed under these techniques and environments. Whosoever may sing and dance on the tune of the Holy Scripture to impress the worldly prophets; he may remain ignorant from the right path of meditation. Whosoever may be overwhelmed with the renunciation of his memory of separation from The True Master, his meditation may be accepted in His court.

ਪਉੜੀ॥	**pa-orhee.**
ਨਾਉ ਤੇਰਾ ਨਿਰੰਕਾਰੁ ਹੈ	naa-o tayraa nirankaar hai
ਨਾਇ ਲਇਐ ਨਰਕਿ ਨ ਜਾਈਐ॥	naa-ay la-i-ai narak na jaa-ee-ai.
ਜੀਉ ਪਿੰਡੁ ਸਭੁ ਤਿਸ ਦਾ	jee-o pind sabh tis daa
ਦੇ ਖਾਜੈ ਆਖਿ ਗਵਾਈਐ॥	day khaajai aakh gavaa-ee-ai.
ਜੇ ਲੋੜਹਿ ਚੰਗਾ ਆਪਣਾ	jay lorheh changa aapnaa
ਕਰਿ ਪੁੰਨਹੁ ਨੀਚੁ ਸਦਾਈਐ॥	kar punnhu neech sadaa-ee-ai.
ਜੇ ਜਰਵਾਣਾ ਪਰਹਰੈ	jay jarvaanaa parharai
ਜਰੁ ਵੇਸ ਕਰੇਦੀ ਆਈਐ॥	jar vays karaydee aa-ee-ai.
ਕੋ ਰਹੈ ਨ ਭਰੀਐ ਪਾਈਐ॥ ੫॥	ko rahai na bharee-ai paa-ee-ai. ||5||

ਪ੍ਰਭ ਤੇਰੀ ਹੋਂਦ, ਤੇਰਾ ਸ਼ਬਦ ਨਾ ਮਿਟਨਵਾਲਾ ਹੈ । ਜਿਹੜਾ ਵੀ ਭਰੋਸਾ ਅਡੋਲ ਰਖਕੇ ਸ਼ਬਦ ਦੀ ਪਾਲਣਾ, ਸਿਮਰਨ ਕਰਦਾ, ਪ੍ਰਵਾਨ ਹੋ ਜਾਂਦਾ, ਨਰਕ ਨਹੀਂ ਜਾਂਦਾ । ਮਾਨਸ ਤਨ, ਜਨਮ ਤੇਰੀ ਹੀ ਅਮਾਨਤ ਹੈ, ਤੇਰੀ ਸੇਵਾ ਵਿੱਚ ਹੀ ਬਤੀਤ ਕਰਨਾ ਦੀ ਇੱਛਾ ਹੈ । ਦੁਨੀਆਵੀ ਖੁਸ਼ੀ ਲਈ ਗਵਾਉਣਾ ਨਹੀਂ ਚਾਹੁੰਦਾ । ਜਿਹੜਾ ਦੇ ਮਨ ਵਿੱਚ ਆਪਣਾ ਅਸਲੀ ਮੰਤਵ ਹਾਸਿਲ ਕਰਨਾ ਦੀ ਇੱਛਾਂ ਹੋਵੇ, ਉਹ ਸ੍ਰਿਸ਼ਟੀ ਦੀ ਭਲਾਈ ਲਈ ਹੀ ਆਪਣਾ ਜੀਵਨ ਬਤੀਤ ਕਰੇ, ਭਾਵੇਂ ਬਾਕੀ ਜੀਵ ਉਸ ਨੂੰ ਨੀਚ ਵੀ ਸਮਝਣ । ਜੀਵ ਭਾਵੇਂ ਬੁਢੇਪੇ ਦੀਆਂ ਨਿਸ਼ਾਨੀ ਛਿਪਾ ਲਏ, ਅੰਤ ਵਿੱਚ ਮਰਨਾ ਹੀ ਹੈ । ਕੋਈ ਵੀ ਕਦੇ ਆਪਣੇ ਸਾਰੇ ਸਵਾਸਾਂ ਦੀ ਗਿਣਤੀ ਨਹੀਂ ਕਰ ਸਕਦਾ ।

My True Master Your existence and Your Word remain axiom, un-changeable, permanent. Whosoever may meditate and adopt the teachings of Your Word with steady and stable belief, his meditation may be accepted in Your court. He may not enter into the womb of mother-hell; his cycle of birth and death may be eliminated. Only with Your mercy and grace, human life, body and mind are blessed and are Your trust only. We should dedicate our life in the service of mankind and may not waste in worldly pleasures. Whosoever may have a deep desire to accomplish his true purpose of human life journey, he should always perform the good deeds for the mankind, His creation; no matter even though everyone may call him insane, lower-status mean. One may hide the signs of his old age, still everyone has to face death, no one may ever fully count the numbers of his breaths.

318.ਸਲੋਕ ਮਃ ੧॥ (੬) 465-17

ਮੁਸਲਮਾਨਾ ਸਿਫਤਿ ਸਰੀਅਤਿ	musalmaanaa sifat saree-at
ਪੜਿ ਪੜਿ ਕਰਹਿ ਬੀਚਾਰੁ॥	parh parh karahi beechaar.
ਬੰਦੇ ਸੇ ਜਿ ਪਵਹਿ ਵਿਚਿ ਬੰਦੀ	banday say je paveh vich bandee
ਵੇਖਣ ਕਉ ਦੀਦਾਰੁ॥	vaykhan ka-o deedaar.
ਹਿੰਦੂ ਸਾਲਾਹੀ ਸਾਲਾਹਨਿ	hindoo saalaahee saalaahan
ਦਰਸਨਿ ਰੂਪਿ ਅਪਾਰੁ॥	darsan roop apaar.
ਤੀਰਥਿ ਨਾਵਹਿ ਅਰਚਾ ਪੂਜਾ	tirath naaveh archaa poojaa
ਅਗਰ ਵਾਸੁ ਬਹਕਾਰੁ॥	agar vaas behkaar.
ਜੋਗੀ ਸੁੰਨਿ ਧਿਆਵਨ੍ਹਿ ਜੇਤੇ	jogee sunn Dhi-aavniH jaytay
ਅਲਖ ਨਾਮੁ ਕਰਤਾਰੁ॥	alakh naam kartaar.
ਸੂਖਮ ਮੂਰਤਿ ਨਾਮੁ ਨਿਰੰਜਨ	sookham moorat naam niranjan
ਕਾਇਆ ਕਾ ਆਕਾਰੁ॥	kaa-i-aa kaa aakaar.
ਸਤੀਆ ਮਨਿ ਸੰਤੋਖੁ ਉਪਜੈ	satee-aa man santokh upjai
ਦੇਣੈ ਕੈ ਵੀਚਾਰਿ॥	daynai kai veechaar.
ਦੇ ਦੇ ਮੰਗਹਿ ਸਹਸਾ	day day mangeh sahsaa
ਗੂਣਾ ਸੋਭ ਕਰੇ ਸੰਸਾਰੁ॥	goonaa sobh karay sansaar.
ਚੋਰਾ ਜਾਰਾ ਤੈ ਕੂੜਿਆਰਾ	choraa jaaraa tai koorhi-aaraa
ਖਾਰਾਬਾ ਵੇਕਾਰ॥	khaaraabaa vaykaar.
ਇਕਿ ਹੋਦਾ ਖਾਇ ਚਲਹਿ ਐਥਾਊ ਤਿਨਾ	ik hodaa khaa-ay chaleh aithaa-oo
ਭੀ ਕਾਈ ਕਾਰ॥	tinaa bhe kaa-ee kaar.
ਜਲਿ ਥਲਿ ਜੀਆ ਪੁਰੀਆਂ	jal thal jee-aa puree-aa
ਲੋਆ ਆਕਾਰਾ ਆਕਾਰ॥	lo-aa aakaaraa aakaar.
ਓਇ ਜਿ ਆਖਹਿ ਸੁ ਤੂੰਹੈ ਜਾਣਹਿ	o-ay je aakhahi so tooNhai jaaneh
ਤਿਨਾ ਭਿ ਤੇਰੀ ਸਾਰ॥	tinaa bhe tayree saar.
ਨਾਨਕ ਭਗਤਾ ਭੁਖ ਸਾਲਾਹਣੁ	naanak bhagtaa bhukh saalaahan
ਸਚੁ ਨਾਮੁ ਆਧਾਰੁ॥	sach naam aaDhaar.
ਸਦਾ ਅਨੰਦਿ ਰਹਹਿ ਦਿਨੁ ਰਾਤੀ	sadaa anand raheh din raatee
ਗੁਣਵੰਤਿਆ ਪਾ ਛਾਰੁ॥੧॥	gunvanti-aa paa chhaar. ||1||

ਜਿਹੜਾ ਜੀਵ ਮੁਸਲਮਾਨ ਧਰਮ ਨੂੰ ਆਪਣਾ ਗਿਆਨਤਾ, ਮੁਕਤੀ ਦਾ ਰਸਤਾ ਸਮਝਦਾ ਹੈ । ਉਹ ਕੁਰਾਨ ਵਿੱਚ ਦੱਸੇ ਰਸਤੇ ਦਾ ਗਿਆਨ ਪ੍ਰਾਪਤ ਕਰਦਾ, ਅਸੂਲਾਂ ਦਾ ਵਿਚਾਰ ਕਰਦਾ ਹੈ । ਜਿਹੜਾ ਜੀਵ ਹਿੰਦੂ ਮੱਤ ਵਿੱਚ ਵਿਸ਼ਵਾਸ ਰਖਦਾ ਹੈ । ਉਹ ਪ੍ਰਭ ਦੀ ਉਸਤਤ ਕਰਦਾ, ਉਹ ਮੰਨਦਾ ਹੈ, ਪ੍ਰਭ ਦੇ ਬਰਾਬਰ ਹੋਰ ਕੋਈ ਦੂਜਾ ਨਹੀਂ ਹੈ । ਉਹ ਪਵਿਤ੍ਰ ਸਮਝੇ ਗਏ ਤੀਰਥਾਂ ਤੇ ਇਸ਼ਨਾਨ ਕਰਦਾ, ਪ੍ਰਭ ਅੱਗੇ ਫੁੱਲ ਭੇਟਾ ਕਰਦਾ, ਧੂਪ ਦੇਂਦੇ ਹੈ । ਜਿਹੜਾ ਜੋਗੀ ਮਤਵਾਲਾ ਹੈ, ਉਹ ਪ੍ਰਭ ਨੂੰ ਹੀ ਸਾਰੀ ਸ੍ਰਿਸ਼ਟੀ ਨੂੰ ਪੈਦਾ ਕਰਨ ਵਾਲਾ ਮੰਨਦਾ ਹੈ । ਕਿ ਪ੍ਰਭ ਹਰ ਥਾਂ ਮੌਜੂਦ ਹੈ, ਕਿਸੇ ਨੂੰ ਨਜ਼ਰ ਨਹੀਂ ਆਉਂਦਾ, ਉਸ ਦੀ ਸੂਰਤ ਸੂਖਮ ਬਹੁਤ ਅਨੌਖੀ ਹੈ । ਕਿਸੇ ਵੀ ਜੀਵ (ਅਕਾਰ) ਵਿੱਚ ਕਿਸੇ ਸਮੇਂ ਪ੍ਰਗਟ ਹੋ ਸਕਦਾ ਹੈ । ਪ੍ਰਭ ਦੇ ਅਸਲੀ ਭਗਤ ਦੇ ਮਨ ਵਿੱਚ ਪ੍ਰਭ ਦੇ ਦਰਸ਼ਨ ਦੀ ਇੱਛਾਂ, ਭਾਣੇ ਵਿੱਚ ਸੰਤੋਖ, ਉਸ ਦੇ ਬਖਸ਼ੇ ਦਾ ਸਦਾ ਹੀ ਧੰਨਵਾਦ ਕਰਦਾ, ਸਿਮਰਨ ਵਿੱਚ ਲੀਨ ਰਹਿੰਦਾ ਹੈ । ਪ੍ਰਭ ਦਾਤਾਂ ਬਖਸ਼ਦਾ ਰਹਿੰਦਾ ਹੈ, ਜੀਵ ਹੋਰ ਦਾਤਾਂ ਮੰਗੀ ਜਾਂਦੇ ਹਨ । ਮੁਰਾਦਾਂ ਪੂਰੀ ਕਰਨ ਕਰਕੇ ਪ੍ਰਭ ਦੀਆਂ ਸਿਫਤਾ ਕਰਦੇ ਰਹਿੰਦਾ ਹੈ । ਉਹ ਜੀਵ ਚੋਰਾਂ ਵਰਗੇ, ਪਾਪੀ ਹਨ, ਵਾਸਨਾ ਦੇ ਕਾਬੂ ਵਿੱਚ ਹਨ । ਪਿਛਲੇ

ਜਨਮ ਦੀ ਕਮਾਈ ਦੀਆਂ ਦਾਤਾਂ ਖਤਮ ਕਰ ਜਾਂਦੇ ਹਨ, ਇਸ ਜਨਮ ਵਿੱਚ ਕੋਈ ਚੰਗਾ ਕਰਮ ਕਰਕੇ ਨਹੀਂ ਜਾਂਦੇ । ਪ੍ਰਭ ਜਲ, ਥਲ ਤੇ ਵੱਖਰੀ ਵੱਖਰੀ ਕਿਸਮ ਦੇ ਜੀਵ ਪੈਦਾ ਕਰਦਾ ਹੈ । ਉਹ ਸਾਰਿਆਂ ਦੀ ਸੰਭਾਲਨਾ ਕਰਦਾ, ਧੰਨ ਹੀ ਹੈ । ਅਸਲੀ ਭਗਤ ਦੇ ਮਨ ਵਿੱਚ ਹਰ ਵੇਲੇ ਹੀ ਸ਼ਬਦ ਦੀ ਪਾਲਣਾ ਦੀ ਇੱਛਾ ਰਹਿੰਦੀ ਹੈ । ਉਸ ਦੀ ਪਾਲਣਾ ਕਰਨਾ ਹੀ ਉਸ ਦਾ ਸੰਸਾਰ ਜੀਵਨ ਦਾ ਧੰਦਾ ਬਣ ਜਾਂਦਾ ਹੈ । ਉਸ ਜੀਵ ਦੀ ਸਿਖਿਆ ਨਾਲ ਜੀਵਨ ਸਫਲ ਹੋ ਜਾਂਦਾ ਹੈ ।

Whosoever may believe in the Holy Scripture of Muslims, as the of right path of salvation, he understands the teachings of the Holy Scripture Quran and adopts the teachings in his day to day life. Whosoever may believe in the Hindu philosophy of salvation, he sings the glory of The True Master and claims that no one is equal or greater than God. He worships, offers flowers and fragrance at renowned holy shrines and take a bath of sanctification. Whosoever may believe in the concept Yogi, he considers The One and Only One God True Creator of the whole universe; He is Omnipresent, beyond the visibility of His creation. He may appear in any creature, structure anywhere any time, His glory and color are very astonishing. However, His true devotee always remains fully contented with His blessings in all worldly condition. He always sings the glory of His virtues and thanks for His blessings. The True Master always bestows His blessings to His creation; however, ignorant creatures keep begging for more and more in greed of his mind. He only singing His glory for satisfying his desires; he is like thief and robber; sinners and he does not control the desire of his mind. He exhausts all earnings of His Word of previous life; however, may not perform any good deed in the universe. The True Master creates different kinds of creature in water, in, on and under earth, He nourishes and protects all His creation. His true devotee always keeps a burning desire to be blessed with His blessed vision. The meditation on the teachings of His Word becomes the only purpose of his human life journey. Even with the shadow of His true devotee, human life journey may be transformed.

ਮਃ ੧॥	**mehlaa 1.**
ਮਿਟੀ ਮੁਸਲਮਾਨ ਕੀ	mitee musalmaan kee
ਪੇੜੈ ਪਈ ਕੁਮ੍ਹਿਆਰ॥	payrhai pa-ee kumHi-aar.
ਘੜਿ ਭਾਂਡੇ ਇਟਾ ਕੀਆ	gharh bhaaNday itaa kee-aa
ਜਲਦੀ ਕਰੇ ਪੁਕਾਰ॥	jaldee karay pukaar.
ਜਲਿ ਜਲਿ ਰੋਵੈ ਬਪੁੜੀ	jal jal rovai bapurhee
ਝੜਿ ਝੜਿ ਪਵਹਿ ਅੰਗਿਆਰ॥	jharh jharh paveh angi-aar.
ਨਾਨਕ ਜਿਨਿ ਕਰਤੈ ਕਾਰਣੁ ਕੀਆ	naanak jin kartai kaaran kee-aa
ਸੋ ਜਾਣੈ ਕਰਤਾਰੁ॥੨॥	so jaanai kartaar. ‖2‖

ਅੰਤ ਵਿੱਚ ਮੌਤ ਪਿਛੋਂ ਤਨ ਭਸਮ ਹੋ ਜਾਂਦਾ, ਮਿੱਟੀ ਵਿੱਚ ਰਲ ਜਾਂਦਾ ਹੈ । (ਮੁਸਲਮਾਨ, ਹਿੰਦੂ, ਸਿਖ) ਇਸ ਦੇ ਸਰੀਰ ਦੀ ਮਿੱਟੀ, ਅਤੇ ਦੂਸਰੀ ਮਿੱਟੀ ਨੂੰ ਕੋਈ ਵੱਖਰਾ ਨਹੀਂ ਕਰ ਸਕਦਾ । ਉਸ ਦੇ ਸਕੇ ਸੰਬਧੀਆਂ ਦੇ ਸਾਹਮਣੇ ਹੀ ਉਸ ਦੇ ਸਰੀਰ ਨੂੰ ਦੱਬ ਦੇਂਦੇ, ਅੱਗਨੀ ਭੇਟਾ ਕਰ ਦਿੱਤਾ ਜਾਂਦਾ ਹੈ । ਕੋਈ ਉਸ ਦੇ ਤਨ ਦੀ ਪ੍ਰਵਾਹ ਨਹੀਂ ਕਰਦਾ । ਜਿਸ ਪ੍ਰਭ ਨੇ ਜੀਵ ਨੂੰ ਪੈਦਾ ਕੀਤਾ ਹੈ । ਕੇਵਲ ਉਹ ਹੀ ਜਾਣਦਾ ਹੈ ਇਹ ਸਭ ਕੁਝ ਕਿਵੇਂ ਅਤੇ ਕਿਉਂ ਹੁੰਦਾ ਹੈ?

After death, the body becomes ashes, a part of dirt, nobody can distinguish the ashes of one creature from the other, all ashes become part dirt. His close friends and family dispose of his body as a worthless; some may cremate the body and others may bury the body under the ground. No one care or pay any attention to the body. The True Master, creator may know how and why every event happen like this. His miracles are beyond the comprehension of His creation.

ਪਉੜੀ॥	**pa-orhee.**
ਬਿਨੁ ਸਤਿਗੁਰ ਕਿਨੈ ਨ ਪਾਇਓ,	bin satgur kinai na paa-i-o
ਬਿਨੁ ਸਤਿਗੁਰ ਕਿਨੈ ਨ ਪਾਇਆ॥	bin satgur kinai na paa-i-aa.
ਸਤਿਗੁਰ ਵਿਚਿ ਆਪੁ ਰਖਿਓਨੁ,	satgur vich aap rakhi-on
ਕਰਿ ਪਰਗਟੁ ਆਖਿ ਸੁਣਾਇਆ॥	kar pargat aakh sunaa-i-aa.
ਸਤਿਗੁਰ ਮਿਲਿਐ ਸਦਾ ਮੁਕਤੁ ਹੈ,	satgur mili-ai sadaa mukat hai
ਜਿਨਿ ਵਿਚਹੁ ਮੋਹੁ ਚੁਕਾਇਆ॥	jin vichahu moh chukaa-i-aa.
ਉਤਮੁ ਏਹੁ ਬੀਚਾਰੁ ਹੈ,	utam ayhu beechaar hai
ਜਿਨਿ ਸਚੇ ਸਿਉ ਚਿਤੁ ਲਾਇਆ॥	jin sachay si-o chit laa-i-aa.
ਜਗਜੀਵਨੁ ਦਾਤਾ ਪਾਇਆ॥੬॥	jagjeevan daataa paa-i-aa. ॥6॥

ਤੇਰੀ ਰਹਿਮਤ ਤੋ ਬਿਨਾਂ ਕੋਈ ਦਰਬਾਰ ਵਿੱਚ ਪ੍ਰਵਾਨ ਨਹੀਂ ਹੋ ਸਕਦਾ । ਤੂੰ ਆਪ ਹੀ ਜੀਵ ਨੂੰ ਸੰਤ ਸਰੂਪ ਬਣਾਉਂਦਾ, ਆਪ ਹੀ ਉਸ ਵਿੱਚ ਪ੍ਰਗਟ ਹੁੰਦਾ ਹੈ । ਸੰਤ ਸਰੂਪ, ਜੀਵ ਨੂੰ ਆਪਣਾ ਆਪਾ ਲੇਖੇ ਲਾਉਣ ਦੇ ਢੰਗ ਦੀ ਸੋਝੀ ਬਖਸ਼ਦਾ ਹੈ । ਜੀਵ ਨੂੰ ਮੁਕਤੀ ਦੇ ਰਸਤੇ ਤੇ ਪਾਉਂਦਾ ਹੈ । ਇਹ ਧਾਰਮਕ ਬਾਣੀਆਂ, ਸ਼ਬਦ, ਵਿਚਾਰ ਬਹੁਤ ਉਤਮ ਹਨ, ਇਹਨਾਂ ਗੁਣਾਂ ਦਾ ਸਿਮਰਨ ਕਰਨ, ਜੀਵਨ ਵਿੱਚ ਢਾਲਣ ਨਾਲ ਜੀਵ ਦਰਗਾਹ ਵਿੱਚ ਪ੍ਰਵਾਨ ਹੋ ਸਕਦਾ ਹੈ ।

Without Your mercy and grace, no one may be accepted in Your court. Only You may bless the state of mind as Your true devotee to any creature. You may enlighten the teachings of Your Word within and make him saint. You inspire and guide Your true devotee to surrender his mind, body and his worldly status at Your service. You may enlighten Your true devotee with the right path of salvation. The worldly Holy scriptures teachings, thoughts are very unique and supreme. By meditating and adopting these teachings with steady and stable belief, his soul may be accepted in His court.

319.ਸਲੋਕ ਮਃ ੧॥ (੭) 466-10

ਹਉ ਵਿਚਿ ਆਇਆ ਹਉ ਵਿਚਿ ਗਇਆ॥	ha-o vich aa-i-aa ha-o vich ga-i-aa.
ਹਉ ਵਿਚਿ ਜੰਮਿਆ ਹਉ ਵਿਚਿ ਮੁਆ॥	ha-o vich jammi-aa ha-o vich mu-aa.
ਹਉ ਵਿਚਿ ਦਿਤਾ ਹਉ ਵਿਚਿ ਲਇਆ॥	ha-o vich ditaa ha-o vich la-i-aa.
ਹਉ ਵਿਚਿ ਖਟਿਆ ਹਉ ਵਿਚਿ ਗਇਆ॥	ha-o vich khati-aa ha-o vich ga-i-aa.
ਹਉ ਵਿਚਿ ਸਚਿਆਰੁ ਕੂੜਿਆਰੁ॥	ha-o vich sachiaar koorhi-aar.
ਹਉ ਵਿਚਿ ਪਾਪ ਪੁੰਨ ਵੀਚਾਰੁ॥	ha-o vich paap punn veechaar.
ਹਉ ਵਿਚਿ ਨਰਕਿ ਸੁਰਗਿ ਅਵਤਾਰੁ॥	ha-o vich narak surag avtaar.
ਹਉ ਵਿਚਿ ਹਸੈ ਹਉ ਵਿਚਿ ਰੋਵੈ॥	ha-o vich hasai ha-o vich rovai.
ਹਉ ਵਿਚਿ ਭਰੀਐ	ha-o vich bharee-ai
ਹਉ ਵਿਚਿ ਧੋਵੈ॥	ha-o vich Dhovai.
ਹਉ ਵਿਚਿ ਜਾਤੀ ਜਿਨਸੀ ਖੋਵੈ॥	ha-o vich jaatee jinsee khovai.
ਹਉ ਵਿਚਿ ਮੂਰਖੁ	ha-o vich moorakh
ਹਉ ਵਿਚਿ ਸਿਆਣਾ॥	ha-o vich si-aanaa.
ਮੋਖ ਮੁਕਤਿ ਕੀ ਸਾਰ ਨ ਜਾਣਾ॥	mokh mukat kee saar na jaanaa.
ਹਉ ਵਿਚਿ ਮਾਇਆ	ha-o vich maa-i-aa

ਹਉ ਵਿਚਿ ਛਾਇਆ॥ ha-o vich chhaa-i-aa.
ਹਉਮੈ ਕਰਿ ਕਰਿ ਜੰਤ ਉਪਾਇਆ॥ ha-umai kar kar jant upaa-i-aa.
ਹਉਮੈ ਬੂਝੈ ਤਾ ਦਰੁ ਸੂਝੈ॥ ha-umai boojhai taa dar soojhai.
ਗਿਆਨ ਵਿਹੂਣਾ ਕਥਿ ਕਥਿ ਲੂਝੈ॥ gi-aan vihoonaa kath kath loojhai.
ਨਾਨਕ ਹੁਕਮੀ ਲਿਖੀਐ ਲੇਖੁ॥ naanak hukmee likee-ai laykh.
ਜੇਹਾ ਵੇਖਹਿ ਤੇਹਾ ਵੇਖੁ॥੧॥ jayhaa vaykheh tayhaa vaykh. ||1||

ਜੀਵ ਸੰਸਾਰ ਵਿੱਚ ਅਹੰਕਾਰ ਵਿੱਚ ਆਉਂਦਾ, ਜੰਮਦਾ, ਮਰਦਾ ਹੈ । ਦੇਣ, ਲੈਣ ਕਰਦਾ, ਚੰਗੇ, ਮੰਦੇ ਕੰਮ ਕਰਦਾ, ਗਵਾਉਂਦਾ, ਕਮਾਉਂਦਾ, ਦਾਨੀਆਂ, ਪਾਪੀਆਂ ਵਾਲੇ ਕੰਮ ਕਰਦਾ ਹੈ । ਨਰਕ ਜਾ ਸੁਰਗ ਵਿੱਚ ਜਾਂਦਾ ਹੈ, ਸੰਸਾਰਕ ਜੀਵਨ ਸੁਖ ਜਾ ਦੁਖ ਵਾਲਾ ਬਤੀਤ ਕਰਦਾ, ਮੈਲਾ ਹੁੰਦਾ, ਮੈਲ ਧੋਂਦਾ ਹੈ । ਸੰਸਾਰਕ ਹੈਸੀਅਤ, ਉੱਚੀ ਜਾ ਨੀਚ ਜਾਤ ਵਿੱਚ ਪੈਦਾ ਹੁੰਦਾ, ਮੂਰਖਾਂ ਵਾਲੇ ਜਾ ਸਿਆਣਿਆਂ ਵਾਲੇ ਕੰਮ ਕਰਦਾ ਹੈ । ਉਸ ਨੂੰ ਜਨਮ ਮਰਨ ਤੋਂ ਮੁਕਤੀ ਪਾਉਣ ਦੀ ਕੀਮਤ ਦੀ ਕੋਈ ਸੋਝੀ ਨਹੀਂ ਹੁੰਦੀ । ਅਹੰਕਾਰ ਵਿੱਚ ਹੀ ਸੰਸਾਰਕ ਮਾਇਆ ਨਾਲ ਮੋਹ ਜਾ ਗਰੀਬੀ, ਇਸ ਵਿੱਚ ਹੀ ਨਾਸ਼ ਹੋਣ ਵਾਲੇ ਜੀਵ ਪੈਦਾ ਹੁੰਦੇ ਹਨ । ਜਿਸ ਨੇ ਅਹੰਕਾਰ ਨੂੰ ਜਾਣ ਲਿਆ ਅਤੇ ਕਾਬੂ ਪਾ ਲਿਆ, ਉਸ ਨੂੰ ਦਰ ਦੀ ਸੋਝੀ ਹੋ ਜਾਂਦੀ ਹੈ । ਜਿਹਨਾਂ ਨੂੰ ਪ੍ਰਭ ਦੀ ਹੋਂਦ ਦਾ ਗਿਆਨ ਨਹੀਂ, ਉਹ ਬਿਰਥੀ ਹੀ ਚਰਚਾ ਕਰਦੇ ਰਹਿੰਦੇ ਹਨ । ਪ੍ਰਭ ਨੇ ਸਭ ਕੁਝ ਜੀਵ ਦੇ ਮੱਥੇ ਤੇ ਲਿਖਿਆ ਹੈ, ਪ੍ਰਭ ਆਪ ਹੀ ਵੇਖਦਾ ਹੈ ।

The worldly creature takes birth in ego and dies in ego. He performs good, evil deeds, offers charity, begs for help, earns, losses, performs some charity or sinful deeds, either goes to hell or heaven. He may enjoy comforts, endure misery, sing the glory of His Word to sanctify his soul. He may be high status in life, born in high or low caste and he may perform wise or stupid deeds. However, he may not realize the true value of the enlightenment of salvation. In his ego, he loves worldly wealth, becomes slave or poor, miserable; however, all creatures are born and destroyed in the ego. Whosoever may recognize and conquer the ego of his mind; he may be enlightened with the right path of His castle. Whosoever may not understand or enlightened with the existence of The True Master; he remains in the useless argument and conversation in the world. All his destiny has been prewritten on his forehead, The True Master monitors all his actions in the universe.

ਮਹਲ ੨॥ **mehlaa 2.**
ਹਉਮੈ ਏਹਾ ਜਾਤਿ ਹੈ ha-umai ayhaa jaat hai
ਹਉਮੈ ਕਰਮ ਕਮਾਹਿ॥ ha-umai karam kamaahi.
ਹਉਮੈ ਏਈ ਬੰਧਨਾ ha-umai ay-ee banDhnaa
ਫਿਰਿ ਫਿਰਿ ਜੋਨੀ ਪਾਹਿ॥ fir fir jonee paahi.
ਹਉਮੈ ਕਿਥਹੁ ਊਪਜੈ ha-umai kithhu oopjai
ਕਿਤੁ ਸੰਜਮਿ ਇਹ ਜਾਇ॥ kit sanjam ih jaa-ay.
ਹਉਮੈ ਏਹੋ ਹੁਕਮੁ ਹੈ ha-umai ayho hukam hai
ਪਇਐ ਕਿਰਤਿ ਫਿਰਾਹਿ॥ pa-i-ai kirat firaahi.
ਹਉਮੈ ਦੀਰਘ ਰੋਗੁ ਹੈ ha-umai deeragh rog hai
ਦਾਰੂ ਭੀ ਇਸੁ ਮਾਹਿ॥ daaroo bhee is maahi.
ਕਿਰਪਾ ਕਰੇ ਜੇ ਆਪਣੀ kirpaa karay jay aapnee
ਤਾ ਗੁਰ ਕਾ ਸਬਦੁ ਕਮਾਹਿ॥ taa gur kaa sabad kamaahi.
ਨਾਨਕੁ ਕਹੈ ਸੁਣਹੁ ਜਨਹੁ naanak kahai sunhu janhu
ਇਤੁ ਸੰਜਮਿ ਦੁਖ ਜਾਹਿ॥੨॥ it sanjam dukh jaahi. ||2||

ਅਹੰਕਾਰ ਇਸ ਤਰ੍ਹਾਂ ਦਾ ਅਨੋਖਾ ਚੱਕਰ, ਖੇਲ ਹੈ । ਜਿਹੜਾ ਇਸ ਅਨੁਸਾਰ ਕੰਮ ਕਰਦਾ, ਜਨਮ ਮਰਨ ਦੇ ਚੱਕਰ ਵਿੱਚ ਹੀ ਰਹਿੰਦਾ ਹੈ । ਇਹ ਅਹੰਕਾਰ ਕਿਥੋ ਆਉਂਦਾ, ਕਿਥੇ ਜਾਂਦਾ ਹੈ? ਸਭ ਕੁਝ ਪ੍ਰਭ ਦੇ ਹੁਕਮ ਨਾਲ ਹੀ ਹੁੰਦਾ ਹੈ! ਅਹੰਕਾਰ ਹੀ ਸਭ ਤੋ ਵੱਡਾ ਰੋਗ ਹੈ, ਇਸ ਦਾ ਇਲਾਜ ਵੀ ਸ਼ਬਦ ਦੀ ਪਾਲਣਾ, ਸਿਮਰਨ ਵਿੱਚ ਹੀ ਹੈ । ਜਿਸ ਤੇ ਆਪ ਹੀ ਪ੍ਰਭ ਰਹਿਮਤ ਬਖਸ਼ਦਾ, ਉਹ ਹੀ ਸ਼ਬਦ ਦਾ ਸਿਮਰਨ ਕਰ ਸਕਦਾ, ਮਸਤ ਹੋ ਸਕਦਾ ਹੈ । ਇਹ ਸਭ ਕੁਝ ਪ੍ਰਭ ਦੇ ਸ਼ਬਦ ਦਾ ਸਿਮਰਨ ਕਰਨ, ਸੁਣਨ ਨਾਲ ਬਖਸ਼ਿਸ਼ ਹੋ ਸਕਦਾ ਹੈ ।

Ego is a unique play; human performs all his worldly chores under her direction. He remains in the cycle of birth and death with his ego. From where may ego appears and disappear, vanish? Everything happens under His command. The ego is the most terrible disease in the universe and the cure of ego may be embedded in the enlightenment of His Word; may be blessed by meditation and adopting the teachings of His Word in day to day life. With His mercy and grace, whosoever may be blessed; he may meditate and remain intoxicated in the void of His Word. Everything in the universe may be blessed by meditating and adopting the teachings of sermons of His Word.

ਪਉੜੀ॥	**pa-orhee.**
ਸੇਵ ਕੀਤੀ ਸੰਤੋਖੀਈ,	sayv keetee santokhee-eeN
ਜਿਨ੍ਹੀ ਸਚੋ ਸਚੁ ਧਿਆਇਆ॥	jinHee sacho sach Dhi-aa-i-aa.
ਓਨ੍ਹੀ ਮੰਦੈ ਪੈਰੁ ਨ ਰਖਿਓ,	onHee mandai pair na rakhi-o
ਕਰਿ ਸੁਕ੍ਰਿਤੁ ਧਰਮੁ ਕਮਾਇਆ॥	kar sukarit Dharam kamaa-i-aa.
ਓਨ੍ਹੀ ਦੁਨੀਆ ਤੋੜੇ ਬੰਧਨਾ,	onHee dunee-aa torhay banDhnaa
ਅੰਨੁ ਪਾਣੀ ਥੋੜਾ ਖਾਇਆ॥	ann paanee thorhaa khaa-i-aa.
ਤੂੰ ਬਖਸੀਸੀ ਅਗਲਾ,	tooN bakhseesee aglaa
ਨਿਤ ਦੇਵਹਿ ਚੜਹਿ ਸਵਾਇਆ॥	nit dayveh charheh savaa-i-aa.
ਵਡਿਆਈ ਵਡਾ ਪਾਇਆ॥੭॥	vadi-aa-ee vadaa paa-i-aa. ||7||

ਅਸਲੀ ਭਗਤ ਪ੍ਰਭ ਦੇ ਭਾਣੇ ਵਿੱਚ ਹੀ ਮਸਤ ਰਹਿੰਦਾ ਹੈ । ਹਰ ਵੇਲੇ ਹੀ ਚੰਗੇ ਕੰਮ ਕਰਦਾ, ਬੁਰੇ ਕੰਮ ਵੱਲ ਖਿਆਲ ਨਹੀਂ ਲਾਉਂਦਾ । ਸੰਸਾਰ ਵਿੱਚ ਮੋਹ ਤੇ ਕਾਬੂ ਰਖਦਾ, ਥੋੜ੍ਹੀ, ਭੁੱਖ ਰਖਕੇ ਖਾਂਦਾ ਹੈ । ਪ੍ਰਭ ਬਹੁਤ ਬੇਅੰਤ, ਭੁਲਾਂ ਬਖਸ਼ਣ ਵਾਲਾ ਮਾਲਕ ਹੈ । ਜੀਵਾਂ ਦੀਆਂ ਬਹੁਤ ਗਲਤੀਆਂ ਨੂੰ ਮਾਫ ਕਰ ਦੇਂਦਾ ਹੈ । ਅਪਣੀ ਰਹਿਮਤ ਨਾਲ ਹੀ ਆਪਣੀ ਦਰਗਾਹ ਵਿੱਚ ਪ੍ਰਵਾਨ ਕਰ ਲੈਂਦਾ ਹੈ ।

His true devotee remains intoxicated in the teachings of His Word. He always performs good deeds for mankind, he may not think about evil deeds, thoughts in his mind. He always keeps a tight control on his worldly desires, attachments and control on the greed of his mind and body. The True Master of forgiveness may forgive many innocent mistakes, sinful deeds of His creation. With His mercy and grace, His true devotee may be accepting in His court.

320.ਸਲੋਕ ਮਃ ੧॥ (੮) 467-3

ਪੁਰਖਾਂ ਬਿਰਖਾਂ ਤੀਰਥਾਂ	purkhaaN birkhaaN teerthaaN
ਤਟਾਂ ਮੇਘਾਂ ਖੇਤਾਂਹ॥	tataaN mayghaaN khaytaaNh.
ਦੀਪਾਂ ਲੋਆਂ ਮੰਡਲਾਂ	deepaaN lo-aaN mandlaaN
ਖੰਡਾਂ ਵਰਭੰਡਾਂਹ॥	khandaaN varbhandaaNh.
ਅੰਡਜ ਜੇਰਜ ਉਤਭੁਜਾਂ	andaj jayraj ut-bhujaaN
ਖਾਣੀ ਸੇਤਜਾਂਹ॥	khaanee saytjaaNh.

ਸੋ ਮਿਤਿ ਜਾਣੈ ਨਾਨਕਾ	so mit jaanai naankaa
ਸਰਾਂ ਮੇਰਾਂ ਜੰਤਾਹ॥	saraaN mayraaN jantaah.
ਨਾਨਕ ਜੰਤ ਉਪਾਇ ਕੈ	naanak jant upaa-ay kai
ਸੰਮਾਲੇ ਸਭਨਾਹ॥	sammaalay sabhnaah.
ਜਿਨਿ ਕਰਤੈ ਕਰਣਾ ਕੀਆ	jin kartai karnaa kee-aa
ਚਿੰਤਾ ਭਿ ਕਰਣੀ ਤਾਹ॥	chintaa bhe karnee taah.
ਸੋ ਕਰਤਾ ਚਿੰਤਾ ਕਰੇ	so kartaa chintaa karay
ਜਿਨਿ ਉਪਾਇਆ ਜਗੁ॥	jin upaa-i-aa jag.
ਤਿਸੁ ਜੋਹਾਰੀ ਸੁਅਸਤਿ	tis johaaree su-asat tis
ਤਿਸੁ ਤਿਸੁ ਦੀਬਾਣੁ ਅਭਗੁ॥	tis deebaan abhag.
ਨਾਨਕ ਸਚੇ ਨਾਮ ਬਿਨੁ	naanak sachay naam bin
ਕਿਆ ਟਿਕਾ ਕਿਆ ਤਗੁ॥੧॥	ki-aa tikaa ki-aa tag. ‖1‖

ਪ੍ਰਭ ਤੂੰ ਜੀਵ, ਪੌਦੇ, ਪੂਜਾ ਕਰਨ ਵਾਲੇ ਤੀਰਥ, ਦਰਿਆ, ਖੇਤ, ਟਾਪੂ, ਅਕਾਸ਼ ਮੰਡਲ, ਬ੍ਰਹਮੰਡ, ਸਾਰੇ ਬਣਾਏ ਹਨ । ਸ੍ਰਿਸ਼ਟੀ ਵਿੱਚ ਜੀਵ ਦੇ ਪੈਦਾ ਹੋਣ ਦੇ ਚਾਰ ਵਸੀਲੇ ਦੀ ਸੋਝੀ ਬਖਸ਼ੀ ਹੈ ।

ਜੀਵ, ਮਾਂ ਦੀ ਕੁੱਖ ਵਿਚੋਂ ਪੈਦਾ ਹੋਣਾ,
ਅੰਡੇ ਤੋਂ ਪੈਦਾ ਹੋਣਾ,
ਧਰਤੀ ਤੇ ਬੀਜ ਨਾਲ,
ਪਸੀਨੇ ਤੋਂ ਪੈਦਾ ਹੋਣਾ ।

ਹੋਰ ਵੀ ਪੈਦਾ ਹੋਣ ਦੇ ਵਸੀਲੇ ਹੋਣਗੇ, ਜਿਹਨਾਂ ਦੀ ਤੂੰ ਜੀਵ ਨੂੰ ਸੋਝੀ ਨਹੀਂ ਬਖਸ਼ੀ । ਇਹਨਾਂ ਦੀ ਪੈਦਾ ਹੋਣ ਦੀ ਹਲਾਤ, ਵਾਤਾਵਰਨ ਤੂੰ ਆਪ ਹੀ ਜਾਣਦਾ ਹੈ । ਪ੍ਰਭ ਤੂੰ ਇਹ ਸਾਰੇ ਕਿਸਮ ਦੇ ਜੀਵ ਪੈਦਾ ਕਰਦਾ, ਸੰਭਾਲਦਾ ਵੀ ਤੂੰ ਆਪ ਹੀ ਹੈ । ਤੈਨੂੰ ਇਸ ਸਭ ਕੁਝ ਦਾ ਫਿਕਰ ਰਹਿੰਦਾ ਹੈ । ਜੀਵ, ਪ੍ਰਭ ਦਾ ਦਰਬਾਰ ਸਭ ਤੋਂ ਉੱਚਾ ਹੈ, ਉਸ ਅੱਗੇ ਆਪਣਾ ਸੀਸ਼ ਝੁਕਾਵੋ! ਸ਼ਬਦ ਦੇ ਸਿਮਰਨ, ਪਾਲਣਾ ਤੋਂ ਬਿਨਾਂ ਕਿਸੇ ਧਾਰਮਕ ਬਾਣੇ ਦੀ ਕੋਈ ਮਹੱਤਤਾ ਨਹੀਂ ਹੁੰਦੀ ।

The True Master has created all worldly creatures, plants, Holy shrines to worship, various rivers, fields, islands, sky and solar system with Your own command. You have enlightened Your creation about the four sources of reproduction;

from the womb of mother,
from egg,
from the seed in the ground
and from the sweat of a creature.

There may be several other sources of reproduction; Your creation may not be enlightened with those sources. The condition, the reason and the environment of these productions only You may know. You have created various kinds of creatures, nourishes and protect all creatures. You always remain concerned about their wellbeing. Your Holy throne is the supreme, greatest of All, everyone should always bow their head in gratitude to The True Master. Without the teachings of Your Word, no other Holy Scripture, religious robe has any significance in the path of salvation.

ਮਃ ੧॥	**mehlaa 1.**
ਲਖ ਨੇਕੀਆ ਚੰਗਿਆਈਆ	lakh naykee-aa chang-aa-ee-aa
ਲਖ ਪੁੰਨਾ ਪਰਵਾਣੁ॥	lakh punnaa parvaan.
ਲਖ ਤਪ ਉਪਰਿ ਤੀਰਥਾਂ	lakh tap upar teerthaaN
ਸਹਜ ਜੋਗ ਬੇਬਾਣ॥	sahj jog baybaan.

ਲਖ ਸੂਰਤਣ ਸੰਗਰਾਮ	lakh soortan sangraam
ਰਣ ਮਹਿ ਛੁਟਹਿ ਪਰਾਣ॥	ran meh chhuteh paraan.
ਲਖ ਸੁਰਤੀ ਲਖ ਗਿਆਨ ਧਿਆਨ	lakh surtee lakh gi-aan Dhi-aan
ਪੜੀਅਹਿ ਪਾਠ ਪੁਰਾਣ॥	parhee-ah paath puraan.
ਜਿਨਿ ਕਰਤੈ ਕਰਣਾ ਕੀਆ	jin kartai karnaa kee-aa
ਲਿਖਿਆ ਆਵਣ ਜਾਣੁ॥	likhi-aa aavan jaan.
ਨਾਨਕ ਮਤੀ ਮਿਥਿਆ	naanak matee mithi-aa
ਕਰਮੁ ਸਚਾ ਨੀਸਾਣੁ॥੨॥	karam sachaa neesaan. ||2||

ਅਨੇਕਾਂ ਚੰਗਿਆਈਆਂ, ਪੁੰਨ ਦਾਨ, ਤੀਰਥਾਂ ਤੇ ਤਪ, ਅਨੇਕਾਂ ਇਕਾਤ ਵਿੱਚ ਅੰਤਰ–ਧਿਆਨ ਜੋਗੀ, ਅਨੇਕਾਂ ਜੋਧੇ ਮੈਦਾਨੇ ਜੰਗ ਵਿੱਚ ਕਰਬਾਨੀਆਂ ਦੇਂਦੇ ਹਨ । ਅਨੇਕਾਂ ਹੀ ਗਿਆਨੀ, ਅੰਤਰ ਧਿਆਨ ਹੋ ਕੇ ਸਿਮਰਨ ਕਰਦੇ, ਬਾਣੀ ਪੜ੍ਹਦੇ ਹਨ । ਪ੍ਰਭ ਨੇ, ਜੀਵ ਨੂੰ ਪੈਦਾ ਹੋਣ ਤੋ ਪਹਿਲੇ ਹੀ, ਉਸ ਦੀ ਮੌਤ ਦਾ ਸਮਾਂ, ਜਗ੍ਹਾ ਅਤੇ ਤਾਰੀਕਾ ਮਿੱਥਿਆ ਹੈ । ਧਾਰਮਕ ਵਿਧੀਆਂ, ਸਿਆਣਾਪਾਂ ਨਾਲ ਪ੍ਰਭ ਨੂੰ ਮਿਲਿਆ ਨਹੀਂ ਜਾ ਸਕਦਾ । ਕੇਵਲ ਪ੍ਰਭ ਦੀ ਰਹਿਮਤ ਨਾਲ ਹੀ ਪ੍ਰਵਾਨਗੀ ਬਖਸ਼ਿਸ਼ ਹੋ ਸਕਦੀ ਹੈ । ਜਿਸ ਦੀ ਬੰਦਗੀ ਪ੍ਰਵਾਨ ਹੋ ਜਾਂਦੀ ਹੈ, ਉਸ ਨੂੰ ਹੀ ਮੁਕਤੀ ਬਖਸ਼ਦਾ ਹੈ ।

The worldly creatures perform various good deeds, donation, charities, rigid meditation on Holy shrines; countless Yogis remain concentrated in the void of His Word; several warriors sacrifice life in battle field. Countless devotees remain focused and wholeheartedly meditate and recite the Holy Scripture. The True Master establishes the time, the place and the technique of death, even before the birth of any creature. By the religious techniques and wisdom, no one may be accepted in His sanctuary, His court. Only with His mercy and grace, the right path of meditation and salvation may only be blessed by The True Master. Whose meditation may be accepted in His court, he may be blessed with salvation from the cycle of birth and death.

ਪਉੜੀ॥	**pa-orhee.**
ਸਚਾ ਸਾਹਿਬੁ ਏਕੁ ਤੂੰ	sachaa saahib ayk tooN
ਜਿਨਿ ਸਚੋ ਸਚੁ ਵਰਤਾਇਆ॥	jin sacho sach vartaa-i-aa.
ਜਿਸੁ ਤੂੰ ਦੇਹਿ ਤਿਸੁ ਮਿਲੈ ਸਚੁ	jis tooN deh tis milai sach
ਤਾ ਤਿਨ੍ਹੀ ਸਚੁ ਕਮਾਇਆ॥	taa tinHee sach kamaa-i-aa.
ਸਤਿਗੁਰਿ ਮਿਲਿਐ ਸਚੁ ਪਾਇਆ,	satgur mili-ai sach paa-i-aa
ਜਿਨ੍ ਕੈ ਹਿਰਦੈ ਸਚੁ ਵਸਾਇਆ॥	jinH kai hirdai sach vasaa-i-aa.
ਮੂਰਖ ਸਚੁ ਨ ਜਾਣਨ੍ਹੀ,	moorakh sach na jaananHee
ਮਨਮੁਖੀ ਜਨਮੁ ਗਵਾਇਆ॥	manmukhee janam gavaa-i-aa.
ਵਿਚਿ ਦੁਨੀਆ ਕਾਹੇ ਆਇਆ॥੮॥	vich dunee-aa kaahay aa-i-aa. ||8||

ਅਟੱਲ ਪ੍ਰਭ ਤੂੰ ਇੱਕੋ ਇੱਕ ਹੀ ਹੈ ਅਤੇ ਹਰ ਵੇਲੇ ਇਨਸਾਫ ਹੀ ਕਰਦਾ ਹੈ । ਜਿਸ ਤੇ ਰਹਿਮਤ ਬਖਸ਼ਦਾ ਹੈ, ਕੇਵਲ ਉਹ ਹੀ ਤੇਰੇ ਭਾਣੇ ਤੇ ਅਮਲ ਕਰਦਾ ਹੈ । ਆਪਣੀ ਸੰਸਾਰਕ ਯਾਤਰਾਂ ਤੇਰੇ ਭਾਣੇ ਅਨੁਸਾਰ ਬਤੀਤ ਕਰਦਾ ਹੈ । ਜਿਹੜਾ ਅਡੋਲ ਭਰੋਸੇ ਨਾਲ ਸਵਾਸ ਸਵਾਸ ਸ਼ਬਦ ਦੀ ਪਾਲਣਾ ਕਰਦਾ, ਗੁਣ ਗਾਉਂਦਾ ਹੈ, ਅੱਟਲ ਪ੍ਰਭ ਉਸ ਨੂੰ ਹੀ ਰਹਿਮਤ ਬਖਸ਼ਦਾ ਹੈ । ਮਨਮੁਖ ਪ੍ਰਭ ਦੀ ਹੋਂਦ ਨਹੀਂ ਪਛਾਣ ਸਕਦਾ, ਆਪਣੀ ਮਨਮਰਜ਼ੀ ਨਾਲ ਜੀਵਨ ਬਤੀਤ ਕਰਦਾ ਹੈ । ਉਹ ਮਾਨਸ ਜਨਮ ਬਿਰਥਾ ਹੀ ਬਤੀਤ ਕਰ ਜਾਂਦੇ ਹਨ । ਸਮਝ ਨਹੀਂ ਆਉਂਦਾ, ਉਹ ਕਿਸ ਕਰਕੇ ਮਿੰਨਤਾਂ ਨਾਲ ਮਾਨਸ ਜਨਮ ਲੈਂਦਾ ਹੈ?

The One and only one, God True Master of the universe, always performs justice in the universe. Only with Your mercy and grace; Your true devotee may adopt the teachings of Your Word in his day to day life. He may start his human life journey on the right part, on the teachings of Your Word. Whosoever may obey and sing the glory of His Word with steady and stable belief, with each and every breath; he may become worthy of Your consideration and he may be accepted in Your court. Self-minded may not recognize the existence of The True Master, the true purpose of his human life journey; he wastes his life following his worldly desires. I am wondering! why may he be begging for His mercy and grace to be blessed with human life?

321.ਸਲੋਕੁ ਮਃ ੧॥ (੯) 467-14

ਪੜਿ ਪੜਿ ਗਡੀ ਲਦੀਅਹਿ	parh parh gadee ladee-ah
ਪੜਿ ਪੜਿ ਭਰੀਅਹਿ ਸਾਥ॥	parh parh bharee-ah saath.
ਪੜਿ ਪੜਿ ਬੇੜੀ ਪਾਈਐ	parh parh bayrhee paa-ee-ai
ਪੜਿ ਪੜਿ ਗਡੀਅਹਿ ਖਾਤ॥	parh parh gadee-ah khaat.
ਪੜੀਅਹਿ ਜੇਤੇ ਬਰਸ ਬਰਸ	parhee-ah jaytay baras baras
ਪੜੀਅਹਿ ਜੇਤੇ ਮਾਸ॥	parhee-ah jaytay maas.
ਪੜੀਐ ਜੇਤੀ ਆਰਜਾ	parhee-ai jaytee aarjaa
ਪੜੀਅਹਿ ਜੇਤੇ ਸਾਸ॥	parhee-ah jaytay saas.
ਨਾਨਕ ਲੇਖੈ ਇਕ ਗਲ	naanak laykhai ik gal
ਹੋਰੁ ਹਉਮੈ ਝਖਣਾ ਝਾਖ॥੧॥	hor ha-umai jhakh- naa jhaakh. ||1||

ਜੀਵ ਤੂੰ ਭਾਵੇਂ ਅਨੇਕਾਂ ਧਾਰਮਕ ਗ੍ਰੰਥ, ਗਿਆਨ ਵਾਲੀਆਂ ਕਿਤਾਬਾਂ, ਸਾਰੀ ਉਮਰ, ਹਰ ਪਲ ਪੜ੍ਹੇ ਗਿਆਨ ਹਾਸਿਲ ਕਰ ਲਵੇ । ਭਾਵੇਂ ਇਤਨੀਆਂ ਪੜ੍ਹ ਲਏ ਕਿ ਇਹਨਾਂ ਨਾਲ ਬੁਹਤ ਜਗ੍ਹਾ ਘੇਰੀ ਜਾ ਸਕਦੀ ਹੋਵੇ । ਇਹਨਾਂ ਨਾਲ ਸ੍ਰਿਸ਼ਟੀ ਦਾ ਬਹੁਤ ਗਿਆਨ ਪ੍ਰਾਪਤ ਹੋ ਸਕਦਾ ਹੈ । ਇਹ ਪੜ੍ਹਨ ਨਾਲ ਮਾਨਸ ਜੀਵਨ ਦੇ ਮੰਤਵ ਦੀ ਸੋਝੀ ਨਹੀ ਹੁੰਦੀ, ਜੀਵਨ ਦੇ ਸਫਰ ਲਈ ਕੋਈ ਲਾਭ ਨਹੀਂ ਹੁੰਦਾ । ਅਡੋਲ ਭਰੋਸੇ ਨਾਲ ਸ਼ਬਦ ਨਾਲ ਜੀਵਨ ਢਾਲਣ ਤੋਂ ਬਿਨਾਂ, ਹੋਰ ਕੋਈ ਭਗਤੀ ਦਰਬਾਰ ਵਿੱਚ ਸਹਾਈ ਨਹੀਂ ਹੋ ਸਕਦੀ ।

You may read several religious Holy Scriptures life-long; you may become very intelligent and knowledgeable with these readings; the number of books may be so big to occupies huge space. You may become very knowledgeable about the universe and some function of the universe. However, your knowledge of religious scripture may not have any significance for the purpose of human life journey; you may not be enlightened with the right path of acceptance in His court. Without adopting the teachings of His Word with steady and stable belief in day to day life, no other meditation, reading, reciting and singing may prepare the soul to become worthy of His consideration.

ਮਃ ੧॥	**mehlaa 1.**
ਲਿਖਿ ਲਿਖਿ ਪੜਿਆ॥	likh likh parhi-aa.
ਤੇਤਾ ਕੜਿਆ॥	taytaa karhi-aa.
ਬਹੁ ਤੀਰਥ ਭਵਿਆ॥	baho tirath bhavi-aa.
ਤੇਤੋ ਲਵਿਆ॥	tayto lavi-aa.
ਬਹੁ ਭੇਖ ਕੀਆ	baho bhaykh kee-aa
ਦੇਹੀ ਦੁਖੁ ਦੀਆ॥	dayhee dukh dee-aa.
ਸਹੁ ਵੇ ਜੀਆ ਅਪਣਾ ਕੀਆ॥	saho vay jee-aa apnaa kee-aa.

ਅੰਨੁ ਨ ਖਾਇਆ ਸਾਦੁ ਗਵਾਇਆ॥	ann na khaa-i-aa saad gavaa-i-aa.
ਬਹੁ ਦੁਖੁ ਪਾਇਆ ਦੂਜਾ ਭਾਇਆ॥	baho dukh paa-i-aa doojaa bhaa-i-aa.
ਬਸਤ੍ਰ ਨ ਪਹਿਰੈ॥	bastar na pahirai.
ਅਹਿਨਿਸਿ ਕਹਰੈ॥	ahinis kahrai.
ਮੋਨਿ ਵਿਗੂਤਾ॥	mon vigootaa.
ਕਿਉ ਜਾਗੈ ਗੁਰ ਬਿਨੁ ਸੂਤਾ॥	ki-o jaagai gur bin sootaa.
ਪਗ ਉਪੇਤਾਣਾ॥	pag upaytaanaa.
ਅਪਣਾ ਕੀਆ ਕਮਾਣਾ॥	apnaa kee-aa kamaanaa.
ਅਲੁ ਮਲੁ ਖਾਈ ਸਿਰਿ ਛਾਈ ਪਾਈ॥	al mal khaa-ee sir chhaa-ee paa-ee.
ਮੂਰਖਿ ਅੰਧੈ ਪਤਿ ਗਵਾਈ॥	moorakh anDhai pat gavaa-ee.
ਵਿਣੁ ਨਾਵੈ ਕਿਛੁ ਥਾਇ ਨ ਪਾਈ॥	vin naavai kichh thaa-ay na paa-ee.
ਰਹੈ ਬੇਬਾਣੀ ਮੜੀ ਮਸਾਣੀ॥	rahai baybaanee marhee masaanee.
ਅੰਧੁ ਨ ਜਾਣੈ ਫਿਰਿ ਪਛੁਤਾਣੀ॥	anDh na jaanai fir pachhutaanee.
ਸਤਿਗੁਰੁ ਭੇਟੇ ਸੋ ਸੁਖੁ ਪਾਏ॥	satgur bhaytay so sukh paa-ay.
ਹਰਿ ਕਾ ਨਾਮੁ ਮੰਨਿ ਵਸਾਏ॥	har kaa naam man vasaa-ay.
ਨਾਨਕ ਨਦਰਿ ਕਰੇ ਸੋ ਪਾਏ॥	naanak nadar karay so paa-ay.
ਆਸ ਅੰਦੇਸੇ ਤੇ ਨਿਹਕੇਵਲੁ	aas andaysay tay nihkayval
ਹਉਮੈ ਸਬਦਿ ਜਲਾਏ॥੨॥	ha-umai sabad jalaa-ay. ||2||

ਕਈ ਜੀਵ ਪ੍ਰਭ ਦੀ ਰਹਿਮਤ ਪਾਉਣ ਲਈ ਬਹੁਤ ਧਾਰਮਕ ਲਿਖਤਾਂ ਪੜ੍ਹਦੇ, ਖੋਜ ਕਰਦੇ ਹਨ । ਉਹ ਹੋਰ ਡੂੰਗੇ ਭਰਮਾਂ ਵਿਚ ਭਟਕਦੇ ਰਹਿੰਦੇ ਹਨ । ਜਿਹੜਾ ਪ੍ਰਭ ਦੀ ਰਹਿਮਤ ਪਾਉਣ ਲਈ ਬੁਹਤ ਧਾਰਮਕ ਤੀਰਥਾਂ, ਮੰਦਰਾਂ ਤੇ ਭਉਦਾ ਫਿਰਦਾ ਹੈ, ਧਾਰਮਕ ਬਾਣਾ ਧਾਰਦਾ ਹੈ, ਉਹ ਆਪਣੇ ਮਨ ਵਿੱਚ ਅਹੰਕਾਰ ਹੀ ਇਕੱਠਾ ਕੀਤੀ ਜਾਂਦਾ ਹੈ । ਇਸ ਅਹੰਕਾਰ ਦੀ ਅੱਗ ਵਿੱਚ ਹੀ ਜਲਦਾ ਰਹਿੰਦਾ ਹੈ । ਤੇਰੀ ਆਤਮਾ ਨੂੰ ਆਪਣੇ ਕੀਤੇ ਹੋਏ ਕਰਮਾਂ ਦਾ ਫਲ ਹੀ ਬਖਸ਼ਿਸ਼ ਹੁੰਦਾ ਹੈ । ਜਿਹੜਾ ਪ੍ਰਭ ਦੀ ਰਹਿਮਤ ਪਾਉਣ ਲਈ ਲੰਮੇ ਵਰਤ ਰਖਦਾ ਹੈ, ਉਹ ਪ੍ਰਭ ਦੇ ਬਖਸ਼ੇ ਸਰੀਰ ਨੂੰ ਨੁਕਸਾਨ ਪਾਹੁੰਚਦਾ ਹੈ । ਜਿਹੜੇ ਇੱਕੋ ਇੱਕ ਪ੍ਰਭ ਦੇ ਬਖਸ਼ੇ ਤੇ ਵਿਸ਼ਵਾਸ, ਭਰੋਸਾ ਅਡੋਲ ਨਹੀਂ ਰਖਦਾ, ਹੋਰ ਸੰਸਾਰਕ ਗੁਰੂ ਪੀਰ ਨੂੰ ਆਪਣੀ ਮੁਕਤੀ ਦਾ ਨਿਸ਼ਾਨਾ ਬਣਾਉਂਦਾ ਹੈ, ਉਹ ਜਨਮ ਮਰਨ ਦੇ ਚੱਕਰ ਵਿੱਚ ਰਹਿੰਦਾ ਹੈ । ਜਿਹੜਾ ਜੀਵ ਨੰਗਾ ਰਹਿੰਦਾ, ਰਾਤ ਦਿਨ ਆਪਣੇ ਆਪ ਨੂੰ ਤਸੀਹੇ ਦੇਂਦਾ, ਮੌਨ ਵਰਤ ਰਖਦਾ ਹੈ, ਉਹ ਆਪਣੇ ਆਪ ਨੂੰ ਗਵਾਉਂਦਾ ਹੈ । ਉਸ ਸੁੱਤੀ ਹੋਈ ਆਤਮਾ ਨੂੰ ਕਿਸ ਤਰ੍ਹਾਂ ਜਾਗਰਤ ਕੀਤਾ ਜਾਵੇ, ਕਿ ਇਹ ਪ੍ਰਭ ਦੇ ਵੱਲ ਧਿਆਨ ਲਾਵੇ? ਸ਼ਬਦ ਨਾਲ ਜੀਵਨ ਢਾਲਣ ਤੋ ਬਿਨਾਂ, ਸੁੱਤੀ ਹੋਈ ਆਤਮਾ ਜਾਗਰਤ ਨਹੀਂ ਹੁੰਦੀ । ਜਿਹੜਾ ਨੰਗੇ ਪੈਰੀ ਚਲਦਾ ਹੈ ਆਪਣੇ ਕੀਤੇ ਕਾਰਨ ਹੀ ਦੁਖ, ਮੁਸੀਬਤ ਪਾਉਂਦਾ ਹੈ । ਜਿਹੜਾ ਜੀਵ ਗ਼ਲਤ ਖਾਂਦਾ, ਆਪਣੀ ਬੇਅਪਦੀ ਕਰਵਾਉਂਦਾ ਹੈ, ਮੂਰਖ ਜੀਵ ਆਪਣੀ ਪਤ ਆਪ ਹੀ ਬਰਬਾਦ ਕਰ ਲੈਂਦਾ ਹੈ । ਸ਼ਬਦ ਨਾਲ ਜੀਵਨ ਢਾਲਣ ਤੋ ਬਿਨਾਂ ਬੰਦਗੀ, ਪ੍ਰਭ ਦੀ ਹੋਂਦ ਦਾ ਸੋਝੀ ਬਖਸ਼ਿਸ਼ ਨਹੀਂ ਹੁੰਦੀ । ਜਿਹੜਾ ਪ੍ਰਭ ਦੀ ਰਹਿਮਤ ਹਾਸਿਲ ਕਰਨ ਲਈ, ਮੜੀਆਂ, ਮਸਾਨਾਂ ਵਿੱਚ ਰਹਿੰਦਾ ਹੈ, ਭਾਵ ਸੰਸਾਰਕ ਸ੍ਰਿਸ਼ਟੀ ਤੋਂ ਦੂਰ ਰਹਿੰਦਾ ਹੈ, ਉਹ ਗਿਆਨ ਤੋ ਅੰਧਾ ਹੀ ਰਹਿੰਦਾ ਹੈ, ਅਖੀਰਲੇ ਸਮੇਂ ਪਛਤਾਵਾ ਹੀ ਕਰਦਾ ਹੈ । ਜਿਹੜੇ ਆਪਣੇ ਆਪ ਨੂੰ ਪ੍ਰਭ ਦੀ ਰਜ਼ਾ ਵਿੱਚ, ਭਾਣੇ ਵਿੱਚ ਮਸਤ ਰਖਦਾ ਹੈ, ਪ੍ਰਭ ਦਾ ਸ਼ਬਦ ਆਪਣੇ ਮਨ ਵਿੱਚ ਵਸਾ ਲੈਂਦਾ ਹੈ । ਉਸ ਤੇ ਪ੍ਰਭ ਰਹਿਮਤ ਬਖਸ਼ਕੇ ਸਾਰੀਆਂ ਇੱਛਾਂ, ਵਿਛੋੜੇ ਦਾ ਡਰ ਦੂਰ ਕਰ ਦੇਂਦਾ, ਅਹੰਕਾਰ ਦੀ ਜੜ੍ਹ ਨਾਸ਼ ਹੋ ਜਾਂਦੀ ਹੈ ।

So many scholars search various worldly Holy Scriptures to comprehend the teachings of Holy Scriptures; however, they may go deeper and deeper into suspicions and frustrations. Whosoever may wander around from Holy shrine to Holy shrine, baptized with religious disciplines, religious robe to be accepted in His court; his ego may blossom in his mind, he may be burned in the fire of ego of his own mind. His soul may only be rewarded for the good deeds of his human life journey. Whosoever may abstain from food for long period of time as a sacrifice, meditation; he only hurts the blessed human body, to change His nature, His command. Whosoever may not adopt His Word with a steady and stable belief; he may consider worldly guru as a guide for salvation, he remains deep in the cycle of birth and death. Whosoever remains naked to endure hard condition to discipline his mind, keeps quite for longtime, he only wastes his precious opportunity to serve His creation. How may the ignorant, intoxicated soul in worldly greed, demons of worldly wealth be awakened to concentrate on the teachings of His Word? Without adopting the teachings of His Word with steady and stable belief, the sleeping giant, soul may not be enlightened with the teachings of His Word from within. Whosoever may walk bare-footed as a sacrifice, he only endures his own created misery in life. Whosoever may eat wrong, banded food; the foolish and ignorant may be embarrassed and ruin his own honor by his own deeds. Without meditating with steady and stable belief, his mind may not be enlightened with the teachings of His Word. Whosoever may dwell in the cremation ground to be blessed by The True Master; he may stay away from the worldly pleasures, still he remains ignorant from the enlightenment of His Word. In the end, he may regret and repent his foolishness. Whosoever may adopt the teachings of His Word with steady and stable belief in day to day life; he may remain drenched with the essence of His Word and he may be blessed with His mercy and grace. The Merciful True Master may eliminate all his desires, fear of separation from Holy spirit and the root of ego from His mind.

ਪਉੜੀ॥	**pa-orhee.**
ਭਗਤ ਤੇਰੈ ਮਨਿ ਭਾਵਦੇ	bhagat tayrai man bhaavday
ਦਰਿ ਸੋਹਨਿ ਕੀਰਤਿ ਗਾਵਦੇ॥	dar sohan keerat gaavday.
ਨਾਨਕ ਕਰਮਾ ਬਾਹਰੇ	naanak karmaa baahray
ਦਰਿ ਢੋਅ ਨ ਲਹਨ੍ਹੀ ਧਾਵਦੇ॥	dar dho-a na lehnHee Dhaavday.
ਇਕਿ ਮੂਲੁ ਨ ਬੁਝਨ੍ਹਿ ਆਪਣਾ	ik mool na bujhniH aapnaa
ਅਣਹੋਂਦਾ ਆਪੁ ਗਣਾਇਦੇ॥	anhodaa aap ganaa-iday.
ਹਉ ਢਾਢੀ ਕਾ ਨੀਚ ਜਾਤਿ	ha-o dhaadhee kaa neech jaat
ਹੋਰਿ ਉਤਮ ਜਾਤਿ ਸਦਾਇਦੇ॥	hor utam jaat sadaa-iday.
ਤਿਨ੍ਹ ਮੰਗਾ ਜਿ ਤੁਝੈ ਧਿਆਇਦੇ॥ ੯॥	tinH mangaa je tujhai Dhi-aa-iday. ||9||

ਪ੍ਰਭ ਜਿਸ ਤੇ ਤੇਰੀ ਰਹਿਮਤ ਬਖਸ਼ਿਸ਼ ਹੋ ਜਾਂਦੀ ਹੈ, ਉਹ ਹੀ ਤੇਰੇ ਦਰ ਤੇ ਉਸਤਤ ਗਾਉਂਦਾ, ਦਰਬਾਰ ਵਿੱਚ ਸੋਭਦਾ ਹੈ । ਬਿਨਾਂ ਭਾਗਾਂ ਤੋ ਮੁਕਤੀ ਬਖਸ਼ਿਸ਼ ਨਹੀਂ ਹੁੰਦੀ, ਆਤਮਾ ਬਾਰ ਬਾਰ ਜਮਨ ਮਰਨ ਵਿੱਚ ਹੀ ਰਹਿੰਦੀ ਹੈ । ਜਿਹੜਾ ਜੀਵ ਮਾਨਸ ਜਨਮ ਦਾ ਅਸਲੀ ਮੰਤਵ ਨਹੀਂ ਸਮਝਦਾ । ਉਹ ਬਿਨਾਂ ਕੁਝ ਹਾਸਿਲ ਕਰਨ ਤੋ ਜਨਮ ਮਰਨ ਦੇ ਚੱਕਰ ਵਿੱਚ ਹੀ ਰਹਿੰਦਾ ਹੈ । ਪ੍ਰਭ ਮੈਂ ਤੇਰੇ ਸ਼ਬਦ ਦੇ ਗੁਣ ਹੀ ਗਾਉਂਦਾ, ਜੀਵਾਂ ਨੂੰ ਸੁਣਾਉਦਾ ਹਾ, ਕਈ ਮੈਨੂੰ ਨੀਚ ਹੈਸੀਅਤ ਵਾਲਾ ਕਹਿੰਦੇ ਹਨ । ਮਨ ਵਿੱਚ ਬੰਦਗੀ ਕਰਨ ਵਾਲਿਆਂ ਦੇ ਦਰਸ਼ਨ ਕਰਨ ਦੀ ਇੱਛਾਂ ਹਮੇਸ਼ਾਂ ਹੀ ਰਹਿੰਦੀ ਹੈ ।

Whosoever may be blessed with Your mercy and grace; he may adopt the teachings of Your Word and sings the glory of Your Word; he may be honored in Your court. Without great prewritten destiny, the salvation may not be blessed and he remains in the cycle of birth and death. Whosoever may not realize the true purpose of his human life, he remains in the cycle of birth and death without achieving anything in his human life journey. I sing the glory of Your Word and inspires others to sing the glory of Your Word; some may call me insane, lower class creature. I always have a deep desire, devotion to be blessed with the association as Your true devotee.

322.ਸਲੋਕੁ ਮਃ ੧॥ (੧੦) 468 -5

ਕੂੜੁ ਰਾਜਾ ਕੂੜੁ ਪਰਜਾ	koorh raajaa koorh parjaa
ਕੂੜੁ ਸਭੁ ਸੰਸਾਰੁ॥	koorh sabh sansaar.
ਕੂੜੁ ਮੰਡਪ ਕੂੜੁ ਮਾੜੀ	koorh mandap koorh maarhee
ਕੂੜੁ ਬੈਸਣਹਾਰੁ॥	koorh baisanhaar.
ਕੂੜੁ ਸੁਇਨਾ ਕੂੜੁ ਰੁਪਾ	koorh su-inaa koorh rupaa
ਕੂੜੁ ਪੈਨ੍ਹਣਹਾਰੁ॥	koorh painHanhaar.
ਕੂੜੁ ਕਾਇਆ ਕੂੜੁ ਕਪੜੁ	koorh kaa-i-aa koorh kaparh
ਕੂੜੁ ਰੂਪੁ ਅਪਾਰੁ॥	koorh roop apaar.
ਕੂੜੁ ਮੀਆ ਕੂੜੁ ਬੀਬੀ	koorh mee-aa koorh beebee
ਖਪਿ ਹੋਏ ਖਾਰੁ॥	khap ho-ay khaar.
ਕੂੜਿ ਕੂੜੈ ਨੇਹੁ ਲਗਾ	koorh koorhai nayhu lagaa
ਵਿਸਰਿਆ ਕਰਤਾਰੁ॥	visri-aa kartaar.
ਕਿਸੁ ਨਾਲਿ ਕੀਚੈ ਦੋਸਤੀ	kis naal keechai dostee
ਸਭੁ ਜਗੁ ਚਲਣਹਾਰੁ॥	sabh jag chalanhaar.
ਕੂੜੁ ਮਿਠਾ ਕੂੜੁ ਮਾਖਿਉ	koorh mithaa koorh maakhi-o
ਕੂੜੁ ਡੋਬੇ ਪੂਰੁ॥	koorh dobay poor.
ਨਾਨਕੁ ਵਖਾਣੈ ਬੇਨਤੀ	naanak vakhaanai bayntee
ਤੁਧੁ ਬਾਝੁ ਕੂੜੋ ਕੂੜੁ॥੧॥	tuDh baajh koorho koorh. ‖1‖

ਸਾਰੀ ਸ੍ਰਿਸ਼ਟੀ ਦੇ ਜੀਵ ਅਤੇ ਸਾਰੇ ਸੰਸਾਰਕ ਪਦਾਰਥ ਹੀ ਸਦਾ ਰਹਿਣ ਵਾਲੇ ਨਹੀਂ, ਥੋੜ੍ਹੇ ਸਮਾਂ ਵਿੱਚ ਖਤਮ ਹੋ ਜਾਣ ਵਾਲੇ ਹਨ । ਜੀਵ ਇਹਨਾਂ ਨਾਲ ਮੋਹ ਜੋੜ ਕੇ ਅਸਲੀ ਮਾਲਕ, ਦਾ ਧਿਆਨ ਭੁਲ ਜਾਂਦਾ ਹੈ । ਪ੍ਰਭ ਅੱਗੇ ਅਰਦਾਸ, ਸਿਮਰਨ ਕਰੋ ! ਉਹ ਸੋਝੀ ਬਖਸ਼ੇ । ਤੂੰ ਕਿਸ ਨਾਲ ਮੋਹ ਲਗਾਵੇ, ਜਾ ਸੰਬਧ ਜੋੜੇ, ਸਾਰੀ ਸ੍ਰਿਸ਼ਟੀ ਹੀ ਮਿਟ ਜਾਣ ਵਾਲੀ, ਸਦਾ ਰਹਿਣ ਵਾਲਾ ਨਹੀਂ ਹੈ । ਖਾਣ ਵਾਲੀਆਂ ਨਿਆਮਤਾਂ ਵੀ ਸੰਸਾਰਕ ਬੇੜੀ ਨੂੰ ਪਾਰ ਨਹੀਂ ਲੱਗਾ ਸਕਦੀਆਂ । ਰੀਹਮਤ ਬਖਸ਼ਕੇ ਸਿੱਧੇ ਰਸਤੇ ਦੀ ਸੋਝੀ ਬਖਸ਼ਕੇ ਅਡੋਲ ਰਖੋ ।

**** (ਰਾਜੇ, ਉਹਨਾਂ ਦੀ ਪਰਜਾ, ਵੱਡੇ, ਵੱਡੇ ਘਰ, ਮਹਿਲ, ਉਹਨਾਂ ਵਿੱਚ ਰਹਿਣ ਵਾਲੇ, ਸੋਹਣੇ ਸੋਹਣੇ ਜੀਵ, ਇਹਨਾਂ ਦੇ ਸ਼ਾਨਦਾਰ ਕਪੜੇ, ਗਹਿਣੇ, ਸੰਸਾਰਕ ਰਿਸ਼ਤੇ, ਮਾਤਾ, ਪਿਤਾ, ਬੀਵੀ, ਬੱਚੇ)**

All worldly pleasures, possessions and great worldly status all vanish over a period of time. By attaching with these worldly pleasures, you may forget the teachings of His Word, The True Master. You should meditate and pray for His mercy and grace; The True Master may enlighten you with the understanding of the vanish able nature of His creation, whom you should associate and attach to in your human life journey to become worthy of His consideration. All worldly delicacies may not be able to enlighten the right path of human life journey. With His mercy and grace, He may enlighten and keep you on the right path of meditation, salvation.

ਮਃ ੧॥	**mehlaa 1.**
ਸਚੁ ਤਾ ਪਰੁ ਜਾਣੀਐ	sach taa par jaanee-ai
ਜਾ ਰਿਦੈ ਸਚਾ ਹੋਇ॥	jaa ridai sachaa ho-ay.

ਕੂੜ ਕੀ ਮਲੁ ਉਤਰੈ	koorh kee mal utrai
ਤਨੁ ਕਰੇ ਹਛਾ ਧੋਇ॥	tan karay hachhaa Dho-ay.
ਸਚੁ ਤਾ ਪਰੁ ਜਾਣੀਐ	sach taa par jaanee-ai
ਜਾ ਸਚਿ ਧਰੇ ਪਿਆਰੁ॥	jaa sach Dharay pi-aar.
ਨਾਉ ਸੁਣਿ ਮਨੁ ਰਹਸੀਐ	naa-o sun man rehsee-ai
ਤਾ ਪਾਏ ਮੋਖ ਦੁਆਰੁ॥	taa paa-ay mokh du-aar.
ਸਚੁ ਤਾ ਪਰੁ ਜਾਣੀਐ	sach taa par jaanee-ai
ਜਾ ਜੁਗਤਿ ਜਾਣੈ ਜੀਉ॥	jaa jugat jaanai jee-o.
ਧਰਤਿ ਕਾਇਆ ਸਾਧ ਕੈ	Dharat kaa-i-aa saaDh kai
ਵਿਚਿ ਦੇਇ ਕਰਤਾ ਬੀਉ॥	vich day-ay kartaa bee-o.
ਸਚੁ ਤਾ ਪਰੁ ਜਾਣੀਐ	sach taa par jaanee-ai
ਜਾ ਸਿਖ ਸਚੀ ਲੇਇ॥	jaa sikh sachee lay-ay.
ਦਇਆ ਜਾਣੈ ਜੀਅ ਕੀ	da-i-aa jaanai jee-a kee
ਕਿਛੁ ਪੁੰਨੁ ਦਾਨੁ ਕਰੇਇ॥	kichh punn daan karay-i.
ਸਚੁ ਤਾਂ ਪਰੁ ਜਾਣੀਐ	sach taaN par jaanee-ai
ਜਾ ਆਤਮ ਤੀਰਥਿ ਕਰੇ ਨਿਵਾਸੁ॥	jaa aatam tirath karay nivaas.
ਸਤਿਗੁਰੂ ਨੋ ਪੁਛਿ ਕੈ	satguroo no puchh kai
ਬਹਿ ਰਹੈ ਕਰੇ ਨਿਵਾਸੁ॥	bahi rahai karay nivaas.
ਸਚੁ ਸਭਨਾ ਹੋਇ ਦਾਰੂ	sach sabhnaa ho-ay daaroo
ਪਾਪ ਕਢੈ ਧੋਇ॥	paap kadhai Dho-ay.
ਨਾਨਕੁ ਵਖਾਣੈ ਬੇਨਤੀ	naanak vakhaanai bayntee
ਜਿਨ ਸਚੁ ਪਲੈ ਹੋਇ॥੨॥	jin sach palai ho-ay. ||2||

ਜਿਸ ਦਾ ਮਨ ਪਵਿਤ੍ਰ ਹੋ ਜਾਂਦਾ ਹੈ, ਉਸ ਦੀ ਆਤਮਾ ਵਿੱਚ ਹੋਰ ਲਾਲਚ ਨਹੀਂ ਰਹਿੰਦਾ । ਉਹ ਮਨ ਦੇ ਸਾਰੇ ਲਾਲਚ, ਭਾਵਨਾਂ ਛੱਡਕੇ ਸ਼ਬਦ ਦਾ ਸਿਮਰਨ, ਪਾਲਣਾ ਕਰਦਾ ਹੈ । ਉਸ ਨੂੰ ਪ੍ਰਭ ਦੀ ਹੋਂਦ ਦੀ ਸੋਝੀ ਬਖਸ਼ਿਸ਼ ਹੋ ਜਾਂਦੀ ਹੈ । ਪ੍ਰਭ ਦੇ ਸ਼ਬਦ ਸੁਣਨ, ਪਾਲਣਾ ਕਰਨ ਨਾਲ ਦਰ ਦੀ ਖਬਰ, ਮੁਕਤੀ ਦੀ ਮੰਜ਼ਲ ਬਖਸ਼ਿਸ਼ ਹੋ ਜਾਂਦੀ ਹੈ । ਜਿਹੜਾ ਆਪਣੀ ਆਤਮਾ ਨੂੰ ਪਵਿਤ੍ਰ ਕਰਕੇ, ਸ਼ਬਦ ਦਾ ਸਿਮਰਨ, ਸ਼ਬਦ ਦੀ ਸਿਖਿਆ ਨਾਲ ਜੀਵਨ ਢਾਲਦਾ, ਸ੍ਰਿਸ਼ਟੀ ਦੀ ਸੇਵਾ ਕਰਦਾ ਹੈ । ਉਹ ਆਪਣਾ ਜੀਵਨ ਪ੍ਰਭ ਦੇ ਭਾਣੇ ਤੇ ਚਲਾਉਂਦਾ, ਹਰ ਕੰਮ ਕਰਨ ਵੇਲੇ ਮਨ ਵਿੱਚ ਇੱਕੋ ਇੱਕ ਪ੍ਰਭ ਦੇ ਸ਼ਬਦ ਦਾ ਹੀ ਖਿਆਲ ਰਖਦਾ ਹੈ । ਅਗਰ ਪ੍ਰਭ ਆਪ ਇਹ ਕੰਮ ਕਰਦਾ, ਉਹ ਕਿਵੇਂ ਅਤੇ ਕੀ ਕਰਦਾ? ਫਿਰ ਕੰਮ ਪ੍ਰਭ ਦੀ ਸਿਖਿਆ ਅਨੁਸਾਰ ਹੀ ਆਪ ਕਰਦਾ । ਸਰਬ ਕਲਾਂ ਸਮਰਥ ਪ੍ਰਭ ਕੋਲ ਸਾਰੇ ਰੋਗਾ ਦਾ ਹੀ ਇਲਾਜ ਹੈ, ਉਹ ਸਾਰੇ ਪਾਪ ਬਖਸ਼ ਸਕਦਾ ਹੈ । ਉਸ ਦੇ ਸ਼ਬਦ ਦਾ ਸਿਮਰਨ, ਅਰਦਾਸ ਕਰੋ ! ਪ੍ਰਭ ਉਸ ਜੀਵ ਨਾਲ ਸੰਜੋਗ ਬਣਾਵੇ, ਜਿਸ ਨੇ ਆਪਣੇ ਜੀਵਨ ਦਾ ਢੰਗ ਸ਼ਬਦ ਨਾਲ ਢਾਲਿਆ ਹੋਵੇ ।

Whosoever may abandon all worldly greed and attachments, he may adopt the teachings of His Word with steady and stable belief in his life. His soul may be sanctified and he may be blessed with the realization of His existence. By wholeheartedly listening and adopting the teachings of His Word in day to day life with steady and stable belief, he may be enlightened with the right path of His castle. Whosoever may adopt the teachings of His Word in day to day life and serve His creation, his soul may be sanctified. He may adopt the teachings of His Word and he may always keep the essence of His teachings within his mind. He may always perform all his deeds with the teachings of His Word and follows rigidly. The Omnipotent True Master has the cure all disease of mind and body; He may forgive all your sinful deeds. You should meditate and adopt the teachings of His Word with steady and stable belief and pray for His mercy and grace to be blessed with the association of His true devotee. Who might have adopted the teachings of His Word in his day to day life?

ਪਉੜੀ॥	**pa-orhee.**
ਦਾਨੁ ਮਹਿੰਡਾ ਤਲੀ ਖਾਕੁ	daan mahindaa talee khaak
ਜੇ ਮਿਲੈ ਤ ਮਸਤਕਿ ਲਾਈਐ॥	jay milai ta mastak laa-ee-ai.
ਕੂੜਾ ਲਾਲਚੁ ਛਡੀਐ	koorhaa laalach chhadee-ai
ਹੋਇ ਇਕ ਮਨਿ ਅਲਖੁ ਧਿਆਈਐ॥	ho-ay ik man alakh Dhi-aa-ee-ai.
ਫਲੁ ਤੇਵਹੋ ਪਾਈਐ	fal tayvayho paa-ee-ai
ਜੇਵੇਹੀ ਕਾਰ ਕਮਾਈਐ॥	jayvayhee kaar kamaa-ee-ai.
ਜੇ ਹੋਵੈ ਪੂਰਬਿ ਲਿਖਿਆ	jay hovai poorab likhi-aa
ਤਾ ਧੂੜਿ ਤਿਨ੍ਹਾ ਦੀ ਪਾਈਐ॥	taa Dhoorh tinHaa dee paa-ee-ai.
ਮਤਿ ਥੋੜੀ ਸੇਵ ਗਵਾਈਐ॥੧੦॥	mat thorhee sayv gavaa-ee-ai. ||10||

ਜੀਵ ਸੰਸਾਰਕ ਲਾਲਚ ਤਿਆਗ ਕੇ, ਇੱਕ ਮਨ ਹੋ ਕੇ ਪ੍ਰਭ ਦੇ ਸ਼ਬਦ ਦਾ ਸਿਮਰਨ, ਪਾਲਣਾ ਕਰੋ । ਉਸ ਸੰਤ ਸਰੂਪ ਜੀਵ ਨੂੰ ਆਪਣੇ ਜੀਵਨ ਦਾ ਆਦਰਸ਼, ਨਿਸ਼ਾਨਾ ਬਣਾਵੋ! ਜਿਹੜਾ ਅਡੋਲ ਭਰੋਸੇ ਨਾਲ ਸ਼ਬਦ ਦਾ ਸਿਮਰਨ, ਪਾਲਣਾ ਕਰਦਾ ਹੈ । ਜੀਵਨ ਵਿੱਚ ਪਿਛਲੇ ਜਨਮ ਦੇ ਕੀਤੇ ਕੰਮਾ ਦਾ ਫਲ ਹੀ ਬਖਸ਼ਿਸ਼ ਹੁੰਦਾ ਹੈ । ਪਿਛਲੇ ਜਨਮ ਦੇ ਕਰਮਾਂ ਅਨੁਸਾਰ ਹੀ ਸੰਤ ਸਰੂਪਾ ਦਾ ਸੰਜੋਗ ਬਖਸ਼ਿਸ਼ ਹੋ ਸਕਦਾ ਹੈ । ਅਗਿਆਨੀ ਜੀਵ ਨੂੰ ਸੇਵਾ ਦੀ ਮਹੱਤਤਾ ਦਾ ਗਿਆਨ ਨਹੀਂ ਹੁੰਦਾ, ਉਹ ਸ੍ਰਿਸ਼ਟੀ ਦੀ ਸੇਵਾ ਕਰਨ ਦਾ ਮੌਕਾ ਗਵਾ ਲੈਂਦਾ ਹੈ ।

You should abandon greed of mind and wholeheartedly meditates on the teachings of His Word. You should adopt the teachings of the life of His true devotees, who has wholeheartedly adopted His Word in his life and consider him your guide, ideal. Whatsoever may be prewritten in your destiny, as a reward for your previous life good deeds, only that may be blessed. Only with prewritten destiny, the association of His true devotee may be blessed. Ignorant may not realize the significance of serving His creation; he wastes priceless opportunity to serve His creation.

323.ਸਲੋਕੁ ਮਃ ੧॥ (11) 468-16

ਸਚਿ ਕਾਲੁ ਕੂੜੁ ਵਰਤਿਆ	sach kaal koorh varti-aa
ਕਲਿ ਕਾਲਖ ਬੇਤਾਲ॥	kal kaalakh baytaal.
ਬੀਉ ਬੀਜਿ ਪਤਿ ਲੈ ਗਏ	bee-o beej pat lai ga-ay
ਅਬ ਕਿਉ ਉਗਵੈ ਦਾਲਿ॥	ab ki-o ugvai daal.
ਜੇ ਇਕੁ ਹੋਇ ਤ ਉਗਵੈ	jay ik ho-ay ta ugvai
ਰੁਤੀ ਹੂ ਰੁਤਿ ਹੋਇ॥	rutee hoo rut ho-ay.
ਨਾਨਕ ਪਾਹੈ ਬਾਹਰਾ	naanak paahai baahraa
ਕੋਰੈ ਰੰਗੁ ਨ ਸੋਇ॥	korai rang na so-ay.
ਭੈ ਵਿਚਿ ਖੁੰਬਿ ਚੜਾਈਐ	bhai vich khumb charhaa-ee-ai
ਸਰਮੁ ਪਾਹੁ ਤਨਿ ਹੋਇ॥	saram paahu tan ho-ay.
ਨਾਨਕ ਭਗਤੀ ਜੇ ਰਪੈ	naanak bhagtee jay rapai
ਕੂੜੈ ਸੋਇ ਨ ਕੋਇ॥੧॥	koorhai so-ay na ko-ay. ||1||

ਜਿਹੜਾ ਅਡੋਲ ਭਰੋਸੇ ਨਾਲ ਪ੍ਰਭ ਦੇ ਸ਼ਬਦ ਦਾ ਸਿਮਰਨ ਕਰਦਾ ਹੈ, ਉਸ ਨੂੰ ਅਸਲੀ ਰਸਤਾ ਬਖਸ਼ਿਸ਼ ਹੋ ਜਾਂਦਾ ਹੈ । ਇਸ ਰਸਤੇ ਤੇ ਅਡੋਲ ਰਹਿਣ ਨਾਲ ਉਸ ਦਾ ਮਨ ਤਿਆਰ ਹੋ ਜਾਂਦਾ ਹੈ । ਇਸ ਕੱਲਯੁਗ ਵਿੱਚ ਕੋਈ ਵਿਰਲਾ ਹੀ ਭਰੋਸੇ ਨਾਲ ਬੰਦਗੀ ਕਰਦਾ ਹੈ, ਬਹੁਤ ਜੀਵ ਜਮਦੂਤਾਂ ਦੇ ਰਸਤੇ ਤੇ ਹੀ ਚਲਦੇ ਹਨ । ਆਤਮਾ ਇੱਕ ਵਾਰ ਚਿਤ ਲਾ ਕੇ ਸਿਮਰਨ ਕਰਨ ਨਾਲ ਪ੍ਰਭ ਦੇ ਸ਼ਬਦ ਨਾਲ

ਲਗਨ, ਭਰੋਸਾ ਅਡੋਲ ਨਹੀਂ ਹੁੰਦਾ । ਅਸਲੀ ਰਸਤੇ ਤੇ ਅਡੋਲ ਹੋਣ ਲਈ ਸਮਾਂ ਲੱਗਦਾ ਹੈ । ਬਾਰ ਬਾਰ ਸਿਮਰਨ ਨਾਲ ਮਨ ਤੇ ਸ਼ਬਦ ਦੀ ਮੱਤ ਦਾ ਅਸਰ ਹੋਣ ਲੱਗ ਪੈਂਦਾ ਹੈ । ਜਿਹੜਾ ਭਰੋਸੇ ਨਾਲ ਉਸ ਦੀ ਬੰਦਗੀ ਦਾ ਮਾਰਗ ਨਹੀਂ ਛੱਡਦਾ, ਉਸ ਨੂੰ ਪ੍ਰਵਾਨਗੀ ਬਖਸ਼ਿਸ਼ ਹੋ ਜਾਂਦੀ ਹੈ ।

Whosoever wholeheartedly meditated on the teachings of His Word, he may be blessed with the right path of meditation. By consistently meditating with steady and stable belief, his soul may become ready and worthy of His consideration over a period of time. In the Age of Kuljug, very rare devotee may meditate with steady and stable belief on the teachings of His Word; most of the devotees follow the path of the devil of death. Only by meditating wholeheartedly few times, his mind may not remain steady and stable on that path. Only with patience and consistent determination on the right path, his soul may become worthy of His consideration. Whosoever may remain consistent with steady and stable belief, he may be drenched with the teachings of His Word within his mind. Whosoever may not abandon the right path; The Merciful True Master may keep him steady and stable on the right path of acceptance in His court.

ਮਃ ੧॥	**mehlaa 1.**
ਲਬੁ ਪਾਪੁ ਦੁਇ ਰਾਜਾ ਮਹਤਾ	lab paap du-ay raajaa mahtaa
ਕੂੜੁ ਹੋਆ ਸਿਕਦਾਰੁ॥	koorh ho-aa sikdaar.
ਕਾਮੁ ਨੇਬੁ ਸਦਿ ਪੁਛੀਐ	kaam nayb sad puchhee-ai
ਬਹਿ ਬਹਿ ਕਰੇ ਬੀਚਾਰੁ॥	bahi bahi karay beechaar.
ਅੰਧੀ ਰਯਤਿ ਗਿਆਨ ਵਿਹੂਣੀ	anDhee rayat gi-aan vihoonee
ਭਾਹਿ ਭਰੇ ਮੁਰਦਾਰੁ॥	bhaahi bharay murdaar.
ਗਿਆਨੀ ਨਚਹਿ ਵਾਜੇ ਵਾਵਹਿ	gi-aanee nacheh vaajay vaaveh
ਰੂਪ ਕਰਹਿ ਸੀਗਾਰੁ॥	roop karahi seegaar.
ਊਚੇ ਕੂਕਹਿ ਵਾਦਾ ਗਾਵਹਿ	oochay kookeh vaadaa gaavahi
ਜੋਧਾ ਕਾ ਵੀਚਾਰੁ॥	joDhaa kaa veechaar.
ਮੂਰਖ ਪੰਡਿਤ ਹਿਕਮਤਿ ਹੁਜਤਿ	moorakh pandit hikmat hujat
ਸੰਜੈ ਕਰਹਿ ਪਿਆਰੁ॥	sanjai karahi pi-aar.
ਧਰਮੀ ਧਰਮੁ ਕਰਹਿ ਗਾਵਾਵਹਿ	Dharmee Dharam karahi gaavaaveh
ਮੰਗਹਿ ਮੋਖ ਦੁਆਰੁ॥	mangeh mokh du-aar.
ਜਤੀ ਸਦਾਵਹਿ ਜੁਗਤਿ ਨ ਜਾਣਹਿ	jatee sadaaveh jugat na jaaneh
ਛਡਿ ਬਹਹਿ ਘਰ ਬਾਰੁ॥	chhad baheh ghar baar.
ਸਭੁ ਕੋ ਪੂਰਾ ਆਪੇ ਹੋਵੈ	sabh ko pooraa aapay hovai
ਘਟਿ ਨ ਕੋਈ ਆਖੈ॥	ghat na ko-ee aakhai.
ਪਤਿ ਪਰਵਾਣਾ ਪਿਛੈ ਪਾਈਐ ,	pat parvaanaa pichhai paa-ee-ai
ਤਾ ਨਾਨਕ ਤੋਲਿਆ ਜਾਪੈ॥੨॥	taa naanak toli-aa jaapai. ‖2‖

ਸੰਸਾਰ ਵਿੱਚ ਲਾਲਚ ਦਾ ਪ੍ਰਭਾਵ ਸਭ ਤੋ ਜ਼ਿਆਦਾ ਹੈ, ਫਰੇਬ ਹੀ ਇਹਨਾਂ ਦਾ ਖਜ਼ਾਨਾ ਹੈ । ਉਹ ਵਾਸਨਾ ਦੀ ਇੱਛਾਂ ਵਿੱਚ ਮਗਨ ਰਹਿੰਦਾ ਹੈ, ਇਸ ਦੇ ਪ੍ਰਭਾਵ ਨਾਲ ਆਪਣਾ ਜੀਵਨ ਢਾਲਦਾ ਹੈ । ਉਸ ਦੀ ਮੱਤ ਮਾਰੀ ਜਾਂਦੀ ਹੈ, ਆਪਣੇ ਆਪ ਨੂੰ ਪਰਾਏ ਧਨ ਨਾਲ ਖੁਸ਼ਹਾਲ ਕਰਦਾ ਹੈ । ਧਾਰਮਕ ਆਗੂ, ਬਹੁਤ ਜ਼ੋਰ ਨਾਲ ਭਗਤਾਂ ਦੀਆਂ ਕਰਬਾਣੀਆਂ, ਕਥਾਂ ਨਾਲ ਪ੍ਰਚਾਰ ਕਰਦੇ ਹਨ । ਆਪਣੇ ਆਪ ਨੂੰ ਸੁੰਦਰ ਬਸਤ੍ਰਾਂ ਨਾਲ ਸਜਾਕੇ ਰਖਦੇ ਹਨ । ਜਿਹੜੇ ਮਨਮੁਖ ਕਤਾਬੀ ਗਿਆਨ, ਆਪਣੀਆਂ ਚਲਾਕੀਆਂ ਨਾਲ ਆਪਣੇ ਆਪ ਨੂੰ ਧਾਰਮਕ, ਸੋਝੀਵਾਨ ਕਹਾਉਂਦੇ ਹਨ । ਉਹ ਪ੍ਰਭ ਅੱਗੇ ਲੰਮੀਆਂ, ਨਿਮ੍ਰਤਾ ਭਰੀਆਂ, ਮੁਕਤੀ ਦੀ ਬਖਸ਼ਿਸ਼ ਦੀਆਂ ਅਰਦਾਸਾਂ ਕਰਦੇ ਰਹਿੰਦੇ ਹਨ । ਇਹ ਧਾਰਮਕ ਜੀਵ ਆਪਣੇ

ਆਪ ਨੂੰ ਸੰਤ (ਜਤੀ) ਸਦਾਉਂਦੇ, ਆਪਣੇ ਆਪ ਨੂੰ ਪਵਿਤ੍ਰ ਪੂਰਾ ਸਮਝਦੇ ਹਨ, ਪਰ ਆਪਣਾ ਜੀਵਨ ਸ਼ਬਦ ਨਾਲ ਨਹੀਂ ਢਾਲਦੇ, ਪ੍ਰਭ ਦੇ ਸ਼ਬਦ ਦੀ ਕੋਈ ਸੋਝੀ ਨਹੀਂ ਹੁੰਦੀ । ਜਿਹੜਾ ਆਪਣਾ ਜੀਵਨ ਪ੍ਰਭ ਦੀ ਰਜ਼ਾ ਵਿੱਚ ਹੀ ਜੀਉਂਦਾ ਹੈ, ਪ੍ਰਭ ਦੀ ਦਰਗਾਹ ਵਿੱਚ ਪ੍ਰਵਾਨ ਹੁੰਦਾ ਹੈ, ਉਹ ਹੀ ਅਸਲੀ ਪੂਰਾ ਕਹਿਣ ਦੇ ਯੋਗ ਹੁੰਦਾ ਹੈ ।

The greed of worldly wealth dominates the whole creation, deception and falsehood are the treasure of His creation. He remains intoxicated in sexual desire; his way of life remains under the influence of these demons of worldly desire. He loses wisdom, his conscious and the right path, he tries to become happy, prosper by robbing the earnest livings of others. The worldly preachers inspire the innocent with the glorious stories and sacrifices of the Holy prophets; they wear expensive robes as a token of His mercy and grace. Whosoever may have bookish knowledge of Holy Scripture and with his clever, devious plans calls himself as a religious and enlightened devotee. He may pray humbly with melodious tone for His mercy and grace for salvation. These religious preachers claim to be saint, holy, contented and sanctified. However, whosoever may not adopt the teachings of His Word in day to day life; he may not be enlightened or comprehension of the teachings of His Word. Whosoever may be accepted in His court; only he may be worthy of calling to be sanctified soul. He may call himself Holy and sanctified soul.

ਮਃ ੧॥	**mehlaa 1.**
ਵਡੀ ਸੁ ਵਜਗਿ ਨਾਨਕਾ	vadee so vajag naankaa
ਸਚਾ ਵੇਖੈ ਸੋਇ॥	sachaa vaykhai so-ay.
ਸਭਨੀ ਛਾਲਾ ਮਾਰੀਆ	sabhnee chhaalaa maaree-aa
ਕਰਤਾ ਕਰੇ ਸੁ ਹੋਇ॥	kartaa karay so ho-ay.
ਅਗੈ ਜਾਤਿ ਨ ਜੋਰੁ ਹੈ	agai jaat na jor hai
ਅਗੈ ਜੀਉ ਨਵੇ॥	agai jee-o navay.
ਜਿਨ ਕੀ ਲੇਖੈ ਪਤਿ ਪਵੈ	jin kee laykhai pat pavai
ਚੰਗੇ ਸੇਈ ਕੇਇ॥੩॥	changay say-ee kay-ay. ॥3॥

ਅੰਤਰਜਾਮੀ ਅੱਟਲ ਪ੍ਰਭ ਸਭ ਕੁਝ ਵੇਖਦਾ ਹੈ, ਉਸ ਤੋ ਕੁਝ ਵੀ ਛਿਪਾਇਆ ਨਹੀਂ ਜਾ ਸਕਦਾ । ਹਰਇੱਕ ਜੀਵ ਆਪਣੀ ਸੰਸਾਰਕ ਹੈਸੀਅਤ ਵਿੱਚ ਮਸਤ ਰਹਿੰਦਾ ਹੈ, ਆਪਣੇ ਤਾਰੀਕੇ ਨਾਲ ਅਸਲੀ ਰਸਤਾ ਲੱਭਦਾ ਹੈ । ਉਹ ਇਹ ਭੁਲਾ ਜਾਂਦਾ ਹੈ, ਮਰਨ ਤੋ ਪਿਛੋਂ ਨਵਾਂ ਖੇਲ ਸ਼ੁਰੂ ਹੋ ਜਾਂਦਾ ਹੈ । ਜਿਹੜਾ ਸੰਸਾਰਕ ਜੀਵਨ ਵਿੱਚ ਚੰਗੇ ਕਰਮ ਕਰਦਾ ਹੈ, ਉਹ ਪ੍ਰਵਾਨ ਹੋ ਜਾਂਦਾ ਹੈ ।

The Omnipresent True Master watches every activities of His creation, nothing can be hidden from Him. Everyone remains intoxicated in the proud of his worldly status, he tries his best efforts to find the right path of His acceptance. He may forget that after death a new play starts for the soul. Whosoever may perform good deeds for the mankind in the universe; he may be accepted in His court.

ਪਉੜੀ॥	**pa-orhee.**
ਧੁਰਿ ਕਰਮੁ ਜਿਨਾ ਕਉ ਤੁਧੁ ਪਾਇਆ,	Dhur karam jinaa ka-o tuDh paa-i-aa
ਤਾ ਤਿਨੀ ਖਸਮੁ ਧਿਆਇਆ॥	taa tinee khasam Dhi-aa-i-aa.
ਏਨਾ ਜੰਤਾ ਕੈ ਵਸਿ ਕਿਛੁ ਨਾਹੀ,	aynaa jantaa kai vas kichh naahee
ਤੁਧੁ ਵੇਕੀ ਜਗਤੁ ਉਪਾਇਆ॥	tuDh vaykee jagat upaa-i-aa.
ਇਕਨਾ ਨੋ ਤੂੰ ਮੇਲਿ ਲੈਹਿ,	iknaa no tooN mayl laihi

ਇਕਿ ਆਪਹੁ ਤੁਧੁ ਖੁਆਇਆ॥ ik aaphu tuDh khu-aa-i-aa.
ਗੁਰ ਕਿਰਪਾ ਤੇ ਜਾਣਿਆ, gur kirpaa tay jaani-aa
ਜਿਥੈ ਤੁਧੁ ਆਪੁ ਬੁਝਾਇਆ॥ jithai tuDh aap bujhaa-i-aa.
ਸਹਜੇ ਹੀ ਸਚਿ ਸਮਾਇਆ॥੧੧॥ sehjay hee sach samaa-i-aa. ||11||

ਜਿਸ ਦੇ ਭਾਗਾਂ ਵਿੱਚ ਪਹਿਲੇ ਹੀ ਲਿਖਆ ਹੁੰਦਾ ਹੈ, ਉਹ ਹੀ ਸ਼ਬਦ ਦੀ ਅਰਾਧਨਾ ਕਰਦਾ ਹੈ । ਸੰਸਾਰਕ ਜੀਵ ਦੇ ਆਪਣੇ ਵੱਸ ਵਿੱਚ ਕੁਝ ਨਹੀਂ ਹੁੰਦਾ ਹੈ । ਪ੍ਰਭ ਨੇ ਅਨੇਕਾਂ ਹੀ ਖੰਡ, ਬ੍ਰਹਮੰਡ ਸਿਰਜੇ ਹਨ, ਆਪਣੀ ਰਜ਼ਾ ਨਾਲ ਜੀਵ ਨੂੰ ਸਿੱਧੇ ਰਸਤੇ ਪਾ ਕੇ ਪ੍ਰਵਾਨ ਕਰ ਲੈਂਦਾ ਹੈ । ਕਈਆਂ ਨੂੰ ਲਾਲਚ ਨਾਲ ਭਟਕਣ ਵਿੱਚ ਲਾਈ ਰਖਦਾ ਹੈ । ਜਿਸ ਨੂੰ ਆਪਣੀ ਰਹਿਮਤ ਨਾਲ ਅਸਲੀ ਮਾਰਗ ਤੇ ਰਖਦਾ ਹੈ, ਉਸ ਨੂੰ ਅਸਾਨੀ ਨਾਲ ਹੀ ਮੁਕਤੀ ਦਾ ਮਾਰਗ ਬਖਸ਼ਿਸ਼ ਹੋ ਜਾਂਦਾ ਹੈ ।

Whosoever may have a great prewritten destiny, he may meditate on the teachings of Your Word. The worldly creature may not control his path in life. You have created so many difference islands and solar systems in the universe with Your own mercy and grace. You may guide anyone on the right path of acceptance in Your court. You may keep so many creatures in worldly greed and frustrations. Whosoever may be kept steady and stable on the right path, he may easily be accepted in Your sanctuary.

324.ਸਲੋਕੁ ਮਃ ੧॥ (੧੨) 469-9

ਦੁਖੁ ਦਾਰੂ ਸੁਖੁ ਰੋਗੁ ਭਇਆ dukh daaroo sukh rog bha-i-aa
ਜਾ ਸੁਖੁ ਤਾਮਿ ਨ ਹੋਈ॥ jaa sukh taam na ho-ee.
ਤੂੰ ਕਰਤਾ ਕਰਣਾ ਮੈ ਨਾਹੀ tooN kartaa karnaa mai naahee
ਜਾ ਹਉ ਕਰੀ ਨ ਹੋਈ॥੧॥ jaa ha-o karee na ho-ee. ||1||

ਜਦੋਂ ਜੀਵ ਦੇ ਜੀਵਨ ਵਿੱਚ ਦੁਖ ਆਉਂਦਾ ਹੈ, ਉਸ ਵੇਲੇ ਹੀ ਪ੍ਰਭ ਦੇ ਸ਼ਬਦ ਦਾ, ਪ੍ਰਭ ਦਾ ਧਿਆਨ ਆਉਂਦਾ ਹੈ । ਜੀਵਨ ਵਿੱਚ ਸੁਖ ਦੇ ਸਮੇਂ ਉਸ ਦਾ ਧਿਆਨ ਸ਼ਬਦ ਦੀ ਪਾਲਣਾ ਵਿੱਚ ਅਡੋਲ ਨਹੀਂ ਹੁੰਦਾ । ਪ੍ਰਭ ਤੂੰ ਹੀ ਸਭ ਕੁਝ ਪੈਦਾ ਕਰਦਾ ਹੈ, ਤੇਰਾ ਕੀਤਾ ਹੀ ਸਭ ਕੁਝ ਹੁੰਦਾ ਹੈ । ਮਾਨਸ ਭਾਵੇਂ ਕਿਤਨੀ ਵੀ ਕੋਸ਼ਿਸ਼ ਕਿਉਂ ਨਾ ਕਰੇ, ਕੁਝ ਵੀ ਨਹੀਂ ਕਰ ਸਕਦੇ । ਸੁਖ ਵੇਲੇ ਜੀਵ ਤੇਰਾ ਨਾਮ ਨਹੀਂ ਲੈਂਦੇ ਅਤੇ ਦੁਖ ਸਮੇਂ, ਭੁੱਲਾਂ ਬਖਸ਼ਾਉਣ ਲਈ ਤੇਰਾ ਨਾਮ ਸਿਮਰਨ ਕਰਦੇ ਹਨ ।

The worldly creatures are very unique; at the time of misery, they will remember and meditate on the teachings of Your Word with each and every breath. However, at the time of comforts and pleasures they remain intoxicated with worldly possessions and ignore to meditate on the teachings of Your Word. You are The True Master, creator of the universe and only Your command may prevail in the universe; the worldly creature may not have any power or control. With all his efforts, he may not accomplish anything in the universe. He may not remember separation from Your Spirt at the time of pleasure and comforts in life; however, at the time of misery, he meditates with each and every breath and begging for Your forgiveness.

ਬਲਿਹਾਰੀ ਕੁਦਰਤਿ ਵਸਿਆ॥ balihaaree kudrat vasi-aa.
ਤੇਰਾ ਅੰਤੁ ਨ ਜਾਈ ਲਖਿਆ॥੧॥ ਰਹਾਉ॥ tayraa ant na jaa-ee lakhi-aa. ||1|| rahaa-o.

ਪ੍ਰਭ ਤੇਰੇ ਤੋ ਸਦਕੇ ਜਾਵਾ, ਤੇਰੇ ਕਿਸੇ ਕਰਤਬ ਦੇ ਅੰਤ ਦੀ ਸੋਝੀ ਨਹੀਂ, ਤੂੰ ਇਹ ਕਿਉਂ ਕਰਦਾ ਹੈ?

I am fascinated and astonished from Your nature. I have no comprehension of the limits of Your miracles. How and why may You perform these activities and miracles in the universe?

ਜਾਤਿ ਮਹਿ ਜੋਤਿ ਜੋਤਿ ਮਹਿ ਜਾਤਾ, jaat meh jot jot meh jaataa

ਅਕਲ ਕਲਾ ਭਰਪੂਰਿ ਰਹਿਆ॥	akal kalaa bharpoor rahi-aa.
ਤੂੰ ਸਚਾ ਸਾਹਿਬੁ ਸਿਫਤਿ ਸੁਆਲ੍ਹਿਉ,	tooN sachaa saahib sifat su-aaliha-o
ਜਿਨਿ ਕੀਤੀ ਸੋ ਪਾਰਿ ਪਇਆ॥	jin keetee so paar pa-i-aa.
ਕਹੁ ਨਾਨਕ ਕਰਤੇ ਕੀਆ ਬਾਤਾ,	kaho naanak kartay kee-aa baataa
ਜੋ ਕਿਛੁ ਕਰਣਾ ਸੁ ਕਰਿ ਰਹਿਆ॥੨॥	jo kichh karnaa so kar rahi-aa. ‖2‖

ਪ੍ਰਭ ਤੂੰ ਆਪਣੀ ਸਾਜੀ ਹੋਈ ਸ੍ਰਿਸ਼ਟੀ ਵਿੱਚ ਆਪ ਹੀ ਜੋਤ, ਆਤਮਾ ਬਖਸ਼ਦਾ ਹੈ । ਆਪ ਹੀ ਆਪਣੀ ਹੋਂਦ ਮਹਿਸੂਸ ਕਰਾਉਂਦਾ ਹੈ । ਤੇਰੇ ਵਿੱਚ ਹੀ ਇਹ ਸਾਰੀਆਂ ਕਰਮਾਤਾਂ ਹਨ! ਜਿਹੜਾ ਤੇਰੇ ਸ਼ਬਦ ਦੀ ਪਾਲਣਾ, ਸਿਮਰਨ ਕਰਦਾ ਹੈ, ਉਸ ਤੇ ਰਹਿਮਤ ਬਖਸ਼ਕੇ ਮਾਨਸ ਜੀਵਨ ਸਫਲ ਕਰ ਦੇਂਦਾ ਹੈ । ਇਹ ਸਭ ਤੇਰਾ ਰਚਿਆ ਹੋਇਆ ਖੇਲ ਹੈ! ਜੋ ਤੈਨੂੰ ਭਾਉਂਦਾ, ਚੰਗਾ ਲੱਗਦਾ ਹੈ, ਉਹ ਹੀ ਤੂੰ ਕਰਦਾ ਹੈ । ਰਹਿਮਤ ਬਖਸ਼ੋ ! ਸ਼ਬਦ ਦੇ ਸਿਮਰਨ ਤੇ ਅਡੋਲ ਰਖੋ !

My True Master, creator You have infused, blessed Your Holy spirit in the soul of a creature. With Your own mercy and grace; You may enlighten the soul to realize Your existence. All miracles may only happen under Your command. Whosoever may meditate and adopt the teachings of Your Word in his day to day life; he may be blessed with the right path of meditation to successfully conclude his human life journey. You have created the whole play of the universe, only Your command may prevail in each and every activity. With Your blessings, keeps me steady and stable on meditating on the teachings of Your Word.

ਮਃ ੨॥	**mehlaa 2.**
ਜੋਗ ਸਬਦੰ ਗਿਆਨ ਸਬਦੰ	jog sabdaN gi-aan sabdaN
ਬੇਦ ਸਬਦੰ ਬ੍ਰਾਹਮਣਹ॥	bayd sabdaN baraahmaneh.
ਖਤ੍ਰੀ ਸਬਦੰ ਸੂਰ ਸਬਦੰ	khatree sabdaN soor sabdaN
ਸੂਦ੍ਰ ਸਬਦੰ ਪਰਾ ਕ੍ਰਿਤਹ॥	soodar sabdaN paraa kirteh.
ਸਰਬ ਸਬਦੰ ਏਕ ਸਬਦੰ	sarab sabdaN ayk sabdaN
ਜੇ ਕੋ ਜਾਣੈ ਭੇਉ॥	jay ko jaanai bha-o.
ਨਾਨਕੁ ਤਾ ਕਾ ਦਾਸੁ ਹੈ	naanak taa kaa daas hai
ਸੋਈ ਨਿਰੰਜਨ ਦੇਉ॥੩॥	so-ee niranjan day-o. ‖3‖

ਹਰ ਧਾਰਮਕ ਵੱਖਰੇ ਵੱਖਰੇ ਸਧਾਂਤ, ਅਸੂਲ, ਵਿਧੀ ਦੀ ਪ੍ਰੇਰਨਾ ਕਰਦੇ ਹਨ । ਜੋਗੀ ਮੱਤ ! ਸੰਸਾਰਕ ਕੰਮਾਂ ਤੋ ਵੱਖਰੇ ਹੋ ਕੇ ਇਕਾਂਤਮਾਈ ਥਾਂ ਅੰਤਰ ਧਿਆਨ ਹੋ ਕੇ ਪ੍ਰਭ ਦਾ ਸਿਮਰਨ ਕਰਨ ਨਾਲ ਉਸ ਦੇ ਸ਼ਬਦ ਦੀ ਸੋਝੀ, ਪ੍ਰਭ ਦੀ ਰਹਿਮਤ ਬਖਸ਼ਿਸ਼ ਹੋ ਸਕਦੀ ਹੈ । ਹਿੰਦੂ ਮੱਤ ! ਜੀਵ ਆਪਣੇ ਪਿਛਲੇ ਕੀਤੇ ਕਰਮ ਅਨੁਸਾਰ ਵੱਖਰੀ ਵੱਖਰੀ ਜਾਤਾਂ ਵਿੱਚ ਜਨਮ ਲੈਂਦਾ ਹੈ । ਜਿਹੜਾ ਬ੍ਰਹਮਣ ਮਾਤਾ ਦੀ ਕੁੱਖ ਵਿਚੋਂ ਪੈਦਾ ਹੁੰਦਾ ਹੈ, ਉਸ ਦਾ ਮੁਕਤੀ ਦਾ ਰਸਤਾ! ਧਾਰਮਕ ਕਿਤਾਬਾਂ (ਵੇਦਾਂ) ਪੜ੍ਹੇ, ਗਿਆਨ ਹਾਸਿਲ ਕਰਕੇ ਆਪਣੇ ਜੀਵਨ ਵਿੱਚ ਢਾਲਣ ਨਾਲ ਮੁਕਤੀ ਬਖਸ਼ਿਸ਼ ਹੋ ਸਕਦੀ ਹੈ । ਜਿਹੜਾ ਖਸ਼ਤਰੀ ਮਾਤਾ ਦੀ ਕੁੱਖ ਵਿਚੋਂ ਜਨਮ ਲੈਂਦੇ ਹੈ, ਉਸ ਦਾ ਮੁਕਤੀ ਦਾ ਰਸਤਾ, ਸ਼ਾਸ਼ਤਰ ਵਿਦਿਆ ਦਾ ਗਿਆਨ ਹਾਸਿਲ ਕਰਨਾ, ਸ੍ਰਿਸ਼ਟੀ ਦੀ ਹਿਫਾਜ਼ਤ ਲਈ ਆਪਣੀ ਜਾਨ ਨੂੰ ਕੁਰਬਾਨ ਕਰਨਾ ਹੈ । ਜਿਹੜਾ ਸੂਦ ਮਾਤਾ ਦੀ ਕੁੱਖ ਵਿਚੋਂ ਪੈਦਾ ਹੋਵੇ, ਉਸ ਦੀ ਮੁਕਤੀ ਦੀ ਵਿਧੀ ਹੈ । ਬਾਕੀ ਸ੍ਰਿਸ਼ਟੀ ਦੀ ਸੇਵਾ ਕਰੇ, ਦੂਸਰੀਆਂ ਜਾਤਾਂ ਦੇ ਜੀਵਾਂ ਦਾ ਹੁਕਮ ਕਬੂਲ ਕਰੇ । ਕੇਵਲ ਪ੍ਰਭ ਦੇ ਸ਼ਬਦ ਦੀ ਪਾਲਣਾ, ਬੰਦਗੀ ਹੀ ਅਸਲੀ ਮੁਕਤੀ ਦਾ ਮਾਰਗ ਹੈ ।

Various religious organizations define different techniques of meditation to become worthy of His consideration. Yogi considers to stay away from worldly life and by wholeheartedly concentrating on the teachings of His Word, he may be enlightened with the essence of His Word. Hindu religion philosophy defines four different paths of salvation based on your birth in world; Born from the womb of Brahman mother, he should understand The Holy Scripture and adopts the teachings in own life. Born from the womb of a Kachahri mother, he should learn how to used weapon to protect others and should be ready to sacrifice His life to protect others. Born from womb of Souder mother, he should serve others to provide them comfort and offer your mind and body to provide them comforts. You should realize the only right path of meditation acceptable in His court is to adopt the teachings of His Word with steady and stable belief in day to day life.

ਮ: ੨॥	**mehlaa 2.**
ਏਕ ਕ੍ਰਿਸਨੰ ਸਰਬ ਦੇਵਾ	ayk krisanN sarab dayvaa
ਦੇਵ ਦੇਵਾ ਤ ਆਤਮਾ॥	dayv dayvaa ta aatmaa.
ਆਤਮਾ ਬਾਸੁਦੇਵਸਿ੍	aatmaa baasdayvsi-y
ਜੇ ਕੋ ਜਾਣੈ ਭੇਉ॥	jay ko jaanai bhay-o.
ਨਾਨਕੁ ਤਾ ਕਾ ਦਾਸੁ ਹੈ	naanak taa kaa daas hai
ਸੋਈ ਨਿਰੰਜਨ ਦੇਉ॥੪॥	so-ee niranjan day-o. ‖4‖

ਸਾਰੇ ਧਾਰਮਕ ਇਸ ਤੇ ਸਹਿਮਤ ਹਨ, ਇੱਕੋ ਇੱਕ ਪ੍ਰਭ ਹੀ ਜੀਵ ਨੂੰ ਮੁਕਤੀ, ਜਨਮ ਮਰਨ ਦੇ ਚੱਕਰ ਤੋਂ ਬਾਹਰ ਕੱਢ ਸਕਦਾ ਹੈ । ਜਿਹੜਾ ਪ੍ਰਭ ਨੂੰ ਪ੍ਰਵਾਨ ਵੀ ਹੋ ਜਾਂਦਾ ਹੈ, ਉਹ ਵੀ ਪ੍ਰਭ ਦਾ ਪੂਰਨ ਭੇਦ, ਅੰਤ ਨਹੀਂ ਜਾਣ ਸਕਦਾ । ਅਸਲੀ ਅਟੱਲ ਮਾਲਕ ਦੇ ਸ਼ਬਦ ਤੇ ਭਰੋਸਾ ਅਡੋਲ ਰਖਕੇ ਸਿਮਰਨ, ਜੀਵਨ ਢਾਲਕੇ, ਉਸ ਦੀ ਰਹਿਮਤ ਮੰਗੋ, ਉਹ ਹੀ ਹਰ ਥਾਂ ਮੌਜੂਦ ਹੈ । ਆਪ ਹੀ ਆਪਣੀ ਬਣਾਈ ਹੋਈ ਸ੍ਰਿਸ਼ਟੀ ਦਾ ਰਖਵਾਲਾ, ਸੰਭਾਲਨਾ ਕਰਦਾ ਹੈ ।

All worldly religious organizations may agree that The One and Only One, God is The True Master of salvation. only He may eliminate the cycle of birth and death. Whosoever may be immersed in The Holy Spirit, even he may not fully comprehend and understand the limits of His nature, any of His miracle. You should meditate and adopt the teachings of His Word wholeheartedly with steady and stable belief in your day to day life. You should always beg for forgiveness from The Omnipresent and protector of His creation.

ਮ: ੧॥	**mehlaa 1.**
ਕੁੰਭੇ ਬਧਾ ਜਲੁ ਰਹੈ	kumbhay baDhaa jal rahai
ਜਲ ਬਿਨੁ ਕੁੰਭੁ ਨ ਹੋਇ॥	jal bin kumbh na ho-ay.
ਗਿਆਨ ਕਾ ਬਧਾ ਮਨੁ ਰਹੈ	gi-aan kaa baDhaa man rahai
ਗੁਰ ਬਿਨੁ ਗਿਆਨੁ ਨ ਹੋਇ॥੫॥	gur bin gi-aan na ho-ay. ‖5‖

ਜੀਵ ਪਾਣੀ ਸਰਾਹੀ (ਕੁੰਭ) ਵਿੱਚ ਪਾ ਕੇ ਰਖਦਾ ਹੈ । ਅਗਰ ਜਲ ਦੀ ਲੋੜ ਨਾ ਹੋਵੇ, ਜਾ ਜਲ ਨਾ ਹੋਵੇ ਤਾਂ ਸਿਰਾਹੀ ਦੀ ਲੋੜ ਨਹੀਂ ਹੁੰਦੀ । ਸਿਰਾਹੀ ਨਾ ਬਣਾਈ ਜਾਂਦੀ । ਇਸ ਤਰ੍ਹਾਂ ਜੀਵ ਨੂੰ ਵੀ ਮੁਕਤ ਹੋਣ ਲਈ ਆਪਣਾ ਅਸਲੀ ਰਸਤਾ ਢੂੰਡਣਾ ਪੈਂਦਾ ਹੈ । (ਜਮਨ ਮਰਨ ਦੇ ਚੱਕਰ ਨੂੰ ਖਤਮ ਕਰਨਾ) ਕਿ ਉਹ ਕਿਉਂ ਮਾਨਸ ਜਨਮ ਲੇ ਕੇ ਇਸ ਸੰਸਾਰ ਵਿੱਚ ਆਇਆ ਹੈ? ਇਹ ਰਸਤਾ ਕੇਵਲ ਪ੍ਰਭ ਦੇ ਸ਼ਬਦ ਦੀ ਪਾਲਣਾ ਨਾਲ ਬਖਸ਼ਿਸ਼ ਹੋ ਸਕਦਾ ਹੈ । ਜਿਸ ਨੇ ਮਾਨਸ ਜਨਮ ਬਖਸ਼ਕੇ ਇਸ ਸੰਸਾਰ ਵਿੱਚ ਭੇਜਿਆ ਹੈ, ਕੇਵਲ ਉਹ ਹੀ ਜਾਣਦਾ ਹੈ ਕਿਉਂ ਜੀਵ ਸੰਸਾਰ ਵਿੱਚ ਆਇਆ ਹੈ? ਇਸ ਕਰਤਬ ਦਾ ਭੇਦ ਹੋਰ ਕਿਸੇ ਪੀਰ, ਪੈਗੰਬਰ, ਧਾਰਮਕ ਗੁਰੂ ਨੂੰ ਨਹੀਂ ਹੈ । ਅਡੋਲ ਭਰੋਸੇ ਨਾਲ ਸਿਮਰਨ, ਅਰਦਾਸ ਕਰੋ । ਆਪਣੀ ਰਹਿਮਤ ਨਾਲ ਅਸਲੀ ਰਸਤਾ ਬਖਸ਼ੇ ।

Everyone believes that the water may be stored in a vessel for drinking. If water does not exist or needed, no one would have invented vessel to contain water. The same way the human has to find the right path of meditation to become worthy of His consideration. He should know the purpose of His human life, why has he been blessed with human life? The right path of salvation may only be blessed by adopting the teachings of His Word in day to day life. The True master, who has blessed the soul with human body, only He knows the true purpose of His human life blessings. Why has he blessed his soul with human body? No one else, any worldly prophets and guru may be enlightened with this essence of His nature. You should wholeheartedly with steady and stable belief, meditate and beg for His mercy and grace to be blessed with the right path of salvation.

ਪਉੜੀ॥	**pa-orhee.**
ਪੜਿਆ ਹੋਵੈ ਗੁਨਹਗਾਰੁ	parhi-aa hovai gunahgaar
ਤਾ ਓਮੀ ਸਾਧੁ ਨ ਮਾਰੀਐ॥	taa omee saaDh na maaree-ai.
ਜੇਹਾ ਘਾਲੇ ਘਾਲਣਾ	jayhaa ghaalay ghaalnaa
ਤੇਵੇਹੋ ਨਾਉ ਪਚਾਰੀਐ॥	tayvayho naa-o pachaaree-ai.
ਐਸੀ ਕਲਾ ਨ ਖੇਡੀਐ	aisee kalaa na khaydee-ai
ਜਿਤੁ ਦਰਗਹ ਗਇਆ ਹਾਰੀਐ॥	jit dargeh ga-i-aa haaree-ai.
ਪੜਿਆ ਅਤੈ ਓਮੀਆ	parhi-aa atai omee-aa
ਵੀਚਾਰੁ ਅਗੈ ਵੀਚਾਰੀਐ॥	veechaar agai veechaaree-ai.
ਮੁਹਿ ਚਲੈ ਸੁ ਅਗੈ ਮਾਰੀਐ॥੧੨॥	muhi chalai so agai maaree-ai. ‖12‖

ਅਗਰ ਕੋਈ ਜੀਵ ਗਿਆਨਵਾਲਾ, ਸੂਝਵਾਲਾ ਹੋਵੇ ਅਤੇ ਫਿਰ ਵੀ ਪਾਪੀਆਂ ਵਾਲੇ ਕੰਮ ਕਰੇ । ਉਸ ਨੂੰ ਪਾਪੀ ਕਹਿਆ ਜਾਂਦਾ ਹੈ । ਜਿਹੜਾ ਜੀਵ ਅਗਿਆਨੀ ਹੋਵੇ, ਆਪਣੀ ਅਗਿਆਨਤਾ ਵਿੱਚ ਗਲਤੀ ਕਰਦਾ ਹੈ, ਉਹ ਪਾਪੀ ਨਹੀਂ ਅਗਿਆਨੀ ਹੁੰਦਾ ਹੈ । ਜੀਵ ਨੂੰ ਆਪਣੇ ਕੀਤੇ ਕੰਮ ਦਾ ਹੀ ਫਲ ਬਖਸ਼ਿਸ਼ ਹੁੰਦਾ ਹੈ । ਜੀਵ ਕਦੇ ਵੀ ਅਜੇਹਾ ਕੰਮ ਨਾ ਕਰੋ ! ਜਿਸ ਨਾਲ ਮੌਤ ਪਿਛੋਂ ਦਰਬਾਰ ਵਿੱਚ ਸ਼ਰਮਿੰਦਗੀ ਹੋਵੇ । ਮੌਤ ਪਿਛੋਂ ਤੇਰੇ ਕੀਤੇ ਹੋਏ ਕਰਮ ਦੀ ਪਰਖ, ਲੇਖਾ ਹੋਣਾ ਹੈ । ਆਪਣੀ ਮਨਮਰਜ਼ੀ ਵਿੱਚ ਆਪਣਾ ਮਾਨਸ ਜਨਮ ਬਰਬਾਦ ਨਾ ਕਰੋ ।

If someone is knowledgeable, wise to distinguish between good and evil task and he does sinful deeds, he is called a sinner. Whosoever may be ignorant, he makes mistakes in his ignorance, he may be called ignorant, stupid but not sinner. Everyone may be rewarded for his own deeds after death in His court. You should never perform any deeds to be embarrassed and rebuked in His court. After death, all your good and bad deeds are exposed in His court. Self-minded wastes his human life uselessly.

325.ਸਲੋਕੁ ਮਃ ੧॥ (੧੩) 470 -1

ਨਾਨਕ ਮੇਰੁ ਸਰੀਰ ਕਾ	naanak mayr sareer kaa
ਇਕੁ ਰਥੁ ਇਕੁ ਰਥਵਾਹੁ॥	ik rath ik rathvaahu.
ਜੁਗੁ ਜੁਗੁ ਫੇਰਿ ਵਟਾਈਅਹਿ	jug jug fayr vataa-ee-ah
ਗਿਆਨੀ ਬੁਝਹਿ ਤਾਹਿ॥	gi-aanee bujheh taahi.
ਸਤਜੁਗਿ ਰਥੁ ਸੰਤੋਖੁ ਕਾ	satjug rath santokh kaa
ਧਰਮੁ ਅਗੈ ਰਥਵਾਹੁ॥	Dharam agai rathvaahu.
ਤ੍ਰੇਤੈ ਰਥੁ ਜਤੈ ਕਾ	taraytai rath jatai kaa
ਜੋਰੁ ਅਗੈ ਰਥਵਾਹੁ॥	jor agai rathvaahu.
ਦੁਆਪੁਰਿ ਰਥੁ ਤਪੈ ਕਾ	du-aapur rath tapai kaa
ਸਤੁ ਅਗੈ ਰਥਵਾਹੁ॥	sat agai rathvaahu.
ਕਲਜੁਗਿ ਰਥੁ ਅਗਨਿ ਕਾ	kaljug rath agan kaa

ਕੂੜ੍ਹ ਅਗੈ ਰਥਵਾਹੁ॥੧॥ koorh agai rathvaahu. ||1||

ਪ੍ਰਭ ਨੇ ਆਤਮਾ ਨੂੰ ਉਤਮ ਅਵਸਥਾ, ਮਾਨਸ ਸਰੀਰ ਬਖਸ਼ਿਆ ਹੈ । ਜਿਸ ਜੀਵ ਨੂੰ ਸੋਝੀ ਬਖਸ਼ਦਾ ਹੈ, ਉਹ ਹੀ ਜਾਣਦਾ ਹੈ, ਸ੍ਰਿਸ਼ਟੀ ਵਿੱਚ ਸਮਾਂ ਇੱਕੋ ਤਰ੍ਹਾਂ ਦਾ ਨਹੀਂ ਰਹਿੰਦਾ, ਬਦਲਦਾ ਰਹਿੰਦਾ ਹੈ ।

ਸਤ ਜੁਗ - ਵਿੱਚ ਸ੍ਰਿਸ਼ਟੀ ਵਿੱਚ ਜੀਵ ਦੇ ਜੀਵਨ ਵਿੱਚ ਸੰਤੋਖ ਦਾ ਜ਼ੋਰ, ਪ੍ਰਭਾਵ ਸੀ । ਪ੍ਰਭ ਦੀ ਰਜ਼ਾ ਵਿੱਚ ਸੰਤੋਖ ਰਖਣ ਨੂੰ ਭਗਤੀ ਦਾ ਰਸਤਾ ਸਮਝਦੇ ਸਨ ।

ਤ੍ਰੇਤੇ ਜੁਗ - ਵਿੱਚ ਕਾਮਵਾਸਨਾ ਤੇ ਕਾਬੂ ਰਖਣ ਪਾਉਣ ਦਾ ਪ੍ਰਭਾਵ, ਜ਼ੋਰ ਸੀ । ਪਤਨੀ ਤੋ ਬਿਨਾਂ ਹੋਰ ਕਿਸੇ ਨਾਰੀ ਨਾਲ ਕਾਮਵਾਸਨਾ, ਗਰਭਵਾਲਾ ਕੰਮ ਭਗਤੀ ਤੋ ਉਲਟ ਸਮਝਿਆ ਜਾਂਦਾ ਸੀ, ਜਤੀ ਅਵਸਥਾ ਨੂੰ ਭਗਤੀ ਦਾ ਰਸਤਾ ਸਮਝਦੇ ਸਨ ।

ਦੁਆਪੁਰਿ ਜੁਗ - ਵਿੱਚ ਆਪਣੀ ਗਲਤੀ ਨੂੰ ਕਬੂਲ ਕਰਕੇ ਉਸ ਦੀ ਸਜ਼ਾ, ਜਾ ਹਰਜਾਨ ਭਰਨ ਨੂੰ ਇਨਸਾਫ ਕਹਿਆ ਜਾਂਦਾ ਸੀ ।

ਕੱਲਯੁਗ - ਵਿੱਚ ਹੋਰ ਜੀਵ ਨੂੰ ਸਰੀਰਕ ਨੁਕਸਾਨ, ਫਰੇਬ, ਧੋਖ ਕਰਨਾ ਪ੍ਰਭ ਦੀ ਰਜ਼ਾ ਦੇ ਉਲਟ ਸਮਝਿਆ ਜਾਂਦਾ ਹੈ ।

ਪ੍ਰਭ ਸੋਝੀ ਬਖਸ਼ੋ! ਆਤਮਾ ਨੂੰ ਕਿਸ ਤਰ੍ਹਾਂ ਢਾਲਣ ਨਾਲ ਰਹਿਮਤ, ਪ੍ਰਵਾਨਗੀ ਬਖਸ਼ਿਸ਼ ਹੋ ਸਕਦੀ ਹੈ?

You have blessed soul with supreme body, human life. Whosoever may be enlightened, he may recognize the worldly environment change over time and may not remain same in all Ages.

In Sat Yuga Age! Human life was dominated with the influence of contentment on His blessings, whosoever may remain contented with His blessings was considered on the right path of acceptance in Your Court.

In the Trayta Yuga Age! Controlling the sexual desire for strange woman was considered the way of meditation, staying within His Word. By having any sexual relationship with strange woman, other than your spouse was considered path of devil. Abstaining from sexual relationship with strange woman was considered the right path of acceptance in His court.

In Dwaapar Yuga, Age! Recognizing your mistakes and accepting the punishment was considered the justice as per His Word.

In Kali Yuga Age! To hurt anyone physically or with deception is considered the path of devil.

The True Master, with Your mercy and grace enlightens me with the right path to adopt to become worthy of Your consideration.

ਮਃ ੧॥	**mehlaa 1.**
ਸਾਮ ਕਹੈ ਸੇਤੰਬਰੁ ਸੁਆਮੀ	saam kahai saytambar su-aamee
ਸਚ ਮਹਿ ਆਛੈ ਸਾਚਿ ਰਹੇ॥	sach meh aachhai saach rahay.
ਸਭੁ ਕੋ ਸਚਿ ਸਮਾਵੈ॥	sabh ko sach samaavai.
ਰਿਗੁ ਕਹੈ ਰਹਿਆ ਭਰਪੂਰਿ॥	rig kahai rahi-aa bharpoor.
ਰਾਮ ਨਾਮੁ ਦੇਵਾ ਮਹਿ ਸੂਰੁ॥	raam naam dayvaa meh soor.
ਨਾਇ ਲਇਐ ਪਰਾਛਤ ਜਾਹਿ॥	naa-ay la-i-ai paraachhat jaahi.
ਨਾਨਕ ਤਉ ਮੋਖੰਤਰੁ ਪਾਹਿ॥	naanak ta-o mokhantar paahi.
ਜੁਜ ਮਹਿ ਜੋਰਿ ਛਲੀ ਚੰਦ੍ਰਾਵਲਿ	juj meh jor chhalee chandraaval
ਕਾਨ੍ਹ ਕ੍ਰਿਸਨੁ ਜਾਦਮੁ ਭਇਆ॥	kaanH krisan jaadam bha-i-aa.
ਪਾਰਜਾਤੁ ਗੋਪੀ ਲੈ ਆਇਆ	paarjaat gopee lai aa-i-aa
ਬਿੰਦ੍ਰਾਬਨ ਮਹਿ ਰੰਗੁ ਕੀਆ॥	bindraaban meh rang kee-aa.
ਕਲਿ ਮਹਿ ਬੇਦੁ ਅਥਰਬਣੁ ਹੂਆ,	kal meh bayd atharban hoo-aa
ਨਾਉ ਖੁਦਾਈ ਅਲਹੁ ਭਇਆ॥	naa-o khudaa-ee alhu bha-i-aa.
	neel bastar lay kaprhay pahiray

ਨੀਲ ਬਸਤ੍ਰ ਲੇ ਕਪੜੇ ਪਹਿਰੇ
ਤੁਰਕ ਪਠਾਣੀ ਅਮਲੁ ਕੀਆ॥
ਚਾਰੇ ਵੇਦ ਹੋਏ ਸਚਿਆਰ॥
ਪੜਹਿ ਗੁਣਹਿ ਤਿਨ੍ ਚਾਰ ਵੀਚਾਰ॥
ਭਉ ਭਗਤਿ ਕਰਿ ਨੀਚੁ ਸਦਾਏ॥
ਤਉ ਨਾਨਕ ਮੋਖੰਤਰੁ ਪਾਏ॥੨॥

turak pathaanee amal kee-aa.
chaaray vayd ho-ay sachiaar.
parheh guneh tinH chaar veechaar.
bhaa-o bhagat kar neech sadaa-ay.
ta-o naanak mokhantar paa-ay. ||2||

ਵੱਖਰੇ ਵੱਖਰੇ ਧਾਰਮਕ ਗ੍ਰੰਥ, ਵੱਖਰੀਆਂ ਵੱਖਰੀਆਂ ਰਹਿਮਤਾਂ ਬਾਬਤ ਦੱਸਦੇ ਹਨ ।

ਸਾਮ–ਵੇਦ! ਪ੍ਰਭ ਨੂੰ ਪਵਿਤ੍ਰ ਜੋਤ ਮੰਨਿਆ ਜਾਂਦਾ ਹੈ, ਉਸ ਵਿੱਚ ਕੋਈ ਮੈਲ ਨਹੀਂ, ਉਹ ਚਿੱਟੇ ਕਪੜੇ ਵਰਗਾ ਹੈ । ਜਿਹੜੀ ਆਤਮਾ ਪਵਿਤ੍ਰ, ਸਾਫ ਹੋ ਜਾਂਦੀ ਹੈ, ਉਹ ਪ੍ਰਭ ਦੀ ਜੋਤ ਵਿੱਚ ਅਲੋਪ ਹੋਣ ਦੇ ਯੋਗ ਹੋ ਜਾਂਦੀ ਹੈ । ਆਤਮਾ ਦਾ ਜਨਮ ਮਰਨ ਦਾ ਚੱਕਰ ਪ੍ਰਭ ਵਿੱਚ ਅਲਪ ਹੋਣ ਨਾਲ ਹੀ ਖਤਮ ਹੋ ਸਕਦਾ ਹੈ ।

ਰਿਗੁ–ਵੇਦ! ਪ੍ਰਭ ਨੂੰ ਹਰ ਥਾਂ ਮੌਜੂਦ ਸਮਝਦੇ ਹਨ । ਆਪਣੀ ਬਣਾਈ ਸ੍ਰਿਸ਼ਟੀ ਵਿੱਚ ਆਪ ਵਸਦਾ ਹੈ । ਦੇਵਿਤਆਂ ਵਿੱਚ ਪ੍ਰਭ ਦੇ ਸ਼ਬਦ ਦਾ ਬੁਹਤ ਪ੍ਰਭਾਵ ਹੁੰਦਾ ਹੈ । ਉਹਨਾਂ ਦਾ ਭਰੋਸਾ ਹੈ, ਜਿਹੜਾ ਵੀ ਜੀਵ ਅਡੋਲ ਭਰੋਸੇ ਨਾਲ ਸ਼ਬਦ ਦੀ ਪਾਲਣਾ, ਜੀਵਨ ਢਾਲ ਲੈਂਦਾ ਹੈ । ਉਸ ਨੂੰ ਪ੍ਰਭ ਦੀ ਰਹਿਮਤ ਬਖਸ਼ਿਸ਼ ਹੋ ਸਕਦੀ ਹੈ ।

ਜਜ–ਵੇਦ! ਵਿੱਚ ਕਹਿਦੇ ਹਨ! ਕਿ ਜੋਧਾ ਵਨਸ ਦਾ ਅਵਤਾਰ ਕ੍ਰਿਸ਼ਨਾ ਨੇ ਚੰਦ੍ਰਵਲੀ (ਗੋਪੀ) ਨੂੰ ਪ੍ਰਭਾਵਤ ਕੀਤਾ। ਉਸ ਨੂੰ ਖੁਸ਼ ਕਰਨ ਲਈ ਕਲਪ ਬ੍ਰਿਛ ਸੁਰਗ ਵਿਚੋਂ ਪ੍ਰਾਪਤ ਕੀਤਾ । ਬਿਦ੍ਰਾਬਣ ਵਿੱਚ ਅੰਨਦਾ ਮਾਨਦਾ ਰਿਹਾ ।

ਕਲ ਜੁਗ ਵਿੱਚ ਅਥਰਬਣ–ਵੇਦ ਬਹੁਤ ਪ੍ਰਭਾਵਤ ਹੋ ਗਿਆ। ਪ੍ਰਭ ਦਾ ਨਾਮ ਅੱਲ੍ਹਾ ਪ੍ਰਚਲਤ ਹੋ ਗਿਆ, ਪ੍ਰਭ ਦੇ ਸਿਮਰਨ ਕਰਨ ਵਾਲੇ, ਭਗਤ ਨੀਲੇ ਬਸਤ੍ਰ ਪਹਿਨਣ ਲੱਗ ਪਏ । ਮੁਸਲਮਾਨਾਂ, ਪਠਾਨਾਂ ਦਾ ਜ਼ੋਰ ਵੱਧ ਗਿਆ ।

ਚਾਰੇ ਵੇਦ ਆਪਣੇ ਆਪ ਨੂੰ ਸੱਚਾ ਕਹਿਦੇ ਹਨ । ਇਹਨਾ ਨੂੰ ਪੜ੍ਹਿਆ ਜੀਵ ਨੂੰ ਇਹਨਾਂ ਜੁਗਾ ਦੀ ਸੋਝੀ ਹੋ ਸਕਦੀ ਹੈ ।

ਜੋ ਜੀਵ ਅਡੋਲ ਭਰੋਸੇ ਨਾਲ ਸ਼ਬਦ ਦੀ ਪਾਲਣਾ, ਸਿਮਰਨ ਕਰਦਾ ਹੈ, ਉਸ ਦੀ ਸ੍ਰਿਸ਼ਟੀ ਦੀ ਸੇਵਾ ਕਰਦਾ ਹੈ, ਉਸ ਨੂੰ ਪ੍ਰਭ ਦੀ ਰਹਿਮਤ ਬਖਸ਼ਿਸ਼ ਹੋ ਜਾਂਦੀ ਹੈ, ਮੁਕਤੀ ਪਾ ਕੇ ਉਸ ਵਿੱਚ ਅਭੇਦ ਹੋ ਜਾਂਦਾ ਹੈ ।

Various Holy Scriptures describes various states of purity and sanctification for acceptance in His court.

In Saam Veda: God, The True Master is Holy Spirit, sanctified without and blemish, He is like a white cloth, without any stigma or blemish of any kind. Only sanctified soul may become worthy of His consideration. The cycle of birth and death may only be eliminated by immersing in The Holy Spirit.

In Rig Veda, describes The True Master is Omnipresent and dwells within each and every creature within his body. The Holy Saints and prophets have very deep influence of the teachings of His Word in their day to day life. Whosoever wholeheartedly adopts the teachings of His Word with steady and stable belief in his day to day life; his soul may become worthy of His consideration.

In Jujar Veda, believes that the brave warrior of Yaadva tribe, Krishna seduced Chandraavali, Gopi; He brought the spiritual Elysian Tree from heaven to attract and influence her. He enjoyed worldly entertainments in the forest of Brindaaban.

In Kali Yuga, the Atharva Veda become very dominating and powerful with deep influence. Allah became the name of The True Master and His true devotees wear blue robe. Turks and Pathaans became. very powerful, dominating in the World.

All four Vedas considers to be true in their own way, at their own time.

By reading the Holy Scripture of four Vedas, you may become very knowledgeable about the change of time and the beliefs of creation in those times. Whosoever may wholeheartedly meditate on the teachings of His Word with steady and stable belief and serve His creation; his soul may become sanctified and worthy of His consideration. With Your mercy and grace, his soul may be absorbed in the Holy Spirit.

ਪਉੜੀ॥	**pa-orhee.**
ਸਤਿਗੁਰ ਵਿਟਹੁ ਵਾਰਿਆ,	satgur vitahu vaari-aa
ਜਿਤੁ ਮਿਲਿਐ ਖਸਮੁ ਸਮਾਲਿਆ॥	jit mili-ai khasam samaali-aa.
ਜਿਨਿ ਕਰਿ ਉਪਦੇਸੁ ਗਿਆਨ ਅੰਜਨੁ ਦੀਆ,	jin kar updays gi-aan anjan dee-aa
ਇਨ੍ਹੀ ਨੇਤ੍ਰੀ ਜਗਤੁ ਨਿਹਾਲਿਆ॥	inHee naytree jagat nihaali-aa.
ਖਸਮੁ ਛੋਡਿ ਦੂਜੈ ਲਗੇ	khasam chhod doojai lagay
ਡੁਬੇ ਸੇ ਵਣਜਾਰਿਆ॥	dubay say vanjaari-aa.
ਸਤਿਗੁਰੂ ਹੈ ਬੋਹਿਥਾ	satguroo hai bohithaa
ਵਿਰਲੈ ਕਿਨੈ ਵੀਚਾਰਿਆ॥	virlai kinai veechaari-aa.
ਕਰਿ ਕਿਰਪਾ ਪਾਰਿ ਉਤਾਰਿਆ॥੧੩॥	kar kirpaa paar utaari-aa. ||13||

ਪ੍ਰਭ ਤੋ ਕੁਰਬਾਨ ਜਾਵਾ! ਜਿਸ ਦੇ ਸ਼ਬਦ ਦੀ ਪਾਲਣਾ ਨਾਲ ਅਸਲੀ ਰਸਤਾ ਬਖਸ਼ਿਸ਼ ਹੋ ਜਾਂਦਾ ਹੈ । ਜਿਸ ਤੇ ਰਹਿਮਤ ਬਖਸ਼ਦਾ ! ਉਹ ਮਾਰਗ ਤੇ ਚਲਕੇ ਉਸ ਦੇ ਦਰਸ਼ਨ ਪਾ ਲੈਂਦੇ, ਸੋਝੀ ਬਖਸ਼ਿਸ਼ ਹੋ ਜਾਂਦੀ ਹੈ । ਜਿਹੜੇ ਅਸਲੀ ਖਸਮ, ਮਾਲਕ ਨੂੰ ਛੱਡਕੇ ਹੋਰ ਦੂਜੇ ਪੀਰਾਂ ਦੇ ਪਿਛੇ ਲੱਗੇ ਫਿਰਦੇ ਹਨ । ਉਹ ਅਸਲੀ ਰਸਤਾ ਭੁਲ ਗਏ ਹਨ । ਕੋਈ ਵਿਰਲਾ ਹੀ ਜਾਣਦਾ, ਇੱਕੋ ਇੱਕ ਪ੍ਰਭ ਹੀ ਅਸਲੀ ਰਸਤਾ ਤੇ ਪਾ ਸਕਦਾ, ਸ਼ਬਦ ਬਖਸ਼ ਸਕਦਾ ਹੈ । ਜਿਸ ਤੇ ਰਹਿਮਤ ਬਖਸ਼ਦਾ ਹੈ! ਸਿੱਧੇ ਰਸਤੇ ਤੇ ਪਾ ਕੇ ਜਨਮ ਮਰਨ ਦਾ ਚੱਕਰ ਖਤਮ ਕਰ ਦੇਂਦਾ ਹੈ ।

I am fascinated from the greatness of The True Master; by adopting the teachings of His Word, the soul may be blessed with right path of meditation. Whosoever may be blessed with His mercy and grace, he may remain steady and stable on that path of meditation in the void of His Word and may be enlightened. Whosoever may abandon The True Master of the universe and follows the other worldly gurus; he has lost the right path of meditation and remains ignorant from the true purpose of his human life journey. However, very rare may be enlightened that One and Only One, God may guide the soul on the right path of meditation; only He may bless the soul with His Word. Whosoever may be blessed with the right path of meditation, his cycle of birth and death may be eliminated.

326.ਸਲੋਕੁ ਮਃ ੧॥ (੧੪) 470-12

ਸਿੰਮਲ ਰੁਖੁ ਸਰਾਇਰਾ	simmal rukh saraa-iraa
ਅਤਿ ਦੀਰਘ ਅਤਿ ਮੁਚੁ॥	at deeragh at much.
ਓਇ ਜਿ ਆਵਹਿ ਆਸ ਕਰਿ	o-ay je aavahi aas kar
ਜਾਹਿ ਨਿਰਾਸੇ ਕਿਤੁ॥	jaahi niraasay kit.
ਫਲ ਫਿਕੇ ਫੁਲ ਬਕਬਕੇ	fal fikay ful bakbakay
ਕੰਮਿ ਨ ਆਵਹਿ ਪਤ॥	kamm na aavahi pat.
ਮਿਠਤੁ ਨੀਵੀ ਨਾਨਕਾ	mithat neevee naankaa

ਗੁਣ ਚੰਗਿਆਈਆ ਤਤੁ॥ gun chang-aa-ee-aa tat.
ਸਭੁ ਕੋ ਨਿਵੈ ਆਪ ਕਉ sabh ko nivai aap ka-o
ਪਰ ਕਉ ਨਿਵੈ ਨ ਕੋਇ॥ par ka-o nivai na ko-ay.
ਧਰਿ ਤਾਰਾਜੂ ਤੋਲੀਐ Dhar taaraajoo tolee-ai
ਨਿਵੈ ਸੁ ਗਉਰਾ ਹੋਇ॥ nivai so ga-uraa ho-ay.
ਅਪਰਾਧੀ ਦੂਣਾ ਨਿਵੈ apraaDhee doonaa nivai
ਜੋ ਹੰਤਾ ਮਿਰਗਾਹਿ॥ jo hantaa miragaahi.
ਸੀਸਿ ਨਿਵਾਇਐ ਕਿਆ ਥੀਐ sees nivaa-i-ai ki-aa thee-ai
ਜਾ ਰਿਦੈ ਕੁਸੁਧੇ ਜਾਹਿ॥੧॥ jaa ridai kusuDhay jaahi. ||1||

ਜੀਵ ਸਿੰਮਲ ਬ੍ਰਿਛ ਤੋ ਕੁਝ ਸਿਖਿਆ ਹਾਸਿਲ ਕਰੋ! ਉਹ ਕਿਤਨਾ ਉੱਚਾ ਹੈ, ਉਸ ਦੇ ਪੱਤੇ ਵੀ ਹਰ ਸਮੇਂ ਹਰੇ ਰਹਿੰਦੇ ਹਨ । ਪਰ ਉਸ ਦੇ ਫੁੱਲ ਫਲ ਕਿਸੇ ਕੰਮ ਨਹੀਂ ਆਉਂਦੇ, ਨਾ ਹੀ ਉਸ ਦੇ ਪਤੇ ਵੀ ਛਾਂ, ਜਾ ਮੀਂਹ ਤੋ ਬਚਾਉਂਦੇ ਹਨ । ਉਸ ਦਾ ਉੱਚਾਈ ਕਿਸੇ ਕੰਮ ਨਹੀਂ ਆਉਂਦਾ । ਇਸ ਤਰ੍ਹਾਂ ਹੀ ਜਿਹੜਾ ਜੀਵ ਆਪਣੇ ਆਪ ਨੂੰ ਬਾਕੀ ਸ੍ਰਿਸ਼ਟੀ ਤੋ ਉੱਚਾ ਸਮਝਦਾ, ਅਹੰਕਾਰ ਵਿੱਚ ਰਹਿੰਦਾ ਹੈ । ਉਸ ਨੂੰ ਵੀ ਮੌਤ ਪਿਛੋਂ ਦਰਬਾਰ ਵਿੱਚ ਕੋਈ ਲਾਭ ਬਖਸ਼ਿਸ਼ ਨਹੀਂ ਹੁੰਦਾ । ਜਿਹੜਾ ਆਪਣੇ ਆਪ ਨੂੰ ਨੀਵਾਂ ਰਖਦਾ, ਆਪਣੇ ਮਨ ਵਿਚੋਂ ਅਹੰਕਾਰ ਖਤਮ ਕਰਕੇ, ਸ੍ਰਿਸ਼ਟੀ ਦੀ ਸੇਵਾ, ਲੋੜ ਵੇਲੇ ਕੰਮ ਆਉਂਦਾ ਹੈ । ਉਹ ਮੌਤ ਪਿਛੋਂ ਆਪਣੇ ਚੰਗੇ ਕੰਮਾਂ ਦੀ ਕਮਾਈ ਸਾਥ ਲੈ ਜਾਂਦਾ ਹੈ । ਹਰ ਜੀਵ ਆਪਣੇ ਆਪ ਨੂੰ ਨੀਵਾਂ ਹੀ, ਬਹੁਤ ਨਿਮ੍ਰਤਾ ਵਾਲਾ ਸਮਝਦਾ ਹੈ, ਪਰ ਇਸ ਦਾ ਅਹੰਕਾਰ ਵੀ ਕਰਦਾ ਹੈ । ਪਰ ਦੂਸਰੇ ਨੂੰ ਆਪਣੇ ਤੋ ਸਿਆਣਾ, ਵੱਡਾ ਜਾ ਚੰਗਾ ਨਹੀਂ ਸਮਝਦਾ । ਅਗਰ ਦੇਖੋ ਜਦੋਂ ਤਰਾਜੂ ਵਿੱਚ ਕਿਸੇ ਚੀਜ ਨੂੰ ਮਾਪਿਆ ਜਾਂਦਾ ਹੈ, ਜਿਹੜਾ ਪਾਸਾ ਨੀਵਾਂ ਹੁੰਦਾ ਹੈ, ਉਸ ਨੂੰ ਵੱਡਾ ਕਹਿਆ ਜਾਂਦਾ ਹੈ । ਜਿਹੜਾ ਜੀਵ ਕਿਸੇ ਅੱਗੇ ਆਪਣੀ ਮਜਬੂਰੀ ਕਰਕੇ ਝੁਕਦਾ ਹੈ । ਜਿਵੇਂ ਕੋਈ ਅਪਰਾਧੀ ਆਪਣੇ ਮੰਦੇ ਕੰਮਾਂ ਦੀ ਸਜ਼ਾ ਤੋ ਬਚਨ ਲਈ ਕਿਤਨਾ ਨਿਮਾਣਾ ਬਣਦਾ ਹੈ । ਇਸ ਤਰ੍ਹਾਂ ਦੇ ਝੁਕਣ ਦਾ ਜੀਵ ਨੂੰ ਦਰਗਾਹ ਵਿੱਚ ਕੋਈ ਲਾਭ ਨਹੀਂ ਹੁੰਦਾ ।

You may learn a unique lesson from the Simmel tree, who may be very tall, dense and remains evergreen all seasons. The birds go back disappointed, flowers, fruit are worthless nor leaves provide shade, protection from Sun rays or rain; the height may not provide comfort to anyone. Same way worldly high status, ego of mind may not have any benefit for the purpose of human life journey. Whosoever may remain humble, treats others with respect; considers everyone may be wiser than him and serve His creation, the earnings of His Word accompany him even after death in His court. Everyone thinks, he is very humble and polite; however, he boasts about his humility, and never thinks anyone else may be better or wiser than him. Think about worldly balance, weighing scale, lower side is considered bigger, more valuable. Whosoever may become humble for his greed, as the culprit becomes humble and helpless to save himself from punishment; his humility may not be rewarded in His court.

ਮਃ ੧॥ **mehlaa 1.**

ਪੜਿ ਪੁਸਤਕ ਸੰਧਿਆ ਬਾਦੰ॥ parh pustak sanDhi-aa baadaN.
ਸਿਲ ਪੂਜਸਿ ਬਗੁਲ ਸਮਾਧੰ॥ sil poojas bagul samaaDhaN.
ਮੁਖਿ ਝੂਠ ਬਿਭੂਖਣ ਸਾਰੰ॥ mukh jhooth bibhookhan saaraN.
ਤ੍ਰੈਪਾਲ ਤਿਹਾਲ ਬਿਚਾਰੰ॥ taraipaal tihaal bichaaraN.
ਗਲਿ ਮਾਲਾ ਤਿਲਕੁ ਲਿਲਾਟੰ॥ gal maalaa tilak lilaataN.
ਦੁਇ ਧੋਤੀ ਬਸਤ੍ਰ ਕਪਾਟੰ॥ du-ay Dhotee bastar kapaataN.
ਜੇ ਜਾਣਸਿ ਬ੍ਰਹਮੰ ਕਰਮੰ॥ jay jaanas barahmaN karmaN.

ਸਭਿ ਫੋਕਟ ਨਿਸਚਉ ਕਰਮੰ॥ sabh fokat nischa-o karmaN.
ਕਹੁ ਨਾਨਕ ਨਿਹਚਉ ਧਿਆਵੈ॥ kaho naanak nihcha-o Dhi-aavai.
ਵਿਣੁ ਸਤਿਗੁਰ ਵਾਟ ਨ ਪਾਵੈ॥੨॥ vin satgur vaat na paavai. ||2||

ਕਈ ਜੀਵ ਧਾਰਮਕ ਕਿਤਾਬਾਂ ਪੜ੍ਹਕੇ, ਅਰਦਾਸ, ਅਰਾਧਨਾ ਕਰਦੇ ਹਨ । ਕਿਸੇ ਮਿੱਥੀ ਹੋਈ ਚੀਜ ਨੂੰ ਪ੍ਰਭ ਦਾ ਰੂਪ ਮੰਨਕੇ, ਅੱਖਾਂ ਮੀਟ ਕੇ ਸਮਾਧੀ ਲਾਉਂਦੇ, ਆਪਣੇ ਮੂੰਹ ਵਿਚੋਂ ਕੁਝ ਧਾਰਮਕ ਸ਼ਬਦ ਬੋਲਦੇ ਹਨ । ਆਪਣੇ ਆਪ ਨੂੰ ਸ਼ਾਨਦਾਰ ਬਸਤ੍ਰ ਨਾਲ ਸਜਾ ਕੇ ਰਖਦੇ ਹਨ । ਉਹ ਲੋਕ ਦਿਖਵੇ ਲਈ ਨਿੱਤਨੇਮ ਕਰਦੇ, ਧਾਰਮਕ ਰਚਨਾ ਗਾਉਂਦੇ ਹਨ । ਉਹ ਜੀਵ ਮਿਥਿਆ ਹੋਇਆ ਭਗਤਾ ਵਾਲਾ ਬਾਣਾ ਪਾਉਂਦੇ ਹਨ, ਗਲ ਵਿੱਚ ਭਗਤੀ ਕਰਨ ਵਾਲੀ ਮਾਲ਼ਾ, ਮੱਥੇ ਤੇ ਪਵਿਤ੍ਰਤਾ ਦਾ ਨਿਸ਼ਾਨ ਤਿਲਕ ਲਾਉਂਦੇ ਹਨ, ਸਿਰ ਤੇ ਤਾਜ (ਪੰਗ), ਧੋਤੀ ਨਾਲ ਸਜਾਉਂਦੇ ਹਨ । ਜਿਸ ਨੂੰ ਪ੍ਰਭ ਸ਼ਬਦ ਦੀ ਸੋਝੀ ਬਖਸ਼ਦਾ ਹੈ! ਉਹ ਜਾਣਦਾ ਹੈ, ਧਾਰਮਕ ਸਭ ਰੀਤੀ ਰੀਵਾਜ, ਫਰੇਬ, ਹੀ ਹਨ । ਜਿਹੜਾ ਅਡੋਲ ਭਰੋਸੇ ਨਾਲ ਸ਼ਬਦ ਦਾ ਸਿਮਰਨ, ਪਾਲਣਾ, ਜੀਵਨ ਢਾਲਦਾ ਹੈ । ਪ੍ਰਭ ਦੀ ਰਹਿਮਤ ਨਾਲ ਮੁਕਤ ਅਵਸਥਾ ਬਖਸ਼ਿਸ਼ ਹੋ ਜਾਂਦੀ ਹੈ ।

Some worldly creature may recite the worldly Holy Scripture and prays for His mercy and grace. He presumes some structure, visible or nonvisible as a symbol of God; close his eyes to pretend to enter into the void of The Holy spirit and utter few words from worldly Holy scripture. He may wear the robe like a holy saint, rosary of meditation in his neck, install a symbol of purity on his forehead and crown, turban, colorful scarf on his head. Whosoever may be enlightened with the essence of His Word, he realizes that all symbolic robes, religious rituals are useless for the purpose of human life journey. Whosoever may meditate, obey and adopt the teachings of His Word wholeheartedly with steady and stable belief in his day to day life; his soul may become worthy of His consideration and may be blessed with salvation.

ਪਉੜੀ॥ **pa-orhee.**
ਕਪੜੁ ਰੂਪੁ ਸੁਹਾਵਣਾ kaparh roop suhaavanaa
ਛਡਿ ਦੁਨੀਆ ਅੰਦਰਿ ਜਾਵਣਾ॥ chhad dunee-aa andar jaavnaa.
ਮੰਦਾ ਚੰਗਾ ਆਪਣਾ mandaa changa aapnaa
ਆਪੇ ਹੀ ਕੀਤਾ ਪਾਵਣਾ॥ aapay hee keetaa paavnaa.
ਹੁਕਮ ਕੀਏ ਮਨਿ ਭਾਵਦੇ hukam kee-ay man bhaavday
ਰਾਹਿ ਭੀੜੈ ਅਗੈ ਜਾਵਣਾ॥ raahi bheerhai agai jaavnaa.
ਨੰਗਾ ਦੋਜਕਿ ਚਾਲਿਆ nangaa dojak chaali-aa
ਤਾ ਦਿਸੈ ਖਰਾ ਡਰਾਵਣਾ॥ taa disai kharaa daraavanaa.
ਕਰਿ ਅਉਗਣ ਪਛੋਤਾਵਣਾ॥੧੪॥ kar a-ugan pachhotaavanaa. ||14||

ਜੀਵ ਨੇ ਸੰਸਾਰਕ ਸ਼ਾਨ, ਕੀਮਤੀ ਪਦਾਰਥ ਸਭ ਇਸ ਸੰਸਾਰ ਵਿੱਚ ਹੀ ਛੱਡ ਜਾਣੇ ਹਨ । ਹਰਇੱਕ ਦੇ ਆਪਣੇ ਕੀਤੇ ਚੰਗੇ ਕੰਮ ਹੀ ਅਗੇ ਦਰਗਾਹ ਵਿੱਚ ਕੰਮ ਆਉਂਦੇ ਹਨ । ਪ੍ਰਭ ਆਪਣੀ ਮਰਜ਼ੀ ਅਨੁਸਾਰ ਹੁਕਮ ਕਰਦਾ, ਜੀਵ ਨੂੰ ਬਿਨਾਂ ਬਸਤ੍ਰ ਤੋਂ ਹੀ ਭੀੜੇ ਰਸਤੇ ਤੋਂ ਨਰਕ ਵਾਲੇ ਪਾਸੇ ਲੈ ਜਾਂਦਾ ਹੈ । ਆਪਣੇ ਕੀਤੇ ਕੰਮਾਂ ਦਾ ਫਲ, ਸਜ਼ਾ ਤੋਂ ਡਰਦਾ, ਸੋਚਦਾ, ਮੰਦੇ ਕੰਮਾਂ ਦਾ ਪਛਤਾਵਾ ਕਰਦਾ ਹੈ ।

After death, worldly status, glamorous robes are going to be left behind in the world. Only the earnings of His Word may remain with him to support in His court. With His command at predetermined time the devil of death capture his soul through a tedious path to clear the accounts of his worldly deeds. He remains terrified from the extent of punishment for his worldly deeds; he regrets and repent for his sinful deeds.

327.ਸਲੋਕੁ ਮਃ ੧॥ (੧੫) 471-2

ਦਇਆ ਕਪਾਹ ਸੰਤੋਖੁ	da-i-aa kapaah santokh
ਸੂਤੁ ਜਤੁ ਗੰਢੀ ਸਤੁ ਵਟੁ॥	soot jat gandhee sat vat.
ਏਹੁ ਜਨੇਊ ਜੀਅ ਕਾ	ayhu janay-oo jee-a kaa
ਹਈ ਤ ਪਾਡੇ ਘਤੁ॥	ha-ee ta paaday ghat.
ਨਾ ਏਹੁ ਤੁਟੈ ਨ ਮਲੁ ਲਗੈ	naa ayhu tutai naa mal lagai
ਨਾ ਏਹੁ ਜਲੈ ਨ ਜਾਇ॥	naa ayhu jalai na jaa-ay.
ਧੰਨੁ ਸੁ ਮਾਣਸ ਨਾਨਕਾ	Dhan so maanas naankaa
ਜੋ ਗਲਿ ਚਲੇ ਪਾਇ॥	jo gal chalay paa-ay.
ਚਉਕੜਿ ਮੁਲਿ ਅਣਾਇਆ	cha-ukarh mul anaa-i-aa
ਬਹਿ ਚਉਕੈ ਪਾਇਆ॥	bahi cha-ukai paa-i-aa.
ਸਿਖਾ ਕੰਨਿ ਚੜਾਈਆ	sikhaa kann charhaa-ee-aa
ਗੁਰੁ ਬ੍ਰਾਹਮਣੁ ਥਿਆ॥	gur baraahman thi-aa.
ਓਹੁ ਮੁਆ ਓਹੁ ਝੜਿ ਪਇਆ	oh mu-aa oh jharh pa-i-aa
ਵੇਤਗਾ ਗਇਆ॥੧॥	vaytgaa ga-i-aa. ||1||

ਜਿਹੜਾ ਸੰਸਾਰ ਵਿੱਚ ਸ੍ਰਿਸ਼ਟੀ ਤੇ ਦਾਇਆ, ਸੇਵਾ ਨੂੰ ਜੀਵਨ ਦਾ ਅਧਾਰ ਬਣਾਉਂਦਾ ਹੈ, ਸੰਤੋਖ ਨੂੰ ਜੀਵਨ ਦੀ ਵਿਧੀ, ਕਾਮਵਾਸਨਾ ਤੇ ਕਾਬੂ ਪਾਉਣ ਨੂੰ ਜੀਵਨ ਦਾ ਨਿਯਮ ਬਣਾਉਂਦਾ ਹੈ । ਜਿਹੜਾ ਮਨ ਦੇ ਅਡੋਲ ਭਰੋਸੇ, ਦ੍ਰਿੜ੍ਹਤਾ (ਸੁਤ) ਨਾਲ ਆਪਣੇ ਆਪ ਨੂੰ ਪ੍ਰਭ ਦਾ ਦਾਸ, ਨੀਵਾਂ, ਸਾਦਾ ਰਹਿੰਦਾ ਹੈ, ਇਸ ਤਰ੍ਹਾਂ ਦਾ ਨਿਸ਼ਾਨਾ (ਜਨੇਉ) ਬਣਾਉਂਦਾ ਹੈ, ਉਹ ਧੰਨ, ਵੱਡੇ ਭਾਗਾਂ ਵਾਲਾ ਬਣ ਜਾਂਦਾ ਹੈ । ਉਸ ਦੀ ਪ੍ਰੀਤ ਪ੍ਰਭ ਦੇ ਸ਼ਬਦ ਨਾਲ ਅਡੋਲ ਹੋ ਜਾਂਦੀ ਹੈ । ਉਹ ਸੰਸਾਰਕ ਜੀਵਨ ਵਿੱਚ ਆਉਣ ਵਾਲੇ ਦੁਖਾਂ, ਮੁਸੀਬਤਾਂ ਨਾਲ ਡੋਲਦਾ ਨਹੀਂ । ਉਸ ਦੀ ਲਗਨ, ਪ੍ਰੀਤ ਵਿੱਚ ਪਾੜਾ ਨਹੀਂ ਪੈਂਦਾ । ਜਿਹੜੇ ਸੰਸਾਰਕ ਜਨੇਉ ਖਰੀਦ ਕੇ ਧਾਰਮਕ ਰੀਤੀ ਨਾਲ, ਬ੍ਰਹਮਣ ਮਾਂ ਦੀ ਕੁੱਖ ਵਿਚੋਂ ਜਨਮੇ ਬੱਚੇ ਨੂੰ ਪਾਉਂਦੇ ਹਨ । ਸਮਝਦੇ ਹਨ ਉਹ ਬੱਚਾ ਪ੍ਰਭ ਦੇ ਚਰਨ ਤੇ ਪਨਾਹ ਵਿੱਚ ਪ੍ਰਵਾਨ ਹੋ ਗਿਆ, ਪ੍ਰਭ ਦੇ ਰਸਤੇ ਨੂੰ ਪਛਾਣ ਲਿਆ ਹੈ । ਬਾਕੀ ਜੀਵਾਂ ਨੂੰ ਪ੍ਰਭ ਦਾ ਅਸਲੀ ਰਸਤਾ ਦੀ ਸੋਝੀ ਪਾਵੇਗਾ । ਉਸ ਦੀ ਮੌਤ ਤੇ ਸੰਸਾਰਕ ਪਵਿਤ੍ਰ ਧਾਗਾ ਇਥੇ ਹੀ ਛੱਡ ਜਾਂਦਾ ਹੈ । ਪ੍ਰਭ ਦੇ ਦਰਬਾਰ ਵਿੱਚ ਉਸ ਦਾ ਗਿਆਨ, ਇਹ ਧਾਗਾ ਗਵਾਹੀ ਨਹੀਂ ਦੇ ਸਕਦਾ ।

Whosoever may make forgiveness and service to his mankind as the guiding principle of his human life journey, the contentment on His blessings as a meditation technique, conquering his sexual desire with strange woman as the discipline of life; with his determination, steady and stable belief adopts His Word in his life, he may remain humble and modest living. Whosoever may adopt these disciplines in life, he may become very fortunate. His devotion and belief may become steady and stable and he may not abandon the teachings of His Word with worldly miseries and hardships. His state of mind may not change and remains steady and stable on the right path of acceptance in His court. Whosoever may buy the religious symbolic threads of purity and ties around the neck of a new born from the womb of Brahman mother and considers him blessed with the enlightenment of His Word to guide others on the right path of meditation. After his death this spiritual thread remains in the universe and burned with his perishable body. This spiritual symbolic thread of sanctification may not support his soul in His court.

ਮਃ ੧॥	**mehlaa 1.**
ਲਖ ਚੋਰੀਆ ਲਖ ਜਾਰੀਆ	lakh choree-aa lakh jaaree-aa
ਲਖ ਕੂੜੀਆ ਲਖ ਗਾਲਿ॥	lakh koorhee-aa lakh gaal.

ਲਖ ਠਗੀਆ ਪਹਿਨਾਮੀਆ	lakh thagee-aa pahinaamee-aa
ਰਾਤਿ ਦਿਨਸੁ ਜੀਅ ਨਾਲਿ॥	raat dinas jee-a naal.
ਤਗੁ ਕਪਾਹਹੁ ਕਤੀਐ	tag kapaahahu katee-ai
ਬਾਮ੍ਹਣੁ ਵਟੇ ਆਇ॥	baamHan vatay aa-ay.
ਕੁਹਿ ਬਕਰਾ ਰਿੰਨ੍ਹਿ ਖਾਇਆ	kuhi bakraa rinniH khaa-i-aa
ਸਭੁ ਕੋ ਆਖੈ ਪਾਇ॥	sabh ko aakhai paa-ay.
ਹੋਇ ਪੁਰਾਣਾ ਸੁਟੀਐ	ho-ay puraanaa sutee-ai
ਭੀ ਫਿਰਿ ਪਾਈਐ ਹੋਰੁ॥	bhee fir paa-ee-ai hor.
ਨਾਨਕ ਤਗੁ ਨ ਤੁਟਈ	naanak tag na tut-ee
ਜੇ ਤਗਿ ਹੋਵੈ ਜੋਰੁ॥੨॥	jay tag hovai jor. ||2||

ਜੀਵ ਇਸ ਸੰਸਾਰ ਵਿੱਚ ਦਿਨ ਰਾਤ ਅਨੇਕਾਂ ਹੀ ਮੰਦੇ ਕੰਮ ਕਰਦਾ ਰਹਿੰਦਾ ਹੈ । ਧਾਰਮਕ ਆਗੂ, ਪੰਡਿਤ ਇਹ ਧਾਗਾ ਲੈ ਕੇ, ਵਟ ਕੇ ਉਸ ਦੇ ਗਲ ਵਿੱਚ ਪਾ ਦੇਂਦਾ ਹੈ । ਜਿਵੇਂ ਕਿ ਇਹ ਪਵਿਤ੍ਰ ਧਾਗਾ ਪਾਉਣ ਨਾਲ ਸਭ ਪਾਪ ਧੋਤੇ, ਮਾਫ ਹੋ ਜਾਂਦੇ ਹਨ । ਜਦੋਂ ਇੱਕ ਧਾਗਾ ਘੱਸ ਜਾਂਦਾ ਹੈ, ਹੋਰ ਧਾਗਾ ਪਾ ਲੈਂਦੇ ਹਨ । ਰਵੀਤ ਦਾ ਧਾਗਾ ਜੀਵ ਨੂੰ ਮੰਦੇ ਕੰਮਾ ਤੋ ਰੋਕ ਨਹੀ ਸਕਦਾ, ਧਾਗੇ ਵਿੱਚ ਕੋਈ ਸਤ, ਜ਼ੋਰ ਨਹੀਂ ਹੁੰਦਾ । ਜੀਵ ਆਪਣੇ ਜੀਵਨ ਵਿੱਚ ਜ਼ੋਰ ਵਾਲੇ ਕੰਮ ਕਰੋ, ਇਸ ਤਰ੍ਹਾਂ ਦੇ ਨਿਯਮ ਬਣਾਵੋ, ਜਿਹੜੇ ਪ੍ਰਭ ਦੇ ਦਰਬਾਰ ਵਿੱਚ ਸਹਾਈ ਹੋਣ।

(ਮੰਦੇ ਕੰਮ – ਚੋਰੀ, ਫਰੇਬ, ਨਿੰਦਿਆਂ, ਆਤਮ ਹੱਤਿਆ– ਆਦਿ)

Worldly creature may perform many evil sinful deeds in his day to day life. The worldly spiritual guide, rolls cotton thread, read few holy scripture lines and ties around his neck. He claims with the Holy thread all his past and future sins would be forgiven by The Holy Master; when this thread wears off, replaced with new thread. The religious rituals, spiritual thread may not have any power to control his soul from committing sins. You should adopt His Word, perform deeds acceptable in His court; The True Master may accept his soul in His sanctuary.

ਮ: ੧॥	**mehlaa 1.**
ਨਾਇ ਮੰਨਿਐ ਪਤਿ ਊਪਜੈ	naa-ay mani-ai pat oopjai
ਸਾਲਾਹੀ ਸਚੁ ਸੂਤੁ॥	saalaahee sach soot.
ਦਰਗਹ ਅੰਦਰਿ ਪਾਈਐ	dargeh andar paa-ee-ai
ਤਗੁ ਨ ਤੂਟਸਿ ਪੂਤ॥੩॥	tag na tootas poot. ||3||

ਪ੍ਰਭ ਦੇ ਸ਼ਬਦ ਨਾਲ ਜੀਵਨ ਢਾਲਣ ਨਾਲ, ਪ੍ਰਭ ਦੇ ਬਖਸ਼ੇ ਤੇ ਭਰੋਸਾ ਅਡੋਲ ਹੋ ਜਾਂਦਾ ਹੈ । ਉਹ ਕਦੇ ਵੀ ਬੰਦਗੀ ਦਾ ਰਸਤਾ ਨਹੀਂ ਛੱਡਦਾ, ਆਪ ਹੀ ਦਰਬਾਰ ਵਿੱਚ ਆਤਮਾ ਦਾ ਸਹਾਈ ਬਣ ਜਾਂਦਾ ਹੈ ।

Whosoever may meditate and adopt the teachings of His Word with steady and stable belief in his day to day life. He may remain contented with His blessings. He may never abandon the right path of meditation. The True Master may become His protector, companion in His court.

ਮ: ੧॥	**mehlaa 1.**
ਤਗੁ ਨ ਇੰਦ੍ਰੀ ਤਗੁ ਨ ਨਾਰੀ॥	tag na indree tag na naaree.
ਭਲਕੇ ਥੁਕ ਪਵੈ ਨਿਤ ਦਾੜੀ॥	bhalkay thuk pavai nit daarhee.
ਤਗੁ ਨ ਪੈਰੀ ਤਗੁ ਨ ਹਥੀ॥	tag na pairee tag na hathee.
ਤਗੁ ਨ ਜਿਹਵਾ ਤਗੁ ਨ ਅਖੀ॥	tag na jihvaa tag na akhee.
ਵੇਤਗਾ ਆਪੇ ਵਤੈ॥	vaytgaa aapay vatai.
ਵਟਿ ਧਾਗੇ ਅਵਰਾ ਘਤੈ॥	vat Dhaagay avraa ghatai.

ਲੈ ਭਾੜਿ ਕਰੇ ਵੀਆਹੁ॥ lai bhaarh karay vee-aahu.
ਕਢਿ ਕਾਗਲੁ ਦਸੇ ਰਾਹੁ॥ kadh kaagal dasay raahu.
ਸੁਣਿ ਵੇਖਹੁ ਲੋਕਾ ਏਹੁ ਵਿਡਾਣੁ॥ sun vaykhhu lokaa ayhu vidaan.
ਮਨਿ ਅੰਧਾ ਨਾਉ ਸੁਜਾਣੁ॥੪॥ man anDhaa naa-o sujaan. ||4||

ਇਸ ਤਰ੍ਹਾਂ ਦਾ ਕੋਈ ਪਵਿਤ੍ਰ ਧਾਗਾ ਨਹੀਂ ਬਣਿਆ । ਜਿਹੜਾ ਧਾਗਾ ਮਾਨਸ ਦੀ ਭੁੱਖ, ਲਾਲਚ, ਨਾਰੀ ਦੀ ਕਾਮਵਾਸਨਾ, ਪੈਰਾਂ, ਹੱਥਾਂ, ਜੀਭ, ਅੱਖਾਂ ਤੇ ਕਾਬੂ ਪਾ ਸਕਦਾ ਹੈ । ਸੰਸਾਰ ਵਿੱਚ ਧਾਰਮਕ ਆਗੂ, ਪੰਡਿਤ ਬਾਕੀ ਜੀਵਾਂ ਨੂੰ ਬੰਧਨ ਦੱਸਦੇ, ਪਾਉਂਦੇ ਹਨ, ਉਹ ਆਪਣੇ ਜੀਵਨ ਵਿੱਚ ਅਮਲ ਕਰਨ ਤੋ ਬਿਨਾਂ ਹੀ ਮਰ ਜਾਂਦੇ ਹਨ । ਮਨ ਦੇ ਲਾਲਚ ਕਾਰਨ, ਆਪਣੀ ਕੀਮਤ ਲੈ ਕੇ ਧਾਰਮਕ ਬੰਧਨ ਬੰਦੀ ਜਾਂਦੇ ਹਨ । ਸੰਸਾਰਕ ਸੂਝਵਾਨ, ਜੋਤਿਸ਼ ਵਿਦਿਆ ਪੜ੍ਹ ਪੜ੍ਹ ਕੇ ਜੀਵਾਂ ਨੂੰ ਭਵਿੱਖ ਦੱਸਦੇ ਹਨ, ਅਣਜਾਣ ਜੀਵ ਇਹ ਸੁਣ ਸੁਣਕੇ ਹੈਰਾਨ ਹੁੰਦੇ ਹਨ । ਇਹ ਧਾਰਮਕ ਆਗੂਆਂ ਨੂੰ ਬਾਕੀ ਜੀਵ ਗਿਆਨੀ, ਬ੍ਰਹਮਣ ਸਮਝਦੇ ਹਨ । ਉਹ ਪ੍ਰਭ ਦੇ ਸ਼ਬਦ ਦੀ ਸੋਝੀ ਤੋਂ ਅੰਧੇ, ਅਣਜਾਣ ਹੁੰਦੇ ਹਨ ।

No such blessed thread has been discovered or made in this universe, which may control the hunger, greed, sexual desire, movement of his feet, tongue or eyes of any creature. The religious preachers and priests may describe all good rigid disciplines of life to others; however, they do not adopt the teachings in their own life. With his greed, he may sell and enforce these good principles to others. The enlightened astrologers read books and predict the future of innocent, ignorant remains astonished and believes them as the messengers of The True Master. These astrologers, greedy religious preachers are ignorant from the enlightenment of the essence of His Word.

ਪਉੜੀ॥ **pa-orhee.**
ਸਾਹਿਬੁ ਹੋਇ ਦਇਆਲੁ ਕਿਰਪਾ ਕਰੇ, saahib ho-ay da-i-aal kirpaa karay
ਤਾ ਸਾਈ ਕਾਰ ਕਰਾਇਸੀ॥ taa saa-ee kaar karaa-isee.
ਸੋ ਸੇਵਕੁ ਸੇਵਾ ਕਰੇ so sayvak sayvaa karay
ਜਿਸ ਨੋ ਹੁਕਮੁ ਮਨਾਇਸੀ॥ jis no hukam manaa-isee.
ਹੁਕਮਿ ਮੰਨਿਐ ਹੋਵੈ ਪਰਵਾਣੁ, hukam mani-ai hovai parvaan
ਤਾ ਖਸਮੈ ਕਾ ਮਹਲੁ ਪਾਇਸੀ॥ taa khasmai kaa mahal paa-isee.
ਖਸਮੈ ਭਾਵੈ ਸੋ ਕਰੇ, khasmai bhaavai so karay
ਮਨਹੁ ਚਿੰਦਿਆ ਸੋ ਫਲੁ ਪਾਇਸੀ॥ manhu chindi-aa so fal paa-isee.
ਤਾ ਦਰਗਹ ਪੈਧਾ ਜਾਇਸੀ॥੧੫॥ taa dargeh paiDhaa jaa-isee. ||15||

ਜਿਸ ਜੀਵ ਤੇ ਪ੍ਰਭ ਰਹਿਮਤ ਬਖਸ਼ਕੇ ਸ਼ਬਦ ਦੇ ਲੜ ਲਾਉਂਦਾ ਹੈ ! ਕੇਵਲ ਉਹ ਹੀ ਸ਼ਬਦ ਦੀ ਪਾਲਣਾ ਤੇ ਅਡੋਲ ਰਹਿੰਦਾ, ਜੀਵਨ ਢਾਲਦਾ ਹੈ । ਉਸ ਦਾ ਹੁਕਮ, ਭਾਣਾ, ਸ਼ਬਦ ਮਿੱਠਾ ਕਰਕੇ ਮੰਨਦਾ ਹੈ । ਜਿਹੜਾ ਜੀਵ ਪ੍ਰਭ ਦੇ ਸ਼ਬਦ ਨੂੰ ਅਡੋਲ ਭਰੋਸੇ ਨਾਲ ਮੰਨਦਾ ਹੈ । ਉਸ ਦੀ ਬੰਦਗੀ ਪ੍ਰਭ ਨੂੰ ਪ੍ਰਵਾਨ ਹੋ ਜਾਂਦੀ ਹੈ । ਉਸ ਦੇ ਮਨ ਦੀਆਂ ਅਨਬੋਲੀਆਂ ਮੁਰਾਦਾਂ ਬਖਸ਼ਿਸ਼ ਹੋ ਜਾਂਦੀਆ ਹਨ , ਪ੍ਰਭ ਦੇ ਦਰਬਾਰ ਵਿੱਚ ਥਾਂ ਹਾਸਿਲ ਕਰ ਲੈਂਦਾ ਹੈ ।

Whosoever may be blessed with a devotional attachment to meditate on His Word; only he may remain steady and stable on adopting the teachings of His Word in his day to day life. Whosoever may remain steady and stable on the teachings of His Word, his meditation may be accepted in His court. His spoken and unspoken desires may be fully satisfied, With His mercy and grace, he may be accepted in His court.

328.ਸਲੋਕੁ ਮਃ ੧॥ (੧੬) 471-14

ਗਊ ਬਿਰਾਹਮਣ ਕਉ ਕਰੁ ਲਾਵਹੁ, ga-oo biraahman ka-o kar laavhu

ਗੋਬਰਿ ਤਰਣੁ ਨ ਜਾਈ॥	gobar taran na jaa-ee.
ਧੋਤੀ ਟਿਕਾ ਤੈ ਜਪਮਾਲੀ,	Dhotee tikaa tai japmaalee
ਧਾਨੁ ਮਲੇਛਾਂ ਖਾਈ॥	Dhaan malaychhaaN khaa-ee.
ਅੰਤਰਿ ਪੂਜਾ ਪੜਹਿ ਕਤੇਬਾ	antar poojaa parheh kataybaa
ਸੰਜਮੁ ਤੁਰਕਾ ਭਾਈ॥	sanjam turkaa bhaa-ee.
ਛੋਡੀਲੇ ਪਾਖੰਡਾ॥	chhodeelay paakhandaa.
ਨਾਮਿ ਲਇਐ ਜਾਹਿ ਤਰੰਦਾ॥੧॥	naam la-i-ai jaahi tarandaa. ||1||

ਜੀਵ ਤੂੰ ਬਾਣਾ ਭਗਤਾ ਵਾਲਾ ਪਾਉਂਦਾ ਹੈ, ਪਰ ਦੂਸਰੇ ਦੇ ਹੱਕ ਦੀ ਕਮਾਈ ਹੜਪਦਾ ਹੈ । ਆਪਣੀ ਕਮਾਈ ਨਾਲ ਸੰਤੋਖ ਨਹੀਂ ਕਰਦਾ । ਤੂੰ ਬਾਕੀ ਨੂੰ ਸਿਖਿਆ ਦੇਂਦਾ ਹੈ, ਗਊ ਪੂਜਣ ਯੋਗ ਹੈ, ਆਪ ਉਸ ਦੀ ਸੇਵਾ ਨਹੀਂ ਕਰਦਾ । ਲੋਕ ਦਿਖਾਵਾ ਕਰਨ ਲਈ ਉਸ ਦੇ ਗੋਬਰ ਨਾਲ ਆਪਣੀ ਰਸੋਈ ਨੂੰ ਪਵਿਤ੍ਰ ਕਰਦਾ ਹੈ । ਤੂੰ ਉਸ ਗੋਬਰ ਨਾਲ ਇਸ ਸੰਸਾਰ ਵਿਚੋਂ ਪਾਰ ਨਹੀਂ ਹੋ ਸਕਦਾ । ਤੂੰ ਧਾਰਮਕ ਕਿਤਾਬਾਂ ਪੜ੍ਹਦਾ ਹੈ, ਪਰ ਆਪਣਾ ਜੀਵਨ ਪਾਪੀਆਂ ਵਾਲਾ ਬਤੀਤ ਕਰਦਾ ਹੈ । ਇਹ ਛੱਡ ਦਵੋ । ਸਿਮਰਨ ਕਰੋ! ਇਸ ਨਾਲ ਹੀ ਜਨਮ ਮਰਨ ਤੋ ਛੁਟਕਾਰਾ, ਮੁਕਤੀ ਬਖਸ਼ਿਸ਼ ਹੋ ਸਕਦੀ ਹੈ । (ਮੱਥੇ ਤੇ ਟਿੱਕਾ, ਗਲ ਬੰਦਗੀ ਵਾਲੀ ਮਾਲ਼ਾ ਅਤੇ ਸਾਦੇ ਕਪੜੇ - ਧੋਤੀ)

Worldly priest you adopt religious robe, however, may not remain contented with your own earnest living and you rob earnest living of other helpless. You teach that cow is sacred and worthy of worship; however, you may not care for welfare of cow. However, to pretend to show others, you sanctify your kitchen with the stool of cow. Ignorant, imagine, cow stool may not transform your soul to become worthy of His consideration. You recite Holy Scriptures day and night, however performs sinful deeds like devil in your day to day life. You should abandon your hypocrisy and adopt and meditate on the teachings of His Word with steady and stable belief in day to day life; you may be blessed with salvation.

ਮਃ ੧॥	**mehlaa 1.**
ਮਾਣਸ ਖਾਣੇ ਕਰਹਿ ਨਿਵਾਜ॥	maanas khaanay karahi nivaaj.
ਛੁਰੀ ਵਗਾਇਨਿ ਤਿਨ ਗਲਿ ਤਾਗ॥	chhuree vagaa-in tin gal taag.
ਤਿਨ ਘਰਿ ਬ੍ਰਹਮਣ ਪੂਰਹਿ ਨਾਦ॥	tin ghar barahman pooreh naad.
ਉਨ੍ਹਾ ਭਿ ਆਵਹਿ ਓਈ ਸਾਦ॥	unHaa bhe aavahi o-ee saad.
ਕੂੜੀ ਰਾਸਿ ਕੂੜਾ ਵਾਪਾਰੁ॥	koorhee raas koorhaa vaapaar.
ਕੂੜੁ ਬੋਲਿ ਕਰਹਿ ਆਹਾਰੁ॥	koorh bol karahi aahaar.
ਸਰਮ ਧਰਮ ਕਾ ਡੇਰਾ ਦੂਰਿ॥	saram Dharam kaa dayraa door.
ਨਾਨਕ ਕੂੜੁ ਰਹਿਆ ਭਰਪੂਰਿ॥	naanak koorh rahi-aa bharpoor.
ਮਥੈ ਟਿਕਾ ਤੇੜਿ ਧੋਤੀ ਕਖਾਈ॥	mathai tikaa tayrh Dhotee kakhaa-ee.
ਹਥਿ ਛੁਰੀ ਜਗਤ ਕਾਸਾਈ॥	hath chhuree jagat kaasaa-ee.
ਨੀਲ ਵਸਤ੍ਰ ਪਹਿਰਿ ਹੋਵਹਿ ਪਰਵਾਣੁ॥	neel vastar pahir hoveh parvaan.
ਮਲੇਛ ਧਾਨੁ ਲੇ ਪੂਜਹਿ ਪੁਰਾਣੁ॥	malaychh Dhaan lay poojeh puraan.
ਅਭਾਖਿਆ ਕਾ ਕੁਠਾ ਬਕਰਾ ਖਾਣਾ॥	abhaakhi-aa kaa kuthaa bakraa khaanaa.
ਚਉਕੇ ਉਪਰਿ ਕਿਸੈ ਨ ਜਾਣਾ॥	cha-ukay upar kisai na jaanaa.
ਦੇ ਕੈ ਚਉਕਾ ਕਢੀ ਕਾਰ॥	day kai cha-ukaa kadhee kaar.
ਉਪਰਿ ਆਇ ਬੈਠੇ ਕੂੜਿਆਰ॥	upar aa-ay baithay koorhi-aar.
ਮਤੁ ਭਿਟੈ ਵੇ ਮਤੁ ਭਿਟੈ॥	mat bhitai vay mat bhitai.
ਇਹੁ ਅੰਨੁ ਅਸਾਡਾ ਫਿਟੈ॥	ih ann asaadaa fitai.
ਤਨਿ ਫਿਟੈ ਫੇੜ ਕਰੇਨਿ॥	tan fitai fayrh karayn.

ਮਨਿ ਜੂਠੈ ਚੁਲੀ ਭਰੇਨਿ॥ man joothai chulee bharayn.
ਕਹੁ ਨਾਨਕ ਸਚੁ ਧਿਆਈਐ॥ kaho naanak sach Dhi-aa-ee-ai.
ਸੁਚਿ ਹੋਵੈ ਤਾ ਸਚੁ ਪਾਈਐ॥੨॥ such hovai taa sach paa-ee-ai. ||2||

ਜੀਵ ਤੂੰ ਧਾਰਮਕ ਬਾਣੀ ਦੇ ਨਾਦ, ਰਾਗ ਗਾਉਂਦਾ, ਸੰਤਾਂ ਵਰਗਾ ਬਾਣਾ ਪਾਉਂਦਾ ਹੈ, ਪਵਿਤ੍ਰ ਧਾਗਾ ਗੱਲ ਵਿੱਚ ਪਾਇਆ ਹੈ । ਮਨ ਦੇ ਲਾਲਚ ਕਾਰਨ ਦੂਸਰੇ ਦਾ ਨਕੁਸਾਨ ਕਰਨ ਲਈ ਛੁਰੀ ਪਕੜੀ ਹੈ, ਪਰਿਆ ਹੱਕ ਮਾਰਦਾ, ਨਿਮਾਣੇ ਦਾ ਲਹੂ ਚੁਸਦਾ ਹੈ । ਤੇਰੇ ਜੀਵਨ ਦਾ ਢੰਗ ਅਗਿਆਨੀਆ ਵਾਲਾ ਹੈ । ਜੀਵ ਤੇਰੇ ਵਾਪਾਰ ਕਰਨ ਦੀ ਪੂਜੀ ਵੀ ਗਲਤ ਹੈ, ਵਾਪਾਰ ਕਰਨ ਦਾ ਤਾਰੀਕਾ ਵੀ ਫਰੇਬ, ਧੋਖੇ ਵਾਲਾ ਹੈ । ਤੂੰ ਚਲਾਕੀ, ਧੋਖੇ ਵਾਲੇ ਕੰਮ ਕਰਦਾ, ਹਰਾਮ ਦਾ ਭੋਜਨ ਖਾਂਦਾ ਹੈ । ਤੇਰੇ ਕੰਮ ਨਿਮ੍ਰਤਾ, ਸਾਦਗੀ ਅਤੇ ਧਰਮ ਦੇ ਨਿਯਮਾਂ ਤੋ ਬੁਹਤ ਦੂਰ ਹਨ । ਜੀਵਨ ਦਾ ਢੰਗ ਜਮਦੂਤਾਂ ਵਾਲ, ਫਰੇਬ, ਧੋਖੇ ਦਾ ਬਹੁਤ ਡੂੰਘਾਂ ਪ੍ਰਭਾਵ ਹੈ । ਤੇਰਾ ਬਾਣਾ ਭਗਤਾ ਵਾਲਾ ਹੈ, ਪਰ ਸਭ ਕੰਮ ਜਮਦੂਤਾਂ ਵਾਲੇ ਹਨ । (ਮੱਥੇ ਤੇ ਟਿੱਕਾ, ਸਾਦਾ ਬਾਣਾ ਧੋਤੀ) ਦੁਨੀਆਵੀ ਜ਼ੋਰਾਵਰ ਨੂੰ ਖੁਸ਼ ਕਰਨ ਲਈ ਆਪਣੇ ਜੀਵਨ ਦਾ ਅਸਲੀ ਰਸਤਾ ਛੱਡ ਦੇਂਦਾ ਹੈ, ਜ਼ੋਰਾਵਰ ਦੇ ਰਸਤੇ ਤੇ ਚਲਦਾ, ਆਪਣੇ ਧਾਰਮਕ ਨਿਯਮਾਂ ਤੇ ਨਹੀਂ ਚਲਦਾ । ਲੋਕ ਵਿਖਾਵਾ ਕਰਨ ਲਈ ਮੰਦੇ ਕੰਮ ਕਰਨ ਵਾਲਿਆਂ ਨੂੰ ਸਤਿਕਾਰ, ਪੂਜਨ ਯੋਗ ਦੱਸਦਾ ਹੈ । ਉਹਨਾਂ ਨਾਲ ਸੰਜੋਗ ਬਣਾਉਂਦਾ ਹੈ, ਉਹਨਾਂ ਦੇ ਨਿਯਮ ਪਵਿਤ੍ਰ ਕਰਾਰ ਕਰਕੇ, ਬਾਕੀ ਜੀਵਾਂ ਨੂੰ ਪ੍ਰੇਰਦਾ ਹੈ । ਚੰਗੇ ਕਰਮ ਕਰਨ ਵਾਲਿਆ ਨੂੰ ਨੀਚ ਕਰਾਰ ਕਰਕੇ ਉਹਨਾਂ ਤੋ ਦੂਰ ਰਹਿੰਦਾ ਹੈ । ਤੇਰਾ ਜੀਵਨ ਮੰਦੇ ਕਰਮਾਂ ਨਾਲ ਭਰਿਆਂ ਹੋਇਆ ਹੈ । ਆਪਣੇ ਮੈਲ ਭਰੇ ਮਨ, ਆਤਮਾ ਨੂੰ ਜੀਭ ਤੋ ਧਾਰਮਕ ਸ਼ਬਦ ਬੋਲ ਕੇ ਪਵਿਤ੍ਰ ਕਰਨ ਦਾ ਢੰਗ ਅਪਣਾਉਂਦਾ ਹੈ । ਕੇਵਲ ਪ੍ਰਭ ਦਾ ਮਨੋ ਸਿਮਰਨ ਕਰਨ ਨਾਲ ਹੀ ਆਤਮਾ ਪਵਿਤ੍ਰ ਹੋ ਸਕਦੀ ਹੈ । ਇਹ ਹੀ ਇੱਕੋ ਇੱਕ ਵਿਧੀ ਨਾਲ ਰਹਿਮਤ ਬਖਸ਼ਿਸ਼ ਹੋ ਸਕਦੀ ਹੈ ।

Religious priest sings the melodious Holy hymn, wears saintly robe and holy sanctifying thread in your neck. However, you always carry dagger of greed to rob other innocent creatures; you suck the blood of innocent helpless. Your way of life is like a devil. Your capital for trade, meditation and technique of meditation both are wrong, false and deceptive. Your deeds are deceptive and enjoying the earnings of sins. Your way of life is far away from modesty, humility and principles of spiritual living. Your life is dominated by falsehood, deception like a devil. You outlook, robe is like Holy saint; however, your day to day life is like a devil. You abandon all your religious principles and disciplines to please rich and powerful. To win favor from rich and powerful, evil doers, you call them honorable and worthy of worship. You associate with rich and powerful and call their devilish way of life as spiritual living and inspire others to adopt. You rebuke His true devotee who may adopt His Word in his day to day life and call him mean and low class and stay away from him. Your day to day life is overwhelmed with sinful deeds, by speaking few words from your tongue trying to sanctify your soul, clean the blemish of sinful deeds. Only by wholeheartedly meditating and adopting the teachings of His Word in day to day life, may be the only right path of acceptance in His court and to sanctify your soul.

ਪਉੜੀ॥ **pa-orhee.**
ਚਿਤੈ ਅੰਦਰਿ ਸਭੁ ਕੋ ਵੇਖਿ chitai andar sabh ko vaykh
ਨਦਰੀ ਹੇਠਿ ਚਲਾਇਦਾ॥ nadree hayth chalaa-idaa.
ਆਪੇ ਦੇ ਵਡਿਆਈਆ aapay day vadi-aa-ee-aa
ਆਪੇ ਹੀ ਕਰਮ ਕਰਾਇਦਾ॥ aapay hee karam karaa-idaa.
ਵਡਹੁ ਵਡਾ ਵਡ ਮੇਦਨੀ vadahu vadaa vad maydnee

ਸਿਰੇ ਸਿਰਿ ਧੰਧੈ ਲਾਇਦਾ॥	siray sir DhanDhai laa-idaa.
ਨਦਰਿ ਉਪਠੀ ਜੇ ਕਰੇ	nadar upthee jay karay
ਸੁਲਤਾਨਾ ਘਾਹੁ ਕਰਾਇਦਾ॥	sultaanaa ghaahu karaa-idaa.
ਦਰਿ ਮੰਗਨਿ ਭਿਖ ਨ ਪਾਇਦਾ॥੧੬॥	dar mangan bhikh na paa-idaa. ||16||

ਪ੍ਰਭ, ਤੂੰ ਸਭ ਕੁਝ ਦੇਖਦਾ ਹੈ, ਸਭ ਕੁਝ ਤੇਰੇ ਵੱਸ ਵਿੱਚ ਹੀ ਹੈ । ਆਪ ਹੀ ਜੀਵ ਨੂੰ ਆਪਣੀ ਰਜ਼ਾ ਅੰਦਰ ਚਲਾਉਂਦਾ ਹੈ । ਤੂੰ ਸਭ ਤੋ ਵੱਡਾ ਹੈ, ਤੇਰੇ ਤੋ ਹੋਰ ਕੋਈ ਦੂਜਾ ਵੱਡਾ ਨਹੀਂ ਹੈ । ਤੂੰ ਹੀ ਹਰ ਜੀਵ ਨੂੰ ਆਪਣੇ ਆਪਣੇ ਧੰਦੇ ਤੇ ਲਾਉਂਦਾ ਹੈ । ਜਿਸ ਜੀਵ ਤੋਂ ਤੇਰੀ ਰਹਿਮਤ ਦੀ ਨਜ਼ਰ ਉਠ ਜਾਵੇ ! ਤੂੰ ਇੱਕ ਪਲ ਵਿੱਚ ਹੀ, ਰਾਜੇ ਤੋ ਭਿਖਾਰੀ ਬਣਾ ਸਕਦਾ ਹੈ । ਇਸ ਤਰ੍ਹਾਂ ਦਾ ਭਿਖਾਰੀ, ਜਿਸ ਨੂੰ ਭਿੱਖਿਆ ਮੰਗਣ ਤਾਂ ਵੀ ਤਰਸ ਕਰਕੇ ਕੋਈ ਭਿੱਖਿਆ ਵੀ ਨਾ ਦੇਵੇ।

The Omnipotent True Master everything may be under Your command and You monitor each and every activity. You keep the whole creation under Your command and You are the greatest of All. No one else may be equal to Your greatness. You assign and keep each and every creature on a unique path, in his day to day life. Whosoever may be removed from Your blessed vision; even the mighty king may become a worthless beggar; the beggar of miserable state, no one may mercy and grace on his soul to offer any alms.

329.ਸਲੋਕੁ ਮਃ ੧॥ (੧੭) 472-7

ਜੇ ਮੋਹਾਕਾ ਘਰੁ ਮੁਹੈ	jay mohaakaa ghar muhai
ਘਰੁ ਮੁਹਿ ਪਿਤਰੀ ਦੇਇ॥	ghar muhi pitree day-ay.
ਅਗੈ ਵਸਤੁ ਸਿਞਾਣੀਐ	agai vasat sinjaanee-ai
ਪਿਤਰੀ ਚੋਰ ਕਰੇਇ॥	pitree chor karay-i.
ਵਢੀਅਹਿ ਹਥ ਦਲਾਲ ਕੇ	vadhee-ah hath dalaal kay
ਮੁਸਫੀ ਏਹ ਕਰੇਇ॥	musfee ayh karay-i.
ਨਾਨਕ ਅਗੈ ਸੋ ਮਿਲੈ	naanak agai so milai
ਜਿ ਖਟੇ ਘਾਲੇ ਦੇਇ॥੧॥	je khatay ghaalay day-ay. ||1||

ਜਿਵੇਂ ਬੁਰਾ, ਚੋਰ, ਠੱਗ ਪਰਾਏ ਘਰ ਚੋਰੀ ਕਰੇ, ਪਰਾਏ ਦਾ ਹੱਕ ਮਾਰ ਕੇ, ਆਪਣੇ ਮਰੇ ਹੋਏ ਮਾਂ, ਬਾਪ ਦੇ ਸਰਾਧ, ਅਖੰਡ ਪਾਠ, ਲੰਗਰ ਲਵਾਉਂਦਾ, ਧਾਰਮਕ ਅਸਥਾਨ ਤੇ ਪੂਜਾ ਚੜ੍ਹਾਵੇ । ਉਸ ਦੀ ਕੀਤੀ ਪੂਜਾ, ਖਾਨਦਾਨੀ (ਮਾਂ ਬਾਪ) ਦੀ ਅਸਲੀਅਤ ਪ੍ਰਗਟ ਕਰਦੀ ਹੈ । ਉਹ ਆਪਣੇ ਬਜ਼ੁਰਗਾ ਨੂੰ ਵੀ ਚੋਰ ਬਣਾ ਦੇਂਦਾ ਹੈ । ਉਸ ਦੀ ਪੂਜਾ ਬਿਰਥਾ ਹੀ ਜਾਂਦੀ ਹੈ । ਅਗਲੀ ਦਰਗਾਹ ਵਿੱਚ ਉਸ ਨੂੰ ਕੁਝ ਫਲ ਬਖਸ਼ਿਸ਼ ਨਹੀਂ ਹੁੰਦਾ, ਇਹ ਸੰਸਾਰਕ ਰੀਤੀ ਪੁੰਨ ਦਾਨ ਸਾਰੇ ਫਰੇਬ ਹੀ ਹਨ । ਜਿਹੜਾ ਆਪਣੀ ਹੱਕ ਦੀ ਕਮਾਈ ਵਿਚੋਂ ਲੋੜਵੰਦ ਨੂੰ ਆਪ ਦੇਂਦਾ ਹੈ । ਉਹ ਹੀ ਪੁੰਨ ਲੇਖੇ ਲੱਗਦਾ, ਦਰਬਾਰ ਵਿੱਚ ਪ੍ਰਵਾਨ ਹੁੰਦਾ ਹੈ । (ਮੋਹਾਕਾ-ਠਗ)

As evil-minded may rob the innocent and celebrates the memory of his parents with that robbed earnings of others, donate to Holy shrine. He actually exposes the legacy, reality of his parent. He exposes his forefathers were also thief and robber. His worship, charity may not be rewarded in His court. After death, his soul may not be rewarded, all charities and donations are worthless suspicions, religious ritual created by religious greed. Whosoever may share a portion from his own earnest living to help the needy and helpless, his charity may be rewarded by The True Master in His court.

ਮਃ ੧॥	**mehlaa 1.**
ਜਿਉ ਜੋਰੂ ਸਿਰਨਾਵਣੀ	Ji-o joroo sirnaavanee

ਆਵੈ ਵਾਰੋ ਵਾਰ॥	aavai vaaro vaar.
ਜੂਠੇ ਜੂਠਾ ਮੁਖਿ ਵਸੈ	joothay joothaa mukh vasai
ਨਿਤ ਨਿਤ ਹੋਇ ਖੁਆਰੁ॥	nit nit ho-ay khu-aar.
ਸੂਚੇ ਏਹਿ ਨ ਆਖੀਅਹਿ	soochay ayhi na aakhee-ahi
ਬਹਨਿ ਜਿ ਪਿੰਡਾ ਧੋਇ॥	bahan je pindaa Dho-ay.
ਸੂਚੇ ਸੇਈ ਨਾਨਕਾ	soochay say-ee naankaa jin
ਜਿਨ ਮਨਿ ਵਸਿਆ ਸੋਇ॥੨॥	man vasi-aa so-ay. ||2|

ਜਿਵੇਂ ਜਵਾਨ ਨਾਰੀ ਦਾ ਰਜੋ, ਧਰਮ ਬਾਰ ਬਾਰ, (Period) ਮਾਹਵਾਰੀ ਆਉਂਦੀ ਹੈ । ਇਸ ਤਰ੍ਹਾਂ ਧੋਖੇਬਾਜ ਬਾਰ ਬਾਰ ਝੂਠ ਬੋਲਦਾ ਹੈ, ਉਸ ਦੀ ਆਤਮਾ ਬਾਰ ਬਾਰ ਦੁਖ ਸਹਿੰਦੀ ਹੈ । ਤੀਰਥ ਇਸ਼ਨਾਨ ਕਰਨ ਨਾਲ ਆਤਮਾ ਪਵਿਤ੍ਰ ਨਹੀਂ ਹੁੰਦੀ, ਇਹ ਧਰਮ ਦਾ ਫਰੇਬ, ਲਾਲਚ ਹੀ ਹੁੰਦਾ ਹੈ । ਜਿਹੜਾ ਸ਼ਬਦ ਨਾਲ ਜੀਵਨ ਢਾਲਕੇ ਆਪਣੇ ਅੰਦਰੋ ਅਹੰਕਾਰ ਦੀ ਮੈਲ ਨੂੰ ਦੂਰ ਕਰਦਾ ਹੈ, ਕੇਵਲ ਉਸ ਦੀ ਆਤਮਾ ਹੀ ਪਵਿਤ੍ਰ, ਪ੍ਰਵਾਨ ਯੋਗ ਹੁੰਦੀ ਹੈ

As a young woman menstruates and suffer monthly pain, same way a lair, robber lies over and over again; his soul has to suffer miseries over and over again. Whosoever may think his soul may be sanctified by bathing or worship at Holy shrine. Ignorant cannot clean the blemish of evil thoughts, deeds by washing outer body. These religious rituals are traps created by human greed. Whosoever may adopt the teachings of His Word with steady and stable belief in his day to day life; his soul may be sanctified to become worthy of His consideration.

ਪਉੜੀ॥	**pa-orhee.**
ਤੁਰੇ ਪਲਾਣੇ ਪਉਣ ਵੇਗ	turay palaanay pa-un vayg
ਹਰ ਰੰਗੀ ਹਰਮ ਸਵਾਰਿਆ॥	har rangee haram savaari-aa.
ਕੋਠੇ ਮੰਡਪ ਮਾੜੀਆ	kothay mandap maarhee-aa
ਲਾਇ ਬੈਠੇ ਕਰਿ ਪਾਸਾਰਿਆ॥	laa-ay baithay kar paasaari-aa.
ਚੀਜ ਕਰਨਿ ਮਨਿ ਭਾਵਦੇ	cheej karan man bhaavday
ਹਰਿ ਬੁਝਨਿ ਨਾਹੀ ਹਾਰਿਆ॥	har bujhan naahee haari-aa.
ਕਰਿ ਫੁਰਮਾਇਸਿ ਖਾਇਆ,	kar furmaa-is khaa-i-aa
ਵੇਖਿ ਮਹਲਤਿ ਮਰਣੁ ਵਿਸਾਰਿਆ॥	vaykh mahlat maran visaari-aa.
ਜਰੁ ਆਈ ਜੋਬਨਿ ਹਾਰਿਆ॥੧੭॥	jar aa-ee joban haari-aa. ||17||

ਜਿਹੜਾ ਸੰਸਾਰਕ ਮਹਿਲ, ਮਾੜੀਆਂ ਦੇ ਮੋਹ, ਮਨਮਰਜ਼ੀ, ਅਹੰਕਾਰ ਵਿੱਚ ਮਸਤ, ਸੰਸਾਰਕ ਰੰਗ ਤਮਾਸ਼ੇ ਕਰਦਾ ਮੌਤ ਨੂੰ ਵਿਸਾਰ ਛੱਡਦਾ ਹੈ । ਉਹ ਆਪਣਾ ਮਾਨਸ ਜਨਮ ਬਿਰਥਾ ਹੀ ਬਰਬਾਦ ਕਰ ਜਾਂਦਾ ਹੈ । ਜਿਹੜਾ ਹਮੇਸ਼ਾਂ ਹੀ ਸ਼ਬਦ ਦੀ ਪਾਲਣਾ ਨਾਲ ਆਪਣੀ ਆਤਮਾ ਨੂੰ ਤਿਆਰ, ਪਵਿਤ੍ਰ ਕਰਕੇ ਰਖਦਾ ਹੈ । ਉਹ ਆਪਣੇ ਜਨਮ ਨੂੰ ਸਫਲ ਕਰ ਜਾਂਦਾ ਹੈ, ਮੁਕਤੀ ਬਖਸ਼ਿਸ਼ ਹੋ ਸਕਦੀ ਹੈ ।
** ਤੁਰੇ- Horse, ਪਲਾਣੇ- ਘੋੜੇ ਨੂੰ ਸਵਾਰੀ ਲਈ, ਕਾਠੀ ਹੇਠ ਪਾਉਣ ਵਾਲਾ Pad)

Whosoever may remain attached to worldly possessions (his big castles), intoxicated in his ego, enjoys worldly entertainments; self-minded in his ignorance ignore the reality of unavoidable death. He wastes his human life journey uselessly without any benefit. Whosoever may keep his soul sanctified and keeps his soul away from worldly temptations, ready to accept ultimate death. He may conclude his human life journey with salvation, His cycle of birth and death may be eliminated by His mercy and grace.

330.ਸਲੋਕੁ ਮਃ ੧॥ (੧੮) 472-13

ਜੇ ਕਰਿ ਸੂਤਕੁ ਮੰਨੀਐ	jay kar sootak mannee-ai
ਸਭ ਤੈ ਸੂਤਕੁ ਹੋਇ॥	sabh tai sootak ho-ay.
ਗੋਹੇ ਅਤੈ ਲਕੜੀ	gohay atai lakrhee
ਅੰਦਰਿ ਕੀੜਾ ਹੋਇ॥	andar keerhaa ho-ay.
ਜੇਤੇ ਦਾਣੇ ਅੰਨ ਕੇ	jaytay daanay ann kay
ਜੀਆ ਬਾਝੁ ਨ ਕੋਇ॥	jee-aa baajh na ko-ay.
ਪਹਿਲਾ ਪਾਣੀ ਜੀਉ ਹੈ	pahilaa paanee jee-o hai
ਜਿਤੁ ਹਰਿਆ ਸਭੁ ਕੋਇ॥	jit hari-aa sabh ko-ay.
ਸੂਤਕੁ ਕਿਉ ਕਰਿ ਰਖੀਐ	sootak ki-o kar rakhee-ai
ਸੂਤਕੁ ਪਵੈ ਰਸੋਇ॥	sootak pavai raso-ay.
ਨਾਨਕ ਸੂਤਕੁ ਏਵ ਨ ਉਤਰੈ	naanak sootak ayv na utrai
ਗਿਆਨੁ ਉਤਾਰੇ ਧੋਇ॥੧॥	gi-aan utaaray Dho-ay. ||1||

ਮਾਂ ਆਪਣੇ ਨਵੇਂ ਜੰਮੇ ਬੱਚਾ ਨੂੰ ਕਿਸੇ ਅਜਨਬੀ ਦੇ ਸਾਹਮਣੇ ਨਹੀਂ ਕਰਦੀ । ਇਸ ਨੂੰ ਸੂਤਕ ਕਹਿਦੇ ਹਨ! (ਸੂਤਕ - ਬਸਗਨ, ਅਪਵਿਤ੍ਰਾ, ਬੱਚੇ ਨੂੰ ਕੋਈ ਬਮਾਰੀ ਨਾ ਲੱਗ ਜਾਵੇ) । ਹਰ ਜੀਵ ਦੀ ਹੀ ਅਪਵਿਤ੍ਰਤਾ ਸਹਿਣ ਸ਼ਕਤੀ ਵੱਖਰੀ ਹੁੰਦੀ ਹੈ । ਪ੍ਰਭ ਆਪ ਹੀ ਆਪਣੇ ਪੈਦਾ ਕੀਤੇ ਜੀਵ ਦੀ ਰਖਿਆ ਕਰਦਾ ਹੈ । ਕਈ ਜੀਵ ਗੰਦੇ ਥਾਂ ਤੇ ਗੋਹੇ, ਲੱਕੜੀ ਵਿੱਚ ਵੀ ਪੈਦਾ ਹੁੰਦੇ ਹਨ । ਜਿਤਨੇ ਵੀ ਦਾਣੇ ਹਨ, ਉਹਨਾਂ ਵਿਚੋਂ ਵੀ ਜੀਵ ਪੈਦਾ ਹੋ ਸਕਦਾ ਹੈ । ਪਾਣੀ ਦੀ ਅਪਵਿਤ੍ਰਤਾ ਕਰਕੇ ਹੀ ਬੂਟੇ ਹਰੇ ਹੁੰਦੇ ਹਨ । ਇਸ ਤਰ੍ਹਾਂ ਰਸੋਈ ਵਿੱਚ ਵੀ ਅਪਵਿਤ੍ਰਤਾ ਹੁੰਦੀ ਹੈ । ਅਪਵਿਤ੍ਰਤਾ ਕਿਸੇ ਵੀ ਤਾਰੀਕੇ ਨਾਲ ਪੂਰਨ ਤਰ੍ਹਾਂ ਤੇ ਖਤਮ ਨਹੀਂ ਕੀਤੀ ਜਾ ਸਕਦੀ । ਕੇਵਲ ਪ੍ਰਭ ਦੀ ਰਹਿਮਤ ਹੀ ਬੱਚੇ ਦੀ ਹਿਫਾਜ਼ਤ ਕਰ ਸਕਦੀ ਹੈ । ਇਹ ਬਸਗਨ ਦੂਰ ਹੋ ਸਕਦਾ ਹੈ ।

The mother of new born baby keeps him away from stranger to protect from infection of any unknown disease. This ritual is called Sootak, a sign of impurity, infection. Every newborn may have a different immunity, tolerance to the impurity of the universe. However, The True Master protects His creation, by His own way, some creatures born at filthy places, in wood, under the stone. Each and every grain may produce, blossom with His mercy and grace. Everything in the universe is impure, plants grow and blossom with the impurity of water; same way the kitchen is also not clean, pure. The impurity from the universe may never be eliminated completely by any known mean to mankind, His creation. Only with His mercy and grace, newborn may be protected from all infections in the universe. All suspicions may be eliminated by His mercy and grace.

ਮਃ ੧॥	**mehlaa 1.**
ਮਨ ਕਾ ਸੂਤਕੁ ਲੋਭੁ ਹੈ	man kaa sootak lobh hai
ਜਿਹਵਾ ਸੂਤਕੁ ਕੂੜੁ॥	jihvaa sootak koorh.
ਅਖੀ ਸੂਤਕੁ ਵੇਖਣਾ	akhee sootak vaykh-naa
ਪਰ ਤ੍ਰਿਅ ਪਰ ਧਨ ਰੂਪੁ॥	par tari-a par Dhan roop.
ਕੰਨੀ ਸੂਤਕੁ ਕੰਨਿ ਪੈ	kannee sootak kann pai
ਲਾਇਤਬਾਰੀ ਖਾਹਿ॥	laa-itbaaree khaahi.
ਨਾਨਕ ਹੰਸਾ ਆਦਮੀ	naanak hansaa aadmee
ਬਧੇ ਜਮ ਪੁਰਿ ਜਾਹਿ॥੨॥	baDhay jam pur jaahi. ||2||

ਜੀਵ ਤੇਰੀ ਆਤਮਾ ਨੂੰ ਵੱਖਰੇ ਵੱਖਰੇ ਸੂਤਕਾਂ (ਸੂਤਕ-ਅਪਵਿਤ੍ਰਤਾ) ਨੇ ਕਾਬੂ ਪਾਇਆ ਹੈ । ਮਨ ਨੂੰ ਲੋਭ, ਜੀਭ ਨੂੰ ਝੂਠ, ਅੱਖਾਂ ਨੂੰ ਪਰਾਇਆ ਧਨ, ਔਰਤ, ਕੰਨਾਂ ਦਾ ਸੂਤਕ ਨਿੰਦਿਆਂ ਸੁਣਨਾ ਦਾ ਸੂਤਕ ਹੈ । ਜਦੋਂ ਤਕ ਮੌਤ ਨਹੀਂ ਆਉਂਦੀ, ਆਤਮਾ ਸੂਤਕ, ਭਰਮਾਂ ਵਿੱਚ ਹੀ ਰਹਿੰਦੀ ਹੈ ।

Your soul remains under the influence of various suspicions, Sootak, impurities. Your mind is with greed, tongue with lies, eyes with greed of others wealth and strange woman, ears with the listening to backbiting of others. Your soul remains overwhelmed with suspicions till death.

ਮਃ ੧॥	**mehlaa 1.**
ਸਭੋ ਸੂਤਕੁ ਭਰਮੁ ਹੈ	sabho sootak bharam hai
ਦੂਜੈ ਲਗੈ ਜਾਇ॥	doojai lagai jaa-ay.
ਜੰਮਣੁ ਮਰਣਾ ਹੁਕਮੁ ਹੈ	jaman marnaa hukam hai
ਭਾਣੈ ਆਵੈ ਜਾਇ॥	bhaanai aavai jaa-ay.
ਖਾਣਾ ਪੀਣਾ ਪਵਿਤ੍ਰੁ ਹੈ	khaanaa peenaa pavitar hai
ਦਿਤੋਨੁ ਰਿਜਕੁ ਸੰਬਾਹਿ॥	diton rijak sambaahi.
ਨਾਨਕ ਜਿਨ੍ਹੀ ਗੁਰਮੁਖਿ ਬੁਝਿਆ	naanak jinHee gurmukh bujhi-aa
ਤਿਨ੍ਹਾ ਸੂਤਕੁ ਨਾਹਿ॥੩॥	tinHaa sootak naahi. ||3||

ਪ੍ਰਭ ਦੀ ਹੋਂਦ ਤੋ ਅਣਜਾਣ ਜੀਵ, ਇਹ ਸੂਤਕ ਸਾਰੇ ਜੀਵ ਦੇ ਮਨ ਦੇ ਭਰਮ ਹੀ ਹਨ । ਜੀਵ ਦਾ ਜਨਮ ਮਰਨ ਪ੍ਰਭ ਦੇ ਹੁਕਮ ਅੰਦਰ ਹੈ । ਸੰਸਾਰ ਵਿੱਚ ਸਭ ਖਾਣਾ ਪੀਣਾ ਪਵਿਤ੍ਰ ਹੈ, ਪ੍ਰਭ ਆਪ ਹੀ ਜੀਵ ਨੂੰ ਸੰਭਾਲਦਾ ਹੈ, ਜੀਵਨ ਵਾਸਤੇ ਭੋਜਨ ਪੈਦਾ ਕਰਦਾ, ਬਖਸ਼ਦਾ ਹੈ । ਜਿਹੜਾ ਪ੍ਰਭ ਦੇ ਭਾਣੇ ਨੂੰ ਸਮਝ ਲੈਂਦਾ ਹੈ, ਉਸ ਦੇ ਸਾਰੇ ਭਰਮ, ਬਸਗਨ, ਸੂਤਕ ਆਪਣੇ ਆਪ ਹੀ ਖਤਮ ਹੋ ਜਾਂਦੇ ਹਨ ।

All suspicions of bad luck, sootak are only fabricated by the ignorance of mind. The birth and death may only happen under His command. Everything in the universe is sanctified, Holy to eat, nothing is cursed or banned. The True Master himself protects, nourishes and provides foods for His creation. Whosoever may realize His Word, His command, all his suspicions may be eliminated from his mind.

ਪਉੜੀ॥	**pa-orhee.**
ਸਤਿਗੁਰੁ ਵਡਾ ਕਰਿ ਸਾਲਾਹੀਐ,	satgur vadaa kar salaahee-ai
ਜਿਸੁ ਵਿਚਿ ਵਡੀਆ ਵਡਿਆਈਆ॥	jis vich vadee-aa vadi-aa-ee-aa.
ਸਹਿ ਮੇਲੇ ਤਾ ਨਦਰੀ ਆਈਆ॥	seh maylay taa nadree aa-ee-aa.
ਜਾ ਤਿਸੁ ਭਾਣਾ ਤਾ ਮਨਿ ਵਸਾਈਆ॥	jaa tis bhaanaa taa man vasaa-ee-aa.
ਕਰਿ ਹੁਕਮੁ ਮਸਤਕਿ ਹਥੁ ਧਰਿ,	kar hukam mastak hath Dhar
ਵਿਚਹੁ ਮਾਰਿ ਕਢੀਆ ਬੁਰਿਆਈਆ॥	vichahu maar kadhee-aa buri-aa-ee-aa.
ਸਹਿ ਤੁਠੈ ਨਉ ਨਿਧਿ ਪਾਈਆ॥੧੮॥	seh tuthai na-o niDh paa-ee-aa. ||18||

ਜੀਵ ਅਟੱਲ ਪ੍ਰਭ ਨੂੰ ਵੱਡਾ ਮੰਨ ਕੇ ਉਸ ਦੀ ਉਸਤਤ ਕਰੋ, ਸਿਮਰਨ ਕਰੋ! ਉਸ ਵਿੱਚ ਹੀ ਸਭ ਤੋ ਵਧ ਵਡਿਆਈਆਂ, ਬਖਸ਼ਿਸ਼ਾਂ ਹੁੰਦੀਆਂ ਹਨ । ਪ੍ਰਭ ਦੀ ਰਹਿਮਤ ਨਾਲ ਹੀ ਉਸ ਦੀ ਹੋਂਦ ਅਨੁਭਵ ਹੁੰਦੀ ਹੈ, ਆਪਣੇ ਭਾਣੇ ਦੀ ਸੋਝੀ ਬਖਸ਼ਦਾ ਹੈ । ਜਿਸ ਦੀ ਆਤਮਾ ਤੇ ਰਹਿਮਤ ਬਖਸ਼ਦਾ ਹੈ, ਉਸ ਦੇ ਸਭ ਬੁਰੇ ਖਿਆਲ ਖਤਮ ਹੋ ਜਾਂਦੇ, ਮਨ ਦੀਆਂ ਮੁਰਾਦਾਂ ਬਖਸ਼ਿਸ਼ ਹੋ ਜਾਂਦੀਆਂ ਹਨ ।

You should meditate on the teachings of the axiom, The greatest of All, One and Only One True Master. He is the treasure of all greatness, virtues and blessings. Whosoever may be blessed with His mercy and grace, he may realize His existence; his soul may be enlightened with the essence of His Word. All his evil thoughts may be eliminated from his mind. All his spoken and unspoken desires may be satisfied by His mercy and grace.

331.ਸਲੋਕੁ ਮਃ ੧॥ (੧੯) 473-3

ਪਹਿਲਾ ਸੁਚਾ ਆਪਿ ਹੋਇ	pahilaa suchaa aap ho-ay
ਸੁਚੈ ਬੈਠਾ ਆਇ॥	suchai baithaa aa-ay.
ਸੁਚੇ ਅਗੈ ਰਖਿਓਨੁ	suchay agai rakhi-on
ਕੋਇ ਨ ਭਿਟਿਓ ਜਾਇ॥	ko-ay na bhiti-o jaa-ay.
ਸੁਚਾ ਹੋਇ ਕੈ ਜੇਵਿਆ	suchaa ho-ay kai jayvi-aa
ਲਗਾ ਪੜਣਿ ਸਲੋਕੁ॥	lagaa parhan salok.
ਕੁਹਥੀ ਜਾਈ ਸਟਿਆ	kuhthee jaa-ee sati-aa
ਕਿਸੁ ਏਹੁ ਲਗਾ ਦੋਖੁ॥	kis ayhu lagaa dokh.
ਅੰਨੁ ਦੇਵਤਾ ਪਾਣੀ ਦੇਵਤਾ	ann dayvtaa paanee dayvtaa
ਬੈਸੰਤਰੁ ਦੇਵਤਾ ਲੂਣੁ,	baisantar dayvtaa loon
ਪੰਜਵਾ ਪਾਇਆ ਘਿਰਤੁ॥	panjvaa paa-i-aa ghirat.
ਤਾ ਹੋਆ ਪਾਕੁ ਪਵਿਤੁ॥	taa ho-aa paak pavit.
ਪਾਪੀ ਸਿਉ ਤਨੁ ਗਡਿਆ	paapee si-o tan gadi-aa
ਥੁਕਾ ਪਈਆ ਤਿਤੁ॥	thukaa pa-ee-aa tit.
ਜਿਤੁ ਮੁਖਿ ਨਾਮੁ ਨ ਉਚਰਹਿ	jit mukh naam na oochrahi
ਬਿਨੁ ਨਾਵੈ ਰਸ ਖਾਹਿ॥	bin naavai ras khaahi.
ਨਾਨਕ ਏਵੈ ਜਾਣੀਐ	naanak ayvai jaanee-ai
ਤਿਤੁ ਮੁਖਿ ਥੁਕਾ ਪਾਹਿ॥੧॥	tit mukh thukaa paahi. ||1||

ਜੀਵ ਤੂੰ ਪਹਿਲੇ ਖਾਣਾ ਪਕਾਉਣ, ਖਾਣ ਵਾਲੀ ਥਾਂ ਨੂੰ ਸਾਫ ਕਰਦਾ ਹੈ, ਆਪ ਇਸ਼ਨਾਨ ਕਰਕੇ ਖਾਣਾ ਤਿਆਰ ਕਰਦਾ ਹੈ । ਫਿਰ ਸੰਤ ਸਰੂਪ, ਧਾਰਮਕ ਪੁਰਖ ਅੱਗੇ ਬੜੀ ਪ੍ਰੀਤ ਨਾਲ ਭੋਜਨ ਵਰਤਾਉਂਦਾ ਹੈ । ਧਾਰਮਕ ਪੁਰਖ ਪ੍ਰਭ ਦੀ ਬਾਣੀ ਦਾ ਸ਼ਬਦ ਪੜ੍ਹਦਾ, ਸਿਮਰਨ ਕਰਦਾ ਹੈ । ਅਗਰ ਧਾਰਮਕ ਪੁਰਖ ਦੀ ਆਤਮਾ ਪਵਿਤ੍ਰ ਨਾ ਹੋਵੇ, ਲਾਲਚ, ਅਹੰਕਾਰ ਨਾਲ ਭਰੀ ਹੋਵੇ, ਤਾਂ ਇਹ ਪਵਿਤ੍ਰ ਭੋਜਨ ਗੰਦਗੀ ਨਾਲ ਭਰੇ ਹੋਏ ਥਾਂ ਤੇ ਚਲੇ ਜਾਂਦਾ ਹੈ । ਇਸ ਵਿੱਚ ਸੇਵਾ ਕਰਨ ਵਾਲੇ ਦਾ ਕੋਈ ਦੋਸ਼ ਨਹੀਂ ਹੁੰਦਾ । ਉਸ ਨੇ ਪਵਿਤ੍ਰ ਅਨਾਜ, ਜਲ, ਅੱਗ, ਲੂਣ ਅਤੇ ਘੀਅ- ਤੇਲ ਵਰਤੇ, ਪਵਿਤ੍ਰ ਭੋਜਨ ਤਿਆਰ ਕੀਤਾ ਹੈ । ਅਗਰ ਖਾਣ ਵਾਲਾ ਪਵਿਤ੍ਰ ਨਹੀਂ, ਦਿਖਾਵੇ ਦਾ ਹੀ ਸੰਤ ਹੈ, ਤਾਂ ਉਸ ਸੰਤ ਨੂੰ ਹੀ ਪ੍ਰਭ ਦੇ ਦਰਬਾਰ ਵਿੱਚ ਸ਼ਰਮਿੰਦਗੀ ਮਿਲਣੀ ਹੈ । ਜਿਹੜਾ ਪ੍ਰਭ ਦਾ ਸਿਮਰਨ ਨਹੀਂ ਕਰਦਾ, ਦਿਖਾਵੇ ਦਾ ਸੰਤ ਬਣਕੇ ਜੀਵ ਤੋ ਪੂਜਾ ਲੈਂਦਾ ਹੈ, ਉਸ ਨੂੰ ਦਰਬਾਰ ਵਿੱਚ ਫਿਟਕਾਰ ਹੀ ਪੈਂਦੀ ਹੈ ।

You clean the place, your kitchen and then bath to clean your body to prepare food to serve worldly saint, priest or religious preacher; with deep devotion provides comfort and the best delicacies. The religious preacher may recite few words of the Holy Scripture, meditates and prays. If the priest is overwhelmed with greed and ego, then the sanctified food prepared with devotion and dedication, may be dumped into filthy place, manure. The dedication and devotion of devotee may not be blamed, he used all sanctified ingredient with his devotion. If the soul of worldly guru is filthy, he has to answer in His court. Whosoever may only wear religious robe to beg for charity, he may be rebuked and embarrassed in His court for his worldly life.

ਮਃ ੧॥	**mehlaa 1.**
ਭੰਡਿ ਜੰਮੀਐ ਭੰਡਿ ਨਿੰਮੀਐ	bhand jammee-ai bhand nimmee-ai
ਭੰਡਿ ਮੰਗਣੁ ਵੀਆਹੁ॥	bhand mangan vee-aahu.

ਭੰਡਹੁ ਹੋਵੈ ਦੋਸਤੀ
ਭੰਡਹੁ ਚਲੈ ਰਾਹੁ॥
ਭੰਡੁ ਮੁਆ ਭੰਡੁ ਭਾਲੀਐ
ਭੰਡਿ ਹੋਵੈ ਬੰਧਾਨੁ॥
ਸੋ ਕਿਉ ਮੰਦਾ ਆਖੀਐ
ਜਿਤੁ ਜੰਮਹਿ ਰਾਜਾਨ॥
ਭੰਡਹੁ ਹੀ ਭੰਡੁ ਊਪਜੈ
ਭੰਡੈ ਬਾਝੁ ਨ ਕੋਇ॥
ਨਾਨਕ ਭੰਡੈ ਬਾਹਰਾ
ਏਕੋ ਸਚਾ ਸੋਇ॥
ਜਿਤੁ ਮੁਖਿ ਸਦਾ ਸਾਲਾਹੀਐ
ਭਾਗਾ ਰਤੀ ਚਾਰਿ॥
ਨਾਨਕ ਤੇ ਮੁਖ ਊਜਲੇ
ਤਿਤੁ ਸਚੈ ਦਰਬਾਰਿ॥੨॥

bhandahu hovai dostee
bhandahu chalai raahu.
bhand mu-aa bhand bhaalee-ai
bhand hovai banDhaan.
so ki-o mandaa aakhee-ai
jit jameh raajaan.
bhandahu hee bhand oopjai
bhandai baajh na ko-ay.
naanak bhandai baahraa
ayko sachaa so-ay.
jit mukh sadaa salaahee-ai bhaagaa
ratee chaar.
naanak tay mukh oojlay
tit sachai darbaar. ||2||

ਨਾਰੀ ਦੀ ਮਾਨਸ ਜਾਤ ਵਿੱਚ ਬਹੁਤ ਮਹੱਤਤਾ ਹੈ, ਆਦਮੀ ਨਾਰੀ ਤੋਂ ਹੀ ਪੈਦਾ ਹੁੰਦਾ ਹੈ । ਨਾਰੀ ਨਾਲ ਹੀ ਵਿਆਹ ਕਰਕੇ ਅਗਲੀ ਪੀੜ੍ਹੀ ਹੀ ਚਲਾਉਂਦਾ ਹੈ । ਨਾਰੀ ਹੀ ਅਸਲੀ ਦੋਸਤ ਹੁੰਦੀ ਹੈ । ਅਗਰ ਨਾਰੀ ਨੂੰ ਪਹਿਲੇ ਮੌਤ ਆ ਜਾਵੇ, ਤਾਂ ਫਿਰ ਵੀ ਉਹ ਹੋਰ ਨਾਰੀ ਨਾਲ ਹੀ ਸਬੰਧ ਬਣਾਉਂਦਾ ਹੈ । ਫਿਰ ਨਾਰੀ ਨੂੰ ਸੰਸਾਰ ਵਿੱਚ ਕਿਉਂ ਨੀਚ ਕਹਿਦੇ ਹਨ? ਜਿਸ ਵਿਚੋਂ ਹੀ ਸਾਰੇ ਰਾਜੇ ਪੈਦਾ ਹੁੰਦੇ ਹਨ, ਨਾਰੀ ਵੀ ਨਾਰੀ ਤੋਂ ਹੀ ਜਨਮ ਲੈਂਦੀ ਹੈ । ਨਰੀ ਤੋਂ ਬਿਨਾਂ, ਮਾਨਸ ਜਾਤ ਪੈਦਾ ਨਹੀਂ ਹੋ ਸਕਦੀ । ਇੱਕੋ ਇੱਕ ਪ੍ਰਭ ਹੀ, ਨਾਰੀ ਤੋਂ ਪੈਦਾ ਨਹੀਂ ਹੁੰਦਾ, ਉਸ ਤੇ ਨਿਰਭਰ ਨਹੀਂ ਹੁੰਦਾ । ਜਿਸ ਦੇ ਮੂੰਹ ਤੋਂ ਸਦਾ ਸ਼ਬਦ ਦੀ ਸਿਫਤ ਨਿਕਲਦੀ ਹੈ । ਉਹ ਸਦਾ ਹੀ ਸੁਹਾਵਣੇ, ਦਰਬਾਰ ਵਿੱਚ ਸੋਭ ਦੇ ਖੇੜੇ ਵਿੱਚ ਰਹਿੰਦੇ ਹਨ ।

Woman is the most significance human race; man and woman both born out of the womb of mother, woman. Woman is the true, sincere friend of human; if woman, wife dies before him, he may marry or associates with another woman. Why is the woman considered as lower class than man? Even all kings, Holy men and women born out of the womb of mother, woman. The human race, mankind may not be possible to continue, multiply without woman. Only, The One and Only One God does not depend on the womb of mother. Whosoever may be singing the praises of The True Master with his tongue; he may become very fortunate and honored in His court.

ਪਉੜੀ॥
ਸਭੁ ਕੋ ਆਖੈ ਆਪਣਾ
ਜਿਸੁ ਨਾਹੀ ਸੋ ਚੁਣਿ ਕਢੀਐ॥
ਕੀਤਾ ਆਪੋ ਆਪਣਾ
ਆਪੇ ਹੀ ਲੇਖਾ ਸੰਢੀਐ॥
ਜਾ ਰਹਣਾ ਨਾਹੀ ਐਤੁ ਜਗਿ
ਤਾ ਕਾਇਤੁ ਗਾਰਬਿ ਹੰਢੀਐ॥
ਮੰਦਾ ਕਿਸੈ ਨ ਆਖੀਐ
ਪੜਿ ਅਖਰੁ ਏਹੋ ਬੁਝੀਐ॥
ਮੂਰਖੈ ਨਾਲਿ ਨ ਲੁਝੀਐ॥੧੯॥

pa-orhee.
sabh ko aakhai aapnaa
jis naahee so chun kadhee-ai.
keetaa aapo aapnaa
aapay hee laykhaa sandhee-ai.
jaa rahnaa naahee ait jag
taa kaa-it gaarab handhee-ai.
mandaa kisai na aakhee-ai
parh akhar ayho bujhee-ai.
moorkhai naal na lujhee-ai. ||19||

ਪ੍ਰਭ ਹਰ ਜੀਵ ਨੂੰ ਆਪਣਾ ਹੀ ਸਮਝਦਾ ਹੈ । ਜਿਹੜਾ ਉਸ ਦੇ ਸ਼ਬਦ ਦੀ ਪਾਲਣਾ ਨਹੀਂ ਵੀ ਕਰਦਾ, ਉਸ ਨੂੰ ਵੀ ਬਾਹਰ ਨਹੀਂ ਕੱਢਦਾ । ਹਰਇੱਕ ਆਪਣੇ ਕੀਤੇ ਕਰਮ ਅਨੁਸਾਰ ਹੀ ਪ੍ਰਭ ਦੀ ਰਹਿਮਤ

ਪਾਉਂਦਾ ਹੈ । ਅਗਰ ਜੀਵ ਸਮਝਦਾ ਹੈ ਕਿ ਕਿਸੇ ਨੇ ਸੰਸਾਰ ਵਿੱਚ ਸਦਾ ਨਹੀਂ ਰਹਿਣਾ । ਤਾਂ ਆਪਣੇ ਆਪ ਨੂੰ ਝੂਠੇ ਅਹੰਕਾਰ ਵਿੱਚ ਕਿਉਂ ਪਾਉਂਦਾ ਹੈ? ਕਿਉਂ ਉਸ ਦੀ ਦਰਗਾਹ ਵਿੱਚ ਮੁਕਤੀ ਦਾ ਰਸਤਾ ਗਵਾ ਲੈਂਦੇ ਹੈ? ਜੀਵ ਨੂੰ ਇਹ ਸੋਝੀ ਨਹੀਂ ਹੈ, ਉਹ ਸੰਸਾਰ ਵਿੱਚ ਕਿਸੇ ਨੂੰ ਕਿਵੇਂ ਪਰਖ ਸਕਦਾ ਹੈ? ਹੋਰ ਜੀਵ ਨੂੰ ਮੰਦਾ, ਨੀਚ ਨਹੀਂ ਕਹਿਣਾ ਚਾਹੀਦਾ । ਬਾਣੀ ਦੇ ਵਿਚਾਰ ਕਰਨ ਨਾਲ ਸਮਝ ਆਉਂਦੀ ਹੈ, ਜਿਹੜਾ ਆਪਣੇ ਆਪ ਨੂੰ ਬੁਹਤਾ ਸਿਆਣਾ, ਸਦਾ ਹੀ ਠੀਕ ਸਮਝਦਾ ਹੈ । ਅਸਲੀਅਤ ਵਿੱਚ ਉਸ ਨੂੰ ਬੁਹਤ ਡੂੰਘਾ ਗਿਆਨ ਨਹੀਂ ਹੁੰਦਾ, ਉਸ ਅਹੰਕਾਰੀ, ਅਣਜਾਣ ਨਾਲ ਜ਼ਿਆਦਾ ਕਲਾਮ ਨਾ ਕਰੋ।

The True Master considers all creatures His own, even though who may not meditate and obey His Word. He does not push them out of His protection. Everyone may be rewarded for his own worldly deeds without any discrimination. As everyone knows, no one is going to stay in the universe forever, the death is unpredicted, unavoidable; why does he involve in false ego of worldly status? Why does he waste his opportunity of blessings of salvation in His court? No one may be enlightened with the essence of His Word, how may he evaluate the devotion, the earnings of His Word of another human? You should not call others as a good or evil. Whosoever may consider himself a wise and always on the right path; in reality, he may be ignorant and intoxicated with ego. He may not have too much comprehension of The Holy Scripture, His Word. You should not get too much involved in conversation with him.

332.ਸਲੋਕੁ ਮਃ ੧॥ (੨੦) 473-13

ਨਾਨਕ ਫਿਕੈ ਬੋਲਿਐ	naanak fikai boli-ai
ਤਨੁ ਮਨੁ ਫਿਕਾ ਹੋਇ॥	tan man fikaa ho-ay.
ਫਿਕੋ ਫਿਕਾ ਸਦੀਐ	fiko fikaa sadee-ai
ਫਿਕੇ ਫਿਕੀ ਸੋਇ॥	fikay fikee so-ay.
ਫਿਕਾ ਦਰਗਹ ਸਟੀਐ	fikaa dargeh satee-ai
ਮੁਹਿ ਥੁਕਾ ਫਿਕੇ ਪਾਇ॥	muhi thukaa fikay paa-ay.
ਫਿਕਾ ਮੂਰਖੁ ਆਖੀਐ	fikaa moorakh aakhee-ai
ਪਾਣਾ ਲਹੈ ਸਜਾਇ॥੧॥	paanaa lahai sajaa-ay. ||1|

ਜੀਵ ਦੀ ਜੀਭ ਉਸ ਦੀ ਆਤਮਾ ਦੀ ਦ੍ਰਿਸ਼ਟੀ, ਪਰਛਾਵਾਂ ਹੀ ਹੁੰਦੀ, ਮੰਨੀ ਜਾਂਦੀ ਹੈ । ਕੌੜਾ ਬੋਲਣ ਨਾਲ ਆਤਮਾ ਦਾਗ਼ੀ ਹੋ ਜਾਂਦੀ ਹੈ । ਇਸ ਤਰ੍ਹਾਂ ਕੌੜਾ ਬੋਲਣ ਵਾਲੇ ਜੀਵ ਨੂੰ ਬਾਕੀ ਜੀਵ ਗੰਦੀ ਜ਼ਬਾਨ ਵਾਲਾ ਹੀ ਸਮਝਦੇ ਹਨ । ਆਪਣੀ ਜੀਭ ਦੇ ਰਸ ਨਾਲ ਪ੍ਰਭ ਦੇ ਦਰਬਾਰ ਵਿੱਚ ਵੀ ਫਿਟਕਾਰੇ ਜਾਂਦੇ ਹਨ, ਕੌੜਾ ਬੋਲਣ ਨਾਲ ਹੀ ਮੂਰਖ ਜਾਣੇ ਜਾਂਦੇ ਹਨ । ਕਈ ਬਾਰ ਜੀਭ ਦੇ ਮੰਦੇ ਬੋਲਣ ਨਾਲ ਸਜ਼ਾ ਵੀ ਪਾਉਂਦੇ ਹਨ ।

The tongue may be considered the image, shadow of soul, state of his mind. By speaking rude with anger, his soul may be blemished; he may be known, recognized as a nasty, uncivilized. Due to nasty speaking, he may be recognized as stupid in the universe and he may be rebuked in His court. So many times, with his rudeness of his tongue, he may be punished, lose his honor in the universe.

ਮਃ ੧॥	**mehlaa 1.**
ਅੰਦਰਹੁ ਝੂਠੇ ਪੈਜ ਬਾਹਰਿ	andrahu jhoothay paij baahar
ਦੁਨੀਆ ਅੰਦਰਿ ਫੈਲੁ॥	dunee-aa andar fail.
ਅਠਸਠਿ ਤੀਰਥ ਜੇ ਨਾਵਹਿ	athsath tirath jay naaveh
ਉਤਰੈ ਨਾਹੀ ਮੈਲੁ॥	utrai naahee mail.

ਜਿਨ੍ ਪਟੁ ਅੰਦਰਿ ਬਾਹਰਿ ਗੁਦੜੁ ਤੇ ਭਲੇ ਸੰਸਾਰਿ॥	jinH pat andar baahar gudarh tay bhalay sansaar.
ਤਿਨ੍ ਨੇਹੁ ਲਗਾ ਰਬ ਸੇਤੀ ਦੇਖਨੇ੍ ਵੀਚਾਰਿ॥	tinH nayhu lagaa rab saytee daykhnHay veechaar.
ਰੰਗਿ ਹਸਹਿ ਰੰਗਿ ਰੋਵਹਿ ਚੁਪ ਭੀ ਕਰਿ ਜਾਹਿ॥	rang haseh rang roveh chup bhee kar jaahi.
ਪਰਵਾਹ ਨਾਹੀ ਕਿਸੈ ਕੇਰੀ ਬਾਝੁ ਸਚੇ ਨਾਹ॥	parvaah naahee kisai kayree baajh sachay naah.
ਦਰਿ ਵਾਟ ਉਪਰਿ ਖਰਚੁ ਮੰਗਾ ਜਬੈ ਦੇਇ ਤ ਖਾਹਿ॥	dar vaat upar kharach mangaa jabai day-ay ta khaahi.
ਦੀਬਾਨੁ ਏਕੋ ਕਲਮ ਏਕਾ ਹਮਾ ਤੁਮ੍ਾ ਮੇਲੁ॥	deebaan ayko kalam aykaa hamaa tumHaa mayl.
ਦਰਿ ਲਏ ਲੇਖਾ ਪੀੜਿ ਛੁਟੈ ਨਾਨਕਾ ਜਿਉ ਤੇਲੁ॥੨॥	dar la-ay laykhaa peerh chhutai naankaa Ji-o tayl. ||2||

ਜਿਹੜਾ ਜੀਵ ਅੰਦਰੋਂ ਪ੍ਰਭ ਦੀ ਬੰਦਗੀ ਵਾਲਾ ਨਹੀਂ ਹੁੰਦਾ, ਪਰ ਲੋਕ ਦਿਖਾਵਾ ਲਈ ਫਰੇਬੀ, ਬੰਦਗੀ ਵਾਲਾ ਬਣਦਾ ਹੈ । ਉਹ ਮਿੱਥੇ ਪਵਿਤ੍ਰ ਤੀਰਥਾਂ ਤੇ ਇਸ਼ਨਾਨ ਕਰਦਾ ਹੈ । ਜਿਹੜਾ ਜੀਵ ਮਨੋ ਸ਼ਬਦ ਦੀ ਪਾਲਣਾ ਕਰਦਾ, ਲੋਕ ਦਿਖਾਵੇ ਵਿੱਚ ਸਾਦਗੀ ਵਾਲਾ ਜੀਵਨ ਬਤੀਤ ਕਰਦਾ, ਅਣਜਾਣ ਰਹਿੰਦਾ ਹੈ । ਪ੍ਰਭ ਦੇ ਦਰਬਾਰ ਵਿੱਚ ਉਸ ਦਾ ਮਾਣ, ਪ੍ਰਵਾਨਗੀ ਬਖਸ਼ਿਸ਼ ਹੋ ਜਾਂਦੀ ਹੈ । ਪ੍ਰਭ ਉਸ ਦੇ ਮਨ ਵਿੱਚ ਜਾਗਰਤ, ਬਹੁਤ ਨੇੜਾ ਹੁੰਦਾ ਹੈ, ਪ੍ਰਭ ਦੇ ਪਿਆਰ ਵਿੱਚ ਖੇੜੇ ਵਿੱਚ, ਵਿਛੋੜੇ ਦੇ ਵਿਰਾਗ ਵਿੱਚ ਰਹਿੰਦਾ ਹੈ । ਉਹ ਹੋਰ ਇਸੇ ਦੀ ਪ੍ਰਵਾਹ ਨਹੀਂ ਕਰਦਾ, ਮਨ ਹਰ ਵੇਲੇ ਹੀ ਪ੍ਰਭ ਦੇ ਸ਼ਬਦ ਦੀ ਹੀ ਪ੍ਰਵਾਹ ਕਰਦਾ, ਸ਼ਰਨ ਵਿੱਚ ਹੀ ਰਹਿੰਦਾ ਹੈ । ਬਾਕੀ ਹੋਰ ਕੁਝ ਮਿਲਣ, ਵਿਛੜਨ ਦਾ ਕੋਈ ਪ੍ਰਵਾਹ ਨਹੀਂ ਕਰਦਾ । ਉਸ ਜੀਵ ਦਾ ਭਰੋਸਾ ਪ੍ਰਭ ਦੇ ਸ਼ਬਦ ਤੇ ਅਡੋਲ ਰਹਿੰਦਾ ਹੈ, ਪ੍ਰਭ ਦੇ ਬਖਸ਼ੇ ਤੇ ਸੰਤੋਖ ਵਿੱਚ ਰਹਿੰਦਾ ਹੈ । ਪ੍ਰਭ ਇੱਕ ਹੀ ਕਲਮ ਨਾਲ ਹੀ ਸਾਰਿਆਂ ਦਾ ਲੇਖਾ ਲਿਖਦਾ ਹੈ । ਜਿਸ ਦਾ ਜੀਵਨ ਪ੍ਰਭ ਦੇ ਭਾਣੇ ਵਿੱਚ ਨਹੀਂ ਹੁੰਦਾ, ਉਸ ਦੇ ਮਨ ਦੀਆਂ ਇੱਛਾਂ ਪੂਰੀਆਂ ਨਹੀਂ ਕਰਦਾ ।

Whosoever may not wholeheartedly meditate on the teachings of His Word; however, he may perform daily routine meditation, religious robe to convince others. He may routinely visit to renowned Holy shrines to worship and have a sanctifying dip in pond of Holy shrine. Whosoever may obey the teachings of His Word with steady and stable belief, he will remain humble, modest and pretend to be ignorant in his day to day life. He may be accepted, honored in His court. He may be enlightened with spiritual glow, the essence of His Word; he may be very close to The True Master. He may remain in renunciation in his memory of separation from The True Master. He may remain steady and stable on the teachings of His Word and remain contented with His blessings; worldly profit or loss may not affect his state of mind. His mind remains beyond the reach of worldly desires. The True Master engraves the destiny of each and every creature with the same inkless pen. Whosoever may not obey the teachings of His Word, his desires may not be satisfied in his day to day life.

ਪਉੜੀ॥ ੪੭੪	**pa-orhee.**
ਆਪੇ ਹੀ ਕਰਣਾ ਕੀਓ ਕਲ ਆਪੇ ਹੀ ਤੈ ਧਾਰੀਐ॥	aapay hee karnaa kee-o kal aapay hee tai Dhaaree-ai.
ਦੇਖਹਿ ਕੀਤਾ ਆਪਣਾ ਧਰਿ ਕਚੀ ਪਕੀ ਸਾਰੀਐ॥	daykheh keetaa aapnaa Dhar kachee pakee saaree-ai.

ਜੋ ਆਇਆ ਸੋ ਚਲਸੀ	jo aa-i-aa so chalsee
ਸਭੁ ਕੋਈ ਆਈ ਵਾਰੀਐ॥	sabh ko-ee aa-ee vaaree-ai.
ਜਿਸ ਕੇ ਜੀਅ ਪਰਾਣ ਹਹਿ	jis kay jee-a paraan heh
ਕਿਉ ਸਾਹਿਬੁ ਮਨਹੁ ਵਿਸਾਰੀਐ॥	ki-o saahib manhu visaaree-ai.
ਆਪਣ ਹਥੀ ਆਪਣਾ	aapan hathee aapnaa
ਆਪੇ ਹੀ ਕਾਜੁ ਸਵਾਰੀਐ॥੨੦॥	aapay hee kaaj savaaree-ai. ||20||

ਪ੍ਰਭ ਆਪ ਹੀ ਆਪਣੀ ਸ੍ਰਿਸ਼ਟੀ ਸਾਜਦਾ, ਉਸ ਵਿੱਚ ਆਪਣੀ ਤਾਕਤ ਬਖਸ਼ਦਾ ਹੈ । ਸਾਰੀ ਸ੍ਰਿਸ਼ਟੀ ਹੀ ਪ੍ਰਭ ਦੀ ਫੁੱਲਵਾੜੀ, ਖੇਤੀ ਹੈ, ਆਪ ਹੀ ਇਸ ਦੀ ਦੇਖ ਭਾਲ ਕਰਦਾ ਹੈ । ਆਪਣੇ ਹੁਕਮ ਨਾਲ ਹੀ ਵਾਪਸ ਲੈ ਜਾਂਦਾ ਹੈ, ਮੌਤ ਦੇਂਦਾ ਹੈ । ਜਿਹੜਾ ਜੀਵ ਸੰਸਾਰ ਵਿੱਚ ਜਨਮ ਲੈਂਦਾ ਹੈ, ਉਸ ਨੂੰ ਮੌਤ ਆਉਣੀ ਹੈ । ਸਾਰੇ ਆਪਣੀ ਵਾਰੀ ਨਾਲ ਹੀ ਮਰਦੇ, ਵਾਪਸ ਜਾਂਦੇ ਹਨ । ਇਹ ਸਮਾਂ ਜਨਮ ਦੇਣ ਤੋ ਪਹਿਲੇ ਹੀ ਮਿੱਥਿਆ ਜਾਂਦਾ ਹੈ । ਜਿਹੜਾ ਪ੍ਰਭ ਸਵਾਸ ਬਖਸ਼ਦਾ ਹੈ, ਉਸ ਨੂੰ ਕਿਉਂ ਮਨ ਵਿਚੋਂ ਭੁਲਾ ਲੈਂਦਾ ਹੈ? ਜੀਵ ਸ਼ਬਦ ਦੀ ਪਾਲਣਾ ਕਰਕੇ ਮਾਨਸ ਜਨਮ ਸਫਲ ਕਰ ਲਵੇ! ਇਹ ਮਾਨਸ ਜਨਮ ਬਾਰ ਬਾਰ ਨਸੀਬ ਨਹੀਂ ਹੁੰਦਾ ।

The One and Only One, True Master, creator of the whole universe has infused His power and strength in the soul of each creature. The creation, universe is His garden, He nourishes and protects His garden, His creation. With His command soul is recalled back as death to clear her account. Whosoever is born in the universe, he is going to face death at a pre-determined time and place. Everyone waits for his own turn, predetermined before his birth. The True Master, who has blessed the breath to the soul, why have you abandoned, forgotten him from your day to day life? You should obey the teachings of His Word and make your human life journey a success. This human body may not be blessed time and again, this is a priceless opportunity for soul to be accepted in His court.

333.ਸਲੋਕੁ ਮਹਲਾ ੨॥ (੨੧) 474-3

ਏਹ ਕਿਨੇਹੀ ਆਸਕੀ	ayh kinayhee aaskee
ਦੂਜੈ ਲਗੈ ਜਾਇ॥	doojai lagai jaa-ay.
ਨਾਨਕ ਆਸਕੁ ਕਾਂਢੀਐ	naanak aasak kaaNdhee-ai
ਸਦ ਹੀ ਰਹੈ ਸਮਾਇ॥	sad hee rahai samaa-ay.
ਚੰਗੈ ਚੰਗਾ ਕਰਿ ਮੰਨੇ	changai changa kar mannay
ਮੰਦੈ ਮੰਦਾ ਹੋਇ॥	mandai mandaa ho-ay.
ਆਸਕੁ ਏਹੁ ਨ ਆਖੀਐ	aasak ayhu na aakhee-ai
ਜਿ ਲੇਖੈ ਵਰਤੈ ਸੋਇ॥੧॥	je laykhai vartai so-ay. ||1||

ਜੀਵ, ਤੇਰਾ ਪ੍ਰਭ ਨਾਲ ਕਿਸ ਤਰ੍ਹਾਂ ਦਾ ਪਿਆਰ ਹੈ? ਮਨ ਇੱਕ ਥਾਂ ਤੇ ਟਿਕਦਾ ਨਹੀਂ ਵਖਰੇ ਵਖਰੇ ਪਾਸੇ ਫਿਰਦਾ ਹੈ । ਵਖਰੇ ਵਖਰੇ ਗੁਰੂ ਪੀਰਾਂ ਨੂੰ ਅਸਲੀ ਮਾਲਕ ਸਮਝਦਾ ਹੈ । ਉਹਨਾਂ ਅੱਗੇ ਰਹਿਮਤ ਦੀ ਅਰਦਾਸ ਕਰਦਾ ਹੈ । ਅਸਲੀ ਪਿਆਰਾ ਇੱਕੋ ਇੱਕ ਪ੍ਰਭ ਤੇ ਭਰੋਸਾ ਅਡੋਲ ਰਖਦਾ ਹੈ । ਉਸ ਨੂੰ ਹਰ ਵੇਲੇ ਆਪਣਾ ਅਸਾਰਾ ਮੰਨਦਾ, ਭਾਣੇ ਵਿੱਚ ਮਸਤ ਰਹਿੰਦਾ ਹੈ । ਜਿਹੜਾ ਕੇਵਲ ਚੰਗਾ ਹੋਣ ਤੇ ਹੀ ਧੰਨਵਾਦ ਕਰਦਾ, ਮਨ ਭਾਵਦੇ ਦੀ ਬਖਸ਼ਿਸ਼ ਨਾ ਹੋਵੇ ਤਾਂ ਉਸ ਦੀ ਨਿੰਦਿਆਂ ਕਰਦਾ ਹੈ, ਉਸ ਨੂੰ ਅਸਲੀ ਪ੍ਰੇਮੀ ਨਹੀਂ ਕਹਿੰਦੇ ।

What kind of devotion have you with The True Master? Your mind may not stay steady and stable on His Word and wanders all over. You are considering various worldly gurus as The True Master of forgiveness. His true devotee always keeps his belief steady and stable on His blessings; he always begs for His support and guidance and remains intoxicated on the teachings of His Word. Whosoever may only sing His glory with blessings of comforts in life and may criticize Him for miseries in life. He may not be considered as His true devotee and he may not be accepted in His court.

ਮਹਲਾ ੨॥	**mehlaa 2.**
ਸਲਾਮੁ ਜਬਾਬੁ ਦੋਵੈ ਕਰੇ	salaam jabaab dovai karay
ਮੁੰਢਹੁ ਘੁਥਾ ਜਾਇ॥	mundhhu ghuthaa jaa-ay.
ਨਾਨਕ ਦੋਵੈ ਕੂੜੀਆ	naanak dovai koorhee-aa
ਥਾਇ ਨ ਕਾਈ ਪਾਇ॥੨॥	thaa-ay na kaa-ee paa-ay. ‖2‖

ਜਿਹੜਾ, ਪ੍ਰਭ ਦਾ ਧੰਨਵਾਦ ਵੀ ਕਰਦਾ, ਅਰਦਾਸ ਪੂਰੀ ਨਾ ਹੋਣ ਤੇ ਨਿੰਦਿਆਂ ਵੀ ਕਰਦਾ ਹੈ । ਉਹ ਅਸਲੀ ਸੇਵਕ ਨਹੀਂ ਹੁੰਦਾ, ਉਸ ਦੇ ਦੋਨੋਂ ਕੰਮ ਹੀ ਝੂਠ, ਫਰੇਬ ਵਾਲੇ ਹੀ ਹੁੰਦੇ ਹਨ ।

Whosoever may worship, thank The True Master for His blessings of comforts and prosperity in life and may also criticize and unthankful with miseries in life, unexpected events in life. He may not be His true devotee; his meditation, worship, singing the glory both are false and deceptive.

ਪਉੜੀ॥	**pa-orhee.**
ਜਿਤੁ ਸੇਵਿਐ ਸੁਖੁ ਪਾਈਐ	jit sayvi-ai sukh paa-ee-ai
ਸੋ ਸਾਹਿਬੁ ਸਦਾ ਸਮ੍ਾਲੀਐ॥	so saahib sadaa samHaalee-ai.
ਜਿਤੁ ਕੀਤਾ ਪਾਈਐ ਆਪਣਾ	jit keetaa paa-ee-ai aapnaa
ਸਾ ਘਾਲ ਬੁਰੀ ਕਿਉ ਘਾਲੀਐ॥	saa ghaal buree ki-o ghaalee-ai.
ਮੰਦਾ ਮੂਲਿ ਨ ਕੀਚਈ	mandaa mool na keech-ee
ਦੇ ਲੰਮੀ ਨਦਰਿ ਨਿਹਾਲੀਐ॥	day lammee nadar nihaalee-ai.
ਜਿਉ ਸਾਹਿਬ ਨਾਲਿ ਨ ਹਾਰੀਐ	Ji-o saahib naal na haaree-ai
ਤੇਵੇਹਾ ਪਾਸਾ ਢਾਲੀਐ॥	tavayhaa paasaa dhaalee-ai.
ਕਿਛੁ ਲਾਹੇ ਉਪਰਿ ਘਾਲੀਐ॥੨੧॥	kichh laahay upar ghaalee-ai. ‖21‖

ਜਿਸ ਪ੍ਰਭ ਦੇ ਸ਼ਬਦ ਦੇ ਸਿਮਰਨ, ਬੰਦਗੀ ਕਰਨ ਨਾਲ ਸੁਖ, ਸਿੱਧਾ ਰਸਤਾ, ਮਾਨਸ ਜਨਮ ਦਾ ਅਸਲੀ ਮੰਤਵ ਸਮਝ ਆਉਂਦਾ, ਬਖਸ਼ਿਸ਼ ਹੁੰਦਾ ਹੈ । ਉਸ ਨੂੰ ਕਦੇ ਆਪਣੇ ਮਨ ਵਿਚੋਂ ਭੁਲਨਾ ਨਹੀਂ ਚਾਹਿੰਦਾ । ਜੀਵ ਨੂੰ ਆਪਣੇ ਕੀਤੇ ਹੋਏ ਕਰਮਾ ਦਾ ਹੀ ਫਲ ਅੱਗੇ ਦਰਬਾਰ ਵਿੱਚ ਬਖਸ਼ਿਸ਼ ਹੁੰਦਾ ਹੈ । ਜੀਵ ਮੰਦੇ ਕੰਮ ਕਿਉਂ ਕਰਦਾ ਹੈ? ਜਿਹੜਾ ਆਪਣੇ ਮਾਨਸ ਜਨਮ ਦਾ ਅਸਲੀ ਮੰਤਵ ਸਮਝ ਲੈਂਦਾ ਹੈ, ਉਹ ਕਦੇ ਵੀ ਮੰਦੇ ਕੰਮ ਨਹੀਂ ਕਰਦਾ । ਜੀਵ ਕੋਈ ਅਜੇਹਾ ਕਰਮ ਨਾ ਕਰੋ, ਜਿਹੜਾ ਪ੍ਰਭ ਨੂੰ ਭਾਉਦਾ ਨਹੀਂ, ਹਮੇਸ਼ਾਂ ਹੀ ਪ੍ਰਭ ਦੇ ਭਾਣੇ ਨੂੰ ਸਤਿ ਕਰਕੇ ਮੰਨੋ, ਸੰਤੋਖ ਰਖੋ । ਜਿਹੜੀ ਦਾਤ, ਬਖਸ਼ਿਸ਼ ਮਨ ਨੂੰ ਚੰਗੀ ਨਾ ਲੱਗੇ, ਉਹ ਸਮਝੋ! ਅਣਜਾਣ ਮਨ ਨੂੰ ਸਮਝ ਨਹੀਂ, ਪ੍ਰਭ ਨੇ ਬਖਸ਼ਿਸ਼ ਕਿਉਂ ਕੀਤੀ ਹੈ । ਸੋਝੀ ਦੀ ਅਰਦਾਸ ਕਰੋ! ਮੇਰੇ ਮਨ ਵਿੱਚ ਫਿਰ ਹਿਰਖ ਨਾ ਆਵੇ।

You should never abandon and forget to meditate on the teachings of The True Master. By meditating and adopting the teachings of His Word, your mind may be blessed with the right path of meditation, purpose of his human life journey. As everyone realizes that only his good deeds may be awarded in His court; why may he be entangled in evil sinful deeds in his day to day life? Whosoever may realize the true purpose of his human life blessings; he may never perform any sinful or evil deed in his day to day life. You should not perform any deed, which may not be accepted in His court and may not be as per His Word. You should always accept His blessings as unavoidable command and be contented with your worldly conditions. Whatsoever the blessings may not comfort your mind, you should think you are ignorant; why has he been blessed, must be for my welfare. You should beg for His mercy and grace to enlighten your mind! You may never have any grievances on His blessings in the universe.

334.ਸਲੋਕੁ ਮਹਲਾ ੨॥ (੨੨) 474-9

ਚਾਕਰੁ ਲਗੈ ਚਾਕਰੀ	chaakar lagai chaakree
ਨਾਲੇ ਗਾਰਬੁ ਵਾਦੁ॥	naalay gaarab vaad.
ਗਲਾ ਕਰੇ ਘਣੇਰੀਆ	galaa karay ghanayree-aa
ਖਸਮ ਨ ਪਾਏ ਸਾਦੁ॥	khasam na paa-ay saad.
ਆਪੁ ਗਵਾਇ ਸੇਵਾ ਕਰੇ	aap gavaa-ay sayvaa karay
ਤਾ ਕਿਛੁ ਪਾਏ ਮਾਨੁ॥	taa kichh paa-ay maan.
ਨਾਨਕ ਜਿਸ ਨੋ ਲਗਾ	naanak jis no lagaa
ਤਿਸੁ ਮਿਲੈ ਲਗਾ ਸੋ ਪਰਵਾਨੁ॥੧॥	tis milai lagaa so parvaan. ||1||

ਜਿਹੜਾ ਸੇਵਕ, ਮਾਲਕ ਦੀ ਸੇਵੇ ਵੀ ਕਰੇ ਅਤੇ ਹਰ ਕੰਮ ਤੇ ਨੁਕਤਾਚੀਨੀ ਵੀ ਕਰੇ, ਅੰਤ ਵਿੱਚ ਮਾਲਕ (ਪ੍ਰਭ) ਨੂੰ ਚੰਗੀ ਨਹੀਂ ਲੱਗਦੀ । ਥੋੜ੍ਹਾ ਸਮਾਂ ਤਾਂ ਪ੍ਰਭ ਉਸ ਨੂੰ ਅਣਜਾਣ ਸਮਝਦਾ ਹੈ । ਤਾਂ ਫਿਰ ਅਸਲੀ ਰਸਤੇ ਤੋ ਭੁਲਿਆ ਹੀ ਜਾਣਦਾ ਹੈ । ਜੀਵ ਆਪਣੇ ਆਪ ਵਿਚੋਂ ਅਹੰਕਾਰ ਨੂੰ ਦੂਰ ਕਰਕੇ, ਸ਼ਬਦ ਨਾਲ ਜੀਵਨ ਢਾਲੋ! ਸ਼ਬਦ ਨਾਲ ਜੀਵਨ ਬਤੀਤ ਕਰਨ ਨਾਲ ਬੰਦਗੀ ਦਰ ਤੇ ਪ੍ਰਵਾਨ ਹੋ ਸਕਦੀ ਹੈ ।

Whosoever may serve The True Master and also criticizes each and every task, the purpose of His action. In the end, his service may not win His favor. For a little while, He may ignore his criticism as ignorant, then He thinks, he is on the wrong path, lost the right path of meditation. You should abandon the ego of your mind and adopt the teachings of His Word with steady and stable belief in your day to day life. Your meditation may be accepted in His court.

ਮਹਲਾ ੨॥	**mehlaa 2.**
ਜੋ ਜੀਇ ਹੋਇ ਸੁ ਉਗਵੈ	jo jee-ay ho-ay so ugvai
ਮੁਹ ਕਾ ਕਹਿਆ ਵਾਉ॥	muh kaa kahi-aa vaa-o.
ਬੀਜੇ ਬਿਖੁ ਮੰਗੈ ਅੰਮ੍ਰਿਤੁ	beejay bikh mangai amrit
ਵੇਖਹੁ ਏਹੁ ਨਿਆਉ॥੨॥	vaykhhu ayhu ni-aa-o. ||2||

ਜੀਵ ਦੇ ਮਨ ਵਿੱਚ ਜਿਹੜੀ ਭਾਵਨਾ, ਖਿਆਲ, ਭਰੋਸਾ ਹੁੰਦਾ ਹੈ, ਉਹ ਹੀ ਜੀਭ ਤੋ ਬੋਲਿਆਂ ਜਾਂਦਾ ਹੈ । ਜਿਹੜਾ ਪਾਪਾਂ, ਮੰਦੇ ਕੰਮਾਂ ਦੇ ਅਧਾਰ ਤੇ ਜੀਵਨ ਬਤੀਤ ਕਰਦਾ ਹੈ, ਉਸ ਨੇ ਤਾਂ ਆਪਣਾ ਮੌਕਾ ਗਵਾ ਲਿਆ ਹੈ । ਉਹ ਕਿਵੇਂ ਮੁਕਤੀ ਦੇ ਰਸਤੇ ਤੇ ਜਾ ਸਕਦਾ ਹੈ?

Whatsoever may be the thoughts on his mind, often same comes out on his tongue. Whosoever may indulge on evil thoughts and sinful deeds; he may have lost his priceless opportunity of human life blessings. How may he find the right path of salvation in his human life journey?

ਮਹਲਾ ੨॥	**mehlaa 2.**
ਨਾਲਿ ਇਆਣੇ ਦੋਸਤੀ	naal i-aanay dostee
ਕਦੇ ਨ ਆਵੈ ਰਾਸਿ॥	kaday na aavai raas.
ਜੇਹਾ ਜਾਣੈ ਤੇਹੋ ਵਰਤੈ	jayhaa jaanai tayho vartai
ਵੇਖਹੁ ਕੋ ਨਿਰਜਾਸਿ॥	vaykhhu ko nirjaas.
ਵਸਤੂ ਅੰਦਰਿ ਵਸਤੁ ਸਮਾਵੈ	vastoo andar vasat samaavai
ਦੂਜੀ ਹੋਵੈ ਪਾਸਿ॥	doojee hovai paas.
ਸਾਹਿਬ ਸੇਤੀ ਹੁਕਮੁ ਨ ਚਲੈ	saahib saytee hukam na chalai
ਕਹੀ ਬਣੈ ਅਰਦਾਸਿ॥	kahee banai ardaas.
	koorh kamaanai koorho hovai

ਕੂੜਿ ਕਮਾਣੈ ਕੂੜੋ ਹੋਵੈ
ਨਾਨਕ ਸਿਫਤਿ ਵਿਗਾਸਿ॥੩॥

naanak sifat vigaas. ||3||

ਜੀਵ ਆਪਣੇ ਜੀਵਨ ਦੇ ਅਸਲੀ ਮੰਤਵ ਵਿੱਚ ਧਿਆਨ ਰਖਕੇ ਕਿਸੇ ਹੋਰ ਜੀਵ ਦਾ ਸਾਥ ਕਰੋ । ਜਿਹੜਾ ਅਣਜਾਣ, ਜਿਸ ਨੂੰ ਆਪਣੇ ਮੂਲ ਦੀ ਪਛਾਣ ਨਹੀਂ, ਉਸ ਦਾ ਸਾਥ ਕਰਦਾ ਹੈ, ਉਸ ਨੂੰ ਮਾਨਸ ਜੀਵਨ ਦੇ ਅਸਲੀ ਮੰਤਵ ਵਿੱਚ ਕਾਮਯਾਬੀ ਨਹੀਂ ਹੋ ਸਕਦੀ । ਉਸ ਅਣਜਾਣ ਜੀਵ ਨੇ ਆਪਣੀ ਸੋਝੀ, ਮਨ ਦੇ ਖਿਆਲਾਂ ਅਨੁਸਾਰ ਹੀ ਸਿੱਖਿਆ ਦੇਣੀ ਹੈ । ਜਿਸ ਜੀਵ ਨੂੰ ਅਸਲੀ ਰਸਤੇ ਦੀ ਸੋਝੀ ਹੋਵੇ, ਆਪ ਰਸਤੇ ਤੇ ਚੱਲਦਾ ਹੋਵੇ, ਉਸ ਜੀਵ ਦੀ ਸੰਗਤ ਕਰੋ । ਉਸ ਦੀ ਸੰਗਤ ਵਿੱਚ ਮਨ ਡੋਲਣ ਤੋਂ ਰੁਕ ਜਾਂਦਾ ਹੈ । ਤਰਸਵਾਨ ਪ੍ਰਭ ਹਮੇਸ਼ਾਂ ਹੀ ਨਿਮਾਣੇ ਦੀ ਅਰਦਾਸ, ਅਰਾਧਨਾ ਹੀ ਕਬੂਲ ਕਰਦਾ ਹੈ, ਚਲਾਕੀ, ਫਰੇਬ ਨਾਲ ਕੁਝ ਬਖਸ਼ਿਸ਼ ਨਹੀਂ ਹੁੰਦਾ । ਪ੍ਰਭ ਦੇ ਸ਼ਬਦ ਨੂੰ ਅਟੱਲ ਮੰਨ ਕੇ ਸਿਮਰਨ ਕਰਨ ਨਾਲ ਹੀ ਦਰਗਾਹ ਵਿੱਚ ਪ੍ਰਵਾਨਗੀ ਬਖਸ਼ਿਸ਼ ਹੋ ਸਕਦੀ ਹੈ ।

You should always keep in mind the true purpose of human life journey, before associating with anyone else. By following the guidance of the teacher, who himself may not understand the true purpose of human life blessings; you may not be successful in the purpose of human life journey. The ignorant may only guide with his lifetime experience. You should always associate with His true devotee who may have already adopted the right path and learned way to overcome day to day obstacles on the right path. By learning from his life experience; your mind may remain steady and stable on the right path. The Merciful True Master always heeds the honest prayer of His humble helpless devotee. No one may be blessed with His mercy and grace with cleaver and deceptive plans, meditation. Only by meditation with steady and stable belief on the teachings of His Word, his soul may become worthy of His consideration, acceptance in His court.

ਮਹਲਾ ੨॥
ਨਾਲਿ ਇਆਣੇ ਦੋਸਤੀ
ਵਡਾਰੂ ਸਿਉ ਨੇਹੁ॥
ਪਾਣੀ ਅੰਦਰਿ ਲੀਕ ਜਿਉ
ਤਿਸ ਦਾ ਥਾਉ ਨ ਥੇਹੁ॥੪॥

mehlaa 2.
naal i-aanay dostee
vadaaroo si-o nayhu.
paanee andar leek Ji-o
tis daa thaa-o na thayhu. ||4||

ਜਿਹੜਾ ਸ਼ਬਦ ਦੇ ਰਸਤੇ ਤੋਂ ਅਣਜਾਣ ਨਾਲ ਦੋਸਤੀ, ਸੰਬਧ, ਸਿਮਰਨ ਕਰਨ ਦਾ ਅਧਾਰ ਬਣਾਉਣਾ ਹੈ । ਉਹ ਆਪਣਾ ਮਾਨਸ ਜਨਮ ਬਿਰਥਾ ਹੀ ਗਵਾ ਲੈਂਦਾ ਹੈ, ਉਸ ਨੂੰ ਕੋਈ ਵੀ ਸੇਧ ਨਹੀਂ ਮਿਲਦੀ । ਜਿਹੜਾ ਸੰਸਾਰਕ ਗੁਰੂ ਆਪ ਹੀ ਪੰਜਾਂ ਇੰਦਰੀਆਂ ਦੇ ਕਾਬੂ ਵਿੱਚ ਫਸਿਆ ਹੋਇਆ ਹੈ, ਇਸ ਤਰ੍ਹਾਂ ਹੀ ਉਸ ਸੰਸਾਰਕ ਗੁਰੂ, ਪੀਰਾਂ ਤੋਂ ਭਗਤੀ ਕਰਨ ਦੀ ਸੇਧ ਲੈਣੀ ਹੈ ।

Whosoever may associate with the devotee ignorant from the right path, he may adopt his way of life as a guiding principle to meditate. He wastes his priceless human life blessings; he may not be blessed with the right path of meditation. Any worldly guru, teacher who himself may be dominated by worldly desires and greed; he may only provide same kind of guidance to waste your priceless human life blessings.

ਮਹਲਾ ੨॥
ਹੋਇ ਇਆਣਾ ਕਰੇ ਕੰਮੁ
ਆਣਿ ਨ ਸਕੈ ਰਾਸਿ॥
ਜੇ ਇਕ ਅਧ ਚੰਗੀ ਕਰੇ
ਦੂਜੀ ਭੀ ਵੇਰਾਸਿ॥੫॥

mehlaa 2.
ho-ay i-aanaa karay kamm
aan na sakai raas.
jay ik aDh changee karay
doojee bhee vayraas. ||5||

ਉਹ ਅਣਜਾਣ ਅਗਰ ਕੋਈ ਸੇਧ ਠੀਕ ਵੀ ਦੇ ਦੇਵੇ, ਤਾਂ ਫਿਰ ਵੀ ਉਹ ਕਦੇ ਨਾ ਕਦੇ ਗਲਤ ਰਸਤੇ ਤੇ ਪਾ ਦੇਵੇਗਾ । ਉਸ ਨੂੰ ਆਪ ਸਿੱਧਾ ਰਸਤਾ ਹਾਸਿਲ ਕਰਨ ਦੀ ਸੋਝੀ ਨਹੀਂ ਹੁੰਦੀ । ਅਸਲੀ ਮਾਨਸ ਜੀਵਨ ਦੇ ਮੰਤਵ ਨੂੰ ਹਾਸਿਲ ਕਰਨ ਦੇ ਰਸਤੇ ਦੀ ਸੋਝੀ ਨਹੀਂ ਹੁੰਦੀ ।

The ignorant may provide sometimes a good guidance of the right path; however, he may guide on the wrong path of greed. He himself may be ignorant from the right path of meditation on the teachings of His Word. He may not comprehend the real purpose of human life blessings.

ਪਉੜੀ॥	**pa-orhee.**
ਚਾਕਰੁ ਲਗੈ ਚਾਕਰੀ	chaakar lagai chaakree
ਜੇ ਚਲੈ ਖਸਮੈ ਭਾਇ॥	jay chalai khasmai bhaa-ay.
ਹੁਰਮਤਿ ਤਿਸ ਨੋ ਅਗਲੀ	hurmat tis no aglee
ਓਹੁ ਵਜਹੁ ਭਿ ਦੂਣਾ ਖਾਇ॥	oh vajahu bhe doonaa khaa-ay.
ਖਸਮੈ ਕਰੇ ਬਰਾਬਰੀ	khasmai karay baraabaree
ਫਿਰਿ ਗੈਰਤਿ ਅੰਦਰਿ ਪਾਇ॥	fir gairat andar paa-ay.
ਵਜਹੁ ਗਵਾਏ ਅਗਲਾ	vajahu gavaa-ay aglaa
ਮੁਹੇ ਮੁਹਿ ਪਾਣਾ ਖਾਇ॥	muhay muhi paanaa khaa-ay.
ਜਿਸ ਦਾ ਦਿਤਾ ਖਾਵਣਾ	jis daa ditaa khaavnaa
ਤਿਸੁ ਕਹੀਐ ਸਾਬਾਸਿ॥	tis kahee-ai saabaas.
ਨਾਨਕ ਹੁਕਮੁ ਨ ਚਲਈ	naanak hukam na chal-ee
ਨਾਲਿ ਖਸਮ ਚਲੈ ਅਰਦਾਸਿ॥੨੨॥	naal khasam chalai ardaas. ||22

ਜਿਹੜਾ ਸੇਵਕ ਪ੍ਰਭ ਦੇ ਸ਼ਬਦ ਨੂੰ ਅੱਟਲ ਸਮਝ ਕੇ ਜੀਵਨ ਢਾਲਦਾ ਹੈ, ਉਸ ਦੀ ਬੰਦਗੀ ਤੇ ਪ੍ਰਭ ਰੀਹਮਤ ਬਖਸ਼ਦਾ ਹੈ । ਉਸ ਨੂੰ ਮਨ ਦੀਆਂ ਮੁਰਾਦਾਂ ਤੋ ਜ਼ਿਆਦਾ ਫਲ, ਦਾਤਾਂ ਬਖਸ਼ਦਾ ਹੈ । ਜਿਹੜਾ ਸੰਸਾਰਕ ਜੀਵ ਆਪਣੇ ਆਪ ਨੂੰ ਪ੍ਰਭ ਦੇ ਬਰਾਬਰ, ਗੁਰੂ ਸਮਝਣ ਲੱਗ ਪੈਂਦਾ, ਮਨਮਰਜ਼ੀ ਕਰਦਾ, ਬਾਕੀ ਜੀਵਾਂ ਨੂੰ ਉਸ ਰਸਤੇ ਤੇ ਪਾਉਣ ਦੀ ਪ੍ਰਰੇਨਾ ਕਰਦਾ ਹੈ । ਉਸ ਨੂੰ ਦਰਬਾਰ ਵਿੱਚ ਫਿਟਕਾਰਾਂ ਹੀ ਪੈਂਦੀਆਂ ਹਨ । ਜਿਹੜਾ ਪ੍ਰਭ ਜੀਵ ਨੂੰ ਸਵਾਸ, ਭੋਜਨ ਅਤੇ ਸੰਸਾਰ ਵਿੱਚ ਹਿਫਾਜ਼ਤ ਕਰਦਾ ਹੈ, ਉਸ ਨਾਲ ਬਰਾਬਰੀ ਕਰਨ ਨਾਲ ਕੁਝ ਵੀ ਬਖਸ਼ਿਸ਼ ਨਹੀਂ ਹੁੰਦਾ । ਹਮੇਸ਼ਾਂ ਹੀ ਨਿਮਾਣੇ ਬਣਕੇ ਅਰਦਾਸ ਨਾਲ ਹੀ ਰਹਿਮਤ ਬਖਸ਼ਿਸ਼ ਹੋ ਸਕਦੀ ਹੈ ।

Whosoever may adopt the teachings of His Word with steady and stable belief as an ultimate unavoidable command of The True Master; he may be blessed and all his spoken and unspoken desires of his mind may be satisfied. Whosoever may think himself as enlightened with all virtues of The True Master. He is as good as The True Master. He may become self-minded and inspires his way of life to others; he may be rebuked from His court. The True Master blesses the breaths, nourishment and protects His creature all time; to challenge His Word and by becoming equal, nothing may be blessed in life. The True Master always heed the prayers of the humble devotee; His blessings may only be bestowed by His mercy and grace.

335.ਸਲੋਕੁ ਮਹਲਾ ੨॥ (੨੩) 474-19

ਏਹ ਕਿਨੇਹੀ ਦਾਤਿ	ayh kinayhee daat
ਆਪਸ ਤੇ ਜੋ ਪਾਈਐ॥	aapas tay jo paa-ee-ai.
ਨਾਨਕ ਸਾ ਕਰਮਾਤਿ	naanak saa karmaat
ਸਾਹਿਬ ਤੁਠੈ ਜੋ ਮਿਲੈ॥੧॥	saahib tuthai jo milai. ||1||

ਜਿਹੜੀ ਦਾਤ ਆਪ ਮੰਗ ਕੇ ਪ੍ਰਾਪਤ ਕੀਤੀ ਜਾਂਦੀ ਹੈ, ਉਸ ਦੀ ਕੋਈ ਮਹੱਤਤਾ ਨਹੀਂ ਹੁੰਦੀ । ਜਿਹੜੀ ਦਾਤ ਪ੍ਰਭ ਬਿਨਾਂ ਮੰਗੇ ਆਪ ਖੁਸ਼ ਹੋ ਕੇ ਬਖਸ਼ੇ, ਉਹ ਹੀ ਅਸਲੀ ਦਾਤ ਹੁੰਦੀ ਹੈ ।

Any blessings may be rewarded by begging for His mercy and grace, that may not be of much significance. Whatsoever, The True Master blesses by His own mercy and grace as a reward of his meditation, that blessings may be very significant.

ਮਹਲਾ ੨॥	**mehlaa 2.**
ਏਹ ਕਿਨੇਹੀ ਚਾਕਰੀ	ayh kinayhee chaakree
ਜਿਤੁ ਭਉ ਖਸਮ ਨ ਜਾਇ॥	jit bha-o khasam na jaa-ay.
ਨਾਨਕ ਸੇਵਕੁ ਕਾਢੀਐ	naanak sayvak kaadhee-ai
ਜਿ ਸੇਤੀ ਖਸਮ ਸਮਾਇ॥੨॥	je saytee khasam samaa-ay. ||2||

ਜਿਸ ਸੇਵਾ ਨਾਲ ਪ੍ਰਭ ਦੀ ਨਰਾਜ਼ਗੀ ਦਾ ਡਰ ਦੂਰ ਨਹੀਂ ਹੁੰਦਾ, ਉਹ ਕਿਸ ਤਰ੍ਹਾਂ ਦੀ ਸੇਵਾ ਹੈ । ਅਸਲੀ ਸੇਵਕ ਸੇਵਾ ਕਰਦਾ ਕਰਦਾ ਆਪਣਾ ਆਪਾ ਗਵਾ ਲੈਂਦਾ ਹੈ! ਉਸ ਪ੍ਰਭ ਵਿੱਚ ਲੀਨ, ਮਸਤ, ਸਮਾ ਜਾਵੇ, ਅਭੇਦ ਹੋ ਜਾਵੇ।

What kind of service and devotion on the teachings of His Word? By serving and meditating, the fear of His disappointment or disapproval may not be eliminated from his mind. The true devotee meditates and surrenders his mind, body and his own identity at His service. He remains intoxicated in the teachings, in meditating in the void of His Word. He may be immersed in The Holy spirit.

ਪਉੜੀ॥	**pa-orhee.**
ਨਾਨਕ ਅੰਤ ਨ ਜਾਪਨ੍ਹੀ	naanak ant na jaapnHee
ਹਰਿ ਤਾ ਕੇ ਪਾਰਾਵਾਰ॥	har taa kay paaraavaar.
ਆਪਿ ਕਰਾਏ ਸਾਖਤੀ	aap karaa-ay saakh-tee
ਫਿਰਿ ਆਪਿ ਕਰਾਏ ਮਾਰ॥	fir aap karaa-ay maar.
ਇਕਨ੍ਹਾ ਗਲੀ ਜੰਜੀਰੀਆ	iknHaa galee janjeeree-aa
ਇਕਿ ਤੁਰੀ ਚੜਹਿ ਬਿਸੀਆਰ॥	ik turee charheh bisee-aar.
ਆਪਿ ਕਰਾਏ ਕਰੇ ਆਪਿ	aap karaa-ay karay aap
ਹਉ ਕੈ ਸਿਉ ਕਰੀ ਪੁਕਾਰ॥	ha-o kai si-o karee pukaar.
ਨਾਨਕ ਕਰਣਾ ਜਿਨਿ ਕੀਆ	naanak karnaa jin kee-aa
ਫਿਰਿ ਤਿਸ ਹੀ ਕਰਣੀ ਸਾਰ॥੨੩॥	fir tis hee karnee saar. ||23||

ਪ੍ਰਭ ਦੀ ਕਿਸੇ ਵੀ ਕਰਾਮਾਤ ਦਾ ਅੰਤ ਨਹੀਂ ਪਾਇਆ ਜਾ ਸਕਦਾ । ਪ੍ਰਭ ਆਪ ਹੀ ਜੀਵ ਨੂੰ ਸ੍ਰਿਸ਼ਟੀ ਵਿੱਚ ਪੈਦਾ, ਦੇਖ ਭਾਲ, ਸੰਭਾਲ ਕਰਦਾ, ਰਹਿਮਤਾਂ, ਸੁਖ ਦੁਖ ਬਖਸ਼ਦਾ ਹੈ । ਜਿਸ ਤਰ੍ਹਾਂ ਉਸ ਨੂੰ ਭਾਉਂਦਾ ਅਤੇ ਆਪ ਹੀ ਜੀਵ ਨੂੰ ਮੌਤ ਦੇਂਦਾ ਹੈ । ਕਿਸੇ ਜੀਵ ਦਾ ਜੀਵਨ ਦੁਖਾਂ ਨਾਲ ਭਰਦਾ ਅਤੇ ਕਿਸੇ ਨੂੰ ਹਮੇਸ਼ਾਂ ਹੀ ਖੇੜੇ ਵਿੱਚ ਰਖਦਾ ਹੈ । ਪ੍ਰਭ ਸਭ ਕੁਝ ਆਪ ਹੀ ਕਰਦਾ ਹੈ । ਉਸ ਤੋਂ ਉਪਰ ਫਰਿਆਦ ਕਰਨ ਵਾਲਾ ਹੋਰ ਕੋਈ ਨਹੀਂ ਹੈ । ਜਿਹੜਾ ਕਰਤਬ, ਜਾ ਮੁਸ਼ਕਲ ਸ੍ਰਿਸ਼ਟੀ ਵਿੱਚ ਆਉਂਦੀ ਹੈ, ਪ੍ਰਭ ਆਪ ਹੀ ਹੱਲ ਬਖਸ਼ਦਾ ਹੈ, ਉਹ ਬੁਹਤ ਦਿਆਲ, ਤਾਕਤਵਾਰ ਹੈ ।

No one may fully comprehend the limit of any of His miracles, His nature. The True Master creates, nourishes, protects and provides comforts and miseries to His creation, With His command, He may destroy His creation, creature faces death. He may bestow happiness and blossom in life of some and others may be overwhelmed with suffering and miseries. Only His command prevails in the universe. No one may be greater than Him, where His creation may complain, beg for mercy and grace. Whatsoever the situation or misery comes in the universe; The Merciful True Master always provides a solution to endure the suffering.

336.ਸਲੋਕੁ ਮਃ ੧॥ (੨੪) 475-5

ਆਪੇ ਭਾਂਡੇ ਸਾਜਿਅਨੁ	aapay bhaaNday saaji-an
ਆਪੇ ਪੂਰਣੁ ਦੇਇ॥	aapay pooran day-ay.
ਇਕਨ੍ਹੀ ਦੁਧੁ ਸਮਾਈਐ	iknHee duDh samaa-ee-ai
ਇਕਿ ਚੁਲ੍ਹੈ ਰਹਨ੍ਹਿ ਚੜੇ॥	ik chulHai rehniH charhay.
ਇਕਿ ਨਿਹਾਲੀ ਪੈ ਸਵਨ੍ਹਿ	ik nihaalee pai savniH
ਇਕਿ ਉਪਰਿ ਰਹਨਿ ਖੜੇ॥	ik upar rahan kharhay.
ਤਿਨ੍ਹਾ ਸਵਾਰੇ ਨਾਨਕਾ	tinHaa savaaray naankaa
ਜਿਨ੍ਹ ਕਉ ਨਦਰਿ ਕਰੇ॥੧॥	jinH ka-o nadar karay. ||1||

ਪ੍ਰਭ ਸਾਰੀ ਸ੍ਰਿਸ਼ਟੀ ਨੂੰ ਆਪ ਹੀ ਆਪਣੇ ਮਨ ਪੰਸਦ ਬਣਾਉਂਦਾ, ਆਪ ਹੀ ਇਸ ਵਿੱਚ ਨਿਵਾਸ ਕਰਦਾ ਹੈ । ਕਿਸੇ ਜੀਵ ਨੂੰ ਬਖਸ਼ਿਸ਼ਾਂ ਨਾਲ ਭਰਪੂਰ ਰਖਦਾ ਹੈ । ਕਿਸੇ ਜੀਵ ਨੂੰ ਇਸ ਜੀਵਨ ਵਿੱਚ ਮੁਸ਼ਕਲਾਂ ਵਿੱਚ ਹੀ ਘੇਰੀ ਰਖਦਾ ਹੈ । ਕਈ ਬੇਫਿਕਰ ਜੀਵਨ ਬਤੀਤ ਕਰਦੇ ਹਨ, ਕਿਸੇ ਨੂੰ ਹਰ ਵੇਲੇ ਪਰੇਸ਼ਾਨੀ ਵਿੱਚ ਰਖਦਾ ਹੈ । ਜਿਸ ਤੇ ਰਹਿਮਤ ਬਖਸ਼ਦਾ ਹੈ, ਉਹ ਸਦਾ ਹੀ ਪ੍ਰਭ ਦੇ ਭਾਣ ਵਿੱਚ, ਖੁਸ਼ੀ, ਮਸਤੀ ਵਿੱਚ ਰਹਿੰਦਾ ਹੈ । ਰਹਿਮਤ ਦਾ ਕੋਈ ਅੰਤ, ਤਾਰੀਕੇ, ਵਿਧੀ ਦੀ ਵਿਆਖਿਆ ਨਹੀਂ ਕੀਤੀ ਜਾ ਸਕਦੀ ।

The True Master creates and designs the body of all creatures with His own choice and taste; all bodies are worthy of His dwelling. He keeps someone overwhelmed with happiness and others remain in miseries in his day to day life. Some may spend his day to day life without any worries and fears, others may remain in constant stated of disappointments in his life. Whosoever may be blessed with His mercy and grace, his state of mind may remain unchanged in any situation. He remains always blossom and intoxication with His blessings. No one may fully comprehend the end or limit of any of His blessings, nor may be able to explain His nature.

ਮਹਲਾ ੨॥	**mehlaa 2.**
ਆਪੇ ਸਾਜੇ ਕਰੇ ਆਪਿ	aapay saajay karay aap
ਜਾਈ ਭਿ ਰਖੈ ਆਪਿ॥	jaa-ee bhe rakhai aap.
ਤਿਸੁ ਵਿਚਿ ਜੰਤ ਉਪਾਇ ਕੈ	tis vich jant upaa-ay kai
ਦੇਖੈ ਥਾਪਿ ਉਥਾਪਿ॥	daykhai thaap uthaap.
ਕਿਸ ਨੋ ਕਹੀਐ ਨਾਨਕਾ	kis no kahee-ai naankaa
ਸਭੁ ਕਿਛੁ ਆਪੇ ਆਪਿ॥੨॥	sabh kichh aapay aap. ||2||

ਪ੍ਰਭ ਆਪ ਹੀ ਸਾਰੀ ਸ੍ਰਿਸ਼ਟੀ ਨੂੰ ਪੈਦਾ ਕਰਦਾ, ਇਸ ਦਾ ਸੰਤੁਲਨ (Balance) ਰਖਦਾ ਹੈ, ਵੱਖਰੇ ਵੱਖਰੇ ਜੀਵ ਸੰਸਾਰ ਵਿੱਚ ਰਹਿੰਦੇ ਹਨ । ਆਪ ਹੀ ਜੀਵ ਨੂੰ ਜਨਮ, ਮੌਤ ਦੇਂਦਾ ਹੈ । ਸਭ ਕੁਝ ਕੇਵਲ ਪ੍ਰਭ ਦੇ ਵੱਸ ਵਿੱਚ ਹੈ । ਮਾਨਸ, ਕਿਸ ਨੂੰ ਇਸ ਚੰਗੇ ਮੰਦੇ ਦਾ ਜ਼ੰਮੇਵਾਰ ਸਮਝ ਸਕਦਾ ਹੈ ?

The True Master creates the whole universe and keeps the balance in the universe; various creatures co-exist in the universe. He blesses the soul with new body and recall soul to provide death to body. The True Master gives birth and death to all creatures with His own mercy and grace. Everything happens under His control, command. Whom may worldly creature consider responsible for any good or evil deeds in the universe?

ਪਉੜੀ॥	**pa-orhee.**
ਵਡੇ ਕੀਆ ਵਡਿਆਈਆ	vaday kee-aa vadi-aa-ee-aa

ਕਿਛੁ ਕਹਣਾ ਕਹਣੁ ਨਾ ਜਾਇ॥	kichh kahnaa kahan na jaa-ay.
ਸੋ ਕਰਤਾ ਕਾਦਰ ਕਰੀਮੁ ਦੇ	so kartaa kaadar kareem day
ਜੀਆ ਰਿਜਕੁ ਸੰਬਾਹਿ॥	jee-aa rijak sambaahi.
ਸਾਈ ਕਾਰ ਕਮਾਵਣੀ	saa-ee kaar kamaavnee
ਧੁਰਿ ਛੋਡੀ ਤਿੰਨੈ ਪਾਇ॥	Dhur chhodee tinnai paa-ay.
ਨਾਨਕ ਏਕੀ ਬਾਹਰੀ	naanak aykee baahree
ਹੋਰ ਦੂਜੀ ਨਾਹੀ ਜਾਇ॥	hor doojee naahee jaa-ay.
ਸੋ ਕਰੇ ਜਿ ਤਿਸੈ ਰਜਾਇ॥੨੪॥੧॥	so karay je tisai rajaa-ay. ||24||1||
ਸੁਧੁ	suDhu.

ਬੇਅੰਤ ਪ੍ਰਭ ਦੀਆਂ ਵਡਿਆਈਆਂ ਦੀ ਕੋਈ ਵਿਆਖਿਆ ਨਹੀਂ ਕੀਤੀ ਜਾ ਸਕਦੀ । ਆਪ ਹੀ ਜੀਵ ਨੂੰ ਪੈਦਾ ਕਰਦਾ, ਆਪਣਾ ਹੁਕਮ ਮਨਾਉਂਦਾ ਹੈ । ਜਿਹੜਾ ਭਾਣੇ ਤੇ ਨਹੀਂ ਚਲਦਾ, ਉਸ ਨੂੰ ਹੋਰ ਕਿਸਮ ਦੀਆਂ ਮੁਸੀਬਤਾਂ ਦੇਂਦਾ ਹੈ । ਜਿਹੜਾ ਪਹਿਲੇ ਹੀ ਉਸ ਦੇ ਭਾਗਾਂ ਵਿੱਚ ਲਿਖਿਆ ਹੁੰਦਾ ਹੈ, ਹਰਇੱਕ ਜੀਵ ਉਹ ਕੁਝ ਹੀ ਕਰਦਾ, ਕਰ ਸਕਦਾ ਹੈ । ਇੱਕੋ ਇੱਕ ਪ੍ਰਭ ਹੀ ਕਰਮਾਂ ਦੇ ਲੇਖੇ ਤੋਂ ਬਾਹਰ ਹੈ । ਬਾਕੀ ਸਾਰੀ ਹੀ ਸ੍ਰਿਸ਼ਟੀ ਬਣਾਏ ਨਿਜਮਾਂ, ਲੇਖੇ ਦੇ ਅੰਦਰ ਹੀ ਹੈ । ਤੇਰੀ ਬਖਸ਼ੀ ਹੋਈ ਦਾਤ ਹੀ, ਜੀਵ ਨੂੰ ਪ੍ਰਾਪਤ ਹੋ ਸਕਦੀ ਹੈ ।

The unlimited virtues, greatness of The True Master may not be comprehended by His creation, beyond the comprehension of His creation. You create newborn creature and enforces command on each and every creature in His own way. Whosoever may not obey His command, he may face different worries and frustrations in his life. Whatsoever may be prewritten in his destiny, he may only perform that task in his day to day life. The One and Only One, True Master may remain above the accountability of His actions. All other creatures have to justify his deeds as per His Word. Whatsoever may be blessed by Your mercy and grace, worldly creatures may achieve only that virtue.

337.ਆਸਾ॥ ਸ੍ਰੀ ਕਬੀਰ ਜੀਉ॥ 475-12

raag aasaa banee bhagtaa kee. kabeer jee-o naamday-o jee-o ravidaas jee-o.
aasaa saree kabeer jee-o.

੧ੳੰ ਸਤਿਨਾਮੁ	ik-oNkaar satnaam
ਕਰਤਾ ਪੁਰਖੁ ਨਿਰਭਉ ਨਿਰਵੈਰੁ	kartaa purakh nirbha-o nirvair
ਅਕਾਲ ਮੂਰਤਿ ਅਜੂਨੀ	akaal moorat ajoonee
ਸੈਭੰ ਗੁਰਪ੍ਰਸਾਦਿ॥	saibhaN gurparsaad.

1) ਪ੍ਰਭ ਦਾ ਅਕਾਰ – Structure

ੴ   ik-oNkaar   The One and Only One God, True Master.
No form, shape, color, size, in Spirit only.
God may appear in anything, anyone, anytime at His free Will. He is only in
Holy Spirit and no form, shape, size or color.

2) ਸ੍ਰਿਸਟੀ ਦਾ ਪ੍ਰਬੰਧ: Function and His Operation!

ਸਤਿ ਨਾਮੁ   sat naam   'naam – His Word, His command, His existence,
'sat- Omnipresent, Omniscient, Omnipotent,
Axiom Unchangeable, Uncompromised, forever.
The One and Only One, God remains embedded in His nature, in His Word
and only His command pervades in the universe and nothing else exist
without His mercy and grace.

3) ਸ੍ਰਿਸਟੀ ਦੀ ਬਣਤਰ: – Creation of The universe.

ਸੈਭੰ   saibhaN   Universe, creation, soul is an expansion of His
Holy spirit. Comes out of His spirit to repent,
sanctify and be absorbed in His Holy Spirit.
He is the creator and He is The Creation, nothing else exist.

4) ਮੁਕਤੀ Salvation – His acceptance.

ਗੁਰ ਪ੍ਰਸਾਦਿ   gur parsaad   With His own mercy and grace. No one may
counsel or curse His blessing.
No one may comprehend how, why and when he may bestow His mercy and
grace or the limits and duration of His blessiong.

5) ਪ੍ਰਭ ਦੀ ਪਛਾਣ – Recognition

ਗੁਣ: – ਕਰਤਾ, ਪੁਰਖੁ, ਨਿਰਭਉ, ਨਿਰਵੈਰੁ,   Virtues: - kartaa, purakh, nirbha-o
ਅਕਾਲ, ਮੂਰਤਿ, ਅਜੂਨੀ !   nirvair, akaal, moorat, ajoonee
His virtues are unlimited and beyond the comprehend of His creation.
However, no one ever born with above all unique virtues nor will ever be
born with these unique virtues. Whosoever may have all the above virtues is
The One and Only One, God True Master and only worthy of worship.

The Master Key: "saibhaN"! Whosoever may be drenched with the
essence that all souls are an expansion of The His Holy Spirit". No one may
want to harm and deceive himself; he may be blessed to conquer his mind.
His cycle of birth and death may be eliminated by His mercy and grace!

ਗੁਰ ਚਰਣ ਲਾਗਿ ਹਮ ਬਿਨਵਤਾ, gur charan laag ham binvataa
ਪੂਛਤ ਕਹ ਜੀਉ ਪਾਇਆ॥ poochhat kah jee-o paa-i-aa.
ਕਵਨ ਕਾਜਿ ਜਗੁ ਉਪਜੈ ਬਿਨਸੈ , kavan kaaj jag upjai binsai
ਕਹਹੁ ਮੋਹਿ ਸਮਝਾਇਆ॥੧॥ kahhu mohi samjhaa-i-aa. ||1||

ਮੈ ਪ੍ਰਭ ਦੇ ਚਰਨਾਂ ਵਿੱਚ ਇੱਕ ਮਨ ਹੋ ਕੇ ਅਰਦਾਸ ਕੀਤੀ! ਪ੍ਰਭ ਸੋਝੀ ਬਖਸ਼ੋ। ਮਾਨਸ ਜਨਮ ਕਿਉਂ ਬਖਸ਼ਿਆ ਹੈ? ਕਿਹੜੇ ਕੰਮ, ਕਰਨ ਨਾਲ ਸ੍ਰਿਸ਼ਟੀ ਦੀ ਸਾਜਨਾ ਹੋਈ ਹੈ? ਕਿਸ ਕੰਮ ਨਾਲ ਇਸ ਸ੍ਰਿਸ਼ਟੀ ਦੀ ਤਬਾਹੀ ਹੋ ਸਕਦੀ ਹੈ, ਹੋਵੇਗੀ?

By concentrating on the teachings of His Word, on feet of The True Master; I begged for enlightenment of His blessings. Why have the soul been blessed with human body? What may be the true purpose of creation of the universe? What actions of the creatures may the universe be destroyed?

ਦੇਵ ਕਰਹੁ ਦਇਆ dayv karahu da-i-aa
ਮੋਹਿ ਮਾਰਗਿ ਲਾਵਹੁ mohi maarag laavhu
ਜਿਤੁ ਭੈ ਬੰਧਨ ਤੂਟੈ॥ jit bhai banDhan tootai.
ਜਨਮ ਮਰਨ ਦੁਖ ਫੇੜ ਕਰਮ, janam maran dukh fayrh karam
ਸੁਖ ਜੀਅ ਜਨਮ ਤੇ ਛੂਟੈ॥੧॥ sukh jee-a janam tay chhootai. ||1|
ਰਹਾਉ॥ rahaa-o.

ਪ੍ਰਭ ਆਪਣੀ ਰਹਿਮਤ ਨਾਲ ਰਸਤੇ ਦੀ ਸੋਝੀ ਬਖਸ਼ੋ, ਅਡੋਲ ਰਖੋ! ਜਿਸ ਨਾਲ ਮੌਤ ਦਾ ਡਰ ਦੂਰ ਹੋ ਜਾਵੇ । ਜਨਮ ਮਰਨ ਦਾ ਦੁਖ ਪਿਛਲੇ ਕੀਤੇ ਕਰਮਾਂ ਨਾਲ ਹੀ ਬਖਸ਼ਿਸ਼ ਹੁੰਦਾ ਹੈ । ਆਤਮਾ ਨੂੰ ਸ਼ਾਂਤੀ ਕੇਵਲ ਜੂੰਨਾਂ ਦਾ ਚੱਕਰ ਖਤਮ ਹੋਣ ਨਾਲ ਹੀ ਬਖਸ਼ਿਸ਼ ਹੁੰਦੀ ਹੈ ।

With His mercy and grace, enlightens Your creation with the right path to eliminate the fear of death. By adopting the right path, the fear of death may be eliminated. The cycle of birth and death has been created due to the deeds of previous life. His soul may be blessed with everlasting peace only by eliminating the cycle of birth and death.

ਮਾਇਆ ਫਾਸ ਬੰਧ ਨਹੀ ਫਾਰੈ, maa-i-aa faas banDh nahee faarai
ਅਰੁ ਮਨ ਸੁੰਨਿ ਨ ਲੂਕੇ॥ ar man sunn na lookay.
ਆਪਾ ਪਦੁ ਨਿਰਬਾਣੁ ਨ ਚੀਨ੍ਹਿਆ, aapaa pad nirbaan na cheenHi-aa
ਇਨ ਬਿਧਿ ਅਭਿਉ ਨ ਚੂਕੇ॥੨॥ in biDh abhi-o na chookay. ||2||

ਜੀਵ ਦਾ ਮਨ ਸੰਸਾਰਕ ਮਾਇਆ ਦਾ ਤਿਆਗ ਨਹੀਂ ਕਰ ਸਕਦਾ । ਉਹ ਭਰੋਸਾ ਅਡੋਲ ਰਖਕੇ, ਪ੍ਰਭ ਦੇ ਸ਼ਬਦ ਰੂਪੀ ਚਰਨਾਂ ਵਿੱਚ ਧਿਆਨ ਨਹੀਂ ਲਾਉਂਦਾ । ਉਹ ਸ਼ਬਦ ਦੀ ਪਾਲਣਾ, ਸਿਮਰਨ ਨਹੀਂ ਕਰਦਾ । ਉਹ ਆਪਣੇ ਆਪ ਨੂੰ ਪਛਾਣਦਾ ਨਹੀਂ, ਆਪਣੇ ਮਨ ਅੰਦਰ ਵਿੱਚ ਸਮਾਧੀ ਨਹੀਂ ਲਾਉਂਦਾ । ਇਸ ਕਰਕੇ ਮਨ ਦੇ ਭਰਮਾਂ ਦਾ ਨਾਸ਼ ਨਹੀਂ ਹੁੰਦਾ ।

The mind of a creature may not abandon the attachment of worldly wealth. He may not meditate or adopt the teachings of His Word with steady and stable belief in day to day life. He may not recognize the purpose of his human life journey. He may not concentrate inward and enter into the void of His Word. This may be the root cause; why his suspicions may not be eliminated.

ਕਹੀ ਨ ਉਪਜੈ ਉਪਜੀ ਜਾਣੈ, kahee na upjai upjee jaanai
ਭਾਵ ਅਭਾਵ ਬਿਹੂਣਾ॥ bhaav abhaav bihoonaa.
ਉਦੈ ਅਸਤ ਕੀ ਮਨ ਬੁਧਿ ਨਾਸੀ, udai asat kee man buDh naasee
ਤਉ ਸਦਾ ਸਹਜਿ ਲਿਵ ਲੀਣਾ॥੩॥ ta-o sadaa sahj liv leenaa. ||3||

ਇਹ (ਆਤਮਾ) ਜਨਮ ਮਰਨ ਤੋ ਰਹਿਤ ਹੈ । ਆਤਮਾ ਜਨਮ ਨਹੀਂ ਲੈਂਦੀ, ਭਾਵੇਂ ਜੀਵ ਸੋਚ ਦਾ, ਸਮਝਦਾ ਹੈ ਇਹ ਜਨਮ ਲੈਂਦੀ ਹੈ । ਜਦੋਂ ਨਾਸ਼ ਹੋ ਜਾਣ ਵਾਲੇ ਤਨ ਵਾਲਾ ਜੀਵ ਜਨਮ ਮਰਨ ਦਾ ਖਿਆਲ ਮਨ ਵਿਚੋਂ ਕੱਢ ਦੇਂਦਾ ਹੈ! ਤਾਂ ਉਸ ਦੀ ਸਮਾਧੀ ਪ੍ਰਭ ਦੇ ਚਰਨਾਂ ਵਿੱਚ ਲੱਗ ਜਾਂਦੀ ਹੈ ।

The soul is an expansion of The Holy Spirit and remains beyond the cycle of birth and death; even though everyone thinks soul takes birth. Whosoever may abandon the thoughts of birth and death; only then his mind may enter into the void of His Word.

ਜਿਉ ਪ੍ਰਤਿਬਿੰਬੁ ਬਿੰਬ ਕਉ ਮਿਲੀ ਹੈ, Ji-o partibimb bimb ka-o milee hai
ਉਦਕ ਕੁੰਭੁ ਬਿਗਰਾਨਾ॥ udak kumbh bigraanaa.
ਕਹੁ ਕਬੀਰ ਐਸਾ ਗੁਣ kaho kabeer aisaa gun
ਭ੍ਰਮੁ ਭਾਗਾ, bharam bhaagaa
ਤਉ ਮਨੁ ਸੁੰਨਿ ਸਮਾਨਾ॥੪॥੧॥ ta-o man sunn samaanaaN. ||4||1||

ਜਿਵੇਂ ਭਾਂਡਾ ਟੁੱਟ ਜਾਣ ਨਾਲ ਭਾਂਡੇ ਦਾ ਪਰਛਾਵਾਂ ਪਾਣੀ ਵਿੱਚ ਮਿਲ ਜਾਂਦਾ ਹੈ । ਇਸ ਤਰ੍ਹਾਂ ਜਦੋਂ ਜੀਵ ਦਾ ਮਨ ਪ੍ਰਭ ਦੇ ਚਰਨਾਂ ਵਿੱਚ ਸਮਾਧੀ ਲਾ ਲੈਂਦਾ ਹੈ । ਉਸ ਦਾ ਭਰਮਾਂ ਦਾ ਭਾਂਡਾ ਟੁੱਟ ਜਾਂਦਾ ਹੈ, ਤਾਂ ਜੀਵ ਦੇ ਭਰਮ ਦੂਰ ਹੋ ਜਾਂਦੇ ਹਨ ।

As any vessel breaks, the shadow of vessel, disappeared, absorbed in the water. Same way when his mind enters into the void of His Word, the vessel of his suspicions may be destroyed and his suspicions may be eliminated.

338.ਆਸਾ ਸ੍ਰੀ ਕਬੀਰ ਜੀ॥ 476

ਗਜ ਸਾਢੇ ਤੈ ਤੈ ਧੋਤੀਆ gaj saadhay tai tai Dhotee-aa
ਤਿਹਰੇ ਪਾਇਨਿ ਤਗ॥ tihray paa-in tag.
ਗਲੀ ਜਿਨ੍ਾ ਜਪਮਾਲੀਆ galee jinHaa japmaalee-aa
ਲੋਟੇ ਹਥਿ ਨਿਬਗ॥ lotay hath nibag.
ਓਇ ਹਰਿ ਕੇ ਸੰਤ ਨ ਆਖੀਅਹਿ o-ay har kay sant na aakhee-ahi
ਬਾਨਾਰਸਿ ਕੇ ਠਗ॥੧॥ baanaaras kay thag. ||1||

ਜਿਹੜੇ ਧਰਮ ਦਾ ਬਾਣਾ ਪਾਉਂਦਾ, ਨਿੱਤਨੇਮ ਕਰਨ ਵਾਲੀ ਮਾਲ਼ਾ, ਪੋਥੀ ਸਾਥ ਰਖਦਾ ਹੈ । ਉਹ ਦਿਖਾਵੇ ਵਿੱਚ ਪੂਰਨ ਭਗਤ ਜਾਪਦਾ ਹੈ । ਉਸ ਨੂੰ ਪ੍ਰਭ ਦਾ ਦਾਸ ਨਾ ਸਮਝੋ! ਉਹ ਅੰਦਰੋਂ ਮਾਇਆ ਦੇ ਮੋਹ ਵਿੱਚ ਫਸਿਆ ਹੰਦਾ ਹੈ ।

Whosoever may wear a religious robe, keeps rosary for routine daily prayers and The Holy religious Scripture in his hand all time. Even though, he may appear to be a Holy saint, His true devotee; you should not assume everyone as His true devotee. He may be overwhelmed with the worldly desires and greed.

ਐਸੇ ਸੰਤ ਨ ਮੋ ਕਉ ਭਾਵਹਿ॥ aisay sant na mo ka-o bhaaveh.
ਡਾਲਾ ਸਿਉ ਪੇਡਾ ਗਟਕਾਵਹਿ॥੧॥ daalaa si-o paydaa gatkaavahi. ||1||
ਰਹਾਉ॥ rahaa-o.

ਇਸ ਤਰ੍ਹਾਂ ਦੇ ਬਾਣੇ, ਨਿੱਤਨੇਮ ਕਰਨ ਵਾਲੇ ਸੰਤ ਪ੍ਰਭ ਦੇ ਸ਼ਬਦ ਦੇ ਪੁਜਾਰੀ ਨਹੀਂ ਹੁੰਦੇ । ਉਹਨਾਂ ਦੇ ਰੋਮ ਰੋਮ ਵਿੱਚ ਲਾਲਚ, ਫਰੇਬ ਭਰਿਆਂ ਹੁੰਦਾ ਹੈ ।

Whosoever may adopt religious robe, may perform routine meditation and keeps a copy of scripture along with him; you should not assume he may be His true devotee. His mind may be drenched with worldly greed and overwhelmed with deception in his mind.

ਬਾਸਨ ਮਾਂਜਿ ਚਰਾਵਹਿ ਊਪਰਿ baasan maaNj charaaveh oopar
ਕਾਠੀ ਧੋਇ ਜਲਾਵਹਿ॥ kaathee Dho-ay jalaaveh.
ਬਸੁਧਾ ਖੋਦਿ ਕਰਹਿ ਦੁਇ ਚੂਲ੍ਹੇ basuDhaa khod karahi du-ay choolHay
ਸਾਰੇ ਮਾਣਸ ਖਾਵਹਿ॥੨॥ saaray maanas khaaveh. ||2||

ਉਹ ਆਪਣੇ ਭਾਂਡੇ ਧੋਅ ਕੇ ਸੁੱਚੇ ਕਰਕੇ, ਲੱਕੜ ਨੂੰ ਸੁੱਚੀ ਕਰਕੇ ਅੱਗ ਜਲਾਉਂਦਾ ਹੈ । ਉਹ ਜ਼ਮੀਨ ਵਿੱਚ ਦੋਂ ਚੁੱਲੇ ਜਲਾਉਂਦਾ ਹੈ । ਉਸ ਦੇ ਮਨ ਵਿੱਚ ਮਾਨਸ ਦੀ ਧਰਮ ਦੀ ਕਮਾਈ ਨੂੰ ਹੜਪਣ ਦਾ ਲਾਲਚ, ਖਾਹਿਸ਼ ਰਹਿੰਦੀ ਹੈ ।

He may clean his vessel, sanctify his wood before stating fire to prepare food. He makes two fire pits in the ground to cook his food. His mind always remains greedy to capture worldly wealth of others. He keeps a desire and greed for worldly comforts in his mind.

ਓਇ ਪਾਪੀ ਸਦਾ ਫਿਰਹਿ ਅਪਰਾਧੀ, o-ay paapee sadaa fireh apraaDhee
ਮੁਖਹੁ ਅਪਰਸ ਕਹਾਵਹਿ॥ mukhahu apras kahaaveh.
ਸਦਾ ਸਦਾ ਫਿਰਹਿ ਅਭਿਮਾਨੀ sadaa sadaa fireh abhimaanee
ਸਗਲ ਕੁਟੰਬ ਡੁਬਾਵਹਿ॥੩॥ sagal kutamb dubaaveh. ||3||

ਉਹ ਦਿਨ ਰਾਤ ਪਾਪਾਂ ਦੇ ਕੰਮ ਕਰਦਾ, ਮਨ ਵਿੱਚ ਬੁਰੇ ਖਿਆਲ ਰਖਦਾ ਹੈ । ਉਹ ਆਪਣੇ ਆਪ ਨੂੰ ਸੰਸਾਰਕ ਪਦਾਰਥਾਂ ਤੋ ਰਹਿਤ ਹੀ ਦੱਸਦਾ ਹੈ ।

He performs sinful deeds and overwhelmed with evil thoughts in his mind in his day to day life. He may claim to be beyond the temptation of worldly wealth in his day to day life.

ਜਿਤੁ ਕੋ ਲਾਇਆ ਤਿਤ ਹੀ ਲਾਗਾ jit ko laa-i-aa tit hee laagaa
ਤੈਸੇ ਕਰਮ ਕਮਾਵੈ॥ taisay karam kamaavai.
ਕਹੁ ਕਬੀਰ ਜਿਸੁ ਸਤਿਗੁਰੁ ਭੇਟੈ, kaho kabeer jis satgur bhaytai
ਪੁਨਰਪਿ ਜਨਮਿ ਨ ਆਵੈ॥੪॥੨॥ punrap janam na aavai. ||4||2||

ਜੀਵ, ਇਹ ਵੀ ਪ੍ਰਭ ਦਾ ਹੀ ਖੇਲ ਹੈ! ਜਿਸ ਜੀਵ ਨੂੰ ਜਿਸ ਕੰਮ ਤੇ ਲਾਉਂਦਾ ਹੈ, ਜੀਵ ਉਹ ਕੰਮ ਹੀ ਕਰ ਸਕਦਾ ਹੈ । ਜਿਹੜਾ ਜੀਵ ਸ਼ਬਦ ਦੀ ਪਾਲਣਾ ਕਰਦਾ, ਸੋਝੀ ਪਾ ਕੇ, ਆਪਣਾ ਜੀਵਨ ਢਾਲ ਲੈਂਦਾ ਹੈ । ਉਹ ਜੂੰਨਾਂ ਦੇ ਚੱਕਰ ਵਿੱਚ ਨਹੀਂ ਜਾਂਦਾ ।

This is a unique astonishing, fascinating play of The True Master. Whatsoever the task may be assigned to worldly creature; he may perform only that task. Whosoever may wholeheartedly meditate and adopt the teachings of His Word, he may be enlightened from within. With His mercy and grace may remain in the cycle of birth and death.

339.ਆਸਾ ਸ੍ਰੀ ਕਬੀਰ ਜੀ॥ 476

ਬਾਪਿ ਦਿਲਾਸਾ ਮੇਰੋ ਕੀਨ੍ਹਾ॥ baap dilaasaa mayro keenHaa.
ਸੇਜ ਸੁਖਾਲੀ ਮੁਖਿ ਅੰਮ੍ਰਿਤੁ ਦੀਨ੍ਹਾ॥ sayj sukhaalee mukh amrit deenHaa.
ਤਿਸੁ ਬਾਪ ਕਉ ਕਿਉ ਮਨਹੁ ਵਿਸਾਰੀ॥ tis baap ka-o ki-o manhu visaaree.
ਆਗੈ ਗਇਆ ਨ ਬਾਜੀ ਹਾਰੀ॥੧॥ aagai ga-i-aa na baajee haaree. ||1||

ਸ੍ਰਿਸ਼ਟੀ ਦੇ ਸ੍ਰਿਜਨਹਾਰੇ, ਪ੍ਰਭ ਨੇ ਮਨ ਨੂੰ ਧੀਰਜ, ਸੰਤੋਖ ਬਖਸ਼ਿਆ ਹੈ । ਧਰਤੀ ਅਰਾਮ ਕਰਨ ਵਾਲੀ ਸੇਜ ਬਣਾਈ ਹੈ । ਰਹਿਮਤ ਬਖਸ਼ਕੇ ਸ਼ਬਦ ਦੇ ਲੜ ਲਾਇਆ ਹੈ । ਉਸ ਸ੍ਰਿਜਨਹਾਰੇ ਨੂੰ ਮਨੋ ਕਿਉਂ ਵਿਸਾਰਾ ? ਜਦੋਂ ਮੌਤ ਤੋ ਪਿਛੋਂ ਦਰਬਾਰ ਵਿੱਚ ਜਾਵਾਗਾ, ਮੈਂ ਮਾਨਸ ਜਨਮ ਦਾ ਖੇਲ ਨਹੀਂ ਹਾਰਾ ਗਾ।

The True Creator of the universe has blessed patience and contentment in my mind. He has established earth as a resting place for me. He has attached me to a devotional meditation on the teachings of His Word. How may I abandon The True Master from my mind? When I may be called in His court; I may not lose the play of human life journey.

ਮੁਈ ਮੇਰੀ ਮਾਈ	mu-ee mayree maa-ee
ਹਉ ਖਰਾ ਸੁਖਾਲਾ॥	ha-o kharaa sukhaalaa.
ਪਹਿਰਉ ਨਹੀ ਦਗਲੀ	pahira-o nahee daglee
ਲਗੈ ਨ ਪਾਲਾ॥੧॥ ਰਹਾਉ॥	lagai na paalaa. ||1|| rahaa-o.

ਪ੍ਰਭ ਦੀ ਰਹਿਮਤ ਨਾਲ ਮਨ ਵਿਚੋਂ ਸੰਸਾਰਕ ਮਾਇਆ ਦੀ ਇੱਛ ਖਤਮ ਹੋ ਗਈ ਹੈ । ਮੈਂ ਕੋਈ ਧਾਰਮਕ ਚੋਲਾ ਨਹੀਂ ਪਾਉਂਦਾ । ਮੈਨੂੰ ਕਿਸੇ ਸੰਸਾਰਕ ਇੱਛਾਂ ਦੀ ਭਟਕਣ ਵੀ ਨਹੀਂ ਲਗਦੀ ।

With His mercy and grace, I have conquered all worldly desires of wealth from my mind. I do not wear any religious robe nor I have any frustration of any worldly desire.

ਬਲਿ ਤਿਸੁ ਬਾਪੈ ਜਿਨਿ ਹਉ ਜਾਇਆ॥	bal tis baapai jin ha-o jaa-i-aa.
ਪੰਚਾ ਤੇ ਮੇਰਾ ਸੰਗੁ ਚੁਕਾਇਆ॥	panchaa tay mayraa sang chukaa-i-aa.
ਪੰਚ ਮਾਰਿ ਪਾਵਾ ਤਲਿ ਦੀਨੇ॥	panch maar paavaa tal deenay.
ਹਰਿ ਸਿਮਰਨਿ ਮੇਰਾ ਮਨੁ ਤਨੁ ਭੀਨੇ॥੨	har simran mayraa man tan bheenay. 2

ਉਸ ਸਿਰਜਨਹਾਰੇ ਤੋ ਕੁਰਬਾਨ ਜਾਵਾ! ਜਿਸ ਨੇ ਰਹਿਮਤ ਬਖਸ਼ਕੇ ਪੰਜਾਂ ਸੰਸਾਰਕ ਪਾਪ ਕਰਨ ਵਾਲੀਆਂ ਇੱਛਾਂ ਤੋ ਛੁਟਕਾਰਾ ਬਖਸ਼ਿਆਂ ਹੈ । ਉਹਨਾਂ ਪੰਜਾਂ ਜਮਦੂਤਾਂ ਤੇ ਜਿੱਤ ਪਾ ਕੇ, ਉਹਨਾਂ ਨੂੰ ਆਪਣੇ ਪੈਰਾਂ ਥੱਲੇ ਦੱਬਾ ਦਿੱਤਾ ਹੈ । ਸ਼ਬਦ ਦੀ ਪਾਲਣਾ ਕਰਦਾ ਮਨ, ਸ਼ਬਦ ਦੀ ਸ਼ਰਧਾ ਨਾਲ ਰੰਗਿਆ ਹੋਇਆ ਹੈ ।

I am fascinated and grateful to The True Master! With His mercy and grace, the five demons of worldly desires have been eliminated and all worldly desires and frustration from my mind. By conquering those worldly demons, I have crushed these under my feet. By adopting the teachings of His Word, I am drenched with the teachings of His Word.

ਪਿਤਾ ਹਮਾਰੋ ਵਡ ਗੋਸਾਈ॥	pitaa hamaaro vad gosaa-ee.
ਤਿਸੁ ਪਿਤਾ ਪਹਿ ਹਉ ਕਿਉ ਕਰਿ ਜਾਈ॥	tis pitaa peh ha-o ki-o kar jaa-ee.
ਸਤਿਗੁਰ ਮਿਲੇ ਤ ਮਾਰਗੁ ਦਿਖਾਇਆ॥	satgur milay ta maarag dikhaa-i-aa.
ਜਗਤ ਪਿਤਾ ਮੇਰੈ ਮਨਿ ਭਾਇਆ॥੩॥	jagat pitaa mayrai man bhaa-i-aa. ||3

ਸ੍ਰਿਜਨਹਾਰਾ ਤਾਂ ਬਹੁਤ ਵੱਡਾ, ਸਾਰੀ ਸ੍ਰਿਸ਼ਟੀ ਦਾ ਮਾਲਕ ਹੈ । ਮੈਂ ਉਸ ਪਾਸ ਕਿਵੇਂ ਜਾਵਾਗਾ? ਜਦੋਂ ਸ਼ਬਦ ਨਾਲ ਜੀਵਨ ਢਾਲ ਲਿਆ ਤਾਂ ਸ਼ਬਦ ਦੀ ਸੋਝੀ ਤੋ ਰਸਤੇ ਦਾ ਗਿਆਨ ਹੋ ਗਿਆ ਹੈ । ਹੁਣ ਉਹ ਪ੍ਰਭ ਮੇਰੇ ਮਨ ਨੂੰ ਬਹੁਤ ਚੰਗਾ ਲੱਗਦਾ ਹੈ ।

The True Creator of the universe is a very great and distinguished. How may I reach His court, Castle? When I adopted the teachings of His Word with steady and stable belief in my day to day life; He has blessed me with the right path to reach His court. Now the teachings of His Word are very soothing and comforting to my mind.

ਹਉ ਪੂਤੁ ਤੇਰਾ ਤੂੰ ਬਾਪੁ ਮੇਰਾ॥ ha-o poot tayraa tooN baap mayraa.
ਏਕੈ ਠਾਹਰ ਦੁਹਾ ਬਸੇਰਾ॥ aykai thaahar duhaa basayraa.
ਕਹੁ ਕਬੀਰ ਜਨਿ ਏਕੋ ਬੂਝਿਆ॥ kaho kabeer jan ayko boojhi-aa.
ਗੁਰ ਪ੍ਰਸਾਦਿ ਮੈ ਸਭੁ ਕਿਛੁ ਸੂਝਿਆ॥ gur parsaad mai sabh kichh soojhi-aa.
੪॥੩॥ ||4||3||

ਪ੍ਰਭ ਤੂੰ ਹੀ ਸ੍ਰਿਜਨਹਾਰਾ ਹੈ, ਮੈਂ ਤੇਰਾ ਹੀ ਦਾਸ, ਗੁਲਾਮ ਹਾ । ਅਸੀ ਦੋਨੋਂ ਹੀ ਇੱਕ ਘਰ ਵਿੱਚ ਵਸਦੇ ਹਾ । ਪ੍ਰਭ ਤੇਰੇ ਦਾਸ ਨੂੰ ਤਾਂ ਕੇਵਲ ਇੱਕੋ ਇੱਕ, ਇਹ ਹੀ ਸੋਝੀ ਹੈ । ਤੇਰੀ ਰਹਿਮਤ ਨਾਲ ਮੈਨੂੰ ਸਭ ਕੁਝ ਦੀ ਸੋਝੀ ਹੋ ਗਈ ਹੈ ।

You are my The True Master, Creator and I am Your slave. We both co-existence and resides in the same body. Your true devotee has only one and only one enlightenment; With Your mercy and grace, I have been enlightened with the teachings of Your Word and Your existence.

340.ਆਸਾ ਸ੍ਰੀ ਕਬੀਰ ਜੀ॥ 476

ਇਕਤੁ ਪਤਰਿ ਭਰਿ ਉਰਕਟ ਕੁਰਕਟ, ikat patar bhar urkat kurkat
ਇਕਤੁ ਪਤਰਿ ਭਰਿ ਪਾਨੀ॥ ikat patar bhar paanee.
ਆਸਿ ਪਾਸਿ ਪੰਚ ਜੋਗੀਆ aas paas panch jogee-aa
ਬੈਠੇ ਬੀਚਿ ਨਕਟ ਦੇ ਰਾਨੀ॥ ੧॥ baithay beech nakat day raanee. ||1||

ਸੰਸਾਰ ਵਿੱਚ ਧਰਮ ਦੇ ਪਾਲਣਾ ਕਰਨ ਵਾਲੇ! ਇੱਕ ਭਾਂਡੇ ਵਿੱਚ ਖਾਣਾ (ਲੋਭ) ਰਖਦੇ ਹਨ, ਦੂਸਰੇ ਭਾਂਡੇ ਵਿੱਚ ਸੰਸਾਰਕ ਮਾਇਆ ਦਾ ਨਸ਼ਾ ਰਖਦੇ ਹਨ । ਉਸ ਦੇ ਮਨ ਵਿੱਚ ਪੰਜੇ ਇੱਛਾਂ ਧਰਮ ਦਾ ਰੀਤੀ ਰੀਵਾਜ ਕਰਦੀਆਂ ਹਨ । ਇਹਨਾਂ ਦੀ ਰਾਣੀ, ਸੰਸਾਰਕ ਮਾਇਆ ਕੇਂਦਰ ਵਿੱਚ ਤਖਤ ਤੇ ਬੈਠਦੀ ਹੈ । ਜੀਵ ਦੇ ਮਨ ਨੂੰ ਆਪਣੇ ਇਸ਼ਾਰੇ ਤੇ ਨਚਾਉਂਦੀ ਹੈ ।

All religious followers, devotees keep two themes in day to day life; the greed in one container and the intoxication of the worldly wealth in the other container. The demons of worldly desires dominate his mind to perform all religious rituals very rigorously. The Worldly wealth, the queen of demons remains incarnated on the throne in the center of mind; she makes the mind dance at her signal.

ਨਕਟੀ ਕੋ ਠਨਗਨੁ ਬਾਡਾ ਡੂੰ॥ naktee ko thangan baadaa dooN.
ਕਿਨਹਿ ਬਿਬੇਕੀ ਕਾਟੀ ਤੂੰ॥੧॥ ਰਹਾਉ॥ kineh bibaykee kaatee tooN. ||1 rahaa o.

ਇਸ ਸੰਸਾਰਕ ਮਾਇਆ ਦੀ ਅਵਾਜ, ਘੰਟੀ ਸਾਰੀ ਸ੍ਰਿਸ਼ਟੀ ਵਿੱਚ ਹੀ ਗੂੰਜਦੀ ਹੈ । ਵਿਰਲੇ ਹੀ ਜੀਵ ਨੂੰ ਸ਼ਬਦ ਦੀ ਸੋਝੀ ਹੁੰਦੀ ਹੈ! ਜਿਹੜਾ ਇਸ ਮਾਇਆ ਦਾ ਨੱਕ ਕੱਟਦਾ, ਇਸ ਨੂੰ ਮਨੋ ਕੱਢਦਾ ਹੈ ।

The everlasting echo of worldly wealth resonates in the whole universe. However, very rare devotee may be enlightened with the teachings of His Word. He may conquer and eliminate from his mind.

ਸਗਲ ਮਾਹਿ ਨਕਟੀ ਕਾ ਵਾਸਾ, sagal maahi naktee kaa vaasaa
ਸਗਲ ਮਾਰਿ ਅਉਹੇਰੀ॥ sagal maar a-uhayree.
ਸਗਲਿਆ ਕੀ ਹਉ ਬਹਿਨ ਭਾਨਜੀ, sagli-aa kee ha-o bahin bhaanjee
ਜਿਨਹਿ ਬਰੀ ਤਿਸੁ ਚੇਰੀ॥੨॥ jineh baree tis chayree. ||2||

ਇਹ ਮਾਇਆ ਨੂੰ ਕੋਈ ਸ਼ਰਮ ਨਹੀਂ, ਇਹ ਸਾਰੀ ਸ੍ਰਿਸ਼ਟੀ ਨੂੰ ਹੀ ਤਬਾਹ ਕਰ ਦੇਂਦੀ ਹੈ । ਆਪਣੇ ਰਸਤੇ ਤੋ ਤੋੜ ਦੇਂਦੀ ਹੈ । ਇਹ ਸਾਰੀ ਸ੍ਰਿਸ਼ਟੀ ਦੀ ਹੀ ਸਾਥੀ, ਸਕੀ ਸਬੰਧੀ ਬਣਕੇ, ਆਪਣੇ ਜਾਲ ਵਿੱਚ ਫਸਾਉਂਦੀ ਹੈ । - (ਭੈਣ, ਭਾਈ, ਪਤਨੀ, ਦਾਸੀ)

The shameless worldly wealth ruins the whole creation, she diverts the mind of everyone from the right path. She will pretend to be a close friend, relative of everyone to entangle in her trap.

ਹਮਰੋ ਭਰਤਾ ਬਡੋ ਬਿਬੇਕੀ,	hamro bhartaa bado bibaykee
ਆਪੇ ਸੰਤੁ ਕਹਾਵੈ॥	aapay sant kahaavai.
ਓਹੁ ਹਮਾਰੈ ਮਾਥੈ ਕਾਇਮੁ,	oh hamaarai maathai kaa-im
ਅਉਰੁ ਹਮਰੈ ਨਿਕਟਿ ਨ ਆਵੈ॥੩॥	a-or hamrai nikat na aavai. ||3||

ਬੰਦਗੀ ਕਰਨ ਵਾਲੇ ਦਾ ਸਾਥੀ, ਅਸਲੀ ਮਾਲਕ ਪ੍ਰਭ ਆਪ ਹੀ ਹੁੰਦਾ ਹੈ! ਹਰ ਸਮੇਂ ਹੀ ਬੰਦਗੀ ਕਰਨ ਵਾਲੇ ਦਾ ਸਾਥ ਦੇਂਦਾ ਹੈ । ਉਸ ਦੇ ਨੇੜੇ ਇਹ ਸੰਸਾਰਕ ਮਾਇਆ (ਲਾਲਚ) ਨਹੀਂ ਜਾ ਸਕਦੀ ।

The True Master of His true devotee, always remains close associate and companion with His true devotee. Worldly wealth may not come close to him. His soul becomes beyond the reach of the greed of the demons of worldly wealth.

ਨਾਕਹੁ ਕਾਟੀ ਕਾਨਹੁ ਕਾਟੀ,	naakahu kaatee kaanahu kaatee
ਕਾਟਿ ਕੂਟਿ ਕੈ ਡਾਰੀ॥	kaat koot kai daaree.
ਕਹੁ ਕਬੀਰ ਸੰਤਨ ਕੀ ਬੈਰਨਿ,	kaho kabeer santan kee bairam
ਤੀਨਿ ਲੋਕ ਕੀ ਪਿਆਰੀ॥੪॥੪॥	teen lok kee pi-aaree. ||4||4||

ਬੰਦਗੀ ਕਰਨ ਵਾਲੇ ਇਸ ਨੂੰ ਆਪਣੇ ਦਿਲ ਵਿਚੋਂ ਕੱਢ ਦੇਂਦੇ ਹਨ । ਉਹਨਾਂ ਤੇ ਇਸ ਦਾ ਕੋਈ ਪ੍ਰਭਾਵ ਨਹੀਂ ਰਹਿੰਦਾ । ਇਹ ਮਾਇਆ ਦਾ ਜ਼ੋਰ, ਜਾਲ ਤਿੰਨਾਂ ਸ੍ਰਿਸ਼ਟੀਆ ਵਿੱਚ ਹੀ ਹੈ! ਇਹ ਸੰਤਾਂ, ਬੰਦਗੀ ਕਰਨ ਵਾਲਿਆਂ ਤੋ ਡਰਦੀ ਰਹਿੰਦੀ ਹੈ ।

His true devotee will conquer and eliminate all demons of worldly desires from his mind. This worldly wealth may not have any effect on his state of mind. The worldly wealth dominated all three universes. She always remains afraid from His true devotee.

341.ਆਸਾ ਸ੍ਰੀ ਕਬੀਰ ਜੀ॥ 476

ਜੋਗੀ ਜਤੀ ਤਪੀ ਸੰਨਿਆਸੀ,	jogee jatee tapee sani-aasee
ਬਹੁ ਤੀਰਥ ਭ੍ਰਮਨਾ॥	baho tirath bharmanaa.
ਲੁੰਜਿਤ ਮੁੰਜਿਤ ਮੋਨਿ ਜਟਾਧਰ,	luNjit muNjit mon jataaDhar
ਅੰਤਿ ਤਊ ਮਰਨਾ॥ ੧॥	ant ta-oo marnaa. ||1||

ਸੰਸਾਰਕ ਜੋਗੀ, ਤਪ ਕਰਨ ਵਾਲੇ, ਸੰਨਿਆਸੀ ਸਾਰੇ ਪਵਿਤ੍ਰ ਤੀਰਥਾਂ ਤੇ ਇਸ਼ਨਾਨ ਕਰਦੇ ਹਨ । ਜੈਨ ਸਿਰ ਦੇ ਵਾਲ ਮੰਨਦੇ, ਮੋਨਧਾਰੀ, ਜੜਾਵਾਂ ਵਾਲੇ ਸਾਰੇ ਹੀ ਆਪਣੇ ਨਿਯਮਾਂ ਨਾਲ ਜੀਵਨ ਬਤੀਤ ਕਰਦੇ ਹਨ । ਅੰਤ ਵਿੱਚ ਜੀਵਨ ਪੂਰਾ ਕਰਕੇ ਮਰ ਜਾਂਦੇ ਹਨ ।

All devotees of various faiths worship and go for sanctifying bath at Holy shrines. All adopt the teachings of the principles of his own faith to live his day to day life. However, after spending time on earth, all have been captured by the devil of death.

ਤਾ ਤੇ ਸੇਵੀਅਲੇ ਰਾਮਨਾ॥	taa tay sayvee-alay raamnaa.
ਰਸਨਾ ਰਾਮ ਨਾਮ ਹਿਤੁ ਜਾ ਕੈ,	rasnaa raam naam hit jaa kai
ਕਹਾ ਕਰੈ ਜਮਨਾ॥੧॥ ਰਹਾਉ॥	kahaa karai jamnaa. ||1|| rahaa-o.

ਜੀਵ ਪ੍ਰਭ ਦੇ ਸ਼ਬਦ ਦਾ ਸਿਮਰਨ ਕਰੋ। ਜਿਸ ਦੀ ਜੀਭ ਤੇ ਪ੍ਰਭ ਦਾ ਸ਼ਬਦ ਹੁੰਦਾ ਹੈ । ਉਸ ਨੂੰ ਮੌਤ ਦਾ ਫਰਿਸ਼ਤਾ ਕੀ ਕਰ ਸਕਦਾ ਹੈ?

You should wholeheartedly meditate on the teachings of His Word. Whosoever may always sing the glory of His Word; what may the devil of death harm him? He becomes beyond the reach of devil of death.

ਆਗਮ ਨਿਰਗਮ ਜੋਤਿਕ ਜਾਨਹਿ, aagam nirgam jotik jaaneh
ਬਹੁ ਬਹੁ ਬਿਆਕਰਨਾ॥ baho baho bi-aakarnaa.
ਤੰਤ ਮੰਤ੍ਰ ਸਭ ਅਉਖਧ ਜਾਨਹਿ, tant mantar sabh a-ukhaDh jaaneh
ਅੰਤਿ ਤਊ ਮਰਨਾ॥੨॥ ant ta-oo marnaa. ||2||

ਜਿਹੜੇ ਜੀਵ ਸ਼ਾਸਤਰ, ਵੇਦਾਂ, ਜੋਤਸ਼ ਭਾਸ਼ਾ, ਜਾਦੂ, ਮੰਤ੍ਰ ਜਾਣਦੇ ਹਨ । ਅੰਤ ਵਿੱਚ ਉਹ ਵੀ ਮੌਤ ਦੇ ਹਵਾਲੇ ਹੋ ਜਾਂਦੇ ਹਨ ।

Even the religious devotees who may know the Holy Scriptures and follow the teachings of the Scriptures to gain miracle powers; in the end, everyone may be captured by the devil of death.

ਰਾਜ ਭੋਗ ਅਰੁ ਛਤ੍ਰ ਸਿੰਘਾਸਨ, raaj bhog ar chhatar singhaasan
ਬਹੁ ਸੁੰਦਰਿ ਰਮਨਾ॥ baho sundar ramnaa.
ਪਾਨ ਕਪੂਰ ਸੁਬਾਸਕ ਚੰਦਨ, paan kapoor subaasak chandan
ਅੰਤਿ ਤਊ ਮਰਨਾ॥੩॥ ant ta-oo marnaa. ||3||

ਜਿਹੜੇ ਰਾਜ ਤਖਤ, ਸ਼ਾਹੀ ਹੁਕਮ, ਸੰਦੁਰ ਔਰਤਾਂ, ਗਰੀ ਛਹਾਰੇ, ਕੀਮਤੀ ਅੱਤਰ ਲਾਉਂਦੇ ਹਨ । ਸਾਰੇ ਹੀ ਅੰਤ ਵਿੱਚ ਮੌਤ ਦੇ ਹਵਾਲੇ ਹੋ ਜਾਂਦੇ ਹਨ ।

All kings and the other rich people who may give too much significance to their body and eat worldly delicacies. All have been captured by the death after their time is over.

ਬੇਦ ਪੁਰਾਨ ਸਿੰਮ੍ਰਿਤਿ ਸਭ ਖੋਜੇ, bayd puraan simrit sabh khojay
ਕਹੂ ਨ ਊਬਰਨਾ॥ kahoo na oobarnaa.
ਕਹੁ ਕਬੀਰ ਇਉ ਰਾਮਹਿ, kaho kabeer i-o raameh
ਜੰਪਉ ਮੇਟਿ ਜਨਮ ਮਰਨਾ॥੪॥੫॥ jampa-o mayt janam marnaa. ||4||5||

ਸਾਰੇ ਧਾਰਮਕ ਗ੍ਰੰਥ, ਵੇਦ, ਪੁਰਾਨ, ਸਿਮਤ੍ਰੀਆਂ ਖੋਜ ਕੇ ਦੇਖੇ ਹਨ । ਕੋਈ ਵੀ ਮੌਤ ਤੋ ਬਚਾ ਨਹੀਂ ਸਕਦਾ । ਕੇਵਲ ਸ਼ਬਦ ਦੀ ਬੰਦਗੀ ਕਰਨ ਨਾਲ ਹੀ ਜਨਮ ਮਰਨ ਦਾ ਚੱਕਰ ਖਤਮ ਹੋ ਸਕਦਾ ਹੈ ।

I have searched and evaluated all Holy Scriptures of the universe; no one may escape the devil of death. Only by wholeheartedly meditating with steady and stable belief; with His mercy and grace, the cycle of birth and death may be eliminated.

342.ਆਸਾ ਸ੍ਰੀ ਕਬੀਰ ਜੀ॥ 477

ਫੀਲੁ ਰਬਾਬੀ ਬਲਦੁ ਪਖਾਵਜ, feel rabaabee balad pakhavaj
ਕਊਆ ਤਾਲ ਬਜਾਵੈ॥ ka-oo-aa taal bajaavai.
ਪਹਿਰਿ ਚੋਲਨਾ ਗਦਹਾ ਨਾਚੈ, pahir cholnaa gadhaa naachai
ਭੈਸਾ ਭਗਤਿ ਕਰਾਵੈ॥੧॥ bhaisaa bhagat karaavai. ||1||

ਇਸ ਸੰਸਾਰ ਵਿੱਚ ਇਸ ਤਰ੍ਹਾਂ ਦਾ ਖੇਲ ਚਲਦਾ ਹੈ! ਜ਼ੋਰਵਾਲਾ (ਹਾਥੀ) ਸੰਗੀਤ ਦੀ ਰਬਾਬ ਵਜਾਉਂਦਾ, ਹੁਕਮ ਚਲਾਉਂਦਾ ਹੈ । ਉਸ ਦੇ ਸਾਥੀ, ਸਾਹਨ (ਬੱਲਦ) ਢੋਲ ਵਜਾਉਂਦੇ ਹਨ, ਉਸ ਦਾ ਹੁਕਮ ਬਾਕੀ ਜੀਵਾਂ ਤੇ ਠੋਸਦੇ ਹਨ । ਕਾਂ, ਬਹੁਤਾ ਬੋਲਣਵਾਲੇ ਉਸ ਦੇ ਹੁਕਮ ਦਾ ਪ੍ਰਚਾਰ ਕਰਦੇ ਹਨ, ਮੂਰਖ ਉਸ ਦੇ ਹੁਕਮ ਤੇ ਨੱਚਦੇ ਹਨ । ਨਿਮਾਣੇ ਜੀਵ ਆਪਣੇ ਮਨ ਤੇ ਕਾਬੂ ਪਾ ਕੇ ਪ੍ਰਭ ਦੇ ਸ਼ਬਦ ਦੇ ਸਿਮਰਨ ਵਿੱਚ ਹੀ ਲੀਨ ਰਹਿੰਦੇ ਹਨ ।

The universe is such a mysterious play, the most powerful (elephant) plays on the musical instrument and his followers support him with beating drums. He may enforce his own command on everyone else. The worldly loud mouth (crow) preaches his message. The ignorant innocent and foolish will dance on the tone of his music. Humble and helpless creatures, devotees with patience may control their mind and remain steady and stable on meditating in the void of His Word.

ਰਾਜਾ ਰਾਮ ਕਕਰੀਆ ਬਰੇ ਪਕਾਏ॥ raajaa raam kakree-aa baray pakaa-ay.
ਕਿਨੈ ਬੂਝਨਹਾਰੈ ਖਾਏ॥੧॥ ਰਹਾਉ॥ kinai boojhanhaarai khaa-ay. 1 rahaa-o.

ਪ੍ਰਭ ਨੇ ਸ਼ਬਦ ਦਾ ਭੋਜਨ ਪਰੋਸਿਆ ਹੈ! ਕੋਈ ਵਿਰਲਾ ਹੀ ਸ਼ਬਦ ਦੀ ਪਾਲਣਾ ਕਰਕੇ ਇਸ ਭੋਜਨ ਖਾਣ ਦੇ ਯੋਗ ਬਣਦਾ ਹੈ ।

The True Master has prepared a delicacy, food of the teachings of His Word. However, very rare devotee may adopt the teachings of His Word and may become worthy of eating the food of His Word.

ਬੈਠਿ ਸਿੰਘੁ ਘਰਿ ਪਾਨ ਲਗਾਵੈ, baith singh ghar paan lagaavai
ਘੀਸ ਗਲਉਰੇ ਲਿਆਵੈ॥ ghees gal-uray li-aavai.
ਘਰਿ ਘਰਿ ਮੁਸਰੀ ਮੰਗਲੁ ਗਾਵਹਿ, ghar ghar musree mangal gaavahi
ਕਛੂਆ ਸੰਖੁ ਬਜਾਵੈ॥੨॥ kachhoo-aa sankh bajaavai. ||2||

ਜ਼ੋਰਵਾਲੇ ਲਈ ਸ਼ਾਹੀ ਖਾਣੇ ਬਣਾਉਂਦੇ ਹਨ, ਉਸ ਦੇ ਪੈਰੋਕਾਰ ਅਨੰਦ ਮਾਨਦੇ ਹਨ । ਉਸ ਦੇ ਗੁਲਾਮ ਉਸਤਤ ਦੇ ਗੀਤ ਗਾਉਂਦੇ, ਜੈਕਾਰ ਦੇ ਸੰਖ ਵਜਾਉਂਦੇ ਹਨ ।

Most delicacies may be prepared for powerful and his followers also enjoys the worldly entertainments. All slaves sing the praises of the wealthy and powerful.

ਬੰਸ ਕੋ ਪੂਤੁ ਬੀਆਹਨ ਚਲਿਆ, bans ko poot bee-aahan chali-aa
ਸੁਇਨੇ ਮੰਡਪ ਛਾਏ॥ su-inay mandap chhaa-ay.
ਰੂਪ ਕੰਨਿਆ ਸੁੰਦਰਿ ਬੇਧੀ, roop kanniaa sundar bayDhee
ਸਸੈ ਸਿੰਘ ਗੁਨ ਗਾਏ॥੩॥ sasai singh gun gaa-ay. ||3||

ਬੰਜਰ ਔਰਤ (ਜਿਸ ਦੀ ਗਰਭ ਵਾਲੀ ਨਾੜ ਕੱਟੀ ਹੋਵੇ) ਦੇ ਬੱਚੇ ਦਾ ਸੋਹਾਗ ਹੋ ਰਹਿੰਆ ਹੈ । ਉਸ ਦੇ ਸਿਰ ਤੇ ਸੋਨੇ ਦਾ ਸ਼ਤਰ ਝੁਲਦਾ ਹੈ । ਇਹ ਹੀ ਹਾਲ ਧਰਮ ਦੇ ਪੁਜਾਰੀਆਂ ਦਾ ਹੈ ।

Everyone is singing the glory and songs of enjoyment of newborn babies of baron woman. The kids of these filthy and powerful are crowned. This is the way of life of religious Holy priests.

ਕਹਤ ਕਬੀਰ ਸੁਨਹੁ ਰੇ ਸੰਤਹੁ, kahat kabeer sunhu ray santahu
ਕੀਟੀ ਪਰਬਤੁ ਖਾਇਆ॥ keetee parbat khaa-i-aa.
ਕਛੂਆ ਕਹੈ ਅੰਗਾਰ ਭਿ ਲੋਰਉ, kachhoo-aa kahai angaar bhe lora-o
ਲੂਕੀ ਸਬਦੁ ਸੁਨਾਇਆ॥੪॥੬॥ lookee sabad sunaa-i-aa. ||4||6||

ਜੀਵ ਪ੍ਰਭ ਦੇ ਸ਼ਬਦ ਦੇ ਭੇਤ ਵਾਲੀ ਕਥਾ ਸਣੋ! ਸੰਸਾਰ ਵਿੱਚ ਇਸ ਤਰ੍ਹਾਂ ਹੈ! ਜਿਵੇਂ ਕੀੜੀ ਨੇ ਪ੍ਰਬਤ ਨੂੰ ਖਾ ਲਿਆ ਹੈ । ਕੱਛੂ ਅੱਗ ਸੇਕਨ ਲਈ ਕੋਇਲਾ ਮੰਗਦਾ ਹੈ ।

You should listen carefully to the sermons of the teachings of His Word. The condition the world may be described as, the ant has eaten a big mountain, the turtle is enjoying bonfire, comfort of heat.

343.ਆਸਾ ਸ੍ਰੀ ਕਬੀਰ ਜੀ॥ 477

ਬਟੂਆ ਏਕੁ ਬਹਤਰਿ ਆਧਾਰੀ, batoo-aa ayk bahtar aaDhaaree
ਏਕੋ ਜਿਸਹਿ ਦੁਆਰਾ॥ ayko jisahi du-aaraa.
ਨਵੈ ਖੰਡ ਕੀ ਪ੍ਰਿਥਮੀ ਮਾਗੈ, navai khand kee parithmee maagai

ਸੋ ਜੋਗੀ ਜਗਿ ਸਾਰਾ॥੧॥ so jogee jag saaraa. ||1||

ਜੀਵ ਦਾ ਤਨ ਇੱਕ ਥੈਲੇ ਦੀ ਤਰ੍ਹਾਂ ਹੀ ਹੈ, ਜਿਸ ਦਾ ਮੂੰਹ ਦਸਵੇਂ ਦਰ ਵੱਲ ਖੁਲਦਾ ਹੈ । ਜਿਹੜਾ ਪ੍ਰਭ ਦੇ ਚਰਨਾਂ ਵਿੱਚ ਸ਼ਰਣ ਮੰਗਦਾ ਹੈ! ਉਹ ਹੀ ਅਸਲੀ ਜੋਗੀ, ਬੰਦਗੀ ਕਰਨ ਵਾਲਾ ਹੁੰਦਾ ਹੈ ।

You should consider the body of a human is like a bag that opens in the 10th Castle, of The True Master. Whosoever may meditate and begs for the sanctuary of His Word, only he may be worthy calling His true devotee, His true slave.

ਐਸਾ ਜੋਗੀ ਨਉ ਨਿਧਿ ਪਾਵੈ॥ aisaa jogee na-o niDh paavai.
ਤਲ ਕਾ ਬ੍ਰਹਮੁ ਲੇ ਗਗਨਿ ਚਰਾਵੈ॥੧॥ ਰਹਾਉ॥ tal kaa barahm lay gagan charaavai. ||1|| rahaa-o.

ਇਸ ਤਰ੍ਹਾਂ ਦੇ ਜੋਗੀ ਨੂੰ ਪ੍ਰਭ ਨੌਂ ਖਜ਼ਾਨੇਂ ਬਖਸ਼ਦਾ ਹੈ । ਉਹ ਆਪਣੀ ਆਤਮਾ ਨੂੰ ਮਨ ਦੇ ਦਸਵੇਂ ਅਕਾਸ਼ ਵੱਲ ਲੈ ਜਾਂਦਾ ਹੈ ।

His true devotee with such a state of mind may be blessed with nine treasures of enlightenment from The True Master. He may remain on the right path of meditation. His soul may be accepted in His court and he may enter into the 10th castle.

ਖਿੰਥਾ ਗਿਆਨ ਧਿਆਨ ਕਰਿ ਸੂਈ, ਸ਼ਬਦੁ ਤਾਗਾ ਮਥਿ ਘਾਲੈ॥ khinthaa gi-aan Dhi-aan kar soo-ee sabad taagaa math ghaalai.
ਪੰਚ ਤਤੁ ਕੀ ਕਰਿ ਮਿਰਗਾਣੀ ਗੁਰ ਕੈ ਮਾਰਗਿ ਚਾਲੈ॥੨॥ panch tat kee kar mirgaanee gur kai maarag chaalai. ||2||

ਉਹ ਸ਼ਬਦ ਦੀ ਸੋਝੀ ਨੂੰ ਆਪਣਾ ਬੰਦਗੀ ਕਰਨ ਵਾਲਾ ਬਾਣਾ, ਸ਼ਬਦ ਦੀ ਪਾਲਣਾ ਨੂੰ ਉਹ ਸੂਈ ਬਣਾਉਂਦਾ ਹੈ, ਸ਼ਬਦ ਦੇ ਨਿਯਮਾਂ ਨੂੰ ਧਾਗਾ ਬਣਾਉਂਦਾ ਹੈ । ਉਹ ਮਨ ਦੀਆਂ ਪੰਜਾਂ ਇੱਛਾਂ ਨੂੰ ਹਰਨ ਦੀ ਚਮੜੀ ਵਾਲਾ ਆਸਣ ਬਣਾਉਂਦਾ, ਸ਼ਬਦ ਨਾਲ ਜੀਵਨ ਢਾਲਦਾ ਹੈ ।

His true devotee makes the enlightenment of His Word as his religious robe, obeying the teachings of His Word as the needle, the teachings of His Word as the thread for the needle. He will make all five demons of worldly desires as the throne made out of deer skin. He adopts the teachings of His Word with steady and stable belief in day to day life.

ਦਇਆ ਫਾਹੁਰੀ ਕਾਇਆ ਕਰਿ ਧੂਈ, ਦ੍ਰਿਸਟਿ ਕੀ ਅਗਨਿ ਜਲਾਵੈ॥ da-i-aa faahuree kaa-i-aa kar Dhoo-ee darisat kee agan jalaavai.
ਤਿਸ ਕਾ ਭਾਉ ਲਏ ਰਿਦ ਅੰਤਰਿ, ਚਹੁ ਜੁਗ ਤਾੜੀ ਲਾਵੈ॥੩॥ tis kaa bhaa-o la-ay rid antar, chahu jug taarhee laavai. ||3||

ਉਹ ਆਪਣੇ ਤਰਸ ਨੂੰ ਗੋਡੀ ਕਰਨ ਵਾਲਾ ਬੇਲਚਾ, ਤਨ ਨੂੰ ਬਾਲਨ ਅਤੇ ਪ੍ਰਭ ਦੇ ਦਰਸ਼ਨ ਦੀ ਅੱਗ ਜਲਾਉਂਦਾ ਹੈ । ਉਹ ਪ੍ਰਭ ਦੇ ਸ਼ਬਦ ਨਾਲ ਪ੍ਰੀਤ ਆਪਣੇ ਹਿਰਦੇ ਵਿੱਚ ਰਖਦਾ ਹੈ । ਇਸ ਤਰ੍ਹਾਂ ਉਹ ਚਾਰੇ ਜੁਗਾਂ ਵਿੱਚ ਹੀ ਸਮਾਧੀ ਵਿੱਚ ਰਹਿੰਦਾ ਹੈ ।

He makes His mercy on others as a shovel, his body as wood, fuel and ignites bonfire of His blessed vision. His true devotee keeps his dedication and devotion to meditate on the teachings of His Word in his mind all time. With such a state of mind, His true devotee remains meditating in the void of His Word in all Ages, Yugas.

ਸਭ ਜੋਗਤਣ ਰਾਮ ਨਾਮੁ ਹੈ, ਜਿਸ ਕਾ ਪਿੰਡੁ ਪਰਾਨਾ॥ sabh jogtan raam naam hai jis kaa pind paraanaa.
ਕਹੁ ਕਬੀਰ ਜੇ ਕਿਰਪਾ ਧਾਰੈ, kaho kabeer jay kirpaa Dhaarai

ਦੇਇ ਸਚਾ ਨੀਸਾਨਾ॥੪॥੭॥ day-ay sachaa neesaanaa. ||4||7||

ਪ੍ਰਭ ਦੇ ਸ਼ਬਦ ਦੀ ਪਾਲਣਾ ਵਿੱਚ ਹੀ ਸਾਰੇ ਜੋਗ ਹਨ । ਇਹ ਜੀਵ ਦਾ ਤਨ ਅਤੇ ਸਵਾਸ ਪ੍ਰਭ ਦੀ ਅਮਾਨਤ ਹਨ । ਪ੍ਰਭ ਦੀ ਰਹਿਮਤ ਨਾਲ ਹੀ ਜੀਵ ਇਸ ਤਰ੍ਹਾਂ ਦੀ ਸਮਾਧੀ ਲਾ ਸਕਦਾ ਹੈ ।

All techniques of meditation are absorbed in obeying the teachings of His Word with steady and stable belief in day to day life. The body, mind and the breaths of the creatures are only the trust of True Master. Only with His mercy and grace, he may enter into the void of His Word.

344.ਆਸਾ ਸ੍ਰੀ ਕਬੀਰ ਜੀ॥ 478

ਹਿੰਦੂ ਤੁਰਕ ਕਹਾ ਤੇ ਆਏ, hindoo turak kahaa tay aa-ay
ਕਿਨਿ ਏਹ ਰਾਹ ਚਲਾਈ॥ kin ayh raah chalaa-ee.
ਦਿਲ ਮਹਿ ਸੋਚਿ ਬਿਚਾਰਿ ਕਵਾਦੇ, dil meh soch bichaar kavaaday
ਭਿਸਤ ਦੋਜਕ ਕਿਨਿ ਪਾਈ॥੧॥ bhisat dojak kin paa-ee. ||1||

ਸੰਸਾਰ ਵਿੱਚ ਵੱਖਰੇ ਵੱਖਰੇ ਧਰਮ (ਹਿੰਦੂ, ਤੁਰਕ) ਕਿਥੋ ਆਏ ਹਨ? ਇਹਨਾਂ ਧਰਮਾਂ ਨੇ ਜੀਵਾਂ ਨੂੰ ਵੱਖਰੇ ਵੱਖਰੇ ਰਸਤੇ ਤੇ ਪਇਆ ਹੈ । ਆਪਣੇ ਮਨ ਵਿੱਚ ਸੋਚ ਵਿਚਾਰ ਕਰੋ! ਕੌਣ, ਸੁਰਗ ਜਾ ਨਰਕ ਵਿੱਚ ਜਾਂਦਾ ਹੈ?

From where have all worldly religions created? Who have guided the worldly creature into different paths? You should think within your mind, who may go to heaven or hell?

ਕਾਜੀ ਤੈ ਕਵਨ ਕਤੇਬ ਬਖਾਨੀ॥ kaajee tai kavan katayb bakhaanee.
ਪੜ੍ਹਤ ਗੁਨਤ ਐਸੇ ਸਭ ਮਾਰੇ, parhHat gunat aisay sabh maaray
ਕਿਨਹੂੰ ਖਬਰਿ ਨ ਜਾਨੀ॥੧॥ ਰਹਾਉ॥ kinhooN khabar na jaanee. ||1|| rahaa-o.

ਜੀਵ ਕਿਹੜੀ ਕਤਾਬ, ਗ੍ਰੰਥ ਤੂੰ ਪੜ੍ਹਦਾ ਅਮਲ ਕਰਦਾ ਹੈ? ਸਾਰੇ ਵਿਦਵਾਨ, ਸੇਵਕ ਆਪਣਾ ਜੀਵਨ ਭੋਗ ਕੇ ਮਰ ਗਏ ਹਨ । ਕਿਸੇ ਨੇ ਵੀ ਉਸ ਪ੍ਰਭ ਦੀ ਕੋਈ ਖਬਰ ਨਹੀਂ ਜਾਣੀ ਹੈ ।

What Holy Scripture may a worldly creature read and adopts the teachings in his life? All worldly scholars and devotees have exhausted their breaths and died. No one ever has any understanding or enlightenment about the teachings of His Word.

ਸਕਤਿ ਸਨੇਹੁ ਕਰਿ ਸੁੰਨਤਿ ਕਰੀਐ, sakat sanayhu kar sunat karee-ai
ਮੈ ਨ ਬਦਉਗਾ ਭਾਈ॥ mai na bad-ugaa bhaa-ee.
ਜਉ ਰੇ ਖੁਦਾਇ ਮੋਹਿ ਤੁਰਕੁ ਕਰੈਗਾ, a-o ray khudaa-ay mohi turak karaigaa
ਆਪਨ ਹੀ ਕਟਿ ਜਾਈ॥੨॥ aapan hee kat jaa-ee. ||2||

ਮਰਦ, ਔਰਤ ਦੀ ਕਾਮਵਾਸਨਾ ਕਰਕੇ ਸੁੰਨਤਾ ਕਰਾਉਂਦਾ ਹੈ । ਇਸ ਨਾਲ ਪ੍ਰਭ ਨੂੰ ਮਿਲਣ ਦਾ ਕੋਈ ਰਸਤਾ ਬਖਸ਼ਿਸ਼ ਨਹੀਂ ਹੁੰਦਾ । ਅਗਰ ਪ੍ਰਭ ਨੇ ਜੀਵ ਨੂੰ ਸੁੰਨਤ ਕਰਨਾ ਹੁੰਦਾ ਤਾਂ ਮਰਦ ਜਨਮ ਤੇ ਹੀ ਸੁੰਨਤ ਵਾਲਾ ਪੈਦਾ ਕਰਦਾ ।

Male circumcised due to the sexual desire of a woman. No one may be blessed with the right path of His acceptance by circumcising. If circumcising would have been the right path of His acceptance. He would have circumcised men before birth.

ਸੁੰਨਤਿ ਕੀਏ ਤੁਰਕੁ ਜੇ ਹੋਇਗਾ, sunat kee-ay turak jay ho-igaa
ਅਉਰਤ ਕਾ ਕਿਆ ਕਰੀਐ॥ a-urat kaa ki-aa karee-ai.
ਅਰਧ ਸਰੀਰੀ ਨਾਰਿ ਨ ਛੋਡੈ, araDh sareeree naar na chhodai
ਤਾ ਤੇ ਹਿੰਦੂ ਹੀ ਰਹੀਐ॥੩॥ taa tay hindoo hee rahee-ai. ||3||

ਅਗਰ ਸੁੰਨਤ ਕੀਤੇ ਹੀ ਜੀਵ ਮੁਸਲਮਾਨ, ਧਾਰਮਕ ਜੀਵ ਬਣਦਾ ਤਾਂ ਔਰਤ ਦਾ ਕੀ ਹੋਵੇਗਾ? ਔਰਤ ਦੀ ਸੁੰਨਤ ਨਹੀਂ ਕੀਤੀ ਜਾ ਸਕਦੀ? ਸ੍ਰਿਸ਼ਟੀ ਦਾ ਅੱਧਾ ਭਾਗ, ਔਰਤ ਤਾਂ ਹਿੰਦੂ ਹੀ ਰਹਿੰਦੀ ਹੈ ।

If anyone may only become a true Muslim, religious person, by circumcising! What may happen to woman? She may not be circumcised. So, half of His creation, women may remain non-Muslim or non-religious.

ਛਾਡਿ ਕਤੇਬ ਰਾਮੁ ਭਜੁ ਬਉਰੇ,	chhaad katayb raam bhaj ba-uray
ਜੁਲਮ ਕਰਤ ਹੈ ਭਾਰੀ॥	julam karat hai bhaaree.
ਕਬੀਰੈ ਪਕਰੀ ਟੇਕ ਰਾਮ ਕੀ,	kabeerai pakree tayk raam kee
ਤੁਰਕ ਰਹੇ ਪਚਿਹਾਰੀ॥੪॥੮॥	turak rahay pachihaaree. ||4||8||

ਜੀਵ ਇਹਨਾਂ ਧਰਮਾਂ ਦੇ ਪਾਏ ਭਰਮਾਂ ਨੂੰ ਛੱਡਕੇ ਪ੍ਰਭ ਦੇ ਸ਼ਬਦ ਦਾ ਸਿਮਰਨ ਕਰੋ । ਬਾਕੀ ਜੀਵਾਂ ਤੇ ਜ਼ੁਲਮ ਨਾ ਕਰੋ । ਜਿਹੜਾ ਜੀਵ ਪ੍ਰਭ ਦੇ ਸ਼ਬਦ ਦੀ ਓਟ ਲੈਂਦਾ ਹੈ, ਉਸ ਨੂੰ ਰਹਿਮਤ ਬਖਸ਼ਦਾ ਹੈ । ਜਿਹੜਾ ਧਰਮ ਦੇ ਮਗਰ ਲੱਗਾ ਰਹਿੰਦਾ ਹੈ, ਉਹ ਜੂੰਨਾਂ ਦੇ ਚੱਕਰ ਵਿੱਚ ਹੀ ਰਹਿੰਦਾ ਹੈ ।

You should abandon these religious rituals from your day to day life. You should not commit any tyranny on others. Whosoever may sincerely beg for refuge and surrender to His sanctuary, he may be blessed with His mercy and grace. Whosoever may remain steady and stable on the path of religions; he may remain in the cycle of birth and death.

345.ਆਸਾ ਸ੍ਰੀ ਕਬੀਰ ਜੀ॥ 478

ਜਬ ਲਗੁ ਤੇਲੁ ਦੀਵੇ, ਮੁਖਿ ਬਾਤੀ,	jab lag tayl deevay mukh baatee
ਤਬ ਸੂਝੈ ਸਭੁ ਕੋਈ॥	tab soojhai sabh ko-ee.
ਤੇਲ ਜਲੇ ਬਾਤੀ ਠਹਰਾਨੀ,	tayl jalay baatee thehraanee
ਸੂੰਨਾ ਮੰਦਰੁ ਹੋਈ॥੧॥	soonnaa mandar ho-ee. ||1||

ਜਿਤਨਾ ਚਿਰ ਤਨ ਵਿੱਚ ਸਵਾਸ ਚਲਦੇ ਹਨ! ਸ਼ਬਦ ਦੀ ਪਾਲਣਾ ਹੋ ਸਕਦੀ ਹੈ, ਰਹਿਮਤ ਪਾਈ ਜਾ ਸਕਦੀ ਹੈ । ਸਵਾਸ ਖਤਮ ਹੋ ਗਏ ਤਾਂ ਤਨ ਦਾ ਮੰਦਰ ਸੁੰਨਾ ਹੋ ਜਾਣਾ ਹੈ, ਲਾਛ ਬਣ ਜਾਣੀ ਹੈ ।

As long as, you may be breathing, you may obey the teachings of His Word. You may be blessed with His mercy and grace. When your breaths are exhausted, the temple of body would be abandoned; the priest, The Holy spirit has left the Temple. His body becomes a corpse.

ਰੇ ਬਉਰੇ ਤੁਹਿ ਘਰੀ ਨ ਰਾਖੈ ਕੋਈ॥	ray ba-uray tuhi gharee na raakhai ko-ee.
ਤੂੰ ਰਾਮ ਨਾਮੁ ਜਪਿ ਸੋਈ॥੧॥	tooN raam naam jap so-ee. ||1||
ਰਹਾਉ॥	rahaa-o.

ਜਦੋਂ ਸਵਾਸ ਖਤਮ ਹੋ ਜਾਂਦੇ ਹਨ, ਤਨ ਨੂੰ ਕੋਈ ਵੀ ਇੱਕ ਪਲ ਆਪਣੇ ਘਰ ਨਹੀਂ ਰਖਦਾ । ਜਿਤਨਾ ਚਿਰ ਤੇਰੇ ਵਿੱਚ ਸਵਾਸ ਚਲਦੇ ਹਨ, ਪ੍ਰਭ ਦੇ ਸ਼ਬਦ ਦਾ ਸਿਮਰਨ ਕਰੋ ।

When your breaths are exhausted, no one may keep your body in his house. You should meditate wholeheartedly with each and every breath.

ਕਾ ਕੀ ਮਾਤ ਪਿਤਾ ਕਹੁ ਕਾ ਕੋ	kaa kee maat pitaa kaho kaa ko
ਕਵਨ ਪੁਰਖ ਕੀ ਜੋਈ॥	kavan purakh kee jo-ee.
ਘਟ ਫੂਟੇ ਕੋਊ ਬਾਤ ਨ ਪੂਛੈ,	ghat footay ko-oo baat na poochhai
ਕਾਢਹੁ ਕਾਢਹੁ ਹੋਈ॥੨॥	kaadhahu kaadhahu ho-ee. ||2||

ਜੀਵ ਇਹ ਸੰਸਾਰਕ ਰਿਸ਼ਤੇ, ਮਾਤਾ, ਪਿਤਾ, ਪਤਨੀ ਇਹ ਸਭ ਨਾਸ਼ ਹੋ ਜਾਣਵਾਲੇ ਹਨ । ਜਦੋਂ ਜੀਵ ਦੇ ਸਵਾਸ ਖਤਮ ਹੋ ਜਾਂਦੇ ਹਨ! ਇਸ ਤਨ ਦੀ ਕੋਈ ਪ੍ਰਵਾਹ ਨਹੀਂ ਕਰਦਾ, ਉਸ ਨੂੰ ਘਰ ਵਿਚੋਂ ਕੱਢ ਦੇਂਦਾ ਹੈ ।

All worldly relationships like mother, father, spouse is for limited period of time. As your breaths are exhausted, all relationships may be finished forever. No one may care about your body and may remove your body (corpse) out of the house.

ਦੇਹੁਰੀ ਬੈਠੀ ਮਾਤਾ ਰੋਵੈ,	dayhuree baithee maataa rovai
ਖਟੀਆ ਲੇ ਗਏ ਭਾਈ॥	khatee-aa lay ga-ay bhaa-ee.
ਲਟ ਛਿਟਕਾਏ ਤਿਰੀਆ ਰੋਵੈ,	lat chhitkaa-ay tiree-aa rovai
ਹੰਸੁ ਇਕੇਲਾ ਜਾਈ॥੩॥	hans ikaylaa jaa-ee. ||3||

ਜਦੋਂ ਲਾਛ ਨੂੰ ਸ਼ਮਸ਼ਾਨ ਵਿੱਚ ਲੈ ਜਾਂਦੇ ਹਨ । ਜੀਵ ਦੇ ਸੰਸਾਰਕ ਸੰਬਧੀ ਰੋਂਦੇ ਹਨ । ਉਸ ਦੀ ਪਤਨੀ ਆਪਣੇ ਸੁਖ ਨੂੰ ਰੋਂਦੀ ਹੈ । ਉਹ ਆਤਮਾ ਇਕੇਲੀ ਹੀ ਵਾਪਸ ਜਾਂਦੀ ਹੈ ।

When your corpse is taken to the mortuary for cremation, all your relatives cries for the loss. Your spouse may cry for her comforts; your soul has to go back alone to clear accounts for her worldly deeds.

ਕਹਤ ਕਬੀਰ ਸੁਨਹੁ ਰੇ ਸੰਤਹੁ,	kahat kabeer sunhu ray santahu
ਭੈ ਸਾਗਰ ਕੈ ਤਾਈ॥	bhai saagar kai taa-ee.
ਇਸੁ ਬੰਦੇ ਸਿਰਿ ਜੁਲਮੁ ਹੋਤ ਹੈ,	is banday sir julam hot hai
ਜਮੁ ਨਹੀ ਹਟੈ ਗੁਸਾਈ॥੪॥੯॥	jam nahee hatai gusaa-ee. ||4||9||
ਦੁਤੁਕੇ	dutukay

ਸੰਸਾਰਕ ਸੰਤੋ! ਇਹ ਗੱਲ ਧਿਆਨ ਨਾਲ ਸਮਝ ਲਵੋ! ਇਹ ਸੰਸਾਰ ਇੱਕ ਭਿਆਨਕ ਸਾਗਰ ਹੈ । ਸੰਸਾਰਕ ਇੱਛਾਂ ਦੀ ਭਟਕਣ ਅਤੇ ਮੌਤ ਦੀ ਪੀੜ ਜੀਵ ਦਾ ਪਿਛਾ ਨਹੀਂ ਛੱਡਦੀ ।

Think about this world is a very terrible ocean of worldly desires. These frustrations and miseries may not go away from your mind.

346.ਆਸਾ ਸ੍ਰੀ ਕਬੀਰ ਜੀਉ ਕੇ ਚਉਪਦੇ ਇਕਤੁਕੇ॥ 478

੧ੳੇਂ ਸਤਿਗੁਰ ਪ੍ਰਸਾਦਿ॥	ik-oNkaar satgur parsaad.
ਸਨਕ ਸਨੰਦ ਅੰਤੁ ਨਹੀ ਪਾਇਆ॥	sanak sanand ant nahee paa-i-aa.
ਬੇਦ ਪੜੇ ਪੜਿ	bayd parhay parh
ਬ੍ਰਹਮੇ ਜਨਮੁ ਗਵਾਇਆ॥੧॥	barahmay janam gavaa-i-aa. ||1||

ਬ੍ਰਹਮਾ ਨੇ ਵੇਦ ਪੜ੍ਹਕੇ, ਖੋਜਕੇ ਆਪਣਾ ਜਨਮ ਗਵਾ ਲਿਆ ।ਵੇਦਾਂ ਨੂੰ ਪੜ੍ਹਕੇ ਸੰਕਰ, ਸਨੰਦ (ਬ੍ਰਹਮਾ ਦੇ ਬੇਟੇ) ਨੇ ਵੀ ਕੋਈ ਅੰਤ ਨਹੀਂ ਪਇਆ । ਅੰਤ ਤੋ ਰਹਿਤ ਪ੍ਰਭ ਦਾ ਅੰਤ ਨਾ ਜਾਣ ਸਕੇ।

The Brahama wasted his human life journey by reading and searching the Holy Scripture of Vedas. By reading the Holy Scripture of Vedas, Shankar, the son of Brahama could not find any limits of His nature, miracles. No worldly prophet, guru has ever found the end of any miracles of limitless True Master.

ਹਰਿ ਕਾ ਬਿਲੋਵਨਾ	har kaa bilovanaa
ਬਿਲੋਵਹੁ ਮੇਰੇ ਭਾਈ॥	bilovahu mayray bhaa-ee.
ਸਹਜਿ ਬਿਲੋਵਹੁ ਜੈਸੇ ਤਤੁ ਨ ਜਾਈ॥੧॥	sahj bilovahu jaisay tat na jaa-
ਰਹਾਉ॥	ee. ||1|| rahaa-o.

ਜੀਵ ਪ੍ਰਭ ਦੇ ਸ਼ਬਦ ਦੀ ਪਾਲਣਾ, ਸਿਮਰਨ ਕਰੋ! ਪ੍ਰਭ ਦੇ ਸ਼ਬਦ ਦੀ ਅਡੋਲ ਭਰੋਸੇ, ਧੀਰਜ ਨਾਲ ਪਾਲਣਾ ਕਰਨ ਨਾਲ ਜੀਵ ਦੇ ਮਨ ਵਿੱਚ ਧੀਰਜ, ਸੰਤੋਖ ਟਿਕ ਜਾਂਦਾ ਹੈ ।

You should wholeheartedly meditate and obey the teachings of His Word. By keeping patience and steady and stable belief on the teachings of

His Word; his belief may become unshakable and remains contented on His blessings.

ਤਨੁ ਕਰਿ ਮਟੁਕੀ ਮਨ ਮਾਹਿ ਬਿਲੋਈ॥ tan kar matukee man maahi bilo-ee.
ਇਸੁ ਮਟੁਕੀ ਮਹਿ ਸਬਦੁ ਸੰਜੋਈ॥੨॥ is matukee meh sabad sanjo-ee. ||2||

ਜੀਵ ਆਪਣੇ ਤਨ ਨੂੰ ਉਹ ਭਾਂਡਾ ਬਣਾਵੇ, ਮਨ ਦੀ ਸੁਰਤੀ ਨੂੰ ਦੁੱਧ ਰਿੜਕਣ ਵਾਲੀ ਮਧਾਣੀ ਬਣਾਕੇ , ਸ਼ਬਦ ਦੀ ਪਾਲਣਾ ਕਰੋ । ਉਸ ਦੀ ਰਹਿਮਤ ਦੀ ਧੀਰਜ ਨਾਲ ਉਡੀਕ ਕਰੋ!

You should make your body as a vessel, concentration of your mind as a churning the milk in that vessel. You should obey the teachings of Your Word and wait for His blessings with patience.

ਹਰਿ ਕਾ ਬਿਲੋਵਨਾ ਮਨ ਕਾ ਬੀਸੁਗੰਧ॥ har kaa bilovanaa man kaa beechaaraa.
ਗੁਰ ਪ੍ਰਸਾਦਿ ਪਾਵੈ ਅੰਮ੍ਰਿਤ ਧਾਰਾ॥੩॥ gur parsaad paavai amrit Dhaaraa. ||3|

ਪ੍ਰਭ ਦੀ ਰਹਿਮਤ ਤੇਰੇ ਮਨ ਦੀ ਦ੍ਰਿਸ਼ਾ ਵਿੱਚ ਮਹਿਸੂਸ ਹੋਵੇਗੀ । ਉਸ ਦੇ ਸ਼ਬਦ ਦੀ ਧੁਨ ਤੇਰੇ ਮਨ ਵਿੱਚ ਚਲ ਪਵੇਗੀ।

You may be realizing His blessings in your state of mind, the everlasting echo of His Word may resonate within your mind.

ਕਹੁ ਕਬੀਰ ਨਦਰਿ ਕਰੇ ਜੇ ਮੀਰਾ॥ kaho kabeer nadar karay jay meeNraa.
ਰਾਮ ਨਾਮ ਲਗਿ ਉਤਰੇ ਤੀਰਾ॥੪॥੧॥੧੦ raam naam lag utray teeraa. ||4||1||10||

ਜਿਹੜਾ ਜੀਵ ਸ਼ਬਦ ਤੇ ਭਰੋਸਾ ਅਡੋਲ ਰਖਦਾ ਹੈ, ਪ੍ਰਭ ਰਹਿਮਤ ਬਖਸ਼ਕੇ ਉਸ ਦੀ ਬੰਦਗੀ ਪ੍ਰਵਾਨ ਕਰ ਲੈਂਦਾ ਹੈ ।

Whosoever may keep his belief steady and stable on the teachings of His Word; with His mercy and grace, his meditation may be accepted.

347.ਆਸਾ ਸ੍ਰੀ ਕਬੀਰ ਜੀ॥ 478

ਬਾਤੀ ਸੂਕੀ ਤੇਲੁ ਨਿਖੂਟਾ॥ baatee sookee tayl nikhootaa.
ਮੰਦਲੁ ਨ ਬਾਜੈ ਨਟੁ ਪੈ ਸੂਤਾ॥੧॥ mandal na baajai nat pai sootaa. ||1||

ਜੀਵ ਦੇ ਸਵਾਸ ਖਤਮ ਹੋਣ ਨਾਲ ਉਸ ਦੀ ਰੋਸ਼ਨੀ ਵੀ ਖਤਮ ਹੋ ਜਾਂਦੀ ਹੈ । ਉਸ ਨੂੰ ਮੌਤ ਆ ਜਾਂਦੀ ਹੈ । ਦਸਵੇਂ ਦਰ ਦਾ ਮਾਲਕ ਵਾਪਸ ਬਲਾ ਲੈਂਦਾ ਹੈ । ਇਹ ਤਨ ਲਾਸ਼ ਬਣ ਜਾਂਦਾ ਹੈ ।

When his breaths are exhausted, then the light of his mind and soul may also be eliminated, he faces death. The True Master, the owner of the 10th Castle, has called his soul back to account for her deeds in the universe. The body of the creature becomes corpse.

ਬੁਝਿ ਗਈ ਅਗਨਿ ਨ ਨਿਕਸਿਓ ਧੂੰਆ॥ bujh ga-ee agan na niksi-o DhooN-aa.
ਰਵਿ ਰਹਿਆ ਏਕੁ ਅਵਰੁ ਨਹੀ ਦੂਆ॥੧॥ ਰਹਾਉ॥ rav rahi-aa ayk avar nahee doo-aa. ||1|| rahaa-o.

ਜਦੋਂ ਸਵਾਸ ਖਤਮ ਹੋ ਜਾਂਦੇ ਹਨ, ਤਾਂ ਜੀਵ ਦੀ ਇੱਛਾਂ ਦੀ ਅੱਗ ਵੀ ਖਤਮ ਹੋ ਜਾਂਦੀ ਹੈ । ਇੱਕੋ ਇੱਕ ਪ੍ਰਭ ਹੀ ਹਰ ਥਾਂ ਤੇ ਵਾਪਰਦਾ ਹੈ, ਹੋਰ ਦੂਜਾ ਕੋਈ ਨਹੀਂ ਹੈ ।

When the breaths are exhausted with that all fire of worldly desires, frustrations may also be eliminated. The One and only one, Omnipresent True Master prevails everywhere, no one other may prevail in the universe.

ਟੂਟੀ ਤੰਤੁ ਨ ਬਜੈ ਰਬਾਬੁ॥ tootee tant na bajai rabaab.
ਭੂਲਿ ਬਿਗਾਰਿਓ ਅਪਨਾ ਕਾਜੁ॥੨॥ bhool bigaari-o apnaa kaaj. ||2||

ਉਸ ਜੀਵ ਦੇ ਅੰਦਰ ਵੱਜਣ ਵਾਲੀ ਸਤਾਰ ਦੀ ਤਾਰ ਟੁੱਟ ਗਈ । ਉਸ ਵਿਚੋਂ ਕੋਈ ਅਵਾਜ ਨਹੀਂ ਆਉਂਦੀ, ਜੀਵ ਦੇ ਸਵਾਸ ਖਤਮ ਹੋ ਗਏ ਹਨ । ਉਸ ਨੇ ਆਪਣੇ ਮਾਨਸ ਜਨਮ ਨੂੰ ਬਿਰਥਾ ਹੀ ਗਵਾ ਲਿਆ ਹੈ ।

The vibrating string of the musical instrument has been broken within his mind. No sound, vibration may be coming out of his mind. His breaths are exhausted. He has wasted his human life opportunity.

ਕਥਨੀ ਬਦਨੀ ਕਹਨੁ ਕਹਾਵਨੁ॥ kathnee badnee kahan kahaavan.
ਸਮਝਿ ਪਰੀ ਤਉ ਬਿਸਰਿਓ ਗਾਵਨੁ॥੩॥ samajh paree ta-o bisri-o gaavan. ||3||

ਜਿਸ ਜੀਵ ਨੂੰ ਸ਼ਬਦ ਦੀ ਸੋਝੀ ਹੋ ਜਾਂਦੀ ਹੈ, ਉਸ ਦੇ ਭਰਮ ਭੁਲੇਖੇ ਦੂਰ ਹੋ ਜਾਂਦੇ ਹਨ । ਉਸ ਦੀ ਸੁਰਤੀ ਸ਼ਬਦ ਦੀ ਪਾਲਣਾ ਵਿੱਚ ਹੀ ਲੱਗ ਜਾਂਦੀ ਹੈ ।

Whosoever may be enlightened with the teachings of His Word, all his suspicions may also be eliminated from his mind. His mind may enter into deep meditation in the void of His Word.

ਕਹਤ ਕਬੀਰ ਪੰਚ ਜੋ ਚੂਰੇ॥ kahat kabeer panch jo chooray.
ਤਿਨ ਤੇ ਨਾਹਿ ਪਰਮ ਪਦੁ ਦੂਰੇ॥ tin tay naahi param pad dooray.
੪॥੨॥੧੧॥ ||4||2||11||

ਜਿਹੜਾ ਜੀਵ ਆਪਣੇ ਅੰਦਰ ਦੀਆਂ ਪੰਜਾਂ ਇੱਛਾਂ ਤੇ ਕਾਬੂ ਪਾ ਲੈਂਦਾ ਹੈ । ਪ੍ਰਭ ਦੀ ਰਹਿਮਤ ਦੀ ਨਜ਼ਰ ਉਸ ਤੋ ਦੂਰ ਨਹੀਂ ਹੁੰਦੀ ।

Whosoever may conquer the demons of worldly desires from his mind. His mercy and grace may never go away from him.

348. ਆਸਾ ਸ੍ਰੀ ਕਬੀਰ ਜੀ॥ 478

ਸੁਤੁ ਅਪਰਾਧ ਕਰਤ ਹੈ ਜੇਤੇ॥ sut apraaDh karat hai jaytay.
ਜਨਨੀ ਚੀਤਿ ਨ ਰਾਖਸਿ ਤੇਤੇ॥੧॥ jannee cheet na raakhas taytay. ||1||

ਬੱਚਾ ਭਾਵੇਂ ਕਿਤਨੇ ਵੀ ਗਲਤ ਕੰਮ ਕਰਦਾ ਹੋਵੇ! ਮਾਂ ਕਦੇ ਵੀ ਉਸ ਦੇ ਗਲਤ ਕੰਮ ਆਪਣੇ ਮਨ ਵਿੱਚ ਨਹੀਂ ਰਖਦੀ।

No matter how many mistakes a child may make in his life; his mother will never take a grudge again him. She will always love and wish him best.

ਰਾਮਈਆ ਹਉ ਬਾਰਿਕੁ ਤੇਰਾ॥ raam-ee-aa ha-o baarik tayraa.
ਕਾਹੇ ਨ ਖੰਡਸਿ ਅਵਗਨੁ ਮੇਰਾ॥੧॥ kaahay na khandas avgan mayraa.
ਰਹਾਉ॥ ||1|| rahaa-o.

ਪ੍ਰਭ ਮੈਂ ਵੀ ਤੇਰਾ ਹੀ ਬੇਟਾ ਹਾ! ਕਿਉਂ ਨਾ ਮੇਰੇ ਪਾਪਾਂ ਨੂੰ ਬਖਸ਼ ਦੇਵੋ?

My True Master I am Your innocent child. Why don't you forgive my mistakes and sins?

ਜੇ ਅਤਿ ਕ੍ਰੋਪ ਕਰੇ ਕਰਿ ਧਾਇਆ॥ jay at karop karay kar Dhaa-i-aa.
ਤਾ ਭੀ ਚੀਤਿ ਨ ਰਾਖਸਿ ਮਾਇਆ॥੨॥ taa bhee cheet na raakhas maa-i-aa. 2.

ਅਗਰ ਬੱਚਾ, ਕਰੋਧ ਵਿੱਚ ਆ ਜਾਵੇ ਅਤੇ ਘਰ ਛੱਡਕੇ ਚਲਾ ਵੀ ਜਾਵੇ! ਤਾਂ ਵੀ ਮਾਂ ਉਸ ਬੱਚੇ ਦੀ ਗਲਤੀ ਆਪਣੇ ਮਨ ਵਿੱਚ ਨਹੀਂ ਰਖਦੀ । ਉਸ ਨੂੰ ਉਤਨਾ ਹੀ ਪਿਆਰ ਕਰਦੀ ਰਹਿੰਦੀ ਹੈ ।

Even if the child becomes upset with mother and may leave home with anger and frustration. Even then mother may never have any grudge against his decision. She will still love him same and wish him best.

ਚਿੰਤ ਭਵਨਿ ਮਨੁ ਪਰਿਓ ਹਮਾਰਾ॥ chint bhavan man pari-o hamaaraa.
ਨਾਮ ਬਿਨਾ ਕੈਸੇ ਉਤਰਸਿ ਪਾਰਾ॥੩॥ naam binaa kaisay utras paaraa. ||3||

ਮੇਰਾ ਮਨ ਸੰਸਾਰਕ ਇੱਛਾਂ ਨਾਲ ਭਰਿਆਂ ਹੈ । ਮੈਂ ਸੰਸਾਰਕ ਸਾਗਰ ਨੂੰ ਕਿਵੇਂ ਪਾਰ ਕਰਾਗਾ?

My mind is overwhelmed with the worldly desires and frustrations. How may I be able to cross the worldly ocean of desires?

ਦੇਹਿ ਬਿਮਲ ਮਤਿ ਸਦਾ ਸਰੀਰਾ॥ deh bimal mat sadaa sareeraa.
ਸਹਜਿ ਸਹਜਿ ਗੁਨ ਰਵੈ ਕਬੀਰਾ॥ sahj sahj gun ravai kabeeraa.
੪॥੩॥੧੨॥ ||4||3||12||

ਪ੍ਰਭ ਮੇਰੇ ਮਨ ਵਿੱਚ ਪਵਿਤ੍ਰ ਅਤੇ ਸਦਾ ਰਹਿਣ ਵਾਲੀ ਸੋਝੀ ਬਖਸ਼ੋ! ਕਿ ਮੈਂ ਤੇਰ ਸ਼ਬਦ ਦੀ ਪਾਲਣਾ, ਉਸਤਤ ਕਰਦਾ ਜਾਵਾ ।

With Your mercy and grace, blesses me with the everlasting enlightenment of the teachings of Your Word. I may sing and obey the teachings of Your Word forever.

349.ਆਸਾ ਸ੍ਰੀ ਕਬੀਰ ਜੀ॥ 478

ਹਜ ਹਮਾਰੀ ਗੋਮਤੀ ਤੀਰ॥ haj hamaaree gomtee teer.
ਜਹਾ ਬਸਹਿ ਪੀਤੰਬਰ ਪੀਰ॥੧॥ jahaa baseh peetambar peer. ||1||

ਪ੍ਰਭ ਮੇਰੀ ਤੀਰਥ ਯਾਤਰਾ, ਮਨ ਦੀ ਤੇਰੇ ਸ਼ਬਦ ਦੀ ਪਾਲਣਾ ਵਿੱਚ ਲਾਉਣ ਵਿੱਚ ਹੀ ਹੈ । ਉਥੇ ਹੀ ਮੇਰਾ ਅਸਲੀ ਮਾਲਕ, ਗੁਰੂ, ਪ੍ਰਭ ਵਸਦਾ ਹੈ ।

My Holy shrine journey is to wholeheartedly concentrate on meditation on the teachings of Your Word. My True Master, guide always resides within my body and mind.

ਵਾਹੁ ਵਾਹੁ ਕਿਆ ਖੂਬੁ ਗਾਵਤਾ ਹੈ॥ vaahu vaahu ki-aa khoob gaavtaa hai.
ਹਰਿ ਕਾ ਨਾਮੁ ਮੇਰੈ ਮਨਿ ਭਾਵਤਾ ਹੈ॥੧॥ ਰਹਾਉ॥ har kaa naam mayrai man bhaavtaa hai. ||1|| rahaa-o.

ਪ੍ਰਭ ਦੇ ਸ਼ਬਦ ਤੋ ਹੀ ਹੈਰਾਨ ਰਹਿੰਦਾ, ਉਸ ਦੀ ਉਸਤਤ ਹੀ ਗਾਉਂਦਾ ਹਾ । ਇਹ ਮੇਰੇ ਮਨ ਨੂੰ ਸ਼ਾਤੀ, ਸੰਤੋਖ ਵਿੱਚ ਰਖਦੀ ਹੈ ।

I am always remaining fascinated and astonished from the miracles of the teachings of His Word. I always sing the glory of His Word. With meditation, my mind always remains in peace and contented.

ਨਾਰਦ ਸਾਰਦ ਕਰਹਿ ਖਵਾਸੀ॥ naarad saarad karahi khavaasee.
ਪਾਸਿ ਬੈਠੀ ਬੀਬੀ ਕਵਲਾ ਦਾਸੀ॥੨॥ paas baithee beebee kavlaa daasee. ||2||

ਪੀਰਾਂ ਦਾ ਪੀਰ ਮੇਰੇ ਅੱਦਰ ਵਸਦਾ ਹੈ । ਸੰਸਾਰਕ ਮਾਇਆ ਉਸ ਦੀ ਗੁਲਾਮ ਬਣਕੇ ਉਸ ਦੇ ਹੁਕਮ ਅੰਦਰ ਹੀ ਰਹਿੰਦੀ ਹੈ ।

The Omnipotent True Master, king of kings' dwells within my mind and body. The worldly wealth remains His slave and obeys His command.

ਕੰਠੇ ਮਾਲਾ ਜਿਹਵਾ ਰਾਮੁ॥ kanthay maalaa jihvaa raam.
ਸਹੰਸ ਨਾਮੁ ਲੈ ਲੈ ਕਰਉ ਸਲਾਮੁ॥੩॥ sahaNs naam lai lai kara-o salaam. ||3||

ਧੀਰਜ ਦੀ ਮਾਲ਼ਾ ਮੇਰੇ ਗਲ, ਹਿਰਦੇ ਵਿੱਚ ਹੈ ਅਤੇ ਉਸ ਦੇ ਸ਼ਬਦ ਦੀ ਉਸਤਤ ਮੇਰੀ ਜੀਭ ਤੇ ਹੈ । ਮੈਂ ਬਾਰ ਬਾਰ ਉਸ ਦੀ ਉਸਤਤ ਹੀ ਗਾਉਂਦਾ, ਉਸ ਨੂੰ ਸੀਸ ਹੀ ਝੁਕਾਉਦਾ ਹਾ।

The rosary of patience is in my neck and I sing the praises of the teachings of His Word. I sing the glory of His Word over and over and bow my head in gratitude to The True Master.

ਕਹਤ ਕਬੀਰ ਰਾਮ ਗੁਨ ਗਾਵਉ॥ kht kabeer raam gun gaavou.
ਹਿੰਦੂ ਤੁਰਕ ਦੋਊ ਸਮਝਾਵਉ॥੪॥੪॥੧੩॥ hindoo turak do-oo samjhaava-o.

||4||4||13||

ਜੀਵ ਪ੍ਰਭ ਦੇ ਸ਼ਬਦ ਦੀ ਉਸਤਤ ਕਰੋ! ਇਹ ਹੀ ਪ੍ਰੇਰਨਾ ਬਾਕੀ ਜੀਵਾਂ ਨੂੰ ਕਰੋ! ਭਾਵੇਂ ਉਹ ਕਿਸੇ ਵੀ ਧਰਮ ਦੀ ਪਾਲਣਾ ਕਰਨ ਵਾਲਾ ਹੋਵੇ।

You should sing the glory of the teachings of His Word and always inspire others to follow the teachings of His Word irrespective of his religious affiliation.

350.ਆਸਾ ਸ੍ਰੀ ਕਬੀਰ ਜੀਉ ਕੇ ਪੰਚਪਦੇ ੯ ਦੁਤੁਕੇ ਪ॥ 479

੧ਓ ਸਤਿਗੁਰ ਪ੍ਰਸਾਦਿ॥	ik-oNkaar satgur parsaad.
ਪਾਤੀ ਤੋਰੈ ਮਾਲਿਨੀ ਪਾਤੀ ਪਾਤੀ ਜੀਉ॥	paatee torai maalini paatee paatee jee-o.
ਜਿਸੁ ਪਾਹਨ ਕਉ ਪਾਤੀ ਤੋਰੈ,	jis paahan ka-o paatee torai
ਸੋ ਪਾਹਨ ਨਿਰਜੀਉ॥੧॥	so paahan nirjee-o. ||1||

ਜਿਸ ਦੇ ਮੂੰਹ ਵਿਚੋਂ ਰੋਜ਼ੀ ਖੋਂਅ ਦਾ ਹੈ, ਉਸ ਵਿੱਚ ਵੀ ਪ੍ਰਭ ਦੇ ਬਖਸ਼ੇ ਸਵਾਸ ਚਲਦੇ, ਜੀਵਨ ਹੈ । ਜਿਉਂਦੇ ਜੀਵ ਤੋ ਭੋਜਨ ਖੋਂਅ ਕੇ, ਸਵਾਸ ਤੋ ਬਿਨਾਂ ਪੱਥਰ ਦੀ ਮੂਰਤੀ ਨੂੰ ਭੋਜਨ ਦੇਂਦਾ ਹੈ । ਸਵਾਸਾਂ ਵੇਲੇ ਜੀਵ ਦੀ ਬਲੀ ਦੇਂਦਾ ਹੈ, ਸਵਾਸਾਂ ਤੋ ਬਿਨਾਂ ਪੱਥਰ ਦੀ ਮੂਰਤੀ ਦੀ ਭੇਟਾ ਕਰਦਾ ਹੈ ।

You are snatching the food from the living and breathing and you are serving to the idols (stone) of long dead prophets. You may sacrifice the life of the breathing creature of God and offer that sacrifice to the idol made of stone of dead prophet.

ਭੂਲੀ ਮਾਲਨੀ ਹੈ ਏਉ॥	bhoolee maalnee hai ay-o.
ਸਤਿਗੁਰੁ ਜਾਗਤਾ ਹੈ ਦੇਉ॥੧॥ ਰਹਾਉ॥	satgur jaagtaa hai day-o. ||1|| rahaa-o.

ਜੀਵ ਤੂੰ ਬੇਸਮਝ, ਅਣਜਾਣ, ਸੋਝੀ ਨਹੀਂ, ਕੇਵਲ ਪ੍ਰਭ ਹੀ ਅਸਲੀ ਮਾਲਕ, ਗੁਰੂ ਹੈ ।

You are ignorant without the enlightenment of the teachings of His Word. The One and Only and One God is The True Master, Guru.

ਬ੍ਰਹਮੁ ਪਾਤੀ ਬਿਸਨੁ ਡਾਰੀ	barahm paatee bisan daaree
ਫੂਲ ਸੰਕਰਦੇਉ॥	fool sankarday-o.
ਤੀਨਿ ਦੇਵ ਪ੍ਰਤਖਿ ਤੋਰਹਿ	teen dayv partakh toreh
ਕਰਹਿ ਕਿਸ ਕੀ ਸੇਉ॥੨॥	karahi kis kee say-o. ||2||

ਬ੍ਰਹਮਾ ਪ੍ਰਭ ਬ੍ਰਿਛ ਦੇ ਪੱਤੇ ਹਨ, ਵਿਸ਼ਨੂੰ ਉਸ ਦੀਆਂ ਟਾਹਣੀਆਂ ਅਤੇ ਸ਼ਿਵਾਂ ਉਸ ਦੇ ਫੁੱਲ ਹਨ । ਜਦੋਂ ਤੂੰ ਇਹਨਾਂ ਤਿੰਨਾਂ ਦੇਵਤਿਆਂ ਦੀ ਹੱਤਿਆ ਕਰਦਾ ਹੈ, ਤਾਂ ਤੂੰ ਕਿਸ ਦੀ ਪੂਜਾ ਕਰਦਾ ਹੈ?

Brahma are the leaves of The Holy Tree (God), Vishnu is His branches and Shiva is the flower of The Holy Tree. You are killing all three, The Holy Tree, who may you be worshiping?

ਪਾਖਾਨ ਗਢਿ ਕੈ ਮੂਰਤਿ ਕੀਨ੍ਹੀ	paakhaan gadh kai moorat keenHee
ਦੇ ਕੈ ਛਾਤੀ ਪਾਉ॥	day kai chhaatee paa-o.
ਜੇ ਏਹ ਮੂਰਤਿ ਸਾਚੀ ਹੈ,	jay ayh moorat saachee hai
ਤਉ ਗੜ੍ਹਣਹਾਰੇ ਖਾਉ॥੩॥	ta-o garhHanhaaray khaa-o. ||3||

ਜੀਵ ਤੂੰ ਪੱਥਰ ਨੂੰ ਕੱਟਕੇ, ਪ੍ਰਭ ਦਾ ਅਕਾਰ ਬਣਾਉਂਦਾ ਹੈ, ਉਸ ਦੇ ਪੈਰ ਉਸ ਦੀ ਛਾਤੀ ਤੇ ਬਣਾਉਂਦਾ ਹੈ । ਅਗਰ ਮੂਰਤ ਹੀ ਅਸਲੀ ਪ੍ਰਭ ਹੋਵੇ, ਤਾਂ ਉਹ ਮੂਰਤ ਕੁਝ ਖਾਵੇਗੀ

You carve the stone to make the idol, structure of Holy prophet, God. You have carved His feet on His chest. If idol made of stone is a True Master, God, then this idol may eat something to satisfy his stomach.

ਭਾਤੁ ਪਹਿਤਿ ਅਰੁ ਲਾਪਸੀ	bhaat pahit ar laapsee
ਕਰਕਰਾ ਕਾਸਾਰੁ॥	karkaraa kaasaar.

ਭੋਗਨਹਾਰੇ ਭੋਗਿਆ — bhoganhaaray bhogi-aa
ਇਸੁ ਮੂਰਤਿ ਕੇ ਮੁਖ ਛਾਰੁ॥੪॥ — is moorat kay mukh chhaar. ||4|

ਇਹ ਸਵਾਦਲੇ ਭੋਜਨ ਪੁਜਾਰੀ ਖਾਂਦਾ, ਅਨੰਦ ਮਾਨਦਾ ਹੈ । ਉਹ ਇਸ ਮੂਰਤੀ ਦੇ ਮੂੰਹ ਵਿੱਚ ਭਸਮ ਹੀ ਪਾਉਂਦਾ ਹੈ ।

The priest enjoys all delicacies; the idol of the prophet only gets dust on his face

ਮਾਲਿਨਿ ਭੂਲੀ ਜਗੁ ਭੁਲਾਨਾ, — maalin bhoolee jag bhulaanaa ham
ਹਮ ਭੁਲਾਨੇ ਨਾਹਿ॥ — bhulaanay naahi.
ਕਹੁ ਕਬੀਰ ਹਮ ਰਾਮ ਰਾਖੇ, — kaho kabeer ham raam raakhay
ਕ੍ਰਿਪਾ ਕਰਿ ਹਰਿ ਰਾਇ॥੫॥੧॥੧੪॥ — kirpaa kar har raa-ay. ||5||1||14||

ਪੁਜਾਰੀ ਗਲਤ ਕੰਮ ਕਰਦਾ ਹੈ । ਉਸ ਦੇ ਮਗਰ ਲੱਗਕੇ ਅਣਜਾਣ ਜੀਵ ਗਲਤ ਰਸਤੇ ਤੇ ਚਲਦੇ ਹਨ । ਬੰਦਗੀ ਕਰਨ ਵਾਲੇ ਇਹ ਗਲਤੀ ਨਹੀਂ ਕਰਦੇ । ਪ੍ਰਭ ਆਪ ਹੀ ਬੰਦਗੀ ਕਰਨ ਵਾਲੇ ਨੂੰ ਸੋਝੀ, ਰਹਿਮਤ ਬਖਸ਼ਦਾ ਹੈ ।

The priest may perform evil deeds in his greed, his followers adopt the same wrong path in ignorance. His true devotee does not make these mistakes in his life. The True Master enlightens His true devotee with the right path, the essence of His Word.

351.ਆਸਾ ਸ੍ਰੀ ਕਬੀਰ ਜੀ॥ 479

ਬਾਰਹ ਬਰਸ ਬਾਲਪਨ ਬੀਤੇ, — baarah baras baalpan beetay
ਬੀਸ ਬਰਸ ਕਛੁ ਤਪੁ ਨ ਕੀਓ॥ — bees baras kachh tap na kee-o.
ਤੀਸ ਬਰਸ ਕਛੁ ਦੇਵ ਨ ਪੂਜਾ, — tees baras kachh dayv na poojaa
ਫਿਰਿ ਪਛੁਤਾਨਾ ਬਿਰਧਿ ਭਇਓ॥੧॥ — fir pachhutaanaa biraDh bha-i-o. ||1||

ਜੀਵ ਦੇ ਪਹਿਲੇ 12 ਸਾਲ ਬਚਪਨ ਵਿੱਚ ਬੀਤ ਜਾਂਦੇ ਹਨ । ਅੱਗਲੇ 20 ਸਾਲ ਅਣਜਾਣਤਾ ਵਿੱਚ ਬੀਤ ਜਾਂਦੇ ਹਨ । ਆਪਣੇ ਮਨ ਦੀਆਂ ਇੱਛਾਂ ਤੇ ਕਾਬੂ ਪਾ ਕੇ ਸ਼ਬਦ ਦਾ ਸਿਮਰਨ ਨਹੀਂ ਕਰਦਾ । ਅੱਗਲੇ ਤੀਹ ਸਾਲ ਵੀ ਕੋਈ ਬੰਦਗੀ, ਸ਼ਬਦ ਦੀ ਪਾਲਣਾ ਨਹੀਂ ਕਰਦਾ । ਜਦੋਂ ਬੁੱਢਾ ਹੋ ਜਾਂਦਾ ਹੈ, ਫਿਰ ਇਸ ਦਾ ਅਫਸੋਸ, ਪਛਤਾਵਾ ਕਰਦਾ ਹੈ ।

Human spends, wastes his first 12 years of life in childhood. Next 20 years he wastes in ignorance without any understanding of the reality of life; he may not control worldly desires, expectations. Next 30 years, he may not meditate or obey the teachings of His Word either. By that time, he becomes old; he regrets and repents for his ignorance and mistakes.

ਮੇਰੀ ਮੇਰੀ ਕਰਤੇ ਜਨਮੁ ਗਇਓ॥ — mayree mayree kartay janam ga-i-o.
ਸਾਇਰੁ ਸੋਖਿ ਭੁਜੰ ਬਲਇਓ॥੧॥ — saa-ir sokh bhujaN bali-o. ||1||
ਰਹਾਉ॥ — rahaa-o.

ਜੀਵ ਮੇਰੀ ਮੇਰੀ ਕਰਦਾ ਆਪਣਾ ਮਾਨਸ ਜੀਵਨ ਗਵਾ ਲੈਂਦਾ ਹੈ । ਉਸ ਦੀ ਤਾਕਤ, ਸਵਾਸ ਖਤਮ ਹੋ ਜਾਂਦੇ ਹਨ ।

Human wastes his human life opportunity with the greed of worldly possessions, claiming everything belongs to him. His breaths are exhausted and he may be captured by the devil of death.

ਸੂਕੇ ਸਰਵਰਿ ਪਾਲਿ ਬੰਧਾਵੈ, — sookay sarvar paal banDhaavai
ਲੂਣੈ ਖੇਤਿ ਹਥ ਵਾਰਿ ਕਰੈ॥ — loonai khayt hath vaar karai.
ਆਇਓ ਚੋਰੁ ਤੁਰੰਤਹ ਲੇ ਗਇਓ, — aa-i-o chor turantah lay ga-i-o

ਮੇਰੀ ਰਾਖਤ ਮੁਗਧੁ ਫਿਰੈ॥੨॥	mayree raakhat mugaDh firai. ||2||

ਜੀਵ ਇਸ ਸੁਕੇ ਹੋਏ ਟੋਬੇ ਦੇ ਦਵਾਲੇ ਪਟੜੀ ਬਣਾਉਂਦਾ ਹੈ । ਆਪਣੇ ਖੇਤ ਦੇ ਦੁਵਾਲੇ ਵਾੜ ਕਰਦਾ ਹੈ । ਜਦੋਂ ਮੌਤ ਦਾ ਫਰਿਸ਼ਤਾ ਆਉਂਦਾ ਹੈ ਤਾਂ ਉਸ ਨੂੰ ਲੈ ਜਾਂਦਾ ਹੈ । ਕੀ ਇਸ ਟੋਬੇ ਨੇ ਆਪਣੇ ਆਪ ਹੀ ਇਸ ਨੂੰ ਰਖਣਾ ਹੈ?

In the greed of his mind, he constructs a wall around a drying pond and fenced his field. When the devil of death knocks at the door and capture him. Does this pond can save him from the devil of death?

ਚਰਨ ਸੀਸੁ ਕਰ ਕੰਪਨ ਲਾਗੇ,	charan sees kar kampan laagay
ਨੈਨੀ ਨੀਰੁ ਅਸਾਰ ਬਹੈ॥	nainee neer asaar bahai.
ਜਿਹਵਾ ਬਚਨੁ ਸੁਧੁ ਨਹੀ ਨਿਕਸੈ,	jihvaa bachan suDh nahee niksai
ਤਬ ਰੇ ਧਰਮ ਕੀ ਆਸ ਕਰੈ॥੩॥	tab ray Dharam kee aas karai. ||3||

ਬੁਢੇਪੇ ਵਿੱਚ ਹੱਥ ਪੈਰ ਕੰਬਦੇ, ਅੱਖਾਂ ਵਿਚੋਂ ਅੱਥਰੂ, ਪਾਣੀ ਲਗਾਤਾਰ ਵਗਦਾ ਹੈ । ਉਸ ਦੀ ਜੀਭ ਵਿਚੋਂ ਵੀ ਕੋਈ ਬੋਲ ਠੀਕ ਨਹੀਂ ਨਿਕਲਦਾ । ਹੁਣ ਉਹ ਕੀ ਇੱਛਾਂ ਰਖਦਾ ਹੈ, ਧਰਮ ਉਸ ਦਾ ਬਚਾ ਕਰੇਗਾ?

In old age, his body becomes feeble, his hand and feet are shaky and tears are flowing from his eyes continuously. His tongue cannot speak properly. Now what kind of hope that religious belief may help, save him.

ਹਰਿ ਜੀਉ ਕ੍ਰਿਪਾ ਕਰੈ ਲਿਵ ਲਾਵੈ,	har jee-o kirpaa karai liv laavai
ਲਾਹਾ ਹਰਿ ਹਰਿ ਨਾਮੁ ਲੀਓ॥	laahaa har har naam lee-o.
ਗੁਰ ਪਰਸਾਦੀ ਹਰਿ ਧਨੁ ਪਾਇਓ,	gur parsaadee har Dhan paa-i-o
ਅੰਤੇ ਚਲਦਿਆ ਨਾਲਿ ਚਲਿਓ॥੪	antay chaldi-aa naal chali-o. ||4||

ਅਗਰ ਪ੍ਰਭ ਆਪ ਹੀ ਰਹਿਮਤ ਬਖਸ਼ੇ ਤਾਂ ਹੀ ਜੀਵ ਦੀ ਲਗਨ ਸ਼ਬਦ ਵਿੱਚ ਲਗਦੀ ਹੈ, ਸ਼ਬਦ ਦਾ ਲਾਹਾ ਖੱਟ ਸਕਦਾ ਹੈ । ਉਸ ਦੀ ਰਹਿਮਤ ਨਾਲ ਹੀ ਸ਼ਬਦ ਦੀ ਕਮਾਈ ਦਾ ਧਨ ਇਕੱਠਾ ਕੀਤਾ ਜਾਂਦਾ ਹੈ । ਇਹ ਧਨ ਜੀਵ ਦੀ ਮੌਤ ਤੋ ਪਿਛੋਂ ਵੀ ਨਾਲ ਹੀ ਜਾਂਦਾ ਹੈ

Whosoever may be attached to a devotional meditation with His mercy and grace, only he may meditate and profit by adopting the teachings in his life. The earning of His Word may only be blessed with His mercy and grace. The earnings of His Word remain with him to support in His court after death.

ਕਹਤ ਕਬੀਰ ਸੁਨਹੁ ਰੇ ਸੰਤਹੁ,	kahat kabeer sunhu ray santahu
ਅਨੁ ਧਨੁ ਕਛੂਐ ਲੈ ਨ ਗਇਓ॥	an Dhan kachhoo-ai lai na ga-i-o.
ਆਈ ਤਲਬ ਗੋਪਾਲ ਰਾਇ ਕੀ,	aa-ee talab gopaal raa-ay kee
ਮਾਇਆ ਮੰਦਰ ਛੋਡਿ ਚਲਿਓ॥	maa-i-aa mandar chhod chali-o.
੫॥੨॥੧੫॥	||5||2||15||

ਸੰਸਾਰਕ ਧਨ ਮੌਤ ਪਿਛੋਂ ਜੀਵ ਦੇ ਸਾਥ ਨਹੀਂ ਜਾ ਸਕਦਾ । ਮੌਤ ਤੋ ਪਿਛੋਂ ਸੰਸਾਰਕ ਧਨ, ਮਾਲਕੀਅਤ ਇਥੇ ਹੀ ਛੱਡ ਜਾਣੀ ਹੈ ।

No worldly wealth may go along with him after death. All worldly possessions, wealth remains on earth and someone else become holder.

352.ਆਸਾ ਸ੍ਰੀ ਕਬੀਰ ਜੀ॥ 479

ਕਾਹੂ ਦੀਨ੍ਹੇ ਪਾਟ ਪਟੰਬਰ,	kaahoo deenHay paat patambar
ਕਾਹੂ ਪਲਘ ਨਿਵਾਰਾ॥	kaahoo palagh nivaaraa.
ਕਾਹੂ ਗਰੀ ਗੋਦਰੀ ਨਾਹੀ,	kaahoo garee godree naahee
ਕਾਹੂ ਖਾਨ ਪਰਾਰਾ॥੧॥	kaahoo khaan paraaraa. ||1||

ਪ੍ਰਭ ਦਾ ਖੇਲ ਅਨੋਖਾ ਹੀ ਹੈ! ਇੱਕ ਜੀਵ ਨੂੰ ਅਰਾਮ ਨਾਲ ਰਹਿਣ ਵਾਲੇ ਬਿਸਤਰ ਬਖਸ਼ਦਾ ਹੈ । ਕਿਸੇ ਨੂੰ ਗਲ ਪਾਉਣ ਵਾਲਾ ਕਪੜਾ ਹੀ ਮੁਸ਼ਕਲ ਨਾਲ ਨਸੀਬ ਹੁੰਦਾ ਹੈ । ਕਈ ਮਹਿਲਾ ਵਿੱਚ ਵਸਦੇ ਹਨ ।

The play of universe is fascinating, astonishing. The True Master may bless someone with comfortable house, bed and other may be in miseries and without any comfort or even cloths to wear; some may enjoy living in glamorous castles.

ਅਹਿਰਖ ਵਾਦੁ ਨ ਕੀਜੈ ਰੇ ਮਨ॥	ahirakh vaad na keejai ray man.
ਸੁਕ੍ਰਿਤੁ ਕਰਿ ਕਰਿ ਲੀਜੈ ਰੇ ਮਨ॥੧॥	sukarit kar kar leejai ray man. ||1||
ਰਹਾਉ॥	rahaa-o.

ਜੀਵ ਇਸ ਤੇ ਰੋਸ ਨਾ ਕਰੋ! ਇਹ ਸਭ ਕੁਝ, ਚੰਗੇ ਕੰਮਾਂ, ਭਾਗਾਂ ਨਾਲ ਹੀ ਨਸੀਬ ਹੁੰਦਾ ਹੈ ।

You should not blame or grievance with anyone. Everything may be blessed with good deeds of previous life and with prewritten destiny.

ਕੁਮ੍ਹਾਰੈ ਏਕ ਜੁ ਮਾਟੀ ਗੂੰਧੀ,	kumHaarai ayk jo maatee goonDhee
ਬਹੁ ਬਿਧਿ ਬਾਨੀ ਲਾਈ॥	baho biDh baanee laa-ee.
ਕਾਹੂ ਮਹਿ ਮੋਤੀ ਮੁਕਤਾਹਲ,	kaahoo meh motee muktaahal
ਕਾਹੂ ਬਿਆਧਿ ਲਗਾਈ॥੨॥	kaahoo bi-aaDh lagaa-ee. ||2||

ਜਿਵੇਂ ਭਾਂਡੇ ਬਣਾਉਣ ਵਾਲਾ ਇੱਕ ਹੀ ਮਿੱਟੀ ਦੇ ਭਾਂਡੇ ਬਣਾਉਂਦਾ ਹੈ । ਪਰ ਹਰਇੱਕ ਭਾਂਡੇ ਨੂੰ ਵੱਖਰਾ ਰੰਗ ਲਾਉਂਦਾ ਹੈ । ਕਿਸੇ ਨੂੰ ਮੋਤੀ ਲਾਉਂਦਾ ਹੈ, ਕਿਸੇ ਨੂੰ ਭੈੜਾ ਹੀ ਰਹਿਣ ਦੇਂਦਾ ਹੈ ।

As the maker of clay vessel makes all vessels from the same clay. He may decorate some vessel with nice color, pearls and finish; he may keep others ugly and unfinished.

ਸੂਮਹਿ ਧਨੁ ਰਾਖਨ ਕਉ ਦੀਆ,	soomeh Dhan raakhan ka-o dee-aa
ਮੁਗਧੁ ਕਹੈ ਧਨੁ ਮੇਰਾ॥	mugaDh kahai Dhan mayraa.
ਜਮ ਕਾ ਡੰਡੁ ਮੂੰਡ ਮਹਿ ਲਾਗੈ,	jam kaa dand moond meh laagai
ਖਿਨ ਮਹਿ ਕਰੈ ਨਿਬੇਰਾ॥੩॥	khin meh karai nibayraa. ||3||

ਪ੍ਰਭ ਕਜੂੰਸ ਨੂੰ ਸੰਸਾਰਕ ਧਨ ਇਕੱਠਾ ਕਰਨ ਲਈ ਦੇਂਦਾ ਹੈ । ਪਰ ਉਹ ਆਪਣਾ ਸਮਝਣ ਲੱਗ ਪੈਂਦਾ ਹੈ । ਜਦੋਂ ਮੌਤ ਆ ਜਾਂਦੀ ਹੈ, ਇਹ ਸਭ ਕੁਝ ਇਥੇ ਹੀ ਛੱਡ ਜਾਂਦਾ ਹੈ ।

The True Master inspires the penny pincher to collect worldly wealth; ignorant believes this worldly wealth belongs to him. After death, he also goes back empty handed leaving worldly wealth on earth.

ਹਰਿ ਜਨੁ ਊਤਮੁ ਭਗਤੁ ਸਦਾਵੈ,	har jan ootam bhagat sadaavai
ਆਗਿਆ ਮਨਿ ਸੁਖੁ ਪਾਈ॥	aagi-aa man sukh paa-ee.
ਜੋ ਤਿਸੁ ਭਾਵੈ ਸਤਿ ਕਰਿ ਮਾਨੈ,	jo tis bhaavai sat kar maanai
ਭਾਣਾ ਮੰਨਿ ਵਸਾਈ ੪॥	bhaanaa man vasaa-ee. ||4||

ਜਿਹੜਾ ਪ੍ਰਭ ਦੇ ਭਾਣੇ ਨੂੰ ਅਟੱਲ ਸਮਝ ਕੇ ਕਬੂਲ ਕਰਦਾ ਹੈ । ਉਹ ਹੀ ਪ੍ਰਭ ਦਾ ਅਸਲੀ ਦਾਸ ਹੁੰਦਾ ਹੈ । ਉਹ ਮਨ ਵਿੱਚ ਧੀਰਜ, ਸੰਤੋਖ ਰਖਦਾ ਹੈ । ਪ੍ਰਭ ਦੇ ਬਖਸ਼ੇ ਨੂੰ ਅਟੱਲ ਸਮਝਕੇ ਆਪਣੇ ਮਨ ਵਿੱਚ ਪ੍ਰਭ ਦਾ ਧੰਨਵਾਦ ਹੀ ਕਰਦਾ ਹੈ ।

Whosoever may accept His Word as an estimate command; he may be blessed with state of mind as His true devotee. He always has a patience and contentment in his mind. He accepts His blessings as an ultimate for his welfare. He sings the glory of His Word in gratitude of The True Master.

ਕਹੈ ਕਬੀਰੁ ਸੁਨਹੁ ਰੇ ਸੰਤਹੁ,	kahai kabeer sunhu ray santahu

ਮੇਰੀ ਮੇਰੀ ਝੂਠੀ॥ mayree mayree jhoothee.
ਚਿਰਗਟ ਫਾਰਿ ਚਟਾਰਾ ਲੈ ਗਇਓ, chirgat faar chataaraa lai ga-i-o
ਤਰੀ ਤਾਗਰੀ ਛੂਟੀ॥੫॥੩॥੧੬॥ taree taagree chhootee. ||5||3||16||

ਜੀਵ ਸੰਸਾਰ ਵਿੱਚ ਇਸ ਤਨ ਨੂੰ ਆਪਣਾ ਕਹਿਣਾ ਅਣਜਾਣਤਾ ਹੈ । ਜਦੋਂ ਮੌਤ ਆਉਂਦੀ ਹੈ, ਉਸ ਤਨ ਵਿਚੋਂ ਪੰਛੀ ਚਲੇ ਜਾਂਦਾ ਹੈ । ਅਕਾਰ, ਤਨ ਇਥੇ ਹੀ ਛੱਡ ਜਾਂਦਾ ਹੈ, ਜਿਸ ਦੀ ਕੋਈ ਕੀਮਤ ਨਹੀਂ ਰਹਿੰਦੀ ।

To claim body belongs to you and your trust may be ignorance of mind. At the time of death, the real bird, soul flies away, leaving worthless structure, body behind. His perishable body have no value without soul.

353.ਆਸਾ ਸ੍ਰੀ ਕਬੀਰ ਜੀ॥ 480

ਹਮ ਮਸਕੀਨ ਖੁਦਾਈ ਬੰਦੇ, ham maskeen khudaa-ee banday
ਤੁਮ ਰਾਜਸੁ ਮਨਿ ਭਾਵੈ॥ tum raajas man bhaavai.
ਅਲਹ ਅਵਲਿ ਦੀਨ ਕੋ ਸਾਹਿਬੁ, alah aval deen ko saahib
ਜੋਰੁ ਨਹੀ ਫੁਰਮਾਵੈ॥੧॥ jor nahee furmaavai. ||1||

ਤੇਰੇ ਨਿਮਾਣਾ ਦਾਸ ਨੂੰ ਸ਼ਬਦ ਦੀ ਉਸਤਤ ਗਾਉਣ ਨਾਲ ਹੀ ਮਨ ਵਿੱਚ ਸ਼ਾਂਤੀ ਮਹਿਸੂਸ ਹੁੰਦੀ ਹੈ । ਮਾਲਕ, ਸੁਵਾਮੀ ਇਹ ਤੈਨੂੰ ਨਹੀਂ ਭਾਉਂਦਾ, ਤੇਰੇ ਕਿਸੇ ਜੀਵ ਤੇ ਜ਼ੁਲਮ ਹੋਵੇ, ਕੀਤਾ ਜਾਵੇ।

The True Master, I am Your humble and helpless slave. Only meditating and singing the glory of Your Word provides peace and contentment in my mind. Anyone terrorizing Your creation may not be acceptable in Your court.

ਕਾਜੀ ਬੋਲਿਆ ਬਨਿ ਨਹੀ ਆਵੈ॥੧॥ kaajee boli-aa ban nahee aavai. ||1||
ਰਹਾਉ॥ rahaa-o.

ਸੰਸਾਰਕ ਪੁਜਾਰੀ, ਪ੍ਰਭ ਦੇ ਹੁਕਮ ਅੱਗੇ ਬੋਲਣਾ ਠੀਕ ਨਹੀਂ, ਉਸ ਨੂੰ ਭਾਉਂਦਾ ਨਹੀਂ ।

Worldly priest, speaking against His Word, command may not be wise; disobedience to His command may not be acceptable in His Court.

ਰੋਜਾ ਧਰੈ ਨਿਵਾਜ ਗੁਜਾਰੈ, rojaa Dharai nivaaj gujaarai
ਕਲਮਾ ਭਿਸਤਿ ਨ ਹੋਈ॥ kalmaa bhisat na ho-ee.
ਸਤਰਿ ਕਾਬਾ ਘਟ ਹੀ ਭੀਤਰਿ, satar kaabaa ghat hee bheetar
ਜੇ ਕਰਿ ਜਾਨੈ ਕੋਈ॥੨॥ jay kar jaanai ko-ee. ||2||

ਜੀਵ ਵਰਤ ਰਖਣ, ਨਿੱਤਨੇਮ, ਰਹਿਤਨਾਮੇ ਦੀ ਪਾਲਣਾ ਨਾਲ ਤੂੰ ਪ੍ਰਵਾਨ ਨਹੀਂ ਹੋ ਸਕਦਾ, ਸੁਰਗ ਵਿੱਚ ਨਹੀਂ ਜਾ ਸਕਦਾ । ਉਹ ਮੱਕਾ, ਪ੍ਰਭ ਦਾ ਤਖਤ ਤੇਰੇ ਹਿਰਦੇ ਵਿੱਚ ਹੀ ਛਿਪਿਆ ਹੋਇਆ ਹੈ ।

By religious rituals like abstaining food for a few days, rigidly adopting religious symbols and robes, you may not find the right path to go to heaven, to be accepted in His court. His Holy Castle, His court is within your mind and body; only by adopting the teachings of His Word, your mind may be enlightened.

ਨਿਵਾਜ ਸੋਈ ਜੋ ਨਿਆਉ ਬਿਚਾਰੈ, nivaaj so-ee jo ni-aa-o bichaarai
ਕਲਮਾ ਅਕਲਹਿ ਜਾਨੈ॥ kalmaa aklahi jaanai.
ਪਾਚਹੁ ਮੁਸਿ ਮੁਸਲਾ ਬਿਛਾਵੈ, paachahu mus muslaa bichhaavai
ਤਬ ਤਉ ਦੀਨੁ ਪਛਾਨੈ॥੩॥ tab ta-o deen pachhaanai. ||3||

ਸੰਸਾਰਕ ਗਿਆਨੀ, ਨਿਮਾਣਾ ਬੰਦਗੀ ਕਰਨ ਵਾਲਾ ਆਸਣ ਲਾਵੇ । ਆਪਣੇ ਮਨ ਦੀਆਂ ਪੰਜਾਂ ਇੱਛਾਂ ਤੇ ਜਿੱਤ ਪਾਉਣ ਨਾਲ ਹੀ ਤੂੰ ਅਸਲੀ ਧਰਮ ਦਾ ਪੁਜਾਰੀ ਬਣ ਸਕਦਾ ਹੈ ।

Worldly scholar, devotee! you may establish a humble throne of meditation within your mind. By conquering the demons of worldly desires, only then you may follow the right path and may be blessed to become a true religious priest, His true devotee.

ਖਸਮੁ ਪਛਾਨਿ ਤਰਸ ਕਰਿ ਜੀਅ,	khasam pachhaan taras kar jee-a
ਮਹਿ ਮਾਰਿ ਮਣੀ ਕਰਿ ਫੀਕੀ॥	meh maar manee kar feekee.
ਆਪੁ ਜਨਾਇ ਅਵਰ ਕਉ ਜਾਨੈ,	aap janaa-ay avar ka-o jaanai
ਤਬ ਹੋਇ ਭਿਸਤ ਸਰੀਕੀ॥੪॥	tab ho-ay bhisat sareekee. ||4||

ਜੀਵ ਪ੍ਰਭ ਦੇ ਵਿਛੋੜੇ ਦਾ ਡਰ ਆਪਣੇ ਮਨ ਵਿੱਚ ਰਖੋ । ਆਪਣੇ ਮਨ ਦੇ ਅਹੰਕਾਰ ਤੇ ਜਿੱਤ ਪਾਵੋ । ਪ੍ਰਭ ਦੀ ਰਹਿਮਤ ਤੋ ਬਿਨਾਂ, ਮਨ ਨੂੰ ਕੀਮਤ ਰਹਿਤ, ਬਿਰਥਾ ਹੀ ਸਮਝੋ । ਜਿਵੇਂ ਆਪਣੇ ਆਪ ਨਾਲ ਸਲੂਕ ਕਰਦਾ ਹੈ । ਇਸ ਤਰ੍ਹਾਂ ਹੀ ਬਾਕੀ ਜੀਵ ਨਾਲ ਵਰਤਾਉ ਕਰੋ । ਤਾਂ ਹੀ ਪ੍ਰਭ ਦੇ ਦਰਬਾਰ ਵਿੱਚ ਥਾਂ ਬਖਸ਼ਿਸ਼ ਹੋ ਸਕਦੀ ਹੈ ।

You should keep the memory of separation from The True Master fresh within your mind. You should conquer your ego and consider your body as worthless without His Word. You should respect and treat others same way as you treat yourselves; only then you may become worthy of His consideration in His court.

ਮਾਟੀ ਏਕ ਭੇਖ ਧਰਿ ਨਾਨਾ,	maatee ayk bhaykh Dhar naanaa
ਤਾ ਮਹਿ ਬ੍ਰਹਮੁ ਪਛਾਨਾ॥	taa meh barahm pachhaanaa.
ਕਹੈ ਕਬੀਰਾ ਭਿਸਤ ਛੋਡਿ ਕਰਿ,	kahai kabeeraa bhisat chhod kar
ਦੋਜਕ ਸਿਉ ਮਨੁ ਮਾਨਾ॥੫॥੪॥੧੭॥	dojak si-o man maanaa. ||5||4||17||

ਸਾਰੇ ਜੀਵ ਇੱਕ ਮਿੱਟੀ ਦੇ ਹੀ ਬਣੇ ਹਨ, ਪ੍ਰਭ ਨੇ ਉਹਨਾਂ ਨੂੰ ਵੱਖਰੇ ਅਕਾਰ ਦਿੱਤੇ ਹਨ । ਇੱਕੋ ਇੱਕ ਪ੍ਰਭ ਹੀ ਹਰਇੱਕ ਤਨ, ਮਨ ਅੰਦਰ ਵਸਦਾ ਹੈ । ਆਪਣੇ ਮਨ ਵਿਚੋਂ ਸੁਰਗ ਦਾ ਸੁਪਨਾ ਕੱਢ ਦੇਵੋ। ਪ੍ਰਭ ਦੇ ਬਖਸ਼ੇ ਨਰਕ ਨੂੰ ਵੀ ਬਖਸ਼ਿਸ਼ ਸਮਝ ਕੇ ਧੰਨਵਾਦ ਕਰੋ।

The body of each and every creature is made of the same clay, however, each and every body have a different form and shape, structure and color. Same Holy spirit dwells in the body of each creature. You should abandon the dream of entering heaven. You should accept even the blessings of hell as worthy blessings. You should sing His glory in all worldly conditions.

354.ਆਸਾ ਸ੍ਰੀ ਕਬੀਰ ਜੀ॥ 480

ਗਗਨ ਨਗਰਿ ਇਕ ਬੂੰਦ ਨ ਬਰਖੈ,	gagan nagar ik boond na barkhai
ਨਾਦੁ ਕਹਾ ਜੁ ਸਮਾਨਾ॥	naad kahaa jo samaanaa.
ਪਾਰਬ੍ਰਹਮ ਪਰਮੇਸੁਰ ਮਾਧੋ,	paarbarahm parmaysur maaDho
ਪਰਮ ਹੰਸੁ ਲੇ ਸਿਧਾਨਾ॥੧॥	param hans lay siDhaanaa. ||1||

ਮੌਤ ਹੋਣ ਤੇ ਜੀਵ ਦੇ ਮਨ ਦੇ ਦਸਵੇਂ ਅਕਾਸ਼ ਵਿਚੋਂ ਇੱਕ ਬੂੰਦ ਵੀ ਨਹੀਂ ਸਿਮਦੀ । ਇਸ ਵਿੱਚ ਸਦਾ ਚਲਣ ਵਾਲਾ ਸੰਗੀਤ, ਕਿਥੇ ਚਲੇ ਗਿਆ ਹੈ? ਸਾਰੀ ਸ੍ਰਿਸ਼ਟੀ, ਬ੍ਰਹਮੰਡ ਦੇ ਮਾਲਕ, ਪ੍ਰਭ ਨੇ ਉਸ ਆਤਮਾ ਨੂੰ ਉਠਾ ਲਿਆ ਹੈ ।

After death not even a drop of nectar is oozing from the 10th castle, His throne. Where has the continuously ringing echo of His Word, sound of music disappeared? The Holy Spirit has left the body of the creature.

ਬਾਬਾ ਬੋਲਤੇ ਤੇ ਕਹਾ ਗਏ,	baabaa boltay tay kahaa ga-ay
ਦੇਹੀ ਕੇ ਸੰਗਿ ਰਹਤੇ॥	dayhee kay sang rahtay.

ਸੁਰਤਿ ਮਾਹਿ ਜੋ ਨਿਰਤੇ ਕਰਤੇ, surat maahi jo nirtay kartay
ਕਥਾ ਬਾਰਤਾ ਕਹਤੇ॥੧॥ ਰਹਾਉ॥ kathaa baartaa kahtay. ||1|| rahaa-o.

ਜਿਹੜੀ ਸੁਰਤੀ, ਹਰ ਵੇਲੇ ਵਿਚਾਰ, ਖੇਡ ਕਰਦੀ, ਸਿਖਿਆ ਦੇਂਦੀ ਸੀ । ਜਿਹੜੀ ਅੰਦਰ ਬੋਲਤੀ, ਵਸਦੀ ਸੀ, ਉਹ ਕਿਥੇ ਚਲੇ ਗਈ ਹੈ?

My concentration of mind was always thinking, manipulating and guiding. Whosoever was dwelling and singing within my body, where has she disappeared?

ਬਜਾਵਨਹਾਰੋ ਕਹਾ ਗਇਓ, bajaavanhaaro kahaa ga-i-o
ਜਿਨਿ ਇਹੁ ਮੰਦਰੁ ਕੀਨ੍ਾ॥ jin ih mandar keenHaa.
ਸਾਖੀ ਸਬਦੁ ਸੁਰਤਿ ਨਹੀ ਉਪਜੈ, saakhee sabad surat nahee upjai
ਖਿੰਚਿ ਤੇਜੁ ਸਭੁ ਲੀਨ੍ਾ॥੨॥ khinch tayj sabh leenHaa. ||2||

ਜਿਸ ਨੇ ਤਨ ਨੂੰ ਆਪਣਾ ਘਰ, ਤਖਤ ਬਣਾਇਆ ਸੀ, ਉਹ ਕਿਥੇ ਚਲੇ ਗਿਆ ਹੈ? ਹੁਣ ਇਸ ਵਿਚੋਂ ਕੋਈ ਸੁਰਤੀ, ਬੋਲ, ਕਥਾ ਨਹੀਂ ਨਿਕਲਦੀ । ਪ੍ਰਭ ਨੇ ਇਸ ਵਿਚੋਂ ਸਵਾਸ ਖਤਮ ਕਰ ਦਿੱਤੇ ਹਨ ।

Who made this body as His throne, dwelling; where has He disappeared? Now, no sound, enlightenment or any story is coming out of the body, castle. The True Master has exhausted the breath from that castle.

ਸ੍ਰਵਨਨ ਬਿਕਲ ਭਏ ਸੰਗਿ ਤੇਰੇ, saravnan bikal bha-ay sang tayray
ਇੰਦ੍ਰੀ ਕਾ ਬਲੁ ਥਾਕਾ॥ indree kaa bal thaakaa.
ਚਰਨ ਰਹੇ ਕਰ ਢਰਕਿ ਪਰੇ ਹੈ, charan rahay kar dharak paray hai
ਮੁਖਹੁ ਨ ਨਿਕਸੈ ਬਾਤਾ॥੩॥ mukhahu na niksai baataa. ||3||

ਜੀਵ ਦੇ ਕੰਨ ਬੋਲੇ ਹੋ ਗਏ, ਕੋਈ ਇੰਦ੍ਰੀ ਕੰਮ ਨਹੀਂ ਕਰਦੀ, ਥੱਕ ਗਈਆਂ ਹਨ । ਹੱਥ ਪੈਰ ਚਲਣੇ ਬੰਦ ਹੋ ਗਏ, ਜੀਭ ਵਿਚੋਂ ਕੋਈ ਬੋਲ ਨਹੀਂ ਨਿਕਲਦੇ।

His ears have become deaf, none of his senses are giving any guidance and all are tired. His hands, feet are not moving anymore and his tongue cannot speak anymore.

ਥਾਕੇ ਪੰਚ ਦੂਤ ਸਭ ਤਸਕਰ, thaakay panch doot sabh taskar
ਆਪ ਆਪਣੈ ਭ੍ਰਮਤੇ॥ aap aapnai bharamtay.
ਥਾਕਾ ਮਨੁ ਕੁੰਚਰ ਉਰੁ ਥਾਕਾ, thaakaa man kunchar ur thaakaa
ਤੇਜੁ ਸੂਤੁ ਧਰਿ ਰਮਤੇ॥੪॥ tayj soot Dhar ramtay. ||4||

ਜੀਵ ਦੇ ਪੰਜੇ ਵੈਰੀ, ਸੰਸਾਰਕ ਇੱਛਾਂ ਥੱਕ ਗਈਆਂ, ਖਤਮ ਹੋ ਗਈਆਂ ਹਨ । ਮਨ ਦਾ ਹਾਥੀ, ਸੂਰਜ ਡੁੱਬ ਗਿਆ ਹੈ । ਇਸ ਦੀ ਸਾਰੀ ਤਾਕਤ ਖਤਮ ਹੋ ਗਈ, ਸਵਾਸ ਖਤਮ ਹੋ ਗਏ ਹਨ ।

All five demons of worldly desires have been exhausted and eliminated from his mind. The elephant, the Sun of his mind has already set. All his strength and breaths have been exhausted.

ਮਿਰਤਕ ਭਏ ਦਸੈ ਬੰਦ ਛੂਟੇ, mirtak bha-ay dasai band chhootay
ਮਿਤ੍ਰ ਭਾਈ ਸਭ ਛੋਰੇ॥ mitar bhaa-ee sabh chhoray.
ਕਹਤ ਕਬੀਰਾ ਜੋ ਹਰਿ ਧਿਆਵੈ, kahat kabeeraa jo har Dhi-aavai
ਜੀਵਤ ਬੰਧਨ ਤੋਰੇ॥੫॥੫॥੧੮॥ jeevat banDhan toray. ||5||5||18||

ਜੀਵ ਨੂੰ ਮੌਤ ਆ ਗਈ, ਉਸ ਦੇ ਮਨ ਦੇ ਦਸ ਦਰ ਹੀ ਸੁੰਨੇ ਹੋ ਗਏ ਹਨ । ਉਹ ਸੰਸਾਰਕ ਸਾਥੀਆਂ, ਪਰਿਵਾਰ ਨੂੰ ਛੱਡ ਗਿਆ ਹੈ । ਜਿਹੜਾ ਜੀਵ ਸ਼ਬਦ ਨਾਲ ਜੀਵਨ ਬਤੀਤ ਕਰਦਾ ਹੈ, ਉਹ ਇਹ ਸੰਸਾਰਕ ਬੰਧਨ ਆਪਣੇ ਜੀਵਨ ਵਿੱਚ ਹੀ ਤੋੜ ਲੈਂਦਾ ਹੈ ।

The worldly creature has faced death, all 10 senses, doors of his body and mind are open and his house abandoned. He has already departed from all his worldly friends and families. Whosoever may wholeheartedly meditate on the teachings of His Word; with His mercy and grace, all his worldly bonds have been broken in his life.

355.ਆਸਾ ਸ੍ਰੀ ਕਬੀਰ ਜੀ ਇਕਤੁਕੇ ੪॥ 480

ਸਰਪਨੀ ਤੇ ਊਪਰਿ ਨਹੀ ਬਲੀਆ॥ sarpanee tay oopar nahee balee-aa.
ਜਿਨਿ ਬ੍ਰਹਮਾ ਬਿਸਨੁ ਮਹਾਦੇਉ ਛਲੀਆ ॥੧ jin barahmaa bisan mahaaday-o chhalee-aa. ||1||

ਸ੍ਰਿਸ਼ਟੀ ਵਿੱਚ ਸੰਸਾਰਕ ਮਾਇਆ ਤੋ ਉਪਰ, ਵੱਡਾ ਤਾਕਤਵਾਰ ਹੋਰ ਕੋਈ ਨਹੀਂ ਹੈ । ਇਸ ਮਾਇਆ ਨੇ ਬ੍ਰਹਮਾ, ਵਿਸਨੂੰ, ਮਾਹਦੇਵ ਵਰਗੇ ਭਗਤਾਂ ਦੇ ਮਨ ਨੂੰ ਧੋਖਾ ਦੇ ਦਿੱਤਾ।

In the universe, no one may be bigger and more powerful than the worldly wealth. The worldly wealth has conquered, deceived the mind of worldly renowned prophets like Brahma, Mondave etc.; all worldly bhagats fall into the trap of worldly wealth.

ਮਾਰੁ ਮਾਰੁ ਸ੍ਰਪਨੀ ਨਿਰਮਲ ਜਲਿ ਪੈਠੀ॥ maar maar sarpanee nirmal jal paithee.
ਜਿਨਿ ਤ੍ਰਿਭਵਣੁ ਡਸੀਅਲੇ jin taribhavan dasee-alay
ਗੁਰ ਪ੍ਰਸਾਦਿ ਡੀਠੀ॥ ੧॥ਰਹਾਉ॥ gur parsaad deethee. ||1|| rahaa-o.

ਇਹ ਬਾਰ ਬਾਰ ਜੀਵ ਤੇ ਆਪਣਾ ਵਾਰ ਕਰਦੀ ਹੈ । ਇਹ ਜੀਵ ਦੇ ਨਿਰਮਲ ਥਾਂ ਤੇ ਦਸਵੇਂ ਘਰ ਵਿੱਚ ਵਸਦੀ ਹੈ । ਜਿਸ ਤੇ ਪ੍ਰਭ ਰਹਿਮਤ ਬਖਸ਼ਦਾ ਹੈ! ਉਸ ਨੂੰ ਇਸ ਤਿੰਨਾਂ ਸ੍ਰਿਸ਼ਟੀ ਤੇ ਕਾਬੂ ਕਰਨ ਵਾਲੀ ਮਾਇਆ ਦੀ ਕਮਜ਼ੋਰੀ ਦੀ ਸੋਝੀ ਹੋ ਜਾਂਦੀ ਹੈ ।

This worldly wealth will attack again and again on the mind and body of the creature; she dwells at sanctified place, 10th Castle along with His Word. Only with His mercy and grace, His true devotee may be enlightened with the weakness of the worldly wealth, controller of the three universes.

ਸ੍ਰਪਨੀ ਸ੍ਰਪਨੀ ਕਿਆ ਕਹਉ ਭਾਈ॥ sarpanee sarpanee ki-aa kahhu bhaa-ee.
ਜਿਨਿ ਸਾਚੁ ਪਛਾਨਿਆ jin saach pachhaani-aa
ਤਿਨਿ ਸ੍ਰਪਨੀ ਖਾਈ॥੨॥ tin sarpanee khaa-ee. ||2||

ਇਸ ਨੂੰ ਸੱਪਣੀ ਕਿਉਂ ਕਹਿੰਆ ਜਾਂਦਾ ਹੈ? ਜਿਸ ਨੂੰ ਪ੍ਰਭ ਦੀ ਰਹਿਮਤ ਨਾਲ ਸ਼ਬਦ ਦੀ ਸੋਝੀ ਹੋ ਜਾਂਦੀ ਹੈ । ਉਹ ਇਸ ਦੇ ਧੋਖੇ ਵਿੱਚ ਨਹੀਂ ਆਉਂਦਾ ।

Why the worldly wealth may be designated, called a snake? With His mercy and grace, whosoever may be enlightened with essence of His Word; he may not fall into the trap of worldly wealth

ਸ੍ਰਪਨੀ ਤੇ ਆਨ ਛੂਛ ਨਹੀ ਅਵਰਾ॥ sarpanee tay aan chhoochh nahee avraa.
ਸ੍ਰਪਨੀ ਜੀਤੀ ਕਹਾ ਕਰੈ ਜਮਰਾ॥੩॥ sarpanee jeetee kahaa karai jamraa. ||3||

ਇਸ ਸੱਪਣੀ ਤੋ ਵੱਡਾ ਹੋਰ ਕੋਈ ਕਰੋਧ ਵਾਲਾ, ਡਰ ਵਾਲਾ ਨਹੀਂ । ਜਿਹੜਾ ਜੀਵ ਇਸ ਸੱਪ ਤੇ ਜਿੱਤ ਪਾ ਲੈਂਦਾ ਹੈ । ਉਸ ਨੂੰ ਜਮਦੂਤ ਕੀ ਕਰ ਸਕਦਾ ਹੈ?

No one may be bigger, worse tyrant, angry, powerful to create havoc than the snake of worldly wealth. Whosoever may conquer worldly wealth, snake; what may the devil of death harm him? He becomes beyond the reach of devil of death.

ਇਹ ਸ੍ਰਪਨੀ ਤਾ ਕੀ ਕੀਤੀ ਹੋਈ॥ ih sarpanee taa kee keetee ho-ee.
ਬਲੁ ਅਬਲੁ ਕਿਆ ਇਸ ਤੇ ਹੋਈ॥੪॥ bal abal ki-aa is tay ho-ee. ||4||

ਇਹ ਸੱਪ ਵੀ ਉਸ ਪ੍ਰਭ ਨੇ ਹੀ ਪੈਦਾ ਕੀਤਾ ਹੈ । ਇਸ ਵਿੱਚ ਕੀ ਕਮਜ਼ੋਰੀ, ਖਾਮੀ ਹੋ ਸਕਦੀ ਹੈ?

The Worldly wealth, snake has been created and controlled by The True Master. What may be the weakness and deficiencies of worldly wealth?

ਇਹ ਬਸਤੀ ਤਾ ਬਸਤ ਸਰੀਰਾ॥ ih bastee taa basat sareeraa.
ਗੁਰ ਪ੍ਰਸਾਦਿ ਸਹਜਿ ਤਰੇ ਕਬੀਰਾ॥ gur parsaad sahj taray kabeeraa.
੫॥੬॥੧੯॥ ||5||6||19||

ਇਹ ਸੱਪ ਜੀਵ ਦੇ ਨਾਸ਼ ਹੋ ਜਾਣੇ ਵਾਲੇ ਤਨ ਦੇ ਅੰਦਰ ਵਸਦਾ ਹੈ । ਜੀਵ ਦੀ ਆਤਮਾ ਵੀ ਤਨ ਵਿੱਚ ਵਸਦੀ ਹੈ । ਜਿਸ ਤੇ ਆਪ ਰਹਿਮਤ ਬਖਸ਼ਦਾ ਹੈ । ਉਸ ਨੂੰ ਇਸ ਤੇ ਜਿੱਤ ਬਖਸ਼ਦਾ ਹੈ, ਸਾਗਰ ਪਾਰ ਕਰ ਜਾਂਦਾ ਹੈ ।

This snake, worldly wealth also resides within this perishable body of the creature along with his soul. Only with His mercy and grace, His true devotee may conquer worldly wealth and crosses worldly ocean of desires.

356.ਆਸਾ ਸ੍ਰੀ ਕਬੀਰ ਜੀ॥ 481

ਕਹਾ ਸੁਆਨ ਕਉ ਸਿਮ੍ਰਿਤਿ ਸੁਨਾਏ॥ kahaa su-aan ka-o simrit sunaa-ay.
ਕਹਾ ਸਾਕਤ ਪਹਿ ਹਰਿ ਗੁਨ ਗਾਏ॥੧॥ kahaa saakat peh har gun gaa-ay. ||1||

ਕੁੱਤੇ ਨੂੰ ਪਾਠ ਪੜ੍ਹਕੇ ਸੁਣਾਉਨ ਦਾ ਉਸ ਤੇ ਕੀ ਅਸਰ ਹੁੰਦਾ ਹੈ? ਇਸ ਤਰ੍ਹਾਂ ਜਿਸ ਜੀਵ ਦਾ ਪ੍ਰਭ ਦੇ ਸ਼ਬਦ ਤੇ ਭਰੋਸਾ ਨਹੀਂ ਹੁੰਦਾ । ਉਸ ਤੇ ਪ੍ਰਭ ਦੇ ਸ਼ਬਦ ਦੀ ਉਸਤਤ ਗਾਉਣ ਦਾ ਕੋਈ ਅਸਰ, ਪ੍ਰਭਾਵ ਨਹੀਂ ਹੁੰਦਾ ।

What may be the profit or effect of singing few hymns of the Holy scripture on the day to day life of a dog? Same way singing the glory of His Word may not have any lasting effect on his state of mind in day to day life of a nonbeliever.

ਰਾਮ ਰਾਮ ਰਾਮ ਰਮੇ ਰਮਿ ਰਹੀਐ॥ raam raam raam ramay ram rahee-ai.
ਸਾਕਤ ਸਿਉ ਭੂਲਿ ਨਹੀ ਕਹੀਐ॥੧॥ saakat si-o bhool nahee kahee-ai. ||1||
ਰਹਾਉ॥ rahaa-o.

ਜੀਵ ਆਪ ਪ੍ਰਭ ਦੇ ਸ਼ਬਦ ਦੀ ਪਾਲਣਾ ਵਿੱਚ ਅਡੋਲ ਰਹੋ । ਸਾਕਤ ਨੂੰ ਭੁਲ ਕੇ ਵੀ ਇਸ ਦੀ ਪ੍ਰੇਰਨਾ ਨਾ ਕਰੋ।

You should always obey and adopt the teachings of His Word with steady and stable belief in your day to day life. You may never inspire the teachings of His Word to a nonbeliever of His Word.

ਕਊਆ ਕਹਾ ਕਪੂਰ ਚਰਾਏ॥ ka-oo-aa kahaa kapoor charaa-ay.
ਕਹ ਬਿਸੀਅਰ ਕਉ ਦੂਧੁ ਪੀਆਏ॥੨॥ kah bisee-ar ka-o dooDh pee-aa-ay. ||2||

ਕਿਉਂ ਕਾਂ ਨੂੰ ਚੁਗਣ ਲਈ ਮੋਤੀ ਖਲਾਰੇ? ਕਿਉਂ ਸੱਪ ਨੂੰ ਦੁੱਧ ਪਿਆਵੇ?

Why should you spread pearls for crow to pick or eat? Why will you serve milk to a snake?

ਸਤਸੰਗਤਿ ਮਿਲਿ ਬਿਬੇਕ ਬੁਧਿ ਹੋਈ॥ satsangat mil bibayk buDh ho-ee.
ਪਾਰਸੁ ਪਰਸਿ ਲੋਹਾ ਕੰਚਨੁ ਸੋਈ॥੩॥ paaras paras lohaa kanchan so-ee. ||3||

ਸੰਤ ਸਰੂਪ ਦੀ ਸੰਗਤ ਵਿੱਚ ਬੈਠਕੇ ਸ਼ਬਦ ਦੀ ਪੂਰਨ ਸੋਝੀ ਹੋ ਜਾਂਦੀ ਹੈ । ਜਿਵੇਂ ਲੋਹਾ ਪਾਰਸ ਪੱਥਰ ਨੂੰ ਛੋਹ ਕੇ ਸੋਨਾ ਬਣ ਜਾਂਦਾ ਹੈ, ਇਸ ਤਰ੍ਹਾਂ ਬੰਦਗੀ ਕਰਨ ਵਾਲੇ ਸੰਤ ਦੀ ਸੰਗਤ ਕਰਨ ਨਾਲ ਜੀਵ ਸੰਤ ਸਰੂਪ ਬਣ ਜਾਂਦਾ ਹੈ, ਉਹ ਗੁਣ ਜੀਵਨ ਵਿੱਚ ਢਾਲ ਲੈਂਦਾ ਹੈ ।

By Associating with His true devotee, teachings of His Word may be enlightened within the mind of a devotee. As Iron may be transferred into gold like metal by touching the philosopher's stone; the same way by associating with His true devotee, saint, anyone may become worthy of His consideration. He may adopt some of his good virtues in his day to day life.

ਸਾਕਤੁ ਸੁਆਨੁ ਸਭੁ ਕਰੇ ਕਰਾਇਆ॥   saakat su-aan sabh karay karaa-i-aa.
ਜੋ ਧੁਰਿ ਲਿਖਿਆ ਸੁ ਕਰਮ ਕਮਾਇਆ॥   jo Dhur likhi-aa so karam kamaa-i-aa.
੪॥ ||4||

ਸਾਕਤ ਅਤੇ ਕੁੱਤਾ ਉਹ ਹੀ ਕੰਮ ਕਰਦਾ ਹੈ, ਜਿਹੜੇ ਪ੍ਰਭ ਉਹਨਾਂ ਤੋਂ ਕਰਾਉਂਦਾ ਹੈ । ਉਹਨਾਂ ਦੇ ਕੰਮ ਜੰਮਣ ਤੋਂ ਪਹਿਲੇ ਹੀ ਲਿਖੇ ਹੁੰਦੇ ਹਨ । ਉਹਨਾਂ ਦੇ ਆਪਣੇ ਗੁਣ, ਵਰਤਾਉ ਬਦਲ ਦਾ ਨਹੀਂ ।

Nonbeliever and the dog may only perform those tasks, chores, whatsoever may be inspired by Him. The True Master has prewritten in his destiny. He may not change his virtues or behavior.

ਅੰਮ੍ਰਿਤੁ ਲੈ ਲੈ ਨੀਮੁ ਸਿੰਚਾਈ॥   amrit lai lai neem sinchaa-ee.
ਕਹਤ ਕਬੀਰ ਉਆ ਕੋ ਸਹਜੁ ਨ ਜਾਈ॥   kahat kabeer u-aa ko sahj na jaa-ee.
੫॥੭॥੨੦॥ ||5||7||20||

ਜਿਵੇਂ ਅਗਰ ਕੋਈ ਪਵਿਤ੍ਰ ਸਰੋਵਰ ਵਿਚੋਂ ਅੰਮ੍ਰਿਤ ਲੈ ਕੇ, ਨਿੰਮ ਦੇ ਬ੍ਰਿਛ ਨੂੰ ਪਾਣੀ ਦੇਵੇ, ਤਾਂ ਵੀ ਨਿੰਮ ਦੀ ਕੜਤਨ ਦੂਰ ਨਹੀਂ ਹੁੰਦੀ ।

Anyone may irrigate the neam (Margosa) tree with the nectar from a Holy pond, still the bitterness of the neam (Margosa) plant may never go away with that Holy nectar, water.

357.ਆਸਾ ਸ੍ਰੀ ਕਬੀਰ ਜੀ॥ 481

ਲੰਕਾ ਸਾ ਕੋਟੁ ਸਮੁੰਦ ਸੀ ਖਾਈ॥   lankaa saa kot samund see khaa-ee.
ਤਿਹ ਰਾਵਨ ਘਰ ਖਬਰਿ ਨ ਪਾਈ॥੧॥   tih raavan ghar khabar na paa-ee. ||1||

ਰਾਵਨ ਦਾ ਘਰ (ਲੰਕਾ) ਇੱਕ ਬਹੁਤ ਮਜ਼ਬੂਤ ਕਿਲ੍ਹਾ ਸੀ, ਜਿਸ ਦੇ ਘਰ ਦੇ ਚਾਰੇ ਪਾਸੇ ਡੂੰਘੀ ਖਾਈ ਸੀ । ਇਸ ਤਰ੍ਹਾਂ ਦੇ ਮਜ਼ਬੂਤ ਘਰ ਵਿੱਚ ਰਹਿਣ ਵਾਲਾ ਵੀ ਮਾਰ ਦਿੱਤਾ ਗਿਆ, ਉਸ ਦਾ ਕੋਈ ਨਾਮ ਨਿਸ਼ਾਨ ਵੀ ਨਹੀਂ ਹੈ ।

As the castle of King Raavan was very strong castle and with a deep ditch around the walls of castle for protection from enemies. Even though he was living in a non-penetrable castle, he was captured and killed by the devil of death. No one even remembers his name now.

ਕਿਆ ਮਾਗਉ ਕਿਛੁ ਥਿਰੁ ਨ ਰਹਾਈ॥   ki-aa maaga-o kichh thir na rahaa-ee.
ਦੇਖਤ ਨੈਨ ਚਲਿਓ ਜਗੁ ਜਾਈ॥੧॥   daykhat nain chali-o jag jaa-ee. ||1||
ਰਹਾਉ॥   rahaa-o

ਮੈਂ ਪ੍ਰਭ ਤੋਂ ਕੀ ਮੰਗ ਸਕਦਾ ਹੈ, ਕੁਝ ਵੀ ਸਦਾ ਰਹਿਣ ਵਾਲਾ ਨਹੀਂ? ਇਹ ਸ੍ਰਿਸ਼ਟੀ ਅੱਖਾਂ ਦੇ ਸਾਹਮਨੇ ਹੀ ਬੀਤ ਦੀ ਜਾਂਦੀ ਹੈ ।

What may I beg from The True Master, nothing remains forever, permanent in the universe? Everything visible in the universe may pass away in front of our own eyes.

ਇਕੁ ਲਖੁ ਪੂਤ ਸਵਾ ਲਖੁ ਨਾਤੀ॥   ik lakh poot savaa lakh naatee.
ਤਿਹ ਰਾਵਨ ਘਰ ਦੀਆ ਨ ਬਾਤੀ॥੨॥   tih raavan ghar dee-aa na baatee. ||2||

ਜਿਸ ਰਾਵਨ ਦਾ ਬਹੁਤ ਵੱਡਾ ਪਰਿਵਾਰ ਸੀ, ਅਨੇਕਾਂ ਬੱਚੇ, ਉਹਨਾਂ ਦੇ ਅੱਗੇ ਬੱਚੇ ਸਨ । ਹੁਣ ਉਸ ਦਾ ਕੋਈ ਨਜ਼ਰ ਨਹੀਂ ਆਉਂਦਾ । ਉਸ ਦੀ ਪੀੜ੍ਹੀ ਖਤਮ ਹੋ ਗਈ, ਗਰਕ ਗਈ ਹੈ ।

The King Raavan, who has very big family, several children and grand-grandchildren; no one can be seen from his legacy now, everyone had vanished. His legacy had been eliminated from the universe forever.

ਚੰਦੁ ਸੂਰਜੁ ਜਾ ਕੇ ਤਪਤ ਰਸੋਈ॥ chand sooraj jaa kay tapat raso-ee.
ਬੈਸੰਤਰੁ ਜਾ ਕੇ ਕਪਰੇ ਧੋਈ॥੩॥ baisantar jaa kay kapray Dho-ee. ||3||

ਸੂਰਜ ਅਤੇ ਚੰਦੁ ਉਸ ਦਾ ਭੋਜਨ ਤਿਆਰ ਕਰਦਾ ਸੀ । ਅੱਗ ਉਸ ਦੇ ਕਪੜੇ ਧੋਦੀ ਸੀ ।

In his kingdom, Sun and Moon, most powerful was preparing and serving food and delicacies for him. Fire was cleaning and washing his cloths.

ਗੁਰਮਤਿ ਰਾਮੈ ਨਾਮਿ ਬਸਾਈ॥ gurmat raamai naam basaa-ee.
ਅਸਥਿਰੁ ਰਹੈ ਨ ਕਤਹੂੰ ਜਾਈ॥੪॥ asthir rahai na katahooN jaa-ee. ||4|

ਪ੍ਰਭ ਦੇ ਹੁਕਮ ਨਾਲ ਜਿਸ ਦੇ ਮਨ ਵਿੱਚ ਪ੍ਰਭ ਦਾ ਸ਼ਬਦ ਘਰ ਕਰ ਜਾਂਦਾ ਹੈ । ਉਸ ਦੀ ਆਤਮਾ ਸਦਾ ਰਹਿਣ ਵਾਲੇ ਵਿੱਚ ਅਲੋਪ ਹੋ ਕੇ ਅਮਰ ਹੋ ਜਾਂਦੀ ਹੈ, ਫਿਰ ਕਦੇ ਜਨਮ ਮਰਨ ਦੇ ਚੱਕਰ ਵਿੱਚ ਨਹੀਂ ਜਾਂਦੀ ।

Whosoever may be drenched with the teachings of His Word. With His mercy and grace, his soul may immerse into the everlasting Holy Spirit. She transformed into an immortal state and live forever. She never enters into the womb of mother ever again.

ਕਹਤ ਕਬੀਰ ਸੁਨਹੁ ਰੇ ਲੋਈ॥ kahat kabeer sunhu ray lo-ee.
ਰਾਮ ਨਾਮ ਬਿਨੁ ਮੁਕਤਿ ਨ ਹੋਈ॥ raam naam bin mukat na ho-ee.
੫॥੮॥੨੧॥ ||5||8||21||

ਜੀਵ ਸਮਝ ਲਵੋ ! ਪ੍ਰਭ ਦੇ ਸ਼ਬਦ ਨਾਲ ਜੀਵਨ ਢਾਲਣ ਤੋ ਬਿਨਾਂ ਮੁਕਤੀ ਬਖਸ਼ਿਸ਼ ਨਹੀਂ ਹੁੰਦੀ।

Without adopting the teachings of His Word, the right path of accepting in His court may not be blessed.

358.ਆਸਾ ਸ੍ਰੀ ਕਬੀਰ ਜੀ॥ 481

ਪਹਿਲਾ ਪੂਤੁ ਪਿਛੈਰੀ ਮਾਈ॥ pahilaa poot pichhairee maa-ee.
ਗੁਰੁ ਲਾਗੋ ਚੇਲੇ ਕੀ ਪਾਈ॥੧॥ gur laago chaylay kee paa-ee. ||1||

ਸੰਸਾਰ ਵਿੱਚ ਅਨੋਖਾ ਹੀ ਖੇਲ ਚਲਦਾ ਹੈ । ਜਿਵੇਂ ਬੱਚਾ ਮਾਂ ਦੇ ਜੰਮਣ ਤੋ ਪਹਿਲੇ ਹੀ ਪੈਦਾ ਹੋਇਆ ਹੁੰਦਾ ਹੈ । ਜਿਵੇਂ ਕੋਈ ਗੁਰੂ ਆਪਣੇ ਦਾਸੀ ਦੀ ਸੇਵਾ ਕਰਦਾ, ਉਸ ਦੇ ਅੱਗੇ ਸਿੱਰ ਝੁਕਾਉਂਦਾ ਹੈ ।

In the universe a unique and astonishing play, miracles are prevailing, happening. As if the child is born before the birth of his mother. As if worldly guru may be serving his follower and bows in front of him.

ਏਕੁ ਅਚੰਭਉ ਸੁਨਹੁ ਤੁਮ੍ ਭਾਈ॥ ayk achambha-o sunhu tumH bhaa-ee.
ਦੇਖਤ ਸਿੰਘੁ ਚਰਾਵਤ ਗਾਈ॥੧॥ daykhat singh charaavat gaa-ee. ||1||
ਰਹਾਉ॥ rahaa-o.

ਇਹ ਇੱਕ ਇਸ ਤਰ੍ਹਾਂ ਦਾ ਹੀ ਖੇਲ ਹੈ । ਜਿਵੇਂ ਗਊ ਦਾ ਮਾਸ ਖਾਣ ਵਾਲਾ ਸ਼ੇਰ, ਹੁਣ ਉਸ ਗਊ ਦੀ ਪਾਲਣਾ, ਰਖਿਆ ਕਰਦਾ ਹੈ ।

You may describe this environment such, as flesh eating tiger may be nourishing and feeding the cow instead of eating her flesh.

ਜਲ ਕੀ ਮਛੁਲੀ ਤਰਵਰਿ ਬਿਆਈ॥ jal kee machhulee tarvar bi-aa-ee.
ਦੇਖਤ ਕੁਤਰਾ ਲੈ ਗਈ ਬਿਲਾਈ॥੨॥ daykhat kutraa lai ga-ee bilaa-ee. ||2||

ਜਿਵੇਂ ਮੱਛੀ, ਜਿਹੜੀ ਪਾਣੀ ਤੋ ਬਿਨਾਂ ਜਿਉਂਦੀ ਨਹੀਂ ਸੀ । ਹੁਣ ਉਹ ਬ੍ਰਿਛ ਤੇ ਬੈਠੀ ਬੱਚੇ ਦੇਂਦੀ ਹੈ । ਇਸ ਤਰ੍ਹਾਂ, ਜਿਵੇਂ ਕੋਈ ਬਿੱਲੀ, ਕੁੱਤੇ ਨੂੰ ਚੁੱਕ ਕੇ ਲੈ ਜਾਂਦੀ ਹੈ ।

You may be describing the environment of the universe such as, the fish who was not able to survive without water she is sitting on the branches of tree to give birth to new born. As if a cat is preying and snatching away dog.

ਤਲੈ ਰੇ ਬੈਸਾ ਊਪਰਿ ਸੂਲਾ॥	talai ray baisaa oopar soolaa.
ਤਿਸ ਕੈ ਪੇਡਿ ਲਗੇ ਫਲ ਫੂਲਾ॥੩॥	tis kai payd lagay fal foolaa. ||3||

ਇਸ ਤਰ੍ਹਾਂ, ਜਿਵੇਂ ਬਿਰਛ ਦੀਆਂ ਜੜ੍ਹਾਂ ਉਪਰ ਹਨ ਅਤੇ ਟਾਹਣੀਆਂ ਥੱਲੇ ਹਨ । ਉਸ ਦੇ ਤਨੇ ਨੂੰ ਫੁੱਲ ਅਤੇ ਫਲ ਲੱਗਦੇ ਹਨ ।

The play of universe may be described as such; the roots of the trees are growing up in air and branches are growing deeper into the ground. The flowers and fruit are blossoming from the stem of the tree.

ਘੋਰੈ ਚਰਿ ਭੈਸ ਚਰਾਵਨ ਜਾਈ॥	ghorai char bhais charaavan jaa-ee.
ਬਾਹਰਿ ਬੈਲੁ ਗੋਨਿ ਘਰਿ ਆਈ॥੪॥	baahar bail gon ghar aa-ee. ||4||

ਇਸ ਤਰ੍ਹਾਂ ਹੈ ਜਿਵੇਂ ਮੱਝ ਘੋੜੇ ਤੇ ਚੜ੍ਹਕੇ ਉਸ ਨੂੰ ਚਾਰਨ ਜਾਂਦੀ ਹੈ । ਇਸ ਤਰ੍ਹਾਂ ਹੀ ਹੈ ਜਿਵੇਂ ਬੈਲ ਦੇ ਜਾਣ ਤੋਂ ਪਹਿਲੇ ਹੀ ਭਾਰ, ਸਮਾਨ ਘਰ ਆ ਗਿਆ ਹੈ ।

This is like that as if the buffalo may be riding on the horse to graze the horse. As if without the bull pulling the cart, the card already reached at the destination.

ਕਹਤ ਕਬੀਰ ਜੁ ਇਸ ਪਦ ਬੂਝੈ॥	kahat kabeer jo is pad boojhai.
ਰਾਮ ਰਮਤ ਤਿਸੁ ਸਭੁ ਕਿਛੁ ਸੂਝੈ॥ ੫॥੯॥੨੨॥	raam ramat tis sabh kichh soojhai. ||5||9||22||

ਜਿਹੜਾ ਇਸ ਬਾਣੀ ਨੂੰ ਸਮਝ ਲੈਂਦਾ ਹੈ ਅਤੇ ਪ੍ਰਭ ਦੇ ਸ਼ਬਦ ਦਾ ਸਿਮਰਨ ਕਰਦਾ ਹੈ । ਉਸ ਨੂੰ ਪ੍ਰਭ ਦੇ ਸ਼ਬਦ ਦੀ ਸੋਝੀ ਹੋ ਜਾਂਦੀ ਹੈ ।

Whosoever may understand this essence of His nature and remains dedicated to meditates on the teachings of His Word. He may be blessed with the enlightenment of His Word.

ਬਾਈਸ ਚਉਪਦੇ ਤਥਾ ਪੰਚਪਦੇ 481

359.ਆਸਾ ਸ੍ਰੀ ਕਬੀਰ ਜੀਉ ਕੇ ਤਿਪਦੇ ੮ ਦੁਤੁਕੇ ੭ ਇਕਤੁਕਾ ੧॥ 481

੧ੴ ਸਤਿਗੁਰ ਪ੍ਰਸਾਦਿ॥	ik-oNkaar satgur parsaad.
ਬਿੰਦੁ ਤੇ ਜਿਨਿ ਪਿੰਡੁ ਕੀਆ, ਅਗਨਿ ਕੁੰਡ ਰਹਾਇਆ॥	bind tay jin pind kee-aa agan kund rahaa-i-aa.
ਦਸ ਮਾਸ ਮਾਤਾ ਉਦਰਿ ਰਾਖਿਆ, ਬਹੁਰਿ ਲਾਗੀ ਮਾਇਆ॥੧॥	das maas maataa udar raakhi-aa bahur laagee maa-i-aa. ||1||

ਪ੍ਰਭ ਨੇ ਮਰਦ ਦੀ ਧਾਂਤ (semen) ਤੋਂ ਜੀਵ ਦਾ ਤਨ ਬਣਾਇਆ । ਉਹ ਨੂੰ ਮਾਤਾ ਦੇ ਗਰਭ ਦੀ ਅੱਗ ਵਿੱਚ ਪਕਾਇਆ, ਰੱਖਿਆ ਕੀਤੀ ਹੈ । ਉਸ ਦੀ ਦਸ ਮਹਿਨੇ ਮਾਤਾ ਦੇ ਗਰਭ ਵਿੱਚ ਰਖਿਆ ਕਰਕੇ ਸੰਸਾਰ ਵਿੱਚ ਪੈਦਾ ਕੀਤਾ ਹੈ । ਸੰਸਾਰ ਵਿੱਚ ਜਨਮ ਲੈਣ ਤੇ ਸੰਸਾਰਕ ਮਾਇਆ ਨਾਲ ਮੋਹ ਜੋੜ ਦਿੱਤਾ ।

The God has created the body of a creature from the semen of male, nourished and developed with the heat of the womb of the mother. The True Master has protected the fetus in the womb of mother for 10 months before bringing to the universe. Entering the universe, he falls in love with worldly wealth.

ਪ੍ਰਾਨੀ ਕਾਹੇ ਕਉ ਲੋਭਿ ਲਾਗੇ paraanee kaahay ka-o lobh laagay
ਰਤਨ ਜਨਮੁ ਖੋਇਆ॥ ratan janam kho-i-aa.
ਪੂਰਬ ਜਨਮਿ ਕਰਮ poorab janam karam
ਭੂਮਿ ਬੀਜੁ ਨਾਹੀ ਬੋਇਆ॥ ੧॥ਰਹਾਉ॥ bhoom beej naahee bo-i-aa. ||1|| rahaao.

ਜੀਵ ਕਿਉਂ ਲਾਲਚ ਵਿੱਚ ਲੱਗਕੇ ਆਪਣਾ ਅਮੋਲਕ ਮਾਨਸ ਜੀਵਨ ਬਤੀਤ ਕਰ ਦਿੱਤਾ ਹੈ? ਤੂੰ ਪਿਛਲੇ ਜਨਮ ਵਿੱਚ ਵੀ ਕੋਈ ਚੰਗੇ ਕਰਮ ਨਹੀਂ ਕੀਤੇ।

Why have you wasted your priceless human life blessings, trapped into the greed of your mind? You have not done any good deeds in the previous life either.

ਬਾਰਿਕ ਤੇ ਬਿਰਧਿ ਭਇਆ baarik tay biraDh bha-i-aa
ਹੋਨਾ ਸੋ ਹੋਇਆ॥ honaa so ho-i-aa.
ਜਾ ਜਮੁ ਆਇ ਝੋਟ ਪਕਰੈ, jaa jam aa-ay jhot pakrai
ਤਬਹਿ ਕਾਹੇ ਰੋਇਆ॥ ੨॥ tabeh kaahay ro-i-aa. ||2||

ਬਚਪਨ ਤੋ ਲੈ ਕੇ ਬੁਢੇਪੇ ਤੀਕ ਕੁਝ ਨਹੀਂ ਕੀਤਾ, ਤੇਰਾ ਸਮਾਂ ਬੀਤ ਗਿਆ ਹੈ । ਜਦੋਂ ਮੌਤ ਦਾ ਫਰਿਸ਼ਤਾ ਆਵੇਗਾ, ਉਸ ਸਮੇਂ ਕਿਉਂ ਰੋਂਦਾ ਕਰਲਾਉਂਦਾ ਹੈ?

You have not done any meditation from your childhood to old age; you have wasted your human life blessings uselessly. When the devil of death knock at your door, why are you crying for mercy and grace?

ਜੀਵਨੈ ਕੀ ਆਸ ਕਰਹਿ jeevnai kee aas karahi
ਜਮੁ ਨਿਹਾਰੈ ਸਾਸਾ॥ jam nihaarai saasaa.
ਬਾਜੀਗਰੀ ਸੰਸਾਰੁ ਕਬੀਰਾ baajeegaree sansaar kabeeraa
ਚੇਤਿ ਢਾਲਿ ਪਾਸਾ॥੩॥੧॥੨੩॥ chayt dhaal paasaa. ||3||1||23

ਜੀਵ ਤੂੰ ਲੰਮੀ ਉਮਰ ਦੀ ਆਸ ਰਖਦਾ, ਅਰਦਾਸ ਕਰਦਾ ਹੈ, ਮੌਤ ਤੇਰੇ ਦਿਨ ਗਿਣਦੀ ਹੈ । ਸੰਸਰਕ ਜੀਵਨ ਇੱਕ ਖੇਲ ਹੈ, ਇਸ ਵਿੱਚ ਸੋਚ ਕੇ ਆਪਣਾ ਖੇਲ ਕਰੋ।

You are always hoping and praying for long and healthy life; however, devil of death is counting your remaining days. The human life journey is a unique play; you should play wisely.

360.ਆਸਾ ਸ੍ਰੀ ਕਬੀਰ ਜੀ॥ 482

ਤਨੁ ਰੈਨੀ ਮਨੁ ਪੁਨ ਰਪਿ ਕਰਿ ਹਉ, tan rainee man pun rap kar ha-o
ਪਾਚਉ ਤਤ ਬਰਾਤੀ॥ paacha-o tat baraatee.
ਰਾਮ ਰਾਇ ਸਿਉ ਭਾਵਰਿ ਲੈਹਉ, raam raa-ay si-o bhaavar laiha-o
ਆਤਮ ਤਿਹ ਰੰਗਿ ਰਾਤੀ॥੧॥ aatam tih rang raatee. ||1||

ਮੈਂ ਆਪਣੇ ਤਨ ਨੂੰ ਰੰਗਣ ਵਾਲਾ ਭਾਂਡਾ ਬਣਾਕੇ ਆਪਣੇ ਮਨ ਤੇ ਰੰਗ ਚੜ੍ਹਾਉਂਦਾ ਹਾ । ਮਨ ਦੀਆਂ ਪੰਜਾਂ ਇੱਛਾਂ ਨੂੰ ਆਪਣੇ ਬਰਾਤੀ ਬਣਾਉਂਦਾ ਹਾ । ਪ੍ਰਭ ਨਾਲ ਪ੍ਰੀਤ, ਸ਼ਬਦ ਨਾਲ ਲਗਨ ਨੂੰ ਆਪਣੀ ਸ਼ਾਦੀ ਦੀ ਰਸਮ ਬਣਾਉਂਦਾ, ਇਸ ਨਾਲ ਮੈਂ ਆਪਣੀ ਪ੍ਰੀਤ ਪ੍ਰਭ ਦੇ ਸ਼ਬਦ ਨਾਲ ਪਕੀ ਕਰਦਾ ਹਾ।

I have made my body as a vessel to dye the color of the teachings of His Word on my mind. I have drenched my mind with the teachings of His Word. I have made the demons of worldly desires as my companions of my wedding party. I am making my devotion, concentration on His Word as a ceremony of my marriage; by this wedding, firming my belief steady and stable on His blessings.

ਗਾਉ ਗਾਉ ਰੀ gaa-o gaa-o ree
ਦੁਲਹਨੀ ਮੰਗਲਚਾਰਾ॥ dulhanee mangalchaaraa.

ਮੇਰੇ ਗ੍ਰਿਹ ਆਏ mayray garih aa-ay
ਰਾਜਾ ਰਾਮ ਭਤਾਰਾ॥੧॥ ਰਹਾਉ॥ raajaa raam bhataaraa. ||1|| rahaa-o

ਮੈਂ ਆਪਣੇ ਸਾਥੀਆਂ ਨਾਲ ਮਿਲਕੇ ਪ੍ਰਭ ਦੇ ਸ਼ਬਦ ਗਾਉਂਦਾ ਹਾ । ਪ੍ਰਭ ਦੀ ਰਹਿਮਤ, ਪ੍ਰੀਤ ਮੇਰੇ ਮਨ ਤੇ ਭਰਪੂਰ ਹੋਈ ਹੈ ।

I am singing the glory of His Word in association of His true devotees. My mind and body are overwhelmed with the teachings of His Word and His blessings.

ਨਾਭਿ ਕਮਲ ਮਹਿ ਬੇਦੀ ਰਚਿ ਲੇ, naabh kamal meh baydee rach lay
ਬ੍ਰਹਮ ਗਿਆਨ ਉੱਸੁਗੰਧ॥ barahm gi-aan uchaaraa.
ਰਾਮ ਰਾਇ ਸੋ ਦੂਲਹੁ ਪਾਇਓ, raam raa-ay so doolahu paa-i-o
ਅਸ ਬਡਭਾਗ ਹਮਾਰਾ॥੨॥ as badbhaag hamaaraa. ||2||

ਆਪਣੇ ਮਨ ਦੇ ਅੰਦਰ ਪ੍ਰਭ ਦਾ ਤਖਤ ਸਜਾਉਂਦਾ, ਸ਼ਬਦ ਦੀ ਕਥਾ ਕਰਦਾ ਹਾ। ਮੇਰੇ ਵੱਡੇ ਭਾਗ ਹੋ ਗਏ! ਮੇਰੇ ਮਨ ਵਿੱਚ ਪ੍ਰਭ ਦੀ ਜੋਤ ਜਾਗਰਤ ਹੋ ਗਈ ਹੈ ।

I am establishing and decorating the throne of The True Master within my mind and body; I am singing the virtues of His Word. I have become very fortunate with enlightenment of the essence of His Word and spiritual glow of His Holy spirit.

ਸੁਰਿ ਨਰ ਮੁਨਿ ਜਨ ਕਉਤਕ ਆਏ, sur nar mun jan ka-utak aa-ay
ਕੋਟਿ ਤੇਤੀਸ ਉਜਾਨਾ॥ kot taytees ujaanaaN.
ਕਹਿ ਕਬੀਰ ਮੋਹਿ ਬਿਆਹਿ ਚਲੇ ਹੈ, kahi kabeer mohi bi-aahi chalay hai
ਪੁਰਖ ਏਕ ਭਗਵਾਨਾ॥੩॥੨॥੨੪॥ purakh ayk bhagvaanaa. ||3||2||24||

ਪ੍ਰਭ ਨਾਲ ਸੰਜੋਗ ਦੇਖਣ ਲਈ ਫਰਿਸ਼ਤੇ, ਸੰਤ, ਮਹਾਤਮਾ ਪੁਰਸ਼, 33 ਕਰੋੜ ਹੋਰ ਦੇਵਤੇ ਮੇਰੇ ਮਨ ਵਿੱਚ ਆਏ ਹਨ । ਮੇਰੇ ਵੱਡੇ ਭਾਗ ਹੋ ਗਏ, ਪ੍ਰਭ ਨੇ ਆਪਣੀ ਸ਼ਰਣ ਵਿੱਚ ਪਨਾਹ ਬਖਸ਼ੀ ਹੈ ।

To see the union of my soul with the Holy spirit, all angles, His true devotees, prophets, 33 million enlightened souls have come within my mind to witness. I have become very fortunate; The True master has accepted me in His sanctuary.

361.ਆਸਾ ਸ੍ਰੀ ਕਬੀਰ ਜੀ॥ 482

ਸਾਸੁ ਕੀ ਦੁਖੀ ਸਸੁਰ ਕੀ ਪਿਆਰੀ, saas kee dukhee sasur kee pi-aaree
ਜੇਠ ਕੇ ਨਾਮਿ ਡਰਉ ਰੇ॥ jayth kay naam dara-o ray.
ਸਖੀ ਸਹੇਲੀ ਨਨਦ ਗਹੇਲੀ, sakhee sahaylee nanad gahaylee
ਦੇਵਰ ਕੈ ਬਿਰਹਿ ਜਰਉ ਰੇ॥੧॥ dayvar kai bireh jara-o ray. ||1||

ਮੇਰੇ ਮਨ ਨੂੰ ਸੰਸਾਰਕ ਮਾਇਆ (ਸਾਸੁ) ਸਤਾਉਂਦੀ ਹੈ, ਪ੍ਰਭ (ਸਸੁਰ) ਪਿਆਰ ਕਰਦਾ ਹੈ । ਮੈਂ ਮੌਤ (ਜੇਠ) ਦੇ ਨਾਮ ਤੋ ਵੀ ਡਰਦੀ ਹਾ । ਮੇਰੀ ਨੰਨਦ ਮੈਨੂੰ ਗਲਤ ਸਮਝਦੀ ਹੈ, ਮੈਂ ਪ੍ਰਭ ਦੇ ਵਛੋੜੇ ਤੋ ਬਹੁਤ ਮਾਯੂਸ ਹਾ । ਪ੍ਰਭ ਦਾ ਸ਼ਬਦ (ਦੇਵਰ) ਹੀ ਮੇਰਾ ਧੀਰਜ ਦੇਣ ਵਾਲਾ ਹਮਦਰਦੀ ਹੈ ।

The worldly wealth is frustrating my mind with day to day temptations; The True Master keeps my focus on the teachings of His Word. I am terrified from devil of death. I am realizing all my shortcomings and mistakes; I am very sad with the memory of my separation from The True Master. Only the teachings of His Word may comfort me with patience.

ਮੇਰੀ ਮਤਿ ਬਉਰੀ ਮੈ ਰਾਮੁ ਬਿਸਾਰਿਓ, mayree mat ba-uree mai raam bisaari-o
ਕਿਨ ਬਿਧਿ ਰਹਨਿ ਰਹਉ ਰੇ॥ kin biDh rahan raha-o ray.

ਸੇਜੈ ਰਮਤੁ ਨੈਨ ਨਹੀ ਪੇਖਉ, sayjai ramat nain nahee paykha-o
ਇਹੁ ਦੁਖੁ ਕਾ ਸਉ ਕਹਉ ਰੇ॥੧॥ ih dukh kaa sa-o kaha-o ray. ||1||
ਰਹਾਉ॥ rahaa-o.

ਜਦੋਂ ਦਾ ਮਨ ਵਿੱਚ ਪ੍ਰਭ ਦਾ ਸ਼ਬਦ ਭੁਲ ਗਿਆ ਹੈ, ਮੇਰੇ ਮਨ ਨੂੰ ਚੈਨ ਨਹੀਂ ਆਉਂਦਾ । ਮੈਂ ਸ਼ਾਂਤੀ, ਸੰਤੋਖ ਨਾਲ ਕਿਵੇਂ ਜੀਵਨ ਬਤੀਤ ਕਰ ਸਕਦਾ ਹਾ? ਪ੍ਰਭ ਮੇਰੇ ਮਨ ਵਿੱਚ ਦਸਵੇਂ ਘਰ, ਤਖਤ ਤੇ ਅਰਾਮ ਕਰਦਾ ਹੈ । ਮੈਂ ਉਸ ਨੂੰ ਅੱਖਾਂ ਨਾਲ ਦੇਖ ਨਹੀਂ ਸਕਦਾ, ਮਹਿਸੂਸ ਨਹੀਂ ਕਰ ਸਕਦਾ । ਮੈਂ ਇਹ ਦੁਖ, ਪਰੇਸ਼ਾਨੀ ਕਿਸ ਨੂੰ ਦੱਸਾ, ਅਰਦਾਸ ਕਰਾ?

When my mind abandoned the teachings of His Word, I do not feel any peace and comfort within my mind. How may I spend my day to day life with peace and contentment with His blessings? My True Master dwells with comfort and pleasure in the 10th Castle of my mind. I may not realize His existence with the eyes of my mind. To whom should I cry, beg for forgiveness and tell my state of mind?

ਬਾਪੁ ਸਾਵਕਾ ਕਰੈ ਲਰਾਈ baap saavkaa karai laraa-ee
ਮਾਇਆ ਸਦ ਮਤਵਾਰੀ॥ maa-i-aa sad matvaaree.
ਬਡੇ ਭਾਈ ਕੈ ਜਬ ਸੰਗਿ ਹੋਤੀ, baday bhaa-ee kai jab sang hotee
ਤਬ ਹਉ ਨਾਹ ਪਿਆਰੀ॥੨॥ tab ha-o naah pi-aaree. ||2||

ਮੇਰੀ ਹੈਸੀਅਤ ਦਾ ਅਭਿਮਾਨ (ਮੱਤਰੇਆ ਬਾਪ) ਮੇਰ ਅੰਦਰ ਲੜਾਈ ਕਰਦਾ ਹੈ । ਮੈਂ ਸੰਸਾਰਕ ਇੱਛਾਂ (ਮਾਤਾ) ਦੇ ਨਸ਼ੇ ਵਿੱਚ ਦਿਵਾਨਾ ਹੋ ਗਿਆ ਹਾ।

The ego of my worldly status is creating havoc and fighting within my mind. I am intoxicated and insane with the poison of worldly wealth.

ਕਹਤ ਕਬੀਰ ਪੰਚ ਕੋ ਝਗਰਾ, kahat kabeer panch ko jhagraa jhagrat
ਝਗਰਤ ਜਨਮੁ ਗਵਾਇਆ॥ janam gavaa-i-aa.
ਝੂਠੀ ਮਾਇਆ ਸਭੁ ਜਗੁ ਬਾਧਿਆ, jhoothee maa-i-aa sabh jag baaDhi- aa
ਮੈ ਰਾਮ ਰਮਤ ਸੁਖੁ ਪਾਇਆ॥੩॥੩॥੨੫ mai raam ramat sukh paa-i-aa. 3||3||25

ਮੇਰੇ ਮਨ ਦੀਆਂ ਪੰਜੇ ਇੱਛਾਂ, ਇੰਦ੍ਰੀਆਂ ਮੇਰੇ ਮਨ ਨਾਲ ਝਗੜਾ ਕਰਦੀਆਂ ਹਨ । ਇਸ ਝਗੜੇ ਵਿੱਚ ਹੀ ਮੈਂ ਆਪਣਾ ਜੀਵਨ ਤਬਾਹ ਕਰੀ ਜਾਂਦਾ ਹਾ । ਥੋੜ੍ਹਾ ਸਮਾਂ ਅਨੰਦ ਦੇਣ ਵਾਲੀ ਸੰਸਾਰਕ ਮਾਇਆ ਨੇ ਸਾਰੇ ਸੰਸਾਰ ਨੂੰ ਜਾਲ ਵਿੱਚ ਫਸਿਆ ਹੈ । ਇਸ ਤੋਂ ਛੁਟਕਾਰਾ ਕੇਵਲ ਪ੍ਰਭ ਦੇ ਸ਼ਬਦ ਦੀ ਪਾਲਣਾ ਕਰਨ ਨਾਲ ਹੀ ਹੁੰਦਾ ਹੈ ।

All five demons of worldly desires and my senses are fighting with each other. I am wasting my human life journey uselessly. The short-term comforts of worldly wealth have trapped the whole universe under her power. Only by adopting the teachings of His Word with steady and stable belief in day to day life; I may conquer worldly wealth.

362. ਆਸਾ ਸ੍ਰੀ ਕਬੀਰ ਜੀ॥ 482

ਹਮ ਘਰਿ ਸੂਤੁ ਤਨਹਿ ਨਿਤ ਤਾਨਾ, ham ghar soot taneh nit taanaa
ਕੰਠਿ ਜਨੇਊ ਤੁਮਾਰੇ॥ kanth janay-oo tumaaray.
ਤੁਮ੍ਹ ਤਉ ਬੇਦ ਪੜਹੁ ਗਾਇਤ੍ਰੀ, tumH ta-o bayd parhahu gaa-itaree
ਗੋਬਿੰਦੁ ਰਿਦੈ ਹਮਾਰੇ॥੧॥ gobind ridai hamaaray. ||1||

ਬੰਦਗੀ ਕਰਨ ਵਾਲੇ ਜੀਵ ਸ਼ਬਦ ਦੇ ਨਿਯਮਾਂ ਦਾ ਧਾਗਾ ਹਰ ਵੇਲੇ ਵਟਦੇ ਹਨ । ਆਪਣਾ ਜੀਵਨ ਉਸ ਨਾਲ ਬਤੀਤ ਕਰਦੇ ਹਨ । ਧਰਮ ਦੇ ਪੁਜਾਰੀ, ਗਿਆਨੀ ਇਹ ਗਲ ਵਿੱਚ ਪਾਉਂਦੇ ਹਨ, ਬਾਣਾ

ਪਾਉਂਦੇ ਹਨ । ਧਰਮ ਦੇ ਗਿਆਨੀ ਪ੍ਰਭ ਦੀ ਬਾਣੀ ਦਾ ਲੋਕ ਦਿਖਾਵੇ ਲਈ ਪਾਠ ਕਰਦੇ ਹਨ । ਅਸਲੀ ਦਾਸ ਸ਼ਬਦ ਦੀ ਪਾਲਣਾ ਕਰਦੇ, ਸ਼ਬਦ ਦੀ ਸਿਖਿਆ ਨਾਲ ਜੀਵਨ ਢਾਲਦੇ ਹਨ ।

His true devotee always keeps the thread of principles of His Word within his mind; he may adopt and spends his day to day life with these disciplines in life. However, religious preachers and worldly scholars keep that thread in his neck and wear the religious robe. Religious preachers only recite the Holy Scripture to preach the others. However, His true devotee adopts the teachings of His Word in his day to day life.

ਮੇਰੀ ਜਿਹਬਾ ਬਿਸਨੁ ਨੈਨ ਨਾਰਾਇਨ,	mayree jihbaa bisan nain naaraa-in
ਹਿਰਦੈ ਬਸਹਿ ਗੋਬਿੰਦਾ॥	hirdai baseh gobindaa.
ਜਮ ਦੁਆਰ ਜਬ ਪੂਛਸਿ ਬਵਰੇ,	jam du-aar jab poochhas bavray
ਤਬ ਕਿਆ ਕਹਸਿ ਮੁਕੰਦਾ॥੧॥ ਰਹਾਉ॥	tab ki-aa kahas mukandaa. ||1|| rahaao

ਮੇਰੀ ਜੀਭ, ਮੇਰੀਆਂ ਅੱਖਾਂ, ਮੇਰੇ ਹਿਰਦੇ ਵਿੱਚ ਪ੍ਰਭ ਦੇ ਸ਼ਬਦ ਦੀ ਗੂੰਜ ਚਲਦੀ ਹੈ । ਜੀਵ ਜਦੋਂ ਮੌਤ ਦਾ ਫਰਿਸ਼ਤਾ ਤੇਰਾ ਲੇਖਾ ਪੁੱਛੇਗਾ ਤਾਂ ਕੀ ਜਵਾਬ ਦੇਵੇਗਾ?

The everlasting echo of His Word resonates within my mind, eyes and on my tongue. When the devil of death may ask the account of my deeds; what answers may I provide to him?

ਹਮ ਗੋਰੂ ਤੁਮ ਗੁਆਰ ਗੁਸਾਈ,	ham goroo tum gu-aar gusaa-ee
ਜਨਮ ਜਨਮ ਰਖਵਾਰੇ॥	janam janam rakhvaaray.
ਕਬਹੂੰ ਨ ਪਾਰਿ ਉਤਾਰਿ ਚਰਾਇਹੁ,	kabahooN na paar utaar charaa-ihu
ਕੈਸੇ ਖਸਮ ਹਮਾਰੇ॥੨॥	kaisay khasam hamaaray. ||2|

ਪ੍ਰਭ ਮੈਂ ਉਹ ਗਊ ਹਾ ਅਤੇ ਆਪ ਹੀ ਸ੍ਰਿਸ਼ਟੀ ਦਾ ਰਖਵਾਲਾ ਹੈ । ਆਪਣੀ ਰਹਿਮਤ ਨਾਲ ਕਈ ਜਨਮ ਤੂੰ ਮੇਰੀ ਰਖਵਾਲੀ ਕੀਤੀ ਹੈ । ਪ੍ਰਭ ਤੂੰ ਮੈਨੂੰ ਉਸ ਸਾਗਰ ਦੇ ਪਾਰ ਚਾਰਨ ਲਈ ਨਹੀਂ ਲੇ ਕੇ ਗਿਆ! ਤੂੰ ਕਿਸ ਤਰ੍ਹਾਂ ਦਾ ਚਾਰਨਵਾਲਾ ਮਾਲਕ ਹੈ?

The True Master, I am Your cow and You are the protector of the whole universe. You have protected me with Your mercy and grace from my birth cycles. You have not taken me for grazing on the other side of this ocean. What kind of protector, the grazer is You?

ਤੂੰ ਬਾਮ੍ਹਨੁ ਮੈ ਕਾਸੀਕ ਜੁਲਹਾ,	tooN baamHan mai kaaseek julhaa
ਬੂਝਹੁ ਮੋਰ ਗਿਆਨਾ॥	boojhhu mor gi-aanaa.
ਤੁਮ੍ ਤਉ ਜਾਚੇ ਭੂਪਤਿ ਰਾਜੇ,	tumH ta-o jaachay bhoopat raajay
ਹਰਿ ਸਉ ਮੋਰ ਧਿਆਨਾ॥੩॥੪॥੨੬॥	har sa-o mor Dhi-aanaa. ||3||4||26||

ਸੰਸਾਰਕ ਗਿਆਨੀ ਤੂੰ ਆਪਣੇ ਆਪ ਨੂੰ ਵਿਦਵਾਨ ਸਮਝਦਾ ਹੈ, ਗ੍ਰੰਥ ਪੜ੍ਹਨਾ ਤੇਰਾ ਧੰਦਾ ਹੈ । ਮੈਂ ਤਾਂ ਇੱਕ ਹੱਥ ਨਾਲ ਕੰਮ ਕਰਨ ਵਾਲਾ, ਮਜ਼ਦੂਰੀ ਕਰਕੇ ਪੇਟ ਭਰਨ ਵਾਲਾ ਜੀਵ ਹਾ। ਕੀ ਤੂੰ ਮੇਰੀ ਸੋਝੀ ਦੀ ਹੱਦ ਸਮਝ ਸਕਦਾ ਹੈ? ਤੂੰ ਅਮੀਰ ਜੀਵ ਤੋ ਮੰਗਦਾ ਹੈ । ਮੈਂ ਤਾਂ ਕੇਵਲ ਪ੍ਰਭ ਦੇ ਸ਼ਬਦ ਦੀ ਪਾਲਣਾ, ਸਿਮਰਨ ਹੀ ਕਰਦਾ ਹਾ।

The religious preacher, you consider yourself enlightened; reciting and reading the Holy Scripture has become your profession, source of income, living. I am poor creature, work hard with hands to feed my stomach. Can you estimate or comprehends the limit of my enlightenment of His Word? You may beg from the rich and wealthy in the universe. I am only meditating and obeying His Word and beg for His mercy and grace.

363. ਆਸਾ ਸ੍ਰੀ ਕਬੀਰ ਜੀ॥ 482

ਜਗਿ ਜੀਵਨੁ ਐਸਾ ਸੁਪਨੇ ਜੈਸਾ,
ਜੀਵਨੁ ਸੁਪਨ ਸਮਾਨੰ॥
ਸਾਚੁ ਕਰਿ ਹਮ ਗਾਠਿ ਦੀਨੀ ,
ਛੋਡਿ ਪਰਮ ਨਿਧਾਨੰ॥੧॥

jag jeevan aisaa supnay jaisaa
jeevan supan samaanaN.
saach kar ham gaath deenee
chhod param niDhaanaN. ||1||

ਸੰਸਾਰਕ ਜੀਵਨ ਇੱਕ ਸੁਪਨੇ ਵਰਗਾ ਹੈ । ਜੀਵ ਇਸ ਨੂੰ ਸਦਾ ਰਹਿਣ ਵਾਲਾ ਘਰ ਮੰਨ ਲੈਂਦਾ ਹੈ । ਪ੍ਰਭ ਦੀ ਰਹਿਮਤ ਦਾ ਖਜ਼ਾਨਾ ਭੁਲਾ ਲੈਂਦਾ ਹੈ ।

The worldly life is like a dream; however, human believes that the world is his permanent residence, resting place. He forgets the treasure of His blessings, the teachings of His Word from his day to day life.

ਬਾਬਾ ਮਾਇਆ ਮੋਹ ਹਿਤੁ ਕੀਨ੍ਹ॥
ਜਿਨਿ ਗਿਆਨੁ ਰਤਨੁ ਹਿਰਿ ਲੀਨ੍ਹ॥੧॥
ਰਹਾਉ॥

baabaa maa-i-aa moh hit keenH.
jin gi-aan ratan hir leenH. ||1||
rahaa-o.

ਜੀਵ ਸੰਸਾਰਕ ਮਾਇਆ ਦੇ ਮੋਹ ਨਾਲ ਦਿਵਾਨਾ ਹੋ ਜਾਂਦਾ ਹੈ, ਗੂੜਾ ਸੰਬਧ ਜੋੜ ਲੈਂਦਾ ਹੈ । ਜਿਸ ਨਾਲ ਉਸ ਦਾ ਧਿਆਨ ਅਮੋਲਕ ਸ਼ਬਦ, ਸਿਮਰਨ ਵਿੱਚ ਅਡੋਲ ਨਹੀਂ ਹੁੰਦਾ । ਉਸ ਨੂੰ ਸੋਝੀ ਬਖਸ਼ਿਸ਼ ਨਹੀਂ ਹੁੰਦੀ ।

He remains intoxicated, insane and deeply attachment to worldly wealth. He may not pay any attention to mediate with steady and stable belief on the teachings of His Word. He may not be blessed with enlightenment of the essence of His Word.

ਨੈਨ ਦੇਖਿ ਪਤੰਗੁ ਉਰਝੈ,
ਪਸੁ ਨ ਦੇਖੈ ਆਗਿ॥
ਕਾਲ ਫਾਸ ਨ ਮੁਗਧੁ ਚੇਤੈ,
ਕਨਿਕ ਕਾਮਿਨਿ ਲਾਗਿ॥੨॥

nain daykh patang urjhai
pas na daykhai aag.
kaal faas na mugaDh chaytai
kanik kaamin laag. ||2||

ਪੰਤਗਾ (ਕੀੜਾ) ਅੱਖਾਂ ਨਾਲ ਦੇਖ ਸਕਦਾ ਹੈ, ਫਿਰ ਵੀ ਜਾਲ ਵਿੱਚ ਫਸ ਜਾਂਦਾ ਹੈ । ਕੀੜਾ ਜਿਹੜਾ ਅੱਖਾਂ ਨਾਲ ਦੇਖ ਨਹੀਂ ਸਕਦਾ, ਉਹ ਅੱਗ ਨਹੀਂ ਦੇਖ ਸਕਦਾ, ਜਲ ਜਾਂਦਾ ਹੈ । ਮਾਨਸ ਜਦੋਂ ਮਾਇਆ ਦੇ ਮੋਹ ਅਤੇ ਔਰਤ ਦੀ ਕਾਮਵਾਸਨਾ ਨਾਲ ਦਿਵਾਨਾ ਹੋ ਜਾਂਦਾ ਹੈ । ਉਹ ਮੌਤ ਦੇ ਫਰਿਸ਼ਤੇ ਦਾ ਡਰ ਭੁਲਾ ਲੈਂਦਾ ਹੈ ।

The flying moth may see with his eyes, even then he falls into the trap of fire. However, the ant cannot see fire and she burn in fire. Whosoever may not see with his eyes, he may not see the risk of burning in the fire. Same way whosoever may be trapped into the greed of worldly wealth and the luster of sexual desire of strange woman; he may become insane. He may forget the devil of death from his mind.

ਕਰਿ ਬਿਚਾਰੁ ਬਿਕਾਰ ਪਰਹਰਿ,
ਤਰਨ ਤਾਰਨ ਸੋਇ॥
ਕਹਿ ਕਬੀਰ ਜਗਜੀਵਨੁ ਐਸਾ,
ਦੁਤੀਅ ਨਾਹੀ ਕੋਇ॥ ੩॥੫॥੨੭॥

kar bichaar bikaar parhar
taran taaran so-ay.
kahi kabeer jagjeevan aisaa
dutee-a naahee ko-ay. ||3||5||27||

ਇਸ ਸ਼ਬਦ ਦਾ ਸਿਮਰਨ ਕਰਨ ਨਾਲ ਅਤੇ ਪਾਪਾਂ ਨੂੰ ਤਿਆਗਣ ਨਾਲ ਪ੍ਰਭ ਦਾ ਸ਼ਬਦ ਹੀ ਉਹ ਬੇੜੀ ਬਣ ਜਾਂਦਾ ਹੈ । ਜਿਹੜੀ ਜੀਵ ਨੂੰ ਪਾਰ ਲੈ ਜਾਂਦੀ ਹੈ । ਇਸ ਤਰ੍ਹਾਂ ਦੀ ਪ੍ਰਭ ਦੀ ਹੋਂਦ ਹੈ, ਉਸ ਦੇ ਬਰਾਬਰ ਦਾ ਹੋਰ ਕੋਈ ਨਹੀਂ ਹੈ ।

By concentrating on the teachings of His Word and abandoning the evil thoughts from your mind; the teachings of His Word becomes a boat to carry across the ocean. The same way is the existence of The True Master, no one may be equal or greater than The True Master.

364.ਆਸਾ ਸ੍ਰੀ ਕਬੀਰ ਜੀ॥ 483

ਜਉ ਮੈ ਰੂਪ ਕੀਏ ਬਹੁਤੇਰੇ,	ja-o mai roop kee-ay bahutayray
ਅਬ ਫੁਨਿ ਰੂਪੁ ਨ ਹੋਈ॥	ab fun roop na ho-ee.
ਤਾਗਾ ਤੰਤੁ ਸਾਜੁ ਸਭੁ ਥਾਕਾ,	taagaa tant saaj sabh thaakaa
ਰਾਮ ਨਾਮ ਬਸਿ ਹੋਈ॥੧॥	raam naam bas ho-ee. ||1||

ਮੈਂ ਬਹੁਤ ਜੂੰਨਾਂ ਵਿੱਚ ਭਉਦਾ, ਬਹੁਤ ਅਕਾਰਾਂ ਵਿੱਚ ਪੈਦਾ ਹੋਇਆ ਹਾ । ਹੁਣ ਮੈਂ ਹੋਰ ਅਕਾਰ ਨਹੀਂ ਲੈਣਾ ਚਾਹੁੰਦਾ । ਮੇਰੇ ਵਿੱਚ ਹੋਰ ਬੰਦਗੀ ਕਰਨ ਦਾ ਹੌਸਲਾ ਨਹੀਂ, ਥੱਕ ਗਿਆ ਹਾ । ਆਪਣਾ ਆਪਾ ਪ੍ਰਭ ਦੀ ਸ਼ਰਣ ਵਿੱਚ ਭੇਟਾ ਕਰਦਾ ਹਾ । ਇਹ ਜਨਮ ਉਸ ਦੇ ਲੇਖੇ ਲਾਉਂਦਾ ਹਾ।

I have been wandering into different kind of species, different structures of body; now I have no desire to enter into any body, structure. I am exhausted, tired, no courage, strength and patience to meditate anymore. I am surrendering my body, mind and worldly status at His sanctuary. I am surrendering my human life to serve His creation, at His disposal.

ਅਬ ਮੋਹਿ ਨਾਚਨੋ ਨ ਆਵੈ॥	ab mohi naachno na aavai.
ਮੇਰਾ ਮਨੁ ਮੰਦਰੀਆ ਨ ਬਜਾਵੈ॥੧॥	mayraa man mandaree-aa na bajaavai.
ਰਹਾਉ॥	||1|| rahaa-o.

ਹੁਣ ਮੈਨੂੰ ਸੰਸਾਰ ਵਿੱਚ ਨੱਚਨਾ ਨਹੀਂ ਆਉਂਦਾ, ਸੰਸਾਰਕ ਇੱਛਾਂ ਦੇ ਮਗਰ ਨਹੀਂ ਜਾਂਦਾ, ਉਹਨਾਂ ਦਾ ਕੋਈ ਆਸਰਾ ਨਹੀਂ ਲੈਂਦਾ । ਮੇਰਾ ਮਨ ਸੰਸਾਰਕ ਦਿਖਾਵੇ ਦੇ ਥੋੜ੍ਹਾ ਸਮਾਂ ਰਹਿਣ ਵਾਲੇ ਅਨੰਦ ਮਗਰ ਨਹੀਂ ਜਾਂਦਾ ।

Now I do not desire, anxious to dance on the tune of worldly desires and temptations. I do not run after worldly temptations; I do not wish to take any support of worldly wealth. Now, I do not seek any short-lived worldly comforts.

ਕਾਮੁ ਕ੍ਰੋਧੁ ਮਾਇਆ ਲੈ ਜਾਰੀ,	kaam kroDh maa-i-aa lai jaaree
ਤ੍ਰਿਸਨਾ ਗਾਗਰਿ ਫੂਟੀ॥	tarisnaa gaagar footee.
ਕਾਮ ਚੋਲਨਾ ਭਇਆ ਹੈ ਪੁਰਾਨਾ,	kaam cholnaa bha-i-aa hai puraanaa
ਗਇਆ ਭਰਮੁ ਸਭੁ ਛੂਟੀ॥੨॥	ga-i-aa bharam sabh chhootee. ||2|

ਮੈਂ ਆਪਣੀ ਕਾਮਵਾਸਨਾ, ਕਰੋਧ, ਸੰਸਾਰਕ ਮਾਇਆ ਨੂੰ ਤਿਆਗ ਦਿੱਤਾ ਹੈ । ਮੇਰੀਆਂ ਇੱਛਾਂ ਦੀ ਭੁੱਖ ਖਤਮ ਹੋ ਗਈ ਹੈ । ਮੇਰੀ ਸੰਸਾਰਕ ਅਨੰਦ ਮਾਣ ਦੀ ਇੱਛਾਂ ਖਤਮ ਹੋ ਗਈ ਹੈ । ਮੇਰੇ ਸਾਰੇ ਭਰਮ ਦੂਰ ਹੋ ਗਏ ਹਨ ।

I have abandoned my sexual desire, anger and the luster of worldly wealth. All my hunger of worldly desires has been eliminated from my mind. I do not have any desire for worldly entertainments and comforts. All my suspicions have been eliminated.

ਸਰਬ ਭੂਤ ਏਕੈ ਕਰਿ ਜਾਨਿਆ,	sarab bhoot aykai kar jaani-aa
ਚੂਕੇ ਬਾਦ ਬਿਬਾਦਾ॥	chookay baad bibaadaa.
ਕਹਿ ਕਬੀਰ ਮੈ ਪੂਰਾ ਪਾਇਆ,	kahi kabeer mai pooraa paa-i-aa
ਭਏ ਰਾਮ ਪਰਸਾਦਾ॥੩॥੬॥੨੮॥	bha-ay raam parsaadaa. ||3||6||28||

ਮੈਨੂੰ ਹਰਇੱਕ ਜੀਵ ਹੀ ਇੱਕ ਬਰਾਬਰ, ਪ੍ਰਭ ਦਾ ਰੂਪ ਹੀ ਮਹਿਸੂਸ ਹੁੰਦੇ ਹਨ । ਮੇਰੇ ਮਨ ਵਿਚੋਂ ਭਰਮਾਂ ਦੀ ਸੰਘਰਸ਼ ਖਤਮ ਹੋ ਗਈ ਹੈ । ਪ੍ਰਭ ਦੀ ਰਹਿਮਤ ਨਾਲ ਪੂਰਨ ਸ਼ਾਂਤੀ, ਸੰਤੋਖ ਬਖਸ਼ਿਸ਼ ਹੋ ਗਿਆ ਹੈ ।

I realize that each and every creature is same as the symbol of Holy Spirit, He is dwelling and prevailing in each creature. The struggle of suspicions has been eliminated from my mind. With His mercy and grace, I enjoy complete peace and contentment in my life.

365.ਆਸਾ ਸ੍ਰੀ ਕਬੀਰ ਜੀ॥ 483

ਰੋਜਾ ਧਰੈ ਮਨਾਵੈ ਅਲਹੁ,	rojaa Dharai manaavai alhu
ਸੁਆਦਤਿ ਜੀਅ ਸੰਘਾਰੈ॥	su-aadat jee-a sanghaarai.
ਆਪਾ ਦੇਖਿ ਅਵਰ ਨਹੀ ਦੇਖੈ,	aapaa daykh avar nahee daykhai
ਕਾਹੇ ਕਉ ਝਖ ਮਾਰੈ॥੧॥	kaahay ka-o jhakh maarai. ||1||

ਜੀਵ ਤੂੰ ਪ੍ਰਭ ਨੂੰ ਖੁਸ਼ ਕਰਨ ਲਈ, ਰਹਿਮਤ ਪਾਉਣ ਲਈ ਵਰਤ ਰਖਦਾ ਹੈ । ਪਰ ਤੂੰ ਆਪਣੇ ਅਰਾਮ ਵਾਸਤੇ ਦੂਸਰੇ ਜੀਵਾਂ ਦਾ ਹੱਕ ਮਾਰਦਾ ਹੈ । ਤੂੰ ਆਪਣੇ ਸੁਖ ਅਰਾਮ ਦਾ ਖਿਆਲ ਰਖਦਾ ਹੈ, ਦੂਸਰੇ ਦੇ ਹੱਕ ਦੀ ਕੋਈ ਪ੍ਰਵਾਹ ਨਹੀਂ ਕਰਦਾ । ਇਸ ਤਰ੍ਹਾਂ ਦੀ ਪੂਜਾ ਦਾ ਕੀ ਲਾਭ ਹੈ?

You may abstain food to be blessed by The True Master; however, for your own comfort, you do not hesitate to rob the earnest living of others. You keep your comfort in mind all time; however, you do not care or pay any attention to the welfare of others. What may be the benefit of this kind of meditation and worship?

ਕਾਜੀ ਸਾਹਿਬੁ ਏਕੁ ਤੋਹੀ ਮਹਿ,	kaajee saahib ayk tohee meh
ਤੇਰਾ ਸੋਚਿ ਬਿਚਾਰਿ ਨ ਦੇਖੈ॥	tayraa soch bichaar na daykhai.
ਖਬਰਿ ਨ ਕਰਹਿ ਦੀਨ ਕੇ ਬਉਰੇ,	khabar na karahi deen kay ba-uray
ਤਾ ਤੇ ਜਨਮੁ ਅਲੇਖੈ॥੧॥ ਰਹਾਉ॥	taa tay janam alaykhai. ||1|| rahaa-o.

ਸੰਸਾਰਕ ਗਿਆਨੀ, ਪ੍ਰਭ ਤੇਰੇ ਅੰਦਰ ਵਸਦਾ ਹੈ! ਪਰ ਆਪਣੇ ਕੰਮ ਕਰਨ ਲੱਗਿਆ, ਤੂੰ ਪ੍ਰਭ ਦੇ ਸ਼ਬਦ ਦੀ ਕੋਈ ਪ੍ਰਵਾਹ ਨਹੀਂ ਕਰਦਾ, ਹੋਰ ਕਿਸੇ ਜੀਵ ਤੇ ਤਰਸ ਨਹੀਂ ਕਰਦਾ । ਪਰ ਆਪਣੇ ਵਾਸਤੇ ਤੂੰ ਆਪਣੇ ਧਰਮ ਤੇ ਬਹੁਤ ਪੱਕਾ ਹੈ, ਇਸ ਦਾ ਤੈਨੂੰ ਜਨਮ ਤੋ ਪਿਛੋਂ ਲੇਖਾ ਦੇਣਾ ਪਵੇਗਾ।

Religious preacher, you believe and realize that The True Master dwells within your body and mind, He monitors your each and every action. However, you do not pay any attention or care about the teachings of His Word in your day to day life. You do not mercy on anyone else. You are very rigid to follow the religious disciplines for yourselves. You have to answer and endure the punishment of your deeds after death.

ਸਾਚੁ ਕਤੇਬ ਬਖਾਨੈ ਅਲਹੁ,	saach kataybb bakhaanai alhu
ਨਾਰਿ ਪੁਰਖੁ ਨਹੀ ਕੋਈ॥	naar purakh nahee ko-ee.
ਪਢੇ ਗੁਨੇ ਨਾਹੀ ਕਛੁ ਬਉਰੇ,	padhay gunay naahee kachh ba-uray
ਜਉ ਦਿਲ ਮਹਿ ਖਬਰਿ ਨ ਹੋਈ॥੨॥	ja-o dil meh khabar na ho-ee. ||2|

ਧਰਮ ਦੇ ਗ੍ਰੰਥਾਂ ਤੋ ਸੋਝੀ ਬਖਸ਼ਿਸ਼ ਹੁੰਦੀ ਹੈ, ਪ੍ਰਭ ਸਦਾ ਅਟੱਲ ਰਹਿਣ ਵਾਲਾ ਹੈ । ਉਸ ਦਾ ਕੋਈ ਅਕਾਰ ਨਹੀਂ (ਔਰਤ ਜਾ ਮਰਦ) ਹੈ । ਪ੍ਰਭ ਦੇ ਸ਼ਬਦ ਨਾਲ ਜੀਵਨ ਢਾਲਦਾ ਤੋ ਬਿਨਾਂ ਪਾਠ ਦਾ, ਬਾਣੀ ਪੜ੍ਹਨ ਦਾ ਕੋਈ ਲਾਭ ਨਹੀਂ ਹੁੰਦਾ!

By reading the Holy Scriptures, one may realize; The axiom True Master remains permanent, unchanged forever. He is beyond any fixed shape, form and structure (man or woman). Without adopting the teachings of His Word with steady and stable belief, meditating, reciting and preaching His Word, may not benefit in purpose of human life.

ਅਲਹੁ ਗੈਬੁ ਸਗਲ ਘਟ ਭੀਤਰਿ,	alhu gaib sagal ghat bheetar
ਹਿਰਦੈ ਲੇਹੁ ਬਿਚਾਰੀ॥	hirdai layho bichaaree.
ਹਿੰਦੂ ਤੁਰਕ ਦੁਹੂੰ ਮਹਿ ਏਕੈ,	hindoo turak duhoo-aN meh aykai
ਕਹੈ ਕਬੀਰ ਪੁਕਾਰੀ॥੩॥੭॥੨੯॥	kahai kabeer pukaaree.||3||7||29||

ਪ੍ਰਭ ਹਰਇੱਕ ਜੀਵ ਦੇ ਅੰਦਰ ਵਸਦਾ ਹੈ! ਇਸ ਸ਼ਬਦ ਦਾ ਆਪਣੇ ਮਨ ਵਿੱਚ ਵਿਚਾਰ ਕਰੋ! ਉਹ ਹੀ ਪ੍ਰਭ, ਹਿੰਦੂ ਅਤੇ ਉਹ ਹੀ ਮੁਸਲਮਾਨ ਦੇ ਅੰਦਰ ਵਸਦਾ ਹੈ । ਬੰਦਗੀ ਕਰਨ ਵਾਲੇ ਉੱਚੀ ਉੱਚੀ ਪੁਕਾਰ ਕੇ ਦੱਸਦੇ ਹਨ ।

You should drench the essence of the teachings of His Word, The True Master dwells within the body and mind of each and every creature. The One and Only One, True Master dwells within the body of all creatures of all different religions. His true devotee inspires, claims very loudly the essence of His Word.

366.ਆਸਾ ਸ੍ਰੀ ਕਬੀਰ ਜੀ॥ ਤਿਪਦਾ॥ ਇਕਤੁਕਾ॥ 483

ਕੀਓ ਸਿੰਗਾਰੁ ਮਿਲਨ ਕੇ ਤਾਈ॥	kee-o singaar milan kay taa-ee.
ਹਰਿ ਨ ਮਿਲੇ ਜਗਜੀਵਨ ਗੁਸਾਈ॥੧॥	har na milay jagjeevan gusaa-ee. ||1||

ਮੈਂ ਆਪਣੇ ਆਪ ਨੂੰ ਪ੍ਰਭ ਨੂੰ ਮਿਲਣ ਲਈ ਸ਼ਿੰਗਰ ਕੀਤਾ ਹੈ । ਪਰ ਪ੍ਰਭ ਮੇਰੀ ਸਜਾਵਟ ਤੇ ਖੁਸ਼ ਨਹੀਂ, ਮੈਨੂੰ ਮਿਲਣ ਲਈ ਨਹੀਂ ਆਇਆ । ਉਹ ਹੀ ਸਾਰੀ ਸ੍ਰਿਸ਼ਟੀ ਦਾ ਰਖਵਾਲਾ, ਮਾਲਕ ਹੈ ।

I have embellished myself with glamorous robe and jewelry with the hope to be accepted by The True Master. However, The True Master was not pleased, impressed with my embellishment, robe. He did not bother to meet me. The One and Only One, God, is The True Master and The Protector of the whole universe.

ਹਰਿ ਮੇਰੋ ਪਿਰੁ ਹਉ,	har mayro pir ha-o
ਹਰਿ ਕੀ ਬਹੁਰੀਆ॥	har kee bahuree-aa.
ਰਾਮ ਬਡੇ ਮੈ ਤਨਕ ਲਹੁਰੀਆ॥੧॥	raam baday mai tanak lahuree-aa.
ਰਹਾਉ॥	||1|| rahaa-o.

ਪ੍ਰਭ ਹੀ ਮੇਰਾ ਅਸਲੀ ਮਾਲਕ ਹੈ, ਮੈਂ ਉਸ ਦਾ ਗੁਲਾਮ, ਦਾਸ ਹਾਂ । ਉਹ ਬਹੁਤ ਮਹਾਨ ਹੈ ਅਤੇ ਮੈਂ ਤਾਂ ਇੱਕ ਛੋਟਾ, ਨਿਮਾਣਾ ਜੀਵ ਹਾ।

God is The True Master, I am His humble slave, servant. He is the greatest and most significant, I am very poor humble and helpless creature.

ਧਨ ਪਿਰ ਏਕੈ ਸੰਗਿ ਬਸੇਰਾ॥	Dhan pir aykai sang basayraa.
ਸੇਜ ਏਕ ਪੈ ਮਿਲਨੁ ਦੁਹੇਰਾ॥੨॥	sayj ayk pai milan duhayraa. ||2||

ਪ੍ਰਭ ਮੇਰੇ ਨਾਲ ਇਸ ਤਨ ਵਿੱਚ ਹੀ ਵਸਦਾ ਹੈ । ਉਸ ਦਾ ਦਸਵਾਂ ਘਰ ਇਸ ਤਨ ਵਿੱਚ ਹੀ ਹੈ । ਪਰ ਫਿਰ ਵੀ ਮੇਰਾ ਉਸ ਨਾਲ ਸੰਜੋਗ ਨਹੀਂ ਹੁੰਦਾ, ਦਸਵੇਂ ਦਰ ਦਾ ਦਰਵਾਜਾ ਨਹੀਂ ਖੁੱਲ੍ਹਦਾ ।

The Holy Spirit dwells within my body along with my soul. His 10th castle is within my body. However, I do not visualize His existence within; The 10th gate of enlightenment may not open for my soul.

ਧੰਨਿ ਸੁਹਾਗਨਿ ਜੋ ਪੀਅ ਭਾਵੈ॥	Dhan suhaagan jo pee-a bhaavai.
ਕਹਿ ਕਬੀਰ ਫਿਰਿ ਜਨਮਿ ਨ ਆਵੈ॥	kahi kabeer fir janam na aavai.
੩॥੮॥੩੦॥	||3||8||30||

ਜਿਸ ਦੇ ਮਨ ਵਿੱਚ ਪ੍ਰਭ ਦੀ ਜੋਤ, ਸ਼ਬਦ ਜਾਗਰਤ ਹੋ ਜਾਂਦਾ ਹੈ । ਉਸ ਦੇ ਵੱਡੇ ਭਾਗ ਹੋ ਜਾਂਦੇ ਹਨ । ਉਹ ਫਿਰ ਜਨਮ ਮਰਨ ਵਿੱਚ ਨਹੀਂ ਜਾਂਦੇ, ਜੂੰਨਾਂ ਦਾ ਚੱਕਰ ਖਤਮ ਹੋ ਜਾਂਦਾ ਹੈ ।

Whosoever may be enlightened with the teachings of His Word within his mind; he becomes very fortunate and worthy of worship. He may not enter into the womb of mother anymore. With His mercy and grace, his cycle of birth and death may be eliminated.

367.ਆਸਾ ਸ੍ਰੀ ਕਬੀਰ ਜੀਉ ਕੇ ਦੁਪਦੇ 483

੧ੳੰ ਸਤਿਗੁਰ ਪ੍ਰਸਾਦਿ॥	ik-oNkaar satgur parsaad.
ਹੀਰੈ ਹੀਰਾ ਬੇਧਿ ਪਵਨ	heerai heeraa bayDh pavan
ਮਨੁ ਸਹਜੇ ਰਹਿਆ ਸਮਾਈ॥	man sehjay rahi-aa samaa-ee.
ਸਗਲ ਜੋਤਿ ਇਨਿ ਹੀਰੈ ਬੇਧੀ,	sagal jot in heerai bayDhee
ਸਤਿਗੁਰ ਬਚਨੀ ਮੈ ਪਾਈ॥੧॥	satgur bachnee mai paa-ee. ‖1‖

ਪ੍ਰਭ ਦੇ ਸ਼ਬਦ ਦਾ ਹੀਰਾ, ਤੀਰ ਮਨ ਵਿੱਚ, ਹਿਰਦੇ ਵਿੱਚ ਲੱਗ ਜਾਂਦਾ ਹੈ, ਮਨ ਦੀਆਂ ਭਟਕਣਾਂ ਦੂਰ ਹੋ ਜਾਂਦੀਆਂ, ਸ਼ਬਦ ਵਿੱਚ ਲਿਵ ਲੱਗ ਜਾਂਦੀ ਹੈ । ਮਨ ਪ੍ਰਭ ਦੀ ਜੋਤ ਦੀ ਰੋਸ਼ਨੀ ਨਾਲ ਭਰ ਜਾਂਦਾ ਹੈ । ਇਹ ਮੈਨੂੰ ਸ਼ਬਦ ਦੀ ਸੋਝੀ ਨਾਲ ਹੀ ਮਹਿਸੂਸ ਹੋਇਆ ਹੈ ।

When the teachings of His Word pierce through my heart, all frustrations of my mind are subdued, eliminated. My mind has become steady and stable in meditation in the void of His Word. My mind becomes overwhelmed with the glow of the Holy Spirit. I have realized the essence of His nature by the enlightenment of His Word.

ਹਰਿ ਕੀ ਕਥਾ ਅਨਾਹਦ ਬਾਨੀ॥	har kee kathaa anaahad baanee.
ਹੰਸੁ ਹੁਇ ਹੀਰਾ ਲੇਇ ਪਛਾਨੀ॥੧॥ ਰਹਾਉ॥	hans hu-ay heeraa lay-ay pachhaanee. ‖1‖ rahaa-o.

ਪ੍ਰਭ ਦੇ ਸ਼ਬਦ ਦੀ ਗੂੰਜ ਸਦਾ ਚਲਣ ਵਾਲੀ ਹੈ! ਜਦੋਂ ਜੀਵ ਦਾ ਮਨ ਸ਼ਬਦ ਦੀ ਪਾਲਣਾ ਕਰਕੇ ਹੰਸ ਬਣ ਜਾਂਦਾ ਹੈ, ਪਵਿਤ੍ਰ ਹੋ ਜਾਂਦਾ ਹੈ । ਤਾਂ ਹੀ ਉਹ ਪ੍ਰਭ ਦੀ ਰਹਿਮਤ, ਹੋਂਦ ਨੂੰ ਪਛਾਣਦਾ ਹੈ ।

The everlasting echo of His Word resonates within forever. My soul may be sanctified by adopting the teachings of His Word. My soul has realized the existence and blessings of The True Master, the purpose of life.

ਕਹਿ ਕਬੀਰ ਹੀਰਾ ਅਸ ਦੇਖਿਓ,	kahi kabeer heeraa as daykhi-o
ਜਗ ਮਹ ਰਹਾ ਸਮਾਈ॥	jag mah rahaa samaa-ee.
ਗੁਪਤਾ ਹੀਰਾ ਪ੍ਰਗਟ ਭਇਓ,	guptaa heeraa pargat bha-i-o
ਜਬ ਗੁਰ ਗਮ ਦੀਆ ਦਿਖਾਈ॥ ੨॥੧॥੩੧॥	jab gur gam dee-aa dikhaa-ee. ‖2‖1‖31‖

ਬੰਦਗੀ ਕਰਨ ਵਾਲੇ ਪ੍ਰਭ ਦੀ ਹੋਂਦ ਹਰਇੱਕ ਵਿੱਚ, ਹਰਇੱਕ ਥਾਂ ਤੇ ਵਾਪਰਦੀ ਮਹਿਸੂਸ ਕਰਦੇ ਹਨ । ਜਿਸ ਤੇ ਪ੍ਰਭ ਆਪ ਰਹਿਮਤ ਬਖਸ਼ਕੇ ਸੋਝੀ ਪਾਉਂਦਾ ਹੈ, ਇਹ ਹੋਂਦ ਉਸ ਨੂੰ ਹੀ ਮਹਿਸੂਸ ਹੁੰਦੀ ਹੈ ।

His true devotee realizes His existence omnipresent in each and every mind and body everywhere. Whosoever may be blessed with His mercy and grace, only he may realize the existence of The True Master.

368.ਆਸਾ ਸ੍ਰੀ ਕਬੀਰ ਜੀ॥ 483

ਪਹਿਲੀ ਕਰੂਪਿ ਕੁਜਾਤਿ ਕੁਲਖਨੀ,	pahilee karoop kujaat kulakhnee
ਸਾਹੁਰੈ ਪੇਈਐ ਬੁਰੀ॥	saahurai pay-ee-ai buree.
ਅਬ ਕੀ ਸਰੂਪਿ ਸੁਜਾਨਿ ਸੁਲਖਨੀ,	ab kee saroop sujaan sulakhnee
ਸਹਜੇ ਉਦਰਿ ਧਰੀ॥੧॥	sehjay udar Dharee. ‖1‖

ਮੇਰੇ ਮਨ ਦੀ ਪਹਿਲੀ ਅਵਸਥਾ, ਲਗਨ (ਪਹਿਲੀ ਪਤਨੀ) ਨੀਚ ਕੰਮਾਂ ਵਿੱਚ ਧਿਆਨ ਲਾਉਂਦੀ, ਪਾਪਾਂ ਦੀ ਕਮਾਈ ਕਰਦੀ ਸੀ । ਹੁਣ ਮੇਰੀ ਦਿਸ਼ਾ ਬਦਲ ਗਈ ਹੈ! ਮੇਰੇ ਮਨ ਦੀ ਦੂਸਰੀ ਅਵਸਥਾ (ਦੂਸਰੀ ਪਤਨੀ) ਪ੍ਰਭ ਦੇ ਸ਼ਬਦ ਵਿੱਚ ਲਿਵ ਲਾਉਂਦੀ ਹੈ । ਪ੍ਰਭ ਦੇ ਸ਼ਬਦ ਨਾਲ ਜੀਵਨ ਬਤੀਤ ਕਰਦੀ ਹੈ, ਇਹ ਮੇਰੇ ਮਨ ਵਿੱਚ ਹੀ ਵਸਦੀ ਹੈ ।

My first state of mind was indulged in evil thoughts and sinful deeds, she collects the earnings of sins. Now my state of mind has been transformed! Second stage of mind is meditating with steady and stable belief in the void of His Word. I have adopted the teachings of His Word with steady and stable belief and searches within my mind.

ਭਲੀ ਸਰੀ ਮੁਈ	bhalee saree mu-ee
ਮੇਰੀ ਪਹਿਲੀ ਬਰੀ॥	mayree pahilee baree.
ਜੁਗੁ ਜੁਗੁ ਜੀਵਉ ਮੇਰੀ	jug jug jeeva-o mayree
ਅਬ ਕੀ ਧਰੀ॥੧॥ ਰਹਾਉ॥	ab kee Dharee. ||1|| rahaa-o.

ਮੇਰੇ ਮਨ ਦੀ ਦੂਸਰੀ ਅਵਸਥਾ ਦਾ ਇਤਨਾ ਜ਼ੋਰ ਹੋ ਗਿਆ ਹੈ । ਮੇਰੀ ਪਹਿਲੀ ਅਵਸਥਾ ਮਰ ਗਈ, ਖਤਮ ਹੋ ਗਈ ਹੈ । ਮੈਂ ਪ੍ਰਭ ਅੱਗੇ ਰਹਿਮਤ ਦੀ ਅਰਦਾਸ ਕਰਦਾ ਹੈ । ਇਹ ਅਵਸਥਾ ਹੀ ਅੰਤ ਤੀਕ ਮੇਰੇ ਸਾਥ ਚਲੇ।

The second state of my mind has been so dominating, powerful; my first state of mind has been completely eliminated. I beg for His mercy and grace that my state of mind remains same up to end and even after death in His court.

ਕਹੁ ਕਬੀਰ ਜਬ ਲਹੁਰੀ ਆਈ,	kaho kabeer jab lahuree aa-ee
ਬਡੀ ਕਾ ਸੁਹਾਗੁ ਟਰਿਓ॥	badee kaa suhaag tari-o.
ਲਹੁਰੀ ਸੰਗਿ ਭਈ ਅਬ ਮੇਰੈ,	lahuree sang bha-ee ab mayrai
ਜੇਠੀ ਅਉਰੁ ਧਰਿਓ॥੨॥੨॥੩੨॥	jaythee a-or Dhari-o. ||2||2||32||

ਜਦੋਂ ਮੇਰੇ ਮਨ ਵਿੱਚ ਦੂਸਰੀ ਅਵਸਥਾ ਘਰ ਕਰ ਗਈ । ਪਹਿਲੀ ਅਵਸਥਾ ਦਾ ਮੇਰੇ ਮਨ ਵਿਚੋਂ ਪ੍ਰਭਾਵ ਖਤਮ ਹੋ ਗਿਆ ਹੈ । ਹੁਣ ਦੂਸਰੀ ਅਵਸਥਾ ਨੇ ਮੇਰੇ ਮਨ ਵਿੱਚ ਆਪਣਾ ਘਰ ਵਸਾ ਲਿਆ ਹੈ । ਪਹਿਲੀ ਅਵਸਥੇ ਕਿਸੇ ਹੋਰ ਦੇ ਮਨ ਵਿੱਚ ਚਲੇ ਗਈ ਹੈ ।

When the second state of my mind become steady and stable, fully drenched within my mind; the first state of mind has no influence in my mind. The second state of mind has established her place within my mind. The first state of mind has moved to someone else.

369.ਆਸਾ ਸ੍ਰੀ ਕਬੀਰ ਜੀ॥ 484

ਮੇਰੀ ਬਹੁਰੀਆ ਕੋ ਧਨੀਆ ਨਾਉ॥	mayree bahuree-aa ko Dhanee-aa naa-o.
ਲੇ ਰਾਖਿਓ ਰਾਮ ਜਨੀਆ ਨਾਉ॥੧॥	lay raakhi-o raam janee-aa naa-o. ||1||

ਮੇਰੀ ਪਹਿਲੀ ਅਵਸਥਾ (ਮੇਰੀ ਨੂੰਹ) ਸੰਸਾਰਕ ਮਾਇਆ ਨਾਲ ਮੋਹ ਲਾਉਂਦੀ ਸੀ, ਮਾਇਆ ਦੀ ਗੁਲਾਮ ਸੀ । ਮੇਰੀ ਦੂਸਰੀ ਅਵਸਥਾ ਪ੍ਰਭ ਦੇ ਸ਼ਬਦ ਦੀ ਪਾਲਣਾ, ਸਿਮਰਨ ਕਰਦੀ ਹੈ । ਇਹ ਪ੍ਰਭ ਦੀ ਦਾਸੀ ਬਣ ਗਈ ਹੈ ।

My first state of mind was deeply attached to worldly wealth and has become a slave of worldly wealth. However, my second state of mind is meditating and obeying the teachings of His Word; she has become the slave of The True Master, His true devotee.

ਇਨ੍ਹ ਮੁੰਡੀਅਨ	inH mundee-an
ਮੇਰਾ ਘਰੁ ਧੁੰਧਰਾਵਾ॥	mayraa ghar DhunDhraavaa.

ਬਿਟਵਹਿ ਰਾਮ ਰਮਊਆ ਲਾਵਾ॥੧॥ ਰਹਾਉ॥ bitvahi raam ram-oo-aa laavaa. ||1|| rahaa-o

ਬੰਦਗੀ ਕਰਨ ਵਾਲੇ ਸੰਤਾਂ ਨੇ ਮੇਰਾ ਸੰਸਾਰਕ ਮਾਇਆ ਦਾ ਮੋਹ ਖਤਮ ਕਰ ਦਿੱਤਾ ਹੈ । ਇਹਨਾਂ ਨੇ ਮੇਰੇ ਮਨ ਨੂੰ ਪ੍ਰਭ ਦੇ ਸ਼ਬਦ ਦੇ ਸਿਮਰਨ ਤੇ ਲਾ ਦਿੱਤਾ ਹੈ ।

(ਮੰਨੇ ਸਿਰ ਵਾਲੇ ਬੰਦਗੀ ਕਰਨ ਵਾਲਿਆ ਨੇ)

With the teachings of His true devotees, the effect of worldly wealth has been eliminated from my mind. His true devotee has inspired and attached me to meditate on the teachings of His Word.

ਕਹਤੁ ਕਬੀਰ ਸੁਨਹੁ ਮੇਰੀ ਮਾਈ॥ kahat kabeer sunhu mayree maa-ee.

ਇਨ੍ ਮੁੰਡੀਅਨ ਮੇਰੀ ਜਾਤਿ ਗਵਾਈ॥ ੨॥੩॥੩੩॥ inH mundee-an mayree jaat gavaa-ee. ||2||3||33||

ਇਹਨਾਂ ਬੰਦਗੀ ਕਰਨ ਵਾਲੇ ਜੀਵ ਨੇ ਮੇਰੀ ਨੀਵੀਂ ਜਾਤ ਦਾ ਵਿਤਕਰਾ ਖਤਮ ਕਰ ਦਿੱਤਾ ਹੈ ।

His true devotee has eliminated the discrimination of my low worldly birth caste.

370. ਆਸਾ ਸ੍ਰੀ ਕਬੀਰ ਜੀ॥ 484

ਰਹੁ ਰਹੁ ਰੀ ਬਹੁਰੀਆ ਘੂੰਘਟੁ ਜਿਨਿ ਕਾਢੈ॥ rahu rahu ree bahuree-aa ghoonghat jin kaadhai.

ਅੰਤ ਕੀ ਬਾਰ ਲਹੈਗੀ ਨ ਆਢੈ॥੧॥ ਰਹਾਉ॥ ant kee baar lahaigee na aadhai. ||1|| rahaa-o.

ਜੀਵ ਆਪਣੀ ਅਸਲੀਅਤ ਨੂੰ ਛਿਪਾਣ ਦੀ ਕੋਸ਼ਿਸ਼ ਨਾ ਕਰੋ । ਇਸ ਨਾਲ ਥੋੜ੍ਹਾ ਸਮਾਂ ਹੀ ਲੰਘਦਾ ਹੈ, ਛਿਪਾਇਆ ਨਹੀਂ ਸਕਦਾ ਹੈ ।

You should not try to hide the reality of your day to day life. The secret may only be kept for a short period of time; the reality world be exposed to the world.

ਘੂੰਘਟੁ ਕਾਢਿ ਗਈ ਤੇਰੀ ਆਗੈ॥ ghoonghat kaadh ga-ee tayree aagai.

ਉਨ ਕੀ ਗੈਲਿ ਤੋਹਿ ਜਿਨਿ ਲਾਗੈ॥੧॥ un kee gail tohi jin laagai. ||1||

ਸੰਸਾਰ ਵਿੱਚ ਹੋਰ ਜੀਵ ਵੀ ਆਪਣੇ ਕੰਮਾਂ ਨੂੰ ਛਿਪਾਦੇ ਹਨ, ਤੂੰ ਉਹਨਾਂ ਦੀ ਰੀਸ ਨਾ ਕਰੋ।

So many hide their day to day deeds, keeps the secrecy of sinful deeds. You should not adopt the wrong path in life.

ਘੂੰਘਟਣਣ ਕਾਢੇ ਕੀ ਇਹੈ ਬਡਾਈ॥ ghoonghat kaadhay kee ihai badaa-ee.

ਦਿਨ ਦਸ ਪਾਂਚ ਬਹੂ ਭਲੇ ਆਈ॥੨॥ din das paaNch bahoo bhalay aa-ee. ||2||

ਪ੍ਰਭ ਦੇ ਸ਼ਬਦ ਦੀ ਪਾਲਣ ਕਰਨ ਨਾਲ ਜੀਵ ਜਾਣ ਗੇ ਤੂੰ ਕਿਤਨਾ ਪ੍ਰਭ ਦਾ ਸੇਵਕ ਹੈ । ਤੇਰਾ ਪਰਦਾ ਕੇਵਲ ਤੇਰੇ ਕੀਤੇ ਕੰਮ ਹੀ ਰਖਣਗੇ ।

By wholeheartedly meditating and obeying the teachings of His Word, everyone else will realize your devotion to His Word, The True Master. Your day to day deeds may protect your honor.

ਘੂੰਘਟੁ ਤੇਰੋ ਤਉ ਪਰਿ ਸਾਚੈ॥ ghoonghat tayro ta-o par saachai.

ਹਰਿ ਗੁਨ ਗਾਇ ਕੂਦਹਿ ਅਰੁ ਨਾਚੈ॥੩॥ har gun gaa-ay koodeh ar naachai. ||3||

ਅਸਲੀ ਘੁਗਟ ਇਹ ਹੈ ਕਿ ਸੰਸਾਰਕ ਇੱਛਾਂ ਦੇ ਪਿਛੇ ਨਾ ਚਲੇ । ਪ੍ਰਭ ਦੇ ਸ਼ਬਦ ਦਾ ਸਿਮਰਨ ਕਰੋ।

The true devotion, curtain may be that you do not follow the leads of the worldly desires. You should meditate on the teachings of His Word.

ਕਹਤ ਕਬੀਰ ਬਹੂ ਤਬ ਜੀਤੈ॥ kahat kabeer bahoo tab jeetai.

ਹਰਿ ਗੁਨ ਗਾਵਤ ਜਨਮੁ ਬਿਤੀਤੈ॥੪॥੧॥੩੪॥ — har gun gaavat janam biteetai. ||4||1||34||

ਜਿਹੜਾ ਪ੍ਰਭ ਦੇ ਸ਼ਬਦ ਨਾਲ ਜੀਵਨ ਢਾਲ ਲੈਂਦਾ ਹੈ, ਪ੍ਰਭ ਦੀ ਰਹਿਮਤ ਨਾਲ ਉਸ ਦਾ ਜੀਵਨ ਸਫਲ ਹੋ ਜਾਂਦਾ ਹੈ ।

Whosoever may adopt the teachings of His Word in day to day life. With His mercy and grace, his human life journey may be successful.

371.ਆਸਾ ਸ੍ਰੀ ਕਬੀਰ ਜੀ॥ 484

ਕਰਵਤੁ ਭਲਾ ਨ ਕਰਵਟ ਤੇਰੀ॥ — karvat bhalaa na karvat tayree.
ਲਾਗੁ ਗਲੇ ਸੁਨੁ ਬਿਨਤੀ ਮੇਰੀ॥੧॥ — laag galay sun bintee mayree. ||1||

ਪ੍ਰਭ ਮੇਰੀ ਨਿਮਾਣੇ ਦੀ ਅਰਦਾਸ ਸੁਣੋ। ਤਨ ਨੂੰ ਆਰੇ ਨਾਲ ਚੀਰਨਾ ਕਬੂਲ ਹੈ । ਪਰ ਪ੍ਰਭ ਦੀ ਕਰੋਪੀ ਦੀ ਨਜ਼ਰ ਨਹੀਂ ਸਹਾਰੀ ਜਾਂਦੀ ।

My True Master, I am begging for Your mercy and grace! I may feel blessed to be sawed, cut my body into pieces. However, I cannot tolerate Your curse, separation from meditation of Your Word.

ਹਉ ਵਾਰੀ ਮੁਖੁ ਫੇਰਿ ਪਿਆਰੇ॥ — ha-o vaaree mukh fayr pi-aaray.
ਕਰਵਟੁ ਦੇ ਮੋ ਕਉ ਕਾਹੇ ਕਉ ਮਾਰੇ॥੧॥ਰਹਾਉ॥ — karvat day mo ka-o kaahay ka-o maaray. ||1|| rahaa-o.

ਮੈਂ ਤੇਰੇ ਤੋਂ ਕੁਰਬਾਨ ਜਾਵਾ, ਰਹਿਮਤ ਦੀ ਨਜ਼ਰ ਬਖਸ਼ੋ । ਕਿਉਂ ਮੈਨੂੰ ਆਪਣੀ ਪਿਠ ਦਿੱਤੀ ਹੈ, ਕਰੋਪੀ ਦਿੱਤੀ ਹੈ? ਮੈਨੂੰ ਮੌਤ ਕਿਉਂ ਨਹੀਂ ਦੇ ਦਿੱਤੀ?

I am fascinated from Your greatness, Your mercy and grace! Why have You turned Your back and cursed me? Why did You not rather give me death?

ਜਉ ਤਨੁ ਚੀਰਹਿ ਅੰਗੁ ਨ ਮੋਰਉ॥ — ja-o tan cheereh ang na mora-o.
ਪਿੰਡੁ ਪਰੈ ਤਉ ਪ੍ਰੀਤਿ ਨ ਤੋਰਉ॥੨॥ — pind parai ta-o pareet na tora-o. ||2||

ਭਾਵੇਂ ਤੂੰ ਮੇਰੇ ਅੰਗ ਅੰਗ ਕੱਟ ਦੇਵੇ, ਤਾਂ ਵੀ ਮੈਂ ਆਪਣਾ ਅੰਗ ਤੇਰੇ ਤੋ ਪਾਸੇ ਨਹੀਂ ਕਰਾਗਾ। ਭਾਵੇਂ ਮੇਰਾ ਤਨ ਟੁੱਟ ਜਾਵੇ ਤਾਂ ਵੀ ਮੇਰੀ ਪ੍ਰੀਤ ਤੇਰੇ ਨਾਲ ਘਟ ਨਹੀਂ ਹੋਵੇਗੀ।

Even though may limbs may be cut with Your command; I will never remove my limb, hide from punishment. My body may be broken, torn apart; however, my devotion with the teachings of Your Word may never decrease, my faith will never be shaken.

ਹਮ ਤੁਮ ਬੀਚੁ ਭਇਓ ਨਹੀ ਕੋਈ॥ — ham tum beech bha-i-o nahee ko-ee.
ਤੁਮਹਿ ਸੁ ਕੰਤ ਨਾਰਿ ਹਮ ਸੋਈ॥ ੩॥ — tumeh so kant naar ham so-ee. ||3||

ਪ੍ਰਭ ਤੇਰੇ ਅਤੇ ਮੇਰੇ ਵਿੱਚ ਕੋਈ ਵਿਚੋਲਾ ਨਹੀਂ ਹੈ । ਤੂੰ ਹੀ ਮੇਰਾ ਅਸਲੀ ਮਾਲਕ ਹੈ ਅਤੇ ਮੈਂ ਤੇਰਾ ਨਿਮਾਣਾ, ਗੁਲਾਮ, ਦਾਸ ਹਾ ।

My True Master there is no middle person between us. You are my only True Master and I am You are humble slave, devotee.

ਕਹਤੁ ਕਬੀਰੁ ਸੁਨਹੁ ਰੇ ਲੋਈ॥ — kahat kabeer sunhu ray lo-ee.
ਅਬ ਤੁਮਰੀ ਪਰਤੀਤਿ ਨ ਹੋਈ॥੪॥੨॥੩੫॥ — ab tumree parteet na ho-ee. ||4||2||35||

ਮੇਰੇ ਮਨ ਸੁਣ! ਅਗਰ ਤੂੰ ਮੈਨੂੰ ਉਸ ਦੀ ਬੰਦਗੀ ਵਿੱਚ ਅਡੋਲ ਨਹੀਂ ਰਖਦਾ । ਮੈਨੂੰ ਤੇਰੇ ਤੇ ਕੋਈ ਭਰੋਸਾ ਨਹੀਂ ਹੈ ।

My mind, if I may not remain steady and stable on meditating on the teachings of His Word. I have no confidence on your intention.

372.ਆਸਾ ਸ੍ਰੀ ਕਬੀਰ ਜੀ॥ 484

ਕੋਰੀ ਕੋ ਕਾਹੂ ਮਰਮੁ ਨ ਜਾਨਾ॥	koree ko kaahoo maram na jaanaaN.
ਸਭੁ ਜਗੁ ਆਨਿ ਤਨਾਇਓ ਤਾਨਾ॥੧॥	sabh jag aan tanaa-i-o taanaaN. ||1||
ਰਹਾਉ॥	rahaa-o.

ਕੋਈ ਵੀ ਪ੍ਰਭ ਦੀ ਕੁਦਰਤ ਦਾ ਭੇਦ ਨਹੀਂ ਜਾਣਦਾ, ਸਾਰੀ ਸ੍ਰਿਸ਼ਟੀ ਵਿੱਚ ਹੀ ਕੁਦਰਤ ਵਾਪਰਦੀ ਹੈ ।

No one may ever fully comprehend the nature of The True Master; His command, nature prevails everywhere in the universe.

ਜਬ ਤੁਮ ਸੁਨਿ ਲੇ ਬੇਦ ਪੁਰਾਨਾ॥	jab tum sun lay bayd puraanaaN.
ਤਬ ਹਮ ਇਤਨਕੁ ਪਸਰਿਓ ਤਾਨਾ॥੧॥	tab ham itnak pasri-o taanaaN. ||1||

ਜਿਹੜਾ ਧਰਮ ਦੇ ਗ੍ਰੰਥ, ਵੇਦ, ਪੁਰਾਨ ਪੜ੍ਹਦਾ, ਸੁਣਦਾ ਹੈ, ਉਸ ਨੂੰ ਸੋਝੀ ਬਖਸ਼ਿਸ਼ ਹੁੰਦੀ ਹੈ । ਇਸ ਸੰਸਾਰ ਪ੍ਰਭ ਦੇ ਜਾਲ ਦਾ ਇੱਕ ਛੋਟਾ ਭਾਗ ਹੈ ।

By listening and reading to the Holy Scriptures; one may be enlightened with the essence of His nature. The whole universe is a small part, play of His nature.

ਧਰਨਿ ਅਕਾਸ ਕੀ ਕਰਗਹ ਬਨਾਈ॥	Dharan akaas kee kargah banaa-ee.
ਚੰਦੁ ਸੂਰਜੁ ਦੁਇ ਸਾਥ ਚਲਾਈ॥੨॥	chand sooraj du-ay saath chalaa-ee. ||2||

ਉਸ ਨੇ ਧਰਤੀ ਅਤੇ ਅਕਾਸ਼ ਬਣੇ ਹਨ । ਇਸ ਤੇ ਰੋਸ਼ਨੀ ਦੋਂ ਦੀਵੇ, ਸੂਰਜ ਅਤੇ ਚੰਦੂ ਬਣਾਏ ਹਨ ।

The True Master has established earth and sky and He has provided, created two pillar Sun and Moon of light for the universe.

ਪਾਈ ਜੋਰਿ ਬਾਤ ਇਕ ਕੀਨੀ,	paa-ee jor baat ik keenee
ਤਹ ਤਾਂਤੀ ਮਨੁ ਮਾਨਾ॥	tah taaNtee man maanaaN.
ਜੋਲਾਹੇ ਘਰੁ ਅਪਨਾ ਚੀਨ੍ਹਾਂ,	jolaahay ghar apnaa cheenHaaN
ਘਟ ਹੀ ਰਾਮੁ ਪਛਾਨਾ॥੩॥	ghat hee raam pachhaanaaN. ||3||

ਮੈਂ ਹੱਥ, ਪੈਰ ਜੋੜ ਕੇ ਅਰਦਾਸ ਕੀਤੀ । ਜਿਸ ਨਾਲ ਮੇਰੇ ਮਨ ਵਿੱਚ ਇੱਕ ਸ਼ਾਂਤੀ ਘਰ ਕਰ ਗਈ ਹੈ । ਮੈਂ ਆਪਣੇ ਮਨ ਅੰਦਰ ਹੀ ਉਸ ਦੀ ਜੋਤ ਜਾਗਰਤ ਕਰ ਲਈ ਹੈ ।

I am wholeheartedly praying for His mercy and grace! I have been blessed with peace, contentment and blossom within by concentration on His feet, teachings of His Word. I have been enlightened with the spiritual glow of His Word.

ਕਹਤੁ ਕਬੀਰੁ ਕਾਰਗਹ ਤੋਰੀ॥	kahat kabeer kaargah toree.
ਸੂਤੈ ਸੂਤ ਮਿਲਾਏ ਕੋਰੀ॥੪॥੩॥੩੬॥	sootai soot milaa-ay koree. ||4||3||36||

ਜਦੋਂ ਮੇਰਾ ਸਰੀਰ ਨਾਸ਼ ਹੋ ਜਾਵੇਗਾ । ਮੇਰੀ ਆਤਮਾ ਦੀ ਜੋਤ, ਪ੍ਰਭ ਆਪਣੀ ਜੋਤ ਵਿੱਚ ਹੀ ਅਲੋਪ ਕਰ ਲਵੇਗਾ।

When my body would be destroyed; With His mercy and grace, my soul may be absorbed within His Holy Spirit.

373.ਆਸਾ ਸ੍ਰੀ ਕਬੀਰ ਜੀ॥ 484

ਅੰਤਰਿ ਮੈਲੁ ਜੇ ਤੀਰਥ ਨਾਵੈ,	antar mail jay tirath naavai
ਤਿਸੁ ਬੈਕੁੰਠ ਨ ਜਾਨਾ॥	tis baikunth na jaanaaN.
ਲੋਕ ਪਤੀਣੇ ਕਛੂ ਨ ਹੋਵੈ,	lok pateenay kachhoo na hovai
ਨਾਹੀ ਰਾਮੁ ਅਯਾਨਾ॥੧॥	naahee raam ayaanaa. ||1||

ਅਗਰ ਜੀਵ ਦੇ ਮਨ ਵਿੱਚ ਮੈਲ ਹੋਵੇ ਤਾਂ ਪਵਿਤ੍ਰ ਤੀਰਥ ਇਸ਼ਨਾਨ ਕਰਨ ਨਾਲ ਜੀਵ, ਪ੍ਰਭ ਦੇ ਦਰਬਾਰ ਵਿੱਚ ਪ੍ਰਵਾਨ ਨਹੀਂ ਹੋ ਸਕਦਾ । ਸੰਸਾਰਕ ਧਰਮਾਂ ਦੀ ਪਾਲਣਾ ਨਾਲ, ਸੰਸਾਰਕ ਗੁਰੂਾਂ ਨੂੰ ਖੁਸ਼ ਕਰਨ ਨਾਲ ਪ੍ਰਭ ਨੂੰ ਧੋਖਾ ਨਹੀਂ ਦਿੱਤਾ ਜਾ ਸਕਦਾ ।

Whosoever may be blemished with worldly desires; he may not be accepted in His court, by taking a sanctifying bath at Holy shrine. He may not be blessed with the right path of meditation. By adopting the religious rituals, disciplines and worshipping worldly guru; no one may deceive The True Master. He may not be accepted in His court.

ਪੂਜਹੁ ਰਾਮੁ ਏਕੁ ਹੀ ਦੇਵਾ॥	poojahu raam ayk hee dayvaa.
ਸਾਚਾ ਨਾਵਣੁ ਗੁਰ ਕੀ ਸੇਵਾ॥੧॥	saachaa naavan gur kee sayvaa. ||1||
ਰਹਾਉ॥	rahaa-o.

ਇੱਕੋ ਇੱਕ ਪ੍ਰਭ ਹੀ ਪੂਜਣ ਯੋਗ ਹੈ । ਸਭ ਤੋ ਵੱਡੀ ਪੂਜਾ ਸ਼ਬਦ ਨਾਲ ਜੀਵਨ ਢਾਲਣਾ ਹੀ ਹੈ ।

The One and only one, True Master is worthy of worship. To adopt the teachings of His Word with steady and stable belief in day to day life is the greatest worship.

ਜਲ ਕੈ ਮਜਨਿ ਜੇ ਗਤਿ ਹੋਵੈ,	jal kai majan jay gat hovai
ਨਿਤ ਨਿਤ ਮੇਂਡੁਕ ਨਾਵਹਿ॥	nit nit mayNduk naaveh.
ਜੈਸੇ ਮੇਂਡੁਕ ਤੈਸੇ ਓਇ ਨਰ,	jaisay mayNduk taisay o-ay nar
ਫਿਰਿ ਫਿਰਿ ਜੋਨੀ ਆਵਹਿ॥੨॥	fir fir jonee aavahi. ||2||

ਅਗਰ ਪਾਣੀ ਨਾਲ ਇਸ਼ਨਾਨ ਕਰਨ ਨਾਲ ਹੀ ਮੁਕਤੀ ਮਿਲਦੀ ਹੋਵੇ । ਤਾਂ ਡੰਡੂ ਜਿਹੜਾ ਹਰਵੇਲੇ ਪਾਣੀ ਵਿੱਚ ਰਹਿੰਦਾ ਹੈ, ਮੁਕਤ ਹੋ ਜਾਵੇ । ਜਿਵੇਂ ਪਾਣੀ ਦਾ ਡੰਡੂ ਬਾਰ ਬਾਰ ਜੂੰਨਾਂ ਵਿੱਚ ਜਾਂਦਾ, ਇਸ ਤਰ੍ਹਾਂ ਮਾਨਸ ਵੀ ਜੂੰਨਾਂ ਵਿੱਚ ਜਾਂਦਾ ਹੈ ।

If the soul may be sanctified and blessed with salvation by taking a bath at Holy shrine, with water; then all frogs of the sea would have been blessed with salvation. As the frog of the sea remains in the cycle of birth and death over and over again; the same way the human remains in the cycle of birth and death.

ਮਨਹੁ ਕਠੋਰੁ ਮਰੈ ਬਾਨਾਰਸਿ,	manhu kathor marai baanaaras
ਨਰਕੁ ਨ ਬਾਂਚਿਆ ਜਾਈ॥	narak na baaNchi-aa jaa-ee.
ਹਰਿ ਕਾ ਸੰਤੁ ਮਰੈ ਹਾੜੰਬੈ,	har kaa sant marai haarhambai
ਤ ਸਗਲੀ ਸੈਨ ਤਰਾਈ॥੩॥	ta saglee sain taraa-ee. ||3||

ਅਗਰ ਮਨ ਦਾ ਕਠੋਰ, ਪਾਪ ਕਰਨ ਵਾਲਾ ਬਨਾਰਸ ਵਿੱਚ ਮਰ ਜਾਵੇ, ਤਾਂ ਵੀ ਉਹ ਨਰਕ ਤੋ ਨਹੀਂ ਬਚ ਸਕਦਾ । ਅਗਰ ਬੰਦਗੀ ਕਰਨ ਵਾਲੇ ਕਿਸੇ ਪਾਪਾਂ ਵਾਲੇ ਥਾਂ ਤੇ ਮਰ ਜਾਵੇ, ਤਾਂ ਵੀ ਉਹ ਪ੍ਰਭ ਦੀ ਪ੍ਰਵਾਨਗੀ ਪਾ ਲੈਂਦਾ ਹੈ । ਆਪਣੇ ਸਾਥੀਆਂ ਨੂੰ ਉਸ ਰਸਤੇ ਤੇ ਪਾ ਜਾਂਦਾ ਹੈ ।

Even if the sinner dies in a Holy city of Benares, he will still go to hell; he cannot be saved from hell. If His true devotee dies at any place, even at place of sins, curse; with His mercy and grace, he may be blessed with salvation, a place in His castle. He may inspire his followers to adopt the teachings of His Word in day to day life.

ਦਿਨਸੁ ਨ ਰੈਨਿ ਬੇਦੁ ਨਹੀ ਸਾਸਤ੍ਰ,	dinas na rain bayd nahee saastar
ਤਹਾ ਬਸੈ ਨਿਰੰਕਾਰਾ॥	tahaa basai nirankaaraa.
ਕਹਿ ਕਬੀਰ ਨਰ ਤਿਸਹਿ ਧਿਆਵਹੁ,	kahi kabeer nar tiseh Dhi-aavahu
ਬਾਵਰਿਆ ਸੰਸਾਰਾ॥੪॥੪॥੩੭॥	baavri-aa sansaaraa. ||4||4||37||

ਜਿਥੇ ਕੋਈ ਧਰਮ ਦਾ ਗ੍ਰੰਥ ਨਹੀਂ, ਦਿਨ ਰਾਤ ਨਹੀਂ ਉਥੇ ਉਹ ਅਕਾਰ ਰਹਿਤ ਪ੍ਰਭ ਵਸਦਾ ਹੈ । ਜੀਵ ਮਨ ਅਡੋਲ ਕਰਕੇ ਉਸ ਦੀ ਬੰਦਗੀ ਵਿੱਚ ਲੀਨ ਹੋ ਜਾਵੇ ।

Where there is no Holy Scripture nor day or night change, The True Master beyond any shape, form and structure dwells there in His void. You should meditate on the teachings of His Word with steady and stable belief in the void of His Word.

374.ਆਸਾ ਬਾਣੀ ਸ੍ਰੀ ਨਾਮਦੇਉ ਜੀ ਕੀ॥ 485

੧ੴ ਸਤਿਗੁਰ ਪ੍ਰਸਾਦਿ॥	ik-oNkaar satgur parsaad.
ਏਕ ਅਨੇਕ ਬਿਆਪਕ ਪੂਰਕ	ayk anayk bi-aapak poorak
ਜਤ ਦੇਖਉ ਤਤ ਸੋਈ॥	jat daykh-a- u tat so-ee.
ਮਾਇਆ ਚਿਤ੍ਰ ਬਚਿਤ੍ਰ ਬਿਮੋਹਿਤ,	maa-i-aa chitar bachitar bimohit
ਬਿਰਲਾ ਬੂਝੈ ਕੋਈ॥੧॥	birlaa boojhai ko-ee. ||1||

ਹਰਇੱਕ ਜੀਵ ਵਿੱਚ ਪ੍ਰਭ ਵਾਪਰਦਾ, ਦੇਖਦਾ ਹੈ । ਜਿਥੇ ਵੀ ਮੈ ਦੇਖਦਾ ਹਾ, ਉਥੇ ਹੀ ਨਜ਼ਰ ਆਉਂਦਾ ਹੈ । ਸੰਸਾਰਕ ਮਾਇਆ ਦਾ ਜਾਲ ਇੱਕ ਅਨੋਖਾ ਹੀ ਹੈ, ਕੋਈ ਵਿਰਲਾ ਹੀ ਇਸ ਨੂੰ ਸਮਝਦਾ ਹੈ ।

The True Master prevails within each and every creature and monitor each and every action. I am realizing the existence of The Omnipresent True Master; wherever I may see or go. The trap of worldly wealth is very astonishing and mysterious; however, very rare human may understand that play.

ਸਭੁ ਗੋਬਿੰਦੁ ਹੈ ਸਭੁ ਗੋਬਿੰਦੁ ਹੈ,	sabh gobind hai sabh gobind hai
ਗੋਬਿੰਦ ਬਿਨੁ ਨਹੀ ਕੋਈ॥	gobind bin nahee ko-ee.
ਸੂਤੁ ਏਕੁ ਮਣਿ ਸਤ ਸਹੰਸ,	soot ayk man sat sahaNs
ਜੈਸੇ ਓਤਿ ਪੋਤਿ ਪ੍ਰਭੁ ਸੋਈ॥੧॥ ਰਹਾਉ॥	jaisay ot pot parabh so-ee. ||1|| rahaao

ਸਭ ਵਿੱਚ ਪ੍ਰਭ ਵਸਦਾ, ਸਭ ਜੀਵ ਹੀ ਪ੍ਰਭ ਦੀ ਅਮਾਨਤ ਹਨ । ਪ੍ਰਭ ਦੀ ਰਹਿਮਤ ਤੋ ਬਿਨਾਂ ਸ੍ਰਿਸ਼ਟੀ ਵਿੱਚ ਕੁਝ ਵੀ ਪੈਦਾ ਨਹੀਂ ਹੋ ਸਕਦਾ । ਜਿਵੇਂ ਇੱਕ ਧਾਗਾ, ਅਨੇਕਾਂ ਹੀ ਮਣਕਿਆ ਨੂੰ ਇਕੱਠਾ ਰਖਦਾ ਹੈ । ਇਸ ਤਰ੍ਹਾਂ ਪ੍ਰਭ ਨੇ ਵੀ ਧਾਗੇ ਦੇ ਜਾਲ ਦੀ ਤਰ੍ਹਾਂ, ਸਾਰੀ ਸ੍ਰਿਸ਼ਟੀ ਨੂੰ ਬੁਣਿਆ ਹੋਇਆ ਹੈ ।

The True Master prevails within the mind and in all deeds of each and every creature. All creatures are His trust only. Without His command, nothing may survive or exist in the universe. As one thread can hold together so many beads or rosary; The True Master has weaved the whole universe in a thread of His Word.

ਜਲ ਤਰੰਗ ਅਰੁ ਫੇਨ ਬੁਦਬੁਦਾ,	jal tarang ar fayn budbudaa
ਜਲ ਤੇ ਭਿੰਨ ਨ ਹੋਈ॥	jal tay bhinn na ho-ee.
ਇਹੁ ਪਰਪੰਚੁ ਪਾਰਬ੍ਰਹਮ ਕੀ ਲੀਲਾ,	ih parpanch paarbarahm kee leelaa
ਬਿਚਰਤ ਆਨ ਨ ਹੋਈ॥੨॥	bichrat aan na ho-ee. ||2||

ਜਿਵੇਂ ਜਲ ਦੀ ਛੱਲ, ਬੁਲਬਲੇ ਪਾਣੀ ਤੋ ਵੱਖਰੇ ਨਹੀਂ ਹੁੰਦੇ । ਇਸ ਤਰ੍ਹਾਂ ਹੀ ਸ੍ਰਿਸ਼ਟੀ ਦਾ ਖੇਲ ਪ੍ਰਭ ਨੇ ਰਚਿਆ ਹੈ । ਜਦੋਂ ਇਸ ਤਰ੍ਹਾਂ ਮਨ ਵਿੱਚ ਖਿਆਲ ਰਖਕੇ ਸੋਚਦੇ ਹਾ । ਇਹ ਮਹਿਸੂਸ ਹੁੰਦਾ ਹੈ! ਜੀਵ ਪ੍ਰਭ ਤੋ ਵੱਖਰਾ ਨਹੀਂ, ਜੀਵ ਉਸ ਦਾ ਅੰਗ ਹੈ, ਪ੍ਰਭ ਜੀਵ ਦੇ ਅੰਦਰ ਹੀ ਵਸਦਾ ਹੈ ।

As the wave of the water is not different from the water of the ocean; the same way the play of the universe has been created by The True Master. As I imagine with such a state of mind, I may realize that His creation is not different, apart from Him. The Holy Spirit is embedded within the soul of all creatures, as the limb of The True Master. The True Master dwells and prevails in each and every creature.

ਮਿਥਿਆ ਭਰਮੁ ਅਰੁ ਸੁਪਨ ਮਨੋਰਥ,	mithi-aa bharam ar supan manorath
ਸਤਿ ਪਦਾਰਥੁ ਜਾਨਿਆ॥	sat padaarath jaani-aa.
ਸੁਕ੍ਰਿਤ ਮਨਸਾ ਗੁਰ ਉਪਦੇਸੀ	sukarit mansaa gur updaysee
ਜਾਗਤ ਹੀ ਮਨੁ ਮਾਨਿਆ॥੩॥	jaagat hee man maani-aa. ||3||

ਜੀਵ, ਸੰਸਾਰ ਵਿੱਚ ਥੋੜ੍ਹਾ ਸਮਾਂ ਰਹਿਣ ਵਾਲੇ ਪਦਾਰਥਾਂ ਨੂੰ ਸਦਾ ਰਹਿਣ ਵਾਲਾ ਮੰਨ ਲੈਂਦਾ ਹੈ । ਉਸ ਦੇ ਭਰਮਾਂ ਵਿੱਚ ਫਸੇ ਮਨ ਨੂੰ ਸ਼ਬਦ ਪੜ੍ਹਨ ਤੋ ਸੋਝੀ, ਜਾਗਰਤੀ ਹੋਈ! ਹੁਣ ਮੇਰੇ ਮਨ ਨੇ ਚੰਗੇ ਕੰਮ ਕਰਨ ਦਾ ਰਸਤਾ ਧਾਰਨ ਕੀਤਾ ਹੈ ।

Human may believe that living materials of the world, stay unchanged forever. My mind was overwhelmed with suspicions; after reading the Holy Scripture, I am enlightened with the essence of His Word. I should do good deeds for mankind in human life journey. I have adopted the teachings of His Word with steady belief in my day to day life.

ਕਹਤ ਨਾਮਦੇਉ ਹਰਿ ਕੀ ਰਚਨਾ	kahat naamday-o har kee rachnaa
ਦੇਖਹੁ ਰਿਦੈ ਬੀਚਾਰੀ॥	daykhhu ridai beechaaree.
ਘਟ ਘਟ ਅੰਤਰਿ ਸਰਬ ਨਿਰੰਤਰਿ	ghat ghat antar sarab nirantar
ਕੇਵਲ ਏਕ ਮੁਰਾਰੀ॥੪॥੧॥	kayval ayk muraaree. ||4||1||

ਜੀਵ, ਪ੍ਰਭ ਦੀ ਸਾਰੀ ਸ੍ਰਿਸ਼ਟੀ ਨੂੰ ਧਿਆਨ ਵਿੱਚ ਰਖਕੇ ਸੋਚਣ ਨਾਲ ਮਹਿਸੂਸ ਹੋਵੇਗਾ, ਕਿ ਹਰਇੱਕ ਜੀਵ ਦੇ ਅੰਦਰ ਡੂੰਘਾ, ਦਸਵੇਂ ਘਰ ਵਿੱਚ, ਇੱਕੋ ਇੱਕ ਪ੍ਰਭ ਹੀ ਵਸਦਾ ਹੈ ।

After carefully thinking about His creation in the universe; you may realize that One and Only One, God dwells and prevails within the body and mind of each and every creature.

375.ਆਸਾ ਸ੍ਰੀ ਨਾਮਦੇਉ ਜੀ॥ 485

ਆਨੀਲੇ ਕੁੰਭ ਭਰਾਈਲੇ ਊਦਕ,	aaneelay kumbh bharaa-eelay oodak
ਠਾਕੁਰ ਕਉ ਇਸਨਾਨੁ ਕਰਉ॥	thaakur ka-o isnaan kara-o.
ਬਇਆਲੀਸ ਲਖ ਜੀ ਜਲ ਮਹਿ ਹੋਤੇ,	ba-i-aalees lakh jee jal meh hotay
ਬੀਠਲੁ ਭੈਲਾ ਕਾਇ ਕਰਉ॥੧॥	beethal bhailaa kaa-ay kara-o. ||1||

ਮੈਂ ਪਾਣੀ ਦਾ ਭਾਂਡਾ ਪ੍ਰਭ ਨੂੰ ਇਸ਼ਨਾਨ ਕਰਨ ਲਈ ਭਰਿਆਂ । ਤਾਂ ਮੇਰੇ ਮਨ ਵਿੱਚ ਖਿਆਲ ਆਇਆ ਕਿ 42 ਲਖ ਜੀਵ ਪਾਣੀ ਵਿੱਚ ਵਸਦੇ ਹਨ । ਇਹ ਪਾਣੀ ਤਾਂ ਉਹਨਾਂ ਵਾਸਤੇ ਹੈ । ਇਸ ਨੂੰ ਮੈਂ ਕਿਵੇਂ ਪ੍ਰਭ ਦੀ ਮੂਰਤੀ ਨੂੰ ਇਸ਼ਨਾਨ ਕਰਨ ਲਈ ਵਰਤ ਸਕਦਾ ਹਾ?

I filled a big container for sanctifying bath to the idol of God. I realized that 42 lakhs creatures live in the water; this water has been created for their survival by The True Master. How can I use the water for sanctifying bath for idol carved out of stone, as a symbol of God?

ਜਤ੍ਰ ਜਾਉ ਤਤ ਬੀਠਲੁ ਭੈਲਾ॥	jatar jaa-o tat beethal bhailaa.
ਮਹਾ ਅਨੰਦ ਕਰੇ ਸਦ ਕੇਲਾ॥੧॥	mahaa anand karay sad kaylaa. ||1||
ਰਹਾਉ॥	rahaa-o.

ਜਿਥੇ ਵੀ ਮੈਂ ਜਾਂਦਾ, ਦੇਖਦਾ, ਪ੍ਰਭ ਉਥੇ ਹੀ ਨਜ਼ਰ ਆਉਂਦਾ, ਵਸਦਾ ਹੈ । ਉਹ ਹਰ ਵੇਲੇ ਹੀ ਆਪਣਾ ਖੇਲ, ਅਨੰਦ ਕਰਦਾ ਰਹਿੰਦਾ ਹੈ ।

Wherever I may go, I realize the only True Master is dwelling and prevailing everywhere. He remains embedded and enjoys each and every play of His creation.

ਆਨੀਲੇ ਫੂਲ ਪਰੋਈਲੇ ਮਾਲਾ — aaneelay fool paro-eelay maalaa
ਠਾਕੁਰ ਕੀ ਹਉ ਪੂਜ ਕਰਉ॥ — thaakur kee ha-o pooj kara-o.
ਪਹਿਲੇ ਬਾਸੁ ਲਈ ਹੈ ਭਵਰਹ — pahilay baas la-ee hai bhavrah
ਬੀਠਲ ਭੈਲਾ ਕਾਇ ਕਰਉ॥੨॥ — beethal bhailaa kaa-ay kara-o. ||2||

ਮੈਂ ਫੁੱਲ ਤੋੜ ਕੇ ਪ੍ਰਭ ਦੀ ਪੂਜਣ ਵਾਲੀ ਮਾਲ਼ਾ ਬਣਾਈ, ਤਾਂ ਮਨ ਵਿੱਚ ਖਿਆਲ ਅਇਆ । ਕਿ ਮੱਖੀ, ਭੌਉਰੇ ਨੇ ਇਸ ਵਿਚੋਂ ਸੁਗੰਧ ਤਾਂ ਪਹਿਲੇ ਹੀ ਚੂੰਸ ਲਈ ਹੈ । ਮੈਂ ਇਹਨਾਂ ਫੁੱਲਾ ਨੂੰ ਪੂਜਣ ਵਾਲਾ ਹਾਰ ਬਣਾਉਣ ਲਈ ਕਿਵੇਂ ਵਰਤ ਸਕਦਾ ਹਾ?

I picked up flowers to make up a rosary to worship The True Master; I realized that flies have already sucked the fragrance from these flowers; these flowers are no longer Holy, pure. How can I use these flowers to make a rosary or worship to The True Master?

ਆਨੀਲੇ ਦੂਧੁ ਰੀਧਾਈਲੇ ਖੀਰੰ, — aaneelay dooDh reeDhaa-eelay kheeraN
ਠਾਕੁਰ ਕਉ ਨੈਵੇਦੁ ਕਰਉ॥ — thaakur ka-o naivayd kara-o.
ਪਹਿਲੇ ਦੂਧੁ ਬਿਟਾਰਿਓ ਬਛਰੈ, — pahilay dooDh bitaari-o bachhrai
ਬੀਠਲੁ ਭੈਲਾ ਕਾਇ ਕਰਉ॥੩॥ — beethal bhailaa kaa-ay kara-o. ||3||

ਮੈਂ ਦੁੱਧ ਲੈ ਕਿ ਪ੍ਰਭ ਨੂੰ ਭੇਟਾ ਕਰਨ ਵਾਲੀ ਖੀਰ ਪੱਕਾਈ । ਮੇਰੇ ਮਨ ਵਿੱਚ ਖਿਆਲ ਅਇਆ । ਕਿ ਇਸ ਦੁੱਧ ਤਾ ਗਊ ਦੇ ਬੱਚੇ ਨੇ ਪਹਿਲੇ ਹੀ ਸਵਾਦ ਚਖਿਆ ਹੈ । ਇਹ ਮੈਂ ਪ੍ਰਭ ਦੇ ਕਿਵੇਂ ਭੇਟਾ ਕਰ ਸਕਦਾ ਹਾ?

I prepared, cooked rice pudding for the offering for The True Master. I realized that the calf has already sucked and tasted the milk; the milk is not pure, sanctified. How can I offer this rice pudding as offering to The True Master?

ਈਭੈ ਬੀਠਲੁ ਊਭੈ ਬੀਠਲੁ, — eebhai beethal oobhai beethal
ਬੀਠਲ ਬਿਨੁ ਸੰਸਾਰੁ ਨਹੀ॥ — beethal bin sansaar nahee.
ਥਾਨ ਥਨੰਤਰਿ ਨਾਮਾ ਪ੍ਰਣਵੈ, — thaan thanantar naamaa paranvai
ਪੂਰਿ ਰਹਿਓ ਤੂੰ ਸਰਬ ਮਹੀ॥੪॥੨॥ — poor rahi-o tooN sarab mahee. ||4||2||

ਪ੍ਰਭ ਤੂੰ ਇਥੇ ਵੀ ਹੈ, ਉਥੇ ਵੀ ਹੈ । ਤੇਰੇ ਤੋ ਬਿਨਾਂ ਇਹ ਸੰਸਾਰ, ਸ੍ਰਿਸ਼ਟੀ ਹੋ ਹੀ ਨਹੀਂ ਸਕਦੀ । ਤੂੰ ਪੂਰਨ ਤਰ੍ਹਾਂ ਤੇ ਹਰਇੱਕ ਥਾਂ, ਪਦਾਰਥ ਵਿੱਚ ਵਾਪਰਦਾ ਹੈ ।

The Omnipresent True Master; You are present everywhere. Without Your mercy and grace, the universe may not exist. You are fully embedded within all materials, all creatures and in the play of the universe.

376.ਆਸਾ ਸ੍ਰੀ ਨਾਮਦੇਉ ਜੀ॥ 485

ਮਨੁ ਮੇਰੋ ਗਜੁ ਜਿਹਬਾ ਮੇਰੀ ਕਾਤੀ॥ — man mayro gaj jihbaa mayree kaatee.
ਮਪਿ ਮਪਿ ਕਾਟਉ ਜਮ ਕੀ ਫਾਸੀ॥੧॥ — map map kaata-o jam kee faasee. ||1||

ਮੇਰਾ ਮਨ ਮਿਣਤੀ ਕਰਨ ਵਾਲਾ ਪਮਾਨਾ ਹੈ, ਮੇਰੀ ਜੀਭ ਕੱਟਣ ਵਾਲੀ ਕੈਚੀ ਹੈ । ਮੈਂ ਇਸ ਨਾਲ ਮਿਣ ਮਿਣ ਕੇ ਮੌਤ ਦੇ ਫਰਿਸ਼ਤੇ ਨੂੰ ਕੱਟਦਾ ਹਾ।

My mind is a measuring tape and my tongue is a scissor to cut. I am cutting the devil of death by measuring with tape, the limb of the devil of death.

ਕਹਾ ਕਰਉ ਜਾਤੀ ਕਹ ਕਰਉ ਪਾਤੀ॥ — kahaa kara-o jaatee kah kara-o paatee.
ਰਾਮ ਕੋ ਨਾਮੁ ਜਪਉ ਦਿਨ ਰਾਤੀ॥੧॥ — raam ko naam japa-o din raatee. ||1||
ਰਹਾਉ॥ — rahaa-o.

ਪ੍ਰਭ ਮੈ ਦਿਨ ਰਾਤ ਤੇਰੇ ਸ਼ਬਦ ਦਾ ਸਿਮਰਨ ਕਰਦਾ ਹਾ । ਪਰ ਮੈਂ ਆਪਣੀ ਜਾਤ, ਸੰਸਾਰਕ ਹੈਸੀਅਤ ਦਾ ਕੀ ਕਰਾ? ਆਪਣੇ ਮਾਂ ਬਾਪ ਦੀ ਪੀੜ੍ਹੀ ਦਾ ਕੀ ਕਰਾ?

I am meditating on the teachings of His Word day and night. However, what may I do about my worldly caste and worldly status? What may I do about my worldly hereditary, genealogy of my mother and father?

ਰਾਂਗਨਿ ਰਾਂਗਉ ਸੀਵਨਿ ਸੀਵਉ॥ raaNgan raaNga-o seevan seeva-o.
ਰਾਮ ਨਾਮ ਬਿਨੁ ਘਰੀਅ ਨ ਜੀਵਉ॥੨॥ raam naam bin gharee-a na jeeva-o. ||2

ਮੈ ਆਪਣੇ ਮਨ ਨੂੰ ਪ੍ਰਭ ਦੇ ਸ਼ਬਦ ਨਾਲ ਰੰਗਦਾ, ਬਸਤਰ ਰੰਗਦਾ, ਸੀਉਂਦਾ ਹਾ । ਪ੍ਰਭ ਦੇ ਸ਼ਬਦ ਦੇ ਸਿਮਰਨ ਤੋ ਬਿਨਾਂ ਮੈਂ ਇੱਕ ਪਲ ਵੀ ਜਿਉਂਦਾ ਨਹੀਂ ਰਹੇ ਸਕਦਾ ।

I am drenching my mind with the teachings of His Word; I stitch and color my robe with the teachings of His Word. Without meditating on the teachings of His Word, I may not comfortably breathe even for a moment.

ਭਗਤਿ ਕਰਉ ਹਰਿ ਕੇ ਗੁਨ ਗਾਵਉ॥ bhagat kara-o har kay gun gaava-o.
ਆਠ ਪਹਰ ਅਪਨਾ ਖਸਮੁ ਧਿਆਵਉ॥੩ aath pahar apnaa khasam Dhi-aava-o.3

ਮੈਂ ਪ੍ਰਭ ਦੇ ਸ਼ਬਦ ਦਾ ਸਿਮਰਨ ਕਰਦਾ, ਉਸਤਤ ਗਾਉਂਦਾ ਹਾ । ਅੱਠੇ ਪਹਿਰ, ਦਿਨ ਰਾਤ ਸ਼ਬਦ ਦੀ ਬੰਦਗੀ ਵਿੱਚ ਲੀਨ ਰਹਿੰਦਾ ਹਾ।

I meditate and sing the glory of His Word with steady and stable belief day and night, 24 hours; I remain deep in meditation in the void of His Word.

ਸੁਇਨੇ ਕੀ ਸੂਈ ਰੁਪੇ ਕਾ ਧਾਗਾ॥ su-inay kee soo-ee rupay kaa Dhaagaa.
ਨਾਮੇ ਕਾ ਚਿਤੁ ਹਰਿ ਸਉ ਲਾਗਾ॥੪॥੩ naamay kaa chit har sa-o laagaa. ||4||3||

ਮੇਰਾ ਮਨ ਸੰਨੇ ਦੀ ਸੂਈ ਹੈ, ਮੇਰੀ ਜੀਭ ਚਾਂਦੀ ਦਾਂ ਧਾਗਾ ਹੈ । ਇਸ ਨਾਲ ਹੀ ਮੇਰਾ ਮਨ ਪ੍ਰਭ ਦੇ ਸ਼ਬਦ ਵਿੱਚ ਲੀਨ ਰਹਿੰਦਾ ਹੈ ।

My mind is like a needle made of gold and my tongue is as a thread made of silver. With this concentration within my mind, I remain in deep meditation in the void of His Word.

377.ਆਸਾ ਸ੍ਰੀ ਨਾਮਦੇਉ ਜੀ॥ 485

ਸਾਪੁ ਕੁੰਚ ਛੋਡੈ saap kunch chhodai
ਬਿਖੁ ਨਹੀ ਛਾਡੈ॥ bikh nahee chhaadai.
ਉਦਕ ਮਾਹਿ ਜੈਸੇ ਬਗੁ udak maahi jaisay bag
ਧਿਆਨੁ ਮਾਡੈ॥ ੧॥ Dhi-aan maadai. ||1||

ਸੱਪ ਆਪਣੀ ਕੰਗ ਉਤਾਰਦਾ, ਚੱਮੜੀ ਉਤਾਰਦਾ ਹੈ, ਪਰ ਉਸ ਦਾ ਜ਼ਹਿਰ ਨਹੀਂ ਜਾਂਦਾ । ਇਸ ਤਰ੍ਹਾਂ ਬੱਗਲਾ, ਪਾਣੀ ਦੇ ਕਿਨਾਰੇ ਇੱਕ ਲੱਤ ਤੇ ਖੱੜਾ ਹੋਇਆ ਬੰਦਗੀ ਕਰਦਾ ਮਹਿਸੂਸ ਹੁੰਦਾ ਹੈ । ਪਰ ਉਸ ਦਾ ਧਿਆਨ ਹਰ ਵੇਲੇ ਪਾਣੀ ਵਿੱਚ ਮੱਛੀ ਵਿੱਚ ਹੀ ਰਹਿੰਦਾ ਹੈ ।

The snake may change his skin after certain period of time; however, his poison may not go away by removing his skin. Same way the flamingo stands in the corner of water on one leg, seems like meditating. However, his concentration, focus remains to capture the fish.

ਕਾਹੇ ਕਉ ਕੀਜੈ ਧਿਆਨੁ ਜਪੰਨਾ॥ kaahay ka-o keejai Dhi-aan japannaa.
ਜਬ ਤੇ ਸੁਧੁ ਨਾਹੀ ਮਨੁ ਅਪਨਾ॥੧॥ jab tay suDh naahee man apnaa. ||1||
ਰਹਾਉ॥ rahaa-o.

ਜਿਤਨਾ ਚਿਰ ਤੇਰੇ ਮਨ ਵਿੱਚ ਮੈਲ, ਮਨ ਪਵਿਤ੍ਰ ਨਹੀਂ ਹੁੰਦਾ । ਜੀਵ ਤੂੰ ਕਿਉਂ ਬੰਦਗੀ ਕਰਦਾ, ਸ਼ਬਦ ਪੜ੍ਹਦਾ, ਬੋਲਦਾ, ਕੀ ਲਾਭ ਹੁੰਦਾ ਹੈ?

As long as your mind is blemished with worldly greed, your soul may not be sanctified. Why are you even meditate and sing the glory of His Word? What may be the benefit of your meditation and singing the glory?

ਸਿੰਘਚ ਭੋਜਨੁ ਜੋ ਨਰੁ ਜਾਨੈ॥ singhach bhojan jo nar jaanai.
ਐਸੇ ਹੀ ਠਗਦੇਉ ਬਖਾਨੈ॥੨॥ aisay hee thagday-o bakhaanai. ||2||

ਜਿਹੜਾ ਜੀਵ ਆਪਣੇ ਆਪ ਨੂੰ ਨਿਡਰ, ਸ਼ੇਰ ਦੀ ਤਰ੍ਹਾਂ ਸਮਝਦਾ ਹੈ । ਉਸ ਅਸਲ ਵਿੱਚ ਚੋਰਾਂ ਦਾ ਦੇਵਤਾ ਹੈ, ਬਹੁਤ ਵੱਡਾ ਠੱਗ ਹੈ ।

Whosoever may consider himself strong and fearless like a tiger in this universe. In reality, he may be a coward, robber and a big thug.

ਨਾਮੇ ਕੇ ਸੁਆਮੀ ਲਾਹਿ ਲੇ ਝਗਰਾ॥ naamay kay su-aamee laahi lay jhagraa.
ਰਾਮ ਰਸਾਇਨ ਪੀਉ ਰੇ ਦਗਰਾ॥੩॥੪ raam rasaa-in pee-o ray dagraa. ||3||4||

ਪ੍ਰਭ ਨੇ ਮੇਰੇ ਅੰਦਰ ਦੇ ਝਗੜੇ ਖਤਮ ਕਰ ਦਿੱਤੇ, ਮਨ ਦੀਆਂ ਇੱਛਾਂ ਖਤਮ ਕਰ ਦਿੱਤੀਆ ਹਨ । ਜੀਵ, ਪ੍ਰਭ ਦੇ ਸ਼ਬਦ ਤੇ ਭਰੋਸਾ ਰਖਕੇ ਸ਼ਬਦ ਦੀ ਪਾਲਣਾ ਕਰੋ, ਧੋਖੇ ਦੇ ਖਿਆਲ ਤਿਆਗ ਦੇਵੋ ।

The True Master has eliminated all struggles, frustrations and all my worldly desires. You should obey and adopt the teachings of His Word with steady and stable belief in day to day life. You should abandon all evil thoughts from your mind.

378. ਆਸਾ ਸ੍ਰੀ ਨਾਮਦੇਉ ਜੀ॥ 486

ਪਾਰਬ੍ਰਹਮੁ ਜਿ ਚੀਨ੍ਹਸੀ paarbarahm je cheenHsee
ਆਸਾ ਤੇ ਨ ਭਾਵਸੀ॥ aasaa tay na bhaavsee.
ਰਾਮਾ ਭਗਤਹ ਚੇਤੀਅਲੇ raamaa bhagtah chaytee-alay
ਅਚਿੰਤ ਮਨੁ ਰਾਖਸੀ॥੧॥ achint man raakhsee. ||1||

ਜਿਸ ਜੀਵ ਨੂੰ ਪ੍ਰਭ ਦੇ ਸ਼ਬਦ ਦੀ ਸੋਝੀ ਹੋ ਜਾਂਦੀ ਹੈ । ਉਸ ਦੀਆਂ ਬਾਕੀ ਦੀਆਂ ਸੰਸਾਰਕ ਇੱਛਾਂ ਖਤਮ ਹੋ ਜਾਂਦੀਆਂ ਹਨ । ਉਹ ਹਰ ਵੇਲੇ ਪ੍ਰਭ ਦੇ ਸ਼ਬਦ ਦੀ ਪਾਲਣਾ, ਬੰਦਗੀ ਵਿੱਚ ਹੀ ਧਿਆਨ ਰਖਦਾ ਹੈ । ਮਨ ਵਿਚੋਂ ਹੋਰ ਇੱਛਾਂ ਤਿਆਗ ਦੇਂਦਾ ਹੈ ।

Whosoever may be enlightened with the essence of His Word, all his worldly desires may also be eliminated from his mind. He always meditates and obeys the teachings of His Word with steady and stable belief in his day to day life. He may abandon all his worldly desires from within.

ਕੈਸੇ ਮਨ ਤਰਹਿਗਾ ਰੇ kaisay man tarhigaa ray
ਸੰਸਾਰੁ ਸਾਗਰੁ ਬਿਖੈ ਕੋ ਬਨਾ॥ sansaar saagar bikhai ko banaa.
ਝੂਠੀ ਮਾਇਆ ਦੇਖਿ ਕੈ jhoothee maa-i-aa daykh kai
ਭੂਲਾ ਰੇ ਮਨਾ॥੧॥ ਰਹਾਉ॥ bhoolaa ray manaa. ||1|| rahaa-o.

ਜੀਵ ਅਗਰ ਤੇਰਾ ਮਨ ਬੁਰੇ ਖਿਆਲਾਂ ਨਾਲ ਭਰਿਆਂ ਹੋਇਆ ਹੈ, ਤੂੰ ਸੰਸਾਰਕ ਸਾਗਰ ਕਿਸ ਤਰ੍ਹਾਂ ਪਾਰ ਕਰੇਗਾ? ਸੰਸਾਰਕ ਮਾਇਆ ਦੀ ਥੋੜ੍ਹਾ ਸਮਾਂ ਰਹਿਣ ਵਾਲੀ ਸ਼ਾਨ, ਮਗਰ ਲੱਗ ਕੇ ਤੂੰ ਦਿਵਾਨਾ ਹੋ ਗਿਆ ਹੈ ।

If your mind may be overwhelmed with evil thoughts; how may you across this worldly ocean of desires? You have adopted the path of worldly wealth and intoxicated with short-lived glory of worldly wealth

634 ਗੁਰੂ ਗ੍ਰੰਥ– Guru Granth – ਭਾਵ ਅਰਥ॥

ਛੀਪੇ ਕੇ ਘਰਿ ਜਨਮੁ ਦੈਲਾ — chheepay kay ghar janam dailaa
ਗੁਰ ਉਪਦੇਸੁ ਭੈਲਾ॥ — gur updays bhailaa.
ਸੰਤਹ ਕੈ ਪਰਸਾਦਿ — santeh kai parsaad
ਨਾਮਾ ਹਰਿ ਭੇਟੁਲਾ॥੨॥੫॥ — naamaa har bhaytulaa. ||2||5||

ਜੀਵ ਦੇਖ ਕਈ ਜੀਵ ਨਿਮਾਣੇ ਦੇ ਘਰ ਜਨਮ ਲੈਂਦੇ ਹਨ । ਫਿਰ ਵੀ ਉਹ ਪ੍ਰਭ ਦੇ ਸ਼ਬਦ ਦੀ ਪਾਲਣਾ ਕਰਕੇ, ਉਸ ਦੀ ਰਹਿਮਤ ਪਾ ਲੈਂਦੇ ਹਨ । ਤੂੰ ਵੀ ਸ਼ਬਦ ਦਾ ਸਿਮਰਨ ਕਰੋ ।

Imagine, who may be born in the house of a poor and humble parents, still he may meditate and obey the teachings of His Word in all worldly environments and worldly hardships. He may be blessed acceptance in His court. You should also wholeheartedly meditate on the teachings of His Word, that is the right path of human life journey.

379.ਆਸਾ ਬਾਣੀ ਸ੍ਰੀ ਰਵਿਦਾਸ ਜੀਉ ਕੀ॥ 486

ੴ ਸਤਿਗੁਰ ਪ੍ਰਸਾਦਿ॥ — ik-oNkaar satgur parsaad.
ਮ੍ਰਿਗ ਮੀਨ ਭ੍ਰਿੰਗ ਪਤੰਗ — marig meen bharing patang
ਕੁੰਚਰ ਏਕ ਦੋਖ ਬਿਨਾਸ॥ — kunchar ayk dokh binaas.
ਪੰਚ ਦੋਖ ਅਸਾਧ ਜਾ ਮਹਿ — panch dokh asaaDh jaa meh
ਤਾ ਕੀ ਕੇਤਕ ਆਸ॥੧॥ — taa kee kaytak aas. ||1||

ਜੀਵ ਦੇਖ! ਹਰਨ, ਮੱਛੀ, ਸ਼ਹਿਦ ਦੀ ਮੱਖੀ, ਘੂੰਨ, ਹਾਥੀ ਸਾਰੇ ਇੱਕ ਅਉਗੁਣ ਕਰਕੇ ਨਾਸ਼ ਹੋ ਜਾਂਦੇ, ਮੁਕਤੀ ਨਹੀਂ ਪਾਉਂਦੇ । ਉਸ ਦਾ ਕੀ ਹਾਲ ਹੋਵੇਗਾ, ਜਿਸ ਦਾ ਮਨ ਪੰਜ ਇੱਛਾਂ ਨਾਲ ਭਰਿਆਂ ਹੈ?

Imagine! the worldly animals like fish, deer, honey bee and elephant all remains in the cycle of birth and death due to evil deeds in the previous life; may not be blessed with the right path of salvation. Whosoever may be overwhelmed with demons of worldly five desires; what may be his state of mind and condition after death?

ਮਾਧੋ ਅਬਿਦਿਆ ਹਿਤ ਕੀਨ॥ — maaDho abidi-aa hit keen.
ਬਿਬੇਕ ਦੀਪ ਮਲੀਨ॥੧॥ ਰਹਾਉ॥ — bibayk deep maleen. ||1|| rahaa-o.

ਸੰਸਾਰਕ ਜੀਵ ਅਗਿਆਨਤਾ ਨਾਲ ਸੰਜੋਗ ਜੋੜੀ ਬੈਠਾ ਹੈ । ਉਸ ਦੀ ਸੁਰਤੀ, ਸੋਚ ਦਾ ਦੀਵਾ ਮੱਧਮ ਹੋ ਗਿਆ ਹੈ ।

You are associating with ignorance from the essence of His Word, the light of your mind, your concentration, your lamp of enlightenment and your conscious has become dim.

ਤ੍ਰਿਗਦ ਜੋਨਿ ਅਚੇਤ ਸੰਭਵ — tarigad jon achayt sambhav
ਪੁੰਨ ਪਾਪ ਅਸੋਚ॥ — punn paap asoch.
ਮਾਨੁਖਾ ਅਵਤਾਰ ਦੁਲਭ — maanukhaa avtaar dulabh
ਤਿਹੀ ਸੰਗਤਿ ਪੋਚ॥੨॥ — tihee sangat poch. ||2||

ਜਿਸ ਦਾ ਮਨ ਬੁਰੇ, ਭਲੇ ਕੰਮ ਵਿੱਚ ਕੋਈ ਅੰਤਰ ਨਹੀਂ ਸਮਝਦਾ । ਉਹ ਇੱਕ ਕੀੜੇ ਦੀ ਤਰ੍ਹਾਂ ਬਿਰਥਾ ਹੀ ਜੀਵਨ ਬਤੀਤ ਕੀਤੀ ਜਾਂਦਾ ਹੈ ।

Whosoever may not distinguish between a good and evil deeds. He wastes his life miserably like a worm of manure.

ਜੀਅ ਜੰਤ ਜਹਾ ਜਹਾ ਲਗੁ — jee-a jant jahaa jahaa lag
ਕਰਮ ਕੇ ਬਸਿ ਜਾਇ॥ — karam kay bas jaa-ay.
ਕਾਲ ਫਾਸ ਅਬਧ ਲਾਗੇ — kaal faas abaDh laagay
ਕਛੁ ਨ ਚਲੈ ਉਪਾਇ॥੩॥ — kachh na chalai upaa-ay. ||3||

ਆਪਣੇ ਪਿਛਲੇ ਕੀਤੇ ਕੰਮਾਂ ਕਰਕੇ ਹੀ ਜੂੰਨਾਂ ਵਿੱਚ ਪੈਦਾ ਹੁੰਦੇ, ਜਨਮ ਲੈਂਦੇ ਹਨ । ਮੌਤ ਦਾ ਫਰਿਸ਼ਤਾ ਕਦੇ ਨਹੀਂ ਭੁਲਦਾ! ਉਸ ਜੀਵ ਨੂੰ ਪਕੜ ਲੈਂਦਾ ਹੈ, ਉਸ ਤੋ ਕੋਈ ਲੁਕ ਨਹੀਂ ਸਕਦਾ ।

Everyone may be born in certain body as a reward or punishment of his deeds of previous life. The devil of death may never forget any of his deeds. No one can hide, he would be capture by the devil of death.

ਰਵਿਦਾਸ ਦਾਸ ਉਦਾਸ ਤਜੁ ਭ੍ਰਮੁ — ravidaas daas udaas taj bharam
ਤਪਨ ਤਪੁ ਗੁਰ ਗਿਆਨ॥ — tapan tap gur gi-aan.
ਭਗਤ ਜਨ ਭੈ ਹਰਨ ਪਰਮਾਨੰਦ — bhagat jan bhai haran parmaanand
ਕਰਹੁ ਨਿਦਾਨ॥੪॥੧॥ — karahu nidaan. ||4||1||

ਜੀਵ ਆਪਣੇ ਮਨ ਦੀ ਉਦਾਸੀ, ਭਰਮ ਦੂਰ ਕਰ ਕੇ, ਚਿੱਤ ਲਾ ਕੇ ਸ਼ਬਦ ਦੀ ਪਾਲਣਾ ਕਰੋ । ਪ੍ਰਭ ਦੇ ਸ਼ਬਦ ਦੀ ਸਿਖਿਆ, ਸਿਮਰਨ, ਆਪਣੀਆ ਇੱਛਾਂ ਤੇ ਕਾਬੂ ਪਾਉਣਾ ਹੀ ਹੈ ।

You should abandon the desperation and suspicions of your mind and wholeheartedly adopts the teachings of His Word in your day to day life. You may be able to control your worldly desires and temptations of worldly wealth.

380.ਆਸਾ ਸ੍ਰੀ ਰਵਿਦਾਸ ਜੀ॥ 486

ਸੰਤ ਤੁਝੀ ਤਨੁ ਸੰਗਤਿ ਪ੍ਰਾਨ॥ — sant tujhee tan sangat paraan.
ਸਤਿਗੁਰ ਗਿਆਨ ਜਾਨੈ — satgur gi-aan jaanai
ਸੰਤ ਦੇਵਾ ਦੇਵ॥੧॥ — sant dayvaa dayv. ||1||

ਜੀਵ ਤੇਰਾ ਤਨ ਹੀ ਉਹ ਸੰਤ ਸਰੂਪ ਹੈ, ਤੇਰੇ ਸਵਾਸ ਹੀ ਉਸ ਸੰਤ ਸਰੂਪਾ ਦੀ ਸੰਗਤ ਹੈ । ਸ਼ਬਦ ਦੀ ਸੋਝੀ ਤੋ ਗਿਆਨ ਹੁੰਦਾ ਹੈ! ਉਹ ਸੰਤ (ਪ੍ਰਭ) ਦੇਵਤਿਆਂ ਦਾ ਦੇਵਤਾ ਹੈ ।

Your body is that Holy saint and your breaths are the conjugation of the Holy saints. With His mercy and grace, I am blessed with enlightenment of the teachings of His Word, I have realized the existence of prophets of all prophets.

ਸੰਤ ਚੀ ਸੰਗਤਿ ਸੰਤ ਕਥਾ ਰਸੁ॥ — sant chee sangat sant kathaa ras.
ਸੰਤ ਪ੍ਰੇਮ ਮਾਝੈ — sant paraym maajhai
ਦੀਜੈ ਦੇਵਾ ਦੇਵ॥੧॥ਰਹਾਉ॥ — deejai dayvaa dayv. ||1|| rahaa-o.

ਪ੍ਰਭ ਦੀ ਰਹਿਮਤ ਨਾਲ ਹੀ ਜੀਵ ਦਾ ਤਨ ਉਹ ਸੰਤ ਸਰੂਪ ਅਵਸਥਾ ਧਾਰਨ ਕਰਦਾ ਹੈ । ਉਸ ਨਾਲ ਸ਼ਬਦ ਦੀ ਪਾਲਣਾ ਕਰਨਾ ਹੀ ਰਸ ਹੈ ਜਿਸ ਨਾਲ ਸ਼ਬਦ ਦੀ ਸੋਝੀ ਹੁੰਦੀ ਹੈ । ਉਸ ਨਾਲ ਹੀ ਆਪਣੇ ਮਨ ਵਿੱਚ ਹੀ ਦਸਵੇਂ ਦਰ ਦੇ ਸੰਤ ਨਾਲ ਪਿਆਰ ਵਧਦਾ ਹੈ ।

With His mercy and grace, the body of a creature adopts the state of mind of a Holy saint, His true devotee. Adopting the teachings of His Word is the nectar that may enlightens the essence of His Word within. With that state of mind, the devotion with His 10th Castle of blossom within.

ਸੰਤ ਆਚਰਣ, ਸੰਤ ਚੋ ਮਾਰਗੁ, — sant aachran sant cho maarag
ਸੰਤ ਚ ਓਲ੍ਹਗ ਓਲ੍ਹਗਣੀ॥੨॥ — sant cha olahg olahgnee. ||2||

ਜੀਵ ਦੇ ਜੀਵਨ ਦਾ ਢੰਗ ਹੀ ਉਸ ਸੰਤ ਦੀ ਬੰਦਗੀ ਦਾ ਮਾਰਗ ਹੈ । ਉਸ ਸੰਤ ਦੀ ਹੈਸੀਅਤ, ਇਖਲਾਕ ਹੀ ਪ੍ਰਭ ਦੀ ਸੇਵਾ ਹੈ ।

Adopting the teachings of His Word is the path of day to day life of His true devotee. His character, religion, life disciplines, worldly status is the true service of The True Master.

ਅਉਰ ਇਕ ਮਾਗਉ ਭਗਤਿ ਚਿੰਤਾਮਣਿ॥ a-or ik maaga-o bhagat chintaaman.
ਜਣੀ ਲਖਾਵਹੁ ਅਸੰਤ ਪਾਪੀ ਸਣਿ॥੩॥ janee likhaavahu asant paapee san. ||3||

ਪ੍ਰਭ ਮੇਰੀ ਇੱਕੋ ਇੱਕ ਹੀ ਅਰਦਾਸ ਹੈ । ਮੈਨੂੰ ਸ਼ਬਦ ਦੀ ਪਾਲਣਾ ਵਿੱਚ ਅਡੋਲ ਰਖੋ, ਪਾਪ ਕਰਨ ਵਾਲੇ ਦੇ ਕਦੇ ਦਰਸ਼ਨ ਵੀ ਨਾ ਕਰਾ ।

I have one and only one prayer and wish; keeps me always steady and stable obeying the teachings of His Word. I may never see the face of a sinner.

ਰਵਿਦਾਸੁ ਭਣੈ ਜੋ ਜਾਣੈ ਸੋ ਜਾਣੁ॥ ravidaas bhanai jo jaanai so jaan.
ਸੰਤ ਅਨੰਤਹਿ ਅੰਤਰੁ ਨਾਹੀ॥੪॥੨॥ sant anaNteh antar naahee. ||4||2||

ਜਿਹੜਾ ਸੰਤ ਅਤੇ ਪ੍ਰਭ ਵਿੱਚ ਕੋਈ ਅੰਤਰ ਨਹੀਂ ਸਮਝਾ, ਕੇਵਲ ਉਹ ਹੀ ਗਿਆਨਵਾਨ, ਸਿਆਣਾ ਜੀਵ ਬਣ ਜਾਂਦਾ ਹੈ ।

Whosoever may not distinguish the difference between His true devotee and The True Master; only he may be enlightened and wise soul.

381.ਆਸਾ ਸ੍ਰੀ ਰਵਿਦਾਸ ਜੀ॥ 486

ਤੁਮ ਚੰਦਨ ਹਮ ਇਰੰਡ ਬਾਪੁਰੇ tum chandan ham irand baapuray
ਸੰਗਿ ਤੁਮਾਰੇ ਬਾਸਾ॥ sang tumaaray baasaa.
ਨੀਚ ਰੂਖ ਤੇ ਊਚ ਭਏ ਹੈ neech rookh tay ooch bha-ay hai
ਗੰਧ ਸੁਗੰਧ ਨਿਵਾਸਾ॥੧॥ ganDh suganDh nivaasaa. ||1||

ਪ੍ਰਭ ਤੂੰ ਇੱਕ ਚੰਦਨ ਦਾ ਬ੍ਰਿਛ ਹੈ ਅਤੇ ਮੈਂ ਇੱਕ ਇਰੰਡ ਦਾ ਬ੍ਰਿਛ ਹੈ । ਤੇਰੇ ਕੋਲ ਹੀ ਵਸਦਾ ਹਾ । ਤੇਰੀ ਸੁਗੰਧ ਨਾਲ ਹੀ ਮੈਂ ਪਵਿਤ੍ਰ ਹੋ ਗਿਆ ਹਾ । ਇਸ ਸੁਗੰਧ ਨਾਲ ਮੇਰੇ ਉਪਰ ਸਦਾ ਰਹਿਣ ਵਾਲੀ ਸੁਗੰਧ ਆ ਗਈ ਹੈ ।

My True Master! You are likely cedar wood tree and I am like a Irand weed; however, I reside very close, under near Your shade. With Your fragrance, I have become sanctified. With Your mercy and grace, I am overwhelmed with everlasting fragrance of the essence of the teachings of Your Word.

ਮਾਧਉ ਸਤਸੰਗਤਿ ਸਰਨਿ ਤੁਮ੍ਹਾਰੀ॥ maaDha-o satsangat saran tumHaaree.
ਹਮ ਅਉਗਨ ਤੁਮ੍ ਉਪਕਾਰੀ॥੧॥ ham a-ugan tumH upkaaree. ||1||
ਰਹਾਉ॥ rahaa-o.

ਮੈਂ ਨਿਮਾਣਾ, ਅਉਗੁਣਾਂ ਨਾਲ ਭਰਿਆਂ ਹਾ । ਪ੍ਰਭ ਆਪ ਹੀ ਪਰਉਪਕਾਰੀ, ਦਾਤਾਂ ਬਖਸ਼ਣ ਵਾਲਾ ਹੈ । ਮੈਂ ਤੇਰੇ ਸੰਤਾਂ ਦੇ ਸ਼ਰਣ ਦੀ ਭਿੱਖਿਆ ਮੰਗਦਾ ਹਾ ।

I am humble, helpless and overwhelmed with evil thoughts in my mind. The Merciful True Master is very generous and forgiving the sins of His true devotee. I am begging for the sanctuary of His true devotee for His forgiveness.

ਤੁਮ ਮਖਤੂਲ ਸੁਪੇਦ ਸਪੀਅਲ, tum makh-tool supayd sapee-al
ਹਮ ਬਪੁਰੇ ਜਸ ਕੀਰਾ॥ ham bapuray jas keeraa.
ਸਤਸੰਗਤਿ ਮਿਲਿ ਰਹੀਐ ਮਾਧਉ, satsangat mil rahee-ai maaDha-o
ਜੈਸੇ ਮਧੁਪ ਮਖੀਰਾ॥੨॥ jaisay maDhup makheeraa. ||2||

ਪ੍ਰਭ ਤੂੰ ਉਹ ਰੇਸ਼ਮ ਦਾ ਧਾਗਾ ਦੇਣ ਵਾਲਾ ਹੈ, ਮੈਂ ਇੱਕ ਨਿਮਾਣਾ ਕੀੜਾ ਹਾ । ਜਿਵੇਂ ਮੱਖੀ ਸ਼ਹਿਦ ਕੋਲ ਰਹਿੰਦੀ ਹੈ, ਮੈਂ ਤੇਰੇ ਸੰਤਾਂ ਦੀ ਸੰਗਤ ਵਿੱਚ ਹੀ ਰਹਿਣਾ ਲੋਚਦਾ ਹਾ ।

I am a humble, insignificant worm; You are The Holy Spirit, producing thread of silk from Your mouth. As the honey bee stays close to honey, I have a deep desire to stay in sanctuary as Your true devotee.

ਜਾਤੀ ਓਛਾ ਪਾਤੀ ਓਛਾ,	jaatee ochhaa paatee ochhaa
ਓਛਾ ਜਨਮੁ ਹਮਾਰਾ॥	ochhaa janam hamaaraa.
ਰਾਜਾ ਰਾਮ ਕੀ ਸੇਵ ਨ ਕੀਨੀ,	aajaa raam kee sayv na keenee
ਕਹਿ ਰਵਿਦਾਸ ਚਮਾਰਾ॥੩॥੩॥	kahi ravidaas chamaaraa. ||3||3|

ਮੇਰੀ ਜਾਤ, ਪੀੜ੍ਹੀ ਨੀਵੀਂ ਹੈ । ਜਨਮ ਵੀ ਨਿਮਾਣੇ ਤਰੀਕੇ ਨਾਲ ਹੀ ਹੋਇਆ ਹੈ । ਮੈਂ ਗਰੀਬ ਕੋਈ ਭੇਟਾ ਵੀ ਨਹੀਂ ਕਰ ਸਕਦਾ ।

I am born in a low caste family, with lower worldly legacy of my parents. My birth was also very humble and poor way. I am very poor and may not afford to offer any delicacies at Your service.

382.ਆਸਾ ਸ੍ਰੀ ਰਵਿਦਾਸ ਜੀ॥ 487

ਕਹਾ ਭਇਓ	kahaa bha-i-o
ਜਉ ਤਨੁ ਭਇਓ ਛਿਨੁ ਛਿਨੁ॥	ja-o tan bha-i-o chhin chhin.
ਪ੍ਰੇਮੁ ਜਾਇ ਤਉ ਡਰਪੈ ਤੇਰੋ ਜਨੁ॥੧॥	paraym jaa-ay ta-o darpai tayro jan. ||1||

ਪ੍ਰਭ ਮੈਨੂੰ ਕੋਈ ਡਰ, ਚਿੰਤਾ ਨਹੀਂ, ਅਗਰ ਮੇਰੇ ਤਨ ਦੇ ਟੋਟੇ ਵੀ ਕੀਤੇ ਜਾਣ । ਪਰ ਇਸ ਨਿਮਾਣੇ ਦਾਸ ਦੇ ਮਨ ਨੂੰ ਡਰ ਲੱਗਾ ਰਹਿੰਦਾ ਹੈ । ਮੇਰੀ ਲਗਨ ਤੇਰੇ ਸ਼ਬਦ ਵਿਚੋਂ ਟੁੱਟ ਨਾ ਜਾਵੇ।

I am not worried or fear about anything else, even if my limbs may be cut or broken. However, I am always worried that my devotion may not remain in deep meditate in the void Your Word; My mind may not abandon Your Word from day to day life.

ਤੁਝਹਿ ਚਰਨ ਅਰਬਿੰਦ ਭਵਨ ਮਨੁ॥	tujheh charan arbind bhavan man.
ਪਾਨ ਕਰਤ ਪਾਇਓ,	paan karat paa-i-o
ਪਾਇਓ ਰਾਮਈਆ ਧਨੁ॥੧॥ ਰਹਾਉ॥	paa-i-o raam-ee-aa Dhan. ||1|| rahaa-o.

ਤੇਰੇ ਚਰਨ, ਮੇਰੇ ਮਨ ਦਾ ਤਖਤ ਹੈ । ਤੇਰੇ ਸ਼ਬਦ ਦੀ ਪਾਲਣਾ ਕਰਨ ਨਾਲ ਉਹ ਰਸ ਬਖਸ਼ਿਸ਼ ਹੋਇਆ ਹੈ । ਸ਼ਬਦ ਦੀ ਸੋਝੀ ਦਾ ਧਨ ਇਕੱਠਾ ਕੀਤਾ ਹੈ ।

My True Master! Your feet, the teachings of Your Word are the throne of my mind and body. By adopting the teachings of Your Word, I have enjoyed the taste of the nectar of the teachings of Your Word. With Your mercy and grace, I am enlightened from within and I may earn the wealth of Your Word.

ਸੰਪਤਿ ਬਿਪਤਿ ਪਟਲ ਮਾਇਆ ਧਨੁ॥	sampat bipat patal maa-i-aa Dhan.
ਤਾ ਮਹਿ ਮਗਨ ਹੋਤ ਨ ਤੇਰੋ ਜਨੁ॥੨॥	taa meh magan hot na tayro jan. ||2||

ਖੁਸ਼ਹਾਲੀ, ਦੁਖ, ਮਾਲਕੀਅਤ, ਧਨ ਸਾਰੇ ਮਾਇਆ ਦੇ ਰੂਪ ਹੀ ਹਨ । ਤੇਰਾ ਨਿਮਾਣਾ ਦਾਸ ਇਸ ਵਿੱਚ ਧਿਆਨ, ਪ੍ਰੀਤ ਨਹੀਂ ਲਾਉਂਦਾ ।

The prosperity, miseries and worldly possessions, worldly wealth are all different faces of worldly wealth. Your humble, helpless devotee, have no desire or attachment to these worldly pleasures.

ਪ੍ਰੇਮ ਕੀ ਜੇਵਰੀ ਬਧੋਿਓ ਤੇਰੋ ਜਨ॥	paraym kee jayvree baaDhi-o tayro jan.
ਕਹਿ ਰਵਿਦਾਸ ਛੂਟਿਬੋ ਕਵਨ ਗੁਨ॥	kahi ravidaas chootibo kavan gun.
੩॥੪॥	||3||4||

ਤੇਰਾ ਨਿਮਾਣਾ ਜੀਵ ਤੇਰੇ ਨਾਲ ਪ੍ਰੀਤ ਦੀ ਡੋਰੀ ਨਾਲ ਬੰਧਾ ਹੈ । ਇਸ ਤੋ ਦੂਰ ਹੋ ਕੇ, ਟੁੱਟ ਕੇ ਮੈਂ ਕੀ ਲਾਭ ਪਾ ਸਕਦਾ ਹਾ?

Your humble slave is tied with the rope of devotion with the teachings of Your Word. By abandoning Your Word from my day to day life: what may I profit in my human life journey?

383.ਆਸਾ ਸ੍ਰੀ ਰਵਿਦਾਸ ਜੀ॥ 487

ਹਰਿ ਹਰਿ ਹਰਿ ਹਰਿ ਹਰਿ ਹਰਿ ਹਰੇ॥	har har har har har har haray.
ਹਰਿ ਸਿਮਰਤ ਜਨ ਗਏ ਨਿਸਤਰਿ ਤਰੇ॥੧॥ ਰਹਾਉ॥	har simrat jan ga-ay nistar taray. ||1|| rahaa-o.

ਨਿਮਾਣੇ ਜੀਵ ਪ੍ਰਭ ਦੇ ਸ਼ਬਦ ਦੀ ਪਾਲਣਾ, ਸਿਮਰਨ ਕਰਦੇ ਕਰਦੇ ਪਾਰ ਹੋ ਜਾਂਦੇ ਹਨ ।

Your humble devotee may be saved, accepted in Your court, by meditating and adopting the teachings of Your Word in day to day life

ਹਰਿ ਕੇ ਨਾਮ ਕਬੀਰ ਉਜਾਗਰ॥	har kay naam kabeer ujaagar.
ਜਨਮ ਜਨਮ ਕੇ ਕਾਟੇ ਕਾਗਰ॥੧॥	janam janam kay kaatay kaagar. ||1||

ਕਬੀਰ, ਪ੍ਰਭ ਦੇ ਸ਼ਬਦ ਦਾ ਸਿਮਰਨ ਕਰਦਾ ਹੋਇਆ ਪ੍ਰਵਾਨ ਹੋ ਗਿਆ । ਸੰਸਾਰ ਵਿੱਚ ਸਦਾ ਲਈ ਅਮਰ ਹੋ ਗਿਆ, ਉਸ ਦਾ ਜੂੰਨਾਂ ਦੇ ਲੇਖਾ ਖਤਮ ਹੋ ਗਿਆ ।

By meditating on the teachings of Your Word, the humble devotee, Kabeer was accepted in Your sanctuary. He was blessed with immortal state of mind; He has been recognized in the universe. His cycle of birth and death was eliminated.

ਨਿਮਤ ਨਾਮਦੇਉ ਦੂਧੁ ਪੀਆਇਆ॥	nimat naamday-o dooDh pee-aa-i-aa.
ਤਉ ਜਗ ਜਨਮ ਸੰਕਟ ਨਹੀ ਆਇਆ॥੨॥	ta-o jag janam sankat nahee aa-i-aa. ||2||

ਨੇਮਦੇਵ ਦੀ ਲਗਨ ਨਾਲ ਹੀ ਪ੍ਰਭ ਨੇ ਆਪ ਉਸ ਕੋਲੋ ਦੁੱਧ ਪੀਤਾ । ਉਸ ਨੂੰ ਜੂੰਨਾਂ ਦੀ ਪੀੜ ਨਾ ਸਹਿਣੀ ਪਈ, ਲੇਖਾ ਖਤਮ ਹੋ ਗਿਆ।

By the unshakable devotion of Named, The Merciful True Master accepted milk from him. His cycle of birth of death was eliminated; he did not endure the pain of womb of mother anymore.

ਜਨ ਰਵਿਦਾਸ ਰਾਮ ਰੰਗਿ ਰਾਤਾ॥	jan ravidaas raam rang raataa.
ਇਉ ਗੁਰ ਪਰਸਾਦਿ ਨਰਕ ਨਹੀ ਜਾਤਾ॥੩॥੫॥	i-o gur parsaad narak nahee jaataa. ||3||5||

ਜਿਹੜਾ ਅਡੋਲ ਭਰੋਸੇ ਨਾਲ ਪ੍ਰਭ ਦੇ ਸ਼ਬਦ ਦਾ ਸਿਮਰਨ ਕਰਦਾ ਹੈ । ਉਸ ਨੂੰ ਨਰਕ ਵਿੱਚ ਨਹੀਂ ਜਾਣਾ ਪੈਂਦਾ, ਜੂੰਨਾਂ ਦਾ ਚੱਕਰ ਖਤਮ ਹੋ ਜਾਂਦਾ ਹੈ ।

Whosoever may wholeheartedly with steady and stable belief meditates on the teachings of His Word; he may not enter into the womb of mother again and his cycle of birth and death may be eliminated.

384.ਆਸਾ ਸ੍ਰੀ ਰਵਿਦਾਸ ਜੀ॥ 487

ਮਾਟੀ ਕੋ ਪੁਤਰਾ ਕੈਸੇ ਨਚਤੁ ਹੈ॥	maatee ko putraa kaisay nachat hai.
ਦੇਖੈ ਦੇਖੈ ਸੁਨੈ ਬੋਲੈ ਦਉਰਿਓ ਫਿਰਤੁ ਹੈ॥੧॥ ਰਹਾਉ॥	daykhai daykhai sunai bolai da-ori-o firat hai. ||1|| rahaa-o.

ਮਾਨਸ ਜੀਵ ਇੱਕ ਮਿੱਟੀ ਦਾ ਪੁਤਲਾ ਹੈ, ਦੇਖੋ ਉਹ ਕਿਵੇਂ ਨੱਚਦਾ ਹੈ? ਉਹ ਦੇਖਦਾ, ਸੁਣਦਾ, ਬੋਲਦਾ, ਚਾਰ ਪਾਸੇ ਘੁੰਮਦਾ ਫਿਰਦਾ ਹੈ ।

The human is a puppet made of clay; wonder, how is he dancing in the universe? He hears, sees, speaks and wanders around in all directions.

ਜਬ ਕਛੁ ਪਾਵੈ ਤਬ ਗਰਬੁ ਕਰਤੁ ਹੈ॥ jab kachh paavai tab garab karat hai.
ਮਾਇਆ ਗਈ ਤਬ ਰੋਵਨੁ ਲਗਤੁ ਹੈ॥੧॥ maa-i-aa ga-ee tab rovan lagat hai. ||1

ਅਗਰ ਇਸ ਨੂੰ ਕੁਝ ਸੰਸਾਰਕ ਥੋੜ੍ਹਾ ਚਿਰ ਰਹਿਣ ਵਾਲਾ ਪਦਾਰਥ ਮਿਲ ਜਾਵੇ, ਤਾਂ ਉਸ ਪ੍ਰਾਪਤੀ ਦਾ ਬਹੁਤ ਘਮੰਡ ਕਰਦਾ ਹੈ । ਜਦੋਂ ਇਹ ਵਿਛੜ ਜਾਵੇ, ਖੋਂਅ ਜਾਵੇ ਤਾਂ ਇਸ ਲਈ ਉਦਾਸ ਹੁੰਦਾ, ਰੋਂਦਾ, ਕਰਲਾਉਂਦਾ ਹੈ ।

When he may achieve a small success, some worldly possessions, he becomes very proud of his accomplishments, his possessions. However, when he loses any of his possession, he becomes very desperate and blame everyone and cries for that loss.

ਮਨ ਬਚ ਕ੍ਰਮ ਰਸ ਕਸਹਿ ਲੁਭਾਨਾ॥ man bach karam ras kaseh lubhaanaa.
ਬਿਨਸਿ ਗਇਆ binas ga-i-aa
ਜਾਇ ਕਹੂੰ ਸਮਾਨਾ॥੨॥ jaa-ay kahoo-aN samaanaa. ||2||

ਆਪਣੇ ਮਨ, ਖਿਆਲਾਂ ਵਿੱਚ, ਕੰਮਾਂ ਵਿੱਚ, ਮਿੱਠੇ ਅਤੇ ਨਮਕੀਨ ਸਵਾਦ, ਨਾਲ ਮੋਹ ਲਾਉਂਦਾ ਹੈ । ਜਦੋਂ ਮੌਤ ਹੋ ਜਾਂਦੀ ਹੈ, ਪਤਾ ਨਹੀਂ ਇਹ ਕਿਥੇ ਚਲੇ ਜਾਂਦਾ ਹੈ?

He remains attached with sweet, some spicy flavors in his mind, thoughts and in his deeds. When the devil of death captures him, no one knows where may he go away?

ਕਹਿ ਰਵਿਦਾਸ ਬਾਜੀ ਜਗੁ ਭਾਈ॥ kahi ravidaas baajee jag bhaa-ee.
ਬਾਜੀਗਰ ਸਉ baajeegar sa-o
ਮੋੁਹਿ ਪ੍ਰੀਤਿ ਬਨਿ ਆਈ॥੩॥੬॥ mohi pareet ban aa-ee. ||3||6||

ਜੀਵ ਇਹ ਸੰਸਾਰਕ ਜੀਵਨ ਇੱਕ ਖੇਲ, ਸੁਪਨਾ ਹੈ । ਇਸ ਖੇਲ ਦੇ ਸਤਾਰੇ, ਮਾਲਕ ਨਾਲ ਪ੍ਰੀਤ, ਸੰਜੋਗ ਪੱਕਾ ਕਰੋ, ਸ਼ਬਦ ਤੇ ਭਰੋਸਾ ਕਰੋ।

Human life journey, the universe is like a dream and a play. You should concentrate and with steady and stable belief be attached to the key star; the main actor of the show, The True Master.

385.ਆਸਾ ਬਾਣੀ ਭਗਤ ਧੰਨੇ ਜੀ ਕੀ॥ 487

ੴ ਸਤਿਗੁਰ ਪ੍ਰਸਾਦਿ॥ ik-oNkaar satgur parsaad.
ਭ੍ਰਮਤ ਫਿਰਤ ਬਹੁ ਜਨਮ ਬਿਲਾਨੇ, bharmat firat baho janam bilaanay
ਤਨੁ ਮਨੁ ਧਨੁ ਨਹੀ ਧੀਰੇ॥ tan man Dhan nahee Dheeray.
ਲਾਲਚ ਬਿਖੁ ਕਾਮ ਲੁਬਧ ਰਾਤਾ, laalach bikh kaam lubaDh raataa man
ਮਨਿ ਬਿਸਰੇ ਪ੍ਰਭ ਹੀਰੇ॥੧॥ ਰਹਾਉ॥ bisray parabh heeray. ||1|| rahaa-o.

ਮੈਂ ਬਹੁਤ ਜੂੰਨਾਂ ਵਿਚੋਂ ਲੰਘਿਆ ਹਾ, ਮਨ, ਤਨ, ਧਨ ਸਿੱਥਤ ਨਹੀਂ ਰਹਿੰਦਾ । ਜੀਵ ਮਨ ਕਾਮਵਾਸਨਾ, ਲਾਲਚ ਮਗਰ ਲਗਣ ਨਾਲ ਪ੍ਰਭ ਦੇ ਸ਼ਬਦ, ਵਿਛੋੜੇ ਨੂੰ ਭੁੱਲ ਜਾਂਦਾ ਹੈ । ਅਮੋਲਕ ਮੌਕਾ ਪ੍ਰਭ ਨੂੰ ਮਿਲਣ ਦਾ ਗਵਾ ਲੈਂਦਾ ਹੈ ।

I have been cycled through so many cycles of birth and death! I have realized that mind, body and worldly status may not remain permanent in the same condition. By intoxicated with sexual desire and greed for worldly desires, he forgets the teachings of His Word; the miseries of his separation from The True Master. He may waste his priceless opportunity of human life blessings.

ਬਿਖੁ ਫਲ ਮੀਠ ਲਗੇ ਮਨ ਬਉਰੇ,	bikh fal meeth lagay man ba-uray
ਚਾਰ ਬਿਚਾਰ ਨ ਜਾਨਿਆ॥	chaar bichaar na jaani-aa.
ਗੁਨ ਤੇ ਪ੍ਰੀਤਿ ਬਢੀ ਅਨ ਭਾਂਤੀ,	gun tay pareet badhee an bhaaNtee
ਜਨਮ ਮਰਨ ਫਿਰਿ ਤਾਨਿਆ॥੧॥	janam maran fir taani-aa. ||1||

ਇਹ ਸੰਸਾਰਕ ਮਾਇਆ ਦਾ ਜ਼ਹਿਰ ਰੂਪੀ ਫਲ ਦਿਵਾਨੇ ਮਨ ਨੂੰ ਮਿੱਠਾ ਲੱਗਦਾ, ਭਾਉਂਦਾ ਹੈ । ਇਸ ਨੂੰ ਬੁਰੇ ਅਤੇ ਚੰਗੇ ਕੰਮ ਵਿੱਚ ਕੋਈ ਅੰਤਰ ਸਮਝ ਨਹੀਂ ਆਉਂਦਾ । ਮਨ ਦਾ ਪਿਆਰ, ਮੋਹ ਹੋਰ ਦੂਸਰੇ ਪਦਾਰਥਾਂ ਨਾਲ ਲਗਣ ਨਾਲ ਬਾਰ ਬਾਰ ਜਨਮ ਮਰਨ ਦੇ ਚੱਕਰ ਵਿੱਚ ਹੀ ਰਹਿੰਦਾ ਹੈ ।

The ignorant and insane mind loves the poisonous fruit of worldly wealth. He may not distinguish between good and evil deeds. He remains attached to the worldly possessions, entertainment and worldly delicacies. He may remain in the cycle of birth and death over and over again.

ਜੁਗਤਿ ਜਾਨਿ ਨਹੀ ਰਿਦੈ ਨਿਵਾਸੀ,	jugat jaan nahee ridai nivaasee
ਜਲਤ ਜਾਲ ਜਮ ਫੰਧ ਪਰੇ॥	jalat jaal jam fanDh paray.
ਬਿਖੁ ਫਲ ਸੰਚਿ ਭਰੇ ਮਨ ਐਸੇ,	bikh fal sanch bharay man aisay
ਪਰਮ ਪੁਰਖ ਪ੍ਰਭ ਮਨ ਬਿਸਰੇ॥੨॥	param purakh parabh man bisray. ||2||

ਜਿਹੜਾ ਪ੍ਰਭ ਉਸ ਦੇ ਤਨ ਅੰਦਰ ਵਸਦਾ ਹੈ, ਉਸ ਨੂੰ ਮਿਲਣ ਦਾ ਰਸਤਾ, ਵਿਧੀ ਨਹੀਂ ਜਾਣਦਾ । ਸੰਸਾਰਕ ਇੱਛਾਂ ਦੀ ਅੱਗ, ਭਟਕਣ ਵਿੱਚ, ਜਾਲ ਵਿੱਚ ਫਸਿਆ ਮੌਤ ਦੇ ਹਵਾਲੇ ਹੋ ਜਾਂਦਾ ਹੈ । ਉਹ ਸੰਸਾਰਕ ਇੱਛਾਂ ਦਾ ਜ਼ਹਿਰਲਾ ਫਲ ਇਕੱਠਾ ਕਰਕੇ, ਮਨ ਨੂੰ ਭਰ ਲੈਂਦਾ ਹੈ । ਪ੍ਰਭ ਦੇ ਸ਼ਬਦ ਨੂੰ, ਪ੍ਰਭ ਦੇ ਵਿਛੋੜੇ ਦੇ ਡਰ ਨੂੰ ਮਨ ਵਿਚੋਂ ਭੁਲਾ ਲੈਂਦਾ ਹੈ ।

Whosoever may always remain steady and stable within his mind and body; he may not know the right path. technique to associate with Him. With his greed for worldly desires, he remains burning in the fire of frustration. He may be captured by the devil of death. He remains overwhelmed with the poisonous fruit of worldly desires and the burden of sins. He may abandon the teachings of His Word from his mind and forgets the memory of miseries of separation from The True Master.

ਗਿਆਨ ਪ੍ਰਵੇਸੁ ਗੁਰਹਿ ਧਨੁ ਦੀਆ,	gi-aan parvays gureh Dhan dee-aa
ਧਿਆਨੁ ਮਾਨੁ ਮਨ ਏਕ ਮਏ॥	Dhi-aan maan man ayk ma-ay.
ਪ੍ਰੇਮ ਭਗਤਿ ਮਾਨੀ ਸੁਖੁ ਜਾਨਿਆ,	paraym bhagat maanee sukh jaani-aa
ਤ੍ਰਿਪਤਿ ਅਘਾਨੇ ਮੁਕਤਿ ਭਏ॥੩॥	taripat aghaanay mukat bha-ay. ||3||

ਪ੍ਰਭ ਨੇ ਸ਼ਬਦ ਦੇ ਗਿਆਨ ਦੇ ਰਸਤੇ ਦਾ ਭੰਡਾਰ ਵਾਲੇ ਬਹੁਤ ਗ੍ਰੰਥ ਬਖਸ਼ੇ ਹਨ । ਇਹ ਗ੍ਰੰਥ ਪ੍ਰਭ ਦੇ ਮਿਲਣ ਦੀ ਵਿਧੀ ਨਾਲ ਭਰੇ ਹਨ । ਪ੍ਰਭ ਦੇ ਸ਼ਬਦਾ ਦੀ ਪਾਲਣਾ, ਜੀਵਨ ਢਾਲਣ ਨਾਲ ਜੀਵ ਦਾ ਮਨ ਪ੍ਰਭ ਨੂੰ ਮਿਲਣ ਦੇ ਯੋਗ, ਪਵਿਤ੍ਰ ਹੋ ਸਕਦਾ ਹੈ । ਸ਼ਬਦ ਦੀ ਪਾਲਨਾ, ਸਿਮਰਨ ਅਡੋਲ ਭਰੋਸੇ ਨਾਲ ਕਰਨ ਨਾਲ ਮਨ ਵਿੱਚ ਸ਼ਾਂਤੀ, ਸੰਤੋਖ ਬਖਸ਼ਿਸ਼ ਹੋ ਜਾਂਦਾ ਹੈ । ਸੰਤੋਖ ਵਿੱਚ ਧੀਰਜ ਨਾਲ ਬੰਦਗੀ ਕਰਦੇ ਜੀਵ ਨੂੰ ਮੁਕਤੀ ਬਖਸ਼ਿਸ਼ ਹੋ ਸਕਦੀ ਹੈ ।

The True Master has blessed the universe with so many Holy Scriptures with the treasure of discovering the right path of His acceptance. All Holy Scriptures are overwhelmed with the techniques to find the right path of His acceptance. By obeying and adopting the teachings of His Word with steady and stable belief in day to day life; his soul may be sanctified to become worthy of His consideration. By meditating with steady and stable belief on the teachings of His Word, he may be blessed with peace, patience and contentment with His blessings. Whosoever may meditate with patience and contentment; he may be blessed with the right path of meditation, salvation after death.

ਜੋਤਿ ਸਮਾਇ ਸਮਾਨੀ ਜਾ ਕੈ,	jot samaa-ay samaanee jaa kai
ਅਛਲੀ ਪ੍ਰਭੁ ਪਹਿਚਾਨਿਆ॥	achhlee parabh pehchaani-aa.
ਧੰਨੈ ਧਨੁ ਪਾਇਆ ਧਰਣੀਧਰੁ,	Dhannai Dhan paa-i-aa DharneeDhar
ਮਿਲਿ ਜਨ ਸੰਤ ਸਮਾਨਿਆ॥ ੪॥੧॥	mil jan sant samaani-aa. ||4||1||

ਜਿਸ ਜੀਵ ਦਾ ਮਨ ਪ੍ਰਭ ਦੇ ਸ਼ਬਦ ਦੀ ਸੋਝੀ ਨਾਲ ਭਰਿਆਂ ਹੋਵੇ । ਉਹ ਪ੍ਰਭ ਦੀ ਜੋਤ ਮਨ ਵਿੱਚ ਜਾਗਰਤ ਕਰ ਲੈਂਦਾ ਹੈ । ਪ੍ਰਭ ਦੀ ਹੌਂਦ ਮਹਿਸੂਸ ਕਰ ਲੈਂਦਾ ਹੈ । ਜਿਹੜਾ ਜੀਵ ਨਿਮਾਣਾ ਬਣਕੇ ਪ੍ਰਭ ਦੇ ਸ਼ਬਦ ਦੀ ਪਾਲਣਾ ਕਰਦਾ ਹੈ । ਸ਼ਬਦ ਦਾ ਧਨ ਇਕੱਠਾ ਕਰਦਾ ਹੈ । ਉਹ ਬੰਦਗੀ ਕਰਦਾ ਉਸ ਵਿੱਚ ਅਲੋਪ ਹੋ ਜਾਂਦਾ ਹੈ ।

Whosoever may be overwhelmed with the essence of the teachings of His Word; he may be enlightened with the glow of the Holy Spirit and he may realize the existence of The True Master. Whosoever may humbly meditate and obey the teachings of His Word; he may be blessed and earns the wealth of His Word. By meditating wholeheartedly in his day to day life; he may be immersed in the Holy Spirit.

386. ਮਹਲਾ ੫॥ 487

ਗੋਬਿੰਦ ਗੋਬਿੰਦ ਗੋਬਿੰਦ ਸੰਗਿ	gobind gobind gobind sang
ਨਾਮਦੇਉ ਮਨੁ ਲੀਣਾ॥	naamday-o man leenaa.
ਆਢ ਦਾਮ ਕੋ ਛੀਪਰੋ	aadh daam ko chheepro
ਹੋਇਓ ਲਾਖੀਣਾ॥੧॥ ਰਹਾਉ॥	ho-i-o laakheenaa. ||1|| rahaa-o.

ਨਾਮ ਦੇਵ ਜੀ ਪ੍ਰਭ ਦੇ ਸ਼ਬਦ ਦੇ ਸਿਮਰਨ ਵਿੱਚ ਲੀਨ ਹੋ ਗਏ । ਜਿਸ ਜੀਵ ਦੀ ਸੰਸਾਰ ਵਿੱਚ ਕੀਮਤ ਅੱਧਾ ਪੈਸਾ ਵੀ ਨਹੀਂ ਸੀ । ਉਸ ਦੀ ਕੀਮਤ ਪ੍ਰਭ ਦੇ ਦਰਬਾਰ ਵਿੱਚ ਲਖਾਂ ਵਿੱਚ ਹੋ ਗਈ।

His true devotee, Naamdev entered into the void of His Word in his meditation. His worldly status was worthless before meditating on the teachings of His Word, his soul transformed into priceless, in millions with acceptance in His court.

ਬੁਨਨਾ ਤਨਨਾ ਤਿਆਗਿ ਕੈ	bunnaa tannaa ti-aag kai
ਪ੍ਰੀਤਿ ਚਰਨ ਕਬੀਰਾ॥	pareet charan kabeeraa.
ਨੀਚ ਕੁਲਾ ਜੋਲਾਹਰਾ	neech kulaa jolaaharaa
ਭਇਓ ਗੁਨੀਯ ਗਹੀਰਾ॥੧॥	bha-i-o guneey gaheeraa. ||1||

ਕਬੀਰ ਜੀ, ਆਪਣਾ ਸੰਸਾਰਕ ਧੰਦਾ ਤਿਆਗ ਕੇ ਦਿਨ ਰਾਤ ਪ੍ਰਭ ਦੇ ਚਰਨਾਂ, ਸ਼ਬਦ ਵਿੱਚ ਲੀਨ ਹੋ ਗਿਆ । ਉਹ ਨੀਵੀ ਜਾਤ ਵਿੱਚ ਜਨਮ ਲੈਣ ਵਾਲਾ ਕਬੀਰ, ਉਹ ਅਮੋਲਕ ਸਾਗਰ ਬਣ ਗਿਆ ਹੈ ।

His true devotee, Kabeer abandoned all day to day worldly chores and wholeheartedly entered into the void of His Word in his meditation. Who was born in a low worldly caste family; he became a priceless ocean of the nectar of the teachings of His Word?

ਰਵਿਦਾਸੁ ਢੁਵੰਤਾ ਢੋਰ ਨੀਤਿ	ravidaas dhuvantaa dhor neet
ਤਿਨਿ ਤਿਆਗੀ ਮਾਇਆ॥	tin ti-aagee maa-i-aa.
ਪਰਗਟੁ ਹੋਆ ਸਾਧਸੰਗਿ	pargat ho-aa saaDhsang
ਹਰਿ ਦਰਸਨੁ ਪਾਇਆ॥੨॥	har darsan paa-i-aa. ||2||

ਜਿਹੜਾ ਰਵੀਦਾਸ ਮਰੇ ਡੰਗਰਾਂ ਦੀ ਚਮੜੀ ਵੇਚ ਕੇ ਆਪਣਾ ਸੰਸਾਰਕ ਧੰਦਾ ਚਲਾਉਂਦਾ ਸੀ । ਉਹ ਸੰਸਾਰਕ ਮਾਇਆ ਨੂੰ ਤਿਆਗ ਕੇ ਸੰਤ ਸਰੂਪ ਦੀ ਸੰਗਤ ਵਿੱਚ ਆ ਗਿਆ । ਉਸ ਨੂੰ ਪ੍ਰਭ ਦੀ ਰਹਿਮਤ ਨਾਲ ਸ਼ਬਦ ਦੀ ਸੋਝੀ, ਪ੍ਰਭ ਦੇ ਦਰਸ਼ਨ ਹੋ ਗਏ ।

His true devotee Ravidas whose worldly profession was to remove and sell the skin of dead animals. He abandoned his chores, worldly wealth and enters into the association of His true devotee. The Merciful True Master accepted him in His sanctuary; he realized the existence, the blessed vision of The True Master.

ਸੈਨੁ ਨਾਈ ਬੁਤਕਾਰੀਆ	sain naa-ee butkaaree-aa
ਓਹੁ ਘਰਿ ਘਰਿ ਸੁਨਿਆ॥	oh ghar ghar suni-aa.
ਹਿਰਦੇ ਵਸਿਆ ਪਾਰਬ੍ਰਹਮੁ	hirday vasi-aa paarbarahm
ਭਗਤਾ ਮਹਿ ਗਨਿਆ॥੩॥	bhagtaa meh gani-aa. ||3||

ਜਿਹੜਾ ਸੈਨ ਨਾਈ, ਬਾਕੀ ਜੀਵਾਂ ਦੀ ਸੇਬ, ਚਾਕਰੀ ਕਰਦਾ ਸੀ । ਸਨੇਹਾ ਦੇਣ, ਖਾਣਾ ਪਕਾਉਣ ਦੇ ਕੰਮ ਕਰਦਾ ਸੀ । ਉਸ ਦੇ ਮਨ ਵਿੱਚ ਪ੍ਰਭ ਦਾ ਸ਼ਬਦ ਘਰ ਕਰ ਗਿਆ । ਘਰ ਘਰ ਉਸ ਦੀ ਉਸਤਤ ਹੋਣ ਲੱਗ ਪਈ, ਪ੍ਰਭ ਦਾ ਦਾਸ ਬਣ ਗਿਆ।

Sani, a barber whose worldly profession was to prepare foods and serve to others. He was drenched with the teachings of His Word; he was being praised in the universe as His true devotee.

ਇਹ ਬਿਧਿ ਸੁਨਿ ਕੈ ਜਾਟਰੋ	ih biDh sun kai jaatro
ਉਠਿ ਭਗਤੀ ਲਾਗਾ॥	uth bhagtee laagaa.
ਮਿਲੇ ਪ੍ਰਤਖਿ ਗੁਸਾਈਆ	milay partakh gusaa-ee-aa
ਧੰਨਾ ਵਡਭਾਗਾ॥੪॥੨॥	Dhannaa vadbhaagaa. ||4||2||

ਇਹ ਕੁਝ ਸੁਣਕੇ ਧੰਨਾ ਜੱਟ ਵੀ ਪ੍ਰਭ ਦੇ ਸ਼ਬਦ ਦੀ ਪਾਲਣਾ, ਸਿਮਰਨ ਕਰਨ ਤੇ ਲੱਗ ਪਿਆ । ਉਸ ਦੀ ਪ੍ਰੀਤ ਤੇ ਪ੍ਰਭ ਨੇ ਤਰਸ ਕੀਤਾ! ਉਸ ਨੂੰ ਮੰਨੇ ਰੂਪ ਵਿੱਚ ਦਰਸ਼ਨ ਦਿੱਤੇ, ਰਹਿਮਤ ਬਖਸ਼ੀ ।

By listening to the glory of The True Master, the devotion of worldly low caste devotees, Dhana a farmer started wholeheartedly meditation and adopted the teachings of His Word in his day to day life. The Merciful True Master became generous on his devotion and he realized His existence and blessed vision of The True Master.

387.ਭਗਤ ਧੰਨੇ ਜੀ॥ 488

ਰੇ ਚਿਤ ਚੇਤਸਿ ਕੀ,	ray chit chaytas kee
ਨ ਦਯਾਲ ਦਮੋਦਰ	na da-yaal damodar
ਬਿਬਹਿ ਨ ਜਾਨਸਿ ਕੋਈ॥	bibahi na jaanas ko-ee.
ਜੇ ਧਾਵਹਿ ਬ੍ਰਹਮੰਡ ਖੰਡ ਕਉ,	jay Dhaaveh barahmand khand ka-o
ਕਰਤਾ ਕਰੈ ਸੁ ਹੋਈ॥੧॥ ਰਹਾਉ॥	kartaa karai so ho-ee. ||1||

ਜੀਵ, ਆਪਣਾ ਧਿਆਨ ਪ੍ਰਭ ਦੇ ਚਰਨਾਂ, ਸ਼ਬਦ ਵਿੱਚ ਕਿਉਂ ਨਹੀਂ ਲਾਉਂਦਾ? ਅਗਰ ਉਸ ਦੀ ਰਹਿਮਤ ਨੂੰ ਨਹੀਂ ਪਛਾਣਦਾ, ਹੋਰ ਕਿਸੇ ਨੂੰ ਕਿਵੇਂ ਪਛਾਣ ਲਵੇਗਾ? ਭਾਵੇਂ ਚਾਰੇ ਪਾਸੇ ਘੁੰਮਦਾ ਫਿਰ, ਯਤਨ ਕਰ, ਪਰ ਹੋਣਾ ਉਹ ਹੀ ਜੋ ਪ੍ਰਭ ਨੂੰ ਭਾਉਂਦਾ ਹੈ ।

Why are you not wholeheartedly meditate on the teachings of His Word and praying for His sanctuary? If you cannot recognize the existence and blessings of The True Master; how may you recognize anyone else, who may not be permanent? No matter you may wander in all directions and doing all your efforts; however, His command is going to prevail and nothing else may be accomplished.

ਜਨਨੀ ਕੇਰੇ ਉਦਰ ਉਦਕ ਮਹਿ ਪਿੰਡੁ ਕੀਆ ਦਸ ਦੁਆਰਾ॥
ਦੇਇ ਅਹਾਰੁ ਅਗਨਿ ਮਹਿ ਰਾਖੈ ਐਸਾ ਖਸਮੁ ਹਮਾਰਾ॥੧॥

jannee kayray udar udak meh pind kee-aa das du-aaraa.
day-ay ahaar agan meh raakhai aisaa khasam hamaaraa. ||1||

ਮਾਤ ਦੇ ਗਰਭ ਦੇ ਪਾਣੀ ਵਿੱਚ ਜੀਵ ਦਾ ਤਨ ਅਤੇ ਦਸਵਾਂ ਘਰ ਬਣਾਉਂਦਾ ਹੈ । ਮਾਤਾ ਦੇ ਗਰਭ ਦੀ ਅੱਗ ਵਿੱਚ ਪਾਲਣਾ ਕਰਦਾ, ਸਵਾਸ ਬਖਸ਼ਦਾ ਹੈ । ਪ੍ਰਭ, ਇਸ ਤਰ੍ਹਾਂ ਦਾ ਹੀ ਅਸਲੀ ਮਾਲਕ ਹੈ ।

The True Master creates the body of the creature and His 10th castle in the water of the womb of his mother. He blesses the fetus with breaths and protects from the fire her womb. Such a unique state of mind of The True Master.

ਕੁੰਮੀ ਜਲ ਮਾਹਿ ਤਨ ਤਿਸੁ ਬਾਹਰਿ, ਪੰਖ ਖੀਰੁ ਤਿਨ ਨਾਹੀ॥
ਪੂਰਨ ਪਰਮਾਨੰਦ ਮਨੋਹਰ, ਸਮਝਿ ਦੇਖੁ ਮਨ ਮਾਹੀ॥੨॥

kummee jal maahi tan tis baahar pankh kheer tin naahee.
pooran parmaanand manohar samajh daykh man maahee. ||2||

ਇਸ ਕਥਾ ਦਾ ਮਨ ਵਿੱਚ ਵਿਚਾਰ ਕਰੋ ! ਡੰਡੂ ਪਾਣੀ ਵਿੱਚ ਰਹਿੰਦਾ, ਪਲਦਾ ਹੈ, ਪਰ ਇਸ ਦਾ ਬੱਚਾ ਪਾਣੀ ਤੋਂ ਬਾਹਰ ਪੈਦਾ ਹੁੰਦਾ ਹੈ । ਉਸ ਦੇ ਕੋਈ ਖੰਭ ਨਹੀਂ, ਨਾ ਹੀ ਮਾਂ ਦਾ ਦੁੱਧ ਹੀ ਹੈ । ਪ੍ਰਭ ਆਪ ਹੀ ਉਸ ਦੀ ਪਾਲਣਾ, ਰਖਿਆ ਕਰਦਾ ਹੈ ।

You should pay unique attention to the essence of His nature. The frog lives and remains in water, however, the newborn (tadpole) is born outside of water. The little frog does not have any feathers nor nourishment of the milk of mother. The True Master provides nourishment and protects him all time.

ਪਾਖਣਿ ਕੀਟੁ ਗੁਪਤੁ ਹੋਇ ਰਹਤਾ, ਤਾ ਚੋ ਮਾਰਗੁ ਨਾਹੀ॥
ਕਹੈ ਧੰਨਾ ਪੂਰਨ ਤਾਹੂ ਕੋ, ਮਤ ਰੇ ਜੀਅ ਡਰਾਂਹੀ॥੩॥੩॥

paakhan keet gupat ho-ay rahtaa taa cho maarag naahee.
kahai Dhannaa pooran taahoo ko mat ray jee-a daraaNhee. ||3||3||

ਜਿਹੜਾ ਕੀੜਾ ਪੱਥਰ ਦੇ ਵਿੱਚ ਜਨਮ ਲੈਂਦਾ ਹੈ, ਉਸ ਵਿਚੋਂ ਨਿਕਲਨ ਦਾ ਕੋਈ ਰਸਤਾ ਨਹੀਂ ਹੁੰਦਾ । ਪ੍ਰਭ ਉਸ ਦੀ ਪਾਲਣਾ ਵੀ ਕਰਦਾ ਹੈ । ਪ੍ਰਭ ਤੇ ਭਰੋਸਾ ਅਡੋਲ ਰਖੋਂ, ਕਿਸੇ ਚੀਜ ਦੀ ਚਿੰਤਾ ਨਾ ਕਰੋ, ਆਪਣੀ ਡੋਰੀ ਉਸ (ਪ੍ਰਭ) ਉਪਰ ਛੱਡ ਦੇਵੋ ।

Whosoever may be born inside the stone, there is no way to come out of the stone, The True Master provides him nourishment and protect him at that place. You should keep a steady and stable belief on His blessings and you should not unnecessarily worried about the worldly possessions. You should leave your protection in the hand of The True Master.

388.ਆਸਾ ਸੇਖ ਫਰੀਦ ਜੀਉ ਕੀ ਬਾਣੀ॥ 488

ੴ ਸਤਿਗੁਰ ਪ੍ਰਸਾਦਿ॥
ਦਿਲਹੁ ਮੁਹਬਤਿ ਜਿੰਨ੍ ਸੇਈ ਸਚਿਆ॥
ਜਿਨ੍ ਮਨਿ ਹੋਰੁ ਮੁਖਿ ਹੋਰੁ ਸਿ ਕਾਂਢੇ ਕਚਿਆ॥੧॥

ik-oNkaar satgur parsaad.
dilahu muhabat jinH say-ee sachi-aa.
jinH man hor mukh hor se kaaNdhay kachi-aa. ||1||

ਜਿਸ ਦੀ ਜੀਭ ਤੇ, ਮਨ ਵਿੱਚ ਪ੍ਰਭ ਦੇ ਵਿਛੋੜੇ ਦਾ ਦਰਦ ਭਰਿਆਂ ਹੁੰਦਾ ਹੈ । ਉਹ ਹੀ ਅਸਲੀ ਪ੍ਰਭ ਦਾ ਦਾਸ, ਸੇਵਕ ਹੁੰਦਾ ਹੈ! ਜਿਸ ਦੇ ਮਨ ਵਿੱਚ ਕੁਝ ਹੋਰ ਤੇ ਜੀਭ ਵਿੱਚ ਕੁਝ ਹੋਰ ਹੋਵੇ, ਉਹ ਝੂਠਾ ਸਾਧ ਹੀ ਹੁੰਦਾ ਹੈ ।

Whosoever may be overwhelmed with renunciation in memory of his separation from The True Master, only he may be worthy becoming His true devotee, a slave. Whosoever may have different thoughts in his mind and say different on his tongue; he may be deceptive, fraud and may not be worthy of becoming His true devotee.

ਰਤੇ ਇਸਕ ਖੁਦਾਇ ਰੰਗਿ ਦੀਦਾਰ ਕੇ॥ ratay isak khudaa-ay rang deedaar kay.
ਵਿਸਰਿਆ ਜਿਨ੍ਹ ਨਾਮੁ visri-aa jinH naam
ਤੇ ਭੁਇ ਭਾਰੁ ਥੀਏ॥੧॥ ਰਹਾਉ॥ tay bhu-ay bhaar thee-ay. ||1|| rahaa-o.

ਜਿਹੜਾ ਜੀਵ ਪ੍ਰਭ ਦੀ ਬੰਦਗੀ, ਸ਼ਬਦ ਦੀ ਪਾਲਣਾ ਵਿੱਚ ਅਡੋਲ ਰਹਿੰਦਾ ਹੈ । ਉਹ ਪ੍ਰਭ ਦੀ ਹੋਂਦ ਮਹਿਸੂਸ ਕਰਕੇ ਖੇੜੇ ਵਿੱਚ ਰਹਿੰਦਾ ਹੈ । ਜਿਹੜੇ ਪ੍ਰਭ ਦੇ ਸ਼ਬਦ ਦੀ ਪ੍ਰਵਾਹ ਨਹੀਂ ਕਰਦਾ, ਸਿਮਰਨ ਨਹੀਂ ਕਰਦਾ । ਉਹ ਧਰਤੀ ਤੇ ਕੇਵਲ ਭਾਰ ਹੀ ਹੁੰਦਾ ਹੈ ।

Whosoever may remain steady and stable in meditating and obeying the teachings of His Word in his day to day life; he may realize the existence of The True Master and always remains in blossom. Whosoever may not meditate and obey His Word; he is just a burden on the earth. He may not profit from His blessings of human body.

ਆਪਿ ਲੀਏ ਲੜਿ ਲਾਇ aap lee-ay larh laa-ay
ਦਰਿ ਦਰਵੇਸ ਸੇ॥ dar darvays say.
ਤਿਨ ਧੰਨੁ ਜਣੇਦੀ tin Dhan janaydee
ਮਾਉ ਆਏ ਸਫਲੁ ਸੇ॥੨॥ maa-o aa-ay safal say. ||2||

ਜਿਸ ਨੂੰ ਪ੍ਰਭ ਆਪ ਸ਼ਬਦ ਦੀ ਪਾਲਣਾ ਤੇ ਲਾਉਂਦਾ ਹੈ, ਕੇਵਲ ਉਹ ਹੀ ਅਡੋਲ ਰਹਿੰਦਾ ਹੈ । ਜਿਹੜੀ ਮਾਤਾ ਉਸ ਬੱਚੇ ਨੂੰ ਜਨਮ ਦੇਂਦੀ ਹੈ, ਉਹ ਧੰਨ ਹੀ ਹੈ । ਉਸ ਦਾ ਇਸ ਸੰਸਾਰ ਵਿੱਚ ਆਉਣਾ ਸਫਲ ਹੁੰਦਾ ਹੈ ।

Whosoever may be blessed with devotional to meditate on the teachings of His Word; only he may remain steady and stable on the right path. The mother who gives birth to his soul, she becomes very fortunate. The birth of his mother becomes successful for the journey of her human life.

ਪਰਵਦਗਾਰ ਅਪਾਰ ਅਗਮ ਬੇਅੰਤ ਤੂ॥ parvardagaar apaar agam bay-ant too.
ਜਿਨਾ ਪਛਾਤਾ ਸਚੁ jinaa pachhaataa sach
ਚੁੰਮਾ ਪੈਰ ਮੂੰ॥੩॥ chummaa pair mooN. ||3||

ਪ੍ਰਭ ਤੂੰ ਜਾਣਕਾਰੀ, ਪਹੁੰਚ, ਅੰਤ, ਕਿਸੇ ਦੀ ਪਕੜ ਤੋਂ ਰਹਿਤ ਹੈ । ਜਿਹੜਾ ਪ੍ਰਭ ਦੀ ਹੋਂਦ ਮਹਿਸੂਸ ਕਰਦਾ ਹੈ, ਉਹ ਪੂਜਣ ਯੋਗ ਬਣ, ਹੋ ਜਾਂਦਾ ਹੈ ।

My True Master remains beyond the comprehension, reach, any limits and no one may catch, hold or mark. Whosoever may be blessed to realize Your existence; he may become worthy of worship.

ਤੇਰੀ ਪਨਹ ਖੁਦਾਇ ਤੂ ਬਖਸੰਦਗੀ॥ tayree panah khudaa-ay too bakhsandgee.
ਸੇਖ ਫਰੀਦੈ ਖੈਰੁ ਦੀਜੈ ਬੰਦਗੀ॥੪॥੧ saykh fareedai khair deejai bandagee. |4||1

ਬਖਸ਼ਣਹਾਰੇ ਪ੍ਰਭ ਰਹਿਮਤ ਬਖਸ਼ੋ! ਆਪਣੀ ਸ਼ਰਨ ਵਿੱਚ ਪਨਾਹ ਬਖਸ਼ੋ! ਮੈਨੂੰ ਆਪਣੇ ਸ਼ਬਦ ਵਿੱਚ ਲਗਨ ਲਾਈ ਰਖੋ।

My True Master, treasure of all blessings, virtues; You may forgive my sins and accept me in Your sanctuary. Blesses me with devotion to meditate on the teachings of Your Word.

389.ਆਸਾ॥ ਸੇਖ ਫਰੀਦ ਜੀਉ॥ 488

ਬੋਲੈ ਸੇਖ ਫਰੀਦੁ ਪਿਆਰੇ ਅਲਹ ਲਗੇ॥	bolai saykh fareed pi-aaray alah lagay.
ਇਹੁ ਤਨੁ ਹੋਸੀ ਖਾਕ	ih tan hosee khaak
ਨਿਮਾਣੀ ਗੋਰ ਘਰੇ॥੧॥	nimaanee gor gharay. ||1||

ਜੀਵ ਪ੍ਰਭ ਦੇ ਸ਼ਬਦ ਦੀ ਪਾਲਣਾ, ਬੰਦਗੀ ਤੇ ਲੱਗੋ । ਮੌਤ ਪਿਛੋਂ ਤੇਰਾ ਤਨ ਇੱਕ ਦਿਨ ਮਿੱਟੀ ਵਿੱਚ ਰਲ ਜਾਣਾ ਹੈ । ਤੇਰਾ ਘਰ ਤੇਰੀ ਕਬਰ ਹੋ ਜਾਣਾ, ਜਿਸ ਦਾ ਕੋਈ ਨਾਮ ਨਹੀਂ ਹੈ ।

You should wholeheartedly meditate and adopt the teachings of His Word in your day to day life. After death, your body is going to become a part of dust. No name grave is going to become your resting place.

ਆਜੁ ਮਿਲਾਵਾ ਸੇਖ ਫਰੀਦ,	aaj milaavaa saykh fareed taakim
ਟਾਕਿਮ ਕੂੰਜੜੀਆ ਮਨਹੁ ਮਚਿੰਦੜੀਆ॥	koonjarhee-aa manhu machind-rhee-aa.
੧॥ਰਹਾਉ॥	||1|| rahaa-o.

ਅਗਰ ਆਪਣੇ ਮਨ ਦੀਆਂ ਬੁਰੀਆਂ ਇੱਛਾਂ ਨੂੰ ਤਿਆਗ ਦੇਵੇ, ਅਜੇ ਵੀ ਤੇਰਾ ਪ੍ਰਭ ਨੂੰ ਮਿਲਪ ਹੋ ਸਕਦਾ ਹੈ! ਪ੍ਰਭ ਦੇ ਬਖਸ਼ੇ ਤੇ ਸਬਰ ਅਤੇ ਆਪਣੇ ਮਨ ਤੇ ਕਾਬੂ ਰਖੋ ।

You should abandon your evil thoughts and your worldly desires from your mind; The merciful Master may accept you in His sanctuary. You should control your worldly desires and be contented with His blessings, with your worldly conditions of life.

ਜੇ ਜਾਣਾ ਮਰਿ ਜਾਈਐ	jay jaanaa mar jaa-ee-ai
ਘੁਮਿ ਨ ਆਈਐ॥	ghum na aa-ee-ai.
ਝੂਠੀ ਦੁਨੀਆ ਲਗਿ	jhoothee dunee-aa lag
ਨ ਆਪੁ ਵਞਾਈਐ॥੨॥	na aap vanjaa-ee-ai. ||2||

ਅਗਰ ਮੈਂ ਜਾਣਦਾ ਕਿ ਇੱਕ ਦਿਨ ਮੌਤ ਆ ਜਾਣੀ ਹੈ । ਮੈਂ ਫਿਰ ਇਥੇ ਵਾਪਸ ਨਹੀਂ ਆਉਣਾ । ਤਾਂ ਮੈਂ ਇਹ ਥੋੜ੍ਹਾ ਸਮਾਂ ਰਹਿਣ ਵਾਲੀਆਂ ਸੰਸਾਰਕ ਚੀਜਾ ਨਾਲ ਮੋਹ ਨਾ ਲਾਉਂਦਾ ।

If I knew that death was certain, unavoidable and I am not going to come back in this body. I would have not attached to worldly short living possessions.

ਬੋਲੀਐ ਸਚੁ ਧਰਮੁ ਝੂਠੁ ਨ ਬੋਲੀਐ॥	bolee-ai sach Dharam jhooth na bolee-ai.
ਜੋ ਗੁਰੁ ਦਸੈ ਵਾਟ ਮੁਰੀਦਾ ਜੋਲੀਐ॥੩	jo gur dasai vaat mureedaa jolee-ai. ||3||

ਹਰ ਵੇਲੇ ਪ੍ਰਭ ਦੇ ਸ਼ਬਦ ਦਾ ਖਿਆਲ ਰਖਕੇ ਬੋਲੋ, ਸੰਸਾਰ ਦੀ ਭਲਾਈ ਦੇ ਕੰਮ ਕਰੋ । ਝੂਠ ਫਰੇਬ, ਧੋਖੇ ਦਾ ਕੰਮ ਨਾ ਕਰੋ । ਸ਼ਬਦ ਦੀ ਪਾਲਣਾ ਕਰਕੇ, ਉਸ ਨਾਲ ਜੀਵਨ ਢਾਲੋ।

You should always think about the teachings of His Word before saying anything to anyone. You should always perform the deeds for the welfare of His creation. You should abandon the deeds of deception and falsehood. You should adopt wholeheartedly the teachings of His Word in your day to day life.

ਛੈਲ ਲੰਘੰਦੇ ਪਾਰਿ	chhail langhanday paar
ਗੋਰੀ ਮਨੁ ਧੀਰਿਆ॥	goree man Dheeri-aa.
ਕੰਚਨ ਵੰਨੇ ਪਾਸੇ	kanchan vannay paasay
ਕਲਵਤਿ ਚੀਰਿਆ॥੪॥	kalvat cheeri-aa. ||4||

ਜਿਹੜਾ ਆਪਣੇ ਸਾਥੀਆਂ ਨੂੰ ਸ਼ਬਦ ਦੀ ਪਾਲਣਾ ਕਰਦੇ, ਬੰਦਗੀ ਦੇ ਰਸਤੇ ਤੇ ਚਲਦੇ ਦੇਖਦਾ ਹੈ, ਉਸ ਦਾ ਭਰੋਸਾ ਅਡੋਲ ਹੋ ਜਾਂਦਾ ਹੈ । ਜਿਹੜਾ ਸੰਸਾਰਕ ਥੋੜ੍ਹਾ ਸਮਾਂ ਰਹਿਣ ਵਾਲੇ ਧਨ ਨਾਲ ਮੋਹ ਲਾਉਂਦਾ ਹੈ, ਉਹ ਮੌਤ ਦੇ ਹਵਾਲੇ, ਜੂੰਨਾਂ ਵਿੱਚ ਹੀ ਭਉਦਾ ਹੈ ।

Whosoever may witness his companions and friends adopting the teachings of His Word in day to day life; he may become steady and stable on the teachings of His Word. Whosoever may dedicate his efforts on the worldly possessions, short-lived worldly comforts; he may be captured by the devil of death. He may remain in the cycle of birth and death.

ਸੇਖ ਹੈਯਾਤੀ ਜਗਿ	saykh haiyaatee jag
ਨ ਕੋਈ ਥਿਰੁ ਰਹਿਆ॥	na ko-ee thir rahi-aa.
ਜਿਸੁ ਆਸਣਿ ਹਮ ਬੈਠੇ	jis aasan ham baithay
ਕੇਤੇ ਬੈਸਿ ਗਇਆ॥੫॥	kaytay bais ga-i-aa. ||5||

ਇਸ ਸੰਸਾਰ ਵਿੱਚ ਕੋਈ ਸਦਾ ਨਹੀਂ ਰਹਿੰਦਾ । ਜਿਸ ਥਾਂ ਤੇ ਅੱਜ ਕੋਈ ਜੀਵ ਵਸਦਾ ਹੈ । ਉਸ ਥਾਂ ਤੇ ਪਹਿਲੇ ਕਈ ਹੋਰ ਵਸ ਕੇ ਮਰ ਗਏ ਹਨ ।

No one may live in this universe forever. Wherever you are dwelling, so many had lived in that place and died, went back to His court.

ਕਤਿਕ ਕੂੰਜਾਂ ਚੇਤਿ	katik kooNjaaN chayt
ਡਉ ਸਾਵਣਿ ਬਿਜੁਲੀਆਂ॥	da-o saavan bijulee-aaN.
ਸੀਆਲੇ ਸੋਹੰਦੀਆਂ ਪਿਰ	see-aalay sohandee-aaN pir
ਗਲਿ ਬਾਹੜੀਆਂ॥੬॥	gal baahrhee-aaN. ||6||

ਜਿਵੇਂ ਕਤਿਕ ਵਿੱਚ ਕੂੰਜਾ, ਚੇਤ ਵਿੱਚ ਅੱਗ, ਸਾਉਣ ਵਿੱਚ ਬੱਦਲ ਗਰਜਦੇ ਚੰਗੇ ਲੱਗਦੇ ਹਨ । ਇਸ ਤਰ੍ਹਾਂ ਹੀ ਸਿਆਲ ਦੀਆਂ ਰਾਤਾਂ ਵਿੱਚ ਪਤਨੀ ਦੀਆਂ ਬਾਂਹਾ ਪਤੀ ਦੇ ਗਲ ਵਿੱਚ ਸੁਹਾਵਨੀਆਂ ਲਗਦੀਆਂ ਹਨ ।

As in the month of Katak the signing of birds; in the cold weather of Chayt, heat of fire and rainy season the thunders of clouds are soothing to mind. Same way in the cold night of winter the arms of wife in the neck of her husband are very comforting to her mind.

ਚਲੇ ਚਲਣਹਾਰ ਵਿਸੁਗੰਧ ਲੇਇ ਮਣੋ॥	chalay chalanhaar vichaaraa lay-ay mano.
ਗੰਢੇਦਿਆਂ ਛਿਅ ਮਾਹ	gandhaydi-aaN chhi-a maah
ਤੁੜੰਦਿਆ ਹਿਕੁ ਖਿਨੋ॥੭॥	turhandi-aa hik khino. ||7||

ਇਸ ਤਰ੍ਹਾਂ ਹੀ ਜੀਵ ਦਾ ਜੀਵਨ ਬੀਤ ਜਾਂਦਾ ਹੈ, ਇਸ ਦਾ ਵਿਚਾਰ ਮਨ ਵਿੱਚ ਕਰੋ! ਬੱਚੇ ਦੇ ਤਨ ਦਾ ਅਕਾਰ ਬਣਨ ਵਿੱਚ ਛੇ ਮਹਿਨੇ ਲੱਗ ਜਾਂਦੇ ਹਨ । ਪਰ ਉਸ ਨੂੰ ਖਤਮ ਹੋਣ ਵਿੱਚ ਇੱਕ ਪਲ ਹੀ ਲੱਗਦਾ ਹੈ ।

You should think about this essence of His nature; it takes six-month before fetus develops into a complete body. However, in a moment body may be destroy. Same way, slowly and slowly the human finish his journey in the universe.

ਜਿਮੀ ਪੁਛੈ ਅਸਮਾਨ ਫਰੀਦਾ	jimee puchhai asmaan fareedaa
ਖੇਵਟ ਕਿੰਨਿ ਗਏ॥	khayvat kinn ga-ay.
ਜਾਲਣ ਗੋਰਾਂ ਨਾਲਿ	jaalan goraaN naal
ਉਲਾਮੇ ਜੀਅ ਸਹੇ॥੮॥੨॥ ੪੮੯	ulaamay jee-a sahay. ||8||2||

ਧਰਤੀ ਅਕਾਸ਼ ਤੋਂ ਪੁੱਛਦੀ ਹੈ! ਉਹ ਬੇੜੀ ਦੇ ਮਲਾਰ ਕਿਥੇ ਗਏ ਹਨ? ਕੋਈ ਅੱਗ ਵਿੱਚ ਜਲਾ ਦਿੱਤੇ ਗਏ, ਕੋਈ ਕਬਰਾ ਵਿੱਚ ਮਿੱਟੀ ਹੋ ਗਏ । ਉਹਨਾਂ ਦੀਆਂ ਆਤਮਾਂ ਉਹਨਾਂ ਦੇ ਕੀਤੇ ਕੰਮਾਂ ਦੀ ਸਜ਼ਾ ਭੁਗਤਦੀ ਹੈ ।

Earth is asking sky, where had those sailors of the boat disappeared? Some are burned in fire, cremated and some are buried under the ground in graves. They souls are enduring the punishment of their worldly deeds.

☬ ਗੁਰੂ ਗ੍ਰੰਥ ☬

☬ The Guru Granth Sahib ☬

☬ Steek – English and Punjabi -Volume 3 ☬

☬ ਪੋਥੀ –3 ☬

(Gurbani Page 347 – 536)

☬ ਰਾਗੁ ਗੂਜਰੀ ☬

(Gurbani Page 489 – 526)

☬ ਰਾਗੁ ਗੂਜਰੀ (489 – 526) ☬

390.ਗੂਜਰੀ ਮਹਲਾ ੧ ਚਉਪਦੇ ਘਰੁ ੧॥ 489-1

੧ਓ ਸਤਿ ਨਾਮੁ,	ik-oNkaar, sat naam ,
ਕਰਤਾ, ਪੁਰਖੁ, ਨਿਰਭਉ, ਨਿਰਵੈਰੁ,	kartaa, purakh, nirbha-o, nirvair
ਅਕਾਲ, ਮੂਰਤਿ, ਅਜੂਨੀ,	akaal, moorat, ajoonee,
ਸੈਭੰ, ਗੁਰ ਪ੍ਰਸਾਦਿ॥	saibhaN, gur parsaad.

1. **ਪ੍ਰਭ ਦਾ ਅਕਾਰ** – Structure

੧ਓ ik-oNkaar The One and Only One God, True Master. No form, shape, color, size, in Spirit only.

God may appear in anything, anyone, anytime at His free Will. He is only in Holy Spirit and no form, shape, size or color.

2. **ਸ਼੍ਰਿਸਟੀ ਦਾ ਪ੍ਰਬੰਧ:** Function and His Operation!

ਸਤਿ ਨਾਮੁ sat naam 'naam – His Word, His command, His existence, 'sat- Omnipresent, Omniscient, Omnipotent, Axiom Unchangeable, Uncompromised, forever.

The One and Only One, God remains embedded in His nature, in His Word and only His command pervades in the universe and nothing else exist without His mercy and grace.

3. **ਸ਼੍ਰਿਸਟੀ ਦੀ ਬਣਤਰ:** – Creation of The universe.

ਸੈਭੰ saibhaN Universe, creation, soul is an expansion of His Holy spirit. Comes out of His spirit to repent, sanctify and be absorbed in His Holy Spirit.

He is the creator and He is The Creation, nothing else exist.

4. **ਮੁਕਤੀ** Salvation – His acceptance.

ਗੁਰ ਪ੍ਰਸਾਦਿ gur parsaad With His own mercy and grace. No one may counsel or curse His blessing.

No one may comprehend how, why and when he may bestow His mercy and grace or the limits and duration of His blessiong.

੫. **ਪ੍ਰਭ ਦੀ ਪਛਾਣ** – Recognition

ਗੁਣ: – ਕਰਤਾ, ਪੁਰਖੁ, ਨਿਰਭਉ, ਨਿਰਵੈਰੁ, ਅਕਾਲ, ਮੂਰਤਿ, ਅਜੂਨੀ ! Virtues: - kartaa, purakh, nirbha-o nirvair, akaal, moorat, ajoonee

His virtues are unlimited and beyond the comprehend of His creation. However, no one ever born with above all unique virtues nor will ever be born with these unique virtues. Whosoever may have all the above virtues is The One and Only One, God True Master and only worthy of worship.

The Master Key: "saibhaN"! Whosoever may be drenched with the essence that all souls are an expansion of The His Holy Spirit". No one may want to harm and deceive himself; he may be blessed to conquer his mind. His cycle of birth and death may be eliminated by His mercy and grace!

ਤੇਰਾ ਨਾਮੁ ਕਰੀ ਚਨਣਾਠੀਆ ਜੇ ਮਨੁ ਉਰਸਾ ਹੋਇ॥ ਕਰਣੀ ਕੁੰਗੂ ਜੇ ਰਲੈ, ਘਟ ਅੰਤਰਿ ਪੂਜਾ ਹੋਇ॥੧॥	tayraa naam karee channaathee-aa jay man ursaa ho-ay. karnee kungoo jay ralai ghat antar poojaa ho-ay. ||1||

ਪ੍ਰਭ ਤੇਰੇ ਨਾਮ ਨੂੰ ਮੈਂ ਕੀਮਤੀ ਲੱਕੜ ਚੰਦਨ ਵਰਗਾ ਸਮਝਾ! ਮੇਰਾ ਮਨ ਉਸ ਤੇ ਪਥਰ ਦੀ ਤਰ੍ਹਾਂ ਰੱਗੜੇ! ਮੈਂ ਆਪਣੇ ਚੰਗੇ ਕੰਮਾਂ ਨੂੰ ਸਧੂੰਰ ਬਣਾਕੇ ਇਸ ਤੇ ਰੰਗ ਚੜ੍ਹਾਵਾ। ਇਸ ਤਰ੍ਹਾਂ ਮੇਰੇ ਮਨ ਦੀ ਅਵਸਥਾ ਬਣ ਜਾਵੇ।

I imagine and believe Your Word as Cedarwood. I rub my mind and belief as rubbing the philosopher's stone. I grind my good deeds to transform as vermillion and drench, color my mind; so, my mind may transform as vermillion.

ਪੂਜਾ ਕੀਚੈ ਨਾਮੁ ਧਿਆਈਐ, ਬਿਨੁ ਨਾਵੈ ਪੂਜ ਨ ਹੋਇ॥੧॥ਰਹਾਉ॥	poojaa keechai naam Dhi-aa-ee-ai bin naavai pooj na ho-ay. ||1|| rahaa-o.

ਪ੍ਰਭ ਦੀ ਪੂਜਾ ਕਰਨਾ ਉਸ ਦੇ ਸ਼ਬਦ ਦਾ ਸਿਮਰਨ, ਪਾਲਣਾ ਕਰਨਾ ਹੀ ਹੈ । ਸ਼ਬਦ ਦੀ ਪਾਲਣਾ ਕਰਨ ਤੋਂ ਬਿਨਾਂ ਕੋਈ ਪੂਜਾ ਪ੍ਰਭ ਨੂੰ ਪ੍ਰਵਾਨ ਨਹੀਂ ਹੁੰਦੀ ।

You should meditate and adopt the teachings of His Word with steady and stable belief in day to day life, no other meditation may be accepted in His court. No other meditation or deed or charity rewarded in His court.

ਬਾਹਰਿ ਦੇਵ ਪਖਾਲੀਅਹਿ ਜੇ ਮਨੁ ਧੋਵੈ ਕੋਇ॥ ਜੂਠਿ ਲਹੈ ਜੀਉ ਮਾਜੀਐ, ਮੋਖ ਪਇਆਣਾ ਹੋਇ॥੨॥	baahar dayv pakhaalee-ah jay man Dhovai ko-ay. jooth lahai jee-o maajee-ai mokh pa-i-aanaa ho-ay. ||2||

ਜੀਵ ਮਨ ਦੀ ਮੈਲ, ਤਨ ਦਾ ਇਸ਼ਨਾਨ ਕਰਨ ਨਾਲ ਧੋਤੀ ਨਹੀਂ ਜਾਂਦੀ । ਜਿਵੇਂ ਪੁਜਾਰੀ ਪੱਥਰ ਨੂੰ ਇਸ਼ਨਾਨ ਕਰਵਾਉਂਦੇ ਹਨ । ਮੈਲ ਤਾ ਹੀ ਦੂਰ ਹੁੰਦੀ ਹੈ! ਅਗਰ ਮੌਤ ਤੋਂ ਪਿਛੋਂ ਦਰਬਾਰ ਵਿੱਚ ਪ੍ਰਵਾਨ ਹੋ ਜਾਵੇ ।

The blemish of mind of evil, sinful deeds may not be washed or sanctified by cleaning the body or bathing at the holy water of the holy shrine; as worldly priest or worshippers bath the idol of holy prophets. The soul may only be sanctified, if after death, his soul may be accepted in His court.

ਪਸੂ ਮਿਲਹਿ ਚੰਗਿਆਈਆ, ਖੜੁ ਖਾਵਹਿ ਅੰਮ੍ਰਿਤੁ ਦੇਹਿ॥ ਨਾਮ ਵਿਹੂਣੇ ਆਦਮੀ, ਧ੍ਰਿਗੁ ਜੀਵਣ ਕਰਮ ਕਰੇਹਿ॥੩॥	pasoo mileh chang-aa-ee-aa kharh khaaveh amrit deh. naam vihoonay aadmee Dharig jeevan karam karayhi. ||3||

ਜੰਨਵਰ ਵੀ ਚੰਗੇ ਕੰਮ ਕਰਦੇ ਹਨ, ਘਾਹ ਖਾਂਦੇ ਹਨ, ਅਤੇ ਦੂਧ ਦੇਂਦੇ ਹਨ । ਇਸ ਕਰਕੇ ਜੀਵ ਉਹਨਾਂ ਦੀ ਚੰਗੀ ਸੇਵਾ ਕਰਦਾ ਹੈ । ਉਹਨਾਂ ਦੇ ਇਸ ਗੁਣ ਦੀ ਕੀਮਤ ਪਾਉਂਦਾ ਹੈ ।

Learn from animal! Animal eats grass and provides valuable assets as milk for nourishment of human. That is why, we treat and nourish them properly. We appreciate their good virtues.

ਨੇੜਾ ਹੈ ਦੂਰਿ ਨ ਜਾਣਿਅਹੁ, ਨਿਤ ਸਾਰੇ ਸੰਮ੍ਹਾਲੇ॥ ਜੋ ਦੇਵੈ ਸੋ ਖਾਵਣਾ, ਕਹੁ ਨਾਨਕ ਸਾਚਾ ਹੇ॥੪॥੧॥	nayrhaa hai door na jaani-ahu nit saaray sam[H]aalay. jo dayvai so khaavnaa kaho naanak saachaa hay. ||4||1||

ਪਰ ਜਿਹੜਾ ਜੀਵ ਸ਼ਬਦ ਦੀ ਪਾਲਣਾ ਨਹੀਂ ਕਰਦਾ । ਮਾਨਸ ਜੀਵਨ ਬਿਰਥਾ ਹੀ ਬੀਤ ਜਾਂਦਾ ਹੈ । ਦਰਬਾਰ ਵਿੱਚ ਕੋਈ ਕੀਮਤ ਨਹੀਂ ਪੈਂਦੀ । ਪ੍ਰਭ ਤੇਰੇ ਨੇੜੇ ਹੈ, ਦੂਰ ਨਾ ਸਮਝੋ! ਸਾਡੀ ਪਾਲਣਾ

ਕਰਦਾ, ਸਾਨੂੰ ਯਾਦ ਕਰਦਾ ਹੈ । ਉਸ ਦਾ ਦਿੱਤਾ ਹੀ ਅਸੀ ਖਾਂਦੇ, ਪਹਿਨਦਾ ਹੈ । ਉਹ ਸਦਾ ਹੀ ਜੀਵ ਦੀ ਭਲਾਈ ਦੇ ਕਰਤਬ ਕਰਦਾ ਹੈ ।

Whosoever may not adopt the teachings of His Word in his day to day life, he may waste his opportunity uselessly. Any of his meditation and worldly deeds may not be rewarded in His court. You should always believe that God is near, within your body and nourishes, protects and always waiting for you to return to His sanctuary. You eat and wear His blessed food and cloths. His command and His Word are always for the welfare of His creation.

391.ਗੂਜਰੀ ਮਹਲਾ ੧॥ 489-8

ਨਾਭਿ ਕਮਲ ਤੇ ਬ੍ਰਹਮਾ ਉਪਜੇ,	naabh kamal tay barahmaa upjay
ਬੇਦ ਪੜਹਿ ਮੁਖਿ ਕੰਠਿ ਸਵਾਰਿ॥	bayd parheh mukh kanth savaar.
ਤਾ ਕੋ ਅੰਤੁ ਨ ਜਾਈ ਲਖਣਾ,	taa ko ant na jaa-ee lakh-naa
ਆਵਤ ਜਾਤ ਰਹੈ ਗੁਬਾਰਿ॥੧॥	aavat jaat rahai gubaar. ||1||

ਵਿਸ਼ਨੂੰ ਦੇ ਬੰਦਗੀ ਕਰਨ ਵਾਲੇ ਬੱਠਲ ਵਿਚੋਂ ਬ੍ਰਹਮਾ ਦਾ ਜਨਮ ਹੋਇਆ । ਉਸ ਦੇ ਮੂੰਹ ਤੇ ਪ੍ਰਭ ਨੇ ਵੇਦ ਬਖਸ਼ੇ । ਉਸ ਨੇ ਵੀ ਪ੍ਰਭ ਦੀ ਕੁਦਰਤ ਦਾ ਅੰਤ ਨਾ ਪਾਇਆ । ਜਨਮ ਮਰਨ ਦਾ ਚੱਕਰ ਨਾ ਸਮਝ ਸਕਿਆ।

Brahma was born from mediation cave of Vishnu. He was blessed with spiritual Words of Vadha! Even reading and reciting and preaching to others, he was not enlightened to comprehend any limit of His nature. He did not comprehend the cycle of birth and death of His creation.

ਪ੍ਰੀਤਮ ਕਿਉ ਬਿਸਰਹਿ	pareetam ki-o bisrahi
ਮੇਰੇ ਪ੍ਰਾਣ ਅਧਾਰ॥	mayray paraan aDhaar.
ਜਾ ਕੀ ਭਗਤਿ ਕਰਹਿ ਜਨ ਪੂਰੇ,	jaa kee bhagat karahi jan pooray
ਮੁਨਿ ਜਨ ਸੇਵਹਿ ਗੁਰ ਵੀਚਾਰਿ॥੧॥	mun jan sayveh gur veechaar. ||1||
ਰਹਾਉ॥	rahaa-o.

ਭਗਤ ਜਨ ਅਡੋਲ ਹੋ ਕੇ ਪ੍ਰਭ ਦੇ ਸ਼ਬਦ ਦੀ ਬੰਦਗੀ ਕਰਦੇ, ਉਸ ਵਿੱਚ ਹੀ ਲੀਨ ਰਹਿੰਦੇ ਹਨ । ਜੀਵ ਪ੍ਰਭ ਨੂੰ ਕਦੇ ਮਨੋ ਨਾ ਵਿਸਾਰੋ! ਉਹ ਹੀ ਤੇਰੇ ਸਵਾਸ ਦੇਣ ਵਾਲਾ ਦਾਤਾ ਹੈ ।

His true devotee with steady and stable belief meditates on the teachings of His Word and remains intoxicated in the void of His Word. One should not abandon The True Master or the teachings of His Word from his mind in day to day life. The True Master blesses the treasure of breathes to His creation.

ਰਵਿ ਸਸਿ ਦੀਪਕ ਜਾ ਕੇ,	rav sas deepak jaa kay
ਤ੍ਰਿਭਵਣਿ ਏਕਾ ਜੋਤਿ ਮੁਰਾਰਿ॥	taribhavan aykaa jot muraar.
ਗੁਰਮੁਖਿ ਹੋਇ ਸੁ ਅਹਿਨਿਸਿ ਨਿਰਮਲੁ,	gurmukh ho-ay so ahinis nirmal
ਮਨਮੁਖਿ ਰੈਣਿ ਅੰਧਾਰਿ॥੨॥	manmukh rain anDhaar. ||2||

ਸੂਰਜ ਅਤੇ ਚੰਦ ਦੋਂ ਦੀਵੇ ਹਨ । ਪਰ ਤਿੰਨਾਂ ਸ੍ਰਿਸ਼ਟੀਆਂ ਵਿੱਚ ਅਹੰਕਾਰ, ਅੰਧੇਰਾ ਖਤਮ ਕਰਨ ਵਾਲੀ ਕੇਵਲ ਪ੍ਰਭ ਦੇ ਸ਼ਬਦ ਦੀ ਰੋਸ਼ਨੀ, ਸੋਝੀ ਹੀ ਹੈ । ਜਿਹਨਾਂ ਨੂੰ ਗੁਰਮਖ ਅਵਸਥਾ ਬਖਸ਼ਿਸ਼ ਹੋ ਜਾਂਦੀ ਹੈ! ਉਹ ਦਿਨ ਰਾਤ ਆਪਣੀ ਆਤਮਾ ਨੂੰ ਪਵਿਤ੍ਰ ਰਖਦੇ ਹਨ । ਜਿਹੜੇ ਮਨਮੁਖ ਹੁੰਦੇ ਹਨ, ਆਪਣੀ ਮਰਜ਼ੀ ਨਾਲ ਕੰਮ ਕਰਦੇ ਹਨ । ਉਹਨਾਂ ਦੇ ਜੀਵਨ ਵਿੱਚ ਰਾਤ ਦੀ ਤਰ੍ਹਾਂ ਅੰਧੇਰਾ ਹੀ ਰਹਿੰਦਾ ਹੈ ।

God has created Sun and Moon two source of light in the universe. However, the enlightenment of the teachings of His Word is the only ray of light to eliminate the darkness of ignorance and ego of mind of His creation. With His mercy and grace, whosoever may be blessed with the state of mind as His true devotee. He may keep his soul sanctified day and night. Self-mind remains indulged following the lead of his mind, worldly desires. He remains in dark as the darkness of night, ignorant from the purpose of human life blessings.

ਸਿਧ ਸਮਾਧਿ ਕਰਹਿ ਨਿਤ ਝਗਰਾ,	siDh samaaDh karahi nit jhagraa
ਦੁਹੁ ਲੋਚਨ ਕਿਆ ਹੇਰੈ॥	duhu lochan ki-aa hayrai.
ਅੰਤਰਿ ਜੋਤਿ ਸਬਦੁ ਧੁਨਿ ਜਾਗੈ,	antar jot sabad Dhun jaagai
ਸਤਿਗੁਰੁ ਝਗਰੁ ਨਿਬੇਰੈ॥੩॥	satgur jhagar nibayray. ‖3‖

ਬੰਦਗੀ ਕਰਨ ਵਾਲੇ ਭਗਤ ਜਨ, ਜੋਗੀ, ਸਿਧਾਂ ਜੋ ਕੁਝ ਆਪਣੀਆਂ ਅੱਖਾਂ ਨਾਲ ਦੇਖਦੇ ਹਨ, ਕੇਵਲ ਉਸ ਦੀ ਚਰਚਾ ਕਰਦੇ ਹਨ, ਵਿਆਖਿਆ ਕਰਦੇ ਹਨ । ਹਰਇੱਕ ਦੀ ਵਿਆਖਿਆ ਵੱਖਰੀ ਹੀ ਹੁੰਦੀ ਹੈ । ਜਿਹੜਾ ਇਕਾਗਰ ਚਿੱਤ ਹੋ ਕੇ ਸ਼ਬਦ ਦੀ ਪਾਲਣਾ ਕਰਦਾ ਹੈ । ਉਸ ਦੇ ਮਨ ਵਿੱਚ ਕੋਈ ਚਰਚਾ ਨਹੀਂ ਹੁੰਦੀ, ਭਰੋਸਾ ਅਡੋਲ ਹੀ ਰਹਿੰਦਾ ਹੈ ।

His true devotee, Holy saint may only express or explain about His nature, whatsoever he may be blessed to visualize. Everyone may have a different comprehension of His Word, His nature. Whosoever may wholeheartedly with steady and stable belief meditate, adopt the teachings of His Word; all his suspicions may be eliminated and remain deep in the void of His Word.

ਸੁਰਿ ਨਰ ਨਾਥ ਬੇਅੰਤ ਅਜੋਨੀ,	sur nar naath bay-ant ajonee
ਸਾਚੈ ਮਹਲਿ ਅਪਾਰਾ॥	saachai mahal apaaraa.
ਨਾਨਕ ਸਹਜਿ ਮਿਲੇ ਜਗਜੀਵਨ,	naanak sahj milay jagjeevan
ਨਦਰਿ ਕਰਹੁ ਨਿਸਤਾਰਾ॥੪॥੨॥	nadar karahu nistaaraa. ‖4‖2‖

ਪ੍ਰਭ ਤੂੰ ਸਭ ਜੀਵਾਂ ਦਾ ਮਾਲਕ ਹੈ । ਸਦਾ ਅਟੱਲ ਰਹਿਣ ਵਾਲਾ, ਜਨਮ ਮਰਨ ਤੋ ਰਹਿਤ ਹੈ । ਤੇਰਾ ਘਰ, ਦਰਬਾਰ ਅਨੋਖਾ ਹੀ ਹੈ । ਜਿਸ ਤੇ ਤੇਰੀ ਰਹਿਮਤ ਹੋ ਜਾਂਦੀ ਹੈ, ਤੂੰ ਦਰਬਾਰ ਵਿੱਚ ਪ੍ਰਵਾਨਗੀ ਬਖਸ਼ਦਾ ਹੈ । ਜਨਮ ਮਰਨ ਦੇ ਚੱਕਰ ਵਿਚੋਂ ਕੱਢ ਲੈਂਦਾ ਹੈ ।

The throne of The One and Only One, axiom, God, True Master of the universe is astonishing and He remains beyond birth and death. Whosoever may be blessed with Your mercy and grace, he may be accepted in Your court. His cycle of birth and death may be eliminated.

392.ਰਾਗੁ ਗੂਜਰੀ ਮਹਲਾ ੩ ਘਰੁ ੧॥ 490-1

੧ੴ ਸਤਿਗੁਰ ਪ੍ਰਸਾਦਿ॥	ik-oNkaar satgur parsaad.
ਧ੍ਰਿਗੁ ਇਵੇਹਾ ਜੀਵਣਾ,	Dharig ivayhaa jeevnaa jit har
ਜਿਤੁ ਹਰਿ ਪ੍ਰੀਤਿ ਨ ਪਾਇ॥	pareet na paa-ay. jit kamm har
ਜਿਤੁ ਕੰਮਿ ਹਰਿ ਵੀਸਰੈ, ਦੂਜੈ ਲਗੈ ਜਾਇ॥੧॥	veesrai doojai lagai jaa-ay. ‖1‖

ਜਿਸ ਨੂੰ ਮਾਨਸ ਜਨਮ ਵਿੱਚ ਪ੍ਰਭ ਦੇ ਸ਼ਬਦ ਨਾਲ ਲਗਨ ਨਹੀਂ ਲੱਗਦੀ । ਉਸ ਦਾ ਮਾਨਸ ਜੀਵਨ ਬਿਰਥਾ ਹੀ ਹੈ । ਜਿਸ ਕੰਮ, ਧੰਦੇ ਨਾਲ ਪ੍ਰਭ ਦੇ ਸ਼ਬਦ ਤੇ ਭਰੋਸਾ ਡੋਲ ਜਾਂਦਾ ਹੈ, ਉਹ ਸਭ ਮਾਨਸ ਜਨਮ ਦੇ ਸਫਰ ਲਈ ਬਿਰਥੇ ਹੀ ਹਨ ।

Whosoever may not be attached to mediate and obey the teachings of His Word in his day to day life; he wastes his human life opportunity uselessly. By any meditation or deed, his mind may not remain steady and stable on the right path, his belief may not remain steady and stable, all his deeds, meditations are useless for the purpose of human life blessings.

ਐਸਾ ਸਤਿਗੁਰੁ ਸੇਵੀਐ ਮਨਾ,	aisaa satgur sayvee-ai manaa jit
ਜਿਤੁ ਸੇਵਿਐ ਗੋਵਿਦ ਪ੍ਰੀਤਿ ਊਪਜੈ,	sayvi-ai govid pareet oopjai avar
ਅਵਰ ਵਿਸਰਿ ਸਭ ਜਾਇ॥	visar sabh jaa-ay.

ਹਰਿ ਸੇਤੀ ਚਿਤੁ ਗਹਿ ਰਹੈ,
ਜਰਾ ਕਾ ਭਉ ਨ ਹੋਵਈ,
ਜੀਵਨ ਪਦਵੀ ਪਾਇ॥੧॥ਰਹਾਉ॥

har saytee chit geh rahai jaraa kaa
bha-o na hova-ee jeevan padvee
paa-ay. ||1|| rahaa-o.

ਉਸ ਬਾਣੀ ਦਾ ਪਾਠ ਕਰੋ, ਉਸ ਸ਼ਬਦ ਦੀ ਪਾਲਣਾ ਕਰੋ । ਜਿਸ ਨਾਲ ਪ੍ਰਭ ਦੇ ਸ਼ਬਦ ਤੇ ਭਰੋਸਾ ਅਡੋਲ ਹੋਣ ਲੱਗ ਪਵੇ । ਬਾਕੀ ਚਾਰੇ ਪਾਸੇ ਮਨ ਘੁੰਮਣ ਤੋ ਰੁਕ ਜਾਵੇ । ਜਿਹਨਾਂ ਦਾ ਮਨ ਪ੍ਰਭ ਦੇ ਸ਼ਬਦ ਤੇ ਅਡੋਲ ਰਹਿੰਦਾ ਹੈ । ਉਹਨਾਂ ਦਾ ਮੌਤ ਦਾ ਅਤੇ ਬੁਢੇਪਾ ਦਾ ਡਰ ਖਤਮ ਹੋ ਜਾਂਦਾ ਹੈ । ਉਹਨਾਂ ਨੂੰ ਉੱਤਮ ਗੁਰਮਖ ਅਵਸਥਾ, ਮੁਕਤੀ ਦੀ ਅਵਸਥਾ ਬਖਸ਼ਿਸ਼ ਹੋ ਜਾਂਦੀ ਹੈ ।

Let us read, understand The Holy scripture, Gurbani to adopt the teachings of gurbani in day to day life. By adopting the teachings in day to day life, we may establish a steady and stable belief on His Word, His blessings. Our wandering mind may become steady and stable on the right path of His acceptance. Whosoever may remain intoxicated on the teachings of His Word, he may be blessed to conquer his fear of old age and death from his mind. With His mercy and grace, he may be blessed with a state of mind as His true devotee and may be blessed with immortal state.

ਗੋਬਿੰਦ ਪ੍ਰੀਤਿ ਸਿਉ ਇਕੁ ਸਹਜੁ ਉਪਜਿਆ,
ਵੇਖੁ ਜੈਸੀ ਭਗਤਿ ਬਨੀ॥
ਆਪ ਸੇਤੀ ਆਪੁ ਖਾਇਆ,
ਤਾ ਮਨੁ ਨਿਰਮਲੁ ਹੋਆ,
ਜੋਤੀ ਜੋਤਿ ਸਮਈ॥੨॥

gobind pareet si-o ik sahj upji-aa
vaykh jaisee bhagat banee.
aap saytee aap khaa-i-aa
taa man nirmal ho-aa
jotee jot sam-ee. ||2||

ਪ੍ਰਭ ਦੇ ਸ਼ਬਦ ਦੀ ਮਨ ਲਾ ਕੇ ਪਾਲਣਾ ਕਰਨ ਨਾਲ ਮਨ ਵਿੱਚ ਰੂਹਾਨੀ ਸ਼ਾਂਤੀ ਵੱਸ ਜਾਂਦੀ ਹੈ । ਮਨ ਪਵਿਤ੍ਰ ਹੋ ਜਾਂਦਾ, ਆਤਮਾ ਦੀ ਜੋਤ ਪ੍ਰਭ ਦੀ ਪਵਿਤ੍ਰ ਜੋਤ ਵਿੱਚ ਅਲੋਪ ਹੋ ਜਾਂਦੀ ਹੈ ।

By obeying and adopting the teachings of His Word with steady and stable belief in day to day life, one may be blessed with eternal peace of mind. His mind and soul may be sanctified and may become worthy of His consideration.

ਬਿਨੁ ਭਾਗਾ ਐਸਾ ਸਤਿਗੁਰੁ ਨ ਪਾਈਐ,
ਜੇ ਲੋਚੈ ਸਭੁ ਕੋਇ॥
ਕੂੜੈ ਕੀ ਪਾਲਿ ਵਿਚਹੁ ਨਿਕਲੈ,
ਤਾ ਸਦਾ ਸੁਖੁ ਹੋਇ॥੩॥

bin bhaagaa aisaa satgur na paa-ee-ai
jay lochai sabh ko-ay.
koorhai kee paal vichahu niklai
taa sadaa sukh ho-ay. ||3||

ਚੰਗੇ ਭਾਗਾਂ ਤੋ ਬਿਨਾਂ ਪ੍ਰਭ ਦੇ ਸ਼ਬਦ ਨਾਲ ਲਗਨ, ਪ੍ਰੀਤ ਨਹੀਂ ਲੱਗਦੀ । ਸਾਰੀ ਸ੍ਰਿਸ਼ਟੀ ਹੀ ਇਹ ਅਵਸਥਾ ਪਾਉਣੀ ਚਾਹੁੰਦੀ ਹੈ । ਇਸ ਨਾਲ ਸੰਸਾਰਕ ਇੱਛਾਂ, ਭਰਮਾਂ ਦਾ ਪਰਦਾ ਖਤਮ ਹੋ ਜਾਂਦਾ ਹੈ । ਸਦਾ ਸਿਥਤ ਰਹਿਣ ਵਾਲਾ ਸੁਖ, ਅਨੰਦ, ਖੇੜਾ ਆ ਜਾਂਦਾ ਹੈ ।

Without good prewritten destiny, no one may be attached to meditate or adopt the teachings of His Word in day to day life. His whole creation is anxious to be blessed with that state of mind. With this state of mind, the suspicions of mind and worldly desires may be eliminated. One may be blessed with peace, contentment and blossom forever.

ਨਾਨਕ ਐਸੇ ਸਤਿਗੁਰ ਕੀ,
ਕਿਆ ਓਹੁ ਸੇਵਕੁ ਸੇਵਾ ਕਰੇ,
ਗੁਰ ਆਗੈ ਜੀਉ ਧਰੇਇ॥
ਸਤਿਗੁਰ ਕਾ ਭਾਣਾ ਚਿਤਿ ਕਰੇ,
ਸਤਿਗੁਰੁ ਆਪੇ ਕ੍ਰਿਪਾ ਕਰੇਇ॥੪॥੧॥੩॥

naanak aisay satgur kee
ki-aa oh sayvak sayvaa karay
gur aagai jee-o Dharay-ay.
satgur kaa bhaanaa chit karay
satgur aapay kirpaa karay-i. ||4||1||3||

ਪ੍ਰਭ ਦੇ ਸ਼ਬਦ ਦੀ ਪਾਲਣਾ ਕਿਸ ਤਰ੍ਹਾਂ ਜੀਵ ਕਰ ਸਕਦਾ ਹੈ? ਪ੍ਰਭ ਅੱਗੇ, ਉਸ ਦੇ ਸ਼ਬਦ ਤੇ ਆਪਣੀ ਆਤਮਾ, ਮਾਨਸ ਜੀਵਨ ਲੇਖੇ ਲਾ ਦੇਵੋਂ । ਮਨ ਲਾ ਕੇ ਉਸ ਦੇ ਸ਼ਬਦ ਨਾਲ ਜੀਵਨ ਢਾਲੋਂ । ਪ੍ਰਭ ਆਪ ਹੀ ਰਹਿਮਤ ਬਖਸ਼ਕੇ ਸਾਰੇ ਧੰਦੇ ਪੂਰੇ ਕਰਦਾ ਹੈ ।

How may one obey and adopt the teachings of His Word in his day to day life? You should surrender your mind, body and worldly status to serve His creation and adopt the teachings of His Word with steady and stable belief in day to day life. With His mercy and grace, all tasks for the purpose of human life blessings may be satisfied.

393.ਗੂਜਰੀ ਮਹਲਾ ੩॥ 490-8

ਹਰਿ ਕੀ ਤੁਮ ਸੇਵਾ ਕਰਹੁ,	har kee tum sayvaa karahu
ਦੂਜੀ ਸੇਵਾ ਕਰਹੁ ਨ ਕੋਇ ਜੀ॥	doojee sayvaa karahu na ko-ay jee.
ਹਰਿ ਕੀ ਸੇਵਾ ਤੇ	har kee sayvaa tay
ਮਨਹੁ ਚਿੰਦਿਆ ਫਲੁ ਪਾਈਐ,	manhu chindi-aa fal paa-ee-ai
ਦੂਜੀ ਸੇਵਾ ਜਨਮੁ ਬਿਰਥਾ ਜਾਇ ਜੀ॥ ੧॥	doojee sayvaa janam birthaa jaa-ay jee. ||1||

ਕੇਵਲ ਇੱਕੋ ਇੱਕ ਪ੍ਰਭ ਦੀ ਸੇਵਾ ਕਰੋ, ਸ਼ਬਦ ਨਾਲ ਜੀਵਨ ਢਾਲੋ! ਹੋਰ ਕਿਸੇ ਨੂੰ ਰਸਤਾ ਦਿਖਾਉਣ ਵਾਲਾ ਗੁਰੂ ਨਾ ਮੰਨੋ । ਸ਼ਬਦ ਨਾਲ ਜੀਵਨ ਢਾਲਣ ਨਾਲ ਮਨ ਦੀਆਂ ਅਣਬੋਲੀਆਂ ਇੱਛਾਂ ਪੂਰੀਆਂ ਹੋ ਜਾਂਦੀਆਂ ਹਨ । ਕਿਸੇ ਧਰਮ ਜਾ ਗੁਰੂ ਦੇ ਪਿੱਛੇ ਲਗਣਾ, ਜੀਵਨ ਬਿਰਥਾ ਹੀ ਗਵਾਉਣਾ ਹੈ ।

You should worship and serve His creation and adopt the teachings of His Word with steady and stable belief in day to day life. You should not believe anyone else without God may be The True Master or may bless you with His Word or enlighten you with the right path of acceptance in His court. By adopting the teachings of His Word with steady and stable belief in day to day life; with His mercy and grace, even your unspoken wishes of mind may be satisfied. To adopt any worldly religion or baptizing by religious ritual or worshipping any worldly prophet as a guru is to waste your priceless opportunity of human life blessings uselessly.

ਹਰਿ ਮੇਰੀ ਪ੍ਰੀਤਿ ਰੀਤਿ ਹੈ ਹਰਿ ਮੇਰੀ,	har mayree pareet reet hai har mayree
ਹਰਿ ਮੇਰੀ ਕਥਾ ਕਹਾਨੀ ਜੀ॥	har mayree kathaa kahaanee jee.
ਗੁਰ ਪ੍ਰਸਾਦਿ ਮੇਰਾ ਮਨੁ ਭੀਜੈ,	gur parsaad mayraa man bheejai
ਏਹਾ ਸੇਵ ਬਨੀ ਜੀਉ॥੧॥ਰਹਾਉ॥	ayhaa sayv banee jee-o. ||1|| rahaa-o.

ਪ੍ਰਭ ਦੇ ਸ਼ਬਦ ਦੀ ਪਾਲਣਾ ਕਰਨਾ ਹੀ ਬੰਦਗੀ, ਸੇਵਾ, ਕੀਰਤਨ, ਸ਼ਬਦ ਦੀ ਕਥਾ ਹੈ । ਪ੍ਰਭ ਦੀ ਰਹਿਮਤ ਨਾਲ ਪ੍ਰਭ ਦੇ ਸ਼ਬਦ ਤੇ ਭਰੋਸਾ ਅਡੋਲ ਹੋ ਜਾਂਦਾ ਹੈ । ਇਹ ਹੀ ਮਾਨਸ ਦੀ ਸੇਵਾ, ਪੂਜਾ, ਭੇਟਾ ਹੈ ।

To adopt the teachings of His Word with steady and stable belief in day to day life, may be the true meditation, worshipping and signing the glory of His virtues. With His mercy and grace, your belief may become steady and stable on His blessings. This way of life may be a true offering acceptable in His court.

ਹਰਿ ਮੇਰਾ ਸਿਮ੍ਰਿਤਿ ਹਰਿ ਮੇਰਾ ਸਾਸਤ੍ਰ,	har mayraa simrit har mayraa saastar
ਹਰਿ ਮੇਰਾ ਬੰਧਪੁ	har mayraa banDhap
ਹਰਿ ਮੇਰਾ ਭਾਈ॥	har mayraa bhaa-ee.
ਹਰਿ ਕੀ ਮੈ ਭੂਖ ਲਾਗੈ	har kee mai bhookh laagai
ਹਰਿ ਨਾਮਿ ਮੇਰਾ ਮਨੁ ਤ੍ਰਿਪਤੈ,	har naam mayraa man tariptai
ਹਰਿ ਮੇਰਾ ਸਾਕੁ	har mayraa saak

ਅੰਤਿ ਹੋਇ ਸਖਾਈ॥੨॥ ant ho-ay sakhaa-ee. ||2||

ਪ੍ਰਭ ਦਾ ਸ਼ਬਦ ਹੀ ਮੇਰੀ ਨਿੱਤ–ਨੇਮ (ਸਿਮ੍ਰਿਤ), ਮੇਰਾ ਬਾਣੀ ਦਾ ਗ੍ਰੰਥ (ਸਾਸਤ੍ਰ) ਹੈ । ਪ੍ਰਭ ਦਾ ਸ਼ਬਦ ਹੀ ਮੇਰਾ ਭਾਈ, ਮੇਰਾ ਸਬੰਧੀ ਹੈ । ਮੇਰੇ ਮਨ ਵਿੱਚ ਤ੍ਰਿਸ਼ਨਾ, ਭੁੱਖ ਪ੍ਰਭ ਦੇ ਸ਼ਬਦ ਦੀ ਹੈ । ਪ੍ਰਭ ਦੇ ਸ਼ਬਦ ਨਾਲ ਹੀ ਮੇਰੇ ਮਨ ਦੀ ਭੁੱਖ, ਤ੍ਰਿਸ਼ਨਾ ਦੀ ਭਟਕਣ ਸ਼ਾਤ ਹੁੰਦੀ ਹੈ । ਉਹ ਹੀ ਮੇਰਾ ਹਰ ਥਾਂ ਸਹਾਈ, ਮੇਰਾ ਸਬੰਧੀ ਹੈ ।

Obeying and adopting the teachings of His Word is my daily route prayer, my Holy scripture. His Word is may true friend, companion, brother and dear relative. I am only thirsty, anxious to adopt the teachings of His Word and enlightenment of the essence of His Word. By adopting the teachings of His Word, all suspicions, anxiety of my mind may be eliminated. His Word remains my companion and pillar of support in my day to day life.

ਹਰਿ ਬਿਨੁ ਹੋਰ ਰਾਸਿ ਕੂੜੀ ਹੈ, har bin hor raas koorhee hai
ਚਲਦਿਆ ਨਾਲਿ ਨ ਜਾਈ॥ chaldi-aa naal na jaa-ee.
ਹਰਿ ਮੇਰਾ ਧਨੁ ਮੇਰੈ ਸਾਥਿ ਚਾਲੈ, har mayraa Dhan mayrai saath chaalai
ਜਹਾ ਹਉ ਜਾਉ ਤਹ ਜਾਈ॥੩॥ jahaa ha-o jaa-o tah jaa-ee. ||3||

ਪ੍ਰਭ ਦੇ ਸ਼ਬਦ ਦੀ ਕਮਾਈ ਦੇ ਧਨ ਤੋ ਬਿਨਾਂ ਬਾਕੀ ਸਾਰੇ ਧਨ ਥੋੜ੍ਹਾ ਸਮਾਂ ਰਹਿਣ ਵਾਲੇ ਹਨ । ਮੌਤ ਤੋ ਪਿਛੋਂ ਸਾਥ ਨਹੀਂ ਜਾਂਦੇ । ਪ੍ਰਭ ਦੇ ਸ਼ਬਦ ਦੀ ਕਮਾਈ ਦਾ ਧਨ ਸਦਾ ਸਾਥ ਜਾਣ ਵਾਲਾ ਹੈ । ਹਰ ਮੌਕੇ ਤੇ ਸਹਾਈ ਹੋਣ ਵਾਲਾ, ਮਦਦ ਕਰਨ ਵਾਲਾ ਧਨ ਹੈ ।

Without the earnings of His Word, all other worldly wealth may provide short-living comforts in life. Worldly wealth does not support after death in His court for the purpose of human life blessings. The earnings of His Word always remain with soul forever, even after death in His court. Earning of His Word remains a pillar of support of his soul forever.

ਸੋ ਝੂਠਾ ਜੋ ਝੂਠੇ ਲਾਗੈ so jhoothaa jo jhoothay laagai
ਝੂਠੇ ਕਰਮ ਕਮਾਈ॥ jhoothay karam kamaa-ee.
ਕਹੈ ਨਾਨਕੁ ਹਰਿ ਕਾ ਭਾਣਾ ਹੋਆ, kahai naanak har kaa bhaanaa ho-aa
ਕਹਣਾ ਕਛੂ ਨ ਜਾਈ॥੪॥੨॥੪॥ kahnaa kachhoo na jaa-ee. ||4||2||4||

ਜਿਹੜਾ ਧੋਖੇ ਜਾ ਫਰੇਬ ਵਿੱਚ ਧਿਆਨ ਰਖਦਾ ਹੈ । ਉਹ ਧੋਖੇ, ਫਰੇਬ ਦੀ ਕਮਾਈ ਕਰਦਾ ਹੈ । ਇਹ ਸਭ ਕੁਝ ਪ੍ਰਭ ਦੇ ਹੁਕਮ ਅਨੁਸਾਰ ਹੀ ਹੁੰਦਾ ਹੈ । ਇਸ ਵਿੱਚ ਕਿਸੇ ਜੀਵ ਦਾ ਆਪਣਾ ਜ਼ੋਰ, ਕੋਈ ਚਾਰਾ ਨਹੀਂ ਚਲਦਾ ।

Whosoever may concentrate on fraud, deception and falsehood, all his worldly wealth may be considered earning of deception. Everything in the universe happens under His command, only His Word may prevail in the universe. No one has any power or control to alter, change or avoid His command, His nature.

394.ਗੁਜਰੀ ਮਹਲਾ ੩॥ 490-15

ਜੁਗ ਮਾਹਿ ਨਾਮੁ ਦੁਲੰਭੁ ਹੈ, jug maahi naam dulambh hai
ਗੁਰਮੁਖਿ ਪਾਇਆ ਜਾਇ॥ gurmukh paa-i-aa jaa-ay.
ਬਿਨੁ ਨਾਵੈ ਮੁਕਤਿ ਨ ਹੋਵਈ, bin naavai mukat na hova-ee
ਵੇਖਹੁ ਕੋ ਵਿਉਪਾਇ॥੧॥ vaykhhu ko vi-upaa-ay. ||1||

ਇਸ ਜੁਗ ਵਿੱਚ ਪ੍ਰਭ ਦਾ ਸ਼ਬਦ ਬਹੁਤ ਦਰੁਲੱਭ, ਅਮੋਲਕ ਹੈ । ਕੇਵਲ ਗੁਰਮਖ ਅਵਸਥਾ ਨਾਲ ਹੀ ਬਖਸ਼ਿਸ਼ ਹੋ ਸਕਦਾ ਹੈ । ਪ੍ਰਭ ਦੇ ਸ਼ਬਦ ਨਾਲ ਜੀਵਨ ਢਾਲਣ ਤੋ ਬਿਨਾਂ ਜੀਵ ਨੂੰ ਮੁਕਤੀ ਦਾ ਰਸਤਾ ਬਖਸ਼ਿਸ਼ ਨਹੀਂ ਹੁੰਦਾ । ਅਗਰ ਕਿਸੇ ਨੂੰ ਭੁਲੇਖਾ ਹੋਵੇ ਤਾ ਇਹ ਪਰਖ ਕੇ ਵੇਖ ਲਵੇ ।

His Word may be priceless, ambrosial blessings in the universe. Only with His mercy and grace, one may be blessed with a state of mind as His true devotee; he may be blessed with His Word. Without adopting the teachings of His Word with steady and stable belief in day to day life, no one may be blessed with the right path of salvation. Whosoever may have any suspicion or doubt may experiment and test himself.

ਬਲਿਹਾਰੀ ਗੁਰ ਆਪਣੇ,	balihaaree gur aapnay
ਸਦ ਬਲਿਹਾਰੈ ਜਾਉ॥	sad balihaarai jaa-o.
ਸਤਿਗੁਰ ਮਿਲਿਐ ਹਰਿ ਮਨਿ ਵਸੈ,	satgur mili-ai har man vasai
ਸਹਜੇ ਰਹੈ ਸਮਾਇ॥੧॥ ਰਹਾਉ॥	sehjay rahai samaa-ay. ||1|| rahaa-o.

ਪ੍ਰਭ ਤੋ ਕੁਰਬਾਨ ਜਾਵੋ । ਪ੍ਰਭ ਦੇ ਸ਼ਬਦ ਨਾਲ ਲਗਨ ਲਾਉਣ ਨਾਲ ਸ਼ਬਦ ਮਨ ਵਿੱਚ ਘਰ ਕਰ ਜਾਂਦਾ ਹੈ । ਮਨ, ਪ੍ਰਭ ਦੇ ਸ਼ਬਦ ਦੀ ਸਮਾਧੀ ਵਿੱਚ ਲੀਨ ਹੋ ਜਾਂਦਾ ਹੈ ।

I remain fascinated from His mercy and grace! By wholeheartedly meditating and adopting His Word with steady and stable belief in day to day life, he may be drenched with the essence of His Word. He remains intoxicated with the teachings of His Word and his mind may enter into the void of His Word.

ਜਾ ਭਉ ਪਾਏ ਆਪਣਾ,	jaaN bha-o paa-ay aapnaa
ਬੈਰਾਗੁ ਉਪਜੈ ਮਨਿ ਆਇ॥	bairaag upjai man aa-ay.
ਬੈਰਾਗੈ ਤੇ ਹਰਿ ਪਾਈਐ,	bairaagai tay har paa-ee-ai
ਹਰਿ ਸਿਉ ਰਹੈ ਸਮਾਇ॥੨॥	har si-o rahai samaa-ay. ||2||

ਜਦੋਂ ਪ੍ਰਭ ਦੇ ਵਿਛੋੜੇ ਦਾ ਵਿਰਾਗ ਮਨ ਵਿੱਚ ਵੱਸ ਜਾਂਦਾ ਹੈ । ਤਾ ਮਨ ਵਿੱਚ ਸੰਸਾਰਕ ਇੱਛਾਂ ਨਾਲੋ ਮੋਹ ਦੂਰ ਹੋ ਜਾਂਦਾ ਹੈ । ਮੋਹ ਤੋ ਰਹਿਤ ਹੋਣ ਨਾਲ ਹੀ ਗੁਰਮਖ ਅਵਸਥਾ ਬਖਸ਼ਿਸ਼ ਹੁੰਦੀ ਹੈ । ਜੀਵ ਦਾ ਭਰੋਸਾ ਸ਼ਬਦ ਤੇ ਅਡੋਲ ਹੋ ਜਾਂਦਾ ਹੈ । ਮਨ ਸ਼ਬਦ ਦੀ ਪਾਲਣਾ ਵਿੱਚ ਲੀਨ ਹੋ ਜਾਂਦਾ ਹੈ ।

Whosoever may remain intoxicated with renunciation in memory of his separation from The True Master; he may be blessed to conquer or overcome his desires of attachments to worldly possessions and worldly relationships. Only by remaining beyond the reach of worldly desires and becoming desireless from worldly temptations, with His mercy and grace, he may be blessed with a state of mind as His true devotee. His belief becomes steady and stable on His Word, His blessings and he may remain intoxicated in obey His Word.

ਸੇਇ ਮੁਕਤ ਜਿ ਮਨੁ ਜਿਣਹਿ,	say-ay mukat je man jineh
ਫਿਰਿ ਧਾਤੁ ਨ ਲਾਗੈ ਆਇ॥	fir Dhaat na laagai aa-ay.
ਦਸਵੈ ਦੁਆਰਿ ਰਹਤ ਕਰੇ,	dasvai du-aar rahat karay
ਤ੍ਰਿਭਵਣ ਸੋਝੀ ਪਾਇ॥੩॥	taribhavan sojhee paa-ay. ||3||

ਜਿਹੜਾ ਆਪਣੇ ਮਨ ਨੂੰ ਜਾਣ ਜਾਂਦਾ ਹੈ, ਜਿੱਤ ਪਾ ਲੈਂਦਾ ਹੈ । ਉਹ ਹੀ ਜੀਵ ਮੁਕਤ ਹੁੰਦਾ ਹੈ । ਫਿਰ ਸੰਸਾਰਕ ਮਾਇਆ ਦਾ ਮੋਹ ਉਸ ਦੇ ਲਾਗੇ ਨਹੀਂ ਲੱਗਦਾ, ਮਨ ਨੂੰ ਮੈਲਾ ਨਹੀਂ ਕਰਦਾ । ਉਸ ਦਾ ਮਨ ਆਪਣੇ ਅੰਦਰ ਦਸਵੇਂ ਘਰ ਵਸਣ ਲੱਗ ਪੈਂਦਾ ਹੈ, ਉਸ ਨੂੰ ਤਿੰਨਾਂ ਸ੍ਰਿਸ਼ਟੀਆਂ ਦੀ ਸੋਝੀ ਹੋ ਜਾਂਦੀ ਹੈ ।

Whosoever may recognize the purpose of His human life blessings and conquer the worldly desires of His mind, only he may be blessed with the right path of salvation. With His mercy and grace, he may become beyond the reach of worldly temptations, greed and his mind may become blemish free. His soul may be sanctified, he may become steady and stable on the teachings of His Word and enter into and dwells in His 10^{Th} castle within his own body. He may realize His existence and enlightenment of His Word prevailing in three universes.

ਨਾਨਕ ਗੁਰ ਤੇ ਗੁਰੁ ਹੋਇਆ, naanak gur tay gur ho-i-aa
ਵੇਖਹੁ ਤਿਸ ਕੀ ਰਜਾਇ॥ vaykhhu tis kee rajaa-ay.
ਇਹੁ ਕਾਰਣੁ ਕਰਤਾ ਕਰੇ, ih kaaran kartaa karay
ਜੋਤੀ ਜੋਤਿ ਸਮਾਇ॥੪॥੩॥੫॥ jotee jot samaa-ay. ||4||3||5||

ਜਿਹੜਾ ਜੀਵ ਪ੍ਰਭ ਦੇ ਸ਼ਬਦ ਦੇ ਗੁਣ ਧਾਰਨ ਕਰਕੇ, ਪ੍ਰਭ ਦਾ ਰੂਪ ਹੋ ਜਾਂਦਾ ਹੈ । ਉਹ ਪ੍ਰਭ ਦੀ ਰਜ਼ਾ ਵਿੱਚ ਵਸਣ ਲੱਗ ਪੈਂਦਾ ਹੈ । ਉਸ ਦੇ ਸਾਰੇ ਕਰਤਬ, ਪ੍ਰਭ ਦੇ ਕੀਤੇ ਕਰਤਬ ਬਣ ਜਾਂਦੇ ਹਨ । ਉਸ ਦੀ ਜੋਤ ਪ੍ਰਭ ਦੀ ਜੋਤ ਵਿੱਚ ਅਲੋਪ ਹੋ ਜਾਂਦੀ ਹੈ ।

Whosoever may be drenched with the teachings of His Word in his day to day life, he may become a symbol of The True Master. He may dwell in the void of His Word, in His sanctuary. All his day to day chores may become as per His Word. With His mercy and grace, his soul may immerse in The Holy Spirit.

395.ਗੂਜਰੀ ਮਹਲਾ ੩॥ 491-1

ਰਾਮ ਰਾਮ ਸਭੁ ਕੋ ਕਹੈ, raam raam sabh ko kahai
ਕਹਿਐ ਰਾਮੁ ਨ ਹੋਇ॥ kahi-ai raam na ho-ay.
ਗੁਰ ਪਰਸਾਦੀ ਰਾਮੁ ਮਨਿ ਵਸੈ, gur parsaadee raam man vasai
ਤਾ ਫਲੁ ਪਾਵੈ ਕੋਇ॥੧॥ taa fal paavai ko-ay. ||1||

ਹਰਇੱਕ ਜੀਵ ਆਪਣੇ ਆਪਣੇ ਢੰਗ ਨਾਲ ਪ੍ਰਭ ਦੇ ਸ਼ਬਦ ਦਾ ਜਾਪ ਕਰਦਾ ਹੈ । ਕੇਵਲ ਸ਼ਬਦ ਦਾ ਕੀਰਤਨ ਕਰਨ ਨਾਲ, ਗਾਉਣ ਨਾਲ ਪ੍ਰਭ ਦੀ ਰਹਿਮਤ ਨਹੀਂ ਹੁੰਦੀ । ਜਿਸ ਦੇ ਮਨ ਵਿੱਚ ਪ੍ਰਭ ਦਾ ਸ਼ਬਦ ਘਰ ਕਰ ਜਾਂਦਾ ਹੈ, ਉਸ ਨੂੰ ਹੀ ਰਹਿਮਤ ਦਾ ਫਲ ਬਖਸ਼ਦਾ ਹੈ ।

Everyone may meditate and worship God in his own technique and known religious practices, rituals. Only by singing the glory of The True Master or singing the soothing verses of gurbani, no one may be blessed with His mercy and grace. Only whosever may be drenched with the teachings of His Word and the teachings of His Word becomes a way of day to day life. His meditation, earning of His Word may be rewarded in His court.

ਅੰਤਰਿ ਗੋਵਿੰਦ ਜਿਸੁ ਲਾਗੈ ਪ੍ਰੀਤਿ॥ antar govind jis laagai pareet.
ਹਰਿ ਤਿਸੁ ਕਦੇ ਨ ਵੀਸਰੈ, har tis kaday na veesrai
ਹਰਿ ਹਰਿ ਕਰਹਿ ਸਦਾ ਮਨਿ ਚੀਤਿ॥੧॥ har har karahi sadaa man cheet. ||1||
ਰਹਾਉ॥ rahaa-o.

ਜਿਸ ਦੇ ਮਨ ਵਿੱਚ ਪ੍ਰਭ ਦੇ ਸ਼ਬਦ ਨਾਲ ਲਗਨ ਲੱਗ ਜਾਂਦੀ ਹੈ । ਉਹ ਹਰ ਵੇਲੇ, ਹਰ ਕੰਮ ਕਰਨ ਲੱਗਿਆ ਪ੍ਰਭ ਦਾ ਆਸਰਾ ਹੀ ਲੈਂਦਾ, ਅਰਦਾਸ ਕਰਦਾ ਹੈ । ਪ੍ਰਭ ਦੇ ਸ਼ਬਦ ਤੋਂ ਕਦੇ ਭਰੋਸਾ ਡੋਲਦਾ ਨਹੀਂ ।

Whosever may be intoxicated with the teachings of His Word and meditates with each and every breath. He always prays and beg for His support in each and every task in his day to day life and pray for His forgiveness. He never shakes, abandon his belief from His Word, His teachings in his day to day life.

ਹਿਰਦੈ ਜਿਨ੍ ਕੈ ਕਪਟੁ ਵਸੈ, hirdai jinH kai kapat vasai
ਬਾਹਰਹੁ ਸੰਤ ਕਹਾਹਿ॥ baahrahu sant kahaahi.
ਤ੍ਰਿਸਨਾ ਮੂਲਿ ਨ ਚੁਕਈ, tarisnaa mool na chuk-ee
ਅੰਤਿ ਗਏ ਪਛੁਤਾਹਿ॥੨॥ ant ga-ay pachhutaahi. ||2||

ਜਿਹਨਾਂ ਦੇ ਮਨ ਵਿੱਚ ਕਰੋਧ, ਸੰਸਾਰਕ ਮਾਇਆ ਨਾਲ ਮੋਹ, ਲਗਨ ਹੁੰਦਾ ਹੈ । ਉਹ ਦਿਖਾਵੇ ਦੇ ਹੀ ਸੰਤ ਹੁੰਦੇ ਹਨ । ਉਹਨਾਂ ਦੇ ਮਨ ਦੀ ਸੰਸਾਰਕ ਮਾਇਆ ਦੀ ਭੁੱਖ ਕਦੇ ਪੂਰੀ ਨਹੀਂ ਹੁੰਦੀ । ਮਨ ਨੂੰ ਸੰਤੋਖ ਕਦੇ ਨਹੀਂ ਹੁੰਦਾ । ਉਹ ਅੰਤ ਵਿੱਚ ਪਛਤਾਵਾ ਹੀ ਕਰਦੇ ਮਰ ਜਾਂਦੇ ਹਨ ।

Whosever may be intoxicated with anger and attachment to worldly wealth and desires, he may be a false prophet; he may be only wearing religious robe. His hunger, anxiety for worldly wealth may never be fully satisfied. He may never be contented with his worldly conditions, no matter he may be blessed with anything. In end, he may dies regretting and repenting for his way of life.

ਅਨੇਕ ਤੀਰਥ ਜੇ ਜਤਨ ਕਰੈ,	anayk tirath jay jatan karai
ਤਾ ਅੰਤਰ ਕੀ ਹਉਮੈ ਕਦੇ ਨ ਜਾਇ॥	taa antar kee ha-umai kaday na jaa-ay.
ਜਿਸੁ ਨਰ ਕੀ ਦੁਬਿਧਾ ਨ ਜਾਇ,	jis nar kee dubiDhaa na jaa-ay
ਧਰਮ ਰਾਇ ਤਿਸੁ ਦੇਇ ਸਜਾਇ॥੩॥	Dharam raa-ay tis day-ay sajaa-ay. ||3||

ਉਹ ਜੀਵ ਭਾਵੇ ਅਨੇਕਾਂ ਧਰਮ ਦੇ ਤੀਰਥਾਂ ਦੀ ਯਾਤਰਾ ਕਰੇ ਇਸ਼ਨਾਨ ਕਰੇ, ਪਰ ਮਨ ਵਿਚੋਂ ਅਹੰਕਾਰ ਦੀ ਮੈਲ ਕਦੇ ਵੀ ਧੋਤੀ ਨਹੀਂ ਜਾ ਸਕਦੀ, ਖਤਮ ਨਹੀਂ ਹੁੰਦੀ । ਜਿਸ ਦਾ ਮਨ ਧਰਮਾਂ ਦੇ ਭਰਮਾਂ ਵਿੱਚ ਡੋਲਦਾ ਰਹਿੰਦਾ ਹੈ । ਉਸ ਦਾ ਪ੍ਰਭ ਦੇ ਕੀਤੇ ਤੇ ਭਰੋਸਾ ਨਹੀਂ ਹੁੰਦਾ । ਮੌਤ ਦਾ ਫਰਿਸ਼ਤਾ ਉਸ ਨੂੰ ਜੂੰਨਾਂ ਵਿੱਚ ਪਾਉਂਦਾ ਹੈ, ਸਜ਼ਾ ਹੀ ਦੇਂਦਾ ਹੈ ।

He may visit several Holy shrines and take sanctifying bath at Holy pond; however, the blemish of ego may never be cleaned from his mind, his soul may never be sanctified. Whosoever may be very rigid in religious rituals, suspicions, he may never remain steady and stable in adopting the teachings of His Word in his day to day life. He may be captured by the devil of death and remains in the cycle of birth and death.

ਕਰਮੁ ਹੋਵੈ ਸੋਈ ਜਨੁ ਪਾਏ,	karam hovai so-ee jan paa-ay
ਗੁਰਮੁਖਿ ਬੂਝੈ ਕੋਈ॥	gurmukh boojhai ko-ee.
ਨਾਨਕ ਵਿਚਹੁ ਹਉਮੈ ਮਾਰੇ,	naanak vichahu ha-umai maaray
ਤਾਂ ਹਰਿ ਭੇਟੈ ਸੋਈ॥੪॥੪॥੬॥	taaN har bhaytai so-ee. ||4||4||6||

ਉਹ ਹੀ ਜੀਵ ਜਿਸ ਦੇ ਕਰਮਾਂ ਵਿੱਚ, ਭਾਗਾਂ ਵਿੱਚ ਪ੍ਰਭ ਆਪ ਹੀ ਲਿਖਦਾ ਹੈ । ਉਹ ਹੀ ਰਹਿਮਤ ਪਾਉਂਦਾ ਹੈ, ਉਸ ਨੂੰ ਸੋਝੀ ਹੁੰਦੀ ਹੈ । ਕਿਸੇ ਵਿਰਲਾ ਹੀ ਗੁਰਮਖ ਨੂੰ ਇਸ ਦੀ ਸੋਝੀ ਹੁੰਦੀ ਹੈ । ਜਿਹੜਾ ਵੀ ਆਪਣੇ ਵਿਚੋਂ ਅਹੰਕਾਰ ਨੂੰ ਖਤਮ ਕਰ ਲੈਂਦਾ ਹੈ । ਉਹ ਹੀ ਪ੍ਰਭ ਦੇ ਦਰਬਾਰ ਵਿੱਚ ਪ੍ਰਵਾਨ ਹੋ ਸਕਦਾ ਹੈ ।

Whosoever may have a great prewritten destiny, he may be blessed with the enlightenment of the teachings of His Word with His mercy and grace. However, very rare devotee may be blessed with the enlightenment of the teachings of His Word. Whosoever may conquer his own ego, he may be accepted in His court.

396.ਗੂਜਰੀ ਮਹਲਾ ੩॥ 491-7

ਤਿਸੁ ਜਨ ਸਾਂਤਿ ਸਦਾ ਮਤਿ ਨਿਹਚਲ,	tis jan saa^{N}t sadaa mat nihchal
ਜਿਸ ਕਾ ਅਭਿਮਾਨੁ ਗਵਾਏ॥	jis kaa abhimaan gavaa-ay.
ਸੋ ਜਨੁ ਨਿਰਮਲੁ ਜਿ ਗੁਰਮੁਖਿ ਬੂਝੈ,	so jan nirmal je gurmukh boojhai
ਹਰਿ ਚਰਣੀ ਚਿਤੁ ਲਾਏ॥੧॥	har charnee chit laa-ay. ||1||

ਜਿਸ ਦੇ ਮਨ ਵਿਚੋਂ ਅਹੰਕਾਰ ਖਤਮ ਹੋ ਜਾਂਦਾ ਹੈ । ਪ੍ਰਭ ਦੀ ਰਹਿਮਤ ਨਾਲ ਉਸ ਦੇ ਮਨ ਵਿੱਚ ਸਦਾ ਰਹਿਣ ਵਾਲਾ ਖੇੜਾ ਆ ਜਾਂਦਾ ਹੈ । ਜਿਹੜੇ ਨਿਮ੍ਰਤਾ ਵਾਲੇ ਜੀਵ ਦਾ ਮਨ ਪਵਿਤ੍ਰ ਹੋ ਜਾਂਦਾ ਹੈ । ਉਸ

ਨੂੰ ਗੁਰਮਖ ਅਵਸਥਾ ਬਖਸ਼ਿਸ਼ ਹੋ ਜਾਂਦੀ ਹੈ । ਉਹ ਪ੍ਰਭ ਦੇ ਸ਼ਬਦ ਦੀ ਸੋਝੀ ਪਾ ਲੈਂਦਾ ਹੈ । ਉਸ ਦਾ ਮਨ ਸਦਾ ਹੀ ਪ੍ਰਭ ਦੇ ਚਰਨਾਂ ਵਿੱਚ ਸ਼ਰਣ ਵਿੱਚ ਆ ਜਾਂਦਾ ਹੈ ।

Whosoever may conquer his own ego; with His mercy and grace, he may be blessed with contentment and everlasting blossom in his day to day life. Howsoever may sanctify his soul, he may be blessed with state of mind as His true devotee. He may be blessed with the enlightenment of the teachings of His Word and he may surrender his mind, body and worldly status at His sanctuary, in service of His creation.

ਹਰਿ ਚੇਤਿ ਅਚੇਤ ਮਨਾ,	har chayt achayt manaa
ਜੋ ਇਛਹਿ ਸੋ ਫਲੁ ਹੋਈ॥	jo ichhheh so fal ho-ee.
ਗੁਰ ਪਰਸਾਦੀ ਹਰਿ ਰਸੁ ਪਾਵਹਿ,	gur parsaadee har ras paavahi
ਪੀਵਤ ਰਹਹਿ ਸਦਾ ਸੁਖੁ ਹੋਈ॥੧॥	peevat raheh sadaa sukh ho-ee. ||1||
ਰਹਾਉ॥	rahaa-o

ਜੀਵ ਆਪਣੇ ਮਨ ਦੀ ਸੁਰਤੀ ਨੂੰ ਪ੍ਰਭ ਦੇ ਸ਼ਬਦ ਦੀ ਪਾਲਣਾ ਵਿੱਚ ਰਖੋ । ਉਸ ਨਾਲ ਮਨ ਦੀਆਂ ਅਣਬੋਲੀਆਂ ਮੁਰਾਦਾਂ ਮੁਰਾਦਾਂ ਹੋ ਜਾਂਦੀਆ ਹਨ । ਪ੍ਰਭ ਦੀ ਰਹਿਮਤ ਨਾਲ ਮਨ ਵਿੱਚ ਸ਼ਬਦ ਦਾ ਰਸ ਸਿਮਦਾ ਹੈ । ਸ਼ਬਦ ਰੂਪੀ ਅੰਮ੍ਰਿਤ ਪਾਨ ਕਰਨ ਨਾਲ, ਮਨ ਵਿੱਚ ਸਦਾ ਰਹਿਣ ਵਾਲਾ ਖੇੜਾ ਆ ਜਾਂਦਾ ਹੈ ।

You should remain concentrated on obeying the teachings of His Word. With this way of day to day life, even the unspoken wishes of your mind may be satisfied with His mercy and grace. The nectar of the essence of the teachings of His Word may ooze from within. By tasting the nectar of the essence of His Word, you may be blessed with everlasting contentment and blossom forever.

ਸਤਿਗੁਰੁ ਭੇਟੇ ਤਾ ਪਾਰਸੁ ਹੋਵੈ,	satgur bhaytay taa paaras hovai
ਪਾਰਸੁ ਹੋਇ ਤ ਪੂਜ ਕਰਾਏ॥	paaras ho-ay ta pooj karaa-ay.
ਜੋ ਉਸੁ ਪੂਜੇ ਸੋ ਫਲੁ ਪਾਏ,	jo us poojay so fal paa-ay
ਦੀਖਿਆ ਦੇਵੈ ਸਾਚੁ ਬੁਝਾਏ॥੨॥	deekhi-aa dayvai saach bujhaa-ay. ||2||

ਜਿਸ ਤੇ ਪ੍ਰਭ ਦੀ ਰਹਿਮਤ ਦੀ ਨਜ਼ਰ ਬਖਸ਼ਿਸ਼ ਹੋ ਜਾਂਦੀ ਹੈ । ਉਸ ਦੀ ਅਵਸਥਾ ਪਾਰਸ ਪੱਥਰ ਵਾਲੀ ਬਣ ਜਾਂਦੀ ਹੈ । ਉਸ ਦੇ ਪਿੱਛੇ ਲਗਣ ਨਾਲ ਜੀਵ ਪ੍ਰਭ ਦੀ ਪ੍ਰਵਾਨਗੀ ਦੇ ਰਸਤੇ ਤੇ ਚਲ ਪੈਂਦੇ ਹਨ । ਜਿਹੜਾ ਮਨੋ ਪ੍ਰਭ ਦੇ ਸ਼ਬਦ ਦੀ ਪਾਲਣਾ ਕਰਦਾ ਹੈ । ਉਸ ਨੂੰ ਰਹਿਮਤਾਂ ਦਾ ਫਲ ਬਖਸ਼ਿਸ਼ ਹੁੰਦਾ ਹੈ । ਉਹ ਇਹ ਫਲ ਆਪਣੇ ਸਾਥੀਆਂ ਵਿੱਚ ਵੱਡਦਾ ਹੈ । ਉਹਨਾਂ ਨੂੰ ਇਸ ਰਸਤੇ ਤੇ ਪਾਉਂਦਾ ਹੈ ।

Whosoever may be blessed with His mercy and grace; his state of mind may be transformed and become like philosopher's stone. By adopting his way of life, many may be blessed with the right path of salvation. Whosoever may be wholeheartedly adopt the teachings of His Word with steady and stable belief in his day to day life, his meditation may be rewarded. He may share the enlightenment with his followers and may guide them on the right path of meditation.

ਵਿਣੁ ਪਾਰਸੈ ਪੂਜ ਨ ਹੋਵਈ,	vin paarsai pooj na hova-ee
ਵਿਣੁ ਮਨ ਪਰਚੇ ਅਵਰਾ ਸਮਝਾਏ॥	vin man parchay avraa samjhaa-ay.
ਗੁਰੂ ਸਦਾਏ ਅਗਿਆਨੀ ਅੰਧਾ,	guroo sadaa-ay agi-aanee anDhaa
ਕਿਸੁ ਓਹੁ ਮਾਰਗਿ ਪਾਏ॥੩॥	kis oh maarag paa-ay. ||3||

ਪਾਰਸ ਪੱਥਰ ਵਾਲੀ ਅਵਸਥਾ ਧਾਰਨ ਕਰਨ ਤੋ ਬਿਨਾਂ, ਕਿਸੇ ਹੋਰ ਜੀਵ ਨੂੰ ਸ਼ਬਦ ਦੀ ਪਾਲਣਾ ਕਰਨ ਦੀ ਪ੍ਰੇਰਨਾ ਨਹੀਂ ਕੀਤੀ ਜਾ ਸਕਦੀ । ਜਿਤਨਾ ਚਿਰ ਜੀਵ ਆਪਣੇ ਮਨ ਨੂੰ ਸ਼ਬਦ ਦੀ ਪਾਲਣਾ ਤੇ ਨਹੀਂ ਲਾ ਸਕਦਾ । ਉਹ ਹੋਰ ਕਿਵੇਂ ਕਿਸੇ ਨੂੰ ਇਸ ਰਸਤੇ ਦੀ ਸੋਝੀ ਦੇ ਸਕਦਾ ਹੈ?

Without the state of mind like a philosopher's stone, no one may be able to inspire anyone to obey and adopt the teachings of His Word in day to day life. Whosoever may not adopt the teachings of His Word with steady and stable belief in his own day to day life; how may he enlighten the right path of meditation to anyone else?

ਨਾਨਕ ਵਿਣੁ ਨਦਰੀ ਕਿਛੂ ਨ ਪਾਈਐ,	naanak vin nadree kichhoo na paa-ee-ai
ਜਿਸੁ ਨਦਰਿ ਕਰੇ ਸੋ ਪਾਏ॥	jis nadar karay so paa-ay.
ਗੁਰ ਪਰਸਾਦੀ ਦੇ ਵਡਿਆਈ,	gur parsaadee day vadi-aa-ee
ਅਪਣਾ ਸਬਦੁ ਵਰਤਾਏ॥੪॥੫॥੭॥	apnaa sabad vartaa-ay. ‖4‖5‖7‖

ਪ੍ਰਭ ਦੀ ਰਹਿਮਤ ਤੋ ਬਿਨਾਂ ਪ੍ਰਭ ਦੇ ਸ਼ਬਦ ਨਾਲ ਲਗਨ ਨਹੀਂ ਲੱਗਦੀ । ਜਿਸ ਤੇ ਪ੍ਰਭ ਆਪ ਰਹਿਮਤ ਬਖਸ਼ਦਾ ਹੈ, ਉਸ ਦੀ ਹੀ ਲਗਨ ਲੱਗਦੀ ਹੈ । ਪ੍ਰਭ ਦੀ ਰਹਿਮਤ ਦੀ ਹੀ ਇਹ ਵੱਡੀ ਵਡਿਆਈ ਹੈ! ਉਸ ਦੇ ਆਪਣੇ ਭਾਣੇ ਨਾਲ ਹੀ ਸਭ ਕੁਝ ਵਾਪਰਦਾ ਹੈ ।

Without His mercy and grace, no one may be able to remain steady and stable in obeying the teachings of His Word in His day to day life. The Merciful True Master may bestow virtues on His humble devotee. This is His unique greatness and everything in the universe may only happen with His mercy and grace.

397.ਗੂਜਰੀ ਮਹਲਾ ੩ ਪੰਚਪਦੇ॥ 491-13

ਨਾ ਕਾਸੀ ਮਤਿ ਊਪਜੈ,	naa kaasee mat oopjai
ਨਾ ਕਾਸੀ ਮਤਿ ਜਾਇ॥	naa kaasee mat jaa-ay.
ਸਤਿਗੁਰ ਮਿਲਿਐ ਮਤਿ ਊਪਜੈ,	satgur mili-ai mat oopjai
ਤਾ ਇਹ ਸੋਝੀ ਪਾਇ॥੧॥	taa ih sojhee paa-ay. ‖1‖

ਗੁਰਦੁਆਰੇ (ਤੀਰਥ ਕਾਸੀ, ਬਨਾਰਸ)) ਤੇ ਜਾਣ ਨਾਲ! ਨਾ ਤਾ ਪ੍ਰਭ ਦੇ ਸ਼ਬਦ ਦੀ ਸੋਝੀ ਹੁੰਦੀ, ਨਾ ਹੀ ਮੱਤ ਮਾਰੀ ਜਾਂਦੀ ਹੈ । ਨਾ ਹੀ ਪ੍ਰਭ ਦੀ ਰਹਿਮਤ ਹੁੰਦੀ ਹੈ, ਨਾ ਹੀ ਪ੍ਰਭ ਦੀ ਕਰੋਪੀ ਹੁੰਦੀ ਹੈ । ਇਹ ਜੀਵ ਦੇ ਮਨ ਦੀ ਅਗਿਆਨਤਾ ਹੀ ਹੁੰਦੀ ਹੈ । ਪ੍ਰਭ ਦੇ ਸ਼ਬਦ ਦੀ ਪਾਲਣਾ ਕਰਨ ਨਾਲ ਹੀ ਪ੍ਰਭ ਦੇ ਸ਼ਬਦ ਦੀ ਸੋਝੀ ਹੁੰਦੀ ਹੈ । ਸ਼ਬਦ ਮਨ ਵਿੱਚ ਘਰ ਕਰ ਜਾਂਦਾ ਹੈ ।

By worshipping at any holy shrine, no one may be enlightened with the teachings of His Word nor become insane; no one may be blessed with His mercy and grace nor cursed. This is all ignorance and suspicions created by religious sectors. Only by adopting the teachings of His Word in day to day life, he may be blessed with the enlightenment of His Word. He may be drenched with the teachings of His Word in his day to day life.

ਹਰਿ ਕਥਾ ਤੂੰ ਸੁਣਿ ਰੇ ਮਨ,	har kathaa tooN sun ray man
ਸਬਦੁ ਮੰਨਿ ਵਸਾਇ॥	sabad man vasaa-ay.
ਇਹ ਮਤਿ ਤੇਰੀ ਥਿਰੁ ਰਹੈ,	ih mat tayree thir rahai
ਤਾਂ ਭਰਮੁ ਵਿਚਹੁ ਜਾਇ॥੧॥ ਰਹਾਉ॥	taaN bharam vichahu jaa-ay.‖1‖rahaa-o.

ਜੀਵ ਪ੍ਰਭ ਦੇ ਸ਼ਬਦ ਨੂੰ, ਪਾਠ ਨੂੰ ਸੁਣ, ਮਨ ਵਿੱਚ ਵਸਾ, ਉਸ ਨਾਲ ਜੀਵਨ ਢਾਲੋ । ਉਸ ਤੇ ਭਰੋਸਾ ਅਡੋਲ ਰਖਣ ਨਾਲ, ਮਨ ਵਿਚੋਂ ਭਰਮ ਦੂਰ ਹੋ ਜਾਂਦੇ ਹਨ ।

You should listen to the sermons of His Word, drench and adopt the teachings of His Word in day to day life. By establishing steady and stable belief on the teachings of His Word, all suspicions of his mind may be eliminated.

ਹਰਿ ਚਰਣ ਰਿਦੈ ਵਸਾਇ,	har charan ridai vasaa-ay
ਤੂ ਕਿਲਵਿਖ ਹੋਵਹਿ ਨਾਸੁ॥	too kilvikh hoveh naas.
ਪੰਚ ਭੂ ਆਤਮਾ ਵਸਿ ਕਰਹਿ,	panch bhoo aatmaa vas karahi

ਤਾ ਤੀਰਥ ਕਰਹਿ ਨਿਵਾਸੁ॥੨॥ taa tirath karahi nivaas. ||2||

ਜਦੋਂ ਪ੍ਰਭ ਦਾ ਸ਼ਬਦ ਜੀਵ ਦੇ ਮਨ ਵਿੱਚ ਘਰ ਕਰ ਜਾਂਦਾ ਹੈ ਤਾ ਉਸ ਦੇ ਪਾਪ ਧੋਤੇ ਜਾਂਦਾ ਹਨ । ਅਗਰ ਮਨ ਦਾ ਪੰਜਾਂ ਜਮਦੂਤਾਂ, ਇੱਛਾਂ ਤੇ ਕਾਬੂ ਪੈ ਜਾਂਦਾ ਹੈ । ਤਾ ਮਨ ਦਸਵੇਂ ਦਰ, ਘਰ, ਪ੍ਰਭ ਦੀ ਸਮਾਧੀ ਵਿੱਚ ਵਸਣ ਲੱਗ ਪੈਂਦਾ ਹੈ ।

Whosoever may be drenched with the teachings of His Word in his day to day life; with His mercy and grace, his sins may be forgiven. Whosoever may conquer the five demons of worldly desires, he may be enlightened and he may dwell in the void of His Word, in His 10Th castle within his own body.

ਮਨਮੁਖਿ ਇਹੁ ਮਨੁ ਮੁਗਧੁ ਹੈ, manmukh ih man mugaDh hai
ਸੋਝੀ ਕਿਛੂ ਨ ਪਾਇ॥ sojhee kichhoo na paa-ay.
ਹਰਿ ਕਾ ਨਾਮੁ ਨ ਬੁਝਈ, har kaa naam na bujh-ee
ਅੰਤਿ ਗਇਆ ਪਛੁਤਾਇ॥੩॥ ant ga-i-aa pachhutaa-ay. ||3||

ਮਨਮੁਖ ਜੀਵ ਦਾ ਮਨ ਆਪਣੀ ਇਰਾਦੇ ਵਿੱਚ ਪੱਕਾ ਰਹਿੰਦਾ ਹੈ । ਉਸ ਨੂੰ ਸ਼ਬਦ ਦੀ ਸੋਝੀ ਨਹੀਂ ਹੁੰਦੀ । ਜਿਹੜੇ ਪ੍ਰਭ ਦੇ ਸ਼ਬਦ ਦੀ ਸੋਝੀ ਨਹੀਂ ਪਾਉਂਦੇ । ਉਹਨਾਂ ਨੂੰ ਅੰਤ ਵਿੱਚ ਪਛਤਾਵਾ ਹੀ ਕਰਨਾ ਪੈਂਦਾ ਹੈ ।

Self-mind remains firm in following the leads of worldly desires. He may not be blessed with the enlightenment of the teachings of His Word. Whosoever may not be enlightened with the teachings of His Word, he may not recognize the purpose of His human life blessings. After death, he may regret and repent.

ਇਹੁ ਮਨੁ ਕਾਸੀ ਸਭਿ ਤੀਰਥ ਸਿਮ੍ਰਿਤਿ, ih man kaasee sabh tirath simrit
ਸਤਿਗੁਰ ਦੀਆ ਬੁਝਾਇ॥ satgur dee-aa bujhaa-ay.
ਅਠਸਠਿ ਤੀਰਥ ਤਿਸੁ ਸੰਗਿ ਰਹਹਿ, athsath tirath tis sang raheh
ਜਿਨ ਹਰਿ ਹਿਰਦੈ ਰਹਿਆ ਸਮਾਇ॥੪॥ jin har hirdai rahi-aa samaa-ay. ||4||

ਮਨ ਵਿੱਚ ਹੀ ਸਾਰੇ ਪਵਿਤ੍ਰ ਤੀਰਥ (ਕਾਸੀ, ਬਨਾਰਸ) ਸਿਮ੍ਰਿਤ (ਨਿੱਤਨੇਮ) ਹਨ । ਪ੍ਰਭ ਦੇ ਸ਼ਬਦ ਦੀ ਪਾਲਣਾ ਕਰਨ ਨਾਲ ਹੀ ਇਸ ਦੀ ਸੋਝੀ ਹੁੰਦੀ ਹੈ । । ਜਿਸ ਦੇ ਮਨ ਵਿੱਚ ਪ੍ਰਭ ਦੇ ਸ਼ਬਦ ਤੇ ਭਰੋਸਾ ਅਡੋਲ ਰਹਿੰਦਾ ਹੈ, 68 ਤੀਰਥਾਂ ਦੀ ਯਾਤਰਾ ਦਾ ਫਲ ਉਸ ਜੀਵ ਦੇ ਨਾਲ ਰਹਿੰਦਾ ਹੈ ।

Mind of human may be overwhelmed with Holy shrines within his body and in his state of mind. By adopting the teachings of His Word, he may be blessed with enlightenment of all resources within. Whosoever may remain steady and stable on the His blessings; the reward of worshipping at 68 Holy shrines always remain overwhelmed with him.

ਨਾਨਕ ਸਤਿਗੁਰ ਮਿਲਿਐ ਹੁਕਮੁ ਬੁਝਿਆ, naanak satgur mili-ai hukam bujhi-aa
ਏਕੁ ਵਸਿਆ ਮਨਿ ਆਇ॥ ayk vasi-aa man aa-ay.
ਜੋ ਤੁਧੁ ਭਾਵੈ ਸਭੁ ਸਚੁ ਹੈ, jo tuDh bhaavai sabh sach hai
ਸਚੇ ਰਹੈ ਸਮਾਇ॥੫॥੬॥੮॥ sachay rahai samaa-ay. ||5||6||8||

ਪ੍ਰਭ ਦੇ ਸ਼ਬਦ ਨਾਲ ਜੀਵਨ ਢਾਲਣ ਨਾਲ ਪ੍ਰਭ ਦੇ ਸ਼ਬਦ ਦੀ ਸੋਝੀ ਹੋ ਜਾਂਦੀ ਹੈ । ਪ੍ਰਭ ਦਾ ਸ਼ਬਦ ਮਨ ਵਿੱਚ ਘਰ ਕਰ ਜਾਂਦਾ ਹੈ । ਜਿਹਨਾਂ ਦੀ ਬੰਦਗੀ ਪ੍ਰਭ ਦੇ ਦਰਬਾਰ ਵਿੱਚ ਪ੍ਰਵਾਨ ਹੁੰਦੀ ਹੈ । ਉਹ ਸ਼ਬਦ ਦੀ ਸਮਾਧੀ ਵਿੱਚ ਲੀਨ ਰਹਿੰਦੇ ਹਨ ।

By adopting the teachings of His Word with steady and stable belief in day to day life; he may be drenched with the teachings of His Word. Whose meditation may be accepted in His court, he may remain intoxicated deep in meditation in the void of His Word.

398.ਗੁਜਰੀ ਮਹਲਾ ੩ ਤੀਜਾ॥ 492-1

ਏਕੋ ਨਾਮੁ ਨਿਧਾਨੁ ਪੰਡਿਤ ਸੁਣਿ, ayko naam niDhaan pandit sun
ਸਿਖੁ ਸਚੁ ਸੋਈ॥ sikh sach so-ee.
ਦੂਜੈ ਭਾਇ ਜੇਤਾ ਪੜਹਿ, oojai bhaa-ay jaytaa parheh
ਪੜਤ ਗੁਣਤ ਸਦਾ ਦੁਖੁ ਹੋਈ॥੧॥ parhat gunat sadaa dukh ho-ee. ||1||

ਧਰਮ ਦੇ ਗਿਆਨੀ ਇਹ ਧਿਆਨ ਰਖੋ । ਪ੍ਰਭ ਦਾ ਸ਼ਬਦ ਹੀ ਇੱਕੋ ਇੱਕ ਗਿਆਨ ਦਾ ਖਜ਼ਾਨਾ ਹੈ । ਕਿਤਨੇ ਵੀ ਧਰਮ ਦੇ ਰੀਤ ਰੀਵਾਜ ਕਰੇ, ਪਾਠ ਕਰੇ, ਕਰਵਾਵੇ । ਉਸ ਦੇ ਮਨ ਦੀਆਂ ਭਟਕਣਾਂ ਸਦਾ ਹੀ ਤੰਗ ਕਰਦੀਆਂ ਰਹਿੰਦੀਆਂ ਹਨ ।

Religious scholar, teacher, preacher, you must keep in mind, only the teachings of His Word is the treasure of enlightenment. No matter, you may perform religious rituals, like Akanad paath or singing the glory of The True Master; your worldly desires may keep you frustrated.

ਹਰਿ ਚਰਣੀ ਤੂੰ ਲਾਗਿ ਰਹੁ, har charnee tooN laag rahu
ਗੁਰ ਸਬਦਿ ਸੋਝੀ ਹੋਈ॥ gur sabad sojhee ho-ee.
ਹਰਿ ਰਸੁ ਰਸਨਾ ਚਾਖੁ ਤੂੰ, har ras rasnaa chaakh tooN
ਤਾਂ ਮਨੁ ਨਿਰਮਲੁ ਹੋਈ॥੧॥ਰਹਾਉ॥ taaN man nirmal ho-ee. ||1|| rahaa-o.

ਜੀਵ ਪ੍ਰਭ ਦੇ ਸ਼ਬਦ ਦੇ ਲੜ ਲੱਗੋ । ਸ਼ਬਦ ਦੀ ਪਾਲਣਾ ਕਰਨ ਨਾਲ ਹੀ ਪ੍ਰਭ ਦੇ ਸ਼ਬਦ ਦੀ ਸੋਝੀ ਬਖਸ਼ਿਸ਼ ਹੋ ਜਾਂਦੀ ਹੈ । ਆਪਣੀ ਜੀਭ ਨਾਲ ਪ੍ਰਭ ਦੇ ਸ਼ਬਦ ਦੀ ਉਸਤਤ ਕਰੋ । ਮਨ ਵਿਚੋਂ ਅਹੰਕਾਰ ਦੀ ਮੈਲ ਕੱਢਕੇ, ਸ਼ਬਦ ਮਨ ਵਿੱਚ ਵਸਾਵੋ! ਮਨ ਨੂੰ ਪਵਿਤ੍ਰ ਕਰਕੇ, ਸ਼ਬਦ ਰੂਪੀ ਅੰਮ੍ਰਿਤ ਪਾਨ ਕਰੋ, ਅਨੰਦ ਮਾਨੋ ।

You should meditate on the teachings of His Word. Only by adopting the teachings of His Word with steady and stable belief in day to day life; you may be blessed with the enlightenment of His Word. You should wholeheartedly with your tongue sing the glory of His Word. You should eliminate evil thoughts and abandon the ego of your mind and drench your mind with the teachings of His Word within. You should sanctify your soul with nectar of the teachings of His Word and remain contented in all worldly conditions.

ਸਤਿਗੁਰ ਮਿਲਿਐ ਮਨੁ ਸੰਤੋਖੀਐ, satgur mili-ai man santokhee-ai
ਤਾ ਫਿਰਿ ਤ੍ਰਿਸਨਾ ਭੂਖ ਨ ਹੋਇ॥ taa fir tarisnaa bhookh na ho-ay.
ਨਾਮੁ ਨਿਧਾਨੁ ਪਾਇਆ, naam niDhaan paa-i-aa
ਪਰ ਘਰਿ ਜਾਇ ਨ ਕੋਇ॥੨॥ par ghar jaa-ay na ko-ay. ||2||

ਸ਼ਬਦ ਦੀ ਪਾਲਣਾ ਕਰਨ ਨਾਲ ਮਨ ਪ੍ਰਭ ਦੇ ਦਿੱਤੇ ਤੇ ਸੰਤੋਖ ਰਖਦਾ ਹੈ । ਫਿਰ ਉਸ ਨੂੰ ਸੰਸਾਰਕ ਇੱਛਾਂ ਦੀ ਭਟਕਣ ਤੰਗ ਨਹੀਂ ਕਰਦੀ । ਜੀਵ ਆਪਣੇ ਮਨ ਵਿਚੋਂ ਹੀ ਸ਼ਬਦ ਦੀ ਸੋਝੀ ਦਾ ਖਜ਼ਾਨਾ ਢੂੰਡ ਲੈਂਦਾ ਹੈ । ਫਿਰ ਉਸ ਨੂੰ ਘਰ ਘਰ ਮੰਗਣ ਦੀ ਕੋਈ ਲੋੜ ਨਹੀਂ ਰਹਿੰਦੀ । ਵੱਖਰੇ ਵੱਖਰੇ ਤੀਰਥ ਯਾਤਰਾ ਦੀ ਖਾਹਿਸ਼ ਨਹੀਂ ਰਹਿੰਦੀ ।

By obeying and adopting the teachings of His Word in day to day life, he may establish steady and stable belief on His blessings. No worldly desire may frustrate him in day to day life. By searching within his mind, he may be blessed with the treasure of enlightenment from within. He may not feel any desire to beg door to door or wander shrine to shrine in search for enlightenment, His blessings.

ਕਥਨੀ ਬਦਨੀ ਜੇ ਕਰੇ, kathnee badnee jay karay
ਮਨਮੁਖਿ ਬੂਝ ਨ ਹੋਇ॥ manmukh boojh na ho-ay.

ਗੁਰਮਤੀ ਘਟਿ ਚਾਨਣਾ, gurmatee ghat chaannaa
ਹਰਿ ਨਾਮੁ ਪਾਵੈ ਸੋਇ॥੩॥ har naam paavai so-ay. ||3||

ਮਨਮੁਖ ਜੀਵ ਪ੍ਰਭ ਦੇ ਸ਼ਬਦ ਨੂੰ ਪੜ੍ਹਦਾ ਹੈ, ਕਥਾ, ਵਿਆਖਿਆ ਕਰਦਾ ਹੈ । ਪਰ ਆਪਣਾ ਜੀਵਨ ਨਹੀਂ ਢਾਲਦਾ! ਮਨ ਵਿੱਚ ਸੋਝੀ ਬਖਸ਼ਿਸ਼ ਨਹੀਂ ਹੁੰਦੀ, ਪਾਉਂਦਾ । ਜਿਸ ਜੀਵ ਦੇ ਮਨ ਵਿੱਚ ਸ਼ਬਦ ਦੀ ਪਾਲਣਾ ਕਰਨ ਨਾਲ ਜਾਗਰਤੀ ਆ ਜਾਂਦੀ ਹੈ! ਉਹ ਪ੍ਰਭ ਦੀ ਰਹਿਮਤ ਪਾ ਲੈਂਦਾ ਹੈ, ਬਖਸ਼ਿਸ਼ ਹੋ ਜਾਂਦੀ ਹੈ ।

Self-mind also read, recites and understands the teachings of His Word and preaches and explains to others the significance of the teachings. However, he may not adopt the teachings of His Word with steady and stable belief in his day to day life. He may never be blessed with the enlightenment of the teachings of His Word. Whosoever may adopt the teachings of His Word with steady and stable belief, he may be blessed with enlightenment of His Word and may be accepted in His court.

ਸੁਣਿ ਸਾਸਤ੍ਰ ਤੂੰ ਨ ਬੁਝਹੀ, sun saastar tooN na bujhhee
ਤਾ ਫਿਰਹਿ ਬਾਰੋ ਬਾਰ॥ taa fireh baaro baar.
ਸੋ ਮੂਰਖੁ ਜੋ ਆਪੁ ਨ ਪਛਾਣਈ, so moorakh jo aap na pachhaan-ee
ਸਚਿ ਨ ਧਰੇ ਪਿਆਰੁ॥੪॥ sach na Dharay pi-aar. ||4||

ਬਾਣੀ ਦੇ ਪਾਠ, ਕਥਾ, ਵਿਆਖਿਆ ਕਰਨ, ਸੁਣਨ ਨਾਲ ਮਨ ਨੂੰ ਸ਼ਬਦ ਦੀ ਸੋਝੀ ਬਖਸ਼ਿਸ਼ ਨਹੀਂ ਹੁੰਦੀ । ਉਸ ਦਾ ਭਰੋਸਾ ਇੱਕੋ ਇੱਕ ਪ੍ਰਭ ਦੇ ਸ਼ਬਦ ਤੇ ਅਡੋਲ ਨਹੀਂ ਹੁੰਦਾ । ਉਹ ਅਨਜਾਣ, ਮੂਰਖ ਆਪਣੇ ਆਪ ਨੂੰ ਪਛਾਣਦਾ ਨਹੀਂ । ਉਸ ਦੇ ਮਨ ਵਿੱਚ ਪ੍ਰਭ ਦੇ ਸ਼ਬਦ ਨਾਲ ਲਗਨ ਅਡੋਲ ਨਹੀਂ ਹੁੰਦੀ ।

By performing paath of gurbani or routine prayers, lessening to the sermons of His Word, he may not be enlightened with the teachings of His Word. His belief may not remain steady and stable of His Word, His blessings. He may remain ignorant from the purpose of His human life blessings. He may not remain steady and stable on the right path of meditation.

ਸਚੈ ਜਗਤੁ ਡਹਕਾਇਆ, sachai jagat dahkaa-i-aa
ਕਹਣਾ ਕਛੂ ਨ ਜਾਇ॥ kahnaa kachhoo na jaa-ay.
ਨਾਨਕ ਜੋ ਤਿਸੁ ਭਾਵੈ ਸੋ ਕਰੇ, naanak jo tis bhaavai so karay
ਜਿਉ ਤਿਸ ਕੀ ਰਜਾਇ॥੫॥੭॥੯॥ Ji-o tis kee rajaa-ay. ||5||7||9||

ਪ੍ਰਭ ਨੇ ਸਾਰੀਆਂ ਸ੍ਰਿਸ਼ਟੀਆਂ ਨੂੰ ਹੀ ਭਰਮਾਂ ਵਿੱਚ ਪਾਇਆ ਹੈ । ਕਿਸੇ ਮਾਨਸ ਦਾ ਕੋਈ ਜ਼ੋਰ ਨਹੀਂ ਚਲਦਾ । ਸਭ ਕੁਝ ਪ੍ਰਭ ਦੇ ਸ਼ਬਦ ਅਨੁਸਾਰ ਹੀ ਕਰਦਾ ਹੈ, ਉਹ ਕੁਝ ਹੀ ਵਾਪਰਦਾ ਹੈ ।

The True Master has created trap of suspicions in all universes. No one has any power to control His nature. Everything may happen under His command and only that can prevail in the universe.

399.ਰਾਗੁ ਗੂਜਰੀ ਮਹਲਾ ੪ ਚਉਪਦੇ ਘਰੁ ੧॥ 492-8

ੴ ਸਤਿਗੁਰ ਪ੍ਰਸਾਦਿ॥ ik-oNkaar satgur parsaad.
ਹਰਿ ਕੇ ਜਨ ਸਤਿਗੁਰ ਸਤ ਪੁਰਖਾ, har kay jan satgur sat purkhaa
ਹਉ ਬਿਨਉ ਕਰਉ ਗੁਰ ਪਾਸਿ॥ ha-o bin-o kara-o gur paas.
ਹਮ ਕੀਰੇ ਕਿਰਮ ਸਤਿਗੁਰ ਸਰਣਾਈ, ham keeray kiram satgur sarnaa-ee
ਕਰਿ ਦਇਆ ਨਾਮੁ ਪਰਗਾਸਿ॥੧॥ kar da-i-aa naam pargaas. ||1||

ਮੈਂ ਨਿਮਾਣਾ ਮਾਨਸ, ਇੱਕ ਕੀੜੀ ਦੇ ਬਰਾਬਰ ਹੀ ਹਾ । ਤੂੰ ਸਦਾ ਅਟੱਲ ਰਹਿਣ ਵਾਲਾ ਮਾਲਕ, ਪ੍ਰਭ ਹੈ, ਰਹਿਮਤ ਬਖਸ਼ਕੇ ਸ਼ਰਣ ਵਿੱਚ ਆਏ ਨਿਮਾਣੇ ਨੂੰ ਸ਼ਬਦ ਦੇ ਲੜ ਲਾਵੋ!

My True Master, I am a humble human insignificant like a worm. You are The One and Only One Axiom True Master, have a mercy and grace on Your humble salve. I have surrender at Your sanctuary, with Your mercy and grace attaches me to meditate on the teachings of Your Word.

ਮੇਰੇ ਮੀਤ ਗੁਰਦੇਵ, mayray meet gurdayv
ਮੋ ਕਉ ਰਾਮ ਨਾਮੁ ਪਰਗਾਸਿ॥ mo ka-o raam naam pargaas.
ਗੁਰਮਤਿ ਨਾਮੁ ਮੇਰਾ ਪ੍ਰਾਨ ਸਖਾਈ, gurmat naam mayraa paraan sakhaa-ee
ਹਰਿ ਕੀਰਤਿ ਹਮਰੀ ਰਹਰਾਸਿ॥੧॥ har keerat hamree rahraas. ||1||
ਰਹਾਉ॥ rahaa-o.

ਮੇਰੇ ਅਸਲੀ ਸਾਥੀ, ਰਹਿਮਤ ਕਰੋ! ਆਪਣੇ ਸ਼ਬਦ ਦੀ ਸੋਝੀ ਪਾਵੋ! ਤੇਰਾ ਸ਼ਬਦ ਹੀ ਮੇਰੇ ਸਵਾਸਾਂ ਦਾ ਆਸਰਾ, ਅਧਾਰ ਹੈ । ਤੇਰੇ ਸ਼ਬਦ ਦੀ ਪਾਲਣਾ ਕਰਨਾ, ਉਸਤਤ ਕਰਨਾ ਹੀ ਮੇਰਾ ਧੰਦਾ ਹੈ ।

With Your mercy and grace attaches me to meditate on the teachings of Your Word and enlighten the essence of Your Word. Your Word is the support and purpose of my breathes. To obey and sing the glory of Your Word is the only my day to day chore and purpose of my life.

ਹਰਿ ਜਨ ਕੇ ਵਡਭਾਗ ਵਡੇਰੇ, har jan kay vadbhaag vadayray
ਜਿਨ ਹਰਿ ਹਰਿ ਸਰਧਾ ਹਰਿ ਪਿਆਸ॥ jin har har sarDhaa har pi-aas.
ਹਰਿ ਹਰਿ ਨਾਮੁ ਮਿਲੈ ਤ੍ਰਿਪਤਾਸਹਿ, har har naam milai tariptaasahi
ਮਿਲਿ ਸੰਗਤਿ ਗੁਣ ਪਰਗਾਸਿ॥੨॥ mil sangat gun pargaas. ||2||

ਉਹ ਵੱਡਭਾਗਾ ਹੋ ਜਾਂਦੇ ਹੈ, ਜਿਸ ਦਾ ਭਰੋਸਾ ਪ੍ਰਭ ਦੇ ਸ਼ਬਦ ਤੇ ਅਡੋਲ ਹੋ ਜਾਂਦਾ ਹੈ । ਪ੍ਰਭ ਦੇ ਸ਼ਬਦ ਦੀ ਸੋਝੀ ਪਾ ਕੇ ਉਸ ਦੇ ਮਨ ਵਿੱਚ ਸੰਤੋਖ ਭਰ ਜਾਂਦਾ ਹੈ । ਸੰਤ ਸਰੂਪ ਦੀ ਸੰਗਤ ਵਿੱਚ ਰਲਕੇ, ਪ੍ਰਭ ਦੇ ਸ਼ਬਦ ਦੀ ਉਸਤਤ ਗਾਉਂਦੇ ਹਨ ।

Whosoever may establish steady and stable belief on the teachings of His Word, he may become very fortunate in his human life journey. With the enlightenments of the teachings of His Word, he may remain overwhelmed with contentment in his worldly environments. He may join the congregation of His true devotees and sing the glory of His Word.

ਜਿਨ੍ ਹਰਿ ਹਰਿ ਹਰਿ ਰਸੁ jin^{H} har har har ras
ਨਾਮੁ ਨ ਪਾਇਆ, naam na paa-i-aa
ਤੇ ਭਾਗਹੀਣ ਜਮ ਪਾਸਿ॥ tay bhaagheen jam paas.
ਜੋ ਸਤਿਗੁਰ ਸਰਣਿ ਸੰਗਤਿ ਨਹੀ ਆਏ, jo satgur saran sangat nahee aa-ay
ਧ੍ਰਿਗੁ ਜੀਵੇ ਧ੍ਰਿਗੁ ਜੀਵਾਸਿ॥੩॥ Dharig jeevay Dharig jeevaas. ||3||

ਜਿਹੜਾ ਸ਼ਬਦ ਦੀ ਪਾਲਣਾ ਨਹੀਂ ਕਰਦਾ, ਭਰੋਸਾ ਨਹੀਂ ਰਖਦਾ । ਉਹ ਮੰਦੇ ਭਾਗਾਂ ਵਾਲਾ ਹੋ ਜਾਂਦਾ ਹੈ । ਉਹ ਮੌਤ ਦੇ ਜਮਦੂਤ ਦੇ ਹਵਾਲੇ ਕੀਤਾ ਜਾਂਦਾ ਹੈ । ਜਿਹੜੇ ਬੰਦਗੀ ਕਰਨ ਵਾਲੇ ਦੇ ਸੰਗੀ ਨਹੀਂ ਬਣਦੇ, ਸੰਗਤ ਨਹੀਂ ਕਰਦੇ । ਉਹਨਾਂ ਦੇ ਜੀਵਨ ਵਿੱਚ ਕਰੋਪੀ ਆ ਜਾਂਦੀ ਹੈ । ਉਹਨਾਂ ਦਾ ਮਾਨਸ ਜਨਮ ਬਿਰਥਾ ਹੀ ਗਵਾਚ ਜਾਂਦਾ ਹੈ ।

Whosoever may not adopt the teachings of His Word in day to day life, he may become very unfortunate and may be captured by the devil of death. Whosoever may not associate with His true devotee, he may endure miseries in his day to day life. He may waste his human life journey uselessly.

ਜਿਨ ਹਰਿ ਜਨ ਸਤਿਗੁਰ ਸੰਗਤਿ ਪਾਈ, jin har jan satgur sangat paa-ee tin
ਤਿਨ ਧੁਰਿ ਮਸਤਕਿ ਲਿਖਿਆ ਲਿਖਾਸਿ॥ Dhur mastak likhi-aa likhaas.
ਧੰਨੁ ਧੰਨੁ ਸਤਸੰਗਤਿ Dhan Dhan satsangat

ਜਿਤੁ ਹਰਿ ਰਸੁ ਪਾਇਆ,	jit har ras paa-i-aa
ਮਿਲਿ ਨਾਨਕ ਨਾਮੁ ਪਰਗਾਸਿ॥੪॥੧॥	mil naanak naam pargaas. ||4||1||

ਜਿਹਨਾਂ ਨਿਮਾਣੇ ਦਾਸ ਦੇ ਭਾਗਾਂ ਵਿੱਚ ਜਨਮ ਤੇ ਹੀ ਲਿਖਿਆ ਹੁੰਦਾ ਹੈ । ਉਹਨਾਂ ਨੂੰ ਹੀ ਬੰਦਗੀ ਕਰਨ ਵਾਲੇ ਦੀ ਸੰਗਤ ਮਿਲਦੀ ਹੈ । ਉਹ ਸੰਗਤ ਧਨੁ ਹੈ, ਜਿਸ ਵਿੱਚ ਰਲਨ ਨਾਲ ਪ੍ਰਭ ਦੇ ਸ਼ਬਦ ਦੀ ਸੋਝੀ ਬਖਸ਼ਿਸ਼ ਹੋ ਜਾਂਦੀ ਹੈ । ਉਹਨਾਂ ਦੇ ਮਿਲਣ ਨਾਲ ਬੰਦਗੀ ਕਰਨ ਵਾਲੇ ਉਪਰ ਸ਼ਬਦ ਦਾ ਨੂਰ ਆ ਜਾਂਦਾ ਹੈ ।

Whosoever may have a prewritten in his destiny, he may be blessed with the association of His true devotees. The congregation of His true devotee may be fortunate, great, where one may be enlightened with the teachings of His Word. In the congregation of His true devotees, the spiritual glow of His Word may shine on his forehead.

400.ਗੁਜਰੀ ਮਹਲਾ ੪॥ 492-15

ਗੋਵਿੰਦੁ ਗੋਵਿੰਦੁ ਪ੍ਰੀਤਮੁ ਮਨਿ ਪ੍ਰੀਤਮੁ	govind govind pareetam man pareetam
ਮਿਲਿ ਸਤਸੰਗਤਿ ਸਬਦਿ ਮਨੁ ਮੋਹੈ॥	mil satsangat sabad man mohai.
ਜਪਿ ਗੋਵਿੰਦੁ ਗੋਵਿੰਦੁ ਧਿਆਈਐ,	jap govind govind Dhi-aa-ee-ai
ਸਭ ਕਉ ਦਾਨੁ ਦੇਇ ਪ੍ਰਭੁ ਓਹੈ॥੧॥	sabh ka-o daan day-ay parabh ohai. ||1||

ਜਿਹੜੇ ਬੰਦਗੀ ਕਰਨ ਵਾਲੇ ਦੀ ਸੰਗਤ ਕਰਦੇ ਹਨ । ਸ੍ਰਿਸ਼ਟੀ ਦਾ ਮਾਲਕ, ਉਹਨਾਂ ਦੇ ਮਨ ਨੂੰ ਮੋਹਤ ਕਰਦਾ ਹੈ । ਉਹਨਾਂ ਦੀ ਸੰਗਤ ਵਿੱਚ ਪ੍ਰਭ ਦੇ ਸ਼ਬਦ ਦੀ ਪਾਲਣਾ ਨਾਲ ਸ਼ਬਦ ਮਨ ਵਿੱਚ ਘਰ ਕਰ ਜਾਦਾ ਹੈ । ਪ੍ਰਭ ਦੇ ਸ਼ਬਦ ਦੀ ਉਸਤਤ ਗਾਵੋ! ਜਿਹੜਾ ਸਾਰੀਆਂ ਦਾਤਾਂ ਦਾ ਮਾਲਕ ਹੈ, ਸਭ ਨੂੰ ਹੀ ਦਾਤਾਂ ਬਖਸ਼ਦਾ ਹੈ ।

Whosoever may associate with His true devotee; with His mercy and grace, the teachings of His have deep influence on his state of mind. By obeying and adopting the teachings of His Word in the association of His true devotees, he may be drenched with the teachings of His Word. You should sing the glory of the True Master, owner of all treasures of blessings; The One and Only One who may bless any one with blessings.

ਮੇਰੇ ਭਾਈ ਜਨਾ ਮੋ ਕਉ,	mayray bhaa-ee janaa mo ka-o
ਗੋਵਿੰਦੁ ਗੋਵਿੰਦੁ ਗੋਵਿੰਦੁ ਮਨੁ ਮੋਹੈ॥	govind govind govind man mohai.
ਗੋਵਿੰਦ ਗੋਵਿੰਦ ਗੋਵਿੰਦ ਗੁਣ ਗਾਵਾ,	govind govind govind gun gaavaa
ਮਿਲਿ ਗੁਰ ਸਾਧ ਸੰਗਤਿ ਜਨੁ ਸੋਹੈ॥੧॥ ਰਹਾਉ॥	mil gur saaDhsangat jan sohai. ||1|| rahaa-o.

ਮੇਰੇ ਸਾਥੀਓ ! ਸ੍ਰਿਸ਼ਟੀ ਦੇ ਮਾਲਕ ਦੀ ਯਾਦ ਮੇਰੇ ਮਨ ਵਿੱਚ ਭਰੀ ਹੈ । ਮੈਂ ਉਸ ਦੇ ਵਿਛੋੜੇ ਦੇ ਵਿਰਾਗ ਵਿੱਚ, ਉਸ ਦੇ ਸ਼ਬਦ ਦੀ ਹੀ ਉਸਤਤ ਗਾਉਂਦਾ ਹਾ । ਸੰਤ ਸਰੂਪ ਜੀਵਾਂ ਦੀ ਸੰਗਤ ਵਿੱਚ ਰਲਕੇ, ਸ਼ਬਦ ਦੀ ਪਾਲਣਾ ਕਰਨ ਨਾਲ, ਨਿਮਾਣੇ ਦਾਸ ਦੇ ਮਨ ਖੇੜਾ ਵਿੱਚ ਰਹਿੰਦਾ ਹੈ ।

I am overwhelmed with the memory of The True Master of the universe. I am in renunciation with my memory of separation from The Holy Spirit and I am singing the glory of His virtues. By joining the congregation of His true devotees and obeying the teachings of His Word, His humble devotee may be blessed with contentment and blossom.

ਸੁਖ ਸਾਗਰ ਹਰਿ ਭਗਤਿ ਹੈ,	sukh saagar har bhagat hai
ਗੁਰਮਤਿ ਕਉਲਾ ਰਿਧਿ ਸਿਧਿ ਲਾਗੈ ਪਗਿ ਓਹੈ॥	gurmat ka-ulaa riDh siDh laagai pag ohai.
ਜਨ ਕਉ ਰਾਮ ਨਾਮੁ ਆਧਾਰਾ,	jan ka-o raam naam aaDhaaraa
ਹਰਿ ਨਾਮੁ ਜਪਤ ਹਰਿ ਨਾਮੇ ਸੋਹੈ॥੨॥	har naam japat har naamay sohai. ||2||

ਮਨੋ ਕਾਮਾਨਾ ਨਾਲ ਸ਼ਬਦ ਦੀ ਪਾਲਣਾ, ਸਿਮਰਨ ਕਰਨਾ ਹੀ ਸੰਤੋਖ ਭਰਿਆਂ ਸਾਗਰ ਹੈ । ਸ਼ਬਦ ਨਾਲ ਜੀਵਨ ਢਾਲਣ ਨਾਲ, ਮਨ ਵਿੱਚ ਖੁਸ਼ਹਾਲੀ ਆਉਂਦੀ ਹੈ । ਸਿਧਾਂ ਪੁਰਖਾਂ ਵਰਗੀਆਂ ਕਰਮਾਤਾਂ ਪਿੱਛੇ ਲੱਗੀਆਂ ਫਿਰਦੀਆਂ, ਚਰਨਾਂ ਵਿੱਚ ਆ ਜਾਂਦੀਆਂ ਹਨ । ਪ੍ਰਭ ਦੇ ਸ਼ਬਦ ਦੀ ਪਾਲਣਾ ਕਰਨਾ ਹੀ ਨਿਮਾਣੇ ਦਾਸ ਦੇ ਜੀਵਨ ਦਾ ਆਸਰਾ ਬਣ ਜਾਂਦਾ ਹੈ । ਸ਼ਬਦ ਦੇ ਗੁਣ ਗਾਉਣ ਨਾਲ ਬੰਦਗੀ ਕਰਨ ਵਾਲੇ ਦੀ ਸੋਭਾ ਵਧਦੀ ਹੈ ।

To meditate wholeheartedly and adopting His Word with steady and stable belief may be the ocean of overflowing contentment. By adopting the teachings of His Word with steady and stable belief, he may be blessed with blossom and prosperity in day to day life. The miracle powers like blessed souls, Sidhs becomes salve of His true devotee. To obey the teachings of His Word becomes the supporting pillar of His humble devotee. By singing the glory of His Word, may enhance the glory of His true devotee.

ਦੁਰਮਤਿ ਭਾਗਹੀਨ ਮਤਿ ਫੀਕੇ,	durmat bhaagheen mat feekay naam
ਨਾਮੁ ਸੁਨਤ ਆਵੈ ਮਨਿ ਰੋਹੈ॥	sunat aavai man rohai.
ਕਊਆ ਕਾਗ ਕਉ ਅੰਮ੍ਰਿਤ ਰਸੁ ਪਾਈਐ,	ka-oo-aa kaag ka-o amrit ras paa-eeai
ਤ੍ਰਿਪਤੈ ਵਿਸਟਾ ਖਾਇ ਮੁਖਿ ਗੋਹੈ॥੩॥	taripṯai vistaa khaa-ay mukh gohai. |3||

ਜਿਹਨਾਂ ਜੀਵਾਂ ਦੇ ਮਨ ਵਿੱਚ ਪ੍ਰਭ ਦੇ ਸ਼ਬਦ ਸੁਣ ਨਾਲ ਕਰੋਧ ਆਉਂਦਾ ਹੈ । ਉਹ ਮੰਦੇ ਭਾਗਾਂ ਵਾਲੇ, ਬੁਰੇ ਖਿਆਲਾਂ ਵਾਲੇ ਜੀਵ ਹੁੰਦੇ ਹਨ । ਕਾਂ ਜਾ ਗਲਿਜ ਦੇ ਅੱਗੇ ਅਮੋਲਕ ਭੋਗਨ, ਅੰਮ੍ਰਿਤ ਖਾਣ ਲਈ ਰਖੋ । ਫਿਰ ਵੀ ਉਹਨਾਂ ਦੇ ਮਨ ਵਿੱਚ ਰੂੜੀ ਨੂੰ ਫਰੋਲ ਕੇ ਕੀੜੇ ਖਾਦਿਆ ਹੀ ਸੰਤੋਖ ਆਉਂਦਾ ਹੈ ।

Whosoever may be annoyed by hearing sermons and glory of His Word; he may be very unfortunate and overwhelmed with sinful thoughts. You may offer delicious food to crow or eagle; still she may be anxious to dig manure to find worm to eat.

ਅੰਮ੍ਰਿਤ ਸਰੁ ਸਤਿਗੁਰੁ ਸਤਿਵਾਦੀ,	amrit sar satgur sativaadee
ਜਿਤੁ ਨਾਤੈ ਕਊਆ ਹੰਸੁ ਹੋਹੈ॥	jit naatai ka-oo-aa hans hohai.
ਨਾਨਕ ਧਨੁ ਧੰਨੁ ਵਡੇ ਵਡਭਾਗੀ,	naanak Dhan Dhan vadayvadbhaagee
ਜਿਨ੍ ਗੁਰਮਤਿ ਨਾਮੁ ਰਿਦੈ ਮਲੁ ਧੋਹੈ॥੪॥੨	jin[H] gurmat naam ridai mal Dhohai

ਸ਼ਬਦ ਦੀ ਪਾਲਣਾ ਕਰੋ! ਪ੍ਰਭ ਦਾ ਸ਼ਬਦ ਇੱਕ ਅਮੋਲਕ ਅੰਮ੍ਰਿਤ ਰੂਪੀ ਸਰੋਵਰ ਹੈ । ਜਿਸ ਵਿੱਚ ਕੂਆ, ਬੁਰੇ ਖਿਆਲਾਂ ਵਾਲ ਜੀਵ ਵੀ ਇਸ਼ਨਾਨ ਕਰ ਲਵੇ । ਉਹ ਹੰਸ, ਬੰਦਗੀ ਕਰਨ ਵਾਲਾ ਬਣ ਜਾਂਦਾ ਹੈ । ਉਹ ਬੰਦਗੀ ਕਰਨ ਵਾਲੇ ਧੰਨ ਹਨ! ਜਿਹੜੇ ਸ਼ਬਦ ਦੀ ਪਾਲਣਾ ਕਰਕੇ ਆਪਣੇ ਪਾਪ ਧੋਅ ਲੈਂਦੇ ਹਨ ।

You should obey the teachings of His Word; the teachings of His Word are ocean overflowing with precious nectar of the essence of His Word. Even the evil doer may dip in the ocean of nectar of His Word, he may adopt the teachings of His Word, his soul may be transformed to become worthy of His consideration. Who may adopt the teachings of His Word, may be forgiven by The True Master, he may become worthy of worship

401.ਗੂਜਰੀ ਮਹਲਾ ੪॥ 493-4

ਹਰਿ ਜਨ ਊਤਮ ਊਤਮ ਬਾਣੀ,	har jan ootam ootam bane
ਮੁਖਿ ਬੋਲਹਿ ਪਰਉਪਕਾਰੇ॥	mukh boleh par-upkaaray.
ਜੋ ਜਨੁ ਸੁਣੈ ਸਰਧਾ ਭਗਤਿ ਸੇਤੀ,	jo jan sunai sarDhaa bhagat saytee
ਕਰਿ ਕਿਰਪਾ ਹਰਿ ਨਿਸਤਾਰੇ॥੧॥	kar kirpaa har nistaaray. ||1||

ਪ੍ਰਭ ਦੇ ਬੰਦਗੀ ਕਰਨ ਵਾਲੇ ਉੱਤਮ ਮਾਨਸ ਬਣ ਜਾਂਦੇ ਹਨ । ਉਹਨਾਂ ਦੀ ਬਾਣੀ ਦੇ ਬੋਲ ਵੀ ਉੱਤਮ ਹੁੰਦੇ ਹਨ । ਉਹ ਆਪਣੀ ਜੀਭ ਨਾਲ ਬਾਕੀ ਜੀਵਾਂ ਦੇ ਭਲੇ ਦੇ ਸ਼ਬਦ ਹੀ ਬੋਲਦੇ ਹਨ, ਕਥਨ ਕਰਦੇ

ਹਨ । ਜਿਹੜੇ ਸ਼ਰਧਾ ਨਾਲ ਪ੍ਰਭ ਦੇ ਸ਼ਬਦ ਨੂੰ ਸੁਣਦੇ ਹਨ, ਮਨ ਵਿੱਚ ਵਸਾਉਂਦੇ ਹਨ । ਉਹਨਾਂ ਤੇ ਪ੍ਰਭ ਦੀ ਰਹਿਮਤ ਦੀ ਨਜ਼ਰ ਬਖਸ਼ਿਸ਼ ਹੋ ਜਾਂਦੀ ਹੈ । ਰਹਿਮਤ ਨਾਲ ਪ੍ਰਵਾਨਗੀ ਦੇ ਰਸਤੇ ਤੇ ਅਡੋਲ ਹੋ ਜਾਂਦੇ, ਮਾਨਸ ਜਨਮ ਸਫਲ ਕਰ ਜਾਂਦੇ ਹਨ ।

The Creator has sent blessed souls in the universe. They preach the eternal message to His creation. They only perform deeds and preach message for the welfare of mankind. Whosoever may listen the teachings of His Word with belief and dedication and adopts in his day to day life. With His mercy and grace, he may be enlightened with the right path of meditation and acceptance in His Court. His cycle of birth and death may be eliminated.

ਰਾਮ ਮੋ ਕਉ ਹਰਿ ਜਨ ਮੇਲਿ ਪਿਆਰੇ॥	raam mo ka-o har jan mayl pi-aaray.
ਮੇਰੇ ਪ੍ਰੀਤਮ ਪ੍ਰਾਨ	mayray pareetam paraan
ਸਤਿਗੁਰੁ ਗੁਰੁ ਪੂਰਾ,	satgur gur pooraa
ਹਮ ਪਾਪੀ ਗੁਰਿ ਨਿਸਤਾਰੇ॥੧॥ਰਹਾਉ॥	ham paapee gur nistaaray. ||1|| rahaa-o.

ਪ੍ਰਭ ਰਹਿਮਤ ਬਖਸ਼ੋ! ਉਹਨਾਂ ਬੰਦਗੀ ਕਰਨ ਵਾਲੇ ਜੀਵਾਂ ਦੀ ਸੰਗਤ ਬਖਸ਼ੋ! ਪੂਰਨ ਗੁਰੂ, (ਪ੍ਰਭ ਦਾ ਸ਼ਬਦ) ਹੀ ਮੇਰੇ ਸਵਾਸ ਦਾ ਆਸਰਾ ਹੈ, ਜੀਵਨ ਦਾ ਮੰਤਵ ਹੈ । ਪ੍ਰਭ ਨੇ ਰਹਿਮਤ ਬਖਸ਼ਕੇ, ਇਸ ਪਾਪੀ ਜੀਵ ਨੂੰ ਸ਼ਬਦ ਦੇ ਲੜ ਲਇਆ ਹੈ ।

With Your mercy and grace, blesses me the association as Your true devotee. The teachings of Your Word may become the purpose of my human life blessings and pillar of my support in day to day life. With Your mercy and grace, blesses me with devotion to meditate on the teachings of Your Word with steady and stable belief in day to day life.

ਗੁਰਮੁਖਿ ਵਡਭਾਗੀ ਵਡਭਾਗੇ,	gurmukh vadbhaagee vadbhaagay
ਜਿਨ ਹਰਿ ਹਰਿ ਨਾਮੁ ਅਧਾਰੇ॥	jin har har naam aDhaaray.
ਹਰਿ ਹਰਿ ਅੰਮ੍ਰਿਤੁ ਹਰਿ ਰਸੁ ਪਾਵਹਿ,	har har amrit har ras paavahi
ਗੁਰਮਤਿ ਭਗਤਿ ਭੰਡਾਰੇ॥੨॥	gurmat bhagat bhandaaray. ||2||

ਗੁਰਮਖ ਜੀਵ ਵੱਡੇ ਭਾਗਾਂ ਵਾਲੇ ਬਣ ਜਾਂਦੇ ਹਨ । ਪ੍ਰਭ ਦੇ ਸ਼ਬਦ ਦੀ ਪਾਲਣਾ ਕਰਨਾ ਹੀ ਉਹਨਾਂ ਦੇ ਜੀਵਨ ਦਾ ਅਧਾਰ ਬਣ ਜਾਂਦਾ ਹੈ । ਪ੍ਰਭ ਦੇ ਸ਼ਬਦ ਦੀ ਪਾਲਣਾ ਕਰਕੇ, ਸ਼ਬਦ ਦੀ ਸੋਝੀ ਪਾ ਲੈਂਦੇ ਹਨ । ਪ੍ਰਭ ਦੇ ਸ਼ਬਦ ਦੀ ਸੋਝੀ ਨਾਲ ਉਹ ਅਮੋਲਕ ਪ੍ਰਭ ਦੇ ਗੁਣਾਂ ਦਾ ਖਜ਼ਾਨਾ ਪਾ ਲੈਂਦੇ ਹਨ ।

His true devotee may become very fortunate in his human life journey. To obey and adopt the teachings of His Word becomes his way of life, purpose of his human life blessings. He may adopt the teachings of His Word with steady and stable belief and he may be blessed with enlightenment of the teachings of His Word from within. With the enlightenment of the teachings of His Word, he may be blessed with priceless treasures of eternal virtues.

ਜਿਨ ਦਰਸਨੁ ਸਤਿਗੁਰ ਸਤ ਪੁਰਖ	jin darsan satgur sat purakh
ਨ ਪਾਇਆ,	na paa-i-aa
ਤੇ ਭਾਗਹੀਣ ਜਮਿ ਮਾਰੇ॥	tay bhaagheen jam maaray.
ਸੇ ਕੂਕਰ ਸੂਕਰ ਗਰਧਭ ਪਵਹਿ,	say kookar sookar garDhabh paveh
ਗਰਭ ਜੋਨੀ ਦਯਿ ਮਾਰੇ	garabh jonee da-yi maaray
ਮਹਾ ਹਤਿਆਰੇ॥੩॥	mahaa hati-aaray. ||3||

ਜਿਹੜੇ ਪ੍ਰਭ ਦੇ ਸ਼ਬਦ ਦੀ ਪਾਲਣਾ ਕਰਕੇ, ਸ਼ਬਦ ਦੀ ਸੋਝੀ, ਪ੍ਰਭ ਦੇ ਦਰਸ਼ਨ ਨਹੀਂ ਪਾਉਂਦੇ । ਉਹ ਜੀਵ ਮੰਦੇ ਭਾਗਾਂ ਵਾਲੇ ਹੀ ਹੁੰਦੇ ਹਨ । ਉਹਨਾਂ ਨੂੰ ਮੌਤ ਦਾ ਜਮਦੂਤ ਸਜ਼ਾ ਦੇਂਦਾ ਹੈ, ਜੂੰਨਾਂ ਦੇ ਚੱਕਰ ਵਿੱਚ ਪਾਉਂਦਾ ਹੈ । ਉਹਨਾਂ ਦੀ ਦਿਸ਼ਾ ਕੁੱਤਿਆਂ, ਸੂਰਾਂ, ਖੋਤਿਆਂ ਵਰਗੀ ਹੀ ਹੁੰਦੀ ਹੈ । ਉਹ ਜੂੰਨਾਂ ਦੇ ਚੱਕਰ ਵਿੱਚ ਫਸੇ ਰਹਿੰਦੇ ਹਨ । ਪ੍ਰਭ ਉਹਨਾਂ ਨੂੰ ਭਿਆਨਕ ਕਾਤਲਾਂ ਵਾਲੀ ਸਜ਼ਾ ਦੇਂਦਾ ਹੈ ।

Whosoever may not obey the teachings of His Word with steady and stable belief in his day to day life, he may not be blessed with enlightenment. He may become very unfortunate in his human life journey. He may be captured by the devil of death and remain in the miseries of terrible cycle of birth and death.

ਦੀਨ ਦਇਆਲ ਹੋਹੁ ਜਨ ਊਪਰਿ,	deen da-i-aal hohu jan oopar
ਕਰਿ ਕਿਰਪਾ ਲੇਹੁ ਉਬਾਰੇ॥	kar kirpaa layho ubaaray.
ਨਾਨਕ ਜਨ ਹਰਿ ਕੀ ਸਰਣਾਈ,	naanak jan har kee sarnaa-ee
ਹਰਿ ਭਾਵੈ ਹਰਿ ਨਿਸਤਾਰੇ॥੪॥੩॥	har bhaavai har nistaaray. ||4||3||

ਰਹਿਮਤਾਂ ਦੇ ਮਾਲਕ, ਸੰਸਾਰ ਦੇ ਵਾਲੀ ਵਾਰਸ, ਰਹਿਮਤ ਬਖਸ਼ੋ, ਸ਼ਬਦ ਦੇ ਲੜ ਲਾਵੋ! ਬੰਦਗੀ ਕਰਨ ਵਾਲੇ ਜੀਵ ਪ੍ਰਭ ਦੀ ਸ਼ਰਣ ਵਿੱਚ ਆਉਂਦੇ ਹਨ, ਅਰਦਾਸ ਕਰਦੇ ਹਨ । ਪ੍ਰਭ ਰਹਿਮਤ ਕਰੋ! ਅਗਰ ਤੈਨੂੰ ਭਾਉਂਦਾ ਹੈ, ਬਖਸ਼ਿਸ਼ ਕਰਕੇ ਬਚਾ ਲਵੋ!

The Merciful True Master, with Your mercy and grace, blesses me with devotion to meditate on the teachings of Your Word. His true devotee may surrender his body, mind and worldly status at His sanctuary and pray for His forgiveness. He only has one wish, blesses me whatsoever may be acceptable to You.

402.ਗੂਜਰੀ ਮਹਲਾ ੪॥ 493-10

ਹੋਹੁ ਦਇਆਲ ਮੇਰਾ ਮਨੁ ਲਾਵਹੁ,	hohu da-i-aal mayraa man laavhu
ਹਉ ਅਨਦਿਨੁ ਰਾਮ ਨਾਮੁ ਨਿਤ ਧਿਆਈ॥	ha-o an-din raam naam nit Dhi-aa-ee.
ਸਭਿ ਸੁਖ ਸਭਿ ਗੁਣ ਸਭਿ ਨਿਧਾਨ ਹਰਿ,	sabh sukh sabh gun sabh niDhaan har
ਜਿਤੁ ਜਪਿਐ ਦੁਖ ਭੁਖ ਸਭ ਲਹਿ ਜਾਈ॥ ੧॥	jit japi-ai dukh bhukh sabh leh jaa-ee. ||1||

ਰਹਿਮਤਾਂ ਦੇ ਮਾਲਕ, ਰਹਿਮਤ ਬਖਸ਼ੋ, ਮੇਰਾ ਮਨ ਸ਼ਬਦ ਦੇ ਲੜ ਲਾਵੋ! ਮੈਂ ਦਿਨ ਰਾਤ ਤੇਰੇ ਸ਼ਬਦ ਦਾ ਸਿਮਰਨ ਕਰਾ! ਪ੍ਰਭ ਦੇ ਸ਼ਬਦ ਵਿੱਚ ਸਭ ਸੰਤੋਖ, ਸਭ ਗੁਣ, ਸਾਰਾ ਸਦਾ ਰਹਿਣ ਵਾਲ ਧਨ ਹੁੰਦਾ ਹੈ । ਸ਼ਬਦ ਦੀ ਪਾਲਣਾ ਕਰਨ ਨਾਲ ਸੰਸਾਰ ਇੱਛਾਂ ਦੀ ਭੁੱਖ, ਸਭ ਤੜਪਨਾ ਦੂਰ ਹੋ ਜਾਂਦੀਆ ਹਨ ।

The Merciful True Master, with Your mercy and grace, blesses me with devotion to meditate on the teachings of Your Word. I may meditate day and night with each and every breath. By adopting the teachings of His Word with steady and stable, all spoken and unspoken desires of his mind may be blessed with His mercy and grace. All frustrations of worldly desires of His mind may be eliminated.

ਮਨ ਮੇਰੇ ਮੇਰਾ ਰਾਮ ਨਾਮੁ ਸਖਾ ਹਰਿ ਭਾਈ॥	man mayray mayraa raam naam sakhaa har bhaa-ee.
ਗੁਰਮਤਿ ਰਾਮ ਨਾਮੁ ਜਸੁ ਗਾਵਾ,	gurmat raam naam jas gaavaa
ਅੰਤਿ ਬੇਲੀ ਦਰਗਹ ਲਏ ਛਡਾਈ॥੧॥ ਰਹਾਉ॥	ant baylee dargeh la-ay chhadaa-ee. ||1|| rahaa-o.

ਮੇਰੇ ਅਨਜਾਣੇ ਮਨ, ਪ੍ਰਭ ਦਾ ਸ਼ਬਦ ਹੀ ਮੇਰਾ ਸਾਥੀ, ਭਾਈ ਹੈ । ਸ਼ਬਦ ਦੀ ਪਾਲਣਾ ਕਰਨ, ਉਸਤਤ ਗਾਉਣ ਨਾਲ ਅੰਤ ਵਿੱਚ ਉਹ ਹੀ ਆਸਰਾ ਬਣ ਜਾਂਦਾ ਹੈ । ਉਹ ਪ੍ਰਵਾਨਗੀ ਦੇ ਰਸਤੇ ਤੇ ਅਡੋਲ ਰਖਦਾ ਹੈ, ਪ੍ਰਵਾਨਗੀ ਬਖਸ਼ਦਾ ਹੈ ।

My ignorant mind! Keep in mind, the earning of His Word is my true friend and companion. By singing the glory of His Word and adopting the teachings of His Word, the earnings of His Word may become the pillar of support in human life journey. His way of life may keep him steady and stable on the right path of acceptance in His court.

ਤੂੰ ਆਪੇ ਦਾਤਾ ਪ੍ਰਭੁ ਅੰਤਰਜਾਮੀ, tooN aapay daataa parabh antarjaamee
ਕਰਿ ਕਿਰਪਾ ਲੋਚ ਮੇਰੈ ਮਨਿ ਲਾਈ॥ kar kirpaa loch mayrai man laa-ee.
ਮੈ ਮਨਿ ਤਨਿ ਲੋਚ ਲਗੀ ਹਰਿ ਸੇਤੀ, mai man tan loch lagee har saytee
ਪ੍ਰਭਿ ਲੋਚ ਪੂਰੀ ਸਤਿਗੁਰ ਸਰਣਾਈ॥੨॥ parabh loch pooree satgur sarnaa-ee.2

ਪ੍ਰਭ ਤੂੰ ਆਪ ਹੀ ਦਾਤਾਂ ਦਾ ਮਾਲਕ, ਦਾਤਾਂ ਦੇਣ ਵਾਲਾ ਹੈ । ਮਨ ਦੀ ਭਾਵਨਾ ਜਾਣਨ ਵਾਲਾ ਅੰਤਰਜਾਮੀ ਹੈ । ਤੂੰ ਆਪ ਹੀ ਰਹਿਮਤ ਬਖਸ਼ਕੇ ਮੇਰਾ ਮਨ ਸ਼ਬਦ ਦੇ ਲੜ ਲਇਆ ਹੈ । ਮੇਰੇ ਮਨ ਤਨ ਵਿੱਚ ਪ੍ਰਭ ਨੂੰ ਮਿਲਣ ਦੀ ਡੂੰਘੀ ਇੱਛਾ ਸੀ । ਪ੍ਰਭ ਨੇ ਰਹਿਮਤ ਬਖਸ਼ਕੇ ਮੇਰੇ ਮਨ ਦੀਆਂ ਮੁਰਾਦਾਂ ਪੂਰੀਆਂ ਕੀਤੀਆਂ ਹਨ । ਮੈਂ ਪ੍ਰਭ ਦੀ ਪਨਾਹ, ਸ਼ਰਣ ਵਿੱਚ ਅਇਆ ਹਾ ।

The Omniscient True Master; You are the owner of all the treasures of virtues, blessings and only You may bestow anyone with virtues. With Your mercy and grace; You have blessed me with devotion to meditate; I have deep devotion enter into the void of Your Word and become worthy of Your consideration. With His mercy and grace, The True Master has satisfied my unspoken wishes of mind and accepted me in His sanctuary.

ਮਾਣਸ ਜਨਮੁ ਪੁੰਨਿ ਕਰਿ ਪਾਇਆ, maanas janam punn kar paa-i-aa
ਬਿਨੁ ਨਾਵੈ ਧ੍ਰਿਗੁ ਧ੍ਰਿਗੁ ਬਿਰਥਾ ਜਾਈ॥ bin naavai Dharig Dharig birthaa jaa-ee.
ਨਾਮ ਬਿਨਾ ਰਸ ਕਸ ਦੁਖੁ ਖਾਵੈ, naam binaa ras kas dukh khaavai
ਮੁਖੁ ਫੀਕਾ ਥੁਕ ਥੁਕ ਮੁਖਿ ਪਾਈ॥੩॥ mukh feekaa thuk thook mukh paa-ee.3

ਜੀਵ ਚੰਗੇ ਕਰਮ ਕਰਕੇ ਹੀ ਮਾਨਸ ਜਨਮ ਪਾਉਂਦਾ ਹੈ," ਕਰਮੀ ਆਵੈ ਕਪੜਾ" ਪ੍ਰਭ ਦੇ ਸ਼ਬਦ ਦੀ ਪਾਲਣਾ ਕਰਨ ਤੋ ਬਿਨਾਂ ਮਾਨਸ ਜੀਵਨ ਬਿਰਥਾ ਹੀ ਬੀਤ ਜਾਂਦਾ ਹੈ । ਪ੍ਰਭ ਦੇ ਸ਼ਬਦ ਦੀ ਪਾਲਣਾ ਤੋ ਬਿਨਾਂ ਜੀਵ ਹਰ ਵੇਲੇ ਦੁਖਾਂ ਦਾ ਹੀ ਭੋਜਨ ਖਾਂਦਾ ਹੈ । ਬੁਰੇ ਹੀ ਖਿਆਲ ਸੋਚਦਾ ਹੈ, ਕੰਮ ਕਰਦਾ ਹੈ । ਉਸ ਨੂੰ ਬਾਰ ਬਾਰ ਹਾਰ ਹੀ ਹੁੰਦੀ ਹੈ, ਲਾਨ੍ਹਤਾਂ ਹੀ ਪੈਂਦੀਆਂ ਹਨ ।

His soul may be blessed with human body as a reward of his good deeds of previous life. Without adopting the teachings of His Word with steady and stable belief in day to day life, his human life opportunity may be wasted uselessly. In his human life journey, he may endure miseries. He may always perform sinful deeds and think about evil, deceptive plans, thoughts. He may be rebuked over and over and only faces disappointments.

ਜੋ ਜਨ ਹਰਿ ਪ੍ਰਭ ਹਰਿ ਹਰਿ ਸਰਣਾ, jo jan har parabh har har sarnaa
ਤਿਨ ਦਰਗਹ ਹਰਿ ਹਰਿ ਦੇ ਵਡਿਆਈ॥ tin dargeh har har day vadi-aa-ee.
ਧੰਨੁ ਧੰਨੁ ਸਾਬਾਸਿ ਕਹੈ Dhan Dhan saabaas kahai
ਪ੍ਰਭੁ ਜਨ ਕਉ, parabh jan ka-o
ਜਨ ਨਾਨਕ ਮੇਲਿ ਲਏ ਗਲਿ ਲਾਈ॥ jan naanak mayl la-ay gal laa-ee.
੪॥੪॥ ||4||4||

ਜਿਹੜੇ ਪ੍ਰਭ ਦੇ ਸ਼ਬਦ ਦੀ ਪਾਲਣਾ ਕਰਦੇ ਹਨ, ਪ੍ਰਭ ਦੀ ਸ਼ਰਣ ਵਿੱਚ ਆਉਂਦੇ ਹਨ । ਉਹ ਪ੍ਰਵਾਨਗੀ ਦੇ ਰਸਤੇ ਤੇ ਅਡੋਲ ਰਹਿੰਦੇ ਹਨ । ਅੰਤ ਵਿੱਚ ਦਰਬਾਰ ਵਿੱਚ ਸੋਭਾ ਪਾਉਂਦੇ ਹਨ । ਪ੍ਰਭ ਆਪਣੇ ਬੰਦਗੀ ਕਰਨ ਵਾਲੇ ਤੇ ਰਹਿਮਤ ਬਖਸ਼ਦਾ ਹੈ । ਉਹਨਾਂ ਨੂੰ ਆਪਣੇ ਗਲ ਮਿਲਾ ਲੈਂਦਾ ਹੈ, ਆਪਣੇ ਆਪ ਵਿੱਚ ਅਲੋਪ ਕਰ ਲੈਂਦਾ ਹੈ ।

Whosoever may surrender at His sanctuary and adopts the teachings of His Word with steady and stable belief in day to day life. With His mercy and grace, he may remain steady and stable on the right path of His acceptance and may be accepted in His court. The Merciful True Master may absorb the ray of his soul into The Holy Spirit.

403.ਗੁਜਰੀ ਮਹਲਾ ੪॥ 493 -17

ਗੁਰਮੁਖਿ ਸਖੀ ਸਹੇਲੀ ਮੇਰੀ,	gurmukh sakhee sahaylee mayree mo
ਮੋ ਕਉ ਦੇਵਹੁ ਦਾਨੁ	ka-o dayvhu daan
ਹਰਿ ਪ੍ਰਾਨ ਜੀਵਾਇਆ॥	har paraan jeevaa-i-aa.
ਹਮ ਹੋਵਹ ਲਾਲੇ ਗੋਲੇ ਗੁਰਸਿਖਾ ਕੇ,	ham hovah laalay golay gursikhaa kay
ਜਿਨ੍ਾ ਅਨਦਿਨੁ	jinHaa an-din
ਹਰਿ ਪ੍ਰਭੁ ਪੁਰਖੁ ਧਿਆਇਆ॥੧॥	har parabh purakh Dhi-aa-i-aa. ‖1‖

ਗੁਰਮਖ ਜੀਵ ਮੇਰੇ ਸਾਥੀ, ਕ੍ਰਿਪਾ ਕਰੋ! ਮੈਨੂੰ ਪ੍ਰਭ ਦੇ ਸ਼ਬਦ ਦੀ ਸੋਝੀ ਪਾਵੋ, ਲੜ ਲਾਵੋ! ਉਹ ਹੀ ਮੇਰੇ ਜੀਵਨ ਦਾ ਮੰਤਵ, ਆਸਰਾ ਬਣ ਜਾਵੇ, ਆਸਰਾ ਹੈ । ਮੈਂ ਉਸ ਪ੍ਰਭ ਦੇ ਦਾਸਾਂ ਦਾ ਦਾਸ ਬਣ ਜਾਵਾ । ਜਿਹੜੇ ਦਿਨ ਰਾਤ ਪ੍ਰਭ ਦੇ ਸ਼ਬਦ ਦੀ ਪਾਲਣਾ ਕਰਦੇ ਹਨ ।

His true devotee, have a mercy on my soul and attaches me with devotion to meditates on the teachings of His Word. The meditation on the teachings of His Word may become the purpose of my human life journey. Whosoever meditates day and night on the teachings of His Word with steady and stable belief in day to day life, I may become the slave of slave of The True Master.

ਮੇਰੈ ਮਨਿ ਤਨਿ ਬਿਰਹੁ	mayrai man tan birahu
ਗੁਰਸਿਖ ਪਗ ਲਾਇਆ॥	gursikh pag laa-i-aa.
ਮੇਰੇ ਪ੍ਰਾਨ ਸਖਾ ਗੁਰ ਕੇ	mayray paraan sakhaa gur kay
ਸਿਖ ਭਾਈ, ਮੋ ਕਉ ਕਰਹੁ ਉਪਦੇਸੁ,	sikh bhaa-ee mo ka-o karahu updays
ਹਰਿ ਮਿਲੈ ਮਿਲਾਇਆ॥੧॥ਰਹਾਉ॥	har milai milaa-i-aa. ‖1‖ rahaa-o.

ਮੇਰਾ ਮਨ ਤਨ ਪ੍ਰਭ ਦੇ ਸ਼ਬਦ ਦੀ ਬੰਦਗੀ ਕਰਨ ਵਾਲੇ ਦਾਸ ਦੇ ਚਰਨਾਂ ਵਿੱਚ ਹੀ ਰਹਿੰਦਾ ਹੈ । ਸੇਵਾ ਹੀ ਕਰਦਾ ਹੈ, ਉਸ ਦੇ ਜੀਵਨ ਨੂੰ ਅਪਣਾਉਂਦਾ ਹੈ । ਪ੍ਰਭ ਦੇ ਦਾਸ ਕ੍ਰਿਪਾ ਕਰੋ! ਮੈਨੂੰ ਪ੍ਰਭ ਦੀ ਪ੍ਰਵਾਨਗੀ ਦਾ ਰਸਤਾ ਬਖਸ਼ੋ! ਉਸ ਸ਼ਬਦ ਦੀ ਸੋਝੀ ਪਾਵੋ । ਜਿਸ ਸ਼ਬਦ ਦੀ ਪਾਲਣਾ ਕਰਕੇ ਪ੍ਰਭ ਦੇ ਦਰਬਾਰ ਵਿੱਚ ਪ੍ਰਵਾਨ ਹੋ ਜਾਵਾ ।

I have surrendered may mind and body at the service of His true devotee. I serve him and adopt the teachings of His life in my day to day life. His true devotee, have a mercy and enlighten me with the right path of His acceptance. By adopting the teachings of His Word, I may be accepted in His court.

ਜਾ ਹਰਿ ਪ੍ਰਭ ਭਾਵੈ	jaa har parabh bhaavai
ਤਾ ਗੁਰਮੁਖਿ ਮੇਲੇ,	taa gurmukh maylay
ਜਿਨ੍ ਵਚਨ	jin[H] vachan
ਗੁਰੂ ਸਤਿਗੁਰ ਮਨਿ ਭਾਇਆ॥	guroo satgur man bhaa-i-aa.
ਵਡਭਾਗੀ ਗੁਰ ਕੇ ਸਿਖ ਪਿਆਰੇ,	vadbhaagee gur kay sikh pi-aaray
ਹਰਿ ਨਿਰਬਾਣੀ ਨਿਰਬਾਣ ਪਦੁ ਪਾਇਆ॥ ੨	har nirbaanee nirbaan pad paa-i-aa.2

ਜਦੋਂ ਪ੍ਰਭ ਆਪ ਹੀ ਰਹਿਮਤ ਬਖਸ਼ਦਾ ਹੈ! ਤਾ ਬੰਦਗੀ ਕਰਨ ਵਾਲੇ ਜੀਵ ਨਾਲ ਸੰਜੋਗ ਬਣਦਾ ਹੈ । ਪ੍ਰਭ ਦਾ ਸ਼ਬਦ ਮਨ ਨੂੰ ਭਾਉਂਦਾ ਹੈ, ਬਹੁਤ ਮਿੱਠਾ ਲੱਗਦਾ ਹੈ । ਸ਼ਬਦ ਦੀ ਪਾਲਣਾ ਕਰਨ ਵਾਲੇ ਸੇਵਕ, ਦਾਸ ਬਹੁਤ ਵੱਡਭਾਗਾਂ ਵਾਲੇ ਹੁੰਦੇ ਹਨ । ਉਹ ਪ੍ਰਭ ਦੀ ਰਹਿਮਤ ਪਾ ਕੇ ਅਮਰ, ਨਿਰਬਾਣ ਅਵਸਥਾ ਪਾ ਲੈਂਦੇ ਹਨ ।

Only with His mercy and grace, one may be blessed with the association of His true devotee. He may be comforted with the teachings of His Word and remain intoxicated in meditation in the void of His Word. His true devotee may become very fortunate. By adopting the teachings of His Word may be blessed with immortal state of mind.

ਸਤਸੰਗਤਿ ਗੁਰ ਕੀ ਹਰਿ ਪਿਆਰੀ,	satsangat gur kee har pi-aaree
ਜਿਨ ਹਰਿ ਹਰਿ ਨਾਮੁ	jin har har naam
ਮੀਠਾ ਮਨਿ ਭਾਇਆ॥	meethaa man bhaa-i-aa.
ਜਿਨ ਸਤਿਗੁਰ ਸੰਗਤਿ ਸੰਗੁ ਨ ਪਾਇਆ,	jin satgur sangat sang na paa-i-aa
ਸੇ ਭਾਗਹੀਣ ਪਾਪੀ ਜਮਿ ਖਾਇਆ॥੩॥	say bhaagheen paapee jam khaa-i-aa.3

ਉਹਨਾਂ ਸ਼ਬਦ ਦੇ ਬੰਦਗੀ ਕਰਨ ਵਾਲੀਆ ਦੀ ਸੰਗਤ ਪ੍ਰਭ ਨੂੰ ਭਾਉਂਦੀ ਹੈ । "ਸਾਧ ਸੰਗਤ ਵਿੱਚ ਵਸੇ ਗੋਪਾਲਾ" ਉਸ ਸੰਗਤ ਵਿੱਚ ਪ੍ਰਭ ਦੇ ਸ਼ਬਦ ਦੀ ਉਸਤਤ ਮਨ ਨੂੰ ਬਹੁਤ ਮਿੱਠੀ ਲੱਗਦੀ ਹੈ । ਮਨ ਨੂੰ ਮੋਹਤ ਕਰ ਲੈਂਦੀ ਹੈ । ਜਿਹੜੇ ਸ਼ਬਦ ਦੀ ਬੰਦਗੀ ਕਰਨ ਵਾਲੇ ਦੀ ਸੰਗਤ ਨਹੀਂ ਕਰਦੇ, ਸਿਖਿਆ ਤੇ ਨਹੀਂ ਚਲਦੇ । ਉਹ ਮੰਦੇ ਭਾਗਾਂ ਵਾਲੇ, ਪਾਪੀ ਜੀਵ ਹੁੰਦੇ ਹਨ । ਉਹਨਾਂ ਨੂੰ ਮੌਤ ਦਾ ਜਮਦੂਤ ਸਜ਼ਾ ਦੇਂਦਾ ਹੈ, ਜੂੰਨਾਂ ਦੇ ਚੱਕਰ ਵਿੱਚ ਪਾਉਂਦਾ ਹੈ ।

The congregation of His true devotees may be accepted to The True Master and He remains very generous and merciful. The melodious singing of the praises of His Word may become very soothing to the mind of His true devotee and intoxicated his mind. Whosoever may not adopt the teachings of His Word in day to day life, he may be very unfortunate, a sinner. He may be captured by devil of death and remain in the cycle of birth and death.

ਆਪਿ ਕ੍ਰਿਪਾਲੁ ਕ੍ਰਿਪਾ ਪ੍ਰਭੁ ਧਾਰੇ,	aap kirpaal kirpaa parabh Dhaaray
ਹਰਿ ਆਪੇ ਗੁਰਮੁਖਿ ਮਿਲੈ ਮਿਲਾਇਆ॥	har aapay gurmukh milai milaa-i-aa.
ਜਨੁ ਨਾਨਕੁ ਬੋਲੇ ਗੁਣ ਬਾਣੀ,	jan naanak bolay gun banee
ਗੁਰਬਾਣੀ ਹਰਿ ਨਾਮਿ ਸਮਾਇਆ॥੪॥੫॥	gurbaanee har naam samaa-i-aa. 4‖5‖

ਪ੍ਰਭ ਆਪ ਹੀ ਰਹਿਮਤ ਬਖਸ਼ਦਾ ਹੈ, ਕਾਰਨ ਬਣਾਉਂਦਾ ਹੈ । ਗੁਰਮਖ ਤੋ ਕੰਮ ਕਰਵਾਉਂਦਾ ਹੈ । ਆਪ ਹੀ ਪ੍ਰਵਾਨਗੀ ਦੇਂਦਾ ਹੈ । ਬੰਦਗੀ ਕਰਨ ਵਾਲੇ ਜੀਵ ਪ੍ਰਭ ਦੇ ਬਖਸ਼ੇ ਸ਼ਬਦਾ ਦੀ ਉਸਤਤ ਗਾਉਂਦੇ ਹਨ, ਸਿਖਿਆ ਨੂੰ ਮਨ ਵਿੱਚ ਵਸਾਉਣ ਨਾਲ, ਮਨ ਸ਼ਬਦ ਦੀ ਸਮਾਧੀ ਵਿੱਚ ਲੀਨ ਹੋ ਜਾਂਦਾ ਹੈ ।

With His mercy and grace, inspires His true devotee to perform good deeds for His creation. With His mercy and grace, his earning of His Word may be accepted in His court. His true devotee may sing the glory of His Word and adopts the teachings in his day to day life. He may remain drenched with the teachings and he may remain intoxicated in the void of His Word.

404.ਗੂਜਰੀ ਮਹਲਾ ੪॥ 494-6

ਜਿਨ ਸਤਿਗੁਰੁ ਪੁਰਖੁ	jin satgur purakh
ਜਿਨਿ ਹਰਿ ਪ੍ਰਭੁ ਪਾਇਆ,	jin har parabh paa-i-aa
ਮੋ ਕਉ ਕਰਿ ਉਪਦੇਸੁ ਹਰਿ ਮੀਠ ਲਗਾਵੈ॥	mo ka-o kar updays
	har meeth lagaavai.
ਮਨੁ ਤਨੁ ਸੀਤਲੁ ਸਭ ਹਰਿਆ ਹੋਆ,	man tan seetal sabh hari-aa ho-aa
ਵਡਭਾਗੀ ਹਰਿ ਨਾਮੁ ਧਿਆਵੈ॥੧॥	vadbhaagee har naam Dhi-aavai. ‖1‖

ਜਿਹੜੇ ਜੀਵ ਪ੍ਰਭ ਦੇ ਸ਼ਬਦ ਦੀ ਬੰਦਗੀ ਕਰਕੇ ਸ਼ਬਦ ਦੀ ਸੋਝੀ, ਰਹਿਮਤ ਪਾ ਲੈਂਦੇ ਹਨ । ਉਹ ਜਦੋਂ ਪ੍ਰਭ ਦੇ ਸ਼ਬਦ ਦਾ ਉਪਦੇਸ ਦੇਂਦੇ ਹਨ, ਭਾਵ ਅਰਥ ਦੱਸਦੇ ਹਨ । ਤਾ ਪ੍ਰਭ ਦਾ ਸ਼ਬਦ ਮਨ ਨੂੰ ਬਹੁਤ ਮਿੱਠਾ ਲਗਨ ਲੱਗ ਪੈਂਦਾ ਹੈ । ਜਦੋਂ ਜੀਵ ਪ੍ਰਭ ਦੇ ਸ਼ਬਦ ਦੀ ਪਾਲਣਾ ਕਰਦਾ ਹੈ, ਸਿਮਰਨ ਕਰਦਾ ਹੈ । ਸ਼ਬਦ ਮਨ ਵਿੱਚ ਘਰ ਕਰ ਜਾਂਦਾ ਹੈ, ਉਸ ਦੇ ਮਨ, ਤਨ ਵਿੱਚ ਸੰਤੋਖ ਭਰ ਜਾਂਦਾ ਹੈ ਨਵਾਂ ਜੋਸ਼ ਆ ਜਾਂਦਾ ਹੈ ।

Whosoever may wholeheartedly meditate and adopt the teachings of His Word with steady and stable belief in day to day life; he may be blessed with enlightenment of the teachings of His Word with His mercy and grace. When His true devotee may sermon or explain the spiritual message of His Word that message may have deep influence and soothing. Whosoever may meditate and adopt the teachings of His Word with steady and stable belief in day to day life, he may be drenched with the essence of His Word. His mind and body remain very contented and rejuvenated in his human life journey.

ਭਾਈ ਰੇ ਮੋ ਕਉ ਕੋਈ ਆਇ ਮਿਲੈ, — bhaa-ee ray mo ka-o ko-ee aa-ay milai
ਹਰਿ ਨਾਮੁ ਦ੍ਰਿੜਾਵੈ॥ — har naam darirh-aavai.
ਮੇਰੇ ਪ੍ਰੀਤਮ ਪ੍ਰਾਨ ਮਨੁ ਤਨੁ — mayray pareetam paraan man tan
ਸਭੁ ਦੇਵਾ ਮੇਰੇ ਹਰਿ — sabh dayvaa mayray har
ਪ੍ਰਭ ਕੀ ਹਰਿ ਕਥਾ ਸੁਨਾਵੈ॥੧॥ — parabh kee har kathaa sunaavai. ||1||
ਰਹਾਉ॥ — rahaa-o.

ਬੰਦਗੀ ਕਰਨ ਵਾਲੇ ਸਾਥੀ, ਭਾਈ, ਕ੍ਰਿਪਾ ਕਰੋ ! ਮੇਰਾ ਮਨ ਸ਼ਬਦ ਦੀ ਪਾਲਣਾ ਤੇ ਲਾਵੋ! ਪ੍ਰਵਾਨਗੀ ਦੇ ਰਸਤੇ ਤੇ ਪਾਵੋ! ਜਿਹੜਾ ਮੈਨੂੰ ਉਸ ਪ੍ਰੀਤਮ, ਪ੍ਰਭ ਦੀ ਕਥਾ ਸੁਣਾਵੇ. ਮੈਂ ਉਸ ਪ੍ਰਭ ਦੇ ਸੇਵਕ ਨੂੰ ਆਪਣਾ ਮਨ ਤਨ, ਆਪਣੇ ਸਵਾਸ ਉਸ ਦੇ ਲੇਖੇ ਲਾ ਦੇਵਾ । ।

His true devotee, have a mercy on me and guide me to adopt the teachings of His Word with steady and stable belief in day to day life. I may be blessed with the right path of His acceptance. Whosoever may recite the sermons of The True Master, I may surrender may mind and body at his service.

ਧੀਰਜੁ ਧਰਮੁ ਗੁਰਮਤਿ ਹਰਿ ਪਾਇਆ, — Dheeraj Dharam gurmat har paa-i-aa
ਨਿਤ ਹਰਿ ਨਾਮੈ ਹਰਿ ਸਿਉ ਚਿਤੁ ਲਾਵੈ॥ — nit har naamai har si-o chit laavai.
ਅੰਮ੍ਰਿਤ ਬਚਨ ਸਤਿਗੁਰ ਕੀ ਬਾਣੀ, — amrit bachan satgur kee bane
ਜੋ ਬੋਲੈ ਸੋ ਮੁਖਿ ਅੰਮ੍ਰਿਤੁ ਪਾਵੈ॥੨॥ — jo bolai so mukh amrit paavai. ||2||

ਸ਼ਬਦ ਦੀ ਪਾਲਣਾ ਕਰਨ ਨਾਲ ਮੇਰੇ ਮਨ ਵਿੱਚ ਧੀਰਜ, ਸੰਤੋਖ, ਭਰੋਸਾ ਭਰ ਗਿਆ ਹੈ । ਪ੍ਰਭ ਦਾ ਸ਼ਬਦ ਮੇਰਾ ਧਿਆਨ ਸਦਾ ਹੀ ਪ੍ਰਭ ਦੇ ਵਿਛੋੜੇ ਦੇ ਵਿਰਾਗ ਵਿੱਚ ਰਖਦਾ ਹੈ । ਪ੍ਰਭ ਦੇ ਸ਼ਬਦ ਦੀ ਮਾਲਾ, ਬਾਣੀ ਇੱਕ ਅਮੋਲਕ ਅੰਮ੍ਰਿਤ ਹੈ । ਜਿਹੜਾ ਮਨੋ ਉਸ ਪ੍ਰਭ ਦੇ ਸ਼ਬਦ ਦੀ ਉਸਤਤ ਗਾਉਂਦਾ ਹੈ । ਉਸ ਦੇ ਮੂੰਹ ਵਿੱਚ ਅੰਦਰੋਂ ਅੰਮ੍ਰਿਤ ਸਿਮਦਾ ਹੈ ।

By adopting the teachings of His Word with steady and stable belief in day to day life, with His mercy and grace, I am overwhelmed with contentment and blossom in my day to day life. The teachings of His Word always keep in renunciation in the memory of my separation from The Holy Spirit. The teachings of His Word are ambrosial nectar. Whosoever may sing the praises of His Word; the nectar of His Word may ooze from the 10^{Th} castle from within his body.

ਨਿਰਮਲੁ ਨਾਮੁ ਜਿਤੁ ਮੈਲੁ ਨ ਲਾਗੈ, — nirmal naam jit mail na laagai
ਗੁਰਮਤਿ ਨਾਮੁ ਜਪੈ ਲਿਵ ਲਾਵੈ॥ — gurmat naam japai liv laavai.
ਨਾਮੁ ਪਦਾਰਥੁ ਜਿਨ ਨਰ ਨਹੀ ਪਾਇਆ, — naam padaarath jin nar nahee paa-i-aa
ਸੇ ਭਾਗਹੀਣ ਮੁਏ ਮਰਿ ਜਾਵੈ॥੩॥ — say bhaagheen mu-ay mar jaavai. ||3||

ਪ੍ਰਭ ਦਾ ਸ਼ਬਦ ਪਵਿਤ੍ਰ ਹੈ, ਜਿਸ ਨੂੰ ਕਦੇ ਦਾਗ ਨਹੀਂ ਲੱਗਦਾ । ਜੀਵ ਮਨ ਲਾ ਕੇ ਪ੍ਰਭ ਦੇ ਸ਼ਬਦ ਦੀ ਪਾਲਣਾ ਕਰੋ! ਸਿਮਰਨ ਕਰੋ! ਜਿਹੜਾ ਮਾਨਸ ਪ੍ਰਭ ਦੇ ਸ਼ਬਦ ਦੀ ਪਾਲਣਾ ਨਹੀਂ ਕਰਦਾ, ਸ਼ਬਦ ਨਾਲ ਜੀਵਨ ਨਹੀਂ ਢਾਲਦਾ । ਉਹ ਮੰਦੇ ਭਾਗਾਂ ਵਾਲਾ ਹੀ ਹੁੰਦਾ ਹੈ, ਉਹ ਬਾਰ ਬਾਰ ਜੰਮਦਾ ਮਰਦਾ ਹੈ ।

His Word remains sanctified and may never be blemished. You should wholeheartedly with steady and stable belief meditate and adopt the teachings of His Word in day to day life. Whosoever may not adopt the teachings of His Word in day to day life, he may become very unfortunate. He remains in the cycle of birth and death over and over.

ਆਨਦ ਮੂਲੁ ਜਗਜੀਵਨ ਦਾਤਾ,	aanad mool jagjeevan daataa
ਸਭ ਜਨ ਕਉ ਅਨਦੁ ਕਰਹੁ	sabh jan ka-o anad karahu
ਹਰਿ ਧਿਆਵੈ॥	har Dhi-aavai.
ਤੂੰ ਦਾਤਾ ਜੀਅ ਸਭਿ ਤੇਰੇ,	tooN daataa jee-a sabh tayray
ਜਨ ਨਾਨਕ ਗੁਰਮੁਖਿ ਬਖਸਿ ਮਿਲਾਵੈ॥	jan naanak gurmukh bakhas milaavai.
੪॥੬॥	||4||6||

ਰਹਿਮਤਾਂ ਦਾ ਸੋਮਾ, ਸਵਾਸ ਦਾ ਦਾਤਾ, ਉਸ ਜੀਵ ਤੇ ਰਹਿਮਤ ਬਖਸ਼ਦਾ ਹੈ । ਜਿਹੜੇ ਉਸ ਦੇ ਸ਼ਬਦ ਦੀ ਪਾਲਣਾ ਕਰਦੇ ਹਨ, ਸਿਮਰਨ ਕਰਦੇ ਹਨ । ਪ੍ਰਭ ਤੂੰ ਹੀ ਸਾਰੀ ਸ੍ਰਿਸ਼ਟੀ ਦਾ ਮਾਲਕ ਦਾਤਾਂ ਦੇਣ ਵਾਲਾ ਭੰਡਾਰੀ ਹੈ । ਤੂੰ ਆਪ ਹੀ ਗੁਰਮਖ ਜੀਵ ਦੀਆਂ ਭੁਲਾਂ ਬਖਸ਼ਦਾ ਹੈ । ਉਸ ਨੂੰ ਸ਼ਬਦ ਦੇ ਲੜ ਲਾ ਕੇ ਪ੍ਰਵਾਨ ਕਰ ਲੈਂਦਾ ਹੈ ।

The merciful, True owner of the treasure of virtues and breaths, always remains merciful and blesses His creation. You are The True Master of the creation and True owner of treasures and only You may bless virtues to anyone. With Your mercy and grace may forgive the sins as Your true devotee and attach him with Your Word and may accept His meditation in Your court.

405.ਗੂਜਰੀ ਮਹਲਾ ੪ ਘਰੁ ੩॥ 494-15

ੴ ਸਤਿਗੁਰ ਪ੍ਰਸਾਦਿ॥	ik-oNkaar satgur parsaad.
ਮਾਈ ਬਾਪ ਪੁਤ੍ਰ ਸਭਿ	maa-ee baap putar sabh
ਹਰਿ ਕੇ ਕੀਏ॥	har kay kee-ay.
ਸਭਨਾ ਕਉ ਸਨਬੰਧੁ ਹਰਿ ਕਰਿ ਦੀਏ॥੧॥	sabhnaa ka-o san-banDh dee-ay. ||1

ਸੰਸਾਰ ਵਿੱਚ ਮਾਤਾ, ਪਿਤਾ, ਪਤਨੀ, ਭਾਈ ਭੇਣ ਸਾਰੇ ਪ੍ਰਭ ਨੇ ਪੈਦਾ ਕੀਤੇ ਹਨ । ਉਸ ਨੇ ਹੀ ਸਾਰੇ ਰਿਸ਼ਤੇ, ਸਬੰਧ, ਸੰਜੋਗ ਬਣਾਏ ਹਨ ।

All creatures have been created by The One and One True Master and He has established all worldly relationships like mother, father, brothers etc.,

ਹਮਰਾ ਜੋਰੁ ਸਭੁ ਰਹਿਓ ਮੇਰੇ ਬੀਰ॥	hamraa jor sabh rahi-o mayray beer.
ਹਰਿ ਕਾ ਤਨੁ ਮਨੁ ਸਭੁ,	har kaa tan man sabh
ਹਰਿ ਕੈ ਵਸਿ ਹੈ ਸਰੀਰ॥੧॥ ਰਹਾਉ॥	har kai vas hai sareer. ||1|| rahaa-o.

ਜੀਵ ਆਪਣੀ ਤਾਕਤ ਤੇ ਨਿਰਭੋਉ ਹੋਣਾ ਛੱਡਦੇ, ਮੰਨ ਲਵੋ । ਸਭ ਕੁਝ ਹੀ ਪ੍ਰਭ ਦੀ ਅਮਾਨਤ ਹੈ, ਉਸ ਦੇ ਵੱਸ ਅੰਦਰ ਹੀ ਚਲਦਾ ਹੈ ।

You should abandon your ego and surrender yourselves at His sanctuary. Everything including your strength is His trust only. He remains embedded in nature and dwells and functions within every one.

ਭਗਤ ਜਨਾ ਕਉ ਸਰਧਾ	bhagat janaa ka-o sarDhaa
ਆਪਿ ਹਰਿ ਲਾਈ॥	aap har laa-ee.
ਵਿਚੇ ਗ੍ਰਿਸਤ ਉਦਾਸ ਰਹਾਈ॥੨॥	vichay garisat udaas rahaa-ee. ||2||

ਪ੍ਰਭ ਆਪ ਹੀ ਬੰਦਗੀ ਕਰਨ ਵਾਲੇ ਦੇ ਮਨ ਦੀ ਅਵਸਥਾ ਸ਼ਬਦ ਦੇ ਲੜ ਲਾਉਂਦਾ ਹੈ । ਉਹ ਸੰਸਾਰ ਵਿੱਚ ਰਹਿੰਦੇ ਹੋਏ ਵੀ ਸੰਸਾਰਕ ਇੱਛਾਂ ਦੇ ਗੁਲਾਮ ਨਹੀਂ ਰਹਿੰਦੇ । ਇਹਨਾ ਤੋ ਰਹਿਤ ਰਹਿੰਦੇ ਹਨ । ਪ੍ਰਭ ਦੇ ਵਿਛੋੜੇ ਦੇ ਵਿਰਾਗ ਵਿੱਚ ਹੀ ਰਹਿੰਦੇ ਹਨ ।

He bestows His mercy and grace and attach His true devote to meditate with steady and stable belief on the teachings of His Word. While still living in the universe, he remains beyond the reach of worldly temptations. He may remain in renunciation in the memory of his separation from The Holy Spirit.

ਜਬ ਅੰਤਰਿ ਪ੍ਰੀਤਿ ਹਰਿ ਸਿਉ ਬਨਿ ਆਈ॥ jab antar pareet har si-o ban aa-ee.
ਤਬ ਜੋ ਕਿਛੁ ਕਰੇ tab jo kichh karay
ਸੁ ਮੇਰੇ ਹਰਿ ਪ੍ਰਭ ਭਾਈ॥੩॥ so mayray har parabh bhaa-ee. ||3||

ਜਦੋਂ ਕਿਸੇ ਜੀਵ ਦੇ ਮਨ ਵਿੱਚ ਭਰੋਸਾ ਅਡੋਲ ਹੋ ਜਾਂਦਾ ਹੈ । ਕਿ ਸਭ ਕੁਝ ਪ੍ਰਭ ਦੇ ਵੱਸ ਵਿੱਚ ਹੀ ਚਲਦਾ ਹੈ । ਤਾ ਉਹ ਜੋ ਕੁਝ ਵੀ ਕਰਦਾ ਹੈ, ਪ੍ਰਭ ਦੇ ਪ੍ਰਵਾਨ ਹੋ ਜਾਦਾ ਹੈ ।

Whosoever may establish steady and stable belief on His existence that everything may only happen under His command. Then his state of mind may transform to perform all deeds as per His Word and his meditation may be accepted in His Court.

ਜਿਤੁ ਕਾਰੈ ਕੰਮਿ ਹਮ ਹਰਿ ਲਾਏ॥ jit kaarai kamm ham har laa-ay.
ਸੋ ਹਮ ਕਰਹ ਜੁ ਆਪਿ ਕਰਾਏ॥੪॥ so ham karah jo aap karaa-ay. ||4||

ਜੀਵ ਦੇ ਮਨ ਦੀ ਅਵਸਥਾ ਬਦਲ ਜਾਂਦੀ ਹੈ । ਉਹ ਹੀ ਕਰਦਾ ਹੈ ਜੋ ਪ੍ਰਭ ਉਸ ਤੋ ਕਰਵਾਉਂਦਾ ਹੈ । ਉਸ ਦੀ ਆਪਣੀ ਹੈਸੀਅਤ ਖਤਮ ਹੋ ਜਾਂਦੀ ਹੈ । ਕਿਸੇ ਕੀਤੇ ਦਾ ਮਾਣ ਨਹੀਂ ਕਰਦਾ ।

The state of mind of His true devotee may be transformed and he may only perform tasks inspired by The True Master. He may surrender His identity, worldly status. He may never boast about his any worldly accomplishments, rather sings His praises that He has honor on His slave.

ਜਿਨ ਕੀ ਭਗਤਿ ਮੇਰੇ ਪ੍ਰਭ ਭਾਈ॥ jin kee bhagat mayray parabh bhaa-ee.
ਤੇ ਜਨ ਨਾਨਕ ਰਾਮ ਨਾਮ ਲਿਵ ਲਾਈ॥ tay jan naanak raam naam liv laa-ee.
੫॥੧॥੭॥੧੬॥ ||5||1||7||16||

ਜਿਹਨਾਂ ਦੀ ਸ਼ਬਦ ਦੀ ਕਮਾਈ ਪ੍ਰਭ ਦੇ ਪ੍ਰਵਾਨ ਹੋ ਜਾਂਦੀ ਹੈ । ਉਹ ਨਿਮਾਣੇ ਜੀਵ ਪ੍ਰਭ ਦੇ ਸ਼ਬਦ ਦੀ ਸਮਾਧੀ ਵਿੱਚ ਵਸਦੇ ਹਨ । ਉਸ ਦੇ ਚਰਨਾਂ ਵਿੱਚ ਹੀ ਲਿਵ ਲਾਈ ਰਖਦੇ ਹਨ ।

Whose meditation, earnings of His Word may be accepted in His court. He becomes very humble and remain intoxicated in the void of His Word. His concentration always remains in the teachings of His Word.

406.ਗੂਜਰੀ ਮਹਲਾ ੫ ਚਉਪਦੇ ਘਰੁ ੧॥ 495-1

ੴ ਸਤਿਗੁਰ ਪ੍ਰਸਾਦਿ॥ ik-oNkaar satgur parsaad.
ਕਾਹੇ ਰੇ ਮਨ ਚਿਤਵਹਿ ਉਦਮੁ, kaahay ray man chitvahi udam
ਜਾ ਆਹਰਿ ਹਰਿ ਜੀਉ ਪਰਿਆ॥ jaa aahar har jee-o pari-aa.
ਸੈਲ ਪਥਰ ਮਹਿ ਜੰਤ ਉਪਾਏ, sail pathar meh jant upaa-ay
ਤਾ ਕਾ ਰਿਜਕੁ ਆਗੈ ਕਰਿ ਧਰਿਆ॥੧॥ taa kaa rijak aagai kar Dhari-aa. ||1||

ਮਨ ਤੂੰ ਕਿਉਂ ਚਿੰਤਾਂ ਕਰਦਾ ਹੈ, ਭਰਮਾਂ ਵਿੱਚ ਫਸਿਆ ਹੈ? ਉਦਮ ਕਰੋ! ਪ੍ਰਭ ਦੇ ਭਾਣੇ, ਸ਼ਬਦ ਅਨੁਸਾਰ ਕੰਮ ਕਰੋ! ਦੇਖੋ, ਵਿਚਾਰ ਕਰੋ! ਪ੍ਰਭ ਨੇ ਜਿਹੜੇ ਜੀਵ ਪਥਰ ਵਿੱਚ ਵੀ ਪੈਦਾ ਕੀਤੇ ਹਨ, ਉਹਨਾਂ ਦੇ ਖਾਣ, ਸੰਭਾਲਨਾ ਦਾ ਆਪ ਹੀ ਪ੍ਰਬੰਧ ਕਰਦਾ ਹੈ । ਪ੍ਰਭ ਨੂੰ ਆਪਣੀ ਬਣਾਈ ਸ੍ਰਿਸ਼ਟੀ ਦਾ ਫਿਕਰ ਰਹਿੰਦਾ ਹੈ ।

Why are you worried about and frustrated in worldly suspicions? You should make your sincere efforts and adopt the teachings of His Word in day to day life. Imagine whosoever may be born within stone, God protects and nourishes him also. He always remains concerned for the welfare of His creation.

ਮੇਰੇ ਮਾਧਉ ਜੀ ਸਤਸੰਗਤਿ mayray maaDha-o jee satsangat
ਮਿਲੇ ਸਿ ਤਰਿਆ॥ milay se tari-aa.

ਗੁਰ ਪਰਸਾਦਿ ਪਰਮ ਪਦੁ ਪਾਇਆ,
ਸੂਕੇ ਕਾਸਟ ਹਰਿਆ॥੧॥ ਰਹਾਉ॥

gur parsaad param pad paa-i-aa
sookay kaasat hari-aa. ||1|| rahaa-o.

ਜਿਹੜੇ ਸੰਤਾਂ ਦੀ ਸੰਗਤ ਕਰਦੇ, ਆਪਣਾ ਜੀਵਨ, ਉਹਨਾ ਦੇ ਜੀਵਨ ਦੇ ਅਧਾਰ ਤੇ ਢਾਲਦੇ ਹਨ । ਉਹ ਪ੍ਰਵਾਨਗੀ ਦੇ ਰਸਤੇ ਤੇ ਅਡੋਲ ਹੋ ਜਾਂਦੇ ਹਨ । ਪ੍ਰਭ ਦੀ ਰਹਿਮਤ ਨਾਲ ਉਹਨਾਂ ਦੇ ਮਨ ਵਿੱਚ ਖੇੜਾ ਬਖਸ਼ਿਸ਼ ਹੋ ਜਾਂਦਾ ਹੈ ।

Whosoever may associate with His true devotee and adopt the teachings of His life in his own life; he may remain steady and stable on the right path of His acceptance. With His mercy and grace, he may be blessed with peace, contentment and blossom in his worldly life.

ਜਨਨਿ ਪਿਤਾ ਲੋਕ ਸੁਤ ਬਨਿਤਾ,
ਕੋਇ ਨ ਕਿਸ ਕੀ ਧਰਿਆ॥
ਸਿਰਿ ਸਿਰਿ ਰਿਜਕੁ ਸੰਬਾਹੇ ਠਾਕੁਰੁ,
ਕਾਹੇ ਮਨ ਭਉ ਕਰਿਆ॥੨॥

janan pitaa lok sut banitaa
ko-ay na kis kee Dhari-aa.
sir sir rijak sambaahay thaakur
kaahay man bha-o kari-aa. ||2||

ਜਨਮ ਦੇਣ ਵਾਲੇ ਮਾਤਾ ਪਿਤਾ, ਭੇਣ ਭਾਈ, ਬੱਚੇ ਜਾ ਸੰਸਾਰਕ ਮਿਤਰ, ਪ੍ਰਭ ਦੇ ਦਰਬਾਰ ਵਿੱਚ ਕੋਈ ਮਦਦ ਨਹੀਂ ਕਰ ਸਕਦੇ । ਹਰਇੱਕ ਜੀਵ ਨੂੰ ਪ੍ਰਭ ਆਪ ਹੀ ਪਾਲਣਾ ਕਰਨ ਲਈ ਰਿਜ਼ਕ ਦੇਂਦਾ ਹੈ । ਤੂੰ ਆਪਣੇ ਮਨ ਵਿੱਚ ਕਿਉਂ ਚਿੰਤਾਂ ਕਰਦਾ ਹੈ?

Worldly family or relationship may not be able to support anyone in His court for the purpose of his human life journey. The True Master provides and creates source of nourishment for each and every creature. Everyone brings his destiny in the worldly family. Why are you worried about worldly affairs?

ਊਡੇ ਊਡਿ ਆਵੈ ਸੈ ਕੋਸਾ,
ਤਿਸੁ ਪਾਛੈ ਬਚਰੇ ਛਰਿਆ॥
ਉਨ ਕਵਨੁ ਖਲਾਵੈ ਕਵਨੁ ਚੁਗਾਵੈ,
ਮਨ ਮਹਿ ਸਿਮਰਨੁ ਕਰਿਆ॥੩॥

oodai ood aavai sai kosaa
tis paachhai bachray chhari-aa.
un kavan khalaavai kavan chugaavai
man meh simran kari-aa. ||3||

ਦੇਖੋ, ਪੰਛੀ ਆਪਣੇ ਬੱਚੇ ਪਿੱਛੇ ਛੱਡਕੇ ਕਿਤਨੀ ਦੂਰ ਉੱਡ ਜਾਂਦੇ ਹਨ, ਉਹਨਾਂ ਨੂੰ ਕੌਣ ਭੋਜਨ ਦੇਂਦਾ ਹੈ? ਆਪਣੀ ਸੰਭਾਲ ਕਰਨ ਦੀ ਮਦਦ ਕਰਦਾ, ਸਿਖਿਆ ਦੇਂਦਾ ਹੈ? ਕਦੇ ਇਸ ਦਾ ਵਿਚਾਰ ਆਪਣੇ ਮਨ ਵਿੱਚ ਕੀਤਾ ਹੈ?

Imagine, birds fly far away, leaving their little one behind. Who may be helping to feed them? Who may be helping, protecting and teachings them to survive? Have you ever comprehended that virtue of His nature, functions?

ਸਭ ਨਿਧਾਨ ਦਸ ਅਸਟ ਸਿਧਾਨ,
ਠਾਕੁਰ ਕਰ ਤਲ ਧਰਿਆ॥
ਜਨ ਨਾਨਕ ਬਲਿ ਬਲਿ ਸਦ ਬਲਿ ਜਾਈਐ,
ਤੇਰਾ ਅੰਤੁ ਨ ਪਾਰਾਵਰਿਆ॥੪॥੧॥

sabh niDhaan das asat sidhaan
thaakur kar tal Dhari-aa.
jan naanak bal bal sad bal jaa-ee-ai
tayraa ant na paraavari-aa. ||4||1||

ਸਾਰੇ ਸੋਝੀ ਦੇ ਖਜ਼ਾਨੇ, ਸਿਧਾਂ ਵਾਲੇ 18 ਚਮਤਕਾਰ ਪ੍ਰਭ ਦੇ ਹੱਥ ਵੱਸ ਹਨ । ਬੰਦਗੀ ਕਰਨ ਵਾਲੇ ਸਦਾ ਹੀ ਚਮਤਕਾਰਾਂ ਬਖਸ਼ਿਸ਼ਾਂ ਤੋ ਹੈਰਾਨ ਹੀ ਰਹਿੰਦੇ ਹਨ । ਧੰਨ ਧੰਨ ਹੀ ਕਰਦੇ ਰਹਿੰਦੇ ਹਨ । ਉਸ ਦੇ ਕਿਸੇ ਕਰਤਬ ਦਾ ਅੰਤ ਨਹੀ ਪਾਇਆ ਜਾ ਸਕਦਾ । ਉਸ ਦਾ ਕੋਈ ਅੰਤ ਨਹੀਂ ਹੈ ।

All treasure of enlightenment, 18 miracles powers of enlightened souls are under His command. His true devotee remains fascinated, astonished from His miracles and blessings. He always claims Him as the greatest of All. No one may comprehend the limit of any of His miracles. His miracles have not defined limits.

407.ਗੂਜਰੀ ਮਹਲਾ ੫ ਚਉਪਦੇ ਘਰੁ ੨॥ 495-8

ੴ ਸਤਿਗੁਰ ਪ੍ਰਸਾਦਿ॥
ਕਿਰਿਆਚਾਰ ਕਰਹਿ ਖਟੁ ਕਰਮਾ,
ਇਤੁ ਰਾਤੇ ਸੰਸਾਰੀ॥
ਅੰਤਰਿ ਮੈਲੁ ਨ ਉਤਰੈ ਹਉਮੈ,
ਬਿਨੁ ਗੁਰ ਬਾਜੀ ਹਾਰੀ॥੧॥

ik-oNkaar satgur parsaad.
Kiri-aachaar karahi khat karmaa
it raatay sansaaree.
Antar mail na utrai ha-umai
bin gur baajee haaree. ||1||

ਸਾਰੀ ਸ੍ਰਿਸ਼ਟੀ ਹੀ ਧਰਮ ਦੇ ਪਾਏ ਭਰਮਾਂ ਵਿੱਚ ਰੀਤੀ ਰੀਵਾਜ ਕਰਦੀ ਰਹਿੰਦੀ ਹੈ । ਉਹਨਾਂ ਦੇ ਮਨ ਵਿਚੋਂ ਅਹੰਕਾਰ ਦੀ ਮੈਲ ਦੂਰ ਨਹੀਂ ਹੁੰਦੀ । ਸ਼ਬਦ ਨੂੰ ਜੀਵਨ ਵਿੱਚ ਢਾਲਣ ਤੋ ਬਿਨਾਂ ਮਾਨਸ ਜਨਮ ਦੀ ਬਾਜ਼ੀ ਹਾਰ ਜਾਂਦੇ ਹਨ ।

The whole universe remains deep in suspicions of religious rituals and remain as slave of rituals. With religious rituals no one may sanctify his soul or may eliminate the ego of His mind. Without adopting the teachings of His Word with steady and stable belief in day to day life, he may lose the play of his life.

ਮੇਰੇ ਠਾਕੁਰ ਰਖਿ ਲੇਵਹੁ,
ਕਿਰਪਾ ਧਾਰੀ॥
ਕੋਟਿ ਮਧੇ ਕੋ ਵਿਰਲਾ ਸੇਵਕੁ,
ਹੋਰਿ ਸਗਲੇ ਬਿਉਹਾਰੀ॥੧॥ਰਹਾਉ॥

mayray thaakur rakh layvhu
kirpaa Dhaaree.
Kot maDhay ko virlaa sayvak
hor saglay bi-uhaaree. ||1|| rahaa-o.

ਪ੍ਰਭ ਰਹਿਮਤ ਬਖਸ਼ਕੇ ਆਪਣੇ ਸ਼ਬਦ ਦੇ ਲੜ ਲਾਵੋ ! ਸੰਸਾਰ ਵਿੱਚ ਲਖਾਂ ਵਿਚੋਂ ਕੋਈ ਵਿਰਲਾ ਹੀ ਪ੍ਰਭ ਦੇ ਸ਼ਬਦ ਨਾਲ ਜੀਵਨ ਢਾਲਦਾ ਹੈ । ਬਾਕੀ ਸਾਰੇ ਹੀ ਸੰਸਾਰਕ ਧੰਦੇ ਕਰਦੇ ਲਾਲਚ ਵਿੱਚ ਹੀ ਫਸੇ ਰਹਿੰਦੇ ਹਨ ।

With Your mercy and grace blesses me with devotion to meditate and adopt the teachings of Your Word in day to day life. However, very rare, may be one out of millions may adopt the teachings of His Word in day to day life. Everyone else may be trapped into greed of worldly wealth in day to day chores of life.

ਸਾਸਤ ਬੇਦ ਸਿਮ੍ਰਿਤਿ ਸਭਿ ਸੋਧੇ,
ਸਭ ਏਕਾ ਬਾਤ ਪੁਕਾਰੀ॥
ਬਿਨੁ ਗੁਰ ਮੁਕਤਿ ਨ ਕੋਊ ਪਾਵੈ,
ਮਨਿ ਵੇਖਹੁ ਕਰਿ ਬੀਚਾਰੀ॥੨॥

saasat bayd simrit sabh soDhay
sabh aykaa baat pukaaree.
Bin gur mukat na ko-oo paavai
man vaykhhu kar beechaaree. ||2||

ਸੰਸਾਰ ਵਿੱਚ ਸਾਰੇ ਧਾਰਮਕ ਗ੍ਰੰਥ (ਵੈਦ, ਸਾਸਤ੍ਰ, ਸਿਮ੍ਰਿਤ) ਖੋਜ ਕੇ ਦੇਖੋ ! ਇੱਕੋ ਇੱਕ ਹੀ ਸਬਕ ਮਿਲਦਾ ਹੈ । ਇੱਕ ਹੀ ਸਿਖਿਆ ਦੇਂਦੇ ਹਨ । ਪ੍ਰਭ ਦੇ ਸ਼ਬਦ ਦੀ ਪਾਲਣਾ, ਜੀਵਨ ਢਾਲਣ ਤੋ ਬਿਨਾਂ ਕੋਈ ਵੀ ਪ੍ਰਵਾਨਗੀ ਦੇ ਰਸਤੇ ਤੇ ਅਡੋਲ ਨਹੀਂ ਰਹਿੰਦਾ । ਉਸ ਦੇ ਦਰਬਾਰ ਵਿੱਚ ਪ੍ਰਵਾਨ ਨਹੀਂ ਹੁੰਦਾ । ਇਸ ਦਾ ਆਪਣੇ ਮਨ ਵਿੱਚ ਵਿਚਾਰ ਕਰੋ ! ਧਿਆਨ ਰਖੋ !

All Holy scriptures of worldly religions provide one and only one common teachings, enlightenment; Without obeying and adopting the teachings of His Word in day to day life, no one may stay steady and stable on the right path of acceptance in His court, no one may be accepted in His court. One should always comprehend this unique essence of the teachings of His Word.

ਅਠਸਠਿ ਮਜਨੁ ਕਰਿ ਇਸਨਾਨਾ,
ਭ੍ਰਮਿ ਆਏ ਧਰ ਸਾਰੀ॥
ਅਨਿਕ ਸੋਚ ਕਰਹਿ ਦਿਨ ਰਾਤੀ,
ਬਿਨੁ ਸਤਿਗੁਰ ਅੰਧਿਆਰੀ॥੩॥

athsath majan kar isnaanaa
bharam aa-ay Dhar saaree.
Anik soch karahi din raatee
bin satgur anDhi-aaree. ||3||

ਸੰਸਾਰਕ ਜੀਵ ਭਾਵੇ ਮੰਨੇ ਹੋਏ, 68 ਪਵਿਤ੍ਰ ਤੀਰਥਾਂ ਤੇ ਇਸ਼ਨਾਨ ਕਰ ਲਵੇ! ਸਾਰੇ ਸੰਸਾਰ ਵਿੱਚ ਹੀ ਘੁੰਮ ਲਵੇ, ਖੋਜ ਲਵੇ । ਫਿਰ ਵੀ ਪ੍ਰਭ ਦੇ ਸ਼ਬਦ ਨਾਲ ਜੀਵਨ ਢਾਲਣ ਤੋ ਬਿਨਾਂ ਮਨ ਵਿਚੋਂ ਅਗਿਆਨਤਾ ਦਾ ਅੰਧੇਰਾ ਖਤਮ ਨਹੀਂ ਹੁੰਦਾ । ਮਨ ਭਰਮਾਂ ਵਿੱਚ ਹੀ ਫਸਿਆ ਰਹਿੰਦਾ ਹੈ ।

Anyone may worship and take a sanctifying bath at all 68 renowned Holy shrines or even search and evaluate all Holy scriptures, even then without adopting the teachings of His Word, the ignorance of mind or the suspicions of religious rituals may not be eliminated. He may remain deep in religious suspicions.

ਧਾਵਤ ਧਾਵਤ ਸਭੁ ਜਗੁ ਧਾਇਓ,
ਅਬ ਆਏ ਹਰਿ ਦੁਆਰੀ॥
ਦੁਰਮਤਿ ਮੇਟਿ ਬੁਧਿ ਪਰਗਾਸੀ,
ਜਨ ਨਾਨਕ ਗੁਰਮੁਖਿ ਤਾਰੀ॥੪॥੧॥੨॥

Dhaavat Dhaavat sabh jag Dhaa-I-
o ab aa-ay har du-aaree.
Durmat mayt buDh pargaasee jan
naanak gurmukh taaree. ||4||1||2||

ਮਨ ਧਰਮਾਂ ਦੇ ਗ੍ਰੰਥਾਂ ਨੂੰ ਖੋਜਦਾ ਹੋਇਆ, ਹੁਣ ਪ੍ਰਭ ਦੀ ਸ਼ਰਣ ਵਿੱਚ ਆਇਆ ਹੈ । ਪ੍ਰਭ ਨੇ ਰਹਿਮਤ ਬਖਸ਼ਕੇ ਮਨ ਨੂੰ ਜਾਗਰਤ ਅਤੇ ਸੁਚੇਤ ਕਰ ਦਿਤਾ ਹੈ । ਮਨ ਵਿੱਚ ਗੁਰਮਖ ਅਵਸਥਾ ਬਖਸ਼ਕੇ ਬਚਾ ਲਿਆ ਹੈ ।

After evaluating various religious Holy scriptures; I have surrendered at Your sanctuary for forgiveness for my sins. With His mercy and grace, I am enlightened with the essence of His Word and have become awake and alert. The True Master has blessed me with state of mind as His true devotee and saved from the devil of death.

408.ਗੁਜਰੀ ਮਹਲਾ ੫॥ 495-14

ਹਰਿ ਧਨੁ ਜਾਪ ਹਰਿ ਧਨੁ ਤਾਪ,
ਹਰਿ ਧਨੁ ਭੋਜਨੁ ਭਾਇਆ॥
ਨਿਮਖ ਨ ਬਿਸਰਉ ਮਨ ਤੇ ਹਰਿ,
ਹਰਿ ਸਾਧਸੰਗਤਿ ਮਹਿ ਪਾਇਆ॥੧॥

har Dhan jaap har Dhan taap
har Dhan bhojan bhaa-i-aa.
nimakh na bisara-o man tay har
har saaDhsangat meh paa-i-aa. ||1||

ਪ੍ਰਭ ਦੀ ਬਖਸ਼ਿਸ਼ ਨਾਲ ਹੀ ਮੈਂ ਪ੍ਰਭ ਦੇ ਸ਼ਬਦ ਦਾ ਸਿਮਰਨ ਕਰਦਾ, ਗੁਣ ਗਾਉਂਦਾ ਹਾ । ਪ੍ਰਭ ਦਾ ਬਖਸ਼ਿਆ ਹੋਇਆ ਭੋਜਨ ਖਾਂਦਾ ਹਾ । ਆਪਣੇ ਮਨ ਵਿਚੋਂ ਪ੍ਰਭ ਨੂੰ ਇੱਕ ਪਲ ਵੀ ਵਿਸਾਰਦਾ ਨਹੀਂ । ਸੰਤ ਸਰੂਪ ਦੀ ਸੰਗਤ ਵਿਚੋਂ ਹੀ ਪ੍ਰਭ ਦੀ ਰਹਿਮਤ ਬਖਸ਼ਿਸ਼ ਹੋਈ ਹੈ ।

With His mercy and grace, I am meditating and singing the glory of His Word. I enjoy His blessed food and may never abandon His Word from my mind even a moment. I have been blessed with this state of mind from the congregation of His true devotee.

ਮਾਈ ਖਾਟਿ ਆਇਓ ਘਰਿ ਪੂਤਾ॥
ਹਰਿ ਧਨੁ ਚਲਤੇ ਹਰਿ ਧਨੁ ਬੈਸੇ,
ਹਰਿ ਧਨੁ ਜਾਗਤ ਸੂਤਾ॥੧॥ ਰਹਾਉ॥

maa-ee khaat aa-i-o ghar pootaa.
har Dhan chaltay har Dhan baisay
har Dhan jaagat sootaa. ||1|| rahaa-o.

ਮੇਰੇ ਮਨ ਮੈਂ ਪ੍ਰਭ ਦੀ ਰਹਿਮਤ ਦਾ ਧਨ ਪਇਆ ਹੈ, ਲਾਹਾ ਖੱਟਿਆ ਹੈ । ਸਦਾ ਹੀ ਚਲਦੇ ਫਿਰਦੇ, ਬੈਠੇ, ਸੁੱਤੇ, ਜਾਗ੍ਰਦੇ ਪ੍ਰਭ ਦੀ ਰਹਿਮਤ ਰਹਿੰਦੀ ਹੈ ।

I have earned the wealth of His Word and profited from my human life blessings. I realize and enjoy His mercy, blessings with each and every breath, while walking, sleeping, while awake.

ਹਰਿ ਧਨੁ ਇਸਨਾਨੁ ਹਰਿ ਧਨੁ ਗਿਆਨੁ,
ਹਰਿ ਸੰਗਿ ਲਾਇ ਧਿਆਨਾ॥
ਹਰਿ ਧਨੁ ਤੁਲਹਾ ਹਰਿ ਧਨੁ ਬੇੜੀ,
ਹਰਿ ਹਰਿ ਤਾਰਿ ਪਰਾਨਾ॥੨॥

har Dhan isnaan har Dhan gi-aan
har sang laa-ay Dhi-aanaa.
har Dhan tulhaa har Dhan bayrhee
har har taar paraanaa. ||2||

ਪ੍ਰਭ ਦੀ ਰਹਿਮਤ, ਸ਼ਬਦ ਹੀ ਮੇਰੇ ਮਨ ਨੂੰ ਪਵਿਤ੍ਰ ਕਰਨ ਵਾਲਾ ਇਸ਼ਨਾਨ ਹੈ । ਮਨ ਦੀ ਜਾਗਰਤੀ, ਗਿਆਨ, ਮੇਰੇ ਮਨ ਦੀ ਤਪਸਿਆ, ਬੰਦਗੀ ਹੈ । ਪ੍ਰਭ ਦਾ ਸ਼ਬਦ ਹੀ ਮੇਰਾ ਆਸਰਾ, ਬੇੜੀ ਹੈ । ਜਿਹੜੀ ਮਇਆ ਰੂਪੀ ਸਾਗਰ ਵਿਚੋਂ ਪਾਰ, ਦਰਬਾਰ ਵਿੱਚ ਪ੍ਰਵਾਨਗੀ ਬਖਸ਼ਦੀ ਹੈ ।

With His mercy and grace, the adopting the teachings of His Word is sanctifying bath of my soul. His Word is my meditation, concentration and hard discipline of my mind. The earnings of His Word are my pillar of support, my boat to cross terrible ocean of worldly desires.

ਹਰਿ ਧਨ ਮੇਰੀ ਚਿੰਤ ਵਿਸਾਰੀ, — har Dhan mayree chint visaaree
ਹਰਿ ਧਨਿ ਲਾਹਿਆ ਧੋਖਾ॥ — har Dhan laahi-aa Dhokhaa.
ਹਰਿ ਧਨ ਤੇ ਮੈ ਨਵ ਨਿਧਿ ਪਾਈ, — har Dhan tay mai nav niDh paa-ee
ਹਾਥਿ ਚਰਿਓ ਹਰਿ ਥੋਕਾ॥੩॥ — haath chari-o har thokaa. ||3||

ਪ੍ਰਭ ਦੀ ਰਹਿਮਤ, ਸ਼ਬਦ ਦੇ ਧਨ ਨਾਲ ਹੀ ਮੇਰੇ ਮਨ ਵਿਚੋਂ ਚਿੰਤਾਂ ਖਤਮ ਹੋ ਗਈ ਹੈ । ਮਨ ਦੇ ਭਰਮ ਨਾਸ਼ ਹੋ ਗਏ ਹਨ । ਪ੍ਰਭ ਦੀ ਰਹਿਮਤ ਦੇ ਸਦਕੇ ਹੀ ਸ਼ਬਦ ਦੀ ਪਾਲਣਾ ਨਾਲ ਸ਼ਬਦ ਦੀ ਸੋਝੀ ਦੇ ਨੌ ਖਜ਼ਾਨੇ ਬਖੀਸ਼ਸ਼ ਹੋਏ ਹਨ । ਮਨ ਵਿੱਚ ਪ੍ਰਭ ਦੀ ਜੋਤ ਜਾਗਰਤ ਹੋਈ ਹੈ ।

With His mercy and grace, with the earnings of His Word all my worries have been eliminated from my mind. All my suspicions have been eliminated. With His mercy and grace, by obeying the teachings of His Word, I have been blessed with nine treasures of enlightenment of the virtues of His Word. I am enlightened with the spiritual glow of The Holy Spirit.

ਖਾਵਹੁ ਖਰਚਹੁ ਤੋਟਿ ਨ ਆਵੈ, — kaavahu kharchahu tot na aavai halat
ਹਲਤ ਪਲਤ ਕੈ ਸੰਗੇ॥ — palat kai sangay.
ਲਾਦਿ ਖਜਾਨਾ ਗੁਰਿ ਨਾਨਕ ਕਉ ਦੀਆਂ, — laad khajaanaa gur naanak ka-o dee-aa
ਇਹੁ ਮਨੁ ਹਰਿ ਰੰਗਿ ਰੰਗੇ॥੪॥੨॥੩॥ — ih man har rang rangay. ||4||2||3||

ਇਹ ਇੱਕ ਅਨੋਖਾ ਹੀ ਧਨ ਹੈ, ਜਿਤਨਾ ਜ਼ਿਆਦਾ ਵਰਤੋ ਕੀਤੀ ਜਾਵੇ! ਉਤਨਾ ਹੀ ਵਧਦਾ ਹੈ, ਕਦੀ ਕਮੀ ਨਹੀਂ ਆਉਂਦੀ, ਖਤਮ ਨਹੀ ਹੁੰਦਾ । ਆਪ ਹੀ ਇਹ ਸੋਝੀ ਦਾ ਖਜ਼ਾਨਾ ਆਪਣੇ ਬੰਦਗੀ ਕਰਨ ਵਾਲੇ ਦਾਸਾਂ ਨੂੰ ਬਖਸ਼ਦਾ ਹੈ । ਦਾਸ ਸਦਾ ਹੀ ਉਸ ਦੇ ਵਿਚੋੜੇ ਦੇ ਵਿਰਾਗ ਵਿੱਚ ਲੀਨ, ਮਸਤ ਰਹਿੰਦੇ ਹਨ ।

The earnings of His Word may be a unique wealth, more one may utilize, share with others, more blossom, grow. With His mercy and grace, He rewards this unique treasure to His true devotee. His true devotee may remain intoxicated in renunciation in the memory of his separation from The Holy Spirit.

409.ਗੂਜਰੀ ਮਹਲਾ ੫॥ 496-3

ਜਿਸੁ ਸਿਮਰਤ ਸਭਿ ਕਿਲਵਿਖ ਨਾਸਹਿ, — jis simrat sabh kilvikh naaseh
ਪਿਤਰੀ ਹੋਇ ਉਧਾਰੋ॥ — pitree ho-ay uDhaaro.
ਸੋ ਹਰਿ ਹਰਿ ਤੁਮ੍ ਸਦ ਹੀ ਜਾਪਹੁ, — so har har tum[H] sad hee jaapahu
ਜਾ ਕਾ ਅੰਤੁ ਨ ਪਾਰੋ॥੧॥ — jaa kaa ant na paaro. ||1||

ਜਿਸ ਪ੍ਰਭ ਦੇ ਸ਼ਬਦ ਦਾ ਸਿਮਰਨ, ਪਾਲਣਾ ਕਰਨ ਨਾਲ ਆਤਮਾ ਦੇ ਸਾਰੇ ਪਾਪ ਧੋਤੇ ਜਾਂਦੇ ਹਨ, ਨਾਸ਼ ਹੋ ਜਾਂਦੇ ਹਨ । ਉਸ ਦੀਆਂ ਕੁਲਾਂ ਪ੍ਰਭ ਦੇ ਪ੍ਰਵਾਨ ਹੋ ਜਾਂਦੀਆਂ ਹਨ । ਉਸ ਦੇ ਸ਼ਬਦ ਦੀ ਪਾਲਣਾ ਕਰੋ! ਸਿਮਰਨ ਕਰੋ! ਉਸ ਦੇ ਕਿਸੇ ਕਰਤਬ ਦਾ ਅੰਤ ਨਹੀ ਪਾਇਆ ਜਾ ਸਕਦਾ । ਕੋਈ ਅੰਤ ਨਹੀਂ ਹੁੰਦਾ ।

By meditating and obeying the teachings of His Word all the sins of soul may be forgiven and his generations may be blessed with the right path of acceptance in His court. One should adopt the teachings of His Word in day to day life. No one may be enlightened with the limit of any of His miracle or event. His miracles remain beyond comprehension.

ਪੂਤਾ ਮਾਤਾ ਕੀ ਆਸੀਸ॥	pootaa maataa kee aasees.
ਨਿਮਖ ਨ ਬਿਸਰਉ ਤੁਮ੍ ਕਉ,	nimakh na bisara-o tum^{H} ka-o
ਹਰਿ ਹਰਿ ਸਦਾ ਭਜਹੁ ਜਗਦੀਸ॥੧॥	har har sadaa bhajahu jagdees. ‖1‖
ਰਹਾਉ॥	rahaa-o.

ਹਰਇੱਕ ਮਾਂ ਦੇ ਮੂੰਹ ਵਿਚੋਂ ਆਪਣੇ ਬੱਚੇ ਲਈ ਇੱਕੋ ਇੱਕ ਹੀ ਅਸੀਸ ਨਿਕਲਦੀ ਹੈ । ਮੇਰੇ ਬੱਚੇ ਤੇ ਸਵਾਸ ਸਵਾਸ ਪ੍ਰਭ ਦੀ ਰਹਿਮਤ ਭਰਪੂਰ ਹੋਵੇ । ਉਸ ਦੇ ਮਨ ਵਿਚੋਂ ਇੱਕ ਪਲ ਵੀ ਪ੍ਰਭ ਦਾ ਸ਼ਬਦ ਨਾ ਵਿਸਰ ਜਾਵੇ । ਸ਼ਬਦ ਦੀ ਗੂੰਜ ਮਨ ਵਿੱਚ ਜਾਗਰਤ ਹੋ ਜਾਵੇ।

Every mother, always pray that the mercy and grace of The Holy Master may remain overwhelmed on his child with each and every breath. The teachings of His Word may never be abandoned from his heart. The everlasting echo of His Word may resonate within his mind.

ਸਤਿਗੁਰੁ ਤੁਮ੍ ਕਉ ਹੋਇ ਦਇਆਲਾ,	satgur tum^{H} ka-o ho-ay da-i-aalaa
ਸੰਤਸੰਗਿ ਤੇਰੀ ਪ੍ਰੀਤਿ॥	satsang tayree pareet.
ਕਾਪੜੁ ਪਤਿ ਪਰਮੇਸਰੁ ਰਾਖੀ,	kaaparh pat parmaysar raakhee
ਭੋਜਨੁ ਕੀਰਤਨੁ ਨੀਤਿ॥੨॥	bhojan keertan neet. ‖2‖

ਤੇਰੇ ਤੇ ਸਦਾ ਹੀ ਪ੍ਰਭ ਦੀ ਰਹਿਮਤ ਭਰਪੂਰ ਹੋਵੇ । ਤੇਰੀ ਲਗਨ, ਪ੍ਰਭ ਦੇ ਸ਼ਬਦ, ਸੰਤ ਸਰੂਪ ਦੀ ਸੰਗਤ ਵਿੱਚ ਲੱਗੀ ਰਹੇ । ਆਪ ਹੀ ਰਹਿਮਤ ਬਖਸ਼ਕੇ ਆਪਣੀ ਸ਼ਰਣ ਵਿੱਚ ਪ੍ਰਵਾਨ ਕਰੇ, ਪਰਦਾ ਢੱਕ ਲਵੇ । ਸ਼ਬਦ ਦਾ ਗੁਣ ਗਾਉਣ ਹੀ ਤੇਰੇ ਮਨ ਦੇ ਅਨੰਦ ਮਾਨਨ ਵਾਲਾ ਭੋਜਨ ਹੋਵੇ ।

My child, you should remain overwhelmed with His blessings. You should remain devoted to the association of His true devotees. With His mercy and grace, you may be accepted in His court. The singing the glory of His Word, may become the worthy food for Your soul.

ਅੰਮ੍ਰਿਤੁ ਪੀਵਹੁ ਸਦਾ ਚਿਰੁ ਜੀਵਹੁ,	amrit peevhu sadaa chir jeevhu
ਹਰਿ ਸਿਮਰਤ ਅਨਦ ਅਨੰਤਾ॥	har simrat anad anantaa.
ਰੰਗ ਤਮਾਸਾ ਪੂਰਨ ਆਸਾ,	rang tamaasaa pooran aasaa
ਕਬਹਿ ਨ ਬਿਆਪੈ ਚਿੰਤਾ॥੩॥	kabeh na bi-aapai chintaa. ‖3‖

ਤੂੰ ਸਦਾ ਹੀ ਪ੍ਰਭ ਦੇ ਸ਼ਬਦ ਰੂਪੀ ਅੰਮ੍ਰਿਤ ਦਾ ਰਸ ਮਾਣੇ, ਪਾਲਣਾ ਕਰਦਾ ਰਹੇ । ਪ੍ਰਭ ਦੇ ਸਿਮਰਨ ਵਿੱਚ ਮਨ ਲੀਨ ਰਹੇ, ਸ਼ਬਦ ਦਾ ਖੇੜਾ ਮਨ ਵਿੱਚ ਘਰ ਕਰ ਜਾਵੇ । ਪ੍ਰਭ ਰਹਿਮਤ ਬਖਸ਼ੇ, ਤੇਰਾ ਜੀਵਨ ਖੁਸ਼ੀ ਨਾਲ ਭਰਿਆਂ ਰਹੇ । ਤੇਰੇ ਮਨ ਦੀਆਂ ਮੁਰਾਦਾਂ ਪੂਰੀਆਂ ਹੋ ਜਾਣ । ਪ੍ਰਭ ਬੇਅੰਤ ਹੀ ਖੇੜੇ ਬਖਸ਼ੇ । ਤੇਰੇ ਮਨ ਵਿਚੋਂ ਸੰਸਾਰਕ ਚਿੰਤਾਂ ਦਾ ਨਾਸ਼ ਹੋ ਜਾਵੇ ।

You may enjoy the nectar of the essence of His Word with each and every breath. You may be drenched with the teachings of His Word. You may remain intoxicated in meditation and contentment may blossom within your life. With His mercy and grace, all your unspoken desires may be satisfied and blessed with prosperity in worldly life. All your worries and miseries may be eliminated.

ਭਵਰੁ ਤੁਮ੍ਾਰਾ ਇਹੁ ਮਨੁ ਹੋਵਉ,	bhavar tum^{H}aaraa ih man hova-o
ਹਰਿ ਚਰਣਾ ਹੋਹੁ ਕਉਲਾ॥	har charnaa hohu ka-ulaa.
ਨਾਨਕ ਦਾਸੁ ਉਨਿ ਸੰਗਿ ਲਪਟਾਇਓ,	naanak daas un sang laptaa-i-o Ji-o
ਜਿਉ ਬੂੰਦਹਿ ਚਾਤ੍ਰਿਕੁ ਮਉਲਾ॥੪॥੩॥੪॥	boo^{N}deh chaatrik ma-ulaa. ‖4‖3‖4‖

ਤੇਰੇ ਮਨ ਦਾ ਭਵਰਾ, ਪ੍ਰਭ ਦੇ ਚਰਨਾਂ, ਸ਼ਰਣ ਵਿੱਚ, ਸ਼ਬਦ ਦੀ ਸਮਾਧੀ ਵਿੱਚ ਵਸੇ । ਬੰਦਗੀ ਕਰਨ ਵਾਲੇ ਸਦਾ ਹੀ ਸ਼ਰਣ, ਸ਼ਬਦ ਦੀ ਪਾਲਣਾ ਵਿੱਚ ਮਸਤ ਰਹਿੰਦੇ ਹਨ । ਜਿਵੇਂ ਮੀਂਹ ਦੇ ਪਾਣੀ ਦੀ ਬੂੰਦ ਪੈਣ ਤੇ ਚਾਤਿਰਕ ਦੇ ਮਨ ਵਿੱਚ ਅਨੰਦ ਵਸ ਜਾਂਦਾ ਹੈ ।

The concentration of your mind may remain the teachings of His Word. His true devotee always remains intoxicated in obeying the teachings of His Word and remains in His sanctuary. His mind enjoys the same comfort and happiness as the rain bird enjoy with the drop of rain blessed in his mouth.

410.ਗੂਜਰੀ ਮਹਲਾ ੫॥ 496-9

ਮਤਾ ਕਰੈ ਪਛਮ ਕੈ ਤਾਈ,	mataa karai pachham kai taa-ee
ਪੂਰਬ ਹੀ ਲੈ ਜਾਤ॥	poorab hee lai jaat.
ਖਿਨ ਮਹਿ ਥਾਪਿ ਉਥਾਪਨਹਾਰਾ,	khin meh thaap uthaapanhaaraa
ਆਪਨ ਹਾਥਿ ਮਤਾਤ॥੧॥	aapan haath mataat. ||1||

ਜੀਵ ਦਾ ਮਨ ਕੁਝ ਹੋਰ ਕੰਮ ਕਰਨ ਦੀ ਸੋਚਦਾ ਹੈ । ਪਰ ਪ੍ਰਭ ਉਸ ਦੇ ਧਿਆਨ ਨੂੰ ਹੋਰ ਪਾਸੇ ਲਾ ਦੇਂਦਾ ਹੈ । ਪ੍ਰਭ ਇੱਕ ਪਲ ਵਿੱਚ ਹੀ ਜੀਵ ਨੂੰ ਪੈਦਾ ਕਰਦਾ, ਪਲ ਵਿੱਚ ਹੀ ਮੌਤ ਬਖਸ਼ਦਾ ਹੈ । ਸਾਰਾ ਖੇਲ ਉਸ ਦੇ ਹੁਕਮ ਅੰਦਰ ਹੀ ਹੁੰਦਾ ਹੈ ।

One may think about doing something; however, God may divert his concentration on some other directions. He may create something in one moment and may destroy in another moment. The whole play of the universe function under His command.

ਸਿਆਨਪ ਕਾਹੂ ਕਾਮਿ ਨ ਆਤ॥	si-aanap kaahoo kaam na aat.
ਜੋ ਅਨਰੂਪਿਓ ਠਾਕੁਰਿ ਮੇਰੈ,	jo anroopi-o thaakur mayrai
ਹੋਇ ਰਹੀ ਉਹ ਬਾਤ॥੧॥ ਰਹਾਉ॥	ho-ay rahee uh baat. ||1|| rahaa-o.

ਕਿਸੇ ਜੀਵ ਦੀ ਆਪਣੀ ਮੱਤ, ਸਿਆਣਪ ਨਾਲ ਕੁਝ ਪ੍ਰਾਪਤ ਨਹੀ ਹੁੰਦਾ । ਜੋ ਵੀ ਪ੍ਰਭ ਨੂੰ ਭਾਉਂਦਾ ਹੈ, ਜੀਵ ਵਾਸਤੇ ਠੀਕ ਹੁੰਦਾ ਹੈ, ਉਹ ਹੀ ਬਖਸ਼ਦਾ ਹੈ । ਅੰਤ ਵਿੱਚ ਉਹ ਹੀ ਹੁੰਦਾ ਹੈ, ਉਸ ਦਾ ਭਾਣਾ ਵਾਪਰਕੇ ਹੀ ਰਹਿੰਦਾ ਹੈ ।

No one may accomplish anything with his own wisdom or clever plan. Whatsoever may be acceptable to God and may be good for His creation, He may only bless that virtue to His creation. In the end, whatsoever may be acceptable to God, only may prevail.

ਦੇਸੁ ਕਮਾਵਨ ਧਨ ਜੋਰਨ ਕੀ,	days kamaavan Dhan joran kee
ਮਨਸਾ ਬੀਚੇ ਨਿਕਸੇ ਸਾਸ॥	mansaa beechay niksay saas.
ਲਸਕਰ ਨੇਬ ਖਵਾਸ ਸਭ ਤਿਆਗੇ,	laskar nayb khavaas sabh ti-aagay
ਜਮ ਪੁਰਿ ਊਠਿ ਸਿਧਾਸ॥੨॥	jam pur ooth siDhaas.||2||

ਧਨ ਦੌਲਤ ਇਕੱਠੇ ਕਰਨ ਦੇ ਯਤਨ ਵਿੱਚ ਹੀ ਜੀਵ ਦੇ ਸਵਾਸ ਖਤਮ ਹੋ ਜਾਂਦੇ ਹਨ । ਉਸ ਨੂੰ ਪਲ ਵਿੱਚ ਹੀ ਸਭ ਕੁਝ ਇਥੇ ਛੱਡਕੇ ਮੌਤ ਦੇ ਘਰ ਜਾਣਾ ਪੈਂਦਾ ਹੈ । ਉਸ ਦੇ ਸਾਰੇ ਸਾਥੀ, ਸੇਵਾਦਾਰਾ ਵਿਚੋਂ ਉੱਠ ਕੇ ਮੌਤ ਦੇ ਫਿਰਸ਼ਤੇ ਨਾਲ ਚਲੇ ਜਾਂਦਾ ਹੈ ।

Human may exhaust all his time, breathes in collecting worldly wealth. In a twinkle of eyes, he may have to leave everything behind on earth and go back to give the accounts of His worldly deeds. He will leave all his friend, helper and would be captured by the devil of death.

ਹੋਇ ਅਨੰਨਿ ਮਨਹਠ ਕੀ ਦ੍ਰਿੜਤਾ,	ho-ay annan manhath kee darirh-taa
ਆਪਸ ਕਉ ਜਾਨਾਤ॥	aapas ka-o jaanaat.
ਜੋ ਅਨਿੰਦੁ ਨਿੰਦੁ ਕਰਿ ਛੋਡਿਓ,	jo anind nind kar chhodi-o
ਸੋਈ ਫਿਰਿ ਫਿਰਿ ਖਾਤ॥੩॥	so-ee fir fir khaat. ||3||

ਉਸ ਦੇ ਮਨ ਵਿੱਚ ਇਹ ਖਿਆਲ ਸਦਾ ਹੀ ਰਹਿੰਦਾ ਹੈ । ਉਹ ਇੱਕ ਵਿਸ਼ੇਸ਼, ਅਲੱਗ ਹੀ ਜੀਵ ਹੈ । ਇਸ ਮਨ ਦੇ ਭਰੋਸੇ ਤੇ ਹੀ ਲੋਕ ਦਿਖਾਵਾ ਕਰਦਾ ਰਹਿੰਦਾ ਹੈ । ਜਿਹੜਾ ਸੰਸਾਰਕ ਭੋਜਨ, ਬੰਦਗੀ ਕਰਨ ਵਾਲੇ ਤਿਆਗ ਦੇਂਦੇ ਹਨ । ਉਹ ਹੀ ਭੋਜਨ ਬਾਰ ਬਾਰ ਖਾਂਦਾ ਹੈ ।

He always has one thought in His mind that he is unique, distinguish one of kind creature. Due to this ego of his mind, he remains pretending to showcase his uniqueness to others all the time. Whatsoever, worldly possessions, His true devotee may abandon from his life; he will capture that possession over and over.

ਸਹਜ ਸੁਭਾਇ ਭਏ ਕਿਰਪਾਲਾ,	sahj subhaa-ay bha-ay kirpaalaa
ਤਿਸੁ ਜਨ ਕੀ ਕਾਟੀ ਫਾਸ॥	tis jan kee kaatee faas.
ਕਹੁ ਨਾਨਕ ਗੁਰੁ ਪੂਰਾ ਭੇਟਿਆ,	kaho naanak gur pooraa bhayti-aa
ਪਰਵਾਣੁ ਗਿਰਸਤ ਉਦਾਸ॥੪॥੪॥੫॥	parvaan girsat udaas. ||4||4||5||

ਜਿਸ ਤੇ ਪ੍ਰਭ ਆਪ ਹੀ ਰਹਿਮਤ ਬਖਸ਼ਦਾ ਹੈ, ਤਰਸ ਬਖਸ਼ਦਾ ਹੈ । ਉਸ ਦਾ ਮੌਤ ਦਾ ਫਧਾ ਕੱਟਿਆ ਜਾਦਾ, ਜੂੰਨਾਂ ਦਾ ਚੱਕਰ ਖਤਮ ਹੋ ਜਾਂਦਾ ਹੈ । ਜਿਸ ਜੀਵ ਦੇ ਮਨ ਵਿੱਚ ਪ੍ਰਭ ਦਾ ਸ਼ਬਦ ਜਾਗਰਤ ਹੋ ਜਾਂਦਾ ਹੈ । ਉਸ ਦਾ ਪੂਰਨ ਗੁਰੂ ਨਾਲ ਮਿਲਾਪ ਹੋ ਜਾਂਦਾ ਹੈ, ਸ਼ਬਦ ਦੀ ਸੋਝੀ ਹੋ ਜਾਂਦੀ ਹੈ । ਪ੍ਰਭ ਦੇ ਦਰਬਾਰ ਵਿੱਚ ਪ੍ਰਵਾਨ ਹੋ ਜਾਂਦਾ ਹੈ । ਉਹ ਇੱਛਾਂ ਰਹਿਤ ਹੋ ਜਾਂਦਾ ਹੈ ।

Whosoever may be saved with His mercy and grace, his cycle of birth and death may be eliminated. Whosoever may be drenched with the teachings of His Word and remain awake and alert; he may be enlightened with the essence of His Word and may become worthy of His consideration. He may become beyond the reach of worldly desires and may be accepted in His court.

411.ਗੁਜਰੀ ਮਹਲਾ ੫॥ 496-15

ਨਾਮੁ ਨਿਧਾਨੁ ਜਿਨਿ ਜਨਿ ਜਪਿਓ,	naam niDhaan jin jan japi-o
ਤਿਨ ਕੇ ਬੰਧਨ ਕਾਟੇ॥	tin kay banDhan kaatay.
ਕਾਮ ਕ੍ਰੋਧ ਮਾਇਆ ਬਿਖੁ ਮਮਤਾ,	kaam kroDh maa-i-aa bikh mamtaa
ਇਹ ਬਿਆਧਿ ਤੇ ਹਾਟੇ॥੧॥	ih bi-aaDh tay haatay. ||1||

ਜਿਹੜੇ ਸ਼ਬਦ ਦੀ ਸੋਝੀ ਦੇ ਖਜ਼ਾਨੇ ਦੇ ਮਾਲਕ ਦੇ ਗੁਣ ਗਾਉਂਦੇ, ਸਿਮਰਨ ਕਰਦੇ ਹਨ । ਉਹਨਾਂ ਦੇ ਸੰਸਾਰਕ ਮਇਆ ਦੇ ਬੰਧਨ ਕੱਟੇ ਜਾਂਦੇ ਹਨ । ਉਹਨਾਂ ਦੇ ਮਨ ਵਿਚੋਂ ਕਾਮਵਾਸਨਾ, ਕਰੋਧ, ਸੰਸਾਰਕ ਮਇਆ ਦਾ ਪ੍ਰਭਾਵ ਅਤੇ ਮਨ ਵਿਚੋਂ ਅਹੰਕਾਰ ਦਾ ਨਾਸ਼ ਹੋ ਜਾਂਦਾ ਹੈ ।

Whosoever may be meditating and singing the glory of The True Master of all virtues. All his trap of worldly wealth may be eliminated. All the demons of worldly wealth like sexual desire, anger, influence of worldly wealth and ego of his worldly status may be eliminated from his mind.

ਹਰਿ ਜਸੁ ਸਾਧਸੰਗਿ ਮਿਲਿ ਗਾਇਓ॥	har jas saaDhsang mil gaa-i-o.
ਗੁਰ ਪਰਸਾਦਿ ਭਇਓ ਮਨੁ ਨਿਰਮਲੁ,	gur parsaad bha-i-o man nirmal sarab
ਸਰਬ ਸੁਖਾ ਸੁਖ ਪਾਇਅਉ॥੧॥ ਰਹਾਉ॥	sukhaa sukh paa-i-a-o. ||1|| rahaa-o.

ਜਿਹੜੇ ਸੰਤ ਸਰੂਪ ਦੀ ਸੰਗਤ ਕਰਦੇ ਹਨ । ਉਹ ਆਪਣਾ ਜੀਵਨ ਸ਼ਬਦ ਨਾਲ ਢਾਲਕੇ ਸ਼ਬਦ ਦੇ ਗੁਣ ਗਾਉਂਦੇ ਹਨ । ਪ੍ਰਭ ਦੀ ਰਹਿਮਤ ਨਾਲ ਉਹਨਾਂ ਦਾ ਮਨ ਪਵਿਤ੍ਰ ਹੋ ਜਾਂਦਾ ਹੈ । ਮਨ ਵਿੱਚ ਖੇੜਾ ਵਸ ਜਾਂਦਾ ਹੈ ।

Whosoever may associate with His true devotee, he may adopt the teachings of His Word and sing the glory of The True Master. His soul may be sanctified and he may be blessed with contentment blossom in his worldly life.

ਜੋ ਕਿਛੁ ਕੀਓ ਸੋਈ ਭਲ ਮਾਨੈ,	jo kichh kee-o so-ee bhal maanai

ਐਸੀ ਭਗਤਿ ਕਮਾਨੀ॥	aisee bhagat kamaanee.
ਮਿਤ੍ਰ ਸਤ੍ਰ ਸਭ ਏਕ ਸਮਾਨੇ,	mitar satar sabh ayk samaanay
ਜੋਗ ਜੁਗਤਿ ਨੀਸਾਨੀ॥੨॥	jog jugat neesaanee. ||2||

ਉਹਨਾਂ ਦੇ ਮਨ ਦੀ ਸ਼ਰਧਾ ਪ੍ਰਭ ਦੇ ਸ਼ਬਦ, ਭਾਣੇ ਤੇ ਇਤਨੀ ਅਡੋਲ ਹੋ ਜਾਂਦੀ ਹੈ । ਜੋ ਵੀ ਪ੍ਰਭ ਬਖਸ਼ਦਾ ਹੈਂ ਉਸ ਦਾ ਧੰਨਵਾਦ ਹੀ ਕਰਦੇ ਰਹਿੰਦੇ ਹਨ । ਉਸ ਵਿੱਚ ਹੀ ਅਨੰਦ ਮਾਨਦੇ ਹਨ । ਉਹ ਸਭ ਮਿੱਤਰ ਅਤੇ ਵੈਰੀ ਨੂੰ ਇਕ ਸਮਾਨ ਹੀ ਪ੍ਰਭ ਦੇ ਦਾਸ ਹੀ ਸਮਝਦੇ ਹਨ । ਇਸ ਤਰ੍ਹਾਂ ਦੀ ਅਵਸਥਾ, ਬੰਦਗੀ ਕਰਨ ਵਾਲੇ ਦਾਸ, ਜੋਗੀ ਦੀ ਹੁੰਦੀ ਹੈ ।

His belief and devotion on His blessings, Word may become so intense; whatsoever may be blessed by The True Master, he will accept with open heart and thanks Him in all worldly conditions. He enjoys His bliss and treats everyone as his friend and as the True devotee of God. Such a state of mind may be blessed to a real Yogi, saint, His true devotee only.

ਪੂਰਨ ਪੂਰਿ ਰਹਿਓ ਸ੍ਰਬ ਥਾਈ,	pooran poor rahi-o sarab thaa-ee
ਆਨ ਨ ਕਤਹੂੰ ਜਾਤਾ॥	aan na katahoo^N jaataa.
ਘਟ ਘਟ ਅੰਤਰਿ ਸਰਬ ਨਿਰੰਤਰਿ,	ghat ghat antar sarab nirantar
ਰੰਗਿ ਰਵਿਓ ਰੰਗਿ ਰਾਤਾ॥੩॥	rang ravi-o rang raataa. ||3||

ਸਰਬ ਵਿਆਪਕ ਪ੍ਰਭ ਹਰ ਥਾਂ ਤੇ ਹਾਜ਼ਰ ਹਜੂਰ ਹੈ । ਉਹ ਹਰਇੱਕ ਦੀਆਂ ਮੁਰਾਦਾਂ ਪੂਰੀਆਂ ਕਰਨ ਵਾਲਾ ਹੈ । ਮੈਂ ਉਸ ਨੂੰ ਢੂੰਡਣ ਲਈ ਕਿਉਂ ਹੋਰ ਕਿਸੇ ਥਾ ਤੇ ਜਾਵਾ? ਉਹ ਹਰਇੱਕ ਜੀਵ ਦੇ ਮਨ ਵਿੱਚ ਹਿਰਦੇ ਵਿੱਚ ਵਸਦਾ ਹੈ । ਮੈਂ ਉਸ ਦੇ ਪਿਆਰ ਵਿੱਚ, ਸਮਾਧੀ ਵਿੱਚ ਲੀਨ ਹੋਇਆ ਹਾ । ਉਸ ਦੇ ਸ਼ਬਦ ਦੇ ਰੰਗ ਨਾਲ ਰੰਗਿਆ ਹਾ ।

The Omnipotent True Master remains Omnipresent everywhere and satisfies the unspoken wishers of His true devotee. Why should I be searching Him outside in the universe? He dwells in the heart of each and every creature and embedded in the universe. I am intoxicated with devotion in the void of His Word. I remain drenched with the essence of His Word.

ਭਏ ਕ੍ਰਿਪਾਲ ਦਇਆਲ ਗੁਪਾਲਾ,	bha-ay kirpaal da-i-aal gupaalaa
ਤਾ ਨਿਰਭੈ ਕੈ ਘਰਿ ਆਇਆ॥	taa nirbhai kai ghar aa-i-aa.
ਕਲਿ ਕਲੇਸ ਮਿਟੇ ਖਿਨ ਭੀਤਰਿ,	kal kalays mitay khin bheetar
ਨਾਨਕ ਸਹਜਿ ਸਮਾਇਆ॥੪॥੫॥੬॥	naanak sahj samaa-i-aa. ||4||5||6||

ਜਦੋਂ ਰਹਿਮਤਾਂ ਦਾ ਮਾਲਕ ਆਪ ਤਰਸਵਾਨ ਹੋ ਜਾਂਦਾ ਹੈ । ਤਾ ਹੀ ਜੀਵ ਨਿਡਰ ਦੀ ਸਮਾਧੀ, ਦਰਬਾਰ ਵਿੱਚ ਦਾਖਲ ਹੁੰਦਾ, ਹੋ ਸਕਦਾ ਹੈ । ਇੱਕ ਪਲ ਵਿੱਚ ਹੀ ਉਸ ਦੇ ਮਨ ਦੇ ਦੁਖ, ਸੰਸਾਰਕ ਚਿੰਤਾਂ ਖਤਮ ਹੋ ਜਾਂਦੀਆਂ ਹਨ । ਉਹ ਪ੍ਰਭ ਦੀ ਜੋਤ ਵਿੱਚ ਅਲੋਪ ਹੋ ਜਾਂਦਾ ਹੈ ।

The Merciful True Master becomes generous on His true devotee; only then His true devotee may enter into the void of His Word. In a twinkle of eyes, all his worldly worries and miseries may be eliminated. With His mercy and grace, he may be immersed in The Holy Spirit.

412.ਗੂਜਰੀ ਮਹਲਾ ੫॥ 497-2

ਜਿਸੁ ਮਾਨੁਖ ਪਹਿ ਕਰਉ ਬੇਨਤੀ,	jis maanukh peh kara-o bayntee
ਸੋ ਅਪਨੈ ਦੁਖਿ ਭਰਿਆ॥	so apnai dukh bhari-aa.
ਪਾਰਬ੍ਰਹਮੁ ਜਿਨਿ ਰਿਦੈ ਅਰਾਧਿਆ,	paarbarahm jin ridai araaDhi-aa
ਤਿਨਿ ਭਉ ਸਾਗਰੁ ਤਰਿਆ॥੧॥	tin bha-o saagar tari-aa. ||1||

ਸੰਸਾਰ ਵਿੱਚ ਜਿਸ ਮਾਨਸ ਪਾਸ ਹੀ ਕੋਈ ਮਦਦ ਲਈ ਜਾਂਦਾ ਹਾ । ਉਹ ਆਪਣੇ ਦੁਖਾਂ ਦਾ ਹੀ ਜ਼ਿਕਰ ਕਰਦਾ ਹੈ । ਆਪਣੇ ਦੁਖ ਵਿੱਚ ਹੀ ਫਸਿਆ ਹੁੰਦਾ ਹੈ । ਜਿਹੜਾ ਵੀ ਆਪਣੇ ਮਨ ਵਿੱਚ ਉਸ ਪ੍ਰਭ ਦੇ ਸ਼ਬਦ ਦਾ ਸਿਮਰਨ, ਬੰਦਗੀ ਕਰਦਾ ਹੈ । ਉਹ ਹੀ ਭਿਆਨਕ ਸੰਸਾਰਕ ਸਾਗਰ ਪਾਰ ਕਰ ਸਕਦਾ ਹੈ

Whosoever may ask anyone for any help in his tough time; he may relate his own story of his life miseries. He himself remains entangled in his own life miseries. Whosoever may meditate on the teachings of His Word with steady and stable belief and may beg for His refuge; with His mercy and grace, he may be saved from terrible ocean of worldly desires.

ਗੁਰ ਹਰਿ ਬਿਨੁ ਕੋ ਨ ਬ੍ਰਿਥਾ ਦੁਖੁ ਕਾਟੈ॥	gur har bin ko na baritha dukh kaatai.
ਪ੍ਰਭੁ ਤਜਿ ਅਵਰ ਸੇਵਕੁ ਜੇ ਹੋਈ ਹੈ,	parabh taj avar sayvak jay ho-ee hai
ਤਿਤੁ ਮਾਨੁ ਮਹਤੁ ਜਸੁ ਘਾਟੈ॥੧॥ ਰਹਾਉ॥	tit maan mahat jas ghaatai.||1||rahaao.

ਕੇਵਲ ਪ੍ਰਭ ਤੋ ਬਿਨਾਂ ਹੋਰ ਕੋਈ ਵੀ ਮਾਨਸ ਦਾ ਸੰਸਾਰਕ ਇੱਛਾਂ ਦਾ ਦੁਖ ਖਤਮ, ਨਾਸ਼ ਨਹੀਂ ਕਰ ਸਕਦਾ । ਪ੍ਰਭ ਨੂੰ ਛੱਡਕੇ ਜਿਹੜਾ ਵੀ ਕਿਸੇ ਹੋਰ ਨੂੰ ਮੁਕਤੀ ਦਾ ਮਾਲਕ ਸਮਝਕੇ ਪੂਜਦਾ ਹੈ । ਉਸ ਦਾ ਮਾਣ, ਹੈਸੀਅਤ ਘਟ ਦੀ ਜਾਂਦੀ ਹੈ ।

Without His mercy and grace, no one may be able to eliminated the worldly miseries of anyone. Whosoever may consider anyone else as The True Master and worship him, his glory and status may dimension every moment.

ਮਾਇਆ ਕੇ ਸਨਬੰਧ ਸੈਨ ਸਾਕ,	maa-i-aa kay san-banDh sain saak
ਕਿਤ ਹੀ ਕਾਮਿ ਨ ਆਇਆ॥	kit hee kaam na aa-i-aa.
ਹਰਿ ਕਾ ਦਾਸੁ ਨੀਚ ਕੁਲੁ ਊਚਾ,	har kaa daas neech kul oochaa tis
ਤਿਸੁ ਸੰਗਿ ਮਨ ਬਾਂਛਤ ਫਲ ਪਾਇਆ॥੨॥	sang man baa^N chhat fal paa-i-aa.||2||

ਜਿਹੜੇ ਸੰਸਾਰਕ ਮਾਇਆ ਦੇ ਅਧਾਰ ਤੇ ਰਿਸ਼ਤੇ, ਸੰਜੋਗ ਸਬੰਧ ਬਣਦੇ ਹਨ । ਉਹਨਾਂ ਦੀ ਦਰਬਾਰ ਵਿੱਚ ਕੋਈ ਮਹੱਤਾ ਨਹੀਂ ਹੁੰਦੀ, ਬਿਰਥੇ ਹੀ ਹੁੰਦੇ ਹਨ । ਜਿਹੜੇ ਪ੍ਰਭ ਦੇ ਦਾਸ, ਬੰਦਗੀ ਕਰਨ ਵਾਲੇ ਹੁੰਦੇ ਹਨ, ਜੀਵਨ ਸ਼ਬਦ ਨਾਲ ਢਾਲਦੇ ਹਨ । ਉਹਨਾਂ ਨੂੰ ਅਮਰ ਅਵਸਥਾ ਬਖਸ਼ਿਸ਼ ਹੋ ਜਾਂਦੀ ਹੈ । ਉਹਨਾਂ ਦੀ ਸੰਗਤ ਕਰਨ ਨਾਲ, ਉਹਨਾਂ ਦੇ ਅਧਾਰ ਤੇ ਜੀਵਨ ਢਾਲਣ ਨਾਲ ਜੀਵ ਮਨ ਦੀਆਂ ਮੁਰਾਦਾਂ ਪੂਰੀਆਂ ਕਰ ਸਕਦਾ ਹੈ, ਹੋ ਜਾਂਦੀਆਂ ਹਨ ।

Whosoever may establish relationships based on worldly status and worldly wealth; those relationships may not have any significance in His court. Whosoever may be His true devotee, he may adopt the teachings of His Word and may be blessed with immortal state of mind. By associating with His true devotee and adopting his way of life, the follower may be blessed and his spoken and unspoken desires may be fulfilled.

ਲਾਖ ਕੋਟਿ ਬਿਖਿਆ ਕੇ ਬਿੰਜਨ,	laakh kot bikhi-aa kay binjan
ਤਾ ਮਹਿ ਤ੍ਰਿਸਨ ਨ ਬੂਝੀ॥	taa meh tarisan na boojhee.
ਸਿਮਰਤ ਨਾਮੁ ਕੋਟਿ ਉਜੀਆਰਾ,	simrat naam kot ujee-aaraa
ਬਸਤੁ ਅਗੋਚਰ ਸੂਝੀ॥੩॥	basat agochar soojhee. ||3||

ਸੰਸਾਰ ਵਿੱਚ ਧੋਖੇ, ਫਰੇਬ ਦੇ ਧਨ ਨਾਲ ਭਾਵੇ ਕੋਈ ਮਾਨਸ ਲਖਾਂ ਹੀ ਖੁਸ਼ੀਆ ਅਨੰਦ ਹਾਸਿਲ ਕਰ ਲਵੇ! ਫਿਰ ਵੀ ਇਹਨਾਂ ਨਾਲ ਉਸ ਦੇ ਮਨ ਦੀ ਤ੍ਰਿਸ਼ਨਾ ਨਹੀ ਖਤਮ ਹੁੰਦੀ । ਮਨ ਵਿੱਚ ਸੰਤੋਖ ਨਹੀਂ ਆਉਂਦਾ । ਸ਼ਬਦ ਦਾ ਸਿਮਰਨ ਕਰਨ ਨਾਲ ਲਖਾਂ ਹੀ ਸੋਝੀ ਦੇ ਖਜ਼ਾਨੇ ਬਖਸ਼ਿਸ਼ ਹੋ ਜਾਂਦੇ ਹਨ । ਪ੍ਰਭ ਦੀ ਕੁਦਰਤ ਦਾ ਗਿਆਨ, ਜਾਗਰਤੀ ਹੋ ਜਾਂਦੀ ਹੈ ।

Someone may enjoy many pleasures and entertainment with worldly wealth; however, he may never be contented with all the pleasures. By meditating with steady and stable belief on the teachings of His Word, one may be blessed with unlimited treasure of enlightenment of His Word. He may comprehension of His deep secrets.

ਫਿਰਤ ਫਿਰਤ ਤੁਮ੍ਹਰੈ ਦੁਆਰਿ ਆਇਆ, firat firat tumHrai du-aar aa-i-aa
ਭੈ ਭੰਜਨ ਹਰਿ ਰਾਇਆ॥ bhai bhanjan har raa-i-aa.
ਸਾਧ ਕੇ ਚਰਨ ਧੂਰਿ ਜਨੁ ਬਾਛੈ, saaDh kay charan Dhoor jan baachhai
ਸੁਖੁ ਨਾਨਕ ਇਹੁ ਪਾਇਆ॥੪॥੬॥੭॥ sukh naanak ih paa-i-aa. ||4||6||7||

ਚਾਰੇ ਪਾਸੇ ਘੁੰਮਦਾ, ਬੇਵੱਸ ਹੋਇਆ ਅੰਤ ਵਿੱਚ ਤੇਰੀ ਸ਼ਰਣ ਵਿੱਚ ਆਇਆ ਹਾ । ਕੇਵਲ ਤੂੰ ਹੀ ਚਿੰਤਾਂ ਦਾ ਨਾਸ਼ ਕਰਨ ਵਾਲਾ ਮਾਲਕ ਹੈ । ਬੰਦਗੀ ਕਰਨ ਵਾਲੇ ਦੇ ਮਨ ਵਿੱਚ ਸਦਾ ਹੀ ਸੰਤਾਂ ਦੇ ਚਰਨਾਂ ਦੀ ਧੂੜ ਪਾਉਣ ਦੀ ਇੱਛਾਂ ਰਹਿੰਦੀ ਹੈ । ਉਹਨਾਂ ਦੇ ਚਰਨਾਂ ਦੀ ਧੂੜ ਵਿੱਚ, ਨਾਲ ਹੀ ਮਨ ਵਿੱਚ ਸੰਤੋਖ ਆਉਂਦਾ ਹੈ ।

Wandering all over, I have become desperate and now I have surrendered at Your sanctuary. Only You are The True Master, who may destroy all worries and misery of mind. His true devotee always prays for the dust of the feet of His slaves. He may only realize contentment with the teachings of His true devotee.

413.ਗੁਜਰੀ ਮਹਲਾ ੫ ਪੰਚਪਦਾ ਘਰੁ ੨॥ 497-9

ੴ ਸਤਿਗੁਰ ਪ੍ਰਸਾਦਿ॥ ik-oNkaar satgur parsaad.
ਪ੍ਰਥਮੇ ਗਰਭ ਮਾਤਾ ਕੈ ਵਾਸਾ, parathmay garabh maataa kai vaasaa
ਊਹਾ ਛੋਡਿ ਧਰਨਿ ਮਹਿ ਆਇਆ॥ oohaa chhod Dharan meh aa-i-aa.
ਚਿਤ੍ਰ ਸਾਲ ਸੁੰਦਰ ਬਾਗ ਮੰਦਰ, chitar saal sundar baag mandar
ਸੰਗਿ ਨ ਕਛਹੂ ਜਾਇਆ॥੧॥ sang na kachhhoo jaa-i-aa.||1||

ਆਤਮਾ ਦਾ ਪਹਿਲਾ ਘਰ ਮਾਤਾ ਦੇ ਗਰਬ ਵਿੱਚ ਹੁੰਦਾ ਹੈ । ਉਸ ਤੋ ਪਿਛੋਂ ਉਹ ਸੰਸਾਰ ਵਿੱਚ ਪੈਦਾ ਹੁੰਦਾ ਹੈ । ਸੰਸਾਰ ਵਿੱਚ ਮਹਿਲ ਮਾੜੀਆ, ਸੁੰਦਰ ਬਾਗ, ਬਗੀਚੇ ਕੋਈ ਮੌਤ ਪਿਛੋਂ ਉਸ ਦੇ ਸਾਥ ਨਹੀਂ ਜਾਂਦੇ।

The first home of the soul is the womb of mother. Next stage, his soul comes in the assigned body, structure blessed by The True Master. All grand castles, possessions of gardens, none of those possession go along with him after death to support him in His court for the purpose of human life journey.

ਅਵਰ ਸਭ ਮਿਥਿਆ ਲੋਭ ਲਬੀ॥ avar sabh mithi-aa lobh labee.
ਗੁਰਿ ਪੂਰੈ ਦੀਓ ਹਰਿ ਨਾਮਾ, gur poorai dee-o har naamaa
ਜੀਅ ਕਉ ਏਹਾ ਵਸਤੁ ਫਬੀ॥੧॥ jee-a ka-o ayhaa vasat fabee. ||1||
ਰਹਾਉ॥ rahaa-o.

ਸਾਰੇ ਸੰਸਾਰਕ ਧਨ ਦਾ ਲਾਲਚ, ਮੋਹ ਸਾਰੇ ਥੋੜ੍ਹਾ ਸਮਾਂ ਹੀ ਰਹਿਣ ਵਾਲੇ ਹਨ । ਪ੍ਰਭ ਨੇ ਰਹਿਮਤ ਨਾਲ ਸ਼ਬਦ ਦੀ ਬਖਸ਼ਿਸ਼ ਕੀਤੀ ਹੈ ।

All worldly wealth, worldly possessions and relationships are short living. These may only be blessed with His mercy and grace.

ਇਸਟ ਮੀਤ ਬੰਧਪ ਸੁਤ ਭਾਈ, isat meet banDhap sut bhaa-ee
ਸੰਗਿ ਬਨਿਤਾ ਰਚਿ ਹਸਿਆ॥ sang banitaa rach hasi-aa.
ਜਬ ਅੰਤੀ ਅਉਸਰੁ ਆਇ ਬਨਿਓ ਹੈ, jab antee a-osar aa-ay bani-o hai unH
ਉਨ੍ ਪੇਖਤ ਹੀ ਕਾਲਿ ਗ੍ਰਸਿਆ॥੨॥ paykhat hee kaal garsi-aa. ||2||

ਉਸ ਦੇ ਸ਼ਬਦ ਦੀ ਸੋਝੀ ਦਾ ਖਜ਼ਾਨਾ ਹੀ ਆਤਮਾ ਦੇ ਧਨ ਦਾ ਖਜ਼ਾਨਾ ਹੈ । ਹੁਣ ਮੇਰੇ ਸਾਰੇ ਮਿੱਤਰ, ਬੱਚੇ, ਰਿਸ਼ਤੇਦਾਰ, ਭਾਈ, ਪਤਨੀ ਸਾਰੇ ਮੇਰੇ ਚਾਰੇ ਪਾਸੇ ਹੱਸਦੇ ਖੇਡਦੇ ਹਨ । ਜਦੋਂ ਮੌਤ ਦਾ ਸਮਾਂ ਆ ਜਾਂਦਾ ਹੈ! ਉਹ ਕੇਵਲ ਵੇਖਦੇ ਹੀ ਹਨ । ਕੋਈ ਮਦਦ ਨਹੀਂ ਕਰ ਸਕਦੇ ।

ਗੁਰੂ ਗ੍ਰੰਥ– Guru Granth – ਭਾਵ ਅਰਥ॥

In normal day to day life all worldly family members, friends and associated play around and enjoy all around; however, at the time of death, they may only witness his nature prevailing, but no one may be able to help or support me

ਕਰਿ ਕਰਿ ਅਨਰਥ ਬਿਹਾਝੀ ਸੰਪੈ,	kar kar anrath bihaajhee sampai
ਸੁਇਨਾ ਰੂਪਾ ਦਾਮਾ॥	su-inaa roopaa daamaa.
ਭਾੜੀ ਕਉ ਓਹੁ ਭਾੜਾ ਮਿਲਿਆ,	bhaarhee ka-o oh bhaarhaa mili-aa
ਹੋਰੁ ਸਗਲ ਭਇਓ ਬਿਰਾਨਾ॥੩॥	hor sagal bha-i-o biraanaa. ||3||

ਦਿਨ ਰਾਤ ਜੀਵ ਚਿੰਤਾਂ ਵਿੱਚ ਰਹਿੰਦਾ, ਕੰਮ ਕਰਦਾ, ਧਨ ਦੌਲਤ ਇਕੱਠੀ ਕਰਦਾ । ਉਸ ਵਿਚੋਂ ਉਸ ਦੇ ਪੱਲੇ ਕੇਵਲ ਖਾਣ ਲਈ ਭੋਜਨ ਹੀ ਮਿਲਦਾ ਹੈ । ਬਾਕੀ ਦਾ ਧਨ ਹੋਰ ਕਿਸੇ ਨੂੰ ਦੇ ਦਿੱਤਾ ਜਾਂਦਾ ਹੈ, ਮਿਲ ਜਾਂਦਾ ਹੈ ।

Human remain worried day and night, he performs day to day chores and collects worldly possessions. He only gains food to eat. After death everything may belong to someone else.

ਹੈਵਰ ਗੈਵਰ ਰਥ ਸੰਬਾਹੇ,	haivar gaivar rath sambaahay
ਗਹੁ ਕਰਿ ਕੀਨੇ ਮੇਰੇ॥	gahu kar keenay mayray.
ਜਬ ਤੇ ਹੋਈ ਲਾਂਮੀ ਧਾਈ,	jab tay ho-ee laa^N^mee Dhaa-ee
ਚਲਹਿ ਨਾਹੀ ਇਕ ਪੈਰੇ॥੪॥	chaleh naahee ik pairay. ||4||

ਉਹ ਘੋੜੇ ਹਾਥੀ ਖਰੀਦਦਾ ਹੈ, ਸਮਝਦਾ ਹੈ, ਇਹ ਸਾਰੇ ਹੀ ਉਸ ਦੇ ਹਨ । ਪਰ ਜਦੋਂ ਉਹ ਮੌਤ ਦੇ ਸਫਰ ਤੇ ਚਲਦਾ ਹੈ, ਜਾਂਦਾ ਹੈ । ਇਹ ਇੱਕ ਕਦਮ ਵੀ ਉਸ ਦਾ ਸਾਥ ਨਹੀ ਦੇਂਦੇ ।

He may buy horses, elephants and thinks as his possession. However, after death, nothing may move with him on his journey on the path of death, to His court.

ਨਾਮੁ ਧਨੁ ਨਾਮੁ ਸੁਖ ਰਾਜਾ,	naam Dhan naam sukh raajaa
ਨਾਮੁ ਕੁਟੰਬ ਸਹਾਈ॥	naam kutamb sahaa-ee.
ਨਾਮੁ ਸੰਪਤਿ ਗੁਰਿ ਨਾਨਕ ਕਉ ਦੀਈ,	naam sampat gur naanak ka-o dee-ee
ਓਹ ਮਰੈ ਨ ਆਵੈ ਜਾਈ॥੫॥੧॥੮॥	oh marai na aavai jaa-ee. ||5||1||8||

ਬੰਦਗੀ ਕਰਨ ਵਾਲੇ ਦਾ ਧਨ ਕੇਵਲ ਪ੍ਰਭ ਦਾ ਸ਼ਬਦ ਹੀ ਹੁੰਦਾ ਹੈ । ਉਹ ਹੀ ਅਨੰਦ ਖੇੜੇ ਦਾ ਖਜ਼ਾਨਾ ਹੁੰਦਾ ਹੈ । ਪ੍ਰਭ ਦਾ ਸ਼ਬਦ ਹੀ ਸਦਾ ਸਾਥ ਦੇਣਵਾਲਾ ਸਾਥੀ ਹੁੰਦਾ ਹੈ । ਇਹ ਧਨ ਕਦੀ ਵੀ ਨਾਸ਼ ਨਹੀਂ ਹੁੰਦਾ, ਕਦੀ ਖਤਮ ਨਹੀਂ ਹੁੰਦਾ ।

The worldly possessions, wealth of His true devotee is only the earnings of His Word. That may be his treasure of his pleasure and blossom in his worldly life. The teachings of His Word are everlasting treasure of His true devotee. His earnings may never be destroyed or exhausted.

414.ਗੁਜਰੀ ਮਹਲਾ ੫ ਤਿਪਦੇ ਘਰੁ ੨॥ 497-17

੧ਓ ਸਤਿਗੁਰ ਪ੍ਰਸਾਦਿ॥	ik-oNkaar satgur parsaad.
ਦੁਖ ਬਿਨਸੇ ਸੁਖ ਕੀਆ ਨਿਵਾਸਾ,	dukh binsay sukh kee-aa nivaasaa
ਤ੍ਰਿਸਨਾ ਜਲਨਿ ਬੁਝਾਈ॥	tarisnaa jalan bujhaa-ee.
ਨਾਮੁ ਨਿਧਾਨੁ ਸਤਿਗੁਰੂ ਦ੍ਰਿੜਾਇਆ,	naam niDhaan satguroo drirh-aa-i-aa
ਬਿਨਸਿ ਨ ਆਵੈ ਜਾਈ॥੧॥	binas na aavai jaa-ee. ||1||

ਪ੍ਰਭ ਨੇ ਸ਼ਬਦ ਸੋਝੀ ਦਾ ਬੀਜ ਮੇਰੇ ਮਨ ਵਿੱਚ ਬੋਇਆ ਹੈ । ਪ੍ਰਭ ਦਾ ਸ਼ਬਦ ਮੇਰੇ ਮਨ ਵਿੱਚ ਵਸਦਾ ਹੈ । ਇਹ ਕਦੀ ਮਨ ਵਿਚੋਂ ਦੂਰ ਨਹੀਂ ਜਾਂਦਾ । ਇਸ ਨਾਲ ਮੇਰੇ ਮਨ ਦੇ ਸਾਰੇ ਦੁਖ, ਚਿੰਤਾਂ ਖਤਮ ਹੋ ਗਈਆ ਹਨ । ਮਨ ਵਿਚੋਂ ਇੱਛਾਂ ਦੀ ਅੱਗ ਬੁਝ ਗਈ ਹੈ, ਮਨ ਇੱਛਾਂ ਰਹਿਤ ਹੋ ਗਿਆ ਹੈ ।

With His mercy and grace, He has sowed the seed of enlightenment of His Word. The teachings of His Word remain drenched within my heart. I may never abandon from my day to day life and all my sufferings and worries have been eliminated from my mind. The fire of worldly desires has been extinguished from my mind and I have become free from worldly desires.

ਜਪਿ ਮਾਇਆ ਬੰਧਨ ਤੂਟੇ॥ har jap maa-i-aa banDhan tootay.
ਭਏ ਕ੍ਰਿਪਾਲ ਦਇਆਲ ਪ੍ਰਭ ਮੇਰੇ, bha-ay kirpaal da-i-aal parabh mayray
ਸਾਧਸੰਗਤਿ ਮਿਲਿ ਛੂਟੇ॥੧॥ ਰਹਾਉ॥ saaDhsangat mil chhootay. ||1|| rahaa-o.

ਪ੍ਰਭ ਦੇ ਸ਼ਬਦ ਦਾ ਸਿਮਰਨ ਕਰਨ, ਪਾਲਣਾ ਕਰਨ ਨਾਲ, ਮਨ ਦੇ ਸੰਸਾਰਕ ਮਾਇਆ ਦੇ ਸਾਰੇ ਬੰਧਨ ਨਾਸ਼ ਹੋ ਜਾਂਦੇ ਹਨ । ਜਦੋਂ ਪ੍ਰਭ ਆਪ ਹੀ ਤਰਸਵਾਨ ਹੋ ਜਾਂਦਾ ਹੈ, ਰਹਿਮਤ ਬਖਸ਼ਦਾ ਹੈ । ਜੀਵ ਨੂੰ ਸੰਤ ਸਰੂਪ ਦੀ ਸੰਗਤ ਬਖਸ਼ਿਸ਼ ਹੋ ਜਾਂਦੀ ਹੈ । ਉਹ ਸ਼ਬਦ ਦੀ ਸਮਾਧੀ ਵਿੱਚ ਵਸਦਾ ਹੈ ।

Whosoever may meditate and adopt the teachings of His Word in day to day life, all his bonds of worldly wealth may be eliminated with His mercy and grace. Only with His mercy and grace, one may be blessed with the association of His true devotee. He may enter into the void of His Word in his meditation.

ਆਠ ਪਹਰ ਹਰਿ ਕੇ ਗੁਨ ਗਾਵੈ, aath pahar har kay gun gaavai
ਭਗਤਿ ਪ੍ਰੇਮ ਰਸਿ ਮਾਤਾ॥ bhagat paraym ras maataa.
ਹਰਖ ਸੋਗ ਦੁਹੁ ਮਾਹਿ ਨਿਰਾਲਾ, Harakh sog duhu maahi niraalaa
ਕਰਣੈਹਾਰੁ ਪਛਾਤਾ॥੨॥ karnaihaar pachhaataa. ||2||

ਉਹ ਅੱਠੇ ਪਹਿਰ ਪ੍ਰਭ ਦੇ ਸ਼ਬਦ ਦੇ ਗੁਣ ਗਾਉਂਦਾ ਹੈ । ਉਸ ਦੇ ਸਬਦ ਦੀ ਸਮਾਧੀ ਵਿੱਚ ਹੀ ਮਸਤ ਰਹਿੰਦਾ ਹੈ । ਉਸ ਤੇ ਕਿਸੇ ਚੰਗੀ ਜਾ ਮਾੜੀ ਘਟਨਾ ਦਾ ਕੋਈ ਪ੍ਰਭਾਵ ਨਹੀਂ ਹੁੰਦਾ । ਉਹ ਹਰ ਥਾਂ ਤੇ ਪ੍ਰਭ ਦੀ ਹੌਂਦ ਮਹਿਸੂਸ ਕਰਦਾ ਹੈ ।

His true devotee may sing the glory of His Word with each and every breath and he may remain intoxicated in meditation in the void of His Word. He may not be influenced by any good or misfortunate events of day to day worldly life. He may realize the existence of The True Master everywhere.

ਜਿਸ ਕਾ ਸਾ ਤਿਨ ਹੀ ਰਖਿ ਲੀਆ, jis kaa saa tin hee rakh lee-aa
ਸਗਲ ਜੁਗਤਿ ਬਣਿ ਆਈ॥ sagal jugat ban aa-ee.
ਕਹੁ ਨਾਨਕ ਪ੍ਰਭ ਪੁਰਖ ਦਇਆਲਾ, kaho naanak parabh purakh da-i-aalaa
ਕੀਮਤਿ ਕਹਣੁ ਨ ਜਾਈ॥੩॥੧॥੯॥ keemat kahan na jaa-ee. ||3||1||9||

ਜਿਹੜੇ ਸ਼ਬਦ ਨਾਲ ਜੀਵਨ ਢਾਲ ਲੈਂਦੇ ਹਨ, ਪ੍ਰਭ ਦੀ ਸ਼ਰਣ ਵਿੱਚ ਵਸਦੇ ਹਨ । ਪ੍ਰਭ ਆਪ ਹੀ ਉਹਨਾਂ ਦੀ ਰਖਿਆ ਕਰਦਾ ਹੈ । ਪ੍ਰਭ ਦੀਆਂ ਰਹਿਮਤਾਂ ਦੀ ਕੀਮਤ ਜਾਣੀ ਨਹੀ ਜਾ ਸਕਦੀ । ਕੀਮਤ ਦੀ, ਰਹਿਮਤਾਂ ਦੀ ਵਿਆਖਿਆ ਨਹੀਂ ਕੀਤੀ ਜਾ ਸਕਦੀ ।

Whosoever may adopt the teachings of His Word with steady and stable belief and dwells in the sanctuary of His Word; The True Master may become his protector. No one may be able to comprehend the value of His blessings.

415.ਗੂਜਰੀ ਮਹਲਾ ੫ ਦੁਪਦੇ ਘਰੁ ੨॥ 498-4

ੴ ਸਤਿਗੁਰ ਪ੍ਰਸਾਦਿ॥ ik-oNkaar satgur parsaad.
ਪਤਿਤ ਪਵਿਤ੍ਰ ਲੀਏ ਕਰਿ ਅਪੁਨੇ, patit pavitar lee-ay kar apunay
ਸਗਲ ਕਰਤ ਨਮਸਕਾਰੋ॥ sagal karat namaskaaro.
ਬਰਨੁ ਜਾਤਿ ਕੋਊ ਪੂਛੈ ਨਾਹੀ, baran jaat ko-oo poochhai naahee
ਬਾਛਹਿ ਚਰਨ ਰਵਾਰੋ॥੧॥ baachheh charan ravaaro. ||1||

ਪ੍ਰਭ ਆਪ ਹੀ ਰਹਿਮਤ ਬਖਸ਼ਕੇ ਆਪਣੇ ਬੰਦਗੀ ਕਰਨ ਵਾਲੇ ਦੇ ਪਾਪ ਧੋ ਦੇਂਦਾ ਹੈ । ਭੁਲਾਂ ਮਾਫ ਕਰਦਾ ਹੈ । ਉਸ ਨੂੰ ਆਪਣੀ ਸ਼ਰਣ ਵਿੱਚ ਪ੍ਰਵਾਨ ਕਰਦਾ ਹੈ । ਸ੍ਰਿਸ਼ਟੀ ਦੇ ਬਾਕੀ ਜੀਵ ਉਸ ਨੂੰ ਪ੍ਰਨਾਮ ਕਰਦੇ ਹਨ । ਉਸ ਦੀ ਸਿਖਿਆ ਤੇ ਚਲਦੇ ਹਨ । ਕੋਈ ਵੀ ਉਸ ਦੀ ਜਾਤ ਬਾਬਤ ਨਹੀਂ ਪੁਛਦਾ । ਸਾਰੇ ਉਸ ਦੇ ਚਰਨਾਂ ਦੀ ਧੂੜ ਹੀ ਮੰਗਦੇ ਹਨ, ਅਰਦਾਸ ਕਰਦੇ ਹਨ ।

With His mercy and grace, The True Master may forgive the ignorant mistakes of His true devotee. He may be accepted in His sanctuary. His creation may worship him in day to day life and may adopt his way of life. No one may ever discriminate him, his worldly birth caste. He always begs for the dust of the feel of His slaves.

ਠਾਕੁਰ ਐਸੋ ਨਾਮੁ ਤੁਮ੍ਹਾਰੋ॥	thaakur aiso naam tum^H^aaro.
ਸਗਲ ਸ੍ਰਿਸਟਿ ਕੋ ਧਣੀ ਕਹੀਜੈ,	sagal sarisat ko Dhanee kaheejai
ਜਨ ਕੋ ਅੰਗੁ ਨਿਰਾਰੋ॥੧॥ ਰਹਾਉ॥	jan ko ang niraaro. ||1|| rahaa-o.

ਪ੍ਰਭ ਤੇਰਾ ਸ਼ਬਦ ਇਸ ਤਰ੍ਹਾਂ ਦੀ ਅਵਸਥਾ ਵਾਲਾ ਹੀ ਹੈ । ਤੂੰ ਹੀ ਸਾਰੀ ਸ੍ਰਿਸ਼ਟੀ ਨੂੰ ਪੈਦਾ ਕਰਨ ਵਾਲਾ ਮਾਲਕ ਹੈ । ਤੂੰ ਆਪਣੇ ਦਾਸ ਨੂੰ ਅਨੋਖੀ ਹੀ ਰਖਿਆ ਕਰਦਾ ਹੈ, ਸਾਹਿਤਾ ਕਰਦਾ ਹੈ ।

Such is the greatness of Your Word, the teachings of Your Word. You are The True creator of the universe. You always protect Your true devotee with astonishing virtues of Your nature; he may remain astonished all times.

ਸਾਧਸੰਗਿ ਨਾਨਕ ਬੁਧਿ ਪਾਈ,	saaDhsang naanak buDh paa-ee
ਹਰਿ ਕੀਰਤਨੁ ਆਧਾਰੋ॥	har keertan aaDhaaro.
ਨਾਮਦੇਉ ਤ੍ਰਿਲੋਚਨੁ ਕਬੀਰ ਦਾਸਰੋ,	naamday-o tarilochan kabeer daasro
ਮੁਕਤਿ ਭਇਓ ਚੰਮਿਆਰੋ॥੨॥੧॥੧੦॥	mukat bha-i-o chammi-aaro. ||2||1||10||

ਸੰਤਾਂ ਦੀ ਸੰਗਤ ਵਿਚੋਂ ਇੱਕ ਤੱਤ ਦੀ , ਸੋਝੀ ਹੋ ਜਾਂਦੀ ਹੈ, ਸਿਖਿਆ ਮਿਲਦੀ ਹੈ । ਸ਼ਬਦ ਦੇ ਗੁਣ ਗਾਉਣ ਨਾਲ ਹੀ ਪ੍ਰਭ ਆਪਣੀ ਸ਼ਰਣ ਵਿੱਚ ਪਨਾਹ ਬਖਸ਼ਦਾ ਹੈ । ਸ਼ਬਦ ਦੇ ਗੁਣ ਗਾਉਣ ਨਾਲ ਹੀ ਪ੍ਰਭ ਦੇ ਦਾਸ! ਨਾਮ ਦੇਵ ਜੀ, ਤਿਲੋਚਨ ਜੀ, ਕਬੀਰ ਜੀ, ਰਵੀਦਾਸ ਜੀ ! ਸਾਰੇ ਛੋਟੀ, ਵੱਡੀ ਜਾਤ ਵਾਲੇ ਪ੍ਰਭ ਦੇ ਦਰਬਾਰ ਵਿੱਚ ਪ੍ਰਵਾਨ ਹੋ ਗਏ । ਅਮਰ ਅਵਸਥਾ ਬਖਸ਼ਿਸ਼ ਹੋ ਗਈ ।

His true devotee may be enlightened with one and only one unique virtue, essence; whosoever may adopt the teachings of His Word with steady and stable belief in day to day life; he may be accepted in His sanctuary. By singing the glory of His Word, several devotees of low, untouchable worldly caste have been accepted in His court. His true devotees have been blessed with immortal state of mind.

416.ਗੂਜਰੀ ਮਹਲਾ ੫॥498-8

ਹੈ ਨਾਹੀ ਕੋਊ ਬੂਝਨਹਾਰੋ,	hai naahee ko-oo boojhanhaaro
ਜਾਨੈ ਕਵਨੁ ਭਤਾ॥	jaanai kavan bhataa.
ਸਿਵ ਬਿਰੰਚਿ ਅਰੁ ਸਗਲ ਮੋਨਿ ਜਨ,	siv biranch ar sagal mon jan
ਗਹਿ ਨ ਸਕਾਹਿ ਗਤਾ॥੧॥	geh na sakaahi gataa.||1||

ਕੋਈ ਵੀ ਮਾਨਸ ਪ੍ਰਭ ਨੂੰ ਪੂਰਨ ਤਰ੍ਹਾਂ ਜਾਣ ਨਹੀਂ ਸਕਦਾ । ਕੌਣ ਉਸ ਦੀ ਕੁਦਰਤ ਨੂੰ ਉਸ ਦੇ ਕੀਤੇ ਦੇ ਕਾਰਨ ਨੂੰ ਸਮਝ ਸਕਦਾ ਹੈ? ਸਿਵਾ, ਬ੍ਰਹਮਾ, ਮੋਨੀ ਸੰਤ ਵੀ ਉਸ ਦੀ ਅਵਸ਼ਥਾ ਨੰ ਸਮਝ ਨਹੀਂ ਸਕਦੇ।

No one may fully comprehend His nature, His Word. Who may comprehend any reason, purpose of any event of His nature? Even the blessed souls like, Shiva, Brahma, Jesus, Nanak may not comprehend His nature.

ਪ੍ਰਭ ਕੀ ਅਗਮ ਅਗਾਧਿ ਕਥਾ॥
ਸੁਨੀਐ ਅਵਰ ਅਵਰ ਬਿਧਿ ਬੁਝੀਐ,
ਬਕਨ ਕਥਨ ਰਹਤਾ॥੧॥ ਰਹਾਉ॥

parabh kee agam agaaDh kathaa.
sunee-ai avar avar biDh bujhee-ai
bakan kathan rahtaa. ||1|| rahaa-o.

ਉਸ ਦੇ ਸ਼ਬਦ ਦੀ ਕਥਾ ਅਗਮ, ਮਾਨਸ ਦੇ ਸਮਝ ਤੋ ਉਪਰ ਹੈ । ਇੱਕ ਭਗਤ ਤੋ ਉਸ ਦੇ ਕਿਸੇ ਸ਼ਬਦ ਦਾ ਇੱਕ ਮਤਲਬ, ਅਰਥ ਸੁਣੀ ਦਾ ਹੈ । ਫਿਰ ਉਹ ਹੀ ਉਸ ਦਾ ਹੋਰ ਡੰਘਾ ਅਰਥ ਦੱਸਦਾ ਹੈ । ਉਸ ਦੇ ਸ਼ਬਦ ਦੀ ਪੂਰਨ ਵਿਆਖਿਆ ਨਹੀਂ ਕੀਤੀ ਜਾ ਸਕਦੀ ।

The true sermons, the teachings of His eternal message may be beyond the comprehension. One of His true devotee may comprehend one message from the teachings of His Word, others may comprehend much deeper understanding of His nature. No one may completely explain the true spiritual meanings.

ਆਪੇ ਭਗਤਾ ਆਪਿ ਸੁਆਮੀ,
ਆਪਨ ਸੰਗਿ ਰਤਾ॥
ਨਾਨਕ ਕੋ ਪ੍ਰਭੁ ਪੂਰਿ ਰਹਿਓ ਹੈ,
ਪੇਖਿਓ ਜਤ੍ਰ ਕਤਾ॥੨॥੨॥੧੧॥

aapay bhagtaa aap su-aamee
aapan sang rataa.
naanak ko parabh poor rahi-o hai
paykhi-o jatar kataa. ||2||2||11||

ਪ੍ਰਭ ਆਪ ਹੀ ਬੰਦਗੀ ਕਰਨ ਵਾਲੇ ਦੇ ਮਨ ਵਿੱਚ ਆਪ ਹੀ ਭਗਤੀ ਕਰਦਾ ਹੈ । ਆਪ ਹੀ ਉਸ ਨੂੰ ਬੰਦਗੀ, ਭਗਤੀ ਕਰਨ ਤੇ ਲਾਉਂਦਾ ਹੈ । ਆਪ ਹੀ ਮਾਲਕ ਹੈ, ਉਸ ਦੀ ਸ਼ਬਦ ਦੀ ਕਮਾਈ, ਬੰਦਗੀ ਨੂੰ ਪ੍ਰਵਾਨ ਕਰਦਾ ਹੈ । ਪ੍ਰਭ ਆਪ ਹੀ ਉਸ ਭਗਤ ਦੇ ਮਨ ਵਿੱਚ ਜਾਗਰਤ ਹੋਇਆ ਰਹਿੰਦਾ ਹੈ । ਪ੍ਰਭ ਹਰ ਥਾਂ ਤੇ ਹਰਇੱਕ ਜੀਵ ਦੇ ਅੰਦਰ ਹਾਜ਼ਰ ਹਜ਼ੂਰ ਹੈ । ਬੰਦਗੀ ਕਰਨ ਵਾਲੇ ਉਸ ਨੂੰ ਹਰ ਸਮੇਂ, ਹਰਇੱਕ ਵਿੱਚ ਹੀ ਮਹਿਸੂਸ ਕਰਦੇ ਹਨ ।

The True Master, Himself meditates within the mind, body of His true devotee. The True Master and Himself accepts his earnings of His Word. With His mercy and grace, He remains awake and alert in the mind and body of His true devotee. His true devotee may realize His existence omnipresent and embedded in each and everything and every event in the universe.

417.ਗੂਜਰੀ ਮਹਲਾ ੫॥ 498-11

ਮਤਾ ਮਸੂਰਤਿ ਅਵਰ ਸਿਆਨਪ,
ਜਨ ਕਉ ਕਛੂ ਨ ਆਇਓ॥
ਜਹ ਜਹ ਅਉਸਰੁ ਆਇ ਬਨਿਓ ਹੈ,
ਤਹਾ ਤਹਾ ਹਰਿ ਧਿਆਇਓ॥੧॥

mataa masoorat avar si-aanap
jan ka-o kachhoo na aa-i-o.
jah jah a-osar aa-ay bani-o hai
tahaa tahaa har Dhi-aa-i-o. ||1||

ਬੰਦਗੀ ਕਰਨ ਵਾਲੇ ਦੇ ਮਨ ਵਿੱਚ ਕੋਈ ਚਲਾਕੀ, ਆਪਣੀ ਕੋਈ ਸੋਝੀ ਨਹੀਂ ਹੁੰਦੀ । ਜਿਥੇ ਵੀ ਪ੍ਰਭ ਉਸ ਨੂੰ ਸ਼ਬਦ ਦੀ ਪਾਲਣਾ, ਬੰਦਗੀ ਤੇ ਲਾਉਂਦਾ ਹੈ । ਉਥੇ ਹੀ ਉਹ ਪ੍ਰਭ ਦੇ ਸ਼ਬਦ ਦੀ ਪਾਲਣਾ ਕਰਦਾ ਹੈ । ਉਸ ਦੀ ਸ਼ਰਣ ਵਿੱਚ ਹੀ ਵਸਦਾ ਹੈ ।

His true devotee may not have any cleaver tricks or plans in his mind and no enlightenment of his own. He may only obey and adopt the teachings of His Word and may go wherever, He may inspire him. He always obeys His Word and remain intoxicated in the void of His Word.

ਪ੍ਰਭ ਕੋ ਭਗਤਿ ਵਛਲੁ ਬਿਰਦਾਇਓ॥
ਕਰੇ ਪ੍ਰਤਿਪਾਲ ਬਾਰਿਕ ਕੀ ਨਿਆਈ,
ਜਨ ਕਉ ਲਾਡ ਲਡਾਇਓ॥੧॥ ਰਹਾਉ॥

parabh ko bhagat vachhal birdaari-o.
karay partipaal baarik kee ni-aa-ee
jan ka-o laad ladaa-i-o. ||1|| rahaa-o.

ਪ੍ਰਭ ਦੀ ਇਹ ਅਚਰਜ ਹੀ ਅਵਸਥਾ ਹੈ! ਉਹ ਆਪਣੇ ਦਾਸ ਦੀ ਰਖਿਆ ਕਰਦਾ ਹੈ, ਪਿਆਰ ਕਰਦਾ ਹੈ । ਆਪਣੇ ਦਾਸ ਨੂੰ ਬਹੁਤ ਲਾਡ ਨਾਲ ਸੰਭਾਲਨਾ ਕਰਦਾ ਹੈ । ਜਿਵੇਂ ਕੋਈ ਮਾਂ ਆਪਣੇ ਬੱਚੇ ਦੀ ਪਾਲਣਾ ਕਰਦੀ ਰੀਜਾਂ ਪੂਰੀਆਂ ਕਰਦੀ ਹੈ ।

The True Master has unique and astonishing, fascination state of nature. He cares about His true devotee and protect him in day to day worldly environments. He nourishes him and satisfies all his spoken and unspoken wishes as a worldly parent may look after and take care his own child.

ਜਪ ਤਪ ਸੰਜਮ ਕਰਮ ਧਰਮ, jap tap sanjam karam Dharam
ਹਰਿ ਕੀਰਤਨੁ ਜਨਿ ਗਾਇਓ॥ har keertan jan gaa-i-o.
ਸਰਨਿ ਪਰਿਓ ਨਾਨਕ ਠਾਕੁਰ ਕੀ, saran pari-o naanak thaakur kee
ਅਭੈ ਦਾਨੁ ਸੁਖੁ ਪਾਇਓ॥੨॥੩॥੧੨॥ abhai daan sukh paa-i-o.||2||3||12||

ਬੰਦਗੀ ਕਰਨ ਵਾਲੇ ਪ੍ਰਭ ਦੇ ਸ਼ਬਦ ਦੀ ਪਾਲਣਾ ਕਰਦੇ, ਸ਼ਬਦ ਦੇ ਗੁਣ ਗਾਉਂਦੇ ਹਨ । ਉਹਨਾਂ ਦੇ ਜਪ, ਤਪ, ਬੰਦਗੀ, ਪੂਜਾ ਸਾਰੇ ਹੀ ਪ੍ਰਭ ਦੇ ਸ਼ਬਦ ਦੀ ਪਾਲਣਾ ਵਿੱਚ ਹੀ ਪੂਰੇ ਹੋ ਜਾਂਦੇ ਹਨ । ਪ੍ਰਭ ਦੇ ਬੰਦਗੀ ਕਰਨ ਵਾਲੇ ਆਪਾ ਤਿਆਗ ਕੇ ਪ੍ਰਭ ਦੀ ਸ਼ਰਣ ਵਿੱਚ ਆਉਂਦੇ ਹਨ । ਉਹ ਪ੍ਰਭ ਤੋਂ ਹੀ ਨਿਡਰਤਾ, ਮਨ ਵਿੱਚ ਪੂਰਨ ਸੰਤੋਖ ਦੀ ਬਖਸ਼ਿਸ਼ ਪਾਉਂਦੇ ਹਨ ।

His true devotee may sing and adopt the teachings of His Word with steady and stable belief in day to day life. Obeying the teachings of His Word becomes all his routine meditation, control of mind and devotion, dedication. He may surrender his mind, body and worldly status and his identity at His service and remain in His sanctuary. He only prays and begs for His mercy and grace, fearlessness in worldly life and may be blessed with contentment in His day to day life.

418.ਗੂਜਰੀ ਮਹਲਾ ੫॥ 498-15

ਦਿਨੁ ਰਾਤੀ ਆਰਾਧਹੁ ਪਿਆਰੋ, din raatee aaraaDhahu pi-aaro
ਨਿਮਖ ਨ ਕੀਜੈ ਢੀਲਾ॥ nimakh na keejai dheelaa.
ਸੰਤ ਸੇਵਾ ਕਰਿ ਭਾਵਨੀ ਲਾਈਐ, sant sayvaa kar bhaavnee laa-ee-ai
ਤਿਆਗਿ ਮਾਨੁ ਹਾਠੀਲਾ॥੧॥ ti-aag maan haatheelaa. ||1||

ਜੀਵ ਦਿਨ ਰਾਤ ਪ੍ਰਭ ਦੇ ਸ਼ਬਦ ਦੀ ਪਾਲਣਾ ਕਰੋ! ਆਪਣੇ ਮਨ ਵਿੱਚ ਕਦੀ ਵੀ ਹੋਰ ਖਿਆਲ ਦਾ ਪ੍ਰਭਾਵ ਨਾ ਪੈਣ ਦੇਵੋ! ਕਦੀ ਸੁਸਤੀ ਨਾ ਕਰੋ! ਜਦੋਂ ਕਿਸੇ ਬੰਦਗੀ ਕਰਨ ਵਾਲੇ ਸੰਤ ਦੀ ਸੇਵਾ ਕਰੋ! ਸਿਖਿਆ ਨੂੰ ਸਮਝ ਕੇ ਆਪਣੇ ਜੀਵਨ ਵਿੱਚ ਢਾਲੋ! ਆਪਣੇ ਮਨ ਦੇ ਅਹੰਕਾਰ ਨੂੰ ਪਾਸੇ ਕਰ ਦੇਵੋ! ਨਿਮਾਣੇ ਬਣਕੇ ਉਸ ਦੇ ਰਸਤੇ ਤੇ ਚਲੋ!

One should always obey the teachings of His Word in day to day life and should not have any other thoughts and suspicions in his mind. Whenever you may be blessed to serve His true devotee, you should understand His teachings and adopt his way of life in your life. You should abandon and conquer your ego and become humble and stay steady and stable on the right path.

ਮੋਹਨੁ ਪ੍ਰਾਨ ਮਾਨ ਰਾਗੀਲਾ॥ mohan paraan maan raageelaa.
ਬਾਸਿ ਰਹਿਓ ਹੀਅਰੇ ਕੈ ਸੰਗੇ, baas rahi-o hee-aray kai sangay
ਪੇਖਿ ਮੋਹਿਓ ਮਨੁ ਲੀਲਾ॥੧॥ ਰਹਾਉ॥ paykh mohi-o man leelaa. ||1|| rahaa-o.

ਪ੍ਰਭ ਦਾ ਖੇਲ ਇੱਕ ਅਨੋਖਾ ਹੀ, ਮਨ ਨੂੰ ਹੈਰਾਨ ਕਰਨ ਵਾਲਾ ਖੇਲ ਹੈ । ਉਹ ਹੀ ਮੇਰੇ ਸਵਾਸਾਂ ਦਾ ਆਸਰਾ, ਮੇਰਾ ਪਰਦਾ ਢੱਕਣ ਵਾਲਾ ਹੈ । ਉਸ ਦੀ ਜੋਤ, ਸ਼ਬਦ ਮੇਰੇ ਮਨ ਵਿੱਚ ਜਾਗਰਤ ਹੈ । ਮੇਰਾ ਮਨ ਉਸ ਦੀ ਕੁਦਰਤ ਤੋਂ ਸਦਾ ਹੀ ਹੈਰਾਨ ਰਹਿੰਦਾ ਹੈ ।

The play of His nature is astonishing and fascinating to the mind of His creation. The True Master is the support of my breathes and protector of my honor. I am enlightened with the essence of His Word and I am wonder stuck from His nature.

ਜਿਸੁ ਸਿਮਰਤ ਮਨਿ ਹੋਤ ਅਨੰਦਾ, ਉਤਰੈ ਮਨਹੁ ਜੰਗੀਲਾ॥
ਮਿਲਬੇ ਕੀ ਮਹਿਮਾ ਬਰਨਿ ਨ ਸਾਕਉ, ਨਾਨਕ ਪਰੈ ਪਰੀਲਾ॥੨॥੪॥੧੩॥

jis simrat man hot anandaa utrai manhu jangeelaa.
milbay kee mahimaa baran na saaka-o naanak parai pareelaa. ||2||4||13||

ਸ਼ਬਦ ਦੇ ਸਿਮਰਨ ਕਰਨ ਨਾਲ ਮਨ ਵਿੱਚ ਸ਼ਬਦ ਦੀ ਸੋਝੀ ਜਾਗਰਤ ਹੋ ਜਾਂਦੀ ਹੈ । ਮਨ ਵਿੱਚ ਖੇੜਾ ਵਸ ਜਾਂਦਾ ਹੈ । ਮਨ ਵਿਚੋਂ ਅਗਿਆਨਤਾ ਦਾ ਅੰਧੇਰਾ ਨਾਸ਼ ਹੋ ਜਾਂਦਾ ਹੈ । ਪ੍ਰਭ ਦੀ ਰਹਿਮਤ ਦਾ ਨਜ਼ਾਰੇ, ਅਨੰਦ ਦੀ ਵਿਆਖਿਆ ਨਹੀਂ ਕੀਤੀ ਜਾ ਸਕਦੀ । ਪ੍ਰਭ ਦੀ ਕੁਦਰਤ, ਕਰਤਬ ਮਿਣਤੀ ਦੀ ਹੱਦ ਵਿੱਚ ਨਹੀ ਆਉਂਦੇ, ਬੇਅੰਤ ਹੀ ਹਨ ।

By meditating on the teachings of His Word, His true devotee may be enlightened and become awake and alert. No one may be able to fully comprehend or explain the extent of pleasures of blessings, His nature. His nature, miracles are beyond any limit or measurements by His creation.

419.ਗੂਜਰੀ ਮਹਲਾ ੫॥ 498-18

ਮੁਨਿ ਜੋਗੀ ਸਾਸਤ੍ਰਗਿ ਕਹਾਵਤ, ਸਭ ਕੀਨ੍ਹੇ ਬਸਿ ਅਪਨਹੀ॥
ਤੀਨਿ ਦੇਵ ਅਰੁ ਕੋੜਿ ਤੇਤੀਸਾ, ਤਿਨ ਕੀ ਹੈਰਤਿ ਕਛੁ ਨ ਰਹੀ॥੧॥

mun jogee saastarag kahaavat sabh keen^Hay bas apnahee.
teen dayv ar korh tayteesaa tin kee hairat kachh na rahee. ||1||

ਸੰਸਾਰ ਦੇ ਸਾਰੇ ਜੋਗੀ ਸੰਤ, ਮੋਨੀ ਸੰਤ, ਵਿਦਵਾਨ, ਗਿਆਨੀ ਆਪਣੇ ਆਪ ਨੂੰ ਬਹੁਤ ਸੋਝੀ ਵਾਲੇ ਸਮਝਦੇ ਹਨ, ਕਹਾਉਂਦੇ ਹਨ । ਪਰ ਸਾਰੇ ਹੀ ਸੰਸਾਰ ਮਾਇਆ ਦੇ ਜਾਲ ਵਿੱਚ ਹੀ ਫਸੇ ਰਹਿੰਦੇ ਹਨ । ਮਾਇਆ ਦਾ ਪ੍ਰਭਾਵ ਕਿਸੇ ਨਾ ਕਿਸ ਰੂਪ ਵਿੱਚ ਉਹਨਾਂ ਉਪਰ ਰਹਿੰਦਾ ਹੈ । ਸੰਸਾਰ ਵਿੱਚ ਤਿੰਨੇਂ ਮੰਨੇ ਦੇਵਤੇ, ਬ੍ਰਹਮਾ, ਸਿਵਜੀ, ਮਹੇਸ਼ ਅਤੇ ੩੩ ਕਰੋੜ ਹੋਰ ਦੇਵਤੇ ਸਾਰੇ ਹੀ ਪ੍ਰਭ ਦੀ ਕੁਦਰਤ ਤੋ ਹੈਰਾਨ ਹੀ ਰਹਿੰਦੇ ਹਨ । ਉਸ ਦਾ ਅੰਤ ਨਹੀਂ ਪਾ ਸਕਦੇ ।

Worldly saints, prophets, bhagats all consider themselves enlightened, very wise and knowledgeable. However, all may remain slave of worldly wealth. The influence of worldly wealth may remain dominating in one of unique kind. All the renowned blessed souls remain astonished, fascinating from His nature. No one may ever fully comprehend His nature.

ਬਲਵੰਤਿ ਬਿਆਪਿ ਰਹੀ ਸਭ ਮਹੀ॥
ਅਵਰੁ ਨ ਜਾਨਸਿ ਕੋਊ ਮਰਮਾ, ਗੁਰ ਕਿਰਪਾ ਤੇ ਲਹੀ॥੧॥ ਰਹਾਉ॥

balvant bi-aap rahee sabh mahee.
avar na jaanas ko-oo marmaa gur kirpaa tay lahee. ||1|| rahaa-o.

ਮਾਇਆ ਦਾ ਜਾਲ ਹੀ ਸਾਰੀ ਸ੍ਰਿਸ਼ਟੀ ਉਪਰ ਰਹਿੰਦਾ, ਰਾਜ ਕਰਦਾ ਹੈ । ਉਸ ਦਾ ਭੇਦ ਪ੍ਰਭ ਦੀ ਰਹਿਮਤ ਨਾਲ ਹੀ ਬਖਸ਼ਿਸ਼ ਹੁੰਦਾ ਹੈ । ਉਸ ਦੀ ਰਹਿਮਤ ਤੋ ਬਿਨਾਂ ਕੋਈ ਵੀ ਜਾਣ ਨਹੀਂ ਸਕਦਾ ।

The influence of worldly wealth dominates the whole universe and controls all day to day activities. Only with His mercy and grace His true devotee may be blessed. Without His mercy and grace, no one may ever understand the secret of His nature.

ਜੀਤਿ ਜੀਤਿ ਜੀਤੇ ਸਭਿ ਥਾਨਾ, ਸਗਲ ਭਵਨ ਲਪਟਹੀ॥
ਕਹੁ ਨਾਨਕ ਸਾਧ ਤੇ ਭਾਗੀ, ਹੋਇ ਚੇਰੀ ਚਰਨ ਗਹੀ॥੨॥੫॥੧੪॥

jeet jeet jeetay sabh thaanaa sagal bhavan laptahee.
kaho naanak saaDh tay bhaagee ho-ay chayree charan gahee. ||2||5||14||

ਸੰਸਾਰਕ ਮਾਇਆ ਨੇ ਸਾਰੀ ਸ੍ਰਿਸ਼ਟੀ ਤੇ ਹੀ ਜਿੱਤ ਪਾਈ ਹੈ । ਸਾਰੇ ਹੀ ਉਸ ਦੇ ਪ੍ਰਭਾਵ ਅੰਦਰ ਹਨ, ਜਾਲ ਵਿੱਚ ਫਸੇ ਹਨ । ਮਾਇਆ ਕੇਵਲ ਪ੍ਰਭ ਅੱਗੇ ਹੀ ਆਪਾ ਤਿਆਗ ਦੀ ਹੈ, ਉਸ ਦੀ ਦਾਸੀ, ਹੁੰਦੀ ਹੈ ।

The Worldly wealth has conquered and controlled the universe. Everyone may be slave of some kind of worldly wealth. The worldly wealth may only surrender at His feet and remains His slave.

420.ਗੂਜਰੀ ਮਹਲਾ ੫॥ 499-3

ਦੁਇ ਕਰ ਜੋੜਿ ਕਰੀ ਬੇਨੰਤੀ,	du-ay kar jorh karee baynantee
ਠਾਕੁਰੁ ਅਪਨਾ ਧਿਆਇਆ॥	thaakur apnaa Dhi-aa-i-aa.
ਹਾਥ ਦੇਇ ਰਾਖੇ ਪਰਮੇਸਰਿ,	haath day-ay raakhay parmaysar
ਸਗਲਾ ਦੁਰਤੁ ਮਿਟਾਇਆ॥੧॥	saglaa durat mitaa-i-aa. ||1||

ਮਨ ਇਕਾਗਰ ਕਰਕੇ, ਨਿਮਾਣਾ ਬਣਕੇ ਪ੍ਰਭ ਅੱਗੇ ਹੀ ਅਰਦਾਸ ਕਰਦਾ ਹਾ! ਉਸ ਦੇ ਸ਼ਬਦ ਦੀ ਪਾਲਣਾ ਕਰਦਾ ਹਾ । ਪ੍ਰਭ ਨੇ ਆਪ ਹੀ ਰਹਿਮਤ ਦੀ ਨਜ਼ਰ ਬਖਸ਼ਕੇ ਮੇਰੇ ਮਨ ਨੂੰ ਅਡੋਲ ਰਖਿਆ ਹੈ । ਆਪਣੇ ਚਰਨਾਂ ਵਿੱਚ ਪਨਾਹ ਬਖਸ਼ੀ ਹੈ । ਮੇਰੇ ਪਾਪ ਬਖਸ਼ ਦਿੱਤੇ ਹਨ ।

I am humble obey the teachings of His Word with steady and stable belief and pray for His mercy and grace. The True Master has kept me steady and stable on the right path and He has accepted me in His sanctuary and has forgiven my sins.

ਠਾਕੁਰ ਹੋਏ ਆਪਿ ਦਇਆਲ॥	thaakur ho-ay aap da-i-aal.
ਭਈ ਕਲਿਆਣ ਆਨੰਦ ਰੂਪ ਹੁਈ ਹੈ,	bha-ee kali-aan aanand roop hu-ee hai
ਉਬਰੇ ਬਾਲ ਗੁਪਾਲ॥੧॥ ਰਹਾਉ॥	ubray baal gupaal. ||1|| rahaa-o.

ਸ੍ਰਿਸ਼ਟੀ ਦਾ ਮਾਲਕ ਆਪ ਹੀ ਮੇਰੇ ਤੇ ਤਰਸਵਾਨ ਹੋ ਗਿਆ ਹੈ । ਉਸ ਨੇ ਮੇਰੇ ਮਨ ਵਿੱਚ, ਜੀਵਨ ਵਿੱਚ ਖੇੜਾ ਭਰ ਦਿੱਤਾ ਹੈ । ਮੈਂ ਉਸ ਸ੍ਰਿਸ਼ਟੀ ਦੇ ਮਾਲਕ ਦਾ ਦਾਸ, ਬੱਚਾ ਬਣ ਗਿਆ ਹਾ । ਆਪ ਹੀ ਮੇਰਾ ਮਨ ਅਡੋਲ ਕਰਕੇ, ਪ੍ਰਵਾਨਗੀ ਦੇ ਰਸਤੇ ਤੇ ਰਖਿਆ ਹੈ ।

The Merciful True Master has become very generous on my meditation and He has blessed me contentment and blossom in my day to day life. I have become the true slave of The True Master. With His mercy and grace, he keeps me steady and stable on the path of meditation.

ਮਿਲਿ ਵਰ ਨਾਰੀ ਮੰਗਲੁ ਗਾਇਆ,	mil var naaree mangal gaa-i-aa
ਠਾਕੁਰ ਕਾ ਜੈਕਾਰੁ॥	thaakur kaa jaikaar.
ਕਹੁ ਨਾਨਕ ਤਿਸੁ ਗੁਰ ਬਲਿਹਾਰੀ,	kaho naanak tis gur balihaaree
ਜਿਨਿ ਸਭ ਕਾ ਕੀਆ ਉਧਾਰੁ॥੨॥੬॥੧੫॥	jin sabh kaa kee-aa uDhaar.2||6||15||

ਸ਼ਬਦ ਦੀ ਸੋਝੀ ਪਾ ਕੇ, ਪ੍ਰਭ ਦੇ ਸ਼ਬਦ ਦੇ ਗੁਣ ਗਾਉਂਦਾ ਹਾ, ਅਨੰਦ ਮਾਨਦਾ ਹਾ । ਬੰਦਗੀ ਕਰਨ ਵਾਲੇ ਸਦਾ ਹੀ ਪ੍ਰਭ ਤੋਂ ਕੁਰਬਾਣ ਜਾਂਦੇ ਹਨ । ਜਿਹੜਾ ਸਾਰੀ ਸ੍ਰਿਸ਼ਟੀ ਦੀ ਪਾਲਣਾ, ਰਖਿਆ ਕਰਦਾ ਹੈ ।

With the enlightenment of His Word, I am singing the glory of His word and enjoy the pleasures in my day to day life. His true devotee always remains fascinated from the nature of The True Master, who may nourish and protect His creation.

421.ਗੂਜਰੀ ਮਹਲਾ ੫॥ 499-6

ਮਾਤ ਪਿਤਾ ਭਾਈ ਸੁਤ ਬੰਧਪ,	maat pitaa bhaa-ee sut banDhap
ਤਿਨ ਕਾ ਬਲੁ ਹੈ ਥੋਰਾ॥	tin kaa bal hai thoraa.
ਅਨਿਕ ਰੰਗ ਮਾਇਆ ਕੇ ਪੇਖੇ,	anik rang maa-i-aa kay paykhay
ਕਿਛੁ ਸਾਥਿ ਨ ਚਾਲੈ ਭੋਰਾ॥੧॥	kichh saath na chaalai bhoraa. ||1||

ਸੰਸਾਰਕ ਮਾਤਾ, ਪਿਤਾ, ਭੇਣ ਭਾਈ, ਬੱਚੇ, ਰਿਸ਼ਤੇਦਾਰਾ ਦੀ ਮਦਦ ਕਰਨ ਦੀ ਸਮਰਥਾ ਬਹੁਤ ਥੋੜ੍ਹੀ ਹੀ ਹੁੰਦੀ ਹੈ । ਸੰਸਾਰਕ ਮਾਇਆ ਦੇ ਅਨੇਕਾਂ ਹੀ ਅਨੰਦ ਦੇਖੇ ਹਨ, ਮਾਨੇ ਹਨ । ਇਹ ਮੌਤ ਤੇ ਸਾਥ ਨਹੀਂ ਦੇਂਦੇ । ਮਾਨਸ ਜਨਮ ਦੇ ਸਫਰ ਵਿੱਚ ਕਿਸੇ ਕੰਮ ਨਹੀਂ ਆਉਂਦੇ ।

Worldly parent, brothers and sisters may have very limited capability to help him. He may enjoy several pleasures of worldly wealth; however, nothing may company him in His court after death. The worldly possessions may not have any vale in the journey of human life.

ਠਾਕੁਰ ਤੁਝ ਬਿਨੁ ਆਹਿ ਨ ਮੋਰਾ॥	thaakur tujh bin aahi na moraa.
ਮੋਹਿ ਅਨਾਥ ਨਿਰਗੁਨ ਗੁਣੁ ਨਾਹੀ,	mohi anaath nirgun gun naahee
ਮੈ ਆਹਿਓ ਤੁਮ੍ਰਾ ਧੋਰਾ॥੧॥ ਰਹਾਉ॥	mai aahi-o tum^{H}raa Dhoraa. ||1||

ਮੈਂ ਅਉਗੁਣਾਂ ਭਰਿਆਂ, ਅਪਾਜ, ਨਿਮਾਣਾ ਹਾ, ਕੇਵਲ ਸ਼ਬਦ ਹੀ ਮੇਰਾ ਆਸਰਾ ਹੈ । ਤੇਰੇ ਤੋ ਬਿਨਾਂ ਮੇਰਾ ਹੋਰ ਕੋਈ ਸਾਥੀ, ਮਦਦ ਕਰਨ, ਰਖਿਆ ਕਰਨ ਵਾਲਾ ਨਹੀਂ ਹੈ ।

I am humble, helpless, ignorant overwhelmed with sinful deeds. Without the support of Your Word, I may have no one to help, support me.

ਬਲਿ ਬਲਿ ਬਲਿ ਬਲਿ ਚਰਣ ਤੁਮ੍ਹਾਰੇ,	rahaa-o. bal bal bal bal charan tum^{H}aaray
ਈਹਾ ਊਹਾ ਤੁਮ੍ਹਾਰਾ ਜੋਰਾ॥	eehaa oohaa tum^{H}aaraa joraa.
ਸਾਧਸੰਗਿ ਨਾਨਕ ਦਰਸੁ ਪਾਇਓ,	saaDhsang naanak daras paa-i-o
ਬਿਨਸਿਓ ਸਗਲ ਨਿਹੋਰਾ॥੨॥੭॥੧੬	binsi-o sagal nihoraa.||2||7||16||

ਪ੍ਰਭ ਮੈਂ ਬਾਰ ਬਾਰ ਤੇਰੇ ਸ਼ਬਦ ਤੋਂ ਕੁਰਬਾਨ ਜਾਵਾ! ਸੰਸਾਰ ਵਿੱਚ ਅਤੇ ਮੌਤ ਪਿਛੋਂ ਤੂੰ ਹੀ ਕੇਵਲ ਮਦਦ, ਰਖਿਆ ਕਰ ਸਕਦਾ ਹੈ । ਤੇਰਾ ਹੀ ਹੁਕਮ ਚਲਦਾ ਹੈ । ਸੰਤਾਂ ਦੀ ਸੰਗਤ ਵਿੱਚ ਹੀ ਤੇਰੇ ਸ਼ਬਦ ਦੀ ਸੋਝੀ ਹੋਈ ਹੈ । ਤੇਰੀ ਹੌਂਦ ਮਹਿਸੂਸ ਹੋਈ ਹੈ । ਹੁਣ ਮੇਰੀ ਹੋਰ ਕਿਸ ਦੇ ਕੋਈ ਮੁਤਾਜਗੀ ਨਹੀਂ ਹੈ ।

I remain fascinated from the teachings of Your Word; Only Your command prevails in the universe and also in Your court and only You may save my soul. I have been enlightened with the teachings of Your Word in the congregation as Your true devotees. I have realized Your existence. Now I may not have to worship anyone else.

422.ਗੂਜਰੀ ਮਹਲਾ ੫॥ 499-10

ਆਲ ਜਾਲ ਭ੍ਰਮ ਮੋਹ ਤਜਾਵੈ,	aal jaal bharam moh tajaavai
ਪ੍ਰਭ ਸੇਤੀ ਰੰਗੁ ਲਾਈ॥	parabh saytee rang laa-ee.
ਮਨ ਕਉ ਇਹ ਉਪਦੇਸੁ ਦ੍ਰਿੜਾਵੈ,	man ka-o ih updays darirh-aavai
ਸਹਜਿ ਸਹਜਿ ਗੁਣ ਗਾਈ॥੧॥	sahj sahj gun gaa-ee. ||1||

ਸ਼ਬਦ ਦੀ ਪਾਲਣਾ ਨਾਲ ਹੀ ਮਨ ਵਿਚੋਂ ਭਰਮ, ਸੰਸਾਰਕ ਮੋਹ ਤੋ ਛੁਟਕਾਰਾ ਹੁੰਦਾ ਹੈ । ਮਨ ਦਾ ਭਰੋਸਾ, ਸ਼ਬਦ ਵਿੱਚ ਅਡੋਲ ਹੋ ਜਾਂਦਾ ਹੈ । ਪ੍ਰਭ ਆਪ ਹੀ ਮਨ ਵਿੱਚ ਸ਼ਬਦ ਨਾਲ ਲਗਨ, ਸ਼ਬਦ ਦਾ ਬੀਜ ਬੀਜਦਾ ਹੈ । ਮਨ ਨੂੰ ਸ਼ਬਦ ਦੇ ਗੁਣ ਗਾਉਣ ਦੀ ਪ੍ਰੇਰਨਾ ਕਰਦਾ ਹੈ । ਮਨ ਵਿੱਚ ਸੰਤੋਖ, ਖੇੜਾ ਵਸ ਜਾਂਦਾ ਹੈ ।

By adopting the teachings of His Word with steady and stable belief in day to day life; with His mercy and grace all bonds of worldly wealth, possessions and attachments may be eliminated. With His mercy and grace, He may sow the seed of meditation, devotion in the mind of His true devotee. He may keep him steady and stable on the path and may bless him with contentment and blossom.

ਸਾਜਨ ਐਸੋ ਸੰਤੁ ਸਹਾਈ॥	saajan aiso sant sahaa-ee.
ਜਿਸੁ ਭੇਟੇ ਤੂਟਹਿ ਮਾਇਆ ਬੰਧ,	jis bhaytay tooteh maa-i-aa banDh
ਬਿਸਰਿ ਨ ਕਬਹੂੰ ਜਾਈ॥੧॥ ਰਹਾਉ॥	bisar na kabahoo^{N} jaa-ee. ||1|| rahaa-o.

ਬੰਦਗੀ ਕਰਨ ਵਾਲਾ ਸੰਤ, ਭਗਤ ਹੀ ਅਸਲੀ ਸਾਥੀ, ਮਦਦ ਕਰਨ ਵਾਲਾ ਹੁੰਦਾ ਹੈ । ਜਿਸ ਦੇ ਜੀਵਨ ਤੋ ਸਿਖਿਆ ਲੈਣ ਨਾਲ ਮਨ ਵਿਚੋਂ ਮਾਇਆ ਦਾ ਮੋਹ ਬੰਧਨ ਦਾ ਨਾਸ਼ ਹੋ ਜਾਂਦਾ ਹੈ । ਪ੍ਰਭ ਦਾ ਸ਼ਬਦ ਮਨ ਵਿਚੋਂ ਕਦੀ ਵੀ ਵਿਸਰਦਾ ਨਹੀਂ ।

His true devotee may be a true friend and helper of His true devotee. By adopting his way of life, the bonds of worldly wealth may be eliminated. He may never abandon the teachings of His Word from within his mind.

ਕਰਤ ਕਰਤ ਅਨਿਕ ਬਹੁ ਭਾਤੀ, — karat karat anik baho bhaatee
ਨੀਕੀ ਇਹ ਠਹਰਾਈ॥ — neekee ih thahraa-ee.
ਮਿਲਿ ਸਾਧੂ ਹਰਿ ਜਸੁ ਗਾਵੈ, — mil saaDhoo har jas gaavai
ਨਾਨਕ ਭਵਜਲੁ ਪਾਰਿ ਪਰਾਈ॥੨॥੮॥੧੭॥ — naanak bhavjal paar paraa-ee. 2.8.17

ਅਨੇਕਾਂ ਤਰੀਕੇ ਨਾਲ ਬੰਦਗੀ ਕਰਦੇ ਕਰਦੇ, ਮਨ ਵਿੱਚ ਹੁਣ ਸੋਝੀ ਹੋਈ ਹੈ । ਕਿ ਬੰਦਗੀ ਕਰਨ ਵਾਲੇ ਦੀ ਸੰਗਤ ਵਿੱਚ ਸ਼ਬਦ ਦੀ ਪਾਲਣਾ ਕਰਨਾ ਹੀ ਸਭ ਤੋ ਅਨੋਖਾ, ਉਤਮ ਤਰੀਕਾ ਹੈ । ਉਹਨਾਂ ਦੀ ਸੰਗਤ ਵਿੱਚ ਬੰਦਗੀ ਕਰਦਾ ਮਨ ਭਿਆਨਕ ਸਾਗਰ ਪਾਰ ਕਰ ਜਾਂਦਾ ਹੈ ।

By meditating with various techniques, now I am enlightened that in the congregation of His true devotee may be the superb technique of worship. In the association of His true devotee, wandering mind may be saved from the terrible ocean of worldly desires.

423.ਗੂਜਰੀ ਮਹਲਾ ੫॥ 499-13

ਖਿਨ ਮਹਿ ਥਾਪਿ ਉਥਾਪਨਹਾਰਾ, — khin meh thaap uthaapanhaaraa
ਕੀਮਤਿ ਜਾਇ ਨ ਕਰੀ॥ — keemat jaa-ay na karee.
ਰਾਜਾ ਰੰਕੁ ਕਰੈ ਖਿਨ ਭੀਤਰਿ, — raajaa rank karai khin bheetar
ਨੀਚਹ ਜੋਤਿ ਧਰੀ॥੧॥ — neechah jot Dharee. ||1||

ਪ੍ਰਭ ਹੀ ਸ੍ਰਿਸ਼ਟੀ ਦੀ ਸਾਜਨਾ ਕਰਨ ਵਾਲਾ ਹੈ! ਇੱਕ ਪਲ ਵਿੱਚ ਹੀ ਪੈਦਾ ਕਰਦਾ, ਪਲ ਵਿੱਚ ਹੀ ਨਾਸ਼ ਕਰ ਸਕਦਾ ਹੈ । ਪ੍ਰਭ ਇੱਕ ਪਲ ਵਿੱਚ ਅਹੰਕਾਰੀ ਰਾਜੇ ਨੂੰ ਭਖਾਰੀ, ਮੰਗਤਾ ਬਣਾ ਸਕਦਾ ਹੈ । ਮੰਗਤਾ ਵੀ ਉਹ ਜਿਸ ਨੂੰ ਕੋਈ ਖੇਰ ਵੀ ਨਾ ਪਾਵੇ ।

The true creator of the universe may bring a new life in a twinkle of eyes or may destroy. He may transform a mighty king into a beggar, no one may offer him any alms either.

ਧਿਆਈਐ ਅਪਨੋ ਸਦਾ ਹਰੀ॥ — Dhi-aa-ee-ai apno sadaa haree.
ਸੋਚ ਅੰਦੇਸਾ ਤਾ ਕਾ ਕਹਾ ਕਰੀਐ, — soch andaysaa taa kaa kahaa karee-ai
ਜਾ ਮਹਿ ਏਕ ਘਰੀ॥੧॥ ਰਹਾਉ॥ — jaa meh ayk gharee. ||1|| rahaa-o.

ਜਦੋਂ ਜੀਵ ਨੂੰ ਇਹ ਸਮਝ, ਸੋਝੀ ਹੈ! ਸੰਸਾਰ ਵਿੱਚ ਤੂੰ ਥੋੜ੍ਹਾ ਸਮਾਂ ਹੀ ਰਹਿਣਾ ਹੈ । ਫਿਰ ਤੂੰ ਸੰਸਾਰਕ ਇੱਛਾਂ ਦੀ ਚਿੰਤਾਂ ਕਿਉਂ ਕਰਦਾ ਹੈ? ਸਦਾ ਹੀ ਸਵਾਸ ਸਵਾਸ ਪ੍ਰਭ ਦੇ ਸ਼ਬਦ ਦਾ ਸਿਮਰਨ ਕਰੋ ।

As you are enlightened and aware of that your time in the world is fixed and limited. Why are you worried by worldly desires? You should meditate with each and every breath on the teachings of His Word.

ਤੁਮ੍ਰੀ ਟੇਕ ਪੂਰੇ ਮੇਰੇ ਸਤਿਗੁਰ, — tum^{H}ree tayk pooray mayray satgur
ਮਨ ਸਰਨਿ ਤੁਮ੍ਾਰੈ ਪਰੀ॥ — man saran tum^{H}aarai paree.
ਅਚੇਤ ਇਆਨੇ ਬਾਰਿਕ ਨਾਨਕ, — achayt i-aanay baarik naanak
ਹਮ ਤੁਮ ਰਾਖਹੁ ਧਾਰਿ ਕਰੀ॥੨॥੯॥੧੮॥ — ham tum raakho Dhaar karee.2||9||18||

ਪ੍ਰਭ ਰਹਿਮਤ ਬਖਸ਼ੋ, ਪਨਾਹ ਬਖਸ਼ੋ! ਮੈਨੂੰ ਨਿਮਾਣੇ ਨੂੰ ਕੇਵਲ ਤੇਰਾ ਹੀ ਆਸਰਾ ਹੈ, ਤੇਰੀ ਸ਼ਰਣ ਵਿੱਚ ਆਇਆ ਹਾ! ਮੈਂ ਅਨਜਾਣ, ਮੂਰਖ, ਅਗਿਆਨੀ ਹਾ । ਆਪਣਾ ਹੱਥ ਬਖਸ਼ਕੇ, ਸੰਸਾਰਕ ਸਾਗਰ ਵਿਚੋਂ ਕੱਢ ਲਵੋ!

Have a mercy and grace on my humble soul, I have only your support and I have surrendered in Your sanctuary. I am ignorant and foolish, with Your mercy and grace save me from the ocean of worldly desires.

424.ਗੂਜਰੀ ਮਹਲਾ ੫॥499-17

ਤੂੰ ਦਾਤਾ ਜੀਆ ਸਭਨਾ ਕਾ,	tooN daataa jee-aa sabhnaa kaa
ਬਸਹੁ ਮੇਰੇ ਮਨ ਮਾਹੀ॥	bashu mayray man maahee.
ਚਰਣ ਕਮਲ ਰਿਦ ਮਾਹਿ ਸਮਾਏ,	charan kamal rid maahi samaa-ay
ਤਹ ਭਰਮੁ ਅੰਧੇਰਾ ਨਾਹੀ॥੧॥	tah bharam anDhayraa naahee. ‖1‖

ਪ੍ਰਭ ਤੂੰ ਹੀ ਸਾਰੀ ਸ੍ਰਿਸ਼ਟੀ ਦਾ ਮਾਲਕ ਹੈ, ਰਹਿਮਤ ਬਖਸ਼ੋ! ਮੇਰੇ ਮਨ ਵਿੱਚ ਘਰ ਕਰ ਜਾਵੇਂ, ਜਾਗਰਤ ਹੋ ਜਾਵੇ! ਜਿਸ ਦੇ ਮਨ ਵਿੱਚ ਤੇਰੇ ਕੋਮਲ ਚਰਨ ਨਿਵਾਸ ਕਰ ਲੈਂਦੇ ਹਨ । ਉਸ ਦੇ ਮਨ ਦੇ ਭਰਮ, ਅਗਿਆਨਤਾ ਦਾ ਅੰਧੇਰਾ ਦੂਰ ਹੋ ਜਾਂਦਾ ਹੈ ।

Only You are the True Master of the universe, with Your mercy and grace, may enlighten the teachings of Your Word within my mind. Whosoever may be accepted in Your sanctuary; he remains drenched with the teachings of Your Word. All his suspicions and ignorance from the teachings of Your Word may be eliminated.

ਠਾਕੁਰ ਜਾ ਸਿਮਰਾ ਤੂੰ ਤਾਹੀ॥	thaakur jaa simraa too^{N} taahee.
ਕਰਿ ਕਿਰਪਾ ਸਰਬ ਪ੍ਰਤਿਪਾਲਕ,	kar kirpaa sarab partipaalak
ਪ੍ਰਭ ਕਉ ਸਦਾ ਸਲਾਹੀ॥੧॥ ਰਹਾਉ॥	parabh ka-o sadaa salaahee. ‖1‖ rahaa-o.

ਜਦੋਂ ਵੀ ਮਨ ਅੰਤਰ ਧਿਆਨ ਹੋ ਕੇ ਤੇਰਾ ਸਿਮਰਨ ਕਰਦਾ ਹੈ । ਤੂੰ ਹਾਜ਼ਰ ਹਜ਼ੂਰ ਨਜ਼ਰ ਆਉਂਦਾ ਹੈ । ਤਰਸ ਕਰੋ! ਰਹਿਮਤ ਬਖਸ਼ੋ! ਮੈਂ ਸਦਾ ਹੀ ਤੇਰੇ ਸ਼ਬਦ ਦੇ ਗੁਣ ਗਾਉਂਦਾ ਰਹਾ ।

When I wholeheartedly meditates on the teachings of Your Word; I realize Your existence everywhere in the universe. Bless me with Your mercy and grace that I may remain intoxicated in singing Your glory in the void of Your Word.

ਸਾਸਿ ਸਾਸਿ ਤੇਰਾ ਨਾਮੁ ਸਮਾਰਉ,	saas saas tayraa naam samaara-o
ਤੁਮ ਹੀ ਕਉ ਪ੍ਰਭ ਆਹੀ॥	tum hee ka-o parabh aahee.
ਨਾਨਕ ਟੇਕ ਭਈ ਕਰਤੇ ਕੀ,	naanak tayk bha-ee kartay kee
ਹੋਰ ਆਸ ਬਿਡਾਣੀ ਲਾਹੀ॥੨॥੧੦॥੧੯॥	hor aas bidaanee laahee.‖2‖10‖19‖

ਤੇਰਾ ਸ਼ਬਦ ਹੀ ਸਵਾਸ ਸਵਾਸ ਸਿਮਰਨ ਕਰਦਾ ਹਾ । ਮਨ ਵਿੱਚ ਕੇਵਲ ਤੈਨੂੰ ਹੀ ਪਾਉਣ ਦੀ ਇੱਛਾ, ਹੋਰ ਕੋਈ ਭਾਵਨਾ ਨਹੀਂ ਬਚੀ । ਬੰਦਗੀ ਕਰਨ ਵਾਲੇ ਦੇ ਮਨ ਵਿੱਚ ਇੱਕੋ ਇੱਕ ਪ੍ਰਭ ਦਾ ਹੀ ਆਸਰਾ ਹੁੰਦਾ ਹੈ । ਉਸ ਤੇ ਆਪਣੀ ਡੋਰੀ ਛੱਡ ਦੇਂਦਾ ਹੈ । ਬਾਕੀ ਸਾਰੀਆਂ ਸੰਸਾਰਕ ਇੱਛਾਂ ਤਿਆਗ ਦੇਂਦੇ ਹੈ, ਜਿੱਤ ਪਾ ਲੈਂਦਾ ਹੈ ।

I meditate on the teachings of Your Word day and night. I have only desire in my mind to be blessed with the enlightenment of Your Word. His true devotee keeps his hope only on His blessings and he surrenders his own identity at His sanctuary. He may abandon all his worldly desires from his mind.

425.ਗੂਜਰੀ ਮਹਲਾ ੫॥ 500-1

ਕਰਿ ਕਿਰਪਾ ਅਪਨਾ ਦਰਸੁ ਦੀਜੈ,	kar kirpaa apnaa daras deejai
ਜਸੁ ਗਾਵਉ ਨਿਸਿ ਅਰੁ ਭੋਰ॥	jas gaava-o nis ar bhor.
ਕੇਸ ਸੰਗਿ ਦਾਸ ਪਗ ਝਾਰਉ,	kays sang daas pag jhaara-o
ਇਹੈ ਮਨੋਰਥ ਮੋਰ॥੧॥	ihai manorath mor. ‖1‖

ਗੁਰੂ ਗ੍ਰੰਥ– Guru Granth – ਭਾਵ ਅਰਥ॥

ਦਿਨ ਰਾਤ ਤੇਰੇ ਸਬਦ ਦੇ ਗੁਣ ਗਾਉਂਦਾ ਹਾ! ਰਹਿਮਤ ਬਖਸ਼ੋ, ਆਪਣੇ ਸ਼ਬਦ ਦੀ ਸੋਝੀ ਬਖਸ਼ੋ, ਦਰਸ਼ਨ ਦੇਵੋ! ਮੈਂ ਆਪਣੇ ਸਿਰ ਦੇ ਵਾਲਾ ਨਾਲ ਤੇਰੇ ਦਾਸਾਂ ਦੇ ਪੇਰ ਸਾਫ ਕਰਦਾ ਹਾ । ਇਹ ਇੱਕੋ ਇੱਕ ਹੀ ਮੇਰੇ ਜੀਵਨ ਦਾ ਮੰਤਵ ਹੈ, ਮਨੋਰਥ ਹੈ ।

I sing the glory of Your Word day and night. With Your mercy and grace, blesses me with the enlightenment of Your Word. I serve and clean the feet of Your slaves with my hairs. This has become the one and only one purpose of my day to day worldly life.

ਠਾਕੁਰ ਤੁਝ ਬਿਨੁ ਬੀਆ ਨ ਹੋਰ॥	haakur tujh bin bee-aa na hor.
ਚਿਤਿ ਚਿਤਵਉ ਹਰਿ ਰਸਨ ਅਰਾਧਉ,	chit chitva-o har rasan araaDha-o
ਨਿਰਖਉ ਤੁਮਰੀ ਓਰ॥੧॥ ਰਹਾਉ॥	nirkha-o tumree or. ||1|| rahaa-o.

ਕੇਵਲ ਇੱਕੋ ਇੱਕ ਤੂੰ ਹੀ ਮੇਰੇ ਮਨ ਵਿੱਚ, ਧਿਆਨ ਵਿੱਚ ਰਹਿੰਦਾ ਹੈ । ਮੇਰੀ ਜੀਭ ਤੇਰੇ ਸ਼ਬਦ ਦੇ ਗੁਣ ਗਾਉਂਦੀ ਹੈ । ਮੇਰੀਆ ਅੱਖਾ ਤੇਰੀ ਕੁਦਰਤ ਦੇ ਨਜ਼ਾਰੇ ਵੇਖ ਕੇ ਹੈਰਾਨ ਰਹਿੰਦੀਆਂ ਹਨ । ਤੂੰ ਹੀ ਅਸਲੀ ਮਾਲਕ ਹੈ । ਤੇਰੇ ਤੋ ਬਿਨਾਂ ਹੋਰ ਕੁਝ ਵੀ ਸੰਸਾਰ ਵਿੱਚ ਦਿੱਸਦਾ ਨਹੀਂ ਹੈ ।

Only the everlasting echo of Your Word resonates within my mind day and night and the glory of Your Word remains on my lips. My eves remain astonished, witnessing Your nature. I may only see You all around and not else may be visible to my eyes.

ਦਇਆਲ ਪੁਰਖ ਸਰਬ ਕੇ ਠਾਕੁਰ,	da-i-aal purakh sarab kay thaakur
ਬਿਨਉ ਕਰਉ ਕਰ ਜੋਰਿ॥	bin-o kara-o kar jor.
ਨਾਮੁ ਜਪੈ ਨਾਨਕੁ ਦਾਸੁ ਤੁਮਰੋ,	naam japai naanak daas tumro
ਉਧਰਸਿ ਆਖੀ ਫੋਰ॥੨॥੧੧॥੨੦॥	uDhras aakhee for. ||2||11||20||

ਪ੍ਰਭ ਤੂੰ ਹੀ ਰਹਿਮਤਾਂ ਦਾ ਮਾਲਕ ਹੈ, ਸ੍ਰਿਸ਼ਟੀ ਦਾ ਮਾਲਕ ਹੈ । ਨਿਮਾਣਾ ਬਣਕੇ, ਮਨ ਲਾ ਕੇ ਤੇਰੇ ਦਰ ਤੇ ਅਰਦਾਸ ਕਰਦਾ ਹਾ । ਤੇਰੇ ਦਾਸ, ਤੇਰੇ ਸ਼ਬਦ ਦੇ ਗੁਣ ਗਾਉਂਦੇ ਤੇਰੇ ਵਿੱਚ ਹੀ ਅਲੋਪ ਹੋ ਜਾਂਦੇ ਹਨ! ਮੈਨੂੰ ਵੀ ਸ਼ਰਣ ਵਿੱਚ ਪਨਾਹ ਬਖਸ਼ੋ!

Only You are The True Owner of all virtues and The True Master of the universe. I humbly beg for refuge in Your sanctuary. Your true devotee may sing the glory of Your Word day and night and he may be absorbed in Your Holy Spirit. With Your mercy and grace, accepts me in your sanctuary.

426.ਗੂਜਰੀ ਮਹਲਾ ੫॥ 500-5

ਬ੍ਰਹਮ ਲੋਕ ਅਰੁ ਰੁਦ੍ਰ ਲੋਕ,	barahm lok ar rudr lok
ਆਈ ਇੰਦ੍ਰ ਲੋਕ ਤੇ ਧਾਇ॥	aa-ee indar lok tay Dhaa-ay.
ਸਾਧਸੰਗਤਿ ਕਉ ਜੋਹਿ ਨ ਸਾਕੈ,	saaDhsangat ka-o johi na saakai
ਮਲਿ ਮਲਿ ਧੋਵੈ ਪਾਇ॥੧॥	mal mal Dhovai paa-ay. ||1||

ਬ੍ਰਹਮਾ ਜੀ, ਸਿਵਜੀ, ਇੰਦ੍ਰ ਜੀ ਦੇ ਦਰ ਤੇ ਵਸਣ ਵਾਲੇ ਜੀਵ ਤੇ ਸੰਸਾਰਕ ਮਾਇਆ ਦਾ ਬੁਹਤ ਪ੍ਰਭਾਵ ਰਹਿੰਦਾ ਹੈ । ਸਾਰੇ ਹੀ ਸੰਸਾਰਕ ਮਾਇਆ ਦੇ ਜਾਲ ਵਿੱਚ, ਗੁਲਾਮ ਹਨ । ਸੰਸਾਰਕ ਮਾਇਆ, ਬੰਦਗੀ ਕਰਨ ਵਾਲੇ ਸੰਤਾਂ ਦੀ ਸੰਗਤ ਦੇ ਲਾਗੇ ਨਹੀਂ ਆ ਸਕਦੀ । ਉਹਨਾਂ ਦੀ ਗੁਲਾਮ ਬਣੀ ਰਹਿੰਦੀ ਹੈ ।

Whosoever may worship worldly gurus, may remain under the influences of worldly wealth and may remain the slave of worldly wealth and possessions. Worldly wealth may not come close to His true devotee; His true devotee remains beyond the reach of worldly wealth. She remains the slave of His true devotee.

ਅਬ ਮੋਹਿ ਆਇ ਪਰਿਓ ਸਰਨਾਇ॥	ab mohi aa-ay pari-o sarnaa-ay.
ਗੁਹਜ ਪਾਵਕੋ ਬਹੁਤੁ ਪ੍ਰਜਾਰੈ,	guhaj paavko bahut parjaarai

ਮੋ ਕਉ ਸਤਿਗੁਰਿ ਦੀਓ ਹੈ ਬਤਾਇ॥੧॥   mo ka-o satgur dee-o hai bataa-ay. ||1||
ਰਹਾਉ॥   rahaa-o.

ਹੁਣ ਮੈਂ ਪ੍ਰਭ ਦੀ ਸ਼ਰਨ ਵਿੱਚ ਆਇਆ ਹੈ! ਸ਼ਬਦ ਦੀ ਪਾਲਣਾ ਨੇ ਮਨ ਨੂੰ ਸੁਚੇਤ, ਜਾਗਰਤ ਕੀਤਾ ਹੈ । ਸੰਸਾਰਕ ਮਾਇਆ ਤੋ ਮਨ ਨੂੰ ਸਦਾ ਹੀ ਸਾਵਧਾਨ ਰਖੋ! ਇਸ ਨੇ ਅਨੇਕਾਂ ਹੀ ਘਰ ਜਲਾ ਦਿੱਤੇ ਹਨ । ਅਨੇਕਾਂ ਹੀ ਮਾਨਸ ਆਪਣਾ ਮਾਨਸ ਜੀਵਨ ਬਿਰਥਾ ਹੀ ਗਵਾ ਗਏ ਹਨ ।

Now I have surrendered at the sanctuary of His Word. By obeying the teachings of His Word, I am awake and alert with the teachings of His Word. You should always be alert from the temptation of worldly wealth. She has ruined several homes. Countless humans have wasted their human life opportunity uselessly.

ਸਿਧ ਸਾਧਿਕ ਅਰ ਜਖੵ ਕਿੰਨਰ ਨਰ,   siDh saaDhik ar jakh-y kinnar nar
ਰਹੀ ਕੰਠਿ ਉਰਝਾਇ॥   rahee kanth urjhaa-ay.
ਜਨ ਨਾਨਕ ਅੰਗੁ ਕੀਆ ਪ੍ਰਭਿ ਕਰਤੈ,   jan naanak ang kee-aa parabh kartai
ਜਾ ਕੈ ਕੋਟਿ ਐਸੀ ਦਾਸਾਇ॥੨॥੧੨॥੨੧॥   jaa kai kot aisee daasaa-ay. |2||12||21||

ਇਹ ਸੰਸਾਰਕ ਮਾਇਆ ਬੰਦਗੀ ਕਰਨ ਵਾਲੇ ਸਿਧਾਂ, ਮੋਨੀ ਸੰਤਾਂ, ਦੇਵੀ ਦੇਵਤਿਆਂ, ਫਰਿਸ਼ਤਿਆਂ ਦੇ ਗਲ ਦੀ ਮਾਲ੍ਹਾ ਬਣੀ ਰਹਿੰਦੀ ਹੈ । ਜਿਹੜੇ ਬੰਦਗੀ ਕਰਨ ਵਾਲੇ ਪ੍ਰਭ ਦੇ ਸ਼ਬਦ ਦੇ ਲੜ ਲੱਗੇ ਰਹਿੰਦੇ ਹਨ । ਉਹ ਅਨੇਕਾਂ ਹੀ ਇਸ ਦੇ ਪ੍ਰਭਾਵ ਤੋ ਬਚੇ ਰਹਿੰਦੇ ਹਨ ।

Worldly wealth remains as a rosary of worldly, prophets, yogi, saints, angels and gurus. Whosoever may remain attached to the teachings of His Word; he may be saved from the influence of worldly wealth.

427.ਗੂਜਰੀ ਮਹਲਾ ੫॥ 500-8

ਅਪਜਸੁ ਮਿਟੈ ਹੋਵੈ ਜਗਿ ਕੀਰਤਿ,   apjas mitai hovai jag keerat
ਦਰਗਹ ਬੈਸਣੁ ਪਾਈਐ॥   dargeh baisan paa-ee-ai.
ਜਮ ਕੀ ਤ੍ਰਾਸ ਨਾਸ ਹੋਇ ਖਿਨ ਮਹਿ,   jam kee taraas naas ho-ay khin meh
ਸੁਖ ਅਨਦ ਸੇਤੀ ਘਰਿ ਜਾਈਐ॥੧॥   sukh anad saytee ghar jaa-ee-ai. ||1||

ਜਿਸ ਤੇ ਰਹਿਮਤ ਬਖਸ਼ ਹੋ ਜਾਂਦੀ ਹੈ! ਉਸ ਦੇ ਬੁਰੇ ਖਿਆਲ ਨਾਸ ਹੋ ਜਾਂਦੇ ਹਨ । ਉਸ ਨੂੰ ਦਰਬਾਰ ਵਿੱਚ ਪ੍ਰਵਾਨਗੀ ਬਖਸ਼ਿਸ਼ ਹੋ ਜਾਂਦੀ ਹੈ । ਸਾਰੀ ਸ੍ਰਿਸ਼ਟੀ ਹੀ ਉਸ ਦੀ ਸਿਖਿਆ ਲੈਂਦੀ ਹੈ । ਉਸ ਦਾ ਮੌਤ ਦਾ ਡਰ ਇਕ ਪਲ ਵਿੱਚ ਖਤਮ ਹੋ ਜਾਂਦਾ ਹੈ । ਉਹ ਅਮਰ ਅਵਸਤਾ ਪਾ ਲੈਂਦਾ ਹੈ, ਦਰਬਾਰ ਵਿੱਚ ਪ੍ਰਵਾਨ ਹੋ ਜਾਂਦਾ ਹੈ ।

Whosoever may be blessed with His mercy and grace; his evil thoughts may be eliminated. He may be blessed with acceptance in His court. The Whole universe may adopt his way of life. His fear of death may be eliminated in a twinkle of eyes. He may be accepted in His court and may be honored with immortal state of mind.

ਜਾ ਤੇ ਘਾਲ ਨ ਬਿਰਥੀ ਜਾਈਐ॥   jaa tay ghaal na birthee jaa-ee-ai.
ਆਠ ਪਹਰ ਸਿਮਰਹੁ ਪ੍ਰਭੁ ਅਪਨਾ,   aath pahar simrahu parabh apnaa
ਮਨਿ ਤਨਿ ਸਦਾ ਧਿਆਈਐ॥੧॥   man tan sadaa Dhi-aa-ee-ai. ||1||
ਰਹਾਉ॥   rahaa-o.

ਜੀਵ 24 ਘੰਟੇ ਹੀ ਪ੍ਰਭ ਦੇ ਸ਼ਬਦ ਦਾ ਸਿਮਰਨ ਕਰੋ! ਉਸ ਦੇ ਸ਼ਬਦ ਨੂੰ ਆਪਣੇ ਮਨ ਤਨ ਵਿੱਚ ਰਖੋ! ਉਸ ਪ੍ਰਭ ਦੇ ਸ਼ਬਦ ਦੀ ਕੀਤੀ ਕਮਾਈ ਕਦੀ ਬਿਰਥੀ ਨਹੀ ਜਾਂਦੀ ।

One should meditate on the teachings of His Word day and night. You should keep the teachings of His Word in the core of Your mind. The earnings of His Word may never be wasted.

ਮੋਹਿ ਸਰਨਿ ਦੀਨ ਦੁਖ ਭੰਜਨ,	mohi saran deen dukh bhanjan
ਤੂੰ ਦੇਹਿ ਸੋਈ ਪ੍ਰਭ ਪਾਈਐ॥	tooN deh so-ee parabh paa-ee-ai.
ਚਰਣ ਕਮਲ ਨਾਨਕ ਰੰਗਿ ਰਾਤੇ,	charan kamal naanak rang raatay
ਹਰਿ ਦਾਸਹ ਪੈਜ ਰਖਾਈਐ॥੨॥੧੩॥੨੨	har daasah paij rakhaa-ee-ai. 2.13.22

ਮੈਂ ਨਿਮਾਣਾ ਤੇਰੀ ਸ਼ਰਣ ਵਿੱਚ ਆਇਆ ਹਾ! ਜੋ ਵੀ ਤੂੰ ਬਖਸ਼ਦਾ ਹੈ, ਉਹ ਹੀ ਪਾ ਸਕਦਾ ਹਾ । ਬੰਦਗੀ ਕਰਨ ਵਾਲੇ ਤੇਰੇ ਸ਼ਬਦ ਦੀ ਸਮਾਧੀ ਵਿੱਚ ਵਸਦੇ ਹਨ । ਤੂੰ ਆਪ ਹੀ ਆਪਣੇ ਦਾਸਾਂ ਦੀ ਲਾਜ ਰਖਦਾ ਹੈ । ਆਪਣੀ ਜੋਤ ਵਿੱਚ ਅਲੋਪ ਕਰ ਲੈਂਦਾ ਹੈ ।

I am Your humble slave, devotee; I have surrendered at Your sanctuary. I may only achieve, whatsoever may be blessed with Your mercy. Your true devotee always dwells in Your sanctuary, in the void of Your Word. You always protect the honor as Your true devotee.

428.ਗੁਜਰੀ ਮਹਲਾ ੫॥ 500-12

ਬਿਸ੍ੰਭਰ ਜੀਅਨ ਕੋ ਦਾਤਾ,	bisamvbhar jee-an ko daataa
ਭਗਤਿ ਭਰੇ ਭੰਡਾਰ॥	bhagat bharay bhandaar. jaa kee
ਜਾ ਕੀ ਸੇਵਾ ਨਿਫਲ ਨ ਹੋਵਤ	sayvaa nifal na hovat khin meh
ਖਿਨ ਮਹਿ ਕਰੇ ਉਧਾਰ॥੧॥	karay uDhaar. ||1||

ਕੇਵਲ ਪ੍ਰਭ ਹੀ ਸਾਰੇ ਜੀਵਾਂ ਦਾ ਰਖਵਾਲਾ ਹੈ । ਸਾਰੀ ਸ੍ਰਿਸ਼ਟੀ ਨੂੰ ਹੀ ਦਾਤਾਂ ਬਖਸ਼ਦਾ ਹੈ । ਸ਼ਬਦ ਦੀ ਸੋਝੀ ਦੇ ਖਜ਼ਾਨੇ ਦੇ ਅਸਲੀ ਮਾਲਕ ਦੇ ਸ਼ਬਦ ਦੀ ਪਾਲਣਾ ਕਰਦਾ ਹਾ । ਉਸ ਦੇ ਸ਼ਬਦ ਦੀ ਕੀਤੀ ਕਮਾਈ ਕਦੇ ਬਿਰਥੀ ਨਹੀਂ ਜਾਂਦੀ । ਪ੍ਰਭ ਇੱਕ ਪਲ ਵਿੱਚ ਹੀ ਆਤਮਾ ਦਾ ਉਧਾਰ ਕਰ ਦੇਂਦਾ ਹੈ । ਜੂੰਨਾਂ ਦਾ ਚਕਰ ਖਤਮ ਕਰ ਦੇਂਦਾ ਹੈ ।

The One and Only One True Master is the protector of all creatures. He bestows blessings to everyone. I obey with steady and stable belief The Word of The True Master of the treasure of His Word and enlightenments. The earnings of His Word, never be wasted, He always rewards His true devotee. His soul may be sanctified and accepted in His sanctuary. His cycle of birth and death may be eliminated.

ਮਨ ਮੇਰੇ ਚਰਨ ਕਮਲ ਸੰਗਿ ਰਾਚੁ॥	man mayray charan kamal sang raach.
ਸਗਲ ਜੀਅ ਜਾ ਕਉ ਆਰਾਧਹਿ,	agal jee-a jaa ka-o aaraaDheh
ਤਾਹੂ ਕਉ ਤੂੰ ਜਾਚੁ॥੧॥ ਰਹਾਉ॥	taahoo ka-o tooN jaach. ||1|| rahaa-o.

ਪ੍ਰਭ ਦੇ ਚਰਨਾਂ ਵਿੱਚ ਆਪਣਾ ਮਨ ਲਾਵੋ, ਸ਼ਬਦ ਦੀ ਪਾਲਣਾ ਵਿੱਚ ਮਸਤ ਹੋ ਜਾਵੋ! ਉਸ ਦੇ ਦਰ ਤੋ ਭੱਖਿਆ ਮੰਗੋ, ਪੂਜਾ ਕਰੋ! ਜਿਸ ਦੀ ਸਾਰੀ ਸ੍ਰਿਸ਼ਟੀ ਹੀ ਪੂਜਾ ਕਰਦੀ ਹੈ ।

You should always focus on the teachings of His Word and should remain intoxicated in the void of His Word. You should always beg for His refuge and forgiveness. The Whole universe worships the teachings of His Word.

ਨਾਨਕ ਸਰਣਿ ਤੁਮ੍ਹਾਰੀ ਕਰਤੇ,	naanak saran tumHaaree kartay
ਤੂੰ ਪ੍ਰਭ ਪ੍ਰਾਨ ਅਧਾਰ॥	tooN parabh paraan aDhaar.
ਹੋਇ ਸਹਾਈ ਜਿਸੁ ਤੂੰ ਰਾਖਹਿ,	ho-ay sahaa-ee jis tooN raakhahi
ਤਿਸੁ ਕਹਾ ਕਰੇ ਸੰਸਾਰੁ॥੨॥੧੪॥੨੩॥	tis kahaa karay sansaar.||2||14||23||

ਬੰਦਗੀ ਕਰਨ ਵਾਲੇ ਸਦਾ ਹੀ ਉਸ ਦੀ ਸ਼ਰਣ ਵਿੱਚ ਵਸਦੇ ਹਨ । ਜਿਹੜਾ ਸਾਰੀ ਸ੍ਰਿਸ਼ਟੀ ਦੇ ਜੀਵਾਂ ਦੇ ਸਵਾਸਾਂ ਦਾ ਅਸਲੀ ਮਾਲਕ ਹੈ । ਜਿਹੜਾ ਉਸ ਦੀ ਸ਼ਰਣ ਵਿੱਚ , ਰਖਿਆ ਵਿੱਚ ਵਸਦਾ ਹੈ! ਸ੍ਰਿਸ਼ਟੀ ਦੇ ਜੀਵ ਉਸ ਦਾ ਕੀ ਕਰ ਸਕਦੇ ਹਨ?

His true devotee always obeys His Word and dwells in the sanctuary of His Word. He is The True Master of our breathes. Whosoever may surrender at His sanctuary. What may the universe harm him?

429.ਗੁਜਰੀ ਮਹਲਾ ੫॥500-16

ਜਨ ਕੀ ਪੈਜ ਸਵਾਰੀ ਆਪ॥	jan kee paij savaaree aap.
ਹਰਿ ਹਰਿ ਨਾਮੁ ਦੀਓ ਗੁਰਿ ਅਵਖਧੁ,	har har naam dee-o gur avkhaDh
ਉਤਰਿ ਗਇਓ ਸਭੁ ਤਾਪ॥੧॥ ਰਹਾਉ॥	utar ga-i-o sabh taap. ||1|| rahaa-o.

ਜਿਸ ਜੀਵ ਨੂੰ ਪ੍ਰਭ ਨੇ ਆਪ ਹੀ ਰਹਿਮਤ ਬਖਸ਼ਕੇ ਸ਼ਬਦ ਦੇ ਲੜ ਲਾਇਆ ਹੈ । ਸ਼ਬਦ ਰੂਪੀ ਦਿਵਾਈ ਦਿੱਤੀ ਹੈ । ਉਸ ਦੇ ਸੰਸਾਰਕ ਮੋਹ ਦੇ ਸਾਰੇ ਜਾਲ ਖਤਮ ਹੋ ਗਏ ਹਨ । ਪ੍ਰਭ ਆਪ ਹੀ ਆਪਣੇ ਬੰਦਗੀ ਕਰਨ ਵਾਲੇ ਦਾਸ ਦੀ ਲਾਜ, ਪਰਦਾ ਢੱਕਦਾ ਹੈ ।

Whosoever may be blessed with devotion to meditate on the teachings of His Word; he may become beyond the reach of worldly wealth. With His mercy and grace, He protects His true devotee in worldly day to day life.

ਹਰਿ ਗੋਬਿੰਦੁ ਰਖਿਓ ਪਰਮੇਸਰਿ,	harigobind rakhi-o parmaysar
ਅਪੁਨੀ ਕਿਰਪਾ ਧਾਰਿ॥	apunee kirpaa Dhaar.
ਮਿਟੀ ਬਿਆਧਿ ਸਰਬ ਸੁਖ ਹੋਏ,	mitee bi-aaDh sarab sukh ho-ay
ਹਰਿ ਗੁਣ ਸਦਾ ਬੀਚਾਰਿ॥੧॥	har gun sadaa beechaar. ||1||

ਪ੍ਰਭ ਆਪ ਹੀ ਬੰਦਗੀ ਕਰਨ ਵਾਲੇ ਦਾਸ ਤੇ ਤਰਸ ਕਰਦਾ ਹੈ, ਰਖਿਆ ਕਰਦਾ ਹੈ । ਉਸ ਦੇ ਮਨ ਦੇ ਸਾਰੇ ਦੁਖ ਖਤਮ ਹੋ ਜਾਂਦੇ ਹਨ, ਮਨ ਵਿੱਚ ਖੇੜਾ ਵਸਦਾ ਹੈ । ਉਸ ਦਾ ਮਨ ਸਦਾ ਹੀ ਪ੍ਰਭ ਦੇ ਸ਼ਬਦ ਦੀ ਸਮਾਧੀ ਵਿੱਚ ਵਸਦਾ ਹੈ ।

The Merciful True Master may become generous on His true devotee and protect him in worldly life. He may be blessed with contentment and blossom and all his miseries may be eliminated. He remains drenched with the teachings of His Word and remain intoxicated in the void of His Word.

ਅੰਗੀਕਾਰੁ ਕੀਓ ਮੇਰੈ ਕਰਤੈ,	angeekaar kee-o mayrai kartai
ਗੁਰ ਪੂਰੇ ਕੀ ਵਡਿਆਈ॥	gur pooray kee vadi-aa-ee.
ਅਬਿਚਲ ਨੀਵ ਧਰੀ ਗੁਰ ਨਾਨਕ,	abichal neev Dharee gur naanak
ਨਿਤ ਨਿਤ ਚੜੈ ਸਵਾਈ॥੨॥੧੫॥੨੪॥	nit nit charhai savaa-ee. ||2||15||24||

ਬੰਦਗੀ ਕਰਨ ਵਾਲੇ ਆਪਣੇ ਮਨ ਵਿੱਚ ਸ਼ਬਦ ਦੀ ਨੀਂਹ ਰਖਦੇ ਹਨ! ਜਿਹੜੀ ਹਰ ਦਿਨ ਅਡੋਲ, ਪੱਕੀ ਹੁੰਦੀ ਜਾਂਦੀ ਹੈ । ਪ੍ਰਭ ਆਪ ਹੀ ਬੰਦਗੀ ਕਰਨ ਵਾਲੇ ਨੂੰ ਆਪਣਾ ਦਾਸ ਬਣਾ ਲੈਂਦਾ ਹੈ । ਇਸ ਤਰ੍ਹਾਂ ਦੀ ਹੀ ਵਡਿਆਈ, ਅਮਰ ਅਵਸਥਾ ਵਾਲਾ ਮੇਰਾ ਪ੍ਰਭ ਹੈ ।

His true devotee establishes the foundation of His Word deep within His mind and in his belief. His devotion remains steady and stable day and night. With His mercy and grace, His true devotee may be accepted as His slave in His sanctuary. My Ture Master has such a grace and greatness.

430.ਗੁਜਰੀ ਮਹਲਾ ੫॥ 500-19

ਕਬਹੂ ਹਰਿ ਸਿਉ ਚੀਤੁ ਨ ਲਾਇਓ॥	kabhoo har si-o cheet na laa-i-o.
ਧੰਧਾ ਕਰਤ ਬਿਹਾਨੀ ਅਉਧਹਿ,	DhanDhaa karat bihaanee a-uDhahi
ਗੁਣ ਨਿਧਿ ਨਾਮ ਨ ਗਾਇਓ॥੧॥ਰਹਾਉ॥	gun niDh naam na gaa-i-o.||1|| rahaa-o.

ਜੀਵ ਤੂੰ ਕਦੇ ਵੀ ਆਪਣਾ ਧਿਆਨ ਸ਼ਬਦ ਦੀ ਪਾਲਣਾ ਵਿੱਚ ਨਹੀਂ ਲਾਇਆ! ਸ਼ਬਦ ਤੇ ਭਰੋਸਾ ਅਡੋਲ ਨਹੀਂ ਰਖਿਆ । ਸਾਰਾ ਜੀਵਨ ਹੀ ਸੰਸਾਰਕ ਧੰਦੇ ਵਿੱਚ ਉਲਝਿਆ ਰਹਿੰਦਾ, ਲੱਗਾ ਰਹਿੰਦਾ ਹੈ । ਕਦੇ ਗੁਣਾਂ ਦੇ ਖਜ਼ਾਨੇ, ਪ੍ਰਭ ਦੇ ਸ਼ਬਦ ਦੇ ਗੁਣ ਨਹੀਂ ਗਏ । ਬਖਸ਼ਿਸ਼ ਦਾ ਧੰਨਵਾਦ ਨਹੀਂ ਕੀਤਾ ।

You never paid any attention to obey the teachings of His Word. You have not established a steady and stable belief on His existence or His blessings. You are always remaining entangled with worldly chores and miseries of life. You never sing the glory of His blessings or ever thanks Him for His blessings.

ਕਉਡੀ ਕਉਡੀ ਜੋਰਤ ਕਪਟੇ, ka-udee ka-udee jorat kaptay
ਅਨਿਕ ਜੁਗਤਿ ਕਰਿ ਧਾਇਓ॥ anik jugat kar Dhaa-i-o.
ਬਿਸਰਤ ਪ੍ਰਭ ਕੇਤੇ ਦੁਖ ਗਨੀਅਹਿ, bisrat parabh kaytay dukh ganee-ah
ਮਹਾ ਮੋਹਨੀ ਖਾਇਓ॥੧॥ mahaa mohnee khaa-i-o. ||1||

ਸਾਰਾ ਜੀਵਨ ਹੀ ਧਨ ਇਕੱਠਾ ਕਰਦਾ ਰਹਿੰਦਾ ਹੈ । ਸੰਸਾਰਕ ਮਾਇਆ ਦਾ ਗੁਲਾਮ ਹੀ ਰਹਿੰਦਾ ਹੈ । ਸ਼ਬਦ ਨੂੰ ਮਨੋ ਵਿਸਾਰਨ ਨਾਲ ਸੰਸਾਰਕ ਇੱਛਾਂ ਦੇ ਅਨੇਕਾਂ ਹੀ ਦੁਖ ਸਹਿਣੇ ਪੈਂਦੇ ਹਨ । ਅੰਤ ਵਿੱਚ ਇਸ ਸੰਸਾਰਕ ਮਾਇਆ ਦੀ ਅੱਗ ਵਿੱਚ ਹੀ ਤੇਰਾ ਮਾਨਸ ਜੀਵਨ ਬਿਰਥਾ ਹੀ ਖਤਮ ਹੋ ਜਾਂਦਾ ਹੈ ।

You keep collecting worldly wealth in your whole life and has become the slave of worldly wealth. Keep in mind! By abandoning the teachings of His Word from day to day life, one may have to endure mysteries in his life.

ਕਰਹੁ ਅਨੁਗ੍ਰਹੁ ਸੁਆਮੀ ਮੇਰੇ, karahu anoograhu su-aamee mayray
ਗਨਹੁ ਨ ਮੋਹਿ ਕਮਾਇਓ॥ ganhu na mohi kamaa-i-o.
ਗੋਬਿੰਦ ਦਇਆਲ ਕ੍ਰਿਪਾਲ ਸੁਖ ਸਾਗਰ, gobind da-i-aal kirpaal sukh saagar
ਨਾਨਕ ਹਰਿ ਸਰਣਾਇਓ॥੨॥੧੬॥੨੫॥ naanak har sarnaa-i-o.||2||16||25||

ਰਹਿਮਤਾਂ ਦੇ ਮਾਲਕ ਤਰਸ ਕਰੋ! ਮੇਰੇ ਅਨਜਾਣਤਾ ਵਿੱਚ ਕੀਤੇ ਕੰਮਾਂ, ਭੁਲਾਂ ਨੂੰ ਮਾਫ ਕਰ ਦੇਵੋ! ਤੂੰ ਬਹੁਤ ਤਰਸਵਾਨ ਰਹਿਮਤਾਂ ਦਾ ਮਾਲਕ ਹੈ । ਤੇਰਾ ਦਾਸ ਤੇਰੀ ਸ਼ਰਣ ਵਿੱਚ ਆਇਆ ਹੈ ।

The Merciful True Master! I may have done various evil deeds in my ignorance; with Your mercy and grace, forgive my sins. You are very merciful and I have surrender at Your sanctuary.

431.ਗੁਜਰੀ ਮਹਲਾ ੫॥ 501- 4

ਰਸਨਾ ਰਾਮ ਰਾਮ ਰਵੰਤ॥ rasnaa raam raam ravant.
ਛੋਡਿ ਆਨ ਬਿਉਹਾਰ ਮਿਥਿਆ, chhod aan bi-uhaar mithi-aa
ਭਜੁ ਸਦਾ ਭਗਵੰਤ॥੧॥ ਰਹਾਉ॥ bhaj sadaa bhagvant. ||1|| rahaa-o.

ਜੀਵ ਆਪਣੇ ਮਨ ਵਿਚੋਂ ਥੋੜ੍ਹਾ ਸਮਾਂ ਅਨੰਦ ਦੇਣ ਵਾਲੇ ਧੰਦੇ ਤਿਆਗੋ! ਸਦਾ ਰਹਿਣ ਵਾਲਾ ਧਨ, ਪ੍ਰਭ ਦੇ ਸ਼ਬਦ ਦੀ ਗੂੰਜ ਮਨ ਵਿੱਚ ਚਲਾਵੋ! ਆਪਣੀ ਜੀਭ ਨਾਲ ਪ੍ਰਭ ਦੇ ਸ਼ਬਦ ਦੇ ਗੁਣ ਗਾਵੋ! ਸਿਮਰਨ ਕਰੋ!

You should abandon the chores of collecting worldly wealth to enjoy short lived pleasures of life. You should concentrate on earnings of His Word that may remain with you forever and the everlasting echo of His Word may resonate within. You should sing the glory of His Word with your tongue.

ਨਾਮੁ ਏਕੁ ਅਧਾਰੁ ਭਗਤਾ, naam ayk aDhaar bhagtaa
ਈਤ ਆਗੈ ਟੇਕ॥ eet aagai tayk.
ਕਰਿ ਕ੍ਰਿਪਾ ਗੋਬਿੰਦ ਦੀਆ, kar kirpaa gobind dee-aa
ਗੁਰ ਗਿਆਨੁ ਬੁਧਿ ਬਿਬੇਕ॥੧॥ gur gi-aan buDh bibayk. ||1||

ਕੇਵਲ ਪ੍ਰਭ ਦਾ ਸ਼ਬਦ ਹੀ ਬੰਦਗੀ ਕਰਨ ਵਾਲੇ ਦੇ ਜੀਵਨ ਦਾ ਅਧਾਰ ਹੁੰਦਾ ਹੈ । ਇਸ ਸੰਸਾਰ ਵਿੱਚ ਅਤੇ ਮੌਤ ਪਿਛੋਂ ਵੀ ਇਹ ਹੀ ਉਹਨਾਂ ਦਾ ਸਦਾ ਸਾਥੀ ਰਹਿੰਦਾ ਹੈ । ਪ੍ਰਭ ਨੇ ਆਪ ਹੀ ਤਰਸ ਕਰਕੇ, ਮੈਨੂੰ ਰੂਹਾਨੀ ਸ਼ਬਦ ਦੀ ਸੋਝੀ ਬਖਸ਼ੀ ਹੈ । ਮੇਰੇ ਮਨ ਵਿਚੋਂ ਸਾਰੇ ਭਰਮ ਦੂਰ ਹੋ ਗਏ ਹਨ । ਮਨ ਵਿੱਚ ਕੋਈ ਵਿਤਕਰਾ ਨਹੀਂ ਬਚਿਆ ।

To obey the teachings of His Word is the only bases of the life of His true devotee. The earnings of His Word may support him in worldly day to day life and also may become a witness in His court to support his soul. With His mercy and grace, The True Master has blessed me with eternal enlightenment of His Word. All my suspicions have been eliminated and I have no grievances within my mind.

ਕਰਣ ਕਾਰਣ ਸੰਮ੍ਰਥ ਸ੍ਰੀਧਰ, karan kaaran samrath sareeDhar
ਸਰਣਿ ਤਾ ਕੀ ਗਹੀ॥ saran taa kee gahee.
ਮੁਕਤਿ ਜੁਗਤਿ ਰਵਾਲ ਸਾਧੂ, mukat jugat ravaal saaDhoo
ਨਾਨਕ ਹਰਿ ਨਿਧਿ ਲਹੀ॥੨॥੧੭॥੨੬॥ naanak har niDh lahee. ||2||17||26||

ਪ੍ਰਭ ਹੀ ਸਰਬ ਕਲਾ ਸਮਰਥ, ਸਭ ਕੁਝ ਕਰਨ ਕਰਵਾਉਣ ਵਾਲਾ ਆਪ ਹੀ ਹੈ । ਉਹ ਹੀ ਸਾਰੇ ਧਨਾ ਦਾ ਮਾਲਕ ਹੈ । ਮੈਂ ਉਸ ਦੀ ਸ਼ਰਣ ਵਿੱਚ ਆਇਆ ਹਾ, ਸ਼ਰਣ ਢੂੰਡਦਾ ਹਾ । ਮਾਨਸ ਜੀਵਨ ਵਿੱਚ ਮੁਕਤੀ, ਸੰਸਾਰਕ ਸਫਰ, ਕੰਮਾਂ ਵਿੱਚ ਸਫਲਤਾ, ਬੰਦਗੀ ਕਰਨ ਵਾਲੇ ਸੰਤਾਂ ਦੇ ਚਰਨਾਂ ਦੀ ਧੂੜ ਵਿਚੋਂ ਹੀ ਬਖਸ਼ਿਸ਼ ਹੋ ਜਾਂਦੀ ਹੈ ।

The One and Only One Omnipotent True Master and only His command, Word prevails in the universe in each and every event. He remains embedded within His nature. He is The True Owner of all treasures of Worldly wealth and virtues. I am searching for His refuge and I have surrendered at His sanctuary. In human life, every virtue like salvation, success in life all may be blessed from the dust of the feet of His true devotees; by adopting their way of life in your own day to day life.

432.ਗੂਜਰੀ ਮਹਲਾ ੫ ਘਰੁ ੪ ਚਉਪਦੇ॥ 501-8

ੴ ਸਤਿਗੁਰ ਪ੍ਰਸਾਦਿ॥ ik-oNkaar satgur parsaad.
ਛਾਡਿ ਸਗਲ ਸਿਆਣਪਾ chhaad sagal si-aanpaa
ਸਾਧ ਸਰਣੀ ਆਉ॥ saaDh sarnee aa-o.
ਪਾਰਬ੍ਰਹਮ ਪਰਮੇਸਰੋ paarbarahm parmaysaro
ਪ੍ਰਭੂ ਕੇ ਗੁਣ ਗਾਉ॥੧॥ parabhoo kay gun gaa-o. ||1||

ਆਪਣੇ ਮਨ ਦੀਆਂ ਚਲਾਕੀਆਂ ਛੱਡਕੇ, ਨਿਮਾਣਾ ਬਣਕੇ ਪ੍ਰਭ ਦੀ ਸ਼ਰਣ ਵਿੱਚ ਆਵੋ! ਸ਼ਬਦ ਦੀ ਪਾਲਣਾ ਕਰੋ! ਉਸ ਅਥਾਹ, ਜਾਣਕਾਰੀ ਤੋ ਉਪਰ ਪ੍ਰਭ ਦੇ ਸ਼ਬਦ ਦੇ ਗੁਣ ਗਾਵੋ!

You should abandon the cleaver tricks of your mind and humbly surrender at His sanctuary. You should adopt the teachings of His Word with steady and stable belief in day to day life. You should be contented with His blessings and sing the glory of His Word.

ਰੇ ਚਿਤ ਚਰਣ ਕਮਲ ਅਰਾਧਿ॥ ray chit charan kamal araaDh.
ਸਰਬ ਸੂਖ ਕਲਿਆਣ ਪਾਵਹਿ, sarab sookh kali-aan paavahi
ਮਿਟੈ ਸਗਲ ਉਪਾਧਿ॥੧॥ਰਹਾਉ॥ mitai sagal upaaDh. ||1|| rahaa-o.

ਮਨ ਆਪਣਾ ਧਿਆਨ ਪ੍ਰਭ ਦੇ ਚਰਨਾਂ ਵਿੱਚ, ਸ਼ਬਦ ਦੀ ਪਾਲਣਾ ਵਿੱਚ ਰਖੋ! ਉਸ ਨਾਲ ਹੀ ਮਨ ਵਿੱਚ ਸੰਤੋਖ, ਅਮਰ ਅਵਸਥਾ ਬਖਸ਼ਿਸ਼ ਹੁੰਦੀ ਹੈ । ਸਾਰੀਆਂ ਸੰਸਾਰਕ ਚਿੰਤਾਂ ਦਾ ਨਾਸ਼ ਹੋ ਜਾਂਦਾ ਹੈ ।

You should concentrate and adopt the teachings of His Word with steady and stable belief in day to day life. You may be blessed with contentment on His blessings and may be blessed with immortal state of mind. All your worldly worries and frustrations may be eliminated.

ਮਾਤ ਪਿਤਾ ਸੁਤ ਮੀਤ ਭਾਈ, maat pitaa sut meet bhaa-ee
ਤਿਸੁ ਬਿਨਾਂ ਨਹੀ ਕੋਇ॥ tis binaa nahee ko-ay.
ਈਤ ਊਤ ਜੀਅ ਨਾਲਿ ਸੰਗੀ, eet oot jee-a naal sangee
ਸਰਬ ਰਵਿਆ ਸੋਇ॥੨॥ sarab ravi-aa so-ay. ||2||

ਸੰਸਾਰਕ ਸਬੰਧ ਸਾਰੇ ਹੀ ਥੋੜ੍ਹਾ ਸਮਾਂ ਸਾਥ ਦੇਣ ਵਾਲੇ ਹਨ । ਕੇਵਲ ਇੱਕੋ ਇੱਕ ਪ੍ਰਭ, ਸ਼ਬਦ ਹੀ ਸਦਾ ਰਹਿਣ ਵਾਲਾ ਹੈ । ਸੰਸਾਰ ਵਿੱਚ ਅਤੇ ਮੌਤ ਪਿਛੋਂ ਵੀ ਆਤਮਾ ਦਾ ਸਹਾਈ ਹੁੰਦਾ ਹੈ । ਉਹ ਹੀ ਹਰ ਥਾਂ ਵਾਪਰਦਾ ਹੈ । (ਸੰਸਾਰਕ ਸਬੰਧ– ਮਾਤਾ, ਪਿਤਾ, ਭੇਣ ਭਾਈ, ਬੱਚੇ, ਮਿੱਤਰ)

All worldly relationship, attachments and possession may support you for limited time; only the earnings of His Word remain with your soul forever, even after death in His court. Only His command prevails everywhere and in each and every event.

ਕੋਟਿ ਜਤਨ ਉਪਾਵ ਮਿਥਿਆ,	kot jatan upaav mithi-aa
ਕਛੁ ਨ ਆਵੈ ਕਾਮਿ॥	kachh na aavai kaam.
ਸਰਣਿ ਸਾਧੂ ਨਿਰਮਲਾ,	saran saaDhoo nirmalaa
ਗਤਿ ਹੋਇ ਪ੍ਰਭ ਕੈ ਨਾਮਿ॥੩॥	gat ho-ay parabh kai naam. ||3||

ਮਾਨਸ ਦੇ ਆਪਣੇ ਕੀਤੇ ਯਤਨ, ਚਲਾਕੀਆਂ ਮਾਨਸ ਦੇ ਸਫਰ ਲਈ ਬਿਰਥੇ ਹੀ ਹਨ । ਪ੍ਰਭ ਦੀ ਸ਼ਰਣ ਵਿੱਚ ਆਉਣ ਨਾਲ ਆਤਮਾ ਪਵਿਤ੍ਰ ਹੋ ਜਾਂਦੀ ਹੈ । ਸ਼ਬਦ ਦੀ ਪਾਲਣਾ ਨਾਲ ਹੀ ਮੁਕਤੀ ਬਖਸ਼ਿਸ਼ ਹੋ ਜਾਂਦੀ ਹੈ ।

All cleaver efforts, plans of human mind may be useless for the true purpose of human life journey. By wholeheartedly surrendering at His sanctuary, with His mercy and grace, his soul may be sanctified. Only by adopting the teachings of His Word.

ਅਗਮ ਦਇਆਲ ਪ੍ਰਭੂ ਊਚਾ	agam da-i-aal parabhoo oochaa
ਸਰਣਿ ਸਾਧੂ ਜੋਗੁ॥	saran saaDhoo jog.
ਤਿਸੁ ਪਰਾਪਤਿ ਨਾਨਕਾ,	tis paraapat naankaa
ਜਿਸੁ ਲਿਖਿਆ ਧੁਰਿ ਸੰਜੋਗੁ॥੪॥੧॥੨੭॥	jis likhi-aa Dhur sanjog. ||4||1||27||

ਪ੍ਰਭ ਬਹੁਤ ਤਰਸਵਾਨ ਸਦਾ ਖੇੜੇ ਵਿੱਚ ਰਹਿੰਦਾ ਹੈ । ਜਿਸ ਦੀ ਆਤਮਾ ਪਵਿਤ੍ਰ ਹੋ ਜਾਂਦੀ ਹੈ, ਕੇਵਲ ਉਸ ਨੂੰ ਆਪਣੀ ਸ਼ਰਣ ਵਿੱਚ ਪਨਾਹ ਬਖਸ਼ਦਾ ਹੈ! ਜਿਹਨਾਂ ਦੇ ਭਾਗਾਂ ਵਿੱਚ ਇਹ ਪਹਿਲੇ ਹੀ ਲਿਖਆ ਹੁੰਦਾ ਹੈ, ਕੇਵਲ ਉਹਨਾਂ ਨੂੰ ਹੀ ਬਖਸ਼ਿਸ਼ ਹੁੰਦੀ ਹੈ!

The Merciful True Master always remain in blossom. Only with His mercy and grace, someone may be accepted in His sanctuary. Whosoever may have great prewritten destiny may sanctify his soul and may be accepted in His court.

433.ਗੁਜਰੀ ਮਹਲਾ ੫॥ 501-14

ਆਪਨਾ ਗੁਰੁ ਸੇਵਿ ਸਦ ਹੀ	aapnaa gur sayv sad hee
ਰਮਹੁ ਗੁਣ ਗੋਬਿੰਦ॥	ramhu gun gobind.
ਸਾਸਿ ਸਾਸਿ ਅਰਾਧਿ ਹਰਿ ਹਰਿ,	saas saas araaDh har har
ਲਹਿ ਜਾਇ ਮਨ ਕੀ ਚਿੰਦ॥੧॥	leh jaa-ay man kee chind. ||1|

ਜੀਵ ਸਦਾ ਹੀ ਪ੍ਰਭ ਦੇ ਸ਼ਬਦ ਦੀ ਪਾਲਣਾ ਕਰੋ! ਸੇਵਾ ਕਰੋ! ਸ੍ਰਿਸ਼ਟੀ ਦੇ ਮਾਲਕ, ਪ੍ਰਭ ਦੇ ਸ਼ਬਦ ਦੇ ਗੁਣ ਗਾਵੋ! ਸਵਾਸ ਸਵਾਸ ਉਸ ਦੇ ਸ਼ਬਦ ਦੀ ਪਾਲਣਾ, ਪੂਜਾ ਕਰੋ! ਸ਼ਬਦ ਦੀ ਪਾਲਣਾ ਨਾਲ ਮਨ ਵਿਚੋਂ ਸਾਰੇ ਭਰਮ ਭੁਲੇਖੇ, ਚਿੰਤਾਂ ਦੂਰ ਹੋ ਜਾਂਦੀਆਂ ਹਨ ।

You should always obey the teachings of His Word and serve His creation. You should sing the glory of The True Master of the universe and obey the teachings of His Word with each and every breath. By adopting the teachings of His Word with steady and stable belief in day to day life, all suspicions and worries of mind may be eliminated.

ਮੇਰੇ ਮਨ ਜਾਪਿ ਪ੍ਰਭ ਕਾ ਨਾਉ॥	mayray man jaap parabh kaa naa-o.
ਸੂਖ ਸਹਜ ਅਨੰਦ ਪਾਵਹਿ,	sookh sahj anand paavahi
ਮਿਲੀ ਨਿਰਮਲ ਥਾਉ॥੧॥ਰਹਾਉ॥	milee nirmal thaa-o. ||1|| rahaa-o.

ਪ੍ਰਭ ਦੇ ਸ਼ਬਦ ਦੇ ਗੁਣ ਗਾਵੋ, ਸਿਮਰਨ ਕਰੋ! ਪ੍ਰਭ ਆਪ ਹੀ ਰਹਿਮਤ ਬਖਸ਼ਦਾ ਹੈ! ਮਨ ਵਿੱਚ ਸੰਤੋਖ, ਅਨੰਦ, ਅਰਾਮ ਕਰਨ ਵਾਲੀ ਥਾਂ ਬਖਸ਼ਿਸ਼ ਹੋ ਜਾਂਦੀ ਹੈ ।

You should meditate and sing the glory of His Word, The True Master may mercy and grace on His humble slave. His true devotee may be blessed with contentment and permanent resting place in His court.

ਸਾਧਸੰਗਿ ਉਧਾਰਿ ਇਹੁ ਮਨੁ,	saaDhsang uDhaar ih man
ਆਠ ਪਹਰ ਆਰਾਧਿ॥	aath pahar aaraaDh.
ਕਾਮੁ ਕ੍ਰੋਧੁ ਅਹੰਕਾਰੁ ਬਿਨਸੈ,	kaam kroDh ahaNkaar binsai
ਮਿਟੈ ਸਗਲ ਉਪਾਧਿ॥੨॥	mitai sagal upaaDh. ||2||

ਸੰਤ ਸਰੂਪ ਦੀ ਸੰਗਤ ਵਿੱਚ ਰਲਕੇ, ਆਪਣੇ ਮਨ ਨੂੰ ਪਛਾਣੋ! ਦਿਨ ਰਾਤ, 24 ਘੰਟੇ ਹੀ ਪ੍ਰਭ ਦੇ ਸ਼ਬਦ ਦਾ ਸਿਮਰਨ ਕਰੋ! ਇਸ ਨਾਲ ਮਨ ਵਿਚੋਂ ਕਾਮ ਵਾਸ਼ਨਾ, ਕਰੋਧ, ਅਹੰਕਾਰ ਦਾ ਨਾਸ਼ ਹੋ ਜਾਂਦਾ ਹੈ । ਮਨ ਇੱਛਾਂ ਰਹਿਤ ਹੋ ਜਾਂਦਾ ਹੈ, ਚਿੰਤਾਂ ਦਾ ਨਾਸ਼ ਹੋ ਜਾਂਦਾ ਹੈ ।

You should associate with His true devotee and recognize your true purpose of human life blessings. You should meditate day and night and abandon your sexual desire, anger and ego from your mind. With His mercy and grace, your mind may become free from worldly desires and all worries and frustrations may be eliminated.

ਅਟਲ ਅਛੇਦ ਅਭੇਦ ਸੁਆਮੀ,	atal achhayd abhayd su-aamee
ਸਰਣਿ ਤਾ ਕੀ ਆਉ॥	saran taa kee aa-o.
ਚਰਣ ਕਮਲ ਅਰਾਧਿ ਹਿਰਦੈ,	charan kamal araaDh hirdai
ਏਕ ਸਿਉ ਲਿਵ ਲਾਉ॥੩॥	ayk si-o liv laa-o. ||3||

ਪ੍ਰਭ ਜਾਣਕਾਰੀ ਤੋਂ ਰਹਿਤ, ਅਮਰ ਅਵਸਥਾ ਦੀ ਵਿਆਖਿਆ ਨਹੀਂ ਕੀਤੀ ਜਾ ਸਕਦੀ । ਉਸ ਦੀ ਸ਼ਰਣ ਵਿੱਚ ਆਵੋ! ਉਸ ਦੇ ਕਮਲ ਚਰਨ, ਸ਼ਬਦ ਮਨ ਵਿੱਚ ਵਸਾਵੋ! ਸ਼ਬਦ ਮਨ ਵਿੱਚ ਜਾਗਰਤ ਕਰੋ । ਕੇਵਲ ਇੱਕੋ ਇੱਕ ਤੇ ਭਰੋਸਾ ਅਡੋਲ ਰਖੋ!

The immortal True Master remains beyond comprehension of His creation. You should surrender at His sanctuary and drench the teachings of His Word in each and every fiber of mind. You should establish steady and stable belief only on His Word, blessings and enlighten the teachings within and be awake and alert.

ਪਾਰਬ੍ਰਹਮਿ ਪ੍ਰਭਿ ਦਇਆ ਧਾਰੀ,	paarbarahm parabh da-i-aa Dhaaree
ਬਖਸਿ ਲੀਨੇ੍ ਆਪਿ॥	bakhas leenHay aap.
ਸਰਬ ਸੁਖ ਹਰਿ ਨਾਮੁ ਦੀਆ,	sarab sukh har naam dee-aa
ਨਾਨਕ ਸੋ ਪ੍ਰਭੁ ਜਾਪਿ॥੪॥੨॥੨੮॥	naanak so parabh jaap. ||4||2||28||

ਸ੍ਰਿਸ਼ਟੀ ਦੇ ਮਾਲਕ, ਪ੍ਰਭ ਨੇ ਆਪ ਹੀ ਰਹਿਮਤ ਬਖਸ਼ੀ ਹੈ । ਮੇਰੀਆਂ ਭੁਲਾਂ ਬਖਸ਼ ਦਿੱਤੀਆ ਹਨ । ਰਹਿਮਤ ਬਖਸ਼ਕੇ ਸ਼ਬਦ ਦੀ ਸੋਝੀ ਦਾ ਖਜ਼ਾਨਾ ਬਖਸ਼ਿਆ ਹੈ । ਮੈਂ ਉਸ ਦੇ ਸ਼ਬਦ ਦੀ ਸਮਾਧੀ ਵਿੱਚ ਹੀ ਵਸਦਾ ਹਾ ।

With His mercy and grace, all my ignorant mistakes have been forgiven. I have been blessed with the treasure of enlightenment and I dwell in the void of His Word.

434.ਗੂਜਰੀ ਮਹਲਾ ੫॥ 501-19

ਗੁਰ ਪ੍ਰਸਾਦੀ ਪ੍ਰਭੁ ਧਿਆਇਆ,	gur parsaadee parabh Dhi-aa-i-aa
ਗਈ ਸੰਕਾ ਤੂਟਿ॥	ga-ee sankaa toot.
ਦੁਖ ਅਨੇਰਾ ਭੈ ਬਿਨਾਸੇ,	dukh anayraa bhai binaasay
ਪਾਪ ਗਏ ਨਿਖੂਟਿ॥੧॥	paap ga-ay nikhoot. ||1||

ਪ੍ਰਭ ਦੀ ਰਹਿਮਤ ਨਾਲ, ਸ਼ਬਦ ਦੀ ਪਾਲਣਾ ਨਾਲ ਮਨ ਦੇ ਭਰਮ ਦੂਰ ਹੋ ਗਏ ਹਨ । ਮਨ ਵਿਚੋਂ ਸੰਸਾਰਕ ਇੱਛਾਂ ਦੇ ਦੁਖ, ਅਗਿਆਨਤਾ, ਮੌਤ ਦਾ ਡਰ ਦੂਰ ਹੋ ਗਿਆ ਹੈ । ਮੇਰੇ ਸਾਰੇ ਪਾਪ ਬਖਸ਼ੇ ਗਏ ਹਨ ।

With His mercy and grace, by adopting the teachings of His Word, all my suspicions have been eliminated from my mind. All frustration, miseries of worldly desires, ignorance of mind and fear of death have been eliminated. The merciful has forgiven my sins of previous life.

ਹਰਿ ਹਰਿ ਨਾਮ ਕੀ ਮਨਿ ਪ੍ਰੀਤਿ॥	har har naam kee man pareet.
ਮਿਲਿ ਸਾਧ ਬਚਨ ਗੋਬਿੰਦ ਧਿਆਏ,	mil saaDh bachan gobind Dhi-aa-ay
ਮਹਾ ਨਿਰਮਲ ਰੀਤਿ॥੧॥ ਰਹਾਉ॥	mahaa nirmal reet. ||1|| rahaa-o.

ਮਨ ਵਿੱਚ ਪ੍ਰਭ ਦੇ ਸ਼ਬਦ ਦੀ ਪਾਲਣਾ ਕਰਨ ਦੀ ਬਹੁਤ ਸ਼ਰਧਾ ਹੈ । ਮਨ ਪ੍ਰਭ ਦੇ ਵਿਛੋੜੇ ਦੇ ਵਿਰਾਗ ਨਾਲ ਭਰਿਆਂ ਹੋਇਆ ਹੈ । ਸੰਤਾਂ ਦੇ ਜੀਵਨ ਤੋ ਸਿਖਿਆ ਲੈ ਕੇ ਸ਼ਬਦ ਦਾ ਸਿਮਰਨ, ਪਾਲਣਾ ਕਰਨਾ ਹੀ ਮਨ ਨੂੰ ਪਵਿਤ੍ਰ ਕਰਨ ਦੀ ਉਤਮ ਵਿਧੀ ਹੈ ।

I have deep devotion to adopt the teachings of His Word. I am overwhelmed with renunciation in the memory of my separation from The Holy Spirit. By adopting the way of life of His true devotee may be the unique, superb technique to sanctify our soul.

ਜਾਪ ਤਾਪ ਅਨੇਕਾਂ ਕਰਣੀ,	jaap taap anayk karnee
ਸਫਲ ਸਿਮਰਤ ਨਾਮ॥	safal simrat naam.
ਕਰਿ ਅਨੁਗ੍ਰਹੁ ਆਪਿ ਰਾਖੇ,	kar anoograhu aap raakhay
ਭਏ ਪੂਰਨ ਕਾਮ॥੨॥	bha-ay pooran kaam. ||2||

ਸੰਸਾਰਕ, ਧਰਮਾਂ ਵਿੱਚ ਦੱਸੇ ਗਏ ਜਪ, ਤਪ, ਡੂੰਘੀ ਸਮਾਧੀ ਦਾ ਫਲ , ਪ੍ਰਭ ਦੇ ਸ਼ਬਦ ਦੀ ਪਾਲਣਾ ਕਰਨ ਵਿੱਚ ਹੀ ਬਖਸ਼ਿਸ਼ ਹੋ ਜਾਂਦਾ ਹੈ । ਪ੍ਰਭ ਨੇ ਆਪ ਹੀ ਰਹਿਮਤ ਬਖਸ਼ਕੇ ਮੇਰੀ ਰਖਿਆ ਕੀਤੀ ਹੈ । ਮੇਰੀ ਸ਼ਬਦ ਦੀ ਕੀਤੀ ਕਮਾਈ ਸਫਲ ਹੋ ਗਈ ਹੈ ।

All techniques of meditation described, empathized in worldly Holy scriptures, like deep meditation, hard discipline, self-sacrifice, all may be blessed by adopting the teachings of His Word with steady and stable belief in day to day life. The True Master, with His mercy and grace has rewarded my earnings of His Word and accepted me in His court.

ਸਾਸਿ ਸਾਸਿ ਨ ਬਿਸਰੁ ਕਬਹੂੰ,	saas saas na bisar kabahooN
ਬ੍ਰਹਮ ਪ੍ਰਭ ਸਮਰਥ॥	barahm parabh samrath.
ਗੁਣ ਅਨਿਕ ਰਸਨਾ ਕਿਆ ਬਖਾਨੈ,	gun anik rasnaa ki-aa bakhaanai
ਅਗਨਤ ਸਦਾ ਅਕਥ॥੩॥	agnat sadaa akath. ||3||

ਮੇਰੀ ਜੀਭ ਕਿਵੇਂ ਤੇਰੇ ਅਣਗਿਣਤ ਗੁਣਾਂ ਦੀ ਵਿਆਖਿਆ ਕਰ ਸਕਦੀ ਹੈ? ਗੁਣਾਂ ਦੀ ਗਿਣਤੀ ਨਹੀ ਕੀਤੀ ਜਾ ਸਕਦੀ, ਸਮਝੇ, ਦੱਸੇ ਨਹੀਂ ਜਾ ਸਕਦੇ । ਪ੍ਰਭ ਰਹਿਮਤ ਬਖਸ਼ੋ! ਮੈਂ ਸਵਾਸ ਸਵਾਸ ਤੇਰੇ ਗੁਣ ਗਾਉਂਦਾ, ਸਿਮਰਨ ਕਰਨਾ ਕਦੇ ਨਾ ਭੁਲਾ ।

How may my tongue comprehend and explain the value of Your unlimited virtues? Your virtues cannot be counted or fully described. With Your mercy and grace blesses me that I may not forget Your Word and sing the glory of Your Word with each and every breath.

ਦੀਨ ਦਰਦ ਨਿਵਾਰਿ ਤਾਰਣ,	deen darad nivaar taaran
ਦਇਆਲ ਕਿਰਪਾ ਕਰਣ॥	da-i-aal kirpaa karan.
ਅਟਲ ਪਦਵੀ ਨਾਮ ਸਿਮਰਣ,	atal padvee naam simran
ਦ੍ਰਿੜੁ ਨਾਨਕ ਹਰਿ ਹਰਿ ਸਰਣ॥੪॥੩॥ ੨੯	darirh naanak har har saran. 4||3||29

ਪ੍ਰਭ ਤੂੰ ਹੀ ਨਿਮਾਣਿਆਂ ਦੇ ਦੁਖਾਂ ਦਾ ਨਾਸ਼ ਕਰਨ ਵਾਲਾ ਅਸਲੀ ਮਾਲਕ ਹੈ । ਰਹਿਮਤ ਬਖਸ਼ੋ! ਆਪਣੀ ਤਰਸ ਦੀ ਨਜ਼ਰ ਬਖਸ਼ੋ! ਸ਼ਬਦ ਤੇ ਭਰੋਸਾ ਅਡੋਲ ਰਖਕੇ ਪਾਲਣਾ ਕਰਨ ਨਾਲ ਹੀ ਅਮਰ ਅਵਸਥਾ ਬਖਸ਼ਿਸ਼ ਹੋ ਸਕਦੀ ਹੈ । ਬੰਦਗੀ ਕਰਨ ਵਾਲੇ ਪ੍ਰਭ ਦੀ ਸ਼ਰਣ ਵਿੱਚ ਪ੍ਰਵਾਨ ਹੋ ਜਾਂਦੇ ਹਨ ।

The True Master, only You are merciful to relieve miseries of Your humble devotees. Only by adopting the teachings of Your Word with steady and stable belief, the soul may be blessed with immortal state of mind. Only Your true devotee may be accepted in Your sanctuary.

435.ਗੁਜਰੀ ਮਹਲਾ ੫॥ 502-6

ਅਹੰਬੁਧਿ ਬਹੁ ਸਘਨ ਮਾਇਆ,	ahaN-buDh baho saghan maa-i-aa
ਮਹਾ ਦੀਰਘ ਰੋਗੁ॥	mahaa deeragh rog.
ਹਰਿ ਨਾਮੁ ਅਉਖਧੁ ਗੁਰਿ ਨਾਮੁ ਦੀਨੋ,	har naam a-ukhaDh gur naam deeno
ਕਰਣ ਕਾਰਣ ਜੋਗੁ॥੧॥	karan kaaran jog. ||1||

ਆਪਣੀ ਮੱਤ, ਸਿਆਣਪ ਦਾ ਅਹੰਕਾਰ ਅਤੇ ਸੰਸਾਰਕ ਮਇਆ ਦਾ ਮੋਹ ਹੀ ਸਭ ਤੋ ਖਤਰਨਾਕ ਮਨ ਦੇ ਰੋਗ ਹਨ । ਪ੍ਰਭ ਦੇ ਸ਼ਬਦ ਦਾ ਸਿਮਰਨ, ਪਾਲਣਾ ਕਰਨਾ ਹੀ ਦਿਵਾਈ ਹੈ । ਜਿਹੜੀ ਇਸ ਰੋਗ ਦਾ ਇਲਾਜ ਕਰ ਸਕਦੀ ਹੈ । ਪ੍ਰਭ ਨੇ ਆਪ ਹੀ ਰਹਿਮਤ ਬਖਸ਼ਕੇ ਸ਼ਬਦ ਦੇ ਲੜ ਲਾਇਆ ਹੈ । ਸ਼ਬਦ ਦੀ ਸੋਝੀ ਬਖਸ਼ੀ ਹੈ ।

The ego of your own wisdom, pride of worldly wealth and worldly attachments are the most chronic disease of mankind. The meditation and adopting the teachings of His Word with steady and stable belief in day to day life, may be the only cure. With His mercy and grace, The True Master has attached me to meditate on the teachings of His Word.

ਮਨਿ ਤਨਿ ਬਾਛੀਐ ਜਨ ਧੂਰਿ॥	man tan baachhee-ai jan Dhoor.
ਕੋਟਿ ਜਨਮ ਕੇ ਲਹਹਿ ਪਾਤਿਕ,	kot janam kay laheh paatik
ਗੋਬਿੰਦ ਲੋਚਾ ਪੂਰਿ॥੧॥ਰਹਾਉ॥	gobind lochaa poor. ||1|| rahaa-o.

ਮਨ ਵਿੱਚ ਬੰਦਗੀ ਕਰਨ ਵਾਲੇ ਦਾਸਾਂ ਦੇ ਚਰਨਾਂ ਦੀ ਧੂੜ ਪਾਉਣ ਦੀ ਡੂੰਘੀ ਸ਼ਰਧਾ ਹੈ । ਚਰਨਾਂ ਦੀ ਧੂੜ ਨਾਲ ਅਨੇਕਾਂ ਹੀ ਜਨਮਾਂ ਦੇ ਕੀਤੇ ਪਾਪ ਬਖਸ਼ੇ ਜਾਂਦੇ ਹਨ । ਰਹਿਮਤਾਂ ਦੇ ਮਾਲਕ, ਮੇਰੇ ਮਨ ਦੀਆਂ ਇੱਛਾਂ ਪੂਰੀਆਂ ਕਰੋ, ਤਰਸ ਬਖਸ਼ੋ!

I have a deep desire to be blessed with the dust of the feet of His true devotees. To be enlightened with teachings of their life. By adopting the teachings of life of His true devotee, sins of previous life may be eliminated. The True treasure of all blessings, with Your mercy and grace satisfies the deep desire of my mind.

ਆਦਿ ਅੰਤੇ ਮਧਿ ਆਸਾ,	aad antay maDh aasaa
ਕੂਕਰੀ ਬਿਕਰਾਲ॥	kookree bikraal.
ਗੁਰ ਗਿਆਨ ਕੀਰਤਨ ਗੋਬਿੰਦ ਰਮਣੰ,	gur gi-aan keertan gobind ramnaN
ਕਾਟੀਐ ਜਮ ਜਾਲ॥੨॥	kaatee-ai jam jaal. ||2||

ਜੀਵਨ ਦੇ ਅਰੰਭ ਵਿੱਚ, ਮੱਧ ਵਿੱਚ ਅਤੇ ਅੰਤ ਵਿੱਚ, ਮਾਨਸ ਦੇ ਮਨ ਵਿੱਚ ਬਹੁਤ ਭਿਆਨਕ ਸੰਸਾਰਕ ਇੱਛਾਂ ਆਉਂਦੀਆਂ ਹਨ । ਪ੍ਰਭ ਦੀ ਰਹਿਮਤ ਨਾਲ ਹੀ ਮਾਨਸ ਪ੍ਰਭ ਦੇ ਸ਼ਬਦ ਦੇ ਗੁਣ ਗਾਉਂਦਾ ਹੈ । ਉਸ ਨਾਲ ਹੀ ਪ੍ਰਭ ਰਹਿਮਤ ਦੀ ਨਜ਼ਰ ਬਖਸ਼ਦਾ ਹੈ । ਜੂੰਨਾਂ ਦਾ ਚਕਰ ਖਤਮ ਹੋ ਜਾਂਦਾ ਹੈ ।

Human may have many horrible thoughts, in the beginning of life, in the middle of life and after death. Only with His mercy and grace, someone may sing the glory of His Word. With his devotion and steady and stable belief, The True Master may reward his earning of His Word and may eliminate his cycle of birth and death.

ਕਾਮ ਕ੍ਰੋਧ ਲੋਭ ਮੋਹ ਮੂਠੇ,	kaam kroDh lobh moh moothay

ਸਦਾ ਆਵਾ ਗਵਣ॥ sadaa aavaa gavan.
ਪ੍ਰਭ ਪ੍ਰੇਮ ਭਗਤਿ ਗੁਪਾਲ ਸਿਮਰਣ, abh paraym bhagat gupaal simran
ਮਿਟਤ ਜੋਨੀ ਭਵਣ॥੩॥ mitat jonee bhavan. ||3||

ਜਿਹੜੇ ਕਾਮ, ਕਰੋਧ, ਲੋਭ, ਮੋਹ ਦੇ ਜਾਲ ਵਿੱਚ ਫਸ ਜਾਂਦੇ ਹਨ । ਉਹ ਜਨਮ ਮਰਨ ਦੇ ਚੱਕਰ ਵਿੱਚ ਹੀ ਰਹਿੰਦੇ ਹਨ । ਅਡੋਲ ਭਰੋਸੇ ਨਾਲ ਸ਼ਬਦ ਦੀ ਪਾਲਣਾ ਨਾਲ ਜੂੰਨਾਂ ਦਾ ਚਕਰ ਖਤਮ ਹੋ ਸਕਦਾ ਹੈ । ਬਖਸ਼ਿਸ਼ ਹੋ ਸਕਦੀ ਹੈ ।

Whosoever may be entangled in the trap of demons of worldly desires, like sexual desire, anger, greed and worldly attachments; he may remain in the cycle of birth and death. Only by adopting the teachings of His Word with steady and stable belief in day to day life; his soul may be sanctified and may become worthy of His consideration. With His mercy and grace, his cycle of birth and death may be eliminated.

ਮਿਤ੍ਰ ਪੁਤ੍ਰ ਕਲਤ੍ਰ ਸੁਰ ਰਿਦ, mitar putar kaltar sur rid
ਤੀਨਿ ਤਾਪ ਜਲੰਤ॥ teen taap jalant.
ਜਪਿ ਰਾਮ ਰਾਮਾ ਦੁਖ ਨਿਵਾਰੇ, jap raam raamaa dukh nivaaray
ਮਿਲੈ ਹਰਿ ਜਨ ਸੰਤ॥੪ milai har jan sant. ||4||

ਮਿੱਤਰ, ਬੱਚੇ, ਪਤਨੀ, ਜੀਵ ਦੇ ਸੁਖ ਮੰਗਣ ਵਾਲੇ ਸਾਥੀ ਸਾਰੇ ਹੀ ਸੰਸਾਰ ਮਾਇਆ ਦੇ ਤਿੰਨਾਂ ਰੂਪਾ ਦੇ ਹੀ ਗੁਲਾਮ ਹੁੰਦੇ ਹਨ । ਸ਼ਬਦ ਦੇ ਸਿਮਰਨ, ਗੁਣ ਗਾਉਣ ਨਾਲ, ਦੁਖਾਂ ਭਰਿਆਂ ਸਮਾਂ ਖਤਮ ਹੋ ਜਾਂਦਾ ਹੈ । ਬੰਦਗੀ ਕਰਨ ਵਾਲੇ ਸੰਤਾਂ ਦੀ ਸੰਗਤ ਬਖਸ਼ਿਸ਼ ਹੋ ਜਾਂਦੀ ਹੈ ।

All friends, family, who may be praying for prosperity and comfort in life; all remain trapped in some kind of worldly wealth. By obeying and singing the glory of His Word with steady and stable belief, the tough time, worldly miseries may pass away with ease. You may be blessed with the association of His true devotee.

ਸਰਬ ਬਿਧਿ ਭ੍ਰਮਤੇ ਪੁਕਾਰਹਿ, sarab biDh bharamtay pukaareh
ਕਤਹਿ ਨਾਹੀ ਛੋਟਿ॥ kateh naahee chhot.
ਹਰਿ ਚਰਣ ਸਰਣ ਅਪਾਰ ਪ੍ਰਭ ਕੇ, har charan saran apaar parabh kay
ਦ੍ਰਿੜੁ ਗਹੀ ਨਾਨਕ ਓਟ॥੫॥੪॥੩੦॥ darirh gahee naanak ot. ||5||4||30||

ਇੱਕੋ ਇੱਕ ਤੇ ਭਰੋਸਾ ਡੋਲ ਨਾਲ ਹੀ ਮਨ ਚਾਰੇ ਪਾਸੇ ਘੁੰਮਦਾ, ਰੋਂਦੇ ਕਰਲਾਉਂਦੇ ਹੈ । ਕੋਈ ਵੀ ਬਚਾ ਨਹੀਂ ਸਕਦਾ । ਬੰਦਗੀ ਕਰਨ ਵਾਲੇ ਪ੍ਰਭ ਦੇ ਸ਼ਬਦ ਦੀ ਪਾਲਣਾ ਕਰਦੇ, ਭਰੋਸਾ ਅਡੋਲ ਰਖਦੇ ਹਨ । ਉਸ ਦਾ ਲੜ ਕਦੇ ਨਹੀਂ ਛੱਡਦੇ ।

Without steady and stable belief on the blessings of The One and Only One True Master, someone may be wandering and frustrated and crying in his day to day worldly life. His true devotee may adopt the teachings of His Word with steady and stable belief and never abandon the right path of His acceptance.

436.ਗੂਜਰੀ ਮਹਲਾ ੫ ਘਰੁ ੪ ਦੁਪਦੇ॥ 502-13

ੴ ਸਤਿਗੁਰ ਪ੍ਰਸਾਦਿ॥ ik-oNkaar satgur parsaad.
ਆਰਾਧਿ ਸ੍ਰੀਧਰ ਸਫਲ ਮੂਰਤਿ aaraaDh sareeDhar safal moorat
ਕਰਣ ਕਾਰਣ ਜੋਗੁ॥ karan kaaran jog.
ਗੁਣ ਰਮਣ ਸ੍ਰਵਣ ਅਪਾਰ ਮਹਿਮਾ, gun raman sarvan apaar mahimaa
ਫਿਰਿ ਨ ਹੋਤ ਬਿਓਗੁ॥੧॥ fir na hot bi-og. ||1||

ਪ੍ਰਭ ਹੀ ਪੂਰਨ, ਅਸਲੀ ਸ੍ਰਿਸ਼ਟੀ ਦਾ ਮਾਲਕ ਹੈ । ਉਹ ਹੀ ਸਭ ਕੁਝ ਕਰਨ ਕਰਵਾਉਣ ਵਾਲਾ ਮਾਲਕ ਹੈ । ਸ਼ਬਦ ਦਾ ਸਿਮਰਨ ਕਰਨ ਨਾਲ , ਭਰੋਸਾ ਅਡੋਲ ਰਖਣ ਨਾਲ, ਫਿਰ ਕਦੇ ਵੀ ਪ੍ਰਭ ਨਾਲੋ ਵਿਛੋੜਾ ਨਹੀ ਹੁੰਦਾ ।

Everything may happen with the command, Word of The Omnipotent True Master. By meditating and adopting the teachings of His Word with steady and stable belief in day to day life, his soul may never be separated from The Holy spirit.

ਮਨ ਚਰਣਾਰਬਿੰਦ ਉਪਾਸ॥	man charnaarbind upas.
ਕਲਿ ਕਲੇਸ ਮਿਟੰਤ ਸਿਮਰਣਿ,	kal kalays mitant simran
ਕਾਟਿ ਜਮਦੂਤ ਫਾਸ॥੧॥ਰਹਾਉ॥	kaat jamdoot faas. ||1|| rahaa-o.

ਜੀਵ ਪ੍ਰਭ ਦੇ ਕਮਲ ਚਰਨਾਂ, ਸ਼ਬਦ ਦੀ ਪੂਜਾ ਕਰੋ! ਸ਼ਬਦ ਦੀ ਪਾਲਣਾ ਨਾਲ ਮਨ ਦੇ ਸੰਸਾਰਕ ਇੱਛਾਂ ਦੇ ਰੋਗ ਖਤਮ ਹੋ ਜਾਂਦੇ, ਮੌਤ ਦਾ ਜਾਲ, ਜੂੰਨਾਂ ਦਾ ਚੱਕਰ ਖਤਮ ਹੋ ਜਾਂਦਾ ਹੈ ।

You should adopt the teachings of His Word and worship His existence. By adopting the teachings of His Word, the frustration of worldly desires and cycle of birth and death may be eliminated with His mercy and grace.

ਸਤ੍ਰੁ ਦਹਨ ਹਰਿ ਨਾਮ ਕਹਨ,	satar dahan har naam kahan
ਅਵਰ ਕਛੁ ਨ ਉਪਾਉ॥	avar kachh na upaa-o.
ਕਰਿ ਅਨੁਗ੍ਰਹੁ ਪ੍ਰਭੂ ਮੇਰੇ,	kar anoograhu parabhoo mayray
ਨਾਨਕ ਨਾਮ ਸੁਆਉ॥੨॥੧॥੩੧॥	naanak naam su-aa-o. ||2||1||31||

ਪ੍ਰਭ ਦੇ ਸ਼ਬਦ ਦਾ ਸਿਮਰਨ ਕਰਨਾ ਹੀ ਇੱਕੋ ਇੱਕ ਵਿਧੀ ਹੈ । ਜਿਸ ਨਾਲ ਮਨ ਦੇ ਦੁਸ਼ਮਣ, ਕਾਮ ਕਰੋਧ, ਲੋਭ , ਮੋਹ ਅਹੰਕਾਰ ਸਭ ਨਾਸ਼ ਹੋ ਜਾਣਗੇ! ਪ੍ਰਭ ਆਪਣੇ ਨਿਮਾਣੇ ਦਾਸ ਤੇ ਰਹਿਮਤ ਬਖਸ਼ੋ! ਮੈਂ ਤੇਰੇ ਸ਼ਬਦ ਦੀ ਸਮਾਧੀ ਵਿੱਚ ਵਸਦਾ ਰਹਾ ।

To meditate and adopt the teachings of His Word may be a unique technique to conquers the demons of worldly desires like sexual desires, anger, greed, ego and attachments of worldly desires. With Your mercy and grace, attaches me to meditate on the teachings of Your Word and may dwell in the void of Your Word.

437.ਗੂਜਰੀ ਮਹਲਾ ੫॥ 502-17

ਤੂੰ ਸਮਰਥੁ ਸਰਨਿ ਕੋ ਦਾਤਾ,	tooN samrath saran ko daataa
ਦੁਖ ਭੰਜਨੁ ਸੁਖ ਰਾਇ॥	dukh bhanjan sukh raa-ay.
ਜਾਹਿ ਕਲੇਸ ਮਿਟੇ ਭੈ ਭਰਮਾਂ,	jaahi kalays mitay bhai bharmaa
ਨਿਰਮਲ ਗੁਣ ਪ੍ਰਭ ਗਾਇ॥੧॥	nirmal gun parabh gaa-ay. ||1||

ਪ੍ਰਭ ਤੂੰ ਹੀ ਦੁਖਾਂ ਦਾ ਨਾਸ਼, ਸ਼ਰਣ ਵਿੱਚ ਪਨਾਹ, ਖੇੜਾ ਬਖਸ਼ਣ ਵਾਲਾ ਮਾਲਕ ਹੈ । ਤੇਰੇ ਸ਼ਬਦ ਦੇ ਗੁਣ ਗਾਉਂਦੇ ਮਨ ਦੇ ਸਾਰੇ ਡਰ, ਭਰਮ ਨਾਸ਼ ਹੋ ਜਾਂਦੇ ਹਨ ।

You are The True Master, treasure of virtues and may bless someone with blossom in worldly life. Whosoever may sing the glory of Your Word, all his suspicions and fears may be eliminated.

ਗੋਵਿੰਦ ਤੁਝ ਬਿਨੁ ਅਵਰੁ ਨ ਠਾਉ॥	govind tujh bin avar na thaa-o.
ਕਰਿ ਕਿਰਪਾ ਪਾਰਬ੍ਰਹਮ ਸੁਆਮੀ,	kar kirpaa paarbarahm su-aamee
ਜਪੀ ਤੁਮਾਰਾ ਨਾਉ॥ਰਹਾਉ॥	japee tumaaraa naa-o. rahaa-o.

ਪ੍ਰਭ ਤੇਰੇ ਤੋ ਬਿਨਾਂ ਹੋਰ ਕੋਈ ਵੀ ਸੰਤੋਖ, ਅਰਾਮ ਬਖਸ਼ਣ ਵਾਲਾ ਆਸਰਾ ਨਹੀਂ ਹੈ । ਰਹਿਮਤ ਬਖਸ਼ੋ, ਮੈਂ ਤੇਰੇ ਸ਼ਬਦ ਦੇ ਗੁਣ ਗਾਉਂਦਾ ਰਹਾ!

Without His mercy and grace, there may not be any other master who may comfort the mind of any creature. Have a mercy on Your humble slave that I may remain singing the glory of Your Word.

ਸਤਿਗੁਰ ਸੇਵਿ ਲਗੇ ਹਰਿ ਚਰਨੀ,	satgur sayv lagay har charnee
ਵਡੈ ਭਾਗਿ ਲਿਵ ਲਾਗੀ॥	vadai bhaag liv laagee.
ਕਵਲ ਪ੍ਰਗਾਸ ਭਏ ਸਾਧਸੰਗੇ,	kaval pargaas bha-ay saaDhsangay
ਦੁਰਮਤਿ ਬੁਧਿ ਤਿਆਗੀ॥੨॥	durmat buDh ti-aagee. ||2

ਪ੍ਰਭ ਦੀ ਰਹਿਮਤ ਨਾਲ ਵੱਡੇ ਭਾਗ ਹੋ ਗਏ, ਮੇਰੀ ਲਗਨ ਸ਼ਬਦ ਵਿੱਚ ਲੱਗ ਗਈ ਹੈ । ਬੰਦਗੀ ਕਰਨ ਵਾਲੇ ਸੰਤਾਂ ਦੀ ਸੰਗਤ ਵਿੱਚ ਸ਼ਬਦ ਦੀ ਪਾਲਣਾ ਕਰਨ ਨਾਲ ਮਨ ਦਾ ਕਮਲ ਦਾ ਫੁੱਲ ਖੇੜੇ ਵਿੱਚ ਆ ਗਿਆ ਹੈ । ਮਨ ਵਿਚੋਂ ਸਾਰੇ ਬੁਰੇ ਖਿਆਲਾਂ ਅਤੇ ਅਹੰਕਾਰ ਦਾ ਨਾਸ਼ ਹੋ ਗਿਆ ਹੈ ।

With His mercy and grace, I have become very fortunate and I am in deep meditation in the void of His Word. By meditating in the congregation of His true devotees, blossom is prevailing within my mind. All my evil thoughts and ego have been eliminated.

ਆਠ ਪਹਰ ਹਰਿ ਕੇ ਗੁਣ ਗਾਵੈ,	aath pahar har kay gun gaavai
ਸਿਮਰੈ ਦੀਨ ਦੈਆਲਾ॥	simrai deen dai-aalaa.
ਆਪਿ ਤਰੈ ਸੰਗਤਿ ਸਭ ਉਧਰੈ,	aap tarai sangat sabh uDhrai
ਬਿਨਸੇ ਸਗਲ ਜੰਜਾਲਾ॥੩॥	binsay sagal janjaalaa. ||3||

ਜਿਹੜੇ ਅੱਠੇ ਪਹਿਰ, ਸਵਾਸ ਸਵਾਸ ਪ੍ਰਭ ਦੇ ਸ਼ਬਦ ਦਾ ਸਿਮਰਨ ਕਰਦੇ ਹਨ । ਆਪਣੀ ਬੰਦਗੀ ਵਿੱਚ ਯਾਦ ਰਖਦੇ ਹਨ । ਨਿਮਾਣੇ ਜੀਵਾਂ ਦੀ ਰਖਿਆ ਕਰਨ ਵਾਲਾ ਕੌਣ ਹੈ? ਉਹ ਆਪ ਪ੍ਰਵਾਨ ਹੋ ਜਾਂਦੇ ਹਨ । ਆਪਣੀਆਂ ਕੁਲਾਂ ਤਾਰ ਜਾਂਦੇ ਹਨ । ਉਹਨਾਂ ਦੇ ਸਾਰੇ ਸੰਸਾਰਕ ਬੰਧਨ ਖਤਮ ਹੋ ਜਾਂਦੇ ਹਨ ।

Whosoever may be meditating day and night with each and every breath and keeps the memory of His separation always fresh within; who may be protector of those humble devotees? His true devotee may be accepted in His court and may inspires His next generations. All their worldly bonds may be destroyed.

ਚਰਣ ਅਧਾਰੁ ਤੇਰਾ ਪ੍ਰਭ ਸੁਆਮੀ	charan aDhaar tayraa parabh su-aamee
ਓਤਿ ਪੋਤਿ ਪ੍ਰਭੁ ਸਾਥਿ॥	ot pot parabh saath.
ਸਰਨਿ ਪਰਿਓ ਨਾਨਕ ਪ੍ਰਭ ਤੁਮਰੀ	saran pari-o naanak parabh tumree
ਦੇ ਰਾਖਿਓ ਹਰਿ ਹਾਥ॥੪॥੨॥੩੨॥	day raakhi-o har haath. ||4||2||32||

ਪ੍ਰਭ ਮੈਂ ਤੇਰੇ ਚਰਨਾਂ, ਤੇਰੇ ਸਬਦ ਨੂੰ ਮਨ ਵਿੱਚ ਜਾਗਰਤ ਰਖਦਾ ਹਾ । ਤੂੰ ਹੀ ਹਰ ਥਾਂ ਤੇ ਮੇਰੇ ਸਹਾਈ ਰਹਿੰਦਾ ਹੈ । ਬੰਦਗੀ ਕਰਨ ਵਾਲੇ ਸਦਾ ਹੀ ਅਰਦਾਸ ਕਰਦੇ ਹਨ! ਰਹਿਮਤਾਂ ਦੇ ਮਾਲਕ, ਮੈਂ ਨਿਮਾਣਾ ਦਾਸ ਤੇਰੀ ਸ਼ਰਣ ਵਿੱਚ ਆਇਆ ਹਾ! ਆਪਣੀ ਰਹਿਮਤ ਨਾਲ ਆਪਣਾ ਹੱਥ ਬਖਸ਼ਕੇ ਰਖਿਆ ਕਰੋ!

I always keep the teachings of Your Word in my thoughts and actions; You always remain my support in all worldly events. His true devotee always surrenders at His sanctuary and beg for His forgiveness and refuge.

438.ਗੁਜਰੀ ਅਸਟਪਦੀਆ ਮਹਲਾ ੧ ਘਰੁ ੧॥ 503-5

ੴ ਸਤਿਗੁਰ ਪ੍ਰਸਾਦਿ॥	ik-oNkaar satgur parsaad.
ਏਕ ਨਗਰੀ ਪੰਚ ਚੋਰ ਬਸੀਅਲੇ,	ayk nagree panch chor basee-alay
ਬਰਜਤ ਚੋਰੀ ਧਾਵੈ॥	barjat choree Dhaavai.
ਤ੍ਰਿਹਦਸ ਮਾਲ ਰਖੈ ਜੋ ਨਾਨਕ,	tarihdas maal rakhai jo naanak
ਮੋਖ ਮੁਕਤਿ ਸੋ ਪਾਵੈ॥੧॥	mokh mukat so paavai. ||1||

ਜੀਵ ਦੇ ਤਨ ਵਿੱਚ, ਮਨ ਵਿੱਚ ਸੰਸਾਰਕ ਪੰਜ ਇੱਛਾਂ ਵਸਦੀਆਂ ਹਨ । ਜੀਵ ਦੇ ਆਪਣੇ ਮਨ ਨੂੰ ਇਹਨਾਂ ਦੀ ਸੋਝੀ ਹੈ, ਫਿਰ ਵੀ ਇਹਨਾਂ ਚੋਰਾਂ ਦੇ ਚੱਕਰ ਵਿੱਚ ਆ ਜਾਂਦਾ ਹੈ । ਜਿਹੜੇ ਮਨ ਨੂੰ ਇਹਨਾਂ ਪੰਜਾਂ ਚੋਰਾਂ ਅਤੇ ਇਹਨਾਂ ਦੀਆਂ ਦਸਾਂ ਚਾਲਾਂ ਤੋ ਬਚਾਕੇ ਰਖਦੇ ਹਨ । ਉਹ ਸ਼ਬਦ ਦੀ ਪਾਲਣਾ ਕਰਦੇ ਕਰਦੇ ਪ੍ਰਵਾਨ ਹੋ ਜਾਂਦੇ ਹਨ ।

The five demons of worldly desires dwell within the mind of all creatures. His mind is aware of their presence, existence; however, he may still fall into the traps of the demons. Whosoever may remain aware and alert from these five demons and 10 senses of his own mind; he may be blessed with the right path of acceptance in His court.

ਚੇਤਹੁ ਬਾਸੁਦੇਉ ਬਨਵਾਲੀ॥	chaytahu baasuday-o banvaalee.
ਰਾਮੁ ਰਿਦੈ ਜਪਮਾਲੀ॥੧॥ ਰਹਾਉ॥	raam ridai japmaalee. ||1|| rahaa-o.

ਜੀਵ, ਉਸ ਹਰ ਥਾਂ ਵਾਪਰਨ ਵਾਲੇ ਪ੍ਰਭ ਦੇ ਸ਼ਬਦ ਦਾ ਸਿਮਰਨ ਕਰੋ! ਸਾਰਾ ਸੰਸਾਰ ਹੀ ਉਸ ਦੀ ਗੱਲ ਮਾਲ਼ਾ ਹੈ । ਉਸ ਦੇ ਸ਼ਬਦ ਦੇ ਸਿਮਰਨ ਨੂੰ ਹੀ ਨਾਮ ਜਪਣ ਵਾਲੀ ਮਾਲ਼ਾ ਬਣਾ ।

You should meditate on the teachings of The Omnipresent and prevailing True Master. The whole universe is the rosary of His neck, His Word. By meditating and adopting the teachings of His Word with steady and stable belief, this rosary may be blessed.

ਉਰਧ ਮੂਲ ਜਿਸੁ ਸਾਖ ਤਲਾਹਾ,	uraDh mool jis saakh talaahaa
ਚਾਰਿ ਬੇਦ ਜਿਤੁ ਲਾਗੇ॥	chaar bayd jit laagay.
ਸਹਜ ਭਾਇ ਜਾਇ ਤੇ ਨਾਨਕ,	sahj bhaa-ay jaa-ay tay naanak
ਪਾਰਬ੍ਰਹਮ ਲਿਵ ਜਾਗੇ॥੨॥	paarbarahm liv jaagay. ||2||

ਪ੍ਰਭ ਦੀਆਂ ਜੜ੍ਹ ਉਪਰ ਜਾਂਦੀਆਂ, ਟਹਿਣੀਆਂ ਥੱਲੇ ਨੂੰ ਵਧ ਕੇ ਜੜ੍ਹ ਨੂੰ ਛੋਹਦੀਆਂ ਹਨ । ਜਿਹੜਾ ਅਡੋਲ ਭਰੋਸੇ ਨਾਲ ਬੰਦਗੀ ਵਿੱਚ ਜਾਗਦਾ ਹੋਇਆ ਲੀਨ ਰਹਿੰਦਾ ਹੈ । ਕੇਵਲ ਉਹ ਹੀ ਇਹਨਾਂ ਨੂੰ ਪਹੁੰਚ ਸਕਦਾ ਹੈ ।

The teachings of His Word are like a tree with roots are growing upward and the branches growing downward. Whosoever may remain awake and alert in his meditation may comprehend His nature.

ਪਾਰਜਾਤੁ ਘਰਿ ਆਗਨਿ ਮੇਰੈ,	paarjaat ghar aagan mayrai
ਪੁਹਪ ਪਤ੍ਰ ਤਤੁ ਡਾਲਾ॥	puhap patar tat daalaa.
ਸਰਬ ਜੋਤਿ ਨਿਰੰਜਨ ਸੰਭੂ,	sarab jot niranjan sambhoo
ਛੋਡਹੁ ਬਹੁਤੁ ਜੰਜਾਲਾ॥੩॥	chhodahu bahut janjaalaa. ||3||

ਮੁਕਤੀ ਦਾ ਬ੍ਰਿਛ ਮੇਰੇ ਘਰ, ਮਨ ਅੰਦਰ ਹੀ ਹੈ । ਇਸ ਦੇ ਫੁੱਲ, ਪੱਤੇ ਜੀਵਨ ਦੀ ਅਸਲੀਅਤ ਹੈ । ਜਿਸ ਦੀ ਜੋਤ ਹਰਇੱਕ ਵਿੱਚ ਹੈ, ਉਸ ਦੇ ਸ਼ਬਦ ਦੀ ਬੰਦਗੀ ਕਰੋ! ਸੰਸਾਰਕ ਇੱਛਾਂ ਤੇ ਕਾਬੂ ਪਵੋ ।

The Elysian tree of salvation remains embedded within soul and remains with body of a creature. The leaves and flowers of this tree is the reality of human life. Whose Spirit remains embedded within each and every soul, you should meditate on His Word and conquer your worldly desires.

ਸੁਣਿ ਸਿਖਵੰਤੇ ਨਾਨਕੁ ਬਿਨਵੈ,	sun sikhvantay naanak binvai
ਛੋਡਹੁ ਮਾਇਆ ਜਾਲਾ॥	chhodahu maa-i-aa jaalaa.
ਮਨਿ ਬੀਚਾਰਿ ਏਕ ਲਿਵ ਲਾਗੀ,	man beechaar ayk liv laagee
ਪੁਨਰਪਿ ਜਨਮੁ ਨ ਕਾਲਾ॥੪॥	punrap janam na kaalaa. ||4||

ਭਗਤਜਨ ਸੰਸਾਰਕ ਇੱਛਾਂ, ਮਇਆ ਦੀ ਤ੍ਰਿਸ਼ਨਾ ਨੂੰ ਤਿਆਗੋ! ਮਨ ਉਸ ਪ੍ਰਭ ਦੇ ਸ਼ਬਦ ਦੀ ਪਾਲਣਾ ਤੇ ਲਾਵੋ! ਇਸ ਨਾਲ ਤੇਰਾ ਜਨਮ ਮਰਨ ਦਾ ਚੱਕਰ ਖਤਮ ਹੋ ਜਾਵੇਗਾ ।

You should abandon worldly desires and worldly wealth. You should focus on the teachings of his Word. With His mercy and grace, your cycle of birth and death may be eliminated.

ਸੋ ਗੁਰੂ ਸੋ ਸਿਖੁ ਕਥੀਅਲੇ,	so guroo so sikh kathee-alay
ਸੋ ਵੈਦੁ ਜਿ ਜਾਣੈ ਰੋਗੀ॥	so vaid je jaanai rogee.
ਤਿਸੁ ਕਾਰਣਿ ਕੰਮੁ ਨ ਧੰਧਾ,	tis kaaran kamm na DhanDhaa
ਨਾਹੀ ਧੰਧੈ ਗਿਰਹੀ ਜੋਗੀ॥ ੫॥	naahee DhanDhai girhee jogee. ||5||

ਜਿਹੜਾ ਜੀਵ ਦੀਆਂ ਸੰਸਾਰਕ ਇੱਛਾਂ ਦੇ ਰੋਗ ਨੂੰ ਜਾਣਦਾ ਹੋਵੇ । ਕੇਵਲ ਉਹ ਹੀ ਸੇਵਕ, ਜਾ ਹਾਕੀਮ, ਜਾ ਸੂਝ ਦੇਣ ਵਾਲਾ ਕਹਿੰਆ ਜਾ ਸਕਦਾ ਹੈ । ਉਹ ਆਪ ਕਿਸੇ ਦੇ ਪ੍ਰਭਾਵ ਅੰਦਰ ਨਾ ਹੋਵੇ । ਇਹਨਾ ਤੋ ਰਹਿਤ, ਅਡੋਲ ਹੀ ਸ਼ਬਦ ਦੀ ਪਾਲਣਾ ਕਰਦਾ ਜਾਵੇ ।

Whosoever may recognize the worldly desires and misery of mind; only he may be call a true wise person, guru and teacher. He may not be a slave of those frustrations. He may remain in deep mediation beyond the reach of these demons.

ਕਾਮੁ ਕ੍ਰੋਧੁ ਅਹੰਕਾਰੁ ਤਜੀਅਲੇ,	kaam kroDh ahaNkaar tajee-alay
ਲੋਭੁ ਮੋਹੁ ਤਿਸ ਮਾਇਆ॥	lobh moh tis maa-i-aa.
ਮਨਿ ਤਤੁ ਅਵਿਗਤੁ ਧਿਆਇਆ,	man tat avigat Dhi-aa-i-aa
ਗੁਰ ਪਰਸਾਦੀ ਪਾਇਆ॥੬॥	gur parsaadee paa-i-aa. ||6||

ਕਾਮ ਕਰੋਧ, ਅਹੰਕਾਰ, ਲਾਲਚ, ਹੈਸੀਅਤ ਨੂੰ ਤਿਆਗੋ! ਆਪਣਾ ਮਨ ਸਦਾ ਰਹਿਣ ਵਾਲੇ ਪ੍ਰਭ ਦੇ ਚਰਨਾਂ ਵਿੱਚ ਰਖੋਂ, ਸ਼ਬਦ ਦੀ ਪਾਲਣਾ ਕਰੋ ।

You should abandon the demons of worldly desires, like sexual desire with strange person, ego, greed, pride of worldly status. You should humbly remain in the sanctuary of His Word, in meditation in the void of His Word.

ਗਿਆਨੁ ਧਿਆਨੁ ਸਭ ਦਾਤਿ ਕਥੀਅਲੇ,	gi-aan Dhi-aan sabh daat kathee-alay
ਸੇਤ ਬਰਨ ਸਭਿ ਦੂਤਾ॥	sayt baran sabh dootaa.
ਬ੍ਰਹਮ ਕਮਲ ਮਧੁ ਤਾਸੁ ਰਸਾਦੰ,	barahm kamal maDh taas rasaadaN
ਜਾਗਤ ਨਾਹੀ ਸੂਤਾ॥ ੭॥	jaagat naahee sootaa.||7||

ਸੁਰਤ, ਗਿਆਨ, ਸ਼ਬਦ ਦੀ ਸੋਝੀ ਸਭ ਪ੍ਰਭ ਦੀਆਂ ਦਾਤਾਂ ਹਨ । ਮਨ ਮਰਜ਼ੀ ਕਰਨ ਵਾਲੇ ਇਹਨਾ ਤੋ ਵਾਂਝੇ ਹੀ ਰਹਿੰਦੇ ਹਨ । ਜਿਸ ਨੂੰ ਸ਼ਬਦ ਦਾ ਮਿੱਠੇ ਰਸ ਦਾ ਸਵਾਦ ਲੱਗ ਜਾਂਦਾ ਹੈ । ਉਸ ਦੀ ਲਗਨ ਸ਼ਬਦ ਵਿਚੋਂ ਕਦੇ ਟੱਟਦੀ ਨਹੀਂ ।

Concentration, devotion of mind, intelligence and enlightenment of mind are all blessed virtues of God. Self-mind lacks these in his human life journey. Whosoever may taste the nectar of the teachings of His Word; his devotion from the teachings of His Word may never be broken.

ਮਹਾ ਗੰਭੀਰ ਪਤ੍ਰ ਪਾਤਾਲਾ,	mahaa gambheer patar paataalaa
ਨਾਨਕ ਸਰਬ ਜੁਆਇਆ॥	naanak sarab ju-aa-i-aa.
ਉਪਦੇਸ ਗੁਰੂ ਮਮ ਪੁਨਹਿ ਨ ਗਰਭੰ,	updays guroo mam puneh na garbhaN
ਬਿਖੁ ਤਜਿ ਅੰਮ੍ਰਿਤੁ ਪੀਆਇਆ॥੮॥੧॥	bikh taj amrit pee-aa-i-aa. ||8||1||

ਪ੍ਰਭ ਦੇ ਸ਼ਬਦ ਦਾ ਬੂਟਾ ਬਹੁਤ ਡੂੰਘਾ ਹੈ । ਇਸ ਦੇ ਪੱਤੇ, ਕਿਨਾਲੇ ਕਿਸੇ ਇੱਕ ਸ੍ਰਿਸ਼ਟੀ ਤਕ ਸੀਮਤ ਨਹੀਂ ਹਨ, ਤਿੰਨਾਂ ਸ੍ਰਿਸ਼ਟੀਆਂ ਵਿੱਚ ਹੀ ਹਨ । ਜਿਹੜੇ ਜੀਵ ਸੰਸਾਰਕ ਇੱਛਾਂ ਦੇ ਜ਼ਹਿਰ ਨੂੰ ਠੋਕਰ ਮਾਰ ਦੇਂਦੇ ਹਨ । ਉਹਨਾਂ ਨੂੰ ਜਨਮ ਮਰਨ ਦੇ ਚੱਕਰ ਵਿੱਚ ਨਹੀਂ ਜਾਣਾ ਪੈਂਦਾ । ਉਹ ਸ਼ਬਦ ਦਾ ਅੰਮ੍ਰਿਤ ਪੀ ਲੈਂਦੇ ਹਨ ।

The tree of His Word is very mysterious; the leaves and branches of this tree are not limited to the boundary of one universe; these expand in three universes. Whosoever may conquer the demons of worldly desires; he may not remain in the cycle of birth and death. He tastes the nectar of the teachings of His Word.

439.ਗੂਜਰੀ ਮਹਲਾ ੧॥ 503-15

ਕਵਨ ਕਵਨ ਜਾਚਹਿ ਪ੍ਰਭ ਦਾਤੇ,	kavan kavan jaacheh parabh daatay
ਤਾ ਕੇ ਅੰਤ ਨ ਪਰਹਿ ਸੁਮਾਰ॥	taa kay ant na pareh sumaar.
ਜੈਸੀ ਭੂਖ ਹੋਇ ਅਭ ਅੰਤਰਿ,	jaisee bhookh ho-ay abh antar
ਤੂੰ ਸਮਰਥੁ ਸਚ ਦੇਵਣਹਾਰ॥੧॥	tooN samrath sach dayvanhaar. ||1||

ਪ੍ਰਭ, ਤੇਰੇ ਤੋ ਮੰਗਣ ਵਾਲੇ ਅਨੇਕਾਂ ਹੀ ਜੀਵ ਹਨ । ਜਿਹਨਾਂ ਦੀ ਗਿਣਤੀ ਨਹੀਂ ਕੀਤੀ ਜਾ ਸਕਦੀ । ਤੂੰ ਲੋੜ ਅਨੁਸਾਰ ਸਾਰਿਆਂ ਨੂੰ ਦਾਤਾਂ ਬਖਸ਼ਦਾ ਹੈ । ਭਾਵੇ ਕੋਈ ਮੰਗੇ ਜਾ ਨਾ ਮੰਗੇ ।

There are countless beggars at Your door. The true count may be beyond my comprehension. You always bless virtues to Your creation, even if they may not beg.

ਐ ਜੀ ਜਪੁ ਤਪੁ ਸੰਜਮੁ ਸਚੁ ਅਧਾਰ॥	ai jee jap tap sanjam sach aDhaar.
ਹਰਿ ਹਰਿ ਨਾਮੁ ਦੇਹਿ ਸੁਖੁ ਪਾਈਐ,	har har naam deh sukh paa-ee-ai
ਤੇਰੀ ਭਗਤਿ ਭਰੇ ਭੰਡਾਰ॥੧॥ ਰਹਾਉ॥	tayree bhagat bharay bhandaar. ||1|| rahaa-o.

ਪ੍ਰਭ ਮੇਰੇ ਜੀਵਨ ਦਾ ਅਧਾਰ ਹੀ ਤੇਰੇ ਸ਼ਬਦ ਦੀ ਬੰਦਗੀ । ਆਪਣੇ ਆਪ ਤੇ ਕਾਬੂ, ਸ੍ਰਿਸ਼ਟੀ ਦੀ ਭਲਾਈ ਹੈ । ਰਹਿਮਤ ਬਖਸ਼ਕੇ ਆਪਣੇ ਸ਼ਬਦ ਦੀ ਦਾਤ ਬਖਸ਼ੋ! ਤੇਰ ਸ਼ਬਦ ਦੀ ਨਦੀ ਉਛੱਲ ਰਹੀ ਹੈ ।

The purpose of my human life journey is to obey and mediate on the teachings of Your Word and conquer my worldly desires. With Your mercy and grace blesses me the devotion to meditate of Your Word. The river of virtue in in You treasure is overflowing.

ਸੁੰਨ ਸਮਾਧਿ ਰਹਹਿ ਲਿਵ ਲਾਗੇ,	sunn samaaDh raheh liv laagay
ਏਕਾ ਏਕੀ ਸ਼ਬਦੁ ਬੀਚਾਰ॥	aykaa aykee sabad beechaar.
ਜਲੁ ਥਲੁ ਧਰਣਿ ਗਗਨੁ ਤਹ ਨਾਹੀ,	jal thal Dharan gagan tah naahee
ਆਪੇ ਆਪੁ ਕੀਆ ਕਰਤਾਰ॥੨॥	aapay aap kee-aa kartaar. ||2||

ਕਈ ਜੀਵ ਤੇਰੇ ਸ਼ਬਦ ਦੀ ਬੰਦਗੀ ਵਿੱਚ ਲੀਨ ਰਹਿੰਦੇ ਹਨ । ਉਹਨਾਂ ਦੇ ਮਨ ਤੇ ਸ਼ਬਦ ਦੀ ਪਾਲਣਾ ਹੀ ਰਹਿੰਦੀ ਹੈ । ਇਸ ਅਵਸਥਾ ਵਿੱਚ ਉਹਨਾਂ ਨੂੰ ਜਲ, ਥਲ ਜਾ ਨਜ਼ਰ ਨਹੀਂ ਆਉਂਦਾ । ਕੇਵਲ ਤੇਰਾ ਰੂਪ, ਸ਼ਬਦ ਦੀ ਗੂੰਜ ਹੀ ਦਿਖਾਈ ਦੇਂਦਾ ਹੈ ।

So may devotees may remain intoxicated in deep meditation and urge to obey Your Word remain overwhelmed in their mind. In this state of mind, they may not see the difference between, earth, ocean or sky. They only visualize You are prevailing and only You exist alone.

ਨਾ ਤਦਿ ਮਾਇਆ ਮਗਨੁ ਨ ਛਾਇਆ,	naa tad maa-i-aa magan na chhaa-i-aa
ਨਾ ਸੂਰਜ ਚੰਦ ਨ ਜੋਤਿ ਅਪਾਰ॥	naa sooraj chand na jot apaar.
ਸਰਬ ਦ੍ਰਿਸਟਿ ਲੋਚਨ ਅਭ ਅੰਤਰਿ,	sarab darisat lochan abh antar
ਏਕਾ ਨਦਰਿ ਸੁ ਤ੍ਰਿਭਵਣ ਸਾਰ॥੩॥	aykaa nadar so taribhavan saar. ||3||

ਉਹਨਾਂ ਜੀਵਾਂ ਨੂੰ ਨਾ ਤਾ ਸੰਸਾਰਕ ਮਇਆ ਦਾ ਕੋਈ ਪ੍ਰਭਾਵ ਹੁੰਦਾ ਹੈ । ਨਾ ਹੀ ਸੂਰਜ ਜਾ ਚੱਦ ਦੀ ਰੋਸ਼ਨੀ ਹੁੰਦੀ ਹੈ । ਉਹਨਾਂ ਦੇ ਅੰਦਰ ਦੀਆਂ ਅੱਖਾ ਵਿੱਚ ਤੇਰੀ ਜੋਤ ਹੁੰਦੀ ਹੈ । ਇੱਕ ਝਲਕ ਵਿੱਚ ਹੀ ਤਿੰਨੇਂ ਸ੍ਰਿਸ਼ਟੀਆਂ ਦੇਖ ਲੈਂਦੇ ਹਨ ।

Your true devotee may not have any influence of worldly wealth or the effects of ray of Sun or Moon. The eyes of their mind only visualize the glow of Your Holy Spirit. They may visualize all three universes in one glimpse.

ਪਵਣੁ ਪਾਣੀ ਅਗਨਿ ਤਿਨਿ ਕੀਆ,	pavan paanee agan tin kee-aa
ਬ੍ਰਹਮਾ ਬਿਸਨੁ ਮਹੇਸ ਅਕਾਰ॥	barahmaa bisan mahays akaar.
ਸਰਬੇ ਜਾਚਿਕ ਤੂੰ ਪ੍ਰਭੁ ਦਾਤਾ,	sarbay jaachik tooN parabh daataa
ਦਾਤਿ ਕਰੇ ਅਪੁਨੈ ਬੀਚਾਰ॥੪॥	daat karay apunai beechaar. ||4||

ਹਵਾ, ਪਾਣੀ, ਅੱਗ ਅਤੇ ਸ੍ਰਿਸ਼ਟੀ ਦੇ ਸਾਰੇ ਜੀਵ ਵੀ ਪ੍ਰਭ ਨੇ ਹੀ ਪੈਦਾ ਕੀਤੇ ਹਨ । (ਦੇਵਤੇ, ਬ੍ਰਹਮਾ, ਵਿਸ਼ਨੂੰ ਸਿਵਾ) ਸਾਰੇ ਜੀਵ ਹੀ ਮੰਗਤੇ ਹਨ, ਤੇਰੇ ਪਸੋਂ ਹੀ ਦਾਤਾਂ ਮੰਗਦੇ ਹਨ । ਕੇਵਲ ਤੂੰ ਦਾਤਾਂ ਦੇਣਵਾਲਾ, ਹਰਇੱਕ ਨੂੰ ਆਪਣੇ ਹੁਕਮ ਅਨੁਸਾਰ ਹੀ ਬਖਸ਼ਦਾ ਹੈ ।

The True Master, air, water, fire and all the creatures of universe are Your creation. All the worldly prophets are created by Your mercy and grace and all are beggar at Your door. Only You may bless virtues to everyone with Your mercy and grace.

ਕੋਟਿ ਤੇਤੀਸ ਜਾਚਹਿ ਪ੍ਰਭ ਨਾਇਕ,	kot taytees jaacheh parabh naa-ik
ਦਿੰਦੇ ਤੋਟਿ ਨਾਹੀ ਭੰਡਾਰ॥	dayday tot naahee bhandaar.
ਊਂਧੈ ਭਾਂਡੈ ਕਛੁ ਨ ਸਮਾਵੈ,	ooNDhai bhaaNdai kachh na samaavai
ਸੀਧੈ ਅੰਮ੍ਰਿਤੁ ਪਰੈ ਨਿਹਾਰ॥੫॥	seeDhai amrit parai nihaar. ||5||

੩੩ ਕਰੋੜ ਦੇਵਤੇ ਤੇਰੇ ਪਾਸੋ ਦਾਤਾਂ ਮੰਗਦੇ ਹਨ । ਤੇਰਾ ਦਾਤਾਂ ਦਾ ਭੰਡਾਰ ਕਦੇ ਘਟਦਾ ਨਹੀਂ । ਜਿਵੇਂ ਪੁਠੇ ਕੀਤੇ ਭਾਂਡੇ ਵਿੱਚ ਕੁਝ ਪੈਂਦਾ ਨਹੀਂ, ਟਿੱਕਦਾ ਨਹੀਂ । ਇਸ ਤਰ੍ਹਾਂ ਜਿਸ ਦਾ ਭਰੋਸਾ, ਅਡੋਲ ਨਾ ਹੋਵੇ ਉਸ ਨੂੰ ਸ਼ਬਦ ਦੀ ਸੋਝੀ ਨਹੀਂ ਹੁੰਦੀ ।

33 million worldly gurus are begging from You and Your treasure may never be exhausted. Whosoever may not have a steady and stable belief on Your blessings, he may be like tilted vessel and nothing may stay in His vessel.

ਸਿਧ ਸਮਾਧੀ ਅੰਤਰਿ ਜਾਚਹਿ,	siDh samaaDhee antar jaacheh
ਰਿਧਿ ਸਿਧਿ ਜਾਚਿ ਕਰਹਿ ਜੈਕਾਰ॥	riDh siDh jaach karahi jaikaar.
ਜੈਸੀ ਪਿਆਸ ਹੋਇ ਮਨ ਅੰਤਰਿ,	jaisee pi-aas ho-ay man antar
ਤੈਸੋ ਜਲੁ ਦੇਵਹਿ ਪਰਕਾਰ॥੬॥	taiso jal dayveh parkaar. ||6||

ਕਈ ਭਗਤਜਨ (ਸਿਧ) ਤੇਰੇ ਸ਼ਬਦ ਦੀ ਸਮਾਧੀ ਵਿੱਚ ਮਸਤ ਹਨ । ਉਹ ਕੇਵਲ ਮਇਆ ਅਤੇ ਚਮਤਕਾਰ ਹੀ ਮੰਗਦੇ ਹਨ । ਇਸ ਵਿੱਚ ਹੀ ਤੇਰੀ ਜਿੱਤ ਦੀ ਉਸਤਤ ਗਾਉਂਦੇ ਹਨ । ਜਿਸ ਤਰ੍ਹਾਂ ਦੇ ਕਿਸੇ ਦੇ ਮਨ ਦੀ ਇੱਛਾਂ ਹੁੰਦੀ ਹੈ । ਤੂੰ ਉਸ ਤਰ੍ਹਾਂ ਦੀਆਂ ਦਾਤਾਂ ਦੇਂਦਾ ਹੈ ।

Several blessed souls remain intoxicated in the void of Your Word. Some may be begging for miracle power and worldly wealth. With these blessings may claim Your victory, Your greatness. Whatsoever may be the deep desire of Your true devotee, he may be blessed same kind of virtues for the welfare of mankind.

ਬਡੇ ਭਾਗ ਗੁਰੁ ਸੇਵਹਿ ਅਪੁਨਾ,	baday bhaag gur sayveh apunaa
ਭੇਦੁ ਨਾਹੀ ਗੁਰਦੇਵ ਮੁਰਾਰ॥	bhayd naahee gurdayv muraar.
ਤਾ ਕਉ ਕਾਲੁ ਨਾਹੀ ਜਮੁ ਜੋਹੈ,	taa ka-o kaal naahee jam johai
ਬੂਝਹਿ ਅੰਤਰਿ ਸ਼ਬਦੁ ਬੀਚਾਰ॥੭॥	boojheh antar sabad beechaar. ||7||

ਉਸ ਦੇ ਵੱਡੇ ਭਾਗ ਹੋ ਜਾਂਦੇ ਹਨ, ਜੋ ਜਪਦੇ ਜਪਦ, ਪ੍ਰਭ ਦਾ ਰੂਪ ਹੀ ਬਣ ਜਾਂਦੇ ਹਨ । ਮੌਤ ਦਾ ਫਰਿਸ਼ਤਾ ਉਹਨਾਂ ਨੂੰ ਛੋਹ ਵੀ ਨਹੀਂ ਸਕਦਾ । ਓਹ ਸ਼ਬਦ ਦੀ ਪਾਲਣਾ ਕਰਦੇ ਉਸ ਦੀ ਸ਼ਰਣ, ਰਖਵਾਲੀ ਵਿੱਚ ਆ ਜਾਂਦੇ ਹਨ ।

Whosoever may become a symbol of The True Master in the Void of His Word, he may become very fortunate. The devil of death may not touch his soul; he may remain in Your sanctuary.

ਅਬ ਤਬ ਅਵਰੁ ਨ ਮਾਗਉ ਹਰਿ ਪਹਿ,	ab tab avar na maaga-o har peh
ਨਾਮੁ ਨਿਰੰਜਨ ਦੀਜੈ ਪਿਆਰਿ॥	naam niranjan deejai pi-aar.
ਨਾਨਕ ਚਾਤ੍ਰਿਕੁ ਅੰਮ੍ਰਿਤ ਜਲੁ ਮਾਗੈ,	naanak chaatrik amrit jal maagai
ਹਰਿ ਜਸੁ ਦੀਜੈ ਕਿਰਪਾ ਧਾਰਿ॥੮॥੨॥	har jas deejai kirpaa Dhaar. ||8||2||

ਜੀਵ ਪ੍ਰਭ ਪਾਸੋ ਹੋਰ ਕੁਝ ਨਾ ਮੰਗੋ! ਕੇਵਲ ਸ਼ਬਦ ਨਾਲ ਪਿਆਰ, ਲਗਨ ਮੰਗੋ! ਉਸ ਦੀ ਰਹਿਮਤ ਮੰਗ ਕੇ ਤੂੰ ਉਸ ਦੇ ਸ਼ਬਦ ਦੀ ਉਸਤਤ ਗਾਉਂਦੇ ਜਾਵੋ ।

You should only beg for His mercy and grace to be attached to meditate on the teachings of His Word. You should always sing His glory.

440.ਗੂਜਰੀ ਮਹਲਾ ੧॥ 504-7

ਐ ਜੀ ਜਨਮਿ ਮਰੈ ਆਵੈ ਫੁਨਿ ਜਾਵੈ,	ai jee janam marai aavai fun jaavai
ਬਿਨੁ ਗੁਰ ਗਤਿ ਨਹੀ ਕਾਈ॥	bin gur gat nahee kaa-ee.
ਗੁਰਮੁਖਿ ਪ੍ਰਾਣੀ ਨਾਮੇ ਰਾਤੇ,	gurmukh paraanee naamay raatay
ਨਾਮੇ ਗਤਿ ਪਤਿ ਪਾਈ॥੧॥	naamay gat pat paa-ee. ||1||

ਜੀਵ ਸੰਸਾਰ ਵਿੱਚ ਜਨਮ ਮਰਨ ਦੇ ਚੱਕਰ ਵਿੱਚ ਰਹਿੰਦਾ ਹੈ । ਜਿਹੜੇ ਸ਼ਬਦ ਦੀ ਬੰਦਗੀ ਕਰਕੇ, ਸੋਝੀ ਪਾ ਕੇ ਗੁਰਮਖ ਅਵਸਥਾ ਹਾਸਿਲ ਕਰ ਲੈਂਦੇ ਹਨ । ਉਹ ਸ਼ਬਦ ਦੀ ਪਾਲਣਾ ਕਰਦੇ ਹੋਏ ਪ੍ਰਵਾਨ ਹੋ ਜਾਂਦੇ ਹਨ ।

Everyone may remain in the cycle of birth and death. Whosoever may adopt the teachings of His Word with steady and stable belief in his day to day life. With His mercy and grace may be blessed with state of mind as His true devotee; he may be accepted in His court and his cycle of birth and death may be eliminated.

ਭਾਈ ਰੇ ਰਾਮ ਨਾਮਿ ਚਿਤੁ ਲਾਈ॥	bhaa-ee ray raam naam chit laa-ee.
ਗੁਰ ਪਰਸਾਦੀ ਹਰਿ ਪ੍ਰਭ ਜਾਚੇ,	gur parsaadee har parabh jaachay
ਐਸੀ ਨਾਮ ਬਡਾਈ॥੧॥ ਰਹਾਉ॥	aisee naam badaa-ee. ||1|| rahaa-o.

ਜੀਵ ਪ੍ਰਭ ਦੇ ਸ਼ਬਦ ਦੀ ਬੰਦਗੀ ਮਨ ਲਾ ਕੇ ਕਰੋ! ਜਿਹੜੀ ਰਹਿਮਤ ਦੇਵਤੇ ਪ੍ਰਭ ਕੋਲੋ ਮੰਗਦੇ ਹਨ । ਉਹ ਸ਼ਬਦ ਦੀ ਪਾਲਣਾ ਨਾਲ ਹੀ ਬਖਸ਼ਿਸ਼ ਹੋ ਜਾਂਦੀ ਹੈ ।

You should meditate and adopt the teachings of His Word with steady and stable belief in day to day life. You may be blessed with state of mind, worldly prophets are anxious and begging day and night.

ਐ ਜੀ ਬਹੁਤੇ ਭੇਖ ਕਰਹਿ	ai jee bahutay bhaykh karahi
ਭਿਖਿਆ ਕਉ ,	bhikhi-aa ka-o
ਕੇਤੇ ਉਦਰੁ ਭਰਨ ਕੈ ਤਾਈ॥	kaytay udar bharan kai taa-ee.
ਬਿਨੁ ਹਰਿ ਭਗਤਿ ਨਾਹੀ ਸੁਖੁ ਪ੍ਰਾਨੀ,	bin har bhagat naahee sukh paraanee
ਬਿਨੁ ਗੁਰ ਗਰਬੁ ਨ ਜਾਈ॥੨॥	bin gur garab na jaa-ee. ||2||

ਜੀਵ ਆਪਣੇ ਪੇਟ ਨੂੰ ਭਰਨ ਵਾਸਤੇ, ਅਨੇਕਾਂ ਹੀ ਭੇਖ, ਧਾਰਮਕ ਬਾਣੇ ਪਾਉਂਦਾ ਹੈ । ਪ੍ਰਭ ਦੇ ਸ਼ਬਦ ਦੀ ਸੋਝੀ ਤੋ ਬਿਨਾਂ, ਮਨ ਨੂੰ ਸ਼ਾਂਤੀ ਨਹੀਂ ਮਿਲਦੀ । ਜੀਵਨ ਨੂੰ ਸ਼ਬਦ ਨਾਲ ਢਾਲਣ ਤੋ ਬਿਨਾਂ ਅਹੰਕਾਰ ਖਤਮ ਨਹੀਂ ਹੁੰਦਾ ।

One may adopt various religious robes to satisfy the hunger of his worldly desires. However, without the enlightenment of the teachings of His Word, peace of mind and contentment may not be realized. Without adopting the teachings of His Word in day to day life; no one may conquer his ego.

ਐ ਜੀ ਕਾਲੁ ਸਦਾ ਸਿਰ ਊਪਰਿ, ai jee kaal sadaa sir oopar
ਠਾਢੇ ਜਨਮਿ ਜਨਮਿ ਵੈਰਾਈ॥ thaadhay janam janam vairaa-ee.
ਸਾਚੈ ਸਬਦਿ ਰਤੇ ਸੇ ਬਾਚੇ, saachai sabad ratay say baachay
ਸਤਿਗੁਰ ਬੂਝ ਬੁਝਾਈ॥੩॥ satgur boojh bujhaa-ee. ||3||

ਜੀਵ ਦੇ ਜਨਮ ਤੋਂ ਹੀ ਮੌਤ ਦਾ ਸਮਾਂ ਮਿਥਿਆ ਜਾਂਦਾ ਹੈ, ਨੇੜੇ ਆਉਂਦੀ ਜਾਂਦੀ ਹੈ । ਜਿਹੜੇ ਸ਼ਬਦ ਦੀ ਪਾਲਣਾ ਕਰਦੇ ਹਨ । ਉਹ ਹੀ ਇਸ ਤੋਂ ਬਚ ਜਾਂਦੇ ਹਨ । ਇਸ ਦੀ ਸੋਝੀ ਵੀ ਪ੍ਰਭ ਨੇ ਸ਼ਬਦ ਵਿੱਚ ਹੀ ਦਿੱਤੀ ਹੈ ।

The time of death may be predetermined at the birth of a creature; everyday, death is approaching near. Whosoever may adopt the teachings of His Word in day to day life, he may be saved. The True Master has enlightened this virtue of His nature in the teachings of His Word.

ਗੁਰ ਸਰਣਾਈ ਜੋਹਿ ਨ ਸਾਕੈ, gur sarnaa-ee johi na saakai
ਦੂਤੁ ਨ ਸਕੈ ਸੰਤਾਈ॥ doot na sakai santaa-ee.
ਅਵਿਗਤ ਨਾਥ ਨਿਰੰਜਨਿ ਰਾਤੇ, avigat naath niranjan raatay
ਨਿਰਭਉ ਸਿਉ ਲਿਵ ਲਾਈ॥੪॥ nirbha-o si-o liv laa-ee. ||4||

ਜਿਹੜੇ ਜੀਵ ਸ਼ਬਦ ਦੀ ਬੰਦਗੀ ਕਰਕੇ, ਪ੍ਰਭ ਦੀ ਸ਼ਰਣ ਆ ਜਾਂਦੇ ਹਨ । ਮੌਤ ਉਹਨਾਂ ਨੂੰ ਛੋਹ ਨਹੀਂ ਸਕਦੀ, ਮੌਤ ਦੀ ਪੀੜ ਨਹੀਂ ਸਹਿਣੀ ਪੈਂਦੀ । ਜੀਵ ਆਪਣੇ ਮਨ ਨੂੰ ਉਸ ਦੇ ਸ਼ਬਦ ਵਿੱਚ ਲੀਨ ਰਖੋ, ਭਰੋਸਾ ਅਡੋਲ ਕਰੋ! ਉਸਦੇ ਵਿਛੋੜੇ ਦੇ ਵਿਰਾਗ ਵਿੱਚ ਹੀ ਉਸ ਦੀ ਉਸਤਤ ਕਰੋ ।

Whosoever may be accepted in His sanctuary by meditating on the teachings of His Word; his soul may become beyond the reach of devil of death. He may not endure the misery of death. You should remain intoxicated in the void of His Word with steady and stable belief. You should remain in renunciation in the memory of your separation from the Holy Spirit and sing the glory of His blessings.

ਐ ਜੀਉ ਨਾਮੁ ਦਿੜਹੁ ai jee-o naam dirhahu
ਨਾਮੇ ਲਿਵ ਲਾਵਹੁ, naamay liv laavhu
ਸਤਿਗੁਰ ਟੇਕ ਟਿਕਾਈ॥ satgur tayk tikaa-ee.
ਜੋ ਤਿਸੁ ਭਾਵੈ ਸੋਈ ਕਰਸੀ, jo tis bhaavai so-ee karsee
ਕਿਰਤੁ ਨ ਮੇਟਿਆ ਜਾਈ॥੫॥ kirat na mayti-aa jaa-ee. ||5||

ਜੀਵ ਸ਼ਬਦ ਨਾਲ ਆਪਣੇ ਅੰਦਰ ਉਸ ਦੀ ਜੋਤ ਜਾਗਰਤ ਕਰੋ! ਉਸ ਦੇ ਪਿਆਰ ਨਾਲ ਉਹ ਹੀ ਤੇਰਾ ਰਖਵਾਲਾ ਬਣ ਜਾਵੇਗਾ । ਉਹ ਆਪਣੀ ਮਰਜ਼ੀ ਦਾ ਮਾਲਕ, ਉਹ ਕੁਝ ਹੀ ਕਰਦਾ ਹੈ, ਜੋ ਉਸ ਨੂੰ ਭਾਉਂਦਾ ਹੈ । ਉਹ ਕਿਸ ਦੀ ਕੀਤੀ ਕਮਾਈ ਬਿਰਥਾ ਨਹੀਂ ਜਾਣ ਦੇਂਦਾ ।

You should enlighten the spiritual glow within by obeying the teachings of His Word. With your sincere devotion, the merciful may accept you in His sanctuary and become your protector. Everything may happen in the universe with His Own mercy and grace. He may only bless His mercy and grace with His goodwill. He may never ignore the earnest meditation of His true devotee; earnings of His Word may always be rewarded in His court.

ਐ ਜੀ ਭਾਗਿ ਪਰੇ ਗੁਰ ਸਰਣਿ ਤੁਮ੍ਾਰੀ, ai jee bhaag paray gur saran tumHaaree
ਮੈ ਅਵਰ ਨ ਦੂਜੀ ਭਾਈ॥ mai avar na doojee bhaa-ee.
ਅਬ ਤਬ ਏਕੋ ਏਕੁ ਪੁਕਾਰਉ, ab tab ayko ayk pukaara-o
ਆਦਿ ਜੁਗਾਦਿ ਸਖਾਈ॥੬॥ aad jugaad sakhaa-ee. ||6||

ਜਿਹੜੇ ਜੀਵ ਦੇ ਵੱਡੇ ਭਾਗ ਹੁੰਦੇ ਹਨ, ਉਹ ਹੀ ਪ੍ਰਭ ਦੀ ਸ਼ਰਣ ਵਿੱਚ ਆਉਂਦਾ ਹੈ । ਉਹ ਹੋਰ ਕਿਸੇ ਨੂੰ ਆਪਣਾ ਮਾਲਕ ਨਹੀਂ ਮੰਨਦਾ । ਉਹ ਸਵਾਸ ਗਰਾਸ ਉਸ ਦੀ ਸੇਵਾ ਕਰਦਾ ਹੈ । ਪ੍ਰਭ ਜੁਗਾਂ ਜੁਗਾਂ ਤੋਂ ਆਪਣੇ ਦਾਸਾਂ ਦੀ ਰਖਿਆ ਕਰਦਾ ਅਇਆ ਹੈ । ਉਹਨਾਂ ਨੂੰ ਡੋਲਨ ਨਹੀਂ ਦੇਂਦਾ ।

Whosoever may have great prewritten destiny, only he may surrender at His sanctuary. He may never worship someone else as his true master. He may meditate and serve His creation with each and every breath. From ancient Ages, The True Master Has been protecting His true devotees and may never let them drift from the right path.

ਐ ਜੀ ਰਾਖਹੁ ਪੈਜ ਨਾਮ ਅਪੁਨੇ ਕੀ,	ai jee raakho paij naam apunay kee
ਤੁਝ ਹੀ ਸਿਉ ਬਨਿ ਆਈ॥	tujh hee si-o ban aa-ee.
ਕਰਿ ਕਿਰਪਾ ਗੁਰ ਦਰਸੁ ਦਿਖਾਵਹੁ,	kar kirpaa gur daras dikhaavhu
ਹਉਮੈ ਸਬਦਿ ਜਲਾਈ॥੭॥	ha-umai sabad jalaa-ee. ||7||

ਨਾਮ ਜਪਣ ਵਾਲੇ ਦਾਸ ਦੀ ਆਪ ਹੀ ਪਤ ਰਖੋਂ! ਮੇਰਾ ਕੇਵਲ ਤੂੰ ਹੀ ਆਸਰਾ ਹੈ । ਰਹਿਮਤ ਬਖਸ਼ੋ! ਮੇਰਾ ਭਰੋਸਾ ਡੋਲਨ ਨਾ ਦੇਣਾ । ਸ਼ਬਦ ਦੀ ਸੋਝੀ ਬਖਸ਼ੋ! ਜਿਸ ਨਾਲ ਮੇਰੇ ਮਨ ਦੇ ਅਹੰਕਾਰ ਦੀ ਜੜ੍ਹ ਖਤਮ ਹੋ ਜਾਵੇ ।

Have mercy and grace on Your true devotee; You are may only hope and support. Keep my belief steady and stable on Your blessings, Word and You may eliminate the root of ego from my mind.

ਐ ਜੀ ਕਿਆ ਮਾਗਉ ਕਿਛੁ	ai jee ki-aa maaga-o kichh
ਰਹੈ ਨ ਦੀਸੈ,	rahai na deesai
ਇਸੁ ਜਗ ਮਹਿ ਆਇਆ ਜਾਈ॥	is jag meh aa-i-aa jaa-ee.
ਨਾਨਕ ਨਾਮੁ ਪਦਾਰਥੁ ਦੀਜੈ,	naanak naam padaarath deejai
ਹਿਰਦੈ ਕੰਠਿ ਬਣਾਈ॥੮॥੩	hirdai kanth banaa-ee. ||8||3||

ਪ੍ਰਭ ਇਸ ਸੰਸਾਰ ਵਿੱਚ ਕੁਝ ਨਹੀਂ ਜੋ ਸਦਾ ਰਹਿਣ ਵਾਲਾ ਹੈ । ਸਭ ਸਮਾਂ ਪਾ ਕੇ ਨਾਸ਼ ਹੋ ਜਾਣ ਵਾਲੀਆਂ ਹੀ ਹਨ । ਕੇਵਲ ਤੇਰਾ ਸ਼ਬਦ ਹੀ ਅਟੱਲ ਰਹਿਣ ਵਾਲਾ ਹੈ! ਰਹਿਮਤ ਬਖਸ਼ਕੇ ਇਸ ਦੀ ਹੀ ਦਾਤ ਬਖਸ਼ੋ । ਜਿਹੜਾ ਮੇਰੇ ਰੋਮ ਰੋਮ ਵਿੱਚ ਵਸ ਜਾਵੇ ।

My True Master, in the universe nothing may remain forever. Everything may vanish over a period of time. Only You Word remains Axiom and true forever. With Your mercy and grace, blesses your humble slave gift of Your Word that may remain drenched within each and every fiber of body.

441.ਗੂਜਰੀ ਮਹਲਾ ੧॥ 504-18

ਐ ਜੀ ਨਾ ਹਮ ਉਤਮ ਨੀਚ ਨ ਮਧਿਮ,	ai jee naa ham utam neech na maDhim
ਹਰਿ ਸਰਣਾਗਤਿ ਹਰਿ ਕੇ ਲੋਗ॥	har sarnaagat har kay log.
ਨਾਮ ਰਤੇ ਕੇਵਲ ਬੈਰਾਗੀ,	naam ratay kayval bairaagee
ਸੋਗ ਬਿਜੋਗ ਬਿਸਰਜਿਤ ਰੋਗ॥੧॥	sog bijog bisarjit rog. ||1||

ਪ੍ਰਭ ਮੈਂ ਨਾ ਤਾ ਉਤਮ ਜਾਤ, ਨੀਚ ਜਾਤ, ਮਿਡਲ ਜਾਤ ਵਾਲਾ ਹਾ, ਤੇਰਾ ਦਾਸ, ਗਲਾਮ ਹਾ, ਤੇਰੀ ਸ਼ਰਣ ਦੀ ਭੰਖ ਮੰਗਦਾ ਹਾ । ਤੇਰੇ ਵਿਛੋੜੇ ਦਾ ਵਿਰਾਗ ਵਿੱਚ, ਸੰਸਾਰਕ ਸੁਖਾਂ ਨੂੰ ਤਿਆਗਕੇ ਸਿਮਰਨ ਹੀ ਕਰਦਾ ਹਾ । ਦੁਖ, ਸੁਖ, ਮਿਲਾਪ ਅਤੇ ਵਿਛੋੜਾ ਇੱਕ ਬਰਾਬਰ ਹੀ ਮਹਿਸਸ ਹੁੰਦਾ ਹੈ । ਕੇਵਲ ਤੇਰੇ ਸ਼ਬਦ ਦੀ ਹੀ ਸੁਰਤ ਹੈ ।

I do not belong to upper or middle worldly caste; I am only Your slave and I have surrendered at Your sanctuary. I am in renunciation in the memory of my separation from Your Holy Spirit, I have abandoned all my worldly comforts and meditating on the teachings of Your Word. I may realize worldly comforts, misery and separation same way and only concentrate on the teachings of Your Word.

ਭਾਈ ਰੇ ਗੁਰ ਕਿਰਪਾ ਤੇ,	bhaa-ee ray gur kirpaa tay
ਭਗਤਿ ਠਾਕੁਰ ਕੀ॥	bhagat thaakur kee.
ਸਤਿਗੁਰ ਵਾਕਿ ਹਿਰਦੈ ਹਰਿ ਨਿਰਮਲੁ,	satgur vaak hirdai har nirmal
ਨਾ ਜਮ ਕਾਣਿ ਨ ਜਮ ਕੀ ਬਾਕੀ॥੧॥	naa jam kaan na jam kee baakee.
ਰਹਾਉ॥	||1|| rahaa-o.

ਜਿਸ ਤੇ ਰਹਿਮਤ ਹੋ ਜਾਂਦੀ ਹੈ, ਕੇਵਲ ਉਹ ਹੀ ਸ਼ਬਦ ਦੀ ਹੀ ਬੰਦਗੀ ਕਰਦੇ ਹਨ । ਉਹਨਾਂ ਦਾ ਮਨ ਸ਼ਬਦ ਦੀ ਗੂੰਜ ਨਾਲ ਇਤਨਾ ਭਰ ਜਾਂਦਾ ਹੈ । ਪ੍ਰਭ ਦੀ ਜੋਤ ਅੰਦਰ ਜਾਗਰਤ ਹੋ ਜਾਂਦੀ ਹੈ । ਉਹਨਾਂ ਨੂੰ ਮੌਤ ਦਾ ਫਰਿਸ਼ਤਾ ਛੋਹ ਨਹੀਂ ਸਕਦਾ । ਨਾ ਹੀ ਉਨਾ ਦਾ ਕੋਈ ਲੇਖਾ ਬਾਕੀ ਰਹਿੰਦਾ ਹੈ ।

Only with Your mercy and grace, one may meditate on the teachings of Your Word. His mind may be overwhelmed with everlasting echo of Your Word that Your spiritual glow may shine within his mind. His soul may become beyond the reach of devil of death. All his accounts of previous life may be satisfied.

ਹਰਿ ਗੁਣ ਰਸਨ ਰਵਹਿ ਪ੍ਰਭ ਸੰਗੇ,	har gun rasan raveh parabh sangay
ਜੋ ਤਿਸੁ ਭਾਵੈ ਸਹਜਿ ਹਰੀ॥	jo tis bhaavai sahj haree.
ਬਿਨੁ ਹਰਿ ਨਾਮ ਬ੍ਰਿਥਾ ਜਗਿ ਜੀਵਨੁ,	bin har naam baritha jag jeevan
ਹਰਿ ਬਿਨੁ ਨਿਹਫਲ ਮੇਕ ਘਰੀ॥੨॥	har bin nihfal mayk gharee. ||2||

ਉਸ ਦੇ ਬੋਲਾ ਵਿੱਚ ਸ਼ਬਦ ਦੀ ਉਸਤਤ ਅਤੇ ਜੀਭ ਵਿੱਚ ਸ਼ਬਦ ਦੀ ਪਾਲਣਾ ਹੀ ਹੁੰਦੀ ਹੈ । ਉਹੀ ਕੁਝ ਕਰਦਾ ਹੈ, ਜੋ ਪ੍ਰਭ ਨੂੰ ਪ੍ਰਵਾਨ ਹੁੰਦਾ ਹੈ । ਜਿਹੜਾ ਸਵਾਸ ਵੀ ਸ਼ਬਦ ਦੇ ਸਿਮਰਨ ਤੋ ਬਿਨਾਂ ਜਾਂਦਾ ਹੈ, ਉਹ ਬਿਰਥਾ ਹੀ ਸਮਝਦਾ ਹੈ । ਸ਼ਬਦ ਦਾ ਸਿਮਰਨ ਹੀ ਜੀਵਨ ਵਾਲਾ ਸਵਾਸ ਬਣ ਜਾਂਦਾ ਹੈ ।

His tongue sings the glory of His Word and he remain obeying the teachings of His Word. He may only perform deeds that may be acceptable in His court. Any breath without singing the praises of His Word, may feel like a wastage. His Word remain drenched within and His Word becomes his breath.

ਐ ਜੀ ਖੋਟੇ ਠਉਰ ਨਾਹੀ	ai jee khotay tha-ur naahee
ਘਰਿ ਬਾਹਰਿ,	ghar baahar
ਨਿੰਦਕ ਗਤਿ ਨਹੀਂ ਕਾਈ॥	nindak gat nahee kaa-ee.
ਰੋਸੁ ਕਰੈ ਪ੍ਰਭੁ ਬਖਸ ਨ ਮੇਟੈ,	ros karai parabh bakhas na maytai
ਨਿਤ ਨਿਤ ਚੜੈ ਸਵਾਈ॥੩॥	nit nit charhai savaa-ee. ||3||

ਜਿਹੜੇ ਜੀਵ ਨਿੰਦਿਆਂ ਜਾ ਵਖਾਵੇ ਦੀ ਹੀ ਬੰਦਗੀ ਕਰਦੇ ਹਨ । ਉਹਨਾਂ ਲਈ ਦਰਬਾਰ ਵਿੱਚ ਕੋਈ ਥਾਂ ਨਹੀਂ ਹੁੰਦੀ । ਭਾਵੇ ਕੋਈ ਜੀਵ ਉਸ ਦੇ ਕੀਤੇ ਤੇ ਟੀਕਾ ਟਿੰਪਨੀ ਵੀ ਕਰੇ, ਫਿਰ ਵੀ ਪ੍ਰਭ ਰਹਿਮਤਾਂ ਬਖਸ਼ਦਾ ਹੀ ਰਹਿੰਦਾ ਹੈ ।

Whosoever may meditate without steady and stable belief to win worldly favor; he may not have any resting place in His castle. The Merciful True Master is so generous, the rain of His blessings keeps pouring on His creation, irrespective, even if someone may criticize His nature.

ਐ ਜੀ ਗੁਰ ਕੀ ਦਾਤਿ ਨ ਮੇਟੈ ਕੋਈ,	ai jee gur kee daat na maytai ko-ee
ਮੇਰੈ ਠਾਕੁਰਿ ਆਪਿ ਦਿਵਾਈ॥	mayrai thaakur aap divaa-ee.
ਨਿੰਦਕ ਨਰ ਕਾਲੇ ਮੁਖ ਨਿੰਦਾ,	nindak nar kaalay mukh nindaa
ਜਿਨ੍ਹ ਗੁਰ ਕੀ ਦਾਤਿ ਨ ਭਾਈ॥੪॥	jinH gur kee daat na bhaa-ee. ||4||

ਜਿਸ ਨੂੰ ਪ੍ਰਭ ਆਪ ਕੋਈ ਦਾਤ ਬਖਸ਼ੇ, ਉਸ ਤੋ ਕੋਈ ਖੋਹ ਨਹੀਂ ਸਕਦਾ । ਜਿਹੜੇ ਨਿੰਦਿਆਂ ਕਰਦੇ ਰਹਿੰਦੇ ਹਨ, ਉਹ ਦਾਤਾਂ ਦੀ ਕੀਮਤ ਨਹੀਂ ਜਾਣਦੇ ।

Whosoever may be blessed by The True Master, no one can rob those virtues from him or curse him. Whosoever may criticize, he may never know the true value of His blessings.

ਐ ਜੀ ਸਰਣਿ ਪਰੇ	ai jee saran paray
ਪ੍ਰਭੁ ਬਖਸਿ ਮਿਲਾਵੈ,	parabh bakhas milaavai
ਬਿਲਮ ਨ ਅਧੂਆ ਰਾਈ॥	bilam na aDhoo-aa raa-ee.
ਆਨਦ ਮੂਲੁ ਨਾਥੁ ਸਿਰਿ ਨਾਥਾ,	aanad mool naath sir naathaa
ਸਤਿਗੁਰੁ ਮੇਲਿ ਮਿਲਾਈ॥੫॥	satgur mayl milaa-ee. ||5||

ਜਿਹੜੇ ਜੀਵ ਆਪਣੀ ਗਲਤੀ ਮੰਨਕੇ ਪ੍ਰਭ ਦੀ ਸ਼ਰਣ ਆ ਜਾਂਦੇ ਹਨ । ਪ੍ਰਭ ਬਖਸ਼ ਲੈਂਦਾ ਹੈ, ਉਹ ਇੱਕ ਪਲ ਵੀ ਢਿਲ ਨਹੀਂ ਕਰਦਾ । ਉਹ ਦਾਤਾਂ ਦੇਣ ਵਾਲਾ ਨਾਥਾਂ ਦਾ ਨਾਥ ਹੈ । ਸ਼ਬਦ ਦੀ ਸੋਝੀ ਨਾਲ ਹੀ ਜੀਵ ਨੂੰ ਆਪਣੇ ਵਿੱਚ ਅਲੋਪ ਕਰ ਲੈਂਦਾ ਹੈ ।

Whosoever may recognize his own mistake and surrender at His sanctuary for forgiveness; The merciful may embrace him and guide him on the right path. He is the king of Kings and Guru of worldly gurus. With the enlightenment of the essence of His Word, he may immerse his soul into The Holy Spirit.

ਐ ਜੀ ਸਦਾ ਦਇਆਲੁ	ai jee sadaa da-i-aal
ਦਇਆ ਕਰਿ ਰਵਿਆ,	da-i-aa kar ravi-aa
ਗੁਰਮਤਿ ਭ੍ਰਮਨਿ ਚੁਕਾਈ॥	gurmat bharman chukaa-ee.
ਪਾਰਸੁ ਭੇਟਿ ਕੰਚਨੁ ਧਾਤੁ ਹੋਈ,	paaras bhayt kanchan Dhaat ho-ee
ਸਤਸੰਗਤਿ ਕੀ ਵਡਿਆਈ॥੬॥	satsangat kee vadi-aa-ee. ||6||

ਪ੍ਰਭ ਬਹੁਤ ਦਿਆਲੋ ਹੈ, ਉਸ ਦੇ ਸ਼ਬਦ ਦੀ ਸੋਝੀ ਨਾਲ ਭਰਮ ਖਤਮ ਹੋ ਜਾਂਦੇ ਹਨ । ਜਿਵੇਂ ਪਾਰਸ ਨੂੰ ਛੋਹਨ ਨਾਲ ਕੋਈ ਵੀ ਧਾਤ ਸੋਇਨਾ ਬਣ ਜਾਂਦੀ ਹੈ । ਇਸ ਤਰ੍ਹਾਂ ਸਾਧ ਸੰਗਤ ਵਿੱਚ ਆ ਕੇ ਜੀਵ ਸ਼ਬਦ ਦੀ ਬੰਦਗੀ ਤੇ ਲੱਗ ਪੈਂਦਾ ਹੈ ।

The merciful is very generous, with the enlightenment of His Word all the suspicions of mind may be eliminated. As an ordinary metal may become valuable by touching philosopher's stone; the same way, by associating in the conjugation of His true devotee, anyone may adopt the right path of meditation.

ਹਰਿ ਜਲੁ ਨਿਰਮਲੁ ਮਨੁ ਇਸਨਾਨੀ,	har jal nirmal man isnaanee
ਮਜਨੁ ਸਤਿਗੁਰੁ ਭਾਈ॥	majan satgur bhaa-ee.
ਪੁਨਰਪਿ ਜਨਮੁ ਨਾਹੀ ਜਨ ਸੰਗਤਿ,	punrap janam naahee jan sangat
ਜੋਤੀ ਜੋਤਿ ਮਿਲਾਈ॥੭॥	jotee jot milaa-ee. ||7||

ਪ੍ਰਭ ਦਾ ਸ਼ਬਦ ਇੱਕ ਪਵਿਤ੍ਰ ਜਲ ਹੈ, ਜਦੋਂ ਮਨ ਅਡੋਲ ਹੋ ਕੇ ਇਸ਼ਨਾਨ ਕਰਦਾ ਹੈ । ਪ੍ਰਭ ਆਪ ਹੀ ਸਾਥੀ ਬਣ ਜਾਂਦਾ ਹੈ । ਇਸ ਤਰ੍ਹਾਂ ਜਦੋਂ ਕੋਈ ਨਿਮਾਣਾ ਬਣਕੇ ਸੰਗਤ ਵਿੱਚ ਮਿਲਦਾ ਹੈ । ਉਹ ਸ਼ਬਦ ਵਿੱਚ ਲੀਨ ਹੋਇਆ ਹੀ ਪ੍ਰਭ ਦੀ ਜੋਤ ਵਿੱਚ ਅਲੋਪ ਹੋ ਜਾਂਦਾ ਹੈ ।

The teachings of His Word are Holy nectar, whosoever may dip in the nectar with steady and stable belief; The True Master may become his companion. Same way whosoever may humbly come to the congregation of His true devotees. He may enter into deep meditation in the void of His Word and may be absorbed in His Holy Spirit.

ਤੂੰ ਵਡ ਪੁਰਖੁ ਅਗੰਮ ਤਰੋਵਰੁ, tooN vad purakh agamm tarovar
ਹਮ ਪੰਖੀ ਤੁਝ ਮਾਹੀ॥ ham pankhee tujh maahee.
ਨਾਨਕ ਨਾਮੁ ਨਿਰੰਜਨ ਦੀਜੈ, naanak naam niranjan deejai
ਜੁਗਿ ਜੁਗਿ ਸਬਦਿ ਸਲਾਹੀ॥੮॥੪॥ jug jug sabad salaahee. ||8||4||

ਪ੍ਰਭ ਤੂੰ ਸ਼ਾਤੀ ਦੇਣ ਵਾਲਾ ਬ੍ਰਿਛ ਹੈ, ਮੈਂ ਪੰਛੀ ਤੇਰੀ ਟਾਹਣੀ ਤੇ ਬੈਠਾ ਹਾ । ਰਹਿਮਤ ਬਖਸ਼ੋ ! ਆਪਣਾ ਸ਼ਬਦ ਬਖਸ਼ੋ, ਮੈਂ ਤੇਰੇ ਹੀ ਗੁਣ ਗਵਾ । ਤੂੰ ਜੁਗਾਂ ਤੋ ਇਹ ਰਹਿਮਤਾਂ ਬਖਸ਼ਦਾ ਆਇਆ ਹੈ ।

The True Master; You are a tree of comforts and I am a humble, helpless bird sitting on Your branches. With Your mercy and grace, blesses me with Your Word that I may sing the glory of Your Word. From Ancient Ages; You have been blessings Your creation.

442.ਗੁਜਰੀ ਮਹਲਾ ੧ ਘਰੁ ੪॥ 505-11

ੴ ਸਤਿਗੁਰ ਪ੍ਰਸਾਦਿ॥ ik-oNkaar satgur parsaad.
ਭਗਤਿ ਪ੍ਰੇਮ ਆਰਾਧਿਤੰ bhagat paraym aaraaDhitaN
ਸਚੁ ਪਿਆਸ ਪਰਮ ਹਿਤੰ॥ sach pi-aas param hitaN.
ਬਿਲਲਾਪ ਬਿਲਲ ਬਿਨੰਤੀਆ billaap bilal binantee-aa
ਸੁਖ ਭਾਇ ਚਿਤ ਹਿਤੰ॥ ੧॥ sukh bhaa-ay chit hitaN. ||1||

ਬੰਦਗੀ ਕਰਨ ਵਾਲੇ ਪ੍ਰੀਤ ਨਾਲ ਸ਼ਬਦ ਦੀ ਪਾਲਣਾ ਕਰਦੇ ਹਨ । ਉਹਨਾਂ ਦੇ ਮਨ ਵਿੱਚ ਪ੍ਰਭ ਦੀ ਪ੍ਰਵਾਨਗੀ ਹੀ ਖਾਹਿਸ਼ ਹੁੰਦੀ ਹੈ । ਉਹ ਦਰਦ ਭਰੀਆਂ ਅਰਦਾਸਾਂ ਕਰਦੇ ਹਨ, ਮਨ ਸੰਤੋਖ, ਸ਼ਾਤੀ ਨਾਲ ਭਰਿਆਂ ਹੁੰਦਾ ਹੈ ।

His true devotee may obey the teachings of His Word with sincere devotion and always hope for His acceptance. He always prays humbly and remains overwhelmed with contentment and peace.

ਜਪਿ ਮਨ ਨਾਮੁ ਹਰਿ ਸਰਣੀ॥ jap man naam har sarnee.
ਸੰਸਾਰ ਸਾਗਰ ਤਾਰਿ ਤਾਰਣ, sansaar saagar taar taaran
ਰਮ ਨਾਮ ਕਰਿ ਕਰਣੀ॥੧॥ਰਹਾਉ॥ ram naam kar karnee. ||1|| rahaa-o.

ਜੀਵ ਸ਼ਬਦ ਦੀ ਪਾਲਣਾ ਕਰੋ, ਪ੍ਰਭ ਨੂੰ ਹਮੇਸ਼ਾ ਹਾਜ਼ਰ ਹਜ਼ੂਰ ਸਮਝੋ । ਸ਼ਬਦ ਦੀ ਬੇੜੀ ਤੇ ਸਵਾਰ ਹੋ ਕੇ ਸੰਸਾਰ ਸਾਗਰ ਪਾਰ ਕੀਤਾ ਜਾ ਸਕਦਾ ਹੈ । ਇਹ ਹੀ ਆਪਣੇ ਜੀਵਨ ਦਾ ਧੰਦਾ ਬਣਾਵੋ, ਅਭਿਆਸ ਕਰੋ ।

You should wholeheartedly obey the teachings of His Word and always believe that The True Master is omnipresent and watching. You may aboard the boat of His Word to cross the worldly ocean of desires. Make the meditation on the teachings of His Word as your day to day chore and practice.

ਏ ਮਨ ਮਿਰਤ ਸੁਭ ਚਿੰਤੰ ay man mirat subh chi-aNtaN
ਗੁਰ ਸਬਦਿ ਹਰਿ ਰਮਣੰ॥ gur sabad har ramnaN.
ਮਤਿ ਤਤੁ ਗਿਆਨੰ ਕਲਿਆਣ ਨਿਧਾਨੰ, mat tat gi-aanaN kali-aan niDhaanaN
ਹਰਿ ਨਾਮ ਮਨਿ ਰਮਣੰ॥੨॥ har naam man ramnaN. ||2||

ਜਿਹੜਾ ਸ਼ਬਦ ਦੀ ਪਾਲਣਾ ਕਰਦਾ ਹੈ ਮੌਤ ਵੀ ਉਸ ਦੀ ਸੁਖ ਮੰਗਦੀ ਹੈ । ਆਪਣੀ ਮਨ ਦੀ ਸਿਆਣਪ ਨੂੰ ਸ਼ਬਦ ਦੀ ਸੋਝੀ ਲੈਣ ਲਈ ਵਰਤੋਂ! ਸ਼ਬਦ ਦੀ ਸੋਝੀ ਨਾਲ ਜੀਵਨ ਦਾ ਮੰਤਵ ਮਿਲ ਜਾਂਦਾ ਹੈ । ਇਸ ਦਾ ਅਭਿਆਸ ਕਰਨ ਨਾਲ ਹੀ ਰਹਿਮਤ ਬਖਸ਼ਿਸ਼ ਹੋ ਜਾਂਦੀ ਹੈ ।

Whosever may adopt the teachings of His Word with steady and stable belief in day to day life; even the devil of death may by praying for his protection. You should utilize your wisdom to be enlightened with the teachings of His Word to become worthy of His consideration. With the enlightenment of His Word, the right path to accomplish the purpose of human life journey may be blessed. By practicing in day to day life, the merciful may accept his meditation in His court.

ਚਲ ਚਿਤ ਵਿਤ ਭ੍ਰਮਾ ਭ੍ਰਮੰ	chal chit vit bharmaa bharamaN
ਜਗੁ ਮੋਹ ਮਗਨ ਹਿਤੰ॥	jag moh magan hitaN.
ਥਿਰੁ ਨਾਮੁ ਭਗਤਿ ਦਿੜੰ ਮਤੀ	thir naam bhagat dirhaN matee
ਗੁਰ ਵਾਕਿ ਸਬਦ ਰਤੰ॥੩॥	gur vaak sabad rataN. ||3||

ਮਨ ਦੀ ਚਲਾਕੀ ਸੰਸਾਰਕ ਮਇਆ ਮੋਹ ਦੇ ਜਾਲ ਵਿੱਚ ਫਸਾ ਲੈਂਦੀ ਹੈ । ਸ਼ਬਦ ਦੀ ਬੰਦਗੀ ਉਹ ਅਮੋਲਕ ਬੀਜ ਹੈ । ਜਦੋਂ ਮਨ ਇਸ ਪਾਸੇ ਚਲ ਪਵੇ ਤਾ ਮਨ ਇਸ ਜਾਲ ਵਿੱਚ ਨਹੀਂ ਫਸਦਾ ।

The clever plans of mind may entangle one in the trap of worldly wealth. The meditation is that ambrosial nectar, whosoever may taste and adopt the right path, he may become beyond the reach of worldly wealth.

ਭਰਮਾਤਿ ਭਰਮੁ ਨ ਚੂਕਈ	bharmaat bharam na chook-ee
ਜਗੁ ਜਨਮਿ ਬਿਆਧਿ ਖਪੰ॥	jag janam bi-aaDh khapaN.
ਅਸਥਾਨੁ ਹਰਿ ਨਿਹਕੇਵਲੰ	asthaan har nihkayvalaN
ਸਤਿ ਮਤੀ ਨਾਮ ਤਪੰ॥੪॥	sat matee naam tapaN. ||4||

ਇੱਛਾਂ ਦੇ ਪਿੱਛੇ ਚਲਣ ਨਾਲ ਭਰਮ ਦੂਰ ਨਹੀਂ ਹੁੰਦੇ । ਇਹ ਹੀ ਜਨਮ ਮਰਨ ਦੇ ਚੱਕਰ ਵਿੱਚ ਪਾਉਂਦੇ ਹਨ । ਪ੍ਰਭ ਦਾ ਸ਼ਬਦ ਹੀ ਉਹ ਅਟੱਲ ਤਖਤ ਹੈ । ਇਸ ਦੀ ਪਾਲਣਾ ਕਰਨਾ ਨਾਲ ਹੀ ਪ੍ਰਭ ਦੀ ਸ਼ਰਣ ਵਿੱਚ ਪਨਾਹ ਬਖਸ਼ਿਸ਼ ਹੁੰਦੀ ਹੈ ।

Whosoever may follow the lead of his worldly desires, his suspicions may never be eliminated. This may keep his soul in the cycle of birth and death. His Word may be the unique throne, adopting with steady and stable belief, his soul may be accepted in His sanctuary.

ਇਹੁ ਜਗੁ ਮੋਹ ਹੇਤ ਬਿਆਪਿਤੰ	ih jag moh hayt bi-aapitaN
ਦੁਖੁ ਅਧਿਕ ਜਨਮ ਮਰਣੰ॥	dukh aDhik janam marnaN.
ਭਜੁ ਸਰਣਿ ਸਤਿਗੁਰ ਊਬਰਹਿ	bhaj saran satgur oobrahi
ਹਰਿ ਨਾਮੁ ਰਿਦ ਰਮਣੰ॥੫॥	har naam rid ramnaN. ||5||

ਸੰਸਾਰਕ ਮੋਹ ਦੇ ਜਾਲ ਵਿੱਚ ਫਸੇ ਜੀਵ ਨੂੰ ਜਨਮ ਮਰਨ ਦਾ ਦੁਖ ਸਹਿਣਾ ਪੈਂਦਾ ਹੈ । ਅਗਰ ਸ਼ਬਦ ਦੀ ਪਾਲਣਾ ਕਰੇ ਤਾ ਹੀ ਪ੍ਰਭ ਦੀ ਸ਼ਰਣ ਵਿੱਚ ਆ ਸਕਦਾ ਹੈ । ਸ਼ਬਦ ਦੀ ਬੰਦਗੀ ਕਰਨ ਨਾਲ ਹੀ ਸਾਗਰ ਪਾਰ ਕਰ ਸਕਦਾ ਹੈ । ਜਿਸ ਮਨ ਵਿੱਚ ਸ਼ਬਦ ਘਰ ਕਰ ਜਾਂਦਾ ਹੈ । ਉਹ ਮਨ ਪਵਿਤ੍ਰ, ਅਮੋਲਕ ਰਤਨ ਬਣ ਜਾਂਦਾ ਹੈ । ਉਸ ਵਿੱਚ ਰੱਬੀ ਨੂਰ ਆ ਜਾਂਦਾ ਹੈ ।

Worldly relationship, attachment is such a mysterious trap, one has to endure the misery of birth and death cycle. Whosoever may adopt the teachings of His Word with steady and stable belief, he may be accepted in His sanctuary. Whosoever may be drenched with essence of His Word, his soul may become ambrosial jewel and shines with His spiritual glow.

ਗੁਰਮਤਿ ਨਿਹਚਲ ਮਨਿ ਮਨੁ	gurmat nihchal man man
ਮਨੰ ਸਹਜ ਬੀਚਾਰੰ॥	manaN sahj beechaaraN.
ਸੋ ਮਨੁ ਨਿਰਮਲੁ ਜਿਤੁ ਸਾਚੁ ਅੰਤਰਿ,	so man nirmal jit saach antar
ਗਿਆਨ ਰਤਨੁ ਸਾਰੰ॥੬॥	gi-aan ratan saaraN. ||6||

ਜਿਸ ਦੇ ਅੰਦਰ ਪ੍ਰਭ ਦੀ ਜੋਤ ਜਾਗਰਤ ਹੋ ਜਾਂਦੀ ਹੈ । ਉਸ ਦਾ ਮਨ ਨਿਰਮਲ ਹੋ ਜਾਂਦਾ ਹੈ । ਉਸ ਨੂੰ ਸ਼ਬਦ ਦੀ ਸੋਝੀ ਵਾਲਾ ਰਤਨ ਹਾਸਿਲ ਹੋ ਜਾਂਦਾ ਹੈ ।

Whosoever may be enlightened with the teachings of His Word; his soul may be sanctified. He may be blessed with jewel of enlightenment of His Word.

ਭੈ ਭਾਇ ਭਗਤਿ ਤਰੁ ਭਵਜਲੁ ਮਨਾ,	bhai bhaa-ay bhagat tar bhavjal manaa
ਚਿਤੁ ਲਾਇ ਹਰਿ ਚਰਣੀ॥	chit laa-ay har charnee.
ਹਰਿ ਨਾਮੁ ਹਿਰਦੈ ਪਵਿਤ੍ਰੁ ਪਾਵਨੁ,	har naam hirdai pavitar paavan
ਇਹੁ ਸਰੀਰੁ ਤਉ ਸਰਣੀ॥੭॥	ih sareer ta-o sarnee. ||7||

ਉਹ ਮਨ ਜੋ ਸ਼ਬਦ ਦੀ ਪਾਲਣਾ ਕਰਨ ਨਾਲ ਪਵਿਤ੍ਰ ਹੋ ਜਾਂਦਾ ਹੈ । ਉਸ ਦਾ ਧਿਆਨ ਹਰ ਵੇਲੇ ਪ੍ਰਭ ਦੇ ਚਰਨਾਂ ਵਿੱਚ ਹੀ ਰਹਿੰਦਾ ਹੈ । ਉਹ ਇਸ ਲਗਨ, ਸ਼ਰਧਾ ਨਾਲ ਹੀ ਸਾਗਰ ਪਾਰ ਕਰ ਜਾਂਦੇ ਹਨ । ਜਿਸ ਦੇ ਮਨ ਵਿੱਚ ਸ਼ਬਦ ਘਰ ਕਰ ਜਾਂਦਾ ਹੈ, ਉਸ ਦਾ ਮਨ ਪਵਿਤ੍ਰ ਹੋ ਜਾਂਦਾ ਹੈ । ਉਹ ਪ੍ਰਭ ਦੀ ਸ਼ਰਣ, ਰਖਵਾਲੀ ਵਿੱਚ ਆ ਜਾਂਦਾ ਹੈ ।

Whose soul may be sanctified by obeying the teachings of His Word, he may remain in deep meditation in the void of His Word. With His devotion and dedication may be saved from terrible ocean of worldly desires. He may be drenched with the teachings of His Word and his soul may be sanctified. He remains in His sanctuary.

ਲਬ ਲੋਭ ਲਹਰਿ ਨਿਵਾਰਣੰ	lab lobh lahar nivaaranaN
ਹਰਿ ਨਾਮ ਰਾਸਿ ਮਨੰ॥	har naam raas manaN.
ਮਨੁ ਮਾਰਿ ਤੁਹੀ ਨਿਰੰਜਨਾ	man maar tuhee niranjanaa
ਕਹੁ ਨਾਨਕਾ ਸਰਨੰ॥੮॥੧॥ ੫॥	kaho naankaa sarnaN. ||8||1||5||

ਸ਼ਬਦ ਦੇ ਖਜ਼ਾਨੇ ਦੇ ਨਾਲ ਹੀ ਮਨ ਦ ਲਾਲਚ ਦੱਬਿਆ ਜਾਂਦੇ ਹਨ । ਉਹ ਆਪਣੇ ਮਨ ਤੇ ਸੰਸਾਰਕ ਇੱਛਾਂ ਤੇ ਜਿੱਤ ਪਾ ਲੈਂਦਾ ਹੈ । ਉਸ ਦੀ ਆਤਮਾ ਪ੍ਰਭ ਦੇ ਪ੍ਰਵਾਨ ਹੋਣ ਯੋਗ ਪਵਿਤ੍ਰ ਹੋ ਜਾਂਦੀ ਹੈ ।

With the treasure of the virtues of His Word, all his greed may be buried. He may be blessed to conquer the demons of worldly desires. His soul may become worthy of His consideration.

443.ਗੂਜਰੀ ਮਹਲਾ ੩ ਘਰੁ ੧॥ 506-3

੧ੴ ਸਤਿਗੁਰ ਪ੍ਰਸਾਦਿ॥	oNkaar satgur parsaad.
ਨਿਰਤਿ ਕਰੀ ਇਹੁ ਮਨੁ ਨਚਾਈ॥	nirat karee ih man nachaa-ee.
ਗੁਰ ਪਰਸਾਦੀ ਆਪੁ ਗਵਾਈ॥	gur parsaadee aap gavaa-ee.
ਚਿਤੁ ਥਿਰੁ ਰਾਖੈ ਸੋ ਮੁਕਤਿ ਹੋਵੈ,	chit thir raakhai so mukat hovai
ਜੋ ਇਛੀ ਸੋਈ ਫਲੁ ਪਾਈ॥੧॥	jo ichhee so-ee fal paa-ee. ||1||

ਪ੍ਰਭ ਦੀ ਰਹਿਮਤ ਨਾਲ ਮਨ ਵਿਚੋਂ ਖੁਦਗਰਜ਼ੀ ਖਤਮ ਕਰੋ, ਆਪਾ ਖਤਮ ਕਰੋ । ਆਪਣੇ ਮਨ ਨੂੰ ਪ੍ਰਭ ਦੇ ਸ਼ਬਦ ਦੀ ਧੁਨ ਤੇ ਨੱਚਨ ਤੇ ਲਾਵੋ। ਆਪਣੇ ਮਨ ਨੂੰ ਸ਼ਬਦ ਦੀ ਪਾਲਣਾ ਤੇ ਅਡੋਲ ਰਖਣ ਨਾਲ ਮੁਕਤੀ ਦਾ ਰਸਤਾ ਮਿਲਦਾ ਹੈ । ਮਨ ਦੀਆਂ ਅਣਬੋਲੀਆਂ ਇੱਛਾਂ ਪੂਰੀਆਂ ਹੋ ਜਾਂਦੀਆਂ ਹਨ ।

With Your mercy and grace, blesses me to conquer my selfishness and eliminate my identity. You should train your mind to dance at the tone of His Word. By adopting His Word with steady and stable belief in day to day life; you may be blessed with the right path of salvation. With His mercy and grace, even the unspoken desires of his mind may be satisfied.

ਨਾਚੁ ਰੇ ਮਨ ਗੁਰ ਕੈ ਆਗੈ॥	naach ray man gur kai aagai.
ਗੁਰ ਕੈ ਭਾਣੈ ਨਾਚਹਿ	gur kai bhaanai naacheh
ਤਾ ਸੁਖੁ ਪਾਵਹਿ,	taa sukh paavahi
ਅੰਤੇ ਜਮ ਭਉ ਭਾਗੈ॥ ਰਹਾਉ॥	antay jam bha-o bhaagai. rahaa-o.

ਜੀਵ ਅਗਰ ਤੇਰਾ ਮਨ ਪ੍ਰਭ ਦੇ ਸ਼ਬਦ ਤੇ ਨਾਚ ਕਰੇ, ਸ਼ਬਦ ਨੂੰ ਮਨ ਵਿੱਚ ਵਸਾਵੇ । ਤਾ ਮਨ ਨੂੰ ਸਦਾ ਰਹਿਣ ਵਾਲੀ ਸ਼ਾਂਤੀ ਹਾਸਿਲ ਹੋ ਜਾਂਦੀ ਹੈ । ਬਾਰ ਬਾਰ ਮਰਨ ਦਾ ਡਰ ਨਾਸ਼ ਹੋ ਜਾਂਦਾ ਹੈ ।

Whosoever may dance on the teachings of His Word and remain drenched with the teachings of His Word; he may be blessed with everlasting peace in his life. He may not have to die over and over again.

ਆਪਿ ਨਚਾਏ ਸੋ ਭਗਤੁ ਕਹੀਐ,	aap nachaa-ay so bhagat kahee-ai
ਆਪਣਾ ਪਿਆਰੁ ਆਪਿ ਲਾਏ॥	aapnaa pi-aar aap laa-ay.
ਆਪੇ ਗਾਵੈ ਆਪਿ ਸੁਣਾਵੈ,	aapay gaavai aap sunaavai
ਇਸੁ ਮਨ ਅੰਧੇ ਕਉ ਮਾਰਗਿ ਪਾਏ॥੨॥	is man anDhay ka-o maarag paa-ay. ‖2‖

ਜਿਸ ਨੂੰ ਪ੍ਰਭ ਆਪ ਸ਼ਬਦ ਦੀ ਮਸਤੀ ਵਿੱਚ ਰਖਦਾ ਹੈ । ਉਹ ਅਸਲੀ ਦਾਸ ਬਣ ਜਾਂਦਾ ਹੈ । ਪ੍ਰਭ ਆਪ ਹੀ ਜੀਵ ਦੀ ਲਗਨ ਸ਼ਬਦ ਵਿੱਚ ਅਡੋਲ ਰਖਦਾ ਹੈ । ਪ੍ਰਭ ਆਪ ਹੀ ਜੀਵ ਦੀ ਜੀਭ ਤੇ, ਅੰਦਰ ਗਾਉਂਦਾ ਹੈ । ਆਪ ਹੀ ਜੀਵ ਦੇ ਅੰਦਰ ਸੁਣਦਾ ਹੈ । ਪ੍ਰਭ ਆਪ ਹੀ ਭੁਲੇ ਹੋਏ ਜੀਵ ਨੂੰ ਬੰਦਗੀ ਦੇ ਰਸਤੇ ਤੇ ਪਾਉਂਦਾ ਹੈ ।

Whosoever may remain intoxicated in meditation with His mercy and grace; he may be blessed with a state of mind as His true devotee. He may keep him steady and stable on the right path of meditation. The True Master, Himself sings on his tongue and Himself listen the praises of His Word. With His mercy and grace, he may guide His true devotee, who might have lost his way.

ਅਨਦਿਨੁ ਨਾਚੈ ਸਕਤਿ ਨਿਵਾਰੈ	an-din naachai sakat nivaarai
ਸਿਵ ਘਰਿ ਨੀਦ ਨ ਹੋਈ॥	siv ghar need na ho-ee.
ਸਕਤੀ ਘਰਿ ਜਗਤੁ ਸੂਤਾ	saktee ghar jagat sootaa
ਨਾਚੈ ਟਾਪੈ ਅਵਰੋ ਗਾਵੈ,	naachai taapai avro gaavai manmukh
ਮਨਮੁਖਿ ਭਗਤਿ ਨ ਹੋਈ॥੩॥	bhagat na ho-ee. ‖3‖

ਸਿਵ ਦਾ ਘਰ ਵਿੱਚ ਦਾਖਲ ਹੋ ਜਾਂਦਾ ਹੈ । ਸਾਰਾ ਸੰਸਾਰ ਹੀ ਸੰਸਾਰਕ ਮਾਇਆ ਦੇ ਪ੍ਰਭਾਵ ਵਿੱਚ ਦੀਵਾਨਾ ਹੋਇਆ ਹੈ । ਉਹ ਇਸ ਮਾਇਆ ਦੇ ਪ੍ਰਭਾਵ ਵਿੱਚ ਹੀ ਨੱਚਦਾ, ਟੱਪਦਾ ਹੈ । ਧਰਮ ਦੇ ਭਰਮਾਂ ਦੇ ਪ੍ਰਭਾਵ ਵਿੱਚ ਸ਼ਬਦ ਗਾਉਂਦਾ ਹੈ । ਪ੍ਰਭ ਦੀ ਉਸਤਤ ਦਾ ਕੀਰਤਨ ਕਰਦਾ ਹੈ । ਮਨਮੁਖ ਜੀਵ ਵਿੱਚ ਇੱਕੋ ਇੱਕ ਤੇ ਭਰੋਸਾ ਅਡੋਲ ਨਹੀਂ ਹੁੰਦਾ, ਬੰਦਗੀ ਵਿੱਚ ਕੋਈ ਲਗਨ ਨਹੀਂ ਹੁੰਦੀ ।

Whosoever may dance day and night intoxication of worldly wealth. He may remain trapped into the greed of worldly wealth and remain insane. He sings the glory of His Word under the influence of religious suspicions. He remains asleep, ignorant from the reality of the purpose of human life blessings. Self-minded may not have a steady and stable belief on anyone and may not have any devotion in meditation.

ਸੁਰਿ ਨਰ ਵਿਰਤਿ ਪਖਿ ਕਰਮੀ,	sur nar virat pakh karmee
ਨਾਚੇ ਮੁਨਿ ਜਨ ਗਿਆਨ ਬੀਚਾਰੀ॥	naachay mun jan gi-aan beechaaree.
ਸਿਧ ਸਾਧਿਕ ਲਿਵ ਲਾਗੀ ਨਾਚੇ,	siDh saaDhik liv laagee naachay
ਜਿਨ ਗੁਰਮੁਖਿ ਬੁਧਿ ਵੀਚਾਰੀ॥੪॥	jin gurmukh buDh veechaaree. ‖4‖

ਫਰਿਸ਼ਤੇ, ਤਿਆਗੀ, ਚੰਗੇ ਕਰਮਾ ਵਾਲੇ, ਮੋਨਧਾਰੀ, ਸ਼ਬਦ ਦੇ ਗਿਆਨ ਵਿੱਚ ਨੱਚਦੇ ਹਨ । ਇਸ ਤਰ੍ਹਾਂ ਸਿਧ (ਸੋਝੀਵਾਲੇ), ਦਾਸ ਜਿਹਨਾਂ ਦੀ ਲਗਨ ਸ਼ਬਦ ਵਿੱਚ ਲੱਗੀ ਰਹਿੰਦੀ ਹੈ । ਗੁਰਮਖ ਸਾਰੇ ਹੀ ਪ੍ਰਭ ਦੇ ਸ਼ਬਦ ਨੂੰ ਧਿਆਨ, ਲਗਨ ਲਾ ਕੇ ਮਸਤ ਰਹਿੰਦੇ ਹਨ ।

His true devotee, angels, worldly prophets may dance in the enlightenment of His Word. Their devotion remains steady and stable on the teachings of His Word. His true devotee remains intoxicated in meditation in the void of His Word.

ਖੰਡ ਬ੍ਰਹਮੰਡ ਤ੍ਰੈ ਗੁਣ ਨਾਚੇ, khand barahmand tarai gun naachay
ਜਿਨ ਲਾਗੀ ਹਰਿ ਲਿਵ ਤੁਮਾਰੀ॥ jin laagee har liv tumaaree.
ਜੀਅ ਜੰਤ ਸਭੇ ਹੀ ਨਾਚੇ, jee-a jant sabhay hee naachay
ਨਾਚਹਿ ਖਾਣੀ ਚਾਰੀ॥੫॥ naacheh khaanee chaaree. ||5||

ਪ੍ਰਭ ਸਾਰੇ ਖੰਡ, ਬ੍ਰਹਮੰਡ ਮਾਇਆ ਦੇ ਤਿੰਨਾਂ ਗੁਣਾਂ ਕਰਕੇ ਨੱਚਦੇ ਹਨ । ਇਸ ਤਰ੍ਹਾਂ ਸ਼ਬਦ ਵਿੱਚ ਲਗਨ ਲਾਉਣ ਵਾਲੇ ਨੱਚਦੇ ਹਨ । ਸਾਰੀਆਂ ਸ੍ਰਿਸ਼ਟੀਆਂ ਦੇ ਜੀਵ ਅਤੇ ਜੀਵ ਦੇ ਪੈਦਾ ਕਰਨ ਦੇ ਚਾਰੇ ਸੋਮੇ ਨੱਚਦੇ ਹਨ ।

The True Master, all universes are dancing on the deceptive glory of worldly wealth of some color. Same way, worldly gurus, preacher and guides are dancing with worldly greed. Same way all the source of reproduction of Your creation.

ਜੋ ਤੁਧੁ ਭਾਵਹਿ ਸੇਈ ਨਾਚਹਿ, jo tuDh bhaaveh say-ee naacheh
ਜਿਨ ਗੁਰਮੁਖਿ ਸਬਦਿ ਲਿਵ ਲਾਏ॥ jin gurmukh sabad liv laa-ay.
ਸੇ ਭਗਤ ਸੇ ਤਤੁ ਗਿਆਨੀ, say bhagat say tat gi-aanee
ਜਿਨ ਕਉ ਹੁਕਮੁ ਮਨਾਏ॥੬॥ jin ka-o hukam manaa-ay. ||6||

ਪ੍ਰਭ ਜਿਸ ਤੇ ਤੇਰੀ ਰਹਿਮਤ ਹੁੰਦੀ ਹੈ, ਉਹ ਹੀ ਸ਼ਬਦ ਵਿੱਚ ਮਸਤ ਹੁੰਦਾ ਹੈ । ਗੁਰਮਖ ਜੀਵ ਤੇਰੇ ਸ਼ਬਦ ਵਿੱਚ ਹੀ ਲੀਨ ਰਹਿੰਦਾ ਹੈ । ਉਹ ਹੀ ਤੇਰੇ ਦਾਸ ਬਣ ਜਾਂਦਾ ਹੈ, ਜਿਹਨਾਂ ਨੂੰ ਸ਼ਬਦ ਦੀ ਸੋਝੀ ਹੋ ਜਾਂਦੀ ਹੈ । ਉਹ ਤੇਰੇ ਭਾਣੇ ਅੰਦਰ ਹੀ ਖੇੜੇ ਵਿੱਚ ਰਹਿੰਦਾ ਹੈ ।

Only with Your mercy and grace, someone may remain intoxicated in the teachings of Your Word. Your true devotee adopts Your Word with steady and stable belief in day to day life and remains in deep meditation in the void of Your Word. Whosoever may be enlightened with the essence of Your Word, he may become worthy to be called Your true devotee, slave. He may remain contented and in blossom in all worldly environments.

ਏਹਾ ਭਗਤਿ ਸਚੇ ਸਿਉ ਲਿਵ ਲਾਗੈ, ayhaa bhagat sachay si-o liv laagai
ਬਿਨੁ ਸੇਵਾ ਭਗਤਿ ਨ ਹੋਈ॥ bin sayvaa bhagat na ho-ee.
ਜੀਵਤੁ ਮਰੈ ਤਾ ਸਬਦੁ ਬੀਚਾਰੈ, jeevat marai taa sabad beechaarai
ਤਾ ਸਚੁ ਪਾਵੈ ਕੋਈ॥੭॥ taa sach paavai ko-ee. ||7||

ਉਹ ਹੀ ਪ੍ਰਭ ਦਾ ਅਸਲੀ ਦਾਸ ਹੁੰਦਾ ਹੈ । ਜਿਸ ਦੀ ਸ਼ਬਦ ਵਿੱਚ ਲਗਨ ਅਡੋਲ ਹੁੰਦੀ ਹੈ । ਸ਼ਬਦ ਦੀ ਪਾਲਣਾ ਕਰਨ ਤੋ ਬਿਨਾਂ ਬੰਦਗੀ ਨਹੀਂ ਹੰਦੀ । ਜਿਸ ਜੀਵ ਤੇ ਸੰਸਾਰਕ ਇੱਛਾਂ ਦਾ ਕੋਈ ਪ੍ਰਭਾਵ ਨਾ ਹੋਵੇ । ਉਹ ਹੀ ਪ੍ਰਭ ਦੇ ਸ਼ਬਦ ਨਾਲ ਜੀਵਨ ਢਾਲਦਾ ਹੈ, ਸ਼ਬਦ ਮਨ ਵਿੱਚ ਘਰ ਕਰਦਾ ਹੈ ।

Whosoever may be meditating on the teachings of His Word with steady and stable belief in day to day life; he may be worthy to be called Your true devotee. Without adopting the teachings of His Word in day to day life, there may not be any true meditation of worship of The True Master. Whosoever may rise above the influence of worldly wealth in his day to day life, only he may adopt the teachings of His Word with steady and stable belief in day to day life. He may remain drenched with the nectar of the essence of His Word.

ਮਾਇਆ ਕੈ ਅਰਥਿ ਬਹੁਤੁ ਲੋਕ ਨਾਚੇ, maa-i-aa kai arath bahut lok
ਕੋ ਵਿਰਲਾ ਤਤੁ ਬੀਚਾਰੀ॥ naachay ko virlaa tat beechaaree.
ਗੁਰ ਪਰਸਾਦੀ ਸੋਈ ਜਨੁ ਪਾਏ, gur parsaadee so-ee jan paa-ay
ਜਿਨ ਕਉ ਕ੍ਰਿਪਾ ਤੁਮਾਰੀ॥੮॥ jin ka-o kirpaa tumaaree. ||8||

ਸੰਸਾਰਕ ਮਾਇਆ ਦੇ ਪ੍ਰਭਾਵ ਅੰਦਰ ਕਈ ਜੀਵ ਨੱਚਦੇ, ਟੱਪਦੇ, ਧਰਮ ਦਾ ਪ੍ਰਚਾਰ ਕਰਦੇ ਹਨ । ਕੋਈ ਵਿਰਲਾ ਹੀ ਜੀਵ ਹੁੰਦਾ ਹੈ ਜਿਸ ਨੂੰ ਪ੍ਰਭ ਦੇ ਸ਼ਬਦ ਦੀ ਸੋਝੀ ਹੋ ਜਾਂਦੀ ਹੈ । ਪ੍ਰਭ ਤੇਰੇ ਤਰਸ ਕਰਨ ਨਾਲ ਹੀ ਨਿਮਾਣੇ ਜੀਵ ਤੇਰੀ ਰਹਿਮਤ ਦੀ ਨਜ਼ਰ ਪਾਉਂਦੇ ਹਨ ।

So many may dance, sing and preach religious fundamentals in intoxication of worldly wealth and greed; however, very rare may dance or preach the enlightenment of His Word. You may mercy on Your humble slave.

ਇਕੁ ਦਮੁ ਸਾਚਾ ਵੀਸਰੈ,	ik dam saachaa veesrai
ਸਾ ਵੇਲਾ ਬਿਰਥਾ ਜਾਇ॥	saa vaylaa birthaa jaa-ay.
ਸਾਹਿ ਸਾਹਿ ਸਦਾ ਸਮਾਲੀਐ,	saahi saahi sadaa samaalee-ai
ਆਪੇ ਬਖਸੇ ਕਰੇ ਰਜਾਇ॥੯॥	aapay bakhsay karay rajaa-ay. ||9||

ਅਗਰ ਇੱਕ ਪਲ ਵੀ ਪ੍ਰਭ ਦਾ ਸ਼ਬਦ ਮਨ ਵਿਚੋਂ ਵਿਸਰ ਜਾਵੇ । ਤਾ ਜੀਵ ਦਾ ਮਾਨਸ ਜਨਮ ਹੀ ਬਿਰਥਾ ਚਲੇ ਜਾਂਦਾ ਹੈ । ਜੀਵ ਆਪਣੇ ਸਵਾਸ ਗਰਾਸ ਉਸ ਪ੍ਰਭ ਦੀਆਂ ਰਹਿਮਤਾਂ ਨੂੰ ਯਾਦ ਰਖੋ! ਉਹ ਆਪ ਹੀ ਆਪਣੀ ਰਜ਼ਾ ਨਾਲ ਰਹਿਮਤਾਂ, ਭੁਲਾ ਬਖਸ਼ਦਾ ਹੈ ।

Whosoever may abandon His Word from His day to day life, even for a moment, his human life journey may become useless. You should with each and every breath, remain in renunciation in the memory of your separation from The Holy Spirit. You should always remain drenched with the essence of His Word and always beg for His forgiveness.

ਸੇਈ ਨਾਚਹਿ ਜੋ ਤੁਧੁ ਭਾਵਹਿ,	say-ee naacheh jo tuDh bhaaveh
ਜਿ ਗੁਰਮੁਖਿ ਸਬਦੁ ਵੀਚਾਰੀ॥	je gurmukh sabad veechaaree.
ਕਹੁ ਨਾਨਕ ਸੇ ਸਹਜ ਸੁਖੁ ਪਾਵਹਿ,	kaho naanak say sahj sukh paavahi
ਜਿਨ ਕਉ ਨਦਰਿ ਤੁਮਾਰੀ॥੧੦॥੧॥੬॥	jin ka-o nadar tumaaree. ||10||1||6||

ਪ੍ਰਭ ਤੇਰੇ ਸ਼ਬਦ ਤੇ ਕੇਵਲ ਉਹ ਹੀ ਨੱਚ ਸਕਦਾ ਹੈ, ਲਗਨ ਲਾ ਸਕਦਾ ਹੈ । ਜਿਸ ਤੇ ਤੂੰ ਆਪ ਹੀ ਰਹਿਮਤ ਕਰਦਾ ਹੈ । ਗੁਰਮਖ ਤੇਰੇ ਸ਼ਬਦ ਦਾ ਹੀ ਵਿਚਾਰ, ਧਿਆਨ ਰਖਦੇ, ਪਾਲਣਾ ਕਰਦੇ ਹਨ । ਜਿਸ ਤੇ ਤੂੰ ਆਪ ਹੀ ਰਹਿਮਤ ਬਖਸ਼ਦਾ ਹੈ, ਕੇਵਲ ਉਹ ਹੀ ਜੀਵ ਸਦਾ ਰਹਿਣ ਵਾਲਾ ਸੰਤੋਖ, ਸ਼ਾਂਤੀ ਪਾਉਂਦਾ ਹੈ ।

Whosoever may be inspired and blessed with devotion with Your mercy and grace, only he may dance and remain intoxicated in the void of Your Word. Your true devotee may adopt Your Word with steady and stable belief in his day to day life, he may evaluate his own deeds. Only with Your mercy and grace, one may remain contented and in blossom in all worldly environments.

444.ਗੂਜਰੀ ਮਹਲਾ ੪ ਘਰੁ ੨॥ 506-16

੧ਓ ਸਤਿਗੁਰ ਪ੍ਰਸਾਦਿ॥	oNkaar satgur parsaad.
ਹਰਿ ਬਿਨੁ ਜੀਅਰਾ ਰਹਿ ਨ ਸਕੈ	har bin jee-araa reh na sakai
ਜਿਉ ਬਾਲਕੁ ਖੀਰ ਅਧਾਰੀ॥	Ji-o baalak kheer aDhaaree.
ਅਗਮ ਅਗੋਚਰ ਪ੍ਰਭੁ ਗੁਰਮੁਖਿ ਪਾਈਐ	agam agochar parabh gurmukh paaee-ai
ਅਪੁਨੇ ਸਤਿਗੁਰ ਕੈ ਬਲਿਹਾਰੀ॥੧॥	apunay satgur kai balihaaree. ||1||

ਮੈਂ ਪੂਰਨ ਗੁਰੂ ਤੋਂ ਕਰਬਾਣਾ ਜਾਵਾ! ਗੁਰਮਖ ਨੇ ਸ਼ਬਦ ਦੀ ਪਾਲਣਾ ਕਰਕੇ ਸ਼ਬਦ ਦੀ ਸੋਝੀ ਪਾਈ, ਰਹਿਮਤ ਪਾਈ ਹੈ । ਮੇਰੀ ਆਤਮਾ ਪ੍ਰਭ ਦੇ ਸ਼ਬਦ ਦੀ ਪਾਲਣਾ ਤੋ ਬਿਨਾਂ ਬਚ ਨਹੀਂ ਸਕਦੀ । ਜਿਵੇਂ ਬੱਚਾ ਦੁੱਧ ਤੋ ਬਿਨਾਂ ਚੈਨ ਵਿੱਚ ਨਹੀਂ ਰਹਿੰਦਾ ।

I may remain fascinated from the greatness of The True Master. With His mercy and grace, His true devotee may adopt the teachings and may be blessed with enlightenment of the essence of His Word. I may not feel any comfort without meditating and obeying the teachings of His Word; as child remain frustrated, desperate without the milk of her mother.

ਮਨ ਰੇ ਹਰਿ ਕੀਰਤਿ ਤਰੁ ਤਾਰੀ॥ man ray har keerat tar taaree.
ਗੁਰਮੁਖਿ ਨਾਮੁ ਅੰਮ੍ਰਿਤ ਜਲੁ ਪਾਈਐ, gurmukh naam amrit jal paa-ee-ai
ਜਿਨ ਕਉ ਕ੍ਰਿਪਾ ਤੁਮਾਰੀ॥ ਰਹਾਉ॥ jin ka-o kirpaa tumaaree. rahaa-o.

ਮੇਰੇ ਮਨ ਪ੍ਰਭ ਦੇ ਸ਼ਬਦ ਦੀ ਕਮਾਈ, ਕੀਰਤ ਕਰੋ! ਜਿਹਨਾਂ ਤੇ ਪ੍ਰਭ ਦੀ ਆਪਣੀ ਰਹਿਮਤ ਬਖਸ਼ਿਸ਼ ਹੋ ਜਾਂਦੀ ਹੈ । ਉਹ ਸ਼ਬਦ ਦੀ ਪਾਲਣਾ ਕਰਕੇ ਸ਼ਬਦ ਦੀ ਸੋਝੀ ਪਾ ਲੈਂਦੇ ਹਨ । ਸ਼ਬਦ ਰੂਪੀ ਅੰਮ੍ਰਿਤ ਪਾਨ ਕਰ ਲੈਂਦੇ ਹਨ ।

My mind, sings the glory of His Word and earn the wealth of His Word. Whosoever may be blessed with His mercy and grace, he may adopt the teachings of His Word with steady and stable belief and he may be blessed with enlightenment. He may taste the nectar of the essence of the teachings of His Word.

ਸਨਕ ਸਨੰਦਨ ਨਾਰਦ ਮੁਨਿ ਸੇਵਹਿ, sanak sanandan naarad mun sayveh
ਅਨਦਿਨੁ ਜਪਤ ਰਹਹਿ ਬਨਵਾਰੀ॥ an-din japat raheh banvaaree.
ਸਰਣਾਗਤਿ ਪ੍ਰਹਲਾਦ ਜਨ ਆਏ sarnaagat parahlaad jan aa-ay
ਤਿਨ ਕੀ ਪੈਜ ਸਵਾਰੀ॥੨॥ tin kee paij savaaree. ||2||

ਪ੍ਰਭ ਸੰਨਕ, ਸਨੰਦਨ, ਨਾਰਦ, ਮੋਨੀ ਸੰਤ ਦਿਨ ਰਾਤ ਤੇਰੇ ਸ਼ਬਦ ਦਾ ਸਿਮਰਨ ਕਰਦੇ ਹਨ । ਉਹ ਜੰਗਲਾਂ ਵਿੱਚ ਭਉਦੇ ਤੇਰਾ ਸ਼ਬਦ ਗਾਉਂਦੇ ਰਹਿੰਦੇ ਹਨ । ਪ੍ਰਹਿਲਾਦ ਤੇਰੀ ਸ਼ਰਣ ਵਿੱਚ ਅਇਆ, ਤੂੰ ਹੀ ਉਸ ਦੀ ਰਖਿਆ ਕੀਤੀ, ਬਚਾ ਲਿਆ ।

All worldly prophets, devotees and saints mediate day and night on the teachings of Your Word. Many may wander in wild forests singing Your glory. Bhagat Parahlaad surrendered at Your sanctuary and was saved with Your mercy and grace.

ਅਲਖ ਨਿਰੰਜਨੁ ਏਕੋ ਵਰਤੈ alakh niranjan ayko vartai
ਏਕਾ ਜੋਤਿ ਮੁਰਾਰੀ॥ aykaa jot muraaree.
ਸਭਿ ਜਾਚਿਕ ਤੂ ਏਕੋ ਦਾਤਾ sabh jaachik too ayko daataa
ਮਾਗਹਿ ਹਾਥ ਪਸਾਰੀ॥੩॥ maageh haath pasaaree. ||3||

ਪ੍ਰਭ ਤੂੰ ਜੀਵ ਦੇ ਦੇਖਣ ਵਿੱਚ, ਅੰਦਾਜ਼ਾ ਲਾਉਣ ਵਿੱਚ ਨਹੀਂ ਹੈ । ਤੂੰ ਹੀ ਸਭ ਥਾਂ ਤੇ ਵਾਪਰਦਾ ਹੈ, ਤੇਰੀ ਹੀ ਜੋਤ ਹਰਇੱਕ ਵਿੱਚ ਵਸਦੀ ਹੈ । ਸਾਰੀ ਸ੍ਰਿਸ਼ਟੀ ਦੇ ਜੀਵ ਹੀ ਤੇਰੇ ਦਰ ਤੇ ਮੰਗਤੇ ਹਨ । ਕੇਵਲ ਤੂੰ ਹੀ ਦਾਤਾਂ ਦੇਣ ਵਾਲਾ ਮਾਲਕ ਹੈ । ਸਾਰੇ ਹੀ ਤੇਰੇ ਅੱਗੇ ਹੱਥ ਪਸਾਰ ਕੇ ਭੀਖ ਮੰਗਦੇ ਹਨ ।

The True Master; You are beyond any imagination of Your creation. The Omnipresent True Master remains embedded in each and every soul and in every event in Your nature. Everyone is a beggar at Your door and only You are The True Treasurer of all virtues. Everyone helplessly begs for Your mercy and grace.

ਭਗਤ ਜਨਾ ਕੀ ਊਤਮ ਬਾਣੀ, bhagat janaa kee ootam banee
ਗਾਵਹਿ ਅਕਥ ਕਥਾ ਨਿਤ ਨਿਆਰੀ॥ gaavahi akath kathaa nit ni-aaree.
ਸਫਲ ਜਨਮੁ ਭਇਆ ਤਿਨ ਕੇਰਾ, safal janam bha-i-aa tin kayraa
ਆਪਿ ਤਰੇ ਕੁਲ ਤਾਰੀ॥੪॥ aap taray kul taaree. ||4||

ਬੰਦਗੀ ਕਰਨ ਵਾਲੇ ਜੀਵ ਦੇ ਬੋਲ ਨਿਰਾਲੇ ਹੁੰਦੇ ਹਨ । ਹਰ ਰੋਜ਼ ਤੇਰੀ ਅਨੋਖੀ ਅਵਸਥਾ ਦੱਸਦੇ ਹਨ, ਅਕਥ ਕਥ ਦਾ ਵਿਖਆਣ ਕਰਦੇ ਹਨ । ਉਹਨਾਂ ਦਾ ਮਾਨਸ ਜਨਮ ਸਫਲ ਹੋ ਜਾਂਦਾ ਹੈ, ਉਹ ਤੇਰੇ ਦਰਬਾਰ ਵਿੱਚ ਪ੍ਰਵਾਨ ਹੋ ਜਾਂਦੇ ਹਨ । ਅਨੇਕਾਂ ਜੀਵਾਂ ਨੂੰ ਸ਼ਬਦ ਦੀ ਪਾਲਣਾ ਤੇ ਲਾ ਕੇ ਪ੍ਰਵਾਨਗੀ ਦੇ ਰਸਤੇ ਤੇ ਪਾ ਜਾਂਦੇ ਹਨ ।

The sermons of His true devotee may be astonishing! Every moment, he may enlighten deeper and deeper understanding about the nature of The True Master. His human life journey may be fruitful and may be accepted in Your court. He may inspire several ignorant on the right path of Your acceptance.

ਮਨਮੁਖ ਦੁਬਿਧਾ ਦੁਰਮਤਿ ਬਿਆਪੇ, manmukh dubiDhaa durmat bi-aapay
ਜਿਨ ਅੰਤਰਿ ਮੋਹ ਗੁਬਾਰੀ॥ jin antar moh gubaaree.
ਸੰਤ ਜਨਾ ਕੀ ਕਥਾ ਨ ਭਾਵੈ sant janaa kee kathaa na bhaavai
ਓਇ ਡੂਬੇ ਸਣੁ ਪਰਵਾਰੀ॥੫॥ o-ay doobay san parvaaree. ||5||

ਮਨਮੁਖ ਜੀਵ ਭਰਮਾਂ ਵਿੱਚ ਫਸੇ ਚਾਰੇ ਪਾਸੇ ਹੱਥ ਮਾਰਦੇ ਹਨ । ਉਹਨਾਂ ਦੇ ਮਨ ਵਿੱਚ ਬੁਰੇ ਖਿਆਲ ਰਹਿੰਦੇ ਹਨ । ਉਹਨਾਂ ਦੇ ਮਨ ਵਿੱਚ ਸੰਸਾਰਕ ਇੱਛਾਂ ਨਾਲ ਮੋਹ ਅਤੇ ਅਗਿਆਨਤਾ ਦਾ ਅੰਧੇਰਾ ਰਹਿੰਦਾ ਹੈ । ਉਹਨਾਂ ਦੇ ਮਨ ਨੂੰ ਬੰਦਗੀ ਕਰਨ ਵਾਲੇ ਦੀ ਕਥਾ, ਸਿਖਿਆ ਚੰਗੀ ਨਹੀਂ ਲੱਗਦੀ । ਉਹ ਆਪਣੇ, ਪ੍ਰਵਾਰ, ਸਾਥੀਆ ਨੂੰ ਨਾਲ ਲੈ ਡੁੱਬਦੇ ਹਨ ।

Self-mind may remain entangled in religious suspicions and he may remain overwhelmed with evil thoughts. He may remain in the ignorance from the real purpose of human life and intoxicated with worldly greed. He may remain frustrated with the sermons of His true devotee and may guide and inspires his follow in the path of destruction.

ਨਿੰਦਕੁ ਨਿੰਦਾ ਕਰਿ ਮਲੁ ਧੋਵੈ nindak nindaa kar mal Dhovai
ਓਹੁ ਮਲਭਖੁ ਮਾਇਆਧਾਰੀ॥ oh malbhakh maa-i-aaDhaaree.
ਸੰਤ ਜਨਾ ਕੀ ਨਿੰਦਾ ਵਿਆਪੇ sant janaa kee nindaa vi-aapay
ਨਾ ਉਰਵਾਰਿ ਨ ਪਾਰੀ॥੬॥ naa urvaar na paaree. ||6||

ਉਹ ਬਾਕੀ ਜੀਵਾਂ ਦੀ ਨਿੰਦਿਆਂ ਕਰਕੇ ਉਹਨਾਂ ਦੇ ਪਾਪ ਧੋਅ ਦੇਂਦਾ ਹੈ । ਉਹ ਸੰਸਾਰਕ ਲਾਲਚ ਦਾ ਗੰਦ ਹੀ ਖਾਂਦਾ ਹੈ । ਉਹ ਸੰਸਰਕ ਮਾਇਆ ਦੀ ਪੂਜਾ ਕਰਦਾ, ਬੰਦਗੀ ਕਰਨ ਵਾਲੇ ਦੀ ਨਿੰਦਿਆਂ ਕਰਦਾ ਹੈ । ਉਹ ਜੀਵ ਨਾ ਤਾ ਸੰਸਾਰ ਵਿੱਚ ਹੀ ਸੰਤੋਖ ਪਾਉਂਦਾ ਹੈ । ਨਾ ਹੀ ਮੌਤ ਪਿਛੋਂ ਹੀ ਅਰਾਮ ਪਾਉਂਦਾ ਹੈ ।

Self-minded does great service to His true devotee by criticizing their sermons and help to sanctify their soul. He remains in worldly greed and thrive on wealth of deception. He may worship worldly wealth, greedy guru and may rebuke His true devotee as devil. He may not enjoy any contentment and peace in worldly life nor any resting place in His court after death.

ਏਹੁ ਪਰਪੰਚੁ ਖੇਲੁ ਕੀਆ ਸਭੁ ਕਰਤੈ, ayhu parpanch khayl kee-aa sabh kartai
ਹਰਿ ਕਰਤੈ ਸਭ ਕਲ ਧਾਰੀ॥ har kartai sabh kal Dhaaree.
ਹਰਿ ਏਕੋ ਸੂਤੁ ਵਰਤੈ ਜੁਗ ਅੰਤਰਿ har ayko soot vartai jug antar
ਸੂਤੁ ਖਿੰਚੈ ਏਕੰਕਾਰੀ॥੭॥ soot khinchai aykankaaree. ||7||

ਸ੍ਰਿਸ਼ਟੀ ਦਾ ਸਾਰਾ ਖੇਲੁ ਹੀ ਸਭ ਪ੍ਰਭ ਨੇ ਆਪ ਰਚਿਆ ਹੈ । ਉਸ ਨੇ ਆਪਣੀ ਕਲਾ, ਸ਼ਕਤੀ ਇਸ ਵਿੱਚ ਹੀ ਰਖੀ ਹੈ । ਸਾਰੀ ਸ੍ਰਿਸ਼ਟੀ ਹੀ ਉਸ ਦੀ ਡੋਰੀ ਵਿੱਚ ਪਰੋਈ ਹੈ । ਜਦੋਂ ਆਪਣੀ ਡੋਰੀ ਖਿੱਚ ਲੈਂਦਾ ਹੈ! ਕੇਵਲ ਪ੍ਰਭ ਹੀ ਅਟੱਲ ਰਹਿੰਦਾ ਹੈ, ਬਾਕੀ ਸਭ ਨਾਸ਼ ਹੋ ਜਾਂਦੇ ਹਨ ।

The whole play of the universe has been created and function under His mercy and grace. The whole universe has been threaded in the string of His Word. Whenever, He may pull His string, the whole universe may vanish. The One and Only One remains beyond destruction and axiom forever.

ਰਸਨਿ ਰਸਨਿ ਰਸਿ ਗਾਵਹਿ ਹਰਿ ਗੁਣ, rasan rasan ras gaavahi har gun
ਰਸਨਾ ਹਰਿ ਰਸੁ ਧਾਰੀ॥ rasnaa har ras Dhaaree.

ਨਾਨਕ ਹਰਿ ਬਿਨੁ ਅਵਰੁ ਨ ਮਾਗਉ, naanak har bin avar na maaga-o
ਹਰਿ ਰਸ ਪ੍ਰੀਤਿ ਪਿਆਰੀ॥੮॥੧॥੭॥ har ras pareet pi-aaree. ||8||1||7||

ਜਿਹੜੇ ਸਵਾਸ ਗਰਾਸ ਸ਼ਬਦ ਦੀ ਉਸਤਤ ਗਾਉਂਦੇ ਹਨ, ਉਹ ਬਚ ਜਾਂਦੇ, ਪ੍ਰਵਾਨ ਹੋ ਜਾਂਦੇ ਹਨ । ਉਹ ਪ੍ਰਭ ਦੇ ਸ਼ਬਦ ਆਪਣੀ ਜੀਭ ਤੇ ਰਖਦੇ, ਗਾਉਂਦੇ ਹਨ । ਸ਼ਬਦ ਦੀ ਬੰਦਗੀ ਕਰਨ ਵਾਲੇ ਸਦਾ ਹੀ ਕੇਵਲ ਇੱਕੋ ਇੱਕ ਰਹਿਮਤ ਦੀ ਅਰਦਾਸ ਕਰਦੇ ਹਨ । ਸ਼ਬਦ ਦੀ ਲਗਨ ਮੰਗਦੇ ਹਨ ।

Whosoever may sing His glory with each and every breath, he may be saved and accepted in His day to day life. He may remain drenched with the teachings and the everlasting echo of His Word may resonate on His tongue. His true devotee may only have only one desire for His forgiveness.

445.ਗੂਜਰੀ ਮਹਲਾ ੫ ਘਰੁ ੨॥ 507-10

ੴ ਸਤਿਗੁਰ ਪ੍ਰਸਾਦਿ॥ oNkaar satgur parsaad.
ਰਾਜਨ ਮਹਿ ਤੂੰ ਰਾਜਾ ਕਹੀਅਹਿ raajan meh tooN raajaa kahee-ahi
ਭੂਮਨ ਮਹਿ ਭੂਮਾ॥ bhooman meh bhoomaa.
ਠਾਕੁਰ ਮਹਿ ਠਕੁਰਾਈ ਤੇਰੀ thaakur meh thakuraa-ee tayree
ਕੋਮਨ ਸਿਰਿ ਕੋਮਾ॥੧॥ koman sir komaa. ||1||

ਪ੍ਰਭ ਅਗਰ ਤੈਨੂੰ ਰਾਜਿਆਂ ਨਾਲ ਤੁਲਨਾ ਕਰਦਾ ਹਾ, ਤਾ ਤੂੰ ਸਭ ਤੋ ਮਹਾਨ, ਵੱਡਾ ਰਾਜ ਹੈ । ਅਗਰ ਜ਼ਮੀਨ ਦੇ ਮਾਲਕਾਂ ਨਾਲ ਤੁਲਨਾ ਕਰਦਾ ਹਾ, ਤਾ ਤੂੰ ਸਭ ਤੋ ਵੱਡਾ, ਜ਼ਮੀਨ ਦਾ ਮਾਲਕ ਹੈ । ਅਗਰ ਸਿਖਿਆ ਦੇਣ ਵਾਲਿਆਂ ਨਾਲ ਤੁਲਨਾ ਕਰਦਾ ਹਾ, ਤਾ ਸਭ ਤੋ ਵੱਡਾ ਸਿਖਿਆ ਦੇਣ ਵਾਲਾ ਹੈ । ਅਗਰ ਕਬੀਲੇ ਦੇ ਸਰਦਾਰਾਂ ਨਾਲ ਤੁਲਨਾ ਕਰਦਾ ਹਾ, ਤਾ ਸਭ ਤੋ ਵੱਡਾ ਮੁਖੀ ਹੈ ।

The True Master, how may I compare or describe Your greatness? Comparing with Worldly dignities, Greatest kings, landlords, teachers, guides or the warriors You are the greatest of All and no one may come close.

ਪਿਤਾ ਮੇਰੋ ਬਡੋ ਧਨੀ ਅਗਮਾ॥ pitaa mayro bado Dhanee agmaa.
ਉਸਤਤਿ ਕਵਨ ਕਰੀਜੈ ਕਰਤੇ ustat kavan kareejai kartay
ਪੇਖਿ ਰਹੇ ਬਿਸਮਾ॥੧॥ਰਹਾਉ॥ paykh rahay bismaa. ||1|| rahaa-o.

ਪੈਦਾ ਕਰਨ ਵਾਲਾ ਮਾਲਕ ਬਹੁਤ ਧੰਨਾਡ, ਡੂੰਘੇ ਗਿਆਨ ਵਾਲਾ ਮਾਲਕ ਹੈ । ਪ੍ਰਭ ਮੈਂ ਤੇਰੇ ਕਿਹੜੇ ਗੁਣ ਦੀ ਉਪਮਾ ਕਰਾ? ਜਦੋਂ ਤੇਰੇ ਕਰਤਬਾਂ ਵੱਲ ਧਿਆਨ ਲਾਉਂਦਾ ਹਾ, ਹੈਰਾਨ ਹੀ ਹੋਇਆ ਰਹਿੰਦਾ ਹਾ ।

The True Creator is very mysterious, with deep enlightenment and wealthy. Which of Your virtue may I sing the glory? I remain fascinated and astonished from Your nature.

ਸੁਖੀਅਨ ਮਹਿ ਸੁਖੀਆ ਤੂੰ ਕਹੀਅਹਿ sukhee-an meh sukhee-aa tooN kahee-ahi
ਦਾਤਨ ਸਿਰਿ ਦਾਤਾ॥ daatan sir daataa.
ਤੇਜਨ ਮਹਿ ਤੇਜਵੰਸੀ ਕਹੀਅਹਿ tayjan meh tayjvansee kahee-ahi
ਰਸੀਅਨ ਮਹਿ ਰਾਤਾ॥੨॥ rasee-an meh raataa. ||2||

ਪ੍ਰਭ ਜਦੋਂ ਮੈਂ ਤੇਰੀ ਤੁਲਨਾ ਸੰਤੋਖੀਆਂ ਨਾਲ ਕਰਦਾ ਹਾ, ਤਾਂ ਸਭ ਤੋ ਵੱਡਾ ਸੰਤੋਖੀ, ਖੇੜੇ ਵਿੱਚ ਵਸਣ ਵਾਲਾ ਹੈ । ਅਗਰ ਦਾਤਾਂ, ਦੇਣ ਵਾਲਿਆਂ ਨਾਲ ਤੁਲਨਾ ਕਰਦਾ ਹਾ, ਤੂੰ ਸਭ ਤੋ ਵੱਡਾ, ਬਖਸ਼ਿਸ਼ਾਂ ਦੇਣ ਵਾਲ ਹੈ । ਅਗਰ ਤੇਰੀ ਤੁਲਨਾ ਉਹਨਾਂ ਨਾਲ ਕਰਦਾ ਹਾ, ਜਿਹੜੇ ਸਭ ਤੋ ਸ਼ਾਨਵਾਲੇ ਹਨ । ਤੂੰ ਸਭ ਤੋ ਵੱਡੀ ਸ਼ਾਨ ਵਾਲਾ ਹੈ । ਸਵਾਦ, ਰਸ ਪਰਖਣ ਵਾਲਿਆਂ ਵਿੱਚ ਸਭ ਤੋ ਵੱਡਾ ਪਰਖਣ ਵਾਲਾ ਹੈ ।

How may I sing Your glory or compare You with any worldly creature, all are Your slaves? If I compare You with anyone fully contented with Your nature and dwell in peace, with one who may be most charitable, with glamorous or who may perform justice; You are beyond any comprehension of Your creation.

ਸੂਰਨ ਮਹਿ ਸੂਰਾ ਤੂੰ ਕਹੀਅਹਿ ਭੋਗਨ ਮਹਿ ਭੋਗੀ॥	sooran meh sooraa tooN kahee-ahi bhogan meh bhogee.
ਗ੍ਰਸਤਨ ਮਹਿ ਤੂੰ ਬਡੋ ਗ੍ਰਿਹਸਤੀ ਜੋਗਨ ਮਹਿ ਜੋਗੀ॥੩॥	garastan meh tooN bado garihsatee jogan meh jogee. ॥3॥

ਅਗਰ ਬਹਾਦਰਾਂ ਨਾਲ ਤੁਲਨਾ ਕਰਦਾ ਹਾ! ਤਾ ਤੂੰ ਹੀ ਸਭ ਤੋ ਵੱਡਾ ਸੂਰਾ ਹੈ । ਅਗਰ ਸਲਾਹਕਾਰਾਂ ਨਾਲ ਤੁਲਨਾ ਕਰਦਾ ਹਾ! ਤਾ ਤੂੰ ਹੀ ਸਭ ਤੋ ਸਿਆਣਾ ਸਲਾਹਕਾਰ ਹੈ । ਅਗਰ ਸੰਸਾਰਕ ਗ੍ਰਸਤੀਆਂ ਨਾਲ ਤੁਲਨਾ ਕਰਦਾ ਹਾ, ਤੂੰ ਸਭ ਤੋ ਵੱਡਾ ਗਰਸਤੀ ਹੈ । ਅਗਰ ਤਪ ਕਰਨ ਵਾਲਿਆਂ ਵੱਲ ਧਿਆਨ ਲਾਉਂਦਾ ਹਾ । ਤਾ ਤੂੰ ਸਭ ਤੋ ਵੱਡਾ ਤਪ ਕਰਨ ਵਾਲਾ ਹੈ ।

How may I sing Your glory or compare You with any worldly Kings, warriors, counsellors, family man, and Yogi? You remain beyond the imagination of Your creation.

ਕਰਤਨ ਮਹਿ ਤੂੰ ਕਰਤਾ ਕਹੀਅਹਿ ਆਚਾਰਨ ਮਹਿ ਆਚਾਰੀ॥	kartan meh tooN kartaa kahee-ahi aachaaran meh aachaaree.
ਸਾਹਨ ਮਹਿ ਤੂੰ ਸਾਚਾ ਸਾਹਾ ਵਾਪਾਰਨ ਮਹਿ ਵਾਪਾਰੀ॥੪॥	saahan meh tooN saachaa saahaa vaapaaran meh vaapaaree. ॥4॥

ਅਗਰ ਕੁਝ ਪੈਦਾ ਕਰਨ ਵਾਲਿਆਂ ਵੱਲ ਧਿਆਨ ਮਾਰਦਾ ਹਾ । ਤਾ ਤੂੰ ਹੀ ਸਭ ਤੋ ਅਨੋਖਾ, ਵੱਡਾ ਕਰਤਾ ਹੈ ।ਅਗਰ ਇਖਲਾਕ ਵੱਲ ਧਿਆਨ ਮਾਰਦਾ ਹਾ । ਤਾ ਤੂੰ ਹੀ ਸਭ ਤੋ ਉਤਮ ਇਖਲਾਕ ਵਾਲ ਹੈ । ਅਗਰ ਮੈਂ ਸੰਸਾਰਕ ਸ਼ਾਹੂਕਾਰਾਂ ਨਾਲ ਤੁਲਨਾ ਕਰਦਾ ਹੈ । ਤੂੰ ਹੀ ਸਭ ਤੋ ਵੱਡਾ ਸ਼ਾਹੂਕਾਰ ਹੈ ।

How may I sing Your glory or compare You with worldly creators, with high characters, rich and rice? Your status remains beyond imagination of Your creation.

ਦਰਬਾਰਨ ਮਹਿ ਤੇਰੋ ਦਰਬਾਰਾ ਸਰਨ ਪਾਲਨ ਟੀਕਾ॥	darbaaran meh tayro darbaaraa saran paalan teekaa.
ਲਖਿਮੀ ਕੇਤਕ ਗਨੀ ਨ ਜਾਈਐ ਗਨਿ ਨ ਸਕਉ ਸੀਕਾ॥੫॥	lakhimee kaytak ganee na jaa-ee-ai gan na saka-o seekaa. ॥5॥

ਅਗਰ ਸੰਸਾਰ ਦੇ ਦਰਬਾਰਾਂ ਨਾਲ ਤੁਲਨਾ ਕਰਦਾ ਹਾ । ਤੇਰਾ ਹੀ ਸਭ ਤੋ ਵੱਡਾ ਦਰਬਾਰ ਹੈ । ਅਗਰ ਰਖਿਆ ਕਰਨ ਵਾਲਿਆ ਵੱਲ ਧਿਆਨ ਮਾਰਦਾ ਹਾ । ਤਾ ਤੇਰੀ ਹੀ ਸ਼ਰਣ ਸਭ ਤੋ ਉਤਮ ਹੈ । ਤੇਰੇ ਧਨ ਦੀ ਗਿਣਤੀ ਨਹੀਂ ਕੀਤੀ ਜਾ ਸਕਦੀ । ਨਾ ਹੀ ਤੇਰੀ ਕਿਤਨੀ ਕਿਸਮਾਂ ਦਾ ਧਨ ਹੈ । ਉਸ ਦੀ ਹੀ ਕੀਮਤ, ਗਿਣਤੀ ਕੀਤੀ ਜਾ ਸਕਦੀ ਹੈ ।

How may I sing Your glory or compare You with worldly thrones or the protectors of helpless? Your sanctuary remains most safe and superb. No one may imagine type of Your wealth and may imagine the extent of Your worth.

ਨਾਮਨ ਮਹਿ ਤੇਰੋ ਪ੍ਰਭ ਨਾਮਾ ਗਿਆਨਨ ਮਹਿ ਗਿਆਨੀ॥	naaman meh tayro parabh naamaa gi-aanan meh gi-aanee.
ਜੁਗਤਨ ਮਹਿ ਤੇਰੀ ਪ੍ਰਭ ਜੁਗਤਾ, ਇਸਨਾਨਨ ਮਹਿ ਇਸਨਾਨੀ॥੬॥	jugtan meh tayree parabh jugtaa isnaanan meh isnaanee. ॥6॥

ਬੰਦਗੀ ਕਰਨ ਵਾਲੇ, ਪੂਜਨ ਵਾਲੇ ਸ਼ਬਦਾਂ ਵਿੱਚ ਤੇਰਾ ਹੀ ਸ਼ਬਦ ਸਭ ਤੋ ਉਤਮ ਹੈ । ਤੇਰੇ ਸ਼ਬਦ ਵਿੱਚ ਹੀ ਸ੍ਰਿਸ਼ਟੀ ਦਾ ਸਭ ਤੋ ਡੂੰਘਾ ਗਿਆਨ ਹੈ । ਪੂਜਨ ਵਾਲੇ ਦੇਤਿਆਂ ਵਿੱਚ ਤੇਰੀ ਪੂਜਾ ਹੀ ਸਭ ਤੋ ਉਤਮ ਹੈ । ਕੇਵਲ ਇੱਕੋ ਇੱਕ ਹੀ ਮੁਕਤੀ ਦਾ ਰਸਤਾ ਹੈ । ਸਭ ਪਵਿਤ੍ਰ ਤੀਰਥਾਂ ਦੇ ਇਸ਼ਨਾਨਾ ਵਿਚੋਂ, ਤੇਰੇ ਸ਼ਬਦ ਦੀ ਪਾਲਣਾ ਕਰਨ ਵਾਲ ਇਸ਼ਨਾਨ ਆਤਮਾ ਨੂੰ ਪਵਿਤ੍ਰ ਕਰਨ ਵਾਲਾ ਹੈ ।

Your Word may be most superb teachings for mankind. The teachings of Your Word may have the deepest enlightenment. You are the superb Guru worthy of worships among all gurus. One and Only One right path of salvation, may be the nectar of the teachings of Your Word and may be the Holiest Shrine, Holy pond.

ਸਿਧਨ ਮਹਿ ਤੇਰੀ ਪ੍ਰਭ ਸਿਧਾ ਕਰਮਨ ਸਿਰਿ ਕਰਮਾ॥	siDhan meh tayree parabh siDhaa karman sir karmaa.
ਆਗਿਆਮਹਿ ਤੇਰੀ ਪ੍ਰਭ ਆਗਿਆ ਹੁਕਮਨ ਸਿਰਿ ਹੁਕਮਾ॥੭॥	aagi-aa meh tayree parabh aagi-aa hukman sir hukmaa. ||7||

ਰੂਹਾਨੀ ਕਰਾਮਾਤਾਂ ਵਿੱਚ ਕੇਵਲ ਤੇਰੀਆਂ ਹੀ ਕਰਾਮਾਤਾਂ ਸਭ ਤੋ ਉਤਮ ਹਨ । ਸਾਰੇ ਕੰਮਾਂ, ਕਰਮਾਂ ਵਿੱਚ ਤੇਰੇ ਸ਼ਬਦ ਦੀ ਪਾਲਣਾ ਦੇ ਕੰਮ ਹੀ ਸਭ ਤੋ ਲਾਭਵੰਦ ਹਨ । ਸ੍ਰਿਸ਼ਟੀ ਵਿੱਚ ਕੋਈ ਕੰਮ ਕਰਨ ਲਈ ਕੇਵਲ ਤੇਰੀ ਅਗਿਆ ਹੀ ਸਭ ਤੋ ਉਤਮ ਹੈ । ਤੇਰਾ ਹੁਕਮ ਹੀ ਸਭ ਉਪਰ ਚਲਦਾ ਹੈ । ਸਾਰੇ ਤੇਰੇ ਹੁਕਮ ਅੰਦਰ ਹੀ ਹਨ ।

Among all the eternal miracles only the miracles of Your nature are the most astonishing. In all the chores of human life, only the meditation of Your Word may be the superb chore. To start any work or project, only Your blessings may be the most superb. Only Your command prevails everywhere and on everyone.

ਜਿਉ ਬੋਲਾਵਹਿ ਤਿਉ ਬੋਲਹ ਸੁਆਮੀ ਕੁਦਰਤਿ ਕਵਨ ਹਮਾਰੀ॥	Ji-o bolaaveh ti-o bolah su-aamee kudrat kavan hamaaree.
ਸਾਧਸੰਗਿ ਨਾਨਕ ਜਸੁ ਗਾਇਓ, ਜੋ ਪ੍ਰਭ ਕੀ ਅਤਿ ਪਿਆਰੀ॥੮॥੧॥੮॥	saaDhsang naanak jas gaa-i-o jo parabh kee at pi-aaree. ||8||1||8||

ਪ੍ਰਭ ਜੋ ਵੀ ਤੂੰ ਬੋਲ ਬਖਸ਼ਦਾ ਹੈ, ਉਹ ਹੀ ਬੋਲ ਸਕਦਾ ਹਾ । ਹੋਰ ਮੇਰੇ ਵਿੱਚ ਕਿਹੜੀ ਸਮਰਥਾ ਹੈ? ਬੰਦਗੀ ਕਰਨ ਵਾਲੇ ਤੇਰੇ ਸੰਤਾਂ ਦੀ ਸੰਗਤ ਵਿੱਚ ਰਲਕੇ, ਤੇਰੇ ਸ਼ਬਦ ਦੀ ਹੀ ਉਪਮਾ ਗਾਉਂਦੇ ਹਨ । ਉਹ ਸੰਤ ਹੀ ਤੈਨੂੰ ਬਹੁਤ ਪਿਆਰੇ ਲੱਗਦੇ ਹਨ ।

Whatsoever may You bless to Your creature, he may be able to speak only that word. He may not have any other power of his own in the universe. Whosoever may associate with Your True devotee and may sing the glory of Your Word, he may become acceptable in Your court.

446.ਗੂਜਰੀ ਮਹਲਾ ੫ ਘਰੁ ੪॥ 508-3

ੴ ਸਤਿਗੁਰ ਪ੍ਰਸਾਦਿ॥	oNkaar satgur parsaad.
ਨਾਥ ਨਰਹਰ ਦੀਨ ਬੰਧਵ ਪਤਿਤ ਪਾਵਨ ਦੇਵ॥	naath narhar deen banDhav patit paavan dayv.
ਭੈ ਤ੍ਰਾਸ ਨਾਸ ਕ੍ਰਿਪਾਲ ਗੁਣ ਨਿਧਿ, ਸਫਲ ਸੁਆਮੀ ਸੇਵ॥੧॥	bhai taraas naas kirpaal gun niDh safal su-aamee sayv. ||1||

ਨਿਮਾਣੇ ਦਾਸਾਂ ਦੀ ਰਖਿਆ ਕਰਨ ਵਾਲਾ, ਭੁਲਾਂ ਬਖਸ਼ਣ ਵਾਲਾ ਅਸਲੀ ਮਾਲਕ ਹੈ । ਤੂੰ ਗੁਣਾਂ ਦਾ ਖਜ਼ਾਨਾ, ਭੰਡਾਰੀ, ਡਰ ਦੂਰ ਕਰਨ ਵਾਲਾ, ਤਰਸ ਬਖਸ਼ਣ ਵਾਲਾ ਹੈ । ਤੇਰੇ ਸ਼ਬਦ ਦੀ ਕੀਤੀ ਕਮਾਈ ਨਾਲ ਮਾਨਸ ਜਨਮ ਸਫਲ ਹੋ ਜਾਂਦਾ ਹੈ । ਸ਼ਬਦ ਦੀ ਕਮਾਈ ਬਿਰਥੀ ਨਹੀਂ ਜਾਂਦੀ ।

You are The True Master, who may forgive the sins of helpless devotee. You are The True Treasurer of all virtues and merciful. With the earnings of Your Word, one may be accepted in Your court. His meditation may not be wasted.

ਹਰਿ ਗੋਪਾਲ ਗੁਰ ਗੋਬਿੰਦ॥	har gopaal gur gobind.
ਚਰਣ ਸਰਣ ਦਇਆਲ ਕੇਸਵ, ਤਾਰਿ ਜਗ ਭਵ ਸਿੰਧ॥੧॥ ਰਹਾਉ॥	charan saran da-i-aal kaysav taar jag bhav sinDh. ||1|| rahaa-o.

ਪ੍ਰਭ ਤੂੰ ਹੀ ਸ੍ਰਿਸ਼ਟੀ ਦੇ ਜੀਵਾਂ ਦੀ ਪਾਲਣਾ ਪੋਸਨਾ ਕਰਨ ਵਾਲਾ, ਰਖਿਆ ਕਰਨ ਵਾਲਾ ਸ੍ਰਿਸ਼ਟੀ ਦਾ ਅਸਲੀ ਮਾਲਕ ਹੈ । ਤੇਰੀ ਸ਼ਰਣ ਵਿੱਚ ਵਸਣ ਨਾਲ, ਸ਼ਬਦ ਨੂੰ ਮਨ ਵਿੱਚ ਜਾਗਰਤ ਕਰਨ ਨਾਲ ਜੀਵ ਸੰਸਾਰਕ ਸਾਗਰ ਪਾਰ ਕਰ ਸਕਦਾ ਹੈ ।

You are the True Master; protector and You nourish Your creation. Whosoever may surrender in Your sanctuary and adopt the teachings of Your Word in day to day life. He may be saved from the terrible ocean of worldly desires.

ਕਾਮ ਕ੍ਰੋਧ ਹਰਨ ਮਦ ਮੋਹ,	kaam kroDh haran mad moh
ਦਹਨ ਮੁਰਾਰਿ ਮਨ ਮਕਰੰਦ॥	dahan muraar man makrand.
ਜਨਮ ਮਰਣ ਨਿਵਾਰਿ ਧਰਣੀਧਰ,	janam maran nivaar DharneeDhar
ਪਤਿ ਰਾਖੁ ਪਰਮਾਨੰਦ॥੨॥	pat raakh parmaanand. ||2||

ਪ੍ਰਭ ਤੂੰ ਹੀ ਮਨ ਵਿਚੋਂ ਕਾਮ ਵਾਸ਼ਨਾ, ਕਰੋਧ, ਸੰਸਾਰਕ ਮੋਹ ਅਤੇ ਮਨ ਦੇ ਅਹੰਕਾਰ ਨੂੰ ਨਾਸ਼ ਕਰਨ ਵਾਲਾ ਮਾਲਕ ਹੈ । ਰਹਿਮਤ ਬਖਸ਼ੋ, ਆਪਣੇ ਸ਼ਬਦ ਦੇ ਲੜ ਲਾਵੋ! ਰਹਿਮਤ ਬਖਸ਼ੋ! ਸ਼ਬਦ ਵਿੱਚ ਅਡੋਲ ਰਖਕੇ, ਦਰਬਾਰ, ਸ਼ਰਣ ਵਿੱਚ ਪ੍ਰਵਾਨਗੀ ਬਖਸ਼ੋ!

With Your mercy and grace; Your true devotee may conquer his worldly demons like sexual desire, anger, attachments and ego of his mind. Have a mercy and keeps me steady and stable in adopting the teachings of Your Word and accept me in Your sanctuary.

ਜਲਤ ਅਨਿਤ ਤਰੰਗ ਮਾਇਆ,	jalat anik tarang maa-i-aa
ਗੁਰ ਗਿਆਨ ਹਰਿ ਰਿਦ ਮੰਤ॥	gur gi-aan har rid mant.
ਛੇਦਿ ਅਹੰਬੁਧਿ ਕਰੁਣਾ ਮੈ ਚਿੰਤ	chhayd ahaN-buDh karunaa mai chint
ਮੇਟਿ ਪੁਰਖ ਅਨੰਤ॥੩॥	mayt purakh anant. ||3||

ਜਦੋਂ ਦਾ ਰੂਹਾਨੀ ਸ਼ਬਦ ਮਨ ਵਿੱਚ ਜਾਗਰਤ ਹੋ ਜਾਂਦਾ ਹੈ, ਮਨ ਸਚੇਤ ਹੋ ਜਾਂਦਾ ਹੈ । ਸੰਸਾਰਕ ਮਾਇਆ ਦੇ ਸਾਰੇ ਰੂਪ ਹੀ ਮਨ ਵਿਚੋਂ ਨਾਸ਼ ਹੋ ਜਾਂਦੇ ਹਨ । ਰਹਿਮਤਾਂ ਦੇ ਮਾਲਕ , ਰਹਿਮਤ ਬਖਸ਼ੋ! ਮੈਂ ਆਪਣੇ ਮਨ ਵਿਚੋਂ ਅਹੰਕਾਰ ਨੂੰ ਨਾਸ਼ ਕਰ ਸਕਾ ।

Whosoever may be enlightened with essence of Your eternal Word, all influence may be eliminated from his mind. Have a mercy on me to destroy my ego from within.

ਸਿਮਰਿ ਸਮਰਥ ਪਲ ਮਹੂਰਤ,	simar samrath pal mahoorat
ਪ੍ਰਭ ਧਿਆਨੁ ਸਹਜ ਸਮਾਦਿ॥	parabh Dhi-aan sahj samaaDh.
ਦੀਨ ਦਇਆਲ ਪ੍ਰਸੰਨ ਪੂਰਨ,	deen da-i-aal parsann pooran
ਜਾਚੀਐ ਰਜ ਸਾਧ॥੪॥	jaachee-ai raj saaDh. ||4||

ਪ੍ਰਭ ਨੂੰ ਸਵਾਸ ਸਵਾਸ ਯਾਦ ਰਖਣਾ ਹੀ ਸੰਤੋਖ ਵਾਲੀ ਸ਼ਬਦ ਦੀ ਸਮਾਧੀ ਹੈ । ਨਿਮਾਣੇ ਦੇ ਮਾਣ ਰਖਣ ਵਾਲੇ , ਸਦਾ ਖੇੜੇ ਵਿੱਚ ਵਸਣ ਵਾਲੇ ਅਸਲੀ ਮਾਲਕ, ਰਹਿਮਤ ਦੀ ਨਜ਼ਰ ਪਾਵੋ! ਮੈਨੂੰ ਬੰਦਗੀ ਕਰਨ ਵਾਲੇ ਸੰਤਾਂ ਦੇ ਚਰਨਾਂ ਦੀ ਧੂੜ ਬਖਸ਼ੋ!

To remember Your separation with each and every breath may be the true void of Your Word. The Omnipotent protector of honor of Your humble servant, blesses me with dust of the feet as Your true devotee.

ਮੋਹ ਮਿਥਨ ਦੁਰੰਤ ਆਸਾ	moh mithan durant aasaa
ਬਾਸਨਾ ਬਿਕਾਰ॥	baasnaa bikaar.
ਰਖੁ ਧਰਮ ਭਰਮ ਬਿਦਾਰਿ ਮਨ ਤੇ,	rakh Dharam bharam bidaar man tay
ਉਧਰੁ ਹਰਿ ਨਿਰੰਕਾਰ॥੫॥	uDhar har nirankaar. ||5||

ਸੰਸਾਰ ਮੋਹ ਥੋੜ੍ਹਾ ਸਮਾਂ ਰਹਿਣ ਵਾਲਾ ਹੈ । ਮਨ ਦੀ ਇੱਛਾਂ ਮਨ ਨੂੰ ਮੈਲਾ ਕਰਨ ਵਾਲੀਆ ਹੁੰਦੀਆਂ ਹਨ । ਮਨ ਵਿੱਚ ਪਾਪਾਂ ਦੇ ਕੰਮਾ ਦਾ ਖਿਆਲ ਵਧਦਾ ਹੈ । ਮਨ ਦੀ ਚਾਹਤ, ਮਨ ਦਾ ਲਾਲਚ, ਧੋਖੇ

ਵਾਲੀ ਚਾਲ, ਵਿਧੀ ਹੁੰਦੀ ਹੈ । ਅਸਲੀ ਮਾਲਕ, ਰਹਿਮਤ ਬਖਸ਼ੋ! ਮੇਰਾ ਭਰੋਸਾ ਸ਼ਬਦ ਤੇ ਅਡੋਲ ਰਖੋ! ਮਨ ਵਿਚੋਂ ਧਰਮਾਂ ਦੇ ਪਾਏ ਭਰਮਾਂ ਦਾ ਨਾਸ਼ ਕਰੋ! ਸੰਸਾਰਕ ਮਾਇਆ ਰੂਪੀ ਅੱਗ ਵਿਚੋਂ ਬਚਾ ਲਵੋ!

Worldly attachments may comfort for a short period of time. All worldly desires may blemish the soul and enhance the evil thoughts within his mind. The greed of mind may be a recipe for devastation. My True master keeps my belief steady and stable on Your Word and eliminates my suspicions of religious rituals and saves me from the fire of worldly desires.

ਧਨਾਢਿ ਆਢਿ ਭੰਡਾਰ ਹਰਿ ਨਿਧਿ,	Dhanaadh aadh bhandaar har niDh
ਹੋਤ ਜਿਨਾ ਨ ਚੀਰ॥	hot jinaa na cheer.
ਖਲ ਮੁਗਧ ਮੂੜ ਕਟਾਖੵ ਸ੍ਰੀਧਰ,	khal mugaDh moorh kataakh-y sareeDhar
ਭਏ ਗੁਣ ਮਤਿਧੀਰ॥੬॥	bha-ay gun mat Dheer. ||6||

ਸੰਸਾਰ ਵਿੱਚ ਨਿਮਾਣੇ ਜੀਵ ਜਿਹਨਾਂ ਨੂੰ ਤਨ ਢੱਕਣ ਲਈ ਕਪੜਾ ਵੀ ਨਹੀ ਮਿਲਦਾ । ਉਹ ਵੀ ਪ੍ਰਭ ਦੀ ਰਹਿਮਤ ਨਾਲ, ਰੂਹਾਨੀ ਸ਼ਬਦ ਦੇ ਗਿਆਨ ਨਾਲ ਧੰਨਾਡ ਹੁੰਦੇ ਹਨ । ਸੰਸਾਰ ਵਿੱਚ ਮੂਰਖ, ਅੰਧ ਵਿਸ਼ਵਾਸੀ ਵੀ ਡੂੰਘੀ ਰੂਹਾਨੀ ਸੋਝੀ ਵਾਲੇ ਬਣ ਜਾਂਦੇ ਹਨ । ਜਦੋਂ ਉਹਨਾਂ ਤੇ ਰਹਿਮਤ ਦੀ ਨਜ਼ਰ, ਇੱਕ ਪਲ ਝਲਕ ਪੈ ਜਾਂਦੀ ਹੈ ।

Who may not have enough cloth to cover his body; he may be blessed and become overwhelmed the enlightenment of His Word? In the universe, even ignorant, cleaver may become a teacher, preacher of deep enlightenment with one glimpse of His mercy and grace.

ਜੀਵਨ ਮੁਕਤ ਜਗਦੀਸ ਜਪਿ ਮਨ,	jeevan mukat jagdees jap man
ਧਾਰਿ ਰਿਦ ਪਰਤੀਤਿ॥	Dhaar rid parteet.
ਜੀਅ ਦਇਆ ਮਇਆ ਸਰਬਤ੍ਰ ਰਮਣੰ,	jee-a da-i-aa ma-i-aa sarbatar ramnaN
ਪਰਮ ਹੰਸਹ ਰੀਤਿ॥੭॥	param hansah reet. ||7||

ਅਗਰ ਜੀਵ ਆਪਣੇ ਮਨ ਵਿੱਚ ਪ੍ਰਭ ਦੇ ਸ਼ਬਦ ਤੇ, ਕੀਤੇ ਤੇ ਭਰੋਸਾ ਅਡੋਲ ਰਖਕੇ ਸ਼ਬਦ ਦੀ ਪਾਲਣਾ ਵਿੱਚ ਮਸਤ, ਲੀਨ ਹੋ ਜਾਵੇ । ਉਹ ਅਮਰ ਅਵਸਥਾ, ਮਾਨਸ ਜੀਵਨ ਵਿੱਚ ਹੀ ਬਖਸ਼ਿਸ਼ ਹੋ ਸਕਦੀ ਹੈ । ਸ੍ਰਿਸ਼ਟੀ ਦੇ ਸਾਰੇ ਜੀਵਾਂ ਨਾਲ ਨਿਮ੍ਰਤਾ, ਤਰਸ ਵਾਲ, ਸਤਿਕਾਰ ਨਾਲ ਵਰਤਾਉ ਕਰੋ! ਮਨ ਵਿੱਚ ਯਾਦ ਰਖੋ! ਹਰਇੱਕ ਵਿੱਚ ਪ੍ਰਭ ਹੀ ਵਸਦਾ ਹੈ ਉਸ ਦੀ ਜੋਤ ਹੀ ਹੈ । ਇਸ ਇੱਕੋ ਇੱਕ ਵਿਧੀ ਨਾਲ ਆਤਮ ਵਿੱਚ ਸ਼ਬਦ ਜਾਗਰਤ ਹੋ ਸਕਦਾ ਹੈ ।

Whosoever may have a steady and stable belief on His Word, His blessings and remain deep in meditation; he may be blessed with the right path of salvation. You should respect and treat every creature with respect and honor. Always keep in mind, The Holy Spirt remains embedded within each and every soul. This may be the One and Only One unique path of His acceptance and he may be blessed with immortal state of mind.

ਦੇਤ ਦਰਸਨੁ ਸ੍ਰਵਨ ਹਰਿ ਜਸੁ	dayt darsan sarvan har jas
ਰਸਨ ਨਾਮ ਉਚਾਰ॥	rasan naam uchaar.
ਅੰਗ ਸੰਗ ਭਗਵਾਨ ਪਰਸਨ,	ang sang bhagvaan parsan
ਪ੍ਰਭ ਨਾਨਕ ਪਤਿਤ ਉਧਾਰ॥	parabh naanak patit uDhaar.
੮॥ ੧॥੨॥੫॥੧॥੧॥੨॥੫੭॥	||8||1||2||5||1||1||2||57||

ਪ੍ਰਭ ਉਹਨਾਂ ਤੇ ਰਹਿਮਤ ਦੀ ਨਜ਼ਰ ਬਖਸ਼ਦਾ ਹੈ! ਜਿਹੜੇ ਸ਼ਬਦ ਦੀ ਉਪਮਾ ਸੁਣਦੇ, ਉਪਮਾ ਆਪਣੀ ਜੀਭ ਨਾਲ ਗਾਉਂਦੇ ਹਨ । ਉਹਨਾਂ ਨਾਲ ਪ੍ਰਭ ਸਦਾ ਹੀ ਅੰਗ ਸੰਗ ਸਹਾਈ ਰਹਿੰਦਾ ਹੈ । ਉਹ ਪ੍ਰਭ ਦੀ ਹੋਂਦ ਹਰ ਸਮੇਂ ਮਹਿਸੂਸ ਕਰਦੇ ਹਨ ।

Whosoever may sing the glory of His Word with His tongue or listen to the sermons of His Word with steady and stable belief; he may be blessed with His mercy. He remains his protector everywhere. He may realize His existence everywhere.

447.ਗੂਜਰੀ ਕੀ ਵਾਰ ਮਹਲਾ ੩॥ 508-14

ਸਿਕੰਦਰ ਬਿਰਾਹਿਮ ਕੀ ਵਾਰ ਕੀ ਧੁਨੀ ਗਾਉਣੀ

ਸਲੋਕੁ ਮਃ ੩॥	salok mehlaa 3.
ੴ ਸਤਿਗੁਰ ਪ੍ਰਸਾਦਿ॥	ik-oNkaar satgur parsaad.
ਇਹੁ ਜਗਤੁ ਮਮਤਾ ਮੁਆ,	ih jagat mamtaa mu-aa
ਜੀਵਣ ਕੀ ਬਿਧਿ ਨਾਹਿ॥	jeevan kee biDh naahi.
ਗੁਰ ਕੈ ਭਾਣੈ ਜੋ ਚਲੈ,	gur kai bhaanai jo chalai
ਤਾ ਜੀਵਣ ਪਦਵੀ ਪਾਹਿ॥	taaN jeevan padvee paahi.
ਓਇ ਸਦਾ ਸਦਾ ਜਨ ਜੀਵਤੇ,	o-ay sadaa sadaa jan jeevtay
ਜੋ ਹਰਿ ਚਰਣੀ ਚਿਤੁ ਲਾਹਿ॥	jo har charnee chit laahi.
ਨਾਨਕ ਨਦਰੀ ਮਨਿ ਵਸੈ,	naanak nadree man vasai
ਗੁਰਮੁਖਿ ਸਹਜਿ ਸਮਾਹਿ॥੧॥	gurmukh sahj samaahi. ||1||

ਸਾਰੀ ਸ੍ਰਿਸ਼ਟੀ ਹੀ ਪ੍ਰਵਾਰ ਦੇ ਮੋਹ ਅਤੇ ਹੈਸੀਅਤ, ਅਹੰਕਾਰ ਦੇ ਕਾਬੂ, ਨਸ਼ੇ ਵਿੱਚ ਮਸਤ ਹੈ । ਮਾਨਸ ਜੀਵਨ ਦੇ ਮੰਤਵ ਦੀ ਕੋਈ ਸੋਝੀ ਨਹੀਂ, ਜੀਵਨ ਦੇ ਢੰਗ ਦੀ ਕੋਈ ਸਮਝ ਨਹੀਂ । ਜਿਹੜਾ ਜੀਵ ਪ੍ਰਭ ਦੇ ਸ਼ਬਦ ਅਨੁਸਾਰ ਜੀਵਨ ਢਾਲਦਾ ਹੈ । ਉਹ ਵਿਸ਼ੇਸ਼ ਅਵਸਥਾ, ਗੁਰਮਖ ਅਵਸਥਾ ਪਾ ਲੈਂਦਾ ਹੈ । ਜਿਹਨਾਂ ਜੀਵਾਂ ਦਾ ਧਿਆਨ ਹਰ ਵੇਲੇ ਪ੍ਰਭ ਦੇ ਚਰਨਾਂ ਵਿੱਚ, ਪ੍ਰਭ ਦੇ ਸ਼ਬਦ ਵਿੱਚ ਰਹਿੰਦਾ ਹੈ । ਉਹ ਸਦਾ ਹੀ ਖੇੜੇ ਵਿੱਚ ਰਹਿੰਦੇ ਹਨ, ਅਮਰ ਹੋ ਜਾਂਦੇ ਹਨ । ਪ੍ਰਭ ਦੀ ਰਹਿਮਤ ਨਾਲ ਹੀ ਜੀਵ ਦੇ ਮਨ ਵਿੱਚ ਸ਼ਬਦ ਘਰ ਕਰਦਾ, ਜਗਰਤ ਹੋ ਜਾਂਦਾ ਹੈ । ਉਹ ਗੁਰਮਖ ਜੀਵ ਪ੍ਰਭ ਦੀ ਜੋਤ ਦੇ ਖੇੜੇ ਵਿੱਚ ਹੀ ਅਲੋਪ ਹੋ ਜਾਂਦਾ ਹੈ ।

The whole mankind remains intoxicated in worldly attachments to family, status and ego and other intoxications. No one may understand the true purpose of human life or adopt the right path in life to become worthy of His consideration. Whosoever may adopt the teachings of His Word with steady and stable belief in day to day life; he may be blessed with unique state of mind as His true devotee. Whosoever may focus on the teachings of His Word day and night, he may be blessed with contentment and blossom in day to day life. He may be enlightened with the essence of His Word and remains awake and alert in his worldly life. He may enter into the void of His Word and may immerse in The Holy spirit with His mercy and grace.

ਮਃ ੩॥	mehlaa 3.
ਅੰਦਰਿ ਸਹਸਾ ਦੁਖੁ ਹੈ,	andar sahsaa dukh hai
ਆਪੈ ਸਿਰਿ ਧੰਧੈ ਮਾਰ॥	aapai sir DhanDhai maar.
ਦੂਜੈ ਭਾਇ ਸੁਤੇ ਕਬਹਿ ਨ ਜਾਗਹਿ,	doojai bhaa-ay sutay kabeh na jaageh
ਮਾਇਆ ਮੋਹ ਪਿਆਰ॥	maa-i-aa moh pi-aar.
ਨਾਮੁ ਨ ਚੇਤਹਿ ਸਬਦੁ ਨ ਵੀਚਾਰਹਿ,	naam na cheeteh sabad na vichaareh
ਇਹੁ ਮਨਮੁਖ ਕਾ ਆਚਾਰੁ॥	ih manmukh kaa aachaar.
ਹਰਿ ਨਾਮੁ ਨ ਪਾਇਆ,	har naam na paa-i-aa
ਜਨਮੁ ਬਿਰਥਾ ਗਵਾਇਆ,	janam birthaa gavaa-i-aa
ਨਾਨਕ ਜਮੁ ਮਾਰਿ ਕਰੇ ਖੁਆਰ॥੨॥	naanak jam maar karay khu-aar. ||2||

ਜੀਵ ਦੇ ਮਨ ਅੰਦਰ ਹੀ ਭਰਮਾਂ ਦੀ ਦਰਦ, ਭਟਕਣ ਚਲਦੀ ਰਹਿੰਦੀ ਹੈ । ਸੰਸਾਰਕ ਇੱਛਾਂ ਦੇ ਜਾਲ ਵਿੱਚ ਫਸੇ ਆਪਣੇ ਆਪ ਨੂੰ ਆਪ ਹੀ ਬਰਬਾਦ ਕੀਤੀ ਜਾਂਦੇ ਹਨ । ਧਰਮਾਂ ਦੇ ਰੀਤ ਰੀਵਾਜ ਕਰਦਾ ਜੀਵ ਕਦੇ ਪ੍ਰਭ ਦੇ ਸ਼ਬਦ ਦੇ ਰਸਤੇ ਤੇ ਨਹੀਂ ਆਉਂਦਾ । ਉਹ ਸੰਸਾਰਕ ਮਾਇਆ ਨਾਲ ਮੋਹ ਦੇ ਬੰਧਨ ਵਿੱਚ ਫਸਿਆ ਰਹਿੰਦਾ ਹੈ । ਮਨਮੁਖ ਜੀਵ ਪ੍ਰਭ ਦੇ ਸ਼ਬਦ ਬਾਬਤ ਕਦੇ ਸੋਚ ਦਾ ਵੀ ਨਹੀਂ । ਨਾ ਹੀ ਸ਼ਬਦ ਦੀ ਪਾਲਣਾ ਵਿੱਚ ਧਿਆਨ ਲਾਉਂਦਾ ਹੈ । ਇਹ ਉਹਨਾਂ ਦੇ ਜੀਵਨ ਦਾ ਢੰਗ ਹੁੰਦਾ ਹੈ । ਉਹਨਾਂ ਦੀ ਲਗਨ ਪ੍ਰਭ ਦੇ ਸ਼ਬਦ ਵਿੱਚ ਨਹੀਂ ਲੱਗਦੀ । ਉਹ ਆਪਣਾ ਮਾਨਸ ਜੀਵਨ ਬਿਰਥਾ ਹੀ ਬਰਬਾਦ ਕਰ ਜਾਂਦੇ ਹਨ । ਮੌਤ ਦਾ ਫਰਿਸ਼ਤਾ ਉਹਨਾਂ ਨੂੰ ਜੂੰਨਾਂ ਦੇ ਚੱਕਰ ਵਿੱਚ ਹੀ ਪਾਈ ਰਖਦਾ ਹੈ ।

Whosoever may remain frustrated with religious suspicions, he may ruin his human life opportunity uselessly. Whosoever performs religious rituals, may never be blessed with enlightenment of His Word or blessed with the right path of acceptance in His court. He remains a slave of emotional attachments and worldly wealth. Self-minded may never think about meditating on the teachings of His Word. His way of life or devotion may not be attached to the teachings of His Word or welfare of mankind. He wastes his human life opportunity and captured by devil of death. He remains in the cycle of birth and death.

ਪਉੜੀ॥	pa-orhee.
ਆਪਣਾ ਆਪੁ ਉਪਾਇਓਨੁ,	aapnaa aap upaa-i-on
ਤਦਹੁ ਹੋਰੁ ਨ ਕੋਈ॥	tadahu hor na ko-ee.
ਮਤਾ ਮਸੂਰਤਿ ਆਪਿ ਕਰੇ,	mataa masoorat aap karay
ਜੋ ਕਰੇ ਸੁ ਹੋਈ॥	jo karay so ho-ee.
ਤਦਹੁ ਆਕਾਸੁ ਨ ਪਾਤਾਲੁ ਹੈ,	tadahu aakaas na paataal hai
ਨਾ ਤ੍ਰੈ ਲੋਈ॥	naa tarai lo-ee.
ਤਦਹੁ ਆਪੇ ਆਪਿ ਨਿਰੰਕਾਰੁ ਹੈ,	tadahu aapay aap nirankaar hai
ਨਾ ਓਪਤਿ ਹੋਈ॥	naa opat ho-ee.
ਜਿਉ ਤਿਸੁ ਭਾਵੈ ਤਿਵੈ ਕਰੇ,	Ji-o tis bhaavai tivai karay
ਤਿਸੁ ਬਿਨੁ ਅਵਰੁ ਨ ਕੋਈ॥੧॥	tis bin avar na ko-ee. ||1||

ਪ੍ਰਭ ਆਪਣੇ ਆਪ ਵਿੱਚੋਂ ਹੀ ਪੈਦਾ ਹੋਇਆ ਉਤਪੰਨ ਹੋਇਆ ਹੈ । ਉਸ ਤੋ ਪਹਿਲੇ ਹੋਰ ਕੋਈ ਨਹੀਂ ਸੀ । ਉਹ ਆਪਣਾ ਭਾਣਾ ਆਪ ਹੀ ਆਪਣੀ ਰਜ਼ਾ ਨਾਲ, ਸਲਾਹ ਨਾਲ ਕਰਦਾ ਹੈ । ਜੋ ਵੀ ਕਰਦਾ ਹੈ, ਉਹ ਹੀ ਵਾਪਰਦਾ ਹੈ, ਬੀਤ ਜਾਂਦਾ ਹੈ, ਰੋਕਿਆ ਨਹੀਂ ਜਾ ਸਕਦਾ । ਉਹ ਸਮੇਂ ਨਾ ਤਾ ਅਕਾਸ਼ ਹੀ ਸੀ, ਨਾ ਹੀ ਪਤਾਲ ਸੀ ਅਤੇ ਨਾ ਹੀ ਤਿੰਨੇਂ ਸ੍ਰਿਸ਼ਟੀਆਂ ਹੀ ਸਨ । ਉਸ ਸਮੇਂ ਇੱਕੋ ਇੱਕ ਅਕਾਰ ਰਹਿਤ ਪ੍ਰਭ ਹੀ ਹਰ ਥਾਂ ਫੈਲਿਆ ਹੋਇਆ ਸੀ । ਹੋਰ ਕੋਈ ਜੀਵ ਨਹੀਂ ਸਨ । ਉਸ ਦੀ ਜੋ ਰਜ਼ਾ ਹੁੰਦੀ, ਉਹ ਕੁਝ ਹੀ ਕਰਦਾ ਸੀ, ਵਾਪਰਦਾ ਸੀ। ਹੋਰ ਕੁਝ ਨਹੀਂ ਸੀ ।

The whole universe is an expansion of His Holy Spirit, He remains embedded with each and every soul and in nature. No one was before Him and He was embedded with His Own Void and that void becomes His Word and His symbol. Whatsoever may happen in the universe under His command may not be avoided or altered. In His void there was no sky or under world or three universes; The One and Only One structure less Holy Spirt was expanded all over. No creature was either. Whatsoever, he may desire that may prevail.

448.ਸਲੋਕੁ ਮਃ ੩॥ 509-4

ਸਾਹਿਬੁ ਮੇਰਾ ਸਦਾ ਹੈ,	saahib mayraa sadaa hai
ਦਿਸੈ ਸਬਦੁ ਕਮਾਇ॥	disai sabad kamaa-ay.

ਓਹੁ ਅਉਹਾਣੀ ਕਦੇ ਨਾਹਿ,	oh a-uhaanee kaday naahi
ਨਾ ਆਵੈ ਨਾ ਜਾਇ॥	naa aavai naa jaa-ay.
ਸਦਾ ਸਦਾ ਸੋ ਸੇਵੀਐ,	sadaa sadaa so sayvee-ai
ਜੋ ਸਭ ਮਹਿ ਰਹੈ ਸਮਾਇ॥	jo sabh meh rahai samaa-ay.
ਅਵਰੁ ਦੂਜਾ ਕਿਉ ਸੇਵੀਐ,	avar doojaa ki-o sayvee-ai
ਜੰਮੈ ਤੈ ਮਰਿ ਜਾਇ॥	jammai tai mar jaa-ay.
ਨਿਹਫਲੁ ਤਿਨ ਕਾ ਜੀਵਿਆ,	nihfal tin kaa jeevi-aa
ਜਿ ਖਸਮੁ ਨ ਜਾਣਹਿ ਆਪਣਾ,	je khasam na jaaneh aapnaa
ਅਵਰੀ ਕਉ ਚਿਤੁ ਲਾਇ॥	avree ka-o chit laa-ay.
ਨਾਨਕ ਏਵ ਨ ਜਾਪਈ,	naanak ayv na jaap-ee
ਕਰਤਾ ਕੇਤੀ ਦੇਇ ਸਜਾਇ॥੧॥	kartaa kaytee day-ay sajaa-ay. ||1||

ਪ੍ਰਭ ਹਰ ਥਾਂ ਤੇ ਸਦਾ ਹਾਜ਼ਰ ਹਜੂਰ ਰਹਿੰਦਾ ਹੈ । ਉਹ ਕੇਵਲ ਸ਼ਬਦ ਦੀ ਕਮਾਈ ਕਰਨ ਨਾਲ ਹੀ ਅਨੁਭਵ ਹੁੰਦਾ ਹੈ । ਉਹ ਕਦੇ ਨਾਸ਼ ਨਹੀਂ ਹੁੰਦਾ, ਆਵਾ ਗਾਉਣ ਦੇ ਚੱਕਰ ਵਿੱਚ ਨਹੀਂ, ਨਾ ਹੀ ਜੰਮਦਾ, ਮਰਦਾ ਹੈ । ਜੀਵ ਉਸ ਦੇ ਸ਼ਬਦ ਦੀ ਕਮਾਈ ਕਰੋ । ਉਹ ਹਰਇੱਕ ਜੀਵ ਦੇ ਅੰਦਰ ਹੀ ਸਮਾਇਆ, ਵਸਦਾ ਹੈ, ਆਤਮਾ ਦਾ ਭਾਗ ਹੈ । ਹੋਰ ਕਿਸੇ ਦੀ ਪੂਜਾ ਕਿਉ ਕਰੋ, ਜੋ ਜਨਮ ਲੈਂਦਾ ਹੈ ਅਤੇ ਮਰ ਜਾਂਦਾ ਹੈ? ਉਹਨਾਂ ਜੀਵਾਂ ਦਾ ਮਾਨਸ ਜਨਮ ਬਿਰਥਾ ਹੀ ਹੈ । ਜਿਹੜੇ ਸੰਸਾਰਕ ਜੀਵਾਂ ਨੂੰ ਗੁਰੂ ਮੰਨਕੇ ਉਹਨਾਂ ਦੇ ਪਿੱਛੇ ਲੱਗੇ ਰਹਿੰਦੇ ਹਨ । ਉਸ ਨੂੰ ਇਸ ਕੀਤਾ ਦਾ ਕੀ ਹਰਜਾਨਾ ਦੇਣਾ ਪਵੇਗਾ? ਕੀ ਸਜ਼ਾ ਭੁਗਤਨੀ ਪਵੇ ਗੀ? ਇਸ ਦਾ ਅੰਦਾਜ਼ਾ ਨਹੀਂ ਪਾਇਆ ਜਾ ਸਕਦਾ ।

The Omnipresent True Master prevails everywhere; He may be only realized by the earning of His Word. He remains steady and stable forever and may never be destroyed of go through the cycle of birth and death. He is part of the soul and remains embedded in everything. Why should you ever worship anyone who may go into the cycle of birth and death? Whosoever may consider human as True Master, Guru, he may waste his human life uselessly. He may not know what may he endure the punishment of this belief? No one may imagine the extent of punishment.

ਮਃ ੩॥	mehlaa 3.
ਸਚਾ ਨਾਮੁ ਧਿਆਈਐ,	sachaa naam Dhi-aa-ee-ai
ਸਭੋ ਵਰਤੈ ਸਚੁ॥	sabho vartai sach.
ਨਾਨਕ ਹੁਕਮੁ ਬੁਝਿ ਪਰਵਾਣੁ ਹੋਇ,	naanak hukam bujh parvaan ho-ay
ਤਾ ਫਲੁ ਪਾਵੈ ਸਚੁ॥	taa fal paavai sach.
ਕਥਨੀ ਬਦਨੀ ਕਰਤਾ ਫਿਰੈ,	kathnee badnee kartaa firai
ਹੁਕਮੈ ਮੂਲਿ ਨ ਬੁਝਈ,	hukmai mool na bujh-ee
ਅੰਧਾ ਕਚੁ ਨਿਕਚੁ॥੨॥	anDhaa kach nikach. ||2||

ਪ੍ਰਭ ਦੇ ਸ਼ਬਦ ਦੀ ਪਾਲਣਾ ਕਰੋ । ਉਹ ਹੀ ਹਰ ਥਾਂ, ਹਰਇੱਕ ਜੀਵ ਵਿੱਚ ਵਸਦਾ ਹੈ । ਸ਼ਬਦ ਦੀ ਸੋਝੀ ਪਾ ਕੇ, ਪਾਲਣਾ ਕਰਕੇ ਜੀਵ ਪ੍ਰਭ ਦੇ ਦਰਬਾਰ ਵਿੱਚ ਪ੍ਰਵਾਨ ਹੋ ਜਾਂਦਾ ਹੈ । ਮਾਨਸ ਜਨਮ ਸਫਲ ਕਰ ਜਾਂਦਾ ਹੈ, ਮਾਨਸ ਜਨਮ ਦਾ ਲਾਹਾ ਖੱਟ ਲੈਂਦਾ ਹੈ । ਜਿਹੜੇ ਜੀਵ ਪ੍ਰਭ ਦੇ ਸ਼ਬਦ ਤੇ ਵਿਚਾਰ, ਕਥਾ ਕਰਦੇ, ਪ੍ਰੇਰਨਾ ਕਰਦੇ ਰਹਿੰਦੇ ਹਨ । ਪਰ ਆਪਣਾ ਜੀਵਨ ਉਸ ਨਾਲ ਢਾਲਦੇ ਨਹੀਂ । ਸ਼ਬਦ ਦਾ ਉਹਨਾਂ ਦੇ ਆਪਣੇ ਮਨ ਤੇ, ਜੀਵਨ ਤੇ ਕੋਈ ਪ੍ਰਭਾਵ ਨਹੀਂ ਹੁੰਦਾ । ਉਹ ਮੂਰਖ, ਅੰਧੇ, ਗਲਤ ਰਸਤੇ ਤੇ ਹੀ ਰਹਿੰਦੇ ਹਨ ।

You should adopt the teachings of His Word; He remains embedded in everything in the universe. Whosoever may adopt the teachings of His, he may be enlightened and may be accepted in His court. He may profit from human life blessings. Whosoever may preach and inspire others to obey His

Word; however, may not adopt in his own day to day life. He may not have any influence of those teachings in his own life. He remains on the wrong path in his life.

ਪਉੜੀ॥	pa-orhee.
ਸੰਜੋਗੁ ਵਿਜੋਗੁ ਉਪਾਇਓਨੁ,	sanjog vijog upaa-i-on
ਸ੍ਰਿਸ਼ਟੀ ਕਾ ਮੂਲੁ ਰਚਾਇਆ॥	saristee kaa mool rachaa-i-aa.
ਹੁਕਮੀ ਸ੍ਰਿਸਟਿ ਸਾਜੀਅਨੁ,	hukmee sarisat saajee-an
ਜੋਤੀ ਜੋਤਿ ਮਿਲਾਇਆ॥	jotee jot milaa-i-aa.
ਜੋਤੀ ਹੂੰ ਸਭੁ ਚਾਨਣਾ,	jotee hooN sabh chaannaa
ਸਤਿਗੁਰਿ ਸਬਦੁ ਸੁਣਾਇਆ॥	satgur sabad sunaa-i-aa.
ਬ੍ਰਹਮਾ, ਬਿਸਨੁ, ਮਹੇਸੁ ਤ੍ਰੈ,	barahmaa bisan mahays tarai
ਗੁਣ ਸਿਰਿ ਧੰਧੈ ਲਾਇਆ॥	gun sir DhanDhai laa-i-aa.
ਮਾਇਆ ਕਾ ਮੂਲੁ ਰਚਾਇਓਨੁ,	maa-i-aa kaa mool rachaa-i-on
ਤੁਰੀਆ ਸੁਖੁ ਪਾਇਆ॥੨॥	turee-aa sukh paa-i-aa. ||2||

ਸ੍ਰਿਸ਼ਟੀ ਵਿੱਚ ਜਮਨ ਮਰਨ ਦਾ ਖੇਲ ਬਣਾਕੇ ਪ੍ਰਭ ਨੇ ਸ੍ਰਿਸ਼ਟੀ ਦੀ ਥਾਪਣਾ, ਰਚਨਾ ਕੀਤੀ ਹੈ । ਪ੍ਰਭ ਨੇ ਆਪਣੇ ਭਾਣੇ ਨਾਲ ਹੀ ਸ੍ਰਿਸ਼ਟੀ ਦੇ ਜੀਵ ਪੈਦਾ ਕੀਤੇ ਹਨ । ਹਰਇੱਕ ਵਿੱਚ ਆਪਣੀ ਜੋਤ, ਰੋਸ਼ਨੀ, ਹੋਂਦ ਬਖਸ਼ੀ ਹੈ । ਆਪਣੀ ਜੋਤ ਵਿਚੋਂ ਸਾਰੀਆਂ ਜੋਤਾਂ ਜਗਾ ਕੇ, ਆਪਣਾ ਸ਼ਬਦ ਉਹਨਾਂ ਵਿੱਚ ਸਥਾਪਣ ਕੀਤਾ ਹੈ । ਸਾਰੇ ਸੰਸਾਰ ਨੂੰ ਧੰਦੇ ਤੇ ਲਾਇਆ ਹੈ । ਬ੍ਰਹਮਾ, ਬਿਸ਼ਨ, ਮਹੇਸੁ, ਸੰਸਾਰਕ ਮਾਇਆ ਦੇ ਤਿੰਨੇ ਰੂਪ ਥਾਪਕੇ, ਬਣਾਕੇ । ਉਸ ਨੇ ਸੰਸਾਰਕ ਮਾਇਆ ਦੀ ਜੜ੍ਹ ਲਾਈ ਹੈ । ਮਨ ਨੂੰ ਸ਼ਾਂਤੀ ਸੰਤੋਖ ਉਸ ਵੇਲੇ ਹੀ ਆਉਂਦਾ ਹੈ, ਜਦੋਂ ਜੀਵ ਚੋਥੀ ਅਵਸਥਾ ਪਾਉਂਦਾ ਹੈ ।

By establishing a cycle of birth and death; The True Master created the universe. He has created each and every structure as per His desire and infused His Holy spirit within each soul. By igniting His Holy spirit created His Word and assigned the chores of the universe. He created three unique symbol or worldly wealth. Also created three blessed souls as the symbol of three kinds of worldly wealth. He established the foundation of worldly wealth. The soul may only be contented and in peace after she may be blessed with fourth virtue, salvation.

449.ਸਲੋਕੁ ਮਃ ੩॥ 509-12

ਸੋ ਜਪੁ ਸੋ ਤਪੁ ਜਿ ਸਤਿਗੁਰ ਭਾਵੈ॥	so jap so tap je satgur bhaavai.
ਸਤਿਗੁਰ ਕੈ ਭਾਣੈ ਵਡਿਆਈ ਪਾਵੈ॥	satgur kai bhaanai vadi-aa-ee paavai.
ਨਾਨਕ ਆਪੁ ਛੋਡਿ	naanak aap chhod
ਗੁਰ ਮਾਹਿ ਸਮਾਵੈ॥੧॥	gur maahi samaavai. ||1||

ਜੀਵ ਉਹ ਹੀ ਅਸਲੀ ਬਾਣੀ ਹੈ, ਸ਼ਬਦ ਹੈ, ਸਿਮਰਨ ਹੈ, ਕੀਰਤਨ ਹੈ, ਬੰਦਗੀ ਹੈ । ਜਿਸ ਨਾਲ ਪ੍ਰਭ ਦੀ ਰਹਿਮਤ ਦੀ ਨਜ਼ਰ ਆ ਜਾਵੇ, ਮਨ ਵਿੱਚ ਸੰਤੋਖ ਆ ਜਾਵੇ । ਪ੍ਰਭ ਦੀ ਰਹਿਮਤ ਦੀ ਨਜ਼ਰ ਨਾਲ ਹੀ ਜੀਵ ਪ੍ਰਵਾਨਗੀ ਦੇ ਰਸਤੇ ਤੇ ਅਡੋਲ ਰਹਿੰਦਾ ।

Any scripture that may provide contentment and peace of anyone may be worthy to be called as Holy Scripture, His teachings for Mankind. With His mercy and grace, His true devotee may adopt the right path of meditation and to be accepted in His court.

ਮਃ ੩॥	mehlaa 3.
ਗੁਰ ਕੀ ਸਿਖ ਕੋ ਵਿਰਲਾ ਲੇਵੈ॥	gur kee sikh ko virlaa layvai.
ਨਾਨਕ ਜਿਸੁ ਆਪਿ ਵਡਿਆਈ ਦੇਵੈ॥੨	naanak jis aap vadi-aa-ee dayvai.2

ਸੰਸਾਰ ਵਿੱਚ ਕੋਈ ਵਿਰਲਾ ਹੀ ਸ਼ਬਦ ਦੀ ਮਨੋ ਪਾਲਣਾ ਕਰਦਾ, ਆਪਣਾ ਜੀਵਨ ਢਾਲਦਾ ਹੈ । ਜਿਸ ਤੇ ਪ੍ਰਭ ਆਪ ਰਹਿਮਤ ਕਰਕੇ ਇਸ ਪਾਸੇ ਲਾਉਂਦਾ ਹੈ, ਅਡੋਲ ਰਖਦਾ ਹੈ । ਕੇਵਲ ਉਹ ਹੀ ਜੀਵ ਪ੍ਰਭ ਦੇ ਸ਼ਬਦ ਨਾਲ ਜੀਵਨ ਢਾਲਦਾ ਹੈ ।

However, very rare may adopt the teachings of His Word with steady and stable belief in his day to day life. Whosoever may be blessed with devotion and dedication to adopt the teachings, the right path; only he may adopt the teachings in his day to day life and remain steady and stable on the right path in his life.

ਪਉੜੀ॥	pa-orhee.
ਮਾਇਆ ਮੋਹੁ ਅਗਿਆਨੁ ਹੈ,	maa-i-aa moh agi-aan hai
ਬਿਖਮੁ ਅਤਿ ਭਾਰੀ॥	bikham at bhaaree.
ਪਥਰ ਪਾਪ ਬਹੁ ਲਦਿਆ,	pathar paap baho ladi-aa
ਕਿਉ ਤਰੀਐ ਤਾਰੀ॥	ki-o taree-ai taaree.
ਅਨਦਿਨੁ ਭਗਤੀ ਰਤਿਆ,	an-din bhagtee rati-aa
ਹਰਿ ਪਾਰਿ ਉਤਾਰੀ॥	har paar utaaree.
ਗੁਰ ਸਬਦੀ ਮਨੁ ਨਿਰਮਲਾ,	gur sabdee man nirmalaa
ਹਉਮੈ ਛਡਿ ਵਿਕਾਰੀ॥	ha-umai chhad vikaaree.
ਹਰਿ ਹਰਿ ਨਾਮੁ ਧਿਆਈਐ,	har har naam Dhi-aa-ee-ai
ਹਰਿ ਹਰਿ ਨਿਸਤਾਰੀ॥੩॥	har har nistaaree.

ਸੰਸਾਰਕ ਮਾਇਆ ਨਾਲ ਮੋਹ, ਪ੍ਰਭ ਦੇ ਸ਼ਬਦ ਦੀ ਅਗਿਅਨਤਾ ਕਰਕੇ ਹੀ ਹੁੰਦਾ ਹੈ । ਇਸ ਮੋਹ ਨੂੰ ਤੋੜਨਾ ਬਹੁਤ ਕਠੰਨ ਹੈ । ਆਤਮਾ ਤੇ ਇਹ ਬਹੁਤ ਭਾਰਾ ਬੋਝ ਹੁੰਦਾ ਹੈ । ਜਿਸ ਜੀਵ ਦੀ ਆਤਮਾ ਤੇ ਇਹ ਪਾਪਾਂ ਨਾਲ ਭਰਿਆਂ ਭਾਰ, ਬੋਝ ਲੱਦਿਆਂ ਹੁੰਦਾ ਹੈ । ਉਹ ਪ੍ਰਵਾਨਗੀ ਦੇ ਰਸਤੇ ਤੇ ਕਿਵੇਂ ਚਲ ਸਕਦਾ ਹੈ? ਜਿਹੜੇ ਜੀਵ ਦਿਨ ਰਾਤ ਪ੍ਰਭ ਦੇ ਸ਼ਬਦ ਦੀ ਪਾਲਣਾ ਕਰਦੇ ਹਨ । ਉਹ ਪ੍ਰਭ ਦੀ ਰਹਿਮਤ ਨਾਲ ਸ਼ਬਦ ਦੀ ਪਾਲਣਾ ਤੇ ਅਡੋਲ ਰਹਿੰਦੇ ਹਨ । ਸ਼ਬਦ ਨਾਲ ਜੀਵਨ ਢਾਲਣ ਨਾਲ ਜੀਵ ਆਪਣੇ ਮਨ ਦੇ ਅਹੰਕਾਰ, ਲਾਲਚ ਤੇ ਕਾਬੂ ਪਾ ਲੈਂਦਾ ਹੈ । ਆਪਣੇ ਮਨ ਨੂੰ ਬੁਰੇ ਖਿਆਲਾਂ ਤੋਂ ਰਹਿਤ ਕਰ ਲੈਂਦਾ ਹੈ, ਪਵਿਤ੍ਰ ਕਰ ਲੈਂਦਾ ਹੈ । ਪ੍ਰਭ ਦੇ ਸ਼ਬਦ ਦਾ ਸਿਮਰਨ ਕਰਦਾ ਕਰਦਾ ਜੀਵ ਉਸ ਪ੍ਰਭ ਦੀ ਰਹਿਮਤ ਪਾ ਲੈਂਦਾ ਹੈ ।

The attachment with worldly wealth and worldly relationships are due to ignorance from the teachings of His Word. To break the bond of attachments may be very tedious and difficult, it may be easy to say. Whosoever may be overwhelmed with sinful thoughts; how may he adopt the right path of salvation in his day to day life? Whosoever may remain steady and stable on this path under all worldly circumstances, environments; with His mercy and grace remain steady and stable on the right path. He may be blessed to conquer his ego and worldly greed. He may become beyond the reach of evil thoughts from mind. He may sanctify his soul and may become worthy of His consideration.

450.ਸਲੋਕੁ ਮਃ ੩॥ 509-16

ਕਬੀਰ ਮੁਕਤਿ ਦੁਆਰਾ ਸੰਕੁੜਾ,	kabeer mukat du-aaraa sankurhaa
ਰਾਈ ਦਸਵੈ ਭਾਇ॥	raa-ee dasvai bhaa-ay.
ਮਨੁ ਤਉ ਮੈਗਲੁ ਹੋਇ ਰਹਾ,	man ta-o maigal ho-ay rahaa
ਨਿਕਸਿਆ ਕਿਉ ਕਰਿ ਜਾਇ॥	niksi-aa ki-o kar jaa-ay.
ਐਸਾ ਸਤਿਗੁਰੁ ਜੇ ਮਿਲੈ,	aisaa satgur jay milai
ਤੁਠਾ ਕਰੇ ਪਸਾਉ॥	tuthaa karay pasaa-o.

ਮੁਕਤਿ ਦੁਆਰਾ ਮੋਕਲਾ, mukat du-aaraa moklaa
ਸਹਜੇ ਆਵਉ ਜਾਉ॥੧॥ sehjay aava-o jaa-o. ||1||

ਕਬੀਰ ਜੀ ਸੇ ਕਥਨ ਹਨ! ਪ੍ਰਭ ਦੀ ਪ੍ਰਵਾਨਗੀ, ਮੁਕਤੀ ਦਾ ਰਸਤਾ, ਦਰਵਾਜ਼ਾ ਬਹੁਤ ਭੀੜਾ ਹੈ । ਸਰੋ ਦੇ ਦਾਣੇ ਦੇ ਦਸਵੇਂ ਹੀਸੇ ਨਾਲੋ ਵੀ ਛੋਟਾ ਹੈ । ਜੀਵ ਦਾ ਮਨ ਤਾ ਸੰਸਾਰਕ ਮੋਹ ਨਾਲ ਹਾਥੀ ਨਾਲੋ ਵੀ ਵੱਡਾ ਹੋ ਜਾਂਦਾ ਹੈ । ਇਹ ਆਤਮਾ ਉਸ ਦਰਵਾਜ਼ੇ ਵਿਚੋਂ ਕਿਵੇਂ ਪਾਰ ਹੋ ਸਕਦੀ ਹੈ? ਅਗਰ ਕੋਈ ਪੂਰਨ ਗੁਰੂ (ਸ਼ਬਦ ਦੀ ਸੋਝੀ, ਪਾਲਣਾ) ਮਿਲੇ, ਤਾ ਹੀ ਪ੍ਰਭ ਦਾ ਤਰਸ ਆਉਂਦਾ ਹੈ । ਪ੍ਰਭ ਆਪ ਹੀ ਉਸ ਜੀਵ ਲਈ ਮੁਕਤੀ ਦਾ ਦਰਵਾਜ਼ਾ ਮੋਕਲਾ ਕਰ ਦੇਂਦਾ ਹੈ । ਸ਼ਬਦ ਦੀ ਪਾਲਣਾ ਤੇ ਅਡੋਲ ਆਤਮਾ ਅਸਾਨੀ ਨਾਲ ਇਸ ਵਿਚੋਂ ਪਾਰ ਲੱਗ ਜਾਂਦੀ ਹੈ ।

His true devotee enlightens the mankind that the path of meditation and adopt the teachings of is very tedious; you may consider the path, opening in door may be smaller than the "one 10th "of the small seed. However, the mind and ego of worldly status and ignorance from His Word has inflated us bigger than the size of an elephant. How may anyone pass through the door of His castle. Whosoever may adopt the teachings of His Word with steady and stable belief in his day to day life; with His mercy and grace, the same door may be wide open for his soul to easily enter in His court.

ਮਃ ੩॥ mehlaa 3.

ਨਾਨਕ ਮੁਕਤਿ ਦੁਆਰਾ ਅਤਿ ਨੀਕਾ, naanak mukat du-aaraa at neekaa
ਨਾਨ੍ਹਾ ਹੋਇ ਸੁ ਜਾਇ॥ naanHaa ho-ay so jaa-ay.
ਹਉਮੈ ਮਨੁ ਅਸਥੂਲੁ ਹੈ, ha-umai man asthool hai
ਕਿਉ ਕਰਿ ਵਿਚੁ ਦੇ ਜਾਇ॥ ki-o kar vich day jaa-ay.
ਸਤਿਗੁਰ ਮਿਲਿਐ ਹਉਮੈ ਗਈ, satgur mili-ai ha-umai ga-ee
ਜੋਤਿ ਰਹੀ ਸਭ ਆਇ॥ jot rahee sabh aa-ay.
ਇਹੁ ਜੀਉ ਸਦਾ ਮੁਕਤੁ ਹੈ, ih jee-o sadaa mukat hai
ਸਹਜੇ ਰਹਿਆ ਸਮਾਇ॥੨॥ sehjay rahi-aa samaa-ay. ||2||

ਪ੍ਰਭ ਦੇ ਦਰਬਾਰ ਦਾ ਦਰਵਾਜ਼ਾ, ਮੁਕਤੀ ਦਾ ਰਸਤਾ ਇਤਨਾ ਭੀੜਾ ਹੈ । ਕੋਈ ਛੋਟੀ ਹੀ ਆਤਮਾ, ਜਿਸ ਦੀ ਹੌਂਦ ਨਿਮਾਣੀ ਹੋਵੇ ਉਸ ਵਿਚੋਂ ਪਾਰ ਹੋ ਸਕਦੀ ਹੈ । ਜੀਵ ਦਾ ਮਨ ਸੰਸਾਰਕ ਹੈਸੀਅਤ ਦੇ ਅਹੰਕਾਰ ਨਾਲ ਗੁਬਾਰੇ ਦੀ ਤਰ੍ਹਾਂ ਫੈਲ ਜਾਂਦਾ ਹੈ । ਇਹ ਇਸ ਵਿਚੋਂ ਕਿਵੇਂ ਪਾਰ ਲੱਗ ਸਕਦਾ ਹੈ? ਅਗਰ ਕੋਈ ਸ਼ਬਦ ਨਾਲ ਜੀਵਨ ਢਾਲੇ ਤਾ ਮਨ ਵਿਚੋਂ ਅਹੰਕਾਰ ਦੀ ਜੜ੍ਹ ਨਾਸ਼ ਹੋ ਜਾਂਦੀ ਹੈ । ਉਸ ਦੀ ਆਤਮਾ ਵਿੱਚ ਕੇਵਲ ਪ੍ਰਭ ਦੀ ਜੋਤ ਹੀ ਰਹਿੰਦੀ ਹੈ । ਉਹ ਆਤਮਾ ਅਸਾਨੀ ਨਾਲ ਹੀ ਇਸ ਦਰਵਾਜੇ ਦੀ ਝੀਤ ਵਿਚੋਂ ਪਾਰ ਲੰਘ ਜਾਂਦੀ ਹੈ । ਉਸ ਪ੍ਰਭ ਦੀ ਜੋਤ ਵਿੱਚ ਅਲੋਪ ਹੋ ਜਾਂਦੀ ਹੈ ।

With His command the opening in His castle door may be very small, only the humble soul, with no ego, worldly status may penetrate through that opening with His mercy and grace. However, our mind remains inflated with our ego and worldly status life a big balloon. How may our soul penetrate through that opening? Whosoever may adopt the teachings of His Word with steady and stable belief, he may eliminate his ego and his soul may become sanctified like The Holy Spirit and penetrates through that hole, opening with ease. His soul may immerse in The Holy Spirit.

ਪਉੜੀ॥ pa-orhee.

ਪ੍ਰਭਿ ਸੰਸਾਰੁ ਉਪਾਇ ਕੈ, parabh sansaar upaa-ay kai
ਵਸਿ ਆਪਣੈ ਕੀਤਾ॥ vas aapnai keetaa.
ਗਣਤੈ ਪ੍ਰਭੂ ਨ ਪਾਈਐ, gantai parabhoo na paa-ee-ai
ਦੂਜੈ ਭਰਮੀਤਾ॥ doojai bharmeetaa.

ਸਤਿਗੁਰ ਮਿਲਿਐ ਜੀਵਤੁ ਮਰੈ,	satgur mili-ai jeevat marai
ਬੁਝਿ ਸਚਿ ਸਮੀਤਾ॥	bujh sach sameetaa.
ਸਬਦੇ ਹਉਮੈ ਖੋਈਐ,	sabday ha-umai kho-ee-ai
ਹਰਿ ਮੇਲਿ ਮਿਲੀਤਾ॥	har mayl mileetaa.
ਸਭ ਕਿਛੁ ਜਾਣੈ ਕਰੇ ਆਪਿ,	sabh kichh jaanai karay aap
ਆਪੇ ਵਿਗਸੀਤਾ॥੪॥	aapay vigseetaa. ||4||

ਪ੍ਰਭ ਨੇ ਸ੍ਰਿਸ਼ਟੀ ਨੂੰ ਪੈਦਾ ਕਰਕੇ ਇਸ ਦਾ ਸਭ ਕੁਝ ਆਪਣੇ ਹੱਥ ਵਿੱਚ, ਕਾਬੂ ਵਿੱਚ ਰਖਿਆ ਹੈ । ਪ੍ਰਭ ਦੀ ਰਹਿਮਤ ਬਾਣੀ ਦੇ ਕੀਤੇ, ਕਰਵਾਏ ਪਾਠਾ ਦੀ ਗਿਣਤੀ ਨਾਲ ਨਹੀਂ ਪਾਈ ਜਾ ਸਕਦੀ । ਨਾ ਹੀ ਧਰਮ ਦੇ ਰੀਤ ਰੀਵਾਜਾ ਨਾਲ ਪਾਈ ਜਾ ਸਕਦੀ ਹੈ । ਪ੍ਰਭ ਦੀ ਰਹਿਮਤ ਤਾ ਕੇਵਲ ਸੰਸਾਰ ਵਿੱਚ ਲੰਘਦੇ ਹੋਏ । ਇੱਛਾਂ ਦੇ ਪ੍ਰਭਾਵ ਤੋ ਰਹਿਤ ਰਹਿੰਦੇ ਹੋਏ ਹੀ ਸਮਝੀ ਜਾ ਸਕਦੀ ਹੈ । ਉਸ ਨਾਲ ਹੀ ਪ੍ਰਭ ਦੇ ਸ਼ਬਦ ਦੀ ਸਮਾਧੀ ਵਿੱਚ ਲੀਨ ਹੋਇਆ ਜਾ ਸਕਦਾ ਹੈ । ਪ੍ਰਭ ਦੇ ਸ਼ਬਦ ਨਾਲ ਜੀਵਨ ਢਾਲਣ ਨਾਲ ਹੀ ਮਨ ਵਿਚੋਂ ਅਹੰਕਾਰ ਖਤਮ ਹੁੰਦਾ ਹੈ । ਤਾ ਹੀ ਜੀਵ ਦੇ ਮਨ ਵਿੱਚ ਪ੍ਰਭ ਦਾ ਸ਼ਬਦ ਘਰ ਕਰ ਜਾਂਦਾ ਹੈ । ਪ੍ਰਭ ਦੇ ਦਰਬਾਰ ਵਿੱਚ ਪ੍ਰਵਾਨਗੀ ਮਿਲਦੀ ਹੈ । ਅੰਤਰਜਾਮੀ ਪ੍ਰਭ ਸਭ ਕੁਝ ਜਾਣਦਾ ਹੈ ਆਪ ਹੀ ਸਭ ਕੁਝ ਕਰਦਾ ਹੈ । ਆਪ ਹੀ ਆਪਣੀ ਸ੍ਰਿਸ਼ਟੀ ਦੀ ਪਾਲਣਾ ਕਰਦਾ, ਅਨੰਦ ਵਿੱਚ ਰਹਿੰਦਾ ਹੈ ।

The True Master has kept the control of all functions of creation under His command. No one may ever be blessed with any path, or reading, preaching, singing, religious rituals or worshipping any worldly gurus. The teachings of His Word, law of His nature may be enlightened with His own mercy and grace, remain in worldly assigned life and remains beyond the reach of worldly desires. With this way of life, he may enter into the void of His Word. By adopting the teachings of His Word, he may conquer his ego of worldly status and his mind may be drenched with the teachings of His Word. His soul may become worthy of His consideration; The Omniscient True Master, nourishes and protect His creation.

451.ਸਲੋਕੁ ਮਃ ੩॥ 510-4

ਸਤਿਗੁਰ ਸਿਉ ਚਿਤੁ ਨ ਲਾਇਓ,	satgur si-o chit na laa-i-o
ਨਾਮੁ ਨ ਵਸਿਓ ਮਨਿ ਆਇ॥	naam na vasi-o man aa-ay.
ਧ੍ਰਿਗੁ ਇਵੇਹਾ ਜੀਵਿਆ,	Dharig ivayhaa jeevi-aa
ਕਿਆ ਜੁਗ ਮਹਿ ਪਾਇਆ ਆਇ॥	ki-aa jug meh paa-i-aa aa-ay.
ਮਾਇਆ ਖੋਟੀ ਰਾਸਿ ਹੈ,	maa-i-aa khotee raas hai
ਏਕ ਚਸੇ ਮਹਿ ਪਾਜੁ ਲਹਿ ਜਾਇ॥	ayk chasay meh paaj leh jaa-ay.
ਹਥਹੁ ਛੁੜਕੀ ਤਨੁ ਸਿਆਹੁ ਹੋਇ,	hathahu chhurhkee tan si-aahu ho-ay
ਬਦਨੁ ਜਾਇ ਕੁਮਲਾਇ॥	badan jaa-ay kumlaa-ay.
ਜਿਨ ਸਤਿਗੁਰ ਸਿਉ ਚਿਤੁ ਲਾਇਆ,	jin satgur si-o chit laa-i-aa
ਤਿਨ੍ ਸੁਖੁ ਵਸਿਆ ਮਨਿ ਆਇ॥	tinH sukh vasi-aa man aa-ay.
ਹਰਿ ਨਾਮੁ ਧਿਆਵਹਿ ਰੰਗ ਸਿਉ,	har naam Dhi-aavahi rang si-o
ਹਰਿ ਨਾਮਿ ਰਹੇ ਲਿਵ ਲਾਇ॥	har naam rahay liv laa-ay.
ਨਾਨਕ ਸਤਿਗੁਰ ਸੋ ਧਨੁ ਸਉਪਿਆ,	naanak satgur so Dhan sa-upi-aa
ਜਿ ਜੀਅ ਮਹਿ ਰਹਿਆ ਸਮਾਇ॥	je jee-a meh rahi-aa samaa-ay.
ਰੰਗੁ ਤਿਸੈ ਕਉ ਅਗਲਾ,	rang tisai ka-o aglaa
ਵੰਨੀ ਚੜੈ ਚੜਾਇ॥੧॥	vannee charhai charhaa-ay. ||1||

ਜਿਸ ਦੀ ਲਗਨ ਪ੍ਰਭ ਦੇ ਸ਼ਬਦ ਵਿੱਚ ਨਹੀਂ ਲੱਗਦੀ, ਸ਼ਬਦ ਦੀ ਪਾਲਣਾ, ਸਿਮਰਨ ਨਹੀਂ ਕਰਦਾ । ਉਹ ਜੀਵ ਆਪਣਾ ਮਨ ਲਾ ਕੇ ਪ੍ਰਭ ਦੇ ਸ਼ਬਦ ਨਾਲ ਜੀਵਨ ਦਾ ਢੰਗ ਨਹੀਂ ਬਣਾਉਂਦਾ । ਉਸ ਦਾ ਸੰਸਾਰ ਵਿੱਚ ਮਾਨਸ ਜਨਮ ਲੈਣਾ ਬਿਰਥਾ ਹੀ ਹੁੰਦਾ ਹੈ । ਉਸ ਨੇ ਮਾਨਸ ਜਨਮ ਵਿੱਚ ਆ ਕੇ ਕੀ ਲਾਭ ਖਟਿਆ ਹੈ? ਸੰਸਾਰਕ ਮਾਇਆ ਇੱਕ ਥੋੜ੍ਹਾ ਸਮਾਂ ਰਹਿਣ ਵਾਲਾ ਅਨੰਦ ਦੇਂਦੀ ਹੈ । ਕੁਝ, ਇੱਕ ਪਲ ਵਿੱਚ ਹੀ ਅਨੰਦ ਖਤਮ ਹੋ ਜਾਂਦਾ ਹੈ । ਜਦੋਂ ਸੰਸਾਰਕ ਮਾਇਆ ਵਿਛੜ ਜਾਂਦੀ ਹੈ, ਤਨ ਸਵਾਹ ਵਰਗਾ, ਨਿਮਾਣਾ ਬਣ ਜਾਂਦਾ ਹੈ । ਮਾਇਆ ਨਾਲੇ ਕੀਤੇ ਪਾਪਾਂ ਦਾ ਦਾਗ ਉਸ ਦੀ ਆਤਮਾ ਤੇ ਲੱਗ, ਛਾ ਜਾਂਦਾ ਹੈ । ਉਸ ਦੀ ਰੋਣਕ, ਖੁਸ਼ੀ, ਗਮੀ ਵਿੱਚ ਬਦਲ ਜਾਂਦੀ ਹੈ । ਜਿਹੜੇ ਜੀਵ ਪ੍ਰਭ ਦੇ ਸ਼ਬਦ ਵਿੱਚ ਲਗਨ ਲਾਉਂਦੇ ਹਨ! ਉਹਨਾਂ ਦੇ ਮਨ ਵਿੱਚ ਧੀਰਜ, ਸੰਤੋਖ, ਪ੍ਰਭ ਦੇ ਦਿੱਤੇ ਤੇ ਭਰੋਸਾ ਅਡੋਲ ਰਹਿੰਦਾ ਹੈ । ਪ੍ਰਭ ਦੇ ਸ਼ਬਦ ਦਾ ਰੰਗ ਚੜ੍ਹਿਆ ਰਹਿੰਦਾ ਹੈ । ਪ੍ਰਭ ਨੇ ਸ਼ਬਦ ਦਾ ਧਨ ਜੀਵ ਨੂੰ ਸੌਂਪਿਆ ਹੈ । ਕੇਵਲ ਉਹ ਜੀਵ ਹੀ ਪਾਉਂਦਾ ਹੈ, ਜਿਹੜਾ ਆਪਣੇ ਅੰਦਰੋਂ ਖੋਜ ਕਰਦਾ ਹੈ । ਆਪਣੇ ਅੰਦਰ ਹੀ ਉਸ ਦੀ ਜੋਤ ਵਿੱਚ ਲੀਨ ਰਹਿੰਦਾ ਹੈ । ਉਹਨਾਂ ਤੇ ਪ੍ਰਭ ਦੇ ਸ਼ਬਦ ਦਾ ਅਨੋਖਾ ਹੀ ਰੰਗ ਚੜ੍ਹ ਜਾਂਦਾ ਹੈ । ਜਿਹੜਾ ਦਿਨ ਰਾਤ ਵਧਦਾ ਰਹਿੰਦਾ ਹੈ ।

Whosoever may not have dedication, devotion to meditate or obey the teachings of His Word. He may not adopt the teachings of His Word in his day to day life. His human life blessings may be wasted uselessly. What may he accomplish in his human life? All comforts of worldly wealth may provide him entertainment pleasure for short period of time and may become dream or distance memories. As soon as the glory of worldly wealth may disappear, his body, worldly status may become helpless, worthless like ashes. However, the blemish of his sins become long-lasting, stigma, some cases permanent on his soul. His pleasure converted into miseries. The Ture Master has embedded the treasure of His Word within His soul. Whosoever may search within his mind, his soul may be blessed with enlightenment. He may enter into the void of His Word in his meditation. He may be drenched with His teachings and the glow of His Holy Spirit may shine on his forehead and enhance day and night.

ਮਃ ੩॥	mehlaa 3.
ਮਾਇਆ ਹੋਈ ਨਾਗਨੀ,	maa-i-aa ho-ee naagnee
ਜਗਤਿ ਰਹੀ ਲਪਟਾਇ॥	jagat rahee laptaa-ay.
ਇਸ ਕੀ ਸੇਵਾ ਜੋ ਕਰੇ,	is kee sayvaa jo karay
ਤਿਸ ਹੀ ਕਉ ਫਿਰਿ ਖਾਇ॥	tis hee ka-o fir khaa-ay.
ਗੁਰਮੁਖਿ ਕੋਈ ਗਾਰੜੂ,	gurmukh ko-ee gaarrhoo
ਤਿਨਿ ਮਲਿ ਦਲਿ ਲਾਈ ਪਾਇ॥	tin mal dal laa-ee paa-ay.
ਨਾਨਕ ਸੇਈ ਉਬਰੇ,	naanak say-ee ubray
ਜਿ ਸਚਿ ਰਹੇ ਲਿਵ ਲਾਇ॥੨॥	je sach rahay liv laa-ay. ||2||

ਸੰਸਾਰਕ ਮਾਇਆ ਇੱਕ ਉਸ ਸੱਪਣੀ ਦੀ ਤਰ੍ਹਾਂ ਹੈ । ਜਿਸ ਨੇ ਕਿਸੇ ਜੀਵ ਨੂੰ ਘੇਰਾ ਪਾਇਆ ਹੋਵੇ । ਸਾਰਾ ਸੰਸਾਰ ਹੀ ਇਸ ਦੇ ਜਾਲ ਵਿੱਚ ਫਸਿਆ ਹੈ । ਜਿਹੜਾ ਵੀ ਇਸ ਦੇ ਆਧਾਰ ਤੇ ਜੀਵਨ ਬਤੀਤ ਕਰਦਾ ਹੈ । ਅੰਤ ਵਿੱਚ ਇਹ ਉਸ ਨੂੰ ਹੀ ਤਬਾਹ ਕਰ ਦੇਂਦੀ ਹੈ । ਗੁਰਮਖ ਜੀਵ ਵਿੱਚ ਉਸ ਗਾਲੜ੍ਹ ਵਾਲੀ ਸੋਝੀ ਆ ਜਾਂਦੀ ਹੈ । ਉਸ ਇਸ ਨੂੰ ਕੀਲ ਕੇ ਆਪਣੇ ਕਾਬੂ ਵਿੱਚ ਕਰ ਲੈਂਦਾ ਹੈ । ਉਸ ਦੀ ਜੜ੍ਹ ਮਨ ਵਿਚੋਂ ਅਖਾੜ ਦੇਂਦਾ ਹੈ । ਕੇਵਲ ਉਹ ਜੀਵ ਹੀ ਇਸ ਤੋਂ, ਮਾਇਆ ਦੇ ਜਾਲ ਵਿਚੋ ਬਚਦੇ ਹਨ । ਜਿਹੜੇ ਮਨੋ ਪ੍ਰਭ ਦੇ ਸ਼ਬਦ ਵਿੱਚ ਲੀਨ ਰਹਿੰਦੇ ਹਨ ।

Worldly wealth may be like a snake; whosoever may be surrounded by worldly wealth, snake, he may become her slave. Whosoever may model his worldly life under the influence of worldly wealth; he may ruin his human life opportunity uselessly. His true devotee become wise like, snake-charmer and makes her as his slave. He may uproot, conquer her. Whosoever may remain in the void of His Word, only he may be saved from worldly wealth.

ਪਉੜੀ॥	pa-orhee.
ਢਾਢੀ ਕਰੇ ਪੁਕਾਰ	dhaadhee karay pukaar
ਪ੍ਰਭੂ ਸੁਣਾਇਸੀ॥	parabhoo sunaa-isee.
ਅੰਦਰਿ ਧੀਰਕ ਹੋਇ, ਪੂਰਾ ਪਾਇਸੀ॥	andar Dheerak ho-ay pooraa paa-isee.
ਜੋ ਧੁਰਿ ਲਿਖਿਆ ਲੇਖੁ,	jo Dhur likhi-aa laykh
ਸੇ ਕਰਮ ਕਮਾਇਸੀ॥	say karam kamaa-isee.
ਜਾ ਹੋਵੈ ਖਸਮੁ ਦਇਆਲੁ,	jaa hovai khasam da-i-aal
ਤਾ ਮਹਲੁ ਘਰੁ ਪਾਇਸੀ॥	taa mahal ghar paa-isee.
ਸੋ ਪ੍ਰਭੁ ਮੇਰਾ ਅਤਿ ਵਡਾ,	so parabh mayraa at vadaa
ਗੁਰਮੁਖਿ ਮੇਲਾਇਸੀ॥੫॥	gurmukh maylaa-isee. ||5||

ਢਾਡੀ, ਬੰਦਗੀ ਕਰਨ ਵਾਲਾ ਦੀ ਅਰਦਾਸ ਪ੍ਰਭ ਆਪ ਹੀ ਸੁਣਦਾ ਹੈ । ਜਦੋਂ ਉਸ ਦੇ ਮਨ ਵਿੱਚ ਭਰੋਸਾ ਅਡੋਲ ਹੋ ਜਾਂਦਾ, ਧੀਰਜ, ਸੰਤੋਖ ਆ ਜਾਂਦਾ ਹੈ । ਤਾ ਉਸ ਤੇ ਰਹਿਮਤ ਦੀ ਨਜ਼ਰ ਕਰਦਾ ਹੈ । ਜੋ ਵੀ ਜੀਵ ਦੇ ਭਾਗਾਂ ਵਿੱਚ ਲਿਖਿਆ ਹੁੰਦਾ ਹੈ, ਉਹ ਹੀ ਧੰਦੇ, ਕਮਾਈ ਕਰਦਾ ਹੈ । ਜਦੋਂ ਪ੍ਰਭ ਆਪ ਤਰਸ ਬਖਸ਼ਕੇ ਉਸ ਨੂੰ ਸ਼ਬਦ ਦੀ ਪਾਲਣਾ ਤੇ ਲਾਉਂਦਾ ਹੈ । ਉਹ ਹੀ ਜੀਵ ਪ੍ਰਭ ਦੀ ਪ੍ਰਵਾਨਗੀ ਦੇ ਰਸਤੇ ਤੇ ਚਲਦਾ ਹੈ । ਪ੍ਰਭ ਬਹੁਤ ਦਿਆਲੂ ਹੈ, ਜਿਹੜਾ ਵੀ ਜੀਵ ਗੁਰਮਖ ਅਵਸਥਾ ਪਾ ਲੈਂਦਾ ਹੈ । ਉਸ ਤੇ ਰਹਿਮਤ ਦੀ ਨਜ਼ਰ ਬਖਸ਼ਦਾ ਹੈ ।

The True Master heeds to the prayer of His true devotee; whosoever may remain steady and stable, contented and in peace with his worldly environments; he may be blessed with His mercy and grace. Whosoever may have prewritten destiny, he may inspire and keeps him on the right path of meditation and acceptance in His court. The Merciful True Master may bless him with state of mind as His true devotee.

452.ਸਲੋਕ ਮਃ ੩॥ 510-13

ਸਭਨਾ ਕਾ ਸਹੁ ਏਕੁ ਹੈ,	sabhnaa kaa saho ayk hai
ਸਦ ਹੀ ਰਹੈ ਹਜੂਰਿ॥	sad hee rahai hajoor.
ਨਾਨਕ ਹੁਕਮੁ ਨ ਮੰਨਈ,	naanak hukam na mann-ee
ਤਾ ਘਰ ਹੀ ਅੰਦਰਿ ਦੂਰਿ॥	taa ghar hee andar door.
ਹੁਕਮੁ ਭੀ ਤਿਨ੍ਹਾ ਮਨਾਇਸੀ,	hukam bhee tinHaa manaa-isee
ਜਿਨ੍ ਕਉ ਨਦਰਿ ਕਰੇਇ॥	jinH ka-o nadar karay-i.
ਹੁਕਮੁ ਮੰਨਿ ਸੁਖੁ ਪਾਇਆ,	hukam man sukh paa-i-aa
ਪ੍ਰੇਮ ਸੁਹਾਗਣਿ ਹੋਇ॥੧॥	paraym suhaagan ho-ay. ||1||

ਸ੍ਰਿਸ਼ਟੀ ਦਾ ਮਾਲਕ, ਇੱਕੋ ਇੱਕ ਪ੍ਰਭ ਹੈ, ਜਿਹੜਾ ਹਰਇੱਕ ਦੇ ਅੰਦਰ ਹਾਜ਼ਰ ਹਜ਼ੂਰ ਰਹਿੰਦਾ ਹੈ । ਜਿਹੜੇ ਸ਼ਬਦ ਦੀ ਪਾਲਣਾ ਨਹੀਂ ਕਰਦੇ । ਉਹ ਆਪਣੇ ਅੰਦਰ ਹੁੰਦੇ ਹੋਏ ਨੂੰ ਬਹੁਤ ਦੂਰ ਮਹਿਸੂਸ ਕਰਦੇ ਹਨ । ਸ਼ਬਦ ਦੀ ਪਾਲਣਾ ਵੀ ਉਹ ਹੀ ਕਰ ਸਕਦਾ ਹੈ । ਜਿਸ ਤੇ ਪ੍ਰਭ ਆਪ ਹੀ ਰਹਿਮਤ ਕਰਦਾ ਹੈ । ਸ਼ਬਦ ਨਾਲ ਜੀਵਨ ਢਾਲਣ ਨਾਲ ਜੀਵ ਦੇ ਮਨ ਵਿੱਚ ਸ਼ਾਂਤੀ, ਸੰਤੋਖ ਘਰ ਕਰ ਜਾਂਦਾ ਹੈ । ਉਸ ਤੇ ਪ੍ਰਭ ਦੀ ਰਹਿਮਤ ਭਰਪੂਰ ਹੋ ਜਾਂਦੀ ਹੈ ।

The One and Only One, Omnipresent God is True Creator, Master of His creation. Whosoever may not obey the teachings of His Word, he may feel The True Master far away and may not realize; He remains embedded within his soul. Only with His mercy and grace, one may adopt the teachings of His Word with steady and stable belief in day to day life. He may be blessed with peace and contentment in his life. He may remain overwhelmed the nectar of the teachings of His Word.

ਮਃ ੩॥	mehlaa 3.
ਰੈਣਿ ਸਬਾਈ ਜਲਿ ਮੁਈ,	rain sabaa-ee jal mu-ee
ਕੰਤ ਨ ਲਾਇਓ ਭਾਉ॥	kant na laa-i-o bhaa-o.
ਨਾਨਕ ਸੁਖਿ ਵਸਨਿ ਸੋੁਹਾਗਣੀ,	naanak sukh vasan sohaaganee
ਜਿਨ੍ ਪਿਆਰਾ ਪੁਰਖੁ ਹਰਿ ਰਾਉ॥੨॥	jinH pi-aaraa purakh har raa-o. ‖2‖

ਜਿਹਨਾਂ ਦੇ ਮਨ ਵਿੱਚ ਪ੍ਰਭ ਦੇ ਵਿਛੋੜੇ ਦਾ ਵਿਰਾਗ ਨਹੀਂ ਹੁੰਦਾ । ਉਹ ਭਾਵੇ ਰੈਣ ਸਬਾਈ ਕਰਨ, ਸਾਰੀ ਰਾਤ ਹੀ ਸ਼ਬਦ ਦੇ ਗੁਣ ਗਾਉਂਦੇ ਰਹਿਣ, ਉਹਨਾਂ ਦੇ ਮਨ ਵਿੱਚ ਸ਼ਾਂਤੀ ਸੰਤੋਖ ਬਖਸ਼ਿਸ਼ ਨਹੀਂ ਹੁੰਦਾ । ਜਿਸ ਦੇ ਮਨ ਵਿੱਚ ਪ੍ਰਭ ਦੇ ਸ਼ਬਦ ਨਾਲ ਲਗਨ ਹੁੰਦੀ ਹੈ । ਉਸ ਤੇ ਪ੍ਰਭ ਦੀ ਰਹਿਮਤ ਦੀ ਨਜ਼ਰ ਬਖਸ਼ਿਸ਼ ਹੋ ਜਾਂਦੀ ਹੈ ।

Whosoever may not have a renunciation of his memory of separation from The Holy Spirit; no matter, he may perform singing the glory of His Word whole night, he may not be blessed with peace and contentment in his worldly life. Whosoever may have a devotion in meditation, he may be blessed with His mercy and grace.

ਪਉੜੀ॥	pa-orhee.
ਸਭੁ ਜਗੁ ਫਿਰਿ ਮੈ ਦੇਖਿਆ,	sabh jag fir mai daykhi-aa
ਹਰਿ ਇਕੋ ਦਾਤਾ॥	har iko daataa.
ਉਪਾਇ ਕਿਤੈ ਨ ਪਾਈਐ,	upaa-ay kitai na paa-ee-ai
ਹਰਿ ਕਰਮ ਬਿਧਾਤਾ॥	har karam biDhaataa.
ਗੁਰ ਸਬਦੀ ਹਰਿ ਮਨਿ ਵਸੈ,	gur sabdee har man vasai
ਹਰਿ ਸਹਜੇ ਜਾਤਾ॥	har sehjay jaataa.
ਅੰਦਰਹੁ ਤ੍ਰਿਸਨਾ ਅਗਨਿ ਬੁਝੀ,	andrahu tarisnaa agan bujhee
ਹਰਿ ਅੰਮ੍ਰਿਤ ਸਰਿ ਨਾਤਾ॥	har amrit sar naataa.
ਵਡੀ ਵਡਿਆਈ ਵਡੇ ਕੀ,	vadee vadi-aa-ee vaday kee
ਗੁਰਮੁਖਿ ਬੋਲਾਤਾ॥੬॥	gurmukh bolaataa. ‖6‖

ਸਾਰੇ ਸੰਸਾਰ ਵਿੱਚ ਫਿਰ ਕੇ ਦੇਖ ਲਵੋ, ਹਰ ਥਾਂ ਤੇ ਇੱਕੋ ਇੱਕ ਪ੍ਰਭ ਹੀ ਵਸਦਾ ਹੈ । ਕਿਸੇ ਵਿਧੀ ਨਾਲ, ਕਿਸੇ ਧਰਮ ਦੇ ਆਪਣਾਉਨ ਨਾਲ ਰਹਿਮਤ ਨਹੀਂ ਪਾਈ ਜਾ ਸਕਦੀ । ਉਹ ਹੀ ਜੀਵ ਦੇ ਭਾਗ ਲਿਖਣ ਵਾਲਾ ਹੈ । ਪ੍ਰਭ ਦੇ ਸ਼ਬਦ ਦੀ ਪਾਲਣਾ ਕਰਨ ਨਾਲ, ਸ਼ਬਦ ਮਨ ਵਿੱਚ ਘਰ ਕਰ ਜਾਂਦਾ ਹੈ । ਜੀਵ ਨੰ ਪ੍ਰਭ ਦੀ ਹੋਂਦ ਮਹਿਸੂਸ ਹੁੰਦੀ ਹੈ । ਜੀਵ ਦੇ ਅੰਦਰੋਂ ਇੱਛਾਂ ਦੀ ਅੱਗ ਬੁਝ ਜਾਂਦੀ ਹੈ, ਇੱਛਾਂ ਤੇ ਜਿੱਤ ਬਖਸ਼ਿਸ਼ ਹੋ ਜਾਂਦੀ ਹੈ । ਉਹ ਸ਼ਬਦ ਦੇ ਅੰਮ੍ਰਿਤ ਰੂਪੀ ਸਰੋਵਰ ਵਿੱਚ ਇਸ਼ਨਾਨ ਕਰ ਲੈਂਦਾ ਹੈ । ਪ੍ਰਭ ਦੀ ਇਹ ਵੱਡੀ ਵਡਿਆਈ ਹੈ । ਗੁਰਮਖ ਦੀ ਜੀਭ ਤੋ ਆਪ ਹੀ ਪ੍ਰਭ ਦੇ ਸ਼ਬਦ ਬਲਵਾਉਂਦਾ ਹੈ ।

You may wander in the whole universe, you may realize, One and Only One God prevails in the universe. He remains embedded within everything. His mercy and grace may not be blessed by adopting any worldly religion. Only by adopting the teachings of His Word in day to day life, he may be drenched with the teachings of His Word and may realize His existence. He may be blessed to conquers the demons of His Worldly desire. His soul may be blessed with sanctifying bath in the Holy nectar of His Word. This may be the greatest virtue; He may bless His Word on the lips of His true devotee. His word becomes the command of The True Master.

453.ਸਲੋਕੁ ਮਃ ੩॥ 510-19

ਕਾਇਆ ਹੰਸ ਕਿਆ ਪ੍ਰੀਤਿ ਹੈ,	kaa-i-aa hans ki-aa pareet hai
ਜਿ ਪਇਆ ਹੀ ਛਡਿ ਜਾਇ॥	je pa-i-aa hee chhad jaa-ay.
ਏਸ ਨੋ ਕੂੜੁ ਬੋਲਿ ਕਿ ਖਵਾਲੀਐ,	ays no koorh bol ke khavaalee-ai
ਜਿ ਚਲਦਿਆ ਨਾਲਿ ਨ ਜਾਇ॥	je chaldi-aa naal na jaa-ay.
ਕਾਇਆ ਮਿਟੀ ਅੰਧੁ ਹੈ,	kaa-i-aa mitee anDh hai
ਪਉਣੈ ਪੁਛਹੁ ਜਾਇ॥	pa-unai puchhahu jaa-ay.
ਹਉ ਤਾ ਮਾਇਆ ਮੋਹਿਆ,	ha-o taa maa-i-aa mohi-aa
ਫਿਰਿ ਫਿਰਿ ਆਵਾ ਜਾਇ॥	fir fir aavaa jaa-ay.
ਨਾਨਕ ਹੁਕਮੁ ਨ ਜਾਤੋ ਖਸਮ ਕਾ,	naanak hukam na jaato khasam kaa
ਜਿ ਰਹਾ ਸਚਿ ਸਮਾਇ॥੧॥	je rahaa sach samaa-ay. ||1||

ਜੀਵ ਦੇ ਮਨ ਦੀ ਤਨ ਨਾਲ ਕਿਸ ਤਰ੍ਹਾਂ ਦੀ ਪ੍ਰੀਤ ਹੈ । ਜਿਹੜੀ ਤਨ ਦੇ ਨਾਸ਼ ਹੋ ਜਾਣ ਨਾਲ ਖਤਮ ਹੋ ਜਾਂਦੀ ਹੈ? ਜੀਵ ਇਸ ਨੂੰ ਇੱਛਾਂ ਦਾ, ਖਾਹਿਸ਼ਾਂ ਦਾ ਭੋਜਨ ਕਿਉ ਖਵਾਉਂਦਾ ਹੈ? ਜਿਹੜਾ ਜੀਵ ਦੀ ਮੌਤ ਤੋ ਪਿਛੋਂ ਆਤਮਾ ਦੇ ਨਾਲ ਨਹੀਂ ਜਾਂਦਾ? ਜੀਵ ਦਾ ਤਨ ਮਿੱਟੀ ਦਾ ਢੇਰ ਹੈ! ਆਤਮਾ ਤੋ ਪੁੱਛ ਕੇ ਵੇਖੋ! ਆਤਮਾ ਉਤਰ ਦੇਂਦੀ ਹੈ । ਆਤਮਾ ਤਾ ਮਾਇਆ ਦੇ ਮੋਹ ਵਿੱਚ ਬੰਧੀ ਹੋਣ ਕਰਕੇ ਜੂੰਨਾਂ ਦੇ ਚੱਕਰ ਵਿੱਚ ਭਉਦੀ ਹੈ । ਜਿਹੜੇ ਜੀਵ ਪ੍ਰਭ ਦੇ ਸ਼ਬਦ ਦੀ ਸੋਝੀ ਨਹੀਂ ਪਾਉਂਦੇ । ਉਹਨਾਂ ਨੂੰ ਪ੍ਰਭ ਨੂੰ ਮਿਲਣ ਦੇ ਰਸਤੇ ਦੀ ਸੋਝੀ, ਰਸਤੇ ਤੇ ਅਡੋਲ ਨਹੀਂ ਰਹਿੰਦੇ ।

What kind of attachment, devotion, love of mind may have with body; which may be finished by the destruction of body? Why should you eat the food of worldly desires; which may not support his soul after death in His court? His body becomes part of dust. You may ask the soul! You may get answer that due to his bond, greed of worldly wealth, she may remain in the cycle of birth and death. Whosoever may not be enlightened with the purpose his human life blessings, he may not be blessed with the right path of meditation. He may not remain steady and stable on any one path in life.

ਮਃ ੩॥	mehlaa 3.
ਏਕੋ ਨਿਹਚਲ ਨਾਮ ਧਨੁ,	ayko nihchal naam Dhan
ਹੋਰ ਧਨੁ ਆਵੈ ਜਾਇ॥	hor Dhan aavai jaa-ay.
ਇਸੁ ਧਨ ਕਉ ਤਸਕਰੁ ਜੋਹਿ ਨ ਸਕਈ,	is Dhan ka-o taskar johi na sak-ee
ਨਾ ਓਚਕਾ ਲੈ ਜਾਇ॥	naa ochkaa lai jaa-ay.
ਇਹੁ ਹਰਿ ਧਨੁ ਜੀਐ ਸੇਤੀ ਰਵਿ ਰਹਿਆ,	ih har Dhan jee-ai saytee rav rahi-aa
ਜੀਐ ਨਾਲੇ ਜਾਇ॥	jee-ai naalay jaa-ay.
ਪੂਰੇ ਗੁਰ ਤੇ ਪਾਈਐ,	pooray gur tay paa-ee-ai
ਮਨਮੁਖਿ ਪਲੈ ਨ ਪਾਇ॥	manmukh palai na paa-ay.
ਧਨੁ ਵਾਪਾਰੀ ਨਾਨਕਾ,	Dhan vaapaaree naankaa
ਜਿਨ੍ਹਾ ਨਾਮ ਧਨੁ ਖਟਿਆ ਆਇ॥੨॥	jinHaa naam Dhan khati-aa aa-ay.2

ਪ੍ਰਭ ਦੇ ਸ਼ਬਦ ਦੀ ਕਮਾਈ ਹੀ ਸਦਾ ਜੀਵ ਦੇ ਨਾਲ ਰਹਿਣ ਵਾਲੀ ਹੈ । ਬਾਕੀ ਸਾਰੇ ਸੰਸਾਰਕ ਧਨ ਥੋੜ੍ਹਾ ਸਮਾਂ ਹੀ ਜੀਵ ਦੇ ਸਾਥ ਰਹਿੰਦੇ ਹਨ । ਇਸ ਧਨ ਨੂੰ ਕੋਈ ਚੋਰ ਖੋਹ ਨਹੀਂ ਸਕਦੇ, ਕੋਈ ਧੋਖੇ ਬਾਜ ਲੁਟ ਨਹੀਂ ਸਕਦਾ । ਇਹ ਧਨ ਆਤਮਾ ਦੇ ਵਿੱਚ ਹੀ ਸਮਾ ਜਾਂਦਾ ਹੈ, ਆਤਮਾ ਦੇ ਨਾਲ ਹੀ ਜਾਂਦਾ ਹੈ । ਇਹ ਧਨ ਸ਼ਬਦ ਦੀ ਪਾਲਣਾ ਕਰਨ ਤੋ ਹੀ ਬਖਸ਼ਿਸ਼ ਹੁੰਦਾ ਹੈ । ਮਨਮੁਖ, ਮਨ ਮਰਜ਼ੀ ਕਰਨ ਵਾਲੇ ਨੂੰ ਇਹ ਪ੍ਰਾਪਤ ਨਹੀਂ ਹੁੰਦਾ । ਜਿਹੜੇ ਪ੍ਰਭ ਦੇ ਸ਼ਬਦ ਦੀ ਕਮਾਈ ਕਰਦੇ ਹਨ । ਉਹ ਜੀਵ ਧੰਨ ਹਨ, ਪੂਜਨ ਯੋਗ ਹੋ ਜਾਂਦੇ ਹਨ ।

The earnings of His Word remain with soul forever, even after death in His court, all others worldly possessions, wealth may comfort him for short period of time. No one may rob his earnings with any curse or deception. The earning of His Word remains embedded within His soul and support her in His court. The earnings of His Word may only be blessed with adopting the teachings of His Word with steady and stable belief in day to day life. Self-minded may never be blessed with earnings of His Word. Whosoever may earn the wealth of His Word; he may become worthy of worship in his worldly life.

ਪਉੜੀ॥	pa-orhee.
ਮੇਰਾ ਸਾਹਿਬੁ ਅਤਿ ਵਡਾ,	mayraa saahib at vadaa
ਸਚੁ ਗਹਿਰ ਗੰਭੀਰਾ॥	sach gahir gambheeraa.
ਸਭੁ ਜਗੁ ਤਿਸ ਕੈ ਵਸਿ ਹੈ,	sabh jag tis kai vas hai
ਸਭੁ ਤਿਸ ਕਾ ਚੀਰਾ॥	sabh tis kaa cheeraa.
ਗੁਰ ਪਰਸਾਦੀ ਪਾਈਐ,	gur parsaadee paa-ee-ai
ਨਿਹਚਲੁ ਧਨੁ ਧੀਰਾ॥	nihchal Dhan Dheeraa.
ਕਿਰਪਾ ਤੇ ਹਰਿ ਮਨਿ ਵਸੈ,	kirpaa tay har man vasai
ਭੇਟੈ ਗੁਰੁ ਸੂਰਾ॥	bhaytai gur sooraa.
ਗੁਣਵੰਤੀ ਸਾਲਾਹਿਆ,	gunvantee salaahi-aa
ਸਦਾ ਥਿਰੁ ਨਿਹਚਲੁ ਹਰਿ ਪੂਰਾ॥੭॥	sadaa thir nihchal har pooraa. ||7||

ਪ੍ਰਭ ਪਵਿਤ੍ਰ, ਬਹੁਤ ਗੰਭੀਰ ਹੈ, ਉਸ ਦੀ ਪੂਰਨ ਜਾਣ ਕਾਰੀ ਨਹੀਂ ਕੀਤੀ ਜਾ ਸਕਦੀ । ਸਾਰੀ ਸ੍ਰਿਸ਼ਟੀ ਹੀ ਉਸ ਦੇ ਹੁਕਮ ਅੰਦਰ ਹੈ, ਸਾਰੇ ਜੀਵ ਹੀ ਉਸ ਵਿਚੋਂ ਉਤਪੰਨ ਹੋਏ ਹਨ । ਪ੍ਰਭ ਦੀ ਰਹਿਮਤ ਨਾਲ ਹੀ ਸ਼ਬਦ ਦਾ ਧਨ ਇਕੱਠਾ ਕੀਤਾ ਜਾ ਸਕਦਾ ਹੈ । ਉਸ ਨਾਲ ਹੀ ਮਨ ਵਿੱਚ ਧੀਰਜ, ਸੰਤੋਖ ਆਉਂਦਾ ਹੈ । ਉਸ ਦੀ ਰਹਿਮਤ ਨਾਲ ਹੀ ਜੀਵ ਦੇ ਮਨ ਵਿੱਚ ਸ਼ਬਦ ਘਰ ਕਰਦਾ, ਸ਼ਬਦ ਦੀ ਸੋਝੀ ਹੁੰਦੀ ਹੈ । ਪ੍ਰਭ ਸਦਾ ਰਹਿਣ ਵਾਲਾ, ਗੁਣਾਂ ਦਾ ਭੰਡਾਰੀ ਹੈ । ਉਸ ਦੀ ਉਸਤਤ ਗਾਉਣ ਨਾਲ ਹੀ ਉਸ ਦੀ ਰਹਿਮਤ ਦੀ ਨਜ਼ਰ ਬਖਸ਼ਿਸ਼ ਹੁੰਦੀ ਹੈ ।

The True Master is Holy sanctified Spirit and remains beyond the comprehension of His creation. The whole creation is the expansion of His Holy Spirit and has been created with His mercy and grace. Only with His mercy and grace, one may earn the wealth of His Word and he may be blessed with patience and contentment. He may be blessed with enlightenment and remain drenched with the teachings of His Word. Only God is the treasurer of all virtues. Only by singing the glory of His Word, one may be blessed with His mercy and grace.

454.ਸਲੋਕੁ ਮਃ ੩॥ 511-8

ਧ੍ਰਿਗੁ ਤਿਨ੍ਹਾ ਦਾ ਜੀਵਿਆ	Dharig tinHaa daa jeevi-aa
ਜੋ ਹਰਿ ਸੁਖੁ ਪਰਹਰਿ ਤਿਆਗਦੇ,	jo har sukh parhar ti-aagday
ਦੁਖੁ ਹਉਮੈ ਪਾਪ ਕਮਾਇ॥	dukh ha-umai paap kamaa-ay.
ਮਨਮੁਖ ਅਗਿਆਨੀ	manmukh agi-aanee
ਮਾਇਆ ਮੋਹਿ ਵਿਆਪੇ,	maa-i-aa mohi vi-aapay
ਤਿਨ੍ ਬੂਝ ਨ ਕਾਈ ਪਾਇ॥	tinH boojh na kaa-ee paa-ay.
ਹਲਤਿ ਪਲਤਿ ਓਇ ਸੁਖੁ ਨ ਪਾਵਹਿ,	halat palat o-ay sukh na paavahi
ਅੰਤਿ ਗਏ ਪਛੁਤਾਇ॥	ant ga-ay pachhutaa-ay.

ਗੁਰ ਪਰਸਾਦੀ ਕੋ ਨਾਮੁ ਧਿਆਏ, gur parsaadee ko naam Dhi-aa-ay
ਤਿਸੁ ਹਉਮੈ ਵਿਚਹੁ ਜਾਇ॥ tis ha-umai vichahu jaa-ay.
ਨਾਨਕ ਜਿਸੁ ਪੂਰਬਿ ਹੋਵੈ ਲਿਖਿਆ, naanak jis poorab hovai likhi-aa
ਸੋ ਗੁਰ ਚਰਣੀ ਆਇ ਪਾਇ॥੧॥ so gur charnee aa-ay paa-ay. ||1||

ਜਿਹੜੇ ਸੰਸਾਰਕ ਅਹੰਕਾਰ ਵਿੱਚ ਧੰਦੇ ਕਰਦੇ ਹਨ । ਮਨ ਦੀਆ ਇੱਛਾਂ ਵਿੱਚ ਭਟਕਦੇ ਹਨ । ਪ੍ਰਭ ਦੇ ਸ਼ਬਦ ਵਿੱਚ ਲਗਨ ਨਹੀਂ ਲਾਉਂਦੇ, ਸ਼ਬਦ ਦੀ ਪਾਲਣਾ ਨਹੀਂ ਕਰਦੇ । ਉਹਨਾਂ ਜੀਵਾਂ ਦਾ ਜੀਵਨ ਬਿਰਥਾ ਹੀ ਹੁੰਦਾ ਹੈ । ਮਨਮੁਖ ਜੀਵ ਸੰਸਾਰਕ ਮਾਇਆ ਦੇ ਮੋਹ ਦੇ ਜਾਲ ਵਿੱਚ ਫਸੇ ਹੁੰਦੇ ਹਨ । ਉਹਨਾਂ ਨੂੰ ਪ੍ਰਭ ਦੇ ਭਾਣੇ, ਸ਼ਬਦ, ਮਾਨਸ ਜੀਵਨ ਦੇ ਮੰਤਵ ਦੀ ਕੋਈ ਸੋਝੀ ਨਹੀਂ ਹੁੰਦੀ । ਉਹਨਾਂ ਨੂੰ ਸੰਸਾਰ ਵਿੱਚ ਅਤੇ ਨਾ ਹੀ ਮੌਤ ਪਿਛੋਂ ਕੋਈ ਅਰਾਮ, ਸੁਖ ਮਿਲਦਾ ਹੈ । ਉਹ ਅੰਤ ਵਿੱਚ ਮਾਯੂਸੀ ਵਿੱਚ ਪਛਤਾਵਾ ਕਰਦੇ ਜੂੰਨਾਂ ਵਿੱਚ ਭਉਦੇ ਹਨ । ਪ੍ਰਭ ਦੀ ਰਹਿਮਤ ਨਾਲ ਹੀ ਜੀਵ ਸ਼ਬਦ ਵਿੱਚ ਲਗਨ ਲਾਉਂਦਾ ਹੈ । ਸ਼ਬਦ ਦੀ ਪਾਲਣਾ ਕਰਦਾ ਹੈ । ਉਸ ਨਾਲ ਮਨ ਵਿਚੋਂ ਅਹੰਕਾਰ ਦੀ ਜੜ੍ਹ ਖਤਮ ਹੋ ਜਾਂਦੀ ਹੈ । ਜਿਹਨਾਂ ਦੇ ਭਾਗਾਂ ਵਿੱਚ ਪਹਿਲੇ ਹੀ ਲਿਖਆ ਹੁੰਦਾ ਹੈ । ਉਹ ਹੀ ਪ੍ਰਭ ਦੇ ਸ਼ਬਦ ਦੀ ਸ਼ਰਣ ਵਿੱਚ ਆਉਂਦੇ ਹਨ ।

Whosoever may remain frustrated with worldly desires and remain intoxicated with the ego of His worldly status; he may not have any devotion or may not adopt the teachings of His Word with steady and stable belief in his day to day life. His human life opportunity may be wasted uselessly. Self-minded remains a slave of worldly wealth; he may not have any understanding of the teachings of His Word nor comprehend the true purpose of human life blessings. He may not realize any long-term comforts in worldly life or after death in His court. In the end, he remains desperate, regret and repent and endure the misery of birth and death cycle. Only with His mercy and grace, one may dedicate his life in meditation and obeying His Word. He may be blessed to conquer his own ego. Whosoever may have great prewritten destiny, only he may surrender to His sanctuary.

ਮਃ ੩॥ mehlaa 3.

ਮਨਮੁਖੁ ਊਧਾ ਕਉਲੁ ਹੈ, manmukh ooDhaa ka-ul hai
ਨਾ ਤਿਸੁ ਭਗਤਿ ਨ ਨਾਉ॥ naa tis bhagat na naa-o.
ਸਕਤੀ ਅੰਦਰਿ ਵਰਤਦਾ, saktee andar varatdaa
ਕੂੜੁ ਤਿਸ ਕਾ ਹੈ ਉਪਾਉ॥ koorh tis kaa hai upaa-o.
ਤਿਸ ਕਾ ਅੰਦਰੁ ਚਿਤੁ ਨ ਭਿਜਈ, tis kaa andar chit na bhij-ee
ਮੁਖਿ ਫੀਕਾ ਆਲਾਉ॥ mukh feekaa aalaa-o.
ਓਇ ਧਰਮਿ ਰਲਾਏ ਨਾ ਰਲਨਿ੍, o-ay Dharam ralaa-ay naa ralniH
ਓਨਾ ਅੰਦਰਿ ਕੂੜੁ ਸੁਆਉ॥ onaa andar koorh su-aa-o.
ਨਾਨਕ ਕਰਤੈ ਬਣਤ ਬਣਾਈ, naanak kartai banat banaa-ee
ਮਨਮੁਖ ਕੂੜੁ ਬੋਲਿ ਬੋਲਿ ਡੁਬੇ, manmukh koorh bol bol dubay
ਗੁਰਮੁਖਿ ਤਰੇ ਜਪਿ ਹਰਿ ਨਾਉ॥੨॥ gurmukh taray jap har naa-o. ||2||

ਮਨਮੁਖ ਦਾ ਮਨ ਇੱਕ ਮੂਧੇ ਭਾਂਡੇ ਵਰਗਾ ਹੁੰਦਾ ਹੈ । ਉਸ ਦੀ ਲਗਨ ਨਾ ਤਾ ਸ਼ਬਦ ਵਿੱਚ, ਜਾ ਸ਼ਬਦ ਦੀ ਪਾਲਣਾ ਵਿੱਚ ਹੀ ਅਡੋਲ ਰਹਿੰਦੀ ਹੈ । ਉਹ ਸੰਸਾਰਕ ਇੱਛਾਂ ਦੀ ਪ੍ਰਾਪਤੀ ਵਿੱਚ ਰਹਿੰਦਾ ਹੈ । ਉਸ ਨੂੰ ਥੋੜ੍ਹਾ ਚਿਰ ਹੀ ਅਨੰਦ ਮਿਲਦਾ ਹੈ । ਉਸ ਦੇ ਕੰਮ ਮਾਨਸ ਜਨਮ ਦੀ ਸਫਲਤਾ ਵਾਸਤੇ ਬਿਰਥੇ ਹੀ ਹਨ । ਉਸ ਦੇ ਮਨ ਵਿੱਚ, ਜੀਵਨ ਵਿੱਚ ਪ੍ਰਭ ਦੇ ਸ਼ਬਦ ਦਾ ਕੋਈ ਪ੍ਰਭਾਵ ਨਹੀਂ ਹੁੰਦਾ । ਉਸ ਦੇ ਬੋਲ ਵੀ ਪ੍ਰਭ ਦੇ ਸ਼ਬਦ ਅਨੁਸਾਰ ਨਹੀਂ ਹੁੰਦੇ, ਫਿੱਕੇ ਹੀ ਹੁੰਦੇ ਹਨ । ਉਹ ਜੀਵ ਬਹੁਤਾ ਚਿਰ ਬੰਦਗੀ ਕਰਨ ਵਾਲੇ ਦੀ ਸੰਗਤ ਨਹੀਂ ਕਰ ਸਕਦਾ । ਉਸ ਦੇ ਮਨ ਵਿੱਚ ਬੁਰੇ ਅਤੇ ਖੁਦਗਰਜ਼ੀ ਵਾਲੇ ਹੀ ਖਿਆਲ ਰਹਿੰਦੇ ਹਨ । ਪ੍ਰਭ ਨੇ ਆਪ ਹੀ ਇਸ ਤਰ੍ਹਾਂ ਦਾ ਖੇਲ ਬਣਿਆ ਹੈ । ਇਸ ਸੰਸਾਰ ਵਿੱਚ ਮਨਮੁਖ ਮਨ

ਘੜਤ ਗੱਲਾਂ, ਧੋਖੇ ਦੇ ਵਿਚਾਰ ਹੀ ਕਰਦਾ ਰਹਿੰਦਾ ਹੈ । ਗੁਰਮਖ ਜੀਵ ਸ਼ਬਦ ਨਾਲ ਜੀਵਨ ਢਾਲਦਾ ਹੈ ਅਤੇ ਪ੍ਰਵਾਨ ਹੋ ਜਾਂਦਾ ਹੈ ।

Self-minded may be like a tilted vessel, he may not be dedicated in obeying, adopting the teachings of His Word with steady and stable belief in day to day life. He remains intoxicated to satisfy his worldly desires and may enjoy short term worldly comforts in life. He wastes his human life journey uselessly. He may not have any influence of the teachings of His Word in his day to day life. His behavior may be uncivilized and comments may be rude and not as per the teachings of His Word; he may not associate with His true devote for any extended period of time. He remains selfish and overwhelmed with evil thoughts. This is how the play of universe has been created by The True Master. In the universe, self-mind may narrate false, self-made stories of His nature, deception for worldly gain and His true devotee may adopt the teachings of His Word with steady and stable belief and may be accepted in His court.

ਪਉੜੀ॥	pa-orhee.
ਬਿਨੁ ਬੂਝੇ ਵਡਾ ਫੇਰੁ ਪਇਆ, ਫਿਰਿ ਆਵੈ ਜਾਈ॥	bin boojhay vadaa fayr pa-i-aa fir aavai jaa-ee.
ਸਤਿਗੁਰ ਕੀ ਸੇਵਾ ਨ ਕੀਤੀਆ, ਅੰਤਿ ਗਇਆ ਪਛੁਤਾਈ॥	satgur kee sayvaa na keetee-aa ant ga-i-aa pachhutaa-ee.
ਆਪਣੀ ਕਿਰਪਾ ਕਰੇ ਗੁਰੁ ਪਾਈਐ, ਵਿਚਹੁ ਆਪੁ ਗਵਾਈ॥	aapnee kirpaa karay gur paa-ee-ai vichahu aap gavaa-ee.
ਤ੍ਰਿਸਨਾ ਭੁਖ ਵਿਚਹੁ ਉਤਰੈ, ਸੁਖੁ ਵਸੈ ਮਨਿ ਆਈ॥	tarisnaa bhukh vichahu utrai sukh vasai man aa-ee.
ਸਦਾ ਸਦਾ ਸਾਲਾਹੀਐ, ਹਿਰਦੈ ਲਿਵ ਲਾਈ॥੮॥	sadaa sadaa salaahee-ai hirdai liv laa-ee. ||8||

ਪ੍ਰਭ ਦੇ ਸ਼ਬਦ ਦੀ ਸੋਝੀ ਪਾਉਣ, ਜੀਵਨ ਵਿੱਚ ਢਾਲਣ ਤੋ ਬਿਨਾਂ ਜੀਵ ਜੂੰਨਾਂ ਦੇ ਚੱਕਰ ਵਿੱਚ ਹੀ ਭਉਦਾ ਫਿਰਦਾ ਹੈ । ਪ੍ਰਭ ਦੇ ਸ਼ਬਦ ਦੀ ਪਾਲਣਾ ਕਰਨ ਤੋ ਬਿਨਾਂ ਜੀਵ ਨਿਰਾਸਾ ਹੀ ਮਰ ਜਾਂਦਾ ਹੈ । ਅੰਤ ਸਮੇਂ ਪਛਤਾਵਾ ਹੀ ਕਰਦਾ ਹੈ । ਅਗਰ ਪ੍ਰਭ ਆਪ ਰਹਿਮਤ ਬਖਸ਼ੇ, ਤਾਂ ਹੀ ਜੀਵ ਦੀ ਲਗਨ ਸ਼ਬਦ ਵਿੱਚ ਲੱਗਦੀ ਹੈ । ਸ਼ਬਦ ਦੀ ਪਾਲਣਾ ਕਰਨ ਨਾਲ ਉਸ ਦੇ ਮਨ ਦਾ ਅਹੰਕਾਰ ਖਤਮ ਹੋ ਜਾਂਦਾ ਹੈ । ਉਸ ਦੇ ਮਨ ਵਿਚੋਂ ਇੱਛਾਂ ਦੀ ਭਟਕਣ ਖਤਮ ਹੋ ਜਾਂਦੀ ਹੈ । ਉਸ ਦੇ ਮਨ ਵਿੱਚ ਪ੍ਰਭ ਦੇ ਦਿੱਤੇ ਤੇ ਧੀਰਜ ਆ ਜਾਂਦਾ ਹੈ । ਜੀਵ ਸਦਾ ਹੀ, ਹਰਵੇਲੇ ਮਨੋ ਉਸ ਦੇ ਸ਼ਬਦ ਦੀ ਪਾਲਣਾ ਕਰੋ । ਉਸ ਦੇ ਸ਼ਬਦ ਨੂੰ ਮਨ ਵਿੱਚ ਜਾਗਰਤ ਕਰੋ, ਵਸਾਵੋ ।

Without adopting the teachings of His Word with steady and stable belief and the enlightenment of His Word, one may remain wandering in the cycle of birth and death; he regrets and repents in the end after death. Only with His mercy and grace, one may meditate on the teachings of His Word and he may conquer his own ego and frustrations of his worldly desires. He may remain patience and contentment on His blessings. You should obey the teachings of His Word and may be enlightened with the teachings of His Word with and remain awake and alert.

455.ਸਲੋਕੁ ਮਃ ੩॥ 511-17

ਜਿ ਸਤਿਗੁਰੁ ਸੇਵੇ ਆਪਣਾ,	je satgur sayvay aapnaa
ਤਿਸ ਨੋ ਪੂਜੇ ਸਭੁ ਕੋਇ॥	tis no poojay sabh ko-ay.
ਸਭਨਾ ਉਪਾਵਾ ਸਿਰਿ ਉਪਾਉ ਹੈ,	sabhnaa upaavaa sir upaa-o hai

ਹਰਿ ਨਾਮੁ ਪਰਾਪਤਿ ਹੋਇ॥ har naam paraapat ho-ay.
ਅੰਤਰਿ ਸੀਤਲ ਸਾਤਿ ਵਸੈ, antar seetal saat vasai
ਜਪਿ ਹਿਰਦੈ ਸਦਾ ਸੁਖੁ ਹੋਇ॥ jap hirdai sadaa sukh ho-ay.
ਅੰਮ੍ਰਿਤੁ ਖਾਣਾ ਅੰਮ੍ਰਿਤੁ ਪੈਨਣਾ, amrit khaanaa amrit painnaa
ਨਾਨਕ ਨਾਮੁ ਵਡਾਈ ਹੋਇ॥੧॥ naanak naam vadaa-ee ho-ay.||1||

ਜਿਹੜੇ ਜੀਵ ਆਪਣੇ ਗੁਰੂ ਦੀ, ਪ੍ਰਭ ਦੇ ਸ਼ਬਦ ਦੀ ਪਾਲਣਾ ਕਰਦੇ ਹਨ । ਉਹ ਬਾਕੀ ਜੀਵਾਂ ਵਾਸਤੇ ਚਾਣਨ ਮੁਨਾਰਾ ਬਣ ਜਾਂਦੇ ਹਨ । ਮਾਨਸ ਦੇ ਸਾਰੇ ਸੰਸਾਰਕ ਰੋਗਾਂ ਦਾ ਇੱਕ ਹੀ ਇਲਾਜ ਹੈ । ਪ੍ਰਭ ਦੇ ਸ਼ਬਦ ਨੂੰ ਮਨ ਵਿੱਚ ਵਸਾਉਣਾ, ਉਸ ਦੀ ਰਹਿਮਤ ਪਾਉਣਾ । ਉਸ ਦਾ ਸ਼ਬਦ ਮਨ ਵਿੱਚ ਘਰ ਕਰ ਜਾਣ ਨਾਲ ਮਨ ਖੇੜੇ ਵਿੱਚ ਬਖਸ਼ਿਸ਼ ਹੋ ਜਾਂਦਾ ਹੈ । ਸ਼ਬਦ ਦੀ ਬੰਦਗੀ ਕਰਨ ਨਾਲ ਮਨ ਵਿੱਚ ਸਦਾ ਰਹਿਣ ਵਾਲਾ ਅਨੰਦ ਬਖਸ਼ਿਸ਼ ਹੋ ਜਾਂਦਾ ਹੈ । ਪ੍ਰਭ ਦੇ ਸ਼ਬਦ ਰੂਪੀ ਅੰਮ੍ਰਿਤ ਹੀ ਖਾਣ ਯੋਗ ਭੋਜਨ ਹੈ । ਉਸ ਦੇ ਅਮੋਲਕ ਸ਼ਬਦ ਹੀ ਬੋਲਣ ਯੋਗ ਬੋਲ ਹਨ । ਪ੍ਰਭ ਦੇ ਸ਼ਬਦ ਦੀ ਪਾਲਣਾ ਕਰਨ ਨਾਲ ਪ੍ਰਭ ਦੇ ਦਰਬਾਰ ਵਿੱਚ ਵਿਸ਼ੇਸ਼ ਅਵਸਥਾ ਬਖਸ਼ਿਸ਼ ਹੋ ਸਕਦੀ ਹੈ ।

Whosoever may adopt the teachings of His Word with steady and stable belief, he may become a pillar of enlightenment for others. The cure for all worldly miseries may be to dench the teachings of His Word and to become worthy of His consideration. By adopting the teachings of His Word, he may be blessed with everlasting contentment and blossom in his life. The enlightenment of His Word may be the food worthy of eating for His true devotee; Sermons of His Word may be worthy of preaching to others. By adopting the teachings of His Word with steady and stable belief in day to day life; one may be blessed with unique resting place in His castle.

ਮਃ ੩॥ mehlaa 3.
ਏ ਮਨ ਗੁਰ ਕੀ ਸਿਖ ਸੁਣਿ, ay man gur kee sikh sun
ਹਰਿ ਪਾਵਹਿ ਗੁਣੀ ਨਿਧਾਨੁ॥ har paavahi gunee niDhaan.
ਹਰਿ ਸੁਖਦਾਤਾ ਮਨਿ ਵਸੈ, har sukh-daata man vasai
ਹਉਮੈ ਜਾਇ ਗੁਮਾਨੁ॥ ha-umai jaa-ay gumaan.
ਨਾਨਕ ਨਦਰੀ ਪਾਈਐ, naanak nadree paa-ee-ai
ਤਾ ਅਨਦਿਨੁ ਲਾਗੈ ਧਿਆਨੁ॥੨॥ taa an-din laagai Dhi-aan. ||2||

ਪ੍ਰਭ ਦੇ ਸ਼ਬਦ ਦੀ ਪਾਲਣਾ ਕਰੋ! ਉਸ ਨਾਲ ਹੀ ਪ੍ਰਭ ਦੇ ਸ਼ਬਦ ਦੀ ਸੋਝੀ ਦਾ ਖਜ਼ਾਨਾ ਹਾਸਿਲ ਹੁੰਦਾ ਹੈ । ਪ੍ਰਭ ਸੁਖਾਂ ਦਾ ਦਾਤਾਂ ਦੇਣ ਵਾਲਾ, ਉਸ ਦਾ ਸ਼ਬਦ ਮਨ ਵਿੱਚ ਘਰ ਕਰ ਜਾਂਦਾ ਹੈ । ਮਨ ਵਿਚੋਂ ਅਹੰਕਾਰ ਅਤੇ ਹੈਸੀਅਤ ਦਾ ਮਾਣ ਨਾਸ਼ ਹੋ ਜਾਂਦਾ ਹੈ । ਜਦੋਂ ਪ੍ਰਭ ਆਪ ਹੀ ਰਹਿਮਤ ਦੀ ਨਜ਼ਰ ਬਖਸ਼ਦਾ ਹੈ । ਤਾ ਹੀ ਜੀਵ ਦਿਨ ਰਾਤ ਸ਼ਬਦ ਦੀ ਪਾਲਣਾ ਸਿਮਰਨ ਵਿੱਚ ਲੀਨ, ਭਰੋਸਾ ਅਡੋਲ ਰਖਦਾ ਹੈ ।

You should adopt the teachings of His Word in day to day life! You may be blessed with the treasure of enlightenment of His Word. The teachings of the Word of all comforts may be drenched within. He may conquer his own ego. Only with His mercy and grace, one may adopt the teachings of His Word with steady and stable belief.

ਪਉੜੀ॥ pa-orhee.
ਸਤੁ ਸੰਤੋਖੁ ਸਭੁ ਸਚੁ ਹੈ, sat santokh sabh sach hai
ਗੁਰਮੁਖਿ ਪਵਿਤਾ॥ gurmukh pavitaa.
ਅੰਦਰਹੁ ਕਪਟੁ ਵਿਕਾਰੁ ਗਇਆ, andrahu kapat vikaar ga-i-aa
ਮਨੁ ਸਹਜੇ ਜਿਤਾ॥ man sehjay jitaa.
ਤਹ ਜੋਤਿ ਪ੍ਰਗਾਸੁ ਅਨੰਦ ਰਸੁ, tah jot pargaas anand ras

ਅਗਿਆਨੁ ਗਵਿਤਾ॥
ਅਨਦਿਨੁ ਹਰਿ ਕੇ ਗੁਣ ਰਵੈ,
ਗੁਣ ਪਰਗਟੁ ਕਿਤਾ॥
ਸਭਨਾ ਦਾਤਾ ਏਕੁ ਹੈ,
ਇਕੋ ਹਰਿ ਮਿਤਾ॥੯॥

agi-aan gavitaa.
an-din har kay gun ravai
gun pargat kitaa.
sabhnaa daataa
ayk hai iko har mitaa. ||9||

ਗੁਰਮੁਖ ਦਾ ਮਨ ਨਿਰਮਲ ਰਹਿੰਦਾ ਹੈ, ਮਨ ਵਿੱਚ ਪ੍ਰਭ ਦੇ ਦਿੱਤੇ ਤੇ ਅਡੋਲ ਭਰੋਸਾ, ਸੰਤੋਖ ਹੁੰਦਾ ਹੈ । ਉਸ ਦੇ ਮਨ ਵਿਚੋਂ ਧੋਖੇ, ਲਾਲਚ ਦੇ ਸਾਰੇ ਖਿਆਲ ਹੀ ਖਤਮ ਹੋ ਜਾਂਦੇ ਹਨ । ਉਹ ਮਨ ਦੀਆਂ ਇੱਛਾਂ ਤੇ ਜਿੱਤ ਪਾ ਲੈਂਦਾ ਹੈ । ਉਸ ਦੇ ਮਨ ਵਿੱਚ ਪ੍ਰਭ ਦੇ ਸ਼ਬਦ ਦੀ ਸੋਝੀ, ਜਾਗਰਤੀ, ਰਹਿਮਤ ਦਾ ਖੇੜਾ ਰਹਿੰਦਾ ਹੈ । ਅਗਿਆਨਤਾ ਦਾ ਅਧੇਰਾ, ਭਰਮ ਦੂਰ ਹੋ ਜਾਂਦੇ ਹਨ । ਸ਼ਬਦ ਦੀ ਦਿਨ ਰਾਤ ਪਾਲਣਾ, ਉਸਤਤ ਕਰਨ ਨਾਲ, ਪ੍ਰਭ ਦੀ ਹੋਂਦ ਮਹਿਸੂਸ ਹੋ ਜਾਂਦੀ ਹੈ । ਸਾਰੀ ਸ੍ਰਿਸ਼ਟੀ ਨੂੰ ਦਾਤਾਂ ਦੇਣ ਵਾਲਾ ਇੱਕੋ ਇਕ ਪ੍ਰਭ ਹੀ ਹੈ । ਉਹ ਹੀ ਇਕ ਸਦਾ ਸਾਥ ਦੇਣ ਵਾਲਾ ਸਾਥੀ ਹੈ ।

The mind and soul of His true devotee remains sanctified. He remains contented with His blessings. All evil thoughts of deception may be eliminated, subdued from his mind. He may be able to conquers his worldly desires. He remains enlightened, awake and alert with the teachings of His Word and he may eliminate his suspicions of ignorance from his mind. By singing the glory and adopting the teachings of His Word with steady and stable belief in day to day life, one may realize the existence of The True Master prevailing in His nature. The One and Only One True Master blesses the whole universe and He remains true companion of his soul forever.

456.ਸਲੋਕੁ ਮਃ ੩॥ 512-4

ਬ੍ਰਹਮੁ ਬਿੰਦੇ ਸੋ ਬ੍ਰਾਹਮਣੁ ਕਹੀਐ,
ਜਿ ਅਨਦਿਨੁ ਹਰਿ ਲਿਵ ਲਾਏ॥
ਸਤਿਗੁਰ ਪੁਛੈ ਸਚੁ ਸੰਜਮੁ ਕਮਾਵੈ,
ਹਉਮੈ ਰੋਗੁ ਤਿਸੁ ਜਾਏ॥
ਹਰਿ ਗੁਣ ਗਾਵੈ ਗੁਣ ਸੰਗ੍ਰਹੈ,
ਜੋਤੀ ਜੋਤਿ ਮਿਲਾਏ॥
ਇਸੁ ਜੁਗ ਮਹਿ ਕੋ ਵਿਰਲਾ ਬ੍ਰਹਮ
ਗਿਆਨੀ, ਜਿ ਹਉਮੈ ਮੇਟਿ ਸਮਾਏ॥
ਨਾਨਕ ਤਿਸ ਨੋ ਮਿਲਿਆ
ਸਦਾ ਸੁਖੁ ਪਾਈਐ,
ਜਿ ਅਨਦਿਨੁ ਹਰਿ ਨਾਮੁ ਧਿਆਏ॥੧॥

barahm binday so baraahman kahee-ai
je an-din har liv laa-ay.
satgur puchhai sach sanjam kamaavai
ha-umai rog tis jaa-ay.
har gun gaavai gun sangrahai
jotee jot milaa-ay.
is jug meh ko virlaa barahm
gi-aanee je ha-umai mayt samaa-ay.
naanak tis no mili-aa
sadaa sukh paa-ee-ai,
je an-din har naam Dhi-aa-ay. ||1||

ਜਿਹੜਾ ਜੀਵ ਪ੍ਰਭ ਦੇ ਸ਼ਬਦ ਦੀ ਸੋਝੀ ਪਾ ਲੈਂਦਾ ਹੈ । ਦਿਨ ਰਾਤ ਉਸ ਦੇ ਸ਼ਬਦ ਦੀ ਪਾਲਣਾ ਕਰਦਾ ਹੈ । ਉਸ ਨੂੰ ਸੂਝਵਾਨ, ਬ੍ਰਹਮਣ, ਗਿਆਨੀ ਕਹਿਆ ਜਾ ਸਕਦਾ ਹੈ । ਉਹ ਸ਼ਬਦ ਨਾਲ ਜੀਵਨ ਢਾਲਦਾ ਹੈ, ਆਪਣੇ ਮਨ ਵਿਚੋਂ ਖੁਦਗਰਜ਼ੀ ਦਾ ਨਾਸ਼ ਕਰਦਾ ਹੈ । ਇਸ ਨਾਲ ਮਨ ਵਿਚੋਂ ਅਹੰਕਾਰ ਵੀ ਖਤਮ ਹੋ ਜਾਂਦਾ ਹੈ । ਉਹ ਪ੍ਰਭ ਦੇ ਸ਼ਬਦ ਦੇ ਗੁਣ ਗਾਉਂਦਾ ਹੈ ਉਹਨਾਂ ਗੁਣਾਂ ਨੂੰ ਜੀਵਨ ਵਿੱਚ ਢਾਲਦਾ ਹੈ । ਉਸ ਦੀ ਜੋਤ ਪ੍ਰਭ ਦੀ ਜੋਤ ਵਿੱਚ ਹੀ ਅਭੇਦ ਹੋ ਜਾਂਦੀ ਹੈ । ਇਸ ਸੰਸਾਰ ਵਿੱਚ ਕੋਈ ਵਿਰਲਾ ਹੀ ਇਸ ਤਰ੍ਹਾਂ ਦਾ ਬ੍ਰਹਮ ਗਿਆਨੀ ਹੈ, ਸੰਤ ਹੈ । ਜਿਹੜਾ ਆਪਣੇ ਮਨ ਦੇ ਅਹੰਕਾਰ ਨੂੰ ਨਾਸ਼ ਕਰਕੇ, ਪ੍ਰਭ ਦੇ ਸ਼ਬਦ ਵਿੱਚ ਲੀਨ ਹੋ ਜਾਂਦਾ ਹੈ । ਉਸ ਬੰਦਗੀ ਕਰਨ ਵਾਲੇ ਦੀ ਸੰਗਤ ਕਰਕੇ, ਉਸ ਦੇ ਜੀਵਨ ਡੀ ਸਿਖਿਆ ਨਾਲ ਜੀਵਨ ਢਾਲਣ ਨਾਲ ਮਨ ਵਿੱਚ ਸੰਤੋਖ ਬਖ਼ਸ਼ਿਸ਼ ਹੋ ਜਾਂਦਾ ਹੈ । ਉਹ ਸੰਤ ਦਿਨ ਰਾਤ ਪ੍ਰਭ ਦੀ ਉਸਤਤ ਵਿੱਚ ਹੀ ਮਗਨ ਰਹਿੰਦਾ ਹੈ ।

Whosoever may adopt the teachings of His Word with steady and stable belief, he may be enlightened with the essence of His Word. He may be worthy calling, wiseman, knowledgeable of the teachings of His Word. By adopting the teachings of His Word and entering into the void of His Word; one may conquer his selfishness and ego of His mind. By singing the glory of His Word and adopting in his day to day life; he may become worthy of His consideration. However, very rare true devotee, saint, who may conquer his ego and remain intoxicated in the void of His Word. Bu associating with him and adopting his way of life, he may be blessed with contentment in his worldly environments. He may remain in deep meditation in the void of His Word.

ਮਃ ੩॥	mehlaa 3.
ਅੰਤਰਿ ਕਪਟੁ ਮਨਮੁਖ ਅਗਿਆਨੀ,	antar kapat manmukh agi-aanee
ਰਸਨਾ ਝੂਠੁ ਬੋਲਾਇ॥	rasnaa jhooth bolaa-ay.
ਕਪਟਿ ਕੀਤੈ ਹਰਿ ਪੁਰਖੁ ਨ ਭੀਜੈ,	kapat keetai har purakh na bheejai
ਨਿਤ ਵੇਖੈ ਸੁਣੈ ਸੁਭਾਇ॥	nit vaykhai sunai subhaa-ay.
ਦੂਜੈ ਭਾਇ ਜਾਇ ਜਗੁ ਪਰਬੋਧੈ,	doojai bhaa-ay jaa-ay jag parboDhai
ਬਿਖੁ ਮਾਇਆ ਮੋਹ ਸੁਆਇ॥	bikh maa-i-aa moh su-aa-ay.
ਇਤੁ ਕਮਾਣੈ ਸਦਾ ਦੁਖੁ ਪਾਵੈ,	it kamaanai sadaa dukh paavai
ਜੰਮੈ ਮਰੈ ਫਿਰਿ ਆਵੈ ਜਾਇ॥	jammai marai fir aavai jaa-ay.
ਸਹਸਾ ਮੂਲਿ ਨ ਚੁਕਈ,	sahsaa mool na chuk-ee
ਵਿਚਿ ਵਿਸਟਾ ਪਚੈ ਪਚਾਇ॥	vich vistaa pachai pachaa-ay.
ਜਿਸ ਨੋ ਕ੍ਰਿਪਾ ਕਰੇ ਮੇਰਾ ਸੁਆਮੀ,	jis no kirpaa karay mayraa su-aamee
ਤਿਸੁ ਗੁਰ ਕੀ ਸਿਖ ਸੁਣਾਇ॥	tis gur kee sikh sunaa-ay.
ਹਰਿ ਨਾਮੁ ਧਿਆਵੈ	har naam Dhi-aavai
ਹਰਿ ਨਾਮੋ ਗਾਵੈ,	har naamo gaavai
ਹਰਿ ਨਾਮੋ ਅੰਤਿ ਛਡਾਇ॥੨॥	har naamo ant chhadaa-ay. ‖2‖

ਮਨਮੁਖ ਜੀਵ ਸ਼ਬਦ ਦੀ ਸੋਝੀ ਤੋ ਅਗਿਅਨੀ ਹੁੰਦਾ ਹੈ । ਉਸ ਦੇ ਮਨ ਵਿੱਚ ਧੋਖਾ ਫਰੇਬ ਹੁੰਦਾ ਹੈ । ਬੋਲੇ ਵੀ ਝੂਠੇ, ਜਿਹਨਾਂ ਵਿੱਚ ਕੋਈ ਤੱਤ ਨਹੀਂ ਹੁੰਦਾ । ਧੋਖੇ ਅਤੇ ਫਰੇਬ ਦੀ ਕਮਾਈ ਨਾਲ ਪ੍ਰਭ ਦੀ ਰਹਿਮਤ ਬਖਸ਼ਿਸ਼ ਨਹੀਂ ਹੁੰਦੀ । ਪ੍ਰਭ ਸਦਾ ਹੀ ਸ਼ਬਦ ਦੀ ਕਮਾਈ ਨਾਲ ਪ੍ਰਸੰਨ ਹੁੰਦਾ ਹੈ । ਜਿਹੜਾ ਧਰਮ ਦੇ ਰੀਤ ਰੀਵਾਜ ਕਰਦਾ ਹੈ ਮਨ ਵਿੱਚ ਸੰਸਾਰਕ ਮਾਇਆ ਨਾਲ ਮੋਹ ਹੁੰਦਾ ਹੈ । ਬਾਕੀ ਜੀਵਾਂ ਨੂੰ ਪ੍ਰੇਰਨਾ ਕਰਦਾ ਰਹਿੰਦਾ ਹੈ! ਉਸ ਦੇ ਆਪਣੇ ਮਨ ਤੇ ਕੋਈ ਪ੍ਰਭਾਵ ਨਹੀਂ ਹੁੰਦਾ । ਇਹ ਕਰਨ ਨਾਲ ਉਹ ਸਦਾ ਹੀ ਸੰਸਾਰਕ ਇੱਛਾਂ ਦੀ ਭਟਕਣ ਵਿੱਚ ਰਹਿੰਦਾ ਹੈ । ਉਹ ਜੂੰਨਾਂ ਦੇ ਚੱਕਰ ਵਿੱਚ ਹੀ ਰਹਿੰਦਾ ਹੈ । ਉਸ ਦੇ ਭਰਮ ਕਦੇ ਦੂਰ ਨਹੀਂ ਹੁੰਦੇ, ਉਹ ਰੂੜੀ ਦੇ ਕੀੜੇ ਵਾਗੂੰ ਰੂੜੀ ਵਿੱਚ ਹੀ ਮਿਲ ਜਾਂਦਾ ਹੈ । ਜਿਸ ਜੀਵ ਤੇ ਪ੍ਰਭ ਰਹਿਮਤ ਦੀ ਨਜ਼ਰ ਕਰਦਾ ਹੈ, ਤਰਸ ਕਰਦਾ ਹੈ । ਉਹ ਹੀ ਪ੍ਰਭ ਦਾ ਸ਼ਬਦ ਸੁਣਦਾ ਹੈ, ਆਪਣੇ ਜੀਵਨ ਦਾ ਢੰਗ ਬਣਾਉਂਦਾ ਹੈ । ਉਹ ਪ੍ਰਭ ਦੇ ਸ਼ਬਦ ਦੇ ਗੁਣ ਗਾਉਂਦਾ ਹੈ, ਉਸ ਨਾਲ ਜੀਵਨ ਢਾਲਦਾ ਹੈ । ਅੰਤ ਤੇ ਮੌਤ ਤੇ ਪ੍ਰਭ ਆਪ ਹੀ ਸਾਥੀ ਬਣ ਜਾਂਦਾ ਹੈ ।

Self-mind remains ignorant from the enlightenment of His Word, his sermons are deceptive and without any merit, No one may be blessed with His mercy and grace with fraud and deception. God always accepts the earnings of His Word. Whosoever may perform religious rituals and inspires others, he remains a slave of worldly attachments and possessions. He may not have any influence of the teachings of His Word in day to day life. He remains frustrated with worldly desires. He remains in cycle of birth and death. His worldly suspicions may not be eliminated and he remains like a worm of manure and may be buried in manure. Only with His mercy and grace, one may listen to the sermons of His Word and adopt the teachings of His Word. He may sing the glory of His Word and adopt the teachings of His Word. The True Master remain his companion after death.

ਪਉੜੀ॥	pa-orhee.
ਜਿਨਾ ਹੁਕਮੁ ਮਨਾਇਓਨੁ,	jinaa hukam manaa-i-on
ਤੇ ਪੂਰੇ ਸੰਸਾਰਿ॥	tay pooray sansaar.
ਸਾਹਿਬੁ ਸੇਵਨ੍ਹਿ ਆਪਣਾ,	saahib sayvniH aapnaa
ਪੂਰੈ ਸਬਦਿ ਵੀਚਾਰਿ॥	poorai sabad veechaar.
ਹਰਿ ਕੀ ਸੇਵਾ ਚਾਕਰੀ,	har kee sayvaa chaakree
ਸਚੈ ਸਬਦਿ ਪਿਆਰਿ॥	sachai sabad pi-aar.
ਹਰਿ ਕਾ ਮਹਲੁ ਤਿਨ੍ਹੀ ਪਾਇਆ,	har kaa mahal tinHee paa-i-aa
ਜਿਨ੍ਹ ਹਉਮੈ ਵਿਚਹੁ ਮਾਰਿ॥	jinH ha-umai vichahu maar.
ਨਾਨਕ ਗੁਰਮੁਖਿ ਮਿਲਿ ਰਹੇ,	naanak gurmukh mil rahay
ਜਪਿ ਹਰਿ ਨਾਮਾ ਉਰ ਧਾਰਿ॥੧੦॥	jap har naamaa ur Dhaar. ||10||

ਜਿਹੜੇ ਪ੍ਰਭ ਦੇ ਸ਼ਬਦ ਅਨੁਸਾਰ ਜੀਵਨ ਢਾਲਦੇ ਹਨ, ਸ਼ਬਦ ਦੀ ਪਾਲਣਾ ਕਰਦੇ ਹਨ । ਉਹ ਮਾਨਸ ਜਨਮ ਦਾ ਲਾਹਾ ਖੱਟ ਜਾਂਦੇ , ਜੀਵਨ ਪ੍ਰਭ ਦੇ ਸ਼ਬਦ ਅਨੁਸਾਰ ਹੁੰਦਾ ਹੈ । ਉਹ ਪ੍ਰਭ ਦੇ ਅਸਲੀ ਦਾਸ ਬਣ ਜਾਂਦੇ ਹਨ । ਸ਼ਬਦ ਦੀ ਪਾਲਣਾ ਕਰਨਾ ਹੀ ਪ੍ਰਭ ਦੀ ਸੇਵਾ ਹੈ । ਜਦੋਂ ਮਨ ਵਿਚੋਂ ਅਹੰਕਾਰ ਦੂਰ ਹੋ ਜਾਂਦਾ ਹੈ ਉਹ ਪ੍ਰਵਾਨਗੀ ਦੇ ਰਸਤੇ ਤੇ ਅਡੋਲ ਹੋ ਜਾਂਦੇ ਹਨ । ਪ੍ਰਭ ਦੇ ਦਰਬਾਰ ਵਿੱਚ ਥਾਂ ਹਾਸਿਲ ਕਰ ਲੈਂਦੇ ਹਨ । ਗੁਰਮਖ ਜੀਵ ਪ੍ਰਭ ਦੇ ਸ਼ਬਦ ਦੀ ਪਾਲਣਾ ਵਿੱਚ ਲੀਨ ਰਹਿੰਦਾ ਹੈ । ਪ੍ਰਭ ਦਾ ਸ਼ਬਦ ਉਹਨਾਂ ਦੇ ਰੋਮ ਰੋਮ ਵਿੱਚ ਵਸਦਾ ਹੈ । ਉਸ ਦੇ ਸ਼ਬਦ ਦੀ ਉਸਤਤ ਗਾਉਂਦੇ ਹਨ ।

Whosoever may adopt the teachings of His Word with steady band stable belief in day to day life. He may profit from his human life blessings. He may become His true devotee and obeying the teachings of His Word may become his service for mankind. Whosoever may conquer his ego, he may remain steady and stable on the path of His acceptance. He may be blessed with permanent place in His castle. His true devotee may sing the glory and adopt the teachings of his Word. He may remain drenched with the teachings of His Word.

457.ਸਲੋਕੁ ਮਃ ੩॥ 512-14

ਗੁਰਮੁਖਿ ਧਿਆਨ ਸਹਜ ਧੁਨਿ ਉਪਜੈ,	gurmukh Dhi-aan sahj Dhun upjai
ਸਚਿ ਨਾਮਿ ਚਿਤੁ ਲਾਇਆ॥	sach naam chit laa-i-aa.
ਗੁਰਮੁਖਿ ਅਨਦਿਨੁ ਰਹੈ ਰੰਗਿ ਰਾਤਾ,	gurmukh an-din rahai rang raataa har
ਹਰਿ ਕਾ ਨਾਮੁ ਮਨਿ ਭਾਇਆ॥	kaa naam man bhaa-i-aa.
ਗੁਰਮੁਖਿ ਹਰਿ ਵੇਖਹਿ	gurmukh har vaykheh
ਗੁਰਮੁਖਿ ਹਰਿ ਬੋਲਹਿ,	gurmukh har boleh
ਗੁਰਮੁਖਿ ਹਰਿ ਸਹਜਿ ਰੰਗੁ ਲਾਇਆ॥	gurmukh har sahj rang laa-i-aa.
ਨਾਨਕ ਗੁਰਮੁਖਿ	naanak gurmukh
ਗਿਆਨੁ ਪਰਾਪਤਿ ਹੋਵੈ,	gi-aan paraapat hovai
ਤਿਮਰ ਅਗਿਆਨੁ ਅਧੇਰੁ ਚੁਕਾਇਆ॥	timar agi-aan aDhayr chukaa-i-aa.
ਜਿਸ ਨੋ ਕਰਮੁ ਹੋਵੈ ਧੁਰਿ ਪੂਰਾ,	jis no karam hovai Dhur pooraa
ਤਿਨਿ ਗੁਰਮੁਖਿ ਹਰਿ ਨਾਮੁ ਧਿਆਇਆ॥੧	tin gurmukh har naam Dhi-aa-i-aa.1

ਗੁਰਮਖ ਜੀਵ ਆਪਣਾ ਧਿਆਨ ਪ੍ਰਭ ਦੇ ਸ਼ਬਦ ਵਿੱਚ ਹੀ ਰਖਦਾ ਹੈ । ਉਸ ਤੇ ਵਿਚਾਰ ਕਰਦਾ, ਉਸ ਨਾਲ ਜੀਵਨ ਬਤੀਤ ਕਰਦਾ ਹੈ । ਸ਼ਬਦ ਦੀ ਗੂੰਜ ਉਸ ਦੇ ਮਨ ਵਿੱਚ ਬਖਸ਼ਿਸ਼ ਹੋ ਜਾਂਦੀ ਹੈ । ਉਹ ਦਿਨ ਰਾਤ ਪ੍ਰਭ ਦੇ ਸ਼ਬਦ ਦੀ ਸਮਾਧੀ ਵਿੱਚ ਰਹਿੰਦਾ ਹੈ । ਪ੍ਰਭ ਦਾ ਸ਼ਬਦ ਉਸ ਦੇ ਮਨ ਨੂੰ ਭਾਉਂਦਾ, ਪਿਆਰਾ ਲੱਗਦਾ ਹੈ । ਗੁਰਮਖ ਜੀਵ ਪ੍ਰਭ ਦੀ ਹੋਂਦ ਮਹਿਸੂਸ ਕਰਦਾ ਹੈ, ਉਸ ਦਾ ਵਿਚਾਰ ਕਰਦਾ ਹੈ

। ਉਸ ਦੇ ਗੁਣ ਧਾਰਨ ਕਰਦਾ ਹੈ ਉਸ ਦੀ ਸ਼ਬਦ ਨਾਲ ਲਗਨ ਲੱਗਦੀ ਹੈ । ਗੁਰਮਖ ਨੂੰ ਸ਼ਬਦ ਦੀ ਸੋਝੀ ਹੋ ਜਾਂਦੀ, ਕੁਦਰਤ ਦੀ ਅਗਿਆਨਤਾ ਦਾ ਪਰਦਾ ਦੂਰ ਹੋ ਜਾਂਦਾ ਹੈ, ਭਰਮ ਖਤਮ ਹੋ ਜਾਂਦੇ ਹਨ । ਜਿਸ ਤੇ ਰਹਿਮਤ ਦੀ ਨਜ਼ਰ ਆਉਂਦੀ ਹੈ । ਕੇਵਲ ਉਹ ਹੀ ਸ਼ਬਦ ਨਾਲ ਜੀਵਨ ਢਾਲਦਾ ਹੈ ।

His true devotee may keep his concentration on the teachings of His Word, he may adopt the teachings with steady and stable belief in his day to day life and the everlasting echo of His Word may resonate within his mind. He may remain intoxicated in the void of His Word and His Word may be soothing to his mind. He may realize the existence of The Holy Spirit prevailing in His nature. He may adopt the virtues of His Word in his day to day life and he may be enlightened and his suspicions may be eliminated. Only with His mercy and grace, one may adopt the teachings of His Word in his day to day life.

ਮਃ ੩॥	mehlaa 3.
ਸਤਿਗੁਰੁ ਜਿਨਾ ਨ ਸੇਵਿਓ,	satgur jinaa na sayvi-o
ਸਬਦਿ ਨ ਲਗੋ ਪਿਆਰੁ॥	sabad na lago pi-aar.
ਸਹਜੇ ਨਾਮੁ ਨ ਧਿਆਇਆ,	sehjay naam na Dhi-aa-i-aa
ਕਿਤੁ ਆਇਆ ਸੰਸਾਰਿ॥	kit aa-i-aa sansaar.
ਫਿਰਿ ਫਿਰਿ ਜੂਨੀ ਪਾਈਐ,	fir fir joonee paa-ee-ai
ਵਿਸਟਾ ਸਦਾ ਖੁਆਰੁ॥	vistaa sadaa khu-aar.
ਕੂੜੈ ਲਾਲਚਿ ਲਗਿਆ,	koorhai laalach lagi-aa
ਨਾ ਉਰਵਾਰੁ ਨ ਪਾਰੁ॥	naa urvaar na paar.
ਨਾਨਕ ਗੁਰਮੁਖਿ ਉਬਰੇ,	naanak gurmukh ubray
ਜਿ ਆਪਿ ਮੇਲੇ ਕਰਤਾਰਿ॥੨॥	je aap maylay kartaar. ||2||

ਜਿਹੜੇ ਪ੍ਰਭ ਦੇ ਸ਼ਬਦ ਦੀ ਪਾਲਣਾ ਨਹੀਂ ਕਰਦੇ । ਉਹਨਾਂ ਨੂੰ ਸ਼ਬਦ ਦੀ ਸੋਝੀ ਨਹੀਂ ਹੁੰਦੀ, ਸ਼ਬਦ ਨਾਲ ਲਗਨ ਨਹੀਂ ਲੱਗਦੀ । ਜਿਹੜੇ ਸ਼ਬਦ ਦੀ ਪਾਲਣਾ ਨਹੀਂ ਕਰਦੇ, ਬੰਦਗੀ ਨਹੀਂ ਕਰਦੇ । ਉਹਨਾਂ ਦਾ ਮਾਨਸ ਜਨਮ ਲੈਣ ਦਾ ਕੀ ਲਾਹਾ ਹੁੰਦਾ ਹੈ? ਉਹ ਬਾਰ ਬਾਰ ਜੂੰਨਾਂ ਵਿੱਚ ਜਾਂਦੇ, ਰੂੜੀ ਦੇ ਕੀੜੇ ਵਾਗੂੰ ਰੂੜੀ ਵਿੱਚ ਹੀ ਰਲ ਜਾਂਦੇ ਹਨ । ਉਹਨਾਂ ਨੂੰ ਸੰਸਾਰਕ ਇੱਛਾਂ ਦਾ ਲਾਲਚ ਜ਼ੋਰ ਕਰ ਜਾਂਦਾ ਹੈ । ਉਹ ਮਾਨਸ ਜਨਮ ਦਾ ਕੋਈ ਲਾਹਾ ਨਹੀਂ ਖੱਟਦੇ, ਸੰਸਾਰਕ ਸਾਗਰ ਵਿੱਚ ਡੁੱਬ ਜਾਂਦੇ ਹਨ । ਗੁਰਮਖ ਜੀਵ ਤੇ ਪ੍ਰਭ ਆਪ ਰਹਿਮਤ ਕਰਕੇ, ਪ੍ਰਵਾਨਗੀ ਦੇ ਰਸਤੇ ਤੇ ਰਖਦਾ ਹੈ । ਆਪਣੇ ਦਰਬਾਰ ਵਿੱਚ ਪ੍ਰਵਾਨ ਕਰ ਲੈਂਦਾ ਹੈ ।

Whosoever may not obey the teachings of His Word, he may not stay steady and stable on the right path and may not be enlightened. What may be the profit of human life blessings for him? He may remain in the cycle of birth and death like a worm of manure. He may remain overwhelmed with greed and he may not profit from his human life blessings and may drown in the worldly ocean of desires. His true devotee may be inspired and kept on the right path of meditation with His mercy and grace. He may be accepted in His court.

ਪਉੜੀ॥	pa-orhee.
ਭਗਤ ਸਚੈ ਦਰਿ ਸੋਹਦੇ,	bhagat sachai dar sohday
ਸਚੈ ਸਬਦਿ ਰਹਾਏ॥	sachai sabad rahaa-ay.
ਹਰਿ ਕੀ ਪ੍ਰੀਤਿ ਤਿਨ ਊਪਜੀ,	har kee pareet tin oopjee
ਹਰਿ ਪ੍ਰੇਮ ਕਸਾਏ॥	har paraym kasaa-ay.
ਹਰਿ ਰੰਗਿ ਰਹਹਿ ਸਦਾ ਰੰਗਿ ਰਾਤੇ,	

ਰਸਨਾ ਹਰਿ ਰਸੁ ਪਿਆਏ॥
ਸਫਲੁ ਜਨਮੁ ਜਿਨ੍ੀ ਗੁਰਮੁਖਿ ਜਾਤਾ,
ਹਰਿ ਜੀਉ ਰਿਦੈ ਵਸਾਏ॥
ਬਾਝੁ ਗੁਰੂ ਫਿਰੈ ਬਿਲਲਾਦੀ,
ਦੂਜੈ ਭਾਇ ਖੁਆਏ॥੧੧॥

har rang raheh sadaa rang raatay
rasnaa har ras pi-aa-ay.
safal janam jinHee gurmukh jaataa
har jee-o ridai vasaa-ay.
baajh guroo firai billaadee
doojai bhaa-ay khu-aa-ay. ||11||

ਪ੍ਰਭ ਦੇ ਸ਼ਬਦ ਦੀ ਪਾਲਣਾ ਕਰਨ ਵਾਲੇ, ਪ੍ਰਭ ਦੇ ਦਰਬਾਰ ਵਿੱਚ ਸੋਭਦੇ ਹਨ । ਉਹ ਸ਼ਬਦ ਦੀ ਪਾਲਣਾ ਵਿੱਚ ਹੀ ਲੀਨ ਰਹਿੰਦੇ ਹਨ । ਮਨ ਵਿੱਚ ਸ਼ਬਦ ਨਾਲ ਲਗਨ ਲੱਗ ਜਾਂਦੀ ਹੈ, ਸ਼ਬਦ ਦੇ ਲੜ ਲੱਗੇ ਰਹਿੰਦੇ ਹਨ । ਉਹਨਾਂ ਦੇ ਮਨ ਤੇ ਸ਼ਬਦ ਦਾ ਰੰਗ ਚੜ੍ਹ ਜਾਂਦਾ ਹੈ, ਘਰ ਕਰ ਜਾਂਦਾ ਹੈ । ਉਹ ਆਪਣੀ ਜੀਭ ਨਾਲ ਉਸ ਦੇ ਗੁਣ ਗਾਉਂਦੇ ਹਨ । ਸ਼ਬਦ ਰੂਪੀ ਅੰਮ੍ਰਿਤ ਦਾ ਸਵਾਦ ਮਾਨਦੇ ਹਨ । ਜਿਹੜੇ ਪ੍ਰਭ ਦੇ ਸ਼ਬਦ ਦੀ ਸੋਝੀ ਪਾ ਲੈਂਦੇ ਹਨ, ਸ਼ਬਦ ਮਨ ਵਿੱਚ ਘਰ ਕਰ ਜਾਂਦਾ ਹੈ । ਉਹਨਾਂ ਗੁਰਮਖ ਜੀਵਾਂ ਦਾ ਮਾਨਸ ਜਨਮ ਲੈਣਾ ਸਫਲ ਹੋ ਜਾਂਦਾ ਹੈ । ਸ਼ਬਦ ਦੀ ਪਾਲਣਾ ਕਰਨ ਤੋ ਬਿਨਾਂ, ਜੀਵ ਇੱਛਾਂ ਦੀ ਭਟਕਣ ਵਿੱਚ ਦੁਖ ਹੀ ਸਹਿੰਦਾ ਹੈ । ਭਰਮਾਂ ਵਿੱਚ ਮਾਨਸ ਜਨਮ ਬਿਰਥਾ ਹੀ ਗਵਾ ਜਾਂਦਾ ਹੈ ।

Whosoever may adopt the teachings of His Word with steady and stable belief, he may be honored in His court. He may remain intoxicated in obeying His Word and he remain drenched with the teachings of His Word. He may sing the glory of His Word with His tongue and may taste the nectar of the teachings of His Word. Whosever may be drenched with the teachings of His Word; he may be enlightened. Without adopting the teachings of His Word with steady and stable belief, one may remain frustrated with suspicions and wastes his human life blessings uselessly.

458.ਸਲੋਕੁ ਮਃ ੩॥ 513-4

ਕਲਿਜੁਗ ਮਹਿ ਨਾਮੁ ਨਿਧਾਨੁ
ਭਗਤੀ ਖਟਿਆ,
ਹਰਿ ਉਤਮ ਪਦੁ ਪਾਇਆ॥
ਸਤਿਗੁਰ ਸੇਵਿ ਹਰਿ ਨਾਮੁ ਮਨਿ ਵਸਾਇਆ,
ਅਨਦਿਨੁ ਨਾਮੁ ਧਿਆਇਆ॥
ਵਿਚੇ ਗ੍ਰਿਹ ਗੁਰ ਬਚਨਿ ਉਦਾਸੀ,
ਹਉਮੈ ਮੋਹੁ ਜਲਾਇਆ॥
ਆਪਿ ਤਰਿਆ ਕੁਲ ਜਗਤੁ ਤਰਾਇਆ,
ਧੰਨੁ ਜਣੇਦੀ ਮਾਇਆ॥
ਐਸਾ ਸਤਿਗੁਰੁ ਸੋਈ ਪਾਏ,
ਜਿਸੁ ਧੁਰਿ ਮਸਤਕਿ ਹਰਿ ਲਿਖਿ ਪਾਇਆ॥
ਜਨ ਨਾਨਕ ਬਲਿਹਾਰੀ
ਗੁਰ ਆਪਣੇ ਵਿਟਹੁ, ਜਿਨਿ ਭ੍ਰਮਿ ਭੁਲਾ
ਮਾਰਗਿ ਪਾਇਆ॥੧॥

kalijug meh naam niDhaan
bhagtee khati-aa
har utam pad paa-i-aa.
satgur sayv har naam man vasaa-i-aa
an-din naam Dhi-aa-i-aa.
vichay garih gur bachan udaasee
ha-umai moh jalaa-i-aa.
aap tari-aa kul jagat taraa-i-aa
Dhan janaydee maa-i-aa.
aisaa satgur so-ee paa-ay
jis Dhur mastak har likh paa-i-aa.
jan naanak balihaaree
gur aapnay vitahu
jin bharam bhulaa maarag paa-i-aa.1 |

ਕਲਿਜੁਗ ਵਿੱਚ ਸ਼ਬਦ ਹੀ ਕੇਵਲ ਪ੍ਰਵਾਨਗੀ ਦਾ ਰਸਤਾ ਦੱਸਣ ਵਾਲਾ ਗਿਆਨ ਦਾ ਖਜ਼ਾਨਾ ਹੈ । ਸ਼ਬਦ ਦੀ ਪਾਲਣਾ ਕਰ ਨਾਲ ਹੀ ਸ਼ਬਦ ਦੀ ਸੋਝੀ ਪਾਈ ਜਾ ਸਕਦੀ ਹੈ । ਉਸ ਦੀ ਪਾਲਣਾ ਕਰਕੇ, ਉੱਤਮ ਅਵਸਥਾ ਪਾਈ ਜਾ ਸਕਦੀ ਹੈ । ਪ੍ਰਭ ਦੇ ਸ਼ਬਦ ਦੀ ਪਾਲਣਾ ਕਰਨ ਨਾਲ ਪ੍ਰਭ ਦਾ ਸ਼ਬਦ ਮਨ ਵਿੱਚ ਘਰ ਕਰ ਜਾਂਦਾ ਹੈ । ਜੀਵ ਦਿਨ ਰਾਤ ਸ਼ਬਦ ਦਾ ਸਿਮਰਨ ਕਰੋ, ਸ਼ਬਦ ਦੀ ਪਾਲਣਾ ਕਰੋ । ਸ਼ਬਦ ਦੀ ਪਾਲਣਾ ਕਰਨ ਵਾਲਾ ਮਨ ਵਿਚੋਂ ਹੀ ਸੰਸਾਰਕ ਮਾਇਆ ਨਾਲੋ ਮੋਹ ਤੋੜ ਲੈਂਦਾ ਹੈ । ਮੋਹ ਤੋ ਰਹਿਤ ਹੋ ਜਾਂਦੇ । ਸ਼ਬਦ ਦੀ ਪਾਲਣਾ ਕਰਦੇ ਜੀਵ ਦੀ ਅਹੰਕਾਰ ਅਤੇ ਹੈਸੀਅਤ ਦੀ ਹੌਂਦ ਨਾਸ਼ ਹੋ

ਜਾਂਦੀ ਹੈ । ਉਹ ਆਪਣੇ ਆਪ ਨੂੰ ਬਚਾ ਲੈਂਦੇ ਹਨ । ਆਪਣੇ ਸਾਥੀਆ ਨੂੰ ਇਸ ਰਸਤੇ ਤੇ ਪਾ ਕੇ ਪ੍ਰਵਾਨ ਕਰਾ ਜਾਂਦੇ ਹਨ । ਉਹ ਮਾਤਾ ਧੰਨ ਹੈ ਜਿਹੜੀ ਉਸ ਜੀਵ ਨੂੰ ਜਨਮ ਦੇਂਦੀ ਹੈ । ਇਸ ਤਰ੍ਹਾਂ ਦੀ ਪ੍ਰਭ ਦੀ ਰਹਿਮਤ ਕੇਵਲ ਉਸ ਨੂੰ ਹੀ ਨਸੀਬ ਹੁੰਦੀ ਹੈ । ਜਿਹਨਾਂ ਦੇ ਭਾਗਾਂ ਵਿੱਚ ਧਰੋ ਹੀ ਲਿਖਿਆ ਹੁੰਦਾ ਹੈ । ਉਸ ਸਿਖਿਆ ਦੇਣ ਵਾਲੇ ਜੀਵ ਤੋ ਕੁਰਬਾਣ ਜਾਈਏ! ਜਿਹੜਾ ਭਰਮਾਂ ਵਿੱਚ ਪਏ ਨੂੰ ਸੋਝੀ ਪਾ ਕੇ, ਸ਼ਬਦ ਦੀ ਬੰਦਗੀ ਦੇ ਰਸਤੇ ਤੇ ਲਾਉਂਦਾ ਹੈ ।

In Kulijug, only the teachings of His word are the true treasure of enlightenment of the right way of acceptance of His court. Only by adopting the teachings of His Word, one may be blessed with enlightenment and immortal state of mind and His Word may be drenched without should meditate and obey His Word with steady and stable belief. One may conquer the bond of worldly wealth from his life. He may eliminate his ego and pride of worldly status; he may be saved and also save his followers by inspiring on the right path of meditation. His mother may become worth of worship. Whosoever may have a great prewritten destiny, only he may be blessed with such a state of mind. I may remain fascinating from His true devotee, who may inspire on the right path of meditation.

ਮਃ ੩॥	mehlaa 3.
ਤ੍ਰੈ ਗੁਣ ਮਾਇਆ ਵੇਖਿ ਭੁਲੇ,	tarai gun maa-i-aa vaykh bhulay
ਜਿਉ ਦੇਖਿ ਦੀਪਕਿ ਪਤੰਗ ਪਚਾਇਆ॥	Ji-o daykh deepak patang pachaa-i-aa.
ਪੰਡਿਤ ਭੁਲਿ ਭੁਲਿ ਮਾਇਆ ਵੇਖਹਿ,	pandit bhul bhul maa-i-aa vaykheh
ਦਿਖਾ ਕਿਨੈ ਕਿਹੁ ਆਣਿ ਚੜਾਇਆ॥	dikhaa kinai kihu aan charhaa-i-aa.
ਦੂਜੈ ਭਾਇ ਪੜਹਿ ਨਿਤ ਬਿਖਿਆ,	doojai bhaa-ay parheh nit bikhi-aa
ਨਾਵਹੁ ਦਯਿ ਖੁਆਇਆ॥	naavhu da-yi khu-aa-i-aa.
ਜੋਗੀ ਜੰਗਮ ਸੰਨਿਆਸੀ ਭੁਲੇ,	jogee jangam sani-aasee bhulay
ਓਨ੍ਹਾ ਅਹੰਕਾਰੁ	onHaa ahaNkaar
ਬਹੁ ਗਰਬੁ ਵਧਾਇਆ॥	baho garab vaDhaa iaa.
ਛਾਦਨੁ ਭੋਜਨੁ ਨ ਲੈਹੀ	chhaadan bhojan na laihee
ਸਤ ਭਿਖਿਆ,	sat bhikhi-aa
ਮਨਹਠਿ ਜਨਮੁ ਗਵਾਇਆ॥	manhath janam gavaa-i-aa.
ਏਤੜਿਆ ਵਿਚਹੁ ਸੋ ਜਨੁ ਸਮਧਾ,	ayt-rhi-aa vichahu so jan samDhaa
ਜਿਨਿ ਗੁਰਮੁਖਿ ਨਾਮੁ ਧਿਆਇਆ॥	jin gurmukh naam Dhi-aa-i-aa.
ਜਨ ਨਾਨਕ ਕਿਸ ਨੋ ਆਖਿ ਸੁਣਾਈਐ,	jan naanak kis no aakh sunaa-ee-ai
ਜਾ ਕਰਦੇ ਸਭਿ ਕਰਾਇਆ॥੨॥	jaa karday sabh karaa-i-aa. ||2||

ਜੀਵ ਮਾਇਆ ਦੇ ਤਿੰਨੇਂ ਗੁਣ ਦੇਖਕੇ ਦਿਵਾਨਾ ਹੋ ਜਾਂਦਾ, ਮੋਹ ਦੇ ਜਾਲ ਵਿੱਚ ਫਸ ਜਾਂਦਾ ਹੈ । ਉਸ ਦੀ ਹਾਲਤ ਉਸ ਭਵਰੇ ਵਰਗੀ ਹੁੰਦੀ ਹੈ । ਜਿਹੜਾ ਅੱਗ ਨੂੰ ਵੇਖਦਾ ਹੈ, ਫਿਰ ਵੀ ਉਸ ਵਿੱਚ ਜੱਲ ਜਾਂਦਾ ਹੈ । ਧਰਮ ਦੇ ਗਿਆਨੀ ਕਥਾ ਕਰਦੇ ਚੋਰੀ ਚੋਰੀ ਦੇਖਦੇ ਹਨ । ਕਿਸੇ ਨੇ ਕੀ ਚੜ੍ਹਾਵਾ ਦਿੱਤਾ ਹੈ । ਪ੍ਰਭ ਦੇ ਦਿੱਤੇ ਤੇ ਭਰੋਸਾ ਨਾ ਹੋਣ ਕਰਕੇ ਬਾਰ ਬਾਰ ਧਰਮ ਗ੍ਰੰਥ ਦਾ ਪਾਠ ਕਰਦੇ, ਪੜ੍ਹਦੇ ਹਨ । ਪ੍ਰਭ ਆਪ ਹੀ ਉਹਨਾਂ ਨੂੰ ਆਪਣੇ ਸ਼ਬਦ ਦੀ ਸੋਝੀ ਤੋ ਵਾਂਝਾ ਰਖਦਾ ਹੈ । ਸੰਸਾਰਕ ਜੋਗੀ, ਜੰਗਲਾਂ ਵਿੱਚ ਤਪਸਿਆ ਕਰਨ ਵਾਲੇ, ਸੰਨਿਆਸੀ ਦਿਵਾਨੇ ਹੋਏ ਫਿਰਦੇ ਹਨ । ਉਹਨਾਂ ਦੇ ਮਨ ਵਿੱਚ ਆਪਣੇ ਕੀਤੇ ਤੇ ਅਹੰਕਾਰ, ਹੈਸੀਅਤ ਦਾ ਮਾਣ ਵਧਦਾ ਰਹਿੰਦਾ ਹੈ । ਉਹ ਸੰਸਾਰਕ ਜੀਵਾਂ ਤੋ ਭੋਜਨ, ਕਪੜੇ ਦਾ ਦਾਨ ਕਾਬੂਲ ਨਹੀਂ ਕਰਦੇ । ਉਹ ਆਪਣੇ ਸਿਰੜ, ਹੱਠ ਵਿੱਚ ਹੀ ਤਬਾਹ ਹੋ ਜਾਂਦੇ ਹਨ । ਜਿਹੜਾ ਪ੍ਰਭ ਦੇ ਸ਼ਬਦ ਦੀ ਪਾਲਣਾ ਕਰਦਾ ਹੈ, ਉਸ ਦੇ ਦਿੱਤੇ ਤੇ ਸੰਤੋਖ ਰਖਦਾ ਹੈ । ਇਹਨਾਂ ਸਾਰਿਆਂ

ਸ੍ਰਿਸ਼ਟੀ ਵਿੱਚ ਉਹ ਹੀ ਪ੍ਰਭ ਦੀ ਪ੍ਰਵਾਨਗੀ ਦੇ ਰਸਤੇ ਤੇ ਚਲਦਾ ਹੈ । ਇਸ ਬਾਬਤ ਕੋਈ ਕਿਸੇ ਨੂੰ ਕੀ ਸਿਖਿਆ ਦੇ ਸਕਦਾ ਹੈ? ਸਭ ਕੁਝ ਪ੍ਰਭ ਦਾ ਆਪਣਾ ਕੀਤਾ ਹੀ ਹੁੰਦਾ ਹੈ ।

Human may become insane by witnessing the glamorous of three virtues of His Word and he may be trapped into worldly wealth. His state of mind becomes life fire-bug, he may see the danger of fire and still burn in that fire. Same way religious priest, granthee may keep an eye on the donation. Due to lack of His belief on His blessings, he may read granth over and over again. He may remain without the comprehension of the essence of His Word. He may wander in wild forest to meditate as hermit. He may beg alms for food and cloths and he may be ruined in his determination of his control of mind. Whosoever may remain contented with His blessings; he may stay in family life and adopt the right path of His acceptance. Who may teach anyone on this nature of The True Master; everything may happen under His command?

ਪਉੜੀ॥	pa-orhee.
ਮਾਇਆ ਮੋਹੁ ਪਰੇਤੁ ਹੈ,	maa-i-aa moh parayt hai
ਕਾਮੁ ਕ੍ਰੋਧੁ ਅਹੰਕਾਰਾ॥	kaam kroDh ahaNkaaraa.
ਏਹ ਜਮ ਕੀ ਸਿਰਕਾਰ ਹੈ,	ayh jam kee sirkaar hai
ਏਨ੍ਹਾ ਉਪਰਿ ਜਮ ਕਾ ਡੰਡੁ ਕਰਾਰਾ॥	aynHaa upar jam kaa dand karaaraa.
ਮਨਮੁਖ ਜਮ ਮਗਿ ਪਾਈਅਨ੍ਹਿ,	manmukh jam mag paa-ee-aniH
ਜਿਨ੍ਹ ਦੂਜਾ ਭਾਉ ਪਿਆਰਾ॥	jinH doojaa bhaa-o pi-aaraa.
ਜਮ ਪੁਰਿ ਬਧੇ ਮਾਰੀਅਨਿ,	jam pur baDhay maaree-an
ਕੋ ਸੁਣੈ ਨ ਪੂਕਾਰਾ॥	ko sunai na pookaaraa.
ਜਿਸ ਨੋ ਕ੍ਰਿਪਾ ਕਰੇ ਤਿਸੁ ਗੁਰੁ ਮਿਲੈ,	jis no kirpaa karay tis gur milai
ਗੁਰਮੁਖਿ ਨਿਸਤਾਰਾ॥੧੨॥	gurmukh nistaaraa. ‖12‖

ਸੰਸਾਰ ਵਿੱਚ ਮਾਇਆ ਨਾਲ ਲਗਨ, ਕਾਮ ਵਾਸ਼ਨਾ, ਕਰੋਧ, ਹੈਸੀਅਤ ਹੀ ਜਮਦੂਤ ਹਨ । ਇਹਨਾ ਜਮਦੂਤਾਂ ਦਾ ਮਾਨਸ ਤੇ ਕਾਬੂ ਹੋਣ ਕਰਕੇ ਹੀ ਜੀਵ ਜੂੰਨਾਂ ਦੇ ਚੱਕਰ ਵਿੱਚ ਜਾਂਦਾ ਹੈ । ਮਨਮੁਖ ਜੀਵ ਦਾ ਇੱਕ ਪ੍ਰਭ ਤੇ ਭਰੋਸਾ ਅਡੋਲ ਨਾ ਹੋਣ ਕਰਕੇ ਭਰਮਾਂ ਵਿੱਚ ਜਾਂਦਾ ਹੈ । ਅੰਤ ਵਿੱਚ ਮੌਤ ਦੇ ਹਵਾਲੇ ਹੁੰਦਾ ਹੈ, ਜੂੰਨਾਂ ਦੇ ਚੱਕਰ ਵਿੱਚ ਪੈ ਜਾਂਦਾ ਹੈ । ਉਹ ਜੀਵ ਮੌਤ ਦੇ ਫਰਿਸ਼ਤੇ ਦੇ ਬੰਧਨ ਵਿੱਚ ਹੁੰਦੇ ਹਨ । ਉਹਨਾਂ ਦੀ ਅਰਦਾਸ, ਅਰਜ ਕੋਈ ਨਹੀਂ ਸੁਣਦਾ । ਜਿਹਨਾਂ ਤੇ ਪ੍ਰਭ ਆਪ ਰਹਿਮਤ ਬਖਸ਼ਦਾ ਹੈ, ਉਹਨਾਂ ਨੂੰ ਸ਼ਬਦ ਦੀ ਪਾਲਣਾ ਤੇ ਲਾਉਂਦਾ ਹੈ । ਉਹ ਸ਼ਬਦ ਦੀ ਪਾਲਣਾ ਕਰਦੇ, ਦਰਬਾਰ ਵਿੱਚ ਪ੍ਰਵਾਨ ਹੋ ਜਾਂਦੇ ਹਨ ।

Worldly wealth, sexual desire, anger and ego are the demons. Whosoever may remain under their control, he remains in the cycle of birth and death. Self-mind due to lack of belief on His blessings remain in suspicions and captured by devil of death and remain in cycle of birth and death. No one may hear his prayer of cry for mercy. Whosoever may be blessed with His mercy and grace, he may be attached to obey His Word and may be accepted in His court.

459.ਸਲੋਕੁ ਮਃ ੩॥ 513-15

ਹਉਮੈ ਮਮਤਾ ਮੋਹਣੀ,	ha-umai mamtaa mohnee
ਮਨਮੁਖਾ ਨੋ ਗਈ ਖਾਇ॥	manmukhaa no ga-ee khaa-ay.
ਜੋ ਮੋਹਿ ਦੂਜੈ ਚਿਤੁ ਲਾਇਦੇ,	jo mohi doojai chit laa-iday
ਤਿਨਾ ਵਿਆਪਿ ਰਹੀ ਲਪਟਾਇ॥	tinaa vi-aap rahee laptaa-ay.

ਗੁਰ ਕੈ ਸਬਦਿ ਪਰਜਾਲੀਐ,	gur kai sabad parjaalee-ai
ਤਾ ਏਹ ਵਿਚਹੁ ਜਾਇ॥	taa ayh vichahu jaa-ay.
ਤਨੁ ਮਨੁ ਹੋਵੈ ਉਜਲਾ,	tan man hovai ujlaa
ਨਾਮੁ ਵਸੈ ਮਨਿ ਆਇ॥	naam vasai man aa-ay.
ਨਾਨਕ ਮਾਇਆ ਕਾ ਮਾਰਣੁ ਹਰਿ ਨਾਮੁ ਹੈ,	naanak maa-i-aa kaa maaran har
ਗੁਰਮੁਖਿ ਪਾਇਆ ਜਾਇ॥੧॥	naam hai gurmukh paa-i-aa jaa-ay. 1||

ਹੈਸੀਅਤ ਦੇ ਮਾਣ ਅਤੇ ਅਹੰਕਾਰ ਨਾਲ ਮਨਮੁਖ ਜੀਵ ਦਾ ਮੋਹ ਬਹੁਤ ਡੂੰਘਾਂ ਹੁੰਦਾ ਹੈ । ਇਹ ਮੋਹ ਹੀ ਉਸ ਨੂੰ ਤਬਾਹ ਕਰ ਦੇਂਦਾ ਹੈ । ਜਿਹੜੇ ਪ੍ਰਭ ਤੋ ਬਿਨਾਂ ਹੋਰ ਕਿਸੇ ਗੁਰੂ ਦੀ ਪੂਜਾ ਕਰਦੇ ਹਨ । ਭਰਮਾਂ ਵਿੱਚ ਹੀ ਫਸੇ ਰਹਿੰਦੇ ਹਨ । ਇਸ ਜਾਲ ਵਿਚੋਂ ਕਦੇ ਨਿਕਲਦੇ ਨਹੀਂ । ਅਗਰ ਪ੍ਰਭ ਦਾ ਸ਼ਬਦ ਮਨ ਵਿੱਚ ਘਰ ਕਰ ਜਾਵੇ । ਤਾ ਹੀ ਇਹ ਜੀਵ ਦੇ ਮਨ ਵਿਚੋਂ ਜੱਲ ਜਾਂਦੀ ਹੈ, ਖਤਮ ਹੋ ਜਾਂਦੀ ਹੈ । ਇਸ ਨਾਲ ਜੀਵ ਦਾ ਤਨ ਮਨ ਪਵਿਤ੍ਰ ਹੋ ਜਾਂਦਾ ਹੈ, ਸ਼ਬਦ ਦਾ ਨੂਰ ਬਖਸ਼ਿਸ਼ ਹੋ ਜਾਂਦਾ ਹੈ । ਸ਼ਬਦ ਮਨ ਵਿੱਚ ਘਰ ਕਰ ਜਾਂਦਾ ਹੈ । ਸ਼ਬਦ ਹੀ ਮਨ ਵਿਚੋਂ ਸੰਸਾਰਕ ਮਾਇਆ ਦਾ ਪ੍ਰਭਾਵ ਖਤਮ ਕਰਨ ਵਾਲੀ ਦਿਵਾਈ ਹੈ । ਗੁਰਮਖ ਬਣਨ ਨਾਲ ਹੀ ਇਹ ਅਵਸਥਾ ਪਾਈ ਜਾਂਦੀ ਹੈ ।

Self-mind may remain overwhelmed with his ego and pride of his worldly status; he may be ruined by his attachments. Whosoever may worship anyone other than the teachings of His Word, he may remain in worldly suspicions and may never come out of his ignorance. Whosoever may be drenched with the teachings of His Word; his ego may be eliminated with His mercy and grace. His soul, body and mind may be sanctified and the glow of His Word may be shining on His forehead. The teachings of His Word may be cure to eliminate the influence of worldly wealth. Only by becoming true to His Word this state of mind may be blessed.

ਮਃ ੩॥	mehlaa 3.
ਇਹੁ ਮਨੁ ਕੇਤੜਿਆ ਜੁਗ ਭਰਮਿਆ,	ih man kayt-rhi-aa jug bharmi-aa
ਥਿਰੁ ਰਹੈ ਨ ਆਵੈ ਜਾਇ॥	thir rahai na aavai jaa-ay.
ਹਰਿ ਭਾਣਾ ਤਾ ਭਰਮਾਇਅਨੁ,	har bhaanaa taa bharmaa-i-an
ਕਰਿ ਪਰਪੰਚੁ ਖੇਲੁ ਉਪਾਇ॥	kar parpanch khayl upaa-ay.
ਜਾ ਹਰਿ ਬਖਸੇ ਤਾ ਗੁਰ ਮਿਲੈ,	jaa har bakhsay taa gur milai
ਅਸਥਿਰੁ ਰਹੈ ਸਮਾਇ॥	asthir rahai samaa-ay.
ਨਾਨਕ ਮਨ ਹੀ ਤੇ ਮਨੁ ਮਾਨਿਆ,	naanak man hee tay man maani-aa
ਨਾ ਕਿਛੁ ਮਰੈ ਨ ਜਾਇ॥੨॥	naa kichh marai na jaa-ay. ||2||

ਆਤਮਾ ਅਨੇਕਾਂ ਜਨਮਾਂ ਵਿੱਚ ਭਉਦੀ ਫਿਰਦੀ ਹੈ, ਇਸ ਨੂੰ ਸੰਤੋਖ, ਸ਼ਾਤੀ ਨਹੀਂ ਮਿਲਦੀ । ਜੀਵ ਜੂੰਨਾਂ ਦੇ ਚੱਕਰ ਵਿੱਚ ਜਨਮ ਲੈਂਦਾ, ਮਰਦਾ ਹੈ । ਜਦੋਂ ਪ੍ਰਭ ਨੂੰ ਭਾਉਂਦਾ ਹੈ ਆਪ ਹੀ ਆਤਮਾ ਨੂੰ ਇਹਨਾ ਭਰਮਾਂ ਵਿੱਚ ਪਾਈ ਰਖਦਾ ਹੈ । ਉਹ ਆਪਣੀ ਹੀ ਸ੍ਰਿਸ਼ਟੀ ਦਾ ਖੇਲ ਚਲਦਾ ਰਖਦਾ ਹੈ । ਜਦੋਂ ਪ੍ਰਭ ਆਪ ਰਹਿਮਤ ਕਰਦਾ, ਬਖਸ਼ਦਾ ਹੈ । ਤਾ ਹੀ ਜੀਵ ਸ਼ਬਦ ਨਾਲ ਜੀਵਨ ਢਾਲਕੇ ਸੰਤੋਖ ਨਾਲ ਸ਼ਬਦ ਵਿੱਚ ਲੀਨ ਰਹਿੰਦਾ ਹੈ । ਜੀਵ ਮਨ ਆਪਣੇ ਅੰਦਰੋਂ ਹੀ ਸ਼ਾਂਤੀ ਪਾ ਲੈਂਦਾ ਹੈ । ਫਿਰ ਇਸ ਨੂੰ ਜੰਨਾ ਦੇ ਚੱਕਰ ਵਿੱਚ ਜਾਣਾ ਨਹੀਂ ਪੈਂਦਾ ।

His soul wanders in various cycles of birth and death and may not realize any peace. Only with His mercy and grace, he may keep the soul in this cycle and keeps the place on universe rolling. Only with His mercy and grace, he may adopt His Word in day to day life and remain in the void of His Word in contentment. He may be blessed with peace from within; he may not have to enter the womb of mother again.

ਗੁਰੂ ਗ੍ਰੰਥ- Guru Granth - ਭਾਵ ਅਰਥ॥

ਪਉੜੀ॥	pa-orhee.
ਕਾਇਆ ਕੋਟੁ ਅਪਾਰੁ ਹੈ,	kaa-i-aa kot apaar hai
ਮਿਲਣਾ ਸੰਜੋਗੀ॥	milnaa sanjogee.
ਕਾਇਆ ਅੰਦਰਿ ਆਪਿ ਵਸਿ ਰਹਿਆ,	kaa-i-aa andar aap vas rahi-aa
ਆਪੇ ਰਸ ਭੋਗੀ॥	aapay ras bhogee.
ਆਪਿ ਅਤੀਤੁ ਅਲਿਪਤੁ ਹੈ,	aap ateet alipat hai
ਨਿਰਜੋਗੁ ਹਰਿ ਜੋਗੀ॥	nirjog har jogee.
ਜੋ ਤਿਸੁ ਭਾਵੈ ਸੋ ਕਰੇ,	jo tis bhaavai so karay
ਹਰਿ ਕਰੇ ਸੁ ਹੋਗੀ॥	har karay so hogee.
ਹਰਿ ਗੁਰਮੁਖਿ ਨਾਮੁ ਧਿਆਈਐ,	har gurmukh naam Dhi-aa-ee-ai
ਲਹਿ ਜਾਹਿ ਵਿਜੋਗੀ॥੧੩॥	leh jaahi vijogee. ||13||

ਜੀਵ ਦਾ ਤਨ ਪ੍ਰਭ ਦਾ ਜੰਗਲ ਹੈ, ਇਹ ਮਾਨਸ ਜਨਮ ਵੱਡੇ ਭਾਗਾਂ ਨਾਲ ਹੀ ਮਿਲਦਾ ਹੈ । ਪ੍ਰਭ ਆਪ ਹੀ ਜੀਵ ਦੇ ਤਨ ਵਿੱਚ ਵਸਦਾ ਹੈ, ਆਪ ਹੀ ਇਸ ਦਾ ਅਨੰਦ ਮਾਨਦਾ ਹੈ । ਆਪ ਹੀ ਆਤਮਾ ਨਾਲ ਰਹਿੰਦਾ ਹੈ, ਅਤੇ ਆਪ ਹੀ ਮੋਹ ਤੋ ਰਹਿਤ ਰਹਿੰਦਾ ਹੈ । ਭਾਵੇ ਆਤਮਾ ਨਾਲੋ ਮੋਹ ਤੋ ਰਹਿਤ ਵੀ ਹੋਵੇ । ਫਿਰ ਵੀ ਆਤਮਾ ਦਾ ਭਾਗ ਹੀ ਰਹਿੰਦਾ ਹੈ । ਪ੍ਰਭ ਉਹ ਕੁਝ ਹੀ ਕਰਦਾ ਹੈ ਜੋ ਉਸ ਨੂੰ ਭਾਉਂਦਾ ਹੈ । ਉਸ ਦਾ ਕੀਤਾ ਹੋਇਆ ਹੀ ਸਭ ਕੁਝ ਵਾਪਰਦਾ ਹੈ । ਗੁਰਮਖ ਜੀਵ ਪ੍ਰਭ ਦੇ ਵਿਛੋੜੇ ਦੇ ਵਿਰਾਗ ਵਿੱਚ ਹੀ ਬੰਦਗੀ ਕਰਦਾ ਹੈ । ਬੰਦਗੀ ਕਰਦੇ ਕਰਦੇ ਇਹ ਵਿਛੋੜਾ ਖਤਮ ਹੋ ਜਾਂਦਾ ਹੈ ।

The body of a creature is like wild forest, the human body may be blessed with great fortune. The True Master remain embedded within the soul and dwells within his body and remain in blossom. He remains beyond any emotional attachments of soul, however remain a part of the soul, embedded within soul. He only performs whatsoever may be acceptable to Him. Everything may happen under His command. His true devotee remains in the renunciation in his memory of his separation from The Holy Spirit; in his renunciation may be immersed in The Holy Spirit.

460.ਸਲੋਕੁ ਮਃ ੩॥ 514-4

ਵਾਹੁ ਵਾਹੁ ਆਪਿ ਅਖਾਇਦਾ,	vaahu vaahu aap akhaa-idaa
ਗੁਰ ਸਬਦੀ ਸਚੁ ਸੋਇ॥	gur sabdee sach so-ay.
ਵਾਹੁ ਵਾਹੁ ਸਿਫਤਿ ਸਲਾਹ ਹੈ,	vaahu vaahu sifat salaah hai
ਗੁਰਮੁਖਿ ਬੂਝੈ ਕੋਇ॥	gurmukh boojhai ko-ay.
ਵਾਹੁ ਵਾਹੁ ਬਾਣੀ ਸਚੁ ਹੈ,	vaahu vaahu banee sach hai
ਸਚਿ ਮਿਲਾਵਾ ਹੋਇ॥	sach milaavaa ho-ay.
ਨਾਨਕ ਵਾਹੁ ਵਾਹੁ ਕਰਤਿਆ	naanak vaahu vaahu karti-aa
ਪ੍ਰਭੁ ਪਾਇਆ,	parabh paa-i-aa
ਕਰਮਿ ਪਰਾਪਤਿ ਹੋਇ॥੧॥	karam paraapat ho-ay. ||1||

ਪ੍ਰਭ ਆਪ ਹੀ ਆਪਣੀ ਉਸਤਤ ਕਰਨਾ ਦਾ ਜੀਵ ਨੂੰ ਕਾਰਨ ਦੇਂਦਾ ਹੈ । ਆਪ ਹੀ ਆਪਣੇ ਸ਼ਬਦ ਨਾਲ ਉਸਤਤ ਕਰਵਾਉਂਦਾ ਹੈ । ਸ਼ਬਦ ਦੀ ਪਾਲਣਾ ਨਾਲ ਹੀ ਇਸ ਦੀ ਸੋਝੀ ਬਖਸ਼ਿਸ਼ ਹੁੰਦੀ ਹੈ । ਪ੍ਰਭ ਦੀ ਕੁਦਰਤ ਅਚੰਬਾ ਹੀ ਹੈ, ਮਨ ਨੂੰ ਹੈਰਾਨ ਕਰਨ ਵਾਲੀ ਹੈ । ਕਿਸੇ ਵਿਰਲੇ ਹੀ ਜੀਵ ਨੂੰ ਉਸ ਦੀ ਸੋਝੀ ਹੁੰਦੀ ਹੈ । ਪ੍ਰਭ ਦੀ ਬਾਣੀ ਅਨੋਖੀ ਹੈ, ਇਹ ਸਦਾ ਰਹਿਣ ਵਾਲੀ ਅਸਲੀਅਤ ਹੈ । ਇਸ ਦੀ ਪਾਲਣਾ ਕਰਨ ਨਾਲ ਹੀ ਪ੍ਰਭ ਦੇ ਦਰਬਾਰ ਵਿੱਚ ਪ੍ਰਵਾਨਗੀ ਮਿਲਦੀ ਹੈ । ਬੰਦਗੀ ਕਰਨ ਵਾਲੇ ਪ੍ਰਭ ਦੇ ਸ਼ਬਦ ਦੀ ਪਾਲਣਾ ਕਰਦੇ । ਸਿਮਰਨ ਕਰਦੇ ਕਰਦੇ ਹੀ ਉਸ ਦੇ ਵਿੱਚ ਅਪੋਲ ਹੋ ਜਾਂਦੇ ਹਨ ।

The True Master may inspire His true devotee to sing His glory with His blessed Word. Only by adopting the teachings of His Word, one may be enlightened from within. His nature remains fascinating and astonishing to mind. However, very rare may be enlightened with the teachings of His Word. The teachings of His Word are the reality of His nature and remains true forever. By adopting the teachings of His Word with steady and stable belief, one may be accepted in His court. His true devotee meditates on His Word and may enter into the void of His Word and may immerse in His Holy Spirit.

ਮਃ ੩॥	mehlaa 3.
ਵਾਹੁ ਵਾਹੁ ਕਰਤੀ ਰਸਨਾ,	vaahu vaahu kartee rasnaa
ਸਬਦਿ ਸੁਹਾਈ॥	sabad suhaa-ee.
ਪੂਰੈ ਸਬਦਿ ਪ੍ਰਭੁ ਮਿਲਿਆ ਆਈ॥	poorai sabad parabh mili-aa aa-ee.
ਵਡਭਾਗੀਆ ਵਾਹੁ ਵਾਹੁ	vadbhaagee-aa vaahu vaahu
ਮੁਹਹੁ ਕਢਾਈ॥	muhhu kadhaa-ee.
ਵਾਹੁ ਵਾਹੁ ਕਰਹਿ ਸੇਈ ਜਨ ਸੋਹਣੇ,	vaahu vaahu karahi say-ee jan sohnay
ਤਿਨ੍ ਕਉ ਪਰਜਾ ਪੂਜਣ ਆਈ॥	tinH ka-o parjaa poojan aa-ee.
ਵਾਹੁ ਵਾਹੁ ਕਰਮਿ ਪਰਾਪਤਿ ਹੋਵੈ,	vaahu vaahu karam paraapat hovai
ਨਾਨਕ ਦਰਿ ਸਚੈ ਸੋਭਾ ਪਾਈ॥੨॥	naanak dar sachai sobhaa paa-ee. ||2||

ਪ੍ਰਭ ਦੇ ਸ਼ਬਦ ਦਾ ਸਿਮਰਨ ਕਰਦੇ ਕਰਦੇ ਜੀਭ ਵਿੱਚ ਪ੍ਰਭ ਦੇ ਸ਼ਬਦ ਦਾ ਰਸ ਬਖਸ਼ਿਸ਼ ਹੋ ਜਾਂਦਾ ਹੈ । ਪ੍ਰਭ ਦੇ ਸ਼ਬਦ ਤੇ ਭਰੋਸਾ ਅਡੋਲ ਕਰਨ ਨਾਲ ਹੀ ਦਰਬਾਰ ਵਿੱਚ ਪ੍ਰਵਾਨਗੀ ਬਖਸ਼ਿਸ਼ ਹੁੰਦੀ ਹੈ । ਉਹ ਜੀਵ ਵੱਡੇ ਭਾਗਾਂ ਵਾਲੇ ਹੁੰਦੇ ਹਨ, ਜਿਹਨਾਂ ਦੀ ਜੀਭ ਵਿਚੋਂ ਪ੍ਰਭ ਦਾ ਸ਼ਬਦ ਨਿਕਲਦਾ ਹੈ, ਪ੍ਰਭ ਦਾ ਸ਼ਬਦ ਬੋਲਦੇ ਹਨ । ਪ੍ਰਭ ਦੇ ਸ਼ਬਦ ਦੀ ਸੋਭਾ ਕਰਦੇ ਜੀਵ ਸੁਭਾਗੇ ਹੋ ਜਾਂਦੇ ਹਨ । ਸੰਸਾਰਕ ਜੀਵ ਵੀ ਉਹਨਾਂ ਦੀ ਸੋਭ ਕਰਦੇ, ਪੂਜਦੇ ਹਨ । ਪ੍ਰਭ ਦੇ ਸ਼ਬਦ ਦਾ ਸਿਮਰਨ ਕਰਦੇ ਕਰਦੇ ਹੀ ਪ੍ਰਭ ਦੀ ਰਹਿਮਤ ਦੀ ਨਜ਼ਰ ਬਖਸ਼ਿਸ਼ ਹੁੰਦੀ ਹੈ । ਉਸ ਦੇ ਦਰਬਾਰ ਵਿੱਚ ਸੋਭਾ, ਪ੍ਰਵਾਨਗੀ ਮਿਲਦੀ ਹੈ ।

Whosoever may meditate on the teachings of His With steady and stable belief, he may taste the nectar on his tongue. Whosoever may sing the glory of His Word, he may become very fortunate. While singing the glory of His Word, he become very fortunate. Others may worship and sing their praises. By singing the glory, he may be blessed with His mercy and grace and may be accepted in His court.

ਪਉੜੀ॥	pa-orhee.
ਬਜਰ ਕਪਾਟ ਕਾਇਆ ਗੜ੍ ਭੀਤਰਿ,	bajar kapaat kaa-i-aa garhH bheetar
ਕੂੜੁ ਕੁਸਤੁ ਅਭਿਮਾਨੀ॥	koorh kusat abhimaanee.
ਭਰਮਿ ਭੂਲੇ ਨਦਰਿ ਨ ਆਵਨੀ,	bharam bhoolay nadar na aavnee
ਮਨਮੁਖ ਅੰਧ ਅਗਿਆਨੀ॥	manmukh anDh agi-aanee.
ਉਪਾਇ ਕਿਤੈ ਨ ਲਭਨੀ,	upaa-ay kitai na labhnee
ਕਰਿ ਭੇਖ ਥਕੇ ਭੇਖਵਾਨੀ॥	kar bhaykh thakay bhaykhvaanee.
ਗੁਰ ਸਬਦੀ ਖੋਲਾਈਅਨਿ੍,	gur sabdee kholaa-ee-aniH
ਹਰਿ ਨਾਮੁ ਜਪਾਨੀ॥	har naam japaanee.
ਹਰਿ ਜੀਉ ਅੰਮ੍ਰਿਤ ਬਿਰਖੁ ਹੈ,	har jee-o amrit birakh hai
ਜਿਨ ਪੀਆ ਤੇ ਤ੍ਰਿਪਤਾਨੀ॥ ੧੪॥	jin pee-aa tay tariptaanee. ||14||

ਜੀਵ ਧੋਖੇ, ਫਰੇਬ ਅਤੇ ਅਹੰਕਾਰ ਦਾ ਬਹੁਤ ਵੱਡਾ ਪੱਥਰ ਦਾ ਦਰਵਾਜਾ ਹੈ । ਜਿਹੜੇ ਮਨਮੁਖ, ਅਗਿਆਨੀ ਹੁੰਦੇ ਹਨ, ਪ੍ਰਭ ਦੇ ਸ਼ਬਦ ਤੇ ਭਰੋਸਾ ਨਹੀਂ ਕਰਦੇ । ਉਹਨਾਂ ਨੂੰ ਇਹ ਨਜ਼ਰ ਨਹੀਂ ਆਉਂਦਾ । ਉਹ ਕਿਸੇ ਧਰਮ ਦੇ ਰੀਤ ਰੀਵਾਜ ਕਰਨ ਨਾਲ ਉਸ ਦੀ ਰਹਿਮਤ ਨਹੀਂ ਪਾ ਸਕਦੇ । ਜੀਵ ਧਰਮਾਂ ਦਾ ਬਾਣਾ ਪਾ ਕੇ ਬੇਵੱਸ ਹੋ ਜਾਂਦੇ ਹਨ । ਇਹ ਦਰਵਾਜਾ ਕੇਵਲ ਪ੍ਰਭ ਦੇ ਸ਼ਬਦ ਦੀ ਪਾਲਣਾ ਕਰਨ ਨਾਲ ਹੀ ਨਜ਼ਰ ਆਉਂਦਾ ਹੈ । ਉਸਤਤ ਕਰਨ ਨਾਲ ਹੀ ਇਹ ਖੁੱਲਦਾ ਹੈ । ਪ੍ਰਭ ਹੀ

ਅਮੋਲਕ ਅੰਮ੍ਰਿਤ ਦਾ ਬ੍ਰਿਛ ਹੈ, ਜਿਹੜਾ ਇਹ ਰਸ ਪੀਂਦਾ ਹੈ । ਸ਼ਬਦ ਦੀ ਪਾਲਣਾ ਕਰਦਾ ਹੈ, ਉਸ ਨੂੰ ਸ਼ਾਂਤੀ ਸੰਤੋਖ ਹਾਸਿਲ ਹੋ ਜਾਂਦਾ ਹੈ ।

We should realize that worldly deception, fraud and ego is like a very heavy stone door. Self-minded ignorant and nonbeliever may not see the door even. No one may be blessed with His mercy and grace by performing worldly religions rituals. Many may become desperate and frustrated with religious suspicions. The door of His castle may only become visible by adopting His Word with steady and stable belief in day to day life and may open by singing His glory. His Word is the tree of ambrosial nectar, whosoever may taste the nectar, obey His Word, he may be blessed with peace and contentment in his life.

461.ਸਲੋਕੁ ਮਃ ੩॥ 514-12

ਵਾਹੁ ਵਾਹੁ ਕਰਤਿਆ	vaahu vaahu karti-aa
ਰੈਣਿ ਸੁਖਿ ਵਿਹਾਇ॥	rain sukh vihaa-ay.
ਵਾਹੁ ਵਾਹੁ ਕਰਤਿਆ	vaahu vaahu karti-aa
ਸਦਾ ਅਨੰਦੁ ਹੋਵੈ ਮੇਰੀ ਮਾਇ॥	sadaa anand hovai mayree maa-ay.
ਵਾਹੁ ਵਾਹੁ ਕਰਤਿਆ	vaahu vaahu karti-aa
ਹਰਿ ਸਿਉ ਲਿਵ ਲਾਇ॥	har si-o liv laa-ay.
ਵਾਹੁ ਵਾਹੁ ਕਰਮੀ ਬੋਲੈ ਬੋਲਾਇ॥	vaahu vaahu karmee bolai bolaa-ay.
ਵਾਹੁ ਵਾਹੁ ਕਰਤਿਆ ਸੋਭਾ ਪਾਇ॥	vaahu vaahu karti-aa sobhaa paa-ay.
ਨਾਨਕ ਵਾਹੁ ਵਾਹੁ ਸਤਿ ਰਜਾਇ॥੧॥	naanak vaahu vaahu sat rajaa-ay. ||1||

ਸ਼ਬਦ ਦੀ ਬੰਦਗੀ ਕਰਦੇ ਕਰਦੇ ਹੋਏ ਜੀਵ ਦੀ, ਜੀਵਨ ਦੀ ਰਾਤ, ਅਗਿਅਨਤਾ ਦਾ ਸਮਾਂ ਸੰਤੋਖ, ਸ਼ਾਂਤੀ ਨਾਲ ਬੀਤ ਜਾਂਦਾ ਹੈ । ਸ਼ਬਦ ਦੀ ਉਸਤਤ ਕਰਦੇ ਕਰਦੇ, ਅਨੰਦ ਦੀ ਵਰਖਾ ਹੋਣ ਲੱਗ ਪੈਂਦੀ ਹੈ । ਸ਼ਬਦ ਦੀ ਪਾਲਣਾ ਕਰਦੇ ਕਰਦੇ, ਸ਼ਬਦ ਨਾਲ ਲਗਨ ਲੱਗ ਜਾਂਦੀ ਹੈ । ਆਪਣੇ ਪਿਛਲੇ ਜੀਵਨ ਦੇ ਚੰਗੇ ਕੰਮਾਂ ਦੇ ਕਰਕੇ ਹੀ ਸ਼ਬਦ ਦੀ ਪਾਲਣਾ, ਉਸਤਤ ਕਰਦਾ ਹੈ । ਬਾਕੀ ਜੀਵਾਂ ਨੂੰ ਪ੍ਰੇਰਨਾ ਕਰਦਾ ਹੈ । ਸ਼ਬਦ ਦੀ ਉਸਤਤ ਕਰਦਾ ਕਰਦਾ ਜੀਵ ਉਸ ਦੇ ਦਰਬਾਰ ਵਿੱਚ ਸੋਭਾ ਪਾਉਂਦਾ ਹੈ । ਉਸ ਦੇ ਸ਼ਬਦ ਦੀ ਪਾਲਣਾ ਕਰਨਾ ਹੀ ਉਸ ਦੇ ਸ਼ਬਦ ਦੀ ਕਮਾਈ ਹੈ ।

Whosoever may be meditating on the teachings of His Word, his time of ignorance may be spend in peace and contentment. He may realize the blessings of blossom in his meditation. He may enter into deep meditation in obeying His Word. He may meditate as a reward of his previous life good deeds. He may inspire his followers to meditate and he may be accepted in His court. Only by adopting the teachings of His Word, he may be blessed with earning of His Word.

ਮਃ ੩॥	mehlaa 3.
ਵਾਹੁ ਵਾਹੁ ਬਾਣੀ ਸਚੁ ਹੈ,	vaahu vaahu banee sach hai
ਗੁਰਮੁਖਿ ਲਧੀ ਭਾਲਿ॥	gurmukh laDhee bhaal.
ਵਾਹੁ ਵਾਹੁ ਸਬਦੇ ਉਚਰੈ,	vaahu vaahu sabday uchrai
ਵਾਹੁ ਵਾਹੁ ਹਿਰਦੈ ਨਾਲਿ॥	vaahu vaahu hirdai naal.
ਵਾਹੁ ਵਾਹੁ ਕਰਤਿਆ ਹਰਿ ਪਾਇਆ,	vaahu vaahu karti-aa har paa-i-aa
ਸਹਜੇ ਗੁਰਮੁਖਿ ਭਾਲਿ॥	sehjay gurmukh bhaal.
ਸੇ ਵਡਭਾਗੀ ਨਾਨਕਾ,	say vadbhaagee naankaa
ਹਰਿ ਹਰਿ ਰਿਦੈ ਸਮਾਲਿ॥੨॥	har har ridai samaal. ||2||

ਪ੍ਰਭ ਦਾ ਸ਼ਬਦ ਹੀ ਸਦਾ ਰਹਿਣ ਵਾਲੀ ਬਾਣੀ ਹੈ । ਗੁਰਮਖ ਜੀਵ ਸ਼ਬਦ ਦੀ ਪਾਲਣਾ ਕਰਦੇ ਕਰਦੇ ਇਸ ਦੀ ਸੋਝੀ ਪਾ ਲੈਂਦੇ ਹਨ । ਗੁਰਮਖ ਪ੍ਰਭ ਦੇ ਸ਼ਬਦ ਦੀ ਪਾਲਣਾ, ਸਿਮਰਨ ਕਰਦੇ, ਉਸ ਨੂੰ ਮਨ ਅੰਦਰ ਵਸਾ ਲੈਂਦੇ ਹਨ । ਸ਼ਬਦ ਦੀ ਪਾਲਣਾ ਕਰਦੇ ਗੁਰਮਖ ਆਪਣੇ ਅੰਦਰੋਂ ਪ੍ਰਭ ਦੀ ਜੋਤ ਜਾਗਰਤ ਕਰ ਲੈਂਦੇ ਹਨ । ਉਹ ਵੱਡੇ ਭਾਗਾਂ ਵਾਲੇ ਜੀਵ ਹੁੰਦੇ ਹਨ । ਜਿਹੜੇ ਆਪਣੇ ਮਨ ਵਿੱਚ ਪ੍ਰਭ ਦੇ ਸ਼ਬਦ ਦਾ ਵਿਚਾਰ ਕਰਦੇ ਹਨ, ਧਿਆਨ ਰਖਦੇ ਹਨ ।

His true devotee may be enlightened by adopting the teachings of His Word with steady and stable belief in day to day life. He may be drenched with the nectar of His Word. Whosoever may adopt the teachings; he may be enlightened from within. Whosoever may concentrate on the teachings of His Word within, he may become very fortunate.

ਪਉੜੀ॥	pa-orhee.
ਏ ਮਨਾ ਅਤਿ ਲੋਭੀਆ,	ay manaa at lobhee-aa
ਨਿਤ ਲੋਭੇ ਰਾਤਾ॥	nit lobhay raataa.
ਮਾਇਆ ਮਨਸਾ ਮੋਹਣੀ,	maa-i-aa mansaa mohnee
ਦਹ ਦਿਸ ਫਿਰਾਤਾ॥	dah dis firaataa.
ਅਗੈ ਨਾਉ ਜਾਤਿ ਨ ਜਾਇਸੀ,	agai naa-o jaat na jaa-isee
ਮਨਮੁਖਿ ਦੁਖੁ ਖਾਤਾ॥	manmukh dukh khaataa.
ਰਸਨਾ ਹਰਿ ਰਸੁ ਨ ਚਖਿਓ,	rasnaa har ras na chakhi-o
ਫੀਕਾ ਬੋਲਾਤਾ॥	feekaa bolaataa.
ਜਿਨਾ ਗੁਰਮੁਖਿ ਅੰਮ੍ਰਿਤੁ ਚਾਖਿਆ,	jinaa gurmukh amrit chaakhi-aa
ਸੇ ਜਨ ਤ੍ਰਿਪਤਾਤਾ॥੧੫॥	say jan tariptaataa. ||15||

ਜੀਵ ਦਾ ਮਨ ਬਹੁਤ ਲਾਲਚੀ ਹੈ, ਲਗਤਾਰ ਲਾਲਚ ਦੇ ਅਧਾਰ ਤੇ ਹੀ ਜੀਵਨ ਬਤੀਤ ਕਰਦਾ ਹੈ । ਸੰਸਾਰਕ ਮਾਇਆ ਦੇ ਲਾਲਚ ਪਿੱਛੇ ਲੱਗ ਕੇ ਦਸ ਪਾਸੇ ਹੱਥ ਮਾਰਦਾ ਰਹਿੰਦਾ ਹੈ । ਸੰਸਾਰਕ ਮਇਆ, ਹੈਸੀਅਤ ਮੌਤ ਪਿਛੋਂ ਸਾਥ ਨਹੀਂ ਦੇਂਦੀ । ਮਨਮੁਖ ਇਸ ਪਿੱਛੇ ਲੱਗਕੇ ਆਪਣਾ ਮਾਨਸ ਜਨਮ ਬਿਰਥਾ ਹੀ ਗਵਾ ਲੈਂਦਾ ਹੈ । ਉਸ ਦੀ ਜੀਭ ਪ੍ਰਭ ਦੇ ਸ਼ਬਦ ਦੀ ਉਸਤਤ ਨਹੀਂ ਗਾਉਂਦੀ । ਉਹ ਬੁਰਾ ਹੀ ਬੋਲਦਾ ਰਹਿੰਦਾ ਹੈ । ਜਿਹੜਾ ਗੁਰਮਖ ਜੀਵ ਪ੍ਰਭ ਦੇ ਸ਼ਬਦ ਦੀ ਪਾਲਣਾ ਕਰਦਾ ਹੈ । ਉਸ ਅਮੋਲਕ ਅੰਮ੍ਰਿਤ ਦਾ ਰਸ ਮਾਨਦਾ ਹੈ, ਸ਼ਾਂਤੀ, ਅੰਨਦ ਵਿੱਚ ਰਹਿੰਦਾ ਹੈ ।

Human mind remains overwhelmed with greed and he may make worldly greed as the bases of his worldly life. He may struggle to collect worldly wealth in greed. Worldly wealth and worldly status may not accompany him after death, Self-minded, remain entangled with worldly affairs and wastes His human life opportunity. His tongue may never sing the praises of The True Master and always speak rude. His true devotee may adopt the teachings of His Word and may enjoy the nectar of His Word and peace, blossom in his life.

462.ਸਲੋਕੁ ਮਃ ੩॥ 514-19

ਵਾਹੁ ਵਾਹੁ ਤਿਸ ਨੋ ਆਖੀਐ,	vaahu vaahu tis no aakhee-ai
ਜਿ ਸਚਾ ਗਹਿਰ ਗੰਭੀਰੁ॥	je sachaa gahir gambheer.
ਵਾਹੁ ਵਾਹੁ ਤਿਸ ਨੋ ਆਖੀਐ,	vaahu vaahu tis no aakhee-ai
ਜਿ ਗੁਣਦਾਤਾ ਮਤਿ ਧੀਰੁ॥	je gundaataa mat Dheer.
ਵਾਹੁ ਵਾਹੁ ਤਿਸ ਨੋ ਆਖੀਐ,	vaahu vaahu tis no aakhee-ai
ਜਿ ਸਭ ਮਹਿ ਰਹਿਆ ਸਮਾਇ॥	je sabh meh rahi-aa samaa-ay.
ਵਾਹੁ ਵਾਹੁ ਤਿਸ ਨੋ ਆਖੀਐ,	vaahu vaahu tis no aakhee-ai
ਜਿ ਦਿੰਦਾ ਰਿਜਕੁ ਸਬਾਹਿ॥	je daydaa rijak sabaahi.

ਨਾਨਕ ਵਾਹੁ ਵਾਹੁ naanak vaahu vaahu
ਇਕੋ ਕਰਿ ਸਾਲਾਹੀਐ, iko kar salaahee-ai
ਜਿ ਸਤਿਗੁਰ ਦੀਆ ਦਿਖਾਇ॥੧॥ je satgur dee-aa

ਪ੍ਰਭ ਨੂੰ ਵਾਹੁ ਵਾਹੁ ਆਖੀਏ ! ਉਹ ਹੀ ਸਦਾ ਅਟੱਲ ਰਹਿਣ ਵਾਲਾ, ਬਹੁਤ ਗੰਭੀਰ ਹੈ । ਜੀਵ ਦੀ ਸਮਝ ਵਿੱਚ ਨਹੀਂ ਆਉਂਦਾ । ਉਸ ਪ੍ਰਭ ਨੂੰ ਵਾਹੁ ਵਾਹੁ ਆਖੀਏ! ਜਿਹੜਾ ਗਿਆਨ ਦੀਆਂ ਦਾਤਾਂ ਦੇਣ ਵਾਲਾ ਹੈ । ਸਾਰੀ ਸੋਝੀ ਦਾ ਮਾਲਕ, ਧੀਰਜ ਵਾਲਾ ਹੈ । ਉਸ ਨੂੰ ਵਾਹੁ ਵਾਹੁ ਆਖੀਏ! ਜਿਹੜਾ ਸਭ ਥਾਂ ਤੇ ਹਾਜਰ, ਸਭ ਵਿੱਚ ਵਸਦਾ, ਵਾਪਰਦਾ ਹੈ । ਉਸ ਪ੍ਰਭ ਨੂੰ ਵਾਹੁ ਵਾਹੁ ਆਖੀਏ ! ਜਿਹੜਾ ਸਾਰੀ ਸ੍ਰਿਸ਼ਟੀ ਨੂੰ ਰੋਜ਼ੀ ਦੇਂਦਾ ਹੈ । ਉਸ ਨੂੰ ਵਾਹੁ ਵਾਹੁ ਆਖੀਏ! ਜਿਹਵਾ ਜੀਵ ਨੂੰ ਸ਼ਬਦ ਦੀ ਸੋਝੀ ਪਾਉਂਦਾ ਹੈ । ਜਿਹੜਾ ਆਪਣੀ ਰਜ਼ਾ ਨਾਲ ਆਪ ਹੀ ਪ੍ਰਗਟ ਹੁੰਦਾ ਹੈ ।

The true Master remains astonishing, mysterious and beyond the comprehension of His creation. We should sing the glory of the True treasure of all virtues, blessings. He blesses contentment and patience to His creation. The Omnipresent provides nourishment to everyone, He is the fountain of enlightenment of His Word and may appear anytime anywhere with His freewill.

ਮਃ ੩॥ mehlaa 3.
ਵਾਹੁ ਵਾਹੁ ਗੁਰਮੁਖ ਸਦਾ ਕਰਹਿ, vaahu vaahu gurmukh sadaa karahi
ਮਨਮੁਖ ਮਰਹਿ ਬਿਖੁ ਖਾਇ॥ manmukh mareh bikh khaa-ay.
ਓਨਾ ਵਾਹੁ ਵਾਹੁ ਨ ਭਾਵਈ, onaa vaahu vaahu na bhaav-ee
ਦੁਖੇ ਦੁਖਿ ਵਿਹਾਇ॥ dukhay dukh vihaa-ay.
ਗੁਰਮੁਖਿ ਅੰਮ੍ਰਿਤੁ ਪੀਵਣਾ, gurmukh amrit peevnaa
ਵਾਹੁ ਵਾਹੁ ਕਰਹਿ ਲਿਵ ਲਾਇ॥ vaahu vaahu karahi liv laa-ay.
ਨਾਨਕ ਵਾਹੁ ਵਾਹੁ ਕਰਹਿ naanak vaahu vaahu karahi
ਸੇ ਜਨ ਨਿਰਮਲੇ, say jan nirmalay
ਤ੍ਰਿਭਵਣ ਸੋਝੀ ਪਾਇ॥੨॥ taribhavan sojhee paa-ay. ||2||

ਗੁਰਮਖ ਜੀਵ ਉਸ ਦੀ ਕੁਦਰਤ ਨੂੰ ਵਾਹੁ ਵਾਹੁ ਸਦਾ ਕਰਦੇ ਰਹਿੰਦੇ ਹਨ । ਮਨਮੁਖ ਜੀਵ ਧੋਖੇ ਲਾਲਚ ਨਾਲ ਜੀਵਨ ਬਤੀਤ ਕਰਦੇ ਮਰ ਜਾਂਦੇ ਹਨ । ਉਹਨਾਂ ਦੀ ਪ੍ਰਭ ਦੇ ਸ਼ਬਦ ਵਿੱਚ ਲਗਨ ਨਹੀਂ ਹੁੰਦੀ । ਉਹ ਸੰਸਾਰਕ ਇੱਛਾਂ ਦੇ ਦੁਖਾਂ ਵਿੱਚ ਹੀ ਜੀਵਨ ਗਵਾ ਜਾਂਦੇ ਹਨ । ਗੁਰਮਖ ਜੀਵ ਪ੍ਰਭ ਦੇ ਸ਼ਬਦ ਦੀ ਪਾਲਣਾ ਕਰਦੇ ਹਨ, ਸ਼ਬਦ ਰੂਪੀ ਅੰਮ੍ਰਿਤ ਪੀਂਦੇ ਹਨ । ਆਪਣਾ ਧਿਆਨ ਪ੍ਰਭ ਦੇ ਸ਼ਬਦ ਵਿੱਚ ਲਾਉਂਦੇ ਹਨ, ਉਸ ਦੀ ਉਸਤਤ ਗਾਉਂਦੇ ਹਨ । ਜਿਹੜੇ ਜੀਵ ਪ੍ਰਭ ਦੇ ਸ਼ਬਦ ਦਾ ਸਿਮਰਨ ਕਰਦੇ ਰਹਿੰਦੇ ਹਨ, ਭਰੋਸਾ ਅਡੋਲ ਰਖਦੇ ਹਨ । ਉਹ ਤਿੰਨਾਂ ਸ੍ਰਿਸ਼ਟੀਆਂ ਦੀ ਸੋਝੀ ਪਾ ਲੈਂਦੇ ਹਨ ।

His true devotee always remains fascinating from His nature and blessings. Self-minded remains overwhelmed with greed and deception, he may not have any devotion to obey His Word and remain in worldly frustrations and in misery. His true devotee adopts the teachings of His Word with steady and stable belief in day to day life and tastes and enjoys the nectar of His Word. He remains drenched with the teachings of His Word and he may sing the glory of His Word. Whosoever may adopt the teachings of His Word with steady and stable belief, he may be enlightened with environment of three universes.

ਪਉੜੀ॥ pa-orhee.
ਹਰਿ ਕੈ ਭਾਣੈ ਗੁਰੁ ਮਿਲੈ, har kai bhaanai gur milai
ਸੇਵਾ ਭਗਤਿ ਬਨੀਜੈ॥ sayvaa bhagat baneejai.

ਹਰਿ ਕੈ ਭਾਣੈ ਹਰਿ ਮਨਿ ਵਸੈ,	har kai bhaanai har man vasai
ਸਹਜੇ ਰਸੁ ਪੀਜੈ॥	sehjay ras peejai.
ਹਰਿ ਕੈ ਭਾਣੈ ਸੁਖੁ ਪਾਈਐ,	har kai bhaanai sukh paa-ee-ai
ਹਰਿ ਲਾਹਾ ਨਿਤ ਲੀਜੈ॥	har laahaa nit leejai.
ਹਰਿ ਕੈ ਤਖਤਿ ਬਹਾਲੀਐ,	har kai takhat bahaalee-ai
ਨਿਜ ਘਰਿ ਸਦਾ ਵਸੀਜੈ॥	nij ghar sadaa vaseejai.
ਹਰਿ ਕਾ ਭਾਣਾ ਤਿਨੀ ਮੰਨਿਆ,	har kaa bhaanaa tinee mani-aa
ਜਿਨਾ ਗੁਰੂ ਮਿਲੀਜੈ॥੧੬॥	jinaa guroo mileejai. ||16||

ਪ੍ਰਭ ਦੀ ਰਹਿਮਤ ਨਾਲ ਹੀ ਕਿਸੇ ਜੀਵ ਦੀ ਲਗਨ ਸ਼ਬਦ ਦੀ ਪਾਲਣਾ ਵਿੱਚ ਲੱਗਦੀ ਹੈ । ਉਹ ਸ਼ਬਦ ਦਾ ਸਿਮਰਨ ਕਰਦਾ ਹੈ । ਪ੍ਰਭ ਦੀ ਰਹਿਮਤ ਨਾਲ ਹੀ ਪ੍ਰਭ ਦਾ ਸ਼ਬਦ ਜੀਵ ਦੇ ਮਨ ਵਿੱਚ ਘਰ ਕਰ ਜਾਂਦਾ ਹੈ । ਸ਼ਬਦ ਦੀ ਪਾਲਣਾ ਵਿੱਚ ਹੀ ਲੀਨ ਰਹਿੰਦਾ ਹੈ । ਪ੍ਰਭ ਦੀ ਰਹਿਮਤ ਨਾਲ ਹੀ ਕਿਸੇ ਜੀਵ ਦੇ ਮਨ ਵਿੱਚ ਸ਼ਾਂਤੀ, ਖੇੜਾ ਬਖਸ਼ਿਸ਼ ਹੁੰਦਾ ਹੈ । ਉਹ ਹਰ ਵੇਲੇ ਸ਼ਬਦ ਦੀ ਕਮਾਈ ਕਰਦਾ ਹੈ, ਮਾਨਸ ਜਨਮ ਦਾ ਲਾਹਾ ਖੱਟਦਾ ਹੈ । ਪ੍ਰਭ ਦੀ ਰਹਿਮਤ ਨਾਲ ਹੀ ਕੋਈ ਜੀਵ ਆਪਣੇ ਅੰਦਰ ਹੀ ਖੋਜਦਾ ਰਹਿੰਦਾ ਹੈ । ਆਪਣੇ ਅੰਦਰ ਹੀ ਪ੍ਰਭ ਦਾ ਦਰਬਾਰ ਜਾਗਰਤ ਕਰ ਲੈਂਦਾ ਹੈ । ਜਿਸ ਨੂੰ ਪ੍ਰਭ ਦੇ ਸ਼ਬਦ ਦੀ ਸੋਝੀ ਹੋ ਜਾਂਦੀ, ਭਰੋਸਾ ਅਡੋਲ ਹੋ ਜਾਂਦਾ ਹੈ । ਕੇਵਲ ਉਹ ਹੀ ਆਪਣਾ ਆਪਾ ਮਿੱਟਾ ਦੇਂਦਾ ਹੈ ।

With His mercy and grace, someone may enter into deep mediation in the void of His Word, drenched with the teachings of His Word and remains steady and stable on the right path of His acceptance. He may be blessed with peace and contentment in his day to day life. He may earn the earnings of His Word and profit from human life blessings. He may be blessed and may enlighten His eternal throne within his body, mind. Whosoever may remain steady and stable with enlightenment on the right path; with His mercy and grace may immerse into the Holy Spirit.

463.ਸਲੋਕੁ ਮਃ ੩॥ 515-8

ਵਾਹੁ ਵਾਹੁ ਸੇ ਜਨ ਸਦਾ ਕਰਹਿ,	vaahu vaahu say jan sadaa karahi
ਜਿਨ੍ ਕਉ ਆਪੇ ਦੇਇ ਬੁਝਾਇ॥	jinH ka-o aapay day-ay bujhaa-ay.
ਵਾਹੁ ਵਾਹੁ ਕਰਤਿਆ	vaahu vaahu karti-aa
ਮਨੁ ਨਿਰਮਲੁ ਹੋਵੈ,	man nirmal hovai
ਹਉਮੈ ਵਿਚਹੁ ਜਾਇ॥	ha-umai vichahu jaa-ay.
ਵਾਹੁ ਵਾਹੁ ਗੁਰਸਿਖੁ ਜੋ ਨਿਤ ਕਰੇ,	vaahu vaahu gursikh jo nit karay
ਸੋ ਮਨ ਚਿੰਦਿਆ ਫਲੁ ਪਾਇ॥	so man chindi-aa fal paa-ay.
ਵਾਹੁ ਵਾਹੁ ਕਰਹਿ ਸੇ ਜਨ ਸੋਹਣੇ,	vaahu vaahu karahi say jan sohnay
ਹਰਿ ਤਿਨ੍ ਕੈ ਸੰਗਿ ਮਿਲਾਇ॥	har tinH kai sang milaa-ay.
ਵਾਹੁ ਵਾਹੁ ਹਿਰਦੈ ਉਚਰਾ,	vaahu vaahu hirdai uchraa
ਮੁਖਹੁ ਭੀ ਵਾਹੁ ਵਾਹੁ ਕਰੇਉ॥	mukhahu bhee vaahu vaahu karay-o.
ਨਾਨਕ ਵਾਹੁ ਵਾਹੁ ਜੋ ਕਰਹਿ,	naanak vaahu vaahu jo karahi
ਹਉ ਤਨੁ ਮਨੁ ਤਿਨ੍ ਕਉ ਦੇਉ॥੧॥	ha-o tan man tinH ka-o day-o. ||1||

ਸ਼ਬਦ ਨੂੰ ਵਾਹੁ ਵਾਹੁ ਉਹ ਹੀ ਕਰਦਾ ਹੈ! ਜਿਸ ਨੂੰ ਆਪ ਹੀ ਸ਼ਬਦ ਦੀ ਸੋਝੀ ਬਖਸ਼ਦਾ ਹੈ । ਪ੍ਰਭ ਦੇ ਸ਼ਬਦ ਦੀ ਪਾਲਣਾ ਕਰਦੇ ਕਰਦੇ ਜੀਵ ਦਾ ਮਨ ਨਿਰਮਲ ਹੋ ਜਾਂਦਾ ਹੈ । ਉਸ ਦੇ ਅੰਦਰੋਂ ਅਹੰਕਾਰ ਦੀ ਜੜ੍ਹ ਖਤਮ ਹੋ ਜਾਂਦੀ ਹੈ । ਜਿਹੜੇ ਗੁਰਮਖ ਪ੍ਰਭ ਦੇ ਸ਼ਬਦ ਦੀ ਪਾਲਣਾ ਤੇ ਅਡੋਲ ਰਹਿੰਦੇ ਹਨ । ਉਹ ਮਨ ਦੀਆਂ ਮੁਰਾਦਾਂ ਪਾ ਲੈਂਦੇ ਹਨ । ਉਹ ਹੀ ਵਾਹੁ ਵਾਹੁ ਕਰਦੇ ਹਨ! ਜਿਹਨਾਂ ਨੂੰ ਪ੍ਰਭ ਬੰਦਗੀ ਕਰਨ ਵਾਲੇ ਦੀ ਸੰਗਤ ਬਖਸ਼ਦਾ ਹੈ । ਉਹ ਜੀਵ ਆਪਣੇ ਮਨ ਵਿੱਚ ਵੀ ਅਤੇ ਜੀਭ ਵਿਚੋਂ ਵੀ ਪ੍ਰਭ ਦੇ ਸ਼ਬਦ

ਦੀ ਉਸਤਤ ਗਾਉਂਦੇ ਹਨ । ਜਿਹੜੇ ਜੀਵ ਪ੍ਰਭ ਦੇ ਸ਼ਬਦ ਦੀ ਉਸਤਤ ਗਾਉਂਦੇ ਹਨ । ਉਹ ਤਨ ਮਨ ਪ੍ਰਭ ਤੋ ਕੁਰਬਾਣ ਕਰ ਜਾਂਦੇ ਹਨ ।

Whosoever may be blessed with the enlightenment of His Word, he may remain singing the glory of His Word with each and every breath. Whosoever may adopt the teachings of His Word with steady and stable belief in his day to day life. His soul may be sanctified and he may conquer his own ego, his unspoken desires may be satisfied. Whosoever may be blessed with the association of His true devotee; he may sing within his mind and also with his tongue day and night. Whosoever may sing day and night; he may be blessed to surrender his body and mind at the service of His creation.

ਮਃ ੩॥	mehlaa 3.
ਵਾਹੁ ਵਾਹੁ ਸਾਹਿਬੁ ਸਚੁ ਹੈ,	vaahu vaahu saahib sach hai
ਅੰਮ੍ਰਿਤੁ ਜਾ ਕਾ ਨਾਉ॥	amrit jaa kaa naa-o.
ਜਿਨਿ ਸੇਵਿਆ ਤਿਨਿ ਫਲੁ ਪਾਇਆ,	jin sayvi-aa tin fal paa-i-aa
ਹਉ ਤਿਨ ਬਲਿਹਾਰੈ ਜਾਉ॥	ha-o tin balihaarai jaa-o.
ਵਾਹੁ ਵਾਹੁ ਗੁਣੀ ਨਿਧਾਨੁ ਹੈ,	vaahu vaahu gunee niDhaan hai
ਜਿਸ ਨੋ ਦੇਇ ਸੁ ਖਾਇ॥	jis no day-ay so khaa-ay.
ਵਾਹੁ ਵਾਹੁ ਜਲਿ ਥਲਿ ਭਰਪੂਰੁ ਹੈ,	vaahu vaahu jal thal bharpoor hai
ਗੁਰਮੁਖਿ ਪਾਇਆ ਜਾਇ॥	gurmukh paa-i-aa jaa-ay.
ਵਾਹੁ ਵਾਹੁ ਗੁਰਸਿਖ ਨਿਤ ਸਭ ਕਰਹੁ,	vaahu vaahu gursikh nit sabh karahu
ਗੁਰ ਪੂਰੇ ਵਾਹੁ ਵਾਹੁ ਭਾਵੈ॥	gur pooray vaahu vaahu bhaavai.
ਨਾਨਕ ਵਾਹੁ ਵਾਹੁ	naanak vaahu vaahu
ਜੋ ਮਨਿ ਚਿਤਿ ਕਰੇ,	jo man chit karay
ਤਿਸੁ ਜਮਕੰਕਰੁ ਨੇੜਿ ਨ ਆਵੈ॥੨॥	tis jamkankar nayrh na aavai. ||2||

ਪ੍ਰਭ ਹੀ ਅਸਲੀ ਮਾਲਕ ਹੈ, ਪ੍ਰਭ ਦੇ ਸ਼ਬਦ ਦੀ ਪਾਲਣਾ ਕਰੋ, ਉਸਤਤ ਗਾਵੋ! ਉਸ ਦਾ ਸ਼ਬਦ ਹੀ ਅਮੋਲਕ ਅੰਮ੍ਰਿਤ ਹੈ । ਜਿਹੜੇ ਸ਼ਬਦ ਦੀ ਪਾਲਣਾ ਕਰਦੇ ਹਨ, ਉਹ ਰਹਿਮਤ ਪਾ ਲੈਂਦੇ ਹਨ, ਉਹਨਾਂ ਤੋ ਕੁਰਬਾਣ ਜਾਵਾ । ਵਾਹ ਵਾਹੁ, ਪ੍ਰਭ ਦਾ ਸ਼ਬਦ ਹੀ ਗੁਣਾਂ ਦਾ ਭੰਡਾਰ ਹੈ । ਉਸ ਨੂੰ ਕੇਵਲ ਉਹ ਹੀ ਪਾਉਂਦਾ ਹੈ, ਜਿਸ ਤੇ ਪ੍ਰਭ ਆਪ ਰਹਿਮਤ ਬਖਸ਼ਦਾ ਹੈ । ਪ੍ਰਭ ਜਲ, ਥਲ ਵਿੱਚ ਆਪ ਵਾਪਰਦਾ ਹੈ, ਗੁਰਮਖ ਉਸ ਦੀ ਰਹਿਮਤ ਪਾ ਲੈਂਦਾ ਹੈ । ਜੀਵ ਗੁਰਮਖ ਬਣਕੇ ਉਸਤਤ ਗਾਵੋ! ਉਸਤਤ ਗਾਉਣ ਨਾਲ ਪ੍ਰਭ ਪ੍ਰਸੰਨ ਹੁੰਦਾ ਹੈ, ਰਹਿਮਤਾਂ ਬਖਸ਼ਦਾ ਹੈ । ਜਿਹੜਾ ਸ਼ਬਦ ਦਾ ਸਿਮਰਨ ਮਨੋ ਕਰਦਾ ਹੈ । ਉਸ ਨੂੰ ਮੌਤ ਦਾ ਫਰਿਸ਼ਤਾ ਛੋਹ ਨਹੀਂ ਸਕਦਾ ।

The One and Only One God is True Master; you should obey and sing the glory of His Word; the teachings of His Word may be the true nectar. Whosoever may adopt the teachings of His Word with steady and stable belief, he may be enlightened with His mercy and grace; I remain fascinated from His state of mind. The True Master is the treasurer of all virtues, only with His mercy and grace, His true devotee may be blessed with enlightenment. The True Master remains Omnipresent and dwells everywhere, in water, in sky, under, on, in earth. He may remain merciful on His true devotee. You should wholeheartedly sing the glory of His blessings. He may be pleased with singing His virtues. Whosoever may meditate with steady and stable belief in day to day, his soul may become beyond the reach of devil of death.

ਪਉੜੀ॥	pa-orhee.
ਹਰਿ ਜੀਉ ਸਚਾ ਸਚੁ ਹੈ,	har jee-o sachaa sach hai
ਸਚੀ ਗੁਰਬਾਣੀ॥	sachee gurbaanee.
ਸਤਿਗੁਰ ਤੇ ਸਚੁ ਪਛਾਣੀਐ,	satgur tay sach pachhaanee-ai
ਸਚਿ ਸਹਜਿ ਸਮਾਣੀ॥	sach sahj samaanee.
ਅਨਦਿਨੁ ਜਾਗਹਿ ਨਾ ਸਵਹਿ,	an-din jaageh naa saveh
ਜਾਗਤ ਰੈਣਿ ਵਿਹਾਣੀ॥	jaagat rain vihaanee.
ਗੁਰਮਤੀ ਹਰਿ ਰਸੁ ਚਾਖਿਆ,	gurmatee har ras chaakhi-aa
ਸੇ ਪੁੰਨ ਪਰਾਣੀ॥	say punn paraanee.
ਬਿਨੁ ਗੁਰ ਕਿਨੈ ਨ ਪਾਇਓ,	bin gur kinai na paa-i-o
ਪਚਿ ਮੁਏ ਅਜਾਣੀ॥੧੭॥	pach mu-ay ajaanee. ||17||

ਪ੍ਰਭ ਆਪ ਅਟੱਲ, ਸਦਾ ਰਹਿਣ ਵਾਲਾ ਹੈ, ਉਸ ਦਾ ਸ਼ਬਦ ਵੀ ਅਟੱਲ ਹੈ । ਪ੍ਰਭ ਦੇ ਸ਼ਬਦ ਦੀ ਪਾਲਣਾ ਕਰਨ ਨਾਲ ਹੀ ਸ਼ਬਦ ਦੀ ਸੋਝੀ ਹੁੰਦੀ ਹੈ । ਉਸ ਨਾਲ ਜੀਵ ਅਸਾਨੀ ਨਾਲ ਹੀ ਉਸ ਵਿੱਚ ਲੀਨ ਰਹਿੰਦਾ ਹੈ । ਦਿਨ ਰਾਤ ਪ੍ਰਭ ਦੇ ਸ਼ਬਦ ਦੀ ਪਾਲਣਾ ਵਿੱਚ ਸਚੇਤ, ਲਗਨ ਰਖਦਾ ਹੈ, ਨਾਮ ਨੂੰ ਵਸਾਰਦਾ ਨਹੀਂ । ਇਸ ਸਚੇਤਨਾ ਵਿੱਚ ਹੀ ਉਹ ਜੀਵਨ ਬੀਤ ਜਾਂਦਾ ਹੈ । ਜਿਹੜੇ ਜੀਵ ਪ੍ਰਭ ਦੇ ਸ਼ਬਦ ਦੀ ਪਾਲਣਾ ਕਰਦੇ, ਸ਼ਬਦ ਰੂਪੀ ਅੰਮ੍ਰਿਤ ਪਾਨ ਕਰ ਲੈਂਦੇ ਹਨ । ਉਹ ਬਹੁਤ ਵਿਸ਼ੇਸ਼ ਬਣ ਜਾਂਦੇ ਹਨ । ਪ੍ਰਭ ਦੇ ਸ਼ਬਦ ਦੀ ਪਾਲਣਾ ਕਰਨ ਤੋਂ ਬਿਨਾਂ ਕਦੇ ਕਿਸੇ ਨੂੰ ਪ੍ਰਭ ਦੀ ਰਹਿਮਤ ਬਖਸ਼ਿਸ਼ ਨਹੀਂ ਹੋਈ । ਅਨਜਾਣ, ਮੂਰਖ, ਮਨਮੁਖ ਆਪਣਾ ਜੀਵਨ ਬਿਰਥਾ ਹੀ ਗਵਾ ਜਾਂਦੇ ਹਨ ।

The True Master and His Word remain axiom and true forever. By adopting the teachings of His Word, he may be blessed with the enlightenment of His Word and he may easily enter into the void of His Word in His meditation. He remains awake and alert and may never abandon His Word from his day to day life. Whosoever may remain awake and alert; he may be blessed with nectar of the teachings of His Word. He may be blessed with unique state of mind. Without obeying the teachings of His Word, no one may be blessed with the enlightenment of His Word or accepted in His court. Self-minded may remain ignorant from the right path of acceptance in His court and may waste His life uselessly.

464.ਸਲੋਕੁ ਮਃ ੩॥ 515-17

ਵਾਹੁ ਵਾਹੁ ਬਾਣੀ ਨਿਰੰਕਾਰ ਹੈ,	vaahu vaahu banee nirankaar hai
ਤਿਸੁ ਜੇਵਡੁ ਅਵਰੁ ਨ ਕੋਇ॥	tis jayvad avar na ko-ay.
ਵਾਹੁ ਵਾਹੁ ਅਗਮ ਅਥਾਹੁ ਹੈ,	vaahu vaahu agam athaahu hai
ਵਾਹੁ ਵਾਹੁ ਸਚਾ ਸੋਇ॥	vaahu vaahu sachaa so-ay.
ਵਾਹੁ ਵਾਹੁ ਵੇਪਰਵਾਹੁ ਹੈ,	vaahu vaahu vayparvaahu hai
ਵਾਹੁ ਵਾਹੁ ਕਰੇ ਸੁ ਹੋਇ॥	vaahu vaahu karay so ho-ay.
ਵਾਹੁ ਵਾਹੁ ਅੰਮ੍ਰਿਤ ਨਾਮੁ ਹੈ,	vaahu vaahu amrit naam hai
ਗੁਰਮੁਖਿ ਪਾਵੈ ਕੋਇ॥	gurmukh paavai ko-ay.
ਵਾਹੁ ਵਾਹੁ ਕਰਮੀ ਪਾਈਐ,	vaahu vaahu karmee paa-ee-ai
ਆਪਿ ਦਇਆ ਕਰਿ ਦੇਇ॥	aap da-i-aa kar day-ay.
ਨਾਨਕ ਵਾਹੁ ਵਾਹੁ ਗੁਰਮੁਖਿ ਪਾਈਐ,	naanak vaahu vaahu gurmukh paa-ee-ai
ਅਨਦਿਨੁ ਨਾਮੁ ਲਏਇ॥੧॥	an-din naam la-ay-ay. ||1||

ਵਾਹੁ ਵਾਹੁ ਪ੍ਰਭ ਦਾ ਸ਼ਬਦ ਹੀ ਪ੍ਰਭ ਦਾ ਰੂਪ ਹੈ! ਇਸ ਤੋ ਵੱਡਾ, ਮਹਾਨ ਹੋਰ ਕੋਈ ਨਹੀਂ ਹੈ । ਪ੍ਰਭ ਇੱਕੋ ਇੱਕ ਅਟੱਲ ਰਹਿਣ ਵਾਲਾ ਮਾਲਕ, ਜੀਵ ਦੀ ਜਾਣਕਾਰੀ, ਪਹੁੰਚ ਵਿੱਚ ਨਹੀਂ ਹੈ । ਪ੍ਰਭ ਆਪਣੇ ਆਪ ਵਿੱਚ ਪੂਰਨ ਹੈ, ਉਸ ਦਾ ਕੀਤਾ ਭਾਣਾ ਹੀ ਵਾਪਰਦਾ, ਬੀਤ ਜਾਂਦਾ ਹੈ । ਸ਼ਬਦ ਹੀ ਉਹ

ਅਮੋਲਕ ਅੰਮ੍ਰਿਤ ਹੈ । ਜੀਵ ਗੁਰਮਖ ਅਵਸਥਾ ਪਾ ਕੇ ਹੀ ਉਸ ਦੀ ਰਹਿਮਤ ਪਾਉਂਦਾ ਹੈ । ਪ੍ਰਭ ਦੀ ਰਹਿਮਤ ਪ੍ਰਭ ਆਪ ਹੀ ਬਖਸ਼ਦਾ ਹੈ! ਜਿਸ ਦਾ ਭਰੋਸਾ ਪ੍ਰਭ ਦੇ ਸ਼ਬਦ ਤੇ ਦਿਨ ਰਾਤ ਅਡੋਲ ਰਹਿੰਦਾ ਹੈ, ਕੇਵਲ ਉਹ ਹੀ ਗੁਰਮਖ ਪਾਉਂਦੇ ਹਨ ।

The teachings of His Word are the true symbol of The Holy Spirit, no one may be greater or significant from His Word. The One and Only One, Axiom God remains beyond the reach or comprehension of His creation. He remains perfect in all respects and His nature prevails and takes his own course. Whosoever may remain steady and stable on the right path and Only with His mercy and grace, His true devotee may be blessed with ambrosial nectar.

ਮਃ ੩॥	mehlaa 3.
ਬਿਨੁ ਸਤਿਗੁਰ ਸੇਵੇ ਸਾਤਿ ਨ ਆਵਈ,	bin satgur sayvay saat na aavee
ਦੂਜੀ ਨਾਹੀ ਜਾਇ॥	doojee naahee jaa-ay.
ਜੇ ਬਹੁਤੇਰਾ ਲੋਚੀਐ,	jay bahutayraa lochee-ai
ਵਿਣੁ ਕਰਮੈ ਨ ਪਾਇਆ ਜਾਇ॥	vin karmai na paa-i-aa jaa-ay.
ਜਿਨ੍ਾ ਅੰਤਰਿ ਲੋਭ ਵਿਕਾਰੁ ਹੈ,	jinHaa antar lobh vikaar hai
ਦੂਜੈ ਭਾਇ ਖੁਆਇ॥	doojai bhaa-ay khu-aa-ay.
ਜੰਮਣੁ ਮਰਣੁ ਨ ਚੁਕਈ,	jaman maran na chuk-ee
ਹਉਮੈ ਵਿਚਿ ਦੁਖੁ ਪਾਇ॥	ha-umai vich dukh paa-ay.
ਜਿਨ੍ਾ ਸਤਿਗੁਰ ਸਿਉ ਚਿਤੁ ਲਾਇਆ,	jinHaa satgur si-o chit laa-i-aa
ਸੁ ਖਾਲੀ ਕੋਈ ਨਾਹਿ॥	so khaalee ko-ee naahi.
ਤਿਨ ਜਮ ਕੀ ਤਲਬ ਨ ਹੋਵਈ,	tin jam kee talab na hova-ee
ਨਾ ਓਇ ਦੁਖ ਸਹਾਹਿ॥	naa o-ay dukh sahaahi.
ਨਾਨਕ ਗੁਰਮੁਖਿ ਉਬਰੇ	naanak gurmukh
ਸਚੈ ਸਬਦਿ ਸਮਾਹਿ॥੨॥	ubray sachai sabad samaahi. ||2||

ਸ਼ਬਦ ਦੀ ਪਾਲਣਾ ਕਰਨ ਤੋ ਬਿਨਾਂ ਮਨ ਨੂੰ ਸ਼ਾਂਤੀ ਨਹੀਂ ਮਿਲਦੀ, ਭਰਮ ਦੂਰ ਨਹੀਂ ਹੁੰਦੇ । ਮਾਨਸ ਭਾਵੇ ਕਿਤਨਾ ਵੀ ਯਤਨ ਕਰੇ! ਪ੍ਰਭ ਦੀ ਰਹਿਮਤ ਤੋ ਬਿਨਾਂ ਸ਼ਬਦ ਦੀ ਸੋਝੀ ਨਹੀਂ ਹੁੰਦੀ । ਜਿਹਨਾਂ ਦੇ ਮਨ ਵਿੱਚ ਲਾਲਚ, ਫਰੇਬ ਭਰਿਆਂ ਹੁੰਦਾ ਹੈ, ਉਹ ਭਰਮਾਂ ਵਿੱਚ ਪਏ ਹੋਏ ਹੀ ਚਾਰੇ ਪਾਸੇ ਹੱਥ ਮਾਰਦੇ ਹਨ । ਉਹ ਜਨਮ ਮਰਨ ਦਾ ਚੱਕਰ ਖਤਮ ਨਹੀਂ ਕਰ ਸਕਦੇ । ਉਹ ਆਪਣੇ ਮਨ ਦੇ ਅਹੰਕਾਰ ਨਾਲ ਹੀ ਦੁਖ ਪਾਉਂਦੇ ਹਨ, ਮਾਯੂਸ ਹੀ ਰਹਿੰਦੇ ਹਨ । ਜਿਹੜੇ ਜੀਵ ਆਪਣੇ ਮਨ ਦਾ ਧਿਆਨ ਪ੍ਰਭ ਦੇ ਸ਼ਬਦ ਦੀ ਪਾਲਣਾ ਤੇ ਲਾਉਂਦੇ ਹਨ । ਉਹ ਮੌਤ ਤੋ ਪਿਛੋਂ ਖਾਲੀ ਹੱਥ ਪ੍ਰਭ ਦੇ ਦਰਬਾਰ ਵਿੱਚ ਨਹੀਂ ਜਾਂਦੇ । ਉਹ ਮੌਤ ਦੇ ਫਰਿਸ਼ਤੇ ਦੇ ਸਦੇ ਵਿੱਚ ਨਹੀਂ ਹੁੰਦੇ । ਉਹਨਾਂ ਨੂੰ ਜਨਮ ਮਰਨ ਦੀ ਪੀੜ ਨਹੀਂ ਸਹਿਣੀ ਪੈਂਦੀ । ਗੁਰਮਖ ਜੀਵ ਪ੍ਰਭ ਦੀ ਰਹਿਮਤ ਨਾਲ ਬਚ ਜਾਂਦੇ ਹਨ । ਉਹਨਾਂ ਨੂੰ ਦਰਬਾਰ ਵਿੱਚ ਪ੍ਰਵਾਨਗੀ ਬਖਸ਼ਿਸ਼ ਹੋ ਜਾਂਦੀ ਹੈ ।

Without adopting the teachings of His Word, no one may be blessed with peace of mind and eliminate his suspicions. With all his own efforts, no one may be blessed with the enlightenment of His Word. Whosoever may be overwhelmed with fraud and deception, he may remain wander in all directions in suspicions and remain in the cycle of birth and death. He may endure misery in life with his own ego. Whosoever may remain steady and stable in meditation and obeying His Word, he may not enter into His Court empty-handed. He may not endure misery of birth and death and may be saved and accepted in His court.

ਪਉੜੀ॥	pa-orhee.
ਢਾਢੀ ਤਿਸ ਨੋ ਆਖੀਐ,	Dhaadhee tis no aakhee-ai
ਜਿ ਖਸਮੈ ਧਰੇ ਪਿਆਰੁ॥	je khasmai Dharay pi-aar.
ਦਰਿ ਖੜਾ ਸੇਵਾ ਕਰੇ,	dar kharhaa sayvaa karay
ਗੁਰ ਸਬਦੀ ਵੀਚਾਰੁ॥	gur sabdee veechaar.
ਢਾਢੀ ਦਰੁ ਘਰੁ ਪਾਇਸੀ,	dhaadhee dar ghar paa-isee
ਸਚੁ ਰਖੈ ਉਰ ਧਾਰਿ॥	sach rakhai ur Dhaar.
ਢਾਢੀ ਕਾ ਮਹਲੁ ਅਗਲਾ,	dhaadhee kaa mahal aglaa
ਹਰਿ ਕੈ ਨਾਇ ਪਿਆਰਿ॥	har kai naa-ay pi-aar.
ਢਾਢੀ ਕੀ ਸੇਵਾ ਚਾਕਰੀ,	dhaadhee kee sayvaa chaakree
ਹਰਿ ਜਪਿ ਹਰਿ ਨਿਸਤਾਰਿ॥੧੮॥	har jap har nistaar. ||18||

ਉਸ ਨੂੰ ਹੀ ਢਾਡੀ ਆਖ ਸਕਦੇ ਹਾ! ਜਿਹੜਾ ਪ੍ਰਭ ਦੇ ਸ਼ਬਦ ਨਾਲ ਮਨ ਵਿੱਚ ਲਗਨ ਲਾਉਂਦਾ ਹੈ । ਉਹ ਪ੍ਰਭ ਦੇ ਦਰਵਾਜੇ ਤੇ, ਚਰਨਾਂ ਵਿੱਚ ਖੜ੍ਹਾ ਸ਼ਬਦ ਦੀ ਉਸਤਤ ਕਰਦਾ, ਪਾਲਣਾ ਕਰਦਾ ਹੈ । ਉਹ ਢਾਡੀ ਪ੍ਰਭ ਦੀ ਰਹਿਮਤ ਪਾ ਲੈਂਦਾ ਹੈ, ਦਰਬਾਰ ਦਾ ਹਜੂਰੀ ਬਣ ਜਾਂਦਾ ਹੈ । ਉਹ ਪ੍ਰਭ ਦੇ ਸ਼ਬਦ ਨੂੰ ਮਨ ਵਿੱਚ ਵਸਾਈ ਰਖਦਾ ਹੈ । ਉਸ ਢਾਡੀ ਦਾ ਦਰਬਾਰ ਵਿੱਚ, ਦਰਵਾਜੇ ਦੇ ਅੰਦਰ ਥਾਂ ਬਣ ਜਾਂਦਾ ਹੈ । ਉਸ ਦੀ ਪ੍ਰਭ ਦੇ ਸ਼ਬਦ ਨਾਲ ਲਗਨ ਅਡੋਲ ਰਹਿੰਦੀ ਹੈ । ਉਸ ਢਾਡੀ ਦਾ ਧੰਦਾ ਹੀ ਸ਼ਬਦ ਦੀ ਪਾਲਣਾ ਕਰਨਾ, ਸ਼ਬਦ ਦੀ ਉਸਤਤ ਗਾਉਣਾ ਬਣ ਜਾਂਦਾ ਹੈ । ਉਸ ਤੇ ਪ੍ਰਭ ਦੀ ਰਹਿਮਤ ਦੀ ਨਜ਼ਰ ਰਹਿੰਦੀ ਹੈ ।

Whosoever may remain focused on the teachings of His Word in his day to day life, he may be worthy to be called His true devotee, Dhadhy. He may remain standing fully contented on His door and sings His glory with each and every breath. He may be accepted in His court and may become a singer in His presence. Whosoever may remain drenched with the essence of His Word within, he may be blessed with unique place in His court. He remains intoxicated with the teachings of His Word and His day to day life. His soul may become worthy of His acceptance.

465.ਸਲੋਕੁ ਮਃ ੩॥ 516-8

ਗੂਜਰੀ ਜਾਤਿ ਗਵਾਰਿ,	goojree jaat gavaar
ਜਾ ਸਹੁ ਪਾਏ ਆਪਣਾ॥	jaa saho paa-ay aapnaa.
ਗੁਰ ਕੈ ਸਬਦਿ ਵੀਚਾਰਿ,	gur kai sabad veechaar
ਅਨਦਿਨੁ ਹਰਿ ਜਪੁ ਜਾਪਣਾ॥	an-din har jap jaapnaa.
ਜਿਸੁ ਸਤਿਗੁਰੁ ਮਿਲੈ ਤਿਸੁ ਭਉ ਪਵੈ,	jis satgur milai tis bha-o pavai
ਸਾ ਕੁਲਵੰਤੀ ਨਾਰਿ॥	saa kulvantee naar.
ਸਾ ਹੁਕਮੁ ਪਛਾਣੈ ਕੰਤ ਕਾ,	saa hukam pachhaanai kant kaa
ਜਿਸ ਨੋ ਕ੍ਰਿਪਾ ਕੀਤੀ ਕਰਤਾਰਿ॥	jis no kirpaa keetee kartaar.
ਓਹ ਕੁਚਜੀ ਕੁਲਖਣੀ,	oh kuchjee kulkhanee
ਪਰਹਰਿ ਛੋਡੀ ਭਤਾਰਿ॥	parhar chhodee bhataar.
ਭੈ ਪਇਐ ਮਲੁ ਕਟੀਐ,	bhai pa-i-ai mal katee-ai
ਨਿਰਮਲ ਹੋਵੈ ਸਰੀਰੁ॥	nirmal hovaisareer.
ਅੰਤਰਿ ਪਰਗਾਸੁ ਮਤਿ ਊਤਮ ਹੋਵੈ,	antar pargaas mat ootam hovai
ਹਰਿ ਜਪਿ ਗੁਣੀ ਗਹੀਰੁ॥	har jap gunee gaheer.
ਭੈ ਵਿਚਿ ਬੈਸੈ ਭੈ ਰਹੈ,	bhai vich baisai bhai rahai
ਭੈ ਵਿਚਿ ਕਮਾਵੈ ਕਾਰ॥	bhai vich kamaavai kaar.

ਐਥੈ ਸੁਖੁ ਵਡਿਆਈਆ,
ਦਰਗਹ ਮੋਖ ਦੁਆਰ॥
ਭੈ ਤੇ ਨਿਰਭਉ ਪਾਈਐ,
ਮਿਲਿ ਜੋਤੀ ਜੋਤਿ ਅਪਾਰ॥
ਨਾਨਕ ਖਸਮੈ ਭਾਵੈ ਸਾ ਭਲੀ,
ਜਿਸ ਨੋ ਆਪੇ ਬਖਸੇ ਕਰਤਾਰੁ॥੧॥

aithai sukh vadi-aa-ee-aa
dargeh mokh du-aar.
bhai tay nirbha-o paa-ee-ai
mil jotee jot apaar.
naanak khasmai bhaavai saa bhalee
jis no aapay bakhsay kartaar. ||1||

ਦੁਧ ਵੇਚਣ ਵਾਲੀ ਗੁਜਰੀ ਦੀ ਹੈਸੀਅਤ ਸੰਸਾਰ ਵਿੱਚ ਬਹੁਤ ਛੋਟੀ ਹੁੰਦੀ ਹੈ । ਪਰ ਜਦੋਂ ਉਹ ਦਿਨ ਰਾਤ ਪ੍ਰਭ ਦੇ ਸ਼ਬਦ ਦੀ ਪਾਲਣਾ ਕਰਦੀ ਹੈ । ਉਸ ਦੇ ਸ਼ਬਦ ਦੇ ਗੁਣ ਗਾਉਂਦੀ ਹੈ, ਉਸ ਦੇ ਦਿੱਤੇ ਤੇ ਸੰਤੋਖ ਰਖਦੀ ਹੈ । ਉਹ ਪ੍ਰਭ ਦੀ ਰਹਿਮਤ ਪਾ ਲੈਂਦੀ ਹੈ । ਜਿਹੜਾ ਜੀਵ ਸ਼ਬਦ ਨਾਲ ਜੀਵਨ ਢਾਲਦਾ ਹੈ । ਉਸ ਦੇ ਮਨ ਵਿੱਚ ਪ੍ਰਭ ਦੇ ਵਿਛੋੜੇ ਦਾ ਵਿਰਾਗ ਘਰ ਕਰ ਜਾਂਦਾ ਹੈ । ਉਸ ਔਰਤ ਦਾ ਮਾਨਸ ਜਨਮ ਲੈਣਾ ਮਹਾਨ, ਸਫਲ ਹੋ ਜਾਂਦਾ ਹੈ । ਉਹ ਹੀ ਪ੍ਰਭ ਦੇ ਸ਼ਬਦ ਦੀ ਪਾਲਣਾ ਕਰਦਾ ਹੈ ਜਿਸ ਤੇ ਪ੍ਰਭ ਆਪ ਰਹਿਮਤ ਬਖਸ਼ਦਾ ਹੈ । ਉਹ ਜਿਸ ਵਿੱਚ ਕੋਈ ਗੁਣ ਨਹੀਂ ਹੁੰਦੇ, ਸੰਸਾਰ ਵਿੱਚ ਚਲਣਾ ਨਹੀਂ ਸੀ ਆਉਂਦਾ । ਆਪਣੇ ਮਾਲਕ ਦੀ ਰਹਿਮਤ, ਤਰਸ ਉਸ ਉਪਰ ਨਹੀਂ ਸੀ, ਪ੍ਰਭ ਦੇ ਵਿਛੋੜੇ ਦੇ ਵਿਰਾਗ ਨਾਲ ਉਸ ਦੇ ਪਾਪ ਧੋਤੇ ਜਾਂਦੇ ਹਨ । ਉਸ ਦੀ ਆਤਮਾ, ਤਨ ਪਵਿਤ੍ਰ ਹੋ ਜਾਂਦਾ ਹੈ । ਪ੍ਰਭ ਦੇ ਸ਼ਬਦ ਦੀ ਪਾਲਣਾ ਕਰਨ ਨਾਲ ਉਸ ਦੇ ਮਨ ਵਿੱਚ ਜਾਗਰਤੀ ਆ ਜਾਂਦੀ ਹੈ । ਉਹ ਪ੍ਰਭ ਦੇ ਸ਼ਬਦ ਦੇ ਸੋਝੀ ਦੇ ਸਾਗਰ ਵਿੱਚ ਤਰਦੀ ਹੈ, ਸ਼ਬਦ ਦੀ ਸੋਝੀ ਪਾ ਲੈਂਦੀ ਹੈ । ਜਿਸ ਦੇ ਮਨ ਵਿੱਚ ਪ੍ਰਭ ਦੇ ਵਿਛੋੜੇ ਦਾ ਵਿਰਾਗ ਹੁੰਦਾ ਹੈ । ਉਹ ਆਪਣੇ ਜੀਵਨ ਦੇ ਸਾਰੇ ਧੰਦੇ ਹੀ ਪ੍ਰਭ ਨੂੰ ਖੁਸ਼ ਕਰਨ ਲਈ ਹੀ ਕਰਦਾ ਹੈ । ਹਰ ਕੰਮ ਹੀ ਸ਼ਬਦ ਨਾਲ ਪਰਖਦਾ ਹੈ । ਉਸ ਨੂੰ ਸੰਸਾਰਕ ਜੀਵਨ ਵਿੱਚ ਵੀ ਸ਼ਾਂਤੀ, ਅਨੰਦ ਰਹਿੰਦਾ, ਦਰਬਾਰ ਵਿੱਚ ਵੀ ਸੋਭਾ ਮਿਲਦੀ ਹੈ । ਉਹ ਮੁਕਤੀ ਪਾ ਲੈਂਦਾ ਹੈ । ਵਿਛੋੜੇ ਦੇ ਵਿਰਾਗ ਵਿੱਚ ਜੀਵਨ ਬਤੀਤ ਕਰਨ ਨਾਲ ਹੀ ਨਿਡਰ ਪ੍ਰਭ ਦੀ ਹੋਂਦ ਮਹਿਸੂਸ ਹੁੰਦੀ ਹੈ । ਜੀਵ ਦੀ ਜੋਤ ਉਸ ਪ੍ਰਭ ਦੀ ਜੋਤ ਵਿੱਚ ਅਭੇਦ ਹੋ ਜਾਂਦੀ ਹੈ । ਕੇਵਲ ਉਹ ਹੀ ਆਤਮਾ ਪਵਿਤ੍ਰ ਹੈ, ਜਿਸ ਤੇ ਪ੍ਰਭ ਆਪ ਪ੍ਰਸੰਨ ਹੁੰਦਾ ਹੈ । ਮਾਲਕ ਆਪ ਹੀ ਉਸ ਦੀਆਂ ਭੁਲਾਂ ਬਖਸ਼ ਦੇਂਦਾ ਹੈ ।

Humble and poor lady, who may make her living by selling milk, she may be of low worldly status; however, as she may adopt the teachings in her day to day life, sing His glory and remains contented, she may be accepted in His court. Whosoever may adopt the teachings of His Word with steady and stable belief; she may remain in renunciation in memory of her separation from The Holy Spirit. Her birth as human may become very significant and fruitful. Only with His mercy and grace, someone may adopt the teachings of His Word with steady and stable belief in day to day life. He may not have any virtues or good deeds in his day to day life, with His mercy and grace; he may enter in renunciation and all his sins may be forgiven, he may be enlightened. His soul may be sanctified and may be blessed with enlightenment of His Word by obeying His Word, he may be saved from worldly ocean of desires. Whosoever may enter into renunciation of his memory of separation from The Holy Spirit, all his deeds become to please The True Master; he may evaluate all deeds with the teachings of His Word. He may be blessed peace and pleasure and honor in His court and blessed with salvation. In his renunciation may realize the existence of the fearless True Master. His soul may by immersed into The Holy Spirit. Only his soul may be worthy to be called sanctified, who may be accepted in His court. The True Master may forgive all His sinful deeds.

ਮਃ ੩॥	mehlaa 3.
ਸਦਾ ਸਦਾ ਸਾਲਾਹੀਐ,	sadaa sadaa salaahee-ai
ਸਚੇ ਕਉ ਬਲਿ ਜਾਉ॥	sachay ka-o bal jaa-o.
ਨਾਨਕ ਏਕੁ ਛੋਡਿ ਦੂਜੈ ਲਗੈ,	naanak ayk chhod doojai lagai
ਸਾ ਜਿਹਵਾ ਜਲਿ ਜਾਉ॥੨॥	saa jihvaa jal jaa-o. ||2||

ਜੀਵ ਉਸ ਪ੍ਰਭ ਦੇ ਸਬਦ ਦੇ ਸਦਾ ਹੀ ਗੁਣ ਗਾਵੇ, ਆਪਣੇ ਆਪ ਨੂੰ ਉਸ ਤੋ ਕੁਰਬਾਣ ਕਰ ਦੇਵੋ। ਉਸ ਜੀਭ ਨੂੰ ਜਲਾ ਦੇਵੋ ਜਿਹੜੀ ਪ੍ਰਭ ਨੂੰ ਛੱਡਕੇ ਕਿਸੇ ਹੋਰ ਦੀ ਉਸਤਤ ਕਰਦੀ ਹੈ।

You should always sing the glory of His Word. You should surrender at His sanctuary. Whose tongue may sing the glory of any worldly saint may be worthy to be crucified, burned.

ਪਉੜੀ॥	pa-orhee.
ਅੰਸਾ ਅਉਤਾਰੁ ਉਪਾਇਓਨੁ,	ansaa a-utaar upaa-i-on
ਭਾਉ ਦੂਜਾ ਕੀਆ॥	bhaa-o doojaa kee-aa.
ਜਿਉ ਰਾਜੇ ਰਾਜੁ ਕਮਾਵਦੇ,	Ji-o raajay raaj kamaavday
ਦੁਖ ਸੁਖ ਭਿੜੀਆ॥	dukh sukh bhirhee-aa.
ਈਸਰੁ, ਬ੍ਰਹਮਾ ਸੇਵਦੇ,	eesar barahmaa sayvday
ਅੰਤੁ ਤਿਨ੍ਹੀ ਨ ਲਹੀਆ॥	ant tinHee na lahee-aa.
ਨਿਰਭਉ ਨਿਰੰਕਾਰੁ ਅਲਖੁ ਹੈ,	nirbha-o nirankaar alakh hai
ਗੁਰਮੁਖਿ ਪ੍ਰਗਟੀਆ॥	gurmukh pargatee-aa.
ਤਿਥੈ ਸੋਗੁ ਵਿਜੋਗੁ ਨ ਵਿਆਪਈ,	tithai sog vijog na vi-aapa-ee
ਅਸਥਿਰੁ ਜਗਿ ਥੀਆ॥੧੯॥	asthir jag thee-aa. ||19||

ਪ੍ਰਭ ਨੇ ਆਪਣੀ ਜੋਤ ਦੇ ਇੱਕ ਤੱਤ ਵਿਚੋਂ ਸਾਰੀ ਸ੍ਰਿਸ਼ਟੀ ਸਾਜੀ ਹੈ । ਪੈਦਾ ਹੋਣ ਤੋ ਪਿਛੋਂ ਇਹ ਜੀਵ ਹੋਰ ਕਿਸੇ ਨੂੰ ਮਾਲਕ ਮੰਨਣ ਲੱਗ ਪੈਂਦੇ ਹਨ । ਉਹ ਜੀਵ ਰਾਜੇ ਦੀ ਤਰ੍ਹਾਂ ਰਹਿੰਦੇ! ਸੰਸਾਰਕ ਸੁਖਾਂ ਲਈ ਲੜਦੇ ਦੁਖ ਸਹਿੰਦੇ ਹਨ । ਜਿਹੜੇ ਈਸਰ, ਬ੍ਰਹਮਾ ਦੀ ਪੂਜਾ ਕਰਦੇ, ਮਾਲਕ ਮੰਨਦੇ ਹਨ । ਉਹ ਪ੍ਰਭ ਦਾ ਅੰਤ ਨਹੀਂ ਜਾਣਦੇ, ਨਿਡਰ, ਨਿਰਭੋਉ ਪ੍ਰਭ ਜੀਵ ਦੀ ਜਾਣਕਾਰੀ ਵਿੱਚ ਨਹੀਂ, ਦੇਖਣ ਵਿੱਚ ਨਹੀਂ ਹੈ । ਉਸ ਦੀ ਸੋਝੀ ਗੁਰਮਖ ਨੂੰ ਹੋ ਜਾਂਦੀ ਹੈ । ਸ਼ਰਣ ਵਿੱਚ ਆਉਣ ਨਾਲ ਮਨ ਨੂੰ ਸ਼ਾਂਤੀ ਆ ਜਾਂਦੀ ਹੈ । ਉਹ ਸੰਸਾਰ ਵਿੱਚ ਅਮਰ ਹੋ ਜਾਂਦੇ ਹਨ ।

The True Master has created the whole universe from the ray of His Holy Spirit. After birth, worldly creature start believing someone else as The True Master. Human remains like a worldly king and fight, struggles for worldly comforts. Whosoever may worship worldly gurus may be any name, he may never find the limit of His nature or realize His existence. The fearless, beyond revenge True Master remains beyond comprehension or visibility of His creation. His true devotee may be enlightened and by surrendering at His sanctuary, he may be blessed with peace and may be blessed with immortal state of mind.

466.ਸਲੋਕੁ ਮਃ ੩॥ 516-17

ਏਹੁ ਸਭੁ ਕਿਛੁ ਆਵਣ ਜਾਣੁ ਹੈ,	ayhu sabh kichh aavan jaan hai
ਜੇਤਾ ਹੈ ਆਕਾਰੁ॥	jaytaa hai aakaar.
ਜਿਨਿ ਏਹੁ ਲੇਖਾ ਲਿਖਿਆ,	jin ayhu laykhaa likhi-aa
ਸੋ ਹੋਆ ਪਰਵਾਣੁ॥	so ho-aa parvaan.
ਨਾਨਕ ਜੇ ਕੋ ਆਪੁ ਗਣਾਇਦਾ,	naanak jay ko aap ganaa-idaa
ਸੋ ਮੂਰਖੁ ਗਾਵਾਰੁ॥੧॥	so moorakh gaavaar. ||1||

ਸੰਸਾਰ ਵਿੱਚ ਜੋ ਵੀ ਜਨਮ ਲੈਂਦਾ ਹੈ, ਉਸ ਨੇ ਮਰਨਾ ਹੈ । ਜੋ ਕੁਝ ਵੀ ਵਾਪਰਦਾ ਹੈ, ਬੀਤ ਜਾਂਦਾ ਹੈ, ਰੋਕਿਆ ਨਹੀਂ ਜਾ ਸਕਦਾ । ਸਭ ਕੁਝ ਭਾਗ ਲਿਖਣ ਵਾਲੇ ਦੀ ਪ੍ਰਵਾਨਗੀ, ਹੁਕਮ ਅੰਦਰ ਹੀ ਵਾਪਰਦਾ ਹੈ । ਜਿਹੜਾ ਸੰਸਾਰ ਵਿੱਚ ਚੰਗੇ, ਮੰਦੇ ਕੀਤੇ ਕੰਮਾ ਦਾ ਅਹੰਕਾਰ ਕਰਦਾ ਹੈ । ਉਹ ਅਨਜਾਣ, ਮੂਰਖ, ਅਗਿਆਨੀ ਹੈ ।

Whosoever may be born in the universe, he is going to die, vanish. Whatsoever may happen that must pass away, may not be stopped. Everything happens under the command of The True Master; everything may be written under His command. Whosoever may boast and pride of his good deeds or disappointed by bad deeds; he may be ignorant from His nature.

ਮਃ ੩॥	mehlaa 3.
ਮਨੁ ਕੁੰਚਰੁ ਪੀਲਕੁ	man kunchar peelak
ਗੁਰੂ ਗਿਆਨੁ ਕੁੰਡਾ,	guroo gi-aan kundaa
ਜਹ ਖਿੰਚੇ ਤਹ ਜਾਇ॥	jah khinchay tah jaa-ay.
ਨਾਨਕ ਹਸਤੀ ਕੁੰਡੇ ਬਾਹਰਾ,	naanak hastee kunday baahraa
ਫਿਰਿ ਫਿਰਿ ਉਝੜਿ ਪਾਇ॥੨॥	fir fir ujharh paa-ay. ||2||

ਜੀਵ ਦਾ ਮਨ ਹਾਥੀ ਦਾ ਰੂਪ ਹੈ, ਅਨਜਾਣ, ਹੱਠ ਕਰਨ ਵਾਲਾ ਹੈ । ਪ੍ਰਭ ਦਾ ਸ਼ਬਦ, ਪ੍ਰਭ ਮਨ ਨੂੰ ਰਸਤੇ ਤੇ ਪਾਉਣ ਵਾਲਾ ਸਵਾਰ ਹੈ । ਜਿਸ ਪਾਸੇ ਪ੍ਰਭ ਜੀਵ ਨੂੰ ਲਾਉਂਦਾ ਹੈ, ਮਨ ਉਸ ਪਾਸੇ ਹੀ ਚਲਦਾ ਹੈ । ਸ਼ਬਦ ਦੀ ਪਾਲਣਾ ਤੋ ਬਿਨਾਂ, ਸੋਝੀ ਤੋ ਬਿਨਾਂ ਆਤਮਾ, ਮਨ ਬਾਰ ਬਾਰ ਗਲਤੀਆਂ ਕਰਦਾ ਹੈ । ਜੂੰਨਾਂ ਦੇ ਚੱਕਰ ਵਿੱਚ ਹੀ ਰਹਿੰਦਾ ਹੈ ।

Human mind is like an elephant and driven by His determination. The teachings of His Word are like coach to guide him on the right path. Whatsoever, way His Word, The True Master guide him, he may adopt that path. Without adopting the teachings of His Word with steady and stable belief, he may not be enlightened and he may be making mistakes over and over again.

ਪਉੜੀ॥ 517	pa-orhee.
ਤਿਸੁ ਆਗੈ ਅਰਦਾਸਿ ਜਿਨਿ ਉਪਾਇਆ॥	tis aagai ardaas jin upaa-i-aa.
ਸਤਿਗੁਰੁ ਅਪਣਾ ਸੇਵਿ ਸਭ ਫਲ ਪਾਇਆ॥	satgur apnaa sayv sabh fal paa-i-aa.
ਅੰਮ੍ਰਿਤ ਹਰਿ ਕਾ ਨਾਉ ਸਦਾ ਧਿਆਇਆ॥	amrit har kaa naa-o sadaa Dhi-aai-aa.
ਸੰਤ ਜਨਾ ਕੈ ਸੰਗਿ ਦੁਖੁ ਮਿਟਾਇਆ॥	sant janaa kai sang dukh mitaa-i-aa.
ਨਾਨਕ ਭਏ ਅਚਿੰਤੁ	naanak bha-ay achint
ਹਰਿ ਧਨੁ ਨਿਹਚਲਾਇਆ॥ ੨੦॥	har Dhan nihchalaa-i-aa. ||20||

ਜੀਵ ਆਪਣੇ ਸ੍ਰਿਜਨ ਹਾਰੇ ਪ੍ਰਭ, ਮਾਲਕ ਅੱਗੇ ਅਰਦਾਸ ਕਰੋ । ਉਸ ਦੇ ਸ਼ਬਦ ਦੀ ਪਾਲਣਾ ਕਰਕੇ ਮਾਨਸ ਜਨਮ ਦਾ ਲਾਹਾ ਖੱਟੋ । ਪ੍ਰਭ ਦਾ ਸ਼ਬਦ ਹੀ ਉਹ ਅਮੋਲਕ ਅੰਮ੍ਰਿਤ ਹੈ, ਸਦਾ ਪਾਲਣਾ ਕਰੋ, ਜੀਵਨ ਢਾਲੋ । ਬੰਦਗੀ ਕਰਨ ਵਾਲੇ ਦੇ ਜੀਵਨ ਨੂੰ ਅਧਾਰ ਬਣਾਉਨ ਨਾਲ ਸੰਸਾਰਕ ਦੁਖ ਦੂਰ ਹੋ ਜਾਂਦੇ ਹਨ । ਜਦੋਂ ਪ੍ਰਭ ਦੀ ਰਹਿਮਤ ਦੀ ਨਜ਼ਰ ਆ ਜਾਂਦੀ ਹੈ । ਤਾਂ ਜੀਵ ਦਾ ਮਨ ਬੇਫਿਕਰਾ ਹੋ ਕੇ ਸ਼ਬਦ ਦੀ ਪਾਲਣਾ ਵਿੱਚ ਲੀਨ ਹੋ ਜਾਂਦਾ ਹੈ ।

You should pray for mercy and grace of the Creator! You should adopt the teachings of His Word in day to day life and profit from your human life blessings. The teachings of His Word are Ambrosial nectar; You should obey and adopt in your day to day life. By adopting the teachings of the life of His true devotee, the worldly frustrations may be eliminated. Whosoever may be blessed with His mercy and grace; he may become worry free and may enter into the void of His Word and remains intoxicated.

467.ਸਲੋਕ ਮਃ ੩॥ 517-3

ਖੇਤਿ ਮਿਆਲਾ ਉਚੀਆ,	khayt mi-aalaa uchee-aa
ਘਰੁ ਉਚਾ ਨਿਰਣਉ॥	ghar uchaa nirna-o.
ਮਹਲ ਭਗਤੀ ਘਰਿ ਸਰੈ,	mahal bhagtee ghar sarai
ਸਜਣ ਪਾਹੁਣਿਅਉ॥	sajan paahuni-a-o.
ਬਰਸਨਾ ਤ ਬਰਸੁ ਘਨਾ,	barsanaa ta baras ghanaa
ਬਹੁੜਿ ਬਰਸਹਿ ਕਾਹਿ॥	bahurh barseh kaahi.
ਨਾਨਕ ਤਿਨ੍ ਬਲਿਹਾਰਣੈ,	naanak tinH balihaarnai
ਜਿਨ੍ ਗੁਰਮੁਖਿ ਪਾਇਆ ਮਨਮਾਹਿ॥੧॥	jinH gurmukh paa-i-aa man maahi. ||1||

ਜੀਵ ਆਪਣੇ ਮਨ ਦੇ ਖਿਆਲਾਂ ਨੂੰ ਸੰਸਾਰਕ ਇੱਛਾਂ ਤੋ ਉਪਰ ਲੈ ਜਾਵੇ! ਮਨ ਦੇ ਅੰਦਰ ਦਸਵੇਂ ਘਰ ਵਿੱਚ ਦਾਖਲ ਹੋ ਜਾਵੇ । ਜਦੋਂ ਮਨ ਦਾ ਧਿਆਨ ਆਪਣੇ ਅੰਦਰ ਖੋਜਦਾ ਹੈ । ਤਾ ਉਸ ਦਾ ਦਸਵੇਂ ਘਰ ਦੇ ਮਾਲਕ ਨਾਲ ਮਿਲਾਪ ਹੋ ਜਾਂਦਾ ਹੈ । ਪ੍ਰਭ ਮੇਰੇ ਮਨ ਤੇ ਇਸ ਜਵਾਨੀ ਦੀ ਉਮਰ ਵਿੱਚ ਸ਼ਬਦ ਦੀ ਲਗਨ ਦੀ ਭਾਰੀ ਵਰਖਾ ਕਰੋ! ਜਦੋਂ ਸਮਾਂ ਬੀਤ ਗਿਆ ਤਾ ਉਸ ਵੇਲੇ ਸ਼ਬਦ ਵਿੱਚ ਲਗਨ ਲਾਉਣ ਦਾ ਕੀ ਲਾਹਾ ਖੱਟੇਗਾ? ਉਹਨਾਂ ਗੁਰਮਖ ਜੀਵ ਤੋਂ ਕੁਰਬਾਣ ਜਾਵਾ! ਜਿਹਨਾਂ ਦੇ ਮਨ ਵਿੱਚ ਸ਼ਬਦ ਘਰ ਕਰ ਜਾਂਦਾ ਹੈ ।

You should rise above the worldly worries and frustrations and search within your body and mind; you may enter into the 10Th castle of The True Master. Whosoever may search within, he may realize The True Master within his own heart. My True Master blesses me a deep devotion of devotion to meditate on Your Word in my young age. If the time slipped away then what am I be able to profit in my life? Who may remain drenched with the teachings of His Word within; I am fascinated from His true devotees,

ਮਃ ੩॥	mehlaa 3.
ਮਿਠਾ ਸੋ ਜੋ ਭਾਵਦਾ	mithaa so jo bhaavdaa
ਸਜਣੁ ਸੋ ਜਿ ਰਾਸਿ॥	sajan so je raas.
ਨਾਨਕ ਗੁਰਮੁਖਿ ਜਾਣੀਐ,	naanak gurmukh jaanee-ai
ਜਾ ਕਉ ਆਪਿ ਕਰੇ ਪਰਗਾਸੁ॥੨॥	jaa ka-o aap karay pargaas. ||2||

ਉਹ ਹੀ ਰਸ ਮਿੱਠਾ ਹੈ, ਜਿਹੜਾ ਪ੍ਰਭ ਨੂੰ ਭਾਉਂਦਾ ਹੈ । ਉਹ ਬੰਦਗੀ ਸਫਲ ਹੈ, ਜਿਹੜੀ ਪ੍ਰਭ ਦੇ ਦਰਬਾਰ ਵਿੱਚ ਪ੍ਰਵਾਨ ਹੋ ਜਾਵੇ । ਉਹ ਹੀ ਅਸਲੀ ਸਾਥੀ ਹੁੰਦਾ ਹੈ, ਜਿਹੜਾ ਹਰ ਥਾਂ ਸਾਥ ਨਾ ਛੱਡੇ । ਦੁਖ ਸੁਖ ਵਿੱਚ ਇੱਕ ਬਰਾਬਰ ਸਹਾਈ ਹੋਵੇ । ਗੁਰਮਖ ਉਸ ਜੀਵ ਨੂੰ ਆਖਿਆ ਜਾ ਸਕਦਾ ਹੈ । ਜਿਸ ਤੇ ਪ੍ਰਭ ਆਪ ਰਹਿਮਤ ਬਖਸ਼ੇ! ਸ਼ਬਦ ਵਿੱਚ ਲਗਨ ਲਾਵੇ, ਜਾਗਰਤੀ ਦੇਵੇ, ਸੋਝੀ ਪਾਵੇ ।

Whatsoever may be acceptable to The True Master, only that may be ambrosial sweet nectar. Any meditation may be accepted in His court, that may be true meditation of His Word. He may be worthy of calling true companion, who may not abandon you and remain pillar of your support in miseries and pleasures. He may only be called Gurmukh, His true devotee; who may be blessed with His mercy and grace, inspired to meditate and may be blessed with enlightenment.

ਪਉੜੀ॥	pa-orhee.
ਪ੍ਰਭ ਪਾਸਿ ਜਨ ਕੀ ਅਰਦਾਸਿ,	parabh paas jan kee ardaas
ਤੂ ਸਚਾ ਸਾਂਈ॥	too sachaa saaN-ee.

ਤੂ ਰਖਵਾਲਾ ਸਦਾ ਸਦਾ,	too rakhvaalaa sadaa sadaa
ਹਉ ਤੁਧੁ ਧਿਆਈ॥	ha-o tuDh Dhi-aa-ee.
ਜੀਅ ਜੰਤ ਸਭਿ ਤੇਰਿਆ,	jee-a jant sabh tayri-aa
ਤੂ ਰਹਿਆ ਸਮਾਈ॥	too rahi-aa samaa-ee.
ਜੋ ਦਾਸ ਤੇਰੇ ਕੀ ਨਿੰਦਾ ਕਰੇ,	jo daas tayray kee nindaa karay
ਤਿਸੁ ਮਾਰਿ ਪਚਾਈ॥	tis maar pachaa-ee.
ਚਿੰਤਾ ਛਡਿ ਅਚਿੰਤੁ ਰਹੁ,	chintaa chhad achint rahu
ਨਾਨਕ ਲਗਿ ਪਾਈ॥੨੧॥	naanak lag paa-ee. ||21||

ਪ੍ਰਭ ਤੂੰ ਹੀ ਇੱਕੋ ਇੱਕ ਅਸਲੀ ਮਾਲਕ ਹੈ ਨਿਮਾਣੇ ਦਾਸ ਦੀ ਤੇਰੇ ਅੱਗੇ ਅਰਦਾਸ ਹੈ । ਤੂੰ ਜੁਗਾਂ ਜੁਗਾਂ ਤੋ ਜੀਵ ਦੀ ਰਖਿਆ, ਪਾਲਣਾ ਕਰਦਾ ਆਇਆ ਹੈ । ਤੇਰੇ ਸ਼ਬਦ ਦੀ ਹੀ ਪਾਲਣਾ ਕਰਦੇ ਹਾ, ਸਿਮਰਨ ਕਰਦੇ ਹਾ । ਸ੍ਰਿਸ਼ਟੀ ਦੇ ਸਾਰੇ ਜੀਵ ਹੀ ਤੇਰੇ ਪੈਦਾ ਕੀਤੇ ਹੋਏ ਹਨ, ਤੂੰ ਹੀ ਸਭ ਵਿੱਚ ਵਸਦਾ ਵਾਪਰਦਾ ਹੈ । ਜਿਹੜਾ ਤੇਰੇ ਬੰਦਗੀ ਕਰਨ ਵਾਲੇ ਦੀ ਨਿੰਦਿਆਂ ਕਰਦਾ ਹੈ ! ਤੂੰ ਆਪ ਹੀ ਉਸ ਦਾ ਲੇਖਾ ਕਰਦਾ ਹੈ । ਸ਼ਰਣ ਵਿੱਚ ਆਉਣ ਵਾਲੇ ਦੀਆਂ ਚਿੰਤਾਂ ਤੂੰ ਆਪ ਦੂਰ ਕਰਕੇ ਉਸ ਨੂੰ ਬੇਫਿਕਰਾ ਕਰ ਦੇਂਦਾ ਹੈ । ਉਸ ਸੰਸਾਰਕ ਇੱਛਾਂ ਛੱਡਕੇ ਤੇਰੇ ਸ਼ਬਦ ਵਿੱਚ ਹੀ ਲੀਨ ਹੋ ਜਾਂਦੇ ਹਨ ।

You are One and Only One True Master, I am Your humble servant and praying and begging for Your mercy. You have been protecting Your creation from Ages, I am meditating and obeying the teachings of Your Word. The whole universe has been created with Your mercy and grace and You dwell within each and every soul. Whosoever may rebuke Your true devotee; You may settle his counts. Whosoever may surrender at Your sanctuary, he may become worry free and all his frustrations may be eliminated. He may remain intoxicated in the void of Your Word.

468.ਸਲੋਕ ਮਃ ੩॥ 517-8

ਆਸਾ ਕਰਤਾ ਜਗੁ ਮੁਆ,	aasaa kartaa jag mu-aa
ਆਸਾ ਮਰੈ ਨ ਜਾਇ॥	aasaa marai na jaa-ay.
ਨਾਨਕ ਆਸਾ ਪੂਰੀਆ,	naanak aasaa pooree-aa
ਸਚੇ ਸਿਉ ਚਿਤੁ ਲਾਇ॥੧॥	sachay si-o chit laa-ay. ||1||

ਸਾਰੀ ਸ੍ਰਿਸ਼ਟੀ ਹੀ ਸੰਸਾਰਕ ਆਸਾਂ, ਇੱਛਾਂ ਕਰਦੀ ਰਹਿੰਦੀ ਹੈ । ਇਹਨਾਂ ਇੱਛਾਂ ਦੀ ਅੱਗ ਨੂੰ ਖਤਮ ਕਰਦੀ ਕਰਦੀ ਮਰ ਜਾਂਦੀ ਹੈ । ਇਹ ਆਸਾਂ, ਇੱਛਾਂ ਕਦੇ ਪੂਰੀਆਂ, ਖਤਮ ਨਹੀਂ ਹੁੰਦੀਆਂ, ਵਧਦੀਆਂ ਜਾਂਦੀਆਂ ਹਨ । ਇੱਕ ਪੂਰੀ ਹੁੰਦੀ ਹੈ, ਹੋਰ ਆ ਜਾਂਦੀ ਹੈ । ਕੇਵਲ ਉਸ ਜੀਵ ਦੀਆਂ ਹੀ ਆਸਾਂ ਪੂਰੀਆਂ ਹੁੰਦੀਆਂ, ਇੱਛਾਂ ਦੀ ਅੱਗ ਬੁਝਦੀ ਹੈ । ਜਿਹੜਾ ਆਪਣੀ ਡੋਰੀ ਪ੍ਰਭ ਤੇ ਛੱਡਕੇ ਬੇਫਿਕਰ ਹੋ ਜਾਂਦਾ ਹੈ । ਸ਼ਰਣ ਵਿੱਚ ਆ ਜਾਂਦਾ ਹੈ ।

The universe remains in desires and hopes. Everyone may waste his whole life trying to extinguish the fire of hopes and desires. These hopes and desires may never be fully satisfied, one may be fulfilled and new and bigger may pop-up, rises or may become more intense. Whosoever may surrender at His sanctuary, only his hopes and desires may be subdued by his own mind and he may become free from worldly desires. However, his desire to meet The Creator becomes more intense.

ਮਃ ੩॥	mehlaa 3.
ਆਸਾ ਮਨਸਾ ਮਰਿ ਜਾਇਸੀ,	aasaa mansaa mar jaa-isee
ਜਿਨਿ ਕੀਤੀ ਸੋ ਲੈ ਜਾਇ॥	jin keetee so lai jaa-ay.
ਨਾਨਕ ਨਿਹਚਲੁ ਕੋ ਨਹੀ,	naanak nihchal ko nahee
ਬਾਝਹੁ ਹਰਿ ਕੈ ਨਾਇ॥੨॥	baajhahu har kai naa-ay. ||2||

ਜੀਵ ਦੇ ਮਨ ਦੀਆਂ ਆਸਾਂ ਉਸ ਸਮੇਂ ਹੀ ਖਤਮ ਹੁੰਦੀਆਂ ਹਨ । ਜਿਸ ਪ੍ਰਭ ਨੇ ਇਹ ਆਸਾਂ ਦੀ ਅੱਗ ਲਾਈ ਹੈ, ਆਪ ਹੀ ਖਤਮ ਕਰਦਾ ਹੈ । ਸੰਸਾਰ ਵਿੱਚ ਪ੍ਰਭ ਦੇ ਸ਼ਬਦ ਤੋ ਬਿਨਾਂ ਕੁਝ ਵੀ ਸਦਾ ਰਹਿਣ ਵਾਲਾ ਨਹੀਂ ਹੈ ।

Whosoever has infused these worldly desires and hope in his mind; only He may subdue these desires and hopes. Without True Master and His Word, nothing may stay permanent forever.

ਪਉੜੀ॥	pa-orhee.
ਆਪੇ ਜਗਤੁ ਉਪਾਇਓਨੁ,	aapay jagat upaa-i-on
ਕਰਿ ਪੂਰਾ ਥਾਟੁ॥	kar pooraa thaat.
ਆਪੇ ਸਾਹੁ ਆਪੇ ਵਣਜਾਰਾ,	aapay saahu aapay vanjaaraa
ਆਪੇ ਹੀ ਹਰਿ ਹਾਟੁ॥	aapay hee har haat.
ਆਪੇ ਸਾਗਰੁ ਆਪੇ ਬੋਹਿਥਾ,	aapay saagar aapay bohithaa
ਆਪੇ ਹੀ ਖੇਵਾਟੁ॥	aapay hee khayvaat.
ਆਪੇ ਗੁਰੁ ਚੇਲਾ ਹੈ,	aapay gur chaylaa hai
ਆਪੇ ਆਪੇ ਦਸੇ ਘਾਟੁ॥	aapay aapay dasay ghaat.
ਜਨ ਨਾਨਕ ਨਾਮੁ ਧਿਆਇ,	jan naanak naam Dhi-aa-ay
ਤੂ ਸਭਿ ਕਿਲਵਿਖ ਕਾਟੁ॥੨੨॥੧॥ ਸੁਧੁ	too sabh kilvikh kaat. ||22||1|| suDhu

ਪ੍ਰਭ ਨੇ ਹਰਇੱਕ ਜੀਵ ਨੂੰ ਪੈਦਾ ਕੀਤਾ ਹੈ, ਹਰਇੱਕ ਤਰ੍ਹਾਂ ਹੀ ਪੂਰਨ ਬਣਾਇਆ ਹੈ । ਉਹ ਆਪ ਹੀ ਦਾਤਾਂ ਦੇਣ ਵਾਲਾ ਦਾਤਾ ਹੈ, ਆਪ ਹੀ ਅਮੋਲਕ ਦਾਤ ਦਾ ਵਪਾਰੀ ਹੈ । ਆਪ ਹੀ ਦਾਤਾਂ ਦਾ ਭੰਡਾਰ ਹੈ । ਉਹ ਆਪ ਹੀ ਸੰਸਾਰਕ ਸਾਗਰ ਹੈ, ਆਪ ਹੀ ਇਸ ਵਿੱਚ ਬੇੜੀ, ਜਹਾਜ ਹੈ । ਆਪ ਹੀ ਇਸ ਦਾ ਮਲਾਹ, ਸਿੱਧੇ ਰਸਤੇ ਪਾਉਣ ਵਾਲਾ ਹੈ । ਪ੍ਰਭ ਆਪ ਹੀ ਸ਼ਬਦ ਦੇਣ ਵਾਲਾ ਗੁਰੂ, ਸੰਤ ਹੈ । ਆਪ ਹੀ ਉਸ ਸ਼ਬਦ ਦੀ ਪਾਲਣਾ ਕਰਨ ਵਾਲਾ ਦਾਸ ਹੈ । ਆਪ ਹੀ ਰਸਤਾ ਦੱਸਣ ਵਾਲਾ, ਪ੍ਰਵਾਨਗੀ ਦੇਣ ਵਾਲਾ ਮਾਲਕ ਹੈ । ਜੀਵ ਉਸ ਪ੍ਰਭ ਦੇ ਸ਼ਬਦ ਦੀ ਪਾਲਣਾ ਕਰੋ, ਭਰੋਸਾ ਅਡੋਲ ਕਰੋ । ਉਹ ਆਪ ਹੀ ਰਹਿਮਤਾਂ ਦਾ ਮਾਲਕ, ਪਾਪ ਬਖਸ਼ ਦੇਣ ਵਾਲਾ ਹੈ ।

The True Master has created everyone and has made him complete, perfect in all respects. He is the treasurer, merchant and Himself blesses to His creature. He is the ocean of desires and Himself may be the ship to save His true devotee by guiding him on the right path of meditation. He is the True Master to bless the enlightenment to His true devotee and Himself is that devotee to obey His Word and meditate. He is the guide to enlighten the right path of meditation and Himself to accept his meditation in His court. You should adopt the teachings of His Word with steady and stable belief in day to day life; with His mercy and grace may forgive the sins of His true devotee.

469.ਰਾਗੁ ਗੂਜਰੀ ਵਾਰ ਮਹਲਾ ੫॥ 517-14

ਸਲੋਕੁ ਮਃ ੫॥

ੴ ਸਤਿਗੁਰ ਪ੍ਰਸਾਦਿ॥	oNkaar satgur parsaad.
ਅੰਤਰਿ ਗੁਰੁ ਆਰਾਧਣਾ	antar gur aaraaDh-naa
ਜਿਹਵਾ ਜਪਿ ਗੁਰ ਨਾਉ॥	jihvaa jap gur naa-o.
ਨੇਤ੍ਰੀ ਸਤਿਗੁਰੁ ਪੇਖਣਾ	naytree satgur paykh-naa
ਸ੍ਰਵਣੀ ਸੁਨਣਾ ਗੁਰ ਨਾਉ॥	sarvanee sunnaa gur naa-o.
ਸਤਿਗੁਰ ਸੇਤੀ ਰਤਿਆ	satgur saytee rati-aa
ਦਰਗਹ ਪਾਈਐ ਠਾਉ॥	dargeh paa-ee-ai thaa-o.
ਕਹੁ ਨਾਨਕ ਕਿਰਪਾ ਕਰੇ	kaho naanak kirpaa karay

770
ਗੁਰੂ ਗ੍ਰੰਥ– Guru Granth – ਭਾਵ ਅਰਥ॥

ਜਿਸ ਨੋ ਏਹ ਵਥੁ ਦੇਇ॥	jis no ayh vath day-ay.
ਜਗ ਮਹਿ ਉਤਮ ਕਾਢੀਅਹਿ	jag meh utam kaadhee-ah
ਵਿਰਲੇ ਕੇਈ ਕੇਇ॥੧॥	virlay kay-ee kay-ay. ||1||

ਮਨ ਵਿੱਚ ਪ੍ਰਭ ਦੇ ਸ਼ਬਦ ਤੇ ਭਰੋਸਾ ਅਡੋਲ ਰਖੋ! ਸ਼ਬਦ ਦੀ ਪਾਲਣਾ ਕਰੋ! ਆਪਣੀ ਜੀਭ ਨਾਲ ਸ਼ਬਦ ਦੇ ਗੁਣ ਗਾਵੋ, ਕੀਰਤਨ ਕਰੋ! ਅੱਖਾ ਨਾਲ ਪ੍ਰਭ ਦੀ ਕੁਦਰਤ ਦਾ ਨਜ਼ਾਰਾ ਦੇਖੋ, ਮਾਣੋ! ਆਪਣੇ ਕੰਨਾ ਨਾਲ ਸ਼ਬਦ ਦਾ ਸਰਵਨ ਕਰੋ! ਇਸ ਤਰ੍ਹਾਂ ਪ੍ਰਭ ਦੇ ਸ਼ਬਦ ਵਿੱਚ ਮਸਤ ਮਨ, ਦਰਬਾਰ ਵਿੱਚ ਪ੍ਰਵਾਨ ਹੋ ਸਕਦਾ ਹੈ । ਜਿਸ ਤੇ ਪ੍ਰਭ ਆਪ ਹੀ ਰਹਿਮਤ ਲਗਨ ਬਖਸ਼ਦਾ ਹੈ, ਸੰਸਾਰ ਵਿੱਚ ਇਸ ਤਰ੍ਹਾਂ ਦੀ ਉਤਮ ਅਵਸਥਾ ਕੋਈ ਵਿਰਲਾ ਹੀ ਪਾਉਂਦਾ ਹੈ ।

You should obey the teachings of His Word with steady and stable belief; sing the glory of His Word with your tongue; enjoy His nature with Your eyes and hear the everlasting echo of His Word with your ears. Whosoever may remain intoxicated such a way may be accepted in His court. Only whosoever may be blessed with His mercy and grace, he may be blessed with such a devotion with His Word. However, very rare may be blessed with such a state of mind.

ਮਃ ੫॥	mehlaa 5.
ਰਖੇ ਰਖਣਹਾਰਿ ਆਪਿ ਉਬਾਰਿਅਨੁ॥	rakhay rakhanhaar aap ubaari-an.
ਗੁਰ ਕੀ ਪੈਰੀ ਪਾਇ	gur kee pairee paa-ay
ਕਾਜ ਸਵਾਰਿਅਨੁ॥	kaaj savaari-an.
ਹੋਆ ਆਪਿ ਦਇਆਲੁ	ho-aa aap da-i-aal
ਮਨਹੁ ਨ ਵਿਸਾਰਿਅਨੁ॥	manhu na visaari-an.
ਸਾਧ ਜਨਾ ਕੈ ਸੰਗਿ	saaDh janaa kai sang
ਭਵਜਲੁ ਤਾਰਿਅਨੁ॥	bhavjal taari-an.
ਸਾਕਤ ਨਿੰਦਕ ਦੁਸਟ	saakat nindak dusat
ਖਿਨ ਮਾਹਿ ਬਿਦਾਰਿਅਨੁ॥	khin maahi bidaari-an.
ਤਿਸੁ ਸਾਹਿਬ ਕੀ ਟੇਕ	tis saahib kee tayk
ਨਾਨਕ ਮਨੈ ਮਾਹਿ॥	naanak manai maahi.
ਜਿਸੁ ਸਿਮਰਤ ਸੁਖੁ ਹੋਇ	jis simrat sukh ho-ay
ਸਗਲੇ ਦੂਖ ਜਾਹਿ॥੨॥	saglay dookh jaahi. ||2||

ਪ੍ਰਭ ਆਪ ਹੀ ਆਪਣੇ ਦਾਸਾਂ ਨੂੰ ਸ਼ਬਦ ਦੀ ਬੰਦਗੀ ਤੇ ਅਡੋਲ ਰਖਦਾ ਹੈ । ਸ਼ਰਣ ਵਿੱਚ ਨਿਮਾਣੇ ਬਣਕੇ ਬੰਦਗੀ, ਸ਼ਬਦ ਦੀ ਪਾਲਣਾ ਕਰਨ ਨਾਲ ਮਨ ਵਿੱਚ ਭਰੋਸਾ ਵਧਦਾ, ਪੱਕਾ ਹੁੰਦਾ ਜਾਂਦਾ ਹੈ । ਜਦੋਂ ਆਪ ਹੀ ਰਹਿਮਤਾਂ ਬਖਸ਼ਦਾ ਹੈ! ਮਨ ਵਿਚੋਂ ਸ਼ਬਦ ਕਦੇ ਵੀ ਵਿਸਰਦਾ ਭੁਲਾਉਂਦਾ ਨਹੀਂ । ਸੰਤਾਂ ਦੀ ਸੰਗਤ ਕਰਨ ਨਾਲ, ਸਿਖਿਆ ਨਾਲ, ਜੀਵਨ ਢਾਲਣ ਨਾਲ, ਜੀਵ ਭਿਆਨਕ ਸੰਸਾਰਕ ਸਾਗਰ ਪਾਰ ਕਰ ਸਕਦਾ ਹੈ । ਪ੍ਰਭ ਇੱਕ ਪਲ ਵਿੱਚ ਹੀ ਜ਼ਾਲਮਾਂ ਦਾ, ਨਿੰਦਿਆਂ ਕਰਨ ਵਾਲੇ, ਨਾ ਭਰੋਸਾ ਕਰਨ ਵਾਲੇ ਦਾ ਨਾਸ਼ ਕਰ ਸਕਦਾ ਹੈ । ਜੀਵ ਉਸ ਮਾਲਕ ਦੀ ਓਟ, ਆਸਰਾ ਹੀ ਸਦਾ ਮਨ ਵਿੱਚ ਰਖੋ! ਆਪਣਾ ਭਰੋਸ ਸਦਾ ਹੀ ਉਸ ਦੇ ਕੀਤੇ ਤੇ ਅਡੋਲ ਰਖੋ! ਉਸ ਨੂੰ ਬੰਦਗੀ ਵਿੱਚ ਸਦਾ ਯਾਦ ਰਖਣ ਨਾਲ ਮਨ ਵਿੱਚ ਖੇੜਾ ਵਸ ਜਾਂਦਾ ਹੈ । ਮਨ ਦੇ ਦੁਖ ਨਾਸ਼ ਹੋ ਜਾਂਦੇ, ਪਾਪ ਧੋਤੇ ਜਾਂਦੇ ਹਨ ।

The True Master, with His mercy and grace may keep His true devotee steady and stable on the right path of meditation. By surrendering as a humble and helpless at His sanctuary and meditating, his belief may become steady and stable. Whosoever may be blessed with His mercy and grace, he may never abandon His Word from his day to day life. Whosoever may adopt the teachings of way of life of His true devotee, he may be saved from the terrible ocean of worldly desires. The True Master may eliminate and destroy the non-believer, tyrant, who may back-bite in a twinkle of eyes. You should always keep your hopes on the teachings of His Word in day to day life. You should have a steady and stable belief on His Word and blessings. By drenching the teachings of His Word, you may be blessed with blossom in day to day life. All suspicions of mind and sins may be forgiven by His mercy and grace.

ਪਉੜੀ॥ 518	pa-orhee.
ਅਕੁਲ ਨਿਰੰਜਨ ਪੁਰਖੁ	akul niranjan purakh
ਅਗਮੁ ਅਪਾਰੀਐ॥	agam apaaree-ai.
ਸਚੋ ਸਚਾ ਸਚੁ ਸਚੁ ਨਿਹਾਰੀਐ॥	sacho sachaa sach sach nihaaree-ai.
ਕੂੜੁ ਨ ਜਾਪੈ ਕਿਛੁ	koorh na jaapai kichh
ਤੇਰੀ ਧਾਰੀਐ॥	tayree Dhaaree-ai.
ਸਭਸੈ ਦੇ ਦਾਤਾਰੁ ਜੇਤ ਉਪਾਰੀਐ॥	sabhsai day daataar jayt upaaree-ai.
ਇਕਤੁ ਸੂਤਿ ਪਰੋਇ ਜੋਤਿ ਸੰਜਾਰੀਐ॥	ikat soot paro-ay jot sanjaaree-ai.
ਹੁਕਮੇ ਭਵਜਲ ਮੰਝਿ	hukmay bhavjal manjh
ਹੁਕਮੇ ਤਾਰੀਐ॥	hukmay taaree-ai.
ਪ੍ਰਭ ਜੀਉ ਤੁਧੁ ਧਿਆਏ	parabh jee-o tuDh Dhi-aa-ay
ਸੋਇ ਜਿਸੁ ਭਾਗੁ ਮਥਾਰੀਐ॥	so-ay jis bhaag mathaaree-ai.
ਤੇਰੀ ਗਤਿ ਮਿਤਿ ਲਖੀ ਨ ਜਾਇ	tayree gat mit lakhee na jaa-ay
ਹਉ ਤੁਧੁ ਬਲਿਹਾਰੀਐ॥੧	ha-o tuDh balihaaree-ai. ‖1‖

ਪ੍ਰਭ ਨਿਰਮਲ, ਸਰਬ ਕਲਾ ਸਮਰਥ, ਪਹੁੰਚ ਤੋਂ, ਮੋਹ ਰਹਿਤ, ਅਥਾਹ ਮਾਲਕ ਹੈ । ਪ੍ਰਭ ਨੂੰ ਉਸ ਦੇ ਭਾਣੇ ਨੂੰ ਅਟੱਲ, ਅਟੱਲ, ਧੰਨ ਧੰਨ ਹੀ ਕਹੋ! ਪ੍ਰਭ ਤੇਰੀ ਬਣਾਈ ਸ੍ਰਿਸ਼ਟੀ, ਸਭ ਕੁਝ ਅਟੱਲ, ਭੁਲੇਖਾ ਨਹੀ, ਝੂਠ ਨਹੀਂ ਹੈ । ਸ੍ਰਿਸ਼ਟੀ ਦਾ ਮਾਲਕ ਸਭ ਨੂੰ ਪਾਲਣਾ ਪੋਸਨਾ ਕਰਨ ਲਈ ਪਦਾਰਥ, ਦਾਤਾਂ ਦੇਂਦਾ ਹੈ । ਉਸ ਨੇ ਸਾਰੀ ਸ੍ਰਿਸ਼ਟੀ ਨੂੰ ਹੀ ਇਕ ਹੀ ਡੋਰੀ ਵਿੱਚ ਪਰੋਇਆ ਹੈ । ਹਰਇੱਕ ਵਿੱਚ ਹੀ ਆਪਣੀ ਜੋਤ ਦੀ ਰੋਸ਼ਨੀ ਪਾਈ ਹੈ । ਉਸ ਦੇ ਹੁਕਮ ਨਾਲ ਹੀ ਕਈ ਜੀਵ ਸੰਸਾਰਕ ਮਾਇਆ ਦੇ ਜਾਲ ਵਿੱਚ ਫਸ ਜਾਂਦੇ ਹਨ । ਸਾਗਰ ਵਿੱਚ ਡੁਬ ਜਾਂਦੇ, ਜੂੰਨਾਂ ਦੇ ਚੱਕਰ ਵਿੱਚ ਬਾਰ ਬਾਰ ਜਨਮ ਲੈਂਦੇ, ਮਰਦੇ ਹਨ । ਕਈ ਜੂੰਨਾਂ ਦਾ ਚੱਕਰ ਖਤਮ ਕਰ ਜਾਂਦੇ ਹਨ । ਜਿਸ ਦੇ ਮੱਥੇ ਤੇ ਤੂੰ ਆਪ ਹੀ ਵਿੱਚ ਭਾਗ ਉਕਾਰਦਾ ਹੈ, ਲਿਖਦਾ ਹੈ । ਕੇਵਲ ਉਹ ਮਾਨਸ ਹੀ ਸ਼ਬਦ ਦੀ ਬੰਦਗੀ ਵਿੱਚ ਅਡੋਲ ਹੋ ਕੇ ਬੰਦਗੀ ਕਰ ਸਕਦਾ ਹੈ । ਤੇਰੇ ਕਿਸੇ ਕਰਤਬ ਦਾ ਕਾਰਨ, ਵਿਧੀ, ਕਿਉਂ, ਕਿਵੇਂ ਕਰਦਾ ਹੈ । ਇਸ ਦੀ ਵਿਆਖਿਆ ਨਹੀ ਕੀਤੀ ਜਾ ਸਕਦੀ ।

The Omnipotent True Master is beyond reach, beyond any attachments, beyond any limits and boundaries. You should always sing His glory and claim Him to be the greatest of All. His creation is Axiom, a reality, not an illusion. The True Master nourishes and may blesses various virtues. He has threaded the whole universe in the rope of His Word. He has infused His ray of light, Spirit in each and every soul and everything in nature. With His command, one may be trapped in worldly wealth and remain the cycle of birth and death over and over again and may eliminate the cycle of birth and death. Whosoever may have great prewritten destiny, only he may meditate with steady and stable belief in his day to day life. No one may be enlightened with Your nature, why, how, due to what reason, purpose, techniques. No one may fully comprehend or explain Your nature.

470.ਸਲੋਕੁ ਮਃ ੫॥ 518-4

ਜਾ ਤੂੰ ਤੁਸਹਿ ਮਿਹਰਵਾਨ,	jaa tooN tuseh miharvaan
ਅਚਿੰਤੁ ਵਸਹਿ ਮਨ ਮਾਹਿ॥	achint vaseh man maahi.

ਜਾ ਤੂੰ ਤੁਸਹਿ ਮਿਹਰਵਾਨ,	jaa tooN tuseh miharvaan
ਨਉ ਨਿਧਿ ਘਰ ਮਹਿ ਪਾਹਿ॥	na-o niDh ghar meh paahi.
ਜਾ ਤੂੰ ਤੁਸਹਿ ਮਿਹਰਵਾਨ,	jaa tooN tuseh miharvaan
ਤਾ ਗੁਰ ਕਾ ਮੰਤ੍ਰੁ ਕਮਾਹਿ॥	taa gur kaa mantar kamaahi.
ਜਾ ਤੂੰ ਤੁਸਹਿ ਮਿਹਰਵਾਨ,	jaa tooN tuseh miharvaan
ਤਾ ਨਾਨਕ ਸਚਿ ਸਮਾਹਿ॥੧॥	taa naanak sach samaahi. ||1||

ਜਦੋਂ ਤੂੰ ਆਪ ਹੀ ਕਿਸੇ ਜੀਵ ਦੀ ਸ਼ਬਦ ਦੀ ਕਮਾਈ ਤੇ ਪ੍ਰਸੰਨ ਹੋ ਜਾਂਦਾ ਹੈ । ਤੇਰਾ ਸ਼ਬਦ ਉਸ ਦੇ ਮਨ ਵਿੱਚ ਜਾਗਰਤ ਹੋ ਜਾਂਦਾ ਹੈ । ਰਹਿਮਤ ਦੀ ਨਜ਼ਰ ਨਾਲ ਮਨ ਵਿੱਚ ਤੇਰੇ ਸ਼ਬਦ ਦੇ ਨੌਂ ਖਜ਼ਾਨੇ ਪ੍ਰਗਟ, ਸੋਝੀ ਹੋ ਜਾਂਦੀ ਹੈ । ਉਸ ਦੇ ਜੀਵਨ ਦੇ ਸਾਰੇ ਧੰਦੇ ਹੀ ਤੇਰੇ ਸ਼ਬਦ ਅਨੁਸਾਰ ਹੋ ਜਾਂਦੇ ਹਨ । ਉਸ ਦਾ ਮਨ ਤੇਰੇ ਸ਼ਬਦ ਦੀ ਸਮਾਧੀ ਵਿੱਚ ਮਸਤ ਹੋ ਜਾਂਦਾ ਹੈ ।

When You may be pleased with the meditation of Your true devotee, he may be enlightened with the essence of Your Word. With Your mercy and grace, nine treasures of enlightenment of Your Word may be blessed. All his day to day chores may become as per Your Word and he may remain intoxicated in the void of Your Word.

ਮਃ ੫॥	mehlaa 5.
ਕਿਤੀ ਬੈਹਨਿ੍ ਬੈਹਣੇ	kitee baihniH baihnay
ਮੁਚੁ ਵਜਾਇਨਿ ਵਜ॥	much vajaa-in vaj.
ਨਾਨਕ ਸਚੇ ਨਾਮ ਵਿਣੁ	naanak sachay naam
ਕਿਸੈ ਨ ਰਹੀਆ ਲਜ॥੨॥	vin kisai na rahee-aa laj. ||2||

ਸੰਸਾਰ ਵਿੱਚ ਕਈ ਰਾਜ ਤਖਤ ਤੇ ਬੈਠਦੇ ਹਨ, ਕਈ ਤਖਤ ਤੋ ਲੱਥਦੇ ਹਨ । ਜਿਵੇਂ ਇਹ ਸੰਗੀਤ ਦੇ ਖੇਲ ਦਾ ਚੱਕਰ ਹੁੰਦਾ ਹੈ । ਤੇਰੇ ਸ਼ਬਦ ਦੀ ਪਾਲਣਾ ਤੋ ਬਿਨਾਂ, ਕਿਸੇ ਦੀ ਪਤ ਸੁਰਖਤ ਨਹੀਂ ਹੁੰਦੀ ।

In world, someone may be incarnated on thrones and many may be removed from throne. Universe is like a wheel of play. Without adopting the teachings of Your Word with steady and stable belief, no one may protect his own honor.

ਪਉੜੀ॥	pa-orhee.
ਤੁਧੁ ਧਿਆਇਨਿ੍	tuDh Dhi-aa-eeniH
ਬੇਦ ਕਤੇਬਾ ਸਣੁ ਖੜੇ॥	bayd kataybaa san kharhay.
ਗਣਤੀ ਗਣੀ ਨ ਜਾਇ	gantee ganee na jaa-ay
ਤੇਰੈ ਦਰਿ ਪੜੇ॥	tayrai dar parhay.
ਬ੍ਰਹਮੇ ਤੁਧੁ ਧਿਆਇਨਿ੍	barahmay tuDh Dhi-aa-eeniH
ਇੰਦ੍ਰ ਇੰਦ੍ਰਾਸਣਾ॥	indar indraasanaa.
ਸੰਕਰ ਬਿਸਨ ਅਵਤਾਰ	sankar bisan avtaar
ਹਰਿ ਜਸੁ ਮੁਖਿ ਭਣਾ॥	har jas mukh bhanaa.
ਪੀਰ ਪਿਕਾਬਰ ਸੇਖ	peer pikaabar saykh
ਮਸਾਇਕ ਅਉਲੀਏ॥	masaa-ik a-ulee-ay.
ਓਤਿ ਪੋਤਿ ਨਿਰੰਕਾਰ	ot pot nirankaar
ਘਟਿ ਘਟਿ ਮਉਲੀਏ॥	ghat ghat ma-ulee-ay.
ਕੂੜਹੁ ਕਰੇ ਵਿਣਾਸੁ	koorhahu karay vinaas
ਧਰਮੇ ਤਗੀਐ॥	Dharmay tagee-ai.
ਜਿਤੁ ਜਿਤੁ ਲਾਇਹਿ ਆਪਿ	jit jit laa-ihi aap
ਤਿਤੁ ਤਿਤੁ ਲਗੀਐ॥੨॥	tit tit lagee-ai. ||2||

ਅਨੇਕਾਂ ਹੀ ਜੀਵ ਤੇਰੇ ਬਖਸ਼ੇ ਹੋਏ ਧਰਮ ਦੇ ਗ੍ਰੰਥ ਪੜ੍ਹਦੇ ਹਨ । (ਵੇਦ, ਕੁਰਾਨ, ਪੁਰਾਨ ਆਦਿ) ਤੇਰੇ ਸ਼ਬਦ ਦਾ ਸਿਮਰਨ ਕਰਦੇ ਹਨ । ਤੇਰੇ ਦਰ ਤੇ ਖੜ੍ਹੇ ਜੀਵਾਂ ਦੀ ਗਿਣਤੀ ਨਹੀਂ ਕੀਤੀ ਜਾ ਸਕਦੀ । ਬ੍ਰਹਮਾ, ਇੰਦ੍ਰ, ਸਿਵਜੀ, ਵਿਸ਼ਨੂੰ ਤੇਰੀ ਉਪਮਾ ਗਾਉਂਦੇ ਹਨ । ਅਨੇਕਾਂ ਹੀ ਪੀਰ ਪੰਕਬਰ, ਮੋਨੀ ਸੰਤ, ਪ੍ਰਚਾਰਕ ਤੇਰੇ ਸ਼ਬਦ ਦੀ ਉਪਮਾ ਗਾਉਂਦੇ ਹਨ । ਜਿਵੇਂ ਜਿਵੇਂ ਹੀ ਤੂੰ ਉਹਨਾਂ ਦੇ ਮਨ ਵਿੱਚ ਜਾਗਰਤ ਹੁੰਦਾ ਹੈ । ਸੰਸਾਰ ਵਿੱਚ ਅਨੇਕਾਂ ਹੀ ਜੀਵ ਧਰਮਾਂ ਦੇ ਪਾਏ ਭਰਮਾਂ ਨਾਲ ਆਪਣਾ ਜੀਵਨ ਰੀਤੀ ਰੀਵਾਜ ਕਰਕੇ ਬਰਬਾਦ ਕਰ ਲੈਂਦੇ ਹਨ । ਕੇਵਲ ਉਹ ਹੀ ਸ਼ਬਦ ਦੇ ਲੜ ਲੱਗਦਾ ਹੈ । ਜਿਸ ਤੇ ਆਪ ਹੀ ਰਹਿਮਤ ਬਖਸ਼ਕੇ ਸ਼ਬਦ ਦੇ ਲੜ ਲਾਉਂਦਾ ਹੈ ।

Many may read Your blessed worldly Holy scriptures and meditate with a belief that may provide him the right path of Your acceptance. So many Your true devotees may be standing at Your door meditation; no one may be able to fully count these devotees. So many worldly gurus always sing Your glory, as he may be enlightened with Your mercy and grace. So many may remain in worldly suspicions and ruin their human life opportunities. Whosoever may be attached to meditate on the Your Word, only he may remain steady and stable on the right path of Your acceptance.

471.ਸਲੋਕੁ ਮਃ ੫॥ 518-11

ਚੰਗਿਆਈਂ ਆਲਕੁ ਕਰੇ	chaNgi-aa-eeN aalak karay
ਬੁਰਿਆਈਂ ਹੋਇ ਸੇਰੁ॥	buri-aa-eeN ho-ay sayr.
ਨਾਨਕ ਅਜੁ ਕਲਿ ਆਵਸੀ	naanak aj kal aavsee
ਗਾਫਲ ਫਾਹੀ ਪੇਰੁ॥੧॥	gaafal faahee payr. ||1||

ਸੰਸਾਰਕ ਜੀਵ ਚੰਗੇ, ਸ੍ਰਿਸ਼ਟੀ ਦੀ ਭਲਾਈ ਦੇ ਕੰਮ ਕਰਨ ਸਮੇਂ ਸੋਚਦਾ, ਝਿਜਕਦਾ ਹੈ । ਬੁਰੇ ਕੰਮ ਕਰਨ ਸਮੇਂ ਦੇਰ ਨਹੀਂ ਕਰਦਾ, ਕਦੇ ਦੂਜੀ ਬਾਰ ਸੋਚਦਾ ਵੀ ਨਹੀਂ । ਇੱਕ ਨਾ ਇੱਕ ਦਿਨ ਉਹ ਸੰਸਾਰਕ ਮਾਇਆ ਦੇ ਜਾਲ ਵਿੱਚ ਫਸ ਜਾਂਦਾ ਹੈ ।

Human may hesitate to perform the deeds or think about the welfare of humanity. He may not think twice or delay, while doing evil deeds. Often, he may be trapped in the greed of worldly wealth.

ਮਃ ੫॥	mehlaa 5.
ਕਿਤੀਆ ਕੁਢੰਗ ਗੁਝਾ ਥੀਐ ਨ ਹਿਤੁ॥	kitee-aa kudhang gujhaa thee-ai na hit.
ਨਾਨਕ ਤੈ ਸਹਿ ਢਕਿਆ	naanak tai seh dhaki-aa
ਮਨ ਮਹਿ ਸਚਾ ਮਿਤੁ॥੨॥	man meh sachaa mit. ||2||

ਪ੍ਰਭ, ਭਾਵੇ ਮੇਰੇ ਮਨ ਵਿੱਚ ਅਨੇਕਾਂ ਹੀ ਬੁਰੇ ਖਿਆਲ ਹਨ । ਪਰ ਤੇਰੀ ਰਹਿਮਤ, ਪਿਆਰ ਜਿਹੜਾ ਮੇਰੀ ਆਤਮਾ ਦੀ ਭਲਾਈ ਵਾਸਤੇ ਹੈ, ਕਦੇ ਛੁਪਾਇਆ ਨਹੀ ਜਾ ਸਕਦਾ । ਪ੍ਰਭ ਰਹਿਮਤ ਬਖਸ਼ੋ! ਮੇਰੇ ਅਉਗੁਣ ਨਾ ਚਤਾਰਦੇ ਹੋਵੇ, ਰਹਿਮਤ ਬਖਸ਼ੋ! ਸ਼ਬਦ ਮਨ ਵਿੱਚ ਜਾਗਰਤ ਕਰੋ! ਕੇਵਲ ਤੂੰ ਹੀ ਮੇਰਾ ਅਸਲੀ ਮਿਤਰ, ਸਾਥੀ ਹੈ ।

I may have many evil thoughts in my mind; however, my devotion for the enlightenment of Your Word may not be kept secret. With Your mercy and grace, without evaluating the account of my good or evil deeds, enlightens my mind within and accept my soul in Your sanctuary and becomes my companion.

ਪਉੜੀ॥	pa-orhee.
ਹਉ ਮਾਗਉ ਤੁਝੈ ਦਇਆਲ	ha-o maaga-o tujhai da-i-aal
ਕਰਿ ਦਾਸਾ ਗੋਲਿਆ॥	kar daasaa goli-aa.
ਨਉ ਨਿਧਿ ਪਾਈ ਰਾਜੁ	na-o niDh paa-ee raaj
ਜੀਵਾ ਬੋਲਿਆ॥	jeevaa boli-aa.

ਅੰਮ੍ਰਿਤ ਨਾਮੁ ਨਿਧਾਨੁ	amrit naam niDhaan
ਦਾਸਾ ਘਰਿ ਘਣਾ॥	daasaa ghar ghanaa.
ਤਿਨ ਕੈ ਸੰਗਿ ਨਿਹਾਲੁ	tin kai sang nihaal
ਸ੍ਰਵਣੀ ਜਸੁ ਸੁਣਾ॥	sarvanee jas sunaa.
ਕਮਾਵਾ ਤਿਨ ਕੀ ਕਾਰ	kamaavaa tin kee kaar
ਸਰੀਰੁ ਪਵਿਤੁ ਹੋਇ॥	sareer pavit ho-ay.
ਪਖਾ ਪਾਣੀ ਪੀਸਿ	pakhaa paanee pees
ਬਿਗਸਾ ਪੈਰ ਧੋਇ॥	bigsaa pair Dho-ay.
ਆਪਹੁ ਕਛੂ ਨ ਹੋਇ	aaphu kachhoo na ho-ay
ਪ੍ਰਭ ਨਦਰਿ ਨਿਹਾਲੀਐ॥	parabh nadar nihaalee-ai.
ਮੋਹਿ ਨਿਰਗੁਣ ਦਿਚੈ ਥਾਉ	mohi nirgun dichai thaa-o
ਸੰਤ ਧਰਮ ਸਾਲੀਐ॥੩॥	sant Dharam saalee-ai. ||3||

ਪ੍ਰਭ ਤੇਰੇ ਅੱਗੇ ਨਿਮਾਣਾ ਬਣਕੇ, ਨਿਮ੍ਰਤਾ ਭਰੀ ਅਰਦਾਸ ਕਰਦਾ ਹਾ । ਮੈਨੂੰ ਆਪਣੀ ਸ਼ਰਣ ਵਿੱਚ ਪਨਾਹ ਬਖਸ਼ੋ! ਸ਼ਬਦ ਦੀ ਪਾਲਣਾ ਵਿੱਚ ਅਡੋਲ ਹੋ ਕੇ, ਸੋਝੀ ਦੇ ਨੌ ਖਜ਼ਾਨਾ ਪਾ ਲਵਾ । ਅਮੋਲਕ ਸ਼ਬਦ ਦੇ ਗਿਆਨ ਦਾ ਅੰਮ੍ਰਿਤ, ਦਾਸਾਂ ਦੇ ਮਨ ਵਿੱਚ ਵਗਦਾ, ਸਿਮਦਾ ਹੈ । ਉਹਨਾਂ ਦੀ ਸੰਗਤ ਵਿੱਚ ਸ਼ਬਦ ਦੇ ਗੁਣ ਸੁਣਨ ਨਾਲ ਮਨ ਵਿੱਚ ਖੇੜਾ ਵਸ ਜਾਂਦਾ ਹੈ । ਅਮਰ ਅਵਸਥਾ ਬਖਸ਼ਿਸ਼ ਹੋ ਜਾਂਦੀ ਹੈ । ਉਹਨਾਂ ਦੀ ਸਿਖਿਆ ਨਾਲ ਜੀਵਨ ਢਾਲਣ ਨਾਲ ਮਾਨਸ ਤਨ ਪਵਿਤ੍ਰ ਹੋ ਜਾਂਦਾ ਹੈ । ਉਹਨਾਂ ਸੰਤਾਂ ਦੀ ਸੇਵਾ ਕਰਾ, ਪੱਖਾ ਝੱਲਾ, ਪਾਣੀ ਢੋਵਾ । ਉਹਨਾਂ ਨੂੰ ਅਰਾਮ ਦੇਣ ਲਈ ਉਹਨਾਂ ਦੇ ਪੈਰ ਧੋਵਾ । ਪ੍ਰਭ ਮੈਂ ਤੇਰੀ ਰਹਿਮਤ ਦੀ ਨਜ਼ਰ ਤੋ ਬਿਨਾਂ ਕੁਝ ਨਹੀਂ ਕਰ ਸਕਦਾ । ਮੇਰੇ ਵਿੱਚ ਕੋਈ ਗੁਣ ਨਹੀਂ ਹਨ, ਰਹਿਮਤ ਬਖਸ਼ੋ! ਆਪਣੇ ਸ਼ਬਦ ਦੇ ਲੜ ਲਾ ਕੇ ਪ੍ਰਵਾਨਗੀ ਦੇ ਯੋਗ ਬਣਾਵੋ!

I am humbly praying and plea for Your mercy and grace; You may accept me in Your sanctuary. I may become steady and stable and may be blessed with nine treasures of enlightenment of Your Word, Your nature. The ambrosial nectar of the enlightenment of Your Word oozes from the mind of Your true devotees. In the congregation of His true devotees, by listening to the virtues, one may be blessed with blossom within his mind. He may be blessed with immortal state of mind. By adopting the teachings of his life experience, my soul may become sanctified. I may serve to provide them comforts, even washing their feet. However, without Your mercy and grace, I may not be able to accomplish anything in worldly life. I have no good virtues of my own; with Your mercy and grace blesses me devotion and attachment to Your Word that I may transform my soul to become worthy of Your consideration.

472.ਸਲੋਕ ਮਃ ੫॥ 518-16

ਸਾਜਨ ਤੇਰੇ ਚਰਨ ਕੀ	saajan tayray charan kee
ਹੋਇ ਰਹਾ ਸਦ ਧੂਰਿ॥	ho-ay rahaa sad Dhoor.
ਨਾਨਕ ਸਰਣਿ ਤੁਹਾਰੀਆ	naanak saran tuhaaree-aa
ਪੇਖਉ ਸਦਾ ਹਜੂਰਿ॥੧॥	paykha-o sadaa hajoor. ||1||

ਪ੍ਰਭ ਮੇਰੇ ਮਨ ਵਿੱਚ ਇੱਕੋ ਇੱਕ ਸ਼ਰਧਾ ਹੈ! ਮੈਂ ਤੇਰੇ ਚਰਨਾਂ ਦੀ ਧੂੜ ਬਣ ਜਾਵਾ । ਸਦਾ ਹੀ ਇਤਨੀ ਨਿਮ੍ਰਤਾ ਮਨ ਵਿੱਚ ਆ ਜਾਵੇ । ਤੇਰੀ ਸ਼ਰਣ ਵਿੱਚ ਆਇਆ ਹਾ! ਸਦਾ ਹੀ ਤੇਰੀ ਸ਼ਰਣ ਵਿੱਚ ਸ਼ਬਦ ਦੀ ਪਾਲਣਾ ਵਿੱਚ ਅਡੋਲ ਹੋ ਜਾਵਾ ।

I have one and only one desire in my mind to become worthy of the dust of Your feet. I may have such a humility within my mind that I may be accepted in Your sanctuary. I may remain intoxicated in meditation on the teachings of Your Word with steady and stable in the void of Your sanctuary.

ਮਃ ੫॥ mehlaa 5.
ਪਤਿਤ ਪੁਨੀਤ ਅਸੰਖ ਹੋਹਿ patit puneet asaNkh hohi
ਹਰਿ ਚਰਣੀ ਮਨੁ ਲਾਗ॥ har charnee man laag.
ਅਠਸਠਿ ਤੀਰਥ ਨਾਮੁ ਪ੍ਰਭ athsath tirath naam parabh
ਜਿਸੁ ਨਾਨਕ ਮਸਤਕਿ ਭਾਗ॥੨॥ jis naanak mastak bhaag. ||2||

ਪ੍ਰਭ ਤੇਰੇ ਚਰਨਾਂ, ਸ਼ਬਦ ਦੀ ਸ਼ਰਣ ਵਿੱਚ ਆ ਕੇ ਅਨੇਕਾਂ ਹੀ ਪਾਪੀ ਬਖਸ਼ੇ ਗਏ ਹਨ । ਤੇਰੇ ਸ਼ਬਦ ਦੀ ਪਾਲਣਾ ਵਿੱਚ ਹੀ 68 ਤੀਰਥਾਂ ਦੇ ਇਸ਼ਨਾਨ ਦਾ ਫਲ ਹੈ । ਜਿਸ ਤੇ ਆਪ ਰਹਿਮਤ ਬਖਸ਼ਕੇ ਭਾਗਾਂ ਵਿੱਚ ਲਿਖਦਾ ਹੈ । ਕਿਸੇ ਵਿਰਲਾ ਨੂੰ ਹੀ ਇਹ ਨਸੀਬ ਹੁੰਦਾ ਹੈ ।

My True Master, countless sinners have surrendered in Your sanctuary and have been forgiven. The reward of worships at 68 Holy shrines may be blessed by adopting the teachings of Your Word with steady and stable belief in day to day life. However, very rare may have a such a prewritten destiny to be blessed with such state of mind, good fortune.

ਪਉੜੀ॥ pa-orhee.
ਨਿਤ ਜਪੀਐ ਸਾਸਿ ਗਿਰਾਸਿ nit japee-ai saas giraas
ਨਾਉ ਪਰਵਦਿਗਾਰ ਦਾ॥ naa-o paravdigaar daa.
ਜਿਸ ਨੋ ਕਰੇ ਰਹੰਮ jis no karay rahamm
ਤਿਸੁ ਨ ਵਿਸਾਰਦਾ॥ tis na visaardaa.
ਆਪਿ ਉਪਾਵਣਹਾਰ ਆਪੇ ਹੀ ਮਾਰਦਾ॥ aap upaavanhaar aapay hee maardaa.
ਸਭੁ ਕਿਛੁ ਜਾਣੈ ਜਾਣੁ sabh kichh jaanai jaan
ਬੁਝਿ ਵੀਚਾਰਦਾ॥ bujh veechaardaa.
ਅਨਿਕ ਰੂਪ ਖਿਨ ਮਾਹਿ anik roop khin maahi
ਕੁਦਰਤਿ ਧਾਰਦਾ॥ kudrat Dhaardaa.
ਜਿਸ ਨੋ ਲਾਇ ਸਚਿ ਤਿਸਹਿ ਉਧਾਰਦਾ॥ jis no laa-ay sach tiseh uDhaardaa.
ਜਿਸ ਦੈ ਹੋਵੈ ਵਲਿ ਸੁ ਕਦੇ ਨ ਹਾਰਦਾ॥ jis dai hovai val so kaday na haardaa.
ਸਦਾ ਅਭਗੁ ਦੀਬਾਣੁ ਹੈ sadaa abhag deebaan hai
ਹਉ ਤਿਸੁ ਨਮਸਕਾਰਦਾ॥੪॥ ha-o tis namaskaardaa. ||4||

ਜੀਵ ਸਵਾਸ ਗਰਾਸ ਪ੍ਰਭ ਦੇ ਸ਼ਬਦ ਦਾ ਸਿਮਰਨ ਕਰੋ! ਪ੍ਰਭ ਉਸ ਦਾਸ ਨੂੰ ਕਦੇ ਨਹੀ ਭੁਲਦਾ, ਜਿਸ ਤੇ ਇੱਕ ਵਾਰ ਰਹਿਮਤ ਬਖਸ਼ਦਾ ਹੈ । ਪ੍ਰਭ ਆਪ ਹੀ ਜੀਵ ਨੂੰ ਪੈਦਾ ਕਰਦਾ ਹੈ, ਆਪ ਹੀ ਮੌਤ ਦੇਂਦਾ ਹੈ । ਆਪ ਹੀ ਮਨ ਦੀ ਅਵਸਥਾ, ਇੱਛਾਂ ਜਾਣਦਾ ਹੈ, ਆਪ ਹੀ ਬਖਸ਼ਿਸ਼ ਕਰਦਾ ਹੈ । ਪ੍ਰਭ ਆਪਣੀ ਰਜ਼ਾ ਨਾਲ ਅਨੇਕਾਂ ਹੀ ਰੂਪ ਧਾਰਨ ਕਰਦਾ ਹੈ । ਜਿਸ ਨੂੰ ਸ਼ਬਦ ਦੇ ਲੜ ਲਾਉਂਦਾ ਹੈ, ਉਸ ਨੂੰ ਹੀ ਸ਼ਰਣ ਵਿੱਚ ਪਨਾਹ ਬਖਸ਼ਦਾ ਹੈ । ਜਿਸ ਦੀ ਰਖਵਾਲੀ ਪ੍ਰਭ ਆਪ ਕਰਦਾ ਹੈ, ਉਸ ਤੇ ਕੋਈ ਜਿੱਤ ਨਹੀਂ ਪਾ ਸਕਦਾ । ਉਹ ਮਾਨਸ ਜਨਮ ਸਫਲ ਕਰ ਜਾਂਦਾ ਹੈ । ਪ੍ਰਭ ਹੀ ਰੂਹਾਨੀ, ਨਾਸ਼ ਹੋਣ ਤੋ ਰਹਿਤ ਜੋਤ ਹੈ । ਬੰਦਗੀ ਕਰਨ ਵਾਲੇ ਸਦਾ ਹੀ ਨਿਮਾਣੇ ਬਣਕੇ ਸ਼ਬਦ ਦੀ ਪਾਲਣਾ ਕਰਦੇ ਹਨ ।

You should meditate on the teachings of His Word, with each and every breath. Keep in mind! The true Master may never abandon His true devotee, who may be blessed and accepted in His sanctuary. The birth and death of all creatures happens under His command and with His mercy and grace. The Omniscient True Master remains aware of all his hopes, desires and state of mind of His true devotee; with His mercy and grace may satisfy even his unspoken desires. He may appear in many different unique forms with His own freewill and may be realized to His true devotee. Whosoever

may be attached to a devotional meditation, he may be accepted in His
sanctuary. Whosoever may be accepted in His sanctuary, no one may ever
defeat him. His human life journey may become successful. The True
Master is a unique eternal, Holy Spirit and remains beyond destruction. His
true devotee may always remain humble and obey the teachings of His
Word.

473.ਸਲੋਕ ਮਃ ੫॥ 519-3

ਕਾਮੁ ਕ੍ਰੋਧੁ ਲੋਭੁ ਛੋਡੀਐ	kaam kroDh lobh chhodee-ai
ਦੀਜੈ ਅਗਨਿ ਜਲਾਇ॥	deejai agan jalaa-ay.
ਜੀਵਦਿਆ ਨਿਤ ਜਾਪੀਐ	jeevdi-aa nit jaapee-ai
ਨਾਨਕ ਸਾਚਾ ਨਾਉ॥੧॥	naanak saachaa naa-o. ||1||

ਜੀਵ ਆਪਣੇ ਮਨ ਦੀ ਕਾਮ ਵਾਸ਼ਨਾ, ਕਰੋਧ, ਲਾਲਚ, ਲੋਭ ਨੂੰ ਤਿਆਗੋ ! ਜਿਤਨਾ ਚਿਰ ਤਨ ਵਿੱਚ
ਸਵਾਸ ਹਨ, ਪ੍ਰਭ ਦੇ ਸ਼ਬਦ ਦਾ ਸਿਮਰਨ ਕਰੋ, ਪਾਲਣਾ ਕਰੋ !

You should abandon the sexual desire, anger, greed and attachments from
your mind. As long as you are still breathing, you should meditate and obey
the teachings of Your Word.

ਮਃ ੫॥	mehlaa 5.
ਸਿਮਰਤ ਸਿਮਰਤ ਪ੍ਰਭੁ ਆਪਣਾ	simrat simrat parabh aapnaa
ਸਭ ਫਲ ਪਾਏ ਆਹਿ॥	sabh fal paa-ay aahi.
ਨਾਨਕ ਨਾਮੁ ਅਰਾਧਿਆ	naanak naam araaDhi-aa
ਗੁਰ ਪੂਰੈ ਦੀਆ ਮਿਲਾਇ॥੨॥	gur poorai dee-aa milaa-ay. ||2||

ਪ੍ਰਭ ਦੇ ਸ਼ਬਦ ਦਾ ਬਾਰ ਬਾਰ ਸਿਮਰਨ ਕਰਨ ਨਾਲ, ਸ਼ਬਦ ਤੇ ਭਰੋਸਾ ਅਡੋਲ ਕਰਨ ਨਾਲ ਪ੍ਰਭ ਦੀਆਂ
ਰਹਿਮਤਾਂ ਬਖਸ਼ਿਸ਼ ਹੋ ਜਾਂਦੀਆਂ ਹਨ । ਸ਼ਬਦ ਦੀ ਪਾਲਣਾ, ਪੂਜਾ ਕਰਨ ਨਾਲ ਮਨ ਵਿੱਚ ਸ਼ਬਦ ਦੀ
ਸੋਝੀ ਹੋ ਜਾਂਦੀ ਹੈ । ਜੀਵ ਪ੍ਰਵਾਨਗੀ ਦੇ ਰਸਤੇ ਤੇ ਅਡੋਲ ਹੋ ਜਾਂਦਾ ਹੈ ।

By meditating over and over on the teachings of His Word with steady and
stable belief, His mercy and grace may be overwhelmed with His virtues,
His blessings. By obeying the teachings of His Word with steady and stable
belief and worshipping, one may be blessed with the enlightenment of His
Word. He may become steady and stable on the right path of His
acceptance.

ਪਉੜੀ॥	pa-orhee.
ਸੋ ਮੁਕਤਾ ਸੰਸਾਰਿ	so muktaa sansaar
ਜਿ ਗੁਰਿ ਉਪਦੇਸਿਆ॥	je gur updaysi-aa.
ਤਿਸ ਕੀ ਗਈ ਬਲਾਇ	tis kee ga-ee balaa-ay
ਮਿਟੇ ਅੰਦੇਸਿਆ॥	mitay andaysi-aa.
ਤਿਸ ਕਾ ਦਰਸਨੁ ਦੇਖਿ	tis kaa darsan daykh
ਜਗਤੁ ਨਿਹਾਲੁ ਹੋਇ॥	jagat nihaal ho-ay.
ਜਨ ਕੈ ਸੰਗਿ ਨਿਹਾਲੁ	jan kai sang nihaal
ਪਾਪਾ ਮੈਲੁ ਧੋਇ॥	paapaa mail Dho-ay.
ਅੰਮ੍ਰਿਤੁ ਸਾਚਾ ਨਾਉ	amrit saachaa naa-o
ਓਥੈ ਜਾਪੀਐ॥	othai jaapee-ai.
ਮਨ ਕਉ ਹੋਇ ਸੰਤੋਖੁ	man ka-o ho-ay santokh
ਭੁਖਾ ਧ੍ਰਾਪੀਐ॥	bhukhaa Dharaapee-ai.
ਜਿਸੁ ਘਟਿ ਵਸਿਆ ਨਾਉ	jis ghat vasi-aa naa-o

ਤਿਸੁ ਬੰਧਨ ਕਾਟੀਐ॥	tis banDhan kaatee-ai.
ਗੁਰ ਪਰਸਾਦਿ ਕਿਨੈ	gur parsaad kinai
ਵਿਰਲੈ ਹਰਿ ਧਨੁ ਖਾਟੀਐ॥੫॥	virlai har Dhan khaatee-ai. ||5||

ਜਿਹੜੇ ਸੰਸਾਰ ਵਿੱਚ ਪ੍ਰਭ ਦੇ ਸ਼ਬਦ ਦੀ ਪਾਲਣਾ ਵਿੱਚ ਅਡੋਲ ਰਹਿੰਦੇ ਹਨ । ਜੀਵਨ ਸ਼ਬਦ ਨਾਲ ਢਾਲਦੇ ਹਨ । ਉਹਨਾਂ ਨੂੰ ਮਾਨਸ ਜੀਵਨ ਵਿੱਚ ਹੀ ਮੁਕਤ ਅਵਸਥਾ ਬਖਸ਼ਿਸ਼ ਹੋ ਜਾਂਦੀ ਹੈ । ਉਹਨਾਂ ਦੇ ਦਰਸ਼ਨ ਕਰਨ ਨਾਲ ਮਨ ਤੇ ਖੇੜਾ ਆ ਜਾਂਦਾ ਹੈ । ਉਹਨਾਂ ਦੀ ਸੰਗਤ, ਸਿਖਿਆ ਨਾਲ ਜੀਵਨ ਢਾਲਣ ਨਾਲ ਮਨ ਵਿੱਚ ਸੰਤੋਖ ਖੇੜਾ ਵਸ ਜਾਂਦਾ ਹੈ । ਮਨ ਵਿਚੋਂ ਬੁਰੇ ਕੰਮਾ ਦੇ ਖਿਆਲ, ਮੈਲ ਧੋਤੀ ਜਾਂਦੀ ਹੈ । ਉਹ ਕੇਵਲ ਅਟੱਲ ਪ੍ਰਭ ਦੇ ਸ਼ਬਦ ਦੀ ਹੀ ਪਾਲਣਾ, ਸਿਮਰਨ, ਪੂਜਾ ਕਰਦੇ ਹਨ । ਉਹਨਾ ਦੇ ਮਨ ਵਿੱਚ ਸੰਤੋਖ ਵਸ ਜਾਂਦਾ ਹੈ । ਮਨ ਵਿਚੋਂ ਸੰਸਾਰਕ ਇੱਛਾਂ ਦੀ ਭੁੱਖ ਖਤਮ ਹੋ ਜਾਂਦੀ ਹੈ । ਜਿਸ ਜੀਵ ਦੇ ਮਨ ਵਿੱਚ ਸ਼ਬਦ ਜਾਗਰਤ ਹੋ ਜਾਂਦਾ ਹੈ । ਉਸ ਦੇ ਸਾਰੇ ਸੰਸਾਰਕ ਮੋਹ ਦੇ ਬੰਧਨ ਖਤਮ ਹੋ ਜਾਂਦੇ ਹਨ । ਕਿਸੇ ਵਿਰਲੇ ਹੀ ਮਾਨਸ ਤੇ ਪ੍ਰਭ ਦੀ ਰਹਿਮਤ ਨਾਲ ਇਹ ਬਖਸ਼ਿਸ਼ ਹੁੰਦੀ ਹੈ ।

Whosoever may obey and adopt the teachings of his Word with steady and stable belief in his day to day life. He remains steady and stable on the right path; he may be blessed with immortal state of mind in his human life journey. By associating with His true devotee of such a state of mind, one may be blessed with peace, blossom and contentment in his day to day life. The evil desire to perform evil deeds and blemish of his evil thoughts may be cleaned and His soul may be sanctified. He may only adopt and worship the teachings of The One and Only One True Master. His mind remains overwhelmed with contentment and his hunger for worldly desires may be extinguished from his mind. Whosoever may be enlightened with the teachings of His Word; with His mercy and grace, all his bonds of worldly desires may be eliminated from his mind. However, very rare human may be blessed with His mercy and grace.

474.ਸਲੋਕ ਮਃ ੫॥ 519-8

ਮਨ ਮਹਿ ਚਿਤਵਉ ਚਿਤਵਨੀ,	man meh chitva-o chitvanee
ਉਦਮੁ ਕਰਉ ਉਠਿ ਨੀਤ॥	udam kara-o uth neet.
ਹਰਿ ਕੀਰਤਨ ਕਾ ਆਹਰੋ	har keertan kaa aahro
ਹਰਿ ਦੇਹੁ ਨਾਨਕ ਕੇ ਮੀਤ॥੧॥	har dayh naanak kay meet. ||1||

ਪ੍ਰਭ ਮੇਰੇ ਮਨ ਵਿੱਚ ਹਰ ਸਮੇਂ ਇਹ ਇੱਛਾਂ ਰਹਿੰਦੀ ਹੈ । ਸਵੇਰੇ ਉੱਠਕੇ, ਪ੍ਰਭ ਦੇ ਸ਼ਬਦ ਦਾ ਸਿਮਰਨ ਕਰਨ ਦੀ ਕੋਸ਼ਿਸ਼ ਕਰਾ । ਪ੍ਰਭ ਤੂੰ ਹੀ ਅਸਲੀ ਸਾਥੀ ਹੈ, ਰਹਿਮਤ ਬਖਸ਼ੋ! ਮੇਰੀ ਲਗਨ ਤੇਰੇ ਸ਼ਬਦ ਦੇ ਗੁਣ ਗਾਉਣ ਵਿੱਚ ਅਡੋਲ ਹੋ ਜਾਵੇ ।

My True Master, I remain overwhelmed with desire to wake up early to meditate on the teachings of Your Word with steady and stable belief. My True Master, only You are may true companion; with Your mercy and grace, blesses me with devotion to sing the glory of Your Word and remain intoxicated in the void of Your Word.

ਮਃ ੫॥	mehlaa 5.
ਦ੍ਰਿਸਟਿ ਧਾਰਿ ਪ੍ਰਭਿ ਰਾਖਿਆ,	darisat Dhaar parabh raakhi-aa
ਮਨੁ ਤਨੁ ਰਤਾ ਮੂਲਿ॥	man tan rataa mool.
ਨਾਨਕ ਜੋ ਪ੍ਰਭ ਭਾਣੀਆ,	naanak jo parabh bhaanee-aa
ਮਰਉ ਵਿਚਾਰੀ ਸੂਲਿ॥੨॥	mara-o vichaaree sool. ||2||

ਗੁਰੂ ਗ੍ਰੰਥ– Guru Granth – ਭਾਵ ਅਰਥ॥

ਆਪ ਹੀ ਰਹਿਮਤ ਬਖਸ਼ਕੇ, ਬੰਦਗੀ ਦੇ ਰਸਤੇ ਤੇ ਅਡੋਲ ਰਖਿਆ, ਬਚਾ ਲਿਆ ਹੈ । ਮੇਰਾ ਮਨ ਤਨ ਉਸ ਦੇ ਸ਼ਬਦ ਦੀ ਸਮਾਧੀ ਵਿੱਚ ਮਸਤ ਹੋ ਗਿਆ ਹੈ । ਜਿਹੜੇ ਪ੍ਰਭ ਦੀ ਸ਼ਰਣ ਵਿੱਚ ਪ੍ਰਵਾਨ ਹੋ ਜਾਂਦੇ ਹਨ । ਉਹਨਾਂ ਦੇ ਸੰਸਾਰਕ ਇੱਛਾਂ ਦੇ ਦੁਖ, ਭਟਕਣਾਂ ਖਤਮ ਹੋ ਜਾਂਦੀਆਂ ਹਨ ।

With His mercy and grace, he has kept me steady and stable on the path of meditating and has saved me from demons of worldly desires. My mind and body have been intoxicated in the void of His word. Whosoever may be accepted in His sanctuary; all his frustrations of worldly desires and miseries of life may be eliminated.

ਪਉੜੀ॥	pa-orhee.
ਜੀਅ ਕੀ ਬਿਰਥਾ ਹੋਇ,	jee-a kee birthaa ho-ay
ਸੁ ਗੁਰ ਪਹਿ ਅਰਦਾਸਿ ਕਰਿ॥	so gur peh ardaas kar.
ਛੋਡਿ ਸਿਆਣਪ ਸਗਲ	chhod si-aanap sagal
ਮਨੁ ਤਨੁ ਅਰਪਿ ਧਰਿ॥	man tan arap Dhar.
ਪੂਜਹੁ ਗੁਰ ਕੇ ਪੈਰ	poojahu gur kay pair
ਦੁਰਮਤਿ ਜਾਇ ਜਰਿ॥	durmat jaa-ay jar.
ਸਾਧ ਜਨਾ ਕੈ ਸੰਗਿ	saaDh janaa kai sang
ਭਵਜਲੁ ਬਿਖਮੁ ਤਰਿ॥	bhavjal bikham tar.
ਸੇਵਹੁ ਸਤਿਗੁਰ ਦੇਵ	sayvhu satgur dayv
ਅਗੈ ਨ ਮਰਹੁ ਡਰਿ॥	agai na marahu dar.
ਖਿਨ ਮਹਿ ਕਰੇ ਨਿਹਾਲੁ	khin meh karay nihaal
ਊਣੇ ਸੁਭਰ ਭਰਿ॥	oonay subhar bhar.
ਮਨ ਕਉ ਹੋਇ ਸੰਤੋਖੁ	man ka-o ho-ay santokh
ਧਿਆਈਐ ਸਦਾ ਹਰਿ॥	Dhi-aa-ee-ai sadaa har.
ਸੋ ਲਗਾ ਸਤਿਗੁਰ ਸੇਵ	so lagaa satgur sayv
ਜਾ ਕਉ ਕਰਮੁ ਧੁਰਿ॥੬॥	jaa ka-o karam Dhur. ||6||

ਜੀਵ ਜਦੋਂ ਵੀ ਮਨ ਵਿੱਚ ਪਰੇਸ਼ਾਨੀ, ਸੋਗ ਆਉਂਦਾ ਹੈ! ਪ੍ਰਭ ਦੇ ਸ਼ਬਦ ਦਾ ਸਿਮਰਨ ਕਰੋ, ਰਹਿਮਤ ਦੀ ਅਰਦਾਸ ਕਰੋ! ਮਨ ਦੀਆਂ ਚਲਾਕੀਆਂ ਨੂੰ ਤਿਆਗ ਕੇ ਮਨ ਤਨ ਨਾਲ ਪ੍ਰਭ ਦੇ ਸ਼ਬਦ ਦੀ ਸੇਵਾ ਕਰੋ! ਪ੍ਰਭ ਦੇ ਚਰਨਾਂ, ਸ਼ਬਦ ਦੀ ਪਾਲਣਾ ਕਰਨ ਨਾਲ, ਸ਼ਬਦ ਨੂੰ ਮਨ ਵਿੱਚ ਜਾਗਰਤ ਕਰਨ ਨਾਲ ਮਨ ਵਿਚੋਂ ਬੁਰੇ ਖਿਆਲ ਨਾਸ਼ ਹੋ ਜਾਂਦੇ ਹਨ । ਬੰਦਗੀ ਕਰਨ ਵਾਲੇ ਦੀ ਸੰਗਤ ਵਿੱਚ ਸ਼ਬਦ ਦੀ ਪਾਲਣਾ ਕਰਨ ਨਾਲ ਮਨ ਦਾ ਭਰੋਸਾ ਸ਼ਬਦ ਤੇ ਅਡੋਲ ਹੋ ਜਾਂਦਾ ਹੈ । ਜੀਵ ਸੰਸਾਰਕ ਭਿਆਨਕ, ਮਾਇਆ ਦੀ ਅੱਗ ਦਾ ਭਰਿਆਂ ਸਾਗਰ ਪਾਰ ਕਰ ਸਕਦਾ ਹੈ । ਪ੍ਰਭ ਦੇ ਸ਼ਬਦ ਨਾਲ ਜੀਵਨ ਢਾਲਣ ਨਾਲ ਜੀਵ ਇਸ ਸੰਸਾਰ ਵਿੱਚ ਅਤੇ ਇਸ ਪਿਛੋਂ ਵੀ ਕਦੇ ਮੌਤ ਦੇ ਹਵਾਲੇ ਨਹੀਂ ਹੁੰਦਾ, ਜਨਮ ਮਰਨ ਦੇ ਚੱਕਰ ਵਿੱਚ ਨਹੀਂ ਜਾਂਦਾ । ਪ੍ਰਭ ਇੱਕ ਪਲ ਵਿੱਚ ਹੀ ਮਨ ਵਿੱਚ ਖੁਸ਼ੀ, ਖੇੜਾ ਭਰ ਦੇਂਦਾ ਹੈ । ਇਹ ਅਨਜਾਣ ਮਨ ਪ੍ਰਭ ਦੇ ਸ਼ਬਦ ਦੀ ਸੋਝੀ ਨਾਲ ਭਰ ਜਾਂਦਾ ਹੈ । ਮਨ ਵਿੱਚ ਸੰਤੋਖ ਬਖਸ਼ਿਸ਼ ਹੋ ਜਾਂਦਾ ਹੈ, ਮਨ ਸ਼ਬਦ ਦੀ ਸਮਾਧੀ ਵਿੱਚ ਵਸ ਜਾਂਦਾ ਹੈ । ਕੇਵਲ ਉਹ ਜੀਵ ਹੀ ਆਪਣਾ ਮਨ ਤਨ ਪ੍ਰਭ ਦੀ ਭੇਟਾ ਕਰ ਸਕਦਾ ਹੈ । ਜਿਸ ਨੂੰ ਪ੍ਰਭ ਆਪ ਰਹਿਮਤ ਬਖਸ਼ਕੇ ਸ਼ਬਦ ਦੇ ਲੜ ਲਾਉਂਦਾ ਹੈ ।

Whenever the miseries of life may frustrate you, you should whole heartedly meditate and pray for His mercy and grace. You should abandon the cleaver and deceptive thoughts of mind and serve, adopt the teachings of His Word with steady and stable belief in day to day life. By meditating, singing the glory of His Word, all evil thoughts of mind may be eliminated. By meditating in the association of His true devotee, one may establish steady and stable belief on the teachings of His Word. He may be saved from the terrible ocean of fire of worldly desires. By adopting the teachings of His Word with steady and stable belief in day to day life, his soul may become beyond the reach of devil of death and he may not endure the misery of birth and death cycle. With His mercy and grace, his mind may be overwhelmed with pleasure, blossom and enlightenment of the essence of His Word. He may be blessed with contentment and he may enter into the void of His Word. Whosoever may be blessed with devotion to adopt the teachings of His Word, only he may surrender his mind, body at His sanctuary.

475.ਸਲੋਕ ਮः ੫॥ 519-14

ਲਗੜੀ ਸੁਥਾਨਿ ਜੋੜਣਹਾਰੈ ਜੋੜੀਆ॥	lagrhee suthaan jorhanhaarai jorheeaa.
ਨਾਨਕ ਲਹਰੀ ਲਖ ਸੈ	naanak lahree lakh sai
ਆਨ ਡੁਬਣ ਦੇਇ ਨ ਮਾ ਪਿਰੀ॥੧॥	aan duban dayay na maa piree. ‖1

ਰਹਿਮਤਾਂ ਦੇ ਮਾਲਕ ਨੇ ਆਪ ਹੀ ਸ਼ਰਣ ਵਿੱਚ ਪਨਾਹ ਬਖਸ਼ੀ ਹੈ । ਸੰਸਾਰ ਵਿੱਚ ਇੱਛਾਂ ਦੇ ਅਨੇਕਾਂ ਹੀ ਤੁਫਾਨ ਚਲਦੇ ਹਨ । ਪ੍ਰਭ ਮੇਰੀ ਸਦਾ ਹੀ ਰਖਿਆ ਕਰਦਾ ਹੈ, ਮਨ ਨੂੰ ਕਦੇ ਡੋਲਨ ਨਹੀਂ ਦੇਂਦਾ ।

The True Master has blessed me with acceptance in His sanctuary. In the universe, several tornadoes of wordily desires are frustrating everyone. The True Master always protects His true devotee and keeps him steady and stable on the right path of meditation.

ਮः ੫॥	mehlaa 5.
ਬਨਿ ਭੀਹਾਵਲੈ ਹਿਕੁ ਸਾਥੀ ਲਧਮੁ	ban bheehaavalai hik saathee laDham
ਦੁਖ ਹਰਤਾ ਹਰਿ ਨਾਮਾ॥	dukh hartaa har naamaa.
ਬਲਿ ਬਲਿ ਜਾਈ ਸੰਤ ਪਿਆਰੇ	bal bal jaa-ee sant pi-aaray
ਨਾਨਕ ਪੂਰਨ ਕਾਮਾ॥੨॥	naanak pooran kaamaaN. ‖2‖

ਸੰਸਾਰਕ ਇੱਛਾਂ ਭਰੇ ਜੰਗਲ ਵਿੱਚ ਮੈਨੂੰ ਇੱਕੋ ਇੱਕ ਅਸਲੀ ਸਾਥੀ ਮਿਲਆ ਹੈ । ਸ਼ਬਦ ਦੀ ਪਾਲਣਾ ਨਾਲ ਹੀ ਇੱਛਾਂ ਦੀਆਂ ਭਟਕਣਾ ਦਾ ਨਾਸ਼ ਹੋ ਜਾਂਦਾ ਹੈ । ਮੈਂ ਉਹਨਾਂ ਬੰਦਗੀ ਕਰਨ ਵਾਲੇ ਸੰਤਾਂ ਤੋ ਸਦਕੇ ਜਾਵਾ! ਜਿਹਨਾਂ ਦੇ ਜੀਵਨ ਤੋ ਸਿਖਿਆ ਨਾਲ ਜੀਵਨ ਢਾਲਣ ਨਾਲ ਮੇਰੇ ਸਾਰੇ ਮਾਨਸ ਜਨਮ ਦੇ ਕਾਰਜ ਸਫਲ ਹੋ ਗਏ ਹਨ ।

World remains overwhelmed with worldly desires; I am blessed with The One and Only One True Master as my companion. By adopting the teachings of His Word with steady and stable belief in day to day life, one may be blessed to eliminate his frustrations of worldly desires. I am fascinated from His true devotee! By adopting the teachings of his life in my own life, all my chores of worldly life have been accomplished, successful.

ਪਉੜੀ॥	pa-orhee.
ਪਾਈਅਨਿ ਸਭਿ ਨਿਧਾਨ	paa-ee-an sabh niDhaan
ਤੇਰੈ ਰੰਗਿ ਰਤਿਆ॥	tayrai rang rati-aa.
ਨ ਹੋਵੀ ਪਛੋਤਾਉ	na hovee pachhotaa-o
ਤੁਧ ਨੋ ਜਪਤਿਆ॥	tuDh no japti-aa.
ਪਹੁਚਿ ਨ ਸਕੈ ਕੋਇ	pahuch na sakai ko-ay
ਤੇਰੀ ਟੇਕ ਜਨ॥	tayree tayk jan.
ਗੁਰ ਪੂਰੇ ਵਾਹੁ ਵਾਹੁ	gur pooray vaahu vaahu
ਸੁਖ ਲਹਾ ਚਿਤਾਰਿ ਮਨ॥	sukh lahaa chitaar man.
ਗੁਰ ਪਹਿ ਸਿਫਤਿ ਭੰਡਾਰੁ	gur peh sifat bhandaar
ਕਰਮੀ ਪਾਈਐ॥	karmee paa-ee-ai.

ਸਤਿਗੁਰ ਨਦਰਿ ਨਿਹਾਲ satgur nadar nihaal
ਬਹੁੜਿ ਨ ਧਾਈਐ॥ bahurh na Dhaa-ee-ai.
ਰਖੈ ਆਪਿ ਦਇਆਲੁ rakhai aap da-i-aal
ਕਰਿ ਦਾਸਾ ਆਪਣੇ॥ kar daasaa aapnay.
ਹਰਿ ਹਰਿ ਹਰਿ ਹਰਿ ਨਾਮੁ har har har har naam
ਜੀਵਾ ਸੁਣਿ ਸੁਣੇ॥੭॥ jeevaa sun sunay. ||7||

ਤੇਰੇ ਸ਼ਬਦ ਦੀ ਪਾਲਣਾ ਕਰਦੇ, ਮਨ ਵਿੱਚ ਸ਼ਬਦ ਦੀ ਸੋਝੀ ਜਾਗਰਤ ਹੋ ਜਾਂਦੀ ਹੈ । ਸੋਝੀ ਦਾ ਖਜ਼ਾਨਾ ਪ੍ਰਗਟ ਹੋ ਜਾਂਦਾ ਹੈ । ਤੇਰੇ ਸ਼ਬਦ ਦੀ ਪਾਲਣਾ ਕਰਦੇ ਮਨ ਨੂੰ ਕਦੀ ਸੋਗ, ਪਛਤਾਵਾ ਨਹੀਂ ਕਰਨਾ ਪੈਂਦਾ । ਜਿਸ ਦਾ ਸ਼ਬਦ ਤੇ ਭਰੋਸਾ ਅਡੋਲ ਹੋ ਜਾਂਦਾ ਹੈ । ਉਸ ਦੇ ਤੁਲ ਹੋਰ ਕੋਈ ਨਹੀਂ ਹੋ ਸਕਦਾ । ਤੇਰਾ ਸ਼ਬਦ ਕਿਤਨਾ ਅਨੋਖਾ, ਮਨ ਨੂੰ ਹੈਰਾਨ ਕਰਨ ਵਾਲਾ ਹੈ । ਜਿਸ ਦਾ ਸਿਮਰਨ ਕਰਨ ਨਾਲ ਮਨ ਵਿੱਚ ਸੰਤੋਖ ਵਸ ਜਾਂਦਾ ਹੈ । ਪ੍ਰਭ ਦੀ ਆਪਣੀ ਰਹਿਮਤ ਨਾਲ ਹੀ ਸ਼ਬਦ ਦੇ ਗੁਣਾਂ ਦੀ ਸੋਝੀ ਹੋ ਸਕਦੀ ਹੈ । ਜਦੋਂ ਪ੍ਰਭ ਆਪ ਹੀ ਮਾਨਸ ਤੇ ਰਹਿਮਤ ਬਖਸ਼ਦਾ ਹੈ! ਉਹ ਹੋਰ ਕਿਸੇ ਦੀ ਪੂਜਾ, ਸਿਮਰਨ ਨਹੀਂ ਕਰਦਾ । ਮਨ ਚਾਰੇ ਪਾਸੇ ਨਹੀਂ ਘੁੰਮਦਾ ਫਿਰਦਾ, ਮਨ ਅਡੋਲ ਹੋ ਜਾਂਦਾ ਹੈ । ਜਿਸ ਤੇ ਆਪ ਤਰਸ ਕਰਦਾ ਹੈ, ਆਪ ਹੀ ਉਸ ਨੂੰ ਆਪਣਾ ਦਾਸ ਬਣਾ ਲੈਂਦਾ ਹੈ । ਬੰਦਗੀ ਕਰਨ ਵਾਲੇ ਸ਼ਬਦ ਦਾ ਸਿਮਰਨ ਸੁਣਾ ਹੀ ਆਪਣਾ ਧੰਦਾ ਬਣਾ ਲੈਂਦੇ ਹਨ ।

Whosoever may adopt the teachings of Your Word with steady and stable belief, the essence of His Word may be enlightened within, He may be blessed with treasure of enlightenment. He may never have to repent. Whosoever may remain steady and stable belief on the right path, he may not be compared with anyone else. His state of mind may become unique. Your Word may be such a wonderful, astonishing; by meditating with steady and stable belief, his mind may be blessed with contentment. Only with His mercy and grace, His true devotee may be enlightened with the teachings of His Word. Whosoever may be blessed with His mercy and grace, he may not worship any other worldly gurus. His wandering mind may remain steady and stable on the right path. He may be accepted as His true devotee. His true devotee makes his purpose of his life to listen the sermons of His Word and sing His glory.

476.ਸਲੋਕ ਮः ੫॥ 520-1

ਪ੍ਰੇਮ ਪਟੋਲਾ ਤੈ ਸਹਿ ਦਿਤਾ, paraym patolaa tai seh ditaa
ਢਕਣ ਕੂ ਪਤਿ ਮੇਰੀ॥ dhakan koo pat mayree.
ਦਾਨਾ ਬੀਨਾ ਸਾਈ ਮੈਡਾ, daanaa beenaa saa-ee maidaa
ਨਾਨਕ ਸਾਰ ਨ ਜਾਣਾ ਤੇਰੀ॥੧॥ naanak saar na jaanaa tayree. ||1||

ਪ੍ਰਭ ਤੂੰ ਹੀ ਆਪਣੀ ਪ੍ਰੀਤ ਦੀ ਨਿਸ਼ਾਨੀ, ਸ਼ਬਦ ਦੀ ਲਗਨ ਬਖਸ਼ੀ ਹੈ । ਮੇਰੇ ਮਾਨਸ ਜਨਮ ਦਾ ਪਰਦਾ ਢੱਕਣ ਲਈ ਰਹਿਮਤ ਬਖਸ਼ੀ ਹੈ । ਮਨ ਨੂੰ ਸ਼ਬਦ ਦੇ ਲੜ ਲਾਇਆ ਹੈ । ਮਨ ਨੂੰ ਪ੍ਰਵਾਨਗੀ ਦੇ ਰਸਤੇ ਤੇ ਅਡੋਲ ਰਖਿਆ ਹੈ । ਪ੍ਰਭ ਤੂੰ ਹੀ ਅੰਤਰਜਾਮੀ, ਸਭ ਸਿਆਣਪਾ ਦਾ ਮਾਲਕ ਹੈ । ਮੈਨੂੰ ਤੇਰੀ ਕੁਦਰਤ ਦੀ, ਕਰਤਬਾ ਦੀ ਸੋਝੀ ਨਹੀਂ ਹੈ । ਇਸ ਦੀ ਕੀਮਤ ਦਾ ਅੰਦਾਜ਼ਾ ਨਹੀਂ ਹੈ ।

The True Master, with Your mercy and grace, has blessed me a devotion to meditation on Your Word. My devotion of Your Word has protected my honor and covered my deficiencies. You have attached me to meditate and have kept me steady and stable on the right path of meditation. The Omniscient and True treasurer of all blessings. I am ignorant from the comprehension of Your nature. I may not imagine the worth of Your blessings.

ਮਃ ੫॥ mehlaa 5.
ਤੈਡੈ ਸਿਮਰਣਿ ਹਭੁ ਕਿਛੁ ਲਧਮੁ, taidai simran habh kichh laDham
ਬਿਖਮੁ ਨ ਡਿਠਮੁ ਕੋਈ॥ bikham na ditham ko-ee.
ਜਿਸੁ ਪਤਿ ਰਖੈ ਸਚਾ ਸਾਹਿਬੁ, jis pat rakhai sachaa saahib
ਨਾਨਕ ਮੇਟਿ ਨ ਸਕੈ ਕੋਈ॥੨॥ naanak mayt na sakai ko-ee. ||2||

ਪ੍ਰਭ ਤੇਰੇ ਇਸ ਸ਼ਬਦ ਦੇ ਸਿਮਰਨ ਕਰਨ ਨਾਲ, ਮੈਨੂੰ ਸਭ ਸੋਝੀ ਹੋ ਗਈ ਹੈ । ਸਭ ਕੁਝ ਬਖਸ਼ਿਸ਼ ਹੋ ਗਿਆ ਹੈ । ਸੰਸਾਰਕ ਜੀਵਨ ਵਿੱਚ ਕੋਈ ਇੱਛਾਂ ਦਾ ਦੁਖ ਮਹਿਸੂਸ ਨਹੀਂ ਹੁੰਦਾ । ਜਿਸ ਜੀਵ ਦਾ ਪਰਦਾ ਪ੍ਰਭ ਆਪ ਢੱਕਦਾ ਹੈ । ਉਸ ਨੂੰ ਹੋਰ ਕੋਈ ਵੀ ਨੁਕਸਾਨ, ਨੀਵਾਂ ਨਹੀਂ ਕਰ ਸਕਦਾ ।

By meditating on the teachings of Your Word, I have been blessed with the enlightenment of Your Word. You have blessed me everything and I may not endure any misery of worldly desires. Whosoever may be accepted in His sanctuary, no one may hurt or show him down in the world.

ਪਉੜੀ॥ pa-orhee.
ਹੋਵੈ ਸੁਖੁ ਘਣਾ ਦਯਿ ਧਿਆਇਐ॥ hovai sukh ghanaa da-yi Dhi-aa-i-ai.
ਵੰਞੈ ਰੋਗਾ ਘਾਣਿ ਹਰਿ ਗੁਣ ਗਾਇਐ॥ vanjai rogaa ghaan har gun gaa-i-ai.
ਅੰਦਰਿ ਵਰਤੈ ਠਾਢਿ ਪ੍ਰਭਿ ਚਿਤਿ ਆਇਐ॥ andar vartai thaadh parabh chit aaiai.
ਪੂਰਨ ਹੋਵੈ ਆਸ pooran hovai aas
ਨਾਇ ਮੰਨਿ ਵਸਾਇਐ॥ naa-ay man vasaa-i-ai.
ਕੋਇ ਨ ਲਗੈ ਬਿਘਨੁ ਆਪੁ ਗਵਾਇਐ॥ ko-ay na lagai bighan aap gavaa-i-ai.
ਗਿਆਨ ਪਦਾਰਥੁ ਮਤਿ ਗੁਰ ਤੇ ਪਾਇਐ॥ gi-aan padaarath mat gur tay paa-i-ai.
ਤਿਨਿ ਪਾਏ ਸਭੇ ਥੋਕ tin paa-ay sabhay thok
ਜਿਸੁ ਆਪਿ ਦਿਵਾਇਐ॥ jis aap divaa-i-ai.
ਤੂੰ ਸਭਨਾ ਕਾ ਖਸਮੁ tooN sabhnaa kaa khasam
ਸਭ ਤੇਰੀ ਛਾਇਐ॥੮॥ sabh tayree chhaa-i-ai. ||8||

ਸ਼ਬਦ ਦੇ ਗੁਣ ਗਾਉਣ, ਪਾਲਣਾ ਕਰਨ ਨਾਲ ਮਨ ਵਿੱਚ ਸੰਤੋਖ ਭਰ ਜਾਂਦਾ ਹੈ । ਤੇਰੇ ਸ਼ਬਦ ਦੇ ਗੁਣ ਗਾਉਂਦੇ ਮਨ ਵਿੱਚ ਕੋਈ ਸੰਸਾਰਕ ਇੱਛਾਂ ਦਾ ਰੋਗ ਨਹੀਂ ਲੱਗਦਾ । ਜਦੋਂ ਮਨ ਪ੍ਰਭ ਦੇ ਸ਼ਬਦ ਵੱਲ ਧਿਆਨ ਲਾਉਂਦਾ ਹੈ । ਉਸ ਦੇ ਮਨ ਵਿੱਚ ਪੂਰਨ ਸੰਤੋਖ ਖੇੜਾ ਵਸ ਜਾਂਦਾ ਹੈ । ਜਦੋਂ ਮਨ ਵਿੱਚ ਸ਼ਬਦ ਜਾਗਰਤ ਹੋ ਜਾਂਦਾ ਹੈ । ਮਨ ਦੀਆਂ ਸਾਰੀਆਂ ਹੀ ਮੁਰਾਦਾਂ ਪੂਰੀਆਂ ਹੋ ਜਾਂਦੀਆਂ ਹਨ । ਜਦੋ ਮਨ ਵਿਚੋਂ ਆਪਾ, ਖੁਦਗਰਜ਼ੀ ਖਤਮ ਹੋ ਜਾਂਦੀ ਹੈ । ਤਾ ਸੰਸਾਰਕ ਜੀਵਨ ਵਿੱਚ ਵੀ ਕੋਈ ਮੁਸ਼ਕਲ ਨਹੀਂ ਆਉਂਦੀ । ਪ੍ਰਭ ਦੇ ਸ਼ਬਦ ਦੀ ਸੋਝੀ , ਸ਼ਬਦ ਦੀ ਪਾਲਣਾ ਕਰਨ ਨਾਲ ਹੀ ਆਉਂਦੀ ਹੈ । ਪ੍ਰਭ ਦੀ ਬਖਸ਼ਿਸ਼ ਹੋ ਜਾਂਦੀ ਹੈ । ਕੇਵਲ ਉਹ ਹੀ ਇਹ ਚਾਰੇ ਪਦਾਰਥ ਪਾਉਂਦਾ ਹੈ, ਜਿਸ ਨੂੰ ਪ੍ਰਭ ਆਪ ਹੀ ਬਖਸ਼ਦਾ ਹੈ । ਕੇਵਲ ਇੱਕੋ ਇੱਕ ਪ੍ਰਭ ਹੀ ਸਾਰੀ ਸ੍ਰਿਸ਼ਟੀ ਦਾ ਮਾਲਕ ਹੈ । ਸਾਰੀ ਸ੍ਰਿਸ਼ਟੀ ਹੀ ਤੇਰੀ ਹਿਫਾਜ਼ਤ ਅੰਦਰ, ਰਖਿਆ ਅੰਦਰ ਹੈ ।

By singing the glory and adopting the teachings of His Word, his mind may be overwhelmed with contentment on His blessings. All my frustration of worldly desires may be eliminated. Whosoever may concentrate on the teachings of His Word, he may be blessed with peace, contentment and blossom in his life. Whosoever may be enlightened with the teachings of His Word, all his spoken and unspoken desires and hopes may be satisfied. Whosoever may conquer his selfishness and surrender his mind, body and his status at His sanctuary, he may not endure any misery or hardship in his life. The enlightenment of His Word may be blessed by adopting the teachings of His Word in day to day life. Whosoever may be blessed with His mercy and grace, only he may be blessed with 4th virtue, salvation. The whole universe remains under the protection on The One and Only One True Master.

477.ਸਲੋਕ ਮਃ ੫॥ 520-7

ਨਦੀ ਤਰੰਦੜੀ ਮੈਡਾ ਖੋਜੁ ਨ ਖੁੰਭੈ ਮੰਝਿ ਮੁਹਬਤਿ ਤੇਰੀ॥
ਤਉ ਸਹ ਚਰਣੀ ਮੈਡਾ ਹੀਅੜਾ, ਸੀਤਮੁ ਹਰਿ ਨਾਨਕ ਤੁਲਹਾ ਬੇੜੀ॥੧॥

nadee tarand-rhee maidaa khoj na khumbhai manjh muhabat tayree.
ta-o sah charnee maidaa hee-arhaa seetam har naanak tulhaa bayrhee. ||1||

ਮੇਰੇ ਮਨ ਵਿੱਚ ਤੇਰੇ ਮਿਲਣ ਦੀ ਸ਼ਰਧਾ ਬਹੁਤ ਡੂੰਘੀ ਹੈ, ਰਹਿਮਤ ਬਖਸ਼ੋ! ਇਸ ਸੰਸਾਰਕ ਨਦੀ ਨੂੰ ਤਰਦੇ, ਪਾਰ ਕਰਦੇ, ਸੰਸਾਰਕ ਜੀਵਨ ਬਤੀਤ ਕਰਦੇ ਹੋਏ । ਮੇਰੇ ਪੈਰ ਇਸ ਵਿੱਚ ਨਾ ਫਸ ਜਾਣ । ਮੈਂ ਸੰਸਾਰਕ ਮਇਆ ਦੇ ਜਾਲ ਵਿੱਚ ਨਾ ਫਸ ਜਾਵਾ । ਪ੍ਰਭ ਮੇਰਾ ਮਨ, ਆਤਮਾ ਦਾ ਧਿਆਨ ਤੇਰੇ ਚਰਨਾਂ ਵਿੱਚ, ਸ਼ਬਦ ਦੀ ਪਾਲਣਾ ਵਿੱਚ ਹੈ । ਤੇਰੇ ਸ਼ਬਦ ਦੀ ਪਾਲਣਾ ਕਰਨਾ ਹੀ ਮੇਰੀ ਬੇੜੀ ਹੈ । ਜਿਸ ਤੇ ਸਵਾਰ ਹੋ ਕੇ ਮੈਂ ਸੰਸਾਰਕ ਸਾਗਰ ਪਾਰ ਕਰਨ ਦੀ ਕੋਸ਼ਿਸ਼ ਕਰਦਾ ਹਾ ।

I have a deep devotion to be accepted in Your Court, sanctuary. Have a mercy and grace that while passing through the muddy river of worldly desires, I may not stick in the mud of worldly temptations, desires. My mind and concentration always remain in the teachings of Your Word. To adopt the teachings of Your Word with steady and stable belief is my boat to reach Your court. I am boarding on the boat of Your Word and trying to reach Your court.

ਮਃ ੫॥
ਜਿਨ੍ਹਾ ਦਿਸੰਦੜਿਆ ਦੁਰਮਤਿ ਵੰਞੈ ਮਿਤ੍ਰ ਅਸਾਡੜੇ ਸੇਈ॥
ਹਉ ਢੂਢੇਦੀ ਜਗੁ ਸਬਾਇਆ ਜਨ ਨਾਨਕ ਵਿਰਲੇ ਕੇਈ॥੨॥

mehlaa 5.
jinHaa disand-rhi-aa durmat vanjai mitar asaadrhay say-ee.
ha-o dhoodhaydee jag sabaa-i-aa jan naanak virlay kay-ee. ||2||

ਜਿਹਨਾਂ ਬੰਦਗੀ ਕਰਨ ਵਾਲਿਆਂ ਸਾਥੀਆਂ ਦੀ ਸੰਗਤ ਕਰਨ ਨਾਲ ਮੇਰਾ ਮਨ ਦੇ ਬੁਰੇ ਖਿਆਲਾਂ ਤੇ ਕਾਬੂ ਹੋ ਜਾਵੇ । ਮੈਂ ਸਾਰੀ ਸ੍ਰਿਸ਼ਟੀ ਹੀ ਖੋਜ ਕੇ ਦੇਖ ਲਈ ਹੈ । ਕੋਈ ਵਿਰਲਾ ਹੀ ਮਾਨਸ ਇਸ ਅਵਸਥਾ ਵਾਲਾ ਲੱਭਦਾ, ਨਜ਼ਰ ਆਉਂਦਾ ਹੈ ।

I am searching the association as Your true devotee, by whose association, I may subdue my evil thoughts. I have searched the whole universe. However, very rare devotee may be of this state of mind.

ਪਉੜੀ॥
ਆਵੈ ਸਾਹਿਬੁ ਚਿਤਿ ਤੇਰਿਆ ਭਗਤਾ ਡਿਠਿਆ॥
ਮਨ ਕੀ ਕਟੀਐ ਮੈਲੁ ਸਾਧਸੰਗਿ ਵੁਠਿਆ॥
ਜਨਮ ਮਰਣ ਭਉ ਕਟੀਐ ਜਨ ਕਾ ਸਬਦੁ ਜਪਿ॥
ਬੰਧਨ ਖੋਲਨਿ੍ ਸੰਤ ਦੂਤ ਸਭਿ ਜਾਹਿ ਛਪਿ॥
ਤਿਸੁ ਸਿਉ ਲਾਇਨਿ੍ ਰੰਗੁ ਜਿਸ ਦੀ ਸਭ ਧਾਰੀਆ॥
ਊਚੀ ਹੂੰ ਊਚਾ ਥਾਨੁ ਅਗਮ ਅਪਾਰੀਆ॥
ਰੈਣਿ ਦਿਨਸੁ ਕਰ ਜੋੜਿ

pa-orhee.
aavai saahib chit tayri-aa bhagtaa dithi-aa.
man kee katee-ai mail saaDhsang vuthi-aa.
janam maran bha-o katee-ai jan kaa sabad jap.
banDhan kholniH sant doot sabh jaahi chhap.
tis si-o laa-iniH rang jis dee sabh Dhaaree-aa.
oochee hooN oochaa thaan agam aapaaree-aa.
rain dinas kar jorh

ਸਾਸਿ ਸਾਸਿ ਧਿਆਈਐ॥ saas saas Dhi-aa-ee-ai.
ਜਾ ਆਪੇ ਹੋਇ ਦਇਆਲੁ jaa aapay ho-ay da-i-aal
ਤਾ ਭਗਤ ਸੰਗੁ ਪਾਈਐ॥੯॥ taaN bhagat sang paa-ee-ai. ||9||

ਪ੍ਰਭ ਜਦੋਂ ਮੇਰਾ ਮਨ ਬੰਦਗੀ ਕਰਨ ਵਾਲੇ ਦਾਸਾਂ ਦੇ ਜੀਵਨ ਵੱਲ ਧਿਆਨ ਲਾਉਂਦਾ ਹੈ । ਤਾਂ ਤੇਰੀ, ਤੇਰੇ ਸ਼ਬਦ ਦੀ ਯਾਦ ਮਨ ਵਿੱਚ ਤਾਜ਼ਾ ਹੋ ਜਾਂਦੀ ਹੈ । ਉਹਨਾਂ ਦੀ ਸੰਗਤ ਵਿੱਚ, ਸਿਖਿਆ ਨਾਲ ਜੀਵਨ ਢਾਲਣ ਨਾਲ ਮਨ ਵਿਚੋਂ ਬੁਰੇ ਖਿਆਲਾਂ ਦੀ ਮੈਲ ਧੋਤੀ ਜਾਂਦੀ ਹੈ । ਜਿਹੜੇ ਬੰਦਗੀ ਕਰਨ ਵਾਲੇ ਤੇਰੇ ਸ਼ਬਦ ਦਾ ਸਿਮਰਨ ਕਰਦੇ ਹਨ, ਜੀਵਨ ਢਾਲਦੇ ਹਨ । ਉਹਨਾਂ ਦਾ ਜਨਮ ਮਰਨ ਦਾ ਚੱਕਰ ਖਤਮ ਹੋ ਜਾਂਦਾ ਹੈ । ਸੰਤਾਂ ਦੀ ਸੰਗਤ ਵਿੱਚ ਵਸਣ ਨਾਲ, ਜੀਵਨ ਢਾਲਣ ਨਾਲ ਜਮਦੂਤਾਂ ਦੇ ਬੰਧਨ ਨਾਸ਼ ਹੋ ਜਾਂਦੇ ਹਨ, ਕੱਟੇ ਜਾਂਦੇ ਹਨ । ਜਿਸ ਪ੍ਰਭ ਨੇ ਸਾਰੀ ਸ੍ਰਿਸ਼ਟੀ ਨੂੰ ਹੀ ਪੈਦਾ ਕੀਤਾ ਹੈ । ਕੇਵਲ ਉਹ ਹੀ ਪ੍ਰਭ ਦੇ ਸ਼ਬਦ ਦੀ ਪਾਲਣਾ ਕਰਨ ਦੀ ਪ੍ਰੇਰਨਾ ਕਰਦੇ ਹਨ । ਪ੍ਰਭ ਦਾ ਤਖਤ ਵੀ ਮਾਨਸ ਦੀ ਪਹੁੰਚ, ਜਾਣਕਾਰੀ ਤੋਂ ਉਪਰ, ਸਭ ਤੋਂ ਮਹਾਨ ਹੈ । ਦਿਨ ਰਾਤ ਸਵਾਸ ਸਵਾਸ, ਨਿਮਾਣਾ ਬਣਕੇ ਉਸ ਦੇ ਸ਼ਬਦ ਦਾ ਸਿਮਰਨ ਕਰੋ! ਅਗਰ ਆਪ ਹੀ ਰਹਿਮਤ ਬਖਸ਼ਦਾ ਹੈ । ਤਾਂ ਹੀ ਬੰਦਗੀ ਕਰਨ ਵਾਲੇ ਦਾਸਾਂ ਦੀ ਸੰਗਤ ਨਸੀਬ ਹੁੰਦੀ ਹੈ ।

Whenever, I may focus and concentrate on the life of Your true devotees, the memory of Your Word becomes fresh within my mind. In the association of Your true devotees and adopting their life experience in my day to day life, all the blemish of evil thoughts may be eliminated. Whosoever may be meditating and adopting the teachings of Your World, his cycle of birth and death may be eliminated. By dwelling in the conjugation of His Holy saints, His true devotee and adopting teachings of their life, all the bond of demons of worldly desires may be eliminated. Whosoever has created the universe, creation; only He may inspire to meditate and adopt His Word in day to day life. His throne, even though He dwells within the body, still remains beyond the reach of our soul. You should humbly meditate on the teachings of His Word! Only with His mercy and grace, one may be blessed with the association of His true devotees.

478.ਸਲੋਕ ਮਃ ੫॥ 520-13

ਬਾਰਿ ਵਿਡਾਨੜੈ ਹੁੰਮਸ ਧੁੰਮਸ, baar vidaanrhai hummas Dhummas
ਕੂਕਾ ਪਈਆ ਰਾਹੀ॥ kookaa pa-ee-aa raahee.
ਤਉ ਸਹ ਸੇਤੀ ਲਗੜੀ ਡੋਰੀ, ta-o sah saytee lagrhee doree
ਨਾਨਕ ਅਨਦ ਸੇਤੀ ਬਨੁ ਗਾਹੀ॥੧॥ naanak anad saytee ban gaahee. ||1||

ਸੰਸਾਰਕ ਅਨੋਖੇ ਜੰਗਲ ਵਿੱਚ ਅਨੇਕਾਂ ਹੀ ਭਿਆਨਕ ਸ਼ੋਰ ਸ਼ਰਾਬੇ, ਮੁਸੀਬਤਾਂ ਹਨ । ਜਿਹੜੇ ਤੇਰੇ ਸ਼ਬਦ ਦੀ ਪਾਲਣਾ ਵਿੱਚ ਅਡੋਲ ਰਹਿੰਦੇ ਹਨ, ਭਰੋਸਾ ਅਡੋਲ ਰਖਦੇ ਹਨ । ਸਭ ਕੁਝ ਤੇਰੇ ਹੁਕਮ ਅੰਦਰ ਹੀ ਹੁੰਦਾ ਹੈ । ਉਹ ਸੰਤੋਖ ਨਾਲ ਹੀ ਇਸ ਸੰਸਾਰਕ ਜੰਗਲ ਨੂੰ ਪਾਰ ਕਰ ਜਾਂਦੇ ਹਨ ।

World human life is a terrible wild forest of miseries. Whosoever may remain obeying Your Word with steady and stable belief in day to day life, he may be saved. He may be saved and reach Your court for Your consideration.

ਮਃ ੫॥ mehlaa 5.
ਸਚੀ ਬੈਸਕ ਤਿਨ੍ਹਾ ਸੰਗਿ, sachee baisak tinHaa sang
ਜਿਨ ਸੰਗਿ ਜਪੀਐ ਨਾਉ॥ jin sang japee-ai naa-o.
ਤਿਨ੍ਹ ਸੰਗਿ ਸੰਗੁ ਨ ਕੀਚਈ, tinH sang sang na keech-ee
ਨਾਨਕ ਜਿਨਾ ਆਪਣਾ ਸੁਆਉ॥੨॥ naanak jinaa aapnaa su-aa-o. ||2||

ਜੀਵ ਉਹਨਾਂ ਜੀਵਾਂ ਦੀ ਸੰਗਤ ਕਰਨਾ ਹੀ ਸਾਧ ਸੰਗਤ ਹੈ । ਜਿਹੜੇ ਕੇਵਲ ਤੇਰੇ ਸ਼ਬਦ ਦਾ ਹੀ ਸਿਮਰਨ ਕਰਦੇ, ਪਾਲਣਾ ਕਰਦੇ ਹਨ । ਉਹਨਾਂ ਦੇ ਮਨ ਆਪਾ, ਖੁਦਗਰਜ਼ੀ ਨਹੀ ਹੁੰਦੀ । ਉਹਨਾਂ ਜੀਵਾਂ ਦੀ ਸੰਗਤ ਤੋਂ ਸਦਾ ਹੀ ਦੂਰ ਰਹੋ ! ਜਿਹੜੇ ਸਭ ਕੁਝ ਕੇਵਲ ਆਪਣੇ ਮਨ ਦੀ ਖੁਦਗਰਜ਼ੀ ਲਈ ਹੀ ਕਰਦੇ ਹਨ ।

Whosoever may be obeying the teachings of Your Word in day to day life, only their association may be considered conjugation of Holy saints. They may not have selfishness within their mind. You should avoid the association of those, who may remain self-centered.

ਪਉੜੀ॥	pa-orhee.
ਸਾ ਵੇਲਾ ਪਰਵਾਣੁ,	saa vaylaa parvaan
ਜਿਤੁ ਸਤਿਗੁਰੁ ਭੇਟਿਆ॥	jit satgur bhayti-aa.
ਹੋਆ ਸਾਧੂ ਸੰਗੁ,	ho-aa saaDhoo sang
ਫਿਰਿ ਦੂਖ ਨ ਤੇਟਿਆ॥	fir dookh na tayti-aa.
ਪਾਇਆ ਨਿਹਚਲੁ ਥਾਨੁ,	paa-i-aa nihchal thaan
ਫਿਰਿ ਗਰਭਿ ਨ ਲੇਟਿਆ॥	fir garabh na layti-aa.
ਨਦਰੀ ਆਇਆ ਇਕੁ,	nadree aa-i-aa ik
ਸਗਲ ਬ੍ਰਹਮੇਟਿਆ॥	sagal barahmayti-aa.
ਤਤੁ ਗਿਆਨੁ ਲਾਇ ਧਿਆਨੁ,	tat gi-aan laa-ay Dhi-aan
ਦ੍ਰਿਸਟਿ ਸਮੇਟਿਆ॥	darisat samayti-aa.
ਸਭੋ ਜਪੀਐ ਜਾਪੁ,	sabho japee-ai jaap
ਜਿ ਮੁਖਹੁ ਬੋਲੇਟਿਆ॥	je mukhahu bolayti-aa.
ਹੁਕਮੇ ਬੁਝਿ ਨਿਹਾਲੁ,	hukmay bujh nihaal
ਸੁਖਿ ਸੁਖੇਟਿਆ॥	sukh sukhayti-aa.
ਪਰਖਿ ਖਜਾਨੈ ਪਾਏ,	parakh khajaanai paa-ay
ਸੇ ਬਹੁੜਿ ਨ ਖੋਟਿਆ॥੧੦॥	say bahurh na khoti-aa. ||10||

ਉਹ ਸਮਾਂ ਹੀ ਸਫਲ ਹੋ ਜਾਂਦਾ ਹੈ, ਪ੍ਰਭ ਦੇ ਪ੍ਰਵਾਨ ਹੋ ਜਾਂਦਾ ਹੈ । ਜਿਹੜਾ ਪ੍ਰਭ ਦੇ ਸ਼ਬਦ ਦੀ ਪਾਲਣਾ ਵਿੱਚ ਬਤੀਤ ਕੀਤਾ ਜਾਂਦਾ ਹੈ । ਸੰਤਾਂ, ਬੰਦਗੀ ਕਰਨ ਵਾਲੇ ਦੇ ਜੀਵਨ ਤੇ ਜੀਵਨ ਢਾਲਣ ਨਾਲ ਕੋਈ ਸੰਸਾਰਕ ਇੱਛਾਂ ਦੀ ਭਟਕਣ ਨਹੀ ਲੱਗਦੀ । ਜਦੋਂ ਆਤਮਾ ਪ੍ਰਭ ਦੀ ਸ਼ਰਣ ਵਿੱਚ ਪ੍ਰਵਾਨ ਹੋ ਜਾਂਦੀ ਹੈ । ਉਸ ਨੂੰ ਫਿਰ ਮਾਤਾ ਦੇ ਗਰਬ ਵਿੱਚ ਨਹੀਂ ਜਾਣਾ ਪੈਂਦਾ, ਦੁਖ ਸਹਿਣਾ ਪੈਂਦਾ । ਸਾਰੀ ਸ੍ਰਿਸ਼ਟੀ ਹੀ ਪ੍ਰਭ ਦਾ ਰੂਪ, ਪ੍ਰਭ ਹੀ ਹਰ ਥਾਂ ਤੇ ਵਾਪਰਦਾ ਮਹਿਸੂਸ ਹੁੰਦਾ ਹੈ । ਉਹ ਜੀਵ ਆਪਣਾ ਧਿਆਨ ਕੇਵਲ ਪ੍ਰਭ ਦੇ ਸ਼ਬਦ ਦੀ ਪਾਲਣਾ ਵਿੱਚ ਹੀ ਰਖਦਾ ਹੈ । ਹੋਰ ਕੋਈ ਇੱਛਾਂ ਮਨ ਵਿੱਚ ਨਹੀਂ ਹੁੰਦੀ । ਜਿਹੜੇ ਆਪਣੀ ਜੀਭ ਨਾਲ ਸ਼ਬਦ ਦਾ ਜਾਪ ਕਰਦੇ ਹਨ । ਸਾਰੇ ਜਪ, ਬੰਦਗੀ, ਪੂਜਾ ਉਹਨਾਂ ਦੇ ਸਿਮਰਨ ਵਿੱਚ ਹੀ ਆ ਜਾਂਦੀਆ ਹਨ । ਪ੍ਰਭ ਦੇ ਹੁਕਮ, ਸ਼ਬਦ ਨੂੰ ਸਤਿ ਸਮਝ ਕੇ ਮੰਨ ਲੈਣ ਨਾਲ, ਉਸ ਦੇ ਮਨ ਵਿੱਚ ਸੰਤੋਖ, ਸ਼ਾਂਤੀ, ਖੇੜਾ ਵਸ ਜਾਂਦਾ ਹੈ, ਮਨ ਸੀਤਲ ਹੋ ਜਾਂਦਾ ਹੈ । ਜਿਹੜੇ ਪ੍ਰਭ ਦੀ ਪਰਖ ਨਾਲ ਇੱਕ ਵਾਰ ਪ੍ਰਵਾਨ ਹੋ ਜਾਂਦੇ ਹਨ । ਉਹ ਫਿਰ ਕਦੇ ਵੀ ਬੇਮੁਖ ਨਹੀਂ ਹੋ ਸਕਦੇ, ਹੁੰਦੇ ।

The time spent in the association of His true devotees may be accepted as worthwhile in His court. By adopting the life experience of His true devotees, all worldly desires may be subdued within mind. Whose Soul may be accepted in His court, she may not endure the pain and misery in the womb of mother again. The universe is an expansion of The Holy Spirit and He remains embedded within everything and every soul. His true devotee remains intoxicated in the teachings of His Word and no other desire arises in his mind. Whosoever may sing the glory of His Word with his tongue with steady and stable belief on His blessings, the reward of all meditation may be rewarded. By having a complete faith on His Word; The merciful may bless him peace, contentment and blossom in life. Whosoever may be accepted in His court, he may never abandon His Word from His day to day life.

479.ਸਲੋਕੁ ਮਃ ੫॥ 520-19

ਵਿਛੋਹੇ ਜੰਬੂਰ ਖਵੇ	vichhohay jamboor khavay
ਨ ਵੰਞਨਿ ਗਾਖੜੇ॥	na vanjan gaakh-rhay.
ਜੇ ਸੋ ਧਣੀ ਮਿਲੰਨਿ	jay so Dhanee milann
ਨਾਨਕ ਸੁਖ ਸੰਬੂਹ ਸਚੁ॥੧॥	naanak sukh sambooh sach. ||1||

ਪ੍ਰਭ ਦੇ ਵਿਛੋੜੇ ਦਾ ਵਿਰਾਗ ਬਹੁਤ ਗੰਭੀਰ ਹੈ, ਸਹਿਆ ਨਹੀ ਜਾਂਦਾ । ਅਗਰ ਪ੍ਰਭ ਆਪ ਰਹਿਮਤ ਬਖਸ਼ਕੇ ਸੰਜੋਗ ਬਣਾਵੇ! ਕੇਵਲ ਤਾ ਹੀ ਮਨ ਵਿੱਚ ਸੰਤੋਖ, ਸ਼ਾਂਤੀ ਆ ਸਕਦੀ ਹੈ ।

The renunciation of the memory of separation from The Holy Spirit may be unbearable. Only with His mercy and grace, He may bless peace and contentment in the mind of His true devotee.

ਮਃ ੫॥	mehlaa 5.
ਜਿਮੀ ਵਸੰਦੀ ਪਾਣੀਐ	jimee vasandee paanee-ai
ਈਧਣੁ ਰਖੈ ਭਾਹਿ॥	eeDhan rakhai bhaahi.
ਨਾਨਕ ਸੋ ਸਹੁ ਆਹਿ	naanak so saho aahi
ਜਾ ਕੈ ਆਢਲਿ ਹਭੁ ਕੋ॥੨॥	jaa kai aadhal habh ko. ||2||

ਧਰਤੀ ਪਾਣੀ ਵਿੱਚ ਹੈ ਅਤੇ ਅੱਗ ਲੱਕੜੀ ਵਿੱਚ ਹੀ ਰਹਿੰਦੀ ਹੈ । ਬੰਦਗੀ ਕਰਨ ਵਾਲੇ ਦੇ ਮਨ ਵਿੱਚ ਸ਼ਰਧਾ ਕੇਵਲ ਉਸ ਪ੍ਰਭ ਨੂੰ ਮਿਲਣ ਦੀ ਹੁੰਦੀ ਹੈ । ਜਿਸ ਦੇ ਹੁਕਮ ਅੰਦਰ ਹੀ ਸਭ ਕੁਝ ਹੁੰਦਾ ਹੈ, ਸਭ ਦੀ ਰਖਿਆ ਕਰਦਾ ਹੈ ।

The earth remains in water and fire remains embedded in wood. His true devotee always has a deep devotion to be accepted in His court. His Word, command prevails in everything, event and Only He is The True Protector of His creation.

ਪਉੜੀ॥	pa-orhee.
ਤੇਰੇ ਕੀਤੇ ਕੰਮ ਤੁਧੈ ਹੀ ਗੋਚਰੇ॥	tayray keetay kamm tuDhai hee gochray.
ਸੋਈ ਵਰਤੈ ਜਗਿ	so-ee vartai jag
ਜਿ ਕੀਆ ਤੁਧੁ ਧੁਰੇ॥	je kee-aa tuDh Dhuray.
ਬਿਸਮੁ ਭਏ ਬਿਸਮਾਦ	bisam bha-ay bismaad
ਦੇਖਿ ਕੁਦਰਤਿ ਤੇਰੀਆ॥	daykh kudrat tayree-aa.
ਸਰਣਿ ਪਰੇ ਤੇਰੀ ਦਾਸ	saran paray tayree daas
ਕਰਿ ਗਤਿ ਹੋਇ ਮੇਰੀਆ॥	kar gat ho-ay mayree-aa.
ਤੇਰੈ ਹਥਿ ਨਿਧਾਨੁ ਭਾਵੈ ਤਿਸੁ ਦੇਹਿ॥	tayrai hath niDhaan bhaavai tis deh.
ਜਿਸ ਨੋ ਹੋਇ ਦਇਆਲੁ	jis no ho-ay da-i-aal
ਹਰਿ ਨਾਮੁ ਸੇਇ ਲੇਹਿ॥	har naam say-ay layhi.
ਅਗਮ ਅਗੋਚਰ ਬੇਅੰਤ	agam agochar bay-ant
ਅੰਤੁ ਨ ਪਾਈਐ॥	ant na paa-ee-ai.
ਜਿਸ ਨੋ ਹੋਹਿ ਕ੍ਰਿਪਾਲੁ	jis no hohikirpaal
ਸੁ ਨਾਮੁ ਧਿਆਈਐ॥੧੧॥	so naam Dhi-aa-ee-ai. ||11||

ਪ੍ਰਭ ਤੇਰੇ ਕੀਤੇ ਕੰਮ ਕੇਵਲ ਤੂੰ ਹੀ ਕਰ ਸਕਦਾ ਹੈ, ਹੋਰ ਕੋਈ ਨਹੀਂ ਕਰ ਸਕਦਾ । ਸ੍ਰਿਸ਼ਟੀ ਵਿੱਚ ਉਹ ਕੁਝ ਹੀ ਵਾਪਰ ਸਕਦਾ ਹੈ । ਜਿਹੜਾ ਤੇਰੇ ਹੁਕਮ ਨਾਲ ਹੁੰਦਾ ਹੈ । ਪ੍ਰਭ ਤੇਰੀ ਕੁਦਰਤ ਦੇਖਕੇ ਮੈਂ ਹੈਰਾਨ ਹੀ ਰਹਿੰਦਾ ਹਾ । ਤੂੰ ਹੀ ਸਭ ਤੋ ਵੱਡਾ ਤਾਕਤਵਾਰ ਹੈ । ਮੈਂ ਤੇਰੀ ਸ਼ਰਣ ਵਿੱਚ ਹੀ ਭੀਖ

ਮੰਗਦਾ ਹਾ । ਅਗਰ ਤੇਰੀ ਰਹਿਮਤ ਹੋਵੇ ਤਾ ਹੀ ਸ਼ਰਣ ਵਿੱਚ ਪਨਾਹ ਬਖਸ਼ਿਸ਼ ਹੋ ਸਕਦੀ ਹੈ । ਪ੍ਰਭ ਸਾਰੀਆਂ ਦਾਤਾਂ ਦਾ ਭੰਡਾਰ ਤੇਰੇ ਹੱਥ ਵਿੱਚ, ਹੁਕਮ ਅੰਦਰ ਹੈ । ਜਿਸ ਤੇ ਰਹਿਮਤ ਬਖਸ਼ਦਾ ਹੈ, ਉਸ ਨੂੰ ਹੀ ਬਖਸ਼ਿਸ਼ ਹੁੰਦਾ ਹੈ । ਜਿਸ ਤੇ ਤੂੰ ਤਰਸ ਕਰਦਾ ਹੈ, ਸ਼ਬਦ ਨਾਲ ਲਗਨ ਕੇਵਲ ਉਸ ਦੀ ਹੀ ਲੱਗਦੀ ਹੈ । ਪ੍ਰਭ ਤੂੰ ਮਾਨਸ ਦੀ ਪਹੁੰਚ, ਜਾਣਕਾਰੀ, ਸਮਝ ਤੋਂ ਉਪਰ, ਅਥਾਹ ਹੈ । ਤੇਰੇ ਕਿਸੇ ਕਰਤਬ ਦੀ ਕੋਈ ਹੱਦ ਨਹੀਂ ਹੈ । ਜਿਸ ਤੇ ਰਹਿਮਤ ਦੀ ਨਜ਼ਰ ਬਖਸ਼ਦਾ ਹੈ! ਕੇਵਲ ਉਹ ਹੀ ਸ਼ਬਦ ਦੀ ਪਾਲਣਾ ਕਰਦੇ, ਤੇਰੇ ਸ਼ਬਦ ਦੀ ਸਮਾਧੀ ਵਿੱਚ ਵਸਦੇ ਹਨ ।

The True Master, all Your functions may only perform by Your command, Word; no one else may have any strength, capability. In the universe, only Your command can prevail. I am fascinated from Your nature and You are the most powerful, Omnipotent and I have surrender at Your sanctuary. Only with Your mercy and grace; Your true devotee may be accepted in Your sanctuary. Only You are the True Master and treasurer of all virtues and only with Your mercy and grace; Your true devotee may be blessed; only he may remain steady and stable on the right path of acceptance. You are beyond the reach, beyond comprehension and beyond any limits, The True Master of The Universe. Only with Your mercy and grace; Your true devotee may adopt the teachings of Your Word with steady and stable belief and enter into the void of Your Word.

480.ਸਲੋਕ ਮਃ ੫॥ 521-5

ਕੜਛੀਆ ਫਿਰੰਨ੍ਹਿ ਸੁਆਉ	karh-chhee-aa firaNniH su-aa-o
ਨ ਜਾਣਨ੍ਹਿ ਸੁਞੀਆ॥	na jaanniH sunjee-aa.
ਸੇਈ ਮੁਖ ਦਿਸੰਨ੍ਹਿ	say-ee mukh disaNniH
ਨਾਨਕ ਰਤੇ ਪ੍ਰੇਮ ਰਸਿ॥੧॥	naanak ratay paraym ras. ||1||

ਪ੍ਰਭ ਜਿਵੇਂ ਕੜਛੀ ਵੱਖਰੇ ਵੱਖਰੇ ਭੋਜਨ ਵਿੱਚ ਲੱਗਦੀ ਹੈ, ਪਰ ਉਸ ਨੂੰ ਕਿਸੇ ਭੋਜਨ ਦੇ ਸਵਾਦ ਦੀ ਜਾਣਕਾਰੀ ਨਹੀ ਹੁੰਦੀ । ਇਸ ਤਰ੍ਹਾਂ ਜਿਹੜੇ ਵੱਖਰੇ ਵੱਖਰੇ, ਗੁਰੂ ਪੀਰਾਂ ਪਿੱਛੇ ਲੱਗੇ ਫਿਰਦੇ ਹਨ, ਉਹਨਾਂ ਨੂੰ ਕਿਸੇ ਰਸਤੇ ਦੀ ਵੀ ਸੋਝੀ ਨਹੀਂ ਹੁੰਦੀ । ਪ੍ਰਭ ਮੇਰੇ ਮਨ ਵਿੱਚ ਉਹਨਾਂ ਦਾਸਾਂ ਦੇ ਦਰਸ਼ਨ ਕਰਨ ਦੀ ਸ਼ਰਧਾ ਹੈ । ਜਿਹੜੇ ਤੇਰੇ ਸ਼ਬਦ ਵਿੱਚ ਹੀ ਲੀਨ ਹੋਏ ਰਹਿੰਦੇ ਹਨ, ਮਸਤ ਹਨ ।

As serving spoon may touch various foods; however, she may not realize the taste of any delicacy. Same way whosoever may follow the teachings various worldly gurus; he may not be enlightened with any right path and may not remain on any path with steady and stable belief in his day to day life. My True Master, I have only desire to associate with Your true devotee, who may remain intoxicated in meditation in the teachings of His Word.

ਮਃ ੫॥	mehlaa 5.
ਖੋਜੀ ਲਧਮੁ ਖੋਜੁ	khojee laDham khoj
ਛਡੀਆ ਉਜਾੜਿ॥	chhadee-aa ujaarh.
ਤੈ ਸਹਿ ਦਿਤੀ ਵਾੜਿ	tai seh ditee vaarh
ਨਾਨਕ ਖੇਤੁ ਨ ਛਿਜਈ॥੨॥	naanak khayt na chhij-ee. ||2||

ਮੈਂ ਆਪਣੇ ਮਨ ਦੀ ਖੋਜ ਕਰਕੇ ਇਹ ਜਾਣ ਲਿਆ ਹੈ । ਮੇਰੇ ਕਿਹੜੇ ਕਿਹੜੇ ਦੁਸ਼ਮਣ ਹਨ । ਜਿਹੜੇ ਮੇਰਾ ਮਾਨਸ ਜਨਮ ਤਬਾਹ ਕਰਦੇ ਹਨ । ਮੈਂ ਆਪਣੇ ਘਰ, ਖੇਤ, ਮਨ ਦੇ ਚਾਰੇ ਪਾਸੇ ਰਖਿਆ ਕਰਨ ਲਈ ਵਾੜ ਲਾਈ ਹੈ । ਹੁਣ ਉਹ ਮੇਰਾ ਮਾਨਸ ਜੀਵਨ ਬਰਬਾਦ ਨਹੀ ਕਰ ਸਕਦੇ ।

I have searched within my mind and I am enlightened, who may be my enemies, who are ruining my opportunity of human life blessings. I have built, installed a strong fence to protect my mind, now no one may enter and ruin my human life opportunity.

ਪਉੜੀ॥	pa-orhee.
ਆਰਾਧਿਹੁ ਸਚਾ ਸੋਇ	aaraaDhihu sachaa so-ay
ਸਭੁ ਕਿਛੁ ਜਿਸੁ ਪਾਸਿ॥	sabh kichh jis paas.
ਦੁਹਾ ਸਿਰਿਆ ਖਸਮੁ ਆਪਿ	duhaa siri-aa khasam aap
ਖਿਨ ਮਹਿ ਕਰੇ ਰਾਸਿ॥	khin meh karay raas.
ਤਿਆਗਹੁ ਸਗਲ ਉਪਾਵ	ti-aagahu sagal upaav
ਤਿਸ ਕੀ ਓਟ ਗਹੁ॥	tis kee ot gahu.
ਪਉ ਸਰਣਾਈ ਭਜਿ	pa-o sarnaa-ee bhaj
ਸੁਖੀ ਹੂੰ ਸੁਖ ਲਹੁ॥	sukhee hooN sukh lahu.
ਕਰਮ ਧਰਮ ਤਤੁ ਗਿਆਨੁ	karam Dharam tat gi-aan
ਸੰਤਾ ਸੰਗੁ ਹੋਇ॥	santaa sang ho-ay.
ਜਪੀਐ ਅੰਮ੍ਰਿਤ ਨਾਮੁ	japee-ai amrit naam
ਬਿਘਨੁ ਨ ਲਗੈ ਕੋਇ॥	bighan na lagai ko-ay.
ਜਿਸ ਨੋ ਆਪਿ ਦਇਆਲੁ	jis no aap da-i-aal
ਤਿਸੁ ਮਨਿ ਵੁਠਿਆ॥	tis man vuthi-aa.
ਪਾਈਅਨਿ੍ ਸਭਿ ਨਿਧਾਨ	paa-ee-aniH sabh niDhaan
ਸਾਹਿਬਿ ਤੁਠਿਆ॥੧੨॥	saahib tuthi-aa. ||12||

ਜੀਵ ਉਸ ਪ੍ਰਭ ਦੇ ਸ਼ਬਦ ਦੀ ਪਾਲਣਾ ਕਰੋ! ਜਿਹੜਾ ਸਭ ਕੁਝ ਕਰਨ ਵਾਲਾ ਹੈ, ਜਿਸ ਦੇ ਹੁਕਮ ਅੰਦਰ ਹੀ ਸਭ ਕੁਝ ਵਾਪਰਦਾ ਹੈ । ਉਹ ਹੀ ਸੰਸਾਰ ਵਿੱਚ ਅਤੇ ਮੌਤ ਪਿਛੋਂ ਵੀ ਆਪ ਹੀ ਮਾਲਕ ਹੈ । ਆਪਣੀ ਰਹਿਮਤ ਦੀ ਨਜ਼ਰ ਨਾਲ ਹੀ ਇੱਕ ਪਲ ਵਿੱਚ ਮਾਨਸ ਦੇ ਸਾਰੇ ਕਾਰਜ ਸਫਲ ਕਰ ਦੇਂਦਾ ਹੈ, ਸਕਦਾ ਹੈ । ਆਪਣੇ ਮਨ ਦੀਆਂ ਚਲਾਕੀਆਂ, ਖੁਦਗਰਜ਼ੀ ਨੂੰ ਤਿਆਗ ਕੇ ਉਸ ਦਾ ਆਸਰਾ ਲਵੋ! ਉਸ ਦੀ ਸ਼ਰਣ, ਸ਼ਬਦ ਦੀ ਪਾਲਣਾ ਨਾਲ ਸਾਰੇ ਹੀ ਸੁਖ ਬਖਸ਼ਿਸ਼ ਹੋ ਜਾਂਦੇ ਹਨ । ਚੰਗੇ ਕਰਮ, ਧਰਮ ਦੇ ਰੀਤੀ ਰੀਵਾਜ, ਸ਼ਬਦ ਦੀ ਸੋਝੀ, ਗਿਆਨ, ਸਾਰੇ ਹੀ ਬੰਦਗੀ ਕਰਨ ਵਾਲੇ ਸੰਤਾਂ ਦੇ ਜੀਵਨ ਤੋ ਸਿਖਿਆ ਨਾਲ ਜੀਵਨ ਢਾਲਣ ਨਾਲ ਬਖਸ਼ਿਸ਼ ਹੋ ਜਾਂਦੇ ਹਨ । ਪ੍ਰਭ ਦੇ ਸ਼ਬਦ ਦੀ ਪਾਲਣਾ ਕਰਦੇ ਮਨ ਨੂੰ ਕੋਈ ਵੀ ਮੁਸੀਬਤ ਪਰੇਸ਼ਾਨ ਨਹੀਂ ਕਰਦੀ । ਜਿਸ ਤੇ ਪ੍ਰਭ ਆਪ ਤਰਸ ਕਰਦਾ ਹੈ, ਰਹਿਮਤ ਬਖਸ਼ਦਾ ਹੈ । ਉਸ ਦੇ ਮਨ ਵਿੱਚ ਸ਼ਬਦ ਜਾਗਰਤ ਹੋ ਜਾਂਦਾ ਹੈ । ਜਦੋਂ ਪ੍ਰਭ ਆਪ ਜੀਵ ਦੀ ਸ਼ਬਦ ਦੀ ਕਮਾਈ ਪ੍ਰਵਾਨ ਕਰ ਲੈਂਦਾ ਹੈ । ਉਸ ਨੂੰ ਸੋਝੀ ਦੇ ਸਾਰੇ ਖਜ਼ਾਨੇ ਹੀ ਬਖਸ਼ਿਸ਼ ਹੋ ਜਾਂਦੇ ਹਨ ।

You should obey and adopt the teachings of The True Master with steady and stable belief in your day to day life; His command may only prevail and He remains protector in the world and also after death to the soul of His true devotee. In a twinkle of eyes, He may bless His true devotee and make his human life journey successful. You should abandon your clever tricks and selfishness and beg for His forgiveness and refuge. By surrendering at His sanctuary and obeying His Word, all comforts may be blessed. The reward of religious rituals, good deeds, enlightenment of the teachings of His Word, all may be blessed by adopting the life teachings of His True devotee. Whosoever may adopt the teachings of His Word with steady and stable belief in day to day life, no worldly misery may disturb his peace of mind. The True Master may enlighten the essence of His Word from within. Whose earnings of His Word may be accepted in His court, he may be blessed with all treasures of enlightenment of His Word, His nature.

481.ਸਲੋਕ ਮਃ ੫॥ 521-10

ਲਧਮੁ ਲਭਣਹਾਰੁ — laDham labhanhaar
ਕਰਮੁ ਕਰੰਦੋ ਮਾ ਪਿਰੀ॥ — karam karando maa piree.
ਇਕੋ ਸਿਰਜਣਹਾਰੁ — iko sirjanhaar
ਨਾਨਕ ਬਿਆ ਨ ਪਸੀਐ॥੧॥ — naanak bi-aa na pasee-ai. ||1||

ਆਪਣੇ ਮਾਨਸ ਜਨਮ ਦਾ ਮੰਤਵ ਸਮਝ ਲਿਆ ਹੈ । ਮੇਰੇ ਤੇ ਤਰਸ, ਰਹਿਮਤ ਬਖਸ਼ੋ! ਤੂੰ ਹੀ ਇੱਕੋ ਇੱਕ ਸ੍ਰਿਸ਼ਟੀ ਨੂੰ ਪੈਦਾ ਕਰਨ ਵਾਲਾ, ਰਖਿਆ ਕਰਨ ਵਾਲਾ ਹੈ । ਹੋਰ ਕੋਈ ਇਹ ਸਭ ਕੁਝ ਕਰਨ ਦੀ ਸਮਰਥਾ ਨਹੀਂ ਰਖਦਾ ।

I am enlightened with the real purpose of my human life blessings. Have a mercy and grace; You are The One and Only One creator and protector of the universe; The Omnipotent to accomplish everything at Your Own.

ਮਃ ੫॥ — mehlaa 5.

ਪਾਪੜਿਆ ਪਛਾੜਿ ਬਾਣੁ — paaprhi-aa pachhaarh baan
ਸਚਾਵਾ ਸੰਨ੍ਹਿ ਕੈ॥ — sachaavaa saNniH kai.
ਗੁਰ ਮੰਤ੍ਰੜਾ ਚਿਤਾਰਿ — gur mantarhaa chitaar
ਨਾਨਕ ਦੁਖੁ ਨ ਥੀਵਈ॥੨॥ — naanak dukh na theev-ee. ||2||

ਜੀਵ ਪ੍ਰਭ ਦੇ ਸ਼ਬਦ ਦਾ ਤੀਰ ਲਵੋ! ਆਪਣੇ ਮਨ ਦੇ ਪਾਪਾਂ ਨੂੰ ਕਤਲ ਕਰ ਦੇਵੋ! ਪ੍ਰਭ ਦੇ ਸ਼ਬਦ ਤੇ ਅਡੋਲ ਹੋ ਕੇ, ਇਸ ਨਾਲ ਜੀਵਨ ਢਾਲੋ! ਤਾ ਕੋਈ ਸੰਸਾਰਕ ਚਿੰਤਾ ਪਰੇਸ਼ਾਨ ਨਹੀ ਸਕਦੀ ।

You should penetrate the arrow of the teachings of His Word and subdue, abandon your evil thoughts from your mind. By adopting the teachings of His Word with steady and stable belief in day to day life, no worldly frustration may disturb your peace of mind in your human life.

ਪਉੜੀ॥ — pa-orhee.

ਵਾਹੁ ਵਾਹੁ ਸਿਰਜਣਹਾਰ — vaahu vaahu sirjanhaar
ਪਾਈਅਨੁ ਠਾਢਿ ਆਪਿ॥ — paa-ee-an thaadh aap.
ਜੀਅ ਜੰਤ ਮਿਹਰਵਾਨੁ — jee-a jant miharvaan
ਤਿਸ ਨੋ ਸਦਾ ਜਾਪਿ॥ — tis no sadaa jaap.
ਦਇਆ ਧਾਰੀ ਸਮਰਥਿ — da-i-aa Dhaaree samrath
ਚੁਕੇ ਬਿਲ ਬਿਲਾਪ॥ — chukay bil bilaap.
ਨਠੇ ਤਾਪ ਦੁਖ ਰੋਗ — nathay taap dukh rog
ਪੂਰੇ ਗੁਰ ਪ੍ਰਤਾਪਿ॥ — pooray gur partaap.
ਕੀਤੀਅਨੁ ਆਪਣੀ ਰਖ — keetee-an aapnee rakh
ਗਰੀਬ ਨਿਵਾਜਿ ਥਾਪਿ॥ — gareeb nivaaj thaap.
ਆਪੇ ਲਇਅਨੁ ਛਡਾਇ — aapay la-i-an chhadaa-ay
ਬੰਧਨ ਸਗਲ ਕਾਪਿ॥ — banDhan sagal kaap.
ਤਿਸਨ ਬੁਝੀ ਆਸ ਪੁੰਨੀ — tisan bujhee aas punnee
ਮਨ ਸੰਤੋਖਿ ਧ੍ਰਾਪਿ॥ — man santokh Dharaap.
ਵਡੀ ਹੂੰ ਵਡਾ ਅਪਾਰ ਖਸਮੁ — vadee hooN vadaa apaar khasam
ਜਿਸੁ ਲੇਪੁ ਨ ਪੁੰਨਿ ਪਾਪਿ॥੧੩॥ — jis layp na punn paap. ||13||

ਪ੍ਰਭ ਤੇਰੀ ਰਹਿਮਤ ਤੋਂ ਸਦਕੇ ਜਾਵਾ! ਤੂੰ ਆਪ ਹੀ ਰਹਿਮਤ ਬਖਸ਼ਕੇ ਮਨ ਵਿੱਚ ਸੰਤੋਖ, ਖੇੜਾ ਬਖਸ਼ਿਆ ਹੈ । ਤੂੰ ਸਦਾ ਹੀ ਆਪਣੇ ਬੰਦਗੀ ਕਰਨ ਵਾਲੇ ਦਾਸਾਂ ਤੇ ਤਰਸ, ਰਹਿਮਤ ਬਖਸ਼ਦਾ ਹੈ । ਸਰਬ ਕਲਾ ਸਮਰਥ ਪ੍ਰਭ ਨੇ ਆਪ ਹੀ ਮੇਰੇ ਤੇ ਤਰਸ ਬਖਸ਼ਿਆ ਹੈ । ਮੇਰੇ ਸਾਰੇ ਦੁਖ ਰੋਗ ਦੂਰ ਹੋ ਗਏ ਹਨ । ਪ੍ਰਭ ਦੀ ਰਹਿਮਤ ਨਾਲ ਮਨ ਵਿਚੋਂ ਸਭ ਇੱਛਾਂ ਦੇ ਦੁਖ ਦੂਰ ਹੋ ਗਏ ਹਨ । ਪ੍ਰਭ ਨੇ

ਆਪ ਹੀ ਮੈਨੂੰ ਸੰਸਾਰ ਵਿੱਚ ਪੈਦਾ ਕੀਤਾ, ਆਪ ਹੀ ਮੇਰੀ ਰਖਿਆ ਕਰਦਾ ਹੈ । ਉਹ ਹੀ ਸਾਰੇ ਨਿਮਾਣੇ ਜੀਵਾਂ ਦਾ ਰਖਵਾਲਾ ਹੈ । ਉਸ ਨੇ ਆਪ ਹੀ ਰਹਿਮਤ ਬਖਸ਼ਕੇ ਮੇਰੇ ਸਾਰੇ ਸੰਸਾਰਕ ਬੰਧਨ ਨਾਸ਼ ਕਰ ਦਿੱਤੇ ਹਨ । ਮੇਰੇ ਮਨ ਦੀਆਂ ਇੱਛਾਂ ਦੀ ਭੁੱਖ ਖਤਮ ਕਰ ਦਿੱਤੀ ਹੈ । ਮੇਰੇ ਮਨ ਦੀਆਂ ਮੁਰਾਦਾਂ ਪੁਰੀਆਂ ਹੋ ਗਈਆ ਹਨ । ਮਨ ਵਿੱਚ ਪੂਰਨ ਸੰਤੋਖ ਵਸ ਗਿਆ ਹੈ । ਪ੍ਰਭ ਤੂੰ ਹੀ ਸਭ ਤੋ ਵੱਡਾ, ਮਹਾਨ ਹੈ, ਅਥਾਹ ਹੈ । ਤੇਰੇ ਤੇ ਕਿਸੇ ਚੰਗੇ ਮੰਦੇ ਭਾਗਾਂ ਦਾ ਕੋਈ ਪ੍ਰਭਾਵ ਨਹੀ ਹੁੰਦਾ ।

I am fascinated from Your mercy and grace; You have blessed Your humble slave with contentment and blossom in his human life journey. You always remain merciful and generous on Your true devotees. The Omnipotent True Master has blessed His mercy and grace and eliminated all my miseries of worldly desires. The True Master has created His creation and Himself protects His humble true devotee. With His mercy and grace, He has eliminated all my bonds of worldly attachments; my hunger of worldly desires has been eliminated and all my spoken and unspoken desires have been satisfied. I remain overwhelmed with contentment on His blessings. The True Master; You are the greatest of All and beyond the effects of any misfortune, or curse.

482.ਸਲੋਕ ਮਃ ੫॥ 521-16

ਜਾ ਕਉ ਭਏ ਕ੍ਰਿਪਾਲ ਪ੍ਰਭ	jaa ka-o bha-ay kirpaal parabh
ਹਰਿ ਹਰਿ ਸੇਈ ਜਪਾਤ॥	har har say-ee japaat.
ਨਾਨਕ ਪ੍ਰੀਤਿ ਲਗੀ ਤਿਨ ਰਾਮ	naanak pareet lagee tin raam
ਸਿਉ ਭੇਟਤ ਸਾਧ ਸੰਗਾਤ॥੧॥	si-o bhaytat saaDh sangaat. ||1||

ਕੇਵਲ ਉਹ ਹੀ ਪ੍ਰਭ ਦੇ ਸ਼ਬਦ ਨਾਲ ਜੀਵਨ ਢਾਲਦੇ ਹਨ, ਪਾਲਣਾ ਕਰਦੇ ਹਨ । ਜਿਹਨਾਂ ਤੇ ਆਪ ਹੀ ਰਹਿਮਤ ਬਖਸ਼ਕੇ ਸ਼ਬਦ ਦੇ ਲੜ ਲਾਉਂਦਾ ਹੈ । ਉਹ ਬੰਦਗੀ ਕਰਨ ਵਾਲੇ ਸੰਤਾਂ ਦੀ ਸੰਗਤ ਵਿੱਚ ਰਲਕੇ ਸ਼ਬਦ ਦੀ ਬੰਦਗੀ ਕਰਦੇ, ਸ਼ਬਦ ਨੂੰ ਮਨ ਵਿੱਚ ਜਾਗਰਤ ਕਰਦੇ ਹਨ ।

Whosoever may be blessed with devotional attachments to meditate, only he may adopt the teachings of His Word with steady and stable belief in his day to day life. He may associate with His true devotee and meditate on the teachings of His Word and may be enlightened from within.

ਮਃ ੫॥	mehlaa 5.
ਰਾਮੁ ਰਮਹੁ ਬਡਭਾਗੀਹੋ	raam ramhu badbhaageeho
ਜਲਿ ਥਲਿ ਮਹੀਅਲਿ ਸੋਇ॥	jal thal mahee-al so-ay.
ਨਾਨਕ ਨਾਮਿ ਅਰਾਧਿਐ	naanak naam araaDhi-ai
ਬਿਘਨੁ ਨ ਲਾਗੈ ਕੋਇ॥੨॥	bighan na laagai ko-ay. ||2||

ਵੱਡੇ ਭਾਗਾਂ ਵਾਲੇ ਮਾਨਸ ਜੀਵ! ਪ੍ਰਭ ਦੇ ਸ਼ਬਦ ਦੀ ਪਾਲਣਾ, ਸਿਮਰਨ ਕਰੋ! ਉਹ ਹੀ ਹਰ ਥਾਂ ਤੇ, ਜਲ, ਥਲ, ਅਕਾਸ਼ ਵਸਦਾ, ਵਾਪਰਦਾ ਹੈ । ਸ਼ਬਦ ਦਾ ਸਿਮਰਨ ਕਰਦੇ ਜੀਵ ਨੂੰ ਕੋਈ ਮਾਨਸ ਜੀਵਨ ਵਿੱਚ ਵਿਘਨ ਨਹੀਂ ਪੈਂਦਾ । ਕੋਈ ਅੜਚਨ ਨਹੀਂ ਆਉਂਦੀ ।

You are very fortunate! You should meditate and adopt the teachings of His Word with steady and stable belief in day to day life. The Omnipresent True Master dwells and prevails in water on, in, under earth and in sky. Whosoever may adopt the teachings of His Word with steady and stable belief in His day to day life, he may never endure any misery in His human life journey.

ਪਉੜੀ॥	pa-orhee.
ਭਗਤਾ ਕਾ ਬੋਲਿਆ ਪਰਵਾਣੁ ਹੈ	bhagtaa kaa boli-aa parvaan hai
ਦਰਗਹ ਪਵੈ ਥਾਇ॥	dargeh pavai thaa-ay.

ਗੁਰੂ ਗ੍ਰੰਥ- Guru Granth - ਭਾਵ ਅਰਥ॥

ਭਗਤਾ ਤੇਰੀ ਟੇਕ ਰਤੇ ਸਚਿ ਨਾਇ॥	bhagtaa tayree tayk ratay sach naa-ay.
ਜਿਸ ਨੋ ਹੋਇ ਕ੍ਰਿਪਾਲੁ	jis no ho-ay kirpaal
ਤਿਸ ਕਾ ਦੂਖੁ ਜਾਇ॥	tis kaa dookh jaa-ay.
ਭਗਤ ਤੇਰੇ ਦਇਆਲ	bhagat tayray da-i-aal
ਓਨ੍ਹਾ ਮਿਹਰ ਪਾਇ॥	onHaa mihar paa-ay.
ਦੂਖੁ ਦਰਦੁ ਵਡ ਰੋਗੁ	dookh darad vad rog
ਨ ਪੋਹੇ ਤਿਸੁ ਮਾਇ॥	na pohay tis maa-ay.
ਭਗਤਾ ਏਹੁ ਅਧਾਰੁ	bhagtaa ayhu aDhaar
ਗੁਣ ਗੋਵਿੰਦ ਗਾਇ॥	gun govind gaa-ay.
ਸਦਾ ਸਦਾ ਦਿਨੁ ਰੈਣਿ	sadaa sadaa din rain
ਇਕੋ ਇਕੁ ਧਿਆਇ॥	iko ik Dhi-aa-ay.
ਪੀਵਤਿ ਅੰਮ੍ਰਿਤ ਨਾਮੁ	peevat amrit naam
ਜਨ ਨਾਮੇ ਰਹੇ ਅਘਾਇ॥੧੪॥	jan naamay rahay aghaa-ay. ||14||

ਬੰਦਗੀ ਕਰਨ ਵਾਲੇ ਦਾਸ ਦਾ ਬੋਲਿਆ ਪ੍ਰਭ ਪ੍ਰਵਾਨ ਕਰ ਲੈਂਦਾ ਹੈ । ਭਗਤ ਦੀ ਲਾਜ ਰਖਦਾ ਹੈ । ਉਹ ਪ੍ਰਭ ਦੇ ਸ਼ਬਦ ਤੇ ਹੀ ਆਸਰਾ, ਓਟ ਰਖਦੇ ਹਨ । ਉਸ ਦੀ ਸਮਾਧੀ ਵਿੱਚ ਹੀ ਵਸਦੇ ਹਨ । ਪ੍ਰਭ ਜਿਸ ਤੇ ਤੂੰ ਤਰਸ ਦੀ ਨਜ਼ਰ ਪਾਉਂਦਾ ਹੈ । ਉਸ ਦੇ ਸਾਰੇ ਸੰਸਾਰਕ ਇੱਛਾਂ ਦੇ ਦੁਖ ਨਾਸ਼ ਹੋ ਜਾਂਦੇ ਹਨ । ਪ੍ਰਭ ਤੂੰ ਆਪਣੇ ਭਗਤਾ ਤੇ ਦਿਆਲ ਰਹਿੰਦਾ ਹੈ, ਉਹ ਤੇਰੀ ਰਹਿਮਤ ਪਾਉਂਦੇ ਹਨ । ਸੰਸਾਰਕ ਇੱਛਾਂ ਦੇ ਦੁਖ, ਸੰਸਾਰਕ ਮਾਇਆ ਦਾ ਉਹਨਾਂ ਤੇ ਕੋਈ ਪ੍ਰਭਾਵ ਨਹੀਂ ਹੁੰਦਾ । ਭਗਤਾਂ ਦਾ ਮਾਨਸ ਜਨਮ ਦਾ ਧੰਦਾ ਹੀ ਸ਼ਬਦ ਦੀ ਪਾਲਣਾ ਕਰਨਾ ਬਣ ਜਾਂਦਾ ਹੈ । ਉਹ ਸਦਾ ਹੀ ਦਿਨ ਰਾਤ ਇੱਕੋ ਇੱਕ ਪ੍ਰਭ ਦੇ ਸ਼ਬਦ ਦਾ ਸਿਮਰਨ ਕਰਦੇ ਹਨ । ਉਹ ਤੇਰਾ ਸ਼ਬਦ ਰੂਪੀ ਅੰਮ੍ਰਿਤ ਪਾਨ ਕਰਦੇ ਹਨ । ਉਹ ਨਿਮਾਣੇ ਦਾਸ ਤੇਰੇ ਦਿੱਤੇ ਵਿੱਚ ਸੰਤੋਖ, ਅਨੰਦ ਮਾਨਦੇ ਹਨ ।

The True Master always protect the honor of His true devotee; He accepts his sermon; his spoken words transform into His Word. His true devotee only seeks the refuge of His Word and dwells in the void of His Word. Whosoever may be blessed with His mercy and grace, all his miseries of human life may be eliminated. He remains merciful and generous on His true devotee and he remains overwhelmed with contentment. Any worldly desire or any other worldly worries may not have any effect on his state of mind. The purpose of life His true devotee may become to obey and adopt the teachings with steady and stable belief in day to day life. Day and night, he may meditate on the teachings of The One and Only One True Master and taste the nectar of the teachings of his Word. He becomes humble and enjoy the bliss of His Word in his life.

483.ਸਲੋਕ ਮਃ ੫॥ 522-3

ਕੋਟਿ ਬਿਘਨ ਤਿਸੁ ਲਾਗਤੇ	kot bighan tis laagtay
ਜਿਸ ਨੋ ਵਿਸਰੈ ਨਾਉ॥	jis no visrai naa-o.
ਨਾਨਕ ਅਨਦਿਨੁ ਬਿਲਪਤੇ	naanak an-din bilpatay
ਜਿਉ ਸੁੰਞੈ ਘਰਿ ਕਾਉ॥੧॥	Ji-o sunjai ghar kaa-o. ||1||

ਜਿਸ ਦੇ ਮਨ ਵਿਚੋਂ ਪ੍ਰਭ ਦਾ ਸ਼ਬਦ ਵਿਸਰ ਜਾਂਦਾ ਹੈ, ਪ੍ਰਭ ਨੂੰ ਮਨੋ ਵਿਸਾਰ ਦੇਂਦਾ ਹੈ । ਉਸ ਨੂੰ ਸੰਸਾਰਕ ਜੀਵਨ ਵਿੱਚ ਬਹੁਤ ਮੁਸ਼ਕਲਾਂ, ਭਟਕਣਾਂ ਲੱਗੀਆਂ ਰਹਿੰਦੀਆਂ ਹਨ । ਉਹ ਦਿਨ ਰਾਤ ਜਿਵੇਂ ਕਾਂ ਭੁੱਖਾ ਕੂਕਦਾ ਹੈ । ਇਸ ਤਰ੍ਹਾਂ ਹੀ ਜੀਵਨ ਬਤੀਤ ਕਰਦੇ ਹਨ ।

Whosoever may abandon the teachings of His Word from his day to day life and may not have any faith on His blessings; he may endure miseries of worldly desires in his day to day life. He may be crying like hungry crow day and night and wastes his human life blessings.

ਮਃ ੫॥	mehlaa 5.
ਪਿਰੀ ਮਿਲਾਵਾ ਜਾ ਥੀਐ	piree milaavaa jaa thee-ai
ਸਾਈ ਸੁਹਾਵੀ ਰੁਤਿ॥	saa-ee suhaavee rut.
ਘੜੀ ਮੁਹਤੁ ਨਹ ਵੀਸਰੈ	gharhee muhat nah veesrai
ਨਾਨਕ ਰਵੀਐ ਨਿਤ॥੨॥	naanak ravee-ai nit. ||2||

ਬੰਦਗੀ ਕਰਨ ਵਾਲੇ ਲਈ ਉਹ ਹੀ ਸੁਹਾਣਾ ਸਮਾਂ ਬਣ ਜਾਂਦਾ ਹੈ । ਜਦੋਂ ਪ੍ਰਭ ਦਾ ਸ਼ਬਦ ਮਨ ਵਿੱਚ ਜਾਗਰਤ ਹੋ ਜਾਂਦਾ ਹੈ । ਪ੍ਰਭ ਨਾਲ ਸੰਜੋਗ ਬਣ ਜਾਂਦਾ ਹੈ । ਬੰਦਗੀ ਕਰਨ ਵਾਲੇ ਸਵਾਸ ਸਵਾਸ ਸ਼ਬਦ ਦਾ ਸਿਮਰਨ ਕਰਦੇ , ਵਿਚਾਰਦੇ ਹਨ, ਇੱਕ ਪਲ ਵੀ ਸ਼ਬਦ ਨੂੰ ਮਨੋ ਨਹੀਂ ਵਿਸਾਰਦੇ ।

The time, moment become very fortunate for His true devotee, when the teachings of His Word may be enlightened within, he may be blessed with the right path of meditation. His true devotee may meditate with each and every breath and never abandon His Word from his mind.

ਪਉੜੀ॥	pa-orhee.
ਸੂਰਬੀਰ ਵਰੀਆਮ ਕਿਨੈ ਨ ਹੋੜੀਐ॥	soorbeer varee-aam kinai na horhee-ai.
ਫਉਜ ਸਤਾਣੀ ਹਾਠ ਪੰਚਾ ਜੋੜੀਐ॥	fa-uj sataanee haath panchaa jorhee-ai.
ਦਸ ਨਾਰੀ ਅਉਧੂਤ ਦੇਨਿ ਚਮੋੜੀਐ॥	das naaree a-uDhoot dayn chamorhee-ai.
ਜਿਣਿ ਜਿਣਿ ਲੈਨ੍ਹਿ ਰਲਾਇ	jin jin lainiH ralaa-ay
ਏਹੋ ਏਨਾ ਲੋੜੀਐ॥	ayho aynaa lorhee-ai.
ਤ੍ਰੈ ਗੁਣ ਇਨ ਕੈ ਵਸਿ	tarai gun in kai vas
ਕਿਨੈ ਨ ਮੋੜੀਐ॥	kinai na morhee-ai.
ਭਰਮੁ ਕੋਟੁ ਮਾਇਆ ਖਾਈ	bharam kot maa-i-aa khaa-ee
ਕਹੁ ਕਿਤੁ ਬਿਧਿ ਤੋੜੀਐ॥	kaho kit biDh torhee-ai.
ਗੁਰੁ ਪੂਰਾ ਆਰਾਧਿ	gur pooraa aaraaDh
ਬਿਖਮ ਦਲੁ ਫੋੜੀਐ॥	bikham dal forhee-ai.
ਹਉ ਤਿਸੁ ਅਗੈ ਦਿਨੁ ਰਾਤਿ	ha-o tis agai din raat rahaa
ਰਹਾ ਕਰ ਜੋੜੀਐ॥੧੫॥	kar jorhee-ai. ||15||

ਵੱਡੀ ਤੋਂ ਵੱਡੀ ਦਿੜ੍ਰਤਾ ਵਾਲੇ, ਸੂਰਬੀਰ ਵੀ ਮਨ ਦੇ ਪੰਜਾਂ ਜਮਦੂਤਾਂ ਦਾ ਮੁਕਾਬਲਾ ਨਹੀ ਕਰ ਸਕਦੇ । ਉਹਨਾਂ ਦੇ ਜਾਲ ਵਿੱਚ ਫਸ ਜਾਂਦੇ ਹਨ । ਇਹ ਤਨ ਦੇ ਉਹਨਾਂ ਅੰਗ ਤੇ ਵੀ ਵਾਰ ਕਰਦੇ ਹਨ, ਜਿੱਤ ਪਾ ਲੈਂਦੇ ਹਨ । ਜਿਹੜੇ ਇਹਨਾਂ ਇੱਛਾ ਦੇ ਕਾਬੂ ਵਿੱਚ ਵੀ ਨਹੀਂ ਹੁੰਦੇ । ਇਹ ਵਾਰੀ ਵਾਰੀ ਉਹਨਾਂ ਤੇ ਜਿੱਤ ਪਾ ਲੈਂਦੇ ਹਨ, ਆਪਣਾ, ਪ੍ਰਭ ਦੇ ਸ਼ਬਦ ਦਾ ਪ੍ਰਭਾਵ ਵਧਾਉਂਦੇ ਹਨ । ਸਾਰੀ ਸ੍ਰਿਸ਼ਟੀ ਹੀ ਇਹਨਾਂ ਤਿੰਨਾਂ ਸੰਸਾਰਕ ਮਾਇਆ ਦੇ ਰੂਪਾਂ ਦੇ ਗੁਲਾਮ ਹੋ ਜਾਂਦੀ ਹੈ । ਕੋਈ ਵੀ ਇਹਨਾਂ ਦਾ ਮੁਕਾਬਲਾ ਨਹੀਂ ਕਰ ਸਕਦਾ । ਪ੍ਰਭ ਸੋਝੀ ਬਖਸ਼ੋ ! ਭਰਮਾਂ ਦਾ ਕਿਲ੍ਹੇ, ਕੋਟ, ਅਤੇ ਸੰਸਰਕ ਮਾਇਆ ਦੇ ਜਾਲ ਤੋਂ ਕਿਵੇਂ ਬਚਿਆ ਜਾਵੇ? ਸ਼ਬਦ ਨਾਲ ਜੀਵਨ ਢਾਲਣ ਨਾਲ, ਇਸ ਫੋਜ ਤੇ ਜਿੱਤ ਪਾਈ ਜਾ ਸਕਦੀ ਹੈ । ਬੰਦਗੀ ਕਰਨ ਵਾਲੇ ਦਿਨ ਰਾਤ ਪ੍ਰਭ ਅੱਗੇ ਇਹ ਹੀ ਅਰਦਾਸ ਕਰਦੇ ਰਹਿੰਦੇ ਹਨ । ਰਹਿਮਤ ਬਖਸ਼ੋ ! ਇਸ ਸੰਸਾਰਕ ਮਾਇਆ ਤੇ ਜਿੱਤ ਬਖਸ਼ੋ !

Even the greatest warriors, renowned Holy saints, worldly gurus may not conquer the demons of worldly desires. They may become slave of worldly wealth of some kind. The demons of worldly desires may attack him over and over, eventually conquer his mind. Whosoever may remain beyond the control of these demons, they may make them as slave and enhance the influence of His Word. All universes remain the slave of these demons, very rare may conquer them. Have a mercy and grace to enlighten me; how may I be saved from worldly wealth and religious suspicions? By adopting the teachings of His Word with steady and stable belief in day to day life; with His mercy and grace, you may conquer these demons. His true devotee always has only one prayer, ask for His mercy and grace to save from demons of worldly desires.

484.ਸਲੋਕ ਮਃ ੫॥ 522-9

ਕਿਲਵਿਖ ਸਭੇ ਉਤਰਹਿ	kilvikh sabhay utran
ਨੀਤ ਨੀਤ ਗੁਣ ਗਾਉ॥	neet neet gun gaa-o.
ਕੋਟਿ ਕਲੇਸਾ ਊਪਜਹਿ	kot kalaysaa oopjahi
ਨਾਨਕ ਬਿਸਰੈ ਨਾਉ॥੧॥	naanak bisrai naa-o. ‖1‖

ਬਾਰ ਬਾਰ ਸ਼ਬਦ ਦੇ ਗੁਣ ਗਾਉਣ ਨਾਲ, ਅਨੇਕਾਂ ਜਨਮਾਂ ਦੇ ਪਾਪ ਬਖਸ਼ੇ ਜਾਂਦੇ ਹਨ । ਜਿਹੜੇ ਪ੍ਰਭ ਦਾ ਸ਼ਬਦ ਮਨੋ ਵਿਸਾਰ ਲੈਂਦੇ ਹਨ । ਉਹਨਾਂ ਨੂੰ ਅਨੇਕਾਂ ਹੀ ਮੁਸ਼ਕਲਾਂ ਆਉਂਦੀਆਂ ਹਨ ।

By singing the glory of His Word over and over, the sins of many lives may be forgiven by His mercy and grace. Whosoever may abandon his Word from his day to day life; he may endure many miseries of worldly desires.

ਮਃ ੫॥	mehlaa 5.
ਨਾਨਕ ਸਤਿਗੁਰਿ ਭੇਟਿਐ	naanak satgur bhayti-ai
ਪੂਰੀ ਹੋਵੈ ਜੁਗਤਿ॥	pooree hovai jugat.
ਹਸੰਦਿਆ ਖੇਲੰਦਿਆ ਪੈਨੰਦਿਆ	hasandi-aa khaylandi-aa painandi-aa
ਖਾਵੰਦਿਆ, ਵਿਚੇ ਹੋਵੈ ਮੁਕਤਿ॥੨॥	khaavandi-aa vichay hovai mukat. ‖2‖

ਜਿਹੜੇ ਪ੍ਰਭ ਦੇ ਸ਼ਬਦ ਤੇ ਭਰੋਸਾ ਅਡੋਲ ਰਖਦੇ ਹਨ । ਉਹਨਾਂ ਨੂੰ ਅਸਲੀ ਰਸਤੇ ਦੀ ਸੋਝੀ ਹੋ ਜਾਂਦੀ ਹੈ । ਉਹ ਸੰਸਾਰਕ ਜੀਵਨ ਬਤੀਤ ਕਰਦੇ ਹੱਸਦੇ, ਖੇਡਦੇ ਹਨ । ਸੰਸਾਰਕ ਕੰਮ ਕਰਦੇ ਹੀ ਮੁਕਤੀ ਪਾ ਲੈਂਦੇ ਹਨ, ਪ੍ਰਵਾਨ ਹੋ ਜਾਂਦੇ ਹਨ ।

Whosoever may meditate with steady and stable belief in day to day life; he may be blessed with the right path of meditation. He remains in pleasure and blossom and remain on the right path with steady and stable belief and may be accepted in His court.

ਪਉੜੀ॥	pa-orhee.
ਸੋ ਸਤਿਗੁਰੁ ਧਨੁ ਧੰਨੁ	so satgur Dhan Dhan
ਜਿਨਿ ਭਰਮ ਗੜੁ ਤੋੜਿਆ॥	jin bharam garh torhi-aa.
ਸੋ ਸਤਿਗੁਰੁ ਵਾਹੁ ਵਾਹੁ	so satgur vaahu vaahu
ਜਿਨਿ ਹਰਿ ਸਿਉ ਜੋੜਿਆ॥	jin har si-o jorhi-aa.
ਨਾਮੁ ਨਿਧਾਨੁ ਅਖੁਟੁ	naam niDhaan akhut
ਗੁਰੁ ਦੇਇ ਦਾਰੂਓ॥	gur day-ay daroo-o.
ਮਹਾ ਰੋਗੁ ਬਿਕਰਾਲ ਤਿਨੈ ਬਿਦਾਰੂਓ॥	mahaa rog bikraal tinai bidaroo-o.
ਪਾਇਆ ਨਾਮੁ ਨਿਧਾਨੁ	paa-i-aa naam niDhaan
ਬਹੁਤੁ ਖਜਾਨਿਆ॥	bahut khajaani-aa.
ਜਿਤਾ ਜਨਮੁ ਅਪਾਰੁ	jitaa janam apaar
ਆਪੁ ਪਛਾਨਿਆ॥	aap pachhaani-aa.
ਮਹਿਮਾ ਕਹੀ ਨ ਜਾਇ	mahimaa kahee na jaa-ay
ਗੁਰ ਸਮਰਥ ਦੇਵ॥	gur samrath dayv.
ਗੁਰ ਪਾਰਬ੍ਰਹਮ ਪਰਮੇਸੁਰ	gur paarbarahm parmaysur
ਅਪਰੰਪਰ ਅਲਖ ਅਭੇਵ॥੧੬॥	aprampar alakh abhayv. ‖16‖

ਉਹ ਅਸਲੀ ਗੁਰੂ, ਸ਼ਬਦ ਧੰਨ ਹੈ । ਜਿਸ ਦੇ ਸ਼ਬਦ ਦੀ ਪਾਲਣਾ ਕਰਨ ਨਾਲ ਮਨ ਵਿਚੋਂ ਭਰਮਾਂ ਦਾ ਨਾਸ਼ ਹੋ ਗਿਆ ਹੈ । ਉਹ ਪ੍ਰਭ ਦਾ ਸ਼ਬਦ ਧੰਨ ਹੈ । ਜਿਸ ਦੀ ਪਾਲਣਾ ਕਰਨ ਨਾਲ ਪ੍ਰਵਾਨਗੀ ਦੇ ਰਸਤੇ ਦੀ ਸੋਝੀ ਹੋ ਗਈ ਹੈ, ਰਸਤਾ ਮਿਲ ਗਿਆ ਹੈ । ਪ੍ਰਭ ਆਪ ਹੀ ਬੰਦਗੀ ਕਰਨ ਵਾਲੇ ਦਾਸ ਨੂੰ ਬੇਅੰਤ ਸੋਝੀ ਦੇ ਖਜ਼ਾਨੇ ਬਖਸ਼ਦਾ ਹੈ । ਉਸ ਨੇ ਮਨ ਦਾ ਸਭ ਤੋ ਵੱਡੇ ਰੋਗ ਦਾ ਨਾਸ਼ ਕਰ ਦੇਂਦਾ ਹੈ । ਉਹ ਬੰਦਗੀ ਕਰਨ ਵਾਲੇ ਆਪਣੇ ਆਪ ਨੂੰ ਪਛਾਣ ਜਾਂਦੇ ਹਨ । ਅਮਰ ਅਵਸਥਾ ਬਖਸ਼ਿਸ਼ ਹੋ ਜਾਂਦੀ ਹੈ । ਪ੍ਰਭ ਦੇ ਗੁਣਾਂ, ਕਰਤਬਾਂ ਦੀ ਮਹਿਮਾ ਦੀ ਪੂਰਨ ਵਿਆਖਿਆ ਨਹੀਂ ਕੀਤੀ ਜਾ ਸਕਦੀ । ਪ੍ਰਭ ਹੀ ਪੂਰਨ ਗੁਰੂ ਹੈ । ਸਭ ਤੋ ਉਤਮ, ਵਿਸ਼ੇਸ਼, ਕਿਸੇ ਜਾਣਕਾਰੀ, ਪਾਹੁੰਚ, ਦੇਖੇ ਜਾਣ ਤੋ ਉਪਰ ਹੈ ।

His Word, The True Guru may be great, by adopting the teachings in with steady and stable belief all the suspicions may be eliminated. By adopting the teachings of His Word with steady and stable belief in day to day life, I have been blessed with the right path of His acceptance. The True Master blesses His true devotee with many treasures of virtues and eliminates his biggest misery of his ego from his mind. He may recognize the purpose of his human life blessings and may be blessed with immortal state of mind. No one may fully comprehend His virtues, events and miracles. The teachings of His Word may be The True Guru, the symbol of God. He is the Holiest of All, unique, beyond comprehension, and visibility.

485.ਸਲੋਕੁ ਮਃ ੫॥ 522-14

ਉਦਮੁ ਕਰੇਦਿਆ ਜੀਉ,	udam karaydi-aa jee-o
ਤੂੰ ਕਮਾਵਦਿਆ ਸੁਖ ਭੁੰਚੁ॥	tooN kamaavdi-aa sukh bhunch.
ਧਿਆਇਦਿਆ ਤੂੰ ਪ੍ਰਭੂ ਮਿਲੁ,	Dhi-aa-idi-aa tooN parabhoo mil
ਨਾਨਕ ਉਤਰੀ ਚਿੰਤ॥੧॥	naanak utree chint. ||1||

ਜੀਵ ਉਦਮ ਕਰੋ! ਆਪਣਾ ਸੰਸਾਰਕ ਜੀਵਨ ਬਤੀਤ ਕਰਦੇ, ਉਸ ਦੇ ਸ਼ਬਦ ਨੂੰ ਜੀਵਨ ਵਿੱਚ ਢਾਲਣ ਨਾਲ ਮਨ ਵਿੱਚ ਸੰਤੋਖ ਬਖਸ਼ਿਸ਼ ਹੁੰਦਾ ਹੈ । ਉਸ ਦੇ ਸ਼ਬਦ ਦੀ ਸੋਝੀ ਪਾਉਣ, ਮਨ ਵਿੱਚ ਜਾਗਰਤ ਕਰਨ ਨਾਲ ਮਨ ਵਿੱਚ ਸਭ ਚਿੰਤਾਂ ਦਾ ਨਾਸ਼ ਹੋ ਜਾਂਦਾ ਹੈ ।

You should take initiation! By adopting the teachings of His Word with steady and stable belief in day to day life; with His mercy and grace, you may be blessed with contentment in day to day life. With the enlightenment of His Word and drenching the teachings within, all frustrations and worries may be eliminated.

ਮਃ ੫॥	mehlaa 5.
ਸੁਭ ਚਿੰਤਨ ਗੋਬਿੰਦ ਰਮਣ	subh chintan gobind raman
ਨਿਰਮਲ ਸਾਧੂ ਸੰਗ॥	nirmal saaDhoo sang.
ਨਾਨਕ ਨਾਮੁ ਨ ਵਿਸਰਉ,	naanak naam na visra-o
ਇਕ ਘੜੀ ਕਰਿ ਕਿਰਪਾ ਭਗਵੰਤ॥੨॥	ik gharhee kar kirpaa bhagvant. ||2||

ਪ੍ਰਭ ਮੇਰੇ ਮਨ ਵਿੱਚ ਚੰਗੇ ਖਿਆਲ, ਸੰਤਾਂ ਦੀ ਸੰਗਤ ਬਖਸ਼ੋ! ਪ੍ਰਭ ਰਹਿਮਤ ਬਖਸ਼ੋ! ਤੇਰਾ ਸ਼ਬਦ ਮਨ ਵਿਚੋਂ ਇੱਕ ਪਲ ਵੀ ਨਾ ਵਿਸਰ ਜਾਵੇ।

With Your mercy and grace, blessed me the association of His true devotees and good thoughts within my mind. I may never abandon the teachings of Your Word from my mind.

ਪਉੜੀ॥	pa-orhee.
ਤੇਰਾ ਕੀਤਾ ਹੋਇ	tayraa keetaa ho-ay
ਤ ਕਾਹੇ ਡਰਪੀਐ॥	ta kaahay darpee-ai.
ਜਿਸੁ ਮਿਲਿ ਜਪੀਐ ਨਾਉ	jis mil japee-ai naa-o

ਤਿਸੁ ਜੀਉ ਅਰਪੀਐ॥	tis jee-o arpee-ai.
ਆਇਐ ਚਿਤਿ ਨਿਹਾਲੁ	aa-i-ai chit nihaal
ਸਾਹਿਬ ਬੇਸੁਮਾਰ॥	saahib baysumaar.
ਤਿਸ ਨੋ ਪੋਹੇ ਕਵਣੁ	tis no pohay kavan
ਜਿਸੁ ਵਲਿ ਨਿਰੰਕਾਰ॥	jis val nirankaar.
ਸਭੁ ਕਿਛੁ ਤਿਸ ਕੈ ਵਸਿ	sabh kichh tis kai vas
ਨ ਕੋਈ ਬਾਹਰਾ॥	na ko-ee baahraa.
ਸੋ ਭਗਤਾ ਮਨਿ ਵੁਠਾ	so bhagtaa man vuthaa
ਸਚਿ ਸਮਾਹਰਾ॥	sach samaaharaa.
ਤੇਰੇ ਦਾਸ ਧਿਆਇਨਿ	tayray daas Dhi-aa-in
ਤੁਧੁ ਤੂੰ ਰਖਣ ਵਾਲਿਆ॥	tuDh tooN rakhan vaali-aa.
ਸਿਰਿ ਸਭਨਾ ਸਮਰਥੁ	sir sabhnaa samrath
ਨਦਰਿ ਨਿਹਾਲਿਆ॥੧੭॥	nadar nihaali-aa. ||17||

ਜਦੋਂ ਸਭ ਕੁਝ ਤੇਰਾ ਕੀਤਾ ਹੀ ਹੁੰਦਾ ਹੈ, ਤਾ ਮੇਰੇ ਮਨ ਵਿੱਚ ਚਿੰਤਾਂ ਕਿਉਂ ਰਹਿੰਦੀ ਹੈ? ਜਿਸ ਦੀ ਸੰਗਤ ਵਿੱਚ ਮਨ ਵਿੱਚ ਸ਼ਬਦ ਦੇ ਸਿਮਰਨ ਕਰਨ ਦੀ ਸ਼ਰਧਾ ਆਉਂਦੀ ਹੈ । ਮੈਂ ਆਪਾ ਉਸ ਨੂੰ ਭੇਟਾ ਕਰਦਾ ਹਾ । ਜਦੋ ਪ੍ਰਭ ਦੀ ਬਖਸ਼ਿਸ਼ ਹੁੰਦੀ ਹੈ! ਤਾ ਪ੍ਰਭ ਦਾ ਸ਼ਬਦ ਮਨ ਵਿੱਚ ਜਾਗਰਤ ਹੋ ਜਾਂਦਾ ਹੈ । ਮਨ ਵਿੱਚ ਖੇੜੇ ਦੀ ਹੱਦ ਦੀ ਵਿਆਖਿਆ ਨਹੀਂ ਕੀਤੀ ਜਾ ਸਕਦੀ । ਜਿਸ ਦਾ ਰਖਵਾਲਾ, ਸਹਾਈ ਪ੍ਰਭ ਆਪ ਬਣ ਜਾਂਦਾ ਹੈ । ਉਸ ਨੂੰ ਕੋਈ ਹੋਰ ਪ੍ਰਭਾਵ ਕਿਵੇਂ ਪਾ ਸਕਦਾ ਹੈ? ਪ੍ਰਭ ਸਭ ਕੁਝ ਤੇਰੇ ਹੁਕਮ ਅੰਦਰ ਹੈ । ਕੋਈ ਵੀ ਤੇਰੇ ਹੁਕਮ ਤੋ ਬਾਹਰ, ਉਪਰ ਨਹੀਂ ਹੈ । ਪ੍ਰਭ ਤੂੰ ਹੀ ਅਸਲੀ ਮਾਲਕ ਹੈ । ਤੂੰ ਸਦਾ ਹੀ ਦਾਸਾਂ, ਭਗਤਾ ਦੇ ਮਨ ਵਿੱਚ ਜਾਗਰਤ ਰਹਿੰਦਾ ਹੈ । ਤੇਰੇ ਬੰਦਗੀ ਕਰਨ ਵਾਲੇ ਸਦਾ ਹੀ ਤੇਰੇ ਸ਼ਬਦ ਦੀ ਪਾਲਣਾ ਵਿੱਚ ਮਸਤ ਰਹਿੰਦੇ ਹਨ । ਤੂੰ ਹੀ ਉਹਨਾਂ ਦਾ ਹਰ ਥਾਂ ਤੇ ਰਖਵਾਲਾ, ਸਹਾਈ ਹੁੰਦਾ ਹੈ । ਪ੍ਰਭ ਤੂੰ ਹੀ ਸਾਰੀ ਸ੍ਰਿਸ਼ਟੀ ਦਾ ਅਸਲੀ ਮਾਲਕ ਹੈ । ਆਪਣੀ ਸ੍ਰਿਸ਼ਟੀ ਤੇ ਰਹਿਮਤ ਦੀ ਨਜ਼ਰ ਬਖਸ਼ੋ!

As only His command may prevail in the universe; why may my mind be worried in the universe. By whose association, my mind may develop a devotion to meditate on the teachings of His Word, I may surrender my mind, body and worldly status at His sanctuary. Whosoever may be blessed with His mercy and grace, I may be enlightened and the extent of blossom of my mind may not be comprehended. Whosoever may be accepted in His sanctuary; how may any one influence his state of mind? Everything happens under Your command and no one may be above, beyond Your command. You are The True Master and remains enlightened within the minds of Your true devotees. Your true devotee always remains intoxicated in obeying Your Word, command and he may realize Your existence omnipresent and prevailing. You remain his pillar of support everywhere. You are the True Master of the universe, have a mercy and grace on Your creation.

486.ਸਲੋਕ ਮਃ ੫॥ 523-1

ਕਾਮ ਕ੍ਰੋਧ ਮਦ ਲੋਭ ਮੋਹ	kaam kroDh mad lobh moh
ਦੁਸਟ ਬਾਸਨਾ ਨਿਵਾਰਿ॥	dusat baasnaa nivaar.
ਰਾਖਿ ਲੇਹੁ ਪ੍ਰਭ ਆਪਣੇ	raakh layho parabh aapnay
ਨਾਨਕ ਸਦ ਬਲਿਹਾਰਿ॥੧॥	naanak sad balihaar. ||1||

ਬੰਦਗੀ ਕਰਨ ਵਾਲੇ ਸਦਾ ਹੀ ਪ੍ਰਭ ਅੱਗੇ ਰਹਿਮਤ ਦੀ ਅਰਦਾਸ ਕਰਦੇ ਹਨ! ਸਦਾ ਹੀ ਕੁਰਬਾਣ ਜਾਂਦੇ ਹਨ, ਕਰਮਾਤਾਂ ਤੋ ਹੈਰਾਨ ਰਹਿੰਦੇ ਹਨ । ਰਹਿਮਤਾਂ ਦੇ ਮਾਲਕ ਮੇਰੇ ਮਨ ਵਿਚੋਂ ਕਾਮ ਵਾਸ਼ਨਾ, ਕਰੋਧ, ਲੋਭ ਅਹੰਕਾਰ, ਸੰਸਾਰਕ ਮੋਹ ਅਤੇ ਬੁਰੇ ਖਿਆਲਾਂ, ਇੱਛਾਂ ਦਾ ਨਾਸ਼ ਕਰ ਦੇਵੋਂ!

His true devotee always prays for His mercy and grace, he remains fascinating from His nature and miracles. Always begs for His mercy and grace to keep him protected from the influence of sexual desire, anger, greed, ego and worldly attachments and the evil thoughts and demons of worldly desires.

ਮਃ ੫॥	mehlaa 5.
ਖਾਂਦਿਆ ਖਾਂਦਿਆ ਮੁਹੁ ਘਠਾ	khaaNdi-aa khaaNdi-aa muhu ghathaa
ਪੈਨੰਦਿਆ ਸਭੁ ਅੰਗੁ॥	painandi-aa sabh ang.
ਨਾਨਕ ਧ੍ਰਿਗੁ ਤਿਨਾ ਦਾ ਜੀਵਿਆ,	naanak Dharig tinaa daa jeevi-aa
ਜਿਨ ਸਚਿ ਨ ਲਗੋ ਰੰਗੁ॥੨॥	jin sach na lago rang. ||2||

ਜੀਵ ਸੰਸਾਰ ਵਿੱਚ ਭੋਜਨ ਖਾਂਦਾ, ਖਾਂਦਾ ਥੱਕ ਜਾਂਦਾ ਹੈ, ਬੇਵੱਸ ਹੋ ਜਾਂਦਾ ਹੈ । ਉਸ ਦਾ ਭੋਜਨ ਦਾ ਸਵਾਦ ਵੀ ਖਤਮ ਹੋ ਜਾਂਦਾ ਹੈ । ਕਪੜੇ ਪਾਉਂਦੇ, ਪਾਉਂਦੇ ਦੇ ਤਨ ਦੇ ਬੁੱਢਾ ਹੋ ਜਾਂਦਾ ਹੈ । ਜਿਹੜੇ ਪ੍ਰਭ ਦੇ ਸ਼ਬਦ ਦੀ ਪਾਲਣਾ ਵਿੱਚ ਧਿਆਨ ਨਹੀਂ ਲਾਉਂਦੇ, ਪ੍ਰਵਾਹ ਨਹੀਂ ਕਰਦੇ । ਉਹਨਾਂ ਜੀਵ ਦਾ ਮਾਨਸ ਜੀਵਨ ਲੈਣਾ ਬਿਰਥਾ ਹੀ ਹੁੰਦਾ ਹੈ ।

Human may enjoy the delicacy of food and eventually may become desperate from food. His taste for food may also disappears, his body wears out with dressing up and gets old. Whosoever may not obey the teachings of His Word or may not pay attention to the teachings of His Word; His human life blessings may be wasted uselessly.

ਪਉੜੀ॥	pa-orhee.
ਜਿਉ ਜਿਉ ਤੇਰਾ ਹੁਕਮੁ	Ji-o Ji-o tayraa hukam
ਤਿਵੈ ਤਿਉ ਹੋਵਣਾ॥	tivai ti-o hovnaa.
ਜਹ ਜਹ ਰਖਹਿ ਆਪਿ	jah jah rakheh aap
ਤਹ ਜਾਇ ਖੜੋਵਣਾ॥	tah jaa-ay kharhovanaa.
ਨਾਮ ਤੇਰੈ ਕੈ ਰੰਗਿ ਦੁਰਮਤਿ ਧੋਵਣਾ॥	naam tayrai kai rang durmat Dhovnaa.
ਜਪਿ ਜਪਿ ਤੁਧੁ ਨਿਰੰਕਾਰ	jap jap tuDh nirankaar
ਭਰਮੁ ਭਉ ਖੋਵਣਾ॥	bharam bha-o khovnaa.
ਜੋ ਤੇਰੈ ਰੰਗਿ ਰਤੇ ਸੇ ਜੋਨਿ ਨ ਜੋਵਣਾ॥	jo tayrai rang ratay say jon na jovnaa.
ਅੰਤਰਿ ਬਾਹਰਿ ਇਕੁ ਨੈਣ ਅਲੋਵਣਾ॥	antar baahar ik nain alovanaa.
ਜਿਨ੍ਹੀ ਪਛਾਤਾ ਹੁਕਮੁ	jinHee pachhaataa hukam
ਤਿਨ੍ ਕਦੇ ਨ ਰੋਵਣਾ॥	tinH kaday na rovnaa.
ਨਾਉ ਨਾਨਕ ਬਖਸੀਸ	naa-o naanak bakhsees
ਮਨ ਮਾਹਿ ਪਰੋਵਣਾ॥੧੮॥	man maahi parovanaa. ||18||

ਪ੍ਰਭ, ਜਿਵੇਂ ਹੀ ਤੇਰਾ ਹੁਕਮ ਹੁੰਦਾ ਹੈ, ਸ੍ਰਿਸ਼ਟੀ ਵਿੱਚ ਉਹ ਹੀ ਵਾਪਰਦਾ ਹੈ । ਜਿਸ ਧੰਦੇ ਤੇ ਤੂੰ ਰਹਿਮਤ ਬਖਸ਼ਕੇ ਲਾਉਂਦਾ ਹੈ । ਮੈਂ ਉਹ ਹੀ ਕਰਦਾ ਹਾ, ਕਰ ਸਕਦਾ ਹਾ । ਮੈਂ ਆਪਣੇ ਮਨ ਦਾ ਭਰੋਸਾ ਅਡੋਲ ਰਖਕੇ, ਤੇਰੇ ਵਿਛੋੜੇ ਦੇ ਵਿਰਾਗ ਨਾਲ ਆਪਣੇ ਮਨ ਦੇ ਬੁਰੇ ਖਿਆਲਾਂ ਤੇ ਜਿੱਤ ਪਾ ਲੈਂਦਾ ਹਾ । ਬਾਰ ਬਾਰ ਸ਼ਬਦ ਦਾ ਸਿਮਰਨ ਕਰਨ ਨਾਲ ਮਨ ਵਿਚੋਂ ਸੰਸਾਰਕ ਭਰਮ ਦਾ ਨਾਸ਼ ਹੋ ਜਾਂਦਾ ਹੈ । ਜਿਹੜੇ ਤੇਰੇ ਵਿਛੋੜੇ ਦੇ ਵਿਰਾਗ ਵਿੱਚ ਤੇਰੇ ਸ਼ਬਦ ਦਾ ਸਿਮਰਨ ਕਰਦੇ ਹਨ । ਉਹ ਕਦੇ ਵੀ ਜੂੰਨਾਂ ਦੇ ਚੱਕਰ ਵਿੱਚ ਨਹੀਂ ਜਾਂਦੇ । ਉਹ ਆਪਣੇ ਮਨ ਦੇ ਅੰਦਰ ਅਤੇ ਬਾਹਰ ਸ੍ਰਿਸ਼ਟੀ ਵਿੱਚ ਇੱਕੋ ਇੱਕ ਪ੍ਰਭ ਦਾ ਹੁਕਮ ਹੀ ਵਾਪਰਦਾ ਮਹਿਸੂਸ ਕਰਦੇ ਹਨ । ਆਪਣੀਆਂ ਅੱਖਾਂ ਨਾਲ ਨਜ਼ਾਰਾ ਦੇਖਦੇ ਹਨ । ਜਿਹੜੇ ਤੇਰੇ ਸ਼ਬਦ ਦੀ ਪਾਲਣਾ ਤੇ ਭਰੋਸਾ ਅਡੋਲ ਰਖਦੇ ਹਨ । ਉਹਨਾਂ ਨੂੰ ਕਦੇ ਪਛਤਾਵਾ ਨਹੀ

ਕਰਨਾ ਪੈਂਦਾ । ਜਿਸ ਤੇ ਰਹਿਮਤ ਨਾਲ ਸ਼ਬਦ ਦੀ ਬਖਸ਼ਿਸ਼ ਕਰਦਾ, ਸ਼ਬਦ ਦੇ ਲੜ ਲਾਉਂਦਾ ਹੈ । ਉਹਨਾਂ ਦਾ ਮਨ ਸ਼ਬਦ ਦੀ ਡੋਰੀ ਨਾਲ ਪਰਾਉਆ ਜਾਂਦਾ ਹੈ । ਸ਼ਬਦ ਮਨ ਦਾ ਅੰਗ ਬਣ ਜਾਂਦਾ ਹੈ ।

Whatsoever may be His command, only that may happen in the universe. Whatsoever chores may be assigned, I may only perform that task. By remaining steady and stable on the teachings of Your Word and enter into renunciation in the memory of separation from The Holy Spirit, one may conquer his evil thoughts of his mind. By meditating over and over, his demons of worldly desires may be eliminated. Whosoever meditate on the teachings of Your Word, renunciation of His memory of separation from The Holy Spirit remains fresh and his cycle of birth and death may be eliminated. He may realize The Holy spirit prevails with his mind, body and outside in the World and witness His nature with his eyes. Whosoever may adopt the teachings of His Word with steady and stable belief in his day to day life, he may never have to regret and repent. He may be attached to a devotional meditation on His Word. His mind may be threaded in the rope of His Word and becomes a part of Word, remains embedded in His Word.

487.ਸਲੋਕ ਮਃ ੫॥ 523-7

ਜੀਵਦਿਆ ਨ ਚੇਤਿਓ	jeevdi-aa na chayti-o
ਮੁਆ ਰਲੰਦੜੋ ਖਾਕ॥	mu-aa raland-rho khaak.
ਨਾਨਕ ਦੁਨੀਆ ਸੰਗਿ ਗੁਦਾਰਿਆ	naanak dunee-aa sang gudaari-aa
ਸਾਕਤ ਮੂੜ ਨਪਾਕ॥੧॥	saakat moorh napaak. ||1||

ਜਿਹੜੇ ਮਾਨਸ ਜੀਵਨ ਵਿੱਚ ਪ੍ਰਭ ਦੇ ਸ਼ਬਦ ਦਾ ਸਿਮਰਨ, ਪਾਲਣਾ ਨਹੀ ਕਰਦੇ । ਉਹਨਾਂ ਦਾ ਤਨ ਤਾ ਮੌਤ ਪਿਛੋਂ ਭਸਮ ਹੋ ਕੇ ਮਿੱਟੀ ਵਿੱਚ ਹੀ ਰਲ ਜਾਣਾ ਹੈ । ਉਹ ਸਾਕਤ ਆਪਣੀ ਮੂਰਖਤਾਈ ਵਿੱਚ ਦੁਰਲੱਭ ਮਾਨਸ ਜਨਮ, ਸੰਸਾਰਕ ਇੱਛਾਂ ਦੇ ਜਾਲ ਵਿੱਚ ਫਸੇ ਬਿਰਥਾ ਬਰਬਾਦ ਕਰ ਜਾਂਦਾ ਹੈ ।

Whosoever may not meditate or obey the teachings of His Word, his body becomes a part of ashes, dust. The self-mind in his ignorance has wasted His priceless opportunity of human life uselessly by becoming a slave of worldly desires, money.

ਮਃ ੫॥	mehlaa 5.
ਜੀਵੰਦਿਆ ਹਰਿ ਚੇਤਿਆ	jeevandi-aa har chayti-aa
ਮਰੰਦਿਆ ਹਰਿ ਰੰਗਿ॥	marandi-aa har rang.
ਜਨਮੁ ਪਦਾਰਥੁ ਤਾਰਿਆ	janam padaarath taari-aa
ਨਾਨਕ ਸਾਧੂ ਸੰਗਿ॥੨॥	naanak saaDhoo sang. ||2||

ਜਿਹੜੇ ਜੀਵ ਮਾਨਸ ਜੀਵਨ ਵਿੱਚ ਪ੍ਰਭ ਦੇ ਵਿਛੋੜੇ ਦੇ ਵਿਰਾਗ ਵਿੱਚ ਸ਼ਬਦ ਦੀ ਪਾਲਣਾ ਕਰਦੇ ਜੀਵਨ ਬਤੀਤ ਕਰਦੇ ਹਨ । ਉਹ ਮੌਤ ਤੇ ਪ੍ਰਭ ਦੀ ਜੋਤ ਵਿੱਚ ਅਭੇਦ ਹੋ ਜਾਂਦੇ । ਉਹ ਜੀਵ ਬੰਦਗੀ ਕਰਨ ਵਾਲੇ ਸੰਤਾਂ ਦੀ ਸੰਗਤ ਵਿੱਚ ਸ਼ਬਦ ਦਾ ਸਿਮਰਨ ਕਰਦੇ ਮਾਨਸ ਜੀਵਨ ਸਫਲ ਕਰ ਜਾਂਦੇ ਹਨ ।

Whosoever may enter in renunciation in his memory of separation from The Holy Spirit and performs day to day chores of life. He may be accepted in His court after death. He may remain in the congregation of His true devotees meditating and may conclude his human life journey successfully.

ਪਉੜੀ॥	pa-orhee.
ਆਦਿ ਜੁਗਾਦੀ ਆਪਿ ਰਖਣ ਵਾਲਿਆ॥	aad jugaadee aap rakhan vaali-aa.
ਸਚੁ ਨਾਮੁ ਕਰਤਾਰੁ ਸਚੁ ਪਸਾਰਿਆ॥	sach naam kartaar sach pasaari-aa.
ਊਣਾ ਕਹੀ ਨ ਹੋਇ	oonaa kahee na ho-ay
ਘਟੇ ਘਟਿ ਸਾਰਿਆ॥	ghatay ghat saari-aa.

ਮਿਹਰਵਾਨ ਸਮਰਥ	miharvaan samrath
ਆਪੇ ਹੀ ਘਾਲਿਆ॥	aapay hee ghaali-aa.
ਜਿਨ੍ ਮਨਿ ਵੁਠਾ ਆਪਿ	jinH man vuthaa aap
ਸੇ ਸਦਾ ਸੁਖਾਲਿਆ॥	say sadaa sukhaali-aa.
ਆਪੇ ਰਚਨੁ ਰਚਾਇ	aapay rachan rachaa-ay
ਆਪੇ ਹੀ ਪਾਲਿਆ॥	aapay hee paali-aa.
ਸਭੁ ਕਿਛੁ ਆਪੇ ਆਪਿ	sabh kichh aapay aap
ਬੇਅੰਤ ਅਪਾਰਿਆ॥	bay-ant apaari-aa.
ਗੁਰ ਪੂਰੇ ਕੀ ਟੇਕ	gur pooray kee tayk
ਨਾਨਕ ਸੰਮ੍ਾਲਿਆ॥੧੯॥	naanak sammHaali-aa. ‖19‖

ਪ੍ਰਭ ਸ੍ਰਿਸ਼ਟੀ ਦੇ ਅੰਰਭ ਤੋ, ਸਾਰੇ ਜੁਗਾ ਵਿੱਚ ਤੂੰ ਸ੍ਰਿਸ਼ਟੀ ਦੇ ਜੀਵਾਂ ਦੀ ਪਾਲਣਾ ਪੋਸਨਾ, ਰਖਿਆ ਕਰਦਾ ਆਇਆ ਹੈ । ਪ੍ਰਭ ਤੂੰ, ਤੇਰਾ ਸ਼ਬਦ ਸਦਾ ਅਟੱਲ ਰਹਿਣ ਵਾਲਾ ਹੈ । ਪ੍ਰਭ ਤੂੰ ਹਰਇੱਕ ਮਨ ਨੂੰ ਆਪਣੇ ਸ਼ਬਦ ਨਾਲ ਭਰਦਾ ਹੈ, ਬਖਸ਼ਦਾ ਹੈ । ਤੇਰੇ ਸ਼ਬਦ ਦੀ ਕਦੇ ਘਾਟ ਨਹੀਂ ਆਉਂਦੀ । ਪ੍ਰਭ ਤੂੰ ਬਹੁਤ ਤਰਸਵਾਨ, ਸਰਬ ਕਲਾ ਸਮਰਤ ਹੈ । ਤੂੰ ਆਪ ਹੀ ਜੀਵ ਦੀ ਲਗਨ ਸ਼ਬਦ ਦੀ ਪਾਲਣਾ ਵਿੱਚ ਲਾਉਂਦਾ ਹੈ । ਜਿਹਨਾਂ ਦੇ ਮਨ ਵਿੱਚ ਤੇਰਾ ਸ਼ਬਦ ਘਰ ਕਰ ਜਾਂਦਾ, ਜਾਗਰਤ ਹੋ ਜਾਂਦਾ ਹੈ । ਉਹ ਸਦਾ ਹੀ ਸੰਤੋਖ, ਖੇੜੇ ਵਿੱਚ ਰਹਿੰਦੇ ਹਨ । ਤੂੰ ਆਪ ਹੀ ਸ੍ਰਿਸ਼ਟੀ ਦੀ ਸਾਜਨਾ ਕਰਦਾ ਹੈ । ਆਪ ਹੀ ਇਸ ਦੀ ਪਾਲਣਾ, ਪੋਸਨਾ ਕਰਦਾ ਹੈ । ਪ੍ਰਭ ਤੂੰ ਆਪ ਹੀ ਸ੍ਰਿਸ਼ਟੀ ਹੈ ਅਤੇ ਤੇਰਾ ਕੋਈ ਅੰਤ ਨਹੀਂ ਹੈ । ਸ਼ਬਦ ਦੀ ਪਾਲਣਾ ਕਰਦੇ ਤੇਰੇ ਦਾਸ ਸ਼ਬਦ ਰੂਪੀ ਅੰਮ੍ਰਿਤ ਦਾ ਰਸ ਮਾਨਦੇ ਹਨ ।

From the beginning of the universe from Ages, The True Master has been nourishing and protecting His creation. My True Master, Your Word is Axiom and You bestow the essence of Your Word within each soul. You Word may never has any deficiency and shortage. The Omnipotent, merciful True Master, bestows the devotion of His Word in the mind of His true devotee. Whosoever may remain drenched and enlightened with the teachings of Your Word, he may be blessed with contentment and blossom in His life. You are the creator and also You nourish and protect Your creation. You are Yourself is the universe and there may be no limit of Your nature. Your true devotee remains intoxicated and may immerse in Your Holy Spirt.

488.ਸਲੋਕ ਮਃ ੫॥ 523-12

ਆਦਿ ਮਧਿ ਅਰੁ ਅੰਤਿ	aad maDh ar ant
ਪਰਮੇਸਰਿ ਰਖਿਆ॥	parmaysar rakhi-aa.
ਸਤਿਗੁਰਿ ਦਿਤਾ ਹਰਿ ਨਾਮੁ	satgur ditaa har naam
ਅੰਮ੍ਰਿਤੁ ਚਖਿਆ॥	amrit chakhi-aa.
ਸਾਧਾ ਸੰਗੁ ਅਪਾਰੁ	saaDhaa sang apaar
ਅਨਦਿਨੁ ਹਰਿ ਗੁਣ ਰਵੈ॥	an-din har gun ravai.
ਪਾਏ ਮਨੋਰਥ ਸਭਿ	paa-ay manorath sabh
ਜੋਨੀ ਨਹ ਭਵੈ॥	joneenah bhavai.
ਸਭੁ ਕਿਛੁ ਕਰਤੇ ਹਥਿ	sabh kichh kartay hath
ਕਾਰਣੁ ਜੋ ਕਰੈ॥	kaaran jo karai.
ਨਾਨਕੁ ਮੰਗੈ ਦਾਨੁ	naanak mangai daan
ਸੰਤਾ ਧੂਰਿ ਤਰੈ॥੧॥	santaa Dhoor tarai. ‖1‖

ਸ੍ਰਿਸ਼ਟੀ ਦੇ ਜੀਵ ਦੇ ਜਨਮ ਤੇ, ਅੰਰਭ, ਜੀਵਨ ਬਤੀਤ ਕਰਦੇ, ਅਤੇ ਮੌਤ ਤੇ ਪ੍ਰਭ ਹੀ ਜੀਵ ਦਾ ਸਹਾਈ ਹੁੰਦਾ ਹੈ । ਉਹ ਹੀ ਆਪਣੇ ਦਾਸਾਂ ਨੂੰ ਸ਼ਬਦ ਦੇ ਲੜ ਲਾਉਂਦਾ, ਪਾਲਣਾ ਵਿੱਚ ਅਡੋਲ ਰਖਦਾ ਹੈ । ਉਹ ਹੀ ਸ਼ਬਦ ਰੂਪੀ ਅੰਮ੍ਰਿਤ ਦਾ ਰਸ ਮਾਨਦੇ ਹਨ । ਉਹ ਦਿਨ ਰਾਤ ਬੰਦਗੀ ਕਰਨ ਵਾਲੇ ਸੰਤਾਂ ਦੀ ਸੰਗਤ ਵਿੱਚ ਸ਼ਬਦ ਦੀ ਪਾਲਣਾ ਕਰਦੇ, ਭਰੋਸਾ ਅਡੋਲ ਰਖਦੇ ਹਨ । ਉਹ ਚਾਰੇ ਪਦਾਰਥ ਪਾ ਕੇ ਆਪਣਾ ਜੀਵਨ ਸਫਲ ਕਰ ਜਾਂਦੇ ਹਨ । ਉਹਨਾਂ ਨੂੰ ਜੂੰਨਾਂ ਦੇ ਚੱਕਰ ਵਿੱਚ ਭਉਣਾ ਨਹੀਂ ਪੈਂਦਾ । ਸਭ ਕੁਝ ਪ੍ਰਭ ਦੇ ਹੁਕਮ ਅੰਦਰ ਹੀ ਹੁੰਦਾ ਹੈ । ਜੋ ਕੁਝ ਵੀ ਸ੍ਰਿਸ਼ਟੀ ਵਿੱਚ ਵਾਪਰਦਾ ਹੈ, ਉਸ ਦੇ ਹੁਕਮ ਨਾਲ ਹੀ ਵਾਪਰਦਾ ਹੈ । ਬੰਦਗੀ ਕਰਨ ਵਾਲੇ ਸਦਾ ਹੀ ਰਹਿਮਤ ਦੀ ਅਰਦਾਸ ਕਰਦੇ ਹਨ! ਸੰਤਾਂ ਦੇ ਚਰਨਾਂ ਦੀ ਧੂੜ ਦੀ ਹੀ ਭਖਿਆ ਮੰਗਦੇ ਹਨ ।

The True Master remains support and protector of his soul before birth, in worldly life and also after death in His court. He may attach His true devotee to meditate and remains steady and stable on the right path and his true devotee may enjoy the nectar of the essence of His Word. His true devotee may remain in the association of His Holy saints meditating with steady and stable belief, he may be blessed with the 4^{Th} virtue and he may conclude his human life journey. He may not enter into the cycle of birth and death; everything may happen under His command. His true devotee may always pray for His merry and grace and begs for the dust the feet of His true devotees.

ਮਃ ੫॥	mehlaa 5.
ਤਿਸ ਨੋ ਮੰਨਿ ਵਸਾਇ ਜਿਨਿ ਉਪਾਇਆ॥	tis no man vasaa-ay jin upaa-i-aa.
ਜਿਨਿ ਜਨਿ ਧਿਆਇਆ ਖਸਮੁ	jin jan Dhi-aa-i-aa khasam
ਤਿਨਿ ਸੁਖੁ ਪਾਇਆ॥	tin sukh paa-i-aa.
ਸਫਲੁ ਜਨਮੁ ਪਰਵਾਨੁ ਗੁਰਮੁਖਿ ਆਇਆ॥	safal janam parvaan gurmukh aa-i-aa.
ਹੁਕਮੈ ਬੁਝਿ ਨਿਹਾਲੁ	hukmai bujh nihaal
ਖਸਮਿ ਫੁਰਮਾਇਆ॥	khasam furmaa-i-aa.
ਜਿਸੁ ਹੋਆ ਆਪਿ ਕ੍ਰਿਪਾਲੁ	jis ho-aa aap kirpaal
ਸੁ ਨਹ ਭਰਮਾਇਆ॥	so nah bharmaa-i-aa.
ਜੋ ਜੋ ਦਿਤਾ ਖਸਮਿ	jo jo ditaa khasam
ਸੋਈ ਸੁਖੁ ਪਾਇਆ॥	so-ee sukh paa-i-aa.
ਨਾਨਕ ਜਿਸਹਿ ਦਇਆਲੁ	naanak jisahi da-i-aal
ਬੁਝਾਏ ਹੁਕਮੁ ਮਿਤ॥	bujhaa-ay hukam mit.
ਜਿਸਹਿ ਭੁਲਾਏ ਆਪਿ	jisahi bhulaa-ay aap
ਮਰਿ ਮਰਿ ਜਮਹਿ ਨਿਤ॥੨॥	mar mar jameh nit. ||2||

ਪ੍ਰਭ ਦੇ ਸ਼ਬਦ ਨੂੰ ਆਪਣੇ ਵਿੱਚ ਜਾਗਰਤ ਕਰੋ! ਜਿਸ ਨੇ ਤੈਨੂੰ ਮਾਨਸ ਜਨਮ ਬਖਸ਼ਿਆ ਹੈ । ਸ਼ਬਦ ਦੀ ਪਾਲਣਾ, ਸਿਮਰਨ ਕਰਨ ਨਾਲ ਮਨ ਵਿੱਚ ਸੰਤੋਖ ਭਰ ਜਾਂਦਾ ਹੈ । ਉਹਨਾਂ ਜੀਵ ਦਾ ਮਾਨਸ ਜਨਮ ਸਫਲ ਹੋ ਜਾਂਦਾ ਹੈ । ਉਹਨਾਂ ਨੂੰ ਗੁਰਮਖ ਅਵਸਥਾ ਬਖਸ਼ਿਸ਼ ਹੋ ਜਾਂਦੀ ਹੈ । ਜਿਹੜੇ ਪ੍ਰਭ ਦੇ ਹੁਕਮ ਨੂੰ ਪਛਾਣ ਜਾਂਦੇ ਹਨ, ਮੰਨ ਲੈਂਦੇ ਹਨ । ਜਿਹਨਾਂ ਤੇ ਪ੍ਰਭ ਦੀ ਰਹਿਮਤ ਦੀ ਨਜ਼ਰ ਬਖਸ਼ਿਸ਼ ਹੋ ਜਾਂਦੀ ਹੈ । ਉਹਨਾਂ ਦਾ ਮਨ ਚਾਰੇ ਪਾਸੇ ਘੁੰਮਦਾ ਨਹੀਂ । ਜੋ ਵੀ ਪ੍ਰਭ ਬਖਸ਼ਦਾ ਹੈ, ਉਸ ਦਾ ਧੰਨਵਾਦ ਕਰਦੇ, ਸੰਤੋਖ ਨਾਲ ਅਨੰਦ ਮਾਨਦੇ ਹਨ । ਜਿਹੜਾ ਪ੍ਰਭ ਦੇ ਤਰਸ ਨਾਲ, ਉਸ ਦੇ ਸ਼ਬਦ ਨੂੰ ਪਛਾਣ ਜਾਂਦਾ ਹੈ । ਉਹ ਹੀ ਬੰਦਗੀ ਕਰਨ ਵਾਲੇ ਦਾ ਅਸਲੀ ਮਿਤ੍ਰ, ਸੰਜੋਗੀ ਬਣ ਜਾਂਦਾ ਹੈ । ਜਿਹਨਾਂ ਜੀਵਾਂ ਨੂੰ ਪ੍ਰਭ ਆਪ ਹੀ ਚਾਰੇ ਪਾਸੇ ਘੁੰਮਣ ਤੇ ਲਾਉਂਦਾ ਹੈ । ਉਹ ਹੀ ਜੂੰਨਾਂ ਦੇ ਚੱਕਰ ਵਿੱਚ ਰਹਿੰਦੇ ਹਨ ।

You should keep the Word of the creator enlightened within your heart. By adopting the teachings of His Word, he may be blessed with contentment. His human life journey may become fruitful. He may be blessed with state of mind as His true devote and he may recognize His Word, the purpose of his human life blessings. Whosoever may be blessed with His mercy and grace, his wandering mind may become steady and stable on the right path. His true devotee remains contented with His blessings and always sing His glory in gratitude. Whosoever may recognize His Word, his own purpose of human life, he may be accepted in the sanctuary of His true devotee. Whosoever may be inspired to wander around, he may remain in the cycle of birth and death.

ਪਉੜੀ॥	pa-orhee.
ਨਿੰਦਕ ਮਾਰੇ ਤਤਕਾਲਿ	nindak maaray tatkaal
ਖਿਨੁ ਟਿਕਣ ਨ ਦਿਤੇ॥	khin tikan na ditay.
ਪ੍ਰਭ ਦਾਸ ਕਾ ਦੁਖੁ ਨ ਖਵਿ	parabh daas kaa dukh na khav
ਸਕਹਿ ਫੜਿ ਜੋਨੀ ਜੁਤੇ॥	sakahi farh jonee jutay.
ਮਥੇ ਵਾਲਿ ਪਛਾੜਿਅਨੁ	mathay vaal pachhaarhi-an
ਜਮ ਮਾਰਗਿ ਮੁਤੇ॥	jam maarag mutay.
ਦੁਖਿ ਲਗੈ ਬਿਲਲਾਣਿਆ	dukh lagai billaani-aa
ਨਰਕਿ ਘੋਰਿ ਸੁਤੇ॥	narak ghor sutay.
ਕੰਠਿ ਲਾਇ ਦਾਸ ਰਖਿਅਨੁ	kanth laa-ay daas rakhi-an naanak
ਨਾਨਕ ਹਰਿ ਸਤੇ॥੨੦॥	har satay. ||20||

ਨਿੰਦਿਆਂ ਕਰਨ ਵਾਲੇ ਦੀ ਕਮਾਈ, ਬੰਦਗੀ, ਪੂਜਾ ਇਕ ਪਲ ਵਿੱਚ ਹੀ ਬਿਰਥੀ ਜਾਂਦੀ ਹੈ । ਉਹਨਾਂ ਨੂੰ ਇਕ ਪਲ ਵੀ ਉਸ ਦਾ ਸੁਖ ਮਾਨਣ ਦਾ ਮੌਕਾ ਨਹੀਂ ਮਿਲਦਾ । ਇੱਕ ਪਲ ਵੀ ਮਨ ਵਿੱਚ ਸੰਤੋਖ ਨਹੀਂ ਆਉਂਦਾ । ਪ੍ਰਭ ਆਪ ਹੀ ਬੰਦਗੀ ਕਰਨ ਵਾਲੇ ਨੂੰ ਸਾਹਿਣ ਸ਼ਕਤੀ ਬਖਸ਼ਦਾ ਹੈ । ਨਿੰਦਿਆਂ ਕਰਨ ਵਾਲੇ ਨੂੰ ਇੱਕ ਪਲ ਵਿੱਚ ਹੀ ਜੂੰਨਾਂ, ਨਰਕ ਵਿੱਚ ਪਾਈ ਰਖਦਾ ਹੈ । ਉਹਨਾਂ ਨੂੰ ਦਰਦਨਾਕ, ਕੁੱਤੇ ਦੀ ਮੌਤ ਮਾਰਦਾ ਹੈ, ਨੀਚ ਜੂੰਨਾਂ ਵਿੱਚ ਪਾਉਂਦਾ ਹੈ । ਉਹਨਾਂ ਦੇ ਰੋਣ ਕਰਲਾਉਣ ਦੀ ਕੋਈ ਪ੍ਰਵਾਹ ਨਹੀਂ ਕਰਦਾ । ਬੰਦਗੀ ਕਰਨ ਵਾਲੇ ਜੀਵਾਂ ਨੂੰ ਆਪਣੀ ਸ਼ਰਣ ਵਿੱਚ ਅਡੋਲ ਰਖਦਾ ਹੈ । ਉਹ ਹਰ ਹਾਲਤ ਵਿੱਚ ਖੇੜੇ ਵਿੱਚ ਹੀ ਰਹਿੰਦੇ ਹਨ ।

The earning of meditation of the devotee, who may rebuke, back-biting His true devotees may be vanished in a twinkle of eyes. He may never find a moment to enjoy comforts of life and may not feel contented even for a moment; The True Master may bestow him strength to tolerate and others remains in the cycle of birth and death and enters into mean creature life cycle. No one may pay any attention or care for his cry for mercy. He may keep His True devotee in His sanctuary and he remains contented in all environments.

489.ਸਲੋਕ ਮः ੫॥ 524 -2

ਰਾਮੁ ਜਪਹੁ ਵਡਭਾਗੀਹੋ,	raam japahu vadbhaageeho
ਜਲਿ ਥਲਿ ਪੂਰਨੁ ਸੋਇ॥	jal thal pooran so-ay.
ਨਾਨਕ ਨਾਮਿ ਧਿਆਇਐ,	naanak naam Dhi-aa-i-ai
ਬਿਘਨੁ ਨ ਲਾਗੈ ਕੋਇ॥੧॥	bighan na laagai ko-ay. ||1||

ਮਾਨਸ ਜੀਵ ਤੂੰ ਬਹੁਤ ਵੱਡੇਭਾਗਾਂ ਵਾਲਾ ਹੈ, ਪ੍ਰਭ ਨੇ ਮਾਨਸ ਜਨਮ ਬਖਸ਼ਿਆ ਹੈ । ਪ੍ਰਭ ਹੀ ਜਲ, ਥਲ, ਅਕਾਸ਼ ਵਿੱਚ ਵਾਪਰਦਾ ਹੈ, ਹਾਜ਼ਰ ਹਜ਼ੂਰ ਰਹਿੰਦਾ ਹੈ । ਅਡੋਲ ਭਰੋਸੇ ਨਾਲ ਸ਼ਬਦ ਦੀ ਪਾਲਣਾ ਨਾਲ ਮਾਨਸ ਜਨਮ ਸਫਲ ਹੋ ਜਾਂਦਾ ਹੈ । ਕੋਈ ਵਿਘਨ ਨਹੀਂ ਪੈਂਦਾ । ਕੋਈ ਮੰਦੇ ਭਾਗ ਨਹੀ ਆਉਂਦੇ ।

Whosoever may be blessed with human body, life, he becomes very fortunate. The Omnipresent True Master prevailed in water, in, on under earth and sky. By adopting the teachings of His Word with steady and stable belief, his human life journey may be successful. He may not endure any hardship or misfortune.

ਮਃ ੫॥	mehlaa 5.
ਕੋਟਿ ਬਿਘਨ ਤਿਸੁ ਲਾਗਤੇ	kot bighan tis laagtay
ਜਿਸ ਨੋ ਵਿਸਰੈ ਨਾਉ॥	jis no visrai naa-o.
ਨਾਨਕ ਅਨਦਿਨੁ ਬਿਲਪਤੇ,	naanak an-din bilpatay
ਜਿਉ ਸੁੰਞੈ ਘਰਿ ਕਾਉ॥੨॥	Ji-o sunjai ghar kaa-o. ‖2‖

ਜਿਹਨਾਂ ਦੇ ਮਨ ਵਿਚੋਂ ਪ੍ਰਭ ਦਾ ਸ਼ਬਦ ਭੁਲ ਜਾਂਦਾ ਹੈ । ਉਹਨਾਂ ਨੂੰ ਅਨੇਕਾਂ ਹੀ ਸੰਸਾਰਕ ਇੱਛਾਂ ਦੀਆਂ ਭਟਕਣਾ ਲੱਗੀਆਂ ਰਹਿੰਦੀਆਂ ਹਨ । ਉਹ ਦਿਨ ਰਾਤ ਸੰਸਾਰ ਵਿੱਚ ਇਸ ਤਰ੍ਹਾਂ ਬੇਵੱਸ ਹੋਏ ਬਤੀਤ ਕਰਦੇ ਹਨ । ਜਿਵੇਂ ਸੁੰਞੇ ਘਰ ਵਿੱਚ ਕਾਂ ਕੁਝ ਖਾਣ ਲਈ ਲੱਭਦਾ ਰਹਿੰਦਾ ਹੈ ।

Whosoever may abandon the teachings of His Word; he may remain frustrated with miseries of worldly desires. He may spend his time, as crow remain crying for food in an abandon house.

ਪਉੜੀ॥	pa-orhee.
ਸਿਮਰਿ ਸਿਮਰਿ ਦਾਤਾਰੁ	simar simar daataar
ਮਨੋਰਥ ਪੂਰਿਆ॥	manorath poori-aa.
ਇਛ ਪੁੰਨੀ ਮਨਿ ਆਸ	ichh punnee man aas
ਗਏ ਵਿਸੂਰਿਆ॥	ga-ay visoori-aa.
ਪਾਇਆ ਨਾਮੁ ਨਿਧਾਨੁ	paa-i-aa naam niDhaan
ਜਿਸ ਨੋ ਭਾਲਦਾ॥	jis no bhaaldaa.
ਜੋਤਿ ਮਿਲੀ ਸੰਗਿ ਜੋਤਿ ਰਹਿਆ ਘਾਲਦਾ॥	jot milee sang jot rahi-aa ghaaldaa.
ਸੂਖ ਸਹਜ ਆਨੰਦ ਵੁਠੇ ਤਿਤੁ ਘਰਿ॥	sookh sahj aanand vuthay tit ghar.
ਆਵਣ ਜਾਣ ਰਹੇ ਜਨਮੁ ਨ ਤਹਾ ਮਰਿ॥	aavan jaan rahay janam na tahaa mar.
ਸਾਹਿਬੁ ਸੇਵਕੁ ਇਕੁ ਇਕੁ ਦ੍ਰਿਸਟਾਇਆ॥	saahib sayvak ik ik daristaa-i-aa.
ਗੁਰ ਪ੍ਰਸਾਦਿ ਨਾਨਕ ਸਚਿ ਸਮਾਇਆ॥	gur parsaad naanak sach samaa-i-aa.
੨੧॥੧॥੨॥ ਸੁਧੁ	‖21‖1‖2‖ suDhu

ਪ੍ਰਭ ਦੇ ਸ਼ਬਦ ਦੀ ਪਾਲਣਾ ਕਰਨ ਨਾਲ ਮਨ ਦੀਆਂ ਇੱਛਾਂ ਪੂਰੀਆਂ ਹੋ ਜਾਂਦੀਆਂ ਹਨ । ਉਸ ਦੇ ਮਨ ਦੀਆਂ ਇੱਛਾਂ, ਆਸਾ, ਪ੍ਰਭ ਦਾ ਸ਼ਬਦ ਹੀ ਬਣ ਜਾਂਦਾ ਹੈ । ਉਸ ਨੂੰ ਸਾਰੇ ਜਨਮ ਮਰਨ ਦੇ ਦੁਖ ਭੁਲ ਜਾਂਦੇ ਹਨ । ਜਿਸ ਪ੍ਰਭ ਦੀ ਖੋਜ, ਪ੍ਰਵਾਨਗੀ ਦੇ ਰਸਤੇ ਦੀ ਖੋਜ ਕਈ ਜਨਮਾ ਤੋਂ ਕਰਦਾ ਸੀ । ਉਹ ਰਸਤਾ ਮਿਲ ਜਾਂਦਾ ਹੈ । ਉਹ ਆਤਮਾ ਦੀ ਜੋਤ ਪ੍ਰਭ ਦੇ ਸ਼ਬਦ ਦੀ ਜੋਤ ਵਿੱਚ ਅਲੋਪ ਹੋ ਜਾਂਦੀ ਹੈ । ਉਸ ਦੇ ਸਾਰੇ ਧੰਦੇ ਪੂਰਨ ਹੋ ਜਾਂਦੇ, ਖਤਮ ਹੋ ਜਾਂਦੇ ਹਨ । ਉਸ ਦਾ ਜਨਮ ਮਰਨ ਦਾ ਚੱਕਰ, ਜੂੰਨਾਂ ਦਾ ਚੱਕਰ ਖਤਮ ਹੋ ਜਾਂਦਾ ਹੈ । ਉਸ ਦਾਸ ਦੀ ਆਤਮਾ ਮਾਲਕ ਦੀ ਜੋਤ ਵਿੱਚ ਅਭੇਦ ਹੋ ਜਾਂਦੀ ਹੈ । ਜਿਸ ਨੂੰ ਕੋਈ ਵੱਖਰਾ ਨਹੀ ਕਰ ਸਕਦਾ, ਪਛਾਣ ਨਹੀਂ ਸਕਦਾ । ਪ੍ਰਭ ਦੀ ਆਪਣੀ ਰਹਿਮਤ ਨਾਲ ਹੀ ਆਤਮਾ ਦਾ ਸਫਰ ਸਫਲ ਹੋ ਜਾਂਦਾ ਹੈ । ਆਤਮਾ ਦੀ ਜੋਤ ਅਟੱਲ ਜੋਤ ਵਿੱਚ ਸਮਾ ਜਾਂਦੀ ਹੈ ।

Whosoever may adopt the teachings of His life with steady and stable belief in day to day lie; all his desires and hope may be eliminated and all transform into one, whatsoever may be His command. All memories of his miseries of birth and death may be forgotten from his mind. Whatsoever, the path, he may be searching from many lives, may be enlightened, blessed. His soul may immerse in The Holy Spirit. All the chores of his human life journeys may be concluded and his cycle of birth and death may be eliminated. The ray of his soul may be absorbed in The Holy Spirit and no one may be able to distinguish or can separate. With His mercy and grace His human life may be concluded successfully.

ਰਾਗੁ ਗੂਜਰੀ ਭਗਤਾ ਕੀ ਬਾਣੀ

490.ਰਾਗੁ ਗੂਜਰੀ ਸ੍ਰੀ ਕਬੀਰ ਜੀਉ ਕਾ ਚਉਪਦਾ ਘਰੁ ੨ ਦੂਜਾ॥ 524-7

੧ਓ ਸਤਿਗੁਰ ਪ੍ਰਸਾਦਿ॥	ik-oNkaar satgur parsaad.
ਚਾਰਿ ਪਾਵ ਦੁਇ ਸਿੰਗ ਗੁੰਗ ਮੁਖ,	chaar paav du-ay sing gung mukh
ਤਬ ਕੈਸੇ ਗੁਨ ਗਈਹੈ॥	tab kaisay gun ga-eehai.
ਊਠਤ ਬੈਠਤ ਠੇਗਾ ਪਰਿਹੈ,	oothat baithat thaygaa parihai
ਤਬ ਕਤ ਮੂਡ ਲੁਕਈਹੈ॥੧॥	tab kat mood luka-eehai. ||1||

ਜਿਸ ਦੇ ਚਾਰ ਪੈਰਾ, ਦੋ ਸਿੰਗ ਹੁੰਦੇ ਹਨ ਅਤੇ ਜੀਭ ਵਿੱਚ ਬੋਲ ਨਹੀਂ ਹੁੰਦੇ । ਉਹ ਪ੍ਰਭ ਦੇ ਸ਼ਬਦ ਦੀ ਉਸਤਤ ਕਿਵੇਂ ਗਾਅ ਸਕਦਾ ਹੈ? ਉਹ ਪੈਰਾ ਤੇ ਖੜ੍ਹਾ ਹੁੰਦਾ ਹੈ, ਬੈਠ ਦਾ ਹੈ । ਸੋਟੀ, ਥੰਮ ਤਾ ਉਸ ਉਪਰ ਹੀ ਡਿੱਗਣਾ ਹੈ, ਆਪਣਾ ਸਿਰ ਕਿਥੇ ਛਪਾਵੇਗਾ?

Whosoever may have four feet, 2 horns and no speech on his tongue; how may he sing the praises or glory of His Word? He sits and stands on His feet. Someone may hit him with stick to communicate. Where may he hide his head?

ਹਰਿ ਬਿਨੁ ਬੈਲ ਬਿਰਾਨੇ ਹੁਈ ਹੈ॥	har bin bail biraanay hu-eehai.
ਫਾਟੇ ਨਾਕਨ ਟੂਟੇ ਕਾਧਨ,	faatay naakan tootay kaaDhan
ਕੋਦਉ ਕੋ ਭੁਸੁ ਖਈਹੈ॥੧॥ਰਹਾਉ॥	koda-o ko bhus kha-eehai. ||1|| rahaa-o.

ਪ੍ਰਭ ਦੇ ਸ਼ਬਦ ਤੋਂ ਬਿਨਾਂ ਜੀਵ ਦਾ ਜੀਵਨ ਇੱਕ ਜਾਨਵਰ ਵਰਗਾ ਹੀ ਹੈ । ਉਸ ਦੇ ਨੱਕ ਵਿੱਚ ਨੰਥ ਅਤੇ ਬਾਹਵਾ ਟੁੱਟਨ ਨਾਲ ਉਸ ਨੂੰ ਖਾਣ ਲਈ ਸੁੱਕਾ ਘਾਹ ਹੀ ਖਾਣਾ ਨੂੰ ਮਿਲਣਾ ਹੈ ।

Without meditating on the teachings of His Word, the life of a human being is like an animal. He would be put restraining string in his nose, his arms broken, without any strength, he may be made slave. He may not be treated and nourished properly.

ਸਾਰੋ ਦਿਨੁ ਡੋਲਤ ਬਨ ਮਹੀਆ,	saaro din dolat ban mahee-aa
ਅਜਹੁ ਨ ਪੇਟ ਅਘਈਹੈ॥	ajahu na payt agh-eehai.
ਜਨ ਭਗਤਨ ਕੋ ਕਹੋ ਨ ਮਾਨੋ,	jan bhagtan ko kaho na maano
ਕੀਓ ਅਪਨੋ ਪਈਹੈ॥੨॥	kee-o apno pa-eehai. ||2||

ਉਹ ਸਾਰਾ ਦਿਨ ਜੰਗਲ ਵਿੱਚ ਭੋਜਨ ਢੂੰਡਦਾ ਫਿਰਦਾ ਹੈ । ਫਿਰ ਵੀ ਉਸ ਨੂੰ ਪੇਟ ਭਰਨ ਲਈ ਪੂਰਾ ਭੋਜਨ, ਖਾਣਾ ਨਹੀਂ ਮਿਲਦਾ । ਜਿਹੜਾ ਜੀਵ ਸ਼ਬਦ ਦੀ ਪਾਲਣਾ ਨਹੀਂ ਕਰਦਾ, ਸੰਤ ਸੁਪ ਦੀ ਸਿਖਿਆ ਤੇ ਨਹੀਂ ਚਲਦਾ । ਉਹ ਆਪਣੇ ਕੀਤੇ ਦਾ ਫਲ ਹੀ ਭੋਗਦਾ ਹੈ ।

He would be wandering in wild forest searching for food like animal. Even then he may not find enough food to feed his stomach. Whosoever may not obey His Word, may not pay any attention to the teachings of His true devotee, Holy saint. He may be rewarded the fruit of his deeds.

ਦੁਖ ਸੁਖ ਕਰਤ ਮਹਾ ਭ੍ਰਮਿ ਬੂਡੋ,	dukh sukh karat mahaa bharam boodo
ਅਨਿਕ ਜੋਨਿ ਭਰਮਈ ਹੈ॥	anik jon bharam-eehai.
ਰਤਨ ਜਨਮੁ ਖੋਇਓ ਪ੍ਰਭੁ ਬਿਸਰਿਓ,	ratan janam kho-i-o parabh bisri-o
ਇਹੁ ਅਉਸਰੁ ਕਤ ਪਈਹੈ॥੩॥	ih a-osar kat pa-eehai.||3||

ਉਹ ਜੀਵ ਜੀਵਨ ਵਿੱਚ ਦੁਖ ਸੁਖ ਭੋਗਦਾ, ਸੰਸਾਰਕ ਭਰਮਾਂ ਦੇ ਸਾਗਰ ਵਿੱਚ ਡੁੱਬ ਜਾਂਦਾ ਹੈ । ਜੂੰਨਾਂ ਦੇ ਚੱਕਰ ਵਿੱਚ ਹੀ ਰਹਿੰਦਾ ਹੈ ।

He may enjoy pleasures and endures miseries in life and may drown in the worldly suspicions. He remains in the cycle of birth and death

ਭ੍ਰਮਤ ਫਿਰਤ ਤੇਲਕ ਕੇ ਕਪਿ ਜਿਉ, bharmat firat taylak kay kap Ji-o
ਗਤਿ ਬਿਨੁ ਰੈਨਿ ਬਿਹਈਹੈ॥ gat bin rain bih-eehai.
ਕਹਤ ਕਬੀਰ ਰਾਮ ਨਾਮ ਬਿਨੁ, kahat kabeer raam naam bin
ਮੂੰਡ ਧੁਨੇ ਪਛੁਤਈਹੈ॥੪॥੧॥ moond Dhunay pachhut-eehai. ||4||1||

ਜੀਵ ਤੇਰਾ ਜੂੰਨਾਂ ਦਾ ਚੱਕਰ, ਕੋਲ੍ਹੋ ਦੇ ਬੱਲਦ ਵਾਗੂੰ ਚਲਦਾ ਰਹਿੰਦਾ ਹੈ । ਤੇਰਾ ਜਨਮ ਦਾ ਸਮਾਂ ਬੀਤ ਜਾਂਦਾ ਹੈ, ਤੈਨੂੰ ਪ੍ਰਵਾਨਗੀ ਦਾ ਰਸਤਾ ਨਹੀਂ ਮਿਲਦਾ । ਪ੍ਰਭ ਦੇ ਸ਼ਬਦ ਦੀ ਪਾਲਣਾ ਤੋ ਬਿਨਾਂ, ਜੀਵ ਅੰਤ ਵਿੱਚ ਆਪਣੇ ਮੱਥੇ ਤੇ ਹੱਥ ਮਾਰਦਾ ਹੈ । ਅਫਸੋਸ ਕਰਦਾ, ਨਿਰਾਸ਼ਾ, ਪਛਤਾਵਾ ਹੀ ਕਰਦਾ ਰਹਿੰਦਾ ਹੈ ।

Your cycle of life is a unique routine, like animal pulling the wheel of oil grinder. You time of human life is being wasted and you may not be blessed or find the right path of acceptance in His court. Without obeying and adopting the teachings of His Word with steady and stable belief; he may only regret and repent after death in His court. He may remain disappointed, miserable and repenting.

491.ਰਾਗੁ ਗੂਜਰੀ ਸ੍ਰੀ ਕਬੀਰ ਜੀਉ॥ ਘਰੁ ੩॥ 524-14

ਮੁਸਿ ਮੁਸਿ ਰੋਵੈ ਕਬੀਰ ਕੀ ਮਾਈ॥ mus mus rovai kabeer kee maa-ee.
ਏ ਬਾਰਿਕ ਕੈਸੇ ਜੀਵਹਿ ਰਘੁਰਾਈ॥੧॥ ay baarik kaisay jeeveh raghuraa-ee.||1||

ਬੱਚੇ ਦੀ ਮਾਂ (ਕਬੀਰ ਦਾ ਮਾ) ਪ੍ਰਭ ਅੱਗੇ ਅਰਦਾਸ ਕਰਦੀ ਹੈ, ਤਰਲੇ ਮਾਰਦੀ ਹੈ । ਉਸ ਦਾ ਬੱਚਾ ਇਸ ਸੰਸਾਰ ਵਿੱਚ ਕਿਵੇਂ ਜੀਵਨ ਬਤੀਤ ਕਰੇਗਾ?

Ignorant mother of His true devotee, Kabeer is praying and begging for His mercy and grace; how may his son be able to survive in his worldly life?

ਤਨਨਾ ਬੁਨਨਾ ਸਭੁ ਤਜਿਓ ਹੈ ਕਬੀਰ॥ tannaa bunnaa sabh taji-o hai kabeer.
ਹਰਿ ਕਾ ਨਾਮੁ ਲਿਖਿ ਲੀਓ ਸਰੀਰ॥੧॥ har kaa naam likh lee-o sareer. ||1||
ਰਹਾਉ॥ rahaa-o.

ਜਿਹੜਾ ਜੀਵੇ ਸੰਸਾਰਕ ਇੱਛਾਂ, ਮੋਹ ਤਿਆਗ ਦੇਂਦਾ ਹੈ । ਉਹ ਆਪਣੇ ਤਨ ਤੇ ਮਨ ਤੇ ਪ੍ਰਭ ਦੇ ਸ਼ਬਦ ਦਾ ਰੰਗ ਚੜ੍ਹਾ ਲੈਂਦਾ ਹੈ । – (ਕਬੀਰ ਨੇ ਆਪਣਾ ਸੰਸਾਰਕ ਮੋਹ ਤਿਆਗ ਦਿੱਤਾ)

Whosoever may abandon his worldly desires and attachments to worldly relationships and possessions; he may remain drenched with the color of the teachings of His Word, spiritual glow of His Word may shine on His forehead.

ਜਬ ਲਗੁ ਤਾਗਾ ਬਾਹਉ ਬੇਹੀ॥ jab lag taagaa baaha-o bayhee. tab
ਤਬ ਲਗੁ ਬਿਸਰੈ ਰਾਮੁ ਸਨੇਹੀ॥੨॥ lag bisrai raam sanayhee. ||2||

ਕਬੀਰ ਕਹਿੰਦਾ ਹੈ ! ਜਦੋਂ ਮੈਂ ਸੂਈ ਵਿੱਚ ਧਾਗਾ ਪਾਉਂਦਾ ਹਾ । ਤਾ ਮੇਰਾ ਧਿਆਨ ਪ੍ਰਭ ਵਾਲੇ ਪਾਸੋ ਹੱਟ ਕਿ ਸੂਈ ਵੱਲ ਜਾਂਦਾ ਹੈ । ਇਸ ਤਰ੍ਹਾਂ ਜਦੋਂ ਜੀਵ ਦਾ ਮਨ ਸੰਸਾਰਕ ਇੱਛਾਂ ਦੀ ਪ੍ਰਾਪਤੀ ਵਿੱਚ ਜਾਂਦਾ ਹੈ । ਉਸ ਦਾ ਧਿਆਨ ਉਸ ਪਲ ਪ੍ਰਭ ਦੇ ਸ਼ਬਦ ਵਿੱਚ ਨਹੀਂ ਰਹਿੰਦਾ ।

His true devotee, Kabeer, conveys his state of mind! When I may focus, concentrate to thread the needle, at that time my focus may be diverted from

His Word into threading the needle. My whole meditation is wasted. Same way, whosoever concentrate on collecting worldly wealth, satisfying worldly desires; at that time his concentration may not remain in meditating on the teachings of His Word.

ਓਛੀ ਮਤਿ ਮੇਰੀ ਜਾਤਿ ਜੁਲਾਹਾ॥ ochhee mat mayree jaat julaahaa.
ਹਰਿ ਕਾ ਨਾਮੁ ਲਹਿਓ ਮੈ ਲਾਹਾ॥੩॥ har kaa naam lahi-o mai laahaa. ||3||

ਪ੍ਰਭ ਮੇਰੀ ਥੋੜ੍ਹੀ ਮੱਤ ਹੈ, ਮੈਂ ਨੀਚ ਜਾਤ ਵਿੱਚ ਜਨਮ ਲਿਆ ਹੈ, ਮੇਰੇ ਨੀਚ ਹੀ ਖਿਆਲ ਹਨ । ਪਰ ਹੁਣ ਮੈਂ ਪ੍ਰਭ ਦੇ ਸ਼ਬਦ ਦੀ ਪਾਲਣਾ ਕਰਕੇ ਸ਼ਬਦ ਦਾ ਧਨ ਇਕੱਠਾ ਕੀਤਾ ਹੈ ।

My True Master, I may have in-significant wisdom, I am born in low caste family and my thoughts may be very narrow and may not be visionary. However, in my life, I have adopted the teachings of Your Word with steady and stable belief; with Your mercy and grace, I have earned the wealth of Your Word.

ਕਹਤ ਕਬੀਰ ਸੁਨਹੁ ਮੇਰੀ ਮਾਈ॥ kahat kabeer sunhu mayree maa-ee.
ਹਮਰਾ ਇਨ ਕਾ ਦਾਤਾ ਏਕੁ ਰਘੁਰਾਈ॥ ੪॥੨ hamraa in kaa daataa ayk raghuraa-ee. ||4||2||

ਜੀਵ ਆਪਣਾ ਭਰੋਸਾ ਪ੍ਰਭ ਤੇ ਅਡੋਲ ਰਖੋ! ਉਹ ਹੀ ਸਾਰੇ ਜੀਵਨ ਨੂੰ ਭੋਜਨ ਦੇਣ ਦਾ ਸਾਧਨ ਬਣਾਉਂਦਾ ਹੈ । ਪ੍ਰਭ ਆਪ ਹੀ ਆਪਣੇ ਦਾਸ ਦੀ ਰਖਿਆ ਕਰਦਾ ਹੈ ।

You should maintain your belief on His blessings. The Creator, True Master may bless His true devotee the source of nourishment. He always protects His true devotee.

492.ਰਾਗੁ ਗੂਜਰੀ ਸ੍ਰੀ ਨਾਮਦੇਵ ਜੀ ਕੇ ਪਦੇ ਘਰੁ ੧॥ 525-1

ੴ ਸਤਿਗੁਰ ਪ੍ਰਸਾਦਿ॥ ik-oNkaar satgur parsaad.
ਜੌ ਰਾਜੁ ਦੇਹਿ ਤ ਕਵਨ ਬਡਾਈ॥ jou raaj deh ta kavan badaa-ee.
ਜੌ ਭੀਖ ਮੰਗਾਵਹਿ ਤ ਕਿਆ ਘਟਿ ਜਾਈ॥੧॥ jou bheekh mangaaveh ta ki-aa ghat jaa-ee. ||1||

ਪ੍ਰਭ ਅਗਰ ਆਪ ਮੈਨੂੰ ਤਖਤ ਬਖਸ਼ੇ! ਤਾ ਉਸ ਨਾਲ ਮੇਰੀ ਕੋਈ ਸ਼ਾਨ ਨਹੀਂ ਵਧਦੀ, ਕੋਈ ਮਾਣ, ਘੰਮਡ ਨਹੀਂ ਹੁੰਦਾ । ਅਗਰ ਭੀਖ ਮੰਗਣ ਤੇ ਲਾਵੇਂ! ਤਾ ਉਸ ਨਾਲ ਮੇਰਾ ਕੋਈ ਅਪਮਾਨ ਨਹੀਂ ਹੁੰਦਾ । ਮੈਨੂੰ ਦੋਨੋਂ ਹੀ ਇੱਕ ਬਰਾਬਰ ਹੀ ਮਹਿਸੂਸ ਹੁੰਦੇ ਹਨ ।

My True Master, with Your mercy and grace You may bless me with a worldly kingdom! I do not feel any pride, ego or more glorified worldly status. Even You may bless me to beg for day to day living, I do not feel any disgrace. Both worldly environments are blessed with Your mercy and grace and I feel contented and sing Your glory for Your blessings.

ਤੂੰ ਹਰਿ ਭਜੁ ਮਨ ਮੇਰੇ ਪਦੁ ਨਿਰਬਾਨੁ॥ tooN har bhaj man mayray pad nirbaan.
ਬਹੁਰਿ ਨ ਹੋਇ ਤੇਰਾ ਆਵਨ ਜਾਨੁ॥੧॥ ਰਹਾਉ॥ bahur na ho-ay tayraa aavan jaan. ||1|| rahaa-o.

ਜੀਵ ਪ੍ਰਭ ਦੇ ਸ਼ਬਦ ਵਿੱਚ ਇਤਨਾ ਲੀਨ ਹੋਵੋ! ਜਿਸ ਨਾਲ ਮਨ ਨੂੰ ਪੂਰਨ ਸ਼ਾਂਤੀ ਮਿਲ ਜਾਵੇ । ਨਿਰਬਾਨ ਅਵਸਥਾ ਆ ਜਾਵੇ (ਜਿਸ ਨਾਲ ਹਰ ਥਾਂ ਪ੍ਰਭ ਹੀ ਭਰਪੂਰ ਦਿਸੇ) । ਇਸ ਅਵਸਥਾ ਵਿੱਚ ਆਪਾ ਖਤਮ ਹੋ ਜਾਂਦਾ ਹੈ । ਉਸ ਨਾਲ ਆਵਾ ਗਾਉਣ ਵੀ ਖਤਮ ਹੋ ਜਾਂਦਾ ਹੈ ।

You should be intoxicated in the teachings of His Word such a way that you may realize complete peace of mind. You may enter into the void of His Word, in bodyless environments. In the state of mind, the identity of the soul may be eliminated and also the cycle of birth and death also disappeared.

ਸਭ ਤੈ ਉਪਾਈ ਭਰਮ ਭੁਲਾਈ॥	sabh tai upaa-ee bharam bhulaa-ee.
ਜਿਸ ਤੂੰ ਦੇਵਹਿ ਤਿਸਹਿ ਬੁਝਾਈ॥੨॥	jis tooN dayveh tiseh bujhaa-ee. ||2||

ਪ੍ਰਭ ਤੂੰ ਆਪ ਹੀ ਸ੍ਰਿਸ਼ਟੀ ਵਿੱਚ ਭਰਮ ਪਾਏ ਹਨ । ਜਿਹਨਾਂ ਨੂੰ ਤੂੰ ਆਪ ਸੋਝੀ ਬਖਸ਼ਦਾ ਹੈ । ਕੇਵਲ ਉਹ ਹੀ ਇਹ ਸਮਝਦੇ ਹਨ ਕਿ ਇਹ ਤੇਰਾ ਖੇਲ ਹੈ ।

The True Master! You have created all suspicions in the universe. Whosoever may be blessed with enlightenment of the essence of Your Word; only he may realize, comprehend the play of Your nature.

ਸਤਿਗੁਰੁ ਮਿਲੈ ਤ ਸਹਸਾ ਜਾਈ॥	satgur milai ta sahsaa jaa-ee.
ਕਿਸੁ ਹਉ ਪੂਜਉ	kis ha-o pooja-o
ਦੂਜਾ ਨਦਰਿ ਨ ਆਈ॥੩॥	doojaa nadar na aa-ee. ||3||

ਜਦੋਂ ਪ੍ਰਭ ਦੀ ਰਹਿਮਤ ਹੋ ਜਾਂਦੀ ਹੈ ਤਾ ਜੀਵ ਦੇ ਮਨ ਦੇ ਭਰਮ ਦੂਰ ਹੋ ਜਾਂਦੇ ਹਨ । ਪ੍ਰਭ ਤੋ ਬਿਨਾਂ ਹੋਰ ਕਿਸ ਦੀ ਪੂਜਾ ਕਰੋ? ਉਸ ਬਰਾਬਰ ਹੋਰ ਕੋਈ ਦਿੱਸਦਾ ਨਹੀਂ ।

Whosoever may be blessed with His mercy and grace, all his suspicions may be eliminated. No one may be equal or greater than The True Master; who else may you worship?

ਏਕੈ ਪਾਥਰ ਕੀਜੈ ਭਾਉ॥	aykai paathar keejai bhaa-o.
ਦੂਜੈ ਪਾਥਰ ਧਰੀਐ ਪਾਉ॥	doojai paathar Dharee-ai paa-o.
ਜੇ ਓਹੁ ਦੇਉ ਤ ਓਹੁ ਭੀ ਦੇਵਾ॥	jay oh day-o ta oh bhee dayvaa. kahi
ਕਹਿ ਨਾਮਦੇਉ ਹਮ ਹਰਿ ਕੀ ਸੇਵਾ॥	naamday-o ham har kee sayvaa.
੪॥੧॥	||4||1||

ਜੀਵ ਇੱਕ ਪੱਥਰ ਨੂੰ ਸਜਾਉਂਦਾ ਹੈ, ਪ੍ਰਭ ਦਾ ਰੂਪ ਸਮਝਦਾ ਹੈ । ਦੂਸਰੇ ਪੱਥਰ ਤੇ ਪੈਰ ਰਖਦਾ ਹੈ । ਅਗਰ ਇੱਕ ਪੱਥਰ ਪ੍ਰਭ ਦਾ ਰੂਪ ਹੈ! ਦੂਸਰਾ ਵੀ ਉਸ ਦਾ ਰੂਪ ਹੀ ਹੋਣਾ ਚਾਹੀਦਾ ਹੈ । ਬੰਦਗੀ ਕਰਨ ਵਾਲੇ ਕੇਵਲ ਪ੍ਰਭ ਦੇ ਸ਼ਬਦ ਦੀ ਹੀ ਪਾਲਣਾ ਕਰਦੇ ਹਨ ।

Human in the ignorance of mind may embellish one stone and regard as the symbol of Living God. He may make the other stone as a stepping stone. If one stone may be the symbol of living God, the other stone should be also symbol of God. His true devotee only obeys, meditates and adopts the teachings of His Word with steady and stable belief in his day to day life.

493.ਰਾਗੁ ਗੂਜਰੀ ਸ੍ਰੀ ਨਾਮਦੇਵ ਜੀ ਘਰੁ ੧॥ 525-6

ਮਲੈ ਨ ਲਾਛੈ ਪਾਰ ਮਲੋ,	malai na laachhai paar malo
ਪਰਮਲੀਓ ਬੈਠੋ ਰੀ ਆਈ॥	paramlee-o baitho ree aa-ee.
ਆਵਤ ਕਿਨੈ ਨ ਪੇਖਿਓ	aavat kinai na paykhi-o
ਕਵਨੈ ਜਾਣੈ ਰੀ ਬਾਈ॥੧॥	kavnai jaanai ree baa-ee. ||1||

ਪ੍ਰਭ ਦੇ ਵਿੱਚ ਕੋਈ ਮੈਲ ਨਹੀਂ, ਉਹ ਮੈਲਾ ਹੋ ਹੀ ਨਹੀਂ ਸਕਦਾ । ਉਸ ਦੀ ਸੁਗੰਧ ਅਨੋਖੀ ਹੈ । ਉਹ ਮੇਰੇ ਮਨ ਵਿੱਚ ਆਸਣ ਲਾਉਣ ਲਈ ਅਇਆ ਹੈ । ਉਸ ਨੂੰ ਆਉਂਦੇ ਨੂੰ ਕਿਸੇ ਨੇ ਵੀ ਦੇਖਿਆ ਨਹੀਂ । ਉਸ ਨੂੰ ਕੌਣ ਜਾਣ ਸਕਦਾ ਹੈ?

The True Master has no blemish of any kind, He cannot be blemished. His aroma is very astonishing. He has come to establish His throne in my mind. No one has seen Him coming in my mind. Who can recognize Him?

ਕਉਣੁ ਕਹੈ ਕਿਣਿ ਬੂਝੀਐ,	ka-un kahai kin boojhee-ai
ਰਮਈਆ ਆਕੁਲੁ ਰੀ ਬਾਈ॥੧॥	rama-ee-aa aakul ree baa-ee. ||1||
ਰਹਾਉ॥	rahaa-o.

ਉਸ ਦਾ ਵਿਆਖਿਆ ਕੌਣ ਕਰ ਸਕਦਾ ਹੈ? ਉਸ ਨੂੰ ਕੌਣ ਸਮਝ ਸਕਦਾ ਹੈ? ਹਰ ਥਾਂ ਵਾਪਰਨ ਵਾਲੇ ਪ੍ਰਭ ਦੀ ਕੋਈ ਪੀੜ੍ਹੀ, ਗੱਦੀ ਨਹੀਂ ਚਲਦੀ ।

Who can explain His nature? Who can comprehend His Word, Command? The Omnipresent True Master, His command prevails everywhere and in each and every event. He has no ancestry nor anyone may be incarnated on His throne in succession.

ਜਿਉ ਆਕਾਸੈ ਪੰਖੀਅਲੋ	Ji-o aakaasai pankhee-alo
ਖੋਜੁ ਨਿਰਖਿਓ ਨ ਜਾਈ॥	khoj nirkhi-o na jaa-ee.
ਜਿਉ ਜਲ ਮਾਝੈ ਮਾਛਲੋ,	Ji-o jal maajhai maachhlo
ਮਾਰਗੁ ਪੇਖਣੋ ਨ ਜਾਈ॥੨॥	maarag paykh-no na jaa-ee. ||2||

ਜਿਵੇਂ ਪੰਛੀ ਦਾ ਅਕਾਸ਼ ਵਿੱਚ ਉਡਣ ਦਾ ਰਸਤਾ ਜਾਣਿਆ, ਲੀਕਿਆ ਨਹੀਂ ਜਾ ਸਕਦਾ । ਇਸ ਤਰ੍ਹਾਂ ਮੱਛੀ ਦਾ ਪਾਣੀ ਵਿੱਚ ਤਰਨ ਦਾ ਰਸਤਾ ਲੀਕਿਆ ਨਹੀਂ ਜਾ ਸਕਦਾ ।

As no one can navigate the path of a route a bird flying in the sky; the same way no one may navigate the way fish swimming in the ocean.

ਜਿਉ ਆਕਾਸੈ ਘੜੂਅਲੋ	Ji-o aakaasai gharhoo-alo
ਮ੍ਰਿਗ ਤ੍ਰਿਸਨਾ ਭਰਿਆ॥	marig tarisnaa bhari-aa.
ਨਾਮੇ ਚੇ ਸੁਆਮੀ ਬੀਠਲੋ	naamay chay su-aamee beethlo
ਜਿਨਿ ਤੀਨੈ ਜਰਿਆ॥੩॥੨॥	jin teenai jari-aa. ||3||2||

ਜਿਵੇਂ ਰੇਗਸਤਾਨ ਵਿੱਚ ਸੂਰਜ ਦੀ ਲਛਕੋਰ ਨਾਲ ਪਾਣੀ ਦਾ ਭੁਲੇਖਾ ਪੈ ਜਾਂਦਾ ਹੈ । ਇਸ ਤਰ੍ਹਾਂ ਹੀ ਜੀਵ ਦੇ ਅਸਲੀ ਮਾਲਕ, ਸ਼ਬਦ ਤੇ ਬੰਦਗੀ ਕਰਨ ਵਾਲੇ ਦਾ ਸਬੰਧ ਹੈ ।

As in desert, the rays of Sun may imitate water (mirage) from a long distance. Same may be the relationship of His true devotee with The True Master.

494.ਗੂਜਰੀ ਸ੍ਰੀ ਰਵਿਦਾਸ ਜੀ ਕੇ ਪਦੇ॥ ਘਰੁ ੩॥ 525 -10

ੴ ਸਤਿਗੁਰ ਪ੍ਰਸਾਦਿ॥	oNkaar satgur parsaad.
ਦੂਧੁ ਤ ਬਛਰੈ ਥਨਹੁ ਬਿਟਾਰਿਓ॥	dooDh ta bachhrai thanhu bitaari-o.
ਫੂਲੁ ਭਵਰਿ ਜਲੁ ਮੀਨਿ ਬਿਗਾਰਿਓ॥੧॥	fool bhavar jal meen bigaari-o. ||1||

ਜਿਵੇਂ ਗੁਓ ਦਾ ਦੁੱਧ ਚੋਣ ਤੋਂ ਪਹਿਲੇ ਹੀ ਵੱਛਾ, ਜੂਠਾ ਕਰ ਦੇਂਦਾ ਹੈ । ਮੱਖੀ ਫੁੱਲ ਤੇ ਬੈਠ ਕੇ ਸੁਗੰਧ ਚੂਸ ਕੇ ਮੈਲਾ ਕਰ ਦੇਂਦੀ ਹੈ । ਮੱਛੀ ਪਾਣੀ ਨੂੰ ਮੈਲਾ ਕਰ ਦੇਂਦੀ ਹੈ ।

As before milking cow, her calf may taste and contaminated milk; fly may suck the fragrance of flower before plucking. Fish may contaminate water.

ਮਾਈ ਗੋਬਿੰਦ ਪੂਜਾ	maa-ee gobind poojaa
ਕਹਾ ਲੈ ਚਰਾਵਉ॥	kahaa lai charaava-o.
ਅਵਰੁ ਨ ਫੂਲੁ ਅਨੂਪੁ ਨ ਪਾਵਉ॥੧॥	avar na fool anoop na paava-o. ||1||
ਰਹਾਉ॥	rahaa-o.

ਪ੍ਰਭ ਤੇਰੀ ਭੇਟਾ ਕਰਨ ਲਈ ਮੈਂ ਕਿਥੋਂ ਫੁੱਲ ਲਿਆਵਾ? ਕਿਸ ਤਰ੍ਹਾਂ ਭੋਜਨ ਤਿਆਰ ਕਰਾ, ਜਿਹੜਾ ਸੁਚਾ ਹੋਵੇ, ਪ੍ਰਭ ਦੀ ਭੇਟਾ ਦੇ ਯੋਗ ਹੋਵੇ?

From where may I bring sanctified flower for Your offerings? How may I prepare food that may be sanctified, worthy for Your offerings?

ਮੈਲਾਗਰ ਬੇਰ੍ਹੇ ਹੈ ਭੁਇਅੰਗਾ॥ mailaagar bayrHay hai bhu-i-angaa.
ਬਿਖੁ ਅੰਮ੍ਰਿਤੁ ਬਸਹਿ ਇਕ ਸੰਗਾ॥੨॥ bikh amrit baseh ik sangaa. ||2||

ਜਿਵੇਂ ਸੱਪ ਚੰਦਨ ਦੇ ਬ੍ਰਿਛ ਦੇ ਚਾਰੇ ਪਾਸਾ ਘੇਰਾ ਰਖਦਾ ਹੈ । ਇਸ ਤਰ੍ਹਾਂ ਸੰਸਾਰਕ ਇੱਛਾਂ ਦਾ ਜ਼ਹਿਰ, ਸ਼ਬਦ ਦੇ ਅੰਮ੍ਰਿਤ ਦੇ ਪਾਸ ਹੀ ਰਹਿੰਦਾ ਹੈ ।

As snake may be surrounding the cedarwood tree; same way the poison of worldly desires remains in the vicinity of the nectar of His Word.

ਧੂਪ ਦੀਪ ਨਈਬੇਦਹਿ ਬਾਸਾ॥ Dhoop deep na-eebaydeh baasaa.
ਕੈਸੇ ਪੂਜ ਕਰਹਿ ਤੇਰੀ ਦਾਸਾ॥੩॥ kaisay pooj karahi tayree daasaa. ||3||

ਧੁਪ, ਰੋਸ਼ਨੀ ਵਾਲਾ ਦੀਵਾ, ਤਿਆਰ ਕੀਤਾ ਭੋਜਨ, ਸਾਰੇ ਹੀ ਮੈਲੇ ਹਨ । ਪ੍ਰਭ ਤੇਰਾ ਦਾਸ ਕਿਸ ਤਰ੍ਹਾਂ ਤੇਰੀ ਭੇਟਾ ਕਰੇ, ਬੰਦਗੀ ਕਰੇ?

The fragrance stick, the lamp to light the room of worship and food prepared for offerings are all contaminated, not sanctified. How may Your slave, true devotee worship and bring offerings for You?

ਤਨੁ ਮਨੁ ਅਰਪਉ ਪੂਜ ਚਰਾਵਉ॥ tan man arpa-o pooj charaava-o.
ਗੁਰ ਪਰਸਾਦਿ ਨਿਰੰਜਨੁ ਪਾਵਉ॥੪॥ gur parsaad niranjan paava-o. ||4||

ਪ੍ਰਭ ਮੇਰੇ ਕੋਲ ਮੇਰਾ ਤਨ ਅਤੇ ਮਨ ਹੀ ਹੈ । ਜਿਸ ਦੀ ਮੈਂ ਭੇਟਾ ਚੜ੍ਹਾ ਸਕਦਾ ਹਾ । ਇਸ ਨਾਲ ਹੀ ਮੈਂ ਰਹਿਮਤ ਪਾਈ ਹੈ ।

My True Master, I have only Your blessed body and mind in my possession. That I may surrender at Your sanctuary as offerings. I have been blessed with Your mercy and grace with this offering.

ਪੂਜਾ ਅਰਚਾ ਆਹਿ ਨ ਤੋਰੀ॥ poojaa archaa aahi na toree.
ਕਹਿ ਰਵਿਦਾਸ ਕਵਨ ਗਤਿ ਮੋਰੀ॥੫॥੧॥ kahi ravidaas kavan gat moree. ||5||1||

ਪ੍ਰਭ ਮੈਂ ਕੋਈ ਫੱਲ, ਭੋਜਨ ਭੇਟਾ ਨਹੀਂ ਕਰ ਸਕਦਾ । ਬੰਦਗੀ ਕਰਨ ਦਾ ਢੰਗ ਵੀ ਨਹੀਂ ਜਾਣਦਾ । ਮੌਤ ਤੋ ਪਿਛੋਂ ਮੇਰੀ ਕੀ ਹਾਲਤ ਹੋਵੇ ਗੀ?

My True Master, I cannot bring any food, flower for Your offerings. I even do not know the right technique of meditation. I am wondering! What may be my condition after death in Your Court?

495.ਰਾਗੁ ਗੂਜਰੀ ਸ੍ਰੀ ਤ੍ਰਿਲੋਚਨ ਜੀਉ ਕੇ ਪਦੇ ਘਰੁ ੧॥ 525-16

ੴ ਸਤਿਗੁਰ ਪ੍ਰਸਾਦਿ॥ ik-oNkaar satgur parsaad.
ਅੰਤਰੁ ਮਲਿ ਨਿਰਮਲੁ ਨਹੀ ਕੀਨਾ ਬਾਹਰਿ ਭੇਖ ਉਦਾਸੀ॥ antar mal nirmal nahee keenaa baahar bhaykh udaasee.||1||
ਹਿਰਦੈ ਕਮਲੁ ਘਟਿ ਬ੍ਰਹਮੁ ਨ ਚੀਨ੍ਹਾ, ਕਾਹੇ ਭਇਆ ਸੰਨਿਆਸੀ॥੧॥ hirdai kamal ghat barahm na cheenHaa kaahay bha-i-aa sani-aasee.

ਤਪ ਕਰਨ ਵਾਲੇ ਉਦਾਸੀ, ਤੂੰ ਆਪਣੇ ਮਨ ਵਿਚੋਂ ਇੱਛਾਂ ਦੀ ਮੈਲ ਦੂਰ ਨਹੀਂ ਕੀਤੀ । ਭਾਵੇ ਆਪਣੇ ਤਨ ਨੂੰ ਸਵਾਰ ਕੇ ਉਦਾਸੀਆਂ, ਬੰਦਗੀ ਕਰਨ ਵਾਲਾ ਬਾਣਾ ਪਇਆ ਹੈ । ਅਗਰ ਆਪਣੇ ਮਨ ਵਿੱਚ ਪ੍ਰਭ ਤੇ ਭਰੋਸਾ ਪੱਕਾ ਨਹੀਂ! ਤੂੰ ਸੰਨਿਆਸੀ ਕਿਉ ਬਣਿਆ ਹੈ?

Hermit, you think you are in renunciation; however, you have not eliminated the blemish of worldly desires from Your mind. Even though, you have rubbed ashes on your body and wearing robe like a hermit. If you cannot establish a steady and stable belief on His Word, His blessings; why have you even adopted the path to become hermit?

ਭਰਮੇ ਭੂਲੀ ਰੇ ਜੈ ਚੰਦਾ॥	bharmay bhoolee ray jai chandaa.
ਨਹੀ ਨਹੀ ਚੀਨ੍ਹਿਆ ਪਰਮਾਨੰਦਾ॥੧॥ ਰਹਾਉ॥	nahee nahee cheenHi-aa parmaanandaa. ||1|| rahaa-o.

ਭਰਮਾਂ ਵਿੱਚ ਪਏ ਜੀਵ, ਤੂੰ ਆਪਣੇ ਮਨ ਵਿੱਚ ਪ੍ਰਭ ਤੇ ਭਰੋਸਾ ਅਡੋਲ ਨਹੀਂ ਕੀਤਾ । ਉਸ ਦੀ ਰਹਿਮਤ ਨਹੀਂ ਪਾਈ ।

Human you have been buried under religious rituals, suspicions. You have not established a steady and stable belief of His Word, His blessings. You have not been blessed with His mercy and grace.

ਘਰਿ ਘਰਿ ਖਾਇਆ ਪਿੰਡੁ ਬਧਾਇਆ ਖਿੰਥਾ ਮੁੰਦਾ ਮਾਇਆ॥	ghar ghar khaa-i-aa pind baDhaa-i-aa khinthaa munda maa-i-aa.
ਭੂਮਿ ਮਸਾਣ ਕੀ ਭਸਮ ਲਗਾਈ, ਗੁਰ ਬਿਨੁ ਤਤੁ ਨ ਪਾਇਆ॥੨॥	bhoom masaan kee bhasam lagaa-ee gur bin tat na paa-i-aa. ||2||

ਜੀਵ ਤੂੰ ਘਰ ਘਰ ਮੰਗ ਕੇ ਖਾਂਦਾ ਹੈ, ਪੇਟ ਵਧਾਉਂਦਾ ਹੈ । ਸੰਤੋਖ ਦੀਆਂ ਕੰਨਾਂ ਵਿੱਚ ਮੰਦਰ ਪਾਉਂਦਾ ਹੈ । ਮਇਆ ਦੇ ਲਾਲਚ ਕਰਕੇ ਧਰਮ ਦਾ ਚੋਲਾ ਪਾਉਂਦਾ ਹੈ । ਤੂੰ ਆਪਣੇ ਤਨ ਤੇ ਸ਼ਮਸ਼ਾਨ ਦੀ ਭਸਮ ਲਾਉਂਦਾ ਹੈ । ਪਰ ਪ੍ਰਭ ਦੇ ਸ਼ਬਦ ਨਾਲ ਜੀਵਨ ਢਾਲਣ ਤੋਂ ਬਿਨਾਂ ਸ਼ਬਦ ਦੀ ਸੋਝੀ ਬਖਸ਼ਿਸ਼ ਨਹੀਂ ਹੋਣੀ । ਪ੍ਰਭ ਦੀ ਰਹਿਮਤ ਨਹੀਂ ਪਾ ਸਕਦਾ ।

You beg from door to door to eat and fill your stomach. You wear the ear rings of contentment in your ears. With Your greed for worldly wealth, you have adopted religious robe. You rub the ashes from cremation ground on Your body. Remember! However, without adopting the teachings of His Word with steady and stable belief in day to day life; you may not be enlightened with the essence of His Word. You may not be blessed with His mercy and grace or acceptance in His court.

ਕਾਇ ਜਪਹੁ ਰੇ ਕਾਇ ਤਪਹੁ ਰੇ ਕਾਇ ਬਿਲੋਵਹੁ ਪਾਣੀ॥	kaa-ay japahu ray kaa-ay taphu ray kaa-ay bilovahu paanee.
ਲਖ ਚਉਰਾਸੀਹ ਜਿਨ੍ਹਿ ਉਪਾਈ ਸੋ ਸਿਮਰਹੁ ਨਿਰਬਾਣੀ॥੩॥	lakh cha-oraaseeh jiniH upaa-ee so simrahu nirbaanee. ||3||

ਜੀਵ ਕਿਉ ਸ਼ਬਦ ਦਾ ਜਾਪ ਕਰਦਾ ਹੈ? ਕਿਉ ਤਨ ਨੂੰ ਤਪਾਉਂਦਾ ਹੈ, ਤਪ ਕਰਦਾ ਹੈ? ਕਿਉ ਇਹ ਪੰਖਡ ਕਰਦਾ ਹੈ? ਪਾਣੀ ਰੜਿਕਦਾ ਹੈ? ਪ੍ਰਭ ਦੇ ਸ਼ਬਦ ਦਾ ਸਿਮਰਨ ਕਰੋ! ਜਿਸ ਨੇ 84 ਲਖ ਕਿਸਮਾਂ ਦੇ ਜੀਵ ਪੈਦਾ ਕੀਤੇ ਹਨ ।

Why are you meditating? Why are you putting your body and mind through rigorous disciplines to keep away from worldly comforts? Why are you pretending to be Holy devotee? Why are you churning useless water? You should meditate wholeheartedly with steady and stable belief on His Word. Who has created 84 lakhs kinds of creatures?

ਕਾਇ ਕਮੰਡਲੁ ਕਾਪੜੀਆ ਰੇ ਅਠਸਠਿ ਕਾਇ ਫਿਰਾਹੀ॥
kaa-ay kamandal kaaprhee-aa ray athsath kaa-ay firaa-ee.
ਬਦਤਿ ਤ੍ਰਿਲੋਚਨੁ ਸੁਨੁ ਰੇ ਪ੍ਰਾਣੀ, ਕਣ ਬਿਨੁ ਗਾਹੁ ਕਿ ਪਾਹੀ॥੪॥੧॥
badat tarilochan sun ray paraanee kan bin gaahu ke paahee. ||4||1||

ਕਿਉ ਪਾਣੀ ਦੀ ਝੱਜਰੀ ਨਾਲ ਲਈ ਫਿਰਦਾ ਹੈ? ਕਿਉ ਭਗਵਾ ਬਾਨਾ ਪਾਉਂਦਾ ਹੈ? ਕਿਓ 68 ਪਵਿਤ੍ਰ ਤੀਰਥਾਂ ਤੇ ਇਸ਼ਨਾਨ ਕਰਦਾ ਹੈ? ਸੰਸਾਰਕ ਜੀਵ ਤੂੰ ਕੋਈ ਬੰਦਗੀ ਦਾ ਬੀਜ ਨਹੀਂ ਬੋਇਆ । ਕਿਸ ਦੀ ਵਾਡੀ ਕਰੇਗਾ? ਬੰਦਗੀ ਦਾ ਧਨ ਨਹੀਂ ਇਕੱਠਾ ਕੀਤਾ, ਪ੍ਰਵਾਨਗੀ ਕਿਵੇਂ ਮਿਲੇ ਗੀ?

Why are you carrying a vessel of water with you? Why are wearing saintly robe? Why are you journey at 68 Holy shrines to take a sanctifying bath? However, you have not sowed the seed of meditation on the teachings of His Word. What may you reap after your death? You have not earned any wealth of His Word; how may you be accepted in His court?

496.ਰਾਗੁ ਗੂਜਰੀ ਸ੍ਰੀ ਤ੍ਰਿਲੋਚਨ ਜੀ॥ 526-5

ਅੰਤਿ ਕਾਲਿ ਜੋ ਲਛਮੀ ਸਿਮਰੈ ਐਸੀ ਚਿੰਤਾਂ ਮਹਿ ਜੇ ਮਰੈ॥ ਸਰਪ ਜੋਨਿ ਵਲਿ ਵਲਿ ਅਉਤਰੈ॥੧॥
ant kaal jo lachhmee simrai aisee chintaa meh jay marai. sarap jon val val a-utarai. ||1||

ਜਿਹੜੇ ਜੀਵ ਦਾ ਧਿਆਨ ਮਰਨ ਸਮੇਂ, ਧਨ ਦੇ ਖਿਆਲਾਂ ਵਿੱਚ ਰਹਿੰਦਾ ਹੈ । ਉਹ ਬਾਰ ਬਾਰ ਸੱਪ ਦੀ ਜੂੰਨ ਵਿੱਚ ਪੈਂਦੇ ਹਨ ।

Whosoever may be thinking about money or worried about worldly desires of mind. With His mercy and grace, with His command assigned to a mean life of a creature like a snake.

ਅਰੀ ਬਾਈ ਗੋਬਿਦ ਨਾਮੁ ਮਤਿ ਬੀਸਰੈ॥ ਰਹਾਉ॥
aree baa-ee gobid naam mat beesrai. rahaa-o.

ਜੀਵ ਅੰਤ ਸਮੇਂ ਵੀ ਪ੍ਰਭ ਦੀ ਯਾਦ ਮਨੋ ਨਾ ਵਿਸਾਰੋ ।

We should think about the memory of our separation from The Holy Spirit at the final moments of our human life.

ਅੰਤਿ ਕਾਲਿ ਜੋ ਇਸਤ੍ਰੀ ਸਿਮਰੈ ਐਸੀ ਚਿੰਤਾਂ ਮਹਿ ਜੇ ਮਰੈ॥ ਬੇਸਵਾ ਜੋਨਿ ਵਲਿ ਵਲਿ ਅਉਤਰੈ॥੨॥
ant kaal jo istaree simrai aisee chintaa meh jay marai. baysvaa jon val val a-utarai. ||2||

ਜਿਹੜੇ ਅੰਤ (ਮੌਤ) ਸਮੇਂ ਵੀ ਔਰਤ ਦੇ ਕਾਮ ਵਾਸ਼ਨਾ ਦੇ ਖਿਆਲਾਂ ਵਿੱਚ ਹੀ ਮਰ ਜਾਂਦੇ ਹਨ । ਉਹ ਬਾਰ ਬਾਰ ਵੇਸ਼ਵਾ ਦੇ ਰੂਪ ਵਿੱਚ ਹੀ ਜਨਮ ਲੈਂਦੇ ਹਨ ।

Whosoever may have sexual desire in his mind at the time of death, he may be assigned to a life of a hoe in her next life cycle.

ਅੰਤਿ ਕਾਲਿ ਜੋ ਲੜਿਕੇ ਸਿਮਰੈ ਐਸੀ ਚਿੰਤਾਂ ਮਹਿ ਜੇ ਮਰੈ॥ ਸੂਕਰ ਜੋਨਿ ਵਲਿ ਵਲਿ ਅਉਤਰੈ॥੩॥
ant kaal jo larhikay simrai aisee chintaa meh jay marai. sookar jon val val a-utarai. ||3||

ਜਿਹੜੇ ਅੰਤ ਸਮੇਂ ਬੱਚਿਆਂ ਦੀ ਚਿੰਤਾਂ ਵਿੱਚ ਹੀ ਮਰ ਜਾਂਦੇ ਹਨ । ਉਸ ਬਾਰ ਬਾਰ ਸੂਰ ਦੀ ਜੂੰਨ ਵਿੱਚ ਹੀ ਜਾਂਦੇ ਹਨ ।

Whosoever may be having worried about his children at the time of death; he may be assigned to a life as a pig.

ਅੰਤਿ ਕਾਲਿ ਜੋ ਮੰਦਰ ਸਿਮਰੈ — ant kaal jo mandar simrai
ਐਸੀ ਚਿੰਤਾਂ ਮਹਿ ਜੇ ਮਰੈ॥ — aisee chintaa meh jay marai.
ਪ੍ਰੇਤ ਜੋਨਿ ਵਲਿ ਵਲਿ ਅਉਤਰੈ॥੪॥ — parayt jon val val a-utarai. ||4||

ਜਿਹੜੇ ਜੀਵ ਅੰਤ ਸਮੇਂ, ਵੱਡੇ ਮਹਿਲ, ਮੰਦਰ ਦੀ ਚਿੰਤਾਂ ਵਿੱਚ ਹੀ ਮਰ ਜਾਂਦੇ ਹਨ । ਉਹ ਭੂਤਾਂ ਦਾ ਜਾਮਾ ਪਾਉਂਦੇ ਹਨ ।

Whosoever may be thinking and worried about house, or big castle for living at the time of His death; he may become ghost after death and wander in castle, house to house.

ਅੰਤਿ ਕਾਲਿ ਨਾਰਾਇਣੁ ਸਿਮਰੈ — ant kaal naaraa-in simrai
ਐਸੀ ਚਿੰਤਾਂ ਮਹਿ ਜੇ ਮਰੈ॥ — aisee chintaa meh jay marai.
ਬਦਤਿ ਤਿਲੋਚਨੁ ਤੇ ਨਰ ਮੁਕਤਾ, — badat tilochan tay nar muktaa
ਪੀਤੰਬਰੁ ਵਾ ਕੇ ਰਿਦੈ ਬਸੈ॥੫॥੨॥ — peetambar vaa kay ridai basai. ||5||2||

ਜਿਹੜੇ ਜੀਵ ਅੰਤ ਸਮੇਂ ਵਿੱਚ ਵੀ ਪ੍ਰਭ ਦੇ ਸ਼ਬਦ ਵਿੱਚ ਲੀਨ ਹੋਏ ਮਰ ਜਾਂਦੇ ਹਨ । ਉਸ ਦੇ ਮਨ ਵਿੱਚ ਪ੍ਰਭ ਦਾ ਸ਼ਬਦ ਘਰ ਕਰ ਜਾਂਦਾ ਹੈ, ਮੁਕਤ ਹੋ ਜਾਂਦੇ ਹਨ ।

Whosoever may remain meditating in the void of His Word, in the end of his life, at the time of death, he may be drenched with the essence of His Word and he may be accepted in His court and blessed with salvation.

497.ਗੂਜਰੀ ਸ੍ਰੀ ਜੈਦੇਵ ਜੀਉ ਕਾ ਪਦਾ ਘਰੁ ੪॥ 526-12

ੴ ਸਤਿਗੁਰ ਪ੍ਰਸਾਦਿ॥ — oNkaar satgur parsaad.
ਪਰਮਾਦਿ ਪੁਰਖ ਮਨੋਪਿਮੰ — parmaad purakhmanopimaN
ਸਤਿ ਆਦਿ ਭਾਵ ਰਤੰ॥ — sat aad bhaav rataN.
ਪਰਮ ਦਭੁਤੰ ਪਰਕ੍ਰਿਤਿ ਪਰੰ — parmad-bhutaN parkarit paraN
ਜਦਿਚਿੰਤਿ ਸਰਬ ਗਤੰ॥੧॥ — jadchint sarab gataN. ||1||

ਸ੍ਰਿਸ਼ਟੀ ਤੋਂ ਪਹਿਲੇ, ਕੇਵਲ ਪ੍ਰਭ ਹੀ ਸੀ ਅਤੇ ਉਸ ਦਾ ਕਥਨ ਅਟੱਲ, ਸਦਾ ਰਹਿਣ ਵਾਲਾ ਸੀ । ਉਹ ਬਹੁਤ ਅਨੋਖਾ, ਉਸ ਦੀ ਸਾਜਨਾ ਪਵਿਤ੍ਰ ਸੀ, ਅਨੋਖੀ ਸੀ । ਉਸ ਨੂੰ ਯਾਦ ਕੀਤਿਆ ਉਸ ਦੇ ਦਰਸ਼ਨ ਹੋ ਜਾਂਦੇ ਸਨ ।

Before the creation of the universe, only His void and only Holy Spirit existed. The everlasting echo of His Word resonates and His Word was axiom, unavoidable and exist forever. He was, is very astonishing and His creation is also astonishing and sanctifying. By remembering and keeping the memory of from His Holy Spirit; his mind may be blessed to realize His existence.

ਕੇਵਲ ਰਾਮ ਨਾਮ ਮਨੋਰਮੰ॥ — kayval raam naam manormaN.
ਬਦਿ ਅੰਮ੍ਰਿਤ ਤਤ ਮਇਅੰ॥ — bad amrit tat ma-i-aN.
ਨ ਦਨੋਤਿ ਜਸਮਰਣੇਨ ਜਨਮ, — na danot jasmarnayn janam
ਜਰਾਧਿ ਮਰਣ ਭਇਅੰ॥੧॥ ਰਹਾਉ॥ — jaraaDh maran bha-i-aN. ||1|| rahaa-o.

ਜੀਵ ਉਸ ਪ੍ਰਭ ਦੇ ਸ਼ਬਦ ਦਾ ਹੀ ਆਸਰਾ ਲੈ, ਜੀਵਨ ਦਾ ਅਧਾਰ ਬਣਾ । ਉਸ ਵਿੱਚ ਹੀ ਸ਼ਬਦ ਦੀ ਸੋਝੀ, ਅੰਮ੍ਰਿਤ ਹੈ । ਉਸ ਦੇ ਸ਼ਬਦ ਦੀ ਪਾਲਣਾ, ਸਿਮਰਨ ਕਰਨ ਨਾਲ ਜਨਮ ਮਰਨ ਦਾ ਡਰ ਖਤਮ ਹੋ ਜਾਂਦਾ ਹੈ । ਪਿਛਲੀ ਉਮਰ ਅਤੇ ਮੌਤ ਤੰਗ ਨਹੀਂ ਕਰਦੀ ।

ਗੁਰੂ ਗ੍ਰੰਥ– Guru Granth – ਭਾਵ ਅਰਥ॥

You should seek for His refuge, support, and makes the teachings of His Word as the guiding principle of your human life journey. He is a treasure of nectar of the teachings, enlightenment of His Word.

ਇਛਸਿ ਜਮਾਦਿ ਪਰਾਭਯੰ ਜਸੁ	ichhas jamaad paraabh-yaN jas
ਸ੍ਵਸਤਿ ਸੁਕ੍ਰਿਤ ਕ੍ਰਿਤੰ॥	savast sukarit kirt-aN.
ਭਵ ਭੂਤ ਭਾਵ ਸਮਬ੍ਯਿੰ	bhav bhoot bhaav sam-bi-yam
ਪਰਮੰ ਪ੍ਰਸੰਨਮਿਦੰ॥੨॥	parmaN parsanmidaN. ‖2‖

ਜੀਵ ਅਗਰ ਤੂੰ ਮੌਤ ਦੇ ਡਰ ਤੋਂ ਛੁਟਕਾਰ ਪਾਉਣਾ ਚਾਹੁੰਦਾ ਹੈ? ਤਾ ਉਸ ਦੇ ਸ਼ਬਦ ਦੀ ਉਸਤਤ ਕਰੋ! ਸ੍ਰਿਸ਼ਟੀ ਦੀ ਭਲਾਈ ਦੇ ਕੰਮ ਕਰੋ । ਉਹ ਪਹਿਲੇ, ਹੁਣ ਅਤੇ ਅੱਗੇ ਵੀ ਇਸ ਤਰ੍ਹਾਂ ਦਾ ਅਟੱਲ ਹੀ ਹੈ, ਨਾ ਬਦਲਨ ਵਾਲਾ, ਰਹਿਮਤਾਂ ਦਾ ਭੰਡਾਰੀ, ਦਾਤਾ ਹੈ ।

Whosoever may wish to conquer his death, eliminated the fear of devil of death? He should sing the praises, glory of His Word and performs deeds for the welfare of mankind. He was, is and will remain unchanged, permanent, true forever. He is The True Master and the treasurer of all virtues.

ਲੋਭਾਦਿ ਦ੍ਰਿਸਟਿ ਪਰ ਗ੍ਰਿਹੰ	lobhaad darisat par garihaN
ਜਦਿਬਿਧਿ ਆਚਰਣੰ॥	jadibiDh aacharnaN.
ਤਜਿ ਸਕਲ ਦੁਹਕ੍ਰਿਤ ਦੁਰਮਤੀ	taj sakal duhkarit durmatee bhaj
ਭਜੁ ਚਕ੍ਰਧਰ ਸਰਣੰ॥੩॥	chakarDhar sarnaN. ‖3‖

ਅਗਰ ਤੂੰ ਪ੍ਰਭ ਦੀ ਪ੍ਰਵਾਨਗੀ ਦੇ ਰਸਤੇ ਦੀ ਭਾਲ ਕਰਦਾ ਹੈ ਤਾਂ ਲਾਲਚ ਤਿਆਗੋ । ਦੂਸਰੇ ਦੀ ਦੌਲਤ ਪਾਉਣ, ਪਰਾਈ ਔਰਤ ਦੀ ਕਾਮ ਵਾਸ਼ਨਾ ਦਾ ਤਿਆਗ ਕਰੋ । ਮਨ ਵਿਚੋਂ ਬੁਰੇ ਖਿਆਲ ਛੱਡਕੇ, ਪ੍ਰਭ ਦੇ ਸ਼ਬਦ ਤੇ ਭਰੋਸਾ ਪੱਕਾ ਕਰੋ । ਇਹ ਹੀ ਪ੍ਰਭ ਦੀ ਸ਼ਰਣ ਹੈ ।

Whosoever may wish to be blessed with the right path of meditation, he must abandon, conquer his own greed. He should abandon his desire to capture others earnings, sexual desire for strange women. He should abandon evil thoughts from his mind and meditate, adopt the teachings of His Word with steady and stable belief in day to day life. You Should surrender at the sanctuary of The True Master.

ਹਰਿ ਭਗਤ ਨਿਜ ਨਿਹਕੇਵਲਾ	har bhagat nij nihkayvlaa
ਰਿਦ ਕਰਮਣਾ ਬਚਸਾ॥	rid karmanaa bachsaa.
ਜੋਗੇਨ ਕਿੰ ਜਗੇਨ ਕਿੰ	jogayn kiN jagayn kiN
ਦਾਨੇਨ ਕਿੰ ਤਪਸਾ॥੪॥	daadayn kiN tapsaa. ‖4‖

ਪ੍ਰਭ ਦੀ ਬੰਦਗੀ ਕੀ ਹੈ? ਪ੍ਰਭ ਦੇ ਸ਼ਬਦ ਵਿੱਚ ਭਰੋਸਾ ਅਡੋਲ, ਬੋਲ ਅਤੇ ਕੰਮ ਸ਼ਬਦ ਅਨੁਸਾਰ ਕਰੋ । ਜੋਗੀ ਦਾ ਮਾਰਗ ਕੀ ਹੈ? ਪ੍ਰਭ ਦੇ ਦਾਸ ਨੂੰ ਭੋਜਨ ਖਵਾਉਣਾ, ਦਾਣ ਦੇਣਾ ਹੀ ਉਸ ਦੀ ਤਪਸਿਆ ਬਣ ਜਾਂਦੀ ਹੈ ।

What may be the true meditation, worship of The True Master? You should perform your day to day deeds, dealing with others humbly with steady and stable belief on His blessings, His Word. What may be the way of life, path of meditation of a true Yogi, His true devotee?

ਗੋਬਿੰਦ ਗੋਬਿੰਦੇਤਿ ਜਪਿ ਨਰ	gobind gobindayt jap nar
ਸਕਲ ਸਿਧਿ ਪਦੰ॥	sakal siDh padaN.
ਜੈਦੇਵ ਆਇਉ ਤਸ ਸਫੁਟੰ	jaidayv aa-i-o tas safutaN
ਭਵ ਭੂਤ ਸਰਬ ਗਤੰ॥੫॥੧॥	bhav bhoot sarab gataN. ||5||1||

ਪ੍ਰਭ ਦੇ ਸ਼ਬਦ ਦੀ ਪਾਲਣਾ, ਸਿਮਰਨ ਕਰੋ, ਉਹ ਹੀ ਸਾਰੇ ਗਿਆਨ ਦਾ ਮਾਲਕ, ਭੰਡਾਰੀ ਹੈ । ਮਨ ਦੇ ਸਾਰੇ ਭਰਮ ਤਿਆਗ ਕੇ ਆਪਣੀ ਡੋਰੀ ਉਸ ਤੇ ਛੱਡਕੇ ਸਿਮਰਨ ਕਰੋ । ਉਹ ਜੁਗਾਂ ਜੁਗਾਂ ਤੋ ਰਹਿਮਤਾਂ ਬਖਸ਼ਦਾ ਆਇਆ ਹੈ ।

You should meditate and adopt the teachings of His Word with steady and stable belief in day to day life. He is the true treasure of enlightenment of His Word. You should abandon all religious suspicions and surrender at His sanctuary to meditate on the teachings of his Word. He has been blessings His creation from Ancient Ages.

☬ ਗੁਰੂ ਗ੍ਰੰਥ ☬

☬ The Guru Granth Sahib ☬

☬ Steek – English and Punjabi -Volume 3 ☬

☬ ਪੋਥੀ –3 ☬

(Gurbani Page 347 – 536)

☬ ਰਾਗੁ ਦੇਵਗੰਧਾਰੀ ☬

(Gurbani Page 527 - 536)

☬ ਰਾਗੁ ਦੇਵਗੰਧਾਰੀ–Page 527 -536☬

498.ਰਾਗੁ ਦੇਵਗੰਧਾਰੀ ਮਹਲਾ ੪ ਘਰੁ ੧॥ 527-1

੧ੴ ਸਤਿ ਨਾਮੁ,	ik-oNkaar, sat naam ,
ਕਰਤਾ, ਪੁਰਖੁ, ਨਿਰਭਉ, ਨਿਰਵੈਰੁ,	kartaa, purakh, nirbha-o, nirvair
ਅਕਾਲ, ਮੂਰਤਿ, ਅਜੂਨੀ,	akaal, moorat, ajoonee,
ਸੈਭੰ, ਗੁਰ ਪ੍ਰਸਾਦਿ॥	saibhaN, gur parsaad.

1. **ਪ੍ਰਭ ਦਾ ਅਕਾਰ** – Structure

ੴ ik-oNkaar The One and Only One God, True Master. No form, shape, color, size, in Spirit only.

God may appear in anything, anyone, anytime at His free Will. He is only in Holy Spirit and no form, shape, size or color.

2. **ਸ੍ਰਿਸਟੀ ਦਾ ਪ੍ਰਬੰਧ:** Function and His Operation!

ਸਤਿ ਨਾਮੁ sat naam 'naam – His Word, His command, His existence, 'sat- Omnipresent, Omniscient, Omnipotent, Axiom Unchangeable, Uncompromised, forever.

The One and Only One, God remains embedded in His nature, in His Word and only His command pervades in the universe and nothing else exist without His mercy and grace.

3. **ਸ੍ਰਿਸਟੀ ਦੀ ਬਣਤਰ:** – Creation of The universe.

ਸੈਭੰ saibhaN Universe, creation, soul is an expansion of His Holy spirit. Comes out of His spirit to repent, sanctify and be absorbed in His Holy Spirit.

He is the creator and He is The Creation, nothing else exist.

4. **ਮੁਕਤੀ** Salvation – His acceptance.

ਗੁਰ ਪ੍ਰਸਾਦਿ gur parsaad With His own mercy and grace. No one may counsel or curse His blessing.

No one may comprehend how, why and when he may bestow His mercy and grace or the limits and duration of His blessiong.

5. **ਪ੍ਰਭ ਦੀ ਪਛਾਣ** – Recognition

ਗੁਣ: – ਕਰਤਾ, ਪੁਰਖੁ, ਨਿਰਭਉ, ਨਿਰਵੈਰੁ, ਅਕਾਲ, ਮੂਰਤਿ, ਅਜੂਨੀ ! Virtues: - kartaa, purakh, nirbha-o nirvair, akaal, moorat, ajoonee

His virtues are unlimited and beyond the comprehend of His creation. However, no one ever born with above all unique virtues nor will ever be born with these unique virtues. Whosoever may have all the above virtues is The One and Only One, God True Master and only worthy of worship.

The Master Key: "saibhaN"! Whosoever may be drenched with the essence that all souls are an expansion of The His Holy Spirit". No one may want to harm and deceive himself; he may be blessed to conquer his mind. His cycle of birth and death may be eliminated by His mercy and grace!

ਸੇਵਕ ਜਨ ਬਨੇ ਠਾਕੁਰ ਲਿਵ ਲਾਗੇ॥	sayvak jan banay thaakur liv laagay. jo
ਜੋ ਤੁਮਰਾ ਜਸੁ ਕਹਤੇ ਗੁਰਮਤਿ,	tumraa jas kahtay gurmat
ਤਿਨ ਮੁਖ ਭਾਗ ਸਭਾਗੇ॥੧॥ ਰਹਾਉ॥	tin mukh bhaag sabhaagay. ‖1‖ rahaa-o.

ਪ੍ਰਭ ਜਿਹੜੇ ਤੇਰੇ ਦਾਸ ਬਣ ਜਾਂਦੇ ਹਨ । ਉਹ ਆਪਣਾ ਮਨ ਧਿਆਨ ਤੇਰੇ ਸ਼ਬਦ ਦੀ ਪਾਲਣਾ ਵਿੱਚ ਰਖਦੇ ਹਨ । ਜਿਹੜੇ ਤੇਰੇ ਸ਼ਬਦ ਦੀ ਪਾਲਣਾ ਕਰਦੇ, ਉਸਤਤ ਗਾਉਂਦੇ ਹਨ । ਉਹਨਾਂ ਦੇ ਵੱਡੇ ਭਾਗ ਹੋ ਜਾਂਦੇ ਹਨ ।

Whosoever may become Your true devotee with Your mercy and grace; he may remain focused on meditating on the teachings of Your Word with steady and stable belief in day to day life. Whosoever may sing the glory and adopt the teachings of Your Word, he may become very fortunate.

ਟੂਟੇ ਮਾਇਆ ਕੇ ਬੰਧਨ ਫਾਹੇ,	tootay maa-i-aa kay banDhan faahay
ਹਰਿ ਰਾਮ ਨਾਮ ਲਿਵ ਲਾਗੇ॥	har raam naam liv laagay.
ਹਮਰਾ ਮਨੁ ਮੋਹਿਓ ਗੁਰ ਮੋਹਨ,	hamraa man mohi-o gur mohan
ਹਮ ਬਿਸਮ ਭਈ ਮੁਖਿ ਲਾਗੇ॥੧॥	ham bisam bha-ee mukh laagay. ‖1‖

ਪ੍ਰਭ ਤੇਰੇ ਸ਼ਬਦ ਦੀ ਪਾਲਣਾ ਕਰਨ ਨਾਲ ਤੇਰੇ ਸ਼ਬਦ ਵਿੱਚ ਲਗਨ ਲਾਉਣ ਨਾਲ, ਸੰਸਾਰਕ ਮਇਆ ਦੇ ਜਾਲ ਟੁੱਟ ਜਾਂਦੇ ਹਨ । ਉਸ ਦਾ ਮਨ ਪ੍ਰਭ ਦੇ ਸ਼ਬਦ ਨਾਲ ਮੋਹਤ ਹੋ ਜਾਂਦਾ ਹੈ । ਉਸ ਨੂੰ ਅਨੋਖੀ ਅਵਸਥਾ ਅਨੁਭਵ ਹੋ ਜਾਂਦੀ ਹੈ ।

Whosoever may obey the teachings of Your Word with steady and stable belief in his day to day life, all his worldly bonds may be vanished, eliminated. He may remain intoxicated with the essence of the teachings of His Word. He may realize an astonishing state of mind.

ਸਗਲੀ ਰੈਣਿ ਸੋਈ ਅੰਧਿਆਰੀ,	saglee rain so-ee anDhi-aaree
ਗੁਰ ਕਿੰਚਤ ਕਿਰਪਾ ਜਾਗੇ॥	gur kichant kirpaa jaagay.
ਜਨ ਨਾਨਕ ਕੇ ਪ੍ਰਭ ਸੁੰਦਰ ਸੁਆਮੀ,	jan naanak kay parabh sundar su-aamee
ਮੋਹਿ ਤੁਮ ਸਰਿ ਅਵਰੁ ਨ ਲਾਗੇ॥੨॥੧	mohi tum sar avar na laagay. ‖2‖1‖

ਜੀਵ ਮਾਨਸ ਜੀਵਨ ਇੱਕ ਅੰਧੇਰੀ ਰਾਤ ਦੀ ਤਰ੍ਹਾਂ ਸੁੱਤਾ ਹੀ ਗੁਜ਼ਾਰ ਲੈਂਦਾ ਹੈ । ਜਦੋਂ ਪ੍ਰਭ ਦੇ ਸ਼ਬਦ ਦੀ ਰੋਸ਼ਨੀ ਕਿਸੇ ਤੇੜ ਥਾਈ ਅੰਦਰ ਪੈਂਦੀ ਹੈ । ਮਨ ਸਚੇਤ, ਜਾਗਰਤ ਹੋ ਜਾਂਦਾ ਹੈ । ਬੰਦਗੀ ਕਰਨ ਵਾਲੇ ਦਾ ਪ੍ਰਭ ਇਤਨਾ ਮਹਾਨ ਹੁੰਦਾ ਹੈ । ਉਸ ਦੀ ਤੁਲਨਾ ਕਿਸੇ ਨਾਲ ਨਹੀਂ ਕੀਤੀ ਜਾ ਸਕਦੀ ।

Human may spend his human life sleeping in a dark night waiting for a light. When the ray of light of the teachings of His Word may penetrate through some crack, he may become enlightened, awake and alert. The True Master of a true devotee may be so great that His nature, greatness may not be compared with anyone.

499.ਦੇਵਗੰਧਾਰੀ॥ 527-7

ਮੇਰੋ ਸੁੰਦਰੁ ਕਹਹੁ ਮਿਲੈ ਕਿਤੁ ਗਲੀ॥	mayro sundar kahhu milai kit galee.
ਹਰਿ ਕੇ ਸੰਤ ਬਤਾਵਹੁ ਮਾਰਗੁ,	har kay sant bataavhu maarag
ਹਮ ਪੀਛੈ ਲਾਗਿ ਚਲੀ॥੧॥ਰਹਾਉ॥	ham peechhai laag chalee. ‖1‖ rahaa-o.

ਪ੍ਰਭ ਦੇ ਬੰਦਗੀ ਕਰਨ ਵਾਲੇ ਸੰਤ, ਮੈਨੂੰ ਰਸਤਾ ਦੱਸੋ, ਰਸਤੇ ਤੇ ਪਾਵੋਂ, ਮੈਂ ਤੇਰੇ ਪਿੱਛੇ ਚਲਾਗਾ! ਉਹ ਕਿਹੜੇ ਰਸਤੇ ਤੇ ਚਲਣ ਨਾਲ ਪ੍ਰਭ ਦੀ ਰਹਿਮਤ ਬਖਸ਼ਿਸ਼ ਹੋ ਸਕਦੀ ਹੈ ।

His true devotee, Holy saint, blesses me with the right path of meditation; I may follow your lead, path. What may be the right path of meditation; The Merciful True Master may accept me in His sanctuary?

ਪ੍ਰਿਅ ਕੇ ਬਚਨ ਸੁਖਾਨੇ ਹੀਅਰੈ,	pari-a kay bachan sukhaanay hee-arai
ਇਹ ਚਾਲ ਬਨੀ ਹੈ ਭਲੀ॥ ਲਟੂਰੀ ਮਧੁਰੀ	ih chaal banee hai bhalee.
ਠਾਕੁਰ ਭਾਈ,	laturee maDhuree thaakur bhaa-ee
ਓਹ ਸੁੰਦਰਿ ਹਰਿ ਢੁਲਿ ਮਿਲੀ॥੧॥	oh sundar har dhul milee. ‖1‖

ਜੀਵ ਪ੍ਰਭ ਦੇ ਸ਼ਬਦ ਦੀ ਅਡੋਲ ਭਰੋਸੇ ਨਾਲ ਪਾਲਣਾ ਕਰਨਾ ਹੀ ਸਭ ਤੋ ਚੰਗਾ ਰਸਤਾ ਹੈ । ਜੀਵ ਦੀ ਸਕਲ ਸੂਰਤ ਭਾਵੇ ਖੂਬ ਸੂਰਤ ਨਾ ਵੀ ਹੋਵੇ । ਅਗਰ ਉਸ ਦੀ ਕਮਾਈ ਤੇ ਪ੍ਰਭ ਪ੍ਰਸੰਨ ਹੋ ਜਾਵੇ! ਤਾਂ ਉਸ ਨੂੰ ਆਪ ਸੱਦ ਕੇ ਗਲੇ ਲਾਉਂਦਾ ਹੈ । ਉਹ ਸੋਭਾ ਵਾਲਾ ਬਣ ਜਾਂਦਾ ਹੈ ।

The best and unique right path of meditation is to obey the teachings of His Word with steady and stable belief in day to day life. His true devotee may not have beautiful, handsome body structure; however, if his earnings of His Word may be accepted in His court. The True Master may invite and embrace His true devotee. He may be honored in His court.

ਏਕੋ ਪ੍ਰਿਉ ਸਖੀਆ ਸਭ ਪ੍ਰਿਅ ਕੀ,	ayko pari-o sakhee-aa sabh pari-a kee
ਜੋ ਭਾਵੈ ਪਿਰ ਸਾ ਭਲੀ॥	jo bhaavai pir saa bhalee.
ਨਾਨਕੁ ਗਰੀਬੁ ਕਿਆ ਕਰੈ ਬਿਚਾਰਾ,	naanak gareeb ki-aa karai bichaaraa
ਹਰਿ ਭਾਵੈ ਤਿਤੁ ਰਾਹਿ ਚਲੀ॥੨॥੨॥	har bhaavai tit raahi chalee. ‖2‖2‖

ਸਾਰੀਆਂ ਸ੍ਰਿਸ਼ਟੀ ਦੀਆਂ ਆਤਮਾਂ ਦਾ ਮਾਲਕ ਇੱਕੋ ਇੱਕ ਪ੍ਰਭ ਹੀ ਹੈ । ਜਿਸ ਦੀ ਕਮਾਈ ਉਸ ਨੂੰ ਪ੍ਰਵਾਨ ਹੋ ਜਾਂਦੀ ਹੈ । ਉਹ ਹੀ ਚੰਗੀ, ਸੋਭਾ ਵਾਲੀ ਹੋ ਜਾਂਦੀ ਹੈ । ਮਾਨਸ ਆਪਣੇ ਆਪ ਕੀ ਕਰ ਸਕਦਾ ਹੈ? ਜੋ ਪ੍ਰਭ ਨੂੰ ਭਾਉਂਦਾ ਹੈ, ਉਹ ਕੁਝ ਹੀ ਹੁੰਦਾ ਹੈ ।

The True Master of all souls of all universes may be One and Only One God. Whose earnings of His Word may be accepted in His court; his soul may become superb and honored in His court. What may anyone accomplish at his own? Only His Word, command prevails in the universe.

500.ਦੇਵਗੰਧਾਰੀ॥ 527-11

ਮੇਰੇ ਮਨ ਮੁਖਿ ਹਰਿ ਹਰਿ ਹਰਿ ਬੋਲੀਐ॥	mayray man mukh har har har bolee-ai.
ਗੁਰਮੁਖਿ ਰੰਗਿ ਚਲੂਲੈ ਰਾਤੀ,	gurmukh rang chaloolai raatee
ਹਰਿ ਪ੍ਰੇਮ ਭੀਨੀ ਚੋਲੀਐ॥੧॥	har paraym bheenee cholee-ai. ‖1‖
ਰਹਾਉ॥	rahaa-o.

ਮੇਰੇ ਮਨ, ਪ੍ਰਭ ਦੇ ਸ਼ਬਦ ਦੀ ਪਾਲਣਾ ਕਰੋ, ਉਸਤਤ ਕਰੋ! ਗੁਰਮਖ ਦੇ ਮਨ ਤੇ ਪ੍ਰਭ ਦੇ ਸ਼ਬਦ ਦਾ ਗੂੜਾ ਰੰਗ ਚੜ੍ਹਿਆ ਹੁੰਦਾ ਹੈ । ਉਸ ਦੇ ਮਨ ਵਿੱਚ ਸ਼ਬਦ ਵਸਦਾ ਹੈ । ਪ੍ਰਭ ਦਾ ਸ਼ਬਦ ਉਸ ਦੇ ਰੋਮ ਰੋਮ ਵਿੱਚ ਰਚਿਆ ਰਹਿੰਦਾ ਹੈ ।

My mind, sings the glory and adopts the teachings of His Word with steady and stable belief in day to day life. The mind of His true devotee may remain intoxicated with the essence of His Word. His Word remains enlightened within his mind and he remains drenched with the nectar of the teachings of His Word.

ਹਉ ਫਿਰਉ ਦਿਵਾਨੀ ਆਵਲ ਬਾਵਲ,	ha-o fira-o divaanee aaval baaval
ਤਿਸੁ ਕਾਰਣਿ ਹਰਿ ਢੋਲੀਐ॥	tis kaaran har dholee-ai.
ਕੋਈ ਮੇਲੈ ਮੇਰਾ ਪ੍ਰੀਤਮੁ ਪਿਆਰਾ,	ko-ee maylai mayraa pareetam pi-aaraa
ਹਮ ਤਿਸ ਕੀ ਗੁਲ ਗੋਲੀਐ॥੧॥	ham tis kee gul golee-ai. ‖1‖

ਮੇਰੀ ਆਤਮਾ ਪ੍ਰਭ ਦੇ ਵਿਛੋੜੇ ਵਿੱਚ ਦਿਵਾਨੀ ਹੋਈ ਚਾਰੇ ਪਾਸੇ ਪ੍ਰਭ ਦੀ ਖੋਜ ਕਰਦੀ ਹੈ । ਅਗਰ ਕੋਈ ਪ੍ਰਭ ਦੀ ਪ੍ਰਵਾਨਗੀ ਦਾ ਰਸਤਾ ਦੱਸ ਦੇਵੇ । ਮੈਂ ਉਸ ਦਾ ਦਾਸ, ਗੁਲਾਮ ਬਣ ਜਾਵਾ!

My soul remains in renunciation in her memory of separation from The True Master and wanders all around searching for the enlightenment of His

Word. Whosoever may guide me on the right path of His acceptance. I may surrender my mind, body and worldly status at his service.

ਸਤਿਗੁਰੁ ਪੁਰਖੁ ਮਨਾਵਹੁ ਅਪੁਨਾ,	satgur purakh manaavahu apunaa
ਅੰਮ੍ਰਿਤੁ ਪੀ ਝੋਲੀਐ॥	har amrit pee jholee-ai.
ਗੁਰ ਪ੍ਰਸਾਦਿ ਜਨ ਨਾਨਕ ਪਾਇਆ,	gur parsaad jan naanak paa-i-aa
ਹਰਿ ਲਾਧਾ ਦੇਹ ਟੋਲੀਐ॥੨॥੩॥	har laaDhaa dayh tolee-ai. ||2||3||

ਜੀਵ ਆਪਣਾ ਭਰੋਸਾ ਸ਼ਬਦ ਤੇ ਅਡੋਲ ਰਖੋ! ਉਸ ਦੇ ਸ਼ਬਦ ਦੀ ਪਾਲਣਾ ਵਿੱਚ ਮਨ ਲਾਵੋ! ਪ੍ਰਭ ਆਪ ਹੀ ਰਹਿਮਤ ਬਖਸ਼ਦਾ ਹੈ । ਉਸ ਦੀ ਜੋਤ ਮਨ ਵਿਚੋਂ ਹੀ ਪ੍ਰਗਟ ਹੋ ਜਾਂਦੀ ਹੈ ।

You should obey and adopt the teachings of His Word with steady and stable belief in your day to day life. Whosoever may have a steady and stable belief on the teachings of His Word; with His mercy and grace, he may realize His Holy spirit from within.

501.ਦੇਵਗੰਧਾਰੀ॥ 527-15

ਅਬ ਹਮ ਚਲੀ ਠਾਕੁਰ ਪਹਿ ਹਾਰਿ॥	ab ham chalee thaakur peh haar.
ਜਬ ਹਮ ਸਰਣਿ ਪ੍ਰਭੂ ਕੀ ਆਈ,	jab ham saran parabhoo kee aa-ee raakh
ਰਾਖੁ ਪ੍ਰਭੂ ਭਾਵੈ ਮਾਰਿ॥੧॥ ਰਹਾਉ॥	parabhoo bhaavai maar. ||1|| rahaa-o.

ਪ੍ਰਭ ਮੈਂ ਆਪਣੀਆਂ ਸਭ ਕੋਸ਼ਿਸ਼ਾਂ ਬੰਦ ਕਰ ਦਿੱਤੀਆ ਹਨ, ਬੇਵੱਸ ਹੋ ਗਿਆ ਹਾ । ਹੁਣ ਤੇਰੀ ਸ਼ਰਣ ਵਿੱਚ ਅਇਆ ਹਾ । ਜੋ ਤੈਨੂੰ ਭਾਉਂਦਾ ਹੈ, ਉਸ ਤਰ੍ਹਾਂ ਹੀ ਰਖੋ! ਭਾਵੇ ਰਹਿਮਤ ਬਖਸ਼ੋ ਜਾ ਕਰੋਪੀ ਬਖਸ਼ੋ, ਤੇਰੇ ਦਰ ਨਹੀਂ ਛਡਣਾ ।

My True Master, I have abandoned all my clever plans, efforts and I have become helpless and desperate. I have surrender at Your sanctuary. I may accept Your command without any reservation; whatsoever You may bless mercy or curse, I may never leave Your door, sanctuary.

ਲੋਕਨ ਕੀ ਚਤੁਰਾਈ ਉਪਮਾ,	lokan kee chaturaa-ee upmaa
ਤੇ ਬੈਸੰਤਰਿ ਜਾਰਿ॥	tay baisantar jaar.
ਕੋਈ ਭਲਾ ਕਹਉ ਭਾਵੈ ਬੁਰਾ ਕਹਉ,	ko-ee bhalaa kaha-o bhaavai buraa kaha-o
ਹਮ ਤਨੁ ਦੀਓ ਹੈ ਢਾਰਿ॥੧॥	ham tan dee-o hai dhaar. ||1||

ਮੈਂ ਸੰਸਾਰਕ ਜੀਵਾਂ ਦੀਆਂ ਚਲਾਕੀਆਂ, ਸੰਸਾਰਕ ਸੋਭਾ ਵਿੱਚ ਜਲਦਾ ਰਹਿੰਦਾ ਹਾ । ਮਨ ਵਿੱਚ ਸੰਤੋਖ ਨਹੀਂ ਆਉਂਦਾ । ਸੰਸਾਰ ਵਿੱਚ ਕਈ ਮੇਰੀ ਉਪਮਾ ਕਰਦੇ ਹਨ, ਕਈ ਨਿੰਦਿਆਂ ਕਰਦੇ ਹਨ । ਮੈਂ ਆਪਣਾ ਮਨ ਤਨ ਤੇਰੀ ਭੇਟਾ ਹੀ ਕੀਤਾ ਹੈ ।

I have been burned in deceptive, false worldly praises. I do not feel any comfort or peace and contentment within my mind. Some may praise my way of life and others may criticize, rebuke may way of life.

ਜੋ ਆਵਤ ਸਰਣਿ ਠਾਕੁਰ ਪ੍ਰਭੁ ਤੁਮਰੀ,	jo aavat saran thaakur parabh tumree
ਤਿਸੁ ਰਾਖਹੁ ਕਿਰਪਾ ਧਾਰਿ॥	tis raakho kirpaa Dhaar.
ਜਨ ਨਾਨਕ ਸਰਣਿ ਤੁਮਾਰੀ ਹਰਿ ਜੀਉ,	jan naanak saran tumaaree har jee-o
ਰਾਖਹੁ ਲਾਜ ਮੁਰਾਰਿ॥੨॥੪॥	raakho laaj muraar. ||2||4||

ਪ੍ਰਭ ਜੋ ਵੀ ਆਸ ਕਰਕੇ ਤੇਰੀ ਸ਼ਰਣ ਵਿੱਚ ਆਉਂਦਾ ਹੈ । ਤੂੰ ਆਪ ਹੀ ਤਰਸ ਕਰਕੇ, ਰਹਿਮਤ ਬਖਸ਼ਦਾ ਹੈ, ਸਿੱਧੇ ਰਸਤੇ ਤੇ ਪਾਉਂਦਾ ਹੈ । ਮੈਂ ਤੇਰਾ ਨਿਮਾਣਾ ਦਾਸ ਤੇਰੀ ਸ਼ਰਣ ਵਿੱਚ ਅਇਆ ਹਾ । ਰਹਿਮਤ ਬਖਸ਼ੋ! ਮੇਰੀ ਲਾਜ ਰਖ ਲਵੋ! ਸਿੱਧੇ ਰਸਤੇ ਤੇ ਪਾਵੋ!

My True Master, whosoever may surrender with belief and hope on Your blessings; with Your mercy and grace may guide him on the right path of meditation or acceptance in Your court. I am Your humble slave has surrender at Your sanctuary, with Your mercy and grace guide me on the right path of meditation and protect my honor.

502.ਦੇਵਗੰਧਾਰੀ॥ 528-3

ਹਰਿ ਗੁਣ ਗਾਵੈ ਹਉ ਤਿਸੁ ਬਲਿਹਾਰੀ॥	har gun gaavai ha-o tis balihaaree.
ਦੇਖਿ ਦੇਖਿ ਜੀਵਾ ਸਾਧ ਗੁਰ ਦਰਸਨੁ,	daykh daykh jeevaa saaDh gur darsan
ਜਿਸੁ ਹਿਰਦੈ ਨਾਮੁ ਮੁਰਾਰੀ॥੧॥ ਰਹਾਉ॥	jis hirdai naam muraaree. ||1|| rahaa-o.

ਪ੍ਰਭ ਮੈਂ ਉਹਨਾਂ ਸੰਤ ਜਨਾਂ ਤੋ ਕੁਰਬਾਣ ਜਾਵਾ ! ਜਿਹੜਾ ਪ੍ਰਭ ਦੇ ਸ਼ਬਦ ਦੀ ਉਸਤਤ ਗਾਉਂਦੇ ਹਨ । ਪ੍ਰਭ ਮੇਰੇ ਮਨ ਵਿੱਚ ਤੇਰਾ ਸ਼ਬਦ ਵਸਦਾ ਹੈ, ਮੇਰਾ ਮਨ ਤੇਰੇ ਦਰਸ਼ਨ ਦਾ ਪਿਆਸਾ ਹੈ ।

I am fascinated from the state of mind, way of life as Your true devotee, who remains drenched with the teachings of Your Word and are singing Your glory. My mind remains drenched with the nectar of the teachings of Your Word and I have a burning desire to be blessed with the enlightenment of Your Word and Your sanctuary.

ਤੁਮ ਪਵਿਤ੍ਰ ਪਾਵਨ ਪੁਰਖ ਪ੍ਰਭ ਸੁਆਮੀ,	tum pavitar paavan purakh parabh su-aamee
ਹਮ ਕਿਉ ਕਰਿ ਮਿਲਹ ਜੂਠਾਰੀ॥	ham ki-o kar milah joothaaree.
ਹਮਰੈ ਜੀਇ ਹੋਰੁ ਮੁਖਿ ਹੋਰੁ ਹੋਤ ਹੈ,	hamrai jee-ay hor mukh hor hot hai
ਹਮ ਕਰਮਹੀਣ ਕੂੜਿਆਰੀ॥੧॥	ham karamheen khoorhi-aaree. ||1||

ਪ੍ਰਭ ਤੂੰ ਪਵਿਤ੍ਰ, ਨਾ ਦਾਗ ਲਗਨ ਵਾਲਾ ਅਸਲੀ ਮਾਲਕ ਹੈ । ਮੇਰੇ ਪਾਪੀ ਦਾ ਕਿਵੇਂ ਤੇਰੇ ਨਾਲ ਮਿਲਾਪ ਹੋ ਸਕਦਾ ਹੈ? ਪ੍ਰਭ ਮੇਰੇ ਮਨ ਵਿੱਚ ਕੁਝ ਹੋਰ ਹੁੰਦਾ ਹੈ ਅਤੇ ਜੀਭ ਤੇ ਕੁਝ ਹੋਰ ਹੁੰਦਾ ਹੈ । ਮੈਂ ਗਰੀਬ ਮੰਦੇ ਭਾਗਾਂ ਵਾਲ ਜੀਵ ਹਾ ।

The True Master You are Holy, blemish free, sanctified soul. How a sinner like me, may be accepted in Your court. I may have different thoughts on my mind and may have different words on my tongue. I am poor, helpless unfortunate.

ਹਮਰੀ ਮੁਦ੍ਰ ਨਾਮੁ ਹਰਿ ਸੁਆਮੀ,	hamree mudar naam har su-aamee
ਰਿਦ ਅੰਤਰਿ ਦੁਸਟ ਦੁਸਟਾਰੀ॥	rid antar dusat dustaaree.
ਜਿਉ ਭਾਵੈ ਤਿਉ ਰਾਖਹੁ ਸੁਆਮੀ,	Ji-o bhaavai ti-o raakho su-aamee
ਜਨ ਨਾਨਕ ਸਰਣਿ ਤੁਮ੍ਾਰੀ॥੨॥੫॥	jan naanak saran tumHaaree. ||2||5||

ਪ੍ਰਭ ਮੈਂ ਜੀਭ ਤੋ ਤੇਰੇ ਸ਼ਬਦ ਦੇ ਗੁਣ ਗਾਉਂਦਾ ਹਾ । ਮਨ ਵਿੱਚ ਕਰੋਧ, ਲਾਲਚ ਭਰਿਆਂ ਹੋਇਆ ਹੈ । ਪ੍ਰਭ ਮੈਂ ਤੇਰੀ ਸ਼ਰਣ ਵਿੱਚ ਆਇਆ ਹੈ । ਜਿਸ ਤਰ੍ਹਾਂ ਤੈਨੂੰ ਭਾਉਂਦਾ ਹੈ, ਮੇਰੇ ਨਾਲ ਵਰਤਾਉ ਕਰੋ । ਮੈਂ ਤੇਰੀ ਰਹਿਮਤ ਦੀ ਭੀਖ ਮੰਗਦਾ ਹਾ ।

My True Master, I have all the good virtues at my tongue and sing Your glory. However, I am overwhelmed anger and greed. I have surrender at Your sanctuary. I am seeking Your refuge. You may treat me, whatsoever may be acceptable to You.

503.ਦੇਵਗੰਧਾਰੀ॥ 528-7

ਹਰਿ ਕੇ ਨਾਮ ਬਿਨਾ ਸੁੰਦਰਿ ਹੈ ਨਕਟੀ॥	har kay naam binaa sundar hai naktee.
ਜਿਉ ਬੇਸੁਆ ਕੇ ਘਰਿ ਪੂਤੁ ਜਮਤੁ ਹੈ,	Ji-o baysu-aa kay ghar poot jamat hai
ਤਿਸੁ ਨਾਮੁ ਪਰਿਓ ਹੈ ਧ੍ਰਕਟੀ॥੧॥ ਰਹਾਉ॥	tis naam pari-o hai Dharkatee. ||1|| rahaa-o.

ਪ੍ਰਭ ਦੇ ਸ਼ਬਦ ਦੀ ਪਾਲਣਾ ਤੋ ਬਿਨਾਂ ਸੰਸਾਰ ਦੀ ਸੁੰਦਰਤਾ ਇਸ ਤਰ੍ਹਾਂ ਹੀ ਹੁੰਦੀ ਹੈ । ਜਿਵੇਂ ਨੱਕ ਕੱਟੇ ਵਾਲੀ ਔਰਤ ਹੀ ਹੁੰਦੀ ਹੈ । ਜਿਵੇਂ ਅਗਰ ਵੇਸਵਾ ਦੇ ਘਰ ਬੱਚਾ ਹੋ ਜਾਵੇ । ਤਾ ਉਸ ਦਾ ਨਾਮ ਹੀ ਪ੍ਰਭ ਦੀ ਕੋਰਪੀ ਰਖਿਆ ਜਾਂਦਾ ਹੈ । ਉਸ ਦੇ ਪਿਤਾ ਦਾ ਕਿਸੇ ਨੂੰ ਪਤਾ ਨਹੀਂ ਹੁੰਦਾ ।

Without obeying and earning of His Word, what may be his worldly beauty and glory? Same as the beautiful woman with chopped nose. Same is the child of a prostitute; he is named as curse of God. No one may know the real father of the child.

ਜਿਨ ਕੈ ਹਿਰਦੈ ਨਾਹਿ ਹਰਿ ਸੁਆਮੀ,	jin kai hirdai naahi har su-aamee
ਤੇ ਬਿਗੜ ਰੂਪ ਬੇਰਕਟੀ॥	tay bigarh roop bayrkatee.
ਜਿਉ ਨਿਗੁਰਾ ਬਹੁ ਬਾਤਾ ਜਾਣੈ,	Ji-o niguraa baho baataa jaanai
ਓਹੁ ਹਰਿ ਦਰਗਹ ਹੈ ਭ੍ਰਸਟੀ॥੧॥	oh har dargeh hai bharsatee. ||1||

ਜਿਹਨਾਂ ਜੀਵਾਂ ਦੇ ਮਨ ਵਿੱਚ ਅਸਲੀ ਮਾਲਕ ਪ੍ਰਭ ਦਾ ਸ਼ਬਦ ਨਹੀਂ ਵਸਦਾ ਹੈ । ਉਹ ਕੋੜ੍ਹ ਦੇ ਰੋਗੀ ਵਰਗੇ, ਅਪਾਜ ਹੀ ਹੁੰਦੇ ਹਨ । ਜਿਵੇਂ ਜਿਹੜੇ ਜੀਵ ਦਾ ਇੱਕ ਪ੍ਰਭ ਤੇ ਭਰੋਸਾ ਨਹੀਂ ਹੁੰਦਾ । ਉਹ ਭਾਵੇ ਕਿਤਨਾ ਵੀ ਵਿਦਵਾਨ ਹੋਵੇ, ਧਰਮਾਂ ਦੇ ਗ੍ਰੰਥਾਂ ਦਾ ਗਿਆਨ ਹੋਵੇ । ਪ੍ਰਭ ਦੇ ਦਰਬਾਰ ਵਿਚੋਂ ਛੇਕਿਆ ਹੀ ਜਾਂਦਾ ਹੈ ।

Whosoever may not have the earning of His Word in his life; he is like a leprous, leper. Whosoever may not have belief on His Word, no matter he may be scholar of Holy Scripture and may be reading religious Holy Scriptures; he would be rebuked from His court.

ਜਿਨ ਕਉ ਦਇਆਲੁ ਹੋਆ	jin ka-o da-i-aal ho-aa
ਮੇਰਾ ਸੁਆਮੀ,	mayraa su-aamee
ਤਿਨਾ ਸਾਧ ਜਨਾ ਪਗ ਚਕਟੀ॥	tinaa saaDh janaa pag chaktee.
ਨਾਨਕ ਪਤਿਤ ਪਵਿਤ ਮਿਲਿ ਸੰਗਤਿ,	naanak patit pavit mil sangat
ਗੁਰ ਸਤਿਗੁਰ ਪਾਛੈ ਛੁਕਟੀ॥੨॥੬॥	gur satgur paachhai chhuktee. ||2||6||
ਛਕਾ ੧	chhakaa 1

ਜਿਸ ਤੇ ਪ੍ਰਭ ਆਪ ਰਹਿਮਤ ਬਖਸ਼ਦਾ ਹੈ ! ਉਸ ਨੂੰ ਬੰਦਗੀ ਕਰਨ ਵਾਲੇ ਦੇ ਲੜ ਲਾਉਂਦਾ ਹੈ । ਸੰਤ ਦੀ ਸੰਗਤ ਕਰਨ ਨਾਲ ਪਾਪੀ ਵੀ ਸ਼ਬਦ ਦੀ ਪਾਲਣਾ ਤੇ ਲੱਗ ਕੇ ਤਰ ਜਾਂਦੇ ਹਨ । ਪ੍ਰਭ ਦੇ ਦਰਬਾਰ ਵਿੱਚ ਪ੍ਰਵਾਨ ਹੋ ਜਾਂਦੇ ਹਨ ।

Whosoever may be blessed with His mercy and grace, he may be blessed with devotion to meditate on the teachings of His Word. In the conjugation of His true devotee, even the sinners may adopt the teachings of His Word and may be saved and accepted in His court.

504.ਦੇਵਗੰਧਾਰੀ ਮਹਲਾ ੫ ਘਰੁ ੨॥ 528-12

੧ੴ ਸਤਿਗੁਰ ਪ੍ਰਸਾਦਿ॥	ik-oNkaar satgur parsaad.
ਮਾਈ ਗੁਰ ਚਰਣੀ ਚਿਤੁ ਲਾਈਐ॥	maa-ee gur charnee chit laa-ee-ai.
ਪ੍ਰਭੁ ਹੋਇ ਕ੍ਰਿਪਾਲੁ ਕਮਲੁ ਪਰਗਾਸੇ,	parabh ho-ay kirpaal kamal pargaasay
ਸਦਾ ਸਦਾ ਹਰਿ ਧਿਆਈਐ॥੧॥	sadaa sadaa har Dhi-aa-ee-ai. ||1||
ਰਹਾਉ॥	rahaa-o.

ਪ੍ਰਭ ਦੇ ਚਰਨਾਂ ਵਿੱਚ, ਸ਼ਬਦ ਵਿੱਚ ਆਪਣਾ ਧਿਆਨ ਲਾਉਂਦਾ ਹਾ । ਜਦੋਂ ਪ੍ਰਭ ਆਪ ਹੀ ਤਰਸ ਕਰਦਾ ਹੈ, ਰਹਿਮਤ ਬਖਸ਼ਦਾ ਹੈ । ਤਾ ਮਨ ਦਾ ਕਮਲ ਦਾ ਫੁੱਲ ਸਦਾ ਲਈ ਖੇੜੇ ਵਿੱਚ ਵਸਦਾ ਹੈ । ਮਨ ਸ਼ਬਦ ਦੀ ਪਾਲਣਾ, ਸਿਮਰਨ ਵਿੱਚ ਲੀਨ ਹੋ ਜਾਂਦਾ, ਸਮਾਧੀ ਵਿੱਚ ਵਸਦਾ ਹੈ ।

I am wholeheartedly meditating on the teachings of His Word. When the merciful may bless His mercy and grace and the lotus flower of my mind may blossom. I may become intoxicated in meditation and adopting the teachings of His Word with steady and stable belief and may enter into the void of His Word.

ਅੰਤਰਿ ਏਕੋ ਬਾਹਰਿ ਏਕੋ,	antar ayko baahar ayko
ਸਭ ਮਹਿ ਏਕੁ ਸਮਾਈਐ॥	sabh meh ayk samaa-ee-ai.
ਘਟਿ ਅਵਘਟਿ ਰਵਿਆ ਸਭ ਠਾਈ,	ghat avghat ravi-aa sabh thaa-ee
ਹਰਿ ਪੂਰਨ ਬ੍ਰਹਮੁ ਦਿਖਾਈਐ॥੧॥	har pooran barahm dikhaa-ee-ai. ||1||

ਇੱਕੋ ਇੱਕ ਪ੍ਰਭ ਹੀ ਜੀਵ ਦੇ ਮਨ ਅੰਦਰ ਅਤੇ ਉਹ ਹੀ ਸੰਸਾਰ ਵਿੱਚ ਵਾਪਰਦਾ ਹੈ । ਸਾਰੀ ਸ੍ਰਿਸ਼ਟੀ ਹੀ ਉਸ ਵਿੱਚ ਸਮਾਈ ਹੋਈ ਹੈ । ਜੀਵ ਦੇ ਮਨ ਅੰਦਰ ਅਤੇ ਸੰਸਾਰ ਵਿੱਚ ਹਰ ਥਾਂ ਤੇ ਪੂਰਨ ਪ੍ਰਭ ਹੀ ਵਾਪਰਦਾ ਹੈ ।

The One and Only One God may be prevailing within the mind and body of a creature and same God operates also outside world all time. He remains embedded within the whole universe. His Word prevails within his mind, body and outside perfectly.

ਉਸਤਤਿ ਕਰਹਿ ਸੇਵਕ ਮੁਨਿ ਕੇਤੇ,	ustat karahi sayvak mun kaytay
ਤੇਰਾ ਅੰਤੁ ਨ ਕਤਹੂ ਪਾਈਐ॥	tayraa ant na kathoo paa-ee-ai.
ਸੁਖਦਾਤੇ ਦੁਖ ਭੰਜਨ ਸੁਆਮੀ,	sukh-daatay dukh bhanjan su-aamee
ਜਨ ਨਾਨਕ ਸਦ ਬਲਿ ਜਾਈਐ॥੨॥੧॥	jan naanak sad bal jaa-ee-ai. ||2||1||

ਅਨੇਕਾਂ ਹੀ ਬੰਦਗੀ ਕਰਨ ਵਾਲੇ, ਅਨੇਕਾਂ ਹੀ ਮੋਨੀ ਸੰਤ ਸ਼ਬਦ ਦੇ ਗੁਣ ਗਾਉਂਦੇ ਹਨ । ਕੋਈ ਵੀ ਮਾਨਸ ਤੇਰਾ ਅੰਤ ਨਹੀਂ ਜਾਣ ਸਕਦਾ । ਪ੍ਰਭ ਤੂੰ ਹੀ ਮਾਨਸ ਦੇ ਦੁਖ ਨਾਸ਼ ਕਰਨ ਵਾਲਾ ਅਸਲੀ ਮਾਲਕ ਹੈ । ਬੰਦਗੀ ਕਰਨ ਵਾਲੇ ਸਦਾ ਹੀ ਤੇਰੇ ਕਰਤਬਾਂ ਤੋ ਹੈਰਾਨ ਹੀ ਰਹਿੰਦੇ ਹਨ ।

Several devotees and several quiet saints are singing the glory of His Word. The True Master, Only You may destroy, eliminates all miseries of Your creation. Your true devotee always remains fascinating from the events and miracles of Your nature.

505.ਦੇਵਗੰਧਾਰੀ॥ 528-16

ਮਾਈ ਹੋਨਹਾਰ ਸੋ ਹੋਈਐ॥	maa-ee honhaar so ho-ee-ai.
ਰਾਚਿ ਰਹਿਓ ਰਚਨਾ ਪ੍ਰਭੁ ਅਪਨੀ,	raach rahi-o rachnaa parabh apnee kahaa
ਕਹਾ ਲਾਭੁ ਕਹਾ ਖੋਈਐ॥੧॥ ਰਹਾਉ॥	laabh kahaa kho-ee-ai. ||1|| rahaa-o.

ਸਭ ਪ੍ਰਭ ਦਾ ਕੀਤਾ ਹੀ ਹੁੰਦਾ ਹੈ । ਪ੍ਰਭ ਹੀ ਹਰ ਕਰਤਬ ਵਿੱਚ ਆਪ ਵਾਪਰਦਾ ਹੈ । ਸ੍ਰਿਸ਼ਟੀ ਵਿੱਚ ਕੋਈ ਉਸ ਦੇ ਸ਼ਬਦ ਦੀ ਪਾਲਣਾ ਕਰਕੇ ਲਾਭ ਪਾਉਂਦਾ ਹੈ । ਕੋਈ ਸ਼ਬਦ ਨੂੰ ਮਨੋ ਵਿਸਾਰ ਕੇ ਮਾਨਸ ਜਨਮ ਬਿਰਥਾ ਹੀ ਗਵਾ ਜਾਂਦਾ ਹੈ ।

Only Your command may prevail in the universe in each and every event. In the universe many may adopt the teachings of His Word and profit from the opportunity of human life and others may abandon His Word from day to day life and wastes his priceless opportunity of human life.

ਕਹ ਫੂਲਹਿ ਆਨੰਦ ਬਿਖੈ,	kah fooleh aanand bikhai
ਸੋਗ ਕਬ ਹਸਨੋ ਕਬ ਰੋਈਐ॥	sog kab hasno kab ro-ee-ai.
ਕਬਹੂ ਮੈਲੁ ਭਰੇ ਅਭਿਮਾਨੀ,	kabhoo mail bharay abhimaanee
ਕਬ ਸਾਧੂ ਸੰਗਿ ਧੋਈਐ॥੧॥	kab saaDhoo sang Dho-ee-ai. ||1||

ਮਾਨਸ ਜੀਵ ਕਦੇ ਅਨੰਦ ਖੇੜੇ ਵਿੱਚ ਹੁੰਦਾ ਹੈ, ਕਦੇ ਦੁਖ ਵਿੱਚ ਸੋਗ ਕਰਦਾ ਹੈ । ਕਦੇ ਜੀਵਨ ਵਿੱਚ ਹੱਸਦਾ ਹੈ, ਅਤੇ ਕਦੇ ਸੋਗ ਵਿੱਚ ਰੋਂਦਾ ਹੈ । ਕਦੇ ਆਪਣੇ ਮਨ ਨੂੰ ਅਹੰਕਾਰ ਨਾਲ ਮੈਲਾ ਕਰਦਾ ਹੈ । ਕਦੇ ਬੰਦਗੀ ਕਰਨ ਵਾਲੇ ਦੀ ਸੰਗਤ ਵਿੱਚ ਆਪਣੇ ਪਾਪ, ਭੁਲਾਂ ਬਖਸ਼ਾ ਲੈਂਦਾ ਹੈ ।

Human may be enjoying pleasures of his worldly life and sometime he may be mourning, grieving for misfortune. Sometimes he may be laughing in his life and some tine crying. Sometime he may blemish his soul with his own ego and some he may associate with His true devotee. He may adopt His

Word with steady and stable belief in day to day life and may earn the profit of his human life blessings.

ਕੋਇ ਨ ਮੇਟੈ ਪ੍ਰਭ ਕਾ ਕੀਆ, ko-ay na maytai parabh kaa kee-aa
ਦੂਸਰ ਨਾਹੀ ਅਲੋਈਐ॥ doosar naahee alo-ee-ai.
ਕਹੁ ਨਾਨਕ ਤਿਸੁ ਗੁਰ ਬਲਿਹਾਰੀ, kaho naanak tis gur balihaaree
ਜਿਹ ਪ੍ਰਸਾਦਿ ਸੁਖਿ ਸੋਈਐ॥੨॥੨॥ jih parsaad sukh so-ee-ai. ||2||2||

ਕੋਈ ਵੀ ਪ੍ਰਭ ਦੇ ਭਾਣੇ ਨੂੰ ਟਾਲ ਨਹੀਂ ਸਕਦਾ, ਉਸ ਨੂੰ ਬਦਲ ਨਹੀਂ ਸਕਦਾ । ਸ੍ਰਿਸ਼ਟੀ ਵਿੱਚ ਹੋਰ ਕੋਈ ਉਸ ਦੇ ਬਰਾਬਰ, ਜਾ ਵੱਡਾ ਨਜ਼ਰ ਨਹੀਂ ਆਉਂਦਾ । ਬੰਦਗੀ ਕਰਨ ਵਾਲੇ ਸਦਾ ਹੀ ਉਸ ਦੇ ਭਾਣੇ, ਕਰਤਬਾਂ ਤੋ ਹੈਰਾਨ ਹੀ ਰਹਿੰਦੇ ਹਨ । ਸ਼ਬਦ ਦੀ ਪਾਲਣਾ ਕਰਦੇ ਸੰਤੋਖ ਵਿੱਚ ਵਸਦੇ, ਜੀਵਨ ਬਤੀਤ ਕਰਦੇ ਹਨ ।

No one may avoid or alter, change His command. In the universe no one else may be equal or greater than The True Master. His true devotee always remains fascinated from His nature and miracles; he may adopt the teachings of His Word with steady and stable belief and enjoys contentment and blossom in his life.

506.ਦੇਵਗੰਧਾਰੀ॥ 529-1

ਮਾਈ ਸੁਨਤ ਸੋਚ ਭੈ ਡਰਤ॥ maa-ee sunat soch bhai darat.
ਮੇਰ ਤੇਰ ਤਜਉ ਅਭਿਮਾਨਾ, mayr tayr taja-o abhimaanaa
ਸਰਨਿ ਸੁਆਮੀ ਕੀ ਪਰਤ॥੧॥ ਰਹਾਉ॥ saran su-aamee kee parat. ||1|| rahaa-o.

ਜਦੋਂ ਮਨ ਵਿੱਚ ਮੌਤ ਦਾ ਖਿਆਲ ਆਉਂਦਾ ਹੈ, ਮਨ ਵਿੱਚ ਡਰ ਭਰ ਜਾਂਦਾ ਹੈ । ਜਦੋਂ ਮਨ ਮੇਰੀ, ਤੇਰੀ ਤਿਆਗ ਦੇਂਦਾ ਹੈ, ਆਪਣੇ ਅਹੰਕਾਰ ਤੇ ਜਿੱਤ ਪਾ ਲੈਂਦਾ ਹੈ । ਉਹ ਪ੍ਰਭ ਦੀ ਸ਼ਰਣ ਵਿੱਚ ਪ੍ਰਵਾਨ ਹੋ ਜਾਂਦਾ ਹੈ ।

When the human thinks about the devil of death, he may become frightened from that moment. Whosoever abandon the thoughts of mine and yours from his mind; he may conquer his own ego. He may be accepted in the sanctuary of The True Master.

ਜੋ ਜੋ ਕਹੈ ਸੋਈ ਭਲ ਮਾਨਉ, jo jo kahai so-ee bhal maan-o
ਨਾਹਿ ਨ ਕਾ ਬੋਲ ਕਰਤ॥ naahi na kaa bol karat.
ਨਿਮਖ ਨ ਬਿਸਰਉ ਹੀਏ ਮੋਰੇ ਤੇ, nimakh na bisara-o hee-ay moray tay
ਬਿਸਰਤ ਜਾਈ ਹਉ ਮਰਤ॥੧॥ bisrat jaa-ee ha-o marat. ||1||

ਬੰਦਗੀ ਕਰਨ ਵਾਲੇ ਸਦਾ ਹੀ ਪ੍ਰਭ ਦੇ ਸ਼ਬਦ ਨੂੰ ਅਟੱਲ ਮੰਨਕੇ ਸਵੀਕਾਰ ਕਰਦੇ ਹਨ । ਉਸ ਤੋ ਬਚਣ ਦੇ ਤਰੀਕੇ ਨਹੀਂ ਖੋਜਦੇ । ਉਹ ਸਵਾਸ ਸਵਾਸ ਸ਼ਬਦ ਨੂੰ ਮਨ ਵਿੱਚ ਜਾਗਰਤ ਅਤੇ ਸੁਚੇਤ ਰਖਦੇ ਹਨ । ਅਗਰ ਇੱਕ ਪਲ ਸ਼ਬਦ ਮਨ ਵਿਚੋਂ ਵਿਸਰ ਜਾਵੇ! ਆਪਣੇ ਆਪ ਨੂੰ ਮਰਿਆ ਦੇ ਸਮਾਨ ਸਮਝਦੇ ਹਨ ।

His true devotee may always accept His command as an ultimate, unavoidable and unchangeable; he surrenders unconditionally to His command. He may never try to find ways to avoid His command. **This is a unique distinction between "Quran" and "Guru Granth Sahib"**. He keeps the teachings of His Word fresh within his mind and remains awake and alert. If anytime, he may forget the teachings of His Word from his mind, he may feel better off dead than living; his life seems useless.

ਸੁਖਦਾਈ ਪੂਰਨ ਪ੍ਰਭੁ ਕਰਤਾ, sukh-daa-ee pooran parabh kartaa
ਮੇਰੀ ਬਹੁਤੁ ਇਆਨਪ ਜਰਤ॥ mayree bahut i-aanap jarat.

ਨਿਰਗੁਨਿ ਕਰੂਪਿ ਕੁਲਹੀਣ ਨਾਨਕ ਹਉ, nirgun karoop kulheen naanak ha-o
ਅਨਦ ਰੂਪ ਸੁਆਮੀ ਭਰਤ॥੨॥੩॥ anad roop su-aamee bharat. ||2||3||

ਸੁਖਾਂ ਦਾ ਮਾਲਕ, ਪੂਰਨ ਕਰਤਾ, ਸ੍ਰਿਸ਼ਟੀ ਨੂੰ ਪੈਦਾ ਕਰਨ ਵਾਲਾ ਹੈ । ਮੈਂ ਬਹੁਤ ਹੀ ਅਨਜਾਣ, ਬੇਸਮਝ ਮਾਨਸ ਹਾ । ਮੈਂ ਅਉਗੁਣਾਂ ਭਰਿਆਂ, ਕੋਈ ਕੀਮਤ ਨਹੀਂ, ਨੀਚ ਜਾਤ ਵਾਲਾ ਹਾ । ਫਿਰ ਵੀ ਪ੍ਰਭ ਨੇ ਆਪਣੇ ਸ਼ਬਦ ਦੇ ਲੜ ਲਾ ਕੇ ਖੇੜਾ ਬਖਸ਼ਦਾ ਹੈ ।

The creator of the universe is a treasure of comforts of life. I am very ignorant, without any deep wisdom. I am overwhelmed with evil thoughts and virtues, worthless and mean worldly status, caste. Even then The Merciful has attached me to adopt the teachings of His Word and has blessed me blossom in my life.

507.ਦੇਵਗੰਧਾਰੀ॥ 529-2

ਮਨ ਹਰਿ ਕੀਰਤਿ ਕਰਿ ਸਦਹੂੰ॥ man har keerat kar sadahooN.
ਗਾਵਤ ਸੁਨਤ ਜਪਤ ਉਧਾਰੈ, gaavat sunat japat uDhaarai
ਬਰਨ ਅਬਰਨਾ ਸਭਹੂੰ॥੧॥ਰਹਾਉ॥ baran abranaa sabhahooN. ||1|| rahaa-o.

ਜੀਵ ਪ੍ਰਭ ਦੇ ਸ਼ਬਦ ਦਾ ਕੀਰਤਨ ਕਰੋ! ਸ਼ਬਦ ਦੇ ਗੁਣ ਗਾਵੋ ! ਸ਼ਬਦ ਦੀ ਉਸਤਤ ਸੁਣਨ, ਗਾਉਣ ਨਾਲ ਸਾਰੇ ਹੀ ਛੋਟੀ, ਉੱਚੀ ਜਾਤ ਵਾਲੇ ਮਾਨਸ ਉਸ ਦੇ ਦਰਬਾਰ ਵਿੱਚ ਪ੍ਰਵਾਨ ਹੋ ਜਾਂਦੇ ਹਨ ।

You should meditate and sing the glory of the teachings of His Word. By wholeheartedly listening and singing the glory of His Word with steady and stable belief, all from low or high worldly caste humans may be accepted in His sanctuary. Look at Ravi Das Ji.

ਜਹ ਤੇ ਉਪਜਿਓ ਤਹੀ ਸਮਾਇਓ, jah tay upji-o tahee samaa-i-o
ਇਹ ਬਿਧਿ ਜਾਨੀ ਤਬਹੂੰ॥ ih biDh jaanee tabahooN.
ਜਹਾ ਜਹਾ ਇਹ ਦੇਹੀ ਧਾਰੀ, jahaa jahaa ih dayhee Dhaaree
ਰਹਨੁ ਨ ਪਾਇਓ ਕਬਹੂੰ॥੧॥ rahan na paa-i-o kabahooN. ||1||

ਜਦੋਂ ਉਸ ਨੂੰ ਉਸ ਦੇ ਸ਼ਬਦ ਦੀ ਸੋਝੀ ਹੋ ਜਾਂਦੀ ਹੈ । ਮਾਨਸ, ਜਿਸ ਪ੍ਰਭ ਦੀ ਜੋਤ ਵਿਚੋਂ ਪੈਦਾ ਹੁੰਦਾ ਹੈ, ਉਸ ਵਿੱਚ ਹੀ ਸਮਾ ਜਾਂਦਾ ਹੈ । ਇਹ ਤਨ ਭਾਵੇ ਕਿਸ ਤਰ੍ਹਾਂ ਵੀ ਸੰਭਾਲ ਕੇ ਰਖੋ! ਇਸ ਨੇ ਸਦਾ ਨਹੀਂ ਰਹਿਣਾ, ਅੰਤ ਵਿੱਚ ਭਸਮ ਹੋ ਜਾਣਾ ਹੈ ।

Whosoever may be blessed with enlightenments of His Word; his soul may be absorbed in the same Holy Spirit from where she was separated due to the sinful deeds. No matter how carefully, you may protect, nourish your body, it is going the destroyed on the predetermined time. Body may not prolong and live forever.

ਸੁਖੁ ਆਇਓ ਭੈ ਭਰਮ ਬਿਨਾਸੇ, sukh aa-i-o bhai bharam binaasay
ਕ੍ਰਿਪਾਲ ਹੂਏ ਪ੍ਰਭ ਜਬਹੂ॥ kirpaal hoo-ay parabh jabhoo.
ਕਹੁ ਨਾਨਕ ਮੇਰੇ ਪੂਰੇ ਮਨੋਰਥ, kaho naanak mayray pooray manorath
ਸਾਧਸੰਗਿ ਤਜਿ ਲਬਹੂੰ॥੨॥੪॥ saaDhsang taj labahooN. ||2||4||

ਜਦੋਂ ਪ੍ਰਭ ਆਪ ਤਰਸ, ਰਹਿਮਤ ਬਖਸ਼ਦਾ, ਜੀਵ ਦੇ ਮਨ ਭਰਮ ਦੂਰ ਹੋ ਜਾਂਦੇ ਹਨ । ਮਨ ਵਿੱਚ ਸੰਤੋਖ, ਖੇੜਾ ਵਸ ਜਾਂਦਾ ਹੈ । ਬੰਦਗੀ ਕਰਨ ਵਾਲਾ ਸੰਤਾਂ ਦੀ ਸੰਗਤ ਵਿੱਚ ਆਪਣੇ ਮਨ ਦੇ ਲਾਲਚ ਨੂੰ ਖੁਦਗਰਜ਼ੀ ਨੂੰ ਤਿਆਗ ਦੇਂਦਾ ਹੈ । ਉਸ ਦੇ ਮਨ ਦੀਆਂ ਆਸਾਂ, ਮੁਰਾਦਾਂ ਪੂਰੀਆਂ ਹੋ ਜਾਂਦੀਆਂ ਹਨ ।

The merciful with His mercy and grace on His true devotee, may be eliminated all his suspicions of worldly desires. He may be blessed with contentment and blossom in His day to day life. His true devotee learns in the association of Holy conjugation and may abandon his selfishness and greed. All his hopes, spoken and unspoken desires may be satisfied with His mercy and grace.

508.ਦੇਵਗੰਧਾਰੀ॥ 529-8

ਮਨ ਜਿਉ ਅਪੁਨੇ ਪ੍ਰਭ ਭਾਵਉ॥	man Ji-o apunay parabh bhaava-o.
ਨੀਚਹੁ ਨੀਚੁ ਨੀਚੁ ਅਤਿ ਨਾਨ੍ਾ,	neechahu neech neech at naanHaa
ਹੋਇ ਗਰੀਬੁ ਬੁਲਾਵਉ॥੧॥ ਰਹਾਉ॥	ho-ay gareeb bulaava-o. ||1|| rahaa-o.

ਜੀਵ ਮਾਨਸ ਜੀਵਨ ਵਿੱਚ ਉਹ ਹੀ ਕੰਮ ਕਰੋ, ਜਿਹੜੇ ਪ੍ਰਭ ਦੇ ਸ਼ਬਦ ਅਨੁਸਾਰ ਹੋਣ । ਆਪਣੇ ਆਪ ਨੂੰ ਸਭ ਤੋ ਨੀਂਚ, ਨਿਮਾਣਾ ਸਮਝਕੇ, ਨਿਮ੍ਰਤਾ ਨਾਲ ਹੀ ਸਭ ਦਾ ਸਤਿਕਾਰ ਕਰੋ!

You should only perform deeds, whatsoever may be as per His Word. You should consider yourself, less wise, lower than others and humbly respect and deal with others.

ਅਨਿਕ ਅਡੰਬਰ ਮਾਇਆ ਕੇ ਬਿਰਥੇ,	anik adambar maa-i-aa kay birthay
ਤਾ ਸਿਉ ਪ੍ਰੀਤਿ ਘਟਾਵਉ॥	taa si-o pareet ghataava-o.
ਜਿਉ ਅਪੁਨੋ ਸੁਆਮੀ ਸੁਖੁ ਮਾਨੈ,	Ji-o apuno su-aamee sukh maanai
ਤਾ ਮਹਿ ਸੋਭਾ ਪਾਵਉ॥੧॥	taa meh sobhaa paava-o. ||1||

ਸੰਸਾਰਕ ਮਾਇਆ ਦੇ ਅਨੇਕਾਂ ਹੀ ਖੇੜੇ, ਅਨੰਦ ਹਨ । ਇਹ ਸਾਰੇ ਹੀ ਮਾਨਸ ਦੇ ਸਫਰ ਲਈ ਬਿਰਥੇ ਹੀ ਹਨ । ਇਹਨਾਂ ਨਾਲ ਆਪਣੀ ਪ੍ਰੀਤ, ਸੰਜੋਗ ਨਾ ਬਣਾਵੋ! ਸੰਗ ਨਾ ਜੋੜੋ! ਉਹ ਕੰਮ ਕਰੋ, ਜਿਸ ਨਾਲ ਪ੍ਰਭ ਦੀ ਰਹਿਮਤ ਬਖਸ਼ਿਸ਼ ਹੋ ਜਾਵੇ । ਉਸ ਨਾਲ ਹੀ ਦਰਬਾਰ ਵਿੱਚ ਸੋਭਾ ਬਖਸ਼ਿਸ਼ ਹੁੰਦੀ ਹੈ ।

Worldly wealth has various glamour's, pleasures and comforts; however, all fall short and useless for the purpose of life. You should not associate or become attached to those pleasures and comforts. You should only preform deeds that may sanctify your soul and transform to become worthy of His consideration. You may be accepted and honored in His court.

ਦਾਸਨ ਦਾਸ ਰੇਣੁ ਦਾਸਨ ਕੀ,	daasan daas rayn daasan kee
ਜਨ ਕੀ ਟਹਲ ਕਮਾਵਉ॥	jan kee tahal kamaava-o.
ਸਰਬ ਸੂਖ ਬਡਿਆਈ ਨਾਨਕ,	sarab sookh badi-aa-ee naanak
ਜੀਵਉ ਮੁਖਹੁ ਬੁਲਾਵਉ॥੨॥੫॥	jeeva-o mukhahu bulaava-o. ||2||5||

ਬੰਦਗੀ ਕਰਨ ਵਾਲੇ ਦਾਸਾਂ ਦੇ, ਸੰਤਾਂ ਦੇ ਚਰਨਾਂ ਦੀ ਧੂੜ ਦੀ ਤਰ੍ਹਾਂ ਨਿਮ੍ਰਤਾ ਵਾਲੇ ਬਣਕੇ, ਉਹਨਾਂ ਦਾਸਾਂ ਦੀ ਸੇਵਾ ਕਰੋ! ਇਸ ਤਰ੍ਹਾਂ ਹੀ ਬੰਦਗੀ ਕਰਨ ਵਾਲੇ ਦਾਸ ਪ੍ਰਭ ਦੇ ਦਰਬਾਰ ਵਿੱਚ ਸੋਭਾ ਪਾਉਂਦੇ ਹਨ । ਉਹ ਸਵਾਸ ਸਵਾਸ ਪ੍ਰਭ ਦੇ ਸ਼ਬਦ ਦਾ ਧੰਨਵਾਦ, ਉਸਤਤ ਹੀ ਗਾਉਂਦੇ ਹਨ ।

You should become humble like the dust of the feet of His true devotees and serve them to make them comfortable. This is how His true devotees may be honored in His court. He may sing the glory and gratitude of The True Master with each and every breath.

509.ਦੇਵਗੰਧਾਰੀ॥ 529- 11

ਪ੍ਰਭ ਜੀ ਤਉ ਪ੍ਰਸਾਦਿ ਭ੍ਰਮੁ ਡਾਰਿਓ॥	parabh jee ta-o parsaad bharam daari-o.
ਤੁਮਰੀ ਕ੍ਰਿਪਾ ਤੇ ਸਭੁ ਕੋ ਅਪਨਾ,	tumree kirpaa tay sabh ko apnaa
ਮਨ ਮਹਿ ਇਹੈ ਬੀਚਾਰਿਓ॥੧॥	man meh ihai beechaari-o. ||1||
ਰਹਾਉ॥	rahaa-o.

ਪ੍ਰਭ ਤੇਰੀ ਰਹਿਮਤ ਦੀ ਨਜ਼ਰ ਨਾਲ ਹੀ ਮੇਰੇ ਮਨ ਦੇ ਸਾਰੇ ਭਰਮ ਦੂਰ ਹੋ ਗਏ ਹਨ । ਜਦੋਂ ਮੈਂ ਇਹ ਸ਼ਬਦ ਮਨ ਵਿੱਚ ਧਾਰਨ ਕਰਦਾ, ਜਾਗਰਤ ਕਰ ਲੈਂਦਾ ਹਾ । ਤਾ ਸ੍ਰਿਸ਼ਟੀ ਵਿੱਚ ਸਭ ਕੁਝ ਹੀ ਆਪਣਾ ਮਹਿਸੂਸ ਹੁੰਦਾ ਹੈ ।

With Your mercy and grace all the suspicions of my mind have been eliminated. When I drench the teachings of Your Word within and become awake and alert. Everything in the universe, seems like my own, no one seems any stranger.

824 ਗੁਰੂ ਗ੍ਰੰਥ- Guru Granth - ਭਾਵ ਅਰਥ॥

ਕੋਟਿ ਪਰਾਧ ਮਿਟੇ ਤੇਰੀ ਸੇਵਾ, kot paraaDh mitay tayree sayvaa
ਦਰਸਨਿ ਦੂਖੁ ਉਤਾਰਿਓ॥ darsan dookh utaari-o.
ਨਾਮੁ ਜਪਤ ਮਹਾ ਸੁਖੁ ਪਾਇਓ, naam japat mahaa sukh paa-i-o
ਚਿੰਤਾ ਰੋਗੁ ਬਿਦਾਰਿਓ॥੧॥ chintaa rog bidaari-o. ||1||

ਸ਼ਬਦ ਦੀ ਪਾਲਣਾ ਕਰਨ ਨਾਲ ਅਨੇਕਾਂ ਜਨਮਾਂ ਦੇ ਕੀਤੇ ਪਾਪ ਧੋਤੇ ਜਾਂਦੇ ਹਨ । ਭੁਲਾਂ ਮਾਫ ਹੋ ਜਾਂਦੀਆਂ ਹਨ । ਸ਼ਬਦ ਦੀ ਸੋਝੀ, ਰਹਿਮਤ ਨਾਲ ਮਨ ਵਿਚੋਂ ਸੰਸਾਰਕ ਦੁਖ ਖਤਮ ਹੋ ਜਾਂਦੇ ਹਨ । ਸ਼ਬਦ ਦਾ ਸਿਮਰਨ, ਪਾਲਣਾ ਨਾਲ ਮਨ ਵਿੱਚ ਪੂਰਨ ਸੰਤੋਖ ਬਖਸ਼ਿਸ਼ ਹੋ ਜਾਂਦਾ ਹੈ । ਮਨ ਵਿਚੋਂ ਸੰਸਾਰਕ ਚਿੰਤਾਂ ਦਾ ਨਾਸ਼ ਹੋ ਜਾਂਦਾ ਹੈ ।

By adopting the teachings of His Word, sins of many previous lives may be forgiven, with His mercy and grace. With the enlightenment of His Word, all worries of miseries of worldly lives may be eliminated. By meditating and obeying His Word with steady and stable belief, his mind may be blessed with peace and contentment. All his worries of His mind may be eliminated.

ਕਾਮੁ ਕ੍ਰੋਧੁ ਲੋਭੁ ਝੂਠੁ ਨਿੰਦਾ, kaam kroDh lobh jhooth nindaa
ਸਾਧੂ ਸੰਗਿ ਬਿਸਾਰਿਓ॥ saaDhoo sang bisaari-o.
ਮਾਇਆ ਬੰਧ ਕਾਟੇ ਕਿਰਪਾ ਨਿਧਿ, maa-i-aa banDh kaatay kirpaa niDh
ਨਾਨਕ ਆਪਿ ਉਧਾਰਿਓ॥੨॥੬॥ naanak aap uDhaari-o. ||2||6||

ਬੰਦਗੀ ਕਰਨ ਵਾਲੇ ਸੰਤਾਂ ਦੀ ਸੰਗਤ ਵਿੱਚ ਮਨ ਵਿਚੋਂ ਕਾਮ ਵਾਸ਼ਨਾ, ਕਰੋਧ, ਲਾਲਚ, ਲੋਕ ਦਿਖਾਵਾ, ਫਰੇਬ, ਨਿੰਦਿਆਂ ਸਾਰੇ ਦੂਰ ਹੋ ਜਾਂਦੇ ਹਨ । ਪ੍ਰਭ ਦੀ ਰਹਿਮਤ ਨਾਲ ਸੰਸਾਰ ਮਇਆ ਦੇ ਸਾਰੇ ਬੰਧਨ ਨਾਸ਼ ਹੋ, ਕੱਟੇ ਜਾਂਦੇ ਹਨ । ਮਾਨਸ ਪ੍ਰਵਾਨਗੀ ਦੇ ਰਸਤੇ ਤੇ ਅਡੋਲ ਹੋ ਜਾਂਦਾ ਹੈ ।

In the conjugation of His Holy saints, His true devotees, all the stigma of sexual desire, anger, greed, fraud, deception, criticism of others may be eliminated, subdued. With His mercy and grace, all the bonds of Worldly wealth may be eliminated. He may become steady and stable on the right path of His acceptance.

510.ਦੇਵਗੰਧਾਰੀ॥ 529-11

ਮਨ ਸਗਲ ਸਿਆਨਪ ਰਹੀ॥ man sagal si-aanap rahee.
ਕਰਨ ਕਰਾਵਨਹਾਰ ਸੁਆਮੀ, karan karaavanhaar su-aamee
ਨਾਨਕ ਓਟ ਗਹੀ॥੧॥ਰਹਾਉ॥ naanak ot gahee. ||1|| rahaa-o.

ਬੰਦਗੀ ਕਰਨ ਵਾਲੇ ਆਪਣਾ ਭਰੋਸਾ, ਪ੍ਰਭ ਦੇ ਸ਼ਬਦ ਤੇ ਅਡੋਲ ਰਖਦੇ ਹਨ । ਉਸ ਤੇ ਹੀ ਓਟ ਰਖਦੇ ਹਨ । ਉਹਨਾਂ ਦੇ ਮਨ ਵਿਚੋਂ ਸਭ ਚਲਾਕੀਆਂ, ਚਾਰੇ ਪਾਸੇ ਘੁੰਮਣਾ ਖਤਮ ਹੋ ਜਾਂਦਾ ਹੈ ।

His true devotee always adopts the teachings of His Word with steady and stable belief in day to day life. He always begs for His support and refuge in every event. He may abandon all his clever and evil thought from his mind and his wandering mind may become steady and stable on His teachings.

ਆਪੁ ਮੇਟਿ ਪਏ ਸਰਣਾਈ, aap mayt pa-ay sarnaa-ee
ਇਹ ਮਤਿ ਸਾਧੂ ਕਹੀ॥ ih mat saaDhoo kahee.
ਪ੍ਰਭ ਕੀ ਆਗਿਆ ਮਾਨਿ ਸੁਖੁ ਪਾਇਆ, parabh kee aagi-aa maan sukh paa-i-aa
ਭਰਮੁ ਅਧੇਰਾ ਲਹੀ॥੧॥ bharam aDhayraa lahee. ||1||

ਬੰਦਗੀ ਕਰਨ ਵਾਲੇ ਸੰਤ ਇੱਕੋ ਇੱਕ ਹੀ ਸਿਖਿਆ ਦੇਂਦੇ ਹਨ । ਆਪਣੇ ਮਨ ਵਿਚੋਂ ਖੁਦਗਰਜ਼ੀ, ਆਪਾ ਖਤਮ ਕਰਨ ਨਾਲ ਹੀ ਪ੍ਰਭ ਦੀ ਸ਼ਰਣ ਵਿੱਚ ਪਨਾਹ ਬਖਸ਼ਿਸ਼ ਹੁੰਦੀ ਹੈ । ਜਦੋਂ ਮਨ ਵਿਚੋਂ ਆਪਾ ਨਾਸ਼ ਹੋ ਜਾਂਦਾ ਹੈ । ਮਨ ਵਿਚੋਂ ਅਗਿਆਨਤਾ ਦਾ ਅੰਧੇਰਾ ਦੂਰ ਹੋ ਜਾਂਦਾ ਹੈ । ਮਨ ਵਿੱਚ ਸੰਤੋਖ ਭਰ ਜਾਂਦਾ ਹੈ ।

His true devotee may be enlightened with one unique message! By conquering selfishness and surrendering at His sanctuary; The Merciful True Master may accept His Soul at His sanctuary. Whosoever may surrender his mind, body and worldly status at His sanctuary, the ignorance of his mind may be eliminated and he may be overwhelmed with contentment.

ਜਾਨ ਪ੍ਰਬੀਨ ਸੁਆਮੀ ਪ੍ਰਭ ਮੇਰੇ,	jaan parbeen su-aamee parabh mayray
ਸਰਣਿ ਤੁਮਾਰੀ ਅਹੀ॥	saran tumaaree ahee.
ਖਿਨ ਮਹਿ ਥਾਪਿ ਉਥਾਪਨਹਾਰੇ,	khin meh thaap uthaapanhaaray
ਕੁਦਰਤਿ ਕੀਮ ਨ ਪਹੀ॥੨॥੭॥	kudrat keem na pahee. ‖2‖7‖

ਪ੍ਰਭ ਤੂੰ ਹੀ ਅੰਤਰਜਾਮੀ ਹੈ, ਮਨ ਦੀਆਂ ਇੱਛਾਂ ਨੂੰ ਜਾਣਦਾ ਹੈ । ਮੈਂ ਤੇਰੀ ਸ਼ਰਣ ਵਿੱਚ ਨਿਮਾਣਾ ਬਣਕੇ ਆਇਆ ਹਾ । ਤੂੰ ਇੱਕ ਪਲ ਵਿੱਚ ਕੁਝ ਪੈਦਾ ਕਰ ਦੇਂਦਾ ਹੈ । ਇੱਕ ਪਲ ਵਿੱਚ ਹੀ ਸਭ ਕੁਝ ਖਤਮ ਕਰ ਸਕਦਾ ਹੈ । ਤੇਰੇ ਕਿਸੇ ਕਰਤਬ ਦਾ ਅੰਤ ਨਹੀਂ ਪਇਆ ਜਾ ਸਕਦਾ ।

You are omniscient of all hopes and desires of Your mind. I have humbly surrendered at Your sanctuary. You may create anything in a twinkle of eyes and may vanish everything in a twinkle of eyes. No one may comprehend any of Your nature or any limit of any event.

511.ਦੇਵਗੰਧਾਰੀ ਮਹਲਾ ੫॥ 529-18

ਹਰਿ ਪ੍ਰਾਨ ਪ੍ਰਭੂ ਸੁਖਦਾਤੇ॥	har paraan parabhoo sukh-daatay. gur
ਗੁਰ ਪ੍ਰਸਾਦਿ ਕਾਹੂ ਜਾਤੇ॥੧॥ ਰਹਾਉ॥	parsaad kaahoo jaatay. ‖1‖ rahaa-o.

ਪ੍ਰਭ ਜੀਵ ਦੇ ਸਵਾਸਾਂ ਦਾ ਮਾਲਕ ਹੈ, ਉਹ ਹੀ ਸੁਖਾਂ ਦਾ ਦਾਤਾ ਹੈ । ਬਖਸ਼ਣ ਵਾਲਾ ਅਸਲੀ ਮਾਲਕ ਹੈ । ਪ੍ਰਭ ਆਪ ਹੀ ਰਹਿਮਤ ਬਖਸ਼ਦਾ ਹੈ, ਕਿਸੇ ਜੀਵ ਨੂੰ ਇਸ ਦੀ ਸੋਝੀ ਬਖਸ਼ਦਾ ਹੈ ।

The True Master is the treasure of comforts and the controller of breathes of each and every creature. The One and Only One, who may forgive the sinner. Only with His mercy and grace, His true devotee may be blessed with the enlightenment of His Word.

ਸੰਤ ਤੁਮਾਰੇ ਤੁਮਰੇ ਪ੍ਰੀਤਮ,	sant tumaaray tumray pareetam
ਤਿਨ ਕਉ ਕਾਲ ਨ ਖਾਤੇ॥	tin ka-o kaal na khaatay.
ਰੰਗਿ ਤੁਮਾਰੈ ਲਾਲ ਭਏ ਹੈ,	rang tumaarai laal bha-ay hai
ਰਾਮ ਨਾਮ ਰਸਿ ਮਾਤੇ॥੧॥	raam naam ras maatay. ‖1‖

ਪ੍ਰਭ, ਬੰਦਗੀ ਕਰਨ ਵਾਲੇ ਤੇਰੀ ਰਖਿਆ ਵਿੱਚ, ਸ਼ਰਣ ਵਿੱਚ ਵਸਦੇ ਹਨ । ਉਹਨਾਂ ਨੂੰ ਮੌਤ ਛੋਹ ਵੀ ਨਹੀਂ ਸਕਦੀ । ਪ੍ਰਭ ਉਹ ਤੇਰੇ ਸ਼ਬਦ ਦੇ ਰੰਗ ਵਿੱਚ ਰੰਗੇ, ਮਸਤ ਰਹਿੰਦੇ ਹਨ । ਉਹ ਤੇਰੇ ਸ਼ਬਦ ਦੀ ਸਮਾਧੀ ਵਿੱਚ ਵਸਦੇ ਹਨ ।

Your true devotees' dwell in Your sanctuary. They remain beyond the reach of devil of death. They remain drenched with the teachings of Your Word. They remain intoxicated in meditation in the void of Your Word.

ਮਹਾ ਕਿਲਬਿਖ ਕੋਟਿ ਦੋਖ ਰੋਗਾ	mahaa kilbikh kot dokh rogaa
ਪ੍ਰਭ ਦ੍ਰਿਸਟਿ ਤੁਹਾਰੀ ਹਾਤੇ॥	parabh darisat tuhaaree haatay.
ਸੋਵਤ ਜਾਗਿ ਹਰਿ ਹਰਿ ਹਰਿ ਗਾਇਆ,	sovat jaag har har har gaa-i-aa
ਨਾਨਕ ਗੁਰ ਚਰਨ ਪਰਾਤੇ॥੨॥੮॥	naanak gur charan paraatay. ‖2‖8‖

ਤੇਰੀ ਰਹਿਮਤ ਦੀ ਨਜ਼ਰ ਨਾਲ ਵੱਡੇ ਵੱਡੇ ਪਾਪ, ਅਨੇਕਾਂ ਹੀ ਰੋਗ ਨਾਸ਼ ਹੋ ਜਾਂਦੇ ਹਨ । ਬੰਦਗੀ ਕਰਨ ਵਾਲੇ ਹਰ ਵੇਲੇ, ਸੁੱਤੇ, ਜਾਗ੍ਰਦੇ ਸ਼ਬਦ ਦੇ ਹੀ ਗੁਣ ਗਾਉਂਦੇ ਰਹਿੰਦੇ ਹਨ ।

With Your mercy and grace, many sins and miseries of worldly desires may be forgiven. Your true devotee day and night, wake and sleeping, sitting and standing remain intoxicated with the teachings of Your Word and sing the glory of Your Word.

512.ਦੇਵਗੰਧਾਰੀ ੫॥ 530-2

ਸੋ ਪ੍ਰਭੁ ਜਤ ਕਤ ਪੇਖਿਓ ਨੈਣੀ॥	so parabh jat kat paykhi-o nainee.
ਸੁਖਦਾਈ ਜੀਅਨ ਕੋ ਦਾਤਾ,	sukh-daa-ee jee-an ko daataa
ਅੰਮ੍ਰਿਤੁ ਜਾ ਕੀ ਬੈਣੀ॥੧॥ਰਹਾਉ॥	amrit jaa kee bainee. ||1|| rahaa-o.

ਸੁਖਾਂ ਦੇ ਦਾਤੇ, ਸਵਾਸਾਂ ਦੇ ਮਾਲਕ ਦਾ ਸ਼ਬਦ ਹੀ ਅਮੋਲਕ ਅੰਮ੍ਰਿਤ ਹੈ । ਬੰਦਗੀ ਕਰਨ ਵਾਲੇ ਆਪਣਾ ਭਰੋਸਾ ਅਡੋਲ ਰਖਦੇ ਹਨ । ਪ੍ਰਭ ਨੂੰ ਮਨ ਦੀਆਂ ਅੱਖਾਂ ਨਾਲ ਦੇਖਦੇ, ਮਹਿਸੂਸ ਕਰਦੇ ਹਨ ।

The treasurer of all comforts and The True master of all breathes, the teachings of Your Word are ambrosial jewel. Your true devotee always keeps his belief steady and stable on Your blessings. He may visualize Your existence with the eyes of his mind.

ਅਗਿਆਨੁ ਅਧੇਰਾ ਸੰਤੀ ਕਾਟਿਆ,	agi-aan aDhayraa santee kaati-aa
ਜੀਅ ਦਾਨੁ ਗੁਰ ਦੈਣੀ॥	jee-a daan gur dainee.
ਕਰਿ ਕਿਰਪਾ ਕਰਿ ਲੀਨੋ ਅਪੁਨਾ	kar kirpaa kar leeno apunaa
ਜਲਤੇ ਸੀਤਲ ਹੋਣੀ॥੧॥	jaltay seetal honee. ||1||

ਪ੍ਰਭ ਬੰਦਗੀ ਕਰਨ ਵਾਲੇ ਮਾਨਸ ਦਾ ਅਗਿਆਨਤਾ ਦਾ ਅੰਧੇਰਾ, ਭਰਮ ਦੂਰ ਕਰਦਾ ਹੈ । ਪ੍ਰਭ ਹੀ ਸਵਾਸਾਂ ਦਾ ਮਾਲਕ, ਜੀਵਨ ਬਖਸ਼ਣ ਵਾਲਾ ਮਾਲਕ ਹੈ । ਜਿਸ ਜੀਵ ਤੇ ਆਪਣੀ ਰਹਿਮਤ ਦੀ ਨਜ਼ਰ ਬਖਸ਼ਦਾ ਹੈ! ਉਸ ਦੇ ਮਨ ਵਿਚੋਂ ਸੰਸਾਰ ਇੱਛਾਂ ਦੀ ਅੱਗ ਬੁਝ ਜਾਂਦੀ ਹੈ । ਮਨ ਵਿੱਚ ਸੰਤੋਖ, ਸ਼ਾਤੀ ਵਸ ਜਾਂਦੀ ਹੈ ।

The True Master may eliminate the ignorance and suspicions of His true devotee. The True Master is the controller of breathes of every one and He may forgive the sins of anyone. Whosoever may be blessed with His mercy and grace, the fire of worldly desires may be extinguished from his mind. His mind may be overwhelmed with peace and contentment in his life.

ਕਰਮੁ ਧਰਮੁ ਕਿਛੁ ਉਪਜਿ ਨ ਆਇਓ,	karam Dharam kichh upaj na aa-i-o
ਨਹ ਉਪਜੀ ਨਿਰਮਲ ਕਰਣੀ॥	nah upjee nirmal karnee.
ਛਾਡਿ ਸਿਆਨਪ ਸੰਜਮ,	chhaad si-aanap sanjam
ਨਾਨਕ ਲਾਗੋ ਗੁਰ ਕੀ ਚਰਣੀ॥ ੨॥੯॥	naanak laago gur kee charnee. ||2||9||

ਬੰਦਗੀ ਕਰਨ ਵਾਲੇ ਮਾਨਸ ਨੂੰ ਸੋਝੀ ਹੋ ਜਾਂਦੀ ਹੈ । ਕੇਵਲ ਚੰਗੇ ਕਰਮਾਂ ਨਾਲ, ਧਰਮ ਦੇ ਰੀਤੀ ਰੀਵਾਜ ਨਾਲ ਮਾਨਸ ਜਨਮ ਦੇ ਸਫਰ ਵਿੱਚ ਕੋਈ ਲਾਭ ਨਹੀਂ ਹੁੰਦਾ । ਕੇਵਲ ਆਪਣੀਆਂ ਚਲਾਕੀਆਂ ਤਿਆਗ ਕੇ, ਆਪਾ ਖਤਮ ਕਰ ਕੇ ਪ੍ਰਭ ਦੀ ਸ਼ਰਣ ਵਿੱਚ ਆਇਆ ਹੀ ਪ੍ਰਭ ਦੀ ਰਹਿਮਤ ਬਖਸ਼ਿਸ਼ ਹੋ ਸਕਦੀ ਹੈ ।

His true devotee may be enlightened from within that by doing good deeds for mankind and performing religious rituals may not help him to succeed in the purpose of his human life journey. Only by abandoning clever tricks of mind and surrendering mind, body and worldly status at His sanctuary, The True master may accept his soul in His court.

513.ਦੇਵਗੰਧਾਰੀ ੫॥530-6

ਹਰਿ ਰਾਮ ਨਾਮੁ ਜਪਿ ਲਾਹਾ॥	har raam naam jap laahaa.
ਗਤਿ ਪਾਵਹਿ ਸੁਖ ਸਹਜ ਅਨੰਦਾ,	gat paavahi sukh sahj anandaa
ਕਾਟੇ ਜਮ ਕੇ ਫਾਹਾ॥੧॥ਰਹਾਉ॥	kaatay jam kay faahaa. ||1|| rahaa-o.

ਜੀਵ ਮਾਨਸ ਜਨਮ ਵਿੱਚ ਪ੍ਰਭ ਦੇ ਸ਼ਬਦ ਦੇ ਗੁਣ ਗਾਉਣ ਦਾ ਲਾਹਾ ਖੱਟ ਲਵੋ! ਇਸ ਨਾਲ ਹੀ ਪ੍ਰਭ ਦੀ ਰਹਿਮਤ ਦੀ ਨਜ਼ਰ ਬਖਸ਼ਿਸ਼ ਹੋ ਸਕਦੀ ਹੈ । ਮਨ ਵਿੱਚ ਸੰਤੋਖ, ਖੇੜਾ ਵਸ ਜਾਂਦਾ ਹੈ, ਮੌਤ ਦਾ ਡਰ ਨਾਸ਼ ਹੋ ਜਾਂਦਾ ਹੈ ।

You should sing the glory of His Word in human life journey and earn the profit of human life opportunity. The Merciful True Master may bless His mercy and grace. You may be overwhelmed with contentment and blossom; your fear of death may be eliminated.

ਖੋਜਤ ਖੋਜਤ ਖੋਜਿ ਬੀਚਾਰਿਓ,	khojat khojat khoj beechaari-o
ਹਰਿ ਸੰਤ ਜਨ ਪਹਿ ਆਹਾ॥	har sant janaa peh aahaa. tinHaa
ਤਿਨ੍ਾ ਪਰਾਪਤਿ ਏਹੁ ਨਿਧਾਨਾ,	paraapat ayhu niDhaanaa
ਜਿਨ੍ ਕੈ ਕਰਮਿ ਲਿਖਾਹਾ॥੧॥	jinH kai karam likhaahaa. ||1||

ਜਿਹੜਾ ਸ਼ਬਦ ਦੀ ਖੋਜ ਕਰਦਾ, ਪਾਲਣਾ ਕਰਦਾ ਹੈ, ਉਸ ਨੂੰ ਸ਼ਬਦ ਦੀ ਸੋਝੀ ਹੋ ਜਾਂਦੀ ਹੈ । ਪ੍ਰਭ ਸਦਾ ਹੀ ਬੰਦਗੀ ਕਰਨ ਵਾਲੇ ਦਾ ਸਹਾਈ ਰਹਿੰਦਾ ਹੈ । ਜਿਸ ਦੇ ਭਾਗਾਂ ਵਿੱਚ ਜਨਮ ਤੋ ਪਹਿਲੇ ਹੀ ਲਿਖਿਆ ਹੁੰਦਾ ਹੈ, ਇਹ ਅਵਸਥਾ ਕੇਵਲ ਉਸ ਨੂੰ ਹੀ ਬਖਸ਼ਿਸ਼ ਹੁੰਦੀ ਹੈ ।

Whosoever may be searching, evaluating and adopting the teachings of His Word with steady and stable belief; he may be enlightened that The True Master always remains companion and supporter of His true devotee. Only with a great prewritten destiny, he may be blessed with this state of mind.

ਸੇ ਬਡਭਾਗੀ ਸੇ ਪਤਿਵੰਤੇ	say badbhaagee say pativantay
ਸੇਈ ਪੂਰੇ ਸਾਹਾ॥	say-ee pooray saahaa.
ਸੁੰਦਰ ਸੁਘੜ ਸਰੂਪ ਤੇ ਨਾਨਕ,	sundar sugharh saroop tay naanak
ਜਿਨ੍ ਹਰਿ ਹਰਿ ਨਾਮੁ ਵਿਸਾਹਾ॥੨॥੧੦॥	jinH har har naam visaahaa. ||2||10||

ਜਿਹੜੇ ਪ੍ਰਭ ਦੇ ਸ਼ਬਦ ਦਾ ਹੀ ਵਪਾਰ ਕਰਦੇ ਹਨ । ਉਹ ਹੀ ਬਹੁਤ ਸੋਭਾ ਵਾਲੇ, ਸਿਆਣੇ, ਸੋਝੀਵਾਲੇ ਬਣ ਜਾਂਦੇ ਹਨ । ਉਹ ਵੱਡੇ ਭਾਗਾਂ ਵਾਲੇ, ਸੋਭਾ ਵਾਲੇ, ਉਹ ਹੀ ਸਭ ਤੋਂ ਵੱਡੇ ਧੰਨਾਡ ਹੁੰਦੇ ਹਨ ।

Whosoever may only trade the merchandize of the teachings of His Word; he may become wise, enlightened and honored in His court. He may become very fortunate and very rich with the earnings of His Word.

514.ਦੇਵਗੰਧਾਰੀ ਮ:੫॥ 530-9

ਮਨ ਕਹ ਅਹੰਕਾਰਿ ਅਫਾਰਾ॥	man kah ahaNkaar afaaraa.
ਦੁਰਗੰਧ ਅਪਵਿਤ੍ਰ ਅਪਾਵਨ ਭੀਤਰਿ,	durganDh apvitar apaavan bheetar
ਜੋ ਦੀਸੈ ਸੋ ਛਾਰਾ॥੧॥ ਰਹਾਉ॥	jo deesai so chhaaraa. ||1|| rahaa-o.

ਸੰਸਾਰ ਵਿੱਚ ਜੋ ਵੀ ਕੁਝ ਦਿਖਾਈ ਦੇਂਦਾ ਹੈ, ਥੋੜ੍ਹਾ ਸਮਾਂ ਹੀ ਰਹਿਣ ਵਾਲਾ ਹੈ । ਇਸ ਵਿੱਚ ਖੋਟ, ਮੈਲ ਹੈ, ਅੰਤ ਵਿੱਚ ਭਸਮ ਹੋ ਜਾਂਦਾ ਹੈ ।

Whatsoever may be visible in the universe, that may remain for a short period of time and not permanent forever. It may have some impurity and, in the end, may vanish and become ashes.

ਜਿਨਿ ਕੀਆ ਤਿਸੁ ਸਿਮਰਿ ਪਰਾਨੀ,	jin kee-aa tis simar paraanee
ਜੀਉ ਪ੍ਰਾਨ ਜਿਨਿ ਧਾਰਾ॥	jee-o paraan jin Dhaaraa.
ਤਿਸਹਿ ਤਿਆਗਿ ਅਵਰ ਲਪਟਾਵਹਿ,	tiseh ti-aag avar laptaavahi
ਮਰਿ ਜਨਮਹਿ ਮੁਗਧ ਗਵਾਰਾ॥੧॥	mar janmeh mugaDh gavaaraa. ||1||

ਜੀਵ ਯਾਦ ਰਖੋ ਜਿਸ ਨੇ ਜੀਵ ਨੂੰ ਮਾਨਸ ਜਨਮ ਬਖਸ਼ਿਆ ਹੈ । ਉਹ ਹੀ ਸਵਾਸ ਦਾ ਮਾਲਕ ਹੈ, ਆਤਮਾ ਦਾ ਆਸਰ ਹੈ । ਜਿਹੜੇ ਉਸ ਨੂੰ ਮਨੋ ਵਿਸਾਰ ਕੇ ਹੋਰ ਕਿਸੇ ਦਾ ਆਸਰਾ ਢੂੰਡਦੇ ਹਨ । ਉਹ ਜਨਮ ਮਰਨ ਦੇ ਚੱਕਰ ਵਿੱਚ ਹੀ ਰਹਿੰਦੇ ਹਨ । ਉਹ ਅਗਿਆਨੀ, ਮੂਰਖ, ਪ੍ਰਭ ਦੇ ਸ਼ਬਦ ਦੀ ਸੋਝੀ ਤੋ ਅਨਜਾਣ ਹੀ ਹੁੰਦੇ ਹਨ ।

You should always remember, who may have blessed the soul with human life, he is The True Creator and Owner of breathes. Whosoever may abandon the teachings of His Word and may be begging for refuge from someone else; he may remain in the cycle of birth and death. He remains ignorant from the enlightenment of the teachings of His Word.

ਅੰਧ ਗੁੰਗ ਪਿੰਗੁਲ ਮਤਿ ਹੀਨਾ,	anDh gung pingul mat heenaa
ਪ੍ਰਭ ਰਾਖਹੁ ਰਾਖਨਹਾਰਾ॥	parabh raakho raakhanhaaraa.
ਕਰਨ ਕਰਾਵਨਹਾਰ ਸਮਰਥਾ,	karan karaavanhaar samrathaa
ਕਿਆ ਨਾਨਕ ਜੰਤ ਬਿਚਾਰਾ॥੨॥੧੧॥	ki-aa naanak jant bichaaraa. ‖2‖11‖

ਪ੍ਰਭ ਤੂੰ ਹੀ ਸਰਬ ਕਲਾ ਸਮਰਥ, ਸਭ ਕੁਝ ਤੇਰੇ ਵਸ ਵਿੱਚ ਹੀ ਹੁੰਦਾ ਹੈ । ਮਾਨਸ ਬੇਵੱਸ, ਕੁਝ ਕਰਨ ਦੀ ਸਮਰਥਾ ਨਹੀਂ ਰਖਦਾ! ਮੈਂ ਗਿਆਨ ਤੋ ਅੰਧਾ, ਅਪਾਜ, ਕੋਈ ਸ਼ਬਦ ਦੀ ਸੋਝੀ ਨਹੀਂ । ਤੂੰ ਹੀ ਸਭ ਦੀ ਰਖਿਆ ਕਰਨ ਵਾਲਾ ਮਾਲਕ ਹੈ, ਮੇਰੇ ਤੇ ਰਹਿਮਤ ਬਖਸ਼ੋ!

The Omnipotent True Master everything remains under Your control. Helpless human may have no capability to do anything at his own. I am helpless, handicap, ignorant from the teachings of Your Word. Only You are the protector of Your creation, have a mercy and grace on my soul.

515.ਦੇਵਗੰਧਾਰੀ ੫॥ 530-13

ਸੋ ਪ੍ਰਭੁ ਨੇਰੈ ਹੂ ਤੇ ਨੇਰੈ॥	so parabh nayrai hoo tay nayrai.
ਸਿਮਰਿ ਧਿਆਇ ਗਾਇ ਗੁਨ ਗੋਬਿੰਦ,	simar Dhi-aa-ay gaa-ay gun gobind
ਦਿਨੁ ਰੈਨਿ ਸਾਝ ਸਵੇਰੈ॥੧॥ ਰਹਾਉ॥	din rain saajh savayrai. ‖1‖ rahaa-o.

ਪ੍ਰਭ ਬਹੁਤ ਨੇੜੇ, ਜੀਵ ਦੇ ਮਨ ਵਿੱਚ ਹੀ ਵਸਦਾ ਹੈ । ਦਿਨ ਰਾਤ, ਸਵੇਰੇ ਸ਼ਾਮ ਸ਼ਬਦ ਦਾ ਸਿਮਰਨ ਕਰੋ, ਸ਼ਬਦ ਦੇ ਗੁਣ ਗਾਵੋ!

You should day and night sing and meditate on the teachings of His Word. He remains embedded within your soul and dwells within your body.

ਉਧਰੁ ਦੇਹ ਦੁਲਭ ਸਾਧੂ ਸੰਗਿ,	uDhar dayh dulabh saaDhoo sang
ਹਰਿ ਹਰਿ ਨਾਮੁ ਜਪੇਰੈ॥	har har naam japayrai.
ਘਰੀ ਨ ਮੁਹਤੁ ਨ ਚਸਾ ਬਿਲੰਬਹੁ,	gharee na muhat na chasaa bilambahu
ਕਾਲੁ ਨਿਤਹਿ ਨਿਤ ਹੇਰੈ॥੧॥	kaal niteh nit hayrai. ‖1‖

ਜੀਵ, ਬੰਦਗੀ ਕਰਨ ਵਾਲੇ ਸੰਤਾਂ ਦੀ ਸੰਗਤ ਵਿੱਚ ਸ਼ਬਦ ਦੇ ਗੁਣ ਗਾਵੋ! ਆਪਣੇ ਦੁਰਲੱਭ ਮਾਨਸ ਤਨ ਦਾ ਲਾਹਾ ਖੱਟ ਲਵੋ! ਮਾਨਸ ਜਨਮ ਸਫਲ ਕਰ ਲਵੋ! ਉਸ ਦੇ ਸ਼ਬਦ ਨੂੰ ਇੱਕ ਪਲ ਵੀ ਮਨੋ ਨਾ ਵਿਸਾਰੋ! ਮੌਤ ਹਰ ਵੇਲੇ ਤੇਰੇ ਘੇਰੇ ਫਿਰਦੀ ਹੈ ।

You should associate with His true devotee and sing the glory of His Word and make a most profit of your human life opportunity. You should make your human life journey successful. You should not abandon His Word even for a moment from your mind; the devil of death remains surrounding your soul and may know your door anytime.

ਅੰਧ ਬਿਲਾ ਤੇ ਕਾਢਹੁ ਕਰਤੇ,	anDh bilaa tay kaadhahu kartay
ਕਿਆ ਨਾਹੀ ਘਰਿ ਤੇਰੈ॥	ki-aa naahee ghar tayrai.
ਨਾਮੁ ਅਧਾਰੁ ਦੀਜੈ ਨਾਨਕ ਕਉ,	naam aDhaar deejai naanak ka-o
ਆਨਦ ਸੂਖ ਘਨੇਰੈ॥੨॥੧੨॥	aanad sookh ghanayrai. ‖2‖12‖
ਛਕੇ ੨॥	chhakay 2.

ਪ੍ਰਭ ਤੇਰੇ ਘਰ ਵਿੱਚ ਕਿਸ ਪਦਾਰਥ ਦਾ ਘਾਟਾ ਨਹੀਂ ਹੈ । ਰਹਿਮਤ ਬਖਸ਼ਕੇ, ਇਸ ਨਿਮਾਣੇ ਦਾਸ ਨੂੰ ਅਗਿਆਨਤਾ ਦੇ ਅੰਧੇਰੇ ਵਿਚੋਂ ਕੱਢ ਲਵੋ! ਪ੍ਰਭ ਬੰਦਗੀ ਕਰਨ ਵਾਲੇ ਜੀਵ ਤੇ ਰਹਿਮਤ ਬਖਸ਼ਦਾ ਹੈ । ਉਸ ਨੂੰ ਸ਼ਬਦ ਦੀ ਪਾਲਣਾ ਦੇ ਲੜ ਲਾਉਂਦਾ, ਮਨ ਵਿੱਚ ਸੰਤੋਖ, ਖੇੜਾ ਬਖਸ਼ਦਾ ਹੈ ।

What virtue may be of short supply in Your treasure; Your Treasure have shortage or deficiency of any virtue. With Your mercy and grace on Your humble slave and save from the ignorance of Your Word. The Merciful bestows him with devotion to obey and adopt His Word with steady and stable belief in day to day life. With His mercy and grace, he may be blessed with contentment and blossom in day to day life.

516.ਦੇਵਗੰਧਾਰੀ ਮ: ੫॥ 530-16

ਮਨ ਗੁਰ ਮਿਲਿ ਨਾਮੁ ਅਰਾਧਿਓ॥	man gur mil naam araaDhi-o.
ਸੂਖ ਸਹਜ ਆਨੰਦ ਮੰਗਲ,	sookh sahj aanand mangal
ਰਸ ਜੀਵਨ ਕਾ ਮੂਲੁ ਬਾਧਿਓ॥੧॥	ras jeevan kaa mool baaDhi-o. ||1||
ਰਹਾਉ॥	rahaa-o.

ਜੀਵ ਮਨ ਵਿੱਚ ਭਰੋਸਾ ਅਡੋਲ ਰਖਕੇ ਸ਼ਬਦ ਦੀ ਪਾਲਣਾ ਕਰੋ! ਉਸ ਨਾਲ ਮਨ ਵਿੱਚ ਸੰਤੋਖ, ਅਨੰਦ ਖੇੜਾ ਵਸ ਜਾਦਾ ਹੈ । ਉਹ ਪ੍ਰਵਾਨਗੀ ਦੇ ਰਸਤੇ ਤੇ ਚਲ ਪੈਂਦਾ ਹੈ । ਉਸ ਦੇ ਮਨ ਵਿੱਚ ਬੰਦਗੀ ਦੀ ਨੀਂਹ ਰਖੀ ਜਾਂਦੀ ਹੈ ।

You should adopt the teachings of His Word with steady and stable belief in day to day life. With this way of life, he may be blessed with pleasure, contentment and blossom in his life. He may adopt the right path of His acceptance and the foundation of meditation has been started with his mind.

ਕਰਿ ਕਿਰਪਾ ਅਪੁਨਾ ਦਾਸੁ ਕੀਨੋ,	kar kirpaa apunaa daas keeno
ਕਾਟੇ ਮਾਇਆ ਫਾਧਿਓ॥	kaatay maa-i-aa faaDhi-o.
ਭਾਉ ਭਗਤਿ ਗਾਇ ਗੁਣ ਗੋਬਿਦ,	bhaa-o bhagat gaa-ay gun gobid
ਜਮ ਕਾ ਮਾਰਗੁ ਸਾਧਿਓ॥੧॥	jam kaa maarag saaDhi-o. ||1||

ਪ੍ਰਭ ਨੇ ਰਹਿਮਤ ਦੀ ਨਜ਼ਰ ਬਖਸ਼ਕੇ ਸ਼ਬਦ ਦੇ ਲੜ ਲਾਇਆ ਹੈ । ਮਨ ਵਿਚੋਂ ਸੰਸਾਰਕ ਮਇਆ ਦੇ ਬੰਧਨ ਨਾਸ਼ ਕਰ ਦਿੱਤੇ ਹਨ । ਭਰੋਸਾ ਅਡੋਲ ਰਖਕੇ ਸ਼ਬਦ ਦੀ ਪਾਲਣਾ ਕਰਨ ਨਾਲ, ਪ੍ਰਭ ਨੇ ਰਹਿਮਤ ਬਖਸ਼ੀ ਹੈ । ਮੌਤ ਦਾ ਡਰ ਖਤਮ ਹੋ ਗਿਆ ਹੈ ।

The True Master, with His mercy and grace has attached to meditate on the teachings of His Word. All bonds of worldly desires and wealth has been eliminated from my mind. By obeying and adopting the teachings of His Word with steady and stable belief, with His mercy and grace, my fear of death has been eliminated from my mind.

ਭਇਓ ਅਨੁਗ੍ਰਹੁ ਮਿਟਿਓ ਮੋਰਚਾ,	bha-i-o anoograhu miti-o morchaa
ਅਮੋਲ ਪਦਾਰਥੁ ਲਾਧਿਓ॥	amol padaarath laaDhi-o.
ਬਲਿਹਾਰੈ ਨਾਨਕ ਲਖ ਬੇਰਾ,	balihaarai naanak lakh bayraa
ਮੇਰੇ ਠਾਕੁਰ ਅਗਮ ਅਗਾਧਿਓ॥੨॥੧੩॥	mayray thaakur agam agaaDhi-o. 2||13||

ਜਦੋਂ ਪ੍ਰਭ ਆਪ ਹੀ ਰਹਿਮਤ ਬਖਸ਼ਦਾ ਹੈ, ਮਨ ਵਿਚੋਂ ਆਲਸ ਦੂਰ ਹੋ ਜਾਂਦੀ ਹੈ । ਮਨ ਅਡੋਲ ਹੋ ਕੇ ਸ਼ਬਦ ਦੀ ਪਾਲਣਾ ਕਰਦਾ, ਸੋਝੀ ਪਾ ਲੈਂਦਾ ਹੈ । ਬੰਦਗੀ ਕਰਨ ਵਾਲੇ ਨਾ-ਪਹੁੰਚ, ਨਾ-ਦੇਖੇ ਜਾਣ ਵਾਲੇ ਪ੍ਰਭ ਦੇ ਕਰਤਬਾਂ ਤੋ ਸਦਾ ਹੀ ਹੈਰਾਨ ਰਹਿੰਦੇ ਹਨ ।

Whosoever may be blessed with His mercy and grace, the laziness of his mind disappears. He may meditate with steady and stable belief in his day to day life and may be blessed with the enlightenment of His Word. His true devotee always remains fascinated from the nature and miracles of beyond reach and beyond comprehension True Master.

517.ਦੇਵਗੰਧਾਰੀ ੫॥ 531-1

ਮਾਈ ਜੋ ਪ੍ਰਭ ਕੇ ਗੁਨ ਗਾਵੈ॥	maa-ee jo parabh kay gun gaavai.
ਸਫਲ ਆਇਆ ਜੀਵਨ ਫਲੁ ਤਾ ਕੋ,	safal aa-i-aa jeevan fal taa ko
ਪਾਰਬ੍ਰਹਮ ਲਿਵ ਲਾਵੈ॥੧॥ ਰਹਾਉ॥	paarbarahm liv laavai. ||1|| rahaa-o.

ਜਿਸ ਦੇ ਮਨ ਵਿੱਚ ਪ੍ਰਭ ਦਾ ਸ਼ਬਦ ਜਾਗਰਤ ਅਤੇ ਸੁਚੇਤ ਰਹਿੰਦਾ ਹੈ । ਉਸ ਜੀਵ ਦਾ ਮਾਨਸ ਜਨਮ ਲੈਣਾ ਕਿਤਨਾ ਭਾਗਾਂ ਵਾਲਾ ਹੁੰਦਾ ਹੈ । ਉਹ ਪ੍ਰਭ ਦੇ ਸ਼ਬਦ ਦੀ ਸਮਾਧੀ ਵਿੱਚ ਵਸਦਾ ਹੈ ।

Whosoever may be enlightened with essence of His Word and remains awake and alert; his human life blessings, birth becomes very fortunate. He dwells and remains intoxicated in the void of His Word.

ਸੁੰਦਰੁ ਸੁਘੜੁ ਸੂਰੁ ਸੋ ਬੇਤਾ	sundar sugharh soor so baytaa
ਜੋ ਸਾਧੂ ਸੰਗੁ ਪਾਵੈ॥	jo saaDhoo sang paavai.
ਨਾਮੁ ਉਚਾਰੁ ਕਰੇ ਹਰਿ ਰਸਨਾ,	naam uchaar karay har rasnaa
ਬਹੁੜਿ ਨ ਜੋਨੀ ਧਾਵੈ॥੧॥	bahurh na jonee Dhaavai. ||1||

ਜਿਹੜੇ ਬੰਦਗੀ ਕਰਨ ਵਾਲੇ ਸੰਤਾਂ ਦੀ ਸੰਗਤ ਵਿੱਚ ਵਸਦੇ ਹਨ । ਉਹ ਬਹੁਤ ਸੁੰਦਰ, ਬਹਾਦਰ, ਸੋਝੀਵਾਨ ਬਣ ਜਾਂਦੇ ਹਨ । ਉਹ ਆਪਣੀ ਜੀਭ ਨਾਲ ਪ੍ਰਭ ਦੇ ਸ਼ਬਦ ਦੇ ਗੁਣ ਗਾਉਂਦੇ ਹਨ । ਉਹਨਾਂ ਨੂੰ ਮਾਤਾ ਦੇ ਗਰਬ ਵਿੱਚ ਬਾਰ ਬਾਰ ਜਾਂਣਾ ਨਹੀ ਪੈਂਦਾ । ਜੂੰਨਾਂ ਦੇ ਚੱਕਰ ਵਿੱਚ ਨਹੀਂ ਭਉਦੇ ।

Whosoever may associate with His Holy saint and adopt the teachings of His life, in day to day life, he may become very brave and enlightened. He may wholeheartedly sing the glory of His Word with steady and stable belief on His blessings. He may not have to endure the misery of entering into the womb of mother ever again, His cycle of birth and death may be eliminated with His mercy and grace.

ਪੂਰਨ ਬ੍ਰਹਮੁ ਰਵਿਆ ਮਨ ਤਨ,	pooran barahm ravi-aa man tan
ਮਹਿ ਆਨ ਨ ਦ੍ਰਿਸਟੀ ਆਵੈ॥	meh aan na daristee aavai.
ਨਰਕ ਰੋਗ ਨਹੀ ਹੋਵਤ ਜਨ ਸੰਗਿ,	narak rog nahee hovat jan sang
ਨਾਨਕ ਜਿਸੁ ਲੜਿ ਲਾਵੈ॥੨॥੧੪॥	naanak jis larh laavai. ||2||14||

ਜਿਹੜਾ ਬੰਦਗੀ ਕਰਨ ਵਾਲੇ ਸੰਤਾਂ ਦੀ ਸੰਗਤ ਵਿੱਚ ਵਸਦਾ ਹੈ । ਉਸ ਦੇ ਮਨ ਵਿੱਚ ਪ੍ਰਭ ਦਾ ਸ਼ਬਦ ਸਦਾ ਹੀ ਜਾਗਰਤ ਰਹਿੰਦਾ ਹੈ । ਉਸ ਦਾ ਧਿਆਨ ਹੋਰ ਕਿਸੇ ਪਾਸੇ ਨਹੀਂ ਜਾਂਦਾ । ਉਸ ਦੇ ਮਨ ਵਿਚੋਂ ਸਾਰੇ ਰੋਗ, ਨਰਕ, ਜੂੰਨਾਂ ਦਾ ਚੱਕਰ ਖਤਮ ਹੋ ਜਾਂਦਾ ਹੈ, ਕੋਈ ਪ੍ਰਭਾਵ ਨਹੀਂ ਹੁੰਦਾ । ਪ੍ਰਭ ਆਪਣੇ ਲੜ, ਆਪਣੀ ਸ਼ਰਣ ਵਿੱਚ ਪਨਾਹ ਬਖਸ਼ਦਾ ਹੈ ।

Whosoever may associate with His true devotee and adopt his life teachings in his own life. He may be enlightened with the teachings of His Word and remain awake and alert. His mind may not wander in any other direction, may not follow any worldly guru. All his suspicions, frustrations of worldly desires, cycle of birth and death may be eliminated and has no influence in his state of mind. With His mercy and grace, he may be accepted in His sanctuary.

518.ਦੇਵਗੰਧਾਰੀ ੫॥ 531-5

ਚੰਚਲੁ ਸੁਪਨੈ ਹੀ ਉਰਝਾਇਓ॥	chanchal supnai hee urjhaa-i-o.
ਇਤਨੀ ਨ ਬੂਝੈ ਕਬਹੂ ਚਲਨਾ,	itnee na boojhai kabhoo chalnaa
ਬਿਕਲ ਭਇਓ ਸੰਗਿ ਮਾਇਓ॥੧॥	bikal bha-i-o sang maa-i-o. ||1||
ਰਹਾਉ॥	rahaa-o.

ਚੰਚਲ, ਅਗਿਆਨੀ ਮਨ ਸੰਸਾਰਕ ਸੁਪਨੇ ਵਿੱਚ ਹੀ ਫਸਿਆ ਰਹਿੰਦਾ ਹੈ । ਉਹ ਇਹ ਨਹੀ ਸਮਝਦਾ, ਜਾਣਦਾ, ਉਸ ਨੂੰ ਇਕ ਦਿਨ ਮੌਤ ਆ ਜਾਣੀ ਹੈ । ਉਸ ਨੇ ਸੰਸਾਰ ਛੱਡਕੇ ਵਾਪਸ ਜਾਣਾ ਹੈ । ਉਹ ਸੰਸਾਰਕ ਮਾਇਆ ਦਿਵਾਨਾ ਹੋਇਆ ਰਹਿੰਦਾ ਹੈ ।

Ignorant and wandering mind remains in worldly dreams, fairly land. He may not realize that one of these days, the devil of death is going to knock his door to take him away from this world. He remains insane in his greed of worldly wealth.

ਕੁਸਮ ਰੰਗ ਸੰਗ ਰਸਿ ਰਚਿਆ	kusam rang sang ras rachi-aa
ਬਿਖਿਆ ਏਕ ਉਪਾਇਓ॥	bikhi-aa ayk upaa-i-o.
ਲੋਭ ਸੁਨੈ ਮਨਿ ਸੁਖੁ ਕਰਿ ਮਾਨੈ,	lobh sunai man sukh kar maanai
ਬੇਗਿ ਤਹਾ ਉਠਿ ਧਾਇਓ॥੧॥	bayg tahaa uth Dhaa-i-o. ||1||

ਉਹ ਥੋੜ੍ਹਾ ਸਮਾਂ ਅਨੰਦ ਦੇਣਵਾਲੇ ਧਨ ਪਿੱਛੇ ਲੱਗਾ ਰਹਿੰਦਾ ਹੈ । ਮਨ ਦੇ ਲਾਲਚ ਨਾਲ ਹੀ ਧੰਦੇ ਕਰਦਾ ਹੈ । ਉਹ ਆਪਣੇ ਲਾਲਚ ਨਾਲ ਪਦਾਰਥਾ ਦੀ ਪ੍ਰਾਪਤੀ ਨੂੰ ਸੁਣਕੇ ਬਹੁਤ ਖੁਸ਼ ਹੁੰਦਾ ਹੈ । ਇਸ ਵਿੱਚ ਹੀ ਮਨ ਲਾਉਂਦਾ ਹੈ, ਇਸ ਪਿੱਛੇ ਹੀ ਲੱਗਾ ਰਹਿੰਦਾ ਹੈ ।

He may be remaining entangled in the worldly wealth that may provide him short term comforts. He performs all his worldly deeds with greed for worldly wealth. He may be very excited with his worldly accomplishments. He remains devoted and rigidly follows of his dreams of worldly desires.

ਫਿਰਤ ਫਿਰਤ ਬਹੁਤੁ ਸ੍ਰਮੁ ਪਾਇਓ,	firat firat bahut saram paa-i-o
ਸੰਤ ਦੁਆਰੈ ਆਇਓ॥	sant du-aarai aa-i-o.
ਕਰੀ ਕ੍ਰਿਪਾ ਪਾਰਬ੍ਰਹਮਿ ਸੁਆਮੀ,	karee kirpaa paarbarahm su-aamee
ਨਾਨਕ ਲੀਓ ਸਮਾਇਓ॥੨॥੧੫॥	naanak lee-o samaa-i-o. ||2||15||

ਮੈਂ ਚਾਰੇ ਪਾਸੇ ਘੁੰਮਦੇ ਨੇ ਬਹੁਤ ਦੁਖ ਪਾਏ ਹਨ । ਹੁਣ ਬੰਦਗੀ ਕਰਨ ਵਾਲੇ ਸੰਤ ਦੀ ਸ਼ਰਣ ਵਿੱਚ ਆਇਆ ਹਾ । ਪ੍ਰਭ ਨੇ ਆਪ ਹੀ ਰਹਿਮਤ ਬਖਸ਼ਕੇ ਸ਼ਬਦ ਦੇ ਲੜ ਲਾਇਆ ਹੈ, ਪ੍ਰਵਾਨਗੀ ਦੇ ਰਸਤੇ ਤੇ ਅਡੋਲ ਰਖਿਆ ਹੈ ।

I have endured may miseries in my life, wandering in all directions. Now I have surrendered at the sanctuary of His true devotee. The True Master with His mercy and grace has attached me to meditate on the teachings of His Word and has kept me steady and stable on the right path of His acceptance.

519.ਦੇਵਗੰਧਾਰੀ ੫॥ 531-8

ਸਰਬ ਸੁਖਾ ਗੁਰ ਚਰਨਾਂ॥	sarab sukhaa gur charnaa.
ਕਲਿਮਲ ਡਾਰਨ ਮਨਹਿ ਸਧਾਰਨ,	kalimal daaran maneh saaDhaaran
ਇਹ ਆਸਰ ਮੋਹਿ ਤਰਨਾ॥੧॥ ਰਹਾਉ॥	ih aasar mohi tarnaa. ||1|| rahaa-o.

ਪ੍ਰਭ ਦੇ ਚਰਨਾਂ, ਸ਼ਬਦ ਦੀ ਪਾਲਣਾ ਵਿੱਚ ਹੀ ਸੰਤੋਖ ਬਖਸ਼ਿਸ਼ ਹੁੰਦਾ ਹੈ । ਸ਼ਬਦ ਦੀ ਪਾਲਣਾ ਨਾਲ ਹੀ ਪਾਪ ਬਖਸ਼ੇ ਜਾਂਦੇ ਹਨ, ਮਨ ਪਵਿਤ੍ਰ ਹੋ ਜਾਂਦਾ ਹੈ । ਸ਼ਬਦ ਦੀ ਪਾਲਣਾ ਹੀ ਪ੍ਰਵਾਨਗੀ ਦੇ ਰਸਤੇ ਤੇ ਅਡੋਲ ਰਖਦੀ ਹੈ ।

By obeying and adopting the teachings of His Word with steady and stable belief, he may be blessed with contentment in his life. All his sins may be forgiven and his soul may be sanctified. By obeying the teachings of His Word, his mind remains steady and stable on the right path of His acceptance.

ਪੂਜਾ ਅਰਚਾ ਸੇਵਾ ਬੰਦਨ,	poojaa archaa sayvaa bandan
ਇਹੈ ਟਹਲ ਮੋਹਿ ਕਰਨਾ॥	ihai tahal mohi karnaa.
ਬਿਗਸੈ ਮਨੁ ਹੋਵੈ ਪਰਗਾਸਾ,	bigsai man hovai pargaasaa

ਬਹੁਰਿ ਨ ਗਰਭੈ ਪਰਨਾ॥੧॥ bahur na garbhai parnaa. ||1||

ਮੈਂ ਆਪਣੇ ਜੀਵਨ ਵਿੱਚ ਸ਼ਬਦ ਦੀ ਪਾਲਣਾ, ਮਨ ਦੀ ਸ਼ਰਧਾ ਪ੍ਰਭ ਦੇ ਚਰਨਾਂ ਵਿੱਚ ਭੇਟਾ ਕਰਦਾ ਹਾ, ਸ੍ਰਿਸ਼ਟੀ ਦੀ ਸੇਵਾ ਕਰਦਾ ਹਾ! ਇਸ ਨਾਲ ਮਨ ਵਿੱਚ ਖੇੜਾ, ਅਨੰਦ, ਵਸਦਾ ਹੈ, ਮਨ ਜਾਗਰਤ ਹੋ ਜਾਂਦਾ ਹੈ । ਮੈਨੂੰ ਫਿਰ ਮਾਤਾ ਦੇ ਗਰਬ ਵਿੱਚ ਜਾਣਾ ਨਹੀਂ ਪੈਂਦਾ ।

I obey and adopt the teachings of His Word with steady and stable belief in my day to day life and offer may devotion of His Word as my offering to the True Master, I serve His creation. With His mercy and grace, my mind remains contented and overwhelmed with blossom. Now, I may not have to enter into the womb of mother again.

ਸਫਲ ਮੂਰਤਿ ਪਰਸਉ ਸੰਤਨ ਕੀ, safal moorat parsa-o santan kee
ਇਹੈ ਧਿਆਨਾ ਧਰਨਾ॥ ihai Dhi-aanaa Dharnaa.
ਭਇਓ ਕ੍ਰਿਪਾਲੁ ਠਾਕੁਰੁ ਨਾਨਕ ਕਉ, bha-i-o kirpaal thaakur naanak ka-o
ਪਰਿਓ ਸਾਧ ਕੀ ਸਰਨਾ॥੨॥੧੬॥ pari-o saaDh kee sarnaa. ||2||16||

ਸੰਤਾਂ ਦੇ ਜੀਵਨ ਤੋ ਹੀ ਪ੍ਰਵਾਨਗੀ ਦੇ ਰਸਤੇ ਦੀ ਸੋਝੀ ਬਖਸ਼ਿਸ਼ ਹੁੰਦੀ ਹੈ । ਉਹ ਹੀ ਮੈਂ ਸਿਮਰਨ ਕਰਦਾ ਹਾ । ਬੰਦਗੀ ਕਰਨ ਵਾਲੇ ਤੇ ਪ੍ਰਭ ਆਪ ਹੀ ਰਹਿਮਤ ਬਖਸ਼ਦਾ ਹੈ । ਉਸ ਨੂੰ ਸ਼ਰਣ ਵਿੱਚ ਪਨਾਹ ਬਖਸ਼ਦਾ ਹੈ ।

From the life experience of His true devotee, the right path of His acceptance may be enlightened, blessed. I meditate on that right path. The True Master remains very merciful on His true devotee and accepts him in His sanctuary.

520.ਦੇਵਗੰਧਾਰੀ ਮਹਲਾ ੫॥ 531-12

ਅਪੁਨੇ ਹਰਿ ਪਹਿ ਬਿਨਤੀ ਕਹੀਐ॥ apunay har peh bintee kahee-ai.
ਚਾਰਿ ਪਦਾਰਥ ਅਨਦ ਮੰਗਲ ਨਿਧਿ, chaar padaarath anad mangal niDh
ਸੂਖ ਸਹਜ ਸਿਧਿ ਲਹੀਐ॥੧॥ ਰਹਾਉ॥ sookh sahj siDh lahee-ai. ||1|| rahaa-o.

ਜੀਵ ਆਪਣੇ ਪ੍ਰਭ ਦੇ ਸ਼ਬਦ ਦੀ ਪਾਲਣਾ ਕਰੋ! ਉਸ ਅੱਗੇ ਮਨੋ ਅਰਦਾਸ ਕਰੋ! ਪ੍ਰਭ ਦੀ ਰਹਿਮਤ ਨਾਲ ਹੀ ਚਾਰ ਪਦਾਰਥ ਬਖਸ਼ਿਸ਼ ਹੁੰਦੇ ਹਨ । ਖੇੜਾ ਅਨੰਦ ਸੰਤੋਖ ਅਤੇ ਸ਼ਬਦ ਦੀ ਸੋਝੀ ਹੁੰਦੀ ਹੈ ।

You should obey His Word with steady and stable belief in day to day life; pray and beg for His forgiveness and mercy. With His mercy and grace four virtues may be blessed to make human life journey successful. He may be blessed with the enlightenment of the essence of His Word, pleasure, contentment and blossom in his worldly life.

ਮਾਨੁ ਤਿਆਗਿ ਹਰਿ ਚਰਨੀ ਲਾਗਉ, maan ti-aag har charnee laaga-o
ਤਿਸੁ ਪ੍ਰਭ ਅੰਚਲੁ ਗਹੀਐ॥ tis parabh anchal gahee-ai.
ਆਂਚ ਨ ਲਾਗੈ ਅਗਨਿ ਸਾਗਰ ਤੇ, aaNch na laagai agan saagar tay
ਸਰਨਿ ਸੁਆਮੀ ਕੀ ਅਹੀਐ॥੧॥ saran su-aamee kee ahee-ai. ||1||

ਜੀਵ ਆਪਣੇ ਮਨ ਦੀ ਖੁਦਗਰਜ਼ੀ ਨੂੰ ਤਿਆਗੋ! ਮਨ ਵਿੱਚ ਭਰੋਸਾ ਅਡੋਲ ਰਖਕੇ ਸ਼ਬਦ ਦੀ ਪਾਲਣਾ, ਸਿਮਰਨ ਕਰਦੇ ਰਹੋ! ਕਦੇ ਉਸ ਦਾ ਦਰ ਨਾ ਛੱਡੋ! ਜਿਹੜਾ ਪ੍ਰਭ ਦੀ ਸ਼ਰਣ ਵਿੱਚ ਪ੍ਰਵਾਨ ਹੋ ਜਾਂਦਾ ਹੈ । ਉਸ ਨੂੰ ਸੰਸਾਰ ਇੱਛਾਂ ਦੀ ਅੱਗ ਦਾ ਕੋਈ ਪ੍ਰਭਾਵ ਨਹੀ ਹੁੰਦਾ ।

You should abandon your selfishness and meditate and adopt the teachings of His Word with steady and stable belief in day to day life. You should never abandon your path of believing in His command and blessings. Whosoever may be accepted in His sanctuary, he may become beyond the reach of fire of worldly desires.

ਕੋਟਿ ਪਰਾਧ ਮਹਾ ਅਕ੍ਰਿਤਘਨ, kot paraaDh mahaa akrit-ghan
ਬਹੁਰਿ ਬਹੁਰਿ ਪ੍ਰਭ ਸਹੀਐ॥ bahur bahur parabh sahee-ai.

ਕਰੁਣਾ ਮੈ ਪੂਰਨ ਪਰਮੇਸੁਰ,	karunaa mai pooran parmaysur
ਨਾਨਕ ਤਿਸੁ ਸਰਨਹੀਐ॥੨॥੧੭॥	naanak tis saranhee-ai. ‖2‖17‖

ਜਿਹੜਾ ਪ੍ਰਭ ਦੇ ਸ਼ਬਦ ਦੀ ਪਾਲਣਾ ਤੇ ਅਡੋਲ ਰਹਿੰਦਾ ਹੈ, ਪ੍ਰਭ ਉਸ ਤੇ ਰਹਿਮਤ ਬਖਸ਼ਦਾ ਹੈ । ਪ੍ਰਭ ਦੇ ਸ਼ਬਦ ਦਾ ਬਾਰ ਬਾਰ ਸਿਮਰਨ ਕਰਨ ਨਾਲ , ਭਰੋਸਾ ਅਡੋਲ ਰਖਣ ਨਾਲ ਅਨੇਕਾਂ ਜਨਮਾਂ ਦੇ ਕੀਤੇ ਪਾਪ ਬਖਸ਼ੇ ਜਾਂਦੇ ਹਨ ।

Whosoever may adopt the teachings of His Word with steady and stable belief in day to day life, he may be blessed with His mercy and grace. By meditating and singing the glory of His Word over and over with steady and stable belief; with His mercy and grace the sins of many previous lives may be forgiven.

521.ਦੇਵਗੰਧਾਰੀ ੫॥ 531-15

ਗੁਰ ਕੇ ਚਰਨ ਰਿਦੈ ਪਰਵੇਸਾ॥	gur kay charan ridai parvaysaa.
ਰੋਗ ਸੋਗ ਸਭਿ ਦੂਖ ਬਿਨਾਸੇ,	rog sog sabh dookh binaasay
ਉਤਰੇ ਸਗਲ ਕਲੇਸਾ॥੧॥ਰਹਾਉ॥	utray sagal kalaysaa. ‖1‖ rahaa-o.

ਸ਼ਬਦ ਨੂੰ ਮਨ ਵਿੱਚ ਜਾਗਰਤ ਕਰਨ ਨਾਲ, ਸ਼ਬਦ ਰੂਪੀ ਚਰਨਾਂ ਨੂੰ ਮਨ ਵਿੱਚ ਵਸਾਉਣ ਨਾਲ, ਮਨ ਵਿਚੋਂ ਸਾਰੇ ਰੋਗ ਖਤਮ ਹੋ ਜਾਂਦੇ ਹਨ, ਭਰਮਾਂ ਦਾ ਨਾਸ਼ ਹੋ ਜਾਂਦਾ ਹੈ ।

By enlightening the teachings of His Word and drenching the essence of the teachings of His Word within, all the evil thoughts of worldly desires and religious suspicions of mind may be eliminated with His mercy and grace.

ਜਨਮ ਜਨਮ ਕੇ ਕਿਲਬਿਖ ਨਾਸਹਿ,	janam janam kay kilbikh naaseh
ਕੋਟਿ ਮਜਨ ਇਸਨਾਨਾ॥	kot majan isnaanaa.
ਨਾਮੁ ਨਿਧਾਨੁ ਗਾਵਤ ਗੁਣ ਗੋਬਿੰਦ,	naam niDhaan gaavat gun gobind
ਲਾਗੋ ਸਹਜਿ ਧਿਆਨਾ॥੧॥	laago sahj Dhi-aanaa. ‖1‖

ਸ਼ਬਦ ਦੇ ਗੁਣਾਂ ਨਾਲ ਪ੍ਰਭ ਦੇ ਸ਼ਬਦ ਦੀ ਸੋਝੀ ਦੇ ਖਾਜ਼ਾਨੇ ਬਖਸ਼ਿਸ਼ ਹੋ ਜਾਂਦੇ ਹਨ । ਮਨ ਸ਼ਬਦ ਦੀ ਪਾਲਣਾ ਵਿੱਚ ਅਡੋਲ ਹੋ ਜਾਂਦਾ ਹੈ । ਉਸ ਦੇ ਅਨੇਕਾਂ ਜਨਮਾ ਦੇ ਕੀਤੇ ਪਾਪ ਧੋਤੇ ਜਾਂਦੇ ਹਨ । ਜਿਵੇਂ ਲਖਾਂ ਹੀ ਪਵਿਤ੍ਰ ਤੀਰਥਾਂ ਦੇ ਇਸ਼ਨਾਨ ਦਾ ਫਲ ਬਖਸ਼ਿਸ਼ ਹੋ ਜਾਂਦਾ ਹੈ ।

By adopting the teachings of His Word and drenching the virtues of His Word within, the treasures of enlightenment of His Word may be blessed with His mercy and grace. His mind may become intoxicated and steady and stable in obeying His Word. His sins of many previous lives may be forgiven with His mercy and grace. As he has been blessed with the reward of worshipping at 68 Holy shrines.

ਕਰਿ ਕਿਰਪਾ ਅਪੁਨਾ ਦਾਸੁ ਕੀਨੋ,	kar kirpaa apunaa daas keeno
ਬੰਧਨ ਤੋਰਿ ਨਿਰਾਰੇ॥	banDhan tor niraaray.
ਜਪਿ ਜਪਿ ਨਾਮੁ ਜੀਵਾ ਤੇਰੀ ਬਾਣੀ,	jap jap naam jeevaa tayree banee
ਨਾਨਕ ਦਾਸ ਬਲਿਹਾਰੇ॥੨॥੧੮॥	naanak daas balihaaray. ‖2‖18‖
ਛਕੇ ੩॥	chhakay 3.

ਬੰਦਗੀ ਕਰਨ ਵਾਲੇ ਦਾਸ ਸਦਾ ਹੀ ਪ੍ਰਭ ਦੇ ਕਰਤਬਾਂ ਤੋਂ ਹੈਰਾਨ ਰਹਿੰਦੇ ਹਨ । ਆਪਣਾ ਜੀਵਨ ਸ਼ਬਦ ਦੇ ਗੁਣ ਗਾਉਂਦੇ, ਪਾਲਣਾ ਕਰਦੇ ਬਤੀਤ ਕਰਦੇ ਹਨ । ਪ੍ਰਭ ਆਪ ਹੀ ਰਹਿਮਤ ਬਖਸ਼ਕੇ ਉਹਨਾਂ ਦੇ ਸੰਸਾਰਕ ਬੰਧਨ ਖਤਮ ਕਰ ਦੇਂਦਾ ਹੈ । ਉਹਨਾਂ ਨੂੰ ਪ੍ਰਵਾਨ ਕਰ ਲੈਂਦਾ ਹੈ ।

His true devotee may remain fascinated from the miracles of His nature. He may spend his day to day blessed worldly life in singing the glory and obeying the essence of His Word with steady and stable belief on His blessings.

522.ਦੇਵਗੰਧਾਰੀ ਮਹਲਾ ੫॥ 531-19

ਮਾਈ ਪ੍ਰਭ ਕੇ ਚਰਨ ਨਿਹਾਰਉ॥	maa-ee parabh kay charan nihaara-o.
ਕਰਹੁ ਅਨੁਗ੍ਰਹੁ ਸੁਆਮੀ ਮੇਰੇ,	karahu anoograhu su-aamee mayray
ਮਨ ਤੇ ਕਬਹੁ ਨ ਡਾਰਉ॥੧॥ ਰਹਾਉ॥	man tay kabahu na daara-o. ||1|| rahaa-o.

ਮਨ ਵਿੱਚ ਤੇਰੇ ਚਰਨ ਵਸਾਉਣ, ਸ਼ਬਦ ਨੂੰ ਜਾਗਰਤ ਕਰਨ ਦੀ ਡੂੰਘੀ ਸ਼ਰਧਾ ਹੈ । ਪ੍ਰਭ ਰਹਿਮਤ ਬਖਸ਼ੋ! ਮੈਂ ਕਦੇ ਤੇਰੇ ਸ਼ਬਦ ਨੂੰ ਮਨ ਵਿਚੋਂ ਨਾ ਵਿਸਾਰਾ ।

I have a deep devotion, appreciation to drench the essence of the teachings of Your Word within my mind and in my day to day life. Have Your mercy and grace that I may never abandon Your Word from my day to day life.

ਸਾਧੂ ਧੂਰਿ ਲਾਈ ਮੁਖਿ ਮਸਤਕਿ,	saaDhoo Dhoor laa-ee mukh
ਕਾਮ ਕ੍ਰੋਧ ਬਿਖੁ ਜਾਰਉ॥	mastak kaam kroDh bikh jaara-o.
ਸਭ ਤੇ ਨੀਚੁ ਆਤਮ ਕਰਿ ਮਾਨਉ,	sabh tay neech aatam kar maan-o
ਮਨ ਮਹਿ ਇਹੁ ਸੁਖੁ ਧਾਰਉ॥੧॥	man meh ih sukh Dhaara-o. ||1||

ਬੰਦਗੀ ਕਰਨ ਵਾਲੇ ਜੀਵਾਂ ਦੇ ਅਧਾਰ ਤੇ ਜੀਵਨ ਢਾਲ ਲਿਆ ਹੈ । ਮੈਂ ਆਪਣੇ ਮਨ ਦੀ ਕਾਮ ਵਾਸ਼ਨਾ, ਕਰੋਧ ਨੂੰ ਨਾਸ਼ ਕਰ ਲਿਆ ਹੈ । ਮੈਂ ਆਪਣੇ ਆਪ ਨੂੰ ਸਭ ਤੋ ਨੀਂਚ, ਛੋਟਾ ਸਮਝਦਾ ਹਾ । ਇਸ ਨਾਲ ਹੀ ਮੇਰੇ ਮਨ ਵਿੱਚ ਸੰਤੋਖ, ਧੀਰਜ ਘਰ ਕਰ ਗਿਆ ਹੈ ।

I have wholeheartedly adopted the life experience of His true devotee without any reservation in my day to day life. With His mercy and grace, I have conquered may sexual desire for strange woman and anger. I consider myself least significant in the World. With His mercy and grace, I am overwhelmed with patience and contentment with His Word, blessings in my day to day life.

ਗੁਨ ਗਾਵਹ ਠਾਕੁਰ ਅਬਿਨਾਸੀ,	gun gaavah thaakur abhinaasee
ਕਲਮਲ ਸਗਲੇ ਝਾਰਉ॥	kalmal saglay jhaara-o.
ਨਾਮ ਨਿਧਾਨੁ ਨਾਨਕ ਦਾਨੁ ਪਾਵਉ,	naam niDhaan naanak daan paava-o
ਕੰਠਿ ਲਾਇ ਉਰਿ ਧਾਰਉ॥੨॥੧੯॥	kanth laa-ay ur Dhaara-o. ||2||19||

ਪ੍ਰਭ ਦੇ ਸ਼ਬਦ ਦੇ ਗੁਣ ਗਾਉਂਦਾ ਹਾ, ਮੇਰੇ ਮਨ ਦਾ ਭਰੋਸਾ ਅਡੋਲ ਹੋ ਗਿਆ ਹੈ । ਮਨ ਵਿਚੋਂ ਸਾਰੇ ਪਾਪ ਨਾਸ਼ ਹੋ ਗਏ ਹਨ । ਪ੍ਰਭ ਦੇ ਸ਼ਬਦ ਦੀ ਸੋਝੀ ਬਖਸ਼ਿਸ਼ ਹੋ ਗਈ ਹੈ । ਮਨ ਵਿੱਚ ਪ੍ਰਭ ਦਾ ਸ਼ਬਦ ਜਾਗਰਤ ਹੋ ਗਿਆ ਹੈ, ਮਨ ਸੁਚੇਤ ਹੋ ਗਿਆ ਹੈ ।

I wholeheartedly sing the glory of His Word, with His mercy and grace, I am blessed with steady and stable belief on His Word, His blessings. The True Master has blessed the enlightenment of His Word and I remain awake and alert.

523.ਦੇਵਗੰਧਾਰੀ ਮਹਲਾ ੫॥ 532-4

ਪ੍ਰਭ ਜੀਉ ਪੇਖਉ ਦਰਸੁ ਤੁਮਾਰਾ॥	parabh jee-o paykha-o daras tumaaraa.
ਸੁੰਦਰ ਧਿਆਨੁ ਧਾਰੁ ਦਿਨੁ ਰੈਨੀ,	sundar Dhi-aan Dhaar din rainee
ਜੀਅ ਪ੍ਰਾਨ ਤੇ ਪਿਆਰਾ॥੧॥ਰਹਾਉ॥	jee-a paraan tay pi-aaraa. ||1|| rahaa-o.

ਪ੍ਰਭ, ਮੇਰੇ ਮਨ ਵਿੱਚ ਤੇਰੇ ਦਰਸ਼ਨ ਕਰਨ ਦੀ ਬਹੁਤ ਡੂੰਘੀ ਖਾਹਿਸ, ਸ਼ਰਧਾ ਹੈ । ਦਿਨ ਰਾਤ ਸ਼ਬਦ ਦੀ ਪਾਲਣਾ, ਸਿਮਰਨ ਕਰਦਾ ਹਾ । ਮੈਨੂੰ ਤੇਰੀ ਰਹਿਮਤ ਆਪਣੀ ਆਤਮਾ, ਸਵਾਸਾਂ ਨਾਲੋਂ ਜ਼ਿਆਦਾ ਪਿਆਰੀ ਹੈ ।

I have a deep appreciation, devotion to be enlightened with the teachings of Your Word within, that is your blessed vision. I meditate and obey the teachings of Your Word with steady and stable belief in my day to day life. I value Your mercy and grace much more than my soul and my breaths, all are Your Trust only.

ਸਾਸਤ੍ਰ ਬੇਦ ਪੁਰਾਨ ਅਵਿਲੋਕੇ,	saastar bayd puraan avilokay
ਸਿਮ੍ਰਿਤਿ ਤਤੁ ਬੀਚਾਰਾ॥	simrit tat beechaaraa.
ਦੀਨਾ ਨਾਥ ਪ੍ਰਾਨਪਤਿ ਪੂਰਨ,	deenaa naath paraanpat pooran
ਭਵਜਲ ਉਧਰਨਹਾਰਾ॥੧॥	bhavjal uDhranhaaraa. ||1||

ਮੈਂ ਧਰਮ ਦੇ ਅਨੇਕਾਂ ਗ੍ਰੰਥ, ਵੈਦ, ਸਾਸਤ੍ਰ, ਪੁਰਾਨ ਪੜ੍ਹਕੇ, ਖੋਜਕੇ ਦੇਖੇ ਹਨ । ਕੇਵਲ ਤੂੰ ਹੀ ਸਵਾਸਾਂ ਦਾ ਮਾਲਕ, ਨਿਮਾਣੇ ਜੀਵਾਂ ਦਾ ਰਖਵਾਲਾ, ਜੀਵ ਨੂੰ ਪ੍ਰਵਾਨਗੀ ਦੇ ਰਸਤੇ ਤੇ ਅਡੋਲ ਰਖਣ ਵਾਲਾ ਮਾਲਕ ਹੈ ।

I have read, searched and evaluated several religious Holy scriptures; all are overwhelmed with unlimited treasure of Your virtues and technique to sanctify soul to become worthy of Your consideration. All agree on One of Your unique virtue! You are The One and Only One True Master of breathes of all creatures, only True protector of Your humble devotee and to keep Your true devotee steady and stable on the right path of your acceptance.

ਆਦਿ ਜੁਗਾਦਿ ਭਗਤ ਜਨ ਸੇਵਕ,	aad jugaad bhagat jan sayvak
ਤਾ ਕੀ ਬਿਖੈ ਅਧਾਰਾ॥	taa kee bikhai aDhaaraa.
ਤਿਨ ਜਨ ਕੀ ਧੂਰਿ ਬਾਛੈ ਨਿਤ ਨਾਨਕੁ,	tin jan kee Dhoor baachhai nit naanak
ਪਰਮੇਸਰੁ ਦੇਵਨਹਾਰਾ॥੨॥੨੦॥	parmaysar dayvanhaaraa. ||2||20||

ਸ੍ਰਿਸ਼ਟੀ ਦੇ ਅਰੰਭ ਵਿੱਚ, ਜੁਗਾਂ ਜੁਗਾਂ ਵਿੱਚ ਬੰਦਗੀ ਕਰਨ ਵਾਲੇ ਦਾਸ, ਤੇਰੇ ਸ਼ਬਦ ਦਾ ਸਿਮਰਨ, ਪਾਲਣਾ ਕਰਦੇ ਆਏ ਹਨ । ਇਸ ਲਾਲਚ ਭਰੇ ਸੰਸਾਰ ਵਿੱਚ ਤੂੰ ਹੀ ਬੰਦਗੀ ਕਰਨ ਵਾਲੇ ਦਾ ਆਸਰਾ ਹੈ । ਬੰਦਗੀ ਕਰਨ ਵਾਲੇ ਸਦਾ ਹੀ ਤੇਰੇ ਦਾਸਾਂ ਦੇ ਚਰਨਾਂ ਦੀ ਧੂੜ, ਭਿੱਖਿਆ ਮੰਗਦੇ ਹਨ । ਅਥਾਹ, ਪਹੁੰਚ ਤੋ ਉਪਰ ਪ੍ਰਭ ਹੀ ਸਭ ਨੂੰ ਰਹਿਮਤਾਂ ਬਖਸ਼ਦਾ ਹੈ ।

From the beginning of the universe and from ancient Ages; Your true devotees have been meditating and obeying Your Word, command with steady and stable belief in day to day life. In this greed infected world of Worldly desires, only You are the pillar of support for Your true devotee. Your true devotee always begs for the dust of the feet of Your Holy saints, true devotees. You are beyond and limits and boundaries and has been blessings Your merciful blessings to Your creation.

524.ਦੇਵਗੰਧਾਰੀ ਮਹਲਾ ੫॥ 532-8

ਤੇਰਾ ਜਨੁ ਰਾਮ ਰਸਾਇਣਿ ਮਾਤਾ॥	tayraa jan raam rasaa-in maataa.
ਪ੍ਰੇਮ ਰਸਾ ਨਿਧਿ ਜਾ ਕਉ ਉਪਜੀ,	paraym rasaa niDh jaa ka-o upjee
ਛੋਡਿ ਨ ਕਤਹੂ ਜਾਤਾ॥੧॥ ਰਹਾਉ॥	chhod na kathoo jaataa. ||1|| rahaa-o.

ਤੇਰਾ ਦਾਸ ਤੇਰੇ ਸ਼ਬਦ ਦੀ ਸੋਝੀ ਦੇ ਨਸ਼ੇ ਵਿੱਚ ਮਸਤ ਹੈ । ਜਿਸ ਤੇ ਤੇਰੀ ਰਹਿਮਤ ਹੋ ਜਾਂਦੀ ਹੈ, ਸ਼ਬਦ ਰੂਪੀ ਅੰਮ੍ਰਿਤ ਬਖਸ਼ਿਸ਼ ਹੋ ਜਾਂਦਾ ਹੈ । ਉਹ ਇਸ ਨੂੰ ਤਿਆਗਕੇ, ਛੱਡਕੇ ਕਦੇ ਹੋਰ ਕਿਸੇ ਦਵਾਰੇ ਤੇ ਨਹੀਂ ਭਉਦਾ ਫਿਰਦਾ ।

Your true devotee always remains intoxicated in the essence, enlightenment of Your Word. Whosoever with Your mercy and grace may be blessed with the essence, the nectar of enlightenment of Your Word. He may never abandon the right path of Your acceptance and wanders after any worldly gurus.

ਬੈਠਤ ਹਰਿ ਹਰਿ ਸੋਵਤ ਹਰਿ ਹਰਿ,	baithat har har sovat har har
ਹਰਿ ਰਸੁ ਭੋਜਨੁ ਖਾਤਾ॥	har ras bhojan khaataa.
ਅਠਸਠਿ ਤੀਰਥ ਮਜਨੁ ਕੀਨੋ,	athsath tirath majan keeno
ਸਾਧੂ ਧੂਰੀ ਨਾਤਾ॥੧॥	saaDhoo Dhooree naataa. ||1||

ਉਹ ਉੱਠਦੇ, ਬੈਠਦੇ, ਸੁੱਤੇ ਤੇਰੇ ਸ਼ਬਦ ਦਾ ਸਿਮਰਨ ਕਰਦਾ ਹੈ । ਸ਼ਬਦ ਦਾ ਸਿਮਰਨ, ਪਾਲਣਾ ਰੂਪੀ ਅੰਮ੍ਰਿਤ ਹੀ ਉਸ ਦਾ ਭੋਜਨ ਬਣ ਜਾਂਦਾ ਹੈ । ਬੰਦਗੀ ਕਰਨ ਵਾਲੇ ਸੰਤਾਂ ਦੇ ਚਰਨਾਂ ਦੀ ਧੂੜ ਨਾਲ ਇਸ਼ਨਾਨ ਕਰਨ ਨਾਲ 68 ਤੀਰਥਾਂ ਦੇ ਇਸ਼ਨਾਨ, ਯਾਤਰਾ ਦਾ ਫਲ ਬਖਸ਼ਿਸ਼ ਹੋ ਜਾਂਦਾ ਹੈ ।

His true devotee, awake, in sleep, sitting meditates on the teachings of His Word. To meditate and obey His Word becomes the true food for his soul. By sanctifying his soul with the dust of the feet His true devotees, he may be blessed with reward of journey of 68 Holy shrines; his human life journey may become successful.

ਸਫਲੁ ਜਨਮੁ ਹਰਿ ਜਨ ਕਾ ਉਪਜਿਆ, safal janam har jan kaa upji-aa
ਜਿਨਿ ਕੀਨੋ ਸਉਤੁ ਬਿਧਾਤਾ॥ jin keeno sa-ut biDhaataa.
ਸਗਲ ਸਮੂਹ ਲੈ ਉਧਰੇ ਨਾਨਕ, sagal samooh lai uDhray naanak
ਪੂਰਨ ਬ੍ਰਹਮੁ ਪਛਾਤਾ॥੨॥੨੧॥ pooran barahm pachhaataa. ||2||21||

ਜਿਹਨਾਂ ਨੂੰ ਆਪਣੀ ਸ਼ਰਣ ਵਿੱਚ ਪ੍ਰਵਾਨ ਕਰ ਲੈਂਦਾ ਹੈ, ਆਪਣਾ ਦਾਸ ਬਣਾ ਲੈਂਦਾ ਹੈ । ਉਹਨਾਂ ਜੀਵਾਂ ਦਾ ਮਾਨਸ ਜਨਮ ਸਫਲ ਹੋ ਜਾਂਦਾ ਹੈ । ਉਹ ਬੰਦਗੀ ਕਰਨ ਵਾਲਾ ਜਿਹੜਾ ਪ੍ਰਭ ਦੇ ਸ਼ਬਦ ਨੂੰ ਪਛਾਣ ਲੈਂਦਾ ਹੈ । ਆਪਣੇ ਸਾਥੀਆਂ ਨੂੰ ਵੀ ਰਸਤੇ ਤੇ ਅਡੋਲ ਕਰਕੇ ਪ੍ਰਵਾਨ ਕਰਾ ਜਾਂਦਾ ਹੈ ।

Whosoever may be accepted in His sanctuary, he may be blessed with state of as His true devotee. His human life becomes successful. Whosoever may recognize the real purpose of his human life blessings; he may inspire his followers, associates on the right path of His acceptance.

525.ਦੇਵਗੰਧਾਰੀ ਮਹਲਾ ੫॥ 532-11

ਮਾਈ ਗੁਰ ਬਿਨੁ ਗਿਆਨੁ ਨ ਪਾਈਐ॥ maa-ee gur bin gi-aan na paa-ee-ai.
ਅਨਿਕ ਪ੍ਰਕਾਰ ਫਿਰਤ ਬਿਲਲਾਤੇ, anik parkaar firat billaatay
ਮਿਲਤ ਨਹੀ ਗੋਸਾਈਐ॥੧॥ ਰਹਾਉ॥ milat nahee gosaa-ee-ai. ||1|| rahaa-o.

ਸ਼ਬਦ ਦੀ ਪਾਲਣਾ, ਗੁਰੂ ਦੀ ਸਿਖਿਆ ਤੋਂ ਬਿਨਾਂ ਸ਼ਬਦ ਦੀ ਸੋਝੀ ਬਖਸ਼ਿਸ਼ ਨਹੀਂ ਹੁੰਦੀ । ਵੱਖਰੇ ਵੱਖਰੇ ਧਰਮਾਂ ਦੇ ਬਾਣੇ ਪਾਉਣ, ਚਾਰੇ ਪਾਸੇ ਘੁੰਮਣ ਨਾਲ ਪ੍ਰਭ ਦੀ ਰਹਿਮਤ ਬਖਸ਼ਿਸ਼ ਨਹੀਂ ਹੁੰਦੀ ।

Without adopting the teachings of His Word with steady and stable belief in day to day life; the enlightenment of His Word may not be blessed. By adopting various religious robes or baptizing or wandering after worldly gurus, no one may be blessed with His mercy and grace.

ਮੋਹ ਰੋਗ ਸੋਗ ਤਨੁ ਬਾਧਿਓ, moh rog sog tan baaDhi-o
ਬਹੁ ਜੋਨੀ ਭਰਮਾਈਐ॥ baho jonee bharmaa-ee-ai.
ਟਿਕਨੁ ਨ ਪਾਵੈ ਬਿਨੁ ਸਤਸੰਗਤਿ, tikan na paavai bin satsangat
ਕਿਸੁ ਆਗੈ ਜਾਇ ਰੂਆਈਐ॥੧॥ kis aagai jaa-ay roo-aa-ee-ai. ||1||

ਜੀਵ ਦਾ ਤਨ ਸੰਸਾਰਕ ਮੋਹ, ਲੋਭ ਅਤੇ ਹੋਰ ਸੰਸਾਰਕ ਇੱਛਾਂ ਦੇ ਰੋਗ ਵਿੱਚ ਬੰਧਾ ਹੈ । ਅਨੇਕਾਂ ਜੂੰਨਾਂ ਵਿੱਚ ਭਉਦਾ ਰਹਿੰਦਾ ਹੈ । ਉਸ ਦੇ ਮਨ ਨੂੰ ਕੋਈ ਸੰਤੋਖ, ਅਰਾਮ ਕਰਨ ਵਾਲਾ ਥਾਂ ਬਖਸ਼ਿਸ਼ ਨਹੀ ਹੁੰਦਾ । ਉਹ ਕਿਸ ਅੱਗੇ ਆਪਣਾ ਰੋਣਾ, ਕਰਲਾਉਣਾ ਦੱਸ ਸਕਦਾ ਹੈ?

The human body remains bonded and becomes the slave of greed, worldly attachments and infected with worldly desires. He may remain in the cycle of birth and death in various life cycles. He may not be blessed with contentment in his life or resting place for his soul. Whom may he beg for mercy and whom may he explain his misery?

ਕਰੈ ਅਨੁਗ੍ਰਹੁ ਸੁਆਮੀ ਮੇਰਾ, karai anoograhu su-aamee mayraa
ਸਾਧ ਚਰਨ ਚਿਤੁ ਲਾਈਐ॥ saaDh charan chit laa-ee-ai.
ਸੰਕਟ ਘੋਰ ਕਟੇ ਖਿਨ ਭੀਤਰਿ, sankat ghor katay khin bheetar
ਨਾਨਕ ਹਰਿ ਦਰਸਿ ਸਮਾਈਐ॥੨॥੨੨॥ naanak har daras samaa-ee-ai. ||2||22||

ਜਦੋਂ ਪ੍ਰਭ ਆਪ ਹੀ ਰਹਿਮਤ ਦੀ ਨਜ਼ਰ ਬਖਸ਼ਦਾ ਹੈ । ਤਾਂ ਹੀ ਮਨ ਪ੍ਰਭ ਦੇ ਸ਼ਬਦ ਦੀ ਪਾਲਣਾ, ਚਰਨਾਂ ਵਿੱਚ ਅਡੋਲ ਹੋ ਜਾਂਦਾ ਹੈ । ਉਸ ਦੇ ਮਨ ਦੇ ਗੰਭੀਰ ਦੁਖ ਇੱਕ ਪਲ ਵਿੱਚ ਹੀ ਨਾਸ਼ ਹੋ ਜਾਂਦੇ ਹਨ । ਉਹ ਪ੍ਰਭ ਦੇ ਸ਼ਬਦ ਦੀ ਸਮਾਧੀ ਵਿੱਚ ਵਸਣ ਲੱਗ ਪੈਂਦਾ ਹੈ ।

Whosoever may be blessed with His mercy and grace, he may remain steady and stable on adopting the teachings of His Word in day to day life. He dwells in the sanctuary of His Holy saints. All miseries of life may be eliminated in a twinkle of eyes. He may enter into the void of His Word in his meditation.

526.ਦੇਵਗੰਧਾਰੀ ਮਹਲਾ ੫॥532-15

ਠਾਕੁਰ ਹੋਏ ਆਪਿ ਦਇਆਲ॥ thaakur ho-ay aap da-i-aal.
ਭਈ ਕਲਿਆਣ ਅਨੰਦ ਰੂਪ ਹੋਈ ਹੈ, bha-ee kali-aan anand roop ho-ee hai
ਉਬਰੇ ਬਾਲ ਗੁਪਾਲ॥ ਰਹਾਉ॥ ubray baal gupaal. rahaa-o.

ਜਦੋਂ ਪ੍ਰਭ ਆਪ ਹੀ ਰਹਿਮਤ ਦੀ ਨਜ਼ਰ ਬਖਸ਼ਦਾ ਹੈ । ਮਨ ਵਿੱਚ ਖੇੜਾ ਵਸ ਜਾਂਦਾ ਹੈ, ਅਮਰ ਅਵਸਥਾ ਬਖਸ਼ਿਸ਼ ਹੋ ਜਾਂਦੀ ਹੈ । ਪ੍ਰਭ ਦੀ ਸ਼ਰਣ ਵਿੱਚ ਪ੍ਰਵਾਨ ਹੋ ਜਾਂਦਾ ਹੈ, ਪ੍ਰਭ ਦਾ ਦਾਸ ਬਣ ਜਾਂਦਾ ਹੈ ।

Whosoever may be blessed with His mercy and grace; he may be overwhelmed with pleasure and blossom within. He may be blessed with immortal state of mind. He may be accepted in His sanctuary and may become His true devotee.

ਦੁਇ ਕਰ ਜੋੜਿ ਕਰੀ ਬੇਨੰਤੀ, du-ay kar jorh karee baynantee
ਪਾਰਬ੍ਰਹਮੁ ਮਨਿ ਧਿਆਇਆ॥ paarbarahm man Dhi-aa-i-aa.
ਹਾਥੁ ਦੇਇ ਰਾਖੇ ਪਰਮੇਸੁਰਿ, haath day-ay raakhay parmaysur
ਸਗਲਾ ਦੁਰਤੁ ਮਿਟਾਇਆ॥੧॥ saglaa durat mitaa-i-aa. ||1||

ਮਨ ਵਿੱਚ ਭਰੋਸਾ ਅਡੋਲ ਰਖਕੇ, ਸ਼ਬਦ ਦਾ ਸਿਮਰਨ ਕਰੋ, ਪ੍ਰਭ ਅੱਗੇ ਅਰਦਾਸ ਕਰੋ ! ਰਹਿਮਤਾਂ ਦੇ ਮਾਲਕ ਰਹਿਮਤ ਦੀ ਨਜ਼ਰ ਬਖਸ਼ੋ ! ਨਿਮਾਣੇ ਦਾਸ ਦੀਆਂ ਭੁਲਾਂ ਬਖਸ਼ ਲਵੋ !

You should meditate on the teachings of His Word with steady and stable belief and beg for His refuge. The True Master of blessings, with His mercy and grace may forgive His sins.

ਵਰ ਨਾਰੀ ਮਿਲਿ ਮੰਗਲੁ ਗਾਇਆ, var naaree mil mangal gaa-i-aa
ਠਾਕੁਰ ਕਾ ਜੈਕਾਰੁ॥ thaakur kaa jaikaar.
ਕਹੁ ਨਾਨਕ ਜਨ ਕਉ ਬਲਿ ਜਾਈਐ, kaho naanak jan ka-o bal jaa-ee-ai
ਜੋ ਸਭਨਾ ਕਰੇ ਉਧਾਰੁ॥੨॥੨੩॥ jo sabhnaa karay uDhaar. ||2||23||

ਬੰਦਗੀ ਕਰਨ ਵਾਲੇ ਨਿਮਾਣੇ ਜੀਵ ਉਸ ਦੇ ਕਰਤਬਾ ਤੋ ਹੈਰਾਨ ਹੀ ਰਹਿੰਦੇ ਹਨ । ਜਿਹੜੇ ਪ੍ਰਭ ਦੇ ਸ਼ਬਦ ਦੇ ਗੁਣ ਗਾਉਂਦੇ ਹਨ । ਉਹ ਪ੍ਰਭ ਦੀ ਰਹਿਮਤ ਪਾ ਲੈਂਦੇ ਹਨ । ਸ਼ਬਦ ਦੀ ਪਾਲਣਾ ਤੇ ਅਡੋਲ ਹੋ ਜਾਂਦੇ ਹਨ ।

His true devotee always remains fascinated from the miracles of His nature. Whosoever may sing the glory of His Word with steady and stable belief; he may be blessed with His mercy and grace and remain steady and stable on the right path of acceptance in His court.

527.ਦੇਵਗੰਧਾਰੀ ਮਹਲਾ ੫॥ 533 -1

੧ਓ ਸਤਿਗੁਰ ਪ੍ਰਸਾਦਿ॥	ik-oNkaar satgur parsaad.
ਅਪੁਨੇ ਸਤਿਗੁਰ ਪਹਿ ਬਿਨਉ ਕਹਿਆ॥	apunay satgur peh bin-o kahi-aa.
ਭਏ ਕ੍ਰਿਪਾਲ ਦਇਆਲ ਦੁਖ ਭੰਜਨ,	bha-ay kirpaal da-i-aal dukh bhanjan
ਮੇਰਾ ਸਗਲ ਅੰਦੇਸਰਾ ਗਇਆ॥	mayraa sagal andaysraa ga-i-aa.
ਰਹਾਉ॥	rahaa-o.

ਮੈਂ ਆਪਣੇ ਅਸਲੀ ਮਾਲਕ ਅੱਗੇ ਹੀ ਅਰਦਾਸ ਕਰਦਾ, ਸਿਮਰਨ ਕਰਦਾ ਹਾ । ਦੁਖਾਂ ਦਾ ਨਾਸ਼ ਕਰਨ ਵਾਲੇ ਪ੍ਰਭ ਨੇ ਰਹਿਮਤ ਬਖਸ਼ੀ ਹੈ । ਮੇਰੇ ਮਨ ਵਿਚੋਂ ਸਾਰੀਆਂ ਚਿੰਤਾਂ ਦਾ ਨਾਸ਼ ਹੋ ਗਿਆ ਹੈ ।

I always meditate and pray for His mercy and grace. The True Master destroyer of all miseries has blessed me with mercy and grace and has eliminated all my worldly worries of worldly desires.

ਹਮ ਪਾਪੀ ਪਾਖੰਡੀ ਲੋਭੀ,	ham paapee paakhandee lobhee
ਹਮਰਾ ਗੁਨੁ ਅਵਗੁਨੁ ਸਭੁ ਸਹਿਆ॥	hamraa gun avgun sabh sahi-aa.
ਕਰੁ ਮਸਤਕਿ ਧਾਰਿ ਸਾਜਿ ਨਿਵਾਜੇ,	kar mastak Dhaar saaj nivaajay
ਮੁਏ ਦੁਸਟ ਜੋ ਖਇਆ॥੧॥	mu-ay dusat jo kha-i-aa. ||1||

ਮੇਰੇ ਮਨ ਵਿੱਚ ਪਖੰਡ, ਲਾਲਚ ਨਾਲ ਭਰਿਆਂ ਹੈ । ਫਿਰ ਵੀ ਪ੍ਰਭ ਨੇ ਮੇਰੇ ਕਿਸੇ ਗੁਣ ਅਉਗੁਣ ਨੂੰ ਚਿਤਾਰਿਆ ਨਹੀਂ । ਮੇਰੇ ਤੇ ਰਹਿਮਤ ਦੀ ਨਜ਼ਰ ਬਖਸ਼ੀ ਹੈ । ਉਸ ਨੇ ਰਹਿਮਤ ਬਖਸ਼ਕੇ ਮੇਰੇ ਮਨ ਵਿਚੋਂ ਸਭ ਵੈਰੀ ਨਾਸ਼ ਕਰ ਦਿੱਤੇ ਹਨ ।

My mind is overwhelmed with greed and deceitful thoughts. Even without evaluating and ignoring my good deeds and short falls, deficiencies, He has blessed me with His mercy and grace. All the demons of worldly desires have been destroyed, eliminated from my mind.

ਪਰਉਪਕਾਰੀ ਸਰਬ ਸਧਾਰੀ,	par-upkaaree sarab saDhaaree
ਸਫਲ ਦਰਸਨ ਸਹਜਇਆ॥	safal darsan sehaj-i-aa.
ਕਹੁ ਨਾਨਕ ਨਿਰਗੁਣ ਕਉ ਦਾਤਾ,	kaho naanak nirgun ka-o daataa
ਚਰਣ ਕਮਲ ਉਰ ਧਰਿਆ॥੨॥੨੪॥	charan kamal ur Dhari-aa. ||2||24||

ਪ੍ਰਭ ਬਹੁਤ ਰਹਿਮਤਾਂ ਬਖਸ਼ਣ ਵਾਲਾ ਮਾਲਕ ਹੈ । ਉਸ ਦੀ ਰਹਿਮਤ ਨਾਲ ਮਨ ਵਿੱਚ ਸੰਤੋਖ, ਖੇੜਾ ਵਸ ਜਾਂਦਾ ਹੈ । ਉਸ ਦੇ ਸ਼ਬਦ ਦੀ ਸੋਝੀ ਮਾਨਸ ਜਨਮ ਨੂੰ ਸਫਲਤਾ ਦੇਣ ਵਾਲਾ ਫਲ ਹੈ । ਉਹ ਰਹਿਮਤਾਂ ਦਾ ਮਾਲਕ, ਗੁਣਾਂ ਰਹਿਤ ਜੀਵ ਤੇ ਵੀ ਰਹਿਮਤ ਬਖਸ਼ਦਾ ਹੈ । ਉਸ ਨੂੰ ਸ਼ਬਦ ਦੀ ਪਾਲਣਾ ਤੇ ਅਡੋਲ ਕਰ ਦੇਂਦਾ ਹੈ । ਸਦਾ ਹੀ ਉਸ ਦੇ ਸ਼ਬਦ ਤੇ ਭਰੋਸਾ ਅਡੋਲ ਰਖਕੇ ਮਨ ਵਿੱਚ ਯਾਦ ਰਖੋ!

The True Master is the treasure of all blessings. With His mercy and grace, His true devotee may enjoy contentment and blossom in his day to day life. Always remember Him with steady and stable belief on His blessings.

528.ਦੇਵਗੰਧਾਰੀ ਮਹਲਾ ੫॥ 533-5

ਅਨਾਥ ਨਾਥ ਪ੍ਰਭ ਹਮਾਰੇ॥	anaath naath parabh hamaaray.
ਸਰਨਿ ਆਇਓ ਰਾਖਨਹਾਰੇ॥ ਰਹਾਉ॥	saran aa-i-o raakhanhaaray. rahaa-o.

ਪ੍ਰਭ ਤੂੰ ਨਿਮਾਣੇ ਜੀਵਾਂ ਦਾ ਜਿਹਨਾਂ ਨੂੰ ਕੋਈ ਆਪਣਾ ਨਹੀਂ ਬਣਾਉਂਦਾ । ਤੂੰ ਉਹਨਾਂ ਦਾ ਰਾਖਵਾਲਾ ਬਣ ਜਾਂਦਾ ਹੈ । ਮੈਂ ਤੇਰੀ ਸ਼ਰਣ ਵਿੱਚ ਆਇਆ ਹਾ ।

My True Master You are the refuge, protector of helpless, humble devotees. You may become their protector and may accept them in Your sanctuary. I have surrendered at Your sanctuary for Your mercy and grace.

ਸਰਬ ਪਾਖ ਰਾਖੁ ਮੁਰਾਰੇ॥	sarab paakh raakh muraaray.
ਆਗੈ ਪਾਛੈ ਅੰਤੀ ਵਾਰੇ॥੧॥	aagai paachhai antee vaaray. ||1||

ਰਹਿਮਤਾਂ ਦੇ ਮਾਲਕ ਮੇਰੀ ਚਾਰੇ ਪਾਸੇ ਰਖਿਆ ਕਰੋ! ਤੂੰ ਹੀ ਮੇਰੀ ਪਿੱਛੇ ਰਖਿਆ ਕੀਤੀ ਹੈ । ਅੱਗੇ ਵੀ ਤੂੰ ਹੀ ਰਖਿਆ ਕਰਨ ਵਾਲਾ ਹੈ । ਹਰ ਪਲ ਮੇਰਾ ਸਹਾਈ ਹੋਵੋਂ!

The Merciful True Master protect me in the World. You have protected me in the past and protect me in future by keeping on the right path of meditation.

ਜਬ ਚਿਤਵਉ ਤਬ ਤੁਹਾਰੇ॥ jab chitva-o tab tuhaaray.
ਉਨ ਸਮ੍ਾਰਿ ਮੇਰਾ ਮਨੁ ਸਧਾਰੇ॥੨॥ un samHaar mayraa man saDhaaray. ||2||

ਪ੍ਰਭ ਜਦੋਂ ਵੀ ਮਨ ਵਿੱਚ ਕੋਈ ਖਿਆਲ ਆਉਂਦਾ ਹੈ, ਤੇਰੀ ਯਾਦ ਹੀ ਆਉਂਦੀ ਹੈ । ਸ਼ਬਦ ਦਾ ਸਿਮਰਨ ਕਰਨ ਨਾਲ ਤੇਰਾ ਸ਼ਬਦ ਮਨ ਵਿੱਚ ਵਸ ਜਾਂਦਾ ਹੈ । ਮਨ ਵਿੱਚ ਸੰਤੋਖ ਭਰ ਜਾਂਦਾ ਹੈ ।

Whenever I may have any evil thoughts in my mind, I remember the teachings of Your Word. By meditating on the teachings of Your Word, my mind may enter into the void of Your Word. My mind become overwhelmed with contentment.

ਸੁਨਿ ਗਾਵਉ ਗੁਰ ਬਚਨਾਰੇ॥ sun gaava-o gur bachnaaray.
ਬਲਿ ਬਲਿ ਜਾਉ ਸਾਧ ਦਰਸਾਰੇ॥੩॥ bal bal jaa-o saaDh darsaaray. ||3||

ਮੈਂ ਤੇਰੇ ਸ਼ਬਦ ਨੂੰ ਹੀ ਸੁਣਦਾ, ਗਾਉਂਦਾ ਹਾ । ਬੰਦਗੀ ਕਰਨ ਵਾਲੇ ਤੇਰੇ ਸ਼ਬਦ, ਕਰਤਬਾਂ ਤੋ ਸਦਾ ਹੀ ਕੁਰਬਾਣ ਜਾਂਦੇ ਹਨ ।

I only listen and sing the glory of Your Word. Your true devotee always remains fascinated from the miracles of Your nature.

ਮਨ ਮਹਿ ਰਾਖਉ ਏਕ ਅਸਾਰੇ॥ man meh raakha-o ayk asaaray.
ਨਾਨਕ ਪ੍ਰਭ ਮੇਰੇ ਕਰਨੈਹਾਰੇ॥ naanak parabh mayray karnaihaaray.
੪॥੨੫॥ ||4||25||

ਮੇਰੇ ਮਨ ਵਿੱਚ ਕੇਵਲ ਇੱਕੋ ਇੱਕ ਪ੍ਰਭ ਤੇ ਹੀ ਆਸਰਾ ਹੈ । ਪ੍ਰਭ ਤੂੰ ਹੀ ਸਾਰੀ ਸ੍ਰਿਸ਼ਟੀ ਨੂੰ ਪੈਦਾ ਕਰਨ ਵਾਲਾ ਮਾਲਕ ਹੈ ।

I have only support and hope on The One and Only One True Master. You are The One and Only One True creator of the universe.

529.ਦੇਵਗੰਧਾਰੀ ਮਹਲਾ ੫॥ 533-9

ਪ੍ਰਭ ਇਹੈ ਮਨੋਰਥੁ ਮੇਰਾ॥ parabh ihai manorath mayraa.
ਕ੍ਰਿਪਾ ਨਿਧਾਨ ਦਇਆਲ ਮੋਹਿ ਦੀਜੈ, kirpaa niDhaan da-i-aal mohi deejai
ਕਰਿ ਸੰਤਨ ਕਾ ਚੇਰਾ॥ ਰਹਾਉ॥ kar santan kaa chayraa. rahaa-o.

ਪ੍ਰਭ, ਮੇਰੇ ਮਨ ਵਿੱਚ ਇੱਕੋ ਇੱਕ ਹੀ ਇੱਛਾਂ ਹੈ । ਰਹਿਮਤ ਬਖਸ਼ੋ! ਆਪਣੇ ਦਾਸਾਂ ਦਾ ਦਾਸ ਬਣਾ ਲਵੋਂ!

My mind has One and Only One desire. With Your mercy and grace accepts me as the slave of Your slave.

ਪ੍ਰਾਤਹਕਾਲ ਲਾਗਉ ਜਨ ਚਰਨੀ, paraatehkaal laaga-o jan charnee
ਨਿਸ ਬਾਸੁਰ ਦਰਸੁ ਪਾਵਉ॥ nis baasur daras paava-o.
ਤਨੁ ਮਨੁ ਅਰਪਿ ਕਰਉ ਜਨ ਸੇਵਾ tan man arap kara-o jan sayvaa
ਰਸਨਾ ਹਰਿ ਗੁਨ ਗਾਵਉ॥੧॥ rasnaa har gun gaava-o. ||1||

ਪ੍ਰਭ ਰਹਿਮਤ ਬਖਸ਼ੋ! ਤੇਰੇ ਨਿਮਾਣੇ ਦਾਸਾਂ ਦੇ ਚਰਨਾਂ ਦੀ ਸੇਵਾ ਕਰਾ, ਸਿਖਿਆ ਨਾਲ ਜੀਵਨ ਢਾਲਾ । ਦਿਨ ਰਾਤ ਉਹਨਾਂ ਦੇ ਦਰਸ਼ਨ ਕਰਾ, ਸਿਖਿਆ ਨੂੰ ਮਨ ਵਿੱਚ ਯਾਦ ਰਖਾ । ਮੈਂ ਆਪਣਾ ਮਨ ਤਨ ਉਹਨਾਂ ਦੀ ਸੇਵਾ ਵਿੱਚ ਭੇਟਾ ਕਰਾ । ਉਹਨਾਂ ਦੀ ਸੰਗਤ ਵਿੱਚ ਤੇਰੇ ਸ਼ਬਦ ਦੇ ਗੁਣ ਗਾਉਂਦਾ ਰਹਾ ।

Have a mercy and grace that I may serve Your true devotees and adopt the teachings of His life in my day to day life. I may see them day and night and drench their teachings within my mind. I surrender may mind and body at His service. I may remain singing the glory Of Your Word in their congregation.

ਸਾਸਿ ਸਾਸਿ ਸਿਮਰਉ ਪ੍ਰਭੁ ਅਪੁਨਾ ਸੰਤਸੰਗਿ ਨਿਤ ਰਹੀਐ॥ ਏਕੁ ਅਧਾਰੁ ਨਾਮੁ ਧਨੁ ਮੋਰਾ, ਅਨਦੁ ਨਾਨਕ ਇਹੁ ਲਹੀਐ॥੨॥੨੬॥

saas saas simra-o parabh apunaa satsang nit rahee-ai. ayk aDhaar naam Dhan moraa anad naanak ih lahee-ai. ||2||26||

ਜੀਵ ਸਵਾਸ ਸਵਾਸ ਪ੍ਰਭ ਦੇ ਸ਼ਬਦ ਦਾ ਸਿਮਰਨ ਕਰੋ! ਸਦਾ ਹੀ ਆਪਣਾ ਜੀਵਨ, ਬੰਦਗੀ ਕਰਨ ਵਾਲੇ ਸੰਤਾਂ ਦੇ ਅਧਾਰ ਤੇ ਬਤੀਤ ਕਰੋ । ਜੀਵ ਪ੍ਰਭ ਦੇ ਸ਼ਬਦ ਦੀ ਪਾਲਣਾ ਕਰਨਾ ਇਹ ਹੀ ਮੇਰੇ ਜੀਵਨ ਦਾ ਆਸਰਾ ਹੈ । ਮੇਰਾ ਧਨ, ਸਾਥ ਜਾਣ ਵਾਲੀ ਕਮਾਈ ਹੈ । ਇਸ ਨਾਲ ਹੀ ਪ੍ਰਭ ਨੇ ਮਨ ਵਿੱਚ ਖੇੜਾ ਬਖਸ਼ਿਆ ਹੈ ।

You should meditate day and night, with each and every breath. You should adopt the teachings of His life as the guiding principle of your life. This is the guiding principle of my life and my earning of His Word. With earnings of His Word, He has blessed me contentment and blossom in my life.

530.ਰਾਗੁ ਦੇਵਗੰਧਾਰੀ ਮਹਲਾ ੫ ਘਰੁ ੩॥ 533- 13

ੴ ਸਤਿਗੁਰ ਪ੍ਰਸਾਦਿ॥ ਮੀਤਾ ਐਸੇ ਹਰਿ ਜੀਉ ਪਾਏ॥ ਛੋਡਿ ਨ ਜਾਈ ਸਦ ਹੀ ਸੰਗੇ, ਅਨਦਿਨੁ ਗੁਰ ਮਿਲਿ ਗਾਏ॥੧॥ ਰਹਾਉ॥

ik-oNkaar satgur parsaad. meetaa aisay har jee-o paa-ay. chhod na jaa-ee sad hee sangay an-din gur mil gaa-ay. ||1|| rahaa-o.

ਪ੍ਰਭ ਸਦਾ ਹੀ ਮੇਰੇ ਸਾਥ, ਸਹਾਈ ਰਹਿੰਦਾ ਹੈ, ਕਦੇ ਛੱਡਕੇ ਨਹੀਂ ਜਾਂਦਾ । ਮੈਂ ਦਿਨ ਰਾਤ ਉਸ ਦੇ ਸ਼ਬਦ ਦੇ ਗੁਣ ਗਾਉਂਦਾ ਹਾ, ਇਸ ਤਰ੍ਹਾਂ ਦਾ ਹੀ ਮੇਰਾ ਮਾਲਕ, ਇਸ ਤਰ੍ਹਾਂ ਦੀ ਰਹਿਮਤ ਬਖਸ਼ੀ ਹੈ ।

My True Master always remain embedded with the soul and always remain a pillar of support and never abandon His soul. I sing the glory of His Word with steady and stable belief day and night. Such is the greatest His mercy and His state of mind.

ਮਿਲਿਓ ਮਨੋਹਰੁ ਸਰਬ ਸੁਖੈਨਾ, ਤਿਆਗਿ ਨ ਕਤਹੂ ਜਾਏ॥ ਅਨਿਕ ਅਨਿਕ ਭਾਤਿ ਬਹੁ ਪੇਖੇ, ਪ੍ਰਿਅ ਰੋਮ ਨ ਸਮਸਰਿ ਲਾਏ॥੧॥

mili-o manohar sarab sukhainaa ti-aag na kathoo jaa-ay. anik anik bhaat baho paykhay pari-a rom na samsar laa-ay. ||1||

ਮੈਂ ਇਕ ਅਨੋਖੇ ਹੀ ਮਾਲਕ ਨੂੰ ਮਿਲਆ ਹਾ । ਉਸ ਦੀ ਰਹਿਮਤ ਨਾਲ ਮਨ ਵਿੱਚ ਸੰਤੋਖ ਬਖਸ਼ਿਸ਼ ਹੋਇਆ ਹੈ । ਉਹ ਮੈਨੂੰ ਛੱਡਕੇ ਹੋਰ ਕਿਤੇ ਨਹੀਂ ਜਾਂਦਾ । ਮੈਂ ਸੰਸਾਰ ਵਿੱਚ ਕਈ ਗੁਰੂ ਪੀਰ ਵੇਖੇ ਹਨ । ਪਰ ਉਸ ਵਰਗਾ, ਬਰਾਬਰ ਹੋਰ ਕੋਈ ਨਹੀਂ ਹੈ ।

I have met a fascinating, astonishing True Master. With His mercy and grace, I have been blessed with contentment. He never abandons my soul. I have seen may worldly gurus, no one many be comparable or equal to Him.

ਮੰਦਰਿ ਭਾਗੁ ਸੋਭ ਦੁਆਰੈ, ਅਨਹਤ ਰੁਣੁ ਝੁਣੁ ਲਾਏ॥ ਕਹੁ ਨਾਨਕ ਸਦਾ ਰੰਗੁ ਮਾਣੇ, ਗ੍ਰਿਹ ਪ੍ਰਿਅ ਥੀਤੇ ਸਦ ਥਾਏ॥੨॥੧॥੨੭॥

mandar bhaag sobh du-aarai anhat run jhun laa-ay. kaho naanak sadaa rang maanay garih pari-a theetay sad thaa-ay. ||2||1||27||

ਉਸ ਦਾ ਦਰਬਾਰ ਬਹੁਤ ਅਨੋਖਾ, ਸੁੰਦਰ ਹੈ । ਉਥੇ ਸਦਾ ਹੀ ਉਸ ਦੇ ਸ਼ਬਦ ਦੀ ਗੂੰਜ ਚਲਦੀ ਰਹਿੰਦੀ ਹੈ । ਬੰਦਗੀ ਕਰਨ ਵਾਲੇ ਉਸ ਪ੍ਰਭ ਦੇ ਸਦਾ ਰਹਿਣ ਵਾਲੇ ਖੇੜੇ ਵਿੱਚ ਮਸਤ ਹੋ ਜਾਂਦੇ ਹਨ । ਉਹਨਾਂ ਨੂੰ ਉਥੇ ਸਦਾ ਰਹਿਣ ਵਾਲਾ ਥਾਂ, ਆਸਨ ਬਖਸ਼ਿਸ਼ ਹੋ ਜਾਂਦਾ ਹੈ ।

His court, castle is very astonishing and splendorous. The everlasting echo of His Word resonates in His castle forever. His true devotee remains intoxicated in his everlasting blossom. His true devotee may be blessed with permanent resting place in His court.

531.ਦੇਵਗੰਧਾਰੀ ੫॥ 533-17

ਦਰਸਨ ਨਾਮ ਕਉ ਮਨੁ ਆਛੈ॥ darsan naam ka-o man aachhai.
ਭ੍ਰਮਿ ਆਇਓ ਹੈ ਸਗਲ ਥਾਨ ਰੇ, bharam aa-i-o hai sagal thaan ray aahi
ਆਹਿ ਪਰਿਓ ਸੰਤ ਪਾਛੈ॥੧॥ ਰਹਾਉ॥ pari-o sant paachhai. ||1|| rahaa-o.

ਮੇਰੇ ਮਨ ਵਿੱਚ ਪ੍ਰਭ ਦੇ ਦਰਸ਼ਨ ਪਾਉਣ ਦੀ ਬਹੁਤ ਸ਼ਰਧਾ ਹੈ । ਚਾਰੇ ਪਾਸੇ ਘੁੰਮਦਾ ਹੋਇਆ ਅੰਤ ਵਿੱਚ ਤੇਰੇ ਦਰ ਤੇ, ਤੇਰੇ ਸੰਤਾਂ ਦੇ ਚਰਨਾਂ ਵਿੱਚ, ਪਨਾਹ ਵਿੱਚ ਆਇਆ ਹਾ ।

I have a deep desire and devotion to be blessed with the enlightenment of the teachings of His Word, His blessed vision. I have been wandering all over in the universe, following various worldly gurus. Now I have surrendered at Your sanctuary for forgiveness and Your refuge.

ਕਿਸੁ ਹਉ ਸੇਵੀ ਕਿਸੁ ਆਰਾਧੀ, kis ha-o sayvee kis aaraaDhee
ਜੋ ਦਿਸਟੈ ਸੋ ਗਾਛੈ॥ jo distai so gaachhai.
ਸਾਧਸੰਗਤਿ ਕੀ ਸਰਨੀ ਪਰੀਐ, saaDhsangat kee sarnee paree-ai
ਚਰਣ ਰੇਨੁ ਮਨੁ ਬਾਛੈ॥੧॥ charan rayn man baachhai. ||1||

ਪ੍ਰਭ ਮੈਂ ਕਿਸ ਦੀ ਸੇਵਾ ਕਰਾ? ਕਿਸ ਦੀ ਸਿਖਿਆ ਨਾਲ ਜੀਵਨ ਬਤੀਤ ਕਰਾ? ਜਿਸ ਨੂੰ ਮੈਂ ਦੇਖਦਾ ਹਾ, ਉਹ ਹੀ ਸਮਾਂ ਪਾ ਕੇ ਮੌਤ ਦੇ ਹਵਾਲੇ, ਨਾਸ਼ ਹੋ ਜਾਂਦਾ ਹੈ । ਹੁਣ ਮੈਂ ਬੰਦਗੀ ਕਰਨ ਵਾਲ ਸੰਤਾਂ ਦੀ ਸ਼ਰਣ ਵਿੱਚ ਆਇਆ ਹਾ । ਉਹਨਾਂ ਦੇ ਚਰਨਾਂ ਦੀ ਧੂੜ ਪਾਉਣ ਦੀ ਹੀ ਮਨ ਵਿੱਚ ਇੱਛਾਂ ਹੈ ।

My True master I wondering! Whom may I serve and Whose teachings may I adopt in my day to day life? Whosoever I may think about following, he may be captured by the devil of death after spending his time on earth. Now I have surrender at the sanctuary as Your true devotee. I have deep desire to adopt the teachings of His life in my life.

ਜੁਗਤਿ ਨ ਜਾਨਾ ਗੁਨੁ ਨਹੀ ਕੋਈ, jugat na jaanaa gun nahee ko-ee
ਮਹਾ ਦੁਤਰੁ ਮਾਇ ਆਛੈ॥ mahaa dutar maa-ay aachhai.
ਆਇ ਪਇਓ ਨਾਨਕ ਗੁਰ ਚਰਨੀ, aa-ay pa-i-o naanak gur charnee
ਤਉ ਉਤਰੀ ਸਗਲ ਦੁਰਾਛੈ॥੨॥੨॥੨੮॥ ta-o utree sagal duraachhai. ||2||2||28||

ਮੇਰੇ ਵਿੱਚ ਕੋਈ ਗੁਣ ਨਹੀਂ, ਧਰਮਾ ਦਾ ਰਸਤਾ ਨਹੀਂ, ਇਸ ਮਾਇਆ ਦੇ ਜਾਲ ਵਿਚੋਂ ਬਚਣ ਦੀ ਕੋਈ ਵਿਧੀ ਨਹੀਂ ਹੈ! ਜਿਹੜੇ ਪ੍ਰਭ ਦੇ ਸ਼ਬਦ ਦੀ ਪਾਲਣਾ ਵਿੱਚ ਅਡੋਲ ਹੋ ਜਾਂਦੇ ਹਨ । ਉਹਨਾਂ ਦੇ ਮਨ ਦੇ ਸਾਰੇ ਬੁਰੇ ਖਿਆਲ ਨਾਸ਼ ਹੋ ਜਾਂਦੇ ਹਨ ।

I do not have any unique virtue of my own and I have not adopted path of any religion either. I do not know any technique to save myself from the worldly wealth. Whosoever may remain intoxicated in deep meditation in the void of His Word; with His mercy and grace his evil thoughts may be subdued, vanished from within.

532.ਦੇਵਗੰਧਾਰੀ ੫॥ 534-3

ਅੰਮ੍ਰਿਤਾ ਪ੍ਰਿਅ ਬਚਨ ਤੁਹਾਰੇ॥ amritaa pari-a bachan tuhaaray.
ਅਤਿ ਸੁੰਦਰ ਮਨਮੋਹਨ ਪਿਆਰੇ, at sundar manmO'an pi-aaray
ਸਭਹੂ ਮਧਿ ਨਿਰਾਰੇ॥੧॥ਰਹਾਉ॥ sabhhoo maDh niraaray. ||1|| rahaa-o.

ਪ੍ਰਭ ਤੇਰਾ ਸ਼ਬਦ ਹੀ ਅਮੋਲਕ ਅੰਮ੍ਰਿਤ ਹੈ । ਤੂੰ ਹੀ ਰਹਿਮਤਾਂ ਦੇ ਮਾਲਕ, ਸਰਬ ਕਲਾ ਸਮਰਥ ਹੈ । ਤੂੰ ਹੀ ਸਭ ਵਿੱਚ ਵਸਦਾ ਵਾਪਰਦਾ ਹੈ । ਫਿਰ ਵੀ ਤੂੰ ਸਭ ਦੇ ਮੋਹ ਤੋ ਅਲੱਗ ਹੀ ਰਹਿੰਦਾ ਹੈ ।

The Omnipotent True Master, True Owner of all blessings, Your Word is ambrosial nectar of the teachings of Your Word. You remain embedded within each and every soul and dwell in his body; however, remain beyond the reach of His emotional attachments.

ਰਾਜੁ ਨ ਚਾਹਉ ਮੁਕਤਿ ਨ ਚਾਹਉ,	raaj na chaaha-o mukat na chaaha-o
ਮਨਿ ਪ੍ਰੀਤਿ ਚਰਨ ਕਮਲਾਰੇ॥	man pareet charan kamlaaray.
ਬ੍ਰਹਮ ਮਹੇਸ ਸਿਧ ਮੁਨਿ ਇੰਦ੍ਰਾ,	barahm mahays siDh mun indraa
ਮੋਹਿ ਠਾਕੁਰ ਹੀ ਦਰਸਾਰੇ॥੧॥	mO'i thaakur hee darsaaray. ‖1‖

ਪ੍ਰਭ ਮੈਂ ਕੋਈ ਰਾਜ ਭਾਗ, ਮੁਕਤੀ ਨਹੀਂ ਮੰਗਦਾ । ਕੇਵਲ ਤੇਰੇ ਚਰਨਾਂ ਵਿੱਚ, ਸ਼ਬਦ ਦੀ ਪਾਲਣਾ ਨਾਲ ਹੀ ਮਨ ਵਿੱਚ ਸੰਤੋਖ ਆਉਂਦਾ ਹੈ । ਮੈਂ ਕਿਸੇ ਬ੍ਰਹਮਾ, ਇੰਦ੍ਰ, ਸਿਵਜੀ, ਮਹੇਸ਼, ਮੋਨੀ ਸੰਤਾਂ ਦੀ ਪੂਜਾ ਨਹੀਂ ਕਰਦਾ । ਮੇਰੇ ਮਨ ਵਿੱਚ ਕੇਵਲ ਤੇਰੇ ਦਰਸ਼ਨ, ਤੇਰੀ ਸ਼ਬਦ ਦੀ ਸੋਝੀ ਦੀ ਹੀ ਭੁੱਖ ਹੈ ।

My True Master, I do not pray for any worldly kingdom or crown; My mind enters into contentment in meditating in the association as Your true devotee. I do not worship any worldly guru, or any Holy saint. My mind only feels contented with the enlightenment of the essence of Your Word.

ਦੀਨੁ ਦੁਆਰੈ ਆਇਓ ਠਾਕੁਰ,	deen du-aarai aa-i-o thaakur
ਸਰਨਿ ਪਰਿਓ ਸੰਤ ਹਾਰੇ॥	saran pari-o sant haaray.
ਕਹੁ ਨਾਨਕ ਪ੍ਰਭ ਮਿਲੇ ਮਨੋਹਰ,	kaho naanak parabh milay
ਮਨੁ ਸੀਤਲ ਬਿਗਸਾਰੇ॥੨॥੩॥੨੯॥	manO'ar man seetal bigsaaray. ‖2‖3‖29‖

ਪ੍ਰਭ ਤੂੰ ਹੀ ਸ੍ਰਿਸ਼ਟੀ ਦਾ ਅਸਲੀ ਮਾਲਕ ਹੈ । ਸਾਰੇ ਰਸਤੇ ਤਿਆਗ ਕੇ, ਬੇਵੱਸ ਹੋ ਕੇ ਅੰਤ ਵਿੱਚ ਤੇਰੀ ਸ਼ਰਣ ਵਿੱਚ ਆਇਆ ਹਾ । ਤੇਰੇ ਸ਼ਬਦ ਦੀ ਪਾਲਣਾ ਕਰਨ ਨਾਲ, ਸ਼ਬਦ ਨੂੰ ਮਨ ਵਿੱਚ ਜਾਗਰਤ ਕਰਨ ਨਾਲ ਮਨ ਵਿੱਚ ਸੰਤੋਖ, ਖੇੜਾ ਵਸ ਜਾਂਦਾ ਹੈ ।

You are The True Master of the universe, I have abandoned all other paths of following worldly gurus and desperately, I have surrendered at Your sanctuary for forgiveness and for Your refuge. By adopting the teachings of Your Word with steady and stable belief and enlightening the teachings of Your Word within, I realize contentment and blossom in my day to day life.

533.ਦੇਵਗੰਧਾਰੀ ਮਹਲਾ ੫॥ 534-6

ਹਰਿ ਜਪਿ ਸੇਵਕੁ ਪਾਰਿ ਉਤਾਰਿਓ॥	har jap sayvak paar utaari-o.
ਦੀਨ ਦਇਆਲ ਭਏ ਪ੍ਰਭ ਅਪਨੇ,	deen da-i-aal bha-ay parabh apnay
ਬਹੁੜਿ ਜਨਮਿ ਨਹੀ ਮਾਰਿਓ॥੧॥	bahurh janam nahee maari-o. ‖1‖
ਰਹਾਉ॥	rahaa-o.

ਬੰਦਗੀ ਕਰਨ ਵਾਲੇ ਸ਼ਬਦ ਦਾ ਸਿਮਰਨ ਕਰਦੇ, ਸੰਸਾਰਕ ਸਾਗਰ ਪਾਰ ਕਰ ਜਾਂਦੇ ਹਨ । ਜਦੋਂ ਪ੍ਰਭ ਆਪ ਨਿਮਾਣੇ ਦਾਸ ਤੇ ਰਹਿਮਤ ਬਖਸ਼ਦਾ ਹੈ । ਤਾ ਉਸ ਦਾ ਬਾਰ ਬਾਰ ਮਰਨਾ ਖਤਮ ਹੋ ਜਾਂਦਾ ਹੈ । ਜੂੰਨਾਂ ਦਾ ਚੱਕਰ ਖਤਮ ਹੋ ਜਾਂਦਾ ਹੈ ।

His true devotee meditates with steady and stable belief may be saved from the worldly ocean of desires. Whosoever may be blessed with His mercy and grace, his cycle of birth and death may be eliminated.

ਸਾਧਸੰਗਮਿ ਗੁਣ ਗਾਵਹ ਹਰਿ ਕੇ,	saaDhsangam gun gaavah har kay
ਰਤਨ ਜਨਮੁ ਨਹੀ ਹਾਰਿਓ॥	ratan janam nahee haari-o.
ਪ੍ਰਭ ਗੁਨ ਗਾਇ ਬਿਖੈ ਬਨੁ ਤਰਿਆ,	parabh gun gaa-ay bikhai ban tari-aa
ਕੁਲਹ ਸਮੂਹ ਉਧਾਰਿਓ॥੧॥	kulah samoO' uDhaari-o. ‖1‖

ਜਿਹੜੇ ਸੰਤਾਂ ਦੀ ਸੰਗਤ ਵਿੱਚ ਪ੍ਰਭ ਦੇ ਸ਼ਬਦ ਦੇ ਗੁਣ ਗਾਉਂਦੇ ਹਨ । ਉਹ ਆਪਣਾ ਮਾਨਸ ਜਨਮ ਬਿਰਥਾ ਨਹੀਂ ਗਵਾਉਂਦੇ । ਪ੍ਰਭ ਦੇ ਸ਼ਬਦ ਦੇ ਗੁਣ ਗਾਉਂਦੇ ਹੋਏ । ਉਹ ਮਾਇਆ ਦੀ ਅੱਗ ਦੇ ਭਰੇ ਸੰਸਾਰਕ ਸਾਗਰ ਨੂੰ ਪਾਰ ਕਰ ਜਾਂਦੇ ਹਨ । ਆਪਣੀਆਂ ਕੁਲਾਂ ਤਾਰ ਜਾਂਦੇ ਹਨ ।

Whosever may sing the glory of His Word with steady and stable belief in the in conjugation of His true devotees; his human life may never be wasted. By singing the glory of His Word may be saved from the lava of worldly desires and he may be accepted at His court. He may save his generations by inspiring them on the right path of acceptance in His court.

ਚਰਨ ਕਮਲ ਬਸਿਆ ਰਿਦ ਭੀਤਰਿ, charan kamal basi-aa rid bheetar
ਸਾਸਿ ਗਿਰਾਸਿ ਉਚਾਰਿਓ॥ saas giraas uchaari-o.
ਨਾਨਕ ਓਟ ਗਹੀ ਜਗਦੀਸੁਰ, naanak ot gahee jagdeesur
ਪੁਨਹ ਪੁਨਹ ਬਲਿਹਾਰਿਓ॥੨॥੪॥੩੦॥ punah punah balihaari-o. ||2||4||30||

ਉਸ ਦੇ ਮਨ ਵਿੱਚ ਪ੍ਰਭ ਦਾ ਸ਼ਬਦ ਜਾਗਰਤ ਹੋ ਜਾਂਦਾ ਹੈ । ਉਹ ਸਵਾਸ ਗਰਾਸ ਪ੍ਰਭ ਦੇ ਸ਼ਬਦ ਦਾ ਸਿਮਰਨ ਕਰਦੇ ਹਨ । ਉਸ ਦੇ ਸ਼ਬਦ ਦੇ ਗੁਣ ਗਾਉਂਦੇ ਹਨ । ਬੰਦਗੀ ਕਰਨ ਵਾਲੇ ਸਦਾ ਹੀ ਪ੍ਰਭ ਦੇ ਸ਼ਬਦ ਦੇ ਲੜ ਲੱਗੇ ਰਹਿੰਦੇ ਹਨ । ਉਹ ਬਾਰ ਬਾਰ ਉਸ ਦੇ ਸ਼ਬਦ ਤੋਂ ਕੁਰਬਾਣ ਜਾਂਦੇ ਹਨ ।

He may be enlightened with the essence of the teachings of His Word and he may meditate with each and every breath. His true devotee may sing the glory of His Word and remain obeying His Word with steady and stable belief in day to day life. He may remain fascinating from the miracles of His nature.

534.ਰਾਗੁ ਦੇਵਗੰਧਾਰੀ ਮਹਲਾ ੫ ਘਰੁ ੪॥ 534-11

ੴ ਸਤਿਗੁਰ ਪ੍ਰਸਾਦਿ॥ ik-oNkaar satgur parsaad.
ਕਰਤ ਫਿਰੇ ਬਨ ਭੇਖ ਮੋਹਨ, karat firay ban bhaykh mO'an
ਰਹਤ ਨਿਰਾਰ॥੧॥ ਰਹਾਉ॥ rahat niraar. ||1|| rahaa-o.

ਕਈ ਧਰਮ ਦਾ ਬਾਣਾ ਪਾ ਕੇ ਪ੍ਰਭ ਨੂੰ ਜੰਗਲਾਂ ਵਿੱਚ ਢੂੰਡ ਦੇ ਫਿਰਦੇ ਹਨ । ਪਰ ਪ੍ਰਭ ਉਹਨਾਂ ਤੋਂ ਦੂਰ ਹੀ ਰਹਿੰਦਾ ਹੈ ।

So many may adopt a religious robe and wander in wild forest searching for Him, contentment with His blessings. However, The True Master, His blessings remain far away from them, they may never have steady and stable belief.

ਕਥਨ ਸੁਨਾਵਨ ਗੀਤ ਨੀਕੇ ਗਾਵਨ, kathan sunaavan geet neekay gaavan
ਮਨ ਮਹਿ ਧਰਤੇ ਗਾਰ॥੧॥ man meh Dhartay gaar. ||1||

ਉਹ ਪ੍ਰਭ ਦੇ ਸ਼ਬਦ ਦੇ ਗੁਣ ਗਾਉਂਦੇ, ਵਿਚਾਰ ਕਰਦੇ, ਕਥਾ ਕਰਦੇ ਰਹਿੰਦੇ ਹਨ । ਪਰ ਉਹਨਾਂ ਦਾ ਮਨ ਮੈਲਾ ਹੀ ਰਹਿੰਦਾ ਹੈ । ਮਨ ਵਿੱਚ ਪਾਪ ਭਰੇ ਰਹਿੰਦੇ ਹਨ ।

He may be singing the glory of His Word, preaches the teachings of His Word to others. However, he may never have any influence of the teachings of His Word in his own day to day life. He remains overwhelmed with blemish of evil thoughts within.

ਅਤਿ ਸੁੰਦਰ ਬਹੁ ਚਤੁਰ ਸਿਆਨੇ, at sundar baho chatur si-aanay
ਬਿਦਿਆ ਰਸਨਾ ਚਾਰ॥੨॥ bidi-aa rasnaa chaar. ||2||

ਅਨੇਕਾਂ ਹੀ ਜੀਵ ਬੂਹਤ ਵਿਦਵਾਨ, ਸਿਆਣੇ, ਚਲਾਕ ਬਣੇ ਰਹਿੰਦੇ ਹਨ । ਉਹ ਬਹੁਤ ਨਿਮ੍ਰਤਾ ਨਾਲ ਬੋਲਦੇ ਹਨ ।

He may pretend to be very wise, well-educated and clever, street-smart in day to day life. He speaks polite and remains humble.

ਮਾਨ ਮੋਹ ਮੇਰ ਤੇਰ ਬਿਬਰਜਿਤ, maan mO' mayr tayr bibarjit

ਏਹੁ ਮਾਰਗੁ ਖੰਡੇ ਧਾਰ॥੩॥ ayhu maarag khanday Dhaar. ||3||

ਮਨ ਵਿਚੋਂ ਅਹੰਕਾਰ, ਮੋਹ, ਮੇਰੀ, ਤੇਰੀ ਨੂੰ ਤਿਅਗਣਾ ਹੀ ਇੱਕ ਵਿਧੀ ਹੈ । ਇਹ ਇਕ ਦੋਂ ਧਾਰੀ ਤਲਵਾਲ, ਖੰਡੇ ਵਰਗਾ ਰਸਤਾ ਹੈ ।

To abandon his ego, worldly attachments, distinction between mine and yours is a unique technique to become worthy of His considerations. The right path of acceptance in His court is like a double edge sword.

ਕਹੁ ਨਾਨਕ ਤਿਨਿ ਭਵਜਲੁ ਤਰੀਅਲੇ, kaho naanak tin bhavjal taree-alay
ਪ੍ਰਭ ਕਿਰਪਾ ਸੰਤ ਸੰਗਾਰ॥੪॥੧॥੩੧॥ parabh kirpaa sant sangaar. 4.1.31

ਜਿਹਨਾਂ ਤੇ ਪ੍ਰਭ ਦੀ ਰਹਿਮਤ ਦੀ ਨਜ਼ਰ ਬਖਸ਼ਿਸ਼ ਹੁੰਦੀ ਹੈ । ਬੰਦਗੀ ਕਰਨ ਵਾਲੇ ਸੰਤਾਂ ਦੀ ਸੰਗਤ ਬਖਸ਼ਿਸ਼ ਹੁੰਦੀ ਹੈ । ਕੇਵਲ ਉਹ ਹੀ ਇਸ ਰਸਤੇ ਤੇ ਅਡੋਲ ਰਹਿੰਦੇ ਹਨ ।

Only with His mercy and grace, one may be blessed with the association of His true devotee. Whosoever may adopt the teachings of His Word with steady and stable in day to day life; he may remain on this right path of acceptance in His court.

535.ਰਾਗੁ ਦੇਵਗੰਧਾਰੀ ਮਹਲਾ ੫ ਘਰੁ ੫॥ 534-15

ੴ ਸਤਿਗੁਰ ਪ੍ਰਸਾਦਿ॥ ik-oNkaar satgur parsaad.
ਮੈ ਪੇਖਿਓ ਰੀ ਊਚਾ mai paykhi-o ree oochaa
ਮੋਹਨੁ ਸਭ ਤੇ ਊਚਾ॥ mO'an sabh tay oochaa.
ਆਨ ਨ ਸਮਸਰਿ ਕੋਊ ਲਾਗੈ, aan na samsar ko-oo laagai
ਢੂਢਿ ਰਹੇ ਹਮ ਮੂਚਾ॥੧॥ਰਹਾਉ॥ dhoodh rahay ham moochaa. ||1|| rahaa-o.

ਪ੍ਰਭ ਨੂੰ ਬਹੁਤ ਮਹਾਨ, ਉੱਚਾ, ਮਹਿਸੂਸ ਹੁੰਦਾ ਹੈ । ਉਹ ਹੀ ਸਭ ਤੋਂ ਵੱਡਾ ਹੈ । ਮੈਂ ਬਹੁਤ ਹੀ ਖੋਜ ਕੀਤੀ ਹੈ । ਉਸ ਦੇ ਬਰਾਬਰ ਦਾ ਹੋਰ ਕੋਈ ਨਹੀ ਲੱਭਦਾ ।

The True Master I realize You are the great of All and marvelous. I have wandered around all over; I do not see anyone equal or comparable to Your greatness.

ਬਹੁ ਬੇਅੰਤੁ ਅਤਿ ਬਡੋ ਗਾਹਰੋ, baho bay-ant at bado gaahro
ਥਾਹ ਨਹੀ ਅਗਹੂਚਾ॥ thaah nahee aghoochaa.
ਤੋਲਿ ਨ ਤੁਲੀਐ ਮੋਲਿ ਨ ਮੁਲੀਐ, tol na tulee-ai mol na mulee-ai
ਕਤ ਪਾਈਐ ਮਨ ਰੂਚਾ॥੧॥ kat paa-ee-ai man roochaa. ||1||

ਪ੍ਰਭ ਅਥਾਹ, ਬਹੁਤ ਹੀ ਗੰਭੀਰ, ਬੇਪ੍ਰਵਾਹ, ਜੀਵ ਦੀ ਜਾਣਕਾਰੀ ਵਿੱਚ ਨਹੀਂ ਹੈ । ਕੋਈ ਅੰਦਾਜ਼ਾ ਨਹੀ ਲਾਇਆ ਜਾ ਸਕਦਾ, ਮਿਣਤੀ ਨਹੀ ਕੀਤੀ ਜਾ ਸਕਦੀ । ਉਸ ਪ੍ਰਭ ਦੀ ਰਹਿਮਤ ਕਿਵੇਂ ਪਾਈ ਜਾ ਸਕਦੀ ਹੈ?

The True Master is mysterious, carefree, beyond any limits, boundaryless and beyond any comprehension. No one can imagine or estimate Your size, greatness. How may I become worthy of Your consideration, blessings?

ਖੋਜ ਅਸੰਖਾ ਅਨਿਕ ਤਪੰਥਾ, khoj asankhaa anik tapanthaa
ਬਿਨੁ ਗੁਰ ਨਹੀ ਪਹੂਚਾ॥ bin gur nahee pahoochaa.
ਕਹੁ ਨਾਨਕ ਕਿਰਪਾ ਕਰੀ ਠਾਕੁਰ, kaho naanak kirpaa karee thaakur
ਮਿਲਿ ਸਾਧੂ ਰਸ ਭੂੰਚਾ॥੨॥੧॥੩੨॥ mil saaDhoo ras bhoonchaa. ||2||1||32||

ਅਨੇਕਾਂ ਹੀ ਉਸ ਦੀ ਖੋਜ ਕਰਦੇ, ਪ੍ਰਵਾਨਗੀ ਲੋਚਦੇ ਹਨ । ਸ਼ਬਦ ਦੀ ਪਾਲਣਾ ਤੋ ਬਿਨਾਂ ਉਸ ਦੀ ਪ੍ਰਵਾਨਗੀ ਦਾ ਰਸਤਾ ਬਖਸ਼ਿਸ਼ ਨਹੀਂ ਹੁੰਦਾ । ਬੰਦਗੀ ਕਰਨ ਵਾਲੇ ਸੰਤਾਂ ਦੀ ਸ਼ਰਣ ਵਿੱਚ ਸ਼ਬਦ ਦੀ ਪਾਲਣਾ ਕਰਨ ਨਾਲ ਹੀ ਪ੍ਰਭ ਨੇ ਆਪ ਹੀ ਰਹਿਮਤ ਬਖਸ਼ੀ ਹੈ ।

Many are searching and anxious to find the right path of His acceptance. Without adopting the teachings of His Word with steady and stable belief, the right path of His acceptance may not be blessed. By surrendering at the sanctuary of His true devotees and obeying the teachings of His Word with steady and stable belief in day to day life. His soul may be sanctified to become worthy of His consideration.

536.ਦੇਵਗੰਧਾਰੀ ਮਹਲਾ ੫॥ 535-1

ਮੈ ਬਹੁ ਬਿਧਿ ਪੇਖਿਓ	mai baho biDh paykhi-o
ਦੂਜਾ ਨਾਹੀ ਰੀ ਕੋਊ॥	doojaa naahee ree ko-oo.
ਖੰਡ ਦੀਪ ਸਭ ਭੀਤਰਿ ਰਵਿਆ,	khand deep sabh bheetar ravi-aa poor
ਪੂਰਿ ਰਹਿਓ ਸਭ ਲੋਊ॥੧॥ ਰਹਾਉ॥	rahi-o sabh lo-oo. ||1|| rahaa-o.

ਮੈਂ ਅਨੇਕਾਂ ਤਰੀਕੇ ਨਾਲ ਉਸ ਨੂੰ ਪਰਖਕੇ ਦੇਖਿਆ ਹੈ । ਉਹ ਸਾਰੇ ਦੀਪਾਂ, ਖੰਡਾਂ ਵਿੱਚ ਵਸਦਾ, ਵਾਪਰਦਾ ਹੈ । ਉਹ ਸਾਰੀ ਸ੍ਰਿਸ਼ਟੀ ਵਿੱਚ ਹੀ ਸਮਾਇਆ ਹੈ ।

I have tested and evaluated with various techniques. He remains embedded in His nature. He dwells and prevails in all universes, origins, islands,

ਅਗਮ ਅਗੰਮਾ ਕਵਨ ਮਹਿੰਮਾ,	agam agammaa kavan mahimmaa
ਮਨ ਜੀਵੈ ਸੁਨਿ ਸੋਊ॥	man jeevai sun so-oo. chaar
ਚਾਰਿ ਆਸਰਮ ਚਾਰਿ ਬਰੰਨਾ	aasram chaar barannaa
ਮੁਕਤਿ ਭਏ ਸੇਵਤੋਊ॥੧॥	mukat bha-ay sayvto-oo. ||1||

ਉਹ ਅਥਾਹ, ਦੇਖੇ ਜਾਣ, ਜਾਣੇ ਜਾਣ ਤੋ ਉਪਰ ਹੈ । ਉਸ ਦੀ ਉਸਤਤ ਕਿਵੇਂ ਕੀਤੀ ਜਾ ਸਕਦੀ ਹੈ? ਮੇਰਾ ਮਨ ਉਸ ਦੀ ਖਬਰ ਸੁਣਕੇ ਹੀ ਜਿਉਂਦਾ, ਸਵਾਸ ਲੈਂਦਾ ਹੈ । ਸ੍ਰਿਸ਼ਟੀ ਦੇ ਚਾਰਾਂ ਜਾਤਾਂ, ਜੀਵਨ ਦੇ ਚਾਰੇ ਅਵਸਥਾ ਵਾਲੇ ਜੀਵ ਹੀ ਉਸ ਦੇ ਸ਼ਬਦ ਦੀ ਪਾਲਣਾ ਕਰਨ ਨਾਲ ਮੁਕਤੀ ਪਾ ਸਕਦੇ ਹਨ ।

The True Master is beyond any comprehension, visibility, any limits. How may I sing His praises, glory of His Word? Listening and sing the glory of His Word has become the purpose of my human life journey, my breathes. By obeying the teachings of His Word with steady and stable belief in day to day life; all four source of creation and the creatures of worldly castes may be accepted in His court.

ਗੁਰਿ ਸਬਦੁ ਦ੍ਰਿੜਾਇਆ	gur sabad drirh-aa-i-aa
ਪਰਮ ਪਦੁ ਪਾਇਆ,	param pad paa-i-aa
ਦੁਤੀਅ ਗਏ ਸੁਖ ਹੋਊ॥	dutee-a ga-ay sukh ho-oo.
ਕਹੁ ਨਾਨਕ ਭਵ ਸਾਗਰੁ ਤਰਿਆ,	kaho naanak bhav saagar tari-aa
ਹਰਿ ਨਿਧਿ ਪਾਈ ਸਹਜੋਊ॥੨॥੨॥੩੩॥	har niDh paa-ee sahjo-oo. ||2||2||33||

ਪ੍ਰਭ ਨੇ ਆਪ ਹੀ ਸ਼ਬਦ ਦੀ ਬੀਜ ਮੇਰੇ ਮਨ ਵਿੱਚ ਬੀਜਿਆ ਹੈ । ਉਸ ਦੀ ਪਾਲਣਾ ਕਰਨ ਨਾਲ ਹੀ ਮਨ ਵਿੱਚ ਅਮਰ ਅਵਸਥਾ ਬਖਸ਼ਿਸ਼ ਹੋਈ ਹੈ । ਮਨ ਵਿਚੋਂ ਦੁਬਿਦਾ ਦਾ ਨਾਸ਼ ਹੋ ਗਿਆ ਹੈ । ਮਨ ਵਿੱਚ ਸੰਤੋਖ ਭਰ ਗਿਆ ਹੈ । ਬੰਦਗੀ ਕਰਨ ਵਾਲੇ ਪ੍ਰਭ ਦੇ ਸ਼ਬਦ ਦੀ ਸੋਝੀ ਪਾ ਲੈਂਦੇ ਹਨ । ਉਹਨਾਂ ਦਾ ਪ੍ਰਵਾਨਗੀ ਦਾ ਰਸਤਾ ਅਡੋਲ, ਸੁਹੇਲਾ ਹੋ ਜਾਂਦਾ ਹੈ ।

The Master with His mercy and grace has sowed the seed of His Word within my mind. By adopting the teachings of His Word with steady and stable belief, I have been blessed with immortal state of mind. His true devotees may be blessed with the enlightenment of His Word. Their path of meditation, His acceptance may become smooth, and easy.

537.ਰਾਗੁ ਦੇਵਗੰਧਾਰੀ ਮਹਲਾ ੫ ਘਰੁ ੬॥ 535-5

ੴ ਸਤਿਗੁਰ ਪ੍ਰਸਾਦਿ॥ ik-oNkaar satgur parsaad.

ਏਕੈ ਰੇ ਹਰਿ ਏਕੈ ਜਾਨ॥ aykai ray har aykai jaan.

ਏਕੈ ਰੇ ਗੁਰਮੁਖਿ ਜਾਨ॥੧॥ ਰਹਾਉ॥ aykai ray gurmukh jaan. ||1|| rahaa-o.

ਜੀਵ ਸਮਝ ਲਵੋ! ਸ੍ਰਿਸ਼ਟੀ ਦਾ ਅਸਲੀ ਮਾਲਕ, ਪੈਦਾ ਕਰਨ ਵਾਲਾ ਇੱਕੋ ਇੱਕ ਹੀ ਪ੍ਰਭ ਹੈ । ਗੁਰਮਖ ਨੂੰ ਇਹ ਸੋਝੀ ਪ੍ਰਭ ਆਪ ਹੀ ਬਖਸ਼ਦਾ ਹੈ ।

You must realize that The One and Only One True Master is the creator of all universes. His true devotee may be blessed with this enlightenment with obeying His Word with steady and stable belief.

ਕਾਹੇ ਭ੍ਰਮਤ ਹਉ, kaahay bharmat ha-o

ਤੁਮ ਭ੍ਰਮਹੁ ਨ ਭਾਈ, tum bharmahu na bhaa-ee

ਰਵਿਆ ਰੇ ਰਵਿਆ ਸ੍ਰਬ ਥਾਨ॥੧॥ ravi-aa ray ravi-aa sarab thaan. ||1||

ਕਾਹੇ ਭ੍ਰਮਤ ਹਉ, ਤੁਮ ਭ੍ਰਮਹੁ ਨ ਭਾਈ, ਰਵਿਆ ਰੇ ਰਵਿਆ ਸ੍ਰਬ ਥਾਨ॥੧॥

ਜੀਵ ਤੂੰ ਕਿਉਂ ਵੱਖਰੇ ਵੱਖਰੇ ਥਾਂ ਤੇ ਭਉਦਾ ਫਿਰਦਾ ਹੈ? ਜੀਵ ਪ੍ਰਭ ਦੀ ਖੋਜ ਵਿੱਚ ਚਾਰੇ ਪਾਸੇ ਜੰਗਲਾਂ ਵਿੱਚ ਨਾ ਘੁੰਮਦੇ ਫਿਰੋ । ਪ੍ਰਭ ਹਰ ਥਾਂ ਤੇ ਹੀ ਵਸਦਾ ਵਾਪਰਦਾ ਹੈ ।

Why are you wandering at various places, after worldly gurus? You should not wander in wild forests searching for The True Master. He remains embedded in the universe and dwells in the body of each and every creature and in everything.

ਜਿਉ ਬੈਸੰਤਰੁ ਕਾਸਟ ਮਝਾਰਿ ਬਿਨੁ, Ji-o baisantar kaasat majhaar bin

ਸੰਜਮ ਨਹੀ ਕਾਰਜ ਸਾਰਿ॥ sanjam nahee kaaraj saar.

ਬਿਨੁ ਗੁਰ ਨ ਪਾਵੈਗੋ, bin gur na paavaigo

ਹਰਿ ਜੀ ਕੋ ਦੁਆਰ॥ har jee ko du-aar.

ਮਿਲਿ ਸੰਗਤਿ ਤਜਿ ਅਭਿਮਾਨ, mil sangat taj abhimaan

ਕਹੁ ਨਾਨਕ ਪਾਏ ਹੈ kaho naanak paa-ay hai

ਪਰਮ ਨਿਧਾਨ॥੨॥੧॥੩੪॥ param niDhaan. ||2||1||34||

ਜਿਵੇਂ ਅੱਗ (ਜੰਗਲ ਵਿੱਚ ਲੱਗੀ) ਬਿਨਾਂ ਕਿਸੇ ਕਾਬੂ ਤੋ ਕੋਈ ਸੁਖ ਨਹੀਂ ਦੇ ਸਕਦੀ । ਇਸ ਤਰ੍ਹਾਂ ਹੀ ਸ਼ਬਦ ਦੀ ਪਾਲਣਾ ਤੋ ਬਿਨਾਂ ਪ੍ਰਭ ਦੀ ਪ੍ਰਵਾਨਗੀ ਦੇ ਰਸਤੇ ਤੇ ਅਡੋਲ ਨਹੀ ਹੋਇਆ ਜਾ ਸਕਦਾ । ਜੀਵ ਸੰਤਾਂ ਦੀ ਸੰਗਤ ਵਿੱਚ ਰਲਕੇ, ਆਪਣੇ ਮਨ ਦੇ ਅਹੰਕਾਰ ਤੇ ਜਿੱਤ ਪਾਵੋ! ਇਹ ਰਸਤਾ ਧਰਾਨ ਕਰਨ ਨਾਲ ਹੀ ਅਮਰ ਅਵਸਥਾ ਬਖਸ਼ਿਸ਼ ਹੋ ਜਾਂਦੀ ਹੈ ।

As fire without proper control may not provide any comfort in the life of a worldly creature. Same way without adopting the teachings of His Word with steady and stable belief in day to day life; no one may stay steady and stable on the right path of His acceptance. You should associate with His true devotees and conquer your ego. By adopting the path in life, you may be blessed with immortal state of mind with His mercy and grace.

538.ਦੇਵਗੰਧਾਰੀ ੫॥ 535-9

ਜਾਨੀ ਨ ਜਾਈ ਤਾ ਕੀ ਗਾਤਿ॥੧॥ ਰਹਾਉ॥ jaanee na jaa-ee taa kee gaat. ||1|| rahaa-o.

ਪ੍ਰਭ ਦੀ ਅਵਸਥਾ ਜਾਣੀ ਨਹੀਂ ਜਾ ਸਕਦੀ ।

His nation remains beyond comprehension of His creation.

ਕਹ ਪੇਖਾਰਉ ਹਉ ਕਰਿ ਚਤੁਰਾਈ, kah paykhaara-o ha-o kar chaturaa-ee
ਬਿਸਮਨ ਬਿਸਮੇ ਕਹਨ ਕਹਾਤਿ॥੧॥ bisman bismay kahan kahaat. ||1||

ਮੈਂ ਕਿਵੇਂ ਆਪਣੀ ਚਲਾਕੀ ਨਾਲ ਉਸ ਦੇ ਦਰਸ਼ਨ ਕਰ ਸਕਦਾ ਹਾ? ਜਿਹੜੇ ਉਸ ਦੀ ਕਥਾ ਕਰਦੇ ਹਨ, ਉਹ ਆਪ ਹੀ ਹੈਰਾਨ ਹੋਏ ਰਹਿੰਦੇ ਹਨ ।

How may I be able to be enlightened with the teachings of His Word with my own knowledge and wisdom? Whosoever may sermon the teachings of His virtues, greatness, he remains fascinating from the miracles of His nature.

ਗਣ ਗੰਧਰਬ ਸਿਧ ਅਰੁ ਸਾਧਿਕ॥ gan ganDharab siDh ar saaDhik.
ਸੁਰਿ ਨਰ ਦੇਵ ਬ੍ਰਹਮ ਬ੍ਰਹਮਾਦਿਕ॥ sur nar dayv barahm barahmaadik.
ਚਤੁਰ ਬੇਦ ਉਚਰਤ ਦਿਨੁ ਰਾਤਿ॥ chatur bayd uchrat din raat.
ਅਗਮ ਅਗਮ ਠਾਕੁਰੁ ਆਗਾਧਿ॥ agam agam thaakur aagaaDh.
ਗੁਨ ਬੇਅੰਤ ਬੇਅੰਤ ਭਨੁ ਨਾਨਕ, gun bay-ant bay-ant bhan naanak
ਕਹਨੁ ਨ ਜਾਈ ਪਰੈ ਪਰਾਤਿ॥ kahan na jaa-ee parai paraat.
੨॥੨॥੩੫॥ ||2||2||35||

ਪ੍ਰਭ ਦੇ ਦਾਸ, ਸਿਧ, ਮੋਨੀ ਸੰਤ, ਰੂਹਾਨੀ ਫਰਿਸ਼ਤੇ, ਬ੍ਰਹਮਾ, ਬ੍ਰਹਮਾ ਵਰਗੇ ਵਿਦਵਾਨ, ਚਾਰੇ ਵੇਦ, ਦਿਨ ਰਾਤ ਹੀ ਪੁਕਾਰ ਦੇ ਹਨ । ਪ੍ਰਭ ਹੀ ਅਸਲੀ ਮਾਲਕ ਹੈ । ਉਸ ਦਾ ਅੰਤ, ਪੂਰਨ ਜਾਣਕਾਰੀ ਨਹੀਂ ਪਾਈ ਜਾ ਸਕਦੀ ਹੈ । ਉਸ ਦੇ ਗੁਣਾਂ ਦਾ ਵਡਿਆਈਆਂ ਦਾ ਅੰਤ ਨਹੀਂ ਪਾਇਆ ਜਾ ਸਕਦਾ । ਉਹ ਮਾਨਸ ਦੀ ਪਹੁੰਚ ਵਿੱਚ ਨਹੀਂ ਹੈ ।

His true devotees, all worldly prophets, saints and eternal angels have been preaching from ancient Ages. The One and Only One, God is The True Master, creator of the universe. He remains beyond reach, comprehension and no one can fully describe the limits of any of His virtue.

539.ਦੇਵਗੰਧਾਰੀ ਮਹਲਾ ੫॥ 535 - 12

ਧਿਆਏ ਗਾਏ ਕਰਨੈਹਾਰ॥ Dhi-aa-ay gaa-ay karnaihaar.
ਭਉ ਨਾਹੀ ਸੁਖ ਸਹਜ ਅਨੰਦਾ, bha-o naahee sukh sahj anandaa
ਅਨਿਕ ਓਹੀ ਰੇ ਏਕ ਸਮਾਰ॥੧॥ anik O'ee ray ayk samaar. ||1||
ਰਹਾਉ॥ rahaa-o.

ਮੈਂ ਪ੍ਰਭ ਦੇ ਸ਼ਬਦ ਦਾ ਸਿਮਰਨ ਕਰਦਾ ਹਾ । ਮੈਂ ਪ੍ਰਭ ਦੇ ਸ਼ਬਦ ਦੀ ਪਾਲਣਾ ਕਰਕੇ ਨਿਡਰ ਹੋ ਗਿਆ ਹਾ । ਉਸ ਪ੍ਰਭ ਦੇ ਸ਼ਬਦ ਨੂੰ ਮਨ ਵਿੱਚ ਯਾਦ ਕਰਕੇ, ਮਨ ਵਿੱਚ ਸੰਤੋਖ ਖੇੜਾ ਪਾਇਆ ਹੈ ।

I am wholeheartedly with steady and stable belief meditating on the teachings of His Word with each and every breath. With His mercy and grace, I have become fearless from the devil of death. By drenching the essence of His teachings, I have been blessed with peace, contentment and blossom in my worldly life.

ਸਫਲ ਮੂਰਤਿ ਗੁਰੁ ਮੇਰੈ ਮਾਥੈ॥ safal moorat gur mayrai maathai.
ਜਤ ਕਤ ਪੇਖਉ ਤਤ ਤਤ ਸਾਥੈ॥ jat kat paykha-o tat tat saathai.
ਚਰਨ ਕਮਲ ਮੇਰੇ ਪ੍ਰਾਨ ਅਧਾਰ॥੧॥ charan kamal mayray paraan aDhaar. ||1|

ਪ੍ਰਭ ਦੀ ਅਨੋਖੀ ਹੀ ਸੂਰਤ ਹੈ । ਉਸ ਨੇ ਰਹਿਮਤਾਂ ਭਰਿਆਂ ਹੱਥ ਮੇਰੇ ਮੱਥੇ ਤੇ ਰਖਿਆ ਹੈ । ਜਿਸ ਪਾਸੇ ਮੈਂ ਦੇਖਦਾ ਹਾ, ਪ੍ਰਭ ਦੀ ਹੋਂਦ ਮਹਿਸੂਸ ਕਰਦਾ ਹਾ । ਪ੍ਰਭ ਦੇ ਚਰਨ, ਸ਼ਬਦ ਹੀ ਮੇਰੇ ਸਵਾਸਾਂ ਦਾ ਆਸਰਾ, ਅਧਾਰ ਹੈ ।

The existence of The True Master is astonishing. With His mercy and grace, He has blessed His protective hand on my forehead. Wherever I may turn my eyes, I only visualize only The Holy Spirit may be prevailing, nothing else exist beyond Him. He remains embedded in His nature. His feet, the essence of the teachings of His Word has become the pillar of support and purpose of my human life.

ਸਮਰਥ ਅਥਾਹ ਬਡਾ ਪ੍ਰਭੁ ਮੇਰਾ॥	samrath athaah badaa parabh mayraa.
ਘਟ ਘਟ ਅੰਤਰਿ ਸਾਹਿਬੁ ਨੇਰਾ॥	ghat ghat antar saahib nayraa. taakee
ਤਾਕੀ ਸਰਨਿ ਆਸਰ ਪ੍ਰਭ ਨਾਨਕ,	saran aasar parabh naanak
ਜਾ ਕਾ ਅੰਤੁ ਨ ਪਾਰਾਵਾਰ॥੨॥੩॥੩੬॥	jaa kaa ant na paaraavaar. ‖2‖3‖36‖

ਸਰਬ ਕਲਾ ਸਮਰਥ ਪ੍ਰਭ ਅਥਾਹ, ਅਚੰਬਾ ਹੈ । ਪ੍ਰਭ ਜੀਵ ਦੇ ਨੇੜੇ ਹੀ, ਹਰਇੱਕ ਤਨ, ਮਨ ਵਿੱਚ ਵਸਦਾ ਹੈ । ਬੰਦਗੀ ਕਰਨ ਵਾਲੇ ਦਾਸ ਉਸ ਪ੍ਰਭ ਦੀ ਸ਼ਰਣ ਵਿੱਚ ਵਸਦੇ, ਸ਼ਬਦ ਨਾਲ ਜੀਵਨ ਢਾਲਦੇ ਹਨ । ਜਿਸ ਪ੍ਰਭ ਦਾ ਅੰਤ ਨਹੀ ਪਾਇਆ ਜਾ ਸਕਦਾ ।

The Omnipotent True Master is beyond and limits or boundaries and astonishing. The True Master remains embedded within each and every soul and dwells within the body of each and every creature. His true devotee adopts the teachings of His Word with steady and stable belief in day to day life and dwells in His sanctuary. No one may ever comprehend any limits of any of His miracles.

540.ਦੇਵਗੰਧਾਰੀ ਮਹਲਾ ੫॥ 535 - 15

ਉਲਟੀ ਰੇ ਮਨ ਉਲਟੀ ਰੇ॥	ultee ray man ultee ray.
ਸਾਕਤ ਸਿਉ ਕਰਿ ਉਲਟੀ ਰੇ॥	saakat si-o kar ultee ray.
ਝੂਠੈ ਕੀ ਰੇ ਝੂਠ ਪਰੀਤਿ	jhoothai kee ray jhooth pareet
ਛੁਟਕੀ ਰੇ ਮਨ ਛੁਟਕੀ ਰੇ	chhutkee ray man chhutkee ray
ਸਾਕਤ ਸੰਗਿ ਨ ਛੁਟਕੀ ਰੇ॥੧॥ਰਹਾਉ॥	saakat sang na chhutkee ray.‖1‖rahaa-o.

ਮੇਰੇ ਮਨ ਸਾਕਤ ਦੀ ਸੰਗਤ ਤੋਂ ਦੂਰ ਰਹੋ! ਉਸ ਨਾਲ ਪ੍ਰੀਤ ਲਾਉਣੀ ਥੋੜ੍ਹਾ ਸਮਾਂ ਅਨੰਦ ਦੇਣ ਵਾਲੀ ਹੀ ਹੁੰਦੀ ਹੈ । ਉਸ ਨਾਲੋਂ ਸੰਗ ਤੋੜ ਲਵੋ! ਮੇਰੇ ਮਨ ਅੰਤ ਵਿੱਚ ਉਸ ਨਾਲੋਂ ਤੇਰਾ ਸੰਜੋਗ ਖਤਮ ਹੀ ਹੋਣਾ ਹੈ ।

My mind stays away from the association of His non-believers. By associating with him and followings his counsel, you may enjoy short living pleasures in worldly life. You should break the bonds with him, In the end, after death, you are going to be separated from him.

ਜਿਉ ਕਾਜਰ ਭਰਿ ਮੰਦਰੁ ਰਾਖਿਓ,	Ji-o kaajar bhar mandar raakhi-o
ਜੋ ਪੈਸੈ ਕਾਲੂਖੀ ਰੇ॥	jo paisai kaalookhee ray.
ਦੂਰਹੁ ਹੀ ਤੇ ਭਾਗਿ ਗਇਓ ਹੈ,	Dhoorahu hee tay bhaag ga-i-o hai jis
ਜਿਸੁ ਗੁਰ ਮਿਲਿ ਛੁਟਕੀ ਤ੍ਰਿਕੁਟੀ ਰੇ॥੧॥	gur mil chhutkee tarikutee ray. ‖1‖

ਜਿਹੜੇ ਮਨ, ਘਰ ਵਿੱਚ ਸੰਸਾਰਕ ਮਾਇਆ ਦਾ ਜ਼ੋਰ ਹੁੰਦਾ ਹੈ । ਉਸ ਘਰ ਵਿਚੋਂ ਪ੍ਰਭ ਦੀ ਰਹਿਮਤ ਦੂਰ ਹੋ ਜਾਂਦੀ ਹੈ, ਸ੍ਰਿਸ਼ਟੀ ਦੀ ਭਲਾਈ ਦੇ ਕੰਮ ਕਰਨ ਦੀ ਭਾਵਨਾ ਨਹੀਂ ਰਹਿੰਦੀ । ਉਸ ਤੋ ਦੂਰ ਭਾਗ ਜਾਵੋ! ਜਿਹੜਾ ਪ੍ਰਭ ਦੇ ਸ਼ਬਦ ਦੀ ਪਾਲਣਾ ਕਰਦਾ, ਪ੍ਰਵਾਨਗੀ ਦੇ ਰਸਤੇ ਤੇ ਅਡੋਲ ਰਹਿੰਦਾ ਹੈ । ਉਸ ਦੇ ਸੰਸਾਰਕ ਮਾਇਆ ਦੇ ਤਿੰਨੇਂ ਜਾਲ ਹੀ ਨਾਸ਼ ਹੋ ਜਾਂਦੇ, ਬੰਧਨ ਖਤਮ ਹੋ ਜਾਂਦੇ ਹਨ ।

Whosoever may be dominated with worldly wealth and worldly desires in his day to day life. He may not be blessed with His mercy and grace, remains cursed in human life. You should shun his company and stay away from his association or way of his life teachings. Whosoever may adopt the teachings of His Word with steady and stable belief in day to day life. He remains steady and stable on the right path. The trap, influence of worldly wealth may be eliminated from his day to day life.

ਮਾਗਉ ਦਾਨੁ ਕ੍ਰਿਪਾਲ ਕ੍ਰਿਪਾ ਨਿਧਿ, ਮੇਰਾ ਮੁਖੁ ਸਾਕਤ ਸੰਗਿ ਨ ਜੁਟਸੀ ਰੇ॥ ਜਨ ਨਾਨਕ ਦਾਸ ਦਾਸ ਕੋ ਕਰੀਅਹੁ, ਮੇਰਾ ਮੂੰਡੁ ਸਾਧ ਪਗਾ ਹੇਠਿ ਰੁਲਸੀ ਰੇ॥ ੨॥੪॥੩੭॥

maaga-o daan kirpaal kirpaa niDh mayraa mukh saakat sang na jutsee ray. jan naanak daas daas ko karee-ahu mayraa moond saaDh pagaa hayth rulsee ray. ||2||4||37||

ਮੈਂ ਪ੍ਰਭ ਤੋ ਰਹਿਮਤ ਦੀ ਅਰਦਾਸ ਕਰਦਾ ਹਾ । ਰਹਿਮਤਾਂ ਦੇ ਮਾਲਕ ਮੇਰਾ ਸਾਕਤ ਨਾਲ ਵਾਸਤਾ ਨਾ ਪਾਵੀ, ਸੰਜੋਗ ਨਾ ਬਣਾਵੀ । ਉਸ ਦੇ ਦਰਸ਼ਨ ਨਾ ਕਰਾ । ਬੰਦਗੀ ਕਰਨ ਵਾਲੇ ਸਦਾ ਹੀ ਦਾਸਾਂ ਦੀ ਸ਼ਰਣ ਮੰਗਦੇ ਹਨ । ਆਪਣਾ ਸਿਰ ਉਹਨਾਂ ਦੇ ਚਰਨਾਂ ਤੇ ਟੇਕਦੇ ਹਨ ।

I always pray and beg for His mercy and grace that I may never associate with non-believer in my human life. My human life may never cross with his life path. His true devotee always begs for the sanctuary, association of His true devotees and always bow his head in respect at his feet.

541.ਰਾਗੁ ਦੇਵਗੰਧਾਰੀ ਮਹਲਾ ੫ ਘਰੁ ੭॥ 536-3

ੴ ਸਤਿਗੁਰ ਪ੍ਰਸਾਦਿ॥ ਸਭ ਦਿਨ ਕੇ ਸਮਰਥ ਪੰਥ ਬਿਠੁਲੇ, ਹਉ ਬਲਿ ਬਲਿ ਜਾਉ॥ ਗਾਵਨ ਭਾਵਨ ਸੰਤਨ ਤੋਰੈ, ਚਰਨ ਉਵਾ ਕੈ ਪਾਉ॥੧॥ਰਹਾਉ॥

ik-oNkaar satgur parsaad. sabh din kay samrath panth bithulay ha-o bal bal jaa-o. gaavan bhaavan santan torai charan uvaa kai paa-o. ||1|| rahaa-o.

ਪ੍ਰਭ ਤੂੰ ਹੀ ਸਰਬ ਕਲਾ ਸਮਰਥ, ਹਰ ਸਮੇਂ ਵਾਪਰਦਾ ਹੈ, ਤੇਰਾ ਹੁਕਮ ਚਲਦਾ ਹੈ । ਮੈਂ ਤੇਰੇ ਕਰਤਬਾਂ ਤੋ ਸਦਾ ਹੀ ਕੁਰਬਾਣ ਜਾਂਦਾ ਹਾ। ਤੇਰੇ ਬੰਦਗੀ ਕਰਨ ਵਾਲੇ ਸੰਤ ਸ਼ਰਧਾ ਨਾਲ ਤੇਰੇ ਸ਼ਬਦ ਦੇ ਗੁਣ ਗਾਉਂਦੇ ਹਨ । ਮੈਂ ਉਹਨਾਂ ਦੇ ਚਰਨਾਂ ਤੇ ਸ਼ਰਣ ਵਿੱਚ ਭੀਖ ਮੰਗਦਾ ਹਾ ।

The Omnipotent, Omnipresent True Master prevails everywhere and everything remains under Your command. Your true devotee, saint sings the glory of Your Word with devotion and steady and stable belief on Your blessings and nature. I am begging for the dust of their feet.

ਜਾਸਨ ਬਾਸਨ ਸਹਜ ਕੇਲ ਕਰੁਣਾ ਮੈ, ਏਕ ਅਨੰਤ ਅਨੂਪੈ ਠਾਉ॥੧॥

jaasan baasan sahj kayl karunaa mai ayk anant anoopai thaa-o. ||1||

ਉਸਤਤ ਕਰਨ ਯੋਗ, ਸੰਤੋਖ ਦੇ ਮਾਲਕ, ਰਹਿਮਤਾਂ ਦੇ ਅਥਾਹ ਮਾਲਕ, ਤੇਰਾ ਘਰ ਬਹੁਤ ਸੁੰਦਰ, ਸ਼ਾਨ ਵਾਲਾ ਹੈ ।

The True Master is the treasure of contentment, beyond any limits and comprehension and only You are worthy of Worship. Your castle is very glamorous and grand.

ਰਿਧਿ ਸਿਧਿ ਨਿਧਿ ਕਰ ਤਲ ਜਗਜੀਵਨ, ਸ੍ਰਬ ਨਾਥ ਅਨੇਕੈ ਨਾਉ॥ ਦਇਆ ਮਇਆ ਕਿਰਪਾ ਨਾਨਕ ਕਉ, ਸੁਨਿ ਸੁਨਿ ਜਸੁ ਜੀਵਾਉ॥ ੨॥੧॥੩੮॥੬॥੪੪॥

riDh siDh niDh kar tal jagjeevan sarab naath anaykai naa-o. da-i-aa ma-i-aa kirpaa naanak ka-o sun sun jas jeevaa-o. ||2||1||38||6||44||

ਸੰਸਾਰ ਦਾ ਸਾਰਾ ਰਿਜ਼ਕ, ਰੂਹਾਨੀ ਤਾਕਤ, ਕਰਾਮਾਤਾਂ ਤੇਰੀ ਹੱਥ ਦੀ ਹਥੇਲੀ ਤੇ ਹਨ । ਸੰਸਾਰਕ ਜੀਵਾਂ ਦੇ ਸਵਾਸ ਸਾਰੇ ਤੇਰੇ ਸ਼ਬਦ ਦੇ ਆਸਰੇ ਤੇ ਚਲਦੇ ਹਨ । ਰਹਿਮਤਾਂ ਦੇ ਮਾਲਕ ਅਪਣੇ ਨਿਮਾਣੇ ਦਾਸ ਤੇ ਰਹਿਮਤਾਂ ਬਖਸ਼ੋ । ਮੈਂ ਤੇਰੇ ਸ਼ਬਦ ਦੀ ਗੂੰਜ ਸੁਣਕੇ ਹੀ ਆਪਣਾ ਜੀਵਨ ਬਤੀਤ ਕਰਦਾ ਰਹਾ ।

All worldly wealth, eternal, spiritual power, all miracles are under Your command only. The breathes of all creatures of the universe are under Your control with Your mercy and grace. With Your mercy and grace, blesses me devotion that the everlasting echo of Your Word resonate with each and every breath.

542.ਰਾਗੁ ਦੇਵਗੰਧਾਰੀ ਮਹਲਾ ੯॥ 536-8

੧ੳ ਸਤਿਗੁਰ ਪ੍ਰਸਾਦਿ॥	ik-oNkaar satgur parsaad.
ਯਹ ਮਨੁ ਨੈਕ ਨ ਕਹਿਓ ਕਰੈ॥	yeh man naik na kahi-o karai.
ਸੀਖ ਸਿਖਾਇ ਰਹਿਓ ਅਪਨੀ ਸੀ	seekh sikhaa-ay rahi-o apnee see
ਦੁਰਮਤਿ ਤੇ ਨ ਟਰੈ॥੧॥ ਰਹਾਉ॥	durmat tay na tarai. ||1|| rahaa-o.

ਮੇਰਾ ਮਨ, ਅੰਦਰ ਦੀ ਇੱਕ ਵੀ ਸਲਾਹ ਤੇ ਨਹੀਂ ਚਲਦਾ! ਮੇਰਾ ਮਨ ਸਿਖਿਆ ਦੇਂਦਾ ਥੱਕ ਗਿਆ ਹੈ । ਇਹ ਬੁਰੇ ਪਾਪਾਂ ਵਾਲੇ ਕੰਮ ਕਰਨ ਤੋ ਹੱਟ ਦਾ, ਰੁਕਦਾ ਨਹੀਂ ਹੈ ।

My mind does not follow any advice from my inner message of soul, embedded Holy spirit. The embedded Holy spirit has been tired imparting advise or guidance. My mind does not abandon evil thoughts and sinful deeds.

ਮਦਿ ਮਾਇਆ ਕੈ ਭਇਓ ਬਾਵਰੋ	mad maa-i-aa kai bha-i-o baavro
ਹਰਿ ਜਸੁ ਨਹਿ ਉਚਰੈ॥	har jas neh uchrai.
ਕਰਿ ਪਰਪੰਚੁ ਜਗਤ ਕਉ ਡਹਕੈ	kar parpanch jagat ka-o dahkai
ਅਪਨੋ ਉਦਰੁ ਭਰੈ॥੧॥	apno udar bharai. ||1||

ਸੰਸਾਰਕ ਮਇਆ ਦੇ ਨਸ਼ੇ ਵਿੱਚ ਇਹ ਪਾਗਲ, ਦਿਵਾਨਾ ਹੋਇਆ ਫਿਰਦਾ । ਇੱਕ ਪਲ ਵੀ ਪ੍ਰਭ ਦੇ ਸ਼ਬਦ ਦੀ ਪਾਲਣਾ ਨਹੀਂ ਕਰਦਾ । ਹਰ ਵੇਲੇ ਧੋਖੇ, ਚਲਾਕੀ ਦੇ ਕੰਮ ਕਰਕੇ ਆਪਣਾ ਪੇਟ ਭਰਦਾ ਹੈ, ਸੰਸਾਰਕ ਧਨ ਇਕੱਠਾ ਕਰਦਾ ਰਹਿੰਦਾ ਹੈ ।

My mind has been intoxicated and has become insane under the influence of Worldly wealth. My mind never obeys or pays attention to the teachings of His Word. He always with his clever and deceptive plans collccts worldly wealth and satisfies his hunger.

ਸੁਆਨ ਪੂਛ ਜਿਉ ਹੋਇ ਨ ਸੂਧੋ	su-aan poochh Ji-o ho-ay na sooDho
ਕਹਿਓ ਨ ਕਾਨ ਧਰੈ॥	kahi-o na kaan Dharai.
ਕਹੁ ਨਾਨਕ ਭਜੁ ਰਾਮ ਨਾਮ ਨਿਤ	kaho naanak bhaj raam naam nit
ਜਾ ਤੇ ਕਾਜੁ ਸਰੈ॥੨॥੧॥	jaa tay kaaj sarai. ||2||1|

ਜਿਵੇਂ ਕੁੱਤੇ ਦੀ ਪੂਛ ਸਿੱਧੀ ਨਹੀਂ ਕੀਤੀ ਜਾ ਸਕਦੀ । ਇਸ ਤਰ੍ਹਾਂ ਮਨਮੁਖ ਨੂੰ ਸਿੱਧੇ ਰਸਤੇ ਦੀ ਸਿਖਿਆ ਨਹੀਂ ਦਿੱਤੀ ਜਾ ਸਕਦੀ । ਅਗਰ ਇਹ ਪ੍ਰਭ ਦੇ ਦਿੱਤੇ ਤੇ ਭਰੋਸਾ ਅਡੋਲ ਰਖੇ! ਤਾਂ ਇਸ ਦੇ ਸਾਰੇ ਕਾਰਜ ਵੀ ਸਫਲ ਹੋ ਸਕਦੇ ਹਨ ।

As the tail of a dog cannot be straightened, same way mind may not be taught the right path of human life. Only if he establishes steady and stable belief on His blessings, all the chores of purpose of life may be fulfilled with His mercy and grace.

543.ਦੇਵਗੰਧਾਰੀ ਮਹਲਾ ੯॥ 536-11

ਸਭ ਕਿਛੁ ਜੀਵਤ ਕੋ ਬਿਵਹਾਰ॥	sabh kichh jeevat ko bivhaar.
ਮਾਤ ਪਿਤਾ ਭਾਈ ਸੁਤ ਬੰਧਪ,	maat pitaa bhaa-ee sut banDhap
ਅਰੁ ਫੁਨਿ ਗ੍ਰਿਹ ਕੀ ਨਾਰਿ॥੧॥ਰਹਾਉ॥	ar fun garih kee naar. ||1|| rahaa-o.

ਮਾਤਾ ਪਿਤਾ, ਭੇਣ, ਭਾਈ, ਬੱਚੇ , ਪਤਨੀ ਇਹ ਸਾਰੇ ਸੰਸਾਰ ਦੇ ਸਬੰਧ, ਸੰਸਾਰਕ ਮਾਇਆ ਦੇ ਜਾਲ ਹੀ ਹਨ ।

All worldly relationships like, mother, father, brother sister, suppose are the unique traps of worldly wealth.

ਤਨ ਤੇ ਪ੍ਰਾਨ ਹੋਤ ਜਬ ਨਿਆਰੇ,	tan tay paraan hot jab ni-aaray
ਟੇਰਤ ਪ੍ਰੇਤਿ ਪੁਕਾਰਿ॥	tayrat parayt pukaar.
ਆਧ ਘਰੀ ਕੋਊ ਨਹਿ ਰਾਖੈ,	aaDh gharee ko-oo neh raakhai
ਘਰ ਤੇ ਦੇਤ ਨਿਕਾਰਿ॥੧॥	ghar tay dayt nikaar. ||1||

ਜਦੋਂ ਤੇਰੇ ਤਨ ਵਿਚੋਂ ਆਤਮਾ ਚਲੀ ਜਾਂਦੀ ਹੈ । ਤੇਰੇ ਸਬੰਧੀ ਹੀ ਤੇਰੇ ਤਨ ਨੂੰ ਭੂਤ ਕਹਿੰਦੇ ਹਨ । ਤੇਰੇ ਸਰੀਰ ਨੂੰ ਇੱਕ ਪਲ ਵੀ ਘਰ ਵਿੱਚ ਨਹੀਂ ਰਹਿਣ ਦੇਂਦੇ, ਸ਼ਮਸ਼ਾਨ ਵਿੱਚ ਭੇਜ ਦੇਂਦੇ ਹਨ ।

When the soul may depart from your body; your close family members consider your body as a ghost and may not keep the body in the house anymore. Your body is sent to mortuary.

ਮ੍ਰਿਗ ਤ੍ਰਿਸਨਾ ਜਿਉ ਜਗ ਰਚਨਾ,	marig tarisnaa Ji-o jag rachnaa
ਯਹ ਦੇਖਹੁ ਰਿਦੈ ਬਿਚਾਰਿ॥	yeh daykhhu ridai bichaar.
ਕਹੁ ਨਾਨਕ ਭਜੁ ਰਾਮ ਨਾਮ ਨਿਤ,	kaho naanak bhaj raam naam nit
ਜਾ ਤੇ ਹੋਤ ਉਧਾਰ॥੨॥੨॥	jaa tay hot uDhaar. ||2||2||

ਇਹ ਸੰਸਾਰ ਇੱਕ ਰੇਗਸਤਾਨ ਦੀ ਲਛਕੋਰ, ਮਿਰਾਜ ਦੀ ਤਰ੍ਹਾਂ ਹੈ । ਇਸ ਦਾ ਮਨ ਵਿੱਚ ਵਿਚਾਰ ਰਖੋ! ਪ੍ਰਭ ਦੇ ਸ਼ਬਦ ਦਾ ਸਿਮਰਨ ਕਰੋ! ਜਿਸ ਨਾਲ ਤੇਰੀ ਆਤਮਾ ਦਾ ਅਧਾਰ, ਗਤੀ ਹੋ ਜਾਵੇ ।

You should always think about the world is like a mirage. You should meditate on the teachings of His Word with steady and stable belief in day to day life. Your soul may be accepted in his court and may be blessed with salvation.

544.ਦੇਵਗੰਧਾਰੀ ਮਹਲਾ ੯॥ 536-15

ਜਗਤ ਮੈ ਝੂਠੀ ਦੇਖੀ ਪ੍ਰੀਤਿ॥	jagat mai jhoothee daykhee pareet.
ਅਪਨੇ ਹੀ ਸੁਖ ਸਿਉ ਸਭ ਲਾਗੇ,	apnay hee sukh si-o sabh laagay
ਕਿਆ ਦਾਰਾ ਕਿਆ ਮੀਤ॥੧॥ ਰਹਾਉ॥	ki-aa daaraa ki-aa meet. ||1|| rahaa-o.

ਸੰਸਾਰ ਵਿੱਚ ਪਤਨੀ ਅਤੇ ਮਿੱਤਰ ਸਾਰੇ ਆਪਣੇ ਸੁਖ, ਲਾਲਚ ਵਿੱਚ ਹੀ ਸਭ ਕੁਝ ਕਰਦੇ ਹਨ । ਇਹ ਪਿਆਰ, ਪ੍ਰੀਤ ਕੇਵਲ ਦਿਖਾਵੇ ਦਾ ਹੀ, ਝੂਠਾ ਹੀ ਹੈ ।

Worldly relationships, spouse, children, friends all works for own greed and comforts. Worldly love, attachments all are just show off, pretension and false in ignorance.

ਮੇਰਉ ਮੇਰਉ ਸਭੈ ਕਹਤ ਹੈ,	mayra-o mayra-o sabhai kahat hai
ਹਿਤ ਸਿਉ ਬਾਧਿਓ ਚੀਤ॥	hit si-o baaDhi-o cheet.
ਅੰਤਿ ਕਾਲਿ ਸੰਗੀ ਨਹ ਕੋਊ,	ant kaal sangee nah ko-oo
ਇਹ ਅਚਰਜ ਹੈ ਰੀਤਿ॥੧॥	ih achraj hai reet. ||1||

ਸਾਰੇ ਤੈਨੂੰ ਮੇਰਾ ਮੇਰਾ ਹੀ ਕਰਦੇ ਹਨ, ਪਿਆਰ ਜਤਾਉਂਦੇ ਹਨ । ਪਰ ਅਖੀਰਲੇ ਸਮੇਂ ਤੇ ਕੋਈ ਵੀ ਤੇਰਾ ਸਾਥ ਨਹੀਂ ਦੇਂਦਾ, ਦੇ ਸਕਦਾ । ਇਸ ਤਰ੍ਹਾਂ ਦਾ ਅਚੰਬਾ, ਅਨੋਖਾ ਹੀ ਸੰਸਾਰ ਦਾ ਵਰਤਾਉ ਹੈ, ਤਰੀਕਾ ਹੈ ।

Everyone may show affection and love in your worldly life. However, no one may be able to help you or remain with You at the time of death. This is an astonishing play of world.

ਮਨ ਮੂਰਖ ਅਜਹੂ ਨਹ ਸਮਝਤ,
ਸਿਖ ਦੈ ਹਾਰਿਓ ਨੀਤ॥
ਨਾਨਕ ਭਉਜਲੁ ਪਾਰਿ ਪਰੈ ਜਉ,
ਗਾਵੈ ਪ੍ਰਭ ਕੇ ਗੀਤ॥
੨॥੩॥੬॥੩੮॥੪੭॥

man moorakh ajhoo nah samjhat
sikh dai haari-o neet.
naanak bha-ojal paar parai ja-o
gaavai parabh kay geet.
||2||3||6||38||47||

ਮੇਰਾ ਮਨ ਅਜੇ ਵੀ ਸਮਝਦਾ ਨਹੀਂ । ਅੰਦਰਲਾ ਮਨ ਲਗਤਾਰ ਸਿਖਿਆ ਦੇ ਕੇ ਥੱਕ ਗਿਆ ਹੈ । ਜਿਹੜਾ ਸ਼ਬਦ ਦੀ ਪਾਲਣਾ, ਸਿਮਰਨ ਕਰਦਾ ਹੈ । ਉਹ ਸੰਸਾਰਕ ਸਾਗਰ ਪਾਰ ਕਰ ਜਾਂਦਾ ਹੈ ।

My mind still does not comprehend the reality of worldly life. My subconscious, inner advice of Holy spirit has been tired by advising my mind. Whosoever may meditate and adopt the teachings of His Word with steady and stable belief in day to day life. With His mercy and grace, he may be saved from the worldly ocean of desires.

Theme of The Guru Granth Sahib Ji.

1. ਪ੍ਰਭ ਕੌਣ ਹੈ?

ਪ੍ਰਭ ਇੱਕੋ ਇੱਕ ਰੁਹਾਨੀ ਜੋਤ, ਜਿਹੜੀ ਕਦੇ ਨਾਸ਼ ਨਹੀਂ ਹੋ ਸਕਦੀ, ਆਪਣੇ ਆਪ ਵਿਚੋਂ ਹੀ ਉਤਪਤ ਹੁੰਦੀ ਹੈ । ਪ੍ਰਭ ਦਾ ਆਸਣ ਜੀਵ ਦੇ ਤਨ ਵਿੱਚ ਹੀ ਹੈ, ਆਤਮਾ ਦੇ ਸਾਥ, ਆਤਮਾ ਦੀਆਂ ਇੱਛਾਂ ਤੋਂ ਰਹਿਤ ਰਹਿੰਦਾ ਹੈ ।

2. ਆਤਮਾ ਕੀ ਹੈ?

ਆਤਮਾ ਰੁਹਾਨੀ ਜੋਤ ਦਾ ਮੈਲਾ ਹੋਇਆ ਅੰਗ ਹੈ । ਆਤਮਾ ਅਕਾਰ ਰਹਿਤ ਹੈ, ਕਿਸੇ ਵੀ ਅਕਾਰ ਵਿੱਚ ਆ ਸਕਦੀ ਹੈ । ਆਤਮਾ ਸਦਾ ਹੀ ਜਵਾਨ ਰਹਿੰਦੀ, ਕਦੇ ਨਾਸ਼ ਨਹੀਂ ਹੁੰਦੀ, ਮਰਦੀ ਨਹੀਂ । ਆਤਮਾ ਕੇਵਲ ਇੱਕ ਤਨ ਵਿਚੋਂ ਦੂਸਰੇ ਤਨ ਵਿਚ ਪੈਦਾ ਹੋ ਜਾਂਦੀ ਹੈ ।

3. ਸ੍ਰਿਸ਼ਟੀ ਕੀ ਹੈ?

ਸ੍ਰਿਸ਼ਟੀ ਪ੍ਰਭ ਦੀ ਜੋਤ ਦਾ ਹੀ ਪਸਾਰਾ ਹੈ, ਪ੍ਰਭ ਆਪ ਹੀ ਸ੍ਰਿਸਟੀ ਹੈ । ਸ੍ਰਿਸ਼ਟੀ ਆਤਮਾ ਦੇ ਤਨ ਬਦਲਨ ਵਾਲਾ ਆਸਣ ਹੈ । ਸ੍ਰਿਸ਼ਟੀ ਵਿੱਚ ਵੱਖਰੀ ਵੱਖਰੀ ਕਿਸਮਾਂ ਦੇ ਜੀਵ ਹੀ ਪ੍ਰਭ ਦੇ ਬਣਾਏ ਹੋਏ ਧਰਮ ਹਨ ।

4. ਸ੍ਰਿਸ਼ਟੀ ਵਿਚ ਕੌਣ ਜਨਮ ਲੈਂਦਾ ਹੈ?

ਰੁਹਾਨੀ ਜੋਤ ਦਾ ਮੈਲਾ ਹੋਇਆ ਅੰਗ: ਤਨ; ਪ੍ਰਭ ਦਾ ਸ਼ਬਦ (ਪਵਿੱਤਰ ਜੋਤ); ਮਨ, ਆਤਮਾ ਨੂੰ ਅਸਲੀ ਰਸਤੇ ਤੇ ਚਲਾਉਣ ਲਈ ; ਮਨ ਦੀ ਪਛਾਣ ਹੀ ਆਤਮਾ ਨੂੰ ਪਾਵਿਤ੍ਰ ਕਰਨ ਦਾ ਰਸਤਾ ।

5. ਸ਼ਬਦ ਕੀ ਹੈ?

ਸ਼ਬਦ ਹੀ ਪ੍ਰਭ ਦਾ ਰੂਪ ਹੈ, ਕਦੇ ਨਾਸ਼ ਨਹੀਂ ਹੁੰਦਾ, ਲਿਖਿਆ ਨਹੀਂ ਜਾ ਸਕਦਾ । ਇਸ ਦੀ ਗੂੰਜ ਸਦਾ ਹੀ ਚਲਦੀ ਰਹਿੰਦੀ ਹੈ । ਸਦਾ ਹੀ ਆਤਮਾ ਦੇ ਸਾਥ ਰਹਿੰਦਾ, ਕਦੇ ਸਾਥ ਨਹੀਂ ਛੱਡਦਾ, ਆਤਮਾ ਦੀਆਂ ਇੱਛਾਂ ਤੋਂ ਰਹਿਤ ਰਹਿੰਦਾ ਹੈ । ਮਨ ਦਾ ਅਹੰਕਾਰ ਹੀ ਆਤਮਾ ਅਤੇ ਸ਼ਬਦ ਵਿਚ ਪਰਦਾ ਹੈ ।

6. ਆਤਮਾ ਨੂੰ ਪ੍ਰਭ ਤੋਂ ਵਿਛੋੜਾ ਕਿਉਂ ਹੁੰਦਾ?

ਅਹੰਕਾਰ ਨਾਲ ਪ੍ਰਭ ਨਾਲੋਂ ਵਿਛੋੜਾ ਹੁੰਦਾ ਹੈ ।

7. ਆਤਮਾ ਦਾ ਪ੍ਰਭ ਨਾਲ ਮਿਲਾਪ ਕਿਵੇਂ ਹੋ ਸਕਦਾ ਹੈ?

ਜਦੋਂ ਆਤਮਾ ਚਾਰ ਪਦਾਰਥ ਹਾਸਿਲ ਕਰ ਲੈਂਦੀ ਹੈ । ਜਦੋਂ ਆਤਮਾ ਪਹਿਲੇ ਤਿੰਨੇਂ ਗੁਣ (ਰਜ, ਤਮ, ਸਤ) ਹਾਸਿਲ ਕਰ ਲੈਂਦੀ, ਜਿੱਤ ਪਾ ਲੈਂਦੀ ਹੈ! ਅਗਰ ਪ੍ਰਭ ਆਪ ਹੀ ਰਹਿਮਤ ਦੀ ਨਜ਼ਰ ਬਖਸ਼ੇ ਤਾਂ ਮੁਕਤ ਅਵਸਥਾ ਬਖਸ਼ ਹੋ ਸਕਦੀ ਹੈ ।

8. ਮੁਕਤ ਅਵਸਥਾ ਕੀ ਹੈ?

ਇਸ ਸਮੇਂ ਆਤਮਾ ਦੀ ਜੋਤ ਪਵਿੱਤਰ ਹੋ ਜਾਂਦੀ, ਪ੍ਰਭ ਦੀ ਜੋਤ ਵਿਚ ਅਭੇਦ ਹੋਣ ਦੇ ਯੋਗ ਹੋ ਜਾਂਦੀ ਹੈ । ਫਿਰ ਉਸ ਨੂੰ ਪ੍ਰਭ ਦੀ ਜੋਤ ਵਿਚੋਂ ਅਲੱਗ ਨਹੀਂ ਕੀਤਾ ਜਾ ਸਕਦਾ । ਆਤਮਾ ਦੀ ਆਪਣੀ ਹੋਂਦ ਖਤਮ ਹੋ ਜਾਂਦੀ ਹੈ । ਉਹ ਸ੍ਰਿਸ਼ਟੀ ਦੀ ਅਵਾਜ, ਅਰਦਾਸ ਸੁਣ ਨਹੀਂ ਸਕਦੀ । ਆਪਣੇ ਆਪ ਵਿੱਚ ਕੁਝ ਕਰਨ ਦੀ ਸਮਰਥਾ ਨਹੀਂ ਹੁੰਦੀ ।

9. ਚਾਰ ਪਦਾਰਥ ਕਿਹੜੇ ਹਨ?

ਰਜ ਗੁਣ-! ਤਮ ਗੁਣ! ਸਤ ਗੁਣ! ਮੁਕਤ ਅਵਸਥਾ!

10. ਮੌਤ ਕੀ ਹੈ?

ਮੌਤ ਕੇਵਲ ਮਨ ਦੀਆਂ ਇੱਛਾਂ ਦੀ ਹੁੰਦੀ ਹੈ, ਤਨ ਮਿੱਟੀ ਦਾ ਭਾਗ , ਮਿੱਟੀ ਵਿੱਚ ਰਲ ਜਾਂਦਾ ਹੈ ।

11. ਆਤਮਾ ਦੀ ਪਵਿੱਤਰਤਾ ਦੀਆਂ ਕਿਹੜੀਆਂ ਅਵਸਥਾਂ ਹਨ?

○ ਬੰਦਗੀ ਕਰਨ ਦੀ ਅਵਸਥਾ– ਇਹ ਪਹਿਲੀ ਅਵਸਥਾ ਹੈ!

ਮਨ ਦੇ ਧਿਆਨ ਨੂੰ ਸ਼ਬਦ ਦੀ ਅਵਾਜ, ਗੂੰਜ ਵੱਲ ਲਾਉਣਾ, ਆਪਣੀ ਖੁਦਗ਼ਰਜੀ ਤੇ ਜਿੱਤ ਪਾਉਣੀ, ਸ੍ਰਿਸ਼ਟੀ ਦੀ ਭਲਾਈ ਦੇ ਕੰਮ ਕਰਨੇ, ਹਮੇਸ਼ਾ ਮਨ ਵਿਚ ਧਿਆਨ ਰੱਖਣਾ, ਪ੍ਰਭ ਦੀ ਜੋਤ ਹੀ ਹਰਇੱਕ ਤਨ ਵਿਚ ਵਸਦੀ ਹੈ । ਇਸ ਅਵਸਥਾ ਵਿਚ ਵੀ ਮਨ ਦਾ ਭਰੋਸਾ ਅਡੋਲ ਨਹੀਂ ਹੁੰਦਾ, ਸੰਸਾਰਕ ਮਾਇਆ ਦੇ ਥੋੜ੍ਹੇ ਸਮੇਂ ਰਹਿਣ ਵਾਲੇ ਅਨੰਦ, ਜਾਲ ਵਿੱਚ ਫਸ ਸਕਦਾ ਹੈ, ਰਸਤਾ ਛੱਡ ਸਕਦਾ ਹੈ ।

○ ਗੁਰਮਖ ਅਵਸਥਾ !

ਮਨ ਦਾ ਭਰੋਸਾ ਪ੍ਰਭ ਦੇ ਬਖਸ਼ੇ ਤੇ ਅਡੋਲ ਹੋ ਜਾਂਦਾ ਹੈ । ਮਨ ਸਦਾ ਹੀ ਸੁਚੇਤ ਰਹਿੰਦਾ ਹੈ, ਮਨ ਇੱਛਾਂ ਰਹਿਤ ਹੋ ਜਾਂਦਾ ਹੈ । ਮਨ ਦੇ ਭਰੋਸੇ ਨੂੰ ਸੰਸਾਰਕ ਮਾਇਆ ਦੀ ਕਸਵਟੀ ਨਾਲ ਪਰਖਿਆ ਜਾਂਦਾ ਹੈ । ਗੁਰੂ ਪੀਰ ਵੀ ਇਸ ਅਵਸਥਾ ਵਿੱਚ ਪਹੁੰਚ ਕੇ ਡੋਲ ਜਾਂਦੇ ਹਨ! ਸੰਸਾਰਕ ਮਾਇਆ ਦੇ ਜਾਲ ਵਿਚ ਫਸ ਜਾਂਦੇ ਹਨ! ਆਪਣੀ ਪੂਜਾ ਕਰਵਾਉਣ ਲੱਗ ਪੈਂਦੇ, ਆਪਣੇ ਆਪ ਨੂੰ ਗੁਰੂ, ਪੀਰ, ਫਕੀਰ, ਪ੍ਰਭ ਦਾ ਬੰਦਾ ਸਦਾਉਂਦੇ ਹਨ! ਆਪਣੇ ਰਹਿਤਨਾਲੇ ਦਾ ਉਪਦੇਸ਼ ਕਰਦੇ ਹਨ । ਸੰਸਾਰਕ ਧਰਮ ਪੈਦਾ ਹੋ ਜਾਂਦੇ ਹਨ ।

○ ਦਾਸ ਅਵਸਥਾ !

ਇਹ ਆਤਮਾ ਦੇ ਵਿਛੋੜੇ ਦੀ ਅੰਤਮ ਅਵਸਥਾ ਹੁੰਦੀ ਹੈ । ਉਸ ਦੀ ਸ਼ਬਦ ਦੀ ਕਮਾਈ ਪ੍ਰਭ ਪ੍ਰਵਾਨ ਕਰ ਲੈਂਦਾ, ਆਪਣੀ ਸ਼ਰਣ ਵਿਚ ਪ੍ਰਵਾਨਗੀ ਬਖਸ਼ਦਾ ਹੈ । ਉਸ ਆਤਮਾ ਦਾ ਆਵਾਗਉਣ, ਜਨਮ ਮਰਨ ਖਤਮ ਹੋ ਜਾਂਦਾ ਹੈ ।

12. ਧਾਰਮਕ ਗ੍ਰੰਥਾਂ ਵਿੱਚ ਕੀ ਲਿਖਿਆ ਹੈ?

ਧਾਰਮਕ ਗ੍ਰੰਥਾਂ ਵਿੱਚ ਪ੍ਰਭ ਦੇ ਸ਼ਬਦ ਬਾਬਤ, ਪ੍ਰਭ ਬਾਬਤ ਕੁਝ ਲਿਖਿਆ ਨਹੀਂ ਜਾ ਸਕਦਾ । ਧਾਰਮਕ ਗ੍ਰੰਥ, ਪ੍ਰਭ ਦੀ ਰਹਿਮਤ ਪਾਉਣ ਦੀ ਕੁੰਜੀ, ਜੀਵਨ ਢਾਲਣ ਦੀ ਵਿਧੀ, ਸਭ ਸਿੱਧੇ ਰਸਤੇ ਹੀ ਹਨ । ਧਾਰਮਕ ਗ੍ਰੰਥ, ਲਿਖਤਾਂ ਕੇਵਲ ਸ੍ਰਿਸ਼ਟੀ ਵਿਚ ਦੇਖੇ ਜਾਣ ਵਾਲੀਆਂ, ਥੋੜ੍ਹਾ ਸਮਾਂ ਪਾ ਕੇ ਨਾਸ਼ ਹੋ ਜਾਣ ਵਾਲੀਆਂ ਸ੍ਰਿਸ਼ਟੀ ਦੀਆਂ ਘਟਨਾਵਾਂ ਬਾਬਤ ਹੀ ਲਿਖ ਸਕਦੇ ਹਨ!

13. ਧਾਰਮਕ ਪ੍ਰਚਾਰਕ, ਅਰਥ ਲਿਖਣ ਵਾਲੇ ਕੀ ਦੱਸ ਦੇ ਹਨ?

ਹਰਇੱਕ ਜੀਵ ਜਿਤਨੀ ਪ੍ਰਭ ਸੋਝੀ ਬਖਸ਼ਦਾ ਹੈ, ਉਹ ਹੀ ਲਿਖ ਸਕਦਾ ਹੈ । ਕੇਵਲ ਆਪਣੇ ਮਨ ਦੀ ਭਾਵਨਾ, ਅਵਸਥਾ ਹੀ ਪ੍ਰਗਟ ਕਰਦਾ ਹੈ । ਜਿਹੜਾ ਆਪਣਾ ਜੀਵਨ ਸ਼ਬਦ ਅਨੁਸਾਰ ਢਾਲਦਾ ਹੈ, ਉਹ ਹੀ ਪ੍ਰਭ ਦਾ ਦਾਸ, ਸ਼ਰਣ ਵਿੱਚ ਪ੍ਰਵਾਨ ਹੋ ਸਕਦਾ ਹੈ ।

1. 11 SIKH GURU JI & FAMILY HISTORY

1. Guru Nanak Dev Ji – Apr15th,1469 - Sept 22nd 1539			
F- Metha Kalu , M- Tripta	*B- Nanakana Sahib, D- Kartarpur*	*W- Salakhani*	*S-Shri Chand, S-Laxshmi Chand*
2. Guru Angand Dev Ji – Mar 31st, 1504 –Mar 29th 1552			
F - Pharu Mal M - Pam Kaur	*B- Mata De Saran D- Khadur Sahib*	*W- Khevi*	*S- Dutu, Dasu D-Anakhi, Amaru*
3. Guru Amar Das Ji – May 15th, 1479 – Sept 1st 1574			
F-Taj Bhan M- Salakhani	*B- Baserkay D- Goindwal*	*W- Mansa Devi*	*S- Mohani, Mohari D- Dhani, Bhani*
4. Guru Ram Das Ji – Asu 26 , 1534 – Asu 2, 1581			
F-Har Das Sodhi M- Daeja Kaur	*B- Lahore, D- Goindwal*	*W- Bhani*	*S- Prithi Chand, S-Mah Dev, S- Aurjan Dev*
5. Guru Aurjan Dev Ji – Apr 15th, 1562 - May 30th, 1606			
F- Ram Das M- Bhani	*B – Goindwal D- Lohore*	*W- Ganga*	*S - Hergobind*
6. Guru Hergobind Ji – Jun 14th, 1594 - Mar 3rd , 1644			
F- Aurjan Dev M- Ganga	*B – Guru Ki Wadali D- Kirtpur*	*W – Damodri, Nanaki, Maha Devi*	*S- Gurdita (Dem). S- Suraj Mal(Mah) S- Ani Rai (Dem) S- Atal Rai (Mah) S- Tegh Bahadur (Nan) D- Viru (Dem)*
.7 Guru Her Rai Ji – Feb 26th, 1630 - Oct 6th, 1661			
F - Gurdita M- Nahal Kaur	*B- Kirtpur D- Kirtpur*	*W- Kotkaljani Kishen Kaur*	*S- Ram Rai (Kotkaljani) S- Her Krishn (Kishen)*
8 Guru Her Krishen Ji – July 7th, 1656 - Mar 30th, 1664			
F- Her Rai M- Kishen Kaur	*B- Kirtpur D- Dehli*		
9 Guru Tegh Bahadur Ji – Apr 1st , 1621 - Nov 11th, 1674			
F- Hergobind M- Nanaki	*B - Guru Ka Mahal D- Delhi*	*W - Gujari*	*S - Gobind Rai*
10. Guru Gobind Singh Ji – Dec 22nd , 1666 - Oct 7th, 1708			
F - Tegh Bahadur M- Gujari	*B – Patna D- Nadar (Hazoor-sahib)*	*W- Jito Sunderi Sahib Kaur*	*S- Ajit Singh (Sunderi) S_ Zora Singh (Jito) S- Fathia Singh (Jito) S- Zujjar Singh (Jito)*
• *11. Guru Granth Sahib - Oct 7th , 1708 – Forever lives –* • *Baba Mani Singh First Sawadar @ Amritsar - died Jun 14th 1738*			
Baba Budha ji- First Granthi (1506 – 1630) of Aad Granth- compiled by Guru Aurjan Dev ji			

Note : ਲਹਿਣਾ ਜੀ – ਗੁਰੂ ਅੰਗਦ ਬਣ ਗਏ;
ਖਰਮਾ (ਜੈਠਾ) ਜੀ – ਗੁਰੂ ਰਾਮ ਦਾਸ ਬਣ ਗਏ;
ਗਿਆਤ ਮੱਲ ਜੀ – ਗੁਰੂ ਤੇਗ ਬਹਾਦਰ ਬਣ ਗਏ।

2. ☬ ਪੰਜ ਪਿਆਰੇ: ☬ ਸਿੰਘ ਦੇ ਚਿਨ੍ਹ: ਕ੍ਰਿਪਾਨ, ਕੰਘਾ, ਕੜਾ, ਕਛਹਿਰਾ, ਕੇਸ। ☬
☬ ਲੱਖੀ ਸ਼ਾਹ ਵਨਜਾਰਾ, ਨਕਾਈਆ ਬਾਬੇ ਨੇ ਆਪਣੇ ਘਰ ਨੂੰ ਅੱਗ ਭੇਟਾ ਕਰਕੇ – ਤੇਗ ਬਹਾਦਰ ਜੀ ਨੂੰ ਅੰਤਮ ਸਲਾਮੀ ਦਿੱਤੀ । ☬

1. ਭਾਈ ਦਯਾ ਸਿੰਘ :		
	ਜਨਮ	1725 ਬਿਕ੍ਰਮੀ ਫੱਗਨ ਦੀ ਸੰਗ੍ਰਾਂਦਿ, ਐਤਵਾਰ।
	ਥਾਪਣਾ:	13 ਸਾਲ ਦੀ ਉਮਰ ਵਿਚ ਅਨੰਦਪੁਰ ਸਾਹਿਬ ਗੁਰੂ ਦੀ ਸ਼ਰਣ ਆਏ।
	ਜੋਤੀ ਜੋਤ ਸਮਾਏ	1765 ਬਿਕ੍ਰਮੀ ਨੂੰ ਅੱਸੂ, ਸ੍ਰੀ ਅਬਿਚਲ ਨਗਰ, ਹਜੂਰ ਸਾਹਿਬ।
	ਭਗਤ	
2. ਭਾਈ ਧਰਮ ਸਿੰਘ		ਪਿਤਾ – ਪਰਮ ਸੁਖ, ਮਾਤਾ– ਅਨੰਤੀ, ਦਿੱਲੀ – ਜੱਟ।
	ਜਨਮ	1727 ਬਿਕ੍ਰਮੀ ਵੈਸਾਖ ੧੩ ਸੋਮਵਾਰ, ਪਹਿਲੀ ਰਾਤ,
	ਥਾਪਣਾ:	25 ਸਾਲ ਦੀ ਉਮਰ ਵਿਚ ਅਨੰਦਪੁਰ ਸਾਹਿਬ ਗੁਰੂ ਦੀ ਸ਼ਰਨ ਆਏ।
	ਜੋਤੀ ਜੋਤ ਸਮਾਏ	1768 ਬਿਕ੍ਰਮੀ, ਸ੍ਰੀ ਅਬਿਚਲ ਨਗਰ, ਹਜੂਰ ਸਾਹਿਬ।
	ਭਗਤ	ਭਗਤ ਧੰਨੇ ਜੀ ਦੇ ਅਵਤਾਰ ਸਨ
3. ਭਾਈ ਹਿੰਮਤ ਸਿੰਘ		ਪਿਤਾ– ਮਾਲ ਦੇਉ, ਮਾਤਾ–ਲਾਲ ਦੇਈ– ਜਗਨ ਨਾਥ ਪੁਰੀ ਦੇ ਝੀਵਰ
	ਜਨਮ	1721 ਬਿਕ੍ਰਮੀ ਜੇਠ ੧੫, ਗੁਰੂ ਤੇਗ ਬਹਾਦਰ ਦੇ ਡੇਰੇ – ਬਾਬੇ ਬਕਾਲੇ।
	ਥਾਪਣਾ:	xx ਸਾਲ ਦੀ ਉਮਰ ਵਿਚ ਅਨੰਦਪੁਰ ਸਾਹਿਬ ਗੁਰੂ ਦੀ ਸ਼ਰਣ ਆਏ।
	ਜੋਤੀ ਜੋਤ ਸਮਾਏ	1761 ਬਿਕ੍ਰਮੀ ਨੂੰ ਸਾਹਿਬਜਾਦਿਆ ਨਾਲ, ਸ੍ਰੀ ਚਮਕੌਰ ਸਾਹਿਬ ।
	ਭਗਤ	ਚੱਤ੍ਰ ਭੁਜੀ ਨੂੰ ਪਕੜਨ ਵਾਲੇ ਪੰਧਕ ਦਾ ਅਵਤਾਰ ਸਨ
4. ਭਾਈ ਮੁਹਕਮ ਸਿੰਘ		ਪਿਤਾ– ਜਗਜੀਵਨ ਰਾਇ, ਮਾਤਾ – ਸੰਭਲੀ ਜੀ।
	ਜਨਮ	1736 ਬਿਕ੍ਰਮੀ 5 ਚੇਤ ਦਵਾਰਕਾ ਵਾਸੀ, ਨਾਮਾ ਵਾਸੀ ਸਨ ।
	ਥਾਪਣਾ:	15 ਸਾਲ ਦੀ ਉਮਰ ਵਿਚ ਮਾਤਾ ਪਿਤਾ ਨਾਲ ਗੁਰੂ ਗੋਬਿੰਦ ਜੀ ਦੇ ਸ਼ਰਣ।
	ਜੋਤੀ ਜੋਤ ਸਮਾਏ	1761 ਬਿਕ੍ਰਮੀ ਨੂੰ ਸਾਹਿਬਜਾਦਿਆ ਨਾਲ, ਸ੍ਰੀ ਚਮਕੌਰ ਸਾਹਿਬ ।
	ਭਗਤ	ਭਗਤ:– ਭਗਤ ਨਾਮਦੇਵ ਜੀ ਦੇ ਅਵਤਾਰ ਸਨ।
5. ਭਾਈ ਸਾਹਿਬ ਸਿੰਘ		ਪਿਤਾ – ਗੁਰ ਨਾਰੈਣ, ਮਾਤਾ – ਅਨੰਕਪਾ ਜੀ। ।
	ਜਨਮ	1732 ਬਿਕ੍ਰਮੀ ੫ ਮੱਘਰ, ਬਿਦਰਪੁਰੀ ਦੇ ਵਾਸੀ ਸਨ
	ਥਾਪਣਾ:	11 ਸਾਲ ਦੀ ਉਮਰ ਵਿਚ ਗੁਰੂ ਗੋਬਿੰਦ ਸਿੰਘ ਜੀ ਦੇ ਸ਼ਰਣ ਭੇਟਾ ਕੀਤੇ।
	ਜੋਤੀ ਜੋਤ ਸਮਾਏ	1761 ਬਿਕ੍ਰਮੀ ਨੂੰ ਸਾਹਿਬਜਾਦਿਆ ਨਾਲ, ਸ੍ਰੀ ਚਮਕੌਰ ਸਾਹਿਬ ।
	ਭਗਤ	ਭਗਤ:– ਸੈਨ ਭਗਤ ਦੇ ਅਵਤਾਰ ਸਨ।

ਸਾਹਿਬਜਾਦੇ:

4 ਸਾਹਿਬਜਾਦੇ::	ਪਿਤਾ – ਗੁਰੂ ਗੋਬਿੰਦ ਸਿੰਘ ਜੀ
	ਅਜੀਤ ਸਿੰਘ–ਮਾਤਾ ਸੰਦਰੀ ਜੀ, ਜੋਜਾਰ ਸਿੰਘ – ਮਾਤਾ ਜੀਤੋ ਜੀ ਜੋਰਾਵਰ ਸਿੰਘ–ਮਾਤਾ ਜੀਤੋ ਜੀ, ਫਤੇਹ ਸਿੰਘ – ਮਾਤਾ – ਜੀਤੋ ਜੀ।

3. ਬੰਦਾ ਸਿੰਘ (ਮਾਧੋ) ਨੂੰ ਪੰਜਾਂ ਸਿੰਘਾਂ ਦੇ ਮਾਤਹਿਤ ਜੰਗੀ ਕੰਮ ਕਰਨਵਾਲਾ ਗੁਰੂ ਦਾ ਕਰਿੰਦਾ ਥਾਪੀਆ।

ਬਾਬਾ ਬਾਜ ਸਿੰਘ	ਬਾਬਾ ਬਿਨੋਦ ਸਿੰਘ	ਬਾਬਾ ਕਾਹਨ ਸਿੰਘ	ਬਾਬਾ ਬਿਜੈ ਸਿੰਘ	ਬਾਬਾ ਰਾਮ ਸਿੰਘ
ਭੰਗੂ ਜੀ ਨੇ ਮਾਝੇ ਦੇ ਸਿੰਘ ਦੱਸਿਆ ਹੈ				
ਬਾਬਾ ਬਾਜ ਸਿੰਘ	ਬਾਬਾ ਬਿਨੋਦ ਸਿੰਘ	ਬਾਬਾ ਕਾਹਨ ਸਿੰਘ	ਬਾਬਾ ਦਾਇਆ ਸਿੰਘ	ਬਾਬਾ ਰਣ ਸਿੰਘ

4. ਜੋਗ – 7 ਪ੍ਰਕਾਰ ਦੇ ਜੋਗ ਦੱਸੇ ਗਏ ਹਨ।

ਮੰਤ੍ਰ ਜੋਗ	ਹਠ ਜੋਗ	ਗਿਆਨ ਜੋਗ	ਰਾਜ ਜੋਗ:
ਭਗਤ ਜੋਗ	ਅਗਰਭਤ ਜੋਗ	ਸ਼ਗਰਭਤ ਜੋਗ	

5. ਵਰਾਗ:

ਕਾਰਨ ਵੈਰਾਗ	ਮੰਦਾ ਵੈਰਾਗ	ਵਸੀਕਾਰ ਵੈਰਾਗ	ਯਤਮਾਨ ਵੈਰਾਗ	ਵਿਤ੍ਰੇਕ ਵੈਰਾਗ
ਏਕ ਇੰਦ੍ਰੇ ਵੈਰਾਗ	ਤੀਬਰ ਵੈਰਾਗ	ਘੋੜਾ ਵੈਰਾਗ	ਤਰ ਤਮ ਵੈਰਾਗ	ਗਧਾ ਵੈਰਾਗ
ਤਰ ਤੀਬਰ ਵੈਰਾਗ	ਸ਼ੇਰ ਵੈਰਾਗ			

6. ਨੌ ਮੂੰਨੀ:

ਅਤ੍ਰਿ–ਅਨਸੂਆ	ਅੰਗਰਾ–ਸਰਧਾ	ਪੁਲਹ–ਗਤਿ	ਕ੍ਰਤੂ–ਕ੍ਰਿਆ	ਮਰੀਚ–ਕਲਾ
ਪੁਲਸਤਯ–ਹਵਿਭੁਗ	ਭ੍ਰਿਗੂ–ਖਿਆਤਿ	ਅਤਵਣ–ਸ਼ਾਤਿ	ਵਸ਼ਿਸ਼ਟ–ਅਰੁੰਧਤੀ	

7. 14 ਰਤਨ:

ਸ੍ਰੀ	ਮਣ	ਰੰਭਾ	ਧਨੰਤਰ	ਧਨੁਖ
ਗਜਰਾਜ	ਬਾਜ	ਧੇਨ	ਬਿਖ– ਨਿੰਦਾ–ਜ਼ਹਿਰ	ਸਸਿ
ਕਲਪਤਰ	ਸੰਖ	ਅਮੀ	ਬਾਰਨੀ–ਨਾਮ ਦੀ ਮਸਤੀ	

8. 4 ਜੁਗ ਇੱਕ ਚੋਕੜੀ = 432000 ਸਾਲ:

ਸਤ ਜੁਗ – 4 ਚੋਕੜੀ	ਤ੍ਰਤੇ ਜੁਗ – 3 ਚੋਕੜੀ	ਦੁਅਪਰ ਜੁਗ – 2 ਚੋਕੜੀ	ਕਲ ਜੁਗ – 1 ਚੋਕੜੀ

9. 9 ਖੰਡ:

ਕੁਰੂ ਖੰਡ	ਹਿਰਨਮਯ ਖੰਡ	ਇਲਾਬ੍ਰਤ ਖੰਡ	ਕੇਤਮਾਲ ਖੰਡ	ਹਰੀ ਵਰਖ ਖੰਡ
ਰੰਮਯਕ ਖੰਡ	ਕਿੰਪੁਰਸ਼ ਖੰਡ	ਭੱਦਰ ਖੰਡ	ਭਾਰਤ ਖੰਡ	

10. ੯ ਨਾਥ:

ਪ੍ਰਾਨ ਨਾਥ	ਗੋਪੀ ਨਾਥ	ਸੂਰਤ ਨਾਥ	ਗੌਰਖ ਨਾਥ	ਮਛੰਦਰ ਨਾਥ

ਆਦਿ ਨਾਥ –ਸ਼ਿਵ ਦਾ ਅਵਤਾਰ	ਮਛੰਦਰ ਨਾਥ –ਮਾਇਆ ਦਾ ਅਵਤਾਰ	ਉਦੇ ਨਾਥ – ਪਾਰਬਤੀ ਦਾ ਅਵਤਾਰ
ਸੰਤੋਖ ਨਾਥ –ਵਿਸ਼ਨੂੰ ਦਾ ਅਵਤਾਰ	ਕੰਥੜ ਨਾਥ – ਗਣੇਸ਼ ਦਾ ਅਵਤਾਰ	ਸਤਿ ਨਾਥ – ਬ੍ਰਹਮਾ ਦਾ ਅਵਤਾਰ
ਅਚੰਭ ਨਾਥ – ਚੰਬੇ ਦਾ ਰਾਜਾ, ਪਰਬਤ ਦਾ ਅਵਤਾਰ	ਚੌਰੰਜੀ ਨਾਥ – ਪੂਰਨ ਭਗਤ ਸਾਲਬਾਹਨ ਦਾ ਪੁਤਰ	ਗੋਰਖ ਨਾਥ – ਮਹਾਦੇਵ ਦਾ ਅਵਤਾਰ

11. 4 ਵੇਦ: ਪ੍ਰਭ ਨੇ ਬ੍ਰਹਮਾ ਜੀ ਨੂੰ ਬਖਸ਼ੇ।

ਸ਼ਾਮ ਵੇਦ	ਰਿਗ ਵੇਦ	ਯੁਜਰ ਵੇਦ	ਅਥਰਬਣ ਵੇਦ

12. ਭਗਤ 4 ਪ੍ਰਕਾਰ ਦੇ ਹਨ॥

ਅਰਥਾ ਅਰਥੀ - ਕਾਮਨਾ ਨੂੰ ਲੈ ਕੇ ਭਗਤੀ ਕਰਨੀ (ਧ੍ਰੂ),

ਆਰਤ ਭਗਤ - ਦਖ ਵੇਲੇ ਪ੍ਰਮੇਸ਼ਰ ਨੂੰ ਚੇਤੇ ਕਰਨਾ - ਪ੍ਰਹਲਾਦ

ਅਨੰਨਿ ਭਗਤ- ਪਿੰਡ ਪਰੈ ਤਉ ਪ੍ਰੀਤ ਨ ਤੋਰਉ - ਨਾਮ ਦੇਵ ਜੀ

ਗਿਆਨੀ ਭਗਤ - ਬਾਬਾ ਬੁੱਢਾ ਜੀ, ਭਾਈ ਮਨੀ ਸਿੰਘ, ਬਾਬਾ ਦੀਪ ਸਿੰਘ

13. ਮਨ ਦੀ ਸੱਤਾ:

ਵਿਵਹਾਰਕ ਸੱਤਾ	ਪ੍ਰਮਾਰਥਕ ਸੱਤਾ	ਪ੍ਰਾਤੀਭਾਸਕ ਸੱਤਾ

14. ਮਨ ਦੀ ਇੱਛਾ

ਸ਼ੁਭ ਇੱਛਾ	ਸੁਵਿਚਾਰਨਾ	ਤਨੂੰਮਾਨਸਾ	ਸਤੁਆਪਤ
ਅਸੰਸਕਤ	ਪਦਾਰਥਾਭਾਵਨੀ	ਤੁਰੀਆਪਦ	

15. 40 ਮੁਕਤੇ- ਮਾਤਾ ਭਾਗੋ ਦੇ ਲਾਡਲੇ। ਮੁਕਤੱਸਰ।

ਗੁਰੂ ਗੋਬਿੰਦ ਸਿੰਘ ਜੀ ਅੱਗੇ ਲੋਹੇ ਦੀ ਚਾਦਰ ਬਣ ਗਏ ।

ਮਹਾਂ ਸਿੰਘ ਜਥੇਦਾਰ ਨੇ ਗੁਰੂ ਗੋਬਿੰਦ ਸਿੰਘ ਜੀ ਦੀ ਗੋਂਦ ਵਿਚ ਪਰਾਨ ਤਿਆਗੇ।

ਸਮੀਰ ਸਿੰਘ	ਸਰਜਾ ਸਿੰਘ	ਸਾਧੂ ਸਿੰਘ	ਸ਼ੁਹੇਲ ਸਿੰਘ	ਸ਼ੁਲਤਾਨ ਸਿੰਘ
ਸੋਭਾ ਸਿੰਘ	ਸੰਤ ਸਿੰਘ	ਹਰਸਾ ਸਿੰਘ	ਹਰੀ ਸਿੰਘ	ਕਰਨ ਸਿੰਘ
ਕਰਮ ਸਿੰਘ	ਕਾਲਾ ਸਿੰਘ	ਕੀਰਤਿ ਸਿੰਘ	ਕਿਰਪਾਲ ਸਿੰਘ	ਖੁਸ਼ਾਲ ਸਿੰਘ
ਗੁਲਾਬ ਸਿੰਘ	ਗੰਗਾ ਸਿੰਘ	ਗੰਡਾ ਸਿੰਘ	ਘਰਬਾਰਾ ਸਿੰਘ	ਚੰਬਾ ਸਿੰਘ
ਜਾਦੋ ਸਿੰਘ	ਜੋਗਾ ਸਿੰਘ	ਜੰਗ ਸਿੰਘ	ਦਯਾਲ ਸਿੰਘ	ਦਰਬਾਰਾ ਸਿੰਘ
ਦਿਲਬਾਗ ਸਿੰਘ	ਧਰਮ ਸਿੰਘ	ਧੰਨਾ ਸਿੰਘ	ਨਿਹਾਲ ਸਿੰਘ	ਨਿਧਾਨ ਸਿੰਘ
ਬੂੜ ਸਿੰਘ	ਭਾਗ ਸਿੰਘ	ਭੋਲਾ ਸਿੰਘ	ਭੰਗਾ ਸਿੰਘ	ਮਹਾਂ ਸਿੰਘ
ਮੱਜਾ ਸਿੰਘ	ਮਾਨ ਸਿੰਘ	ਮੈਯਾ ਸਿੰਘ	ਰਾਇ ਸਿੰਘ	ਲਛਮਣ ਸਿੰਘ

16. ਗੁਰੂ ਗ੍ਰੰਥ - ਦਾਸਾਂ ਦੀ ਬਾਣੀ -ਗੁਰੂ ਗੋਬਿੰਦ ਸਿੰਘ ਜੀ ਨੇ 11th ਸਦਾ ਅਟੱਲ ਗੁਰੂ ਥਾਪਿਆ।

6 - ਗੁਰੂ	19 - ਭਗਤ			11 - ਭੱਟ	
ਗੁਰੂ ਨਾਨਕ ਦੇਵ ਜੀ	ਕਬੀਰ ਜੀ	ਧੰਨਾ ਜੀ	ਸੂਰਦਾਸ ਜੀ	ਕਲ੍ਹ ਜੀ	ਸਲ੍ਹ ਜੀ
ਗੁਰੂ ਅੰਗਦ ਦੇਵ ਜੀ	ਨਾਮ ਦੇਵ ਜੀ	ਜੈ ਦੇਵ ਜੀ	ਰਾਮਾ ਨੰਦ ਜੀ	ਗਯੰਦ ਜੀ	ਭਲ੍ਹ ਜੀ
ਗੁਰੂ ਅਮਰਦਾਸ ਜੀ	ਰਵੀਦਾਸ ਜੀ	ਸ੍ਰੀ ਸੈਣ ਜੀ	ਪਰਮਾਨੰਦ ਜੀ	ਭਿਖਾ ਜੀ	ਬਲ੍ਹ ਜੀ
ਗੁਰੂ ਰਾਮਦਾਸ ਜੀ	ਫਰੀਦ ਜੀ	ਸਧਨੇ ਜੀ	ਮਰਦਾਨਾ ਜੀ	ਕੀਰਤ ਜੀ	ਹਰਿਬੰਸ
ਗੁਰੂ ਅਰਜਨ ਦੇਵ ਜੀ	ਤ੍ਰਿਲੋਚਨ ਜੀ	ਭੀਖਨ ਜੀ	ਸੁੰਦਰ ਜੀ	ਮਥੁਰਾ ਜੀ	ਨਲ੍ਹ ਜੀ
ਗੁਰੂ ਤੇਗ਼ ਬਹਾਦਰ ਜੀ	ਬੈਣੀ ਜੀ	ਪੀਪਾ ਜੀ	ਸੱਤਾ ਅਤੇ ਬਲਵੰਡ ਜੀ	ਝਾਲਪ ਜੀ	

☬ ਅਰਦਾਸ ☬

ੴ ਸਤਿ ਨਾਮੁ॥

ਵਾਹਿਗੁਰੂ ਜੀ ਕੀ ਫਤਹਿ॥ ਸ੍ਰੀ ਭਗੌਤੀ ਜੀ ਸਹਾਇ॥

ਤੂ ਠਾਕੁਰੁ, ਤੁਮ ਪਹਿ ਅਰਦਾਸਿ॥ ਜੀਉ ਪਿੰਡੁ, ਸਭੁ ਤੇਰੀ ਰਾਸਿ॥

ਤੁਮ, ਮਾਤ, ਪਿਤਾ, ਹਮ ਬਾਰਿਕ ਤੇਰੇ॥ ਤੁਮਰੀ ਕ੍ਰਿਪਾ, ਮਹਿ ਸੂਖ ਘਨੇਰੇ॥

ਕੋਇ ਨ ਜਾਨੈ, ਤੁਮਰਾ ਅੰਤੁ॥ ਊਚੇ ਤੇ, ਊਚਾ ਭਗਵੰਤ॥

ਸਗਲ ਸਮਗ੍ਰੀ, ਤੁਮਰੈ ਸੂਤ੍ਰਿ ਧਾਰੀ॥ ਤੁਮ ਤੇ ਹੋਇ, ਸੁ ਆਗਿਆਕਾਰੀ॥

ਤੁਮਰੀ ਗਤਿ ਮਿਤਿ, ਤੁਮ ਹੀ ਜਾਨੀ॥

ਨਾਨਕ ਦਾਸ, ਸਦਾ ਕੁਰਬਾਨੀ॥੮॥੪॥

☬ ਦਹੋਰਾ ☬

ਸਗਲ ਦੁਆਰ ਕਉ ਛਾਡਿ ਕੈ ਗਹਿਓ ਤੁਹਾਰੋ ਦੁਆਰ॥

ਬਾਂਹਿ ਗਹੇ ਕੀ ਲਾਜ ਅਸ ਗੋਬਿੰਦ ਦਾਸ ਤੁਹਾਰ॥

ਨਾਨਕ ਨਾਮ ਚੜ੍ਹਦੀ ਕਲਾ । ਤੇਰੇ ਭਾਣੇ ਸਰਬੱਤ ਦਾ ਭਲਾ ।

ੴ ਬੋਲੇ ਸੋ ਨਿਹਾਲ, ਸਤਿ ਸ੍ਰੀ ਅਕਾਲ ।

ਵਾਹਿਗੁਰੂ ਜੀ ਕਾ ਖਾਲਸਾ, ਵਾਹਿਗੁਰੂ ਜੀ ਕੀ ਫਤਹਿ॥

☬ Guru Granth Sahib ☬

☬ Forgiveness is the foundation of the right path of Salvation ☬
which may lead to
☬ Mercy, Tolerance, Patience and Contentment on **His Word** ☬

Ref: Japji Sahib -16

ਅਵਲਿ ਅਲਹ ਨੂਰੁ ਉਪਾਇਆ ਕੁਦਰਤਿ ਕੇ ਸਭ ਬੰਦੇ ॥
ਏਕ ਨੂਰ ਤੇ ਸਭੁ ਜਗੁ ਉਪਜਿਆ ਕਉਨ ਭਲੇ ਕੋ ਮੰਦੇ ॥੧॥

aval alah noor upaa-i-aa kudrat kay sabh banday.
ayk noor tay sabh jag upji-aa ka-un bhalay ko manday. ||1||

☬ Soul is an expansion of indestructible The Holy Spirit. ☬

Ref: Mool Mantra and Kabeer Page 1349

☬ Whoever lives by the Sword will die by the Sword. ☬

Ref: Guru Gobind Singh Ji, Juses

The Holy Bible :: Elect Your Path Wisely

If a blind man leads a blind man, both will fall into a pit.
Steady and stable **Belief** is foundation of the right path of **Enlightenment**.
which may leads to
Faith – **G**oodness- **K**nowledge- **S**elf-control- **P**erseverance.
Perseverance – **G**odliness- **B**rotherly kindness- **L**ove. **To Christ**!

Ref: 2Peter 1-5/6/7/10.

☬ **Prayer to The One and Only One - God** ☬

ਸਗਲ ਦੁਆਰ ਕਉ ਛਾਂਡਿ ਕੈ, ਗਹਿਓ ਤੁਹਾਰੋ ਦੁਆਰ॥
ਬਾਂਹਿ ਗਹੇ ਕੀ ਲਾਜ ਅਸ ਗੋਬਿੰਦ ਦਾਸ ਤੁਹਾਰ॥

ਨਾਨਕ ਨਾਮ ਚੜਦੀ ਕਲਾ। ਤੇਰੇ ਭਾਣੇ ਸਰਬੱਤ ਦਾ ਭਲਾ।

ੴ ਬੋਲੇ ਸੋ ਨਿਹਾਲ, ਸਤਿ ਸ੍ਰੀ ਅਕਾਲ।
ਵਾਹਿਗੁਰੂ ਜੀ ਕਾ ਖਾਲਸਾ, ਵਾਹਿਗੁਰੂ ਜੀ ਕੀ ਫਤਹਿ॥

Ref: Sikh Religious Concept.